캄보디아
꾸앙 응아이
꼰뚬
빙딩
쟈 라이
푸옌
닥락
카잉 화
닥농
닝퇀
빙 프억
럼동
떠이 닝
빙 즈엉
동 나이
빙퇀
롱안
바 지어-붕 따우
호찌밍
안장
동탑
띠엔 쟝
벤째
끼엔 쟝
껀터
빙롱
허우 쟝
짜빙
쏙짱
박 리에우
까 마우

Từ điển Hàn-Việt

한국어-베트남어 사전

(韓-越辭典)

송정남 · 박연관 · 이강우

한국외국어대학교 지식출판원

머리말

통일 베트남과 수교를 맺은 지 올해로 19년째가 된다. 그동안 양국 관계는 경제를 중심으로 일취월장 발전한 결과 현재 전략적 협력 동반자 관계에 이르렀다. 이러한 관계는 양국 간 상호 이해에 대한 연구 역량에서도 보여 진다.

국교 단절들과 같은 요인들로 제대로 된 사전하나 없이 베트남어를 공부했던 때가 있었다. 전공 학생들이 보는 "베트남어-영어사전"마저도 구할 수가 없어서 복사한 두툼한 사전을 마치 짐짝처럼 들고 다녔던 때였다. 한자(漢子)에 익숙한 한국인인지라 필자가 베트남에서 공부를 할 때는 "베트남어-일본어사전", "베트남어-중국어사전"을 보기도 했다. 지금도 때 묻은 채로 사용되고 있는 이들 사전들은 본서의 참고문헌으로도 사용하였다.

양국관계의 발전이 말해주듯 요즘에는 양국의 언어에 대한 다양한 형태의 사전이 나오고 있다. 과거에 양국이 중국의 한자를 문자로 사용했던 것 때문에 양국의 언어에는 한자가 많다. 따라서 같은 음가라도 한자의 표기가 없이는 그 언어를 정확하고 빠르게 이해하는 데 어려움이 있다.

베트남에서 학위를 했던 저자들에 의해서 출간된 "한국어-베트남어사전"은 바로 이점에 역점을 두었다. 따라서 한자 표기가 가능한 모든 단어를 한자로 표기함으로써 독자의 이해를 높이려 하였다. 이외에도 개방이후 생겨난 새로운 단어에도 신경을 썼다. 한편, "한국어-베트남어사전"이란 특성을 감안하여 언어학자이며 초빙교수로 한국외국어대학교 베트남학과에 재직하고 있는 외국인 교수에게 감수를 맡겼다.

이 사전을 냄에 있어서 도움을 주신 기관과 개인들에게 고마움을 표한다. 무엇보다 재정적 지원을 해준 한국외국어대학교에 감사한다. 또한 이 책의 출판을 기꺼이 허락해 주신 한국외국어대학교 출판부에도 감사한다. 그리고 수정과정에서 수고해준 응우옌 프엉 럼(Nguyễn Phương Lâm)과 최영란 박사과정생에게도 감사한다.

필자들의 학문적 역량의 부족으로 미흡한 부분이 많은 바, 독자들의 비평과 충고를 수렴하여 차후에 보완할 예정이다.

2011년 5월 31일

이문동 연구실에서 엮은이

일러두기

1. 표제어

1) 표제어는 모두 고딕활자로 표시하였고, 그 중 한자어(漢字語)는 괄호 속에 한자를 함께 써넣었다. 그리고 표제어 중 일부가 한자로 된 것은 ( ) 속에 한자와 '-'를 나란히 썼다.

   보 기 **하루**; **태양**(太陽); **통하다**(通-)

2) 접두사, 접미사 및 어미로 쓰이는 표제어는 그 앞이나 뒤에 '...'을 붙였다.

   보 기 **한**…, …**차**(次), …**도록**

3) 표제어가 형용사이고 설명문에서 그에 상응하는 베트남어 단어가 2개 이상일 때는 콤마 ' , ' 와 세미콜론 ' ; '으로 구분하였다. 이때 형용사 사이의 의미 차이가 거의 비슷하면 ' , ', 비교적 크면 ' ; '를 사용하여 구별하였다.

   보 기 **동그스름하다** gần tròn, hơi tròn.
   아기자기하다 đẹp, hài hòa; vui vẻ, thú vị.

4) 한국어 토박이말을 로마자로 표기할 때는 이탤릭체로 썼다.

   보 기 …**말**(**분량**) *mal*; …**면**(**행정구역**) *myeon*; **바둑** *baduk*

5) 한국의 지명·인명의 로마자 표기는 2000년에 개정 공포된 '국어의 로마자 표기법'에 따랐다. 다만 이미 국제적으로 널리 쓰이고 있는 이름은 관례대로 그대로 두었다.

   보 기 **부산** Busan, **대구** Daegu

2. 기호와 사용 예

1) '~'는 앞에 나온 표제어를 대신하는 기호이다.

   보 기 **가공**(可恐) **~할** sợ hãi
   공통(共通) **~의** chung

2) 표제어의 파생어 및 설명 예문은 ¶ 다음에 열거한다.

보 기 **골머리** bộ não, đầu óc. ¶ ~를 앓다 khó chịu.

3) 【 】의 용법

① 학술어, 전문용어 및 그 약어를 표시할 때.

보 기 **탄소** 【HH】 Hóa học; **가설** 【Lo】 Logic học.

② 외래어를 표시할 때.

보 기 **마스터플랜** 【Anh】 *(master plan)* kế hoạch chính,
아르바이트 【Đức】 làm thêm, việc làm thêm.

4) [ ]의 용법

대체어는 [ ]속에 넣는다.

보 기 평화를 유지[파괴, 회복]하다. duy trì [phá hủy, khôi phục]

5) ( )의 용법

① 보충 설명어는 모두 ( ) 속에 넣는다.

보 기 **가다듬다 (마음을)** lấy lại tinh thần, trấn an trong lòng.

6) 코마 ' , '와 세미콜론 ' ; '의 용법. ☞ 1. 표제어 3) 참조

7) 설명어 또는 예문 사이는 ' / '으로 구분하였다.

약어풀이

1. 단어 첫 글자로
2. 1이 같을 경우 다음 단어추가(Triết học, Kinh tế)
3. 쉽게 인식할 수 있게(Hình học, Hàng hải, Hoá học)

【Anh】	영어	
【Nga】	러시아	
【Ý】	이탈리아	
【TQ】	중국어	
【Ph】	프랑스어	
【Đức】	독일어	
【HL】	그리이스어	
【La】	라틴어	
【KTr】	建築	Kiến trúc
【KT】	經濟	Kinh tế
【TT】	競技	Thể dục thể thao
	(스키, 골프, 체조, 구기 등도 포함함)	
【KCH】	考古學	Khảo cổ học
【CN】	工業	Công nghiệp
【Kh】	鑛物·鑛山	Khoáng vật·Khoáng sản
【GD】	教育	Giáo dục
【KNg】	口語	Khẩu ngữ
【QS】	軍事	Quân sự
【QA】	拳鬪	Quyền anh
【M】	機械	Máy
【CĐG】	基督教	Cơ đốc giáo
【Hho】	幾何	Hình học
【KHa】	氣候	Khí hậu
【Lo】	論理學	Logic học
【Nô】	農業·農學	Nông nghiệp·Nông học
【BR】	농구	Bóng rổ
【ĐV】	動物學	Động vật
【NP】	文法	Ngữ pháp
【VH】	文學	Văn học
【VLH】	物理學	Vật lý học
【MTh】	美術	Mỹ thuật
【BCh】	배구	Bóng chuyền
【PL】	法律	Pháp luật
【PG】	佛教	Phật giáo
【P】	梵語	Phạn
【BA】	寫眞	Bức ảnh
【TN】	商業	Thương nghiệp
【Si】	生理學·生物學	Sinh lý học·Sinh vật học
【KT】	聖經	Kính thanh
【TH】	數學	Toán học
【TNg】	俗語	Tục ngữ
【TV】	植物學	Thực vật
【TLH】	心理學	Tâm lý học
【BC】	野球	Bóng chày
【LK】	冶金	Luyện kim
【DH】	藥學	Dược học
【NNH】	言語學	Ngôn ngữ học
【LC】	魚類	Loại cá
【ÂN】	音樂	Âm nhạc
【ÂT】	料理	Âm thực
【YH】	醫學	Y học
【In】	印刷	In
【Đ】	電氣	Điện
【LCh】	鳥類	Loại chim

【ĐT】	造船	Đóng tàu	【CT】	昆蟲	Côn trùng
【TG】	宗教	Tôn giáo	【MT】	컴퓨터	Máy tính
【CK】	證券	Chứng khoán	【XD】	土木	Xây dựng cầu đường
【Địa】	地理·地質學	Địa lý	【LSo】	貝類	Loại sò
【TVH】	天文學	Thiên văn học	【HK】	航空	Hàng không
【ĐS】	鐵道	Đường sắt	【Hải】	航海·海事	Hàng hải
【TrH】	哲學	Triết học	【GP】	解剖學	Giải phẫu
【BĐ】	蹴球	Bóng đá	【HH】	化學	Hoá học
【LTM】	商法	Lật thương mại	【SHH】	生化學	Sinh hóa học

참고문헌

Đào Duy Anh, *Giản yếu Hán Việt từ điển*, Nxb MT, 1931.

Hoàng Phê (chủ biên), *Từ điển Tiếng Việt*, Nxb GD, 1994.

Nguyễn Như Ý, *Đại từ điển Tiếng Việt*, Nxb VHTT, 1999.

Trung tâm từ điển học, *Từ điển Tiếng Việt*, Nxb Đà Nẵng, 2007.

Viện Ngôn ngữ học, Từ điển Anh-Việt, Nxb TP HCM, 1994.

조재현 편저, 베트남어-한국어 사전, 한국외대 출판부, 2000.

이희승 감수 · 민중서림 편집국 편, 민중 엣센스 국어사전, 민중서림, 2005.

竹 內 與之助 編, 越日小辭典, 東京 大學書林 發行, 昭和 61年.

ㄱ

가 (가장자리) bờ, mép, gờ cạnh, lề, (옆) bên cạnh. ¶ 강 ～ bờ sông / 바닷～ bờ biển / 연못～ cạnh ao / 숲～ bìa rừng.

가(可) (가능성) có thể, có khả năng; (좋음) đúng, tốt. ¶ ～히 đúng, đầy đủ, hoàn toàn, dễ dàng / ～히 짐작 할 수 있다 có thể dễ dàng đoán được.

가(加) ☞ **가**(加)**하다**.

가…(假) (임시의) lâm thời, tạm thời; (잠시의) tạm thời, chốc lát; (비공식의) không chính thức. ¶ ～계약 hợp đồng tạm thời / ～계정(計定) tài khoản tạm thời.

…가(街) đường, phố. ¶ 유흥～ khu giải trí.

가가대소(呵呵大笑) **~하다** cười hả hê, cười ha hả.

가가호호(家家戶戶) từng nhà, mỗi nhà.

가감(加減) **~하다** gia giảm, cộng và trừ. ¶ ～승제 (乘除) cộng, trừ, nhân, chia.

가건물(假建物) tòa nhà tạm, căn nhà tạm.

가건축(假建築) ☞ **가건물**.

가게 cửa hàng, quầy hàng, hiệu, tiệm, quán. ¶ ～를 보다 trông quầy hàng/ ～를 내다 mở tiệm / ～를 닫다 đóng quán; (폐업) sập tiệm. ¶ 구멍～ tiệm nhỏ.

가격(價格) (가치) giá; (값) giá cả. ¶ 일정한 ～으로 với giá cố định. ¶ ～인상 tăng giá / ～절하 hạ giá/ ～표 biểu giá, bảng giá / ～표기 sự ghi giá / ～표기 우편물 bưu phẩm có ghi giá / 도매～ giá bán sỉ / 생산자～ giá nhà sản xuất / 소매～ giá bán lẻ / 소비자 ～ giá người tiêu dùng / 시장～ giá thị trường / 정찰～ thực giá / 최저～ giá tối thiểu / 통제～ giá được điều chỉnh hợp lý / 판매～ giá bán / 현물 ～ giá cả hiện vật / 협정～ giá thỏa thuận.

가결(可決) sự thông qua. **~하다** thông qua. ¶ 원안대로 ～하다 thông qua dự luật theo nguyên bản, thông qua toàn văn dự thảo / 거수로 ～하다 thông qua giơ tay biểu quyết.

가결의(假決議) quyết nghị tạm thời

가경(佳境) hồi thú vị, cảnh đẹp. ¶ 이야기는 ～에 들어간다 Câu chuyện đến hồi thú vị.

가계(家系) gia hệ. ¶ ～도 phả hệ.

가계(家計) thu chi trong nhà, sinh kế của gia đình. ¶ ～부 sổ thu chi gia đình / ～비 chi phí trong gia đình.

가곡(歌曲) (노래) ca khúc, bài hát; (곡조) giai điệu. ¶ ～집 tập ca khúc.

가공(加工) sự gia công, chế biến. **~하다** gia công. ¶ ～공업 công nghiệp chế biến / ～식품 thực phẩm chế biến / ～품 sản phẩm gia công.

가공(可恐) ～할 sợ hãi, kinh khủng, khủng khiếp. ¶ ～할 만한 적 địch đáng sợ.

가공(架空) ❶ (공상적) ～의 hoang đường,

hư cấu, không tưởng, viễn tưởng. ¶ ~의 인물 nhân vật hư cấu. ❷ (공중 가설) ~의 ở trên không. ¶ ~ 전력선 đường dây điện trên không.

가공사(假工事) xây dựng tạm, công trình tạm.

가관(可觀) ~이다 (볼 만하다) đáng xem, hấp dẫn, khá đẹp; (꼴이) sự kỳ quặc, buồn cười. ¶ 경치가 ~이다 quang cảnh hấp dẫn.

가교(架橋) **~하다** xây cầu. ¶ ~ 공사 công trình xây dựng cầu.

가교(假橋) cầu tạm thời.

가구(家口) nhân khẩu. ¶ ~수 số nhân khẩu / ~주 chủ hộ

가구(家具) đồ đạc trong nhà. ¶ ~ 한 세트 1 bộ đồ nội thất. ¶ ~상 người bán hàng đồ nội thất (상인) / ~장이 thợ làm đồ nội thất / ~점 cửa hàng đồ nội thất.

가규(家規) quy tắc gia đình, gia quy.

가극(歌劇) ca kịch. ¶ ~단 đoàn ca kịch / ~장 nhà hát kịch / ~ 배우 diễn viên kịch.

가금(家禽) gia cầm. ¶ ~을 기르다 nuôi gia cầm.

가급적(可及的) hết sức có thể, càng … càng tốt. ¶ ~ 속히 càng sớm càng tốt / ~이면 nếu được, nếu có thể.

가까스로 một cách gần, vừa đủ, suýt. ☞ **겨우, 간신히**. ¶ ~ 도망치다 bỏ trốn trong gang tay / ~ 제 시간에 대다 canh đúng giờ.

가까워지다 (때, 거리가) gần (관계가) thân cận. ¶ 완성에 ~ gần kết thúc / 종말에 ~ gần đến đoạn kết.

가까이 gần (친밀하게) thân thiện ~ **하다** gần. ¶ ~ 가다 đi gần /술을 ~ 하다 gần rượu / 나쁜 친구들을 ~ 하지 말아라 đừng gần gũi bạn bè xấu.

가깝다 (거리) (khoảng cách) gần; (시간) (thời gian) gần đến giờ; (관계) (quan hệ) gần gũi; (근사) tương tự, gần giống. ¶ 가까운 친구 người bạn gần gũi / 가까이에 있는 ở gần / 가까운 사이다 quan hệ gần gũi / 원숭이는 사람에 ~ khỉ gần giống với người.

가꾸다 (식물을) trồng; (치장하다) trang trí; (꾸미다) trang điểm (얼굴을).

가끔 thỉnh thoảng, đôi khi. ¶ ~ 다르다 đôi khi khác nhau.

가나다 thứ tự chữ cái tiếng Hàn. ¶ ~순으로 하다 theo thứ tự 가나다.

가나오나 đi đâu cũng, ở đâu cũng. ¶ ~ 그는 말썽을 일으킨다 Anh ta đi đâu cũng gây phiền phức.

가난 sự nghèo, khổ. **~하다** nghèo. ¶ 몹시 ~한 사람 người khốn cùng/ ~한 집에 태어나다 sinh ra trong gia đình nghèo/ 찢어지게 가난하다 bần hàn/ ~하게 살다 sống nghèo khổ/ ~해지다 trở nên nghèo.

가난들다 (귀하다) trở nên nghèo. ¶ 인재에 가난들다 nghèo nhân tài.

가난뱅이 kẻ nghèo hèn, người nghèo khó.

가내(家內) trong một nhà, trong gia đình, (가족들) người nhà. ¶ ~공업 công nghiệp sản xuất gia đình.

가냘프다 tinh xảo, êm, nhẹ (목소리가) giọng nói nhỏ nhẹ. ¶ 가냘픈 몸매 thân hình nhỏ nhắn.

가누다 giữ thẳng, giữ thăng bằng. ¶ 고개를 가누다 giữ thẳng cổ / 몸을 ~ giữ thẳng người.

가느다랗다 ☞ **가늘다**.

가늘다 mỏng manh, thanh tú (소리가); giọng thanh (몸, 허리 따위가); thon (실따위). ¶ 가는 목소리 giọng nói nhẹ nhàng / 가는 실 chỉ mỏng / 가는 허리 eo thon.

가늠 (헤아림) sự nhìn nhận, đánh giá,

ㄱ

đắn đo; (겨냥) sự ngắm, nhắm; (대중) sự đánh giá chung, nhìn chung. ~보다 nhắm mục tiêu.

가늠쇠 đầu ruồi(súng).

가늠자 ống ngắm.

가능(可能) ~한 có khả năng, có triển vọng. ¶ ~하다면 nếu có khả năng (형편이 되면) / ~한 한 빨리 nếu có khả năng thì nhanh lên / ~한 범위내에서 trong khả năng. ¶ ~성 khả năng.

가다 ❶ (일반적) đi; (방문) đi thăm; (출석) có mặt; (떠나다) ra đi. ¶ …을 타고 ~ đi bằng … / 걸어~ đi bộ / 스웨덴에 ~ đi Thụy Điển / 역까지 ~ đi đến ga / 하루 20킬로미터를 ~ đi một ngày 20km / 집에 가는 도중에 trên đường về nhà. ❷ (시간) trôi qua. ¶ 얼마 안가서 chưa được bao lâu / 시간이 가다 thời gian trôi qua / 세월이 가는 줄도 모르다 không biết thời gian trôi đi. ❸ (죽다) chết, qua đời. ❹ (꺼지다) bị tắt. ¶ 전깃불이 ~ bị tắt điện. ❺ (지탱하다) trụ giữ, bảo quản. ¶ 구두가 오래 ~ đôi giày dùng được lâu. ❻ (변하다) thay đổi, biến chất. ¶ 우유맛이 ~ sữa bị hỏng. ❼ (들다, 소비하다) tiêu (tiền), mất (돈이) ¶ 품이 많이 가는 일 việc mất nhiều công sức. ❽ (값어치) giá trị. ¶ 시가 백만원 가는 책 sách trị giá 1 triệu. ❾ (이해, 짐작이) ¶ 이해가 가는 처사 cách xử lý có thể hiểu được.

가다가 thỉnh thoảng, đôi khi.

가다듬다 (마음을) lấy lại tinh thần, trấn an trong lòng; (목소리를) hắng giọng.

가닥 mảnh, miếng, đoạn. ¶ 실 한 가닥 đoạn chỉ / 한 ~의 희망 một tia hy vọng.

가담(加擔) **~하다** hỗ trợ, giúp đỡ, ủng hộ.

가당(可當) **~하다** (온당) đúng, hợp lý, chính xác; (감당) có thể đảm đương.

가당(加糖) ~한 có đường. ¶ ~분유 sữa bột có đường / ~연유(煉乳) sữa đặc có đường.

가당찮다(可當-) không hợp lý, quá đáng (온당찮다); quá mức (엄청나다). ¶ 가당찮은 요구 yêu cầu quá đáng / 가당찮은 값 giá bất hợp lý.

가도(街道) gia phong, gia đạo.

가동(稼動) sự khởi động. **~하다** khởi động, vận hành. ¶ ~을 시작 [중단]하다 bắt đầu [ngừng] khởi động / ~중이다 đang vận hành. ¶ ~율 tỷ lệ vận hành / 완전 ~ khởi động hoàn toàn / 주야 ~ vận hành ngày và đêm.

가동성(可動性) tính vận hành.

가두(街頭) (모퉁이) đường phố; (십자로) đường giao nhau; (가로) đường. ¶ ~ 데모(시위) biểu tình trên đường / ~ 선전 quảng cáo trên đường / ~ 연설 diễn thuyết trên đường (선거의) / ~ 풍경 quang cảnh trên đường.

가두다 khóa lại, giam lại.

가두리 viền, đường viền.

가드 sự bảo vệ, việc canh gác (경비원); nhân viên bảo vệ.

가득 đầy. **~하다** làm cho đầy. ¶ 한 잔 ~ một ly đầy / ~ 채우다 làm đầy / 컵에 ~ 붓다 rót đầy ly / 사람들로 ~ 차 있다 đầy người.

가들막거리다 ☞ **거들먹거리다**.

가뜩 ❶ ☞ **가득**. ❷ ☞ **가뜩이나**.

가뜩이나 hơn nữa, vả lại. ¶ ~ 곤란한데 vất vả thêm, đã khó lại thêm khó, cái dẫm lại thêm cái đạp.

가뜩한데 cực điểm, cao điểm.

가뜬하다 nhẹ. ¶ 가뜬히 một cách nhẹ nhõm; (쉽게) dễ dàng.

가라사대 dạy, bảo, nói. ¶ 공자 ~ Khổng Tử nói … / 성경에 ~ Kinh Thánh dạy.

가라앉다 ❶ (물밑으로) chìm, lắng (먼지 등이); lắng bụi. ¶ 가라앉은 배 thuyền đắm / 물속으로 ~ chìm dưới nước. ❷ (고요해지다) yên lặng; lặng, dịu sóng gió (풍파가). ¶ 바람이 ~ gió lặng. ❸ (마음, 성질이) lắng dịu. ❹ (부기, 고통 등이) giảm đi, hạ xuống. ¶ 부기가 가라앉았다 chỗ sưng xẹp xuống. ❺ (수습되다) giải quyết; (분쟁이) lắng xuống.

가라앉히다 ❶ (물 속에) đánh chìm, làm chìm. ¶ 배를 ~ đánh chìm thuyền. ❷ (마음, 신경을) kiềm chế. ¶ …의 노여움을 ~ kiềm chế cơn giận của …. ❸ (아픔, 부기를) làm giảm đau. ¶ 고통을 ~ làm khuây khỏa. ❹ (진압, 수습) giải quyết. ¶ 싸움을 ~ làm giảm bớt sự cãi vã căng thẳng / (긴장된) 정세를 ~ làm giảm tình thế căng thẳng.

가락 ❶ (음조) giai điệu âm thanh ❷ (박자, 장단) nhịp điệu. ¶ ~에 맞춰 theo đúng nhịp, theo đúng nhạc.

가락국수 mì sợi.

가락지 một cặp nhẫn.

가랑비 mưa bụi, mưa phùn. ¶ ~가 내리다 trời mưa phùn.

가랑이 chạc. ¶ ~를 벌리다 chẻ ba.

가랑잎 lá úa, lá khô.

가래[1] (농기구) cái cào, cái thuổng. ¶ ~질 đào đất bằng thuổng/~질하다 đào, xới.

가래[2] (담(痰)) đờm. ¶ ~를 뱉다 nhổ, khạc đờm.

가래[3] (갯수) miếng, mảnh. ¶ ~떡 bánh Deok/떡 한 ~ một miếng bánh Deok.

가래다 phân biệt, phân định, phân chia. ¶ 시비를 ~ phân biệt đúng sai.

가래침 đờm. ¶ ~을 뱉다 nhổ, khạc đờm.

가량(假量) (쯤) ước chừng, vào khoảng. ¶ 30명 ~ khoảng 30 người / 2개월 ~ khoảng 2 tháng / 10 킬로미터 ~ khoảng 10 ki-lô-mét / 예순살 ~의 노인 ông cụ khoảng 60 tuổi / 두 시간 ~ 지나면 khoảng 2 giờ trôi qua.

가련하다(可憐-) đáng thương, tội nghiệp. ¶ 가련한 처지 hoàn cảnh đáng thương / 가련히 여기다 cảm thấy tội nghiệp cho (ai đó) / 가련한 친구로군! là người bạn đáng thương.

가렴(苛斂) sưu cao thuế nặng, sự bóc lột. **~하다** đánh thuế một cách hà khắc. ¶ ~주구 (誅求) = 가렴.

가렵다 ngứa. ¶ 가려운 데를 긁다 gãi chỗ ngứa / 온 몸이 ~ ngứa khắp cả người.

가령(假令) nếu, giả sử, dù. ¶ ~ 그것이 그렇다 치더라도 giả sử điều đó như thế nhưng / ~ 그가 그렇게 말했다 치더라도 dù anh ta có nói như thế nhưng.

가로 (폭) chiều rộng; (부사적) sọc ngang. ¶ ~의 của chiều rộng / ~ 2 미터 rộng 2 mét / ~ 쓰다 viết ngang / ~ 줄을 치다 gạch ngang / …의 가로를 재다 đo chiều ngang bề rộng.

가로(街路) con đường ¶ ~수 cây bên đường / ~ 청소부 người quét đường.

가로닫이 cửa lùa, cửa kéo.

가로되 ☞ **가라사대**.

가로막다 chặn ngang, gây trở ngại. ¶ 길을 ~ chắn đường.

가로막히다 bị chặn ngang.

가로맡다 đảm nhiệm thay.

가로세로 (명사적) ngang dọc; (부사적) theo chiều ngang và dọc, lúc dọc lúc ngang.

가로쓰기 viết từ trái sang phải.

가로지르다 (건너지름) đi ngang qua; (가로긋다) gạch ngang; (건너감) vượt qua.

가로채다 cướp, giật, ăn chặn, cướp lời.

가로퍼지다 phình ra; (뚱뚱하다) béo ra.

ㄱ

가료(加療) sự chữa trị.

가루 (분말) bột (곡식가루) bột ngũ cốc. ¶ ～로 만들다(빻다) giã thành bột / ～(로 된) 비누 xà bông bột / ～우유 sữa bột.

가루약(藥) thuốc bột.

가르다 ❶ (분할, 분배) phân chia ¶ 다섯으로 ～ chia thành 5 / 이익을 반반으로 ～ chia lợi nhuận ra làm đôi / 머리를 한가운데서 [오른쪽에서] ～ rẽ ngôi giữa [bên phải] / 부부의 의를 ～ chia rẽ tình nghĩa vợ chồng. ❷ (분류) phân loại. ¶ 크게 둘로 ～ phân ra 2 loại lớn. ❸ (판단, 구별) phân biệt.

가르마 đường ngôi (của tóc). ¶ ～를 타다 rẽ ngôi tóc.

가르치다 (지식을) dạy, dạy bảo; (교육) đào tạo; (계몽) khai sáng. ¶ 수학을 ～ dạy toán / 수영을 ～ dạy bơi / 피아노를 ～ dạy đàn piano / 집을 가르쳐 주다 chỉ địa chỉ nhà.

가르침 (교훈) giáo huấn, lời dạy (교의) giáo nghĩa; (계율) giáo lý. ¶ 소크라테스의 ～ lời giáo huấn của Xô-crát / ～을 받다 nhận sự dạy dỗ.

가름하다 (대신하다) thay thế.

가리 (더미) đống.

가리가리 từng mảnh, từng miếng. ¶ ～ 찢다 xé ra từng mảnh.

가리개 màn che (병풍).

가리다[1] ❶ (선택) chọn lựa. ¶ 때와 장소를 가리지 않고 không phân biệt thời gian và địa điểm. ❷ (까다롭다) kén chọn. ¶ 음식을 ～ kén chọn thức ăn. ❸ (분별) phân biệt. ¶ 시비를 ～ phân biệt phải trái. ❹ (셈을) tính toán, thanh toán. ¶ 빚을 ～ trả nợ. ❺ (낯을) ngại người lạ.

가리다[2] ❶ (막다) che đậy; (빛을) che ánh nắng. ¶ 손으로 눈을 ～ lấy tay che mắt / 얼굴을 ～ che mặt. ❷ (간막다) chia cắt.

가리마 ☞ **가르마**.

가리우다 ☞ **가리다**[2].

가리키다 chỉ, biểu thị. ¶ 방향을 가리키다 chỉ hướng.

가마[1] (머리의) xoáy (ở đầu).

가마[2] ❶ ☞ **가마솥**. ❷ (기와, 질그릇을 굽는) vạc; (빵굽는) lò nướng bánh mì.

가마[3] (탈 것) kiệu. ¶ ～꾼 kẻ khiêng kiệu.

가마(니) túi rơm.

가마솥 vạc, nồi.

가마아득하다 ☞ **까마아득하다**.

가마우지 【LCh】 chim cốc.

가만가만 khe khẽ, nhẹ nhàng, rón rén.

가만있자 để yên xem nào!(nói theo thói quen).

가만히 ❶ (넌지시) ngầm, ngấm ngầm. ¶ ～ 남의 얼굴을 살피다 ngầm liếc nhìn mặt người khác / ～ 집을 빠져나오다 lặng lẽ ra khỏi nhà. ❷ (조용히) khẽ khàng, im lặng. ¶ ～ 놓다 đặt nhẹ nhàng / ～ 있다 trong im lặng / ～ 누워 있다 nằm im / 그런 모욕에 ～ 있진 않겠다 không im lặng trước sự sỉ nhục như thế.

가망(可望) triển vọng (전망); có khả năng (가능성). ¶ ～없는 không có hy vọng / 성공할 ～이 있다 có hy vọng thành công.

가매장(假埋葬) sự mai táng tạm. **~하다** mai táng tạm.

가맹(加盟) sự sát nhập, sự gia nhập. **~하다** sát nhập, tham gia.

가면(假面) mặt nạ, ngụy trang. ¶ …의 ～하에 dưới sự ngụy trang / ～을 쓰다 đeo, mang mặt nạ / ～을 벗다 cởi mặt nạ / ～극 mặt nạ diễn kịch / ～무도회 vũ hội hóa trang.

가면허(假免許) giấy phép tạm.

가명(假名) bí danh, biệt hiệu. ¶ ～으로

ㄱ

dưới danh hiệu.

가명(家名) thanh danh. ¶ ~을 더럽히다 làm ô danh.

가묘(家廟) điện thờ gia đình.

가무(歌舞) ca vũ.

가무러지다 ngất xỉu, bất tỉnh.

가무스름하다 hơi đen, đen.

가무잡잡하다 ngăm đen.

가문(家門) gia môn. ¶ ~의 영예 danh dự gia đình / ~이 좋은 [나쁜] gia đình tốt [xấu] / 좋은 ~에 태어나다 sinh ra trong gia đình danh giá.

가문비 【TV】 cây vân sam.

가물 ☞ **가뭄**.

가물가물 (희미하게) mơ hồ, lập lòe (불빛) ánh điện lập lòe. ¶ 정신이 ~하다 tinh thần choáng váng.

가물거리다 ❶ (불빛이) lập lòe. ¶ 가물거리는 불빛 ánh điện lập lòe. ❷ (희미하다) mơ hồ; (정신이) cảm thấy choáng váng. ¶ 가물거리는 기억을 더듬다 hồi tưởng lại những ký ức nhạt nhòa.

가물다 hạn hán, khô cạn.

가물들다 (날씨) trở nên hạn hán; (농작물) trải qua cơn hạn; (부족) bị khan hiếm.

가물음 ☞ **가뭄**.

가물타다 dễ bị hạn.

가뭄 cơn hạn hán.

가미(加味) **~하다** thêm gia vị (첨가).

가발(假髮) bộ tóc giả.

가방 túi xách, túi du lịch (여행용의); túi xách tay (손가방). ¶ ~에 넣다 bỏ vào túi xách.

가법 ☞ **덧셈**.

가벼이 một cách nhẹ (경솔하게), khinh suất, coi thường. ¶ ~ 보아 넘기다 bỏ qua xem nhẹ / ~ 행동하다 hành động một cách nhẹ nhàng / 형량을 ~ 하다 làm nhẹ tội.

가변(可變) có thể thay đổi, khả biến. ¶ ~비용 chi phí khả biến / ~자본 tiền vốn có thể thay đổi / ~저항기 điện trở khả biến / ~전압발전기 máy phát điện xoay chiều.

가볍게 ☞ **가벼이**.

가볍다 ❶ (무게가) nhẹ. ¶ 매우 ~ rất nhẹ / 가벼운 짐 hành lý nhẹ / 체중이 ~ trọng lượng nhẹ. ❷ (경미) nhẹ, sơ sài. ¶ 가벼운 두통 đau đầu nhẹ / 가벼운 범죄 tội nhẹ. ❸ (수월) nhẹ, dễ dàng. ¶ 가벼운 일 việc nhẹ / 가벼운 기분으로 bằng tâm hồn thanh thản. ❹ (식사 등) ¶ 가벼운 식사 bữa ăn nhẹ. ❺ (사람이) người dễ dãi. ¶ 입이 ~ lẻo mép.

가보 (투전판) điểm cờ bạc.

가보(家寶) gia bảo, báu vật gia đình.

가봉(假縫) **~하다** may thử; (양복따위를) dựng khung áo com-lê.

가부(可否) (옳고 그름) đúng hay sai, tốt hay xấu; (적부) thích đáng hay không; (찬부) chống đối hay ủng hộ. ¶ ~를 논하다 tranh luận đúng sai / 투표로 ~를 결정하다 quyết định bỏ phiếu không tán thành hay ủng hộ.

가분수(假分數) 【TH】 phân số không thực sự.

가분하다 nhẹ.

가불(假拂) món tiền ứng trước. **~하다** trả trước, ứng trước. ¶ ~받다 nhận trước / ~금 số tiền tạm ứng.

가불가(可不可) ☞ **가부**(可否).

가붓하다 nhẹ.

가쁘다 (서술적) thở nhẹ, gấp.

가사(家事) việc nhà, việc nội trợ, (학문의); hiện tượng rụng âm. ¶ ~를 처리하다 làm việc nhà / ~에 얽매여 있다 bị ràng buộc bởi việc nhà.

가사(假死) sự chết ngất. ¶ ~ 상태에 있다 trong tình trạng chết ngất.

가사(袈裟) áo cà sa, áo tế.

가사(歌詞) lời bài hát.

가산(加算) **~하다** cộng thêm, bao gồm. ¶ 이자를 ~하다 cộng thêm tiền lãi / ~세 thuế phụ trội.
가산(家産) gia sản. ¶ ~을 탕진하다 phung phí tài sản của cải.
가산호(假珊瑚) san hô giả.
가상(假想) sự tưởng tượng, giả tưởng. **~하다** tưởng tượng. ¶ ~적인 có tính tưởng tượng / ~의 적(敵) quân thù tưởng tượng.
가상히(嘉尙-) ~ 여기다 khen ngợi.
가새표(-標) dấu chéo(x).
가새풀 【TV】 bông lau.
가석방(假釋放) tạm tha, sự tha trước thời hạn. **~하다** tạm tha. ¶ ~되다 được tha trước hạn, tạm tha.
가석하다(可惜-) hối tiếc. ¶ 거 참 가석한 일이군! thật đáng tiếc.
가선(架線) sự kết nối, mắc đường dây. ¶ 전기~공사 công trình mắc đường dây điện / 전화~공사 công trình mắc đường điện thoại.
가설(架設) **~하다** lắp đặt (전화를). ¶ ~공사 công trình lắp đặt / ~비 phí xây dựng, lắp đặt.
가설(假設) (일시적) ¶ ~의 sự lắp đặt tạm / ~교(橋) [극장] xây cầu [rạp hát] tạm.
가설(假說) 【Lo】 giả thuyết. ¶ 적인 mang tính giả thuyết.
가성(苛性) tính ăn da. ¶ ~칼리 ka-li hy-đro-xít.
가성(假性) ~의 sai, giả. ¶ ~근시 cận thị giả tính.
가성(假聲) giọng the thé, giọng thanh; sự giả giọng. ¶ ~을 내다 giả giọng.
가세(加勢) **~하다** (조력) giúp đỡ, cấp dưỡng; (지지) ủng hộ.
가세(家勢) gia thế. ¶ ~가 기울었다 gia cảnh suy thoái.
가소롭다(可笑-) buồn cười, nực cười. ¶ 가소롭기 짝없다 điều buồn cười có một không hai.
가속(加速) sự gia tốc. ¶ ~하다 gia tốc, tăng tốc / ~기 máy gia tốc / ~운동 chuyển động tăng tốc / ~장치 thiết bị gia tốc.
가속(家屬) (가족) người nhà; (아내) vợ tôi.
가속도(加速度) ☞ **가속**(加速).
가솔린 (휘발유) dầu lửa, xăng.
가수(加數) 【TH】 số thêm vào.
가수(歌手) ca sĩ; (여자) nữ ca sĩ.
가수금(假受金) khoản tạm thu.
가수분해(加水分解) sự thủy phân.
가수요(假需要) nhu cầu giả.
가스 ga, khí. ¶ 배에 ~가 차다 bụng đầy hơi / ~관 ống dẫn khí / ~레인지 bếp ga / ~요금 tiền ga / ~중독 trúng độc khí ga.
가슴 ngực (품); tấm lòng (마음). ¶ ~속 깊이 간직한 생각 giữ chặt trong lòng / ~이 뭉클해지다 nghẹn lòng / ~이 뛰다 ngực đập / ~이 설레다 xao xuyến tâm hồn, hồi hộp / ~이 후련해지다 tâm hồn trở nên nhẹ nhõm.
가슴걸이 đai, cái cổ dề quàng cổ ngựa.
가슴앓이 【YH】 chứng tức ngực, sự đau lòng.
가슴츠레하다 buồn ngủ, ngủ lơ mơ.
가습(加濕) sự tăng độ ẩm. **~하다** làm ẩm. ¶ ~기 máy tăng độ ẩm.
가시[1] (장미 따위의) gai; (밤송이 따위의) quả có gai; (나무, 대, 뼈 따위의) cây có gai. ¶ ~많은 nhiều gai / ~가 목에 걸리다 mắc xương trong họng / 손에 ~가 박히다 gai đâm vào tay / ~나무 cây sồi / ~나무 울타리 hàng rào cây gai / ~덤불 bụi gai / ~밭길 đường gai góc.
가시[2] (구더기) con giòi.
가시광선(可視光線) tia sáng có thể thấy

được.

가시다 ❶ (뒷맛을) hết. ¶ 입 안의 쓴 맛을 ~ hết vị đắng trong miệng. ❷ (없어지다) hết, mất; (누그러지다) dễ chịu.

가시철망 hàng rào thép gai.

가식(假飾) sự giả bộ, sự màu mè. **~하다** giả bộ, giả vờ, làm ra vẻ. ¶ ~적인 giả vờ, ra vẻ / ~이 없는 chân thật.

가십 chuyện ngồi lê đôi mách, tin truyền miệng, tin đồn. ¶ ~난(欄) mục lượm lặt.

가압(加壓) áp lực. **~하다** đặt áp lực. ¶ ~장치 thiết bị gia áp.

가압류(假押留) sự tạm tịch biên. **~하다** tạm tịch biên.

가야금(伽倻琴) đàn *gayageum*.

가약(佳約) lời hứa, lời hẹn ước. ☞ **백년가약**.

가언(假言) 【Lo】 giả thuyết, giả định. ¶ ~적 giả dụ / ~ 명제 mệnh đề giả định.

가업(家業) nghề gia truyền. ¶ ~을 잇다 nối nghiệp.

가없다 vô tận. ¶ 가없는 바다 đại dương mênh mông.

가연(可燃) ¶ ~성 tính dễ cháy / ~성의 dễ cháy, dễ kích động / ~물 chất dễ cháy.

가열(加熱) **~하다** đun nóng, gia nhiệt. ¶ ~분해 nhiệt phân / ~시험 thử nhiệt, thí nghiệm gia nhiệt.

가엾다 (불쌍하다) tội nghiệp. ¶ 가엾게 여기다 đáng thương hại / 가엾어라! thật là tội nghiệp.

가오리 【LC】 cá đuối.

가옥(家屋) nhà ở. ¶ ~의 매매에 종사하다 kinh doanh buôn bán địa ốc / ~관리비 phí quản lý tòa nhà / ~대장 sổ sách đăng ký nhà / ~세 thuế nhà.

가외(加外) ~의 phụ thêm. ¶ 가욋일을 하다 làm thêm.

가요(歌謠) bài ca, bài hát.

가용(可溶) ¶ ~물 chất hòa tan / ~성 tính hòa tan.

가용(可鎔) ¶ ~물 chất nóng chảy / ~성 tính nóng chảy.

가용(家用) (집안의 씀씀이) chi phí sinh hoạt gia đình.

가운(家運) vận mệnh gia đình.

가운(gown) áo choàng.

가운데 ❶ (중간) chính giữa (한복판); (안쪽) bên trong. ¶ ~에 가리마를 타다 chải (tóc) ngôi giữa / ~를 잡다 nắm ở giữa / (안내양 등의) ~로 들어가 주십시오 xin mời vào giữa. ❷ (중에서) trong số (셋 이상); giữa (둘). ¶ 그 ~서 어느것이든 다섯 개만 골라라 chỉ chọn 5 cái trong số chúng. ❸ (…하는 중) đang lúc, giữa chừng.

가운뎃손가락 ngón tay giữa.

가웃 một nửa (rưỡi). ¶ 서 말 ~ ba mal rưỡi.

가위[1] cái kéo. ¶ ~ 한 자루 một cái kéo / ~질 cắt bằng kéo / 전정~ nghệ thuật cắt tỉa cây / (수염) 자르는 ~ kéo cắt (râu).

가위[2] (악몽) cơn ác mộng. ~눌리다 gặp cơn ác mộng, bị bóng đè.

가위(可謂) thật là, đúng là, quả nhiên, trên thực tế.

가윗날 ☞ **추석**.

가으내 suốt mùa thu

가을 mùa thu. ¶ ~ 경치 cảnh đẹp mùa thu / ~바람 gió thu / ~보리 lúa mạch mùa thu / 늦~ cuối thu / 초~ đầu thu.

가이던스(guidance) sự hướng dẫn.

가이드(guide) hướng dẫn; (사람) hướng dẫn viên; (안내서) sách hướng dẫn.

가인(佳人) giai nhân, người đẹp. ¶ ~박명 hồng nhan bạc mệnh.

가일(佳日) ngày tốt.

가일층(加一層) càng (càng ngày càng).

ㄱ

¶ ~ 노력하다 càng ngày càng cố gắng.

가입(加入) **~하다** tham gia vào. ¶ ~금 phí gia nhập / ~ 신청 đăng ký gia nhập / (전화 따위의) ~자 người thuê bao hòa mạng.

가입학 sự nhập học thử, nhập học tạm thời.

가자미 【LC】 con cá bơn sao.

가작(佳作) việc làm không có giá trị.

가장(家長) gia trưởng. ¶ ~제도 chế độ gia trưởng.

가장(假藏) mai táng tạm thời.

가장(假裝) ❶ (변장) sự ngụy trang. **~하다** cải trang, trá hình. ¶ ~하여 để cải trang / 여자로 ~하다 giả gái / ~행렬 dạ hội hóa trang. ❷ (거짓) giả vờ, làm bộ. ~하다 làm bộ, làm ra vẻ. ¶ …을 ~하여 giả dạng dưới … / 양민으로 ~하다 cải trang làm thường dân / 우정을 ~하여 giả làm bạn.

가장 nhất. ¶ ~ 쉬운 방법 cách dễ nhất.

가장자리 rìa, mép, bờ.

가재 【ĐV】 tôm sông. ¶ 바다 ~ tôm hùm / ~걸음 치다 lạc hậu, chậm tiến.

가재(家財) gia tài, tài sản gia đình.

가전(家傳) ~의 gia truyền. ¶ ~의 보물 báu vật gia truyền.

가전제품(家電製品) thiết bị điện tử gia dụng.

가절(佳節) thời cơ tốt.

가정(家政) việc nhà ¶ ~부 người giúp việc.

가정(家庭) nhà, gia đình. ~의 người nhà. ¶ ~을 갖다 có gia đình / ~교사 gia sư / ~교사를 두다 mời gia sư / ~교사를 하다 dạy tư tại nhà / ~교육 giáo dục gia đình / ~ 방문 việc thăm nhà / ~방문을 하다 thăm nhà / ~부인 nội trợ / ~불화 mối bất hòa trong gia đình / ~생활 sinh hoạt gia đình / ~의(醫) bác sĩ gia đình / ~의례 nghi lễ gia đình / ~의례준칙 quy tắc nghi lễ gia đình / ~환경 môi trường gia đình.

가정(假定) sự giả vờ, sự giả định. **~하다** giả thử, giả vờ. ¶ ~적인 giả thử.

가정법원(家庭法院) tòa án gia đình.

가정부(假政府) chính phủ lâm thời.

가제 gạc để buộc vết thương. ¶ 소독~ gạc khử trùng.

가져가다 cầm, lấy, mang đi.

가져오다 (지참) mang theo (초래) dẫn đến.

가조(-調) 【ÂN】 âm A (âm nhạc).

가조약 hiệp ước tạm thời. ¶ ~을 맺다 ký hiệp ước tạm thời.

가조인(假調印) việc ký tạm thời. **~하다** ký tạm.

가족 gia đình. ¶ 6인 ~ gia đình 6 người / ~동반의 여행 du lịch cùng gia đình / ~ 계획 kế hoạch gia đình / ~ 구성 cơ cấu gia đình / ~묘지 phần mộ gia đình / ~수당 phụ cấp gia đình / ~석 chỗ dành cho gia đình / ~제도 chế độ gia đình / ~탕 phòng tắm dành cho gia đình / ~회사 công ty gia đình / ~회의 cuộc họp gia đình.

가주거(假住居) nơi tạm trú, chỗ tạm trú.

가주권(假株券) cổ phiếu tạm thời, chứng khoán tạm thời.

가주소(假住所) địa chỉ tạm.

가죽 da, vỏ; (짐승의) da động vật; (무두질한) da thuộc; (모피) da lông. ¶ ~(제)의 da / ~을 벗기다 lột da / ~을 무두질하다 thuộc da / ~부대 bao tải da / ~숫돌 miếng da mài dao / ~잠바 áo khoác da/~장갑 găng tay da / ~표지 bìa da.

가중(加重) ❶ (무겁게 함) **~하다** tăng trọng. ¶ ~평균 bình quân tăng trọng. ❷ (형벌) ~하다 làm cho nặng thêm.

ㄱ

¶ 형(刑)을 ~하다 tăng mức hình phạt.

가증(可憎) **~하다** ghét, khinh ghét. ¶ ~스럽게 đáng ghét.

가증서(假證書) giao ước tạm, giấy chứng nhận tạm thời.

가지[1] cành cây. ¶ ~를 뻗다 nhánh cây vươn ra / ~를 꺾다 bẻ cành, chiết nhánh / ~를 치다 chặt cành.

가지[2] 【TV】 cây cà.

가지[3] (종류) thứ, hạng, loại. ¶ 여러~의 đủ loại, đủ hạng / ~ 각색의 nhiều cách diễn tả khác nhau.

가지다 ❶ (소유) có, sở hữu; (마음에) để trong lòng. ¶ 가게를 가지고 있다 sở hữu cửa hàng / …에 대해서 믿음을 ~ có niềm tin đối với…. ❷ (임신) ¶ 아이를 가지고 있다 có thai (속어).

가지런하다 đều đặn, gọn gàng, ngăn nắp. ¶ 가지런히 một cách đều bằng nhau / 키가 ~ cao bằng nhau.

가지치다 ❶ (잘라내다) chặt nhánh. ❷ (뻗다) vươn nhánh.

가진급(假進級) lên cấp, vượt cấp tạm thời.

가집행(假執行) 【PL】 sự chấp hành tạm thời. ~**하다** chấp hành tạm thời.

가짜(假-) (모조품) đồ giả(위조품). ~의 giả, dởm. ¶ ~ 다이아몬드 kim cương giả / ~ 대령 đại tá dởm / ~ 미치광이 giả điên / ~ 수표 ngân phiếu giả / ~ 박사학위 bằng tiến sĩ giả.

가차없다(假借-) độc ác, nhẫn tâm. ¶ 가차없이 một cách độc ác.

가책(呵責) sự trách cứ, sự dày vò. ¶ 양심의 ~을 받다 lương tâm bị dằn vặt.

가처분(假處分) việc bố trí tạm, sắp xếp tạm; phân xử tạm. **~하다** sắp xếp tạm. ¶ ~ 신청을 하다 xin tạm xử.

가처분소득(可處分所得) thu nhập có thể sử dụng được.

가청(可聽) ¶ ~거리 tầm nghe / ~거리 내에 trong tầm nghe / ~거리밖에 ngoài tầm nghe.

가축(家畜) gia súc. ¶ ~을 치다 nuôi gia súc / ~병원 bệnh viện thú y / ~사료 thức ăn gia súc / ~우리 chuồng gia súc.

가출(家出) **~하다** bỏ nhà. ¶ ~ 소녀 [소년] cô [cậu] bé bỏ nhà đi bụi / ~인 người bỏ nhà ra đi.

가출옥(假出獄) sự tạm tha. ~하다 tạm tha (보석). ¶ ~시키다 cho bảo lãnh / ~자 người được tạm tha.

가치(價値) giá trị. ¶ ~있는 có giá trị / ~없는 không giá trị / ~관 giá trị quan / ~판단 đánh giá giá trị / 실용 [이용]~ giá trị thực dụng [sử dụng] / 영양(營養)~ giá trị dinh dưỡng.

가친(家親) cha của tôi (xưng với người khác để tỏ ý kính trọng).

가칭(假稱) (잠정의) tên tạm, tên giả.

가탄(可歎) **~하다** tệ hại, đáng tiếc ¶ ~할 일 sự việc đáng tiếc.

가탈부리다 làm cho vấn đề thêm rắc rối, gây rắc rối.

가택(家宅) nhà ở, nơi cư ngụ. ¶ ~수색 sự khám xét nhà / ~수색을 당하다 bị khám xét nhà / ~침입 sự xâm nhập gia cư / ~침입하다 xâm nhập gia cư.

가톨릭교(-敎) đạo Catholic, Thiên Chúa, công giáo. ~의 thuộc về công giáo. ¶ ~도(徒) tín đồ, người theo công giáo.

가통(可痛) **~하다** đáng buồn, đáng kêu than, than vãn.

가파르다 (경사가) dốc đứng. ¶ 가파른 언덕 đồi dốc.

가표(加標) dấu cộng (+).

가표(可票) phiếu ủng hộ.

가풍(家風) gia phong, truyền thống gia đình.

가필(加筆) **~하다** sửa lại, duyệt lại.

가하다(可-) (옳다) phải, đúng; (좋다) tốt.

가하다(加-) ❶ (가산) cộng thêm. ¶ 원금에 이자를 ~ thêm tiền lãi vào. ❷ (주다) cho thêm. ¶ 압력을 ~ tạo thêm áp lực / 일격을 ~ giáng một đòn / 열을 ~ đốt nóng. ❸ (증가) tăng thêm. ¶ 속도를 ~ tăng tốc.

가학(加虐) sự ngược đãi. **~하다** ngược đãi, đối xử tàn nhẫn.

가합(可合) **~하다** có lý do, hợp lý.

가해(加害) ❶ (손해를 입히는) sự gây thiệt hại. **~하다** gây hại. ❷ (상해를 입히는) làm hại. ¶ ~자 người gây hại.

가호(加護) ơn trên phù hộ. ¶ 신명의 ~로 nhờ Chúa phù hộ / 신의 ~를 빌다 cầu Chúa phù hộ.

가혹(苛酷) (무참) tính khắc nghiệt; (잔인) tính tàn nhẫn; (엄혹) sự khắt khe. **~하다** khắt khe, gay gắt. ¶ ~하게 một cách tàn nhẫn, gay gắt / ~한 말 lời nói gay gắt / ~한 벌 sự trừng phạt tàn nhẫn / ~한 짓 hành động tàn nhẫn.

가훈(家訓) giáo huấn gia đình.

각(各) mỗi, các. ¶ ~ 자 mỗi người.

각(角) ❶ (뿔) sừng. ❷ (모퉁이) góc ❸ (각도) góc độ. ¶ 내 [외]~ góc trong [ngoài].

각가지(各-) đa dạng. ¶ ~의 có nhiều loại khác nhau.

각각(各各) (따로따로) mỗi, riêng lẻ; (각기) mỗi một. ¶ ~의 mỗi cá nhân.

각각으로(刻刻-) mỗi lúc, từng lúc. ☞ **시시각각**.

각개(各個) từng cái, mỗi một. ¶ ~ 격파 đánh bại từng một / ~ 교련 huấn luyện từng cá nhân.

각개인(各個人) mỗi người, từng cá nhân. ¶ ~의 소유품 vật sở hữu của từng người.

각계(各界) mọi tầng lớp. ¶ ~각층의 mọi giai cấp / ~각층의 명사 những nhân vật có tiếng ở mọi tầng lớp trong xã hội.

각고(刻苦) sự tích cực, sự cố hết sức. **~하다** nỗ lực, tích cực.

각골난망(刻骨難忘) **~하다** khắc sâu trong lòng, ghi nhớ mãi.

각광(脚光) điểm sáng. ¶ ~을 받다 (사람, 일이) thu hút sự quan tâm của xã hội, nổi lên, được đánh giá cao, được sự chú ý.

각국(各國) (각 나라) mỗi quốc gia; (여러나라) mọi quốc gia.

각기(脚氣) bệnh tê phù. ¶ ~에 걸리다 bị mắc bệnh tê phù.

각기(各其) mỗi một, riêng từng, tương ứng với.

각기둥(角-) 【TH】 hình lăng trụ.

각도(角度) góc; (관점) góc độ. ¶ ~를 재다 đo góc độ / 모든 ~에서 검토하다 kiểm tra tất cả các góc độ / ~기 dụng cụ đo góc độ.

각론(各論) lý luận từng phần cụ thể. ¶ ~으로 들어가다 đi vào chi tiết / 해부학~ các phần lý luận chi tiết của giải phẫu học.

각료(閣僚) bộ trưởng thành viên nội các. ¶ ~급 회담 hội đàm cấp bộ trưởng / ~회의 hội nghị bộ trưởng nội các / 주요 ~ bộ trưởng nội các chính yếu.

각막(角膜) 【GP】 màng giác mạc. ¶ ~염 viêm giác mạc / ~이식 sự ghép giác mạc.

각목(角木) khúc gỗ.

각박(刻薄) **~하다** bạc bẽo, vô tình; cằn cỗi. ¶ ~한 세상 thế gian bạc bẽo.

각반(脚絆) xà cạp, ghệt, dây quấn chân từ cổ chân đến đầu gối.

각방(면)(各方(面)) mỗi hướng, mọi hướng.

¶ 사회 ~ mọi tầng lớp xã hội.

각별하다(各別-) ❶ (특별) riêng biệt, khác biệt. ¶ 각별한 사랑 (호의) tình yêu đặc biệt / 각별히 một cách khác biệt / 각별히 주의하다 chú ý đặc biệt. ❷ (깍듯하다) lịch sự, nhã nhặn. ¶ 각별히 một cách lịch sự / 각별히 대하다 đối xử một cách lịch sự.

각본(脚本) vở kịch, vở tuồng; (영화의) kịch bản. ¶ ~작가 tác giả kịch bản.

각부(各部) ❶ (각부내) mỗi bộ phận, mỗi ban ngành (정부의). ¶ ~ 장관 bộ trưởng của các bộ. ❷ ☞ **각부분**.

각부분(各部分) mỗi phần; (여러 부분) mọi bộ phận.

각사탕(角砂糖) đường cục, đường thẻ.

각살림(各-) **~하다** sống riêng.

각색(各色) ❶ (종류) mỗi loại, mỗi kiểu. ¶ 각양~의 đầy đủ mỗi kiểu của các loại. ❷ (빛깔) nhiều màu khác nhau.

각색(脚色) sự kịch hóa. **~하다** viết kịch, phóng tác. ¶ ~가 nhà viết kịch.

각서(覺書) bản ghi nhớ, sổ tay, bản cam kết. ¶ ~의 교환 trao đổi bản ghi nhớ.

각선미(脚線美) vẻ đẹp của đôi chân.

각설(却說) (화제를 돌림) **~하다** trở lại chủ đề, lại nói.

각성(覺醒) sự nhận thức, tỉnh. **~하다** nhận thức, thức tỉnh, tỉnh ngộ. ¶ ~시키다 đánh thức, làm tan ảo tưởng, làm tỉnh ngộ / ~제 thuốc kích thích, chống buồn ngủ.

각속도(角速度) tốc độ góc.

각시 (인형) búp bê cô dâu (새색시) cô dâu. ¶ ~놀음하다 chơi búp bê con gái.

각양(各樣) ~(각색)의 tính đa dạng, trạng thái khác nhau. ¶ 사람의 마음은 ~각색이다 tâm hồn con người muôn hình muôn vẻ.

각오(覺悟) (마음 준비) sự sẵn sàng (결심) sự quyết tâm, quyết đoán. **~하다** chuẩn bị tinh thần, nhận thức. ¶ 노여움 살 것을 ~하고 말하다 nói dù biết sẽ mang lại điều bực tức / 그것은 ~한 바다 điều đó đã lường trước.

각운(脚韻) vần (thơ).

각위(各位) các vị (여러분). ¶ 관계자 ~ (서한에서) những người có liên quan / 회원 ~에게 gửi đến các thành viên có liên quan.

각의(閣議) hội đồng nội các. ¶ ~를 열다 mở phiên họp hội đồng nội các / 정례 [임시] ~ hội đồng nội các thường kỳ [lâm thời].

각인(各人) mọi người, các vị; (모두) mọi người.

각일각(刻一刻) ☞ **시시각각**.

각자(各自) mỗi người, cá nhân. ~의 của từng người.

각재(角材) thanh gỗ, đòn ngang.

각조(各條) các hạng mục, các điểm, các điều khoản.

각종(各種) mỗi loại, các loại.

각주(角柱) trụ vuông; [TH] hình lăng trụ.

각주(脚註) lời chú ở cuối trang. ¶ ~를 달다 ghi chú ở cuối trang.

각지(各地) mọi bộ phận; (여러 지방) các địa phương; (전지방) toàn bộ các địa phương. ¶ 세계 ~로부터 từ các nơi trên thế giới.

각질(角質) chất sừng; [SHH] chất keratin (곤충 등의). ¶ ~층 lớp sừng.

각처(各處) mọi nơi; (여러 곳) một vài nơi. ¶ ~에(의) khắp mọi nơi.

각추(角錐) [TH] pyramid. = 각뿔. hình kim tự tháp.

각축(角逐) sự cạnh tranh, sự ganh đua. ¶ ~(전)을 벌이다 mở ra cuộc cạnh tranh / ~장 vũ đài (để tranh tài).

각층(各層) các tầng lớp, mọi giai cấp. ¶ 각계~의 mọi tầng lớp trong các giới / 각계～의 명사 VIP, các nhân vật nổi tiếng của mọi tầng lớp trong xã hội.

각파(各派) mọi thành phần, mọi bộ phận (đảng phái).

각판(刻板) (판목) bản khắc gỗ; (판각) sự khắc trổ trên gỗ. ¶ ～본 bản khắc trên gỗ, bản in.

각필(閣筆) **~하다** ngưng viết, gác bút.

각하(却下) ☞ **기각**(棄却).

각하(閣下) ngài.

각항(各項) các hạng mục, mỗi loại, mỗi mục.

각혈 ☞ **객혈**(喀血).

각형(角形) (모난 형상) cạnh hình vuông (사각형).

간 (짠 정도, 맛) nêm muối, ướp muối. ¶ ～을 치다 cho muối vào / ～보다 nếm thử mặn nhạt thế nào / ～이 맞다 vừa ăn / ～이 싱겁다 lạt, nhạt.

간(肝) ❶ 【GP】 gan. ¶ ～경변증 bệnh sơ gan. ❷ (배짱) sự dũng cảm, sự can trường. ¶ ～이 큰 to gan, gan dạ / ～이 콩알만해지다 gan bé còn bằng hạt đậu (sợ khiếp hồn).

간(間) ❶ (길이) *gan* (= 1.81 meter). ❷ (면적) ☞ **칸**. ❸ ☞ **칸살**.

…간(間) (기간) thời gian; (사이) giữa, (간격) khoảng cách; (관계) mối quan hệ giữa. ¶ 형제～ tình anh em, tình huynh đệ / 형제～의 싸움 huynh đệ tương tàn / 3일～에 khoảng 3 ngày / 친구～에 tình bằng hữu.

간간이(間間-) thỉnh thoảng, đôi khi. ¶ ～소나기가 오겠습니다 thỉnh thoảng có mưa rào.

간간짭짤하다 hơi mặn.

간간하다 (맛이) hơi mặn.

간격(間隔) (시간, 공간) khoảng cách. ¶ 5미터의 ～을 두고 còn khoảng 5 mét.

간결(簡潔) sự ngắn gọn, súc tích **~하다** ngắn gọn, vắn tắt, cô đọng. ¶ ～히 một cách ngắn gọn / ～한 설명 giải thích ngắn gọn.

간계(奸計) gian kế, âm mưu.

간고(艱苦) sự gian khổ.

간곡(懇曲) **~하다** (정중) thân ái; (친절) tử tế, chân thành.

간과(看過) **~하다** coi nhẹ, bỏ qua, làm ngơ.

간교(奸巧) ～한 gian xảo, xảo quyệt.

간구(艱苟) cảnh nghèo nàn cùng cực. ☞ **빈곤**.

간국 nước muối, nước mặn. ¶ ～에 절이다 ngâm muối.

간균(桿菌) vi khuẩn hình que.

간극(間隙) kẻ hở, lỗ hổng.

간기능검사(肝機能檢查) kiểm tra chức năng gan.

간디스토마(肝-) (병균) sán lá, sán lá gan.

간난(艱難) sự gian khổ, sự gian nan. ¶ ～신고(辛苦)하다 chịu đựng gian khổ.

간단(間斷) gián đoạn ～없는 liên tục, không ngừng. ¶ ～없이 sự liền mạch, không nghỉ.

간단(簡單) sự đơn giản. ～한 đơn giản, ngắn gọn, giản dị (식사 따위가); bữa ăn thanh đạm. ¶ ～한 편지 một lá thư ngắn gọn / ～히 một cách đơn giản / ～히 말하다 nói một cách đơn giản, ngắn gọn.

간담(肝膽) ❶ (간과 쓸개) gan và mật. ❷ (속마음) tâm can, tận đáy lòng. ¶ ～을 서늘케 하다 làm lòng lạnh lẽo / ～이 서늘해지다 tâm hồn trở nên lạnh lẽo.

간담(懇談) sự nói chuyện thân mật. **~하다** nói chuyện thân mật. ¶ ～회 cuộc nói chuyện thân mật.

간댕거리다 đung đưa. ¶ 간댕간댕 đung đưa, lủng lẳng.

간데족족 đi khắp mọi nơi.

ㄱ

간도(間道) đường phụ, đường tắt, lối tắt (지름길).
간독(奸毒) gian xảo, độc ác.
간독(懇篤) ~하다 tử tế, chân thành.
간드랑거리다 lắc, đu đưa nhẹ.
간드러지다 êm ái, dịu dàng, duyên dáng. ¶ 간드러지게 웃다 cười một cách dịu dàng.
간들간들 (태도) duyên dáng, dịu dàng; (바람) êm ái, nhè nhẹ; (물체) rung rinh, lắc lư.
간들거리다 ❶ (태도) mềm mỏng, nhẹ nhàng. ❷ (바람) thổi nhẹ. ❸ (물체) sự đu đưa, sự lắc lư nhẹ.
간략(簡略) tính đơn giản, giản dị. ~한 đơn giản, ngắn gọn (약식). ¶ ~히 một cách đơn giản, ngắn gọn / ~한 기사 bài báo ngắn gọn / ~한 보고 báo cáo ngắn gọn / ~하게 하다 rút ngắn, đơn giản hóa.
간막이(間-) ☞ 칸막이.
간만(干滿) nước thủy triều. ¶ ~의 차 sự lên xuống nước thủy triều.
간망(懇望) sự nài nỉ, sự yêu cầu, nguyện vọng khẩn thiết. ~하다 van xin, nài nỉ.
간명(簡明) sự ngắn gọn, súc tích. ¶ ~한 tính chất ngắn gọn, súc tích.
간물 nước mặn, nước biển.
간물(奸物) gã láu cá, kẻ xảo quyệt.
간물 ☞ 건물(乾物).
간밤 tối qua, đêm qua.
간병(看病) sự chăm sóc người bệnh. ☞ 병구완.
간부(奸婦) ác phụ, người đàn bà gian ác.
간부(姦夫) gian phu.
간부(姦婦) gian phụ, dâm phụ.
간부(幹部) cán bộ. ¶ ~회 ban quản trị / ~ 후보생 học viên sĩ quan dự bị.
간사(奸邪) sự gian tà, tính chất đồi bại. ~한(스러운) gian tà. ¶ ~한 사람 một con người gian tà.
간사(幹事) (사람) cán sự, người quản lý. ¶ ~장 trưởng ban cán sự / 원내~ cán sự ở quốc hội.
간살(間-) ☞ 칸살.
간살부리다 tâng bốc, bợ đỡ, nịnh hót.
간상(奸商) kẻ đầu cơ trục lợi.
간상균(桿狀菌) vi khuẩn hình que.
간색(間色) sự pha trộn màu sắc.
간석지(干潟地) vùng đất chịu ảnh hưởng thủy triều.
간선(幹線) con đường, (철도) đường sắt; (전화 [수도, 가스]선) đường dây điện thoại [nước, ga]. ¶ ~도로 con đường chính.
간섭(干涉) sự can thiệp. ~하다 can thiệp, xen vào. ¶ ~을 받다 bị can thiệp / 무력 ~ sự can thiệp bằng vũ lực / 선거 ~ can thiệp bầu cử.
간세포(肝細胞) tế bào gan.
간소(簡素) giản dị, thẳng thắn. ~한 đơn giản. ¶ ~한 식사 một bữa ăn đơn giản / ~화 sự đơn giản hóa / ~화하다 đơn giản hóa.
간솔(簡率) ~한 đơn giản, trung thực.
간수(-水) nước muối.
간수(看守) sự trông coi, bảo quản; người trông coi. ¶ ~장 quản giáo trong trại giam / 건널목 ~ nhân viên bảo vệ đường sắt (chỗ có xe lửa đi qua) / 산림~ bảo vệ rừng.
간수하다 trông coi, bảo quản.
간식(間食) sự ăn vặt, bữa ăn nhẹ. ~하다 ăn vặt, ăn nhẹ.
간신(奸臣) gian thần, vị quan can gián vua.
간신(諫臣) gián quan.
간신히(艱辛-) cố kiết, cố sống cố chết, một cách khó khăn, vất vả. ¶ ~ 살아가다 sống chật vật.

간악(奸惡) tính độc ác, gian ác. ～한 độc ác, gian ác.

간암(肝癌) ung thư gan.

간언(諫言) lời can ngăn, lời khuyên.

간염(肝炎) 【YH】 bệnh viêm gan. ¶ ～ 예방접종 tiêm phòng bệnh viêm gan / 전염성 ～ bệnh viêm gan lây nhiễm / 혈청 ～ viêm gan huyết thanh.

간원(懇願) lời cầu khẩn, sự van xin, sự thỉnh cầu. **~하다** năn nỉ, van xin, cầu khẩn.

간유(肝油) dầu gan cá.

간음(姦淫) sự thông dâm. **~하다** ngoại tình, thông dâm.

간이(簡易) sự giản dị, đơn giản. **~하다** giản dị, đơn giản. ¶ ～숙박소 quán trọ rẻ tiền / ～식당 quán ăn rẻ tiền / ～ 재판소 phòng xét xử vụ án đơn giản / ～주택 căn hộ rẻ tiền.

간자(間者) ☞ **간첩**.

간작(間作) thâm canh giữa 2 vụ. **~하다** thâm canh.

간장(-醬) nước tương.

간장(肝腸) (간과 창자) tâm can, lòng dạ ¶ ～을 녹이다 làm say đắm, quyến rũ.

간장(肝臟) lá gan. ¶ ～병 bệnh gan / ～염 ☞ **간염**(肝炎).

간재(奸才) ranh ma, khôn vặt, láu cá.

간적(奸賊) (역적) gian tặc, kẻ phản bội; (악한) tên lưu manh.

간절(懇切) **~하다** thiết tha, nồng nhiệt. ¶ ～한 부탁 sự nhờ cậy tha thiết / ～한 소원 ước mong tha thiết / ～히 một cách chân thật / ～히 부탁하다 nhờ một cách chân thành / ～히 권하다 khuyên một cách chân thành.

간접(間接) ～의 tính gián tiếp. ¶ ～적으로 một cách gián tiếp / ～으로 듣다 nghe một cách gián tiếp / ～목적어 tân ngữ gián tiếp / ～선거 bầu cử gián tiếp / ～세 thuế gián thu / ～화법 lối nói gián tiếp.

간조(干潮) nước triều cạn.

간주(看做) **~하다** xem như là, coi như là. ¶ 해결된 것으로 ～하다 xem như là đã được giải quyết / 침묵을 승낙으로 ～하다 sự im lặng được coi như là sự đồng ý.

간주곡(間奏曲) 【ÂN】 khúc nhạc ngắn, khúc nhạc chen (giữa vở kịch).

간지(奸智) ranh ma, láu cá, khôn vặt.

간지럼 ¶ ～타다 dễ bị nhột, dễ bị kích thích / ～태우다 bị nhột.

간지럽다 ❶ (몸이) ngứa, nhột. ¶ 간지러워하다 nhột / 발이 ～ nhột chân. ❷ (마음이) nhột dạ.

간직하다 bảo quản, gìn giữ, tích lũy (가슴 속에). ¶ 가슴 속에 깊이 ～해두다 giữ chặt trong lòng.

간질(癎疾) 【YH】 chứng động kinh / ～환자 người bị động kinh.

간질세포(間質細胞) 【GP】 tế bào gây động kinh.

간질이다 cù, thọc lét. ¶ 겨드랑 밑을 ～ cù vào nách (của ai).

간책(奸策) gian kế, âm mưu độc ác, kế hoạch nham hiểm. ¶ ～을 부리다 tạo ra âm mưu độc ác.

간척(干拓) sự khai hoang đất bằng thủy lợi. **~하다** khai hoang đất bằng thủy lợi. ¶ ～사업 công tác khai hoang đất bằng thủy lợi.

간첩(間諜) gián điệp, điệp viên. ¶ ～단 đoàn trinh sát / ～신고 khai báo gián điệp / ～행위 hành vi gián điệp / ～활동 hoạt động gián điệp / 무장～ gián điệp vũ trang.

간청(懇請) sự van xin, sự tha thiết yêu cầu. **~하다** cầu xin, van xin.

간추리다 tóm tắt, tóm lại, rút ngắn lại.

간취(看取) **~하다** nhận thức, nắm bắt, hiểu thấu. ¶ 나는 그의 간계를 ～했다. Tôi thấy rõ gian kế của anh ta.

간친(懇親) ¶ ～회 buổi họp thân hữu, buổi gặp gỡ thân mật.

간통(姦通) sự thông gian. **~하다** thông gian. ¶ ～죄 tội ngoại tình, tội thông dâm.

간파(看破) **~하다** nhìn thấu tận tâm gan.

간판(看板) biển quảng cáo; (사무소, 병원 등의) bảng hiệu; (내세우는 방편) nhãn mác (bằng cấp, kinh nghiệm); (사람을 끌기 위한 인물) đại diện, tiêu biểu (cho ai, vật gì). ¶ ～장이 người làm bảng hiệu.

간편(簡便) **~하다** tiện lợi, đơn giản. ¶ ～한 방법 phương pháp giản tiện.

간하다(諫-) phản đối, can ngăn, khuyên răn.

간행(刊行) sự xuất bản. **~하다** xuất bản, phát hành. ¶ ～물 ấn phẩm xuất bản / 정기～물 ấn phẩm xuất bản định kỳ.

간헐(間歇) tình trạng gián đoạn, từng cơn, từng hồi. ～적으로 một cách gián đoạn, không liên tục. ¶ ～열 nhiệt độ lúc lên lúc xuống / ～천(泉) dòng nước suối nóng lúc chảy lúc không.

간호(看護) sự chăm sóc. ～하다 điều dưỡng, chăm sóc, trông nom. ¶ ～법 phương pháp chăm sóc / 병～ chăm sóc bệnh / ～사 y tá, nhân viên điều dưỡng / 수습～사 y tá thực tập / ～학교 trường đào tạo y tá.

간혹(間或) thỉnh thoảng, đôi khi / ～ 오는 손님 khách thỉnh thoảng đến / ～ 찾아 오다 thỉnh thoảng tìm đến.

간힘 ～ 쓰다(주다) nín thở để chịu đựng cơn đau.

갇히다 bị nhốt, bị giam cầm.

갈가리 ☞ **가리가리**.

갈가마귀 [LCh] con quạ gáy xám.

갈개 hào, rãnh, máng nước, ống dẫn nước.

갈거미 [CT] con nhện chân dài.

갈겨쓰다 viết nguệch ngoạc, viết cẩu thả.

갈고랑쇠 ❶ (쇠) cái móc sắt. ❷ (사람) người khó ưa, thủ đoạn.

갈고랑이 móc, cái liềm, câu liêm (작살의).

갈고리 ☞ **갈고랑이**.

갈고쟁이 cái móc gỗ.

갈구하다(渴求-) khao khát.

갈그랑거리다 ☞ **그(르)렁거리다**.

갈근(葛根) rễ cây dong.

갈근거리다 ☞ **걸근거리다**.

갈기 bờm. ¶ ～있는 짐승 thú có bờm.

갈기갈기 từng mảnh vụn, từng miếng nhỏ. ¶ ～ 찢다 xé ra từng miếng nhỏ.

갈기다 (때리다) đánh, vụt. ¶ 따귀를 ～ đánh, tát / 채찍으로 ～ đánh bằng roi, gậy / 호되게 ～ đánh một cách tàn bạo.

갈길 đường lối, ý chí; (목적지) đích đến.

갈다[1] (땅을) đào đất.

갈다[2] (바꾸다) thay đổi, thay thế. ¶ 구두 뒤축을 thay đế giày / 이름을 ～ đổi tên.

갈다[3] ❶ (숫돌에) nghiền, xay. ¶ 면도칼을 ～ mài lưỡi dao (가죽으로) / 칼을 ～ mài, liếc dao. ❷ (광이 나게) đánh bóng. ¶ 금강석을 ～ mài kim cương. ❸ (문지르다) mài bằng, giũa (줄로). ¶ 먹을 ～ mài mực. ❹ (가루로) nghiền thành bột. ¶ 옥수수를 ～ xay ngô. ❺ (이를) nghiến răng.

갈대 [TV] cây lau, cây sậy. ¶ ～많은 nhiều cây lau / 여자의 마음은 ～와 같다 tấm lòng người con gái như cây lau / ～발 màn treo làm bằng cây sậy / ～밭 ☞ **갈밭**.

갈등(葛藤) sự mâu thuẫn, bất hòa, sự

phiền toái. ¶ ~을 일으키다 gây ra mâu thuẫn, bất hòa.

갈라서다 tách riêng ra, ly hôn (이혼). ¶ 아내와 ~ly hôn vợ.

갈라지다 ❶ (쪼개짐) bị chia tách, phân ra. ¶ 둘로 ~ chia, tách thành hai. ❷ (사람 사이가) tách ra khỏi. ¶ 여러 파로 ~ chia ra nhiều phái. ❸ (분가, 분리) phân ly, phân chia.

갈래 (분기) nhánh, phần chia tách (분파) chi nhánh, chi phái. ¶ 두~ 길 đường rẽ hai / 세~진 chia ra ba / ~지다 bị chia ra.

갈론 ☞ **갤런**.

갈륨 【HH】 ga-li.

갈리다[1] ❶ (갈게 하다) thay. ¶ 구두창을 ~ thay đế giày. ❷ (자리를) thay đổi chỗ, vị trí.

갈리다[2] (칼 따위를) mài sắc, làm cho bén (갈려지다).

갈리다[3] (가루로) nghiền thành bột; (갈게 하다); khuấy động, kích động (갈아지다).

갈리다[4] (분리) tách ra, phân ra. ¶ 두패로 ~ chia thành hai nhóm, phái / 여기서 길이 갈린다 đường rẽ ở đây.

갈리다[5] (논밭을) cày, xới (ruộng, nương).

갈림길 chỗ ngã ba. ¶ 생의 ~에 서다 đứng giữa ngã rẽ cuộc đời.

갈망(渴望) **~하다** khát khao, khát vọng. ¶ 지식을 ~ ước ao có tri thức.

갈매기 【LCh】 chim muông biển.

갈무리하다 sắp xếp (đồ vật) có thứ tự.

갈미 【ĐV】 dưa chuột biển.

갈밭 bãi sậy.

갈보 gái điếm. ¶ ~ 노릇을 하다 hành nghề mại dâm / ~집 nhà chứa, lầu xanh.

갈분(葛粉) bột dong, bột hoàng tinh.

갈붙이다 ly gián, chia rẽ.

갈비 【GP】 gọng, sườn (요리로서의 돼지갈비); sườn heo. ¶ ~탕 canh sườn heo / 쇠~ sườn bò / 갈빗대 xương sườn.

갈색(褐色) màu nâu. ¶ ~ 인종 chủng tộc da nâu.

갈수(渴水) sự thiếu nước, sự khan hiếm nước. ¶ ~기 mùa cạn.

갈수록 theo thời gian (시간이). ¶ 날이 ~ ngày càng.

갈아내다 đổi mới, thay đổi.

갈아대다 thay thế. ¶ 우산대를 ~ thay gọng ô mới.

갈아들이다 thay đổi, thay thế bằng cái mới (người mới).

갈아붙이다 (이를) nghiền răng giận dữ.

갈아입다 thay đổi (y phục). ¶ 갈아 입을 옷 thay áo.

갈아타다 đổi (chuyến xe, tuyến đường). ¶ 갈아 타는 역 trạm chuyển xe / 목포행으로 ~ đổi tàu (xe) đi hướng Mokpo.

갈음질 sự mài giũa. **~하다** mài giũa. ☞ **갈다**.

갈이[1] (일) nghề tiện, việc tiện gỗ. ¶ ~방 tiệm tiện / ~장이 thợ tiện / ~칼 dao tiện / ~틀 máy tiện, khuôn tiện.

갈이[2] ❶ (논밭의) nghề cày, bừa. ¶ ~질 cày, bừa. ❷ (넓이) diện tích 1 ngày cày (của bò).

갈증(渴症) (목마름) sự khát. ¶ ~이 나다 khát nước / ~을 풀다 giải khát.

갈진(渴盡) sự kiệt quệ, cạn kiệt. ~하다 kiệt quệ, cạn kiệt.

갈참나무 【TV】 cây sồi trắng.

갈채(喝采) sự hoan hô, sự cổ vũ. **~하다** hoan hô, cổ vũ. ¶ 우뢰 같은 ~ tràng pháo tay cổ vũ vang dậy (như sấm).

갈철광(褐鐵鑛) 【Kh】 quặng Hematit nâu (hoá học).

갈취(喝取) **~하다** giật lấy, vồ lấy.

갈퀴 cái cào (lá). ¶ ~로 긁어 모으다 cào dồn đống lại bằng cái cào.

ㄱ

갈탄(褐炭) than non.
갈파(喝破) **~하다** bày tỏ, trình bày.
갈팡지팡 sự bối rối, sự lúng túng, ngượng ngập. **~하다** bối rối, lúng túng.
갈피 khoảng cách giữa các lớp, giữa các trang (sách); (요점) điểm chính. ¶ 책~ dấu sách/책~ 속에 사진을 끼워 두다 để ảnh giữa sách / ~를 잡을 수 없다 không thể hiểu được đầu đuôi, không nắm bắt được vấn đề.
갉다 (쏠다) gặm, nhấm; (긁다) cào, nạo; (갈퀴로) khơi lại, nhắc lại; (헐뜯다) đục khoét, soi mói, bới móc; (재물을) dồn nén, moi, nặn.
갉아먹다 ❶ (이로) gặm, nhấm ❷ (재물을) moi, nặn.
갉이 dụng cụ đục đẽo kim loại.
갉작거리다 cùn.
갉죽거리다 ☞ **갉작거리다**.
감[1] 【TV】 quả hồng. ¶ ~나무 cây hồng.
감[2] (재료) vật liệu; (옷감) vải. ¶ ~이 좋은 vải tốt.
감(減) giảm bớt, trừ bớt. ☞ **감하다**.
감(感) (느낌) cảm giác; (인상) cảm tưởng. ¶ 오~ ngũ quan / 제 6감 giác quan thứ 6 / 공복~ cảm giác đói bụng / …(한) ~을 주다 tạo ấn tượng (đối với người nào).
감가(減價) sự hạ giá, sự giảm giá. **~하다** hạ giá, giảm giá. ¶ ~상각(償却) sự khấu hao.
감각(感覺) cảm giác, cảm xúc. ¶ 미적(美的) ~ cảm giác mỹ học / ~적 thuộc về cảm giác, cảm xúc / ~이 없는 không có cảm giác / ~을 잃다 mất cảm giác (추위 따위로); do lạnh mất cảm giác / ~이 날카롭다 [둔하다] giác quan nhạy bén [kém nhạy bén] / ~기관 cơ quan cảm giác / ~력 năng lực cảm nhận / ~론(論) thuyết cảm giác / ~마비 tê liệt cảm xúc / ~중추 trung tâm cảm xúc / 색채 ~ khả năng cảm thụ màu sắc.
감감하다 ❶ (소식이) biệt tăm, biệt tích. ¶ 그 후 소식이 ~ (감감 무소식이다) biệt tăm sau đó. ❷ (차이, 시간 등이) xa xôi. ¶ 내가 그의 학식을 따라 가려면 아직 ~ còn lâu tôi mới theo kịp việc học của anh ta. ❸ (기억이) quên mất.
감개(感慨) cảm khái, sự xúc động sâu sắc. ¶ ~무량하다 vô cùng cảm khái.
감격(感激) sự cảm kích. **~하다** cảm động, cảm kích. ¶ (사람을) ~케 하는 연설 bài diễn thuyết gây xúc động / ~적인 장면 cảnh gây xúc động / ~시키다 làm cảm kích / ~의 눈물을 흘리다 cảm động rơi nước mắt.
감관(感官) ☞ **감각기관**.
감광(感光) (사진의) sự phơi cho phim, ảnh bắt sáng (감광도). **~하다** phơi sáng (phim ảnh). ¶ ~시키다 làm cho bắt sáng, phơi sáng / ~계 máy đo độ bắt sáng / ~막 (필름) khúc phim nhạy ánh sáng / ~지(紙) giấy dễ bắt ánh sáng / ~판(板) tấm bản dễ bắt ánh sáng.
감국(甘菊) 【TV】 cây hoa cúc.
감군(減軍) sự cắt giảm lực lượng vũ trang. **~하다** cắt giảm lực lượng vũ trang.
감금(監禁) sự giam cầm, giam hãm. **~하다** cầm tù, giam hãm. ¶ 불법~ sự giam giữ bất hợp pháp.
감기(感氣) cảm cúm. ¶ 심한 ~ cảm nặng / ~에 걸리다 bị cảm / ~로 누워 있다 nằm nghỉ vì bị cảm / 기침 ~ cảm ho / 유행성~ mùa cảm / 코~ sổ mũi / ~약 thuốc cảm.
감기다[1] ❶ (넝쿨 따위가) leo, cuốn (cây leo); (거치적거리다) cuốn vào, vướng vào. ❷ (태엽 따위가) lên dây; (감게

하다) làm cho cuốn, cuộn.

감기다[2] (눈) bịt mắt; (감게 하다) làm hồi sức.

감기다[3] (씻기다) tắm gội. ¶ 어린애 머리를 ~ gội đầu cho đứa bé.

감내(堪耐) **~하다** kiên nhẫn, bền chí, kiên trì.

감다[1] (눈) nhắm mắt.

감다[2] (씻다) tắm gội. ¶ 머리를 ~ gội đầu.

감다[3] (실 따위를) cuộn, quấn lại. ¶ 시계 태엽을 ~ lên dây cót đồng hồ / 목에 붕대를 ~ quấn băng quanh cổ.

감당(堪當) **~하다** đảm đương, gánh vác, đối phó. ¶ ~해낼 만하다 đủ khả năng đáp ứng / 적을 ~해내다 đủ khả năng đối phó với giặc / ~하지 못하다 không thể đáp ứng được.

감도(感度) độ nhạy. ¶ ~가 좋다 độ nhạy tốt.

감독(監督) sự quản lý, sự trông nom; (사람) người quản lý, người giám sát; (경기의) trọng tài; (영화의) đạo diễn phim. **~하다** quản đốc, đốc công. ¶ …의 ~하에 dưới sự giám sát của … / ~관 giám đốc, thanh tra / ~관청 nhà chức trách / 영화~ đạo diễn phim điện ảnh / 현장~ giám đốc hiện trường, giám sát công trường.

감돌다 (둘레를) đi quanh quẩn; (굽이치다) đi lang thang.

감동(感動) sự cảm động, lòng biết ơn. **~하다** cảm động, xúc động. ¶ ~시키다 gây xúc động, tạo ấn tượng / 크게 ~하다 gây xúc động lớn.

감득(感得) **~하다** (눈치채다) ý thức được, hiểu rõ, lĩnh hội; (깨닫다) nhận thức được.

감등(減等) **~하다** giáng cấp, giáng chức.

감람(橄欖) ô liu. ¶ ~나무 cây ô liu.

감량(減量) sự giảm cân. **~하다** giảm (trọng lượng, số lượng).

감로(甘露) nước cam lộ. ¶ ~주 rượu ngọt.

감루(感淚) lòng biết ơn sâu xa.

감리(監理) sự trông nom, sự quản lý. **~하다** trông nom, quản lý.

감리교(監理敎) thuộc về người theo Hội Giám lý. ¶ ~ 신자 tín đồ theo Hội Giám Lý / ~회 nhà thờ Hội Giám Lý.

감마선(-線) 【VLH】 tia gama.

감면(減免) sự miễn giảm, giảm bớt. **~하다** miễn giảm, làm nhẹ đi, giảm bớt.

감명(感銘) ấn tượng sâu sắc. **~하다** ấn tượng sâu sắc. ¶ ~시키다 gây (tạo) ấn tượng sâu sắc.

감미(甘味) tính chất dịu ngọt. ~롭다 mùi vị ngọt ngào. ¶ ~료 chất làm ngọt.

감방(監房) phòng giam, xà lim. ¶ ~에 처넣다 cho vào tù.

감법(減法) 【TH】 phép trừ.

감별(鑑別) sự phân biệt, sự tách bạch. **~하다** phân biệt, tách bạch.

감복(感服) sự cảm phục, khâm phục. **~하다** cảm phục, hâm mộ. ¶ ~할 만한 đáng khâm phục / ~시키다 làm cho cảm phục.

감봉(減俸) sự cắt giảm (tiền lương). **~하다** giảm tiền lương. ¶ ~당하다 bị giảm tiền lương.

감사(感謝) cảm tạ, lòng biết ơn, sự cảm kích. **~하다** cảm ơn. ¶ ~의 표시로서 biểu thị lòng biết ơn / ~장 giấy cảm tạ.

감사(監事) (사람) kiểm toán viên; (회계 등의).

감사(監査) (검사) thanh tra, kiểm toán viên (회계의). **~하다** kiểm toán, giám sát (회계를). ¶ ~역 【LTM】 người kiểm tra sổ sách / ~원[장] cơ quan [người đứng đầu cơ quan] thanh tra.

ㄱ

감산(減算) 【TH】 tính trừ.
감산(減産) sự giảm lượng sản xuất. **~하다** giảm lượng sản xuất.
감상(感傷) giàu tình cảm ~적인 dễ xúc động. ¶ ~적으로 되다 dễ bị xúc động / ~주의 trường phái, chủ nghĩa thái độ đa cảm.
감상(感想) cảm tưởng. ¶ ~을 말하다 nói lên cảm tưởng / ~담 lời cảm tưởng / ~문 bài phát biểu cảm tưởng.
감상(鑑賞) sự đánh giá đúng, sự biết thưởng thức. **~하다** biết giá trị, biết thưởng thức. ¶ ~력 năng lực thưởng thức / 음악~ thưởng thức âm nhạc / 명화 ~회 hội đánh giá phê bình phim kinh điển.
감색(紺色) màu xanh dương thẫm.
감성(感性) cảm tính, khả năng cảm nhận, tính nhạy cảm.
감세(減稅) sự giảm thuế. **~하다** giảm thuế.
감소(減少) sự giảm bớt, sự hạ bớt **~하다** làm suy giảm, hạ bớt (점차적으로). ¶ ~되고 있다 đang bị hạ xuống.
감속(減速) sự giảm tốc độ. **~하다** giảm tốc, làm chậm lại.
감쇄(減殺) **~하다** làm suy yếu, làm giảm đi.
감수(甘受) **~하다** chịu đựng, chấp nhận. ¶ 모욕을 ~하다 chịu đựng lời sỉ nhục.
감수(減水) sự rút nước. **~하다** rút xuống, giảm nước.
감수(減收) sự giảm thu nhập, thu hoạch.
감수(減壽) **~하다** làm giảm thọ.
감수(減數) 【TH】 số bị trừ, giảm số. ¶ ~분열 【Si】 sự phân chia giảm.
감수(監修) sự biên tập, giám sát. **~하다** biên tập.
감수성(感受性) tính nhạy cảm. ¶ ~이 강한 tính nhạy cảm cao.
감시(監視) (파수) sự giám sát (쟁의 등의); (감독) sự quan sát. **~하다** quan sát, trông coi, canh giữ. ¶ ~하에 두다 dưới sự giám sát / ~기구 cơ quan giám sát / ~병 lính giám sát / ~원 viện giám sát.
감식(減食) chế độ ăn kiêng. **~하다** ăn kiêng. ¶ ~요법 phương pháp điều trị bằng cách ăn kiêng.
감식(鑑識) sự phán xét, sự suy xét, óc phán đoán. **~하다** phán đoán, nhận biết. ¶ ~안이 있다 có óc phán đoán, có con mắt nhìn nhận / ~가 người am hiểu, thành thạo về nghệ thuật (미술품의) / 범죄 지문 ~ nhận biết dấu tay tội phạm / 시경 ~과(課) ban cảnh sát điều tra.
감싸다 (감아 싸다) bảo vệ, che giấu. ¶ 죄인을 ~ che chở tội phạm.
감안(勘案) **~하다** cân nhắc, thận trọng.
감액(減額) sự cắt xén, rút bớt. **~하다** giảm bớt, cắt xén.
감언(甘言) lời đường mật, sự tán tỉnh. ¶ ~으로 속이다 lừa gạt bằng lời đường mật / ~이설로 꾀다 phỉnh phờ bằng lời nói đường mật.
감연히(敢然-) một cách dũng cảm. ¶ ~ 일어나다 dũng cảm đứng lên.
감염(感染) (간접의) sự tiêm nhiễm; (다른 사람으로부터 접촉에 의한) sự lây nhiễm. **~하다** nhiễm bệnh, lây bệnh. ¶ ~되다 bị nhiễm bệnh / ~성의 bị lây, bị bệnh.
감옥(監獄) nhà tù, nhà giam. ¶ ~살이 cuộc sống trong tù / ~살이 하다 sống trong tù.
감우(甘雨) cơn mưa dễ chịu. ☞ **단비**.
감원(減員) sự giảm biên chế. **~하다** cắt giảm biên chế. ¶ ~선풍 đợt, cơn lốc giảm biên chế.
감은(感恩) lòng biết ơn, sự mang ơn.
감읍(感泣) **~하다** cảm động rơi lệ.

감응(感應) (전기 따위의) điện cảm ứng; (공감) sự đồng cảm; (영감) sự truyền cảm; (신명의) sự đáp ứng. **~하다** đồng cảm, thông cảm, hưởng ứng. ¶ ～전기(전류) dòng điện cảm ứng / ～코일 dây cảm ứng.

감자 khoai tây.

감자(減資) sự giảm vốn. **~하다** giảm vốn.

감작(減作) giảm sản lượng.

감전(感電) sự chạm điện. **~하다** điện giật. ¶ ～사 bị điện giật chết / ～되어 죽다 chết vì bị điện giật.

감점(減點) sự giảm điểm. **~하다** giảm điểm. ¶ ～을 당하다 bị giảm điểm.

감정(感情) tình cảm, tâm tình, cảm động (격정). ¶ ～적인 theo tình cảm, có tính chất tình cảm, tâm trạng / ～을 자극하다 khuấy động, kích động tình cảm / ～을 해치다 làm tổn thương tình cảm / ～이 넘치다 tình cảm tràn trề / 일시적인 ～에 이끌려 행동하다 hành động theo tình cảm nhất thời.

감정(憾情) mối ác cảm. ¶ ～을 사다 tạo ác cảm / ～이 나다 có ác cảm / ～을 품다 ôm mối ác cảm với người nào.

감정(鑑定) ❶ (판단) giám định (về mặt chuyên môn) (전문가의). **~하다** phán đoán, giám định. ¶ 필적을 ～하다 nhận dạng nét chữ / 술맛을 ～하다 thử, kiểm tra vị rượu / 정신～ phán đoán tinh thần. ❷ (가격의) giám định giá cả. ～하다 giám định. ¶ 허위 ～을 하다 giám định giả, sai / ～가격 giá giám định / 한국～원 viện giám định Hàn Quốc ❸ (소송의) giám định (tố tụng). ～하다 giám định, kiểm tra.

감정가(鑑定家) người am hiểu, sành sỏi (예술품); giám định viên.

감정인(鑑定人) ❶ ☞ **감정가**(鑑定家). ❷ 【PL】 giám định viên.

감죄(減罪) sự giảm tội. **~하다** giảm nhẹ hình phạt.

감주(甘酒) ☞ **단술**.

감지(感知) sự nhận thức. **~하다** nhận thức, ý thức. ¶ ～장치 【Đ】 bộ cảm biến.

감지덕지(感之德之) **~하다** rất cảm ơn, hết sức biết ơn.

감질나다(疳疾-) cảm giác không yên tâm, cảm giác day rứt.

감쪽같다 (수선해서) hoàn hảo (꾸민 일이) (việc làm) hoàn chỉnh. ¶ 감쪽같이 hoàn toàn, hoàn chỉnh / 감쪽같이 속다 bị lừa một cách hoàn hảo.

감찰(監察) (행위) sự giám sát; (사람) thanh tra, giám sát viên. **~하다** kiểm tra, thanh tra. ¶ ～감 【QS】 thanh tra, giám thị.

감찰(鑑札) giấy phép, bằng. ¶ ～을 내주다 (내다) nộp giấy phép / ～료 phí giấy phép / 영업～ giấy phép kinh doanh.

감채(減債) sự trả nợ dần, món nợ trả góp. ¶ ～기금 quỹ cho việc trả nợ.

감청(紺靑) màu xanh dương đậm, xanh biếc.

감초(甘草) 【TV】 cây cam thảo (나무); rễ cam thảo (뿌리). ¶ 약방의 ～ cam thảo trong nhà thuốc, người hay sự vật không thể thiếu.

감촉(感觸) xúc giác. **~하다** cảm nhận. ¶ ～이 부드럽다 cảm giác mềm mịn.

감추다 (숨겨 두다) sự ẩn giấu; (안드러나게) sự giấu diếm. ¶ 몸을 ～ ẩn mình / 나이를 [감정을] ～ giấu tuổi [tình cảm] / 행방을 ～ giấu hành tung / 눈물을 ～ giấu nước mắt.

감축(減縮) sự giảm bớt, sự thu nhỏ. **~하다** rút ngắn, giảm bớt, thu nhỏ.

감축(感祝) **~하다** chúc mừng.

감치다 (바느질의) vắt sổ, may đường viền, thùa khuyết (단추구멍).

감칠맛 (맛) hương vị hấp dẫn; (끄는 힘) sức lôi cuốn, hấp dẫn.

ㄱ

감탄(感歎) sự cảm thán, thán phục, sự hâm mộ. **~하다** khâm phục, kinh ngạc. ¶ ～할 만한 đáng khâm phục / ～문 câu cảm thán / ～부호 dấu chấm than / ～사 từ cảm thán.

감탕 ❶ (풀) keo dán bằng nhựa thông ❷ (곤죽) bùn, lầy, chất nhờn.

감퇴(減退) sự giảm sút, sự suy giảm. **~하다** thoái hóa, giảm sút, tàn tạ. ¶ 기억력 ～ trí nhớ giảm / 식욕 ～ giảm bớt sự thèm ăn / 정력 ～ giảm khả năng tình dục; tinh lực giảm sút.

감투 ❶ (모자) mũ quan. ❷ (벼슬) người có chức vụ trong chính quyền. ¶ ～를 쓰다 giữ 1 chức vụ quan trọng / ～ 싸움 đấu tranh giành quyền lực.

감투(敢鬪) **~하다** chiến đấu dũng cảm. ¶ ～상 giải thưởng cho người hùng / ～정신 tinh thần chiến đấu dũng cảm.

감하다(減-) (빼다) trừ đi; (줄이다) giảm bớt; (경감) thu nhỏ, làm nhẹ. ¶ 값을 ～ giảm giá / 형을 ～ giảm nhẹ hình phạt.

감행(敢行) **~하다** cương quyết, dứt khoát.

감형(減刑) sự làm cho nhẹ, ân xá. **~하다** giảm hình phạt, giảm án.

감호처분(監護處分) xử lý giám sát phiếu bầu cử.

감화(感化) sự cảm hóa, ảnh hưởng (교정). **~하다** cảm hóa, ảnh hưởng. ¶ ～를 받다 bị ảnh hưởng / …의 ～를 받아 bị ảnh hưởng của … / ～교육 giáo dục cảm hóa / ～력 sức cảm hóa / ～ 사업 việc giáo dục tội phạm / ～원 cơ sở giáo dục thanh thiếu niên phạm tội.

감회(感懷) cảm xúc thầm kín, cảm tưởng.

감흥(感興) sự cảm hứng, hứng thú. ¶ ～을 자아내다 gây hứng thú.

감히(敢-) dám, cả gan. ¶ ～ …하다 dám, cả gan.

갑(甲) (갑을병의) giáp; bên A; (성적의) đứng đầu loại A.

갑(匣) gói, hộp nhỏ, bao (담배 따위의). ¶ 담배 한～ 1 bao thuốc lá.

갑(岬) mũi đất nhô ra biển, doi đất.

갑각(甲殼) vỏ cứng. ¶ ～류(類) 【ĐV】 loài tôm cua, loài giáp xác.

갑갑증(-症) sự buồn chán, sự tẻ nhạt.

갑갑하다 tẻ nhạt, buồn chán. ¶ 가슴이 ～하다 chán ngán / 갑갑해 죽겠다 buồn muốn chết.

갑근세(甲勤稅) thuế thu nhập loại A. ¶ 월급에서 ～를 공제하다 trừ thuế thu nhập loại A vào lương.

갑년(甲年) năm tuổi lục tuần.

갑론을박(甲論乙駁) **~하다** tranh luận, tranh cãi, bên tranh bên cãi.

갑문(閘門) cửa cống, cửa đập.

갑부(甲富) người giàu có.

갑상선(甲狀腺) 【YH】 tuyến giáp. ¶ ～비대(肥大) sự giãn nở của tuyến giáp / ～염 viêm tuyến giáp / ～호르몬 hoóc môn tuyến giáp.

갑옷(甲-) áo giáp.

갑자기 (별안간) đột nhiên, bất thình lình; (뜻밖에) bất ngờ, đột ngột. ¶ ～ 병에 걸리다 bị bệnh đột ngột / ～ 해고하다 bị sa thải đột ngột.

갑작스럽다 đột xuất. ¶ 갑작스러운 일 việc đột xuất / 갑작스러운 죽음 cái chết đột ngột, đột tử.

갑작스레 bất thình lình.

갑절 ☞ **배**(倍).

갑종(甲種) hạng nhất. ¶ ～ 합격자 người đỗ đầu.

갑주(甲胄) mũ và áo giáp.

갑충(甲蟲) 【CT】 loài bọ cánh cứng.

갑판(甲板) boong tàu. ¶ ～에 나가다 ra ngoài boong tàu. ¶ ～ 사관 cảnh sát trên tàu / ~ 승강구 lối lên tàu / ~장(사람) viên chỉ huy trên boong tàu.

갑피(甲皮) phần giày da chưa có đế.

값 (가격) giá cả; (가치) giá trị. ¶ 엄청난 ~ giá đắt / 알맞은 ~ giá vừa phải / ~나가는 có giá trị / ~(이) 싼 giá rẻ / ~지다 quý giá, đắt tiền / ~치르다 trả tiền / ~이 오르다 [내리다] tăng [hạ] giá / ~을 좀더 깎아 주세요 xin giảm (bớt) giá một chút.

값어치 (가치)giá cả, giá trị.

갓[1] (쓰는) mũ đội đầu của nam giới ngày xưa.

갓[2] ❶ (방금) tươi, mới. ¶ ~지은 밥 cơm mới nấu / ~구운 빵 bánh mì mới ra lò / ~사 온 책 sách vừa mới mua / ~결혼한 부부 vợ chồng mới cưới. ❷ (나이) vừa tròn. ¶ ~스물이다 vừa tròn 20 tuổi.

갓난아이 = 갓난애. đứa bé sơ sinh.

강(江) con sông. ¶ ~건너(에) bên kia bờ sông / ~을 따라 theo dòng sông / ~을 건너다 qua sông / ~을 거슬러 올라가다 đi ngược dòng sông. ¶ ~바닥 lòng sông / ~어귀 cửa sông / ~줄기 khúc sông.

…강(强) quá, thừa.

강가(江-) bờ sông.

강간(强姦) sự cưỡng hiếp, hiếp dâm **~하다** cưỡng hiếp, hiếp dâm. ¶ ~ 미수 hiếp dâm không thành / ~범 (사람) tội phạm hiếp dâm / ~죄 tội hiếp dâm.

강강수월래 = 강강술래. điệu nhảy truyền thống nắm tay nhau theo vòng tròn của phụ nữ Hàn Quốc.

강건(剛健) kiên cường, sự cường tráng, vững vàng. ~한 khỏe mạnh, có nam tính.

강경(强硬) ~한 bền bỉ, rắn chắc, đầy sinh lực. ¶ ~히 một cách kiên trì, bền bỉ, vững vàng / ~한 결의문 bản quyết định rõ ràng, chặt chẽ / ~한 태도를 취하다 theo thái độ dứt khoát. ¶ ~ 노선 đường lối cứng rắn / ~한 행동 hành động dứt khóat / ~파 phái cố thủ.

강계(疆界) biên giới, ranh giới.

강고(强固) rắn rỏi, vững vàng, vững chắc.

강관(鋼管) ống sắt.

강괴(鋼塊) thỏi sắt.

강구(講究) **~하다** nghiên cứu, tìm kiếm phương pháp cách thức hiệu quả.

강국(强國) cường quốc. ¶ 5대 ~ 5 cường quốc.

강권(强勸) **~하다** thúc ép, bắt buộc.

강권(强權) cường quyền, quyền lực. ¶ ~을 발동하다 cưỡng chế, áp dụng thế mạnh quyền lực. ¶ ~ 발동 dùng quyền cưỡng chế / ~ 정치 chính trị nắm quyền lực trong tay.

강기(剛氣) ☞ **기강**(紀綱).

강기슭(江-) đáy sông.

강남(江南) Giang Nam, phía nam của con sông. ¶ ~ 지역 khu vực phía nam của con sông.

강남콩 【TV】 đậu tây.

강녕(康寧) sự khoẻ mạnh bình an.

강다리 thành cầu, nẹp (xà) mái (nhà).

강다짐하다 ❶ (마른밥을) ăn cơm không. ❷ (누름) đè nặng, bức ép, thúc ép. ❸ (부림) rầy la, chửi mắng vô cớ.

강단(講壇) diễn đàn (학술의); sàn diễn (설교단); bục giảng (연단). ¶ ~에 서다 đứng trên bục giảng.

강당(講堂) giảng đường, phòng họp lớn.

강대(强大) **~하다** hùng cường. ¶ ~국 quốc gia hùng mạnh.

강도(强度) cường độ, sự ngoan cường (질김); tính vững chắc (단단함).

강도(强盜) kẻ cướp. ¶ ~질 việc cướp

ㄱ

bóc / ～질하다 cướp / 권총 ～ kẻ cướp có súng / 무장 [복면] ～ băng cướp có vũ trang [che mặt] / 살인 ～(죄) tội cướp của giết người / 3인조 ～ băng cướp 3 tên.

강독(講讀) sự đọc hiểu. **~하다** đọc hiểu.

강동거리다 nhảy qua, bỏ qua.

강동하다 ngắn hở đùi, hông (quần áo).

강둑(江-) con đê, bờ đê (sông).

강등(降等) sự thoái hóa, sự xuống cấp, hạ bậc, giáng cấp. **~하다** thoái hóa, suy đồi, hạ cấp.

강력(强力) **~하다** bền vững, khỏe mạnh. ¶ ～범 tội phạm hung hãn.

강렬(强烈) ～한 mãnh liệt, tàn khốc. ¶ ～한 색채 màu mạnh, màu nóng / ～한 냄새 mùi hắc.

강령(綱領) nguyên tắc chung, cương lĩnh của đảng (정당의). ¶ 10대 ～ 10 nguyên tắc chung.

강론(講論) sự giảng luận. **~하다** giảng luận.

강림(降臨) sự giáng sinh. **~하다** hạ sinh, giáng sinh.

강매(强買) **~하다** bị ép mua.

강매(强賣) **~하다** ép bán.

강모(剛毛) 【TV·ĐV】 lông cứng.

강목(綱目) (분류의) cương mục; (요점) điểm chính.

강물(江-) nước sông. ¶ ～이 불다 nước sông dâng lên.

강바람(强-) gió hanh, gió mạnh.

강바람(江-) gió thổi từ bờ sông.

강박(强迫) sự cưỡng bách, sự ép buộc. ¶ ～ 관념 sự ám ảnh / ～ 관념에 사로잡히다 bị ám ảnh.

강변(江邊) ven sông. ¶ ～ 도로 đường ven sông.

강변(强辯) cách nói nước đôi. **~하다** ngụy biện, nói nước đôi, nói lảng.

강병(强兵) (군사) cường binh; (병력) binh lực mạnh. ¶ 부국 ～ quốc gia hùng cường với lực lượng quân đội hùng mạnh.

강보(襁褓) tã lót em bé. ¶ 아이를 ～에 싸다 quấn tã cho em bé.

강보합(强保合) ¶ ～의 【CK】 duy trì giá cả (tình trạng) ổn định nhích lên.

강북(江北) phía bắc của con sông. ¶ ～ 지역 khu vực phía bắc của sông.

강사(講士) diễn giả, nhà hùng biện.

강사(講師) giảng viên (직) nghề giảng viên. ¶ 한국외국어대학교 ～ giảng viên của trường Đại học Ngoại ngữ Hàn Quốc. ¶ 시간 ～ giảng viên hợp đồng / 전임 ～ giảng viên chính thức.

강삭(鋼索) dây cáp bọc thép. ¶ ～ 철도 cáp treo. = 케이블카(cable car).

강산(江山) (강과 산) giang sơn; (땅) đất nước.

강새암 thái độ ghen tuông vô lý. **~하다** nổi cơn ghen.

강생(降生) sự hiện thân. **~하다** hiện thân, giáng sinh.

강선(鋼線) dây làm bằng sắt.

강설(降雪) tuyết rơi. ¶ ～량 lượng tuyết rơi.

강설(講說) bài thuyết trình, buổi nói chuyện **~하다** thuyết trình, diễn giải.

강성(强盛) ～한 khỏe mạnh, hùng cường.

강세(降世) sự giáng sinh. **~하다** giáng sinh, hạ thế, giáng trần.

강세(强勢) (음의) trọng âm, âm nhấn; (시세의) chiều hướng tăng lên (giá cả). ¶ ～를 두다 nhấn mạnh, sử dụng trọng âm.

강속구(强速球) 【BC】 quả bóng tốc độ nhanh(bóng chày). ¶ ～ 투수 cầu thủ bóng chày.

강쇠바람 ngọn gió đông vào mùa thu.

강수(降水) nước mưa, tuyết. ¶ ～량 lượng nước mưa, tuyết.

강술 rượu suông. ¶ ～을 마시다 uống rượu suông (không có đồ nhắm).

강술(講述) sự giải thích, sự trình bày. **~하다** phát biểu, trình bày.

강습(强襲) **~하다** tấn công, đột chiếm.

강습(講習) khóa huấn luyện; ～하다 huấn luyện. ¶ ～을 받다 tham gia khóa huấn luyện. ¶ ～생 học viên / ～소 học viện, trụ sở hội / 여름 [겨울] ～회 khóa học huấn luyện mùa hè [đông].

강시(僵屍) cương thi, xác chết cóng.

강신술(降神術) thuyết duy linh.

강심(江心) giữa dòng sông.

강심제(强心劑) thuốc trợ tim.

강아지 chó con.

강아지풀 【TV】 cỏ dại.

강압(强壓) sự đàn áp, sự đè nén. **~하다** trấn áp, áp bức, đè nén. ¶ ～적 có tính độc tài, chuyên chế. ¶ ～ 수단 công cụ đàn áp / ～ 정책 chính sách chuyên chế.

강약(强弱) cương và nhu, mạnh yếu (음의).

강어귀(江-) cửa sông.

강연(講演) bài diễn thuyết, buổi thuyết trình, buổi giảng. **~하다** đọc diễn văn, thuyết trình. ¶ ～회 buổi thuyết trình, buổi giảng / 공개 ～ buổi thuyết trình công khai / 라디오 ～ thuyết trình qua đài / 시국 ～ buổi thuyết trình về thời cuộc.

강옥(鋼玉) 【Kh】 khoáng chất corundum, hồng ngọc, sa pha.

강옥석(鋼玉石) ☞ **강옥**.

강요(强要) sự ép buộc, sự sách nhiễu. **~하다** bắt buộc, đòi hỏi. ¶ 아무에게 …을 ～하다 ép buộc bất cứ ai.

강요(綱要) yếu tố, thực chất.

강우(降雨) mưa. ¶ ～기 mùa mưa / ～량 lượng mưa / 서울의 연 ～ 량 lượng mưa trong năm ở Seoul / ～전선 trận mưa / 인공 ～ mưa nhân tạo.

강음(强音) sự nhấn mạnh trọng âm; 【ÂN】 nhấn giọng (엑센트 (accent)) ¶ ～부 kí hiệu nhấn trọng âm.

강음(强飮) **~하다** bị ép uống rượu, cố uống rượu.

강의(剛毅) sự ngoan cường, sự quyết tâm.

강의(講義) bài giảng (설명). **~하다** thuyết giảng, trình bày. ¶ ～를 빼먹다 (학생이) sinh viên trốn học. ¶ 문법 ～ bài giảng ngữ pháp.

강의록(講義錄) sổ ghi nội dung bài giảng.

강인(强靭) sự bền bỉ. **~하다** bền bỉ, dẻo dai. ¶ ～한 의지 ý chí bền bỉ. ¶ ～성 tính dẻo dai.

강자(强者) người mạnh, thế lực mạnh (총칭). ¶ ～와 약자 người mạnh và kẻ yếu.

강장(强壯) ～한 khỏe mạnh, tráng kiện, cường tráng. ¶ ～제 thuốc bổ / ～제 주사를 맞다 tiêm thuốc bổ.

강장거리다 bước đi õng ẹo; (trẻ em) lẫm chẫm.

강장동물(腔腸動物) loài động vật có ruột khoang.

강재(鋼材) vật liệu bằng thép (압연강).

강적(强敵) kẻ địch mạnh, kẻ thù mạnh.

강점(强占) **~하다** dùng sức chiếm lấy.

강점(强點) điểm mạnh, ưu thế.

강정 bánh gạo nếp rắc vừng.

강정제(强精劑) thuốc bổ.

강제(强制) sự ép buộc, cưỡng chế. **~하다** bắt buộc, cưỡng chế. ¶ 무력으로 ～적인 cưỡng bách bằng vũ lực / ～적으로 một cách miễn cưỡng. ¶ ～ 노동 lao động cưỡng bức / ～ 송환 cưỡng chế hồi hương / ～ 수용소 trại tập trung cưỡng bức / ～ 집행 cưỡng chế thi hành (압류).

강조(强調) sự nhấn mạnh, âm nhấn,

ㄱ

trọng âm. ~하다 nhấn mạnh, đánh dấu trọng âm. ¶ 저축의 필요성을 ~하다 nhấn mạnh tính cần thiết của sự tiết kiệm. ¶ 방화 ~ 주간 tuần lễ tăng cường đề phòng hỏa hoạn.

강조밥 cơm hạt kê.

강좌(講座) (강의) bài giảng. ¶ ~를 개설하다 mở lớp học. ¶ 라디오 영어 ~ bài giảng tiếng Anh trên đài.

강주정(-酒酊) sự giả vờ say rượu. **~하다** giả say.

강직(剛直) **~하다** chính trực, cương nghị. ¶ ~한 사람 một người cương trực.

강직(强直) (굳어짐) sự khắc nghiệt, tính cứng nhắc. ☞ **경직**. ¶ ~ 경련(痙攣) chứng co giật / 사후(死後) ~ xác chết cứng.

강진(强震) trận động đất mạnh.

강짜 sự ghen tuông vô lý. ☞ **강새암**. ¶ ~부리다 nổi cơn giận vô lý.

강철(鋼鐵) thép. ¶ ~같은 의지 ý chí sắt thép. ¶ ~판 tấm thép.

강청(强請) sự đòi hỏi quá đáng. **~하다** đòi hỏi quá đáng.

강촌(江村) ngôi làng ở ven sông.

강추위 cực lạnh, giá lạnh.

강타(强打) đòn quyết định; [QA] đòn chí tử; **~하다** giáng cho 1 đòn chí tử; [BC] đánh đòn quyết định. ¶ ~를 퍼붓다 trút một đòn chí tử. ¶ ~자 [BC] người đánh đòn quyết định.

강탕(降誕) sự ra đời, sự thành lập. **~하다** được sinh ra, được thành lập.

강탈(强奪) sự cướp bóc, sự chiếm đoạt. **~하다** cướp bóc, chiếm đọat. ¶ ~자 tên cướp.

강태공(姜太公) người đánh cá.

강토(疆土) lãnh thổ, địa hạt.

강파르다 nóng nảy, dễ cáu; nghiêng đi.

강판(鋼板) tấm thép; (두꺼운) dày, (얇은) mỏng.

강판(薑板) cái giũa, bàn nạo.

강평(講評) sự phê bình, sự xem xét. **~하다** phê bình, cân nhắc.

강포(强暴) **~하다** độc ác, tàn bạo.

강풀 (된풀) hồ đặc. ¶ ~치다 dán hồ.

강풍(强風) cơn gió mạnh, bão (태풍).

강하(降下) sự rơi, sự giảm xuống. **~하다** rơi, thả, hạ cánh (착륙). ¶ 기온의 ~ sự giảm nhiệt độ. ¶ ~물 vật rơi / 급~ rơi nhanh.

강하다(剛-) cứng, bền, chắc.

강하다(强-) cương nghị (기력이); rắn rỏi (근력이). ¶ 강하게 một cách mạnh mẽ / 강해지다 trở nên mạnh mẽ / 강하게 하다 làm cho mạnh mẽ / 의지가 강한 사람 người có ý chí mạnh.

강행(强行) sự thúc ép, sự bắt buộc. **~하다** ép buộc. ¶ 저물가 정책을 ~하다 ép buộc thực hiện chính sách giá rẻ.

강행군(强行軍) hành quân vất vả. **~하다** tham gia hành quân vất vả.

강호(江湖) (세상) thế gian, giang hồ. ¶ ~ 제현 người khôn ngoan, từng trải.

강호(强豪) cường hào, người có thế lực; đội mạnh, nhóm mạnh.

강화(强化) sự tăng cường **~하다** tăng cường, củng cố. ¶ 내각 [국방]을 ~하다 củng cố nội các(quốc phòng). ¶ ~ 식품 thực phẩm tăng dinh dưỡng / 전력(戰力) ~ tăng cường lực lượng.

강화(講和) sự thương lượng, giảng hòa. **~하다** hòa giải. ¶ 굴욕적인 ~ cầu hòa một cách nhục nhã / ~를 맺다 ký kết hòa giải. ¶ ~ 제의 đề nghị giảng hòa / ~ 조건 điều kiện thương lượng / ~ 조약 [회의] hiệp ước hòa bình / ~ 협상 hiệp thương hòa bình / 단독 [전면] ~ thương lượng đơn phương [giảng hòa trên mọi mặt].

갖… ¶ ~바치 thợ đóng giày / ~신 giày

da / ～옷 áo da.

갖은 hầu hết, tất cả, mọi. ¶ ～ 고생 mọi vất vả / ～ 수단 mọi cách.

갖추다 (구비) có được; (준비) sẵn sàng, chuẩn bị. ¶ 위엄을 ～ oai nghiêm / 상식을 ～ có lương tri / 준비를 ～ sẵn sàng / 상품을 ～ chuẩn bị hàng hóa / 가구 일체를 ～ chuẩn bị toàn bộ đồ đạc trong nhà.

갖풀 keo làm bằng da bò. ¶ ～로 붙이다 dán bằng keo làm bằng da bò.

같다 ❶ (동일) giống nhau. ¶ 똑～ như nhau, giống nhau / 거의 ～ gần như nhau / 그것은 내 가방과 ～ cái đó giống với cái cặp của tôi. ❷ (동등) bằng nhau, bình đẳng. ¶ 같은 액수 cùng số tiền / 같은 자격으로 협상하다 đàm phán cùng tư cách như nhau / 자네와 나는 키가 거의 ～ anh cao bằng tôi. ❸ (같은 모양) giống như, hình dạng giống nhau. ¶ 그 같은 자 người như vậy / 새것이나 ～ giống y như mới / 꼭 ～ rất giống nhau / 샛별같은 눈 mắt sáng như sao Mai / 사형 선고와 ～ giống như tuyên án tử hình / 같은 입장에 있다 có cùng quan điểm. ❹ (공통) điểm chung giống nhau. ¶ 기원이 ～ cùng kỷ nguyên. ❺ (불변) nguyên như, không thay đổi (서술적). ¶ 성미는 젊었을 때와 ～ Sungmi giống y như hồi trẻ. ❻ (생각되다) coi như, xem như; (보이다) thấy giống như; (될 것 같다) hình như. ¶ 참말 같은 거짓말을 하다 nói dối như thật / 장사꾼 ～ như người buôn bán / 비가 올 것 ～ hình như trời mưa. ❼ (가정) hình như. ¶ 나 같으면 nếu như là tôi / 옛날 같으면 nếu như là ngày xưa.

같은 값이면 nếu tất cả giá đều như nhau. ¶ ～ 흰 것을 사겠다. Nếu tất cả giá đều như nhau thì sẽ mua cái màu trắng.

같이 ❶ (같게) một cách giống, như nhau (동등하게). ¶ 여느 때와 ～ như mọi khi / 말씀하시는 바와 ～ như anh nói / 이와 ～ 하여 làm một cách giống như thế / 의견을 ～ 하다 cùng ý kiến. ❷ (함께) cùng nhau. ¶ ～ 살다 sống chung với nhau / ～ 자다 ngủ chung với nhau / 자리를 ～하다 cùng ngồi chung / 행동을 ～하다 cùng hành động như nhau / 운명 [기쁨]을 ～하다 cùng số phận [niềm vui] / 식사를 ～하다 cùng ăn chung.

같이하다 ☞ **같이**.

같잖다 tầm thường, không giá trị. ¶ 같잖은 물건 vật tầm thường / 같잖은 인간 người tầm thường.

갚다 ❶ (금전을) trả lại. ¶ 빚을 ～ trả nợ. ❷ (물어주다) hoàn lại. ¶ 손해본 것을 갚아주다 đền bù thiệt hại. ❸ (죄를) ¶ 죄를 ～ đền tội. ❹ (은혜를) đền ơn, trả ơn. ¶ 공을 ～ trả công / 은혜를 원수로 ～ lấy oán trả ơn. ❺ (원수를) trả thù. ¶ 아버지를 죽인 원수를 ～ trả thù kẻ giết cha.

개[1] (물가의) đường để nước biển đi lại.

개[2] [ĐV] chó, chó con (강아지); chó săn (사냥개); chó (chỉ điểm, tay sai) (앞잡이). ～의 thuộc về chó. ¶ ～같은 giống chó / ～를 기르다 nuôi chó.

개(箇) miếng, cái, mảnh, cục. ¶ 사과 세 ～ 3 trái táo / 비누 두 ～ 2 cục xà bông.

개가(改嫁) sự tái giá, tái hôn. ～하다 tái hôn.

개가(凱歌) khải hoàn ca. ¶ 현대 과학의 ～ thành tựu của nền khoa học hiện đại / ～를 올리다 ca mừng chiến công.

개각(改閣) sự cải tổ nội các. **~하다** cải tổ nội các. ¶ ～을 단행하다 tiến hành

ㄱ

cải tổ nội các.

개간(改刊) sự xem lại, duyệt lại. ～하다 xét lại, xem lại.

개간(開墾) sự khai khẩn, khai hoang. **~하다** khai hoang. ¶ ～지 đất khai hoang / ～ 사업 việc khai khẩn / 산림 ～ rừng khai hóa / 미～지 đất chưa được khai hoang.

개값 ¶ ～으로 bán lỗ / ～으로 팔다 bán giá rẻ mạt.

개강(開講) **~하다** khai giảng.

개개(箇箇) ～의 từng (cái) một, mỗi (người).

개개다 (손해나다) mài mòn, làm trầy; (손해보다) thua thiệt.

개개풀어지다 ❶ (국수 등이) rời rạc, không kết dính. ❷ (눈이) díp mắt, mờ mắt.

개고(改稿) (원고) bản gốc đã sửa. **~하다** sửa bản gốc.

개고기 ❶ (사람) kẻ (đứa) hay quấy rầy, (특히 아이들). ❷ (고기) thịt chó.

개골창 cống rãnh.

개과(改過) **~하다** ăn năn, hối cải.

개관(開館) sự khánh thành. **~하다** khai mạc, khánh thành. ¶ ～식(式) lễ khánh thành / ～식을 하다 tổ chức lễ khánh thành.

개관(概觀) sự nhìn nhận chung, tổng quát. **~하다** nhìn chung, tổng quát.

개괄(概括) sự giản lược, khái quát. **~하다** tóm tắt. ¶ ～적인 một cách đại khái / ～해서 말하면 nói một cách khái quát.

개교(開校) **~하다** mở trường, thành lập trường. ¶ 기념일 ngày kỷ niệm thành lập trường.

개구리 con ếch. ¶ 우물안의 ～ ếch ngồi đáy giếng. ¶ ～헤엄 ☞ **평영**. / 식용 ～ ếch thực phẩm.

개구리밥 【TV】 bèo tấm.

개구멍 lỗ chó. ¶ ～받이 con rơi, con hoang.

개구쟁이 đứa trẻ nghịch ngợm. ¶ ～짓 trò nghịch ngợm.

개국(開國) **~하다** (건국) lập quốc, dựng nước; (개방) mở cửa. ¶ ～정책 chính sách mở cửa.

개그(gag) sự pha trò. ¶ ～맨 diễn viên hài.

개근(皆勤) sự siêng năng, cần mẫn. **~하다** siêng năng. ¶ ～상 giải thưởng chuyên cần / ～자 người siêng năng.

개기(皆旣) 【TVH】 sự hoàn toàn lu mờ. ¶ ～ 일[월]식 hiện tượng nhật [nguyệt] thực.

개기름 chất nhờn ở mặt.

개꿈 giấc mơ vu vơ, lộn xộn, vớ vẩn.

개나리 【TV】 cây đầu xuân, loài cây có hoa nở vào đầu xuân.

개념(概念) quan niệm, khái niệm. ～적 về mặt khái niệm. ¶ ～ 작용 ảnh hưởng khái niệm / 기본 ～ khái niệm cơ bản.

개다[1] (날씨, 안개 따위가) quang đãng.

개다[2] (으깨다) nhào. ¶ 진흙을 ～ nhào trộn đất.

개다[3] (접어서) xếp lại. ¶ 옷을 ～ xếp quần áo / 이부자리를 ～ xếp chăn.

개돼지 chó lợn ¶ ～ 같은 사람 người cục súc.

개떡 bánh bột lúa mạch.

개떡같다 vô dụng, không giá trị. ¶ 개떡같이 여기다 xem là vô dụng.

개똥밭 ¶ ～에도 이슬 내릴 날이 있다 【TNg】 sông có khúc, người có lúc.

개똥벌레 【CT】 con đom đóm.

개략(概略) đại cương, khái lược.

개량(改良) sự cải tổ, sự sửa đổi. **~하다** cải cách, cải tổ. ¶ ～의 여지 khả năng cải cách. ¶ ～종 giống mới / ～형 hình mẫu cải tiến / 사회 ～ cải cách

xã hội.
개런티(guarantee) ☞ **출연료**.
개론(槪論) khái quát, mở đầu, đại cương. ～하다 khái quát, đại cương.
개막(開幕) **~하다** khai mạc. ¶ ～식 lễ khai mạc.
개머루 [TV] quả nho rừng.
개머리 báng súng. ¶ ～판 báng súng.
개명(改名) **~하다** đổi tên, đặt tên lại.
개문(開門) mở cửa.
개미 [CT] con kiến.
개미핥기 [ĐV] loài thú ăn kiến.
개미허리 eo thon. ¶ ～의 여인 cô gái có thắt đáy lưng ong.
개발(開發) (개척) sự khai thác, phát triển. **~하다** khai thác, phát triển. ¶ ～ 도상국 quốc gia đang phát triển / 저～국 quốc gia kém phát triển.
개발계획(開發計劃) kế hoạch khai thác.
개발코 mũi hếch.
개밥 ¶ ～에 도토리다 bị ruồng bỏ.
개밥바라기 (저녁의 금성) sao Hôm.
개방(開放) sự mở cửa **~하다** mở cửa. ¶ ～적(인) mở cửa. ¶ 문호～주의 chính sách mở cửa.
개벽(開闢) khai thiên, mở mang trời đất. ¶ ～ 이래 từ buổi khai thiên lập địa.
개변(改變) (고침) sự sửa đổi, cải biến. **~하다** sửa đổi, cải biến.
개별(個別) ～적(으로) một cách riêng lẻ, cá biệt. ¶ ～ 심사 thẩm tra riêng lẻ, riêng biệt.
개병제도(皆兵制度) chế độ nghĩa vụ quân sự.
개복수술(開腹手術) [YH] thuật mổ bụng.
개봉(開封) sự trình chiếu (영화의) **~하다** trình chiếu, ra mắt. ¶ ～ 영화 phim mới phát hành / ～ 영화관 rạp chiếu phim mới phát hành.
개비 que, thanh gỗ. ¶ 성냥 ～ que diêm.
개비(改備) ～하다 trang bị mới, thay mới.
개산(槪算) tính toán, trù liệu. **~하다** ước lượng.
개살구 [TV] hoa mai rừng. ¶ 빛좋은 ～다 vẻ ngoài tốt mà trong ruột rỗng.
개새끼 (강아지) chó con; (개자식) đồ chó.
개서(改書) (다시 씀) sửa và viết lại, thay mới, đổi mới; (어음, 증서 등의) sửa đổi. ¶ ～ 어음 hối phiếu sửa đổi.
개선(改善) sự cải thiện. **~하다** cải thiện. ¶ 생활의 ～ cải thiện cuộc sống / 노동 조건의 ～을 외치다 yêu cầu cải thiện điều kiện lao động.
개선(改選) sự bầu cử lại. **~하다** bầu lại.
개선(凱旋) thắng trận trở về. **~하다** trở về trong chiến thắng. ¶ ～가 khải hoàn ca / ～군(軍) đội quân chiến thắng / 개선문 khải hoàn môn / ～장군 tướng thắng trận.
개설(開設) khai sáng. **~하다** thành lập. ¶ 신용장을 ～하다 mở tín dụng thư.
개설(槪說) đại cương. **~하다** tóm lược, đại cương.
개성(個性) cá tính. ¶ ～을 존중하다 tôn trọng cá tính.
개소(個所) (곳) nơi, vị trí; (부분) phần. ¶ 수～가 침수되다 một vài nơi bị ngập nước.
개소리 lời nói nhảm nhí.
개수(改修) sự tu sửa. **~하다** tu sửa, cải thiện.
개수(槪數) số xấp xỉ.
개수작(-酬酌) lời nói nhảm nhí.
개술(槪述) **~하다** tổng kết.
개숫물 nước rửa bát.
개시(開市) ❶ (시장을 엶) **~하다** khánh thành (chợ). ❷ (마수걸이) **~하다** khai trương.
개시(開始) sự bắt đầu, khai trương **~하다** bắt đầu, khai trương. ¶ ～부터 từ buổi đầu / 교섭을 ～하다 mở đầu cuộc đàm phán / 영업을 ～하다 khai trương kinh

doanh.

개신(改新) sự canh tân. **~하다** cải tạo, đổi mới.

개심(改心) **~하다** cải tâm (cải tính).

개악(改惡) sự thay đổi sai. **~하다** đổi cái tốt lấy cái xấu.

개안(開眼) mở rộng tầm nhìn. ¶ ~수술 ca mổ phục hồi thị lực.

개암 quả phỉ.

개업(開業) **~하다** khai trương hàng, mở đầu việc buôn bán (의사, 변호사 등이). ¶ ~ 대매출 khai trương bán số lượng lớn.

개역(改易) sự thay đổi, sửa đổi.

개역(改譯) bản dịch lại. **~하다** dịch lại, sửa lại. ¶ ~판 bản dịch được duyệt lại.

개연성(蓋然性) sự có khả năng.

개오(改悟) sự khai sáng. **~하다** thức tỉnh, giác ngộ.

개요(槪要) khái lược, tóm tắt.

개운하다 cảm giác tỉnh táo.

개울 con suối nhỏ.

개원(改元) sự thay đổi niên hiệu, thay đổi triều đại.

개원(開院) **~하다** khai mạc quốc hội.

개의(介意) **~하다** lo lắng, quan tâm. ¶ ~치 않다 không bận tâm.

개인(改印) **~하다** thay đổi con dấu, cải ấn.

개인(個人) cá nhân. ~의, ~적(으로) riêng biệt. ¶ ~ 자격으로 với tư cách cá nhân / 내 ~ 의견으로는 ý kiến cá nhân tôi. ¶ ~ 교수 [경영] giáo sư [kinh doanh] riêng / ~ 문제 vấn đề cá nhân / ~ 소득 lợi tức cá nhân / ~ 숭배 sùng bái cá nhân / ~전 triển lãm cá nhân / ~주의 chủ nghĩa cá nhân / ~주의자 người theo chủ nghĩa cá nhân / ~ 택시 taxi tư nhân.

개인전(個人戰) trận đấu riêng lẻ.

개입(介入) sự can thiệp. **~하다** can thiệp vào, xen vào.

개자(芥子) ☞ **겨자**.

개작(改作) sự phỏng theo. **~하다** viết phỏng theo. ¶ ~자 người phóng tác.

개잡놈(-雜-) người luộm thuộm.

개장(改葬) sự tái kinh doanh. **~하다** buôn bán lại.

개장(改裝) sự sửa đổi, thay đổi, trang bị lại. **~하다** cải trang, thay đổi.

개장(開場) **~하다** sự khai trương. ¶ ~식 lễ khai trương.

개장(국) một loại canh, canh Kaejang.

개재(介在) sự can thiệp. **~하다** can thiệp vào, làm trung gian.

개전(改悛) (회오) sự ân hận; (개심) sự ăn năn. **~하다** hối hận, ăn năn.

개전(開戰) sự khai chiến. **~하다** khai chiến.

개점(開店) **~하다** thành lập cửa hàng, mở cửa hàng.

개정(改正) (수정) sự xem lại, duyệt lại (변경) sự cải chính, sửa đổi. **~하다** cải chính, thay đổi lại. ¶ ~ 세율 mức thuế sửa đổi / ~ 시간표 thời khóa biểu sửa đổi / ~안 đề án sửa đổi / ~정가 giá sửa đổi / 조약~ sửa đổi hiệp ước.

개정(改定) sự cải tổ. **~하다** cải cách, cải tổ.

개정(改訂) sự hiệu đính. **~하다** xem lại, duyệt lại. ¶ ~ 증보판 bản thảo được hiệu đính và bổ sung / ~판 ấn phẩm được tái bản và chỉnh sửa.

개정(開廷) **~하다** sự mở một phiên tòa. ¶ ~ 중이다 phiên tòa đang xử.

개제(改題) **~하다** sửa tiêu đề.

개조(改造) sự cải tạo **~하다** cải tổ. ¶ 사회를 ~하다 cải tạo xã hội.

개조(開祖) ông tổ, người khai sáng.

개종(改宗) sự thay đổi tín ngưỡng. **~하다**

thay đổi tín ngưỡng. ¶ ～자 tín đồ, người thay đổi tôn giáo.

개종(開宗) sự lập giáo phái. **~하다** lập giáo phái.

개죽음 một cái chết vô nghĩa. **~하다** chết một cách vô nghĩa.

개중(個中) ¶ ～에는 trong số / ～에는 반대자도 있었다 trong số đó có người phản đối.

개진(開陣) **~하다** bày tỏ, trình bày, tuyên bố.

개짐 ☞ **생리대**.

개집 chuồng chó.

개차반 kẻ đê tiện.

개착(開鑿) sự khai thông, mở đường. **~하다** đào, khai quật.

개찬(改竄) **~하다** biên tập, sửa câu chữ.

개찰(改札) sự kiểm vé. **~하다** kiểm vé. ¶ ～구 cửa soát vé.

개척(開拓) (땅의) khai thác; (개간) khai hoang, canh tác, phát hoang; (자원의) khai khẩn. **~하다** khai thác, khai khẩn. ¶ 시장을 ～하다 khai thác thị trường / 자원을 ～하다 khai thác tài nguyên. ¶ ～ 사업 việc khai thác / ～자 người khai hoang / ～자 정신 tinh thần của người đi tiên phong / ～지 đất khai khẩn / 미～지 đất chưa được khai hoang.

개천(開川) tháo cống.

개천절(開天節) ngày thành lập nước của Hàn Quốc.

개청(開廳) sự bắt đầu hoạt động của cơ quan, sự thiết lập cơ quan. **~하다** bắt đầu hoạt động, thiết lập cơ quan.

개체(個體) cá thể, cá nhân. ¶ ～ 발생 【Si】 cá thể phát sinh.

개초(蓋草) (이엉) mái tranh; (잇기) sự lợp tranh. ¶ ～장이 thợ lợp nhà tranh.

개최(開催) sự mở **~하다** mở, tổ chức. ¶ ～중이다 (회의를) đang tổ chức buổi họp. ¶ ～지 nơi hội họp.

개축(改築) sự tái thiết. **~하다** tái xây dựng. ¶ ～ 공사 công trình tái thiết.

개칠(改漆) **~하다** (칠을) tô sửa, sơn lại; (그림, 글씨를) tô sửa lại (bức tranh, nét chữ).

개칭(改稱) **~하다** đổi tên.

개키다 gấp lại, xắn lên. ¶ 옷을 ～ gấp áo.

개탄(慨嘆) **~하다** ân hận, nuối tiếc. ¶ ～할 만한 đáng ân hận.

개탕(開錫) 【KTr】 đường xoi, rãnh.

개통(開通) sự khai thông. **~하다** khai thông; (복구) khai thông trở lại. ¶ ～식 lễ thông xe, lễ khai thông.

개판(改版) 【In】 cải biên, sửa đổi, sự xem lại; (개정판) bản in sửa đổi. **~하다** sửa lại bản in, biên tập lại.

개펄 bùn dưới đáy sông.

개편(改編) sự cải tổ, cải biên. **~하다** cải tổ, tổ chức lại. ¶ 내각 ～ cải tổ nội các.

개평 (노름판의) tiền lộc (tiền người thắng cuộc cờ, cờ bạc tán lộc, cho tiền những người xung quanh). ¶ ～을 떼다 đòi chia lộc. ¶ ～꾼 người được nhận tiền từ người thắng cuộc.

개평(概評) lời bình luận chung. **~하다** bình luận tổng quát.

개평방(開平方) 【TH】 sự khai căn bậc hai. **~하다** khai căn bậc hai.

개폐(改廢) **~하다** thay đổi hay xóa bỏ hoàn toàn.

개폐(開閉) bật tắt, đóng mở; 【Đ】 tắt điện và bật điện. **~하다** mở ra và đóng lại. ¶ ～교 cầu kéo / ～기 cầu dao điện.

개표(開票) mở phiếu. **~하다** kiểm phiếu. ¶ ～소 nơi kiểm phiếu / ～소 참관인(人) người giám sát kiểm phiếu.

개피떡 bánh gạo có quế.

ㄱ

개학(開學) ngày khai trường. ~하다 khai giảng.
개함(開函) sự mở hộp, sự mở rương, hòm ~하다 mở nắp hộp.
개항(開港) ~하다 mở cảng, mở cửa khai thông. ¶ ~장 cảng được khai thông.
개헌(改憲) sự sửa đổi hiến pháp. ~하다 cải tổ, sửa đổi hiến pháp. ¶ ~안 dự luật cải tổ hiến pháp.
개혁(改革) sự cải cách. ~하다 cải cách. ¶ ~자 người cải cách.
개화(開化) ~하다 khai hóa. ¶ ~된 국민 nhân dân được khai hóa.
개화(開花) sự khai hoa, sự nở hoa. ~하다 nở hoa. ¶ ~기 mùa hoa nở.
개황(概況) tình trạng chung. ¶ 일기 ~ điều kiện chung của khí hậu.
개회(開會) ~하다 mở hội, khai mạc. ¶ ~를 선언하다 tuyên bố khai mạc. ¶ ~사 diễn văn khai mạc / ~식 lễ khai mạc.
개흙 bùn, phù sa ở cửa sông.
객(客) ☞ 손님.
객고(客苦) sự thiếu tiện nghi khi sống xa nhà. ¶ ~에 지치다 mệt mỏi, vất vả vì cảnh sống xa nhà.
객관(客觀) khách quan. ~적(的)(으로) tính chất khách quan. ¶ ~ 식 문제 câu hỏi trắc nghiệm.
객기(客氣) (혈기) sự ra vẻ gan dạ, ra vẻ can đảm.
객년(客年) năm ngoái.
객담(客談) chuyện phiếm, lời nói sáo rỗng.
객담(喀痰) sự khạc nhổ. ¶ ~검사 thử đàm.
객비(客費) (낭비) sự lãng phí.
객사(客死) ~하다 chết xa nhà.
객석(客席) ghế dành cho khách.
객선(客船) tàu thuyền chở khách.
객소리 lời nói khách khí. ~하다 nói khách khí.
객스럽다(客-) không cần thiết, vô dụng.
객식구(客食口) thực khách trong gia đình; người ở nhờ nhà người khác.
객실(客室) phòng khách (여관등의); cabin, phòng ngủ riêng trên tàu thủy (배, 비행기의).
객원(客員) khách mời. ¶ ~ 교수 giáo sư thỉnh giảng.
객쩍다 vô ích, vô tích sự. ¶ 객쩍은 소리를 하다 câu nói vô tích sự.
객주(客主) (거간) quán môi giới thời Chosun; (객주집) nhà trọ thương gia.
객지(客地) đất khách.
객차(客車) xe chở khách.
객토(客土) đất lấy từ nơi khác về để cải tạo chất đất.
객향(客鄕) đất khách.
객혈(喀血) bệnh ho ra máu. ~하다 ho ra máu.
갤런(gallon) ga-lông.
갯가재 [ĐV] tôm càng.
갯지렁이 [ĐV] con giun cát (dùng làm mồi câu cá biển).
갱(坑) hố, lỗ, hầm mỏ.
갱 (강도) kẻ cướp (한 사람). ¶ ~영화 phim cao bồi.
갱내(坑內) (trong) hầm, hố. ¶ ~ 궤도 đường hầm / ~ 근로자 thợ mỏ / ~ 작업 sự làm việc dưới hầm / ~ 폭발 [화재] nổ hầm [hoả hoạn trong hầm].
갱년기(更年期) thời kỳ mãn kinh. ¶ ~ 장애 có vấn đề trong thời kỳ mãn kinh.
갱도(坑道) (광산의) đường hầm.
갱부(坑夫) thợ mỏ, phu mỏ.
갱생(更生) sự sống lại, phục hồi, sự cánh sinh. ~하다 tái sinh, phục hồi. ¶ ~원(院) viện phục hồi / 자력 ~ tự lực cánh sinh.
갱소년(更少年) ~하다 sự trẻ hóa.

갱신(更新) (canh tân) sự đổi mới. **~하다** đổi mới. ☞ **경신**. ¶ 계약을 ~하다 gia hạn hợp đồng, ký tiếp hợp đồng.

갱신못하다 hầu như không cử động được.

갱의실(更衣室) phòng hóa trang, thay đổi y phục.

갱지(更紙) (거친 종이) giấy ráp.

갱충쩍다 cẩu thả, hấp tấp.

갸륵하다 tốt nên đáng khen ngợi. ¶ 갸륵한 정신 tinh thần đáng khen ngợi / 갸륵한 행실 hành vi đáng khen ngợi.

갸름하다 ☞ **기름하다**.

갹금(醵金) sự quyên góp tiền của. **~하다** đóng góp, mở cuộc lạc quyên.

갹출(醵出) **~하다** quyên góp, góp vốn.

거간(居間) ❶ (행위) nghề môi giới. ~하다 làm môi giới. ❷ ☞ **거간꾼**. ¶ ~꾼 kẻ môi giới.

거개(擧皆) phần lớn.

거거익심(去去益甚) **~하다** ngày càng thậm tệ hơn.

거구(巨軀) thân hình to lớn.

거국(擧國) toàn quốc. ¶ ~적(인) toàn quốc / ~적으로 tính chất toàn quốc. ¶ ~ 일치 cả nước nhất trí.

거금(巨金) một số tiền lớn.

거금(距今) trước đây. ¶ ~ 500년 전 trước đây 500 năm.

거기 ❶ (장소) nơi kia, chỗ kia. ¶ ~서 기다려라 hãy đợi ở đấy. ❷ (그것) cái đó; (범위) phạm vi đó. ¶ ~까지는 좋았으나… đến đó thì rất tốt nhưng.

거꾸러뜨리다 ném xuống, hạ gục; (멸망) lật đổ, hủy hoại; (죽임) tiêu diệt.

거꾸러지다 ngã lộn, sụp đổ; (죽음) từ trần, chết. ¶ 앞으로 ~ ngã lộn về phía trước.

거꾸로 sự đảo lộn (안팎을) đảo lộn trong ngoài; (아래 위를) đảo ngược; (곤두박혀) lộn ngược, lộn nhào, lật nhào. ¶ ~하다 đảo lộn, đảo ngược / 빗자루를 ~ 세우다 dựng ngược cái chổi / ~ 떨어지다 ngã lật nhào.

…거나 nếu, hoặc... hoặc, cho dù. ¶ 너야 하~ 말~ cho dù mày làm hay không.

거나하다 ngà ngà chếnh choáng.

거느리다 lãnh đạo, hướng dẫn, chỉ huy (지휘, 인솔). ¶ 부하를 거느리고 điều khiển thuộc hạ / 많은 식구를 ~ chỉ đạo nhiều người trong nhà.

거느림채 chái, nhà phụ.

…거늘 bởi vì rằng. ¶ 개조차 주인에게 충실하~ 하물며 사람에 있어서랴! Đến con chó cũng trung thành với chủ huống gì con người.

…거니와 không những. mà còn; ngoài ra; và, nhưng mà. ¶ 속이는 것도 좋지 못하~ 도둑질하는 것은 더욱 나쁘다 lừa dối người khác đã là không tốt nhưng ăn cắp còn xấu hơn.

거닐다 đi dạo, đi tản bộ. ¶ 공원을 ~ đi dạo ở công viên.

거담(去痰) sự tiêu đờm. ¶ ~제 thuốc tiêu đờm.

거당(擧黨) toàn đảng, toàn đội.

거대(巨大) ~한 đồ sộ, to lớn. ¶ ~한 건물 tòa nhà khổng lồ.

거덕치다 không tinh xảo, không đoan trang.

거덜거덜하다 không ổn định, chập chờn.

거덜나다 suy sụp, sụp đổ.

거동(擧動) thái độ, biểu hiện. ¶ ~이 수상하다는 이유로 vì lý do có thái độ đáng ngờ.

거두(巨頭) người đứng đầu. ¶ ~ 회담(회의) hội nghị cấp cao / 정계 [재계]의 ~ người đứng đầu giới chính trị [kinh doanh].

거두다 ❶ (모으다) thu thập, sưu tầm.

ㄱ

¶ 세금을 ~ thu thuế / 곡식을 ~ thu hoạch ngũ cốc. ❷ (성과 등을) đạt được, giành được. ¶ 승리를 ~đạt được thắng lợi / 좋은 성과를 ~ đạt được kết quả tốt ❸ (돌보다) trông nom, chăm sóc. ¶ 아이들을 ~ trông trẻ. ❹ (숨을) ngừng, ngưng lại. ¶ 숨을 ~ trút hơi thở.

거두절미(去頭截尾) ❶ (자르기) **~하다** cắt đầu cắt đuôi. ❷ (요약) **~하다** tóm tắt, tổng kết.

거둠질 mùa thu hoạch.

거둥 chuyến vi hành của vua. ~하다 đi kinh lý.

거드럭거리다 khệnh khạng, vênh váo, làm ra vẻ.

거드름 vẻ kiêu căng, ngạo mạn. ¶ ~스러운 kiêu căng / ~피우며 làm ra vẻ kiêu căng / ~부리다 tỏ ra ngạo mạn.

…거든 ❶ (가정) nếu, khi. ¶ 그를 만나~ 오라고 전해라 nếu gặp nó hãy bảo nó đến. ❷ (경탄) thật vậy. ¶ 비가 오기는 많이 왔~ quả thật mưa lớn. ❸ (더구나) hơn nữa.

거들 (코르셋) áo nịt ngực, coóc-xê.

거들다 giúp đỡ.

거들떠보다 liếc, chú ý đến. ¶ 거들떠 보지도 않다 không để mắt đến.

거들먹거리다 làm ra vẻ, làm bộ làm tịch.

거듭 lặp đi lặp lại nhiều lần. ~하다 lặp lại, nhắc lại. ¶ ~되는 được lặp lại.

거듭나다 tái sinh.

거래(去來) việc kinh doanh, mua bán. **~하다** mua bán với. ¶ ~소 nơi giao dịch / 증권 ~소 thị trường chứng khoán / ~액 số tiền kinh doanh / ~은행 ngân hàng giao dịch mua bán / ~처 nơi giao dịch / 돈~ tiền giao dịch / 부정 [불법] ~ mua bán bất chính [bất hợp pháp] / 신용 ~ giao dịch tín dụng / 현금 [현물, 선물] ~ giao dịch tiền mặt [hiện vật, quà cáp].

거론(擧論) **~하다** đề cập đến.

거룩하다 thiêng liêng.

거룻배 sà lan, bè.

거류(居留) nơi ở, nơi cư trú. ~하다 ngụ tại. ¶ ~민 dân cư ngụ.

거르다[1] (여과) lọc qua.

거르다[2] (차례를) bỏ qua, bỏ quên, bỏ sót. ¶ 하루 [이틀] 걸러 cách 1 [2] ngày / 점심을 ~ bỏ bữa trưa.

거름 (비료) phân bón.(똥, 오줌) phân chuồng. ¶ ~ 치는 사람 người bón phân / ~주다 bón phân.

거리[1] đường phố, khu phố. ¶ ~의 여자 gái đứng đường.

거리[2] (재료) nguyên liệu; (대상) thứ, đối tượng nguồn. ¶ 웃음~ trò cười / 걱정~ điều phiền muộn.

거리(距離) cự ly (간격), khoảng cách; (차이) sự khác biệt. ¶ ~가 있다 có khoảng cách; (차이) khác biệt. ¶ ~감 cảm giác cách biệt / 직선 ~ khoảng cách đường thẳng.

거리끼다 ngần ngại, thận trọng, dè dặt. ¶ 거리낌 없이 một cách không ngần ngại.

거마비(車馬費) phí giao thông.

거만(巨萬) ¶ ~의 부를 쌓다 giàu có bạc tỷ.

거만(倨慢) **~하다** ngạo mạn, tự phụ, kiêu căng.

거매지다 (볕에 타서) rám nắng.

거머리 ❶ [ĐV] con đỉa. ❷ (사람) kẻ quấy rầy.

거머무트름하다 mặt ngăm đen và mập mạp, phúng phính, mũm mĩm.

거머삼키다 nuốt, ngốn ngấu.

거머쥐다 túm lấy, nắm lấy.

거멀못 cái bàn kẹp, đinh tán.

거멀다 đen kịt.
거목(巨木) đại thụ (cây to).
거무스름하다 mờ mờ, ngăm ngăm.
거무죽죽하다 mù mịt, u ám, hơi đen.
거문고 cây đàn hạc của Hàn Quốc (có 6 dây).
거물(巨物) (사람) nhân vật lỗi lạc (口). ¶ 당대의 ~ nhân vật lỗi lạc đương thời / 재계의 ~ nhà kinh doanh lỗi lạc / 정계의 ~ nhà chính trị tài giỏi.
거미 con nhện. ¶ ~줄 mạng nhện / ~집 ổ nhện.
거미줄치다 quay tơ; (굶주리다) đói.
거미치밀다 đố kỵ tham lam, thèm muốn.
거반(居半) ☞ **거의**.
거병(擧兵) **~하다** khởi binh, khởi nghĩa.
거보(巨步) ¶ ~를 내딛다 có sự tiến bộ lớn lao.
거부(巨富) người giàu có, tỷ phú.
거부(拒否) sự khước từ, sự bác bỏ. **~하다** từ chối, phủ nhận. ¶ ~권 quyền phủ quyết / ~ 반응 một phản ứng khước từ (항원 항체 반응).
거북 con rùa.
거북선(-船) tàu hình con rùa thời Chosun.
거북하다 (몸이) cảm thấy ngượng nghịu, không thoải mái; (형편이) trạng thái không thoải mái. ¶ 입장이 ~ lập trường khó xử.
거비(巨費) món tiền phí tổn lớn.
거사(擧事) **~하다** thực hiện hành động, dựng lên kế hoạch.
거상(巨商) thương gia lớn.
거상(巨像) tượng lớn.
거상(居喪) **~하다** có tang.
거석(巨石) hòn đá lớn (기념물). ¶ ~문화 văn hóa cự thạch.
거성(巨星) ngôi sao lớn; (비유적) vĩ nhân. ¶ 문단의 ~ nhân vật xuất chúng trên văn đàn.
거세(去勢) ❶ sự cắt, thiến. **~하다** cắt bỏ (단종). ¶ ~한 소 bò thiến. ❷ (세력 제거) bẻ gãy, ngăn chặn; (숙청) thanh lọc; (약화) làm yếu đi; (배제) loại trừ (근절). ~하다 cắt, hoạn, loại trừ.
거세다 mạnh mẽ, dữ dội. ¶ 거센 세파 phong ba dữ dội / 거센 여자 cô gái mạnh mẽ.
거소(居所) chỗ ở.
거수(擧手) **~하다** giơ tay lên. ¶ ~ 경례 giơ tay chào / ~ 경례하다 chào kính cẩn / ~ 표결 giơ tay biểu quyết.
거스러미 (손톱 뒤의) xước măng rô; (나무의) gai, ngạnh.
거스러지다 ❶ (성질이) tính ngang ngạnh, cứng đầu. ❷ (털이) dựng đứng (lông).
거스르다 ❶ (반대) đối lập, đối kháng. ¶ 뜻을 ~ trái ý / 거슬러 올라가다 (소급) đi ngược lại / 시대의 조류를 ~ đi ngược trào lưu thời đại. ❷ (잔돈을) tiền lẻ. ¶ 거슬러 받다 nhận thối lại.
거스름돈 tiền thối lại. ¶ ~을 받다 nhận tiền thối / ~을 주다 trả lại tiền lẻ, trả tiền thừa, thối lại tiền thừa.
거슬리다 chống lại, phản đối. ¶ 귀에 ~ khó nghe, chói tai / 눈에 ~ chướng mắt, gai mắt / 비위에 ~ cưỡng lại ý thích.
거슴츠레하다 (눈이) buồn ngủ, uể oải, ngái ngủ.
거시적(巨視的) vĩ mô. ¶ ~으로 보다 xem bao quát.
거실(居室) phòng khách; phòng khách gia đình.
거액(巨額) số tiền lớn. ¶ ~에 달하다 có được số tiền lớn.
거여목 【TV】 cỏ 3 lá.
거역(拒逆) **~하다** không vâng lời, chống đối.

ㄱ

거울 ❶ (모양을 보는) gương, kính. ¶ ~을 보다 soi gương. ❷ (모범) mẫu, gương mẫu. ¶ …을 ~로 삼다 lấy làm gương.

거웃 lông mu.

거위[1] 【LCh】 con ngỗng; (수거위) ngỗng đực.

거위[2] (회충) con giun. ☞ **회**, **회충**.

거유(巨儒) học giả uyên bác, nhà Nho nổi tiếng.

거의 (대체로) hầu như, gần như; (부정) hầu như không. ¶ ~ 다 hầu hết, phần lớn / ~ 불가능하다 hầu như không có khả năng / 그것을 믿는 사람은 ~ 없다 hầu như không có ai tin điều đó.

거인(巨人) người khổng lồ, người phi thường (위인).

거장(巨匠) người học rộng tài cao.

거재(巨財) của cải, tài sản lớn. ¶ ~를 투입하다 đầu tư nhiều tiền của.

거저 miễn phí. ¶ ~ 일하다 làm việc không lấy tiền.

거저먹기 việc dễ như không, việc dễ làm. ¶ 그것은 ~다 đó là việc dễ như không.

거적 chiếu thảm. ¶ ~을 깔다 trải chiếu.

거절(拒絶) sự khước từ, sự bác bỏ. **~하다** từ chối, bác bỏ. ¶ 딱 ~하다 từ chối ngay. ¶ ~ 증서 【PL】 chứng từ bác bỏ.

거점(據點) cứ điểm. ¶ 군사 ~ cứ điểm quân sự.

거족(巨族) gia tộc danh giá.

거족(擧族) ~적 toàn dân tộc. ¶ ~으로 cùng toàn dân tộc.

거주(居住) chỗ ở, nơi cư trú. **~하다** ngụ tại, sống ở. ¶ ~권 quyền cư trú / ~자 người cư trú / ~증명서 giấy chứng nhận cư trú.

거죽 (표면) bề mặt; (외면부) mặt ngoài, bề ngoài.

거중조정(居中調停) sự đứng giữa, can thiệp, sự hòa giải. ¶ ~에 나서다 đứng ra hòa giải.

거증(擧證) **~하다** làm chứng. ¶ ~ 책임 trách nhiệm làm chứng.

거지 người ăn xin. ¶ ~ 근성 bản chất ăn mày.

거지반(居之半) ☞ **거의**.

거짓 sự nói dối, sự bịa đặt (거짓말). ~의 lời nói dối. ¶ ~ 웃음 nụ cười giả dối / ~ 울음 khóc giả vờ.

거짓말 lời nói dối, điều bịa đặt. **~하다** nói dối. ¶ ~의 giả dối / ~같은 이야기 câu chuyện bịa đặt / 새빨간 (속이 들여다뵈는, 그럴듯한) ~ nói dối rành rành. ¶ ~장이 kẻ nói dối / ~탐지기 máy kiểm tra nói dối.

거짓이름 (가명) giả danh, tên giả.

거찰(巨刹) chùa, đền thờ (lớn).

거창(巨刱) ~한 phạm vi rộng. ¶ ~한 계획 kế hoạch lớn.

거처(去處) nơi đến (목적지); chỗ ở, tông tích (행방).

거처(居處) nơi cư ngụ, chỗ ở. **~하다** sống tại. ¶ ~를 정하다 chọn chỗ ở. ¶ 임시 ~ chỗ ở tạm thời.

거추장스럽다 (거북함) phiền hà, rắc rối, phức tạp.

거춤거춤 một cách đại khái, qua loa.

거취(去就) đường lối, thái độ, quan điểm của ai. ¶ ~를 정하다 định hướng / ~를 망설이다 ngập ngừng về thái độ.

거치(据置) (저금 등) **~하다** để nguyên, không trả trong thời hạn nhất định. ¶ ~의 để nguyên, không trả / 3년 ~이다 3 năm để nguyên, không tính. ¶ ~ 기간 thời hạn không chi trả / ~ 예금 số tiền gửi kéo dài.

거치다 đi qua, thông qua. ¶ …을 거쳐 thông qua.

거치적거리다 bị ngăn trở, bị vướng mắc.

거칠다 thô ráp, mãnh liệt. ¶ 거친 물결 cơn sóng dữ dội / 거친 사나이 người cộc cằn / 거친 살결 làn da sần sùi / 숨결이 ~ thở nặng nhọc / (물건 따위를) 거칠게 다루다 quăng quật, văng vật.

거칠하다 trông gầy mòn hốc hác. ☞ **까칠하다**.

거침 ¶ ~없이 không ngần ngại, một cách thẳng (서슴찮고).

거쿨지다 mạnh mẽ, ăn to nói lớn.

거탄(巨彈) ❶ (탄환) bom, viên đạn lớn. ❷ (비유적) cú đánh.

거포(巨砲) súng đại bác.

거푸 lặp đi lặp lại nhiều lần.

거푸집 (주형) khuôn, khuôn đúc.

거풀거리다 rung rinh, đung đưa.

거품 bong bóng, bọt. ¶ ~이 일다 sủi bọt / ~되다 trở thành bọt / 비누 ~ bong bóng xà phòng.

거하다 ❶ (산이) cao ngất, dốc đứng. ❷ (나무) dầy đặc, rậm rạp.

거한(巨漢) người vĩ đại.

거함(巨艦) chiến hạm lớn.

거행(擧行) sự cử hành. **~하다** thực hiện, cử hành (nghi lễ).

걱정 ❶ (근심) mối lo âu, sự phiền muộn; (불안) tình trạng bất an; (신경 씀) sự lo lắng. **~하다** lo lắng, sầu muộn, áy náy. ☞ **근심**. ¶ ~스러운 듯이 cảm thấy lo lắng / ~스러운 나머지 để lại nỗi lo / ~을 끼치다 làm ai lo lắng / ~으로 병이 되다 lo đến nỗi sinh bệnh. ¶ ~거리 những điều lo lắng. ❷ (나무람) lỗi, trách nhiệm. ~하다 rầy la, khiển trách. ¶ ~ 듣다 bị rầy la, quở mắng.

건(巾) ❶ ☞ **두건**(頭巾). ❷ khăn lau, khăn ăn.

건(件) chủ đề, tiết mục.

건(腱) 【GP】 gân, dây chằng. ¶ 아킬레스~ sợi gân nối bắp chân với gót chân.

건(鍵) chìa khóa.

건…(乾) khô, cạn ráo.

건각(健脚) đôi chân khỏe mạnh.

건강(健康) sức khỏe. **~하다** khỏe mạnh; (서술적) khỏe. ¶ ~에 좋은 tốt cho sức khỏe / ~에 조심하다 chú ý giữ gìn sức khỏe. ¶ ~진단 khám sức khỏe / ~체 điều kiện sức khỏe tốt.

건강미(健康美) vẻ đẹp có sức khỏe.

건강상태(健康狀態) tình trạng sức khỏe.

건건하다 hơi mặn.

건곤일척(乾坤一擲) **~하다** đánh, chơi ván quyết định.

건국(建國) kiến quốc, xây dựng đất nước. **~하다** xây dựng đất nước. ¶ ~ 공로 훈장 huân chương kiến quốc / ~ 기념일 ngày quốc khánh.

건너 mặt khác, phía ngược lại. ¶ ~편에 phía đối diện / 강 ~에 bên kia sông / ~ 뛰다 nhảy qua phía bên kia / 미국으로 ~가다 đi sang Mỹ.

건너다 băng qua, đi qua.

건널목 lối đi ngang đường ray xe lửa. ¶ ~ 지기 người canh gác.

건네다 ❶ (건너게 하다) để cho qua. ❷ (주다) chuyển.

건네주다 ☞ **건네다**.

건달(乾達) kẻ du đãng.

건답(乾畓) ruộng dễ khô nước.

…건대 nếu, theo như. ¶ 듣~ theo tin đồn.

건더기 (국의) cái, chất đặc (thịt, rau) trong canh.

건둥그리다 lập lại trật tự.

건둥하다 trật tự, ngăn nắp.

건드러지다 ☞ **간드러지다**.

건드레하다 (술취해) ngà ngà, hơi say, chếnh choáng.

건드리다 (손대다) dây vào, dính vào; (감정을) đụng chạm tình cảm (집적이

다); (여자를) trêu ghẹo, đùa cợt. ¶ 비위를 ~ làm tổn thương.

건들거리다 (바람이) gió thổi hiu hiu; (물체가) đu đưa, lúc lắc; (사람이) thơ thẩn, rong chơi.

건락(乾酪) pho mát. ¶ ~소(素) chất cazein.

건류(乾溜) sự chưng cất, tách lấy, sự các-bon hoá (석탄의). **~하다** tách lấy, chưng cất, than hóa.

건립(建立) **~하다** xây cất, xây dựng, dựng lên.

…건마는 mặc dù, tuy nhiên. ¶ 생각은 있~ 돈이 없네 mặc dù có nghĩ đến nhưng không có tiền.

건망(健忘) trí nhớ kém. ¶ ~증 chứng hay quên.

건목(乾木) gỗ khô.

건목치다 đại khái.

건몸달다 cố gắng vô ích.

건물(建物) tòa nhà (큰). ¶ 목조 ~ tòa nhà bằng gỗ.

건반(鍵盤) bàn phím. ¶ ~ 악기 nhạc cụ dùng bàn phím.

건방지다 xấc xược, ngạo mạn, vênh váo. ¶ 건방진 태도 thái độ ngạo mạn / 건방지게 굴다 tỏ ra xấc xược.

건배(乾杯) chúc nhau khi nâng chén; chạm cốc, cụng ly. ☞ **축배**(祝杯).

건백(建白) **~하다** đề xuất ý kiến. ¶ ~서 tờ đề xuất ý kiến.

건빵(乾-) bánh qui khô.

건사하다 ❶ (일거리를) giám sát, quản lý. ❷ (수습) bảo trợ, chăm sóc. ❸ (간수) giữ gìn, bảo quản.

건선거(乾船渠) xưởng đóng tàu.

건설(建設) kiến thiết. **~하다** kiến tạo, xây dựng. ¶ ~적 hữu dụng, có tính chất xây dựng. ¶ ~ 공사 công trình xây dựng / ~부 bộ xây dựng / ~교통부 bộ giao thông xây dựng / ~용지 khu đất để xây dựng.

건성(乾性) ~의 khô khan. ¶ ~유(油) dầu khô nhanh.

건성 (목적없이) lơ là, lơ đãng (정신없이) đãng trí. ¶ ~(으로) 듣다 nghe một cách lơ đãng.

건수(件數) số vụ ¶ 도난 ~ số vụ mất cắp.

건습(乾濕) ¶ ~계(計) dụng cụ đo độ ẩm.

건시(乾柿) trái hồng khô.

건실(健實) **~하다** vững chắc, chính xác, hợp lý. ¶ ~하게 một cách vững chắc, chính xác / ~한 사상 tư tưởng vững chắc / ~한 사람 một người đáng tin cậy.

건아(健兒) trai tráng khoẻ mạnh, người con rắn rỏi.

건어(乾魚) cá phơi khô.

건옥(建玉) 【CK】 cổ phiếu đặt mua trước (chưa thanh toán).

건울음 sự khóc hờ. ¶ ~울다 khóc hờ (không có nước mắt).

건위(建胃) ¶ ~제(劑) thuốc tiêu hóa.

건으로(乾~) một cách mù quáng.

건의(建議) (제의) kiến nghị. **~하다** đưa ra kiến nghị. ¶ ~서 tờ kiến nghị / ~안 nội dung kiến nghị / ~자 người kiến nghị.

건장(健壯) ~한 khỏe mạnh, tráng kiện. ¶ ~한 체격 thể lực tốt.

건재(建材) vật liệu kiến trúc. ¶ ~상 cửa hàng vật liệu kiến trúc / 상인 người bán vật liệu.

건재(健在) **~하다** sống lành mạnh.

건재(乾材) thảo dược khô.

건전(健全) **~하다** khỏe mạnh, lành mạnh. ¶ ~한 사상 tư tưởng lành mạnh / ~한 신체에 ~한 정신 tinh thần minh mẫn trong một cơ thể tráng kiện.

건전지(乾電池) pin.

건조(建造) sự xây cất. **~하다** tạo ra, làm

ra, xây cất. ¶ ~중이다 đang xây dựng. ¶ ~물 vật được làm ra.

건조(乾燥) ~한 sự khô khan, lạnh nhạt. ¶ 무미~한 nhạt nhẽo, vô vị, lãnh đạm / ~시키다 phơi khô. ¶ ~기(期) mùa khô / ~기(機) máy sấy khô / ~실 phòng làm khô / ~제 thuốc, chất làm khô / 이상 ~ 주의보 cảnh báo thời tiết khô.

건주정(乾酒酊) ~하다 giả vờ say.

건지 sợi dây thước đô chiều sâu.

건지다 ❶ (물에서) kéo lên, vớt lên. ❷ (구명, 구제) cứu vớt. ¶ 목숨을 ~ cứu mạng. ❸ (손해에서) cứu khỏi bị thua thiệt. ¶ 밑천을 ~ cứu người bị phá sản.

건초(乾草) cỏ khô.

건축(建築) kiến trúc. **~하다** xây dựng, kiến trúc. ¶ ~중 tiến trình xây dựng. ¶ ~가 kiến trúc sư / ~공사 công trình xây dựng / ~물 tòa nhà / ~비 chi phí xây dựng / ~ 양식 kiểu kiến trúc / ~업자 nhà xây dựng / ~재료 vật liệu xây dựng.

건투(健鬪) sự chiến đấu kiên cường. **~하다** chiến đấu kiên cường, gan dạ.

건판(乾板) 【BA】 mâm phơi; 【In】 máy làm khô.

건평(建坪) diện tích mặt bằng, xây dựng.

건폐율(建蔽率) tỷ lệ diện tích mặt bằng xây dựng so với diện tích đất ban đầu.

건포(乾脯) lương khô, thịt, cá phơi khô.

건포도(乾葡萄) nho khô.

건필(健筆) ngòi bút sắc bén, linh hoạt. ¶ ~을 휘두르다 vung (ngòi) bút. ¶ ~가(家) một nhà văn giỏi.

건함(建艦) xây dựng lực lượng hải quân.

건혼나다 giật mình vô cớ.

걷다[1] ❶ (걷어 올리다) kéo lên, lấy lên (개키다). ❷ (치우다) dời đi, cất đi. ☞ **걷어 치우다** ❶. ¶ 빨래를 ~ đem áo quần vào xếp / 천막을 ~ thu xếp lều trại. ❸ ☞ **거두다** ❶, ❷.

걷다[2] (발로) bước đi (터벅터벅). ¶ 걷기 시작하다 (아기가) tập đi.

걷어차다 đá mạnh.

걷어 치우다 ❶ (치우다) lấy hết đi, mang đi hết, dọn đi hết. ❷ (그만둠) dọn đi (점포 등을). ¶ 하던 일을 ~ chấm dứt, ngừng việc đang làm lại.

걷잡다 (막다) ngăn cản, kiềm chế, đè nén. ¶ 걷잡을 수 없는 혼란에 빠지다 rơi vào hỗn loạn không kiểm chế được.

걷히다 ❶ (비, 안개 등이) tan biến, xua tan, làm sáng tỏ. ¶ 안개가 ~ sương tan. ❷ (돈 따위가) gom góp được.

걸걸하다(傑傑-) thẳng thắn, bộc trực, vui vẻ; (쾌활) vui vẻ.

걸귀 ❶ (사람) người háu ăn. ¶ ~들린 ngấu nghiến, tham lam. ❷ (암퇘지) con lợn nái mẹ.

걸근거리다 ❶ (욕심내다) ham muốn, thèm muốn. ❷ (목구멍이) cảm giác ngứa ở cổ vì đờm.

걸다[1] ❶ (땅이) phì nhiêu. ❷ (액체가) đậm đặc. ❸ (식성이) háu ăn. ❹ (언사가) ngôn từ, ăn nói chua ngoa, xẵng giọng.

걸다[2] ❶ (매달다) treo. ¶ 간판을 ~ treo tấm biển / 못에 ~ treo lên móc. ❷ (올가미를) mắc bẫy. ❸ (시비를) gây sự, kích động. ¶ 싸움을 ~ gây sự đánh nhau. ❹ (돈을) đánh cược (노름에서). ¶ 계약금을 ~ đặt tiền cọc. ❺ (목숨을) lấy tính mạng ra. ¶ 목숨을 걸고 싸우다 liều mạng đánh nhau. ❻ (말을) bắt chuyện. ❼ (전화를) gọi điện. ❽ (문고리를) khóa (cửa) (자물쇠를). ❾ (발동을) khởi động. ❿ (장치) khởi động (máy móc).

걸때 kích cỡ (thân thể). ¶ ~가 큰 thân

ㄱ

hình to lớn.

걸러 bỏ qua, nhảy cách. ¶ 하루 [이틀] ~ cách 1 [2] ngày / 5 미터 ~ cách 5 mét / ~ 뛰다 nhảy cách.

걸레 giẻ lau nhà. ~질하다 lau nhà.

걸리다[1] ❶ (매달림) được treo. ❷ (걸려 안 떨어지다) được treo chặt. ❸ (병에) bị bệnh. ❹ (잡히다) bị bắt, bị kẹt (속어). ¶ 교통순경에게 ~ bị cảnh sát giao thông bắt. ❺ (저촉) vướng vào. ❻ (빠지다) rơi vào, mắc vào; (말려듦) liên lụy, dính líu. ❼ (시간이) mất (thời gian). ❽ (마음에) cảm giác day dứt. ❾ (작동) khởi động. ¶ 발동이 걸리지 않다 máy không khởi động.

걸리다[2] (걷게 하다) bắt (ai) đi bộ.

걸림돌 sự cản trở, chướng ngại vật, trở ngại.

걸맞다 phù hợp, thích hợp. ¶ 걸맞은 phù hợp.

걸머잡다 túm lấy.

걸머지다 ❶ (등에) mang, vác, đeo; (책임을) chịu trách nhiệm. ❷ (빚을) mắc nợ.

걸메다 mang, vác (một gánh nặng) trên vai.

걸물(傑物) vĩ nhân kiệt xuất.

걸상(-床) ghế dài, đi văng.

걸쇠 chốt cửa, then cửa.

걸식(乞食) **~하다** khất thực, xin ăn.

걸신(乞神) ~들리다 phàm ăn, tham ăn.

걸어총(-銃) (구령) gác súng chụm lại (khẩu lệnh)!

걸음 bước chân (보조). ¶ ~이 빠른 bước nhanh / ~이 느린 bước chậm / 한 ~ 한 ~ từng bước từng bước / ~이 빠르다 đi nhanh, rảo bước / ~이 느리다 đi chậm / ~을 재촉하다 giục, hối thúc đi nhanh. ¶ ~걸이 dáng đi / 첫~ bước đầu tiên.

걸음마 ¶ ~를 하다 tập bước.

걸음발 ¶ ~ 타다 bắt đầu đi chập chững.

…걸이 (거는 제구) giá treo; (얹는 것) giá để. ¶ 모자~ cái móc nón / 옷~ mắc áo.

걸인(乞人) người ăn xin. ☞ **거지**.

걸작(傑作) kiệt tác; (언행) lời đáng được chú ý; (사람) người khác thường.

걸쩍거리다 tích cực, năng nổ, hoạt bát.

걸차다 dồi dào, phong phú.

걸출(傑出) ~한 kiệt xuất. ¶ ~한 인물 một nhân vật lỗi lạc.

걸치다 ❶ (건너 걸치다) trải ra, căng ra; (기대어 놓다) dựa vào. ❷ (얹어 놓다) để, mắc. ¶ 수건을 어깨에 ~ vắt khăn trên vai. ❸ (옷을) mắc (áo). ¶ 외투를 ~ khoác áo choàng. ❹ (범위가) trải dài (phạm vi); (시간, 거리가) kéo dài. ¶ 여러 해에 ~ kéo dài trong nhiều năm.

걸태질하다 vơ vét một cách vô liêm sỉ.

걸터앉다 ngồi gọn trên một vật gì.

걸터타다 ngồi lên lưng ngựa, cưỡi ngựa.

걸핏하면 động một cái là lại, hễ xảy ra là lại. ¶ ~ …하다 chực … / ~ 울다 động một cái là khóc.

검(劍) kiếm lưỡi cong (군도); lưỡi lê (총검); dao găm (단검).

검객(劍客) kiếm sĩ, kiếm khách.

검거(檢擧) sự bắt giữ, vây bắt. ~하다 bắt giữ. ¶ 일제히 ~하다 bắt giữ tất cả.

검경판(檢鏡板) (현미경의) thấu kính.

검뇨(檢尿) sự thử nước tiểu. ¶ ~를 받다 lấy mẫu thử nước tiểu. ¶ ~기(機) dụng cụ thử nước tiểu.

검누렇다 màu vàng đậm.

검다 màu đen (그을러). ¶ 검디 ~ đen đậm / 속 검은 사람 người có lòng dạ đen tối.

검댕 muội, nhọ nồi. ¶ ～투성이의 đầy bồ hóng, đầy muội / ～이 앉다 dính bồ hóng.
검도(劍道) kiếm đạo.
검둥이 (살검은 이) người da đen; (흑인) người da đen.
검량(檢量) sự đo lường. ¶ ～기 máy đo, dụng cụ đo / ～료 cái cân.
검류계(檢流計) 【Đ】 cái đo điện.
검무(劍舞) múa kiếm.
검문(檢問) sự kiểm soát, kiểm tra. **~하다** kiểm tra, thẩm tra, kiểm soát. ¶ ～소(所) trạm kiểm soát / 불심 ～ việc cảnh sát kiểm tra người bị tình nghi.
검박(儉朴) ～한 đơn giản, mộc mạc.
검버섯 da mồi (ở người già).
검변(檢便) sự xét nghiệm phân.
검부러기 vụn lá cỏ khô.
검불 cỏ khô, lá úa.
검붉다 màu đỏ sậm.
검사(檢事) ủy viên công tố (총칭). ¶ 부장 ～trưởng ban thanh tra.
검사(檢查) sự kiểm toán, sự thanh tra (회계의). **~하다** kiểm tra, kiểm toán. ¶ ～관 (회계의) thanh tra viên (kiểm toán viên) / ～소 phòng kiểm tra.
검산(檢算) sự kiểm toán. **~하다** kiểm toán.
검색(檢索) sự tìm kiếm, tra cứu. **~하다** tìm kiếm, tra cứu.
검소(儉素) **~하다** đơn giản, mộc mạc. ¶ ～한 옷차림을 하다 áo quần đơn giản / ～하게 살다 sống giản dị, thanh đạm.
검속(檢束) sự ngăn chặn, sự bắt giữ. **~하다** ngăn chặn, bắt giữ.
검수기(檢水器) thủy lượng kế.
검술(劍術) kiếm thuật.
검숭검숭 **~하다** đen đen, hơi đen.
검시(檢屍) sự khám nghiệm tử thi. ～하다 tiến hành cuộc điều tra, xét nghiệm tử thi. ¶ ～관 nhân viên khám nghiệm tử thi.
검실거리다 ☞ **감실거리다**.
검쓰다 rất đắng; (마음에) khó ưa, khó chịu.
검안(檢眼) kiểm tra thị lực. **~하다** kiểm tra mắt, kiểm tra thị lực. ¶ ～을 받다 được kiểm tra mắt. ¶ ～경(鏡) kính soi đáy mắt.
검약(儉約) tính tằn tiện, tiết kiệm. **~하다** tiết kiệm, thanh đạm.
검역(檢疫) sự kiểm dịch. **~하다** kiểm dịch, kiểm tra. ¶ ～관 nhân viên kiểm dịch / ～소 trạm kiểm dịch.
검열(檢閱) sự kiểm duyệt (간행물의); sự xem xét lại. **~하다** kiểm duyệt, xem xét. ¶ ～을 받다 được kiểm duyệt. ¶ ～관 nhân viên kiểm duyệt / ～필 cần kiểm duyệt / 사전 [사후] ～ kiểm duyệt trước [sau] / 신문 ～ kiểm duyệt báo chí.
검온기(檢溫器) nhiệt kế.
검은 자위 tròng đen trong con ngươi.
검이경(檢耳鏡) kính soi tai.
검인(檢印) con dấu phê chuẩn.
검인정(檢認定) ¶ ～ 교과서 giấy phép sách giáo khoa / 문교부 ～필(畢) bộ giáo dục đã cho phép.
검전기(檢電器) kiểm tra mạch điện, máy dò, bộ tách sóng (누전의).
검정 (물감) màu đen.
검정(檢定) sự giám định, thẩm định. **~하다** giám định, kiểm tra. ¶ ～고시(시험) thi kiểm tra chất lượng / ～료 kinh phí giám định / ～필 cần giám định.
검증(檢證) sự kiểm chứng, chứng cứ. **~하다** kiểm tra chứng cứ, xác minh (유언을). ¶ 현장 ～ kiểm tra hiện trường.
검진(檢診) sự kiểm tra sức khỏe. **~하다** kiểm tra (sức khỏe). ¶ 집단 ～ kiểm tra sức khỏe tập thể.

ㄱ

검질기다 bền bỉ, kiên trì, dẻo dai.

검찰(檢札) sự soát (vé). ¶ ～을 받다 được soát. ¶ ～원 nhân viên soát vé.

검찰(檢察) kiểm sát. ¶ ～관 ủy viên công tố / ～ 당국 cơ quan kiểm sát / ～청 viện công tố / ～총장 viện trưởng viện công tố.

검출(檢出) [HH] sự phân tích. **~하다** phân tích.

검측하다 xảo trá, lừa đảo.

검침(檢針) sự kiểm tra dụng cụ đo lường. **~하다** kiểm tra dụng cụ đo đạc. ¶ ～원 nhân viên kiểm tra.

검토(檢討) sự điều tra, khảo sát. **~하다** điều tra, khảo sát. ¶ 재～ tái điều tra, tái khảo sát.

검파(檢波) sự tách sóng. **~하다** dò tìm, tách sóng. ¶ (광석) ～기 máy dò.

검푸르다 xanh sẫm, xanh đen.

검호(劍豪) kiếm sĩ tài ba.

겁(怯) (소심) sự hèn nhát; (공포) sự sợ hãi. ¶ ～ 많은 quá nhút nhát / ～결에 rùng mình sợ hãi / ～(이) 나다 sợ / ～내다 sợ hãi, kinh hãi / ～을 집어 먹다 mang nỗi lo sợ vào thân. ¶ ～장이 kẻ nhát gan.

겁간(劫姦) sự cưỡng đoạt, cưỡng hiếp.

겁탈(劫奪) (약탈) sự cướp bóc; (강간) sự cưỡng hiếp. **~하다** cưỡng đoạt (처녀를); cưỡng hiếp, xâm phạm.

것 (사람, 물건) đồ vật, cái; (…것) một vật …. ¶ 새 ～ cái mới / 이 ～ cái này / 저 ～ cái kia / 볼 ～ cái để xem / 내 ～ cái của tôi.

겅둥하다 hơi ngắn, cũn cỡn.

겅성드뭇하다 lác đác, rải rác, thưa thớt.

겅정거리다 bước sải chân.

겉 (표면) bề mặt (옷의); (외면) mặt ngoài (외관). ¶ ～으로는 bề ngoài / ～을 보고 판단하다 nhận xét qua bề ngoài / ～을 꾸미다 tô điểm bên ngoài.

겉…[1] (껍질 안깐) lớp phủ ngoài. ¶ ～곡식 hạt (thóc) chưa xay / ～수수 hạt kê chưa xay.

겉…[2] (외부의) bề ngoài. ¶ ～꺼풀 vỏ ngoài, lớp váng nổi lên mặt / ～대 (푸성귀의) phỏng chừng / ～싸개 cái bọc ngoài / ～잎 lá ngoài.

겉가량(-假量) ước lượng, ước chừng (눈대중).

겉날리다 làm chiếu lệ, làm qua quít, làm tắc trách.

겉눈감다 giả vờ nhắm mắt.

겉늙다 trông già hơn tuổi.

겉대중 ☞ **겉가량**.

겉더껑이 màng, lớp váng, bọt.

겉더께 chất cặn, bã, bựa.

겉돌다 (바퀴가) xoay tự do (물체가) không quay đúng; (사람이) không hòa nhập vào.

겉말 lời nói đầu môi, lời đường mật.

겉맞추다 tâng bốc, xu nịnh.

겉면(-面) bề mặt, mặt ngoài.

겉모양(-模樣) bề ngoài, hình thức.

겉바르다 tạo hình thức bên ngoài.

겉보기 ☞ **겉모양**. ¶ ～에는 bề ngoài, về mặt hình thức.

겉보리 lúa mạch chưa xay.

겉봉(-封) (봉투) phong bì, bao thơ; (겉에 쓴 것) địa chỉ (주소 성명). ¶ ～을 쓰다 ghi ngoài phong bì.

겉약다 làm ra vẻ nhanh nhẹn, làm ra vẻ thông minh lanh lợi.

겉어림 ☞ **겉가량**.

겉잡다 (겉어림) ước lượng, phỏng chừng, hình dung (헤아림) ước tính, phỏng tính.

겉장 (일면) trang nhất; (표지) trang bìa.

겉짐작 ước chừng, phán đoán, qua vẻ bên ngoài.

겉치레 ¶ ～하다 phô trương bề ngoài.

겉치장(-治粧) sự phô trương bề ngoài.

~하다 phô trương bề ngoài.

게 [ĐV] con cua. ¶ ～의 집게발 càng cua. ¶ ～걸음(치다) kéo lê sang một bên / ～딱지 vỏ cua.

게거품 (게의) bọt ở miệng con cua (사람, 동물의).

게걸 tính tham ăn, thói háu ăn. ～스럽다 ăn ngấu nghiến, tham ăn. ¶ ～들(리)다 tham ăn, háu ăn.

게검스럽다 ☞ **게걸스럽다**.

게다가 ngoài ra, hơn nữa, vả lại (설상가상으로).

게라(gera) [In] khay để sắp chữ, bản in thử, bản rập thử.

게르만 (German) ¶ ～의 Đức. ¶ ～ 민족 dân tộc Đức.

게릴라 du kích. ¶ ～대원 đội viên du kích / ～전 chiến tranh du kích / ～전술 chiến thuật du kích.

게시(揭示) yết thị, thông báo. **~하다** dán yết thị. ¶ ～판 bảng thông báo (yết thị).

게양(揭揚) **~하다** giương cao, dựng cao (ngọn cờ).

게염 sự thèm muốn, tính tham lam. ～스럽다 tham lam, thèm muốn. ¶ ～나다 trở nên thèm muốn / ～내다 (부리다) cảm thấy thèm muốn.

게우다 nôn ra, ọe ra, mửa ra.

게으르다 lười biếng. ¶ 게을러빠지다 trở nên lười biếng.

게으름 sự lười biếng. ¶ ～부리다(피우다) làm biếng. ¶ ～뱅이 kẻ lười biếng.

게을리하다 làm một cách hờ hững, lười biếng, thờ ơ.

게이지(gage) máy đo, cái đo.

게임(game) trò chơi, cuộc thi đấu. **~하다** thi đấu. ¶ ～ 세트 (테니스) 1 ván; (일반적) 1 trận đấu / 실내 ～ cuộc thi đấu trong nhà.

게장(-醬) ❶ (간장) cua ngâm nước sốt tương. ❷ ☞ **게젓**.

게재(揭載) **~하다** nghề in, sự in. ¶ ～ 금지 cấm in ấn.

게저분하다 bừa bãi, lộn xộn, bẩn thỉu.

게젓 cua dầm (ngâm nước sốt).

게트림하다 tỏ ra kiêu căng, ngạo mạn.

겨 trấu, cám. ¶ ～죽 cháo cám / 쌀～ cám gạo.

겨냥 ❶ (조준) mục đích, mục tiêu. **~하다** nhắm vào. ¶ ～ 대다 nhắm vào mục tiêu / ～이 빗나가다 trượt khỏi mục tiêu. ❷ (치수) kích, cỡ; (견본) mẫu. ～하다 đo, lấy số đo. ¶ ～도 bản vẽ lấy kiểu.

겨누다 ❶ (겨냥하다) chĩa vào. ¶ 권총을 가슴에 ～ chĩa súng vào ngực. ❷ (대보다) lấy số đo. ¶ 길이를 ～ lấy số đo chiều dài.

겨드랑(이) ❶ (몸의) cái nách. ¶ ～에 끼다 kẹp dưới nách. ¶ ～털 lông nách. ❷ (옷의) nách áo.

겨레 (한 자손) anh em; (동포) đồng bào.

겨루다 cạnh tranh, ganh đua. ¶ 학력을 ～ cạnh tranh học lực.

겨를 thì giờ nhàn rỗi. ¶ …할 ～이 없다 không có giờ rảnh.

겨리 cày đôi (loại cày dành cho 2 con bò cùng kéo một lúc).

겨반지기 gạo có nhiều trấu.

겨우 vừa mới, gần như. ¶ ～ 스무 살 된 여자 cô gái vừa tròn 20 tuổi.

겨우내 suốt mùa đông.

겨우살이¹ (옷) quần áo, lương thực dùng trong mùa đông.

겨우살이² [TV] cây tầm gửi.

겨울 mùa đông. ¶ ～ 방학 nghỉ đông / ～옷 y phục mùa đông / ～철 tiết mùa đông.

겨워하다 cảm thấy quá sức mình.

겨자 (양념, 풀) mù tạt. ¶ ～채 cây mù tạt.

ㄱ

격(格) địa vị xã hội, chức vụ, cấp bậc (지위); tầng lớp, tư cách (자격); 【NP】 cách trong ngữ pháp. ¶ ～이 다르다 giai cấp khác nhau / ～이 오르다 [내리다] lên [xuống] chức / ～을 올리다 thăng tiến.

격감(激減) sự suy giảm rõ rệt. **~하다** tàn tạ, sa sút.

격나다(隔-) chia rẽ, gây bè phái.

격납고(格納庫) kho bảo dưỡng máy bay, nhà chứa máy bay.

격년(隔年) ¶ ～으로 cứ hai năm một lần, cách niên.

격노(激怒) sự giận dữ, cơn thịnh nộ. **~하다** tức giận.

격돌(激突) sự va mạnh, cú đấm mạnh. **~하다** đấm mạnh.

격동(激動) lắc, giũ mạnh (인심의); sự lay động, sự rung chuyển (동요). **~하다** lắc mạnh, lay động. ¶ 정계를 ～시키다 làm lay động giới chính trị.

격랑(激浪) cơn sóng to, biển động.

격려(激勵) sự động viên, sự khích lệ. **~하다** động viên, khích lệ. ¶ ～의 말 lời nói khích lệ.

격렬(激烈) ¶ ～한(하게) mãnh liệt, mạnh mẽ. ¶ ～한 경쟁 sự cạnh tranh khốc liệt.

격론(激論) cuộc tranh luận sôi nổi. **~하다** tranh cãi sôi nổi.

격류(激流) cơn lũ. ¶ ～에 휩쓸리다 bị lũ cuốn đi.

격리(隔離) sự cách ly. **~하다** cách ly, cô lập. ¶ 환자를 ～하다 cách ly bệnh nhân. ¶ ～ 병동 khu cách ly / ～ 병실 phòng cách ly.

격막(膈膜) cơ hoành.

격멸(擊滅) sự phá hoại, sự tiêu diệt. **~하다** phá hoại, tiêu diệt.

격무(激務) công việc khó khăn, công việc bận rộn. ¶ ～에 지치다 mệt mỏi với công việc / ～로 쓰러지다 kiệt sức vì công việc bận rộn.

격문(檄文) hịch, lời kêu gọi.

격발(激發) sự bùng nổ; sự phát động. **~하다** nổ tung, phát động.

격발(擊發) sự kích nổ. ¶ ～ 신관 kíp nổ / ～ 장치 chốt nổ.

격벽(隔壁) tường ngăn, vách ngăn. ¶ 방수 ～ vách ngăn chống thấm.

격변(激變) (감정의) sự thay đổi đột ngột. **~하다** thay đổi nhanh chóng. ¶ 사회의 ～ sự thay đổi nhanh chóng của xã hội.

격분(激忿) sự căm phẫn tột cùng. **~하다** giận dữ.

격상(格上) **~하다** thăng cấp.

격상(激賞) ☞ **격찬**.

격세(隔世) sự cách biệt thế hệ. ¶ ～지감이 있다 cảm giác cách biệt giữa các thế hệ. ¶ ～ 유전 di truyền cách thế hệ.

격식(格式) lề lối kiểu cách. ¶ ～을 차리다 giữ theo đúng quy cách.

격심(激甚) ～한 mãnh liệt, sôi nổi, quyết liệt, nồng nhiệt. ¶ ～한 추위 cực kỳ lạnh / ～한 경쟁 sự cạnh tranh mãnh liệt.

격앙(激昻) tình trạng bị phấn khích. **~하다** phấn khích.

격언(格言) cách ngôn.

격외(格外) ～의 ngoại lệ, không theo thông lệ.

격원(隔遠) **~하다** xa xôi.

격월(隔月) ～로 hai tháng một lần, cách tháng.

격의(隔意) không thật lòng, không hết lòng. ¶ ～없는(없이) thẳng thắn / ～없이 얘기하다 nói một cách thẳng thắn.

격일(隔日) ～로 cách nhật. ¶ ～제로 근무하다 làm việc theo chế độ cách nhật.

격자(格子) (무늬) lưới rào, hàng rào mắt cáo. ¶ ～창 cửa sổ mắt cáo.

격전(激戰) cuộc chiến đấu, tranh giành ác liệt (선거 등의). ～하다 chiến đấu ác liệt. ¶ ～지 vùng chiến ác liệt.

격절(隔絶) **~하다** chia ly, cách ly.

격정(激情) sự xúc cảm mãnh liệt, sự cuồng nhiệt.

격조(格調) (작품의) chất lượng; (사람의) phẩm chất, tính cách. ¶ ～ 높은 phẩm chất tốt.

격조(隔阻) **~하다** trong thời gian lâu không có tin tức gì cả.

격주(隔週) ～의 hai tuần một lần. ¶ ～로 cứ cách hai tuần một lần.

격증(激增) sự tăng đột ngột. **~하다** tăng nhanh.

격지다(隔-) xa cách.

격진(激震) trận động đất khốc liệt.

격차(格差, 隔差) sự khác biệt, sự chênh lệch, khoảng cách. ¶ ～를 없애다 xóa bỏ sự khác biệt.

격찬(激讚) lời ca ngợi, sự tán dương nồng nhiệt. **~하다** tâng bốc, nhiệt liệt ca ngợi.

격철(擊鐵) (총의) cò súng, nòng súng.

격추(擊墜) **~하다** bắn (máy bay) rơi.

격침(擊沈) **~하다** chìm.

격통(激痛) sự đau đớn tột cùng.

격퇴(擊退) **~하다** đẩy lùi, đánh đuổi.

격투(格鬪) sự đấm đá, cuộc đánh nhau. **~하다** đấm đá, đánh tay đôi.

격파(擊破) **~하다** phá hoại, làm tan rã, tiêu diệt.

격하(格下) **~하다** giáng cấp, cách chức, xuống cấp.

격하다(隔-) (시간, 공간적) cách biệt, riêng lẻ (사이에 두다) can thiệp(막다) ngăn cách. ¶ 강을 격하여 ngăn sông / 벽 하나를 격하여 đặt một bức tường ngăn cách.

격하다(激-) nóng vội, hưng phấn. ¶ 격하기 쉬운 dễ hưng phấn, phấn khích.

격화(激化) **~하다** trở nên dữ dội, trầm trọng thêm.

겪다 ❶ (경험) chịu đựng, trải qua. ¶ 어려움을 ～ trải qua khó khăn / 갖은 고초를 ～ trải qua mọi gian khổ. ❷ (치르다) tiếp nhận, tiếp đón. ¶ 손님을 ～ tiếp đãi khách.

견(絹) lụa.

견갑(肩胛) vai. ¶ ～골 xương bả vai.

견강부회(牽强附會) sự khiên cưỡng, gò ép cho hợp, cho đúng. **~하다** gò ép câu chữ cho hợp.

견고(堅固) ～한 vững chắc, kiên cố. ¶ ～한 진지 trận địa kiên cố / ～히 하다 làm cho vững chắc.

견과(堅果) 【TV】 quả, hạt vỏ cứng.

견디다 ❶ (참다) chịu đựng, cam chịu. ¶ 견딜 수 있는 có thể chịu đựng được / 견디기 어려운 khó chịu đựng được / 견딜 수 없다 không thể chịu đựng được / 시련에 ～ chịu đựng thử thách / 어려움을 ～ chịu đựng khó khăn / 더워 견딜 수 없다 nóng không thể chịu được. ❷ (일, 사용 등에) trải qua. ¶ 불에 ～ chịu lửa / 10년의 사용에 ～ qua 10 năm sử dụng.

견딜성(-性) sức chịu đựng, tính kiên nhẫn.

견마지로(犬馬之勞) sức khuyển mã, thái độ phục vụ tận tình. ¶ ～를 다하다 lấy hết sức khuyển mã, làm hết mình.

견문(經驗) kiến thức, kinh nghiệm. **~하다** hiểu biết, có kinh nghiệm. ¶ ～을 넓히다 mở rộng kiến thức / ～이 넓다 [좁다] hiểu biết rộng [hẹp].

견물생심(見物生心) thấy của động lòng.

견방적(絹紡績) sự xe tơ lụa.

견방직(絹紡織) sự dệt tơ, dệt vải.

견본(見本) mẫu, hàng mẫu (표본); hàng tơ lụa (무늬, 천의). ¶ ～대로 theo hàng mẫu. ¶ ～시(市) hội chợ hàng mẫu.

견본(絹本) vải lụa để vẽ tranh.

견사(絹絲) sợi tơ.

견사(繭絲) tơ và kén tằm, chỉ tơ.

견습(見習) sự học nghề, thực tập; (사람) người học việc. ☞ **수습**(修習).

견식(見識) (의견) ý kiến, hiểu biết, kiến thức (안식). ¶ ～이 있는 사람 người có kiến thức / ～이 넓다 kiến thức rộng.

견실하다(堅實-) xác thực, vững chắc, hợp lý. ¶ 견실하게 một cách vững chắc / 견실한 사람 một người đáng tin cậy.

견원(犬猿) ～지간이다 mối quan hệ xấu (như chó và khỉ) (특히 부부가).

견인(牽引) sự lôi kéo. **~하다** lôi, kéo, đẩy. ¶ ～력 lực kéo / ～차 máy kéo.

견인(堅忍) sự kiên nhẫn. ¶ ～ 불발(不發)의 sự chịu đựng bền bỉ.

견장(肩章) cầu vai (áo).

견적(見積) con số ước đoán, sự đánh giá. **~하다** ước lượng, phỏng chừng. ¶ ～을 내다 ☞ **견적하다**. ¶ ～ 가격 giá ước lượng / ～서 bảng tiên lượng, bảng báo giá / 과대 [과소] ～ ước lượng quá mức [thấp].

견제(牽制) **~하다** kiềm chế, khống chế. ¶ 서로 ～하다 khống chế lẫn nhau / 주자를 ～하다 [BC] khống chế người chạy. ¶ ～구(球) quả bóng nhử.

견제품(絹製品) ngành sản xuất tơ lụa (견직물).

견주다 (비교) so sánh, đối chiếu (겨루다) cạnh tranh.

견지 ống dây cần câu cá. ¶ ～질하다 câu cá bằng ống chỉ câu.

견지(見地) quan điểm, lập trường.

견지(堅持) **~하다** kiên định.

견직물(絹織物) sản phẩm tơ lụa.

견진(堅振) (가톨릭) lễ kiên tín. ¶ ～ 성사 lễ kiên tín.

견책(譴責) sự khiển trách. **~하다** chỉ trích, phê bình. ¶ ～을 받다 nhận sự phê bình.

견치(犬齒) răng nanh.

견학(見學) sự quan sát (để học hỏi). **~하다** học tập bằng cách quan sát thực tế.

견해(見解) quan điểm, kiến giải. ¶ ～를 같이 [달리] 하다 cùng [khác] quan điểm. ¶ ～차 sự bất đồng quan điểm.

결고틀다 bảo thủ.

결 ❶ (나무, 피부 따위의) thớ (gỗ, vải, thịt), kết cấu. ¶ ～이 고운 thớ mềm, mượt; (피부) làn da mịn. ❷ (사품) lúc. ¶ 잠 ～에 trong giấc ngủ. ❸ ☞ **물결, 숨결, 성결, 결기**.

결가부좌(結跏趺坐) [PG] sự vắt chân ngồi thiền.

결강(缺講) **~하다** sự thiếu buổi giảng.

결격(缺格) không đủ tư cách. ¶ ～자 người không đủ tư cách.

결과(結果) kết quả, hiệu quả (좋은 결과); hậu quả (안좋은 결과). ¶ …의 ～ theo kết quả / …(한) ～가 되다 kết quả là, hậu quả là.

결국(結局) cuối cùng, kết cục. ¶ ～에 가서는 đến cuối cùng thì.

결근(缺勤) sự nghỉ làm. **~하다** nghỉ làm. ¶ ～계 đơn báo vắng mặt, giấy xin nghỉ làm / ～자 người vắng mặt / 무단～ nghỉ làm không lý do, tự ý vắng mặt.

결기(-氣) tính khí nóng nảy.

결나다 mất bình tĩnh, nổi giận.

결내다 tức giận, căm phẫn.

결단(決斷) sự quyết định, sự quyết đoán. **~하다** quyết định, phân xử. ¶ ～코 quyết, tuyệt đối, chắc / ～력이 강한 사람 người có tính quyết đoán / ～성이 있다 [없다] có [không có] tính quyết đoán / ～을 내리다 đi đến quyết định rõ ràng.

결단(結團) ¶ ～식 lễ thành lập (cơ quan, đoàn thể).

결당(結黨) sự hình thành một đảng phái, kết đảng. **~하다** thành lập đảng. ¶ ～식 thành lập đảng.

결딴 ¶ ～나다 đổ vỡ, kiệt sức, triệt phá / ～내다 làm hư hỏng, thất bại.

결렬(決裂) sự bị cắt đứt, sự bị gián đoạn. **~하다** gián đoạn, tan vỡ. ¶ 협상의 ～ buổi thương lượng không thành / ～시키다 làm tan vỡ.

결례(缺禮) thiếu lễ độ, thất lễ.

결론(結論) đoạn cuối, sự kết luận. **~하다** kết thúc, kết luận. ¶ ～으로서 ở phần cuối / ～에 도달하다 đi đến kết luận.

결리다 đau nhức.

결막(結膜) màng kết. ¶ ～염 【YH】 bệnh viêm màng kết.

결말(結末) (끝) sự kết thúc, đoạn kết. ¶ ～나다 kết luận / ～이 안 나다 chưa có kết luận / ～내다(짓다) rút ra kết luận.

결박(結縛) **~하다**(짓다) buộc, giữ lại, giữ chặt. ¶ 범인을 ～하다 trói tên tội phạm.

결백(潔白) sự tinh khiết, nguyên chất (순결); ngây thơ, trong trắng (무죄); sự thanh liêm (청렴). **~하다** ngay thẳng, chính trực, trong sạch.

결번(缺番) con số bị khuyết thiếu. ¶ 4번은 ～이다 số 4 khuyết thiếu.

결벽(潔癖) ～한 khó tính, quá tỉ mỉ.

결별(訣別) ～하다 chia tay.

결본(缺本) sự khuyết bản, bản thất lạc.

결부(結付) **~하다** kết hợp, nối kết. ¶ 양자를 밀접히 ～시키다 nối hai bên sát nhau.

결빙(結氷) sự kết băng. **~하다** đóng băng, bị tuyết phủ. ¶ ～기(期) mùa đóng băng.

결사(決死) ～적 tính quyết tử. ¶ ～의 각오로 sẵn sàng chết / ～ 투쟁하다 đấu tranh quyết tử. ¶ ～대 đội quyết tử.

결사(結社) sự thành lập hội, đoàn thể. ¶ ～의 자유 tự do thành lập hội. ¶ 비밀～ sự lập tổ chức bí mật.

결삭다 làm mềm lòng, nhụt chí, xoa dịu.

결산(決算) sự quyết toán, thanh toán sổ sách. **~하다** quyết toán. ¶ ～기 kỳ quyết toán / ～보고 báo cáo quyết toán (서류); (일람표) bảng, biểu / ～일 ngày quyết toán.

결석(缺席) sự vắng mặt. **~하다** thiếu vắng, vắng mặt. ¶ ～계 đơn xin vắng mặt / ～자 người vắng mặt / ～ 재판 xét xử vắng mặt / 병 [무단] ～ vắng mặt vì bệnh tật [không lý do].

결석(結石) 【YH】 bệnh sỏi thận.

결선(決選) biểu quyết cuối cùng. ¶ ～투표 bỏ phiếu biểu quyết.

결성(結成) **~하다** thành lập. ¶ ～식 lễ thành lập.

결속(結束) sự gộp lại, kết hợp lại. **~하다** kết hợp, liên kết. ¶ ～하여 đoàn kết, hợp lại / ～이 안 되다 không liên kết được / ～을 강화(强化)하다 tăng cường đoàn kết.

결손(缺損) sự tổn thất, thiếu, mất. ¶ ～을 메우다 cân bằng khoản thiếu hụt. ¶ ～액 số tiền thiếu hụt.

결승(決勝) sự quyết thắng bại, trận quyết định. ¶ ～전 trận chung kết / ～점 điểm quyết định/ ～선 đường quyết định / 준～전 trận bán kết.

결식(缺食) **~하다** thiếu ăn. ¶ ～ 아동 đứa trẻ đói ăn.

결실(結實) **~하다** đơm hoa kết quả, có được thành quả; (비유적) đạt được thắng lợi, thu được kết quả. ¶ ～기 mùa thu hoạch.

결심(決心) sự quyết tâm. **~하다** cương quyết, quyết tâm. ¶ 굳은 ～ quyết tâm cao / ~이 멈춰서지 않다 sự quyết tâm không dừng lại.

결심(結審) sự phán quyết. ~**하다** phán quyết.

결여(缺如) sự thiếu. ~**하다** thiếu hụt.

결연(決然) ~한 cương quyết, quả quyết. ¶ ~히 một cách quả quyết / ~한 태도 thái độ dứt khoát.

결연(結緣) ~**하다** thiết lập quan hệ kết nghĩa. ¶ 자매 ~ kết nghĩa anh em.

결원(缺員) sự thiếu người, chỗ khuyết. ¶ ~을 보충하다 lấp vào chỗ khuyết.

결의(決意) sự cương quyết. ☞ **결심**. ¶ ~를 굳히다 quyết tâm cao.

결의(決議) nghị quyết, sự phán quyết (안). ~**하다** thông qua nghị quyết. ¶ ~ 기관 cơ quan quyết định / ~ 사항 mục thông qua nghị quyết / ~안(문) dự thảo nghị quyết.

결의(結義) ~**하다** kết nghĩa. ¶ ~ 형제 anh em kết nghĩa.

결자웅(決雌雄) ~**하다** quyết phân thắng bại.

결장(結腸) 【GP】 ruột kết.

결재(決裁) sự phê chuẩn, sự chấp thuận. ~**하다** phê chuẩn, cho phép. ¶ ~를 맡다 được sự chấp thuận. ¶ ~권 quyền phê chuẩn.

결전(決戰) trận đánh quyết định (전쟁); trận chung kết (경기). ~**하다** đánh một trận quyết định.

결절(結節) khối u, bướu. 【GP】 cục bướu; 【TV·YH】 cục u, bướu cứng.

결점(缺點) khuyết điểm, nhược điểm. ¶ ~이 있는 có khuyết điểm / ~이 없는 không sai sót tỳ vết / ~을 찾다 tìm ra khuyết điểm.

결정(決定) sự quyết định. ~**하다** quyết định. ¶ ~적(으로) một cách dứt khoát. ¶ ~권 quyền quyết định / ~적 순간 giây phút quyết định / ~타 【BC】 cú đánh quyết định / ~판 ván quyết định.

결정(結晶) thành quả, sự kết tinh. ~**하다** kết tinh. ¶ 노력의 ~ thành quả của nỗ lực.

결제(決濟) sự thanh toán. ~**하다** thanh toán, thanh lý. ¶ ~ 자금 thanh toán tiền vốn / 대차(貸借) ~ thanh lý nợ / 미~ 계정 tài khoản chưa thanh toán.

결집(結集) ~**하다** tập trung, gom lại thành đống.

결착(決着·結着) sự quyết định, sự kết luận, sự thanh toán. ¶ ~을 내다 đưa ra kết luận / ~이 나다 đi đến kết luận.

결초보은(結草報恩) ~**하다** kết cỏ báo ơn, đền ơn hết mình.

결코(決-) không bao giờ, không vì lý do gì.

결탁(結託) ~**하다** âm mưu, cấu kết (với ai). ¶ …과 ~하여 thông đồng với, âm mưu với.

결투(決鬪) sự quyết đấu, cuộc đọ sức tay đôi. ¶ ~를 신청하다 thách thức đọ sức tay đôi.

결판(決判) ¶ ~내다 giải quyết êm đẹp vấn đề / ~나다 đã hòa giải, đã giải quyết.

결핍(缺乏) (결여) cảnh nghèo; (부족) tình trạng túng thiếu. ~하다 thiếu thốn, cạn kiệt. ¶ ~증 (비타민 등의) thiếu chất (vitamin).

결하다(決-) quyết định. ¶ 승부를 ~ quyết định thắng bại.

결함(缺陷) sai lầm, khuyết điểm. ¶ ~이 있는 có khuyết điểm / 성격의 ~ nhược điểm của tính cách / ~을 드러내다 đưa ra nhược điểm.

결합(結合) sự kết hợp, phối hợp. ~하다 nối lại, kết hợp.

결항(缺航) sự hoãn chuyến bay. ~**하다**

hủy bỏ chuyến bay, chuyến tàu.

결핵(結核) khối u lao. ¶ ～성의 mắc bệnh lao. ¶ ～균 vi khuẩn lao / ～ 예방 đề phòng bệnh lao / ～ 요양소 viện điều trị bệnh lao / ～ 환자 bệnh nhân lao phổi.

결행(決行) **~하다** tiến hành, thực hiện từng bước một.

결혼(結婚) hôn lễ, hôn nhân, lễ cưới (식). **~하다** kết hôn. ¶ ～시키다 gả con / ～을 승낙하다 nhận lời cầu hôn. ¶ ～ 상담소 phòng tư vấn kết hôn / ～ 생활 đời sống vợ chồng / ～피로연 tiệc cưới / 연애 ～ kết hôn qua việc tự tìm hiểu / 중매 ～ kết hôn qua sự giới thiệu.

결혼사기(結婚詐欺) lừa đảo kết hôn. ¶ ～꾼 tên sở khanh.

결후(結喉) trái táo Adam, cục yết hầu.

겸(兼) kiêm, thêm, kết hợp. ¶ 수상 ～ 외상 thủ tướng kiêm bộ trưởng bộ ngoại giao / 거실 ～ 침실 phòng khách kiêm phòng ngủ / 사업도 할 ～ 관광도 할 ～ vừa kinh doanh vừa đi du lịch.

겸무(兼務) **~하다** đồng thời, kiêm chức vụ.

겸비(兼備) **~하다** vừa kiêm, vừa thế này vừa thế khác. ¶ 재색 ～의 vừa đẹp vừa thông minh.

겸사(謙辭) khiêm tốn. ☞ **겸손**.

겸사겸사 cùng lúc, đồng thời.

겸상(兼床) bàn ăn cho 2 người, việc cùng ngồi ăn. **~하다** 2 người cùng ngồi ăn.

겸손(謙遜) tính khiêm tốn. **~하다** khiêm tốn, nhún nhường. ¶ ～하게 một cách khiêm tốn.

겸양(謙讓) khiêm nhường. ¶ ～미덕 đức tính khiêm nhường.

겸업(兼業) một việc làm phụ. **~하다** làm thêm. ¶ ～ 농가 nhà nông làm thêm tăng gia (việc khác, ngoài việc đồng áng).

겸연쩍다(慊然-) (서술적) xấu hổ, thẹn thùng.

겸용(兼用) việc kết hợp sử dụng. **~하다** kết hợp sử dụng. ¶ ～이 되다 được cùng sử dụng.

겸유(兼有) **~하다** cùng sở hữu.

겸임(兼任) kiêm nhiệm. ¶ 문교부 장관을 ～하다 kiêm bộ trưởng bộ giáo dục.

겸자(鉗子) 【外科】 cái kẹp.

겸전(兼全) **~하다** (서술적) vẹn toàn, hoàn chỉnh.

겸직(兼職) kiêm chức. **~하다** giữ thêm một chức vụ.

겸하다(兼-) kết hợp (겸용); kiêm (겸직).

겸행(兼行) ¶ 주야 ～으로 일하다 làm việc cả ngày lẫn đêm.

겸허(謙虛) ～한 khiêm tốn. ¶ ～하게 một cách khiêm tốn.

겹 chồng, lớp. ¶ 두 ～ hai lớp / 여러 ～ tầng tầng lớp lớp.

겹겹이 hết lớp này đến lớp khác. ¶ ～ 쌓여 있다 xếp nhiều lớp / ～ 둘러싸다 quây nhiều lớp.

겹다 (억제 못하다) khó kiềm chế; (힘에 부치다) quá mức. ¶ 힘겨운 일 một công việc ngoài khả năng / 설움에 겨워 quá buồn khổ.

겹옷 quần áo có lớp vải lót.

겹질리다 bị bong gân, sai khớp.

겹창(-窓) cửa sổ hai lớp.

겹치다 ❶ (…을) xếp thành đống, chồng lên. ❷ (…이) trùng ngày; (날짜가). ¶ 불행에 불행이 ～ hết bất hạnh này đến bất hạnh khác.

경 sự trừng phạt. ～치다 bị trừng phạt.

경(更) canh. ¶ 삼 ～ canh ba.

경(卿) (호칭) khanh (vua gọi bề tôi), quan khanh.

경(經) (불경) kinh Phật. ¶ ～을 읽다 đọc

ㄱ

kinh.

경…(輕) nhẹ. ¶ ～공업 công nghiệp nhẹ / ～음악 [ÂN] nhạc nhẹ.

…경(頃) khoảng chừng, gần. ¶ 3시～ khoảng gần 3 giờ / 월말 ～에 khoảng cuối tháng.

경각(頃刻) một lúc, chốc lát. ¶ ～에 trong chốc lát.

경각(頃角) dốc, độ nghiêng.

경각심(警覺心) tinh thần cảnh giác. ¶ ～을 불러 일으키다 khuấy động tinh thần cảnh giác.

경감(輕減) ~하다 giảm, làm nhẹ đi, hạ.

경감(警監) viên thanh tra cảnh sát.

경거(輕擧) hấp tấp. ¶ ～(망동)하다 nhẹ dạ, không thận trọng / ～망동을 삼가다 tự kiềm chế, giữ gìn không hấp tấp.

경건(敬虔) lòng trung thành, sự mộ đạo. ~하다 thành kính, mộ đạo.

경계(境界) biên giới, ranh giới (국경). ¶ ～선 đường ranh giới / ～표 đường ranh giới.

경계(警戒) sự đề phòng (감시); sự cảnh giác. ~하다 thận trọng, cảnh giác. ¶ ～ 경보 chuông báo động / ～망 mạng lưới cảnh giới / ～색 màu sắc cảnh báo.

경고(警告) cảnh cáo. ~하다 lưu ý, cảnh cáo ai.

경골(脛骨) xương chày. ¶ ～동맥 động mạch xương chày.

경골(硬骨) (굳은 뼈) xương cứng. ¶ ～어(魚) loài cá xương cứng. ¶ ～한(漢) cương nghị, vững vàng.

경골(頸骨) xương cổ.

경공업(輕工業) công nghiệp nhẹ.

경과(經過) ❶ (일의) tiến trình. ¶ 수술후 ～ quá trình diễn biến sau khi mổ / ～가 양호하다 tiến triển tốt đẹp. ❷ (시간의) thời gian trôi qua (기한의). ～하다 kết thúc, mãn hạn. ¶ 시간의 ～에 따라 cùng với thời gian trôi qua.

경관(景觀) cảnh, quang cảnh. ¶ 일대 ～ toàn cảnh.

경관(警官) cớm, công an (속어); cảnh sát (총칭).

경구(硬球) quả cầu cứng, quả bóng (ten nít, bóng chày) cứng.

경구(經口) ～의 qua đường miệng, bằng miệng. ¶ ～ 감염 sự lây nhiễm qua cửa miệng / ～ 피임약 thuốc ngừa thai loại uống.

경구(警句) bài thơ trào phúng.

경구개(硬口蓋) vòm miệng.

경국(傾國) ¶ ～지색 nhan sắc tuyệt trần.

경국(經國) ¶ ～지사 chính phủ, chính quyền.

경금속(輕金屬) kim loại nhẹ.

경기(景氣) ❶ (시황) tình trạng kinh tế, thị trường (호경기); xu hướng (주식); tình hình đột biến (돌변상황). ¶ ～가 좋다 [나쁘다] kinh doanh phát đạt [thua lỗ]. ¶ ～ 순환 chu kỳ biến động kinh tế / ～ 침체 đình trệ kinh tế / ～ 회복 hồi phục kinh tế / ～ 후퇴 [변동] suy thoái kinh tế [biến động]. ❷ (세상 형편) tình hình thế giới.

경기(競技) cuộc thi đấu (종목). ~하다 thi đấu, chơi. ¶ ～에 이기다 [지다] thắng [thua] cuộc. ¶ ～ 대회 cuộc thi đấu / ～장 sân vận động / 학교 대항 ～ cuộc thi đấu giữa các trường.

경기관총(輕機關銃) súng máy nhẹ.

경기구(輕氣球) khinh khí cầu.

경내(境內) khoảng đất rào kín, khu vực có tường bao quanh.

경단(瓊團) bánh làm bằng bột gạo nếp (bánh truyền thống của Hàn Quốc).

경대(鏡臺) bàn trang điểm.

경도(硬度) độ rắn, cứng. ¶ ～계 máy đo độ cứng.

경도[1](經度) (월경) kinh nguyệt.

경도[2](經度) (지구상의) kinh độ.

경도(傾度) dốc, độ nghiêng.

경도(傾倒) **~하다** tự hiến dâng, dành hết cho.

경동맥(頸動脈) 【GP】 động mạch cảnh.

경락(經絡) gân máu; (정맥) tĩnh mạch; (동맥) động mạch.

경락(競落) **~하다** bán đấu giá; (경매인이). ¶ ~인 người ngã giá cao nhất.

경량(輕量) nhẹ cân. ¶ ~급 (권투 선수) một võ sĩ hạng nhẹ.

경력(經歷) kinh nghiệm, lý lịch, quá trình làm việc. ¶ ~ 소개 giới thiệu lý lịch / ~이 좋다 [나쁘다] lý lịch tốt [xấu].

경련(痙攣) chứng co giật, sự co thắt (근육의). ¶ ~성의 chứng co giật / ~이 일어나다 bị co giật.

경례(敬禮) sự chào. **~하다** chào hỏi. ¶ ~에 답하다 đáp lại sự chào hỏi.

경로(敬老) tôn trọng người già. ¶ ~회 hội những người già.

경로(經路) ❶ (길 순서) đường dẫn, lộ trình. ❷ (과정 · 단계) quá trình, giai đoạn. ¶ 발달의 ~ hướng phát triển / 비밀 ~를 통해 qua con đường bí mật.

경륜(經綸) kinh nghiệm. ¶ ~을 펴다 sử dụng kinh nghiệm.

경륜(競輪) cuộc đua xe đạp. ¶ ~선수 cầu thủ đua xe.

경리(經理) kế toán (회계). ¶ ~과 phòng kế toán / ~ 사무 công việc kế toán / ~학교 trường kế toán.

경마 dây cương (cho ngựa của người khác). ¶ ~잡다 cầm cương dắt đi / ~잡히다 bị nắm cương dắt đi / 말타면 ~잡히고 싶다 【TNg】 Cưỡi ngựa thì muốn được cầm cương dắt đi.

경마(競馬) đua ngựa. ¶ ~ 기수 nài ngựa, người đua ngựa / ~말 ngựa đua / ~장 trường đua ngựa.

경망(輕妄) **~하다**(~스럽다) khinh suất, cẩu thả. ¶ ~한 짓 hành động vội vàng, việc làm thiếu suy nghĩ.

경매(競賣) sự bán đấu giá. **~하다** bán đấu giá. ¶ ~에 부치다 = 경매하다. / ~에 부쳐지다 đưa ra bán đấu giá. ¶ ~인 người bán đấu giá / ~장 nơi bán đấu giá.

경멸(輕蔑) sự khinh miệt. **~하다** khinh thị, khinh bỉ. ¶ ~할만한 đáng khinh.

경모(敬慕) kính trọng, ngưỡng mộ. **~하다** khâm phục, ngưỡng mộ, tôn sùng.

경묘(輕妙) ~한 đặc sắc, dí dỏm, sảng khoái.

경무(警務) công việc quản trị điều hành (경찰행정).

경무관(警務官) cấp bậc trong ngành cảnh sát (tương đương phó giám đốc công an tỉnh, thành).

경미(輕微) ~한 nhẹ, nhỏ bé, tầm thường.

경박(輕薄) **~하다** nhẹ dạ, lông bông, phù phiếm. ¶ ~한 사람 người nhẹ dạ.

경백(敬白) kính thư (편지 말미에).

경범죄(輕犯罪) tội nhẹ. ¶ ~ 위반 phạm tội nhẹ.

경변증(硬變症) 【YH】 chứng xơ gan. ¶ 간~ bệnh xơ gan.

경보(競步) (스포츠) chạy bộ. ¶ ~ 선수 vận động viên điền kinh.

경보(警報) sự báo động. ¶ ~를 발하다 đưa ra lời cảnh báo. ¶ ~기 máy báo động / ~ 해제 bỏ báo động / 경계 ~ cảnh báo / 공습 ~ báo động có không tặc / 폭풍 ~báo bão.

경복(敬服) kính phục. **~하다** ái mộ, khâm phục.

경부(京釜) Seoul-Busan. ¶ ~ 고속 도로 đường cao tốc Seoul- Busan.

경부(頸部) vùng cổ.

ㄱ

경비(經費) (비용) phí tổn; (지출) chi phí, kinh phí. ¶ ~관계로 do chi phí / ~가 드는 tốn kinh phí / ~를 줄이다 giảm kinh phí. ¶ ~ 절약 [절감] tiết kiệm [giảm] kinh phí.

경비(警備) sự bảo vệ, phòng thủ. **~하다** đề phòng, bảo vệ. ¶ ~병[원] lính bảo vệ, lính canh [người bảo vệ] / ~대 đội bảo vệ / 국경 [해안] ~대 đơn vị bảo vệ biên giới [vùng biển].

경사(傾斜) sự nghiêng (비탈 따위); nghiêng tàu (배의). ¶ ~지다 làm nghiêng / ~도 độ dốc / ~면 mặt nghiêng.

경사(慶事) điềm lành, việc tốt. ¶ ~스러운 có việc tốt.

경사(警査) hạ sĩ cảnh sát.

경산부(經産婦) người đẻ nhiều con.

경상(經常) không đổi, nhất định. ¶ ~비(費) kinh phí thường kỳ(hàng năm) / ~ 세입 [세출] phí thu nhập [chi tiêu] thường niên / ~ 예산 dự toán thường niên.

경상(輕傷) vết thương nhẹ. ¶ ~을 입다 bị thương nhẹ.

경색(梗塞) sự tắc nghẽn, trở ngại, nén lại; 【YH】 sự phát triển của chứng nhồi máu. ¶ 금융 ~ tiền tệ không lưu thông (시장의).

경서(經書) kinh thư.

경석(輕石) 【Kh】 đá bọt.

경선(經線) đường kinh tuyến.

경선(頸腺) 【GP】 tuyến cổ.

경성(硬性) tính cứng rắn. ¶ ~ 하감 【YH】 bệnh hạ cam (biểu hiện đầu tiên của bệnh lậu).

경세(經世) sự thâu tóm, điều khiển thế sự. ¶ ~가 người có tài thâu tóm thế sự.

경세(警世) thức tỉnh quần chúng.

경솔(輕率) **~하다** hấp tấp, khinh suất, không thận trọng. ¶ ~히 một cách khinh suất / ~한 짓(을 하다) hành động khinh suất.

경수(硬水) nước cứng (có nhiều muối vô cơ).

경수(輕水) nước nhẹ, nước cất. ¶ ~로(爐) lò chưng cất.

경승(景勝) thắng cảnh. ¶ ~지 khu danh lam thắng cảnh.

경시(輕視) **~하다** coi nhẹ, xem thường. ¶ 문제를 ~하다 coi thường vấn đề.

경식(硬式) ~의 cứng nhắc, cứng rắn; chất cứng (테니스).

경식(輕食) bữa ăn nhẹ. ¶ ~당 quán ăn tự phục vụ.

경신(更新) sự canh tân. **~하다** đổi mới, canh tân. ¶ 계약 ~하다 gia hạn hợp đồng / 세계기록을 ~하다 lập kỷ lục thế giới mới.

경신(敬神) sự kính trọng, tôn sùng thần thánh.

경신(輕信) tính cả tin, tính nhẹ dạ. **~하다** dễ tin, nhẹ dạ.

경악(驚愕) (놀라움) sự ngạc nhiên, kinh ngạc. **~하다** ngạc nhiên, sửng sốt.

경앙(景仰) **~하다** tôn sùng, ngưỡng mộ.

경애(敬愛) sự kính yêu, lòng tôn kính và quý mến. **~하다** kính trọng. ¶ ~하는 thân yêu, kính mến.

경야(經夜) (지냄) sự qua đêm; (새움) sự thức đêm. **~하다** thức qua đêm.

경어(敬語) kính ngữ, lời nói kính trọng.

경역(境域) vùng, miền biên giới; (경계) ranh giới.

경연(慶宴) yến tiệc.

경연(競演) cuộc tranh tài. **~하다** tranh đua. ¶ 음악 ~회 hội thi âm nhạc.

경염(競艶) ¶ ~ 대회 cuộc thi sắc đẹp.

경영(經營) kinh doanh, sự quản lý (운영). **~하다** quản lý, điều hành. ¶ ~난에 빠지다 rơi vào cảnh kinh doanh khó khăn. ¶ ~자 người điều hành / ~학

(과) khoa quản trị kinh doanh / ~ 합리화 hợp lý hóa kinh doanh / 다각 ~ quản lý đa phương.

경영(競泳) sự thi bơi. ¶ ~대회 cuộc thi bơi.

경옥(硬玉) 【Kh】 ngọc bích.

경우(境遇) (때) hoàn cảnh, tình hình (사정) trường hợp. ¶ …한 ~에는 trong trường hợp / 그런 ~에는 trong trường hợp này / 어떤 ~에도 dù trong hoàn cảnh nào / ~에 따라서는 theo tình hình.

경운기(耕耘機) xe cày, máy cày.

경원(敬遠) **~하다** giữ kẽ, giữ khoảng cách.

경위(涇渭) sự phân biệt phải trái, thị phi. ¶ ~에 어긋나다 không phân biệt phải trái / ~에 어긋난 짓 hành động không phân biệt thị phi, đúng sai.

경위(經緯) ❶ (경위도) kinh tuyến và vĩ tuyến. ¶ ~의(儀) máy kinh vĩ. ❷ (날과 씨) sợi dọc và sợi ngang ❸ (전말) tỉ mỉ, chi tiết. ¶ 사건의 ~ chi tiết của vụ án, tường trình sự việc.

경위(警衛) (직위) trung úy cảnh sát; (경호) bảo vệ, sự hộ tống.

경유(經由) **~하다** đi qua, xuyên qua. ¶ …을 ~하여 đi qua.

경유(輕油) dầu lửa.

경유(鯨油) dầu cá voi.

경음(硬音) ☞ **된소리**.

경음(鯨飮) **~하다** uống, nốc ừng ực.

경음악(輕音樂) nhạc nhẹ. ¶ ~ 작곡가 nhà soạn nhạc nhẹ.

경의(敬意) sự tôn trọng, sự tỏ ý kính trọng. ¶ ~를 표하다 bày tỏ lòng tôn trọng.

경이(驚異) sự kinh dị. ¶ ~적 kỳ lạ, khác thường / ~의 눈으로 보다 nhìn bằng con mắt kinh ngạc.

경인(京仁) từ Seoul đến Inchon. ¶ ~ 고속도로 đường cao tốc từ Seoul đến Inchon.

경작(耕作) sự canh tác. **~하다** cày cấy, trồng trọt. ¶ ~에 적합한 phù hợp với sự canh tác. ¶ ~물 nước trồng trọt / ~지 đất canh tác.

경장(更張) (쇄신) sự cách tân, mở rộng. ¶ 갑오 ~ Giáp ngọ canh trương (cuộc cải cách ở Hàn Quốc năm 1894).

경장(輕裝) **~하다** mặc y phục nhẹ.

경장(警長) cấp bậc trong ngành cảnh sát, hạ sỹ (quân hàm 3 nụ hoa).

경쟁(競爭) sự cạnh tranh, ganh đua. **~하다** ganh đua, cạnh tranh. ¶ ~심 lòng ganh đua / ~ 상품 sản phẩm cạnh tranh / ~율 tỷ lệ cạnh tranh / ~자 đối thủ cạnh tranh / ~터 nơi tranh tài.

경쟁가격(競爭價格) giá cạnh tranh.

경쟁력(競爭力) sức cạnh tranh. ¶ ~을 약화시키다 [기르다] làm giảm [nâng cao] sức cạnh tranh.

경쟁시험(競爭試驗) cuộc tranh tài.

경적(輕敵) **~하다** khinh địch.

경적(警笛) tiếng còi báo động. ¶ ~을 울리다 thổi còi báo động (자동차 따위의).

경전(經典) bộ kinh, kinh Phật (불교의); kinh Coran (회교의).

경절(慶節) ngày lễ, ngày Tết.

경정(更正) **~하다** sửa chữa, cải chính.

경정(警正) cấp bậc trong ngành cảnh sát (tương đương phó giám đốc công an quận).

경정맥(頸靜脈) tĩnh mạch cổ.

경제(經濟) ❶ (일반적) kinh tế (재정). ¶ ~의 kinh tế / ~적(으로) về mặt kinh tế / ~적 난국 Quốc nạn về kinh tế. ¶ ~ 개발 cải cách kinh tế / ~개발 5개년 계획 kế hoạch cải cách kinh tế 5 năm / ~ 관념 quan niệm kinh tế / ~기획원 viện kế hoạch kinh tế

ㄱ

nhà nước / ～문제 vấn đề kinh tế / ～봉쇄 phong toả kinh tế / ～ 상태 tình hình kinh tế (개인의) / ～ 성장(율) tăng trưởng kinh tế / ～학(과) khoa kinh tế. ❷ (절약) tiết kiệm. ¶ ～적 tính kinh tế / 보다 더 ～적으로 되다 trở nên kinh tế hơn.

경제계(經濟界) lĩnh vực kinh tế, giới kinh doanh.

경제공황(經濟恐慌) khủng hoảng kinh tế.

경제권(經濟權) quyền kinh tế.

경제난(經濟難) khó khăn về kinh tế.

경제대국(經濟大國) cường quốc kinh tế.

경제력(經濟力) năng lực kinh tế.

경제면(經濟面) (신문 따위의) trang kinh tế.

경제백서(經濟白書) bản báo cáo kinh tế của chính phủ.

경제사범(經濟事犯) (죄) tội phạm kinh tế; (사람) người phạm tội kinh tế.

경제원조(經濟援助) viện trợ kinh tế. ¶ ～계획 kế hoạch hỗ trợ kinh tế.

경제위기(經濟危機) kinh tế gặp khó khăn, khủng hoảng kinh tế.

경제윤리(經濟倫理) quy phạm đạo đức trong kinh tế. ¶ ～강령 cương lĩnh về đạo đức trong kinh tế / ～위원회 ủy ban đạo đức trong hoạt động kinh doanh.

경제인(經濟人) nhà kinh tế.

경제전(經濟戰) chiến tranh kinh tế.

경제정책(經濟政策) chính sách kinh tế.

경제제재(經濟制裁) chế tài về kinh tế.

경제질서(經濟秩序) trật tự kinh tế.

경제통계(經濟統計) thống kê kinh tế.

경제행위(經濟行爲) hành vi kinh tế.

경제협력(經濟協力) hợp tác kinh tế.

경제회복(經濟回復) sự hồi phục kinh tế.

경조(競漕) cuộc đua thuyền (경조 대회).

경조부박(輕佻浮薄) tính phù phiếm, nhẹ dạ. ～한 nhẹ dạ, thiếu thận trọng.

경조비(慶弔費) chi phí hiếu hỉ.

경종(警鍾) chuông báo động (경고). ¶ ～을 울리다 rung chuông cảnh giác (경고하다).

경죄(輕罪) tội nhẹ, cách cư xử tệ.

경주(傾注) **~하다** đổ hết, dốc hết. ¶ …에 정력을 ～하다 dốc hết sức vào, dốc lòng dốc sức vào.

경주(競走) cuộc đua (단거리의). ¶ ～에 이기다 [지다] thắng [thua] trong cuộc đua.

경중(輕重) nặng nhẹ (일의); trọng lượng (물체의).

경증(輕症) bệnh nhẹ. ¶ ～ 환자 bệnh nhân bệnh nhẹ.

경지(耕地) đất canh tác. ¶ ～ 면적 diện tích đất canh tác.

경지(境地) ❶ (상태) tình trạng, điều kiện nhất định. ¶ …의 ～에 이르다 đạt được mức nhất định. ❷ (분야·영역) lĩnh vực, phạm vi. ¶ 새로운 ～를 개척하다 khai phá lĩnh vực mới.

경직(勁直) **~하다** ngay thẳng, chính trực, liêm khiết.

경직(硬直) **~하다** làm cho cứng, làm mạnh, củng cố. ¶ 사후(死後) ～ chết cứng.

경진(輕震) sự chấn động nhẹ, cơn địa chấn nhẹ.

경질(更迭) sự thay thế, sự cải tổ. **~하다** thay đổi, thay thế. ¶ 내각의 ～ sự cải tổ nội các.

경질(硬質) ～의 có tính chất cứng, chắc. ¶ ～ 유리 thủy tinh cứng / ～고무 cao su cứng (ebonit).

경찰(警察) công an, cảnh sát (경찰서). ¶ ～에 알리다 (고발하다) báo công an / ～에 자수하다 tự thú với cảnh sát. ¶ ～견 chó trinh sát / ～관 (총칭) cảnh sát viên / ～대학 đại học cảnh sát / ～서장 cảnh sát trưởng / ～청 sở cảnh sát / (서울특별시) 지방～청 sở cảnh sát (thành phố Seoul).

경척(鯨尺) thước (đơn vị đo vải, 1 thước bằng 14,91 inches).

경천동지(驚天動地) **~하다** kinh thiên động địa.

경첩 bản lề. ¶ ~이 빠졌다 rơi bản lề.

경첩(輕捷) ~한 nhanh nhẹn, thanh thoát, nhẹ nhàng.

경청(傾聽) ~하다 lắng nghe. ¶ ~할 만하다 chuyện đáng chú ý lắng nghe.

경축(慶祝) kính chúc. **~하다** chúc mừng. ¶ ~일 ngày lễ hội / ~ 행사 lễ hội chúc mừng.

경치(景致) quang cảnh. ¶ ~ 좋은 곳 cảnh đẹp. ¶ 시골 ~ cảnh đồng quê.

경치다 (벌을 받다) bị phạt (혼나다); bị rầy la.

경칭(敬稱) từ xưng hô kính trọng.

경쾌(輕快) ~한 vui vẻ, thoải mái, (마음이). ¶ ~하게 một cách nhẹ nhàng, thoải mái.

경탄(驚歎) sự ngạc nhiên, sự thán phục. **~하다** khâm phục, ngạc nhiên. ¶ ~할 만한 đáng khâm phục.

경파(鯨波) sóng to, sóng cồn, sóng cả.

경편(輕便) **~하다** thuận tiện, tiện lợi, nhẹ nhàng.

경표(警標) dấu hiệu cảnh báo.

경품(景品) phần thưởng, quà tặng. ¶ ~권 phiếu quà tặng / ~부(付) 대매출 đợt bán hàng khuyến mại kèm quà tặng.

경풍(景風) làn gió nhẹ.

경풍(驚風) cơn đau, chứng co giật.

경하(慶賀) sự chúc mừng. **~하다** chúc mừng.

경하다(輕-) (가볍다) nhẹ; (경솔) khinh suất, thiếu thận trọng; (경미) coi nhẹ, coi thường.

경합(競合) sự cạnh tranh, (경쟁); cuộc thi đấu. **~하다** cạnh tranh. ¶ 심한 ~ sự cạnh tranh gay gắt.

경합금(輕合金) hợp kim nhẹ.

경향(京鄕) thủ đô và địa phương.

경향(傾向) khuynh hướng, chiều hướng. ¶ …한 ~이 있다 có khuynh hướng (성향).

경험(經驗) kinh nghiệm. **~하다** trải qua, kinh qua. ¶ ~이 있는 [없는] từng trải [thiếu kinh nghiệm] / … ~이 있다 có kinh nghiệm về / ~을 쌓다 tích luỹ kinh nghiệm / ~을 살리다 lấy, vận dụng kinh nghiệm. ¶ ~ 과학 khoa học thực nghiệm / ~담 câu chuyện về kinh nghiệm / ~론 chủ nghĩa thực nghiệm / ~자 người có kinh nghiệm (노련가) / ~자를 구함 (광고) tuyển người có kinh nghiệm.

경혈(經穴) 【漢醫】 kinh huyệt.

경호(警護) sự bảo vệ. **~하다** bảo vệ, hộ vệ. ¶ …의 ~하에 dưới sự bảo vệ của / ~를 맡다 đảm nhận việc hộ tống, bảo vệ. ¶ ~원 nhân viên hộ tống, vệ sỹ.

경화(硬化) rắn lại, cứng lại. **~하다** làm cho cứng lại.

경화(硬貨) tiền kim loại.

경화기(輕火器) 【QS】 súng cầm tay, súng ngắn.

경황(景況) ~없다 quá bận rộn, tối mắt tối mũi.

곁 bên cạnh. ¶ ~에 bên cạnh / 바로 ~에 ngay bên cạnh / ~에 두다 để bên cạnh.

곁가지 nhánh phụ.

곁눈 mắt đảo sang bên. ¶ ~ 주다 liếc sang bên / ~질하다 nhìn một cách ngờ vực.

곁두리 món ăn trong bữa phụ của người lao động.

곁들다 giúp đỡ, trợ giúp (돕다).

곁들이다 (음식을) bày, trang trí thêm bên cạnh.

ㄱ

결방(-房) ~살이하다 sống ở phòng trọ.
결쇠 chìa khóa vạn năng.
결순(-筍) nhiều lộc, nhiều chồi.
계(戒) ❶ (훈계) giới huấn. ❷ (계율) giới luật (Phật giáo).
계(計) ❶ (총계) tổng số (합계해서) tổng cộng, toàn bộ. ❷ (계기) dụng cụ đo. ¶ 온도~ máy đo nhiệt độ / 우량~ máy đo lượng mưa. ❸ (계략) âm mưu, mưu đồ. ¶ 미인~ mỹ nhân kế.
계(係) (기구) cơ cấu; (담당) đảm nhiệm, gách vác; (담당자) người chịu trách nhiệm. ¶ 출납~ thủ quỹ (사람).
계(契) phường, hội, họ, hụi. ¶ ~에 들다(를 모으다) chơi họ, chơi hụi.
…**계**(係) (조직) tổ chức; (혈통) huyết thống; (당파) bè phái, băng nhóm; (수학의) hệ quả. ¶ 한국~ 미국인 người Mỹ gốc Hàn.
…**계**(界) phạm vi, lĩnh vực, giới. ¶ 동물~ thế giới động vật / 문학~ lĩnh vực văn học, giới văn học / 실업~ giới kinh doanh / 독서~ giới độc giả.
계간(季刊) quý. ¶ ~지 tạp chí xuất bản từng quý.
계간(鷄姦) kê gian, hành vi quan hệ tình dục giữa đàn ông với nhau.
계고(戒告) **~하다** răn đe, cảnh cáo, nhắc nhở.
계곡(溪谷) khe núi, thung lũng hẹp.
계관(桂冠) vòng nguyệt quế. ¶ ~시인 thi sĩ giỏi của Hoàng gia Anh.
계교(計巧) âm mưu, thủ đoạn.
계궁역진(計窮力盡) **~하다** kế cùng lực tận.
계급(階級) (신분) giai cấp, đẳng cấp, tầng lớp (봉건적); (지위·등급) cấp bậc, địa vị. ¶ ~을 형성[타파]하다 hình thành giai cấp. ¶ ~투쟁 [의식] đấu tranh [ý thức] giai cấp / 무산 ~ giai cấp vô sản / 상 [중, 하]류 ~ tầng lớp thượng [trung, hạ] lưu / 유산 ~ giai cấp tư sản / 지배 ~ giai cấp thống trị.
계기(計器) dụng cụ đo, cái cân, máy đo. ¶ ~ 비행 [착륙] bay [hạ cánh] theo máy do.
계기(契機) động cơ; lý do; ngọn ngành. ¶ 이것을 ~로 nhân lý do đó.
계단(階段) bậc thang, cầu thang (현관의). ¶ ~을 오르다 [내리다] lên [xuống] cầu thang. ¶ 나선식 ~ cầu thang xoắn ốc.
계도(係圖) phả hệ, dòng dõi, huyết thống.
계도(啓導) sự nhận thức, hiểu biết **~하다** hiểu, lĩnh hội.
계란(鷄卵) trứng gà. ☞ **달걀**. ¶ ~지 【BA】 giấy abumin.
계략(計略) mưu kế, kế lược. ¶ ~에 능한 사람 người có thủ đoạn / ~을 꾸미다 bày mưu kế.
계량(計量) **~하다** đo lường, thống kê. ¶ ~기 dụng cụ đo, máy đo (가스, 수도 등의); đồng hồ đo.
계량경제학(計量經濟學) khoa kinh tế thống kê.
계루(繫累) (처자 따위) sự lệ thuộc, sự quan hệ, gắn bó; (연루) sự liên can, liên lụy. ¶ ~가 없다 không phụ thuộc, đơn độc (홀몸).
계류(溪流) suối.
계류(繫留) sự buộc, cột. **~하다** buộc, cột. ¶ ~ 기구(氣球) khinh khí cầu treo (được cột lại bằng dây).
계리사(計理士) ☞ **공인 회계사**.
계명(戒名) pháp danh.
계명(誡命) 【TG】 giáo lý, điều răn. ¶ 십~ 10 điều răn của Đức Chúa Trời.
계모(繼母) mẹ kế, dì ghẻ.
계몽(啓蒙) sự khai sáng, sự giáo dục. **~하다** khai sáng, giáo dục, dạy dỗ. ¶ ~적 có tác dụng giáo dục. ¶ 국민

～ 운동 phong trào giáo dục nhân dân / 농촌 ～ 운동 phong trào khai sáng nông thôn.

계발(啓發) sự khai phát. **~하다** khai thác.

계보(系譜) bảng phả hệ, gia phả. ¶ 한국 문학의 ～ bảng tra phổ hệ văn học Hàn Quốc.

계부(季父) chú (em trai út của bố).

계부(繼父) cha kế, cha dượng.

계사(鷄舍) chuồng gà. ¶ 닭을 ～에 넣다 cho gà vào chuồng.

계산(計算) sự tính toán, thanh toán. **~하다** cân nhắc, tính toán, ước lượng. ¶ ～이 느리다 tính toán chậm / ～에 넣다 đưa vào tính toán / ～을 잘못하다 tính nhầm. ¶ ～서 giấy tính tiền / ～척 thước lô-ga / 전자 ～기 máy tính.

계상(計上) **~하다** (합계) tổng cộng; (충당) gom đống, chất đống.

계선(繫船) mỏ neo; (배) tàu bỏ neo. **~하다** thả neo tàu. ¶ ～료 thuế bến, phí đậu bến.

계속(繼續) sự tiếp tục, sự tồn tại, sự kéo dài (경신). **~하다** tiếp tục, duy trì, kéo dài. ¶ ～적인 một cách liên tục / ～하여 liên tiếp, không gián đoạn. ¶ ～범(犯) tội phạm liên tiếp / ～비(費) chi phí liên tục / ～ 사업 kinh doanh kéo dài.

계속(繫屬) 【PL】 án treo.

계수(季嫂) em dâu út.

계수(計數) sự tính toán, sự ước tính. **~하다** tính toán, đếm. ¶ ～기 máy tính.

계수(係數) 【TH】 hệ số.

계수나무(桂樹-) 【TV】 cây quế.

계승(繼承) sự thừa kế. **~하다** kế nghiệp, thừa hưởng, nối ngôi. ¶ ～자 người thừa kế.

계시(計時) sự tính giờ. **~하다** (경기 따위에서) đếm, tính giờ. ¶ ～원(員) người chấm công / 전자 ～ máy tính giờ.

계시(啓示) sự chỉ cho biết, sự hiển linh cho biết. **~하다** chỉ cho biết, hiển linh báo cho biết. ¶ 신의 ～ sự hiển linh của thần thánh.

계시다 ở, lưu lại. ¶ 김선생은 어디 계신가요? Ông Kim đang ở đâu?

계씨(季氏) (동생) em trai của ai đó.

계약(契約) hợp đồng, khế ước. **~하다** ký kết, thỏa thuận. ¶ ～을 어기다 [취소하다, 지키다, 이행하다] vi phạm [hủy, giữ, thi hành] hợp đồng. ¶ ～금 tiền đặt cọc / ～ 기한 thời hạn hợp đồng / ～서 bản hợp đồng / ～ 위반 vi phạm hợp đồng.

계약액(契約額) tiền hợp đồng.

계약이민(契約移民) di dân theo hợp đồng.

계약자(契約者) người ký hợp đồng.

계약조항(契約條項) điều khoản hợp đồng.

계엄(戒嚴) sự giới nghiêm. ¶ ～령 lệnh giới nghiêm. ～령을 펴다 ban hành lệnh giới nghiêm / ～령을 해제하다 hủy lệnh giới nghiêm / ～사령관 chỉ huy trưởng quân pháp / ～사령부 Bộ tư lệnh giới nghiêm.

계열(系列) ❶ 【Si】 hệ thống. ❷ (당파) đảng phái, bè lũ; (대학의) ngành. ¶ 기업의 ～화(化) sự hệ thống hóa của một công ty. ¶ ～회사 công ty thành viên trong hệ thống.

계원(係員) nhân viên của một bộ phận, ban, xâu chuỗi, hệ thống. ¶ 접수 ～ nhân viên tiếp nhận.

계원(契員) thành viên quỹ hội (khế).

계율(戒律) điều răn, giới luật.

계인(契印) dấu giáp lai. **~하다** đóng dấu giáp lai.

계장(係長) trưởng ban, trưởng bộ phận.

계쟁(係爭) cuộc tranh tụng, tranh chấp. ¶ ～ 중의 đang tranh cãi. ¶ ～점 chủ đề tranh cãi.

ㄱ

계절(季節) mùa. ¶ ～의 theo mùa. ¶ ～풍 gió mùa.

계정(計定) tài khoản. ¶ …의 ～에 넣다 chuyển đến tài khoản của.

계제(階梯) ❶ (순서) giai đoạn, tiến trình. ❷ (기회) cơ hội, dịp. ¶ 이 ～에 với cơ hội này.

계좌(計座) tài khoản. ¶ (은행에) ～를 트다 mở tài khoản.

계주(契主) người tổ chức quỹ hội.

계주경기(繼走競技) ca, kíp (cuộc đua).

계집 ❶ (여자) con (gọi nữ giới hạ thấp). ¶ ～아이 bé gái / ❷ (아내) vợ; ～자식 con ranh.

계책(計策) kế sách, mưu mẹo, âm mưu. ¶ ～을 쓰다 giở thủ đọan, bày mưu kế.

계체량(計體量) sự đo cân nặng, đo hạng cân. ¶ ～ 통과에 실패하다 không qua được việc đo hạng cân.

계출(屆出) ☞ **신고**(申告).

계측(計測) **~하다** đo lường, đánh giá. ¶ ～ 공학 công nghệ đo lường / ～기 máy đo.

계층(階層) giai cấp, tầng lớp xã hội. ¶ 모든 ～의 사람 người của mọi tầng lớp / 고[저]소득 ～ tầng lớp thu nhập cao [thấp].

계통(系統) (조직) hệ thống, phả hệ; (계도) dòng dõi, gia tộc; (당파) đảng phái. ～적 có hệ thống. ¶ ～적으로 một cách có hệ thống / ～을 세우다 xây dựng hệ thống. ¶ 소화기 ～ hệ thống cơ quan tiêu hóa / 신경[근육] ～ hệ thống thần kinh [bắp thịt] / 지휘[명령] ～ hệ thống chỉ huy [mệnh lệnh].

계통(繼統) **~하다** nối ngôi.

계표(計票) sự kiểm phiếu.

계피(桂皮) cây quế. ¶ ～ 가루 bột quế.

계획(計劃) đề án, kế hoạch; (의도) âm mưu, ý đồ. **~하다** lập chương trình, đặt kế hoạch. ¶ ～적인 tính kế hoạch, tính âm mưu / ～적으로 một cách chủ tâm, cố ý / ～을 실행하다 thực hiện kế hoạch / ～을 세우다 lập kế hoạch. ¶ ～경제 kinh tế theo kế hoạch / 도시 ～ kế hoạch đô thị / 5개년 ～ kế hoạch 5 năm.

곗돈(契-) tiền nộp quỹ hội, quỹ hội tương trợ.

고[1] (끈따위) nút, thắt; thòng lọng.

고(高) (수량) số lượng nhiều (금액) số tiền lớn. ¶ 매상～ số lượng bán nhiều.

고[2] ấy đó, cũng thế. ☞ **그**. ¶ ～ 것 cái đó / ～ 까짓 cả cái đó.

고(故) cựu, nguyên. ¶ ～ A씨 cựu A.

고가(古歌) bài hát xưa.

고가(古家) một gia đình có tiếng tăm lâu đời.

고가(高架) ¶ ～선 sự bắc trên cao, đặt trên cao / ～ 철도 đường sắt trên cao.

고가(高價) đắt giá ～의 đắt tiền, có giá trị. ¶ ～로 팔다 bán với giá cao. ¶ ～품 vật đắt tiền.

고각포(高角砲) cao xạ pháo.

고갈(枯渴) ❶ (물이) **~하다** làm cho khô cằn. ❷ (결핍) **~하다** làm tiêu hao, cạn kiệt.

고개 ❶ (목의) gáy, cổ (đầu) (머리). ¶ ～를 가로젓다 lắc đầu / ～를 들다 ngẩng đầu lên / ～를 들지 못하다 không ngẩng đầu được. ❷ (산·언덕의) đường đèo, dốc lên núi. ¶ ～를 넘다 vượt qua đường đèo / 고갯길 đường dốc. ❸ (절정) đỉnh, nóc, chỏm. ¶ 50 ～를 넘다 xế bóng ở tuổi 50 / 물가가 ～를 숙였다 giá cả tụt xuống đỉnh điểm.

고객(顧客) khách hàng. ¶ ～이 많다 nhiều khách.

고갱이 ruột, phần cốt lõi.

고견(高見) ❶ (남의 의견) quan điểm, ý kiến. ❷ (뛰어난 의견) cao kiến.
고결(高潔) **~하다** tao nhã, quý phái, tinh thần cao thượng. ¶ ~한 사람 người lịch sự, tao nhã.
고경(苦境) tình cảnh khó khăn. ¶ ~에 처하다 gặp tình huống khó khăn.
고계(苦界) cõi trần, bể khổ.
고고(孤高) **~하다** thoát tục, tách biệt một mình, ẩn dật. ¶ ~한 생활 cuộc sống thoát tục.
고고(呱呱) ¶ ~이 소리를 올리다 có tiếng khóc của đứa trẻ mới sinh.
고고학(考古學) khảo cổ học. ¶ ~의 khảo cổ / ~상으로 về khảo cổ học. ¶ ~자 nhà khảo cổ.
고골(枯骨) bộ xương.
고공(高空) ở mức độ cao. ¶ ~에 ở trên cao / ~을 날다 bay ở mức độ cao. ¶ ~ 비행 máy bay ở trên cao.
고과(考課) báo cáo kiểm tra, khoá kiểm tra. ¶ ~표(表) bảng báo cáo năng suất, hiệu quả công việc.
고관(高官) quan chức cao cấp; (직위) chức vụ cao.
고굉(股肱) tay chân (người thân cận).
고교(高校) trường trung học. ¶ ~ 내신 성적 bảng điểm trường trung học / ~생 học sinh trung học.
고구마 khoai lang.
고국(故國) cố quốc. ¶ ~을 그리다 nhớ cố quốc.
고군(孤軍) cánh quân cô lập. ¶ ~분투하다 chiến đấu đơn độc.
고궁(古宮) cố cung, cung điện cổ.
고귀(高貴) ~한 cao quý, cao thượng. ¶ ~한 집안에서 태어나다 xuất thân từ dòng dõi quý tộc.
고금(古今) quá khứ và hiện tại, xưa và nay, cổ kim. ¶ ~에 유례(類例)없는 không có tiền lệ xưa và nay / ~을 통하여 qua mọi thời đại.
고급(高級) ~의 cao cấp. ¶ ~ 공무원 viên chức cấp cao / ~ 장교 sĩ quan cấp cao / ~차 xe cao cấp / ~품 sản phẩm cao cấp.
고급(高給) tiền lương cao. ¶ ~사원 nhân viên nhận lương cao.
고기 ❶ (동물의) thịt. ¶ ~ 한 점 một lát thịt / 다진 ~ thịt băm. ❷ (물고기) cá. ¶ ~잡이 nghề cá, sự câu cá (어렵); người đánh cá (어부).
고기밥 ❶ ☞ **미끼**. ❷ (먹이) mồi.
고기압(高氣壓) khí áp cao. ¶ 대륙성 ~ khí áp cao mang tính chất lục địa.
고기전골 canh thịt.
고깔 mũ hề, mũ thầy tu, thầy phù thủy.
고깝다 buồn bực, khó chịu.
고난(苦難) khổ nạn, nghịch cảnh. ¶ ~을 겪다 trải qua bất hạnh / ~을 극복하다 vượt qua nghịch cảnh.
고녀(鼓女) con gái (chưa đến tuổi dậy thì).
고뇌(苦惱) sự khổ sở, cảnh khốn cùng.
고니 【LCh】 con thiên nga.
고다 ❶ (끓이다) luộc, hầm nhừ. ¶ 쇠고기를 흐무러지게 ~ hầm nhừ thịt bò. ❷ (양조) chưng cất. ¶ 소주를 ~chưng cất rượu.
고단하다 mệt mỏi, chán ngán. ¶ 고단해 보이다 có vẻ mệt mỏi.
고달 (부리쇠) sắt, kim loại.
고달이 cái móc, mối dây cột ở gói đồ (bưu kiện).
고달프다 rất mệt, rất nhàm chán. ¶ 고달픈 인생 cuộc sống nhàm chán.
고담(古談) truyền thuyết dân gian, truyện xưa.
고답(高踏) ~적 tính thoát tục, không màng danh lợi. ¶ ~주의 chủ nghĩa thoát tục.
고대(古代) thời xưa, thời cổ đại. ~의

thuộc xa xưa, cũ. ¶ ～로부터 từ xưa. ¶ ～사 lịch sử cổ đại / ～인 người cổ đại.

고대(苦待) **~하다** đợi sốt ruột, đợi dài cổ. ¶ ～하던 소식 tin tức đã đợi từ lâu.

고대 (막) ngay lúc đó, đúng lúc đó.

고대광실(高臺廣室) tòa lâu đài nguy nga, nhà cao cửa rộng.

고도(古都) cố đô.

고도(孤島) đảo lẻ, hòn đảo đơn độc.

고도(高度) ❶ (높이) độ cao so với mặt biển. ¶ 600 미터의 ～를 유지하다 giữ ở độ cao 600m. ¶ ～계(計) dụng cụ đo độ cao / ～ 비행 bay ở độ cao. ❷ (정도) năng suất cao. ¶ ～의 cao cấp, tiên tiến. ¶ ～ 경제 성장 kinh tế tăng trưởng cao.

고도리 〔LC〕 cá thu con.

고독(孤獨) sự vắng vẻ, hiu quạnh. ～하다 cô độc, hiu quạnh. ¶ ～한 생활을 보내다 sống cuộc sống cô độc.

고동 ❶ (장치) bộ khởi động. bộ phận ngắt, công tắc, khóa vòi (van); (수도 등의) van, vòi. ¶ ～을 틀다 [잠그다] mở [khóa] vòi. ❷ (기적) còi. ¶ ～을 울리다 kéo, bấm còi. ❸ (요점) điểm mấu chốt.

고동(鼓動) nhịp đập, sự rung động, sự hồi hộp. **~하다** đập, gõ, rung động.

고동맥(股動脈) mạch máu đùi.

고동색(古銅色) màu nâu đỏ.

고되다 cứng, chắc, bền, dai, khó khăn. ¶ 고된 일 công việc nặng nhọc.

고두머리 trục đập lúa.

고두밥 cơm già lửa.

고드름 cột băng, trụ nước đóng băng.

고들개 chùy buộc đầu ngọn roi. ¶ ～채찍 cái roi có buộc chùy.

고들고들 ¶ ～한 khô, cứng.

고등(高等) ～의 cao, cao cấp. ¶ ～ 교육 nền giáo dục cấp cao / ～ 군법 회의 hội nghị quân pháp cấp cao / ～ 동물 động vật cấp cao / ～ 법원 tòa án cấp cao / ～ 수학 toán cao cấp / ～ 식물(植物) thực vật cấp cao / ～학교 trường trung học.

고등(高騰) ☞ **앙등**.

고등어 〔LC〕 cá thu.

고딕(gothic) Gô-tíc. ¶ ～식 건축 kiểu kiến trúc Gôtíc / ～체 (활자의) Chữ Gôtíc.

고라니 〔ĐV〕 con nai sừng tấm.

고락 ❶ (낙지 배) phần bụng của con bạch tuộc. ❷ (낙지의 먹) mực của con bạch tuộc.

고락(苦樂) niềm vui và nỗi buồn. ¶ 누구와 함께 ～을 같이 하다 chia sẻ vui buồn với ai.

고람(高覽) (경어) đọc, xem kỹ, duyệt kỹ.

고랑[1] (수갑) cái còng, cái xích tay. ¶ ～을 채우다 còng tay.

고랑[2] (두둑 사이) luống cày. ¶ ～을 짓다 cày, bừa, xới.

고랑창 rãnh, mương, hào.

고래 〔ĐV〕 cá voi. ¶ ～ 기름 dầu cá voi / ～ 수염 râu cá voi / ～ 작살 phóng lao móc / ～잡이 săn cá voi.

고래(古來) ～의 thuở xưa, từ xa xưa. ¶ ～로 từ thời thượng cổ.

고래고래 la hét. ¶ ～ 소리지르다 hét lớn.

고래등 ¶ ～같은 to lớn, to như lưng cá voi.

고량(高粱) 〔TV〕 cao lương. ¶ ～주(酒) rượu cao lương.

고량진미(膏粱珍味) cao lương mỹ vị.

고려(考慮) sự cẩn trọng, cân nhắc, sự lưu ý. **~하다** xem xét, cân nhắc, quan tâm, lưu ý. ¶ 충분히 ～하여 xem xét kỹ / ～에 넣다 lưu ý, chủ tâm, cân nhắc / ～ 중이다 (사물이 주어) (vấn đề) đang được xem xét.

고려(顧慮) sự xem xét, lưu ý. **~하다** xem xét, quan tâm, lưu ý.

고려자기(高麗瓷器) đồ gốm thời Koryo của Hàn Quốc.

고령(高齡) cao niên. ¶ ～으로 죽다 chết ở tuổi già. ¶ ～자 người cao niên / ～화 사회 xã hội già hoá.

고령토(高嶺土) chất cao lanh.

고로(古老) người có tuổi, bậc lão thành, bô lão. ¶ 마을의 ～ trưởng làng.

고로(高爐) ống thông, bễ, lò sưởi, lò.

고로(故-) do đó, vì vậy, cho nên, vì thế. ☞ **그러므로**.

고로롱거리다 bị rối loạn do bệnh kéo dài.

고료(稿料) tiền nhuận bút. ¶ ～ 생활자 người sống bằng tiền nhuận bút.

고루 ngang bằng; (같게) giống nhau; (차별없이) không phân biệt. ¶ ～ 나누다 chia bằng nhau.

고루(固陋) ～한 tư tưởng hạn hẹp, bảo thủ.

고루(高樓) nhà cao tầng, lầu cao.

고르다[1] ngang bằng, giống nhau. ¶ 고르지 않은 không giống nhau / 고르게 tương tự, cũng vậy, cũng thế.

고르다[2] ❶ (평평하게) san bằng. ¶ 땅을 ～ san đất. ❷ (선택) chọn lựa. ¶ 골라내다 chọn ra / 잘 [잘못] 고르다 chọn tốt [dở].

고름 mủ, sự chảy mủ. ¶ ～이 생기다 mưng mủ / ～을 짜다 nặn mủ.

고리[1] (둥근 것) vòng, mắt xích (실 따위의). ¶ ～를 만들다 làm vòng, cài móc.

고리[2] ☞ **고리짝**. ¶ ～장이 người đan liễu gai.

고리(高利) lãi suất cao, sự cho vay nặng lãi. ¶ ～로 được lãi suất cao. ¶ ～대금업 người cho vay nặng lãi / ～채 tiền vay nặng lãi.

고리다 ❶ (냄새가) hôi hám, nặng mùi. ❷ (행동이) hèn mọn, tầm thường.

고리버들 [TV] cây liễu gai.

고리삭다 già giặn, chín chắn.

고리짝 túi hành lý, rương, hòm, vali bằng mây (짐).

고리타분하다 ❶ (냄새가) bị ôi, hôi hám, nặng mùi. ❷ (성질이) hạn hẹp, nhỏ nhen, thấp hèn, tầm thường (진부한). ¶ 고리타분한 소리 lời nhận xét tầm thường.

고린내 mùi khó chịu, mùi hôi thối.

고릴라 [ĐV] vượn, gô-ri-la.

고립(孤立) sự cô lập. **~하다** cô lập, cách ly. ¶ ～한 cô độc, cô đơn. ¶ 국제적 ～ biệt lập quốc tế / ～주의 chủ nghĩa biệt lập / ～파 phái biệt lập.

고마움 (감사) lòng biết ơn, sự cảm kích; (가치) giá trị. ¶ 돈의 ～을 알다 [모른다] biết [không biết] giá trị đồng tiền.

고막(鼓膜) màng nhĩ. ¶ ～염(炎) viêm màng nhĩ.

고만하다 ☞ **그만하다**.

고맙다 cảm ơn. ¶ 고마우신 말씀 lời cảm kích, lời tri ân / 고맙게도 cảm kích / 고마워하다 cảm ơn / 대단히 고맙습니다 rất biết ơn.

고매(高邁) **~하다** cao quý, tao nhã hơn người.

고명 (양념) các đồ gia giảm, các thứ trang trí món ăn.

고명(古名) cổ danh, tên cũ.

고명(高名) ❶ (명성) tên tuổi, cao danh. ❷ (경어) danh tính.

고명딸 cô con gái rượu (con gái duy nhất).

고모(姑母) cô (em, chị của bố). ¶ ～부 chồng của cô, dượng.

고목(古木) cổ mộc, cây cổ thụ.

고목(枯木) cây khô.

고무(鼓舞) sự cổ vũ, động viên. **~하다** khích lệ, động viên. ¶ 사기를 ～하다 động viên tinh thần.

고무 cao su, cục tẩy bằng cao su (지우

개). ¶ ~창을 댄 gắn đế giày cao su. ¶ ~공 trái bóng cao su / ~나무 cây cao su / ~신 giầy cao su / ~ 제품 vật bằng cao su / ~줄 dây chun (둥근) / 생~ cao su thô / 인조 ~ cao su nhân tạo / 재생 ~ cao su tái sinh.

고무래 cái cào bằng gỗ hình chữ T.

고문(古文) cổ văn, văn xưa. ¶ ~체 thể cổ văn.

고문(拷問) sự tra tấn. **~하다** tra tấn, hành hạ.

고문(顧問) lời khuyên, cố vấn. ¶ 군사 ~단 đoàn cố vấn quân sự / 기술 ~ cố vấn kỹ thuật / 법률 ~ cố vấn luật pháp / ~ 변호사 luật sư cố vấn.

고물 bột khô phủ ngoài bánh gạo.

고물 (배의) phần đuôi thuyền. ¶ ~에 ở phía đuôi thuyền.

고물(古物) ❶ ☞ **골동품**. ❷ (낡은 것) đồ cổ, đồ đã qua sử dụng (중고품). ¶ ~상 người bán đồ cổ (사람); cửa hàng bán đồ cổ (가게) / ~ 시장 chợ bán đồ cổ.

고물딱지 cổ vật, đồ cổ.

고미 trần nhà trát vữa. ¶ ~ 다락 gác xép sát mái.

고미(苦味) vị đắng, sự cay đắng. ¶ ~정기 (thuốc) cảm giác đắng.

고민(苦悶) sự khổ tâm, sự lo lắng. **~하다** khổ tâm, phiền não, lo lắng. ¶ 사랑의 ~ nỗi trăn trở của tình yêu / ~끝에 병들다 bị bệnh vì lo lắng.

고발(告發) sự tố cáo, cáo giác. **~하다** tố cáo, buộc tội. ¶ …의 ~에 따라(서) theo tố cáo / 방화범으로 ~하다 tố cáo tội phóng hoả. ¶ ~자 người tố cáo / ~장 bản tố cáo.

고배(苦杯) nỗi đắng cay, sự gian khổ. ¶ ~를 마시다 chịu đựng gian khổ qua cơn phiền muộn (승부에서).

고백(告白) sự thú nhận, lời bộc bạch (신앙의). **~하다** xưng tội, thú tội. ¶ 죄상을 ~하다 thú nhận tội lỗi.

고별(告別) cáo biệt, sự chia tay. **~하다** nói lời tạm biệt, chia tay. ¶ ~사 diễn văn chia tay / ~식 lễ chia tay.

고병(古兵) cựu chiến binh.

고본(古本) sách cũ. ¶ ~상(商) tiệm bán sách cũ; (사람) người bán sách cũ.

고본(稿本) bản thảo gốc.

고봉(高峰) đỉnh núi cao. ¶ ~준령 núi non hiểm trở.

고봉(高捧) đống, sự vun thành đống.

고부(告訃) ☞ **부고**.

고부(姑婦) mẹ chồng và con dâu.

고부조(高浮彫) chạm khắc nổi.

고분(古墳) ngôi mộ cổ. ¶ ~을 발굴하다 khai quật ngôi mộ cổ.

고분고분 sự ngoan ngoãn, dễ bảo, sự nhu mì. **~하다** dễ bảo, dịu dàng.

고분자(高分子) phân tử lớn, đại phân tử. ¶ ~ 화학 hóa học đại phân tử. ¶ ~ 화합물 vật chất hỗn hợp đại phân tử.

고비[1] (절정) cao điểm; (위기) bước ngoặt, cơn khủng hoảng, yếu tố then chốt; (대목) bước ngoặt, điểm mấu chốt. ¶ ~를 넘다 qua cơn bĩ cực (병 따위); qua cơn hiểm nghèo (물가 따위) qua cơn khủng hoảng.

고비[2] (편지꽂이) giá để thư.

고비[3] [TV] cây dương xỉ.

고비(高飛) ¶ ~ 원주(遠走) bỏ trốn, cao chạy xa bay.

고비사막(-沙漠) Sa mạc Gôbi.

고빗사위 giây phút quyết định.

고빙(雇聘) **~하다** cung kính mời đón.

고뿔 cảm. ☞ **감기**.

고삐 dây cương. ¶ ~를 당기다 gò cương / ~를 늦추다 thả lỏng dây cương.

고사(古史) lịch sử cổ đại.

고사(古事) việc xưa.

고사(考査) (고찰) sự cân nhắc, đắn đo; (시험) sự khảo sát, xét nghiệm. **~하다** nghiên cứu, thẩm tra, xét nghiệm. ¶ 본[기말, 중간] ~ thi [cuối kỳ, giữa kỳ] / 예비 ~ thi thử / 학력 [인물, 지능] ~ kiểm tra học lực [trí thông minh].

고사(告祀) sự thờ cúng, cúng tế. ~지내다 thờ cúng, cúng tế.

고사(固辭) **~하다** từ chối lời khuyên, gợi ý của người khác.

고사(枯死) **~하다** chết, tàn lụi, khô héo.

고사(故事) (유래) tích xưa, chuyện xưa; (구비(口碑)) chuyện xưa (truyền miệng lại). ¶ ~를 인용하다 trích dẫn sự kiện lịch sử.

고사(高射) ¶ ~ 기관총 súng máy cao xạ / ~포 pháo cao xạ / ~포 부대 bộ đội pháo cao xạ.

고사리 cây dương xỉ diều hâu.

고사장(考査場) nơi thi, phòng thi.

고사하고(姑捨-) để riêng ra, bỏ mặc (말할 것도 없고) nói gì đến; (커녕) không dính vào.

고산(高山) núi cao. ¶ ~의 trên núi. ¶ ~병(病) chứng say khi ở độ cao trên núi / ~ 식물 cây trên núi (총칭).

고살(故殺) 【PL】 tội cố ý giết người.

고상(高尙) **~하다** sự cao thượng, tính cao nhã. ¶ ~한 취미 sở thích cao quý / ~한 인격 nhân cách cao quý.

고샅 (골목길) ngõ hẻm; (골짜기) hẻm, rãnh, máng.

고색(古色) vẻ cũ, cảnh, vẻ cổ kính. ¶ ~ 창연한 có vẻ cổ kính.

고생(苦生) (곤고·고난) cuộc sống khó khăn, nghịch cảnh, tai ương (수고) vất vả, khó nhọc. **~하다** chịu đựng, đau khổ. ¶ ~스러운 khó khăn, gian khổ / ~길에 들다 vào con đường gian khổ / 가난으로 ~하다 khổ vì nghèo/ ~을 같이 하다 chia xẻ khó khăn. ¶ ~살이 cuộc sống khó khăn.

고생대(古生代) 【Địa】 thời đại cổ sinh. ¶ ~의 thuộc thời đại cổ sinh.

고생물(古生物) cổ sinh động thực vật. ¶ ~학 môn cổ sinh vật học / ~학자 nhà cổ sinh học.

고서(古書) cổ thư.

고성(古城) thành cổ.

고성(孤城) tòa thành bị cô lập (포위당한).

고성(高聲) tiếng nói to. ¶ ~으로 một cách to lớn, rõ ràng / ~ 방가(放歌)하다 hát to, hát vang.

고성능(高性能) tính năng cao. ~의 có tính năng cao. ¶ ~ 수신기 máy nhận tín hiệu có tính năng cao / ~ 폭약 thuốc nổ tính năng (sát thương) cao.

고소(告訴) lời buộc tội, cáo trạng. **~하다** tố cáo, buộc tội. ¶ ~를 수리 [기각, 취하]하다 thụ lý [bác bỏ, hủy bỏ] cáo trạng / 사기로 ~당하다 bị tố cáo tội lừa đảo. ¶ 고소장 bảng cáo trạng.

고소(苦笑) nụ cười gượng. **~하다** cười mỉa, cười gượng.

고소(高所) độ cao. ¶ ~ 공포증 chứng sợ độ cao.

고소득층(高所得層) tầng lớp có lợi tức cao. ☞ **고액 소득자**.

고소원(固所願) ước nguyện, mong muốn từ xưa đến nay.

고소하다 ❶ (맛·냄새가) có vị vừng rang, mùi vừng rang. ❷ (남의 일이) thích chí, khoái chí (trước điều không may của người đáng ghét). ¶ 고소하게 여기다 xem một cách khoái chí / 아이, (고것) 고소해! Trời, khoái thật!(đã đáng đời chưa)

고속(古俗) phong tục xưa.

고속(高速) cao tốc. ¶ ~ 도로 đường cao tốc / ~ 버스 xe buýt cao tốc / ~화(化) 도로 đường cao tốc hóa.

고수(固守) sự cố thủ **~하다** cố thủ.

고수(鼓手) người đánh trống.

고수머리 (머리) đầu tóc quăn; (사람) người có tóc quăn.

고수부지(高水敷地) đất đắp ven bờ ngăn nước lên cao.

고스란히 giữ nguyên như cũ. ¶ ～ 그대로 있다 còn nguyên vẹn như cũ.

고스톱 go stop (lối chơi bài theo kiểu Hàn Quốc).

고슬고슬하다 (밥이) nấu chín.

고슴도치 [ĐV] con nhím.

고승(高僧) cao tăng.

고시(告示) tờ thông báo, bảng yết thị. **~하다** thông báo. ¶ ～ 가격 giá thông báo / ～판 bảng thông báo.

고시(考試) thi tuyển viên chức quốc gia. ¶ 고등 [보통] ～ thi tuyển viên chức cao cấp [thường] / 국가 ～ kỳ thi quốc gia.

고식(姑息) ～적 sự thay thế tạm. ¶ ～적인 수단 cách thức dùng tạm.

고실(鼓室) màng tai, màng nhĩ.

고심(苦心) (노력) sự nỗ lực, khổ tâm; (심로) sự lo lắng. **~하다** gắng công, nỗ lực. ¶ ～하여 với sự cố gắng / ～ 참담하다 khổ tâm lo lắng.

고십 ☞ **가십**.

고아(古雅) **~하다** cổ kính và thanh nhã, hoa mỹ, thanh lịch.

고아(孤兒) đứa trẻ mồ côi. ¶ ～가 되다 bị mồ côi. ¶ ～원 viện mồ côi / 전쟁 ～ trẻ mồ côi vì chiến tranh.

고아(高雅) ～한 tao nhã, thanh tao.

고안(考案) sáng kiến. **~하다** đặt kế hoạch, phát họa, sáng chế. ¶ ～자 người thiết kế, sáng tạo.

고압(高壓) (기압의) cao khí áp; (전기의) điện cao thế; (압제) áp bức, áp chế. ¶ ～적 áp lực / ～적으로 với áp lực lớn. ¶ ～선 đường dây cao thế / ～ 수단 phương thức áp chế.

고액(高額) số tiền lớn. ¶ ～권 tiền giấy mệnh giá lớn / ～ 납세자 người đóng thuế thu nhập cao / ～ 소득자 người thu nhập cao.

고약(膏藥) thuốc cao, miếng cao dán.

고약하다 có bản chất xấu xa, đáng sợ; (성미가) đáng sợ; (냄새가) thum thủm, nặng mùi; (용모가) hung dữ, xấu xí.

고양이 con mèo (애칭). ¶ ～ 새끼 mèo con.

고어(古語) (옛말) cổ ngữ, lời xưa.

고언(苦言) lời khuyên thẳng thắn, lời bình phẩm vô tư. ¶ ～을 하다 khuyên bảo ai một cách thẳng thắn.

고역(苦役) công việc vất vả. ¶ ～을 치르다 làm việc vất vả.

고열(高熱) nhiệt độ cao; (몸의) sốt cao.

고옥(古屋) tòa nhà cổ.

고온(高溫) nhiệt độ cao. ¶ ～계 dụng cụ đo nhiệt độ cao.

고요하다 yên tĩnh, thanh vắng, tĩnh mịch. ¶ 고요히 một cách yên lành / 고요한 거리 con đường thanh vắng / 고요한 바다 biển lặng.

고욤 [TV] quả sen hồng.

고용(雇用) sự thuê nhân công. **~하다** thuê, mướn. ¶ ～주 chủ nhân, người thuê lao động / 완전～ thuê làm việc toàn thời gian (cả ngày).

고용(雇傭) (피고용) làm thuê. **~하다** được thuê mướn. ¶ ～ 계약 hợp đồng thuê nhân công / ～살이 đời đi làm thuê, sống bằng nghề đi làm thuê (머슴의) / ～인 (피고용자) người được thuê làm / ～ 조건 điều kiện thuê làm việc.

고원(高原) cao nguyên. ¶ ～ 지대 vùng cao nguyên.

고원(高遠) **~하다** cao xa.

고원(雇員) người lao động, người làm công.

고위(高位) cao cấp. ¶ ~ 관리 quản lý cấp cao / ~ 성직자 giáo sĩ cấp cao.

고위도(高緯度) vùng khí hậu ôn đới.

고유(固有) ~의 vốn có (특유). ¶ 동양 ~의 풍속 phong tục vốn có của phương Đông. ¶ ~ 명사 danh từ riêng / ~성(性) tính chất vốn có.

고육지계(苦肉之計) ¶ ~를 쓰다 dùng khổ nhục kế.

고율(高率) tỷ lệ cao. ¶ ~의 이자 lãi suất cao. ¶ ~ 관세 thuế quan cao / ~ 배당 phân chia theo tỷ lệ cao.

고을 khu vực hành chính thời đại Triều Tiên.

고음(高音) giọng cao. ¶ ~부【ÂN】bộ phận âm cao, đoạn âm cao.

고읍(古邑) khu vực cổ.

고의(故意) sự cố ý. ~의 cố ý, có chủ tâm. ¶ ~로 một cách cố ý / ~가 아닌 không có chủ tâm.

고의(古誼) (옛날의 바른 도리) chuẩn mực đúng của ngày xưa.

고이 ❶ (곱게) tinh vi, tế nhị. ❷ (조용히) một cách thanh thản. ¶ ~ 잠들다 ngủ một cách thanh thản (죽다) / ~ 다루다 đối xử tế nhị / 영령이여 ~ 잠드소서 ra đi một cách thanh thản.

고인(故人) cố nhân, người thiên cổ. ¶ ~이 되다 trở thành người thiên cổ, chết.

고인돌 ngôi mộ đá.

고자(告者) ~질하다 (까바치다) bịa đặt, mách lẻo. ¶ ~쟁이 người nhiều chuyện, người bịa đặt.

고자(鼓子) người đàn ông kém phát triển ở bộ phận sinh dục.

…고자 định, dự định; để, cốt để. ¶ 하~하다 cốt để làm, định làm.

고자누룩하다 (서술적) trở nên yên lặng; (병세)làm dịu bớt.

고자세(高姿勢) thái độ hung hăng, ngạo mạn. ¶ ~로 나오다 đứng ra một cách hung hăng.

고작 lớn nhất, to nhất, tối đa. ¶ ~ 20세 밖에 안 된다 tối đa 20 tuổi.

고장 (지방) khu vực; (산물의) quê quán, sinh quán, nơi sinh; (동식물의) nơi có nhiều. ¶ 말의 ~ nơi có nhiều ngựa / 사과의 (본)~ khu vực nhiều táo.

고장(故障) (지장) hư hỏng. ~나다 bị hỏng. ¶ 기관의 ~ cỗ máy bị trục trặc / ~(이) 난 차 chiếc xe bị hư / ~을 내다 làm hỏng.

고쟁이 đồ lót của nữ.

고저(高低) tính bất thường, sự lên xuống thất thường, sự nhấp nhô chập chờn; sự dao động (시세의); vùng cao, độ cao (높이); độ cao thấp (음성의). ¶ ~있는 gợn sóng nhấp nhô, lên xuống bất thường, gập ghềnh.

고적(古蹟) di tích lịch sử, tàn tích.

고적(孤寂) sự hiu quạnh, sự cô độc, sự vắng vẻ. **~하다** cô đơn, vắng vẻ, đơn độc.

고적대(鼓笛隊) đội kèn trống, đội nhạc trống và sáo. ¶ ~장 trưởng đội kèn trống (dẫn đầu đội kèn trống).

고적운(高積雲) mây dung tích. (khí tượng).

고전(古典) cổ điển. ~적 kinh điển. ¶ ~미(美) vẻ đẹp cổ điển / ~주의 chủ nghĩa kinh điển.

고전(古錢) đồng tiền cổ. ¶ ~ 수집가 người sưu tập tiền cổ.

고전(苦戰) trận khổ chiến, trận chiến ác liệt; (경기의) chiến thuật táo bạo. **~하다** chiến đấu ác liệt, tranh cãi gay gắt.

고정(固定) sự cố định, sự ấn định, sự quy định. **~하다** định, ấn định; kết lại, cột lại; chốt lại, khoá lại, gắn lại, cố định lại, ổn định lại. ¶ ~

ㄱ

관념 ☞ **고착 관념**. quan niệm cố định / ~급(給) mức cố định / ~ 수입 thu nhập cố định / ~석 ghế cố định / ~ 손님 khách cố định / ~ 자본 vốn cố định/ ~ 자산 tài sản cố định.

고제(古制) luật cũ; chế độ cũ.

고제(高弟) học trò xuất sắc.

고조(高潮) (조수의) triều cường; (고비) cực điểm, tột độ, tột đỉnh, tột điểm, tột bậc. ¶ ~된 장면 cảnh cao trào / 최~에 달하다 lên đến cực điểm. ¶ ~선(線) mức nước cao, mức triều cường.

고조모(高祖母) bà tổ, bà của ông nội.

고조부(高祖父) ông tổ, ông của ông nội.

고종사촌(姑從四寸) anh em họ.

고주망태 sự say xỉn, sự say rượu, chứng nghiện rượu. ¶ ~가 되다 say khướt, say bí tỉ.

고주파(高周波) 【VLH】 tần số cao. ¶ ~ 전류 dòng điện tần số cao.

고증(考證) khảo chứng, sự điều tra, sự nghiên cứu. **~하다** điều tra, thẩm tra. ¶ ~학(學) khảo chứng học (trào lưu học đời nhà Thanh, Trung Quốc).

고지 (호박 따위의) miếng bí đỏ cắt dài khô.

고지(告知) thông báo, yết thị, thông cáo. **~하다** thông báo, báo, công bố, tuyên bố. ¶ (납세) ~서 giấy thông báo (nộp thuế).

고지(高地) (고원) vùng cao nguyên, khu đất cao, vùng cao.

고지기(庫-) thủ kho, người giữ kho.

고지대(高地帶) khu vực có nhiều đồi cao. ¶ ~의 주민 cư dân vùng cao.

고지새 【LCh】 chim di trú, chim mỏ to(họ chim sẻ).

고지식하다 đơn giản thật thà, chân thật, ngây thơ, chất phác, không linh động, cứng nhắc.

고진감래(苦盡甘來) đắng trước ngọt sau, khổ trước sướng sau, khổ tận cam lai.

고질(痼疾) bệnh mãn tính, kinh niên. ¶ ~ 환자 người mắc bệnh kinh niên.

고집(固執) sự ngoan cố, tính cố chấp. **~하다** kiên trì, bền bỉ; khăng khăng, cố chấp. ¶ ~센 nặng tính cố chấp, ngoan cố, bướng bỉnh / 자기 설을 ~하다 khăng khăng giữ vững lập trường. ¶ ~ 불통 tính cố chấp cực đoan / ~장이người ngoan cố, người cố chấp.

고차방정식(高次方程式) 【TH】 phương trình bậc cao.

고착(固着) **~하다** dính chặt vào. ¶ ~ 관념 quan điểm vững vàng.

고찰(古刹) ngôi đền, chùa cổ.

고찰(考察) sự khảo sát, sự suy xét, sự điều tra, sự nghiên cứu, sự cân nhắc. **~하다** khảo sát, nghiên cứu, suy xét, điều tra. ¶ 사회 문제에 관한 ~ khảo sát (điều tra, nghiên cứu) về vấn đề xã hội.

고참(古參) (사람) người thâm niên, cao cấp, người kỳ cựu. ~의 chức vị cao hơn. ¶ ~병 binh lính phục vụ lâu trong quân đội.

고창(高唱) **~하다** (노래) hò hét, hát hò ầm ĩ.

고철(古鐵) sắt vụn, sắt phế liệu, kim loại vụn.

고체(古體) kiểu xưa, kiểu cổ.

고체(固體) rắn chắc. ~의 ròng, đồng chất, thuần chất, nguyên chất. ¶ ~화(化)하다 làm cho đặc lại, làm cho rắn lại, làm cho đông đặc; làm cho vững chắc, củng cố. ¶ ~ 연료 nhiên liệu nguyên chất.

고초(苦楚) sự khổ sở, sự khó khăn gian khổ. ¶ ~를 겪다 trải qua nỗi khổ sở, khó khăn.

고총(古塚) ngôi mộ cổ.

고추 quả ớt. ¶ ~ 바람 gió rất khắc nghiệt và lạnh lẽo / ~잠자리 con chuồn chuồn ớt / ~장 tương ớt / 고춧가루 bột ớt.

고충(苦衷) khó khăn, tình huống khó xử, sự quan tâm, sự khó xử. ¶ ~을 알아주다 thông cảm trước tình trạng khó xử.

고충실도(高忠實度) (전축 따위의) sự trung thực cao độ; sự chính xác cao độ, độ tin cậy cao (hi-fi).

고취(鼓吹) sự truyền cảm, sự cổ vũ, sự cổ động, sự tuyên truyền. ~하다 truyền cảm hứng, gây cổ vũ. ¶ 애국심을 ~하다 cổ vũ lòng yêu nước.

고층(高層) (건물의) cao tầng. (대기의) tầng cao. ¶ ~ 건물 toà nhà cao tầng / ~ 기류 luồng không khí trên cao / ~운(雲) mây trung tầng (khí tượng).

고치 cái kén. ¶ 빈 ~ vỏ kén trống không / ~에서 실을 잣다 kéo tơ từ kén.

고치다 ❶ (치료) chữa bệnh, điều trị. ¶ 환자의 병을 ~ chữa bệnh. ❷ (수리) sửa chữa, sửa đổi, phục hồi, chỉnh đốn, tu sửa. ¶ 기계 [구두]를 ~ sửa máy móc [giầy]. ❸ (교정) sửa, sửa chữa, hiệu chỉnh, sửa đổi. ¶ 나쁜 버릇을 ~ sửa thói quen xấu. ❹ (정정) sửa, sửa chữa. ¶ 틀린 데를 ~ sửa chỗ sai. ❺ (변경) đổi, thay đổi, biến đổi. ¶ 예정표를 ~ thay đổi lịch trình. ❻ (번역) hiệu chỉnh, dịch. ¶ 베트남어를 우리말로 ~ dịch tiếng Việt sang tiếng mẹ đẻ. ❼ (조정) điều chỉnh, sửa, sửa chữa. ¶ 복장을 ~ sửa quần áo.

고칭(古稱) cổ danh, tên cổ.

고탑(古塔) tháp cổ.

고태(古態) cổ xưa, phong cách cổ.

고토(故土) quê quán, cố hương, quê hương.

고토(苦土) [HH] Ma-giê Ô-xít (Hoá học).

고통(苦痛) sự đau đớn, nỗi thống khổ, sự đau khổ, sự khó nhọc. ~스러운 đau đớn, đau khổ, khó nhọc. ¶ 심한 ~ sự đau khổ tột cùng / ~을 느끼다 chịu đựng đau khổ, cảm thấy đau khổ, trải qua khó nhọc / ~을 참다 chịu đựng nỗi khó nhọc, chịu đựng đau khổ. / ~을 주다 khiến cho ai đau khổ, làm đau lòng ai / ~을 덜다 làm dịu nỗi đau khổ.

고패 cái ròng rọc. ¶ 고팻줄 dây kéo ròng rọc.

고팽이 ❶ (새끼의) cuộn, vòng. ❷ (왕복) vòng.

고평(高評) (경어) lời bình, sự phê phán, sự đánh giá.

고풍(古風) phong tục xưa, kiểu xưa..

고프다 đói. ¶ 배가 ~ đói bụng.

고하(高下) (지위의) hàng ngũ, đội ngũ, tầng lớp, cấp bậc. (품질의) loại, chất lượng, phẩm chất. (시세의) sự dao động, sự lên xuống. ¶ 지위의 ~를 불문하고 không đếm xỉa gì về vị trí cấp bậc.

고하다(告-) kể lại, nói đến, đề cập; thông báo, công bố, báo tin. ¶ 종언(終焉)을 ~ báo tử / …에게 작별을 ~ nói lời tạm biệt với ai đó / 일반에게 ~ thông báo chung.

고학(苦學) **~하다** học trong hoàn cảnh khó khăn, khổ học. ¶ ~생 học sinh tự học.

고함(高喊) tiếng la hét, tiếng reo hò. ¶ ~지르다 (치다) la hét, reo hò.

고해(苦海) bể khổ trần gian, sự đau khổ ở thế gian.

고행(苦行) sự khổ hạnh. **~하다** rèn luyện khổ hạnh. ¶ ~자 người tu khổ hạnh,

người theo chủ nghĩa khổ hạnh.
고향(故鄕) quê, quê hương. ¶ 제 2의 ~ quê hương thứ 2 / ~을 그리워 하다 nhớ quê / ~에 돌아가다 về quê. ¶ ~ 방문 thăm quê.
고현학(考現學) khoa học nghiên cứu các hiện tượng hiện tại, hiện đại học.
고혈(膏血) mồ hôi và máu. ¶ 백성의 ~을 빨다 (짜내다) chà đạp lên mồ hôi và máu của nhân dân.
고혈압(高血壓) cao huyết áp. ¶ ~증 chứng cao huyết áp / ~ 환자 bệnh nhân cao huyết áp.
고형(固形) sự vững chắc, sự rắn chắc, sự kiên cố ~의 vững chắc, rắn chắc. ¶ ~화하다 làm cho vững chắc, củng cố, trở nên vững vàng, cứng rắn. ¶ ~물(체) vật, vật chất rắn chắc.
고혹(蠱惑) sự mê hoặc, sự say mê, quyến rũ. ~적(인) hấp dẫn, lôi cuốn, quyến rũ, say mê.
고혼(孤魂) cô hồn. ¶ 수중 ~이 되다 chết đuối. ¶ 무주 ~ một linh hồn lạc lõng đáng thương.
고화(古畵) bức tranh cổ.
고환(睾丸) hòn dái, tinh hoàn. ¶ ~염(炎) viêm tinh hoàn.
고희(古稀) thập cổ lai hy. ¶ 연세가 ~에 이르다 thọ đến 70 tuổi.
곡(曲) (음악의) khúc nhạc, giai điệu.
곡(哭) sự than khóc, lời than vãn. **~하다** khóc lóc, than vãn.
곡가(穀價) giá lương thực.
곡괭이 cái cuốc, cái cuốc chim.
곡구(曲球) 【BC】 quả bóng xoáy.
곡기(穀氣) thức ăn cầm hơi, chút đồ ăn. ¶ ~를 끊다 bỏ ăn.
곡두 bóng ma, ảo tưởng, ảo giác.
곡류(曲流) chỗ sông uốn khúc.
곡류(穀類) ngũ cốc.
곡률(曲率) sự uốn cong, sự cong vẹo, độ cong. ¶ 공간 ~ không gian cong.
곡마(曲馬) xiếc ngựa. ¶ ~단 đoàn xiếc ngựa.
곡목(曲目) danh mục bài hát, khúc nhạc.
곡물(穀物) ngũ cốc, thóc gạo. ¶ ~ 시장 chợ ngũ cốc / ~ 장수 người buôn ngũ cốc, lái buôn ngũ cốc / ~ 창고 kho thóc gạo, kho ngũ cốc.
곡보(曲譜) ☞ **악보**(樂譜).
곡사(曲射) sự bắn lựu pháo. ¶ ~포 lựu pháo.
곡선(曲線) đường cong, đường vòng, chỗ quanh co. ¶ ~미 vẻ đẹp tròn trịa, đầy đà / ~미의 여자 người phụ nữ tròn trịa / ~ 운동 vận động vòng tròn.
곡성(哭聲) tiếng khóc, tiếng khóc than.
곡식(穀食) hạt ngũ cốc.
곡예(曲藝) biểu diễn nhào lộn. ¶ ~사 người biểu diễn nhào lộn / 공중 ~ biểu diễn nhào lộn trong không trung; (서커스의) xiếc nhào lộn.
곡절(曲折) ❶ (까닭) hoàn cảnh, tình huống, trường hợp, lý do. ¶ 무슨 ~인지 lý do gì ~ / 여러가지 ~이 있어서 vì có nhiều lý do ~. ❷ (복잡) sự phức tạp, sự rắc rối; (파란) sự thăng trầm, sự thịnh suy. ¶ 인생의 파란 ~ sự thăng trầm của cuộc đời.
곡조(曲調) giai điệu, âm điệu, khúc hát, nhạc điệu. ¶ ~에 안 맞는 노래 bài hát không khớp nhạc điệu / 한 ~ 부르다 hát một giai điệu.
곡직(曲直) lẽ phải trái, công tội.
곡창(穀倉) ❶ (창고) kho thóc. ❷ (많이 나는 데) vựa lúa.
곡척(曲尺) (목수의) cây thước thợ mộc.
곡하다(哭-) than khóc, khóc lóc, than vãn.
곡학(曲學) kiến thức sai lệch, lệch lạc, méo mó.

ㄱ

곡해(曲解) sự xuyên tạc, sự giải thích sai, sự dịch sai, sự bóp méo. **~하다** giải thích sai, hiểu sai, xuyên tạc, dịch sai.

곡향(穀鄕) kho thóc, vựa lúa, nơi trồng nhiều lúa gạo.

곤경(困境) tình thế khó khăn, tình thế khó xử. ¶ ～에 빠지다 bị dồn vào chân tường, rơi vào tình thế khó khăn, trong tình thế khó xử.

곤궁(困窮) khốn cùng, cảnh nghèo túng, cảnh cơ cực. ～한 khó khăn, cơ cực. ¶ ～한 사람들 những người nghèo khổ, những kẻ khốn cùng.

곤댓짓하다 kiêu kì, kiêu căng, tự phụ, tự mãn, ngạo mạn.

곤돌라 (gondola) giỏ khí cầu.

곤두박이다 bị lật đổ, bị lộn xuống.

곤두박이치다 đâm bổ đầu xuống, ngã lộn tùng phèo.

곤두서다 dựng ngược; (머리털이) dựng tóc gáy.

곤두세우다 dựng ngược, dựng đứng lên; (털을) dựng đứng lên lông.

곤드라지다 buồn ngủ (vì say rượu). ¶ 술에 취해 ～ say rượu nên chìm vào giấc ngủ.

곤드레만드레 say bí tỉ, say túy lúy. ¶ ～가 되다 bị say bí tỉ.

곤란(困難) khó khăn, trở ngại; (곤궁) khốn cùng, gian khổ, gay go; (난처) sự bối rối, sự lúng túng. ～한 rắc rối; khốn cùng; gian khổ, khó khăn, phiền phức. ¶ ～한 처지 hoàn cảnh khó khăn / ～을 극복하다 khắc phục khó khăn, khắc phục trở ngại / ～을 받다 gặp khó khăn, gặp trở ngại / 생활이 ～하다 sinh hoạt khó khăn. ¶ 재정 ～ sự khó khăn về tài chính.

곤룡포(袞龍袍) áo choàng của vua, long bào.

곤봉(棍棒) (순경의) cái dùi cui, cái gậy; (체조용의) cái chùy (để dùng trong một môn thể thao).

곤약(崑蒻) cây lưỡi quỷ, thạch làm bằng bột rễ cây lưỡi quỷ.

곤욕(困辱) sự lăng mạ, lời sỉ nhục. ¶ ～을 당하다 bị lăng mạ, bị sỉ nhục.

곤장(棍杖) cây gậy, dùi cui. ¶ ～을 안기다 đánh, quất, đập.

곤쟁이 một loại tôm nhỏ, tép. ¶ ～젓 mắm tép.

곤죽 ❶ (진창) bùn đặc, bùn, bãi lầy. ❷ (뒤범벅) bừa bộn, bẩn thỉu.

곤줄매기 [LCh] chim sẻ ngô.

곤지 vết son đỏ trên trán cô dâu. ～찍다 chấm một vết son đỏ trên trán cô dâu.

곤충(昆蟲) côn trùng, sâu bọ. ¶ ～ 채집 bộ sưu tập côn trùng / ～ 채집망 bẫy côn trùng / ～학 côn trùng học / ～학자 nhà côn trùng học.

곤핍(困乏) ～한 mệt mỏi, mệt nhọc kiệt sức, mệt nhừ.

곤하다(困-) kiệt sức, mệt mỏi, mệt lả, mệt nhoài. ¶ 몹시 ～ rất mệt mỏi, chết mệt / 곤히 자다 ngủ mê mệt.

곧 ❶ (바로) lập tức, ngay tức thì, ngay sau khi, không chậm trễ; (이내) chẳng mấy chốc. ¶ 지금 ～ ngay bây giờ / 식사가 끝나자 ～ ngay sau bữa ăn / ～ …하다 ngay lập tức / ～ 돌아오겠다 sẽ quay trở lại ngay. ❷ (쉽게) dễ, dễ dàng, rõ ràng, chắc chắn. ¶ ～ 배울 수 있다 chắc chắn có thể học được. ❸ (즉) đó là, nói cách khác, tức là, một cách chính xác.

곧다 ❶ (물건이) thẳng, liền một mạch. ¶ 곧은 길 con đường thẳng. ❷ (마음이) chân thật, ngay thẳng, bộc trực. ¶ 곧은 사람 người ngay thẳng, chân thật.

곧바로 ngay lập tức, tức khắc, tức thì. ¶ ~ 집에 돌아가다 về nhà ngay lập tức.

곧이곧대로 thẳng thắn, trung thực, bộc trực, lương thiện. ¶ ~ 말하다 nói lên sự thật.

곧이듣다 cả tin, dễ bị mắc lừa. ¶ 농담을 ~ cả tin vào lời nói đùa.

곧잘 (꽤잘) khá tốt, khá giỏi. ¶ 책을 ~ 읽다 đọc sách khá tốt.

곧장 ngay thẳng, trung thực, không trì hoãn, không chậm trễ, ngay lập tức. ¶ ~ 집으로 돌아가다 đi thẳng về nhà / 그 길로 ~ 떠나다 rời đi ngay lúc đó.

골[1] (골수) tuỷ sống; (머릿골) óc, não.

골[2] (구두 따위의) cốt, cái khuôn, khuôn đúc. ¶ 구둣~ cốt giày, khuôn giày.

골[3] (성) sự tức giận, sự giận dữ. ¶ ~이 나다 tức giận, giận dữ / ~나게 하다 chọc tức, chọc giận.

골[4] khung thành, cầu môn, bàn thắng. ¶ ~ 라인 khu vực gần khung thành / ~ 키퍼 thủ môn.

골간(骨幹) (뼈대) cơ thể vóc người, dáng người; khung, cốt; (골자) thực chất, bản chất, điểm cốt yếu, tính chất.

골갱이 ❶ (심) lõi, nhân, tâm. ❷ (골자) thực chất, bản chất, điểm cốt yếu, tinh chất, tinh.

골격(骨格) cốt cách, bộ khung, bộ xương, khổ người. ¶ ~이 건장한 사람 người to con, vạm vỡ, tráng kiện.

골계(滑稽) ☞ **해학**.

골고루 ☞ **고루**.

골골하다 chịu đựng một căn bệnh kinh niên, khó chữa. ¶ 골골하는 사람 người bị bệnh triền miên.

골다 (코를) ngáy. ¶ 드렁드렁 코를 ngáy khò khò.

골독하다(汨篤-) ☞ **골똘하다**.

골동품(骨董品) đồ cổ, đồ quý hiếm.¶ ~상 cửa hàng đồ cổ (가게); người buôn bán đồ cổ (사람) / ~ 애호가 người đam mê, sính đồ cổ.

골든아워(golden hour) giờ vàng, giờ cao điểm (ti vi hoặc đài phát thanh vào thời điểm có số lượng khán thính giả cao nhất).

골똘하다 miệt mài, say mê, chăm chú. ¶ 골똘히 một cách say mê, miệt mài / 공부에 ~ say mê học hành / 사업에 ~ say mê sự nghiệp / 골똘히 생각에 잠기다 miệt mài suy tư.

골라잡다 lựa chọn. ¶ 골라잡아 100원 100 won 1 cái, hãy chọn đi.

골락새 【LCh】 ¶ chim gõ kiến.

골마루 hành lang hẹp.

골막(骨膜) 【GP】 màng xương. ¶ ~염 【YH】 bệnh viêm màng xương.

골막하다 không đầy tràn, vơi.

골머리 bộ não, đầu óc. ¶ ~를 앓다 khó chịu, bực mình, bị quấy rầy, bị phiền hà, phiền phức, lo âu.

골목 ngõ hẻm, hẻm phố, đường tắt, lối phụ, đường phụ. ¶ ~ 대장 đầu gấu, du côn / 뒷~ cuối hẻm, cuối ngõ / 막다른 ~ hẻm cụt.

골몰(汨沒) niềm say mê, sự miệt mài. **~하다** say mê, miệt mài, mải mê. ¶ 일에 ~하다 say mê công việc.

골무 cái đê (dùng đê khâu tay).

골반(骨盤) 【GP】 chậu, khung xương chậu.

골방(-房) buồng nhỏ, buồng riêng.

골병들다 bị tổn thương nội tạng.

골분(骨粉) bột xương. ¶ ~ 비료 phân bón làm từ bột xương.

골상(骨相) diện mạo, gương mặt, nét mặt, thuật xem tướng. ¶ ~학 khoa tướng số / ~학자 nhà tướng số.

골생원(骨生員) (옹졸한) người hẹp hòi;

(허약한) người yếu đuối.

골수(骨髓) tuỷ, tuỷ sống. ¶ ~에 사무치다 tận tâm can, tận xương tuỷ. ¶ ~분자 điểm cốt lõi nhất / ~염 bệnh viêm tuỷ.

골육(骨肉) cốt nhục, ruột thịt, máu mủ. ¶ ~상잔 cốt nhục tương tàn.

골자(骨子) điểm cốt yếu, thực chất, bản chất. ¶ 문제의 ~ điểm cốt yếu của vấn đề.

골저리다(骨-) lạnh buốt thấu xương.

골절(骨折) sự gãy, chỗ gãy (xương). **~하다** bị gãy xương.

골질(骨質) mô xương.

골짜기 thung lũng, khe núi, hẻm núi

골창 ☞ **고랑창**.

골치 đầu óc, trí nhớ. ¶ ~ 아픈 문제 vấn đề đau đầu / ~ 앓다 lo âu, phiền muộn, bận lòng / ~가 아프다 đau đầu (về việc gì).

골탄(骨炭) than củi, than cốc, than xương.

골탕(-湯) canh hầm xương bò. ~먹다 ăn canh hầm xương bò; bị sỉ nhục.

골통대 ống điếu làm bằng tre, một loại tẩu thuốc.

골패(骨牌) quân cờ đôminô.

골풀 【TV】 cây bấc, cây cói.

골프(golf) gôn. ¶ ~를 치다 đánh gôn. ¶ ~장 sân gôn / ~채[공] cái bạt [bóng] gôn.

골필(骨筆) bút trâm, bút viết giấy nến, giấy than.

골학(骨學) 【GP】 khoa xương.

골회(骨灰) tro xương hoả táng.

곪다 ❶ (상처가) mưng mủ, bị mưng mủ. ¶ 종기가 ~ nhọt mưng mủ, mụn chín. ❷ (사물이) (công việc) tới lúc chín muồi.

곯다[1] ❶ (손해보다) chịu sự mất mát, chịu sự đau đớn. ❷ (배가) đói bụng. ¶ 곯은 배를 채우다 lấp đầy cái bụng đói.

곯다[2] (썩다) mục rữa, hư, thối. ¶ 곯은 달걀 trứng thối.

곯리다[1] ❶ (그릇에) chưa đủ, còn thiếu. ❷ (배를) cho ăn đói, thiếu ăn.

곯리다[2] ❶ (썩이다) bị hư thối, bị thiu, bị ôi. ❷ (괴롭히다) gây thiệt hại, chơi khăm, chơi xỏ, quấy rầy (꾀를 써서).

곯아떨어지다 (술에) uống say như chết. ngủ say (잠에).

곰 ❶ 【ĐV】 con gấu. ¶ ~가죽 da gấu / ~새끼 gấu con. ❷ (사람) người gấu.

곰곰 sự thận trọng, sự cân nhắc, sự suy xét cẩn thận. ¶ ~ 생각하다 suy nghĩ kỹ càng.

곰국 canh xương bò.

곰방대 cái tẩu hút thuốc.

곰배팔이 người có tật ở cánh tay.

곰보 người có gương mặt bị rỗ.

곰살갑다 (너그럽다) rộng lượng, hào phóng; (다정스럽다) nhân hậu, tốt bụng, giàu tình cảm.

곰살궂다 hoà nhã, tốt bụng, tử tế, ân cần, thân ái, dịu dàng, thoải mái.

곰탕(-湯) ❶ ☞ **곰국**. ❷ (밥을 넣은) cơm canh xương bò.

곰팡(이) mốc, nấm mốc.

곱 (곱절) gấp đôi; (배) lần. ☞ **곱하다**.

곱다[1] (휘다) còng, bị uốn. (마음씨가) đôn hậu, tấm lòng tốt, trái tim vàng. ¶ 곱게 dễ thương, đẹp, tốt / 고운 목소리 giọng nói ngọt ngào / 고운 마음씨 tấm lòng nhân hậu / 곱게 차려 입다 ăn mặc đẹp.

곱다[2] (손발이) tê, tê cóng (lạnh). ¶ 추워서 손발이 ~ tay chân tê cóng vì lạnh.

곱다랗다 ❶ (아름답다) đẹp, duyên dáng, đáng yêu. ❷ (고스란하다) còn nguyên, không bị ảnh hưởng.

곱똥 phân lầy nhầy.

ㄱ

곱배기 ❶ (요리) khẩu phần gấp đôi bình thường. ❷ (두번 거듭) gấp hai lần.
곱사등이 gù lưng, người gù lưng.
곱살끼다 quấy, quấy rầy.
곱살스럽다 xinh đẹp, dễ thương (얼굴이); dịu dàng, nhân hậu. (마음씨가).
곱새기다 ❶ xuyên tạc, hiểu lầm, hiểu sai. ❷ suy nghĩ kỹ lưỡng.
곱셈 nhân, phép nhân. ～하다 nhân.
곱슬곱슬하다 uốn quăn, làm xoăn, uốn tóc.
곱자 thước đo của người thợ mộc.
곱쟁이 gấp đôi, số lượng gấp đôi.
곱절 (배(倍)) gấp đôi, đôi lần. **~하다** gấp làm đôi, xếp làm hai.
곱창 ruột non.
곱치다 ❶ (곱절하다) gấp đôi. ❷ (둘로 접다) gấp làm hai.
곱하다 nhân lên, nhân. ¶ 3에 2를 ～ 3 nhân 2. ¶ 곱하기 phép nhân.
곳 (장소) nơi, chốn (좁은 곳); quang cảnh (현장); địa phương (지방). ¶ 숨을 ～ nơi ẩn náu / ～～에 ở nơi (nào đó) / 가는 ～마다 những nơi đi qua / ～에 따라 다르다 khác nhau tuỳ theo từng nơi.
곳간(-間) kho hàng, kho chứa đồ. ¶ ～차 xe chở hàng.
곳집 kho hàng, nhà kho. ¶ ～에 쌓다 chất trong kho.
공 bóng, banh. ¶ ～을 차다 đá bóng / ～을 던지다 ném bóng.
공(公) ❶ (공사) công ty, công sở. ¶ ～과 사를 구별하다 phân biệt việc công và việc tư. ❷ (공작) công tước.
공(功) công lao, khen thưởng. ¶ 특히 ～이 있는 사람 người có công đặc biệt / ～을 세우다 lập công.
공(空) (영(零)) không, hư không; (무(無)) không có gì; (빔) trống rỗng; (동그라미) vòng tròn.
공 cái cồng, cái chiêng. ¶ ～이 울렸다 (권투) tiếng cồng vang lên.
공가(空家) nhà hoang, nhà trống.
공간(空間) không gian; phòng. ～적 mang tính không gian. ¶ 무한한 ～ không gian vô tận / 시간과 ～을 초월하다 vượt qua thời gian và không gian. ¶ ～ 예술 không gian nghệ thuật.
공갈(恐喝) sự hăm dọa, mối đe dọa. **~하다** hăm dọa, dọa dẫm, đe dọa. ¶ ～하여 돈을 빼앗다 hăm dọa để cướp tiền. ¶ ～ 취재(取材) đe dọa, tống tiền.
공감(共感) sự cộng cảm, sự đồng tình, sự thông cảm. **~ 하다** cộng cảm, thông cảm, cảm thông. ¶ ～을 불러일으키다 kêu gọi sự thông cảm / ～을 얻다 được cảm thông, đồng tình.
공개(公開) **~하다** công khai. (진열) triển lãm, phát hành. ¶ ～된 được công khai / 주식의 ～ cổ phiếu công khai / ～석상에서 tại buổi họp công khai. ¶ ～ 회의 hội nghị công khai / 공개장 nơi công khai.
공개념(公開念) khái niệm chung, cộng đồng. ¶ 토지의 ～ khái niệm cộng đồng về đất đai.
공개방송(公開放送) phát sóng công khai.
공개입찰(公開入札) đấu giá công khai.
공것(空-) của trời cho, điều may mắn bất ngờ.
공격(攻擊) sự tấn công, sự công kích; sự chỉ trích, sự chê trách (비난). **~하다** tấn công, công kích, đột kích. ¶ ～ 개시 시간 giờ bắt đầu tấn công / ～군 quân tấn công / ～ 정신 tinh thần tấn công / 기습 ～ đột kích, tấn công bất ngờ / 총～ tổng tiến công.
공경(恭敬) sự kính trọng, lòng tôn kính. **~하다** kính trọng, tôn kính. ¶ ～할만한 đáng kính trọng, đáng tôn kính / 어른을 ～하다 kính trọng người lớn tuổi.

공고(工高) trường trung học công nghiệp kỹ thuật.

공고(公告) sự công bố, sự thông báo, sự loan báo. ～하다 thông báo, công bố, loan báo.

공고(鞏固) ～한 củng cố, chắc chắn, vững vàng, ổn định. ¶ ～한 유대 mối quan hệ vững chắc.

공골차다 ☞ **옹골차다**.

공공(公共) ～의 công cộng, của chung. ¶ ～의 이익을 도모하다 nỗ lực vì lợi ích chung. ¶ ～ 단체 tổ chức công / ～ 복지 phúc lợi công cộng/ ～ 사업 công tác cộng đồng, dự án công / ～심 tinh thần chung, trách nhiệm chung / ～ 시설 thiết bị công cộng / ～ 위생 vệ sinh công cộng.

공공(公共) (형용사적) công cộng, cộng đồng

공공기관(公共機關) cơ quan công cộng.

공공기업체(公共企業體) doanh nghiệp công ích.

공공생활(公共生活) sinh hoạt công cộng.

공공심(公共心) tinh thần cộng đồng.

공공연(公公然) ～한 công khai trước quần chúng. ¶ ～히 một cách công khai / ～한 비밀 bí mật đã công khai / ～한 사실 sự thật công khai.

공공용(公共用) sử dụng chung.

공과(工科) khoa học công nghệ. ¶ ～ 대학 đại học khoa học công nghệ.

공과(公課) thuế người dân nộp cho cơ quan nhà nước. ¶ ～금 = 공과.

공과(功過) công quả.

공관(公館) nơi cư trú của quan chức ngoại giao cao cấp ở nước ngoài. ¶ 재외 ～ cơ quan thường trú tại nước ngoài / ～장회의 hội nghị trưởng đại diện thường trú tại nước ngoài.

공교롭다(工巧-) tình cờ, ngẫu nhiên, bất chợt, trùng hợp. ¶ 공교로운 때 khi thích hợp / 공교롭게 một cách ngẫu nhiên, tình cờ (우연히); vô ý, tùy tiện, cẩu thả (재수없게) / 공교롭게도 그 날은 비가 왔다 ngẫu nhiên ngày hôm đó trời mưa.

공구(工具) công cụ, dụng cụ. ¶ ～점 cửa hàng dụng cụ / 기계 ～ dụng cụ máy móc.

공구(工區) 【KTr】 khu vực thi công.

공구(恐懼) sự sợ hãi, sự kinh sợ.

공국(公國) công quốc.

공군(空軍) không quân. ¶ ～ 기지 căn cứ không quân / ～력 không lực / ～ 부대 đơn vị không quân / ～ 사관학교 trường sỹ quan không quân / ～ 작전 tác chiến không lực / 한국 ～ không quân Hàn Quốc.

공권(公權) quyền công dân, bổn phận công dân. ¶ ～ 박탈 (정지) tước đoạt quyền công dân.

공권(空拳) tay không, tay trắng. ¶ (적수) ～으로 với hai bàn tay trắng.

공권력(公權力) công quyền, quyền lực nhà nước. ¶ ～의 행사 thực hiện quyền nhà nước.

공규(空閨) phòng không chiếc bóng. ¶ ～를 지키다 người vợ có cuộc sống cô đơn (cô phụ).

공극(空隙) lỗ hổng, khe hở, đường nứt.

공금(公金) công quỹ. ¶ ～을 횡령하다 biển thủ công quỹ.

공급(供給) sự cung cấp, sự tiếp tế. **~하다** cung cấp, tiếp tế. ¶ ～을 받다 được cung cấp, được tiếp tế. ¶ ～자 nhà cung cấp / ～원 nguồn cung cấp.

공기 (돌) hòn bi bằng đá (놀이). ～놀다 chơi bắn bi.

공기(工期) 【KTr】 thời gian thi công.

공기(公器) cơ quan công cộng.

공기(空氣) không khí, bầu không khí (분위기). ¶ 탁한 ～ không khí ngột ngạt

ㄱ

/ 좌중의 ~ không khí của buổi họp. ¶ ~ 오염 ô nhiễm không khí (대기 오염) / ~ 전염 không khí truyền nhiễm / ~ 제동기 [압착기] phanh [nén] hơi / ~총 súng hơi.

공기(空器) ❶ (빈그릇) cái bát không. ❷ (식사용) bát. ¶ 밥 한 ~ một bát cơm.

공기업(公企業) doanh nghiệp nhà nước.

공납(公納) thuế. (학교의) học phí ¶ ~금 = 공납.

공납(貢納) **~하다** cống nạp, đóng góp.

공단(工團) khu công nghiệp. ☞ **공업단지**.

공단(公團) doanh nghiệp nhà nước.

공담(公談) đàm phán chính thức.

공당(公黨) công đảng.

공대(恭待) **~하다** tiếp đãi chu đáo, nồng hậu (대접); tôn trọng, lễ phép, lễ độ (존대).

공대공(空對空) không đối không.

공대지(空對地) không đối đất. ¶ ~ 미사일 tên lửa không đối đất.

공덕(公德) công đức, đạo đức, phẩm hạnh. ¶ ~심 tinh thần đạo đức.

공덕(功德) lòng nhân đức. ¶ ~을 쌓다 tu nhân tích đức.

공도(公道) (도로) quốc lộ, xa lộ, đường lớn; (정의) công đạo, chính nghĩa. ¶ ~를 밟다 đạp lên chính nghĩa.

공돈 món lời dễ kiếm, của trời cho. ¶ ~은 오래 못간다 dễ đến dễ đi.

공동(共同) ~의 của chung, cộng đồng. ¶ ~으로 phối hợp với, cộng tác với, kết hợp với / ~의 이익을 위하여 vì lợi ích của cộng đồng / ~의 적 kẻ thù chung. ¶ ~ 경영 kinh doanh chung / ~ 묘지 nghĩa trang liệt sỹ / ~ 성명 cùng tên / ~ 작전 cộng đồng tác chiến / ~ 재산 tài sản chung / ~ 전화 điện thoại chung / ~ 제작 đồng sản xuất, đồng chế tác (phim) / ~ 주최 đồng đăng cai / ~ 출자 cùng đầu tư, cùng chung vốn / ~ 취사장 bếp chung.

공동(空洞) hang, động.

공동가입(共同加入) (전화) cùng đăng kí (điện thoại). ¶ ~선 dây đăng kí chung / ~자 người cùng đăng kí / ~전화 điện thoại cùng đăng kí.

공동생활(共同生活) sinh hoạt cộng đồng. **~하다** cùng sinh hoạt cộng đồng.

공동연구(共同研究) sự đồng nghiên cứu ~하다 cùng nghiên cứu.

공동체(共同體) tập thể, cộng đồng.

공들다(功-) tốn nhiều công sức. ¶ 공드는 일 việc tốn nhiều công sức.

공들이다(功-) đòi hỏi sự nỗ lực, tốn nhiều công sức. ¶ 공(을) 들인 việc đòi hỏi sự nỗ lực.

공떡(空-) của trời cho, điều may mắn bất ngờ.

공락(攻落) **~하다** đoạt được, chiếm được, giành được.

공란(空欄) chỗ trống, khoảng trống. ¶ ~에 기입하다 điền vào chỗ trống.

공람(共覽) **~하다** phô bày, phô trương, trưng bày, triển lãm, biểu lộ.

공랭식(空冷式) ~의 phương thức làm lạnh không khí.

공략(攻略) sự xâm lược, sự chiếm đóng, sự xâm chiếm (침략). **~하다** xâm lược, xâm chiếm, chiếm đóng.

공로(公路) đường công cộng.

공로(功勞) công lao, công. ☞ **공**(功). ¶ ~에 의하여 dựa theo công lao. ¶ ~자 người có công.

공로(空路) đường hàng không. ¶ ~로 qua đường hàng không.

공론(公論) (여론) công luận, dư luận quần chúng; (정론) quan điểm, ý kiến bình đẳng.

공론(空論) lý thuyết suông. ¶ ~가 nhà lý luận giáo điều / 탁상 ~ lý thuyết

ㄱ

không thể thực thi được.

공룡(恐龍) khủng long.

공률(工率) công suất.

공리(公吏) công chức, viên chức.

공리(公利) phúc lợi công cộng.

공리(公理) 【TH】 châm ngôn, phương ngôn; (도리) đạo lý, công lý.

공리(功利) tính hữu dụng. ¶ ~적 thực tế, thiết thực. ¶ ~주의 chủ nghĩa thực dụng / ~주의자 người theo chủ nghĩa thực dụng.

공리(空理) lý thuyết suông, sự cố chấp trong lý luận, quan điểm. ¶ ~ 공론에 흐르다 tranh cãi quyết liệt.

공립(公立) ~의 công lập. ¶ ~ 학교 trường công lập.

공막(鞏膜) 【GP】 màng cứng (mắt). ¶ ~ 절개 수술 giải phẫu màng cứng.

공매(公賣) sự bán đấu giá. ¶ ~에 부치다 bán đấu giá.

공명(公明) công minh, công bằng. ¶ ~ 정대한 công minh chính đại. ¶ ~ 선거 cuộc bầu cử công minh.

공명(功名) công danh. ¶ ~을 세우다 lập công danh. ¶ ~심 hám danh, háo danh.

공명(共鳴) (동감) sự đồng cảm, sự hưởng ứng, sự cộng hưởng; 【VLH】 cộng hưởng (vật lý). **~하다** (마음이) đồng cảm, hưởng ứng, đồng tình; (물체가) hưởng ứng với. ¶ ~자 người đồng cảm.

공모(公募) sự quyên góp (công khai); sự chiêu mộ, sự tuyển chọn **~하다** quyên góp; chiêu mộ. ¶ 주식을 ~하다 quyên góp cổ phiếu.

공모(共謀) sự câu kết, sự thông đồng ~하다 câu kết, thông đồng, đồng loã. ¶ …와 ~하여 câu kết với ai, thông đồng với ai.

공무(工務) công việc quản lý nhà máy. ¶ ~국 phòng kỹ thuật; (신문사 따위의) phòng in ấn.

공무(公務) công vụ, việc công. ¶ ~로 với việc công. ¶ ~원 viên chức nhà nước, công chức nhà nước / ~원법 luật công chức nhà nước / ~ 재해 보상 bồi thường thiệt hại trong khi thi hành công vụ / ~ 집행 방해 cản trở thi hành công vụ.

공문(公文) (문서) công văn, công hàm; (통신) văn thư, thư tín, điện tín. ¶ ~서 위조 việc giả mạo công văn.

공문(空文) một văn bản (tập tục, chủ đề) lỗi thời. ¶ ~화하다 loại văn bản (tập tục, chủ đề) lỗi thời.

공물(公物) tài sản của chính phủ, của công.

공물(供物) đồ cúng, lễ vật (제물).

공물(貢物) cống vật, đồ cống.

공민(公民) công dân. ¶ ~ 교육 giáo dục công dân / ~권 quyền công dân / ~권을 박탈하다 tước quyền công dân.

공박(攻駁) sự bác bỏ, sự phản bác. **~하다** bác bỏ, phản bác.

공방(攻防) sự tấn công và phòng thủ ¶ ~전 chiến thuật tấn công và phòng thủ.

공방(空房) (빈방) phòng trống; (공규(空閨)) phòng không chiếc bóng (người phụ nữ cô đơn).

공배수(公倍數) 【TH】 bội số chung. ¶ 최소~ bội số chung nhỏ nhất.

공백(空白) chỗ trống, khoảng trống; (비유적) chân không, trống rỗng, khuyết. ¶ ~을 메우다 lấp chỗ trống, bịt lỗ hổng.

공범(共犯) (죄) tội đồng lõa, đồng phạm. ¶ ~자 kẻ đồng lõa.

공법(工法) khiên đào, phương pháp xây dựng. ¶ 실드 ~ 【KTr】 kỹ thuật khiên

ㄱ

đào trong xây dựng, hầm, đường ngầm.

공법(公法) công pháp. ¶ ～학자 học giả nghiên cứu về luật quốc tế / 국제 ～ công pháp quốc tế.

공변되다 thẳng thắn, chính trực, công bằng, chính nghĩa.

공병(工兵) công binh. ¶ ～대 tiểu đội công binh.

공보(公報) bản công bố, thông cáo, thông báo. ¶ ～과 phòng thông tin.

공보처(公報處) cục, nhà thông tin.

공복(公僕) công chức nhà nước, công bộc.

공복(空腹) cái bụng trống không, bụng đói. ¶ ～에 khi đói bụng.

공부(工夫) sự học tập, nghiên cứu. **~하다** học tập, nghiên cứu. ¶ ～를 잘하다 [못하다] học giỏi [học kém]. ¶ ～방 phòng học / 시험 ～ học ôn thi.

공분(公憤) sự phẫn nộ chung, của công chúng. ¶ ～을 느끼다 cảm thấy phẫn nộ, cảm thấy căm phẫn.

공분모(公分母) 【TH】 mẫu số chung.

공비(工費) chi phí xây dựng, giá xây dựng.

공비(公費)phụ phí, công tác phí.

공비(共匪) du kích, quân du kích. ¶ 무장 ～ vũ trang du kích.

공사(工事) công việc xây dựng. **~하다** xây, xây dựng, xây cất, lập nên, làm nên. ¶ ～비 chi phí xây dựng, giá xây dựng / ～ 입찰 đấu thầu xây dựng / ～장 công trường xây dựng / 개축 [수리, 증축] ～ cải tạo [sửa, mở rộng] công trình.

공사(公司) công ty, xí nghiệp.

공사(公私) việc công và việc tư. ¶ ～간에 giữa việc công và việc tư / ～를 구별하다 phân biệt giữa việc công và việc tư.

공사(公社) doanh nghiệp quốc doanh.

공사(公使) công sứ. ¶ ～관 toà công sứ / ～관원 nhân viên làm việc tại toà công sứ.

공사(公事) việc công, việc chính sự.

공사채(公社債) trái phiếu. ¶ ～ 시장 thị trường trái phiếu / ～ 투자신탁 tín thác đầu tư trái khoán.

공산(公算) xác suất. ¶ …할 ～이 크다 xác suất … lớn.

공산(共産) cộng sản. ¶ ～당 đảng cộng sản / ～당원 đảng viên đảng cộng sản / ～주의 chủ nghĩa cộng sản / ～주의의 thuộc chủ nghĩa cộng sản / ～ 진영 phe cộng sản / ～화 cộng sản hoá / ～화하다 (타국을) làm cộng sản hoá (nước khác).

공산권(共産圈) khối cộng sản. ¶ ～ 제국 các nước thuộc khối cộng sản / 비～제국 các nước thuộc khối phi cộng sản.

공산명월(空山明月) ❶ (달) ánh trăng chiếu trên ngọn núi. ❷ (대머리) người hói tóc.

공산품(工産品) sản phẩm công nghiệp.

공상(工商) công thương; (계급) giới công thương.

공상(公傷) bị thương khi đang làm nhiệm vụ.

공상(空想) sự không tưởng, sự tưởng tượng, trí tưởng tượng, ý tưởng viển vông, sự mơ mộng hão huyền. **~하다** không tưởng, tưởng tượng, mơ tưởng, mơ mộng hão huyền. ¶ ～적 mơ mộng, mơ tưởng / ～에 잠기다 ấp ủ, nuôi mơ mộng hão huyền. ¶ ～가 người mơ mộng hão huyền / ～ 과학 소설 tiểu thuyết khoa học viễn tưởng.

공생(共生) 【Si】 sự cộng sinh. ¶ ～ 동물 【TV】 cây hội sinh.

공서양속(公序良俗) an ninh trật tự và tập quán tốt.

공석(公席) ❶ (공식의 석상) cuộc họp, hội nghị. ¶ ~에서 tại cuộc họp, tại hội nghị. ❷ (공무 보는 자리) nơi diễn ra cuộc họp, hội nghị.

공석(空席) chỗ trống, chỗ khuyết. ¶ ~을 채우다 làm đầy chỗ trống, lấp đầy chỗ trống.

공선(公選) cuộc bầu cử công bằng; dân bầu. **~하다** tiến hành dân cử.

공설(公設) ~의 chung, công cộng. ¶ ~ 시장 thị trường chung.

공세(攻勢) thế tấn công, sự xâm lược, sự tấn công. ¶ ~를 취하다 tấn công, công kích. ¶ 외교 ~ thế tấn công ngoại giao / 평화 ~ tấn công hoà bình.

공소(公訴) 【PL】 sự buộc tội, sự công tố. **~하다** buộc tội, công tố. ¶ ~ 사실 nội dung buộc tội / ~장 bản cáo trạng.

공손(恭遜) ~한 lễ phép, lịch sự. ¶ ~히 một cách lễ phép.

공수(攻守) tấn công và phòng thủ. ¶ ~ 동맹 liên minh tấn công và phòng thủ.

공수(空手) ☞ **빈손**.

공수(空輸) sự vận chuyển hàng không. **~하다** vận chuyển bằng đường hàng không. ¶ ~ 부대 (수송의) lính dù đổ bộ / ~ 작전 tác chiến không vận / ~ 화물 hàng không vận.

공수병(恐水病) 【YH】 bệnh dại. ¶ ~ 예방주사 tiêm phòng bệnh dại.

공수표(空手票) ngân phiếu, séc không có giá trị. ¶ ~를 떼다 viết tấm ngân phiếu khống.

공술(空-) rượu mời, rượu miễn phí.

공술(供述) sự cung khai, sự cung cấp bằng chứng, lời cung khai. **~하다** cung khai, khai báo. ¶ ~서 tờ cung khai.

공습(空襲) cuộc oanh tạc bằng máy bay, cuộc tấn công bằng máy bay. **~하다** oanh tạc, oanh kích. ¶ ~ 경보 còi báo động oanh tạc / ~ 경보를 울리다 thông báo có oanh tạc bằng máy bay.

공시(公示) sự thông báo chung. **~하다** thông báo, loan báo. ¶ ~ 최고(催告) 【PL】 trát đòi hầu tòa.

공식(公式) (수학의) công thức; (정식) nghi thức, thủ tục, nghi lễ chính thức. ~의 của nghi lễ chính thức. ¶ ~으로 theo nghi lễ chính thức. ¶ ~ 발표 phát biểu chính thức / ~ 방문 chuyến thăm chính thức / ~화 chính thức hoá.

공신(功臣) công thần.

공신력(公信力) sự tin cậy, sự tín nhiệm.

공안(公安) an ninh công cộng. ¶ ~을 유지하다 duy trì an ninh công cộng. ¶ ~ 경찰 cảnh sát giữ gìn an ninh trật tự.

공알(陰核) âm vật.

공액(共軛) sự kết hợp, liên hợp. ¶ ~각 [점] 【Hho】 góc liên hợp [điểm].

공약(公約) sự cam kết, công ước. **~하다** cam kết. ¶ 선거 때의 ~을 지키다 giữ cam kết khi bầu cử.

공약수(公約數) ước số chung. ¶ 최대 ~ ước số chung lớn nhất.

공양(供養) **~하다** phụng dưỡng; (불교) cúng Phật. ¶ ~미 (불교) gạo cúng Phật.

공언(公言) sự tuyên bố công khai. ~하다 công bố, tuyên bố.

공업(工業) nền công nghiệp. ~의 thuộc ngành công nghiệp. ¶ ~용의 dùng trong công nghiệp. ¶ ~가 nhà công nghiệp / ~계 ngành công nghiệp

ㄱ

/ ～고등학교 trường trung học công nghiệp / ～국 nước công nghiệp / ～규격 tiêu chuẩn công nghiệp / ～단지 khu công nghiệp / ～ 용수 nước dùng cho công nghiệp / ～ 지대 vành đai công nghiệp / ～화 sự công nghiệp hóa / ～화하다 tiến hành công nghiệp hóa / 석유 화학 ～ công nghiệp hóa học dầu khí / 철강 ～ công nghiệp sắt thép.

공여(供與) sự ban cho, sự cấp cho. **~하다** tặng, cho, ban.

공역(共譯) sự cùng biên dịch.

공연(公演) sự công diễn, sự biểu diễn. **~하다** biểu diễn, trình diễn. ¶ 위문 ～ biểu diễn an ủi.

공연(共演) **~하다** cộng diễn, đồng diễn. ¶ ～자 bạn đồng diễn.

공연(空然) ～한 vô ích, không cần thiết, không mục đích. ¶ ～히 một cách vô ích, một cách không cần thiết.

공염불(空念佛) lời nói sáo rỗng, lời giả dối. ¶ ～에 그치다 chẳng qua là câu chuyện sáo rỗng.

공영(公營) sự quản lý chung, ban quản lý. **~하다** quản lý chung.

공영(共榮) sự thịnh vượng, sự phát đạt, sự phồn vinh chung.

공영(共營) sự cùng kinh doanh. **~하다** cùng kinh doanh.

공예(工藝) công nghệ. ～의 thuộc công nghệ. ¶ ～가 kỹ sư công nghệ / ～미술 mỹ thuật công nghệ / ～품 sản phẩm công nghệ / ～ 학교 trường công nghệ.

공용(公用) công dụng. ¶ ～으로 với công dụng. ¶ ～어 ngôn ngữ chung, ngôn ngữ chính thức.

공용(共用) sự dùng chung, dùng cho mục đích chung. ¶ ～의 của chung. ¶ ～전(栓) vòi nước chung.

공원(工員) công nhân, thợ máy.

공원(公園) công viên. ¶ 국립 ～ công viên quốc gia.

공위(空位) ❶ (빈) chỗ trống, vị trí trống. ❷ (실권없는) hữu danh vô thực, chức danh trên danh nghĩa.

공유(公有) công hữu, quyền sở hữu công. ～의 thuộc sở hữu nhà nước. ¶ ～물 [재산] vật sở hữu chung [tài sản công] / ～지 đất công.

공유(共有) việc cùng sở hữu. **~하다** cùng sở hữu. ¶ ～의 thuộc sở chung. ¶ ～물 đồ cùng sở hữu / ～지 đất cùng sở hữu.

공으로(空-) miễn phí, cho không, không lấy tiền. ¶ ～ 얻다 [일하다] nhận không, nhận miễn phí [làm việc không công].

공의(公醫) thầy thuốc chung của một vùng.(thời xưa)

공이 cái chày. ¶ ～로 찧다 giã bằng chày.

공이치기 (총의) cò súng.

공익(公益) công ích.

공인(公人) công dân.

공인(公認) sự công nhận chính thức **~하다** công nhận, thừa nhận. ¶ ～의 được xác nhận, công nhận / ～을 받다 được công nhận. ¶ ～ 기록 biên bản chính thức / ～ 후보자 ứng cử viên chính thức.

공인수(公因數) 【TH】 thừa số chung.

공일(空-) ❶ sự làm miễn phí, sự phục vụ miễn phí. ❷ sự phí công. **~하다** làm miễn phí, phí công.

공일(空日) (일요일) ngày chủ nhật; (공휴일) ngày nghỉ lễ.

공임(工賃) tiền lương, tiền công lao động. ¶ ～을 올리다 [줄이다] tăng lương [giảm lương].

공자(公子) công tử.

공자(孔子) Khổng tử.

공작(工作) sự chế tạo, chế tác; hoạt động (행동). **~하다** (제작) chế tạo. ¶ 준비 ~을 하다 lên kế hoạch chuẩn bị. ¶ ~ 기계 máy móc chế tạo / ~대 nhóm, đội chế tạo / ~실 xưởng chế tạo / ~창 kho chế tạo / ~품 đồ thủ công / 정치 ~ vận động chính trị, công tác chính trị trong lòng địch / 지하 ~ vận động ngầm.

공작(孔雀) 【LCh】 chim công; khổng tước (암컷). ¶ ~석 【Kh】 Malachit (khoáng chất).

공작(公爵) công tước. ¶ ~ 부인 phu nhân công tước.

공작금(工作金) quỹ hoạt động.

공장(工匠) thợ thủ công.

공장(工場) nhà máy, xưởng, phân xưởng. ¶ ~ 관리 quản lý nhà máy, xưởng, phân xưởng / ~장 quản đốc, người quản lý, giám đốc / ~ 지대 khu vực nhà máy / ~ 폐수 nước thải nhà máy, nước thải công nghiệp / 유리 ~ nhà máy sản xuất thuỷ tinh / 조립 ~ nhà máy lắp ghép / ~ 폐쇄 [휴업] đóng cửa nhà máy.

공장도(工場渡) 【TN】 bán tại nhà máy. ¶ ~ 가격 giá bán tại nhà máy.

공저(共著) sự cộng tác, sự cùng làm việc. ¶ ~자 đồng tác giả, tác giả chung.

공적(公的) có tính chung, công cộng. ¶ ~으로 một cách có tính chất công, không riêng tư.

공적(公敵) kẻ thù chung. ¶ 인류의 ~ kẻ thù chung của nhân loại.

공적(功績) thành tích, thành tựu, kỳ công, công trạng. ¶ ~을 세우다 lập công trạng.

공전(工錢) tiền lương, tiền công. ☞ **공임**.

공전(公轉) 【TVH】 sự xoay vòng, quay quanh (của vệ tinh). **~하다** quay quanh.

공전(空前) ~의 chưa từng xảy ra, chưa hề có, chưa từng thấy.

공전(空電) hiện tượng phóng điện trên không, sóng điện trên không.

공정(工程) tiến trình, công trình, quá trình (과정), công đoạn. ¶ ~ 관리 sự quản lý công đoạn.

공정(公正) tính công bằng, không thiên vị. ~한 công bằng, công chính. ¶ ~한 처리 xử lý công bằng. ¶ ~ 증서 tài liệu chứng thực / ~ 상거래 위원회 Hội đồng giao dịch thương mại công bằng.

공정(公定) ~의 hợp pháp, chính thức nhà nước quy định. ¶ ~ 가격 giá chính thức / ~ 환율 tỷ giá hối đoái chính thức.

공정대(空挺隊) quân đoàn không vận, quân đoàn dù.

공제(共濟) sự tương trợ lẫn nhau, sự hỗ trợ lẫn nhau, sự giúp đỡ lẫn nhau. ¶ ~ 사업 dự án tương trợ lẫn nhau / ~ 조합 hội cứu trợ.

공제(控除) phép trừ, sự khấu trừ ~하다 trừ, khấu trừ. ¶ ~액 khoản khấu trừ / 기초 ~(액) khấu trừ cơ bản.

공존(共存) sự chung sống, sự cùng tồn tại. **~하다** chung sống, cùng tồn tại. ¶ ~ 공영 cùng tồn tại cùng phồn vinh / 평화적 ~ sự cùng chung sống tại hoà bình.

공죄(功罪) công tội.

공주(公主) công chúa.

공준(公準) 【TH】 định đề.

공중(公衆) công chúng. ~의 thuộc công chúng. ¶ ~ 앞에서 trước công chung / ~의 이익 lợi ích chung. ¶ ~ 도덕 đạo lý chung / ~ 목욕탕 nhà tắm công cộng / ~ 변소 nhà vệ sinh chung / ~ 위생 vệ sinh chung / ~ 전화 điện thoại công cộng.

공중(空中) ~의 thuộc không trung. ¶ ~에 trong không trung. ¶ ~ 그네 xà treo, xích đu / ~ 급유 tiếp nhiên liệu trên không / ~ 보급 hàng hoá được cung cấp bằng cầu hàng không / ~ 분해 sự phân huỷ trong không trung / ~선 ăng ten / ~ 수송 không vận, vận tải hàng không / ~전 trận chiến trên không / ~ 질소 khí ni-tơ / ~ 활주 sự lướt liệng trên không.

공중감시(空中監視) giám sát không trung.

공중납치(空中拉致) vụ không tặc, vụ bắt cóc máy bay, vụ cướp máy bay. **~하다** bắt cóc máy bay. ¶ ~범 tội phạm không tặc.

공중누각(空中樓閣) sự mơ mộng hão huyền, chuyện viển vông, lâu đài trên mây. ¶ ~을 짓다 xây lâu đài trên mây, tính những chuyện viển vông / ~을 짓는 사람 người hay tính những chuyện viển vông, người mơ mộng hão huyền.

공중제비(空中-) sự nhảy lộn nhào, cú nhào lộn. ¶ ~를 하다 nhảy lộn nhào.

공증인(公證人) công chứng viên.

공지(空地) lô đất trống.

공지(共知) sự thông cáo chung. ¶ ~의 thuộc thông cáo chung / ~ 사항 điều khoản thông cáo chung.

공직(公職) chức vụ, vị trí, địa vị (trong cơ quan). ¶ ~에 있다 có chức vụ trong cơ quan. ¶ ~ 생활 đời sống công chức / ~ 추방 sự giáng chức.

공직자(公職者) công chức nhà nước. ¶ ~들의 무사 안일주의와 수동적인 자세 tư thế thụ động và thờ ơ biếng nhác của những công chức nhà nước. ¶ ~ 사회 giới công chức / ~ 윤리법 đạo đức công chức.

공진회(共進會) hội chợ, triển lãm.

공짜 sự miễn phí, không mất tiền. ¶ ~로 miễn phí.

공차(公差) 【TH】 sai số chung; (조폐의) sai số, dung sai (của việc đúc tiện).

공차(空車) (빈차) xe không, xe trống; (무료 승차) đi nhờ xe. ¶ ~ 타다 xin đi nhờ xe.

공창(工廠) xưởng đúc gang, xưởng đồ sắt, công xưởng.

공창(公娼) gái mại dâm (được cấp giấy phép hành nghề) (사람); chế độ cấp giấy phép hành nghề mại dâm (제도).

공채(公債) công trái; (증권) chứng khoán, trái khoán. ¶ ~ 시장 thị trường công trái / 군사 ~ nợ chiến tranh / 무이자 ~ công trái không tính lãi / 장기 ~ công trái dài hạn / 정리 ~ phát hành công trái mới với mục đích thu lại các công trái phát hành trước đây.

공책(空冊) tập vở.

공처가(恐妻家) người chồng sợ vợ.

공천(公薦) sự chỉ định, sự giới thiệu, sự tiến cử. **~하다** tiến cử, giới thiệu. ¶ 후보자를 ~하다 chỉ định ứng cử viên.

공첩(公牒) bức thông điệp chính thức.

공청(公廳) văn phòng chính phủ, văn phòng nội các.

공청회(公聽會) cuộc trưng cầu dân ý.

공출(供出) sự phân phối, sự phân phát, sự giao hàng. **~하다** phân phối, cung cấp. ¶ ~ 할당 hạn ngạch phân phối.

공치다(空-) (허탕) không có kết quả, vô ích; (동그라미) vẽ hình tròn.

공치사(功致辭) kể công, khoe khoang. **~하다** kể công, khoe khoang.

공칭(公稱) ~의 trên danh nghĩa. ¶ ~ 자본금 tiền vốn điều lệ.

공탁(供託) vật gửi, tiền gửi; tiền ký quỹ, tiền đặt cọc. **~하다** ký gửi, ký thác, uỷ thác, đặt cọc. ¶ ~금 tiền ký gửi

/ ～물 vật ký gửi / ～소 nơi cất giữ đồ ký gửi / ～자 người ký gửi đồ vật.

공터(空-) chỗ trống.

공통(共通) ～의 chung, phổ biến. ¶ ～의 이해 sự lý giải chung / ～점이 있다 có cùng điểm chung. ¶ ～성 tính chất chung / ～어 ngôn ngữ chung.

공판(公判) quá trình xét xử, sự xử án. ～을 열다 mở phiên tòa. ¶ ～정 tòa án.

공판장(共販場) thị trường chung.

공편(共編) sự cùng biên tập.

공평(公平) sự công bằng, tính vô tư, tính không thiên vị. ¶ ～한 công bằng, vô tư, ngay thẳng / ～히 một cách công bằng, một cách vô tư, không thiên vị. ¶ ～ 무사 công bằng vô tư.

공평(公評) công luận.

공포(公布) sự công bố, sự ban bố, sự ban hành. **~하다** công bố, ban hành.

공포(空砲) sự bắn cảnh cáo, bắn lên không. ¶ ～를 쏘다 bắn cảnh cáo.

공포(恐怖) sự sợ hãi, sự kinh sợ, sự kinh hoàng, sự khủng khiếp, sự khủng hoảng. ¶ ～에 사로잡히다 sống trong sự sợ hãi / ～의 빛을 보이다 cho thấy nét sợ hãi. ¶ ～ 관념 điều kinh khủng / ～심 = 공포 / ～ 정치 chính trị khủng bố / ～증 chứng sợ hãi.

공폭(空爆) máy bay oanh tạc, sự ném bom.

공표(公表) (공포) sự công bố, sự tuyên bố chung. **~하다** công bố, tuyên bố. ¶ ～되다 được công bố.

공하신년(恭賀新年) chúc mừng năm mới.

공학(工學) khoa học kỹ thuật. ¶ ～사 [박사] kỹ sư [tiến sĩ] khoa học kỹ thuật.

공학(共學) sự học chung.

공한(公翰) ☞ **공함**(公函). công hàm, công văn, văn bản chính thức.

공한지(空閑地) ☞ **공지**(空地). khu đất trống.

공항(空港) sân bay, phi trường. ¶ ～ 출입국 관리소 (세관) phòng quản lý xuất nhập cảnh sân bay / 국제 ～ sân bay quốc tế.

공해(公海) vùng biển chung không thuộc chủ quyền quản lý của bất cứ nước nào. ¶ ～ 어업 đánh bắt cá trên vùng biển chung.

공해(公害) sự ô nhiễm môi trường. ¶ ～가 없는 không có sự ô nhiễm môi trường / ～를 제거하다 loại trừ sự ô nhiễm môi trường. ¶ ～ 대책 đối sách với vấn đề ô nhiễm môi trường / ～ 문제 vấn đề ô nhiễm môi trường / ～병 bệnh phát sinh do ô nhiễm môi trường / 산업 ～ sự ô nhiễm công nghiệp.

공허(空虛) ～한 trống rỗng, rỗng, vô ích, bỏ không, khuyết. ¶ ～한 느낌이 들다 cảm thấy trống rỗng.

공헌(貢獻) sự cống hiến, sự đóng góp, sự gánh vác. **~하다** cống hiến, đóng góp, gánh vác.

공화(供和) ～의 thuộc cộng hòa. ¶ ～국 nước cộng hòa / ～당 Đảng cộng hòa / ～ 정치 nền chính trị cộng hòa / ～제 chế độ cộng hòa.

공황(恐慌) ❶ sự kinh hoảng, ❷ sự khủng hoảng. ¶ ～을 가져오다 mang lại sự kinh hoảng / ～을 이겨내다 vượt qua khủng hoảng. ¶ 금융 ～ khủng hoảng tiền tệ.

공회(公會) buổi họp cộng đồng. ¶ ～당 phòng họp cộng đồng.

공효(功效) công hiệu, hiệu quả ý nghĩa. ☞ **보람**.

공훈(功勳) kỳ công, công lao, công trạng, thành tích. ¶ ～을 세우다 lập công.

공휴일(公休日) ngày nghỉ lễ.

…곶 mũi đất.

곶감 quả hồng khô.

과(科) (학교의) khoa; khoá học (동식물의) ngành (động thực vật học); (병과) binh chủng. ¶ 고양이~ họ nhà mèo / 보병~ binh chủng bộ binh.

과(課) (학과) bài học; (분과) nhóm, phân khoa. ¶ 제 2~ bài 2 / ~원 thành viên trong ban / ~장 trưởng ban, trưởng phòng, trưởng khoa / 인사~ ban nhân sự.

…과 (함께·대항·분리·비교) và, cùng với. ¶ 손~ 발 tay và chân / 그 사람~ 같이 가다 đi cùng với người đó / 남~ 관계를 끊다 cắt đứt quan hệ với người khác.

과감(果敢) ~한 quả cảm, quả quyết.

과객(過客) khách qua đường.

과거(科擧) khoa cử.

과거(過去) quá khứ, dĩ vãng; (과거 생활) cuộc sống trong quá khứ; (시제의) thời quá khứ. ~의 thuộc về quá khứ, dĩ vãng. ¶ ~지사는 잊어버리자 quên những việc trong quá khứ. ¶ ~ 분사 động tính từ quá khứ / ~ 완료 quá khứ hoàn thành / ~지사 chuyện quá khứ.

과격(過激) ~한 quá khích, quá đáng, quá mức, cực đoan. ¶ ~한 수단 cách quá khích. ¶ ~ 분자 phần tử quá khích / ~주의 chủ nghĩa quá khích / ~파 trường phái quá khích.

과공(過恭) ~한 quá khiêm tốn. ¶ ~은 비례이다 quá khiêm tốn lại là không đúng với lễ nghĩa.

과꽃 [TV] cây cúc tây.

과납(過納) **~하다** nộp quá mức. ¶ ~액 số tiền nộp quá mức.

과녁 bia, đích, mục tiêu. ¶ ~에 맞히다 trúng mục tiêu / ~을 빗맞히다 sai mục tiêu. ¶ ~빼기 phía đối diện, chính diện.

과년(瓜年) (여자의) tuổi phù hợp để kết hôn, lứa tuổi kết hôn phù hợp nhất của nữ.

과년(過年) ~한 ế chồng, quá thì, quá lứa, lỡ thì. ¶ ~한 처녀 cô gái quá thì.

과년도(過年度) năm qua, năm trước.

과념(過念) **~하다** lo lắng quá mức.

과다(過多) sự quá mức, sự thừa thãi, sự quá phong phú. ~한 quá mức, thừa thãi, phong phú. ¶ ~ 청구 đòi, yêu cầu quá mức, quá đa, quá đỗi / 공급 ~ cung cấp thừa thãi.

과단(果斷) tính quả quyết, tính dứt khoát, sự nhất quyết. ~한 nhất định, nhất quyết, quả quyết, kiên quyết. ¶ ~성 tính quyết định, tính kiên quyết, tính quả quyết, tính dứt khoát / ~성 있는 사람 người có tính quả quyết / ~성이 없다 không có tính dứt khoát.

과당(果糖) fructoza, thành phần đường trong hoa quả.

과당(過當) ~한 quá mức, thừa thãi. (부당한). ¶ ~ 경쟁 sự cạnh tranh quá mức.

과대(過大) ~한 thổi phồng, phóng đại, cường điệu. ¶ ~ 평가하다 đánh giá quá mức.

과대(誇大) sự cường điệu, sự phóng đại. **~하다** thổi phồng, phóng đại. ¶ ~ 망상(증) chứng ảo tưởng phóng đại / ~ 망상에 빠지다 mắc chứng ảo tưởng phóng đại.

과도(果刀) con dao gọt hoa quả (trái cây).

과도(過度) sự quá độ, sự thái quá, sự vượt quá giới hạn. ~한 quá độ, thái quá. ¶ ~하게 một cách thái quá, một cách quá độ.

과도(過渡) sự chuyển tiếp, sự quá độ. ¶ ~ 내각 [정부] nội các [chính phủ] chuyển tiếp / ~ 현상 hiện tượng quá độ.

과도기(過渡期) thời kỳ quá độ.
과두정치(寡頭政治) chính trị đầu sỏ.
과람(過濫) **~하다** (khen) quá lời.
과려(過慮) **~하다** lo lắng thái quá.
과로(過勞) sự làm việc quá sức. **~하다** làm việc quá sức.
과료(科料) tiền phạt. ¶ ～에 처하다 bắt phạt (ai đó).
과립(顆粒) hạt, hột. ¶ ～ 모양의 thuộc dạng hạt.
과목(果木) cây ăn trái.
과목(科目) môn học (과정); chương trình giảng dạy (전과목). ¶ 시험 ～ môn thi.
과묵(寡默) tính trầm lặng, tính ít nói. ¶ ～한 trầm lặng, ít nói.
과문(寡聞) **~하다** thiếu hiểu biết, kiến thức hạn hẹp.
과물(果物) hoa quả, trái cây. ¶ ～전 cửa hàng hoa quả.
과민(過敏) ～한 dễ mẫn cảm, dễ bị kích động. ¶ ～증 【YH】 chứng mẫn cảm.
과밀(過密) tình trạng tập trung đông dân (인구의). ¶ ～ 도시 đô thị tập trung đông dân.
과반(過半) phần lớn, đa số, quá bán.
과반(過般) lần trước, thời gian vừa qua.
과반수(過半數) phần lớn, phần đông, đa số, đại bộ phận (대부분). ¶ ～를 차지하다 chiếm phần lớn, chiếm quá bán.
과병(寡兵) lực lượng yếu, lực lượng nhỏ.
과보(果報) quả báo, nhân quả báo ứng. ☞ **인과응보**.
과부(寡婦) goá phụ. ¶ ～로 사는 여자 người phụ nữ sống cuộc sống goá bụa / ～가 되다 trở thành goá phụ.
과부족(過不足) sự thừa thiếu. ¶ ～없이 không thừa cũng không thiếu.
과분(過分) ～한 quá độ, quá mức, quá đáng, thái quá. ¶ ～한 영광 vinh quang quá mức.
과산화(過酸化) ¶ ～ 망간 pe-rô-xít mangan. / ～물 chất pe-rô-xít / ～수소 hy-drô-gen pe-rô-xít.
과세(過歲) **~하다** đón mừng năm mới.
과세(課稅) sự đánh thuế, tiền thuế thu được. **~하다** thu thuế, đánh thuế. ¶ ～율 giá thuế / ～품 hàng chịu thuế / 중～ thuế cao.
과소(過少) ～한 quá nhỏ, quá bé. ¶ ～ 평가하다 đánh giá quá thấp.
과소(寡少) ～한 nhỏ bé, chật hẹp, ít ỏi, thiếu thốn.
과소비(過消費) sự tiêu dùng quá mức.
과속(過速) quá tốc độ, quá nhanh. ¶ ～으로 달리다 chạy quá tốc độ. ¶ ～ 차량 xe chạy quá tốc độ.
과수(果樹) cây ăn trái. ¶ ～원 vườn cây ăn trái / ～ 재배 trồng cây ăn trái.
과시(誇示) sự phô trương, sự khoe khoang. **~하다** phô trương, khoe khoang, phô bày.
과식(過食) **~하다** ăn uống quá độ.
과신(過信) **~하다** quá tin tưởng. ¶ 자기 실력을 ～하다 quá tin tưởng vào thực lực của bản thân.
과실(果實) (총칭) hoa quả, trái cây. ¶ ～을 따다 hái quả / ～을 맺다 đậu quả (나무가). ¶ ～상 cửa hàng hoa quả (가게); người bán hoa quả (사람) / ～주 rượu hoa quả.
과실(過失) ❶ (과오) sự sai lầm, khuyết điểm, sự thiếu sót. ¶ ～을 저지르다 phạm sai lầm. ❷ (사고) tính cẩu thả, sự lơ đễnh. ¶ ～ 치사 chết do tai nạn bất ngờ. ❸ (태만) sự bất cẩn, sự quên sót, sự vô ý. ¶ ～범 phạm tội bất cẩn.
과액(寡額) một số tiền nhỏ (không đáng kể).
과언(過言) quá lời(지나친 말) ; (과장) nói quá. ¶ … 이라 해도～이 아니다 nói

như thế cũng không phải là lời quá.

과업(課業) ❶ (학업) bài học, bài tập. ❷ (임무) nhiệm vụ, bổn phận. ¶ ～을 맡기다 giao bài tập / ～을 완수하다 hoàn thành nhiệm vụ.

과연(果然) quả nhiên, quả vậy, đúng vậy (정말). ¶ ～ 그는 거기 있었다 quả nhiên anh ấy đã có ở đó.

과열(過熱) **~하다** quá nóng. ¶ ～된 경제 nền kinh tế quá nóng (phát triển).

과오(過誤) sự thiếu sót, khuyết điểm, sự sai lầm. ¶ ～를 깨닫다 nhận ra lỗi lầm / ～를 저지르다 phạm sai lầm.

과외(課外) ～의 dạy thêm. ¶ ～ 공부 học ngoại khoá, học thêm / ～ 수업 giờ học thêm / ～ 활동 hoạt động ngoại khoá.

과욕(過慾) tính hám lợi, tính tham lam. ¶ ～을 부리다 có tính tham lam, hám lợi.

과욕(寡慾) ～한 không ích kỉ, không tham.

과용(過用) **~하다** hoang, hoang phí, xài phí.

과원(課員) nhân viên phòng, ban.

과유불급(過猶不及) sự quá mức đâm ra bất cập.

과음(過淫) sự trác táng, sự trụy lạc, sự quá đam mê nhục dục. **~하다** trụy lạc, đam mê nhục dục.

과음(過飮) sự uống quá độ, sự uống quá mức **~하다** uống nhiều quá, uống quá mức.

과인산(過燐酸) 【HH】 Super phốt phát. ¶ ～ 비료 phân lân.

과일 ☞ **과실**(果實).

과잉(過剩) sự thừa thãi, sự quá mức, số thặng dư, số thừa. ～의 dư thừa, quá độ, thừa mứa. ¶ 생산 ～ sự sản xuất thừa, sản xuất thặng dư / 인구 ～ dân số quá đông, bùng nổ dân số.

과자(菓子) (총칭) bánh kẹo, mứt; (생과자) bánh ngọt; (당과) đồ ngọt, kẹo. ¶ 과잣집 cửa hàng bánh kẹo.

과장(誇張) sự phóng đại, sự cường điệu, sự khoa trương. **~하다** phóng đại, cường điệu, khoa trương.

과장(課長) trưởng phòng (ban). ¶ ～ 대리 quyền trưởng ban, thay lời trưởng phòng.

과정(過程) quá trình, sự tiến triển, tiến trình, quá trình diễn biến. ¶ 생산 ～ quá trình sản xuất, quy trình sản xuất.

과정(課程) khoá học.

과제(課題) chủ đề, đề mục, đề tài; bài tập, bài làm ở nhà (숙제); luyện tập (연습 문제). ¶ ～를 주다 cho bài tập về nhà.

과주(果酒) rượu trái cây.

과줄 kẹo được làm bằng bột nhào sấy khô.

과중(過重) ～한 đè nặng, nặng nề, quá tải, là gánh nặng cho, quá nặng. ¶ ～한 노동 lao động quá sức / ～한 짐 hành lý quá nặng.

과즙(果汁) nước trái cây (hoa quả).

과찬(過讚) **~하다** quá khen, khen quá lời.

과태금(過怠金) ☞ **과태료**(過怠料). tiền phạt do không chấp hành nghĩa vụ.

과표(課標) thuế, mức định giá đánh thuế, tiêu chuẩn đánh thuế. ¶ ～액 số tiền thu thuế.

과하다(過-) quá nhiều, quá mức, thái quá, quá dư thừa. ¶ 과하게 thái quá, một cách quá mức / 술을 과하게 마시다 uống rượu quá nhiều / 과한 부담을 지우다 bắt vác gánh nặng qúa mức / 농담이 ～ đùa thái quá.

과하다(課-) đánh (thuế), phạt, bắt gánh vác, bắt cáng đáng. ¶ 벌금을 ～ bắt phạt tiền / 세금을 ～ đánh thuế / 숙제

를 ~ bắt làm bài tập.

과학(科學) khoa học. ~적(으로) có tính khoa học, thuộc khoa học; có kỹ thuật. ¶ ~ 기술 khoa học kỹ thuật / ~ 기술부 bộ khoa học kỹ thuật / ~ 기술처 phòng khoa học kỹ thuật / ~자 nhà khoa học kỹ thuật / ~전 chiến tranh vũ khí khoa học / 응용[자연, 사회] ~ khoa học ứng dụng [tự nhiên, xã hội] / 한국 ~ 기술 연구소 Viện Nghiên cứu Khoa học Kỹ thuật Hàn Quốc.

과히(過-) (너무) quá nhiều, quá độ, quá; (부정) không quá. ¶ ~ 걱정마라 Đừng lo quá! / ~ 좋지 않다 không quá xấu.

관(冠) mũ miện, mũ quan; (왕관) vương miện.

관(棺) áo quan, quan tài.

관(管) cái tẩu, ống.

관(館) ❶ (푸주) quán bán thịt. ❷ (요정) quán, hàng ăn, hàng quán.

관(觀) cách nhìn, quan điểm. ¶ 사회~ cách nhìn nhận xã hội / 세계~ thế giới quan.

관(貫) (무게) *kwan*, đơn vị đo trọng lượng (1*kwan* = 3,75kg).

관개(灌漑) sự tưới tiêu, sự tưới nước. **~하다** tưới. ¶ ~ 공사 công trình thuỷ lợi / ~ 용수 nước tưới.

관객(觀客) khán giả, khách tham quan.

관건(關鍵) cái then, cái chốt cửa; cốt lõi, điểm nòng cốt, điểm chính (비유적 사용). ¶ 문제의 ~ cốt lõi của vấn đề / … 해결의 ~을 쥐다 nắm giữ chốt của vấn đề ….

관계(官界) chế độ hành chính, giới công chức, giới chính quyền. ¶ ~쇄신 sự cải cách chế độ hành chính.

관계(關係) ❶ (관련) mối quan hệ, sự liên quan, sự liên kết. **~하다** có quan hệ với. ¶ ~하고 있다 đang có liên quan, đang có quan hệ / …와 ~가 있다[없다] có [không] liên quan với, có [không] quan hệ với / ~를 끊다 cắt đứt (chấm dứt) quan hệ. ¶ ~대명사 đại từ quan hệ / ~법규 pháp quy liên quan. ❷ (관여) sự liên can, dính líu, tham gia (연루). ~하다 liên can, dính líu, tham gia vào. ¶ 경영에 ~하다 tham gia vào việc kinh doanh. ¶ ~기관 cơ quan liên quan / ~자 người liên quan. ❸ (영향) tác dụng, ảnh hưởng. ¶ ~가 크다 ảnh hưởng lớn. ❹ (정교) mối quan hệ nam nữ ~하다 có quan hệ với. ¶ …와 불의의 ~를 계속하다 tiếp tục mối quan hệ bất chính với ai đó.

관공(官公) ¶ ~리 giới quan lại, giới công chức / ~서 cơ quan công sở.

관광(觀光) sự tham quan, du lịch. **~하다** đi tham quan, đi ngắm cảnh, đi du lịch. ¶ ~객 khách du lịch, khách tham quan / ~버스 xe buýt du lịch / ~사업 ngành du lịch / ~시설 trang thiết bị, công trình du lịch / ~여행 tua du lịch, chuyến du lịch, tham quan du lịch / ~여행을 하다 đi tham quan du lịch / ~지 [단, 호텔, 선] điểm [đoàn, khách sạn, thuyền] du lịch.

관광시즌(觀光season) mùa du lịch.

관구(管區) (교회의) giáo xứ.

관군(官軍) quan quân.

관권(官權) quan quyền, quyền lực chính phủ, quyền hạn của quan chức chính phủ.

관극(觀劇) sự xem kịch. **~하다** đi xem kịch.

관급(官給) chính phủ cấp, chính phủ ban hành. ¶ ~품(品) đồ đạc (trang thiết bị) của nhà nước cấp phát.

관기(官紀) kỷ luật chốn quan trường. ¶ ~문란 việc vi phạm kỷ luật. ¶ ~숙정

sự chấp hành quy tắc kỷ luật.

관내(管內) ¶ ～를(에) trong phạm vi quyền hạn / ～를 순시하다 đi giám sát trong phạm vi quyền hạn.

관념(觀念) ❶ (의식) quan niệm, ý niệm, quan điểm. ¶ …에 대한 ～이 없다 không có quan niệm về. ¶ 도의～ quan niệm của đạo đức / 의무 [책임] ～ quan niệm nghĩa vụ [trách nhiệm]. ❷ (철학, 심리학의) tư duy, suy ngẫm; khái niệm (개념). ¶ ～적인 tính khái niệm / 추상적 ～ khái niệm mang tính trừu tượng / ～의 유희 sự ham thích lý luận, khái niệm. ¶ ～론 thuyết duy tâm.

관능(官能) giác quan; cảm giác, ý thức (감각); chức năng (기능). ¶ ～적인 thuộc chức năng (기능); thuộc cảm giác (감각적); thuộc nhục dục (육감적). ¶ ～주의 chủ nghĩa nhục dục; thuyết duy cảm.

관대(款待) lòng mến khách, sự khoản đãi, sự tiếp đón nồng hậu. **~하다** tiếp đãi nồng hậu, hiếu khách.

관대(寬大) sự rộng lượng, sự khoan hồng, sự bao dung, hành động rộng lượng. ～한 khoan hồng, rộng lượng, bao dung. ¶ ～히 một cách rộng lượng, một cách bao dung / ～한 태도 thái độ khoan dung / ～한 처분 sự đối xử khoan dung/～한 처분을 탄원하다 thỉnh cầu sự đối xử khoan dung.

관등(官等) cấp bậc, địa vị của công chức nhà nước. ¶ ～성명 cấp bậc và danh tính.

관등(觀燈) ngày Lễ phật đản, ngày hội đèn lồng.

관람(觀覽) sự xem, sự quan sát. **~하다** xem, quan sát. ¶ ～객 khán giả, người xem / ～권 vé tham quan / ～료 phí tham quan.

관련(關聯) mối quan hệ, sự liên quan. **~하다** liên quan, quan hệ. ¶ …과 ～하여 có liên quan với ai đó.

관례(冠禮) lễ kỷ niệm đến tuổi trưởng thành.

관례(慣例) thói quen, phong tục, tập quán, thông lệ, tiền lệ (선례). ¶ ～에 따라 theo tục lệ / ～에 따르다 theo tục lệ, phong tục.

관록(官祿) tiền lương, tiền thu nhập chính, quan lộc.

관록(貫祿) chân giá trị, phẩm giá, phẩm cách, lòng tự trọng. ¶ ～이 붙다 giữ lòng tự trọng, giữ nhân cách.

관료(官僚) người quan liêu, quan lại, công chức (사람). ¶ ～적인 (thuộc) quan liêu. ¶ ～주의 chủ nghĩa quan liêu.

관류하다(貫流) chạy qua, chạy ngang qua.

관리(官吏) quan lại, viên chức, công chức nhà nước. ¶ ～가 되다 trở thành công chức nhà nước.

관리(管理) (지배, 총찰) sự quản lý, sự vận hành, sự điều khiển; sự bảo quản(보관); sự chăm sóc, sự chăm nom, sự giữ gìn, sự bảo dưỡng(돌봄). **~하다** quản lý, chăm sóc, trông nom, kiểm soát. ¶ ～인(자) người quản lý (유산의) / ～직 nhân viên quản lý; vị trí quản lý / 생산 [노무] ～ quản lý sản xuất [lao động].

관립(官立) ～의 thuộc công lập. ¶ ～학교 trường công lập.

관망(觀望) **~하다** quan sát, canh phòng. (형세를) theo dõi. ¶ 형세를 ～하다 theo dõi tình thế / ～적 태도를 취하다 giữ thái độ quan sát và chờ đợi.

관명(官名) quan chức, tước vị, tên chức vụ. ¶ ～을 사칭하다 tự xưng chức.

관명(官命) mệnh quan.

관모(冠毛) 【TV】 mào lông; 【ĐV】 lông tơ chim (để nhồi gối).

관목(灌木) bụi cây, bụi rậm.

관문(關門) chướng ngại vật, ngưỡng cửa, bước trở ngại (어려움). ¶ ～을 통과하다 vượt qua trở ngại; (시험의) vượt qua rào cản thi cử.

관문서(官文書) tài liệu công sở.

관물(官物) tài sản chung; tài sản thuộc quyền sở hữu nhà nước.

관민(官民) quan dân, quan chức và nhân dân. ¶ ～이 협력하여 quan dân hợp lực.

관변(官邊) giới chính quyền, giới quan chức.

관보(官報) công báo, công điện, điện báo(전보).

관복(官服) quan phục, đồng phục công chức nhà nước.

관비(官費) kinh phí nhà nước, do nhà nước đài thọ. ¶ ～로 bằng kinh phí nhà nước. ¶ ～ 유학생 du học sinh đi học bằng kinh phí nhà nước.

관사(官舍) của nhà nước cấp cho quan chức.

관사(冠詞) mạo từ. ¶ 정[부정]～ mạo từ hạn định [bất hạn định].

관상(冠狀) ～의 hình vành. ¶ ～ 동맥[정맥] động mạch vành [tĩnh mạch vành] của tim (심장의).

관상(管狀) ～의 hình ống. ¶ ～의 물건 vật hình ống.

관상(觀相) việc xem tướng mạo. ¶ ～을 보다 xem tướng số của ai đó(남의); xem tướng số (của bản thân)(자기의). ¶ ～술 thuật xem tướng / ～장이 thầy tướng số.

관상(觀象) sự quan sát khí tượng. ¶ ～대 đài quan sát khí tượng / 중앙～대 đài quan sát khí tượng trung ương.

관상(觀賞) ~하다 ngắm, thưởng thức. ¶ ～식물 cây cảnh / ～어(漁) cá cảnh.

관서(官署) văn phòng chính phủ, cơ quan nhà nước.

관선(官選) ～의 được chọn, được chỉ định, được bổ nhiệm. ¶ ～이사 uỷ viên quản trị (giám đốc điều hành) được nhà nước bổ nhiệm.

관설(官設) ～의 (thuộc) cơ quan nhà nước thiết lập.

관성(慣性) 【VLH】 quán tính. ¶ ～능률 năng lực (năng xuất) quán tính / ～의 법칙 phép quán tính.

관세(關稅) thuế quan, thuế hải quan (세율). ¶ ～법 luật thuế / ～장벽 hàng rào thuế quan / ～청 cục thuế / 보호～ thuế bảo hộ / 수입 [수출] ～ thuế nhập khẩu [xuất khẩu].

관세음보살(觀世音菩薩) Quan thế âm Bồ Tát.

관솔 nhựa cây thông.

관수(官需) vật dụng cần thiết cho quan chức, cơ quan nhà nước. ¶ ～물자 vật tư cung cấp cho cơ quan nhà nước.

관수(貫數) ¶ ～가 나가다 nặng, quá nặng.

관습(慣習) tục lệ, tập quán, thói quen. ～적 theo tục lệ, theo phong tục. ¶ 사회의 ～ phong tục tập quán xã hội (항상 복수 사용) ¶ ～법 luật tục.

관심(關心) sự quan tâm, sự lo lắng. ¶ …에 ～을 갖다 có quan tâm đến … / …에 ～이 없다 không có quan tâm. ¶ ～사 sự quan tâm, vấn đề quan tâm / 공동 [상호] ～사 vấn đề quan tâm cộng đồng [tương hỗ].

관아(官衙) quan nha.

관악(管樂) (âm nhạc) nhạc khí thổi (kèn, sáo v.v.). ¶ ～기 nhạc cụ kèn sáo.

관업(官業) doanh nghiệp nhà nước.

관여(關與) sự tham gia, sự liên quan,

sự đóng góp, can dự. ~하다 liên quan, tham gia, đóng góp.

관영(官營) ☞ **국영**(國營).

관용(官用) (용무) quan dụng, chính phủ hoặc cơ quan nhà nước sử dụng; (사용) sử dụng. ¶ ~으로 sử dụng cho chính phủ hoặc cơ quan nhà nước (사용).

관용(寬容) lòng khoan dung, sự tha thứ, sự đại lượng, khoan hồng. **~하다** khoan dung, đại lượng. ¶ ~의 정신 tinh thần khoan dung.

관용(慣用) cách dùng, cách sử dụng theo thói quen. ~의 dùng, sử dụng thành quen; thuộc thành ngữ (어구의). ¶ ~어구 thành ngữ, quán ngữ.

관원(官員) quan viên, công chức, viên chức.

관위(官位) chức vụ(관등).

관유(官有) sở hữu nhà nước. ☞ **국유**(國有).

관인(官印) con dấu của cơ quan nhà nước. ¶ ~을 찍다 đóng dấu.

관인(寬仁) sự rộng lượng, tính rộng rãi, sự khoan hồng, tính hào phóng.

관자놀이(貫子) vùng huyệt thái dương (giữa tai và mắt).

관작(官爵) quan tước, tước vị. ¶ ~을 주다 ban tước vị.

관장(管掌) sự quản lý, sự điều hành. **~하다** quản lý, điều hành. ¶ ~업무 nhiệm vụ quản lý.

관장(館長) giám đốc, giám đốc thư viện (도서관의); người phụ trách bảo tàng (박물관의).

관장(灌腸) 【YH】 sự thụt, ống thụt. ~하다 bơm, thụt. ¶ ~기 dụng cụ thụt, ống tiêm.

관재(管財) sự quản lý, sự trông coi tài sản (thừa kế) (유산의); sự quản lý, sự trông coi tài sản (khi bị phá sản) (파산시의). **~하다** quản lý, trông coi, cai quản. ¶ ~국 cục quản lý tài sản / ~인 người cai quản (공공물의); người quản lý tài sản (유산의); người tiếp quản (청산시의); nhà quản lý (정부 등의).

관저(官邸) nhà của các quan chức cấp cao. ¶ 대통령 ~ dinh (phủ) Tổng thống.

관전(觀戰) **~하다** xem (trận thi đấu) (경기를). ¶ ~기(記) bài tường thuật trận thi đấu.

관절(關節) 【GP】 khớp xương (giải phẫu). ~의 (thuộc) khớp. ¶ ~염 viêm khớp.

관점(觀點) quan điểm, lập trường. ¶ 이 ~에서 trong quan điểm này / ~이 다르다 khác quan điểm.

관제(官制) tổ chức (cơ cấu) nhà nước.

관제(官製) ~의 quản chế của chính phủ. ¶ ~ 데모 cuộc biểu tình có sự hậu thuẫn của chính phủ / ~엽서 bưu thiếp chính phủ.

관제(管制) sự điều hành, sự kiềm chế ¶ ~탑 (공항의) tháp điều khiển / 등화 ~ điều khiển đèn / 보도 ~ sự kiểm duyệt tin tức.

관조(觀照) sự ngắm, sự thưởng ngoạn, sự ngẫm nghĩ, sự mặc tưởng, sự quan sát. **~하다** ngắm, thưởng ngoạn, ngẫm nghĩ, quan sát.

관존민비(官尊民卑) tôn kính quan lại (người có chức quyền) khinh thường người dân.

관중(觀衆) quần chúng, khán thính giả, người xem.

관직(官職) quan chức, có chức vụ trong cơ quan nhà nước. ¶ ~에 있다 có chức.

관찰(觀察) sự quan sát, sự theo dõi, tầm nhìn. **~하다** quan sát, theo dõi, nhìn, trông coi. ¶ ~력 năng lực quan sát

/ ～안(眼) nhãn quan.

관찰사(觀察使) kẻ thống trị.

관철(貫徹) (수행) sự thực hiện, sự thi hành, sự đáp ứng, sự hoàn thành. ～하다 thực hiện, hoàn thành, đáp ứng, đạt được, giành được. ¶ 목적을 ～하다 đạt được mục đích.

관청(官廳) cơ quan (văn phòng) chính phủ. ¶ 관계 ～ cơ quan liên quan / 주무 ～ cơ quan có thẩm quyền.

관측(觀測) sự quan sát, sự theo dõi, sự xem xét. **~하다** quan sát, theo dõi, xem xét. ¶ 희망적 ～ quan sát một cách hy vọng. ¶ ～기구 khí cầu quan trắc (비유적) / ～소 đài thiên văn, đài quan trắc, đài quan sát / ～자 nhà quan sát.

관통(貫通) (뚫음) sự xuyên qua, sự thấm qua. **~하다** thâm nhập, ngấm vào, xuyên qua (탄알이). ¶ ～ 총상 vết thương do bị đạn bắn xuyên qua / 총알이 ～하다 viên đạn xuyên qua.

관포(管鮑) câu chuyện về tình bạn cao đẹp của 2 vị hiền nhân Quan và Phổ của Trung Quốc thời xa xưa. ¶ ～지교 mối thâm giao Quan Phổ.

관하(管下) ¶ ～의(에) dưới quyền điều hành của ai đó.

관하다(關-) ❶ (관계) liên quan đến, nhắc đến. ¶ …에 관하여 về vấn đề / …에 관한 한 về vấn đề, về việc, liên quan đến / 그 점에 관해서 về điểm đó / 철학에 관한 책 quyển sách về triết học. ❷ (영향) có ảnh hưởng, làm ảnh hưởng đến, làm tác động đến. ¶ 명예에 관한 문제 vấn đề có ảnh hưởng đến danh dự.

관학(官學) trường quốc lập.

관할(管轄) quyền lực, quyền hành; (영역) quản hạt, phạm vi, lĩnh vực. **~하다** điều khiển, sử dụng, thi hành quyền lực, cầm quyền. ¶ …의 ～에 속하다 dưới quyền lực của ai, trong phạm vi. ¶ ～ 관청 cơ quan có chức năng, cơ quan có thẩm quyền / ～ 구역 khu vực quản hạt, khu vực nằm trong phạm vi quyền hạn / ～권 quyền hạn, phạm vi quyền hạn / ～ 다툼 tranh giành quyền hạn / ～서(署) cơ quan chức trách có thẩm quyền.

관함식(觀艦式) cuộc tập trận của lực lượng hải quân.

관행(慣行) thủ tục thông thường, thói quen, thông tục. ¶ 국제적 ～ thông tục quốc tế.

관향(貫鄕) quê cha đất tổ, nguyên quán.

관허(官許) giấy phép của cơ quan chính phủ. ～의 được phép. ¶ ～ 요금 phí cấp giấy đăng kí.

관헌(官憲) nhà chức trách, quan chức nhà nước.

관현(管絃) đàn sáo. ¶ ～악 dàn nhạc /～악의 반주 đệm cho dàn nhạc / ～악단 ban nhạc.

관혼상제(冠婚喪祭) quan hôn tang tế (lễ thành niên, hôn lễ, tang lễ, cúng lễ).

관화(官話) (북경말) tiếng Hoa phổ thông, tiếng quan thoại.

관후(寬厚) ～한 khoan hậu, hào phóng, nhân hậu. ¶ ～장자 người rộng lượng, người hào hiệp, người cao thượng.

괄괄하다 (성질이) nóng tính, mãnh liệt, liều lĩnh, rắn rỏi.

괄다 (화력이) mãnh liệt, dữ dội, mạnh mẽ, cao.

괄대(恝待) **~하다** đối xử lạnh nhạt, hờ hững, tiếp đãi qua loa.

괄선(括線) 【TH】 dấu gạch trên biểu thức.

괄시(恝視) hờ hững, sự coi khinh, sự khinh rẻ. **~하다** (박대) bạc đãi, hờ hững, lạnh nhạt; (경멸) coi thường, khinh rẻ, xem nhẹ.

괄약근(括約筋) 【GP】 cơ co khít, cơ thắt (giải phẫu).

괄태충(括胎蟲) 【ĐV】 con ốc sên.

괄호(括弧) (둥근) dấu ngoặc đơn; (각) dấu móc; (큰) dấu ngoặc ôm. ¶ ~속에 넣다 cho vào trong dấu ngoặc đơn.

광 nhà kho, nhà hầm, buồng kho(땅광).

광(光) (윤) tia, ánh sáng. ¶ ~내다 phát sáng (금속을).

광(廣) (넓이) khoảng rộng, quy mô rộng, khu vực; (너비) rộng, rộng rãi.

광(鑛) (갱) hầm mỏ (덩어리) quặng. ¶ 철~ quặng sắt.

…광(狂) (열광) sự cuồng nhiệt; (사람) người hâm mộ, fan. ¶ 댄스~ điệu nhảy cuồng nhiệt / 야구~ người hâm mộ bóng chày / 영화~ người say mê điện ảnh.

광각(光角) 【VLH】 góc mắt (vật lý).

광각(光覺) thị giác.

광각렌즈(廣角lens) thấu kính rộng, máy chiếu toàn cảnh.

광갱(鑛坑) hầm mỏ.

광견(狂犬) chó dại, chó điên. ¶ ~병 bệnh dại / ~병에 걸리다 mắc bệnh dại.

광경(光景) quanh cảnh, cảnh tượng. ¶ 슬픈 ~ cảnh tượng buồn / 참담한 ~ cảnh thê thảm.

광고(廣告) (알림) sự quảng cáo, tờ quảng cáo, tờ yết thị, sự thông báo (영업상의); (선전) tính công khai, sự rao hàng. **~하다** quảng cáo. ¶ ~란 cột quảng cáo / ~료 phí quảng cáo / ~ 방송 truyền hình quảng cáo / ~삐라 tờ rơi quảng cáo / ~탑 tháp quảng cáo (옥상의) / 사망 ~ lời cáo phó / 제품 ~ quảng cáo sản phẩm.

광공업(鑛工業) ngành công nghiệp khoáng sản.

광구(匡救) sự khôi phục, sự sửa chữa, sự hiệu chỉnh. **~하다** khôi phục, sửa lại, phục hồi, cải tổ lại.

광구(光球) 【TVH】 quyển sáng, cầu phát sáng.

광구(鑛區) khu vực hầm mỏ.

광궤(廣軌) khoảng cách lề. ¶ ~ 철도 khoảng cách đường ray (xe lửa).

광기(狂氣) chứng điên, chứng rồ dại, sự mất trí, tình trạng điên rồ. ¶ ~의 mất trí, điên dại.

광나다(光-) bóng loáng, hào nhoáng, rực rỡ, chói ngời.

광년(光年) 【TVH】 một năm sáng sủa, một năm tốt lành.

광대 diễn viên, anh hề, kép hát; điệu múa mặt nạ (탈춤).

광대(廣大) ~한 quảng đại, rộng lớn, bao la, bao quát, mênh mông. ¶ ~무변한 vô tận, không giới hạn, không bờ bến.

광대뼈 xương gò má. ¶ ~가 나온 사람 người có xương gò má cao.

광도(光度) 【VLH】 sáng, độ sáng. ¶ ~계 dụng cụ đo ánh sáng, quang kế.

광독(鑛毒) sự ô nhiễm quặng. ¶ ~의 피해 tổn hại do nhiễm độc khoáng chất.

광란(狂亂) sự điên cuồng, sự mê loạn. **~하다** điên rồ, cuồng dại, mất trí, nổi cơn điên.

광력(光力) 【VLH】 sức chiếu sáng, lực chiếu sáng. ¶ ~계 quang kế.

광림(光臨) (경어) sự hiện diện, sự có mặt (của quý vị) (ngôn ngữ kính trọng).

광막(廣漠) ~한 bao la, mênh mông, bát ngát, vô bờ bến. ¶ ~한 땅 mảnh đất rộng bao la.

광망(光芒) tia sáng, chùm ánh sáng.

광맥(鑛脈) mạch mỏ khoáng. ¶ ~을 찾아내다 tìm mạch mỏ.

광명(光明) quang minh, ánh sáng(빛); hy vọng, ánh sáng hy vọng (희망). ¶

새로운 ~을 주다 ban cho nguồn sáng mới.

광목(廣木) vải cotton.

광물(鑛物) khoáng vật. ~의 thuộc khoáng sản. ¶ ~계 ngành khoáng sản / ~질 chất khoáng / ~학 (khoáng chất) khoáng vật học.

광범(廣汎) ~한 rộng rãi, to lớn, bao quát, bao la, mênh mông. ¶ ~한 개혁 cải cách trên diện rộng / ~한 영향을 주다 có ảnh hưởng to lớn.

광범위(廣範圍) trên diện rộng, phạm vi rộng. ¶ ~에 걸치다 trải dài trên diện rộng. ☞ **광범**.

광복(光復) sự giành lại độc lập. **~하다** giành lại độc lập. ¶ ~절 Ngày Độc lập của Hàn Quốc.

광부(鑛夫) thợ mỏ, công nhân mỏ.

광분(狂奔) **~하다** lăng xăng, lộn xộn, chạy lung tung.

광산(鑛山) hầm mỏ. ¶ ~공학 kỹ thuật hầm mỏ / ~기사 kỹ sư hầm mỏ / ~노동자 công nhân hầm mỏ / ~업 công nghiệp mỏ / ~채굴권 quyền khai thác hầm mỏ / ~측량 đo đạc hầm mỏ.

광산(鑛産) khoáng sản. ¶ ~지 khu khoáng sản.

광상(鑛床) sự lắng đọng khoáng chất.

광상곡(狂想曲) khúc tuỳ hứng.

광석(鑛石) quặng, khoáng sản, đá quặng, bán dẫn (라디오의). ¶ ~검파기 [수신기] máy dò [máy thu] khoáng chất.

광선(光線) ánh sáng, tia sáng. ¶ ~분석 phân tích ánh sáng / ~요법 phương pháp chữa bệnh bằng quang học / ~조절기 dụng cụ điều chỉnh quang học / 굴절 [반사] ~ khúc xạ [phản xạ] ánh sáng / 살인 ~ tia sáng giết người / 태양 ~ tia sáng mặt trời.

광섬유(光纖維) sợi quang.

광속(光束) thông lượng ánh sáng (đơn vị đo là lumen). ¶ ~ 발산도 tia dạ quang.

광속(光速) tốc độ ánh sáng.

광수(鑛水) nước khoáng.

광신(狂信) sự cuồng tín. ~적 một cách cuồng tín. ¶ ~자 người cuồng tín.

광심(光心) 【VLH】 điểm sáng trung tâm.

광야(廣野) vùng hoang dã, vùng hoang vu.

광양자(光量子) 【VLH】 lượng tử ánh sáng.

광언(狂言) lời nói vô lý, lời nói càn, lời nói lung tung.

광업(鑛業) công nghiệp hầm mỏ. ¶ ~가 người khai thác hầm mỏ / ~권 quyền khai thác hầm mỏ/ ~소 trạm khai thác hầm mỏ.

광역(廣域) khu vực rộng. ¶ ~수사 điều tra trên diện rộng / ~ 지방 의회 선거 bầu cử hội đồng địa phương mở rộng.

광열(光熱) quang nhiệt, ánh sáng và sức nóng. ¶ ~비 chi phí quang nhiệt.

광영(光榮) vinh quang, danh dự, thanh danh. ☞ **영광**.

광우리장수 người bán rong đội thúng trên đầu.

광원(光源) nguồn sáng.

광원(廣遠) ~한 rộng rãi, rộng, bao la.

광유(鑛油) dầu mỏ, dầu quặng.

광음(光陰) thời giờ. ¶ ~이 여류(如流)하다 thời giờ trôi qua nhanh chóng.

광의(廣義) ý nghĩa rộng. ¶ ~로 해석하다 giải thích theo nghĩa rộng.

광인(狂人) người điên, người mất trí.

광자(光子) 【VLH】 lượng tử ánh sáng.

광장(廣場) khoảng trống rộng, quảng trường.

광재(鑛滓) rác quặng, phần còn lại của quặng sau khi lấy hết kim loại.

광적(狂的) sự điên rồ, sự mất trí, sự

cuồng dại.

광전(光電) 【Đ】 hiện tượng quang điện, quang điện học. ¶ ～자 quang điện tử.

광점(光點) điểm sáng, điểm phát sáng. 【TVH】 vệt sáng trên mặt trời (태양의).

광정(匡正) **~하다** sửa đổi, cải thiện, cải cách, sửa chữa.

광주(鑛主) chủ hầm mỏ.

광주리 cái rổ, cái thúng (được làm bằng tre hoặc cây liễu gai), cái hòm mây, cái nong, nia.

광증(狂症) chứng điên dại, chứng rồ dại, chứng loạn trí. ¶ ～을 일으키다 bị điên, trở nên điên loạn.

광차(鑛車) xe chở quặng, goòng chở than(석탄차).

광채(光彩) nước bóng, sự sáng chói, sự lộng lẫy. ¶ ～가 나다 trở nên chói lọi, rực rỡ, lộng lẫy / ～를 발하다 phát sáng.

광천(鑛泉) suối nước khoáng (광수); nước khoáng(온천).

광체(光體) quang thể.

광축(光軸) 【VLH】 tia xuyên quang học, quang trục.

광치다 (떠벌리다) phô trương, khoe khoang, khoác lác. (광내다) làm cho sáng bóng, làm cho sáng chói, lấp lánh.

광태(狂態) xấu hổ, tủi thẹn, nhục nhã, khiếm nhã. ¶ ～를 부리다 hành động khiếm nhã, cư xử đáng xấu hổ (취해서).

광택(光澤) sáng ngời, rực rỡ, bóng loáng. ¶ ～있는 bóng loáng, sáng, rực rỡ, chói lọi, huy hoàng, xán lạn, lộng lẫy / ～을 내다 làm cho bóng.

광파(光波) 【VLH】 sóng ánh sáng.

광포(狂暴) ～한 nổi cơn thịnh nộ, nổi xung, giận dữ.

광폭(廣幅) (넓은 폭) khổ rộng, khổ đôi. ¶ ～의 thuộc khổ rộng.

광풍(狂風) cuồng phong.

광학(光學) quang học. ¶ ～기계 máy quang học / ～병기 binh khí quang học.

광행차(光行差) 【VLH】 quang sai.

광화(鑛化) 【Kh】 sự khoáng hoá.

광화학(光化學) 【VLH】 quang hoá học.

광활(廣闊) tính rộng lớn, tính rộng rãi. ～한 rộng rãi, mênh mông, rộng lớn.

광휘(光輝) sáng chói, rực rỡ, lấp lánh, huy hoàng, tráng lệ.

광희(狂喜) vui điên cuồng, niềm hân hoan, hớn hở. **~하다** cuồng nhiệt, phấn khích, phấn khởi.

괘관(掛冠) sự từ chức, sự xin thôi việc. **~하다** xin thôi việc, từ chức.

괘념(掛念) **~하다** lo nghĩ, lo âu, bận tâm, lo lắng.

괘도(掛圖) biểu đồ, đồ thị; (지도) bản đồ treo tường.

괘력(掛曆) lịch treo tường.

괘선(罫線) lề, đường lề (giấy kẻ lề).

괘씸하다 vô lễ, xấc láo, láo xược. ¶ 괘씸한 짓 thói xấc láo.

괘종(掛鐘) đồng hồ treo tường.

괘지(罫紙) giấy kẻ dòng.

괜찮다 ❶ (쓸만하다) khá tốt, vừa phải, tạm ổn. ¶ 맛이 ～ khá ngon. ❷ (상관없다) không sao, không có gì. ¶ 괜찮으시다면 nếu không sao / 비가와도 ～ dù trời mưa cũng không sao / 나는 ～ tôi không sao.

괜히 ☞ **공연히**.

괭이 (농기구) cái cuốc.

괴걸(怪傑) người kỳ lạ, người khác thường, người kỳ dị.

괴경(塊莖) 【TV】 thân củ, củ, hạt, mầm. ¶ ～식물 cây có củ.

괴괴하다 tĩnh mịch, yên tĩnh, hoang vắng, vắng vẻ.

ㄱ

괴근(塊根) rễ củ.

괴금(塊金) vàng khối, vàng nén, thỏi vàng, quặng vàng.

괴나리봇짐 túi sách du lịch, ba lô.

괴다[1] (물이) đọng lại, lưu lại.

괴다[2] (발효) lên men.

괴다[3] (받치다) đỡ, chống đỡ.

괴담(怪談) chuyện ma quỷ, chuyện kinh dị.

괴도(怪盜) kẻ trộm thần bí, qủi quyệt.

괴란(壞亂) (풍속의) sự lạc hậu, sự mục nát, sự thối nát; (질서의) sự lật đổ, sự đánh đổ, sự phá vỡ. ~하다 lật đổ, phá vỡ, làm mất hiệu lực.

괴력(怪力) sức mạnh phi phàm.

괴로움 (오뇌) nỗi đau đớn, nỗi buồn đau, nỗi ưu phiền, nỗi khổ sở; (곤고) nỗi khốn khổ, nối thống khổ. ¶ 삶의 ~ sự phiền muộn của cuộc sống / 마음의 ~ nỗi đau trong lòng.

괴로워하다 chịu đựng, đau khổ, đau đớn; (시달리다) gây ưu phiền, gây lo lắng. (근심을 하다) lo lắng, phiền muộn, bồn chồn.

괴롭다 (고통) đau khổ, buồn phiền; (곤란) khó khăn, rắc rối, phiền phức; (경제적으로) khó khăn về mặt kinh tế; (거북하다) bất tiện, khó xử. ¶ 괴로운 입장 khó xử / 괴로운 마음 trong lòng phiền muộn / 괴로운 나머지 sau nỗi, kết cục của một nỗi buồn phiền muộn.

괴롭히다 quấy rầy, làm khó chịu, làm bận lòng, làm phát cáu; (고통으로) làm đau đớn, làm khổ sở. ¶ 적을 ~ quấy rối kẻ địch / 제 마음을 ~ làm phiền lòng tôi.

괴뢰(傀儡) con rối, bù nhìn; công cụ, lợi khí, tay sai. ¶ ~정부 chính quyền bù nhìn.

괴망(怪妄) tính lập dị, sự kỳ quái. ~한(스러운) lập dị, kỳ cục, kỳ quái.

괴멸(壞滅) sự phá hoại, sự phá huỷ, sự huỷ diệt, sự đổ nát, sự suy đồi. ~하다 tàn phá, phá huỷ, phá hoại, tiêu diệt, tiêu huỷ. ¶ ~시키다 phá hoại, tiêu diệt, đánh đổ, tàn phá.

괴문(怪聞) điều tai tiếng, tiếng đồn xấu, xì căng đan (scandal).

괴물(怪物) quái vật, yêu quái; (사람) người bí hiểm, người khó hiểu; lập dị, kì bí(괴벽한); bí ẩn, quái lạ (수수께끼의).

괴벽(乖僻) tính lập dị, tính kỳ cục. ☞ 괴팍.

괴변(怪變) tai nạn rủi ro, biến cố kì dị.

괴사(怪事) cái chết không rõ lý do, cái chết thần bí.

괴상(塊常) ~한 kỳ lạ, khác thường, kỳ cục, lạ lùng. ¶ ~한 일 việc lạ lùng / ~하게 여기다 cảm thấy lạ lùng.

괴상(怪狀) ~의 to lớn, đồ sộ, qui mô. ¶ ~암(岩) [화산] tảng đá [núi lửa] đồ sộ.

괴수(怪獸) quái thú, quái vật, yêu quái.

괴수(魁首) tên đầu sỏ, người cầm đầu.

괴승아 【TV】 cây me đất.

괴위(魁偉) ~한 khổng lồ, hùng vĩ, bệ vệ.

괴이(怪異) ~한 quái dị, thần bí, bí ẩn, lạ lùng.

괴좆나무 ☞ 구기자.

괴질(怪疾) quái bệnh, căn bệnh kỳ lạ.

괴짜(怪-) người kỳ cục, người lập dị.

괴철(塊鐵) thỏi sắt, khối sắt.

괴탄(塊炭) khối than, tảng than.

괴팍 ~한(스러운) cầu kỳ, kiểu cách, khó tính. ¶ ~한 사람 người khó tính / ~한 성미 tính cách cầu kỳ, khó gần.

괴한(怪漢) một kẻ đáng ngờ, nhân vật khả nghi.

ㄱ

괴혈병(壞血病) [YH] bệnh scobut (bệnh thiếu vitamin C).

괴화(怪火) đám cháy không rõ nguyên nhân.

굄돌 cột đá, (nghĩa bóng) người chống đỡ, người đứng mũi chịu sào.

굉굉하다(轟轟-) vang như sấm, nổ đùng đùng, nói oang oang.

굉대(宏大) ~한 rộng lớn, mênh mông, bao la, to lớn.

굉음(轟音) tiếng gầm, tiếng ầm, tiếng ầm ầm. ¶ ~을 내다 nói lớn tiếng.

굉장(宏壯) ~한 (큰) to lớn, hùng vĩ, uy nghi; (대단한) hay, đẹp, tốt, tuyệt, vinh quang, vẻ vang; (엄청나다) khủng khiếp, to lớn. ¶ ~히 một cách to lớn, một cách hùng vĩ, một cách vẻ vang / ~한 건축물 công trình kiến trúc hùng vĩ / ~한 부자 một người giàu có vô cùng / ~히 가난하다 rất nghèo / ~히 덥다 rất nóng/ ~히 아름답다 rất đẹp, đẹp lạ lùng.

교(敎) ☞ **종교**(宗敎).

교가(校歌) ca khúc học đường.

교각(橋脚) bến tàu, cầu tàu.

교각살우(矯角殺牛) có thành ý, tích cực nhưng lại làm hỏng việc

교감(校監) phó hiệu trưởng trường cấp I, II, III.

교감신경(交感神經) dây thần kinh giao cảm.

교갑(膠匣) bao con nhộng(bọc ngoài viên thuốc con nhộng).

교골(交骨) [GP] xương chậu, xương mu.

교과(敎科) chương trình giảng dạy;(과목) môn học. ¶ ~서 sách giáo khoa.

교관(敎官) giáo viên, người dạy (전체), thầy giáo (남자), cô giáo (여자).

교교하다(皎皎-) sáng chói, chói lòa, rực rỡ. ¶ 교교히 một cách sáng chói, một cách chói lòa.

교구(敎具) giáo cụ.

교구(敎區) xứ đạo, giáo khu, giáo xứ. ¶ ~민 dân xứ đạo.

교권(敎權) (종교상의) quyền lực tôn giáo; (교육상의) quyền lực giáo viên. ¶ ~확립 xác lập quyền cho giáo viên.

교규(校規) quy tắc học đường, quy tắc trường học.

교근(咬筋) [GP] cơ nhai.

교기(校紀) kỷ luật học đường.

교기(校旗) lá cờ của trường.

교기(驕氣) thái độ kiêu kỳ, kiêu căng, ngạo mạn. ¶ ~부리다 tỏ vẻ kiêu kỳ, kiêu căng, ngạo mạn.

교내(校內) ~의 trong trường. ¶ ~운동대회 đại hội thể thao toàn trường.

교단(敎團) dòng tu, phường hội tôn giáo.

교단(敎壇) bục giảng. ¶ ~에 서다 đứng trên bục giảng, giảng dạy. ¶~ 생활 nghề giáo.

교당(敎堂) giáo đường (회교의).

교대(交代) sự xen kẽ, sự luân phiên, sự thay phiên; ca, kíp (직공 따위의). **~하다** luân phiên, thay phiên, xen kẽ (번갈아). ¶ ~로 luân phiên nhau, lần lượt nhau, thay ca / 주야 ~로 theo ca ngày ca đêm / 3교대로 일하다 làm việc theo 3 ca. ¶ ~시간 thời gian thay ca / ~원 người làm việc theo ca / 2~제 chế độ 2 ca / ~ 조업 chế tạo luân phiên.

교도(敎徒) người tin, tín đồ.

교도(敎導) sự dạy dỗ, sự chỉ bảo, sự rèn luyện, sự đào tạo. ~하다 dạy dỗ, chỉ bảo, giảng dạy. ¶ ~ 민주주의 chủ nghĩa dân chủ có hướng đạo.

교도(矯導) ¶ ~관 cai tù, cai ngục, nhân viên trại giam, quản giáo / ~소 nhà tù, nhà giam, trại cải tạo, nhà lao /~소에 들어가다 vào tù, vào trại cải tạo.

교두보(橋頭堡) vị trí đổ bộ, vị trí đầu cầu. ¶ ~를 확보 [구축]하다 củng cố [bảo đảm] vị trí bàn đạp thâm nhập.

교란(攪亂) sự hỗn loạn, sự bất an, sự náo động. ~하다 làm xáo trộn, hỗn loạn, làm mất trật tự, gây náo động, quấy rầy, làm mất yên tĩnh.

교량(橋梁) cầu. ¶ ~을 가설하다 xây cầu. ¶ ~공사 công trình xây cầu.

교련(教鍊) (군사훈련) sự huấn luyện; sự tập luyện (학습). ~하다 huấn luyện, tập luyện. ¶ ~ 교관 người chỉ huy huấn luyện / 집중 ~ huấn luyện tập trung.

교료(校了) (부호) O.K (biểu thị sự hoàn tất việc sửa chữa, hiệu chỉnh). **~하다** hoàn tất việc đọc và sửa bản in thử. ¶ ~쇄(刷) bản in hoàn tất.

교류(交流) sự trao đổi, sự giao lưu; [Đ] dòng điện xoay chiều. ¶ 한미 문화 ~ giao lưu văn hóa Hàn - Mỹ. ¶ ~발전기 máy phát điện xoay chiều / 학생 ~ giao lưu học sinh.

교리(教理) giáo lý, giáo điều. ¶ ~문답 giáo lý vấn đáp.

교린(交隣) sự giao lưu thân thiện với nước láng giềng, mối quan hệ hữu nghị của các nước láng giềng. ¶ ~정책 chính sách quan hệ hữu nghị của các nước láng giềng.

교만(驕慢) tính ngạo mạn, tính kiêu kỳ, tính kiêu căng, thái độ ngạo mạn, thái độ kiêu kì, thái độ kiêu căng. ~한 ngạo mạn, kiêu kỳ, kiêu căng.

교목(喬木) cây cao. ¶ ~대(帶) vùng cây cao.

교묘(巧妙) ~한 khéo, khéo tay, khéo léo, có kỹ xảo. ¶ ~하게 một cách khéo léo / ~한 솜씨 tài khéo tay / ~한 수단 phương pháp khéo léo / ~하게 속이다 lừa một cách tài tình, lừa một cách khéo léo.

교무(教務) ❶ (학교) công việc ở trường. ¶ ~과 phòng giáo vụ, phòng công tác sinh viên / ~주임 trưởng phòng giáo vụ. ❷ (교회) giáo vụ nhà thờ.

교문(校門) cổng trường học. ¶ ~을 나서다 rời cổng trường học, tốt nghiệp.

교미(交尾) sự giao phối, sự giao hợp. **~하다** giao phối, giao hợp. ¶ ~기(期) thời kỳ giao phối.

교배(交配) sự lai giống; sự cấy ghép (식물의). **~하다** cho lai giống, lai.

교복(校服) đồng phục nhà trường.

교본(教本) sách giáo khoa.

교부(交付) sự phân phát, trao, giao. **~하다** phân phát, phân phối, giao. ¶ 통지서를 ~하다 phát giấy thông báo.

교분(交分) sự quen thân, sự thân mật, tình hữu nghị. ¶ ~이 두텁다 sưởi ấm tình hữu nghị, trở nên thân mật hơn.

교빙(交聘) **~하다** trao đổi (đặc phái viên ngoại giao).

교사(巧詐) ~스러운 xảo quyệt, lắm mưu mẹo, khéo léo, láu cá, ranh mãnh.

교사(校舍) trường sở. ¶ 가(假)~ khu trường học tạm bợ.

교사(教師) giáo viên, nghề giáo, thầy giáo (주로 정형으로 사용되며 학생들이 남자 선생님을 부를 때의 호칭); giáo viên tiểu học (초등학교의). ¶ ~자격증 chứng chỉ sư phạm / 여~ cô giáo / 영어 ~ giáo nghiệp vụ viên tiếng Anh.

교사(教唆) sự khuyến khích; sự kích động, sự xúi giục, sự xúi bẩy. **~하다** xúi giục, xúi bẩy. ¶ ~자 kẻ xúi giục, kẻ tiếp tay. ¶ …의 ~로 với sự xúi giục của ...

교사(驕奢) kiêu ngạo, xa xỉ.

교살(絞殺) sự bóp cổ chết, sự treo cổ. **~하다** bóp cổ chết.

ㄱ

교상(咬傷) vết thương (do bị côn trùng và động vật cắn).

교생(敎生) giáo sinh tập sự, giáo viên thực tập.

교서(敎書) thư tín, điện, thông điệp, thông báo. ¶ 연두~ thư chúc mừng năm mới / 특별 ~ thông điệp đặc biệt.

교섭(交涉) ❶ (협상) sự đàm phán, sự thương lượng, sự điều đình, sự dàn xếp. **~하다** đàm phán, thương lượng, điều đình, dàn xếp. ¶ ~중이다 đang thương lượng / ~ 단계에 있다 trong giai đoạn đàm phán. ¶ ~단체 (국회의) cơ quan thương lượng / 예비 ~ đàm phán trù bị. ❷ (관계) mối quan hệ, mối liên hệ, sự liên quan.

교수(敎授) sự dạy dỗ, sự hướng dẫn; (사람) giáo sư. **~하다** dạy, giảng dạy, đào tạo, truyền kiến thức. ¶ ~법 phương pháp giảng dạy / ~ 요목 đề cương giảng dạy / ~회 họp khoa / 개인~ sự dạy dỗ riêng biệt, giáo sư riêng / 부~ phó giáo sư / 조~ trợ giáo / 지도~ giáo sư hướng dẫn.

교수(絞首) sự treo, sự treo cổ, sự bóp nghẹt, sự bóp cổ. **~하다** treo, treo cổ, bóp nghẹt. ¶ ~대 giá treo cổ / ~형 hình phạt treo cổ.

교습(敎習) sự dạy dỗ, sự huấn luyện, sự rèn luyện; sự truyền kiến thức. ¶ ~을 받다 được dạy dỗ, được học. ¶ ~소 nơi huấn luyện, trường / 피아노 ~ dạy pi-a-nô.

교시(敎示) lời dạy bảo, sự giáo huấn, sự chỉ bảo; sự chỉ thị. ~하다 dạy bảo, chỉ bảo; chỉ thị.

교신(交信) sự thông tin. **~하다** thông tin, truyền đạt; tin tức truyền đạt, thông báo.

교실(敎室) phòng học. ¶ 콩나물 ~ lớp học chật ních.

교안(敎案) giáo án, giáo trình. ¶ ~을 짜다 soạn giáo án.

교양(敎養) sự giáo dục, sự giáo dưỡng, sự giáo hóa. ¶ ~(이) 있는 có học; có giáo dục. ¶ ~과목 môn học đại cương / ~학부 khoa đào tạo đại cương, khoa giáo dục môn chung.

교언(巧言) lời nịnh hót, lời tâng bốc, sự xu nịnh. ¶ ~영색(令色) lời nói ám chỉ, lời nói bóng gió.

교역(交易) sự giao dịch; thương mại, sự trao đổi hàng hóa (교환). **~하다** buôn bán, trao đổi mậu dịch.

교역자(敎役者) người làm công quả, người làm việc tông đồ.

교열(校閱) việc đọc và sửa bản in thử, đọc lại, duyệt lại. **~하다** đọc và sửa bản in thử. ¶ ~자 người sửa lại bản in thử.

교오(驕傲) ~한 kiêu ngạo, kiêu kỳ, kiêu căng, ngạo mạn.

교외(郊外) ngoại ô, ngoại thành. ¶ ~생활 cuộc sống ở vùng ngoại ô.

교외(校外) ~의(에) ở bên ngoài nhà trường. ¶ ~생 học sinh ở bên ngoài trường, học sinh thuộc khóa học mở rộng / ~ 활동 hoạt động ngoại khóa.

교우(交友) (사귐) sự làm quen; (벗) sự kết bạn, sự giao hữu; bầu bạn. ¶ ~ 관계 quan hệ bạn bè ~관계를 조사하다 điều tra quan hệ bạn bè.

교우(校友) bạn học. ¶ ~회 hội bạn học.

교우(敎友) giáo hữu.

교원(敎員) giáo viên; giảng viên; người dạy học (총칭). ¶ ~이 되다 trở thành giáo viên. ¶ ~ 양성소 trường đào tạo giáo viên.

교원병(膠原病) bệnh chất tạo keo.

교유(交遊) bạn, bầu bạn; bạn bè. **~하다** kết bạn, làm bạn, đối xử như bạn.

교육(教育) sự giáo dục; sự đào tạo; sự dạy dỗ (교습); (훈련) huấn luyện. **~하다** giáo dục; đào tạo; dạy dỗ; huấn luyện. ¶ ~받은 được giáo dục; được dạy dỗ / ~받지 못한 không được giáo dục; không được dạy dỗ / ~을 잘 받은 được học hành tử tế; được giáo dục chu đáo. ¶ ~감 người giám sát quản lý giáo dục / ~계 giới giáo dục / ~공무원 cán bộ ngành giáo dục / ~ 과정 quá trình đào tạo; chương trình giảng dạy; khóa đạo tào / ~ 기관 cơ quan giáo dục đào tạo / ~ 대학 đại học sư phạm / ~비(費) học phí / ~시설 trang thiết bị giáo dục / ~영화 phim giáo dục / ~위원회 ủy ban giáo dục / ~자 nhà giáo dục / ~제도 chế độ giáo dục / ~행정 hành chính giáo dục / 기술 ~ công nghệ giáo dục đào tạo.

교육인적자원부(教育人的資源部) bộ tài nguyên nhân lực giáo dục.

교의(交誼) tình bạn, tình hữu nghị; tình bằng hữu.

교의(校醫) bác sĩ của trường học.

교의(教義) giáo lý, nguyên lý, học thuyết, chủ nghĩa.

교인(教人) người tin, tín đồ, môn đồ.

교자상(交子床) bàn ăn rộng.

교장(校長) hiệu trưởng trường cấp I, II, III.

교장(校葬) lễ tang, sự chôn cất.

교장(教場) phòng học, trường đào tạo.

교재(教材) tài liệu học.

교전(交戰) (전쟁) cuộc chiến tranh; (전투) sự chiến đấu, sự giao chiến. **~하다** đánh nhau; chiến đấu; chiến tranh (전쟁). ¶ ~국 nước chiến tranh / ~상태 tình hình chiến tranh.

교점(交點) giao điểm; 【TVH】 nút.

교접(交接) (성교) sự đụng chạm, sự tiếp xúc, sự giao hợp, sự giao cấu. **~하다** tiếp xúc, giao hợp.

교정(校正) sự đọc và sửa, sự hiệu đính, sự hiệu chỉnh. **~하다** đọc và sửa. ¶ ~쇄(刷) bản in thử / ~원 người đọc và sửa bản in thử / ~필(畢) đã được chỉnh sửa; (기호) OK.

교정(校訂) sự xem lại, sự đọc lại. ~하다 xem lại, đọc lại. ¶ ~판(版) tái bản có chỉnh sửa.

교정(校庭) vườn trường; khu sân bãi.

교정(教程) giáo trình; chương trình giảng dạy.

교정(矯正) sự sửa; sự hiệu đính; sự sửa chữa. **~하다** sửa, hiệu đính; chữa bệnh, điều trị (치료). ¶ ~법 phương pháp điều trị.

교제(交際) sự giao tiếp, giao tế, sự giao thiệp. **~하다** giao tiếp, giao tế, giao thiệp. ¶ ~상 tính chất xã giao / ~가 넓다 giao thiệp rộng / ~를 넓히다 mở rộng sự giao thiệp / ~를 끊다 cắt quan hệ. ¶ ~가 người có quan hệ xã hội / ~범위 phạm vi giao tiếp / ~비 phí giao tiếp, chi phí tiếp khách (회사에서 지급되는).

교조(教祖) người sáng lập ra tôn giáo.

교조주의(教條主義) chủ nghĩa giáo điều. ¶ ~자 người theo chủ nghĩa giáo điều.

교졸(巧拙) sự khéo léo, sự tinh tế; tài năng (연기의); tài hoa (세공의).

교주(校主) chủ trường học trường.

교지(校地) đất của nhà trường.

교지(教旨) nguyên lý, chủ nghĩa; giáo lý (교리).

교직(交織) sự pha trộn; sự hỗn hợp, sự trộn lẫn (비단, 인조견의). ¶ 면모~ len pha bông.

교직(教職) (학교의) chức vụ giáo viên; (종교의) chức vụ tôn giáo. ¶ ~에 있다

có chức vụ trong ngành giáo viên. ¶ ~원 giáo viên.

교질(膠質) hồ; chất keo.

교차(交叉) sự giao nhau, sự chéo nhau, sự cắt ngang. **~하다** giao nhau; chéo nhau; cắt nhau; vắt ngang. ¶ ~로 đường giao nhau / ~승인 sự thỏa thuận gặp nhau / ~점 điểm giao nhau.

교착(交錯) sự pha trộn, sự hỗn hợp; sự phức tạp, sự rắc rối; điều phức tạp. **~하다** trộn, pha lẫn, lẫn lộn, phức tạp. ¶ 명암(明暗)의 ~ trắng đen lẫn lộn.

교착(膠着) sự dính kết; chắp dính (언어학, 생리학에서); sự bám chặt (사태의). **~하다** dính kết, dính, bám chặt; dính chặt. ¶ ~ 상태 trạng thái dính chặt / ~ 상태에 있다 trong trạng thái dính chặt / ~ 상태에 빠지다 thoát khỏi trang thái dính.

교체(交替) sự thay đổi (투수의). **~하다** đổi, thay đổi. ¶ 내각의 ~ sự thay đổi nội các.

교칙(校則) quy định của nhà trường.

교칙(教則) quy định giảng dạy, quy định của tôn giáo.

교탁(教卓) bàn giáo viên.

교태(嬌態) sự làm đỏm, tính hay làm dáng. ¶ ~를 부리다 tạo dáng, làm đỏm.

교통(交通) (왕래) giao thông; (연락) sự liên lạc; (운수) sự vận tải; sự chuyên chở, sự vận chuyển. ¶ ~을 차단하다 ngừng đi lại; chấm dứt liên lạc (격리); cách ly (전염병으로). ¶ ~ 규칙 luật giao thông / ~ 기관 cơ quan giao thông / ~난 sự tắc nghẽn giao thông / ~ 도덕 ý thức giao thông / ~량 lượng giao thông / ~ 마비 sự tê liệt giao thông / ~망 mạng giao thông / ~ 방해 sự cản trở giao thông / ~부 bộ giao thông / ~비 phí giao thông / ~ 사고 tai nạn giao thông / ~ 순경 cảnh sát giao thông / ~ 신호 tín hiệu giao thông / ~신호를 무시하다 coi thường tín hiệu giao thông / ~ 안전 an toàn giao thông / ~ 위반 vi phạm một lệ giao thông / ~ 위반자 người vi phạm một lệ giao thông / ~ 정리 giải tỏa giao thông / ~ 지옥 giao thông hỗn độn / ~ 체증 tình trạng đình trệ giao thông.

교파(教派) nhóm người cùng tín ngưỡng, giáo phái.

교편(教鞭) sự dạy dỗ. ¶ ~을 잡다 dạy dỗ.

교포(僑胞) (동포) kiều bào ở nước ngoài.

교풍(校風) truyền thống nhà trường.

교합(校合) sự giao hợp.

교향(交響) ¶ ~곡 bản giao hưởng / ~시 khúc giao hưởng riêng biệt / ~ 악단 dàn nhạc giao hưởng / ~악 ☞ **교향곡**.

교호(交互) ~의 thuộc sự thay phiên. ¶ ~ 작용 tương tác, tác động với nhau.

교화(教化) sự giáo hóa, sự soi sáng, sự khai trí; sự khai sáng. **~하다** mở mang, tu dưỡng; khai sáng; soi sáng.

교환(交換) (교역) sự giao dịch; sự đổi, sự đổi chác, buôn bán, thương mại; sự trao đổi hàng với hàng (물물의); (바꿔놓음) sự trao đổi; (어음의) thanh toán, đổi (ngân phiếu). ~하다 giao dịch, thương mại; trao đổi, buôn bán (어음을). ¶ …과 ~으로 đổi… bằng. ¶ ~ 가격[가치] giá [giá trị] trao đổi / ~ 교수[학생] giáo sư [học sinh] trao đổi / ~소 trung tâm giao dịch (어음의) / ~수 tổng đài / ~ 업무 việc thanh toán (ngân phiếu) (어음의) / ~조건 điều kiện trao đổi / ~품 hàng trao đổi / (전화) ～국 tổng đài điện thoại / (전화) ～대 máy tổng đài.

교환(交驩) sự giao hữu. **~하다** giao hữu. ¶ ～ 경기 trận đấu giao hữu.

교활(狡猾) ～한 xảo trá, quỷ quyệt, ranh ma, tinh quái. ¶ ～한 수단 thủ đoạn gian xảo / ～하게 굴다 giở trò quỷ quyệt.

교황(教皇) giáo hoàng. ～의 thuộc giáo hoàng. ¶ ～사절 đại sứ của giáo hoàng / ～청 toà thánh.

교회(教會) nhà thờ. ¶ ～에 가다 đi nhà thờ. ¶ ～당 nhà thờ; thánh đường (성당).

교회사(教誨師) giáo sĩ.

교훈(校訓) lời dạy, lời giáo huấn.

교훈(教訓) (가르침) sự giáo huấn; sự dạy dỗ; (훈화) lời khuyên răn; lời cảnh báo, lời nhắc nhở (우화의). ～적 mang tính giáo dục, mang tính dạy bảo; dạy dỗ. ¶ ～을 얻다 được giáo huấn, được dạy dỗ / ～을 주다 giáo huấn.

구(句) (구절) câu; (문구) đoạn văn; (성구, 숙어) thành ngữ, tục ngữ, châm ngôn.

구(區) ❶ (시의) quận (đơn vị hành chính thuộc thành phố). ❷ (구역) khu vực. ¶ 선거～ khu vực bầu cử.

구(球) quả đất, bầu trời; địa cầu; điện cầu (라디오 등의). ¶ 4～식 수신기 máy thu âm 4 cầu.

구(九) chín. ¶ 제 ～ thứ 9.

구…(舊) cũ, trước, xưa, cũ (전); cũ, cổ hủ (낡은). ¶ ～사상 tư tưởng cổ hủ / ～ 정치인 cựu chính trị gia.

구가(謳歌) **~하다** sự tán dương, sự tuyên dương, sự ca ngợi. ¶ 인생을 ～하다 ca ngợi cuộc sống / 자유를 ～하다 ca ngợi tự do.

구각(舊殼) ¶ ～을 벗다 thoát khỏi những hủ tục cũ; vứt bỏ những hủ tục lạc hậu.

구간(區間) khu vực; vùng.¶～ 버스 요금 tiền xe buýt đi trong vùng.

구간(舊刊) (잡지의) trang, mục; (서적의) khu, gian (sách).

구간(軀幹) thân trên; tượng bán thân, cơ thể.

구갈(口渴) sự khát.

구강(口腔) khoang miệng; mồm. ¶ ～외과 khoa răng miệng / ～ 위생 vệ sinh răng miệng.

구개(口蓋) [GP] vòm miệng. ～의 thuộc vòm miệng. ¶ ～골 xương hàm / ～음 âm vòm / 연[경]～ vòm miệng mềm [cứng].

구걸(求乞) sự hành khất, ăn xin, ăn mày. **~하다** ăn xin. ¶ 집집마다 ～하며 다니다 đi ăn xin khắp các nhà.

구경 ¶ ～하다 ngắm; xem, ngắm nghía; sự đi tham quan; sự đi du lịch (관광) / ～스럽다 thưởng thức / 연극을 [영화를] ～하다 đi xem kịch [phim] / 시내를 ～하다 ngắm thành phố. ¶ ～가마리 sự nhạo báng, sự chế nhạo, sự giễu cợt, trò đùa / ～감(거리) cái thu hút; cảnh quan, phong cảnh, cảnh đẹp, cuộc biểu diễn / ～꾼 khán giả, người ngắm cảnh (관객); người xem.

구경(口徑) đường kính. ¶ ～8인치 포 pháo có đường kính 8 inch.

구경(球莖) hành, thân hành. ☞ **구근**(球根).

구고(舊稿) bản viết tay cũ, bản thảo cũ.

구곡(舊穀) thóc lúa của vụ mùa trước, thóc gạo cũ.

구공탄(九孔炭) than đá, than bánh.

구관(舊館) toà nhà cũ.

구관조(九官鳥) [LCh] chim *myna*.

구교(舊交) (오랜 정분) bạn cũ, tình bạn cũ.

구교(舊教) Thiên chúa; công giáo. ¶ ～도 đạo Thiên chúa.

ㄱ

구구(九九) cửu chương. ¶ ~표(表) bảng cửu chương.

구구하다(區區-) (변변찮음) khác nhau; nhiều thứ khác nhau; (각각) mỗi, mọi; gồm nhiều loại khác nhau. ¶ 구구한 변명 sự bào chữa vụng về / 의견이 ~ ý kiến tản mạn.

구국(救國) cứu quốc. ¶ ~ 운동 phong trào cứu quốc.

구근(球根) thân củ; củ (감자 따위). ¶ ~ 식물 thực vật thân củ.

구금(拘禁) sự giam cầm; sự cầm tù, tình trạng bị giam cầm. **~하다** giam cầm, nhốt, cầm tù. ¶ ~되다 bị giam cầm.

구급(救急) sự cấp cứu, sự giúp đỡ, sự cứu giúp, sự viện trợ. ~의 thuốc cấp cứu. ¶ ~ 상자 túi cứu thương / ~차 xe cấp cứu / ~ 치료 điều trị cấp cứu / ~ 환자(患者) bệnh nhân cấp cứu.

구기 cái muôi, cái môi.

구기(球技) trò chơi bóng. ¶ ~장 ☞ **구장**(球場).

구기다 tồi, xấu. ¶ 구겨지다 trở nên tồi tệ, trở nên sa sút; nhăn nhúm (quần áo).

구김살 nếp nhăn. ¶ ~을 펴다 vuốt phẳng nếp nhăn.

구깃구깃하다 nhăn nhúm.

구난(救難) sự cứu nạn. ¶ ~선 sự cứu nạn / ~ 작업 nghề cứu nạn, công tác cứu nạn.

구내(構內) bên trong kiến trúc, cấu trúc. ¶ ~ 식당 phòng ăn, nhà ăn bên trong (학교 등의); khu quán ăn bên trong (역 따위의).

구내염(口內炎) [YH] viêm miệng.

구년(舊年) năm trước, năm cũ, năm ngoái.

구더기 con giòi (음식 등의). ¶ ~가 들끓다 hết thứ để ăn, bần cùng.

구덩이 rỗng, trống rỗng.

구도(求道) sự cầu đạo. ¶ ~자(者) người cầu đạo, tìm kiếm giác ngộ.

구도(構圖) sơ đồ, đồ thị; biểu đồ, đồ án.

구도(舊都) thành phố cũ; cố đô.

구독(購讀) sự tìm đọc, tìm mua để đọc. **~하다** tìm đọc, tìm mua (sách, tạp chí). ¶ ~을 신청하다 đặt mua (sách). ¶ ~료 tiền mua (sách, tạp chí) / ~자 người mua (sách), bạn đọc.

구두 giày, giầy. ¶ ~ 한 켤레 một đôi giầy / ~를 벗다 tháo giầy / ~를 신다 đi giầy / ~를 맞추다 đóng giầy / ~를 닦다 đánh giầy / 구둣발로 들어가다 đi cả giày vào. ¶ ~골 ống giày / ~끈 dây giày / ~닦기 sự đánh giày; người đánh giầy (사람) / ~ 수선 sửa giầy / ~약 xi đánh giầy / ~장이 thợ đóng giầy / ~ 주걱 cái bót / ~창 đế giầy / 구둣방 cửa hàng giầy / 구둣솔 bàn chải đánh giầy.

구두(口頭) ~의 lời. ¶ ~로 bằng lời / ~로 전달하다 diễn đạt bằng lời, truyền đạt bằng lời. ¶ ~ 변론 [PL] sự bào chữa bằng lời / ~선(禪) những lời nói khéo /한낱 ~선에 그치다 ngừng những câu nói sáo rỗng.

구두(句讀) sự chấm câu, phép chấm câu. ¶ ~점 dấu chấm câu / ~점을 찍다 đánh dấu chấm câu.

구두쇠 kẻ ki bo, người keo kiệt, người bủn xỉn.

구드러지다 làm khô.

구들장 hệ thống sưởi ấm bằng đá trong nhà người Hàn.

구라파(歐羅巴) ☞ **유럽**.

구락부(俱樂部) ☞ **클럽**.

구랍(舊臘) tháng mười hai năm ngoái, thời gian cuối của năm ngoái.

구래(舊來) ~의 cũ; xưa, cổ xưa; truyền

thống. ¶ ~의 누습 tập tục cũ, hủ tục.
구렁 (패인 곳) rỗng, trống rỗng; lỗ hổng, hố, hốc; (구렁텅이) lỗ; ổ, khoang. ¶ 절망(絶望)의 ~ (텅이) hố sâu của tuyệt vọng.
구렁이 ❶ (뱀) con trăn. ¶ ~ 담 넘어가듯 하다 thực hiện mục đích bằng thủ đoạn. ❷ (사람) người gian xảo, kẻ xảo quyệt.
구레나룻 râu quai nón.
구력(舊曆) âm lịch.
구령(口令) khẩu lệnh. ~하다 ra khẩu lệnh.
구루(傴僂) lưng gù. ¶ ~병 【YH】 bệnh lưng gù.
구류(拘留) sự giam cầm, sự cầm tù. **~하다** cầm tù. ¶ 10일간의 ~처분을 받다 bị giam cầm trong 10 ngày.
구르다 (데굴데굴) cuốn, cuộn tròn. ¶ 굴러들어오다 lăn đến; lăn vào.
구르다 (발을) giẫm.
구름 mây. ¶ ~없는 không mây / ~낀 có mây / ~사이 giữa đám mây / ~에 덮이다 bị mây bao phủ / ~위에 솟다 phun lên trên tầng mây / ~ 한 점 없다 không một gợn mây.
구름다리 cầu mây, cầu vượt, cầu treo.
구릉(丘陵) đồi nhỏ, cồn; gò, đụn, mô đất. ¶ ~ 지대 khu vực đồi gò.
구리 đồng. ¶ 구릿빛의 ánh đồng / ~를 입히다 mạ đồng. ¶ ~ 철사 dây đồng.
구리다 ❶ (냄새가) hôi thối, khó chịu. ¶ 구린내 mùi hôi thối ❷ (수상함) đáng ngờ, khả nghi, ám muội. ¶ 제 밑이 ~ người đáng ngờ, giả dối.
구매(購買) sự mua bán, sự tậu được. ~하다 mua, mua sắm, tậu. ¶ ~력 sức mua (사람, 화폐의) / ~자 người mua / ~ 조합 hiệp hội của người tiêu dùng.
구멍 lỗ; lỗ thủng, lỗ trống; chỗ sâu, khe (틈); đường ống (기다란); lỗ hổng (작은); lỗ khoan (꿰뚫은); lỗ (관악기의); hố (구덩이); lỗ thủng (물이 새는); lỗ (끈을 꿰는). ¶ 바늘 ~ lỗ kim (바늘의) / ~을 뚫다 đục lỗ.
구멍가게 cửa hàng nhỏ.
구메농사(-農事) ❶ (소농) tiểu nông. ❷ (농작) vụ thu hoạch bất thường.
구면(球面) 【TH】 mặt cầu. ¶ ~ 기하학 hình học lượng giác cầu / ~ 삼각형 hình lượng giác cầu.
구면(舊面) người quen cũ.
구명(究明) **~하다** điều tra, nghiên cứu; thẩm tra, xét hỏi.
구명(求命) sự cứu mạng. ¶ ~대(帶) thắt lưng an toàn / ~대(袋) túi cứu hộ (고층에서의); phao cứu hộ (수영용) / ~ 동의(胴衣) aó cứu hộ / ~정 tầu cứu hộ.
구명(舊名) tên gọi cũ.
구무럭거리다 lờ đờ; di chuyển chậm chạp, thơ thẩn, la cà.
구문(口文) ☞ **구전**.
구문(構文) cấu trúc câu. ¶ ~법 cú pháp.
구문(舊聞) chuyện xưa, chuyện cũ.
구물거리다 ☞ **구무럭거리다**.
구미(口味) khẩu vị, sự ngon miệng, sự thưởng thức. ¶ ~를 돋우다 [~가 당기다] kích thích [hấp dẫn] khẩu vị; (비유) hứng thú, thú vị / ~가 없다 không có hứng thú.
구미(歐美) Châu Âu và châu Mỹ. ~의 thuộc Âu Mỹ. ¶ ~인 người Âu và Mỹ/ ~ 제국 đế quốc Âu Mỹ.
구박(驅迫) sự ngược đãi, sự cư xử tệ. ~하다 ngược đãi, cư xử tệ bạc.
구배(勾配) mặt nghiêng, con đường dốc, chỗ dốc. ☞ **물매**.
구변(口辯) ¶ ~이 좋다 miệng lưỡi; cách ăn nói / ~이 좋은 사람 người ăn nói khôn khéo.

구별(區別) sự phân biệt; sự khác biệt; sự phân chia. **~하다** phân biệt, khác biệt. ¶ …의 ～없이 không có sự phân biệt

구보(驅步) (말의) sự chạy nước kiệu; (군대의) cuộc hành quân ngắn. ¶ ～로 phi nhanh, phi nước đại.

구복(口腹) miệng và dạ dày. ¶ ～지계(計) kế sinh nhai.

구부러뜨리다 bẻ cong, uốn cong.

구부러지다 bị uốn; cong xuống, oằn xuống, cong lại.

구부리다 (몸을) uốn, gập; bẻ, uốn cong; (물건을) bẻ, uốn lại. ¶ 허리를 ～ gập lưng.

구부스름하다 hơi cong.

구부정하다 ☞ **구부스름하다**.

구분(區分) (분할) sự phân chia, sự phân biệt; sự chia cắt; (구획) tiết diện, lát cắt; (분류) sự phân loại. ～하다 phân chia, phân loại.

구불구불 ¶ ～한 quanh co, khúc khuỷu, khúc quanh, lòng vòng.

구불텅구불텅 ¶ ～한 quanh co, ngoằn ngoèo.

구비(口碑) truyền thuyết dân gian; tập tục truyền miệng; văn hóa dân gian.

구비(具備) **~하다** có; được; được trang bị đầy đủ; phú cho (재능 따위를). ¶ 모든 조건을 ～하다 đáp ứng mọi điều kiện. ¶ ～ 서류 tài liệu đầy đủ.

구사(驅使) **~하다** (부리다) sai khiến; (능숙히) sử dụng thành thạo.

구사상(舊思想) tư tưởng cũ.

구사일생(九死一生) **~하다** suýt chết. ¶ ～으로 thừa sống thiếu chết.

구상(求償) ¶ ～ 무역 thương mại bằng giao hoán hàng hóa (barter system).

구상(具象) ～적 mang tính cụ thể. ¶ ～적으로 cụ thể. ¶ ～ 개념 [명사] khái niệm [danh từ] cụ thể.

구상(球狀) hình cầu. ¶ ～의 thuộc hình cầu.

구상(鉤狀) ¶ ～의 hình cái móc.

구상(構想) ý tưởng, suy nghĩ; nhìn nhận; ý kiến, tình tiết, kế hoạch. ¶ 소설의 ～ ý tưởng của tiểu thuyết / ～을 가다듬다 vẽ ra kế hoạch; đưa ra ý tưởng.

구새먹다 trở nên trống rỗng. ¶ 구새먹은 나무 cây có lỗ hõm trống.

구색(具色) sự phân hạng; sự phân loại, sự xếp thành loại (물건). ¶ ～을 갖추다 có các loại.

구석 góc, xó. ¶ ～에 ở góc / ～～에 ở các góc. ¶ ～ 자리 chỗ góc.

구석기(舊石器) đồ đá cũ. ¶ ～시대 thời kỳ đồ đá cũ.

구석지다 hẻo lánh. ¶ 구석진 데 nơi hẻo lánh.

구설(口舌) sự bới móc, sự nói xấu, lời phỉ báng. ¶ ～을 듣다 nghe lời hạnh họe. ¶ ～수 lời trù ẻo.

구성(構成) sự cấu tạo; sự hình thành; sự thiết lập, sự tổ chức. ～하다 cấu tạo; hình thành, thiết lập. ¶ 문장의 ～ cấu tạo câu / 범죄를 ～하다 cấu thành tội phạm. ¶ ～ 분자 phân tử cấu tạo / ～비(比) tỉ lệ cấu thành / 문장 ～법 cách đặt câu.

구세(救世) sự cứu tế. ¶ ～주 đấng cứu thế / ～군 quân cứu tế.

구세계(舊世界) thế giới cũ.

구세대(舊世代) đời cũ, thế hệ cũ.

구속(拘束) sự hạn chế; sự giới hạn, sự thu hẹp; (감금) sự giam cầm, sự cầm tù; (체포) sự bắt giữ; sự nắm lấy, sự tóm lấy. ¶ ～받다 bị hạn chế / ～받지 않는 không bị hạn chế. ¶ ～력 sức hạn chế / ～ 영장 sự cho phép giới hạn.

구속(球速) 【BC】 tốc độ quả bóng. ¶ ～이

있다 tốc độ quả bóng nhanh.

구수(口授) **~하다** sự dạy, sự truyền kiến thức cho; sự đọc chính tả.

구수하다 (맛이) ngon, vừa miệng (서술적); (냄새가) thơm ngon (이야기 따위) hấp dẫn, có sức hút, thú vị.

구수회의(鳩首會議) sự bàn bạc, sự hội ý, hội nghị. **~하다** bàn bạc, hội ý, tổ chức buổi họp.

구술(口述) sự nói bằng miệng; tường thuật bằng lời. **~하다** đọc chính tả; đọc bằng miệng. ¶ ～의 thuộc tường thuật bằng lời.

구슬 viên, hạt; (보옥) hạt, hột; (진주) viên, hột. ¶ ～백 túi xách tay gắn hạt.

구슬땀 mồ hôi hạt. ¶ ～을 흘리며 일하다 đổ mồ hôi làm việc.

구슬리다 vỗ về; tán tỉnh; nịnh bợ, phỉnh nịnh.

구슬프다 buồn bã, âu sầu; rầu rĩ. ¶ 구슬픈 노래 bài hát buồn.

구습(舊習) tập quán cũ. ¶ ～을 고수하다 gắn chặt với hủ tục.

구승(口承) sự truyền miệng, khẩu truyền. **~하다** truyền miệng. ¶ ～ 문학 văn học truyền miệng.

구시대(舊時代) thời đại cũ. ¶ ～의 정치인 nhà chính trị của chế độ cũ.

구시렁거리다 cằn nhằn, càu nhàu, chì chiết, đay nghiến.

구식(舊式) kiểu cũ, cách xưa. ～ 의 thuộc kiểu cũ. ¶ ～ 사람 người cổ lỗ.

구신(具申) sự báo cáo. **~하다** báo cáo, trình bày. ¶ ～서(書) bản báo cáo.

구실[1] (역할) vai trò; bổn phận, nghĩa vụ. ¶ 중요한 ～ 을 하다 đóng vai trò quan trọng / 제 ～을 하다 làm đúng chức năng, làm đúng vai trò, hoàn thành nhiệm vụ.

구실[2] (조세) sự đóng thuế.

구실(口實) lời xin lỗi, lời cáo lỗi, lời bào chữa, lời viện bạch. ¶ …을 ～로 하여 lấy … để viện cớ / ～을 만들다 viện cớ.

구심(求心) ～적(으로) mang tính hướng tâm. ¶ ～력 lực hướng tâm.

구심(求心) cầu tâm hướng thiện.

구심(球審) 【BC】 trọng tài chính.

구십 chín mươi. ¶ 제 ～ thứ chín mươi.

구아주(歐亞洲) Châu Âu và Châu Á. ～의 thuộc Châu Âu và Châu Á.

구악(舊惡) tội ác trong quá khứ; tiền án (사회 등의). ¶ ～을 들추다 vạch trần tội ác xưa / ～을 일소하다 xoá bỏ tội ác trước đây.

구애(求愛) sự ve vãn, sự tán tỉnh, sự tỏ tình. **~하다** ve vãn, tán tỉnh, tỏ tình.

구애(拘礙) **~하다** sự phiền toái, sự bế tắc, sự khó khăn vướng mắc, sự cản trở, vật chướng ngại. ¶ ～하지 않고 không có trở ngại gì / 사소한 일에 ～ 하다 vướng mắc vào một chuyện nhỏ bé.

구약성서(舊約聖書) kinh cựu ước.

구어(口語) khẩu ngữ. ～의 thuộc khẩu ngữ. ¶ ～로 bằng khẩu ngữ. ¶ ～체 văn nói, dạng nói.

구역(區域) (경계) khu vực; (지대) địa phương; vùng; địa hạt, quận, huyện. ¶ 담당 [순찰] ～ khu vực chịu trách nhiệm [tuần tra].

구역(嘔逆) sự nôn mửa, sự buồn nôn; sự kinh tởm, sự ghê tởm. ¶ ～나다 làm cho buồn nôn, gây buồn nôn, đáng tởm. ¶ ～질 sự ghê tởm, sự kinh tởm / ～질 나는 ghê tởm, đáng tởm, muốn nôn.

구연(口演) chuyện kể, bài tường thuật. **~하다** kể chuyện, tường thuật; thuật lại.

구연(舊緣) duyên cũ, mối quan hệ cũ.

구연산(枸櫞酸) 【HH】 a-xít citric.

구옥(舊屋) (고옥) nhà cũ; (전의 집) ngôi nhà xưa.

구우(舊友) bạn xưa, bạn cũ.

구우일모(九牛一毛) một hạt cát trong sa mạc.

구운 석고(-石膏) thạch cao nung.

구워지다 (빵 따위가) bị nướng; bị bỏ lò (토스트); bị nướng(석쇠로); (고기, 생선 등이) bị nướng. ¶ 설~ nướng tái.

구원(久遠) tính bất diệt; tính vĩnh hằng, tính vĩnh cửu, sự lâu dài, sự cố định. ~한 bất diệt; vĩnh cửu, lâu dài, vĩnh viễn.

구원(救援) sự cứu viện (종교상의). **~하다** cứu viện. ¶ ~대 đội cứu viện/ ~병 [군] lính [quân] cứu viện / ~ 투수 [BC] cầu thủ giải vây.

구원(舊怨) mối hận thù cũ, món nợ cũ.

구월(九月) tháng chín.

구유 máng ăn, máng xối.

구이 món nướng ¶ 돼지고기 ~ thịt lợn nướng / 생선 ~ cá nướng / 통닭 ~ gà nướng nguyên con.

구인(救人) **~하다** tìm người làm, tuyển nhân viên. ¶ ~ 광고 quảng cáo tuyển người làm / ~난(難) tình trạng khó tuyển người làm, nhân viên / ~난(欄) mục tuyển người làm, tuyển nhân viên.

구인(拘引) sự bắt giữ, sự chặn lại; sự giữ lại, sự nắm bắt; sự lĩnh hội; sự tiếp thu, sự nắm được (구류). ~하다 bắt giữ; nắm bắt, lĩnh hội; tiếp thu, nắm được.

구일(九日) ❶ (초 아흐레) ngày mùng chín. ❷ (9일간) chín ngày.

구입(購入) sự mua; sự tậu. **~하다** mua, mua sắm; tậu được. ¶ ~ 원가 mua giá gốc / ~자 người mua / 대량 ~자 người mua số lượng lớn.

구작(舊作) việc cũ, nghề cũ.

구잠함(驅潛艦) tàu ngầm, tàu khu trục.

구장(球場) sân bóng; sân vận động (운동장).

구저분하다 ☞ **구접스럽다**.

구적(求積) sự đo lường. ¶ ~법 phép đo lường.

구전(口傳) sự truyền thông tin bằng miệng; (구수(口授)) sự truyền miệng, truyền khẩu. **~하다** truyền khẩu, truyền miệng.

구전(口錢) tiền hoa hồng; tiền môi giới. ¶ ~을 받다 nhận tiền hoa hồng. ¶ 매입 [매출] ~ tiền môi giới mua [bán].

구절(句節) mệnh đề; (문장) câu.

구절양장(九折羊腸) lối đi quanh co, khúc quanh.

구절초(九節草) [TV] cây hoa cúc.

구절판(九折坂) khay chín ngăn.

구점(句點) dấu chấm câu.

구점(灸點) chỗ đánh dấu để đốt thuốc ngải cứu.

구접스럽다 đê tiện, dơ bẩn, bẩn thỉu, xấu xa.

구정(舊正) tết âm lịch.

구정(舊情) tình bạn cũ, mối quen cũ. ¶ ~을 새로이 하다 nối lại tình bạn cũ, làm mới mối quan hệ cũ (남녀간에).

구정물 vũng nước bẩn, chất thải.

구제(救濟) sự trợ cấp, sự cứu tế; sự cứu giúp, sự viện trợ. **~하다** trợ cấp, cứu tế, viện trợ; giúp đỡ. ¶ ~할 수 없는 không thể cứu giúp / 빈민을 ~하다 cứu giúp dân nghèo. ¶ ~기금 quỹ cứu trợ / ~사업 việc cứu trợ / ~책 chính sách cứu trợ.

구제(驅除) sự huỷ diệt; sự dập tắt, sự nghiền nát. **~하다** diệt trừ. ¶ 해충을 ~하다 diệt trừ sâu bọ có hại.

구제도(舊制度) hệ thống cũ, chế độ cũ.

구조(救助) sự cứu trợ, sự cứu giúp; sự cứu hộ (배 따위). **~하다** cứu trợ, cứu giúp, cứu hộ ¶ 인명을 ～하다 cứu tính mạng / ～를 청하다 xin cứu trợ. ¶ ～대 đội cứu hộ / ～선 thuyền cứu hộ / ～신호 SOS; tín hiệu cứu trợ SOS / ～원 nhân viên cứu hộ / ～작업 việc cứu trợ; công tác cứu trợ (난파선의).

구조(構造) cấu trúc; cấu tạo; cơ cấu, sự xây dựng; tổ chức (조직). ～의 thuộc tổ chức. ¶ 사회의 ～ cơ cấu xã hội / 인체의 ～ cấu tạo cơ thể. ¶ ～식 [HH] cấu trúc / ～ 언어학 ngôn ngữ học cấu trúc / 산업(産業) ～ cơ cấu công nghiệp, cơ cấu ngành nghề.

구좌(口座) tài khoản. ☞ **계좌**.

구주(救主) ☞ **구세주**.

구주(歐洲) châu Âu. ☞ **유럽**.

구죽 đống vỏ sò.

구중궁궐(九重宮闕) cung điện, lâu đài hoàng tộc.

구중중하다 nhớp nháp, bẩn thỉu, ẩm thấp, dơ dáy.

구직(求職) sự tìm việc. **~하다** tìm việc. ¶ ～ 광고 quảng cáo tìm việc / ～광고란 mục quảng cáo tìm việc / ～광고를 내다 đăng quảng cáo tìm việc / ～자 người tìm việc.

구질구질하다 ❶ ☞ **구중중하다**. ❷ (지저분) nhớp nháp, dơ dáy, bẩn thỉu; luộm thuộm, dơ bẩn. ❸ (언행이) không đứng đắn, khiếm nhã, bất lịch sự, sỗ sàng.

구차(苟且) **~하다**, ～스럽다 nghèo hèn; thiếu thốn, bần cùng; cơ cực; (구구함) vặt vãnh, tầm thường; không đáng kể, không quan trọng (변명따위). ¶ ～한 목숨 một tính mạng rẻ mạt / 살림이 ～하다 cuộc sống bần hàn / 남에게 ～한 소리를 하다 nói những lời hạ tiện với người khác.

구창(口瘡) nhọt trong miệng.

구척장신(九尺長身) người khổng lồ, người phi thường.

구천(九泉) cửu tuyền, âm phủ.

구청(區廳) Uỷ ban nhân dân quận. ¶ ～장 chủ tịch uỷ ban nhân dân quận / ～ 직원 cán bộ uỷ ban nhân dân quận.

구체(具體) cụ thể, chi tiết. ～적(으로) một cách cụ thể. ¶ ～적으로 말하면 nói một cách cụ thể / ～화하다 cụ thể hoá.

구체제(舊體制) cấu trúc cũ; hệ thống cũ.

구축(構築) **~하다** xây dựng, kiến trúc.

구축(驅逐) **~하다** sự đuổi, sự tống ra, sự trục xuất; hất cẳng; sự tiêu diệt, sự huỷ diệt. ¶ ～함 tàu khu trục.

구출(救出) sự giải thoát, sự cứu nguy, sự cứu giúp. **~하다** giải thoát, cứu nguy, cứu giúp. ¶ ～ 작업 công tác cứu giúp.

구충(驅蟲) ¶ ～약(제) thuốc trừ sâu; thuốc giun (회충약).

구취(口臭) hơi thở hôi hám, chứng thối mồm.

구치(臼齒) răng hàm.

구치(拘置) sự giam cầm, sự cầm tù, tình trạng bị giam cầm. **~하다** giam cầm. ¶ ～소 nhà tù, trại giam.

구칭(舊稱) tên gọi cũ; bảng hiệu cũ.

구타(毆打) sự đánh đấm. **~하다** đánh đấm.

구태(舊態) ¶ ～의연하다 giữ nguyên tình trạng cũ.

구태여 sự táo bạo, sự cả gan (감히); cố tình, cố ý, chủ tâm, có chủ đích (알면서); đặc biệt là, nhất thiết (적극). ¶ ～ 갈 필요는 없다 không cần phải đi / ～ 반대하지 않는다 không phản đối.

구토(嘔吐) sự ói mửa, sự nôn ra. ～하다 nôn, ói. ¶ ～ 설사 nôn mửa và tiêu chảy / ～제 thuốc gây nôn.

구파(舊派) trường phái cũ (유파); trường phái bảo thủ (보수파).

구판(舊版) bản in cũ, ấn phẩm cũ.

구푸리다 cong; gập. ¶ 몸을 ～ gập người; cong người.

구풍(颶風) cơn bão; cơn bão to.

구하다(求-) ❶ (얻다) nhận; lấy; yêu cầu; mua (사서). ¶ 구하기 힘든 khó mua ❷ (찾다) tìm; tìm kiếm. ¶ 셋집을 ～ tìm nhà cho thuê / 행복을 ～ mưu cầu hạnh phúc.

구하다(救-) cứu; giúp đỡ; cứu giúp (죄에서). ¶ 인명을 ～ cứu tính mạng con người.

구현(具現) hiện thân, sự biểu hiện, sự cụ thể hóa; sự thực hiện. **~하다** biểu hiện, thực hiện, cụ thể hoá.

구형(求刑) sự đề nghị án phạt, sự khởi tố. **~하다** đề nghị mức án, khởi tố, kiện. ¶ 사형[징역 2년]을 ～ 하다 đề nghị mức án tử hình [tù giam 2 năm].

구형(矩形) hình vuông. ～의 thuộc hình vuông.

구형(球形) hình cầu. ～의 thuộc hình cầu, có hình cầu.

구형(舊形) cổ lỗ sĩ, lỗi thời. ～의 cổ lỗ.

구호(口號) (표어) khẩu hiệu, khẩu ngữ. ¶ …이란 ～를 내걸고 treo khẩu hiệu …. ¶ 선거 ～ khẩu hiệu bầu cử.

구호(救護) sự cứu hộ, sự cứu giúp, sự trợ cấp, sự giúp đỡ. **~하다** cứu hộ, cứu giúp, giúp đỡ, giúp ích. ¶ ～금 tiền cứu trợ /～ 물자 hàng cứu trợ /～미 gạo cứu trợ / ～반 ban cứu trợ / ～소(所) trạm cứu trợ.

구혼(求婚) sự cầu hôn, lời tỏ tình. **~하다** cầu hôn. ¶ ～을 승낙하다 nhận lời cầu hôn / ～을 거절하다 từ chối lời cầu hôn. ¶ ～ 광고 quảng cáo tìm vợ chồng / ～자 người cầu hôn.

구황(救荒) **~하다** trợ cấp nạn đói.

구획(區劃) (구분) sự chia, sự phân chia; sự cắt; sự ngăn chia, sự phân ranh giới (한계). **~하다** chia, phân chia; sự cắt ra, sự ngăn chia. ¶ ～ 정리 sự điều chỉnh phân chia / 행정 ～ sự phân chia hành chính.

구휼(救恤) sự giúp đỡ, sự cứu giúp. **~하다** giúp đỡ, cứu giúp, viện trợ. ¶ ～금 tiền viện trợ.

국 canh; nước súp. ¶ ～을 먹다 [마시다] ăn [uống] canh. ¶ ～거리 nguyên liệu làm canh.

국(局) (관서) cục; ban; vụ; nha; bưu cục, bưu điện (우체국); tổng đài (전화국). ¶ 통상～ cục thương mại, vụ thương mại.

국가(國家) nhà nước, đất nước, quốc gia, dân tộc. ～적 (thuộc) quốc gia, dân tộc. ¶ ～ 경제 kinh tế quốc nội, kinh tế quốc gia / ～ 공무원 (총칭) công nhân viên nhà nước / ～과학기술자문회의 Hiệp hội chuyên gia khoa học kỹ thuật quốc gia / ～ 관념 quan niệm mang tính quốc gia / ～ 관리 quản lý nhà nước / ～ 기관 cơ quan nhà nước / ～ 보상 khôi phục đất nước / ～보안법 luật an ninh quốc gia / ～ 사회[자본]주의 quốc gia xã hội [tư bản] chủ nghĩa / ～ 시험 kỳ thi quốc gia / ～ 정보원 Cơ quan tình báo quốc gia / ～주의 Chủ nghĩa dân tộc.

국가(國歌) quốc ca.

국경(國境) biên giới, ranh giới. ¶ 사랑엔 ～이 없다 không có biên giới trong tình yêu. ¶ ～ 경비대 [분쟁, 선] bộ đội biên phòng [biên giới phân tranh, đường biên giới].

국경일(國慶日) Ngày quốc khánh.

국고 quốc khố, kho bạc nhà nước. ¶ ～금 ngân khố quốc gia / ～ 보조

hỗ trợ ngân khố quốc gia / ~ 부담 thanh toán bằng tiền nhà nước / ~ 수입 thu nhập của quốc gia (hàng năm từ thuế).

국교(國交) ngoại giao, quan hệ ngoại giao ¶ ~를 맺다 thiết lập quan hệ ngoại giao. ¶ ~ 단절 [회복] cắt đứt [nối lại] quan hệ ngoại giao.

국교(國教) quốc giáo. ¶ 영국 ~회 ☞ **성공회**.

국군(國軍) (일반적인) quân đội, quân đội quốc gia; (한국군대) quân đội quốc gia Hàn Quốc. ¶ ~의 날 ngày lực lượng vũ trang.

국권(國權) chủ quyền quốc gia, quyền lực nhà nước. ¶ ~을 신장(伸張)하다 mở rộng quyền lực quốc gia.

국그릇 bát súp, chén súp.

국기(國技) môn thể thao đặc trưng của quốc gia.

국기(國旗) quốc kì. ¶ ~를 게양하다 kéo cờ. ¶ ~게양식 lễ kéo cờ / 미국 ~ cờ Mỹ.

국난(國難) quốc nạn, thảm họa quốc gia, khủng hoảng quốc gia, thời đen. ¶ ~을 구하다 cứu quốc gia khỏi thảm họa.

국내(國內) quốc nội, nội địa, trong nước ~의 thuộc về trong nước. ¶ ~에 ở trong nước. ¶ ~ 문제 vấn đề nội bộ trong nước / ~법 luật trong nước (역사); luật về tự trị địa phương (지방자치법) / ~선 (항공) đường bay nội địa / ~ 수요 nhu cầu trong nước / ~ 우편 thư tín nội địa.

국도(國道) quốc lộ, xa lộ.

국란(國亂) nội chiến.

국량(局量) (재량) khả năng, năng lực, năng suất, phẩm chất, tính chất; (도량) tính hào hiệp, đại lượng.

국력(國力) sức mạnh dân tộc; (자원). ¶ ~을 기르다 [증진하다] khơi dậy [tăng cường] sức mạnh dân tộc.

국록(國祿) thu nhập chính thức, lương nhà nước. ¶ ~을 먹다 ăn (hưởng) lương nhà nước.

국론(國論) công luận trong nước. ¶ ~을 통일하다 thống nhất dư luận trong nước.

국리(國利) ¶ ~민복을 도모하다 mưu cầu cho lợi ích quốc gia và ấm no cho nhân dân.

국립(國立) ~의 (thuộc) quốc lập, quốc gia. ¶ ~ 극장 [공원] rạp chiếu phim [công viên] quốc gia / ~묘지 nghĩa trang quốc gia.

국면(局面) cục diện. ¶ ~을 타개하다 phá vỡ cục diện / ~이 일변하다 chuyển sang cục diện mới, thay đổi tình hình.

국명(局名) tên cục, trạm (phát thanh).

국명(國名) tên nước.

국모(國母) (황후) quốc mẫu, hoàng hậu; (왕후) vương phi.

국무(國務) quốc vụ, việc nước. ¶ ~성 임무 nhiệm vụ mang tính quốc gia / ~ 장관 bộ trưởng nội chính / ~총리 Thủ tướng / ~회의 họp nội các.

국문(國文) quốc văn; (문학) văn học; (국어) quốc ngữ; (문자) mẫu tự. ¶ ~법 ngữ pháp tiếng Hàn / ~학과 khoa văn học Hàn.

국물 nước súp, nước canh.

국민(國民) quốc dân, nhân dân; (개인) cá nhân. ~의 (thuộc) nhân dân, đồng bào. ¶ ~ 감정 [정신] tình cảm dân tộc (tinh thần) / ~ 개병 nghĩa vụ quân sự toàn dân / ~군 quân đội nhân dân / ~대회 đại hội nhân dân, đại hội dân tộc / ~ 소득 thu nhập quốc dân / ~ 운동 phong trào nhân dân / ~ 의례 nghi lễ quốc gia

/ ～장 tang lễ theo nghi lễ quốc gia / ～ 총생산 tổng sản phẩm quốc dân / ～ 투표 bỏ phiếu toàn dân.

국밥 cơm và canh.

국방(國防) quốc phòng. ¶ ～부 Bộ quốc phòng / ～비(費) chi phí cho quốc phòng / ～색 màu quân dụng, màu kaki / ～ 자원 chi viện cho quốc phòng / 자주 ～ tự chủ quốc phòng.

국번(局番) mã điện thoại quốc gia.

국법(國法) quốc pháp, luật nhà nước. ¶ ～으로 theo luật nhà nước.

국보(局報) ❶ (관청 전보) điện báo. ❷ (보도) tin tức báo cáo (방송국의); tin tức chính thức của nhà nước (나라의).

국보(國寶) báu vật quốc gia. ¶ ～적 존재 tài sản xếp hạng báu vật quốc gia.

국보위(國保委) ủy ban an ninh quốc gia.

국부(局部) (일부) một bộ phận, địa khu vực, một phần; (환부) vết thương, phần bị ảnh hưởng; (음부) bộ phận sinh dục nữ; ¶ ～적(으로) khu vực / ～화하다 địa phương hóa, hạn định vào 1 địa phương. ¶ ～ 마취 gây mê từng phần.

국부(國父) quốc phụ, vua.

국부(國富) sự giàu có của đất nước.

국비(國費) chi tiêu quốc gia. ¶ ～로 bằng ngân sách nhà nước. ¶ ～ 유학생 du học sinh đi học bằng học bổng nhà nước / ～ 장학생 học sinh được nhận học bổng của nhà nước.

국빈(國賓) quốc khách, khách quý của quốc gia. ¶ ～ 대우를 하다 đón tiếp quốc khách.

국사(國史) quốc sử, lịch sử nhà nước; (한국의) lịch sử Hàn Quốc.

국사(國事) quốc sự, việc quốc gia. ¶ ～를 논하다 bàn việc quốc gia. ¶ ～범 phản quốc; bọn phản động, tội phạm quốc gia.

국산(國産) hàng nội địa, sản phẩm sản xuất trong nước. ～의 thuộc hàng nội địa. ¶ ～ 자동차 ô tô sản xuất trong nước / ～품 hàng trong nước / ～품 장려 khuyến khích hàng nội.

국상(國喪) quốc tang.

국새(國璽) cái triện, con dấu của vua.

국선변호인(國選辯護人) luật sư công (dành cho những bị cáo hình sự không có khả năng thuê luật sư). ¶ ～을 대다 dùng luật sư công.

국세(局勢) (판국) tình hình thế sự cục diện. ¶ ～가 일변하다 tình hình thay đổi.

국세(國稅) thuế. ¶ ～청 cục thuế.

국세(國勢) tình hình đất nước, thế mạnh quốc gia. ¶ ～ 조사 điều tra tình hình đất nước / ～ 조사원 người điều tra tình hình đất nước / ～ 조사를 행하다 tiến hành điều tra tình hình đất nước.

국소(局所) ☞ **국부**(局部).

국수 mì, mì sợi.

국수(國手) thần y, kiện tướng chơi cờ.

국수주의(國粹主義) chủ nghĩa dân tộc cực đoan.

국시(國是) chính sách nhà nước, quốc thị, quy định của nhà nước.

국악(國樂) nhạc truyền thống Hàn Quốc. ¶ 국립 ～원 Viện nhạc truyền thống Hàn quốc.

국어(國語) quốc ngữ; (언어) ngôn ngữ. ¶ 2개 ～의 hai thứ tiếng. ¶ ～ 교사 giáo viên dạy ngôn ngữ / ～ 독본 sách dạy đọc tiếng (Hàn).

국영(國營) quốc doanh. ¶ ～의 thuộc quốc doanh / ～화하다 quốc doanh hóa. ¶ ～ 기업 doanh nghiệp nhà nước.

국왕(國王) vua, quốc vương, hoàng đế.

국외(局外) ～의 bề ngoài. ¶ ～자 người ngoài cuộc / ～ 중립 trung lập /～

중립국 quốc gia trung lập.

국외(國外) ～에서(로) ở nước ngoài, ngoại quốc. ¶ ～로 추방하다 đày đi biệt xứ, trục xuất ra nước ngoài.

국운(國運) cơ đồ tổ quốc, vận mệnh quốc gia. ¶ ～의 성쇠 sự thăng trầm của đất nước / ～을 걸다 đặt vận mệnh quốc gia.

국위(國威) quốc uy, danh dự tổ quốc. ¶ ～를 떨치다 làm rạng danh tổ quốc.

국유(國有) **~의** quốc hữu. ¶ ～림 thuộc nhà nước / ～재산 tài sản quốc gia / ～지 đất của nhà nước.

국유치(局留置) phòng lưu thư. ¶ ～전보 điện báo.

국유화(國有化) sự quốc hữu hóa. ～하다 quốc hữu hóa.

국으로 phù hợp, trong khả năng của ai đó, nguyên vị (không thay đổi). ¶ ～ 가만히 있다 cứ ở nguyên đó.

국은(國恩) tiền trợ cấp, phúc lợi nhà nước.

국자 cái muỗng, cái muôi, cái vá.

국장(局長) cục trưởng, vụ trưởng, trưởng bưu cục (우체국의).

국장(國葬) quốc tang.

국장(國章) quốc huy, huy chương nhà nước.

국적(國籍) quốc tịch. ¶ ～ 불명의 quốc tịch không rõ ràng / ～을 취득 [상실]하다 dành [mất] quốc tịch.

국전(國展) triển lãm nghệ thuật quốc gia.

국정(國政) quốc chính, chính quyền nhà nước; (국무) nhiệm vụ quốc gia. ¶ ～에 참여하다 tham dự vào việc quốc gia ¶ ～ 감사 thanh tra chính phủ.

국정(國定) ～의 thuộc chính phủ. ¶ ～ 교과서 sách giáo khoa.

국정(國情) tình hình đất nước.

국제(國際) ～적(인) quốc tế, hoàn cầu, thế giới. ¶ ～적으로 mang tính quốc tế, trên trường quốc tế. ¶ ～ 견본시 hội chợ thương mại quốc tế / ～ 결제 은행 ngân hàng thanh toán quốc tế / ～ 결혼 kết hôn với người nước ngoài / ～ 도시 đô thị quốc tế / ～법 luật quốc tế / ～ 부흥 개발 은행 ngân hàng phát triển quốc tế / ～ 분쟁 phân tranh quốc tế / ～ 수지 cân đối thu chi quốc tế / ～어 [문제] ngôn ngữ [vấn đề] quốc tế / ～ 연합 Liên hiệp quốc / ～ 연합 안전보장이사회 (UN) Tổ chức Liên hiệp quốc / ～ 의원 연맹 Liên minh ủy ban quốc tế / ～ 전화 điện thoại quốc tế / ～ 통화 기금 (IMF) quỹ tiền tệ quốc tế / ～ 해사 위성 지구국 vệ tinh trên biển quốc tế.

국지(局地) vùng. ～적 thuộc vùng, địa phương. ¶ ～화하다 địa phương hóa. ¶ ～전 nội chiến.

국채(國債) (부채) nợ; (공채) công trái. ¶ ～를 모집 [상환]하다 phát hành [hoàn lại] công trái.

국책(國策) quốc sách. ¶ ～에 따라 theo chính sách của nhà nước. ¶ ～ 은행 ngân hàng nhà nước / ～ 회사 công ty quốc doanh.

국체(國體) quốc thể, cấu trúc nhà nước.

국치(國恥) ¶ ～일 ngày ô nhục quốc thể (thường ám chỉ ngày 28.08.1910 khi Hàn Quốc bị mất nước vào tay Nhật).

국태민안(國泰民安) quốc thái dân an.

국토(國土) quốc thổ; lãnh thổ ; đất đai của nhà nước. ¶ ～를 개발하다 mở rộng lãnh thổ. ¶ ～ 개발 sự mở rộng lãnh thổ / ～개발 계획 kế hoạch phát triển, mở rộng lãnh thổ / ～ 방위 bảo vệ lãnh thổ / ～ 보전 bảo tồn đất đai, lãnh thổ.

국판(菊版) (ngành in) khổ tám. ¶ ～ 300

페이지 의 책 sách 300 trang khổ tám.
국학(國學) văn học quốc gia. ¶ ～자 nhà nghiên cứu văn học.
국한(局限) sự hạn chế, sự hạn định. **~하다** hạn chế, hạn định.
국한문(國漢文) chữ Hàn Quốc và chữ Hán.
국헌(國憲) hiến pháp. ¶ ～을 준수하다 tuân thủ luật pháp, hiến pháp.
국호(國號) quốc hiệu, tên nước.
국화(國花) quốc hoa (loài hoa tiêu biểu của một quốc gia).
국화(菊花) hoa cúc.
국회(國會) quốc hội. ¶ ～도서관 thư viện quốc gia / ～사무처 văn phòng quốc hội / ～의사당 toà nghị sự Quốc hội / ～의원 đại biểu quốc hội.
군(君) (자네) em, cậu, chú mày; (이름에) đặt sau tên dùng cho người trẻ tuổi là nam (소년에게).
군(軍) (군대) quân đội, quân đoàn đội quân (팀). ¶ 제 1 야전～ quân dã chiến số 1.
군(郡) huyện, quận (đơn vị hành chính tương đương với huyện).
군 thêm (가외); phụ, thừa, không cần thiết. ¶ ～걱정 lo lắng không cần thiết / ～비용 chi phí phụ.
군가(軍歌) quân ca.
군거(群居) quần cư, cuộc sống tập thể. **~하다** sống thành đàn. ¶ ～하는 [ĐV] bầy đàn.
군것 phụ, thừa, không cần thiết.
군것질 bữa ăn phụ. **~하다** ăn phụ, ăn vặt.
군경(軍警) quân đội và cảnh sát.
군계(群鷄) ¶ ～의 일학(一鶴) Hạc giữa bầy gà (ý nói một người nổi bật lên giữa đám người bình thường).
군고구마 khoai nướng.
군공(軍功) ☞ **전공**.
군관구(軍管區) khu quân sự.
군국(軍國) ¶ ～주의 chủ nghĩa nhà binh / ～주의자 người theo chủ nghĩa nhà binh.
군기(軍紀) quân luật. ¶ ～를 유지[문란하게] 하다 duy trì [phá vỡ] kỷ luật quân đội.
군기(軍旗) quân kỳ.
군기(軍機) bí mật quân sự. ¶ ～누설 để lộ bí mật quân sự.
군납(軍納) cung cấp lương thực và dịch vụ cho quân đội. ¶ ～업자 nhà cung cấp cho quân đội (용역의) / ～회사 công ty hợp đồng cung cấp cho quân đội.
군내 mùi khó ngửi.
군단(軍團) quân đoàn.
군대(軍隊) quân đội, đội quân, lính. ¶ ～에 입대하다 nhập ngũ, đi bộ đội, đi lính. ¶ ～생활 cuộc sống quân ngũ.
군더더기 thừa, vật không cần thiết.
군데 (곳) nơi, chốn, điểm, vùng.
군도(軍刀) cái kiếm, cây kiếm.
군도(群島) quần đảo. ¶ 말레이 ～ quần đảo Malaysia.
군란(軍亂) phiến quân, quân phiến loạn.
군략(軍略) chiến lược quân sự, chiến thuật. ¶ ～가 nhà chiến lược.
군량(軍糧) quân lương.
군령(軍令) quân lệnh.
군림(君臨) **~하다** cai trị, cai quản. ¶ 사계(斯界)에 ～하다 nắm, cai quản trong giới, lĩnh vực đó.
군마(軍馬) (말) ngựa chiến.
군만두(-饅頭) bánh bao nướng, bánh bao chiên.
군말 lời bình luận thừa. **~하다** bình luận thừa, nhận xét không cần thiết.
군매점(軍賣店) căng tin quân đội.
군명(君命) quân lệnh, nhiệm vụ của hoàng gia.

ㄱ

군모(軍帽) mũ lưỡi trai dùng trong quân đội.

군목(軍牧) 【QS】 giáo sĩ, cha tuyên úy trong quân đội.

군무(軍務) quân vụ.

군무원(軍務員) nhân viên quân vụ.

군문(軍門) cổng trại (문); bộ đội (군대). ¶ ~에 들어가다 đi làm nghĩa vụ quân sự, đi bộ đội, đi tòng quân.

군민(軍民) quân và dân.

군밤 hạt dẻ nướng.

군번(軍番) số quân.

군벌(軍閥) quân phiệt. ¶ ~정치 chính quyền quân phiệt.

군법(軍法) quân pháp. ¶ ~회의 tòa án binh, tòa án quân sự / ~회의에 회부하다 bị đưa ra tòa án binh.

군복(軍服) quân phục.

군부(軍部) (총칭) thẩm quyền quân đội, trong phạm vi (quyền hạn) quân đội.

군불 ¶ ~때다 sức nóng sưởi ấm sàn nhà, làm ấm sàn nhà.

군비(軍備) quân bị, vũ khí quân trang. ¶ ~경쟁 chạy đua vũ trang / ~철폐 giải trừ quân bị / ~축소 [확장] giảm [tăng cường] quân bị.

군비(軍費) kinh phí cho quân đội.

군빵 bánh mì cho quân nhân.

군사(軍士) lính, người lính.

군사(軍使) tùy viên quân sự.

군사(軍事) việc nhà binh. ~상의 quân sự, chiến lược. ¶ ~상의 목적으로 vì mục đích quân sự. ¶ ~ 고문단 cố vấn quân sự / ~기지 căn cứ quân sự / ~동맹 quân đồng minh / ~분계선 giới tuyến quân sự / ~원조 [우편] hỗ trợ quân sự [thư tín] / ~행동 hành động quân sự / ~훈련 huấn luyện quân sự.

군사람 người thừa, người vô dụng.

군사력(軍事力) sức mạnh quân sự.

군사령관(軍司令官) sĩ quan chỉ huy quân đội.

군사설(-辭說) lời nói thừa, bài diễn thuyết dài dòng.

군살 thịt thừa. ¶ ~이 붙다 mọc thịt thừa.

군상(群像) một nhóm người, một đoàn người.

군색(窘塞) **~하다** (구차) nghèo nàn, thiếu thốn; (불완전) chưa hoàn tất. ¶ ~한 변명 sự biện minh không thỏa đáng.

군서(群棲) sự sống tập thể. **~하다** sống tập thể, sống thành bầy đàn.

군세(軍勢) (병력) sức mạnh quân đội, lực lượng quân sự; (형세) tình hình của quân đội.

군소(群小) quần thể nhỏ bé. ¶ ~정당 đảng nhỏ, đảng yếu thế hơn.

군소리 (군말) lời bình luận thừa. **~하다** bình luận thừa ☞ **헛소리**.

군속(軍屬) dân thường làm nhân viên.

군수(軍需) quân nhu. ¶ ~공장 nhà máy sản xuất quân nhu / ~산업 công nghiệp quốc phòng / ~품(물자) vật dụng quân nhu.

군수(郡守) thái thú.

군식구(-食口) kẻ ăn bám, kẻ ăn đóm theo tàn, đục nước béo cò.

군신(君臣) vua và thần dân (quân thần).

군신(軍神) vị thần chiến tranh.

군악(軍樂) quân nhạc. ¶ ~대 trường quân nhạc.

군영(軍營) trại lính, doanh trại quân đội.

군왕(君王) vua, quốc vương.

군용(軍用) dùng cho quân đội. ¶ ~견 chó nghiệp vụ trong quân đội / ~기 máy bay quân sự / ~도로 đường dành cho quân sự / ~열차 tàu quân dụng.

군웅(群雄) quần hùng. ¶ ~할거 quần hùng cát cứ.

군원(軍援) hỗ trợ quân sự, viện binh.

군율(軍律) (군법) quân luật; (군기) kỷ luật quân đội (quân kỷ).
군음식(-飮食) thức ăn phụ, đồ ăn vặt.
군의(軍醫) quân y. ¶ ～관(장교) sĩ quan quân y.
군인(軍人) quân nhân, lính, lục quân (육군); hải quân (해군); không quân (공군). ¶ ～다운 có tính chất tác phong nhà binh. ¶ ～ 부양 가족 gia đình nhà binh / ～생활 cuộc sống nhà binh, cuộc sống của lính / 직업 ～ binh nghiệp.
군입정 thói ăn vặt, sự ăn vặt **~하다** ăn vặt.
군자(君子) quân tử, người đàn ông lịch lãm, người phong nhã, đúng mực.
군자금(軍資金) quỹ dùng cho chiến tranh; cuộc vận động gây quỹ (선거 자금 등).
군장(軍裝) (평시의) quân trang, quân phục; (전투시의) quân nhu.
군장(軍葬) lễ tang quân đội.
군적(軍籍) quân tịch.
군정(軍政) hành chính của quân đội ¶ ～부 vụ hành chính quân đội.
군정(軍情) quân chính.
군제(軍制) hệ thống quân đội.
군주(君主) quân chủ. ¶ ～국 quốc gia quân chủ / ～정체 chế độ quân chủ.
군중(群衆) nhân dân, quần chúng (대중). ¶ ～심리 tâm lý quần chúng.
군진(軍陣) doanh trại quân đội.
군집(群集) **~하다** tụ tập lại, xúm lại.
군짓 việc vô ích, vô dụng, thừa. **~하다** làm việc vô ích, vô dụng, thừa.
군청(郡廳) trụ sở huyện, văn phòng huyện, ủy ban huyện.
군청(群靑) xanh nước biển.
군축(軍縮) giải trừ quân bị. **~하다** giải trừ quân bị. ¶ ～회의 hội nghị giải trừ quân bị.
군침 thừa nước bọt. ¶ ～을 흘리다 chảy nước bọt, chảy nước dãi.
군턱 hai cằm.
군표(軍票) văn thư, văn kiện quân đội.
군함(軍艦) quân hạm, tàu chiến. ¶ ～기(旗) cờ hiệu hải quân.
군항(軍港) quân cảng, hải cảng.
군호(君號) vua đặt ban tước hiệu.
군화(軍靴) giầy nhà binh.
군후(君侯) quân hầu (từ tôn kính chỉ giới quý tộc).
굳건하다 bền bỉ, vững vàng, chắc chắn.
굳다[1] (형용사) cứng, trở nên cứng; (견고) bền bỉ; (안전) an toàn; (믿을만하다) đáng tin cậy. ¶ 굳게 một cách vững vàng, cứng rắn / 굳은 결심 quyết tâm vững vàng / 굳은 의지 ý chí vững vàng / 굳게 약속하다 hứa chắc chắn.
굳다 (동사) trở nên cứng, vững vàng. ¶ 젤리가 굳었다 thạch đã bị đông lại.
굳세다 khỏe, vững chắc, vững chãi, kiên cường. ¶ 굳세게 một cách vững vàng / 굳센 신념 một thuyết phục rất vững chắc.
굳이 một cách vững chãi, tích cực, tuyệt đối. ¶ ～ 사양하다 từ chối thẳng thừng.
굳히다 làm cho cứng rắn, cứng cáp, củng cố (공고히). ¶ 결심을 ～ (ra) một quyết tâm vững chắc.
굴 [LSo] con sò. ¶ ～껍질 vỏ sò / ～양식장 đầm nuôi sò.
굴(窟) ❶ (짐승의) hang, hốc của động vật (토끼따위). ❷ (동혈) động, hang động. ❸ (터널) hầm.
굴곡(屈曲) lượn khúc, không theo quy tắc, ngoằn ngoèo, gấp khúc; (해안의) cong, ngoằn ngoèo; (광선의) đường khúc xạ. **~하다** gấp khúc. ¶ ～부 bẻ gẫy, quay / ～작용 (관절의) tác dụng khúc xạ.

굴다 (대하다) cư xử, đối đáp (với ai). ¶ 고맙게 ~ đối xử tốt để cho đối phương biết ơn.

굴다리 cầu cong bắc qua.

굴대 trục xe.

굴도리 con lắc tròn, trục tròn.

굴뚝 ống khói (난로의). ¶ ~청소 nạo ống khói.

굴뚝새 【LCh】 chim hồng tước.

굴렁쇠 cái vòng, cái vành, cái đai.

굴레 dây cương. ¶ ~를 씌우다 buộc dây cương; (속박) ách (bò, trâu) / ~를 벗다 cởi ách.

굴리다 ❶ (굴러가게) cuộn tròn. ❷ (한구석에) cuộn tròn một xó. ❸ (돈을) cho vay. ❹ (운영) chạy, lái ¶ 버스를 ~ chạy xe buýt. ❺ (깎다) gọt.

굴복(屈服) sự khuất phục. **~하다** hàng phục, khuất phục, đầu hàng. ¶ ~시키다 bắt hàng phục, làm cho phục.

굴신(屈伸) **~하다** co giãn. ¶ ~이 자유 자재한 co duỗi tự do, thoải mái.

굴욕(屈辱) sự nhục nhã tủi nhục, xấu hổ. ~적 nhục, xấu hổ. ¶ ~을 주다 làm xấu hổ, làm nhục / ~을 참다 chịu đựng sự xấu hổ, chịu nhục / ~외교 ngoại giao chịu nhục.

굴절(屈折) 【VLH】 sự khúc xạ, sự bẻ cong. **~하다** bẻ cong, gấp khúc. ¶ ~광선 đường khúc xạ, tia khúc xạ / ~ 렌즈 thấu kính / ~어(語) 【NNH】 sự biến đổi dạng thức trong ngôn ngữ / ~률 chỉ số khúc xạ.

굴젓 mắm sò (sò ướp với muối để làm mắm).

굴종(屈從) **~하다** khuất phục, phục tùng.

굴지(屈指) ~의 nổi tiếng, xuất sắc. ¶ ~의 실업가 nhà kinh doanh nổi tiếng, nhà kinh doanh lỗi lạc.

굴진(掘進) **~하다** đào qua, đào xuyên qua.

굴착(掘鑿) **~하다** đào, khai quật. ¶ ~기 máy đào, máy xúc.

굴하다(屈-) (굽히다) bị khuất phục, bị phục tùng, đầu hàng, luồn cúi, cong xuống hạ mình. ¶ …에 굴하지 않고 không chịu khuất phục trước.

굵다 dày dặn, to, mập; (활자가) đậm; (음성이) lè nhè, khàn khàn, ồm ồm. ¶ 굵은 목소리로 giọng khàn / 굵은 팔 tay to / 굵은 실 sợi chỉ dày / 굵다랗다 to bè (không thanh mảnh) / 굵은 글씨로 쓰다 viết chữ nét to.

굶기다 bắt nhịn đói, bỏ đói. ¶ 굶겨 죽이다 bỏ đói cho chết.

굶다 nhịn đói. ¶ 굶어 죽다 nhịn đói đến chết.

굶주리다 đói cồn cào, ham muốn, khát khao. ¶ 사랑에 ~ khát khao tình yêu

굼뜨다 chậm chạp, lề mề, đờ đẫn. ¶ 일에 ~ làm việc chậm chạp, lề mề.

굼벵이 ❶ (벌레) con bọ con. ❷ (사람) người chậm chạp, người lạc hậu.

굼틀거리다 quằn quại, uốn éo, vặn vẹo. ¶ 굼틀거리며 나아가다 uốn éo đi ra.

굽 ❶ (마소의) vó, móng guốc (động vật). ¶ 갈라진 ~ tách móng, tõe móng / 말발~소리 tiếng vó ngựa ❷ (신의) đế, gót. ¶ ~이 높은 [낮은] 구두 đế, gót giày cao [thấp]. ❸ (그릇의) trôn bát, đáy bát.

굽다[1] (휘다) bị cong, gập xuống. ¶ 굽은 나무 cây / 허리가 ~ lưng còng.

굽다[2] (음식을) nướng bỏ lò, thui (고기나 생선을); nướng thịt (석쇠에 놓아); nướng bánh mì (빵을); nướng rong biển (김을); (벽돌 등을) hơ. ¶ 잘 구워진 nướng chín / 덜 구워진 chín tái.

굽도리 chân tường.

굽실거리다 khúm núm, nép mình, luồn cúi. ¶ 굽실굽실 khúm núm, khúm na khúm núm / 상사에게 ~ khúm núm, khép nép trước cấp trên, luồn cúi cấp trên.

굽어보다 (내려다보다) nhìn xuống, cúi nhìn; (굽어 살피다) để ý, săn sóc. ¶ 골짜기를 ~ nhìn xuống thung lũng.

굽이 chỗ ngoặt, chỗ rẽ, chỗ bị bẻ cong. ¶ ~마다 mọi ngóc ngách / ~흐르는 물 nước chảy uốn lượn. ¶ 물 ~ khúc sông, suối uốn lượn.

굽이치다 lượn, uốn lượn.

굽히다 làm cho khuất phục; (뜻을) bẻ cong, làm trệch ý của ai, xa rời. ¶ 무릎을 ~ quì gối, bắt ai phải quì gối / 지조를 ~ làm lệch lạch ý ban đầu.

굿 (무당의) lễ gọi hồn, gọi thần linh.

굿바이히트 [BC] cú đánh chốt hạ (trong bóng chày).

굿보다 (방관) bàng quan.

굿하다 lên đồng (một thể loại cúng lễ, tế lễ).

궁(宮) cung.

궁경(窮境) (가난) cùng quẫn nghèo đói, bần cùng.

궁궐(宮闕) cung điện, cung vua.

궁극(窮極) kết thúc, cuối cùng, rốt cuộc. ~의 rốt cuộc, kết thúc, cuối cùng của cái gì đó, sau đó. ¶ ~의 목적 mục đích cuối cùng / ~에 가서는 cuối cùng thì, sau cùng thì, rốt cuộc thì.

궁금하다 băn khoăn, thắc mắc. ¶ (아무의) 소식이 ~ băn khoăn về tin tức.

궁기(窮氣) ¶ ~가 낀 lôi thôi, lếch thếch, tồi tàn.

궁끼다(窮-) bần cùng, nghèo khổ, kiệt quệ.

궁내(宮內) nội cung, trong cung điện của vua.

궁녀(宮女) cung nữ.

궁노루 xạ hương của hươu.

궁도(弓道) bắn cung, thuật bắn cung.

궁도련님(宮-) khờ dại, con nhà quyền quý không biết sự đời.

궁도령(宮道令) ☞ **궁도련님**.

궁둥이 mông. ¶ ~가 무겁다 chậm, lề mề, chây lười, ì ạch / ~가 질기다 nán lại quá lâu, ngồi trương nứt, ngồi ỳ ra (ở nhà ai) / 여자 ~를 쫓아다니다 theo đuổi tán tỉnh gái.

궁륭(穹窿) vòm, mái vòm.

궁리(窮理) nghiên cứu luật tự nhiện; suy ngẫm, mặc tưởng (고안). **~하다** đưa ra đề án, phương pháp. ¶ …할 ~를 하다 đưa ra kế hoạch sẽ làm gì.

궁박(窮迫) **~하다** túng thiếu, túng quẫn, nghèo khổ.

궁벽(窮僻) ~한 xa xôi, xa xăm, xa tít, xa. ¶ ~한 곳 nơi xa xôi.

궁상(弓狀) hình vòm.

궁상(窮狀) nhìn có vẻ nghèo nàn, túng quẫn. ¶ ~스러운(맞은) nhìn nghèo nàn, đói khổ / ~떨다 cư xử như người nghèo hèn, cử chỉ bần tiện.

궁상(窮相) tướng nghèo khổ, diện mạo nghèo khổ, đói rách.

궁서(窮鼠) sự bị dồn vào chân tường, bị dồn vào thế bí. ¶ ~는 오히려 고양이를 문다 [TNg] con chuột bị mèo dồn vào chân tường, rơi vào thế bí.

궁수(弓手) người bắn cung.

궁술(弓術) thuật bắn cung. ¶ ~대회 cuộc thi bắn cung.

궁시(弓矢) cung tên.

궁여지책(窮餘之策) phương kế, phương sách, cứu cánh cuối cùng.

궁전(宮殿) cung điện. ¶ 버킹검 ~ cung điện Buckingham.

궁정(宮廷) cung vua.

궁중(宮中) ☞ **궁정**(宮廷).

궁중요리(宮中料理) nấu nướng, chế biến món ăn trong cung đình.

궁지(窮地) tình huống, khó khăn, tình

huống ngặt nghèo, khó xử. ¶ ～에 빠지다 rơi vào hoàn cảnh khó khăn / ～에 몰리다 bị dồn vào chân tường, bị dồn vào bước đường cùng / ～에 몰아넣다 đặt (ai) vào tình huống khó khăn.

궁핍(窮乏) ～한 nghèo đói, nghèo khổ, bần hàn cơ cực. ¶ ～한 생활 cuộc sống cơ cực.

궁하다(窮-) (살림이) nghèo túng, thiếu thốn, cơ cực; (입장이) khó xử; (처지에) cơ cực, bần hàn. ¶ 궁한 때에 trong lúc cơ hàn / 돈에 ～ túng tiền, cần tiền / 대답에 ～ không có trả lời.

궁합(宮合) hôn nhân hòa hợp (xem tướng số). ¶ ～이 맞다 [안맞다] hợp [không hợp] số

궁형(弓形) hình vòng cung. 【TH】 hình khuyết, hình lưỡi liềm. ～의 thuộc hình lưỡi liềm.

궂기다 ❶ (일이) công việc không suôn sẻ, không đạt ❷ (상사나다) giống, tương tự.

궂다 ❶ (언짢다). ¶ 궂은 일, việc xấu, việc không như mong muốn, việc khó chịu / 심술～trở nên nóng tính, cáu bẳn. ❷ (날씨가) thời tiết khó chịu, thời tiết xấu. ¶ 궂은 날씨 thời tiết xấu / 궂은 비 mưa kéo dài.

권(勸) (추천) khuyên nhủ, giới thiệu, đề cử; (권고) khuyến cáo; (장려) khuyến khích động viên. ¶ 친구의 ～으로 bằng sự động viên của bạn bè.

권(卷) ❶ (책 따위의) quyển, cuốn, cuộn, tập; (영화의) cuốn phim. ¶ 제일～ tập 1, quyển 1. ❷ (종이의) cuộn giấy.

권고(勸告) sự khuyến cáo, báo cho biết trước có nguy hiểm. **~하다** cảnh báo, khuyến cáo. ¶ 의사의 ～로 lời khuyến cáo của bác sĩ. ¶ ～문 giấy khuyến cáo.

권내(圈內) ～에 trong phạm vi của. ¶ 당선 ～에 있다 nằm trong vòng phạm vi trúng cử.

권농(勸農) **~하다** khuyến nông.

권능(權能) năng lực, khả năng, thẩm quyền.

권도(權道) chính sách phù hợp với hoàn cảnh, phương pháp thiên biến vạn hóa.

권두(卷頭) ¶ ～사(언) đầu, mở đầu, lời nói đầu.

권력(權力) quyền lực, thế lực, thẩm quyền, quyền uy (세력). ¶ ～있는 có thế lực. ¶ ～가 kẻ, người có quyền lực / ～욕 tham vọng có quyền lực / ～투쟁 tranh giành quyền lực.

권리(權利) quyền lợi, lợi ích, yêu cầu quyền lợi (요구권); quyền sở hữu (소유권); đặc lợi, đặc quyền (특권). ¶ ～를 행사 [남용]하다 sử dụng [lạm dụng] quyền hạn / ～가 있다 có quyền hạn / ～를 침해하다 xâm hại quyền lợi của ai. ¶ ～금 phần thưởng, giải thưởng.

권말(卷末) đoạn kết, đoạn cuối quyển sách.

권면(勸勉) **~하다** khuyến khích, động viên.

권모(權謀) mưu mô, kế hoạch, mưu đồ, mưu kết. ¶ ～에 능하다 đa mưu, giỏi mưu mô. ¶ ～가 người mưu mô, người xảo quyệt / ～술수 thủ đoạn gian trá, mánh khóe / ～술수를 쓰다 sử dụng mánh khóe.

권문(權門) ¶ ～세가(勢家) = 권문. gia đình có thế lực.

권불십년(權不十年) 【TNg】 quyền bất thập niên (quyền lực không quá 10 năm) ý nói quyền lực không giữ được lâu.

권선(捲線) vòng, cuộn, ống. ¶ ～기 máy cuộn.

권선징악(勸善懲惡) sự hướng thiện trừ ác. **~하다** hướng thiện trừ ác.

권세(權勢) quyền thế, quyền lực. ¶ ～부리다 dùng quyền lực, sử dụng quyền lực. ¶ ～욕 tham vọng quyền lực.

권속(眷屬) ❶ (식구) gia đình, thành viên trong gia đình. ¶ 일가 ～ cả nhà; cả bà con họ hàng chòm xóm ❷ (아내) vợ.

권솔(眷率) gia đình, gia quyến, người nhà, người thân trong gia đình.

권수(卷鬚) 【TV】 tua cuốn (thực vật).

권신(權臣) quyền thần, cấp có quyền lực, quan lại ngày xưa.

권업(勸業) **~하다** khuyến khích phát triển công nghiệp.

권외(圈外) ～에 ngoài phạm vi. ¶ 당선 ～로 떨어지다 thất cử (thua trong cuộc bầu cử), không được bầu chọn.

권위(權威) (권세) quyền uy; (위엄) sự uy nghiêm; (대가) đại gia (người có quyền lực. ¶ ～있는 có quyền lực, có thế lực.

권유(勸誘) sự khuyên nhủ, sự thuyết phục, sự khuyến khích, chào mời, níu kéo. **~하다** chào, khuyên, thuyết phục, khuyến khích. ¶ 기부를 ～하다 khuyến khích đóng góp. / 가입을 ～하다 khuyến khích gia nhập. ¶ ～원(員) người giới thiệu, người thuyết phục.

권익(權益) quyền lợi.

권장(勸奬) **~하다** khuyến khích.

권적운(卷積雲) mây ti tích.

권좌(權座) bệ vệ, oai phong (tư thế ngồi của người có quyền lực).

권척(卷尺) thước dây (dành cho thợ may).

권총(拳銃) súng lục; (연발의) súng ngắn. ¶ ～강도 tên cướp có vũ trang súng ngắn / 6연발 ～ súng lục 6 viên đạn.

권축(卷軸) cuộn (rule).

권층운(卷層雲) mây ti tầng.

권태(倦怠) mệt mỏi, buồn chán, chán ngắt. ¶ ～를 느끼다 cảm thấy mệt mỏi, cảm thấy buồn chán / 삶에 대한 ～ chán ngán với cuộc sống, mệt mỏi với cuộc sống.

권토중래(捲土重來) **~하다** phục hồi lại sau một lần thất bại.

권투(拳鬪) môn đấm bốc, quyền Anh. **~하다** đấm bốc, đấu quyền Anh. ¶ ～계 giới quyền Anh / ～ 선수 võ sĩ quyền Anh / ～ 시합 cuộc thi đấm bốc, trận đấu quyền Anh / ～장 võ đài quyền Anh.

권하다(勸-) ❶ (추천) tiến cử, giới thiệu. ¶ 책을 ～ giới thiệu sách. ❷ (권고) khuyên bảo, cổ vũ, thúc đẩy, chỉ dạy, chỉ bảo. ¶ …하지 않도록 ～ cố gắng khuyên nhủ để không … . ❸ (권유) khuyên nhủ; (강권) cưỡng ép, ra lệnh; (내놓다) đưa ra. ¶ 담배를 [술을] ～ mời hút thuốc lá [uống rượu].

권한(權限) quyền hạn; (법원의) phạm vi quyền hạn. ¶ ～밖의 vượt qua (ngoài) quyền hạn / ～내[외]에 trong [ngoài] (phạm vi) quyền hạn / ～을 부여하다 ban (cho) quyền hạn. ¶ ～ 대행 thi hành quyền hạn / ～ 쟁의 tranh giành quyền lực (quyền hạn).

권화(權化) sự hóa thân, sự hiện thân; ☞ **화신**(化身).

궐기(蹶起) **~하다** khuấy động, tác động, kích động, làm dấy lên. ¶ ～ 대회 đại hội khuấy động tìm biện pháp giải quyết vấn đề.

궐내(闕內) bên trong cung điện.

궐련 thuốc lá cuốn. ¶ ～갑 bao thuốc lá cuốn.

궐석 ☞ **결석**.

궐위(闕位) chức còn khuyết, vương vị

bỏ trống (왕위의). ~하다 còn khuyết chức, để trống ngai vàng, vương vị.
궤(櫃) rương, hòm, tủ, tráp (làm bằng gỗ có thể đựng đồ dùng hay tiền bạc).
궤도(軌道) (천체의) quỹ đạo (유성의); (철도의) đường ray (đường ray tàu chạy). ¶ ～에 오르다 (인공위성이) lên quỹ đạo; (사물이) viền, mép. ¶ ～비행 sự bay lên quỹ đạo.
궤멸(潰滅) sự phá hoại, sự phá huỷ (전멸); sự hư hỏng, sự tẩy xoá, sự triệt tiêu. ~하다 phá huỷ, hư hỏng, triệt tiêu.
궤범(軌範) quy phạm, mô phạm.
궤변(詭辯) sự ngụy biện, lời nói dối trá, bao biện (역설). ¶ ～가 người ngụy biện.
궤양(潰瘍) [YH] ung, nhọt, lở loét. ¶ 위～ viêm dạ dày, loét dạ dày.
궤적(軌跡) [TH] vết bánh xe.
궤주(潰走) sự rút chạy, sự tháo chạy ~하다 rút chạy, tháo chạy.
궤짝(櫃-) rương, hòm, thùng, tráp. ☞ 상자.
귀 (사람의) tai, thính giác (청각); (물건의) cái lỗ (끝); lỗ của đồng xu (천의); góc (구석); lỗ kim (바늘귀). ¶ ～에 손을 대고 lấy tay bịt tai / ～가 멀다 bị điếc, bị nặng tai / ～에 익다 nghe quen tai / 한 쪽 ～가 안 들리다 một bên tai không nghe được / …가 ～에 들어가다 … chui vào lỗ tai.
귀가(歸家) sự trở về nhà. ~하다 về nhà, trở về nhà. ¶ ～가 늦다 trở về nhà muộn.
귀감(龜鑑) mẫu, mẫu vật. ¶ 군인의 ～ người lính gương mẫu.
귀갑(龜甲) mai rùa.
귀거칠다 nói khó nghe, nói ngang tai.
귀걸이 (귓집) hoa tai, bông tai, khuyên tai; (장식용) vật dùng để làm trang sức.
귀결(歸結) sự kết thúc, kết cục, kết quả (결과) hậu quả (좋지 않은 결과). ¶ 당연한 ～로서 với hậu quả (kết quả) đương nhiên (hiển nhiên) / ～짓다 gây hậu quả.
귀경(歸京) ~하다 trở về kinh thành, trở về thủ đô, quay lại thủ đô.
귀고리 bông tai, khuyên tai.
귀골(貴骨) (사람) người thuộc dòng dõi quý tộc; (골격) quý phái.
귀공자(貴公子) quý công tử. ¶ ～다운 có dáng quý công tử.
귀국(貴國) sự trở về nước.
귀국(歸國) ~하다 trở về nước. ¶ ～길에 오르다 trên đường trở về nước.
귀글(句-) vần thơ, một khổ thơ.
귀금속(貴金屬) kim loại quý. ¶ ～상 (상인) người thợ tiệm kim hoàn. (상점) tiệm kim hoàn đá quý.
귀나다 (모가) không đều, không đúng quy cách; (의견이) bất đồng ý kiến.
귀납(歸納) sự quy nạp. ~하다 quy nạp. ¶ ～적(으로) mang tính quy nạp / ～적 추리 suy luận mang tính quy nạp. ¶ ～법 phép quy nạp.
귀농(歸農) ~하다 trở về làm ruộng. ¶ ～운동 phong trào trở về làm ruộng.
귀담아듣다 lắng nghe kỹ.
귀동냥 sự lắng nghe người khác. ~하다 lắng nghe lời người khác, nghe được từ người khác.
귀동자(貴童子) cậu ấm.
귀두(龜頭) [GP] quy đầu (đầu dương vật).
귀둥대둥 nhẹ dạ, mù quáng, cả tin, thiếu thận trọng.
귀때 vòi ấm (술통 따위의). ¶ ～ 항아리 vại có vòi.
귀뚜라미 con dế. ¶ ～가 울다 dế kêu.
귀뜨다 học nghe, tập nghe (của trẻ em

ㄱ

sơ sinh).

귀띔 lời gợi ý, sự ám chỉ. **~하다** gợi ý, ám chỉ.

귀로(歸路) trở về nhà (trên đường đi du lịch) (여행길의). ¶ ～에 오르다 trên đường về nhà.

귀리 [TV] yến mạch (một loại thực vật). ¶ 탄 ～ yến mạch cháy.

귀머거리 người điếc.

귀먹다 điếc.

귀물(貴物) vật quý, của quý.

귀밑 mang tai. ¶ ～까지 빨개지다 đỏ tận mang tai.

귀밝다 thính tai.

귀부(龜趺) mô, bệ đá để dựng bia..

귀부인(貴婦人) quý bà. ¶ ～다운 có dáng quý bà.

귀빈(貴賓) thượng khách, khách danh dự, khách quý. ¶ ～석[실] chỗ ngồi [phòng] dành cho thượng khách.

귀뿌리 mang tai.

귀사(貴社) quý công ty.

귀서(貴書) kính thư.

귀설다 lạ tai, chưa nghe khi nào.

귀성(歸省) sự về thăm nhà. **~하다** về nhà, về thăm cha mẹ. ¶ ～객 khách về thăm quê hương.

귀소본능(歸巢本能) bản năng về tổ.

귀속(歸屬) (복귀) sự trở lại, sự trở về, sự quay trở lại; (소속) sự thuộc vào (cơ quan nào đó). **~하다** trở lại, trở về, thuộc vào, thuộc về.

귀순(歸順) sự quy thuận, sự bỏ đi theo địch; sự phục tùng, sự quy phục. **~하다** phục tùng, quy phục. ¶ ～자 người quy thuận, kẻ bỏ theo địch.

귀신(鬼神) (망령) vong hồn, vong linh; (유령) u hồn; (마귀) quỷ thần, ma quỷ. ¶ ～같다 như ma / ～도 모른다 ma quỷ cũng không biết.

귀아프다 đau tai, nghe đủ rồi, nghe đến phát chán (chuyện gì đó). ¶ 귀아프도록 들어왔네 Tôi đã nghe chuyện đó đủ lắm rồi.

귀얄 chổi sơn, bút vẽ, cây cọ vẽ.

귀양 sự đày, sự trục xuất, sự đày ải. ¶ ～살다 sống tha hương / ～(을) 가다 đi đày / ～보내다 bị trục xuất, bị lưu đày. ¶ ～살이 cuộc sống tha hương.

귀엣말 lời nói thầm. **~하다** thì thầm, nói thầm, nói nhỏ vào tai.

귀여겨듣다 lắng nghe cẩn thận, chăm chú, chú tâm, nghe kỹ.

귀여리다 nhẹ dạ, cả tin, dễ bị lừa.

귀염 sự yêu mến, thương mến, tình cảm, thiện ý. ¶ ～받다 được yêu mến. ¶ ～성 vẻ đáng yêu, vẻ yêu kiều, tính dễ thương, tính đáng yêu, duyên dáng.

귀엽다 dễ thương, đáng yêu, xinh xắn, dịu dàng. ¶ 귀여운 계집애 con bé đáng yêu / 귀여워하다 yêu thương.

귀영(歸營) sự trở lại doanh trại. **~하다** trở lại (quay lại) doanh trại. ¶ ～시간 thời gian quay lại doanh trại.

귀의(歸依) sự quy y. **~하다** quy y, hiến dâng, dành hết lòng cho. ¶ ～자 người đi tu.

귀이개 cái móc tai, cái ngoáy tai, cái lấy ráy tai.

귀인(貴人) quý nhân, người cao quý, quý phái.

귀일(歸一) **~하다** đồng nhất, quy về một mối, hợp nhất.

귀임(歸任) **~하다** quy nhiệm, quay về địa vị, nhiệm vụ.

귀잠 giấc ngủ quý, giấc ngủ say. ¶ ～들다 ngủ say, chìm vào giấc ngủ say.

귀재(鬼才) (사람) nhân tài, thiên tài, người có tài hiếm thấy, bậc anh tài, bậc kỳ tài; (재주) tài năng, tài ba, tài cán, tài.

귀접스럽다 ❶ (더럽다) dơ bẩn, hôi hám. ❷ (천하다) bần tiện, thấp kém, thấp hèn, hèn hạ, đê tiện.

귀접이 sự bào, sự gọt tròn các góc cạnh.

귀족(貴族) (총칭) quý phái, quý tộc; (개인) nhà quý tộc, người quý phái. ~의 quý phái. ¶ ~ 계급 giai cấp, tầng lớp quý tộc / ~ 정치 nền chính trị của quý tộc.

귀중(貴中) kính thưa, kính gửi. ¶ A 상회 ~ kính gửi quý công ty A / 한국외국어대학교 ~ kính gửi Trường Đại học Ngoại ngữ Hàn Quốc.

귀중(貴重) ~한 quý, quý trọng, quý giá, quý báu. ¶ ~품 đồ quý giá(총칭).

귀중중하다 lôi thôi, lếch thếch, nhếch nhác, bừa bãi, lộn xộn, dơ bẩn.

귀지 ráy tai.

귀지(貴地) nơi người khác đang sống (nói kính trọng), nơi yêu quý.

귀지(貴紙) quý báo. ¶ ~를 통하여 thông qua quý báo.

귀지(貴誌) quý tạp chí.

귀착(歸着) ❶ (돌아옴) **~하다** quay về, trở lại. ❷ (귀결) **~하다** đi đến kết luận. ¶ 토론의 ~점 kết luận của cuộc thảo luận.

귀찮다 khó chịu, gây phiền, quấy rầy. ¶ 귀찮은 사람 người hay làm phiền / …이 귀찮아지다 (cái gì đó) trở nên phiền phức / 귀찮아하다 thấy phiền phức / 귀찮게 굴다 làm khó chịu.

귀천(貴賤) cao thấp, cao quý và thấp hèn. ¶ ~의 차별없이 không phân biệt giàu sang nghèo hèn.

귀청 màng nhĩ. ¶ ~이 터질 듯한 như thủng màng nhĩ.

귀체(貴體) ngọc thể.

귀추(歸趨) khuynh hướng, xu hướng, chiều hướng; (결과) hậu quả, kết quả, hệ quả. ¶ 당연한 ~로서 với kết quả đương nhiên.

귀퉁이 (모퉁이) góc, xó; (귀언저리) vành tai, mang tai.

귀틀 ¶ ~집 nhà gỗ nhỏ, túp lều.

귀하(貴下) (당신) quý ông, quý ngài.

귀하다(貴-) ❶ (드물다) quý hiếm; (귀중) quý trọng. ¶ 귀한 물건 vật quý / 귀한 손님 khách quý. ❷ (고귀) cao quý, đáng tôn kính. ¶ 귀하신 분 người cao quý. ❸ (귀엽다) dễ thương, đáng quý. ¶ 귀한 자식 đứa con yêu quý, đứa con dễ thương.

귀한(貴翰) quý thư.

귀함(歸艦) sự trở về của chiến hạm(tàu chiến) **~하다** chiến hạm trở về.

귀항(歸航) trở về cảng. **~하다** trở về cảng.

귀항(歸港) **~하다** trở về cảng.

귀향(歸鄕) sự trở về quê hương. **~하다** trở về quê. ¶ ~ 활동 hoạt động tại quê nhà.

귀화(歸化) (국적 취득) sự nhập quốc tịch, sự nhập tịch. **~하다** nhập quốc tịch. ¶ ~인(민) dân nhập quốc tịch.

귀환(歸還) **~하다** hồi hương, trở về nước. ¶ ~병 lính hồi hương / ~자 bộ đội phục viên.

귀휴(歸休) mãn hạn công tác, giải ngũ, phục viên, mãn nhiệm kỳ. ¶ ~병 lính giải ngũ / (일시) ~제도 【KT】 chế độ (tạm) ngừng sản xuất.

귓결 ¶ ~에 (듣다) tình cờ, ngẫu nhiên.

귓구멍 lỗ tai.

귓등 phía sau của tai. ¶ ~으로 듣다 nghe không kỹ (rõ), không để ý.

귓바퀴 loa tai.

귓밥 dái tai. ☞ **귓불**.

귓불 dái tai.

귓속말 ¶ ~로 thì thầm, rỉ tai.

귓전 ¶ ~에 vành tai. ¶ ~을 울리다 kêu bên tai.

귓집 mũ che tai.

규격(規格) quy cách, tiêu chuẩn, quy tắc. ¶ ~화하다 tiêu chuẩn hoá. ¶ ~ 통일 thống nhất tiêu chuẩn / ~품 hàng sản xuất hàng loạt.

규명(糾明) sự làm sáng tỏ, sự làm rõ. **~하다** làm sáng tỏ. ¶ 죄상을 ~하다 làm rõ tội trạng.

규모(規模) ❶ (구조) quy mô; (체제) thể chế; (범위) phạm vi; (설계) thiết kế. ¶ 대[소]~로 trên quy mô lớn [nhỏ]. ❷ (씀씀이의 한도) ngân sách hạn chế. ¶ 돈을 ~있게 쓰다 tiêu tiền một cách có kế hoạch; tiêu tiền với quy mô lớn.

규방(閨房) (도장방) phòng khuê, phòng riêng của phụ nữ.

규범(規範) (모범) mô phạm, quy phạm; (표준) tiêu chuẩn. ¶ ~적 법칙 phép tắc có tính quy phạm.

규사(硅砂) [Kh] silic đi ô xít.

규산(硅酸) [HH] acid silic. ¶ ~염 silicat.

규석(硅石) [Kh] đá lửa, silex.

규소(硅素) [HH] silic. ¶ ~ 수지 chất silicon.

규수(閨秀)❶ (처녀) trinh nữ, thiếu nữ. ❷ (글하는 여자) người phụ nữ hoạt động trong lĩnh vực văn học nghệ thuật. ¶ ~시인 nữ nhà thơ / ~ 작가 nữ nhà văn / ~ 화가 nữ hoạ sỹ.

규약(規約) ❶ (규정) quy ước. ❷ (협약) hiệp ước. ¶ ~을 맺다 kí kết hiệp ước.

규율(規律) quy luật, quy định, quy tắc, điều lệ (규정). ¶ ~있는 có quy luật / ~없는 không có quy luật / ~있게 một cách có trật tự / ~을 지키다 tôn trọng (giữ) quy luật.

규정(規定) (규칙) quy tắc, quy ước; (조항) điều lệ, điều khoản. **~하다** quy định. ¶ ~대로 [에 따라] như [theo] quy định. ¶ ~ 요금 phí quy định / 통행 ~ quy định thông hành.

규정(規程) quy trình. ¶ 직무 ~ nguyên tắc làm việc.

규제(規制) quy chế, sư quy định. **~하다** đưa ra quy chế. ¶ 교통 ~ quy định giao thông.

규조(硅藻) [TV] tảo cát (thực vật). ¶ ~토(土) điatomit (khoáng chất).

규중(閨中) khuê phòng, phòng ở của phụ nữ. ¶ ~ 처녀 thiếu nữ, người phụ nữ nơi khuê các.

규칙(規則) quy tắc, nguyên tắc, điều lệ. ¶ ~적(으로) theo quy tắc, nguyên tắc. ¶ ~ 동사 động từ quy tắc / ~ 위반 vi phạm quy tắc.

규탄(糾彈) sự phê bình, sự chỉ trích, sự phản đối, sự lên án, sự buộc tội, sự tố cáo. **~하다** phê bình, chỉ trích, lên án. ¶ 정부를 ~하다 lên án chính phủ.

규토(硅土) silic đi ô xít.

규폐(증)(硅肺(症)) chứng nhiễm bụi silic. ¶ ~ 환자 bệnh nhân nhiễm bụi silic.

규합(糾合) **~하다** tập trung, tập hợp, quy hợp. ¶ 동지를 ~하다 tập hợp những người cùng chí hướng.

규화(硅化) sự hoá thành silic điôxyt (hóa đá).

균(菌) vi trùng, vi khuẩn. ¶ ~ 배양 việc nuôi cấy vi khuẩn.

균등(均等) tính bằng, tính ngang bằng, sự bình đẳng. ~한 ngang bằng, bình đẳng. ¶ 기회 ~ cơ hội ngang nhau.

균류(菌類) [TV] nấm mốc. ¶ ~학(學) môn nấm học.

균배(均配) **~하다** phân chia, chia.

균분(均分) sự phân chia đồng đều. **~하다** phân chia đồng đều.

균열(龜裂) sự rạn nứt, sự nứt vỡ, đường nứt, kẻ hở, chỗ nứt, vết rạn, khe nứt. **~하다** rạn nứt, nứt.

균일(均一) tính giống nhau, tính đồng

hạng. ～한 đồng hạng, đồng nhất. ¶ 백원 ～ tất cả là tờ 100 won. ¶ ～ 요금 cước phí đồng hạng.

균점(均霑) sự chia đều lợi nhuận. **~하다** chia đều lợi nhuận.

균질(均質) tính đồng nhất, tính đồng chất. ¶ ～로(爐) lò đốt đồng chất, đồng đều / ～체(體) thể đồng nhất.

균형(均衡) sự thăng bằng, sự cân bằng, cán cân. ¶ 세력의 ～ chính sách giữ thăng bằng cán cân lực lượng / ～이 잡힌 đúng mực, biết điều / ～을 유지하다 [잃다] duy trì [mất] sự thăng bằng ¶ ～ 예산 cân đối ngân sách.

귤(橘) 【TV】 trái quýt. ¶ ～ 껍질을 벗기다 bóc vỏ quýt. ¶ ～밭 vườn quýt.

그[1] (사람) người đó, người ấy. ¶ ～의 (của) người đó, người ấy.

그[2] (형용적으로) ấy, đó, kia. ¶ ～ 날 ngày đó / ～ 때 khi đó / ～같이 như vậy, như thế.

그건그렇고 như vậy rồi thì.

그것 cái đó, vật đó.

그곳 nơi đó, chỗ đó. ¶ ～에 ở nơi đó, tại chỗ đó.

그글피 4 ngày sau.

그까짓 đến như vậy. ¶ ～ 일로 걱정 마라 không phải lo lắng với việc như thế.

그끄러께 ba năm trước.

그끄저께 ba ngày trước.

그나마 tuy thế mà, ngay cả vậy, thậm chí vậy. ¶ ～ 없다 đến vậy cũng không có.

그냥 cứ, suốt, vẫn. ¶ ～ 두다 cứ để như thế / ～ 울고만 있다 vẫn cứ khóc.

그네 xích đu, đu. ¶ ～를 타다 ngồi xích đu. ¶ 그넷줄 dây xích đu.

그네들 (đại từ ngôi thứ 3) những người đó, chúng nó, tụi nó, họ. ¶ ～의 (thuộc) chúng nó, họ, tụi nó

그녀 cô ấy, chị ấy. ¶ ～의 [～에게] (thuộc) cô ấy, chị ấy [tới cô ấy, chị ấy (cái gì)].

그느르다 bảo vệ, che chở, chăm sóc, trông nom.

그늘 ❶ (응달) bóng, bóng tối. ¶ 나무 ～ bóng cây. ❷ (남의 보호) sự bảo trợ, sự đỡ đầu, sự che chở, sự bao bọc, sự đùm bọc. ¶ 부모 ～에서 자라다 lớn lên dưới sự bao bọc của bố mẹ. ❸ (배후) đằng sau, phía sau. ¶ ～에 숨어서 giấu ở phía sau.

그늘지다 che, che bóng, che giấu, làm tối sầm lại, làm ảm đạm, làm u ám.

그닐거리다 ❶ (피부가) cảm giác nhột. ❷ (마음이) cảm thấy lo lắng.

그다지 đến mức như thế. ¶ ～ 좋아하지 않다 không thích nhiều lắm / ～ 춥지 않다 không lạnh lắm.

그대 (đại từ nhân xưng ngôi thứ 2 số ít) anh, chị, mày, ngươi. ¶ ～들 các anh, các chị, các người, chúng mày (đại từ nhân xưng ngôi thứ 2 số nhiều).

그대로 cứ thế, cứ như thế, như vậy, như thế đó. ¶ ～ 내버려 두다 cứ để yên nó như thế, cứ mặc kệ nó / ～ 있다 vẫn ở nguyên đó.

그동안 trong thời gian qua, trong lúc ấy, đang lúc ấy, trong khi đó. ¶ 안녕하셨는지요? Trong thời gian qua ông khoẻ chứ ạ?

그득하다 đầy, đầy đủ, nhiều, tràn trề, tràn ngập, chan chứa.

그들 chúng nó, bọn họ (đại từ nhân xưng ngôi thứ 3 số nhiều). ¶ ～의 của chúng nó, của họ / ～에게 cho (tới) chúng nó, họ.

그들먹하다 hầu như đầy, gần như đầy, gần đầy.

그따위 (경멸조) kiểu như vậy, loại như vậy. ¶ ～ 모자 cái mũ như vậy.

ㄱ

그라비아 [In] thuật khắc ảnh trên bản kẽm. ¶ ~ 인쇄의 그림 bức tranh khắc trên bản kẽm.

그라운드(ground) (경기장) sân vận động, sân chơi, sân thể thao, trường đua.

그랑프리(grand prix) giải thưởng lớn.

그래 (대답) ừ (긍정); hả (부정).

그래 vâng, dạ ừ, phải; (그래서) vậy thì. ¶ ~ 어떻단 말인가? Vậy thì có nghĩa là như thế nào?

그래도 dù vậy, tuy vậy, tuy nhiên, tuy thế mà, nhưng mà, song, mà.

그래서 chính vì vậy, vì thế, vì vậy, do đó, bởi vậy, cho nên; (따라서) theo đó, sau đó. ¶ ~ 어떻게 되었나 thế thì ra sao rồi?

그래야 phải vậy, phải như thế.

그래프(graph) biểu đồ, đồ thị. ¶ ~ 용지 giấy vẽ đồ thị, biểu đồ.

그랜드(grand) ¶ ~오페라 nhà hát lớn. ¶ ~ 피아노 cây đàn piano lớn.

그램(gram) gam.

그러구러 bằng cách này hay cách khác, không biết làm sao, vì lí do này hay lí do khác.

그러께 năm kia.

그러나 dù vậy, nhưng, dù sao đi nữa.

그러나저러나 dù sao chăng nữa, dù thế nào đi nữa.

그러넣다 cào vào, gạt vào, vơ vào.

그러니까 chính vì vậy, vì thế.

그러담다 thu thập lại, lấy lại, gom lại.

그러면 nếu làm như thế thì, nếu làm như vậy thì (그렇게 하면); nếu thế thì, vậy thì, nếu vậy thì (그렇다면).

그러모으다 thu thập, thu lượm, thu nhặt, tụ hợp, tụ họp lại.

그러므로 vì thế, vì vậy, vì lý do đó, bởi vậy, cho nên.

그러잡다 túm chặt, níu lấy, ôm chặt, siết chặt, nắm chặt.

그러하다 như thế, như vậy, vậy đó. ¶ 그러한 như thế, thế đó / 그러하게 ☞ **그렇게**. / 그러한 사람 người như thế.

그럭저럭 cách này hay cách khác, bằng mọi cách, trong khi chờ đợi, trong lúc ấy, đang lúc ấy.

그런 ☞ **그러하다**.

그런고로 ☞ **그러므로**.

그런데 nhưng mà, tuy vậy, tuy thế, tuy nhiên.

그런즉 bởi vậy, cho nên, vì thế, vậy thì, sau đó.

그럴듯하다 ☞ **그럴싸하다**.

그럴법하다 có khả năng như vậy, có thể xảy ra như vậy. ¶ 그럴법한 일이다 Việc có thể xảy ra.

그럴싸하다 hợp lý, như thế, như thật (그럴법하다). ¶ 그럴싸하게 들리다 nghe được như thế / 그럴싸한 거짓말을 하다 nói dối như thế.

그럼 (긍정) chắc chắn, lẽ dĩ nhiên, tất nhiên, quả vậy, thực vậy; (그러면) nếu thế thì, vậy thì.

그렁그렁하다 (눈물이) sắp khóc, sắp rơi nước mắt. ¶ 눈물이 그렁그렁한 눈 mắt đỏ ngầu sắp khóc, mắt rơm rớm nước mắt.

그렇게 đến thế, trong cách đó, dường ấy, đến như thế (부정어와 함께); như thế, như vậy, (그런식으로). ¶ ~까지 đến tận như thế.

그렇고말고 thế nào cũng vậy, đúng thế, dĩ nhiên, chắc chắn.

그렇다 như vậy, như thế (그러하다); đúng vậy, đúng thế, phải (대답); có, không (부정). ¶ ~고 하더라도 cho dù nói như thế, mặc dù, dù sao, dẫu cho, tuy nhiên, tuy thế nhưng / 그렇지 않으면 nếu không như thế.

그렇듯이 như thế, như vậy.

그렇지 đúng thế, đúng vậy.

그로기 ¶ ～상태의 chệnh choạng, lảo đảo, nghiêng ngả, đứng không vững / (얻어맞아) ～상태가 되다 trong trạng thái lảo đảo.

그로스(gross) mười hai tá = 144 cái.

그로테스크(grotesque) ¶ ～한 lố bịch, kỳ cục.

그루[1] (나무의) gốc cây (베고난 것); cây (셀 때). ¶ 한 ～의 소나무 một cây thông. ¶ ～터기 (나무의) gốc.

그루[2] (농사의) vụ mùa, vụ; cây trồng. ¶～갈이 việc canh tác 2 vụ thu hoạch trong năm / ～콩 vụ đậu.

그룹(group) nhóm. ¶ ～을 이루어 lập nhóm, tạo nhóm. ¶ ～ 활동 hoạt động theo nhóm.

그르다 ❶ (틀리다, 옳지 않다) sai lầm, phạm lỗi, phạm sai lầm, làm không đúng. ¶ 그른 짓 thói xấu, hành động sai. ❷ (무망) vô vọng, không có hy vọng, chấm dứt. ¶ 난 글렀어 tôi hết hi vọng rồi.

그르렁거리다 thở khò khè, kêu ran.

그르치다 làm hỏng, làm hư, làm tiêu tan, làm hại. ¶ 계획을 ～ làm hỏng kế hoạch / 판단을 ～ phán đoán sai / 일생을 ～ làm hỏng cuộc đời (ai đó).

그릇[1] ❶ (용기) bát, chén, bình, lọ, chậu, vại, thùng, đồ chứa. ¶ 물 한 ～ một bát nước. ❷ (기량) sức chứa, chứa đựng, dung tích. ¶ ～이 크다 [작다] sức chứa lớn [nhỏ].

그릇[2] sai lầm, sai quấy, bậy, sai trái, lỗi lầm. ¶ ～ 생각하다 suy nghĩ sai lầm, suy nghĩ không đúng.

그릇되다 bị sai, bị hỏng, sai lầm (결딴나다). ¶ 그릇된 sai lầm, sai sót, không đúng / 그릇된 길 con đường sai lầm / 그릇된 짓을 하다 hành động sai lầm, làm sai trái.

그리 ☞ **그렇게**.

그리니치 Greenwich. ¶ ～ 표준시 giờchuẩn GMT.

그리다[1] 【DL】 vẽ tranh (그림을); vẽ tranh không màu (무채색); vẽ tranh có màu (채색화); vẽ, vạch hình tròn (원을); vẽ, mô tả, miêu tả (묘사); tưởng tượng, hình dung (마음에). ¶ 산수(山水)를 ～ vẽ sông núi / 마음에 ～ tưởng tượng, hình dung trong lòng / 지도를 ～ vẽ bản đồ.

그리다[2] (사모, 동경) nhớ, mong nhớ, thương nhớ. ☞ **그리워하다**.

그리마 【ĐV】 con rết.

그리스(Greece) Hy Lạp. ¶ ～의 thuộc Hy Lạp / ～ 말 tiếng Hy Lạp / ～ 사람 người Hy Lạp.

그리스도 ☞ **크리스트**.

그리움 nỗi nhớ, sự nhớ nhung.

그리워하다 nhớ, nhớ nhung.

그린란드 đảo *Greenland*; đảo băng.

그릴(grill) vỉ nướng, món chả nướng.

그림 (회화) bức tranh, bức hoạ, bức vẽ (일반적); tranh màu (채색화); tranh không màu (무채색); lược đồ, sơ đồ (사생, 약도); tranh minh hoạ (삽화); hình vẽ minh hoạ(도형); tranh chú thích (설명도); tranh đăng trên tạp chí (잡지 따위의). ¶ ～같은 như tranh / 피카소의 ～ tranh của Picasso. ¶ ～ 물감 thuốc màu, chất màu; màu nước (수채화용) / ～ 엽서 tranh bưu thiếp / ～책 truyện tranh (그림이 든).

그림자 (투영) bóng, bóng tối; (영상) sự phản chiếu; (모습) bóng, hình bóng. ¶ 장지에 비친 사람 ～ bóng người chiếu trên màn che / ～를 던지다 ném vào bóng tối / ～를 감추다 giấu bóng.

그립다 (동사적) thương nhớ, nhớ, mong đợi. ¶ 그리운 nhớ, nhớ thương / 그리운 사람 người thương.

ㄱ

그만 (정도) đến mức đó, đến chừng đó; (부사적) thôi, đủ rồi. ¶ ~ 울어라 Thôi đừng khóc nữa.

그만그만하다 gần, khoảng, cũng vậy, hầu như vậy.

그만두다 ❶ (중지, 중단) chấm dứt, ngừng, thôi, từ bỏ, nghỉ. ¶ 장사를 ~ thôi không buôn bán / 학교를 ~ bỏ học ❷ (사직) thôi việc, nghỉ việc, bỏ việc. ¶ 회사를 ~ nghỉ làm ở công ty.

그만저만하다 gần giống như, đại khái, như nhau.

그만큼 chừng ấy, đến mức độ ấy, đến chừng mực đó.

그만하다 ❶ (정도) không xấu cũng không tốt, không tệ cũng không tốt. ❷ (크기, 수량 등이) gần như, giống như, gần giống. ❸ (중지하다) đình chỉ, ngừng lại.

그맘때 khoảng thời gian đó, khoảng tuổi đó (나이).

그물 mạng, mạng lưới, cạm bẫy (끄는); (쟁이) mạng lưới; cạm bẫy (총칭). ¶ ~에 걸리다 mắc vào lưới / ~을 뜨다 thả lưới / ~을 치다 quăng lưới, căng lưới. ¶ ~코 mắt lưới / 새 ~ lưới bắt chim.

그믐 ¶ ~날 ngày cuối tháng / ~밤 đêm cuối tháng / ~께 những ngày cuối tháng / 섣달 ~ ngày cuối năm; đêm giao thừa.

그밖 phần còn lại, phần khác. ¶ ~의 hơn nữa, thêm nữa, nói cách khác / ~에 ngoài ra, hơn nữa, thêm nữa, vả lại, vả chăng.

그사이 trong khoảng đó, trong lúc đó, cùng lúc đó, khoảng đó.

그슬리다 nướng, đốt, quay.

그악스럽다 ❶ dữ dằn. ❷ cần cù, siêng năng (부지런하다).

그악하다 ☞ **그악스럽다**.

그야말로 thực ra, thật sự, chính cái đó, chính đúng thực.

그예 cuối cùng, sau cùng, về sau, rốt cuộc.

그윽하다 ❶ (고요하다) yên ả, vắng vẻ, thanh vắng, tĩnh mịch. ❷ (생각이) sâu, sâu sắc, chín chắn, thâm thuý, uyên thâm.

그을다 (햇볕에) bị rám nắng, bị cháy nắng; (연기에) đen như bồ hóng, đen như nhọ nồi.

그을음 nhọ nồi, bồ hóng. ¶ ~이 앉다 (끼다) bị dính nhọ nồi, bồ hóng.

그저 (줄곳) suốt, luôn luôn, lúc nào cũng, không ngớt; (이유없이) không có lý do, tình cờ; (목적, 생각없이) vu vơ, ngẫu nhiên, không mục đích, không suy nghĩ; (그런대로) tàm tạm, khá tốt; (단지) chỉ, duy chỉ, đơn thuần; (제발) làm ơn.

그저께 ngày hôm kia. ¶ ~ 밤 đêm hôm kia.

그전(-前) ¶ ~의 trước đó, trước kia / ~에는 trước đó, trước kia.

그제야 đến lúc đó mới.

그중(-中) ❶ (그것중) trong số những cái đó. ❷ (제일) nhất trong số. ¶ ~ 좋다 [나쁘다] tốt [xấu] nhất.

그지없다 bát ngát, bao la; không ngừng, liên tục; vô tận, vĩnh viễn, không bao giờ hết(영원); (형언못하다) không thể tả được, không sao kể xiết. ¶ 그지없는 사랑 tình yêu vĩnh cửu.

그치다 dừng, ngừng, ngớt, thôi, hết, tạnh, tạm dừng, kết thúc. ¶ 그칠 새 없이 liên tục, không ngớt, không ngừng, liên miên.

그토록 ☞ **그렇게**.

그후(-後) (이후) sau đó, sau khi, ngay sau đó, về sau, kể từ sau; (이래) từ đó, sau đó.

극(極) ❶ (지구, 자석의) cực. ¶ ～지방 địa cực, vùng địa cực. ❷ (절정, 극도) chiều cao, độ cao, đỉnh cao, cùng cực, tột bực, điểm tột cùng. ¶ 영화(榮華)의 ～ thuộc tột đỉnh vinh hoa / …의 ～에 달하다 đạt đến cực điểm, vươn đến cực điểm.

극(劇) kịch, vở kịch, vở tuồng. ¶ ～적(으로) mang tính kịch / ～을 공연하다 biểu diễn kịch / ～을 연출하다 đạo diễn kịch. ¶ ～ 영화 phim kịch / 교훈(敎訓)～ kịch giáo huấn (thể loại kịch phổ biến ở thế kỷ 15 & 16, dạy cách xử thế đúng đắn và các nhân vật trong kịch tiêu biểu cho cái thiện và ác).

극광(極光) cực quang, ánh hồng lúc bình minh, ánh ban mai.

극구(極口) ¶ ～ 찬양하다 quá tâng bốc, quá tán tụng, quá khen ngợi, quá đề cao.

극권(極圈) vòng cực. ¶ 북[남]～ vòng cực Bắc [Nam].

극기(克己) sự tự kiềm chế, sự tự điều khiển. ～하다 tự kiềm chế, tự chế ngự bản thân, tự điều khiển. ¶ ～심 tinh thần tự kiềm chế.

극난(極難) ～한 cực kỳ khó khăn, cực kỳ nan giải.

극단(極端) sự cực đoan, sự quá khích; cùng cực, tột độ. ¶～의(적인) thuộc cực đoan, quá khích / ～으로 một cách cực đoan / ～적인 예 ví dụ cực đoan / ～으로 흐르다 đi theo hướng cực đoan. ¶ ～론 quan điểm quá khích (cực đoan) /～론자 người có những quan điểm cực đoan, quá khích.

극단(劇團) đoàn, đoàn kịch (gánh hát). ¶ 지방 순회 ～ đoàn hát đi lưu diễn ở các tỉnh.

극단(劇壇) sân khấu, giới sân khấu.

극대(極大) cực đại, trị số cực đại. ¶ ～치 giá trị cực đại.

극도(極度) cực độ; (최대) tối đa, lớn nhất; (절정) thượng đỉnh, tối cao. ¶ ～의 (thuộc) cực độ / ～로 tột bực, cực kỳ, cực độ / ～에 달하다 đạt đến cực độ, đạt đến cực điểm.

극동(極東) viễn Đông. ¶ ～의 thuộc viễn Đông. ¶ ～ 문제 vấn đề viễn Đông.

극락(極樂) cực lạc, thiên đường. ¶ ～왕생(하다) cái chết bình thản (chết bình thản) / ～조 chim thiên đường.

극력(極力) (부사적) cực lực, dồn hết sức lực, dồn hết khả năng. ¶ ～ 부인하다 phủ nhận một cách kịch liệt, cực lực phản đối.

극렬분자(極烈分子) phần tử quá khích, phần tử cực đoan.

극론(極論) tranh luận, lý lẽ cực đoan. **~하다** tranh cãi một cách quá khích, cực đoan.

극미(極微) ～한 cực nhỏ, rất nhỏ, vi phân.

극복(克服) sự khắc phục, sự chinh phục, sự vượt qua. **~하다** khắc phục, chinh phục, vượt qua.

극본(劇本) ☞ **각본**(脚本).

극북(極北) cực Bắc (Bắc cực) (북극).

극비(極秘) hoàn toàn (tuyệt đối) bí mật. ¶ ～로 하다 làm một cách bí mật tuyệt đối.

극빈(極貧) nghèo khổ tột cùng, sự thiếu thốn, sự cơ cực. ～한 thiếu thốn, cơ cực. ¶ ～자 người cùng khổ, người nghèo khổ bần cùng.

극상(極上) ～의 tốt nhất, chất lượng cao nhất. ¶ ～품(品) sản phẩm có chất lượng cao nhất.

극서(極暑) cực nóng, nóng rực.

극성(極盛) ~스러운 nôn nóng, sốt ruột, bồn chồn, nông nổi, bốc đồng. ¶ ~부리다 làm một cách bốc đồng.

극소(極小) sự cực tiểu, cực nhỏ. ~한 cực nhỏ, nhỏ nhất. ¶ ~량 lượng nhỏ nhất / ~수(數) số nhỏ nhất / ~치 giá trị nhỏ nhất.

극심(極甚) ~한 khắc nghiệt, cực kỳ, thái quá (về cảm xúc).

극악(極惡) ~한 sự độc ác, sự tàn bạo hết sức.

극약(劇藥) thuốc cực mạnh; độc dược, thuốc độc chết người.

극언(極言) **~하다** nói một cách thái quá.

극영화(劇映畫) phim kịch.

극우(極右) cực hữu. ¶ ~의 (thuộc) cực hữu. ¶ ~파 phe cánh hữu, cực hữu.

극작(劇作) tác phẩm kịch **~하다** viết kịch, soạn kịch ¶~가 người viết kịch, nhà soạn kịch.

극장(劇場) nhà hát, rạp hát.

극점(極點) cực, cực điểm.

극좌(極左) cực tả, cánh tả. ¶ ~의 thuộc cánh tả, cực tả. ¶ ~파 phe cánh tả.

극지(極地) địa cực. ¶ ~ 탐험 thám hiểm địa cực.

극진(極盡) ~한 chân thành, chân thật, tận tâm, sốt sắng, nhiệt tình ¶ ~히 một cách chân thành, một cách nhiệt tình / ~한 대접 đối xử nhiệt tình / ~히 사랑하다 yêu chân tình.

극초단파(極超短波) sóng cực ngắn, vi ba (sóng điện từ cực ngắn được dùng nhất là trong rađiô và rađa).

극치(極致) tột đỉnh, đỉnh cao nhất, cực điểm. ¶ 미의 ~ đỉnh cao của cái đẹp.

극통(極痛) đau buốt, đau nhói.

극피동물(棘皮動物) 【ĐV】 động vật da gai (động vật).

극한(極限) giới hạn tột cùng, phạm vi cực điểm, hạn độ. ¶ ~에 달하다 đạt đến giới hạn. ¶ ~ 상황 tình huống đỉnh điểm / ~치 【TH】 giá trị cực hạn / ~ 투쟁 đấu tranh đến cùng.

극한(極寒) lạnh buốt, cực lạnh.

극형(極刑) cực hình, án tử hình. ¶ ~에 처하다 xử án tử hình.

극히(極-) (심히) cực kỳ; (가장) một cách ở mức cao nhất; (아주) rất.

근(斤) cân (khoảng 600 gam; đơn vị đo lượng thời phong kiến).

근(根)[1] (종기의) gốc lõi.

근(根)[2] 【TH】 căn, căn số. ¶ 평방 [입방] ~ căn bình phương [lập phương].

근간(近刊) mới phát hành. ¶ ~서(書) ấn phẩm mới phát hành (sắp xuất bản) (예정) / ~ 예고 đoạn trích phim hoặc chương trình truyền hình được chiếu trước để quảng cáo.

근간(近間) (부사적) mới đây, gần đây, vừa mới, vừa qua, cách đây không lâu.

근간(根幹) (뿌리와 줄기) rễ và thân cây; (근본) căn bản, nền tảng; (기초) cơ sở. ¶ ~을 이루다 hình thành nền tảng.

근거(根據) căn cứ, cơ sở, nền tảng(전거). ¶ ~가 있는 có căn cứ / ~가 없는 không có căn cứ. ¶ ~지 khu căn cứ.

근거리(近距離) cự li gần. ¶ ~에 있다 có ở cự li gần.

근검(勤儉) sự cần cù tiết kiệm, sự cần kiệm. ~한 cần kiệm.

근경(近景) cận cảnh, tầm nhìn gần.

근경(根莖) 【TV】 thực vật thân rễ.

근계(謹啓) kính gửi ông, bà (quý ông, quý bà)

근고(近古) cận cổ.

근골(筋骨) gân cốt; (체격) tầm vóc, khổ người, thể lực. ¶ ~이 억센 thân hình chắc khoẻ (mạnh mẽ, rắn rỏi).

근교(近郊) vùng ngoại thành, vùng lân

cận, vùng ngoại ô. ～에 ở vùng ngoại thành.

근근이(僅僅-) vừa đủ, vừa vặn, eo hẹp, sít sao. ☞ **간신히**. ¶ ～ 살아가다 vừa đủ sống.

근근하다[1] (물이) đầy, tràn trề.

근근하다[2] (가렵다) ngứa.

근기(根氣) tính nhẫn nại, tính kiên nhẫn, sự bền lòng, sự bền chí. ¶ ～있는 có tính nhẫn nại, có tính kiên nhẫn / ～ 있게 một cách kiên nhẫn, một cách nhẫn nại / ～가 없다 không có tính kiên nhẫn (nhẫn nại).

근기(根基) căn bản, cơ sở, căn cứ.

근년(近年) những năm gần đây. ¶ ～에 trong những năm gần đây.

근농(勤農) công việc đồng áng siêng năng (cần cù).

근대 【TV】 rau cải.

근대(近代) cận đại. ～의 cận đại. ¶ ～적인 (thuộc) cận đại, hiện đại. ¶ ～사 lịch sử cận đại / ～화 cận đại hoá.

근대다 quấy rầy, làm phiền, làm trái ý, làm bực mình, chọc giận, quấy nhiễu, quấy rối.

근덕거리다 lung lay, dễ dao động, đu đưa, lắc lư, mơ hồ.

근동(近東) cận Đông.

근들거리다 đu đưa, lắc lư, lúc lắc.

근래(近來) gần đây, những ngày gần đây, vừa qua, mới đây, mấy ngày nay. ～의 vừa rồi, mới đây. ¶ ～에 trong thời gian gần đây, vừa qua.

근량(斤量) ☞ **근수**.

근력(筋力) sức mạnh cơ bắp. ☞ **기력**(氣力).

근로(勤勞) cần lao, lao động, công việc, sự cần cù lao động. **~하다** cần cù lao động, làm việc. ¶ ～ 계급 giai cấp lao động, tầng lớp lao động / ～ 기준법 luật về tiêu chuẩn điều kiện lao động / ～ 봉사 phụng sự lao động / ～ 소득 thu nhập lao động.

근류(根瘤) 【TV】 nốt rễ. ¶ ～ 박테리아 vi khuẩn nốt rễ.

근린(近隣) ☞ **근처**.

근면(勤勉) sự cần cù, sự cần mẫn, sự siêng năng. ～한 cần cù, siêng năng.

근모(根毛) 【TV】 rễ tóc, sợi thớ nhỏ.

근무(勤務) sự phục vụ, nhiệm vụ, công việc **~하다** làm việc, phục vụ. ¶ ～ 성적 thành tích công tác / ～처 phòng công tác / ～ 태도 thái độ làm việc / ～ 시간 외 ngoài giờ làm việc / 육상 [해상] ～ làm việc ở đất liền [trên biển].

근무시간(勤務時間) thời gian làm việc.

근무연한(勤務年限) thời gian công tác, thời gian làm việc.

근무자(勤務者) người làm việc, công nhân viên chức.

근무조건(勤務條件) điều kiện làm việc.

근묵자흑(近墨者黑) gần mực thì đen.

근방(近方) ☞ **근처**.

근배(謹拜) (편지의 맺음말) thân ái, trân trọng (lời chào cuối thư).

근본(根本) (기초) cơ sở, căn cứ, nền móng; (근원) căn nguyên, nguồn gốc. ～적(으로) một cách căn bản. ¶ ～을 거슬러 캐다 lật ngược (tìm lại) nguồn gốc / ～을 밝히다 tìm ra căn nguyên, nguồn gốc / ～ 문제 vấn đề căn bản.

근사(近似) ～한 xấp xỉ, gần đúng; đẹp, nguy nga, tráng lệ, lộng lẫy(멋진). ¶ ～치(値) giá trị xấp xỉ.

근사모으다 cố gắng nỗ lực trong một thời gian dài và lập được thành tích, nỗ lực không ngừng.

근성(根性) tính tình, tính khí, tâm tính, bản tính, tâm hồn, bản chất ¶ ～이 나쁜 bản chất xấu. ¶ 상인 ～ khí chất, bản chất thương nhân.

근세(近世) cận đại. ☞ **근대**. ¶ ~사 lịch sử cận đại.

근소(僅少) ~한 ít, ít ỏi, một vài, một ít(수); ít ỏi, số ít(양); vặt vãnh, không quan trọng. ¶ ~한 차로 이기다 thắng với sự chênh lệch rất ít.

근속(勤續) sự công tác liên tục, sự làm việc liên tục. **~하다** làm việc liên tục, công tác liên tục, liên tục phục vụ. ¶ ~ 수당 phụ cấp liên tục công tác / ~ 연한 thời gian công tác liên tục / ~자(者) người làm việc trong thời gian dài (20년 ~자 người làm việc trong 20 năm).

근수(斤數) trọng lượng, cân, sức nặng.

근수(根數) 【TH】 căn số, dấu căn, căn thức. ¶ 부진(不盡) ~ căn số vô tỉ.

근시(近視) cận thị; (사람) người bị cận thị. ¶ ~의 cận thị. ¶ ~ 안경(眼鏡) kính cận / 가성 ~ cận thị giả.

근신(近臣) cận thần, thuộc hạ tin cẩn.

근신(謹愼) **~하다** thận trọng, cẩn thận, biết tự kiềm chế. ¶ ~의 뜻을 표하다 biểu hiện ý cẩn thận, thận trọng.

근실(勤實) ~한 siêng năng, chuyên cần, cần cù.

근실거리다 cảm giác ngứa, ngứa.

근심 mối lo, sự lo âu, sự lo lắng, sự băn khoăn. **~하다** lo âu, lo lắng, băn khoăn.

근엄(謹嚴) sự nghiêm nghị, sự nghiêm chỉnh. ~한 nghiêm nghị, nghiêm khắc, nghiêm chỉnh. ¶ ~한 태도 thái độ nghiêm nghị.

근역(槿域) Đất có nhiều hoa tượng trưng Hàn Quốc (hoa Mugung), Hàn Quốc.

근염(筋炎) 【YH】 viêm cơ.

근왕(勤王) cần vương.

근원(根源) (시초) nguồn gốc, cội nguồn, khởi nguyên; (원인) căn nguyên, nguyên do; (근본) căn bản. ¶ 모든 사회악의 ~ nguồn gốc của mọi tội ác xã hội / ~을 캐다 tìm kiếm căn nguyên.

근위(近衛) ¶ ~대(隊) đội cận vệ của vua.

근육(筋肉) cơ bắp, gân. ¶ ~의 (thuộc) cơ bắp, gân. ¶ ~ 노동 lao động chân tay / ~ 노동자 người lao động chân tay / ~ 주사 tiêm bắp, tiêm trong cơ.

근인(近因) nguyên nhân trực tiếp.

근일(近日) (부사적) sớm, chẳng bao lâu, chẳng mấy chốc, một ngày gần đây, dạo này.

근일점(近日點) 【TVH】 (thiên văn) điểm gần mặt trời, điểm cận nhật (trong quỹ đạo của một hành tinh).

근자(近者) ~에 chẳng mấy chốc, một ngày gần đây, dạo này, mới đây, vừa mới, cách đây không lâu.

근작(近作) = **근저**(近著). công việc gần đây nhất, tác phẩm mới nhất.

근저(根柢, 根底) nền móng, căn cứ, cơ sở, nền tảng, nguồn gốc, bản chất. ¶ ~를 이루다 hình thành nền móng.

근저당(根抵當) 【PL】 việc bắt thế chấp tài sản đảm bảo, ký quỹ.

근절(根絶) sự nhổ rễ, sự trừ tiệt, sự tiêu diệt. **~하다** nhổ rễ, tiêu diệt, huỷ diệt. ¶ ~되다 bị huỷ diệt.

근점(近點) cận điểm, điểm gần; (근일점) điểm cận nhật.

근접(近接) sự đến gần, sự tiếp cận. **~하다** đến gần, tiếp gần, tới gần. ¶ ~한 gần, lân cận.

근정(謹呈) sự biếu, tặng (kính trọng); (책에) kính biếu (ghi ở sách). **~하다** kính biếu, biếu tặng.

근제(謹製) làm (chuẩn bị, sản xuất) một cách cẩn thận; (명사 뒤에서) làm cẩn thận. **~하다** làm cẩn thận.

근지럽다 ☞ **간지럽다**

근지점(近地點) 【TVH】 (thiên văn) điểm cận địa, điểm gần trái đất (trên quỹ đạo của mặt trăng).

근직(謹直) ～한 thật thà và ngay thẳng, tận tâm và chính trực, liêm chính.

근질거리다 cảm giác ngứa.

근착(近着) vừa mới nhận được, vừa mới đến. ¶ ～의 외국 신문 báo nước ngoài vừa mới nhận được.

근처(近處) khu vực bên cạnh, gần. ¶ ～에 ở gần, bên cạnh, ngay bên cạnh.

근청(謹聽) **~하다** nghe chăm chú.

근치(根治) sự trị tận gốc, sự điều trị khỏi hoàn toàn. **~하다** trị tận gốc. ¶ ～가 어렵다 khó điều trị tận gốc.

근친(近親) họ hàng gần, quan hệ gần. ¶ ～ 결혼 kết hôn với họ hàng gần, kết hôn cận huyết / ～ 상간(相姦) sự loạn luân.

근친(覲親) sự lại mặt, sau đám cưới lần đầu tiên cô dâu về thăm bố mẹ đẻ. **~하다** lại mặt.

근태(勤怠) sự siêng năng và lười biếng.

근하(謹賀) ～신년 lời chúc năm mới.

근해(近海) giáp biển. ¶ ～어 cá gần bờ / ～ 어업 ngành đánh cá ven bờ / ～ 항로 đường dọc theo bờ biển.

근화(近火) đám cháy gần nhà.

근황(近況) tình hình dạo này, tình trạng hiện tại.

글 chữ viết; văn xuôi (산문); câu, câu văn(문장); tác phẩm, bài viết(문학); chữ viết (문자). ¶ 쉬운 ～로 쓰다 viết một câu đơn giản (dễ) / ～을 모으다 thu thập bài viết / ～짓기 sự soạn bài, sự viết bài.

글겅이 bàn chải lông ngựa. ¶ ～질 sự chải lông ngựa (빗김); sự bóc lột, sự lợi dụng (착취).

글귀 đoạn văn, thể thơ (구절); (인용절) đoạn tham khảo; (글) bài viết; một dòng (한줄).

글동무 bạn học, bạn cùng học.

글라디올러스(gladiolus) 【TV】 cây hoa lay-ơn.

글라스(glass) 【Anh】 (잔) cái ly, cốc, tách.

글라이더(glider) 【Anh】 tàu lượn (hàng không).

글래머걸(glamor girl) 【Anh】 cô gái quyến rũ.

글러브(glove) 【Anh】 【BC】 bao tay, găng tay (để chơi bóng chày); 【QA】 găng đấu quyền Anh.

글러지다 phá hỏng, làm hư, làm hỏng, làm đổ nát, tàn phá; trở nên xấu đi, trở nên trầm trọng (nghiêm trọng) (악화); trở nên tồi tệ, nguy ngập thêm(병세가).

글루타민산(-酸) glutamic acid, axit glutamic. ¶ ～ 소다 monosodium glutamate, muối natri của axit glutamic.

글리세린(glycerine) 【HH】 glyxerin.

글리코겐(glucogen) 【HH】 glucogen.

글방(-房) trường làng, trường tư (để học chữ Hán).

글썽글썽 một cách rưng rưng ngấn lệ. ～하다 ứa nước mắt.

글쎄 được thôi, để xem đã (단정). ¶ ～ 하란 말이야 để xem đã / ～ 갈 생각이 없는 걸 khoan đã, chắc không có suy nghĩ sẽ đi đâu.

글씨 nét chữ, thuật viết, cách viết, lối viết; (글씨 쓰기) viết chữ, phong cách viết. ¶ ～를 잘[못] 쓰다 viết chữ đẹp [xấu] / ～를 가르치다 dạy tập viết, dạy viết.

글월 câu văn (문장); thư (편지).

글자(-字) mặt chữ, chữ cái.

글재주 tài viết văn. ¶ ～가 있다 có tài viết văn.

글제(-題) tựa đề (của bài báo, bài văn, bài thơ).
글피 3 ngày sau, ngày kia.
긁다 ❶ (피부를) làm trầy; (표면을) cào xước ❷ (그러모으다) cào. ❸ (감정, 비위를) khích, xúi giục, kích động, khiêu khích, trêu chọc, chọc tức.
긁어먹다 ❶ (이로) gặm nhấm, gặm. ❷ (재물을) ăn chặn, bòn rút, bóc lột, lợi dụng. ☞ 착취.
긁적거리다 trà xát liên tục.
긁혀미다 bị thương nhẹ, làm trầy.
긁히다 bị xây xát, bị xước (발톱에).
금[1] (값) giá, giá trị. ¶ 적당한 ～ giá phù hợp, giá phải chăng / ～보다(을 놓다) định giá, đặt giá / ～나다 được định sẵn (giá).
금[2] ❶ (접은 자국) vết nhăn, nếp gấp. ❷ (줄) đường. ¶ ～긋다 kẻ đường ❸ (균열) chỗ nứt, vết nứt. ¶ ～을 내다 nứt, rạn / ～이 가다 làm nứt, làm rạn, làm vỡ / ～이 간 것 việc làm rạn nứt.
금(金) ❶ vàng (ký hiệu Au). ～의 thuộc vàng. ¶ 18～의 시계 đông hồ vàng 18k / ～을 입히다 mạ vàng. ¶～ 반지 nhẫn vàng. ❷ (금속물) đồ bằng vàng.
금강력(金剛力) sức khoẻ như kim cương.
금강사(金剛砂) bột kim cương mài.
금강산(金剛山) núi *Guem-gang*. ¶ ～도 식후경 có thực mới vực được đạo (ngay cả núi *Guem-gang* cũng phải xem sau khi ăn).
금강석(金剛石) kim cương. ¶ ～을 갈다 mài kim cương.
금계(禁界) khu vực cấm.
금고(金庫) ❶ (철제의) tủ sắt, két sắt. ¶ ～털이 sự phá két sắt để ăn trộm; hành động phá két sắt để ăn trộm (행위); kẻ phá két sắt để ăn trộm (사람). ❷ (국고금 취급소) kho chứa.
금고(禁錮) sự tống giam, sự cầm tù, hình phạt tù. ¶ ～형에 처하다 xử phạt tù.
금과옥조(金科玉條) quy định vàng, quy định bất di bất dịch. ¶ ～로 삼다 coi như quy định bất di bất dịch.
금관(金冠) vương miện, mũ miện bằng vàng.
금관악기(金管樂器) kèn đồng.
금광(金鑛) (광산) hầm vàng, mỏ vàng, khoáng sản.
금괴(金塊) quặng vàng, thỏi vàng.
금권(金權) quyền lực của đồng tiền, uy lực của đồng tiền, thế lực của đồng tiền. ¶ ～ 정치 chính trị tài phiệt.
금궤(金櫃) tủ tiền, két tiền.
금기(禁忌) điều cấm kỵ, sự kiêng kỵ; 【YH】 kiêng kỵ, cấm đoán.
금남(禁男) cấm nam giới (chỉ nữ giới) ¶ ～의 집 ngôi nhà cấm nam giới.
금년(今年) năm nay. ☞ 올해.
금니(金-) răng vàng. ¶ ～박이 người có cái răng vàng.
금단(禁斷) sự cấm đoán, sự ngăn cấm, sự cấm chỉ. ~하다 cấm đoán, ngăn cấm, cấm chỉ. ¶ ～의 thuộc cấm đoán / ～의 열매 trái cấm/ ～ 증상 triệu chứng khi cai nghiện (rượu, thuốc lá, ma túy...).
금도(襟度) mức bao dung, mức độ dung nạp.
금도금(金鍍金) sự mạ vàng, vàng mạ ～하다 mạ vàng. ¶ ～한 mạ vàng.
금란지계(金蘭之契) kim lan tri kỷ, tình bạn vàng.
금력(金力) thế lực của đồng tiền. ¶ ～으로 với thế lực của đồng tiền. ¶ ～ 만능 sự tôn thờ đồng tiền / ～ 정치 chính trị tài phiệt.
금렵(禁獵) sự cấm săn bắn. ¶ ～기 thời kỳ cấm săn bắn / ～지구(地區) khu bảo tồn chim muông thú rừng, khu

vực cấm săn bắn.

금령(禁令) sự cấm, lệnh cấm; sự ngăn cấm(종교). ¶ ～을 내리다 đưa ra lệnh cấm, ban hành lệnh cấm / ～을 풀다 bãi bỏ lệnh cấm.

금리(金利) lợi tức, lãi suất. ¶ ～를 올리다 [내리다] tăng [hạ] lãi suất.

금맥(金脈) mạch vàng.

금메달(金-) huy chương vàng, mề đay vàng. ¶ ～을 따다 giành huy chương vàng.

금명간(今明間) một vài ngày, một hai ngày.

금몰(金-) đai vàng, dây vàng. ¶ ～의 (thuộc) đai vàng, dây vàng.

금물(禁物) điều cấm, luật cấm.

금박(金箔) vàng lá. ¶ ～을 입히기 (박기) mạ vàng.

금발(金髮) tóc vàng. ¶ ～의 thuộc tóc vàng.

금방(今方) ☞ **방금**(方今).

금방(金房) tiệm kim hoàn, tiệm vàng.

금번(今番) lần này, thời gian này, cách đây không lâu, mới đây, vừa qua.

금법(禁法) sự cấm, luật cấm, sự cấm đoán.

금보다 (평가하다) đánh giá, định giá.

금본위(金本位) bản vị vàng. ¶ ～국 nước có chế độ bản vị vàng / ～제 = 금본위.

금분(金粉) bụi vàng.

금불(金佛) tượng Phật làm bằng vàng.

금붕어(金-) cá vàng.

금붙이(金-) đồ làm bằng vàng, vàng (총칭).

금비(金肥) phân bón hoá học.

금사(金絲) sợi chỉ vàng, tơ vàng.

금산(金山) núi vàng, kho vàng, mỏ vàng.

금상(金像) tượng vàng.

금상(今上) vua trị vì.

금상첨화(錦上添花) **~하다** tăng thêm phần lộng lẫy, làm tăng thêm vẻ rực rỡ huy hoàng.

금새 giá cả, trị giá.

금색(金色) sắc vàng. ～의 (thuộc) màu vàng.

금서(禁書) sách cấm.

금석(今昔) quá khứ và hiện tại. ¶ ～지감을 금할 수 없다 không ngăn được sự khác biệt xưa và nay.

금석(金石) vàng và đá; sự bền vững. ¶ ～문 chữ khắc (trên đá, đồng tiền) / ～학 khoa học nghiên cứu văn khắc.

금설(金屑) bụi vàng.

금성(金星) 【TVH】 thần Vệ nữ, sao hôm.

금성철벽(金城鐵壁) pháo đài kiên cố, pháo đài không thể đánh chiếm được.

금세공(金細工) tác phẩm, sản phẩm làm bằng vàng. ¶ ～장이 thợ kim hoàn.

금속(金屬) kim loại. ～의 (thuộc) kim loại. ¶ ～ 가공 gia công kim loại / ～공업 công nghiệp kim loại / ～공학 khoa học nghiên cứu luyện kim / ～ 원소 thành phần kim loại / ～제품 sản phẩm kim loại.

금수(禁輸) lệnh cấm vận. **~하다** cấm vận. ¶ ～품 hàng lậu thuế.

금수(禽獸) cầm thú, thú vật, súc vật. ¶ ～와 같은 như loài cầm thú / ～와 다를 바 없다 không khác gì cầm thú.

금수(錦繡) ¶ ～ 강산 một đất nước đẹp, Hàn Quốc (별칭).

금슬(琴瑟) cầm sắt, đàn cầm và đàn sắt. ¶ ～이 좋다 cuộc sống vợ chồng hoà thuận, hạnh phúc.

금시(今始) ¶ ～초문이다 nghe lần đầu tiên. ¶ ～ 초견(初見) nhìn thấy lần đầu tiên.

금시계(金時計) đồng hồ vàng.

금식(禁食) sự nhịn ăn. **~하다** không ăn, nhịn ăn. ¶ ～일 việc nhịn ăn.

금실(金-) hoà hợp (vợ chồng).

ㄱ

금싸라기(金-) ❶ vụn vàng. ❷ vật có giá trị lớn. ¶ ~땅 đất có giá.

금압(禁壓) sự đàn áp, sự cấm chỉ, sự ngăn chặn. **~하다** đàn áp, cấm chỉ.

금액(金額) số tiền. ¶ 큰 [적은] ~ số tiền lớn [ít].

금야(今夜) tối nay.

금어(禁漁) cấm câu cá. ¶ ~기 thời kỳ (giai đoạn) cấm câu cá / ~구(역) khu vực cấm câu cá.

금언(金言) lời vàng, châm ngôn, ngạn ngữ, cách ngôn.

금연(禁煙) sự cấm hút thuốc; "Cấm hút thuốc" (게시). **~하다** cấm hút thuốc (못피우게); bỏ thuốc, cai thuốc (끊음). ¶ ~일 việc cấm hút thuốc.

금요일(金曜日) thứ Sáu.

금욕(禁慾) sự kiêng, sự kiêng khem; sự ăn chay, sự nhịn ăn (tôn giáo). **~하다** kiêng, nhịn ăn. ¶ ~주의 chủ nghĩa khổ hạnh / ~주의자 người tu khổ hạnh / ~ 생활 cuộc sống khổ hạnh.

금월(今月) ☞ **이달**.

금융(金融) tài chính, tiền tệ. ¶ ~계 giới tài chính / ~ 공황 khủng hoảng tài chính / ~ 기관 cơ quan tài chính / ~ 긴축 정책 chính sách thắt chặt tài chính / ~ 시장 thị trường tài chính / ~업 ngành tài chính / ~ 정책 chính sách tài chính / ~ 핍박 sự khan hiếm về tài chính.

금융거래실명제(金融去來實名制) chế độ khai tên thực trong giao dịch tiền tệ.

금융경색(金融梗塞) khó khăn tài chính.

금융부조리(金融不條理) tài chính tiền tệ không hợp lý.

금융사고(金融事故) sự cố tài chính tiền tệ.

금융조작(金融造作) điều hành tiền tệ.

금융특혜(金融特惠) đặc quyền tài chính tiền tệ.

금은(金銀) vàng bạc. ¶ ~보배 vàng bạc đá quý.

금의환향(錦衣還鄕) **~하다** vinh quy bái tổ.

금일(今日) ☞ **오늘**.

금일봉(金一封) món tiền kẹp trong quà, trong phong bì. ¶ ~을 주다 tặng tiền.

금자(金字) chữ mạ vàng. ¶ ~의 mạ vàng.

금자탑(金子塔) Kim Tự Tháp; sự thành công vĩ đại (위업). ¶ ~을 세우다 thành công vĩ đại.

금작화(金雀花) [TV] cây đậu chổi.

금잔(金盞) cúp vàng.

금잔화(金盞花) [TV] cúc vạn thọ.

금잡인(禁雜人) sự cấm người không phận sự. **~하다** cấm người lạ, cấm người không phận sự.

금장식(金粧飾) đồ trang trí bằng vàng.

금전(金錢) đồng tiền vàng; tiền tệ, tiền mặt. ¶ ~상의 (thuộc) tiền tệ, tiền tài. ¶ ~ 등록기 máy ghi chép cái giao dịch tiền mặt khi mua bán / ~ 출납계원 thủ quỹ / ~ 출납부 sổ quỹ.

금점(金店) mỏ vàng. ☞ **금광**.

금제(禁制) sự ngăn cấm, sự cấm đoán, điều cấm đoán. ¶ ~의 ngăn cấm, cấm đoán, cấm chỉ / 여인 ~의 cấm phụ nữ. ¶ ~품 hàng cấm.

금조개(金-) vỏ bào ngư.

금족(禁足) sự giam, sự giam hãm. ~하다 giam, tạm giam, giam hãm. ¶ ~령(令) lệnh tạm giam.

금주(今週) tuần này. ¶ ~중에 trong vòng tuần này.

금주(禁酒) sự kiêng không uống rượu (절대); sự cấm uống rượu (법령). **~하다** cấm uống rượu. ¶ ~가(家) người không uống rượu / ~법 luật cấm uống rượu / ~ 운동 cuộc vận động không uống rượu.

금준비(金準備) số vàng dự trữ.

금줄(金-) dây vàng; mạch của quặng vàng.

금중(禁中) cung điện, cung đình.

금지(禁止) sự ngăn cấm, sự cấm đoán, lệnh cấm vận. **~하다** ngăn cấm, cấm vận, cấm đoán. ¶ ~ 구역 khu vực cấm / ~령 lệnh cấm / 상연 ~ phạm vi cấm / 판매 ~ cấm mua bán / 수출입 ~ 품목 những mặt hàng cấm xuất nhập khẩu.

금지옥엽(金枝玉葉) lá ngọc cành vàng; (임금의 집안 자손) (thuộc) dòng dõi hoàng gia. ¶ ~으로 자라나다 lớn lên với thân phận lá ngọc cành vàng.

금지조항(禁止條項) điều khoản cấm.

금지처분(禁止處分) lệnh cấm đoán, xử cấm thực hiện hành vi (nào đó).

금지환(金指環) nhẫn vàng.

금치산(禁治産) 【PL】 sự thiếu khả năng, sự thiếu trình độ, sự kém cỏi, sự bất tài, sự không có thẩm quyền. ¶ ~자 người bị tuyên bố cấm sở hữu tài sản vì mắc chứng bệnh về tâm thần.

금침(衾枕) ❶ bộ đồ giường (chăn, ga, gối, nệm). ❷ quần áo ngủ.

금테(金-) gọng kính bằng vàng(안경의); khung ảnh mạ vàng (사진틀의). ¶ ~ 안경 kính mạ vàng.

금패(禁牌) thẻ vàng. ¶ ~를 받다 nhận kim bài.

금품(金品) tiền bạc và các vật có giá trị. ¶ ~을 주다 tặng quà, tặng tiền.

금하다(禁-) ❶ ☞ **금지하다**. ❷ (억제) kiềm chế, cấm. ¶ 웃음을 금할 수가 없다 không thể nào ngăn được nụ cười. ❸ (절제) kiêng, kiêng khem. ¶ 술을 ~ kiêng rượu.

금혼식(金婚式) đám cưới vàng.

금화(金貨) đồng tiền vàng.

금환식(金環蝕) 【TVH】 nhật thực hình elíp.

금회(今回) lần này. ☞ **이번**.

금후(今後) sau đây, từ bây giờ, kể từ đây. ¶ ~의 sau đây, từ bây giờ, kể từ đây / ~ 계속하여 sau đây xin được tiếp tục / ~ 5년 내지 10년은 5 đến 10 năm kể từ bây giờ.

급(急) (위급) nguy cấp; (긴급) khẩn cấp. ¶ ~을 요하는 gấp, cấp bách / ~을 알리다 báo động tình trạng khẩn cấp.

급(級) (등급, 학년) cấp, đẳng cấp. ¶ 대사 ~ 회담 hội đàm cấp đại sứ / 1년~ cấp 1 năm / ~이 오르다 thăng chức.

급각도(急角度) góc nhọn, góc xiên. ¶ ~로 theo góc nhọn.

급강하(急降下) sự hạ xuống, sự rơi xuống đột ngột. **~하다** hạ xuống, lao xuống, rơi xuống bất ngờ; (온도가) (nhiệt độ) hạ xuống bất ngờ, sự bổ nhào; (비행기가) (máy bay) bất ngờ rơi xuống. ¶ ~ 폭격 sự ném bom, sự thả bom /~ 폭격기 máy bay ném bom.

급거(急遽) một cách vội vàng, hấp tấp, hối hả. ¶ ~ 상경하다 vội vàng, hối hả lên thủ đô (Seoul).

급격(急激) ~한 nhanh chóng, mau lẹ, thình lình (과격). ¶ ~히 một cách nhanh chóng, một cách mau lẹ / ~한 변화 thay đổi nhanh chóng.

급격(急擊) cuộc tập kích, sự tấn công bất ngờ. **~하다** tập kích, tấn công bất ngờ.

급경사(急傾斜) đường dốc, chỗ dốc, độ dốc đứng.

급고(急告) sự thông báo khẩn cấp. **~하다** thông báo khẩn.

급급하다(汲汲-) miệt mài, mải mê, chăm chú. ¶ 명리(名利)에 ~ mải mê danh lợi.

급기야(及其也) cuối cùng, rốt cục.

급등(急騰) sự tăng đột ngột, cú nhảy vọt. **~하다** tăng đột ngột, nhảy vọt.

급락(及落) thành bại, thành công hay thất bại, kết quả của kỳ thi.

ㄱ

급락(急落) sự tụt giá nhanh, sự hạ giá bất thình lình, sự trượt giá nhanh. **~하다** tụt giá, trượt giá bất ngờ.

급료(給料) tiền lương, tiền công, tiền thù lao. ☞ **봉급**, **임금**. ¶ ~일 việc ăn lương.

급류(急流) dòng nước chảy xiết.

급무(急務) nhiệm vụ cấp bách, yêu cầu khẩn cấp.

급박(急迫) sự cấp bách. **~하다** cấp bách ¶ ~한 khẩn cấp, cấp bách / ~해지다 trở nên cấp bách, khẩn cấp.

급변(急變) sự chuyển biến bất ngờ, sự thay đổi nhanh chóng; (변고) biến cố. **~하다** thay đổi bất ngờ, đột ngột, chuyển hướng thình lình, biến đổi đột ngột (병세가). ¶ ~하는 세계 정세 tình hình thế giới thay đổi không ngờ.

급병(急病) bệnh đột ngột. ¶ ~ 환자 bệnh nhân mắc bệnh đột ngột.

급보(急報) sự cấp báo, sự thông báo khẩn cấp, sự báo động. **~하다** cấp báo, thông báo khẩn cấp.

급부(給付) sự ban cho, sự cấp cho, sự phát cho; (보험 따위) trợ cấp bảo hiểm; cung cấp, chi trả (지급). **~하다** ban cho, cấp cho, trợ cấp. ¶ ~금 tiền trợ cấp.

급비(給費) tiền trợ cấp, trợ cấp phí.

급사(急死) sự đột tử, cái chết bất ngờ. **~하다** đột tử, chết bất đắc kỳ tử.

급사(急使) công văn hỏa tốc, người đưa thư khẩn, người đưa tin tức.

급사(給仕) ❶ ☞ **사환**. ❷ (호텔의) người phục vụ, người trực tầng (ở khách sạn) (식사의) hầu bàn, bồi bàn (여자); người phục vụ, chiêu đãi viên (trên tàu) (배의); (여객기의) người phục vụ (여자); (열차의) người soát vé.

급사면(急斜面) đồi dốc, đường dốc.

급살맞다(急煞-) chết đột ngột, chết bất đắc kỳ tử.

급상승(急上昇) sự làm cho bay vọt lên, sự bay vọt lên (비행기의). **~하다** tăng vọt, bay vọt. ¶ ~ 발전 phát triển tăng vọt.

급선무(急先務) một nhiệm vụ cấp bách hàng đầu, một vấn đề cấp thiết nhất, vấn đề quan trọng và cấp bách nhất.

급선봉(急先鋒) người đi đầu, người đi tiên phong, tổ mũi nhọn, tổ xung kích, người đi tiền trạm.

급성(急性) ~의 cấp tính. ¶ ~이 되다 bị cấp tính. ¶ ~ 맹장염 bệnh viêm ruột thừa cấp tính / ~병 bệnh cấp tính.

급성장(急成長) sự tăng trưởng nhanh chóng, sự tăng trưởng vượt bậc. **~하다** tăng trưởng nhanh, thành công nhanh.

급소(急所) yếu điểm, nơi quan trọng, phần chủ yếu (약점). ¶ ~를 맞다 bị đánh trúng yếu điểm / ~를 찌르다 đánh vào yếu điểm (của ai đó) (요점을); đánh vào điểm trọng yếu (약점을); đánh vào dễ bị tổn thương (아픈 데를).

급속(急速) sự nhanh chóng, sự mau lẹ, sự cấp tốc. ~한 nhanh chóng, mau lẹ, cấp tốc. ¶ ~히 một cách nhanh chóng, mau lẹ, cấp tốc.

급송(急送) **~하다** gửi nhanh, gửi cấp tốc.

급수(給水) sự cung cấp nước. **~하다** cung cấp nước. ¶ ~관 ống dẫn nước / ~전(栓) vòi nước máy / 시간 ~ thời gian cấp nước, cấp nước theo thời gian quy định.

급수(級數) [TH] cấp số, chuỗi. ¶ 산술 [기하] ~ cấp số cộng [nhân].

급습(急襲) cuộc đột kích, sự tập kích, sự tấn công bất ngờ. **~하다** tập kích, tấn công bất ngờ, đột kích (경찰이).

급승(急昇) ☞ **급상승**.

급식(給食) sự cung cấp lương thực. ～하다 cung cấp lương thực, thực phẩm, nuôi ăn, cho ăn.

급여(給與) sự cấp cho, sự ban cho, trợ cấp; (봉급) tiền lương. **~하다** cung cấp, phân phát, trợ cấp.

급용(急用) việc khẩn cấp, việc gấp.

급우(級友) bạn học, bạn cùng lớp.

급유(給油) sự tiếp nhiên liệu. **~하다** tiếp nhiên liệu. ¶ ～기 (비행기) máy bay tiếp nhiên liệu / ～소 trạm tiếp nhiên liệu, trạm xăng dầu.

급작스럽다 bất ngờ, thình lình, đột ngột.

급전(急轉) sự thay đổi bất ngờ, sự chuyển biến đột ngột. **~하다** thay đổi bất ngờ, đột ngột. ¶ ～ 직하로 sự thay đổi bất ngờ.

급전(急錢) món tiền phòng lúc có việc gấp.

급전환(急轉換) sự chuyển biến đột ngột.

급정거(急停車) sự dừng đột ngột. **~하다** dừng đột ngột.

급제(及第) **~하다** thi đỗ, trúng tuyển.

급조(急造) **~하다** xây cất vội vàng, xây ẩu, làm ẩu.

급증(急症) (급병) bệnh đột ngột; (급성병) bệnh cấp tính.

급증(急增) **~하다** tăng nhanh, nhảy vọt. ¶ ～하는 교통량 lượng giao thông tăng nhanh.

급진(急進) sự tiến bộ nhanh chóng; (과격) sự cấp tiến. **~하다** tiến bộ, cấp tiến, tăng nhanh. ¶ ～적 cấp tiến, vô cùng. ¶ ～ 분자 phân tử cấp tiến / ～ 사상 tư tưởng cấp tiến / ～파 phe cấp tiến.

급커브(急-) khúc quanh, đường cong, đường vòng, chỗ quanh co. ¶ ～를 틀다 quay vòng xe, cua gấp.

급탄(給炭) sự cung cấp than đá. ¶ ～선 tàu (thuyền) chở than.

급템포(急 tempo) nhịp độ nhanh. ¶ ～의 nhanh, mau lẹ / ～로 với nhịp độ nhanh.

급파(急派) sự gửi đi nhanh, sự phái đi nhanh. **~하다** xúc tiến nhanh, giải quyết nhanh; gửi gấp, gửi nhanh.

급하다(急-) (다급하다) khẩn cấp, cấp thiết, cấp bách, gấp rút. (바쁘다) bận rộn, gấp gáp; (빠르다) nhanh, nhanh chóng, mau lẹ; (성급하다) hấp tấp, vội vàng, vội vã, gấp, nóng tính, dễ cáu; (병세가) nguy kịch, nguy cấp, nguy hiểm, tình trạng nguy cấp, hệ trọng; (갑자기) thình lình, đột ngột. ¶ 급히 một cách nóng vội, khẩn cấp / 급한 볼일(로) việc gấp / 급한 걸음(으로) bước đi gấp gáp / 급한 환자 bệnh nhân nguy kịch / 시간이 ～ không có thời gian, thời gian gấp.

급행(急行) (급히 감) sự cấp tốc, sự vội vàng, sự hấp tấp, sự vội vã; (열차) xe lửa tốc hành. ¶ ～ 열차로 가다 đi bằng xe lửa tốc hành / 현장으로 ～하다 cấp tốc chạy đến hiện trường. ¶ ～권 vé tốc hành / ～버스 xe buýt tốc hành / ～요금 phí tốc hành.

급환(急患) tình trạng khẩn cấp.

긋다 (줄을) kẻ đường; (성냥을) đánh diêm. ¶ 선을 ～ vạch đường.

긍정(肯定) sự khẳng định. **~하다** khẳng định. ¶～적 mang tính khẳng định / ～도 부정도 않다 không công nhận cũng không phản đối.

긍지(矜持) niềm kiêu hãnh; lòng tự hào.

긍휼(矜恤) **~하다** lòng trắc ẩn, sự thương hại, đồng cảm, cảm thấy tội nghiệp.

기(忌) (상) khí tượng, hiện tượng không khí; (연기) khói.

기(氣) ❶ (원기, 기력) nguyên khí, khí lực. ❷ (의기, 기세) nghĩa khí, khí thế. ¶ ～가 나서 khí thế, khí phách / ～가

죽다 nhụt chí khí / ~를 못 펴다 nhụt nhuệ khí, không có khí thế. ❸ (온힘) toàn bộ sức lực. ☞ 기쓰다. ❹ (기미) dấu hiệu. ¶ 시장~ cảm thấy đói bụng / 익살~가 있다 mang tính hài hước, dí dỏm.

기(記) ký; (기록) ghi chép.

기(期) (정기) định kỳ; (기일) kỳ, ngày đã hẹn trước, thời hạn; (시대) thời đại; (기간) thời hạn, giai đoạn; (계절) mùa; (병의) giai đoạn. ¶ 폐병 제 1~ bệnh phổi đợt 1.

기(旗) cờ, kỳ. ¶ ~를 올리다 [내리다] kéo [hạ] cờ.

기…(幾) một vài, ít ¶ ~천의 hàng nghìn.

기각(棄却) sự từ bỏ, vứt bỏ. **~하다** vứt bỏ.

기간(基幹) gốc, cốt lõi chính, trung tâm. ¶ ~ 산업 công nghiệp cơ bản.

기간(旣刊) ¶ ~의 đã phát hành.

기간(期間) thời hạn, kỳ hạn. ¶ 일정한~내에 trong thời hạn nhất định.

기갈(飢渴) đói khát; chết đói, thiếu ăn.

기갑부대(機甲部隊) đơn vị thiết giáp.

기강(紀綱) (관기) sự rèn luyện chính thức; (질서) trật tự kỷ cương. ¶ ~을 바로잡다 lập trật tự kỷ cương.

기개(氣槪) khí khái, tâm hồn, lòng dạ, nghị lực. ¶ ~있는 có khí khái / ~를 보이다 thấy được khí khái, nghị lực / ~가 없다 không có khí khái, nghị lực.

기거(起居) ❶ (건강) tình trạng sức khoẻ. ❷ (일상생활) sự sinh hoạt hàng ngày. ¶ ~를 같이하다. sống chung với nhau. ¶ ~ 동작 hành động ăn ở, cách cư xử, tư cách đạo đức.

기겁하다(氣怯-) kêu lên ngạc nhiên, hoảng hốt, khiếp đảm.

기결(旣決) ~의 đã quyết định, đã giải quyết; (죄의) luận tội. ¶ ~수 tội đã quyết án, tội có án đã quyết.

기경(起耕) **~하다** cày cấy, xới; trồng trọt.

기계(奇計) mưu mô, thủ đoạn.

기계(器械) dụng cụ; phương tiện, ¶ ~ 체조 chế tạo dụng cụ / 의료 ~ dụng cụ y tế.

기계(機械) máy móc, cơ khí, dụng cụ (시계의). ¶ ~적(인) thuộc cơ khí, một cách may móc / ~적으로 bằng cơ khí / ~로 만든 làm bằng cơ khí. ¶ ~공 công nghiệp cơ khí / ~ 공업 công nghiệp cơ khí / ~ 공장(제작소) công trường cơ khí / ~ 공학 khoa học về cơ khí / ~ 기사 kỹ sư cơ khí / ~ 수리공 thợ sửa chữa máy móc / ~ 조립공 thợ lắp máy.

기계화(機械化) cơ giới hoá. ¶ ~ 농업 cơ giới hoá nông nghiệp / ~ 부대 đơn vị cơ giới hoá.

기고(寄稿) gửi bài đến tòa soạn báo.

기고만장(氣高萬丈) **~하다** (의기양양) sự hãnh diện, lòng tự hào (서술적), nhiệt tình cao.

기골(氣骨) nghị lực, nhuệ khí.

기공(起工) **~하다** sự khởi công, động thổ (철도 따위); động thổ (토목공사).

기공(技工) đồ thủ công, làm bằng tay. ¶ 치과 ~ kỹ thuật nha khoa.

기공(氣孔) [TV] lỗ khí, [DV] lỗ không, lỗ thở.

기관(汽管) khí quản.

기관(汽罐) máy móc. ¶ ~실 phòng máy (기선의).

기관(奇觀) kỳ quan, quang cảnh kỳ thú. ¶ ~을 이루다 tạo thành kỳ quan.

기관(氣管) [GP] khí quản.

기관(器官) cơ quan. ¶ 감각 ~ cơ quan cảm giác / 호흡 ~ cơ quan hô hấp.

기관(機關) ❶ động cơ máy móc, máy móc (기계); thiết bị (시설). ¶ ~고 phòng máy / ~단총 súng tiểu liên

/ ~사 kỹ thuật viên / ~실 phòng cơ khí. ❷ (기구) cơ quan. ¶ ~장 trưởng cơ quan / 교육 ~ cơ quan giáo dục / 교통 ~ cơ quan giao thông / 집행 ~ cơ quan chấp hành.

기관지(氣管支) phế quản. ¶ ~염【YH】 viêm phế quản.

기괴(奇怪) ~한 xa lạ, khó hiểu ¶ ~망측한 kỳ quái, khó hiểu.

기교(技巧) kỹ xảo; sự khéo léo; tinh xảo; lành nghề.

기구(氣球) khinh khí cầu, quả bóng. ¶ ~를 띄우다 ¶ 관측 ~ khinh khí cầu quan sát.

기구(崎嶇) (운명) ~한 (đường đời) gập ghềnh, (số) trắc trở hẩm hiu. ¶ ~한 생애 cuộc đời trắc trở.

기구(器具) dụng cụ, trang thiết bị. ¶ 전기 ~ dụng cụ điện tử.

기구(機構) kết cấu; cơ cấu, hệ thống. ¶ ~를 개혁하다 cải cách cơ cấu. ¶ 국제 ~ tổ chức quốc tế / 당(黨)~ cơ cấu, tổ chức đảng.

기권(氣圈) khí quyển.

기권(棄權) (투표에서) sự từ chối quyền bỏ phiếu; (권리의) sự phản đối của quyền lực; (경기의) từ bỏ một thoả hiệp. **~하다** bỏ phiếu trắng. ¶ ~율 tỷ lệ vắng / ~자 người vắng mặt(đi bầu).

기근(氣根)【TV】 rễ trên không (thực vật).

기근(飢饉) sự khan hiếm; sự đói kém, nạn đói kém. ¶ 물~ sự thiếu nước, khan hiếm nước.

기금(基金) quỹ; quyên góp. ¶ ~을 설정(모집(募集))하다 thành lập quyên góp quỹ. ¶ 공동 ~ quỹ cộng đồng / 국제통화 ~ (IMF) quỹ tiền tệ quốc tế.

기기(器機) máy móc thiết bị và công cụ.

기기묘묘(奇奇妙妙) **~하다** vô cùng kỳ lạ.

기꺼이 hân hoan; vui vẻ, vui mừng. ¶ ~ 승낙하다 chấp nhận một cách vui vẻ, chấp thuận vui vẻ.

기껍다 vui vẻ, vui mừng, hân hoan. ☞ **기쁘다**.

기껏 ❶ (힘껏) hết sức, tận tâm, tận lực. ¶ ~ 애쓰다 dùng hết sức lực. ¶ ~해야 1킬로미터 phải hết sức mới được 1km.

기나(幾那) ¶ ~수(樹) vỏ cây canh kina / ~염(塩) vị đắng của ký ninh.

기낭(氣囊) khí nang, bong bóng, túi khí.

기년(期年) một năm.

기념(記念) kỷ niệm;hoài niệm. **~하다** tưởng niệm, tưởng nhớ. ¶ ~의 thuộc về tưởng niệm; hoài niệm / ~으로 bằng kỷ niệm, hoài niệm. ¶ ~물 vật tưởng niệm, hoài niệm / ~비 đài kỷ niệm (bia, công trình, lăng mộ)/ ~ 사진 ảnh kỷ niệm / ~식 lễ kỷ niệm / ~ 우표 tem kỷ niệm / ~일(日) ngày kỷ niệm / ~제 lễ kỷ niệm.

기능(技能) kỹ năng, tính năng, chức năng. ¶ ~이 뛰어나다 kỹ năng vượt trội. ¶ ~ 교육 [훈련] giáo dục [huấn luyện] kỹ năng.

기능(機能) cơ năng, chức năng. ¶ ~적 thuộc chức năng / ~을 하다 giữ chức năng. ¶ ~ 장애 trở ngại về chức năng / 소화~ chức năng tiêu hoá.

기다 lê, bò, trườn. ¶ 기어 가다 trườn đi / 기어 다니다 bò đi bò lại / 기어 오르다 bò lên.

기다랗다 khá dài.

기다리다 chờ đợi; mai phục; (기대) mong đợi, mong chờ. ¶ 기다리게 하다 khiến phải chờ đợi / 기회를 ~ chờ đợi cơ hội.

기담(奇談) câu chuyện kỳ lạ.

기대(期待) sự chờ đợi, sự hy vọng, sự kỳ vọng, điều mong đợi, mong chờ. **~하다** hy vọng; mong chờ. ¶ …을

ㄱ

~하고 mong chờ điều gì/ ~에 반하여 trái với điều mong đợi / ~에 부응하다 [어긋나다] thỏa mãn [trái] với mong đợi.

기대다 ❶ (무엇에 몸을) tựa, tỳ, chống lên, dựa người vào cái gì đó. ❷ (의뢰) tin tưởng, trông cậy, có niềm tin.

기도(企圖) (계획) lên kế hoạch; (시도) sự thử; sự cố gắng, dự kiến. **~하다** dự trù, lập kế hoạch; có ý đồ, ý định.

기도(祈禱) sự cầu nguyện. **~하다** cầu nguyện, đọc kinh.

기도(氣道) đường hàng không.

기독교(基督敎) đạo Cơ đốc, đạo Tin lành. ~의 thuộc đạo Cơ đốc. ¶ ~를 믿다 tin đạo Cơ đốc. ¶ ~도 tín đồ đạo Cơ đốc / ~ 사회주의 chủ nghĩa xã hội Cơ đốc giáo / ~회 hội Cơ đốc giáo.

기동(起動) ❶ ☞ **시동**(始動). ❷ (운신) sự chuyển động, sự vận động. ~하다 chuyển động, vận động.

기동(機動) ¶ ~ 경찰 cảnh sát cơ động / ~력 lực lượng cơ động / ~ 부대 lực lượng đặc nhiệm / ~성 tính cơ động / ~연습 [훈련] luyện tập [huấn luyện] cơ động / ~ 타격대(隊) lực lượng tấn công đặc biệt.

기둥 ❶ (건축의) cột trụ; (둥근) cọc lều. ¶ ~을 세우다 dựng cột, dựng cọc. ❷ (버팀목) cột chống, cột đỡ. ❸ (사람) trụ cột, chỗ dựa, ¶ 나라의 ~ trụ cột quốc gia.

기둥서방 kẻ mối lái, ma cô, chủ chứa.

기득(旣得) ~의 đã đạt được, đã thu được. ¶ ~ 권 quyền đã giành được.

기량(技倆) khả năng; tài năng. ¶ ~을 기르다 nuôi dưỡng tài năng.

기러기 【LCh】 con ngỗng đực, con ngỗng hoang.

기러기발 (현악기의) cây cầu, ngựa đàn.

기력(氣力) ❶ (기운) khí lực, sinh lực, dũng khí. ¶ ~이 왕성한 đầy sinh lực.

기로(岐路) (갈림길) đường chia hai ngả. ¶ 인생의 ~에 서다 đứng ở ngã ba của cuộc đời.

기록(記錄) ghi chép, hồ sơ; (문서) văn thư; (관청의) văn kiện.

기뢰(機雷) thủy lôi. ¶ ~를 부설하다 đặt thuỷ lôi.

기류(氣流) khí lưu, luồng không khí. ¶ 난(亂)~ luồng không khí biến động, không ổn định.

기류(寄留) sự tạm trú **~하다** ¶ ~지 nơi cư trú.

기르다 ❶ (양육, 양성) nuôi nấng, dưỡng dục. ¶ 모유로 ~ nuôi bằng sữa mẹ / 인재를 ~ nuôi dưỡng nhân tài. ❷ chăn nuôi, sinh sản, sinh đẻ (사육); cầy cấy, trồng trọt (재배). ¶ 가축을 ~ nuôi gia súc. ❸ (배양) bồi dưỡng. ¶ 도의심을 ~ nuôi ý đồ, có ý đồ. ❹ (버릇을) giữ tật. ❺ (머리, 수염을) nuôi tóc, để râu.

기름 dầu (기름); mỡ, chất béo (지방); mỡ (bò, cừu) (소, 양의); mỡ động vật (짐승의). ¶ ~기 chất béo.

기름지다 ❶ (기름이) béo, béo ngậy, có nhiều mỡ (살찐). ¶ 기름진 음식 thức ăn giàu chất béo, ngậy. ❷ (땅이) ¶ 기름진 땅 đất màu mỡ

기름틀 máy ép dầu.

기름하다 hơi dài, có phần dài

기리다 vỗ tay tán thưởng, ca ngợi, tán dương.

기린(麒麟) 【ĐV】 con hươu cao cổ.

기립(起立) sự đứng dậy; (구령) đứng lên. **~하다** đứng dậy. ¶ ~ 투표 bỏ phiếu bầu cử.

기마(騎馬) (말타기) kỵ mã, người cưỡi ngựa. ¶ ~ 순경 cảnh sát cưỡi ngựa.

기막히다(氣-) (숨막히다) tức thở, ngạt

thở; (놀랍다, 어이없다) ngạc nhiên, choáng váng, lặng người; (엄청남) rất. ¶ 기막하게 việc làm choáng váng / 기막힌 일 sự việc ngạc nhiên, choáng váng / 기막히게 예쁘다 đẹp ngây ngất / 기가 막혀 말이 안 나오다 bực bội quá không nói được câu nào.

기만(欺瞞) trò lừa bịp, trò dối trá. **~하다** lừa đảo, lừa gạt, gian lận. ¶ ～적 có tính gian lận, dối trá, lừa đảo.

기맥(氣脈) khí huyết và mạch, (비유적 사용) (ẩn dụ) sự thông hiểu nhau, hợp ý nhau. ¶ ～을 통하다 thông qua sự ăn ý với nhau.

기명(記名) sự ghi tên (서명). **~하다** ghi tên. ¶ ～ 날인하다 ghi tên và đóng dấu. ¶ ～ [무～] 투표 bầu cử có ghi tên [không ghi tên].

기명(器皿) bộ đồ ăn, bát đĩa.

기묘(奇妙) ～한 kỳ diệu, kỳ cục.

기문(奇聞) tin đặc biệt, chuyện lạ.

기문(氣門) 【ĐV】 lỗ thở, lỗ thở của sâu bọ, côn trùng (곤충 등의).

기물(器物) đồ vật dùng trong sinh hoạt hàng ngày (bình, chậu, thùng, lọ, vại...); (기구) đồ dùng, dụng cụ; (가구) đồ đạc trong nhà.

기미 (얼굴의) tàn nhang. ¶ ～가 끼다 có tàn nhang, nổi tàn nhang.

기미(氣味) ❶ (냄새와 맛) hương vị ❷ (…듯싶은 기분) khí vị, sở thích.

기미(機微) ☞ **낌새**.

기민(機敏) ～한 mau lẹ, tinh nhanh, sắc sảo. ¶ ～하게 sự sẵn sàng, tinh nhanh / ～한 동작 động tác mau lẹ.

기민(饑民) người thiếu thốn, thiếu ăn.

기밀(氣密) ～의 sự bí, kín gió. ¶ ～실 phòng kín.

기밀(機密) sự cơ mật; ～의 liên quan đến việc cơ mật. ¶ ～ 누설 để lộ cơ mật, rò rỉ bí mật / ～ 서류 [문서] hồ sơ [tài liệu] cơ mật.

기박(奇薄) ～한 rủi ro, không may mắn. ¶ ～한 팔자를 타고 나다. sinh ra với số phận đen đủi.

기반(基盤) nền tảng, cơ sở. ¶ ～을 이루다 dựa trên cơ sở, nền tảng / ～을 굳히다 tạo nền tảng vững chắc.

기반(羈絆) cái ách, gông, cùm, xiềng xích. ¶ ～을 벗어나다 cởi bỏ xiềng xích.

기발(奇拔) ～한 độc đáo, sáng tạo, khéo léo. ¶ ～한 도안 đồ án thiết kế mang tính sáng tạo / ～한 생각 ý nghĩ sáng tạo.

기백(氣魄) tinh thần, khí phách.

기범선(機帆船) thuyền buồm có động cơ.

기법(技法) kỹ thuật; kỹ xảo. ¶ ～을 배우다 học kỹ thuật.

기벽(奇癖) thói quen, tật quái gở, kỳ dị.

기별(奇別) việc chuyển tin tức, thông tin. **~하다** thông báo.

기병(起兵) **~하다** khởi binh.

기병(騎兵) (총칭) kỵ sĩ, kỵ binh.

기보(棋譜) sách về phương pháp chơi cờ tướng, cờ vây.

기보(旣報) ký lục, được ghi lại ¶ ～한 바와 같이 theo ký lục (những ghi chép) trước đây.

기보법(記譜法) 【ÂN】 phương pháp ghi nhạc, thể hiện nốt nhạc.

기복(起伏) lên và xuống; thăng trầm **~하다** lắc lư, tròng trành, cợn sóng.

기본(基本) (기초) nền tảng, cơ sở; (기준) tiêu chuẩn. ～적인 mang tính tiêu chuẩn, mang tính chất cơ bản. ¶ ～이 되는 것 trở thành cơ bản, nền tảng. ¶ ～ 계획 kế hoạch cơ bản / ～금 [재산] tiền [tài sản] gốc, ban đầu / ～급 cấp cơ bản / ～ 단위 đơn vị cơ bản / ～ 요금 cước phí cơ bản / ～적 인권 nhân quyền cơ bản / ～형

ㄱ

hình thức cơ bản.

기부(寄附) đóng góp, quyên góp. **~하다** góp quỹ. ¶ ~를 모으다 xây dựng quỹ. ¶ ~금 tiền quyên góp, tiền từ thiện, đồ tặng, đồ biếu / ~자 người quyên góp.

기분(氣分) cảm giác, xúc cảm, trạng thái tinh thần. ¶ ~이 좋다 tâm trạng tốt, vui / ~이 좋지 않다 tâm trạng không tốt, không vui / ~ 상하다 mất vui / ~이 안 나다 không có tâm trạng. ¶ ~ 전환 thay đổi tâm trạng / ~ 전환을 하다 làm chuyển đổi, thay đổi cảm xúc.

기불(旣拂) ~의 đã thanh toán, đã giải quyết.

기쁘다 hạnh phúc, vui vẻ, hân hoan, thích thú (유쾌). ¶ 기쁜 날 ngày vui vẻ / 기쁜 소식 tin vui / 기쁘게 하다 làm vui / 기쁨 niềm vui.

기쁨 (희열) sự vui mừng, sự hân hoan, sự bằng lòng. ¶ ~을 참을 수 없다 không giấu được sự vui mừng.

기사(技師) kỹ sư; kỹ thuật viên. ¶ 건축 ~ kỹ sư kiến trúc / 광산 ~ kỹ sư khoáng sản / 토목 ~ kỹ sư xây dựng.

기사(記事) ❶ (신문의) một bài báo; (보도) một điều khoản, đề mục. ¶ ~ 금지 cấm đưa tin, cấm đăng tải báo chí / 특종 ~ ký sự đặc biệt. ❷ (서술) diễn giải.

기사(騎士) kỵ sĩ. ¶ ~도 phẩm chất, đức hạnh của người kỵ sĩ.

기사회생(起死回生) cải tử hồi sinh. **~하다** cải tử hoàn sinh.

기산(起算) **~하다** tính, đếm ~일 việc tính toán.

기상(奇想) tư tưởng lập dị. ¶ ~ 천외의 thuộc về suy nghĩ lập dị, khác người.

기상(起床) **~하다** sự đứng dậy. ¶~ 시간 giờ thức giấc.

기상(氣象) khí tượng. ¶ ~ 관측 quan trắc khí tượng, đo khí tượng /~ 관측 위성 vệ tinh quan trắc khí tượng / ~대 đài khí tượng / ~도 biểu đồ, bản đồ khí tượng / ~ 통보 thông báo khí tượng / ~학 khí tượng học.

기상(氣像) tâm tình, tính khí.

기색(氣色) khí sắc; vẻ mặt, sắc mặt (기분). ¶ 노한 ~ vẻ mặt cáu giận / ~이 변하다 khí sắc thay đổi.

기색(基色) (삼원색) 3 màu căn bản.

기생(寄生) sự ký sinh. **~하다** ký sinh, sống nhờ. ¶ ~ 생물 [충, 식물] sinh vật [côn trùng, thực vật] ký sinh.

기생식물(氣生植物) 【TV】 thực vật biểu sinh.

기선(汽船) tàu thuyền chạy bằng hơi nước. ¶ ~으로 bằng tàu chạy bằng hơi nước. ¶ 정기 ~ tàu chạy định kỳ.

기선(機先) sự ra tay trước. ¶ ~을 제하다 [잡다] ngăn chặn [nắm lấy] cơ hội ra tay trước.

기설(旣設) ~의 đã hoàn thành, đã hiện hành.

기성(奇聲) âm thanh kỳ diệu.

기성(氣盛) **~하다** vui vẻ, phấn chấn.

기성(旣成) ~의 sự đã hoàn thành, hoàn thiện (옷따위). ¶ ~ 도덕 các tập quán được xã hội chấp nhận, quen dùng / ~복(服) trang phục may sẵn / ~ 세대 thế hệ cũ / ~ 정당 chính đảng đã có.

기성(棋聖) tay chơi cờ *baduk* lão luyện.

기성회(期成會) hội những người cùng mục đích, hội bảo trợ (학교의). ¶ ~비 hội phí của hội những người cùng mục đích.

기세(氣勢) khí thế, tinh thần. ¶ ~가 오르다 khí thế lên cao / ~를 올리다 tăng khí thế / ~를 꺾다 dập tan khí thế.

ㄱ

기세(棄世) ~하다 chết, qua đời, ra đi vĩnh viễn.

기소(起訴) sự khởi tố. ~하다 khởi tố. ¶ ~장 bản cáo trạng / 불~ 처분 sự xử lý không khởi tố.

기소유예(起訴猶豫) đình chỉ khởi tố. 【PL】 ~하다 không đưa ra khởi tố.

기수(奇數) ☞ 홀수. số lẻ.

기수(基數) số cơ bản, số từ 0 đến 9.

기수(旣遂) ~의 đã kết thúc, đã hoàn thành. ¶ đã gây ra, ~범(犯) tội phạm đã cấu thành.

기수(旗手) người cầm cờ, người dẫn đầu một phong trào, tổ chức.

기수(機首) mũi máy bay. ¶ ~를 남으로 돌리다 quay mũi máy bay về hướng Nam.

기수(騎手) nài ngựa; kỵ mã (경마의).

기숙(寄宿) ~하다 thuê trọ ¶ ~사 phòng trọ, nhà ở tập thể, nhà nghỉ / ~생 sinh viên ở trọ.

기술(技術) kỹ thuật. ~적인 mang tính kỹ thuật. ¶ ~상 về mặt kỹ thuật / ~상의 어려움 sự khó khăn về mặt kỹ thuật. ¶ ~ 원조 sự hỗ trợ kỹ thuật / ~자 kỹ thuật viên, kỹ sư, chuyên gia / ~ 혁신 cải tiến kỹ thuật.

기술(奇術) ☞ 요술. trò lừa bịp, trò ma thuật, trò lừa đảo.

기술(記述) sự mô tả, sự ghi chép, diễn tả. ~하다 mô tả, ghi chép, diễn tả. ¶ ~적 cách diễn tả.

기술개발(技術開發) phát triển kỹ thuật.

기술격차(技術隔差) sự chênh lệch trình độ kỹ thuật, sự khác biệt về kỹ thuật.

기술도입(技術導入) tiếp nhận kỹ thuật, tiếp thu kỹ thuật.

기술이전(技術移轉) chuyển giao kỹ thuật, chuyển giao công nghệ.

기술인력(技術人力) nhân lực kỹ thuật. ¶ 될 수 있는 대로 많은 ~을 양성하다 đào tạo nhiều nhân lực có tay nghề theo khả năng có thể.

기술제휴(技術提携) sự hợp tác kỹ thuật, sự kết hợp kỹ thuật (công nghệ).

기술집약산업(技術集約産業) ngành công nghiệp hàm lượng kỹ thuật cao, ngành công nghiệp tập trung công nghệ.

기술축적(技術蓄積) sự tích luỹ kỹ thuật.

기스락 bên cạnh của mái hiên.

기슭 bờ chân, nền, đáy; (강의) bờ sông, triền sông.

기습(奇習) thói quen khác lạ, tập quán xa lạ, kỳ quặc.

기습(奇襲) cuộc tấn công bất ngờ. ~하다 tấn công, công phá bất ngờ.

기승(奇勝) nơi có phong cảnh đẹp.

기승(氣勝) ~한(스러운) không uốn cong được, bền bỉ, can trường, dũng cảm.

기승전결(起承轉結) 【VH】 khởi, thừa, chuyển, kết (cách thức bốn công đoạn làm thơ, văn).

기식(氣息) ¶ ~ 엄엄(奄奄)하다 sắp hết hơi, thở nấc lên, thở yếu ớt.

기식(寄食) ~하다 sống ký sinh, sống ăn bám, sống dựa dẫm. ¶ ~자 kẻ ăn bám, kẻ sống dựa dẫm.

기신호(旗信號) cờ lệnh.

기실(其實) kỳ thực. ~은 theo thực tế, theo sự thật.

기쓰다(氣-) làm việc gì bằng tất cả sức lực khả năng có thể, cố gắng hết sức. ¶ 기쓰고 với hết khả năng, với hết sức.

기아(棄兒) (버리기) bỏ rơi, lạc loài; (아이) đứa trẻ bị bỏ rơi, đứa trẻ lang thang.

기아(飢餓) sự đói, đói kém. ¶ ~에 허덕이다 khốn quẫn vì đói / ~를 면하다 tránh đói. ¶ ~ 임금(賃金) đồng lương chết đói, đồng lương eo hẹp.

기악(器樂) nhạc cụ, nhạc khí.

기안(起案) sự dự thảo, sự phác thảo. ~하다 dự thảo, phác thảo.
기암괴석(奇巖怪石) những hòn đá và dung nham hình thù kỳ quái.
기압(氣壓) khí áp, áp suất không khí. ¶ ~계 áp kế / ~골 chỗ hõm sâu của vùng khí áp.
기약(期約) sự hẹn kỳ, hẹn thời điểm. ~하다 hẹn kỳ.
기어이(期於-) nhất định, rốt cuộc.
기억(記憶) ký ức, hồi ức, trí nhớ. ~하다 (외고 있다) nhớ, nhớ lại; (기억에 남다) còn nhớ, còn lưu lại trong trí nhớ; (상기) hồi nhớ lại, hồi tưởng lại; (잊지 않도록) để không quên được; (암기) ghi nhớ, học thuộc lòng. ¶ ~할 만한 ký ức, hồi ức đáng nhớ / 내 ~으로는 bằng trí nhớ của tôi / 또렷이 ~하다 nhớ rõ ràng, nhớ rõ mồn một, nhớ như in / ~이 새롭다 vẫn không phai mờ trong ký ức. ¶ ~력 khả năng nhớ / ~력이 좋다 [나쁘다] có trí nhớ tốt [không tốt] / ~법 phương pháp ghi nhớ, học thuộc lòng / ~ 상실증(症) bệnh mất trí nhớ.
기업(企業) doanh nghiệp, xưởng, xí nghiệp. ¶ ~의 합리화 hợp lý hoá doanh nghiệp / ~화(化)하다 doanh nghiệp hoá. ¶ ~가 nhà kinh doanh / ~농 doanh nghiệp nhà nông / ~연합 tập đoàn doanh nghiệp, liên hiệp các doanh nghiệp / ~ 진단 điều tra, phân tích kinh doanh doanh nghiệp / ~ 합동 sự liên kết các doanh nghiệp.
기업공개(企業公開) công khai doanh nghiệp. ¶ ~를 권장하다 khuyến khích công khai doanh nghiệp.
기업윤리(企業倫理) nguyên lý hoạt động của doanh nghiệp.
기여(其餘) phần còn lại. ngoài ra, ngoài phần đó ra.
기여(寄與) sự đóng góp, sự góp phần. ~하다 đóng góp, góp phần.
기역(其亦) ☞ 역시. quả đúng thế, đúng là vậy, quả nhiên.
기연(奇緣) kỳ duyên, nhân duyên khác thường.
기연가미연가하다 khó hiểu, mập mờ, không rõ ràng rành mạch.
기염(氣焰) khí thế rộn ràng. ¶ ~을 토하다 hào khí dâng cao.
기영(機影) hình dáng của máy bay đang bay, hình ảnh máy bay đang bay.
기예(技藝) hàng thủ công mỹ nghệ; (수예) nghề thủ công.
기예(氣銳) ~의 đầy nhuệ khí. ¶ 신진 ~의 nhuệ khí của những người tân tiến.
기온(氣溫) nhiệt độ. ¶ ~의 변화 sự thay đổi nhiệt độ.
기와 ngói. ¶ ~ 가마 lò nung ngói / ~ 공장 xưởng đúc ngói / ~ 지붕 mái nhà lợp bằng ngói / ~집 nhà ngói.
기왕(既往) dĩ vãng, quá khứ, chuyện đã qua. ~의 thuộc về qúa khứ, dĩ vãng. ¶ ~증(症) căn bệnh từ trước đến nay.
기외(其外) ngoài ra, mặt khác, cái khác.
기용(起用) sự bổ nhiệm. ~하다 bổ nhiệm, dùng người.
기우(杞憂) sự lo ngại không căn cứ.
기우(奇遇) kỳ ngộ, sự gặp gỡ ngẫu nhiên. ~하다 gặp ngẫu nhiên, gặp tình cờ.
기우(祈雨) sự cầu mưa. ~하다 khẩn cầu mưa. ¶ ~제 lễ cầu mưa.
기우(寄寓) ~하다 ở nhờ, ở trọ.
기우뚱거리다 rung chuyển, đung đưa, lung lay, không vững.
기운 ❶ (힘) sinh lực, sức lực, nghị lực. ¶ ~이 나다 [줄다] cảm giác khoẻ mạnh, tràn đầy [giảm] sinh lực / ~내

다 lấy lại sinh lực, / ～이 세다 sức lực, sinh lực mạnh / ～이 빠지다 bị mất sinh lực. ❷ (원기, 활기) sinh lực, ý chí, khí phách. ¶ ～찬 tràn đầy sinh lực, tràn đầy khí phách / ～을 내다 lấy lại sức, sinh lực / ～을 북돋우다. củng cố tinh thần, chí khí, ý chí. ❸ (기미) vẻ, biểu lộ. ¶ 감기 ～ triệu chứng cảm.

기운(氣運) (경향, 형편) khuynh hướng, xu hướng, chiều hướng. ¶ …의 ～이 고조되다 lên tới đỉnh điểm, lên tới cực điểm của ….

기운(機運) ❶ (운수) số mệnh, vận mệnh. ❷ (기회) thời cơ, cơ hội.

기울 (밀 등의) cám, cám của lúa mì. ¶ ～죽 cháo cám, cháo tấm.

기울다 ❶ (경사) dốc, nghiêng, xiên (비행기가) máy bay nghiêng cánh; (배가) thuyền nghiêng; ¶ 기운 chiều hướng hay khuynh hướng thiên về. ❷ (쇠하다) nghiêng xuống, đổ sụp xuống, tàn tạ. ¶ 운(運)이 ～ hết thời, lỡ vận. ❸ (해, 달이) lặn xuống, chìm xuống. ❹ (경향) xu hướng, chiều hướng. ¶ 공산주의로 ～ hướng về chủ nghĩa cộng sản.

기울어뜨리다 làm nghiêng, đổ, làm cho ngả theo chiều hướng; (배를) làm nghiêng, làm đổ tàu.

기울어지다 ❶ (경사) nghiêng xuống, đổ dốc xuống; (배가) tàu bị nghiêng, bị đổ xuống. ¶ 한쪽으로 ～ bị đổ nghiêng về một phía. ❷ (해, 달이) lặn, chìm xuống. ❸ (경향) làm cho thiên về chiều hướng, nghiêng về khuynh hướng. ¶ 숙명론에 ～ thiên về thuyết định mệnh, nghiêng theo thuyết định mệnh.

기울이다 ❶ (일반적) nghe theo, nghiêng theo. ¶ 고개를 ～ nghiêng đầu / 술잔을 ～ nghiêng chén rượu / 귀를 ～ nghe theo, lắng nghe, ❷ (경주) tuân theo, làm theo. ¶ 공부에 정력을 ～ tập trung hết sức vào học tập.

기웃거리다 liên tục ngoái nhìn.

기웃하다 nghiêng nhìn xuống.

기원(技員) kỹ thuật viên, thợ tay nghề.

기원(祈願) lời cầu nguyện, sự cầu xin. **~하다** cầu nguyện, cầu xin. ¶ ～문 văn cầu nguyện, lời thỉnh cầu.

기원(紀元) kỷ nguyên. ¶ ～전 500년 500 năm trước công nguyên. ☞ **서기**, **신기원**. kỷ nguyên mới.

기원(起源) nguyên nhân, căn nguyên, nguồn gốc, cội nguồn. **~하다** bắt nguồn, khởi đầu, bắt đầu từ.

기원(棋院) hội những người chơi cờ vây, câu lạc bộ chơi cờ vây.

기율(紀律) ☞ **규율**. trật tự, quy củ, kỷ luật.

기음문자(記音文字) văn tự ghi âm.

기이(奇異) ～한 kỳ dị, lạ thường, khác thường.

기이다 không để lộ bí mật, giữ kín, bí mật, không tiết lộ.

기인(奇人) người lập dị, người kỳ quặc, người khác thường.

기인(起因) **~하다** bắt nguồn từ nguyên do, khởi nguồn từ căn nguyên, dẫn đến.

기인(基因) lý do, động cơ, căn nguyên. **~하다** tạo ra, dẫn đến, gây ra kết quả.

기일(忌日) ngày giỗ.

기일(期日) kỳ hạn, hạn định (기한). ¶ ～을 지키다 giữ đúng hẹn, giữ đúng kỳ hạn.

기입(記入) sự ghi vào, sự điền vào. **~하다** ghi sổ, vào sổ, điền vào. ¶ 장부에 ～하다 vào sổ cái kế toán. ¶ ～누락 điền thiếu, bỏ sót chưa điền.

기자(記者) nhà báo, ký giả; ký giả đưa

tin (통신원); người biên tập (편집자); tác giả, người viết (집필자). ¶ ~단 đoàn ký giả / ~ 회견 cuộc họp báo / ~회견을 하다 gặp gỡ giới báo chí / 수습 ~ ký giả thực tập.

기자(譏刺) lời nói chua cay, giễu cợt, sự châm biếm, nhạo báng. **~하다** châm biếm, chế giễu, giễu cợt.

기장[1] 【TV】 cây lấy hạt giống như lúa.

기장[2] ☞ **길이**. chiều dài, độ dài.

기장(記章) huy hiệu, phù hiệu.

기장(記帳) **~하다** ghi vào sổ mua sắm; (대장에) vào sổ cái.

기장(機長) cơ trưởng.

기재(奇才) (사람) bậc anh tài, bậc kỳ tài; (재주) tài năng, thiên tài.

기재(記載) sự kê khai. **~하다** kê khai, điền, đăng ký vào sổ cái (장부에). ¶ ~ 사항 điều khoản kê khai, điều khoản đăng ký / 허위 ~ kê khai nhầm, kê khai sai sự thật.

기재(器材, 機材) (기구와 재료) dụng cụ, binh khí; (기계의 재료) thiết bị máy móc.

기저(基底) nền tảng, cơ sở, căn nguyên.

기저귀 bỉm dành cho trẻ em, tã. ¶ ~를 채우다 quấn tã, đóng bỉm.

기적(汽笛) còi tàu hoả, tàu thuyền.

기적(奇蹟) kỳ tích, điều kỳ lạ. ¶ ~적(으로) một cách thần kỳ, kỳ diệu / ~적으로 살아나다 thoát khỏi cái chết một cách phi thường, kỳ diệu sống lại như một kỳ tích.

기전(起電) sự phát điện, sự sinh ra điện. ¶ ~기(機) động cơ điện, mô tơ điện / ~력 lực điện động.

기절(氣絶) sự choáng, sự ngất, sự bất tỉnh. **~하다** choáng, ngất, bất tỉnh.

기점(起點) khởi điểm, nơi bắt đầu.

기점(基點) điểm cội nguồn, căn nguyên, điểm xuất phát.

기정(旣定) ~의 đã quyết, đã định. ¶ ~ 방침 phương châm đã định / ~ 사실 sự thật đã xác minh.

기제(忌祭) ngày giỗ, giỗ, kỵ.

기제(旣濟) ~의 việc đã xong, việc đã sắp xếp xong.

기조(基調) cơ sở, căn bản, nền tảng. ¶ …의 ~를 이루다 hình thành, tạo ra nền tảng … ¶ ~ 연설 lời diễn thuyết chủ đạo / 경제 ~ điều kiện kinh tế cơ bản.

기존(旣存) ~의 vốn có, đã có, sẵn có. ¶ ~ 시설 thiết bị vốn có.

기종(氣腫) 【YH】 khí thũng. ¶ 폐(肺)~ bệnh phổi bị khí thũng.

기준(基準) tiêu chuẩn, chuẩn mực. ~의 thuộc chuẩn mực, thuộc mẫu. ¶ ~ 가격 giá chuẩn, giá đúng / ~량 lượng chuẩn, lượng chính xác / ~선 dây đo độ chính xác / ~ 시세 giá hiện thời / ~점 điểm chuẩn, chỉ tiêu chuẩn.

기중(忌中) tang thương, đau thương.

기중기(起重機) cần trục, cần cẩu.

기증(寄贈) sự biếu, sự tặng. **~하다** biếu, tặng. ¶ ~본 sách tặng. / ~자 người tặng / ~품 hàng tặng.

기지(基地) căn cứ, đồn bốt. ¶ ~촌 làng làm căn cứ quân sự / 작전 ~ căn cứ tác chiến / 항공 ~ căn cứ không quân.

기지개 sự vươn, duỗi tay chân. ~켜다 vươn vai.

기지(旣知) ~의 việc đã biết trước, một việc đã rõ ràng. ¶ ~수 con số đã biết trước.

기지(機智) ☞ **재치**. cơ trí, tài trí, nhanh nhẹn, tháo vát.

기직 thảm.

기진(氣盡) ¶ ~맥진하다 kiệt sức, kiệt quệ, mệt oải.

기질(氣質) khí chất, tinh thần. ¶ 학생 ～ tinh thần, khí chất học sinh.

기차(汽車) (열차) tàu hoả, tàu lửa. ¶ ～로 bằng tàu hoả / 목포행[발(發)] ～ chuyến tàu đi [từ] Mokpo / ～를 타다 đi tàu / ～에서 내리다 xuống tàu / ～를 놓치다 nhỡ tàu / ～ 시간에 대다 kịp giờ tàu. ¶ ～ 시간표 lịch trình tàu chạy / ～ 운임 phí vận chuyển bằng tàu / 상행 ～ tàu tuyến ngược / 하행 ～ tàu tuyến xuôi.

기차다(氣-) sững người, ngạc nhiên, lặng người đi.

기착(寄着) sự dừng lại giữa chừng, sự ngừng lại. **~하다** dừng lại, ngừng lại giữa chừng.

기채(起債) tiền vay, tiền nợ phải trả. **~하다** vay nợ. ¶ ～ 시장 thị trường vốn qua phát hành trái khoán.

기척 dấu hiệu, biểu hiện có người.

기체(氣體) khí, hơi, dạng khí, thể khí. ¶ ～의 thuộc thể khí / ～화하다 khí hoá. ¶ ～ 연료 nhiên liệu khí.

기체(機體) phần thân của máy bay (동체).

기초(起草) dự thảo (văn bản). **~하다** làm dự thảo. ¶ ～ 위원(회) uỷ ban dự thảo / ～자 người dự thảo.

기초(基礎) nền móng, nền tảng, căn cứ. ¶ ～부터 배우다 học từ căn bản. ¶ ～ 공사 công trình xây dựng nền móng, việc căn bản / ～ 공제 việc trừ (thu) một phần tiền lợi tức, tiền lãi / ～ 과목 môn cơ bản / ～ 산업 công nghiệp cơ bản / ～ 지식 kiến thức cơ bản / ～ 학과 khoa cơ bản / ～ 훈련 huấn luyện căn bản.

기총(機銃) súng máy. ¶ ～ 소사 sự bắn lia súng máy / ～ 소사하다 bắn quét súng máy.

기축통화(基軸通貨) tiền giao dịch chung trên thế giới (VD: Đô la, Yên của Nhật, Đồng và Mác của Đức).

기치(旗幟) (기) ngọn cờ, cờ hiệu; (군기) quân kỳ. ¶ ～를 선명히 하다 đưa ra thái độ quan điểm một cách rõ ràng.

기침 ho, sự ho, tiếng ho. **~하다** bị ho, ho. ¶ 잔～ ho khan. ¶ ～약 thuốc ho.

기침(起枕) ☞ **기상**(起床). sự ngủ dậy.

기타(其他) cái khác, ngoài ra, thứ khác.

기타 đàn ghi ta. ¶ ～ 연주가 người chơi đàn ghi ta.

기탁(寄託) sự gửi, sự ủy thác. **~하다** ủy thác, gửi. ¶ ～자 người ủy thác / ～ 증서 chứng thư ủy thác.

기탄(忌憚) sự đắn đo, sự ngại ngùng, sự do dự. ¶ ～없는 không ngại ngùng, không đắn đo / ～ 없이 không lùi bước, ngay thẳng, thẳng tính.

기통(汽筒) xi lanh. ¶ 6～ 엔진 [차] động cơ [xe] 6 xi lanh.

기특(奇特) ～한 đáng khen. đáng tuyên dương. ¶ ～한 행동 hành động đáng biểu dương, đáng được ca ngợi / ～한 마음씨 tấm lòng đáng khen, đáng quý.

기틀 yếu tố chủ đạo, điểm then chốt, yếu tố quan trọng.

기펴다(氣-) cảm thấy thoải mái, cảm thấy thanh thản.

기포(氣泡) bong bóng (주물의); bọt tăm (유리의).

기포(氣胞) 【ĐV】 túi phổi.

기폭제(起爆劑) ngòi nổ. ¶ 혁명의 ～가 되다 trở thành ngòi nổ của cuộc cách mạng.

기표(記票) sự bỏ phiếu, sự bầu cử. **~하다** đi bỏ phiếu. ¶ ～소 nơi bỏ phiếu.

기품(氣品) nhân cách, tâm tính, bản chất. ¶ ～있는 có khí chất, có phẩm chất.

기품(氣稟) khí chất bẩm sinh.

기풍(氣風) chí khí, nhuệ khí; (단체의) (정

ㄱ

신) tinh thần. ¶ 국민의 ~ tinh thần của nhân dân, chí khí của nhân nhân.

기피(忌避) (징병 등을) sự lảng tránh, sự thoái thác; (재판관 등을) không đồng ý về thành phần thành viên trong bối thẩm đoàn. **~하다** tránh, lẩn tránh, thoái thác. ¶ ~ 신청 xin, yêu cầu thoái thác / ~인물 nhân vật thoái thác / ~자 người thoái thác.

기필코(期必-) chắc chắn, nhất định, bằng mọi giá.

기하(幾何) hình học. ~학적(으로) thuộc hình học. ¶ ~ 급수 cấp số hình học / ~학자 học giả hình học / 평면 ~ hình học phẳng/ 해석 ~ giải tích hình học.

기하다(期-) ❶ ☞ **기대하다**. chờ đợi, mong đợi ❷ (정하다) giới hạn, hạn định (기한을); đến kỳ hạn. ¶ 가까운 장래를 기하여 định ra trong tương lai gần. ❸ (결의) quyết làm việc gì đó. ¶ 필승을 기하고 quyết tâm chiến thắng.

기한(期限) thời hạn, kỳ hạn, nhiệm kỳ. ¶ ~부의(로) kỳ hạn đã đưa ra / ~이 지나다 quá hạn. ¶ ~ 만료 sự mãn thời hạn / 지불 ~ thời hạn chi trả.

기한(飢寒) đói và lạnh.

기함(旗艦) tàu biển có cờ của tướng chỉ huy, kỳ hạm.

기합(氣合) sự tập trung sức mạnh của ý chí, tiếng hét lấy tinh thần. ¶ ~을 주다 / ~을 넣다 hét lên bằng hết sức lực. ¶ ~술 phép sử dụng tiếng hét lấy tinh thần.

기항(寄港) sự cập cảng **~하다** cập cảng. ¶ ~지 nơi cập cảng.

기행(奇行) hành động kỳ quặc.

기행(紀行) nhật ký du lịch, nhật ký chuyến đi. ¶ ~문 bài tường thuật chuyến đi.

기형(畸形) dị hình, dị tật. ~의 bị biến dạng, bị dị tật. ¶ ~아 đứa trẻ bị dị tật bẩm sinh.

기호(記號) ký hiệu; ký hiệu nốt nhạc (음악의). ¶ ~를 붙이다 đánh dấu hiệu, biểu thị dấu hiệu.

기호(嗜好) sở thích, vị ưa thích khẩu vị. ¶ ~에 맞다 hợp (đúng) với sở thích. ¶ ~품 vật ưa thích (사치품); món ăn ưa thích (식품).

기혼(旣婚) ~의 đã kết hôn, lập gia đình. ¶ ~자 người đã kết hôn.

기화(奇貨) ¶ ~로 하여 vật kỳ lạ, vật quý.

기화(氣化) **~하다** bay hơi, bốc hơi. ¶ ~기 khí bay hơi.

기회(機會) thời cơ, cơ hội, dịp. ¶ 절호의 ~ cơ hội hiếm hoi, thời cơ hiếm có. ¶ ~ 균등 주의 chủ nghĩa bình đẳng cơ hội / ~주의 chủ nghĩa cơ hội / ~주의자 người theo chủ nghĩa cơ hội.

기획(企劃) kế hoạch, đề án, dự án. **~하다** lập kế hoạch, lập dự án, làm đề án. ¶ ~ 관리 quản lý dự án / ~ 관리실 văn phòng quản lý kế hoạch / ~부 phòng kế hoạch, bộ phận lập dự án, lập kế hoạch / ~조정실 bộ phận điều chỉnh kế hoạch, sửa đổi dự án.

기후(氣候) khí hậu, thời tiết. ¶ 대륙성 ~ khí hậu lục địa / 온화한 ~ khí hậu ôn hoà / 해양성 ~ khí hậu hải dương.

기휘(忌諱) sự kỵ huý, sự kiêng sợ, né tránh. **~하다** kiêng sợ, tránh xa. ¶ 당국의 ~를 사다 dính vào, dây vào việc mà người trong cuộc né tránh.

긴급(緊急) tình hình khẩn cấp, gay cấn, tình trạng cấp cứu. ~한 cần thiết, gay cấn, cấp thiết. ¶ ~ 동의 đồng ý gấp / ~ 명령 mệnh lệnh khẩn cấp / ~ 사태 tình trạng cấp bách / ~ 조치 [대책] biện pháp [đối sách] cần thiết cấp bách.

긴맛 [LSo] một loại sò biển.

긴밀(緊密) ~한 mật thiết, gần gũi. ¶ ~한 연락을 취하다 [제휴를 하다] giữ [phối hợp, hợp tác] mối quan hệ chặt chẽ với ai.

긴박(緊迫) căng thẳng, gay go, gay cấn. ¶ ~한 정세 tình hình căng thẳng / ~한 국제관계 quan hệ quốc tế căng thẳng.

긴요(緊要) ~한 quan trọng, tầm quan trọng.

긴장(緊張) sự lo lắng, sự hồi hộp, trạng thái căng thẳng. **~하다** lo lắng, hồi hộp, căng thẳng. ¶ ~한 상태 tình hình căng thẳng / 동서의 ~ 완화 làm dịu bớt căng thẳng giữa Đông Tây / ~을 완화하다 làm dịu căng thẳng.

긴축(緊縮) (경제적) làm giảm bớt; sự rút bớt (통화의). **~하다** giảm bớt, rút bớt ra (통화를). ¶ ~ 생활 sinh hoạt eo hẹp, cuộc sống tiết kiệm / ~ 예산 [재정] dự toán [tài chính] bị rút bớt, giảm / ~ 정책(政策) chính sách thắt lưng buộc bụng, chính sách tiết kiệm.

긴축경영(緊縮經營) kinh doanh tiết kiệm, thắt lưng buộc bụng.

긴하다(緊-) hệ trọng, thiết yếu, cấp bách. ¶ 긴히 쓰다 sử dụng một cách thiết yếu.

긷다 kéo, bơm, hút (펌프로). ¶ 우물물을 ~ hút, bơm nước giếng.

길[1] (깊이) độ sâu.

길[2] ❶ (윤) độ sáng, độ bóng. ❷ (숙련) năng khiếu, khéo tay, kỹ năng tay nghề. ❸ (짐승 등의) thuần hoá động vật.

길[3] ❶ (도로) con đường, đường phố (가로); ngõ, hẻm (좁은); đường hẻm núi (산길); đường đi, đường thông, lối đi (통로); khoảng cách (거리); lề đường, hẻm nhỏ (골목길); tuyến đường, lối đi nhỏ (경로). ¶ 가는 ~에 trên đường đi / ~을 잃다 quên đường, lạc đường / ~을 잘못 들다 lầm đường, lạc lối / ~을 묻다 [가르쳐 주다] hỏi [nhờ chỉ] đường / (후진에게) ~을 양보하다 [터주다] nhường [tránh] đường / ~을 막다 chặn đường, ngáng đường. ❷ (여정(旅程)) hành trình, chuyến đi; (거리) khoảng cách. ❸ (방법) phương tiện, phương pháp (비유적) (nói bóng, ví von). ¶ 피할 ~ con đường nên tránh đi. ❹ (도덕) đạo đức, nhân cách.

길[4] (등급) tầng lớp, giai cấp, đẳng cấp. ¶ 웃~ cấp trên, thượng cấp.

길[5] (책의) một bộ sách.

길가 lề đường, vệ đường, bên đường.

길거리 đường, phố. ¶ ~를 쏘다니다 đi lang thang trên đường.

길길이 ❶ (높이) chiều cao. ~쌓다. ❷ (몹시) cực kỳ, vô cùng, hết cỡ. ¶ 성이 나서 ~ 뛰다 tức quá nhảy dựng lên.

길년(吉年) năm tốt lành cho hôn nhân, năm hợp tuổi để kết hôn.

길눈 (방향 감각) phương hướng, cảm giác. ¶ ~이 밝다 [어둡다] tài nhận biết phương hướng tốt [tồi].

길다 dài.

길드 phường hội. ¶ ~ 사회주의 chủ nghĩa xã hội phường hội.

길들다 ❶ (동물이) thuần hóa động vật. ¶ 길든 đã thuần hoá, được thuần hoá. ❷ (윤나다) làm cho bóng lên, tô bóng, đánh bóng, hào nhoáng. ❸ (익숙) trở thành thói quen, trở nên quen.

길들이다 ❶ (동물을) thuần hoá, dạy dỗ. ❷ (윤나게) làm bóng, đánh bóng. ❸ (익숙하게) trở nên quen thuộc.

길래 mãi mãi, vĩnh viễn.

길마 bộ yên thồ. ¶ 두 ~ 보기 chủ nghĩa cơ hội, trò hai mang, sự ăn ở hai lòng.

길목 ❶ (길모퉁이) chỗ rẽ, góc phố nhỏ. ❷ (요소) điểm cốt yếu, chỗ then chốt.

길몽(吉夢) giấc mơ đẹp, giấc mơ lành.

길보(吉報) tin lành, tin vui.

길손 lữ khách.

길쌈 sự dệt vải. **~하다** dệt vải. ¶ ~꾼 người (thợ) dệt vải.

길운(吉運) vận may, số tốt

길이[1] (거리) khoảng cách. ¶ 무릎 ~의 dài tới đầu gối, sâu tới đầu gối / ~가 2미터이다 chiều dài (khoảng cách) là 2m.

길이[2] (오래) lâu dài.

길일(吉日) ngày tốt.

길조(吉兆) dấu hiệu tốt lành, điềm thuận lợi.

길짐승 loại bò sát.

길쭉길쭉 ¶ ~한 hơi (khá) dài.

길차다 (수목이) dày đặc, rậm rạp; (높이) bao phủ. ¶ 길찬 숲 rừng rậm rạp.

길하다(吉-) may mắn, tốt lành.

길흉(吉凶) vận mệnh may rủi, kiết hung. ¶ ~을 점치다 xem vận mệnh, xem tướng số.

김[1] (먹는) loại rong biển (채취한 대로의); (말린) rong biển khô, tảo biển khô.

김[2] (수증기) hơi nước. ¶ ~ 빠진 (맛 따위) làm bốc (bay) hơi / ~내다(나다) hơi bay (bốc) ra.

김[3] (잡초) cỏ dại. ~매다 rẫy cỏ, nhổ cỏ dại.

김[4] ❶ (기회) nhân, tiện thể. ¶ …하는 ~에 nhân tiện / 온 ~에 tiện khi đến / 생각난 ~에 nhân vừa nghĩ ra. ❷ (바람) trong, trong khi, vì, do. ¶ 홧~에 trong cơn giận dữ / 술~에 trong khi uống rượu.

김장 kimchi chuẩn bị cho mùa đông. **~하다** muối kimchi chuẩn bị cho mùa đông.

김치 *kimchi* (món dưa muối truyền thống Hàn Quốc).

깁 tơ, chỉ tơ, lụa.

깁다 may vá, khâu, đơm, đính (꿰매다); khâu miếng vá (헝겊을 대고); mạng, may (양말 따위를). ¶ 옷을 ~ vá áo / 해진 곳을 ~ khâu (mạng) chỗ rách.

깁스 [YH] thạch cao, bó bột. ¶ ~를 하다 phủ thạch cao.

깃[1] (양복의) cổ áo; (샤쓰 따위의) cổ. ¶ 세운~ cổ áo đứng / 접은 ~ cổ áo gập / (외투) ~을 세우다 dựng đứng cổ áo (áo khoác).

깃[2] ❶ (날개털) lông vũ, lông chim. ¶ ~이 난[달린] mọc [có] lông / ~펜 bút lông. ❷ (살~) mũi tên lông.

깃[3] (외양간의) ổ rơm. ¶ ~주다 trải ổ rơm.

깃대(旗-) cột cờ.

깃들이다 (새가) (chim) đến tổ, ở ổ; (비유적) ¶ 건전한 정신은 건전한 신체에 깃들인다 một tinh thần lành mạnh ở trong một cơ thể khoẻ mạnh.

깃발(旗-) cờ, ngọn cờ, biểu ngữ.

깊다 ❶ (깊이가) sâu (độ sâu). ¶ 깊이 sâu / 깊은 데 chỗ sâu / 깊이 파다 đào sâu. ❷ (빽빽) sâu, hẻo lánh. ¶ 깊은 숲 rừng sâu. ❸ (정도가) sâu, sâu sắc; (관계가) sâu sắc, thân mật, mật thiết, quen thuộc. ¶ 깊이 một cách mật thiết, thân mật, quen thuộc / 깊은 애정 tình yêu sâu sắc / 깊은 관계 quan hệ sâu sắc / 깊은 인상 ấn tượng sâu sắc / 깊은 증오 ghét cay ghét đắng / 깊이 사랑하다 yêu sâu sắc. ❹ (생각이) sâu sắc, uyên bác, thâm thuý. ¶ 깊이 một cách sâu sắc, thâm thuý / 깊은 학문 học vấn uyên bác / 깊은 생각

suy nghĩ sâu sắc / 깊이 생각하다 nghĩ một cách sâu sắc. ❺ (잠이) (ngủ) sâu, (ngủ) say / 깊은 잠이 들다 chìm (rơi) vào giấc ngủ sâu. ❻ (밤이) (đêm) khuya, tối. ¶ 밤이 깊어서 đêm tối / 깊어지다 (밤이) trở nên tối.

깊숙하다 hẻo lánh, khuất nẻo. ¶ 깊숙한 골짜기 thung lũng hẻo lánh.

깊이 (명사) chiều sâu, sự sâu sắc, sự thâm thuý. ¶ ~ 6미터이다 chiều sâu là 6m / ~를 재다 đo chiều sâu.

까뀌 rìu lưỡi vòm.

까끄라기 (이삭의) râu (ở đầu hạt thóc).

까놓다 thổ lộ, bày tỏ, nói thẳng. ¶ 까놓고 말하면 nếu nói một cách thẳng thắn.

까다[1] (입으로) liến thoắng, lém lỉnh, ngụy biện. ¶ 뻥을 ~ nói dối liến thoắng.

까다[2] ❶ (껍질을) bóc ra, lột ra. ¶ 호두를 ~ bóc quả óc chó. ❷ (새끼를) sự nở (trứng), sự ấp trứng. ¶ 병아리를 ~ ấp gà con.

까다[3] (비판) phê phán, phê bình. (신문에서) (trên báo).

까다[4] (제하다) lấy đi, khấu trừ, trừ đi. ¶ 그 비용은 내 월급에서 깠다 khấu trừ chi phí đó từ tiền lương của tôi.

까다롭다 ❶ (성미가) kỹ tính, khó tính, cầu kỳ, kiểu cách. ¶ 까다로운 사람 người khó tính / 까다롭게 굴다 khiển trách, chê trách. ❷ (일, 문제가) phức tạp, rắc rối. ¶ 까다로운 문제 vấn đề phức tạp.

까딱거리다 lắc, rung.

까닭 (이유) lý do; (원인) nguyên nhân; (사정) hoàn cảnh, tình huống. ¶ 무슨 ~으로 với nguyên nhân gì / ~없이 không có lý do / 무슨 ~인지 lý do gì / ~이 있어 có nguyên do.

까딱 ¶ ~하면 suýt, suýt nữa / ~하면 자동차에 칠 뻔 했다 suýt nữa đâm vào ô tô.

까마귀 【LCh】 con quạ đen; con quạ nâu (갈까마귀).

까마아득하다 xa xăm, xa xưa. ¶ 까마아득한 옛날 ngày xa xưa.

까마종이 【TV】 cây lu lu đực.

까막눈이 người ngu dốt, người thất học, kẻ dốt nát.

까맣다 ❶ (멀다) xa, xa xôi, xa xăm. ❷ (빛깔이) đen như mực, đen tối, đen như bồ hóng.

까먹다 ❶ (까서 먹다) bóc, lột vỏ ra để ăn. ❷ (밑천을) phung phí, lãng phí (tiền của). ❸ (잊다) quên, không nhớ.

까무러뜨리다 làm kinh ngạc, choáng váng, làm mất cảm giác, làm bất tỉnh, làm sửng sốt (때려서).

까무러치다 ngất, bất tỉnh, xỉu. ¶ 놀라서 ~ sửng sốt, hoảng đến ngất xỉu.

까발리다 (속의 것을) để lộ ra, để hở; (폭로) phơi bày ra, vạch trần, bộc lộ ra.

까부르다 sàng lọc, chọn lựa, phân biệt.

까불다 ❶ (행동) lấc cấc, xấc láo, vô lễ. ¶ 까불까불 cợt nhả, xấc láo, láo xược. ❷ (물건을) nhấp nhô, phập phồng, lao lên lao xuống, chồm lên chồm xuống. ❸ ☞ **까부르다**.

까불리다[1] (탕진) phung phí, hao mòn, lãng phí.

까불리다[2] (키질로) sẩy, sàng, lọc.

까불이 thằng nghịch.

까붐질 sự sàng lọc, sự chọn lựa.

까지 ❶ (때) cho đến khi, đến khi, đến tận. ¶ 아침부터 저녁~ từ sáng cho đến tối / 다음날~ cho đến ngày mai / 그때~ cho đến khi đó / 칠십~ 살다 sống đến 70 tuổi. ❷ (장소) đến, lên đến. ¶ 서울~ đến Seoul / 제 5 장~ 읽다 đọc đến chương 5. ❸ (정도) thậm chí, ngay cả, lại còn. ¶ 빚~ 지다

thậm chí còn mắc nợ / 도둑질~ 하다 lại còn đi ăn trộm.

까치 【LCh】 chim ác là. ¶ ~ 설날 ngày Tết.

까칠하다 hốc hác, bơ phờ, phờ phạc (vì mệt mỏi, mất ngủ, lo lắng). ¶ 까칠한 얼굴 một khuôn mặt phờ phạc.

까투리 con gà lôi mái.

깍깍 tiếng quạ kêu. ¶ ~ 울다 quạ kêu quẹc quẹc.

깍두기 dưa củ cải.

깍둑거리다 băm nhỏ, thái nhỏ.

깍듯하다 lịch sự, nhã nhặn, lễ độ, lễ phép. ¶ 깍듯이 인사하다 chào hỏi một cách lễ phép.

깍정이 (인색한 이) người keo kiệt, người bủn xỉn.

깍지[1] (껍질) lớp vỏ cứng, vỏ bọc, mai (của tôm, cua, sò, hến, rùa).

깍지[2] (활 쏠 때의) cái băng tay (đeo để bảo vệ các ngón tay khi bắn cung). ¶ ~끼다 đeo băng tay.

깎다 ❶ (값을) mặc cả, giảm giá. ❷ (머리를) cắt tóc (cạo râu) (수염을); (양털을) cắt (lông cừu). ¶ 머리를 짧게 ~ cắt tóc ngắn. ❸ gọt vỏ (껍질을); gọt bút chì (연필 등을). ¶ 사과 [배]를 ~ gọt táo [lê]. ❹ (명예 등을) hạ thấp (danh dự).

깎아지르다 như vách đứng, dốc đứng, dốc ngược.

깎이다 ❶ (사역) cắt, gọt ❷ (피동) bị cắt, bị gọt. ¶ 낯이 ~ mất mặt, mất thể diện.

깐 sự cân nhắc, sự đánh giá. ¶ 제 ~에는 theo sự đánh giá của tôi.

깐깐하다 ❶ (성질이) tỉ mỉ, chi li; khắt khe. ❷ (차지다) chặt chẽ, dai bền, bám chặt.

깐보다 (헤아리다) phán đoán, đánh giá.

깔개 cái đệm ngồi, tấm thảm.

깔기다 tuôn ra, tiết ra bừa bãi, (đại tiểu tiện) bừa bãi.

깔깔 ¶ ~ 웃다(대다) cười lớn tiếng, nói lớn tiếng.

깔깔하다 ❶ (마음이) khó tính, khó chịu, cầu kỳ. ❷ (감촉이) ráp, nhám, xù xì, gồ ghề, lởm chởm; thô lỗ, sống sượng, lỗ mãng. ¶ 깔깔한 촉감 cảm giác thô ráp.

깔끔하다 ngăn nắp, gọn gàng. ¶ 옷맵시가 ~ phong cách mặc gọn gàng.

깔다 ❶ (요 따위를) trải, trải ra; (돌 따위를) phủ lên; (철도 등을) rải lên, trải lên. ¶ 요를 ~ trải đệm / 자갈을 ~ rải sỏi. ❷ (깔고 앉다) trải ra ngồi. ❸ (돈, 상품을) rải (tiền), đầu tư.

깔때기 cái phễu; ống khói (tàu thuỷ, xe lửa), phần dưới ống khói.

깔리다 ❶ (널리) trải rộng ra, căng rộng ra, phủ khắp, lan khắp, phủ đầy. ¶ 얼음이 ~ đá được phủ khắp. ❷ (밑에) bị áp bức, bị lệ thuộc. ¶ 빚더미에 ~ bị lệ thuộc vào mòn nợ.

깔보다 đánh giá thấp, xem thường, coi nhẹ, khinh rẻ, khi dể (ai đó).

깔쭉깔쭉 ¶ ~한 thô lỗ, lỗ mãng, thô tục, thô bạo, cộc cằn.

깔축없다 đầy đủ, không thiếu hụt.

깜깜하다 (어둠) tối đen như mực; (모름) không biết gì, ngu dốt.

깜박거리다 chập chờn, nhấp nháy(명멸); lung linh, lấp lánh (별이); hấp háy (눈을). ¶ 깜박거리는 등불 đèn lung linh, nhấp nháy.

깜박이다 ☞ **깜박거리다**.

깜부기 ❶ (이삭) bệnh than ở cây, vết nhọ, vết đen. ❷ = 깜부기숯. ¶ ~병 (밀의) bệnh than.

깜빡 (잠시) trong giây lát, ngay tức khắc. ¶ ~ 잊다 quên mất.

깜작 ¶ ~거리다(이다, 하다) nháy mắt,

chớp mắt.

깜짝 ¶ ～ 놀라다 quá đỗi ngạc nhiên / 아이구 ～이야 ôi giật cả mình!

깜찍스럽다 dễ thương, đáng yêu.

깜찍하다 ☞ **깜찍스럽다**.

깝신거리다 hành động thiếu suy nghĩ, hành động nông nổi.

깝죽거리다 ☞ **깝신거리다**.

깡그리 tất cả, toàn bộ, hoàn toàn.

깡그리다 hoàn thành, kết thúc.

깡똥하다 hơi ngắn, thấp nhỏ (người).

깡쫑거리다 bước chân sáo, bước đi nhún nhảy.

깡총거리다 ☞ **깡쫑거리다**.

깡통 hộp, thùng. ¶ ～따개 cái mở hộp.

깡패 tên côn đồ, lưu manh. ¶ ～의 세계 xã hội đen, thế giới lưu manh.

깨 ❶ (식물) hạt mè, hạt vừng. ☞ **참깨, 들깨**. ❷ (씨) hạt mè, hạt vừng. ¶ ～소금 muối vừng.

깨끗이 ❶ (청결) một cách sạch sẽ; (정연) một cách gọn gàng, ngăn nắp. ～하다 làm một cách sạch sẽ, gọn gàng, ngăn nắp. ❷ (결백) trong sáng; (공정) rõ ràng, trong sạch, lành mạnh. ¶ ～지다 thua một cách trong sạch / ～ 살다 sống lành mạnh. ❸ (아주) hoàn toàn, toàn bộ. ¶ 빚을 ～갚다 trả toàn bộ nợ.

깨끗하다 ❶ (청결함) sạch sẽ, tinh khiết; (맑다) trong, trong sáng, trong trẻo, trong suốt; (정연) mạch lạc, chặt chẽ, có trật tự. ¶ 깨끗한 공기 không khí trong lành / 깨끗한 물 nước tinh khiết / 옷차림이 깨끗한 cách ăn mặc gọn gàng. ❷ (결백) trong sạch, sạch sẽ, tinh khiết (고상); tinh khiết, thuần khiết (순결); (공정) chính trực, liêm chính, trong sạch. ¶ 깨끗한 일생 cuộc sống lành mạnh / 깨끗한 사랑 (남녀의) tình yêu trong sáng / 깨끗한 정치 chính trị trong sạch / 깨끗한 투표 bỏ phiếu lành mạnh / 깨끗한 한 표 một lá phiếu bầu trong sạch. ❸ (심신이) trong sạch, lành mạnh, sạch sẽ. ¶ 몸이 깨끗치 않다 mình mẩy không sạch sẽ.

깨나다 phục hồi lại tri giác, thức tỉnh ra khỏi (giấc mơ).

깨다[1] ❶ (잠을) thức giấc, thức dậy. ¶ 잠이 ～ tỉnh giấc. ❷ (술이) tỉnh rượu. ❸ (각성) thức tỉnh, tỉnh ngộ, vỡ mộng; (개화) được khai hoá. ¶ 깬 thức tỉnh, thức / 망상에서 깨어나다 thức tỉnh khỏi ảo tưởng (ảo giác). ☞ **깨우다**.

깨다[2] ❶ (부수다) làm vỡ, đập tan, làm đứt, đập vỡ. ¶ 그릇을 ～ làm vỡ bát / 침묵을 ～ phá vỡ sự im lặng. ❷ (일을) làm hỏng, làm hư (việc). ¶ 혼담을 ～ làm hỏng việc mối lái hôn sự / 흥을 ～ làm mất hứng, làm mất cảm hứng.

깨다[3] (알에서) ấp trứng (까이다).

깨닫다 nhận ra, hiểu được, nhận thức, ý thức, hiểu ra. ¶ 진리를 ～ nhận ra chân lý / 제 잘못을 ～ nhận thức được sự sai lầm / 위험을 ～ nhận thấy sự nguy hiểm / 제 결점을 ～ nhận ra điểm thiếu sót của mình.

깨뜨리다 bẻ gãy, đập vỡ, dẹp tan. ☞ **깨다**.

깨물다 cắn, gặm.

깨알 hạt vừng, hạt mè. ¶ ～같은 글씨로 nét chữ nhỏ như con kiến.

깨우다 (잠을) đánh thức dậy.

깨우치다 nhắc nhở, lưu ý (계몽).

깨지다 ❶ (부서지다) gãy, vỡ, bể. ¶ 깨지기 쉬운 dễ vỡ. ¶ 산산조각으로 ～ vỡ ra từng mảnh. ❷ (일이) gây trở ngại, làm nản chí. ❸ (흥 따위) làm mất hứng. ❹ (상처나다) gây tổn thương.

깨지락거리다 làm một cách thờ ơ, làm

ㄱ

một cách hời hợt.
깨치다 (해득) hiểu, lĩnh hội, nhận thức. ¶ 한글을 ~ học, hiểu được chữ Hàn.
깩 ¶ ~ 소리치다 hét inh tai, kêu to.
깻묵 bã vừng, bã mè.
깽깽 ¶ ~ 울다 kêu ăng ẳng, sủa ăng ẳng; làu bàu, lải nhải.
꺼내다 ❶ (속에서) lấy ra, kéo ra, lôi ra. ¶ 주머니에서 …을 ~ lấy cái gì trong túi ra. ❷ (말, 문제를) bắt đầu đề cập đến, đưa ra, đề cập. ¶ 문제를 ~ đưa ra vấn đề.
꺼덕꺼덕 ¶ ~하다 khô ẩm.
꺼두르다 túm lấy, kéo, giật, lôi.
꺼떡거리다 ☞ **거드럭거리다**.
꺼뜨리다 tắt (lửa, đèn), thổi tắt, dập tắt.
꺼리다 ❶ (싫어하다) ghét, không thích; (금기) cấm. ❷ (피하다) tránh khỏi, né tránh, miễn cưỡng, xa lánh, lảng xa, tránh; (두려워하다) lo sợ. ¶ 남의 눈을 ~ tránh ánh mắt của người khác. ❸ (주저) lảng tránh.
꺼림(칙)하다 cảm thấy không thoải mái, cảm thấy bất tiện; (양심 등에) bứt rứt, áy náy lương tâm.
꺼멓다 đen nháy, đen như bồ hóng.
꺼지다 ❶ (불이) tắt, dập tắt, thổi tắt; (화재가) dập tắt. ¶ 꺼져가는 불 ngọn lửa bị tắt. ❷ (거품이) bị vỡ, tan vỡ (bọt, bong bóng, tăm). ❸ (함몰) đổ vỡ, tan vỡ (붕괴). ¶ 얼음이 ~ đá bị vỡ.
꺼풀 da, vỏ, lớp vỏ bọc ngoài. ¶ 눈~ mí mắt.
꺽꺽하다 cứng, cứng đơ, cứng nhắc.
꺽다리 người chân dài.
꺽지다 chắc, chắc chắn, bền, bền vững.
꺾다 ❶ (분지르다) gãy rời, lìa ra, long ra, tách ra. ¶ 꽃을 ~ hái hoa, bẻ hoa; (비유적) chặt, bẻ, cắt / 붓을 ~ bẻ gãy bút / 나뭇가지를 ~ chặt cành cây. ❷ (접다) gập (đôi). ❸ (방향을) bẻ lái. ¶ 차의 핸들을 ~ quay vô-lăng. ❹ (기운을) làm nản lòng, làm nản chí, làm mất nhuệ khí. ¶ 사기를 ~ nản chí/ 적의 예봉을 ~ đánh tan nhuệ khí tiến công của địch. ❺ (고집을) bỏ tính cố chấp. ❻ (지우다) đánh bại. ¶ 상대방을 ~ đánh bại đối phương.
꺾쇠 thanh kẹp, má kẹp, đinh kẹp.
꺾어지다 (부러짐) bị gãy, bị vỡ, bị gián đoạn; (접힘) xếp lại, gập lại.
꺾이다 ❶ (부러지다) bẻ gãy, tách rời. ❷ (접히다) gấp. ❸ (방향이) uốn cong, quay, vênh. ❹ (기세가) chán nản, thất vọng, nhụt chí, xuống tinh thần. (굴복) khuất phục. ¶ 금력에 ~ bị khuất phục trước thế lực của đồng tiền.
껄껄 ¶ ~ 웃다 cười hô hố, cười ha hả.
껄껄하다 xù xì, thô lỗ, cục cằn, cay nghiệt.
껄끄럽다 hung dữ, lỗ mãng.
껄끔거리다 làm phát cáu, chọc tức; đâm, thọc, chọc.
껄떡껄떡 nuốt gọn, nuốt chửng (삼킴); nghẹn (thở) (숨이).
껄떡이 người tham lam, người háu ăn.
껄떡하다 (눈이) (mắt) trũng, mắt mệt mỏi.
껄렁하다 tồi, không có giá trị, không tốt , vô giá trị, không ra gì. ¶ 껄렁한 학교 trường học không tốt.
껌 kẹo cao su. ¶ ~을 씹다 nhai kẹo cao su.
껌껌하다 tối đen, đen tối(마음이).
껍데기 vỏ, mai. ☞ **껍질**.
껍질 (나무의) vỏ (cây); (과실의) vỏ (trái cây); (깍지) vỏ, bao, mai. ¶ 바나나 ~ vỏ chuối / ~을 벗기다 bóc (lột) vỏ.
…껏 tất cả, hết khả năng có thể. ¶ 힘~

hết sức / 성의~ hết lòng / 양~ 먹다 ăn thật lực, ăn thỏa thích.

껑충 nhảy qua nhẹ nhàng.

께 (에게) với, đến, cho. ☞ **에게**. ¶ 아버님 ~ 온 편지 thư gửi đến cho bố.

…께 (경(頃)) khoảng, trong khoảng, xung quanh; gần, lân cận (곳). ¶ 그믐 ~ khoảng gần cuối tháng / 정거장~ gần trạm xe buýt.

께끄름하다 (사람이 주어) cảm thấy bất tiện, không thoải mái, bực bội, bứt rứt, khó chịu.

께죽거리다 cằn nhằn, càu nhàu, kêu ca, oán trách, ca cẩm.

께지럭거리다 (일을) làm miễn cưỡng, làm không nhiệt tình; (음식을) miễn cưỡng ăn.

껴들다 vào bừa.

껴안다 ôm chặt, ghì chặt (ai đó), nắm chặt, giữ chặt (vật gì đó). ¶ 꼭 ~ chắc chắn ôm chặt.

껴입다 mặc ra ngoài.

꼬다 ❶ (새끼 따위를) xoắn, vặn, xe, bện, kết. ¶ 새끼를 ~ bện dây thừng rơm. ❷ (몸을) đau quằn quại, quặn đau (아파서).

꼬드기다 ❶ (부추김) kích động, xúi giục. ❷ (연줄을) kéo dây diều.

꼬들꼬들 ¶ ~한 cứng, khô cứng.

꼬락서니 ☞ **꼴**[1].

꼬리 đuôi, cái đuôi(일반적); đuôi (cá) (물고기의). ¶ ~를 물고 (잇달아) ngậm đuôi nhau / ~(를) 치다 quyến rũ, dụ dỗ, cám dỗ, rủ rê(유혹) / ~가 잡히다 tóm đuôi.

꼬리표(-票) vé, phiếu, nhãn gắn kèm (vào hành lý). ¶ ~를 달다 dán vé hành lý.

꼬마 (소년) nhóc, bé con; người nhỏ con(소형). ¶ ~ 자동차 xe ô tô nhỏ / ~ 전구 bóng đèn nhỏ.

꼬바기 xuyên, xuyên qua, suốt, trọn vẹn. ¶ ~ 이틀 suốt trong hai ngày / ~ 뜬눈으로 밤을 새우다 thức trắng đêm.

꼬박 ☞ **꼬바기**.

꼬박꼬박 khiêm nhường, nhún nhường (어김없이); chính xác, đúng hạn (정확히). ¶ 세금을 ~ 내다 nộp thuế đúng hạn.

꼬부라지다 uốn cong, bẻ cong. ¶ 늙어 허리가 ~ già nên lưng bị còng.

꼬부랑하다 cong, còng, vênh vẹo. ¶ 꼬부랑 글자 chữ xiêu vẹo / 꼬부랑 늙은이 cụ già còng lưng.

꼬부리다 cong, uốn cong, làm cong, làm vênh.

꼬불꼬불 ¶ ~한 cong, ngoằn ngoèo, khúc khuỷu, quanh co.

꼬이다 ❶ (실, 끈 등이) bị xoắn lại, bị rối tung lên. ❷ (일이) sai lầm, thất bại, rối tung vướng vào nhau. ❸ (마음이) rối bời, cáu kỉnh, khó chịu.

꼬장꼬장하다 (노인이) tráng kiện, khoẻ mạnh, tràn đầy sức lực; (성미가) cương quyết, cứng rắn; (가는 것이) thăng tiến mạnh mẽ.

꼬집다 ❶ (살을) cấu, véo. ❷ (비꼼) phê bình, chê trách.

꼬챙이 cái xiên (để nướng thịt). ¶ ~에 꿰다 xâu … qua cái que xiên.

꼬치 ❶ thức ăn nướng xiên que. ❷ ☞ **꼬챙이**.

꼬치꼬치 ¶ ~ 마르다 (lo lắng) đến rạc người, gầy người / ~ 캐묻다 hỏi một cách tọc mạch, hỏi tường tận.

꼬투리 ❶ (깍지) vỏ bọc, vỏ mai, vỏ ngoài. ❷ (꽁초) đốt thuốc lá. ❸ (발단) nguồn gốc, căn nguyên, lý do, nguyên do.

꼭 ❶ (단단하게) chặt chẽ, chắc chắn, sít sao. ¶ 문을 ~ 닫다 đóng chặt cửa

ㄱ

/ ~ 쥐다 túm chặt, ôm chặt, cầm chặt. ❷ (빠듯이) chặt, bó sát, chặt chẽ, khít, sát vào nhau. ¶ ~ 끼는 모자 cái mũ chặt / ~끼다 đậy kín, đóng kín. ❸ (빈틈없이) vừa khít. ¶ ~ 맞는 뚜껑 cái nắp vừa khít / (옷 등이) ~ 맞다 (áo quần) vừa khít. ❹ (정확하게) vừa đúng, chính xác. ¶ ~ 세 시간 chính xác 3 giờ / ~ 같다 dường như chính xác. ❺ (틀림없이) chắc chắn, không sai, đúng. ¶ ~ 출석하다 chắc chắn có đến / ~ 하다 chắc chắc làm. ❻ (흡사) ☞ **마치**.

꼭꼭 ☞ 꼭 ❶. ¶ ~ 묶다 cột (buộc) chặt.

꼭대기 chóp, ngọn, nóc, đỉnh; đỉnh núi (산의).

꼭두각시 bù nhìn, con rối, kẻ bị giật dây.

꼭두새벽 tảng sáng, bình minh, rạng đông. ¶ ~에 vào sáng sớm tinh mơ.

꼭두서니 [TV] cây thiên thảo.

꼭지 ❶ (수도 따위의) cái vòi nước. ¶ 수도 ~를 틀다 [잠그다] mở [đóng, khoá] vòi nước. ❷ (뚜껑의) tay nắm, tay cầm, núm (우유병의). ❸ thân (cây), cuống (hoa) (식물의).

꼲다 (채점) đánh dấu, ghi dấu, xếp loại, làm dấu.

꼴[1] (모양) hình dáng, hình thể; (외양) dáng vẻ, ngoại hình; (상태) tình trạng, tình thế, hoàn cảnh, trạng thái; (광경) quang cảnh, phong cảnh. ¶ ~사나운 hình dáng xấu xí, ghê tởm, kinh tởm. ¶ 세모~ hình tam giác, ba cạnh; bộ ba, tay ba.

꼴[2] (먹이) cỏ.

…꼴 giá khoảng. ¶ 한 근에 5백원 ~로 giá khoảng 500won 1 geun (khoảng 600 gam).

꼴깍꼴깍 ực, ừng ực. ¶ ~ 마시다 uống ừng ực.

꼴뚜기 [ĐV] con mực phủ, loại mực ống nhỏ.

꼴불견(-不見) **~이다** tính chất xấu xa, khó coi, tồi tệ.

꼴찌 sau rốt, cuối cùng, sau cùng (사람, 팀). ¶ ~에서 둘째 thứ hai từ cuối lên.

꼼꼼하다 tỉ mỉ, cẩn thận, chu đáo, thận trọng. ¶ 꼼꼼한 사람 người chu đáo / 꼼꼼히 một cách tỉ mỉ, cẩn thận, chu đáo.

꼼짝 ¶ ~도 않다 cũng không nhúc nhích / ~ 못하다 (궁지) không thể di chuyển được; (상대에게) không thể làm gì, bất lực trước đối phương / ~ 못하게 하다 làm cho không thể nhúc nhích được (말로).

꼽다 đếm. ¶ 날짜를 ~ đếm từng ngày.

꼽재기 ❶ (때) rác rưởi, rác bẩn, đồ kinh tởm, đồ nhớp nhúa. ❷ (작은 사물) mẩu nhỏ, phần nhỏ, vật nhỏ bé.

꼽추 ☞ **곱사등이**.

꼿꼿하다 thẳng góc, thẳng đứng, ngay thẳng. ¶ 꼿꼿이 서다 đứng thẳng.

꽁무니 xương cụt (cuối xương sống) (궁둥이); (끝) tận cùng, sau cùng. ¶ ~빼다 quay lưng, lùi bước, chùn lại, chạy làng, không chịu nhận, từ chối trách nhiệm / 여자 ~를 따라다니다 đi theo sau cô gái.

꽁지 đuôi (chim).

꽁지벌레 con giòi (ấu trùng của một loài ruồi).

꽁초(-草) đốt thuốc lá.

꽁하다 hẹp hòi, kín đáo, thiển cận.

꽂다 (박다) đóng; gắn, dính, cài, cắm (끼우다); đâm, chọc (찌르다). ¶ 장식핀을 머리에 ~ cài kẹp tóc lên đầu / 병에 꽃을 ~ cắm hoa vào lọ.

꽂을대 (탄약 다져 넣는) que nhồi thuốc; (총포 손질용) cái thông nòng (súng).

꽂히다 (박히다) bị đóng (맞히다); lồng

vào, gài vào (끼이다); bị đâm, bị chọc (찔리다).

꽃 ❶ (초목의) hoa. ¶ ～의 (thuộc) hoa, (thuộc) cây cỏ / ～파는 아가씨 cô gái bán hoa (bông) / ～피다 hoa nở. ¶ ～가루 bột hoa / ～가지 cành hoa / ～나무 cây hoa / ～놀이 đi ngắm hoa / ～다발 bó hoa / ～동산 vườn hoa / ～무늬 hoa văn / ～받침 đài hoa / ～봉오리 nụ hoa / ～송이 bông hoa / ～재배 trồng hoa. ❷ (미인, 명물) hoa khôi (사교계의).

꽃꽂이 cắm hoa. ¶ ～회 hội cắm hoa.

꽃밭 vườn hoa.

꽃병 lọ (bình) hoa.

꽃샘 thời tiết lạnh trong mùa hoa nở, cái lạnh trong mùa xuân. ¶ ～ 추위 thời tiết lạnh ghen với hoa.

꽃술 nhị hoa (수술); nhuỵ hoa (암술).

꽃식물(-植物) cây hoa. ☞ **현화식물**.

꽃잎 cánh hoa.

꽉 ❶ (단단히) ☞ **꼭** ❶. ❷ (가득히) chặt, khít, đầy. ¶ ～ 차다 nhét đầy, chặt khít. ❸ ☞ **꾹**.

꽐꽐 tiếng ùng ục, tiếng ồng ộc (nước chảy); tiếng róc rách (suối); tiếng ríu rít (người).

꽝 tiếng sập mạnh, tiếng nổ lớn. ¶ 문을 ～ 닫다 đóng cửa rầm một cái.

꽤 khá, kha khá, đáng kể. ¶ ～ 잘 하다 khá giỏi / ～ 좋다 [힘들다] khá tốt [vất vả].

꽥 ¶ ～ 소리지르다 thét lên, kêu thất thanh lên.

꽹과리 cái cồng, cái chiêng nhỏ.

꾀 (슬기) phương sách, phương kế, thủ đoạn; (계략) mưu mẹo, trò bịp bợm, thủ đoạn. ¶ ～많은 사람 người đa mưu, người có nhiều thủ đoạn / ～바르다 mưu kế đúng đắn / ～에 넘어가다 mắc mưu, rơi vào bẫy / ～쓰다 sử dụng mưu kế (thủ đoạn).

꾀꼬리 〔LCh〕 chim vàng anh.

꾀다[1] (모이다) tụ tập, họp lại, tập trung, tập hợp.

꾀다[2] (유혹) lôi cuốn, cám dỗ, mê hoặc, dụ dỗ, lôi kéo, quyến rũ. ¶ 꾀어내다 dụ dỗ, lôi kéo / 여자를 ～ dụ dỗ (lôi kéo) cô gái.

꾀병(-病) bệnh giả vờ, bệnh giả đò. ¶ ～ 부리다 giả bệnh, giả vờ bị bệnh.

꾀보 người mưu mô xảo quyệt, người gian xảo, người có thủ đoạn.

꾀이다 (꼬임을 당하다) bị quyến rũ, bị lôi kéo, bị dụ dỗ.

꾀잠 sự ngủ giả vờ. ¶ ～자다 giả ngủ, ngủ giả bộ.

꾀죄(죄)하다 lôi thôi, nhếch nhác, lếch thếch, tồi tàn, tiều tuỵ, có vẻ nghèo nàn.

꾀하다 ❶ (계획) dự kiến, lập kế hoạch, lập dự định; (나쁜 짓을) âm mưu, mưu tính, bày mưu kế, toan tính. ¶ 반란을 ～ âm mưu phản loạn. ❷ (추구) tìm kiếm, xúc tiến. ¶ 사리를 ～ tìm kiếm lợi ích cá nhân.

꾐 sự cám dỗ, sự lôi cuốn, sự dụ dỗ, sức quyến rũ. ¶ ～에 빠지다 rơi vào sự cám dỗ, sa ngã trước cám dỗ.

꾸기적거리다 làm nhăn nheo, có nếp gấp, nhàu nát.

꾸다[1] (꿈을) mơ, nằm mơ. ☞ **꿈꾸다**.

꾸다[2] (돈, 물건을) mượn, vay mượn.

꾸드러지다 làm khô, làm cạn ráo.

꾸들꾸들 ¶ ～한 khô cứng, khô ráo.

…꾸러기 người thường có những hành động thái quá. ¶ 장난～ một đứa trẻ nghịch ngợm.

꾸러미 một bọc, một bó.

꾸르륵 ¶ ～거리다 sôi ruột, bụng sôi ùng ục, (nước) chảy róc rách.

꾸리다 ❶ (짐을) bọc lại, gói lại, bao

ㄱ

lại, cột lại. ¶ 짐을 다시 ~ bọc lại hành lý. ❷ (일을) thu xếp, quản lý, sắp xếp. ¶ 꾸려 나가다 đi ra ngoài để thu xếp công việc.

꾸무럭거리다 di chuyển chậm chạp, lờ đờ, thơ thẩn, chần chừ, nấn ná.

꾸물거리다 ☞ **꾸무럭거리다**. ❶ (치장) tô điểm, trang điểm, trang trí, trang hoàng; (화장) trang điểm; ¶ 얼굴을 곱게 ~ trang điểm khuôn mặt một cách dễ thương. ❷ (가장) bịa đặt, giả vờ, giả bộ. ¶ 꾸민 태도 thái độ giả đò, giả vờ. ❸ (조작) chế tạo, phát minh; (계획) đề ra (kế hoạch), vạch ra (âm mưu) (음모를). ¶ 꾸며낸 얘기 chuyện bịa đặt. ❹ (조직) tổ chức, thiết lập, thành lập. ¶ 가정을 ~ lập gia đình / 정원을 ~ tổ chức thành viên. ❺ (작성) soạn thảo, chuẩn bị, làm ra. ¶ (계약서를) 두 통 ~ soạn thảo 2 bản (hợp đồng).

꾸밈 ¶ ~없는 đơn giản, rõ ràng, không hoa hòe hoa sói, ngay thẳng, bộc trực (솔직한).

꾸벅거리다 ngủ gà ngủ gật, ngủ lơ mơ.

꾸벅이다 ☞ **꾸벅거리다**.

꾸부러뜨리다 ☞ **구부러뜨리다**.

꾸역꾸역 tiếp nối, lần lượt, từng đàn từng lớp.

꾸준하다 đều đặn, đều đều, kiên trì, bền bỉ. ¶ 꾸준히 một cách kiên trì, bền bỉ, đều đặn, đều đều.

꾸지람 sự rầy la, sự khiển trách, sự quở mắng, sự chửi rủa. **~하다** la rầy, khiển trách. ¶ ~ 듣다 nghe mắng, nghe khiển trách.

꾸짖다 khiển trách, trách mắng, mắng mỏ, rầy la. ¶ 되게 [가볍게] ~ khiển trách nặng [nhẹ].

꾹 ❶ (참는 모양) kiên nhẫn, nhẫn nại, bền chí. ¶ ~ 참다 chịu, chịu đựng. ❷ (누르는 모양) chặt, chặt chẽ, cứng rắn, vững chắc. ¶ ~ 누르다 ép chặt, ép cứng.

꿀 mật ong; (꽃의) mật hoa.

꿀꺽 ❶ (삼키는 모양) một ngụm, một hơi. ❷ (참는 모양) chịu đựng, nén sự phẫn uất, nén cơn giận.

꿀꿀 ¶ ~거리다 (돼지가) (heo, lợn) khịt khịt, kêu ủn ỉn.

꿀떡 ¶ ~ 삼키다 nuốt chửng, nuốt ực (thức ăn).

꿀리다 ❶ (주름잡히다) nhăn, nhàu. ❷ (형편이) khó khăn, bần cùng. ❸ (켕기다) bị khuất phục, thua, không chịu nổi, không chống nổi. ¶ 꿀리지 않고 không hề chịu thua, không hề khuất phục.

꿀물 nước mật.

꿀벌 con ong mật.

꿇다 quỳ, quỳ xuống. ¶ … 앞에 무릎을 ~ quỳ gối xuống trước.

꿇어앉다 quỳ gối.

꿈 giấc mơ; (환상) ảo tưởng, ảo mộng, ảo giác, trí tưởng tượng. ¶ 들어맞는 [개]~ giấc mơ thành hiện thực [giấc mơ không thành hiện thực] / 불길한 ~ giấc mơ báo điềm gở / ~의 세계 thế giới trong mơ / ~ 같은 như mơ / 젊은 시절의 ~ ước mơ thời trẻ / ~에서 깨어나다 tỉnh giấc mơ / ~자리가 좋다 [사납다] giấc mơ tốt [ác mộng] / …을 ~에 보다 nhìn thấy … trong mơ.

꿈결 ¶ ~같은 như mơ / ~같이 như mơ, chóng vánh như giấc mơ (빠르게).

꿈꾸다 ❶ (잠을 자면서) mơ, ngủ mơ ❷ (바라다) ước mơ, hy vọng. ¶ 미래의 작가를 ~ mơ về tác giả của tương lai.

꿈실거리다 ngoằn ngoèo, quằn quại, luồn lách, vặn vẹo.

ㄱ

꿈지럭거리다 nhúc nhích, động đậy, khuấy động.

꿈쩍없다 bất di bất dịch, không nhúc nhích, không động đậy, không chuyển động, thản nhiên, không chịu khuất phục.

꿈틀거리다 ☞ **굼틀거리다**.

꿋꿋하다 cứng rắn, vững chắc, mạnh mẽ. ¶ 꿋꿋한 의지 ý chí mạnh mẽ.

꿍꿍 (신음) ¶ ~ 앓다 đau rên rỉ.

꿍꿍이셈 = 꿍꿍이속. âm mưu bí mật, ý đồ bí mật, mục đích bí mật. ¶ ~이 있다 có âm mưu bí mật.

꿩 【LCh】 gà lôi đỏ, gà lôi.

꿰다 (구멍에) chui qua, vượt qua, xuyên qua. ¶ 바늘에 실을 ~ xâu kim, xỏ kim, luồn chỉ.

꿰뚫다 ❶ (관통하다) khoan, đào, đâm qua, xuyên qua, chọc thủng (탄환 따위가). ❷ (정통) am hiểu kỹ, nhìn kỹ; (통찰) nhìn thông suốt, nhìn xuyên thấu.

꿰뜨리다 bẻ gãy, đập vỡ, làm mòn, rách, đâm thủng, châm thủng.

꿰매다 ❶ (바늘로) khâu, may. ¶ 해진[터진] 데를 ~ khâu vết rách [chỗ rách] / 상처를 두 바늘 ~ khâu 2 mũi vết thương. ❷ (깁다) may, khâu.

꿰미 (끈) sợi dây.

꿰지다 ❶ (미어지다) bị rách, bị xé vụn; (해지다) bị xé toạc ra. ❷ (터지다) bị rách.

꿰찌르다 đâm, đâm xuyên qua.

꽥 ¶ ~ 소리지르다 hét lên.

뀌다 (방귀를) đánh rắm.

끄나풀 ❶ (끈) một đoạn dây. ❷ (앞잡이) công cụ, tay sai; (경찰의) mật thám, cảnh sát mật.

끄느름하다 âm u, u ám, ảm đạm, mây che kín.

끄다 ❶ (불을) tắt, dập tắt, làm tắt (불어서). ¶ 불을 ~ tắt lửa, tắt đèn / 촛불을 ~ thổi tắt nến. ❷ (전기, 가스 등을) tắt. ¶ 엔진을 ~ tắt máy động cơ.

끄덕거리다 gật, gật đầu, cúi đầu. ¶ 끄덕거리며 vừa gật gù.

끄덕이다 ☞ **끄덕거리다**.

끄덩이 ¶ (머리) ~를 잡다 nắm đuôi tóc.

끄떡 khẽ cúi, hơi nhúc nhích ¶ ~없다 chắc chắn; kiên cố, không dời đổi (움직이지 않다); không chùn bước, không nao núng, vững vàng, không do dự (태연).

끄르다 cởi, cởi bỏ, tháo gỡ. ¶ 단추를 ~cởi cúc áo.

끄르륵거리다 phun ra.

끄무러지다 u ám, mây che phủ, đầy mây.

끄무레하다 làm u ám, phủ mây.

끄물거리다 (trời) trong và có mây.

끄물끄물 ¶ ~한 (trời) trong và có mây.

끄집다 chọn, nhặt, lượm.

끄집어내다 đưa ra, đem lại, lấy ra, cất lời, chỉ ra.

끄트러기 mẩu, mảnh, miếng.

끄트머리 ❶ (맨끝) đoạn cuối, phần cuối, đuôi. ❷ (실마리) đầu mối, manh mối.

끈 (줄) dây, sợi dây, dây thừng nhỏ; (결거나 짠 끈) dây ruy băng, ren (đăng ten); (가죽끈) dây da.

끈기(-氣) ❶ (끈끈함) dính, sánh, bầy nhầy, nhớp nháp. ❷ (근기) sự kiên trì, sự bám chặt, sự đeo bám.

끈끈이 nhựa bẫy chim.

끈끈하다 ❶ (끈적임) dính, lầy nhầy, nhớp nháp. ❷ (검질김) dính chặt, bám chặt, dính như keo, như hồ.

끈덕거리다 lỏng, lỏng lẻo, lòng thòng, lung lay, khập khiễng, ọp ẹp.

끈덕지다 ☞ **끈질기다**.

끈적거리다 dính, sánh, bầy nhầy, nhớp nháp.

ㄱ

끈적끈적 ¶ ~한 dính chặt, nhờn, nhớp nháp, bám chặt.
끈적이다 ☞ **끈적거리다**.
끈질기다 bền bỉ, bám chặt, kiên trì. ¶ 끈질긴 노력 nỗ lực bền bỉ.
끊다 ❶ (자르다) cắt, chặt, cắt ra. ❷ (중단, 차단) gián đoạn, cắt đứt; (전화를) cắt; (전기를) cúp, cắt điện. ❸ (인연, 관계를) cắt đứt quan hệ. ¶ 교제(交際)를 ~ cắt đứt giao lưu, tuyệt giao. ❹ (그만두다) bỏ, từ bỏ. ¶ 술을 ~ bỏ rượu. ❺ (목숨을) giết. ❻ (사다) mua. ❼ (발행) phát hành.
끊어지다 ❶ (절단됨) bị cắt đứt, ❷ (중단, 차단됨) bị gián đoạn. ❸ (관계 등이) bị cắt đứt. ❹ (기한이) quá hạn, hết hạn (thời hạn). ❺ (목숨이) chết.
끊임없다 không ngừng nghỉ, liên tục, không ngừng, không ngớt, liên tiếp. ¶ 끊임없이 một cách không ngừng.
끌 cái đục.
끌끌하다 ngay thẳng, chính trực, liêm chính, liêm khiết.
끌다 ❶ (당기다) kéo, lôi, giật (배를); (질질) lôi kéo, kéo lê; (옷자락을) kéo tay áo lên, xắn tay áo lên. ❷ kéo dài, kinh niên (지연). ¶ 오래 끄는 병 bệnh lâu ngày / 오래 끌어온 협상 sự hiệp thương lâu đời. ❸ (이끌다) hấp dẫn, lôi cuốn, cuốn hút. ¶ 손님을 ~ lôi kéo khách / 주의를 ~ thu hút sự chú ý / 인기를 ~ hấp dẫn, lôi kéo. ❹ (인도) dẫn đường. ¶ 노인의 손을 ~dẫn đường cho cụ già ❺ (끌어들이다) bố trí, sắp đặt lại; (가설) thiết kế (수도, 가스 따위를); lắp, lắp đặt (전등, 전화를).
끌러지다 lỏng, không chặt, chùng, không căng, không khít.
끌리다 ❶ (당겨지다) bị lôi kéo, bị xô đẩy; (질질) bị kéo lê, bị lôi đi. ¶ 치마가 ~ cái váy kéo lê. ❷ (연행) bị dẫn đến, bị lôi đến. ❸ (마음이) thu hút, hấp dẫn (매혹); xúc động (감동).
끌밋하다 đẹp đẽ, sáng sủa, hấp dẫn.
끌방망이 cái búa đục.
끌어내다 kéo ra, mang ra, đem ra (꾀어냄).
끌어내리다 đem xuống, kéo xuống, đẩy xuống.
끌어넣다 ☞ **끌어들이다**.
끌어당기다 kéo, lôi lại gần. ☞ **끌다 ❶**.
끌어대다 ❶ (돈을) mượn tiền. ❷ (인용) trích, trích dẫn. ¶ 전례를 ~ viện dẫn tiền lệ.
끌어들이다 ❶ (안으로) lôi kéo vào. ❷ (자기편에) lôi kéo (về phe mình). ¶ 사업에 자본가를 ~ lôi kéo (thu hút, kêu gọi) vốn đầu tư vào dự án kinh doanh.
끌어안다 ôm chặt, ghì chặt, kéo vào lòng.
끌어올리다 đẩy lên, mang lên; trục lên (một chiếc tàu, thuyền) (배를).
끓다 ❶ (물이) đun sôi, nấu sôi. ¶ 끓어 넘치다 quá sôi. ❷ (마음이) nóng lên, bừng lên. ¶ 피가 끓게 하다 làm máu nóng lên. ❸ (배가) bụng sôi. ❹ (가래가) chất đống, tích tụ. ❺ (우글거리다) đông đặc, đầy kín. ¶ 파리가 ~ ruồi kéo từng bầy.
끓이다 ❶ (끓게 하다) đun sôi. ❷ (익히다) nấu chín. ¶ 밥을 ~ nấu cơm / 국을 ~ nấu canh. ❸ (속태우다) buồn phiền, lo lắng, bận tâm.
꿈벅거리다 ☞ **깜박거리다**.
끔찍하다 ❶ (참혹) khủng khiếp, khiếp đảm, dễ sợ. ¶ 끔찍한 광경 quang cảnh khiếp đảm. ❷ (극진) hết lòng hết dạ, tất cả tấm lòng. lịch sự, nhã nhặn. ¶ 끔찍이 (굉장히) lịch sự, nhã nhặn; (극진히) một cách nhiệt tình, lịch sự,

nhã nhặn / 끔찍이 사랑하다 yêu nhiệt tình.

끙끙 ¶ ~ 앓다 rên rỉ, than vãn.

끝 ❶ (첨단) đầu, đỉnh, chóp, cuối. ¶ 혀~ đầu lưỡi / … 에서 ~까지 từ … cho đến cuối. ❷ (한도) hạn độ. ¶ ~없는 không có hạn độ. ❸ (마지막) cuối cùng, sự kết thúc (결말). ¶ ~의 kết thúc, cuối cùng / ~으로 cuối cùng / ~까지 đến hết / ~이 나다 kết thúc. ❹ (결과) kết quả, thành quả, hậu quả. ¶ 오랜 병 ~에 hậu quả của việc mắc bệnh lâu ngày.

끝갈망 ¶ ~하다 sắp đặt, sắp xếp, ổn định (công việc, vấn đề).

끝끝내 đến giờ phút cuối cùng, liên tục. ¶ ~ 반대하다 phản đối liên tục.

끝나다 kết thúc, cuối cùng, kết cuộc (기한이); hết (kì hạn) (…한 결과로). ¶ 실패로 ~ kết cục thất bại.

끝내다 kết thúc, chấm dứt.

끝돈 phần tiền còn lại chưa trả.

끝마감 hạn cuối cùng, sự kết thúc, sự hoàn tất. **~하다** kết thúc, hoàn tất trọn vẹn.

끝막다 kết thúc, chấm dứt, hoàn thành.

끝맺다 ☞ **끝내다**.

끝물 thu hoạch cuối mùa vụ.

끝수(-數) phân số, tổng số dư. ¶ ~를 버리다 bỏ phân số.

끝장 (종결) đoạn cuối, phần cuối, phần kết; (낙착) sự thoả thuận, sự ổn định, sự sắp đặt. ¶ ~나다 đi đến đoạn kết / ~내다 chấm dứt, kết thúc.

끝전(-錢) ☞ **끝돈**.

끝판 phần cuối trận đấu; (승부의) (ván) cuộc phần thắng bại.

끼끗하다 nhanh trí, tinh ranh, sáng sủa, thông minh, nhanh nhẹn.

끼니 thức ăn, bữa ăn. ¶ ~를 거르다(굶다) bỏ bữa (bỏ ăn, nhịn ăn).

끼다[1] ❶ (안개 따위가) phủ, che. ¶ 구름이 [안개가] ~ mây che [sương]. ❷ (때 따위가) bị bẩn, làm bẩn, vấy bẩn, làm dơ. ¶ 때가 낀 sự dơ bẩn.

끼다[2] ❶ ☞ **끼이다**. ❷ ☞ **끼우다**. ❸ (착용) đeo, khoác, mang, đội. ¶ 장갑을 ~ đeo găng tay/ 안경을 ~ đeo kính. ❹ (팔짱을) gập, gắp, vén, xắn, khoanh. ¶ 팔짱을 끼고 khoanh tay. ❺ (옆구리에) mang, cầm. ¶ 책을 몇 권 끼고 cầm mấy quyển sách ở tay. ❻ (참가) tham gia, tham dự. ¶ 일행에 ~ tham dự chương trình. ❼ (따라서) ¶ …을 끼고 dọc theo phía … / 강을 끼고 dọc theo sông. ❽ (배경) có hậu thuẫn ở sau. ¶ 권력을 ~ có sự hậu thuẫn quyền lực.

끼룩거리다 vươn cổ, nghển cổ.

…끼리 theo nhóm, trong nhóm, nhóm người riêng rẽ. ¶ 저희~ 싸우다 giữa chúng tôi đã có sự cãi vã.

끼리끼리 từng nhóm, mỗi nhóm.

끼워팔기 việc bán kết hợp, bán xen kẽ cùng hàng hoá khác.

끼얹다 rót, đổ, dội, trút, bắn lên, văng ra. ¶ 등에 물을 ~ đổ nước lên lưng.

끼우다 (사이, 속, 틈에) đặt, cài đặt, lắp đặt, bố trí. ¶ 창에 유리를 ~ lắp kính ở cửa.

끼이다 (사이에) nhồi, nhét, kẹp vào giữa, ép chặt, dính; (구두 따위) chật (giày). ¶ 잇새에 ~ dính vào kẽ răng.

끼적거리다 viết nguệch ngoạc, cẩu thả.

끼치다 ❶ (소름이) sự rùng mình, sởn gáy, cảm giác ớn lạnh. ❷ (폐 따위) làm lo lắng, làm phiền muộn, bận tâm về. ¶ 폐를 ~ làm phiền. ❸ (영향) ảnh hưởng, tác động.

끽소리 ¶ ~ 못하다 không nói nên lời / ~ 못하게 하다 làm cho không nói nên lời.

ㄱ

낄낄 ¶ ~ 거리다 cười khúc khích.

낌새 vẻ, triệu chứng, dấu hiệu, nét khác lạ (비유적으로 사용될 때). ¶ ~를 (알아)채다 nhận biết được dấu hiệu, vẻ khác lạ.

ㄴ

나 tôi. ¶ ～의 của tôi, thuộc về tôi / ～에게(를) đối với tôi, với tôi / ～의 것 cái của tôi / ～로서는 về phía tôi.

나가다 ❶ (밖으로) ra, đi ra ngoài. ¶ 뜰로 ～ đi ra ngoài vườn. ❷ (출석) có mặt. ¶ 강의에 ～ lên lớp, đi dạy. ❸ (근무) làm việc; đi công tác. ¶ 신문사에 ～ làm việc ở toà soạn. ❹ (참가) tham dự. ¶ 올림픽에 ～ tham dự đại hội thể thao. ❺ (입후보) ra, chạy đua. ¶ 대통령 선거에 ～ ra ứng cử tổng thống, chạy đua vào chức tổng thống. ❻ (팔리다) bán chạy. ¶ 잘 ～ hàng bán rất chạy. ❼ (지출) chi tiêu. ¶ 나가는 돈 tiền chi tiêu. ❽ (가치 등이) đáng giá; (무게가) nặng. ¶ 무게가 55 kg ～ nặng 55kg. ❾ (떠남) rời đi. ¶ 집을 ～ rời khỏi nhà. ❿ (진출) tiến lên, tiến bộ. ¶ 정계에 ～ bước vào giới chính trị. ⓫ (닳음, 꺼짐) mòn, cũ, sờn; tắt; mất. ¶ 불이 ～ tắt lửa, mất điện / 구두 뒤축이 ～ gót giầy bị mòn.

나가떨어지다 ❶ (뒤로 넘어지다) bị ngã ngửa; bị trượt ngã. ¶ 한 방에 ～ bị hạ đo ván, bị hạ nốc-ao. ❷ (녹초가 되다) bị kiệt sức.

나가자빠지다 ❶ ☞ **나가떨어지다**. ❷ (불이행) cao chạy xa bay; trốn. ¶ 약속을 이행 않고 ～ không thực hiện lời hứa và cao chạy xa bay.

나귀 con lừa, người ngu đần.

나그네 kẻ lang thang.

나긋나긋하다 mềm, mềm mại.

…나기 dân (thuộc vùng nào). ¶ 서울～ dân Seoul.

나날이 càng ngày càng.

나누다 ❶ (분할) chia, cắt; phân ra. ¶ 나눌 수 있는 có thể chia / 다섯으로 ～ chia ra làm năm. ❷ (분배) phân chia, phân loại, phân công. ¶ 과자를 아이들에게 나누어 주다 chia táo cho trẻ em. ❸ (구별) phân biệt; phân loại. ¶ 세 항목으로 ～ phân ra làm ba hạng mục. ❹ (함께 하다) chia, phân phát. ¶ 점심을 ～ chia sẻ bữa trưa; phân phát bữa trưa / 기쁨을 ～ chia sẻ niềm vui.

나누이다 được chia.

나눗셈 phép chia. **~하다** chia, phân ra.

나다 ❶ (출생) sinh ra, ra đời. ¶ 어디(에)서 났는가? anh sinh ra ở đâu? ❷ (돋아남) nảy; đâm; nhú, mọc. ¶ 어린애 이가 ～ mọc răng sữa. ❸ (산출, 발생) làm; sản xuất, chế tạo; phát sinh. ¶ 쌀이 나는 지방 địa phương sản xuất lúa gạo / 이익이 ～ sinh lãi. ❹ (살림을) ra ở riêng; bắt đầu cuộc sống mới. ❺ (끝장이) kết thúc; chấm dứt. ❻ (기타) ¶ 냄새 ～ có mùi / 맛이 ～ ngon / 이름이 ～ nổi tiếng / 병이 ～ mắc bệnh, có bệnh / 성이 ～ tức giận / 눈물이 ～ chảy nước mắt / 땀이 ～ ra mồ hôi / 신문에 ～ lên báo, bị đăng báo / 탄로(綻露)~ bị vạch trần, bị phơi bày / 새 길이 ~ phát hiện ra con đường mới / 소문이 ~ có tin đồn.

ㄴ

나다니다 đi rong, đi lang thang.

나달 khoảng bốn năm ngày.

나들이 chuyến đi chơi. ¶ ~옷 áo mặc khi đi chơi.

나라 ❶ (국토) lãnh thổ; đất nước; (국가) quốc gia; nhà nước. ¶ ~를 위하여 vì tổ quốc, vì đất nước. ¶ ~님 vua, hoàng đế. ❷ (특수세계) thế giới. ¶ 꿈~ cõi mơ; cõi thần tiên / 달~ cung trăng.

나락(奈落) địa ngục; âm phủ. ¶ ~으로 떨어지다 bị rơi vào cõi địa ngục.

나란히 song song; sánh vai. ¶ ~ 서다 đứng song song / ~ 앉다 ngồi song song / 우로 ~ thẳng hàng bên phải!

나래 (농기구) cái ủi đất; (노) mái chèo.

나력 【YH】 ☞ **연주창**.

나루 bến đò, bến phà. ¶ ~터 bến đò / 나룻배 con đò / 나룻전 chuyến đò / 나룻배 사공 người lái đò.

나룻 râu; ria; râu mép.

나르다 mang; chuyên chở; vận chuyển.

나르시(시)즘 【TLH】 chủ nghĩa vị kỉ.

나른하다 lừ đừ, mệt mỏi, thiếu sinh khí; rã rời. ¶ 나른한 오후 buổi chiều mệt mỏi.

나름 ¶ … ~이다 theo từng …, tùy từng … / 자기 ~대로 tùy theo mỗi người.

나리[1] (존칭) ngài, quý ông.

나리[2] 【TV】 hoa huệ tây.

…나마 mặc dầu, dẫu rằng; tuy. ¶ 그만한 비에도 그~ 와 주니 감사합니다 rất cảm ơn vì mặc dù trời mưa thế mà anh vẫn đến đây.

나막신 giầy đế gỗ.

나머지 ❶ (남은 것) cái còn lại, phần còn lại; vật còn sót lại; tiền trả lại (잔금). ¶ ~의 thuộc phần còn lại / ~ 없이 không còn lại gì. ❷ (…한 끝에) hậu quả, sau một hồi. ¶ 기쁜 ~ vì vui mừng tột độ.

나무 ❶ (수목) cây cối; thực vật. ¶ ~그늘 bóng cây / 나뭇결 thớ gỗ / 나뭇등걸 gốc cây / 나뭇잎 lá cây (총칭). ❷ (재목) gỗ; gỗ xây dựng, gỗ kiến trúc. ¶ ~로 된 làm bằng gỗ. ¶ ~못 đinh gỗ / ~ 상자 hòm gỗ / ~토막 gỗ vụn / ~때기 gậy gỗ. ❸ (땔나무) chất đốt, nhiên liệu. ~하다 lấy củi, đốn củi. ¶ ~꾼 tiều phu / ~ 장수 buôn bán gỗ.

나무라다 phàn nàn, khiển trách, mắng mỏ; phê bình, chỉ trích.

나무람 sự phàn nàn, sự khiển trách; sự chỉ trích.

나무아미타불(南無阿彌陀佛) nam mô a di đà Phật!; (명복을 빌 때) lạy Đức Phật từ bi hỉ xả.

나물 rau cỏ; thực phẩm rau tươi; rau xanh. ¶ ~국 canh rau / ~을 무치다 trộn rau gia vị.

나방 【CT】 con mối, con mọt.

나변(那邊) ¶ ~ đâu; chỗ nào / 진의가 ~에 있는가? chân lý ở đâu?

나병(癩病) 【YH】 bệnh hủi; bệnh phong. ¶ ~에 걸려있다 bị mắc bệnh phong. ¶ ~원 bệnh viện phong / ~ 환자 bệnh nhân mắc bệnh phong.

나부(裸婦) người phụ nữ khỏa thân.

나부끼다 vẫy, vỗ, rung, đu đưa. ¶ 깃발이 바람에 ~ lá cờ bay phấp phới theo gió.

나부랭이 miếng; mẩu, mảnh, viên, cục.

나부죽이 lịch sự, nhã nhặn.

나불거리다 (나부끼다) vẫy, vỗ, rung, lắc; (입을) khua môi múa mép, ba hoa, bép xép.

나붓거리다 rung rinh liên tục, lắc lư

mãi.

나비 con bướm. ¶ ～넥타이 cà vạt con bướm (nơ) / ～ 매듭 thắt nơ hình con bướm.

나쁘다 ❶ (좋지 않다) xấu; tồi, dở, không hay; ác, bất lương (사악); có hại (해로운); tồi, kém, dở, xấu (품질이); kém, yếu (건강이); tồi, kém (기억이); tồi tệ, xấu (길이); xấu (날씨가); ác, xấu xa (불길한); bị mang tiếng xấu (평이 나쁜). ¶ 나쁜 짓 hành động xấu xa / 나쁜 동무 bạn xấu / 나쁜 소식 tin dữ / 나쁜 징조 điềm gở / 눈에 ～ có hại cho mắt / 위가 ～ dạ dày yếu / 기억력이 ～ trí nhớ kém / 나빠지다 trở nên xấu, trở nên tồi tệ / 나쁘게 말하다 [생각하다] nói [nghĩ] dở. ❷ (모자라다) thiếu; không tương xứng, không đủ. ¶ 그렇게 먹고 아직 부족하니? ăn thế vẫn chưa no à?

나삐 (나쁘게) một cách xấu, tệ, tồi, dở; (부족하게) thiếu. ¶ ～ 여기지 말게 đừng coi là xấu xa.

나사(螺絲) ❶ (못) đinh vít; đinh ốc (전(栓)). ¶ ～로 죄다 siết ốc / ～를 돌리다 [풀다] vặn [tháo] ốc ra. ¶ ～돌리개 cái tua-vít / ～송곳 mũi khoan đơn / cái đinh ốc / 암～ lỗ vặn đinh ốc. ❷ (나선) đường xoắn ốc, đường xoáy hình trôn ốc.

나사(羅紗) vải len; vải dạ dầy. ¶ ～상 trang phục bằng vải len.

나사 (미국 항공우주국) NASA (cơ quan hàng không và vũ trụ Hoa Kỳ).

나상(裸像) hình dáng trần trụi.

나서다 ❶ (앞으로) bước lên, trình diện; ra ngoài (나가다); đi về (들어가다); tiến lên (진출); đứng vào, gia nhập (입후보). ¶ 줄에서 ～ đứng vào hàng / 교문을 ～ ra ngoài cổng trường; / 실업계에 ～ tham gia vào giới doanh nghiệp / 정계에 ～ tham gia vào chính trị. ❷ (간섭) can thiệp, xen vào. ¶ 남의 일에 나서기를 싫어하다 không thích can dự vào chuyện của người khác / 네가 나설 자리가 아니다 Anh không có quyền can thiệp. ❸ (구하는 것이) tìm, tìm kiếm. ¶ 일자리가 ～ tìm việc làm / 희망자가 하나도 나서지 않았다 không có ai ra ứng cử; không có ai nộp đơn xin việc.

나선(螺旋) sự xoay, đường xoắn ốc, đường xoáy trôn ốc. ¶ ～상의 có hình xoắn ốc, sự xoáy trôn ốc. ¶ ～ 강하 비행 sự hạ xuống theo hình xoắn ốc (máy bay) / ～계단 cầu thang hình xoắn ốc.

나신(裸身) ☞ **나체**.

나아가다 ❶ (전진) tiến lên; tiến tới; tiến triển; đi lên trước. ¶ 한 걸음 ～ đi lên phía trên một bước. ❷ (진보하다) tiến bộ; phát triển, đi lên. ¶ 영어 진도가 ～ trình độ tiếng Anh tốt lên / 순조로이 ～ tiến triển một cách thuận lợi. ❸ (좋아지다) tốt lên, khá hơn; đỡ hơn, thay đổi tốt hơn.

나아지다 trở nên tốt hơn, trở nên khá hơn; khá lên nhiều.

나약(懦弱) sự yếu đuối, sự nhu nhược; tính yếu ớt, tính nhút nhát; tính ẻo lả. ~한 yếu đuối, nhu nhược; ủy mị; nhút nhát. ¶ ～한 국민 quần chúng yếu ớt.

나열(羅列) sự liệt kê **~하다** liệt kê; sắp hàng, dàn hàng; dàn trận.

나오다 ❶ (나타나다) đi ra, bước ra, hiện ra; xuất hiện; trình diện. ¶ 무대에 ～ bước ra sân khấu; bước lên vũ đài / 나쁜 버릇이 ～ lòi ra thói xấu. ❷ (나가다, 떠나다) đi ra; đi khỏi; dời. ¶ 집을 ～ dời khỏi nhà. ❸ (음식이) ra; đem ra. ❹ (태도) thể hiện, lộ rõ.

¶ 그가 어떻게 나올지 볼 만하다 cũng đáng để xem trông anh ta thế nào. ❺ (생기다) xảy ra. ❻ (실리다) được đăng; lên báo. ❼ (출판되다) được xuất bản, được phát hành, được in ấn. ❽ (흐르다) bị chảy ra, bị rò rỉ. ❾ (졸업) tốt nghiệp, hoàn thành, ra trường. ❿ (싹이) mọc, nảy, nhú, ra, đâm. ⓫ (돌출) xuất sắc, nổi bật. ⓬ (문제가) có, ra. ⓭ (노출) lòi ra; tòi ra. ¶ 이불에서 발이 ~ chân lòi ra khỏi chăn. ⓮ (산출) sản xuất, sinh ra, mang lại. ⓯ (통해서) đến, đi đến, đạt đến. ¶ 이 길로 가면 어디가 나옵니까? đi theo còn đường này thì sẽ đến đâu? ⓰ (참가) tham dự, có mặt; tham gia. ¶ 정계에 ~ tham gia vào giới chính trị. ⓱ (석방) thả, phóng thích.

나위 ¶ 더할 ~ 없이 không còn điều gì hơn nữa; không thể hơn nữa, tuyệt vời; xuất sắc / …은 말할 ~도 없고 cũng không còn điều gì để nói / 말할 ~도 없이 không thể hơn, không còn gì hơn.

나이 tuổi, tuổi tác. ¶ ~ 지긋한 già đi; có tuổi / ~ 탓으로 tại tuổi tác / ~순으로 theo thứ tự tuổi tác / ~에 비해 so với độ tuổi / ~를 먹다 thêm tuổi.

나이배기 người già hơn tuổi.

나이테 (나무의) vòng sinh trưởng.

나이트(night) (밤) đêm. ¶ ~ 한밤중 giữa đêm, nửa đêm / ~ 캡 mũ ngủ / ~ 클럽 câu lạc bộ ban đêm, vũ trường.

나이프 con dao.

나인(內人) người giúp việc, cung nữ.

나일론 ni-lông.

나잇값 cách xử thế theo tuổi tác.

나전(螺鈿) xà cừ. ¶ ~ 세공(細工) đồ trang trí bằng xà cừ.

나전어(羅甸語) tiếng La tinh. ☞ **라틴**.

나절 nửa ngày. ¶ 반~ một phần tư ngày.

나조(-調) 【ÂN】 nốt si. ¶ ~ 장 [단] 음계 gam si trưởng [thứ].

나중 ¶ ~에 sau này, sau đó; tương lai, về sau / ~ 것 cái cuối cùng.

나지리 ¶ ~보다(여기다) xem thường, coi thường; khinh rẻ, coi khinh.

나지막하다 khá thấp. ¶ 나지막한 소리 âm thanh thấp.

나직하다 ☞ **나지막하다**.

나체(裸體) sự khỏa thân; sự trần truồng. ¶ ~의 thuộc khỏa thân. ¶ ~미 vẻ đẹp khỏa thân, nghệ thuật khỏa thân / ~주의 chủ nghĩa khỏa thân / ~화 tranh khỏa thân / 반~ bán khỏa thân.

나치스 Đảng Quốc xã (Đức). ¶ ~의 thuộc đảng Quốc xã.

나침반(羅針盤) cái la bàn.

나타나다 ❶ (출현) xuất hiện; trưng bày; phô bày; vạch trần; phơi bày; tiết lộ. ¶ 현장에 ~ xuất hiện tại nơi. ❷ (표현) biểu hiện. ¶ 얼굴에 ~ biểu lộ trên khuôn mặt. ❸ (시야에) thể hiện, biểu hiện. ❹ (발각) dò ra, tìm ra; khám phá; phát giác, phát hiện. ¶ 본성이 ~ bản tính lộ ra, được thể hiện. ❺ (언급됨) được đề cập, được nói đến. ¶ 미국 문헌에 나타난 한국 đất nước Hàn Quốc được nói đến trong các sách báo Mỹ. ❻ (알려지다) nổi tiếng, được biết đến. ¶ 세상에 나타나지 않고 숨어서 살다 sống khép mình không lộ ra bên ngoài.

나타내다 ❶ (표시) biểu thị, biểu hiện; (증명) chứng minh, chứng tỏ, tỏ ra. ¶ 성격을 ~ biểu lộ tính cách. ❷ (노출) lòi ra, lộ ra. ¶ 정체를 ~ để lộ bản chất. ❸ (표현) biểu hiện, bày tỏ; phát biểu, diễn tả. ¶ 말로 나타낼 수 없다 không thể diễn tả bằng lời. ❹ (대표) đại diện. ❺ (상징) biểu tượng, tượng trưng. ❻ (뚜렷이하다) làm rõ, nổi rõ. ¶ 두각을 ~ lộ rõ chân tướng.

나태(懶怠) sự lười biếng, sự biếng nhác. ~한 lười biếng, uể oải, chậm trễ, lờ đờ.

나토 NATO (tổ chức liên minh Bắc Đại Tây Dương).

나트륨 na-tri (kí hiệu Na).

나팔(喇叭) kèn trom-pét, kèn thúc quân (군대의). ¶ ~을 불다 thổi kèn trom-pet; (술을) say rượu. ¶ ~수 người thổi kèn; lính kèn.

나팔거리다 ☞ **나풀거리다**.

나팔관(喇叭管) 【GP】 vòi trứng, ống dẫn trứng. ¶ ~염 【YH】 viêm ống dẫn trứng.

나포(拿捕) sự bắt giữ, sự tóm được, sự giành được. ~하다 bắt giữ, tóm. ¶ ~선(船) tàu đánh bắt.

나폴리 Na-po-li.

나푼거리다 vỗ nhẹ, vẫy nhẹ; rung rinh nhè nhẹ.

나풀거리다 ☞ **나푼거리다**.

나프타 nap-ta-lin. ¶ ~ 분해 phân giải nap-ta-lin.

나프탈렌 【HH】 nap-ta-lin.

나흗날 ngày thứ tư của tháng.

나흘 ❶ (4일) bốn ngày. ❷ ☞ **나흗날**.

낙(樂) sự vui vẻ; sự sung sướng; sự hài lòng; hạnh phúc (행복); hi vọng (희망); sự thích thú, sở thích (취미); sự hấp dẫn (재미). ¶ …을 ~으로 삼다 coi … như niềm vui.

낙관(落款) (서명, 날인) chữ ký và con dấu. **~하다** ký và đóng dấu. ¶ ~이 없는 không có chữ ký và con dấu.

낙관(樂觀) tính lạc quan; cái nhìn lạc quan, yêu đời. **~하다** lạc quan, có cái nhìn lạc quan. ¶ ~적 mang tính lạc quan / ~을 불허하다 không cho phép lạc quan. ¶ ~론 quan điểm lạc quan / ~론자 người có quan điểm lạc quan.

낙농(酪農) nghề nuôi bò sữa. ¶ ~가 người nuôi bò sữa / ~장 trang trại bò sữa / ~ 제품 sản phẩm từ bò sữa.

낙담(落膽) sự nản lòng, sự ngã lòng; sự chán nản. **~하다** chán nản. ¶ ~시키다 làm chán nản, làm ngã lòng.

낙도(落島) đảo xa.

낙뢰(落雷) sự sét đánh. **~하다** bị sét đánh (벼락맞는 것이 주어(主語)); sét đánh (벼락이 주어).

낙루(落淚) **~하다** rơi lệ.

낙마(落馬) **~하다** ngã ngựa; bị ngã ngựa.

낙망(落望) sự chán ngán; sự thất vọng. ☞ **실망**, **낙담**.

낙반(落盤) sự đổ sập.

낙방(落榜) **~하다** lạc đề, thi trượt.

낙상(落傷) vết thương do bị ngã. **~하다** bị thương do ngã.

낙서(落書) sự viết ẩu, viết vẽ bậy. **~하다** viết ẩu, viết nguệch ngoạc. ¶ 벽에 ~하다 viết bậy lên tường.

낙석(落石) ¶ ~ 주의 (게시) chú ý đá lở (bảng thông báo).

낙선(落選) sự thất bại trong bầu cử (선거의); sự loại bỏ, sự loại ra (출품의). **~하다** thất bại; bị loại ra. ¶ ~자 kẻ thất bại / ~작 việc (điều khoản) bị bác bỏ.

낙성(落成) sự hoàn thành, sự hoàn thiện. **~하다** hoàn thành. ¶ ~식 lễ khánh thành.

낙수물(落水-) giọt mưa rơi. ¶ ~ 소리 tiếng mưa rơi.

낙승(樂勝) một chiến thắng dễ dàng. **~하다** chiến thắng dễ dàng.

낙심(落心) sự thất vọng; sự nản lòng, sự chán nản. **~하다** thất vọng, ngã lòng.

ㄴ

낙엽(落葉) lá rụng. ¶ ～이 지다 cây rụng lá (나무가); lá rụng xuống (잎이). ¶ ～색 màu lá khô / ～송 thông trụi lá / ～수 mùa lá rụng.

낙오(落伍) sự thụt lùi; sự lạc hậu (인생의). **~하다** thụt lùi, đi lung tung; tụt hậu, lạc hậu. ¶ ～자 người đi thụt lùi; người lạc hậu / 인생의 ～자가 되다 trở thành người lạc hậu của thời cuộc.

낙원(樂園) thiên đường, cõi tiên; vườn địa đàng. ¶ 지상의 ～ thiên đường trên mặt đất.

낙인(烙印) dấu sắt nung; nốt dát. ¶ ～을 찍다 in dấu; nốt dát / ～이 찍히다 bị trích dấu; bị cho là nốt dát.

낙자(落字) sự bỏ sót.

낙장(落張) sự bị thiếu trang, sự bị sót tờ, tờ bị thiếu.

낙제(落第) sự lạc đề, sự thi hỏng; sự lưu ban. **~하다** lạc đề, loại ra; lưu ban 유급(留級). ¶ ～생 thí sinh bị loại / ～점 điểm loại.

낙조(落照) mặt trời lặn.

낙지 [ĐV] bạch tuộc.

낙진(落塵) phóng xạ nguyên tử. ¶ 방사성 ～ bụi phóng xạ, chất thải phóng xạ.

낙질(落帙) sự thiếu tập (của một bộ sách nhiều tập).

낙차(落差) mặt nước; [Đ] mực nước. ¶ 고[저]위 ～ mực nước cao [thấp].

낙착(落着) sự dàn xếp; sự hòa giải, sự giải quyết, sự kết thúc. **~하다** dàn xếp, hoàn thành, chấm dứt, kết thúc. ¶ ～짓다 đi đến kết thúc; đi tới chấm dứt; hoàn thành.

낙찰(落札) sự đấu thầu thành công. **~하다** đấu thầu thành công; ngã giá thành công. ¶ ～ 가격 giá cả trúng thầu / ～인 người trúng thầu.

낙천(樂天) ～적 mang tính lạc quan, thỏa mãn. ¶ ～가 người lạc quan / ～주의 chủ nghĩa lạc quan / ～주의자 người theo chủ nghĩa lạc quan.

낙천자(落薦者) kẻ thất bại, kẻ thua.

낙타(駱駝) [ĐV] con lạc đà. ¶ ～직(職) vải làm bằng lông lạc đà / ～털 lông lạc đà / 단봉 [쌍봉] ～ lạc đà một bướu (lạc đà A-rập)[hai bướu (lạc đà Bactrian)].

낙태(落胎) sự phá thai, sự nạo thai, sự sảy thai. **~하다** phá thai. ¶ ～ 수술 phẫu thuật nạo thai / ～약 thuốc nạo thai / 인공 ～ nạo thai.

낙토(樂土) thiên đường; cõi tiên; chốn thiên đường.

낙하(落下) sự rơi; sự ngã; sự trượt xuống. **~하다** rơi, rụng. ¶ ～ 지점 điểm va chạm.

낙하산(落下傘) cái dù, cầu trượt, đường trượt, dốc lao. ¶ ～으로 내리다 xuống bằng cầu trượt; nhảy xuống bằng dù. ¶ ～병 lính nhảy dù / ～ 부대 đội nhảy dù.

낙향(落鄕) cuộc sống ở nông thôn. **~하다** sống ở nông thôn.

낙화(落花) (짐) sự rụng hoa; (진 꽃) hoa tàn; (지는 꽃) hoa đang héo. **~하다** (hoa) rụng, héo, tàn.

낙화생(落花生) ☞ **땅콩**.

낙후(落後) **~하다** lạc hậu.

낚다 (고기를) câu, giăng, mắc, bẫy; (꾀다) dụ dỗ, cám dỗ, lôi kéo; nhử, chài. ¶ 강에서 고기를 ～ câu cá ở sông / 여자를 ～ dụ dỗ con gái.

낚시 (바늘) lưỡi câu; (낚시질) sự đi câu cá. ～가다 đi câu. ¶ ～꾼 người câu cá / ～찌 nút bần, phao bần / ～터 nơi câu cá, bãi câu / 낚싯대 cần câu / 낚싯밥 mồi, thính / 낚싯봉 phao cần câu / 낚싯줄 dây câu.

난(亂) chiến tranh; loạn lạc. ¶ ～을 일으키다 xảy ra chiến tranh; xảy ra loạn lạc.

난(欄) ❶ (신문 등의) cột, mục. ¶ 가십～ mục lượm lặt. ❷ (기입란) cột trống, ô trống. ¶ 등기 번호의 ～ cột số của bưu phẩm.

난(難) (접미어) nan giải, gay go; (접두어로) thiếu thốn, nạn thiếu. ¶ ～문제 vấn đề nan giải / 식량～ nạn thiếu lương thực / 주택～ nạn thiếu nhà ở.

난가(亂家) gia đình lộn xộn, không hòa thuận, hay cãi nhau.

난간(欄干) lan can (계단의).

난감(難堪) ~하다 (견디기 어려움) khó chịu đựng; (힘겨움) không đủ khả năng, bất tài, bất lực; (딱함) khó xử, rầy rà, rắc rối.

난공불락(難攻不落) vững chắc, kiên cố. ¶ ～의 요새 pháo đài kiên cố.

난공사(難工事) công trình xây dựng khó khăn.

난관(難關) chướng ngại vật; hàng rào. ¶ ～을 돌파하다 đột phá hàng rào, vượt chướng ngại vật.

난국(難局) tình hình khó khăn; khủng hoảng. ¶ ～에 봉착하다 gặp khó khăn, rơi vào bế tắc / ～을 타계하다 phá vỡ bế tắc.

난군(亂軍) đội quân vô kỷ luật.

난기류(亂氣流) 【KHa】 sự nhiễu loạn không khí.

난다긴다하다 nhanh nhẹn, nhạy bén, sắc sảo; tài trí. ¶ 난다긴다하는 사람 người có năng lực, chuyên gia.

난대(暖帶) vùng cận nhiệt đới, á nhiệt đới.

난데없이 bất ngờ; đột xuất, đột nhiên.

난도질(亂刀-) sự cắt nát; sự xén nhỏ; sự xé xơ ra. ~하다 cắt nát; xén nhỏ; xé xơ ra.

난독(亂讀) sự đọc bừa, bãi, bạ cái gì cũng đọc. ~하다 đọc bừa, đọc.

난동(暖冬) mùa đông ấm áp. ¶ 이상 ～ mùa đông ấm khác thường.

난동(亂動) (소란) sự náo động, sự quấy rầy; sự rối loạn; (폭동) sự phá rối. ¶ ～을 부리다 gây rối; phá rối; làm náo loạn.

난로(煖爐) lò sưởi; bếp lò; lò sấy. ¶ ～를 피우다 đốt lò sưởi / ～를 쬐다 sưởi ấm. ¶ 석유 ～ lò sưởi dầu / 전기 ～ lò sưởi điện.

난류(暖流) hải lưu nóng.

난리(亂離) (전쟁) chiến tranh; cuộc khởi nghĩa, cuộc phản loạn (반란); (분규) sự phức tạp, tình trạng rối ren.

난립(亂立) ~하다 sự thành lập, thiết lập vô tội vạ, loạn.

난마(亂麻) ¶ 쾌도로 ～를 끊다 giải quyết nhanh một vấn đề hóc búa.

난만(爛漫) ～한 đầy đặn, viên mãn; hưng thịnh, cực thịnh. ¶ ～하게 một cách đầy đặn; một cách viên mãn; một cách hưng thịnh.

난망(難忘) ～이다 khó quên.

난맥(亂脈) (혼란) hỗn loạn; lộn xộn; hỗn mang. ¶ ～상을 나타내다 xảy ra tình trạng hỗn loạn.

난무(亂舞) ~하다 nhảy cuồng nhiệt; nhảy múa cuồng điên.

난문제(難問題) vấn đề hóc búa, nan giải.

난민(難民) dân nghèo, dân bị nạn (이재민); (피난민) người tị nạn; người bị trục xuất ra khỏi nước (전쟁으로 조국을 쫓겨난). ¶ ～ 수용소 (피난민의) trại tị nạn; trại tập trung người bị nạn.

난바다 biển khơi.

난반사(亂反射) 【VLH】 phản xạ khuếch tán.

난발(亂髮) sự bắn bừa bãi.

난방(煖房) ❶ (데움) sự ấm áp; sự sưởi

ấm. ¶ ~ 장치 thiết bị làm ấm. ❷ (방) phòng ấm.

난방비(煖房費) phí sưởi ấm.

난방시설(煖房施設) thiết bị sưởi ấm. ¶ ~을 하다 lắp thiết bị sưởi ấm.

난백(卵白) lòng trắng trứng.

난봉 sự phung phí, sự phóng đãng. ¶ ~부리다 sống phóng túng, sống trụy lạc. ¶ ~꾼 kẻ trác táng, kẻ phóng túng.

난사(亂射) sự bắn ẩu. **~하다** bắn ẩu.

난사(難事) chuyện nan giải, vấn đề khó xử, điều trở ngại.

난사람 người nổi tiếng, người xuất chúng.

난산(難産) sinh nở khó, sự khó đẻ. **~하다** khó sinh.

난삽(難澁) ~한 không trôi chảy, không xuôi.

난색(難色) miễn cưỡng, bất đắc dĩ; thiếu thiện chí. ¶ ~을 보이다 tỏ ra miễn cưỡng.

난생(卵生) ~의 đẻ trứng. ¶ ~ 동물 động vật đẻ trứng.

난생처음 lần đầu trong đời.

난세(亂世) thời loạn lạc.

난세포(卵細胞) [Si] tế bào trứng, phôi thai.

난센스 lời nói vô nghĩa, lời nói càn.

난소(卵巢) [GP] buồng trứng; ~의 thuộc buồng trứng. ¶ ~염 [YH] viêm buồng trứng / ~적출(摘出) sự cắt bỏ buồng trứng.

난수표(亂數表) bảng số lộn xộn.

난숙(爛熟) ~한 chín rục; chín nẫu. ¶ ~기(期) thời kỳ chín muồi / ~기의 문화 văn hóa trong thời kỳ chín muồi.

난시(亂時) thời buổi hỗn loạn.

난시(亂視) [YH] loạn thị. ~의 thuộc loạn thị.

난신(亂臣) kẻ phản bội; kẻ phản nghịch. ¶ ~ 적자(賊子) loạn thần, nghịch tử; kẻ phản bội.

난외(欄外) ~의 mép, rìa. ¶ ~(의) 주 ghi chú ngoài lề; lời chú thích cuối trang. ¶ ~ 기사 phóng sự ngoài lề / ~ 여백 khoảng trống bên lề.

난이(難易) khó và dễ. ¶ ~도(度) độ khó và dễ.

난입(亂入) sự ẩn bừa, sự tống, sự thâm nhập bừa. **~하다** ẩn bừa, tống bừa. ¶ ~자 kẻ đột nhập.

난자(卵子) (난소) tế bào trứng; phôi thai.

난자(亂刺) **~하다** rạch lung tung, đâm loạn xạ.

난잡(亂雜) (혼잡) sự hỗn tạp, sự bất hòa, sự xích mích. ~한 hỗn tạp; bất hòa. ¶ ~하게 bất hòa; xích mích.

난장판(亂場-) bãi hỗn loạn, cảnh mất trật tự, cảnh náo loạn. ¶ ~이 되다 biến thành tình trạng hỗn loạn.

난쟁이 người lùn, người thấp bé.

난전(亂戰) trận hỗn chiến; trận ẩu chiến.

난점(難點) điểm nan giải; mối khó khăn; điều sơ sót, lỗi lầm.

난제(難題) (난문) vấn đề khó khăn; việc hóc búa.

난조(亂調) (혼란) sự hỗn loạn, sự rối loạn; sự lộn xộn; (맥박) tính không đồng đều, cái không theo quy luật; (시세) loạn lạc. ¶ ~를 보이다 (투수가) mất thăng bằng / ~에 빠지다 rơi vào hỗn loạn.

난중(亂中) trong thời gian chiến tranh; trong thời kỳ loạn lạc; trong thời buổi hỗn mang. ¶ ~에 vào lúc hỗn loạn. ¶ ~일기 (책이름) nhật ký chiến tranh (tên sách của Yi Sun Shin).

난중지난(難中之難) sự khó khăn tột cùng. ¶ ~사(事) sự việc khó khăn nhất.

난질 sự thông dâm với đàn bà, sự quan hệ bất chính với một người phụ nữ.

난처(難處) ~한 khó xử; nan giải; rắc rối, phức tạp. ¶ ~한 입장에 있다 rơi vào tình trạng khó xử.

난청(難聽) sự khó nghe. ¶ ~ 지역(地域) (라디오의) khu vực khó nghe đài.

난초(蘭草) hoa lan.

난측(難測) ~한 khó nhìn thấy được; bí hiểm, không rõ ràng (불확실); khó dự đoán (예측 불능).

난층운(亂層雲) mây vũ tầng.

난치(難治) ~의 bất trị (thối xấu) nan y, khó điều trị (bệnh tật).

난타(亂打) sự đánh bừa bãi, đánh liên tục; cú đấm liên hồi. **~하다**đánh bừa; đánh liên tục; đấm thùm thụp (권투에서). ¶ ~전 【QA】 trận mưa cú đấm; 【BC】 trận mưa bóng.

난투(亂鬪) cuộc ẩu đả, cuộc đánh lộn, cuộc xô xát. ¶ ~극 cảnh ẩu đả.

난파(難破) nạn đắm tàu, sự đắm tàu; sự thất bại. **~하다** đắm tàu, thất bại. ¶ ~선 tàu bị đắm.

난폭(亂暴) bạo lực, sự xúc phạm, sự làm tổn thương. **~하다** xâm phạm, xúc phạm. ¶ ~한 짓을 하다 gây bạo lực.

난필(亂筆) bài viết cẩu thả. ¶ ~을 용서하십시오 xin hãy lượng thứ cho bài viết có thiếu sót.

난하다(亂-) ầm ỹ, náo loạn; sặc sỡ, lòe loẹt, màu mè. ¶ 난한 색 màu sắc sặc sỡ / 난하게 차리다 ăn mặc lòe loẹt.

난항(難航) cuộc hành trình sóng gió (chuyến bay khó khăn) (비행기의). **~하다** hành trình sóng gió; tình hình gay go (일이).

난해(難解) ~한 nan giải; khó giải quyết; khó hiểu.

난행(亂行) hành động bạo lực; sự trác táng; hành vi sai trái. **~하다** gây bạo lực, xúc phạm; cưỡng dâm, cưỡng đoạt (강간).

난행(難行) sự tu khổ hạnh, sự hành xác. **~하다** khổ hạnh; hành xác.

난형(卵形) ~의 hình quả trứng; hình ô van.

난형난제(難兄難弟) ¶ ~다 một chín một mười.

난황(卵黃) lòng đỏ trứng.

낟 ¶ ~가리 đống hạt / ~알 hạt thô.

날[1] ❶ (달력상의) ngày; ngày tháng (날짜); ngày giờ (시일). ¶ 어느 ~ ngày nào / ~마다 hàng ngày, mỗi ngày / ~로~로 ngày càng, càng ngày càng / ~을 보내다 ngày tháng trôi đi / ~을 받다 định ngày, chọn ngày / ~이 저물다 trời về đêm / ~이 밝다 trời sáng. ❷ (경우, 때) tình huống, lúc; thời gian. ¶ 성공하는 ~에 lúc thành công / 완성하는 ~에 thời gian hoàn thành. ❸ ☞ **날씨**.

날[2] (칼 따위의) lưỡi; cạnh sắc. ¶ ~을 세우다 mài dao / ~서다 dao sắc.

날[3] (피륙의) sợi dọc trên khung cửi.

날… (안 익은) sống, tươi. ¶ ~것 đồ còn tươi / ~계란 trứng sống / ~고기 thịt tươi.

날강도(-强盜) kẻ cướp chuyên nghiệp; quân bất lương.

날개 cánh. ¶ ~ 있는 [달린] có [lắp] cánh / ~ 돋치듯 팔리다 bán chạy như tôm tươi.

날다[1] ❶ (하늘을) bay. ¶ 날고 있다 (새가) chim đang bay / 높이 ~ bay lên cao / 날리다 được bay; nổi tiếng, có tiếng tăm ❷ (빨리 가다) đi nhanh. ¶ 나는 듯이 달리다 chạy nhanh như bay.

날다[2] ❶ (색이) phai, nhạt màu. ¶ 색이 안 나는 màu không phai / 색이 잘 나는 màu dễ phai. ❷ (냄새가) bay mùi.

날다[3] (실을) xe chỉ.

날들다 trời sáng. ☞ **개다**.

날뛰다 hành động bạo lực; (사납게) nổi

giận; nổi xung. ¶ 좋아 ～ vui muốn hóa điên / 성이 나서 ～ tức giận đến nổi đóa lên.

날래다 nhanh, mau, lẹ; lanh lẹ.

날려보내다 tung, thả, ném; giải thoát, thoát khỏi; sự phóng thích (바람에); thả (놓아줌); (탕진) lãng phí, hoang phí; phí phạm.

날렵하다 nhanh nhẹn, lanh lẹ.

날로 ❶ (나날이) ngày càng, càng ngày càng. ¶ ～ 나아지다 càng ngày càng tốt hơn. ❷ (날것으로) tươi, sống. ¶ ～ 먹다 ăn sống.

날름 chộp lấy.

날름거리다 ❶ (혀 따위를) thè rồi rụt lưỡi. ¶ 뱀이 혀를 ～ con rắn thè thụt lưỡi. ❷ (탐내다) nghển cổ.

날름쇠 (무자위의) van; (총의) búa; (물건의) lò xo.

날리다 (바람에) bị bay; làm cho bay.

날리다 ❶ (날게 하다) làm cho bay; bị bay; lượn (바람이). ¶ 연을 ～ thả diều. ❷ (재산을) ☞ **날려보내다**, **까불리다**. ❸ (이름을) nổi tiếng. ¶ 이름을 ～ lừng danh, nổi tiếng.

날림 sự cẩu thả, sự không cẩn thận. ¶ ～ 공사 công trình xây dựng cẩu thả.

날밑 cái chặn ở đốc kiếm.

날밤새우다 thức suốt đêm.

날벼락 (야단) mắng mỏ vô cớ; (재앙) tai họa bất ngờ, tai họa không lường trước.

날변(-邊) lãi hàng ngày, tiền lãi tính theo mỗi ngày.

날불한당(-不汗黨) kẻ lừa đảo trắng trợn, kẻ ăn cướp trơ tráo.

날붙이 nghề làm dao kéo.

날삯 lương ngày. ¶ ～꾼 người làm công nhật.

날샐녘 bình minh, rạng đông.

날숨 hơi thở. ¶ ～쉬다 thở, trút, thốt ra.

날실 sợi chỉ thô.

날쌔다 nhanh, mau, lẹ; lướt nhanh, biến. ¶ 날쌔게 mau chóng, nhanh nhẹn.

날씨 thời tiết; khí tượng. ¶ 좋은 ～ thời tiết tốt / 궂은 ～ thời tiết xấu / ～가 좋으면 nếu trời đẹp.

날씬하다 thon thả, cân đối, mảnh mai. ¶ 날씬한 여자 người con gái thon thả.

날염(捺染) sự in. **~하다** in. ¶ ～기(機) máy in.

날인(捺印) sự đóng dấu; sự bịt kín, sự niêm phong. **~하다** đóng dấu, bịt kín, hàn kín; niêm phong. ¶ ～자 người đóng dấu.

날조(捏造) sự giả mạo, sự bịa đặt; sự dựng chuyện. **~하다** giả mạo, bịa đặt; dựng chuyện. ¶ ～ 기사 giấy tờ giả mạo.

날짐승 loài động vật có cánh (가축으로 사육되는 날짐승의 경우).

날짜 ngày tháng. ¶ ～가 없는 không ngày tháng / ～를 매기다 định ngày.

날짝지근하다 mệt mỏi, lử đử, uể oải, rã rời.

날치 [LC] cá chuồn.

날치기 sự móc túi, sự ăn cắp, sự cướp giật; (사람) kẻ cắp, quân cướp giật. **~하다** ăn cắp, móc túi, cướp giật. ¶ ～를 당하다 bị móc túi, bị cướp giật.

날카롭다 sắc; bén; nhạy cảm. ¶ 날카로운 비평 sự phê bình sắc bén / 신경이 날카로워지다 thần kinh nhạy cảm.

날탕 kẻ trắng tay, kẻ nghèo kiết xác.

날품 làm công nhật. ¶ ～을 팔다 bán hàng theo ngày. ¶ ～팔이꾼 người bán hàng theo ngày.

낡다 cũ; mòn, hỏng; sờn; (구식) kiểu cổ, lỗi thời, xưa. ¶ 낡은 옷 áo cũ /

낡은 생각 suy nghĩ cổ hủ, tư tưởng lạc hậu.

남 (타인) người khác; người ta; (친척 아닌) người ngoài. ¶ 아무 관계없는 ~ người không có bất cứ quan hệ gì / ~모르는 người khác không biết / ~몰래 kín đáo, không cho ai biết / ~같이 대하다 đối xử như người dưng / ~보다야 일가가 낫다 một giọt máu đào hơn ao nước lã.

남(男) ❶ (사내) đàn ông. ❷ (자식) con trai.

남(南) phía Nam, hướng Nam. ~의 thuộc phương Nam. ¶ ~으로 về phía Nam / ~으로 가다 đi về phía Nam.

남(藍) ¶ ~색[빛] màu [sắc] chàm.

남가일몽(南柯一夢) mơ hão.

남계(男系) dòng họ bên nội. ~의 thuộc họ nội. ¶ ~ 상속 thừa hưởng bên họ nội.

남구(南歐) ☞ **남유럽**.

남국(南國) nước phía Nam; các quốc gia nằm ở phương Nam.

남극(南極) ~의 thuộc Nam cực. ¶ ~광(光) Nam cực quang / ~권 vùng Nam cực / ~대륙 Nam cực / ~해 biển Nam cực / ~성 sao Nam cực / ~ 탐험 thám hiểm Nam cực.

남근(男根) dương vật.

남기다 ❶ (뒤에) để lại; bỏ lại, truyền lại (유산을); (안 쓰고) bảo tồn, dự trữ. ¶ 발자국을 ~ để lại dấu chân / 이름을 후세에 ~ lưu danh cho hậu thế / 처자를 남기고 죽다 chết đi bỏ lại gia đình / 내 것 좀 남겨 놔라 để cái của tôi lại đấy. ❷ (이득을 보다) kiếm lời. ¶ 천 원 ~ kiếm lời 1,000 won / 많이 ~ kiếm được nhiều lời.

남김없이 sạch sẽ, hoàn toàn. ¶ 한 사람 ~ không để lại một ai; tất cả mọi người.

남남동(南南東) hướng Nam Đông Nam.

남남북녀(南男北女) trai phương Nam đẹp gái phương Bắc xinh.

남남서(南南西) hướng Nam Tây Nam.

남녀(男女) nam và nữ. ¶ ~ 노소 할 것 없이 không phân biệt già trẻ trai gái. ¶ ~ 공학 dạy học chung cho nam và nữ / ~ 관계 mối quan hệ nam nữ / ~ 동권 nam nữ bình quyền / ~ 유별 phân biệt nam nữ / ~ 추니 ái nam ái nữ, người lưỡng tính.

남녘(南-) về phía Nam, miền Nam. ~에 ở phía Nam.

남다 ❶ (또 있다) còn, có; còn thừa. ¶ 남은 돈 tiền dư / 남은 일 việc còn lại / 남는 인원 nhân lực thừa / 남아나다 thừa ra / 집에 ~ còn ở nhà / 이름이 ~ để lại tên / 최후까지 살아남다 sống sót cho đến cuối cùng / 9에서 3을 빼면 6이 남는다 9 trừ 3 còn 6. ❷ (이익이) có lãi. ¶ 남는 장사 làm ăn có lãi, buôn bán có lãi.

남다르다 đặc biệt, riêng biệt, khác với những cái khác; (서술적) lạ kỳ, khác thường, lập dị, kỳ dị.

남단(南端) cực Nam.

남달리 đặc biệt khác thường, lạ thường, phi thường. ¶ ~ 노력하다 nỗ lực hơn người / ~ 키가 크다 cao lớn lạ thường.

남대문(南大門) Cửa Nam (ở Seoul)

남동(南東) Đông Nam. ¶ ~풍 gió Đông Nam.

남동생(男同生) em trai.

남루(襤褸) giẻ rách, mảnh vải vụn. ~한 xé rách, biến thành giẻ rách; tồi tàn, tiều tụy.

남매(男妹) anh em ruột.

남모르다 giấu giếm, che đậy, giữ kín; bí mật. ¶ 남모르는 슬픔 nỗi buồn đau thầm kín / 남모르게 không ai biết, bí mật.

남미(南美) Nam Mỹ, Châu Mỹ La tinh. ～의 thuộc Nam Mỹ.

남반구(南半球) Nam bán cầu.

남발(濫發) sự lạm phát. **~하다** lạm phát. ¶ 지폐의 ～ lạm phát tiền giấy.

남방(南方) phương Nam. ～의 thuộc phương Nam. ¶ ～ 셔츠 áo sơ mi mặc ko cài cúc.

남벌(濫伐) sự phát quang bừa bãi, sự phá rừng liều lĩnh. **~하다** phát quang bừa bãi.

남복(男服) trang phục đàn ông.

남부(南部) Nam bộ; miền Nam (미국의). ¶ ～ 제주 (미국의) chế độ quân chủ miền Nam.

남부끄럽다 ngượng, thẹn, xấu hổ. ¶ 남부끄러운 일 một việc hổ thẹn / 못난 아들을 두어 남부끄럽네 xấu hổ vì có đứa con hư.

남부럽잖다 mãn nguyện. ¶ 남부럽잖게 살다 sống một cách mãn nguyện không phải ghen tỵ với ai.

남부여대(男負女戴) **~하다** đi khắp nơi tìm nơi sinh sống.

남북(南北) Nam và Bắc. ¶ ～ 경제 회담 hội đàm kinh tế Nam Bắc / ～ 국회 회담 hội đàm quốc hội Nam Bắc / ～ 대화 hội nghị Nam Bắc / ～ 적십자 회담 hội nghị của tổ chức chữ thập đỏ / ～ 전쟁 (미국의) nội chiến Mỹ / ～ 조정 위원회 Ủy ban hòa giải Nam Bắc / ～ 체육 회담 đại hội thể dục thể thao Nam Bắc / ～ 통일 sự thống nhất Nam Bắc / ～한 교차 승인 công nhận sự giao lưu giữa Nam và Bắc Triều Tiên / ～ 협력 hợp tác Nam Bắc Triều Tiên / ～ 협상 (선진국과 발전 도상국간의) hiệp thương Nam Bắc (giữa các nước phát triển và các nước đang phát triển).

남비 ☞ **냄비**.

남빙양(南氷洋) 【Địa】 Nam Băng Dương.

남사당(男寺黨) diễn viên hát rong, nghệ sĩ đường phố. ¶ ～패(牌) gánh hát rong.

남산골샌님 học giả nghèo.

남상(男相) người phụ nữ có nam tướng; phụ nữ mang tướng mạo đàn ông.

남상(濫觴) nguồn gốc. ¶ 문화의 ～ nguồn gốc của văn hóa.

남새 rau xanh. ¶ ～밭 vườn rau xanh.

남색(男色) chứng pê-đê, người kê dâm.

남색(藍色) (남빛) màu chàm, xanh đậm; (남색짜리) loại màu chàm.

남생이 rùa ao.

남서(南西) Tây Nam. ¶ ～풍 gió Tây Nam.

남성(男性) đàn ông, nam giới; ～적 nam tính. ¶ ～ 같은 như đàn ông. ¶ ～미 vẻ đẹp nam tính.

남성(男聲) giọng nam. ¶ ～ 4중창 nhóm tứ ca nam / ～ 합창 hợp xướng nam.

남십자성(南十字星) chòm sao Nam thập.

남아(男兒) (남자) bé trai; con trai; (장부) đàn ông.

남아메리카(南-) Nam Mỹ.

남아프리카(南-) Nam Phi. ¶ ～ 공화국 nước cộng hòa Nam Phi.

남양(南洋) biển phía Nam. ¶ ～ 군도 Quần đảo ở vùng biển phía Nam.

남용(濫用) sự lạm dụng; sự sử dụng sai. **~하다** lạm dụng; sử dụng sai. ¶ 직권을 ～하다 lạm dụng chức quyền.

남우(男優) diễn viên nam.

남우세 tình trạng bị ghét bỏ, tình trạng thất sủng; sự nhục nhã, điều hổ thẹn. **~하다** ghét bỏ; hổ thẹn. ¶ ～스럽다 đáng bị ghét bỏ (hổ thẹn).

남위(南緯) vĩ độ Nam. ¶ ～ 20도 30분 상에 20 độ 30 phút vĩ độ Nam.

남유럽(南-) Nam Âu.

남의눈 sự chú ý; sự quan sát, sự theo dõi, sự để ý của người khác. ¶ ～을 피하다 tránh sự theo dõi.

남의살같다 tê dại, không có cảm giác.

남의집살다 sống giúp việc ở nhà người khác.

남자(男子) đàn ông; con trai (사내애); đại trượng phu (대장부). ～의 thuộc đàn ông, thuộc giống đực. ¶ ～다운 như đàn ông, giống con trai, đáng mặt đàn ông. ¶ ～옷 áo con trai / ～용 dành cho quý ông.

남작(男爵) nam tước. ¶ ～ 부인 nam tước phu nhân.

남작(濫作) sự sản xuất thừa, sự khủng hoảng thừa. **~하다** sản xuất quá nhiều, sản xuất thừa; khủng hoảng thừa.

남장(男裝) trang phục nam. **~하다** cải trang thành nam giới, mặc đồ nam. ¶ ～ 미인 người đẹp cải trang thành nam.

남정네(男丁-) (남자들) cánh đàn ông; (남편들) các đức lang quân.

남조(濫造) sự sản xuất ồ ạt, sự sản xuất thặng dư. **~하다** sản xuất thừa mứa, sản xuất không tính toán.

남존여비(男尊女卑) trọng nam khinh nữ.

남중(南中) 【TVH】 sự đi qua đường kinh tuyến; thiên đỉnh; các khu vực đường phía Nam. **~하다** qua đường kinh tuyến; hướng về phương Nam.

남진(南進) sự tiến về phía Nam. **~하다** đi xuống phía Nam. ¶ ～ 정책 chính sách Nam tiến.

남짓 ¶ ～한 hơn, trên, vượt / 1년 ～ hơn 1 năm.

남쪽(南-) phía Nam. ☞ **남**(南).

남침(南侵) **~하다** xâm chiếm phương Nam. ¶ 북한의 ～ cuộc xâm chiếm phía Nam của Bắc Triều Tiên.

남탕(男湯) khu nhà tắm công cộng dành cho nam giới.

남태평양(南太平洋) Nam Thái Bình Dương.

남파(南派) **~하다** (무장 간첩을) phái cử đi phương Nam. ¶ ～ 간첩 gián điệp vào miền Nam.

남편(男便) chồng, ông xã. ¶ ～ 있는 có chồng.

남포 (다이너마이트) đi-na-mít. ¶ ～질하다 phá bằng đi-na-mít.

남포 (등, 석유등) đèn; đèn dầu. ¶ ～의 등피 bóng đèn / ～ 심지 bấc đèn / ～ 갓 cái chụp đèn.

남풍(南風) gió Nam.

남하(南下) **~하다** đi xuống phía Nam; tiến về hướng Nam.

남한(南韓) Nam Hàn.

남해(南海) biển phía Nam.

남해안(南海岸) bờ biển phía Nam.

남행(南行) **~하다** hướng về phía Nam; đi về phía Nam. ¶ ～ 열차 tàu chạy về phương Nam.

남향(南向) ～의 thuộc hướng Nam. ¶ ～ 집 nhà hướng Nam.

남회귀선(南回歸線) chí tuyến Nam (vĩ độ 23 độ 27 Nam).

남획(濫獲) sự đánh cạn cá, sự bắt cạn muông thú. **~하다** đánh (bắt) cạn.

납 (연(鉛)) chì (kí hiệu Pb).

납(蠟) chất sáp. ¶ ～세공 thợ sáp / ～인형 tượng sáp.

납금(納金) sự trả tiền (지불); khoản phải trả tiền (지불할); khoản đã trả tiền (지불한). **~하다** trả tiền, thanh toán.

납기(納期) thời kỳ thanh toán. ¶ 세금의 ～ thời kỳ đóng thuế.

납길(納吉) lễ nạp cát. **~하다** thông báo ngày cưới của nhà trai cho nhà gái.

납득(納得) sự lĩnh hội. **~하다** lĩnh hội, tiếp thu. ¶ ～하기 어려운 điều khó tiếp thu, khó hiểu / ~시키다 làm cho hiểu ra, thuyết phục.

납땜 sự hàn. **~하다** hàn. ¶ ~ 인두 mỏ hàn.

납량(納凉) **~하다** hóng gió ở nơi mát mẻ mùa hè. ¶ ~객 khách đến hóng gió mát mùa hè / ~ 특집 (프로) chương trình đặc biệt hóng gió mát mùa hè.

납본(納本) **~하다** trưng bày bản sao mẫu vật.

납부(納付) sự nộp, sự đóng (세금 따위). **~하다** nộp, đóng. ¶ ~금 tiền nộp / ~자 người nộp / 분할 ~ nộp trả góp, nộp thành nhiều lần.

납북(拉北) sự bắt cóc đem về phía Bắc Triều Tiên. ¶ ~되다 bị bắt cóc đem về Bắc Triều Tiên. ¶ ~ 어부 ngư dân bị bắt cóc đem về Bắc Triều Tiên.

납석(蠟石)(agalmatolite) 【Kh】 đá chì.

납세(納稅) sự nộp thuế. **~하다** nộp thuế. ¶ ~ 고지서 bản thông báo các khoản thuế phải nộp / ~액 tổng số tiền nộp thuế / ~자 người nộp thuế / ~필 biên lai thuế / ~필증 giấy chứng nhận nộp thuế.

납신거리다 nói luyên thuyên, nói liến thoắng

납입(納入) **~하다** nộp tiền. ¶ ~금 tiền nộp / ~품 hàng phải đóng thuế.

납작 (모양) một cách phẳng, thấp, cạn, bè bè; (빨리) vồ lấy, bắt lấy nắm lấy. ¶ ~ 엎드리다 nằm bẹp xuống. ¶ ~ 보리 thóc lép / ~코 mũi tẹt.

납작하다 phẳng, tẹt, dẹt. ¶ 납작하게 bằng phẳng, bẹt, tẹt / 코가 납작해지다 (비유적) mũi trở nên tẹt.

납지(蠟紙) giấy nến.

납지(鑞紙) giấy bạc, giấy thiếc, giấy chì.

납질(蠟質) ~의 chất giống sáp, có kết cấu như sáp; mịn như sáp, nhợt nhạt như sáp.

납채(納采) lễ vật của nhà trai gửi cho nhà gái.

납치(拉致) sự bắt cóc, sự cuỗm đi (배, 비행기의). **~하다** bắt cóc; lừa đem đi. ¶ ~되다 bị bắt cóc. ¶ ~범 kẻ bắt cóc.

납품(納品) sự giao hàng. **~하다** giao hàng. ¶ ~업자 đại lý giao hàng.

납회(納會) 【CK】 buổi họp cuối năm.

낫 liềm, hái (큰 낫). ¶ ~놓고 기역자도 모르다 dốt đặc cán mai.

낫다[1] (좋다, 잘하다) tốt, thích, hay; trội. ¶ 나아지다 trở nên tốt hơn; trở nên giỏi hơn; trở nên khá hơn / 아버지보다 ~ khá hơn cha.

낫다[2] (병이) đỡ, khá, bình phục; khỏe; lành (상처가). ¶ 병이 ~ khỏi ốm / 감기가 ~ hết cảm cúm.

낭군(郎君) lang quân, chồng.

낭독(朗讀) sự đọc lớn tiếng; sự đọc lại (암송). **~하다** đọc to; đọc lại. ¶ 시를 ~하다 ngâm thơ.

낭떠러지 vách đá, dốc đứng.

낭랑(朗朗) ~한 trong trẻo và rõ ràng; kêu, vang, lanh lảnh.

낭만(浪漫) ~적 tính lãng mạn. ¶ ~주의 chủ nghĩa lãng mạn / ~주의자 người theo chủ nghĩa lãng mạn.

낭보(朗報) tin vui, tin mừng.

낭비(浪費) sự lãng phí, tính quá mức. **~하다** lãng phí, quá mức, hoang phí. ¶ ~적 hoang phí, quá độ, phí phạm / 시간의 ~ lãng phí thời gian. ¶ ~벽 thói quen ăn tiêu hoang phí / ~벽이 있다 có thói quen tiêu tiền như rác / ~자 kẻ ăn tiêu hoang phí.

낭설(浪說) tin đồn thất thiệt. ¶ ~을 퍼뜨리다 tin đồn nhảm lan đi / ~을 믿다 tin vào tin đồn nhảm.

낭성(狼星) 【TVH】 chòm sao Thiên Lang.

낭송(朗誦) sự kể lại, sự kể chuyện, sự đọc; sự ngâm thơ. **~하다** kể lể, kể chuyện, đọc; ngâm thơ.
낭음(朗吟) sự kể lại, sự thuật lại; sự ngâm, sự bình thơ.
낭자 búi tóc; kiểu tóc.
낭자(狼藉) sự mất trật tự, sự bừa bãi, sự lộn xộn, sự hỗn loạn. **~하다** bừa bãi, hỗn loạn. ¶ 유혈이 ~하다 cuộc hỗn chiến đẫm máu.
낭패(狼狽) sự thất bại; sự thất vọng; sự mất tác dụng; sự làm hỏng; điều lo lắng. **~하다** thất bại; thất vọng; mất tác dụng; làm hỏng.
낭하(廊下) hành lang. ☞ **복도**.
낮 ban ngày; ánh sáng ban ngày. ~에 vào ban ngày. ¶ ~말은 새가 듣고 밤말은 쥐가 듣는다 【TNg】 tai vách mạch rừng.
낮다 thấp (높이가); tầm thường; tồi tàn, xoàng xĩnh, kém cỏi (비천). ¶ 낮게 tầm thường; thấp bé, nhỏ, kém, nghèo nàn / 낮은 지위 vị trí thấp kém / 낮은 소리로 bằng giọng nói nhỏ / 낮아지다 trở nên nhỏ đi (목소리 따위).
낮도깨비 (사람) ông ba bị.
낮도둑 cướp (trộm) ban ngày.
낮은음자리표 【ÂN】 khóa Fa.
낮잠 sự ngủ ngày; giấc ngủ trưa. ¶ ~자다 ngủ ngày (ngủ trưa).
낮잡다 đánh giá thấp.
낮차(-車) xe ngày.
낮참 (점심) bữa trưa; (쉬는 시간) nghỉ trưa.
낮추다 hạ thấp, giảm, làm thấp xuống (목소리 따위를). ¶ 값을 ~ hạ giá / 정도를 ~ giảm mức độ.
낮추보다 đánh giá thấp, coi thường.
낮춤말 cách nói không tôn trọng, cách nói thân mật.
낯 ❶ (얼굴) khuôn mặt; (생김새) diện mạo; dáng dấp; (표정) nét mặt. ¶ 성난 ~(으로) nét mặt tức giận / ~을 씻다 rửa mặt. ❷ (면목) danh dự; danh giá, thanh danh; uy tín, uy thế. ¶ ~을 세워 주다 gây dựng thanh danh, tạo uy tín / ~이 깎이다 bị giảm uy tín, mất mặt / 그러면 내 ~이 선다 nếu thế thì tôi giữ được thể diện.
낯가리 sợ người lạ, lạ. ¶ 이 애는 낯가리지 않는다 cháu bé này không sợ người lạ.
낯가죽 ¶ ~ 두꺼운 mặt dày, trơ tráo.
낯간지럽다 xấu hổ, thẹn, ngượng.
낯나다 giữ thể diện, làm cho ai tin tưởng.
낯내다 mang lại danh dự cho bản thân.
낯두껍다 mặt dày, trâng tráo.
낯바닥 khuôn mặt, diện mạo.
낯부끄럽다 xấu hổ.
낯붉히다 (성이 나서) đỏ mặt, tức giận; (부끄러워) xấu hổ.
낯설다 lạ mặt. ¶ 낯선 사람 người lạ mặt.
낯없다 muối mặt; xấu hổ.
낯익다 quen thuộc. ¶ 낯익은 얼굴 mặt quen.
낯짝 ☞ **낯바닥**.
낱개 riêng lẻ, cái một (묶지 않은 것). ¶ ~로 팔다 bán lẻ.
낱낱이 cụ thể, tỉ mỉ, kỹ lưỡng, chi tiết; tất cả. ¶ ~ 캐묻다 tra hỏi kỹ lưỡng / ~ 이름을 들다 nghe tên từng người một.
낱돈 tiền lẻ.
낱말 từ, từ vựng.
낳다[1] (실을) quay tơ; xe chỉ; (피륙을) dệt vải, dệt lụa.
낳다[2] ❶ (출산) sinh nở; (알을) đẻ. ¶ 사내아이를 ~ sinh con trai. ❷ (생기다) sản xuất; sinh; có. ¶ 이자를 ~ sinh lãi.
내[1] (나의) của tôi; (내가) tôi. ¶ ~ 것

cái của tôi.

내[2] (개울) dòng suối, con suối.

내[3] (연기) khói; (냄새) mùi.

내…(來) tương lai; sắp tới. ¶ ～주 tuần tới.

…내 (…중) nội; trong. ¶ 하룻밤～ trong một đêm / 일년～ trong một năm.

…내(內) trong, trong vòng. ¶ 기한～에 trong kỳ hạn.

내가다 mang đi, lấy đi; rời ra, bỏ đi.

내각(內角) 【Hho】 góc trong.

내각(內閣) nội các, chính phủ. ¶ ～을 조직하다 tổ chức nội các. ¶ ～ 개편 cải tổ nội các / ～ 수반 người đứng đầu nội các / ～ 책임제 chế độ trách nhiệm nội các / ～ 총사직 sự từ chức toàn bộ nội các / 연립 ～ liên minh nội các.

내갈기다 viết cẩu thả, viết nguệch ngoạc.

내강(內剛) ¶ ～한 mạnh mẽ, cứng cỏi.

내객(來客) người đến thăm, khách; người gọi.

내걸다 ❶ (물건을) đưa ra; treo lên, thò ra, để ra; trèo ra ngoài. ¶ 간판을 ～ treo biển lên / 슬로건을 내걸고 treo băng rôn. ❷ (목숨 따위) lấy tính mạng ra để …. ¶ 생명을 ～ lấy cuộc sống để ….

내경(內徑) 【Hho】 đường kính.

내공(內攻) 【YH】 **~하다** chịu đựng, nhẫn nại.

내공(耐空) ¶ ～ 비행 (기록) chuyến bay dài, chuyến bay không đổi.

내과(內科) khoa nội. ¶ ～의(醫) thuộc khoa nội / ～ 치료 điều trị khoa nội / ～ 환자 bệnh nhân khoa nội.

내과피(內果皮) 【TV】 vỏ trong, vỏ quả trong.

내관(來觀) sự có mặt. **~하다** tham dự, có mặt; xem xét, kiểm tra; thăm viếng. ¶ ～자 người kiểm tra; người thăm viếng.

내교섭(內交涉) cuộc gặp nội bộ.

내구(耐久) sự kiên trì, tính bền bỉ, tính nhẫn nại, độ bền. ¶ ～력[성] sức [khả năng] chịu đựng, độ bền / ～력 테스트 kiểm tra khả năng chịu đựng, độ bền / ～력이 있는 có sức chịu đựng, có tính kiên trì, bền / ～재 hàng dùng lâu bền.

내국(內國) trong nước, quê nhà. ～의 thuộc trong nước; bên trong, nội bộ, nội địa. ¶ ～세 thuế nội địa / ～ 우편 thư trong nước / ～인 người trong nước / ～환(換)(어음) hối phiếu trong nước.

내규(內規) nội qui; quy định.

내근(內勤) việc bàn giấy, công việc văn phòng. **~하다** làm bàn giấy. ¶ ～ 기자 nhà báo văn phòng / ～ 경관 kinh nghiệm làm việc văn phòng.

내기 (도박) sự cá độ, sự đánh cuộc. **~하다** cá, đánh cuộc, đánh cá. ¶ ～에 이기다 thắng cược / (돈)～ 바둑을 두다 chơi cờ vây cá cược.

내남없이 bất cứ ai, mọi người.

내내 suốt, quanh, cả; từ đầu đến cuối. ¶ 1년 ～ suốt năm; cả năm.

내내년(來來年) năm sau nữa.

내내월(來來月) tháng sau nữa.

내년(來年) năm sau. ¶ ～ 봄 mùa xuân tới / ～ 이맘 때 giờ này năm sau.

내놓다 (꺼내다) bỏ ra; (보이다) đưa ra, cho thấy, thò ra; (놓아 주다) bỏ ra, phơi bày; (제출) nộp, trình; (제공) cung cấp, biếu, tặng; (기부) đóng góp, từ bỏ, dâng; ¶ 창 밖으로 머리를 ～ thò cổ ra ngoài cửa sổ / 죄수를 ～ tống giam tù nhân / 팔려고 ～ đem ra bán / 집을 ～ (팔려고) bán nhà / 젖가슴을 ～ vạch bầu vú ra /

술 [마실것]을 ~ bỏ rượu [đồ uống] ra / 생명을 ~ nộp mạng; hi sinh / (갇힌) 개를 ~ thả chó ra / 거액의 돈을 ~ bỏ số tiền lớn ra.

내다[1] (연기가) bốc khói.

내다[2] ❶ (꺼내다) lấy ra. ¶ 호주머니에서 ~ lấy từ túi ra. ❷ (속력을) lấy sức; (용기를) lấy. ¶ 전속력을 ~ lấy hết sức / 용기를 ~ lấy dũng khí, cố gắng. ❸ (출품) sản xuất; (발송) chuyển hàng; (제출) nộp; trình; (발행) phát hành, đăng; ra (명령을). ¶ 문제를 ~ đặt vấn đề / 편지를 ~ lấy thư / 원서를 ~ nộp đơn / 신문에 ~ lên báo, đăng báo. ❹ (개설) khai trương. ¶ 가게를 ~ khai trương cửa hàng / 길을 ~ thông đường; mở đường / 길을 내어 주다 thông đường đi / 구멍을 ~ thông lỗ. ❺ (음식을) phục vụ; đem ra. ¶ 차를 ~ đãi trà / 한턱 ~ khao; thết đãi. ❻ (산출, 발생) sản xuất, nảy sinh; (소문) bịa đặt. ¶ 인재(人才)를 ~ đào tạo nhân tài / 사상자를 ~ gây chết và bị thương. ❼ (소리를) cất, lên; nói; (빛, 열을) phát ra, tỏa ra, bay lên; (먼지를) bốc lên; (불을) thắp lên. ❽ (지불) trả tiền; (자금을) thanh toán; đóng góp (기부). ¶ 수업료를 ~ nộp tiền học phí. ❾ (시간을) sắp xếp, dành. ¶ 시간을 내서 참석하다 dành thời gian tham dự. ❿ (얻다) nhận. ¶ 빚 [여권]을 ~ mang nợ [nhận hộ chiếu]. ⓫ (팔다) bán. ¶ 곡식을 ~ bán lương thực (시장에).

내다보다 nhìn ra (밖을); trông phía trước (앞을); đoán trước (앞일을). ¶ 창 밖을 ~ nhìn ra ngoài cửa sổ / 앞일을 ~ dự đoán tương lai.

내닫다 ❶ phóng tới, lao tới. ❷ dám lao vào.

내달(來-) tháng sau.

내담(來談) **~하다** đến nói chuyện; cuộc nói chuyện riêng. ¶ 본인 직접 ~할 것 phải đích thân đến nói chuyện.

내대다 yêu cầu, đề nghị một cách ráo riết.

내던지다 ❶ (밖으로) ném đi. ❷ (버리다) bỏ đi, vứt đi; từ bỏ, ruồng bỏ; giao trả, chuyển nhượng. ¶ 지위를 ~ từ bỏ vị trí / 사표를 ~ bác bỏ đơn xin thôi việc.

내도(來到) **~하다** đến, tới.

내돋다 nổi lên mặt; lộ ra, xuất hiện; hiện ra; ló ra.

내돌리다 chuyển từ tay người này sang người khác.

내동댕이치다 ☞ **내던지다**.

내두르다 ❶ (흔들다) khua, vung, vẫy. ¶ 손을 ~ khua tay. ❷ (사람을) hướng dẫn, chỉ đạo.

내둘리다 ❶ (남에게) bị xoay vòng. ❷ (어찔해지다) chóng mặt, choáng váng, lảo đảo.

내디디다 cất bước; bắt đầu, tiến lên. ¶ 인생의 첫발을 잘못 ~ sai lầm khi bắt đầu khởi nghiệp.

내뜨리다 liệng, ném, quăng.

내락(內諾) sự thỏa thuận ngầm. **~하다** thỏa thuận ngầm. ¶ ~을 얻다 đạt được một sự thỏa thuận ngầm.

내란(內亂) nội chiến. ¶ ~을 일으키다 gây ra nội chiến. ¶ ~죄 tội phản loạn.

내려가다 xuống; đi xuống; đổ xuống. ¶ 언덕을 ~ đi xuống dốc / 기온이 영하로 ~ nhiệt độ xuống âm độ.

내려놓다 ❶ lấy xuống. ¶ 냄비를 ~ lấy chiếc nồi xuống. ❷ (택시, 기차등에서 승객을) tàu, tắc xi đưa khách đến bến.

내려다보다 ❶ (밑을) nhìn xuống; ngó xuống; trông xuống. ❷ (얕보다) coi thường, khinh rẻ.

내려뜨리다 để rơi; thả xuống; hạ xuống.

내려앉다 (자리를) ngồi xuống; (무너져) đổ xuống; thất bại, kiệt sức, rơi xuống (천정이).

내려오다 đi xuống; chuyển xuống; kế thừa.

내려지다 rơi xuống, rớt xuống.

내려치다 đấm xuống. ¶ 책상을 주먹으로 ~ đấm bằng nắm đấm lên bàn học.

내력(來歷) ❶ (경력) lai lịch; lý lịch; sự nghiệp; (유래) căn nguyên, nguồn gốc, gốc, khởi nguyên. ¶ ~을 캐다 tìm hiểu lai lịch. ❷ ☞ **내림**.

내륙(內陸) nội địa. ¶ ~ 지방 vùng nội địa.

내리 ❶ (아래로) đi xuống, trở xuống; hướng về phía thấp hơn. ¶ ~ 불다 (바람이) thổi xuống. ❷ (잇달아) liền một mạch; xuyên suốt, liên tục, từ đầu đến cuối. ¶ ~ 사흘 bốn ngày liên tục / 비가 ~ 오다 mưa dầm dề.

내리긋다 kẻ một đường thẳng đứng.

내리깎다 (값을) mặc cả giảm xuống.

내리깔다 đưa mắt nhìn xuống.

내리다[1] ❶ (높은 데서) xuống, đi xuống; rơi xuống, thả xuống; đặt xuống, để xuống; (하강(下降)) rơi xuống; (차에서) xuống xe; (말에서) xuống ngựa. ¶ 연단에서 ~ xuống khỏi sân khấu. ❷ (먹은 것이) tiêu hóa. ❸ (부기 따위가) xẹp, đỡ; khỏi; (살이) sút cân; gầy đi. ❹ (신이) nhập. ❺ (뿌리가) bén, bắt rễ.

내리다[2] ❶ (내려뜨리다) đặt xuống, để xuống; mang xuống; hạ xuống, thả xuống. ¶ 선반에서 책을 ~ lấy sách từ giá xuống / 커튼을 ~ hạ rèm xuống / 차에서 짐을 ~ lấy đồ từ xe xuống / 부엌에서 냄비를 ~ nhấc nồi từ trên bếp xuống / 가게 앞에서 내려 주시오 cho tôi xuống trước cửa hàng. ❷ (하사) trao, tặng; phát; biếu. ❸ (명령을) ra, hạ lệnh; (판결을) đưa ra phán quyết.

내리닫이 (창) cửa sổ trượt; (옷) quần yếm hở phần lưng của trẻ em.

내리뜨다 cụp, xụp mắt xuống.

내리막 ❶ (길의) con dốc. ¶ ~길 con đường dốc, đường đi xuống. ❷ (쇠퇴) sự suy thoái, sự tụt dốc; sự giảm xuống. ¶ ~길의 복서 người chơi đấm bốc xuống phong độ / 인생의 ~ sự xuống dốc của cuộc đời / 더위도 이제 ~이다 cái nóng đã giảm bớt.

내리받이 con dốc, con đường dốc xuống, đường đi xuống. ¶ ~가 되다 trở thành con dốc (길이); suy giảm, giảm đi, đi xuống (인기, 운세 따위가).

내리사랑 tình thương dành cho con cháu, em út (người nhỏ tuổi hơn) trong gia đình.

내리쬐다 chiếu xuống, rọi xuống.

내림 (내력) thừa kế, di truyền. ¶ 책을 좋아하는 것은 우리 집의 ~일세 gia đình tôi có truyền thống thích đọc sách.

내림(來臨) sự hạ cố tới thăm. **~하다** hạ cố tới thăm, hân hạnh được tới thăm.

내림세(-勢) xu thế giảm xuống.

내막(內幕) nội tình, tình hình bên trong. ¶ ~을 잘 알고 있다 nắm rõ tình hình bên trong. ¶ ~ 얘기 chuyện nội bộ.

내막(內膜) 【GP】 màng trong, nội mạc.

내맡기다 giao toàn bộ, trao hết; (방임) không can thiệp.

내면(內面) bên trong, mặt trong, nội bộ. ¶ ~적(으로) bên trong. ¶ ~ 관찰 quan sát bên trong / ~ 묘사 miêu tả nội dung / ~ 생활 cuộc sống bên trong.

내명(內命) lệnh nội bộ.

내몰다 xua ra, đuổi ra, tống ra.

내몰리다 bị xua ra, bị đuổi ra, bị tống ra.

내무(內務) nội vụ. ¶ ~반 ban nội vụ

/ ~부(성) bộ nội vụ / ~ 장관 bộ trưởng bộ nội vụ.

내밀(內密) ~한 bí mật; riêng tư; kín đáo. ¶ ~히 bí mật, kín đáo; riêng tư; riêng.

내밀다 thò ra, lòi ra, nhô ra.

내밀리다 bị nhô ra, bị lồi ra.

내밀힘 ❶ sự quyết tâm, sức mạnh. ❷ lực đẩy.

내방(來訪) sự đến thăm. **~하다** đến thăm, tới thăm.

내배다 rỉ ra ngoài.

내뱉다 (침, 말 따위를) bắn ra, phun ra, khạc ra.

내버려두다 (그냥두다) bỏ lại, bỏ mặc; mặc kệ, không dính dáng. ¶ 제 마음대로 하게 ~ hãy để mặc tôi.

내버리다 (던져서) ném, vứt, quẳng đi; bỏ đi (버리다).

내보내다 ❶ (나가게 하다) để cho đi ra, gửi đi, đưa đi, đuổi đi, tống đi. ¶ 척후를 ~ cho đi trinh thám. ❷ (해고) giải thể, giải tán, thải hồi, sa thải.

내복(內服) ❶ ☞ **속옷**. ❷ (약의) sự uống thuốc. **~하다** uống thuốc. ¶ ~약 thuốc uống.

내부(內部) nội bộ, bên trong, phía trong, nội dung. ~의 thuộc bên trong; ở trong. ¶ ~에 ở trong. ¶ ~ 분열 sự tan rã bên trong / ~ 사람 người cùng nhóm, cùng tổ chức, người trong nội bộ / ~ 사정 tình hình bên trong, nội tình.

내분(內紛) sự bất hòa nội bộ.

내분비(內分泌) 【GP】 nội tiết. ¶ ~선 tuyến nội tiết / ~액 chất nội tiết.

내빈(內賓) khách; khách mời. ¶ ~석 ghế khách mời; (게시) dành cho khách mời / ~실(室) phòng lễ tân.

내빼다 chuồn, bỏ đi; bỏ chạy, chạy trốn. ☞ **달아나다**.

내뿜다 phun ra, bắn ra, phọt ra; tỏa ra, bốc lên (연기를).

내사(內査) cuộc điều tra kín, sự kiểm tra bí mật. **~하다** điều tra kín.

내상(內相) ☞ **내무장관**(內務長官).

내색 sự biểu lộ cảm xúc, sự bày tỏ tình cảm. **~하다** biểu lộ cảm xúc; bày tỏ tình cảm. ¶ ~도 않다 không để lộ cảm xúc; không bày tỏ tình cảm.

내생(來生) sống lại; tái sinh, hồi sinh.

내선(內線) (전기의) đường dây bên trong; (전화의) đường dây nội bộ.

내성(內省) sự xem xét nội tâm; sự tự phê, sự tự suy ngẫm. **~하다** tự xem xét nội tâm, sự tự đánh giá. ¶ ~적 hướng nội; thu mình vào trong / ~인 사람 người sống nội tâm.

내성(耐性) sự kháng thuốc. ¶ ~균 vi khuẩn kháng thuốc.

내세(來世) kiếp sau, đời sau.

내세우다 ❶ (나서게 하다) dựng đứng lên; chỉ định, bổ nhiệm (지명); đề cử, giới thiệu (추천). ¶ 후보자를 ~ giới thiệu ứng cử viên. ❷ (조건, 의견 따위를) đưa ra, trình bày. ¶ …한 주장을 ~ trình bày ý kiến … / 이런 사실을 이유로 ~ trình bày sự việc này thành lý do.

내소박(內疎薄) sự lấn át chồng. **~하다** lấn át, ăn hiếp chồng.

내수(內需) nhu cầu trong nước. ¶ ~용 원자재 nguyên vật liệu dùng cho nhu cầu trong nước.

내수(耐水) ~의 không thấm nước; chống thấm. ¶ ~성 tính chống thấm / ~포 vải không thấm nước; vải nhựa, vải dầu.

내수면(內水面) vùng nước bên trong (sông, hồ, ao). ¶ ~ 어업 cá nước ngọt.

내숭스럽다 quỷ quyệt, thủ đoạn, phụ

bạc, bất trung, lừa dối.

내쉬다 thở ra.

내습(來襲) sự tấn công; sự công kích; cuộc xâm lược. **~하다** tấn công; đột kích; xâm lược.

내습(耐濕) ～의 không thấm ướt; chống thấm; chống ẩm.

내시(內示) lời thông báo không chính thức. **~하다** thông báo không chính thức, thông báo nội bộ.

내시(內侍) thái giám, hoạn quan.

내시경(內示鏡) [YH] đèn nội soi. ¶ ～ 검사(법) phương pháp kiểm tra nội soi.

내신(內申) báo cáo không chính thức, việc mật báo. **~하다** báo cáo không công khai. ¶ ～서 (학교의) bản tin nhà trường.

내신(來信) thư từ; thông điệp.

내신성적(內申成績) (고교의) điểm thi tốt nghiệp của học sinh cấp ba.

내실(內室) phòng trong; gian trong (안방).

내실(內實) ¶ ～을 기하다 củng cố bên trong.

내심(內心) nội tâm; trong thâm tâm; trong lòng; [Hho] tâm trong. ¶ ～으로 tận đáy lòng; tận trong lòng, từ trong thâm tâm.

내야(內野) [BC] sân bóng chày. ¶ ～수 người đứng chặn bóng trong sân / ～안타 cú đánh bóng chày.

내약(內約) **~하다** thỏa thuận ngầm, hợp đồng kín.

내역(內譯) nội dung chi tiết, các khoản mục.

내연(內緣) hôn nhân không đăng ký. ¶ ～의 처 vợ không chính thức; vợ hờ.

내연(內燃) sự đốt cháy bên trong. ¶ ～기관 động cơ đốt trong.

내열(耐熱) ～의 chịu nóng, chịu nhiệt. ¶ ～ 시험 kiểm tra sức chịu nhiệt.

내오다 mang ra, cầm ra.

내왕(來往) (왕래) sự qua lại, vãng lai; (교제) sự làm quen. **~하다** làm quen, qua lại. ☞ **왕래**.

내외[1](內外) (부부) vợ chồng.

내외[2](內外) ❶ (안팎) ～의 trong và ngoài. ¶ ～ 동포 đồng bào trong và ngoài nước / ～ 정세 tình thế bên trong và bên ngoài. ❷ (약) khoảng; trong vòng. ¶ 일 주일 ～ trong khoảng một tuần.

내외하다(內外-) giữ khoảng cách; tránh quan hệ với người khác giới.

내용(內用) nội y. ☞ **내복**.

내용(內容) nội dung; thực chất, cốt lõi, căn bản. ¶ 편지 ～ nội dung bức thư / 사건의 ～ nội dung của vấn đề / 형식과 ～ hình thức và nội dung. ¶ ～ 증명 kiểm duyệt nội dung /～ 증명 우편 thư kiểm duyệt nội dung.

내용연수(耐用年數) tuổi đời, thời gian sử dụng.

내우(內憂) nỗi lo, sự phiền muộn. ¶ ～외환 nỗi lo trong ngoài.

내원(來援) sự đến giúp, sự cứu giúp. ¶ ～을 요청하다 yêu cầu tới giúp đỡ.

내월(來月) tháng sau.

내유(來遊) **~하다** tới thăm, vào thăm.

내응(內應) ☞ **내통**(內通).

내의(內衣) nội y; đồ lót (총칭).

내의(內意) ngầm ý, ý bên trong (의중); ý sâu xa (견해). ¶ ～를 알아채다 đoán ý bên trong.

내의(來意) mục đích đến thăm.

내이(內耳) tai trong. ¶ ～염 [YH] viêm tai trong.

내일(來日) ngày mai. ¶ ～ 아침 [밤] sáng [đêm] mai / ～의 한국 Hàn Quốc của mai sau.

내자(內子) bà xã, vợ tôi.

내자(內資) vốn trong nước. ¶ ～ 동원 việc

huy động vốn trong nước.

내장(內粧) trang trí nội thất. ¶ ~ 공사 【KTr】 việc trang trí nội thất.

내장(內障) 【YH】 bệnh đục thuỷ tinh thể, đục nhân mắt (백내장).

내장(內臟) nội tạng; tạng ruột, các cơ quan bên trong. ¶ ~ 질환 bệnh nội tạng.

내재(內在) 【TrH】 nội tại. ~적 tính nội tại.

내적(內的) ở trong; nội bộ. ¶ ~ 생활 cuộc sống bên trong, cuộc sống tinh thần.

내전(內戰) nội chiến.

내전(來電) (전화의) cuộc điện thoại gọi đến; (전보) bức điện gửi đến.

내접(內接) **~하다** nội tiếp; tiếp giáp bên trong. ¶ ~원(圓) đường tròn nội tiếp.

내정(內定) sự quyết định không chính thức. **~하다** quyết định không chính thức. ¶ ~되다 được quyết định không chính thức (…으로).

내정(內政) chính quyền trong nước; chính sách trong nước; cơ quan nhà nước. ¶ ~ 간섭 can thiệp vào công việc nội bộ.

내정(內庭) (안뜰) sân trong; buồng the.

내정(內情) (내부사정) nội tình, tình hình bên trong; (실정) tình hình thực tế. ¶ ~에 밝다 nội tình sáng tỏ.

내조(內助) sự giúp đỡ của vợ. **~하다** vợ giúp đỡ chồng. ¶ ~의 덕택(공)으로 của chồng công vợ.

내종(內從) con trai hoặc con gái của cô (em bố).

내주(來週) tuần sau. ¶ ~의 오늘 ngày này tuần sau.

내주다 đem cho, đưa cho, giao (집 따위를); trả tiền; thanh toán; chi trả (지불).

내주장(內主張) **~하다** việc nhà do người phụ nữ chỉ đạo. ¶ 그 집은 ~이다 gia đình đó do người vợ chỉ huy.

내지(內地) nội địa, trong nước. ¶ ~인 người trong nước.

내지(乃至) (…부터 …까지) từ … đến; giữa … và …; (또는) hoặc.

내직(內職) nghề phụ; (부녀자의) việc làm thêm ở nhà. ¶ ~을 하다 làm nghề phụ.

내진(內疹) sự khám phụ khoa. **~하다** khám phụ khoa.

내진(來診) ¶ ~을 청하다 mời bác sĩ đến khám tại nhà.

내진(耐震) ~의 chịu được địa chấn. ¶ ~ 가옥 nhà chịu được địa chấn.

내쫓기다 (밖으로) bị đuổi đi; (해고) bị sa thải, bị đuổi việc.

내쫓다 ❶ (밖으로) đuổi đi, xua đi, tống ra; trục xuất. ❷ (해고) đuổi việc, sa thải; (아내를) bỏ vợ.

내착(來着) sự đến, sự tới nơi. **~하다** đến, tới nơi, đi đến, đạt tới.

내채(內債) 【KT】 công trái, trái phiếu

내처 liên tục, một mạch, liền hơi; không nghỉ, liền tù tì. ¶ ~ 일하다 làm một mạch.

내출혈(內出血) 【YH】 sự xuất huyết bên trong. ¶ ~을 일으키다 xảy ra hiện tượng xuất huyết trong.

내치(內治) ❶ (내정) tình hình bên trong. ❷ (내과 치료) điều trị nội khoa.

내치다 (요구를) bác bỏ, từ chối, gạt bỏ; (물리침) ném đi, quẳng đi, đuổi đi.

내키다[1] (마음이) có hứng, thích. ¶ 마음이 내키지 않다 không hứng thú, không vừa lòng.

내키다[2] (물려냄) nhường, dành cho.

내탐(內探) sự điều tra bí mật. **~하다** điều tra bí mật.

내통(內通) sự quan hệ bất hợp pháp; sự thông đồng. **~하다** quan hệ trái pháp luật; thông đồng; (남녀가) quan hệ lén lút. ¶ ~자 kẻ phản bội, kẻ phụ bạc.

내평(內-) hoàn cảnh thực tế; tình hình nội bộ.
내포(內包) 【Lo】 nội hàm. ~하다 bao hàm; bao gồm, chứa đựng; ý nghĩa, mục đích.
내핍(耐乏) sự khổ hạnh, sự khắc khổ. ~하다 khổ hạnh; khắc khổ, chịu đựng nghèo khổ. ¶ ~ 생활 cuộc sống khổ hạnh / ~ 생활을 하다 sống cuộc đời khổ hạnh.
내한(耐寒) ~의 chịu lạnh được. ¶ ~ 식물 thực vật chịu lạnh / ~ 행군 cuộc hành quân trong giá lạnh.
내한(來韓) sự trở về Hàn Quốc. ~하다 trở về Hàn Quốc.
내항(內港) cảng nội địa.
내항(內項) 【TH】 số hạng bên trong.
내항(來航) ~하다 cập cảng, vào bờ.
내항선(內航船) thuyền vào bờ, tàu cập cảng.
내해(內海) biển nội địa.
내향(內向) ¶ ~적인 사람 người hướng nội. ¶ ~성 【TLH】 tính hướng nội.
내홍(內訌) mối bất hòa nội bộ.
내화(內貨) 【KT】 tiền giấy trong nước.
내화(耐火) ~의 chịu lửa, chịu nhiệt. ¶ ~ 건축물 tòa nhà chịu được lửa / ~ 벽돌 tường chịu lửa / ~재(材) vật liệu chịu lửa.
내환(內患) mối lo trong nước.
내후년(來後年) năm sau nữa.
냄비 cái nồi (얕은); cái xoong (깊은). ¶ ~ 뚜껑 vung nồi.
냄새 mùi; mùi vị; hương, hương thơm, mùi thơm (방향제); (악취) mùi hôi thối, mùi khó chịu. ¶ ~나다 có mùi / ~가 좋다 [나쁘다] mùi thơm [thối] / ~ 맡다 ngửi mùi.
냅다 (연기가) sặc sụa khói, đầy khói. ¶ 아이 내워 ôi chao sặc sụa đầy khói.
냅다 (몹시) mãnh liệt; kịch liệt; (빨리) mạnh, nhanh chóng. ¶ ~ 달아나다 bỏ chạy thục mạng.
냅킨 khăn ăn.
냇가 mép sông, bờ sông, bờ suối.
냇내 mùi khói.
냇버들 【TV】 cây liễu tía.
냉…(冷) lạnh; đá. ¶ ~커피 cà phê đá.
냉각(冷却) khí mát, sự mát mẻ; sự làm lạnh, sự ướp lạnh. ~하다 làm lạnh, ướp lạnh. ¶ ~기 máy làm lạnh, máy ướp lạnh / ~ 기간 thời gian làm lạnh.
냉과리 than cháy dở.
냉국(冷-) canh lạnh.
냉기(冷氣) khí lạnh; hơi lạnh; gió lạnh.
냉난방(冷煖房) (장치) máy điều hòa hai chiều. ¶ ~ 완비 có trang bị máy điều hòa nhiệt độ (게시).
냉담(冷淡) sự lãnh đạm; sự thờ ơ. ~한 lãnh đạm; hờ hững, vô tư, dửng dưng. ¶ ~하게 nhẫn tâm; lạnh lùng; vô tâm.
냉대(冷待) ☞ 푸대접.
냉동(冷凍) sự đông lạnh. ~하다 đông lạnh, làm lạnh. ¶ ~기 máy đông lạnh / ~선 thuyền có kho cấp đông / ~ 식품 thực phẩm đông lạnh / ~어 cá đông lạnh.
냉랭하다(冷冷-) (한랭) lạnh, buốt giá, đóng băng; (냉담) lạnh lùng, dửng dưng, lãnh đạm.
냉면(冷麪) miến lạnh.
냉방(冷房) máy lạnh. ¶ ~ 장치 thiết bị làm lạnh.
냉소(冷笑) sự lạnh nhạt. ~하다 lạnh nhạt, yếm thế
냉수(冷水) nước lạnh. ¶ ~스럽다 vô cảm, chán ngắt, tẻ ngắt. ¶ ~ 마찰 sự cọ xát vào nước lạnh / ~욕 sự tắm lạnh.
냉습(冷濕) ~한 lạnh và ẩm.
냉엄(冷嚴) ~한 nghiệt ngã; tàn nhẫn; nghiêm khắc, cứng rắn. ¶ ~한 현실

sự thật tàn nhẫn.

냉이 [TV] *casella brusapastoris.*

냉장(冷藏) kho lạnh. **~하다** ướp lạnh, bảo quản lạnh. ¶ ~고 tủ lạnh / ~차 xe máy lạnh.

냉전(冷戰) chiến tranh lạnh.

냉정(冷情) ~한 vô tâm, nhẫn tâm, lạnh lùng, dửng dưng.

냉정(冷靜) sự điềm tĩnh, sự trầm tĩnh, sự bình tĩnh, sự thanh thản. ~한 điềm tĩnh, điềm đạm, trầm tĩnh; thanh thản. ¶ ~히 một cách điềm tĩnh, một cách điềm đạm, một cách thanh bình / ~을 잃다 mất bình tĩnh, mất điềm tĩnh.

냉차(冷茶) trà đá, trà lạnh.

냉철(冷徹) ~한 bình tĩnh, tỉnh táo.

냉큼 nhanh, mau lẹ, chóng vánh; ngay lập tức, tức khắc.

냉하다(冷-) bị lạnh; có hơi lạnh.

냉한(冷汗) mồ hôi lạnh.

냉해(冷害) thiệt hại do thời tiết lạnh.

냉혈(冷血) (온혈에 대한) máu lạnh; (무정) vô tình, dửng dưng. ~의 tính máu lạnh, tính biến nhiệt, lạnh nhạt. ¶ ~ 동물 động vật máu lạnh / ~한(漢) người lạnh lùng.

냉혹(冷酷) sự nhẫn tâm; sự tàn nhẫn, sự tàn ác. ~한 vô tình; nhẫn tâm, tàn bạo.

냠냠 măm măm, sự ngon miệng. **~하다** muốn ăn, mong được ăn; muốn có được, ước muốn, thèm. ¶ ~거리다 chép môi khoái chí, ngon lành. ¶ ~이 đồ ăn ngon, đồ ăn khoái khẩu.

냥(兩) (단위) lượng. ¶ 엽전 열~ mười lượng xu.

너 (2인칭) mày, bạn, cháu, em. ¶ ~의 của mày, của em / ~에게 cho mày / ~와 với mày.

너구리 [ĐV] chó gấu trúc Bắc Mỹ.

너그러이 một cách rộng lượng; một cách hào phóng. ¶ ~ 용서하다 rộng lượng tha thứ / ~ 봐주다 rộng lượng bỏ qua.

너그럽다 khoan dung, hào phóng, rộng rãi, hào hiệp. ¶ 너그럽게 ☞ **너그러이**. / 너그러운 태도 thái độ cao thượng.

너글너글하다 rộng rãi; khoáng đạt; rộng lượng, khoan hồng; hào phóng.

너나없이 ¶ ~ 모두 tất cả; hết thảy.

너더분하다 lộn xộn, bừa bãi, bừa bộn, bẩn thỉu; lung tung, rối ren (장황).

너덕너덕 ¶ ~ 기운 vá víu chằng chịt.

너덜거리다 rung rinh, đu đưa; vỗ, làm bay phần phật (가닥이); huyên thuyên, ba hoa (지껄임).

너덜너덜 ¶ ~한 bay phấp phới.

너덧 gần bốn, khoảng bốn năm (cái, thứ).

너럭바위 tảng đá rộng và bằng phẳng.

너르다 rộng rãi; mở rộng, thoáng; rộng rãi (집이).

너리 [YH] áp xe lợi, chứng viêm nướu răng.

너머 phía bên kia; vượt qua. ¶ 산~에 ở bên kia núi / 어깨 ~로 qua vai.

너무 rất; quá. ¶ ~ 진하다 (차가) rất đậm đặc.

너부죽이 hơi bằng; bằng phẳng, dẹt, bẹp. ¶ ~ 엎드리다 nằm bẹp.

너부죽하다 có phần hơi bẹp.

너불거리다 vỗ, đập, vẫy; gợn.

너비 bề rộng. ¶ ~가 넓[좁]다 bề rộng lớn [hẹp] / ~가 5미터다 bề rộng là 5 mét.

너비아니 thịt bò nướng.

너새 [LCh] chim ô-tít lớn.

너설 chỗ đá lởm chởm.

너울 khăn trùm đầu màu đen và mỏng.

너울가지 tài giỏi làm quen; tính dễ hòa đồng.

너울거리다 (물결이) tràn, dâng, dấy lên, trào lên; (나무, 풀이) uốn lượn, đu đưa, lắc lư.

너울너울 dập dềnh; nhún nhảy; lắc lư. ¶ ~ 춤을 추다 nhảy múa lắc lư.

너저분하다 bừa bãi, lộn xộn; bẩn thỉu, dơ dáy; xộc xệch, lôi thôi.

너절하다 (추접하다) bẩn thỉu, luộm thuộm; (흘게늦다) xuềnh xoàng; ẩu, bừa bãi; (허름하다) mòn, sờn, tồi tàn; (변변찮다) tầm thường, không giá trị.

너털거리다 lúc lắc, đu đưa.

너털너털 luộm thuộm, lôi thôi.

너털웃음 cười ha hả.

너펄거리다 đu đưa mạnh.

너풀거리다 ☞ **너펄거리다**.

너희 chúng mày.

넉가래 xẻng; cái ủi tuyết (눈 치우는). ¶ ~질하다 dọn bằng xẻng, hốt bằng cái ủi tuyết.

넉넉하다 đủ, đầy đủ sung túc. ¶ 넉넉히 tương xứng, đầy đủ / 살림이 ~ cuộc sống đầy đủ / 시간이 ~ thời gian đủ, thoải mái / 치수가 ~ đủ lượng, vừa đủ chừng mực.

넉살스럽다 ☞ **넉살좋다**.

넉살좋다 láo xược, hỗn xược; trơ tráo, trơ trẽn.

넋 linh hồn, hồn vía, tinh thần (정신). ¶ ~을 잃고 mất hồn vía; mất tinh thần; thất thần / ~을 잃다 không còn hồn vía đâu; sợ hãi; mất vía / ~을 위로하다 an ủi tinh thần.

넋두리 (하소연) **~하다** giãi bày, thổ lộ tâm sự.

넌더리 ¶ ~나다 ghê tởm, kinh tởm, phẫn nộ / ~대다 làm ghê tởm, làm kinh tởm; làm ghét cay ghét đắng.

넌덕 ¶ ~스러운 nói trôi chảy và dí dỏm; hài hước; khôi hài; hóm hỉnh, vui / ~부리다 gây cười; làm cho buồn cười; gây hài.

넌센스 ☞ **난센스**.

넌지시 gián tiếp, nói bóng gió, có hàm ý, gợi ý; ngầm, lén lút. ¶ ~ 말하다 nói bóng gió / ~ 경고하다 cảnh cáo ngầm.

널 ❶ (널빤지) miếng ván. ¶ ~다리 chân tấm ván / ~마루 sàn gỗ ván / ~판장 tường gỗ ván. ❷ (관) quan tài. ❸ (널뛰기의) bập bênh.

널다 (펴놓다) căng ra, duỗi ra; kéo ra; trải dài; (걸다) phơi, mắc, treo. ¶ 옷을 널어 말리다 phơi khô áo.

널따랗다 khá rộng, rộng rãi, có được nhiều chỗ; kiếm được nhiều chỗ; bao la, mênh mông; khoáng đạt.

널뛰기 trò chơi nhảy bập bênh.

널뛰다 nhảy bập bênh.

널리 sự rộng rãi, chiều rộng, bề rộng; xa và rộng; phạm vi rộng lớn, quy mô lớn (일반적으로). ¶ ~ 세상에 알려지다 nổi tiếng khắp nơi trên thế giới.

널리다 (넓히다) làm cho rộng ra; mở rộng; nới rộng; khuếch trương; (흩어져 있다) rải rác.

널빤지 miếng ván.

널찍하다 ☞ **널따랗다**. ¶ 널찍이 một cách rộng rãi, bao la, mênh mông.

넓다 ❶ (폭, 넓이가) rộng, to, lớn; mênh mông, bao la; quy mô lớn. ¶ 넓은 의미로 với ý nghĩa rộng. ❷ (마음이) rộng lượng; phóng khoáng; khoan dung.

넓이 (폭) độ rộng; chiều rộng; (면적) diện tích, khoảng rộng; quy mô, độ lớn.

넓이뛰기 nhảy xa. ¶ 제자리 ~ nhảy xa tại chỗ.

넓적다리 bắp đùi.

넓적하다 bằng phẳng, dẹt, tẹt.

넓죽 ❶ (입을) dài và rộng; (주저없이)

sẵn lòng, dễ dàng. ❷ (몸을) bằng phẳng; dẹt. ¶ ~ 엎드리다 nằm bẹp xuống; nằm sõng soài, nằm sấp xuống.

넓히다 mở rộng, làm cho rộng; khuếch trương; nới rộng; mở mang. ¶ 운동장을 ~ nới rộng sân vận động / 지식[견문]을 ~ mở mang kiến thức [tầm nhìn].

넘겨다보다 (넘어다보다) nhìn qua; (탐내다) mong muốn, thèm muốn.

넘겨씌우다 đổ trách nhiệm hay lỗi lầm của mình cho người khác.

넘겨잡다 đoán được, biết trước; dự đoán.

넘겨주다 ☞ **넘기다** ❶.

넘겨짚다 phỏng đoán; đoán chừng; đoán bừa.

넘고처지다 quá dài hoặc quá ngắn, không phù hợp.

넘기다 ❶ (인도) dẫn độ, giao; chuyển cho; chuyển giao; nhượng, nhường lại. ¶ 범인을 경찰에 ~ giao tội phạm cho cảnh sát / 다음 사람에게 ~ chuyển cho người khác. ❷ (넘어뜨리다) làm đổ, làm ngã. ❸ (기한 등을) quá, vượt quá. ¶ 기한을 ~ quá kỳ hạn. ❹ (이월) hoãn, trì hoãn, để chậm lại.

넘나들다 thường xuyên, thường, hay, năng. ¶ 문턱이 닳도록 ~ thường hay lui tới, thường xuyên tìm đến (đến nhiều mòn cả thềm cửa).

넘다 ❶ (건너다) qua, vượt qua; băng qua. ¶ 산을 ~ vượt qua núi. ❷ (초과) quá, vượt quá; hơn. ¶ 마흔이 넘었다 hơn 40. ❸ (범람) tràn, trào, ngập.

넘버(number) (번호) số. ¶ ~링 sự số hóa; sự đánh số / ~원 số một; xuất sắc nhất.

넘보다 đánh giá thấp, coi khinh.

넘성거리다 vươn cổ ra ngó, giương mắt nhìn.

넘실거리다 dấy lên, dâng trào, trào lên.

넘어가다 ❶ (지나가다) vượt qua, ngang qua. ❷ (해, 달이) lặn. ❸ (남의 소유로) rơi vào tay ai. ❹ (속다) bị sập, bị lừa. ¶ 계략에 ~ bị sập bẫy. ❺ (쓰러지다) suy sụp, sụp đổ; kiệt sức. ❻ (음식이) nuốt.

넘어뜨리다 ❶ (넘어지게 하다) làm ngã; đánh đổ; đánh rơi, vật ngã, ném xuống, đánh quỵ. ¶ 바람이 나무들을 넘어뜨렸다 gió làm đổ nhiều cây. ❷ (지우다) làm tiêu tan, làm thất bại. ❸ (전복) lật đổ, đạp đổ; đánh bại.

넘어서다 vượt qua, khắc phục. ¶ 어려운 고비를 ~ vượt qua thời kỳ khó khăn.

넘어오다 ❶ (오다) đến, tới. ❷ (쓰러져) sụp đổ, suy sụp. ❸ (제 차지로) nhượng lại; trao lại.

넘어지다 ngã đổ; sụp đổ. ¶ (돌에) 걸려 ~ ngã do vấp (phải đá).

넘치다 ❶ (범람) tràn, trào, dâng; ngập. ¶ 기쁨에 ~ tràn ngập niềm vui. ❷ (초과) vượt quá; hơn. ¶ 분에 넘치는 영광 niềm vinh quang vượt quá thân phận.

넙치 [LC] cá bẹt; cá thờn bơn.

넝마 quần áo cũ; mảnh vụn, phế liệu. ¶ ~ 장수 người bán đồng nát / ~주이 người đi lượm phế liệu.

넣다 ❶ (속에) để vào, đặt vào; cho vào; nhập vào; đút vào (속을); thả vào. ¶ 커피에 우유를 ~ cho sữa vào cà phê / 주머니에 손을 ~ đút tay vào túi / 이불에 솜을 ~ đút bông vào chăn. ❷ (학교 등에) gửi, cho. ¶ 학교에 ~ gửi đến trường. ❸ (포함) bao gồm, tính, cộng vào. ¶ 이자를 넣어서[넣지 않고] 2만 원 tính cả lãi [không tính lãi] là 20.000 won.

네[1] ❶ (너) mày. ¶ ~가 잘못했다 cậu

sai rồi. ❷ (너의) của mày. ¶ ~ 아들 con trai của mày.

네[2] (넷) bốn.

…네 (들) ¶ 우리~ gia đình tôi / 그~ gia đình anh ấy / 옥동이~ gia đình của Okdong.

네가(필름) âm bản (phim).

네거리 ngã tư đường.

네글리제(negligee) quần áo xuềnh xoàng mặc ở nhà.

네까짓 ¶ ~ 놈(년) thằng (con bé) nhãi ranh / ~ 것 thứ vớ vẩn.

네댓 bốn hoặc năm. ¶ ~새 khoảng chừng bốn năm.

네덜란드 Hà Lan. ¶ ~의 thuộc Hà Lan / ~말 tiếng Hà Lan, ngôn ngữ Hà Lan / ~ 사람 người Hà Lan.

네모 bốn góc, hình vuông. ¶ ~난 có hình vuông. ¶ ~꼴 hình tứ giác.

네발짐승 động vật bốn chân.

네쌍동이 anh em sinh bốn.

네온 【HH】 Ne-ông (ký hiệu Ne). ¶ ~ 사인 đèn nê-ông quảng cáo.

네이블(navel) 【TV】 na-ven.

네이팜 na-pan. ¶ ~탄 bom na-pan

네째 thứ tư, số bốn.

네커치프(neckerchief) khăn quàng cổ.

네크리스(necklace) dây chuyền, vòng đeo cổ.

네트(net) lưới. ¶ ~워크 mạng lưới, hệ thống.

네팔 Nê-pan. ¶ ~의 thuộc Nê-pan / ~말 tiếng Nê-pan / ~ 사람 người Nê-pan.

네활개 ¶ ~치다 đi lại một cách khoan khoái, thong dong.

넥타이 cà-vạt. ¶ ~핀 nẹp cà-vạt / 나비 ~ nơ cà-vạt.

넷 bốn.

녀석 ông bạn, anh chàng, thằng cha, gã, hắn.

년 con, mụ (gọi nữ giới một cách không trân trọng).

년(年) năm.

녘 khoảng. ¶ 해뜰 ~ khoảng lúc mặt trời mọc / 동~ hướng Đông.

노 (줄) dây chão, dây thừng; dây bện, dây cáp.

노(櫓) mái chèo; cái chèo lái. ¶ ~를 젓다 chèo thuyền.

노…(老) lão, người có tuổi. ¶ ~신사 quý ông.

노간주나무 【TV】 cây bách xù.

노경(老境) tuổi già. ¶ ~에 들다 có tuổi, đứng tuổi.

노고(勞苦) công việc vất vả, việc nặng nhọc. ¶ ~를 아끼지 않다 không quản việc nặng.

노곤(勞困) ~한 mệt mỏi, mệt nhọc.

노골(露骨) ~적(的)으로 một cách thẳng thắn; sỗ sàng,

노구(老軀) thân già. ¶ ~를 이끌고 lôi cả thân già đi.

노굿 hoa của loài họ đậu.

노그라지다 ❶ (피로) rã rời, kiệt sức. ❷ (빠지다) cuồng dại; mê đắm; đam mê.

노기(怒氣) sự tức giận, cơn thịnh nộ; sự giận dữ. ¶ ~등등하다 đùng đùng nổi giận / ~ 충천하다 tức giận lên tới đỉnh đầu.

노끈 dây bện, dây thừng.

노년(老年) cao tuổi, tuổi già. ¶ ~기 lúc tuổi già.

노농(勞農) giới công nông. ¶ ~당 đảng công nông.

노느다 ☞ 나누다.

노느매기 sự phân chia; sự chia nhỏ; sự chia phần.

노닐다 đi dạo, đi tản bộ; thả bộ.

노다지 mỏ phong phú; vận may. ¶ ~를 캐다 đào mỏ, khai thác lợi ích.

노닥거리다 buôn chuyện; nói chuyện phiếm, tào lao.
노닥이다 ☞ 노닥거리다.
노대(露臺) [KTr] bao lơn; ban công.
노대가(老大家) tay lão luyện, đại gia; chuyên gia (của một lĩnh vực nào đó).
노대국(老大國) quốc gia suy thoái.
노도(怒濤) sóng dữ.
노독(路毒) sự mệt mỏi sau một hành trình dài. ¶ ~을 풀다 giải tỏa sự mệt mỏi sau hành trình dài.
노동(勞動) sự lao động; sự làm việc; sự vất vả, công việc tay chân (근육). ~**하다** lao động, làm việc. ¶ ~당(黨) đảng lao động / ~당원 đảng viên đảng lao động / ~력 sức lao động / ~ 문제 vấn đề lao động / ~법 luật lao động / ~부 Bộ lao động / ~ 시간 thời gian lao động / ~ 시장 thị trường lao động / ~ 운동 phong trào lao động / ~ 인구 dân số lao động / ~자 người lao động (총칭) / ~자 계급 giai cấp công nhân / ~ 쟁의 tranh chấp lao động / ~절 ngày quốc tế Lao động / ~ 조건 điều kiện lao động / ~ 조합 liên đoàn lao động / ~청 sở lao động / ~ 환경 môi trường lao động / 강제 ~ sự cưỡng chế lao động / 육체 [정신] ~ sự lao động chân tay [trí óc] / 중~ sự lao động nặng nhọc.
노두(露頭) [Kh] sự lộ ra, sự trồi lên.
노둔(老鈍) ~한 ngu đần; chậm hiểu, tối dạ.
노드리듯 ào ạt, rào rào. ~**하다** mưa xối xả.
노랑 màu vàng.
노랑이 ❶ (노란 것) có màu vàng. ❷ (인색한 이) kẻ ghen ghét, kẻ đố kỵ.
노랗다 vàng, bị vàng.
노래 bài hát; khúc ca. ~**하다** hát. ¶ ~를 잘하다 hát hay / 피아노에 맞춰 ~하다 hát theo đàn pianô. ¶ ~ 자랑 cuộc thi hát không chuyên.
노래기 [ĐV] động vật nhiều chân.
노략질(擄掠-) sự cướp bóc, sự tước đoạt. ~**하다** cướp bóc, cưỡng đoạt.
노려보다 nhìn chằm chằm, nhìn giận dữ.
노력(努力) sự nỗ lực, sự cố gắng, sự chăm chỉ, sự thử. ~**하다** nỗ lực, ráng sức, phấn đấu. ¶ 피눈물 나는 ~ sự nỗ lực đẫm máu và nước mắt / 끊임없이 ~하다 cố gắng không ngừng, nỗ lực không mệt mỏi. ¶ ~가 người siêng năng / ~상 phần thưởng cho người cố gắng.
노력(勞力) (수고) sự lao lực, sự khó nhọc; công việc cực nhọc; (노동) lao động, làm việc. ¶ ~이 드는 일 công việc tiêu hao nhiều sức lực / ~을 제공하다 cung cấp sức lao động.
노련(老鍊) ~한 thành thạo, tinh thông, lão luyện; kinh nghiệm; khéo léo, tài ba. ¶ ~한 선수 cầu thủ nhà nghề / ~한 솜씨 tay nghề cao. ¶ ~가 chuyên gia lão luyện.
노령(老齡) tuổi già, cao tuổi.
노루 [ĐV] nai, hoẵng.
노루발장도리 cái cán búa.
노루잠 giấc ngủ trằn trọc.
노르스름하다 hơi vàng, vàng vàng.
노르웨이 Na Uy. ¶ ~의 thuộc Na Uy / ~사람 người Na Uy.
노른자(위) lòng đỏ trứng; phần tinh túy.
노름 trò cờ bạc, sự đánh bạc, trò may rủi ăn tiền; trò cá độ (내기). ~하다 cờ bạc, đánh bạc, cá độ. ¶ ~꾼 người chơi cá độ, người đánh bạc / ~판 chiếu bạc, sòng bạc.
노릇 công việc, việc làm; nghề nghiệp;

chức năng, nhiệm vụ. ¶ 선생 ~ việc dạy học / 바보~을 하다 làm việc ngớ ngẩn / 간사 ~을 하다 làm công việc quản lý.

노리개 (장신구) đồ trang sức cũ; (장난감) đồ chơi.

노리다[1] ❶ (냄새가) có mùi khó chịu; (서술적) có mùi khét (털타는); hôi thối, hôi hám (동물의). ¶ 노린내 mùi hôi; mùi khó chịu. ❷ (더럽다) bẩn thỉu.

노리다[2] (겨냥) nhắm, nhằm; (엿보다) nhìn lén, nhìn trộm; chờ (기회를); ngóng đợi. ¶ 기회를 ~ chờ thời cơ / 이익을 ~ nhằm vào lợi nhuận / 목숨을 ~ tấn công vào tính mạng.

노망(老妄) sự lẩm cẩm của người già. **~하다** lẩm cẩm.

노면(路面) mặt đường. ¶ ~ 포장 gia công mặt đường.

노모(老母) mẹ già.

노목(老木) cây cổ thụ.

노무(勞務) việc lao động; việc làm. ¶ ~ 관리 quản lý lao động / ~자 người lao động.

노발대발(怒發大發) **~하다** nổi giận, nổi khùng, hóa điên.

노방(路傍) vệ đường, lề đường. ¶ 노방초 hoa ven đường.

노벨 ¶ ~상 giải thưởng Nô-ben / ~상 수상자 người nhận giải thưởng Nô-ben / ~ 평화상 giải Nô-ben hòa bình.

노변(路邊) ☞ **노방**(路傍).

노변(爐邊) chỗ cạnh lò sưởi, bên lò sưởi. ¶ ~ 잡담 sự hàn huyên bên lò sưởi.

노병(老兵) lính già; cựu chiến binh.

노병(老病) bệnh tuổi già.

노복(奴僕) nô bộc.

노부(老父) cha già.

노부모(老父母) cha mẹ già.

노비(奴婢) người đầy tớ, nô tì.

노비(路費) lộ phí.

노사(勞使) chủ thợ. ¶ ~ 관계 quan hệ chủ thợ / ~ 분쟁 tranh chấp giữa chủ và thợ / ~ 협의회 cuộc thương thảo giữa chủ và thợ / ~ 협조 sự cộng tác giữa chủ và thợ.

노산(老産) sự sinh nở muộn. **~하다** sinh nở muộn.

노상 (늘) luôn luôn; thường; hay (버릇으로).

노상(路上) ¶ ~에서 ở trên đường.

노새 [ĐV] thú lai; con la.

노색(怒色) sự tức giận; tức đỏ mặt tía tai.

노선(路線) tuyến đường, lộ trình, đường đi; tiến trình, dòng, quá trình, hành trình; đường, tuyến, hàng. ¶ 강경 ~ hành trình gian khó / 버스 ~ tuyến xe buýt / 정치 ~ đường lối chính trị.

노성(怒聲) giọng nói giận dữ.

노소(老少) già và trẻ, lão ấu. ¶ ~를 막론하고 bất kể già trẻ.

노송나무(老松-) [TV] cây thông già.

노쇠(老衰) sự suy yếu của tuổi già, già lão. **~하다** già yếu, hom hem. ¶ ~기(期) có tuổi, thời kỳ già yếu.

노숙(老熟) **~하다** thành thạo, đầy kinh nghiệm.

노숙(露宿) sự cắm trại, sự ngủ ở bên ngoài, sự ngủ trên đường. **~하다** cắm trại, đóng trại buổi tối ngủ ở ngoài trời.

노스탤지어(nostalgia) nỗi nhớ nhà; nỗi nhớ quê hương.

노심초사(勞心焦思) **~하다** lo lắng, lo âu; lo nghĩ, phiền muộn.

노아 Nô-ê. ¶ ~의 홍수 cơn đại hồng thủy / ~의 방주(方舟) thuyền Nô-ê.

놓아기다 (배가) chạy băng băng; (말이)

phi nước đại.
노안(老眼) 【YH】 ¶ ～이 되다 bị viễn thị. ¶ ～경 kính lão.
노약(老弱) ¶ ～자 người cao tuổi, người già.
노어(露語) tiếng Nga.
노여움 sự giận dữ, cơn thịnh nộ; sự bực tức. ¶ ～을 사다 hứng chịu sự tức giận.
노여워하다 bị xúc phạm; cảm thấy bị tổn thương.
노역(勞役) lao dịch, công việc cực nhọc. **~하다** lao động vất vả, làm việc cực nhọc.
노염 (노여움) sự giận dữ, cơn bực tức; sự thịnh nộ. ¶ ～을 사다 gánh chịu cơn bực tức của ai / ～ 타다 dễ bị tổn thương.
노엽다 bị xúc phạm, bị tổn thương; bực mình, khó chịu.
노영(露營) ☞ **야영**(野營).
노예(奴隷) nô lệ, kẻ hầu, người phục vụ (사람); cảnh nô lệ, phận kẻ ăn người ở (신세). ¶ ～ 같은 như nô lệ. ¶ ～근성 bản tính nô lệ / ～ 매매 buôn bán nô lệ / ～ 해방 giải phóng nô lệ.
노옹(老翁) ông già, lão già.
노유(老幼) lão ấu, người già và trẻ em.
노이로제 【YH】 chứng loạn thần kinh chức năng; sự suy nhược thần kinh. ¶ ～ 환자 bệnh nhân suy nhược thần kinh.
노익장(老益壯) ¶ ～을 자랑하다 hưởng tuổi già sung mãn.
노인(老人) lão nhân, người già; (총칭) người cao tuổi. ¶ 대한～회 hội nghị người cao tuổi Hàn Quốc / ～병 bệnh già / ～학 lão khoa (노인병학).
노인복지(老人福祉) phúc lợi cho người cao tuổi.
노일(露日) ¶ ～의 thuộc Nga.-Nhật
노임(勞賃) tiền lương, sự thanh toán. ¶ ～ 인상 [인하] sự tăng [giảm] lương / ～ 투쟁 tranh chấp tiền lương / 기본 ～ lương cơ bản / 실질[명목] ～ lương thực tế [danh nghĩa] / 최저 [최고] ～ lương thấp nhất [cao nhất].
노자(老子) Lão tử. ¶ ～ 사상 thuyết Lão tử.
노자(勞資) ☞ **노사**(勞使).
노자(路資) chủ và thợ.
노작(勞作) sự lao động cực nhọc. ¶ 다년간의 ～ sự lao động cực nhọc trong nhiều năm.
노장(老莊) ¶ ～파 phái Lão tử và Trang tử; Lão Trang (사람).
노장(老將) lão tướng. ¶ ～ 선수 cầu thủ lão tướng.
노적가리(露積-) đống, ụ.
노점(露店) quán hàng ven đường. ¶ ～가(街) khu phố bán hàng ven đường.
노점(露店) 【VLH】 điểm sương.
노점상(露店商) người bán quán vỉa hè.
노정(路程) (잇수) quãng đường; khoảng cách; (여정) lộ trình, lịch trình. ¶ ～표 bản lộ trình.
노정(露呈) sự phơi bày; sự biểu lộ; sự biểu hiện, sự phô bày. **~하다** phơi bày; biểu lộ; phô trương, khoe khoang.
노조(勞組) công đoàn. ☞ **노동조합**. ¶ ～간부 lãnh đạo công đoàn / ～원 thành viên công đoàn.
노처녀(老處女) gái già, bà cô.
노천(露天) lộ thiên, ngoài trời. ¶ ～ 극장 rạp hát ngoài trời.
노총각(老總角) người đàn ông không lấy vợ, người đàn ông lớn tuổi chưa lấy vợ.
노출(露出) sự phơi bày; sự vạch trần. **~하다** phơi bày; vạch trần; lộ ra; trồi

lên, nhô lên (광맥이). ¶ ～된 bị phơi bày; bị vạch trần; bị nhô lên. ¶ ～계 【BA】 thiết bị đo quang hóa / ～ 시간 【BA】 thời gian phơi / ～증 thói thích phô trương.

노친(老親) cha mẹ già.

노크 tiếng gõ. **~하다** gõ cửa.

노타이(셔츠) áo cổ mở, áo cổ bẻ.

노트[1](knot) 【Hải】 hải lý.

노트[2](note) (필기) lời ghi; (필기장) vở ghi chép. **~하다** ghi chép, ghi nhớ, chú giải.

노티(老-) biểu hiện của tuổi già. ¶ ～가 나다 trông già nua.

노파(老婆) bà lão. ¶ ～심 nỗi lòng của bà già (ám chỉ sự lo lắng nhiều đến người khác) / ～심에서 từ tấm lòng lo lắng.

노폐(老廢) sự thải hồi cái cũ. **~하다** vứt bỏ đồ cũ; cho về hưu; thải đồ cũ. ¶ ～물 đồ phế thải; đồ phế liệu.

노폭(路幅) độ rộng của con đường.

노하다(怒-) tức giận, bực tức, cáu; khó chịu, bực mình.

노형(老兄) (당신) người anh nhiều tuổi, lão huynh.

노호(怒號) sự gào thét bởi tức giận, sự la hét, sự gầm rống. **~하다** gào thét, hò hét, gầm rống.

노화(老化) sự lão hóa. ¶ ～ 현상 hiện tượng lão hóa.

노환(老患) bệnh già yếu.

노회(老獪) ～한 mánh khóe, láu cá, xảo quyệt, gian xảo.

노획 sự bắt giữ, sự bị bắt; sự đoạt được, sự giành được. **~하다** bắt giữ, bắt; chiếm được, giành được. ¶ ～물 chiến lợi phẩm, tang vật thu được.

노후(老朽) ～한 loại ra; sự thải hồi đồ cũ; sự vứt bỏ cái cũ. ¶ ～ 선박 tàu thủy cũ dùng làm kho / ～ 시설 thiết bị cũ, đồ dùng cũ hỏng / ～ 차량 xe quá đát.

노후(老後) tuổi già. ¶ ～의 낙 sự an hưởng tuổi già.

노히트노런게임 trò chơi không bạo lực.

녹(祿) bổng lộc, tiền lương; tiền thưởng. ¶ ～을 먹다 nhận lương.

녹(綠) 【HH】 (금속의) sự gỉ. ¶ ～슨 han gỉ, bị gỉ / ～슬다 gỉ, gỉ sắt.

녹각(鹿角) gạc hươu, gạc nai.

녹나무 【TV】 cây long não.

녹내장(綠內障) 【YH】 bệnh glô-côm, bệnh tăng nhãn áp.

녹다 ❶ (물체가) tan; tan chảy; rã ra, tan rã, phân hủy (용해); tan (눈, 얼음이). ❷ (주색, 잡기에) tiêu tan, xua tan; tiêu mòn, uổng phí. ❸ (좌절) tan vỡ, tiêu tan; sụp đổ. ❹ (몸이) ấm người lên. ❺ (혼나다) túng quẫn, bần cùng.

녹다운 【QA】 cú đánh gục; cú đánh nốc ao. ¶ ～시키다 đánh gục; đánh nốc ao.

녹두(綠豆) 【TV】 đậu xanh. ¶ ～묵 thạch đậu xanh.

녹로(轆轤) bàn xoay nặn đồ gốm; (고패) máy tiện. ¶ ～ 세공 xưởng tiện; thợ khuôn tiện.

녹록하다(碌碌-) kém; xấu; không giá trị; tầm thường, vặt vãnh.

녹말(綠末) tinh bột; hồ, chất đextrin. ¶ ～질(質)의 giống tinh bột; có nhiều chất tinh bột.

녹변(綠便) phân xanh.

녹비(鹿-) da con hoẵng.

녹비(綠肥) phân bón xanh.

녹색(綠色) xanh lục; xanh lá cây. ¶ ～ 신고 kê khai xanh (chỉ việc tự giác kê khai và nộp thuế).

녹신녹신하다 êm, ủ rũ; ẻo lả, thiếu sinh lực; uể oải.

녹실녹실하다 ☞ 녹신녹신하다.

녹아웃 [QA] nốc ao. ¶ ～시키다 hạ gục, hạ nốc ao.

녹엽(綠葉) lá xanh; phủ màu xanh tươi (집합적).

녹용(鹿茸) sừng hươu non, nhung hươu.

녹음(綠陰) bóng cây; tán cây lá rậm.

녹음(錄音) **~하다** ghi âm, thu âm. ¶ ～방송하다 phát sóng ghi âm. ¶ ～기 băng thu âm, máy ghi âm / ～실 phòng thu / ～ 재생 sự phát lại; sự quay lại / ～테이프 băng thu, đĩa thu / ～판 bảng ghi âm / 가두(街頭) ～ sự thu âm tại chỗ / 동시 ～ thu đồng thời, thu đồng bộ.

녹이다 ❶ (녹게함) làm tan chảy; làm tan ra; làm phân hủy; làm tan rã. ❷ (뇌쇄하다) quyến rũ, làm say mê, làm mê mẩn. ❸ (혼내다) sự dạy dỗ, sự dạy cho ai bài học. ❹ (몸을) làm cho ấm.

녹지(綠地) đất màu mỡ. ¶ ～대 vành đai xanh.

녹진녹진하다 mềm và dính.

녹차(綠茶) trà xanh.

녹초 ¶ ～가 되다 bị rách nát, bị rách rưới, tả tơi (몸이); cũ rách, sờn (물건이).

녹화(綠化) sự biến thành rừng, sự trồng cây gây rừng. **~하다** ghi hình. ¶ ～운동 phong trào trồng cây gây rừng.

녹화(錄畵) sự ghi hình, sự quay băng. **~하다** ghi hình, quay băng. ¶ ～방송 phát băng hình.

논 đồng lúa, ruộng đồng. ¶ ～도랑 kênh mương.

논(論) (논의) sự tranh luận; sự bàn bạc; (토론) sự thảo luận; (논평) sự bình luận, sự phê bình, sự bình phẩm; sự phê phán; sự chỉ trích; lời bình luận; lời chú giải; (논설) thuyết trình, diễn thuyết; (이론) lý luận; (문제) vấn đề, luận đề; (얘기) câu chuyện. ☞ …론(論), **논하다**.

논갈이 sự cày ruộng. ～하다 cày ruộng.

논객(論客) người tranh luận; bút chiến.

논거(論據) luận cứ. ¶ ～가 확실하다 luận cứ rõ ràng / …의 ～가 되다 trở thành luận cứ của …

논고(論告) bài nói chuyện, bài diễn văn. ¶ 김 검사의 ～는 준엄했다 bản tham luận của điều tra viên Kim rất nghiêm túc.

논공(論功) **~하다** luận công, bàn bạc về công lao của ai đó. ¶ ～ 행상 việc trao thưởng sau khi xem xét công lao; sự trao thưởng theo công trạng (정당의) / ～ 행상하다 trao thưởng theo công lao.

논구(論究) sự bàn luận nghiên cứu. **~하다** bàn luận thấu đáo.

논급(論及) **~하다** tham khảo.

논꼬 cống ruộng.

논난(論難) ☞ **논란**.

논농사(-農事) nghề làm ruộng. **~하다** làm ruộng.

논다 ☞ **나누다** ❷.

논다니 gái điếm, gái bán hoa; đĩ.

논단(論壇) diễn đàn; bục giảng; (평론계) giới phê bình; nhà phê bình.

논두렁 bờ ruộng. ¶ ～길 đường bờ ruộng, bờ thửa.

논란(論難) sự tố cáo; sự tố giác; sự vạch mặt. **~하다** tố cáo; tố giác, buộc tội; chỉ trích.

논리(論理) lý luận. ～적(으로) mang tính lô-gíc. ¶ ～학 lô-gíc học / ～학자 nhà lô-gíc học.

논문(論文) luận văn, luận án; luận thuyết, chuyên luận (문학 따위의); (학문적인) luận đề; luận điểm (신문, 잡지의); bài thuyết trình, bài luận văn (보고서). ¶ ～집 tuyển tập luận văn / 박사 ～

luận án tiến sĩ / 졸업 ~ luận văn [luận án] tốt nghiệp.

논문서(-文書) chứng thư sở hữu ruộng lúa.

논물 nước ruộng. ¶ ~을 대다 tưới nước cho đất ruộng.

논박(論駁) sự phản bác; sự phê phán. **~하다** phản bác; phê phán.

논법(論法) lô-gíc; lý luận. ¶ 삼단~ phép tam đoạn luận.

논봉(論鋒) sức mạnh của luận cứ. ¶ 예리한 ~ luận cứ sắc bén.

논설(論說) (논문) bài nghị luận; (사설) xã luận. ¶ ~란(欄) mục xã luận / ~ 위원 người viết xã luận.

논술(論述) sự diễn thuyết, sự bày tỏ, sự trình bày; lời phát biểu, lời tuyên bố. **~하다** thuyết trình, trình bày, phát biểu, đề ra, nói ra.

논어(論語) Luận ngữ.

논외(論外) ~의 (문제 안 되는) sự luận bàn vấn đề ngoài lề; (본제를 떠난) sự tản mạn bên lề chủ đề chính.

논의(論議) cuộc thảo luận; cuộc tranh luận; sự bàn cãi. **~하다** thảo luận; tranh luận; bàn cãi. ¶ ~ 중이다 đang tranh luận / ~할 여지가 없다 không cần phải bàn cãi nữa.

논자(論者) người tranh luận (논객, 필자); người chủ trương, người tán thành (주창자). ¶ 개혁론자 người chủ chương cải cách; người ủng hộ cách tân; người tán thành cải cách.

논쟁(論爭) sự tranh luận; sự tranh cãi; cuộc luận chiến. **~하다** tranh luận; bàn cãi, tranh cãi; luận bàn.

논전(論戰) sự luận chiến, sự tranh luận. ☞ **논쟁**.

논점(論點) luận điểm.

논제(論題) luận đề; chủ đề.

논조(論調) nội dung chính, luận điệu. ¶ 신문의 ~ luận điệu của tờ báo.

논죄(論罪) **~하다** luận tội.

논증(論證) luận chứng; chứng cớ, bằng cớ; phép luận chứng (법). **~하다** chứng minh.

논지(論旨) điểm mấu chốt của cuộc tranh luận. ¶ ~를 명백히 하다 làm sáng tỏ vấn đề mấu chốt.

논파(論破) **~하다** từ chối, bác bỏ, phản bác, sự bẻ lại.

논평(論評) sự bình luận; sự phê bình; sự phê phán, sự bình phẩm. **~하다** bình luận; chỉ trích; phê bình, bình phẩm.

논풀다 cày ruộng.

논픽션(nonfiction) bài văn xuôi; chuyện về người thật việc thật. ¶ ~ 작가 tác giả câu chuyện về các sự kiện có thật.

논하다(論-) bình luận; tranh luận; tranh cãi.

놀[1] (하늘의) ráng đỏ. ¶ 저녁~ ráng chiều.

놀[2] (파도) sóng cồn, sóng to. ¶ ~치다 nổi sóng cồn.

놀다 ❶ (유희) chơi; giải lao; (즐기다) giải trí, tiêu khiển. ❷ (휴식) nghỉ ngơi; (무직) chơi; (무위) lười, biếng nhác; (유휴) không làm việc; vô tích sự. ¶ 놀고 있는 사람 kẻ nhàn rỗi / 노는 날 ngày nghỉ / 노는 돈 vốn nhàn rỗi, tiền nhàn rỗi / 놀고 있는 땅 đất trống / 놀고 지내다 cuộc sống nhàn rỗi. ❸ (유흥) vui vẻ, thú vị, dễ chịu; (방탕) chơi bời hoang phí. ❹ (움직임) lỏng lẻo, chùng. ¶ 나사가 논다 nhàn rỗi, không việc làm.

놀라다 ❶ (경악) kinh ngạc; ngạc nhiên; (공포, 질림) sửng sốt, hoảng sợ. ¶ 놀랄 만한 đáng ngạc nhiên / 놀라게 하다 làm ngạc nhiên, làm bất ngờ, làm hoảng hốt. ❷ (경이) lấy làm lạ. ¶ 놀랄 만한 đáng kinh ngạc / 아무의 용기에 ～ ngạc nhiên vì sự dũng cảm của ai đó.

놀라움 (경이) sự ngạc nhiên; (경악) sự kinh ngạc, sự giật mình; (공포) sự hoảng sợ, sự hoảng hốt.

놀랍다 đáng ngạc nhiên, hết sức kinh ngạc; sợ hãi, sợ sệt; bất ngờ.

놀래다 làm ngạc nhiên, làm giật mình, làm sợ hãi (무섭게 하다); làm cho hoảng hốt, làm cho hãi hùng (화제를 일으키다).

놀리다 ❶ (조롱) trêu, trêu đùa; bông đùa; chọc ghẹo; đùa cợt. ❷ (놀게 하다) cho chơi; (쉬게 하다) cho nghỉ (휴일을 주다); nhàn rỗi (안부리다); nghỉ việc (작업중단). ¶ 공장을 ～ nhà máy ngừng hoạt động. ❸ (틀다) xoắn, vặn; (움직임) dịch chuyển, di chuyển; hoạt động.

놀림 sự nói đùa; sự giễu cợt; sự trêu đùa; sự lừa phỉnh. ¶ ～감 (거리) trò giễu cợt / ～감이 되다 trở thành trò giễu cợt.

놀아나다 sống hoang phí.

놀아먹다 ăn chơi, nhàn rỗi.

놀이 (유희) trò chơi; cuộc chơi; (경기) trận thi đấu; thể thao; (야외의) dã ngoại; (오락) giải trí; tiêu khiển; (행락) cuộc du ngoạn, chuyến ngao du. ¶ ～꾼 người tham dự cuộc vui, người dự hội hè; (소풍객) khách dã ngoại / ～터 sân chơi, vườn chơi, công viên, nơi dạo chơi (유원지 등) / 단풍～ chuyến đi ngắm lá mùa thu / 놀잇배 tàu du lịch, du thuyền.

놈 gã, kẻ, thằng, tên.

놈팡이 đàn ông, gã, lão; (건달) kẻ ăn bám, kẻ vô công rồi nghề; (애인) bạn trai.

놋 đồng, đồng thau. ¶ ～빛의 ánh đồng, có ánh đồng thau. ¶ ～그릇 bát đồng / ～세공 nghề thủ công đồng / ～점 cửa hàng bán đồ đồng.

놋쇠 ☞ **놋**.

놋좇(櫓-) cột buồm.

농(弄) trò đùa tinh nghịch; trò tinh quái; trò chơi khăm, trò chơi xỏ. ¶ (반)～으로 bông đùa.

농(膿) mủ vết thương. ☞ **고름**.

농(籠) rổ; chuồng.

농가(農家) nhà nông.

농간(弄奸) trò gian trá; mánh lới, thủ thuật. ¶ ～(을) 부리다 bày trò thủ đoạn, dùng thủ đoạn.

농경(農耕) công việc đồng áng.

농공(農工) nông công nghiệp.

농과(農科) khoa nông nghiệp; nông nghiệp (과정). ¶ ～ 대학 đại học nông nghiệp.

농구(農具) nông cụ.

농구(籠球) bóng rổ. ¶ ～ 선수 cầu thủ bóng rổ.

농군(農軍) người làm nông.

농기(農期) mùa màng.

농기구(農器具) dụng cụ làm nông.

농노(農奴) nông nô, tá điền; người bị áp bức bóc lột (신분).

농단(壟斷) sự độc quyền. **~하다** độc quyền; chiếm, choán hết.

농담(弄談) sự nói chuyện phiếm; trò vui đùa, sự nói chuyện bông đùa. **~하다** chuyện phiếm; nói bông đùa. ¶ ～으로 như trò đùa / ～은 그만하고 đừng nói đùa nữa.

농담(濃淡) ánh sáng và bóng đêm, đậm và nhạt, tỏ và mờ (명암).

농도(濃度) nồng độ; độ đậm đặc. ¶ ～계 nồng độ kế.

농땡이 anh chàng lười, anh chàng đại lãn.

농락(籠絡) **~하다** lừa phỉnh, lường gạt; trêu đùa, tán tỉnh. ¶ 남자에게 ~당하다 bị đàn ông lừa gạt, bị con trai tán tỉnh.

농림(農林) nông lâm.

농림부 bộ nông lâm.

농막(農幕) căn chòi của nông dân.

농무(農務) vụ mùa.

농무(濃霧) sương mù dày đặc. ¶ ~ 경보 cảnh báo sương mù dày đặc.

농민(農民) nông dân, nhà nông. ¶ ~ 보조금 tiền trợ cấp nông dân.

농번기(農繁期) nông vụ.

농본주의(農本主義) người theo phái trọng nông.

농부(農夫) nông phu.

농사(農事) công việc đồng áng. **~하다**(짓다) làm ruộng, làm nông; làm đồng. ¶ ~ 시험장 nông trường thực nghiệm.

농산물(農産物) sản phẩm nông nghiệp. ¶ ~ 가격 giá nông sản.

농성(籠城) sự bảo vệ thành; sự cố thủ, sự giữ thành trì (칩거); (농성투쟁) sự đấu tranh bảo vệ thành trì. **~하다** đấu tranh bảo vệ thành trì (칩거); giữ thành.

농수산(農水産) nông thủy sản. ¶ ~물 nông thủy sản / ~부 Bộ nông thủy sản.

농아(聾啞) sự câm điếc. ¶ ~ 학교 trường câm điếc.

농악(農樂) nông nhạc, nhạc cụ của nhà nông, nhạc dân gian. ¶ ~대 đội chơi nhạc cụ dân gian.

농액(膿液) mủ của vết thương.

농약(農藥) nông dược.

농어 【LC】 cá vược.

농어촌(農漁村) làng nông ngư nghiệp.

농업(農業) nông nghiệp, việc đồng áng. ~의 thuộc nông nghiệp. ¶ ~국 quốc gia nông nghiệp / ~ 기술 kỹ thuật làm nghề nông / ~ 인구 dân số nông nghiệp / ~ 학교 trường nông nghiệp / ~ 협동 조합 hợp tác xã nông nghiệp / ~ 협동조합 중앙회 trung ương hội hợp tác xã nông nghiệp / 조방(粗紡) ~ sự quảng canh nông nghiệp / 집약 ~ nông nghiệp thâm canh.

농예(農藝) kỹ thuật nông nghiệp. ¶ ~ 화학 hóa học trong nông nghiệp.

농우(農牛) trâu bò cày ruộng.

농원(農園) nông viên, đồn điền, trang trại.

농익다(濃-) chín nẫu, chín nục.

농작(農作) sự gieo hạt, sự gieo trồng, sự làm ruộng. ¶ ~물 sản phẩm nông nghiệp.

농장(農場) nông trường, đồn điền. ¶ 집단 ~ nhóm nông trường.

농정(農政) sự quản lý nông trường.

농지(農地) đất nông nghiệp. ¶ ~ 개량 cải tạo đất nông nghiệp / ~ 개혁 cải cách đất nông nghiệp / ~ 제도 chế độ đất nông nghiệp.

농지거리(弄-) lời nói đùa; câu nói đùa, lời bỡn cợt.

농촌(農村) nông thôn; làng nông nghiệp, làng xã. ~의 vùng nông thôn; thôn quê; thuộc nông thôn. ¶ ~ 개량 cải cách nông thôn / ~ 문제 vấn đề làng xã.

농축(濃縮) sự làm tăng nồng độ, sự làm giàu, sự làm cô đọng, chiết xuất. **~하다** tập trung, cô đọng. ¶ ~ 우라늄 giàu urani.

농토(農土) đất nông nghiệp.

농학(農學) nông học, khoa học về nông nghiệp. ¶ ~과 khoa nông nghiệp / ~사 [박사] nhà [tiến sĩ] nông học.

농한기(農閑期) thời kỳ nông nhàn.

농협(農協) ☞ **농업협동조합**. ¶ ~ 중앙회

Liên minh hợp tác xã nông nghiệp.
농후(濃厚) ~한 sâu sắc, đậm đặc; dày đặc.
높낮이 (고저) cao thấp; nhấp nhô; dập dờn.
높다 ❶ (장소, 높이) cao, cao ngất; lớn. ¶ 높은 산 núi cao / 높은 건물 tòa nhà cao tầng. ❷ (지위, 희망) cao cấp; cấp cao, thượng. ¶ 높은 사람 (고관) quan cao cấp; người lãnh đạo / 뜻이 ~ ý nghĩa cao cả. ❸ (음성) cao, mạnh. ❹ (값이) đắt, cao; đắt đỏ. ¶ 물가가 ~ giá cả đắt đỏ. ❺ (비율, 도수가) cao. ¶ 도수 높은 안경 kính mắt độ cao.
높다랗다 khá cao, hơi cao, cao cao.
높이 (명사) chiều cao (고도); cao, khỏe (소리의); dài, cao (가락); (부사) cao, mạnh, lớn. ¶ ~가 5미터이다 chiều cao là 5 mét / 하늘 ~ trời cao / ~ 쳐들다 giơ cao.
높이다 làm cao; nâng cao, nâng lên, đưa lên; cao thượng, cao quý, cao cả (도덕, 문화 등을), tôn trọng, kính trọng (문체 등을); tăng cao. ¶ 담을 ~ nâng cao bức tường / 질을 ~ nâng cao chất lượng.
높이뛰기 nhảy cao. ¶ 장대 ~ nhảy sào / 제자리 ~ nhảy cao tại chỗ.
높직하다 khá cao.
놓다 ❶ (물건을) đặt, để. ¶ 책상 위에 ~ để lên bàn. ❷ (방면, 방치) thả ra; bỏ ra. ¶ 잡은 손을 ~ xòe tay ra. ❸ (가설) lắp đặt; xây dựng; cài đặt. ¶ 전화를 ~ lắp điện thoại / 강에 다리를 ~ bắc cầu qua sông, xây cầu trên sông. ❹ (총포를) bắn, làm nổ. ❺ (불을) châm, đốt. ❻ (마음을) thoải mái, thanh thản; (방심) thư giãn, nghỉ ngơi. ❼ (주판을) làm việc, sử dụng. ❽ (주사를) tiêm, chích. ¶ 침을 ~ châm cứu. ❾ (자수) thêu thùa. ❿ (사람을) dẫn, đưa. ¶ 사람을 놓아 수소문하다 hỏi qua trung gian. ⓫ (··· 해두다) để đấy. ¶ 문을 열어 ~ mở cửa rồi để đấy.
놓아두다 để mặc; để lại, bỏ lại.
놓아먹다 mất dạy; vô giáo dục.
놓아먹이다 thả cho gia súc ăn.
놓아주다 tha, thả ra; bỏ ra; giải thoát, thoát khỏi.
놓이다 ❶ (얹히다) được đặt, được để. ❷ (마음이) được thanh thản, được thoải mái.
놓치다 (쥔 것을) lỡ, nhỡ; vuột mất (못잡다); (사람을) lỡ mất; (기회를) đánh mất.
뇌(腦) não; đầu óc, trí óc (지력). ¶ ~의 thuộc não, óc / ~의 손상 sự tổn thương não. ¶ ~병원 bệnh viện tâm thần / ~작용 sự động não, phản ứng của não bộ.
뇌격(雷擊) [GS] **~하다** tấn công bằng ngư lôi. ¶ ~기 máy bay phóng ngư lôi.
뇌관(雷管) kíp nổ, ngòi nổ; chất nổ. ¶ ~ 장치 chốt nổ.
뇌까리다 nói lải nhải; nhai đi nhai lại.
뇌다 (말을) nhắc lại, lặp lại.
뇌동(雷同) ☞ **부화뇌동**. ¶ ~자 kẻ bắt chước mù quáng.
뇌락(磊落) ~한 ngay thẳng, cởi mở, thẳng thắn, ngay thật, bộc trực; vui vẻ, vui nhộn; vui tính; không giả tạo, thản nhiên.
뇌력(腦力) khả năng trí tuệ; năng lực trí tuệ.
뇌리(腦裡) ¶ ~에 떠오르다 nảy ra ý tưởng / ~에서 떠나지 않다 không rời ý nghĩ; không từ bỏ ý tưởng.
뇌막(腦膜) [YH] màng não. ¶ ~염 viêm màng não.
뇌명(雷鳴) tiếng sấm.
뇌문(雷文) hoa văn chữ triện(nguyên

văn: hoa văn hình tia chớp). ¶ ~ 세공 nghề thủ công hoa văn chữ triện.
뇌물(賂物) của hối lộ, đồ đút lót. ¶ ~을 주다 (쓰다) đưa hối lộ / ~을 먹다 ăn hối lộ.
뇌병(腦病) chứng bệnh về não.
뇌병원(腦病院) bệnh viện tâm thần.
뇌빈혈(腦貧血) 【YH】 bệnh thiếu máu lên não, thiểu năng tuần hoàn não.
뇌사(腦死) não chết.
뇌성(雷聲) tiếng sấm.
뇌쇄(惱殺) **~하다** quyến rũ, làm say đắm, làm mê mẩn; sức mê hoặc.
뇌수(腦髓) 【GP】 não bộ.
뇌수술(腦手術) sự mổ não. **~하다** mổ não.
뇌신경(腦神經) thần kinh não. ¶ ~ 외과 khoa giải phẫu thần kinh não.
뇌염(腦炎) viêm não.
뇌염경보(腦炎警報) cảnh báo chứng viêm não.
뇌염모기(腦炎-) muỗi gây bệnh viêm não.
뇌염증세(腦炎症勢) triệu chứng viêm não.
뇌염환자(腦炎患者) bệnh nhân viêm não. ¶ ~로 확인되다 được chẩn đoán là bệnh nhân viêm não.
뇌우(雷雨) mưa có sấm sét.
뇌일혈(腦溢血) 【YH】 chứng xuất huyết não. ¶ ~을 일으키다 gây ra chứng xuất huyết não.
뇌장(腦漿) nước trong não.
뇌장애(腦障碍) sự tổn thương não. ¶ ~를 일으키다 làm tổn thương não.
뇌전(雷電) sấm sét, tin sét đánh.
뇌조(雷鳥) 【LCh】 gà gô trắng.
뇌종양(腦腫瘍) chứng u não.
뇌진탕(腦震蕩) 【YH】 sự chấn động não.
뇌척수(腦脊髓) ¶ ~막염 【YH】 viêm màng não tủy.
뇌출혈(腦出血) xuất huyết não.
뇌충혈(腦充血) 【YH】 chứng xung huyết não.
뇌파(腦波) 【YH】 sóng não. ¶ ~ 검사 kiểm tra sóng não.
뇌하수체(腦下垂體) hiện tượng loạn tuyến yên.
뇌혈전(腦血栓) chứng huyết khối não.
누(累) sự dính dáng, sự liên lụy; sự dính líu; sự mắc mớ. ¶ ~를 끼치다 làm cho dính dáng, làm cho liên lụy; gây mắc mớ.
누(樓) gác xép.
누(壘) 【BC】 góc, gôn.
누가(累加) **~하다** tích lũy, tích trữ; chồng chất, tăng lên.
누가복음(-福音) Phúc âm Luke.
누각(樓閣) tòa tháp; tòa nhà nhiều tầng. ¶ 공중 ~ tòa nhà công cộng.
누계(累計) việc tính gộp, sự gộp chung. **~하다** tổng cộng, tính gộp lại.
누관(淚管) 【GP】 tuyến lệ.
누구 ❶ (의문) ai, người nào, kẻ nào (누가); của ai, thuộc ai (누구의); cho ai, với ai, tới ai (누구에게, 누구를). ❷ (부정(不定)) không ai; bất kỳ ai, dù là ai (누구든지, 누구나, 누구라도).
누그러뜨리다 làm cho dịu lại, làm mủi lòng, làm mềm lòng, làm nhụt chí; trở nên ủy mị; trở thành ẻo lả.
누그러지다 (태도, 감정이) dịu lại; mủi lòng; (날씨가) dịu đi; dễ chịu hơn, mát mẻ hơn.
누글누글하다 bình yên; yên lặng, không bị khuấy động; điềm tĩnh, mềm mỏng.
누긋하다 điềm tĩnh, trầm tĩnh, bình tĩnh, thảnh thơi, vô tư. ¶ 누긋한 성질 tính tình điềm đạm.
누기(漏氣) khí ẩm, hơi ẩm, độ ẩm. ¶ ~찬 ẩm ướt; ẩm thấp.
누나 chị gái.
누누이(屢屢-) một cách nhiều lần, lặp lại, liên tục.

누다 (오줌을) bài tiết, thải ra, tống ra; (똥을) đi ỉa, đại tiện.

누대(屢代) đời đời, muôn đời. ¶ ~에 걸쳐 kế tiếp đời đời.

누더기 quần áo rách, quần áo bị sờn. ¶ ~를 걸친 사람 kẻ ăn mặc rách rưới.

누덕누덕 chằng chịt. ¶ ~ 깁다 vá chằng vá đụp.

누드 trần truồng, trần trụi, khỏa thân. ¶ ~ 사진 ảnh khỏa thân.

누락(漏落) sự bỏ sót, kẽ hở, chỗ thiếu sót; sự bỏ quên. **~하다** (…을) bỏ sót, bỏ quên, sót; thiếu; (…이) bị bỏ sót.

누란(累卵) ¶ ~의 위기 hiểm họa sắp xảy ra.

누렇다 vàng.

누룩 mạch nha; (효모) men.

누룽지 cơm cháy.

누르다[1] (빛이) có màu vàng; vàng vọt (얼굴이).

누르다[2] ❶ (내리누름) ấn; ép, nén; (꼼짝못하게) ấn chặt; (도장을) đóng. ¶ 돌로 ~ ấn bằng hòn đá. ❷ (억제) chế ngự, ngăn chặn, đàn áp; (진압) trấn áp; (제압) điều khiển, nắm giữ.

누르락붉으락하다 (서술적) đỏ tía tai, vàng đỏ.

누르스름하다 (서술적) vàng nhạt, vàng vàng.

누르락푸르락하다 ☞ **누르락붉으락하다**.

누릇누릇하다 có màu hơi vàng.

누리 (세상) thế giới.

누리다[1] (냄새가) hôi thối. ☞ **노리다**[1]. ¶ 누린내 mùi hôi thối.

누리다[2] (복을) hưởng, được, nếm trải. ¶ 건강을 ~ có sức khỏe tốt / 장수를 ~ hưởng sự sống lâu.

누명(陋名) ¶ ~을 쓰다 bị mất danh dự, bị ô danh; bị hổ thẹn, bị làm nhục / ~을 씻다 rửa mối nhục.

누범(累犯) sự vi phạm liên tục, sự tái phạm. ¶ ~자 người phạm tội nhiều lần, người có tiền án.

누비 sự khâu may, sự may chần. ¶ ~이불 chăn may chần / ~옷 áo quần khâu.

누비다 khâu may, may chần. ¶ 군중 속을 누비며 가다 đi lại trong đám đông như mắc cửi.

누선(淚腺) tuyến nước mắt.

누설(漏泄) sự tiết lộ, sự rò rỉ, sự bại lộ, sự công bố. **~하다** tiết lộ. ¶ 기밀을 ~하다 tiết lộ bí mật. ¶ 군기 ~ để lộ vũ khí quân sự.

누수(漏水) nước bị rỉ ra.

누습(陋習) hủ tục, tục lệ xấu.

누습(漏濕) ~한 thoát khí ẩm.

누승(累乘) 【TH】 lũy thừa.

누실(漏失) **~하다** bỏ lỡ, cho qua.

누심(壘審) 【BC】 trọng tài sân.

누에 con tằm. ¶ ~를 치다 chăn nuôi tằm. ¶ ~ 고치 kén tằm / ~ 나방 bướm tằm / ~ 씨 trứng tằm.

누옥(陋屋) căn nhà dột nát.

누워떡먹기 sự dễ dàng, dễ như trở bàn tay.

누워먹다 nhàn rỗi; vô công rồi nghề.

누이 chị em gái; (손위) chị gái; (손아래) em gái.

누이다 ❶ ☞ **눕히다**. ❷ (대소변을) cho đi tiểu. ❸ (피륙을) nhúng.

누적(累積) sự tích lũy, sự gom góp, sự chất chứa. **~하다** tích tụ, tích lũy, dồn lại, chất chứa. ¶ ~된 서류 tài liệu được gom góp.

누전(漏電) sự hở điện, sự dò điện. **~하다** hở điện, rò điện. ¶ ~에 의한 화재 hỏa hoạn do hở mạch điện.

누정(漏精) chứng di tinh, mộng tinh.

누지다 bị ẩm ướt.

누진(累進) sự tiến lên, lũy tiến. ¶ ~적(으로) tính chất lũy tiến; tính thăng tiến.

¶ ~(과)세 thuế lũy tiến.

누차(屢次) nhiều lần, nhiều lượt; hết lần này đến lần khác.

누추(陋醜) ~한 bẩn thỉu, dơ dáy (옷차림이); tục tĩu, thô tục.

누출(漏出) **~하다** lộ ra, rò rỉ, thoát ra (가스가).

누타(壘打) [BC] cú đánh làm cho người đánh chạm được góc thứ nhất.

눅눅하다 ẩm ướt; ẩm. ¶ 눅눅한 빵 bánh mỳ ỉu.

눅다[1] (값이) hạ, giảm, dịu; (날씨가) dịu đi.

눅다[2] (반죽이) mềm, dễ uốn; dẻo; (눅눅하다) ẩm ướt; ẩm; (성질이) dịu dàng, mềm mỏng, mềm.

눅신눅신하다 mềm dẻo, dễ uốn.

눅실눅실하다 ☞ **눅신눅신하다**.

눅이다 ❶ (부드럽게) làm cho mềm. ❷ (마음을) làm dịu lại, làm thanh thản. ❸ (촉촉이) ẩm ướt.

눅지다 trở nên dễ chịu, trở nên thoải mái, bớt căng thẳng, lắng dịu.

눅진눅진하다 mềm và dính, mềm dẻo.

눈[1] ❶ [GP] mắt. ¶ ~이 큰[푸른] mắt to [xanh] / ~ 깜짝할 사이에 trong nháy mắt / ~이 아프다 đau mắt; (안질) bệnh về mắt / ~을 뜨다 [감다] mở [nhắm] mắt / ~에 티가 들다 bụi bay vào mắt / ~에 거슬리다 khó chịu ở mắt / ~이 부시다 bị chói mắt / 돈에 ~이 어두워지다 mờ mắt vì tiền / ~에 들다 ưng ý, vừa lòng ❷ (눈치) giác quan; cảm giác, tri giác. ¶ 부러운 ~으로 보다 nhìn bằng con mắt thèm muốn ❸ (시력) thị lực. ¶ ~이 좋다 [나쁘다] thị lực tốt [xấu]. ❹ (주의) chú ý, để ý; quan sát, theo dõi, giám thị (감시). ¶ ~을 속여 (에 띄지 않게) đánh lừa sự chú ý (để không nhìn thấy) / ~에 띄다 [을 끌다] đập vào mắt [thu hút ánh mắt, sự quan tâm]. ❺ (견지) quan điểm, cách nhìn nhận. ¶ 서양 사람의 ~으로 보면 theo quan điểm người phương Tây. ❻ (안식) sự sáng suốt, sự đánh giá, năng lực phán đoán (판단력). ¶ 전문가의 ~ sự đánh giá của chuyên gia / ~이 높은 kén chọn kiêu ngạo, kiêu căng / 사람을 보는 ~이 있다 có con mắt sáng suốt trong việc đánh giá con người.

눈[2] ❶ (자, 저울의) sự chia độ, mặt phân độ. ¶ 저울 ~을 속이다 cân non, cân thiếu. ❷ (나무의 싹) mầm, chồi, búp, nụ. ¶ ~트다 nảy mầm, đâm chồi, ra nụ. ❸ (그물의) mũi đan (코). ¶ ~이 성긴 mũi đan thưa / ~이 촘촘한 mũi đan dày.

눈[3] (내리는) tuyết. ¶ ~길 con đường đầy tuyết / ~을 이고 있는 đang phủ tuyết / ~같이 흰 trắng như tuyết / ~을 맞다 gặp tuyết / ~을 털다 phủi tuyết / ~에 갇히다 bị tắc nghẽn vì tuyết / ~이 온다 tuyết rơi.

눈가리개 cái che mắt. ¶ ~를 하다 bịt mắt.

눈가림 sự dối trá, sự lường gạt. **~하다** dối trá, lừa gạt, ngụy trang, che đậy. ¶ ~으로 일하다 làm việc tạm thời.

눈감다 ❶ (눈을) nhắm mắt. ¶ 눈 감으면 코 베어 먹을 세상 thế gian lòng người hiểm ác (tục ngữ). ❷ (죽다) qua đời; chết.

눈감아주다 bỏ qua, tha thứ.

눈거칠다 khó coi, gai mắt.

눈겨룸 trò chơi đánh nhau bằng tuyết.

눈결 liếc nhìn, liếc mắt; nhìn thoáng.

눈곱 dử mắt ghèn. ¶ ~이 끼다 bị dử mắt / 양심이라곤 ~만큼도 없다 vô lương tâm.

눈곱자기 ☞ **눈곱**.

눈구멍 [GP] hốc mắt.

눈금 sự chia độ. ¶ ～을 매기다 chia độ.
눈기이다 lừa dối, lừa bịp; bịt mắt ai.
눈깔사탕(-砂糖) kẹo.
눈깜짝이 trong nháy mắt.
눈꺼지다 trũng mắt.
눈꺼풀 lông mày.
눈꼴사납다 làm gai mắt, nhìn một cách căm thù; nhìn một cách ghê tởm, nhìn ghét bỏ.
눈꼴틀리다 nhìn căm thù, nhìn ghê tởm.
눈높다 mục đích cao; kiêu ngạo; kiêu kỳ, kiêu căng; (안목) đòi hỏi cao, kén chọn.
눈대중 sự ước lượng. **~하다** ước lượng, đoán chừng bằng mắt.
눈독 ¶ ～들이다 nhìn, quan sát; theo dõi, để mắt tới, quan tâm tới.
눈동자(-瞳子) đồng tử.
눈두덩 mí mắt. ¶ ～이 붓다 mí mắt bị sưng.
눈딱부리 (눈) mắt ốc nhồi; (사람) người có mắt ốc nhồi.
눈뜨다 ❶ (눈을) mở mắt; thức dậy (깨다). ❷ (깨닫다) tỉnh ngộ, hiểu ra; thức tỉnh (정신을 차리다).
눈뜬장님 (문맹) người mù chữ; kẻ thất học, người ngu dốt.
눈띄다 (보이다) nhìn thấy, trông thấy, đập vào mắt; (눈을 끌다) bắt gặp, thu hút, gây chú ý; (두드러짐) chú ý, để ý.
눈망울 nhãn cầu.
눈맞다 ứng ý.
눈맞추다 (남녀가) liếc nhau, đá mắt cho nhau.
눈매 hình dạng mắt. = 눈맵시. ¶ 사랑스러운 ～ con mắt rất đáng yêu.
눈멀다 mờ mắt; bị lòa; (현혹) lóa mắt, chói mắt.
눈물 nước mắt. ¶ ～겨운 이야기 câu chuyện đầy nước mắt / ～에 젖은 얼굴 khuôn mặt đầm đìa nước mắt / ～이 나다 chảy nước mắt / ～ 어리다 rưng rưng nước mắt / ～ 지다 chảy nước mắt, nhỏ lệ / ～ 짓다 khóc lóc / ～을 흘리다 rưng lệ / ～을 닦다 lau nước mắt / ～을 보이다 trông thấy nước mắt / ～을 자아내다 trào nước mắt / ～을 참다 cầm nước mắt, nén nước mắt.
눈바람 (풍설) gió tuyết; (눈보라) bão tuyết.
눈발서다 sắp có tuyết.
눈방울 bông tuyết.
눈병(-病) bệnh về mắt.
눈보라 bão tuyết.
눈부시다 ❶ (부시다) lóa mắt, chói mắt. ¶ 눈부시게 희다 trắng lóa mắt. ❷ (빛나다) rực rỡ, lấp lánh, sáng chói. ¶ 눈부신 업적 sự nghiệp rực rỡ.
눈부처 sự biểu lộ qua ánh mắt.
눈빛 ánh mắt; ánh sáng lấp lánh; sự lộng lẫy. ¶ 애원하는 듯한 ～ ánh mắt như van nài.
눈사람 người tuyết. ¶ ～ 처럼 커지다 [불어나다] to lớn [bệ vệ] như người tuyết.
눈사태(-沙汰) núi tuyết lở (규모가 큰).
눈살 ¶ ～을 찌푸리다 chau mày.
눈석임 sự tan tuyết. **~하다** tuyết tan. ¶ ～물 nước tuyết tan.
눈설다 không quen; lạ mắt.
눈속이다 đánh lừa mắt.
눈속임 sự đánh lừa con mắt.
눈송이 hoa tuyết.
눈시울 ¶ ～이 뜨거워지다 mủi lòng, xúc động chảy nước mắt.
눈싸움 trò chơi ném tuyết.
눈썰미 ¶ ～가 있다 [없다] có [không có] cái nhìn sắc sảo, tinh ý.
눈썹 lông mày. ¶ 굵은 ～ lông mày rậm / ～을 그리다 kẻ lông mày.
눈알 nhãn cầu.

눈앞 ¶ ～의 trước mắt; (절박) điều sắp xảy ra, điều nhất định sẽ đến / ～에서 ở ngay trước mắt / ～에 닥치다 đập ngay vào mắt.

눈어림 ☞ **눈대중**.

눈엣가시 việc chướng mắt; như cái gai trong mắt.

눈여겨보다 quan sát kỹ, canh phòng cẩn thận, xem xét kỹ càng.

눈요기(-療飢) sự say mê ngắm nhìn. ¶ ～하다 nhìn đắm đuối, nhìn say mê, nhìn thích thú.

눈웃음 nụ cười bằng mắt. ～치다 cười bằng mắt.

눈익다 quen mắt.

눈인사(-人事) ☞ **목례**.

눈자위 nhãn cầu, cầu mắt.

눈정기(-精氣) sự tinh mắt.

눈주다 nháy mắt; ra tín hiệu bằng mắt.

눈짓 sự nháy mắt, cái nháy mắt. **~하다** nháy mắt, ra hiệu bằng mắt.

눈초리 khóe mắt ngoài.

눈총기(-聰氣) ¶ ～가 있다 có cặp mắt sắc.

눈총맞다 nhận ánh mắt căm ghét; (뭇사람의) trở thành đối tượng phỉ báng.

눈치 ¶ ～ 보다 nhận biết nhạy cảm; đoán biết, nhìn nhận / ～채다 nhạy bén, đoán biết / ～ 채이다 bị đoán biết / ～가 빠르다 đoán nhanh, phán đoán nhanh / ～가 없다 không nhạy bén.

눈치레 sự trưng bày, sự phô bày, phô diễn. ¶ ～로 để trưng bày.

눈칫밥 ¶ ～ 먹다 cơm khách.

눈코뜰새없다 bận tối mắt tối mũi.

눋다 cháy, sém. ¶ 밥이 눌었다 cơm bị cháy.

눌러 liên tiếp. ¶ ～ 앉다 ngồi mãi một chỗ.

눌러보다 đối xử một cách rộng lượng, độ lượng.

눌리다[1] bị nén, bị dồn, bị ấn; (압도) bị áp đảo, bị chèn ép.

눌리다[2] (눋게 하다) làm cháy, làm khét, làm bỏng.

눌변(訥辯) ăn nói vụng về.

눌어붙다 ❶ (타서) cơm cháy dính chặt vào nồi. ❷ (한군데에) dính chặt lại một chỗ.

눌은밥 cơm cháy.

눌하다(訥-) (서술적으로) nói lắp bắp.

눕다 nằm. ¶ 쭉 뻗고 ～ nằm duỗi ra / 자리에 ～ nằm vào chỗ, nằm nghỉ / 병으로 누워 있다 đang nằm trên giường vì bệnh.

눕히다 đặt nằm xuống. ¶ 자리에 ～ đặt nằm xuống giường.

눙치다 an ủi, động viên, vuốt ve.

뉘[1] (쌀의) thóc.

뉘[2] (누구의) ai, của ai.

뉘앙스(nuance) sắc thái. ¶ 말의 ～ sắc thái của lời nói.

뉘엿거리다 ❶ (해가) (mặt trời) sắp lặn. ❷ (뱃속이) buồn nôn.

뉘우치다 ân hận, hối hận. ¶ 뉘우치는 빛도 없이 một cách không tỏ ra hối hận / 잘못을 ～ hối hận về sai lầm.

뉴기니(New Guinea) Niu Ghi-nê.

뉴스(news) tin tức, thời sự. ¶ ～ 방송 phát sóng thời sự / ～ 밸류(value) giá trị tin tức / ～ 영화 phim thời sự / ～ 해설 dẫn chương trình thời sự /～ 해설자 người dẫn chương trình thời sự.

뉴욕 New York. ¶ ～ 사람 người New York.

뉴트론(neutron) 【VLH】 Nơtron.

뉴페이스(newface) gương mặt mới.

느글거리다 muốn ói, buồn nôn, ọe.

느긋하다 (서술적) hài lòng, thỏa mãn; thoải mái.

느끼다 ❶ (지각) cảm thấy, biết rõ, ý

thức được; có kinh nghiệm. ¶ 고통[공복]을 ~ cảm thấy nỗi khổ [đói] / 불편을 ~ cảm thấy khó chịu / 어려움을 ~ thấy khó khăn. ❷ (감동) cảm động, cảm kích. ¶ 비애를 ~ cảm động bởi nỗi buồn. ❸ ☞ **흐느끼다**.

느끼하다 ngậy, béo, mỡ.

느낌 (인상) ấn tượng; (기분) cảm giác; (촉감) xúc cảm, cảm xúc. ¶ …한 ~을 주다 tạo cảm giác …. ¶ ~씨(표) ☞ **감탄사, 감탄 부호**.

느닷없이 bất ngờ; đột ngột; thình lình. ¶ ~ 덤벼들다 chộp lấy bất thình lình.

느른하다 uể oải, lừ đừ. ☞ **나른하다**.

느릅나무 【TV】 cây du.

느리광이 người chậm chạp; kẻ lười nhác.

느리다 ❶ (움직임이) chậm chạp, lề mề, lâu (굼뜨다); tối dạ, ngu đần (둔하다). ¶ 느리게 làm chậm; làm lề mề, lờ đờ. ❷ (짜임새가) lỏng lẻo. ¶ 짜임새가 느린 천 vải nhũn.

느림 sự chậm chạp.

느릿느릿 (동작이) chậm chạp; lề mề; (성기게) chậm chạp.

느물거리다 nói trâng tráo.

느슨하다 (헐겁다) lỏng ra, chùng xuống; thoải mái (마음이). ¶ 느슨하게 một cách thoải mái; thư thái / 느슨해지다 trở nên dễ chịu.

느즈러지다 ❶ (느슨해지다) bị lỏng; lỏng lẻo; (마음이) thả lỏng. ❷ (기한이) trì hoãn, hoãn lại.

느지감치 rất muộn; muộn màng.

느지막이 ☞ **느지감치**.

느지막하다 hơi trễ.

느직하다 ❶ ☞ **느지막하다**. ❷ ☞ **느슨하다**.

느타리 【TV】 nấm hương.

늑간(肋間) 【YH】 ¶ ~ 신경통 chứng đau dây thần kinh liên sườn.

늑골 xương sườn.

늑대 chó sói.

늑막(肋膜) 【YH】 màng phổi. ¶ ~염 viêm màng phổi.

늑장부리다 bỏ bê, bê trễ, sao nhãng, lần lữa, dây dưa, la cà, lêu lổng. ¶ ~가 기회를 놓치다 bỏ lỡ cơ hội.

늑줄주다 thả lỏng, làm bớt căng.

늗적거리다 mềm, dễ ép; dễ vỡ vụn (고기가); xiêu vẹo, loạng choạng.

늗질거리다 ☞ **늗적거리다**.

늘 ☞ **언제나**.

늘그막 ¶ ~에 lúc tuổi già, lúc tuổi xế chiều.

늘다 ❶ (증가) tiến bộ; tăng lên; phát triển lên. ¶ 10이 ~ tăng lên 10 / 2배 [3배] 로 ~ tăng gấp 2 lần [3 lần] / 회원이 ~ tăng hội viên / 체중이 2킬로 ~ tăng 2 kilôgam. ❷ (향상) nâng lên, tăng lên, nâng cao. ¶ 영어가 ~ tiếng Anh trở nên tiến bộ.

늘름 vồ nhanh lấy, phóng nhanh tới. ☞ **날름**.

늘리다 (수, 양을) tăng, cộng; thêm vào (증액); nhiều, gấp (배가); (면적을) mở rộng; nới rộng. ¶ 인원을 20명으로 ~ tăng lên 20 nhân viên / 복용량을 ~ tăng liều lượng.

늘비하다 (서술적) thành hàng, thành dãy. ¶ 늘비하게 xếp hàng.

늘썽하다 thô, không đúng kiểu.

늘씬하다 thon thả, thanh mảnh, mảnh mai, cân đối. ¶ 키가 늘씬한 미인 người đẹp có thân hình thanh mảnh.

늘어가다 tăng lên.

늘어나다 ❶ (길이가) dài ra. ¶ 고무줄이 ~ kéo dài dây cao su ra. ❷ (많아지다) nhiều lên; tăng lên (강물 따위가).

늘어놓다 ❶ (배열) dàn ra, bày ra, sắp hàng; (진열) trưng bày, phô bày, triển lãm. ❷ (산란) phân tán, giải tán. ❸ (열거) liệt kê, đếm, kể. ❹ (배치) sắp

đặt, bố trí; (사업을) mở rộng.
늘어뜨리다 (아래로) treo lên; lòng thòng, lủng lẳng; đu đưa.
늘어서다 đứng thành hàng lối; dàn hàng, nối đuôi nhau (옆으로). ¶ 두 줄로 ~ dòng hàng đôi / 배급을 타려고 죽 ~ xếp hàng dài để nhận khẩu phần.
늘어지다 ❶ (길어지다) bị dài ra, bị giãn ra. ❷ (처지다) chùng xuống, rủ xuống. ❸ (몸이) ủ rũ, kiệt sức. ❹ (팔자가) cuộc sống thanh thản.
늘이다 ❶ ☞ **늘어뜨리다**. ❷ (길게) làm dài ra; căng ra; duỗi ra; kéo dài ra. ¶ 고무줄을 ~ căng dây chun.
늘쩍지근하다 cảm thấy mệt mỏi, rã rời.
늘컹거리다 mềm, nhão.
늘큰거리다 ☞ **늘컹거리다**.
늙다 già, cũ. ¶ 늙은 già đi; già / 나이보다 늙어 보이다 trông già hơn so với tuổi.
늙다리 (사람) ông già lẩm cẩm; (짐승) con vật già nua.
늙수그레하다 già, già nua, hom hem.
늙어빠지다 già nua.
늙은이 người già, người có tuổi; (총칭) người cao tuổi.
늙정이 người già lẩm cẩm.
늙히다 bị già. ¶ 처녀로 ~ trở thành gái già.
늠렬(凜烈) **~하다** (추위가) lạnh buốt.
늠름하다(凜凜-) oai nghiêm, oai vệ, lẫm lẫm.
능(陵) lăng mộ hoàng gia.
능(稜) góc, cạnh.
능가(凌駕) **~하다** hơn; vượt trội, vượt qua. ¶ 젊은이를 ~하다 vượt qua cả bọn trẻ.
능갈치다 lời bào chữa khôn khéo.
능구렁이 ❶ (뱀) rắn đốm vàng. ❷ (사람) người khôn ngoan, người quỷ quyệt.
능글능글하다 (뻔뻔스럽다) trâng tráo, câng câng; trơ trẽn.
능금 【TV】 quả táo dại.
능동(能動) ~적 tích cực; năng động. ¶ ~태 【NP】 thể chủ động.
능라(綾羅) lụa dày và mỏng.
능란(能爛) ~한 kỹ xảo, chuyên môn, khéo léo. ¶ ~하게 có kỹ xảo, khéo léo / 말솜씨가 ~하다 tài ăn nói; khéo ăn nói.
능력(能力) năng lực, khả năng. ¶ ~있는 có năng lực / …할 ~이 있다 có năng lực để …. ¶ ~상실자 người thiếu năng lực / ~별 학급 편성 sự hình thành cấp bậc theo năng lực / ~자 người có tài / 생산 ~ năng lực sản xuất / 지불 ~ khả năng chi tiêu.
능률(能率) năng suất. ~적 có năng suất. ¶ 비~적 không có năng suất / ~을 올리다 [낮추다] nâng cao [hạ thấp] năng suất. ¶ ~급(給) lương cấp theo năng suất / ~ 저하 [증진] giảm [tăng] năng suất / ~ 증진 sự nâng cao năng suất.
능멸(凌蔑) **~하다** coi khinh; coi thường.
능변(能辯) tài hùng biện, tài ăn nói lưu loát. ~의 hùng biện; nói trôi chảy. ¶ ~가 nhà hùng biện; người có tài ăn nói.
능사(能事) có khả năng làm (적당한); làm tốt (잘하는). ¶ …을 ~로 하다 [삼다] coi … là việc có khả năng / 돈을 모으는 것만이 ~가 아니다 không phải chỉ giỏi kiếm tiền thôi đâu.
능선(稜線) vạch lằn, chóp, chỏm, đỉnh núi, nóc nhà, sống mũi, luống đất lằn gợn.
능소능대(能小能大) ~한 đa năng, nhiều tác dụng, linh hoạt, tháo vát.
능수(能手) (수완) khéo tay; bàn tay vàng; (사람) người lão luyện; người tinh thông; lành nghề.

능수버들 【TV】 cành liễu Hàn Quốc.
능숙(能熟) sự thành thạo. ～한 thành thục, thành thạo, khéo léo. ¶ ～해지다 trở nên thành thạo, thành thục.
능욕(凌辱) (강간) sự lăng mạ, sự lăng nhục, sự xúc phạm; sự coi khinh, sự khinh rẻ, làm nhục phụ nữ. **~하다** lăng mạ, sỉ nhục; bôi nhọ; nói xấu; khinh miệt. ¶ ～당하다 bị lăng mạ, bị sỉ nhục; bị khinh rẻ / 처녀를 ～하다 làm nhục thiếu nữ.
능준하다 đầy đủ, vừa đủ, thích đáng.
능지기(陵-) người trông nom lăng mộ hoàng gia.
능지처참(陵遲處斬) **~하다** chém nát ra làm nhiều khúc (hình phạt đối với phạm nhân thời xưa).
능청 sự lừa đảo, sự mưu mô. ～떨다[부리다] bày trò lừa đảo. ¶ ～이 tên lừa đảo.
능청거리다 ❶ lắc lư, đu đưa. ❷ lừa đảo.
능청스럽다 dối trá, lừa dối; lừa lọc, lừa đảo, lừa gạt; lừa phỉnh.
능통(能通) **~하다** tài giỏi, thành thạo. ¶ …에 ～하다 giỏi trong việc …
능하다(能-) giỏi, thành thạo. ¶ 영어에 ～ giỏi tiếng Anh, thạo tiếng Anh, nói lưu loát tiếng Anh.
능히(能-) có khả năng; thành thạo; khéo léo. ¶ ～ 할 수 있다 có thể làm thành thạo; có thể làm một cách khéo léo; (서슴지 않다) thuần thục, trôi chảy, tháo vát, thành thục.
늦… cuối. ¶ ～가을 cuối thu.
늦다 ❶ (시각) muộn, trễ; (속도가) chậm; (서술적) muộn màng (시계가). ¶ 늦게 muộn / 늦어도 dù muộn / 밤늦게[까지] [tới] tận đêm khuya / 열차에 ～ muộn giờ tàu / 늦게 떠나다 xuất phát muộn / 5분 ～ muộn 5 phút / 때는 이미 늦었다 thời cơ đã muộn. ❷ (느슨하다) thả lỏng, lỏng lẻo.
늦더위 cái nóng cuối mùa; cái nóng mùa hè còn rơi rớt lại.
늦되다 phát triển chậm; lâu chín. ¶ 늦되는 과일 hoa quả lâu chín.
늦바람 ❶ (바람) cơn gió buổi chiều. ❷ (방탕) sự phung phí, sự lãng phí. ¶ ～ 나다 sống vội vàng hưởng thụ những năm tháng cuối đời.
늦배 (짐승의) con non đẻ muộn.
늦벼 lúa chín muộn.
늦복(-福) vận may muộn mằn.
늦잠 sự thức dậy muộn, sự ngủ nướng. ¶ ～ 자다 ngủ dậy muộn. ¶ ～장이 (꾸러기) kẻ ngủ ngày, người hay ngủ nướng.
늦장마 mùa mưa muộn.
늦추다 ❶ (느슨히) nới lỏng, làm cho chùng; làm lỏng; thả lỏng (정신을); giảm, hạ, rút xuống (속도를). ¶ 고삐를 ～ thả lỏng dây cương / 경계를 ～ bớt cảnh giác / 속도를 ～ giảm tốc độ. ❷ (시일을) trì hoãn, hoãn, lui. ¶ 마감 날짜를 이틀 ～ lùi ngày mãn hạn thêm 2 ngày.
늦추위 đợt giá rét muộn.
늪 đầm lầy, vùng lầy, bãi lầy.
니그로(Negro) chủng người da đen. ¶ ～의 thuộc người da đen, người da màu.
니스(Vornish) véc-ni; sơn dầu. ¶ ～칠하다 đánh véc-ni.
니카라과 Ni-ca-ra-goa. ¶ ～의 thuộc Ni-ca-ra-goa.
니켈 ni-ken (ký hiệu Ni). ¶ ～입힌 tráng ni-ken, mạ kền.
니코틴 chất ni-cô-tin. ¶ ～ 중독 chứng nhiễm độc ni-cô-tin, nghiện chất ni-cô-tin.
니트로글리세린 【HH】 chất ni-trô-gly-cê-

rin.

니트웨어 hàng dệt kim.

니힐(nihil) hư vô. ¶ ～리스트 người theo học thuyết hư vô / ～리즘 học thuyết hư vô.

님 (경칭) (vĩ tố, gắn sau nghề nghiệp chức vụ để biểu thị sự kính trọng) quý ông, ngài (남자); quý cô (미혼여자); quý bà (부인). ¶ 사장～ ngài giám đốc / 선생～ ông, thầy giáo; giáo viên (학교) / 임금～ đức vua; (호칭) ông, ngài.

닢 túi.

ㄷ

다 (모두) toàn bộ, mọi thứ, cả, tất cả. ¶ 둘 ～ cả hai / ～ 먹다 ăn tất cả / ～ 알다 biết tất cả.

다가놓다 mang lại gần, đem lại gần, để gần.

다가붙다 bám sát.

다가서다 tới gần, tiến lại gần, đứng gần.

다가앉다 ngồi lại gần, xích lại gần.

다가오다 tới gần, đến gần / 시험이 다가온다 kì thi đến gần.

다각(多角) ～적 nhiều mặt, đa giác. ¶ ～ 경영 kinh doanh đa ngành / ～ 무역 thương mại đa ngành, đa chủng loại / ～형【TH】hình đa giác.

다갈색(茶褐色) màu nâu, màu nâu đất.

다감(多感) tính đa cảm, tính hay xúc động. ～한 đa cảm, nhạy cảm. ¶ ～한 시인 thi sĩ đa cảm.

다과(多寡) lượng nhiều và ít (양); số nhiều và số ít (수).

다과(茶菓) trà và bánh ngọt, món ăn nhẹ ～회 tiệc trà.

다관(茶罐) ấm trà.

다구(茶具) dụng cụ uống trà, bộ ấm chén; (한 벌의) một bộ ấm chén.

다국적(多國籍) ¶ ～ 기업 công ty đa quốc gia.

다국적군(多國籍軍) quân đội đa quốc gia.

다그다 (기일을) rút ngắn (thời gian, kỳ hạn).

다그치다 ❶ ☞ **다그다**. ❷ (감정, 행동) hối thúc liên tục, tới tấp. ¶ 다그쳐 묻다. hỏi hối thúc.

다급하다 sắp xảy ra đến nơi, cấp bách, khẩn cấp. ¶ 다급한 용무로 việc cấp bách.

다기(多氣) sự can đảm, vững dạ. ～지다 (하다) gan dạ, can trường dũng cảm.

다난(多難) **~하다** đầy trở ngại, nhiều biến động khó khăn. ¶ ～한 해 một năm đầy biến động khó khăn / ～한 때(에) lúc biến động khó khăn.

다녀가다 đi lại (thường xuyên đi lại, đi đi lại lại).

다녀오다 đi về (đi đi về về).

다년(多年) trong nhiều năm. ¶ ～간 sự trường cửu, tính chất sống lâu năm. ¶ ～생 식물 cây cổ thụ.

다뇨증(多尿症)【YH】chứng đi tiểu nhiều.

다능(多能) ～한 có nhiều tài, đa năng, linh hoạt tháo vát.

다니다 (왕복) đi tới đi lui, đi qua đi lại; (배, 기차 따위가); (통근, 통학) sự có mặt, sự đi làm thường xuyên(통근); 자주 ～thường xuyên lui tới / 학교에 ～ đi học / 회사에 ～ đi làm.

다다르다 với tới, đạt đến chỗ.

다다미 một loại thảm lót sàn của Nhật. ¶ ～를 깔다 trải thảm.

다다이즘(dadaism) chủ nghĩa siêu thực.

다다익선(多多益善) càng nhiều càng tốt.

다닥다닥 san sát, sin sít, ri rít.

다닥뜨리다 ☞ **다닥치다**.

다닥치다 đến gần, kéo gần, ngay tầm

tay.

다달이 hàng tháng, mỗi tháng.

다대(多大) ～한 nhiều, cao, to tát đáng kể, có số lượng lớn. ¶ ～한 손해 tổn hại lớn, tổn thất lớn.

다도해(多島海) biển có nhiều đảo.

다독(多讀) sự đọc nhiều. **~하다** đọc nhiều. ¶ ～가 người đọc mọi loại sách, người có kiến thức rộng.

다듬다 ❶ (매만짐) cắt tỉa, vun vén; (석재 등을) gọt giũa; (깃 따위를) rỉa, cắt xén, tỉa, nhổ; (나무 따위를) cắt, tỉa; (대패로) bào. ¶ 머리를 ～ cắt tóc. ❷ (푸성귀를) ngắt, gọt bớt, lựa chọn, phân loại. ❸ (땅바닥을) san lấp. ❹ (천을) đập vải.

다듬이 ¶ ～질 đập, vuốt vải / 다듬잇돌 đá kê dưới tấm vải, quần áo / 다듬잇방망이 miếng kê bằng gỗ để đập quần áo.

다라지다 gan dạ, có khí thế, có tinh thần.

다락 gác xép, gác lửng.

다락같다 rất đắt đỏ. ¶ 물가가 ～ giá cả đắt đỏ.

다람쥐 【ĐV】 con sóc.

다랍다 ❶ ☞ **더럽다** bẩn. ❷ (인색) bần tính, keo kiệt, bủn xỉn.

다랑귀 뛰다 đu lên.

다랑어(-魚) cá ngừ.

다래끼 (바구니) rổ, rá; (눈병) mụn lẹo mắt.

다량(多量) ～의 nhiều, số lượng lớn. ¶ ～으로 với số lượng lớn.

다루다 ❶ (처리, 대우) xử lí, đối xử, quản lý. ¶ 다루기 힘든 khó xử lí. ❷ (가죽을) da làm trắng (희게). ¶ 다루지 않은 chưa xử lí.

다르다 (상위) khác, không giống; (닮지 않음) khác.

다름 아닌 không khác, không có gì khác

다름없다 (같다) không khác (giống); (변치 않음) không thay đổi, không biến đổi; (매한가지) cũng như vậy, đều như nhau.

다리[1] (사람, 동물의) chân (người, động vật); (물건의) chân (đồ vật).

다리[2] (교량) cầu. ¶ ～를 놓다 làm cầu, dựng cầu. ¶ 다릿목 đầu cầu / 돌～ cầu đá / 홍예 ～ cầu cong như hình cầu vồng.

다리[3] (머리의) tóc độn.

다리다 là, ủi.

다리미 cái bàn là, bàn ủi. ¶ ～질하다 là, ủi. ¶ 전기 ～ bàn là điện.

다리쇠 cái kiềng (bếp).

다림 việc đo, thăm dò. ¶ ～보다 (이해를) thăm dò. ¶ ～줄 dây dọi / ～추 quả dọi / ～판 thước đo mặt phẳng của vật.

다림질 việc là, ủi. ～하다 là, ủi.

다릿돌 thềm đá, bậc đá.

다만 (오직) chỉ, duy nhất; (그러나) tuy nhiên.

다망(多忙) sự bận rộn. **~하다** bận rộn. ¶ 공무 ～하여 công việc bận rộn.

다모작(多毛作) đa vụ, sự canh tác nhiều vụ (nông nghiệp).

다목적(多目的) nhiều mục đích. ¶ ～댐 đập nước đa năng.

다문(多聞) ¶ ～ 박식 uyên bác.

다물다 bặm, mím, mắm (môi). ¶ 입을 꼭 ～ mím chặt môi.

다박나룻 râu ria lởm chởm.

다발 bó, mớ; (장작의) bó, gánh (củi). ¶ 꽃 한 ～ bó hoa.

다발성(多發性) ¶ ～ 신경염 【YH】 viêm dây thần kinh.

다발식(多發式) đa động cơ (máy bay).

다방 phòng trà, quán trà (호텔 따위의). ¶ ～ 레지 nữ nhân viên phục vụ ở phòng trà / ～ 마담 bà chủ phòng trà.

다방면(多方面) ～의 đa phương diện. ¶ ～으로 dưới nhiều phương diện.

다변(多邊) ～적 tính linh hoạt. ¶ 수출 시장의 ～화 đa phương hóa thị trường xuất khẩu. ¶ ～ 외교 ngoại giao đa biên / ～형(形) hình đa giác.

다변(多辯) ～의 (người) nói nhiều.

다병(多病) ～한 nhiều bệnh, ốm yếu.

다복(多福) **~하다** may mắn, hạnh phúc.

다복다복 um tùm.

다부일처(多夫一妻) chế độ đa phu (một vợ nhiều chồng).

다부지다 ❶ (사람이) quả quyết, quyết đoán. ❷ (힘들다) khó khăn.

다분(多分) ～히 đa phần, khá nhiều, phần lớn, hầu hết.

다불과(多不過) bất quá, không quá.

다붓하다 chặt chẽ, dày đặc. ¶ 다붓 ở khoảng cách ngắn, gần.

다붙다 sát gần nhau, sít gần.

다붙이다 để hai vật gần nhau.

다비(茶毘) 【PG】 sự hoả táng, sự hỏa thiêu, sự đốt ra tro. **~하다** hỏa táng.

다사(多事) ～한 bận rộn, nhiều việc. ¶ ～ 다난 đa sự đa nan, lắm truân chuyên.

다산(多産) ～의 sự đẻ nhiều, sự mắn con. ¶ ～부 người đẻ mắn.

다섯 số năm. ¶ ～째 thứ năm (theo thứ tự) / ～ 배(의) gấp năm lần.

다소(多少) (부사적) khoảng chừng, vào khoảng, hơi.

다소곳하다 lịch sự, nhã nhặn, ngoan ngoãn, dễ bảo.

…다손치더라도 dù là, dẫu là, ngay cả, tuy vậy, bất kể thế nào. ¶ 그렇～ dù nói thế nào.

다수(多數) đa số, một con số lớn. ～의 nhiều, đông. ¶ ～결 sự biểu quyết theo số đông / ～결로 정하다 quyết định theo đa số / ～당 đảng dành được đa số phiếu / ～표 phiếu đa số / 절대 ～ số lớn nhất.

다수확(多收穫) ～의 thu hoạch sản lượng cao. ¶ ～ 품종 giống có sản lượng thu hoạch cao.

다스 (12개) một tá. ¶ ～로 팔다 bán theo tá.

다스리다 ❶ (통치) cai trị, cai quản, quản lý (관리). ❷ (바로 잡다) nắm quyền thống trị, giành quyền cai trị. ❸ (통제) đàn áp, bình định, dẹp loạn. ❹ (병을) chữa khỏi, làm lành, chữa trị. ❺ (죄를) trừng phạt, trừng trị ngược đãi.

다스하다 dễ chịu, ôn hòa, ấm áp.

다습하다(多濕-) ẩm ướt, hơi ẩm. ¶ 다습한 기후 khí hậu ẩm ướt.

다시 (또) lại, lần nữa, (다시 한번) thêm một lần nữa, lần thứ hai; (거듭) lắp đi lặp lại; (새로이) bằng cách khác. ¶ ～없는 không lặp lại / ～없는 기회 không có cơ hội lần thứ hai.

다시마 【TV】 tảo bẹ, tảo bẹ biển.

…다시피 (마찬가지로) tương tự, như; (같은 정도로) hầu như, gần như. ¶ 보시[아시]～ như bạn thấy [biết] / 멸망하～ 되다 hầu như bị tiêu vong.

다식(多食) **~하다** ăn quá nhiều, ăn tham, háu ăn, phàm ăn. ¶ ～가 người phàm ăn, người ăn tham.

다식(多識) sự hiểu biết nhiều, uyên bác.

다신교(多神教) thuyết đa thần, thuyết đa giáo. ¶ ～도 người theo thuyết đa thần.

다실(茶室) ☞ **다방**.

다액(多額) ～의 một số tiền lớn.

다양(多樣) **~하다** đa dạng, khác nhau, thay đổi khác nhau. ¶ ～화하다 đa dạng hóa (상업). ¶ ～성 tính đa dạng, tính biến đổi, tính biến hóa.

다언(多言) ～의 tính nói nhiều, sự lắm lời.

다염기산(多鹽基酸) 【HH】 tính nhiều acid kiềm, đa axít.

다예(多藝) tính đa dụng, tính linh hoạt sự đa tài.

다우존스식(Dow Jones式) 【CK】 ¶ ～ 평균 주가 giá cổ phiếu bình quân theo Dow-Jones.

다운 【QA】 ～되다 bị đánh nốc ao. ¶ ～시키다 đánh nốc ao.

다원(多元) thuyết đa nguyên. ～적 thuộc số nhiều. ¶ ～론 thuyết đa nguyên luận / ～ 방송 sự phát sóng từ nhiều nguồn / ～화 thuyết đa nguyên hóa.

다윈(Darwin) Đác-uyn. ¶ ～설 học thuyết tiến hóa Đác-uyn.

다육(多肉) ～의 có nhiều thịt.

다음 tiếp theo, theo sau (버금가는). ¶ ～의 = 다음. / ～날 ngày hôm sau, ngày kế tiếp / ～달 [해] tháng tới [năm tới] / ～에 sau nữa, hơn nữa, ở vị trí tiếp theo / ～ 월요일 thứ hai tuần tới / ～ 가다 kế, kế tiếp, kế cận.

다음(多音) ¶ ～자(字) đa âm / ～절어 từ đa âm tiết.

다음다음 kế tiếp nữa, ngày tiếp theo sau nữa. ¶ ～날 ngày kia, hai ngày sau nữa.

다의(多義) nhiều nghĩa. ¶ ～의 từ nhiều nghĩa. ¶ ～어(語) từ đa nghĩa.

다이너마이트 chất đi-na-mit (thuốc nổ). ¶ ～로 폭파하다 phá bằng thuốc nổ.

다이빙 lặn (dưới nước).

다이아 ☞ **다이아몬드**.

다이아몬드 kim cương.

다이얼 vòng quay số điện thoại, sự quay điện thoại. ¶ ～을 돌리다 quay điện thoại / ～ 113번을 돌리다 quay số 113. ¶ 전화～ quay điện thoại, gọi điện thoại

다이얼로그 cuộc đối thoại.

다이오드 【ĐT】 đi-ốt, ống hai cực.

다인 【VLH】 đin

다작(多作) **~하다** viết nhiều tác phẩm. ¶ ～의 sáng tác nhiều. ¶ ～가(家) nhà văn sáng tác nhiều.

다잡다 (사람을) luyện tập khắt khe, kiểm soát nghiêm ngặt, kỉ luật nghiêm minh; (마음을) sửa mình, dốc hết tâm trí.

다재(多才) ～한 đa tài, nhiều tài. ¶ ～한 사람 người đa tài, đa năng, người giỏi toàn diện.

다정(多情) ～한 thương yêu, có lòng nhân hậu. ¶ ～ 다한(다감)한 say đắm, nồng nhiệt, nhiều tình cảm, dễ xúc động / ～히 một cách ấm áp, một cách dịu dàng / ～한 친구 người bạn tốt bụng / ～하게 지내다 sống tình cảm / ～한 사이다 quan hệ rất tình cảm.

다정자(茶亭子) bàn (uống) trà.

다조(-調) 【ÂN】 nốt đô.

다조지다 thúc giục, giục giã, hối hả.

다족류(多足類) 【ĐV】 động vật nhiều chân.

다죄다 siết chặt lại cho khít hơn.

다지다 ❶ (단단하게) chắc chắn, nắm chắc, dồn ép (ai) vì (một lời đã hứa). ❷ (고기를) băm, thái nhỏ. ❸ (다짐받다) làm cho cứng, chắc.

다짐 (확약) lời hứa, vật làm tin, vật đảm bảo (보증). **~하다** đảm bảo, hứa, cam kết, thề nguyền. ¶ ～받다 nhận lời hứa.

다짜고짜로 bừa bãi, bừa, vô lối. ¶ ～ 사람을 치다 đánh người bừa bãi.

다채(多彩) ¶ ～롭다 có nhiều màu sắc, lòe loẹt, lốm đốm, loang lổ. ¶ ～로운 행사 chương trình đa dạng.

다처(多妻) nhiều vợ, đa thê. ¶ 일부 ～

một chồng nhiều vợ.

다치다 bị đau, bị thương. ¶ 한 쪽 다리를 ~ bị đau một chân / 자동차에 ~ bị tai nạn ô tô.

다큐멘터리 ¶ ~ 영화 phim tài liệu.

다크호스 con ngựa đen, đối thủ cạnh tranh mạnh.

다투다 cãi nhau, chửi nhau, tranh cãi; (논쟁) tranh luận; (불화) bất hòa; (겨루다) đấu tranh, đọ sức. ¶ 권력 [우승]을 ~ cạnh tranh để giành quyền lực [chiến thắng].

다툼 (논쟁) sự cãi nhau, mối bất hòa; (경쟁) cuộc tranh luận, cuộc giao tranh.

다팔머리 mái tóc bồng bềnh.

다하다[1] (없어지다) bị hao mòn hết; (끝나다) kiệt quệ, cạn kiệt, kết thúc, xong xuôi.

다하다[2] ❶ (다 들이다) rút hết, cạn kiệt, hết sức. ¶ 최선을 ~ làm hết sức mình, làm hết những gì có thể / 힘을 ~ kiệt sức. ❷ (끝내다) hoàn thành, kết thúc, làm trọn; (완수) đạt được thành quả, đạt được thành tích; (이행) thực hiện, hoàn thành. ¶ 일을 ~ hoàn thành công việc / 본분을 ~ làm nhiệm vụ, làm bổn phận / 사명을 ~ hoàn thành sứ mệnh.

다행(多幸) vận may. **~하다** may mắn. ¶ ~히 may mắn / ~히도 …하다 một cách may mắn / ~스럽다 = 다행하다.

다혈질(多血質) nóng nẩy. ~의 đỏ, hồng hào, dư máu. ~ 사람 người nóng tính.

다홍(-紅) đỏ thẫm, đỏ đậm. ¶ ~치마 váy màu đỏ sậm.

닥나무 【TV】 cây dâu tằm.

닥닥 ¶ ~ 긁다 cào sột soạt, gãi sột soạt.

닥뜨리다 giáp mặt, đối mặt với, đứng trước, chạm trán với.

닥치다 đến gần, tiếp cận, gần tầm tay.

닥터(doctor) bác sĩ.

닦다 ❶ (윤내다) làm cho sáng bóng (đồ bạc), đánh bóng (giày). ¶ 구두를 ~ đánh bóng giày. ❷ (씻다) tẩy sạch, lau sạch, xóa sạch; (훔치다) chùi sạch. ¶ 이를 ~ đánh răng / 걸레로 ~ lau sạch bằng giẻ / 눈물을 ~ lau nước mắt. ❸ (단련) rèn luyện, tu dưỡng. ¶ 기술을 ~ luyện kỹ thuật / 지덕(知德)을 ~ rèn luyện trí đức. ❹ (고루다) làm cho bằng phẳng. ¶ 터를 ~ đặt nền móng, mở đường cho, chuẩn bị cho (기초를). ❺ (셈을) dọn sạch, phát quang, thanh lý, thanh toán (청산).

닦달질하다 khiển trách, quở mắng, phê bình, chỉ trích.

닦아세우다 ☞ **닦달질하다**.

닦음질 sự lau sạch, chùi sạch, cọ rửa.

닦이다 ❶ (닦음을 당하다) được đánh bóng, được tẩy xóa. ❷ (홀닦이다) bị khiển trách, bị quở mắng.

단 (묶음) gói, một búi, bọc mớ, một vật nặng, một gánh nặng; (벼 따위) một bó lúa; (장작 따위) một đống củi. ¶ ~짓다 gói, buộc thành bó.

단(段) ❶ (지적 단위) đoạn. ❷ (인쇄물의) mục, cột. ¶ 삼~ 표제 3 cột tiêu đề. ❸ (등급의), tầng lớp, thứ hạng, tầng lớp, đẳng cấp. ¶ 바둑 9~ đạt cấp 9 môn cờ vây / ~수가 틀리다 đẳng cấp khác nhau. ❹ (층계) bậc thang, đoạn, cấp.

단(壇) nền, bục, bệ; (무대) sân khấu; (교회의 연단) bục diễn thuyết; (제단) bàn thờ; (단계) bước, giai đoạn.

단(斷) sự phán quyết, sự phân xử (của tòa án), sự quyết định. ~을 내리다 ra quyết định.

단(單) một. ¶ ~ 한번 chỉ một lần, chỉ

có một thời.

단(但) chỉ một người, đơn độc, một mình. ¶ (조건) tuy nhiên, với điều kiện là, miễn là.

단(團) (경기단) nhóm, đám, bọn; đoàn, tốp, đội; (극단) đoàn kịch, gánh hát; (악한 따위의) bọn du côn. ¶ 외교~ ngoại giao đoàn / 관광~ nhóm du khách.

단가(短歌) một đoạn thơ ngắn, đoạn bài hát ngắn.

단가(單價) đơn giá. ¶ ~ 50원으로 giá 50 won. ¶ 생산 ~ đơn giá sản xuất.

단가(團歌) bài hát nghi thức của một đoàn thể.

단가(檀家) 【PG】 nơi ở của sư vãi.

단강(鍛鋼) thép đã được rèn.

단거리[1] (재료) tài liệu duy nhất.

단거리[2] (나무) bó củi.

단거리(短距離) cự ly ngắn. ¶ ~ 경주 sự chạy đua cự ly ngắn / ~ 선수 vận động viên chạy cự ly ngắn / ~ 탄도 미사일 tên lửa tầm ngắn.

단검(短劍) đoản kiếm, dao ngắn; (비수) dao găm.

단견(短見) ý kiến phiến diện.

단결(團結) đoàn kết, đồng nhất. **~하다** thống nhất, hợp nhất, đứng chung với nhau, hợp thành đoàn thể. ¶ ~권 quyền tập hợp đấu tranh (근로자의) / ~력 sức mạnh của sự đoàn kết / ~심 tinh thần đoàn kết.

단결에 một mạch, liên tục, khi còn nóng, trước khi mất cơ hội, không bỏ lỡ cơ hội. ¶ 쇠뿔도 ~에 빼랬다 【TNg】 sừng bò phải bẻ khi lửa còn nóng (có ý nghĩa làm việc phải chớp lấy cơ hội, thời cơ).

단경(短徑) 【TH】 trục ngắn của e-líp.

단경(斷經) 【YH】 **~하다** mãn kinh. ¶ ~기(期) kì mãn kinh.

단경기(端境期) thời gian giữa vụ mùa.

단계(段階) một bước, một giai đoạn. ¶ 최종 ~ giai đoạn cuối cùng.

단곡(短曲) một khúc nhạc ngắn, một đoạn thơ.

단골 quen biết, người quen.

단과대학(單科大學) trường đại học chuyên ngành.

단광(單光) ☞ **단색광**.

단교(斷交) sự đổ vỡ , sự cắt đứt, sự gián đoạn. **~하다** cắt đứt, đổ vỡ. ¶ 경제 ~ sự cắt đứt quan hệ kinh tế.

단구(段丘) thềm (lục địa).

단구(短軀) người lùn.

단권(單卷) tác phẩm có một tập.

단궤(單軌) đường ray đơn. ¶ ~ 철도 đường sắt đơn, đường sắt một ray.

단근(單根) ❶ 【HH】 gốc đơn. ❷ 【TV】 rễ cái.

단근질 sự tra khảo bằng sắt nung đỏ. **~하다** tra khảo bằng sắt nung đỏ.

단기(單記) viết ngắn. ¶ ~ 투표 phiếu bầu một người.

단기(短期) ngắn hạn. ~의 ngắn, trong thời gian ngắn. ¶ ~ 강습 khóa học ngắn hạn / ~ 대부 nợ vay ngắn hạn.

단기(單機) chỉ một máy bay.

단기(單騎) một mình đi ngựa.

단기(團旗) cờ hiệu của một tổ chức.

단내 mùi cháy khét.

단념(斷念) sự từ bỏ, bỏ rơi, sự ruồng bỏ, sự không thừa nhận. **~하다** bỏ, từ bỏ, bỏ rơi, thôi, buông thả, tuyệt vọng. ¶ 출세를 ~하다 từ bỏ sự thành công.

단단하다 cứng rắn, sắt đá (세다); khỏe, chắc, bền (굳건하다); cứng, rắn (매듭이). ¶ 단단히 cứng, vững chắc (굳게); chắc (꽉); chắc, khít (엄중히) / 단단한 기초 cơ sở vững chắc / 단단히 결심하다 kiên quyết vững vàng / 단단히 약속하

다 hứa chắc chắn / 단단히 이르다 thông báo chắc chắn.

단대목(單-) bước ngoặt, thời điểm diễn ra một sự kiện quan trong.

단도(短刀) dao nhỏ, dao găm.

단도직입(單刀直入) ～적(으로) một cách trực tiếp, một cách bộc trực, một cách thẳng thừng, minh bạch.

단독(丹毒) [YH] bệnh truyền nhiễm do khuẩn cầu xoắn gây ra.

단독(單獨) ¶ ～적(으로) độc lập, riêng lẻ. ¶ ～ 강화 phát triển đơn lẻ / ～범(범인) phạm tội một mình; (죄) tội phạm cá nhân / ～ 행위 hành động đơn thương độc mã / ～ 회견 cuộc phỏng vấn riêng.

단두대(斷頭臺) máy chém, đoạn đầu đài. ¶ ～의 이슬로 사라지다 bị lên đoạn đầu đài, chết dưới máy chém.

단락(段落) sự dàn xếp, sự giải quyết; (결말) dấu chấm, sự chấm dứt. ¶ ～을 짓다 ổn định, đi vào nền nếp, đi đến kết thúc.

단락(短絡) [Đ] mạch điện ngắn.

단란(團欒) **~하다** sự hòa thuận, sự hòa hợp, sự hài hòa, sự cân đối. ¶ ～한 가정생활 cuộc sống gia đình hòa thuận.

단량체(單量體) [HH] đơn thức.

단련(鍛鍊) ❶ (금속) độ cứng và đàn hồi, mẫu kim loại thành hình, sự ép nén. **~하다** luyện, rèn. ❷ (심신) ～하다 rèn luyện, huấn luyện, đào tạo. ¶ 심신을 ～하다 rèn luyện tinh thần và thể xác.

단리(單利) [KT] lãi suất gốc.

단막(單幕) một màn. ¶ ～극 kịch một màn, kịch một hồi.

단말마(斷末魔) giây phút cuối cùng. ¶ ～의 고통 sự giãy chết, cơn hấp hối.

단맛 vị ngọt, tính chất ngọt ngào.

단면(斷面) một mục, một phần, một bộ phận, mặt cắt. ¶ 사회생활의 ～ một mặt của đời sống xã hội. ¶ ～도 mặt cắt ngang, hình cắt ngang, bản vẽ mặt cắt.

단명(短命) một cuộc đời ngắn ngủi. ～한 phù du, chết sớm, chóng tàn. ¶ 재사(才士) ～ tài sĩ đoản mệnh (người tài ba hay chết non).

단모음(單母音) nguyên âm đơn.

단무지 củ cải ngâm dấm.

단문(短文) câu đơn giản.

단문(單文) [NP] câu ngắn, kiến thức hẹp hòi.

단물 ❶ (담수) nước ngọt. ❷ (맛이 단) vị nước ngọt. ❸ (알속) phần đẹp nhất. ¶ ～을 빨아먹다 chọn phần lớn nhất. ❹ (연수) nước ngọt giải khát.

단물나다 làm cho hư mòn, làm cho kiệt quệ.

단박 một khi, ngay khi, tức thì, ngay tức thì, ngay lập tức.

단발(單發) ❶ (한발) một phát đạn. ¶ ～에 bắn một phát. ¶ ～총 súng một nòng. ❷ (발동기) động cơ. ¶ ～기 máy bay một động cơ.

단발(短髮) tóc ngắn chưa đến vai.

단발(斷髮) tóc ngắn. **~하다** làm cho ngắn. ¶ ～ 미인 mỹ nhân tóc ngắn.

단방(單放) ❶ ☞ **단발**(單發). ❷ ☞ **단번**(單番).

단배 sự ăn mạnh (nhiều) (식욕); ăn nhiều, ăn mạnh (소화력).

단백(蛋白) lòng trắng trứng. ¶ ～뇨증(尿症) chứng đái ra anbumin / ～석(石) [Kh] chất opan / ～질 chất đạm / 동물성 [식물성] ～질 chất đạm động vật [thực vật].

단번(單番) ～에 một hơi, một mạch, liên tục.

단벌(單-) (옷) bộ com lê độc nhất, bộ trang phục độc nhất. ¶ ～ 신사 người

chỉ có một bộ đồ độc nhất.
단병(短兵) ¶ ~ 접전 cuộc chiến giáp lá cà, trận đánh giáp lá cà.
단본위제(單本位制) 【KT】 chế độ chỉ cho phép một kim loại làm tiền tệ.
단봉낙타(單峰駱駝) 【ĐV】 lạc đà một bướu.
단분수(單分數) 【TH】 phân số đơn.
단비 cơn mưa mong đợi.
단비(單比) 【TH】 thương số.
단비례(單比例) 【TH】 tỷ lệ thức đơn.
단사(丹砂) 【Kh】 đai, vành, đan xa.
단산(斷産) **~하다** ngừng sinh đẻ, hết tuổi sinh đẻ.
단삼(丹蔘) 【TV】 hoa xô đỏ.
단상(單相) 【Đ】 điện một pha. ¶ ~ 전동기 mô tơ điện một pha.
단상(壇上) ¶ ~에 trên bục giảng / ~에 서다 đứng trên bục giảng.
단색(單色) ~의 cùng màu, đồng màu, đơn sắc. ¶ ~광 cùng một màu sáng / ~화(畵) tranh một màu, bức họa một màu.
단서(但書) điều kiện, điều khoản, điều quy định. ¶ ~가 붙은 thêm điều kiện, thêm điều khoản.
단서(端緖) (기원) sự ra đời, nguồn gốc, căn nguyên; (시작) sự khởi đầu, sự bắt đầu; (초보) bước đầu; (실마리) đầu mối, manh mối, vết tích. ¶ 문제 해결의 ~ bước đầu nhằm giải đáp thắc mắc, manh mối để làm sáng tỏ vấn đề / ~를 잡다 có manh mối.
단선(單線) ❶ (한 줄) một đường. ❷ (단궤) đường ray đơn. ¶ ~ 철도 đường sắt đơn, đường sắt một ray.
단선(斷線) dây bị cắt, dây đứt. **~하다** đứt dây.
단성(單性) 【Si】 tính chất đơn tính. ¶ ~ 생식 đơn gốc / ~화(花) hoa đơn tính.
단세(單稅) thuế đơn, thuế một lần.
단세포(單細胞) 【Si】 đơn bào. ¶ ~동물 [식물] động vật [thực vật] đơn bào.
단소(短小) ~한 nhỏ (và ngắn).
단속(團束) (관리) sự điều khiển, sự lèo lái, sự quản lý, quy định, giám sát; (기율) trật tự, nội quy, kỷ luật. **~하다** quản lý.
단속(斷續) ¶ ~적인 trục trặc, thỉnh thoảng lại ngưng / ~적으로 từng cơn, từng hồi, không liên tục. ¶ ~기 người gián đoạn, người ngắt lời.
단속곳 váy lót, quần lót.
단수(斷水) sự ngưng cung cấp nước. **~하다** cúp nước.
단수(單數) 【NP】 số ít. ~의 ở số ít.
단수(端數) ☞ **끝수**, **우수리**.
단순(單純) đơn giản. **~하다** đơn sơ, giản dị, không cầu kỳ, không kiểu cách, mộc mạc (사람이). ¶ ~히 một cách mộc mạc / ~화 đơn giản hóa / ~하게 하다 làm đơn giản.
단순호치(丹脣皓齒) răng trắng môi đỏ; (용모) khuôn mặt đẹp; (미인) người có khuôn mặt đẹp.
단술 một loại rượu ngọt từ gạo.
단숨에(單-) một hơi, một mạch, hết hơi, hết sức (한 모금에). ¶ ~ 마시다 uống một hơi.
단시(短詩) thể thơ ngắn, loại thơ 14 câu. ¶ ~ 작가 người làm thơ ngắn.
단시간(短時間) một thời gian ngắn.
단시일(短時日) ¶ ~에 trong một thời gian ngắn, trong một ngày.
단식(單式) 【TH】 phương thức thi đấu đơn (một đối một) (테니스, 탁구); việc ghi chép, tính toán chỉ dành cho những biến động về tài sản (부기).
단식(斷食) sự tuyệt thực. **~하다** tuyệt thực. ¶ ~일 [요법] ngày [phương pháp chữa trị bằng cách] nhịn ăn / ~ 투쟁 cuộc đình công bằng cách tuyệt thực.

단신(單身) (부사적) đơn độc, một mình, đơn thương độc mã, đơn chiếc. ¶ ～ 여행하다 du lịch một mình.

단신(短信) tin vắn, thông báo vắn tắt.

단아(端雅) ～한 phong nhã, thanh lịch, tế nhị, lịch sự.

단안(單眼) 【CT】 loài mắt đơn.

단안(斷案) sự phán quyết (결정); quyết định, kết luận (결론). ¶ ～을 내리다 đưa ra kết luận.

단애(斷崖) vách dốc đứng, vách đá. ¶ ～ 절벽 vách đá dốc đứng.

단어(單語) từ, từ vựng (어휘). ¶ ～집(集) sự sưu tập từ / 기본 ～ từ vựng cơ bản.

단언(斷言) sự xác định, sự xác nhận, sự quyết đoán, sự quả quyết, sự tuyên bố. **~하다** xác nhận quả quyết, tuyên bố, phát biểu, công bố một cách chắc chắn.

단역(端役) phần việc nhỏ, vai trò nhỏ bé.

단연(斷然) sự kiên định, sự dứt khoát, sự cương quyết; (절대적으로) dứt khoát, rạch ròi. ¶ ～ 제일이다 dứt khoát là số một.

단연(斷煙) **~하다** cai thuốc lá.

단엽(單葉) 【TV】 một lá. ¶ ～ 비행기 máy bay cánh đơn.

단오절(端午節) tết Đoan ngọ (ngày mùng 5 tháng 5 âm lịch).

단원(單元) ❶ (학과의) học trình ❷ 【TrH】 đơn nguyên.

단원(團員) thành viên.

단원제(單院制) chế độ đơn viện (ở quốc hội).

단위(單位) đơn vị, loại đơn vị (화폐의). ¶ 기본 ～ mức chuẩn, đơn vị chuẩn / 화폐 ～ đơn vị tiền tệ.

단음(短音) âm thanh ngắn. ¶ ～계 【ÂN】 âm thứ.

단음(單音) âm đơn điệu.

단음(斷飮) ☞ **단주**(斷酒).

단일(單一) ～의 đơn lẻ, một mình, cá nhân, duy nhất, đơn, riêng lẻ. ¶ ～화하다 làm đơn giản hóa. ¶ ～ 환율 hối suất đơn nhất / ～ 후보 sự ứng cử riêng lẻ.

단자(短資) số tiền cho vay ngắn hạn. ¶ ～ 시장 thị trường cho vay ngắn hạn.

단자(團子) giấy giao kèo.

단자(端子) 【Đ】 ổ có phích cắm.

단작스럽다 một cách bủn xỉn, bần tiện, hèn hạ.

단잠 giấc ngủ ngon.

단장(丹粧) **~하다** trang điểm, trang hoàng.

단장(短杖) cây gậy, cây ba toong, cây can.

단장(團長) sĩ quan chỉ huy, người lãnh đạo, người đứng đầu.

단장(斷腸) ～의 sự thương tâm, sự não lòng. ¶ ～의 비애 cảm thấy đau lòng, tan nát trái tim.

단적(端的) ～으로 một cách thẳng thắn, trung thực bộc trực. ¶ ～으로 말하면 nếu nói thẳng ra thì.

단전(丹田) cái bụng. ¶ ～에 힘을 주다 căng bụng.

단전(斷電) **~하다** cắt điện.

단절(斷絶) sự tuyệt chủng (소멸); sự tuyệt giao, sự cắt đứt, sự đổ vỡ (국교); sự gián đoạn (중단). **~하다** gián đoạn. ¶ ～되다 bị gián đoạn, bị tuyệt giao. ¶ 국교 ～ cắt đứt quan hệ ngoại giao với.

단점(短點) điểm yếu, khuyết điểm, nhược điểm.

단정(短艇) tàu, thuyền, xuồng, canô.

단정(端正) **~하다** đúng, phải, rành mạch, ngắn gọn, hợp cách, chính xác, thích đáng. ¶ ～히 một cách ngắn gọn / ～치 못한 không thích đáng.

단정(斷定) **~하다** kết luận, kết thúc, quyết

định.

단조(單調) (무변화) sự đơn điệu, sự buồn tẻ. ～롭다 nhạt nhẽo, vô vị, đơn điệu / ～로운 빛깔 màu sắc đơn điệu.

단조(短調) [ÂN] âm thứ.

단종(斷種) sự triệt sản, sự thiến (거세).

단좌(單坐) ¶ ～식 비행기 máy bay một chỗ ngồi.

단좌(端坐) **~하다** ngồi thẳng (tư thế).

단죄(斷罪) sự xét xử tội phạm, sự kết tội, sự xử phạt. **~하다** kết tội, xử phạt.

단주(斷酒) **~하다** từ bỏ rượu.

단지 lọ, vại, bình bằng sành.

단지(團地) khu. ¶ 공업 ～ khu công nghiệp.

단지(斷指) **~하다** chặt một ngón tay (thề).

단지(但只) chỉ là, đơn thuần, chỉ.

단짝 người thân, người tâm phúc.

단철(鍛鐵) sắt đã rèn, thép rèn mềm.

단청(丹靑) ❶ (색채) màu sắc. ❷ (그림) bức tranh muôn màu.

단체(團體) tổ chức, nhóm; (조직체) tổ chức, đoàn thể. ¶ ～를 조직 [해산]하다 thành lập [giải tán] tổ chức. ¶ ～ 경기 đoàn thể thao / ～ 교섭 sự giao lưu tập thể / ～ 교섭권 quyền thương lượng tập thể / ～ 생활 sinh hoạt tập thể / ～ 여행 du lịch theo nhóm / ～ 정신 tinh thần đồng đội / ～ 할인 thu nhỏ, rút gọn / ～ 행동 hoạt động tập thể.

단총(短銃) súng lục. ¶ 기관 ～ súng tiểu liên.

단추 cúc áo, khuy, nút bấm (장식 단추). ¶ ～를 채우다 cài cúc / ～를 끄르다 mở nút / ～를 달다 đơm nút, đơm cúc. ¶ 단춧구멍 khuy áo / 커프스 ～ khuy măng sét.

단축(短軸) [Kh] [M] trục ngắn.

단축(短縮) sự giảm bớt, sự thu ngắn lại. **~하다** thu nhỏ, cắt bớt, làm gọn cô đọng lại, tóm tắt lại. ¶ 시간을 ～하다 rút ngắn thời gian / 학년을 ～하다 rút ngắn năm học. ¶ 조업 ～ giảm bớt công việc.

단출하다 ít người; (간편) đơn giản. ¶ 단출한 살림 công việc nội trợ đơn giản / 단출한 식구 gia đình nhỏ.

단층(單層) ～의 một tầng. ¶ ～집 căn nhà một tầng.

단층(斷層) [Địa] vết đứt đoạn, vết (địa chất).

단침(短針) kim ngắn (kim chỉ giờ).

단칭(單稱) ～의 tên đơn. ¶ ～ 명제 [Lo] mệnh đề đơn.

단칸(單-) phòng đơn, phòng nhỏ. ¶ ～살림(살이) sống ở phòng nhỏ.

단칼(單-) ❶ dùng gươm một lần, chỉ một nhát (dao, kiếm). ❷ chỉ một lần.

단타(單打) [BC] cú đánh đến khoảng người đỡ dẫm đầu tiên. ¶ ～를 치다 đánh bóng ngắn.

단타(短打) [BC] cú đánh ngắn. ¶ ～를 치다 đánh ngắn.

단파(短波) làn sóng ngắn. ¶ ～ 방송 sự phát thanh trên làn sóng ngắn / ～ 수신[송신]기 máy thu [máy phát] sóng cự li ngắn.

단판(單-) hiệp quyết định. ¶ ～에 ở một hiệp. ¶ ～ 승부 một hiệp quyết định thắng bại.

단팥죽 cháo đậu đỏ với gạo.

단편(短篇) đoạn ngắn. ¶ ～ 소설 truyện ngắn / ～ 소설집 tập truyện ngắn / ～ 영화 bộ phim ngắn.

단편(斷片) mẩu, mảnh. ～적 rời rạc, chắp vá.

단평(短評) bài bình luận ngắn, bài phê bình ngắn gọn. ¶ 시사 ～ bình luận thời sự.

단풍(丹楓) ❶ (나무) gỗ cây thích. ❷ (잎)

những chiếc lá vàng vào mùa thu. ¶ ～들다 lá chuyển sang màu vàng / ～ 구경가다 đi ngắm lá vàng.

단합(團合) sự hợp quần, sự kết hợp ～하다 kết hợp. ¶ ～ 대회 đại hội. ☞ **단결**.

단항식(單項式) 【TH】 đơn thức (biểu thức).

단행(單行) ¶ ～범 【PL】 phạm tội một mình / ～법 quy luật riêng / ～본 sách một tập.

단행(斷行) **~하다** tiến hành, thực hiện.

단호(斷乎) ～한 dứt khoát (결심); bền vững, quả quyết, vững chắc (수단); biện pháp dứt khoát (결의); kiên quyết (과단성). ¶ ～히 một cách cương quyết, một cách vững chắc / ～한 조처(措處)를 취하다 có biện pháp dứt khoát.

단화(短靴) giày bệt, giày đế thấp.

닫다[1] (사람이) chạy; (말이) phi.

닫다[2] (닫치다) đóng lại, khép lại. ¶ 쾅 ～ đóng mạnh / 닫아걸다 khóa trái cửa.

닫치다 đóng kín cửa.

닫히다 bị giam, bị nhốt, bị đóng kín. ¶ (문이) 저절로 ～ tự đóng lại / 잘 안～ cánh cửa đóng không khít.

달 ❶ (하늘의) mặt trăng. ¶ ～세계 cung mặt trăng / ～의 여신 nữ thần mặt trăng / ～없는 밤 đêm không có trăng / ～이 차다 [이지러지다] trăng tròn [trăng khuyết] ❷ (달력의) tháng. ¶ ～마다 mỗi tháng / 큰 [작은] ～ tháng đủ [thiếu] / ～ 수가 차지 않은 아이 đứa trẻ sinh non, trẻ thiếu tháng.

달가닥거리다 làm kêu vang, kêu lách cách, leng keng.

달각거리다 ☞ **달가닥거리다**.

달갑다 vừa ý, hài lòng, thỏa mãn. ¶ 달갑지 않은 손님 vị khách không được hoan nghênh.

달개집 nhà kho, chái áp tường.

달걀 trứng. ¶ ～ 모양의 hình trứng, dạng hình oval / ～의 흰자위 [노른자] lòng trắng [lòng đỏ] trứng / ～ 껍질 vỏ trứng / ～빛 màu trứng / ～을 깨다 làm vỡ trứng.

달게굴다 làm phiền, quấy rầy ai, trêu chọc, chọc ghẹo ai.

달견(達見) đầu óc sáng suốt, sự nhìn xa trông rộng.

달관(達觀) tầm nhìn xa, cái nhìn thản nhiên, một quan điểm triết học. **~하다** nhìn xa.

달구 cái dầm nện đất. ¶ ～질 sự đầm, sự nện chặt / ～질하다 nện, nén, nhồi, nhét, ấn chặt vào, đâm vào, đụng vào.

달구다 nung nóng.

달구지 xe động vật kéo, xe kéo tay.

달그락거리다 vang, lanh lảnh, lẻng xẻng.

달그랑거리다 leng keng.

달다[1] ❶ (맛이) ngọt, có vị ngọt. ¶ 단 것 của ngọt, món ngọt / 맛이 ～ vị ngọt. ❷ (입맛이) cảm thấy ngon miệng; (술어적) ngọt. ¶ 인생의 쓰고 단 것 vị đắng và ngọt của cuộc đời / 달게 먹다 ăn ngon miệng.

달다[2] ❶ (뜨거워지다) nóng, bị nóng, bị bỏng. ¶ 쇠가 thép nung đỏ / 빨갛게 ～ nung đỏ. ❷ (너무 익다) nấu quá nhừ, quá chín. ❸ (마음 타다) phiền muộn, nôn nóng, hết kiên nhẫn.

달다[3] ❶ gắn vào, dán vào, trói buộc (붙이다); (가설) lắp đặt. ¶ 문에 종을 ～ gắn chuông lên cửa / 셔츠에 단추를 ～ đơm cúc lên áo / 전화를 ～ lắp đặt điện thoại. ❷ (걸다) treo lên, móc lên, căng ra, giương lên. ❸ (착용) mang, gắn. ¶ 메달을 ～ đeo huy chương. ❹ (올리다) treo. ❺ (기입)

chú giải, phụ lục; (주(註)를) chú thích; ¶ 외상을 ~ ghi chịu, ghi nợ.

달다[4] (무게를) cân. ¶ 저울로 ~ cân (vật gì) trên cân.

달단(韃靼) Tartariet. ¶ ~인 tatar.

달뜨다 phát triển không ngừng.

달라다 van xin, cầu khẩn, cầu xin, đề nghị, thỉnh cầu, yêu cầu.

달라붙다 dán vào, bám vào, dính chặt vào, bó sát vào.

달라지다 biến đổi, bị thay đổi, làm cho khác nhau. ¶ 달라지지 않다 vẫn vậy, không thay đổi, vẫn như cũ.

달랑거리다 (방울이) (chuông rung) leng keng.

달래다 làm dịu xuống, làm lắng dịu, làm cho khuây, an ủi, dỗ dành. ¶ 우는 어린애를 ~ dỗ đứa bé khóc / 시름을 술로 ~ giải buồn bằng rượu.

달러 đô-la (ký hiệu $). ¶ ~ 박스 thùng đô-la, thùng tiền (chỉ vật hay người giúp kiếm được nhiều ngoại hối qua việc xuất khẩu).

달려들다 tấn công, xông vào, nhảy vào.

달력(-曆) lịch, niên lịch, niên giám.

달로켓 tên lửa bắn lên mặt trăng. ¶ ~의 발사 bắn tên lửa.

달리 khác nhau, khác hẳn, tách riêng ra (따로). **~하다** khác với, không giống với. ¶ 생각했던 것과는 ~ khác với điều đã nghĩ / 견해를 ~하다 ý kiến khác.

달리기 cuộc chạy đua (경주). ¶ ~에서 이기다 thắng ở cuộc chạy đua. ¶ ~ 선수 vận động viên chạy đua.

달리다[1] (부족) ☞ **딸리다**.

달리다[2] (기운이) cảm thấy uể oải, mệt mỏi, lừ đừ, chậm chạp, thiếu sinh khí; (눈이) cảm giác nặng trĩu, lờ đờ.

달리다[3] (질주) chạy, nhảy, lao tới, xông tới, phóng, phi (배가); thuyền lao tới. ¶ 달려가다 chạy đi / 달려오다 chạy đến / 현장으로 달려가 chạy theo dấu vết.

달리다[4] ❶ (…에 걸려서) móc, mang, treo. ❷ (부속) sắp đặt, bố trí. ¶ 전등이 ~ gắn đèn điện / 수도(가) 달린 집 nhà ở thủ đô. ❸ (여하에) tùy thuộc vào, phụ thuộc vào. ¶ 그것은 사정 여하에 달렸다 cái đó phụ thuộc vào tình hình.

달리아 [TV] cây thược dược.

달마(達磨) vị đạt ma (범).

달맞이 ¶ ~하다 đón mừng trăng tròn.

달무리 vầng hào quang.

달문(達文) bài luận văn sáng sủa, một áng văn tuyệt tác.

달밤 đêm trăng.

달변(達辯) tài hùng biện, sự lưu loát. ~의 lưu loát.

달빛 ánh trăng. ¶ ~을 받고 được ánh trăng soi.

달성(達成) thành tích, thành tựu, sự đạt được. **~하다** hoàn thành, đạt được, dành được. ¶ 목적을 ~하다 đạt được mục đích.

달아나다 ❶ (도망) đào tẩu, trốn thoát, bỏ chạy, bay đi. ¶ …을 가지고 ~ mang đi mất. ❷ (달려가다) chạy đi, bỏ đi.

달아매다 treo lên, cột, buộc lại.

달아보다 ❶ (무게를) cân (vật gì). ❷ (사람을) tìm hiểu, thăm dò. phán đoán.

달아오르다 (뜨거워지다) trở nên đỏ rực; (얼굴, 몸이) cảm giác bừng bừng, cảm giác nóng nực.

달음(박)질 sự chạy, sự vận hành. **~하다** chạy, vận hành.

달이다 (간장 따위) nấu sôi, đun sôi, cô lại, sắc, ngấm; (약재를) đun sôi. ¶ 약을 ~ sắc thuốc.

달인(達人) người thông thạo, nhà chuyên môn, bậc thầy.

달짝지근하다 ngòn ngọt, hơi ngọt.

달창나다 (해지다) cởi, tháo; (바닥나다) bòn rút, tiêu hao, kiệt quệ.

달치다 quá nóng, sôi cạn.

달카닥거리다 (소리) kêu lách cách, lóc cóc.

달칵거리다 ☞ **달카닥거리다**.

달콤하다 ngọt ngào, đường mật, dịu dàng. ¶ 달콤한 말 lời nói êm đềm, lời nói đường mật.

달통(達通) **~하다** nắm vững, sử dụng thành thạo.

달팽이 【ĐV】 con ốc sên. ¶ ~ 걸음으로 chậm như ốc sên.

달포 khoảng một tháng.

달품 sự làm việc lãnh lương theo tháng.

달필(達筆) sự khéo tay, viết đẹp. ¶ ~이다 người viết đẹp.

달하다(達-) ❶ (목적 등을) hoàn thành, đạt tới, với tới. ❷ (도달) đến, đi đến. ¶ 수준에 ~ đạt tiêu chuẩn. ❸ (수량이) đạt tới. lên đến. ¶ 5백만 원에 ~ lên đến 5 triệu won.

닭 con gà; (암탉) con gà mái; (수탉) con gà trống. ¶ ~을 치다 nuôi gà / ~잦추다 đuổi gà. ¶ ~고기 thịt gà / ~고집 bướng bỉnh, ương bướng, ngoan cố / ~어리 lồng nhốt gà / ~(의)장 ổ gà, chuồng gà.

닮다 giống nhau, tương tự như nhau, đồng dạng. ¶ 많이 ~ giống nhau nhiều.

닳다 ❶ (마멸) mòn; (해지다) rách, mỏng. ❷ (국물이) bị cô lại, bị rút lại. ❸ (세파에) ví von. ¶ 닳고 단 여자 người con gái thạo đời, cô gái sành điệu.

닳리다 (해뜨리다) làm mòn, rách, chà xát, làm xước; (국물을) làm cạn, làm khô, làm sắc lại.

담 (집의) bức tường; (울타리) hàng rào. ¶ ~을 두르다 rào quanh tường, bao quanh bằng một bức tường.

담(痰) đờm dãi.

담(膽) (쓸개) mật, túi mật; (담력) sự can đảm sự gan dạ, sự can trường, dũng khí. ¶ ~이 큰 gan dạ, to gan / ~이 작은 gan bé, nhát gan, thiếu dũng khí.

담갈색(淡褐色) màu nâu sáng.

담결석(膽結石) ☞ **담석**(膽石).

담그다 ❶ (물에) ngâm, nhúng, dìm. ❷ (김치 등) làm dưa chua, muối rau củ; (절이다) ngâm, muối. ❸ (술을) ngâm, ủ.

담기다 cho vào, đóng chai.

담낭(膽囊) 【GP】 túi mật.

담다 ❶ (그릇에) đổ cái gì vào trong bát; (사상 따위) đặt, dọn; (음식을) dọn cơm, dọn bàn. ¶ 광주리에 ~ đặt vào rổ. ❷ (입에) nói thành lời. ¶ 입에 담지 못할 욕 câu chửi bậy đến mức không thể nói thành lời. ❸ ☞ **담그다**.

담담하다(淡淡-) (마음이) sạch, trong trẻo, trong suốt; (빛, 맛이) nhạt, đơn giản, không lòe loẹt. ¶ 담담한 심경 trạng thái thanh thản trong tâm hồn.

담당(擔當) sự gánh vác, bổn phận, trách nhiệm. **~하다** gánh vác, trông coi, chịu trách nhiệm. ¶ ~ 검사 người phụ trách / ~ 구역 khu vực chịu trách nhiệm / ~ 업무 công việc đảm trách / ~자 người chịu trách nhiệm.

담대(膽大) ~한 táo bạo, liều lĩnh, gan dạ, dũng cảm, bất khuất, can đảm.

담략(膽略) can đảm và tháo vát.

담력(膽力) sự can đảm, sự can trường, nghị lực, khí phách. ¶ ~이 있는 can đảm, dũng cảm, tỏ ra can trường / ~없는 không can đảm, sợ hãi, nhút nhát / ~을 기르다 nuôi dưỡng lòng can đảm.

담록색(淡綠色) màu xanh nhạt.

담론(談論) cuộc thảo luận, cuộc bàn cãi, bài diễn thuyết.

담박(淡泊) ～한 (마음이) hờ hững, lãnh đạm, thờ ơ; (맛, 빛이) nhạt, nhẹ. ¶ ～한 사람 người lãnh đạm; (욕심없는) người hờ hững; (솔직한) người thật thà.

담방거리다 ☞ **덤벙거리다**.

담배 thuốc lá (궐련). ¶ 씹는 ～ thuốc lá nhai / ～를 피우다 hút thuốc lá. ¶ ～ 꽁초 đầu lọc thuốc lá / ～ 설대 tẩu thuốc bằng tre / 담뱃갑 bao thuốc lá / 담뱃가게 cửa hàng thuốc lá / 담뱃값 tiền mua thuốc lá; tiền bồi dưỡng (수고비) / 담뱃대 tẩu thuốc, ống điếu / 생～ thuốc vê / 파이프 ～ tẩu thuốc.

담백(淡白) ☞ **담박**(淡泊).

담벼락 bức tường.

담보(擔保) ❶ (보증) sự an toàn, sự thế chấp, sự bảo đảm. **~하다** cầm cố, thế chấp. ❷ (채무의) đem vật gì làm tin (부동산의). ¶ ～로 넣다 (잡히다) thế chấp bằng bất động sản / ～를 잡다 thế chấp. ¶ ～권 quyền ký quỹ / ～금 tiền thế chấp / ～물 vật thế chấp / ～ 물권 quyền bảo đảm an toàn cho vật thế chấp.

담비 [ĐV] con chồn mactet, chồn zibelin ở Hàn Quốc.

담뿍 ăm ắp đầy, đầy đến miệng. ¶ 물을 ～ 붓다 đổ đầy nước. ☞ **듬뿍**.

담색(淡色) màu nhạt.

담석(膽石) [YH] sỏi mật. ¶ ～증 bệnh sỏi mật.

담세(擔稅) ¶ ～력 khả năng đóng thuế / ～자 người đóng thuế.

담소(談笑) **~하다** nói chuyện, tán gẫu.

담소(膽小) ～한 rụt rè, bẽn lẽn, nhút nhát, nhát gan.

담수(淡水) nước ngọt. ¶ ～어[호] cá [hồ] nước ngọt.

담수(湛水) **~하다** làm ngọt nước.

담쌓다 ❶ (두르다) xây tường bao quanh. ❷ (관계를 끊다) cắt đứt quan hệ.

담요(毯-) chăn mền.

담임(擔任) bổn phận, trách nhiệm. **~하다** chăm nom, chăm sóc, chịu trách nhiệm; (가르침) đảm nhiệm. ¶ ～ 교사 giáo viên chủ nhiệm / 반 ～ lớp phụ trách.

담쟁이 [TV] cây thường xuân.

담즙(膽汁) mật, túi mật. ¶ ～질 dễ nổi nóng.

담차다(膽-) táo bạo, cả gan, dũng cảm, liều lĩnh.

담청색(淡青色) màu xanh nhạt.

담판(談判) sự thương lượng, sự dàn xếp. **~하다** mặc cả, thương lượng, dàn xếp, đàm phán.

담합(談合) sự câu kết, sự thông đồng. **~하다** câu kết, thông đồng. ¶ ～에 의해 dựa vào sự câu kết / 입찰에 관해 ～하다 câu kết về cuộc đấu thầu.

담홍색(淡紅色) màu hồng.

담화(談話) cuộc trò chuyện, cuộc đàm luận, cuộc nói chuyện, sự trình bày, lời phát biểu (성명). **~하다** nói chuyện, đàm thoại.

담황색(淡黃色) màu vàng chanh nhạt.

답(答) sự trả lời, sự hồi âm, sự đáp lại; sự giải đáp (해답). ☞ **답하다**. ¶ ～을 내다 đưa ra đáp án / …라는 ～이 나온다 ra kết quả đáp án là ….

답곡(畓穀) hạt thóc từ cánh đồng lúa, gạo.

답농(畓農) nghề trồng lúa, nghề nông, công việc đồng áng, công việc trồng trọt.

…답다 như, giống như, vừa, thích hợp, xứng. ¶ 남자다운 xứng là đàn ông

/ 신사다운[답지 못한] 행위 hành động như [không như] một người đàn ông / 여자다운 xứng là phụ nữ, quả là phụ nữ.

답답하다(沓沓-) ❶ (가슴이) ngột ngạt, khó thở, ngạt thở; (갑갑하다) thiếu không khí, ngột ngạt. ¶ 답답한 집 căn nhà ngột ngạt / 가슴이 ~ khó chịu, ngột ngạt. ❷ (사람됨이) người không biết thích nghi, người không biết tùy cơ ứng biến, người không tháo vát. ❸ (속 타다) sốt ruột.

답례(答禮) sự đáp lễ, lịch sự, chào lại (인사에 대한); chào lại (방문에 대한); đi thăm đáp lễ (선물에 대한). **~하다** trả lễ, đền ơn, tạ ơn.

답배(答拜) **~하다** chào đáp lễ, chào lại.

답변(答辯) lời đáp, sự hồi âm, câu trả lời (변호). **~하다** trả lời, đáp lời, giải thích, biện hộ.

답보(踏步) sự bước, sự giậm (정체). **~하다** bước đi, giậm chân tại chỗ theo nhịp.

답사(答辭) câu trả lời, bài diễn văn đáp lễ. **~하다** đọc diễn văn đáp lễ.

답사(踏査) sự khảo sát, sự điều tra, sự khám phá thực địa. **~하다** điều tra thực địa. ¶ 현지~ khảo sát thực địa.

답서(答書) ☞ **답장**(答狀).

답습(踏襲) **~하다** đi theo, phương pháp truyền thống, dẫm vào vết cũ.

답신(答申) **~하다** trình bản báo cáo. ¶ ~서 bản báo cáo viết tay.

답안(答案) đáp án, sự trả lời. ¶ ~을 내다 nộp đáp án. ¶ 영어 ~ đáp án môn tiếng Anh.

답장(答狀) thư phúc đáp, sự hồi âm. **~하다** phúc đáp (trả lời).

답전(答電) điện phúc đáp. **~하다** phúc đáp một bức điện.

답지(遝至) **~하다** đổ xô vào, lao vào, tràn ngập, tới tấp, tụ họp đông. ¶ 주문이 ~하다 đặt hàng tới tấp, gọi hàng liên tiếp.

답파(踏破) **~하다** đi bộ, đi cuốc bộ, đi ngang qua.

답하다(答-) trả lời; (풀다) giải đáp.

닷··· số năm. ¶ ~말 năm đấu.

닷새 ❶ (닷샛날) thứ năm. ❷ (다섯날) ngày thứ năm.

당(黨) (단체) đảng phái, phe phái (당파); bè, phái (도당). ¶ ~을 조직하다 tổ chức đảng. ¶ ~간부 cán bộ đảng / ~기관 cơ quan đảng / ~대회 đại hội đảng.

당고(當故) **~하다** chịu tang cha mẹ.

당고모(當姑母) chị gái họ của bố.

당과(糖菓) kẹo ngọt, của ngọt.

당구(撞球) môn bi-a. ¶ ~를 하다 chơi bi-a. ¶ ~대 bàn bi-a / ~봉 gậy bi-a / ~장 phòng chơi bi-a.

당국(當局) (관계) cấp chính quyền. ¶ ~의 명에 의하여 dựa vào chính quyền. ¶ ~자 người có thẩm quyền (한 사람) / 관계~ cấp chính quyền liên quan / 학교 ~ nhà trường.

당권(黨權) quyền lãnh đạo đảng.

당규(黨規) điều lệ đảng.

당근 【TV】 cà rốt.

당금(當今) bây giờ, hiện tại.

당기(當期) thời kì này, giai đoạn này.

당기(黨紀) kỷ luật đảng.

당기다[1] (끌어) kéo, lôi, giật mạnh (활을); (앞당기다) tăng lên, mang lên, giật lên.

당기다[2] (입맛) kích thích, khơi dậy.

당나귀 con lừa.

당년(當年) (금년) năm nay; (왕년) năm trước, trước đây.

당뇨병(糖尿病) 【YH】 bệnh tiểu đường. ¶ ~ 환자 bệnh nhân bệnh tiểu đường.

당닭(唐-) (닭) gà.

당당(堂堂) ~한 uy nghi, đường bệ, bệ

vệ, oai vệ, trang trọng, tôn nghiêm (공정한). ¶ ～히 một cách oai vệ, trang nghiêm, trịnh trọng, tôn nghiêm, không thiên vị, ngay thẳng (정정당당히) / ～한 풍채 vẻ uy nghi đường bệ / ～히 싸우다 đấu tranh công khai, tranh cãi nghiêm túc

당대(當代) (한평생) thời đại ngày nay, ngày nay, đương đại; (시대) thời đại.

당도(當到) **~하다** đi đến, đạt đến, đi đến chỗ.

당돌(唐突) ～한 (안찬) lỗ mãng, cộc cằn, lấc cấc, trơ tráo, liều lĩnh. ¶ ～히 một cách cộc cằn, một cách lỗ mãng, trơ tráo.

당락(當落) kết quả cuộc bầu cử, sự thắng lợi hoặc sự thất bại trong kỳ tuyển cử.

당략(黨略) đường lối sắc bén của đảng, chính sách của đảng.

당량(當量) 【VLH】【HH】 lượng tương đương, tính chất tương đương.

당로(當路) ¶ ～자 nhà chức trách, nhà cầm quyền, những nhà quyền thế.

당론(黨論) quan điểm của đảng.

당류(糖類) đường, đường hóa học.

당리(黨利) quyền lợi của đảng.

당면(唐麵) miến.

당면(當面) **~하다** đối diện, đối mặt với, chạm trán, đương đầu. ¶ ～한 문제 đối diện với vấn đề.

당목(唐木) vải bông, vải cốt tông.

당무(黨務) việc của đảng.

당밀(糖蜜) mật đường, mật mía.

당번(當番) (사람) người trực. **~하다** đang làm việc, đang trực.

당부(當否) sự đúng đắn và sai lầm; (적부).

당부하다 hỏi, yêu cầu, bảo, ra lệnh.

당분(糖分) thành phần đường. ¶ ～을 함유하다 chứa thành phần đường. ¶ ～ 측정기 máy đo hàm lượng đường.

당분간(當分間) (현재) trước mắt, trong hiện tại, hiện tại; (얼마 동안) trong thời gian, trước mắt.

당비(黨費) lệ phí đảng, đảng phí.

당사(當事) ¶ ～국 quốc gia có liên quan / ～자 người có liên quan, bên có liên quan, đương sự.

당선(當選) sự thắng cử. **~하다** được bầu, thắng cử. ¶ ～권내에 있다 thắng cử trong phạm vi nhất định. ¶ ～ 소설 một tác phẩm đoạt giải / ～자 người được bầu, người thắng cử, người đoạt giải (현상의).

당세(當世) thời nay, thời hiện đại.

당세(黨勢) uy thế của đảng, thế lực của đảng. ¶ ～를 확장하다 gia tăng uy thế đảng.

당수(黨首) người lãnh đạo đảng.

당숙(堂叔) anh em họ bên cha.

당시(唐詩) thơ Đường.

당시(當時) (그때) thời kì đó, hồi đó, khi ấy. ～의 thuộc về thời kỳ đó.

당시(黨是) nguyên tắc, cương lĩnh của đảng.

당신(當身) (2인칭) (đại từ nhân xưng ngôi thứ hai) anh, chị, cô, chú, mày, bạn; anh, em (부부사이).

당아욱(唐-) 【TV】 cây cẩm quỳ.

당야(當夜) tối hôm đó.

당연(當然) ～한 đúng đắn, công bằng, chính xác, tất nhiên, tự nhiên, đương nhiên, không có gì ngạc nhiên. ¶ ～히 một cách đúng đắn, đương nhiên, hợp lệ / ～한 권리 quyền công bằng / ～한 의무 nhiệm vụ đương nhiên / ～한 일 công việc đúng đắn.

당원(黨員) đảng viên. ¶ ～이 되다 trở thành đảng viên. ¶ ～ 명부 danh sách đảng viên.

당원질(糖原質) 【HH】 glucogen.

당월(當月) ❶ ☞ **이달**. ❷ (그달) vào tháng

đó.

당의(糖衣) sự bọc đường. ¶ ～정 viên thuốc bọc đường.

당의(黨議) (회의) hội nghị, đảng bộ; (결의) nghị quyết đảng.

당인(黨人) ☞ **당원**(黨員). đảng viên.

당일(當日) ngày đó.

당일치기(當日-) ¶ ～ 여행을 하다 đi du lịch trong ngày.

당자(當者) đương sự, chính người ấy.

당장(當場) (즉시) ngay lập tức, ngay tức thì; (그 자리에서) ngay tại chỗ đó.

당쟁(黨爭) xung đột đảng. ¶ ～을 일삼다 cạnh tranh bầu cử đảng.

당적(黨籍) sổ đảng viên.

당정협의(黨政協議) cuộc họp ban chấp hành đảng.

당조짐하다 giám sát (ai) chặt chẽ.

당좌(當座) ¶ ～를 트다 mở một tài khoản vãng lai. ¶ ～ 계정 tài khoản vãng lai / ～ 예금 tiền lưu hành / ～ 잔고 kiểm tra số tiền còn lại trong tài khoản.

당지(當地) chỗ này, nơi này, ở đây.

당지다 làm cho cứng cáp, trở nên rắn chắc do bị sức ép.

당직(當直) đang làm nhiệm vụ. **~하다** trực đêm canh gác. ¶ ～원 một nhân viên đang làm nhiệm vụ / ～ 의사 bác sĩ trực đêm / ～장교 sĩ quan trực đêm.

당직(黨職) chức vụ trong đảng. ¶ ～ 개편 cải tổ lại tổ chức đảng / ～자 cán bộ có chức vụ đảng.

당질(堂姪) cháu họ (con trai của anh em họ đời thứ nhất).

당질(糖質) chất ngọt.

당집(堂-) đền, miếu, lăng mộ.

당차다 rắn rỏi, cứng cáp hơn so với vóc dáng, tuổi tác.

당착(撞着) sự mâu thuẫn, sự xung đột. **~하다** mâu thuẫn, xung đột, chống lại. ☞ **자가당착**.

당찮다 hành động vô ý thức.

당첨(當籤) sự trúng xổ số. ～되다 trúng xổ số. ¶ ～ 번호 số trúng thưởng / ～자 người trúng thưởng.

당초(當初) ～의 sự bắt đầu, khởi điểm. ¶ ～에 lần đầu tiên, vào lúc đầu / ～부터 từ lần đầu tiên.

당초문(唐草紋) kiểu trang trí uốn lượn.

당칙(黨則) điều lệ đảng.

당파(黨派) đảng phái. ¶ ～심 tinh thần bè phái / ～ 싸움 sự tranh chấp đảng phái.

당폐(黨弊) đảng xấu, đảng không trong sạch. ¶ ～를 없애다 loại trừ đảng không trong sạch.

당하다(當-) ❶ (사리에) chạm trán, đương đầu với. ❷ (겪다, 만나다) gặp phải, đối mặt, trải qua. ¶ 불행을 ～gặp bất hạnh. ❸ (감당, 대항) ngang bằng, chống cự, kháng cự, đối đầu (직면). ¶ 당할 수 없다 không thể kháng cự được / 난국에 ～ đối đầu với hoàn cảnh khó khăn. ❹ (속다) bị lừa.

…당하다(當-) (입다) bị, gặp phải, trải qua. ¶ 도난～ bị cướp.

당해(當該) sự vật có liên quan, chính sự vật đó, việc, có liên quan chính.

당혹(當惑) **~하다** bị lúng túng, rắc rối, khó hiểu.

당화(糖化) 【HH】 hóa đường. ¶ ～ 효소 chuyển hóa đường enzyme.

당황(唐慌) **~하다** bối rối, lúng túng, ngượng, mất bình tĩnh. ¶ ～하여 trong sự hỗn loạn / ～케 하다 một cách bối rối, một cách lúng túng.

닻 cái mỏ neo. ¶ ～을 내리다(주다) hạ neo / ～을 감다 nhổ neo. ¶ ～가지 phù hiệu mỏ neo của Hải quân / ～줄 sợi dây cáp.

닿다 (도착) đến, đi đến, đạt đến; (접촉) tiếp xúc (미치다). ¶ 손 닿는[닿지 않는] 곳에 nơi với tay đến [không đến] được / 발이 바닥에 ~ chân chạm sàn nhà.

닿소리 phụ âm.

ㄷ

대[1] [TV] cây tre. ¶ ~로 만든 làm bằng tre / (성격이) ~쪽 같은 사람 người ngay thẳng. ¶ ~마디 đốt (mắt) tre / ~바구니 rổ tre / ~발 mành mành bằng tre / ~밭 ruộng tre / ~지팡이 gậy tre.

대[2] (줄기) thân, cuống, cọng, chân đế; (막대) cây sào, cái cọc, cột cờ, que gậy; (붓, 펜의) cán bút lông, bút mực. ¶ ~가 약하다 (비유) thiếu dũng khí, nhát gan. ¶ 저울~ cân đứng, đòn bẩy / 펜~ cán bút. ❷ (담뱃대) tẩu thuốc lá; (피우는 도수) hút bằng tẩu (양). ¶ 담배 한 ~ 피우다 hút một tẩu thuốc lá. ❸ (주먹 따위의) cú đấm. ¶ 한 ~에 chỉ một cú đấm.

대(大) to lớn, vĩ đại, kinh khủng, rộng rãi; (크기) lớn, cao; (커다란) vĩ đại, khổng lồ, lớn (손해 따위). ¶ ~손해 tổn thất lớn / 실물~ to như vật thật, to như người thật.

대(代) ❶ (시대) thời đại, thời kì; (세대) thế hệ, đời. ¶ 10~의 사람 người thuộc lứa tuổi lên 10 / 제 2~ 왕 vua đời thứ 2 / ~를 잇다 kế tục, nối ngôi, kế nghiệp. ❷ (요금) tiền phải trả, chi phí, phí tổn, tiền thưởng, tiền thù lao, tiền lệ phí.

대(隊) (군인의) đoàn, toán, bọn, quân đoàn, đội; (악대의) dàn nhạc, ban nhạc; (일행) đảng.

대(對) ❶ ☞ **짝**. ❷ (반대의 것) một đôi, một cặp; (대어) chống lại. ❸ (상대) đấu với (비율). ¶ 서울 ~ 부산 경기 trận đấu giữa đội Busan va Seoul / 4:2의 스코어 tỉ số trận đấu là 4-2 / ~전차포 tỉ lệ đại pháo.

대(臺) ❶ (받침, 걸이) sự chống đỡ; (시렁 같은) giá, bệ, khung, cái chống, cái tựa; (탁자) bàn viết, bàn làm việc; (지주) vật chống đỡ, đế, cột, đôn, nền móng; (비석 따위의) nền móng (기초). ❷ (대수) đơn vị số. ¶ 5~의 자동차 năm chiếc xe / 발동기 3~ 3 động cơ. ❸ (액수) mức, mực, tiêu chuẩn, trình độ. ¶ 만원~에 달하다 đạt đến mức 10.000 won.

…대(帶) ¶ 온~ miền ôn đới.

대가(大家) ❶ (권위) chuyên gia bậc thầy. ¶ 음악의 ~ nhà soạn nhạc vĩ đại / 문단의 ~ nhà văn bậc thầy. ❷ (큰 집안) gia đình dòng dõi, gia đình danh giá.

대가(貸家) nhà cho thuê.

대가(代價) giá. ¶ ~를 치르다 trả giá, chi phí / 어떤 ~를 치르더라도 dù giá nào đi nữa. ☞ **값**.

대가다 đến đúng giờ (늦지 않게).

대가리 đoạn đầu, phần đầu, chóp, đỉnh, ngọn (비어). ¶ 생선~ đầu cá.

대가족(大家族) đại gia đình. ¶ ~ 제도 chế độ đại gia đình.

대각(大覺) **~하다** đạt tới sự giác ngộ, nhận thức được chân lý.

대각(對角) [Hho] góc đối diện. ¶ ~선 đường đối diện.

대각거리다 răng rắc, giòn giã, lách cách.

대간첩(對間諜) ¶ ~작전 hoạt động tình báo, hoạt động phản gián, chống gián điệp.

대갈(大喝) **~하다** la lối, nạt nộ, la hét, lớn tiếng, gầm rống lên. ¶ ~ 일성(一聲)하다 hét to, quát lớn (một tiếng).

대강(大綱) (대강령) nguyên tắc chung; (부사적) đề cương, nét đặc biệt, điểm đặc trưng. ¶ ~ 설명하다 phác thảo đề cương.

대강(代講) **~하다** dạy thay, dạy thế hộ cho người khác.

대갚음 sự báo đáp, sự đền ơn, sự trả lễ. **~하다** báo đáp, đền ơn, trả lễ, đáp lại.

대개(大槪) (개요) đại khái, phần lớn, hầu hết, nói chung, nói một cách chung chung; (거의) hầu như, gần như. ~의 chủ yếu cơ bản, nói chung. ¶ ~다 hầu như tất cả, gần hết.

대개념(大槪念) 【Lo】 một khái niệm cơ bản.

대거(大擧) (부사적) mạnh mẽ, sung sức.

대거리(對-) **~하다** cãi lại, đáp trả lại, bắt bẻ lại, trả miếng, trả đũa, vặn lại.

대검(帶劍) thanh kiếm bên mình (검).

대검찰청(大檢察廳) văn phòng ủy viên công tố tối cao.

대견하다 đầy đủ, thích đáng. ¶ 대견하게 여기다 coi trọng, đánh giá cao (ai).

대결(對決) sự chạm trán, sự đương đầu, sự đối chiếu, sự đối chất. **~하다** chạm trán, đương đầu với. ¶ ~시키다 gây ra cuộc chạm trán, bắt đương đầu.

대경(大驚) **~하다** sửng sốt, hoảng sợ. ¶ ~ 실색하다 sợ tái mặt, thất sắc, giật nẩy mình.

대계(大系) phác thảo, đại khái.

대계(大計) một dự định lớn, kế hoạch lâu dài. ¶ 국가의 백년 ~ kế hoạch 100 năm của quốc gia.

대고모(大姑母) bà bác, bà cô, bà thím.

대공(大功) một giá trị lớn, một thành tích đáng kể, một kỳ công. ¶ ~을 세우다 làm việc lớn, lập công to.

대공(對空) sự phòng không. ¶ ~ 레이더 rađa phòng không / ~ 포화 hỏa lực phòng không.

대공국(大公國) lãnh địa của đại công tước.

대과(大科) khoa cử.

대과(大過) khuyết điểm trầm trọng.

대과거(大過去) 【NP】 thì quá khứ hoàn thành.

대관(大觀) cái nhìn tổng quát, toàn thể quang cảnh.

대관(大官) viên chức cao cấp, người quyền cao chức trọng.

대관(戴冠) sự đăng quang. ¶ ~식 lễ đăng quang.

대관절(大關節) (부사적) nói tóm lại (thường được dùng ở câu hỏi).

대구(大口) 【LC】 một loài cá.

대구루루 ¶ ~ 굴리다 lăn, lộn, lộn vòng.

대국(大局) tình hình chung, đại cục. ¶ ~적으로는 tính chất chung / ~적 견지에서 보면 theo cách nhìn chung.

대국(大國) cường quốc (총칭).

대국(對局) chơi cờ. **~하다** chơi cờ

대군(大君) vị hoàng thân.

대군(大軍) đội quân hùng mạnh, quyền lực to lớn.

대굴대굴 ¶ ~ 구르다 lăn liên tục, lăn vèo vèo.

대궁 cơm thừa.

대권(大圈) quyền tối cao, quyền tổng thống.

대권(大權) quyền lực thống trị.

대궐(大闕) hoàng cung. ¶ ~같은 집 căn nhà lớn như cung điện.

대규모(大規模) quy mô lớn. ~의 thuộc quy mô lớn. ¶ ~로 với quy mô lớn.

대그락거리다 lạch cạch.

대금(大金) số tiền lớn.

대금(大禁) lệnh cấm trên toàn quốc

대금(代金) sự trả bằng tiền. ¶ ~ 상환으로 trao đổi bằng tiền. ¶ ~ 상환 판매 bán thanh toán tiền mặt.

대금(貸金) tiền cho vay. ¶ ~업 cho vay nặng lãi (고리대금).

대기(大氣) không khí, áp suất. ¶ ～권 khí quyển / ～압(력) áp suất không khí / ～ 오염 ô nhiễm khí quyển.

대기(大器) (그릇) bát ô tô, bát tô; (인재) nhân tài. ¶ ～만성 người có tài nhưng không thành công hoặc thành công muộn hơn người khác.

ㄷ

대기(待機) **~하다** chờ cơ hội. ¶ 항상 ～하고 있다 luôn luôn chờ cơ hội.

대기발령(待機發令) danh sách chờ. ¶ ～되다 thuộc danh sách chờ.

대기상태(待機狀態) trạng thái chờ.

대기업(大企業) doanh nghiệp lớn.

대길(大吉) đại hỉ, vận may lớn.

대꾸 ☞ **말대꾸**.

대난(大難) đại nạn.

대남(對南) ～의 thuộc dạng chống lại Hàn Quốc. ¶ ～ 공작 công tác chống Hàn Quốc.

대납(代納) tiền trả do ủy nhiệm. **~하다** trả thay, trả hộ.

대낮 (백주) ban ngày, thanh thiên bạch nhật, giữa trưa. ¶ ～에 vào ban ngày.

대내(對內) ～적 mang tính nội bộ, thuộc gia đình, chuyện nhà. ¶ ～정책 chính sách đối nội.

대농(大農) trồng trọt trên quy mô lớn; (부농) phú nông.

대뇌(大腦) đại não, não. ¶ ～막 màng não.

대다[1] ❶ (접촉) tiếp xúc, đụng chạm, sờ mó (손을). ¶ 상처에 가제를 ～ đặt miếng gạc lên vết thương / 손을 ～ chạm tay / 손을 안 ～ không động tay/ 손(을)대지 마시오 cấm sờ vào hiện vật. ❷ (비교) so sánh, đối chiếu với. ¶ 길이를 ～ so độ dài / …에 댈 것이 못되다 không thể so sánh được với … / …에 댈 것이 아니다 không phải là cái để so sánh. ❸ (착수) bắt đầu, bắt tay vào công việc; (관여) liên quan dính líu (여자에게). ¶ 정치에 손을 ～ dính líu vào chính trị. ❹ (공급) chu cấp, cung cấp. ¶ 학비를 ～ chu cấp học phí. ❺ (도착) đến, đỗ (cập bến). ¶ 배를 해안에 ～ đỗ thuyền vào bờ. ❻ (알리다) cho biết, thông báo; (고백) bày tỏ; (핑계를) lấy cớ. ¶ 증거를 ～ lấy chứng cứ / 핑계를 ～ lấy cớ, viện lý do. ❼ (관개) tưới (nước, ruộng). ¶ 논에 물을 ～ tưới nước cho ruộng. ❽ (연결, 대면) liên kết, đối diện. ¶ 김군 좀 대주시오 làm ơn nối máy cho ông Kim.

대다[2] (행동, 동작) hành động, lặp đi lặp lại nhiều lần. ¶ 떠들어～ làm ầm ỹ / 먹어 ～ ăn đầy bụng / (바람이) 불어 ～ gió thổi ào ào.

대다수(大多數) đại đa số, phần đông. ¶ ～를 점하다 chiếm đại đa số.

대단 ¶ ～한 (수가) (số) (양이) (lượng) nhiều; (엄청난) cực kỳ, khổng lồ; (놀라운) đáng kinh ngạc; (중대, 심한) nghiêm trọng, trọng đại; (뛰어난) giỏi, xuất sắc. ¶ ～히 rất, vô cùng / ～찮은 không nhiều lắm, không quan trọng, không đáng kể.

대단원(大團圓) hiệp cuối, hồi cuối, chung kết.

대담(大膽) ～한 dũng cảm, táo bạo. ¶ ～하게 một cách táo bạo, liều lĩnh / ～하게도 …하다 cho dù táo bạo nhưng vẫn làm.

대담(對談) buổi trò chuyện, thảo luận. **~하다** trò chuyện, thảo luận, đàm luận.

대답(對答) sự (câu) trả lời, sự đối đáp, sự hồi âm. **~하다** đối đáp, hồi âm, trả lời.

대대(大隊) đại đội. ¶ ～장 đại đội trưởng.

대대(代代) ¶ ～로 từ đời này sang thế hệ khác, từ thế hệ này sang thế hệ

khác, đời đời.
대대적(大大的) to lớn, rộng rãi, bao quát. ¶ ~으로 một cách bao quát, ở mức độ lớn.
대도(大道) ❶ đại lộ, quốc lộ, con đường chính. ❷ (도의) nguyên tắc đạo đức, phẩm hạnh cao quý.
대도시(大都市) thành phố lớn.
대독(代讀) việc đọc (phát biểu) thay cho người khác. **~하다** đọc (phát biểu) thay người khác.
대돈변(-邊) lãi xuất 10% / tháng.
대동(大同) đặc điểm chung. ¶ ~ 소이하다 giống nhau nhiều, hầu như y hệt nhau. ¶ ~ 단결 sự liên hiệp, liên minh, sự thống nhất, sự đoàn kết.
대동(帶同) **~하다** được kèm theo, bổ sung.
대동맥(大動脈) 【GP】 động mạch chủ.
대두(大豆) đậu nành. ☞ **콩**
대두(擡頭) **~하다** ngẩng cao đầu lên, tạo được uy thế.
대들다 nổi loạn, chống đối, dấy loạn, bất chấp, coi thường, không noi theo (말대꾸).
대들보(大-) 【KTr】 xà nhà, đòn ngang.
대등(對等) sự bình đẳng, sự tương đương, sự giống nhau, tình trạng ngang bằng. ~한 bằng nhau, như nhau, ngang nhau. ¶ ~하게 một cách bình đẳng.
대뜸 ngay lập tức, ngay tại chỗ, ngay tức thì.
대란(大亂) sự quấy rầy quá đáng, sự xáo trộn lớn, đại loạn.
대략(大略) (개요) đề cương; (발췌) tóm tắt; (약) sơ lược; (거의) khoảng chừng. ¶ ~을 말하다 nói sơ qua, nói đại khái, nói chung / ~ 다음과 같다 có thể tóm tắt như sau.
대량(大量) số lượng lớn, đại lượng. ¶ ~생산 sản xuất hàng loạt / ~ 소비 tiêu thụ với số lượng lớn / ~ 주문 đặt hàng số lượng lớn / ~ 학살 giết (hại) người hàng loạt.
대령(待令) **~하다** đợi lệnh.
대령(大領) 【QS】 đại tá.
대례(大禮) (결혼) đại lễ, lễ thành hôn.
대로(大努) cơn thịnh nộ, sự giận dữ. **~하다** nổi cơn thịnh nộ, nổi điên.
대로(大路) đại lộ, con đường lớn.
대로 ❶ (같이) giống như; (…에 따라) y theo, đúng theo. ¶ 예기한 ~ đúng như dự định / 규칙 ~ theo quy tắc / 법률 ~ theo pháp luật. ❷ (곧) ngay lập tức, ngay tức thì, ngay sau đó, ngay sau khi. ¶ 도착하는 ~ ngay sau khi đến / 형편이 닿는 ~ ngay khi tình huống xảy ra.
대롱 ống tre thon dài.
대롱거리다 lúc lắc, đu đưa.
대류(對流) 【VHL】 dòng đối lưu.
대륙(大陸) đại lục ~적 mang tính lục địa. ¶ ~간 탄도탄 tên lửa xuyên đại châu / ~붕(棚) thềm lục địa / ~성 기후 khí hậu lục địa.
대리(代理) sự thay mặt, đại diện, sự môi giới, trung gian, đại lý; (사람) người đại diện, đại biểu. **~하다** thay cho, nhân danh, đại diện. ¶ ~의 thuộc đại lý, thuộc đại diện / …의 ~로 thay bằng ~ cho …, đại lý của …, đại diện của …. ¶ ~ 공사 [대사] người thay mặt công sứ [đại sứ] / ~인(人) người đại diện / ~점(店) điểm đại lý / 독점 ~점 đại lý độc quyền.
대리석(大理石) đá cẩm thạch, đá hoa.
대립(對立) sự chống đối, sự chạm trán, đối đầu. **~하다** chống lại, phản đối, đối chọi, đối địch. ¶ ~적인 mang tính đối lập, tính đối đầu.
대마(大麻) 【TV】 cây gai dầu. ¶ ~로 만든

làm bằng cây gai dầu. ¶ ～유 dầu cây gai dầu / ～인(仁) hạt cây gai dầu / ～초 lá (mầm) cây gai dầu / ～초 흡연자 người hút thuốc lá cây gai dầu.

대마루 nóc nhà.

대만(臺灣) Đài Loan. ¶ ～의 thuộc Đài Loan / ～ 사람 người Đài Loan.

대만원(大滿員) chật cứng người. ～이다 đông kín, chật ních.

대망(大望) hoài bão lớn. ¶ ～을 품은 đầy tham vọng, ấp ủ khát vọng.

대망(待望) **~하다** mong chờ, trông mong, chờ đợi. ¶ ～의 hy vọng, chờ đợi đã lâu, khao khát từ lâu.

대매출(大賣出) doanh thu lớn.

대맥(大麥) đại mạch, lúa mì. ☞ **보리**.

대머리 (머리) hói đầu, trọc đầu; (사람) người hói đầu, người trọc đầu. ¶ ～지다 bị hói đầu.

대면(對面) cuộc nói chuyện riêng, cuộc họp mặt, sự gặp gỡ. **~하다** gặp riêng, nói riêng, gặp gỡ. ¶ 첫 ～을 하다 gặp gỡ buổi đầu.

대명(待命) sự chờ chỉ thị, vào danh sách chờ bổ nhiệm.

대명사(大名辭) 【Lo】 khóa chuyên đề.

대명사(代名詞) 【NP】 đại từ, danh từ chung. ¶ 관계 [지시, 인칭, 의문]～ đại từ quan hệ [chỉ định, nhân xưng, nghi vấn].

대모(大母) mẹ đỡ đầu.

대모집(大募集) cuộc tuyển chọn. ¶ 남녀 공원 ～ (광고) cuộc thi tuyển công nhân viên chức (quảng cáo).

대목 (시기) cơ hội trọng đại, thời điểm sống còn (상인의); (부분) bộ phận. ¶ 섣달～ vào đúng cuối năm / 어려운 ～ vào lúc nguy hiểm, khó khăn.

대목(大木) thợ mộc. ☞ **목수**.

대목(臺木) (접목의) cây giống.

대문(大門) cửa trước, cửa chính.

대문자(大文字) chữ hoa. ¶ ～로 쓰다 viết bằng chữ hoa, chữ in.

대문장(大文章) (잘된 글) văn phong lỗi lạc; (사람) người có văn phong bậc thầy.

대물(對物) ～의 thực tế, khách quan, xem lại.

대물(代物) vật thay thế. ¶ ～ 변제 vật thay thế, người thay thế.

대물리다(代-) truyền lại, để lại. ¶ 손자에게 재산을 ～ để lại tài sản cho con cháu.

대미(對美) ¶ ～ 무역 quan hệ mậu dịch với Mỹ / ～ 정책 chính sách quan hệ với Mỹ.

대민(對民) ¶ ～봉사 활동 hoạt động tình nguyện cho nhân dân / ～사업 công tác phục vụ nhân dân.

대받다 (반항) phản lại, đáp lại.

대받다(代-) thừa kế, kế tục.

대번(에) (곧) tức thì, lập tức (쉽사리).

대범(大泛) ～한 không khó tính, không cầu kỳ, không kén chọn, rộng lượng, hào phóng.

대법관(大法官) chánh án.

대법원(大法院) tòa án tối cao. ¶ ～장 chánh án toà án tối cao.

대법회(大法會) 【PG】 cuộc họp giảng đạo phật lớn.

대변(大便) phân, chất thải. ¶ ～을 보다 đi đại tiện, đi cầu.

대변(大變) sự cố lớn.

대변(代辯) **~하다** phát ngôn. ¶ ～자(인) người phát ngôn.

대변(貸邊) (장부의) mục ghi khoản tiền cho vay trong số ghi chép (bên tay phải của sổ, ghi các mục tính toán như tài sản giảm, tiền nợ và tiền vốn tăng). ¶ ～에 기입하다 ghi vào phần cho nợ, cho vay trong sổ thu chi. ¶ ～ 계정 mục tính toán khoản cho vay.

대변(對邊) 【TH】 phía đối diện.

대별(大別) **~하다** phân loại một cách đại khái, phân loại theo các mục lớn.

대병(大兵) ☞ **대군**(大軍).

대보(大寶) ❶ (보물) tài sản tích lũy có giá trị lớn, kho tàng ❷ (옥새) ấn, triện của vua.

대보다 so sánh, đối chiếu.

대보름(大-) rằm tháng giêng.

대본(大本) sổ sách kế toán về cho vay nợ, sổ nợ.

대본(貸本) ☞ **세책**(貰冊).

대본(臺本) kịch bản, vở kịch. (극의); kịch bản phim (영화의); kịch bản ca kịch (가극의).

대본산(大本山) núi.

대봉치다(代捧-) (대신 받다) đổ đầy lấp đầy, thay thế cho, trao đổi; (채우다) trao đổi với.

대부(代父) cha đỡ đầu.

대부(貸付) sự cho vay. **~하다** cho vay. ¶ ～금 tiền gửi, vật gửi / 당좌 ～ tài khoản cho vay / 신용～ cho vay tín dụng / 장 [단]～ cho vay dài hạn [ngắn hạn].

대부분(大部分) phần lớn, phần đông, đa số, ưu thế; (부사적으로) hầu hết, thường là, chủ yếu là.

대부인(大夫人) đại phu nhân.

대북방송(對北放送) kênh phát thanh chống lại Bắc Triều Tiên.

대분수(帶分數) 【TH】 phân số hỗn hợp, hỗn số.

대불(大佛) tượng phật lớn.

대비(大妃) hoàng hậu.

대비(對比) (대조) sự tương phản, sự trái ngược. **~하다** tương phản với, trái ngược với, so với, đối chiếu với, so sánh với.

대비(對備) sự chuẩn bị, sự dự phòng, sự trữ sẵn. ¶ ～하다 chuẩn bị, dự trữ, dự phòng / 적습에 ～하다 đề phòng sự tấn công của kẻ thù.

대사(大事) (중대사) chuyện hệ trọng; (대례) đại lễ, nghi thức cưới xin.

대사(大使) đại sứ, phái viên. ¶ 대리 ～ thay mặt cho / 순회 ～ đại sứ lưu động / 주 스웨덴 한국 ～ đại sứ Hàn Quốc ở Thụy Điển.

대사(大師) 【PG】 vị thượng tọa.

대사(大赦) ☞ **일반사면**.

대사(大寫) (영화의) lời thoại

대사(臺詞) lời thoại. ¶ ～를 말하다 nói lời của vai diễn / ～를 잊다 quên lời thoại.

대사관(大使館) đại sứ quán. ¶ ～원 nhân viên sứ quán / ～ 참사관 tham tán đại sứ quán / 미국 ～ đại sứ quán Mỹ.

대사무실(貸事務室) văn phòng cho thuê.

대사업(大事業) sự làm ăn lớn, xí nghiệp lớn, công ty lớn.

대상(大祥) đám giỗ lần thứ hai.

대상(代償) ❶ (변상) sự bồi thường, sự đền bù. ¶ ～ 수입(輸入) nhập khẩu. ❷ (대신의) sự thay thế. ❸ (딴 것으로 하는) sự bồi thường bằng vật thay thế.

대상(隊商) đoàn lữ hành đoàn, người hành hương.

대상(對象) mục tiêu, mục đích (목표).

대생(對生) 【TV】 tính đối xứng, vị trí đối xứng. ¶ ～엽 lá đối xứng.

대서(大書) ¶ ～ 특필하다 (신문) viết đặc biệt trên báo.

대서(代書) **~하다** viết cho ai. ¶ ～소 văn phòng công chứng / ～인 công chứng viên, người chép thuê, người sao chép.

대서다 ❶ (뒤따라서다) theo gót chân người khác. ❷ (대들다) phản đối, thách thức, bất chấp, coi thường.

대서양(大西洋) 【Địa】 biển Đại Tây Dương. ～의 thuộc Đại Tây Dương. ¶ ～ 헌장 hiến chương Đại Tây Dương.

대석(臺石) đế, cột, bệ đá.

대선(大船) tàu lớn.

대선거(大選擧) bầu cử tổng thống. ¶ ～구 [제] khu vực [chế độ] bầu cử tổng thống.

대설(大雪) (눈) cơn bão tuyết.

대성(大成) **~하다** (사람이) đạt thành công lớn.

대성(大聖) thành lớn.

대성(大聲) giọng nói to. ¶ ～질호(疾呼)하다 hét to, gào to / ～통곡하다 khóc la ầm ĩ, rên rỉ om sòm.

대성황(大盛況) sự thịnh vượng, phát đạt, phồn vinh. ¶ ～을 이루다 đạt đến sự phồn vinh.

대세(大勢) (형세) hoàn cảnh chung, xu hướng chung, chiều hướng chung. ¶ 세계의 ～ xu hướng toàn cầu / ～에 좇다 [역행하다] theo [đi ngược] trào lưu.

대소(大小) cỡ lớn và nhỏ (크기). ～의 kích cỡ, kích thước. ¶ ～에 따라 theo kích cỡ.

대소(大笑) **~하다** cười to, cười lớn, cười phá lên.

대소(代訴) 【PL】 sự kiện thay. **~하다** kiện thay.

대소동(大騷動) (소란) sự rối loạn, sự lộn xộn, tình trạng rắc rối lớn, sự huyên náo; (혼잡) sự lộn xộn; (소요) sự náo loạn; (법석) ồn ào, huyên náo.

대소변(大小便) (용변) sự tiểu tiện.

대소수(帶小數) 【TH】 phân số hỗn hợp.

대속(代贖) sự chuộc lỗi, sự đền tội.

대손(貸損) món nợ không hi vọng được trả, món nợ khó đòi.

대수(大數) ❶ (큰 수) đại số, số lớn. ❷ (대운) vận may lớn.

대수(代數) 【TH】 đại số học. ¶ ～식(式) công thức đại số, biểu thức / ～학자 nhà đại số học, chuyên gia đại số học.

대수(對數) 【TH】 lô-ga. ¶ ～표 bảng lô-ga-rít.

대수롭다 quan trọng, đáng giá. ¶ 대수롭지 않은 không quan trọng, vô giá trị, tầm thường / 대수롭게 여기지 않다 không quan tâm, không để ý đến / 대수롭지 않은 일에 화를 내다 nổi giận về một việc không quan trọng.

대수술(大手術) ca mổ lớn. ¶ 성공적인 ～ ca mổ lớn thành công.

대숲 một lùm tre, bụi tre.

대승(大乘) ¶ ～적 견지 phán đoán hoặc hành động với ý tưởng cao. ¶ ～불교 phật giáo đại thừa (소승불교 phật giáo tiểu thừa).

대승(大勝) **~하다** đạt chiến thắng lớn (선거에서).

대승리(大勝利) sự thắng lợi lớn, sự thắng lợi hoàn toàn.

대식(大食) **~하다** tính háu ăn, thói phàm ăn, thói tham ăn. ¶ ～가 người phàm ăn, người tham ăn.

대신(大臣) thành viên nội các, bộ trưởng, đại thần.

대신(代身) (부사적) sự thay thế cho, đại diện (반면에); tuy nhiên, tuy thế, tuy vậy, dầu sao (대상으로). **~하다** thay thế, đại diện, nhân danh. ¶ 가스 ～ 전기를 쓰다 sử dụng điện thay ga / 자기 ～ 사람을 보내다 gửi người khác thay cho mình / 그 ～ 내일은 자네가 한턱내야 해 thay vào đó, ngày mai cậu phải đãi tôi.

대실(貸室) phòng cho thuê.

대심(對審) 【PL】 sự chạm trán, sự đương đầu (공판); đối chất (대질). **~하다**

chạm trán, đối chất.

대아(大我) sự quá coi trọng bản thân mình, sự tự tôn.

대안(代案) kế hoạch đề xuất đề án. ¶ ～을 제시하다 đưa ra đề án.

대안(對岸) bên kia bờ sông. ¶ ～의 불구경하듯하다 không nhìn được bên kia bờ sông.

대안(對案) phương án đối phó.

대액(大厄) (재난) rủi ro lớn.

대야 chậu rửa, bồn rửa.

대양(大洋) đại dương, biển. ～의 thuộc biển, đại dương. ¶ ～도(島) hải đồ / ～주(洲) châu đại dương /～주의 thuộc đại dương / ～학 hải dương học / ～ 항로선 tuyến đường biển.

대어(大魚) cá lớn; (낚시꾼의) người chuyên đánh bắt cá lớn.

대어(大漁) mẻ lưới đầy cá.

대언(大言) lớn tiếng, cao giọng. ¶ ～ 장담하다 nói phóng đại, lớn tiếng, ăn to nói lớn.

대업(大業) một thành tựu lớn, sự nghiệp lớn.

대여(貸與) sự cho vay, tiền cho vay. **~하다** cho vay. ¶ ～금 tiền cho vay / ～ 장학금 tiền học bổng cho vay.

대여섯 khoảng năm hoặc sáu.

대역(大役) vai trò lớn. ¶ ～을 맡다 nhận vai trò lớn.

대역(大逆) sự làm phản, sự mưu phản. ¶ ～죄(罪) tội làm phản.

대역(代役) (사람) người diễn thay, người đại diện; (행위) diễn thay.

대역(對譯) sự dịch song ngữ.

대열(隊列) hàng ngũ. ¶ ～을 짓다 xếp hàng lối.

대엿새 khoảng năm sáu ngày.

대영(對英) ¶ ～ 무역 quan hệ thương mại với Anh, ngoại thương với Anh.

대오(大悟) giác ngộ, sự nhận thức. **~하다** giác ngộ.

대오(隊伍) ☞ **대열**(隊列).

대오다 đến đúng giờ.

대왕(大王) đại vương. ¶ 알렉산더 ～ Alexander đại đế.

대외(對外) ～의 thuộc về đối ngoại, thuộc bên ngoài(외부). ¶ ～ 무역 ngoại thương / ～ 방송 phát sóng ra nước ngoài / ～ 원조 sự giúp đỡ nước ngoài / ～ 정책 chính sách đối ngoại.

대요(大要) (개략) bản tóm tắt, sự tóm tắt, sơ lược nội dung; (학문의) bản đề cương. ¶ ～를 설명하다 giải thích đề cương, phát biểu tóm lược.

대용(代用) sự thay thế. **~하다** thay thế A cho B. ¶ …의 ～이 되다 được dùng như. ¶ ～품 hàng sử dụng thay, hàng thay thế.

대용(貸用) **~하다** thay thế.

대우(大雨) mưa lớn, mưa như trút nước.

대우(待遇) cách cư xử; (접대) sự đón tiếp, tiệc chiêu đãi; (급료) **~하다** thưởng tiền, thù lao. ¶ ～가 좋다 (급료가) tiền thưởng cao; (접대가) đối xử tốt / 신사 ～를 하다 tiếp đãi một cách lịch sự. ¶ ～ 개선 cải thiện điều kiện làm việc.

대우(對偶) ¶ ～법【Lo】phản đề / ～ 정리【TH】định lí tương phản.

대운(大運) may mắn, vận may lớn.

대웅전(大雄殿) chính điện.

대원(大願) sự mong muốn to lớn, nguyện vọng lớn.

대원수(大元帥) tổng tư lệnh.

대월(貸越) số tiền chi trội, số tiền rút quá, số tiền gửi trong một tài khoản.

대원칙(大原則) nguyên tắc phổ biến.

대위(大尉) (육군, 공군) đại úy; (해군) đại úy hải quân.

대위법(對位法)【ÂN】phép đối âm.

대유(大儒) học giả; (유학의) du học.
대음(大飮) **~하다** uống rượu nhiều.
대응(對應) **~하다** (맞먹다) đối mặt, đối phó, đương đầu; (대항, 대처) chống cự, đối lập, đối phó. ¶ ~책 biện pháp đối phó.
대의(大意) đại ý, lí do chính, ý chính.
대의(大義) sự công bằng, công lý. ¶ ~를 위하여 vì sự công bằng. ¶ ~ 명분 sự bào chữa, sự biện hộ / ~ 명분이 서지 않다 không có quyền bào chữa.
대의(代議) sự thay mặt, sự đại diện, sự tiêu biểu. ¶ ~원 người đại diện, người được ủy thác / ~ 제도 chế độ tiêu biểu, chế độ đại diện.
대이름씨(代-) ☞ **대명사**.
대인(大人) ❶ (대인군자) đại nhân. ❷ (어른) người lớn, người trưởng thành. ¶ ~용(用) dành cho người lớn. ❸ (위인) người đức hạnh, người cao quý (군자). ❹ (거인) người vĩ đại, đại nhân.
대인(代印) đóng dấu thay, thay người khác.
대인(對人) ¶ ~ 관계 quan hệ đối xử / ~ 방어 tự vệ.
대인기(大人氣) sự nổi tiếng, sự ưa thích của quần chúng; tính phổ biến, tính đại chúng (성공). ¶ ~인 người nổi tiếng, người có tiếng tăm.
대인물(大人物) vĩ nhân.
대일(對日)
¶ đối với Nhật / ~ 관계 [무역] quan hệ [thương mại] đối với Nhật.
대임(大任) trách nhiệm lớn, nhiệm vụ quan trọng. ¶ ~을 맡다 đảm trách nhiệm vụ quan trọng / ~을 맡기다 giao cho nhiệm vụ quan trọng.
대입준비학원(大入準備學院) trung tâm luyện thi đại học.
대입학력고사(大入學力考査) kỳ thi đại học.
대자대비(大慈大悲) đại từ đại bi.
대자보(大字報) một tờ quảng cáo lớn thường dán trên tường.
대자연(大自然) tạo hóa, thiên nhiên.
대작(大作) một tác phẩm lớn, một kiệt tác; (걸작) một tác phẩm có tầm cỡ lớn (방대한).
대작(代作) ❶ (글의) sự viết thuê. **~하다** viết thuê, viết thay cho người khác. ¶ ~자 người viết thuê. ❷ ☞ **대파**(代播).
대작(對酌) **~하다** uống rượu chung với nhau, chén chú chén anh.
대잠(對潛) ¶ ~ 미사일 tên lửa chống tàu ngầm.
대장(大將) tướng (육군, 공군); đô đốc (해군).
대장(大腸) ruột già, đại tràng. ¶ ~균 vi khuẩn đại tràng / ~염(炎) bệnh viêm đại tràng / ~카타르 chứng viêm chảy đại tràng.
대장(隊長) người chỉ huy, thủ lĩnh, lãnh tụ, người lãnh đạo, người hướng dẫn.
대장(臺帳) sổ sách, sổ cái (회계의); tính toán (등록의); đăng kí, ghi sổ (토지).
대장간(-間) lò rèn, phân xưởng rèn.
대장경(大藏經) 【PG】 đại tạng kinh.
대장부(大丈夫) đại trượng phu. ¶ ~답게 굴라 cư xử như một đại trượng phu.
대장장이 thợ lò rèn.
대저(大抵) chung chung, khái quát tổng quát.
대적(大敵) kẻ thù, đáng sợ; (경쟁 상대) đối thủ đáng gờm.
대적 (對敵) **~하다** đấu tranh, chống đối, đối kháng, đối chọi; (겨루다) thù nghịch.
대전(大全) (전집) bộ sưu tập hoàn chỉnh.
대전(大典) (의식) nghi lễ quốc gia; (법전) quy tắc, luật lệ (종교의).
대전(大戰) đại chiến. ¶ 구라파 ~ cuộc

đại chiến châu Âu / 제 2차 세계 ~ đại chiến thế giới lần thứ hai.

대전(帶電) 【VLH】 sự điện khí hóa. ¶ ~체 điện khí hóa.

대전(對戰) **~하다** đấu tranh, gặp, vấp phải, đương đầu (시합에서). ¶ ~시키다 đương đầu. ¶ ~료 phí cạnh tranh.

대전제(大前提) (논리에서) đại tiền đề.

대전차(對戰車) vũ khí chống tăng. ¶ ~포 pháo chống xe tăng.

대점포(貸店鋪) gian hàng cho thuê.

대접 (그릇) bát to.

대접(待接) sự đối đãi, sự chiêu đãi, sự tiếp đón. **~하다** cư xử, tiếp đón, chiêu đãi. ¶ 극진히 ~하다 tiếp đón nồng hậu, tiếp đón chu đáo.

대정각(對頂角) ☞ **맞꼭지각**.

대정맥(大靜脈) 【GP】 tĩnh mạch chủ.

대제(大帝) một hoàng đế vĩ đại. ¶ 피터 ~ Peter đại đế.

대제(大祭) một đại lễ.

대조(大潮) dòng nước chính, dòng nước lớn

대조(對照) sự tương phản, sự trái ngược sự so sánh. **~하다** tương phản giữa A và B, so sánh, đối chiếu.

대종(大宗) (계통) dòng chính, dòng lớn; (주요품) quan trọng, chính. ¶ 수출의 ~ xuất khẩu chính. ¶ ~가 (家) chủ gia đình.

대종상(大鐘賞) một giải thưởng về phim của Hàn Quốc.

대좌(對坐) **~하다** ngồi đối mặt, ngồi đối diện với nhau.

대죄(大罪) tội lớn.

대죄(待罪) **~하다** chờ đợi sự phán quyết của chính quyền.

대주(大酒) ¶ ~가 người uống nhiều rượu.

대주(代走) ¶ ~자 【BC】 người chạy thay.

대주(貸主) người cho vay, người cho thuê (부동산의).

대주교(大主教) vị tổng giám mục.

대주다 tiếp tế, cung cấp, giúp đỡ.

대중 (겉어림) tính phỏng đoán, đánh giá chung; (추측) đoán; (표준) tiêu chuẩn. **~하다** (잡다) phỏng đoán, đánh giá chung. ¶ ~없다 không có sự đánh giá chung (일정찮다); không có chủ kiến, không có phỏng đoán (주견 없다).

대중(大衆) quần chúng bình dân. ¶ ~문학 văn học bình dân / ~ 식당 quán ăn bình dân / ~요금 giá cả bình dân / ~ 운동 vận động quần chúng / ~ 작가 [잡지] nhà văn [tạp chí] bình dân / ~화 đại chúng hóa / ~화하다 đại chúng hóa, làm cho phổ biến / 근로 ~ quần chúng lao động.

대중(對中) ¶ ~ 관계 quan hệ với Trung Quốc.

대증(對症) ¶ ~ 요법 phương pháp chuẩn đoán triệu chứng, phép chữa đối chứng, liệu phép đối chứng.

대지(大地) khu đất lớn.

대지(大志) hoài bão lớn, khát vọng lớn, tham vọng lớn.

대지(垈地) đất, mặt đất, thánh địa.

대지(臺紙) bìa cứng, giấy bồi, giấy làm nền; (사진의) khung, gọng.

대지(臺地) (고지) bình nguyên; (고원) cao nguyên.

대지(貸地) đất cho thuê.

대지(對地) ¶ ~공격 cuộc tấn công đối đất.

대지르다 ☞ **대들다**.

대지주(大地主) đại địa chủ.

대진(代診) **~하다** khám thay cho bác sĩ khác.

대진(對陣) **~하다** chiến đấu (경기에서) thi đấu. ¶ ~표 lịch thi đấu.

대질(對質) sự đối chất, sự chạm trán,

sự đương đầu. ¶ ～시키다 đương đầu, chạm trán.

대짜(大-) to, lớn; (사냥, 낚시의) con cá lớn. ¶ ～못 đinh lớn.

대차(大差) sự khác biệt lớn. ¶ …과 ～ 없다 không có sự khác biệt lớn.

대차(貸借) tiền cho vay, món nợ, nợ có. ¶ ～ 계정 sổ sách giữa chủ nợ và con nợ / ～ 관계 quan hệ giữa bên có và bên nợ / ～ 관계가 있다 có quan hệ giữa bên có và bên nợ / ～ 대조표 bảng cân đối tài sản.

대찰(大刹) ngôi đền lớn, ngôi chùa lớn.

대책(對策) biện pháp đối phó. ¶ ～을 강구하다 cân nhắc biện pháp đối phó.

대처(帶妻) ¶ ～승 ông sư lập gia đình.

대처(對處) **~하다** gặp, đụng, đối mặt.

대척(對蹠) ¶ ～적인 đối cực, đối lập, trực tiếp đối diện.

대첩(大捷) chiến thắng đáng kể. **~하다** đạt chiến thắng lớn.

대청(大廳) đại sảnh.

대청소(大淸掃) tổng vệ sinh.

대체(大體) (개요) đề cương, bản tóm tắt, ý chính, nội dung chính (취지); (요점) trọng điểm; ¶ ～적인 một cách vắn tắt ngắn gọn, một cách chung chung / ～로 bằng, tóm tắt, đề cương / ～로 말하여 nói chung / ～ 넌 누구냐? tóm lại anh là ai.

대체(代替) **~하다** luân phiên, thay đổi, thay thế. ¶～물 vật thay thế, vật có thể thay đổi.

대체(對替) [TN] chuyển khoản. **~하다** chuyển tiền. ¶ ～계정 tài khoản chuyển khoản / ～ 전표 giấy chứng nhận chuyển khoản.

대추 [TV] quả táo tầu, quả chà là. ¶ ～ 나무 cây táo tầu.

대출(貸出) sự cho thuê. **~하다** cho thuê, cho vay, cho mượn. ¶ 책을 ～하다 cho mượn sách. ¶ ～금 tiền cho vay / 부당 ～ cho vay không chính đáng.

대충(代充) **~하다** bổ sung, cung cấp người hay vật thay thế.

대충 hầu như, gần như, khoảng chừng, phỏng chừng, xấp xỉ; (거의) hầu như. ¶ ～ 어림하다 phỏng đoán / ～ 설명하다 giải thích đại khái / ～ 훑어보다 nhìn qua.

대취(大醉) **~하다** uống rượu say như chết.

대치(對峙) **~하다** đứng đối diện, chạm trán nhau.

대통(-筒) (담뱃대의) tẩu thuốc lá.

대통(大統) dòng dõi hoàng gia.

대통령(大統領) chủ tịch, tổng thống. ～의 chức tổng thống. ¶ ～ 관저 dinh thự của tổng thống / ～ 교서 thông điệp của tổng thống / ～ 부인 phu nhân tổng thống / ～ 선거 [입후보자] cuộc bầu cử [ứng cử viên] tổng thống / ～특별보좌관 phụ tá đặc biệt của tổng thống.

대통령권한대행(大統領權限代行) thừa hành quyền tổng thống.

대퇴(大腿) [GP] đùi, bắp đùi, xương đùi. ¶ ～ 골(骨) một cái xương đùi / ～부 vùng đùi.

대파(大破) **~하다** làm tiêu tan lớn (격파).

대판(大-) ¶ ～ 싸우다 chống cự quyết liệt, tranh cãi sôi động.

대판(大版) cỡ lớn, khổ rộng.

대패 cái bào. ¶ ～질하다 bào. ¶ 대팻날 lưỡi bào / 대팻밥 vỏ dăm bào / 대팻집 hộp bào.

대패(大敗) ～하다 thất bại.

대포 chén rượu lớn. ¶ 대폿값 giá rượu / 대폿집 quán rượu.

대포(大砲) khẩu đại bác; (거짓말) lời bịa đặt, nói phét, nói dóc. ¶ ～를 놓다 nói huyênh hoang, nói phét (거짓말).

대폭(大幅) (부사적) rộng, lớn, nhiều. ¶

～ 삭감 giảm nhiều / ～ 인상 tăng nhiều.

대표(代表) sự thay mặt, sự đại diện; (대표자) người đại diện (단체); đại diện, đại biểu (개인). **~하다** thay thế cho, đại diện cho. ¶ ～적인 tính đại diện, tính điển hình, tính tiêu biểu (전형적) / …을 ～하여 thay mặt cho.

대풍(大風) bão.

대풍(大豊) mùa gặt bội thu.

대피(待避) **~하다** chuyển hướng, tránh; (철도에서) tránh tàu. ¶ ～선 (철도) đường tránh / ～호 hầm trú ẩn.

대필(代筆) ☞ **대서**(代書).

대하(大河) một con sông rộng. ¶ ～ 소설 trường thiên tiểu thuyết.

대하(帶下) khí hư, huyết trắng ra ở âm hộ phụ nữ. ¶ ～증(症) triệu chứng ra nhiều khí hư ở phụ nữ.

대하다(對-) (마주보다) giáp mặt, đương đầu, chạm trán; (상대, 접대) đối mặt, đương đầu, đối đãi, tiếp đãi, đối xử. ¶ …에 대하여 về, đối với; (관계) quan hệ với; (비교, 대조) so sánh, đối chiếu với, tương phản với; (비례) qua bằng, đối diện, đối chọi / 물음에 대한 대답 giải đáp câu hỏi / 부모에 대한 의무 bổn phận với cha mẹ / 문학에 대한 취미 sở thích về văn học / 친절하게 ～ tiếp đón ai một cách ân cần.

대학(大學) trường đại học; (종합) trường đại học tổng hợp, (단과) đại học chuyên ngành. ¶ ～의 자유 tự do cho các trường đại học / ～ 1 [2, 3, 4]학년생 sinh viên năm thứ nhất [hai, ba, tư]. ¶ ～생 sinh viên / ～원 cao học /～ 입학 예비고사 thi thử vào đại học / ～ 총장 hiệu trưởng trường đại học / ～ 출신 tốt nghiệp đại học / 초급 ～ lớp sơ cấp, cấp cơ sở.

대학자(大學者) đại học giả, nhà khoa học lớn.

대한(大旱) hạn hán.

대한(大寒) đại hàn, giữa mùa đông, đợt lạnh nhất.

대한(大韓) ¶ ～ 무역 진흥 공사 (KOTRA) văn phòng xúc tiến thương mại / ～ 민국(ROK) Đại Hàn Dân Quốc / ～ 사람 người Hàn Quốc / ～ 적십자사 hội chữ thập đỏ Hàn Quốc / ～ 해협 eo biển Hàn Quốc.

대함(大艦) quân hạm lớn.

대합(大蛤) 【LSo】 con trai (con sò). ¶ ～구이 sò nướng, trai nướng / ～찜 trai hấp.

대합실(待合室) phòng đợi, phòng chờ.

대항(對抗) sự đối đầu, sự ganh đua, sự kình địch, sự đua tài. **~하다** chống đối, giữ vững, cạnh tranh. ¶ ～시키다 cạnh tranh, đối đầu. ¶ ～ 경기 trận đấu đầy kịch tính / ～책 biện pháp đối phó, biện pháp trả đũa.

대해(大害) thiệt hại lớn.

대해(大海) đại dương, biển khơi. ¶ ～의 일속(一粟) ao, hồ.

대행(代行) sự thi hành gián tiếp, sự thừa hành. **~하다** thi hành gián tiếp thừa hành. ¶ ～ 기관 cơ quan thi hành / ～ 업무 nhiệm vụ thi hành / 대통령 권한 ～ thừa hành quyền tổng thống / 수출 [수입] ～업자 công ty được thừa hành xuất khẩu [nhập khẩu].

대헌장(大憲章) đại hiến chương.

대형(大形) cỡ lớn, lớn, thuộc cỡ lớn.

대형(隊形) sự bố trí quân đội, sự dàn quân. ¶ 전투 ～ đội hình chiến đấu.

대화(大火) đám cháy lớn.

대화(對話) cuộc trò chuyện, cuộc đàm luận, cuộc đối thoại. **~하다** đàm thoại, đối thoại, chuyện trò, bàn luận. ¶ ～극 lời thoại trong kịch / 남북 ～ cuộc đàm thoại Nam Bắc.

대회(大會) cuộc mít tinh lớn, đại hội, sự tập hợp đông đảo nhân dân vì mục đích chung (경기의). ¶ ~를 열다 mở đại hội. ¶ 국민 ~ đại hội nhân dân.

대흉(大凶) (흉년) mất mùa lớn.

댁(宅) (집) căn nhà, tổ ấm; (당신) ngài; (남의 부인) vợ, phu nhân.

댁내(宅內) gia đình.

댁대구루루 ¶ ~ 구르다 lăn.

댄서 người nhảy múa, vũ công.

댄스 nhảy. **~하다** nhảy, múa. ¶ ~ 교습소 [교사] trường [giáo viên] dạy khiêu vũ / ~ 파티 buổi khiêu vũ / ~홀 phòng khiêu vũ, vũ trường.

댐 (제방) đập nước. ¶ ~을 만들다 xây đập. ¶ 다목적 ~ đập nước đa mục đích, đập nước đa năng.

댓··· khoảng năm. ¶ ~ 번 khoảng năm lần.

댓돌(臺-) bậc thang bằng đá.

댓바람 làm ngay lập tức và nhanh chóng, hành động nhanh chóng. ¶ 일을 ~에 해치우다 hoàn thành công việc nhanh chóng.

댓진 nicotin. ¶ ~이 끼다 chất nicotin.

댕그랑거리다 leng keng, reng reng.

댕기 dải ruy băng thắt bím tóc.

댕기다 (불을) đốt lửa, nhóm lửa; (불이) bị cháy, bị bắt lửa.

댕댕 leng keng.

댕댕하다 ❶ (팽팽하다) chặt, bó sát. ❷ (옹골차다) cứng chắc.

댕돌같다 cứng như gạch.

더 hơn, nhiều hơn (시간); dài hơn, lâu hơn (거리); xa hơn, dài hơn(더욱). ¶ 한층 ~ thêm một tầng nữa / 그만큼 ~ thêm chừng ấy nữa / 조금만 ~ thêm một chút, thêm một ít / 더욱 ~ nhiều hơn / ~ 많이 nhiều hơn nữa (양); nhiều hơn (수).

더가다 vượt qua, quá; (시계가) đi quá nhanh, chạy nhanh.

더군다나 ngoài ra, hơn nữa, vả lại, vả chăng, thêm vào.

더껑이 lớp váng.

더께 lớp bùn đất, lớp cáu ghét, lớp cặn bã.

더넘스럽다 hơi to, hơi nhiều.

더덕 [TV] cây lá hình mác.

더덕더덕 thành chùm, thành cụm, thành bó, thành đàn.

더듬거리다 (말을) lắp bắp, ngắc ngứ; (손으로) sờ sẫm; ¶ 더듬거리며 말하다 nói lắp.

더듬다 ❶ (손으로) dò dẫm, lần mò.¶ 더듬어 찾다 mò mẫm. ❷ (길을) dò đường; (근원을) dò tìm nguồn gốc căn nguyên. ¶ 근원을 더듬어 올라가다 lần tìm lí do / 기억을 ~ tìm lại trong ký ức. ❸ (말을) lắp bắp, cà lăm, lúng túng.

더듬이 [ĐV] râu, xúc tu.

더디다 trì độn, ù lì, chậm chạp, đờ đẫn, chậm phát triển.¶ 일손이 ~ người làm việc không nhanh nhẹn.

···더라도 dù là, dẫu cho, mặc dù. ¶ 설령 농담이라 하~ dù là nói đùa / 설령 그렇~ dẫu cho có như vậy.

더러[1] (다소) thỉnh thoảng, đôi khi, một chút; (어쩌다) tuy.

더러[2] (에게) với, đối với (gắn sau các danh từ chỉ đối tượng chịu, nhận tác động của hành động). ¶ 나는 그~ 나가라고 했다 tôi bảo anh ta ra ngoài.

더러워지다 (때묻다) bị vấy bẩn, bị dơ.

더럭 hoảng sợ bất thình lình. ¶ 겁이 ~ 나다 bất ngờ hoảng sợ, phát hoảng.

더럭더럭 (귀찮게) nài nỉ, vòi vĩnh. ¶ ~ 조르다 quấy rầy mãi.

더럼타다 dễ bị bẩn, dễ bị ô nhiễm.

더럽다 bị bẩn, hôi hám, bẩn thỉu (비열); (추잡) không đứng đắn, khiếm nhã, thô tục; (인색) bần tiện, tầm thường (부정). ¶ 더러운 옷 quần áo bẩn / 더러운 계집 người đàn bà không đứng đắn.

더럽히다 (때묻히다) làm dơ bẩn; (명예 따위를) làm ô nhục, làm cho nhục nhã, làm hổ thẹn; (신성을) báng bổ, làm ô uế; (여자를) làm nhục, sỉ nhục, xúc phạm, cưỡng đoạt, cưỡng hiếp, hãm hiếp. ¶ (여자가) 몸을 ~ đánh mất sự trinh trắng.

더미 một chồng, đống, cụm. ¶ 쓰레기 ~ một đống rác.

더미씌우다 chuyển, giao, đặt.

더벅머리 (머리) đầu tóc rối bời; (소년) cậu bé đầu tóc rối bời (갈보).

더부룩하다 (풀이) có nhiều chùm, có nhiều bụi, rậm rạp; (머리, 수염이) mái tóc dày, rậm. ¶ 수염이 ~ râu rậm.

더부살이 người hầu ở chung, kẻ theo đóm ăn tàn.

더불어 (함께) cùng nhau, với. ¶ ~ 즐기다 cùng nhau vui vẻ.

더블(double) gấp đôi; (양복의) áo đôi. ¶ ~되다 được gấp đôi. ¶ ~ 베드 giường đôi.

더블유시(WC) nhà vệ sinh.

더빙(dubbing) 【Anh】 sự lồng tiếng, sự lồng nhạc.

더뻑거리다 hành động hấp tấp, cẩu thả.

더욱 hơn nữa, còn nữa, càng ngày càng. ¶ ~ 중대한 것은 việc còn trọng đại hơn / ~ (더) 적어지다 càng ngày càng nhỏ đi / ~ 좋다[나쁘다] tốt hơn [xấu hơn].

더욱이 ngoài ra, hơn nữa, vả lại, vả chăng.

더위 cái nóng, sự nóng. ¶ ~를 식히다 làm nguội cái nóng / ~먹다 bị ảnh hưởng của cái nóng / ~타다 nhạy cảm với sự nóng.

더치다 trở nên tồi tệ, trầm trọng, mệt mỏi, ốm yếu.

더킹(ducking) 【QA】 sự ngụp, lặn. **~하다** lặn.

더펄개 chó xù.

더펄거리다 (머리털 따위가) bồng bềnh, phất phơ, gợn sóng ; (사람이) người tất bật, người không ngồi yên một chỗ.

더펄머리 mái tóc rối bời.

더펄이 người lăng xăng, hay dính vào chuyện người khác.

더하다[1] (보태다) cộng vào, cộng thêm, tổng cộng; (증가) tăng thêm; (심해지다) làm cho xấu hơn, nặng nề thêm, làm cho nghiêm trọng hơn. ¶ 3에 4를 ~ 3 cộng 4 / 병세가 ~ bệnh nặng thêm / 속력을 ~ tăng tốc độ / 3에 2를 더하면 5이다 3 cộng 2 là 5.

더하다[2] (비교해) hơn, nhiều hơn. ¶ 크기가 ~ to hơn / 수에 있어서 ~ nhiều hơn.

더할나위없다 lý tưởng nhất, tốt nhất, hoàn hảo. ¶ 더할나위없이 hoàn hảo, vô cùng, tột bậc (완전히); hoàn hảo, hoàn thiện.

덕(德) (미덕) lòng tốt, lòng hào hiệp, đức tính tốt, thói quen tốt; (덕택) sự chiếu cố, ân huệ, đặc ân, thiên vị. ¶ ~이 높은 사람 người có đạo đức tốt, người có đức hạnh / …의 ~으로 được sự giúp đỡ, nhờ ơn.

덕대 người được đặc quyền khai thác mỏ.

덕망(德望) ảnh hưởng đạo đức, tầm gương đạo đức. ¶ ~가 người nổi tiếng có đạo đức tốt, người nổi tiếng đạo đức.

덕분(德分) ☞ **덕택**.

덕성(德性) tính đức hạnh, sự trong trắng. ¶ ~스럽다 tốt bụng, hiền lành, nhân hậu.

덕업(德業) hành động đạo đức.

덕육(德育) sự giáo dục đạo đức; đức dục.

덕적덕적 đầy, (bụi) bám đầy, phủ dày từng lớp. = 덕지덕지. ¶ ~ 끼다 phủ đầy, chất đầy.

덕택(德澤) (은혜) sự hàm ơn, sự chiếu cố, sự thiên vị, ân huệ, đặc ân; (후원) sự ủng hộ. ¶ …의 ~으로 nhờ vào, nhờ sự chiếu cố của ai, dựa vào lòng tốt của người nào; (원인, 이유) do bởi, bởi vì.

덕행(德行) đức hạnh, tư cách đạo đức, lòng hào hiệp, tính tốt.

덕화(德化) (감화) ảnh hưởng đạo đức.

덖다 (찌들다) chiên, rán.

던적스럽다 (비열) bủn xỉn, hèn hạ, bần tiện; (추잡) khiếm nhã, sỗ sàng, bẩn thỉu, tục tĩu.

던지다 (내던지다) ném, vất, quăng, liệng. ¶ 공을 ~ ném bóng / 깨끗한 한 표를 ~ bỏ phiếu trắng.

던지럽다 xấu, tồi, thô tục, thô lỗ, bẩn thỉu, dơ bẩn, tồi tàn.

덜 thiếu, dở dang. ¶ ~ 마른 chưa khô / ~ 익은 chưa chín, còn xanh, tái.

덜거덕거리다 lách cách, lạch cạch.

덜다 ❶ (경감, 완화) dành dụm, để dành; (절약) tiết kiệm. ¶ 수고를 ~ dành dụm khổ sở / 고통을 ~ tiết kiệm vất vả. ❷ (빼다) giảm bớt làm nhẹ đi, làm dịu đi, giảm bớt, thu nhỏ lại; (적게 하다) làm ít đi, làm nhỏ đi. ¶ 세 개를 ~ trừ, khấu trừ, loại trừ, xóa bỏ, loại bỏ 3 cái.

덜덜 ¶ ~ 떨다 run lẩy bẩy, run lập cập.

덜되다 ❶ (미완성) chưa hoàn thành, chưa kết thúc, chưa xong. ¶ 덜된 원고 bản thảo chưa hoàn thành. ❷ (사람이) người vô tích sự, kém cỏi.

덜렁거리다 (소리) leng keng, xủng xoảng.

덜렁쇠 loại người hấp tấp.

덜렁하다 (소리가) leng keng; (가슴이) thình thịch.

덜름하다 (옷이) hơi ngắn.

덜미 gáy. ☞ 뒷덜미. ¶ ~잡이하다 bị tóm gáy.

덜커덕거리다 lách cách.

덜커덩거리다 ☞ 덜커덕거리다.

덜컥 ❶ (갑자기) gấp gáp, vội vàng, đột ngột, đột xuất, thình lình. ¶ ~ 죽다 chết đột ngột ❷ (소리) gấp gáp, vội vàng.

덜퍽지다 rộng, lụng thụng, dư dật.

덤 ❶ (추가) cái phụ, cái thêm. ❷ (바둑) nước cờ.

덤덤하다 bị mất tiếng, tắt tiếng, không nói được.

덤받이 con của người vợ thứ hai.

덤벙거리다 (행동을) hành động nhẹ dạ nông nổi; (물에서) bắn tung tóe.

덤불 bụi cây.

덤비다 ❶ (달려들다) tấn công, xông vào, nhảy vào, lao vào. ¶ 맹호같이 덤벼들다 tấn công mạnh như mãnh hổ. ❷ (서두르다) vội vàng. ¶ 덤비지 말라 đừng vội vàng.

덤프카(dump car) xe đổ rác.

덤핑(dumping) [KT] bán hạ hàng.

덥다 nóng, sốt. ¶ 더운 날씨 thời tiết nóng như thiêu như đốt / 더운 물 nước nóng / 몸이 ~ bị nóng bức.

덥석 nhanh chóng, bất ngờ chặt chẽ (단단히). ¶ 손을 ~ 쥐다 bất ngờ nắm chặt tay / ~ 물다 cắn bất ngờ.

덧 một chốc lát, một đợt, một lúc, một thời gian ngắn. ¶ 어느~ (벌써) không ai thấy, không ai để ý thấy, không biết, không có ý thức.

덧나다 ❶ (병이) chiều hướng xấu, diễn

biến xấu, khiến cho trầm trọng thêm; (곪다) mưng mủ, mưng nhọt. ❷ (성나다) xúc phạm, làm bực mình, làm tổn thương, làm mất lòng.

덧내다 (병을) nguyên nhân dẫn đến chiều hướng xấu, làm cho trầm trọng, tệ hơn.

덧니 răng khểnh. ¶ ~가 나다 mọc răng khểnh. ¶ ~박이 người có răng khểnh.

덧들이다 làm giận dữ.

덧문(-門) cửa phía ngoài.

덧붙이다 thêm vào; (말을) nói thêm, nhận xét thêm, bình luận thêm.

덧셈 sự thêm, phần thêm. **~하다** thêm vào, cộng vào. ¶ ~표 danh sách thêm vào.

덧신 ủng rộng.

덧없다 cuộc sống phù du, cuộc đời ngắn ngủi. ¶ 덧없이 chóng vánh, nhanh chóng, mau lẹ, thoáng qua, phù du / 덧없는 인생 cuộc sống phù du.

덩굴 cây leo, cây bò, vật xoắn hình tua. ¶ ~손 【TV】 tua của cây leo, tua cuốn.

덩그렇다 (헌거롭다) cao to, oai vệ, trang nghiêm, trịnh trọng; (텅비다) cao to.

덩달다 theo yêu cầu, lặp lại. ¶ 덩달아 웃다 cười theo, cười góp.

덩실거리다 nhảy múa tưng bừng, khiêu vũ sôi nổi.

덩어리 = 덩이. một cục, một tảng, miếng, một khối, một đống. ¶ ~지다 xếp lại thành đống, gộp lại một khối. ¶ 얼음 ~ một tảng nước đá / 흙~ một cục đất.

덩지 = 덩치. khối, tầm vóc lớn, khổ lớn.

덫 bẫy. ¶ ~을 놓다 đặt bẫy / ~에 걸리다 mắc bẫy.

덮개 cái bọc ngoài; (뚜껑) nắp vung; (침구) khăn trải giường.

덮다 (씌우다) che, đậy, phủ, phủ khắp; (은폐) che đậy, giấu, trốn, núp; (닫다) đóng, đậy, gập. ¶ 책을 ~ gập sách lại.

덮어놓고 không lí do, vô cớ, bừa bãi. ¶ ~ 치다 đánh người vô cớ.

덮어두다 làm ngơ, bỏ qua, làm thinh, không để ý, không để tâm đến.

덮어씌우다 ❶ (가림) đậy, phủ, đặt lên trên, mạ. ❷ (죄를) bị buộc tội oan, bị đổ lỗi oan.

덮이다 bị che, bị phủ, bị đậy. ¶ 눈에 ~ bị che phủ tuyết.

덮치기 sự áp bức, sự bắt lệ thuộc, sự bắt phục tùng.

덮치다 ❶ (겹쳐누름) tấn công, công kích. ❷ (한꺼번에) chồng chất, tới tấp. ¶ 불행이 계속 ~ bất hạnh liên tục chồng chất.

데 địa điểm, nơi chốn, vị trí, miền, khu; (경우) hoàn cảnh, tình thế.

데걱거리다 lẻng xẻng, rủng rẻng.

데구루루 = 데굴데굴. ¶ ~ 구르다. lộn tùng phèo, lăn lộn.

데꺽 dễ dàng(곧); dễ (쉽게). ¶ ~ 해결하다 giải quyết ngay lập tức.

데다 ❶ (불에) bị cháy, bị đốt, bị bỏng. ¶ 손을 ~ bị bỏng tay. ❷ (혼나다) bực mình. ¶ 빚에는 아주 데었다 rất bực mình vì nợ nần.

데드볼(dead-ball) 【BC】 cú đánh quyết định.

데려가다 dẫn, đưa, dắt.

데려오다 mang ai theo (도로).

데리다 hộ tống, đi theo (두다). ¶ 데리고 나오다 hộ tống ra, dẫn ra / 데리러 오다 đến để dẫn đi / 데리러 가다 đi để hộ tống / 데리고 놀다 đưa ai đi chơi (아이를).

데릴사위 người con rể ở nhà vợ. ¶ 데릴사윗감 con rể tương lai.

ㄷ

데면데면하다 cẩu thả, không cẩn thận.
데모 cuộc mít tinh lớn, đại hội, cuộc biểu tình. ~하다 biểu tình, mít tinh. ¶ 가두 ～ biểu tình ngoài đường.
데모크라시(democracy) 【Anh】 nền dân chủ, chế độ dân chủ. ☞ 민주주의.
데모행진(-行進) đi biểu tình. ¶ ～을 하다 đi bộ biểu tình.
데밀다 xô ra, đẩy ra, tống ra, đuổi ra.
데뷔 【Ph】 xuất hiện lần đầu. ~하다 xuất hiện lần đầu.
데삶기다 nửa sống nửa chín, tái.
데삶다 nấu chín sơ, luộc sơ.
데설궂다 man rợ, thô lỗ, láo xược, hung dữ, thô lỗ, chưa gọt giũa.
데스마스크(death mask) 【Anh】 mạng che mặt người chết.
데시(deci) ¶ ～ 리터 đề xi lít (đơn vị trọng lượng) / ～미터 đề xi mét.
데알다 biết chút ít, biết lõm bõm.
데억지다 (너무 크다) quá to; (많다) quá nhiều.
데우다 giữ ấm, hâm nóng, làm nóng lại. ¶ 데워 먹다 hâm nóng để ăn.
데이비스컵 【TT】 Davis Cup (tennít).
데이터(data) 【Anh】 số liệu, dữ liệu, sự kiện. ¶ ～처리 장치 thiết bị xử lý dữ liệu.
데이트(date) 【Anh】 ngày tháng; cuộc hẹn. ~하다 hẹn hò.
데익다 chưa chín hẳn.
데치다 luộc sơ, trụng nước sôi, trần qua.
데카(decca) ¶ ～리터 đê-ca lít / ～미터 đề-ca mét.
데카당 sự suy đồi, sự sa sút, sự suy tàn, thời kì suy đồi.
데크(deck) 【Anh】 boong tàu (배의).
데퉁스럽다 vụng về, lóng ngóng, lúng túng, ngượng ngại, không khéo léo.
뎬겁하다 lẫn lộn, lộn xộn, mơ hồ.
덴마크(Denmark) Đan Mạch. ¶ ～의 thuộc Đan Mạch / ～ 사람 người Đan Mạch.
델리킷(delicate) 【Anh】 ¶ ～한 tinh vi, tinh xảo. ☞ 미세한.
델린저현상(-現象) 【VLH】 hiện tượng Dellinger.
델터(delta) 【Địa】 vùng delta. ¶ ～상(狀)의 hình delta. ¶ ～ 지대 [평야] miền [đồng bằng] châu thổ.
뎅그렁거리다 làm kêu leng keng.
도(度) ❶ (온도) nhiệt độ; (각도) góc độ. ¶ 60～ 60 độ. ❷ (정도) mức độ, cấp độ, phạm vi, chừng mực; ¶ ～를 지나치다 đã qua mức độ đó. ❸ (회수) mức độ.
도[1](道) (행정 구획) tỉnh. ¶ 경기～ tỉnh Gyeonggi / ～(립)의 thuộc tỉnh / ～지사 tỉnh trưởng.
도[2](道) sự thật (도리); giáo lý, nguyên lý (교리); công bằng, chân lý (진리).
도 【ÂN】 nốt đô.
도 ❶ (및, …도 …도) và, cũng như, cả … lẫn (긍정); không … mà cũng (부정). ❷ (조차도) ngay cả, hơn nữa, vả lại. ¶ 지금～ bây giờ cũng / 작별 인사～ 없이 lời chào tạm biệt cũng không có. ❸ (비록 …이라도) cho dù … đi nữa.
도가니 nồi nấu kim loại. ¶ 흥분의 ～로 변하다 biến thành một cảnh náo loạn điên cuồng.
도가머리 cái mào (con chim).
도각(倒閣) ~하다 bị cách chức ra khỏi hội đồng chính phủ.
도강(渡江) ~하다 đi qua sông.
도개교(跳開橋) cầu quay.
도거리 ¶ ～로 tính toàn bộ, tính cả mớ, tính gộp.
도검(刀劍) dao kiếm.
도계(道界) đường ranh giới giữa các tỉnh.
도공(刀工) thợ rèn kiếm.

도공(陶工) thợ thủ công.
도관(導管) ống dẫn, mạch ống.
도괴(倒壞) xẹp. **~하다** gãy, suy sụp, sụp đổ. ¶ ~ 가옥 túp lều rách nát.
도교(道敎) đạo lão (lão giáo).
도구(道具) ❶ (공구) công cụ, phương tiện; (용구일체) tất cả dụng cụ. ❷ (방편) phương tiện, biện pháp, công cụ. ❸ (앞잡이) người hướng dẫn. ¶ 사람을 ~로 사용하다 sử dụng con người làm công cụ.
도구(渡歐) **~하다** sang châu Âu.
도국(島國) đảo quốc. ¶ ~근성 tính cục bộ.
도굴(盜掘) **~하다** lén lút khai thác. ¶ ~범 khai thác trộm.
도규(刀圭) y thuật. ¶ ~가(家) y sỹ / ~계 nghề y.
도그마 giáo điều, giáo lý (주의).
도금(鍍金) sự mạ vàng, lớp mạ. **~하다** mạ vàng. ¶ 동을 은으로 ~하다 đồng mạ bạc. ¶ 전기~mạ bằng điện giải.
도급(都給) (청부) hợp đồng, giao kèo. ¶ ~맡다 ký hợp đồng / ~ 주다 cho ai được thầu. ¶ 일괄 ~ 계약 ký hợp đồng với số lượng lớn / 일괄 ~식 (수출) hình thức hợp đồng xuất khẩu.
도기(陶器) đồ bằng đất nung, đồ sứ. ¶ ~상 bát đĩa bằng sành.
도깨그릇 đồ bằng đất nung.
도깨비 ma quỷ, yêu quái.
도깨비불 ma trơi.
도끼 cái rìu. ¶ ~자루 cán rìu / ~질 chặt, bổ / ~질하다 bổ.
도난(盜難) ăn trộm. ¶ ~당하다 bị mất trộm (물건이 주어). ¶ ~경보기 chuông báo trộm / ~품 đồ ăn trộm.
도내(道內) ¶ ~의(에) thuộc phạm vi của tỉnh.
도넛(doughnut) 【Anh】 bánh rán Donut.
도달(到達) đến. **~하다** đi đến, đạt tới. ¶ 결론에 ~하다 đi đến kết luận.
도당(徒黨) bè đảng, phe nhóm. ¶ ~을 짓다 tạo bè đảng.
도대체(都大體) sao lại …, làm sao.
도덕(道德) đạo lý, đạo nghĩa, đức hạnh. ¶ ~상(적으로) đạo đức. ¶ ~가 nhà đạo đức / ~ 교육 giáo dục đạo đức / ~심 tâm đức / ~율 đạo lý.
도덕재무장운동(道德再武裝運動) phong trào chấn hưng đạo đức.
도도록하다 lồi ra, phồng ra.
도도하다 kiêu căng; (거만) ngạo mạn. ¶ 도도하게 một cách kiêu ngạo.
도도하다(滔滔-) ❶ (변설이) lời nói lưu loát. ¶ 도도한 변설 lời hùng biện lưu loát. ❷ (물이) ¶ 도도히 흐르다 chảy ồ ạt, ào ạt.
도둑 ¶ ~ 맞다 (사람이 주어) ăn trộm; (물건이 주어) mất trộm. ¶ ~놈 tên trộm / ~질 ăn trộm.
도둑고양이 con mèo hoang.
도드라지다 ❶ (형용사적) sự phồng, sự phình; (현저하다) nhô ra ngoài, lồi ra, nhô lên. ❷ (자동사적) phồng ra, phình ra.
도드미 cái sàng.
도떼기시장(-市場) chợ lộ thiên, chợ trời.
도라지 ❶ 【TV】 cây hoa chuông. ❷ (뿌리) rễ cây hoa chuông.
도락(道樂) ❶ thú vui, sở thích. ¶ … 을 ~으로 삼다 coi … là thú vui, sở thích. ❷ trụy lạc, sống gấp.
도란 (화장용의) phấn (mỹ phẩm).
도란거리다 ☞ **두런거리다**.
도랑 hào, rãnh, mương. ¶ ~을 치다 tát mương. ¶ ~창 cống rãnh.
도랑이 bệnh ghẻ lở.
도랑치마 cái váy ngắn.
도래 ¶ ~ 매듭 nút thắt đôi / ~ 송곳 dụng cụ khoan, máy khoan.
도래(到來) sự tới nơi, sự đến nơi. **~하다**

đến nơi, tới nơi.

도래(渡來) **~하다** vượt biển, thăm viếng, thăm.

도량(度量) (마음) tính hào hiệp, tính cao thượng. ¶ ~이 큰 độ lượng, hào phóng, phóng khoáng / ~이 좁은 hẹp, chật hẹp.

ㄷ

도량(跳梁) **~하다** lan tràn, cực kỳ phát triển, chi phối, thông dụng, phổ biến, thịnh hành.

도량(道場) 【PG】 đạo Phật, triết lý đạo Phật.

도량형(度量衡) sự đo lường, sự cân đo. ¶ ~기 dụng cụ đo lường / ~표 bảng đo lường.

도려내다 gạt ra, cắt bỏ, đục, đục lỗ.

도련님 em chồng chưa có vợ.

도령 (총각) người chưa vợ, thanh niên độc thân, chàng trai.

도로(徒勞) ¶ ~에 그치다 phí công, hoài công, không đi đến đâu, hành động vô ích.

도로(道路) lối đi, con đường(공도). ¶ ~공사 xây dựng đường, làm đường / ~표지 biển chỉ đường, biển hiệu đường / 유료 ~ lệ phí cầu đường / 한국 ~ 공사 Cục đường bộ Hàn quốc.

도로 trái, ngược, sau (되짚어); lại lần nữa (또다시). ¶ ~ 주다 trả lại / ~ 가다 [오다] lại đi [quay về].

도로아미타불(-阿彌陀佛) ¶ ~이 되다 【TNg】 lên voi xuống chó mãi rồi đâu vẫn hoàn đấy.

…도록 ❶ (목적) để, sao cho. ¶ …지 않~ để không / 나에게 하~ 그가 말했다 anh ấy bảo tôi làm. ❷ (…때 까지) cho đến khi mà. ¶ 밤늦~ cho tới đêm khuya. ❸ (가능한) nếu được, nếu có thể. ¶ 되~ 빨리 nếu được thì nhanh lên.

도롱뇽 【ĐV】 con kỳ nhông.

도롱이 áo choàng che mưa bằng rơm.

도료(塗料) thuốc màu. ¶ ~ 분무기 bình xịt sơn / 발광 ~ sơn phát quang.

도루(盜壘)(steal base) 【BC】 việc chiếm điểm base. **~하다** tranh thủ chiếm điểm base.

도루묵 【LC】 loại cá răng chéo, cá răng lông.

도륙(屠戮) **~하다** tàn sát, thảm sát.

도르다[1] (분배) phân bố, phân phối, chuyền tay; (배달) phân phát, chia. ¶ 신문을 ~ phân phối báo / 초대장을 ~ phân phát giấy mời.

도르다[2] (융통) món tiền cho vay. ¶ 돈을 ~ cho ai vay tiền.

도르래 (활차) ròng rọc.

도르르 cuộn, tròn, lăn tròn, vòng vèo.

도리 【KTr】 đòn tay (mái nhà).

도리(道理) ❶ ☞ **사리**(事理). ❷ (방도) phương pháp, biện pháp, phương tiện. ¶ 딴 ~가 없다 không có phương pháp khác / 기다릴 수밖에 다른 ~가 없다 không còn cách nào khác ngoài việc chờ đợi. ❸ (의리) nghĩa vụ. ¶ 자식의 ~ đạo làm con.

도리깨 cái đập lúa.

도리다 xúc, múc, vốc, hất lên; (구멍을) đào.

도리도리 (아기에게) lúc la lúc lắc.

도리암직하다 xảo quyệt, tinh ranh.

도리어 (반대로) trái lại, thay vì mà lại; (오히려) mà, mà lại.

도리질 ❶ (아기의) **~하다** lúc la lúc lắc cái đầu. ❷ (거절) **~하다** từ bỏ, không thừa nhận.

도립(道立) ~의 thuộc tỉnh. ¶ ~ 병원 bệnh viện tỉnh.

도마 thớt. ¶ ~ 위에 오른 고기 cá nằm trên thớt.

도마뱀 【ĐV】 con thạch sùng.

도막 ☞ **토막**.

도말(塗抹) ❶ (칠) ~**하다** bôi, sơn đè lên. ¶ ～제(劑) dầu xoa bóp. ❷ (미봉) ～하다 hoãn quyết định, trì hoãn.

도망(逃亡) sự bỏ chạy, lối thoát. ～치다 (하다) trốn thoát, chạy trốn, bỏ trốn. ¶ ～치게 하다 phải bỏ trốn / 무사히 ～하다 trốn thoát an toàn. ¶ ～병 lính đào ngũ/ ～자[꾼] người bỏ trốn [kẻ đào tẩu].

도맡다 tự gánh vác.

도매(都賣) sự bán buôn, sự bán sỉ. ~**하다** bán buôn, bán sỉ. ¶ ～ 물가 (지수) giá bán sỉ / ～상 việc bán sỉ; (사람) người bán sỉ; (상점) cửa hàng bán sỉ / ～ 시세(값) giá bán sỉ.

도면(圖面) bức vẽ, bản vẽ. ¶ 건축 ～ bản thiết kế.

도모(圖謀) ~**하다** ☞ **꾀하다**.

도무지 không một chút nào, hoàn toàn không. ¶ ～ 개의치 않다 không biết chút nào / ～ 알 수 없다 tôi chẳng hiểu tí gì.

도미 【LC】 cá chỉ vàng.

도미(掉尾) (끝판에 활약함) hành động kết thúc.

도미(渡美) ~**하다** đi Mỹ. ¶ ～유학 du học Mỹ.

도미노(domino) cờ đô-mi-nô. ¶ ～ 이론 thuyết đô-mi-nô.

도민(島民) dân đảo.

도민(道民) nhân dân tỉnh.

도박(賭博) sự đánh bạc. ~**하다** đánh bạc / ～꾼 con bạc / ～ 상습자 người nghiện cờ bạc / ～장 sòng bạc / 사기 ～ cờ bạc gian lận.

도발(挑發) ~**하다** kích động, xúi giục. ¶ ～적인 khêu gợi, kích thích.

도배(塗褙) dán. ~**하다** dán, dính. ¶ ～장이 thợ dán giấy, thợ dán tường / ～지(紙) giấy dán tường.

도버해협(-海峽) eo biển Dover.

도벌(盜伐) ~**하다** chặt cây, đốn trộm.

도범(盜犯) tội ăn trộm.

도법(圖法) thuật vẽ. ¶ 평면 [투영] ～ vẽ mặt bằng [hình chiếu].

도벽(盜癖) thói ăn cắp vặt. ¶ ～이 있다 có thói ăn cắp vặt.

도벽(塗壁) sự trát, sự dán tường. ～하다 dán, trát tường.

도별(道別) ～의 từng tỉnh. ¶ ～인구표 bảng dân số từng tỉnh.

도보(徒步) đi bộ. ¶ ～로 đường đi bộ. ¶ ～ 경주 cuộc thi đi bộ / ～ 여행 du lịch đi bộ.

도부(到付) ～치다 bán rong, bán lẻ. ¶ 도붓장사 bán hàng rong / 도붓장수 người bán hàng rong.

도불(渡佛) chuyến thăm nước Pháp. ~**하다** đi sang Pháp.

도사(道士) ❶ tín đồ; (도교의) tín đồ Đạo giáo; (불교의) tín đồ Phật giáo. ❷ người thông thạo.

도사리 (과일) quả xanh rụng.

도사리다 (앉다) ngồi bắt chân chữ ngũ; (마음을) thanh thản; (뱀 따위가) rắn cuộn tròn.

도산(倒産) phá sản. ☞ **파산**. ¶ 그 회사는 ～했다 công ty đó đã phá sản.

도살(屠殺) sự sát sinh. ~**하다** giết mổ. ¶ ～자 đồ tể / ～장 lò mổ.

도상(圖上) ¶ ～ 작전 bày trận, tác chiến trên bản đồ.

도색(桃色) tục tĩu. ¶ ～ 영화 phim khiêu dâm / ～ 유희 dâm ô, sex / ～ 잡지 tạp chí đồ trụy.

도서(島嶼) hòn đảo.

도서(圖書) sách báo. ¶ ～관 thư viện / 국립 중앙 ～관 thư viện quốc gia trung ương / ～관장 quản thư / ～관학 thư viện học / ～ 목록 danh mục sách / ～실 phòng sách báo / 학교～관 thư viện trường / 신간 ～sách mới phát hành.

도서다 ❶ (바람이) đổi vị trí chuyển hướng, đổi hướng. ❷ (태아가) (thai nhi) quay đầu.

도선(渡船) thuyền, phà. ～장 bến phà.

도선(導船) lái tàu. **~하다** lái. ¶ ～사 người lái tàu.

도선(導線) dây sắt dẫn điện.

도섭 ¶ ～부리다 hay thay đổi không kiên định / ～스럽다 thất thường theo cảm hứng.

도수(度數) ❶ (횟수) tần số. ¶ (전화의) ～요금 cước cuộc gọi / ～제 thông điệp. ❷ (각도, 안경 등의) mức độ, số, độ. ¶ ～가 높은 안경 kính nặng độ. ❸ (알코올분의) lượng cồn. ¶ ～가 높은 위스키 rượu whisky nặng.

도수(徒手) ¶ ～ 공권(空拳)으로 đánh tay không. ¶ ～체조 thể dục tay không.

도수장(屠獸場) lò mổ.

도스르다 tự trách mình.

도승(道僧) tu sĩ, đạo tăng.

도시(都市) thành phố. ¶ ～ 계획 quy hoạch thành phố / ～ 국가 thành phố độc lập có chủ quyền như quốc gia / ～ 생활 cuộc sống thành thị / ～ 생활자 người thành thị.

도시(都是) ☞ **도무지**.

도시(圖示) **~하다** minh họa.

도시락 cơm hộp (밥). ¶ ～을 먹다 ăn cơm hộp.

도시재개발사업계획(都市再開發事業計劃) kế hoạch tái thiết đô thị.

도식(徒食) **~하다** sống lười nhác.

도식(倒植) [In] xếp chữ ngược, lệch.

도식(圖式) sơ đồ, đồ thị. ¶ ～으로 나타내다 thể hiện qua đồ thị.

도심(都心) trung tâm thành phố. ¶ ～지대 vành đai (thành phố).

도안(圖案) phác họa, kế hoạch đồ án. ¶ ～을 만들다 làm đồ án / ～화하다 thể hiện bằng đồ án. ¶ ～가 người thiết kế.

도야(陶冶) sự tu hành, rèn luyện. ¶ 인격 ～ tu nhân, rèn luyện, hình thành tính cách.

도약(跳躍) bật, giật nảy người. **~하다** bật. ¶ ～ 운동 môn nhảy cầu / ～판 ván bật.

도연(陶然) ¶ ～히 취하다 say (술에); lâng lâng, du dương (음악 등에).

도열(堵列) **~하다** sắp hàng, dàn hàng.

도열병(稻熱病) [TV] bệnh tàn rụi (lúa).

도영(渡英) sang thăm nước Anh. **~하다** đi sang Anh.

도예(陶藝) nghệ thuật đồ gốm. ¶ ～가 thợ gốm, nghệ nhân gốm / ～술 mỹ thuật gốm.

도와주다 (조력) giúp đỡ; (구제) cứu trợ.

도외시(度外視) **~하다** bỏ mặc, mặc kệ, không tính toán, không màng.

도요(새) [LCh] chim giẽ giun.

도용(盜用) **~하다** sử dụng không được phép, dùng trộm.

도우(屠牛) giết bò.

도움 sự giúp đỡ, sự trợ giúp (부조). ¶ ～을 청하다 cần giúp đỡ / ～이 되다 giúp ích, trợ giúp.

도원경(桃源境) cảnh thần tiên.

도읍(都邑) (도읍지) một vùng ở thủ đô; (도시) thủ đô, thủ phủ.

도의(道義) đạo đức, đạo lý, đạo nghĩa. ¶ ～적 책임 trách nhiệm về đạo đức. ¶ ～심 ý thức đạo đức.

도이치 ☞ **독일**.

도일(渡日) đi Nhật Bản. **~하다** đi Nhật.

도입(導入) sự giới thiệu, dẫn nhập. **~하다** giới thiệu, mở đầu.

도자기(陶瓷器) đồ gốm. ¶ ～공 thợ làm đồ gốm.

도장(道場) phòng luyện tập thể dục.

도장(塗裝) **~하다** phủ (một lớp) sơn. ¶ ~ 공 thợ sơn.

도장(圖章) con dấu, đóng dấu (소인); dấu bưu điện(우편의). ¶ ~을 찍다 đóng dấu / ~을 파다 khắc con dấu. ¶ ~포 bảng dấu.

도저히(到底-) không dám, không đâu, không chút nào. ¶ …은 ~ 있을 수 없다 … là không thể có được.

도적(盜賊) ☞ **도둑**.

도전(挑戰) sự thách thức. **~하다** thách thức, thách đố. ¶ ~적 công kích / ~에 응하다 nhận lời thách thức.

도전(盜電) **~하다** ăn cắp điện.

도전(導電) tính dẫn điện. ¶ ~체(體) dây dẫn điện.

도정(道程) khoảng cách, tầm xa.

도제(徒弟) người học việc.

도조(賭租) sự cấy rẽ, sự lĩnh canh.

도주(逃走) ☞ **도망**.

도중(途中) ~에 dọc đường, trên đường (중도에); nửa đường, giữa chừng. ¶ ~ 일박하다 trọ qua đêm trên đường / ~ 하차하다 sự ngừng lại.

도지다[1] ❶ (심하다) khắc nghiệt. ❷ (단단하다) khó khăn, vất vả.

도지다[2] (병의 악화) ngày càng tệ hơn; (재발) tái phát.

도지사(道知事) tỉnh trưởng.

도착(到着) **~하다** đến, tới, đạt tới. ¶ ~순(順)으로 theo thứ tự đến nơi / ~하는 대로 ngay lúc đến nơi. ¶ ~불 trả tiền khi hàng đến nơi / ~역 [항] đến ga [cảng].

도착(倒錯) sự đảo điên, đảo lộn, rối loạn. ¶ 성~자 kẻ rối loạn về tình dục.

도처(到處) ~에(서) ở khắp mọi nơi, khắp chốn.

도청(盜聽) **~하다** nghe trộm. ¶ ~기(器) máy nghe trộm (회화의); nghe trộm (전화의) / ~ 사건 vụ nghe trộm / ~자 người nghe trộm.

도청(道廳) ủy ban tỉnh. ¶ ~ 소재지 nơi đặt ủy ban tỉnh ~.

도체(導體) 【VLH】 chất dẫn (전기, 열의). ¶ 양 [불량] ~ chất dẫn tốt [xấu].

도축(屠畜) lò mổ. ¶ ~업 nghề mổ.

도취(陶醉) sự say, đam mê. **~하다** say sưa, bị quyến rũ. ¶ 자기 ~ người tự yêu mình, quá chăm sóc đến vẻ đẹp của mình.

도치(倒置) **~하다** đảo ngược. ¶ ~법 luật đảo ngược.

도큐멘터리 ☞ **다큐멘터리**.

도크(dock) bến tàu. ¶ ~에 넣다 đặt ở bến tàu.

도킹 việc cho tàu vào cảng, sự cập bến. ¶ ~시키다 cho tàu vào cảng, cập cảng (bến).

도탄(塗炭) cảnh cơ cực, cảnh khốn cùng, sự đau khổ. ¶ ~에 빠지다 bị rơi vào cảnh khốn khổ tột cùng.

도태(淘汰) sự phân loại, chọn lựa đào thải. ¶ 자연 [인위] ~ đào thải thiên nhiên [nhân tạo].

도토(陶土) đất nung.

도토리 【TV】 quả đầu. ¶ 개밥에 ~ bị ruồng bỏ, bị lạc lõng. ¶ ~ 깍정이 đài quả đầu.

도통(都統) (도합) toàn bộ, tổng số; (전혀) hoàn toàn.

도통(道統) **~하다** truyền đạo giáo, nho giáo.

도포(塗布) **~하다** tra vào, phết vào, bôi vào, áp dụng. ¶ ~약 thuốc bôi.

도포(道袍) trang phục truyền thống của nam giới Hàn Quốc.

도표(道標) cột cây số.

도표(圖表) biểu đồ, đồ thị. ¶ ~로 나타내다 thể hiện qua biểu đồ.

도품(盜品) hàng ăn cắp.

도피(逃避) lối thoát. **~하다** trốn thoát,

chạy trốn. ¶ ～ 생활 cuộc sống ẩn dật / ～주의 chủ nghĩa thoát ly / ～행 chặng đường chạy trốn / 현실 ～ chạy trốn thực tế.

도하(都下) ¶ ～의(에) thủ phủ.

도하(渡河) ☞ **도강**(渡江). ¶ ～ 작전 cuộc hành quân qua sông.

도학(道學) luân lý đạo đức. ¶ ～자 nhà Nho, người nghiên cứu đạo đức Nho giáo.

도합(都合) (총계) tổng số, nội dung tổng quát; (부사적) toàn bộ, tổng quát.

도항(渡航) cuộc du lịch. **~하다** đi du lịch, vượt biển. ¶ ～자 khách du lịch / ～증 hộ chiếu.

도해(圖解) giải thích biểu đồ, sự minh họa. **~하다** minh họa, làm rõ ý.

도형(圖形) hình vẽ minh họa. ¶ 입체 ～ hình khối.

도홍색(桃紅色) mầu hồng đào.

도화(桃花) hoa của trái đào.

도화(圖畵) thuật vẽ, đồ họa. ¶ ～지 giấy vẽ.

도화선(導火線) ngòi nổ, kíp nổ, chất nổ. ¶ ～이 되다 được phá nổ.

도회(都會) ☞ **도시**(都市).

도흔(刀痕) vết chém, sẹo.

독 (그릇) vại, lọ bình, hũ. ¶ ～안에 든 쥐다 chuột rơi vào hũ, tình trạng không lối thoát / 밑 빠진 ～에 물 붓기 đổ nước vào vại không đáy, nước đổ đầu vịt.

독(毒) nọc độc (독사의); vi rút, (병독); độc tố (해). ¶ ～이 있는 có độc / ～을 마시다 uống chất độc/중～ 되다 bị nhiễm độc.

독가스(毒-) khí ga độc. ¶ ～ 마스크 mặt nạ chống độc / ～탄 than độc.

독감(毒感) bệnh cúm. ¶ ～에 걸리다 bị bệnh cúm.

독거(獨居) trạng thái cô độc; **~하다** sống một mình, sống cô độc.

독경(讀經) 【PG】 sự tụng kinh. **~하다** tụng kinh, cầu kinh.

독과점(獨寡占) độc quyền. ¶ ～ 품목 hàng độc quyền.

독기(毒氣) tính chất độc hại, tính có hại; (악의) hiểm độc, ác tâm. ¶ ～ 있는 có tính độc hại.

독농가(篤農家) người nông dân cần cù, người nông dân kiểu mẫu.

독단(獨斷) thái độ võ đoán, sự độc đoán. ¶ ～적 tính chuyên quyền, tính độc đoán, tính tùy tiện / ～(적)으로 với tính chuyên quyền.

독두(禿頭) ☞ **대머리**. ¶ ～병(病) bệnh hói đầu.

독려(督勵) sự cổ vũ. **~하다** khuyến khích, động viên.

독력(獨力) ～으로 bằng sự nỗ lực của chính mình.

독립(獨立) độc lập, tự lập (자활). **~하다** độc lập, tự lực. ¶ ～의 độc lập. ¶ ～가옥 nhà riêng / ～국 nước độc lập / ～ 기념일 ngày kỷ niệm độc lập / ～심 tính tự lập / ～ 운동 phong trào độc lập / ～ 정신 tinh thần tự lập / ～ 채산제 hệ thống điều chỉnh chi tiêu độc lập.

독립자영(獨立自營) kinh doanh độc lập. **~하다** kinh doanh độc lập.

독립자존(獨立自存) lòng tự trọng. **~하다** tự trọng.

독립자활(獨立自活) sự tự lực. **~하다** tự lực, tự cung.

독무대(獨舞臺) ～이다 là bậc thầy độc nhất trong ngành.

독물(毒物) chất độc.

독방(獨房) phòng riêng, phòng một người (감옥의). ¶ ～ 감금 phòng biệt giam.

독백(獨白) lời độc thoại. **~하다** nói

chuyện một mình.

독보(獨步) ¶ ～적인 vô địch, không ai sánh bằng.

독부(毒婦) phù thủy.

독불(獨佛) ～의 thuộc Đức và Pháp.

독불장군(獨不將軍) (겉도는) người lập dị; (고집장이) người bướng bỉnh.

독사(毒蛇) độc xà, rắn độc.

독살(毒殺) sự nhiễm độc. **~하다** đầu độc. ¶ ～자 kẻ đầu độc.

독살부리다(毒殺-) hành động đầy thù hận, hành động ác độc.

독살스럽다(毒殺-) nham hiểm, độc địa, ác ý.

독생자(獨生子) chúa Giê-xu.

독서(讀書) sự đọc sách. **~하다** đọc sách. ¶ ～를 즐기다 thích đọc sách. ¶ ～가 người mê đọc sách (다독가) / ～계(界) giới đọc sách / ～력 khả năng đọc sách / ～ 주간 tuần đọc sách / ～회 câu lạc bộ đọc sách.

독선(獨善) bản tính ngay thẳng. ～적 tính ngay thẳng. ¶ 관료 ～ quan thanh liêm.

독설(毒舌) lời nói hiểm độc. ¶ ～가(家)다 kẻ có miệng lưỡi hiểm độc / ～을 퍼붓다 nói châm chọc.

독성(毒性) tính hiểm độc. ～의 độc ác, nham hiểm.

독소(毒素) độc tố, chất độc. ¶ 항(抗)～ kháng độc tố.

독수(毒手) cạm bẫy. ¶ …의 ～에 걸리다 mắc vào cạm bẫy.

독수공방(獨守空房) **~하다** sống một mình, sống độc thân.

독수리(禿-) 【LCh】 đại bàng.

독순술(讀脣術) kỹ thuật giải mã. ¶ ～로 해독하다 đọc mật mã.

독습(獨習) ☞ **독학**, **자습**.

독시(毒矢) mũi tên tẩm độc.

독식(獨食) độc quyền. **~하다** giữ độc quyền.

독신(獨身) ～의 độc thân, không gia đình. ¶ ～이다 độc thân / ～으로 살다 sống độc thân. ¶ ～ 생활 sinh hoạt một mình / ～자 người độc thân, bà cô (여자).

독신(篤信) **~하다** tận tụy, thành tâm, nhiệt tình.

독신(瀆神) lời bất kính.

독실(篤實) **~하다** thành thật, chân thành.

독심술(讀心術) thuật cảm từ xa, đọc được suy nghĩ ý nghĩ người khác.

독아(毒牙) ¶ ～에 걸리다 trúng chất độc.

독액(毒液) dung dịch độc; (독사의) nọc độc.

독약(毒藥) thuốc độc. ¶ ～을 먹다 uống thuốc độc / ～을 먹이다 bị đầu độc.

독어(獨語) ☞ **독일어**.

독연(獨演) độc diễn; (음악) độc tấu.

독염(毒焰) khí độc.

독영(獨英) ～의 thuộc Đức và Anh.

독일(獨逸) nước Đức. ¶ ～의 (thuộc) Đức / ～어(語) tiếng Đức / ～인 người Đức (총칭) / 서부 [동부]～ Tây [Đông] Đức.

독자(獨子) con trai độc nhất; (외아들) con một.

독자(獨自) ～의 cá nhân, riêng tư. ¶ ～성 tính cá nhân, tính chất độc đáo.

독자(讀者) độc giả (구독자); người đặt mua báo dài hạn (독서계). ¶ ～가 많다 (신문, 잡지 따위가) nhiều độc giả; (책이). ¶ ～난 mục dành cho độc giả / ～층 tầng lớp độc giả.

독장수셈 sự nỗ lực vô ích, sự phí công vì ảo tưởng.

독장치다(獨場-) độc diễn, độc chiếm.

독재(獨裁) độc tài. ～적 độc đoán độc tài. ¶ ～자 kẻ độc tài / ～ 정치 chế độ độc tài / ～정치를 펴다 mở rộng chế độ chuyên quyền độc tài / ～주의

chủ nghĩa độc tài.
독전(督戰) ~**하다** thúc đẩy, sôi nổi.
독점(獨占) sự độc quyền. ~**하다** độc quyền. ¶ ～적 tính độc quyền. ¶ ～가격 độc quyền về giá cả / ～ 사업 độc quyền kinh doanh / ～욕 tham vọng độc quyền / ～자 người được độc quyền / ～ 판매 bán độc quyền.
독종(毒種) (사람) hiểm độc, có ác tâm; (짐승) tàn bạo.
독주(毒酒) ❶ (독한) rượu nặng. ❷ (독을 탄) rượu độc.
독주(獨走) ~**하다** chạy một mình (경기에서);
독주(獨奏) [ÂN] sự độc tấu, đơn ca. ~**하다** độc tấu. ¶ ～곡 bản nhạc độc tấu / ～자 người đơn ca / ～회 buổi biểu diễn độc tấu / 피아노 ～회 buổi độc tấu pianô.
독지(篤志) lòng nhân đức; (열성) lòng nhiệt tình. ¶ ～가 nhà hảo tâm.
독직(瀆職) tham ô, hối lộ (수회). ¶～ 공무원 viên chức / ～ 사건 vụ hối lộ.
독차지(獨-) ~**하다** giữ độc quyền, độc chiếm. ¶ 아무의 사랑을 ～하다 độc chiếm tình yêu của ai.
독창(獨唱) sự đơn ca. ~**하다** đơn ca. ¶ ～자 người hát đơn ca / ～회 chương trình đơn ca.
독창(獨創) tính chất sáng tạo. ¶ ～적 sáng tạo, độc đáo / ～력 khả năng sáng tạo / ～력을 기르다 nuôi tính sáng tạo / ～성(性) tính sáng tạo.
독채(獨-) nhà riêng.
독초(毒草) loại cỏ độc.
독촉(督促) sự thúc giục. ~**하다** thúc giục, đòi hỏi. ¶ ～장 thư nhắc nhở.
독충(毒蟲) loại côn trùng độc.
독침 (곤충 따위의) (côn trùng) ngòi, vòi độc; (독을 바른 바늘) trúng kim tẩm thuốc độc.
독탕(獨湯) nhà tắm riêng. ~**하다** tắm riêng.
독특(獨特) ～한 duy nhất, dị thường, đặc biệt, cá biệt, đặc thù, đặc trưng.
독파(讀破) ~**하다** kết thúc, đọc xong.
독판치다(獨-) ☞ **독장치다**.
독하다(毒-) ❶ (유독) độc, độc hại; (술, 담배가) rượu nặng, thuốc lá nặng; (모질다) vô tình, tàn bạo, nhẫn tâm. ¶ 독한 여자 người đàn bà độc ác / 마음을 독하게 먹다 tấm lòng hẹp hòi. ❹ (굳세다) chắc, bền, mạnh.
독학(獨學) sự tự học. ~**하다** tự học. ¶ ～한 사람 người tự học.
독학(篤學) sự hiểu biết.
독항(獨航) ¶ ～선(船) tàu đánh cá độc lập, không phụ thuộc.
독행(篤行) việc làm tốt.
독행(獨行) ~**하다** độc hành (tự đi một mình) (자립).
독혈(毒血) ❶ máu xấu. ❷ máu nhiễm độc. ¶ ～증(症) [YH] nhiễm trùng máu.
독회(讀會) độc thoại. ¶ 제 1 [2, 3]～ độc thoại 1, [2, 3].
독후감(讀後感) cảm tưởng sau khi đọc.
돈[1] (금전) tiền mặt. ¶ 많은 [적은] ～nhiều [ít] tiền / 부정한 ～ tiền bất chính / ～있는 có tiền / ～으로 살 수 없는 không thể sống bằng tiền / ～이 많이 들다 dùng nhiều tiền / ～을 벌다 kiếm tiền / 물건을 ～으로 만들다 làm đồ vật bằng tiền / ～을 내다 trả tiền, thanh toán (지불); quyên góp (기부); đầu tư (투자) / ～에 눈이 어둡다 tiền làm mờ mắt / ～을 물쓰듯하다 tiêu tiền như nước / ～이면 안 되는 일이 없다 nếu có tiền việc gì cũng làm được.
돈구멍 (돈이 생길 길) cách kiếm tiền.

돈궤(-櫃) hộp tiền.
돈꿰미 (줄) xâu tiền đồng; (돈) tiền xu.
돈냥(-兩) ¶ ~깨나 벌다 kiếm một ít tiền.
돈놀이 sự cho vay nặng lãi. **~하다** cho vay lấy lãi.
돈독(敦篤) một cách chân thành. ☞ **돈후**.
돈맛 ¶ ~ 알다(들이다) biết mùi tiền.
돈벌이 sự làm ra tiền. **~하다** kiếm tiền. ¶ ~가 되는 일 công việc kiếm được tiền / ~를 잘하다 kiếm tiền giỏi.
돈복(-福) có lộc tiền bạc.
돈수(頓首) ❶ (절) sự cúi chào, sự quỳ lạy. ❷ (편지의) kính thư.
돈아(豚兒) con trai của tôi.
돈육(豚肉) thịt lợn.
돈절(頓絶) **~하다** đứt liên lạc.
돈좌(頓挫) sự ngừng tạm thời, sự khó khăn. **~하다** bị bế tắc, bị vướng mắc.
돈주머니 túi đựng tiền.
돈줄 nguồn tiền. ¶ ~이 떨어지다 hết tiền.
돈지갑(-紙匣) ví tiền.
돈키호테 chàng Đông-ki-sốt. ¶ ~식의 như Đông-ki-sốt.
돈푼 đồng. ¶ ~깨나 있다 có một số tiền nhỏ nhỏ.
돈피(獤皮) [ĐV] con chồn.
돈후(敦厚) **~하다** giản dị và chân thành, đôn hậu.
돋구다 (높게 하다) làm cao hơn (mức tiêu chuẩn); (자극하다) khích lệ, khuyến khích. ¶ 미각 [식욕]을 ~ kích thích vị giác [khẩu vị].
돋다 ❶ (해가) mọc. ❷ (싹이) nẩy mầm. ❸ (종기 따위가) bùng nổ.
돋보기 (노안경) kính lão; (확대경) kính lúp.
돋보이다 nhìn tốt hơn. ¶ 돋보이게 하다 nhìn được rõ hơn.
돋우다 ❶ (심지를) vặn cao bấc đèn. ❷ (높이다) làm cao thêm. ¶ 목청을 ~ cao giọng. ❸ (화를) tức giận. ¶ 남의 부아를 ~chọc tức ai. ❹ (일으키다) lôi lên, kéo lên. ❺ (고무) khích lệ. ¶ 사기를 ~ lên giây cót tinh thần, động viên tinh thần. ❻ (충동이다) thôi thúc, thúc đẩy.
돋을새김 khắc, chạm. ¶ ~으로 하다 nghệ thuật chạm.
돋치다 (내밀다) trổ ra. ¶ 날개가 ~mọc cánh bay xa / 날개 돋친 듯이 팔리다 bán chạy nhanh như có cánh.
돌[1] ❶ thôi nôi. ❷ năm. ¶ 해방 열~ 기념식 kỷ niệm 10 năm ngày giải phóng.
돌[2] [Kh] hòn đá, sỏi (잔돌); (라이터의) đá lửa. ¶ ~을 깐 rải đá / ~ 많은 nhiều đá.
돌개바람 cơn gió lốc.
돌격(突擊) việc đột kích, sự đột kích. **~하다** đột kích. ¶ ~대 đội quân xung kích.
돌계단(-階段) ☞ **돌층계**.
돌계집 người phụ nữ cằn cỗi.
돌고드름 thạch nhũ.
돌고래 [ĐV] cá heo.
돌공이 chày bằng đá.
돌기(突起) sự nhô ra, vật lòi ra. **~하다** nhô ra, lồi ra.
돌날 ☞ **돌**[1].
돌다 ❶ (회전) xoay, xoay vòng. ¶ 오른쪽으로 ~ quay sang phải / 빙빙 ~ xoay vòng quanh / 지구는 태양의 주위를 돈다 trái đất xoay quanh mặt trời. ❷ (순회) đi vòng vòng; (회유(回遊)) xoa dịu. ¶ 호남 지방을 ~ đi một vòng quanh khu vực Ho-nam. ❸ (우회) đi vòng. ❹ (약, 술 따위가) ngấm (men rượu, thuốc). ¶ 독이 전신에 돌았다 chất độc lan khắp cơ thể. ❺ (소문이) lan truyền. ¶ 내각 사직의 소문이 돌고 있다 có tin đồn từ chức trong nội các.

❻ (융통) lưu thông. ¶ 불경기가 돼서 돈이 잘 안돈다 do kinh tế khó khăn nên khó thu hồi vốn. ❼ (눈이) nhìn lại, xem lại. ❽ (소생) đến lượt, đến vòng, trở lại. ❾ (머리가) hóa điên. ❿ (전염병이) lây lan.

돌다리 cây cầu đá. ¶ ~도 두드려 보고 건너다 qua cầu đá cũng phải ngó quanh (cẩn thận tránh rủi ro).

돌담 bức tường đá.

돌대가리 người ngu đần.

돌덩이 hòn đá, cục đá.

돌도끼 rìu đá.

돌돌 ¶ 종이를 ~ 말다 cuộn tròn mảnh giấy lại.

돌돌하다 (영리) nhanh trí, sáng dạ; (똑똑) thông minh.

돌라주다 phân phối, phân bổ.

돌려내다 ❶ (사람을) bỏ rơi, đối xử lạnh nhạt. ❷ (따돌리다) đối xử thờ ơ, nhạt nhẽo.

돌려보내다 (반환) hoàn lại, trả lại; (원래의 자리로) trả lại chỗ cũ; (반송) gửi trả lại.

돌려쓰다 vay, mượn.

돌려주다 ❶ (반환) hoàn trả lại (임자에게); trả lại chủ (tiền)(돈을). ❷ (융통함) trả lại tiền nợ.

돌리다¹ ❶ (고비·위기 따위를) thoát khỏi, vượt khỏi. ❷ (회생) sự hồi sinh, sự phục hưng. ❸ (융통) cho vay.

돌리다² ❶ (방향을) đổi hướng, làm lệch hướng. ¶ 눈을 ~ nhìn ra, hướng khác / 마음을 ~ thay lòng đổi dạ / 화제를 ~ lảng sang chuyện khác. ❷ (회전) quay (xoay) tròn. ¶ 핸들을 ~ quay vô lăng tay lái / 팽이를 ~ quay con quay. ❸ (넘기다, 보내다) chuyền tay, chuyền theo vòng (전송(轉送)); chuyển giao (회부); (술잔을) chuyền cốc rượu. ¶ 자동차를 사무실로 ~ lái xe đến văn phòng / 행운의 편지를 ~ chuyển bức thư may mắn. ❹ (운전시키다) vận hành. ¶ 기계를 ~ vận hành máy. ❺ (기타) ¶ 농담으로 ~ đùa, trêu chọc / 백지로 ~ chuyển bằng giấy.

돌리다³ (원인 따위를) xoay, xoay vòng. ¶ 성공을 행운으로 ~ may mắn đem đến thành công.

돌림 ❶ (교대) sự luân phiên, sự quay vòng. ❷ ☞ **돌림병**.

돌림감기(-感氣) bệnh cúm.

돌림병(-病) bệnh lây, bệnh dịch.

돌림쟁이 người bị tẩy chay, ghét bỏ.

돌멘 [KC] ngôi mộ đá.

돌멩이 hòn đá. ¶ ~질하다 ném đá.

돌무더기 một đống đá.

돌발(突發) sự nổ tung. **~하다** nổ tung, bùng nổ. ¶ ~적 bất ngờ, thình lình. ¶ ~ 사건 tai nạn bất ngờ.

돌변(突變) **~하다** đột biến, thay đổi bất chợt.

돌보다 (보살피다) trông nom, chăm sóc. ¶ 환자를 ~ chăm sóc người bệnh.

돌부리 gờ đá lởm chởm. ¶ ~에 채여 넘어지다 ngã ở mỏm đá.

돌부처 tượng Phật bằng đá.

돌비(-碑) bia mộ.

돌비늘 [Kh] chất mi ca.

돌솜 [Kh] amiăng (khoáng chất).

돌아가다 ❶ (되돌아) quay lại, trở lại; (다녀감) đi rồi về. ¶ 온 길을 ~ đi về đường cũ / 제자리로 ~ trở lại vị trí cũ. ❷ (우회) đi vòng. ❸ (원상으로) hồi phục, lấy lại. ¶ 정상상태로 ~ trở lại trạng thái bình thường. ❹ (귀착) trở lại, trở về. ¶ 수포로 ~ trở nên vô nghĩa, công cốc. ❺ (책임 따위가) chịu trách nhiệm. ❻ (죽다) từ trần, qua đời. ❼ (되어가다) phát triển, mở mang (발전하다). ¶ 사태가 어떻게 돌아가는지 두고 보다 đợi xem sự thể thế

nào.
돌아눕다 nằm xoay trở lại.
돌아다니다 ❶ (다니다) đi lang thang. ¶ 연설하며 ~ vừa đi vừa nói. ❷ (퍼지다) mở rộng, phân bố ra.
돌아보다 ❶ (뒤를) quay lại nhìn. ❷ (회상) nhìn lại, ngẫm nghĩ. ❸ ☞ **돌보다**.
돌아서다 ❶ (뒤로) quay gót. ❷ (등지다) quay lưng. ❸ (병세가) chữa lành bệnh.
돌아앉다 ngồi xoay người.
돌아오다 ❶ (귀환) quay trở lại. ¶ 회사에 ~ quay lại công ty. ❷ (차례, 때가) đến lượt. ❸ (책임 따위가) có trách nhiệm. ❹ (회복) hồi phục, bình phục.
돌알 (안경알) thủy tinh thể.
돌연(突然) một cách bất ngờ, bất chợt, đột biến. ~한 bất ngờ, bất thình lình. ¶ ~변이 biến dị đột biến.
돌옷 rêu đá.
돌이키다 ❶ (고개를) rẽ quanh, nhìn quanh; (회상) hồi tưởng, nhớ lại (과거를). ❷ (원상회복) thu hồi, phục hồi. ❸ (재고) xét lại; (달리 생각) nghĩ lại.
돌입(突入) **~하다** lao tới, xông tới, đột nhập.
돌잔치 tiệc thôi nôi.
돌장이 thợ nề, thợ xây.
돌절구 cối đá.
돌제(突堤) đê chắn sóng (방파제).
돌진(突進) sự xông lên, sự cuốn đi, sự lao tới. **~하다** xông lên, lao vào, gánh vác, đổ xô tới.
돌쩌귀 bản lề (cửa).
돌출(突出) sự nhô ra, sự thò ra, sự lồi ra. **~하다** nhô ra. ¶ ~부 bộ phận thò ra, phần lồi ra.
돌층계(層階) (계단) bậc đá.
돌파(突破) **~하다** chọc thủng (넘다); chọc qua (극복). ¶ 난관을 ~하다 vượt qua trở ngại.
돌팔매 sự ném đá. ¶ ~질하다 ném đá.
돌팔이 chuyên gia kém. ¶ ~ 의사 bác sĩ kém chuyên môn, lang băm.
돌풍(突風) luồng gió mạnh đột ngột.
돌확 cối đá.
돕다 ❶ (조력) giúp đỡ, trợ giúp; (지지) sự giúp đỡ. ❷ (구조) sự cứu giúp (구제). ❸ (이바지) cung cấp, tiếp tế.
돗바늘 kim dệt chiếu.
돗자리 chiếu. ¶ ~를 깔다 trải chiếu.
동[1] (묶음) bó.
동[2] ❶ (맥락) sườn, dàn ý; (조리) lẽ phải, lý lẽ. ¶ ~이 닿는 có tính lô gíc, hợp lý. ❷ (동안) một khoảng thời gian. ☞ **동안뜨다**. ❸ (옷의) tay áo, gấu áo.
동(東) hướng Đông. ~의 đằng Đông. ¶ ~에(으로) phía Đông.
동(洞) (촌) làng; (도시의) phường ¶ ~사무소 ủy ban phường.
동(胴) (격검의) thuật đánh kiếm.
동(銅) đồng.
동가식서가숙(東家食西家宿) sự lạc đề, sự lang thang. **~하다** lạc đề, lang thang.
동감(同感) đồng cảm, đồng ý, tán thành. ~이다 đồng ý với.
동갑(同甲) ~이다 bằng tuổi.
동강 một miếng, một phần. ¶ ~나다 vỡ từng phần / ~치다 kết mảnh. ¶ ~치마 váy mảnh.
동거(同居) **~하다** sống chung với nhau, sống chung một nhà (nam nữ chưa kết hôn và sống thử). ¶ ~인 người ở cùng.
동격(同格) (동지위) đồng hạng; 【NP】 đồng cách (đồng đều).
동결(凍結) sự đông kết, đóng băng. **~하다** làm đóng băng. ¶ ~을 해제하다 chấm dứt tình trạng đóng băng. ¶ 임금~ lương không tăng / 자산 ~ đóng băng tài sản.
동경(東經) kinh độ Đông. ¶ ~ 20도 40분

20'40 phút độ kinh Đông.
동경(憧憬) sự ngưỡng mộ, sùng kính, thôn thờ. **~하다** ngưỡng mộ.
동계(冬季) mùa đông. ¶ ~ 방학 (휴가) kỳ nghỉ đông / ~ 올림픽 ôlimpíc mùa đông.
동계(同系) ~의 cùng hệ thống. ¶ ~ 회사 công ty liên kết, cùng hệ thống.
동계(動悸) sự đập nhanh, sự hồi hộp. **~하다** đập nhanh, hồi hộp.
동고동락(同苦同樂) **~하다** chia xẻ vui buồn.
동고비 【LCh】 một loài chim.
동공(瞳孔) con ngươi, đồng tử. ¶ ~ 확대 [수축] sự nở [dãn] đồng tử.
동광(銅鑛) đồng; (광산) mỏ đồng.
동구(東歐) Đông Âu.
동구(洞口) ~밖 vùng ngoại ô.
동국(同國) cùng xứ, đồng hương. ¶ ~인 người đồng hương.
동굴(洞窟) hang, động. ¶ ~ 탐험 thăm dò hang / ~학 nghiên cứu hang động.
동궁(東宮) (왕세자) cung hoàng thái tử; (세자궁) cung thái tử, đông cung.
동권(同權) tính công bằng, tính bình đẳng. ¶ 남녀 ~ nam nữ bình đẳng / 남녀~주의 chủ nghĩa bình đẳng.
동그라미 (원형) đường tròn (실, 끈으로 만든). ¶ ~를 그리다 (만들다) vẽ đường tròn. ¶ ~표 vé không số.
동그라지다 ngã lộn nhào.
동그랗다 có dạng hình cầu, tròn (구형).
동그스름하다 gần tròn, hơi tròn. ☞ **둥그스름하다**.
동글다 ☞ **둥그렇다**.
동급(同級) cùng lớp, cùng cấp. ¶ ~생 học sinh cùng lớp.
동기(冬期) mùa đông.
동기(同期) (남자, 여자) bạn cùng lớp, cùng trang lứa; ¶ ~간 tình bạn cùng trang lứa / ~간의 우애 sự thân ái giữa bạn bè cùng lớp.
동기(動機) động cơ. ¶ 범죄의 ~động cơ phạm tội. ¶ ~론 【Lo】 động cơ luận.
동기(銅器) đồ đồng, bằng đồng. ¶ ~ 시대 thời kì đồ đồng.
동나다 cạn kiệt. ¶ 석유가 ~ cạn kiệt xăng.
동나무 một bó củi.
동남(東南) hướng Đông Nam. ~의 vùng Đông Nam. ¶ ~아시아 Đông Nam Á / ~풍 gió Đông Nam.
동냥 **~하다** xin ăn (gạo, tiền) (중이). ¶ ~아치 người ăn xin / ~질 ăn xin.
동네(洞-) (마을) làng; (사는 근처) xóm. ¶ ~사람 người trong làng (복수).
동년(同年) cùng năm, đồng niên; (동갑) cùng tuổi.
동녘(東-) hướng Đông.
동단(東端) phía cực Đông.
동닿다 ❶ (조리가 맞다) có lý, hợp lý. ¶ 동닿지 않는 không hợp lý, phi lý. ❷ (이어지다) không thích đáng.
동댕이치다 ném, quẳng; (그만 둠) dừng, ngừng, bỏ, từ bỏ.
동동[1] (북소리) tùng tùng. ☞ **둥둥**.
동동[2] ❶ (물위에) ¶ ~ 뜨다 sự nổi lên. ❷ (발을) ¶ ~ 구르다 giậm chân bành bạch.
동등(同等) tính ngang bằng, đồng đều. **~하다** ngang bằng. ¶ ~히 một cách ngang bằng / ~히 하다 làm ngang bằng.
동떨어지다 bỏ xa, bỏ lại sau.
동뜨다 ❶ ☞ **동안뜨다**. ❷ (뛰어나다) cao cấp, vượt trội.
동란(動亂) thời kỳ chiến tranh.
동량(棟梁) ¶ ~지재(之材) xà và cột.
동력(動力) động lực. ¶ ~계 động lực kế.
동렬(同列) cùng hàng, cùng dãy.
동록(銅綠) gỉ đồng.

동료(同僚) đồng liêu, đồng nghiệp.
동류(同類) (동종류) cùng thứ, đồng loại, đồng hạng; (공모자) đồng mưu, đồng lõa.
동리(洞里) ☞ **동네**.
동마루(棟-) 【KT】 nóc nhà lợp mái ngói.
동막이(垌-) **~하다** chắn, đắp đê, bảo vệ bằng đê.
동맥(動脈) 【GP】 động mạch. ~의 thuộc động mạch. ¶ ~ 경화증 chứng xơ cứng động mạch / ~류(瘤) chứng phình mạch / 대~ động mạch chủ.
동맹(同盟) sự liên minh (연합). **~하다** liên minh với. ¶ ~국 nước đồng minh / ~군 quân đội liên minh / ~ 파업 cuộc đình công, bãi công.
동메달(銅-) huy chương đồng.
동면(冬眠) ngủ đông. **~하다** ngủ đông. ¶ ~ 동물 loài thú ngủ đông.
동명(同名) trùng tên. ¶ ~이인(異人) hai người có trùng tên.
동명사(動名詞) 【NP】 danh động từ.
동무 bạn, đồng chí (반려); bè bạn (짝패). ¶ 길~ bạn đường.
동문(同文) đoạn văn giống nhau. ¶ 이하 ~ vân vân, giống như trên.
동문(同門) (동창) bạn cùng học; (졸업생) nữ sinh đồng môn (여자). ¶ ~회 hội đồng môn.
동문서답(東問西答) câu trả lời lạc đề. **~하다** trả lời lạc đề, ông nói gà bà nói vịt.
동문수학(同門受學) **~하다** chỉ học một thầy giáo.
동물(動物) súc vật. ¶ ~적(성의) tính động vật. ¶ ~계 giới động vật / ~성 단백질 đạm động vật / ~성 식품 thực phẩm động vật / ~원(園) vườn thú /~학 động vật học /~학자 nhà động vật học / 육식 ~ động vật ăn thịt / 초식 ~ động vật ăn cỏ / 태생 ~ động vật sinh sản.
동민(洞民) dân làng.
동박새 【LCh】 chim mặt bạc.
동반(同伴) **~하다** đi cùng, đi theo. ¶ ~자 người đi cùng, người đồng hành.
동반구(東半球) đông bán cầu.
동반자살(同伴自殺) (남녀의) tự sát tập thể; (한 집안의) tự sát cả nhà. ¶ 모자 ~ cả mẹ lẫn con tự tử.
동방(東方) phương Đông. ~의 thuộc phương Đông.
동방(洞房) ¶ ~화촉 động phòng hoa chúc.
동배(同輩) người ngang hàng, đồng nghiệp (동료).
동백(冬栢) hạt cây hoa trà. ¶ ~ 기름 dầu cây hoa trà / ~꽃 hoa trà / ~나무 cây hoa trà.
동병(同病) đồng bệnh. ¶ ~상련(相憐)한다 những người đồng cảnh ngộ dễ thông cảm với nhau, đồng bệnh tương liên.
동병(動兵) **~하다** động binh.
동복(冬服) y phục mùa đông.
동복(同腹) ~의 cùng mẹ. ¶ ~ 형제[자매] anh [chị] em cùng mẹ.
동봉(同封) **~하다** gửi kèm theo, đính kèm. ¶ ~한 편지 gửi cùng bức thư / ~해 보내다 gửi kèm. ¶ ~ 서류 gửi cùng tài liệu.
동부(東部) khu vực phía đông.
동부인(同夫人) **~하다** đi cùng với vợ.
동북(東北) (동북간) miền Đông Bắc. ~의 của miền Đông Bắc. ¶ ~향 hướng Đông Bắc / ~풍 gió Đông Bắc.
동분모(同分母) 【TH】 cùng mẫu số.
동분서주(東奔西走) **~하다** chạy đôn chạy đáo.
동사(同事) **~하다** cùng kinh doanh, tham gia cùng làm ăn với ai.
동사(凍死) **~하다** (얼어죽다) chết cóng.

동사(動詞) động từ. ～의 thuộc động từ. ¶ 규칙 ～ động từ quy tắc / 불규칙 ～ động từ bất quy tắc / 타～ ngoại động từ / 자 ～ nội động từ.
동사무소(洞事務所) ủy ban xã, phường.
동산 khu vườn. ¶ 꽃～ vườn hoa.
동산(動産) động sản, tài sản.
동상(同上) như trên, cùng loại trên.
동상(凍傷) 【YH】 cước. ¶ ～에 걸리다 bị cước. ¶ ～자 người bị bệnh cước.
동상(銅像) tượng đồng. ¶ ～을 세우다 dựng tượng.
동색(同色) đồng màu. ¶ 초록은 ～이다 cùng màu xanh lục.
동생(同生) em.
동생공사(同生共死) **~하다** cùng sống cùng chết, chung vận mệnh. ¶ 모두 ～의 운명이다 tất cả có cùng số phận.
동서(同書) ❶ (같은 책) sách giống nhau. ❷ (그 책) sách đó. ¶ ～에서 (출처 표시로) ở cùng sách đó (khi ghi xuất xứ).
동서(同壻) ❶ (자매간의 남편) anh (em) rể của vợ; (형제간의 아내) chị (em) dâu của chồng.
동서(同棲) sự sống cùng chỗ. **~하다** sống cùng chỗ. ¶ ～하는 사람 người sống cùng chỗ.
동서(東西) (동과서) Đông Tây; (동서양) phương Đông phương Tây. ¶ ～ 고금 thời gian và địa điểm / ～남북 Đông Tây Nam Bắc / ～남북도 가리지 못하다 không phân biệt được Đông Tây Nam Bắc.
동석(同席) **~하다** ngồi cùng chỗ. ¶ 우연히 ～하다 ngẫu nhiên ngồi cùng chỗ. ¶ ～자 bạn cùng chỗ ngồi.
동석(凍石) 【Kh】 quặng đồng.
동선(同船) cùng thuyền (같은 배). **~하다** cùng cảnh ngộ, cùng hội cùng thuyền. ¶ ～자 người cùng cảnh ngộ, người đi chung một chiếc tàu.
동선(銅線) dây đồng (hệ thống dây điện).
동설(同說) cùng chung quan điểm, cùng chung học thuyết.
동성(同性) ❶ (남녀의) đồng tính, cùng tính chất. ～의 tình dục đồng giới. ¶ ～ (연)애 quan hệ tình dục đồng tính / (여자간의) ～ 연애를 하다 quan hệ đồng tính nữ. ❷ (성질의) đồng nhất, thuần nhất.
동성(同姓) cùng họ. ¶ ～ 동명인 người cùng họ cùng tên / ～인(人) người cùng họ.
동소(同所) cùng một địa điểm.
동소체(同素體) 【HH】 thể đồng nguyên tố.
동수(同數) cùng số lượng. ¶ … 와 동수의 nhiều như nhau, số lượng như nhau.
동숙(同宿) **~하다** cùng ngủ chung một phòng, trọ chung một nhà. ¶ ～자 bạn cùng ở trọ.
동승(同乘) **~하다** cưỡi chung, đi chung một phương tiện. ¶ ～자 bạn đồng hành.
동시(同時) đồng thời, cùng lúc / ～의 xảy ra cùng một lúc (đồng thời, đồng bộ). ¶ ～에 ở cùng lúc, đồng thời là (일시에); cùng một lúc (한편으로는). ¶ ～ 상영 chiếu (phim) đồng thời / ～ 통역 dịch đồng thời, dịch cabin / ～ 통역사 người phiên dịch cabin.
동시(同視) ❶ ☞ **동일시**. nhìn cùng nhau. ❷ (같은 대우) **~하다** đối xử công bằng.
동시녹음(同時錄音) sự thu âm đồng thời. **~하다** thu âm đồng thời. ¶ ～ 촬영 ghi hình đồng thời.
동시대(同時代) cùng thời đại. ～의 thuộc cùng thời đại. ¶ ～의 사람 người cùng thời / ～의 작가들 các tác giả cùng thời.
동식물(動植物) động thực vật.
동실(同室) cùng bộ phận làm việc. ¶ ～자

người cùng phòng làm việc.
동실동실 ☞ **둥실둥실**. nhỏ nhoi.
동심(同心) ❶ (같은 마음) đồng tâm (chung một lòng). ¶ 두 사람은 ~ 일체다 cả hai cùng đồng tâm nhất trí. ¶ ~ 협력 đồng tâm hiệp lực. ❷ 【Hho】 (같은 중심) tính đồng tâm. ¶ ~원 vòng tròn đồng tâm.
동심(童心) trẻ thơ, trong sáng. ¶ ~으로 돌아가다 trở về tuổi thơ / ~을 좀먹다 già dặn.
동아(東亞) Đông Á; (동양) Đông Dương.
동아리 (부분) bộ phận; (무리) hội, nhóm, phe.
동아줄 dây cáp, dây chão.
동안 ❶ (간격) sự cách biệt khoảng cách. ¶ 일정한 ~을 두고 đặt khoảng cách nhất định. ❷ (기간) sự cách biệt thời hạn; (부사적) trong thời gian. ¶ 오랫 ~ trong khoảng thời gian lâu / 잠깐 ~ trong chốc lát.
동안(東岸) bờ biển phía đông.
동안(童顔) khuôn mặt trẻ thơ. ~의 nhìn có vẻ như trẻ con.
동액(同額) cùng một tổng số.
동양(東洋) phương Đông. ~의 thuộc phương Đông. ¶ ~ 문명 [문화] nền văn minh [văn hóa] phương Đông /~사람 người phương Đông / ~사상 tư tưởng phương Đông / ~학 phương Đông học / ~학자 nhà phương Đông học / ~화 phương đông hóa.
동업(同業) ❶ (같은 업) cùng nghề. ¶ ~자 người cùng kinh doanh / ~ 조합 hiệp hội ngành nghề. ❷ (공동의) ~하다 cùng cộng tác, công tác chung. ¶ ~자 bạn đồng nghiệp.
동여매다 trói buộc, liên kết.
동역학(動力學) 【VLH】 động lực học
동요(動搖) sự rung, sự lắc; (마음) sự lo lắng, sự bối rối; (소요) sự náo động, sự huyên náo, sự kích động, sự xôn xao, sự om sòm, sự bất ổn; (불안) sự bất an. **~하다** rung, lung lay, lo lắng; sự xóc nảy lên (차가); sự tròng trành, sự nghiêng ngả (배가). ¶ 사상의 ~ tư tưởng dao động / 정계의 ~ thể chế lung lay / ~하지 않고 không lung lay / ~를 일으키다 làm cho lung lay, làm nghiêng ngả.
동요(童謠) bài hát thiếu nhi.
동우(同友) bạn, đồng chí, hội viên, thành viên (회 따위).
동원(動員) sự huy động, sự động viên. **~하다** huy động, động viên. ¶ ~ 계획 kế hoạch huy động / ~령 lệnh huy động, lệnh động viên / 강제 ~ sự động viên cưỡng chế, sự huy động cưỡng bách.
동월(同月) cùng tháng.
동위(同位) ~의 cùng vị trí, cùng thứ bậc (với); đồng vị 【NP】; đồng vị, cùng số 【TH】. ¶ ~ 원소 nguyên tố đồng vị / 방사성 ~ 원소 nguyên tố đồng vị phóng xạ.
동유(桐油) 【HH】 dầu tung (cây tung một loại cây cho dầu).
동음(同音) đồng âm. ¶ ~어 từ đồng âm / ~이의어(異議語) từ đồng âm khác nghĩa.
동의(同意) sự nhất trí, sự đồng ý, sự tán thành. **~하다** đồng ý, tán thành, nhất trí, đồng tình. ¶ ~를 얻다 được sự đồng tình.
동의(同義) đồng nghĩa. ¶ ~어 từ đồng nghĩa.
동의(冬衣) áo gi-lê, áo mùa đông.
동의(動議) đề nghị, kiến nghị. **~하다** đưa ra đề nghị. ¶ ~를 철회하다 rút lại lời đề nghị, rút lại bản kiến nghị / ~를 가결하다 thông qua lời đề nghị,

thông qua bản kiến nghị. ¶ 긴급 ~ lời đề nghị khẩn cấp, bản kiến nghị khẩn cấp.

동이 bình, vò, vại. ¶ 물~ bình nước, vại nước.

동이다 buộc; xiết chặt, bó.

동인(同人) ❶ (회원) thành viên; hội viên (문예상의). ¶ ~ 잡지 tạp chí hội viên. ❷ (같은 사람) cùng một người. ❸ (그 사람) người đó.

동인(動因) cớ; lý do động cơ.

동인도(東印度) đông Ấn Độ. ¶ ~의 thuộc đông Ấn Độ.

동일(同一) tính đồng nhất; sự giống nhau; sự bình đẳng. ~한 đồng nhất; giống nhau, bình đẳng.

동일(同日) cùng ngày.

동일시(同一視) **~하다** đồng nhất (A) với (B); đặt, xếp A và B vào cùng một loại.

동자 (밥짓기) **~하다** nấu cơm, làm bếp. ¶ ~아치 người hầu gái chuyên lo việc bếp núc.

동자(瞳子) đồng tử mắt, tròng mắt.

동작(動作) động tác; cử động. ¶ ~이 빠르다 [느리다] động tác nhanh [chậm].

동장(洞長) chủ tịch phường.

동장군(冬將軍) giá rét.

동저고릿바람 ¶ ~으로 나다니다 đi ra ngoài không mặc áo khoác (mặc phong phanh).

동적(動的) động, năng động.

동전(同前) (생략) giống với những gì đã đề cập trước đó.

동전(銅錢) đồng xu. ¶ ~ 한푼 없다 không có một xu dính túi.

동절(冬節) mùa đông.

동점(同點) ¶ ~이 되다 trở nên giống nhau, bằng điểm, có đặc điểm giống nhau, một nơi / ~으로 끝나다 kết thúc (gặp nhau) tại một điểm.

동정(同情) sự đồng cảm, sự thông cảm, sự thương xót, sự thương hại. **~하다** thông cảm, thương xót, thương hại. ¶ ~하여 thông cảm. ¶ ~심 niềm thương cảm, nỗi cảm thông / ~자 người thông cảm / ~표 phiếu đồng tình.

동정(童貞) đồng trinh, trinh trắng. ¶ ~을 지키다 [잃다] giữ trinh tiết [mất trinh]. ¶ ~녀 gái còn trinh; (성모) đức mẹ đồng trinh.

동정(動靜) đồng tĩnh, điều kiện, tình huống, động thái, địa vị. ¶ 정계의 ~ động thái của giới chính trị.

동제(銅製) ~의 mạ đồng, bằng đồng. ¶ ~품 vật bằng đồng.

동조(同調) **~하다** hưởng ứng, đồng tình. ¶ ~자 người đồng tình.

동족(同族) (일족) cùng chủng tộc, dòng dõi. ¶ ~ 결혼 kết hôn cùng huyết thống / ~ 상잔(相殘) anh chị em chém giết lẫn nhau, huynh đệ tương tàn / ~애 tình máu mủ.

동종(同宗) cùng huyết thống, cùung dòng tộc, cùng gia đình, đồng bào.

동종(同種) cùng chủng loại.

동주(同舟) ¶ 오월(吳越) ~ cùng hội cùng thuyền.

동지(冬至) đông chí. ¶ 동짓달 tháng đông chí.

동지(同志) sự đồng tâm, sự cùng chí hướng.

동진(東進) **~하다** đông tiến, dịch chuyển về hướng đông.

동질(同質) đồng chất; tính đồng đều, tính thuần nhất; ~의 thuộc tính đồng nhất, thuộc thuần nhất.

동쪽(東-) phía Đông. ~의 thuộc phía Đông. ¶ ~으로 về phía Đông

동차(同次) 【TH】 ~의 thuộc đồng nhất. ¶ ~식 đồng nhất thức / ~적(積) 【TH】 đồng nhất.

동차(童車) xe nôi.

동창(同窓) bạn học. ¶ ~회 hội đồng môn (모임).

동체(同體) đồng bản chất, cùng một vật.

동체(胴體) thân; (배의) thân tàu. ¶ (비행기의) ~ 착륙 (thân máy bay) hạ cánh.

동체(動體) 【VLH】 cơ thể chuyển động (움직이는); thể chuyển động (유동체).

동치(同値) 【TH】 tương đương, cùng giá trị

동치다 buộc chặt.

동치미 Kim chi củ cải muối.

동침(-鍼) châm cứu.

동침(同寢) **~하다** ngủ cùng.

동태(凍太) tên một loài cá đông lạnh.

동태(動態) tình huống, động thái. ¶ ~통계 thống kê tình hình (dân số) (인구의).

동통(疼痛) đau, bị đau.

동트다 bình minh, rạng đông. ¶ 동틀녘에 vào buổi bình minh.

동파(同派) cùng trường, cùng phòng ban, cùng vị trí, cùng phái, cùng bè cánh, cùng hội.

동판(銅版) bản khắc đồng. ¶ ~ 인쇄 bản khắc đồng để in.

동편(東便) mặt phía Đông.

동포(同胞) (형제) anh em; (동국민) người cùng một nước; (인간) đồng bào. ¶ ~애 tình đồng bào.

동풍(東風) Đông phong, gió Đông. ¶ 마이(馬耳)~이다 hoàn toàn dửng dưng, bỏ ngoài tai.

동하다(動-) ❶ (움직이다) chuyển động. ❷ (마음이) thay lòng, động lòng, xao động. ¶ 동하지 않다 không thay đổi, không động.

동학(同學) bạn học, bạn cùng lớp.

동해(東海) biển Đông, Đông Hải (một địa danh của Hàn Quốc: Donghae).

동해(凍害) rét hại.

동해안(東海岸) bờ biển Đông.

동행(同行) **~하다** cùng đường, đồng hành. ¶ ~자(인) bạn đồng hành.

동향(同鄕) ¶ ~인 người cùng quê, đồng hương.

동향(東向) hướng Đông. ¶ ~집 nhà hướng Đông.

동향(動向) động hướng; khuynh hướng; xu hướng. ¶ 여론의 ~ xu hướng dư luận / 경제계의~ động hướng của nền kinh tế.

동혈(洞穴) động, hang.

동형(同型) đồng dạng.

동호(同好) ¶ ~자 người cùng thị hiếu, cùng sở thích.

동화(同化) sự đồng hóa. **~하다** đồng hóa. ¶ ~ 작용 ☞ **동화**.

동화(動畫) hoạt họa; phim hoạt hình.

동화(童話) truyện trẻ em, truyện cổ tích. ¶ ~극 kịch dành cho trẻ em.

동활자(銅活字) chữ in nổi bằng đồng.

동활차(動滑車) ròng rọc truyền động.

동회(洞會) văn phòng, trụ sở của làng, hoặc phường. ☞ **동사무소**.

돛 cánh buồm. ¶ ~을 올리다 [내리다] căng buồm lên [hạ buồm xuống]. ¶ ~(단)배 thuyền buồm / ~대 cột buồm.

돼지 ❶ (가축) lợn, heo (불깐). ¶ ~를 치다 nuôi lợn. ¶ ~ 고기 thịt lợn, thịt heo / ~ 우리 chuồng lợn, chuồng heo. ❷ (사람) ngu như lợn, ngu như heo.

되 (계기) sự đo lường (đơn vị đo lường ngày xưa); đấu (giống cái bát dùng để đo, hoặc đong ngũ cốc, hay chất lỏng) (양); *doe*. ¶ ~로 재다 đo bằng đấu.

되… (도로) lại, sau. ¶ ~찾다 tìm lại / ~묻다 hỏi lại.

되넘기 sự bán lại cho người khác (môi giới).

되넘기다 bán lại.

되놈 (속어) từ chỉ người Trung Quốc (ý khinh thường).

되는대로 (마구) vô tội vạ, như vốn có; (거칠게) thô lỗ, lỗ mãng, đơn sơ. ¶ ~ 지껄이다 ăn nói thô lỗ / ~ 살다 sống với những gì mình có.

되다[1] ❶ (질지 않다) cứng (밥 따위). ❷ (벅차다) khắt khe, quá khả năng). ❸ (심하다) rất; quá, nguy kịch, nặng. ¶ 되게 rất; mạnh, dữ dội, nặng nề / 되게 꾸짖다 mắng mỏ nặng nề. ❹ (켕기다) giãn quá mức. ¶ 되게 kéo giãn quá mức.

되다[2] (되질) đo đạc, đong đếm.

되다[3] ❶ (신분, 위치, 상태가) trở thành, trở nên. ¶ 부자가 ~ thành người giàu / 어른이 ~ thành người lớn, trưởng thành / 버릇이 ~ thành tật (thói quen xấu) / 빨갛게 ~ trở nên đỏ / 천주교 신자가 ~ thành tín đồ Thiên Chúa giáo. ❷ (…하기 시작) bắt đầu. ¶ 좋아하게 ~ bắt đầu thấy thích. ❸ (성립) cấu thành; (구성) cấu thành, cơ cấu. ¶ 나무로 되어 있다 mọc thành cây / 활동의 원동력이 ~ thành nguồn động lực cho hành động. ❹ (생육) sinh trưởng, tốt tươi; (제작) chế tạo. ¶ 농사가 잘 ~ mùa màng tốt tươi. ❺ (성취) đạt được, dành được, chu đáo. ¶ 일이 잘 ~ công việc đạt kết quả tốt / 준비가 ~ chuẩn bị chu đáo. ❻ (…결과가) thành ra. ¶ 거짓말이 ~ nói dối / 정말이 ~ thành sự thật. ❼ (수량이) bằng. ¶ 6에 3을 더하면 아홉이 된다 6 cộng 3 bằng 9. ❽ (역할, 소용) làm thành, dùng làm. ¶ 걸상이 ~ thành cái ghế dài / 알콜은 소독약이 된다 cồn trở thành thuốc sát trùng. ❾ (경과) được … rồi. ¶ …한지 5년이 ~ được 5 năm rồi. ❿ (나이가) lên, được. ¶ 16세가 ~ được 16 tuổi, lên 16 tuổi. ⓫ (계절이) sang, lập. ¶ 봄이 되었다 lập xuân, sang xuân. ⓬ (가능) được, nếu có thể, khả năng có thể (…해도 괜찮다). ¶ 될 수 있으면 빚을 지고 싶지 않다 nếu được tôi cũng chẳng muốn mắc nợ.

되도록 như có thể, bằng khả năng có thể. ¶ ~ 많이 nhiều như có thể.

되돌아가다 quay lại vị trí ban đầu. ¶ 중간에서 ~ quay lại từ đoạn giữa.

되돌아오다 trở về, quay lại, trở lại.

되롱거리다 đu đưa, lắc lư, lủng lẳng.

되리 người đàn bà không có lông mu.

되묻다 (다시 묻다) hỏi lại.

되바라지다 ❶ (그릇 따위) nông, cạn, không sâu. ❷ (까지다) láu cá, ranh mãnh. ¶ 되바라진 아이 đứa trẻ ranh mãnh.

되살다 ❶ (먹는 것이) không tiêu, đầy hơi. ❷ ☞ **소생하다**. làm sống lại, hồi sinh.

되새기다 (음식을) nhai lại (소 등이); (비유적) ôn lại, nhai lại, suy ngẫm lại.

되씌우다 đổ tội, buộc tội, dồn trách nhiệm (cho ai đó).

되씹다 (말을) ôn lại, nhớ lại, nhai lại, nhắc đi nhắc lại.

되알지다 (벅차다) vượt quá khả năng, vượt quá quyền hạn.

되어가다 ❶ (일이) tiến triển, tiến hành. ¶ 잘 ~ công việc tiến triển tốt. ❷ (물건이) hoàn thành, hoàn thiện (sản phẩm).

되지못하다 (하찮다) sai trái; hư đốn, không tốt, xấc xược, hỗn láo; (건방지다) trâng tráo, vênh váo.

되직하다 dày, cứng.

되질 đo lường bằng đấu. **~하다** đo bằng

đấu (*doe*).

되짚어 quay lại, lật ngược, lật úp, quay ngược lại.

되치이다 gậy ông đập lưng ông.

되풀이하다 lặp lại. ¶ 되풀이하여 lặp lại việc gì đó, việc gì đó lặp lại.

된밥 cơm khô.

된비알 đồi dốc đứng.

된서리 sương giá, rét căm căm. ¶ ~ 맞다 (비유적) bị giá rét như cắt da cắt thịt.

된서방(-書房) người chồng cục cằn, lỗ mãng. ¶ ~ 맞다 lấy phải người chồng cục cằn.

된소리 âm căng.

된장(-醬) duenjang, tương đậu nành. ¶ ~국 canh duenjang (một loại canh được nấu từ tương đậu).

된장찌개(-醬-) deonjang chike (món ăn truyền thống Hàn Quốc nấu từ tương đậu).

될성부르다 đầy hứa hẹn, đầy triển vọng. ¶ 될성부른 나무는 떡잎부터 알아본다 【TNg】 nhìn mầm đoán cây (ngụ ý cây sau này có tốt tươi hay không nhìn mầm có thể đoán biết được).

됨됨이 (사람) thuộc tính; (본성) bản tính; (성격) tính cách; (인품) nhân phẩm; (물건) hình dáng, kiểu dáng.

됫박 *doe* (되); bát dùng thay đấu để đong đo.

됫박질 ¶ ~하다 đong (gạo) bằng đấu; (조금씩 사다) mua (gạo) từng đấu một (mua với số lượng ít).

두(頭) đầu, thủ, con. ¶ 소 70 ~ 70 đầu bò.

두 (둘) hai. ¶ ~ 가지 hai loại / ~ 배 hai lần, gấp đôi / ~ 번 2 lần.

두각(頭角) ~을 나타내다 trở nên xuất sắc, xuất chúng.

두개골(頭蓋骨) xương sọ, đầu lâu.

두건(頭巾) loại băng khăn quấn trên đầu để tang.

두겁 vỏ, nắp (vật dẹt và dài ở cuối một vật gì đó, dùng để trang trí). ¶ 붓~ nắp bút lông.

두견(杜鵑) ❶ ☞ **소쩍새**. chim cu ❷ ☞ **진달래**. hoa chintalle.

두고두고 lặp đi lặp lại; lải nhải; dai dẳng; mãi mãi, muôn đời.

두골(頭骨) xương sọ, đầu lâu.

두근거리다 đập nhanh, phập phồng, hồi hộp.

두근두근 thình thịch, phập phồng. ¶ 가슴이 ~하다 tim đập nhanh (phập phồng, thình thịch).

두꺼비 【ĐV】 con cóc.

두껍다 dày, dày dặn. ¶ 두꺼운 책 quyển sách dày / 두껍게 하다 làm cho dày lên.

두께 bề dày, độ dày. ¶ ~가 5센티미터다 bề dày là 5 centimet.

두뇌(頭腦) đầu não, não, chất xám, đầu óc. ¶ 치밀[산만]한 ~ tính tỉ mỉ [làng nhàng, mơ hồ, tản mát]; thông minh / ~가 명석한 사람 người thông minh. ¶ ~ 유출 chảy máu chất xám.

두뇌집단(頭腦集團) các chuyên gia, bộ phận đầu não.

두다 ❶ (놓다) đặt; xây dựng (세워서); để nằm (뉘어서); (보존) bảo tồn; (저장) lưu giữ. ❷ (사람을) thuê người làm, tuyển dụng (고용). ¶ 첩을 ~ nuôi bồ, bao gái / 하녀를 ~ thuê cô giúp việc / 가정 교사를 ~ thuê gia sư. ❸ (배치) kê, đặt, gửi, cài. ¶ 보초를 ~ cài lính canh. ❹ (사이를) tạo. ¶ 5미터 간격을 두고 tạo khoảng cách 5 mét / 간격을 두지 않다 không tạo khoảng cách. ❺ (마음을) quan tâm, để ý, để tâm, ghi nhớ, yêu mến; (마음에) để ý, quan tâm. ¶ 마음을 ~ để bụng, để ý, đem lòng yêu mến / 염두에 ~ ghi nhớ, lưu ý, để tâm. ❻ (넣다) cho vào, đặt vào, tống vào, nhét vào. ¶ 이불에 솜을 ~ cho bông vào chăn. ❼ (바둑, 장기를) chơi cờ. ❽ (설치) sắp đặt, cài đặt, xây dựng. ¶ 각 대학에 도서관을 ~ các trường đại học đều xây thư viện. ❾ (뒤에 남김) để quên. ¶ 두고 온 물건 đồ bỏ quên.

두더지 [ĐV] chuột chũi.

두덜거리다 ☞ **투덜거리다** càu nhàu, cằn nhằn.

두덩 bờ (sông, đê, ao), đống, đê, gờ, ụ (đất, đá), bãi.

두두룩하다 sưng phồng, phình ra, căng ra, căng phồng.

두둑 chóp, chỏm, bờ.

두둑하다 (두껍다) dày, nặng; (풍부하다) nhiều, đầy đủ, phong phú, trù phú; khá, tương đối. ¶ 두둑한 보수 lương khá.

두둔하다 (편역) trình chiếu, che chở, nương tựa; (비호) bênh vực, ủng hộ, đứng cạnh, hỗ trợ, che chắn.

두드러기 [YH] mẩn ngứa, dị ứng (đồ ăn, thuốc). ¶ ~가 돋다 (나다) bị dị ứng, bị mẩn ngứa.

두드러지다 ❶ (내밀다) lòi ra, lộ ra, chìa ra, phồng ra. ❷ (뚜렷함) lộ rõ, lồi lên, rõ ràng; nổi bật, lỗi lạc, xuất sắc, vĩ đại, kiệt xuất.

두드리다 gõ, đánh, cốc, đấm. ¶ 문을 ~ gõ cửa / 가볍게 ~ đấm (gõ) nhẹ / 세게 ~ đấm (gõ) mạnh.

두들기다 gõ, đánh liên tục.

두런거리다 thì thầm, to nhỏ.

두렁 bờ, đê.

두렁이 tã trẻ em.

두레 gàu múc nước. ¶ ~질하다 múc nước bằng gàu.

두레박 gàu tát nước. ¶ ~질하다 tát nước bằng gàu. ¶ ~줄 dây gàu tát nước.

두려움 (공포) nỗi sợ hãi, sự kinh hoàng; (염려) mối lo lắng; (외경) sự sợ hãi. ¶ ~으로(때문에) vì sợ, với nỗi sợ hãi.

두려워하다 (무서워하다) sợ hãi, kinh sợ, hãi hùng (근심); (외경) khổ tâm, lo sợ. ¶ 병날까 ~ sợ mắc bệnh / 몹시 ~ quá lo sợ.

두렵다 ❶ (무섭다) sợ hãi; (염려) lo lắng, lo sợ. ¶ …이 두려워서 lo sợ (điều gì sẽ xảy ra). ❷ (외경) sợ hãi, lo lắng. ¶ 두려워서 고개를 못 들다 sợ không dám ngẩng đầu lên.

두령(頭領) thủ lĩnh; ông (bà) chủ, sếp.

두루 (널리) rộng lớn, bao la; (전체적으로) bao quát; (골고루) bao trùm; (예외없이) bao gồm tất cả, rộng khắp. ¶ 전국을 ~ 돌아다니다 đi khắp đất nước.

두루마기 áo khoác ngoài truyền thống của đàn ông Hàn Quốc.

두루마리 cuộn.

두루뭉수리 (사물) vật khó miêu tả, vật khó nhận dạng, vật không hình dạng; (사람) người khó tả.

두루미 [LCh] con sếu.

두루치기 (둘러쓰기) dùng một vật vào nhiều việc.

두르다 ❶ (둘러싸다) quấn quanh, vây quanh; buộc quanh. ❷ (돌리다) xoay quanh, quay. ❸ (손아귀에) điều khiển, chỉ đạo. ❹ (변통) mượn, vay, cho vay, xoay xở.

두름 xơ (đậu), thớ (thịt).

두름성 tài xoay xở, tài tháo vát, nhiều thủ đoạn; (융통성) khả năng thích ứng, thích nghi. ¶ ~이 있다 có khả năng thích ứng, thích nghi, có tài tháo vát.

두리반(-盤) bàn tròn.

두리번거리다 liếc quanh, nhớn nhác, nhìn quanh với vẻ lo lắng.

두마음 hai lòng; tính nhị nguyên, kép. ¶ ～을 품다 ăn ở hai lòng.

두말 ¶ ～할 것 없이 không nói hai lời, không nói nhiều lời / ～ 않다 không nói hai lời, không phản đối, không ý kiến (반대 않다); không phản đối (불평 않다); không bất bình (tán thành) (재론 않다).

두메 vùng xa xôi hẻo lánh, vùng quê, vùng núi. ¶ ～에 살다 sống ở nơi xa xôi hẻo lánh. ¶ 두멧사람 người nhà quê, người miền núi.

두목(頭目) đại ca; sếp, chủ soái, chủ.

두문불출(杜門不出) **~하다** giam mình ở nhà không ra ngoài.

두문자(頭文字) lời nói đầu (이름의) chữ cái đầu tiên.

두발(頭髮) tóc.

두벌갈이 hai vụ. **~하다** làm 2 vụ mùa.

두부(豆腐) đậu phụ. ¶ ～ 한 모 một bìa đậu phụ.

두부(頭部) đầu, thủ (động vật). ～의 thuộc phần đầu.

두상(頭上) đầu. ¶ ～에 trên đầu / ～에 모자를 쓰다 đội mũ trên đầu.

두서(頭書) lời mở đầu, phần mở đầu. ～의 thuộc phần mở đầu của mẫu đơn, bài viết.

두서(頭緖) ¶ ～없는 đầu mối, bước đầu tiên (của một công việc nào đó), sự khởi đầu.

두서너 = 두서넛. hai, ba, bốn, một vài.

두세 = 두셋. hai, ba

두어 = 두엇. hai, cặp.

두엄 phân bón.

두절(杜絶) **~하다** cản trở, ngăn cản.

두주(斗酒) thùng rượu vang. ¶ ～도 불사하다 có thể uống rượu như uống nước lã.

두텁다 ❶ nồng ấm, gần gũi, thân thiết. ¶ 두터운 우정 tình bạn thân thiết. ❷ độ lượng, quảng đại.

두통(頭痛) nhức đầu. ¶ ～이 있다 bị nhức đầu / ～거리 vấn đề hắc búa.

두툴두툴하다 xù xì, lởm chởm, lổn nhổn, gồ ghề.

두툼하다 hơi dầy, khá to. ¶ 두툼한 책 quyển sách dầy.

두호(斗護) **~하다** bảo vệ, chăm lo, chăm sóc.

둑 bờ, đập, đê, ụ. ¶ ～을 쌓다 đắp đập.

둔각(鈍角) 【Hho】 góc tù.

둔감(鈍感) ～한 sự vô cảm, không nhạy cảm; đù đờ, đần độn.

둔갑(遁甲) **~하다** cải trang, giả dạng.

둔기(鈍器) công cụ, vũ khí thô sơ (như gạch, đá).

둔덕 chỗ đất cao, gò đồi.

둔부(臀部) mông, mông đít, phao câu (động vật).

둔사(遁辭) lý do, cớ, lời bào chữa, sự thoái thác.

둔세(遁世) **~하다** ẩn dật, lẩn tránh tiếp xúc với thế giới bên ngoài.

둔재(鈍才) đần độn, ngu đần, ngốc nghếch, ngu dốt, chậm hiểu, ngớ ngẩn.

둔전(屯田) (cổ) ruộng do quân đội quản lý và trồng trọt để tự cấp về lương thực (역사).

둔주(遁走) **~하다** bay, cao chạy xa bay, bỏ trốn.

둔질(鈍質) ～의 sự ngu đần, ù lì, ngu si, dốt nát, tối dạ.

둔탁(鈍濁) **~하다** chậm chạp, ù lì, ngu đần, ngớ ngẩn, yếu ớt, không rõ ràng. ¶ ～한 소리 giọng nói yếu ớt, không rõ, lúng búng.

둔팍(鈍-)**하다** ngu đần, xấu xí, tối dạ.

둔필(鈍筆) chữ xấu.

둔하다(鈍-) ngu si, đần độn, tối dạ, chậm hiểu.

ㄷ

둘 hai (số đếm). ¶ ～도 없는 có một không hai, vô song, không ai sánh bằng / ～ 다 cả hai / ～씩 hai (cái) một, từng cặp một / ～씩 걸러 mỗi cặp, từng cặp.

둘… (새끼 못배는) cằn cỗi, vô sinh. ¶ ～암캐 con chó cái không sinh đẻ được.

둘되다 ngu, đần độn, ù lì.

둘둘 ¶ ～ 감다 cuộn tròn, cuộn quanh.

둘러대다 ❶ (꾸며대다) trang trí, tạo ra, phơi ra. ❷ (변통) xoay xở để kiếm tiền, xoay xở để vay nợ.

둘러막다 vây quanh, bao quanh, rào quanh.

둘러보다 nhìn quanh, quan sát xung quanh.

둘러서다 đứng vòng quanh, đứng bao quanh, đứng quây quanh.

둘러싸다 (포위) bao vây; (에워싸다) bao quanh, bao bọc, quây lấy, xúm quanh. ¶ 바다에 둘러싸인 나라 đất nước có biển bao quanh

둘러쌓다 bao quanh.

둘러쓰다 ❶ (머리에) quấn quanh đầu. ❷ (몸에) quấn quanh người. ❸ (변통) xoay xở.

둘러앉다 ngồi vây quanh.

둘러치다 ❶ (두르다) bao quanh, đóng đai, vây quanh, bủa vây. ¶ 담을 ～ tường bao quanh. ❷ (내던지다) ném, liệng.

둘레 (주위) xung quanh. ¶ ～에 ở xung quanh / ～ 5 미터 trong vòng bán kính 5 mét.

둘레둘레 tứ phía. ¶ ～ 둘러보다 nhìn quanh tứ phía.

둘리다 bị bao vây, bị lừa.

둘째 lần thứ hai. ¶ ～로 lần thứ hai / ～의 lần thứ hai (của).

둘하다 ngu, đần độn, dốt, tối dạ.

둥[1] [ÂN] âm thứ hai của thang âm trong âm nhạc cổ Hàn quốc. ☞ **둥둥**. tùng tùng.

둥[2] (하는 듯 마는 듯) lơ mơ, không rõ ràng. ¶ 자는 둥 마는 둥 하다 nửa ngủ nửa không, ngủ lơ mơ.

둥개다 làm bối rối, làm khó xử.

둥그렇다 tròn. ¶ 얼굴이 둥근 khuôn mặt tròn.

둥그스름하다 tròn xoe, tròn vành vạnh. tròn trịa.

둥근톱 cái cưa tròn, cưa đĩa.

둥글다 ☞ **둥그렇다**. tròn.

둥글둥글 ¶ ～한 tròn, tròn xoay, vòng tròn; (인품이) phúc hậu, tốt tính.

둥덩거리다 gõ (trống).

둥둥 (북소리) tùng tùng.

둥실둥실 ¶ ～ 뜨다 nổi lềnh bềnh, lênh đênh.

둥우리 rổ, rá bằng tre, giạ.

둥지 tổ, chuồng.

둥치 gốc, rễ, phần dưới chân cây, phần trụ.

둥치다 ❶ buộc, bó lại với nhau. ❷ gọt bỏ bớt.

뒈지다 [TNg] chết tiệt, xéo xuống địa ngục.

뒤 ❶ (배후·후방) sau, đằng sau, sau đó. ～의 phía sau (của). ¶ ～로 về phía sau / ～에 sau đó / ～에서 ở phía sau; (배후에서) ở đoạn sau / ～로 물러나다 lui vào trong, lui về phía sau / ～에 남다 còn lại ở phía sau / ～로 돌아 (구령) đằng sau quay! ❷ (장래) mai sau, tương lai, sau này. ¶ 뒷일 việc mai sau. ❸ (나중·다음) ¶ ～에 sau này, lát nữa / 사오일 ～에 4, 5 ngày sau. ❹ (종적) ¶ ～를 따르다 (밟다) theo sau, bước theo sau. ❺ (후계) ～를 잇다 tiếp theo sau. ❻ (대변) đi ngoài. ¶ ～가 마렵다 bị đi ngoài, bị Tào Tháo đuổi. ❼ (돌봄) chăm sóc, quan tâm, hỗ trợ. yểm trợ. ¶ ～를 밀어주다 hỗ trợ, hậu thuẫn, yểm trợ.

뒤꼍 sau nhà, sân sau.

뒤꼭지치다 tấn công bất ngờ, ra đòn bất chợt, bán đứng (ai), chơi xỏ.

뒤꿈치 gót chân.

뒤끓다 ❶ (끓다) bu lại, xúm xít lại, xúm lại. ❷ (소란) ồn ào, mất trật tự, huyên náo. ❸ (여럿이) đông đúc, nhung nhúc.

뒤끝 (종말) kết luận, kết; (결과) kết quả, hoàn thành, chấm dứt, kết thúc.

뒤내다 chán nản, không còn hứng thú (đang làm cùng với ai bỗng trở nên chán nản, không còn hứng thú).

뒤넘기치다 vứt, ném xuống, vật ai đó xuống, đánh ngã ai đó xuống.

뒤넘다 ngã ra đằng sau, đổ ra sau.

뒤넘스럽다 tự tin quá mức, tự cao tự đại.

뒤놀다 ❶ (흔들리다) rung, dao động, lung lay; (배가) chông chênh, chao đảo. ❷ (방랑) lang thang.

뒤늦다 bị trì hoãn, muộn, trễ.

뒤대다 (공급) hỗ trợ, trợ cấp, cung cấp.

뒤덮다 bao phủ, bao trùm, trùm kín.

뒤덮이다 bị bao phủ, bị bao trùm.

뒤돌아보다 nhìn lại, trông lại, quay đầu lại.

뒤둥그러지다 ❶ (뒤틀리다) bóp méo, vặn vẹo. ❷ (생각이) xuyên tạc.

뒤떨어지다 còn lại một mình, bị bỏ xa, tụt hậu, tụt lại phía sau, kém cỏi, lạc hậu, thụt lùi. ¶ 경주에서 ～ bị bỏ lại trên chặng đua / 문화가 ～ văn hóa lạc hậu.

뒤뚱거리다 dao động, lung lay, rung.

뒤뚱뒤뚱 lảo đảo, không vững. ¶ ～ 걷다 bước đi lảo đảo, lạch bạch.

뒤뜰 vườn, sau nhà.

뒤룩거리다 nhìn trừng trừng, trừng mắt, trợn mắt; (성이 나서) trợn nhìn ai đó với vẻ tức giận.

뒤룽거리다 xoay, lắc lư (người).

뒤미처 ngay, ngay tức khắc, ngay lập tức.

뒤바꾸다 đảo lộn, đảo ngược.

뒤바뀌다 đảo ngược. ¶ 순서가 뒤바뀌어 trật tự bị đảo ngược.

뒤받다 đáp lại, đối đáp lại, cãi lại.

뒤밟다 bước theo, lần theo (dấu vết).

뒤버무리다 ☞ **뒤섞다**. trộn lẫn, gộp lại.

뒤범벅 ¶ ～되다 lẫn lộn, hỗ lốn, trở nên lẫn lộn.

뒤보다[1] (용변) đi vệ sinh, đi cầu, đi toilet.

뒤보다[2] (잘못 보다) nhìn nhầm, nhìn lộn.

뒤보아주다 ☞ **돌보다**. chăm nom, chăm sóc, quan tâm.

뒤서다 theo gót, theo bước, theo sau.

뒤섞다 trộn lẫn, hòa lẫn, gộp lại.

뒤섞이다 trộn lẫn, bị trộn lẫn, được trộn lẫn.

뒤숭숭하다 rắc rối, bừa bộn, lộn xộn, ngổn ngang, áy náy, bối rối, xáo trộn, hỗn tạp. ¶ 마음이 ～ lòng ngổn ngang.

뒤스덕거리다 ❶ (변덕부리다) dễ thay đổi, dễ dao động, thất thường, đồng bóng. ❷ (손을) trở tay, lật đi lật lại.

뒤스르다 thu xếp, xếp, sắp xếp.

뒤엉키다 (trở nên) phức tạp, rối rắm, rối tung rối mù.

뒤엎다 lật nhào, lật ngược, lật úp.

뒤웅박 quả bầu.

뒤적거리다 lục lọi, lục soát, lục tung, bới tung; sờ mó, sờ soạng.

뒤적이다 ☞ **뒤적거리다**.

뒤져내다 lôi ra, tìm ra, lục ra.

뒤져보다 tìm kiếm, lục tìm, lục lọi; săn

tìm, sờ soạng.
뒤조지다 nhấn mạnh, lưu ý (người khác), thu hút (sự chú ý), nhắc nhở, kiểm tra lại, đảm bảo chắc chắn.
뒤주 thùng (đựng gạo), bồ đựng ngũ cốc (thóc lúa v.v.).
뒤죽박죽 ¶ ~으로 lộn xộn, vô tổ chức, bừa bộn.
뒤쥐 [ĐV] một loài chuột (ăn côn trùng, sống ở các khe đá).
뒤지(-紙) giấy vệ sinh.
뒤지다[1] (찾다) tìm kiếm, lật, bới.
뒤지다[2] ☞ 뒤떨어지다.
뒤집다 ❶ (겉을) lộn ngược, lộn trong ra ngoài; (엎다) ☞ 뒤엎다. ❷ (순서를) đảo lộn trật tự, đảo ngược. ❸ (혼란시키다) hỗn loạn, lộn xộn.
뒤집어쓰다 ❶ (온몸에) phủ kín, che kín, trùm kín. ❷ (이불 따위를) trùm, phủ. ❸ (죄·책임을) gánh, chịu.
뒤짚어엎다 ☞ 뒤엎다.
뒤집히다 ❶ (뒤집어지다) bị lật nhào, bị lật ngược, bị phá đổ, bị phá sản. ❷ (야단나다) khốn cùng, khốn khổ, khốn nạn.
뒤쫓다 đuổi theo, theo sau.
뒤채 mé sau nhà, đằng sau nhà.
뒤처리(-處理) ~하다 sắp xếp, thu xếp.
뒤척거리다 ☞ 뒤적거리다.
뒤축 gót, đế. ¶ ~이 높은 [낮은] 신 giầy cao gót [giầy gót thấp].
뒤치다 trở mình, lẫy (trẻ con).
뒤치다꺼리 ❶ (돌봄) sự trông coi, sự chăm sóc. ~하다 trông coi, chăm sóc, săn sóc. ❷ ☞ 뒤처리, 뒷수습.
뒤탈 hậu qủa về sau, rắc rối về sau. ¶ ~이 두려워서 lo lắng rắc rối về sau / ~이 없도록 để tránh có những rắc rối về sau.
뒤통수 sau gáy.
뒤퉁스럽다 lóng ngóng, vụng về.
뒤틀다 ❶ (비틀다) vặn, xoáy. ❷ (일을) cản trở, phá hỏng.
뒤틀리다 ❶ (비틀어지다) bị vặn, bị xoắn, xoắn lại. ¶ 뒤틀린 xoắn. ❷ (일이) việc bị cản trở, hỏng việc, nhỡ việc.
뒤틀어지다 ❶ (물건이) vặn, xoắn. ❷ (일이) lỡ, hỏng.
뒤흔들다 ❶ (사물을) lung lay, không vững. ❷ (마음을) dao động, lung lay.
뒷간 nhà vệ sinh.
뒷갈이 ☞ 그루갈이. gieo trồng tiếp (sau khi đã thu hoạch).
뒷갈망 ☞ 뒤처리.
뒷거래(-去來) cửa sau, mối giao dịch, bất hợp pháp (kinh doanh), sự đút lót, sự chạy chọt.
뒷걸음치다 lùi lại, khựng lại, chùn bước, (무서워서) lùi lại, khựng lại (vì sợ).
뒷골목 lối sau, ngách.
뒷공론(-公論) nói sau lưng, bàn ra tán vào (khi mọi việc đã xong xuôi) (험담); nói xấu, gièm pha. ~하다 xì xào, bàn tán, nói xấu, lăng mạ, phỉ báng.
뒷구멍 cửa sau, sự phi pháp. ¶ ~으로 입학하다 vào đại học bằng đường đút lót, vào đại học một cách phi pháp.
뒷굽 (신발의) gót, đế.
뒷길 đường sau; (샛길) đường nhỏ, đường nhánh (dẫn ra đường lớn).
뒷날 tương lai về sau, sau này, ngày sau; ngày sau (후일); tương lai (장래).
뒷다리 chân sau.
뒷담당(-擔當) ☞ 뒤처리.
뒷덜미 cổ, dưới cằm. ¶ ~를 잡다 túm cổ.
뒷돈 vốn, tiền dự phòng, tiền hỗ trợ.
뒷동산 đồi núi ở sau nhà hoặc sau làng, vườn sau nhà.
뒷말 lời nói xấu, lời gièm pha.
뒷맛 hương vị, mùi vị đọng lại. ¶ ~이

좋다 [나쁘다] hương vị, mùi thơm còn lại [khó chịu].

뒷모습(-模襲) ☞ **뒷모양**.

뒷모양(-模樣) dáng dấp đằng sau, hình bóng, bóng dáng (nhìn từ sau).

뒷문(-門) cửa sau, cửa hậu.

뒷물 ¶ ~하다 rửa chỗ kín, rửa ráy, vệ sinh chỗ kín.

뒷바라지 sự cống hiến, sự hết mình. **~하다** làm hết mình, giúp hết mình.

뒷바퀴 bánh sau.

뒷받침 sự hỗ trợ từ phía sau, giá đỡ. **~하다** hỗ trợ, hậu phương.

뒷발 ❶ (발) chân sau. ❷ (발길) ¶ ~질하다 đá hậu.

뒷배보다 giúp đỡ, hỗ trợ từ phía sau, hậu thuẫn.

뒷보증(-保證) **~하다** chứng thực, xác nhận, ghi đằng sau (một văn bản), ký hậu.

뒷북치다 cố bám vào sau một cách vô ích (khi mọi chuyện đã xong xuôi), cố đấm ăn xôi.

뒷소문(-所聞) lời gièm pha, đàm tiếu, đồn đại.

뒷손가락질 ¶ ~질 받다 bị gièm pha, bị đàm tiếu, bị chê cười.

뒷손없다 không có sự hậu thuẫn, không được trợ giúp.

뒷수쇄(-收刷) **~하다** sắp xếp theo thứ tự.

뒷수습(-收拾) ☞ **뒤처리**.

뒷이야기 đoạn kết thúc, phần kết thúc câu chuyện.

뒷일 (나중일) việc sau này, tương lai; (장래, 사후의) tương lai.

뒷자리 chỗ ngồi phía cuối, ghế sau.

뒷조사(-調査) bí mật điều tra. **~하다** bí mật điều tra.

뒷짐 ¶ ~ 지다 chắp tay ra đằng sau.

뒹굴다 ❶ (누워서) trở mình, lăn qua lăn lại. ❷ (놀다) chơi quanh quẩn một chỗ.

듀랄루민(duralumin) đuyara, hợp kim đura.

듀스(deuce) 【TT】 tỉ số đều. ¶ ~가 되다 tỉ số hòa.

듀엣(duet) 【ÂN】 bản đuyê (hát hoặc đàn); bản nhạc cho bộ đội.

드나들다 ❶ (출입) ra vào; (방문) vào thăm, ra vào. ¶ 자유로 드나들 수 있다 có thể ra vào tự do. ❷ (들쭉날쭉) thay đổi thất thường, dích dắc, ngoằn ngoèo, thò ra thụt vào.

드넓다 rộng mở, thoáng rộng.

드높다 (높이가) cao, cao vút, cao ngất.

드디어 cuối cùng, rốt cục.

드라마(drama) (연극) phim truyền hình, kịch. ¶ 라디오 ~ vở kịch trên đài phát thanh.

드라이(dry) ¶ ~ 아이스 đá khô, băng khô / ~ 클리닝 giặt khô.

드라이버(driver) ❶ (운전) tài xế, người cầm lái. ❷ (공구) tuốc nơ vít. ❸ (골프) cái bạt (đánh gôn).

드라이브(drive) **~하다** lái xe, lái xe đi dạo.

드러나다 ❶ (표면에) nổi lên, lộ ra, hiện ra, bộc lộ ra, xuất hiện. ¶ 표면에 ~ nổi lên bề mặt, hiện ra. ❷ (발견) phát hiện ra, tìm thấy; (노현(露見)) lộ ra. ¶ 거짓말이 드러났다 lộ ra sự giả dối.

드러내다 ❶ (나타내다) làm cho lộ ra, làm cho xuất hiện. ❷ (노출시킴) làm cho xuất hiện, làm cho xuất dạng, khám phá, tìm ra, khui ra. ¶ 비밀을 ~ tìm ra bí mật / 본성을 ~ vạch bản chất, khám phá bản chất.

드러눕다 nằm (thẳng cẳng, thoải mái), ngả mình, nằm bệnh (vì đổ bệnh).

드러쌓이다 chất đống, phủ thành đống, chồng chất, tích lũy, tích tụ.

드럼 trống.

드렁드렁 ¶ ~ 코를 골다 ngáy o o, ngáy

vang.

드레스(dress) (옷 · 예복) trang phục, váy. ¶ ~ 메이커 người lo phục trang.

드레지다 có trọng lượng, có giá trị, đáng quý, quan trọng.

드레질하다 tìm hiểu, xét đoán (nhân cách)

드로잉(drawing) vẽ (đồ họa). ¶ ~ 페이퍼 giấy vẽ. (무승부) trận hòa (tỉ số bằng nhau trong một ván cờ, cuộc thi đấu).

드르렁거리다 ngáy ầm ĩ.

드르르 ❶ (미끄럽게) trôi chảy, êm xuôi. ❷ (떠는 모양) bồng bềnh, dập dềnh. ❸ (막힘없이) thuận tiện, xuôi chèo mát mái (쉽게); thành thạo, không vướng mắc gì, một cách dễ dàng (유창하게).

드리다[1] (주다) cho, biếu, tặng, dâng.

드리다[2] (꼬다) viền (quần áo), thắt (bím tóc).

드리다[3] (방 · 마루 따위를) đặt để, sắp xếp, thu dọn, xây dựng.

드리다[4] (가게문을) đóng (cửa tiệm).

드리다[5] (곡식을) sàng lọc (hạt trấu ra khỏi gạo).

드리다[6] ¶ 알려 ~ thông báo, cho biết.

드리블(dribble) 【TT】 rê dắt bóng.

드리우다 ❶ (늘어뜨림) rủ xuống, buông xuống. ❷ (줌) ☞ **드리다**. ❸ (남김) để lại (lời nhắn).

드림 (기드림) băng giấy, biểu ngữ; (장막) rèm, màn, trướng.

드림셈 ☞ **분납**(分納). món trả góp.

드문드문 ❶ (시간적) thỉnh thoảng, đôi khi. ¶ ~ 찾아오다 thỉnh thoảng tìm đến. ❷ (공간적) thưa thớt, đây đó, rải rác. ¶ 나무를 ~ 심다 trồng cây thưa thớt.

드물다 (진기) hiếm, ít có, không phổ biến. ¶ 드물게 khan hiếm, ít có / 드문 일 điều hiếm thấy.

드새다 qua đêm (ở khách sạn).

드세다 có quyền thế, có ảnh hưởng, có uy thế mạnh.

드잡이 ❶ (싸움) cuộc hỗn chiến, cuộc ẩu đả, sự tranh giành / **~하다** ẩu đả, đánh nhau, tranh giành. ❷ (압류) sự chiếm đoạt, sự bắt giữ, sự tịch thu / **~하다** bắt giữ, tịch thu, chiếm đoạt.

드티다 gia hạn, kéo dài, nới rộng ra.

득(得) (이익) lợi, lợi lộc, lợi tức; (유리) lợi nhuận, lợi thế; (유용) hữu dụng, có ích lợi. ¶ ~보다 được lợi, có lợi nhuận.

득남(得男) **~하다** sinh con trai.

득녀(得女) **~하다** sinh con gái.

득명(得名) **~하다** có tiếng tăm, danh tiếng, nổi tiếng.

득병(得病) **~하다** lâm bệnh nặng, ngã bệnh, bị bệnh.

득세(得勢) **~하다** phát huy quyền lực, trở nên có quyền lực, có sức mạnh.

득승(得勝) **~하다** giành thắng lợi, giành chiến thắng.

득시글득시글하다 họp thành bầy đàn, sống chung bầy đàn.

득실(得失) ưu nhược điểm, thuận lợi và khó khăn, cái được và cái mất.

득의(得意) ❶ (뽐냄) sự chiến thắng, sự thắng lợi, sự tự hào. ¶ ~만면하여 tràn đầy niềm tin chiến thắng. ❷ (성공) sự thành công. ¶ ~의 시절에 khoảnh khắc hân hoan, đắc thắng, tự mãn.

득인심(得人心) **~하다** giành được tình cảm của mọi người.

득점(得點) sự lấy điểm ¶ ~표 sổ điểm, bảng điểm.

득책(得策) chính sách hợp lý, kế hoạch hoàn hảo. ¶ ~이다 là kế hoạch hoàn hảo, là kế hoạch hợp lý.

득표(得票) số phiếu thu được **~하다** được bầu chọn, được bỏ phiếu.

…든 hoặc. ☞ **…든지**.

든거지난부자(-富者) người có vẻ giàu nhưng hóa ra nghèo.

든든하다 ❶ (굳세다) mạnh khỏe, rắn chắc. ¶ 마음을 든든히 먹다 qủa quyết, quyết tâm. ❷ (미덥다) làm an lòng, làm an tâm. ¶ 든든한 사람 người mạnh mẽ, sắt đá. ❸ (배가) no, chắc bụng. ¶ 든든히 먹다 ăn no, ăn đầy đủ.

든벌 trang phục mặc trong nhà.

든부자난거지(-富者) người tưởng nghèo hóa lại giàu (người giàu giả kẻ ăn mày).

…든지 hoặc; hay là … ¶ 좋~ 나쁘~ tốt hay xấu / 너~ 나~ tôi hoặc cậu

든직하다 dũng cảm, trang nghiêm, nghiêm chỉnh, đường hoàng.

든침모(-針母) thợ may nữ tại gia.

듣다[1] ❶ (소리를) nghe, lắng nghe; (전해) người xưa nói rằng, tương truyền; (경청) lắng nghe. ¶ 듣는 사람 thính giả, người nghe (청중) / 듣자니 lắng nghe / 연설을 ~ nghe diễn thuyết, nghe thuyết trình, nghe hùng biện / 잘못 ~ nghe nhầm, nghe lộn / 무심코 ~ vô tình nghe được, tình cờ nghe thấy / 강의를 ~ nghe giảng / 듣기 좋다 nghe thú vị / 듣기 싫다 không muốn nghe. ❷ (꾸지람을) bị quở trách. ❸ (따르다·들어주다) nghe theo ai, lắng nghe ai (청을); chấp thuận (수락). ¶ 충고를 ~ nghe ai khuyên / 부모의 말을 ~ nghe lời bố mẹ. ❹ (효험있다) có hiệu quả, có hiệu nghiệm. ¶ 잘 듣는 약 thuốc trị dứt được bệnh; (기계 따위가) ¶ 브레이크가 안 듣는다 thắng không tốt, phanh không ăn.

듣보기장사 việc buôn bán mang tính đầu cơ.

듣보다 nghe và thấy, xem xét.

들[1] ❶ (들판) đồng ruộng; (전답) cánh đồng; (평야) đồng bằng. ❷ (야생의) cánh đồng hoang. ¶ ~장미 hoa hồng dại.

…들[2] (복수) ¶ 여학생~ các nữ sinh / 우리~ chúng tôi, chúng ta.

들것 cái kiệu, cái cáng.

들고나다 ❶ (간섭) can thiệp, dính líu vào. ❷ (집안의 세간을) sắp xếp, dọn dẹp nhà cửa.

들고뛰다 cầm chạy đi.

들고빼다 ☞ **들고뛰다**.

들고튀다 ☞ **들고뛰다**.

들국화(-菊花) hoa cúc dại.

들기름 dầu tía tô.

들까불다 di chuyển lên xuống mạnh mẽ, nhanh nhẹn.

들깨 【TV】 cây tía tô xanh (학명) hạt giống; cây tía tô.

들끓다 ❶ (떼지어) náo nhiệt, hỗn tạp, đông đúc. ¶ 거리가 사람들로 ~ lúc nhúc người. ❷ (소란) sôi lên, náo động.

들날리다 (이름·세력 따위) nổi tiếng, lẫy lừng. ¶ 이름을 ~ nổi danh, nổi tiếng.

들녘 đồng bằng, vùng đất trống.

들놀이 việc đi chơi dã ngoại, đi pícníc.

들다[1] ❶ (날씨가) (thời tiết) khô ráo. ❷ (땀이) (mồ hôi) khô.

들다[2] (칼날이) (lưỡi dao) sắc. ¶ 들지 않는 cùn / 잘 ~ rất sắc.

들다[3] (나이가) có tuổi, già. ¶ 나이가 듦에 따라 theo tuổi.

들다[4] ❶ (손에) cầm, nhấc. ¶ 펜을 ~ cầm bút. ❷ (사실·예를) lấy (ví dụ), đưa ra, chẳng hạn. ¶ 이유를 ~ lấy lí do / 증거를 ~ đưa ra bằng chứng ❸ (올리다) giơ lên. ¶ 손을 ~ giơ tay lên ❹ (음식을) xơi, dùng; (마시다)

uống.

들다[5] ❶ (들어가다) đi vào; (살다) sinh sống, cư ngụ. ¶ 자리에 ~ ngồi / 새집에 ~ vào nhà mới. ❷ (가입·참여) gia nhập, tham gia. ❸ (풍흉·절기 등이) gặt hái, thu hoạch. ¶ 풍년 [흉년]이 mùa màng bội thu [mất mùa] / 장마가 vào mùa mưa. ❹ (물이) ướt. ❺ (버릇 등이) mắc tật. ❻ (마음에) hài lòng. ¶ 마음에 드는 여자 cô gái vừa lòng. ❼ (포함) bao gồm. ❽ (소요) có nhu cầu. ❾ (병이) mắc bệnh, đổ bệnh. ❿ (침입) đột nhập. ¶ 도둑이 ~ ăn trộm đột nhập. ⓫ (햇빛이) trời nắng. ⓬ ¶ 정신이 ~ lấy lại tinh thần.

들들 ¶ ~ 볶다 sôi nổi, kích động.

들떠들다 làm ồn, gây ồn ào.

들떼놓고 ám chỉ, gợi ý, nói bóng gió.

들뜨다 ❶ (틈이) bị hở ra; (장판이) lớp giấy dầu lót sàn bị tróc ra; (가구가) đồ đạc bị bong tróc. ❷ (살이) sưng phồng. ❸ (마음이) bồn chồn không yên, thấp thỏm.

들락날락하다 ra vào thường xuyên, tấp nập.

들랑거리다 hay lui tới, thường xuyên qua lại.

들러리 (신랑의) phù rể; (신부의) phù dâu.

들러붙다 dính chặt vào, bám vào.

들려주다 báo cho ai biết; (말해) nói cho ai; (읽어) đọc cho ai nghe; (연주해) biểu diễn cho ai xem; (노래해) hát cho ai nghe.

들르다 (도중에) ghé thăm, dừng lại, lưu lại.

들리다[1] ❶ (소리가) nghe thấy; (울리다) nghe có vẻ. ¶ 들리지 않는 không nghe rõ / 부르면 들리는 데서 trong tầm nghe / 이상하게 들릴는지 모르지만 nghe có vẻ lạ nhưng. ❷ (소문이) tiếng đồn tới tai, nghe đồn. ¶ 들리는 바에 의하면 theo tin đồn, theo lời kể thì.

들리다[2] ❶ (병이) ngã bệnh, mắc bệnh. ❷ (귀신이) bị ám. ¶ 귀신들린 것처럼 như bị quỷ ám.

들리다[3] được nâng lên.

들먹거리다 ❶ (움직이다) lắc lên lắc xuống. ❷ (마음이) dao động, bồn chồn.

들먹이다 ☞ 들먹거리다

들보 [KTr] cột xà ngang.

들보 (샅에 차는) khăn quấn ngang, đai khố.

들볶다 gây ưu phiền, lo lắng, đau khổ. ¶ 들볶이다 bị quấy rầy / 며느리를 ~ hành hạ con dâu.

들부수다 bóp nát, bẻ gãy.

들새 chim rừng.

들소 bò rừng.

들손 tay cầm, quai, cán.

들숨 hít vào.

들썩거리다 ☞ 들먹거리다

들썩이다 ☞ 들먹거리다

들썽거리다 hồi hộp lo âu, lo lắng, căng thẳng.

들쓰다 ❶ (덮어 쓰다) đậy (nắp). ❷ (머리에) đặt lên đầu. ❸ (물 따위를) giội nước. ❹ (허물 따위를) tự nhận lỗi về mình.

들씌우다 ❶ (덮다) đậy. ❷ (들어 붓다) đổ. ❸ (죄 따위를) đổ tội cho ai, quy tội cho ai.

들어가다[1] ❶ (안으로) đi vào trong. ¶ 몰래 ~ vào lén trong hội trường / 앞 [뒷] 문으로 ~ vào theo lối cửa chính [sau]. ❷ (가입·참가) gia nhập. ¶ 학교에 ~ nhập học / 실업계에 ~ gia nhập giới thất nghiệp, trở thành thất nghiệp. ❸ (틈·속 사이에) thấm qua, xuyên qua. ¶ 뚫고 ~ đào qua. ❹ (비용이) chi phí, trị giá. ❺ (움푹) trũng vào, thóp vào. ¶ 배가 고파 눈이

~ bụng đói, mắt trũng sâu.

들어가다[2] (가져가다) mang đi, đem đi.

들어주다 mang vác hộ ai; nghe hộ. ¶ 소원을 ~ làm theo mong ước của ai.

들어차다 chật chội, đổ đầy, trở nên đầy. ¶ 꽉 ~ chật ních, đầy tràn.

들엉기다 làm đặc lại, làm đông lại.

들엎드리다 tự giam mình.

들여가다 ❶ (안으로) đưa vào. ❷ (사다) mang vào.

들여놓다 ❶ (발을) đặt chân vào, bước chân vào. ❷ (물건을) đem (đồ vật) vào, mang vào. ❸ (사들이다) mua bán.

들여다보다 ❶ (속을) nhìn vào, hé vào. ❷ (자세히) nhìn chằm chằm, xem xét cẩn thận. ❸ (들르다) ghé thăm.

들여다보이다 (속이) nhìn thấu, nhìn rõ ngọn ngành. ¶ 빤히 들여다뵈는 거짓말 lời nói dối rành rành.

들여보내다 gởi ai vào, để cho ai vào.

들여앉히다 (여자를) sắp đặt (cho một phụ nữ) ở chung nhà.

들여오다 ❶ (안으로) mang vào, đem vào. ❷ (사다) mua sắm, nhập khẩu (수입).

들은풍월(-風月) học hỏi bằng cách lắng nghe người khác.

…들이 chứa. ¶ 두병~ 상자 một thùng chứa hai chai / 이 리터~ 한 병 một chai chứa 2 lít.

들이다 ❶ (안으로) cho vào, đưa vào, nhận, kết nạp vào. ❷ (비용을) trả, chi phí; (힘을) nỗ lực. ¶ 큰 돈을 들여서 phải trả bằng giá rất đắt / 힘을 들여서 mất nhiều công sức. ❸ (고용) tuyển dụng, thuê mướn. ¶ 가정교사를 ~ thuê gia sư. ❹ (맛을) ưa thích, có thị hiếu về. ❺ (길을) quen, làm cho thành thạo. ❻ (물감을) nhuộm màu.

들이닥치다 xô vào; (사람이) bất ngờ đến thăm; (위험 등이) nguy hiểm gần kề.

들이대다 ❶ (대들다) thách thức, thách đố, chống lại. ❷ (흉기 등을) sử dụng vũ khí. ❸ cung cấp (제시). ¶ 증거를 ~ đối chiếu chứng cứ; cung cấp chứng cứ.

들이덤비다 tấn công, thách thức, thách đố.

들이마시다 (기체를) thở, hít vào; (액체를) hút vào, thấm vào.

들이몰다 (안으로) lái xe vào, đánh xe vào; (마구) lái ẩu.

들이밀다 đẩy nhanh, thọc vào, nhồi nhét vào.

들이밀리다 (안으로) bị xô đẩy; (한 곳으로) tụ tập, quây quần, tụ họp với nhau.

들이받다 va phải, đụng phải, đâm sầm vào. ¶ 차로 담을 ~ đâm xe vào tường.

들이불다 (안으로) thổi vào; (세차게) gió thổi mạnh.

들이붓다 đổ nước, trút nước.

들이빨다 hút, nuốt, mút, bú mạnh.

들이쉬다 thở sâu, hít sâu vào.

들이쑤시다 ❶ (쑤시다) đau nhói, nhức nhối. ¶ 들이쑤시는 상처 vết thương nhức nhối. ❷ (충동이다) đẩy, nổi cơn, bốc đồng.

들이지르다 ❶ (몹시) đẩy mạnh, đá mạnh (발길로). ❷ (소리를) gào thét, la thét.

들이치다[1] (비·눈·바람이) trút, dội. ¶ 비가 [눈이] ~ mưa [tuyết] trút xuống.

들이치다[2] (습격) tấn công.

들이켜다 uống một hơi, nốc thẳng một hơi.

들이키다 ❶ ☞ 들이켜다. ❷ kéo về, lôi vào.

들이퍼붓다 ❶ (비가) xối xả. ❷ (비난 따위를) dồn dập, tới tấp. ¶ 질문을 ~ hỏi dồn dập, hỏi tới tấp.

들일 công việc nông trại, đồng áng.

들입다 sinh động, mạnh mẽ, mãnh liệt,

điên cuồng.
들쥐 [ĐV] chuột đồng.
들짐승 động vật hoang dã.
들쩍지근하다 hơi ngọt.
들쭉나무 [TV] loại cây *Jindanlae* ở núi cao.
들쭉날쭉하다 lởm chởm, góc cạnh, không bằng phẳng.
들차다 lành mạnh cả thể chất, tinh thần.
들창(-窓) cửa sổ lùa.
들창코(-窓-) mũi hếch.
들추다 ❶ (뒤지다) lục soát, tìm kiếm, sờ soạng. ❷ (폭로) bộc lộ, vạch trần.
들추어내다 đào, xới lên (뒤져서); tìm ra, khám phá ra.
들치기 (행위) hành động ăn cắp ở các cửa hàng; (사람) kẻ cắp giả làm khách mua hàng. **~하다** ăn cắp hàng hóa. ¶ ~ 상습범 người có thói quen ăn cắp.
들치다 đưa lên, nâng giữ.
들키다 lộ ra.
들통(-筒) bị bắt gặp, bị phát hiện ra. ¶ ~나다 ☞ **들키다**.
들판 cánh đồng, đồng bằng.
들피 ¶ ~지다 gầy mòn, hốc hác vì đói.
듬뿍 tràn tới miệng, tràn trề, đầy.
듬뿍듬뿍 sung túc, dồi dào, dư sức
듬성듬성 thưa thớt, rải rác.
듬쑥 tham lam, thèm khát, đầy.
듯이 như thể là, cho dù. ¶ 자기 자식 사랑하~ 사랑하다 yêu như yêu con ruột của mình.
듯하다 dường như, có vẻ như, hình như. ¶ 비가 올 ~ có vẻ như trời sắp mưa.
등 lưng (뒤에); lưng núi (산의). ¶ 의자의 ~ lưng ghế / ~을 보이다 thấy lưng, nhìn thấy lưng, hở lưng.
등(等) ❶ (등수) đẳng cấp, mức độ. ¶ 1 ~ hạng thứ nhất. ☞ **등급** ❷ ☞ **따위** ❷.
등(燈) đèn, đèn lồng, đèn xách.
등(藤) [TV] cây mây, cây song. ¶ ~의자 ghế mây.
등가(等價) [HH] tương đương. ¶ ~량 lượng tương đương.
등각(等角) [Hho] ~의 góc đều. ¶ ~ 3각형 tam giác đều.
등갓(燈-) chụp đèn, chao đèn.
등거리(等距離) khoảng cách bằng nhau, cách đều.
등걸 gốc (cây) chân (răng), cuống (vé).
등걸잠자다 ngủ vạ vật, ngủ không thay đồ.
등겨 vỏ trấu (쌀겨) (왕겨).
등경걸이 chân, bệ để nến (làm bằng gỗ hoặc kim loại)
등고선(登高線) đường viền, đường quanh.
등골 xương sống, gai. ¶ ~이 오싹하다 ớn lạnh, gai người.
등과(登科) **~하다** đỗ trạng, đỗ khoa bảng đăng khoa (역사).
등교(登校) **~하다** dự học, đi học, đến trường.
등귀(騰貴) sự tăng giá. **~하다** tăng giá, gia tăng, tăng lên, vượt lên. ¶ 달러의 ~ sự tăng giá của đồng đô la.
등극(登極) **~하다** lên ngôi, nhậm chức.
등급(等級) tầng lớp, tầng cấp, hạng, bậc. ¶ ~을 매기다 xếp hạng, phân loại, phân cấp.
등기(登記) sự bảo đảm, sự an toàn; sự đăng ký (우편). **~하다** đăng ký, giới thiệu; bảo đảm (우편). ¶ ~우편으로 bằng thư bảo đảm / 미~의 chưa đăng ký trước. ¶ ~료 lệ phí đăng ký / ~부 bộ phận đăng ký / ~소 sở đăng ký / ~편지 thư bảo đảm / ~필 (표시) dấu tem thư bảo đảm.
등꽃(藤-) hoa đậu tía.
등나무(藤-) [TV] cây đậu tía.
등널 lưng ghế.

등단(登壇) **~하다** bước lên bục giảng.
등달다 quá lo lắng, quá nôn nóng, bực dọc.
등대(燈臺) đèn biển, hải đăng, đèn hiệu. ¶ ~선 thuyền có đèn hiệu / ~지기 người gác hải đăng / 등댓불 ánh sáng của hải đăng.
등덜미 phần trên lưng.
등등(等等) vân vân.
등등하다(騰騰-) hân hoan, hoan hỉ, phấn chấn, phừng phừng, hừng hực. ¶ 노기 ~ cơn giận bốc lên / 기세가 ~ tràn đầy sức sống.
등락(騰落) sự dao động, sự lên xuống.
등록(登錄) sự đăng ký, sự ghi danh, sự kết nạp. **~하다** đăng ký, ghi vào sổ. ¶ ~금 lệ phí đăng ký (수업료) / ~료 (세) chi phí đăng ký / ~부 nơi đăng ký / ~상표 thương hiệu đăng ký / ~인 người đăng ký / ~필 (표시) dấu xác nhận đã đăng ký / 의장 ~ đăng ký chủ tịch hội nghị / 주민~ chứng minh nhân dân / 금전~기 máy đăng ký bằng tiền mặt / 자동차 ~번호판 biển số (đăng ký) xe (ô tô).
등롱(燈籠) đèn lồng; (신전의) người hiến tặng đèn lồng.
등마루 xương sườn.
등명(燈明) ánh sáng thiêng liêng.
등반(登攀) sự trèo, leo lên. **~하다** trèo lên ¶ ~대 đoàn leo núi / 히말라야 ~대 đoàn leo núi Himalaya.
등변(等邊) 【Hho】 cạnh đều. ~삼각형 tam giác cân.
등본(謄本) bản sao.
등분(等分) **~하다** chia thành các phần bằng nhau, chia đều.
등불(燈-) ánh đèn.
등비(等比) 【TH】 tỉ số đều (toán học). ¶ ~급수 cấp số nhân.
등뼈 sống lưng, xương sống.
등사(謄寫) sự sao chép, bản sao chép. **~하다** sao lại, chép lại. ¶ ~ 원지 sao chép trên giấy nến / ~판 bản sao chép, khuôn sao chép.
등산(登山) sự leo núi. ¶ ~가 nhà leo núi / ~대 đoàn leo núi / ~ 지팡이 gậy leo núi / ~화 giầy leo núi.
등색(橙色) màu cam. ~의 thuộc màu cam.
등성이 lưng, mặt sau (잔등); đỉnh, ngọn, chóp (산의).
등세공(藤細工) thủ công mây tre đan. ¶ ~품 sản phẩm từ song mây.
등속(等速) 【VLH】 tốc độ đều, vận tốc đều. ¶ ~운동 chuyển động đều (vật lý).
등속(等屬) thuộc loại, tầng lớp, cấp, bậc, hạng.
등수(等數) (차례) số thứ tự; (같은 수) cùng thứ tự, đồng hạng.
등식(等式) 【TH】 đẳng thức.
등신(等身) to như người, như vật thật. ¶ ~상 bức tượng to như người.
등신(等神) ngu ngốc, khờ dại, khù khờ, ngốc nghếch. ¶ ~같은 làm trò hề, làm trò cười.
등심(-心) thịt thăn.
등쌀 ồn ào, náo nhiệt, đông đúc, phiền phức / ~대다 làm ồn, làm phiền, gây khó chịu.
등압선(等壓線) đường đẳng áp.
등에 【CT】 con mòng (côn trùng).
등온(等溫) ~의 thuộc đường đẳng nhiệt. ¶ ~선 【Địa】 đường đẳng nhiệt.
등외(等外) (경기 등의) trượt, lỡ, thất bại, tụt hạng. ¶ ~가 되다 không đoạt giải, lỡ mất (giải). ¶ ~품 tặng phẩm phụ.
등용(登用) (임용) bổ nhiệm. **~하다** bổ nhiệm, tín nhiệm, đề bạt.
등용문(登龍門) cơ hội cho sự thăng tiến, cánh cửa cho sự thành công.
등원(登院) **~하다** tham dự, tham gia / (스웨

덴, 영국, 미국의) tham dự vào thượng nghị viện; tham dự vào hạ nghị viện.
등위(等位) cấp, bậc, tầng lớp.
등유(燈油) dầu hỏa.
등자(鐙子) bàn đạp ngựa.
등잔(燈盞) đèn dầu. ¶ ～불 ánh đèn dầu
등장(登場) xuất hiện, ra mắt, lên sàn diễn. **~하다** bước ra sân khấu. ¶ ～인물 nhân vật trên sân khấu / 리어왕 ～ (각본에서) nhân vật vua Lia xuất hiện.
등재(登載) **~하다** ghi vào sổ, đăng ký, ghi chép.
등정(登頂) **~하다** lên đỉnh núi.
등정(登程) sự ra đi, sự khởi hành / **~하다** ra đi, khởi hành.
등줄기 xương sống, đường sống lưng.
등지(等地) các vùng khác tương tự. ¶ 서울·부산 ～ Seoul, Busan và các thành phố khác tương tự.
등지다 ❶ (사이가) trở nên xa lạ. ¶ 서로 ～ cãi nhau. ❷ (등 뒤에 두다) quay lưng lại với ai, phản bội ai.
등짐 đeo trên vai. ¶ ～ 장수 người bán hàng rong.
등차(等差) ¶ ～수열 (급수) 【TH】 cấp số cộng.
등청(登廳) **~하다** đi làm việc.
등촉(燈燭) ánh sáng đèn lồng.
등치다 ❶ (치다) đập vào lưng ai. ❷ (빼앗다) đe dọa. ¶ 등쳐먹고 살다 sống bằng mánh khóe, làm tiền, chơi xỏ.
등판(登板) **~하다** 【BC】 vào vị trí ném bóng.
등피(燈皮) ngọn đèn, cây đèn.
등하불명(燈下不明) 【TNg】 dưới chân đèn luôn tối.
등한(等閑) ～시 하다 xao nhãng, phớt lờ, không để ý đến, cẩu thả, sơ suất.
등화(燈火) ánh sáng. ¶ ～가친계절 thích hợp cho việc đọc sách / ～관제 tắt đèn (소등) / ～신호 đèn tín hiệu.
디기탈리스(digitalis) 【DH】 lá mao địa hoàng; 【TV】 giống lá mao địa hoàng.
디데이(D-day) ngày D (ngày dự định triển khai tấn công trong quân đội).
디디다 bước chân vào, đặt chân. ¶ 외국 땅을 ～ đặt chân lên địa phận nước khác.
디딜방아 cối xay, guồng.
디딤돌 (수단) bậc đầu tiên, bước đầu tiên, bậc thềm.
디럭스(deluxe) sang trọng. ¶ ～판(版) bảng hạng sang / ～ 호텔 khách sạn hạng sang.
디렉터(director) đạo diễn (영화); chỉ huy dàn nhạc (음악).
디스카운트(discount) chiết khấu.
디스코테크(discotheque) vũ trường, sàn nhảy.
디스크(disk) đĩa nhạc.
디스토마(distoma) con sán lá.
디아스타아제(diastase) 【HH】 hóa học dia-staza.
디자이너(designer) người thiết kế. ¶ 공업 [실내장식] ～ thiết kế mẫu công nghiệp [nội thất].
디자인(design) thiết kế, mẫu thiết kế. **~하다** thiết kế.
디저트(dessert) món tráng miệng.
디젤(diesel) ¶ ～기관 động cơ diezen / ～ 기관차 tàu hỏa động cơ diezen.
디지털(disital) ¶ ～시계 đồng hồ kỹ thuật số / ～ 계산기 máy tính kỹ thuật số.
디프테리아(diphtheria) bệnh bạch hầu.
디플레(이션)(deflation) sự giảm lạm phát. ¶ ～ 정책 chính sách giảm lạm phát.
딜레마(dilemma) tiến thoái lưỡng nan. ¶ ～에 빠지다 rơi vào tình trạng tiến thoái lưỡng nan.
딜레탕티슴(dilettantism) sự đam mê nghệ thuật.

딩딩하다 ❶ (힘이 셈) tráng kiện, khỏe mạnh. ❷ (팽팽하다) căng, sát khít. ❸ (기반이) vững chắc, kiên cố, an toàn.

따갑다 (뜨겁다) nóng, không chịu được nhiệt; (쑤시듯이) (châm chích) nhức nhối, đau nhức.

따귀 ¶ ~를 때리다 tát vào má.

따끈따끈 ¶ ~한 nóng hổi, nóng bỏng.

따끔하다 ❶ (쑤시다) đau đớn, nhức nhối, bị châm chích. ❷ (호되다) kinh khủng, tồi tệ, kinh dị, khủng khiếp. ¶ 따끔한 맛을 보다 đã có một thời gian đau khổ.

따다[1] ❶ (잡아 떼다) hái, ngắt, nhổ. ❷ (종기를) mổ vết thương bị áp xe; (깡통을) bật nắp lon, mở nắp hộp (마개를). ❸ (발췌) trích ra, lóc ra, nhặt ra, nhổ ra, chiết ra, (인용); căn cứ theo (따르다); bắt chước ai (본뜨다); ăn cắp (표절) ❹ (얻다) nhận được, kiếm được. ¶ 만점을 ~ đạt được điểm cao nhất / 학사 학위를 ~ lấy học vị cử nhân / 석사 학위를 ~ lấy bằng thạc sĩ / 박사 학위를 ~ lấy bằng tiến sĩ / 돈을 ~ kiếm tiền, hái ra tiền.

따다[2] (안 만남) giả vờ không ở nhà, không gặp gỡ; (따돌림) từ chối, gạt, ai đó ra ngoài, không quan hệ, trả lại.

따다[3] (다르다) khác biệt. ¶ 딴 khác, cái khác.

따돌리다 ☞ **따다**[2].

따뜻하다 (온도가) ấm, ấm áp (정이), ấm cúng. ¶ 따뜻이 sự ấm áp, ấm cúng / 따뜻한 겨울 mùa đông ấm áp / 따뜻한 마음씨 tấm lòng ấm áp / 따뜻이 대접하다 đón tiếp nồng nhiệt.

따라가다 (동행) đồng hành, cùng theo; (뒤를) theo sau; (뒤지지 않고) theo kịp, bắt kịp ai (따라붙다). ☞ **따르다**[1] ❶, ❸.

따라붙다 theo kịp ai, bắt kịp ai.

따라서 ❶ (…대로) theo như. ¶ 국법에 ~ theo quốc pháp, luật pháp nhà nước / 관습에 ~ theo tập quán / 지시에 따라 theo chỉ thị. ❷ (비례하여) theo tỉ lệ. ¶ 능력에 ~ theo năng lực / 문명이 발달함에 ~ theo sự phát triển của nền văn minh. ❸ (병행해서·끼고) theo, đồng hành; (모방) mô phỏng. ¶ 강둑을 ~ theo đê sông / 아버지를 ~ theo bố. ❹ (그러므로) như vậy thì, nếu vậy thì, thế thì.

따라오다 (수행) đi cùng với; (쫓아옴) tìm tới; (남이 하는대로) làm theo. ☞ **따르다**[1] ❶, ❸.

따라잡다 ☞ **따라붙다**.

따라지목숨 sống trong sự kìm kẹp, sống trong sự gông cùm.

따로 (별개로) riêng rẽ, tách riêng; (추가로) tách riêng ra khỏi; (특별히) đặc thù, một cách riêng biệt. ¶ ~ 두다 tách ra / ~ 10만 원의 수입이 있다 có khoản thu nhập riêng biệt là 100.000 won / ~ 살다 sống riêng / ~ 말할 것이 없다 không có gì nói riêng cả

따르다[1] ❶ (수행) đi theo. ❷ (수반되다) kéo theo. ¶ 여러 곤란이 ~ kéo theo nhiều khó khăn. ❸ (본뜨다) sao lại kiểu mẫu của ai, bắt chước. ¶ 남의 예를 ~ theo ví dụ của ai. ❹ (복종·준수) nghe theo, phục tùng. ¶ 충고에 ~ theo lời khuyên. ❺ (겨루다) cạnh tranh. ¶ 따를 사람이 없다 không có đối thủ cạnh tranh. ❻ (좋아하다) thích. ¶ 그녀를 친엄마처럼 ~ theo chị ấy như mẹ ruột của mình.

따르다[2] rót, đổ.

따르르 ¶ ~ 구르다 lăn, cán / ~ 울리다 tiếng lăn lộc cộc, lọc xọc.

따름 chỉ, đơn giản, đơn thuần. ¶ …일

(할) ~이다 chỉ là một việc đơn giản ….

따리 sự tâng bốc, lời xu nịnh. ¶ ~ 붙이다 xu nịnh, lấy lòng người khác.

따분하다 ❶ (느른함) uể oải, lừ đừ. ❷ (지루함·맥빠짐) buồn chán, nhạt nhẽo. ¶ 따분한 날씨 thời tiết u ám / 따분한 이야기 câu chuyện tẻ nhạt.

따옴표(-標) dấu ngoặc kép.

따위 ❶ (…와 같은) như là, ví dụ là, đại loại là. ¶ 네 ~ những người như anh / 예를 들면 … ~ ví dụ như. ❷ (등등) vân vân.

따지다 ❶ (수를) tính toán, ước tính. ❷ (시비) (đúng sai) phân biệt, nhận ra.

딱 ❶ (벌린 꼴) rộng. ¶ 입을 ~ 벌리고 mở rộng. ❷ (정확히) đúng, chính xác, chắc chắn; (들어맞게) hoàn hảo; (꽉) vừa đúng. ¶ ~ 맞는 옷 áo vừa khít. ❸ (버티는 꼴) cứng đầu, bướng bỉnh. ¶ ~ 버티다 chắc chắn. ❹ (단호히) hoàn toàn. ¶ ~ 거절되다 bị từ chối, thẳng thừng. ❺ (꼭) chỉ, đúng. ¶ ~ 한 번 đúng một lần. ❻ (소리) (tiếng) rắc.

딱따구리 [LCh] chim gõ kiến.

딱딱 tiếng kêu rắc rắc.

딱딱거리다 nói năng thô lỗ, cục cằn.

딱딱하다 (단단하다) cứng, rắn, chắc; (굳어서) trở nên cứng rắn; (엄격) nghiêm khắc; (학문이) học vấn khô khan; (문장이) câu cú khô khan; (형식적) hình thức khô khan.

딱바라지다 (사람이) xa cách, hời hợt.

딱부리 người có mắt lồi, mắt ốc nhồi.

딱새 [LCh] chim đỏ đuôi.

딱장대 người lỗ mãng, người cộc cằn.

딱장받다 tra tấn, tra hỏi ai.

딱정벌레 [CT] (갑충) con bọ cánh cứng.

딱지[1] (부스럼의) vảy vết thương. ¶ ~가 앉다 đóng sẹo.

딱지[2] ❶ (라벨) nhãn; (우표) tem; (꼬리표) thẻ ghi tên và địa chỉ. ¶ ~가 붙은 (소문난) bị mang tiếng ❷ (주차 위반의) phiếu phạt (do đỗ xe sai luật).

딱지[3] (거절) từ chối, sự trả lại. ¶ ~를 놓다 từ chối dứt khoát, cự tuyệt / ~ 맞다 bị từ chối, bị gửi trả lại.

딱총(-銃) súng đồ chơi, pháo đốt chơi (폭죽).

딱하다 ❶ (가엾다) đáng thương, tội nghiệp; (안 되다) hối tiếc. ¶ 딱한 사정 hoàn cảnh đáng thương / 딱하게 여기다 cảm thấy đáng tiếc cho ai ❷ (난처) phiền hà, khó xử. ¶ 딱한 입장 tình thế khó xử.

딴 khác nữa. ¶ ~ 것 cái khác / ~ 데 nơi khác / ~ 방법 cách khác.

딴꽃가루받이 [TV] sự thụ phấn.

딴딴하다 cứng cáp, vững chắc. ☞ **단단하다**.

딴마음 mục đích khác, ý định khác (흉계); hai mặt, hai lòng, bất trung (두마음). ¶ ~이 있다 có ý khác / ~이 없다 trung thành, một lòng một dạ.

딴말 hai lời, thất hứa (일구이언).

딴머리 (가발) bộ tóc giả.

딴사람 (다른 사람) những người khác; (새사람) người mới. ¶ 그는 아주 ~이 되었다 anh ấy đã trở thành một người hoàn toàn khác.

딴살림하다 sống riêng, ra riêng.

딴생각 ☞ **딴마음**.

딴소리 ☞ **딴말**.

딴은 (하기는) tôi hiểu, quả thực, đúng thế. ¶ ~ 옳은 말이오 lời nói đúng.

딴전부리다 làm việc khác; (딴말로) nói lảng sang chuyện khác; (시치미 떼다) giả vờ không biết.

딴판 ¶ ~이다 hoàn toàn khác, đối ngược tình thế / ~이 되다 trở nên khác hoàn toàn.

딸 con gái.

딸가닥거리다 kêu lanh lảnh.

딸각거리다 ☞ **딸가닥거리다**.

딸기 [TV] dâu tây. ¶ ~밭 vườn dâu tây.

딸국질 tiếng nấc. **~하다** bị nấc.

딸랑거리다 xủng xoảng, leng keng.

딸리다 ❶ (부속) gắn bó, thuộc về. ¶ 가구 딸린 셋집 nhà cho thuê có đồ đạc / 딸린 식구 những nhân khẩu ăn theo, phụ thuộc trong gia đình. ❷ (첨가) tham gia. ❸ (부치다) thuộc về. ❹ (부족) thiếu, hụt. ¶ 돈이 ~ thiếu tiền / 역량이 ~ thiếu khả năng.

땀 mồ hôi, sự đổ mồ hôi. ¶ ~ 흘리는 đổ mồ hôi, toát mồ hôi, ra mồ hôi / 손에 ~을 쥐고 ra mồ hôi tay / ~ 흘리다 chảy mồ hôi/식은 ~을 흘리다 đổ mồ hôi trộm, đổ mồ hôi lạnh / ~ 빼다 (혼남) đổ mồ hôi, chịu đựng, gian nan (수고). ¶ 구슬~ lấm tấm mồ hôi / ~방울 giọt mồ hôi.

땀내 mùi mồ hôi. ¶ ~가 나는 옷 áo quần đầy mùi mồ hôi.

땀띠 chứng nổi rôm sẩy, rôm sẩy. ¶ ~약 thuốc trị rôm sẩy, phấn rôm.

땀받이 áo lót, miếng vải lót để thấm mồ hôi.

땀샘 [Si] ☞ **한선**(汗腺).

땅[1] ❶ (대지 · 지면) đất. ¶ ~을 파다 đào đất / ~에 떨어지다 ngã xuống đất. ❷ (영토) vùng đất; (토양) mặt đất, đất; (토지) đất, mảnh đất, lô đất, bất động sản, ruộng đất. ¶ 한국 ~을 밟다 đặt chân đến Hàn Quốc / 이국 ~에서 죽다 chết nơi xứ người. ¶ ~ 임자 chủ đất.

땅[2] (총소리) tiếng súng nổ, đùng đoàng.

땅가뢰 [CT] con bọ ban miêu (con bọ làm rộp da).

땅강아지 [CT] dế trũi.

땅거미[1] [ĐV] nhện đất.

땅거미[2] (저녁어스름) mờ mờ tối, chạng vạng tối, bóng tối. ¶ ~질 때 lúc chập tối, lúc tranh sáng tranh tối, lúc nhá nhem tối / ~가 내리다 trời dần dần tối.

땅기다 (몸이) bị chuột rút; (가까이) ép chặt, bó chặt.

땅꾼 người bắt rắn.

땅덩이 trái đất, địa cầu (지구); lãnh thổ (국토).

땅딸막하다 bè bè, lùn.

땅딸보 người có thân hình lùn và chắc nịch.

땅땅거리다 ❶ (큰소리치다) âm thanh khỏe to, khoe khoang, khoác lác. ❷ ☞ **떵떵거리다**.

땅뙈기 mảnh ruộng nhỏ, mảnh sân nhỏ.

땅마지기 vài mẫu ruộng. ☞ **마지기**. mẫu, 1 mẫu = 500m^2.

땅바닥 nền đất, mặt đất. ¶ ~에 앉다 ngồi xổm trên mặt đất.

땅버들 [TV] cây liễu bụi, dại.

땅벌 [CT] con ong đào lỗ.

땅벌레 [CT] con giòi, ấu trùng con giun đất.

땅사기꾼 tay lừa đảo nhà đất.

땅울림 đất rung (지진); chao đảo.

땅콩 lạc rang, đậu phộng.

땅투기 sự đầu cơ đất.

땋다 tết.

때[1] ❶ (시각 · 시간) khi, lúc, thời điểm. ¶ 점심 ~ lúc ăn trưa / ~를 어기지 않고 đúng thời điểm / ~ 늦은(늦게) muộn / (매일) 이맘 ~에 vào cùng thời điểm / 이제 잘 ~다 bây giờ là giờ đi ngủ. ❷ (경우) trường hợp, tình huống. ¶ 위급 존망의 ~ lúc nguy khốn /실패했을 ~에는 khi thất bại. ❸ (기회) cơ hội; (시기) thời cơ. ¶ ~ 아닌 chưa đến lúc / ~를 못 만난

영웅 anh hùng không gặp thời / ~를 기다리다 chờ thời cơ / ~를 놓치다 bỏ lỡ cơ hội. ❹ (시대·당시) thời đại. ¶ 그 ~ lúc đó, đương thời / 내가 런던에 있었을 ~ khi tôi đang ở Luân Đôn / 학교에 다니던 ~에 khi tôi đi học. ❺ (끼니) bữa. ¶ ~를 거르다 bỏ bữa.

때[2] ❶ (더러운) ghét; (얼룩) vết bẩn. ¶ ~(가) 묻다 vấy bẩn, dây bẩn / ~ 빼다 (씻다) gột (tắm rửa). ❷ (시골티 따위) vẻ (quê mùa). ¶ ~를 벗은 hết vẻ quê mùa / ~를 벗지 못한 không thể rũ bỏ vẻ cục mịch quê mùa.

때가다 (잡혀가다) bị bắt đi.

때구루루 ¶ ~ 구르다 lăn ầm ầm.

때굴때굴 ¶ ~ 굴리다 lăn lông lốc.

때까치 【LCh】 chim bách thanh.

때깔 màu sắc, hình dáng.

때다[1] (잡히다) bị bắt.

때다[2] ¶ 불을 ~ đốt lửa / 석탄 [장작]을 ~ đốt than đá [củi].

때다[3] (액을) giải hạn.

때때로 thỉnh thoảng. ¶ ~ 방문하다 thỉnh thoảng đến chơi.

때때옷 quần áo sặc sỡ.

때리다 đánh; (손바닥으로) tát. ¶ 때려 눕히다 đánh ngã / 때려 부수다 đập vỡ / 때려 죽이다 đánh chết / 얼굴을 ~ tát mặt (má).

때마침 đúng lúc.

때문 ¶ ~에 tại vì, vì, bởi, do / 전쟁 ~에 bởi chiến tranh / 그 ~에 vì thế.

때물벗다 gột rửa, làm sạch, đánh bóng.

때우다 ❶ (깁다) vá; (땜질) hàn lại ❷ (임시변통으로) tạm thay thế.

땔나무 củi.

땜 ☞ **땜질**.

땜납 thiếc.

땜인두 mỏ hàn thiếc.

땜장이 thợ hàn thiếc.

땜질 hàn. **~하다** hàn.

땡 (뜻밖의 수) vận đỏ. ☞ **땡잡다**.

땡감 hồng xanh.

땡그랑거리다 leng keng.

땡땡 leng keng.

땡땡하다 căng phồng.

땡잡다 gặp vận đỏ, số đỏ.

떠꺼머리 tóc tết đuôi sam. ¶ ~ 처녀 [총각] cô gái [chàng trai] đến tuổi cập kê.

떠나다 ❶ (출발함) rời khỏi. ¶ 서울을~ rời khỏi Seoul / 부산으로 ~ đi Busan / 세상을 ~ từ trần ❷ (물러나다) lùi; (떨어지다) mất. ¶ 직을 ~ mất chức / 멀리 떠나살다 dời đi sống ở xa.

떠내다 nhổ.

떠다니다 ❶ (공중) lơ lửng. ❷ (수면) nổi lên.

떠다밀다 ❶ (밀다) đẩy. ❷ (넘기다) đùn đẩy.

떠돌다 (표류) lơ lửng, phiêu du; (방랑) lang thang.

떠돌이 ma cà bông. ¶ ~별 【TVH】 sao đổi ngôi.

떠들다 ❶ (큰소리로) ầm ĩ. ❷ (술렁거리다) xáo trộn, nhốn nháo; (소동) ầm ĩ.

떠들썩하다 ầm ĩ.

떠들어대다 ầm ĩ (không dứt).

떠듬거리다 ☞ **더듬거리다**.

떠듬적거리다 ☞ **더듬거리다**.

떠름하다 ❶ (맛이) chát. ❷ (내키지 않다) không muốn; (꺼림하다) lảng tránh.

떠맡기다 giao, ép. ¶ 억지로~ ép nhận.

떠맡다 nhận, đảm nhận. ¶ 빚을 ~ gánh nợ / 책임을 ~ gánh trách nhiệm.

떠받들다 ❶ (쳐들다) nhấc lên. ❷ (공경) cung kính, kính; (추대) tôn trọng. ❸ (소중히) tôn kính.

떠받치다 giữ, đỡ.

떠버리 người lắm điều.

떠벌리다 ❶ (과장) khoa trương; (떠들어

댐) ầm ĩ. ❷ (크게 차리다) huênh hoang.
떠보다 ❶ (무게를) cân. ❷ (속을) đoán biết. ❸ (인품을) đánh giá.
떠세하다 sĩ diện.
떠오르다 ❶ (물위에) nổi lên (mặt nước); (공중에) lơ lửng (trên không trung). ❷ (생각이) nảy ra (ý nghĩ). ❸ (얼굴에) xuất hiện (trên mặt); (눈물이) nước mắt chảy trên khuôn mặt; (웃음이) nở nụ cười. ❹ (수사선상에) phát hiện được điểm thắt.
떡[1] bánh bột gạo (*tok*).
떡[2] ¶ ~ 버티다 thoải mái / 입을 ~ 벌리고 ngoác mồm.
떡갈나무 [TV] (재목) cây sồi.
떡국 món súp bằng bánh bột gạo của Hàn Quốc.
떡메 chày giã bánh.
떡밥 gạo hấp làm *tok*; (낚시미끼) mồi cá.
떡방아 chày giã bánh. ¶ ~를 찧다 giã bánh.
떡벌어지다 hở, ngoác; (입이) ngoạc ra. ¶ 가슴이 ~ hở ngực.
떡잎 [TV] mầm.
떨거덕거리다 sầm, ầm ì.
떨거럭거리다 ☞ **떨거덕거리다**.
떨거지 còn lại một ít.
떨걱거리다 ☞ **떨거덕거리다**.
떨그렁거리다 phèng phèng.
떨기 nhánh, nhành. ¶ 한 ~ 꽃 một nhành hoa.
떨다[1] ❶ (붙은 것을) bóc, tách; (먼지를) phủi (bụi). ❷ (곡식을) đập lúa. ❸ (팔다 남은 것을) tống tháo. ❹ (부리다) làm. ¶ 애교를 ~ nũng nịu / 수다를 ~ buôn chuyện, nói chuyện phiếm / 엄살 ~ làm trò.
떨다[2] (몸을) run rẩy.
떨리다[1] ❶ (떨어지다) bị rơi. ❷ (쫓겨나다) bị đuổi.
떨리다[2] (몸이) run rẩy, rùng mình; (무서워) run sợ; (진동) rung; (추위에) lạnh run. ¶ 온몸이 ~ toàn thân run rẩy.
떨어뜨리다 ❶ (아래로) hạ xuống. ¶ (실수로) 컵을 ~ đánh vỡ cốc / 폭탄을 ~ ném bom ❷ (줄이다) rút ngắn, giảm. ¶ 값을 ~ giảm giá / 속력을 ~ giảm tốc / 참석자 명수(名數)를 ~ giảm số người tham dự. ❸ (지위, 명성을) giáng chức (지위를). ¶ (일이) 인기를 ~ mất danh giá / 병졸로 계급을 ~ hạ cấp bậc, giáng cấp xuống binh nhất (군대). ❹ (질을) hỏng, giảm chất lượng. ¶품질을 ~ mất chất. ❺ (함락) biến mất. ❻ (해뜨리다) phá hoại làm hỏng (mòn, rách). ¶ 신발을 ~ đi giày như phá / 아이들은 옷을 잘 (많이) ~ bọn trẻ mặc quần áo như phá. ❼ 잃다 mất. ¶ 지갑을 ~ mất ví. ❽ (불합격) trượt. ¶ 시험에서 ~ thi trượt.
떨어지다 ❶ (낙하) rơi. ¶ 쿵 ~ rơi phịch xuống / 책이 쿵 소리나게 바닥에 ~ quyển sách rơi phịch xuống đất / 땀이 이마에서 ~ mồ hôi rơi từ trán / 촛농이 떨어지기 시작하다 nến bắt đầu chảy / 지붕에서 ~ rơi từ trên mái nhà. ❷ (붙은 것이) tách rời. ¶ 얼룩이 안 떨어진다 vết bẩn không tẩy được. ❸ (남다) còn lại. ¶ 빚 갚고 떨어진 돈 số tiền còn lại sau khi trả nợ. ❹ (뒤지다) tụt lại. ¶ 경주에서 ~ thua / 비행술이 서양에 ~ kỹ thuật lái máy bay thua kém phương tây. ❺ (값이) mất giá trị. ¶ 값이 ~ mất giá. ❻ (감퇴) giảm sút. ¶ 가치가 ~ mất giá / 인기가 ~ mất danh tiếng, kém hấp dẫn. ❼ (못하다) kém. ¶ 품질이 ~ chất lượng kém. ❽ (헤어지다) chia tay. ❾ (바닥나다) cạn kiệt (상품이). ¶ 용돈이 ~ hết tiền / 식량이 ~ hết lương thực. ❿ (숨이) hết hơi. ⓫ (병, 습관이) khỏi. ¶ 감기가 ~ khỏi (đỡ) bị cảm.

gc. ⑫ (거리, 간격) cách. ¶ 멀리 떨어진 cách xa / 여기에서 4 마일 떨어져 있다 cách đây khoảng 4 dặm. ⑬ (갈라짐) chia. ¶ 떨어질 수 없는 không thể tách rời / 떨어져 나오다 rời ra. ⑭ (함락) rơi. ⑮ (실패) thua. ¶ 3 표 차로 ~ thua do thiếu 3 phiếu / 대학입학 시험에서 ~ thi trượt đại học. ⑯ (수중, 술책에) rơi vào, sập (bẫy). ¶ 모든 사람이 싫어하는 그 어려운 일이 나에게 ~ những việc khó khăn mà mọi người không thích làm thì lại đến tôi. ⑰ (상태, 처지) rơi vào trạng thái. ¶ 사위가 술에 골아 ~ con rể say rượu ngủ / 직장을 잃고 괴로운 처지(處地)에 떨어졌다 mất việc làm và rơi vào tình trạng khốn cùng / 형이 잠에 깊이 ~ anh ngủ rất say. ⑱ (명령, 구령(口令), 지시(指示)) hạ lệnh, ra lệnh. ¶ 대장(隊長)의 입에서 집에 다녀오라는 지시가 ~ đại tướng ra lệnh cho về qua nhà.

떨치다 ❶ (명성을) phô trương (thanh thế); (타동사적) rũ bỏ; (힘, 권력을) phô trương (sức mạnh, quyền lực. ¶ 이름을 ~ gây dựng tên tuổi. ❷ (흔들어서) rũ bỏ.

떫다 chát.

떳떳하다 thẳng cánh, thẳng thừng, hiên ngang, đàng hoàng, tự tin, chính đáng. ¶ 떳떳이 thẳng / 떳떳이 행동하다 hành động một cách đường hoàng / …을 떳떳하지 않게 여기다 suy nghĩ lệch lạc / 그녀는 구걸하는 것을 떳떳하게 생각하지 않는다 Cô ấy không tự tin trong việc xin xỏ.

떵떵거리다 vẻ đàng hoàng, sung túc.

떼[1] (무리) bầy, đàn, đám; (사람) nhóm, đội, tổ; (말, 소) bầy, đàn; (늑대, 새) bầy, đàn; (어류) đàn cá; (벌레) bầy, đàn (어수선한 상태). ¶ 젊은이 ~거리 đám đông trẻ con / 적 ~거리 một nhóm quân địch / 참새~ một đàn chim sẻ / 작은 고기~들이 흩어졌다 đàn cá nhỏ tản ra / 벌~ đàn ong / 퇴비더미 위의 파리~ đàn ruồi đậu trên đống phân.

떼[2] (잔디) cỏ. ¶ ~를 뜨다 nhổ cỏ, bứt cỏ / ~를 입히다 dát cỏ, trồng cỏ.

떼[3] (뗏목) bè, mảng.

떼[4] đòi hỏi. ~쓰다 đòi hỏi.

떼구루루 ☞ **떼굴떼굴**.

떼굴떼굴 sự lăn, sự cán, sự quay mài. ¶ ~ 구르다 quay vòng, cuốn đi, xoay tít.

떼다[1] ❶ (붙은것을) bóc. ❷ (분리) tách; (당겨) kéo ra; (사이를) chia rẽ. ¶ 행간(行間)을 ~ cách dòng. ❸ (봉한 것을) bóc, mở (vật đậy kín). ❹ (공제) trừ. ¶ 봉급에서 ~ trừ lương. ❺ (절연(絶緣)) tuyệt giao, đoạn tình. ¶ 뗄레야 뗄수 없는 사이다 tình cảm giữa họ không thể chia cắt. ❻ (거절) cự tuyệt. ❼ (수표따위를) viết, phát hành, rập.

떼다[2] (안갚다) không trả lại; (속어) quỵt nợ.

떼먹다 ☞ **떼어먹다**.

떼새 ❶ [LCh] các loài chim sống gần vùng nước. ❷ (새의 떼) đàn chim.

떼어놓다 (분리) chia tách; (이간) tuyệt giao.

떼어먹다 (가로채다) cướp, ăn chặn; (안갚다) không trả lại.

떼어버리다 ☞ **떼다**[1] ❶, ❺.

떼치다 (붙는 것을) bóc, tách; (거절) cự tuyệt.

뗏목(-木) bè, mảng. ¶ ~꾼 người chở bè, người đi mảng.

뗏장 đám cỏ, bãi cỏ.

뗑그렁거리다 leng reng, leng keng.

또 ❶ (또다시) tái diễn; (거듭) lại. ¶ ~ 한번 lại lần nữa / ~ 하나의 cái nữa (딴). ❷ (또한) đồng thời. ¶ 나도 ~

가지고 있다 tôi cũng có. ❸ (그 위에) thêm nữa.
또는 hoặc; (아마) có lẽ.
또다시 lại. **~하다** làm lại.
또닥거리다 lạch cạch.
또랑또랑 ¶ ~한 trong vắt.
또래 lứa tuổi.
또렷하다 ☞ **뚜렷하다**.
또바기 đều đặn, luôn luôn.
또아리 ☞ **똬리**.
또한 (한가지로) cũng, cũng được, cũng như thế, cũng như vậy; (그 위에) hơn nữa, ngoài ra, vả lại.
똑[1] (소리) ❶ tiếng gõ nhẹ, tý tách (물이 떨어지는 소리). ❷ tiếng rơi tõm. ❸ tách, lách tách.
똑[2] (틀림없이) chính xác, đúng đắn, có căn cứ. ¶ ~ 같다 giống hệt, giống như đúc.
똑딱거리다 (시계가) tích tắc, tiếng kim đồng hồ chạy. ¶ 똑닥똑닥 tích tắc tích tắc.
똑딱선(-船) tàu thủy chạy bằng hơi nước.
똑똑 ❶ (두드리는 소리) cốc cốc. ¶ 문(門)을 ~ 두드리다 gõ cốc cốc. ❷ (부러지는) răng rắc. ❸ (물이) róc rách.
똑똑하다 ❶ (영리) thông minh, lanh lợi, sáng dạ. ¶ 똑똑한 아이 đứa trẻ lanh lợi. ❷ (분명) rõ ràng, dễ hiểu. ¶ 똑똑한 발음 phát âm rõ ràng.
똑똑히 (명료하게) sự rõ ràng, sáng tỏ, minh bạch; (영리하게) sự thông minh, sáng dạ. ¶ ~ 굴다 hành động một cách thông minh.
똑바로 (바르게) ngay thẳng, đúng đắn; (곧추) thẳng, ngay thẳng; (바른대로) theo hướng thẳng, theo hướng đúng. ¶ ~ 살다 (바르게 살다) sống trung thực, thẳng thắn; (정확하게) chính xác; (옳게) đúng đắn / ~ 하다 làm cẩn thận; (정면으로) chính diện; (직접) trực tiếp.
똘똘 ¶ ~ 말다 cuộn tròn.
똘똘하다 sáng dạ, thông minh, nhanh trí.
똥 phân, cứt (동물의); phân động vật (속어). ¶ 개~ phân chó, 말~ phân ngựa / ~마렵다 buồn đi ngoài / 얼굴에 ~칠하다 bôi phân vào mặt.
똥값 giá bèo (속어). ¶ ~으로 팔다 bán với giá bèo bọt.
똥거름 phân bắc, phân chuồng.
똥겨주다 làm sáng tỏ, gợi ý cho.
똥구멍 hậu môn, lỗ đít. ¶ ~이 찢어지게 가난하다 nghèo rớt.
똥기다 ☞ **똥겨주다**.
똥끝타다 cảm thấy áy náy, sốt ruột, bồn chồn, lo lắng.
똥누다 đi cầu, đi ỉa, đi đại tiện.
똥똥하다 mập và lùn.
똥싸개 đứa trẻ ỉa đùn.
똥싸다 đi cầu, đi ngoài, đi ỉa, đại tiện.
똬리 miếng đệm, cái lót đầu. ¶ ~쇠 vòng đệm bằng kim loại.
뙈기 (논밭의) mảnh vườn, mảnh ruộng.
뙤약볕 ánh nắng gắt. ¶ ~을 쬐다 nắng chiếu gắt.
뚜 (소리) tiếng còi.
뚜껑 nắp vung; (솥, 상자의) vung, nắp, vỏ bọc ngoài, đồ đậy; (병의) nút; (붓따위의) nắp; (호주머니의) nắp túi. ¶ ~을 덮다 đậy nắp / ~을 열다 mở nắp.
뚜덕거리다 gõ nhẹ, đánh nhẹ.
뚜덜거리다 ☞ **두덜거리다**.
뚜뚜 (소리) tiếng còi tu tu.
뚜렷하다 rõ ràng, minh bạch; (현저) đáng chú ý, rõ rệt, nổi bật. ¶ 뚜렷이 một cách rõ rệt.
뚜벅거리다 ❶ tiếng đi bộ rõ ràng. ❷ đường hoàng, tự tin, bệ vệ.
뚜쟁이 ❶ (중매장이의 낮춤말) kẻ mối lái.

❷ (매춘 알선업자) tên ma cô, kẻ môi giới mại dâm.

뚝 ❶ (갑자기) bỗng nhiên, tự dưng, bất thình lình, đột ngột. ¶ ~ 그치다 bỗng nhiên ngừng. ❷ (떨어지는 소리) tiếng rơi của một vật to, nặng (uỵch, thịch). ❸ (꺾는 소리) tiếng gẫy của cành cây, rắc, răng rắc (나무).

뚝닥거리다 ❶ (소리가) lóc cóc, lách cách, gây ồn ào. ❷ (가슴이) (tim) đập thình thịch.

뚝뚝 ❶ (물방울 소리) tí tách, lộp độp. ❷ (부러짐) (tiếng) tách, rắc.

뚝뚝하다 ❶ (애교가 없다) khó gần, khó chịu, khó ưa, không thích kết bạn, không nhã nhặn, không hòa nhã, lỗ mãng, không ý tứ. ¶ 뚝뚝하게 một cách khó chịu / "너 혼자 해라"라는 뚝뚝한 소리가 들렸다 nghe thấy một câu cộc lốc "Làm một mình đi". ❷ (굳다) cứng nhắc, khó khăn, khắc nghiệt.

뚝배기 nồi đất nung.

뚝별나다 nóng tính, dễ cáu, dễ bực mình, hay gắt gỏng, dễ giận dỗi.

뚝심 sức chịu đựng, sức bền bỉ, tính nhẫn nại.

뚫다 (구멍을) khoan, dùi (lỗ); (관통) thông nhau, thông suốt. ¶ 귀를 ~ hiểu ra vấn đề, nghe thủng / 뚫고 나아가다 vượt qua khó khăn, thoát ra.

뚫리다 (구멍) bị xuyên thủng, bị đục lỗ.

뚫어지다 (구멍) bị khoan, bị đục lỗ, bị khoét; (길이) bị ổ gà.

뚱딴지 ❶ (사람) người ngu dốt, người đần độn. ¶ ~ 같은 đồ ngu dốt. ❷ (전기의) vật cách điện.

뚱땅거리다 gõ nhịp. ¶ 뚱땅거리며 놀다 chơi vui vẻ, chơi sôi nổi.

뚱뚱보 người béo phì, người béo bệu, người phì nộn (구어).

뚱뚱하다 béo, mập.

뚱보 ❶ (뚱한사람) người lầm lì. ❷ ¶ 뚱~ người béo.

뚱하다 ❶ lầm lì. ❷ (못마땅하여 시무룩하다) buồn rầu, ủ rũ.

뛰놀다 chạy nhảy, nhảy cẫng lên.

뛰다[1] ☞ **튀다**.

뛰다[2] ❶ (도약) nhảy vọt; (튀다) bắn ra, văng ra; (가슴이, 심장이) đập (tim, trống ngực); (달리다) chạy; (시세가) thay đổi. ¶ 뛰는 가슴으로 với trái tim đập thình thịch / 가슴이 ~ trống ngực đập / 좋아서 경중경중 ~ thích quá nhảy cẫng lên. ❷ (거르다) bỏ qua. ❸ (그네, 널을) chơi (đu, bập bênh). ¶ 과거에 한국여자들은 밖의 세상을 보기 위해 널을 뛰었다 Ngày xưa, các thiếu nữ Hàn Quốc thường chơi trò bập bênh để được nhìn thấy thế giới bên ngoài.

뛰어가다 chạy nhanh.

뛰어나가다 lao ra, phóng ra.

뛰어나다 (남보다) xuất sắc, vượt trội (hơn người khác). ¶ 뛰어난 xuất sắc, giỏi, nổi tiếng.

뛰어내리다 nhảy xuống. ¶ 달리는 차에서 ~ nhảy khỏi chiếc xe đang chạy.

뛰어넘다 ❶ (솟구쳐) nhảy qua, vượt qua. ¶ 도랑을 ~ nhảy qua mương. ❷ ☞ **뛰다**[2] ❷.

뛰어다니다 (깡충깡충) chạy, vừa chạy vừa nhảy; (바쁘게) tất bật

뛰어들다 (물속으로) nhảy vào, nhảy xuống (nước); (토론에) lao vào, tham gia (thảo luận).

뛰어오다 chạy đến, chạy về phía.

뛰어오르다 lên, nhảy lên.

뜀 (도약) cú nhảy, cú bật. ¶ ~박질 (도약) nhảy; (달리기) chạy.

뜀뛰기 [TT] môn nhảy cao, môn nhảy

xa. ¶ ~ 선수 vận động viên nhảy cao (xa) / ~ 운동 môn nhảy cao (xa) / ~ 판 ván nhảy, cầu nhảy, cầu bật.

뜀틀 (체조의) cầu ngựa (thể dục dụng cụ). ¶ ~을 뛰어넘다 nhảy qua cầu ngựa.

뜨개질 việc đan, móc. **~하다** đan. móc. ¶ ~ 바늘 kim đan (코바늘) kim móc.

뜨겁다 ❶ (온도) nóng. ¶ 뜨거운 커피 cà phê nóng. ¶ 뜨거운 물 nước nóng. ❷ (사랑, 정열, 열정) nóng bỏng, mãnh liệt (tình yêu, nhiệt tình, nhiệt huyết). ¶ 뜨거운 사랑 tình yêu mãnh liệt.

뜨끈뜨끈한 nóng giãy, nóng hổi. ¶ ~한 고구마 củ khoai nóng hổi.

뜨끔거리다 ☞ **뜨끔하다**.

뜨끔하다 đau nhức, nhức nhối, cắn rứt. ¶ 나는 그것을 들었을때 뜨금했다 khi nghe thấy điều đó tôi đau nhói.

뜨내기 ❶ (사람) người nay đây mai đó, lang thang. ¶ ~ 손님 khách vãng lai. (반대말: 단골 손님 khách quen) / ~장사 công việc thời vụ, tạm thời. ❷ (일) công việc tạm thời, công việc có tính thời vụ.

뜨다[1] ❶ (느리다) chậm; (둔하다) chậm hiểu, tối dạ. ❷ (입이) trầm lặng, ít nói, dè dặt, kín đáo. ❸ (칼날이) cùn, lụt. ❹ (비탈이) dốc, nghiêng.

뜨다[2] ❶ (물) nổi, nổi lên trôi; (하늘에) trôi lơ lửng trên trời. ❷ (해, 달이) mọc, mọc lên, xuất hiện. ¶ 코르크(마개)가 물위에 ~ phao (nút) nổi trên mặt nước / 해가 5 시에 ~ mặt trời mọc lúc 5 giờ / 비가 온 후 무지개가 ~ [TNg] sau cơn mưa cầu vồng mọc. ❸ (사이가) rời xa, giãn cách; (관계가) quan hệ trở lên xấu đi. ¶ 다음번에 그를 만날 때까지는 너무 기간이 ~ Sau này, biết đến bao giờ gặp được anh ta. ❹ (빌려준 것 따위가 사라지다) không đòi lại được vật đã cho mượn, bị mất đi. ¶ 책이 어디론가 떠버렸다 sách cho mượn không thấy trả.

뜨다[3] ❶ (썩다) lên men, lên mốc (맥주나 포도주의 발효). ❷ (얼굴이) vàng bủng, tái xám (mét). ¶ 누렇게 뜬 얼굴 khuôn mặt vàng bủng.

뜨다[4] (뜸을) giác hơi.

뜨다[5] (자리를) bỏ đi, bỏ trống. ¶ 세상을 ~ đi về cõi vĩnh hằng (chết) / 고향을 ~ rời quê hương / 자리를 ~ vắng; (옮기다) di chuyển, di dời.

뜨다[6] (물 따위를) múc, tát (국자로); (떼어 내다) tháo tung ra, để riêng ra, tách rời ra; (뗏장을) bứt cỏ; (고기를) xẻ thịt; (각뜨다) gọt; (종이를) xé (giấy); (옷감을) xé, cắt (vải).

뜨다[7] (눈을) mở mắt; (비유) thức tỉnh, tỉnh táo. ¶ 그녀는 문학에 눈이(을) 뜨기 시작했다 Cô ta bắt đầu quan tâm về văn học.

뜨다[8] (실로) đan, khâu; (코바늘로) móc; (깁다) vá; (그물을) đan (lưới).

뜨다[9] (본을) theo mẫu, theo gương; (비유) (남을)noi gương (ai đó).

뜨다[10] ❶ (속어: 나타나다) xuất hiện. ¶ 장군이 뜨면, 무서워 모두 벌벌 떤다 tất cả run lẩy bẩy vì sợ khi thấy vị tướng xuất hiện. ❷ (뜨뜻하다) ấm áp. ¶ 뜨뜻이 nóng ấm.

뜨물 nước vo gạo.

뜨음하다 ☞ **뜸하다**.

뜨이다 ❶ (눈이) mở (mắt) ra, tỉnh dậy, thức dậy. ❷ (발견) tỉnh ngộ ra, nhận ra. ❸ (눈에) bị nhận ra, bị đập vào mắt, bị lôi cuốn sự chú ý. ¶ 눈에 뜨이는 미인 một mỹ nhân có vẻ đẹp cuốn hút.

뜬구름 ¶ ~ 같은 인생 cuộc sống không mục đích, cuộc đời trôi nổi.

뜬눈 ¶ ～으로 새우다 thức suốt đêm, thức trắng.

뜬벌이 việc làm tạm thời, không ổn định.

뜬소문 tin đồn không căn cứ, tin vịt.

뜬숯 than củi.

뜯기다 ❶ (돈을 빼앗기다) bị cướp giật, bị tước đoạt. ❷ (물리다) bị cắn, bị đốt. ¶ 벼룩에게 뜯긴 자리 chỗ bị bọ đốt. ❸ (마소에 풀을 먹임) bị nhổ lên (do bò, ngựa ăn).

뜯다 ❶ (분리, 분해) chia tách, phân tách; (풀, 털따위를) nhổ (cỏ, tóc), giật ra, gỡ ra, xé ra. ❷ (악기를) chơi (đàn). ¶ 하프를 ～ chơi đàn hạc (loại đàn cổ của phương tây). ❸ (얻다) lấy, chiếm.

뜯어내다 ❶ (붙은 것을) bóc, tách. ❷ (분해) tháo, dỡ, phá. ❸ (금품 등을) bòn rút, ăn chặn, ăn bớt.

뜯어말리다 (싸움 등을) can ngăn, can (đánh nhau).

뜯어먹다 ❶ (붙은 것을) bứt ăn; ăn cướp, ăn chặn. ❷ (…를 졸라대서) lôi kéo, nài nỉ.

뜯어벌이다 ❶ (벌여 놓다) tháo dỡ, phơi bày. ❷ (이야기를) (nói) ba hoa, nói khích bác.

뜯어보다 ❶ (살펴보다) quan sát. ❷ (읽다) căng mắt để đọc, xem kỹ. ❸ (봉한 것을) mở ra xem (niêm phong).

뜰 (정원) vườn; (울안) phần đất phía trong được hàng rào bao bọc.

뜸 (구) ～ 뜨다 giác hơi.

뜸부기 [LCh] gà lôi.

뜸직하다 chín chắn, chậm rãi, đáng tin.

뜸질 (뜸뜨기) việc giác hơi, hành động giác hơi.

뜸하다 thưa, ít, lâu lâu, không thường xuyên. ¶ 그녀가 부모를 만나는 것이 ～ cô ấy ít gặp bố mẹ hơn / 요새 그녀가 부모를 만나는 것이 뜸해졌다 dạo này cô ta gặp bố mẹ thưa hẳn.

뜻 ❶ (의지) ý chí; (의향) suy nghĩ; (목적) mục đích; (지망) khát khao; (희망) hi vọng. ¶ 큰 ～ hoài bão / ～대로 như ý / ～을 두다 có ý nghĩa, mang ý nghĩa / ～을 이루다 hoàn thành tâm nguyện. ❷ (의미) nghĩa; (취지) mục đích. ¶ ～이 통하지 않는 말 lời nói khó hiểu / ～ 있는 눈짓 cái nháy mắt đầy ẩn ý / 파트너를 속이려는 나쁜 ～으로 với ý định xấu là lừa lọc đồng nghiệp / 그는 학생임에도 불구하고 공부에는 ～이 없다 nó là học sinh nhưng chẳng có ý định học / 그 단어의 ～은 무엇이냐? từ đó nghĩa là gì? / 신의 ～을 헤아리기 어렵다 không thể biết được ý trời / 그녀는 과학자가 되려는 ～이 있다 Cô ấy muốn trở thành nhà khoa học.

뜻맞다 (의기상통) tâm đầu ý hợp; (마음에 들다) vừa ý, hài lòng. ¶ 뜻이 맞는 친구 bạn tâm giao.

뜻밖 ¶ ～의 bất ngờ / ～에 bất ngờ / ～에 …하게 되다 gây bất ngờ. ¶ ～의 소식 tin bất ngờ / 나는 ～에 그를 만났다 bỗng dưng tôi gặp người ấy.

뜻하다 (의도) dự định, dự kiến; (의미) có ý nghĩa. ¶ 뜻하지 않은 bất ngờ, không mong đợi.

띄다 cách ra, giãn cách.

띄어쓰다 viết cách ra, viết giãn ra.

띄엄띄엄 (단속적) giãn cách, đứt đoạn; (드문드문) thưa thớt, lác đác; (새를 두고) để cách ra, đều đặn, tăm tắp. ¶ ～ 가구가 배치된 sắp xếp đồ đạc, ngăn nắp, tăm tắp.

띄우다 ❶ (물위에) thả nổi (trên mặt nước); (공중에) thả (lên trời). ❷ (얼굴에) nở nụ cười (trên gương mặt). ¶ 웃음을 ～ nở nụ cười / 입가에 미소를

띄우고 mỉm cười. ❸ (훈김으로) hà (hơi). ❹ (사이를) giãn ra (khoảng cách). ❺ (편지 따위를) gửi (thư).

띠[1] dây, băng, dải. ¶ 가죽~ thắt lưng da / ~를 매다 thắt dây / ~를 끄르다 cởi dây. ¶ 머리~ bờm tóc.

띠[2] 【TV】 lau sậy.

띠다 ❶ (두르다) cuốn. ¶ 띠를 ~ cuốn dây. ❷ (지니다) mang theo, giữ bên mình. ❸ (용무 따위를) có (nhiệm vụ). ¶ 중요한 사명(使命)을 ~ có sứ mệnh trọng đại. ❹ (빛, 기색 따위를) sáng, tươi, nổi bật (sắc, khí sắc). ¶ 나는 붉은 빛을 띤 옷을 가지고 있다 tôi có cái áo màu đỏ nổi bật / 웃음을 ~ cười.

띠앗머리 tình anh em.

띵하다 (머리가) nhức đầu, buốt đầu, mụ mị, nặng đầu. ¶ 머리가 ~ đau buốt đầu, bị nặng đầu.

ㄹ

…ㄹ것같다 ❶ (추측) dường như, hình như, có lẽ, có vẻ. ¶ 비가 올 것 같다 có vẻ như trời sẽ mưa. ❷ (막 …할 것 같다) dường như, chắc là, có khả năng. ¶ 곧 울음을 터뜨릴 것 같다 dường như tiếng khóc sắp vỡ oà ra.

…ㄹ일망정 dù, mặc dù, ngay cả, tuy … nhưng. ¶ 나이는 어릴망정 dù ít tuổi / (비록) 여자일망정 tuy là phụ nữ.

…ㄹ바에 nếu đã … thì. ¶ 이왕 할 바에(는) nhân tiện nếu đã làm thì ….

…ㄹ뿐더러 không những … mà còn, không chỉ … mà còn. ¶ 그것은 경제적일 뿐더러 몸에도 좋다 cái đó không chỉ rẻ mà còn tốt cho cơ thể.

…ㄹ수록 (비교) càng ngày càng nhiều (더); càng ngày càng ít (덜). ¶ 어릴수록 귀엽다 càng bé càng dễ thương.

…ㄹ수없다 không thể, không thể xảy ra, không thể làm được. ☞ **수 없다**.

…ㄹ지 có... không, có chăng, không biết có không; hay là. ¶ 올지 안 올지 có đến hay không đến.

…ㄹ지도모른다 cũng không biết nữa, biết đâu đấy. ¶ 그는 가버렸을지도 모른다 biết đâu anh ta đã đi rồi / 그럴지도 모른다 cũng không biết là như thế.

…ㄹ지라도 dù, cho dù, ngay cả, nếu, dẫu cho. ¶ 아무리 가난할지라도 dù nghèo đi chăng nữa / 결과가 어찌될지라도 kết quả có thế nào đi chăng nữa / 아무리 노력한다 할지라도 dù có nỗ lực bao nhiêu đi nữa / 누구라 할지라도 cho dù là người nào đi chăng nữa / 어디라 할지라도 dù là nơi nào đi chăng nữa.

…ㄹ지어다 phải, nên. (도덕적 의무).

…ㄹ지언정 thà … hơn, thích … hơn; đúng hơn là, thà rằng. ¶ 죽을지언정 항복은 않겠다 Thà chết còn hơn là đầu hàng.

…ㄹ진대 trong trường hợp, nếu, nếu như (조건).

라 【ÂN】 (계명) nốt la.

…라고 nói là, bảo là. ¶ 들어 오~ 해라 bảo đi vào đi.

라도 ngay cả, ngay, ngay như; dù, cho dù, mặc dù, dẫu cho. ¶ 어린애~ ngay cả đứa trẻ / 어느 것이~ dù là cái nào / 어디~ cho dù nơi đâu.

라돈 【HH】 radon (nguyên tố hoá học) (기호 (kí hiệu) Rn).

라듐 【HH】 radium (kí hiệu Ra). ¶ ~ 광천 [요법] trị liệu [cách chữa bệnh] bằng radium / ~방사능 tính phóng xạ radium.

라드 mỡ lợn. ¶ ~유(油) dầu.

라디에이터(radiator) 【Anh】 bộ tản nhiệt.

라디오 radio, máy phát thanh, đài. ¶ ~를 틀다 [끄다] mở [tắt] radio / ~를 듣다 nghe đài. ¶ ~ 방송 đài phát thanh / ~ 수신기 máy thu thanh / ~ 중계 chương trình tiếp âm / ~ 해설 tường thuật phát thanh.

라르고 〔Ý〕 〔ÂN〕 cực chậm.
라마 (라마승) Lạt Ma (tu sĩ ở Tây Tạng). ¶ ～교 Lạt Ma giáo / ～교도 tín đồ Lạt Ma / ～사원 tu viện Lạt Ma.
라면 (국수) mì ăn liền, mì gói
라야(만) chỉ, duy nhất. ¶ 너～ chỉ có bạn.
라오스 vương quốc Lào. ¶ ～ 사람 người Lào.
라우드스피커(loud speaker) 〔Anh〕 loa, phóng thanh.
라운드(round) 〔Anh〕 〔QA〕 vòng thi đấu, vòng tròn, tròn. ¶ 10 ～의 권투 시합 trận thi đấu quyền anh hiệp 10.
라이너(liner) 〔Anh〕 ❶ (정기선 (定期船), 정기 항공기) tàu khách, máy bay chở khách theo định kì. ❷ (안감) lớp vải lót.
라이노타이프(linotype) 〔In〕 (ngành in) máy linô.
라이닝(lining) 〔M〕 lớp lót, lớp vải lót.
라이벌(rival) 〔Anh〕 đối thủ, địch thủ, người cạnh tranh, kẻ kình địch. ¶ 그들은 서로 ～이다 Họ là đối thủ của nhau / ～의식을 느끼다 cảm thấy ý thức cạnh tranh.
라이선스(licence) 〔Anh〕 giấy phép, sự cho phép, giấy đăng kí; bằng, chứng chỉ.
라이스카레(curry and rice) 〔Anh〕 cơm cà-ri.
라이온(lion) 〔Anh〕 con sư tử.
라이온스크럽(Lions club) 〔Anh〕 câu lạc bộ Lions.
라이카 Leica (hiệu máy ảnh của Đức).
라이터(lighter) 〔Anh〕 bật lửa. ¶ ～를 켜다 bật lửa, bật quẹt. ¶ ～돌 đá lửa.
라이트(light) 〔Anh〕 đèn, ánh sáng, tia lửa. ¶ ～를 켜다 [끄다] bật [tắt] đèn.
라이트급(-級) hạng nhẹ. ¶ ～ 선수(選手) 〔QA〕 võ sĩ hạng nhẹ.
라이트윙(right wing) 〔BĐ〕 cánh hữu, phe hữu (chính trị).
라이트필더(right-fielder) 〔BC〕 người chặn bóng bên hữu.
라이트필드(right field) 〔BC〕 đội bên hữu.
라이플총(-銃) súng trường.
라인(line) 〔Anh〕 đường, tuyến, dây, dòng. ¶ ～을 긋다 kẻ dòng.
라인강(-江) sông Rhine.
라인업(line-up) 〔Anh〕 đội hình, đội ngũ; (thể dục, thể thao) sự sắp xếp đội hình (trước khi giao đấu).
라일락(lilac) 〔TV〕 cây tử đinh hương.
라임라이트(limelight) ánh sáng đèn, đèn quảng cáo, đèn sân khấu.
라조(-調) 〔ÂN〕 D. ¶ 라장[단]조 trưởng [thứ] D.
라켓(racket) 〔Anh〕 vợt bóng bàn (탁구의).
라틴 La tinh. ¶ ～어 chữ La tinh / ～민족 dân tộc La tinh.
…락말락 sắp sửa, dường như sắp. ¶ 책이 책상위에서 막 떨어질락말락 한다 quyển sách trên bàn dường như sắp rơi.
란도셀 cặp sách, túi sách, ba lô.
란제리(lingerie) 〔Anh〕 đồ vải; quần áo lót phụ nữ.
랑데부(rendezvous) 〔Ph〕 chỗ hẹn, nơi hẹn gặp; cuộc hẹn. **~하다** có hẹn (với ai).
래커(lacquer) sơn mài.
램프[1](lamp) đèn. ¶ 석유 ～ đèn dầu.
램프[2] nguồn ánh sáng, nguồn hy vọng (교차로 따위의).
랩(lap) (경기의) vòng chạy, vòng đua. ¶ ～ 타임 thời gian vòng đua.
랩소디(rhapsody) 〔ÂN〕 Raxpôđi.
랭킹(ranking) 〔Anh〕 cấp, bậc, sự phân loại, sự xếp loại, vị trí. ¶ ～ 1위를 차지하다 chiếm vị trí số 1.
러닝(running) 〔Anh〕 (경주) cuộc chạy đua. ¶ ～샤스 áo thể thao.
러닝메이트(running mate) 〔Anh〕 người chạy cùng trong cuộc đua.
러버(rubber) (고무) 〔Anh〕 cao su;

러버(lover) (애인) [Anh] người yêu.
러브(love) [Anh] (연애) tình yêu. ¶ ~ 레터 (letter) bức thư tình / ~신 thần tình yêu.
러셀(russel) [Anh] (제설차) cái ủi tuyết (gắn ở xe dọn tuyết).
러시아 nước Nga. ¶ ~의 (của) Nga / ~말 tiếng Nga / ~ 사람 người Nga.
러시아워(rush hour) [Anh] giờ cao điểm.
럭키(lucky) [Anh] may mắn, vận may, hạnh phúc. ¶ ~ 세븐 số 7 may mắn.
럭비(lugby) [TT] môn bóng bầu dục.
런던 Luân Đôn. ¶ ~ 사람 [나기] người Luân Đôn.
런치(lunch) [Anh] (식사) bữa ăn trưa.
럼(주) [Anh] (-(酒)) rượu rum; rượu mạnh.
레가타(regatta) (경조(競漕)) cuộc đua thuyền.
레귤러(regular) [Anh] ❶ (정식의) thường lệ, cân đối, chuyên nghiệp, chính quy. ¶ ~ 멤버 thành viên chính thức. ❷ (정선수) vận động viên chuyên nghiệp.
레그혼(leghorn) rơm lêchho (một loại rơm ở vùng Li-voóc-nô, Ý); mũ rơm lêchho; gà lơgo.
레닌 Lê-nin. ¶ ~주의 chủ nghĩa Lê-nin.
레디메이드(readymade) [Anh] thực hiện, thực hành; hiểu rõ, thấy rõ; làm sẵn.
레몬 chanh. ¶ ~수 nước chanh / ~즙 (주스) nước cốt chanh, nước ép chanh.
레벨(level) [Anh] mức, cấp, cấp bậc, mức độ, trình độ. ¶ ~이 높다 [낮다] trình độ cao [thấp].
레스토랑(restaurant) [Anh] nhà hàng, quán ăn.
레슨(lesson) [Anh] bài học. ¶ 피아노 ~ bài học piano.
레슬링(wrestling) [TT] môn đấu vật. ¶ ~ 선수 vận động viên môn đấu vật.
레용(rayon) [Anh] tơ lụa nhân tạo.
레이(lei) vòng hoa. ¶ ~를 목에 걸다 quàng vòng hoa quanh cổ.
레이더(radar) [Anh] ra-đa, hệ thống ra-đa, máy ra-đa. ¶ ~ 장치 thiết bị ra-đa.
레이디(lady) [Anh] quý bà. ¶ ~ 퍼스트 (lady first) ưu tiên phụ nữ.
레이스[1](race) [Anh] (경주) cuộc đua, cuộc chạy đua.
레이스[2](lace) [Anh] (끈장식) dây trang trí, đăng ten, ren. ¶ ~를 달다 gắn dây trang trí.
레이저 [Anh] laser. ¶ ~ 광선 tia laser.
레인코트(rain coat) [Anh] áo mưa.
레일(rail) [Anh] tay vịn; hàng rào; xà ngang; (선로) đường sắt, đường ray xe lửa. ¶ ~을 깔다 xây dựng đường ray xe lửa.
레저(leisure) [Anh] thời gian rảnh rỗi, lúc thư nhàn; (여가) giải trí. ¶ ~붐 bùng nổ giải trí / ~ 산업 ngành công nghiệp giải trí.
레즈비언(lesbian) [Anh] người đồng tính luyến ái nữ, người đồng tính nữ.
레지 [Anh] (다방의) người đàn bà phục vụ ở quán cà phê.
레지스탕스(resistant) điện trở, sức đề kháng, sức bền. ¶ ~ 운동 động tác dẻo dai.
레지스터(register) [Anh] (금전 등록기) đăng ký.
레커차(wrecker車) (구난차) xe cứu hô, cứu nạn.
레코드(record) [Anh] ❶ (기록) biên bản, hồ sơ, sự ghi chép, kỷ lục. ¶ 올림픽 기록 kỷ lục Ô-lim-píc / 멀리뛰기에서 ~를(기록을) 깨다 phá kỷ lục nhảy xa / ~를(기록을) 보유하다 giữ kỷ lục. ❷ (축음기의) đĩa hát, đĩa ghi âm. ¶ ~를 틀다 mở đĩa hát / ~를 돌려놓다

quay đĩa hát. ¶ ~ 콘서트 đĩa nhạc hoà tấu.

레크레이션(recreation) 【Anh】 giờ ra chơi, giờ giải trí. ¶ 관광협회는 내용있는 [실속있는] ~ 을 주장한다 Hiệp hội du lịch chủ chương nội dung có giá trị [chắc chắn].

레테르(label) 【Anh】 nhãn, nhãn hiệu; chiêu bài. ¶ ~를 붙이다 dán nhãn.

레토르트(retort) 【HH】 bình cổ cong (dùng để chưng cất trong phòng thí nghiệm).

레퍼리(referee) 【Anh】 (심판) trọng tài.

레퍼터리(repertory) 【Anh】 (상연목록) kho tài liệu.

렌즈(lens) 【Anh】 kính áp tròng, thấu kính, kính lúp, kính hiển vi. ¶ ~를 맞추다 đo kính. ¶ 오목 [볼록] ~ kính lõm [lồi, phồng].

렌치(wrench) (공구) cờ lê, chìa vặn đai ốc.

렌트카(rent car) 【Anh】 xe thuê.

…**려고** định, dự định. ¶ 책을 사~ định mua sách.

로 ❶ (원인) do, vì, bởi vì. ¶ 편지는 실수~ 보내졌다 bức thư bị gửi nhầm / 그녀는 암으로 죽었다 cô ấy chết vì bệnh ung thư / 인원 부족으~ 그 병원은 병동 1개를 폐쇄하여야 한다 do thiếu nhân viên nên bệnh viện đó đành phải đóng cửa một khu. ❷ (단위) theo, bằng. ¶ 다스~ 팔다 bán theo tá / 그룹으~ theo nhóm / 26을 둘~ 나누다 chia 26 cho 2. ❸ (원료) do, từ, của, bằng. ¶ 벽돌~ 지은 집 nhà xây bằng gạch / 의자는 나무~ 되어있다 cái ghế được làm bằng gỗ. ❹ (수단) bằng, bằng phương tiện, với. ¶ 기차 ~ bằng tàu hỏa, bằng xe lửa / 도보~ đi bộ, đổ bộ / 스웨덴어~ bằng tiếng Thụy Điển / 큰 목소리~ 말하다 nói với giọng lớn. ❺ (추정, 근거) qua, vì, theo. ¶ 목소리~ 알다 biết qua giọng nói. ❻ (방향) hướng về, về phía, đi đến, đến. ¶ 여수~ 향하다 đi đến Yosu / 프랑스~ 가다 đi sang Pháp. ❼ (지위, 신분) với tư cách là, như là. ¶ 대표~ với tư cách đại biểu / 맏이~ 태어나다 sinh ra là con cả / 천재~ 태어나다 sinh ra là thiên tài.

로고스(logos) 【TrH】 thần ngôn; đạo.

로그(log) 【TH】 lôga.

로드쇼(road show) 【Anh】 cuộc biểu diễn lưu động

로드워크(road work) 【Anh】 (운동선수의) tập luyện chạy đường dài (vận động viên).

로랜 (장거리 항법) loran (hệ thống vô tuyến đạo hàng xa, viết tắt của ‘long range navigation’).

로마(Rome) La Mã. ¶ ~는 하루아침에 이루어진 것이 아니다 La Mã không phải vuột sớm một chiều mà hình thành được. ¶ ~가톨릭교 Thiên Chúa Giáo La Mã / ~ 교황청 toà thánh hội Va-ti-căng / ~ 숫자 số La Mã / ~자 chữ La Mã.

로마네스크(romanesque) 【Ph】 kiểu dáng La Mã, phong cách La Mã.

로맨스(romance) 【Anh】 lãng mạn, mơ mộng, hư cấu; tiểu thuyết lãng mạn. ¶ ~ 그레이 câu chuyện buồn lãng mạn.

로맨티시즘(romanticism) 【Anh】 chủ nghĩa lãng mạn.

로맨틱(romantic) 【Anh】 lãng mạn, viển vông, không thực tế, hão huyền.

로봇(robot) 【Anh】 rô-bốt. ¶ ~ 조정의 của rô-bốt điều khiển.

로비(lobby) 【Anh】 sảnh, hành lang.

로서 (지위, 신분, 자격) với tư cách là, như, đối với. ¶ 학자~ với tư cách

là học giả / 나~는 với tôi.
로션(lotion) [Anh] nước thơm, dầu dưỡng. ¶ 헤어 ~ dầu dưỡng tóc.
로스트(roast) [Anh] (불고기) thịt nướng.
로열티(royalty) [Anh] hoàng gia, hoàng thân.
로이드안경(-眼鏡) kính đồi mồi.
로이얼(lawyer) [Anh] luật sư, luật gia. ¶ ~ 복스 tiếng nói của luật sư.
로이터(Reuter) Roi-tơ. ¶ ~ 통신사 thông tấn xã Reuter.
로진백 [BC] túi rosin.
로컬(local) [Anh] địa phương; bộ phận, cục bộ. ¶ ~ 신문 báo địa phương.
로켓 rôcket, tên lửa. ¶ ~포 [탄, 비행기] máy phóng [bom, máy bay] tên lửa / 3 [다(多)] 단식 ~ tên lửa 3 tầng [nhiều tầng].
로코코식(-式) [KTr] kiểu rococo (phong cách nghệ thuật ở Châu Âu cuối thế kỷ 18, hoa hòe, loè loẹt, nặng về hình thức).
로큰롤 nhạc rock-'n'-roll.
로터리(rotary) [Anh] máy quay, sự quay; đường vòng.
로테이션(rotation) [Anh] sự quay vòng, sự xoay vòng, sự luân phiên.
로프(rope) [Anh] dây thừng, dây chão. ¶ ~ 웨이 đường dây.
로힐(low-heel) [Anh] giầy gót thấp (반대말: 하이힐 giầy gót cao).
록(ROK) Republic of Korea, Đại Hàn Dân Quốc.
론(loan) (대부금) sự vay nợ, tiền cho vay.
…**론**(論) lý luận (이론); lý thuyết (의견); sự nghị luận, sự bàn luận, sự bình luận (논설). ¶ 문학~ bình luận văn học / 문학이론 lý luận văn học.
롤러(roller) [Anh] ¶ ~ 스케이트 Patanh. ¶ ~스케이트 타다 trượt patanh.
롱런(long-run) [Anh] chạy dài, chạy đường trường.
뢴트겐 rơngen (vật lý). ¶ ~ 사진 ảnh rơngen / ~ 사진을 찍다 chụp ảnh rơngen.
루브르 (박물관) Louvre (tên bảo tàng).
루블 (러시아 화폐) đồng rúp, tiền Nga.
루비 đá rubi. ¶ ~ 반지 nhẫn đá rubi.
루완다 Rwanda. ¶ ~의 của Rwanda / ~ 공화국 nước cộng hoà Rwanda / ~ 사람 người Rwanda.
루주(rouge) sáp môi, thoa phấn hồng, bôi dưỡng môi (입술, 연지). ¶ ~를 바르다 bôi sáp môi, thoa phấn hồng.
루트(ruote) (경로) con đường, đường đi, kênh lộ. ¶ 판매 ~ con đường buôn bán / 정상 ~ con đường chính thức / 불법 ~ con đường bất hợp pháp.
루피 (인도 화폐) đồng rupi (tiền Ấn Độ).
룩색 [Anh] ba lô.
룩스 (조명도의 단위) luxơ (đơn vị chiếu sáng).
룰(rule) [Anh] (규칙) quy tắc, nguyên tắc, quy luật, điều lệ. ¶ ~에 어긋나다 sai quy tắc.
룰렛 (도박, 도구) rulet.
룸(room) [Anh] phòng. ¶ ~ 서비스 phục vụ phòng.
룸바 (춤, 곡) (điệu nhảy, giai điệu nhạc) rumba.
룸펜 (부랑자) kẻ lang thang, lêu lổng, người không nghề nghiệp.
류머티즘 [YH] bệnh thấp khớp.
르네상스 thời kỳ phục hưng.
르포르타주 [Ph] bản báo cáo, bài tường thuật, bài phóng sự.
리골레토 [Ý] rigoletto.
리그(league) [Anh] đồng minh, liên minh, hội liên đoàn; dặm, lý, giải (thi đấu).
리더(leader) [Anh] (지도자) nhà lãnh đạo, người chỉ đạo, người chỉ huy. ¶ 그룹 ~ nhóm lãnh đạo / 테러리스트~ kẻ

lãnh đạo khủng bố.

리드(lead) [Anh] (앞섬) sự lãnh đạo, sự hướng dẫn, sự chỉ dẫn, sự dẫn đầu. **~하다** lãnh đạo, chỉ huy, dẫn dắt, hướng dẫn, đứng đầu. ¶ 교수 ~하의 그룹 nhóm dưới sự chỉ dẫn của giáo sư.

리듬 [Anh] nhịp điệu, giai điệu, sự nhịp nhàng. ¶ ~감 cảm nhận giai điệu / 간단한 [쉬운] ~ nhịp điệu đơn giản [dễ] / 복잡한 [어려운] ~ nhịp điệu phức tạp [khó] / 빠른 ~ nhịp điệu nhanh / 느린 ~에 맞추어 엉덩이를 흔들다 lắc (đánh) mông cho khớp với nhịp điệu chậm.

리라(lira) (이탈리아 화폐) đồng Lia (tiền Ý). ¶ 이탈리아 화폐 ~가 최근에 상승했다 Đồng Lia của Ý gần đây đã tăng.

리릭(lyric) [Anh] bài thơ trữ tình, lời bài hát được ưa chuộng.

리바이벌(revival) [Anh] sự phục hưng, sự phục hồi, sự hồi sinh, sự làm sống lại. ¶ ~붐 xu hướng phục hưng.

리버럴(liberal) [Anh] ¶ ~한 sự rộng rãi, sự hào phóng. ¶ ~리즘 chủ nghĩa tự do / ~리스트 người theo chủ nghĩa tự do.

리버티(liberty) [Anh] sự tự do, quyền tự do.

리벳(rivet) [Anh] đinh tán.

리보핵산(-核酸) axit ribonucleic.

리본(ribbon) [Anh] dải ruy băng, dây nơ. ¶ 머리에 ~을 단 꼬마 소녀들 những cô bé buộc dây nơ trên đầu / ~과 상표가 달린 검은 학생모자 mũ học sinh màu đen có gắn biểu tượng và dây nơ.

리볼버(revolver) [Anh] (연발 권총) súng lục ổ quay.

리사이틀(recital) [Anh] cuộc biểu diễn độc tấu; sự thuật lại, sự kể lại; sự ngâm, sự bình(thơ). ¶ ~을 열다 kể lại, thuật lại.

리셉션(reception) [Anh] buổi đón tiếp, tiệc chiêu đãi. ¶ ~을 열다 tổ chức tiệc chiêu đãi.

리스트(list) [Anh] danh sách, sổ. ¶ ~에 오르다 ghi vào sổ / 그는 블랙~에 올라 있다 nó đã có tên trong sổ đen.

리시버(receiver) [Anh] người nhận, người lĩnh.

리얼(real) [Anh] ~한 thực tế, chân chính, có thật. ¶ ~리즘 chủ nghĩa hiện thực.

리터(liter) [Anh] lít.

리턴매치(return match) [Anh] trận về (thể thao).

리트머스(litmus) [Anh] quỳ. ¶ ~ 시험지 giấy thí nghiệm quỳ.

리포트(report) [Anh] (학교의) báo cáo, tiểu luận.

리프트(lift) [Anh] thang máy; sự nâng lên, sự nhấc cao.

리허설(rehearsal) [Anh] sự kể lại, sự nhắc lại; sự diễn tập (vở kịch).

리네르(linen) vải lanh.

린스(rinse) [Anh] nước súc, dầu xả. ¶ ~로 헹구다 tráng với dầu xả.

린치(lynch) lối hành hình Linsơ, tư hình luật rừng (không theo các trình tự của pháp luật mà cá nhân tự đặt ra hình phạt nặng nề để hành hạ đối phương).

릴(reel) [Anh] (낚시대, 테이프 등의) guồng (quay tơ, đánh chỉ); ống cuộn. ¶ ~ 낚시대 ống cuộn cần câu cá.

릴레이(relay) [Anh] ca, kíp (thợ); kíp ngựa; cuộc chạy đua tiếp sức; rơle (điện học); chương trình tiếp sóng (rađiô).

링(ring) [Anh] ❶ [QA] vũ đài. ¶ ~ 사이드(ringside) chỗ xung quanh vũ đài / 권투선수가 ~위에서 주먹을 날리다 võ

ㄹ

sĩ đấm bốc biểu diễn trên vũ đài. ❷ (반지) nhẫn.

링게르 Ringer (tên bác sĩ người Anh). ¶ ~ 주사 sự tiêm ringer / ~주사를 놓다 tiêm ringer.

링커폰 Lingerphone (tên nhãn hiệu) (상표명).

링크[1](link) 【Anh】 【KT】 mối liên lạc, mắt xích. ¶ ~제(制) chế độ liên lạc / ~제로하다 thực hiện bằng chế độ liên lạc.

링크[2](rink) 【Anh】 ❶ (스케이트장) sân băng, sân trượt băng. ❷ (골프장) sân gôn.

ㅁ

마 【TV】 tên một loại khoai (khoai mài).

마(魔) yêu tinh, ma, quỷ, tâm hồn xấu xa. ¶ ～의 건널목 ngã tư (đường giao cắt) tử thần / ～가 끼다 ma giữ, ma xen vào.

마(碼) yard. ¶ ～로 팔다 bán theo đơn vị yard.

…**마**(魔) người độc ác, kẻ thâm hiểm, người hiểm độc. ¶ 살인～ kẻ sát nhân.

마가린(margarine) bơ thực vật.

마가목 【TV】 tên một loại cây (cây trần bì trên núi).

마가복음(-福音) 【KT】 kinh thánh (sách phúc âm của thánh Mác).

마각(馬脚) chân tướng. ¶ ～을 드러내다 bộc lộ rõ chân tướng, biểu lộ rõ cá tính, hiện rõ bộ mặt thật.

마감 hết hạn. ~**하다** hết hạn, kết thúc. ¶ ～날 ngày hết hạn, ngày kết thúc / ～ 시간 thời gian hết hạn, thời gian kết thúc.

마개 nút chai (병 따위의); nắp thùng (통 따위의); nút bần (코르크의); van (수도 따위의). ¶ ～를 뽑다 mở nút chai, mở nắp bình / ～를 막다 đóng nút. ¶ ～뽑이 đồ mở van (코르크마개의).

마고자 áo khoác ngoài của đàn ông trong đồ truyền thống (한복).

마구(馬廐) bộ yên cương ngựa, yên cương (장식).

마구 một cách bất cẩn, tuỳ tiện, thiếu suy nghĩ, không thận trọng, phán đoán kém. ¶ ～ 지껄이다 hay nói, ba hoa, lắm mồm, huyên thuyên / 비가 ～ 쏟아지다 mưa xối xả; mưa to / 돈을 ～ 쓰다 tiêu tiền bừa bãi.

마구간(馬廐間) tàu ngựa, chuồng ngựa. ¶ ～에 넣다 để vào chuồng ngựa, để vào tàu ngựa.

마구리 hai đầu của một vật nào đó.

마구잡이 nói về một cách cư xử bừa bãi, hành động khinh xuất thiếu thận trọng (남획).

마굴(魔窟) ❶ (마귀의) hang động. ❷ (악한의) sào huyệt. ❸ (창녀의) nhà thổ, nhà chứa.

마권(馬券) vé đặt cược cho ngựa thắng cuộc trông đua ngựa. ¶ ～을 사다 mua vé.

마귀(魔鬼) ma, quỷ, người xấu xa, tâm hồn xảo quyệt. ¶ ～ 할멈 mụ phù thuỷ, kẻ yêu mị, đồ ma quỷ.

마그나카르타(Magnacarta) hiến pháp cơ bản.

마그네사이트(magnesite) 【Kh】 chất manhêzit.

마그네슘(magnesium) 【HH】 magiê (ký hiệu Mg); (사진의) nhiếp ảnh.

마그네시아(magnesia) 【HH】 magiê cacbonat. ¶ 황산～ axit sunfuric magiê.

마나님 (호칭) chỉ những người cao tuổi gọi theo cách của người xưa; (호칭) madam (bà, cô).

마냥 trạng thái no nê, mãn nguyện, thoả thuê, hài lòng. ¶ ～ 즐기다 bằng lòng, thoả mãn / ~ 먹고 앉아있다 ăn no nê thoải mái.

마네킹 ma-nơ-canh, hình nộm. ¶ ~ 걸 ma-nơ-canh nữ để mặc đồ mẫu.

마녀(魔女) ma nữ, mụ phù thuỷ, người đàn bà xấu bụng.

마노(瑪瑙) 【Kh】 mã não.

마누라 (아내) vợ, bà xã; (노파) bà già.

마늘 【TV】 tỏi. ¶ ~ 냄새가 나다 có mùi tỏi.

마니교(摩尼教) Ma-ni giáo.

마닐라 Manilla (thủ đô của Philipines). ¶ ~삼[지] cây gai [giấy] dầu Manilla.

마다 mỗi, mọi, mỗi lần, mỗi khi... (…할 때 마다). ¶ 5분 ~ cứ 5 phút / 해~ mỗi năm / 그녀를 만날 때~ 나는 행복하다 tôi hạnh phúc mỗi khi gặp cô ấy.

마담 (술집 등의) madam, cách gọi người phụ nữ làm chủ quán rượu hay cà phê. ¶ 다방 ~ nữ phục vụ ở quán cà phê.

마당 (뜰) sân, khoảnh sân có bờ rào hay tường bao. ¶ 뒷 sân sau / 앞~ sân trước.

마당질 việc đập lúa. **~하다** đập lúa.

마대 (麻袋) cái bị cói, bao tải.

마도로스 thuỷ thủ, thuyền viên. ¶ ~ 파이프 điếu, tẩu (hút thuốc).

마돈나(Madonna) (성모) thánh mẫu.

마드모아젤(mademoiselle) 【Ph】 quý cô, tiểu thư.

마들가리 (나무의) cành không nhánh của cây, cành cụt; (해진 옷의) mảnh vá của quần áo mòn rách.

마들다(魔-) việc không hay xảy ra, việc xấu, ma ám.

마디 ❶ (뼈의) đốt xương, khớp xương (손가락, 무릎의); (생긴 마디) mấu, khớp (혹). ❷ (말 따위의) lời, từ chỉ số đếm của lời nói, tiếng hát (노래의).

마디다 lâu bền, vĩnh cửu, vĩnh viễn, dài lâu.

마땅하다 ❶ (접합) (thích hợp) phù hợp, thích đáng, thích hợp, đúng lúc, công bằng, hợp lý (상당한). ¶ 마땅한 집 ngôi nhà thích hợp, ngôi nhà xứng đáng / 마땅한 값으로 với giá cả hợp lý. ❷ (당연) đúng, chính xác, hợp lẽ; (의당) phải lẽ, xác đáng. ¶ 벌을 받아 ~ đáng phải nhận phạt; bị phạt là đúng.

마뜩하다 vừa lòng, hài lòng, phải chăng, chấp nhận được, phải lẽ.

마라톤 chạy ma-ra-tông. ¶ ~ 선수 cầu thủ chạy ma-ra-tông.

마량(馬糧) cỏ khô (loại thức ăn dành cho bò và ngựa).

마력(馬力) 【MLH】 mã lực. ¶ 50 ~의 발동기 máy có động cơ 50 mã lực / …의 ~이 있다 có mã lực của ….

마력(魔力) ma lực, bùa mê, sức mạnh siêu nhiên, ma thuật.

마련(磨鍊) **~하다** sắp xếp, sửa soạn, chuẩn bị. ¶ 돈을 ~하다 chuẩn bị tiền, thu gom tiền.

마렵다 (오줌[똥]이) buồn đi tiểu [đái, đại tiện]; muốn đi tiểu.

마루 ❶ (집의) sàn nhà (làm bằng gỗ của Hàn Quốc). ¶ ~방 căn phòng lót sàn gỗ / ~를 놓다 lát ván sàn gỗ. ❷ (산, 지붕의) (núi) đỉnh núi, (nhà) nóc nhà.

마루터기 = 마루턱. điểm cao nhất, đỉnh, chóp, ngọn.

마르다[1] ❶ (건조) khô; (물이) làm khô, cạn, thiếu nước (시들다). ¶ 마른 가지 cành cây khô / 우물이 ~ giếng cạn. ❷ (여위다) khô khan, gầy mòn. ¶ 마른 사람 người gầy (gầy còm). ❸ (목이) khát nước.

마르다[2] (재단) cắt. ¶ 마르는 법 phương

pháp cắt.

마르크 (독일 화폐) mark (đơn vị tiền tệ của Đức).

마르크스 (Karl) Marx. ¶ ～주의(자) chủ nghĩa Mác (marxist).

마른걸레 giẻ khô dùng để lau sàn nhà.

마른기침 ho khan, ho không đờm.

마른버짐 bệnh vẩy nến.

마른옴 bệnh ngứa, bệnh ghẻ.

마른일 các việc nhà không liên quan đến nước như khâu vá, dệt may.

마른하늘 bầu trời trong xanh. ¶ ～에 날벼락 việc bất ngờ, sét đánh giữa trời quang.

마른행주 khăn khô dùng để lau bát đĩa.

마름 [TV] cây ấu, củ ấu.

마름모꼴 [TH] hình thoi (trong toán học)

마름질 việc cắt vải, việc may quần áo. **~하다** cắt vải, may quần áo.

마리 ¶ 강아지 다섯 ～ 5 con chó con / 소 두 ～ 2 con bò.

마리아 (성모) đức mẹ Maria.

마리화나 cần sa.

마마[1](媽媽) (존칭) từ mang ý nghĩa tôn xưng, quý ngài, quý bà, quý ông.

마마[2] [YH] (천연두) bệnh đậu mùa. ¶ ～흉터 sẹo đậu mùa.

마멸(磨滅) sự hao mòn, sự huỷ hoại, sự xuống cấp. **~하다** hao mòn, suy nhược, kiệt sức, huỷ hoại.

마못(marmot) [ĐV] con macmôt.

마무르다 ❶ (일을) kết thúc, hoàn tất, chấm dứt, hoàn tất. ❷ (가장자리를) viền, đường viền, đường viền có tua.

마무리 sự hoàn tất, sự kết thúc. **~하다** kết thúc, hoàn tất, chấm dứt, làm xong, hoàn thành.

마바리 (말) ngựa thồ; (짐) hàng chuyên chở bằng ngựa. ¶ ～꾼 người dẫn ngựa thồ hàng.

마법(魔法) ☞ **마술**(魔術).

마부(馬夫) người giữ ngựa, người đánh xe ngựa.

마분(馬糞) phân ngựa. ¶ ～지 giấy bồi bằng rơm, bìa cứng.

마비(麻痺) sự bại liệt. ～되다 trở nên bại liệt, mất cảm giác. ¶ ～시키다 bị tê liệt, bị bại liệt, bị tê, lạnh cóng. ¶ 소아 ～ bệnh bại liệt ở trẻ em / 심장 ～ chứng liệt tim, suy tim.

마사지 massage, sự mát xa, sự xoa bóp thư giãn. **~하다** mát-xa. ¶ ～사 người làm nghề mát-xa/전기 ～ mát-xa điện.

마사회(馬事會) ¶ 한국 ～ Hội nuôi ngựa Hàn Quốc (Korean Horse Affairs).

마상이 ca-nô, xuồng.

마성(魔性) sự hiểm ác, sự độc ác, sự độc địa.

마손(磨損) sự bào mòn.

마수(魔手) (nghĩa đen) bàn tay ma, bàn tay ma thuật (chỉ những tác động xấu). ¶ ～를 뻗히다 vươn bàn tay ma / ～에 걸리다 vướng vào bàn tay ma.

마수걸다 mở hàng (người mua hàng đầu tiên mang tính chất mua lấy may để người bán bán được nhiều hàng).

마수걸이 người mua mở hàng.

마술(魔術) (요술) ảo thuật, pháp thuật, ma thuật. ¶ ～을 쓰다 dùng ảo thuật, dùng phép thuật. ¶ ～사 nhà ảo thuật, pháp sư, phù thuỷ.

마스카라(mascara) thuốc chải mi mắt.

마스코트(mascot) vật lấy phước, người đem lại phước.

마스크(mask) mặt nạ, mạng che mặt. ¶ ～를 쓰다 sử dụng mặt nạ, đeo mạng che mặt. ¶ 산소 ～ mặt nạ oxy.

마스터(master) chủ nhân. **~하다** làm chủ, cai quản, điều khiển, chỉ huy.

마스터베이션(masturbation) [Anh] sự thủ dâm.

ㅁ

마스터키(master key) [Anh] chìa khoá chính, then chốt, mấu chốt (để giải quyết vấn đề).

마스터플랜(master plan) [Anh] kế hoạch chính, kế hoạch tổng thể.

마스트(mast) cột cờ, cột ăngten, cột buồm.

마시다 ❶ (액체를) uống. ¶ 물을 ~ uống nước / 술을 ~ uống rượu / 물을 한 모금 ~ uống một ngụm nước / 차를 ~ uống trà ❷ (기체를) hít thở, nuốt, thở vào.

마약(痲藥) thuốc phiện, ma tuý, chất giảm đau, thuốc gây mê. ¶ ~ 단속 bắt ma tuý, kiểm soát ma túy (trong thể thao) (스포츠에서); thuốc gây mê, gây tê (세관에서) / ~ 밀수 buôn lậu ma tuý / ~ 밀매자 người buôn bán ma tuý / ~ 중독자 người nghiện ma tuý / ~ 범죄 tội phạm ma tuý / ~ 단속법 luật chống ma tuý.

마왕(魔王) ma vương, ma quỷ.

마요네즈 một loại nước sốt làm từ dầu ăn và trứng.

마운드(mound) [BC] gò đất, mô đất. ¶ ~에 서다 đứng trên mô đất.

마을 (동리) làng, thôn (촌락). ¶ ~ 사람들 những người dân làng / ~에 가다 đi tới làng, đi về làng.

마음 ❶ (정신) tinh thần; tấm lòng, tâm trạng (심성); (생각) tấm lòng, tâm hồn. ¶ ~속으로 trong lòng, trong thâm tâm / ~의 양식 [자세] kiểu [tư thế] tâm trạng / ~이 넓은 tấm lòng rộng mở, rộng rãi, khoáng đạt / ~이 좁은 hẹp hòi, nhỏ nhen / ~에 걸리다 băn khoăn, áy náy lo lắng / 사업 차 스웨덴으로 가기는 했지만 아픈 아들을 한국에 있는 집에 두고 온 것이 ~에 걸렸다 người thương gia đã lên đường đi Thụy Điển nhưng trong lòng vẫn áy náy vì để lại con trai đang bệnh ở Hàn Quốc / ~을 합치다 đồng lòng / ~이 맞다 hợp ý, hợp lòng. ❷ (심정) tâm hồn, tấm lòng. ¶ 불안한 ~을 갖다 (~이 불안하다) thấy bất an, bất ổn trong lòn / ~이 변하다 thay lòng, thay đổi tình cảm (남녀) / ~을 끌다 lôi cuốn, thu hút. ❸ (사려) tính tình, tinh thần, tấm lòng. ¶ ~이 좋다 tốt bụng, tâm trạng vui vẻ, tấm lòng tốt / ~이 나쁘다 tâm hồn xấu, xấu bụng / 결과가 어떻든 ~이 중요하다 kết quả dù thế nào thì tinh thần (tấm lòng) mới là quan trọng. ❹ (주의) ý chí, ý định, ý muốn. ¶ ~에 두다 để bụng, để trong lòng / 그 학생은 장애자이기에 선생님은 항상 그 학생을 ~에 두고 신경을 쓴다 vì học sinh đó là người khuyết tật nên cô giáo để ý quan tâm đến học sinh ấy / ~이 편하다 thấy dễ chịu (tâm trạng dễ chịu). ❺ (의사) cảm tình, mến. ¶ ~이 있다 có lòng, có tình cảm / ~ 먹어서는 안되는 일 없다 nếu quyết tâm thì không có việc gì là không thành / 그렇게 할 ~이 아니었다 không có ý làm như vậy. ❻ (기분) tâm trạng, trạng thái, tình cảm. ¶ ~에 드는 집 ngôi nhà vừa ý / ~이 내키지 않다 Không có tâm trí, không có tâm trạng hoặc hứng thú.

마음가짐 (마음태도) trạng thái tinh thần; (결심) quyết tâm, quả quyết.

마음결 tấm lòng.

마음껏 sự hài lòng, sự thoả mãn. ¶ ~ 즐기다 vui thú thoả thuê.

마음놓다 yên tâm, an lòng. ¶ 마음놓고 cảm giác yên tâm, không lo lắng, hoàn toàn an lòng.

마음대로 tuỳ ý, tự mình, như mong muốn, theo ý mình, do mình, tùy mình; (자유로이) tự do, tuỳ thích. **~하다** làm theo ý mình, tuỳ mình muốn. ¶ ~ 해라 anh hãy làm theo ý của mình đi.

마음먹다 ❶ (결심) quyết tâm, quyết chí, nhất quyết, kiên quyết. ¶ 굳게 ~ quyết tâm cao. ❷ (의도) ý định, ý đồ, dự định, chủ định; (계획) kế hoạch; (희망) hy vọng, mong muốn. ¶ …하려고 ~ định làm, quyết chí làm ….

마음보 bản chất, tính tình, tính chất. ¶ ~ 고약한 bản tính xấu xa, bản chất độc ác.

마음속 trong lòng, trong thâm tâm, trong tâm hồn. ¶ ~을 떠보다 giãi bày tấm lòng, bộc lộ tâm hồn, bộc bạch tình cảm.

마음씨 tính cách, tính tình, bản tính. ¶ ~ 고운 tính cách đẹp, tính tình tốt, bản tính tốt.

마음에들다 (만족) hài lòng, vừa ý, ưng ý, thoả mãn, toại nguyện; (사물이 주어) làm vừa ý, làm hài lòng. ¶ 마음에 드는 thích, hài lòng mến mộ / 아무의 마음에 [안] 들다 hài lòng [không hài lòng] với bất cứ ai.

마음졸이다 lo lắng, bồn chồn, băn khoăn, day dứt, nóng lòng, bận tâm.

마이너스 phép trừ, tính trừ; (불리) thâm, hụt. ¶ ~가 되다 âm vào, thâm vào, hụt đi.

마이동풍(馬耳東風) ~이다 giả điếc, giả tảng không nghe hoặc nghe rồi không để ý như thể "nước đổ lá khoai", "nước đổ đầu vịt".

마이신(streptomycin) thuốc kháng sinh dùng để điều trị nhiễm trùng, thuốc streptomyxin.

마이크로…(micro-) cực nhỏ. ¶ ~버스 xe buýt mini / ~ 필름 cuộn phim siêu nhỏ(vi phim).

마이크(로폰) micrô, mích. ¶ ~ 공포증 bệnh hoảng sợ do (tiếng ồn) hoang tưởng.

마일(mile) đơn vị đo (= 1760 yards = 1609 m); một dặm (= 1,6 km). ¶ 1시간에 5~ 가다 một giờ đi được 5 dặm / 시속 60~로 달리다 chạy liên tục 60 dặm/giờ. ¶ ~수 số dặm.

마작(麻雀) **~하다** chơi cờ vây, đánh cờ vây.

마장 (거리) đường đua ngựa, vòng đua ngựa.

마장(馬場) (방목장) cánh đồng cỏ, đồng cỏ; (경마장) sân đua ngựa.

마저 (남김없이); không còn lại gì, ngay cả, cũng không; (까지도) ngay cả, thậm chí.

마적(馬賊) kẻ cướp cưỡi ngựa (ngày xưa thường dùng ngựa đi cướp).

마전 sự tẩy trắng. **~하다** tẩy trắng.

마제(馬蹄) ☞ **말굽**.

마조(-調) [ÂN] nốt Mi. ¶ 마장[단] 조 Mi trưởng [thứ].

마조히즘(masochím) [YH] sự bạo dâm, sự khổ dâm.

마주 sự đối diện, sự đối mặt. ¶ ~대하다 đối mặt, đối đầu / ~ 앉다 ngồi đối diện / ~ 놓다 đặt đối diện.

마주치다 ❶ ☞ **부딪치다**. ❷ (만나다) va chạm, gặp gỡ, đụng chạm.

마중 việc đón, việc đón tiếp, sự nghênh tiếp (영접). **~하다** đón, đón tiếp. ¶ 역으로 ~나가 ra ga để đón.

마중물 (펌프의) việc bơm nước. ¶ ~을 붓다 bơm nước (bơm nước bằng máy bơm).

마지기 đơn vị đếm của ruộng, mảnh, miếng.

마지막 sau cùng, cuối cùng, tận cùng (결말); (형용사적) lời kết, kết cục. ¶

~으로 cuối cùng, sau cùng, chấm dứt / ~까지 cho tới tận sau cùng, cho tới tận cùng / ~ 수단 phương tiện cuối cùng, phương cách cuối cùng.

마지못하다 miễn cưỡng. ¶ 마지못하여 bị ép buộc, miễn cưỡng, bị cưỡng bức.

마지않다 không kể xiết, không tính hết. ¶ 감사해~ cám ơn anh không kể xiết, vô cùng cám ơn.

마진(margin) số dư, số dự trữ, lợi nhuận, lãi xuất.

ㅁ

마차(馬車) xe ngựa, xe ngựa thồ. (가두마차) xe ngựa dùng để chở hàng (짐마차).

마찬가지 ¶ ~의 tính giống nhau, tính tương tự, tính chất hoặc kiểu dáng gần như nhau / ~로 tương tự, giống nhau, giống y nhau, tương đồng.

마찰(摩擦) (서로 비빔) ma sát; sự cọ xát, sự chà xát; (비벼댐) trộn lẫn; (불화) sự va đập, sự cọ xát, sự va chạm. **~하다** va chạm, ma sát, cọ xát.

마천루(摩天樓) toà nhà chọc trời.

마추다 (주문) đặt hàng, đề nghị mua hàng. ¶ 양복을 ~ đặt may com lê.

마춤 ¶ ~옷 quần áo may đo.

마취(痲醉) việc gây mê, sự gây tê, trạng thái mê man. **~하다** gây mê, mê man, gây tê. ¶ ~약(제) thuốc tê, thuốc gây mê / ~ 전문의(醫) chuyên gia gây mê, gây tê / 전신 ~ gây mê toàn thân / 국부 ~ gây mê (tê) từng phần.

마치[1] ❶ (장도리) chiếc búa nhỏ. ¶ ~질 gõ búa. ❷ ☞ **망치**.

마치[2] (흡사) giống như, như thể. ¶ ~ 미친 사람 같다 giống như thể là một người điên.

마치다 (끝내다) kết thúc, hoàn thành, xong việc, hoàn tất, hoàn thiện. ¶ 학업을 ~ hoàn thành việc học, học xong, kết thúc việc học hành.

마침 (기회 좋게) vừa may, vừa đúng lúc, vừa đúng, vừa kịp. ¶ ~ 그때 đúng khi ấy, đúng lúc đó.

마침내 sau cùng, tận cùng, cuối cùng.

마침표(-標) chấm hết câu.

마카로니(macaroni) mỳ ống.

마케팅(marketing) tiếp thị. ¶ ~ 리서치 nghiên cứu tiếp thị.

마켓(market) thị trường. ¶ ~셰어(share) thị phần.

마크(mark) (표) nhãn mác, mác.

마키아벨리즘(Machiavellism) chính sách quỷ quyệt, thủ đoạn nham hiểm, thủ đoạn xảo quyệt.

마태복음(-福音) [KT] Ma-thi-ơ (một chương trong kinh Thánh).

마티네 [Ph] buổi sáng.

마파람 gió nam, gió thổi từ hướng nam tới.

마포(麻布) sợi gai, vải làm bằng sợi gai (삼베).

마하 [VLH] siêu âm thanh, số Mach (tỷ lệ tốc độ của máy bay trên tốc độ của âm thanh), (viết tắt là M.) ¶ ~3으로 날다 bay với tốc độ 3.

마호가니(mahogany) cây dái ngựa.

마호메트교 ☞ **회교**.

마흔 số 40, bốn mươi.

막(幕) ❶ (휘장) lều, rạp, bức màn, mái rạp. ¶ ~을 올리다 kéo màn, mở màn (시작) / ~이 오르다 [내리다] kéo [hạ] màn. ❷ (극의) cảnh. ¶ 제 2~ 제 3장 kết thúc cảnh 2 và bắt đầu cảnh 3. ❸ (작은 집) nhà tranh, túp lều. ❹ (끝장)phần cuối. ¶ 전쟁의 ~을 내리다 kết thúc chiến tranh.

막(膜) [GP] màng, mạc (ví dụ như não mạc, võng mạc). ¶ ~ 같은 [모양의] giống như [hình] màng.

막[1] (방금) vừa mới, vừa lúc, mới. ¶ ~ …하려 하다 mới định làm, đúng lúc định làm.

막[2] ☞ **마구**.

막간(幕間) tạm nghỉ, tạm ngừng giữa các đoạn quay phim, cảnh kịch; giải lao. ¶ ~극 tiết mục chuyển tiếp.

막강(莫强) ~한 khoẻ mạnh phi thường, rất khoẻ.

막걸리 *makgeoli,* tên loại rượu truyền thống của Hàn Quốc.

막내 út, bé nhất. ¶ ~ 아들 con trai út.

막노동(-勞動) ☞ **막일**.

막다 ❶ (구멍 등을) chặn, lấp, ngăn, cản trở, bít kín. ¶ 쥐구멍을 ~ lấp lỗ chuột, bít lỗ chuột ❷ (차단, 방해) ngăn chặn(những điều không tốt xảy ra). ¶ 길을 ~ chặn đường / 찬 바람으로부터 얼굴을 막기위해 손을 올리다 đưa tay lên che mặt cho đỡ gió lạnh. ❸ (방어) che chở, bảo vệ; (예방) ngăn chặn, ngăn ngừa, ngăn cản; (금지) ngăn cấm, cấm. ¶ 적을 ~ ngăn chặn kẻ thù / 전염을 ~ ngăn chặn dịch truyền nhiễm. ❹ (구획) chia, ngăn chia. ¶ 칸을 ~ chia gian, chia phòng.

막다르다 bế tắc, không lối thoát. ¶ 막다른 골목 ngõ cụt / 막다른 지경에 이르다 rơi vào tình huống bế tắc, đúng lúc bế tắc (사태가).

막대(莫大) ~한 rộng lớn, mênh mông, to lớn, khổng lồ. ¶ ~한 비용 chi phí khổng lồ.

막대기 dùi cui, gậy, batoong.

막동이 (막내) út, nhỏ nhất.

막되다 thô lỗ, cục cằn, thiếu giáo dục, thiếu ý thức.

막론(莫論) ¶ …을 ~하고 bất luận, không cần bàn nhiều.

막료(幕僚) ban tham mưu (전체); sĩ quan tham mưu(한 사람).

막막하다(寞寞-) hoang vắng, hiu quạnh, vắng vẻ, tiêu điều, mênh mang.

막막하다(漠漠-) mênh mông, bát ngát, rộng lớn.

막말 lời nói bừa bãi, lời nói tuỳ tiện, lời nói thiếu suy ngẫm. **~하다** nói bừa, nói đại, nói linh tinh.

막무가내 ¶ ~로 ngang bướng, ương ngạnh, khó bảo.

막바지 ngõ cụt, đường cùng, nước bí, sự bế tắc; (절정) đỉnh điểm, sau cùng; tận cùng của khó khăn (고비).

막벌이 công nhật (đi làm tính lương theo ngày). **~하다** làm công nhật. ¶ ~꾼 người làm công nhật, người làm thuê tính theo công nhật.

막사(幕舍) trại lính, doanh trại.

막살이 ¶ ~하다 sống một cách tùy tiện, cẩu thả, không cầu kỳ.

막상 (실제로) hóa ra, thực ra. ¶ ~ 일이 닥치면 hóa ra nếu gặp việc thì.

막상막하(莫上莫下) ~다 ngang bằng nhau, ngang ngửa nhau, một chín một mười. ¶ ~의 경기 trận đấu ngang ngửa, trận đấu ngang sức nhau.

막심(莫甚)**하다** lớn, to, khổng lồ. ¶ 후회가 ~ hối hận nhiều.

막역(莫逆) ~한 thân thiết, thân tình, gần gũi. ¶ ~한 친구 người bạn thân thiết.

막연하다(漠然-) không rõ ràng, không chính xác, không xác định. ¶ 막연히 말하다 nói không rõ ràng, nói đại để.

막일 công việc cực nhọc. **~하다** vất vả, lao động khổ cực. ¶ ~꾼 người lao động chân tay vất vả.

막자 dụng cụ nghiền thuốc. ¶ ~사발 cối giã thuốc.

막장 ngõ cụt tối tăm trong đường hầm; (작업) sự khai mỏ.

막중(莫重) **~하다** có giá trị lớn, quý giá,

ㅁ

quan trọng.

막차 chuyến xe cuối cùng.

막판 (마지막판) kết thúc, hiệp cuối, màn cuối; (고비) khó khăn, trận cuối, đỉnh điểm.

막후(幕後) ¶ ～ 인물 người đứng sau hậu trường, người đứng sau sân khấu.

막히다 tắc, không thông. (숨이) ¶ 말이 ～ khàn giọng, nói không ra tiếng / 길이 ～ đường tắc / 하수도가 ～ đường cống nước bị tắc.

만(卍) hình chữ vạn (trong đạo Phật).

만(滿) vừa đúng, vừa tròn, vừa đủ. ¶ ～ 5일간 đúng 5 ngày / ～ 5세다 tròn 5 tuổi.

만(灣) vịnh. (một phần của biển ăn sâu vào đất liền).

만(萬) vạn, số 10000, vô số. ¶ 수십～ hàng chục vạn.

만[1] (경과) trải qua, qua. ¶ 닷새 ～에 qua 5 ngày.

만[2] ❶ (단지) chỉ, chỉ có, duy nhất, một mình. ¶ 한 번～ chỉ một lần / 한 번～ 더 chỉ thêm một lần nữa thôi / 이번～은 chỉ một lần này thôi / 밥～ 먹다 chỉ ăn cơm / 그것～은 못하겠다 chỉ không làm được cái đó thôi. ❷ (비교) bằng, như (khi đếm so sánh). ¶ 키가 너～ 하다 chiều cao bằng với anh ❷ (겨우 그 정도) chỉ chừng đó.

만가(輓歌) bài ca trong lễ truy điệu, bài hát buồn, khúc ca ai oán.

만감(萬感) tràn đầy cảm xúc, cảm xúc trào dâng.

만강(滿腔) ～의 sự toàn tâm toàn ý.

만경(萬頃) ¶ ～ 창파 biển nước mênh mông.

만고(萬古) ¶ ～ 불변의 sự bất biến, sự lâu dài, sự cố định / ～ 불후의 lâu dài mãi về sau, vĩnh cửu / ～풍상(을 다 겪다) trải qua mọi gian lao khốn khó / ～의 영웅 anh hùng muôn kiếp, anh hùng bất biến.

만곡(灣曲) **~하다** uốn cong, làm cong.

만국(萬國) các quốc gia trên thế giới, quốc tế. ¶ ～ 박람회 triển lãm quốc tế / ～기 lá cờ của các nước, cờ của các quốc gia.

만금(萬金) số tiền khổng lồ.

만기(滿期) hết nhiệm kỳ, mãn nhiệm. ¶ ～가 되다 nhiệm kỳ kết thúc, hết nhiệm kỳ, mãn hạn / ～일 ngày hết hạn / ～ 제대하다 hết nghĩa vụ quân sự, hoàn thành nghĩa vụ quân sự.

만끽(滿喫) **~하다** ăn uống đầy đủ, có đầy đủ đồ ăn uống.

만나다 ❶ (사람을) gặp, tiếp xúc, trông thấy, phỏng vấn, nói chuyện (면회). ¶ 우연히 ～ gặp tình cờ, gặp ngẫu nhiên. ❷ (당하다) gặp phải, chạm trán. ¶ 화를 ～ gặp bực bội / 소나기를 ～ gặp mưa rào / 어려움을 ～ gặp phải khó khăn.

만난(萬難) ¶ ～을 무릅쓰고 bằng bất cứ gian nan nào dù thế nào đi nữa.

만년(晩年) ¶ ～에 trong những năm cuối đời, vào những năm cuối đời.

만년(萬年) vạn năm, nhiều năm. ¶ ～설(雪) tuyết vạn niên / ～필 cây bút máy.

만능(萬能) ～의 vạn năng. ¶ ～ 선수 cầu thủ toàn năng / ～ 후보 ứng cử viên toàn năng, ứng cử viên giỏi.

만단(萬端) ¶ ～의 준비가 되었다 mọi thứ đã sẵn sàng, mọi thứ đã chuẩn bị xong.

만담(漫談) sự mạn đàm, câu chuyện, chuyện trò. **~하다** mạn đàm, nói chuyện tầm phào, nói chuyện vui. ¶ ～가 nhà soạn kịch vui, diễn viên hài.

만당(滿堂) ☞ **만장**.

만대(萬代) mọi thời đại, vạn đại. ¶ ～에 muôn đời, vĩnh cửu, mãi mãi.

만돌린(mandolin) 【ÂN】 cây đàn măng-đô-lin.

만동(晩冬) mãn đông, hết mùa đông

만두(饅頭) màn thầu, bánh bao nhỏ (tên một loại bánh bao có nhân thịt, hành, gia vị hoặc nhân chay, nhân dưa kimchi) của Hàn Quốc.

만득(晩得) **~하다** đẻ con muộn.

만들다 ❶ (제조) làm, chế tạo, chế tác, gây ra, làm nên, tạo ra; (양조) pha chế, chưng cất. ¶ 나무로 책상을 ～ đóng (làm) bàn học bằng gỗ / 쌀로 술을 ～ nấu (ủ) rượu từ(bằng) gạo ❷ (작성) làm ra, dựng lên, thảo, soạn. ¶ 서류를 ～ làm tài liệu / 계약서를 ～ thảo hợp đồng ❸ (건설) kiến thiết, xây dựng. ¶ 새로 길을 ～ xây dựng con đường mới / 새로운 수영장을 ～ xây bể bơi mới / 버스 정거장이 광장 옆에 만들어질거다 Bến xe buýt sẽ được xây ở gần quảng trường. ❹ (조직, 창설) tổ chức, thiết lập, thành lập. ¶ 회사를 ～ thành lập công ty / 클럽을 ～ thành lập câu lạc bộ. ❺ (조작) tạo, dựng. ¶ 만들어 낸 이야기 câu chuyện được dựng lên. ❻ (창조) sáng tạo. ❼ (마련) gom, sắp xếp. ¶ 재산을 ～ gom tài sản, tạo dựng tài sản / 기금을 ～ gây quỹ, góp quỹ.

만듦새 (옷 따위의) kiểu cắt, kiểu may; (세공) tài nghệ, sự khéo léo.

만료(滿了) sự kết thúc, sự hoàn thành, sự mãn hạn. **~하다** kết thúc, hoàn thành, mãn hạn. ¶ 임기 ～ mãn nhiệm, kết thúc nhiệm kỳ.

만루(滿壘) 【BC】 thường dùng trong bóng chày với những vị trí từ 1, 2, 3...ở mỗi vị trí đầu có người. ¶ ～ 홈런 cú đánh cho phép người đánh chạy quanh ghi điểm và khỏi phải dừng lại / 일사(一死)～ một lần đánh hỏng trong bóng chày.

만류(挽留) **~하다** ngăn trở, cản trở, kìm hãm, hạn chế (제지). ¶ 옷을 잡고 ～하다 níu áo ngăn lại / 싸우지 말라고 ～를 하다 can ngăn đừng có đánh nhau (cãi nhau).

만류(灣流) dòng nước nóng từ vịnh Mêhicô qua Đại Tây Dương đến Châu Âu.

만리(萬里) ¶ ～ 장성 vạn lý trường thành.

만만(滿滿) **~하다** hoài bão. ¶ 패기～하다 hoài bão lớn / 자신～하다 đầy tự tin.

만만쟁이 người dễ lừa, người dễ dụ dỗ, người dễ thuyết phục.

만만하다 ❶ (보드럽다) mềm dịu. ❷ (다루기가) nhạy cảm, mỏng manh, mềm dịu. ¶ 만만한 사람 ☞ **만만쟁이**. / 만만치 않은 적 một người không hề biết sợ gì, một người không vừa / 만만히 보다 (여기다) xem thường, coi nhẹ, tầm thường. ❸ (두렵지 않다) không hề biết sợ, không ngán gì.

만면(滿面) lúc nào cũng, luôn luôn. ¶ ～에 미소를 띠우고 luôn nở nụ cười trên môi / 희색이 ～하여 lúc nào cũng thường trực khuôn mặt (thái độ) tươi tỉnh.

만문(漫文) ☞ **만필**.

만물(萬物) vạn vật (thế giới). ¶ ～ 박사(博士) từ điển sống, người có óc sáng tạo, thông minh / ～상(商) cửa hàng tạp hoá, bách hoá.

만민(萬民) toàn dân (vạn dân).

만반(萬般) ～의 mọi thứ, tất cả, mọi điều. ¶ ～의 준비를 갖추다 chuẩn bị mọi thứ sẵn sàng, có sự chuẩn bị đầy đủ.

만발(滿發) **~하다** nở hoa, đơm hoa, hoa nở rộ, hoa nở hết cỡ.

만방(萬方) khắp nơi, vạn phương, nhiều nơi.

만방(萬邦) khắp nơi, mọi quốc gia, thế giới.

만백성(萬百性) nhân dân, toàn dân.

만병(萬病) nhiều bệnh, các loại bệnh, mọi bệnh tật. ¶ ~ 통치약 thuốc giảm đau cho các loại bệnh, thuốc bách bệnh.

만보(漫步) sự dạo chơi, sự tản bộ, cuộc ngao du.

만복(萬福) hạnh phúc tràn ngập, nhiều niềm vui. ¶ 소문 ~래 nhà nhỏ mà có nhiều niềm vui.

만복(滿腹) ăn no nê, ăn đến chán.

만부당(萬不當) **~하다** vô lý, phi lý, quá đáng.

만분지일(萬分之一) một phần vạn, một phần mười ngàn.

만사(萬事) vạn sự, mọi điều. ¶ ~ 태평하다 vạn sự thái bình, mọi việc đều tốt / ~가 여의하다 mọi điều toại nguyện, vạn sự như ý.

만사형통(萬事亨通) ¶ ~하다 vạn sự hanh thông.

만삭(滿朔) tháng cuối cùng của thai kỳ. **~하다** sắp sinh. ¶ ~의 부인 người phụ nữ sắp tới ngày sinh.

만산(滿山) cả ngọn núi.

만상(萬象) vạn vật, vạn vật trên vũ trụ.

만생종(晩生種) mọi sinh vật trên trái đất.

만석꾼(萬石-) triệu phú, người giàu có.

만성(晩成) **~하다** trưởng thành chậm, chậm phát triển. ¶ 대기 ~ tài năng phát triển muộn.

만성(慢性) 【YH】 ~의 mãn tính. ¶ ~병 bệnh mãn tính / ~ 위장병 bệnh dạ dày mãn tính / ~ 인플레(inflation) lạm phát thường xuyên.

만세(萬世) vạn tuế, mười ngàn năm.

만세(萬歲) ❶ ☞ **만세**(萬世). ¶ ~력(曆) lịch vạn sự. ❷ (외치는) vạn tuế. ¶ ~를 삼창하다 hoan hô vạn tuế.

만속(蠻俗) tục lệ man rợ, lề thói cổ hủ.

만수(萬壽) vạn thọ (trường thọ, sống lâu). ¶ ~무강(無疆) vạn thọ vô cương / ~ 무강하다 thọ và khoẻ mạnh.

만시(晩時) ¶ ~지탄 sự hối tiếc vì đã bỏ lỡ dịp may.

만신(滿身) toàn thân. ¶ ~창이다 thương tích đầy mình.

만심(慢心) tính tự phụ, tính tự đắc. **~하다** tự phụ, tự kiêu, tự đắc.

만안(萬安) sự yên tĩnh, sự thái bình, sự an lành. ¶ 귀체 만안하십니까? ngài mạnh giỏi chứ ạ? ông khoẻ chứ ạ? (웃어른께 안부를 물을 때 khi hỏi thăm sức khỏe của người lớn tuổi).

만약(萬若) giả sử, nếu. ¶ ~ 만약 사실이라면 giả sử là sự thật.

만연(漫然) ~한 tuyên truyền, sự phổ biến. ¶ ~히 tuyên truyền, phổ biến.

만연(蔓延) **~하다** lan truyền, truyền rộng.

만용(蠻勇) bạo lực, vũ lực. ¶ ~을 부리 sử dụng bạo lực, sử dụng vũ lực.

만우절(萬愚節) ngày 1/4 (ngày cá tháng 4)

만원(滿員) (극장의) quá tải, chật ních, hết chỗ (관객의) khách đông nghịt (극장의) hết chỗ. ~이다 rạp hát hết chỗ. ¶ ~ 버스 xe buýt hết chỗ.

만월(滿月) trăng tròn, trăng rằm.

만유(萬有) ¶ ~인력의 법칙 quy luật vạn vật hấp dẫn.

만인(萬人) nhiều người

만인(蠻人) tất cả mọi người, mọi người.

만일(萬一) nếu, giả sử, giả dụ. ¶ ~의 경우에는 trong trường hợp giả định, trong trường hợp khẩn cấp.

만입(灣入) **~하다** hình thành, xâm nhập, lấn (của biển vào đất liền).

만자(卍字) hình chữ vạn trong Phật giáo.

만장(萬丈) ¶ ～의 기염을 토하다 nói huênh hoang, nói liên thiên.

만장(輓章) bức trướng.

만장(滿場) hội trường, tất cả mọi người trong hội trường. ¶ ～ 일치로 với sự nhất trí của tất cả mọi người trong hội trường / ～의 결정 quyết định của tất cả mọi người / 그는 ～ 일치로 의장으로 뽑혔다 với sự nhất trí của toàn thể mọi người trong hội trường anh ta đã được chọn làm chủ tịch hội nghị / ～의 갈채를 받다 nhận sự cổ vũ (hoan hô) của tất cả mọi người.

만재(滿載) **~하다** chở đầy, chất đầy. ¶ ～ 흘수선(吃水線) mực nước đầy tải hàng.

만적거리다 ☞ **만지작거리다**.

만전(萬全) ～의 chắc chắn, chính xác, hoàn toàn, đầy đủ. ¶ ～을 기하다 đảm bảo tính chính xác.

만점(滿點) điểm tối đa, sự hoàn hảo. ¶ ～을 따다 đạt điểm tối đa, đạt tới sự hoàn hảo / ～이다 (완전) hoàn hảo, hoàn toàn, tối đa.

만져보다 thử sờ, thử sờ nắn, thử chạm vào.

만조(滿潮) triều cường. ¶ ～시에 thời điểm triều cường.

만족(滿足) hài lòng (욕망의); sự thoả mãn. ¶ ～하다 hài lòng. ¶ ～할 만한 đáng để hài lòng, đáng hài lòng / ～히 một cách hài lòng, một cách vừa ý. một cách thích đáng, một cách thích hợp (적당히); hoàn toàn (완전히); đầy đủ (충분히) / ～시키다 làm hài lòng, làm thoả mãn. ¶ ～감 cảm giác hài lòng, cảm giác vừa ý / 자기 ～ hài lòng về bản thân, tự hài lòng.

만종(晩鐘) tiếng chuông chiều, hồi trống thu không.

만좌(滿座) bàn toạ đàm. ¶ ～중에 trong cuộc tọa đàm.

만주(滿洲) Mãn Châu. ¶ ～의 thuộc Mãn Châu / ～인 người Mãn Châu / ～어 tiếng Mãn Châu.

만지다 sờ mó, chạm tới, nắn bóp, vuốt ve. ¶ 손으로 ～ sờ bằng tay / 만지지 마시오 (게시) đừng có động vào, đừng có sờ vào.

만지작거리다 mân mê, mò mẫm, lục lọi.

만질만질하다 mềm mại, mềm mềm.

만찬(晩餐) bữa ăn tối. ¶ ～회 bữa tiệc tối.

만천하(滿天下) vạn sự trên trái đất và dưới bầu trời này, toàn thế giới. ¶ ～에 trên toàn thế giới.

만초(蔓草) loài cây leo.

만추(晩秋) thu muộn.

만춘(晩春) xuân muộn.

만취(漫醉,滿醉) **~하다** say sưa chè chén, say rượu bí tỉ.

만큼 (비교) bằng, giống (긍정); giống như là, gần bằng với (부정); (정도) khoảng độ, như thể, tới mức, đến nỗi. ¶ 그～ bằng chừng đó / 얼마～ bằng chừng nào? khoảng độ thế nào? bằng thế nào? / 얼마～의 bằng khoảng bao nhiều.

만태(萬態) sự phong phú, sự đa dạng. ¶ 인생 ～ sự đa dạng của cuộc sống.

만판 trọn, vẹn, hoàn toàn; (그저); tròn đầy, vừa ý; (마음껏) thoải mái; tuỳ ý (실컷).

만평(漫評) ❶ phê bình tức thời, không có suy xét. ¶ 시사 ～ bình luận thời sự không biên tập trước, tán gẫu chuyện thời sự.

만필(漫筆) tản văn.

만하(晩夏) hè muộn.

만하다 ❶ (족하다) đủ, khá. ¶ 나이가 일하기 좋을 ～ tuổi đủ để làm việc, đến tuổi làm việc. ❷ (가치, 힘이) đáng để, xứng đáng. ¶ 그는 칭찬받을 ~ anh ta xứng đáng được khen ngợi.

…만하다 (정도) như, như thể. ¶ 크기가 네 것 ~ chiều cao giống như anh.

만학(晩學) **~하다** đi học muộn (qúa tuổi). ¶ ~자 người đi học muộn (nhiều tuổi mới đi học).

만행(蠻行) hành động dã man.

만혼(晩婚) sự kết hôn muộn. **~하다** kết hôn muộn.

만화(漫畵) truyện tranh; (인물의) nhân vật trong truyện tranh biếm họa (풍자적); (연재의) tranh biếm hoạ, tranh vui. ¶ ~가 họa sĩ vẽ tranh biếm hoạ / ~ 영화 phim hoạt hình / ~책 [잡지] sách [tạp chí] truyện tranh / 불량 ~ truyện tranh xấu (tồi, độc hại).

만화경(萬華鏡) kính vạn hoa.

만화방창(萬化方暢) hoa nở khắp nơi.

만회(挽回) sự phục hồi, sự thu hồi. (명예 등의); phục hồi danh dự, lấy lại danh dự. (복구). **~하다** phục hồi, làm lại, lấy lại. ¶ ~할 수 없는 không thể phục hồi lại được. ¶ ~책(策) biện pháp phục hồi, sách lược phục hồi.

많다 (수) nhiều, đông đảo; (양) dồi dào, (풍부) phong phú. (충분) đầy đủ, thừa thãi; (회수) nhiều lần, vô số. ¶ 많이 (다수, 수량) chỉ số và lượng nhiều dùng ở dạng tính từ. 많은 책 nhiều sách / 많은 돈 nhiều tiền / 많은 사람 nhiều người / 돈이 ~ nhiều tiền / 볼일이 ~ nhiều việc phải làm / 강에는 잉어가 ~ ở sông có nhiều cá chép / 많을수록 좋다 càng nhiều càng tốt.

맏 con đầu lòng, con cả. ¶ ~아들 con trai cả, trưởng nam / ~형 anh cả.

맏물 trái đầu mùa (trái cây), vụ thu hoạch đầu, đầu mùa vụ.

맏배 đầu lòng (chỉ động vật). ¶ ~ 돼지 con lợn so (con lợn đầu đàn) / ~ 병아리 con gà con đầu tiên (đầu đàn).

맏사위 con rể cả.

맏상제(-喪制) tang chủ (khi bố mẹ mất thì người con trai cả được gọi là tang chủ).

맏손자(-孫子) cháu đầu lòng.

맏이 con cả, con đầu lòng.

말[1] (타는) con ngựa. ¶ 수~ con ngựa đực (종마) / 암~ con ngựa cái / 조랑~ loại ngựa nhỏ / 짐 싣는 ~ ngựa thồ hàng / ~을 타다 cưỡi ngựa / ~을 타고가다 đi bằng ngựa.

말[2] (분량) đơn vị đo lường (*mal*) (= 18 lít).

말[3] ❶ (언어) lời nói, tiếng nói, trò chuyện, việc bàn bạc, việc thảo luận, tán gẫu (낱말); ngôn ngữ (국어); phương ngữ (방언). ¶ 서울~ tiếng Seoul / 시골~ ngôn ngữ địa phương / 표준~ ngôn ngữ chuẩn / 표준 베트남~ tiếng Việt chuẩn / 표준 한국~ tiếng Hàn Quốc chuẩn. ❷ (언사) lời chào, lời chào hỏi. ¶ ~없이 yên lặng, không nói gì / ~이 많다 nhiều lời, nói lắm / ~이 적다 kiệm lời, ít nói / 베트남~이 서투르다 tiếng Việt chưa chuẩn / ~을 걸다 mở lời, nói ra / ~을 놓다 nói không kính ngữ / ~을 잘 하다 nói hay, nói khéo / 베트남~을 잘 하다 nói tiếng Việt giỏi.

말[4] [TV] bèo tấm.

말[5] (장기, 윷의) người ghi điểm trong môn đánh cờ.

…말(末) (끝) kết thúc, cuối.

말갈기 cái bờm ngựa.

말갛다 sáng sủa, rõ ràng, sạch đẹp.

말거머리 [ĐV] con đỉa.

말경(末境) (끝판) kết thúc, cảnh cuối; (말년) cuối năm.

말고삐 thắt lưng, dây cương ngựa.

말공대(-恭待) **~하다** lễ độ, nhã nhặn, lịch

thiệp.

말괄량이 người ngổ ngáo, kẻ chơi bời, kẻ lêu lổng.

말구종(-驅從) người giữ ngựa, người hầu.

말굴레 dây cương, dây thòng lọng.

말굽 (편자) móng ngựa. ¶ ~ 소리 tiếng vó ngựa / ~ 자석 thỏi nam châm hình móng ngựa.

말귀 (말의 뜻) ý nghĩa của lời nói. (알아듣는 힘) khả năng nghe hiểu. ¶ ~를 못 알아듣다 không thể hiểu được ý của câu nói.

말기(末期) kết thúc, cuối kỳ. ¶ ~적 증상이다 triệu chứng ở giai đoạn cuối.

말꼬리 ¶ ~를 잡다 gây chuyện cãi vã.

말꼬투리 ☞ **말꼬리**.

말끄러미 ☞ **물끄러미**.

말끔 toàn bộ, hết, hoàn toàn. ¶ 빚을 ~ 청산하다 thanh toán hết nợ.

말끔하다 sạch sẽ, đẹp đẽ, gọn gàng. ¶ 말끔히 (dùng ở dạng tính từ) một cách gọn gàng.

말끝 ¶ ~을 흐리다 hạ thấp giọng, nói run run ở cuối câu / 그는 ~마다 그런 소리를 한다 anh ta luôn nói như vậy ở cuối câu.

말내다 ❶ (얘기삼아) nói về, bắt đầu nói về. ❷ (비밀을) để lộ bí mật, nói ra bí mật.

말년(末年) ❶ (일생의) cuối đời, tuổi già. ❷ (말엽) kết cục. ¶ 세기 ~ năm cuối thế kỷ.

말눈치 lời nói bóng gió, lời ám chỉ, lời đề xuất, nói khéo. ¶ 그의 ~가 승낙할 것 같소 lời đề xuất của anh ấy dường như đã được duyệt.

말다 (둘둘) cuộn lại, bọc lại.

말다 (물에) hoà vào, trộn vào (với nước).

말다 (그만두다) ngừng, dừng, thôi, kết thúc. ¶ 하다가 만 일 việc đang làm dở thì dừng lại.

말다 (금지) cấm, không được, không nên, đừng. ¶ 잊지 말아라 đừng quên. ❷ (필경 …되다) rốt cuộc, kết cục. ¶ 그는 마침내 술로 죽고 말았다 rốt cục thì anh ra đã chết vì rượu / 도둑이 되고~ rốt cục thì thành tên ăn trộm / 감옥에 가고 ~ rốt cục thì phải vào tù.

말다툼 sự cãi vã, sự cãi lộn, sự cãi nhau. **~하다** cãi nhau, cãi lộn, cãi vã.

말단(末端) đuôi, đáy, sau cùng. ~의 cuối của, đáy của. ¶ ~ 공무원 cán bộ công chức bậc thấp nhất / ~ 기구 đơn vị nhỏ nhất / ~ 사원 nhân viên cấp thấp nhất.

말대꾸(-對-) sự bắt bẻ, sự đối đáp, sự trả đũa. **~하다** bắt bẻ, trả đũa. ¶ 감히 누구 앞에서 ~냐 dám bắt bẻ người khác hả?

말대답(-對答) sự đối đáp lại. **~하다** đối đáp, trả lời câu hỏi. ¶ 어른의 질문에 ~해서는 못 쓴다 Khi người lớn tuổi hỏi, không nên đối đáp lại một cách bất lịch sự.

말더듬다 ☞ **더듬다**, **더듬거리다**.

말더듬이 người nói lắp. ¶ ~ 교정기 máy chữa nói lắp.

말똥말똥 tròn xoe, thô lố, thao láo. ~하다 mở to mắt, thô lố.

말뚝 cọc, cột.

말라깽이 người gầy còm chỉ còn da bọc xương.

말라리아(malaria) [YH] bệnh sốt rét.

말라빠지다 gầy gò, hốc hác.

말랑말랑하다 chín mềm, mềm mại, mềm nhũn.

말레이 Mã Lai. ¶ ~말 tiếng Mã Lai/~ 반도 bán đảo Mã Lai/~ 인종 dân tộc Mã Lai.

말려들다 lôi kéo, làm liên lụy, dính

dáng. ¶ 전쟁 [분쟁]에 ～ dính dáng đến chiến tranh [tranh chấp].

말로(末路) kết cục. ¶ 영웅의 ～ kết cục của anh hùng.

말리(茉莉) [TV] tên một loại rau, một loại thực vật.

말리다[1] (둘둘) cuộn lại, cuốn lại.

말리다[2] (건조) làm khô, phơi khô, sấy khô; khô cạn, cạn kiệt (고갈). ¶ 햇빛에 옷을 ～ phơi khô quần áo dưới ánh mặt trời.

말리다[3] ngăn cản, cản trở. ¶ 싸움을 ～ can ngăn đánh nhau (cãi nhau).

ㅁ

말림 sự bảo vệ (rừng). ¶ ～갓 người bảo vệ rừng.

말마디 lời nói, lối nói, cách diễn đạt. ¶ 그 사람 ～께나 할 줄 안다 anh ấy khéo ăn nói (biết cách ăn nói)

말막음 ¶ ～하다 bưng bít, im đi, giấu nhẹm đi.

말머리 ¶ ～를 돌리다 đổi đề tài, lảng chuyện khác.

말먹이 thức ăn cho ngựa và trâu bò (cỏ khô).

말몰이꾼 người lái xe ngựa thồ.

말문(-門) ¶ ～이 막히다 lặng đi, không nói nên lời, không thốt nên lời.

말미 nghỉ phép, kỳ nghỉ. ¶ ～를 얻다 được nghỉ phép / ～를 주다 cho nghỉ phép, cho nghỉ.

말미(末尾) sự kết thúc, phần cuối.

말미암다 (유래) đến từ, phát sinh từ; (원인) bởi vì, do, tại vì. ¶ 부주위로 말미암은 사고 tai nạn do bất cẩn / 말미암아 nguyên nhân là do.

말미잘 [ĐV] hải quỳ.

말버릇 lối nói, thói quen nói không tốt.

말버짐 tên một loại bệnh về da (giống như ngứa ghẻ).

말벌 [CT] ong bắp cày.

말벗 người để cùng nói chuyện, bầu bạn. ¶ ～이 되다 trở thành người để bầu bạn (hàn huyên).

말복(末伏) đợt nóng cuối cùng trong năm.

말본 ☞ **문법**.

말불버섯 [TV] nấm trứng.

말살(抹殺) sự tẩy sạch, sự xoá bỏ. ¶ ～하다 tẩy sạch, loại bỏ.

말상(-相) mặt dài, dài như mặt ngựa, chỉ vẻ mặt buồn bã. ¶ ～이다 cái mặt buồn bã.

말석(末席) chỗ cuối, chỗ ngồi thấp kém, vị trí cuối, địa vị thấp kém. ¶ ～을 더럽혀서 죄송합니다 (자기의 참석의 겸사말) Xin lỗi vì đã làm bẩn nơi này (lời nói khiêm tốn chỉ sự có mặt của mình làm mất đi danh giá của buổi gặp gỡ nào đó).

말세(末世) thời kỳ suy đồi, thời kỳ tận thế.

말소(抹消) sự huỷ bỏ, sự tẩy sạch, sự xoá sổ. **~하다** tẩy sạch, huỷ bỏ, tẩy sạch. ¶ 등기의 ～ sự xoá sổ đăng ký.

말소리 tiếng nói. ¶ ～가 들리다 nghe thấy tiếng nói.

말솜씨 tài ăn nói, sự khéo ăn nói. ¶ ～가 좋다 tài ăn nói, ăn nói khéo léo.

말수(-數) ¶ ～가 적은 ít nói, lầm lì, không cởi mở.

말승냥이 ❶ (이리) con chó sói. ❷ (키 큰 사람) người cao lớn.

말실수 sự lỡ lời. **~하다** nói lỡ lời, nhỡ mồm nhỡ miệng.

말썽 sự phiền muộn, sự oán trách, sự kêu ca, sự quấy rầy, sự tranh cãi, sự tranh luận (분쟁). ¶ ～부리다 kêu ca, thưa kiện, xảy ra tranh cãi. ¶ ～거리 sự tranh cãi, chủ đề cãi lộn / ～꾸러기(꾼) kẻ hay tranh cãi, người hay sinh sự.

말쑥하다 ngăn nắp, gọn gàng, lịch sự, thanh lịch.

말씨 cách nói, lối nói, lối truyền đạt. ¶ 젊잖은 ~ cách nói tế nhị, lời nói nhã nhặn / ~가 상스럽다 lối nói sinh động.

말씬말씬하다 mềm và nhũn.

말씹조개 tên một loại sò.

말아니다 ❶ (언어도단) vô lý, ngớ ngẩn, buồn cười, lạ lẫm, làm gì có chuyện ấy. ❷ (형편이) xấu, kém, không ra gì.

말 안되다 vô lý, vớ vẩn, bậy bạ.

말없이 (묵묵히) yên lặng, không nói gì cả, chẳng nói chẳng năng (선뜻) không than phiền, không nói lời nào. (무단으로) không cáo từ, không xin phép.

말엽(末葉) kết thúc, khép lại 1 thời kỳ.

말오줌나무 [TV] tên một loại cây.

말일(末日) cuối ngày, ngày muộn.

말재기 người nhiều chuyện, người ngồi lê đôi mách, người nói chuyện tầm phào.

말재주 tài ăn nói, tài hùng biện, tài biện hộ. ¶ ~가 있는 có tài ăn nói, có tài hùng biện, có tài biện hộ.

말전주 **~하다** mách lẻo, bịa đặt, ăn nói linh tinh, gây bất hoà vì câu chuyện. ¶ ~꾼 kẻ mách lẻo, kẻ gây bất hoà.

말조심(-操心) **~하다** cẩn thận lời ăn tiếng nói.

말주변 tài ăn nói. ¶ ~이 좋다 có tài ăn nói, tài ăn nói / ~이 없다 không có tài ăn nói.

말직(末職) chức vụ thấp kém, chức vụ kém cỏi.

말질 sự nặng lời, sự cãi cọ **~하다** cãi cọ, nặng lời.

말짱하다 (온전) hoàn hảo, điều hoà, hài hoà. (안취함) sạch sẽ, ngăn nắp, đàng hoàng (서술적). ¶ 정신이 ~ tinh thần tỉnh táo.

말참견(-參見) **~하다** can thiệp, góp ý kiến, góp chuyện, xen vào, dính vào, can thiệp vào. ¶ 나는 그가 무엇에나 항상 ~하는 것이 싫다 tôi ghét việc chuyện gì anh ta cũng xen vào.

말채찍 roi da, roi ngựa.

말초(末梢) ~적 mang tính chi tiết, mang tính nhỏ nhặt, mang tính tỉ mỉ. [GP] ¶ ~ 신경 hệ thần kinh ngoại biên, dây thần kinh ngoại biên.

말총 lông đuôi ngựa, lông bờm ngựa.

말치레 ¶ ~하다 ăn nói dễ nghe, biết cách ăn nói, nói năng đúng mực.

말캉말캉하다 mềm dẻo, mềm yếu, mềm oặt.

말투 cách nói chuyện, phong cách nói. ¶ 야비한 ~ cách nói chuyện lỗ mãng, cách nói chuyện thô tục.

말판 ❶ bàn để chơi cờ. ❷ ván cuối, trận cuối, cảnh cuối.

말편자 móng ngựa.

말하다 (얘기) nói, kể, cất lời, kể chuyện, chuyện trò, phát biểu, đề cập, nói tới …; (알리다) cho biết, nói ra; (서술) miêu tả, tường thuật, diễn tả; (표현) biểu hiện, thể hiện, trình bày; (언급) đề cập, nói tới, đặt vấn đề; ¶ 말할 수 없는 không thể nói được, không thể đề cập tới / …은 말할 것도 없고 cũng chẳng có gì để nói / 말하자면 nếu nói ra thì, nói tóm lại là / 한마디로 말하자면 nếu nói tóm gọn một câu thì là / 간단히 [자세히] ~ nói một cách đơn giản [chi tiết] thì / 좋게 [나쁘게] ~ nói tốt [xấu] / …이라고 말해도 좋다 cho dù nói … cũng tốt [cũng được] / 솔직히 ~ nói thật ra là, thành thật mà nói thì / 솔직히 말해 nói một cách thẳng thắn, nói một cách chân tình.

ㅁ

맑다 ❶ (물이) sạch, sạch sẽ. ❷ (소리가) trong trẻo, trong vắt. ❸ (날씨가) thời tiết đẹp, sáng sủa. ¶ 맑은 하늘 bầu trời trong xanh. ❹ (마음이) tâm hồn trong sạch, thanh thản. ¶ 맑은 양심 lương tâm thánh thiện / 맑은 기억력 trí nhớ minh mẫn. ❺ (청빈) thanh bần, trong sạch, thanh tao.

맑은장국(-醬-) canh làm bằng thịt bò thái nhỏ, nước rất trong (không ngậy mỡ).

맘보 mambo. ¶ ～바지 quần mambo.

맙소사 chúa ơi, ôi chúa ơi, ơi trời ơi.

맛[1] ❶ (음식의) vị, hương vị. ¶ ～을 보다 nếm thử, nếm / ～을 내다 toả hương vị, có hương vị / ～이 좋다 [없다] hương vị ngon [không ngon] / ～이 좋은 có hương vị ngon, hương vị hấp dẫn, mùi thơm / ～이 없는 chẳng có vị gì, không ngon, không hương vị / 아무 ～도 없다 chả có mùi vị gì cả, nhạt nhẽo / 아무 ～도 없는 vô vị / ～이 변하다 mùi vị đã biến đổi / 입～이 까다로운 khảnh ăn, kén ăn. ❷ (사물의) sự hấp dẫn, nét riêng biệt, nét độc đáo. ¶ ～을 알다 biết mùi, nếm mùi / 그는 야구에 ～을 붙였다 anh ta mê sự độc đáo của bóng chày.

맛[2] [LSo] tên của một loại sò.

맛깔스럽다 (맛이) ngon, có hương vị, mùi vị dễ chịu, quyến rũ, hấp dẫn. (마음에) mùi vị lôi cuốn, hấp dẫn.

맛나다 ❶ (맛있다) ngon, có hương vị, thơm nức. ❷ (맛이 나다) có mùi vị.

맛난이 (조미료) nước chấm, nước sốt, nước nêm gia vị.

맛들다 nêm, nếm, cho gia vị (làm cho món ăn ngon).

맛들이다 ❶ (재미 붙이다) say mê, say sưa, ham thích. ¶ 그는 야구에 맛들였다 anh ta say mê môn bóng chày. ❷ (맛들게 하다) làm, làm cho hấp dẫn, gây cuốn hút, làm hứng thú.

맛맛으로 món này món kia. ¶ ～ 골라 먹어라 chọn món ăn theo ý muốn của mình rồi ăn đi.

맛배기 cho xem trước một chút để gây hứng thú đối với một cái mới.

맛보다 (맛을) thử mùi vị, nếm mùi của thức ăn, ăn thử; (경험) nếm mùi trải qua, có kinh nghiệm. ¶ 인생의 쓰라림을 ～ nếm trải mùi vị cay đắng của cuộc sống.

맛부리다 đối xử một cách lạnh nhạt, đối xử một cách nhạt nhẽo.

맛없다 ❶ (맛이 없다) không ngon, chẳng mùi vị, không hương vị, vô vị, nhạt nhẽo. ❷ (재미없다) nhạt nhẽo, chán phèo, lãnh đạm, lạnh lùng, vô tình.

맛있다 ngon, thơm ngon, hương vị ngon, ngọt ngào và đậm đà. ¶ 맛있어 보이는 trông hấp dẫn, trông có vẻ ngon / 아주 맛있게 먹었습니다 (식사 후) tôi đã ăn rất ngon miệng.

맛적다 (맛이) kém mùi vị, kém ngon, không hấp dẫn; (재미가) không thú vị, khó ưa.

망(望) ❶ (살핌) sự canh chừng, sự cảnh giác, việc đề phòng, việc coi chừng. ¶ ～보다 canh gác, bảo vệ, coi chừng, đề phòng, trông coi. trông giữ. ❷ ☞ **망일**.

망(網) ❶ (그물) mạng, lưới ❷ (조직) tổ chức, mạng lưới. ¶ 철도～ mạng đường sắt / 통신～ mạng thông tin / 방송～ mạng phát thanh truyền hình.

망각(忘却) **~하다** đãng trí, lơ đễnh, quên, trí nhớ kém.

망간 [HH] mangan (ký hiệu Mn).

망거(妄擧) thử thách, sự mạo hiểm, sự thử thách táo bạo.

망건(網巾) ruy băng (dây) buộc trên đầu cho tóc khỏi rơi xuống (thời xưa nam giới hay dùng).

망고 [TV] xoài.

망구다 tàn phá, làm hư hỏng hàm, đổ nát, triệt phá, phá hoại.

망국(亡國) vong quốc, quốc gia suy thoái. ¶ ~적(인) suy sụp, kiệt lực / ~지한(之恨) khóc than vì đất nước suy tàn.

망그러뜨리다 đập vỡ, phá hại, gây thiệt hại, làm gãy đổ, rạn nứt, đập tan, phá huỷ.

망그러지다 bị đập vỡ, bị gãy vụn, bị phá huỷ, bị làm cho tan tành.

망극(罔極) **~하다** (은혜가) (ân huệ) mênh mông, bao la, rộng lớn; (슬픔이) (nỗi buồn) sầu thảm (서술적).

망나니 ❶ (사형집행인) đao phủ, người thi hành mệnh lệnh tử hình một ai đó. (고어) thằng nhãi ranh. ❷ (못된 사람) kẻ bất lương, kẻ tàn bạo chém người không biết run tay, tên xấu xa.

망년회(忘年會) liên hoan (tiệc tùng) cuối năm.

망대(望臺) ☞ **망루**.

망동(妄動) hành động mù quáng, manh động, sự cư xử thiếu suy nghĩ. **~하다** cư xử thiếu suy nghĩ, mù quáng, bốc đồng. ¶ 경거 ~ manh động, bốc đồng, nhất thời.

망둥이 [LC] tên một loài cá sống gần bãi cát ở biển.

망라(網羅) **~하다** (포함) bao hàm, bao gồm, gồm cả, bao trùm; (모으다) toàn thể, tất cả. ¶ 총~한 bao gồm tất cả, tổng thể, bao hàm tất cả.

망령(亡靈) linh hồn người chết, hồn ma, vong linh.

망령(妄靈) sự lẩm cẩm của người già. ~되다 trở thành lẩm cẩm. ¶ ~들다 bị lẩm cẩm, bị lẫn lộn, trí nhớ kém, lẩn thẩn / ~ 부리다 ngây ngô, buồn cười, không bình thường.

망루(望樓) chòi canh, tháp canh, lều canh.

망막(網膜) võng mạc mắt. ¶ ~ 검시경 kiểm tra thị lực võng mạc mắt / ~염 viêm võng mạc.

망망(茫茫) **~하다** rộng lớn, bao la, mênh mông, bát ngát. ¶ ~대해 biển cả mênh mông.

망명(亡命) sự tha hương, sự ẩn tích, sự trốn trại, sự trốn tránh, việc đi ẩn, sự mai danh ẩn tích. **~하다** tha hương, ẩn tích, trốn tránh. ¶ ~생활을 하다 sống cuộc sống tha hương. ¶ ~객 khách tha hương.

망발(妄發) lời nói hành động không đúng đắn, xấu xa, sự nhận xét không hay / **~하다** nói xấu, bịa đặt, ăn nói ngu ngốc, hành động sai trái.

망부(亡父) người cha quá cố.

망부(亡夫) người chồng quá cố.

망사(網紗) làn sương mỏng, làn khói nhẹ, lưới mỏng.

망상(妄想) thị hiếu ngông cuồng, ý nghĩ kỳ quái, tư tưởng lập dị. ¶ ~에 빠지다 rơi vào sự lập dị. ¶ 과대~광(狂)(증) kẻ ngông cuồng thái quá, người hoang tưởng, người tự đại / 피해~증 chứng lo cuồng bị khủng bố, chứng hoang tưởng.

망상(網狀) hình mắt lưới. ¶ ~의 cấu tạo hình mắt lưới, có hình mắt lưới.

망상스럽다 nhẹ dạ, phù phiếm, lông bông, vô tích sự, không có chính kiến.

망석중이 con rối, bù nhìn, kẻ bị giật dây.

망설이다 do dự, ngập ngừng, phân vân,

đắn đo, suy tính. ¶ 망설이는 việc phân vân, việc đắn đo, việc suy tính / 갈까 말까 ~ đắn đo là đi hay không, phân vân là nên đi hay ở.

망신(亡身) sự xấu hổ, sự hổ thẹn, sự ái ngại, sự mất mặt. **~하다** xấu hổ. ¶ ~시키다 làm cho xấu hổ, làm cho phát ngượng, làm cho ê mặt.

망실(亡失) sự mất mát. **~하다** mất mát, thua thiệt, thiệt thòi.

망아지 con lừa con, con ngựa con, con ngựa chưa trưởng thành; con ngựa đực (수컷); con ngựa cái, cô gái trẻ láu táu (암컷); con ngựa nhỏ (작은말); người chưa có kinh nghiệm (비유);

망양지탄(望洋之歎) câu thành ngữ chỉ sự than vãn cho một việc gì đó nằm ngoài khả năng của mình.

망언(妄言) lời nhận xét thiếu thận trọng, lời bình luận vô căn cứ. **~하다** nhận xét thiếu thận trọng, bình luận vô lý, nói năng cẩu thả. ¶ ~다사(多謝) cách viết khiêm nhường trong thư hoặc bài bình luận mong lượng thứ nếu nội dung có điều bất cẩn.

망연(茫然) ❶ (정신없음) ¶ ~히 đãng trí, lơ đễnh, tâm trí để đâu đâu / ~ 자실하다 trống rỗng, hư không, vô cảm ❷ ☞ **아득하다**. xa xôi, mờ mịt, nhạt nhòa.

망외(望外) ¶ ~의 bất ngờ, bất thình lình, ngoài dự kiến.

망우초(忘憂草) ☞ **원추리**.

망울 ❶ (덩어리) một cục, một tảng, một mảnh, một nụ hoa (꽃망울) ❷ [YH] chứng viêm hạch bạch huyết.

망원가늠자(望遠-) [VLH] kính viễn vọng, ống nhòm.

망원경(望遠鏡) kính viễn vọng. ¶ ~으로 보다 nhìn bằng kính viễn vọng, nhìn bằng ống nhòm / 천체~ kính thiên văn.

망원렌즈(望遠 lens) thấu kính viễn vọng.

망원사진(望遠寫眞) kỹ thuật chụp ảnh từ xa, bức ảnh chụp từ xa. ¶ ~기 máy chụp ảnh từ xa.

망월(望月) (보름달) trăng rằm, trăng tròn.

망인(亡人) người quá cố, người đã khuất, người đã chết.

망일(望日) ngày rằm, ngày trăng tròn.

망제(亡弟) người em trai quá cố.

망조(亡兆) điềm báo nguy cấp, dấu hiệu gặp tình huống xấu. ~가 들다 có dấu hiệu thất bại, có biểu hiện nguy cấp.

망종(亡種) tên côn đồ, kẻ bất lương, tên lưu manh, kẻ vô tích sự.

망중한(忙中閑) thời gian giải lao, thư giãn (giảm sức ép của công việc).

망지소조(罔知所措) **~하다** bị cảm thấy lúng túng, cảm thấy bối rối, không biết xử trí ra sao.

망집(妄執) nỗi ám ảnh, tình trạng bị ám ảnh.

망처(亡妻) người vợ đã qua đời.

망측(罔測) **~하다** thất thường, thần kinh không bình thường; (상스러움) thô tục, khiếm nhã, tầm thường, thô thiển (추잡); (꼴사나움) kinh tởm, khinh ghét, xấu xa.

망치 búa. ¶ ~질하다 gõ búa / ~로 벽에 못을 박다 đóng đinh vào tường.

망치다 làm hư, đập phá, tàn phá, làm hỏng. ¶ 신세를 ~ phá sản.

망태기(網-) túi lưới.

망토 áo khoác, áo choàng không tay, khăn choàng lớn (어깨).

망판(網版) bản in lưới.

망평(妄評) phê bình bừa bãi, phê phán vô căn cứ.

망하다(亡-) ❶ (멸망); suy tàn, sụp đổ, tàn tạ; (영락) đổ nát, sa sút, xuống cấp. ❷ (어렵다) bế tắc, khó khăn; (좋지않다) xấu đi, tồi tệ đi. ¶ 술로 ~ sa sút vì rượu, phá sản vì rượu, tàn đời vì rượu / 망한 실업가 doanh nhân bị phá sản, thương gia bị phá sản / 망할 년 con bé hư hỏng, đồ đàn bà thối thây / 망할 자식 thằng nhãi hư hỏng! / 회사가 ~ công ty phá sản, công ty suy sụp / 사업에 ~ thất bại trong kinh doanh, phá sản trong kinh doanh / 망하게 하다 làm suy tàn, làm sụp đổ / 그 책은 읽기가 ~ khó đọc quyển sách đó / 보기에 ~ khó nhìn.

망향(望鄕) nỗi nhớ quê hương. ¶ ~병에 걸리다 mắc bệnh nhớ cố hương.

맞… ☞ **마주**. ¶ ~보다 nhìn đối diện, nhìn trực diện, nhìn thẳng.

맞고소(-告訴) phản tố, đòi bồi thường. **~하다** đối lập, tương phản, đối nghịch.

맞꼭지각(-角) 【TH】 góc đối diện (trong toán học).

맞다[1] ❶ (정확) đúng, chính xác, phải (시계가) đồng hồ chính xác. ¶ 꼭 ~ thanh toán chính xác, tính toán chính xác (계산이). ❷ (어울림) phù hợp, thích hợp, đúng với, xứng với. ¶ 분수에 맞지 않게 살다 sống không đúng với bổn phận / 그것은 내 분수에 맞지 않는 (넘치는) 일이다 việc đó vượt ra khỏi (không thuộc) phận sự của tôi / 그들은 서로 잘 ~ họ rất hợp nhau / 그녀는 빨간색이 잘 맞는다 (어울린다) cô ấy rất hợp với màu đỏ / 셔츠는 바지와 맞지 (어울리지) 않는다 áo sơ mi không hợp với quần / 이 치마는 너에게 더 잘 맞는다 cái váy này hợp với cậu hơn. ❸ (적합) hợp, thích hợp, thích đáng, vừa, vừa khéo, vừa đúng. ¶ (몸에) 꼭 ~ vừa đúng với người / 마음에 ~ hài lòng, vừa lòng, bằng lòng / 열쇠가 열쇠구멍에 맞지 않는다 Chìa khóa không vừa với lỗ khóa. ❹ (합치) đồng ý với, phù hợp, thích hợp. ¶ 사리에 ~ hợp với lẽ phải, đúng với lẽ phải / 박자에 ~ đúng nhịp điệu, đúng thời gian / 박자가 안 ~ nhịp điệu không khớp, thời gian không khớp / 음성이 ~ âm thanh phù hợp / 음성이 안 ~ âm thanh không phù hợp. ❺ (적중함) đạt tới, đúng với như dự định (예상이); (제비, 복권이) trúng xổ số. ❻ (수지가) thu chi hợp lý.

맞다[2] ❶ (영접) tiếp đón, nghênh tiếp, đón. ¶ 반가이 ~ vui mừng đón tiếp, chào mừng / 정거장에서 가서 ~ đi ra ga (bến xe) đón. ❷ (맞아들임) đón, đón tiếp. ¶ 아내를 ~ đón vợ / 전문가를 ~ đón tiếp chuyên gia / 즐겁게 ~ niềm nở đón tiếp. ❸ (때를) nhân dịp, đón mừng. ¶ 새해를 ~ đón mừng năm mới / 생일을 ~ đón mừng sinh nhật. ❹ (비바람 등) gặp phải (mưa, gió) ❺ (매를) bị đánh, bị đánh đập; trúng (총탄을). ¶ 머리를 ~ bị đánh vào đầu. ❻ (당하다) gặp phải, đụng phải bị. ¶ 도둑을 ~ bị ăn trộm, gặp phải trộm (금품이 주어) / 야단 ~ bị mắng, bị chửi, bị la rầy / 퇴짜를 ~ bị từ chối. ❼ (주사를) tiêm, bị tiêm (침을) châm cứu.

맞닥뜨리다 bị đối mặt, bị đương đầu, đối mặt, đương đầu.

맞담배 ¶ ~질을 하다 ngồi đối diện hút thuốc lá, ngang nhiên hút thuốc.

맞당기다 lôi kéo, thu hút.

맞닿다 có liên quan, chập vào nhau, tiếp giáp nhau.

맞대 trực diện, đối diện, tiếp diện, (접촉). ¶ 맞대(놓)고 ngay trước mặt, ngay

ㅁ

tức thì...
맞대매 trận đấu quyết định, trận đấu sau cùng.
맞대하다(-對-) chạm trán, đương đầu, đối đầu.
맞돈 tiền mặt. ¶ ～으로 사다 [팔다] mua [bán] bằng tiền mặt.
맞들다 nâng đỡ nhau, cộng tác, cùng tương trợ để làm việc.
맞먹다 ngang sức, tương đương, cân bằng, xấp xỉ.
맞물다 ăn khớp với nhau.
맞물리다 được ăn khớp với nhau.
맞바꾸다 trao đổi cho nhau, tráo đổi cho nhau.
맞바둑 quân cờ đối nhau trong cờ Patuk là loại cờ truyền thống của người Hàn. ☞ **호선**.
맞바람 ngược gió, gió ngược.
맞받다 (정면으로) đâm đầu vào nhau, đâm nhau ở phía trước; (들이받다) đâm sầm vào; (응수) phản ứng, đối phó.
맞벌이 ¶ ～하다 cả vợ và chồng cùng phải làm việc. ¶ ～ 가정 gia đình mà cả vợ và chồng đều đi làm.
맞보기 miếng kính (mắt kính) được lau sạch.
맞부딪치다 đụng phải, va phải, chạm phải, đâm vào, đâm phải, va chạm. (ở phía trước). ¶ 다리를 책상 가장자리에 ～ chân va vào mép bàn / 자동차가 버스와 ～ ô tô đâm vào xe buýt. ☞ **충돌**.
맞붙다 (싸움 따위) đánh giáp lá cà, xông vào nhau để đánh, vật nhau, ôm nhau mà đánh, túm lấy nhau mà đánh.
맞붙이다 (물건을) dán, dính, kết các đồ vật với nhau; (사람을) dính vào nhau, liên kết với nhau, kết hợp với nhau.
맞상대(-相對) sự đương đầu trực diện, việc trực tiếp đương đầu.
맞서다 (서다) đứng đối mặt nhau, đứng đối diện nhau; (대항하다) đối kháng nhau, thách đấu, thách đố, thách thức, đọ sức.
맞선 ¶ ～보다 xem mặt (nam nữ gặp mặt nhau lần đầu tiên qua sự giới thiệu của người khác).
맞소송(-訴訟) một vụ kiện ngược lại, phản tố.
맞쇠 chìa khoá vạn năng, dự phòng.
맞수(-手) cái ngang bằng nhau, cái hợp nhau, tương xứng với nhau.
맞은편 phía đối diện. ¶ ～에 ở bên phía đối diện.
맞이하다 ☞ **맞다**[2] ❶, ❷, ❸.
맞잡다 (잡다) nắm chặt, nắm giữ (드잡이); (협력) hợp tác, bắt tay làm ăn với nhau, giúp đỡ nhau làm ăn. ¶ 손에 손을 맞잡고 nắm chặt tay trong tay.
맞잡이 ngang nhau, bằng nhau, giống nhau.
맞장구치다 phụ hoạ theo.
맞적수(-敵手) ☞ **맞수**.
맞절하다 tâng bốc, chúc tụng, tán thưởng, săn đón.
맞추다 ❶ (짜맞춤) tập trung, tụ hợp, nhóm họp, kết hợp (끼워). ❷ (맞게함) làm theo, làm đúng theo, bố trí, sắp đặt, điều chỉnh. ¶ 시계를 ～ chỉnh lại đồng hồ. ❸ (대조) so sánh. ¶ 계산을 맞추어 보다 tính tiền cho khớp, kiểm tiền xem đúng hay chưa.
맞춤법(-法) chính tả đúng, bài chính tả, ngữ pháp chuẩn.
맞춤법 통일안(-法統一案) bản thống nhất quy tắc chính tả, bản thống nhất cách viết. ¶ 현행 ～ quy tắc chính tả hiện hành.
맞흥정 ¶ ～하다 trực tiếp ngã giá, trực

tiếp mua bán, trực tiếp mặc cả.

맞히다 ❶ (알아맞히다) bắn trúng mục tiêu, bắn trúng đích, trúng đáp số (답을). ❷ (명중) trúng, chính xác. ¶ 맞히지 못하다 không thể trúng. ❸ (눈비 따위) dính mưa, gặp mưa (tuyết). ¶ 비를 ~ dính mưa, bị gặp mưa. ❹ ¶ 주사를 ~ bị tiêm.

맡기다 ❶ (보관) gửi, uỷ thác ký gửi ¶ 돈을 은행에 ~ gửi tiền trong ngân hàng / 짐을 ~ gửi hàng hoá. ❷ (위임) uỷ nhiệm, uỷ quyền. ¶ 임무를 ~ giao nhiệm vụ, uỷ quyền / 운을 하늘에 ~ may rủi nhờ trời, vận số do trời.

맡다[1] ❶ (보관) trông coi, giữ gìn, bảo vệ, bảo quản. ¶ 이 돈을 맡아 주시오 xin hãy giữ giùm số tiền này; (담임, 감독) đảm nhiệm, giữ vai trò, nhận. ¶ 3학년반을 ~ đảm nhiệm năm thứ 3. ❷ (연기를) hít khói. ❸ (허가를) đạt được, giành được, được phép, nhận được. ¶ 허가 맡고 영업하다 nhận được giấy phép kinh doanh, kinh doanh có giấy phép.

맡다[2] ❶ (냄새를) có mùi, ngửi mùi, tỏa mùi. ¶ 맡아 보다 hít, ngửi thử. ❷ (낌새를) cảm giác, cảm tưởng, cảm thấy, thấy có mùi.

매[1] (때리는) cái gậy, cái roi, cái cây, cái que (매질) ☞ **매맞다**. đánh, bị đánh. ¶ ~를 때리다 đánh mạnh bằng roi, quất bằng roi, vụt bằng roi.

매[2] (맷돌) máy xay, máy nghiền.

매[3] 【LCh】 chim ưng, chim cắt. ¶ ~사냥 săn chim, bắn chim.

매… mỗi, hằng. ¶ ~ 일요일 vào mỗi chủ nhật.

매가(賣家) sự bán nhà, nhà bán.

매가(買價) giá bán.

매가(賣價) giá bán. ¶ 이것을 ~의 반으로 드리죠 tôi sẽ lấy anh bằng nửa giá bán, bán cho anh chỉ bằng nửa giá bán.

매가오리 【LC】 con cá đuối.

매각(賣却) việc bán, việc chuyển nhượng, việc trao đổi. ¶ ~하다 bán, chuyển nhượng, trao đổi. ¶ ~ 공고 yết thị (thông báo) bán.

매개 ¶ ~(를) 보다 làm môi giới, làm trung gian.

매개(每箇) từng cái một, mỗi cái một.

매개(媒介) chi nhánh, đại lý, trung gian. (매개물). **~하다** làm đại lý, làm chi nhánh. ¶ …의 ~로 với trung gian. ¶ ~가 người môi giới, người làm trung gian / (병균의) trung gian truyền bệnh.

매개념(媒概念) 【Lo】 mỗi khái niệm, từng khái niệm.

매거(枚擧) **~하다** đếm, liệt kê, kể ra, tính ra. ¶ 이루 다 ~할 수 없다 không thể đếm được tất cả, không thể liệt kê ra tất cả.

매관매직(賣官賣職) **~하다** mua quan bán tước, có chức quyền nhờ vào tiền bạc.

매국(賣國) tội phản quốc, tội bán nước. ¶ ~노 kẻ phản quốc.

매기(每期) mỗi mùa, mỗi thời kỳ, mỗi giai đoạn.

매기(買氣) sức hấp dẫn người tiêu dùng, sức mua.

매기다 ❶ (값을) giá cả, mặc cả, đặt giá, trả giá, ra giá; ❷ (등급을) phân loại, xếp hạng; ❸ (점수를) định mức, định giá, ước lượng; ❹ (번호를) sắp xếp.

매끄럽다 trơn, nhẵn, trượt, bóng mượt, bóng láng.

매끈… ☞ **미끈**.

매나니 (빈손) tay không, tay trắng. ~로 bằng tay không, với bàn tay trắng. ¶ ~로 사업을 시작하다 bắt đầu sự nghiệp (kinh doanh) với bàn tay trắng.

매너 cách xử sự, phép cư xử. ¶ ～가 있다 biết cách cư xử, cư xử có phép tắc.

매너리즘(mannerism) chủ nghĩa cầu kỳ, kiểu cách, làm dáng.

매년(每年) hàng năm, thường niên, mỗi năm; (부사적) ～의 thuộc mỗi năm, của mỗi năm, thuộc hằng năm.

매니저(manager) người quản lý, người điều hành, giám đốc điều hành.

매니큐어 việc sơn sửa móng tay. ～하다 cắt sửa móng tay, sơn sửa móng tay, làm móng.

매다[1] (동이다) trói, buộc, thắt, cột; (목을) buộc cổ, thắt cổ. ¶ 구두끈을 ～ buộc dây giày.

매다[2] (김을) làm cỏ, dọn vườn.

매달(每-) mỗi tháng. ～의 hằng tháng.

매달다 ❶ (달아맴) treo lên, buộc lên, cột lên. (부착). ❷ (일에) bị cuống theo công việc, không ngơi làm việc. ¶ 회사에 목숨을 ～ phụ thuộc hoàn toàn công ty.

매달리다 ❶ (늘어짐) bị cột, bị treo, bị trói. ❷ (붙잡다) bị dính vào, bị dây dưa, liên quan; (애원) nài nỉ, cầu khẩn, cầu xin. ❸ (의지) theo đuổi, đeo bám.

매대기 ¶ ～치다 làm hoen ố, làm bẩn thỉu, làm vương vãi khắp nơi.

매도(罵倒) **~하다** kết án, xử phạt, tố cáo, phê bình, phê phán, chỉ trích gay gắt.

매도(賣渡) ～하다 phân phối hàng hoá, bán hàng, cung cấp hàng hoá (khắp nơi). ¶ ～인 người bán hàng / ～증서 hoá đơn bán hàng.

매독(梅毒) bệnh lậu, bệnh giang mai, bệnh kín. ¶ ～성의 có nguồn gốc giang mai, mắc bệnh giang mai. ¶ ～환자 bệnh nhân bệnh lậu.

매듭 mối nối, mối buộc, chỗ thắt nút, chỗ buộc, chỗ khó gỡ rối (비유). ¶ ～을 맺다 ràng buộc, gắn bó / ～을 풀다 cởi mối nối, cởi nút buộc, cởi bỏ ràng buộc.

매듭짓다 thắt nơ, thắt nút, kết thúc, hoàn thành, hoàn thiện. ¶ 일을 ～ kết thúc công việc, hoàn thành công việc / 연구를 ～ hoàn thành việc nghiên cứu / 협상을 ～ kết thúc hiệp thương, kết thúc đàm phán.

매력(魅力) sức hút, sức lôi cuốn, sức hấp dẫn. ¶ ～있는 có sức hấp dẫn, có duyên ngầm, gây ấn tượng tốt / 성적 ～이 있는 hấp dẫn giới tính.

매립(埋立) sự khai hoang, san lấp. **~하다** khai hoang, san lấp. ¶ ～공사 công trình san lấp / ～지 đất san lấp.

매만지다 điều chỉnh, chỉnh trang trang phục, dầu, tóc.

매맞다 bị đánh, bị ăn đòn, bị ăn roi. (회초리로).

매매(賣買) (거래) sự trao đổi, mua bán. **~하다** mua bán, trao đổi, hiệp thương, kinh doanh, giao dịch, làm ăn buôn bán. ¶ ～계약을 맺다 làm hợp đồng mua bán, làm hợp đồng kinh doanh. ¶ 견본 ～ buôn bán theo mẫu, mua bán theo mẫu / 위탁 ～ buôn bán ký gửi.

매머드(mammoth) voi ma mút, sự đồ sộ, sự to lớn. ¶ ～ 기업 tập đoàn lớn, công ty lớn.

매명(賣名) **~하다** tự phô trương, tự quảng cáo, tự khuếch trương. ¶ ～가 người tự phô trương, người tự quảng cáo.

매몰(埋沒) **~하다** chôn cất, chôn vùi, chôn. ¶ ～되다 được chôn cất, được chôn.

매몰스럽다 lạnh nhạt, nhẫn tâm, không thương tiếc, không cảm xúc. ¶ 그는 오랜 기간 동안의 감옥생활 후 더욱 매몰스러워졌다 anh ta càng trở nên khắc nghiệt hơn sau một thời gian sống lâu trong nhà tù / 그는 자신의 아들에게까지도 매몰스럽게 대한다 anh ta đối xử lạnh nhạt ngay cả với chính con trai của mình / 매몰스러운 날씨 thời tiết khắc nghiệt.

매몰차다 ☞ **매몰스럽다**.

매무시 trang điểm. **~하다** làm dáng, chải chuốt, làm đỏm, trang điểm. ¶ ~가 단정하다 trang điểm trang nhã, trang điểm hài hoà, dễ nhìn / 그는 인터뷰 전에 ~를 단정하게 했다 anh ta đã làm đỏm trước buổi phỏng vấn.

매문(賣文) công việc viết lách thuê, sự bán chữ.

매물(賣物) hàng hóa để bán, đồ vật để bán (게시). ¶ ~로 내놓다 bày hàng hóa ra bán.

매미 ve sầu. ¶ ~소리 tiếng ve sầu.

매번(每番) (때마다) mỗi lần, lần nào cũng, mọi lần; (자주) thường xuyên, luôn luôn (늘).

매복(埋伏) **~하다** phục kích, mai phục, nằm chờ, theo dõi.

매부(妹夫) anh rể (anh rể và em vợ 매제와 형부).

매부리[1] (매 부리는 이) người thợ săn chim ưng.

매부리[2] (매의 주둥이) mỏ chim ưng. ¶ ~코 mũi chim ưng (mũi khoằm).

매사(每事) mọi việc, mọi sự. ¶ ~에 trong mọi việc, trong mọi sự / 그는 항상 ~에 신중하다 anh ấy luôn thận trọng trong mọi việc.

매상(買上) **~하다** mua, thương mại, kinh doanh (법). ¶ ~가격 giá mua. ¶ 판매인의 매상가격((賣上價格) 파는가격)1은 소비자의 매상가격((買上價格) 사는 가격) 보다 적어도 30 % 더 나간다 Giá của người bán đưa ra ít nhất cũng cao hơn giá của người mua đưa ra là 30%.

매상(賣上) doanh thu. ¶ 그날의 ~ doanh thu ngày hôm đó, doanh số của ngày hôm ấy. ¶ ~액 doanh thu, doanh số / 총~액 tổng tiền doanh thu / ~장부 (전표) sổ sách doanh thu, sổ sách kế toán.

매석(賣惜) sự tích trữ hàng hóa để đầu cơ. **~하다** tích trữ hàng. ¶ 매점(買占)~하다 mua vét hết hàng và tích trữ hàng.

매설(埋設) **~하다** đặt, lắp đặt. ¶ 수도관을 ~하다 lắp đặt đường ống nước ngầm / 지뢰를 ~하다 mìn chôn dưới đất.

매섭다 mãnh liệt, dữ dội, nghiêm khắc. ¶ 매서운 폭풍 gió bão dữ dội / 매서운 눈초리 cặp mắt nghiêm khắc / 그는 매서운 감기에 들었다 anh ấy bị cảm nặng.

매수(買收) **~하다** mua; (뇌물로) hối lộ, đút lót.

매수(買受) **~하다** mua bán, mua chuộc. ¶ ~인 người mua.

매스게임 【Anh】 trò chơi đại chúng.

매스미디어(massmedia) 【Anh】 phương tiện truyền thông đại chúng.

매스커뮤니케이션(mass-communication) 【Anh】 truyền thông, kết nối.

매시(每時) mỗi giờ.

매식(買食) **~하다** ăn cơm tiệm, ăn cơm bụi, ăn cơm hàng.

매실(梅實) quả mận, quả mơ.

매씨(妹氏) chị cả (của em trai), chị

매암돌다 quay tròn, không phát triển.

매암돌리다 làm cho lộn vòng, bị quay tròn, dẫm chân tại chỗ.

매약(賣約) hợp đồng mua bán; (게시) yết

thị, thông báo. **~하다** làm hợp đồng mua bán, làm hợp đồng kinh doanh.

매약(賣藥) ❶ biệt dược, một loại thuốc đặc biệt. ❷ thuốc được bán. **~하다** bán thuốc.

매양(每-) luôn luôn, mỗi lần, mọi lúc, liên miên.

매연(煤煙) khói, hơi khói (do xăng xe hoặc do chất đốt toả ra). ¶ ~이 많은 nhiều khói. ¶ ~ 공해 ô nhiễm không khí / ~ 차량 lượng xe nhả khói.

매염 tính chất ăn mòn. ¶ ~료(料) (제(劑)) chất ăn mòn.

매우 rất, quá, vô cùng, cực kỳ, lắm (dùng trong khẩu ngữ - 구어). ¶ ~덥다 rất nóng.

매운탕(-湯) canh cá nấu cay.

매월(每月) hằng tháng, mỗi tháng. ~의 của mỗi tháng, của hằng tháng. ¶ 그 학교에서는 매월 학부모회의가 있다 trường đó mỗi tháng đều họp phụ huynh / 매월(의) 행사 lễ hội hàng tháng.

매음(賣淫) nạn mại dâm. **~하다** hành nghề mại dâm, làm nghề mại dâm. ¶ ~녀 gái mại dâm / ~녀가 되다 trở thành gái mại dâm.

매이다 (끈으로) bị buộc chặt, bị trói chặt; (일에) bị ràng buộc vào một công việc nào đó. ¶ 매인 데 없는 không có chỗ buộc / 일부 아이들은 부모에 매어있어 독립심이 없다 một số trẻ em vì lệ thuộc vào cha mẹ nên không có tính tự lập.

매인(每人) mỗi người, mọi người. ¶ ~당 phần của mỗi người (속어); mỗi người một phận.

매일(每日) hằng ngày, mỗi ngày, ngày nào cũng. ~의 của mỗi ngày. ¶ 나는 ~ 편지를 쓴다 tôi viết thư hàng ngày / 나는 ~ 세 번 밥을 먹는다 mỗi ngày tôi ăn 3 bữa cơm / ~의 일 công việc của mỗi ngày / ~ 같이 ngày nào cũng giống ngày nào.

매일반 ☞ **매한가지**.

매입(買入) sự mua được, việc tậu được. **~하다** mua được, tậu được, mua vào, nhập vào. ¶ ~원가 giá nhập vào.

매장(埋葬) ❶ (시체의) việc chôn cất, việc mai táng. **~하다** mai táng, chôn cất. ¶ ~지 đất mai táng. ❷ (사회적) ~하다 khai trừ, tẩy chay, loại ra, chôn vùi.

매장(埋藏) **~하다** (묻다) chôn dưới lòng đất; (땅이 자원을) vùi dưới đất trữ lượng tài nguyên. ¶ ~량 lượng chôn giấu, trữ lượng / 석탄 ~량 trữ lượng than đá.

매장(每場) (점포) nơi buôn bán, shop, tiệm, cửa hàng.

매저키즘 ☞ **마조키즘**.

매점(買占) **~하다** mua vét hết hàng để đầu cơ (từ gần giống: 사재기하다).

매점(賣店) quán, lều, quầy, sạp. ¶ 역의 ~ quầy bán hàng của nhà ga / ~을 내다 mở sạp hàng.

매정스럽다 lạnh lùng, nhẫn tâm, hà khắc, vô tâm. ¶ 매정스럽게 굴다 cư xử lạnh lùng / 매정스럽게 거절하다 lạnh lùng cự tuyệt.

매정하다 ☞ **매정스럽다**.

매제(妹弟) em chồng.

매주(每週) hàng tuần, mỗi tuần. ¶ 나는 ~ 부모님을 찾아뵙는다 tôi tới thăm ba mẹ hàng tuần / 나는 매주 3번 파트타임 일을 한다 một tuần tôi làm thêm 3 lần.

매주(買主) người mua.

매주(賣主) người bán.

매지근하다 nhạt nhẽo, hờ hững.

매직(magic) 【Anh】 sự kỳ ảo, sự thần diệu, ảo thuật. ¶ ~ 아이 cậu bé thiên thần

(ma thuật).
매진(賣盡) việc bán hết hàng; (게시) "hết hàng". **~하다** bán chạy, bán đắt hàng, bán hết.
매진(邁進) **~하다** theo đuổi, bám sát, cố gắng, phấn đấu.
매질 trận đòn, sự đánh đập. **~하다** đánh, đập, đánh đòn.
매질(媒質)(medium) 【VLH】 chiết trung.
매체(媒體) phương tiện, trung gian. ¶ 광고 phương tiện quảng cáo / 대중 ~ phương tiện đại chúng.
매축(埋築) **~하다** chôn lấp (매립).
매춘(賣春) ☞ **매음**.
매출(賣出) bán. **~하다** bán ra. ¶ ~ 가격 giá bán.
매치(match) (경기) trận đấu, cuộc thi đấu.
매캐하다 (연기가) có nhiều khói, đầy khói; (곰팡내가) mốc, có mùi mốc.
매콤하다 (맛, 냄새) cay cay, vị cay cay, tê tê, cay vừa miệng.
매큼하다 ☞ **매콤하다**.
매트 cái chiếu, cái thảm.
매트리스(mattress) tấm nệm, tấm đệm.
매파(媒婆) bà mối, bà mai mối.
매판자본(買辦資本) tư sản mại bản.
매팔자(-八字) hoàn cảnh thuận lợi, điều kiện sung túc. ¶ ~다 có hoàn cảnh thuận lợi, điều kiện sung túc.
매표(賣票) ¶ ~구(口) cửa bán vé / ~소 nơi bán vé (극장의).
매품(賣品) hàng bán, vật để bán (게시).
매한가지 cũng vậy thôi, cũng giống thế, không có gì khác, tương tự nhau. ¶ 나도 ~다 tôi cũng thế, tôi cũng vậy thôi / 죽은거나 ~다 có chết đi thì cũng thế thôi, chẳng khác gì chết / 나에게는 ~다 đối với tôi thì cũng thế cả.
매형(妹兄) anh rể (em trai vợ gọi chồng của chị gái).
매호(每戶) mỗi nhà, mỗi hộ.
매혹(魅惑) sự mê hồn, sự quyến rũ, sự thôi miên, sự huyễn hoặc. **~하다** quyến rũ, mê hoặc, thôi miên. ¶ ~적 một cách mê hoặc, một cách quyến rũ / ~되다 trở nên quyến rũ, trở nên hấp dẫn.
매화(梅花) 【TV】 cây hoa mai (나무); hoa mai (꽃).
맥(脈) ❶ (맥박) mạch; tĩnh mạch máu. ¶ ~을 짚어보다 bắt mạch / ~이 뛰다 mạch đập (chạy) / 손목의 ~을 끊어 자살을 시도하다 cắt mạch máu tay định tự tử. ❷ mệt lử, kiệt sức, không có mạch. ☞ **맥빠지다**, **맥없다**.
맥고모자(麥藁帽子) cái nón rơm.
맥락(脈絡) ❶ (혈맥) huyết mạch, huyết quản. ❷ (사물의) mạch lạc, liên kết, hệ thống. ¶ 그것은 같은 ~에서 이해되어질 수 있다 điều đó có thể hiểu được theo cùng mạch / A는 B와 같은 ~에서 설명되어야 한다 Phải giải thích A theo lô gíc (mạch lạc) như B.
맥류(麥類) lúa mạch.
맥맥하다 ❶ (코가) nghẹt, nghẹt mũi. ❷ (생각이) nản lòng, nản chí, thất vọng, bế tắc. ❸ mô tả, tường thuật (서술적).
맥박(脈搏) mạch ¶ ~계(計) máy đo huyết áp / ~수 số mạch.
맥보다(脈-) ❶ (맥박을) xem mạch, bắt mạch. ❷ (남의 의중을) thăm dò, đoán chừng, ước chừng.
맥빠지다(脈-) ❶ (기운없다) không có khí lực, ỉu xìu, kiệt sức, đuối sức, không có sinh khí. ❷ (낙심) nản lòng, nản chí.
맥아(麥芽) ☞ **엿기름**. ¶ ~당 mạch nha.
맥없다(脈-) ❶ (기운없다) không có sinh khí, mất mạch, kiệt sức. (풀없다). ¶ 맥없이 một cách không có sinh khí,

một cách kiệt sức (무르게). ❷ (이유없다) không căn cứ, không nguyên do. ¶ 맥없이 không có căn cứ, không đầu đuôi.

맥작(麥作) việc trồng lúa mạch.

맥적다 ❶ (따분하다) uể oải, tẻ nhạt, buồn chán, chán ngắt. ❷ (낯없다) xấu hổ, thẹn thùng(với lương tâm mình).

맥주(麥酒) bia. ¶ (김빠진) ~ bia nhạt, bia để lâu không còn ngon nữa / ~ 한 잔 하다 uống một vại bia / ~집(홀) quán bia.

맥풀리다(脈-) ☞ **맥빠지다**.

ㅁ

맨 (오로지) chỉ; (가장) nhất, tận cùng, tột cùng. ¶ ~ 꼴찌 kém nhất, sau cùng, dốt nhất, về sau cùng / ~ 먼저 đầu tiên, trên cùng, trước tiên nhất / ~ 거짓말이다 lời nói dối đầu tiên.

맨… (안 섞인) trống rỗng, rỗng không, không có gì, trần trụi. ¶ ~바닥 sàn trống, nền không / ~손 tay không / 아무 자본 없이 ~손으로 사업을 시작하다 bắt đầu kinh doanh (sự nghiệp) với bàn tay không chẳng có đồng vốn nào.

맨꽁무니 ☞ **맨손**, **매나니**.

맨나중 tận cùng, sau cùng, cuối cùng.

맨둥맨둥하다 trơ trụi, trọc lốc, chẳng có gì. ¶ 나무 없이 맨둥맨둥한 산 núi trơ trụi không có cây cối.

맨드라미 [TV] cây hoa mào gà.

맨땅 ❶ đất trống, bãi đất trống. ¶ 아무 깔개없이 ~에 눕다 nằm trên nền không có đệm trải. ❷ đất trống, ruộng trống. ¶ ~에 씨를 뿌리다 gieo hạt trên ruộng chưa có gì.

맨머리 đầu trần, đầu không đội mũ nón.

맨먼저 đầu tiên, ban đầu, trước tiên, trước hết (최초); (최초에) vào lúc đầu tiên, lúc ban đầu. (우선).

맨몸 ❶ (알몸) người trần, khoả thân. ❷ (무일푼) chẳng có xu nào dính túi.

맨발 chân không, chân đất. ¶ ~로 (부사) bằng chân không, với bàn chân đất.

맨밥 cơm không, cơm không có thức ăn.

맨션 toà lâu đài, biệt thự.

맨손 tay không, không có gì trong tay.

맨송맨송하다 (털없다) trơ trọi, trống trơn; trọc (민둥민둥하다); tỉnh táo, sạch sẽ (술 안취하다).

맨숭맨숭하다 ☞ **맨송맨송하다**.

맨아래 dưới cùng. ¶ ~의 tận dưới cùng, của phía dưới cùng, tận đáy cùng.

맨앞 phía trước tiên, trước tiên, đầu tiên, trên cùng. ¶ ~의 (형용사) ở vị trí đứng đầu tiên, ở trên cùng / ~에 (부사) ở trên cùng, ở trên đầu tiên.

맨위 trên cùng. ¶ ~의 (형용사) tận trên cùng / ~에 (부사) ở tận trên cùng.

맨입 lời nói suông (không hành động). ¶ ~으로 bằng lời nói suông. ¶ A: Có thể giúp tôi chút không? B: ~으로는 안 되지. 오늘 저녁 사. 그러면 도와줄께. nói suông sao được, tối nay đãi cơm tôi đi, có vậy tôi mới giúp chứ.

맨주먹 ☞ **맨손**, **빈주먹**, **매나니**.

맨투맨(man to man) một đối một. ¶ ~ 방어 phòng vệ theo một đối một.

맨틀피스(mantelpiece) bệ lò sưởi.

맨홀(manhole) miệng cống, lỗ cống. ¶ ~ 뚜껑 nắp cống, nắp miệng cống.

맬서스 Malthus. ¶ ~ 주의 Chủ nghĩa Malthus.

맵다 ❶ (맛이) cay, vị cay, hương vị cay. ❷ (혹독) khó khăn, nghiêm khắc, nghiêm trọng, gay gắt. ¶ 매운 김치 Kimchi cay / 매운 추위 rét ngọt, rét đậm / 매서운 감기 cảm nặng.

맵시 đường cong, dáng vẻ, hình dáng. ¶ ~있는 có dáng vẻ, có dáng, có dáng vẻ thanh tao. ¶ 옷~ cách ăn

mặc, dáng ăn mặc.
맷돌 cối đá xay. ~질하다 xay, nghiền.
맹격(猛擊) ☞ **맹공격**.
맹견(猛犬) con chó hung dữ. ¶ ~ 주의 coi chừng chó dữ, chú ý chó dữ.
맹공격(猛攻擊) sự tấn công mạnh mẽ, sự tấn công ác liệt. **~하다** tấn công mạnh mẽ, tấn công như vũ bão.
맹그로브(mangrove) [TV] cây đước.
맹금(猛禽) ¶ ~류 loài chim hung dữ.
맹꽁이 [ĐV] ❶ con cóc. ❷ (맹추) ngốc nghếch, ngu xuẩn, đần độn. ❸ ~자물쇠 móc khoá.
맹도견(盲導犬) chó dẫn đường.
맹독(猛毒) thuốc độc. ¶ ~이 있다 có độc tính.
맹랑하다(孟浪-) (허망) giả dối, dối trá, phản trắc; (믿을 수 없다) không thể tin được; (터무니없다) phi lý, ngược đời, không có căn cứ; (만만찮다) vô căn cứ, không có cơ sở. ¶ 맹랑한 설 câu chuyện phi lý, câu chuyện vô lý / 맹랑한 소문을 퍼뜨리다 tin đồn vô căn cứ lan ra.
맹렬(猛烈) ~한 (형용사) hung dữ, mãnh liệt, dữ dội. ¶ ~히 (부사) một cách hung dữ, một cách mãnh liệt / ~한 반대 phản đối dữ dội, phản đối gay gắt.
맹목(盲目) mù quáng. ~적 (형용사) tính mù quáng. ¶ ~적인 사랑 tình yêu mù quáng / ~적인 모방 sự bắt chước mù quáng.
맹문 ¶ ~을 모르다 không hiểu vấn đề, không hiểu cảnh ngộ, không biết ngọn ngành.
맹물 ❶ (물) nước lã, nước thiên nhiên. ❷ (시시한 사람) người nhạt nhẽo, người vô vị.
맹방(盟邦) quốc gia liên minh, lực lượng liên minh.
맹성(猛省) **~하다** tự kiểm điểm sâu sắc, nghĩ nghiêm túc.
맹세 lời thề, sự thề nguyền, nguyện ước, lời tuyên thệ, sự bảo đảm. **~하다** thề, tuyên thệ, bảo đảm. ¶ ~코 lời thề trước Chúa trời / ~를 지키다 [어기다] giữ lời hứa, giữ lời thề [thật hứa].
맹수(猛獸) mãnh thú, con thú dữ. ¶ ~사냥 việc săn thú dữ.
맹습(猛襲) sự chấn động mạnh, tấn công mạnh. **~하다**. chấn động dữ dội, chấn động mạnh.
맹아(盲啞) câm và mù. ¶ ~ 학교 trường khuyết tật dành cho người câm và mù.
맹약(盟約) (서약) lời hứa trịnh trọng, lời cam kết, lời tuyên thệ, việc tuyên thệ, việc cam kết; (동맹) đồng minh, liên minh.
맹연습 **~하다** luyện tập gian khổ, ôn luyện gian nan.
맹위(猛威) sự ác liệt, sự mãnh liệt. ¶ ~를 떨치다 nổi cơn thịnh nộ, hung hăng, hung dữ.
맹인(盲人) ☞ **소경**.
맹자(孟子) Mạnh Tử.
맹장(盲腸) ruột thừa. ¶ ~ 수술을 받다 được phẫu thuật ruột thừa. ¶ ~염 viêm ruột thừa.
맹장(猛將) quán quân, nhà vô địch.
맹점(盲點) điểm mù, điểm không nhìn thấy, điểm sơ hở. ¶ 법의 ~을 찌르다 lợi dụng kẽ hở của pháp luật.
맹종(盲從) **~하다** phục tùng một cách mù quáng.
맹주(盟主) người đứng đầu, người lãnh đạo.
맹진(盲進) **~하다** lao tới, xông tới.
맹추 người ngu xuẩn, người đần độn.
맹타(猛打) cú đánh mạnh.
맹탕 (국물) món canh nhạt; (사람) nhạt

nhẽo, ngốc, chậm hiểu.

맹폭(盲爆) trận oanh tạc. **~하다** oanh tạc, ném bom, dữ dội.

맹풍(猛風) trận cuồng phong, cơn gió to dữ dội.

맹학교(盲學校) trường khiếm thị.

맹호(猛虎) mãnh hổ.

맹활동(猛活動) sự hoạt động sôi nổi, sự năng nổ, sự tích cực. **~하다** hoạt động sôi nổi.

맹휴(盟休) bãi công, đình công, bãi khóa. ☞ **동맹휴교**.

맺다 ❶ (끈, 매듭을) trói, buộc, thắt nút, cột giữ. ❷ (끝내다) kết thúc, chấm dứt. ❸ (관계) thiết lập, tạo lập, gắn kết, lập lên. ¶ 관계를 ~ thiết lập quan hệ / 부부 인연을 ~ tạo mối nhân duyên vợ chồng. ❹ (계약, 홍정따위) ký kết, giao kèo. ❺ (열매를) sinh sản, ra hoa kết trái. ❻ (원한을) nuôi dưỡng, ấp ủ, ôm ấp.

맺히다 ❶ (매듭이) bị trói, bị trói buộc, bị thắt nút. ❷ (열매가) đạt đến kết quả, ra hoa kết trái. ❸ (원한이) gây oán hận. ¶ 맺힌 원한 mối thù được ấp ủ. ❹ (눈물, 이슬이) tạo thành kết đọng lại. ¶ 이슬이 ~ tạo thành sương đọng lại.

머금다 ❶ (입에) ngậm ❷ (마음에) ấp ủ, ôm hận (원한을). ❸ (기타). ¶ 눈물을 ~ đọng nước mắt / 이슬을 ~ đẫm sương / 웃음을 ~ nở một nụ cười.

머루 [TV] cây nho rừng, trái nho rừng.

머리 ❶ (두부) đầu, cái đầu. ¶ ~가 아프다 đau đầu. ❷ (두뇌, 기억력) trí não, trí lực, trí óc. ¶ ~를 쓰다 động não, suy nghĩ / ~가 좋다 thông minh. ❸ (머리털) tóc. ¶ ~를 감다 gội đầu / ~를 깍다 cắt tóc. ❹ (꼭대기) đỉnh đầu, chỏm đầu. ¶ 기둥 ~ trụ cột, đầu não.

머리끝 đỉnh đầu. ¶ ~에서 발끝까지 từ đầu đến chân / ~이 쭈뼛해지다 dựng tóc gáy.

머리띠 dây buộc tóc, dây băng cột tóc, bờm tóc.

머리말 lời nói đầu, lời mở đầu.

머리맡 ¶ ~에 bên gối, cạnh giường.

머리채 một bím tóc, một suôn tóc.

머리카락 tóc, mái tóc.

머리털 tóc, sợi tóc. ¶ ~이 곤두서게 하다 sợ dựng tóc gáy.

머리핀 kẹp tóc, cặp tóc.

머릿기름 dầu chải tóc.

머릿수(-數) lượng tóc (dày hay mỏng).

머무르다 (묵다) lưu lại, ở lại, nghỉ lại, nán lại; (남다) còn lại, giữ nguyên. ¶ 현직에 ~ giữ nguyên chức vụ.

머무적거리다 ☞ **머뭇거리다**.

머무적머무적 một cách ngập ngừng, một cách do dự, có vẻ phân vân.

머뭇거리다 ngập ngừng, do dự, phân vân, lưỡng lự (말을). ¶ 머뭇거리며 vừa ngập ngừng vừa ….

머슴 tá điền. ¶ ~살이 cuộc sống tá điền / ~살이(를) 하다 sống cuộc sống tá điền.

머쓱하다 ❶ (키가) khẳng khiu, lêu nghêu(chiều cao). ❷ (기가 죽다) buồn chán, mất khí thế, chán ngắt, không sinh khí.

머위 [TV] tên một loại cỏ (cỏ may).

머줍다 lóng ngóng, vụng về, chưa quen việc.

머츰하다 dừng trong chốc lát, gián đoạn trong chốc lát, ngừng lại trong thời gian ngắn.

머큐로크롬(Mercurochrom) thuốc đỏ (의약품의 상품명, tên của một sản phẩm dược học).

머큐리(mercury) thần Méc - cua; sao Thuỷ; thuỷ ngân; tính lanh lợi, tính hoạt bát.

머플러(muffler) khăn choàng cổ; cái bao tay lớn; cái chặn tiếng; cái giảm âm.

먹 mực, màu mực. ¶ ～을 갈다 mài mực.

먹구름 mây đen, đám mây đen.

먹다[1] ❶ (음식 따위를) ăn, dùng món ăn. ¶ 먹어보다 ăn thử / 다 ～ ăn hết, ăn tất cả / 먹고살다 (쌀 등을) ăn để sống / 약을 ～ uống thuốc. ❷ (생계 유지) kiếm sống, kiếm ăn, xoay xở kiếm sống. ¶ 붓으로 먹고 sống bằng nghề viết lách (sống bằng ngòi bút). ❸ (담배를) hút thuốc ❹ (가로챔) chộp, tóm, ăn. ¶ 뇌물을 ～ ăn đút lót, nhận hối lộ. ❺ (욕을) bị chê trách, bị mắng chửi. ❻ (마음을) quyết tâm, chuẩn bị sẵn sàng, có ý định rõ ràng. ❼ (겁을) sợ hãi. lo lắng. ❽ (나이를) có tuổi, già. ❾ (벌레가) bị sâu ăn. ❿ (이문) kiếm lời, có lãi. ⓫ (더위를) bị nóng, thấy nóng. ⓬ (판돈, 상금을) đoạt giải, nhận giải thưởng. ⓭ (한대) bị đánh (맞음). ⓮ (녹을) nhận tiền, nhận tiền công (tiền lương), ăn lương.

먹다[2] ❶ (귀가) bị điếc, điếc tai. ❷ (날이 들다) ngày ngày trôi đi, ngày ngày trôi qua. ❸ (물감, 풀이) bị nhuộm, bị hồ (vải vóc, quần áo). ❹ (비용이) dùng, tiêu, sử dụng. ¶ 돈이 많이 ～ tiêu hết nhiều tiền, sử dụng hết nhiều tiền.

먹먹하다 (귀가) điếc tai, chói tai. ¶ 먹먹해지다 trở nên điếc, trở nên chói tai.

먹물 mực dạng nước, mực tàu, mực in.

먹성 ¶ ～이 좋다 ăn ngon miệng, ăn nhiều, ăn tốt (có cảm giác thèm ăn, ăn được nhiều).

먹실 vết mực loang, vết xăm hình bằng mực. (문신) hình xăm trên người. ¶ ～ 넣다 xăm hình.

먹음새 cách ăn uống. ¶ ～가 좋다 ăn uống lịch sự.

먹음직스럽다 trông ngon miệng, trông hấp dẫn, nhìn mà thèm ăn.

먹음직하다 ☞ **먹음직스럽다**.

먹이 (양식) thức ăn, lương thực, mồi. (속어); (사료) thức ăn cho bò, ngựa. (소, 말의); (사냥감) mồi săn. ¶ …의 ～가 되다 trở thành miếng mồi / (야수의) mồi ăn cho dã thú / ～를 찾다 (야수가) tìm mồi, săn mồi.

먹이다 ❶ (음식을) cho ăn, chiêu đãi, bón, mớm. ¶ 젖을 ～ cho ăn sữa / 자신의 아홉 아이를 먹이고 키울 수 있다 có thể nuôi 9 đứa con của mình / 예수는 오천 명을 먹이셨다 Jesus cho 5000 người ăn. ❷ (가축을) cho gia súc ăn. ¶ 돼지를 먹여 사육하다 nuôi lợn / 아침 6시 30분에 소들에게 먹이가 주어진다 6 giờ 30 phút sáng cho bò ăn. ❸ (부양) nuôi nấng, phụ dưỡng, nuôi dạy. ❹ (뇌물을) hối lộ, đút lót. ❺ (때리다) đánh đòn, giáng đòn. ❻ (겁 따위) bị sợ hãi, làm cho sợ hãi, đe doạ. ❼ (물감을) nhuộm (풀을) hồ (áo quần, vải vóc).

먹자판 một cảnh ăn uống huyên náo (ầm ĩ), buổi tiệc linh đình, ồn ã.

먹줄 vết mực, lằn mực.

먹칠(-漆) **~하다** dính mực, vấy mực, hoen mực; (명예 따위에) bị tổn hại danh dự, bị tổn thương, bị ô nhục.

먹통(-筒) hộp mực.

먹히다 bị ăn, bị ăn mất, bị tàn phá; (먹을 수 있다) có thể ăn; (빼앗기다) bị cướp; (돈이) bị ăn quỵt, bị ăn chặn. ¶ 먹느냐 먹히느냐의 싸움 cuộc đấu tranh sinh tồn (hoặc sống hoặc chết).

먼나라 đất nước xa xôi; phương Tây (서양).

먼눈 ❶ tầm nhìn xa. ❷ cách xa, xa xôi. ¶ 비록 그를 아주 그리워하지만 나는 그를 ~으로만 바라본다 tôi rất nhớ anh ấy nhưng tôi chỉ nhìn anh ấy từ xa / 우리는 ~으로도 그 탑을 또렷이 볼 수 있었다 chúng ta có thể nhìn tháp rõ ràng mặc dù ở tầm nhìn xa.

먼데 ❶ (변소) nhà vệ sinh. ❷ (먼곳) nơi xa, địa điểm xa xôi.

먼동 ¶ ~ 트다 rạng đông, bình minh / ~이 트기 전에 trước bình minh, trước rạng đông.

먼로주의 Chủ nghĩa *Monroe*.

먼발치기 tầm nhìn xa, từ một điểm xa.

먼빛으로 từ đằng xa, ánh sáng từ đằng xa.

먼저 ❶ (앞서) trước. ❷ (우선) đầu tiên, tiên phong. ❸ (미리) đầu, đầu não. ¶ 돈을 ~ 치르다 trả tiền trước. ❹ (전에) trước đây, mới đây, vừa qua. ¶ ~ 말한 바와 같이 như đã đề cập đến trước đây, như đã nói tới trước đây.

멀거니 trạng thái ngây ra, người đơ ra (이해하지 못하여). ¶ ~ 하늘만 쳐다보다 chỉ ngây ra nhìn trời.

멀겋다 lờ mờ, mù mịt, không rõ ràng.

멀끔하다 lau chùi, làm sạch.

멀다[1] ❶ (거리가) xa, xa xôi; (…에서) ở xa, ở xa xôi; (…까지) tận nơi xa. ¶ 멀리 떨어지다 cách xa / 멀리 물러나다 lùi xa. ❷ (시간적으로) xa cách, còn xa, còn lâu. ¶ 멀지 않아 không xa / 먼 옛날에 từ xa xưa, ngày xửa ngày xưa / 먼 미래에 tương lai xa. ❸ (관계가) xa lạ, không thân thiết. ¶ 먼 친척 anh em họ xa.

멀다[2] (눈이) mờ mắt, tối mắt (욕심에). ¶ 돈에 눈이 멀어서 mờ mắt vì tiền, tối mắt vì tiền.

멀떠구니 [LCh] cánh diều.

멀뚱멀뚱 (눈이) lơ đãng, mờ ảo, nhìn không rõ; (국물이) lèo tèo, lõng bõng (nước canh không có gì đặc biệt).

멀리 xa, xa xôi, cách xa (dùng ở dạng tính từ). ¶ ~서 ở xa xôi, ở cách xa / ~하다 tránh xa, cách xa (không gần gũi với ai đó), lảng xa, lảng tránh. (소원) mơ ước xa xôi, ước mong hão huyền; (절제) bỏ, rời, từ bỏ.

멀미 ❶ (배, 수레) sự say xe, sự say sóng, say tàu thuyền (배의); sự say máy bay (비행기); sự say ô tô (차). **~하다** say (tàu xe). ❷ (넌더리 남) **~하다**(나다) chán ngắt, nhạt phèo, ngán tận cổ, ngán ngẩm, nhìn phát buồn nôn.

멀쑥하다 ❶ (키가) cao và gầy, khẳng khiu. ❷ (묽다) loãng, nhạt. ❸ ☞ **말쑥하다**.

멀어지다 xa dần (소리 등이); trở nên lạnh nhạt (관계가) trở nên xa, trở nên xa lạ (발길이).

멀쩡하다 ❶ (온전) hoàn chỉnh, đầy đủ, trọn vẹn; (다친 데 없다) lành lặn nguyên vẹn; (정신이) lành mạnh, tỉnh táo. ❷ (뻔뻔하다) trơ tráo, trơ trẽn, bỉ ổi, mặt dạn mày dày. ¶ 멀쩡한 거짓말 lời nói dối trơ trẽn. ❸ (부당) thái quá, qúa mức. ¶ 멀쩡한 소문 lời đồn đại thái quá.

멀찌막하다 khá xa, xa xa, xa vừa phải.

멀찍멀찍 khá xa, xa xa (sử dụng ở dạng tính từ).

멀찍하다 ☞ **멀찌막하다** ¶ 멀찍이 khá xa, xa vừa phải / 멀찍이 사이를 두다 để một khoảng cách hợp lý (đủ xa).

멈추다 dừng lại, ngưng lại, tạm nghỉ. ¶ 비가 ~ ngừng mưa, tạnh mưa / 차를 ~ dừng xe, đỗ xe (trong giây lát).

멈칫거리다 do dự, ngập ngừng, lưỡng

lự, phân vân.

멈칫하다 chùn bước, ngừng lại, lưỡng lự, do dự, nao núng. ¶ 멈칫멈칫 một cách do dự, một cách lưỡng lự.

멋 ❶ (세련미) kiểu cách, hợp thời thượng, có dáng dấp, đúng kiểu. ☞ **멋지다**. 멋없다. ¶ ~ 있는 đẹp mắt, dễ nhìn, khéo léo, có tài năng (솜씨 따위) / ~으로 bằng vẻ đẹp, bằng vẻ hợp kiểu cách / ~(을) 부리다 (내다) ra vẻ kiểu cách, làm dáng, điệu tàng. ❷ (풍치) hấp dẫn, có thẩm mỹ, đẹp mắt. ¶ ~을 알다 có thẩm mỹ / ~을 모르다 không biết cách làm đẹp. ❸ (사정) tình huống, hoàn cảnh. (까닭) nguyên do, nguyên cớ, lý do. ¶ ~을 모르고 không biết kiểu cách.

멋대로 theo cách riêng, theo phong cách, theo ý thích. ¶ ~ 굴다(하다) làm theo ý mình.

멋들어지다 nguy nga, lộng lẫy, tráng lệ. ¶ 멋들어지게 một cách nguy nga, một cách lộng lẫy, một cách tráng lệ.

멋없다 không đẹp, không hào hiệp, không lịch sự, chán ngắt.

멋쟁이 (남자) tay ăn chơi, ăn diện, công tử; (여자) cô nàng đỏm dáng, cô nàng ăn mặc kiểu cách.

멋지다 đẹp, lộng lẫy, hấp dẫn, quyến rũ. ¶ 멋진 솜씨 khéo tay hấp dẫn, sự khéo léo quyến rũ.

멋쩍다 trông không thoải mái; ngượng nghịc, gượng gạo.

멍 ❶ (맺힌 피) vết bầm, vết thâm tím, vết giập. ~들다 bị bầm giập, có vết thâm. (마음에) vết thương lòng. ❷ (일의 내부에 생긴 탈) bị đụng mạnh, vướng mắc trở ngại trong công việc.

멍석 tấm thảm rơm, tấm lót bằng rơm.

멍에 vết thương trong lòng. ¶ ~를 지우다 xóa đi vết thương trong lòng, làm dịu vết thương trong lòng.

멍울 ☞ **망울**.

멍청이 ngốc nghếch, đồ ngốc, thằng ngốc, kẻ đần độn.

멍청하다 ngốc, đần.

멍텅구리 người đần độn.

멍하다 đãng trí, lơ đãng, khờ khạo, lơ mơ, choáng váng, ngây ra. ¶ 멍하니 lơ mơ (dùng ở dạng tính từ).

메 (방망이) búa bằng gỗ (목제); vồ (철제); cái vồ lớn (큰 것).

메가사이클(megacycle) mêgaxic.

메가톤(megaton) ¶ ~ 폭탄 bom nổ.

메가폰 cái loa. ¶ ~을 잡다 cầm loa; (비유) ầm ĩ.

메기 [LC] con cá trê.

메기다 (화살을) lắp mũi tên để bắn.

메뉴(menu) thực đơn.

메다[1] (막히다) bịt kín, lấp kín, tắc, nghẹn. ¶ 목이 ~ tắc cổ, tắc họng, nghẹt thở / 코가 ~ ngạt mũi.

메다[2] mang, vác vật gì đó trên vai.

메달 huy chương. ¶ 금~ 수상자 người được nhận huy chương vàng.

메들리 sự pha trộn, hợp xướng (음악에서); sự hỗn tạp (수영에서).

메뚜기 [CT] con châu chấu, con cào cào.

메리야스 hàng dệt len (đồ mặc lót bằng hàng dệt len) (내복). ¶ ~ 공장 nhà máy dệt len / ~ 기계 máy dệt len.

메린스(muslin) tên một loại vải (모슬린).

메마르다 (땅이) khô, cằn, khô khan, cằn cỗi (đất đai); (불모) hoang vắng, hoang sơ; (마음이) khô khan, cứng nhắc. ¶ 메마른 마음 tâm hồn khô khan, tâm hồn cứng nhắc.

메모 bản ghi nhớ, sự ghi chép. ¶ ~를 적다 viết những điều cần ghi nhớ. ¶ ~지 giấy ghi / ~장 sổ (giấy) ghi chép.

메밀 lúa mỳ, lúa mạch. ¶ ~ 국수 phở làm bằng lúa mạch / ~묵 bánh đúc làm bằng lúa mạch.

메부수수하다 cục mịch, quê mùa, chân chất.

메숲지다 rậm rạp, um tùm. ¶ 메숲진 산 quả đồi (núi) rậm rạp.

메스 [YH] dao nhỏ dùng khi phẫu thuật, dao mổ. ¶ ~를 가하다 (비유) phẫu thuật, mổ, hành động cưỡng chế để tránh tham ô tham nhũng.

메스껍다 ❶ (역겹다) buồn nôn, ghê cổ, lợm giọng. ❷ ☞ **아니꼽다** ❷.

메슥거리다 cảm giác buồn nôn, cảm giác lợm giọng.

메슥메슥하다 ☞ **메스껍다**.

메시아(messiah) cứu tinh, đấng cứu thế.

메시지(message) thông điệp, tin nhắn, lời nhắn nhủ. ¶ ~를 남기다 (본인 부재중) để lại lời nhắn.

메신저(messenger) sứ giả, người đưa tin(thư).

메아리 tiếng dội, tiếng vang. ~치다 vang, dội. (비유) lan chuyền, vang dội.

메어치다 quăng, quẳng, liệng vứt, quật ngã.

메우다 ❶ (빈곳, 구멍을) đổ đầy, lấp đầy, lấp kín, chôn kín. (매립). ¶ 틈을 ~ lấp đầy lỗ hổng / 벽의 구멍을 ~ bịt kín lỗ hổng ở tường / 여백을 ~ lấp chỗ trống, lấp khoảng trống / 결원을 ~ lấp cho khuyết, lấp chỗ trống. ❷ (부족을) bổ sung những phần (chỗ) còn thiếu, bồi thường bù, đắp, đền trả (보상). ¶ 결손을 ~ lấp đầy, gộp lại. ❸ (통을) đổ vào thùng. ¶ 통에 테를 ~ đổ đầy miệng thùng.

메이커(maker) (일류) ~ 제품 sản phẩm có thương hiệu.

메이커업(make-up) việc hoá trang, việc làm đẹp. **~하다** hoá trang, làm đẹp, trang điểm.

메조소프라노(mezzo-soprano) 【ÂN】 giọng nữ trung.

메주 đậu nghiền làm tương phơi thành bánh khô khi cần thì cho gia vị và nước vào thành tương.

메지다 không dẻo, không dính.

메질 ¶ ~하다 đóng, đập, nện (bằng búa).

메추라기 = 메추리. 【LCh】 chim cút.

메카(mecca) thánh địa Mecca của hồi giáo, địa điểm hấp dẫn du khách.

메커니즘(mechanism) máy móc, cơ cấu, cơ chế.

메타놀(metanol) 【HH】 tên một loại hoá chất.

메탄(metan) 【HH】 tên một loại hoá chất.

메탈(metal) kim loại.

메테나민 【DH】 thuốc metenamin, tên một loại dược phẩm.

메토헤모글로빈 【HH】 metohemoglbin, tên một loại hoá chất.

메트로놈(metronome) 【ÂN】 máy nhịp.

메틸알코홀(methyl alcohol) thuốc ngủ, thuốc gây mê.

멕시코 Mêxicô. ¶ ~의 thuộc về Mêxicô / ~ 사람 người Mêxicô.

멘델 ¶ ~ 법칙 định luật Mendel.

멘셰비키(mensjevik) người theo phái Menjevik.

멘스 kinh nguyệt, kỳ kinh của phụ nữ. ☞ **월경**.

멘탈테스트(mental-test) sự xét nghiệm trạng thái tinh thần.

멜대 đòn gánh, đòn xóc

멜로드라마(melo-drama) kịch mêlô, phim tình cảm.

멜로디(melody) giai điệu.

멜론 dưa hấu.

멜빵 dây làm bằng vải, dây ruy băng, dây nơ bằng giấy (총의); dây đai quần (양복바지의).
멤버(member) thành viên, hội viên.
멥쌀 gạo không dẻo.
멧나물 loại cỏ ngọt trên núi (có thể ăn được).
멧누에 [CT] tằm rừng, tằm tự nhiên.
멧닭 [LCh] gà rừng, gà núi, gà trống núi (수컷); gà mái trên núi (암컷).
멧돼지 [ĐV] lợn rừng, heo rừng.
멧두릅 [TV] cây cam tùng.
멧부리 đỉnh núi, chóp núi.
멧새 [LCh] chim núi.
며느리 con dâu. ¶ ~를 보다 cưới vợ cho con.
며느리발톱 [ĐV] [LCh] móng, vuốt, cựa (của động vật) (개 등의).
며칠 (그달의) ngày nào? ngày bao nhiêu?; (날수) mấy ngày? bao nhiêu ngày? ¶ ~ 동안 trong mấy ngày, trong vòng mấy ngày / 오늘이 ~인가? Hôm nay là ngày bao nhiêu nhỉ?
멱[1] (목) cổ họng, thực quản. ~따다 cắt cổ, cắt tiết (động vật).
멱[2] ☞ **미역**[2].
멱(冪) [TH] luỹ thừa. ¶ ~수 số mũ.
멱미레 yếm của bò.
멱살 cổ họng, cổ áo. ¶ ~잡다 (들다) nắm cổ áo, túm cổ áo, túm cổ.
멱서리 túi đan bằng rơm hoặc mây (túi cói, túi mây, túi rơm).
멱씨름 ¶ ~하다 túm cổ nhau, vật lộn với nhau, đánh nhau.
면(面)[1] ❶ (얼굴) mặt, bề mặt, diện mạo ❷ ☞ **체면**. thể diện. ❸ (표면) bề ngoài, sắc diện, bộ mặt; (측면) trực diện. ❹ (방면) phương diện, lĩnh vực, phạm vi. ¶ 재정~에서 ở lĩnh vực tài chính / 모든 ~에서 ở mọi lĩnh vực, ở mọi phương diện.
면(面)[2] huyện lị (행정구역) (đơn vị hành chính).
면(綿) ☞ **무명**.
…면 nếu, giá, giả sử. ¶ 비가 오~ nếu trời mưa.
면경(面鏡) chiếc gương nhỏ cầm tay.
면관(免官) ☞ **면직**(免職).
면구스럽다(面灸-) bối rối, ngượng ngùng, lúng túng, e thẹn (서술적).
면담 sự gặp gỡ, sự trao đổi, việc phỏng vấn. **~하다** gặp gỡ, trao đổi, phỏng vấn.
면대 ~하다 gặp trực tiếp, đối diện, trực diện. ¶ ~하여 gặp trực tiếp rồi thì.
면도 ~하다 cạo râu. ¶ ~기 máy cạo râu, dao cạo râu bằng máy / (안전) ~칼 dao cạo râu / 면돗날 lưỡi dao cạo.
면려(勉勵) (스스로) sự siêng năng, cần mẫn, sự chăm chỉ. **~하다** siêng năng, cần cù; (남을) sự ủng hộ, cổ vũ, sự khuyên khích. **~하다** cổ vữ, động viên.
면류(麵類) các loại miến, mỳ.
면류관(冕旒冠) vương miện, mũ miện, vòng nguyệt quế.
면면(綿綿) ~한 liên tục, liên tiếp, không ngừng, liên miên, không ngớt. ¶ ~히 một cách liên tục, một cách liên miên, một cách liên tiếp.
면모(面貌) diện mạo, nét mặt, vẻ bề ngoài (일의). ¶ ~를 일신하다 mang một vẻ hoàn toàn mới, biến đổi hoàn toàn về mặt hình thức / ~를 되찾다 tìm lại vẻ bề ngoài.
면목(面目) (얼굴) khuôn mặt, gương mặt; (체면) thể diện, sĩ diện, danh dự; (모양) dáng vẻ, vẻ bề ngoài. ¶ ~을 잃다 mất thể diện / ~을 유지하다 (세우다) giữ thể diện, giữ sĩ diện / ~ 없다 không có thể diện, không có danh dự, không biết xấu hổ / ~을 일신하다

ㅁ

tạo bộ mặt hoàn toàn mới.
면밀(綿密) ～한 tỉ mỉ, tinh vi, kỹ lưỡng, chính xác đến từng chi tiết, cẩn thận. ¶ ～히 một cách tỉ mỉ, một cách kỹ lưỡng / ～한 검사 kiểm tra kỹ lưỡng.
면바르다(面-) bằng phẳng, trơn, nhẵn.
면박(面駁) **~하다.** trực tiếp bác bỏ, trách mắng, chỉ trích, lên án, không đồng tình. (trực diện).
면방적(綿紡績) sự xe sợi, việc xe bông. ¶ ～기 máy xe bông, máy sợi.
면벽(面壁) 【PG】 ngồi thiền, ngồi im lặng không nhúc nhích, động đậy.
면부득(免不得) **~하다** chắc chắn xảy ra, không thể tránh được.
면사(免死) **~하다** tránh khỏi cái chết, thoát chết. (가까스로 살아났다).
면사(綿絲) sợi bông (직조용); sợi chỉ dùng để may vá (바느질용).
면사무소(面事務所) văn phòng huyện, ủy ban huyện.
면사포(面紗布) mạng che mặt của cô dâu. ¶ ～를 쓰다 đeo mạng che mặt (여자의 경우에).
면상(面上) mặt, trên bề mặt.
면상(面相·面像) vẻ mặt, nét mặt, tướng mạo.
…**면서** ❶ (동작의 진행) trong lúc; (동시에) vừa … vừa …. ¶ 웃으～ vừa cười vừa … / 책을 읽으～ 걷다 vừa đọc sách vừa bước đi / 뛰～ 오다 chạy đến / 노래부르～ 오다 vừa hát vừa đi tới / 그는 노래를 부르～ 설거지를 한다 anh ấy vừa hát vừa rửa bát. ❷ (불구하고) cho dù là, dù là, mặc dù là. ¶ 나쁜 일인 줄 알～ mặc dù biết là việc xấu.
면서기(面書記) thư ký của huyện.
면세(免稅) sự miễn thuế. **~하다** miễn thuế. ¶ ～받다 được miễn thuế (관세를). ¶ ～점(店) cửa hàng miễn thuế, điểm bán hàng miễn thuế / ～품(品) đồ miễn thuế, hàng miễn thuế.
면소(免訴) sự tha tội, sự bỏ qua, sự tuyên bố trắng án. **~하다** tha tội, bỏ qua, tuyên bố trắng án. ¶ ～되다 được tha bổng, được tuyên bố trắng án.
면식(面識) sự quen biết. ¶ ～이 있다 có quen biết.
면양(綿羊) 【ĐV】 con cừu.
면역(免役) miễn lao động công ích, miễn đi nghĩa vụ.
면역(免疫) sự miễn dịch. ¶ ～이 있다 / ～이 되게 하다 làm cho miễn dịch. ¶ ～주사 tiêm miễn dịch / ～학 thuốc miễn dịch.
면장(免狀) giấy phép, môn bài. ¶ 수입 ～ giấy phép nhập khẩu.
면장(面長) chủ tịch huyện.
면적(面積) diện tích. ¶ ～을 차지하다 chiếm diện tích. ¶ 경작 ～ diện tích canh tác.
면전(面前) ～에서 trước sự hiện diện, trước mặc ai đó. ¶ 내 ～에서 trước sự hiện diện của tôi.
면접(面接) cuộc phỏng vấn cá nhân. **~하다** phỏng vấn cá nhân. ¶ ～시험 thi phỏng vấn (구술의); phỏng vấn khi xin việc (입사 등의).
면제(免除) sự miễn dịch, sự miễn trừ, sự tha thứ, sự cho phép. **~하다** miễn dịch, tha thứ, cho phép, miễn trừ. ¶ 징집 [병역]이 ～되다 miễn đầu quân [miễn đi bộ đội]. ¶ 전부 ～ miễn toàn bộ / 일부 ～ miễn một phần / 그는 학비를 ～ 받았다 anh ấy được miễn học phí.
면제품(綿製品) hàng miễn thuế.
면종(面腫) đinh nhọt trên mặt, chỉ phục tùng trước mặt.
면종복배(面從腹背) trước mặt tỏ vẻ phục tụng nhưng chống đối sau lưng, ném

đá giấu tay.

면지(面紙) tờ cuối cùng.

면직(免職) việc cho thôi việc, sự đuổi việc, sự sa thải. **~하다** cho thôi việc, đuổi việc, sa thải (구어). ¶ ～되다 bị đuổi việc, bị cho thôi việc (구어).

면직물(綿織物) tấm vải bông.

면책(免責) sự miễn nhiệm. ¶ ～ 조항 điều khoản miễn nhiệm.

면책(面責) sự khiển trách, sự mắng mỏ. **~하다** khiển trách, mắng mỏ.

면치레(面-) **~하다** giữ thể diện.

면포(綿布) vải bông, cốt tông.

면하다(免-) ❶ (벗어남) trốn thoát, thoát khỏi, rũ bỏ. ❷ (회피) thoái thác lẩn tránh. ¶ 면하기 어려운 khó thoát. ❸ (모면) lẩn tránh, trốn thoát. ❹ (면제) miễn, thoát. ¶ 병역을 ～ miễn đi nghĩa vụ quân sự.

면하다(面-) đối mặt, đối diện. ¶ 바다에 면한 집 ngôi nhà nhìn ra biển / 호수에 면한 호텔 khách sạn đối diện với hồ.

면학(勉學) sự học hỏi, sự nghiên cứu. **~하다** học hỏi, nghiên cứu. ¶ ～ 분위기를 조성하다 tạo không khí học tập.

면허(免許) giấy phép, bằng, môn bài. ¶ ～ 있는 [없는] có [không có] bằng, chứng chỉ / ～를 얻다 nhận được bằng, giấy phép, chứng chỉ. ¶ ～증(證) giấy phép, bằng.

면화(棉花) ☞ **목화**(木花).

면회(面會) cuộc gặp mặt, cuộc hội đàm, cuộc phỏng vấn, buổi nói chuyện. **~하다** họp mặt, hội đàm, phỏng vấn. ¶ ～를 청하다 định thời gian phỏng vấn, mời phỏng vấn / ～를 사절하다 miễn tiếp khách. ¶ ～ 사절 (게시) không tiếp khách, không khám bệnh (환자) / ～ 시간 thời gian gặp gỡ, thời gian đón tiếp.

멸공(滅共) diệt cộng sản, ¶ ～ 정신 tinh thần diệt cộng sản, chống cộng.

멸구 【CT】 tên một loại côn trùng.

멸균(滅菌) ☞ **살균**(殺菌).

멸망(滅亡) sự sụp đổ, sự suy tàn, sự đổ vỡ, sự suy vong, sự huỷ diệt. **~하다** sụp đổ, suy tàn, đổ vỡ, suy vong, huỷ diệt.

멸문(滅門) ¶ ～지화 (之火) tai hoạ tiêu diệt (huỷ diệt) toàn bộ một gia đình.

멸사봉공(滅私奉公) bỏ việc tư dồn sức cho việc công.

멸시(蔑視) sự miệt thị, sự khinh miệt, sự coi thường. ☞ **경멸**. **~하다** miệt thị, khinh thường, coi thường, khinh thường. ¶ ～ 받다 bị miệt thị.

멸절(滅絶) sự tiêu huỷ, sự triệt phá, sự huỷ diệt.

멸족(滅族) **~하다** giết cả nhà, sát hại cả gia đình, tàn sát cả gia đình.

멸종(滅種) **~하다** (타동사) làm tuyệt chủng; (자동사) bị diệt chủng.

멸치 【LC】 cá trổng. ¶ ～젓 nước mắm làm bằng cá trổng.

멸하다(滅-) tàn phá, huỷ, khử, triệt, diệt.

명 (무명) quần áo bằng vải bông.

명(命) ❶ ☞ **명령**. mệnh lệnh. ¶ 당국의 ～에 의하여 theo mệnh lệnh của các cấp có thẩm quyền. ❷ (명수) số mệnh, vận mệnh. (운명). ¶ 제 ～에 죽다 tôi chết do số mệnh.

명(銘) (기념비) lời đề tặng; (묘비) chữ khắc trên bia mộ, bia văn; (칼의) chữ ký; (스스로의 계율) lời tự răn.

명(名) (사람수) người. ¶ 20～ 20 người.

명…(名) (유명) danh tiếng, tiếng tăm, danh, nổi tiếng, nổi danh; (탁월) hoàn hảo, hoàn thiện, xuất chúng, nổi tiếng. ¶ ～배우 diễn viên nổi tiếng.

명가(名家) (집안) gia đình danh giá, có tiếng tăm, danh gia vọng tộc.

명가수(名歌手) ca sĩ danh tiếng.
명검(名劍) thanh kiếm nổi tiếng (sắc bén và tốt), danh kiếm.
명경(明鏡) tấm gương sáng.
명계(冥界) ☞ **명도**(冥途).
명곡(名曲) bài hát (bản nhạc) danh tiếng. ¶ ～을 감상하다 thưởng thức một bài hát (bản nhạc) danh tiếng.
명공(名工) tay nghề bậc thầy, người thợ thủ công nổi danh.
명관(名官) thống đốc lừng danh, một nhà quản lý tài ba, vị quan danh tiếng.
명관(鳴管) 【LCh】 ống minh quản của loài chim.
명구(名句) (구) câu nói nổi tiếng; (명담) câu cách ngôn (danh ngôn).
명군(明君) minh quân (một ông vua sáng suốt, tài ba).
명궁(名弓) (사람) xạ thủ giỏi, (활) người bắn cung danh tiếng.
명금(鳴禽) loài chim biết hót (như hoạ mi, sơn ca).
명기(明記) **~하다** ghi lại rõ ràng.
명년(明年) năm sau, sang năm.
명단(名單) bản danh sách, bảng danh sách.
명단(明斷) ¶ ～을 내리다 đưa ra một phán đoán chính xác.
명담(名談) minh đàm, lời đối thoại chính xác và hay, cuộc đàm thoại nổi tiếng.
명답(明答) câu trả lời chính xác, câu trả lời đúng đắn.
명당(明堂) ❶ (대궐의) minh đường, chính điện. ❷ (묏자리) long mạch, vị trí tốt trong thuật phong thuỷ khi đặt mộ để thế hệ sau có cuộc sống vinh hoa phú quý.
명도(名刀) cây đao quý, danh đao.
명도(明度) độ sáng.
명도(明渡) việc chuyển giao, sự chuyển nhượng. **~하다** chuyển nhượng, chuyển giao. ¶ ～를 요구하다 yêu cầu chuyển nhượng. ¶ (가옥의) ～ 소송 kiện cáo chuyển nhượng (nhà cửa).
명도(冥途) 【PG】 âm phủ, địa ngục, con đường dẫn đến các thế giới khác nhau sau khi chết theo quan niệm của đạo Phật.
명동(鳴動) **~하다** làm to chuyện, làm ầm ĩ lên, bù lu bù loa. ¶ 태백 ～에 서일필(鼠一匹) 【TNg】 chẳng có chuyện gì cũng làm rối lên.
명란(明卵) trứng cá polăc, trứng cá minh thái.
명랑(明朗) ～한 lanh lợi, hoạt bát, linh hoạt, vui vẻ. ¶ ～하게 하다 làm một cách lanh lợi / ～해지다 trở nên lanh lợi, trở nên linh hoạt, trở nên vui vẻ.
명령(命令) mệnh lệnh, sự ra lệnh. (훈령). **~하다** hạ mệnh, ra lệnh. ¶ ～적(으로) có tính chất ra lệnh / ～조로 với giọng điệu ra lệnh / ～에 따르다 theo mệnh lệnh / ～대로 하다 làm đúng theo mệnh lệnh. ¶～법 【NP】 cách thức mệnh lệnh.
명론(名論) lý luận, luận thuyết nổi tiếng.
명료(明瞭) ～한(하게) rõ ràng, mạch lạc. ¶ ～하게 하다 một cách rõ ràng, mạch lạc.
명류(名流) những người nổi tiếng được nhiều người biết đến.
명리(名利) danh lợi. ¶ ～를 쫓다 chạy theo danh lợi.
명마(名馬) con ngựa tốt và quý, chiến mã.
명망(名望) danh vọng (인망). ¶ ～가 người có danh vọng
명맥(命脈) sự sống, mạch sống, yếu tố sống còn, quan trọng. ¶ ～을 유지하다 duy trì sự sống / 겨우 ～을 유지하다 (살아있음) vừa đủ sống; (존속함) tiếp

tục tồn tại.

명멸(明滅) **~하다** (불이) lúc mờ lúc tỏ, ẩn hiện. ¶ ~ 신호(信號) tín hiệu nhấp nháy.

명명(命名) mệnh danh, sự tấn phong, sự đặt tên. **~하다** ¶ ~식 lễ tấn phong, lễ đặt tên.

명명백백(明明白白) ~한 minh bạch, rõ ràng.

명모(明眸) đôi mắt trong và sáng.

명목(名目) danh mục (구실) cớ, lý do ~상의 trên danh nghĩa. ¶ ~에 지나지 않다 chẳng qua chỉ là cái tên, chỉ trên danh nghĩa. ¶ ~ 가격 giá danh nghĩa / ~임금 thu nhập trên danh nghĩa.

명문(名文) áng văn hay, bài văn hay. ¶ ~가 nhà văn nổi tiếng.

명문(名門) gia đình danh giá. ¶ ~교 trường học danh tiếng.

명문(明文) thành văn. ¶ 법률에 ~화되어 있다 đang được luật hoá.

명물(名物) (산물) đặc sản nổi tiếng; (저명한 것) đồ vật nổi tiếng; (사람) người đặc biệt.

명미(明媚) ~한 sáng đẹp, xinh xắn.

명민(明敏) **~하다** thông minh, mẫn tiệp.

명반(明礬) phèn. ¶ ~석 khoáng chất alunit.

명백(明白) **~하다** minh bạch, sáng rõ. ¶ ~히 một cách minh bạch, sáng rõ.

명복(冥福) hạnh phúc nơi chín suối. ¶ ~을 빌다 cầu mong được hạnh phúc sau khi chết

명부(名簿) danh sách. ¶ ~를 만들다 lập danh sách. ¶ 선거인 ~ danh sách người bầu cử / 회원 ~ danh sách hội viên.

명부(冥府) địa ngục.

명분(名分) danh phận (정당성) bổn phận, cớ, lý do. ¶ ~이 서는 đúng danh phận / ~이 안 서는 không đúng danh phận / ~을 세우다 đưa ra lý do đối phó, lấy cớ.

명불허전(名不虛傳) ~이다 danh bất hư truyền.

명사(名士) danh sĩ, người nổi tiếng.

명사(名辭) 【NP】 danh từ.

명산(名山) danh sơn, ngọn núi nổi tiếng.

명산(名産) sản vật nổi tiếng.

명상(瞑想) sự mặc tưởng, sự trầm ngầm. **~하다** trầm tư suy nghĩ, ngồi thiền. ¶ ~적인 một cách sâu sắc / ~에 잠기다 chìm đắm trong suy nghĩ.

명색(名色) tên gọi, danh nghĩa mang sắc thái, tên chỉ một loại. ¶ 하, 너도 ~이 사내라고 오기는 있구나! hừ, mày cũng cố chấp với cái gọi là thằng đàn ông à? / ~이 좋다 danh hảo ~에 지나지 않는다 chẳng qua chỉ là cái danh. ☞ **명목**.

명석(明晳) **~하다** thông minh, minh triết. ¶ 두뇌가 ~하다 đầu óc thông tuệ, minh triết.

명성(名聲) danh tiếng, có tên tuổi. ¶ ~을 얻다 có tên tuổi / ~을 높이다 nâng cao danh tiếng / ~을 더럽히다 làm bẩn, làm ô uế thanh danh.

명성(明星) ❶ (샛별) ngôi sao mới ❷ (인기인) minh tinh, người nổi tiếng trong lĩnh vực nghệ thuật.

명세(明細) chi tiết, mục, khoản. ¶ ~서 bản kê khai / 선적 ~서 tờ khai vận chuyển đường biển / 지출 ~서 hóa đơn chi tiêu.

명소(名所) danh lam thắng cảnh. ¶ ~를 구경하다 tham quan nơi có phong cảnh nổi tiếng.

명수(名手) người có tay nghề cao, danh thủ. ¶ 사격의 ~ tay súng giỏi.

명수(命數) số mệnh (운).

명승(名勝) danh thắng. ¶ ~ 고적 danh

lam thắng cảnh / ~지 nơi có nhiều cảnh đẹp, danh thắng.

명승(名僧) cao tăng.

명시(明示) **~하다** rõ ràng, bắt mắt, thấy được một cách rõ ràng. ¶ ~적으로 đập vào mắt, rõ ràng.

명실(名實) ~공히 có cả danh và thực. ¶ ~ 상부하다 sự thực đúng như tên gọi.

명심(銘心) **~하다** nhớ, ghi nhớ.

명아주 [TV] cây rau muối.

명안(名案) kế hoạch thông minh, ý tưởng thông minh.

명암(明暗) ánh sáng và bóng tối, mặt tối và mặt sáng. ¶ 인생의 ~ 양면(兩面) hai mặt sáng tối của cuộc đời. ¶ ~법 quy luật sáng tối.

명약관화(明若觀火) **~하다** (서술적) rõ như ban ngày.

명언(名言) danh ngôn.

명언(明言) **~하다** tuyên bố, khẳng định, xác nhận.

명역(名譯) dịch thuật hoàn hảo.

명연기(名演技) buổi diễn hoàn hảo.

명예(名譽) danh dự, danh tiếng, sự nổi tiếng. ¶ ~로운 danh dự / ~를 얻다 đạt được danh dự / ~로 여기다 coi là danh dự / ~가 되다 trở thành niềm vinh dự / ~를 더럽히다 làm ô uế danh dự. ¶ ~ 교수 giáo sư danh dự / ~ 시민 công dân danh dự / ~직 chức vụ danh dự / ~ 회장 hội trưởng danh dự / ~ 박사 tiến sĩ danh dự / ~심 vinh dự / ~ 훼손 việc làm mất danh dự (문서로의); sự phỉ báng (말로).

명왕성(冥王星) Sao Diêm vương.

명우(名優) diễn viên nổi tiếng.

명운(命運) vận tốt, số may (악운).

명월(明月) minh nguyệt, trăng sáng. ¶ 중추의 ~ trăng sáng đêm Trung thu.

명의(名義) danh nghĩa, tên ~상의 trên danh nghĩa. ¶ …의 ~로 về mặt danh nghĩa của … / 아내의 ~로 바꾸다 chuyển sang danh nghĩa là người vợ. ¶ ~ 도용 lạm dụng danh nghĩa / ~ 변경 thay đổi danh nghĩa, đổi tên sử dụng.

명의(名醫) danh y, bác sĩ nổi tiếng.

명인(名人) danh nhân, người nổi tiếng. ¶ ~ 자리를 따다 đạt được vị trí là một danh nhân. ¶ 바둑의 ~전 buổi thi đấu cờ chuyên nghiệp.

명일(名日) ngày quốc lễ.

명일(明日) ngày mai.

명작(名作) danh tác, tác phẩm nổi tiếng.

명장(明匠) người thợ lành nghề.

명장(名將) vị tướng kiệt xuất.

명재경각(命在頃刻) ngàn cân treo sợi tóc.

명저(名著) tác phẩm văn học nổi tiếng.

명절(名節) ngày lễ, ngày hội. ¶ ~ 분위기 không khí ngày hội.

명정(酩酊) sự say rượu, say sưa. ☞ **취하다**.

명제(命題) [Lo] mệnh đề.

명조(明朝) ❶ sáng mai. ❷ = 명조체. thể triều đại nhà Minh. ¶ ~체 [In] kiểu chữ nhà Minh.

명주(明紬) tơ, lụa. ¶ ~실 chỉ tơ, sợi chỉ tơ, dây tơ.

명주(銘酒) rượu ngon, rượu nổi tiếng.

명중(命中) đòn, cú đánh trúng, lời chỉ trích cay độc. **~하다** chỉ trích, đánh. ¶ ~ 하지 않다 không đánh, không chỉ trích. ¶ ~탄(彈) cú đánh thẳng, chỉ trích thẳng.

명찰(名札) phù hiệu, thẻ tên.

명찰(明察) nhìn thấu, hiểu thấu, sáng suốt. **~하다** nhìn thấu vào bên trong sự vật.

명창(名唱) ca sĩ nổi tiếng (사람); bài hát nổi tiếng (노래).

명철(明哲) sự minh triết. **~하다** minh triết, thông minh.

명추(明秋) mùa thu tới.
명춘(明春) mùa xuân tới.
명치 hệ thống dây thần kinh ở phía sau dạ dày.
명칭(名稱) tên, đầu đề, tên gọi.
명콤비(名-) cặp (đôi) hoàn hảo.
명쾌(明快) ～한 sáng rõ, trong sáng, rõ ràng, minh bạch.
명태(明太) 【LC】 cá minh thái.
명토(名-) ～박다 ra dấu, ngụ ý.
명필(名筆) (글씨) bài viết hay; (사람) người viết văn nổi tiếng.
명하다(命-) ra lệnh. ☞ **명령하다**. ❷ (임명) bổ nhiệm, chỉ định.
명함(名啣) danh thiếp (사교용, 영업용). ¶ ～을 내다 đưa danh thếp. ¶ ～판 (사진) danh thiếp.
명현(名賢) hiền nhân.
명화(名畵) bộ phim nổi tiếng (영화).
명확(明確) ～한 rõ ràng, chính xác. ¶ ～하게 một cách rõ ràng, chính xác.
몇 (얼마) mấy, bao nhiêu (số, số lượng, khối lượng, khoảng cách, thời gian). ¶ ～ 개 mấy cái (긍정) / ～ 년(年) mấy năm / ～ 번 mấy lần (번호) / ～ 사람 mấy người / ～ 살 mấy tuổi / ～ 시 mấy giờ / ～ 번씩이나 khoảng mấy lần / ～ 살이지? mấy tuổi rồi? / ～ 시입니까? mấy giờ rồi?
몇몇 một vài.
모[1] ❶ (각) góc. ¶ ～가 난 góc cạnh ❷ cứng cỏi. ☞ **모서리**. ❸ (언행의) cay nghiệt, khắc nghiệt. ¶ ～(가) 나다 góc cạnh, đanh đá / ～나지 않다 không góc cạnh, bằng phẳng. ❹ (측면) mặt, phía. ¶ 여러 ～로 với nhiều mặt khác nhau, nhiều phía khác nhau.
모[2] (벼의) cây mạ; (묘목) cây giống, cây mầm. ☞ **모내다**. ¶ ～를 심다 ươm cây giống, cấy mạ.
모[3](某) (모씨) chỉ một người nào đó, được dùng khi không muốn nói tên của người đó, anh A, chị B. (어떤) một ai đó ¶ ～처 một nơi nọ, một nơi nào đó / 김～ một người họ Kim nào đó.
모[4] (두부 따위의) bìa (đậu phụ).
모가치 phần của một người. ☞ **몫**.
모개 ¶ ～로 cùng nhau, tất cả cùng nhau, chung. ¶ ～ 흥정 bán mớ, bán buôn.
모경(暮景) tuổi già, cảnh đêm.
모계(母系) bề phía mẹ, bên ngoại.
모계(謀計) âm mưu, gian kế, thủ đoan, mưu kế.
모골(毛骨) ～이 송연하다 rùng mình, run bắn lên.
모공(毛孔) lỗ chân lông. ¶ 땀 방울이 그의 ～으로부터 흘러나왔다 mồ hôi chảy ra từ các lỗ chân lông.
모과 【TV】 quả *Mô Kwa*.
모관(毛管) mao dẫn, mao quản. ¶ ～ 작용 tác dụng mao dẫn / ～ 현상 hiện tượng mao dẫn.
모교(母校) trường học cũ.
모국(母國) mẫu quốc, nước mẹ đẻ. ¶ ～어 tiếng mẹ đẻ / ～땅 nơi chôn rau cắt rốn
모국(某國) quốc gia nào đó, đất nước nào đó.
모권(母權) mẫu quyền.
모근(毛根) chân tóc. ¶ ～ 이식 cấy tóc.
모금(募金) sự quyên góp tiền **~하다** quyên góp tiền. ¶ ～운동 phong trào quyên góp / 가두 ～ quyên tiền trên đường phố / ～함 thùng quyên góp.
모금 ngụm, miếng; (담배의) hơi; (차따위) ngụm, hớp. ¶ 물을 한 모금 마시다 uống một ngụm nước / 포도주를 한 모금 마시다 uống một hớp rượu nho / 담배를 한 ～ 피우다 hút một hơi thuốc lá.

모기 muỗi. ¶ ～ 소리로 tiếng muỗi / ～에 물리다 bị muỗi đốt. ¶ ～장 màn chống muỗi / ～약 thuốc chống muỗi / ～향 hương trừ muỗi.

모깃불 đèn đuổi muỗi.

모내다 ❶ (벼의 모를) nhổ mạ, cấy lúa. ❷ (각(角)을) tạo góc.

모녀(母女) mẹ và con gái.

모노레일(monorail) 【Anh】 đường một ray.

모노타이프(monotype) 【Anh】 đại diện duy nhất.

모노로그(monologue) 【Anh】 độc thoại.

모니터(monitor) 【Anh】 màn hình máy vi tính, bộ kiểm tra. ¶ ～제 hệ thống kiểm tra (방송).

모닝코트(morning coat) 【Anh】 áo đuôi tôm.

모닥불 lửa trại. ¶ ～을 피우다 đốt lửa trại.

모더니즘(modernism) 【Anh】 chủ nghĩa đổi mới.

모던(modern) 【Anh】 hiện đại, mới. ¶ ～ 걸 phụ nữ hiện đại, gái tân thời.

모데라토(moderato) 【ÂN】 vừa phải

모델(model) người mẫu, người trình diễn thời trang. ¶ ～이 되다 trở thành người mẫu. ¶ 사진 ～ người mẫu ảnh / 패션 ～ người mẫu thời trang.

모독(冒瀆) sự làm ô uế. **~하다** làm ô uế, đầu độc, làm sa đoạ.

모두 tất cả, toàn thể; (사물) toàn bộ; (사람) tất cả; (다해서) làm tất; (다 함께) tất cả cùng; (몰아서) tập hợp tất cả. ¶ 우리 셋이 tất cả ba người chúng tôi.

모두(冒頭) khởi đầu, mào đầu, khai mào. ¶ ～ 진술 tuyên bố khởi đầu.

모두뜀 nhảy bằng cả hai chân cùng một lúc.

모드라기풀 cây bắt ruồi.

모든 tất cả, mọi. ¶ ～ 점에서 trên mọi mặt.

모들뜨기 mắt lác, người mắt lác.

모뜨다 (흉내) bắt chước.

모라토리엄(moratorium) 【Anh】 lệnh hoãn nợ.

모락모락 ☞ **무럭무럭**.

모란(牡丹) 【TV】 mẫu đơn.

모랄(moral) 【Anh】 đạo đức, phẩm hạnh, luân lý.

모래 cát (거친). ¶ ～가 많은 nhiều cát / ～ 장난을 하다 chơi cát. ¶ ～땅 đất cát / ～ 먼지 bụi cát / ～밭 cánh đồng cát / ～ 벌판 trảng cát / ～ 사장 (톱) bãi cát rộng / ～ 시계 đồng hồ cát / ～ 주머니 túi cát / ～ 찜질 xông hơi bằng cát / ～ 채취장 hố cát.

모래무지 【LC】 cá tuế.

모래집 màng ối. ¶ ～물 nước ối.

모략(謀略) mưu đồ, kế hoạch, chiến lược, mưu kế. ¶ ～을 꾸미다 tạo mưu kế. ¶ ～ 선전 tuyên truyền chiến lược.

모레 ngày kia.

모로 (비스듬히) theo đường chéo; (옆으로) sang bên. ¶ ～ 걷다 đi sang bên.

모로코(Morocco) Ma rốc. ¶ ～의 thuộc về Ma rốc

모롱이 ❶ cá đối. ❷ vách núi.

모루 cái đe. ¶ ～채 cái búa.

모르다 ❶ (일반적) không biết, không rõ; (추측 못하다) không đoán biết được. ¶ 모른 체하다 giả vờ không biết (몽따다) / 글을 ～ không biết chữ / 할 바를 ～ không biết phải làm gì / 전혀 ～ hầu như không biết. ❷ (이해 못함) không hiểu; (인식못함) không nhận thức được. ¶ 시를 ～ không hiểu thơ / 그녀는 아이들에 대해 잘 ～cô ấy không hiểu bọn trẻ / 중요성을 ～ không hiểu tính quan trọng / 돈을 ～ không biết về tiền. ❸ (깨닫지 못함) không vỡ ra được, không nhận thức được (못느낌) không cảm nhận được. ¶ 모르는 사이에 trong lúc không biết

/ 창피를 ~ không biết xấu hổ. ❹ (기억못함) không nhớ. ❺ (무관계) không quan tâm, không chính đáng; (무경험) không trải qua, chưa nếm trải. ¶ 세상을 ~ không biết thời cuộc.

모르모트 chuột lang.

모르몬교(-教) chế độ đa thê. ¶ ~도 người đa thê, nhiều vợ.

모르쇠 giả ngu, giả dốt.

모르타르(mortar) hồ, vữa.

모르핀(morphine) moóc phin, chất kích thích. ¶ ~ 중독 nghiện chất kích thích / ~ 중독자 người nghiện các chất kích thích.

모름지기 cần, nên, dù thế nào.

모리(謀利) **~하다** đầu cơ trục lợi. ¶ ~배 kẻ đầu cơ trục lợi.

모면(謀免) **~하다** thoái thác, lẩn tránh, trốn tránh, thoát. ¶ 위기를 ~하다 trốn tránh sự khó khăn.

모멸(侮蔑) coi thường, khinh rẻ, khinh miệt. ☞ **경멸**.

모모(某某) một vài người.

모모한(某某-) được biết đến. ¶ ~ 인사 người được nhiều người biết đến.

모물(毛物) đồ lông thú. ¶ ~전 cửa hàng bán đồ lông thú.

모물질(母物質) (핵연료의) mẫu vật.

모반(母斑) vết chàm, bớt.

모반(謀叛) mưu phản, cuộc nổi dậy, khởi nghĩa. **~하다** nổi dậy, khởi nghĩa. ¶ ~자(者) (배반자) kẻ mưu phản, người nổi dậy, khởi nghĩa / ~죄 tội mưu phản.

모발(毛髮) tóc. ¶ ~ 영양제 thuốc dưỡng tóc.

모방(模倣) sự mô phỏng, sự bắt chước. **~하다** mô phỏng, phỏng theo, bắt chước. ¶ ~ 본능 bản năng bắt chước / ~예술 nghệ thuật mô phỏng / ~자 người bắt chước, người làm đồ giả.

모범(模範) mô phạm, gương mẫu (귀감). ~적 có tính mô phạm. ¶ …을 ~으로 삼다 làm gương / ~을 보이다 noi theo gương. ¶ ~생 học sinh gương mẫu/ ~수 người tù gương mẫu / ~시민 công dân gương mẫu / ~ 운전사 người lái xe gương mẫu.

모병(募兵) tuyển quân, mộ binh, chiêu mộ lính. **~하다** tuyển tân binh.

모사(毛絲) ☞ **털실**.

모사(模寫) sự sao lại, sự chép lại. **~하다** sao chép lại. ¶ 고흐 작품의 ~ sao chép lại tranh của Van Gogh.

모사(謀士) nhà chiến lược, người lập kế hoạch, chiến thuật.

모사(謀事) **~하다** lập kế hoạch, xây dựng chiến lược, mưu sự.

모살(謀殺) **~하다** mưu sát. ¶ ~ 미수 kẻ có chủ ý giết người không thành / ~ 미수범 tội phạm giết người không thành.

모상(母喪) tang mẹ. ¶ ~을 당하다 chịu tang mẹ.

모새 cát đẹp.

모색(暮色) màu tối.

모색(摸索) **~하다** dò dẫm, mò mẫm. ¶ 암중 ~하다 sờ soạng tìm kiếm trong bóng tối.

모생약(毛生藥) thuốc mọc tóc.

모서리 góc, chỗ gấp khúc. ¶ 그는 침대 시트의 ~로 얼굴을 닦았다 nó lau mặt bằng góc ga trải giường.

모선(母線) tàu chính (우주선의) tàu chỉ huy.

모성(母性) thiên chức làm mẹ. ¶ ~애 tình yêu của người mẹ, tình mẫu tử.

모세 Mô sê.

모세관(毛細管) mao quản, mao dẫn. ¶ ~ 현상 hiện tượng mao dẫn.

모세혈관(毛細血管) 【GP】 ống mao dẫn huyết

quản.

모션(motion) [Anh] cử động, chuyển động, cử chỉ. ¶ 슬로우 ~ chuyển hình chậm, hình ảnh quay chậm (영화).

모손(耗損) ☞ **손모**.

모순(矛盾) mâu thuẫn. ~되다 trở nên mâu thuẫn. ¶ 자기모순 tự mâu thuẫn.

모숨 nhúm, nắm.

모스크(mosque) (회교의) nhà thờ Hồi giáo.

모스크바(Moskva) Mát-xcơ-va.

모슬린(muslin) vải muselin (loại vải mỏng).

모습(貌襲) (풍채, 용모) dung mạo, dáng vẻ bề ngoài, điệu bộ, kiểu cách. ¶ 걷는 ~ kiểu cách đi đứng / 옛 ~ kiểu cũ / 어릴 때 ~ dung mạo lúc còn nhỏ / ~을 나타내다 thể hiện vẻ bề ngoài.

모시 vải gai. ¶ ~옷 áo vải gai.

모시다 ❶ (섬기다) đưa đón, hướng dẫn, đón rước. ¶ 부모를 ~ đưa đón bố mẹ; (인도) đưa. ¶ 손님을 방으로 ~ đưa khách vào phòng / 주인을 모시고 가다 hộ tống ông chủ ❸ (신으로) tôn sùng, thờ cúng, sùng bái (사당에). ❹ (추대) đón tiếp.

모시류(毛翅類) [CT] một loại côn trùng nhỏ sống gần nước.

모시조개 [LSo] (황합) con ngao.

모시풀 [TV] cây gai.

모시항라(-亢羅) dệt áo gai.

모씨(某氏) cô A, anh B.

모양(模樣) (생김새) bộ dạng, hình thức; (자태) dáng vẻ; (태도) thái độ; (상태) trạng thái. ¶ ~이 좋은 dáng vẻ được / ~ 사나운 (점잖찮은) bộ dạng không đúng đắn (không chỉnh tề) / 그녀는 ~새가 사나운 옷을 입었다 cô gái đó mặc một bộ quần áo lôi thôi / …한 ~이다 có vẻ như là / …할 ~이다 có vẻ như sẽ / …하는 ~이다 cách làm, kiểu làm.

모어(母語) tiếng mẹ đẻ.

모여들다 góp lại, tập trung lại.

모역(謀逆) sự phản bội, sự làm phản. **~하다** làm phản, bội tín.

모옥(茅屋) nhà nhỏ, không thích hợp để ở, nơi chỗ tồi tàn.

모욕(侮辱) sự lăng mạ, sự xúc phạm. **~하다** lăng mạ, xúc phạm, xỉ nhục. ¶ ~적인 언사 lời nói có tính chất lăng mạ / ~을 당하다 bị xúc phạm, bị lăng mạ / 갖은 ~을 주다 lặng mạ có suy tính trước. ¶ 법정 ~죄 tội xúc phạm quan toà.

모유(母乳) sữa mẹ. ¶ ~로 자란 아이đứa trẻ lớn bằng sữa mẹ / ~로 기르다 nuôi bằng sữa mẹ.

모으다 ❶ (한데 모으다) góp lại, tập hợp lại, sưu tập. ¶ 자금을 ~ góp tiền / 재료를 ~ góp nguyên liệu. ❷ (집중) tập trung lại, (끌다) lôi kéo. ¶ 주의를 …에 ~ lôi kéo sự chú ý. ❸ (저축) tiết kiệm. ¶ 돈을 ~ gom góp tiền.

모음(母音) nguyên âm. ¶ ~ 변화 sự biến đổi nguyên âm / ~ 조화 điều hoà nguyên âm / 기본 ~ nguyên âm cơ bản / 반~ bán nguyên âm / 이중 ~ nguyên âm đôi.

모의(模擬) ~의 sự noi gương, bắt chước, mô phỏng. ¶ ~ 국회 quốc hội mô phỏng / ~ 시험 buổi thi mô phỏng / ~ 재판 phiên toà giả / ~전 trận chiến mô phỏng.

모의(謀議) ❶ âm mưu, thông đồng (음모). ❷ họp, hội nghị (상의). **~하다** thông đồng với nhau, họp, hội ý.

모이 mồi, đồ để cho ăn. ¶ ~를 주다 đưa mồi, cho ăn mồi.

모이다 ❶ (몰려듬) tập hợp, tụ họp, tụ tập. (정렬) tập hợp lại, thu thập. ❷

(회동) họp lại. ¶ 모두 tất cả họp lại. ❸ (집중) tập trung, tụ tập. ❹ (축적) thu thập; (걷힘) gom góp, quy tụ.

모인(某人) người nào đó.

모일(某日) ngày nào đó.

모임 cuộc họp, cuộc hội ý (사교적).

모자(母子) mẫu tử, mẹ con.

모자(帽子) cái mũ, cái nón. ¶ ~를 쓰지 않고 không đội mũ ~를 쓰다 [벗다] đội [bỏ] mũ. ¶ ~ 두는 선반 giá để mũ / ~상(商) (사람) người làm mũ, bán mũ.

모자라다 ❶ (부족) thiếu, không đủ. ¶ 원기가 ~ không đủ năng lượng. ❷ (우둔) đần độn, ngớ ngẩn.

모자이크(mosaic) nước Mô-dăm-bích.

모정(母情) tình mẹ.

모조(模造) sự bắt chước, noi gương. **~하다** bắt chước, làm theo. ¶ ~의 sự bắt chước. ¶ ~품 đồ giả, đồ làm nhái.

모조리 tất cả, toàn bộ. ¶ ~ 가져가다 mang tất cả đi / ~ 검거하다 kiểm kê tất cả, kiểm tra toàn bộ / 전답을 ~ 팔아 치우다 bán tất cả điền trang, đất đai.

모조지(模造紙) giấy da mịn.

모종 cây non, cây mầm (묘목). **~하다**(내다) ươm cây, trồng cây giống. ¶ ~삽 xẻng bứng cây.

모종(某種) loại, chủng loại. ~의 thuộc loại. ¶ ~의 이유로 với loại lý do nào đó.

모주(謀主) người nát rượu, nghiện rượu. ¶ ~꾼 [망태] = 모주.

모주(母酒) rượu nhà (재강).

모지다 (모양새가) nhọn hoắt, gầy, cứng đờ; (언행이) sắc nhọn; (일이) góc cạnh.

모지라지다 mòn, rách, cũ nát, cùn mằn.

모지락스럽다 vô tình, nhẫn tâm.

모지랑비 chổi cùn.

모직(毛織) ~의 chất sợi, chất len (꼰 털실의). ¶ ~물 đồ vải len sợi / ~상 tấm vải len sợi / ~ 치마 váy len / ~ 바지 quần vải len.

모진목숨 cuộc đời sầu não, số phận khắc nghiệt.

모진바람 ngọn gió lạnh.

모질다 ❶ (독함) lạnh lùng, độc ác, tàn nhẫn, nhẫn tâm. ¶ 모질게 대하다 đối xử một cách tàn nhẫn / 마음을 모질게 먹다 quyết tâm sắt đá. ❷ (배겨냄)chịu đựng, cam chịu. ❸ (날씨따위) lạnh buốt. ¶ 모진추위 cái lạnh buốt giá.

모집(募集) (사람·물건·돈의) sự thu thập, tập hợp; (권유) sự tập trung, sự thâu tóm; (채권 따위) giao kèo; (기부) quyên góp. **~하다** tuyển mộ, tập hợp (신병을). ¶ 회원을 ~하다 tập hợp hội viên. ¶ ~광고 quảng cáo tuyển người / 학생 ~ tuyển sinh; (광고) chiêu tập, chiêu mộ.

모집다 (명시) chỉ trích, đưa ra; (모조리 집다) thâu tóm toàn bộ.

모착하다 béo lùn.

모채(募債) **~하다** cổ động tuyên truyền mọi người cho vay.

모처(某處) một nơi nào đó.

모처럼 lâu, mong mỏi, hiếm khi (기다리던); sau một thời gian dài (오래간만의); lâu rồi bây giờ mới (고생 끝에). ¶ ~의 휴일 kỳ nghỉ hiếm hoi / ~ 찾아오다 lâu lắm mới đến.

모체(母體) cơ thể mẹ; (근원) nguồn gốc. ¶ ~ 전염 truyền tinh di truyền.

모춤 bó mạ.

모친(母親) mẹ, mẫu thân.

모탕 phần gỗ chưa cháy hết.

모태(母胎) tử cung, dạ con.

모터(motor) 【Anh】 mô tơ. ¶ ~ 보트 xuồng máy / ~ 사이클 xe mô tô.

모토(motto) 【Anh】 phương châm, khẩu hiệu. ¶ …을 ~로 하다 lấy làm phương châm.
모퉁이 góc. ¶ ~집 nhà nằm ở góc rẽ.
모티브(motif) 【Anh】 khuôn mẫu, mô típ.
모판(-板) luống đất tốt để gieo hạt.
모포(毛布) thảm, mền, chăn.
모표(帽標) thẻ gắn trên mũ.
모피(毛皮) lông thú (거친); mềm mại (부드러운). ¶ ~상 người buôn bán da thú / ~ 외투 áo da lông thú.
모필(毛筆) bút lông. ¶ ~화 tranh vẽ bằng bút lông.
모하메드 Mô-ha-met. ¶ ~교 ☞ **회교**.
모함(母艦) mẫu hạm. ¶ 잠수 ~ tàu ngầm.
모함(謀陷) **~하다** đánh bẫy, lừa.
모항(母港) cảng quê nhà.
모해(謀害) **~하다** mưu hại, lập kế hoạch hại ai đó.
모험(冒險) sự mạo hiểm. **~하다** mạo hiểm. ¶ ~적인 có tính mạo hiểm / 목숨을 건 ~을 하다 mạo hiểm với mạng sống. ¶ ~가 người ưa mạo hiểm / ~담 chuyện mạo hiểm / ~심 tính cách ưa mạo hiểm.
모형(母型) mẫu hình.
모형(模型) mô hình (기계등의). ¶ ~ 비행기 mô hình máy bay / ~ 지도 bản đồ mô hình.
모호(模糊) ~한 lờ mờ, mập mờ, mơ hồ.
모회사(母會社) công ty mẹ.
목 ❶ (모가지) cổ. ¶ ~이 굵은 [가는] cổ to [mảnh] ~을 길게 늘이다 dài cổ / ~을 조르다 xiết cổ. ❷ cổ họng. ☞ **목구멍**. ❸ (길 등의) thanh quản.
목(目) (항목) mục, hạng mục, miếng, góc; loài (động thực vật) (동식물의); (바둑의) phần (돌).
목가(牧歌) nhạc đồng quê. ~적 có tính chất đồng quê.
목각(木脚) khắc gỗ. ¶ ~ 인형 búp bê gỗ / ~ 활자 bản khắc gỗ.
목간(沐間) (목욕간) phòng tắm hơi; (목욕) tắm hơi. **~하다** tắm hơi.
목걸이 vòng cổ.
목검(木劍) kiếm gỗ.
목격(目擊) **~하다** nhìn thấy, chứng kiến. ¶ ~자 người chứng kiến / ~자의 이야기 chuyện kể của người chứng kiến.
목고리 (개의) dây xích cổ. ¶ ~를 달다 buộc dây xích cổ.
목골(木骨) 【KTr】 khung gỗ
목공(木工) thợ mộc (목수). ¶ ~소 cửa hàng đồ gỗ.
목관(木管) sáo gỗ. ¶ ~ 악기 nhạc cụ bộ hơi làm bằng gỗ (총칭) / ~ 악기 연주자 người biểu diễn nhạc cụ bộ hơi.
목구멍 cổ họng (식도); thanh quản (기관(汽管)). ¶ ~이 아프다 cổ họng bị đau / ~이 포도청 【TNg】 đói ăn làm mờ mắt.
목금(木琴) 【ÂN】 mộc cầm, đàn phiến gỗ.
목기(木器) đồ đựng bằng gỗ.
목다리(木-) cái nạng. ¶ ~로 걷다 đi bằng nạng.
목단(牧丹) ☞ **모란**.
목대잡다 chỉ đạo, điều khiển.
목덜미 gáy. ¶ ~를 잡다 tóm gáy.
목도 công việc chuyển phát hàng, chuyển phát thư. ¶ ~꾼 người đưa thư, người phát thư.
목도(木刀) ☞ **목검**(木劍).
목도(目睹) ☞ **목격**.
목도리 khăn quàng cổ (털로 된 것).
목돈 tổng số tiền.
목돌림 bị viêm họng.
목동(牧童) mục đồng.
목련(木蓮) 【TV】 hoa mộc lan.
목례(目禮) sự gật đầu, cái gật đầu. **~하다** gật đầu, tán thành, đồng ý.
목로(木爐) quầy, quán. ¶ ~주점 quán

rượu.

목록(目錄) ❶ (상품·장서의) mục lục. ¶ ~을 만들다 làm mục lục. ❷ (차례) thứ tự.

목마(木馬) con ngựa gỗ (장난감); nhảy ngựa gỗ (체조용의). ¶ ~를 뛰어넘다 nhảy lên mình ngựa. ¶ 회전 ~ trò đu quay ngựa gỗ.

목마르다 ❶ (갈증) khát nước (서술적). ❷ (갈망) khát khao, ước muốn (서술적).

목말 ¶ ~타다 đứng trên vai một ai đó.

목매달다 (남을) treo cổ ai; (스스로) treo cổ tự tử.

목메다 (슬퍼서) nghẹn cổ. ¶ 목메어 울다 khóc nghẹn, khóc không thành tiếng 목구멍의 감자가 그녀의 목을 메게 했다 khoai tây nghẹn cứng trong cổ cô ấy / 울어서 목멘 목소리로 với giọng nói không thành tiếng do khóc.

목면(木棉·木綿) ❶ 【TV】 cây bông ❷ (목화) vải bông (무명).

목목이 những điểm quan trọng chiến lược. ¶ ~ 지키다 giữ những điểm chiến lược.

목민(牧民) sự cai trị, sự nắm quyền **~하다** cai trị, nắm quyền. ¶ ~관 quan cai trị.

목발(木-) ☞ **목다리**.

목불인견(目不忍見) ~이다 không thể chịu được khi phải chứng kiến một chuyện gì.

목비 đợt mưa trong thời gian mùa vụ.

목사(牧師) mục sư (교구의). ¶ 김 ~님 mục sư Kim / ~가 되다 trở thành mục sư.

목상(木像) tượng gỗ.

목석(木石) gỗ và đá (무감각물) gỗ đá, không có cảm giác. ¶ ~ 같은 như là gỗ đá / ~이 아니다 không phải là gỗ đá.

목선(木船) thuyền gỗ.

목성(木星) sao Mộc.

목세공(木細工) công việc làm mộc.

목소리 giọng nói. ¶ 큰 [작은, 굵은, 가는] ~ giọng nói to [nhỏ, trầm, thanh] 떠는 ~로 với giọng nói run run / ~를 높히다 [낮추다] cao giọng [hạ giọng].

목수(木手) người thợ mộc. ¶ ~일 công việc làm mộc.

목수(木髓) ruột cây, lõi cây.

목숨 sự sống, mạng sống. ¶ ~이 있는 한 trong khi vẫn còn sống / ~을 건 liều mạng / ~을 건지다 thoát chết / ~을 바치다 hi sinh tính mạng.

목쉬다 khản cổ. ¶ 목쉰 소리로 với giọng nói khản đặc / 그들은 IFK를 응원할 때 목이 쉬도록 소리를 지렀다 họ đã hò hét cổ vũ cho IFK đến khản cả cổ.

목양(牧羊) nuôi cừu. ¶ ~자 người chăn cừu / ~ 무리 bầy cừu, đàn cừu.

목양말(木洋襪) tất vải bông, tất bằng cốt tông.

목요일(木曜日) thứ năm.

목욕(沐浴) việc tắm, sự tắm hơi. **~하다** đi tắm. ¶ ~시키다 tắm cho người khác, bảo ai tắm. ¶ ~물 nước tắm / ~물을 준비해 놓다 chuẩn bị nước tắm / ~실 phòng tắm / ~탕 nhà tắm / ~통 bồn tắm.

목자(牧者) ❶ (목양자) mục tử, người chăn cừu. ❷ (성직자) linh mục, mục sư.

목자르다 ❶ (목베다) cắt cổ. ❷ (해고) buộc thôi việc, đuổi việc (구어).

목잠(木簪) cây trâm gỗ cài tóc, đồ trang điểm trên tóc bằng gỗ.

목잠기다 bị khản giọng, bị khản tiếng, bị mất giọng.

목장(牧場) nông trại, trại nuôi gia súc. ¶ ~을 경영하다 điều hành trại chăn nuôi. ¶ ~ 주인 chủ trại chăn nuôi.

ㅁ

목장갑(木掌匣) găng tay vải bông, bao tay bằng cốt tông.

목재(木材) gỗ; (건축용) gỗ xây dựng, gỗ làm mộc. ¶ ～상(商) người buôn bán gỗ.

목적(目的) mục đích, đích hướng tới **~하다** có mục đích. ¶ …할 ～으로 với mục đích. ¶ ～을 정하다 chọn mục đích / ～을 달성하다 đạt được mục đích. ¶ ～격(格) 【NP】 mục đích cách / ～론 mục đích luận / ～물 vật đích / ～어 【NP】 bổ ngữ / ～지 điểm đến, nơi đến.

목전(目前) ～의 ngay trước mắt, gần kề, cận kề, ngay tức khắc, sắp xảy ra, xảy đến trước mắt. ¶ …의 ～에서 trước mắt của / ～에 닥치다 sắp tới, sắp đến / ～에 닥친 그들의 결혼식 lễ cưới gần kề.

목정(木精) ☞ **메틸알코올**.

목정강이 đốt sống cổ.

목젖 lưỡi gà.

목제(木製) ～의 sản phẩm làm bằng gỗ. ¶ ～품(品) đồ làm bằng gỗ.

목조(木造) ～의 cấu trúc gỗ, khung gỗ. ¶ ～ 건물(建物) tòa nhà bằng gỗ.

목질(木質) ～의 có chất gỗ. ¶ ～부(部) một phần gỗ / ～ 섬유 thớ gỗ / ～소(素) 【HH】 chất gỗ / ～조직 kết cấu gỗ.

목차(目次) danh mục sách.

목책(木柵) sách làm bằng thẻ tre.

목첩(目睫) ¶ ～지간 박두하다 gần ngay trước mắt.

목청 (성대) dây thanh âm; (목소리) giọng nói. ¶ ～껏 toàn bộ âm vực / ～을 돋우다 lên tiếng, cất tiếng nói, lên giọng.

목초(牧草) cỏ. ¶ ～지 đồng cỏ.

목축(牧畜) sự chăn thả, đồng cỏ thả súc vật. **~하다** chăn thả. ¶ ～ 업 nghề chăn thả / ～업자 người làm nghề chăn thả.

목측(目測) **~하다** đo bằng mắt, đoán bằng mắt. ¶ ～거리 khoảng cách đo bằng mắt.

목침(木枕) cái gối đầu bằng gỗ.

목타르(木-) nhựa gỗ.

목탁(木鐸) người lãnh đạo, người đứng đầu; (교도자) mõ; ¶ 사회의 ～ người đi đầu trong xã hội.

목탄(木炭) (숯) than gỗ. ¶ ～차(車) xe chạy bằng hơi đốt / ～화 than vẽ, than chì.

목판(木板) (그릇) khay gỗ

목판(木版) bản khắc gỗ. ¶ ～술 kỹ thuật khắc gỗ / ～화(畵) tranh khắc gỗ

목표(目標) mục tiêu, mục đích. **~하다** đặt mục tiêu. ¶ ～에 달하다 đạt được mục tiêu. ¶ ～ 연도 năm mục tiêu / ～지역 nơi đến, đích / 공격 ～ mục tiêu tấn công / ～ 설정 xây dựng mục tiêu / 인생의 ～ mục tiêu của cuộc đời / ～를 높이 세우다 đặt mục tiêu cao.

목피(木皮) vỏ cây.

목하(目下) hiện tại, thời điểm hiện tại ☞ **현재**.

목형(木型) cốt giày (구두의), mẫu bằng gỗ.

목화(木花) cây bông. ¶ ～씨를 빼다 lấy hạt bông. ¶ ～ 송이 hoa bông / ～씨 hạt bông / ～ 재배 trồng bông / ～실 sợi bông.

몫 phần, định phần, phần việc bổn phận, nghĩa vụ, nhiệm vụ. ¶ 사람들은 각각의 ～을 받았다 mỗi người đều nhận một phần của mình / 문제를 해결하는데 있어 자신의 ～을 완수하다 có được phần của mình trong khi giải quyết vấn đề / 아이들과 집안일을 돌보는 것은 그녀의 ～으로 떨어졌다 chăm sóc con cái và làm việc nhà là bổn phận của cô ấy / 일을 열심히 하는 것은 농부들의 ~ [운명] 이었다 làm việc chăm chỉ bổn phận [số phận] của người nông dân / 한 ~ 주다 giao cho một nghĩa vụ.

몫몫이 từng phần. ¶ ~ 나누다 chia thành từng phần việc khác nhau.

몬순 gió mùa.

몰각(沒刻) **~하다** quên mất (없애버림); không quan tâm, không chăm sóc (무심함).

몰강스럽다 ☞ **모지락스럽다**.

몰골 hình dạng, hình thù, bề ngoài, diện mạo. ¶ ~사납다 hình thù kỳ quái, bộ dạng lôi thôi / 그녀는 깊은 산속에서 길을 잃고 일 주일 동안 씻지도 못하고 헤맨 후 ~이 사나와졌다 cô ấy trở nên lôi thôi lếch thếch sau một tuần đi lang thang không tắm gội vì bị lạc đường trong rừng sâu.

몰교섭(沒交涉) **~하다** không giao tiếp, không có quan hệ.

몰년(沒年) năm mất của người nào đó (죽은 해).

몰다 ❶ (차·말 등을) lái xe, cưỡi ngựa. ❷ (뒤쫓다) đuổi theo, săn đuổi; (몰이하다) bị săn đuổi. ❸ (궁지에) dồn vào chân tường. ¶ 궁지에 ~ dồn ai vào chân tường. ❹ (죄인 따위로) đổ tội, quy tội.

몰두(沒頭) sự thu hút, say mê, miệt mài, mê mải. **~하다** say mê, miệt mài, mê mải. ¶ 열심히 ~해 일하다 chăm chỉ miệt mài làm việc.

몰라보다 không nhận ra.

몰락(沒落) sự đổ vỡ, sự sụp đổ (파산) sự phá sản. **~하다** sụp đổ, phá sản

몰래 riêng tư, bí mật, làm điều gì mà người khác không biết. ¶ ~ 웃다 [울다] cười [khóc] thầm.

몰려가다 ❶ (떼지어) nhồi, lèn, dồn. ❷ (쫓겨) bị đuổi đi, bị xua đi.

몰려나다 ❶ (쫓겨나다) bị lôi đi, bị đuổi. ❷ (떼지어 나가다) bị xua đuổi, bị đánh đuổi.

몰려다니다 ❶ (떼지어) dồn đi dồn lại, xua đi xua lại. ❷ (쫓겨) bị dồn thành từng cụm từ chỗ này sang chỗ khác.

몰려들다 ❶ (쫓기어) bị lùa vào. ❷ (떼지어) bị dồn vào.

몰려오다 ❶ (떼지어) bị dồn vào, bị lùa vào. ❷ (쫓겨) bị xua vào, bị đuổi dồn.

몰리다 ❶ (쫓기다) bị đuổi theo, bị đeo bám. ❷ (일에) bị dồn ép bởi công việc. ❸ (돈에) bị túng tiền. ¶ 궁지에 ~ bị dồn vào đường cùng.

몰리브덴(molybdenum) 【HH】 Molypđen, kim loại cứng màu trắng bạc cùng với thép để chế ra các hợp kim (kí hiệu M).

몰매 ☞ **뭇매**.

몰박다 cho tất cả vào một chỗ, nhóm lại.

몰사(沒死) **~하다** tiêu diệt, làm mất đi, tiêu huỷ, làm tuyệt giống.

몰살 sự thảm sát, tàn sát. **~하다** giết chóc, tàn sát, thảm sát.

몰상식(沒常識) ~한 sự bất tỉnh, không tỉnh táo, ngu dại.

몰수(沒收) sự tịch thu, sự sung công. **~하다** tịch thu, sung công. ¶ ~당하다 bị tịch thu, bị sung công. ¶ ~물 vật tịch thu, đồ sung công.

몰식자(沒食子) mật, túi mật. ¶ ~산 a xít gallic.

몰아 tất cả, toàn bộ. ¶ ~ 지불하다 chu cấp toàn bộ / ~(서) 사다 mua buôn, mua tất cả, mua theo lô.

몰아(沒我) vô ngã, tự làm lu mờ bản thân, lánh mình. ☞ **무아**(無我).

몰아가다 đuổi theo, cuốn theo (휩쓸어).

ㅁ

몰아내다 trục xuất, làm bật ra, tống ra.

몰아넣다 (안으로) kéo vào; (휩쓸어서) cuốn vào; (궁지에) diễn vào đường cùng, lùa vào đường cùng.

몰아대다 (막해댐) khiển trách, quở trách; (재촉) thúc giục, giục giã, đốc thúc.

몰아들이다 (넣다) săn đuổi vào, xua đuổi vào; (휩쓸어) dồn vào làm một (사들이다).

몰아받다 (한꺼번에) nhận dồn, nhận luôn một thể; (대표해서) chiếm hết, choán hết.

몰아붙이다 đẩy, dồn tất cả về một phía; nhét, tống.

몰아세우다 khiển trách, chỉ trích, xỉa xói.

몰아주다 trả luôn một thể, trả tất cả trong một lần.

몰아치다 ❶ (한군데로) dồn tất cả vào một chỗ. ❷ (일을) làm tất cả cùng một lúc.

몰염치(沒廉恥) ☞ **파렴치**.

몰이 (사냥의) sự săn đuổi. **~하다** đi săn ¶ ~꾼 thợ săn.

몰이해(沒理解) ~한 thiếu hiểu biết. **~하다** không đủ hiểu biết.

몰인정(沒人情) ~한 thiếu tình người, không có tình cảm.

몰입(沒入) **~하다** say mê, tận tụy.

몰지각(沒知覺) ¶ ~한 thiếu nhận thức, thiếu hiểu biết / ~하다 không có đủ nhận thức.

몰취미(沒趣味) ~한 thiếu sự đam mê, không có hứng thú.

몰하다 chết

몰후(歿後) ¶ ~에 sau khi chết.

몸[1] ❶ (신체) thân thể; (체격) cơ thể; (골격) cốt cách; (덩치) kích thước; (모습) dáng vẻ; (건강) sức khỏe. ¶ ~이 큰 [작은] cơ thể cường tráng [nhỏ bé] / ~에 좋다 [나쁘다] tốt [không tốt] cho cơ thể / ~을 녹이다 sưởi ấm cơ thể / ~을 팔다 bán mình. ❷ (몸통) toàn thân. ❸ (신분) thân phận. ¶ 종의 ~ thân phận tôi tớ.

몸[2] (월경) kinh nguyệt. ¶ ~하다 hành kinh, có kinh nguyệt.

몸가짐 (품행) bộ dạng, cử chỉ; (태도) thái độ. ¶ ~이 얌전하다 cử chỉ dịu dàng, ngoan ngoãn.

몸값 tiền bán thân, tiền chuộc.

몸나다 béo ra, béo lên, đẫy đà hơn.

몸단속(-團束) **~하다** cảnh giác, đề phòng (경계); chú ý an toàn cho bản thân (몸가축).

몸단장(~丹粧) **~하다** tự trang điểm cho bản thân, tự làm đẹp.

몸달다 háo hức, hăm hở, ham muốn

몸두다 nương thân, ở, sống. ¶ 몸둘 곳이 없다 không có chỗ nương thân.

몸때 thời kỳ kinh nguyệt.

몸뚱이 khung người, phom người. ¶ ~가 크다 phom người cao to.

몸매 đường nét cơ thể.

몸부림 ¶ ~치다 đấu tranh, chiến đấu.

몸살 ¶ ~나다 mệt mỏi, mệt nhọc, ốm mệt.

몸서리 ¶ ~치다 rùng mình, run bắn / ~쳐지는(나는) rùng mình, ớn lạnh.

몸소 trong bản thân mỗi người, cá nhân.

몸수색(-搜索) khám người. **~하다** khám xét ai đó.

몸져눕다 nằm bẹp trên giường vì ốm.

몸조리(-條理) **~하다** cẩn thận sức khoẻ, quản lý sức khoẻ (sau bệnh, sau sinh v.v.).

몸조심(-彫心) sự lưu tâm, sự chú ý đến sức khoẻ. **~하다** cẩn thận sức khoẻ, chú ý giữ gìn.

몸종 vú nuôi.

몸집 (몸의 부피) khung người, phom người, khổ người. ¶ ~이 큰 khổ người cao lớn.

몸짓 điệu bộ, cử chỉ. **~하다** làm điệu bộ, ra cử chỉ.

몸치장(-治裝) **~하다** làm đẹp cơ thể, trang điểm cho cơ thể.

몸통 mình, thân người.

몸풀다 ❶ (분만) sinh con, đẻ. ❷ (피로를) nghỉ ngơi.

몸피 (몸둘레의 굵기) khổ người, vóc người, dáng người, thể lực (비교: 몸뚱이, 몸집). ¶ ~가 큰 사람 người có dáng cao lớn.

몹시 rất, quá. ¶ 나는 ~ 머리가 아프다 tôi rất đau đầu / 바람이 ~ 분다 gió thổi nhiều / ~ 덥다 rất nóng.

몹쓸 xấu xa, không tốt, độc ác, đồi bại. ¶ ~ 놈 kẻ xấu xa / ~ 짓 hành động xấu / ~ 감기 cảm nặng / ~ 생각 suy nghĩ xấu xa / ~ 법 luật rừng.

못[1] (연못) hồ; (작은) ao; (저수지) đầm. ¶ ~에 있는 오리들에게 먹이를 주다 cho lũ vịt đang bơi trong hồ ăn.

못[2] (박는) đinh; (나무, 참대로 만든) vít. ¶ 벽에 ~을 박다 đóng đinh vào tường / ~을 빼다 nhổ đinh.

못[3] (살가죽의) cục chai, nốt chai sạn, mụn. ¶ 발바닥에 ~이 생기다 có một nốt chai ở bàn chân / 화단에서 일을 한 후 그녀는 손에 ~이 박혔다 sau khi làm ở vườn hoa, cô ấy bị nổi chai ở tay / 귀에 ~이 박히다 mọc mụn ở tai, đóng đinh vào tai; ghi nhớ, nghe thấu.

못[4] (불가·불능) không thể, không làm được cái gì. ¶ ~ 보다 không thể nhìn thấy / ~ 가겠다 sẽ không đi được.

못걸이 mắc áo. ¶ 옷을 벽에 있는 ~에 걸다 treo áo lên mắc áo đóng trên tường.

못나다 ❶ (용모가) xấu xí, dung mạo xấu. ❷ (어리석다) tối dạ, chậm hiểu. ¶ 못난 짓을 하다 làm việc tồi tệ / 그녀는 못났다 (못생겼다) cô gái xấu xí.

못내 (대단히) mãi mãi, không bao giờ; (늘) luôn luôn. ¶ ~ 그리워하다 lúc nào cũng nhớ / 이별을 ~ 아쉬워하다 mãi mãi tiếc thương cho sự ly biệt.

못되다 ❶ (미달) chưa xong, chưa hoàn tất, chưa đạt; (못된 짓) lỗi xấu. ❷ (악하다) xấu, không tốt, độc ác. ¶ 한국에 온 지 2 년이 조금 ~ tôi đến Hàn Quốc chưa được 2 năm.

못마땅하다 không niềm nở, không có thiện ý, không đạt yêu cầu, không vừa lòng. ¶ 부모님들은 나의 여자 친구를 못마땅하게 생각하신다 bố mẹ tôi không hài lòng về bạn gái tôi / 시험결과를 못마땅하게 생각하다 tôi nghĩ kết quả thi không đạt yêu cầu.

못박이다 ❶ (손·발에) nổi chai, nổi mụn. ❷ (가슴속에) ghi nhớ, ghi lòng, tạc dạ, khắc cốt ghi xương. ❸ (그 자리에) có gai.

못본체하다 không đếm xỉa; (묵인,) nhắm mắt làm ngơ; (방치) đồng loã, che dấu. ¶ 교통 신호를 ~ không đếm xỉa đến tín hiệu giao thông.

못뽑이 kìm.

못살게굴다 chòng ghẹo, trêu chọc, đùa bỡn.

못생기다 (생김새) xấu xí, không đẹp mắt, xấu xa.

못쓰다 không tốt, không sử dụng được; (금지) bị cấm, không được sử dụng. ¶ 물건이 못쓰게 되다 đồ dùng đã không còn sử dụng được nữa.

못자리 luống đất tốt để gieo hạt, sự gieo hạt.

못주다 đóng đinh.

ㅁ

못지않다 không thua kém, không kém. ¶ 누구 ~ không thua kém ai / 남 못지않게 không thua kém người khác.

못질 việc đóng đinh. **~하다** đóng đinh, ghim chặt.

못하다[1] (질·양이) không đạt, không được, không bằng. ¶ 보기에 …만 ~ không được như khi nhìn.

못하다[2] (불능) không thể, không có khả năng làm được điều gì. ¶ 가지 ~ không thể đi được.

ㅁ

몽고(蒙古) Mông Cổ. ¶ ~의 thuộc Mông Cổ / ~ 사람 người Mông Cổ / ~어(語) tiếng Mông Cổ.

몽구리 (까까머리) đầu húi cua, đầu cắt trọc; (중) sư.

몽글다 không có râu.

몽글리다 ❶ (낟알을) cạo râu. ❷ (단련) làm quen. ❸ (맵시를) rỉa lông, làm dáng, tô điểm.

몽글몽글하다 lổn nhổn, gợn lên.

몽니 ¶ ~궂다 (사납다) có lòng tham, sinh lòng tham / ~ 부리다 nổi lòng tham.

몽당비 cái gậy ngắn, cái cán ngắn, cái chổi cùn.

몽당연필 mẩu bút chì.

몽당치마 cái váy rách tả tơi.

몽둥이 gậy, que; (짧고 굵은) cán. ¶ ~찜(질) (세례) việc đánh bằng roi, gậy.

몽따다 tỏ ra ngây thơ, vô tội, ngu ngơ.

몽땅 tất cả, toàn bộ, toàn thể.

몽똑하다 ☞ **몽뚝하다**.

몽롱(朦朧) ~한 mông lung, không tập trung được. ¶ ~하게 một cách mông lung / ~한 기억 trí nhớ không rõ ràng, trí nhớ mông lung / 의식이 ~해지다 ý thức trở nên mông lung.

몽매(蒙昧) ~한 không biết gì, ngu dốt. ¶ ~ 사람 người ngu ngơ, người không biết gì cả.

몽매(夢寐) nửa ngủ nửa tỉnh, nửa tỉnh nửa mê. ¶ 그녀는 …을 ~간에도 잊지 못한다 cô ấy vẫn không quên kể cả trong lúc đang nửa tỉnh nửa mê.

몽상(夢想) sự mộng tưởng, sự mơ mộng. **~하다** mơ mộng. ¶ ~가 người mơ mộng.

몽설(夢泄) chứng mộng tinh. ☞ **유정**(遺精).

몽실몽실 ~하다 bụ bẫm, phúng phính.

몽유병(夢遊病) bệnh mộng du. ~자 người mắc bệnh mộng du.

몽진(蒙塵) **~하다** chạy trốn, bỏ chạy.

몽총하다 lạnh lùng, băng giá, nhạt nhẽo, lãnh đạm.

몽치 gậy, dùi cui.

몽타주(montage) 【Ph】 sự dựng phim. ¶ ~ 사진 ảnh phim / ~ 사진을 작성하다 làm ảnh phim.

몽탕몽탕 ¶ ~ 자르다 cắt thành từng miếng.

몽톡하다 ngắn và dày cộm.

몽환(夢幻) ~적 ảo ảnh, ảo giác, ảo tưởng. ¶ ~극 kịch ảo tưởng.

뫼 mồ mả. ¶ ~를 쓰다 chôn ai. ¶ 뫼자리 chỗ chôn, đất chôn.

묘(墓) mộ, miếu.

묘(卯) miêu, mão, mèo; thỏ. ¶ ~년 năm mèo, năm thỏ, năm mão.

묘(妙) (현묘) điều huyền bí, sự thần bí. ¶ ~하다 huyền bí / ~를 터득하고 있다 đầy sự huyền bí, bí ẩn.

묘계(妙計) ☞ **묘책**.

묘기(妙技) sự khéo léo, tài nghệ, diễn xuất tuyệt vời. ¶ ~를 보이다 cho thấy tài khéo, thể hiện màn trình diễn tuyệt vời. ¶ 공중 ~ sự biểu diễn trên không.

묘령(妙齡) nở rộ, thời kỳ tươi đẹp. ~의 thời kỳ rực rỡ.

묘리(妙理) kỹ nghệ, yếu lĩnh, bí quyết.

묘막(墓幕) nhà làm cạnh mộ.
묘목(苗木) cây non.
묘미(妙味) cái đẹp đẽ, cái tinh tế. ¶ ～를 맛보다 thưởng thức cái đẹp.
묘방(妙方) ❶ ☞ **묘법**. ❷ (약의) phương thuốc kì diệu, phương thuốc bí truyền.
묘법(妙法) (비법) phương pháp tốt.
묘비(墓碑) bia mộ.
묘사(描寫) sự miêu tả. **~하다** miêu tả; (그림으로) miêu tả bằng tranh; (글로) miêu tả bằng lời. ¶ 인물 ～ miêu tả nhân vật.
묘상(苗床) nơi, chỗ gieo hạt.
묘소(墓所) nghĩa địa, bãi tha ma.
묘수(妙手) (솜씨) chuyên gia, cao thủ (cờ) (바둑 등의); (사람) nghệ nhân.
묘안(妙案) phương án hay, ý tưởng hay. ¶ ～을 생각해 내다 nghĩ ra ý tưởng (phương án) hay.
묘안석(猫眼石) 【Kh】 đá mắt mèo.
묘약(妙藥) thuốc tốt, thuốc hay. ¶ 두통의 ～ thuốc đặc trị nhức đầu.
묘역(墓域) bãi tha ma, nghĩa địa.
묘연(杳然) ～한 (거리가) biệt lập, hẻo lánh; (소식이) hoàn toàn không được biết tới. ¶ 그의 행방은 아직도 ～하다 hành tung của anh ta vẫn chưa được biết rõ.
묘지(墓地) nghĩa địa, bãi tha ma. ¶ 공원 ～ công viên nghĩa địa.
묘지(墓誌) bia mộ. ¶ ～명(銘) văn bia.
묘지기(墓-) người coi mộ.
묘책(妙策) phương sách chính, sách lược hoàn hảo.
묘판(苗板) ☞ **못자리**.
묘포(苗圃) cây non.
묘하다(妙-) huyền bí, kỳ dị (기이); huyền diệu (현묘); tuyệt diệu(절묘); mỹ miều (미묘). ¶ 묘한 말을 하다 nói một cách mỹ miều.
묘혈(墓穴) huyệt mộ. ¶ 스스로 ～을 파다 tự đào huyệt mộ.
무 củ cải. ¶ ～김치 dưa củ cải / ～채 nguyên liệu củ cải.
무(武) võ; (무예) võ nghệ; (군사) quân sự.
무(無) không, vô, không có, không tồn tại.
무가내(無可奈) ～다 không thể tránh khỏi (다룰 수 없다); không biết làm thế nào (할 바를 모르다). ¶ 어떻게 할 도리가 없다. 어쨌든 그 아이는 막～로 따라가겠다고 떼를 쓴다 Không có cách nào khác. Thế nào thì em bé đó cũng cứ đòi đi bằng được.
무가내하(無可奈何) ☞ **무가내**.
무가치(無價値) ～한 không có giá trị.
무간(無間) ～한 vô can, không có liên quan. ¶ 나는 그와 ～하게 지낸다 tôi đã sống một cách vô can.
무간섭(無干涉) không can thiệp. ¶ ～주의 bàng quan chủ nghĩa.
무감각(無感覺) ～한 vô cảm, không có cảm giác.
무감사(無鑑查) ～의 không được thông qua sự phán quyết, xem xét, bình chọn.
무강(無疆) ～한 vô cương, vĩnh viễn, bất diệt.
무개(無蓋) ～의 không che đậy. ¶ ～ 화차 xe chở hàng không che đậy.
무거리 phế phẩm, phế liệu (chất thải).
무겁 gò đất, ụ đất.
무겁다 (중량) nặng; (중대) trọng đại; (신중) quan trọng; (기분) nặng nề. ¶ 무거운 죄 tội nặng / 무거운 책임 trách nhiệm nặng nề / 머리가 ～ nặng đầu.
무게 (중량) trọng lượng, độ nặng; (중요) quan trọng; (위엄) giá trị. ¶ ～가 있는 có sức nặng, có trọng lượng (물건이); có giá trị (위엄 있는) / (사람이) ～가

ㅁ

없는 người không có giá trị / ～를 달다 đo trọng lượng, cân / ～있는 토론 buổi nói chuyện có giá trị, cuộc thảo luận quan trọng.

무결근(無缺勤) ☞ **무결석**.

무결석(無缺席) không nghỉ học, không vắng mặt.

무경쟁(無競爭) ～의(으로) không cạnh tranh, không có tính cạnh tranh.

무경험(無經驗) ～의 không có kinh nghiệm.

무계획(無計劃) ～한 không có kế hoạch, vô kế hoạch.

무고(無故) **~하다** vô sự, không có vấn đề gì.

무고(無辜) ～한 vô tội, trong sạch. ¶ ～한 백성 những người dân vô tội.

무고(誣告) sự phỉ báng, sự bôi nhọ (문서의); sự vu khống, sự vu cáo, nói xấu (구두의). **~하다** vu khống, vu cáo, phỉ báng, bôi nhọ. ¶ ～자 người vu khống, người vu cáo / ～죄 tội vu khống, tội vu cáo.

무곡(舞曲) vũ khúc.

무골호인(無骨好人) người quá đáng, người quá thể.

무공(武功) võ công, chiến công. ¶ ～을 세우다 lập chiến công.

무과실(無過失) không bắt lỗi, không khuyết điểm, không lỗi lầm. ¶ ～책임 【PL】 luật xoá bỏ trách nhiệm đối với người vô ý hoặc cố ý gây ra thiệt hại.

무관(武官) võ quan (육군); đô đốc (해군).

무관(無冠) không mũ miện. ¶ ～의 제왕(帝王) hoàng đế không ngai.

무관(無關) ☞ **무관계**.

무관계(無關係) **~하다** không quan hệ, không có liên quan.

무관심(無關心) không quan tâm, không để ý (서술적).

무교육(無教育) ～의 vô giáo dục, không có giáo dục. ¶ ～자 người vô giáo dục, người không có giáo dục.

무구(無垢) ～한 trong sáng, trong sạch, thuần khiết.

무국적(無國籍) ～이다 không có quốc tịch. ¶ ～ 피난민 người tị nạn không quốc tịch / ～자 người không có quốc tịch.

무궁(無窮) ～한 vô cùng, không có hồi kết, không có điểm kết thúc. ¶ ～무진한 vô cùng vô tận.

무궁화(無窮花) 【TV】 (한국의 나라꽃) hoa Mugung, quốc hoa của Hàn Quốc. ¶ ～는 한국의 나라꽃입니다 Hoa Mugung là quốc hoa của Hàn Quốc.

무궤도(無軌道) không có đường, không có sự dẫn dắt. ～의 không đúng hướng, sai lầm (행동이). ¶ ～한 생활 lối sống lầm lỗi, lối sống sai lầm. ¶ ～ 전차 con tàu không có đường ray.

무균(無菌) 【YH】 sự vô trùng, sự vô khuẩn / ～의 vô trùng, vô khuẩn, tiệt trùng (살균한). ¶ ～ 우유 sữa tiệt trùng.

무극(無極) 【HH】 ¶ ～ 분자 phân tử vô cực.

무근(無根) ～의 vô căn cứ, không có căn cứ, không có cơ sở. ¶ ～ 지설(無根之說) lời nói (lập luận) không có căn cứ, không có cơ sở (vô căn chi thuyết).

무급(無給) ～의 không có lương. ¶ ～으로 일하다 làm việc không có lương. ¶ ～ 휴가 nghỉ không có lương.

무기(武器) vũ khí. ¶ ～를 들다 cầm vũ khí / ～를 버리다 bỏ vũ khí. ¶ ～고 kho vũ khí (병기창).

무기(無期) vô thời hạn, vô kỳ hạn. ¶ ～연기 kéo dài vô thời hạn / ～ 징역 án tù chung thân / ～징역수(囚) người bị tù chung thân.

무기(無機) ¶ ～물 [화학] chất [hoá học]

vô cơ / ~산(酸) axid vô cơ / ~화합물 hợp chất vô cơ.

무기력(無氣力) ~한 không có khí lực, không có sinh lực.

무기명(無記名) ~의 vô danh, không ghi tên. ¶ ~식의 hình thức không ghi tên. ¶ ~ 예금 tiền gửi vô danh / ~ 투표 bỏ phiếu không ghi tên, bỏ phiếu kín.

무꾸리 một trong các bước thực hiện nghi thức cầu khấn thần linh trong đạo Shaman của Hàn Quốc. **~하다** thực hiện nghi lễ Mukkuri.

무난(無難) ~한 (쉬운) không khó khăn, dễ dàng; (안전) không nguy hiểm, an toàn; (무던한) tiện lợi, có thể dùng được. ¶ ~히 một cách dễ dàng, một cách an toàn / ~히 이기다 chiến thắng một cách dễ dàng.

무남독녀(無男獨女) con gái độc nhất, vô nam độc nữ.

무너뜨리다 phá huỷ, làm sụp đổ, phá dỡ. ¶ 집을 ~ phá dỡ nhà / 공산주의를 ~ làm sụp đổ chủ nghĩa cộng sản / 군부 독재를 ~ phá bỏ chế độ độc tài quân sự.

무너지다 sụp đổ, bị phá huỷ

무능(無能) ~한 không có năng lực, không có khả năng.

무능력(無能力) không có năng lực. ¶ ~자(者) người không có năng lực, người không có khả năng. [PL] người không có năng lực hành vi dân sự.

무늬 hoa văn, hoạ tiết. ¶ ~없는 không có hoa văn, trơn.

무단(武斷) ¶ ~정치 nền chính trị quân phiệt / ~주의 chủ nghĩa quân phiệt, chủ nghĩa võ đoán.

무단(無斷) ¶ ~히 không phép (허가없이). ¶ ~결석 vắng mặt không xin phép / ~사용 sử dụng không phép.

무담보(無擔保) ~의 không có sự bảo đảm, không chắc chắn. ¶ ~로 돈을 빌려주다 cho vay không thế chấp. ¶ ~ 대부금 tiền cho vay lấy lãi, có kỳ hạn nhưng không có thế chấp / ~ 사채 khoản vay tư không có bảo đảm.

무당(巫堂) người làm các nghi lễ Shaman giáo, ông đồng, bà cốt. ¶ ~이 제 굿 못하고 소경이 저 죽을 날 모른다 [TNg] Tử vi xem số cho người / Số thầy thầy để cho ruồi nó bâu, người xem số cho người khác nhưng lại không thể xem số cho mình. ¶ ~ 서방 chồng của người phụ nữ làm nghề lên đồng.

무당(無糖) ¶ ~ 연유 sữa đặc không đường.

무당벌레 [CT] con bọ rùa.

무대(舞臺) (연극의) sân khấu, sàn diễn; (활동의) phạm vi hoạt động sở trường của một người. ¶ ~인이 되다 trở thành người của sàn diễn, thành người của công chúng / 첫 ~를 밟다 bước lên sân khấu đầu tiên của cuộc đời. ¶ ~극 kịch nói, kịch sân khấu / 무대 감독 chỉ đạo nghệ thuật / ~ 장치 trang trí sân khấu / 활동 ~ hoạt động sân khấu.

무더기 đống, rất nhiều. ¶ ~로 쌓이다 bị chất thành đống / 한 ~ 얼마예요? một đống (mớ) này bán bao nhiêu tiền?

무더위 oi bức, nóng nực.

무던하다 ❶ (사람이) người có thể tin tưởng được, người khá tốt, tàm tạm. ❷ (정도가) khá tốt, được, vừa phải, tàm tạm (충분). ❸ (엄청나다) quá cao.

무던히 khá tốt, vừa phải, đáng kể (잘). ¶ ~ 애를 쓰다 bỏ một công sức đáng kể ra.

무덤 mộ. ¶ 제 ～을 제가 파다 tự đào mồ cho mình, tự đưa mình xuống mồ.

무덥다 nóng nực, oi bức.

무도(無道) ～한 vô đạo, không có đạo đức, không có lễ nghĩa. ¶ ～한 짓을 하다 làm việc vô lương tâm.

무도(舞蹈) vũ đạo. ～하다 nhảy múa, khiêu vũ. ¶ ～곡 giai điệu múa / ～실 phòng khiêu vũ, phòng vũ đạo / ～회 hội thi khiêu vũ (대규모의).

무독(無毒) ～한 không độc hại.

ㅁ

무두장이 thợ thuộc da.

무두질 sự mài, thuộc da. **~하다** thuộc da (희게).

무드(mood) 【Anh】 tính khí, không khí tâm trạng. ¶ ～ 음악 nhạc buồn.

무득점(無得點) ～의 không ghi được điểm, không có bàn thắng.

무디다 ❶ (성질, 머리 따위) ngốc nghếch, chậm chạp, lù đù. ❷ (말씨가) chậm rãi, từ từ. ❸ (칼날이) cùn, không sắc.

무뚝뚝하다 cộc lốc, trầm lặng. ¶ 무뚝뚝하게 대답하다 trả lời một cách cộc lốc.

무람없다 bất lịch sự.

무량수전(無量壽殿) 【PG】 đền Trường thọ (ở thành phố *Young-joo*, tỉnh *Gyeong-buk*).

무량(無量) ～한 vô lượng, vô tận, hằng hà sa số.

무럭무럭 ❶ (빨리) nhanh chóng, nhanh trông thấy. ❷ (김따위가) dày đặc; (냄새가) đậm đặc; (악취가) nặng mùi.

무려(無慮) khoảng, hơn. ¶ ～ 10만 명 khoảng đến 100,000 người.

무력(武力) vũ lực, võ lực. ¶ ～으로 bằng vũ lực. ¶ ～에 호소하다 dùng vũ lực. ¶ ～간섭 can thiệp bằng vũ lực / ～외교 ngoại giao bằng vũ lực.

무력(無力) ～한 vô lực, không có sức.

무렵 (때) vào lúc, lúc; (즈음) khoảng; (…할 무렵) khoảng lúc …. ¶ 해질 ～에 lúc mặt trời lặn / 그 ～에 vào lúc đó, vào khoảng đó / 7시 무렵에 vào khoảng tầm 7 giờ.

무례(無禮) ～한 vô lễ, không lễ độ. ¶ ～하게도 …하다 làm cái gì một cách vô lễ.

무뢰한(無賴漢) đứa lưu manh, vô công rồi nghề, đồ vô lại, côn đồ.

무료(無料) ～의(로) không mất tiền, miễn phí. ¶～관람 [입장]권 vé xem [vào cửa] không mất tiền / ～봉사 phục vụ miễn phí / ～숙박소 [진료] ở trọ [điều trị] miễn phí / ～승차권 vé xe miễn phí.

무료(無聊) sự buồn bã, chán nản, nhạt nhẽo. ～한 buồn chán, nhạt nhẽo. ¶ ～함을 달래다 giải sầu, tiêu khiển, giải khuây, giết thời gian.

무루(無漏) không loại trừ, không từ, tất cả đều như nhau.

무르녹다 ❶ (익다) chín, đến độ chính, chín già. ❷ (녹음이) chín. ❸ (때가) thời cơ chín muồi.

무르다[1] ❶ (물건이) nhũn, mềm, nhũn nhẽo. ❷ (약하다) uỷ mị, yếu mềm, ẻo lả (정에); yếu, không cứng cáp (줏대가); mong manh, thuần khiết(순하다); dễ vỡ (잘 깨짐).

무르다[2] (돈, 물품을) trả lại, hoàn lại (판 것을).

무르익다 chín mềm, chín.

무르춤하다 do dự, ngập ngừng, lưỡng lự, không nhất quyết.

무릅쓰다 (곤란을) liều lĩnh, mạo hiểm, không quản ngại. ¶ …을 무릅쓰고 liều làm việc gì đó / 폭풍우를 ～ không quản ngại mưa bão / 생명의 위험을 ～ không quản ngại sự nguy hiểm đến tínhh mạng.

무릇[1] 【TV】 cây hành biển, củ hành biển.
무릇[2] nói chung, nhìn chung. ¶ ~ 사람이란 것 con người nói chung.
무릎 đầu gối. ¶ ~ 깊이의 sâu đến đầu gối / ~을 꿇다 quỳ xuống. ¶ ~ 관절(마디) khớp gối.
무릎맞춤 ☞ **대질**(對質). ngồi đối mặt với nhau, đối chất.
무리[1] (한패) đám đông; bầy, đàn (군중). ¶ 도둑 ~ đám du thủ du thực.
무리[2] (해,달의) quầng, vầng hào.
무리(無理) ❶ (부조리) ~한 quá mức, quá giới hạn vô lý (도를 넘은); quá sức, quá khả năng (불가능한). ¶ ~한 요구 yêu cầu quá đáng, yêu cầu vô lý / ~한 운동 vận động, tập luyện quá sức / ~하게 (억지로) một cách quá sức / ~가 없는 (자연스러운) đúng mức độ, vừa phải / ~한 짓을 하다 phạm lỗi lớn, làm việc quá đáng / 너무 ~하다 quá sức. ❷ 【TH】 ~의 (thuộc) vô tỉ. ¶ ~수 số vô tỉ.
무릿매 ná bắn đá. ¶ ~질하다 bắn đá bằng ná.
무마(撫摩) ❶ (손으로) **~하다** vỗ nhẹ, đập nhẹ. ❷ (달램) **~하다** vỗ về, an ủi, dỗ dành.
무망중(無妄中) bất ngờ, thình lình, bất chợt, đột xuất, chợt.
무면허(無免許) ~의 không được phép, không giấy phép. ¶ ~ 운전사 người lái xe không có giấy phép / ~ 의사 bác sĩ không có giấy phép hành nghề, lang băm.
무명 (옷감) vải sợi bông. ¶ ~옷 áo vải cốt tông / ~실 sợi bông.
무명(無名) ~의 vô danh, không có tên (익명의); không có danh tiếng, không nổi tiếng (알려지지 않은). ¶ ~용사의 묘 mộ các chiến sĩ vô danh. ¶ ~작가 tác giả vô danh.
무명골(無名骨) 【GP】 xương chậu (giải phẫu).
무명씨(無名氏) người không có danh tính.
무명조개 【LSo】 trai hến (động vật).
무명지(無名指) ngón tay đeo nhẫn.
무모(無毛) ~의 không có lông, tóc. ¶ ~증(症) bệnh hói.
무모(無謀) **~하다** (경솔) ẩu, hấp tấp, thiếu thận trọng, vội vàng; thiếu suy nghĩ (생각없는). ¶ ~하게 một cách thiếu suy nghĩ, vội vàng.
무문근(無紋筋) 【GP】 cơ trơn.
무미(無味) ~한 (맛없는) vô vị, không ngon, nhạt nhẽo. ¶ ~ 건조한 khô khốc, rời rạc, tẻ ngắt.
무반동총(無反動銃) 【QS】 súng không bị giật lại khi bắn.
무반주(無伴奏) ~의 không có nhạc đệm, (hát) chay.
무방(無妨) **~하다** không độc hại (사람이 주어) không liên quan, không can thiệp. ¶ 그렇게 해도 ~하다 Có làm như thế thì cũng không sao.
무방비(無防備) ~의 không phòng thủ, không phòng thủ, không bảo vệ. ¶ ~ 도시 thành phố bỏ ngỏ.
무배당(無配當) ¶ ~의 không chia phần, không bè đảng, không phân chia.
무벌점(無罰點) ¶ ~이다 không có vết đen, trong sạch.
무법(無法) ~한 (난폭한) vô phép, không phép tắc, không luật lệ. ¶ ~자 người không có phép tắc gì / ~천지 thiên địa vô phép, không có trên có dưới.
무변(武弁) (고어) kẻ võ biền, lính, quân nhân.
무변(無邊) ~의 vô biên, vô hạn. ¶ ~대해(大海) đại dương vô bờ, mênh mông.
무변화(無變化) bất biến, không thay đổi (단조로움).
무병(無病) **~하다** không có bệnh, không

mắc bệnh.

무보수(無報酬) ～의 cho không, không lấy tiền, không phải trả tiền. ¶ ～로 cho không, miễn phí (무료의) không phải trả tiền, miễn phí.

무분별(無分別) ～한 không phân biệt.

무불간섭(無不干涉) sự can thiệp, sự xía vào. **~하다** luôn luôn can thiệp vào, nói chõ mũi vào.

무비(無比) ～한 vô song, có một không hai. ¶ 당대～의 đương thời có một không hai.

무비판(無批判) ～적(으로) không bình phẩm, không chỉ trích, không phê phán.

무사(武士) võ sĩ.

무사(無私) ～한 công bằng, thiên vị, vô tư. ¶ 공평～한 công bằng vô tư.

무사(無事) (안전) vô sự, sự an toàn; (평온) sự bình ổn, an bình; (건강) mạnh khoẻ. ～한 an toàn, bình ổn, khoẻ mạnh. ¶～히 bình an vô sự. ¶ 그는 ～하다 anh ấy bình an vô sự / ～히 지내다 trải qua một cách bình yên vô sự / ～히 해결되다 giải quyết một cách an toàn.

무사고(無事故) ～의 không có sự cố. ¶ ～ 비행 chuyến bay không có sự cố gì.

무사마귀 【YH】 mụn cóc, mụn cơm.

무사분주(無事奔走) **~하다** bận làm những việc linh tinh, bận mà không có việc gì.

무사안일(無事安逸) ¶ ～주의 chủ nghĩa ôn hoà.

무사태평(無事泰平) **~하다** sự yên bình, lặng lẽ, sự thanh bình, sự lạc quan. ¶ 그는 시험공부를 전혀 하지 않았음에도 불구하고 ～이다 anh ta không những không học hành gì mà còn rất lạc quan nữa.

무산(無産) ～의 vô sản. ¶ ～계급 giai cấp vô sản / ～자 người vô sản.

무산(霧散) **~하다** xua tan, làm tiêu tan, loại trừ. ¶ 경찰은 데모군중을 ～시켰다 Cảnh sát giải tán quần chúng biểu tình.

무상(無上) ～의 tối thượng, tối cao. ¶ ～의 영광 vinh quang tối cao.

무상(無常) sự ngắn ngủi, sự phù du, sự không chắc chắn. ～한 ngắn ngủi, phù du. ¶ 삶은 ～하다 cuộc đời là phù du.

무상(無償) ～의(으로) cho không, miễn phí, không lấy tiền. ¶ ～ 계약 hợp đồng không có hiệu lực / ～ 교부 【CK】 chuyển giao miễn phí / ～ 대부 khoản vay tự do / ～ 배급 phân phối tự do / ～ 원조 viện trợ không hoàn lại / ～주(株) cổ phiếu thưởng.

무상출입(無常出入) **~하다** lui tới thường xuyên, ra vào thường xuyên.

무색(-色) màu nhuộm. ¶ ～옷 áo nhuộm. ¶ ～옷 빨래 giặt áo nhuộm.

무색(無色) ❶ (빛깔) ～의 không có màu sắc. ❷ (무안) **~하다** xấu hổ, thẹn, thất sủng. ¶ ～케 하다 làm cho ai đó xấu hổ.

무생물(無生物) vật vô tri vô giác. ¶ ～계 giới vô tri / ～학 phi sinh vật học.

무서리 sương giá đầu mùa.

무서움 nỗi sợ hãi, sự sợ hãi. ¶ ～을 타다 cảm thấy sợ hãi / ～을 모르다 không biết sợ hãi / ～을 참다 chịu đựng sự sợ hãi (비교: 외경심).

무서워하다 sợ, sợ hãi. ¶ 나는 개를 무서워한다 tôi sợ chó.

무선(無線) không dây, vô tuyến. ¶ ～기사 tổng đài vô tuyến / ～ 방송 truyền thanh, truyền hình / ～ 전신 truyền tin vô tuyến / ～ 전화 điện thoại không dây / ～ 조종 điều khiển vô tuyến.

무섭다 ❶ (두렵다) sợ hãi, lo sợ. ¶ 무서운 병 căn bệnh đáng sợ / 무서운 구두쇠 kẻ keo kiệt đến đáng sợ / 무섭게 하다 làm cho ai sợ. ❷ (사납다) đáng sợ, ghê gớm.

무성(茂盛) ~한 sum suê, um tùm, rậm rạp. ¶ ~한 숲 cánh rừng rậm rạp / 풀이 ~하다 cỏ rậm rạp.

무성(無性) ~의 vô tính. ¶ ~생식 hình thức sinh sản vô tính.

무성(無聲) ~의 không tiếng, câm. ¶ ~영화 phim câm / ~음 âm câm.

무성의(無誠意) ¶ ~한 không thành thật, không chân tình, không thành thực. ¶ 그는 숙제를 ~하게 했다 người ấy làm bài tập một cách không chu đáo.

무세(無稅) ~의 không có thuế, miễn thuế. ¶ ~품(品) hàng hoá miễn thuế. ☞ **면세품**, **비과세품**.

무소 【ĐV】 tê giác. = 코뿔소.

무소득(無所得) **~하다** không có lợi ích.

무소부지(無所不知) **~하다** thông suốt mọi sự.

무소불능(無所不能) **~하다** quyền lực vạn năng, quyền vô hạn, quyền tuyệt đối.

무소속(無所屬) ~의 độc lập, không phụ thuộc. ¶ ~의원 thành viên độc lập.

무소식(無消息) **~이다** không có tin tức gì cả, bặt vô âm tín. ¶ ~이 희소식 không có tin gì nghĩa là có tin mừng, không có tin tức gì nghĩa là bình an (tục ngữ).

무쇠 sắt, thép.

무수(無水) 【HH】 ~의 trạng thái khan. ¶ ~산(酸) axic anhydrit / ~ 화합물 thạch cao khan.

무수(無數) ~한(히) vô số, vô kể, không đếm xuể. ¶ 무수히 많은 별들이 하늘에 떠 있다 vô số những ngôi sao mọc trên bầu trời.

무수리 【LCh】 con cò già.

무숙자(無宿子) người sống lang thang, người vô gia cư.

무순(無順) bừa bãi, ngẫu nhiên, hú hoạ.

무술(武術) võ thuật.

무슨 nào, loại nào; gì, cái gì (의문). ¶ ~ 일로 bằng việc gì / ~ 까닭에 với lý do gì / ~일이 있더라도 cho dù có việc gì / ~책을 샀니? mua sách gì vậy?

무승부(無勝負) bất phân thăng bại, không có người thắng người thua, hòa, đều. ¶ ~가 되다 có kết quả đều, hòa.

무시(無視) **~하다** không để ý, không quan tâm, lờ đi, coi thường; (유린·거부) lạnh lùng, không để mắt tới. ¶ …을 ~하고 không để ý tới.

무시로(無時-) vào bất cứ lúc nào, bất cứ thời gian nào.

무시무시하다 kinh khủng, khủng khiếp. ¶ 무시무시한 유령 yêu tinh khủng khiếp (비교: 두렵다, 무섭다, 무서워하다).

무시험(無試驗) không thi, không kiểm tra, miễn thi cử.

무식(無識) vô thức, không suy nghĩ. ~한 một cách vô thức. ¶ ~장이 người bị bất tỉnh, người vô thức.

무신경(無神經) ~한 không để tâm, không chú ý.

무신론(無神論) thuyết vô thần. ¶ ~적(인) tính vô thần. ¶ ~자 người theo thuyết vô thần.

무실점(無失占) ¶ ~으로 không sót một chỗ, không sót một điểm nào.

무심(無心) **~하다** vô tâm; (서술적) không để ý; (무관심) không quan tâm; (생각 없음) không suy nghĩ, không nghĩ ngợi; (순진) trong sáng, ngây thơ. ¶ ~코 (문득) chẳng có một suy nghĩ gì cả (부주의로) không để ý / ~코

한 말 lời nói vô tâm, vô ý.

무심결(無心-) ¶ ～에 (아무 생각없이) không suy nghĩ; (저도 모르게) không biết, không có chủ ý; (문득) không có ý, không chủ tâm, không định trước.

무쌍(無雙) ～한 vô song, có một không hai.

무아(無我) vô ngã, sự diệt dục, không ham muốn cá nhân. ¶ ～의 경지에 달하다 đạt tới chủ nghĩa vị tha tuyệt đối. ¶ ～경 cảm xúc mạnh mẽ, xuất thần, nhập định.

ㅁ

무악(舞樂) khúc nhạc múa.

무안(無顔) **~하다** hổ thẹn, xấu hổ, bị thất sủng. ¶ ～(을) 주다 làm cho ai đó xấu hổ.

무안타(無安打) [BC] cú đánh không trúng. ¶ ～무득점 경기 trận đấu không có bàn thắng.

무어 ❶ (감탄사) gì cơ, cái gì (từ cảm thán). ¶ ～ 동생이 죽었다고? cái gì? em chết rồi sao? / ～ 괜찮아 có gì đâu, không sao. ❷ (대답) cái gì (trả lời). ❸ ☞ **무엇**.

무어라 ¶ ～하든 nói gì đi nữa thì (결국) / ～ 말할 수 없다 không thể nói gì được hết lời để nói, không thể chấp nhận (단정 못하다).

무언(無言) sự im lặng, không nói năng, thầm lặng. ～의 không nói năng gì, im lặng. ¶ ～중(에) đang im lặng, lặng lẽ, lẳng lặng. ¶ ～극 kịch câm.

무엄(無嚴) ～한 quá đáng, tàn bạo, thô lỗ. ¶ … 하게도 ～하다 làm gì mặc dù quá đáng.

무엇 (대명사) cái gì? (의문) ¶ ～이든 dù là cái gì / ～보다도 hơn tất cả mọi cái / ～하러? để làm gì?

무역(貿易) mậu dịch, việc buôn bán với nước ngoài. **~하다** buôn bán xuất nhập khẩu. ¶ ～경쟁국 nước cạnh tranh thương mại / ～량 kim ngạch thương mại / ～박람회 hội chợ thương mại / ～풍(風) gió mậu dịch / ～상 người làm thương mại / ～수지 chỉ số mậu dịch / ～품(品) hàng mậu dịch, hàng thương mại / ～협정 hiệp định mậu dịch, hiệp định thương mại / ～회사 công ty thương mại / 대미～ thương mại với Mỹ.

무역관리(貿易管理) quản lý thương mại.

무역마찰(貿易摩擦) sự xung đột thương mại.

무역역조(貿易逆調) sự lệch cán cân thương mại.

무역장벽(貿易障壁) hàng rào mậu dịch, rào cản thương mại.

무역정책(貿易政策) chính sách thương mại.

무역항(貿易港) cảng thương mại

무연(無煙) ～의 không khói. ¶ ～탄 than không khói / ～화약 thuốc súng không khói.

무연(無鉛) ¶ ～가솔린 xăng dầu không chì.

무연고(無緣故) ～의 không có quan hệ, không liên quan. ¶ ～ 분묘 mộ của người không quen biết.

무예(武藝) ☞ **무술**.

무욕(無慾) ～한 không có ham muốn, không có dục vọng, diệt dục.

무용(武勇) sự dũng cảm. ¶ ～담 câu chuyện về lòng dũng cảm.

무용(無用) ～의 vô dụng, không có tác dụng (불필요한); không có gì để xem (볼일 없는). ¶ ～지물 vật vô dụng / ～지물이다 đồ vô dụng / ～자 출입금지 (게시) người không nhiệm vụ miễn vào (biển báo).

무용(舞踊) múa. **~하다** nhảy múa. ¶ ～단 đoàn vũ / 민속～ múa dân tộc.

무우 ☞ 무.
무운(武運) sự may rủi trong chiến tranh.
무운(無韻) ～의 không vần (thơ), không có vần điệu.
무위(武威) thanh thế, uy thế trong quân đội, uy vũ.
무위(無爲) không làm gì cả, vô vị, lười nhác, vớ vẩn, không đi đến đâu, nhàn tản. ¶ ～의 생활 cuộc sống thanh nhàn / ～도식하다 sống một cuộc sống nhàn tản.
무의무탁(無依無托) **~하다** không có nơi để quay về, không có nơi để dựa dẫm, uỷ thác; (서술적) không nhà cửa, không nơi nương tựa.
무의미(無意味) ～한 không có ý nghĩa. ¶ ～한 말 lời nói không có ý nghĩa.
무의식(無意識) vô ý thức, không có ý thức, không suy nghĩ. ¶ ～적 tính vô ý thức / ～적으로 một cách vô ý thức.
무의촌(無醫村) làng không có bác sĩ
무이자(無利子) ～의(로) không có lãi, không sinh lời. ¶ ～ 공채 hợp đồng không sinh lời.
무익(無益) ～한 vô ích, không có lợi. ¶ 백해 ～하다 trăm cái hại mà không có lấy một cái lợi, chỉ thấy hại, không có lợi.
무인(武人) quân nhân.
무인(拇印) đóng dấu vân tay, điểm chỉ.
무인(無人) ¶ ～비행기 máy bay không người lái / ～ 위성 vệ tinh không người lái.
무인도(無人島) đảo không có người ở.
무인지경(無人之境) vùng đất không người sinh sống. ¶ ～을 가듯하다 như là đi đến một vùng đất không người.
무일푼(無一) ¶ ～이다 không có lấy một đồng, nhẵn túi.
무임(無賃) ¶ ～으로 không lấy tiền, miễn / ～ 승차(乘車)를 하다 lên xe miễn phí. ¶ ～ 승차권 vé lên xe miễn phí.
무임소(無任所) ¶ ～ 장관(長官) bộ trưởng không bộ, bộ trưởng nội các không chịu trách nhiệm về một bộ nào.
무자각(無自覺) ～한 vô tri giác, không nhận biết được.
무자격(無資格) sự không có tư cách. ～의 không có đủ tư cách; (무면허의) không có giấy phép, không được phép. ¶ ～ 교원 giáo viên dạy ngoài, giáo viên không chính thức.
무자력(無資力) không có vốn, không có năng lực kinh tế.
무자맥질 sự lặn, sự biến mất. **~하다** lặn xuống, mất tăm.
무자본(無資本) ¶ ～으로 không có vốn.
무자비(無慈悲) ～한 nhẫn tâm, tàn nhẫn. ¶ ～한 짓을 하다 phạm tội ác, làm việc tàn ác.
무자식(無子息) **~하다** không có con cái.
무자위 máy bơm.
무작위(無作爲) ngẫu nhiên, tình cờ, hú họa. ¶ ～ (표본) 추출 chọn mẫu ngẫu nhiên.
무작정(無酌定) ～한 không sắp đặt kế hoạch, không dự tính. ¶ ～하고 không suy xét trước.
무장(武裝) vũ trang, lực lượng quân sự. **~하다** trang bị vũ khí. ¶ ～한 được trang bị vũ khí, vũ trang. ¶ ～ 간첩 gián điệp quân sự / ～ 간첩선 tàu gián điệp quân sự / ～ 봉기 đẩy mạnh trang bị quân sự / ～ 중립 trung lập về mặt quân sự / ～ 해제 giải trừ vũ trang, giải trừ quân bị / ～화(化) vũ trang hoá.
무장지졸(無將之卒) quân đội không có người cầm đầu, không có người lãnh đạo, rắn không đầu.
무재(無才) không có tài, bất tài. ¶ ～

무능한 không có năng lực, bất tài vô dụng.

무저항(無抵抗) khuất phục, không kháng cự. ¶ ～ 주의 chủ nghĩa không kháng cự.

무적(無敵) ～의 vô địch, vô song, không có địch thủ. ¶ ～ 함대 hạm đội vô địch.

무적자(無籍者) người không có tung tích.

무전(無電) vô tuyến, không dây. ¶ ～ 장치로 bằng các thiết bị không dây, bằng các thiết bị vô tuyến.

무전(無錢) không có tiền. ¶ ～취식하다 ăn quỵt, không chịu trả tiền sau khi ăn. ¶ ～ 여행 đi du lịch bằng cách đi nhờ xe.

무절제(無節制) **~하다** không điều độ, không đúng mực. ¶ ～한 생활 sinh hoạt không điều độ.

무절조(無節操) ～한 không nghiêm túc, không phải đạo, dâm ô (특히 성관계에 있어서).

무정(無情) ～한 vô tình, không có tình cảm, lạnh lùng, vô cảm.

무정견(無定見) ～한 không có chính kiến, a dua.

무정란(無精卵) trứng không có trống

무정부(無政府) sự vô chính phủ, hỗn loạn / ～의 vô chính phủ. ¶ ～상태에 있다 trong tình trạng hỗn loạn, trong tình trạng vô chính phủ. ¶ ～주의 chủ nghĩa vô chính phủ / ～주의자 người theo chủ nghĩa vô chính phủ.

무정형(無定形) ～의 không định hình, không có hình dạng nhất định. ¶ ～ 수정(水晶) chất thạch anh không kết tinh.

무제(無題) (작품에서) sự vô đề, không có chủ đề, không đề. ～의 vô đề, không có chủ đề, không đề.

무제한(無制限) ～의 không hạn chế, không giới hạn. ¶ ～으로 thoải mái, không hạn chế.

무조건(無條件) ～의 vô điều kiện, không có điều kiện, không ràng buộc, tuyệt đối. ¶ ～으로 một cách vô điều kiện, một cách tuyệt đối. ¶ ～행복 hạnh phúc tuyệt đối.

무족(無足) ☞ **무지**(無肢).

무좀 [YH] bệnh nấm ở bàn chân.

무종교(無宗教) ～의 không có đạo, không theo đạo, vô thần. ¶ ～자 người không theo tôn giáo nào.

무죄(無罪) sự vô tội, không có tội ～의 vô tội. ¶ ～를 선고하다 tuyên bố ai đó vô tội. ¶ ～ 석방 sự tha bổng, phóng thích vì vô tội.

무주의(無主義) ～의 không chú ý, không để ý.

무주정(無酒精) ¶ ～ 음료 đồ uống không cồn.

무주택(無住宅) ¶ ～ 서민(층) (tầng lớp) dân nghèo không nhà cửa / ～자 người không nhà cửa.

무중력(無重力) sự không trọng lượng.

무증거(無證據) sự không có bằng chứng, không có chứng cớ.

무지(無知) sự ngu dốt, sự không biết, không có học (무교육). ～한 ngu dốt, không có học. ¶ ～ 몽매한 백성 quần chúng mông muội.

무지각(無知覺) sự không suy nghĩ, không nhận thức / ～한 không suy nghĩ, không nhận thức.

무지개 cầu vồng. ¶～빛 sắc cầu vồng / ～빛의 mang sắc cầu vồng.

무지근하다 nặng, mỏi mệt, nặng trịch.

무지러지다 mòn đi, cùn đi.

무지렁이 người đần, người ngốc nghếch.

무지막지(無知莫知) ～한 chưa được khai hoá, chưa văn minh, thô lỗ, bất lịch

sự.
무지몰각(無知沒覺) ～한 không biết gì, không hiểu biết.
무직(無職) ～의 không có công ăn việc làm, không có việc làm. ¶ ～자 người không có công ăn việc làm (실업자).
무진(無盡) ☞ **무한**(無限). ¶ ～ 회사 công ty sử dụng vốn của nhau, tương trợ lẫn nhau về vốn. = 상호신용금고.
무진장(無盡藏) ～의 vô tận, không có kết thúc.
무질서(無秩序) sự lộn xộn, không có trật tự. ～한 lộn xộn, không có trật tự.
무집게 kìm, kẹp.
무찌르다 xoá sổ, xóa sạch, làm cỏ, triệt hạ, tiêu diệt toàn bộ, thanh toán hết, phá hủy hoàn toàn.
무차별(無差別) sự không phân biệt, sự không có khoảng cách. ～의(한) không phân biệt, bình đẳng.
무착륙(無着陸) ～의 sự không hạ cánh. ¶ ～ 비행을 하다 máy bay bay không hạ cánh.
무참(無慚) **~하다** tàn nhẫn, nhẫn tâm, bi thương, ác độc.
무참(無慘) ～한 cảm thấy xấu hổ, cảm thấy ngượng. (비참한).
무채색(無彩色) không sắc, không màu.
무책(無策) sự thiếu đường lối hành động, không có cách giải quyết.
무책임(無責任) sự vô trách nhiệm. ～한 vô trách nhiệm. ¶ ～하게 một cách vô trách nhiệm.
무척 rất, lắm, hết sức.
무척추동물(無脊椎動物) loài động vật không xương sống.
무취(無臭) ～의 không mùi, không có hương thơm.
무취미(無趣味) ～한 khô khan, vô vị, chán ngắt.
무치다 tẩm ướp gia vị. ¶ 나물을 ～ ướp gia vị vào rau củ.
무탈(無頉) ～한 khoẻ mạnh, lành mạnh.
무턱대고 mù quáng, thiếu thận trọng.
무테(無-) ～의 không đóng khung, không có vành. ¶ ～안경 kính không có vành.
무통(無痛) ～의 không đau đớn. ¶ ～분만 phương pháp đẻ không đau.
무투표(無投票) ¶ ～로 sự không biểu quyết, không bỏ phiếu. ¶ ～ 선 cuộc bầu cử không phiếu.
무표정(無表情) ～한 ngây ra, đờ ra, không có thần sắc. ¶ ～한 얼굴 khuôn mặt không có hồn.
무풍(無風) ～의 không gió, lặng gió. ¶ ～대 vùng lặng gió / ～ 상태 (비유) trạng thái êm đềm, yên ả, thanh thản.
무학(無學) ☞ **무식**.
무한(無限) vô vàn, rất nhiều. ～한 vô cùng, vĩnh cửu. (영구). ¶ ～량의 số lượng vô hạn / ～정의 ～ định nghĩa vô hạn. ¶ ～ 궤도(차) xe dây xích / ～ 급수 dãy số vô hạn / ～대의 [소의] vô tận, vô cực [nhỏ vô cùng, cực nhỏ] / ～ 책임 trách nhiệm vô hạn / ～ 책임회사 công ty trách nhiệm vô hạn.
무해(無害) ～한 vô hại. ¶ ～ 무익한 ～vô hại vô lợi. ¶ 인축(人畜) ～ người và gia súc. là vô hại.
무허가(無許可) ～의 không giấy phép ¶ ～건물(집) nhà không giấy phép.
무혈(無血) ¶ ～혁명 [점령] cách mạng [chiếm lĩnh] không đổ máu.
무협(武俠) võ hiệp, phong cách hiệp sĩ, tinh thần thượng võ, chủ nghĩa anh hùng.
무형(無形) ～의 (추상적) trừu tượng, khó hiểu, không thực tế. (정신적) vô thần, linh hồn. (안보이는) vô hình. ¶ ～문화재 tài sản văn hoá vô hình / ～ 재산

tài sản vô hình.
무화과(無花果) ¶ ～나무 cây sung, cây vả.
무효(無效) không hiệu quả. ～의 vô hiệu lực, vô giá trị. ¶ ～가 되다 trở nên không hiệu quả / ～로 하다 bãi bỏ, huỷ bỏ, thủ tiêu. ¶ ～ 투표 bầu cử không hợp lệ.
무훈(武勳) ☞ **무공**(武功).
무휴(無休) ¶ ～이다 không nghỉ lễ. ¶ 연중(年中) ～ (게시) làm việc cả năm.
무희(舞姬) gái nhảy, vũ nữ.
묵 thạch. ¶ 도토리～ thạch quả sồi.
묵객(墨客) thuật viết chữ đẹp.
묵계(墨契) sự hiểu ngầm, sự ngụ ý. **~하다** thoả thuận ngầm, ngụ ý.
묵과(默過) sự đồng loã, sự thông đồng. **~하다** làm ngơ, thông đồng, đồng loã, bao che.
묵낙(默諾) sự thoả thuận ngầm, sự đồng ý ngầm.
묵념(默念) ❶ mặc niệm; (묵도(默禱)) sự suy ngẫm, sự trầm tư. **~하다** trầm ngâm, trầm tư. ❷ ☞ **묵상**.
묵다 ❶ (숙박) lưu, trọ. ¶ 호텔에 ～ lưu lại, trọ lại ở khách sạn. ❷ (오래되다) cổ, cũ, cổ xưa, cũ kỹ. ¶ 묵은 잡지 tạp chí cũ / 묵은 사상 tư tưởng lạc hậu, tư tưởng lỗi thời.
묵도(默禱) ☞ **묵념** ❶.
묵독(默讀) **~하다** đọc thầm, đọc bằng mắt.
묵례(默禮) sự cúi đầu im lặng, sự mặc niệm. **~하다** yên lặng, cúi đầu, lặng lẽ cúi chào; mặc niệm.
묵묵(默默) ～한 ngầm, im hơi lặng tiếng. ¶ ～히 thầm lặng, lặng lẽ.
묵비권(默秘權) quyền được giữ im lặng.
묵살(默殺) **~하다** lờ đi, làm ra vẻ không biết đến, không quan tâm. ¶ 의안(議案)을 ～하다 che dấu một nghi án.
묵상(默想) sự trầm ngâm, trầm tư mặc tưởng. **~하다** trầm tư, suy tư, suy ngẫm.
묵새기다 quá hạn, hoãn lại, quá lâu.
묵수(墨守) ☞ **고수**(固守).
묵시(默示) ❶ (신의) lòng tin, đức tin. **~하다** ý nói, ngụ ý, bao hàm. ¶ ～록 【KT】 sách Khải Huyền (chương cuối cùng trong sách Tân Ước). ❷ (명시에 대한) ～하다 ý nói, ngụ ý. ¶ ～적 một cách ngụ ý.
묵시(默視) **~하다** bỏ qua, tha thứ, làm ngơ, lờ đi.
묵은해 năm cũ, năm ngoái.
묵인(默認) sự đồng mưu, sự bao che ngầm. **~하다** đồng loã, đồng mưu, bao che.
묵정밭 ruộng màu bỏ hoang.
묵정이 đồ cổ, đồ lâu không sử dụng
묵종(默從) sự vâng lời, sự phục tùng. **~하다** phục tùng, tuân lệnh.
묵주(默珠) 【TCG】 bài kinh rôze, chuỗi tràng hạt (Thiên Chúa giáo).
묵지(墨紙) giấy than.
묵직하다 nặng. ¶ 묵직이 một cách nặng nề.
묵척(墨尺) thước mực của thợ mộc
묵화(墨畵) một bức vẽ bằng mực tàu.
묵흔(墨痕) vết mực, nét chữ viết bằng tay.
묵히다 để hỏng, bỏ phí mà không dùng.
묶다 buộc, cột, trói. ¶ 손발이 묶이다 buộc tay chân lại.
묶음 thếp, bọc, tập (곡물, 서류 따위); bím (tóc), mớ, bó (rau) (머리, 풀 따위). ¶ ～으로 만들다 làm thành từng thếp.
문(文) ❶ 【VH】 câu ❷ (학문) văn, các môn xã hội. ¶ ～은 무보다 강하다 ngòi bút mạnh hơn gươm giáo, văn mạnh hơn võ.
문(門) ❶ (대문) cổng, cửa; (방문) viếng thăm; (출입구) cửa ra vào (미닫이) cửa trượt; (덧문) cửa ngoài. ❷ (분류학

상의) gian hàng.

문(問) ☞ **문제**. ¶ 제 1 ~ vấn đề thứ nhất.

문간(門間) ô cửa, cổng vào, lối vào.

문갑(文匣) tủ đựng đồ dùng văn phòng.

문경지교(刎頸之交) chí cốt, thân thiết; (친구) người bạn, tình bạn chí cốt.

문고(文庫) ❶ (서류 넣는) nơi để tài liệu; (책장) tủ sách. ❷ thư viện (서고(書庫)) (장서) thư viện cá nhân.

문고리(門-) tay cầm cánh cửa.

문공부(文公部) ☞ **문화부**.

문과(文科) khoa văn, khoa xã hội. ¶ ~ 대학 đại học văn khoa.

문관(文官) (군사 밖의 행정 사무에 관계하는 관리) quan văn (총칭) (비교: 무관(武官) quan võ).

문교(文教) sự giáo dục. ¶ ~부 bộ giáo dục / ~ 당국 cơ quan giáo dục / ~부 장관 bộ trưởng bộ giáo dục / ~ 행정 hành chính giáo dục / ~ 정책 chính sách giáo dục.

문구(文句) đoạn văn, từ ngữ, nhóm từ, cụm từ.

문구멍(門-) lỗ thủng ở cánh cửa, lỗ cửa.

문기둥(門-) cột trụ cửa, trụ cổng.

문단(文壇) giới văn chương văn đàn. ¶ 첫 소설로 [시집으로] ~에 들어서다 (데뷔하다) bước vào văn đàn với tiểu thuyết [tập thơ] đầu tay.

문단속(門團束) **~하다** khoá chặt cửa, đóng kín cửa.

문답(問答) cuộc đối thoại, sự hỏi đáp (대화). **~하다** đối thoại, hỏi đáp (교리문답); kéo dài cuộc vấn đáp. ¶ ~식으로 bằng hình thức hỏi đáp. ¶ ~식 교수 giảng dạy theo phương pháp hỏi đáp.

문대다 ☞ **문지르다**.

문덕(문덕) cả mớ, từng mảng. **~하다** rơi vỡ thành từng mảng.

문둥병(-病) bệnh hủi, bệnh phong. ☞ **나병**, **한센병**.

문둥이 ❶ con hủi. ❷ người mắc bệnh phong.

문드러지다 làm loét ra, làm thối nát.

문득 = 문뜩. bất ngờ, thình lình, đột xuất.

문란(紊亂) sự rối loạn, sự hỗn loạn. **~하다** rối loạn, hỗn loạn. ¶ 관기 ~ sự vi phạm kỷ luật chính quyền / 풍기 ~ sự trái ngược với khuôn phép lễ nghi.

문례(文例) một câu mẫu, một ví dụ.

문리(文理) ❶ (문맥) văn cảnh, ngữ cảnh. ❷ (문과와 이과) khoa học nhân văn và khoa học tự nhiên. ¶ ~과 대학 trường đại học khoa học nhân văn và khoa học tự nhiên.

문맥(文脈) mạch văn. ¶ ~상의 thuộc mạch văn.

문맹(文盲) nạn mù chữ, sự thất học (사람). ¶ ~율 tỷ lệ mù chữ / ~ 퇴치 xoá nạn mù chữ.

문면(文面) nội dung bức thư. ¶ ~에 의하면 nếu dựa vào nội dung của lá thư.

문명(文名) sự nổi tiếng, sự nổi danh. ¶ ~을 날리다 nổi tiếng, nổi danh lừng danh. ¶ 스트린드베리는 유럽에서 ~을 날렸다 Strindberg (người Thụy Điển) lừng danh ở châu Âu.

문명(文明) văn minh. ~한 khai hoá, văn minh. ¶ ~의 이기 nền văn minh. ¶ ~국 nước văn minh / ~시대 thời đại văn minh / ~인 người văn minh / 기계 ~ máy móc hiện đại (반대말: 미개(未開), 야만(野蠻)).

문묘(文廟) (공자 사당) văn miếu.

문무(文武) văn võ, thanh kiếm và ngòi bút. ¶ ~겸전(兼全)하다 văn võ song toàn. ¶ ~ 백관 các quan văn võ, văn võ bách quan.

문문하다 ❶ (부드럽다) mềm mại. ❷ (우

습다) buồn cười. ¶ 문문히 uyển chuyển mềm mại / 문문히 보다 trông thướt tha mềm mại.

문물(文物) (문화의 산물) văn vật, văn minh (문명); văn hoá (문화). ¶ 서양의 ～ văn hoá Tây phương.

문밖(門-) ❶ (문의 바깥) ngoài cửa ～의 ngoài trời. ¶ ～에서 (성외) ở ngoại thành; (교외) vùng lân cận, vùng ven. ¶ ～에 살다 sống ở vùng ngoại ô.

문방구(文房具) dụng cụ văn phòng. ¶ ～점 cửa hàng văn phòng phẩm.

문방사우(文房四友) văn phòng phẩm, (먹) mực; (벼루) mài mực; (종이) giấy; (붓) bút lông..

문벌(門閥) (가문) nòi giống, dòng dõi

문법(文法) ngữ pháp, văn phạm. ¶ ～적(으로) một cách có ngữ pháp. ¶ ～학자 học giả ngữ pháp, nhà ngôn ngữ

문병(問病) sự đi thăm người bệnh, sự hỏi han. **~하다** đi thăm bệnh, hỏi han bệnh tình.

문부(文簿) sổ sách, văn bản.

문빗장(門-) then cài cửa. ¶ ～을 걸다 cài then cửa.

문사(文士) nhà văn, văn sĩ.

문살(門-) khung cửa lùa.

문상(問喪) ☞ **조상**(弔喪).

문서(文書) (서류) tài liệu; (통신) tư liệu thông tin; (기록) giấy tờ; (공문서) công văn. ¶ ～로 viết theo mẫu. ¶ ～과 phòng văn thư / ～ 위조 sự giả mạo giấy tờ.

문선(文選) sự lựa chọn chữ in, sự sắp chữ. [In] sự in ấn. **~하다** in ấn, sắp chữ. ¶ ～공 người sắp in chữ.

문설주(門-) cột cổng, thanh dọc, dầm cửa.

문소리(門-) tiếng mở cửa.

문수(文數) cỡ giầy.

문수보살(文殊菩薩) [PG] Văn Thù Bồ Tát (여래(如來)의 왼편에 있는, 지혜를 맡은 보살)(vị Bồ Tát chủ về trí tuệ đứng bên trái Như Lai).

문식(文飾) không thực chất. **~하다** giả tạo.

문신(文身) sự xăm mình. **~하다** xăm.

문안(門-) ❶ (문의 안) ở trong nhà, trong phạm vi cửa. ❷ (성내) nội thành (반대말: 문밖).

문안(文案) bản phác thảo. ¶ ～을 작성하다 lập bản phác thảo.

문안(問安) sự hỏi thăm, vấn an. **~하다** hỏi thăm sức khoẻ, vấn an sức khoẻ ai.

문약(文弱) nhu nhược, ẻo lả, yếu ớt (나약). ¶ ～으로 흐르다 chảy yếu ớt.

문어(文魚) [ĐV] bạch tuộc.

문어(文語) viết, ghi chép. ¶ ～체 thể văn viết

문예(文藝) văn nghệ. ¶ ～면 mảng văn nghệ / ～난 mục văn học / ～ 부흥 phục hưng văn nghệ / ～ 비평 phê bình văn học / ～ 작품 [영화] tác phẩm văn nghệ [điện ảnh].

문외한(門外漢) người ngoài cuộc, người không cùng chuyên môn, phi chuyên môn (비전문가).

문우(文友) người bạn văn chương.

문원(文苑) giới văn học (문단).

문의(文意) ý nghĩa của văn.

문의(問議) sự đặt câu hỏi. **~하다** hỏi. ¶ ～처 nơi giải đáp thắc mắc.

문인(文人) văn nhân, một nhà văn. ¶ ～극 kịch văn nhân / ～ 협회 hội nhà văn.

문인(門人) nhà văn nổi tiếng.

문자 ❶ (글자) chữ, nét chữ (한문 따위); nét chữ (자모). ¶ ～ 그대로 theo nghĩa đen, theo từng chữ. ¶ ～반(盤) mặt đồng hồ. ❷ (구·숙어) tục ngữ. ¶ 문자 쓰지마! đừng nói tục ngữ.

문자새(門-) [KTr] tên gọi chung của các

loại cửa sổ, cửa.
문장(文章) câu, (소논문) bài tiểu luận; (문체) thể văn (문장가). ¶ ~론 cú pháp.
문장부(門-) 【KTr】 trụ cửa.
문재(文才) cây văn học, người có tài văn chương. ¶ 그는 ~다 anh ta là người có tài văn chương.
문적(문적) ☞ **문덕**(문덕).
문전(文典) sách văn phạm, sách ngữ pháp (문법).
문전(門前) ¶ ~에 phía trước cổng / ~ 걸식하다 khất thực trước cổng / ~ 성시를 이루다 liên tục có dòng người đến thăm.
문제(問題) vấn đề, luận đề (연구 등의); vấn đề tranh cãi (화제); sự kiện (사건). ¶ 그것은 ~가 안 된다 không thành vấn đề / ~를 야기하다 dẫn tới vấn đề, gây ra vấn đề. ¶ ~아 đứa trẻ ngỗ nghịch / ~작 tác phẩm văn chương gây tranh cãi / ~점 vấn đề tồn tại / 금전 ~ vấn đề tiền nong / 영어 ~ vấn đề tiếng Anh.
문제화(問題化) **~하다** vấn đề hoá. (말썽) sự cố.
문조(文鳥) 【LCh】 loại chim sẻ Giava.
문죄(問罪) **~하다** buộc tội.
문중(門中) họ tộc, gia tộc.
문지기(門-) người gác cổng.
문지도리(門-) bản lề cửa.
문지르다 cọ xát, cọ rửa, xoa, chà, xát. ¶ 문질러 없애다 cọ sạch, cọ hết.
문지방(門地枋) ngưỡng cửa (문의). ¶ 그는 ~에 걸려 넘어졌다 anh ấy va vào cửa nên bị ngã.
문진(文鎭) cái chặn giấy.
문집(文集) hợp tuyển văn học, tập thơ ca.
문짝(門) cánh cửa.
문채 ❶ ☞ **무늬**. hoa văn ❷ (광채). màu sắc rực rỡ.
문책(文責) sự chịu trách nhiệm một bài báo.
문책(問責) **~하다** phê bình, chỉ trích, khiển trách.
문체(文體) phong cách văn chương. ¶ 간결 [화려]한~ phong cách văn chương ngắn gọn, sáng sủa [mỹ miều] / 쉬운 ~로 bằng phong cách văn chương đơn giản / 독자적인 ~를 만들어 내다 tạo phong cách văn chương độc đáo.
문초(問招) câu tra hỏi, sự thẩm vấn. **~하다** tra hỏi, thẩm vấn. ¶ ~를 받다 bị tra hỏi, bị thẩm vấn.
문치(文治) trị dân, quản lý công dân.
문치(門齒) răng cửa.
문치적거리다 trù trừ, do dự, lưỡng lự.
문턱(門) ngưỡng cửa, bậu cửa. ¶ ~이 닳도록 ~을 넘어서다 đến thường xuyên / 봄이 ~에 다달았다 xuân đã về đến cửa nhà / 봄의 ~ ngưỡng cửa mùa xuân.
문투(文套) loại hình văn học, phong cách văn học.
문틀(門-) khung cửa.
문패(門牌) biển, bảng tên gắn ở cửa
문풍지(門風紙) giấy che cửa.
문필(文筆) nghiệp văn chương, nghề viết sách. ¶ ~로 먹고 살다 sống bằng nghiệp văn chương, sống bằng ngòi bút. ¶ ~가 nhà văn / ~ nghề viết văn.
문하(門下) ¶ ~생 môn hạ, môn sinh.
문학(文學) văn học, văn chương. ~의 (적) tính văn chương. ¶ ~계 thế giới văn học / ~박사 tiến sĩ văn học / ~사 cử nhân văn chương / ~자(者) nhà văn / ~ 작품 tác phẩm văn học / ~ 청년 văn học thanh niên / 대중 ~ văn học đại chúng / 고전 ~ văn học cổ điển.
문헌(文獻) (문서) văn kiện, tài liệu (소책

자); (기록) văn kiện ghi chép (전기). ¶ ~을 조사하다 điều tra tài liệu. ¶ 참고 ~ tài liệu tham khảo.

문형(文型) 【NG】 mẫu câu.

문호(文豪) đại văn hào.

문호(門戶) cửa. ¶ ~ 개방주의 chính sách mở cửa (반대말: 쇄국주의 chính sách đóng cửa).

문화(文化) văn hoá. ~적 tính văn hoá. ¶ ~관광부 bộ văn hoá du lịch / ~부 bộ văn hoá / ~생활 sinh hoạt văn hoá / ~유산 di sản văn hoá / ~면 mảng văn hoá / ~인 người có văn hoá, người văn minh / ~재(財) tài sản văn hoá / ~ 주택 văn hoá nhà riêng / ~ 충격 xung đột văn hoá / ~ 회관 hội quán văn hoá / ~ 혁명 cách mạng văn hoá / ~ 협정 hiệp định văn hoá / ~ 훈장 huân chương văn hoá.

ㅁ

문후(問候) **~하다** sự hỏi thăm, sự vấn an sức khoẻ (bằng thư).

묻다[1] (땅에) chôn, vùi; (매장) chôn cất, mai táng.

묻다[2] (칠 따위가) bị nhuốm màu, bị làm bẩn. ¶ 피 묻은 옷 áo bị dính máu.

묻다[3] (문의) hỏi.

묻히다[1] (칠따위를) nhuốm màu, vấy bẩn, hoen ố. ¶ 옷에 흙을 ~ đất vấy bẩn lên áo / 신발에 흙을 ~ giầy lấm đất.

묻히다[2] (덮이다) bị chôn vùi, bị che dấu, bị chôn.

물[1] ❶ (일반적) nước. ¶ 화초에 ~을 주다 tưới nước cho hoa cỏ / 화분에 ~을 주다 đổ nước vào chậu hoa / ~을 타다 pha nước / ~에 빠져 죽다 chết vì rơi xuống nước. ❷ (홍수) lũ lụt. ¶ ~이 나다 nước dâng, nước ngập.

물[2] (빛깔) màu nhuộm. ☞ **물들다, 물들이다**. ¶ 검정~을 들이다 nhuộm thành màu đen.

물[3] (옷, 과실 등의) ☞ **첫물**.

물가 bờ nước, bờ miệng vực. ¶ 물가에서 tại bờ nước, ở miệng vực.

물가(物價) giá cả các mặt hàng. ¶ ~가 오르다 [내리다] giá cả tăng, [giảm]. ¶ 고~ giá hàng hóa cao / ~ 동결 giá cả đóng băng / ~ 상승 giá cả tăng / ~의 등귀 (상승) sự tăng giá / ~ 정책 chính sách giá cả / ~하락 giá cả giảm / ~ 수준 mức giá / ~통제 điều chỉnh, quy định giá hàng / ~ 파동 giá cả dao động mạnh.

물가대책(物價對策) chính sách vật giá.

물가안정(物價安定) sự ổn định vật giá, ổn định giá cả. ¶ 튼튼한 ~에 바탕을 둔 지속적인 경제성장을 추구하다 thúc đẩy sự tăng trưởng kinh tế dựa trên cơ sở ổn định vật giá.

물가지수(物價指數) chỉ số giá cả.

물가체계(物價體系) hệ thống vật giá.

물갈래 cành cây.

물감 thuốc nhuộm màu.

물개 【ĐV】 hải cẩu.

물거리 (땔나무) củi, cành cây khô.

물거미 【CT】 nhện nước.

물거품 bong bóng, bọt. ¶ ~이 되다 tan thành bọt.

물건(物件) hàng hoá, sản phẩm, vật phẩm; (품질) chất lượng hàng hoá.

물걸레 giẻ lau nước. ¶ ~질하다 lau giẻ nước.

물것 các loại côn trùng cắn.

물결 ❶ cơn sóng, đợt sóng. (큰 물결) cơn sóng lớn; (잔물결) sóng nhỏ; (너울거리는) nhấp nhô; (밀려오는) sóng dồn; (흰 물결) sóng bạc đầu. ¶ ~에 떠다니다 lênh đênh / 바람이 ~을 일으키다 gió làm dậy sóng. ❷ dòng, làn (người, xe) (사람, 차 따위의). ¶ 큰 ~을 헤치고 나아가다 rẽ các đợt sóng dữ dội trong cuộc sống để vượt lên.

물결치다 sóng dâng, thăng trầm lên xuống. ¶ 물결치는 벼이삭 phó mặc cho cơn sóng.
물경(勿驚) một cách ngạc nhiên, sửng sốt. ¶ 빚이 ~ …원이다 thật bất ngờ vì số nợ đã lên đến … won / 부상자가 ~ 오백 명이다 không thể ngờ được có đến 500 người bị thương.
물계(物-) giá hiện hành.
물고(物故) ~나다 chết, mất, từ trần, băng hà.
물고기 cá.
물고 늘어지다 ❶ (입으로) cắn chặt. ❷ (끝까지) không dính vào những chuyện mà mình không biết.
물고동 vòi, van. ¶ ~을 틀다 mở vòi / ~ 을 잠그다 khoá vòi, khoá van.
물곬 (도랑) đặt cống xuống rãnh.
물구나무서다 chống tay, đi bằng tay (thể thao).
물구덩이 vũng nước, ao tù.
물굽이 chỗ rẽ của dòng sông, suối.
물권(物權) quyền bất động sản. ¶ ~법 luật bất động sản.
물귀신 quỷ biển. ¶ ~이 되다 trở thành quỷ biển.
물금(-金) 【HH】 hợp kim, vật hỗn hợp.
물긋하다 (묽다) ướt sũng nước.
물기 hơi ẩm, nước ẩm đọng lại. ¶ ~ 있는 có hơi ẩm.
물기름 (머리기름) dầu xức tóc.
물길 dòng nước, làn nước.
물까마귀 【LCh】 tên một loài chim.
물꼬 cửa van.
물끄러미 nhìn chằm chằm. ¶ 얼굴을 ~ 쳐다보다 nhìn xoáy vào mặt.
물난리(-亂離) ❶ (수해) nạn lũ lụt. ¶ ~를 겪다 trải qua nạn lụt. ❷ (식수난) sự hiếm nước.
물납(物納) sự thanh toán bằng hiện vật. ¶ ~세(稅) đánh thuế trên hiện vật. ☞ **현물세**(現物稅).
물너울 cơn sóng cồn, sóng biển cuồn cuộn.
물놀이 ❶ (물결침) ~하다 sóng gợn. ❷ (물가 놀이) chơi té nước, các trò chơi với nước. ¶ ~ 가다 vẫy nước.
물다[1] nộp (지불); trả, bồi thường (배상).
물다[2] (상하다) làm hư, làm hỏng.
물다[3] ❶ (깨물다) cắn, ngoạm, ngậm. ¶ 물어 뜯다 cắn. ❷ (벌레가) côn trùng đốt; (모기가) muỗi đốt. ❸ (톱니바퀴 등이) nghiến. đè.
물덤벙술덤벙 mù quáng, đựng mò mẫm.
물독 bình, chai, lọ, vại (nước).
물두부(-豆腐) một loại đậu phụ lụa (순두부).
물들다 ❶ (빛깔이) nhuộm. ❷ (오염) nhúng, ướt đẫm / 악에 ~ bị nhiễm thói xấu.
물들이다 nhuộm. ¶ 머리(카락)을 ~ nhuộm tóc (màu).
물딱총(-銃) cây súng nước (물총).
물때[1] (물의) cặn nước.
물때[2] (조수의) trào lưu; (만조시) thuỷ triều.
물똥 ☞ **물찌똥**.
물똥싸움하다 chơi trò té nước (đạp nước - trẻ con thường chơi).
물량(物量) số lượng nguyên vật liệu. ¶ ~ 작전으로 [공세로] tác chiến [tấn công].
물러가다 lui ra sau (아랫사람이 윗사람에게 말할 때) (khi người dưới nói với người trên); (후퇴) lùi lại (퇴각). ¶ 왕이 신하들에게 말했다 "이제 그만 물러가도록 하여라" nhà vua ra lệnh cho quần thần "hãy lui ra" / 적이 물러갔다 giặc đã lui / 공산주의는 물러가고 민주주의가 이 땅에 뿌리를 내리기 시작하였다 chủ nghĩa cộng sản lùi bước và dân chủ chủ nghĩa bắt đầu bén rễ.

ㅁ

물러나다 trở nên lỏng lẻo. ¶ 관직에서 rời khỏi chức vụ.
물러서다 (후퇴) bước lùi, đi ra; (은퇴) rút khỏi, ẩn dật, về hưu. ¶ 한 발 ~ lùi lại một bước.
물러앉다 ❶ (뒤에 앉다) ngồi ra phía sau. ❷ (지위에서) từ bỏ, rời bỏ, từ chức.
물러오다 trở lại, quay lại.
물러지다 trở nên mềm yếu.
물렁물렁하다 mềm nhũn, mềm yếu, nục.
물렁하다 ❶ (푹 익어서) chín nẫu, chín mềm, chín nục. ❷ (성질이) mềm mỏng, yếu đuối, uỷ mị.
물레 guồng quay tơ, guồng xe sợi.
물레방아 cối xay chạy bằng nước (có xay vận hành bằng sức nước).
물레새 【LCh】 chim chìa vôi rừng.
물려받다 thừa kế, thừa hưởng. ¶ 부모에게서 물려받은 thừa kế thừa hưởng từ bố mẹ.
물려주다 (양도) thoái vị, từ bỏ, nhường ngôi; (지위를) chuyển nhường, ủy quyền; (동산, 부동산을) chuyển giao động sản, bất động sản.
물려지내다 bị khống chế.
물력(物力) sức mạnh vật chất.
물론(勿論) tất nhiên, đương nhiên, dĩ nhiên. ¶ 그는 영어는 ~ 프랑스어도 한다 anh ấy nói tiếng Anh, dĩ nhiên cả tiếng Pháp nữa.
물리(物理) ❶ (이치) tự nhiên. ❷ ☞ **물리학**. ¶ ~적인 vật lý, theo vật lý. ¶ ~요법 vật lý trị liệu / ~ 화학 vật lý hoá học.
물리다[1] (싫증나다) no nê, chán ngán, thỏa mãn.
물리다[2] ❶ (연기) hoãn lại, để chậm lại, trì hoãn, lần lữa, lảng tránh. ❷ (옮기다) xoay chiều, đổi hướng phía sau (뒤로). ❸ ☞ **물려주다**.
물리다[3] (치우다) lấy đi, dọn đi, mang đi. ¶ 상을~ đưa bàn đi.
물리다[4] (푹 익힘) ninh nhừ, nấu nhừ.
물리다[5] ❶ (동물, 벌레에) bị cắn, bị chích, bị đốt. ❷ (재갈을) bịt mồm (사람입에).
물리다[6] (돈을) đền bù tiền, bồi thường.
물리치다 (거절하다) từ chối, khước từ, cự tuyệt; (격퇴) đuổi đi, xua đuổi, đánh đuổi, đẩy ra xa. ¶ 공격을 ~ đẩy lùi sự tấn công.
물리학(物理學) vật lý học. ¶ ~(상)의 vật lý. ¶ ~자 nhà vật lý / 응용 [이론] ~ ứng dụng [lý thuyết] vật lý / 핵~ vật lý hạt nhân.
물마루 đầu gợn sóng.
물만두(-饅頭) há cảo, màn thầu hấp.
물망(物望) sự ủng hộ của quần chúng. ¶ ~에 오르다 sự ủng hộ của quần chúng đang dâng cao.
물망초(勿忘草) 【TV】 cỏ lưu ly.
물매 (경사) nghiêng dốc. ¶ ~가 싼 지붕 mái nhà dốc.
물매 (매질) bị quất mạnh. ¶ ~ 맞다 bị quất mạnh bằng roi.
물멀미 chứng say sóng. = 배멀미.
물명(物名) tên của một vật gì đó.
물목(物目) bản liệt kê; (목록) mục lục.
물문(-門) cửa cống.
물물교환(物物交換) sự đổi chác. **~하다** đổi chác, trao đổi.
물미 đinh đế giày, sắt bịt đầu ống (지팡이 등의).
물밀다 (만조가 되다) lên (thuỷ triều); (밀려오다) nước dồn, ngập.
물방아 ❶ (방아) cối xay chạy bằng sức nước. ❷ (방아두레박) gầu bánh xe (ở guồng nước).
물방울 ❶ giọt nước. ❷ giọt mưa (빗물의).
물뱀 rắn nước.
물베개 gối nước.

물벼락 ¶ ~ 맞다 bất ngờ bị dội nước lên.
물벼룩 [ĐV] con bọ nước.
물병(-甁) chai nước.
물보라 bụi nước, tia nước.
물부리 tẩu thuốc, miệng ống điếu.
물불 ¶ ~을 안 가리다 bất chấp mọi khó khăn. ¶ 그는 ~을 가리지 않고 나를 도와 준다 anh ấy bất chấp mọi khó khăn để giúp tôi / 그는 ~을 가리지 않고 무슨일에든 덤벼든다 anh ấy bất chấp mọi khó khăn, việc gì cũng làm.
물비누 xà phòng nước.
물산(物産) sản vật địa phương (총칭). ¶ ~이 풍부하다 sản vật phong phú. ¶ ~ 회사 công ty sản xuất.
물살 dòng nước, luồng nước. ¶ ~이 세다 luồng nước mạnh.
물상(物象) ❶ (사물) đồ vật. ❷ (현상) hiện tượng vật chất. ❸ (교과) khoa học vô sinh (không có sinh khí).
물새 [ĐV] ❶ (수금(水禽)) thủy cầm. ❷ ☞ **쇠새**. chim bói cá.
물색하다(物色-) (찾다) tìm kiếm, săn lùng, truy lùng; (고르다) kén chọn, lựa chọn.
물샐틈없다 ❶ (틈이 없다) kín kẽ. ❷ (완벽) hoàn hảo. ¶ 물샐틈없는 알리바이 chứng cớ hoàn hảo.
물세례(-洗禮) [TG] ❶ lễ rửa tội. ❷ nước rửa tội.
물소 [ĐV] con trâu.
물수건(-手巾) khăn ướt.
물수제비뜨다 chơi ném thia lia.
물시계(時計) ❶ (시계) đồng hồ nước. ❷ (수도계량기) dụng cụ đo nước.
물실호기(勿失好機) **~하다** không bỏ lỡ cơ hội.
물심(物心) ¶ ~ 양면으로 cả về vật chất lẫn tinh thần. ¶ 그녀는 내가 어려울 때 ~ 양면으로 도와주었다 cô gái đó giúp tôi cả về vật chất lẫn tinh thần lúc tôi khốn khó.
물싸움 (논물의) cuộc bàn cãi về quyền dụng nước. **~하다** bàn cãi để cho tươi tốt.
물써다 nước rút (thuỷ triều hạ).
물쑥 [TV] cây ngải.
물쓰듯하다 tiêu tiền như nước.
물씬하다 (물체가) dịu dàng, mềm mại; (냄새가) mùi thơm ngọt ngào.
물안경(-眼鏡) kính bơi.
물약(-藥) thuốc nước.
물어내다 ❶ (퍼뜨리다) đưa ra khỏi miệng, lén mang cái gì đó ra khỏi nhà. ❷ (변상) trả giá, đền bù, bồi thường.
물어떼다 cắn đứt, gặm đứt.
물어뜯다 cắn chặt, cắn đứt.
물어보다 (묻다) tra hỏi, thẩm vấn; (조회) hỏi thăm, hỏi ý kiến.
물어주다 ☞ **물어내다** ❷.
물억새 [TV] lau sậy.
물역(物役) vật liệu xây dựng.
물엿 mạch nha.
물오르다 (초목이) (thực vật) tăng trưởng phát triển; (셈펴이다) vươn lên.
물오리 [LCh] vịt rừng.
물욕(物慾) dục vọng, tham vọng vật chất.
물유리(-琉璃) nước thuỷ tinh.
물음 câu hỏi. ¶ ~표 dấu hỏi.
물의(物議) tiếng xấu, đồn đại xấu. ¶ ~를 자아내다 [일으키다] bị tiếng xấu [gây đồn đại không hay].
물이꾸럭하다 bồi thường tổn thất.
물자(物資) hàng hóa; (원료) nguyên liệu; (자원) tài nguyên. ¶ 자연 ~ tài nguyên tự nhiên / ~ 공급 cung cấp hàng hóa / 생활 ~ 공급 cung cấp các mặt hàng thiết yếu.
물자동차(-自動車) ❶ (살수차) xe hút nước. ❷ ☞ **급수차**(給水車). xe cấp nước.

ㅁ

물장구 sự nhúng nước, sự học hỏi. ¶ ～치다(질하다) học đòi, làm theo.

물장난 ¶ ～치다 nghịch nước.

물적(物的) thuộc về vật chất, tính vật chất, hữu hình. ¶ ～ 증거 chứng tích.

물정(物情) (세상인심) thế gian, việc đời, nhân gian. ¶ 세상 ～을 모르다 không biết thế gian, không thạo việc đời.

물주(物主) (자본주) nhà tư bản, nhà tài phiệt; (노름판의) nhà cái, sòng bạc, chiếu bạc.

물줄기 lưu lượng nước, dòng nước; (분출하는) vòi nước, vòi phun nước.

ㅁ

물지게 cơ cấu hệ thống dẫn nước.

물질(物質) [Si] vật chất, vật phẩm, chất liệu. ¶ ～적(인) tính vật chất. ¶ ～계 thế giới vật chất / ～ 대사 sự trao đổi chất, sự chuyển hoá, sự biến dưỡng / ～명사 danh từ cụ thể / ～문명 văn minh vật chất / ～ 주의 chủ nghĩa vật chất.

물집 (염색집) cửa hàng nhuộm.

물집 (피부의) vết bỏng, vết phồng, vết rộp. ¶ ～ 잡히다 bị vết bỏng, vết phồng.

물차(-車) ☞ **물차동차**.

물참나무 [TV] tên một loài cây có ở cả Hàn Quốc và Nhật Bản.

물체(物體) vật thể, đồ vật.

물초 ¶ ～하다 ướt sạch, ướt hết, ướt như chuột lột / ～가 되다 bị ướt hết.

물총새 [LCh] tên của một loài chim (chim lem, chim chao cá).

물컥 thối tha, hôi hám.

물컹이 (사람) yếu đuối, yếu mềm, nhu nhược.

물컹하다 sự chín nhũn, chín rục.

물크러지다 mềm oặt, nhũn, dẻo (썩어).

물통 thùng nước, bình nước, xô nước.

물표(物標) vé, thẻ, giấy mời, giấy chứng nhận.

물푸레나무 [TV] tên một loại cây.

물품(物品) đồ vật, vật phẩm, hàng hoá. ¶ ～세(稅) thuế hàng hoá.

물화(物貨) hàng hoá, loại hàng, mặt hàng, hàng dùng một lần. (일용품); thương phẩm (상품).

묽다 ❶ (농도) sự loãng, sự vô vị, sự nhạt nhẽo. ¶ 묽게 하다 pha loãng, làm lõng bõng nước. ❷ (사람이) nhạt nhẽo, vô vị, hời hợt.

뭇 (묶음) sự trói buộc, sự ràng buộc, bó, buộc, bó lúa (볏단); (생선의) xâu, chuỗi.

뭇 (여러) nhiều, đông. ¶ ～ 사람 đông người, nhiều người.

뭇매 bè cánh, bè đảng tấn công cùng một lúc. ¶ ～ 맞다 bị bè đảng đánh (bị đánh từ tứ phía), bị đánh hội đồng.

뭇발길 những cú đá mạnh trút tới tấp.

뭇방치기 sự sốt sắng, sự tiến về phía trước, sự xen vào, sự can thiệp vào.

뭇소리 nhiều điều tiếng, nhiều tin đồn nhảm (비난의).

뭇시선(-視線) cái nhìn của mọi người sự quan sát của công chúng.

뭇입 lời khiển trách, điều tiếng, dư luận, tin đồn nhảm. ¶ ～에 오르내리지 않도록 행동에 조심을 하거라 hãy cẩn thận để tránh điều tiếng.

뭉개다 ❶ (으깨다) đè nát, đập tan, vò nhàu, vò nát, bóp nghiền. ❷ (일을) rối tung, cuống lên, bối rối, rắc rối, làm rối bời (đảo lộn).

뭉게구름 mây tích (một hiện tượng khí tượng thuỷ văn).

뭉게뭉게 trạng thái dày đặc, xen lẫn của những đám mây (hay khói) tích tụ. (연기나 구름이 잇대어 자꾸 나오는 모양). ¶ 하늘에 구름이 ～ 떠 있다 trên bầu trời những đám mây đang tích tụ / 굴뚝에서 연기가 ~ 피어오른다. từ ống khói những đám khói đang phun (toả) ra dày đặc.

뭉그러뜨리다 làm sụp đổ, làm tan ra, phá vỡ.

뭉그러지다 vỡ vụn, sụp đổ, gẫy vụn, vỡ tan.

뭉글뭉글하다 có nhiều bướu, có nhiều chỗ sưng lên.

뭉긋하다 (휘우듬하다) cong, còng.

뭉때리다 ☞ **시치미떼다**.

뭉뚝하다 lùn mập, bè bè, cụt ngủn.

뭉뚱그리다 quấn (gói) sơ sài, làm gì đó bất cẩn.

뭉실뭉실 ~하다 bụ bẫm, phúng phính, tròn trịa, mũm mĩm.

뭉치 bó, gói, bịch, khối, đống, lô.

뭉치다 ❶ (덩이지다) xếp thành khối, xếp thành đống, gom thành bó; (엉기다) làm đông đặc, làm đóng cục, làm thành khối. làm đông (피가). ¶ 한데 뭉쳐 đóng cục lại một chỗ. ❷ (덩이짓다) vón cục. ¶ 눈을 ~ nắm tuyết. ❸ (단결) kết hợp, phối hợp, liên kết. ¶ 굳게 ~ liên kết chặt chẽ.

뭉클뭉클하다 dính bết lại, đóng thành tảng.

뭉클하다 ❶ (먹은 것이) khó tiêu, đầy bụng. ❷ (가슴이) cảm giác nghẹn thở, nghẹn ngào.

뭉키다 vón cục, kết thành hòn, kết thành khối (tảng). ¶ 단단히 ~ kết thành khối chắc chắn, rắn chắc.

뭉텅이 một tảng lớn, một khối lớn, một cục to.

뭉툭하다 lùn mập, bè bè, trì độn.

뭍 đất liền, bờ, bến (배에서 본).

뭐 ☞ **무어**.

…므로 bằng, bởi, do, vì, bởi tại, nhờ có... ¶ 몸이 약하~ bởi vì cơ thể không được khoẻ mạnh.

미(美) đẹp. ¶ 자연의 ~ vẻ đẹp tự nhiên.

미가(米價) giá gạo. ¶ ~ 정책 chính sách về giá gạo.

미가공(未加工) ~의 thô, nguyên chất, chưa tôi luyện, nguyên sơ.

미각(味覺) vị giác, vị. ¶ ~ 신경 thần kinh vị giác.

미간(未刊) ~의 chưa ra sách, chưa xuất bản.

미간(眉間) điểm giao giữa hai lông mày. ¶ ~을 찌푸리다 nhíu mày.

미간지(未墾地) đất bỏ hoang.

미개(未開) ~한 không văn minh, mông muội, man rợ, mọi rợ. ¶ ~ 민족 dân tộc lạc hậu / ~지 vùng đất (nơi) còn mông muội.

미개간(未開墾) ~의 hoang sơ, chưa khai phá.

미개발(未開發) ~의 chưa khai phá, chưa khai khẩn, chưa khai hoang, chưa phát triển; (저개발의) kém phát triển.

미개척(未開拓) ~의 chưa phát triển, chưa khai phá. ¶ ~ 분야 lĩnh vực chưa khai thác / ~지 vùng đất chưa khai hoang.

미거(美擧) hành động đáng ca ngợi.

미결(未決) ~의 chưa quyết định, chưa giải quyết, chưa dứt khoát, chưa phán quyết. ¶ ~ 구류 việc tạm giam trong khi chờ đợi xét xử / ~ 문제 vấn đề chưa được quyết định (chưa rõ ràng), vấn đề còn tồn đọng / ~수 người đang bị tạm giam chờ điều tra, xét xử / ~안 dự án, kế hoạch vẫn chưa được duyệt.

미결산(未決算) ~의 chưa quyết toán. ¶ ~ 채무 tài chính chưa được quyết toán.

미결제(未決濟) ~의 chưa được thanh toán, chưa thanh toán (미지불의).

미곡(米穀) thóc, gạo. ¶ ~ 보유량 lượng

lương thực dự trữ / ～상 buôn bán lúa gạo, ngũ cốc / ～ 연도 tính số thóc gạo, ngũ cốc theo năm.

미골(尾骨) xương cụt.

미공인(未公認) ～의 chưa được công nhận, chưa được thừa nhận, vẫn còn trái phép. ☞ **비공인**(非公認).

미관(美觀) mỹ quan. ¶ ～을 이루다 tạo vẻ mỹ quan / ～을 해치다 mất mỹ quan.

미관(味官) cơ quan vị giác.

미관(微官) cơ sở hạ tầng; quan cấp thấp (사람).

ㅁ

미교육(未敎育) ～의 thiếu giáo dục, vô giáo dục.

미구(未久) ～에 sớm, trong thời gian ngắn, trong tương lai gần.

미국(美國) nước Mỹ. ～의 thuộc về nước Mỹ. ¶ ～화하다 Mỹ hóa. ¶ ～ 국기 cờ nước Mỹ (성조기) / ～어(語) tiếng Mỹ / ～인(人) người Mỹ.

미군(美軍) quân Mỹ, người lính Mỹ; (병사) binh sĩ Mỹ. ¶ ～ 점령지 nơi chiếm đóng của lính Mỹ.

미궁(迷宮) mê cung, mê lộ, mê hồn trận. ¶ ～에서 빠져나오다 thoát ra khỏi mê cung.

미균(黴菌) ☞ **세균**.

미그(MIG-plan) (소련제 전투기) kế hoạch MIG.

미급(未及) **~하다** (미달) không vội vàng. không gấp gáp, chưa tới mức cần thiết lắm.

미기(美技) sự biểu diễn tài giỏi.

미꾸라지 [ĐV] lươn, chạch.

미끄러지다 trượt, lướt, sập, lún, đổ, trượt chân (실패).

미끄럼 sự trượt, băng, băng trượt, cầu trượt. ¶ ～(을) 타다 trượt băng. ¶ ～대 sân trượt băng / 놀이터에는 그네, 시소, ～대 등이 있었다 trong sân chơi có ghế xích đu, lắc lư, cầu trượt.

미끄럽다 nhẵn, trơn, trượt, dễ trượt, dễ ngã, dễ tuột; (반드럽다) mượt, bóng loáng.

미끈거리다 nhầy nhụa, nhớt.

미끈미끈 ¶ ～한 trôi chảy, êm ả.

미끈하다 mỡ màng, bóng mượt, duyên dáng, dễ thương, đẹp.

미끼 ❶ (낚시의) mồi, bã. ¶ 낚시에 ～를 달다 gắn mồi câu cá. ❷ (유혹물) bẫy, mồi, mồi nhử, cò mồi. ¶ ～에 걸려들다 mắc câu, cắn mồi, bị quyến rũ, dụ dỗ.

미나리 [TV] rau cần.

미남(美男) đẹp trai, người đàn ông bảnh bao.

미납(未納) ～의 nợ chưa thanh toán, chưa nộp tiền. ¶ ～금 tiền chưa thanh toán / ～자 người chưa trả được nợ, người chưa trả tiền.

미네랄(mineral) [Anh] vô cơ. ¶ ～ 워터 nước khoáng vô cơ.

미녀(美女) xinh đẹp, mỹ nữ, giai nhân. ¶ 절세의 ～ tuyệt thế giai nhân.

미뉴에트(minuet) [ÂN] nhạc mơnuet, điệu nhảy mơnuet.

미늘 ngạnh (của lưỡi câu, mũi tên). ¶ ～창(槍) cây kích (có ngạch).

미니(mini) bé, nhỏ, ngắn. ¶ ～ 스커트 váy ngắn / ～ 카메라 máy ảnh mini.

미니어처(miniature) [Anh] thu nhỏ.

미다[1] (구멍을 내다) làm thủng lỗ, xuất hiện lỗ thủng.

미다[2] (따돌리다) ngăn chặn loại trừ, xa lánh, ghẻ lạnh.

미닫이 cửa kéo, cửa trượt.

미담(美談) giai điệu đẹp, câu chuyện hay.

미덕(美德) đức tính tốt, đức tính đẹp đẽ.

미덥다 chắc chắn, đáng tin cậy, xác thực. ¶ 미덥지 못한 không chắc chắn, không đáng tin cậy, không xác thực.

미동(微動) sự rùng mình, sự run, sự chấn động nhẹ, sự nhúc nhích. ¶ ～도 않다 không nhúc nhích nổi.

미두(米豆) sự đầu cơ tích trữ gạo. ¶ ～장 sự trao đổi lúa gạo.

미등(尾燈) (자동차의) đèn hậu (đèn sau của xe ô tô).

미들(middle) 【Anh】 ¶ ～급의 hạng trung. ¶ ～급 선수 vận động viên, cầu thủ, võ sĩ hạng trung.

미라 ☞ **미이라**.

미란(迷亂) **~하다** choáng váng, chóng mặt, tinh thần không tốt. ¶ ～성 가스 gas độc.

미래(未來) tương lai, sau này. ～의 của tương lai, thuộc về tương lai, thuộc về sau này. ¶ ～에 ở tương lai, trong tương lai. ¶ ～사(事) công việc tương lai / ～상 hình bóng tương lai / ～시제 【NP】 thời thể tương lai / ～파 phái theo thuyết vị lai (사람) / ～학 vị lai học.

미량(微量) một số lượng nhỏ. ¶ ～분석 phương pháp vi phân / ～ 측정기 máy đo vi phân.

미려(美麗) vẻ đẹp, sự thanh tao, sự thanh nhã. ～한 đẹp, thanh tao, thanh nhã.

미력(微力) nguồn lực còn thiếu, vốn và phương tiện còn chưa đầy đủ. ¶ ～을 다하다 cố gắng hết sức, làm hết sức.

미련 sự ngớ ngẩn, sự ngốc nghếch, sự dốt nát. ～한 ngớ ngẩn, ngốc, dốt, đần. ¶ ～통이(장이) thằng ngốc, đồ dại khờ.

미련(未練) sự nuối tiếc, sự gắn bó, sự ân hận, sự vương vấn. ¶ ～이 있다 có nuối tiếc, có vương vấn.

미로(迷路) mê lộ.

미루다 ❶ (연기) hoãn lại, chậm lại, kéo dài ra, trì hoãn (지연). ❷ (전가) nói quanh co, nói mập mờ, tìm cách thoái thác, tìm cách lẩn trốn. ❸ (헤아리다) suy ra, luận ra, đoán ra, đưa đến kết luận. ¶ 이로 미루어 보아 thử coi như thế này.

미루적거리다 kéo dài ra, trì hoãn, gia hạn.

미륵보살(彌勒菩薩) 【PG】 *Miruk Bosal* (미래에 미륵불로 나타나 중생을 건지리라는 보살) Di Lặc Bồ Tát.

미리 trước, trước đây, sớm, sự liệu trước, sự thấy trước, sự dự kiến trước (예견하고).

미립자(微粒子) tiểu thể. ～의 thuộc tiểu thể. ¶ ～ 필름 phim tiểu (phim nhỏ).

미만(未滿) ～의 ở dưới, bên dưới, dưới thấp, thấp hơn. ¶ 열명 ～의 dưới 10 người / 20세 ～의 dưới 20 tuổi.

미만(彌漫) **~하다** tỏa khắp, lan khắp, tràn ngập.

미망(迷妄) bàng hoàng, lúng túng, bối rối (vì trời tối không nhìn rõ). ¶ ～설(說) thuyết ảo tưởng.

미망인(未亡人) người đàn bà goá, bà goá, bà quả phụ. ¶ ～이 되다 trở thành bà goá. ¶ 전쟁 ～quả phụ thời chiến.

미명(未明) ¶ ～에 vào lúc bình minh, vào lúc rạng đông, vào lúc tờ mờ sáng, lúc tinh mơ.

미명(美名) ¶ …의 ～ 아래 tiếng tốt, tiếng thơm.

미모(美貌) ngoại hình đẹp. ～의 thuộc về ngoại hình đẹp.

미목(眉目) (눈썹과 눈, 얼굴 모양) nét mặt, vẻ mặt, khuôn mặt. ¶ ～이 수려하다 mang một khuôn mặt đẹp, sở hữu một khuôn mặt đẹp.

미몽(迷夢) mộng mị, ảo tưởng, ảo giác. ¶ ～에서 깨어나다 tan vỡ ảo tưởng, tỉnh mộng, tỉnh giấc.

미묘(美妙) ～한 thanh tú, thanh nhã, nhã

nhặn, thanh lịch.

미묘(微妙) ～한 tinh tế, tế nhị; kì lạ, lạ lùng.

미문(美文) văn chương tao nhã, văn chương thanh tao.

미물(微物) ❶ (하찮은 것) chuyện vặt, đồ lặt vặt. ❷ (미생물) vi sinh vật.

미미(美味) (맛) hương vị, vị ngon, mùi vị. ～한 thơm ngon, ngon ngọt, đầy hương vị.

미발표(未發表) ～의 chưa công bố.

미복(美服) y phục đẹp.

미복(微服) y phục cải trang. ¶ ～으로 với y phục cải trang, bằng y phục cải trang.

미본토(美本土) lục địa Châu Mỹ. ¶ ～의 (에 (있는)) thuộc lục địa Châu Mỹ.

미부(尾部) đuôi, phần đuôi.

미분(微分) 【TH】 phép tính vi phân. **~하다** tính vi phân. ¶ ～ 방정식 phương pháp tính vi phân.

미분자(微分子) nguyên tử, vi phân tử (trong hoá học).

미불(未拂) ～의 việc chưa làm xong, việc đang làm dở, việc còn tồn tại. ¶ ～ 잔금 số tiền tồn đọng, số tiền chưa được thanh toán.

미불(美弗) tiền đô la Mỹ (USD).

미불입(未拂込) ～의 chưa trả, chưa thanh toán, chưa bồi thường.

미비(未備) ～한 thiếu sót, có nhược điểm, không hoàn hảo. ¶ ～한 점 điểm không hoàn hảo, điểm còn thiếu sót.

미쁘다 đáng tin cậy, xác thực, chắc chắn.

미사(美辭) từ hoa mỹ. ¶ ～여구를 늘어놓다 sử dụng tất cả những ngôn từ (văn hoa) hoa mỹ.

미사 lễ mét, lễ Misa (một nghi lễ trong Đạo Thiên Chúa). ¶ ～를 올리다 làm lễ Misa.

미사일 【Anh】 tên lửa. ¶ 공대공 ～ tên lửa không đối không / 지대공 ～ tên lửa đất đối không.

미산지(未産地) vùng đất chưa sản xuất, chưa canh tác.

미삼(尾蔘) râu và rễ của củ nhân sâm.

미상(未詳) ～한(의) không biết, không nhận biết được. ¶ 작자 ～의 giấu tên, ẩn danh, nặc danh.

미상불(未嘗不) (아닌게 아니라) đúng vậy, quả thực, như vậy, nhất định, hiển nhiên.

미상환(未償還) ～의 còn tồn tại, chưa giải quyết xong. ¶ ～액(額) số tiền chưa hoàn trả, số tiền chưa giải quyết xong.

미색(米色) màu vàng nhạt.

미색(美色) màu đẹp.

미생물(微生物) vi sinh vật. ¶ ～학 vi sinh vật học / ～학자 học giả về vi sinh vật).

미성(未成) chưa hoàn thành, chưa hoàn thiện, chưa hoàn chỉnh.

미성(美聲) chất giọng hay, chất giọng truyền cảm.

미성년(未成年) vị thành niên, tuổi vị thành niên. ¶ ～이다 là vị thành niên, ở tuổi vị thành niên. ¶ ～ 범죄 tội phạm vị thành niên / ～자 người vị thành niên.

미세(微細) ～한 rất nhỏ, chi tiết, tinh vi, tinh tế, tế nhị, nhẹ nhàng, mềm mỏng.

미세스(Mrs.) 【Anh】 từ xưng hô người phụ nữ đã có chồng.

미션스쿨(mission school) 【Anh】 trường thuộc hội truyền giáo.

미소(美蘇) ～의 Mỹ - Xô (Liên Xô) (비교: 미러의).

미소(微小) ～한 tiểu, nhỏ.

미소(微笑) nụ cười, vẻ mặt tươi cười. **~하다** tươi cười, hớn hở, rạng rỡ, tươi tỉnh. ¶ ~를 띄우고 nở nụ cười rạng rỡ, nở nụ cười tươi.

미소년(美少年) cậu bé xinh đẹp, cậu thiếu niên có gương mặt đẹp.

미송(美松) 【TV】 tên một loại cây thông.

미수 đậu hoặc ngũ cốc. ¶ 미숫가루 bột đậu hoặc ngũ cốc dùng để ăn.

미수(未收) ~의 chưa thu. ¶ ~금 khoản tiền chưa thu được.

미수(未遂) âm mưu, mưu toan. ~의 mưu đồ. ¶ ~로 그치다 chỉ là âm mưu, mưu đồ không thành. ¶ ~범(犯) tội âm mưu (사람) / 살인 ~ âm mưu giết người / 자살 ~ mưu toan tự tử.

미숙(未熟) ❶ (덜익음) ~한 chưa chín, còn xanh. ❷ (익숙치 못함) ~한 thiếu kinh nghiệm, không thành thạo, không có chuyên môn.

미숙련(未熟練) ~의 không chuyên, không thành thạo. ¶ ~공 người lao động không có tay nghề.

미술(美術) mỹ thuật. ¶ ~적인 mang tính mỹ thuật, có tính mỹ thuật. ¶ ~가 nhà mỹ thuật / ~관 phòng mỹ thuật / ~ 대학 đại học mỹ thuật / ~ 전람회 triển lãm mỹ thuật / ~품 sản phẩm mỹ thuật, đồ mỹ thuật / ~ 학교 trường mỹ thuật.

미술공예(美術工藝) thủ công mỹ nghệ.

미스(miss) 【Anh】 ❶ (호칭) *Ms* ❷ (미혼녀) là cách gọi chỉ người con gái chưa có chồng.

미스(miss) 【Anh】 (틀림, 잘못) sai, nhầm, lỡ. ¶ ~ 프린트 in nhầm, in sai.

미스터 【Anh】 *Mr.* anh, ông.

미스터리(mystery) 【Anh】 lỗi in ấn.

미스테이크(mistake) 【Anh】 lỗi, sai lầm, lỗi lầm.

미시트(mist) 【Anh】 sương mù, màn che, màn.

미식(米食) việc ăn cơm gạo là chính. **~하다** ăn cơm là chính.

미식(美食) món ăn ngon. **~하다** ăn ngon, sành ăn, biết ăn. ¶ ~가 người sành ăn.

미식축구(美式蹴球) bóng đá kiểu Mỹ.

미신(迷信) mê tín, dị đoan. ¶ ~적인 một cách mê tín. ¶ ~가 người mê tín.

미심(未審) ~한(쩍은) nghi ngờ, nghi ngại đáng ngờ, không chắc chắn, không rõ rệt. ¶ ~한 점 một điểm đáng ngờ / ~쩍은 듯이 một cách khả nghi.

미아(迷兒) đứa trẻ đi lạc. ¶ 그 어린 소년은 길에서 부모님을 잃어버린 ~가 되었다 một cậu bé đã bị lạc mất bố mẹ trên đường và trở thành trẻ lạc. ¶ ~ 보호소 nơi bảo hộ (bảo vệ, trông giữ) trẻ em bị mất tích.

미안(未安) **~하다** xin lỗi, hối lỗi, có lỗi. ¶ ~한 생각이 들다 cảm thấy có lỗi / ~합니다마는 tôi xin lỗi nhưng.

미안(美顔) ¶ ~수 nước thơm dạng mỹ phẩm dùng để tắm hay giặt quần áo.

미약(微弱) ~한 mỏng manh, yếu ớt, thanh mảnh.

미양(微恙) (대단찮은 병) bệnh nhẹ.

미어(美語) tiếng Mỹ, đặc âm Mỹ.

미어뜨리다 khoét một lỗ.

미어지다 bị rách.

미역 【TV】 rong biển.

미역 (목욕) sự bơi lội, tắm. ~감다 bơi, lội.

미역국 (국) món canh rong biển. ¶ ~ 먹다 ăn canh rong biển. (비유) bị thi trượt (trượt vỏ chuối); (직장에서) bị đuổi, bị sa thải, bị cách chức.

미연(未然) ¶ ~에 trước đây, tình cờ,

ngẫu nhiên / ～에 방지하다 ngăn ngừa (phòng trừ) trước điều gì đó xảy ra.

미열(微熱) cơn sốt nhẹ. ¶ ～이 있다 sốt nhẹ, sốt sơ sơ.

미온(微溫) ¶ ～적인 một cách lãnh đạm, một cách thờ ơ, một cách không nhiệt tình.

미완(성)(未完(成)) ～의 chưa hoàn thành, chưa hoàn hảo. ¶ ～교향곡 bản giao hưởng chưa hoàn thành.

미용(美容) ¶ ～사 chuyên viên sắc đẹp / ～술 thuật chăm sóc nhan sắc / ～식 cách chăm sóc sắc đẹp / ～원 cửa hàng chăm sóc sắc đẹp / ～체조 môn thể dục thẩm mỹ.

미욱하다 ngu dại, ngu đần, ngớ ngẩn, ngu xuẩn.

미움 lòng căm thù, sự căm ghét. ¶ ～(을) 받다 bị căm thù, bị ghét bỏ.

미워하다 ghét, ghê sợ, ghét cay ghét đắng.

미음(米飮) đồ ăn được ninh nhừ (thường dành cho người già hay trẻ em).

미의식(美意識) khiếu thẩm mỹ, óc thẩm mỹ.

미이라 xác ướp (thi thể của người hay động vật vẫn còn nguyên hình dạng không bị tan rữa). ¶ ～로 만들다 làm xác ướp.

미익(尾翼) (비행기의) đuôi máy bay.

미인(美人) ❶ (가인) mỹ nhân, người đẹp. ¶ ～계 giới người đẹp / ～계를 쓰다 dùng giới người đẹp / ～대회 cuộc thi hoa hậu, cuộc thi sắc đẹp. ❷ (미국인) người Mỹ.

미작(米作) thu hoạch lúa gạo (수확); nuôi trồng, nuôi cấy (재배). ¶ ～ 지대 nơi trồng lúa, vùng canh tác lúa gạo.

미장(美粧) ¶ ～원 viện thẩm mỹ, nơi làm đẹp (미용원).

미장(美裝) **~하다** làm đẹp, thẩm mỹ.

미장이 người thợ xây.

미저골(尾骶骨) 【GP】 xương cụt.

미적(美的) có óc thẩm mỹ, sự thẩm mỹ. ¶ ～ 감각 năng khiếu thẩm mỹ.

미적거리다 ❶ (밀다) xô, đẩy, chen lấn. ❷ (연기) bốc hơi, toả ra.

미적분(微積分) phép tính vi phân và tích phân.

미적지근하다 nhạt nhẽo, lãnh đạm, thờ ơ, không đủ nóng.

미전(美展) ☞ **미술전람회**.

미점(美點) đức hạnh, phẩm chất, giá trị.

미정(未定) ～의 chưa ổn định, có thể thay đổi, chưa dứt khoát. ¶ ～이 chưa quyết định.

미제(未濟) ～의 chưa giải quyết xong, chưa hoàn thành.

미제(美製) ～의 thuộc về Mỹ, được làm (sản xuất) tại Mỹ, hàng Mỹ.

미제품(未製品) sản phẩm chưa hoàn thành.

미조(美爪) ¶ ～사(師) thợ sơn sửa móng tay, thợ làm móng tay / ～술(術) thuật cắt tỉa móng tay (손톱의).

미주(美酒) rượu cao cấp, thơm ngon và màu sắc đẹp.

미주(美洲) liên bang Mỹ

미주신경(迷走神經) 【GP】 dây thần kinh mê tẩu, dây thần kinh phế vị.

미주알고주알 sự tò mò, tính thọc mạch. ¶ ～ 캐묻다 tò mò, thọc mạch.

미중(美中) ¶ ～의 Trung Mỹ.

미증유(未曾有) ～의 chưa từng biết, chưa từng có, chưa từng tồn tại.

미지(未知) ～의 không biết, chưa biết. ¶ ～수 ẩn số.

미지근하다 ☞ **미적지근하다**.

미진(未盡) **~하다** không xong, chưa hoàn thành, không thấu đáo mọi vấn đề; (미흡) không đủ, thiếu.

미진(微震) sự rung chuyển, sự chấn

động, cơn địa chấn nhẹ.

미착(未着) ～의 chưa đến, chưa giao, chưa phân phát (hàng hoá) (미배달의).

미착수(未着手) ～의 chưa bắt đầu, chưa khởi công.

미채(迷彩) sự ngụy trang (để đánh lừa kẻ thù).

미처 đến mức đó, đến độ đó; (앞서) trước, trước đó. ¶ 예전에 ～ 몰랐다 trước đó tôi không hề hay biết gì.

미천(微賤) ～한 tối tăm, mờ mịt, không tên tuổi ở vị trí thấp kém, ít người biết đến, xuất thân thấp hèn.

미추(美醜) dung mạo (đẹp, xấu); (용모) dung mạo, ngoại hình.

미추룸하다 tươi đẹp, (thời kỳ trẻ trung và khoẻ mạnh), thanh xuân.

미취(微醉) say chếnh choáng một chút, hơi say rượu.

미취학(未就學) ～의 chưa đến tuổi đến trường, chưa đến tuổi đi học. ¶ ～아동 trẻ em chưa đến tuổi đi học, chưa đến tuổi đến trường.

미치광이 (광인) người điên, người mất trí; (열광자) người điên rồ, người cuồng tín, người đam mê thái quá. ～의 điên, mất trí, không có tinh thần sáng suốt.

미치다[1] ❶ (정신이) thần kinh điên, thần kinh không bình thường. ¶ 미친 điên. ❷ (열광) say mê quá độ, đam mê quá thái. ¶ 계집에 ～ say mê cô gái, say mê con nhãi đó.

미치다[2] ❶ (이르다) đạt đến, đạt tới, tiến tới, với tới, đạt (액수가). ¶ 미치지 않다 (겨룰 수 없다) không đạt tới, không thể cạnh tranh, không thể đối địch / 힘이 미치는 한 일을 하다 làm việc vượt vừa khả năng của mình. ❷ (영향을) ảnh hưởng, có ảnh hưởng, ảnh hưởng tới.

미칭(美稱) cách nói uyển ngữ.

미타(彌陀) đức Phật a-di-đà (아미타불: 서방 정토의 부처의 이름. 모든 중생을 제도하려는 대원을 품은 부처로서 이 부처를 염하면 사후 곧 극락·정토에 태어날 수 있다 함).

미태(媚態) tính hay làm đỏm, tính hay làm dáng. ¶ ～를 부리다 làm đỏm, làm dáng.

미터(meter) [Anh] ❶ đơn vị mét. ¶ ～법 hệ mét. ❷ (계량기) máy đo, thước đo, dụng cụ đo.

미투리 đôi hài, đôi dép của những người quý tộc xưa.

미트(mitt) [Anh] (야구 장갑) bao tay dùng trong bóng chày.

미풍(美風) thói quen hay tục lệ tốt. ¶ ～양속 thuần phong mỹ tục.

미풍(微風) một cơn gió nhẹ, một làn gió thoảng.

미필(未畢) ～의 chưa hoàn thành, chưa hoàn tất.

미필적고의(未畢的故意) [PL] cố ý (cố tình) sơ xuất, lơ là.

미학(美學) mỹ học. ～의 thuộc về mỹ học. ¶ ～자 nhà mỹ học.

미해결(未解決) ～의 tình trạng vẫn chưa giải quyết.

미행(尾行) **~하다** theo dõi, theo bám. ¶ ～자 thám tử, người do thám, người theo dõi.

미행(美行) đức hạnh, hành động tốt, đẹp.

미행(微行) **~하다** vi hành.

미혹(迷惑) (미망) sự hoang mang, sự bối rối, sự ngượng ngập; (헤맴) tình trạng không phân định được, sự bàng hoàng (당혹). **~하다** hoang mang, bối rối, bàng hoàng (그릇된 길에); (여자에게) ngượng ngập, bối rối, xấu hổ, lúng túng; (헤맴) bị cuốn hút, bị thôi miên, bị làm cho bối rối (의혹).

미혼(未婚) ～의 chưa kết hôn, chưa lập gia đình. ¶ ～모(母) chỉ người phụ nữ sinh con khi mà chưa lấy chồng / ～자 người chưa kết hôn.

미화(美化) **~하다** làm đẹp, trang điểm, trang hoàng. ¶ 도시 ～ 운동 phong trào làm đẹp thành phố.

미화(美貨) tiền đô la Mỹ.

미확인(未確認) ¶ ～보도 bản báo cáo (nguồn tin) chưa được xác nhận / ～ 비행물체 vật thể bay chưa xác định.

미흡(未洽) ～한 không đủ, thiếu, không hài lòng, không vừa ý. ¶ ～한 점이 있다 [없다] có [không có] điểm chưa hài lòng.

미희(美姬) một thiếu nữ xinh đẹp.

믹서(mixer) 【Anh】 máy trộn, máy nghiền, máy xay sinh tố.

민가(民家) nhà riêng, tư gia.

민간(民間) ～의 nhân dân, dân thường. ¶ ～기업 công ty (tập đoàn) của tư nhân / ～사업 kinh doanh tư nhân / ～방송 truyền hình tư nhân / ～외교 ngoại giao ở cấp độ dân chúng / ～인 dân thường, người dân / ～항공 sân bay tư nhân (cá nhân) / ～회사 công ty tư nhân.

민감(敏感) ～한 nhạy cảm, dễ cảm xúc, dễ bị tổn thương, tế nhị, khó đề cập.

민국(民國) (공화국) dân quốc (nước cộng hoà).

민권(民權) dân quyền, quyền lợi của dân. ¶ ～을 옹호하다 ủng hộ quyền của dân.

민꽃식물(植物) 【TV】 ☞ **은화 식물**.

민단(民團) (거류민단; 거류민이 조직한 자치 단체) liên đoàn tự lập, liên đoàn của nhân dân; (일본에 있는) hội Hàn kiều tại Nhật Bản.

민도(民度) tiêu chuẩn (mức độ) của con người về văn hóa, về cuộc sống.

민둥민둥하다 trơ trụi, trọc trụi, trụi (không cây cối).

민둥산(-山) đồi trọc, núi trọc.

민들레 【TV】 cây bồ công anh (một loại thực vật).

민란(民亂) cuộc nổi dậy, cuộc khởi nghĩa, cuộc nổi loạn.

민망(民望) ước muốn, niềm tin (신망); hy vọng (기대).

민망(憫惘) **~하다** bối rối, ngượng ngùng, xấu hổ.

민머리 đầu trọc, người không có quyền chức thân thế gì.

민며느리 một cô gái được giáo dục theo cách của nhà chồng tương lai.

민물 ～의 nước ngọt. ¶ ～고기 cá nước ngọt.

민박(民泊) **~하다** thuê nhà dân ở tạm. ¶ ～집 nhà trọ.

민방(民放) ☞ **민간 방송**.

민방위(民防衛) dân phòng. ¶ ～대 lực lượng dân phòng / ～훈련 huấn luyện tự vệ.

민법(民法) 【PL】 luật dân sự (법전). ¶ ～학자 nhà nghiên cứu (học giả) về luật dân sự.

민병(民兵) dân binh. ¶ ～대 lực lượng dân binh.

민복(民福) dân phúc (sự thịnh vượng của quốc gia, dân tộc).

민본주의(民本主義) chủ nghĩa nhân bản (lấy dân làm gốc).

민사(民事) 【PL】 ¶ ～소송 tố tụng dân sự / ～재판 tòa án dân sự, phiên toà dân sự.

민생(民生) dân sinh.

민선(民選) ～의 tuyển cử công khai, nhân dân bầu cử. ¶ ～의원 đại biểu được chọn từ cuộc bầu cử của nhân dân.

민속(民俗) dân tộc, truyền thống. ¶ ～박물관 bảo tàng dân tộc / ～촌 làng truyền thống, làng dân tộc / ～학 dân tộc học / ～학자 nhà dân tộc học.

민속무용(民俗舞踊) điệu múa dân tộc truyền thống. ¶ ～가 vũ công múa điệu dân tộc truyền thống.

민속(敏速) ☞ **민활**.

민수(民需) điều kiện cần thiết của người dân. ¶ ～산업 công nghệ sản xuất hàng hoá đại trà.

민숭민숭하다 trơ trụi, trọc lốc.

민심(民心) lòng dân, cảm tình của quần chúng. ¶ ～을 거역하다 ngược lại với lòng dân, trái với lòng dân.

민약설(民約說) học thuyết về quy ước xã hội.

민영(民營) ～의 thuộc tư nhân, dân doanh. ¶ ～으로 하다 làm theo kiểu tư nhân / ～이다 tư nhân. ¶ ～ 아파트 chung cư tư nhân.

민예(民藝) nghệ thuật dân gian, nghề thủ công. ¶ ～품 sản phẩm thủ công.

민완(敏腕) năng lực, khả năng. ～의 có tài, có khả năng, có năng lực. ¶ ～가 người có tài, người có năng lực.

민요(民謠) dân ca truyền thống. ¶ ～가수 ca sĩ hát dân ca truyền thống / ～가락 giai điệu dân ca truyền thống.

민요(民擾) ☞ **민란**.

민원(民怨) sự không hài lòng của người dân. ¶ ～을 사다 kích động lòng căm thù của người dân.

민원(民願) ý nguyện của dân. ¶ ～사무 hành chính sự vụ liên quan đến ý nguyện của dân / ～ 상담소 phòng tiếp dân / ～ 창구 cửa tiếp dân.

민유(民有) ～의 thuộc về nhân dân, thuộc về tư nhân. ¶ ～지 đất tư nhân, đất thuộc sở hữu của dân.

민의(民意) nguyện vọng của nhân dân, ý dân, lòng dân.

민재(民裁) ☞ **민사 재판**.

민정(民政) (군정에 대한) chính quyền dân sự. ¶ ～을 펴다 mở rộng chính quyền dân sự.

민정(民情) ❶ (정상) tình hình (tình trạng, tình thế) của nhân dân. ❷ ☞ **민심**.

민족(民族) dân tộc, chủng tộc, dòng giống. ¶ ～성 tính dân tộc, tính dòng tộc / ～ 운동 phong trào dân tộc / ～ 자본 tư bản dân tộc / ～ 정신 tinh thần dân tộc / ～ 주의 chủ nghĩa dân tộc / ～ 통일 연구원 viện nghiên cứu thống nhất dân tộc / ～학(學) dân tộc học.

민족감정(民族感情) cảm tình dân tộc.

민족문제(民族問題) vấn đề dân tộc.

민족문화(民族文化) văn hoá dân tộc, văn hoá truyền thống.

민주(民主) dân chủ. ¶ ～적 mang tính dân chủ / ～화하다 dân chủ hoá. ¶ ～당 đảng dân chủ / ～ 주의 chủ nghĩa dân chủ / ～주의자 người theo chủ nghĩa dân chủ / ～ 회복 phục hồi dân chủ.

민주공화국(民主共和國) nước cộng hoà dân chủ.

민주국(民主國) nước dân chủ.

민주대다 không thích, ghét, ghê tởm.

민주제도(民主制度) chế độ dân chủ.

민중(民衆) dân chúng, quần chúng, nhân dân đại chúng. ¶ ～화하다 đại chúng hoá. ¶ ～ 심리 tâm lý quần chúng / ～ 예술 nghệ thuật quần chúng / ～ 운동 phong trào quần chúng.

민첩(敏捷) ～한 mau mắn, nhanh nhẹn, lanh lợi. ¶ 행동이 ～하다 hành động mau lẹ.

민통선(民統線) từ viết tắt của 'ranh giới

cấm không cho nhân dân qua lại' ở ranh giới đình chiến. (한반도 휴전선 남쪽의 '민간인 출입 통제선'의 준말).

민틋하다 nhẵn trơn, mượt mà, bằng phẳng.

민폐(民弊) gánh nặng chung, mối phiền toái chung. ¶ ~를 끼치다 gây ra mối phiền toái chung, gây ra rắc rối.

민활(敏活) ~한 nhanh, kịp thời, ngay lập tức. ¶ ~하게 처리하다 xử lý một cách kịp thời.

믿다 ❶ tin cậy, tin tưởng, tin; (사람을) tin tưởng, tin. ¶ 믿을 수 있는 có thể tin / 믿을 만한 đáng tin / 남의 말을 그대로 ~ tin theo lời của người khác. ❷ (신불을) thành tâm, thành kính.

믿음 lòng tin, sự tin tưởng. ¶ ~이 두터운 lòng tin bền chặt / ~이 없는 không có sự tin tưởng / 친구에 대한 ~ tin tưởng vào bạn bè.

믿음성(-性) sự đáng tin cậy, lòng tin, sự tin tưởng. ¶ ~ 있는 có lòng tin, có sự tin tưởng.

믿음직하다 đáng tin, xác thực, đích thực. (유망).

밀[1] 【TV】 (소맥) cây lúa mì, hạt lúa mì.

밀[2] (밀랍의) sáp ong. ¶ ~로 만든 làm bằng sáp ong / ~을 먹이다 ăn sáp ong.

밀가루 bột mì.

밀감(蜜柑) 【TV】 quả quýt.

밀계(密計) kế hoạch bí mật. ¶ ~를 꾸미다 xây dựng kế hoạch bí mật.

밀고(密告) (고자질) sự mật báo, sự cung cấp thông tin bí mật. **~하다** cung cấp thông tin bí mật, mật báo. ¶ ~자 mật thám, chỉ điểm.

밀국수 tên một loại mì.

밀기울 cám bột mỳ (dùng cho gia súc).

밀다 ❶ (떠다밀다) xô đẩy, đẩy, ùn, chen lấn. ¶ 밀어내다 xô lên, đẩy ra / 밀고 들어가다 đẩy vào, đẩy để bước vào. ❷ (깎다) bào, đẽo, cắt; (대패로) cạo. ¶ 수염을 ~ cạo râu. ❸ ☞ **미루다** ❷.

밀담(密談) nói chuyện bí mật, tâm sự, nói chuyện riêng.

밀도(密度) mật độ, tỷ trọng. ¶ ~측정 phép đo tỷ trọng / 인구 ~ mật độ dân số.

밀도살(密屠殺) việc bán thịt lậu, việc giết mổ lậu. **~하다** bán thịt lậu, giết mổ lậu.

밀랍(蜜蠟) sáp ong.

밀렵(密獵) việc câu trộm, việc săn bắn trộm. **~하다** câu trộm, săn bắn trộm. ¶ ~자 người săn bắn (câu) trộm.

밀리 ¶ ~그램 mili gam / ~리터 mili lít / ~미터 mili mét.

밀리다 ❶ (일이) dồn, tồn, đọng, tích luỹ, chồng chất. ¶ 밀린 사무를 정리하다 giải quyết những công việc tồn đọng. ❷ (지불이) quá hạn, chậm. ❸ (떼밀리다) bị xô đẩy. ¶ 밀려나다 bị hất cẳng / 파도가 밀려오다 sóng biển đánh vào bờ / 적이 밀려오다 quân địch kéo vào. ❹ (내밀리다) bị tống, bị hất.

밀림(密林) rừng rậm.

밀막다 lấy lý do để từ chối.

밀매(密賣) việc bán hàng lậu **~하다** bán hàng lậu. ¶ ~자 người bán hàng lậu.

밀매매(密賣買) buôn bán hàng lậu.

밀매음(密賣淫) **~하다** hành nghề mại dâm bất hợp pháp. ¶ ~녀(女) gái mại dâm bất hợp pháp (không có giấy phép hành nghề).

밀모(密謀) ☞ **음모**(陰謀).

밀무역(密貿易) sự buôn lậu, việc kinh doanh bất hợp pháp. **~하다** buôn lậu, kinh doanh bất hợp pháp.

밀물 dòng triều lên.

밀보리 【TV】 lúa mì, lúa mạch (쌀보리); lúa mì và lúa mạch đen (밀과 보리).

밀봉(密封) **~하다** niêm kín, niêm phong, đóng kín, bao kín. ¶ ~한 병 bình được bao kín, chai được gắn xi / ~ 교육 đào tạo bí mật.

밀봉(蜜蜂) con ong mật (honungs).

밀사(密使) phái viên, đặc phái viên, biệt phái viên.

밀생(密生) **~하다** sống chui lủi.

밀서(密書) bức thư mật, thông báo mật.

밀선(密船) tàu buôn lậu.

밀수(密輸) việc buôn lậu, việc làm ăn phi pháp. **~하다** buôn lậu, làm ăn phi pháp. ¶ ~단 nhóm buôn lậu / ~선 tàu buôn lậu / ~자 người buôn lậu / ~품 hàng lậu.

밀수입(密輸入) sự nhập lậu. **~하다** nhập lậu, nhập lậu hàng hoá từ nước ngoài vào.

밀수제비 canh súp bánh bột mì.

밀수출 sự xuất khẩu lậu. **~하다** xuất khẩu lậu, buôn lậu ra nước ngoài.

밀실(密室) căn phòng bí mật.

밀약(密約) cam kết bí mật, mật ước, quy ước bí mật. ¶ ~을 맺다 cam kết riêng, tạo quy ước bí mật với nhau.

밀어(密漁) **~하다** đánh bắt cá bất hợp pháp.

밀월(蜜月) tuần trăng mật. ¶ ~여행 du lịch tuần trăng mật.

밀의(密議) sự hội ý ngầm, cuộc đàm phán kín.

밀입국(密入國) **~하다** nhập cư bất hợp pháp.

밀전병(-煎餠) một loại bánh xếp nướng làm hoàn toàn bằng bột mì.

밀접(密接) ~한 thân tình, thân thiết, thân mật, gần gũi. ¶ ~한 관계가 있다 có quan hệ thân thiết, có quan hệ gắn bó.

밀정(密偵) ❶ bí mật, đặc vụ bí mật. ❷ điệp viên, gián điệp. ¶ ~을 잠입시키다 che giấu điệp viên, cho điệp viên nằm vùng.

밀조(密造) **~하다** sản xuất bất hợp pháp, làm lậu.

밀주(密酒) rượu lậu, rượu tự nấu giấu giếm. ¶ ~업자 người nấu rượu lậu.

밀집(密集) **~하다** tụ tập, tập trung, liên kết lại, dồn lại, nhóm họp lại (một cách bí mật).

밀짚 rơm. ¶ ~모자 mũ rơm.

밀착(密着) **~하다** dính chặt, bám đặc, bám chắc, kết gắn, kết dính. ¶ ~ 인화 rửa ảnh tiếp xúc.

밀초 nến sáp.

밀치다 đẩy mạnh, xô mạnh.

밀크(milk) sữa (우유); sữa đặc có đường (연유). ¶ ~ 셰이크(shake) sữa khuấy / ~ 홀 lắc sữa, quấy sữa.

밀타승(密陀僧) 【HH】 hoá chất chì oxit.

밀탐(密探) **~하다** mật thám, do thám, trinh sát, hoạt động tình báo.

밀통(密通) ❶ (내통하다) tội thông đồng ❷ (남녀의) nam nữ bất chính tội ngoại tình, tội thông dâm, hủ hóa. **~하다** ngoại tình, thông dâm, quan hệ bất chính, quan hệ nam nữ hủ hóa. ¶ ~자 kẻ ngoại tình.

밀폐(密閉) **~하다** đóng chặt, đóng kín. ¶ ~용기 hộp kín.

밀항(密航) việc đi lậu, việc vượt biên **~하다** vượt biên, đi lậu. ¶ ~자 người vượt biên, người đi lậu.

밀행(密行) **~하다** vi hành, đi rình mò, đi thám thính.

밀회(密會) buổi họp kín, buổi họp bí mật. **~하다** họp kín, hội ý kín. ¶ ~ 장소 địa điểm họp kín.

밉다 không thích, ghét, đáng ghét, căm thù.

밉살스럽다 đáng ghét, kinh tởm.

밋밋하다 lờ đờ, không gây được thích

thú.

밍밍하다 (맛이) nhạt nhẽo, vô vị, không mùi vị; không cá tín, hời hợt.

밍크(mink) 【ĐV】 con chồn. ¶ ~ 외투 áo khoác lông chồn.

및 và, cùng, với.

밑 ❶ (아래) dưới, đáy, tận cùng. ~의 dưới của, đáy của, chân của, tận cùng của (하위); bên dưới, phía đáy cùng (못한). ¶ ~에(의) ở dưới, bên dưới, ở dưới đáy / ~으로(의) trở xuống phía dưới, xuống đáy, tầng trệt (아래층으로) / ~으로부터 từ phía dưới, từ phía đáy. ❷ (근본) nguồn gốc, cội rễ, nền tảng, căn nguyên. ❸ (음부) bộ phận kín phía dưới. ❹ (바닥) 【TH】 đáy, đế, bệ.

밑각(-角) 【TH】 góc đáy.

밑그림 (그림의) bản vẽ nháp, bức phác họa.

밑돌다 thiếu, không đạt bằng, ít, kém, thấp hơn (반대말: 웃돌다 nhiều hơn, cao hơn, tốt hơn).

밑동 chân, gốc, bệ, nền.

밑면(-面) mặt đáy.

밑바닥 đáy, chân đế, phần tận cùng; (강의) đáy sông.

밑바탕 (근저) nền móng, nền tảng, gốc rễ ban đầu, cơ sở nền tảng; (본성) tính chất. ¶ 그는 ~ (본바탕)이 선한 사람이다 anh ta vốn dĩ là một người lương thiện / 자신의 ~ (본바탕)을 드러내다 bộc lộ bản tính, thể hiện tính cách.

밑받침 tận đáy, nền móng, miếng bìa cứng của sách (lót sách).

밑변(-邊) 【TH】 đường đáy, cạnh đáy.

밑지다 bị mất, bị thua thiệt, bị lỗ vốn. ¶ 밑지고 팔다 bán lỗ vốn.

밑창 đế (giày).

밑천 (상업자본) tiền vốn, tiền quỹ, vốn ban đầu (원금). ¶ ~을 들이다 đầu tư vốn, đưa vốn vào.

ㅂ

…ㅂ시다 hãy. ¶ 갑시다 Hãy đi! Hãy đi nào.

바¹ (밧줄) dây thừng, dây chão; (끈) đường kẻ sọc.

바²(bar) (술집) quầy rượu, quầy bar. ¶ ~ 호스테스 người phục vụ ở quầy rượu.

바³ (기압단위) Barơ (đơn vị đo áp suất).

바⁴ điều, việc; phương pháp. ¶ 그가 말하는 ~ điều anh ta nói.

바가지 ❶ (그릇) bầu đựng nước (làm bằng quả bầu khô). ❷ (요금따위의) giá cắt cổ, giá quá đắt, giá quá cao. ¶ ~를 쓰다 trả giá đắt, trả giá cắt cổ; mua hớ / ~ 씌우다 bắt chẹt, chặt chém giá cao. ¶ ~ 요금 giá, phí cắt cổ.

바가지긁다 cằn nhằn, càu nhàu, lầu bầu. ¶ 바가지 긁는 아내 người vợ càu nhàu.

바각거리다 loẹt xoẹt, kèn kẹt.

바겐세일(bargain sale) 【Anh】 bán giá rẻ, bán hạ giá.

바구니 rổ, rá, thúng; giỏ, làn. ¶ 장~ làn đi chợ, giỏ đi chợ.

바구미 【CT】 mọt gạo.

바그르르 ❶ ☞ 바글바글 ❶. ❷ (거품이) sủi bọt, nổi bọt.

바글바글 ❶ (끓다) sôi trào bọt, sôi tràn bọt. ¶ 감자가 렌지 위에서 벌써 ~ 끓는다 Khoai tây trên bếp đã sôi tràn bọt / 물이 ~ 끓기 시작했다 Nước bắt đầu sôi sủi bọt. ❷ (북적거리다) đông đúc, lúc nhúc.

바깥 bên ngoài (외부); bề ngoài (외면); ngoài trời (야외). ~의 thuộc về bên ngoài. ¶ ~에(서) ở bên ngoài. ¶ ~양반 người chồng, người đàn ông.

바께쓰 thùng, xô, gàu.

바꾸다 ❶ (교환) đổi, trao đổi, giao hoán; (물물교환) trao đổi vật phẩm. ¶ 물건을 돈으로 ~ đổi hàng lấy tiền / 미스터 김을 미스터 최로 ~ đổi anh Kim bằng anh Choi. ❷ (변경) thay đổi, đổi khác. ¶ 바꾸어 말하면 nói cách khác / 방향을 ~ đổi hướng.

바뀌다 bị (được) đổi, bị (được) trao đổi; (개정되다) bị (được) biến đổi, thay đổi; bị (được) sửa đổi. ¶ 물이 얼음으로 ~ Nước bị biến thành đá /왕자가 개구리로 ~ Hoàng tử bị biến thành ếch/그녀를 보자 그의 얼굴빛이 바뀌었다 Nhìn thấy cô ấy, sắc mặt anh ta thay đổi. ☞ 변하다.

바나나 chuối. ¶ ~ 껍질 vỏ chuối.

바느질 việc may vá; sự khâu vá. ~하다 may vá; khâu vá. ¶ ~품을 팔다 bán sản phẩm khâu, may.

바늘 kim may, kim móc (핀); lưỡi câu, móc câu (낚시 등의); kim đồng hồ (시계의). ¶ ~방석에 앉은 것 같다 như ngồi trên thảm cắm kim (nhấp nhỏm không yên) / ~에 실을 꿰다 xâu chỉ vào lỗ kim, xâu kim / (상처를) 여섯~ 꿰매다 khâu 6 mũi (vết thương). ¶

~겨레 cái gối cắm kim của thợ may / ~귀 lỗ kim, trôn kim.

바다 biển; đại dương (대양). ¶ ~로 나가다 đi biển, ra biển. ¶ 불~ biển lửa/바닷바람 gió biển.

바다표범 [ĐV] con chó biển, hải cẩu.

바닥 ❶ (평면의) mặt bằng, mặt phẳng; sàn. ¶ 마룻 ~에서 자다 ngủ trên mặt sàn nhà bằng gỗ. ❷ (밑부분) đáy; bộ phận dưới cùng, đáy sông (강 따위의); đế giày (신의). ❸ (끝) sự chấm dứt; sự kết thúc; sự hết; sự cạn kiệt. ☞ **바닥나다**. ❹ (번잡한 곳) khu vực đông đúc; nơi đông nghẹt. ¶ 시장~ khu vực chợ đông đúc / 종로 ~ khu vực Jongro đông đúc.

바닥나다 bị cạn kiệt; bị kiệt quệ; bị hao kiệt.

바닥보다 ☞ **바닥나다**.

바닥짐 (배의) vật chèn (để giữ thăng bằng cho tàu thuyền).

바닷가 bờ biển.

바닷물 nước biển. ¶ ~고기 cá biển.

바닷새 chim biển.

바동거리다 vùng vẫy, quẫy đạp, lăn lộn, quằn quại; vụng về, lóng ngóng (말이); giẫy giụa. ¶ 당나귀가 바동거리며 다른 방향으로 가려고 했다 Con lừa vùng vẫy muốn đi sang hướng khác / 아기가 드러누워 팔과 다리를 바동거리고 있었다 Đứa bé nằm và quẫy đạp chân tay / 바동거리는 물고기를 입에 문 갈매기 Con mòng biển cắp trong mỏ con cá đang giẫy giụa.

바둑 *baduk*; cờ vây. ¶ ~을 두다 chơi cờ vây. ¶ ~돌 quân cờ vây / ~판 bàn cờ vây.

바둑무늬 ¶ ~의 chấm đen trắng, đốm đen trắng.

바둑이 con chó đốm đen trắng, con chó đốm.

바드득거리다 kèn kẹt, cọt kẹt, cót két (tiếng mài dũa). ¶ 그가 걸어갈 때 눈 위에서 바드득 소리가 난다 Anh ấy đi trên tuyết làm phát ra tiếng xào xạo / 이를 ~ nghiến răng.

바득바득 sự cố chấp, sự khăng khăng, sự ngoan cố, sự bướng bỉnh; sự kiên trì, sự kiên nhẫn. ¶ 그는 ~ 자신이 옳다고 우긴다 Anh ta khăng khăng cho rằng mình đúng.

바디 cây lau, cây sậy.

바라다 ❶ (예기, 기대) mong đợi; chờ đợi; trông ngóng; mong chờ. ❷ (소원함) mong muốn; khát khao; hy vọng; mơ ước. ❸ (간원, 부탁) trông cậy; nhờ cậy; yêu cầu.

바라보다 nhìn, thấy, trông; nhìn chằm chằm, nhìn chăm chú (응시); nhìn tầm xa; ngắm, quan sát (관망); nhìn vô định, nhìn trân trân, ngó lơ (방관). ¶ 그는 그녀에게 감히 다가가지 못하고 바라보고만 있었다 Anh ta không dám đến gần cô ấy mà chỉ nhìn trân trân / 그녀의 방은 바다를 바라보고 있었다 Phòng cô ấy nhìn thẳng ra biển.

바라보이다 được nhìn thấy, bị trông thấy (ở tầm xa). ¶ 멀리 백두산이 바라보인다 núi Baekdu được nhìn thấy ở xa xa.

바라지 sự trông coi, sự chăm sóc; sự hỗ trợ, sự cung cấp. **~하다** trông coi, chăm sóc, hỗ trợ, chu cấp.

바라지다[1] ❶ (몸이) thấp lùn; bè bè; phục phịch. ❷ (그릇이) nông, cạn. ❸ (속마음이) nông cạn; hời hợt.

바라지다[2] (갈라지다) bị chia sẻ, bị phân chia; (열리다) được mở rộng, được mở mang.

바라크(barrack) lều, lán; trại.

바락바락 liều mạng; liều lĩnh, cuồng bạo, cuồng nộ ¶ ~ 기를 쓰다 cố sức liều lĩnh.

바람[1] ❶ (대기의 유동) cơn gió, gió nhẹ (미풍); cơn bão, gió mạnh (강풍); luồng gió (틈으로 들어오는); luồng khí mát (선풍기따위의). ¶ ~ 방향이 바뀌다 đổi hướng gió / ~이 잘 통하다 thoáng gió, thoáng khí /저녁 ~을 쐬다 hóng gió chiều tối /~에 쐬다 phơi mình trong gió, hóng gió/~이 일다 nổi gió / ~이 자다 ngớt gió ¶ 찬 ~ gió lạnh. ❷ (들뜬 마음) sự hay thay đổi, sự không kiên định. ¶ ~나다 nhố nhăng, lăng nhăng, bừa bãi (trong quan hệ) / ~난 đỏng đảnh, hay thay đổi, phóng đãng, dâm ô. ¶ ~장이 người hay tán tỉnh, kẻ phóng đãng, kẻ dâm ô, kẻ ngoại tình. ❸ (풍) sự ba hoa, sự khoác lác, sự nói láo, sự khoe khoang.

바람[2] ❶ (사품) ~에 vì, do; làm cho (từ nối hai mệnh đề nhân quả). ¶ 그가 갑자기 일어나는 ~에 연필을 떨어뜨렸다 Anh ấy bất ngờ đứng lên làm cho cái bút chì rơi xuống/옆에 앉은 내 친구가 수업시간에 떠드는 ~에 나도 선생님께 혼이 났다 Tôi cũng bị cô giáo mắng vì bạn ngồi cạnh nói chuyện riêng trong giờ học. ❷ chỉ mặc mỗi (quần, áo) (차림) 셔츠 ~으로 chỉ mặc mỗi áo sơ-mi.

바람개비 cái chong chóng.

바람결 (풍편) tiếng đồn, lời đồn, tin đồn. ¶ ~에 우연히 듣다 vô tình nghe thấy tin đồn.

바람둥이 ❶ (풍장이) người ba hoa, khoác lác; người không thật lòng, người ngoại tình. ❷ (바람잡이) người bỡn cợt, người lẳng lơ (여자).

바람들다 ❶ (푸성귀가) nhão, mềm nhũn; ướt đẫm. ¶ 바람든 무 cây củ cải mềm nhũn. ❷ (바람나다) lăng nhăng, phóng đãng, đa tình, dâm ô. ¶ 바람든 남자 người đàn ông đa tình. ❸ (일, 계획이) bị thất bại, bị vỡ kế hoạch.

바람막이 hàng rào chắn gió, hàng cây chắn gió.

바람맞다 ❶ (속다) bị lừa phỉnh, bị lừa gạt, bị thất hứa, bị lỡ hẹn (기다리다). ¶ 바람맞히다 bắt người khác đợi nhưng sai hẹn. ❷ (풍병) bị trúng phong, bị cảm gió.

바람받이 nơi lộng gió.

바람벽(-壁) vách ngăn, tường ngăn.

바람잡다 lôi kéo vận động người khác.

바람직하다 đáng ao ước, đáng quý, rất ý nghĩa và có giá trị. ¶ 바람직하지 않다 không đáng ao ước, không có ý nghĩa.

바랑 ba lô, túi đeo.

바래다[1] ❶ (변색) phai màu; nhạt màu. ¶ 바래지 않는 không phai màu, không nhạt màu. ❷ (표백) bạc màu.

바래다[2] tiễn, đưa tiễn.

바로 ❶ (옳게) sự ngay thẳng, sự công bằng; sự chính trực (정직히); sự chính xác, sự đúng đắn (정확히); sự chân thực (진실하게); (곧장) ngay lập tức; (불과) không vượt quá, vừa đúng, đúng lúc; (다름아닌) đúng, chính xác. ¶ ~말하다 nói một cách chính xác / ~ 집으로 가다 về nhà ngay / ~ 알아맞추다 đoán trúng phóc / ~ 이웃에 살다 sống ngay bên cạnh / ~ 이 근처에서 그를 보았다 Nhìn thấy anh ta ngay quanh đây / ~ 같은 장소 đúng là cùng một nơi. ❷ (구령) Nghiêm!

바로미터(barometer) phong vũ biểu.

바로잡다 ❶ (굽은 것을) nắn thẳng; uốn thẳng ❷ (교정) sửa chữa cho đúng, hiệu chỉnh, sửa đổi. ¶ 직장 동료들이 어쩌다 틀린 명칭을 쓸 때마다 항상 그는

ㅂ

바로잡았다 Anh ấy luôn sửa lại cho đúng tên gọi mà đồng nghiệp dùng sai / 실수를 ~ sửa lỗi / 그는 상관에게 들어가기 전에 옷을 바로잡았다 Trước khi vào gặp cấp trên, anh ta sửa quần áo cho ngay ngắn / 넥타이를 ~ sửa cà vạt (cho ngay ngắn).

바로크(baroque) ¶ ~ 스타일 kiểu ba rốc / ~ 음악 nhạc ba rốc.

바륨 [HH] chất Bari (기호 Ba).

바르다[1] ❶ (곧다) thẳng, trực tiếp, ngay thẳng, thẳng đứng (직립). ❷ (정당) chính đáng, ngay thẳng, chính trực, chân thật, trung thực; (참되다) tốt bụng, nhân hậu; (적절) thích hợp, hợp lý, vừa đúng; (합법) hợp pháp, hợp lý; (정확) chính xác, đúng đắn.

바르다[2] ❶ (붙이다) gắn vào, áp vào, dính vào; (장지따위) dán vào. ❷ (칠하다) bôi, phết, quét, phủ, trát (채색을); (고약 등을) bôi; (분 따위를) thoa. ¶ 버터를 바른 빵 bánh mì phết bơ.

바르다[3] (발라내다) bóc ra, lột ra, gỡ ra, xé ra, lóc ra (단단한 껍질을). ¶ 생선의 뼈를 ~ gỡ xương cá / 밤을 ~ bóc hạt dẻ.

바르르 ¶ ~끓다 sôi sục, sùng sục /~ 화내다 giận sôi lên / 추워서 ~떨다 run lẩy, lập cập vì lạnh.

바르샤바 Vác-sa-va (Thủ đô của Ba lan). ¶ ~조약 Điều ước Vác-sa-va.

바르작거리다 ☞ **버르적거리다**.

바른길 (곧은길) đường thẳng; (옳은 길) con đường chính trực, con đường đúng đắn.

바른말 (옳은 말) lời nói đúng đắn; (직언) lời nói thẳng, lời nói chính trực. **~하다** nói thật, nói đúng, nói thẳng.

바리 bát bằng đồng.

바리전 cửa hàng bán đồ đồng.

바리캉 cái tông đơ, cái kéo xén lông.

바리케이트(barricade) [Anh] hàng rào chướng ngại vật. ¶ ~를 치다 đặt chướng ngại vật, dựng chướng ngại vật / ~를 돌파하다 phá chướng ngại vật.

바리콘 tụ điện biến thế.

바리톤(bariton) [ÂN] kèn bariton, đàn bariton; giọng nam trung; (가수) ca sĩ giọng nam trung.

바림 [MT] đánh bóng, sơn bóng.

바바리코트 áo choàng burberry.

바비큐(barbecue) lợn (bò, cừu) nướng quay cả con.

바벨 [KTr] ¶ ~탑 Tháp Babels.

바보 đồ ngốc, thằng ngốc, người ngu đần, thằng hề (미련퉁이). ¶ ~같은 giống như thằng ngốc. ¶ ~같은 소리를 하다 nói như thằng ngốc, nói lời ngu ngốc.

바빌로니아 Babylonia. ¶ ~사람 Người Babylonia.

바쁘다 bận, bận rộn; (급하다) gấp, gấp gáp; vội vàng, cấp bách, khẩn trương. ¶ 바쁜 걸음으로 bước chân gấp gáp / 일이 아주 바쁜 날 một ngày công việc bận rộn / 시험 준비에 ~ bận chuẩn bị thi cử/바빠서 이리 뛰고 저리 뛰다 chạy chỗ này chỗ kia vì bận rộn, hối hả chạy đôn đáo / 12시 전까지 끝내기 위해 바삐 서두르다 Vội vàng khẩn trương cho xong việc trước 12 giờ.

바삐 (바쁘게) một cách bận rộn; (급히) hấp tấp, hối hả, khẩn trương; (즉시) một cách khẩn cấp, gấp rút, ngay tức khắc.

바삭거리다 kêu răng rắc, kêu sột soạt, kêu lạo xạo, kêu xào xạc, giòn tan (음식이). ¶ 바삭바삭 xào xạc, sột soạt, răng rắc / 과자가 ~ bánh giòn kêu rôm rốp / 감자튀김이 ~ Khoai tây rán giòn tan kêu rôm rốp.

바소 lưỡi trích (dụng cụ phẫu thuật).
바소쿠리 giỏ bằng mây đan.
바수다 ☞ **부수다**.
바스락거리다 xào xạc, sột soạt. ¶ 바스락 바스락 thì thào, lào xào.
바스러뜨리다 đập tan, đập vỡ vụn; nghiền nát.
바스러지다 bị đập vỡ tan, bị nghiền nát, bị bẻ vụn.
바심[1] (타작) đập lúa, tuốt lúa.
바심[2] (재목의) **~하다** đẽo, gọt gỗ.
바싹 ❶ (바삭) xào xạc, sột soạt, lạo xạo. ☞ **바삭거리다**. ❷ (마르다) (những thứ khô giòn) (물기가). ¶ ~ 말라붙은 우물 giếng nước khô cạn / ~ 마른 입술 môi khô rang. ❸ (죄는 모양) một cách nhanh, mạnh, chặt chẽ (밀착). ¶ 나사를 ~ 죄다 siết chặt con ốc.
바야흐로 (이제 한창; 이제 막). vừa mới, ngay lúc nãy, ngay, chính, đúng. ¶ ~ …하려 하다 vừa mới định làm ….
…바에야 (이왕 …이면 차라리) thà rằng còn hơn. ¶ 항복할~ 죽겠다 thà chết còn hơn đầu hàng.
바위 tảng đá, hòn đá. ¶ ~가 많은 nhiều đá. ¶ ~ 너설 mép (cạnh) đá sắc nhọn.
바위옷 【TV】 rêu trên đá.
바이러스(virus) 【YH】 vi rút. ¶ ~ 병의 vi rút bệnh tật / ~가 원인인 (에 기인하는) vi rút là nguyên nhân (gây ra).
바이블(bible) Kinh thánh.
바이스(vise) (공구) vít, mỏ cặp, êtô (công cụ bằng kim loại dùng trong nghề mộc có hai bộ phận kẹp chặt đồ vật khác lúc gia công)
바이올린 đàn vĩ cầm, đàn vi-ô-lông, violin. ¶ ~ 주자 người chơi đàn viôlông.
바자[1] ¶ ~울 hàng rào bằng tre trúc, gỗ.
바자[2](bazaar) (자선시) chợ từ thiện, bán hàng từ thiện. ¶ ~를 열다 mở cửa hàng (chợ) từ thiện.
바자위다 keo kiệt, bủn xỉn, bần tiện.
바작바작 (소리) xèo xèo, tanh tách, đôm đốp, nổ giòn tan; (속이) nóng nẩy, bừng bừng, phừng phừng.
바제도병 【YH】 Bệnh Ba-dơ-đô, Bệnh Basedows.
바조(-調) 【ÂN】 Nốt Fa. ¶ 바장[단]조 trưởng [thư] Fa.
바주카포(-砲) Súng Bazôka.
바지 cái quần.
바지락(조개) con sò biển.
바지랑대 tấm ván (bằng gỗ hoặc bằng nhựa) dùng để kê khi vò quần áo.
바지저고리 cái chao quần, cái chụp quần; cái váy đụp; (비유적) người không có thực quyền, bù nhìn (무실권자).
바지지 xèo xèo, xì xì (뜨거운 쇠붙이 등에 적은 물기가 닿을 때 나는 소리 âm thanh phát ra khi thanh sắt nóng nhúng vào một ít nước).
바짝 ☞ **바싹**.
바치다[1] (주다의 높임말) (드리다) biếu, tặng, dâng, cống hiến, dâng cúng (신에게); dành cho (심신을); cống hiến, hiến tặng (건물, 저서 등을); (납부) cống nạp; (납품) nộp. ¶ 일생을 ~ dâng hiến cuộc đời.
바치다[2] (즐기다) thích thú, ham mê, say mê.
바칠루스 【Si】 vi khuẩn hình que.
바캉스 【Ph】 ngày nghỉ, kỳ nghỉ.
바퀴 【CT】 con gián.
바퀴 (수레의) bánh xe; (일주) một vòng quay, một chu kỳ, một lượt. ¶ 한 ~ 돌다 đi một vòng (담당 구역을). ¶ ~살 tăm của bánh xe / ~자국 vết bánh xe / 앞 ~ bánh trước / 뒷 ~ bánh sau.

ㅂ

바탕[1] (기초) nền tảng, cơ sở, căn cứ; (성질) bản chất, tâm tính, tính khí, cá tính; (소지, 소질) thiên hướng, sở thích; (재료의) căn bản, căn cứ; cấu tạo, kết cấu (직물의).

바탕[2] một lúc, một lát, một phiên, một ván, một hiệp. ¶ 욕을 한 ～하다 chửi rủa một lúc.

바터(barter) đổi hàng hóa. ¶ ～무역(貿易) mua bán theo kiểu hàng đổi hàng / ～제(制) chế độ hàng đổi hàng.

바텐(더)(bartender) người phục vụ ở quầy rượu.

바통(baton) cái gậy, cái ba toong. ¶ ～을 넘기다 truyền tay cái ba toong (trong chạy tiếp sức) / ～을 넘겨받다 nhận lấy ba toong; (비유) sự chỉ huy.

바투 sát, gần.

바특하다 (국물이) đặc sệt.

바티칸 (로마교황청) Va ti căng, Vatican.

박 【TV】 quả bầu, quả bí.

박(泊) đêm. ¶ 3～ 4일의 여행을 하다 đi du lịch 4 ngày 3 đêm.

박격포(迫擊砲) súng cối.

박공(牔栱) 【KTr】 cột chống, giá chống, thanh chống.

박다[1] (못따위를) đóng vào (큰 못을); (상감) khảm nạm, dát, gắn.

박다[2] (찍다) đóng dấu, chụp (ảnh) (사진을); (인쇄) in, sao chụp.

박다 (바느질) khâu vá, may vá, may. ¶ 재봉틀로 ～ may bằng máy may.

박달(나무) 【TV】 giống cây bulô, cây cáng lò.

박대(薄待) ☞ **냉대**.

박덕(薄德) thiếu đạo đức, bạc đức.

박두(迫頭) **~하다** lại gần, đến gần, (xảy ra) tới nơi. ¶ 시험이 ～했다 kỳ thi đã tới gần.

박락(剝落) **~하다** lột ra, gọt ra.

박람(博覽) ¶ ～회 hội chợ, cuộc triển lãm, cuộc trưng bày.

박래(舶來) ☞ **외래**(外來).

박력(迫力) sức mạnh, sức tác động, sức thuyết phục. ¶ ～있는 có sức thuyết phục, có sức tác động.

박론(駁論) bác bỏ, phản đối; phản bác. ☞ **반박**.

박리(薄利) lãi ít. ¶ ～다매 lãi ít bán nhiều / ～다매주의 chủ nghĩa bán nhiều lãi ít.

박멸(撲滅) **~하다** triệt tiêu, loại bỏ, hủy diệt.

박명(薄命) ～한 bạc mệnh, số phận hẩm hiu, đoản mệnh (단명의). ¶ 가인(佳人) ～ giai nhân bạc mệnh.

박물(博物) ¶ ～관 bảo tàng / ～군자 người đàn ông thông thái / ～학 khoa học tự nhiên / ～학자 nhà khoa học tự nhiên.

박박 (긁는 소리) sồn sột, soàn soạt; (얽은 모양) toang hoác, toang (xé toang tờ giấy).

박복(薄福) sự không may, sự bạc phúc, sự rủi ro. ～한 không may, rủi ro.

박봉(薄俸) lương thấp, đồng lương eo hẹp, đồng lương ít ỏi. ¶ ～으로 생활하다 sinh sống bằng đồng lương eo hẹp.

박사(博士) tiến sĩ (viết tắt là Dr.) ¶ ～논문 luận án tiến sĩ / ～학위 học vị tiến sĩ / ～학위를 따다 nhận học vị tiến sĩ / 만물 ～ người thông thái, quyển từ điển sống.

박살(撲殺) **~하다** đánh chết, đập chết. ¶ ～내다 phá hủy, tiêu diệt.

박색(薄色) khuôn mặt xấu xí, không có nhan sắc (사람).

박수 thầy tiên tri, thầy địa lý.

박수(拍手) **~하다** vỗ tay, hoan hô. ¶ 우뢰같은 ～ tiếng vỗ tay vang như mìn nổ, tiếng vỗ tay như sấm. ¶ ～ 갈채

sự vỗ tay tán thưởng, sự vỗ tay hoan nghênh / ～갈채하다, vỗ tay tán thưởng, vỗ tay hoan nghênh / ～부대 nhóm người vỗ tay thuê, bạn bợ đỡ.

박식(博識) kiến thức uyên bác, sự thông thái, sự hiểu biết rộng. ～한 uyên bác, thông thái, hiểu biết rộng.

박신거리다 lũ lượt, ùn ùn, xúm lại (nhiều người tụ tập).

박애(博愛) (사랑) lòng bác ái, lòng nhân từ. ～의 thuộc về từ thiện, làm phúc. ¶ ～주의 chủ nghĩa bác ái.

박약(薄弱) ～한 bạc nhược, yếu đuối, không vững vàng. ¶ 의지 ～한 ý chí nhu nhược.

박음질 mũi may đột, sự may đột.

박이다 ❶ (찍게하다) đưa vào in, in ấn (인쇄); chụp ảnh (사진을). ❷ (속에) bị mắc kẹt, bị sa lầy; (마음속에) khắc sâu, in sâu. ❸ (배다) tạo thành thói quen, bắt ghi nhớ. ¶ 어머니는 아이들이 절대로 밤 늦게 들어오지 못하도록 귀에 박이도록 얘기했다 Người mẹ nói như đóng đinh vào tai để các con nhớ rằng buổi tối tuyệt đối không được về muộn / 아들이 밤 늦게 나가지 못하도록 귀에 박이게 말하다 Người con trai được nhắc nhở rằng không được ra ngoài lúc đêm khuya.

박자(拍子) nhịp, nhịp điệu, thời gian quy định. ¶ ～를 맞추다 đúng nhịp / ～를 맞추어 giữ đúng nhịp.

박작거리다 lăng xăng, xúm xít, rối rít, tất bật, đổ xô đến.

박장대소(拍掌大笑) sự vỗ tay tán thưởng (vỗ tay cười to), sự khen ngợi, sự tán thành. **~하다** vỗ tay tán thưởng, khen ngợi, tán thành.

박재(薄才) tài năng rất hiếm.

박절(迫切) ☞ **박정**(薄情).

박정(薄情) ～한 sự hờ hững, sự lạnh nhạt, sự thờ ơ.

박제(剝製) thú nhồi. **~하다** nhồi. ¶ ～한 sự nhồi. ¶ ～사(師) kỹ sư nhồi/～술(術) kỹ thuật nhồi.

박주(薄酒) rượu nhạt, rượu không ngon.

박쥐 [ĐV] con dơi.

박쥐구실 chủ nghĩa cơ hội, bắt cá hai tay.

박쥐우산(-雨傘) ô đi mưa và đi nắng.

박진(迫眞) tính thực tiễn, tính thực tế. ¶ ～감 있는 có đầu óc thực tế.

박차(拍車) đinh thúc ngựa. (고무, 격려) cổ vũ, khích lệ, thúc đẩy, xúc tiến, tiến hành. ¶ ～를 가하다 tăng cường thúc đẩy.

박차다 đá văng ra, đá bật ra.

박처(薄妻) **~하다** ngược đãi vợ, bạc đãi vợ, bị vợ bạc đãi.

박치기 sự va đầu vào nhau, sự chạm trán. **~하다** va đầu, chạm trán.

박탈하다(剝奪-) ☞ **빼앗다**.

박테리아 vi khuẩn.

박토(薄土) đất bạc màu, đất cằn cỗi.

박하(薄荷) [TV] cây bạc hà. ¶ ～담배 thuốc lá có hương bạc hà / ～유 dầu bạc hà.

박하다 (적다) ít ỏi; (인색) khắc khổ; (인정이) bạc bẽo, khắc nghiệt, lạnh lùng, lạnh nhạt. ¶ 인심이 ～ nhân tình bạc bẽo / 점수가 ～ điểm số thấp.

박학(博學) sự bác học, sự uyên bác. ～의 thuộc về bác học; thuộc về uyên bác, kiến thức rộng.

박해(迫害) sự bạc đãi, sự đàn áp, sự bức hại. **~하다** đàn áp, bạc đãi. ¶ ～자 kẻ đàn áp; người bức hại.

박히다 (들어가) bị mắc kẹt, bị đóng vào; (인쇄물이) bị in vào, bị khắc vào; (사진이) bị chụp ảnh.

밖 ❶ ☞ **바깥**. ❷ (그외) bên ngoài, bề ngoài, mặt khác (다른 전부); ngoài ra, trừ ra, ngoại trừ (다른 하나); (밖에 는) ở bên ngoài, ở phía ngoài. ¶ 그 ~에 ngoài ra, trừ ra, hơn nữa, vả lại / 그 ~의 사람들 những người, ngoại trừ những người đó.

반(半) ❶ (절반) một nửa, rưỡi. ¶ ~다스 nửa tá / 1 다스 ~ một tá rưỡi / 3시 ~ 3 giờ rưỡi/~시간 nửa giờ / 1시간 ~ 1 giờ rưỡi / ~마일 nửa dặm / ~으로 가르다 chia một nửa; chia đôi / …의 ~쯤 khoảng một nửa của. ❷ (반쯤) khoảng một nửa. ¶ ~숙의 tái, chưa chín hẳn / ~은 농으로 một nửa là đùa, nửa đùa nửa thật.

반(班) (학급) lớp, cấp; (동네의) cụm, tổ; (집단) đội, tổ, nhóm; (군대의) đơn vị, tổ, đội.

반…(反) đối lập, ngược lại, chống lại, trái lại. ¶ ~제국주의 chủ nghĩa phản đế quốc.

반가공품(半加工品) hàng bán thủ công.

반가워하다 vui sướng, vui mừng, hân hạnh.

반가이 một cách vui sướng, một cách hài lòng, một cách mãn nguyện.

반감(反感) sự phản cảm, sự ác cảm, sự thù hằn. ¶ ~을 품다 giữ mối ác cảm, nuôi mối thù hằn / ~을 사다 gây ác cảm, gây phản cảm.

반감(半減) **~하다** giảm đi một nửa, vơi đi một nửa.

반갑다 hân hạnh, vui mừng, vui sướng, hài lòng. ¶ 반가운 소식 tin mừng, tin vui / 반갑잖은 손님 người khách không được hoan nghênh, khách không mời.

반값(半-) một nửa giá. ¶ ~으로 với một nửa giá.

반거들충이(半-) người có kiên thức nông cạn, trí thức nửa vời.

반걸음(半-) nửa bước.

반격(反擊) sự phản kích, sự phản công. **~하다** phản kích, phản công.

반경(半徑) bán kính, phạm vi. ¶ 행동~ bán kính hoạt động, phạm vi hoạt động / …의 ~ 내에 trong vòng bán kính của, trong bán kính của.

반골(叛骨) ~의 cứng cỏi, kiên định, bất khuất. ¶ ~정신 tinh thần bất khuất.

반공(反共) chống cộng, phản cộng. ~의 thuộc về phản cộng. ¶ ~ 운동 phong trào chống cộng.

반공일(半空日) nửa ngày nghỉ, thứ bảy.

반관반민(半官半民) ~의 liên doanh nhà nước và tư nhân, thuộc nhà nước và nhân dân.

반구(半球) bán cầu.

반군(叛軍) quân phiến loạn.

반기(反旗) ¶ ~를 들다 giương cờ chống đối.

반기(半旗) một nửa lá cờ, cờ rũ ¶ ~를 걸다 treo cờ rũ.

반기(半期) ~의 nửa kỳ, nửa năm, nửa hiệp. ¶ 상~ 6 tháng đầu năm / 하~ 6 tháng cuối năm. ¶ ~ 결산 quyết toán 6 tháng một lần.

반기다 tiếp đón (chào đón, tiếp nhận) vui vẻ, hân hoan.

반나마(半-) hơn một nửa.

반나절(半-) 1/4 ngày, một buổi.

반나체(半裸體) ~의 bán khỏa thân.

반납(返納) **~하다** hoàn lại, trả lại, nộp lại.

반년(半年) nửa năm, 6 tháng. ¶ ~마다 cứ mỗi 6 tháng, cứ nửa năm 1 lần.

반닫이(半-) tủ lửng, tủ đựng quần áo chỉ đóng một nửa.

반달(半-) ❶ (반개월) nửa tháng. ❷ (달의) 15 ngày.

반대(反對) ❶ (반항) phản đối, phản kháng; (이의) sự đối lập, sự chống đối. **~하다** phản đối, chống đối, đối lập, đối chọi. ¶ ~의 thuộc về sự đối lập / …에 ~하여 chống đối lại / …에 ~이다 đối lập với. ¶ ~당 đảng đối lập / ~ 신문 【PL】 tờ báo đối lập / ~ 운동 phong trào đối lập / ~자 người phản đối, kẻ chống đối. ❷ (역) phản nghịch. ¶ ~의 thuộc về mặt trái ngược / ~로 bằng sự trái ngược. ¶ ~어 từ trái nghĩa.

반도(半島) bán đảo. ~의 thuộc bán đảo.

반도(叛徒) phản đồ, kẻ nổi loạn.

반도체(半導體) chất bán dẫn.

반독(反獨) ~의 chống phát xít Đức.

반동(反動) sự phản động, sự phản ứng lại, sự bật lại (총 따위의). **~하다** phản động, phản ứng, bật lại. ¶ ~적인 tính phản ứng. ¶ ~분자 phần tử phản động / ~주의자 người theo chủ nghĩa phản động.

반드럽다 trơn, mượt, bóng loáng.

반드르르 ¶ ~한 mượt mà, bóng loáng, nhẵn nhụi.

반드시 (확실히) chắc chắn, nhất định; (꼭) nhất thiết, cần thiết; (항상) hiển nhiên; (필연) tất yếu, hiển nhiên. ¶ 우리가 ~ 이긴다 chúng ta nhất định thắng / ~ 해라 chắc chắn phải làm đấy nhé! / ~ …은 아니다 không nhất thiết..

반들거리다 vênh váo, ngạo nghễ; (얄밉게) giảo hoạt, khôn ranh.

반듯하다 thẳng thắn, chỉnh tề, nghiêm túc; (사람됨이) đứng đắn; (용모가) trang nhã, đoan trang, lịch sự, đường hoàng; (반듯이) ngay ngắn, ngăn nắp, trật tự.

반등(反騰) phục hồi, tăng trở lại. ¶ 주가의 급~ cổ phiếu tăng trở lại nhanh chóng.

반딧불 ánh sáng đom đóm.

반락(反落) giảm trở lại. ¶ 급~ giảm trở lại nhanh chóng, giảm đột ngột.

반란(反亂) sự phản loạn, sự phiến loạn, cuộc nổi loạn, cuộc binh biến. ¶ ~을 일으키다 gây ra phản loạn, gây binh biến, gây nổi loạn. ¶ ~군 quân phiến loạn / ~자 kẻ phản loạn.

반려(伴侶) bạn bè, bạn đồng hành, bạn đời.

반려(返戾) **~하다** hoàn lại, trả lại.

반론(反論) sự chống đối, sự bác bỏ, sự bất đồng. **~하다** bác bỏ, bất đồng, chống đối.

반말(半-) (반대말: 높임말) **~하다** nói không lịch sự, nói thô lỗ, nói trống không.

반면(反面) mặt đối lập, mặt trái, mặt khác. ¶ ~에 ở mặt khác, ngược lại.

반면(半面) (사물의) một nửa mặt; một khía cạnh; (얼굴의) khuôn mặt nhìn nghiêng. ¶ ~상(像) tượng nhìn nghiêng.

반모음(半母音) bán nguyên âm.

반목(反目) địch thủ, sự đối lập, sự thù địch. **~하다** thù địch, chống đối, đối lập.

반문(反問) sự hỏi ngược lại, việc bẻ lại. **~하다** hỏi ngược lại, bẻ lại, vặn lại.

반문(斑紋) lốm đốm (얼룩덜룩한 무늬).

반물 màu chàm, màu xanh đen.

반미(反美) ~의 sự phản đối Mỹ.

반미치광이(半-) kẻ ngốc nghếch, kẻ dở hơi, kẻ dở người.

반바지(半-) quần đùi, quần lửng.

반박(反駁) sự phản bác, sự cãi lại, sự vặn lại. **~하다** phản bác, cãi lại, vặn lại.

반반(半半) ¶ ~(으로) năm mươi năm mươi, đều bằng nhau.

반반하다 ❶ (바닥이) bằng phẳng, nhẵn. ❷ (인물이) duyên dáng, hấp dẫn, nhã nhặn. ¶ 얼굴이 ~ khuôn mặt dễ thương; khuôn mặt dễ nhìn. ❸ (지체

가) có hy vọng, có tương lai, vững vàng. ¶ 반반한 집안이다 gia đình có thế lực vững vàng.

반발 [VL] sự đẩy lùi, sự cự tuyệt. **~하다** đẩy lùi, cự tuyệt, kháng cự. ¶ ～력 lực đẩy lùi.

반백(半白) ～의 bạc một nửa, tóc hoa râm.

반벙어리(半-) người nói lắp, người nói ngọng.

반병신(半病身) ❶ (불구자) liệt nửa người, bán thân bất toại. ❷ ☞ **반편이**. người khờ dại.

반복(反復) **~하다** lặp lại, nhắc lại.

반분(半分) **~하다** (나누다) chia đôi, chia ra làm hai phần đều nhau.

ㅂ

반비(反比) [TH] tỷ lệ nghịch. ¶ A는 B와 ～례 관계에 있다 A và B có quan hệ tỷ lệ nghịch với nhau.

반비례(反比例) **~하다** tỷ lệ nghịch với.

반사(反射) sự phản xạ, sự phản chiếu. **~하다** phản chiếu, phản xạ (신경의). ¶ ～경 gương phản xạ, kính chiếu hậu / ～광 tia phản xạ/～열 nhiệt phản xạ / ～운동 vận động phản xạ / ～작용 tác dụng phản xạ.

반사식(反射式) ¶ ～ 스토브 lò phản xạ.

반사회적(反社會的) tính chất chống đối xã hội, tính chất phản kháng xã hội. ¶ ～ 집단 [행위] tập đoàn [hành vi] chống đối xã hội.

반삭(半朔) nửa tháng, 15 ngày.

반상(飯床) bộ đồ ăn.

반색하다 hân hoan, hoan hỉ, vui sướng.

반생(半生) nửa cuộc đời.

반석(盤石) vách đá, sự vững chãi. ¶ ～같은(같이) vững chãi như vách đá.

반성(反省) sự suy ngẫm, sự tự vấn, sự tự phê bình, kiểm điểm. **~하다** suy ngẫm, tự vấn, xem lại mình. ¶ ～의 기색이 전혀 없다 hoàn toàn không có vẻ muốn kiểm điểm bản thân.

반세기(半世紀) nửa thế kỷ.

반소(反蘇) ～의 chống lại Xô viết.

반소(反訴) sự kháng cáo, sự kháng án. ¶ ～하다 kháng án, kháng cáo.

반소(半燒) ～한 bị cháy dở, bị cháy một nửa.

반소매 ～ 옷 áo ngắn tay.

반송(返送) **~하다** gửi trả lại, hoàn trả lại.

반송장(半-) người lẩm cẩm (người già), người sắp chết.

반수(半數) nửa số lượng.

반숙(半熟) ～의 tái, chín dở; (과일) ương. ¶ ～란(卵) trứng lòng đào.

반시간(半時間) nửa giờ.

반식민지(半植民地) ¶ ～국가 quốc gia nửa thuộc địa, quốc gia bán thuộc địa.

반신(半身) bán thân, nửa người ¶ ～상 tượng bán thân / ～ 불수 liệt nửa người.

반신(返信) sự hồi âm, sự phúc đáp ¶ ～료 phí gửi trả lại bưu phẩm.

반신반의(半信半疑) **~하다** bán tín bán nghi.

반심(叛心) ý đồ chống đối.

반암(斑岩) [Địa] một loại đá gồm những tinh thể màu trắng và màu đỏ dùng làm đồ trang sức.

반액(半額) một nửa tiền, một nửa giá tiền. ¶ ～으로 bằng một nửa giá tiền/～으로 하다 giảm một nửa giá.

반양자(反陽子) [VLH] hạt phản proton, antiproton.

반어(反語) lời bóng gió, sự mỉa mai, sự châm biếm. ¶ ～적(으로) một cách bóng gió, tính châm biếm.

반역(叛逆) sự phản nghịch, sự làm phản, sự nổi loạn. **~하다** phản nghịch, làm phản, nổi loạn. ¶ ～자 kẻ nổi loạn, kẻ phản nghịch.

반영(反映) sự phản ánh, sự phản chiếu. **~하다** phản ánh, phản chiếu.

반영(反英) ～의 sự chống đối nước Anh.

반영구적(半永久的) tính chất bán vĩnh cửu.

반올림(半-) **~하다** làm tròn (số), làm chẵn.

반원(半圓) bán nguyệt. ¶ ～(형)의 hình bán nguyệt.

반월(半月) trăng bán nguyệt. ¶ ～(형)의 hình nửa vầng trăng, nửa hình tròn.

반유대 sự chống Do Thái. ～의 thuộc về chống Do Thái.

반유동체(半流動體) chất sền sệt, thể bán chất lỏng.

반음(半音) 【ÂN】 nửa cung, nửa âm trên cung nhạc. ¶ ～ 올리다 [낮추다] tăng [giảm] nửa âm.

반응(反應) sự phản ứng, sự tác động trở lại; (반향) đối phó; (효과) hiệu ứng. ¶ ～을 보이다 nhìn thấy sự phản ứng / ～이 있다 có phản ứng, có hiệu ứng.

반의반(半-半) 1 phần tư.

반의식(半意識) 【TLH】 tiềm thức. ¶ ～ 적 mang tính tiềm thức.

반의어(反意語) từ trái nghĩa.

반일(反日) ～의 chống Nhật.

반입(搬入) **~하다** đưa vào, mang vào, thu vào.

반자 trần nhà. ¶ ～지(紙) giấy dán trần nhà.

반작거리다 ☞ **반짝거리다**.

반작용(反作用) 【VLH】 sự tác động ngược, sự phản ứng lại, sự tác động ngược lại. **~하다** tác động ngược, phản ứng lại, tác động lại.

반장(班長) đội trưởng, lớp trưởng (학급의); quản đốc (직공의); trưởng thôn (동네의).

반장화(半長靴) đôi bốt cổ ngắn.

반전(反戰) (전쟁에 반대함) ～의 sự phản chiến. ¶ ～주의 chủ nghĩa phản chiến / ～주의자 người theo chủ nghĩa phản chiến / ～ 운동 phong trào phản chiến.

반전(反轉) **~하다** quay ngược lại, vặn lùi.

반절(半折) một nửa, gấp ở giữa, sự chia đôi. **~하다** chia đôi. ¶ ～지 nửa trang giấy.

반점(斑點) lấm chấm, lốm đốm. ¶ ～이 있는 có hạt lốm đốm, có hạt lấm chấm, có đốm.

반정(反正) sự cải cách, sự cách tân; sự chống đối chính phủ.

반정부(反政府) ～의 chống chính phủ.

반제국주의(反帝國主義) chủ nghĩa phản đế, chủ nghĩa chống đế quốc. ～적 mang tính chủ nghĩa phản đế.

반제품(半製品) hàng bán thành phẩm.

반주(伴奏) 【ÂN】 sự đệm, sự hòa nhịp, nhạc đệm. **~하다** đệm nhạc, hòa nhịp. ¶ …의 ～로 hòa nhịp với /피아노 ～로 đệm đàn piano. ¶ ～자 người chơi nhạc đệm, người đệm nhạc.

반주(飯酒) rượu khai vị.

반죽 **~하다** nhào bột.

반죽음(半-) sự chết dở. **~하다** chết dở.

반증(反證) phản chứng, chứng minh ngược lại. ¶ ～을 들다 đưa ra phản chứng.

반지(半紙) một loại giấy thông thường của người Nhật.

반지(斑指) nhẫn đeo tay.

반지랍다 mịn màng, bóng láng, bóng mượt.

반지르르 một cách mịn màng, một cách bóng láng, một cách bóng bẩy.

반지름(半-) ☞ **반경**(半徑).

반지빠르다 ❶ (얄밉도록) hợm hĩnh, kiêu ngạo. ❷ (어중되다) không tương xứng, không thích hợp, dở dang.

반직업적(半職業的) bán chuyên nghiệp.

반짇고리 hộp dụng cụ, hộp đựng đồ may vá.

ㅂ

반질거리다 ❶ (매끄럽다) hào nhoáng, bóng loáng, bóng bẩy. ❷ (교활) ranh mãnh, láu cá, khôn ranh, tinh quái.

반질반질 ¶ ~한 mượt mà, bóng mượt.

반짝거리다 lóng lánh, lấp lánh(별이); nhấp nháy (깜박임).

반짝이다 ☞ **반짝거리다**.

반쪽(半-) một nửa.

반찬(飯饌) thức ăn, đồ ăn (ăn cùng với cơm). ¶ ~가게 quầy thức ăn, cửa hàng đồ ăn.

반창고(絆瘡膏) cao dán. ¶ ~를 붙이다 dán cao.

반체제(反體制) ¶ ~인사 phản đối chế độ, người phản đối chế độ / ~ 집단 nhóm phản đối chế độ.

반추(反芻) sự nhai lại, sự hồi tưởng. **~하다** nhai lại, hồi tưởng.

반칙(反則) (경기의) sự ăn gian, sự chơi xấu; (법규의) sự trái luật, sự phạm luật. **~하다** phạm luật, làm trái luật, ăn gian, chơi xấu. ¶ ~이다 là phạm luật, là ăn gian.

반타작(半打作) [Nô] sự chia kết quả thu hoạch đều và công bằng với chủ đất.

반투명(半透明) ~의 mờ, không rõ ràng.

반편(이)(半偏(-)) khờ dại, ngốc nghếch, người khờ dại, kẻ ngốc nghếch.

반포(頒布) **~하다** ban bố, ban hành, lưu hành.

반품(返品) hàng hóa trả lại. ¶ ~사절 (게시) miễn trả lại hàng.

반하다[1] ☞ **번하다**.

반하다[2] (매혹) mê mẩn, phải lòng, bị quyến rũ.

반하다(反-) (반대되다) ngược lại, trái lại, tương phản. ¶ 의사에 반하여 trái với ý định / 이에 반하여 trái với điều này, ngược lại với điều này.

반합(飯盒) bát bằng aluminium thường được dùng trong quân đội.

반항(反抗) sự phản kháng, sự chống đối. **~하다** phản kháng, chống đối. ¶ ~적인 십대 아이들 những đứa trẻ lứa tuổi mười có tính cách ương ngạch.

반향(反響) tiếng dội, tiếng vang, sự âm vang; (반응) sự đáp trả, sự hưởng ứng. **~하다** vang dội, dội lại, âm vang, hưởng ứng, đáp trả. ¶ ~을 일으키다 tạo ra tiếng vang, tạo ra sự hưởng ứng / ~이 있다 có tiếng vang.

반혁명(反革命) cuộc phản cách mạng. ~적 tính chất phản cách mạng.

반환(返還) **~하다** hoàn lại, trả lại, phục hồi, khôi phục, đưa lại.

받다 ❶ (수령, 수납) nhận, tiếp nhận, tiếp thu, có được, nhận được. ¶ 교육을 ~ tiếp nhận nền giáo dục / 환영을 ~ nhận được sự hoan nghênh. ❷ (당하다) chịu, bị, được. ¶ 손해를 ~ bị thiệt hại, chịu thiệt hại / 혐의를 ~ bị nghi ngờ. ❸ (겪다) chịu đựng, trải qua. ¶ 치료를 ~ trải qua điều trị / 문초를 ~ bị tra vấn. ❹ (내려오는 것을) tiếp thu, tiếp nhận. ¶ 공을 ~ nhận bóng. ❺ (우산을) giương ô, xòe ô. ❻ (뿔, 머리로) húc, đâm vào. ¶ 황소에 받히다 bị con bò vàng húc. ❼ (별, 바람 따위) chiếu, rọi. ¶ 햇볕을 받다 ánh nắng chiếu vào. ❽ (아기) đỡ đẻ. ❾ (응답) nhận, trả lời. ¶ 전화를 ~ nhận điện thoại, trả lời điện thoại.

받들다 ❶ (추대) cất nhắc, nâng đỡ (ai lên chức vụ). ❷ (지지) ủng hộ, giúp đỡ, hỗ trợ; (보좌) bổ sung, chi viện; (따르다) tuân theo, vâng lời. ¶ …의 명령을 받들어 tuân theo mệnh lệnh. ❸ (공경) kính trọng, tôn kính. ❹ (받쳐듦) nâng lên, đưa lên.

받들어총 (구령) bồng súng lên chào!

받아들이다 chấp nhận, chấp thuận,

đồng ý, thừa nhận.
받아쓰기 sự viết chính tả.
받아쓰다 viết chính tả. ¶ 받아쓰게 하다 bắt viết chính tả.
받치다 ❶ (괴다) chống, đỡ, gối. ❷ (먹은 것이) ăn không tiêu, đầy bụng. ❸ (우산 따위를) giương ô, xòe ô.
받침대 giá đỡ, thanh chống, thanh giằng.
받히다 bị húc vào, bị đâm vào.
발[1] chân, bàn chân (다리); chân có móng sắc (개, 고양이 따위의); xúc tu (문어의). ¶ ～을 멈추다 dừng chân / ～을 맞추다 sánh bước, sánh kịp / ～을 헛디디다 lỡ bước, bước hụt.
발[2] (치는) màn tre, màn sáo.
발[3] (깊이, 길이의 단위) (길이를 잴 때, 두 팔을 잔뜩 벌린 길이) một sải tay (1,83 m).
발(跋) phần kết, đoạn kết, lời bạt.
발(發) ❶ (출발) khởi hành, xuất phát ¶ 오전 10시～ 열차 tàu hỏa khởi hành lúc 10 giờ sáng / 6월 10일 목포～의 배 tàu khởi hành ở Mokpo vào ngày 10 tháng 6. ❷ (탄알수) phát, viên (đạn) (소총의); phát, quả (của đại bác) (대포의). ¶ 탄약 1만～ 10.000 viên đạn.
발가락 ngón chân.
발가벗다 ☞ **벌거벗다**.
발가숭이 ☞ **벌거숭이**.
발각(發覺) ～되다 bị lộ, bị phát hiện, bị nhìn thấy.
발간(發刊) sự xuất bản, sự phát hành. **~하다** xuất bản, phát hành.
발갛다 đỏ thắm, đỏ tươi.
발개지다 chuyển sang màu đỏ, trở nên đỏ, đỏ bừng lên. ¶ 얼굴이 ～ mặt đỏ bừng lên.
발걸음 bước chân; bước đi. ¶ ～을 재촉하다 thúc giục bước chân.
발견(發見) sự phát hiện, sự khám phá, sự tìm ra. **~하다** phát hiện, khám phá, tìm ra. ¶ ～자 người phát hiện, người phát minh, người tìm ra.
발광(發光) sự phát xạ, sự phát quang, sự bức xạ. **~하다** phát xạ, phát quang, tỏa sáng, phát sáng. ¶ ～체 vật thể phát quang / ～도료 sơn phát quang, sơn phát sáng (trong bóng tối).
발광(發狂) **~하다** phát điên, phát cuồng, mất trí. ¶ ～케 하다 làm cho phát điên, làm cho mất trí.
발구르다 giẫm chân, dậm chân, đạp chân. ¶ 여자 아이는 자신이 원하는 것을 갖지 못하자 화가나서 발을 굴렀다 Bé gái không có được thứ mình muốn nên nổi giận dậm chân / 그녀는 노래를 부를때 발을 구르며 박자를 맞추었다 Khi hát, cô ấy dậm chân theo nhịp.
발군(拔群) ～의 nổi bật, đáng chú ý, dễ thấy.
발굴(發掘) sự khai quật, sự đào lên, sự bới lên. **~하다** khai quật, đào lên, bới lên.
발그레하다 đỏ bừng mặt (vì bối rối, vì vui sướng); đỏ rực.
발그림자 vết tích, dấu chân, sự đến gần. ¶ 그 일이 있은 후로는 그는 우리집에 ～도 얼씬 안 한다. Sau khi xảy ra việc đó, anh ta không bén mảng đến nhà chúng tôi nữa.
발그스름하다 ☞ **발그레하다**.
발급(發給) **~하다** cấp phát, cấp cho. ¶ 여권을 ～하다 cấp hộ chiếu.
발긋발긋 ¶ ～한 nổi mẩn đỏ.
발기(勃起) (근육의) sự cương cứng, sự đứng thẳng. **~하다** cương cứng, dựng thẳng. ¶ ～가 안되다 không cương cứng được. ¶ ～력 감퇴 suy giảm khả năng cương cứng.
발기(發起) sự đề xuất, sự khởi đầu, sự

ㅂ

nhập môn. **~하다** đề xuất, khởi đầu, nhập môn. ¶ …의 ~로 theo đề xuất của. ¶ ~인 người đề xuất, người khởi đầu, người khởi nghiệp (회사 등의).

발기다 ghè, cạy, khui, bóc.

발길 bước chân. ¶ ~이 잦다 bước chân đều đặn, hay lui chân tới, hay viếng thăm / ~을 돌리다 quay lại, bỏ đi.

발길질 cú đá, cú đạp. **~하다** đá, đạp.

발꿈치 gót, gót chân, gót giầy.

발끈 ☞ **불끈**.

발끝 đầu ngón chân (구두, 양말 따위의). ¶ ~으로 걷다 đi bằng đầu ngón chân.

발단(發端) căn nguyên, sự bắt đầu, ngọn nguồn, sự khởi phát. ¶ 사건의 ~ căn nguyên của sự việc.

발달(發達) sự phát triển, sự mở mang; (진보) sự tiến bộ, sự tăng trưởng, sự phát triển, sự phát đạt. **~하다** phát triển, phát đạt, tiến bộ, mở mang. ¶ 학문 [과학]의 ~ sự phát triển của học vấn [khoa học] / 도시의 ~ sự phát triển của đô thị.

발돋움 ¶ ~하다 nhón chân.

발동(發動) sự chuyển động, sự vận động, sự thực hiện, sự áp dụng (법, 권력 따위의). **~하다** vận động, chuyển động, thực hiện, áp dụng.

발동기(發動機) động cơ. ¶ ~선 thuyền máy; thuyền chạy bằng động cơ.

발뒤꿈치 = 발뒤축. gót; gót chân.

발등 mu bàn chân.

발딱 ¶ ~ 일어나다 đột ngột đứng dậy, đứng phắt dậy, đứng dậy bất thình lình. ¶ ~ 자빠지다 đột ngột ngã ngửa ra sau.

발딱거리다 ừng ực (uống nước), thình thịch (tim đập).

발라내다 gỡ, bóc, lột, xé, lóc. ¶ 생선 뼈를 ~ gỡ xương cá.

발라맞추다 dỗ dành, dụ dỗ, tán tỉnh, phỉnh nịnh.

발랄(潑剌) ~한 sôi nổi, hoạt bát, năng nổ, hăng hái; sinh động.

발레 vũ ba lê, kịch múa.

발레리나 nữ diễn viên múa ba lê.

발령(發令) **~하다** ra lệnh, công bố, đưa ra quyết định. ¶ 부산으로 ~이 나다 [을 받다] có lệnh, có quyết định [nhận lệnh, nhận quyết định] về Busan / 그는 회사에서 사장으로 발령이 났다 Anh ấy có quyết định (có công bố, được lệnh) lên làm giám đốc công ty.

발로(發露) sự biểu lộ, sự thể hiện, sự bày tỏ. ¶ 우정의 ~ biểu lộ tình bạn bè / 희생 정신의 ~ thể hiện tinh thần hy sinh.

발론(發論) sự kiến nghị, sự đề nghị, sự đề xuất. **~하다** kiến nghị, đề nghị, đề xuất. ¶ ~자 người đề xuất, người kiến nghị.

발맞다 đi đúng nhịp. ¶ 발맞지 않다 đi sai nhịp.

발맞추다 đi đúng nhịp bước, sánh bước, kịp bước.

발매 sự chặt, sự đốn, sự phát. **~하다** đốn, chặt, phát.

발매(發賣) **~하다** phát mại, đem bán, đưa ra bán. ¶ ~중 đang bán.

발명(發明) ❶ (고안) sự phát minh, sự sáng chế. **~하다** phát minh, sáng chế. ¶ 신~의 thuộc về phát minh mới. ¶ ~가 nhà phát minh, nhà sáng chế / ~품(品) sản phẩm phát minh. ❷ (변명) sự biện minh, sự thanh minh; sự biện hộ, sự bào chữa. ~하다 biện minh, thanh minh; biện hộ, bào chữa.

발목 mắt cá chân ¶ ~잡히다 (일에) bận bịu, vướng chân vì công việc, bị trói chân vì bận việc; (약점을) bị bới móc, bị bắt bẻ (khuyết điểm).

발밑 ¶ ～에 dưới quyền, dưới trướng, phụ thuộc ai đó / ～에도 못 따라가다 không thể theo kịp được.

발바닥 gan bàn chân, lòng bàn chân. ¶ ～ 밑 모래가 불에 타듯 뜨거웠다 cát dưới gan bàn chân nóng như thiêu đốt.

발바리 giống chó cảnh Bắc Kinh.

발발(勃發) sự bùng nổ. **~하다** bùng nổ. ¶ 전쟁이 ～하다 chiến tranh bùng nổ.

발버둥이치다 vùng vẫy, ra sức, quằn quại, quẫy đạp, cố gắng; luồn lách, chạy chọt, chạy vạy. ¶ 아무리 발버둥쳐도 너는 서울대에 못 가 Cậu thì dù có chạy chọt thế nào cũng không thể vào được trường Đại học Seoul đâu.

발버둥질치다 ☞ **발버둥이치다**.

발병(發病) **~하다** bị bệnh.

발본(拔本) sự loại trừ tận gốc, phá hủy toàn bộ. **~하다** trừ tận gốc, phá toàn bộ, diệt tận gốc. ¶ ～색원(塞源)하다 loại bỏ tận gốc.

발부리 đầu ngón chân, mũi giày. ¶ ～를 돌에 채다 vấp mũi giày vào đá, vấp đầu ngón chân vào đá.

발분(發憤) **~하다** cố sức, phấn đấu, gắng sức. ¶ ～해서 공부하다 gắng sức học tập / ～망식(亡息)하다 cố gắng cật lực quên cả ăn.

발뺌 biện minh, sự biện hộ, sự thoái thác, sự từ chối; (구실) sự thỉnh cầu, sự cầu xin tha thứ, sự xin khoan hồng. **~하다** biện hộ, thoái thác; cầu xin, thỉnh cầu.

발사(發射) sự nổ súng, sự bắn ra. **~하다** nổ súng, bắn ra, phóng ra. ¶ ～장치[대] thiết bị phóng, thiết bị nổ [bệ phóng, bệ bắn].

발산(發散) sự phân tán, sự khuếch tán, sự lan truyền, sự bay hơi, sự tỏa ra (빛의). **~하다** phân tán, lan truyền, tỏa ra, khuếch tán, bay hơi.

발상(發想) ❶ (사상) sự nhận biết; sự tiếp thu. ❷ sự diễn đạt, sự trình bày, sự truyền cảm.

발상지(發祥地) nôi, nguồn gốc.

발생(發生) (돌발) sự ra đời, sự phát sinh, sự nảy sinh; (기원) sự bắt nguồn; (생육) sự sinh sản, sự tăng trưởng; (출현) sự xuất hiện. **~하다** ra đời, phát sinh, nảy sinh, xuất hiện, sinh sản. ¶ 사건의 ～ sự nảy sinh vụ việc / 콜레라의 ～ sự ra đời của bệnh dịch tả. ¶ ～학 khoa phôi thai, phôi học.

발설(發說) **~하다** tiết lộ, phơi bày, vạch trần.

발성(發聲) phát âm, phát thanh, phát ngôn. **~하다** phát âm, phát thanh. ¶ ～기관 cơ quan phát âm / ～법(法) cách phát âm / ～ 영화 phim có lời thoại.

발소리 tiếng bước chân. ¶ ～를 죽이고 đi rón rén.

발송(發送) **~하다** (물품) sự gửi đi, sự chuyển phát, sự phân phát; (우편물) sự gửi bưu phẩm. ¶ ～역 trạm chuyển phát bưu phẩm / ～인 (출하주) nhân viên bưu điện (người ký gửi, người ủy thác).

발신(發信) **~하다** gửi tin, đánh điện, phát tín hiệu. ¶ ～음 (무전의) âm tín (trên sóng phát) / ～인 người gửi đi/～지 nơi gửi đi.

발싸개 (버선을 신을 때에 잘 들어가게 하기 위해 발을 싸는 헝겊이나 종이) Mảnh vải hay giấy dùng để quấn chân cho vừa khi đi tất truyền thống của Hàn Quốc.

발씨 bước chân quen, sự quen chân. ¶ ～가 서투르다 (자주 다녀 보지 않던

길이어서 길이 익숙하지 못하다) chân bước ngập ngừng (không quen đi trên con đường ít qua lại) / ~가 익다 (여러번 다녀서 길이 익숙하다) quen chân (đi nhiều lần nên quen đường).

발아(發芽) **~하다** mọc, nhú, nẩy mầm, đâm chồi.

발악(發惡) **~하다** điên cuồng, điên rồ. ¶ 최후의 ~ sự điên cuồng cuối cùng.

발안(發案) sự đề xuất, sự đề nghị, sự kiến nghị (발의). **~하다** đề xuất, đề nghị, kiến nghị (계획). ¶ ~자 người đề xuất, người đề nghị, người kiến nghị.

발암(發癌) ¶ ~성의 có tính chất gây ung thư. ¶ ~물질 chất gây ung thư.

발언(發言) sự nói ra, sự phát biểu, sự bày tỏ. **~하다** nói ra, bày tỏ, phát biểu (의회에서). ¶ ~을 취소(取消)하다 từ chối phát biểu. ¶ ~권 quyền phát ngôn, quyền phát biểu (국회의원의) / ~자 người phát ngôn, người phát biểu, người nói.

발연(發煙) sự bốc khói, sự tỏa khói ¶ ~탄 đạn khói.

발열(發熱) ❶ (열의 발생) sự tỏa nhiệt, sự phát nhiệt. **~하다** tỏa nhiệt. ¶ ~량 nhiệt lượng tỏa ra. ❷ (병으로) ~하다 sốt, cảm sốt.

발원(發源) **~하다** bắt nguồn, xuất phát.

발원(發願) **~하다** cầu nguyện; van xin. ¶ 병이 낫도록 ~하다 cầu nguyện xin được khỏi bênh.

발육(發育) sự lớn mạnh, sự phát triển, sự tăng trưởng. **~하다** lớn mạnh, phát triển, tăng trưởng. ¶ ~이 불완전한 sự phát triển không toàn diện / ~이 빠르다 [늦다] phát triển nhanh [chậm] / ~이 부진하다 chậm phát triển. ¶ ~기 thời kỳ phát triển, giai đoạn dậy thì.

발음(發音) sự phát âm, cách phát âm. **~하다** phát âm. ¶ 잘못 발음하다 phát âm sai. ¶ ~ 기관 cơ quan phát âm / ~ 기호 kí hiệu phát âm / ~학 phát âm học.

발의(發議) sự kiến nghị, sự đề xuất, việc đưa ra ý kiến. **~하다** kiến nghị, đề xuất, đưa ra ý kiến. ¶ …의 ~로 kiến nghị của ai đó. ¶ ~권 quyền đề xuất, quyền kiến nghị.

발인(發靷) **~하다** đưa quan tài ra khỏi nhà, bắt đầu đưa tang.

발자국 vết chân, dấu chân. ¶ ~을 남기다 để lại dấu chân.

발자귀 vết chân thú.

발자취 ❶ ☞ **발자국**. ❷ (종적) dấu vết, tung tích.

발작(發作) sự co thắt đột ngột, sự co giật từng đợt, từng cơn, từng hồi. **~하다** co thắt từng cơn. ¶ ~적으로 소리지르다 đột ngột hét toáng lên.

발장단(-長短) **~치다** nhịp chân theo nhạc, dậm chân theo nhịp.

발전(發展) (발달) sự phát triển, sự lớn mạnh; sự tăng trưởng; (융성) sự hưng thịnh. **~하다** tăng trưởng, phát triển, hưng thịnh (번영). ¶ 공업의 ~ sự phát triển của công nghiệp / 사업을 ~시키다 phát triển kinh doanh / ~적 해소 giảm thiểu phát triển. ¶ ~ 가능성 khả năng phát triển.

발전(發電) sự phát điện (điện năng); sự đánh điện (điện tín). **~하다** phát điện, đánh điện. ¶ ~기 máy phát điện / ~소 trạm phát điện.

발정(發情) sự phát dục, sự ham muốn tình dục (동물의). **~하다** ham muốn (tình dục), phát dục. ¶ ~기 thời kỳ phát dục, thời kỳ động đực (동물의) / ~호르몬 hoocmôn (kích thích tố) sinh dục.

발족(發足) sự xuất phát, sự thiết lập. **~하다** thiết lập.
발주(發注) sự đặt hàng, sự đặt mua hàng. **~하다** đặt hàng.
발진(發疹) 【YH】 sự phát ban, sự nổi ra ngoài. **~하다** phát ban. ¶ ~티푸스 sốt phát ban.
발진(發進) (비행기의) cất cánh, bay lên; (로켓의) phóng lên.
발진기(發振器) máy tạo dao động.
발차(發車) sự khởi hành của tàu xe, sự xuất phát của tàu xe. **~하다** khởi hành, xuất phát. ¶ ~시간 thời gian khởi hành / ~신호 tín hiệu khởi hành.
발착(發着) lượt đi và lượt về. **~하다** đi và về. ¶ ~시간표 lịch đi và về.
발췌(拔萃) (뽑아냄) sự trích dẫn, sự tuyển lọc; (뽑아낸 것) đoạn trích, trích dẫn, phần tuyển chọn (적요). **~하다** trích dẫn, tuyển chọn. ¶ ~곡(曲) bài hát chọn lọc.
발치 chân (giường, ghế, tủ).
발칙하다 ❶ (버릇없다) khiếm nhã, vô lễ. ❷ (괘씸하다) láo xược, xấc láo.
발칵 bất thình lình.
발칸 ¶ ~반도 Bán đảo Bancăng.
발코니 ban công.
발탁(拔擢) **~하다** lựa chọn, tuyển chọn.
발톱 móng chân (사람의); móng (짐승의); vuốt (맹금의); móng guốc (마소의).
발틱해(-海) biển Bantích.
발파(發破) **~하다** làm hư hại, làm tan vỡ, làm tàn héo. ¶ ~공 người làm hư hại, người phá hại.
발판(-板) ❶ (발을 딛는) bậc chân, giá, bậc. ❷ (기반, 거점) giàn giáo; giá đỡ. ¶ ~을 얻다 có giá đỡ, có nơi nhờ cậy. ❸ (수단) bậc thang, nấc thang, bước đệm.
발포(發布) sự công bố, sự ban hành, sự ban bố, sự phổ biến. **~하다** công bố, ban hành, phổ biến, ban bố.
발포(發泡) sự sùi bọt, sự nổi bọt. ~하다 sùi bọt, nổi bọt.
발포(發砲) **~하다** nổ súng, bắn súng, bắn đạn pháo. ¶ ~사건 vụ nổ súng.
발표(發表) sự ban hành, sự thông báo, sự công bố, sự phát biểu. **~하다** ban hành, thông báo, công bố, phát biểu. ¶ 연구를 ~하다 (출판물로) công bố (kết quả) nghiên cứu (bằng ấn phẩm). ¶ 미~ 작품 tác phẩm chưa được công bố.
발하다(發-) ❶ (빛, 열 등을) tỏa ra, chiếu ra; bốc ra (향기 등을). ❷ (명령 등을) phát ra, công bố, ban hành. ¶ 명령을 ~ ban hành lệnh, công bố lệnh, phát lệnh. ❸ (출발) xuất phát, khởi hành, rời khỏi. ❹ (기원) khởi đầu, bắt nguồn, khởi nguồn.
발한(發汗) **~하다** đổ mồ hôi, ra mồ hôi.
발행(發行) ❶ (도서의) sự xuất bản, sự phát hành. **~하다** xuất bản, phát hành. ¶ 매월 ~의 잡지 tạp chí xuất bản hàng tháng. ¶ ~금지 cấm xuất bản / ~부수 số lượng xuất bản / ~소 nơi phát hành / ~인 người phát hành, người xuất bản. ❷ (어음 등) phát hành, xuất (hối phiếu). ~하다 phát hành, ký xuất, cấp phát, công bố. ¶ ~인 người ký xuất, người cấp phát / ~일 ngày cấp phát. ❸ (지폐, 채권 등의) phát hành. ¶ ~가격 giá khởi đầu (공채 등의).
발호(跋扈) **~하다** hung hăng, cuồng bạo, hùng hổ.
발화(發火) **~하다** bốc cháy, bắt lửa/장치 bộ phận đánh lửa/~점 nơi phát lửa/ 자연 ~ tự bốc cháy.
발회(發會) sự khai mạc buổi họp (거래소

의) bắt đầu giao dịch. **~하다** mở cuộc họp, mở phiên giao dịch. ¶ ～식 lễ khai mạc.

발효(發效) **~하다** có hiệu quả, có kết quả.

발효(醱酵) sự lên men. **~하다** lên men. ¶ ～시키다 lên men, dậy men. ¶ ～소 men, men bia, men làm bánh.

발휘(發揮) **~하다** trình diễn, phô trương, phơi bày; thể hiện, chứng tỏ. ¶ 수완을 ～ chứng tỏ khả năng.

발흥(勃興) sự dậy lên, sự dấy lên, sự nhảy bật lên, sự mạnh lên. **~하다** dấy lên, nhảy bật lên. ¶ 인도의 ～ sự mạnh lên của Ấn Độ.

밝기 (명도) độ sáng.

밝다[1] ❶ (환하다) sáng sủa, sáng ngời. ¶ 밝은 데 nơi sáng sủa / 밝게 하다 làm sáng lên, làm rõ, làm minh bạch. ❷ (정통) minh bạch, trong sáng, phân minh. ❸ (귀, 눈이) sáng, tinh tường, thính nhạy. ¶ 귀가 ～ tai thính. ❹ (성격, 사정이) tươi tắn, vui vẻ, thông thạo. ¶ 밝은 표정 vẻ mặt vui vẻ, vẻ mặt sáng sủa / 밝은 미래 tương lai sáng láng/밝은 전망 triển vọng tươi sáng ❺ (공명) minh bạch. ¶ 밝은 정치 nền chính trị trong sạch, nền chính trị công khai và minh bạch.

밝다[2] (날이) trời sáng. ¶ 밝아 오는 하늘 bầu trời sáng dần / 날이 밝기 전에 trước khi trời sáng.

밝을녘 bình minh, rạng đông.

밝히다 ❶ (불을) chiếu sáng, soi sáng, rọi sáng. ❷ (분명히) làm rõ, làm sáng tỏ. ¶ 신분을 ～ làm rõ thân phận. ❸ (밤새움) thức trắng đêm, thức đêm cho tới sáng.

밞다 đo lường, đánh giá.

밟다 ❶ (발로) giẫm, đạp. ¶ 발 [발가락]을 밟다 giẫm lên [ngón] chân. ❷ (가다) giẫm lên, đạp lên, bước lên. ¶ 이국 땅을 ～ đặt chân lên đất nước khác. ❸ (경험) ¶ 무대를 ～ bước lên sân khấu. ❹ (절차 등을) thực hiện, trải qua. ¶ 정규과정을 ～ thực hiện quá trình chính quy. ❺ (뒤를) đạp lên, đi theo.

밟히다 bị giẫm, bị đạp.

밤[1] ❶ (야간) ban đêm, buổi tối (저녁). ～에 vào buổi tối, vào ban đêm. ¶ ～의 서울 Seoul vào buổi tối / ～거리의 여인 người con gái trên đường vào ban đêm / ～마다 vào mỗi đêm / ～늦게 đêm khuya / 얘기로 ～을 새우다 nói chuyện sáng đêm, thức cả đêm nói chuyện. ¶ ～경치 cảnh ban đêm. ❷ (행사) chương trình. ❸ 모짜르트의 ～ Đêm nhạc Mozart.

밤[2] [TV] hạt dẻ. ¶ ～나무 cây hạt dẻ / ～색 màu hạt dẻ.

밤길 sự đi đêm; đường đêm.

밤낚시 sự câu cá đêm. **~하다** đi câu đêm. ¶ ～꾼 người đi câu đêm.

밤낮 (늘) đêm ngày, cả ngày, bất cứ lúc nào.

밤눈 ¶ ～이 어둡다 bị quáng gà, không nhìn rõ vào ban đêm.

밤도와 cả đêm, suốt đêm. ¶ ～ 일을 하다 làm việc cả đêm.

밤바 vật cản xung đột, vật đệm giảm xây xước.

밤바람 gió ban đêm.

밤비 mưa đêm.

밤사이 trong đêm, đang đêm.

밤새도록 thâu đêm suốt sáng.

밤새(우)다 thức trắng đêm, thức suốt đêm.

밤새움하다 thức trắng đêm, thức suốt đêm.

밤소경 người bị quáng gà.

밤소일(-消日) **~하다** thức đêm ở bên ngoài (không về nhà).

밤손님 kẻ trộm ban đêm.
밤송이 gai hạt dẻ.
밤안개 sương mù ban đêm.
밤알 nhân hạt dẻ.
밤이슬 sương đêm.
밤일 ca tối, ca đêm.
밤잠 giấc ngủ ban đêm.
밤중(-中) nửa đêm. ¶ ～에 lúc nửa đêm.
밤차(-車) chuyến xe đêm, xe chạy đêm.
밤참 bữa ăn (lót dạ) ban đêm.
밤톨 ¶ ～만하다 bằng hạt dẻ(độ lớn).
밤하늘 trời đêm.
밥 ❶ (쌀밥) cơm. ¶ ～을 짓다 nấu cơm. ❷ (식사) bữa ăn; (생계) kế sinh nhai. ¶ ～을 먹다 ăn cơm, dùng bữa (벌이). ❸ (먹이) mồi, mồi câu (낚시용); (희생물) con mồi. ¶ 돼지～ cám lợn / …의 ～이 되다 thành con mồi cho.
밥값 chi phí ăn uống.
밥그릇 bát cơm.
밥맛 sự thèm ăn, sự ngon miệng (입맛).
밥벌레 (일은 않고 밥만 많이 먹는 사람) người vô tích sự, người chỉ ăn mà không làm việc.
밥벌이 **~하다** kiếm ăn, kiếm sống, kiếm cơm.
밥보자(기)(-褓子(-)) lồng bàn.
밥상(-床) bàn ăn. ¶ ～을 차리다 chuẩn bị bàn ăn, sắp cơm, sắp bữa / ～을 치우다 dọn bàn ăn.
밥솥 nồi cơm. ¶ 전기～ nồi cơm điện / 압력 ～ nồi cơm áp suất.
밥술 muỗng cơm, thìa cơm (숟가락) (chỉ bữa ăn đạm bạc, tạm bợ).
밥알 hạt cơm.
밥장사하다 bán hàng ăn, bán đồ ăn.
밥장수 người bán hàng ăn, người bán đồ ăn.
밥주걱 cái muỗng (vá, môi) để bới cơm.
밥줄 kế sinh nhai, đường kiếm sống, đường làm ăn. ¶ ～이 끊어지다 mất kế sinh nhai, mất đường kiếm sống.
밥집 quán cơm, hàng cơm (bình dân).
밥짓다 nấu cơm; thổi cơm.
밥통(-桶) ❶ (그릇) hộp to để đựng cơm. ❷ ☞ **위**(胃). ❸ ☞ **밥벌레**, **바보**.
밥투정하다 chê bai thức ăn không ngon.
밥풀 ❶ (풀) hồ bằng bột gạo. ❷ (밥알) hạt gạo.
밧줄 dây chão, dây thừng / ～로 당기다 kéo bằng sợi dây thừng / ～을 당기다 kéo dây thừng / ～을 타고 내려오다 xuống bằng dây thừng.
방(房) phòng; buồng. ¶ 자기 ～ phòng riêng / 양지바른 ～ phòng có ánh nắng mặt trời chiếu vào / ～이 셋 있는 집 ngôi nhà có ba phòng / ～을 빌리다 [세놓다] thuê phòng, thuê nhà [cho thuê phòng].
방(榜) (방목) danh sách ứng cử viên trúng cử; (방문) áp phích cổ động, tranh cổ động.
방(放) (총알 등의) phát đạn, phát súng.
…방(方) (우편 등에서) nhờ chuyển hộ. ¶ 김씨～ 유씨 nhờ ông Kim chuyển hộ cho ông Yu.
방갈로 căn nhà gỗ có một tầng.
방값 (방세) tiền thuê nhà; (호텔 등의) tiền thuê phòng, tiền thuê chỗ ở.
방게 [ĐV] con còng.
방계(傍系) ～의 chi nhánh cùng họ, chi phụ, nhánh phụ. ¶ ～ 회사 công ty chi nhánh, công ty con.
방공(防空) hệ thống phòng không. ¶ ～ 연습 [훈련] luyện tập [huấn luyện] phòng không / ～호 hầm trú ẩn, hầm tránh không kích.
방과(放課) ¶ ～후 sau giờ học, tan học / ～후에 영화보러가다 sau giờ học đi xem phim.
방관(傍觀) **~하다** bàng quan, nhìn nhưng không để tâm. ¶ ～적 태도를 취하다

có thái độ bàng quan. ¶ ～자 người bàng quan, người ngoài cuộc.

방광(膀胱) bàng quang, bọng đái. ¶ ～염(炎) 【YH】 viêm bàng quang.

방귀 sự đánh rắm. ¶ ～뀌다 đánh rắm.

방그레 ¶ ～ 웃다 cười tươi, cười rạng rỡ (rất thoải mái).

방글거리다 = 방긋거리다. tươi cười. ¶ 방글방글(방긋방긋) tươi tắn.

방금(方今) vừa mới, vừa xong, vừa rồi.

방긋하다 hé, mở nửa chừng.

방년(芳年) tuổi hoa, tuổi hồng, tuổi tươi đẹp nhất, tuổi thanh xuân, tuổi xuân sắc. ¶ ～ 20세의 처녀 cô gái 20 tuổi đương thời xuân sắc.

방놓다(房-) xây một căn phòng, chuẩn bị một phòng.

ㅂ

방뇨(放尿) sự đi tiểu, sự đi đái (속어). **~하다** đi tiểu, đi đái (속어).

방담(放談) nói chuyện tự do, nói chuyện thoải mái.

방대(尨大) ～한 to lớn, vĩ đại; đồ sộ, khổng lồ. ¶ ～한 계획 một kế hoạch đồ sộ, một kế hoạch lớn.

방도(方途) phương pháp, biện pháp, cách thức. ¶ 그로서는 이 일을 막아낼 ～가 없었다 vì thế không có biện pháp nào ngăn chặn việc này.

방독(防毒) phòng độc. ¶ ～마스크(면) mặt nạ phòng độc.

방랑(放浪) **~하다** lang thang, thơ thẩn, rong chơi; phiêu bạt. ¶ ～객(자) người lang thang, người phiêu bạt, người rong chơi / ～벽 thói quen đi lang thang, vẩn vơ / ～ 생활 cuộc sống lang thang, cuộc sống phiêu bạt.

방략(方略) chính sách, chiến lược, phương lược, sách lược (책략); cách thức, phương thức (수단).

방류(放流) **~하다** (물을) tuôn ra, tiết ra, đổ ra, chảy ra; (물고기를) dồn, lùa (co cụm vào một nơi).

방망이 dùi cui, gậy tày.

방매(放賣) sự bày bán. **~하다** bày bán, bày hàng hóa ra bán.

방면(方面) ❶ (방향) phương hướng, phía; (지방) hướng huyện. ¶ 제주 ～ hướng đảo Jeju. ❷ (분야) phương diện, khía cạnh, bộ phận.

방면(放免) **~하다** thả, phóng thích, giải tỏa. ¶ 훈계(訓戒) ～ thả ra sau khi giáo dục.

방명(芳名) tên, quý danh. ¶ ～록 bảng danh sách, sổ danh sách khách thăm.

방목(放牧) **~하다** chăn thả (súc vật). ¶ ～지(地) vùng đất chăn thả, vùng đất thả nuôi.

방문(房門) cửa phòng.

방문(訪問) **~하다** thăm viếng, thăm hỏi, viếng thăm. ¶ ～을 받다 được thăm hỏi. ¶ ～객 khách viếng thăm / ～외교 thăm ngoại giao / 공식 ～ thăm chính thức (국가 원수의).

방문단(訪問團) đoàn đến thăm viếng.

방물장수 người bán hàng rong, người đi rao hàng.

방미(訪美) chuyến thăm nước Mỹ. ¶ ～길에 오르다 lên đường sang thăm nước Mỹ.

방바닥(房-) sàn của căn phòng.

방방곡곡(坊坊曲曲) ～에서 khắp đất nước, khắp mọi nơi trên đất nước.

방범(防犯) sự ngăn ngừa tội phạm. ¶ ～대원 cảnh giới ban đêm / ～ 주간 tuần lễ phòng chống tội phạm.

방법(方法) (방식) phương pháp, cách thức; (과정) quy trình; (수단) phương tiện, biện pháp; (방책) cách thức, thể thức; (조치) bước xử lý; (처방) cách làm; (방안) phương án, kế hoạch; (절차) trình tự. ¶ 최선의 ～ phương cách tối ưu nhất / …하는 ~ làm theo phương pháp. ¶ ~론 phương pháp luận / 교육 ~ phương pháp giáo dục.

방벽(防壁) hàng rào, chướng ngại vật.

방부(防腐) sự chống thối rữa, sự chống phân hủy (시체의). ¶ ~제 chất chống phân hủy, chất chống thối rữa, chất bảo quản.

방불(彷佛) **~하다** báo trước, làm quen. ¶ ~케 하다 tập cho quen, làm cho quen.

방비(防備) sự bảo vệ, sự phòng thủ, sự phòng bị. **~하다** bảo vệ, phòng thủ, phòng bị. ¶ 무~도시 thành phố không được bảo vệ.

방사(房事) quan hệ tình dục, sự giao phối. ¶ ~를 삼가다 hạn chế quan hệ tình dục.

방사(放射) sự phóng xạ, sự bức xạ. **~하다** phóng xạ, bức xạ. ¶ ~상(狀) 도로 dạng tia phóng xạ / ~성 tính phóng xạ, khả năng phóng xạ / ~성 동위원소 chất đồng vị phóng xạ / ~성 물질 chất có tính phóng xạ / ~선 tia phóng xạ, tia X quang / ~선 치료의 【YH】 thuộc về cách điều trị bằng tia phóng xạ / ~선 요법 liệu pháp xạ trị / ~선 의학 X-quang y học.

방사능(放射能) tính năng phóng xạ, tính phóng xạ, khả năng phóng xạ. ¶ ~낙진 giảm khả năng phóng xạ / ~비 mưa có phóng xạ / ~ 구름 mây phóng xạ / 인공 ~ phóng xạ nhân tạo.

방사림(防沙林) rừng phòng hộ.

방생(放生) 【PG】 phóng sinh.

방석(方席) cái nệm, cái đệm.

방성대곡(放聲大哭) **~하다** khóc lóc ầm ĩ.

방세(房貰) giá tiền thuê phòng. ¶ ~를 올리다 tăng giá thuê phòng.

방세간(房-) đồ đạc ở trong phòng.

방송(放送) buổi phát sóng, sự phát sóng. **~하다** phát sóng. ¶ ~중이다 đang phát sóng. ¶ ~국 đài phát sóng (phát thanh truyền hình) / ~극 phim truyền hình, kịch truyền thanh / ~기자 phóng viên đài truyền hình, phóng viên đài phát thanh / ~망 mạng lưới phát sóng / ~실 phòng thu / ~통신대학 trường Đại học thông tin truyền thanh truyền hình / ~ 프로 chương trình phát sóng / 상업 ~ phát sóng thương mại / 생~ truyền hình trực tiếp, phát thanh trực tiếp, phát sóng trực tiếp / 해외 ~ kênh phát sóng ra nước ngoài.

방수(防水) ~의 không thấm nước, chống thấm / ~제(포) chất chống thấm, màng chống thấm / ~화(靴) giầy đi mưa, ủng đi mưa.

방수로(放水路) kênh thoát nước.

방습(防濕) ~의 chống ẩm.

방식(方式) (형식) hình thức, hình dạng; (양식) kiểu, dáng; (방법) phương thức, phương pháp; (절차) trình tự, thủ tục, nền nếp (관례). ¶ 사고 ~ cách tư duy, phương thức tư duy / 생활 ~ phương thức sinh hoạt.

방식제(防蝕劑) chất chống gỉ mòn.

방실거리다 (특히 아기나 아이들) vui cười, vui vẻ (đặc biệt dùng cho trẻ em).

방심(放心) **~하다** thẫn thờ, đãng trí, lơ đễnh. ¶ ~하고 있는 틈에 trong lúc lơ đễnh.

방아 sự xay, sự nghiền. ¶ 방앗간 cối xay / 물~ cối xay nước.

방아깨비 【CT】 con châu chấu.

방아쇠 cò súng (대포 등의). ¶ ~를 당기다 kéo cò, bóp cò.

방안(方案) kế hoạch, phương án, dự kiến. ¶ ~을 세우다 lên kế hoạch, thảo ra phương án.

ㅂ

방안지(方眼紙) loại giấy ô vuông, loại giấy kẻ ô.
방약무인(傍若無人) ~한 kiêu căng, ngạo mạn, trơ tráo, xấc xược.
방어(防禦) sự bảo vệ, phòng vệ, sự phòng ngự, sự phòng thủ. **~하다** bảo vệ, phòng vệ, phòng ngự, phòng thủ. ¶ 선수권을 ~하다 bảo vệ quyền tuyển thủ. ¶ ~전 trận phòng thủ / 대인 [지역] ~ 【TT】 đối tượng [khu vực] phòng thủ / 최종 ~선 tuyến phòng ngự cuối cùng.
방언(方言) tiếng địa phương, thổ ngữ. ¶ ~연구[학] nghiên cứu [ngành] tiếng địa phương, nghiên cứu thổ ngữ.
방역(防疫) sự phòng dịch. ¶ ~대책 đối sách phòng dịch, biện pháp phòng dịch / ~대책을 세우다 đưa ra đối sách phòng dịch.
방연광(方鉛鑛) 【Kh】 quặng chì.
방열(防熱) cách nhiệt, chống nhiệt ¶ ~복(服) bộ quần áo cách nhiệt, bộ quần áo chống nhiệt.
방열(放熱) sự tỏa ra nhiệt. **~하다** tỏa nhiệt.
방영(放映) **~하다** phát đi bằng truyền hình, chiếu trên truyền hình.
방울 ❶ (쇠방울) cái chuông bằng kim loại. ¶ ~ 소리 tiếng chuông. ❷ (물의) giọt nước. ¶ ~~ 떨어지다 rơi từng giọt từng giọt.
방울새 【LCh】 chim sẻ lục.
방울집게 cái kiềm, cái bấm móng tay.
방위(方位) phương vị. ¶ ~각 góc phương vị.
방위(防衛) sự phòng vệ, sự chống đỡ, sự tự vệ. **~하다** phòng vệ, chống đỡ, tự vệ. ¶ ~ 산업 công nghiệp quốc phòng / ~세 thuế phòng vệ, chi phí cho an ninh / ~ 소집 phòng vệ huy động / 달러 ~ bảo vệ đồng đô la.
방음(防音) ~의 sự cách âm. ¶ ~실 phòng cách âm / ~장치(裝置) thiết bị cách âm; (소음(消音) 장치) thiết bị tiêu âm.
방임(放任) **~하다** bỏ mặc, thả lỏng, buông xuôi. ¶ ~주의 chủ nghĩa buông xuôi.
방자 ¶ ~하다 trâng tráo, xấc xược, cứng đầu.
방자(放恣) ~한 trâng tráo, xấc xược, cứng đầu.
방잠망(防潛網) mạng lưới chống tàu ngầm.
방적(紡績) sự đánh sợi, sự xe chỉ, sự kéo sợi. ¶ ~ 견사 máy kéo sợi, máy xe chỉ / ~공 công nhân nhà máy vải sợi, người kéo sợi / ~ 공업 công nghiệp vải sợi / ~ 공장 nhà máy vải sợi / ~ 기계 máy kéo sợi / ~ 회사 công ty vải sợi.
방전(放電) sự phóng điện, sự bắn tia lửa điện. **~하다** phóng điện, phát ra tia lửa điện. ¶ 공중 ~ sự phóng điện trong không khí.
방점(傍點) dấu chấm câu. ¶ 강조하기 위해 낱말 위에 ~을 찍다 đánh dấu chấm trên từ vựng để nhấn mạnh.
방정 ¶ ~맞다 nông nổi, nông cạn, vô tư lự / ~떨다 nhẹ dạ, hời hợt, bỡn cợt, không suy nghĩ chín chắn.
방정(方正) **~하다** (행동이 바르고 점잖다) đoan chính, đoan trang, nghiêm túc, đứng đắn. ¶ 품행이 ~한 사람 người có phẩm hạnh đoan trang.
방정식 【TH】 phương trình. ¶ 1 [2, 3]차 ~ phương trình bậc nhất [hai, ba].
방제(防除) (해충 등의) phòng ngừa, phòng chống.
방조(幇助) sự đồng lõa, sự tiếp tay, sự đồng phạm. **~하다** đồng lõa, đồng tình, đồng phạm. ¶ ~자 (범죄의) kẻ đồng lõa, kẻ tiếp tay, kẻ đồng phạm.
방조제(防潮堤) con đê, con đập, chắn

sóng biển.

방종(放縱) sự phóng đãng, sự chơi bời, sự bừa bãi, sự tùy tiện. ~한 bừa bãi, tùy tiện, phóng đãng. ¶ 목표가 없는 행동은 하나의 ~이다 hành động không có mục đích là một kiểu hành động tùy tiện / 무한한 자유의 추구는 자칫 ~으로 흐르기 쉽다 sự theo đuổi tự do không giới hạn dễ bị trượt theo sự phóng đãng.

방주(方舟) con thuyền lớn. ¶ 노아의 ~ con thuyền lớn của Nôê.

방주(旁註) lời chú giải, lời chú thích, lời ghi chú ở bên lề (각주(脚註)).

방죽(防-) ☞ 둑.

방증(傍證) chứng cớ bổ sung.

방지(防止) sự đề phòng, sự ngăn cản, sự ngăn ngừa. **~하다** đề phòng, ngăn ngừa, ngăn cản. ¶ ~책 sách lược đề phòng, chiến lược phòng ngừa / 인플레 ~책 chiến lược ngăn chặn lạm phát / 전쟁 ~책 chiến lược ngăn ngừa chiến tranh.

방직(紡織) ¶ ~(공)업 công nghiệp dệt / ~ 공장 nhà máy dệt.

방책(方策) (방안) phương án, kế hoạch, âm mưu, mưu đồ; (방침) phương châm, sách lược; (수단) biện pháp, phương tiện. ¶ 최선의 ~ sách lược tối ưu, phương án tối ưu / 현명한 ~ sách lược tài tình.

방책(防柵) hàng rào sắt, rào chắn ba rì é, chấn song sắt.

방첩(防諜) sự chống gián điệp, sự chống do thám.

방청(傍聽) sự lắng nghe, sự có mặt, sự tham dự. **~하다** nghe, có mặt, tham dự. ¶ ~권(券) vé vào nghe / ~인 người nghe, thính giả, người tham dự (청중).

방추(方錐) ¶ ~형의 hình chóp, hình kim tự tháp.

방추(紡錘) con suốt, con thoi. ¶ ~형(의) hình thoi.

방축(放逐) **~하다** mở rộng, khuếch trương; bành trướng.

방축가공(防縮加工) ~한 xử lý chống co, gia công chống ngót.

방출(放出) sự phát ra, sự phát tán, sự phân phát. **~하다** phát ra, phát tán, phân phát. ¶ 정부(보유)미의 ~ phân phát gạo (dự trữ) của chính phủ. ¶ ~ 물자 sản phẩm phân phát.

방충제(防蟲劑) (좀약) thuốc trừ sâu, thuốc khử trùng, viên long não.

방취(防臭) ¶ ~제(劑) chất khử mùi.

방치(放置) **~하다** bỏ mặc, lờ đi, mặc kệ, bỏ rơi, bỏ bê (등한시).

방침(方針) (방향) chiều hướng, phương châm; (정책) chính sách, chiến lược; (원칙) nguyên tắc; (계획) kế hoạch. ¶ 시정 ~ chính sách hành chính / 영업 ~ phương hướng kinh doanh / 행동 ~ phương châm hành động.

방탄(防彈) ~의 tính năng chống đạn, tính năng ngăn đạn. ¶ ~ 조끼 áo gi-lê chống đạn / ~ 유리 kính chống đạn.

방탕(放蕩) sự phóng đãng, sự trác táng, sự chơi bời. ¶ ~한 생활을 하다 (주색에 빠져 행실이 추잡하다) sống một cuộc sống trác táng (đam mê tửu sắc nên cử chỉ thô tục). ¶ ~한 생활 lối sống phóng đãng, lối sống chơi bời / ~아 người sống phóng đãng, người chơi bời.

방파제(防波堤) con đê chắn sóng, đập chắn sóng.

방패(防牌) cái khiên, cái mộc. ¶ …를 ~삼아 cậy thế vào, ỷ thế vào, nhờ cậy vào (비유).

방편(方便) (수단) cách thức, biện pháp,

phương tiện; (도구) công cụ, đạo cụ. ¶ 일시적 ~ phương tiện mang tính nhất thời.

방풍(防風) sự chắn gió, sự ngăn gió. ¶ ~림(林) rừng chắn gió.

방학(放學) sự nghỉ học. ~이 시작되다 bắt đầu được nghỉ học. ¶ 겨울 ~ kỳ nghỉ đông / 여름 ~ kỳ nghỉ hè.

방한(防寒) sự chống lạnh. ¶ ~모 mũ mùa đông / ~복 quần áo rét, quần áo chống rét / ~화(靴) giày chống rét, giày mùa đông.

방한(訪韓) sự thăm viếng Hàn Quốc. **~하다** thăm Hàn Quốc. ¶ ~ 경제 사절단 đoàn đại biểu kinh tế thăm Hàn Quốc.

ㅂ

방해(妨害) sự cản trở, sự ngăn chặn; (간섭) sự gây trở ngại. ~하다 cản trở, ngăn chặn; quấy rối, gây trở ngại, gây khó khăn. ¶ ~물 vật cản trở / 교통 ~ cản trở giao thông / 의사(議事) ~ cản trở nghị sự / 치안 ~ quấy rối an ninh trật tự.

방해석(方解石) 【Kh】 chất canxi.

방향(方向) (방위) chiều hướng, phương hướng (진로) hướng đi, đường đi. ¶ ~을 전환하다 đổi hướng. ¶ ~ 감각 cảm nhận phương hướng, xác định phương hướng / ~ 감각이 없다 không cảm nhận được phương hướng, không có khả năng xác định phương hướng / ~ 탐지기 máy xác định phương hướng, máy đo tọa độ (bằng sóng).

방향(芳香) hương vị ngọt ngào, hương thơm ngát, hương thơm dễ chịu. ¶ ~제(劑) hương liệu, nước hoa.

방형(方形) hình vuông. ~의 thuộc dạng vuông.

방호(防護) sự phòng hộ, sự che chở, sự bảo vệ, sự đề phòng. **~하다** phòng hộ, che chở, bảo vệ, đề phòng.

방화(防火) sự phòng chống hỏa hoạn. ~의 thuộc tính chống lửa. ¶ ~벽 tường chống lửa / ~ 연습 luyện tập cứu hỏa / ~ 설비 thiết bị cứu hỏa.

방화(邦畵) (영화) phim Hàn Quốc.

방화(放火) (행위) sự đốt cháy, hành động phóng hỏa; (불) sự đốt lửa. **~하다** đốt, phóng hỏa, gây hỏa hoạn. ¶ ~광(狂) bệnh cuồng phóng hỏa, bệnh thích lửa / ~범(犯) kẻ gây hỏa hoạn / ~죄 tội gây hỏa hoạn.

방황(彷徨) sự đi thơ thẩn, sự đi vẩn vơ, sự đi lang thang. **~하다** đi thơ thẩn, đi lang thang, đi vẩn vơ. ¶ 정처 없이 ~하다 đi lang thang không có nơi ở cố định.

밭 cánh đồng (khô để trồng màu), vườn, nương. ¶ 배추 ~ vườn bắp cải, cánh đồng bắp cải / 옥수수 ~ nương ngô, vườn ngô / 채소 ~ vườn rau.

밭갈이 sự cày bừa, sự xới đất. **~하다** cày bừa, xới đất, cuốc đất.

밭고랑 luống cày.

밭곡식(-穀食) ruộng ngũ cốc; ruộng khô hạn.

밭농사(-農事) làm ruộng khô, trồng trọt trên ruộng khô.

밭다[1] ❶ (인색) bần tiện, bủn xỉn, keo kiệt. ❷ (가깝다) gần, sát (về không gian và thời gian).

밭다[2] (거르다) bỏ qua, bỏ sót.

밭도랑 mương, kênh mương.

밭두둑 bờ ruộng, bờ thửa.

밭둑 ☞ **밭두둑**.

밭벼 lúa nương, lúa khô (비교: 논벼 lúa ruộng nước, lúa nước).

밭은기침 ho khan.

밭이랑 luống (trên ruộng).

밭일 ~하다 làm vườn, làm ruộng, làm

nông.

배[1] ❶ (복부) cái bụng; (창자) lòng; (위) dạ dày, bao tử. ¶ ~가 나오다 phệ bụng / ~가 아프다 đau bụng. ❷ (맘속) tấm lòng, lòng dạ. ¶ 뱃속 검은 lòng dạ đen tối. ❸ (시샘). ¶ ~가 아프다 ghen ty, ghen tức. ❹ (태내) sự có em bé, sự có thai. ¶ ~가 부르다 có thai, mang thai.

배[2] (타는) tàu, thuyền (기선); thuyền mành (중국배). ~로 bằng tàu thuyền. ¶ ~를 타다 đi thuyền, đi tàu / ~에서 내리다 xuống thuyền.

배[3] (과일) quả lê.

배(胚) 【TV】 cái phôi; 【ĐV】 cái thai, bào thai.

배(倍) ❶ (2배) ~의 gấp đôi, gấp hai. ¶ ~로 하다 (되다) nhân gấp đôi, tăng gấp đôi. ❷ (곱절) lần. ¶ 한~ 반 gấp một lần rưỡi / …의 3~의 양 lượng bằng gấp ba lần của … / 백~ gấp trăm lần.

배가(倍加) **~하다** tăng gấp đôi, nhân đôi. ¶ 노력을 ~하다 cố gắng gấp đôi, cố gắng nhiều hơn.

배갈 rượu cao lương của Trung Quốc.

배겨나다 chống đỡ, chịu đựng, vượt qua.

배격(排擊) **~하다** loại bỏ, thải hồi, không chấp nhận; hắt hủi.

배경(背景) ❶ (후면) bối cảnh. ❷ (무대의) cảnh nền, phông nền. ¶ ~ 음악 nhạc nền. ❸ (빽) đằng sau, phía sau; hậu thuẫn; (후원자) người hậu thuẫn, người hỗ trợ phía sau. ¶ 유력한 ~ sự hậu thuẫn mạnh mẽ / 정치적 ~ bối cảnh chính trị / ~이 없다 không có hậu thuẫn.

배고프다 đói, đói bụng. ¶ 배고파 죽겠다 đói đến chết mất.

배곯다 có cái bụng rỗng không.

배관(配管) ống dẫn. ¶ ~공(工) thợ ống nước / ~ 공사 đặt ống dẫn, công trình (việc) đi ống.

배교(背教) bài xích tôn giáo, bài đạo ¶ ~자 người bài xích tôn giáo, người phản đối tôn giáo.

배구(排球) 【TT】 bóng chuyền.

배금(拜金) ¶ ~주의 sự hám tiền, sự tôn sùng đồng tiền / ~주의자 người hám tiền, người tôn sùng đồng tiền.

배급(配給) sự phân phối, sự chia khẩu phần, sự cấp phát. **~하다** phân phối, cấp phát theo khẩu phần (식량을). ¶ ~소 trung tâm phân phối / ~쌀 gạo phân phối / ~품 hàng phân phối / ~제(도) chế độ phân phối, chế độ bao cấp / ~ 통장 tài khoản phân phối / ~표 tem phiếu phân phối.

배기(排氣) ¶ ~ 가스 ga xả ra, ga thoát ra, khí thải / ~관 ống xả, ống thoát / ~량 lượng khí xả ra, lượng khí thải.

배기다[1] chịu đựng, nhẫn nhịn. ¶ 배길 수 있는 có thể chịu đựng, có thể nhẫn nhịn, có thể bỏ qua / 배길 수 없는 không thể chịu đựng, không thể nhẫn nhịn.

배기다[2] (마치다) đau mỏi, đau buốt, nhức nhối, đau tức, tê buốt. ¶ 딱딱한 의자에는 배겨서 오래 못 안는다 vì bị tê buốt nên không thể ngồi lâu trên ghế cứng / 방바닥에 (요가 없이) 그냥 누웠더니 등이 배겼다 cứ nằm trên sàn nhà không có đệm nên lưng đau mỏi.

배꼽 rốn. ¶ ~이 빠지도록 웃다 cười rụng cả rốn, cười nhiều.

배낭(胚囊) 【TV】 bào tử, phôi nang.

배낭(背囊) cái ba lô.

배내옷 áo trẻ sơ sinh.

배냇니 răng sữa.

배냇병신(-病身) bại liệt bẩm sinh.

ㅂ

배뇨(排尿) **~하다** đi tiểu, đi đái.

배니싱크림 kem va-ni.

배다[1] (촘촘하다) đều và khít, đều đặn. ¶ 모를 배게 심다 cấy lúa đều đặn.

배다[2] (잉태) mang thai, có thai, có bầu. ¶ 애를 ~ có em bé, mang thai, có mang / 새끼를 ~ mang thai, có chửa (개가).

배다[3] ❶ (스미다) thấm, ngấm, lấm ướt, ướt đẫm. ¶ 피가 밴 붕대 băng đẫm máu. ❷ (익숙) quen thuộc. ¶ 몸에 밴 일 việc đã quen / 일이 손에 ~ việc quen tay.

배다르다 khác mẹ. ¶ 배다른 형제 anh em khác mẹ / 배다른 자매 chị em khác mẹ.

배다리 (임시가교) cầu phao.

배달(倍達) ¶ ~ 민족 dân tộc Hàn (thuở sơ khai).

배달(配達) sự vận chuyển, sự phân phát, sự giao hàng. **~하다** vận chuyển, phân phát, giao hàng. ¶ ~료 phí vận chuyển / ~ 날짜 ngày giao hàng / ~부(원) nhân viên vận chuyển, người giao hàng, người đưa thư (우편의); giao báo, đưa báo (신문의) / ~ 증명서 giấy chứng nhận giao hàng / ~처 nơi giao hàng / 무료 ~ vận chuyển miễn phí / 시내 ~ vận chuyển trong thành phố, giao hàng trong phạm vi thành phố / 특별 ~vận chuyển đặc biệt.

배당(配當) sự chia phần, việc định phần, chia cổ tức. **~하다** chia phần, định phần, chia cổ tức (배당금을). ¶ ~금 tiền định mức / 특별~금 tiền thưởng, tiền chia phần đặc biệt / ~율 tỷ lệ ăn chia / 가(假)~ tạm chia / 적립 ~ phân chia tích trữ, chia phần để dành / 무~ không ăn chia / 주식 ~ chia cổ tức.

배두렁이 tã lót. ¶ 아직 바람이 쌀쌀하니 ~라도 입혀서 재워라 gió vẫn lạnh nên quấn tã rồi cho (bé) ngủ đi.

배드민턴 [TT] cầu lông.

배때벗다 trịch thượng, tự cao tự đại. ¶ 어제까지만 해도 고분고분하던 머슴 놈이 세상이 바뀌었다고 하루 아침에 턱을 번쩍 쳐들고 대드는 꼴이 꽤 배때가 벗었다 hôm qua vẫn chỉ là một anh tá điền hiền lành nhưng mà thời thế thay đổi, bỗng một ngày kia vênh mặt lên trông rất tự cao tự đại.

배란 noãn, buồng trứng. **~하다** chiết noãn, chiết từ buồng trứng.

배려(配慮) (마음씀) sự chăm sóc, sự quan tâm, sự nhường nhịn. **~하다** chăm sóc, quan tâm, nhường nhịn. ¶ 세심한 ~ sự quan tâm chu đáo.

배럴 (용량 단위) thùng, đơn vị đo dung tích khoảng 150 lít.

배례(拜禮) **~하다** cúi lạy.

배맞다 ❶ phải lòng (giữa nam nữ). ❷ thông đồng, ngầm thỏa thuận.

배면(背面) phía sau, đằng sau. ¶ ~ 공격하다 đánh tập hậu, tấn công từ phía sau.

배밀이 ¶ ~하다 bò, trườn, lết / 어린 것이 어느새 ~를 하고 다니는구나 em bé bỗng biết bò từ lúc nào!

배반(背反, 背叛) sự phản bội, sự phụ bạc, sự chống đối. **~하다** phản bội, phụ bạc, chống đối. ¶ 친구 [남자, 나라]를 ~하다 phản bội bạn bè [bạn trai, đất nước]. ¶ ~자 kẻ phản bội.

배배 ☞ **비비**.

배변(排便) **~하다** đi ngoài, đại tiện.

배본(配本) sự sắp xếp văn bản, sự phân loại văn bản, sự phân loại sách. **~하다** sắp xếp văn bản, phân loại văn bản, phân loại sách.

배부(配付) sự phân bổ, sự phân loại, sự

sắp xếp. ~하다 phân bổ, phân loại, sắp xếp. ¶ 대학교 신청 원서 ~ phát mẫu đơn xin vào đại học / 잡지 ~ phân phát tạp chí.

배부르다 no đủ, đầy ắp; no bụng, bụng to; bụng chửa (임신해서). ¶ 배부른 흥정 mặc cả bạt mạng, mặc cả nháo nhào / 배부른 여자 cô gái bụng chửa, cô gái có thai.

배분(配分) sự phân phối, sự phân bổ, sự phân phát. **~하다** phân phối, phân bổ, phân phát.

배불뚝이 người bụng phệ.

배사(背斜) 【Địa】 ~의 thuộc nếp lồi địa chất.

배상(賠償) sự bồi thường, sự đền bù. **~하다** bồi thường, đền bù. ¶ ~을 요구하다 đòi bồi thường. ¶ 전쟁 ~금 tiền bồi thường chiến tranh / 현물 [금전] ~ bồi thường hiện vật [tiền].

배색(配色) phối màu.

배서(背書) sự chứng thực; sự nhắc nhở; sự ký hậu. **~하다** chứng thực; nhắc nhở; ký hậu. ¶ ~인 người ký hậu / 피~인 người được ký hậu.

배석(陪席) **~하다** ngồi với cấp trên, ngồi với người có địa vị cao hơn. ¶ 이렇게 어르신과 배석하게 되어 영광입니다 được ngồi cùng quý ngài tôi rất lấy làm vinh dự. ¶ ~자 người cùng ngồi / ~ 판사 thẩm phán khác cùng ngồi trong phiên xét xử.

배선(配船) **~하다** sắp đặt thuyền, sắp xếp thuyền.

배선(配線) mạng dây; sự mắc dây. **~하다** mắc dây, đi dây. ¶ 전기 ~ mắc dây điện.

배설(排泄) sự bài tiết. **~하다** bài tiết, thải ra. ¶ ~ 기관 cơ quan bài tiết / ~물 chất bài tiết.

배설(排雪) ☞ **제설**.

배속(配屬) (배치하여 속하게 함) **~하다** kèm vào, đính vào, gắn vào; phân công. ¶ ~되다 được gắn vào. ¶ ~ 장교 người sỹ quan kiêm nhiệm.

배수(拜受) **~하다** phân bổ, cử đi.

배수(配水) **~하다** bổ sung nước. ¶ ~관(管) ống nước, máng nước / ~지(地) nơi giữ nước, bể nước.

배수(倍數) 【TH】 bội số.

배수(排水) sự thoát nước, sự tháo nước. **~하다** làm thoát nước, tháo nước. ¶ ~ 관(管) ống thoát nước, đường nước thải / ~ 펌프 máy bơm xả nước.

배수진(背水陣) ¶ ~을 치다 đánh trận quyết định, chơi trận cuối, đánh một trận sống còn.

배신(背信) sự bội tín; sự phản bội. **~하다** bội tín; phản bội. ¶ ~자 kẻ phản bội, kẻ bội tín (변절자) / ~ 행위 hành vi phản bội.

배심(陪審) hội đồng bồi thẩm, ban bồi thẩm. ¶ ~원 bồi thẩm viên, hội thẩm viên (총칭) / ~원석 chỗ ngồi của ban bồi thẩm / ~ 제도 chế độ bồi thẩm.

배아(胚芽) mầm, chồi, phôi thai.

배알 ruột, lòng. ☞ **창자**.

배알(拜謁) sự hội kiến, sự tiếp kiến. **~하다** hội kiến, tiếp kiến.

배앓이 đau dạ dày, có chứng đau dạ dày.

배액(倍額) số lượng gấp đôi.

배양(培養) sự nuôi dưỡng, sự trau dồi, sự tu dưỡng; nuôi cấy. **~하다** nuôi dưỡng, trau dồi, tu dưỡng. ¶ 세균을 ~하다 nuôi cấy vi khuẩn. ¶ ~기(基) chất nuôi cấy (vi sinh vật) / ~액(液) chất lỏng nuôi cấy / 인공 ~ nuôi cấy nhân tạo / 조직 ~ nuôi cấy mô.

배역(配役) sự phân vai. ¶ ~을 정하다 quyết định phân vai.

배열(排列) **~하다** sắp đặt, bố trí, sắp xếp.

배엽(胚葉) lớp mầm.
배영(背泳) kiểu bơi ngửa.
배외(排外) ～의 thuộc về việc bài ngoại. ¶ ～ 사상 tư tưởng bài ngoại.
배우(俳優) diễn viên. ¶ ～가 되다 trở thành diễn viên. ¶ ～ 학교 trường sân khấu điện ảnh / 영화 ～ diễn viên điện ảnh / 연극 ～ diễn viên kịch / 인기 ～diễn viên nổi tiếng, diễn viên được yêu thích / 주연 ～ diễn viên chính.
배우다 học, học tập; (연습) luyện tập, ôn tập. ¶ 철저히 ～ học theo quy trình / 피아노를 ～ học chơi piano/차 운전을 ～ học lái ô tô.
배우자(配偶子) 【Si】 giao tử.
배우자(配偶者) vợ, chồng; người bạn đời. ¶ ～ 공제 vợ chồng hỗ trợ lẫn nhau.
배움 sự học tập, sự nghiên cứu. ¶ ～의 길 con đường học tập, con đường học thuật. ¶ ～터 nơi học tập, nơi học hành.
배웅 sự đưa tiễn. **~하다** đưa tiễn. ¶ ～나가다 đi tiễn / 나는 선생님을 정거장까지 ～나갔습니다 tôi đã đi tiễn thầy giáo đến tận bến xe.
배유(胚乳) 【TV】 phôi nhũ, nội nhũ.
배율(倍率) sự phóng đại, sự khuếch đại, sự làm to ra.
배은망덕(背恩忘德) sự vô ơn bạc nghĩa, vong ân bội nghĩa. **~하다** vô ơn bạc nghĩa. ¶ ～한 사람 người vô ơn bạc nghĩa.
배음(倍音) 【ÂN】 sự hòa âm.
배일(排日) ～의 sự bài Nhật.
배일성(背日性) 【TV】 tính chất không hướng dương, tính chất tránh mặt trời (của thực vật).
배임(背任) sự làm trái, sự tham ô, sự biển thủ (부정 유용).
배자(褙子) áo gi-lê.
배전(倍前) ～의 sự tăng gấp đôi, sự tăng nhiều lên. ¶ ～의 노력 nỗ lực gấp đôi.
배전(配電) **~하다** cung cấp điện, phân phối điện. ¶ ～반(盤) bảng phân phối điện / ～선 đường dây điện / ～ 회사 công ty điện lực.
배점(配點) **~하다** chia thang điểm.
배정(配定) **~하다** sắp đặt, bố trí, phân công. ¶ 인원을 ～하다 bố trí nhân viên / 자리를 ～하다 sắp đặt vị trí.
배제(排除) sự loại trừ, sự tách biệt ra, bãi miễn, miễn trừ. **~하다** loại trừ, tách biệt ra, không tính đến. ¶ 정실을 ～하다 không tính đến chuyện riêng tư.
배죽거리다 ☞ **비죽거리다**.
배지 huy hiệu, phù hiệu, quân hàm. ¶ 경찰 ～를 달다 đeo phù hiệu cảnh sát.
배지성(背地性) 【TV】 (식물이 땅바닥과는 반대 반향인 위로 자라는 성질. 비슷한 말: 땅질성) tính chất phát triển theo chiều hướng ngược lại với mặt đất của thực vật (từ gần nghĩa: tính hướng đất).
배짱 sự can đảm, sự táo bạo, dũng khí. ¶ ～센 dũng khí mạnh mẽ, rất can đảm, gan dạ / ～ 없는 không có can đảm, nhát gan.
배차(配車) **~하다** điều phối xe cộ, điều hành các chuyến xe. ¶ 출퇴근 시간에는 시내버스를 2분에 한 대씩 ～합니다 Vào giờ đi làm và giờ tan tầm, điều phối xe buýt nội thành 2 phút một chuyến. ¶ ～계(원) người điều phối xe / (택시의) ～ 사무소 trung tâm điều hành (điều phối) xe taxi.
배척(排斥) sự tẩy chay, sự bài trừ. **~하다** tẩy chay, bài trừ (상품을). ¶ 일본 상품에 대한 ～ tẩy chay hàng Nhật. ¶

～ 운동 phong trào tẩy chay.

배추 cải thảo. ¶ ～ 김치 món dưa muối cải thảo của Hàn Quốc, kimchi cải thảo.

배출(排出) **~하다** tuôn ra, thải ra, xả ra, thoát ra. ¶ ～관 ống xả, ống bô, ống thoát / ～구 lối thoát, cửa xả.

배출(輩出) sự bước vào đời, sự ra đời, sự trưởng thành ¶ 많은 지도자들이 이 학교에서 ～되었다 nhiều nhà lãnh đạo đã trưởng thành tại trường học này.

배치(背馳) **~하다** ngược lại, trái với, đối lập, đối kháng.

배치(配置) sự sắp đặt, bài trí, phân bố. **~하다** sắp đặt, bài trí, phân bố. (부서에) bố trí. ¶ ～ 계획 (도시 계획 따위의) kế hoạch phân bố (quy hoạch đô thị) / ～도 [KTr] sơ đồ phân bố / 부대 ～ bố trí đội ngũ / 인원 ～ phân bố nhân lực.

배타(排他) sự độc nhất, sự độc quyền, sự độc chiếm. ～적 tính riêng biệt, tính độc đáo. ¶ ～주의 chủ nghĩa độc quyền.

배탈 sự ỉa chảy, đi ngoài. ¶ ～나다 ỉa chảy, bị ỉa chảy.

배태(胚胎) **~하다** thai nghén, mọc mầm, nẩy mầm; khởi nguồn, khởi phát.

배터리 (전지, 야구의) pin, ắc quy.

배터복스(batter's box) thùng bột làm bánh.

배트(bat) [BC] gậy đánh bóng chày.

배팅(batting) [BC] sự đập, sự đánh (bóng).

배편(-便) ～으로 bằng tàu thủy, bằng đường thủy.

배포(配布) sự phân phối, sự phân chia, sự phân phát. **~하다** phân phối, phân chia, phân phát.

배포(排布) sự cao thượng, sự hào hiệp, tầm suy nghĩ. ¶ ～가 크다 tầm suy nghĩ rộng lớn, cao thượng, hào hiệp / ～가 작다 tầm suy nghĩ hạn hẹp.

배필(配匹) người bạn đời. ¶ 천생 ～ người bạn đời trời sắp đặt cho.

배합(配合) (결합) sự kết hợp, sự phối hợp; (조화) sự hòa hợp, sự hòa lẫn; (혼합) sự pha trộn, chất hỗn hợp. **~하다** kết hợp, phối hợp; hòa hợp, hòa lẫn; pha trộn. ¶ 색의 ～ phối màu, trộn màu. ¶ ～ 비료 phân bón hỗn hợp / ～ 사료 thức ăn gia súc hỗn hợp.

배혁(背革) gáy sách bằng da.

배화교(拜火教) tôn giáo thờ thần lửa, Hỏa giáo, lễ tế thần lửa.

배회(徘徊) **~하다** lảng vảng, rình rập, rình mò.

배후(背後) phía sau, hậu phương. ¶ ～에서 조종하다 hỗ trợ từ hậu phương, hậu thuẫn. ¶ ～인물 [조종자] nhân vật hậu thuẫn, người hỗ trợ phía sau [người giật dây].

백(白) màu trắng.

백(百) một trăm. ¶ ～번 một trăm lần / ～ 번째(의) lần thứ một trăm / 수～명 hàng trăm người.

백계(白係) ¶ ～ 러시아인(人) người Nga da trắng.

백계(百計) một trăm kế sách. ¶ ～무책 không có cách nào cả, không có sự giúp đỡ nào.

백곡(百穀) ngũ cốc trắng.

백골(白骨) xương trắng, bạch cốt. ¶ ～난망이다 nhớ mãi không quên. khắc cốt ghi xương.

백곰(白-) con gấu trắng, gấu bạch.

백과사전(百科事典) từ điển bách khoa. ¶ ～적(인) kiểu từ điển bách khoa, mang tính chất từ điển bách khoa.

백관(百官) bá quan, tất cả các quan chức.

백구(白鷗) con mòng biển.

백군(白軍) (경기의) quân trắng.

백금(白金) [HH] bạch kim (ký hiệu Pt).

백기(白旗) cờ trắng. ¶ ～를 들다 cầm cờ trắng.

백내장(白內障) 【YH】 bệnh đục thủy tinh thể.

백네트 【TT】 back net, lưới phía sau trong môn bóng chày.

백년(百年) một trăm năm, một thế kỷ, sự lâu dài. ¶ ～제(祭) chế độ một trăm năm / (국가) ～ 대계 đối sách thế kỷ (của quốc gia), đối sách lâu dài.

백년가약(百年佳約) (부부로서의) thề hẹn trăm năm, hôn ước, duyên ước. ¶ ～을 맺다 nối duyên ước, kết hôn ước.

백년해로(百年偕老) **~하다** bách niên giai lão, vợ chồng cùng sống thọ.

백대하(白帶下) 【YH】 khí hư, huyết trắng.

백랍(白鑞) hợp kim để hàn.

백러시아(白-) Nga trắng.

백로(白鷺) 【LCh】 diệc trắng.

백마(白馬) con ngựa trắng, bạch mã.

백만(百萬) một triệu. ¶ ～분의 일 một phần triệu. ¶ ～장자 nhà triệu phú.

백면서생(白面書生) dáng thư sinh, dáng công tử bột; bạch diện thư sinh

백모(伯母) bác gái, cô.

백묵(白墨) ☞ **분필**(粉筆).

백문불여일견(百聞不如一見) trăm nghe không bằng một thấy.

백미(白米) gạo trắng.

백미(白眉) tuyệt tác, kiệt tác (걸작).

백미러 gương chiếu hậu.

백반(白飯) (쌀밥) cơm tẻ.

백반(白礬) 【HH】 phèn.

백발(白髮) tóc bạc. ¶ ～의 thuộc về tóc bạc / ～이 되다 bị bạc tóc. ¶ ～ 노인(老人) người già tóc bạc.

백발백중(百發百中) **~하다** trăm phát trăm trúng, không thất bại.

백방(百方) mọi cách. ¶ ～으로 노력하다 cố gắng bằng mọi cách.

백배(百拜) cúi đầu nhiều lần, khấu đầu, giập đầu. ¶ ～ 사죄(謝罪)하다 khấu đầu tạ tội.

백배(百倍) sự gấp trăm lần, sự tăng gấp bội. **~하다** tăng gấp trăm lần, tăng bội phần. ¶ ～의 của hơn một trăm lần / 우리는 그 소식을 듣고 용기 ～ 했다 nghe thấy tin đó, chúng tôi đã dũng cảm lên gấp bội.

백병전(白兵戰) trận giáp lá cà. ¶ ～을 벌이다 xảy ra trận giáp lá cà.

백부(伯父) bác trai, cậu, chú, dượng.

백분(白粉) phấn trắng, phấn thơm.

백분(百分) **~하다** chia trăm phần. ¶ ～의 십 10 phần trăm. ¶ ～율(비) tỷ lệ phần trăm.

백사(白沙) cát trắng. ¶ ～장 bãi cát trắng.

백삼(白蔘) bạch sâm.

백색(白色) màu trắng. ¶ ～ 인종 bạch chủng, chủng người da trắng / ～ 테러 khủng bố trắng.

백서(白書) bách khoa toàn thư. ¶ 경제 [외교] ～ bách khoa toàn thư về kinh tế [ngoại giao].

백선(白癬) 【YH】 bệnh nấm da.

백설(白雪) tuyết trắng. ¶ ～같은 trắng như tuyết / ～로 덮인 산 núi phủ đầy tuyết trắng.

백설탕(白雪糖) đường trắng, đường kính bột.

백성(百姓) bách tính; dân chúng, quần chúng (국민).

백수(百獸) bách thú. ¶ ～의 왕 vua của muôn loài.

백수건달(白手乾達) đồi trụy, trác táng, vô công rỗi nghề.

백숙(白熟) cá hay thịt luộc trong nước.

백신 【YH】 vắc xin. ¶ ～ 주사 mũi tiêm vắc xin / ～ 주사를 놓다 tiêm vắc xin.

백씨(伯氏) anh cả.

백악(白堊) đá vôi. ¶ ~관 Nhà trắng / ~기 【Địa】 kỳ đá vôi / ~질 (이의) chất vôi.

백안시(白眼視) **~하다** nhìn khó chịu, nhìn cau có (흘겨보다); nhìn lạnh lùng, nhìn một cách lạnh nhạt. (냉대하여 보다).

백야(白夜) đêm trắng.

백약(百藥) mọi thứ thuốc. ¶ ~이 무효하다 mọi thứ thuốc đều vô hiệu.

백양(白羊) con cừu trắng. ¶ ~궁 【TVH】 Cung Bạch dương.

백양(白楊) 【TV】 cây bạch dương.

백업파일(back up file) tư liệu lưu trữ (컴퓨터), dữ liệu khôi phục lại.

백연(白鉛) chất chì trắng (분 만드는). ¶ ~광 quặng chì cacbonat trắng.

백열(白熱) sôi nổi, nóng bỏng; sáng trắng, sáng chói, sáng rực rỡ. ¶ ~화하다 sáng rực. ¶ ~전 trận chiến nóng bỏng / ~전을 벌이다 nổ ra trận chiến nóng bỏng / ~(전)등 đèn sáng trắng.

백옥(白玉) viên ngọc trắng.

백운(白雲) mây trắng.

백운모(白雲母) 【Kh】 mica trắng.

백의(白衣) áo trắng. ¶ ~ 민족 dân tộc áo trắng, chỉ người Hàn Quốc / ~ 천사 thiên thần áo trắng, y tá (간호사).

백인(白人) người da trắng. ¶ ~에 의한 지배 người da trắng thống trị. ¶ ~ 여자 cô gái người da trắng / ~종 chủng tộc da trắng.

백인(白刃) lưỡi dao sắc, lưỡi dao trắng lóa.

백일(白日) ¶ ~하에 드러나다 bị đưa ra ánh sáng / 청천 ~의 몸이 되다 lộ thân trước thanh thiên bạch nhật, được minh oan. ¶ ~몽 mộng tưởng hão huyền.

백일(百日) (백날) một trăm ngày; (백일간) trong khoảng một trăm ngày. ¶ ~ 기도 cầu nguyện trong một trăm ngày / ~ 잔치 tiệc trăm ngày, lễ ăn mừng em bé sinh được một trăm ngày / ~재(齋) tái hồi sau 100 ngày (theo quan điểm của đạo Phật).

백일몽(白日夢) sự mơ mộng, sự tưởng tượng.

백일장(白日場) cuộc thi viết. ¶ 주부 ~ cuộc thi viết dành cho các bà nội trợ.

백일초(百日草) 【TV】 cúc zin ni.

백일해(百日咳) chứng ho gà.

백자 đồ sứ trắng.

백작(伯爵) bá tước. ¶ ~ 부인 bá tước phu nhân.

백장 tay đồ tể.

백전노장(百戰老將) người cựu chiến binh, người lính già.

백전백승(百戰百勝) **~하다** bách chiến bách thắng, trăm trận trăm thắng.

백절불굴(百折不屈) ~의 bất khuất, không mỏi mệt, không khuất phục. ¶ ~의 정신 tinh thần bất khuất.

백점(百點) một trăm điểm. (만점) điểm cao nhất. ¶ 영어에서 ~받다 được 100 điểm môn tiếng Anh.

백조(白鳥) chim thiên nga (새끼).

백주(白晝) ~에 giữa ban ngày ban mặt. ¶ ~에 도둑이 들다니! ăn trộm giữa ban ngày ban mặt sao!

백중(伯仲) **~하다** ngang bằng, ngang sức, bằng nhau. ¶ ~한 실력 năng lực ngang nhau.

백중날(伯仲-) rằm tháng 7 âm lịch, lễ Vu lan.

백지(白紙) tờ giấy trắng (흰종이). ¶ ~ 답안을 내다 nộp bài thi bằng giấy trắng / ~ (상태)로 돌리다 quay trở về số không, quay về điểm xuất phát. ¶ ~ 위임장 thư uỷ nhiệm không ghi nội dung.

ㅂ

백지도(白紙圖) bản đồ để trống.
백차(白車) xe tuần tra (của cảnh sát).
백척간두(百尺竿頭) ¶ ～에 서다 đứng ở thế cùng đường, bước đường cùng.
백청(白淸) mật tinh lọc.
백출(百出) **~하다** xôn xao; nóng lên; gây chú ý. ¶ 의견이 ～하다 ý kiến gây chú ý. ¶ 그 문제로 여론이 ～하다 dư luận xôn xao vì vấn đề đó.
백치(白痴) (상태) đần độn, ngu si, khờ dại; (사람) người đần độn, thằng khờ.
백탄(白炭) than củi.
백태(白苔) 【YH】 cặn trắng, tưa trắng (ở lưỡi), mắt mờ.
백토(白土) đất sét trắng.
백통(白銅) chất ni-ken. ¶ ～돈(전) đồng tiền bằng chất ni-ken.
백팔번뇌(百八煩惱) 108 vị la hán, 108 dục vọng trần gian.
백팔십도(百八十度) ¶ ～ 전환(轉換)하다 quay 180 độ, quay ngoắt lại.
백퍼센트(百-) một trăm phần trăm. ¶ 효과 ～의 hiệu quả 100 phần trăm.
백포도주(白葡萄酒) rượu vang trắng.
백합(百合) hoa bách hợp, hoa huệ tây, hoa loa kèn.
백해무익(百害無益) **~하다** hoàn toàn có hại, hoàn toàn bất lợi, trăm cái hại, không có cái lợi nào.
백핸드(backhand) 【TT】 quả ve, cú đánh trái.
백혈(白血) ¶ ～구 bạch huyết cầu / ～병 bệnh bạch cầu.
백형(伯兄) ông anh cả.
백호(白濠) ¶ ～주의 chủ nghĩa đề cao người da trắng.
백화(百花) muôn loài hoa. ¶ ～가 만발한 muôn hoa nở rộ.
백화점(百貨店) cửa hàng bách hóa tổng hợp.
밴대질 thói quan hệ cùng giới tính nữ.
밴댕이 loài cá xacđin.
밴드(band) ❶ (혁대) đai, nẹp; (띠, 끈) dây, dải, băng. ❷ (악대) ban nhạc. ¶ ～마스터 nhạc trưởng / 재즈 ～ băng nhạc jazz.
밴조(banjo) 【ÂN】 đàn banjo.
밴텀급(級) hạng gà. ¶ ～ 선수 võ sỹ hạng gà.
밸런스 cân; sự cân bằng, sự thăng bằng. ¶ ～가 잡힌 giữ thăng bằng.
밸브(valve) (안전판) van an toàn. ¶ ～장치 thiết bị an toàn / ～콕 khóa an toàn.
뱀 rắn (구렁이). ¶ ～가죽 da rắn / ～허물 xác rắn.
뱀딸기 【TV】 dâu tây Ấn Độ.
뱀뱀이 có giáo dục; nhã nhặn, lịch thiệp, lễ phép. ¶ ～가 없는 không có giáo dục.
뱀장어(-長魚) 【LC】 cá chình.
뱁새 【LCh】 ti hí mắt lươn. ¶ ～눈이 mắt ti hí.
뱃고동 còi tàu.
뱃길 đường thủy, đường sông, đường hàng hải. ¶ ～로 가다 đi bằng đường thủy.
뱃노래 hò chèo thuyền.
뱃놀이 chơi thuyền. ¶ ～ 가다 đi chơi thuyền.
뱃대끈 (마소의) đai yên ngựa.
뱃덧 chứng đầy bụng.
뱃머리 mũi tàu, mũi thuyền. ¶ ～를 돌리다 quay mũi tàu, quay mũi thuyền.
뱃멀미 chứng say sóng. **~하다** bị say sóng. ¶ ～하는 사람 người bị say sóng / ～ 안하는 사람 người không bị say sóng.
뱃밥 xơ dây thừng, xơ gai (dùng để bịt lỗ thủng của thuyền).
뱃사공(-沙工) người chèo thuyền, người lái thuyền.

뱃사람 thủy thủ, người đi biển.
뱃삯 (승선료) phí đi tàu; (나룻배의) phí khách qua phà; (화물의) phí vận chuyển hàng hóa bằng đường thủy.
뱃살 ¶ ~을 잡다 cười ngặt nghẽo, cười nghiêng ngả, cười bò ra.
뱃속 ❶ (복부) bao tử. ❷ (속마음) tâm can, tấm lòng; ý định. ¶ ~이 검은 ý định đen tối.
뱃심 ¶ ~ 좋다 có can đảm, có gan.
뱃장수 người đi bán hàng bằng thuyền (항구내의).
뱃전 sườn tàu, mép tàu, mạn thuyền.
뱃짐 hàng hóa trên tàu thủy.
뱅 ☞ **빙**.
뱅그르르 ☞ **빙그르르**.
뱅뱅 vòng vòng, lòng vòng.
뱅어(-魚) [LC] cá trắng nhỏ.
뱅충맞다 vụng về, lóng ngóng; khờ khạo, đần độn. ¶ 뱅충맞이 người vụng về, kẻ khờ khạo.
뱉다 ❶ (입밖으로) khạc, nhổ (침 등을). ¶ 가래를 ~ khạc đờm. ❷ (비밀을) nói hở ra.
버걱거리다 kẽo kẹt, cót két, cọt kẹt.
버겁다 nặng nề, ục ịch.
버글버글 ¶ ~끓다 nấu sùng sục, đun ùng ục, sôi sủi bọt.
버금 ¶ ~ 가다 đi thứ hai, đi tiếp theo, đứng thứ hai.
버긋하다 bị nứt, bị hở, có lỗ hổng. ¶ 담장이 버긋하게 갈라져 있다 tường rào bị nứt hở.
버너 bếp ga du lịch. ¶ 가스 ~ bếp ga.
버둥거리다 vùng vẫy, vặn vẹo, oặt ẹo, uỡn ẹo; quẫy đạp oằn oài. ¶ 소년은 의자에 잠시도 가만히 있지 않고 버둥거렸다 cậu bé ngồi trên ghế không yên được chút nào cứ vặn vẹo người / 그녀는 이미 잠에서 깨었음에도 불구하고 일어나지 않고 이불 속에서 버둥거렸다 cô ấy đã tỉnh giấc nhưng không dậy mà cứ oằn oài trong chăn / 그는 사슬에서 벗어나기 위해 버둥거렸다 anh ta vùng vẫy để thoát ra khỏi dây xích sắt.
버드나무 cây liễu.
버드러지다 ❶ (밖으로) lồi ra, nhô ra (이 따위가). ❷ (뻣뻣해지다) cứng ra, rắn lại. ¶ 버드러진 이 răng vẩu.
버들 [TV] liễu. ¶ ~ 고리 thân cây liễu gai.
버들옷 [TV] áo bằng thân cây liễu gai.
버라이어티쇼(variety show) buổi biểu diễn đa dạng.
버럭 bất thình lình, đùng đùng. ¶ ~ 소리를 지르다 thình lình hét toáng lên / ~ 화를 내다 thình lình nổi giận, đùng đùng nổi giận.
버렁 (범위) phạm vi, độ rộng lớn.
버력 (천벌) sự trừng phạt của trời đất. ¶ ~ 입다 bị trời trừng phạt.
버르적거리다 ngoằn ngoèo, quanh co; quằn quại, lăn lộn, vùng vẫy.
버르집다 ❶ (숨은 일을) làm vỡ lở. ❷ (오무라진 것을) làm vỡ tung, làm rối tung. ❸ (작은 일을) làm phức tạp thêm, làm rối lên.
버름하다 (틈이) hé, khép hờ; (마음이) cởi mở, hé mở. ¶ 버름하게 벌어진 창틀 khung cửa sổ mở hé / 둘 사이가 ~ quan hệ hai người hé mở.
버릇 ❶ (습관) tật, thói quen. ¶ 고치기 힘든 ~ tật khó sửa / ~이 되다 thành tật, thành thói quen / ~이 생기다 sinh ra thói xấu / ~을 고치다 sửa thói xấu / …하는 ~이 있다 có thói quen làm. ❷ (특징) đặc tính, đặc điểm (특색); đặc trưng, cá tính (특성); tính chất cá biệt, thiên hướng (성벽). ¶ 말 ~ thói quen nói, cách nói cá biệt. ❸ (예의) phép xã giao, cách cư xử;

ㅂ

lễ phép, lịch thiệp, có nề nếp (품행); thô lỗ, cục cằn (행실). ¶ ~없다 vô lễ, khiếm nhã, bất lịch sự / ~없는 아이 đứa bé vô lễ / ~을 가르치다 dạy phép lịch sự, dạy cách cư xử.

버릇하다 quen, như thường lệ. ¶ 술을 먹어 ~ quen uống rượu / 일찍 일어나 ~ quen dậy sớm, thường dậy sớm.

버릊다 đá bung ra; xới tung lên; gieo rắc.

버리다[1] ❶ (내던지다) ném, vứt, loại bỏ. ¶ 음식 [폐물]을 ~ vứt thức ăn [rác]. ❷ (포기, 유기) từ bỏ, vứt bỏ, bỏ rơi; bỏ dở. ¶ 버림받다 bị bỏ rơi / 지위를 ~ từ bỏ địa vị / 처자를 ~ từ bỏ vợ con. ❸ (망치다) làm hư hỏng, làm đổ nát. ¶ 아이를 ~ bỏ rơi con cái / 위장을 ~ làm hỏng dạ dày.

버리다[2] (끝내다) hết, mất, xong. ¶ 다 읽어~ đọc xong hết / 다 써~ dùng hết cả / 다 먹어~ ăn hết cả / 젖어~ ướt hết.

버림치 đồ bỏ đi, đồ vô dụng.

버마 Burma. ¶ ~ 사람 người Burma/~어 tiếng Burma.

버무리다 bốp, trộn lẫn. ¶ 나물을 ~ trộn rau.

버새 [ĐV] con la.

버석거리다 sột soạt, rột roạt, xào xạc.

버선 tất truyền thống của người Hàn Quốc.

버섯 [TV] nấm. ¶ ~ 구름 (핵폭발의) mây hình nấm (của vụ nổ hạt nhân) / ~ 재배자 người trồng nấm.

버성기다 ❶ (틈이) rạn, nứt, giãn ra. ❷ (사이가) rạn nứt, xa cách, rạn vỡ.

버스 xe buýt. ¶ ~로 가다 đi bằng xe buýt. ¶ ~ 노선 tuyến xe buýt / ~ 안내양 người soát vé trên xe buýt / ~ 운전사 người lái xe buýt / ~ 요금 phí xe buýt / ~ 정류장 bến xe buýt / ~ 종점 bến xe buýt cuối cùng / 관광 ~ xe buýt du lịch / 통근 ~ xe buýt đưa đón nhân viên đi làm / 통학 ~ xe buýt đưa đón học sinh đi học.

버스럭거리다 ☞ **버석거리다**.

버스러지다 ❶ (뭉그러짐) bị vỡ tan, bị gẫy vụn, bị đổ sụp. ❷ (벗겨짐) bị tách ra, bị róc ra, bị tróc ra. ❸ (벗나가다) đi quá, vượt quá.

버스름하다 làm tan vỡ, làm tách ra, làm hở ra (틈이); làm xa lạ, làm rạn nứt, làm tan vỡ (관계가).

버스트(bust) tượng bán thân.

버썩 ☞ **바싹**.

버저 chuông. ¶ ~를 누르다 ấn chuông.

버적버적 ❶ (물기가 적은 물건을 짓이기어 빻는 소리) tanh tách, xào xạc (물기가 거의 없는 물건이 타는 소리) đùng đùng, đôm đốp, lách tách. ❸ (마음이 죄는 모양) nhăn nhó, dúm dó. ❹ (진땀이 몹시 돋는 모양) đầm đìa. ¶ 진흙 위를 ~ 걷다 bước đi lép nhép trên đất bùn / 나무가 ~ 타들어가다 gỗ cháy tanh tách / 돌아오지 않은 자식을 기다릴 때, 어머니의 마음은 ~ 탔다 khi chờ đợi đứa con mãi không trở về, ruột gan người mẹ như lửa đốt.

버젓하다 (당당하다) công khai, đàng hoàng; thẳng thắn; (떳떳하다) chỉnh tề, đứng đắn, tử tế, đoan trang. ¶ 버젓이 một cách đàng hoàng, một cách chỉnh tề / 버젓한 인물 một người đàng hoàng / 버젓한 직업 nghề nghiệp tử tế / 버젓한 수입 thu nhập công khai, thu nhập đứng đắn.

버지다 ❶ (베어지다, 긁히다) bị thủng, bị rời ra; ❷ (찢어지다) bị rách.

버짐 bệnh nấm da, bệnh ghẻ.

버찌 quả anh đào (꼭지에 달린). ¶ ~씨 hột anh đào.

버캐 bọt, váng. ¶ 소금 ~ bọt muối / 오줌 ~váng nước tiểu, bọt nước tiểu.

버커리 bà già tàn tạ.

버클 khóa thắt lưng.

버터 bơ. ¶ 빵에 ~를 바르다 quét bơ lên bánh mỳ.

버터플라이 (수영법) bơi bướm.

버티다 ❶ (괴다) chống đỡ, chống chọi. ¶ 기둥으로 ~ chống bằng cột. ❷ (맞서다) tranh giành, ganh đua, giành giật. ¶ 끝까지 ~ (주장을) giữ vững đến cùng (chủ trương). ❸ (견뎌내다) chịu đựng, nhẫn nhịn, cam chịu; vượt qua, vượt khỏi. ¶ 버티어 나가다 vượt ra khỏi.

버팀목(-木) cột chống, cây chống, cái nạng; chỗ dựa (비유).

벅적거리다 chộn rộn, xúm xít; ồn ào. ¶ 거리는 사람들로 벅적거렸다 ~ con đường ồn ào vì đông người.

벅차다 ❶ (힘에) vượt quá sức, vượt quá khả năng, không thể chịu đựng. ¶ 이 일은 내게 ~ việc này quá sức đối với tôi. ❷ (가슴이) tràn ngập, dâng tràn, tràn đầy; nghẹn ứ. ¶ 벅찬 기쁨 niềm vui tràn ngập / 가슴이 벅차서 말이 안 나온다 ngực nghẹn lại không nói nên lời.

번(番) ❶ (숙직) bổn phận, trách nhiệm, phần việc. ❷ (회수) lần, lượt, phiên (번호). ¶ 여러~ nhiều lần.

번각(翻刻) sự in lại, sự làm lại. **~하다** in lại, làm lại. ¶ ~자 người tu chỉnh.

번갈아 thay phiên nhau, luân phiên nhau.

번개 tia chớp, ánh chớp. ¶ ~같이 như chớp. ¶ ~가 번쩍하다 tia chớp lóe lên.

번거롭다 (복잡) rắc rối, phiền hà, phức tạp.

번뇌(煩惱) phiền lụy, đau đớn, thống khổ, sự si mê; 【PG】 đam mê (nhục dục) (육욕). ¶ ~에 시달리다 khổ sở vì đam mê.

번다(煩多) ~한 nhiều phiền toái.

번데기 con nhộng.

번드럽다 ☞ **반드럽다**.

번드르르 ☞ **반드르르**.

번득거리다 = 번득이다. (광채가) vụt sáng, lóe sáng; lập lòe, bập bùng.

번들거리다 bóng loáng, trơn mượt, mượt mà.

번들다(番-) đi trực, đi gác (theo phiên).

번듯하다 trang nhã, hài hòa, lịch sự.

번롱(翻弄) **~하다** đùa cợt, trêu đùa, bỡn cợt. ¶ ~당하다 (사람이) (người) bị đùa cợt.

번문욕례(繁文縟禮) thói quan liêu, tệ quan liêu.

번민(煩悶) sự khổ cực, sự thống khổ, sự dằn vặt, sự đau đớn. **~하다** khổ cực, thống khổ, dằn vặt, đau đớn.

번번이(番番-) mỗi lần, mỗi dịp, mỗi khi.

번번하다 ☞ **반반하다**.

번복(飜覆) **~하다** thay đổi, chuyển đổi, đảo ngược. ¶ 의견을 ~하다 thay đổi ý kiến.

번서다(番-) đứng gác.

번성(蕃盛) **~하다** (자손이) đông đúc, đề huề; (수목이) sum suê, um tùm.

번성(繁盛) sự phát đạt, sự thịnh vượng, sự phồn vinh, sự hưng thịnh. **~하다** phát đạt, thịnh vượng, phồn vinh, hưng thịnh.

번식(繁殖) sự nhân giống, sự truyền giống, sự sinh sản, sự sinh sôi. **~하다** nhân giống, truyền giống, sinh sản. ¶ ~기 kỳ sinh sản / ~력 khả năng sinh sản, khả năng nhân giống / ~력이 왕성한 đa sản, khả năng sinh sản tốt / 인공 ~ sinh sản nhân tạo.

번안(飜案) ❶ (안건의) sự thay, sự đổi (tiết

mục). ~하다 thay, đổi (tiết mục). ❷ (작품의) ~하다 sửa đổi, mô phỏng. ¶ ~ 소설 tiểu thuyết mô phỏng.

번역(飜譯) sự biên dịch. ~하다 dịch, biên dịch. ¶ 틀린 ~ sự biên dịch sai / ~을 잘하다 [이 서투르다] biên dịch tốt [biên dịch không thành thạo]. ¶ ~권 quyền phiên dịch / ~서(물) văn bản dịch / ~자 người dịch.

번열증(煩熱症) bệnh sốt; dịch sốt.

번영(繁榮) sự thịnh vượng, sự hưng thịnh, sự phát đạt. ~하다 thịnh vượng, hưng thịnh, phát đạt. ¶ 국가의 ~ sự hưng thịnh của quốc gia.

번의(飜意) ~하다 đổi ý, thay đổi quyết định.

번잡(煩雜) ~하다 hỗn tạp, rắc rối, phức tạp; đông đúc. ¶ ~한 거리 đường phố đông đúc.

번적거리다 lấp lánh, nhấp nháy, lóng lánh.

번지(番地) số nhà. ¶ 정동 48 ~ số 48 Jeongdong.

번지다 ❶ (잉크등이) lem, lan ra. ❷ (확대) khuếch trương, mở rộng; truyền đi xa, lan đi, tản ra. ❸ (옮아가다) trầm trọng thêm, nặng thêm (병이).

번지럽다 ☞ **반지랍다**.

번지르르 ¶ ~한 bóng mượt, mềm mại, mượt mà; bóng láng.

번질거리다 ☞ **반질거리다**.

번쩍 ❶ (거뜬히) dễ dàng; (높이) cao, lên cao bổng. ¶ 큰 돌을 ~ 들어 올리다 nâng hòn đá to lên cao / 상대자를 ~ 들어올리다 nâng bổng đối phương lên cao. ❷ (빛이) lóe, chói lòa. ~하다 lóe sáng, chói lòa, sáng lòa, vụt sáng. ❸ (감각) bỗng, chỉ sự đột ngột, chỉ sự nhanh chóng. ¶ ~ 뜨이지 않는 bỗng chẳng nhớ ra, bỗng không nổi lên / 귀가 ~ 뜨이다 tai bỗng dỏng lên.

번쩍거리다 = 번쩍이다. lấp lánh, nhấp nháy, lóng lánh; chói lọi.

번차례(番次例) lượt, phiên.

번창(繁昌) sự thịnh vượng, sự phát đạt, sự mở rộng, sự lớn mạnh. ~한 thịnh vượng, phát đạt, mở rộng, lớn mạnh.

번철(燔鐵) chảo rán.

번하다 ❶ (희붐하다) hơi sáng, soi sáng, chiếu sáng (서술적). ❷ (분명) rõ ràng, minh bạch; (확실) chính xác. ☞ **뻔하다**. ❸ (짬이 있다) rảnh rỗi.

번호(番號) con số, chữ số (부호). ¶ ~순(으로) số thứ tự / ~를 매기다 (달다) xếp theo thứ tự. ¶ ~표(패) bảng số.

번화(繁華) ~한 phồn thịnh, phồn hoa; xa hoa. ¶ ~해 지다 trở nên phồn thịnh. ¶ ~가(街) (상점가) khu phố phồn hoa; (유흥가) phồn hoa, xa hoa.

벋가다 lầm lạc, sa ngã, lầm đường lạc lối. ¶ 저만한 나이에는 벋가기 쉽다 khoảng tầm tuổi đó rất dễ sa ngã.

벋다 ☞ **뻗다** ❶, ❷.

벋대다 chống cự, cầm cự. ☞ **버티다**.

벋디디다 ❶ (힘주어) bước đi vững vàng, vững chãi. ❷ (금밖으로) trượt chân, nhỡ bước.

벋서다 đứng nhầm vào.

벌[1] (벌판) đồng ruộng, cánh đồng, đồng bằng. ¶ 황량한 ~ cánh đồng hoang, vùng đồng bằng tiêu điều.

벌[2] [CT] con ong; (땅벌) ong đất. ¶ ~(의) 떼 bầy ong, đàn ong / ~에 쏘이다 bị ong đốt.

벌[3] (옷, 그릇 등) bộ; (바지의) cái; (서류 등) tập, bộ; (가구 등) bộ. ¶ 양복 한 ~ bộ đồ vét; 찻잔 한 ~ bộ ấm chén uống trà / 그릇 한 ~ bộ chén bát.

벌(罰) sự trừng phạt, sự hình phạt. ~하다 (주다) phạt, trừng phạt, hình phạt. ¶ ~로서 bằng hình phạt / ~을 받다

bị phạt / ～을 면하다 miễn hình phạt.

벌개지다 đỏ lên, đỏ ửng lên, ửng hồng, ửng đỏ (얼굴이).

벌거벗다 cởi trần, trần truồng. ¶ 벌거벗기다 lột trần (người khác).

벌거숭이 ～의 lõa lồ, trần truồng. ¶ ～산 núi trọc.

벌겋다 đỏ thẫm, đỏ tươi (진홍); đỏ ửng, ửng hồng (얼굴 따위가).

벌그스름하다 đo đỏ, hơi đỏ.

벌금(罰金) tiền phạt (위약금). ¶ ～을 과하다 bắt nộp tiền phạt / ～을 물다 nộp tiền phạt. ¶ ～형 [PL] hình thức phạt bằng tiền.

벌꺽 (성나) đùng đùng, bừng bừng, phừng phừng (giận dữ).

벌끈 ❶ ☞ **불끈**. ❷ (시끄러운 모양) nhốn nháo, loạn xạ. ¶ ～ 뒤집히다 bị lật tung loạn xạ, bị lật tung nhốn nháo.

벌다[1] (사이가) trở nên xa cách, trở nên xa rời, tách rời.

벌다[2] (이익) kiếm tiền. ¶ 힘들여 번 돈 đồng tiền vất vả kiếm được / 돈을 (잘) ～ kiếm được nhiều tiền / 생활비를 ～ kiếm sống / 용돈을 ～ kiếm tiền tiêu vặt.

벌떡 ☞ **발딱**.

벌떡거리다 ❶ (가슴이) hồi hộp, thổn thức, đập thình thịch. ❷ (물을) ừng ực.

벌렁거리다 nhanh nhẹn, hoạt bát, lanh lợi.

벌레 ❶ (곤충) côn trùng, sâu bọ. (구더기 등) giun, sán, ấu trùng; (나방, 좀 등) bướm, sâu; (해충) sâu bọ, côn trùng, động vật gặm nhấm có hại. ¶ ～ 먹은 이 răng bị sâu ăn / ～먹은 bị sâu ăn / ～ 먹은 사과 táo bị sâu ăn / ～가 먹다 sâu ăn. ❷ (비유) ¶ 공부 ～ người chăm học / 책～ người chăm đọc sách.

벌룩거리다 = 벌름거리다. khịt khịt mũi.

벌리다 ❶ (열다) mở ra. ¶ 입을 딱 ～ há hốc miệng ra. ❷ (넓히다) mở rộng, khuyếch trương, nới rộng. ¶ 다리를 ～dang chân ra, duỗi chân ra / 팔을 ～ dang tay ra.

벌린춤 ¶ ～이라 đâm lao thì phải theo lao, tình huống không thể lùi lại được nữa.

벌목(伐木) việc đốn gỗ, việc chặt cây. **~하다** chặt cây, đốn gỗ. ¶ ～ 기(期) thời kỳ chặt cây / ～꾼 thợ rừng, tiều phu.

벌벌 ¶ ～ 떨다 run rẩy, lẩy bẩy.

벌써 ❶ (이미) đã, rồi; (지금쯤은) vừa nãy. ❷ (오래 전) đã lâu lắm rồi.

벌쓰다(罰-) bị phạt, bị trừng phạt.

벌씌우다(罰-) phạt, trừng phạt, trừng trị.

벌어먹다 kiếm miếng ăn, kiếm kế sinh nhai. ¶ 가족을 벌어먹이다 kiếm ăn cho gia đình.

벌어지다 ❶ (사이가) xa lạ, xa cách, rộng ra, nở to ra (꽃이). ¶ 틈이 ～ khoảng cách rộng ra. ❷ (몸이) ưỡn ra, vươn ra. ¶ 어깨가 딱 ～ vươn vai. ❸ (일, 싸움 등이) xảy ra, nổ ra, diễn ra.

벌이 (돈벌이) việc kiếm tiền, kế sinh nhai; (일) công ăn việc làm; (번 돈) lợi tức, thu nhập (수입). **~하다** kiếm tiền, kiếm sống, kiếm thu nhập, kiếm công ăn việc làm. ¶ ～하러 가다 đi để kiếm sống / ～가 좋다 [나쁘다] có thu nhập khá [kém] / ～를 잘하다 kiếm ăn giỏi.

벌이다 ❶ (일을) bắt đầu, khởi xướng, khai trương, mở; (착수) bắt tay vào, lao vào; (가게를) khai trương cửa hàng. ¶ 사업을 ～ khởi nghiệp / 전쟁을 ～ khơi mào chiến tranh / 잔치를 ～ mở tiệc. ❷ (물건을) sửa soạn, sắp đặt, sắp xếp.

ㅂ

벌잇줄 nguồn thu nhập, kế sinh nhai. ¶ ～이 끊기다 mất nguồn thu nhập, mất kế sinh nhai.

벌점(罰點) khuyết điểm, lầm lỗi.

벌족(閥族) ☞ **족벌**.

벌주(罰酒) rượu phạt, phạt ai đó bằng cách bắt uống rượu.

벌집 tổ ong. ¶ ～을 건드리지 말라 đừng đụng vào tổ ong!

벌쭉거리다 ngó ngoáy, loay hoay, vặn vẹo.

벌채(伐採) sự chặt cây, sự đốn cây. **~하다** chặt cây, đốn cây. ¶ 산림을 ～하다 khai phá rừng. ¶ ～ 면적 diện tích khai phá.

벌초(伐草) **~하다** cắt cỏ, nhổ cỏ (xung quanh mộ), tảo mộ.

벌충하다 bù lại, khôi phục, bình phục.

벌칙(罰則) nguyên tắc hình phạt. ¶ ～ 규정 quy định nguyên tắc hình phạt.

벌컥 ☞ **벌꺽**.

벌통(-桶) tổ ong bằng gỗ.

벌판 cánh đồng, đồng bằng; bình nguyên (평원); cánh đồng hoang (황야). ¶ 눈 ～ cánh đồng tuyết.

범 con hổ. ¶ 새끼 ～ con hổ con/자는 ～새끼 코침주기 [TNg] giật tai hổ con đang ngủ(làm một việc vô ích), đàn gẩy tai trâu / ～의 굴에 들어가야 ～의 새끼를 잡는다 [TNg] Có vào hang mới bắt được hổ con.

범…(汎) toàn bộ. ¶ ～아시아(적) toàn bộ Châu Á / ～유럽(적) toàn bộ Châu Âu.

…범(犯) sự vi phạm, sự phạm tội. ¶ 파렴치～ phạm tội lăng nhục (사람).

범국민(汎國民) ～적인 (전국적인) toàn quốc, toàn thể, toàn bộ, tất thảy nhân dân. ¶ ～운동(運動) cuộc vận động toàn thể nhân dân, cuộc vận động toàn quốc.

범나비 [CT] bướm phượng.

범람(氾濫) sự ngập, sự ngập lụt. **~하다** ngập, ngập lụt. ¶ ～하기 쉬운 강 con sông dễ bị ngập lụt.

범례(凡例) lời bình luận, lời giải thích, chú giải (지도, 도표의).

범미(汎美) ¶ ～주의의 Chủ nghĩa toàn Châu Mỹ. ¶ ～ 회의 Hội nghị toàn Châu Mỹ.

범백(凡百) ❶ (사물의) mọi vật, mọi thứ. ❷ (언행) lời ăn tiếng nói.

범벅 (뒤죽박죽) lộn xộn, lổn nhổn. ¶ ～(이) 되다 trở nên lộn xộn, rối rắm.

범범하다(泛泛-) bất cẩn, vô ý.

범법(犯法) sự phạm pháp, sự phạm luật. **~하다** phạm pháp, phạm luật. ¶ ～자 người phạm luật, kẻ phạm pháp / ～ 행위 hành vi phạm pháp.

범부(凡夫) (범인) phàm phu, người bình thường; (속인) người trần tục, người trần thế.

범사(凡事) ❶ (모든 일) mọi việc, vạn sự. ❷ (평범사) việc thông thường, việc bình thường.

범상(凡常) ～한 bình thường, thông thường. ¶ ～치 않은 không bình thường, lạ lùng.

범서(梵書) sách bằng chữ Phạn; (불경) kinh Phật.

범선(帆船) thuyền buồm, tàu buồm.

범속(凡俗) ❶ sự xoàng xĩnh, sự thô thiển. ❷ phàm tục. ～한 xoàng xĩnh, thô tục, phàm tục.

범신교(汎神教) tôn giáo thờ phiếm thần.

범신론(汎神論) ☞ **범신교**.

범아랍(汎-) ¶ ～주의의 thuyết Ả rập, chủ nghĩa liên Ả rập.

범안(凡眼) con mắt trần tục, cái nhìn của người thường.

범어(梵語) tiếng Phạn.

범연(泛然) ～한 bất cẩn, vô ý, vụng về.

범용(凡庸) ~한 tầm thường, hèn mọn.

범위(範圍) phạm vi, lĩnh vực, khu vực; (제한) giới hạn, phạm vi. ¶ ~내[외]에 trong [ngoài] giới hạn / 내가 아는 ~로는 trong phạm vi mà tôi biết / 능력의 ~내에서 trong giới hạn có thể / … ~내에 있다 có trong khu vực … / 그것은 아이들의 인지능력 ~ 밖에 있다 điều đó nằm ngoài phạm vi năng lực nhận biết của trẻ em / 나의 업무 ~ 내에 있는 thuộc lĩnh vực công việc của tôi. ¶ 활동 ~ phạm vi hoạt động.

범의(犯意) ác tâm, ác ý. ¶ ~를 인정하다 công nhận có ác ý.

범의귀 【TV】 cỏ tai hùm.

범인(凡人) người bình thường, người thường.

범인(犯人) phạm nhân, tội phạm. ¶ ~을 은닉하다 chứa chấp tội phạm. ¶ ~ 수색 truy tìm tội phạm / ~ 인도 협정 hiệp định dẫn độ tội phạm.

범재(凡才) năng lực thông thường.

범절(凡節) phong tục, tập quán, nghi lễ, phép tắc, khuôn phép.

범죄(犯罪) tội ác, hành động phạm pháp, sự gây án, sự phạm tội (행위). ¶ ~의 thuộc hành động phạm pháp / ~를 저지르다 gây án, gây tội lỗi / ~와의 전쟁 chiến tranh và tội phạm. ¶ ~ 소설 tiểu thuyết tội phạm / ~ 예방 phòng chống tội phạm / ~ 수사 điều tra tội phạm / ~ 조직 tổ chức tội phạm / ~ 현장 hiện trường gây án / ~유형 [발생율] loại hình tội phạm [tỷ lệ phát sinh] / 소년 ~ tội phạm vị thành niên / (전쟁) ~자 kẻ tội phạm (chiến tranh).

범주(範疇) phạm trù. ¶ ~에 들다 thuộc phạm trù

범천(왕)(梵天(王)) Đấng sáng tạo.

범칙(犯則) sự vi phạm quy tắc. **~하다** phạm quy, phạm pháp, phạm tội. ¶ ~ 물자 hàng cấm; (밀수품) hàng lậu.

범칭(汎稱) tên gọi thông thường.

범타(凡打) 【BC】 (야구에서, 히트가 되지 못한 타격) cú đánh hụt, cú đánh tồi.

범퇴(凡退) (야구에서 타자가 아무 소득 없이 물러감) 【BC】 **~하다** thua vô điều kiện. ¶ 삼자 ~ ba bên đều chịu thua không điều kiện.

범포(帆布) vải bạt; vải buồm.

범하다(犯-) (죄를) phạm, gây ra; (법률 등을) vi phạm, phạm pháp; (여자를) xúc phạm. ¶ 죄를 ~ phạm tội / 과오를 ~ mắc phải sai lầm.

범행(犯行) hành động tội lỗi, hành động phạm pháp. ¶ ~을 자백하다 tự thú tội, đầu thú / ~을 부인하다 phủ nhận hành động tội lỗi. ¶ ~ 현장 hiện trường gây án.

법(法) ❶ (법률) luật; pháp luật (법규); bộ luật (법전); điều lệ, quy chế (조례, 규정). ¶ ~의 정신 tinh thần của luật pháp / ~에 어긋난 trái luật / ~에 따르는 theo luật / ~을 지키다 [어기다] tuân thủ [không tuân thủ] luật pháp / ~에 호소하다 cầu cứu pháp luật, kêu gọi pháp luật. ¶ 특별~ luật đặc biệt / ~으로 보호된 được luật pháp bảo vệ. ❷ (방법) cách thức, phương pháp. ¶ 교수~ phương pháp giảng dạy / 수영~ cách thức bơi (자유형 bơi tự do, 접형 bơi gập, 평형 bơi sải, 배형 bơi ngửa). ❸ (도리) lý lẽ, lẽ phải; sự bảo chữa. ❹ 【NNH】 ngữ pháp, phép tắc. ¶ 가정~ phép giả định.

법과(法科) khoa luật, ngành luật. (대학의 학과); khóa học về luật (과정). ¶ ~대학 trường đại học luật / ~ 출신 tốt nghiệp ngành luật / ~ 학생 sinh viên ngành luật.

법관(法官) quan tòa, thẩm phán; (총칭) chỉ chung những chức vụ trong tòa án.

법규(法規) pháp quy. ¶ 현행~ 를 무시하다 trái pháp quy hiện hành.

법당(法堂) pháp đường, nơi thờ Phật.

법도(法度) phép tắc, nguyên tắc, quy luật. ¶ ~가 있는 집안 gia đình có phép tắc.

법등(法燈) đèn của nhà Phật.

법랑(琺瑯) lớp men, lớp tráng. ¶ ~을 입힌 phủ men, tráng men mạ. ¶ ~철기 tráng phủ kim loại.

법령(法令) pháp lệnh, quy chế, sắc lệnh. ¶ ~집(集) bộ pháp lệnh, tập quy chế.

법례(法例) thông tư, sắc lệnh, chỉ thị.

법률(法律) pháp luật, bộ luật. ☞ **법**. ¶ ~의 thuộc về luật pháp / ~상 theo pháp luật / …을 금하는 ~ luật cấm … / ~을 제정하다 chế định luật, soạn luật / ~로 보호받는 được sự bảo vệ của pháp luật ¶ ~가 luật gia, luật sư / ~ 고문 cố vấn luật / 법률적 자문을 구하다 cần tư vấn pháp luật / ~ 사무소 văn phòng luật / ~상담 trao đổi, tư vấn về luật / ~ 해석 giải thích luật / ~ 위반 phạm luật / ~ 위반자 người phạm luật / ~학 luật học, ngành luật.

법리(法理) pháp lý, những nguyên tắc cơ bản của luật pháp. ¶ ~학 ngành pháp lý, ngành luật / ~학자 luật gia, nhà luật học.

법망(法網) mạng lưới pháp luật. ¶ ~에 걸리다 sa lưới pháp luật / ~을 피하다 lẩn trốn pháp luật.

법명(法名) 【PG】 pháp danh (tên đạo).

법무(法務) công tác pháp luật, sự vụ về pháp luật. ¶ ~관 quan tòa, chuyên gia về luật / ~부 [장관] bộ [bộ trưởng] tư pháp. ¶ 그는 ~관으로서 군복무를 했다 anh ấy phục vụ trong quân đội với chức vụ là quan tòa.

법문(法門) ¶ ~에 들다 trở thành tín đồ Phật giáo.

법복(法服) trang phục của quan tòa; (승려의) áo cà sa.

법사(法師) nhà sư, pháp sư.

법사위원회(法司委員會) (국회의) Hội đồng tư pháp (của Quốc hội).

법석 tiếng ồn ào, tiếng la ó. **~하다** làm ồn, la ó, làm huyên náo, làm om sòm, la lối. ¶ ~떨다 gây náo động, gây ồn ào.

법식(法式) (형식) hình thức, kiểu dáng; (방법) phương pháp, cách thức; (절차) trình tự, trật tự; (관례) thể thức, tập quán, lệ thường, thói quen. ¶ ~에 따르다 theo tập quán / ~에 어긋나다 sai với tập tục, sai với lệ thường.

법안(法案) dự luật, đề án luật. ¶ ~을 제출 [가결, 부결]하다 đưa ra [thông qua, không thông qua] dự luật.

법어(法語) (설교) thuyết giáo, giảng đạo (đạo Phật); (용어) thuật ngữ, dụng ngôn (của đạo Phật).

법열(法悅) ❶ (즐거움) trạng thái mê ly, mê mẩn. ❷ (종교적) tán dương, đề cao, ca ngợi (tôn giáo), sùng đạo.

법원(法院) tòa án. ¶ 가정~ tòa án gia đình / 고등~ tòa án cao cấp/대~ tòa án tối cao / 민사 ~ tòa án dân sự / 형사 ~ tòa án hình sự / 지방 ~ tòa án địa phương.

법의(法衣) ☞ **법복**.

법의학(法醫學) ngành pháp y. ¶ ~의 thuộc về ngành pháp y. ¶ ~자 pháp y.

법인(法人) pháp nhân. ¶ ~ 조직으로 하다 tổ chức thành pháp nhân. ¶ ~세 thuế thu nhận doanh nghiệp / ~ 소득 lợi ích pháp nhân, lợi ích doanh nghiệp

/ ~ 회사 công ty pháp nhân.

법적(法的) tính hợp pháp, tính luật pháp. ¶ ~ 근거(根據) căn cứ pháp luật, cơ sở pháp lý / ~으로는 bằng sự hợp pháp / ~ 조치를 취하다 theo xử lý về mặt pháp luật / ~으로 보아 nhìn về mặt pháp lý. ¶ ~ 하자 sai lệch về luật / ~ 도움 sự giúp đỡ hợp pháp.

법전(法典) bộ luật; giới luật (교회법).

법정(法廷) tòa án, pháp đình. ¶ ~에서 tại tòa án / ~에 서다 hầu tòa, ra toà, đứng trước tòa. ¶ ~ 투쟁 đấu tranh trước toà, bào chữa.

법정(法定) ~의 thuộc về luật pháp, thuộc về quy định của pháp luật. ¶ ~ 가격 giá quy định / ~ 전염병 bệnh dịch theo luật pháp quy định (tệ nạn trong làm luật) / ~ 대리인 người đại diện hợp pháp / ~ 상속인 người kế thừa theo pháp định.

법제(法制) pháp chế, lập pháp. (입법). ¶ ~처(장) cục pháp chế (cục trưởng cục pháp chế).

법조(法曹) chuyên gia luật pháp. ¶ ~계 giới luật gia.

법치(法治) pháp trị, lập hiến, pháp quyền. ¶ ~ 국가 nhà nước lập hiến, nhà nước pháp quyền / ~ 사회 xã hội lập hiến.

법칙(法則) luật lệ nguyên tắc, phép tắc. ¶ 자연 ~ nguyên tắc tự nhiên.

법통(法統) [PG] truyền thống tôn giáo. ¶ 전통 야당의 ~을 잇다 nối tiếp truyền thống của đảng đối lập.

법하다 có đầy đủ lý do, có đủ chứng cớ, chắc chắn. ¶ 그가 올 법한데 anh ta chắc chắn sẽ đến / 그런 일도 있을 ~ những việc như thế cũng có thể xảy ra.

법학(法學) ngành luật, luật học (법률학). ¶ ~도 sinh viên ngành luật / ~박사 tiến sỹ luật / ~부 khoa luật / ~자 luật gia / ~ 통론 [개론] pháp luật đại cương [khái luận].

법화(法貨) tiền tệ chính thức.

법회(法會) pháp hội, hội thuyết pháp.

벗 (친구) bạn, bạn bè, bầu bạn (동아리); (비유) sự chia sẻ, sự tâm đắc, sự gắn bó (반려). ¶ 좋은 [나쁜] ~과 사귀다 kết bạn tốt [xấu] / ~들을 사귀다 kết bạn kết bè / 책을 ~삼다 làm bạn với sách vở.

벗겨지다 thoát khỏi, rơi khỏi, ra khỏi; bị tróc ra, bị tách ra; phai màu, nhạt màu.

벗기다 ❶ (껍질 따위를) bóc, tách, lột. ❷ (옷을) cởi, lột bỏ. ¶ 옷을 ~ cởi áo / 외투를 벗겨주다 cởi áo khoác hộ (ai đó). ❸ (덮은 것을) tháo ra, bỏ ra, lột ra. ¶ 위선자의 가면을 ~ lột mặt nạ của kẻ đạo đức giả.

벗나가다 lạc đường, lạc hướng, trệch hướng.

벗다[1] cởi bỏ, lột bỏ, tuột bỏ (급히). ¶ 모자를 [안경을] ~ cởi bỏ mũ [kính] / 옷을 ~ cởi áo / 장갑을 ~ cởi găng tay.

벗다[2] (벗어짐) trút bỏ, giũ bỏ, lột bỏ.

벗어나다 ❶ (헤어나다) thoát khỏi, vượt ra khỏi. ¶ 가난에서 ~ thoát khỏi đói nghèo / 질곡에서 ~ thoát khỏi gông cùm, thoát khỏi xiềng xích. ❷ (어긋나다) làm trái với, đi ngược lại với, chệch khỏi. ¶ 예의에 ~ làm trái (chệch) với lễ nghĩa. ❸ (눈 밖에 나다) làm chướng mắt, làm mất cảm tình, gây khó chịu.

벗어던지다 ☞ 벗어버리다.

벗어버리다 gạt bỏ, giật bỏ, cởi bỏ, trút bỏ, tống khứ; (신을) đá tung, tung hê.

ㅂ

벗어지다 ❶ (옷, 신 따위가) tuột ra, trượt khỏi; trầy xước, bị tróc (거죽이). ❷ (머리가) bị trọc đầu, bị hói đầu.

벗하다 làm bạn, kết bạn bè, kết thân. ¶ 자연을 ~ làm bạn với tự nhiên.

벙거지 mũ nỉ mà các sĩ quan thường đội vào ngày lễ truyền thống.

벙글거리다 = 벙긋거리다. tươi cười; vui tươi.

벙긋하다 ☞ **방긋하다**.

벙벙하다 (서술적) chết lặng cả người, bần thần, thẫn thờ. ¶ 어안이 벙벙하여 무슨 말을 할 지 모르다 chết lặng đi không nói được nên lời.

벙실거리다 mỉm cười; cười dịu dàng.

벙어리 ❶ (사람) người câm. ¶ ~의 thuộc về câm điếc. ¶ ~ 장갑 găng tay trùm các ngón. ❷ (저금통) con lợn đất (để bỏ tiền tiết kiệm) (돼지저금통).

벚꽃 hoa anh đào. ¶ ~ 놀이 가다 đi chơi hội hoa anh đào, đi ngắm hoa anh đào.

벚나무 [TV] cây anh đào.

베 (삼베) vải gai, vải thô gai.

베개 cái gối. ¶ 팔~를 베다 gối đầu lên tay / 베갯머리에 앉다 ngồi bên gối. ¶ 베갯속 ruột gối / 베갯잇 vỏ gối. ¶ 베갯잇을 갈다 thay vỏ gối.

베갯머리 bên cạnh gối, bên cạnh ai đó (khoảng cách gần).

베고니아 [TV] cây thu hải đường.

베끼다 sao chép, chụp lại. ¶ (공)책을 ~ sao chép sách, chụp lại sách (vở).

베네수엘라 nước Venezuela. ¶ ~의 thuộc nước Venezuela.

베넬룩스(Benelux) nước Bỉ, Hà Lan và Luxembourg.

베니스 thành phố Venice của Ý. ¶ ~의 상인 người lái buôn thành Venice (tên sách).

베니어판(-板) tấm gỗ dán, tấm gỗ ép (합판).

베다 (베개를) gối lên, tựa vào.

베다 (날붙이로) cắt, chặt, đốn, bổ, chẻ, băm, bầm; (톱으로) cưa, xẻ; cắt, xén, hớt, lạng, khía (얇게); đẽo, chặt, chém, bổ (난도질); (베어넘기다) chặt đổ, đốn đổ xuống; (절단) chặt đứt, chém đứt, cắt đứt; (곡물을) gặt lúa, thu hoạch; (풀을) cắt cỏ. ¶ 손가락을 ~ cắt vào ngón tay / 목을 ~ cắt cổ.

베돌다 để riêng, tách riêng.

베드 cái giường. ¶ ~신 (장면) cảnh (phim) về cái giường, cảnh chăn gối, cảnh sex.

베들레헴 Bec-le- hem.

베란다 hành lang, hiên, hè nhà.

베레모(-帽) mũ nồi, mũ bêrê.

베르뭇 (술) rượu nho.

베르사이유 Vác-xây, Versailles.

베를린 Béc-lin, Berlin. ¶ ~ 봉쇄 sự sụp đổ của Béc-lin / ~ 장벽 Bức tường Béc-lin.

베릴륨 [HH] chất beryllium (기호 Be).

베링 ¶ ~해(해협) biển Bering.

베물다 cắn đứt.

베스트(best) [Anh] nhất, tốt nhất. ¶ ~ 셀러(bestseller) bán chạy, ăn khách.

베슬거리다 xa lánh, giữ khoảng cách.

베실 sợi dây đay.

베어내다 chặt bỏ, cắt bỏ.

베어링(bearing) [M] cái giá, cái trụ, cái đệm. ¶ 볼~ vòng bi, ổ bi (xe đạp).

베어먹다 cắn đứt để ăn (입으로). ¶ 케이크를 ~ cắn bánh gatô ăn.

베어버리다 cắt bỏ, chặt bỏ, đốn, hạ.

베옷 quần áo bằng vải gai.

베이비(baby) [Anh] em bé, trẻ sơ sinh.

베이스(bass) [ÂN] âm trầm.

베이스(base) ❶ [BC] nền tảng, cơ sở. ¶

~를 밟다 dựa trên nền tảng. ¶ ~볼 qủa bóng chày. ❷ (기준) căn bản, cơ bản, nền tảng, cơ sở. ¶ 임금 ~ lương cơ bản.

베이스캠프(basecamp) [Anh] (등산이나 탐험에서 근거지로 하는 고정 천막) căn cứ (đóng quân), trại.

베이지(beige) [Anh] màu be. ¶ ~색의 có màu be.

베이컨(bacon) [Anh] thịt lợn muối xông khói.

베이클라이트(bakelite) [HH] chất bakêlit, chất nhựa tổng hợp.

베이킹파우더(baking powder) [Anh] bột nổ.

베일 [Anh] mạng che, màn, trướng. ¶ ~을 벗기다 cởi mạng che / ~을 쓰다 dùng mạng che.

베짱이 [CT] con châu chấu.

베타 bêta. ¶ ~선 [입자] tia bêta [hạt bêta].

베테랑 [Anh] lâu năm, kỳ cựu; từng trải, chuyên gia.

베트남 Việt Nam. ¶ ~의 thuộc về Việt Nam / ~사람 Người Việt Nam / ~어 tiếng Việt.

베틀 khung cửi.

베풀다 ❶ (주다) cho, tặng, dâng, biếu; ban tặng, dành cho. ¶ 은혜를 ~ ban tặng đặc ân, dành cho ân huệ / 자선을 ~ làm từ thiện; bố thí. ❷ (잔치 등을) chiêu đãi, tiếp đãi.

벡터 [TH, VLH] véc tơ.

벤젠 [HH] chất benzen.

벤진 [HH] ét-xăng.

벤치 [Anh] cái ghế dài, ghế băng.

벨 [Anh] cái chuông, cái chuông cửa (현관의). ¶ ~을 울리다 [누르다] rung [ấn] chuông.

벨기에 nước Bỉ. ¶ ~사람 người Bỉ / ~의 thuộc về nước Bỉ / ~말 tiếng Bỉ.

벨벳 [Anh] vải nhung.

벨트 [Anh] dây thắt lưng, đai thắt lưng. ¶ ~를 매다 buộc dây thắt lưng. ¶ ~콘베이어 băng tải / 안전 ~ dây an toàn / 안전 ~를 매다 thắt dây an toàn.

벼 cây lúa, lúa (낟알). ¶ ~를 심다 cấy lúa. ¶ ~베기 gặt lúa.

벼농사(-農事) (농사) nghề trồng lúa. ~하다 trồng lúa.

벼락 sấm, sấm sét. ¶ ~같은 như sấm sét / ~맞다 bị sét đánh.

벼락감투 sự thăng tiến nhanh như sấm sét, lên như diều gặp gió.

벼락공부(-工夫) sự học nhồi nhét, sự học ép, học gạo. **~하다** học nhồi nhét, học ép.

벼락부자(-富者) người mới phất lên, người mới giàu nhanh, người phát tài nhanh. ¶ ~가 되다 trở thành người phát tài nhanh chóng.

벼락치기 hấp tấp, vội vàng, vội vã. ¶ ~의 thuộc về sét đánh / ~ 공사로 지은 집 ngôi nhà xây vội.

벼락치다 sét đánh (장소가 주어).

벼랑 vách đá.

벼루 nghiên mực. ¶ 벼룻집 hộp bút mực.

벼룩 con bọ chét. ¶ ~시장 chợ trời / ~에 물리다 bị bọ chét cắn.

벼르다 ❶ (분배) chia đều, chia công bằng. ❷ (꾀하다) có ý định, trù tính, chờ đợi. ¶ 기회를 ~ chờ đợi cơ hội.

벼리 sợi dây viền quanh lưới.

벼리다 rèn, đúc, luyện. ¶ 칼을 ~ rèn dao.

벼슬 (관직) quan chức, viên chức hành chính. **~하다** làm quan chức. ¶ ~살이하다 làm công nhân viên chức. ¶ ~아치 quan chức chính phủ, viên chức chính phủ.

벼훑이 máy đập lúa, máy tuốt lúa; người đập lúa.

ㅂ

벽(壁) tường, vách (간막이). ¶ ～에 부딪치다 (비유) đụng phải tường; gặp khó khăn, gặp trở ngại. ¶ ～시계 đồng hồ treo tường.

벽(癖) ☞ **버릇**.

벽개(劈開) 【Kh】 đường xẻ, rãnh, đường phân chia. ~**하다** phân chia, tách ra, xẻ ra.

벽공(碧空) trời trong xanh.

벽난로(壁煖爐) lò sưởi đứng, hệ thống sưởi đứng.

벽돌(甓-) gạch. ¶ ～을 굽다 nung gạch / ～을 쌓다 xếp gạch. ¶ ～공 người đóng gạch, thợ gạch / ～ 공장 nhà máy gạch, xưởng gạch / ～집 nhà gạch / ～담 tường rào gạch / 내화～ gạch chịu lửa.

벽두(劈頭) phần mở đầu, lúc bắt đầu. ¶ ～에 lúc bắt đầu, thời điểm bắt đầu / ～부터 từ phần đầu, từ ban đầu.

벽력(霹靂) ☞ **벼락**. ¶ 청천～ sấm sét giữa trời quang, việc không ngờ tới, bất thình lình / 그 뉴스는 청천～이었다 Tin đó như sét đánh giữa trời quang.

벽로(壁爐) ☞ **벽난로**.

벽보(壁報) báo tường, áp phích, tờ bích báo. ¶ ～를 붙이다 dán áp phích, dán bích báo.

벽성(僻姓) tên lâu đời, tên cũ, họ tên rất hiếm

벽시계(壁時計) đồng hồ treo tường.

벽신문(壁新聞) bích báo, báo tường.

벽안(碧眼) mắt xanh. ～의 của mắt xanh.

벽옥(碧玉) ngọc bích.

벽자(僻字) chữ cổ một cách kỳ quặc.

벽장(壁欌) tủ tường.

벽장코 mũi hếch, mũi hỉnh.

벽지(僻地) nơi hẻo lánh, nơi xa xôi, nơi biệt lập. ¶ ～교육 giáo dục vùng sâu vùng xa.

벽지(壁紙) giấy dán tường. ¶ ～를 바르다 dán giấy dán tường.

벽창호(碧昌-) người cứng đầu cứng cổ, người bướng bỉnh; người ngốc nghếch (바보).

벽촌(僻村) ngôi làng hẻo lánh, thôn làng biệt lập.

벽토(壁土) tường đất, vách đất. ¶ ～집 nhà vách đất.

벽해(碧海) biển xanh.

벽화(壁畵) tranh tường, bích họa. ¶ ～가 người vẽ tranh tường, người vẽ bích họa.

변 (결말) biệt ngữ, tiếng địa phương.

변(便) (대변) phân, sự đại tiện. ¶ 된 [묽은] ～ đại tiện thành khuôn [đi lỏng].

변[1](邊) ❶ 【TH】 cạnh, góc. ❷ (가장자리) bên cạnh.

변[2](邊) (한자의) bộ thủ đứng bên trái (trong chữ Hán).

변[3](邊) (변리) lãi tức.

변(變) (재앙) biến cố, tai nạn, tai ương. ¶ ～을 당하다 bị tai nạn.

변격(變格) ❶ (변격 활용) biến cách, sử dụng linh hoạt. ❷ ☞ **변칙**.

변경(邊境) biên cương, biên giới.

변경(變更) sự dời đổi, sự xê dịch, sự thay đổi, sự biến đổi (명의의). ~**하다** dời đổi, xê dịch, thay đổi, biến đổi.

변계(邊界) ☞ **변경**(邊境).

변고(變故) biến cố.

변광성(變光星) 【TVH】 ngôi sao thay đổi ánh sáng.

변기(便器) cái bô (환자용), cái chậu.

변덕(變德) sự thất thường, sự đồng bóng, sự hay thay đổi. ¶ ～스러운 thất thường, đồng bóng, hay thay đổi / ～부리다 cư xử thất thường, đối xử thất thường. ¶ ～장이(꾸러기) người đồng bóng, người thất thường, người hay thay đổi.

변돈(邊-) tiền cho vay lấy lãi.

변동(變動) sự biến đổi, sự biến động, sự thay đổi thất thường. **~하다** biến đổi, biến động, thay đổi thất thường (시세가). ¶ 물가의 ~ giá cả biến động. ¶ ~ 환율제 giá ngoại tệ biến động / 대~ sự biến động lớn (사회, 정치상의) / 경기 ~ sự biến động kinh tế.

변두리(邊-) ❶ (교외) ngoại ô, vùng biên giới. ¶ 서울 ~에 ở ngoại ô Seoul / 도시 ~에 살다 sống ở vùng ven đô. ❷ (가장자리) bờ, mép, vành, vùng ven.

변란(變亂) sự biến loạn, sự nhiễu loạn, sự hỗn loạn, sự biến động (반란).

변론(辯論) sự thảo luận, sự tranh luận, biện luận (토론); sự biện hộ, sự bào chữa (법정의). **~하다** thảo luận, tranh luận; biện hộ, bào chữa. ¶ ~가 người tranh luận, người thảo luận; người biện hộ, người bào chữa.

변류기(變流器) [Đ] máy biến áp, máy đổi điện lưu.

변리(辨理) ¶ ~사 người quản lý, người đại diện.

변리(邊利) ☞ **변**(邊)[3].

변명(辨明) sự thanh minh, sự biện hộ, sự bào chữa, sự làm sáng tỏ. **~하다** thanh minh, biện hộ, bào chữa, làm sáng tỏ.

변모(變貌) sự biến dạng, sự biến hình, sự thay đổi hình dạng. **~하다** biến dạng, biến hình, thay đổi hình dạng.

변모없다 ❶ (무뚝뚝하다) ít nói, không lịch thiệp, không ý tứ. ❷ (변통성없다) không biết thích nghi, không linh hoạt; cứng đơ.

변박(辨駁) sự bác bỏ, sự bẻ lại, sự cãi lại. **~하다** bác bỏ, bẻ lại, cãi lại.

변방(邊方) ☞ **변경**(邊境).

변변하다 (생김새가) dễ nhìn, ưa nhìn; (흠이 없다) khá tốt, kha khá. ¶ 변변치 않은 không tốt lắm; không ưa nhìn, không có duyên / 변변치 못한 사람 người đểnh đoảng, người vô tích sự / 변변치 않은 선물 món quà không được hài lòng lắm.

변복(變服) sự cải trang. **~하다** cải trang. ¶ ~으로 bằng cách cải trang.

변비(便秘) bệnh táo bón, sự táo bón. ¶ ~에 걸리다 bị táo bón. ¶ ~증 = 변비.

변사(辯士) ❶ (연설하는) người diễn thuyết, người dẫn chương trình. ❷ (무성영화의) người lồng tiếng.

변사(變死) sự đột tử. **~하다** đột tử. ¶ ~자 người bị đột tử, người chết bất ngờ.

변상(辨償) sự trả lại, sự bồi hoàn, sự bồi thường. **~하다** trả lại, bồi hoàn, bồi thường. ¶ ~금 tiền bồi thường.

변색(變色) sự đổi màu, sự biến màu; sự bạc màu, sự phai màu. **~하다** đổi màu, biến màu; bạc màu, phai màu.

변설(辯舌) sự ăn nói, sự hùng biện. ¶ ~가 người hùng biện, người có tài ăn nói; diễn giả.

변성(變成) sự tái sinh, sự tái tạo. **~하다** tái sinh, tái tạo. ¶ ~작용 tác dụng tái tạo.

변성(變性) **~하다** thoái hóa; suy đồi (바뀌다); biến chất (바꾸다).

변성(變聲) sự thay đổi giọng, sự vỡ giọng. **~하다** thay đổi giọng, vỡ giọng. ¶ ~기 tuổi vỡ giọng.

변성명(變姓名) **~하다** đổi tên họ.

변소(便所) nhà vệ sinh, nhà xí, nhà cầu. ¶ ~에 가다 đi vệ sinh. ¶ 바깥 ~ nhà vệ sinh biệt lập với nơi ở / 수세식 ~ nhà xí xối nước một cách hiện đại, hố xí bệt.

변수(變數) [TH] biến số.

변스럽다(變-) kỳ quặc, lạ lùng, buồn cười.

변신(變身) **~하다** thay đổi trông thấy (về vẻ ngoài); (변장) cải trang, trá hình.

변심(變心) **~하다** đổi ý, thay lòng đổi dạ. (배반) bội tín, phản bội; lừa gạt. ¶ 그녀는 남자 친구가 군대에 간 사이에 ~하여 다른 남자를 만났다. Trong thời gian bạn trai đi nghĩa vụ quân sự, cô ấy đã thay lòng đổi dạ, gặp gỡ người con trai khác.

변압(變壓) [Đ] sự thay đổi biến áp. **~하다** làm thay đổi biến áp. ¶ ~기 máy biến áp.

변이(變異) [Si] sự biến dị. ¶ 돌연 ~(설) thuyết biến dị đột biến.

변장(變裝) sự cải trang; sự trá hình; sự đội lốt. **~하다** cải trang, trá hình, đội lốt. ¶ …으로 ~하고 cải trang thành… ¶ 거지로 ~하다 cải trang thành ăn mày.

변재(辯才) tài hùng biện, khiếu ăn nói, sự khéo ăn khéo nói (능변). ¶ ~가 있는 có tài hùng biện, có tài ăn nói / ~가 없다 không có tài ăn nói.

변전(變轉) sự thay đổi, sự biến đổi, sự thăng trầm, sự biến chuyển, sự tuần hoàn. **~하다** biến đổi, biến chuyển, thăng trầm, tuần hoàn.

변전소(變電所) trạm biến thế.

변절(變節) sự đào ngũ, sự bỏ đạo, sự bỏ đảng, sự bỏ hàng ngũ. **~하다** đào ngũ, bỏ đạo, bỏ đảng, bỏ hàng ngũ. ¶ ~자 người phản bội, người biến chất.

변제(辨濟) sự hoàn lại, sự trả lại. ~하다 hoàn lại, trả lại.

변조(變造) (개조) sự sửa lại, sự tu chỉnh lại. (위조) sự giả mạo, sự làm giả. **~하다** sửa lại, tu chỉnh lại; giả mạo, làm giả. ¶ ~자 người làm giả, kẻ giả mạo / ~ 지폐 tiền giả.

변조(變調) [ÂN] sự biến tấu, sự đổi âm; [Đ] điều chỉnh sóng; (언행의) thay đổi giọng, thay đổi âm điệu. ¶ 주파수 ~ điều chỉnh tần số (생략 FM) / 진폭 ~ điều chỉnh biên độ (생략 AM).

변종(變種) ❶ (종류가 바뀜. 또 그 바뀐 종류) sự biến đổi chủng loại. ❷ (원종에서 변한 종) biến chủng. ❸ (성질·언행 등이 남과 다른 사람) người lập dị.

변주곡(變奏曲) [ÂN] khúc biến tấu.

변죽(邊-) miệng, vành, gờ, lề, rìa, cạnh. ¶ ~을 울리다 nói bóng gió, ám chỉ, gợi ý.

변증법(辨證法) phép biện chứng. ~적 tính biện chứng. ¶ ~적 유물론 thuyết duy vật biện chứng.

변지(邊地) ☞ **벽지**(僻地).

변질(變質) **~하다** hư hỏng, biến chất (음식이). ¶ ~자 người hư hỏng, người thoái hóa biến chất.

변천(變遷) sự biến đổi, sự biến thiên. **~하다** biến đổi, biến thiên, thay đổi. ¶ 시대의 ~ sự biến đổi của thời cuộc.

변칙(變則) sự không đúng quy cách, sự không bình thường. ~적 tính bất quy tắc.

변태(變態) ❶ (이상) sự dị thường, sự khác thường, sự bất thường. ¶ ~적인 tính chất bất thường. ¶ ~ 심리 [성욕] tâm lý [nhu cầu sinh lý] bất thường ❷ [Si] sự dị thường, sự biến chất. ❸ (변형) sự biến thái.

변통(便通) sự nhuận tràng, sự dễ đi ngoài. ¶ ~약 thuốc nhuận tràng. ☞ **하제**.

변통(變通) (융통성(性)) sự thích ứng, sự linh hoạt, sự thông dụng; (처리) sự xoay xở, sự linh động, sự lanh lợi, sự tùy cơ ứng biến. **~하다** linh hoạt, lanh lợi, khéo xoay xở (조달). ¶ ~성 tính linh hoạt / ~성 있는 có tính linh hoạt / ～성(性)을 보이다 thể hiện tính linh hoạt / 임시～수 dụng cụ thay thế tạm thời / …에게 돈을 ～해주다 kiếm tiền cho ai đó, cho ai đó vay tiền.

변하다(變-) thay đổi, biến đổi, đổi khác (여러가지로); (…으로 변하다) biến thành, thay đổi thành. ¶ 변하기 쉬운 thay đổi dễ dàng / 영원히 변하지 않는 mãi mãi không thay đổi / 태도가 아주 ～ thái độ thay đổi hẳn / 마음이 ～ thay đổi ý định.

변함없다(變-) không thay đổi, không suy suyển / 올해도 변함없이 애호하여 주십시오 (가게) trong năm nay, chúng tôi cũng mong được sự ủng hộ như trước đây của quý vị!

변혁(變革) sự cải cách, sự cải tổ, sự đổi mới (개혁); cuộc cách mạng (혁명). **~하다** cải cách, cải tổ, đổi mới.

변형(變形) sự thay đổi, sự biến đổi (hình dạng). **~하다** (바꾸다) thay đổi (hình dạng); (변하다) biến đổi, biến hình.

변호(辯護) sự biện hộ, sự bào chữa. **~하다** biện hộ, bào chữa. ¶ ～료 chi phí bào chữa / ～ 의뢰인 người thuê bào chữa, khách hàng của văn phòng luật / ～인 người bào chữa / ～인단 cố vấn bào chữa / 국선 ～인 người bào chữa do nhà nước chỉ định / 자기 자신을 ～하다 tự bào chữa cho mình.

변호사(辯護士) luật sư. ¶ ～의 자격을 따다 nhận bằng luật sư / ～ 개업을 하고 있다 bắt đầu hành nghề luật sư. ¶ ～ 사무소 văn phòng luật sư / ～회 Hội luật sư/고문 ～ luật sư cố vấn. ¶ 한국에서는 변호사가 되기 위해 4년 동안 연수기간을 거쳐야 한다 ～ Ở Hàn Quốc để trở thành luật sư phải trải qua khóa đào tạo trong 4 năm.

변화(變化) (변경) sự thay đổi, sự biến đổi, sự biến hóa; (다양) sự biến hóa; (변형) sự biến dạng; (동사의) sự biến cách của động từ, sự chia động từ. **~하다** thay đổi, biến đổi, biến hóa; biến dạng, biến hình. ¶ ～ 없는 không biến đổi, cứng nhắc (단조) / ～가 많은 có tính linh hoạt / 정세의 ～ sự thay đổi của tình thế / 일기의 ～ sự thay đổi của thời tiết.

변환(變換) **~하다** sự chuyển đổi, sự thay đổi lên xuống hoặc qua lại

별 sao, tinh tú. ¶ ～빛 ánh sao / ～이 빛나는 밤 đêm sáng sao / ～자리 chòm sao / ～이 빛나는 하늘 bầu trời sáng sao / 그는 ～이 빛나는 넓은 하늘을 쳐다보았다 anh ta ngắm nhìn bầu trời cao rộng lấp lánh ánh sao / ～처럼 빛나는 눈을 가진 소녀 cô bé có đôi mắt sáng như sao / ～같은 giống như sao / ～이 하늘에서 반짝인다 sao nhấp nháy trên bầu trời.

별갑(鱉甲) mai rùa. ¶ ～ 세공 sản phẩm làm từ mai rùa, đồ vật bằng đồi mồi.

별개(別個) ～의 khác, riêng biệt.

별거(別居) **~하다** ly thân, sống biệt lập. ¶ ～중인 아내 người vợ đang sống ly thân. ¶ ～ 수당 tiền trợ cấp ly thân.

별것(別-) sự đặc biệt, thứ đặc biệt, thứ quý hiếm; cái khác, thứ khác (다른 것).

별고(別故) (이상) sự bất thường; (사고) trở ngại, vướng mắc, khó khăn, sự cố. ¶ ～없다 không có vướng mắc, an toàn vô sự / ～없이 지내다 sống bình thường, sống an toàn.

별관(別館) nhà riêng biệt, cơ sở biệt lập.

별궁(別宮) cung điện riêng, cung điện biệt lập.

별기(別記) ¶ ～와 같이 theo như trích dẫn,

ㅂ

theo như ý kiến của người khác.

별꼴(別-) thứ ghê tởm, người đáng ghét. ¶ ~ 다 보겠다 thật ghê tởm! Thật đáng ghét!

별꽃 [TV] loài hoa dại nhỏ có màu trắng.

별나다(別-) lạ lùng, khác thường, bất thường, kỳ dị. ¶ 별나게 một cách lạ lùng, một cách kỳ dị / 별나게 굴다 đối xử lạ lùng, cư xử bất thường.

별놈(別-) người lập dị, người kỳ cục. ☞ **별사람**.

별다르다(別-) (이상) lạ thường, lạ lùng; (특별) đặc biệt, không phổ biến. ¶ 별다른 것이 아니다 không có gì đặc biệt.

별당(別堂) ngôi nhà biệt lập.

별도(別途) ~의 riêng biệt; cách riêng, phương pháp riêng. ¶ ~ 지출 chi phí riêng biệt.

별도리(別道理) sự lựa chọn tốt nhất, cách tốt nhất, phương pháp tối ưu. ~없다 không có cách nào tốt hơn, không có phương pháp tối ưu nào khác, không có cách nào khác.

별동대(別動隊) dân chúng nổi dậy; đội quân cơ động, đội cảnh sát cơ động, đội biệt động.

별똥 sao băng.

별로(別-) đặc biệt, cá biệt. ¶ ~ 할 일도 없다 không có việc gì đặc biệt.

별말(別-) lời khen, lời nói (mang tính chất vô lý), nói linh tinh, nói quá. ¶ ~ 다 한다 Anh cứ nói linh tinh, anh nói vô lý.

별말씀(別-) lời khen, lời nói (mang tính chất khách sáo, không đúng với sự thật). ¶ ~ 다 하십니다. Anh cứ quá khen thế; Anh cứ giữ ý thế; Anh cứ khách sáo thế.

별명(別名) biệt danh, biệt hiệu / ~을 붙이다 gắn biệt danh, đặt biệt danh / 스미스란 ~으로 통하다 có biệt danh là Smith.

별문제(別問題) vấn đề khác, việc khác. ¶ …은 ~로 하고 cho … thành việc khác / 그것은 ~이다 điều đó là vấn đề khác rồi.

별미(別味) (맛) vị ngon, vị đặc biệt; (음식) miếng ngon, thức ăn ngon, cao lương mỹ vị.

별반(別般) ☞ **별로**.

별별(別別) này nọ, nọ kia, nhiều dạng, nhiều loại. ¶ ~ 사람 người này người nọ / ~일 việc này việc nọ / ~일이 다 일어난다 việc này việc nọ xảy ra.

별봉(別封) ¶ ~으로 (보내다) gửi bằng phong bì riêng.

별사람(別-) người đặc biệt, người lập dị, người khác thường. ¶ ~ 다 보겠다 chưa từng thấy ai lập dị thế.

별석(別席) vị trí riêng biệt.

별세(別世) sự qua đời, sự từ trần, sự tạ thế, sự biệt thế. **~하다** qua đời, từ trần, tạ thế, biệt thế.

별세계(別世界) thế giới khác.

별소리(別-) ☞ **별말**.

별수(別數) (운수) vận may đặc biệt, vận may hiếm có; (방법) thủ thuật, cách thức đặc biệt; (묘법) bí quyết. ¶ 이젠 ~ 없다 Bây giờ thì hết cách rồi.

별스럽다(別-) ☞ **별나다**.

별식(別食) món ăn đặc biệt.

별실(別室) (또 다른 방) căn phòng khác, căn phòng riêng biệt

별안간(瞥眼間) đột nhiên, thình lình, đột ngột. ¶ ~ 죽다 chết đột ngột.

별일(別-) sự cố, việc không may, việc bất thường (사고); (특별한 일) việc đặc biệt, việc lạ lùng. ¶ ~없이 không có việc gì đặc biệt. ¶ ~ 없이 지낸다 sống bình thường chẳng có gì đặc biệt.

별자리 【TVH】 chòm sao, chòm tinh tú.

별장(別莊) biệt thự ở ngoại ô, biệt thự riêng ở quê.

별종(別種) loại khá, chủng loại đặc biệt.

별지(別紙) ☞ **별첨**.

별차(別差) sự khác biệt. ¶ ~없다 không có sự khác biệt.

별찬(別饌) thức ăn đặc biệt.

별책(別冊) phần phụ lục, số phụ san, phần kèm theo (của sách, tạp chí) (잡지 따위의). ¶ ~ 부록 phần phụ lục.

별천지(別天地) ☞ **별세계**.

별첨(別添) phần đính kèm, phần kèm theo. ¶ ~의 thuộc phần phụ / ~과 같이 cùng với phần kèm theo.

별칭(別稱) tên khác, họ tên khác

별표(-標) (별꼴) cái bớt, vết đốm; dấu hoa thị (*). ¶ ~를 하다 đánh dấu hoa thị.

별표(別表) bảng đính kèm. ¶ ~ 양식 mẫu bảng đính kèm.

별항(別項) điều khoản khác, điều khoản riêng biệt.

별행(別行) dòng khác, hàng khác (trong văn bản).

별호(別號) (호) biệt hiệu; (별명) biệt danh.

볍씨 hạt lúa giống, mầm lúa.

볏 mào, bờm.

볏가리 đụn thóc, đống thóc.

볏단 bó lúa.

볏섬 bao gạo, bì gạo.

볏짚 rơm, rạ.

병(丙) (천간(天干) 중의 제삼위. 방위로는 남쪽. 차례나 등급을 매길 때 셋째에 이르는 말) ❶ thiên can:bính, ở vị trí thứ ba; sau ất trước đinh. ❷ phía Nam khi chỉ phương hướng. ❸ hạng thứ ba tức hạng C khi xếp hạng.

병(病) bệnh, bệnh tật, sự đau ốm. ¶ ~난 ốm đau, khó ở, se mình / ~ 때문에 vì đau ốm / 가벼운 [불치의] ~bệnh nhẹ [nặng] / ~들다 [에 걸리다] bị bệnh, mắc bệnh / ~에 걸리기 쉽다 dễ mắc bệnh / ~이 낫다 khỏi bệnh tật / ~으로 죽다 chết vì bệnh tật. ¶ ~문안(問安) thăm người bệnh, thăm người ốm.

병(甁) lọ, chai (약병); vại, bình (아가리가 넓은). ¶ 맥주 한 ~ một chai bia / ~에 담다 đựng trong chai / ~에 담은 được đựng trong chai / ~맥주 bia chai.

병가(兵家) người lính, binh sĩ; binh gia (병법가).

병가(病暇) sự khỏi bệnh, sự lành bệnh. ¶ ~를 얻다 khỏi bệnh, lành bệnh.

병결(病缺) nghỉ ốm, vắng mặt vì đau ốm.

병고(病苦) sự đau đớn vì bệnh tật, sự khổ sở vì bệnh tật. ¶ ~에 시달리다 khổ sở về bệnh tật.

병과(兵科) ngành binh chủng. ¶ 보병 ~ bộ binh.

병구(病軀) cơ thể ốm yếu, sức khỏe yếu. ¶ ~를 무릅쓰고 mặc dù sức khỏe yếu, bất chấp sức khỏe yếu.

병구완(病-) sự chăm sóc người bệnh, sự chăm sóc người ốm. **~하다** chăm nom người bệnh, chăm sóc người ốm (không ngủ) (자지 않고).

병권(兵權) binh quyền, quyền lực trong quân đội, giới chỉ huy trong quân đội.

병균(病菌) vi khuẩn gây bệnh; (전염병의) vi khuẩn bệnh truyền nhiễm. ¶ …의 ~을 발견하다 phát hiện vi khuẩn của ….

병기(兵器) vũ khí quân đội, quân khí, binh khí. ¶ ~고 kho vũ khí / ~창 xưởng chế tạo vũ khí đạn dược.

병나다(病-) ❶ ☞ **병들다**. ❷ mất sức khỏe,

bị bệnh, phát bệnh, sinh bệnh, phát ốm.

병내다(病-) ❶ (병을) gây bệnh. ❷ nhiễm bệnh, bị bệnh.

병단(兵團) binh đoàn, quân đoàn.

병독(病毒) mầm bệnh, vi trùng gây bệnh.

병동(病棟) phòng bệnh. ¶ 격리 ~ phòng cách ly.

병들다(病-) bị ngã bệnh, bị nhiễm bệnh. ¶ 병든 ốm đau, bệnh tật.

병란(兵亂) (나라 안에서 쌈질하는 난리) chiến tranh, binh biến.

병략(兵略) binh lược, chiến thuật.

병력(兵力) binh lực, sức mạnh của quân đội, thế lực quân sự. ¶ 10만의 ~ 10 vạn binh lực.

병렬(竝列) **~하다** xếp hàng, đứng theo hàng ngũ. ¶ ~회로 hàng song song

병리(病理) ¶ ~학 bệnh lý học / ~학상의 thuộc bệnh lý học / ~학자 nhà nghiên cứu bệnh lý học / ~해부학 ngành phân tích bệnh lý học, ngành giải phẫu bệnh học.

병립(竝立) **~하다** đứng cạnh nhau; cùng tồn tại, cùng chung sống.

병마(兵馬) quân sự (군사); lực lượng quân sự (병력); quân đội (군대).

병마(病魔) ¶ ~가 덮치다 dịch bệnh lan tràn / ~에 시달리다 khổ sở vì dịch bệnh, vất vả vì dịch bệnh.

병마개(甁-) nút chai, nút bần (코르크제의). ¶ ~를 뽑다 khui nắp chai / ~로 막다 nút lại bằng nút chai.

병명(病名) tên bệnh.

병무(兵務) việc quân, việc nhà binh. ¶ ~ 소집 lệnh gọi phục vụ quân đội / ~청 Cục chỉ huy quân sự.

병발(倂發) sự xảy ra đồng thời, sự xảy ra cùng một lúc (병의). **~하다** xảy ra đồng thời, xảy ra cùng một lúc. ¶ ~증 triệu chứng xảy ra đồng thời.

병법(兵法) binh pháp, chiến lược, chiến thuật. ¶ ~가 nhà chiến thuật, nhà chiến lược.

병사(兵士) binh sỹ, người lính, người chiến sỹ (복수).

병사(兵舍) trại lính, doanh trại.

병사(兵事) việc quân. ¶ ~계원 phụ tá, thư ký sự vụ, cần vụ.

병사(病死) sự chết vì bệnh tật, sự tử vong. **~하다** chết vì bệnh tật, tử vong.

병살(倂殺) 【BC】 2 người chạy bị "out" cùng một lúc (trong bóng chày).

병상(病床) giường bệnh. ¶ ~ 일지 bệnh án.

병상(病狀) tình hình bệnh tật, tình hình dịch bệnh, bệnh tình.

병색(病色) ¶ ~이 보이다 thấy nước da tái, thấy nước da không được khỏe.

병서(兵書) binh thư, sách chiến thuật.

병석(病席) giường bệnh. ¶ ~에 있다 nằm trên giường bệnh.

병선(兵船) tàu chiến.

병세(病勢) bệnh tình, chiều hướng phát triển của bệnh tật, tình trạng bệnh tật. ¶ ~가 악화 [호전]하다 tình trạng bệnh (biến chuyển) theo chiều hướng xấu đi [khá lên], bệnh tình xấu đi [khá lên].

병술(甁-) rượu đóng chai.

병신(病身) ❶ (불구자) người khuyết tật, người tàn tật; (병자) người tàn phế. ¶ ~을 만들다 gây tàn phế, làm cho tàn tật, gây thương tật / ~이 되다 bị tàn tật, bị thương tật, bị tàn phế. ❷ (물건) méo mó, xấu xí, hư hỏng. ❸ (바보) khờ dại, đần độn (천치). ¶ ~ 노릇을 하다 làm việc ngu ngốc.

병실(病室) phòng y tế, phòng bệnh, trạm xá.

병아리 gà con (mới nở). ¶ ~를 까다 ấp trứng. ¶ ~ 감별사 người xét giống gà.

병약(病弱) ~한 ❶ sự yếu ớt, sự suy yếu. ❷ ốm yếu, ốm đau, bệnh tật. ¶ 연세 많이 드셔서 ~하신 그녀의 어머니 mẹ của cô ấy ốm yếu vì tuổi tác / 나이드신 분들은 ~하시다 những người có tuổi thì ốm yếu / 그녀의 막내 아들은 힘든 병치레 후에 더욱 ~해졌다 con trai út của cô ấy sau cơn đau bệnh càng trở nên ốm yếu.

병어(-魚) 【LC】 con cá chim.

병역(兵役) nghĩa vụ quân sự, binh dịch. ¶ ~ 기피자 người trốn quân dịch / ~ 면제자 người được miễn quân dịch / ~ 미필자 người chưa thực hiện nghĩa vụ quân sự.

병영(兵營) trại lính, doanh trại.

병용(倂用) **~하다** dùng chung, cùng sử dụng, dùng kết hợp. ¶ 한글과 한자를 ~하다 kết hợp dùng cả chữ Hàn và chữ Hán.

병원(兵員) lực lượng quân đội, sỹ số quân.

병원(病院) bệnh viện, bệnh xá. ¶ ~에 입원하다 nhập viện / ~에 입원해 있다 đang nằm viện / ~에 다니다 đi bệnh viện; điều trị ngoại trú. ¶ ~선 tàu bệnh viện, bệnh viện trên tàu / ~장 giám đốc bệnh viện / ~차(車) xe bệnh viện.

병원(病源) nguồn bệnh, mầm bệnh. ¶ ~균 vi trùng gây bệnh, vi khuẩn gây bệnh / ~체 bộ phận nhiễm bệnh / ~학 ngành nghiên cứu mầm bệnh, khoa học về nguồn bệnh.

병인(病因) nguyên do bệnh, lý do phát bệnh.

병자(病者) người bệnh, người ốm; người không bình thường; (환자) bệnh nhân.

병장(兵長) thượng sĩ, trung sĩ, hạ sĩ.

병적(兵籍) đăng ký, gia nhập quân ngũ. ¶ ~부 sổ danh sách quân nhân

병적(病的) do, vì bệnh tật, ốm yếu; có khuyết tật. ¶ ~으로 vì đau ốm / ~으로 의심이 많은 rất nghi ngờ vì không bình thường.

병조림(甁-) sự nén, sự đổ vào chai, sự đóng chai. **~하다** nén, đổ vào chai, đóng chai.

병존(竝存) sự cùng tồn tại, sự tồn tại song song. **~하다** cùng tồn tại, tồn tại song song.

병졸(兵卒) lính trơn, binh nhì.

병종(丙種) ❶ (등급으로 셋째 가는 종류) hạng ba. ❷ (징병 검사에서 징집을 면제 받는 등급) loại, hạng được miễn chinh chiến sau khi được kiểm tra sức khoẻ.

병중(病中) đang bị ốm, đang bị bệnh tật. ¶ ~이다 trong lúc đang bị ốm.

병증(病症) bệnh chứng.

병진(竝進) **~하다** theo kịp, đi sát cạnh, cùng tiến lên.

병집(病-) khuyết điểm, điểm yếu, nhược điểm. ¶ 그것이 자네 ~일세 điều đó là điểm yếu của cậu đấy.

병참(兵站) binh trạm, hậu cần, phục vụ quân đội. ¶ ~부 bộ phận hậu cần / ~사령부 bộ tư lệnh hậu cần / ~선 tuyến hậu cần, tuyến tiếp tế / ~장교 chỉ huy quân nhu, chỉ huy hậu cần.

병창(竝唱) **~하다** hợp ca, hợp xướng.

병충해(病蟲害) thiệt hại do sâu bệnh hay côn trùng gây ra.

병칭(竝稱) **~하다** gọi chung, xếp hạng chung (với nhau).

병탄(倂呑) **~하다** sát nhập vào, nhập vào, gộp vào.

병폐(病弊) tệ nạn, tội lỗi, thói xấu. ¶ 사회의 ~ tệ nạn xã hội.

병풍(屛風) tấm bình phong. ¶ 여섯폭 ~

ㅂ

(을 치다) đặt 6 tấm bình phong.
병합(倂合) ☞ 합병.
병행(並行) **~하다** đi sóng đôi, đi song song, đi ngang hàng, bình hành.
병화(兵火) ngọn lửa chiến tranh. ¶ ~에 파괴되다 bị thiêu rụi bởi ngọn lửa chiến tranh.
병환(病患) bệnh tật, bệnh hoạn.
병후(病後) ~의 thời kỳ dưỡng bệnh, giai đoạn hồi sức. ¶ ~의 조섭 sự hồi phục lại sau khi bị bệnh.
볕 ánh sáng, ánh nắng mặt trời. ¶ ~이 들다 có ánh sáng, có ánh nắng / ~에 말리다 phơi khô trong nắng phơi nắng / ~에 타다 rám nắng, cháy nắng / ~에 쬐다 được dãi nắng, được phơi nắng / ~을 쬐다 dãi nắng, phơi nắng.
보(保) (보증) sự bảo đảm, sự chứng nhận, sự xác nhận; (보증인) người bảo lãnh, người bảo đảm. ¶ ~서다 đứng ra bảo lãnh / ~를 세우다 tìm kiếm sự bảo đảm, tìm kiếm sự bảo lãnh.
보(洑) (저수지) hồ, bể, đập.
보(褓) ☞ 보자기.
보(步) bước, giai đoạn.
…보(補) phụ tá, trợ lý, phó. ¶ 차관~ trợ lý bộ trưởng.
보각(補角) 【Hho】 góc phụ (hình học).
보감(寶鑑) sổ sách cẩm nang, sổ tay, sách hướng dẫn.
보강(補强) **~하다** tăng cường, bổ sung, gia cố. ¶ ~ 공사 thi công gia cố.
보강(補講) sự dạy bổ sung, sự dạy bù. **~하다** dạy thêm, dạy bù.
보건(保健) bảo vệ sức khỏe, giữ gìn sức khỏe; (위생) giữ gìn vệ sinh. ¶ ~ 복지부 Bộ phúc lợi và y tế / ~소 trung tâm y tế / 세계 ~ 기구(機構)(WHO) Tổ chức y tế thế giới.
보검(寶劍) bảo kiếm, thanh kiếm báu.
보결(補缺) (일) bổ trợ, bổ sung; (사람) bổ khuyết, bổ sung. ~의 thuộc về việc bổ sung. ¶ ~ 모집 tuyển bổ sung; gọi bổ sung / ~생 sinh viên bổ sung.
보고(報告) sự báo cáo, sự thông cáo, sự thống kê, sự tổng kết. **~하다** báo cáo, thông cáo, thống kê, tổng kết. ¶ ~서 bản báo cáo, bản tổng kết, bán thống kê / ~자 người báo cáo, người tổng kết.
보고(寶庫) kho báu.
보관(保管) sự bảo quản, sự giám hộ, sự trông nom, sự gìn giữ. **~하다** bảo quản, giám hộ, trông nom, gìn giữ / ~료 lệ phí bảo quản / ~인 người bảo quản / 여행가방은 ~소에 있다 ba lô du lịch ở nơi gửi đồ.
보국(報國) lòng yêu đất nước, sự gìn giữ đất nước, phục vụ tổ quốc.
보궐(補闕) bổ khuyết. ¶ ~선거 bầu cử bổ khuyết.
보균자(保菌者) người mang mầm bệnh.
보글보글 ¶ ~ 끓다 nấu sôi ùng ục.
보금자리 tổ, ổ, chuồng; nhà; tổ ấm. ¶ 사랑의 ~ tổ ấm tình yêu.
보급(普及) sự phổ biến, sự phổ cập, sự truyền bá; mở rộng (대중화). **~하다** phổ biến, phổ cập, truyền bá; mở rộng. ¶ ~소 trung tâm phân phối / ~판 bản thông thường, bản phổ cập.
보급(補給) sự cung cấp, sự tiếp tế, sự bổ sung, sự chi viện; sự bao cấp. **~하다** cung cấp, tiếp tế, bổ sung, chi viện; bao cấp. ¶ ~관 【QS】 sỹ quan hậu cần.
보기[1] ví dụ. ¶ ~를 주다 lấy ví dụ, đưa ra ví dụ.
보기[2] (보는 각도) theo cách nhìn nhận, theo góc độ. ¶ 내가 ~에는 theo cách nhìn nhận của tôi / ~에 따라서는 tùy

theo cách nhìn nhận.

보기차(-車) xe giá chuyển hướng.

보깨다 khó tiêu, đầy bụng.

보내다 ❶ (물품을) gửi, chuyển; (전송(電送)) tiễn, đưa tiễn; vận chuyển hàng, chuyển hàng đi (배로); gửi tiền (돈을); gửi thư (편지를); (증정) ký gửi. ¶ 책을 ~ kí gửi sách / 편지를 ~ gửi thư / 찬사를 ~ gửi lời khen ngợi. ❷ (사람을) phái đi, cử đi, sai đi. ¶ 심부름 ~ sai đi làm việc lặt vặt / 부르러 ~ gọi (bác sỹ) đến. ❸ (이별) chia tay, từ biệt. ❹ (세월을) trải qua. ¶ 시간을 ~ trải qua thời gian.

보너스 tiền thưởng, tiền phụ cấp.

보늬 lớp màng mỏng bên trong.

보다[1] ❶ (눈으로) nhìn; trông; xem. (목격) nhìn thấy, trông thấy. ¶ 본 일이 없는 không nhìn thấy gì cả / …을 보고 nhìn cái gì đó / 보는 데서 trong tầm mắt, trong tầm nhìn / 보기 좋게 dễ nhìn, ưa nhìn (아름답게); đẹp mắt, hấp dẫn (멋지게) / 보시는 바와 같이 như đã nhìn thấy / 얼핏 ~ nhìn qua, ngó qua/뚫어지게 ~ nhìn soi mói / 잘 ~ nhìn kỹ/몰래 ~ nhìn trộm / 차마 볼 수 없다 không thể nhìn thấy được. ❷ (관찰) quan sát, tham quan; (시찰) xem xét, nhìn nhận; (간주) nhìn nhận, ý kiến, đánh giá. ¶ 내가 본 바로는 tôi thấy rằng, theo ý kiến của tôi, tôi cho rằng / 어느 모로 봐도 nhìn nhận ở góc độ nào đi chăng nữa thì cũng … / 보는 바가 다르다 khác với những gì ta thấy. ❸ (구경) xem, ngắm nhìn, tham quan, thăm thú. ¶ 텔레비젼을 ~ xem tivi / 볼 만하다 đáng để xem / 박물관을 보러 가다 đi thăm viện bảo tàng / 영화 보러가다 đi xem phim / 연극보러가다 đi xem kịch. ❹ (읽다) xem, đọc; (훑어 보다) xem lướt qua. ¶ 신문을 ~ xem báo / 최근에 일어난 주거 침입 범죄에 대해 신문에서 봤다 tôi đã đọc về vụ tội phạm xâm nhập nhà dân gần đây trên báo. ❺ (조사) xem xét, điều tra, suy xét; (참고) tham khảo, hỏi ý kiến. ¶ 학생들의 답안지를 ~ tham khảo đáp án của học sinh / 환자를 ~ (의사가) (bác sỹ) tham khảo ý kiến người bệnh. ❻ (판단) suy đoán, phán đoán, nhìn nhận. ¶ 손금을 ~ xem bói đường chỉ tay. ❼ (견적) ước đoán, ước tính. ¶ 손해를 만 원으로 ~ với ước tính tổn thất là mười ngàn won. ❽ (보살피다) coi sóc, trông coi, chăm sóc; quản lý (처리) xử lý, điều chỉnh, sửa chữa. ¶ 아기를 ~ trông trẻ / 집을 ~ trông nhà / 사무를 ~ quản lý công việc. ❾ (…해 보다) xem thử, thử. ¶ 양복을 입어 ~ mặc thử áo vét / 자전거를 타 ~ đi thử xe đạp. ❿ (시험을) trải qua, kinh qua. ⓫ (대소변을) đi ngoài, đi đại tiện. ⓬ (자손 등) có, có thêm con cháu. ¶ 사위를 ~ có con rể. ⓭ (이해를) nhận thấy, cảm thấy. ¶ 손해를 ~ cảm thấy thiệt hại / 이익을 ~ nhận thấy lợi ích / 재미를 ~ thấy thú vị. ⓮ (전의(轉義)) ¶ 두고 보아라 hãy đợi đấy! / 두고 보자 hãy chờ đấy!, liệu hồn!

보다[2] (…인 것 같다) có vẻ như, hình như…. ¶ 그 사람이 아픈가~ người đó có vẻ như bị đau, người đó hình như bị đau / 그가 벌써 왔는가~ hình như anh ấy đã đến rồi.

보다[3] (비교) hơn. ¶ ~ 정확하게 말하면 nói một cách chính xác hơn / ~ 낫다 [못하다] tốt hơn [không tốt hơn] / 목숨~ 이름을 중히 여기다 coi trọng danh dự hơn mạng sống.

보다못해 không thể nhìn lâu hơn được

ㅂ

nữa, không thể nhịn thêm được nữa.

보답(報答) (보상) sự báo đáp, sự đền ơn, sự trả ơn, sự báo ân. **~하다** báo đáp, đền ơn, trả ơn, báo ân. ¶ 고맙습니다 나중에 ~하겠습니다 xin cám ơn, sau này xin sẽ báo đáp.

보도(步道) đường đi bộ. ¶ 횡단~ phần đường dành cho người đi bộ để qua đường.

보도(報道) tin tức, bản tin, thông tin. **~하다** báo cáo, đưa tin, truyền tin, cung cấp tin tức. ¶ 신문 ~에 의하면 theo tin tức đã đưa trên báo chí. ¶ ~관제 kiểm duyệt thông tin, kiểm duyệt tin tức. ¶ ~기관 cơ quan thông tin, cơ quan truyền thông, cơ quan báo chí / ~진 người đưa tin, việc đưa tin.

보도(輔導) sự hướng dẫn, sự dẫn dắt, sự chỉ dẫn. **~하다** hướng dẫn, dẫn dắt, chỉ dẫn. ¶ 직업 ~ hướng dẫn nghề nghiệp, hướng nghiệp / 학생 ~ hướng dẫn sinh viên.

보도독거리다 = 보드득거리다, 부드득거리다. trèo trẹo, ken két, kin kít, răng rắc. ¶ 이를 보도독거리며 (부드득거리며) 갈다 ~ nghiến răng trèo trẹo.

보동보동 ¶ ~한 mũm mĩm, mập mạp, phúng phính.

보드랍다 mềm mại, mềm dẻo, mềm mỏng.

보드카 (술) rượu vốt-ca.

보들보들하다 êm, mềm mại, êm dịu.

보디(body) thân thể, thể xác; nhiều, số lượng lớn. ¶ ~ 블로 [QA] đánh vào người / ~ 빌딩 khoe thể hình, khoe cơ bắp (vận động viên thể hình) / ~ 가드 vệ sỹ, đội bảo vệ.

보따리(褓-) cái bọc, bó, cái tay nải. ¶ ~ 장수 người bán hàng rong (물건을 보자기에 싸가지고 다니며 장사하는 사람); người bán hàng vặt (소규모로 하는 장사).

보라 ☞ **보랏빛**.

보람 (효력) ích lợi, giá trị, ý nghĩa, kết quả. ¶ ~있는 có ích, có giá trị, có ý nghĩa, có kết quả / ~없는 không có ích, không có giá trị, không ý nghĩa, không có kết quả / ~있는 생활 cuộc sống có ý nghĩa / ~없이 một cách vô nghĩa, một cách vô giá trị.

보랏빛 sắc tím, ánh tím, màu tím. ¶ 연~ màu tím nhạt.

보로통하다 ❶ (종기가) sưng, phù, phồng, phình, căng lên. ❷ (성나서) hờn dỗi, sưng sỉa.

보료 tấm nệm, cái đệm.

보루(堡壘) pháo đài, công sự, đồn lũy, thành trì.

보류(保留) sự bảo lưu, sự trì hoãn, sự lưu lại. **~하다** bảo lưu, trì hoãn, lưu lại, hoãn lại (연기). ¶ ~ 조건 điều kiện bảo lưu.

보르네오 đảo Borneo. ¶ ~의 thuộc về Borneo.

보름 ❶ (15일) rằm. ❷ (보름날) ngày rằm. ¶ ~달 trăng rằm.

보리 (대맥) lúa mạch. ¶ ~ 타작하다 đập lúa mạch. ¶ ~ 농사 trồng lúa mạch / ~밥 cơm lúa mạch / ~밭 ruộng lúa mạch / ~차 trà lúa mạch / 보릿고개 ngày đói kém / 보릿짚 rơm, rạ lúa mạch.

보리수 cây đa bồ đề (梵); nơi Phật chứng quả bồ đề.

보링 (구멍을 뚫는 일) việc đục lỗ.

보모(保姆) cô bảo mẫu, cô nuôi dạy trẻ. ¶ 유치원의 ~ cô giáo dạy trường mẫu giáo, cô giáo mầm non.

보무(步武) ¶ ~ 당당히 bước đi hãnh diện, bước đi kiêu hãnh.

보무라지 = 보풀. xơ vải, nạm bông, đầu

thừa đuôi thẹo. ¶ 실~ vụn chỉ.

보물(寶物) châu báu, vàng bạc, báu vật. ¶ ~선 tàu châu báu / ~ 상자 hòm châu báu / ~섬 đảo châu báu / ~찾기 tìm châu báu.

보배 châu báu, đồ nữ trang; đồ đạc có giá trị, bảo bối.

보병(步兵) bộ binh (총칭); lính bộ binh (군인). ¶ ~ 연대 [학교] trung đoàn [trường] bộ binh.

보복(報復) trả đũa, trả miếng, trả thù, báo thù. **~하다** trả đũa, trả miếng, trả thù, báo thù. ¶ ~적 tính chất trả thù, tính chất trả đũa.

보부상(褓負商) (봇짐 장수와 등짐 장수) người bán rong, người bán hàng dạo. ¶ ~을 하다 bán hàng rong, bán dạo.

보사위원회(保社委員會) Ủy ban y tế và xã hội thuộc Quốc hội.

보살(菩薩) [PG] Phật Bồ tát (梵); hiền như Bồ tát.

보살피다 chăm sóc, trông coi, giữ gìn, để ý.

보상(報償) (남에게 진 빚이나 받은 물건을 갚음) sự đền bù, sự trả lại, sự đền ơn. **~하다** đền bù, trả lại, đền ơn.

보상(補償) sự bù đắp; sự đền bù, sự bồi thường. **~하다** bù đắp, đền đáp; đền bù, bồi thường ¶ 그는 그녀의 슬프고 어두웠던 시절을 ~해주고 싶었다 Anh ấy muốn bù đắp cho những tháng ngày tăm tối và đau buồn của cô ấy. ¶ ~금 tiền đền bù / 수출 ~ đền bù xuất khẩu.

보색(補色) phối màu.

보석(保釋) **~하다** bảo lãnh. ¶ ~ 중이다 trong thời gian bảo lãnh / ~되다 được bảo lãnh (tù nhân). ¶ ~금 tiền bảo lãnh / 병~ bảo lãnh do có bệnh tật.

보석(寶石) đá qúy, đồ nữ trang. ¶ ~류 đồ trang sức / ~세공업자 người sản xuất đồ nữ trang / ~상 (상점) cửa hiệu đồ trang sức, cửa hàng đồ nữ trang / ~세공 đồ nữ trang.

보선(保線) bảo dưỡng đường sá, bảo trì đường sắt. ¶ ~공 người thợ bảo trì đường sá, thợ bảo dưỡng đường sắt / ~ 공사 thi công bảo dưỡng đường sá.

보세 dây đai, xiềng xích; giao kèo, khế ước; sự thiếu nợ thuế.

보송보송하다 ❶ khô bông lên; khô xác, khô khan. ¶ 빨래가 보송보송하게 잘 말랐다 quần áo khô bông lên rồi. ❷ mềm mại, êm mượt ¶ 아기의 살이 ~ da em bé mềm mại.

보수(保守) bảo thủ, thủ cựu. **~적** tính bảo thủ. ¶ ~당(黨) đảng bảo thủ / ~세력 thế lực bảo thủ / ~주의 chủ nghĩa bảo thủ / ~ 진영 quân cố thủ.

보수(報酬) tiền công, tiền thù lao; tiền thưởng; tiền đền đáp. ¶ …의 ~로 bằng tiền thù lao của… / 무~로 không có tiền thù lao, làm không công, làm miễn phí / ~를 주다 đưa tiền thù lao / ~를 받다 nhận tiền thù lao.

보수(補修) **~하다** sửa chữa, tu sửa, tu chỉnh. ¶ ~ 공사 thi công sửa chữa.

보수계(步數計) dụng cụ đo bước chân.

보스(boss) ông chủ.

보슬보슬 (눈·비가 가늘고 성기게 내리는 모양) êm êm, dịu êm, nhẹ nhàng. ¶ ~ 비가 내리다 mưa rơi nhẹ nhàng, mưa rơi nhè nhẹ.

보슬비 mưa phùn, mưa bụi.

보습 lưỡi cày.

보습 học thêm, sự bổ túc. **~하다** học thêm, dạy thêm.

보시(布施) ❶ sự bố thí. ❷ của bố thí.

보시기 cái chén con, chén hạt mít.

보신(保身) sự giữ gìn cơ thể.

보신(補身) sự bồi bổ cơ thể, sự bồi dưỡng sức khỏe. **~하다** bồi bổ cơ thể, bồi dưỡng sức khỏe. ¶ ~탕 canh thịt chó.

보쌈김치(褓-) món dưa Kimchi ăn cùng món thịt heo luộc.

보아란듯이 một cách hãnh diện, tự hào; khoe khoang, phô trương.

보아주다 chăm nom, chăm lo, săn sóc.

보안(保安) giữ gìn an ninh, giữ gìn sự an toàn. ¶ ~과 bộ phận an ninh / ~림(林) rừng bảo hộ.

보안사범(保安事犯) tội phạm gây rối an ninh quốc gia.

ㅂ

보안요원(保安要員) (탄광 등의) nhân viên an ninh (trong mỏ than).

보약(補藥) (몸을 보하는 약) thuốc bổ.

보양(保養) sự nghỉ dưỡng, sự bồi dưỡng; (병후의) sự nghỉ ngơi, sự hồi phục, sự bồi bổ, sự bồi dưỡng. **~하다** nghỉ dưỡng, bồi dưỡng, hồi phục, bồi bổ. ¶ ~소 (병후의) nơi hồi sức, trạm điều dưỡng / ~지 khu nghỉ dưỡng, khu điều dưỡng.

보양(補陽) **~하다** làm cường tráng, tiếp sinh lực.

보얗다 ❶ (빛깔이) trắng trẻo, trắng mịn. ¶ 살결이 ~ làn da trắng trẻo. ❷ (연기, 안개가) mờ đục, mờ mờ.

보어(補語) [NNH] bổ ngữ, tân ngữ. ¶ 목적격 ~ bổ ngữ chỉ đối tượng hành động.

보여주다 cho xem, cho thấy; trưng bày.

보온(保溫) **~하다** giữ ấm, giữ nhiệt, ủ ấm. ¶ ~병 bình giữ nhiệt.

보완(補完) sự bổ sung, sự bù trừ; sự hoàn chỉnh. **~하다** bổ sung, bù trừ; hoàn chỉnh.

보우(保佑) **~하다** bảo hộ, độ trì, che chở, cứu giúp.

보위(寶位) vương vị, ngai vàng.

보유(保有) **~하다** sở hữu, dự trữ, có được. ¶ ~물 [PL] vật sở hữu / 금 ~고 kho dự trữ vàng bạc / 기록 ~자 người giữ kỷ lục / 정부 ~미 gạo nhà nước dự trữ.

보유스름하다 mù mù, mờ đục (sương).

보육(保育) (어린애를 돌봐 기름) **~하다** nuôi dưỡng, giáo dục, dạy dỗ, nuôi nấng. ¶ ~원 vườn trẻ

보은(報恩) (은혜를 갚음) sự báo ân, sự đền ơn, sự đền đáp. **~하다** báo ân, đền ơn, đền đáp.

보이(boy) con trai; bồi bàn (nam) (식당의); nhân viên lễ tân nam (호텔의); tiếp viên nam (기선의). ¶ ~장 (호텔의) người khuân vác, nhân viên phục vụ.

보이다[1] (보게 하다) cho xem, cho thấy, thể hiện, phô ra, bày ra; (전시하다) trưng bày, triển lãm. ¶ 실력을 ~ cho thấy thực lực.

보이다[2] ❶ (눈에) thấy, trông thấy, nhìn thấy; trong tầm nhìn, trong tầm mắt; (사물이) lọt vào tầm mắt, ló ra, xuất hiện (나타나다). ¶ 보이지 않는 곳에 ở một nơi không nhìn thấy / 보이지 않게 되다 không nhìn thấy, bị che khuất / 보이게 되다 nhìn thấy, trông thấy, trong tầm mắt / 보이지 않으면 마음도 떠난다 nếu không nhìn thấy nhau thì tình cảm cũng xa cách, xa mặt cách lòng. ❷ (…같다) hình như, có vẻ như, giống như. ¶ 슬퍼 ~ có vẻ buồn / 그녀는 서른쯤 되어 보인다 cô ấy hình như khoảng 30 tuổi.

보이스카우트(boy scout) hướng đạo sinh.

보이콧(boycott) sự tẩy chay, sự bài trừ. **~하다** tẩy chay, bài trừ.

보일러 [M] hệ thống sưởi ấm và cung cấp nước nóng; nồi hơi (큰 건물에

있는); bình nóng lạnh (보통 단독 주택에 있는); hệ thống đun sưởi (아파트에 있는 전기로 가동되는 것).

보자기 mảnh vải bọc, mảnh vải gói.

보잘것없다 ☞ **하치않다**.

보장(保障) sự bảo đảm, sự bảo hiểm, sự bảo vệ. **~하다** bảo đảm, bảo hiểm, bảo vệ. ¶ 사회 ~ (제도) (chế độ) bảo hiểm xã hội / 상호 안전 ~ 조약 điều ước bảo đảm an toàn cho nhau / 집단 ~ bảo vệ tập thể.

보전(保全) sự giữ tình trạng toàn vẹn, nguyên vẹn; sự gìn giữ. sự bảo toàn. **~하다** giữ toàn vẹn, giữ nguyên, gìn giữ toàn vẹn, bảo toàn. ¶ 영토 ~ toàn vẹn lãnh thổ.

보전(寶典) quyển sách quý, quyển sách có giá trị.

보조(步調) nhịp điệu; bước đi. ¶ ~를 맞추다 đi đúng nhịp, đi đều bước / ~가 맞지 않다 đi sai nhịp, đi sai bước.

보조(補助) (원조) hỗ trợ, giúp đỡ, bổ trợ. **~하다** hỗ trợ, giúp đỡ, bổ trợ. ¶ ~의 thuộc về việc hỗ trợ. ¶ ~금 tiền trợ giúp, tiền trợ cấp / ~원 người trợ giúp, người hỗ trợ / ~자 người giúp đỡ, người hỗ trợ / ~탱크 (비행기의) thùng hỗ trợ (trên máy bay) / ~화폐 đồng tiền hỗ trợ, đồng tiền trợ giúp.

보조개 lúm đồng tiền. ¶ ~있는 có lúm đồng tiền.

보족(補足) **~하다** bổ sung, phụ thêm, bù vào.

보존(保存) sự giữ gìn, sự bảo quản; sự duy trì, sự bảo tồn. **~하다** giữ gìn, bảo quản; duy trì, bảo tồn. ¶ ~ 식품 bảo quản thực phẩm.

보좌(補佐) sự giúp đỡ, sự hỗ trợ, phụ tá. **~하다** giúp đỡ, hỗ trợ; khuyên bảo; cố vấn. ¶ ~인(관) trợ lý, người giúp đỡ, người khuyên bảo, người cố vấn (고문).

보증(保證) cam đoan, bảo đảm, bảo lãnh. **~하다** cam đoan, bảo đảm, bảo lãnh. ¶ ~서다 đứng ra bảo lãnh, đứng ra bảo đảm / 신원을 ~하다 bảo đảm thông tin cá nhân / 품질을 ~하다 bảo đảm chất lượng hàng hóa. ¶ ~금 tiền bảo đảm / ~서 giấy bảo đảm / ~ 수표 ngân phiếu bảo đảm / ~인 người cam đoan, người bảo đảm, người bảo lãnh; (신원 조회처) cục thanh tra thông tin cá nhân.

보지 【GP】 âm hộ.

보지(保持) **~하다** duy trì, bảo trì, giữ gìn.

보직(補職) sự bổ nhiệm chức. ¶ ~되다 được bổ nhiệm.

보짱 sự thực lòng, suy nghĩ thực, sự chân thật, trong lòng.

보채다 đòi, đòi hỏi, vòi vĩnh; quấy khóc. ¶ 보채는 아이 đứa bé vòi vĩnh.

보철(補綴) **~하다** làm răng giả, tu chỉnh răng, hàn răng. ¶ 그녀는 앞으로 삐죽하게 튀어나온 이가 있어서 일 이년 ~을 하고 다녀야 한다 cô ấy có chiếc răng nhô ra nên phải chỉnh răng trong 1, 2 năm.

보청기(補聽器) ống nghe, máy trợ thính.

보초(步哨) sự canh gác, sự canh phòng. ¶ ~서다 đứng gác, đứng canh / ~를 세우다 chia phiên canh gác, chia ca canh phòng. ¶ ~병 lính canh, lính gác / ~선 tuyến canh gác.

보충(補充) sự bổ sung; sự thêm vào, sự bù vào. **~하다** bổ sung, thêm vào, bù vào. ¶ ~의 thuộc loại bổ sung, thuộc dạng phụ thêm / ~ 계획 kế hoạch bổ sung / ~대 quân bổ sung / ~병 lính dự bị, lính bổ sung / ~ 수업 tiết học bổ sung.

보칙(補則) điều lệ bổ sung, nguyên tắc bổ sung.

보크사이트 【Kh】 bauxit.

보태다 ❶ (보충) bổ sung, bù vào; bù đắp. ¶ 모자람을 ~ bù vào chỗ thiếu hụt / 보탬이 되다 được bổ sung, được bù đắp. ❷ (가산) thêm vào, cộng vào.

보통(普通) (부사적) thông thường, phổ biến, phổ thông; đại thể, chung chung; trung bình, bình thường; tầm thường, xoàng xĩnh. ~의 (통상의) thuộc dạng bình thường, thuộc loại thông thường, thuộc loại trung bình; (정상적인) tính phổ thông, tính phổ biến; (평범한) thông thường, bình thường; (평균의) trung bình, bình thường, thường thường. ¶ ~ 교육 giáo dục phổ thông / ~ 명사 danh từ thông thường / ~ 사람 người bình thường / ~ 선거 bầu cử phổ thông / ~ 우편 thư gửi thông thường.

보통내기 người (hành động, suy nghĩ) tỏ ra bình thường.

보퉁이(褓-) bó, mớ, đống.

보트 tàu; thuyền (선장용의); chiến hạm; tàu chiến (군함의); thuyền (기다란 경조용의). ¶ ~ 레이스 đua thuyền / ~ 선수 vận động viên bơi thuyền

보편(普遍) ~적(으로) tính chất phổ biến; tính thông thường. ¶ ~성 tính phổ biến / ~ 타당성 tính khả thi phổ biến.

보폭(步幅) ('걸음나비의' 구용어) sải bước, sải chân, bước chân. ¶ 큰 ~으로 걷는다 đi bước dài, sải bước dài.

보표(譜表) 【ÂN】 gậy chỉ huy dàn nhạc.

보풀 xơ sợi; bù xù, bờm xờm. ¶ ~이 인 머리 đầu tóc bù xù.

보풀다 xổ lông, gợn lông tuyết lên mặt vải. ¶ 양말에 보풀이 일기 시작하다 sợi lông tuyết bít tất bắt đầu xơ dựng lên.

보풀리다 dệt tuyết, đan tuyết.

보풀보풀 ¶ ~하다 mịn màng, êm mượt (như tơ, như nhung).

보필(輔弼) **~하다** giúp đỡ; dẫn dắt; khuyên nhủ.

보하다(補-) (보직) bổ nhiệm, phân bổ chức vụ; (원기를) khỏe ra, mạnh lên, khỏe khoắn.

보학(譜學) ngành phả hệ.

보합(保合) 【KT】 sự vững vàng; sự ổn định, sự điềm tĩnh. **~하다** vững vàng; ổn định, điềm tĩnh. ¶ 시세는 ~상태이다 thời giá trong tình trạng ổn định.

보행(步行) **~하다** đi bộ. ¶ ~자 người đi bộ.

보험(保險) ❶ (보증) sự bảo đảm, sự bảo hộ. ❷ (생명, 화재의) sự bảo hiểm. ¶ ~에 들다 được bảo hiểm / ~을 해약하다 hủy bỏ hợp đồng bảo hiểm, hủy bỏ hợp đồng bảo đảm. ¶ ~ 계약자 người ký hợp đồng bảo biểm / ~금 tiền bảo hiểm / ~금 수취인 người nhận tiền bảo hiểm / ~료 phí bảo hiểm / ~업자 người làm nghề ngành bảo hiểm /~ 회사 công ty bảo hiểm / 생명 ~ bảo hiểm nhân thọ / 상해 ~ bảo hiểm thiệt hại / 실업 ~ bảo hiểm thất nghiệp / 화재 ~ bảo hiểm rủi ro / 해상 ~ bảo hiểm thương tật / 자동차 ~ bảo hiểm ô tô.

보헤미아 Bohemia.

보헤미안 người Bohemia, tiếng Bohemia.

보혈(補血) ¶ ~제 thuốc bổ máu, thuốc bổ huyết.

보호(保護) sự che chở, sự bảo trợ, sự bảo hộ. **~하다** che chở, bảo trợ, bảo hộ, chăm nom (돌봐주다); che chở (애호); bảo hộ, bảo tồn (보존). ¶ …의 ~하에 dưới sự bảo hộ của. ¶ ~ 관세 bảo hộ thuế má / ~ 관찰 giám sát bảo vệ / ~ 무역 mậu dịch bảo hộ / ~색(色) màu bảo hộ / ~자 người

ㅂ

bảo hộ.

보훈(報勳) ¶ ~ 병원 bệnh viện cho người có công / ~처 cục đãi ngộ người có công.

복 【LC】 con cá nóc. ¶ ~의 독 chất độc cá nóc.

복(伏) tiết nóng nhất trong năm.

복(福) vận may, phúc lành, may mắn, hạnh phúc. ¶ ~된 được may mắn / ~을 받다 nhận được phúc lành / 새해에 ~ 많이 받으십시오 chúc năm mới có nhiều may mắn.

복간(復刊) sự tái bản, sự phát hành lại. **~하다** tái bản, tái phát hành.

복강(腹腔) khoang bụng. ¶ ~ 임신 bụng bầu.

복걸(伏乞) **~하다** phủ phục cầu xin, khấu đầu cầu xin.

복고(復古) hồi phục lại truyền thống, phục cổ. ¶ ~조(調) khuynh hướng phục cổ, xu thế phục cổ, lối phục cổ / ~주의 chủ nghĩa hoài cổ, chủ nghĩa phục cổ.

복교(復校) sự tái nhập học, sự đi học trở lại, sự quay lại trường. **~하다** tái nhập học, đi học trở lại, quay lại trường.

복구(復舊) sự khôi phục, sự phục hồi, sự tu bổ, sự tái tạo. **~하다** khôi phục, tu bổ, tái tạo. ¶ ~ 공사 công trình tu bổ.

복권(復權) **~하다** phục hồi chức vụ.

복권(覆拳) xổ số.¶ ~에 당첨되다 trúng xổ số. ¶ ~ 추첨 quay xổ số.

복귀(復歸) sự trở lại, sự quay về. **~하다** trở lại, quay về.

복대기 xỉ, cứt sắt.

복대기다 hối hả, vội vàng; náo nhiệt, ồn ã.

복대기치다 ☞ **복대기다**.

복더위(伏-) cái nóng của tiết đại thử.

복덕(福德) ¶ ~방 văn phòng môi giới nhà đất.

복도(複道) hành lang, lối đi.

복리(福利) ☞ **복지**.

복리(複利) tiền lãi kép. ¶ ~로 계산하다 tính toán tiền lãi kép. ¶ ~법 luật lãi kép.

복마전(伏魔殿) ổ, lò; tệ nạn. ¶ 정계의 ~ tệ nạn trong giới chính trị.

복막(腹膜) 【GP】 phúc mạc. ¶ ~염 viêm phúc mạc.

복망(伏望) **~하다** vẫn hy vọng, lại hy vọng.

복면(覆面) mặt nạ, mạng che mặt (가면). **~하다** che mặt, đeo mặt nạ. ¶ ~을 벗다 cởi mặt nạ, bỏ khăn bịt mặt. ¶ ~강도 tên cướp quấn khăn bịt mặt.

복명(復命) **~하다** báo cáo công tác, báo cáo nghiệp vụ ¶ ~서(書) bản báo cáo công tác.

복모음(複母音) 【NNH】 nguyên âm đôi.

복무(服務) sự phục vụ (trong các cơ quan nhà nước). **~하다** phục vụ công. ¶ ~규정 quy định phục vụ / ~ 연한 thời hạn phục vụ.

복문(複文) câu ghép.

복받치다 vọt ra, phun ra, tuôn ra (솟구침).

복배(腹背) trước và sau, trước sau.

복병(伏兵) phục binh, phục kích, mai phục. ¶ ~을 두다 bố trí mai phục, cho quân mai phục / ~ 만나다 gặp quân mai phục, gặp phục kích.

복본위제(複本位制) chế độ tiền tệ với hai loại tiền.

복부(腹部) vùng bụng, ổ bụng. ¶ ~ 수술 phẫu thuật ổ bụng.

복부인(福婦人) người phụ nữ giàu có.

복비례(複比例) 【TH】 tỷ lệ (quy tắc) đa hợp.

복사(複寫) sự phô tô, sự sao chép, sự

mô phỏng; (복사물) vật mô phỏng; bản sao. **~하다** phô tô, sao chép, mô phỏng. ¶ ~기 máy phô tô / ~용 잉크 mực dùng để phô tô / ~지 giấy phô tô.

복사(輻射) sự bức xạ, sự phóng xạ, sự tỏa nhiệt. **~하다** bức xạ, phóng xạ, tỏa nhiệt. ¶ ~선 tia bức xạ, tia phóng xạ / ~열 nhiệt tỏa ra, nhiệt bức xạ / ~체 vật bức xạ, bộ tản nhiệt.

복사뼈 xương gót.

복상(服喪) **~하다** để tang, phục tang.

복색(服色) đồ trang điểm, đồ trang sức; quần áo (의상).

복서 võ sỹ quyền anh.

복선(伏線) sự sắp đặt trước, dấu hiệu cho biết trước. ¶ ~을 깔다 dàn xếp ý ngầm cho biết trước; (선수침) ngăn chặn trước.

복선(複線) hàng đôi, vạch đôi, hai hàng gần nhau; đường ray, đường đua. ¶ ~으로 하다 làm bằng đường ray. ¶ ~ 공사 xây dựng đường ray, xây dựng đường đua.

복성스럽다 mũm mĩm, phúng phính; đáng yêu.

복수(復讐) sự trả thù, sự báo thù, sự phục thù. **~하다** trả thù, báo thù, phục thù. ¶ ~심(에 불타다) cháy bỏng lòng thù hận, cháy bỏng chí phục thù / ~자 người trả thù / ~전 trận chiến báo thù; trận phục thù, trận lượt về (경기의).

복수(腹水) 【YH】 cổ trướng.

복수(複數) ~의 số nhiều. ¶ ~ 명사 danh từ số nhiều / ~ 형태 dạng phức hợp, dạng số nhiều / ~ 어미 đuôi từ chỉ số nhiều.

복술(卜術) thuật bói toán.

복숭아 【TV】 đào (cây, quả).

복스(box) (상자) thùng, hộp.

복스럽다(福-) mũm mĩm, phúng phính; đáng yêu.

복슬복슬하다 xồm lên, bờm xờm. ¶ 복슬복슬한 강아지 con chó xồm.

복습(復習) sự ôn tập, sự luyện tập, sự ôn bài. **~하다** ôn tập, luyện tập, ôn bài.

복시(複視) 【YH】 chứng nhìn một thành hai. ~의 thuộc chứng nhìn đôi.

복식(服飾) quần áo và đồ trang sức đi kèm.

복식(複式) ¶ ~의 hình thức kép, dạng kép; kế toán kép (부기); bỏ phiếu kép (투표의); bộ phận kép (기계의) / ~펌프 bơm kép.

복식호흡(腹式呼吸) (배로하는) hô hấp bằng bụng.

복싱 môn quyền anh. ¶ 섀도~ tập đấu quyền anh với đối thủ tưởng tượng.

복안(腹案) ý tưởng có sẵn, kế hoạch dự kiến (trong đầu). ¶ 당신의 ~이 무엇입니까? kế hoạch dự kiến của anh là gì?

복약(服藥) **~하다** uống thuốc.

복어(-魚) ☞ 복.

복역(服役) **~하다** ❶ phục vụ quân sự, thực hiện nghĩa vụ quân sự, đi quân dịch. ❷ tại ngũ. ¶ ~ 기간 thời gian tại ngũ, thời gian thực hiện nghĩa vụ quân sự.

복연(復緣) **~하다** hòa giải, giảng hòa, làm lành.

복엽(複葉) 【TV】 lá kép, lá đôi. ¶ ~ 비행기 máy bay hai tầng cánh, máy bay cánh kép.

복용(服用) (약의) **~하다** uống thuốc theo liều; định liều thuốc. ¶ ~량 lượng thuốc uống.

복원(復元) sự trở lại, sự phục hồi lại, sự quay trở lại (như ban đầu, như cũ). **~하다** trở lại, phục hồi lại, quay trở lại (như ban đầu, như cũ). ¶ ～력【Hho】năng lực phục hồi, sức phục hồi.

복원(復員) sự phục viên, sự giải ngũ, sự ra quân. **~하다** phục viên, giải ngũ, ra quân.

복위(復位) sự phục chức, sự phục hồi chức vụ. **~하다** phục chức, phục hồi chức vụ.

복음(福音) (크리스트의) phúc âm, tin lành; (좋은 소식) phúc lành, sự tốt lành. ¶ ～ 교회(敎會) giáo hội tin lành / ～서 kinh Phúc âm, quyển Phúc âm.

복음(複音) hai âm thanh gần nhau, âm kép, âm đôi.

복자(覆字)【In】con chữ lật ngược, chỗ giấu chữ đi (trong bản in khắc, để biểu thị chỗ trống).

복작거리다 ☞ **북적거리다**.

복잡(複雜) sự phức tạp, sự rắc rối, sự khó khăn. **~하다** phức tạp, rắc rối, khó khăn. ¶ ～ 기괴한 sự phức tạp và khó hiểu / ～한 기계 động cơ máy phức tạp, bộ máy phức tạp.

복장(服裝) sự ăn mặc, sự phục trang. ¶ ～은 자유 ăn mặc tự do. ¶ ～ 검사 (군인의) kiểm tra trang phục (của quân nhân).

복적(復籍) **~하다** chuyển về hộ khẩu cũ, lấy lại hộ tịch cũ (khi đã tách hộ tịch).

복제(服制) quy định về trang phục.

복제(複製) sự tái bản, sự mô phỏng, sự sao chép; sự phục chế; (복제품) hàng phục chế. **~하다** phục chế; tái bản, mô phỏng, sao chép (책의). ¶ ～화 bức tranh sao chép, tranh chép / 불허 ～ sao chép lậu, phục chế không phép.

복종(服從) **~하다** vâng lời; tuân lệnh.

복죄(服罪) **~하다** nhận tội, thừa nhận tội lỗi.

복지(福祉) phúc lợi; sự thịnh vượng, sự đầy đủ. ¶ ～ 국가 nhà nước phúc lợi / ～ 사회 xã hội phúc lợi / ～ 사업 công tác phúc lợi / ～ 사업가 người làm công tác phúc lợi / ～ 시설 công trình phúc lợi / 아동 ～ phúc lợi trẻ em, bảo vệ trẻ em.

복직(復職) sự phục chức, sự phục hồi chức vụ. **~하다** phục chức, phục hồi chức vụ.

복창(復唱) **~하다** nhắc lại, lặp lại.

복채(卜債) tiền thưởng cho thầy bói.

복첨(福籤) bốc thăm; xổ số. ¶ ～을 뽑다 bốc thăm; bốc xổ số.

복통(腹痛) chứng đau bụng, cơn đau dạ dày. ¶ ～이 있다 bị đau bụng, bị đau dạ dày.

복판 ở giữa; tâm; trung tâm. ¶ ～의 thuộc phần giữa, thuộc trung tâm / ～에 ở trung tâm, ở giữa.

복합(複合) ～의 phức hợp, đa dạng. ¶ ～ 개념 khái niệm phức hợp / ～어 từ phức hợp/～ 문장 câu phức.

복합기업(複合企業) doanh nghiệp lớn, công ty tổng hợp.

복합비료(複合肥料) phân bón tổng hợp.

복합체(複合體) thể phức hợp, hợp chất.

복화술(複話術) thuật nói bằng bụng (giọng nói nghe như từ rất xa). ¶ ～자(～로 말하는 사람) người nói bằng bụng.

복활차(複滑車) ròng rọc phức hợp (gồm trục cố định và trục chuyển động).

볶다 ❶ (불에) rang; chiên, rán. ❷ (들볶다) trêu chọc, quấy rầy, nhõng nhẽo. ¶ 과자를 사달라고 어머니를 ～ nhõng nhẽo đòi mẹ mua kẹo bánh.

볶아대다 liên tục quấy rầy, làm phiền ai đó mãi.

볶아치다 lao vào, hăm hở, hối hả; hăng

hái. ¶ 제 시간에 일을 끝내려고 ~ hối hả làm việc cho xong đúng giờ.

볶음 ❶ (볶으기) sự rang; sự chiên rán. ❷ (음식) món rang, món chiên rán. ¶ ~밥 cơm rang / 닭~ món gà rang.

볶이다 được rang, được chiên rán.

본(本) ❶ (본보기) tấm gương, kiểu mẫu, hàng mẫu. ❷ (옷 따위의) mốt, mẫu. ¶ 종이로 ~을 뜨다 lên mẫu bằng giấy. ❸ (본관) bản quán, quê quán gốc, nguyên quán.

본(本)… (이, 현재의) này, hiện tại, hôm nay; (주요한) cơ bản, chính yếu, trung tâm; (진짜의) thật, chính hiệu.

본가(本家) ❶ (본질) bản chất, dòng dõi (원조). ❷ (친정) nhà mẹ đẻ.

본값(本-) giá gốc, giá vốn. ¶ ~에 팔다 bán bằng giá gốc, bán bằng vốn / ~을 건지다 hồi giá gốc.

본거(本據) nơi thường trú, nơi ở chính; tổng hành dinh, thành trì.

본건(本件) vấn đề này, vụ việc này.

본격(本格) ¶ ~적 tính thực sự, tính chân chính, đúng bản chất / ~적인 여름 mùa hè thực sự.

본견(本絹) lụa nguyên chất.

본고장(本-) (본바닥) nền, nền tảng; nhà, tổ ấm; cội nguồn (중심지); nơi sinh sống (서식지); (고향) quê hương, bản quán, quê quán.

본과(本科) khóa chính quy, khóa cơ bản. ¶ ~생 sinh viên khóa chính quy.

본관(本官) (자칭) (chỉ bản thân mình) bản quan (cũ), chức quan chính (khi kiêm hai chức).

본관(本貫) bản quán, quê gốc.

본관(本管) đường ống chính (수도의).

본관(本館) tòa nhà chính.

본교(本校) ngôi trường này; ngôi trường chính (분교에 대한).

본국(本局) trụ sở chính, văn phòng chính; (전화의) tổng đài.

본국(本國) bản quốc, quê hương xứ sở; đất nước tôi, đất nước chúng tôi. ¶ ~ 정부 chính phủ của đất nước chúng tôi.

본남편(本男便) (전남편) người chồng trước; (법적) người chồng hợp pháp.

본능(本能) bản năng, thiên hướng; bẩm sinh. ¶ ~적(으로) tính bản năng / ~적으로 행동하다 hành động theo bản năng.

본대(本隊) quân chủ lực.

본댁(本宅) nhà ở, chỗ ở của mình.

본데 kinh nghiệm, sự từng trải, sự hiểu biết (범절). ¶ ~ 있다 có kinh nghiệm / ~ 없다 không có kinh nghiệm.

본드 chất keo, chất kết dính. ¶ ~ 흡입 ngửi chất kết dính; khịt mũi vì bị nghẹt.

본디(本-) khởi nguồn, bắt đầu, khởi đầu.

본때(本-) ❶ (본보기) ví dụ; mẫu. ¶ ~ 있다 đặc sắc, kiểu cách, thời trang. ❷ (교훈) tấm gương, hình mẫu. ¶ ~를 보이다 noi gương.

본뜨다(本-) làm theo mẫu, dựng mẫu; noi theo, noi gương.

본뜻(本-) (본생각) ý chính, nguyện vọng chính, mục đích chính; (본의미) nghĩa gốc, nghĩa đen. ¶ ~을 이루다 toại nguyện, đạt được mục đích.

본래(本來) (원래) vốn là, ban đầu, đầu tiên (본질적으로) căn bản, bản chất, nguyên gốc; (자연적으로) tự nhiên, đương nhiên, hiển nhiên.

본론(本論) vấn đề thảo luận chính. ¶ ~으로 들어가다 quay về vấn đề thảo luận chính.

본루(本壘) [BC] home base. ¶ ~타 home-run.

본류(本流) dòng chảy chính.

본말(本末) ❶ đầu đuôi, gốc ngọn;

nguyên nhân và hậu quả. ❷ trái ngược, trái khoáy. ¶ ~을 전도하다 đảo lộn đầu đuôi, làm trái khoáy.

본명(本名) tên thật, tên khai sinh.

본무대(本舞臺) sân khấu chính, khu trung tâm.

본문(本文) thân bài, nội dung chính.

본밑천(本-) vốn.

본바닥(本-) quê hương, bản xứ; xuất xứ; trung tâm (중심지).

본바탕(本-) bản chất, thực chất, căn bản. ¶ ~이 정직한 bản chất là thẳng thắn.

본받다(本-) bắt chước theo mẫu, làm theo mẫu; noi theo, noi gương. ¶ 네 형을 좀 본받아봐라 hãy noi gương anh trai cậu đi!

본보기(本-) (모범) tấm gương, sự mẫu mực; ví dụ; (본뜨는 자료) tư liệu mẫu. ¶ ~로 삼다 coi như hàng mẫu, coi như là tấm gương, xem như là mẫu mực.

본봉(本俸) lương cơ bản.

본부(本部) khu điều hành chính, toà hiệu bộ (대학 따위의).

본분(本分) nhiệm vụ, trách nhiệm, bổn phận. ¶ ~을 다하다 làm hết trách nhiệm, làm tròn bổn phận.

본사(本社) (본점) trụ sở chính, đại bản doanh (công ty); (자기 회사) văn phòng của tôi, công ty của chúng tôi.

본산(本山) chính điện (불교).

본새(本-) (생김새) vẻ bề ngoài vốn có; (바탕) tính cơ bản, nét nguyên thủy, nguyên gốc. ¶ ~가 곱다 hình, cốt lõi ban đầu đẹp, tốt.

본색(本色) bản sắc vốn có, màu sắc vốn có. ¶ ~을 드러내다 bộc lộ bản chất vốn có.

본서(本署) trụ sở chính.

본선(本船) con thuyền này (이 배); thuyền của tôi (본거선).

본선(本線) tuyến đường chính.

본성(本性) bản tính, bản chất. ☞ **본색**. ¶ 비록 그 소년이 돈을 훔친 적이 있기는 하지만, ~은 착한 사람이다 mặc dù đứa bé đó đã từng ăn trộm tiền nhưng bản chất vẫn là một con người tốt.

본시(本是) (부사적) lúc khởi nguồn, lúc bắt đầu, bước khởi đầu.

본심(本心) (진심) lòng chân thật; (마음) lòng dạ, tâm can. ¶ ~으로는 với lòng chân thành.

본안(本案) (이 안건) kế hoạch này; kế hoạch của chúng tôi; (원안) kế hoạch ban đầu; sự vụ chính, án chính.

본업(本業) nghề chính, công việc chính.

본연(本然) ~의 tự nhiên, hiển nhiên, đương nhiên.

본위(本位) tiêu chuẩn đầu tiên, tiêu chuẩn chủ yếu (기준); chính, chủ đạo (주의); vị trí ban đầu, cơ sở (기초). ¶ 자기 ~의 theo, thuộc về căn bản của từng người (bản thân), tính vị kỷ (이기적). ¶ ~ 기호 [ÂN] nốt thường (trong âm nhạc) / ~ 화폐 tiền được lưu hành chính / 금~ bản vị vàng / 품질 ~ chất lượng sản phẩm là trên hết.

본의(本意) ý định, động cơ, mục đích chính. ¶ ~ 아니게 một cách vô thức, một cách không chủ ý.

본인(本人) chính tôi, chính bản thân tôi (당자).

본적(本籍) địa chỉ thường trú theo hộ khẩu.

본전(本錢) tiền vốn, tư bản (밑천). ¶ 밑져야 ~ có bán lỗ thì cũng đủ vốn rồi.

본점(本店) trụ sở chính, cửa hàng chính.

본제(本題) vấn đề chính. ¶ ~로 돌아가다 quay về vấn đề chính.

본지(本旨) (참목적) mục đích chính, đối

ㅂ

tượng chính; (본래의 취지) tiêu chí cơ bản.

본지(本紙) tờ báo của chúng tôi.

본지(本誌) tạp chí này.

본직(本職) ❶ (본업) nghề nghiệp chính, nghề chính. ❷ (관리의 자칭) tôi, chúng tôi.

본질(本質) bản chất, thực chất (실질). ～적 tính bản chất, tính thực chất. ¶ ～적으로 với tính bản chất, bằng tính thực chất.

본집(本-) nhà của tôi, nhà của chúng tôi, nhà của bố mẹ tôi.

본처(本妻) người vợ hợp pháp, người vợ chính.

본체(本體) (본자태) hình dạng thực tế; (실체) thực thể, thực chất; (실재) thực tế, thực tại. ¶ ～론 bản thể học.

본초(本草) (한약재) dược thảo, lá thuốc. ¶ ～가(家) người chuyên về dược thảo, người làm thuốc bắc / ～학 ngành dược thảo học.

본초자오선(本初子午線) đường kinh tuyến gốc.

본토(本土) lãnh thổ cơ bản, lãnh thổ vốn có. ¶ ～박이 thổ dân / 중국 ～ Trung Quốc đại lục.

본회담(本會談) cuộc hội đàm chính.

본회의(本會議) cuộc họp chính; cuộc họp đầy đủ thành phần.

볼[1] ❶ (뺨의 복판) gò má. ❷ (넓이) chiều rộng; bề ngang.

볼[2](ball) [Anh] (공) quả bóng.

볼가심 một miếng (ăn); ¶ ～하다 ăn một miếng.

볼기 cái mông; cái hông. ¶ ～를 때리다 (치다) đánh vào mông / ～ 맞다 bị đánh vào mông.

볼꼴사납다 khó coi, không đẹp mắt, khó nhìn, xấu xí.

볼되다 ❶ (벅차다) nặng nề, nặng nhọc (서술적). ❷ (세다) căng thẳng.

볼레로 (여성 옷) áo bolero; (무용곡) điệu nhảy bolero.

볼록 ¶ ～거리다 phập phồng, hồi hộp. ¶ ～ 렌즈 thấu kính lồi.

볼륨 [Anh] ❶ quyển, tập; số lượng lớn. ❷ âm lượng. ¶ ～이 있는 có số lượng lớn / ～을 높이다 tăng âm lượng, cho tiếng to lên.

볼리비아 Bolivia. ¶ ～의 thuộc về Bolivia / ～사람 người Bolivia.

볼링 [TT] bowling. ¶ ～장 sân chơi bowling.

볼만하다 ❶ (방관) đáng xem, đáng lưu ý. ❷ (볼 가치가 있다) có giá trị, đáng quan tâm.

볼멘소리 ¶ ～로 với lời nói giận dỗi, bằng lời nói cáu giận / ～로 대답하다 trả lời bằng giọng giận dỗi, trả lời một cách cáu kỉnh.

볼모 ❶ (물건) sự bảo đảm, vật bảo đảm. ❷ (사람) con tin. ¶ ～로 잡다 bắt làm con tin / ～로 잡히다 bị bắt làm con tin.

볼셰비즘 chủ nghĩa cộng sản, chủ nghĩa Bônsêvích.

볼셰비키 người cộng sản, người Bônsêvích.

볼썽사납다 không đúng, không phù hợp, không vừa ý.

볼일 việc phải làm, việc phải giải quyết (심부름). ¶ ～이 있다 có chút việc / ～보러가다 đi có chút việc / ～이 없다 không có việc gì cả, rảnh rỗi / ～보다 làm việc phải làm / ～을 다 마치다 làm xong việc, kết thúc công việc.

볼장 ¶ ～ 다 보다 thế là xong, thế là đi tong, thế là xong đời rồi.

볼트[1](volt) [Đ] vôn; điện áp. ¶ ～ 미터 vôn-mét.

볼트[2](bolt) [M] cái bulông; cái chốt, ốc

vít.

볼펜 cái bút bi.

볼품 vẻ bề ngoài, dáng điệu, hình thức. ¶ ~ 있다 có dáng, có phong cách / ~ 없다 hình thức khó coi, bề ngoài không hấp dẫn.

볼호령(-號令) tiếng gào thét, tiếng la hét, tiếng gầm giận dữ. **~하다** gào lên, thét lên, gầm lên.

봄 ❶ (계절) mùa xuân. ¶ ~의 thuộc về mùa xuân. ¶ 이른 [늦은] ~에 đầu xuân [cuối xuân]. ¶ ~농사(農事) vụ xuân / ~누에 tằm mùa xuân / ~아지랑이 bụi mù mùa xuân / ~옷 quần áo mùa xuân. ❷ (청춘) tuổi thanh xuân, tuổi thanh niên.

봄갈이 cày vụ xuân.

봄나물 cây cỏ xanh non, rau non. ¶ ~을 캐다 hái cây cỏ non, hái rau non.

봄날 (날) ngày xuân; (날씨) thời tiết mùa xuân.

봄내 suốt mùa xuân.

봄눈 tuyết mùa xuân.

봄맞이꽃 【TV】 cây hoa lài núi.

봄바람 gió xuân.

봄보리 gieo hạt lúa mạch vụ xuân.

봄비 mưa xuân.

봄빛 ánh xuân; cảnh sắc mùa xuân.

봄새 nhan sắc.

봄철 tiết xuân.

봄추위 cái se lạnh của mùa xuân.

봄타다 rạo rực, bồn chồn, mệt mỏi và chán ăn (thường gặp trong mùa xuân). (비교. 가을타다 buồn bã, bồn chồn, mệt mỏi và chán ăn (thường gặp trong mùa thu).

봅슬레이 (양썰매) xe trượt tuyết.

봇도랑(洑-) kênh mương tưới tiêu.

봇물(洑-) nước đập, nước hồ.

봇짐(褓-) bó, bịch, đùm, túi (đồ đạc). ¶ ~ 장수 người vác hàng đi bán rong.

봉(封) một túi, một gói (bằng giấy). ¶ 약 한 ~ một gói thuốc.

봉(鳳) ❶ ☞ **봉황** chim phượng hoàng. ❷ (만만한) người dễ thuyết phục, người dễ lừa. ¶ ~을 데리고 왔으니 술값은 걱정말게 đã dẫn người dễ thuyết phục về đây rồi, đừng lo mất tiền rượu.

봉건(封建) (제도) chế độ phong kiến. **~적** tính chất phong kiến. ¶ ~ 사상 tư tưởng phong kiến / ~ 시대 thời đại phong kiến / ~주의 chủ nghĩa phong kiến.

봉고도(棒高跳) môn nhảy sào.

봉급(俸給) tiền lương, tiền công. ¶ ~이 오르다 [내리다] tiền lương tăng [giảm] / ~이 많다 [적다] tiền lương nhiều [ít] / ~을 타다 nhận lương / ~을 올리다 tăng lương, tăng tiền công / ~을 동결시키다 giữ ổn định tiền lương. ¶ ~생활자 người làm công ăn lương (총칭) / ~일 ngày lĩnh lương.

봉기(蜂起) cuộc nổi dậy, cuộc khởi nghĩa. **~하다** nổi dậy, khởi nghĩa.

봉납(奉納) **~하다** biếu tặng, dâng hiến; cống nạp.

봉놋방(-房) quán trọ, phòng trọ.

봉당(封堂) khoảng trống giữa hai căn hộ.

봉돌 (낚싯줄의) cái phao cần câu.

봉두난발(蓬頭亂髮) đầu tóc bù xù, đầu tóc bờm xờm.

봉랍(封蠟) chất keo, chất dính, chất sáp (để dán hoặc niêm phong).

봉박다 (구멍에) hàn, trám, đắp.

봉방(蜂房) căn phòng nhỏ như các ngăn của tổ ong.

봉변(逢變) ❶ (모욕당함) **~하다** sỉ nhục, lăng mạ, thóa mạ. ❷ (변을 당함) **~하다**

bị sỉ nhục, bị lăng mạ, bị thóa mạ.

봉봉 (과자) bimbim.

봉분(封墳) sự xây mộ, sự đắp mộ. **~하다** xây mộ, đắp mộ.

봉사(奉仕) sự phục vụ, sự chăm sóc, sự phục dịch; sự cống hiến, phụng sự (시중). **~하다** phục vụ, phục dịch, chăm sóc, cống hiến. ¶ ~ 가격으로 제공 (광고) bán với giá ưu đãi. ¶ ~료 phí dịch vụ, lệ phí phục vụ / 사회 ~ phục vụ xã hội, cống hiến cho xã hội.

봉사(奉事) người mù.

봉서(封書) lá thư được niêm phong, lá thư được dán kín.

봉선화(鳳仙花) cây bóng nước.

봉쇄(封鎖) sự phong tỏa, sự bao vây, sự đóng kín; sự đông cứng (동결). **~하다** phong tỏa, bao vây, đóng kín, làm đông cứng. ¶ ~를 풀다 giải tỏa.¶ 경제 ~ nền kinh tế đóng / 해상 ~ đóng cửa đường thủy, phong tỏa đường thủy.

봉숭아 ☞ **봉선화**.

봉양(奉養) **~하다** phụng dưỡng bố mẹ, phụng dưỡng người già.

봉오리 nụ, chồi, lộc. ☞ **꽃봉오리**. ¶ ~가지다 đâm chồi, nảy lộc, ra nụ.

봉욕(逢辱) **~하다** bị sỉ nhục, bị lăng nhục.

봉우리 đỉnh, chóp.

봉인(封印) con dấu, cái ấn, cái triện. **~하다** đóng dấu, đóng triện, niêm phong. ¶ ~한 được đóng dấu, được niêm phong.

봉접(蜂蝶) con bướm phượng.

봉제(縫製) sự may vá, sự khâu vá. ¶ ~공 anh thợ may (남자); cô thợ may (여자) / ~ 공장 xưởng may / ~품 hàng dệt may (총칭).

봉지(封紙) túi giấy, bao giấy. ¶ 약 한 ~ một bao thuốc, một túi thuốc / 쇼핑한 음식을 ~에 담다 đựng thức ăn mua về trong túi giấy.

봉직(奉職) **~하다** làm việc trong bộ máy hành chính, phục vụ trong cơ quan nhà nước.

봉착(逢着) **~하다** đương đầu với, đối mặt với. ¶ 난관에 ~하다 đối mặt với khó khăn.

봉창(封窓) ❶ (봉한 창) cửa sổ bịt kín; (봉하기) bịt kín. ¶ ~하다 bịt cửa sổ, chặn cửa sổ (벌충); che cửa sổ (감추어 둠) ¶ ~질 hành động giữ bí mật. ❷ (구멍만 낸) mở cửa sổ, trổ cửa sổ.

봉토(封土) lãnh địa, đất đai, thái ấp.

봉투(封套) phong bì; túi giấy (봉지). ¶ 양~ phong bì hở, phong bì để ngỏ / 편지 ~ phong bì thư / 반신용 ~ phong bì dùng để gửi thư phúc đáp lại.

봉피(封皮) vỏ bọc, giấy gói.

봉하다(封-) ❶ (붙이다) niêm phong, dán kín, bịt kín; (봉해넣다) giữ giọng, kìm giọng, hạ giọng. ❷ (다물다) ngậm miệng. ❸ (봉토를) dán kín. ❹ (작위를) phong, ban, cho.

봉함(封緘) dấu niêm phong; sự niêm phong. **~하다** niêm phong, đóng dấu. ¶ ~ 엽서 bưu thiếp.

봉합(縫合) 【YH】 sự khâu lại, sự đính lại. **~하다** khâu lại, đính lại, chắp lại (với nhau).

봉화(烽火) đèn hiệu, lửa làm hiệu, pháo sáng. ¶ ~를 올리다 đốt pháo sáng đốt lửa hiệu. ¶ ~대(둑) ụ đèn hiệu.

봉황(鳳凰) chim Phượng hoàng.

봐하니 nhìn bề ngoài, trông bề ngoài, vẻ ngoài.

뵙다 gặp, thăm, hội kiến, tiếp kiến. ¶ 친할머니를 뵈러 시골에 가다 về quê để thăm bà.

부(否) không; phủ định. ¶ ～정직한 không thẳng thắn, không trung thực / ～재 không có mặt.

부(部) ❶ (부분) phần, bộ phận, thành phần. ❷ (분과) khoa, ban, khu; (내각의) Bộ ngành. ❸ (서적의) bản, bộ, cuốn, quyển.

부(富) sự giàu sang, sự thịnh vượng, sự giàu có.

부(賦) thơ tán dương, thơ ca ngợi, thơ phú.

부…(副) phó, phụ tá, trợ lý. ¶ ～시장 phó thị trưởng / ～영사 phó lãnh sự / ～주장 (경기의) phó đội trưởng / ～지배인 phó quản đốc / ～통령 phó tổng thống / ～회장 phó hội trưởng.

…부(附) ❶ (날짜) theo ngày tháng, đề ngày tháng. ❷ (부속) liên quan, gắn bó, trực thuộc. ¶ 대사관～ 육[해]군 무관 tùy viên lục quân [hải quân] thuộc Đại sứ quán.

부가(附加) **~하다** thêm vào, bổ sung, tăng thêm; đính kèm (첨부). ¶ ～적 tính chất bổ sung. ¶ ～ 가치세 thuế giá trị gia tăng / ～물 vật kèm theo, vật bổ sung / ～세(稅) thuế bổ sung, thuế gia tăng.

부각(浮刻) **~하다** chạm, khắc, tạc; (새기다) chạm khắc. ¶ ～되다 được chạm, được khắc / ～시키다 cho chạm khắc.

부감(俯瞰) **~하다** nhìn xuống (từ trên cao). ¶ ～도(圖) toàn cảnh nhìn từ trên xuống.

부강(富强) quyền thế và giàu có.

부걱거리다 sôi sùng sục, sủi tăm (부걱 소리가 잇따라 나다).

부결(否決) sự loại bỏ, sự từ chối; sự phủ quyết. **~하다** loại bỏ, từ chối; phủ quyết.

부계(父系) phụ hệ; dòng họ nội. ¶ ～의 thuộc phụ hệ, thuộc họ nội.

부고(訃告) cáo phó.

부과(賦課) **~하다** thu thuế, đánh thuế. ¶ ～금 tiền thuế / ～액 ngân sách từ thuế / ～징수 thu thuế / 자동 ～제(制) chế độ đánh thuế tự động.

부관(副官) sỹ quan phụ tá, sỹ quan cận vệ. ¶ 고급 ～ sỹ quan, phụ tá cao cấp / 전속 ～ cận vệ riêng, phụ tá riêng.

부교(浮橋) cầu phao.

부교재(副教材) sách giáo khoa bổ trợ, sách tham khảo.

부국(富國) đất nước giàu mạnh. ¶ ～ 강병책 chính sách nước giàu quân mạnh.

부군(夫君) (남편의 높임말) phu quân, người chồng.

부권(父權) phụ quyền. ¶ ～사회와 모권사회의 차이 sự khác nhau giữa xã hội phụ quyền và mẫu quyền.

부권(夫權) quyền của người cha.

부귀(富貴) giàu sang danh vọng, phú quý. ¶ ～영화 phú quý vinh hoa / ～영화를 누리다 sống một cuộc sống phú quý vinh hoa.

부그르르 ¶ ～ 끓어 넘치다 sôi ùng ục và trào ra / ～ 일다 sủi bọt.

부근(附近) gần; bên cạnh; lân cận. ～의 thuộc vùng lân cận. ¶ ～에 ở vùng lân cận, ở ngay bên cạnh.

부글거리다 (끓어서) sôi sục, sôi sùng sục; (거품이) nổi bọt, trào bọt.

부금(賦金) số tiền chi trả định kỳ hàng tháng (phí bảo hiểm), tiền đóng bảo hiểm.

부기(附記) **~하다** viết thêm, ghi thêm vào.

부기(浮氣) chỗ bị sưng lên, chỗ bị phù nề. ¶ ～가 빠지다 chỗ sưng đã xẹp xuống.

부기(簿記) gửi giữ sách, thủ thư. ¶ 단식[복식] ～ giữ sách riêng biệt [giữ sách theo nhóm].

부끄럼 ❶ (창피) sự xấu hổ, sự ngượng ngùng. ¶ ～을 알다 biết xấu hổ, biết ngượng ngùng / ～을 모르다 không biết xấu hổ, không biết ngượng. ❷ (수줍음) thẹn thùng, e lệ. ¶ ～ 타다 hay xấu hổ, hay ngượng ngùng, hay e thẹn.

부끄럽다 (창피하다) xấu hổ, ngượng ngùng; (수줍다) e lệ, thẹn thùng. ¶ 부끄러운 듯이 có vẻ như ngượng ngùng / 부끄러워하다 (cô ấy, anh ấy) xấu hổ, ngượng ngùng; (창피해 하다) (cô ấy, anh ấy) xấu hổ.

부나비 [CT] con sâu bướm vằn vện.

부낭(浮囊) ❶ ☞ **부레**. ❷ (구명용) phao cứu hộ. ❸ (수영용) áo phao.

부녀(父女) phụ nữ.

부녀자(婦女子) (부인) người thiếu phụ; (총칭) đàn bà, con gái, nữ giới.

부농(富農) người chủ trang trại giàu có, phú nông.

부닐다 thân tình, thân mật; cởi mở, hòa nhã.

부닥치다 va chạm, đập phải; (당면) đương đầu, chạm trán, đối mặt.

부단(不斷) ～한 sự liên tục, sự tiếp tục, sự liên tiếp. ¶ ～한 노력 nỗ lực không ngừng, cố gắng không nghỉ.

부담(負擔) nhiệm vụ, gánh nặng; chi phí phải trả (지불); trách nhiệm, nghĩa vụ (책임). **~하다** đảm đương, gánh vác; thanh toán, chi trả (일부를). ¶ ～을 주다 giao trách nhiệm, giao nhiệm vụ; bắt chi trả. ¶ ～액 số tiền phải chi trả, khoản tiền phải lo chi trả.

부당(不當) ～한 sự quá mức, sự thái quá, sự quá đáng, sự phi lý (과도). ¶ ～한 값 giá cả không hợp lý / ～한 요구 yêu cầu thái quá. ¶ ～ 이득 (폭리) lợi tức phi lý / ～ 해고 sa thải không hợp lý.

부대(附帶) ～의 thêm vào, phụ thêm, bổ sung, phụ. ¶ ～ 결의 nghị quyết bổ sung / ～사업 ngành kinh doanh thêm / ～ 조건 điều kiện bổ sung.

부대(負袋) bao; túi; kiện. ¶ 밀가루 한 ～ một bao bột mì.

부대(浮袋) ☞ **부낭**.

부대(部隊) đơn vị quân đội, quân đoàn. ¶ ～장 sỹ quan chỉ huy / 기동 ～ quân đoàn trụ cột / 외인 ～ quân đoàn nước ngoài, đội ngoại binh / 전투 ～ quân đoàn chiến đấu.

부대(富大) ～한 tính chất béo mập, tính chất múp míp. ¶ ～하다 béo mập, múp míp.

부대끼다 khổ sở, khó chịu, bị phiền nhiễu. ¶ 빚쟁이에게 ～ khổ sở bởi các chủ nợ, bị phiền nhiễu vì các chủ nợ.

부덕(不德) thiếu đức hạnh, thiếu phẩm chất, thất đức. ¶ 모두 내 ～의 소치이다 tất cả chỉ là vì tôi thiếu đức hạnh, tất cả là do lỗi của tôi thôi.

부덕(婦德) đức hạnh của người phụ nữ.

부도(不渡) sự mất khả năng thanh toán (어음); , sự phá sản (부지불). ¶ ～를 내다 bị vỡ nợ. ¶ ～ 어음 [수표] giấy hẹn trả tiền, hối phiếu [ngân phiếu] không có khả năng thanh toán.

부도(婦道) bổn phận của người phụ nữ.

부도덕(不道德) sự trái đạo đức, sự vô đạo đức. ～한 tính vô đạo đức. ¶ ～한 행동 hành động vô đạo đức, hành động trái đạo đức.

부도체(不導體) [VL] chất không dẫn điện, nhiệt.

부동(不同) ～한 không đồng đều, thiếu tính chính quy, lộn xộn.

부동(不動) ～의 đứng yên, bất động. ¶ ～자세 tư thế bất động, tư thế đứng yên; [QS] nghiêm trang / ~자세로 서다 đứng trong tư thế nghiêm trang.

부동(浮動) **~하다** phảng phất; trôi nổi, bập bềnh; dao động (변동). ¶ ~주(株) cổ phiếu biến động / ~표(票) phiếu bầu biến động.

부동산(不動産) bất động sản, nhà đất. ¶ ~ (소개) 업자 người môi giới nhà đất / ~ 투기 đầu tư nhà đất, đầu tư bất động sản.

부동액(不凍液) hóa chất chống đông.

부동항(不凍港) cảng biển không đóng băng.

부두(埠頭) bến, bến tàu, cầu tàu, bến thuyền. ¶ ~ 인부 người đàn ông khuân vác trên bến tàu.

부두둑거리다 xay, tán, nghiền mài.

부둑부둑하다 khô khan, thiếu tình cảm (hành văn) (서술적).

부둥키다 (안다) ôm chặt, siết chặt, ghì chặt; (붙잡다) siết chặt, nắm chặt.

부드럽다 (유연) mềm mại, mượt mà; (온화) nhẹ nhàng, ôn hòa; (소리, 색 따위가) êm dịu, du dương; nhã nhặn. ¶ 부드럽게 một cách nhẹ nhàng / 마음씨가 ~ sự dịu dàng tốt bụng.

부득부득 bướng bỉnh, ngoan cố; bền bỉ, cứng cỏi.

부득불(不得不) không thể tránh được, miễn cưỡng, bất đắc dĩ (본의 아니게). ¶ ~ …하다 làm một cách bắt buộc, làm một cách bất đắc dĩ.

부득이(不得已) một cách bất đắc dĩ, một cách miễn cưỡng. ~한 sự bất đắc dĩ, sự miễn cưỡng. ¶ ~ …하다 làm một cách bất đắc dĩ, làm một cách miễn cưỡng.

부들 [TV] cây hương bồ. ¶ ~자리 tấm thảm bằng cây hương bồ.

부들부들 ¶ ~ 떨다 run rẩy, rùng mình.

부들부들하다 mềm mại, mượt mà; êm dịu, du dương; nhã nhặn, dịu dàng.

부듯하다 ❶ (꼭 맞다) chật, khít, bó sát. ❷ (꼭 차다) đầy tràn, tràn ngập. ❸ (가슴이) nghẹn ngào, ứ nghẹn, tức tối.

부등(不等) sự khác biệt, sự không bằng nhau, sự không đồng đều. ~의 tính khác biệt, tính không bình đẳng, tính không đồng đều. ¶ ~식 dạng không đồng đều, bất đẳng thức / ~호 kí hiệu khác biệt, kí hiệu không đồng đều < , > hay ≠.

부등가리 cái xẻng xúc lửa ứng biến.

부등깃 lông măng (갓난 날짐승 새끼의 다 자라지 못한 약한 깃).

부등변(不等邊) ~의 lệch, không cân đối. ¶ ~ 삼각형 tam giác lệch, tam giác không cân.

부등속(不等速) ¶ ~운동 [VL] vận tốc không đều.

부디 ❶ (꼭) chắc chắn, không sai hẹn, bằng mọi giá. ¶ ~ 오십시오 chắc chắn đến đấy nhé! ❷ (바라건대) ước gì, ước rằng, giá mà.

부딪다 đâm vào, đập vào, húc vào.

부딪뜨리다 đâm vào, đụng vào, húc vào, đập vào (nhau).

부딪치다 ('부딪다'의 힘준말) (충돌) đâm sầm vào, đập mạnh vào, húc mạnh vào; (봉착) gặp phải; đương đầu, đối mặt. ¶ 그는 균형을 잃고 벽에 부딪쳤다 Anh ta mất thăng bằng và đâm sầm vào tường / 문제에 ~ gặp phải vấn đề (khó khăn).

부딪히다 bị đâm vào, bị húc vào, bị đập vào ('부딪다'의 피동. 부딪음을 당하다).

부뚜막 bếp, chạn bếp, khu vực bếp. ¶ 얌전한 고양이가 ~에 먼저 올라간다 [TNg] con mèo hiền thì leo lên chái bếp trước.

ㅂ

부라리다 nhìn trừng trừng, nhìn giận dữ; nhìn trố mắt.

부락(部落) làng xã. ¶ ~민 dân làng.

부란(孵卵) sự ấp trứng, ổ trứng ấp. ¶ ~기(器) máy ấp trứng.

부랑(浮浪) ¶ ~아 lêu lổng, lang thang, chơi bời / ~자 người lêu lổng, người chơi bời; người thất nghiệp.

부랴부랴 vội vàng, hối hả, hấp tấp. ¶ ~ 달려가다 hấp tấp chạy đi.

부러 cố tình, cố ý, chủ tâm (알면서).

부러뜨리다 bẻ gãy, đập vỡ, làm đứt đoạn.

부러워하다 (ai đó) thèm muốn, ghen tị.

부러지다 bị gãy, bị vỡ, bị đứt đoạn.

부럽다 (bản thân) thèm muốn, ghen tị. ¶ 부러운 듯이 có vẻ thèm muốn / 부럽게 하다 gây thèm muốn, gây sự ganh tị / 너무 부러워 미칠 것 같다 gần như điên lên vì ghen tị.

부레 bong bóng, bọng chứa khí (ở loài cá).

부려먹다 ☞ **부리다**. sai khiến, bắt làm quá sức, bóc lột sức lao động. ¶ 막 ~ cứ bắt làm việc quá sức, cứ bóc lột sức lao động.

부력(浮力) [VLH] lực nổi, sức cất cánh (비행기). ¶ ~계(計) máy đo lực nổi.

부력(富力) tài sản, tài nguyên, tiềm lực.

부령(部令) quy định của Bộ ngành. ¶ 교육~ Quy định của ngành giáo dục.

부록(附錄) phụ lục.

부루말 con ngựa bạch.

부루퉁하다 (부어서) sưng phồng, phình lên, căng ra; (성나서) sưng sỉa, sưng mặt lên. ¶ 부루퉁한 얼굴 khuôn mặt sưng sỉa.

부룩소 con bê đực.

부류(部類) (종류) hạng, thứ, loại; (종속) hạng mục, phạm trù. ¶ …의 ~에 들다 thuộc phạm trù của…, thuộc hạng mục của….

부르다[1] ❶ (배가) no, đầy. ¶ 배부르게 먹다 ăn no bụng, ăn đầy bụng. ❷ (임신하여) có chửa, có mang, có thai. ❸ (중배가) sệ, phệ.

부르다[2] ❶ gọi, kêu; (오라고) gọi vào. ¶ 부르면 들릴 곳에 ở chỗ có thể nghe thấy khi gọi / 이름을 ~ gọi tên / 의사를 부르러 보내다 gọi bác sỹ để đưa đến bệnh viện / 불러내다(들이다) la hét, gọi to. ❷ (일컫다) đặt tên, gọi tên. ¶ …라고 ~ gọi tên là, tên là. ❸ (청하다) yêu cầu, đề nghị; (소환) kêu gọi, triệu tập. ❹ (값을) ra giá, rao giá. ¶ 부르는 값에 사다 mua đúng giá bán / 값을 싸게 ~ rao hàng với giá rẻ. ❺ (노래를) hát. ❻ (외치다) hô to; hét, la lối. ¶ 만세를 ~ hô vạn tuế.

부르르 ¶ ~ 떨다 run rẩy, lẩy bẩy.

부르조아 trưởng giả (사람); giới tư sản, giai cấp tư sản (계급). ¶ ~ 취미 sở thích trưởng giả.

부르쥐다 nắm chặt (tay) lại.

부르짖다 ❶ (외치다) la hét, la lối, hò hét, kêu gào; hô to; (비명) kêu thất thanh, gào thét. ❷ (창도(唱導)) yêu cầu, đòi hỏi. ¶ 개혁을 ~ yêu cầu cải cách.

부르트다 (물집이) phồng rộp, bỏng rộp (발바닥의); (물린 자리가) sưng mọng lên.

부릅뜨다 nhìn trừng trừng (성내어); trố mắt ra nhìn. ¶ 눈을 부릅뜨고 giương mắt nhìn trừng trừng.

부리 ❶ (새의) mỏ; mũi (매의 부리 따위). ❷ (물건의) đầu nhọn, mũi nhọn.

부리나케 vội vàng, cấp bách, gấp gáp. ¶ ~ 도망가다 vội vàng chạy trốn.

부리다[1] ❶ (일시키다) sai khiến, sử dụng (고용). ¶ 사람을 심하게 ~ sử dụng người một cách quá mức, bắt ai đó làm việc quá sức. ❷ (조종) vận hành, khởi động, thao tác ¶ 시계를 ~ vận hành đồng hồ, lên dây đồng hồ. ❸ (행사) sử dụng, khai thác. ¶ 권력을 ~ sử dụng quyền lực. ❹ (꾀, 재주를) đưa ra, cho thấy; rèn luyện.

부리다[2] (짐을) bốc lên, chất lên, mang đi.

부리망(-網) cái rọ mõm.

부리부리하다 ¶ 부리부리한 눈을 가지고 있다 có một đôi mắt to và sáng (눈망울이 크고 열기가 있다).

부리잡히다 mưng mủ.

부마(駙馬) phò mã.

부모(父母) bố mẹ. ~의 thuộc về bố mẹ.

부목(副木) thanh nẹp (chỗ xương bị gãy). ¶ ~을 대다 bó bằng thanh nẹp.

부문(部門) mục, tiết; khu vực, bộ phận, lĩnh vực; hạng, loại, nhóm. ¶ ~으로 나누다 chia ra thành từng loại / …의 ~에 넣다 cho vào nhóm của….

부박(浮薄) ~한 hời hợt, nhẹ dạ; phù phiếm, bỡn cợt (천박하고 경솔한).

부복(俯伏) **~하다** phủ phục, nằm xuống trước mặt ai đó.

부본(副本) bản sao, bản đối chiếu, bản phụ; sự sao chép.

부부(夫婦) vợ chồng. ~의 thuộc vợ chồng. ¶ ~가 되다 trở thành vợ chồng. ¶ ~ 싸움 (언쟁) cuộc cãi vã của vợ chồng / 김씨 ~ vợ chồng nhà Kim / 신혼 ~ vợ chồng mới cưới, vợ chồng son.

부분(部分) phần, đoạn, bộ phận. ~적 tính chất bộ phận, tính cục bộ, tính địa phương / ~적으로 với tính chất bộ phận.

부빙(浮氷) tảng băng nổi.

부사(副使) đại biểu, đại diện, người được ủy quyền.

부사(副詞) 【NNH】 phó từ. ¶ ~적(으로) tính chất phó từ. ¶ ~구 câu chất có tính phó từ.

부산물(副産物) sản phẩm phụ; 【HH】 sản phẩm dư thừa.

부산하다 (떠들썩하다) huyên náo, om sòm, ồn ào, ầm ĩ; (바쁘다) bận rộn, hối hả.

부삽(-鍤) cái xẻng xúc than lửa.

부상(負傷) vết thương, vết đứt, vết cắt, vết chém (전상). **~하다** bị thương. ¶ ~병[자] lính [người] bị thương (총칭).

부상(浮上) **~하다** nổi lên, xuất hiện (배가); trở thành người đi đầu, trở nên xuất chúng (희미했던 존재가).

부상(副賞) giải thưởng phụ, giải khuyến khích. ¶ ~으로 시계를 받다 nhận giải khuyến khích một chiếc đồng hồ.

부서(府署) vị trí, nhiệm vụ, bộ phận (của mình). ¶ ~를 지키다 đảm đương nhiệm vụ của mình.

부서(副書) bản sao, bản phụ. **~하다** làm bản phụ, bản sao.

부서지다 (파손) bị đổ vỡ, bị đập vỡ, bị rạn nứt; (시계가) chiếc đồng hồ bị vỡ, chiếc đồng hồ bị hỏng (고장). ¶ 부서지기 쉬운 dễ vỡ, dễ nứt, dễ hỏng.

부선거(浮船渠) cầu tàu, bến tàu.

부설(附設) **~하다** xây thêm, xây dựng bổ sung, lắp thêm, gắn kèm. ¶ ~ 도서관 thư viện bổ sung.

부설(敷設) **~하다** xây dựng, đặt, bố trí. ¶ ~권 quyền xây dựng (철도 ~권 quyền được xây dựng đường sắt / ~ 기뢰 tàu ngầm.

부성애(父性愛) tình cha con.

부속(附屬) **~하다** trực thuộc, gắn với, liên quan tới. ~의 tính trực thuộc. ¶ 서울대 ~ 초등학교 trường tiểu học trực thuộc trường đại học Seoul / ~물

vật đi kèm, vật gắn liền / ～품 đồ phụ tùng, đồ kèm theo.

부수(附隨) **~하다** đi theo, đi kèm, hộ tống. ¶ ～적 tính phụ thuộc, tính phụ trợ. ¶ ～ 사실 sự thật thu lượm được, sự thật tổng hợp được / ～ 서류 tài liệu kèm theo / ～ 정황 tình hình chính trị xẩy ra theo.

부수(部數) số lượng bản sao, tổng số phát hành (발행 부수).

부수다 đập vỡ, đập tan, đập nát; phá hủy, đánh đổ. ¶ 문을 ～ phá cửa / 차를 ～ đập nát xe.

부수수 lỏng lẻo; nhếch nhác; luộm thuộm.

부수입(副收入) khoản thu nhập thêm, phụ thu.

부숭부숭하다 (마르다) ráo hoảnh, khô rang; (곱다) khô ráo.

부스러기 mảnh vụn, miếng vụn, đầu thừa đuôi thẹo. ¶ 빵～를 먹다 ăn mảnh vụn bánh mì.

부스러뜨리다 đập tan ra thành từng mảnh, đập nát.

부스러지다 bị vỡ vụn, bị vỡ tan, bị gãy nát, bị đổ sụp.

부스럭거리다 xào xạc, sột soạt, loạt soạt (부스럭부스럭).

부스럼 ung nhọt, mụn nhọt (피부에 나는 종기의 통칭). ¶ ～ 건드리듯 như gãi vào chỗ bị ung nhọt.

부슬부슬 ¶ (비가) ～ 내린다 mưa rơi êm êm (mưa phùn).

부시 mảnh kim loại ¶ ～ 치다 đánh lửa bằng hai mảnh kim loại. ¶ 부싯깃 diêm, vật liệu dễ bắt cháy / 부싯돌 đá lửa.

부시다[1] (눈이) chói, lóa. ¶ 눈이 부시게 빛나다 ánh sáng lóe lên làm lóa cả mắt.

부시다[2] (그릇을) rửa, súc.

부시장(副市長) phó thị trưởng.

부식(扶植) **~하다** thiết lập, gây dựng, nuôi dưỡng (확립). ¶ 세력을 ～하다 gây dựng thế lực.

부식(副食) ☞ **부식물**(副食物).

부식(腐蝕) sự ăn mòn, sự gặm mòn, sự xói mòn; sự gỉ, sự gỉ sét,. **~하다** ăn mòn, gặm mòn, xói mòn; gỉ, gỉ sét. ¶ ～제 hóa chất ăn mòn.

부식성(腐食性) thức ăn thối rữa. ¶ ～의 thuộc tính thối rữa/ ～동물 động vật ăn thịt thối rữa.

부신(副腎) [GP] tuyến thượng thận.

부실(不實) **~하다** ❶ (불성실) không có thực lực, không chân thực (불신). ¶ ～한 아내 người vợ không chân thực. ¶ ～ 기업 doanh nghiệp không xác thực, doanh nghiệp yếu kém. ❷ (부족, 불충실) không đáng tin, không đáng tin cậy. ❸ (몸이) yếu ớt, sức khỏe kém, gầy yếu. ¶ 몸이 ～하다 người yếu ớt (건강치 못한) sức khỏe kém.

부심(副審) cuộc chất vấn bổ sung, cuộc thẩm vấn phụ.

부심(腐心) **~하다** lao tâm khổ tứ, vất vả, khó nhọc, mất công sức.

부썩 ☞ **바싹**.

부아 ❶ (허파) phổi. ❷ (분함) sự giận dữ, sự bực tức, sự cáu tiết. ¶ ～가 나다(를 내다) nổi giận, nổi cơn bực tức.

부양(扶養) sự duy trì, sự chống đỡ, trụ cột, chỗ dựa. **~하다** chống đỡ, chèo chống, làm trụ cột, là chỗ dựa. ¶ ～ 가족 thành viên gia đình phụ thuộc / ～(가족) 수당 trợ cấp gia cảnh / ～(가족) 공제 chế độ miễn trừ gia cảnh.

부양(浮揚) **~하다** nổi, trôi nổi (좌초한 배가). ¶ 경기를 ～시키다 làm cho cuộc đua trở nên náo nhiệt. ¶ ～력(力)

lực nổi / ～ 작업(作業) thao tác cứu hộ.

부언(附言) lời nhận xét thêm, lời bổ sung, tái bút. **~하다** bình luận thêm, nhận xét thêm, nói thêm.

부얼부얼 ¶ ～하다 mũm mĩm, múp míp.

부업(副業) nghề phụ. ¶ ～으로(서) xem như là nghề phụ.

부엉이 【LC】 con chim cú.

부엌 bếp. ¶ ～데기 người hầu gái, người làm bếp / ～ 세간 vật dụng làm bếp / ～일 việc bếp núc.

부여(附與) **~하다** giao cho, cấp cho, ban cho (권력).

부여(賦與) **~하다** được cho, được phú cho (재능).

부역(賦役) phu dịch, làm nô dịch, làm không công. ¶ ～을 과하다 bắt làm nô dịch.

부연(敷衍) **~하다** mở rộng, phát triển, chi tiết hóa; dài dòng, dông dài.

부영사(副領事) phó lãnh sự.

부옇다 trắng trẻo, trắng mịn. ¶ 살결이 ～ làn da trắng trẻo. (연기, 안개가) mờ đục, mờ mờ.

부예지다 mờ, không sáng; phai màu, héo tàn. ¶ 그녀의 눈이 부예졌다 mắt của cô ấy trở nên mờ đi.

부용(芙蓉) (연꽃) hoa sen.

부원(部員) nhân viên, thành viên, cán bộ.

부유(浮遊) **~하다** trôi dạt, trôi nổi. ¶ ～기뢰 thủy lôi thả nổi / ～물 vật trôi dạt / ～ 생물 sinh vật phù du.

부유(富裕) **~하다** giàu có, thịnh vượng, phát đạt. ☞ **유복**(裕福).

부유스름하다 có đính ngọc trai; trắng đục, mờ mờ, nhờ nhờ.

부음(訃音) báo tử.

부응하다(副應-) phản hồi, chiều theo, làm cho phù hợp, làm theo, đáp ứng.

부의(附議) (토의에 부침). **~하다** đưa ra thảo luận, đưa ra bàn bạc.

부의(賻儀) viếng, phúng điếu. ¶ ～금 tiền viếng, tiền phúng điếu.

부의장(副議長) phó chủ tịch, phó tổng thống, phó nghị trường.

부익부빈익빈(富益富貧益貧) giàu càng giàu, nghèo càng nghèo, nước chảy chỗ trũng.

부인(夫人) người vợ, người thiếu phụ, người phụ nữ đã lấy chồng.

부인(否認) sự từ chối, sự bác bỏ, sự phủ nhận, sự khước từ, sự thoái thác. **~하다** từ chối, bác bỏ, phủ nhận, khước từ, thoái thác.

부인(婦人) quý bà, phu nhân, phụ nữ ☞ **여성**. ¶ ～과 [과 의사] phụ khoa [bác sĩ phụ khoa] / ～병 bệnh phụ khoa / ～회 hội phụ nữ.

부임(赴任) **~하다** nhận việc mới, nhận nhiệm vụ mới, nhậm chức. ¶ ～지(地) nơi nhận nhiệm vụ mới, nơi nhậm chức / 새 선생님이 부임하여 오시다 có thầy giáo mới đến nhận việc.

부자(父子) cha con, phụ tử.

부자(富者) người giàu có; triệu phú, tỷ phú (총칭). ¶ (큰) ～가 되다 trở thành người giàu có.

부자연(不自然) ～한(스러운) không tự nhiên, trái với tự nhiên, nhân tạo (인위적).

부자유(不自由) sự phiền phức, thiếu tự do, không thoải mái; (불편) sự bất tiện, sự thiếu tiện nghi (결핍). **~하다** bất tiện, thiếu thốn; phiền phức, không thoải mái. (몸이) người không được thoải mái.

부작용(副作用) phản tác dụng, tác dụng phụ, hậu quả. ¶ ～을 일으키다 gây hậu quả xấu.

부잔교(浮棧橋) cầu nổi (để dạo chơi); đê

ㅂ

chắn sóng.

부장(部長) trưởng ban, trưởng khoa, tổng trưởng phòng.

부장품(副葬品) đồ táng, đồ chôn dưới mộ.

부재(不在) sự vắng mặt. **~하다** vắng mặt. ¶ ~자 người vắng mặt / ~자 투표 bỏ phiếu người vắng mặt / ~지주 người chủ vắng mặt / 현장 ~ 증명 bằng chứng ngoại phạm.

부적(符籍) lá bùa, bùa chú, bùa ngải.

부적격(不適格) ~의 không thích hợp, không đủ tiêu chuẩn, không hợp lệ. ¶ ~이다 không hợp lệ.

부적당(不適當) ~한 không thích hợp, không thích đáng, không đạt tiêu chuẩn.

부적임(不適任) ~의 thiếu năng lực, không đủ trình độ, không tương xứng. ¶ ~자 người thiếu năng lực.

부적절(不適切) ~한 không thích hợp, bất hợp lý, không hòa hợp, không thỏa đáng. ¶ ~하게 một cách không thích hợp, một cách bất hợp lý.

부전(不全) 【YH】 ¶ ~ 마비 tê liệt cục bộ / ~ 색맹증 chứng mù màu không hoàn toàn, không nhìn được một số màu / ~ 실어증(失語症) chứng mất ngôn ngữ cục bộ (do tổn thương não).

부전(不戰) không chiến tranh; hòa bình.

부전나비 【CT】 bướm the, bướm cánh mỏng như lụa (부전나빗과의 작은 나비. 편 날개 길이 3 cm, 날개 앞면이 암컷은 암갈색, 수컷은 청자색임. 여름에 산의 풀밭에 날아듦).

부전승(不戰勝) sự không đấu mà thắng. **~하다** không đấu mà thắng. ¶ ~이 되다 trở nên sự không đấu mà thắng.

부전자승(父傳子承) **~하다** cha truyền con nối.

부전자전(父傳子傳) ☞ **부전자승**.

부전조약(不戰條約) hiệp ước hòa bình.

부절(不絕) **~하다** không ngừng, không ngớt; liên tục. ¶ 연락 ~ sự liên lạc liên tục.

부절제(不節制) sự không điều độ, sự vô độ, sự quá độ. **~하다** không điều độ, vô độ, quá độ.

부젓가락 cái kẹp gắp lửa.

부정(不正) bất chính, bất hợp pháp (불법); bẩn thỉu, nhơ nhuốc, đen tối (비행). ~한 tính bất chính, tính bẩn thỉu. ¶ ~을 하다 phạm luật, vi phạm nội quy (시험에서). ¶ 선거 ~ bầu cử bất hợp pháp / ~ 수단 thủ đoạn bất chính / ~ 축재자 người tích lũy tài sản bất chính / ~품 đồ bất chính, hàng bất hợp pháp.

부정(不定) ~한 không chắc chắn, mập mờ, không cố định. ¶ ~ 관사 quán từ bất quy tắc / ~법 phép bất quy tắc (ngữ pháp) / ~ 수입 thu nhập mập mờ, thu nhập không ổn định.

부정(不貞) không chung thủy. ~한 sự không chung thủy.

부정(不淨) ~한 bẩn thỉu, nhơ nhuốc, không trong sạch. ¶ ~한 돈 [재물] đồng tiền [của cải] nhơ nhuốc / ~타다 đầy nhơ nhuốc, đầy bẩn thỉu.

부정(否定) sự phủ nhận, sự bác bỏ, sự từ chối, sự khước từ. **~하다** phủ nhận, bác bỏ, từ chối, khước từ. ¶ ~적 tính phủ định / ~할 수 없는 không thể bác bỏ được. ¶ ~문 câu phủ định / ~어 từ phủ định.

부정공무원(不正公務員) công chức tham ô, công chức không chính đáng, công chức thoái hóa biến chất.

부정기(不定期) ~의 không định trước, ngoài danh sách, ngoài chương trình, ngoài quy luật. ¶ ~선(船) tuyến đường ngoài quy định, tuyến đường ngoài hành trình dự kiến.

부정당(不正當) ~한 không chính đáng, không đúng nguyên tắc, không thích hợp.

부정맥(不整脈) 【YH】 nhịp tim không bình thường, loạn nhịp tim.

부정직(不正直) không trung thực, không chân thành. ~한 một cách không trung thực.

부정확(不正確) không chính xác, không chắc chắn. ~한 một cách không chính xác, một cách không chắc chắn.

부조(父祖) tổ tiên. ¶ ~ 전래의 thuộc về tổ tiên để lại.

부조(不調) rối loạn, khó ở, khó chịu (건강); khó chịu, thất thường, không bình thường (날씨). **~하다** (운동선수가) mất phong độ, rối loạn phong độ, phong độ không ổn định.

부조(扶助) ❶ (도움) sự giúp đỡ, sự trợ giúp. **~하다** giúp đỡ, hỗ trợ, trợ giúp. ¶ 상호 ~ hỗ trợ lẫn nhau. ❷ (금품) tiền mừng đám cưới, ủng hộ, đóng góp (결혼 따위에); sự đóng góp, sự cưu mang, sự đùm bọc, sự tương trợ (상가(喪家)에).

부조(浮彫) sự chạm nổi, sự khắc nổi. ¶ ~ 세공 việc chạm nổi, việc khắc nổi.

부조리(不條理) điều phi lý, sự bất cập, tệ nạn.

부조화(不調和) sự thiếu hòa hợp, sự không hài hòa. ~한 một cách không hài hòa.

부족(不足) (모자람) thiếu hụt (금전의); (결핍) nghèo nàn, đói rách; (불충분) không đầy đủ; (불만족) không thoải mái, không thỏa mãn. **~하다** thiếu thốn; nghèo nàn; không thoải mái; (서술적) không đầy đủ ý, thiếu ý. ¶ 음식[돈]이 ~하다 thiếu ăn [tiền] / 천원 ~하다 thiếu 1 ngàn won / ~한 점이 없다 không có điểm nào thiếu sót, hoàn hảo. ¶ ~액 số tiền thiếu (금전의); 중량 ~ trọng lượng thiếu / 얼마나 ~하니? thiếu bao nhiêu thế?

부족(部族) bộ tộc, bộ lạc, nhóm.

부존(賦存) **~하다** phú cho, ban cho. ¶ ~ 자원 tài nguyên trời phú, tài nguyên thiên nhiên / ~ 자원이 많다 nhiều tài nguyên thiên nhiên.

부주의(不注意) sự thiếu cẩn trọng, sự cẩu thả, sự vô ý, sự sơ suất. **~하다** thiếu cẩn trọng, cẩu thả, vô ý, sơ suất. ¶ ~하게 một cách vô ý, một cách cẩu thả / ~로 vì thiếu thận trọng, vì cẩu thả.

부증(浮症) chứng phù nề, chứng sưng tấy.

부지(扶支) **~하다** gìn giữ; chịu đựng, cam chịu.

부지(敷地) lô đất xây dựng, khu đất.

부지기수(不知其數) ~이다 hằng hà vô số. ¶ 연필이 ~로 많다 có hằng hà vô số bút chì.

부지깽이 bài poke.

부지런하다 cần cù, siêng năng, chăm chỉ. ¶ 부지런히 một cách chăm chỉ, một cách cần cù.

부지불식간(不知不識間) ~에 trong vô thức, lúc không để ý, không để tâm, không hay biết.

부지중(不知中) ☞ **부지불식간**.

부지하세월(不知何歲月) ~이다 không biết đến bao giờ, không biết ngày tháng.

부진(不振) sự trì trệ, sự đình trệ (불경기). **~하다** đình trệ, trì trệ.

부진(不進) **~하다** thiếu tiến bộ, không tiến bộ.

부질없다 vô ích, vô hiệu, vô tác dụng; vô căn cứ.

ㅂ

부집게 kéo cắt hoa đèn, cái kẹp lửa than.

부쩍 bất ngờ; nhanh chóng; rõ rệt (현저히).

부차적(副次的) nguyên nhân thứ yếu.

부착(附着) **~하다** dính, gắn hấp dẫn. ¶ ~력 sức hấp dẫn, sức thu hút lực gắn chặt.

부창부수(夫唱婦隨) chồng xướng vợ họa theo.

부채 cái quạt. ¶ ~질하다 quạt (bằng quạt tay); (선동) xúi giục / 붙는 불에 ~질하는 격이다 Đổ thêm dầu vào lửa. ¶ 부챗살 nan quạt.

부채(負債) món nợ, khoản nợ (빚); công nợ (채무). ¶ ~가 있다 có món nợ, mắc nợ, mang nợ. ¶ ~자 người mắc nợ, người mang nợ.

부처 [PG] (불타) Phật tổ, đức Phật; (불상) pho tượng Phật. ¶ ~ 같은 사람 người như Phật.

부처(夫妻) vợ chồng. ¶ 김씨 ~ vợ chồng nhà họ Kim.

부총리(副總理) phó thủ tướng; Phó tổng thống. ¶ ~겸 경제기획원 장관 thủ tướng kiêm bộ trưởng Bộ kinh tế kế hoạch.

부추 [TV] hẹ.

부추기다 kích động, xúi giục. ¶ 부추겨서 …하게 하다 bị xúi giục nên đã lỡ làm ….

부축하다 nâng đỡ, đùm bọc, giúp đỡ.

부치다[1] (힘에) vượt quá khả năng, quá sức, vượt quá sức chịu đựng. ¶ 힘에 부쳐서 더 못 올라가겠다 vì quá sức nên không thể leo lên được.

부치다[2] (부채로) quạt, dùng quạt, sử dụng quạt.

부치다[3] ❶ (보내다) gửi, chuyển (배로); gửi thư (우송); chuyển tiền (돈을). ❷ (돌리다) giao cho, cho vào. ¶ 인쇄에 ~ cho in ra / 재판에 ~ giao cho tòa án.

부치다[4] (논밭을) cày cấy, trồng trọt làm vườn.

부치다[5] (번철에) chiên, rán.

부칙(附則) (규칙) quy tắc bổ sung, quy tắc phụ.

부침(浮沈) sự thăng trầm, sự chìm nổi, sự bôn ba.

부타놀 [HH] chất butanol.

부탁(付託) sự yêu cầu, sự đề nghị; sự đòi hỏi; sự van xin. **~하다** yêu cầu, đề nghị; đòi hỏi; van xin. ¶ ~을 들어주다 [거절하다] chấp nhận [từ chối] lời yêu cầu / ~이 있다 có đề nghị.

부터 ❶ (사람) từ ai đó. ¶ 친구로~ 온 편지 thư đến từ người bạn, có thư của người bạn. ❷ (장소) từ nơi nào đó. ¶ 서울~ 인천까지 từ Seoul đến Incheon. ❸ (시간) từ lúc (이래). ¶ 세 시~ 다섯 시까지 từ lúc 3 giờ cho đến 5 giờ / 그 때~ từ lúc đó/그 후~ từ sau đó / 지금~ từ bây giờ. ❹ (견지, 표준) căn cứ, dựa vào. ¶ 이러한 사실로~ 판단하면 nếu như phán đoán dựa vào sự thật này. ❺ (범위) phạm vi, khoảng cách, số lượng. ¶ 대체로 2만원~ 3만원 사이 đại thể khoảng từ 20.000 won đến 30.000 won. ❻ (순서) bắt đầu từ, khởi đầu từ, xuất phát từ. ¶ 무엇~ 할까? bắt đầu từ việc gì đây?

부통령(副統領) phó tổng thống.

부패(腐敗) (물질의) sự mục nát, sự thối rữa, sự ươn, sự thiu thối; (정신의) đồi bại, trụy lạc, thoái hóa, băng hoại. **~하다** (물질이) mục nát, thối rữa, ươn, thiu thối; (정신이) đồi bại, trụy lạc, xuống cấp. ¶ ~한 tính chất mục nát / ~하기 쉬운 dễ mục nát, dễ thoái hóa / 정치의 ~ sự mục nát của nền chính trị. ¶ ~ 공무원 công chức thoái hóa / ~균 vi khuẩn gây phân hủy, vi khuẩn làm thiu thối.

부평초(浮萍草) [TV] ☞ **개구리밥**. bèo tấm.

부표(否票) phiếu phản đối. ¶ ~를 던지다 bỏ phiếu phản đối.

부표(浮漂) sự trôi nổi, sự bồng bềnh.

부표(浮標) phao cứu sinh. ¶ ~등 đèn cứu sinh, đèn cứu hộ.

부풀다 ❶ (팽창) phồng lên, to ra, phình ra (물건이); phồng lên, nở (빵이); làm phồng lên (팽창하다). ❷ ☞ **보풀다**.

부풀리다 ❶ (팽창) làm phồng lên, làm to ra, làm phình ra; căng ra, giãn ra. ❷ (보풀을) dệt lông tuyết lên mặt vải.

부품(部品) (부속품) đồ phụ tùng, linh kiện.

부프다 ❶ (크다) đồ sộ, kềnh càng, cồng kềnh. ❷ (성급하다) sốt ruột, nôn nóng.

부피 khối lượng, kích thước. ¶ ~ 있는 có khổ, khối lượng lớn.

부하(負荷) ❶ (짐) gánh nặng, vật nặng. ❷ [Đ] truyền, tải. ¶ ~ 전류 điện lưu quá tải / ~율 tỷ lệ quá tải / ~시험 cuộc thi nặng nề, cuộc thi khó.

부하(部下) nhân viên cấp dưới, thuộc cấp; người phục vụ, người hầu. ¶ ~ 사병(士兵) người lính dưới quyền / ~ 3, 4명을 거느리고 chỉ huy 3-4 người cấp dưới, lãnh đạo 3-4 nhân viên dưới quyền.

부합(符合) sự phù hợp, sự tương ứng, sự trùng khớp, sự thống nhất. **~하다** phù hợp, tương ứng, trùng khớp. ¶ …의 말과 ~하다 trùng khớp với lời nói của ….

부형(父兄) ❶ phụ huynh học sinh. ❷ bố và anh trai.

부호(符號) dấu hiệu, mật mã, ám hiệu (암호); mật mã, mã (전신 부호).

부호(富豪) người giàu có, triệu phú (백만장자); tỷ phú (억만장자).

부화(孵化) sự nở (từ trứng thành con), sự ấp trứng; sự ủ bệnh. **~하다** ấp trứng, ủ bệnh. ¶ ~기 máy ấp trứng / ~장 lồng ấp / 인공 ~(법) (phương pháp) ấp trứng nhân tạo.

부화뇌동(附和雷同) **~하다** a dua, đua đòi, bắt chước một cách mù quáng.

부활(復活) (소생) sự phục sinh, sự phục hưng; (회복) sự hồi phục, sự khỏe lại; (재흥) sự tái sinh, sự phục sinh. **~하다** phục hồi, phục hưng; tái sinh. ¶ ~절 lễ Phục sinh / ~절 전야 đêm trước ngày lễ Phục sinh.

부회장(副會長) phó hội trưởng, phó chủ tịch, phó giám đốc.

부흥(復興) sự tái thiết, sự phục chế; sự phục hồi, sự phục hưng. **~하다** phục hưng, phục hồi; tái thiết, phục chế. ☞ **복구**. ¶ ~ 사업(事業) việc kinh doanh phục hồi / 경제 ~ sự phục hưng kinh tế / 문예 ~ sự phục hưng nghệ thuật.

북[1] [ÂN] trống. ¶ ~을 치다 đánh trống, gõ trống / ~치는 사람 người đánh trống.

북[2] (베틀의) con thoi, suốt.

북[3] (흙) loại đất xung quanh cây trồng. ¶ ~(을) 주다 vun xới đất cho cây trồng.

북(北) phía Bắc, hướng Bắc, miền Bắc. ~의 thuộc về phía Bắc. ¶ ~으로 về phía Bắc / …의 ~에 miền Bắc của … (북방); Bắc bộ (북부).

북경(北京) (중국의) Bắc Kinh.

북광(北光) ánh sáng từ phương Bắc.

북구(北歐) Bắc Âu. ~의 thuộc Bắc Âu. ¶ ~ 인종 người Bắc Âu.

북국(北國) nước phương Bắc.
북극(北極) Bắc cực. ～의 thuộc Bắc cực. ¶ ～곰 gấu Bắc cực / ～광 ☞ **북광**. / ～권 vùng Bắc cực / ～성(星) sao Bắc cực / ～양 Bắc băng dương / ～지방 khu vực Bắc cực / ～ 탐험 thám hiểm Bắc cực.
북녘(北-) phía Bắc, phương Bắc.
북단(北端) cực Bắc.
북대서양(北大西洋) Bắc Đại Tây dương. ¶ ～ 조약 기구 NATO tổ chức hợp tác Bắc Đại Tây dương NATO.
북데기 rơm rác, rác rưởi, cỏ rác.
북돋우다 ❶ (북주다) chăm bón, làm cho tươi tốt. ❷ (원기, 힘을) khuyến khích, cổ vũ, động viên, làm cho mạnh mẽ. ¶ 사기를 ～ động viên tinh thần.
북동(北東) phía Đông Bắc. ¶ ～풍 gió Đông Bắc.
북두칠성(北斗七星) chòm sao Bắc đẩu.
북미(北美) Bắc Mỹ. ～의 thuộc Bắc Mỹ. ¶ ～ 합중국 Hợp chủng quốc Hoa Kỳ (U.S.A.).
북반구(北半球) Bắc bán cầu.
북받치다 ☞ **복받치다**.
북방(北方) phương Bắc, hướng Bắc. ～의 thuộc phương Bắc, thuộc hướng Bắc. ¶ ～에(으로) về hướng Bắc, đến phương Bắc. ¶ ～ 정책 chính sách phương Bắc, chính sách đối với Cộng hòa dân chủ nhân dân Bắc Tiên của Hàn Quốc.
북부(北部) Bắc bộ.
북북 (소리) ầm ầm.
북북동(北北東) hướng Bắc Bắc đông.
북북서(北北西) hướng Bắc Bắc Tây.
북빙양(北氷洋) Bắc băng dương.
북상(北上) ~**하다** Bắc tiến, đi về phía Bắc.
북새 sự vội vàng, sự chen lấn, sự lộn xộn, sự hỗn loạn. ～놓다 náo động, hỗn loạn, lộn xộn, chen lấn, vội vàng. ¶ ～통에 trong lúc lộn xộn, trong lúc hỗn loạn.
북서(北西) hướng Tây Bắc. ¶ ～풍 gió Tây Bắc.
북슬개 con chó xù to lớn.
북슬북슬 ¶ ～한 bờm xờm, lù xù.
북안(北岸) vùng duyên hải phía Bắc.
북양(北洋) vùng biển phía Bắc.
북어(北魚) cá pollack (phơi, sấy) khô.
북위(北緯) vĩ độ bắc. ¶ ～ 37도 30분, 37 độ 30 phút vĩ Bắc.
북적거리다 (뒤끓다) hối hả, vội vàng, ồn ào; đông nghịt, chật ních.
북적북적 một cách hối hả, một cách vội vàng.
북주다 ☞ **북**.
북진(北進) (나아감) ~**하다** tiến về phía Bắc (배가).
북쪽(北-) phía Bắc ☞ **북**. ~의 thuộc về phía Bắc. ¶ ～으로 về phía Bắc / ～에 ở phía Bắc.
북채 dùi trống.
북풍(北風) gió Bắc. ¶ ～이 살을 에는 듯이 차다 gió bấc lạnh cắt da thịt.
북한(北韓) phía Bắc Hàn Quốc, Nước Cộng hòa dân chủ nhân dân Triều Tiên.
북해(北海) biển Bắc.
북향(北向) hướng Bắc. ¶ ～집 nhà hướng bắc.
북회귀선(北回歸線) chí tuyến Bắc, chí tuyến cự giải.
분(分) ❶ (시간, 각도의) phút. ¶ 15～ 15 phút. ☞ **푼수**. ❷ (1의 1/10) phần trăm%, phân số. ☞ **푼**. ¶ 1할 5～ một phần năm.
분(忿, 憤) (분격) sự phấn kích, sự hưng phấn; (노염) sự giận dữ, sự nổi giận; (원통) sự căm phẫn, sự phẫn nộ. ¶ ～이 나다 phấn khích, nổi giận, phẫn nộ.

분(盆) bồn hoa, chậu hoa.
분(粉) phấn thoa mặt, sáp thơm. ¶ ～을 바르다 bôi phấn. ¶ ～내 mùi phấn / 물～ phấn nước.
…**분**(分) ❶ (부분) phần. ¶ 3～의 1 phần 3. ❷ (몫) khẩu phần suất; (양) số lượng. ¶ 2일～의 양식 số lương thực cho 2 ngày / 식사 5인～ bữa cơm cho 5 khẩu phần, bữa cơm cho 5 người ăn. ❸ (성분) thành phần, yếu tố. ¶ 알코올～ thành phần là cồn / 지방～ thành phần là mỡ.
분가(分家) **~하다** lập chi nhánh họ, lập chi họ, tách hộ.
분간(分揀) (분별) sự nhận biết, sự phân biệt. **~하다** nhận biết, phân biệt. ¶ ～하기 어려운 khó phân biệt.
분갑(粉匣) hộp phấn, hộp sáp thơm.
분개(分介) **~하다** làm nghề báo, làm báo chí. ¶ ～장 tòa soạn báo, nơi làm báo.
분개(憤慨) sự căm phẫn, sự phẫn nộ. **~하다** (trở nên) căm phẫn, phẫn nộ. ¶ ～하여 vì phẫn nộ / ～시키다 làm cho phẫn nộ.
분격(奮激) ☞ **분기**(奮起).
분견(分遣) sự tách rời, sự chia nhỏ ra; chi tiết. **~하다** tách rời, chia nhỏ, chi tiết hóa, cụ thể hóa. ¶ ～대 phân đội, chi đội.
분결(粉-) ¶ ～ 같은 như phấn, trắng / 살결이 ～ 같다 làn da trắng như phấn.
분계(分界) (경계) sự phân chia ranh giới; (한계) giới hạn. **~하다** phân chia ranh giới, phân chia biên giới, quy định giới hạn. ¶ ～선 đường biên giới, đường ranh giới / 군사～선 giới tuyến quân sự.
분골쇄신(粉骨碎身) **~하다** làm hết sức mình, cố gắng hết sức; làm cho đến mức tan xương nát thịt.
분공장(分工場) phân xưởng.
분과(分科) khoa, ngành, bộ phận, chi nhánh. ¶ ～ 위원회 tiểu ban.
분관(分館) phân quán, phân viện, toà nhà bổ sung; thư viện chi nhánh.
분광(分光) phổ, quang phổ. ¶ ～기 máy quang phổ / ～사진 ảnh quang phổ / ～학 ngành quang phổ học.
분교(分校) cơ sở phụ của trường học, chi nhánh của trường học.
분국(分局) văn phòng chi nhánh.
분권(分權) sự phân quyền. ¶ ～주의 chủ nghĩa phân quyền.
분규(紛糾) (분쟁) sự mâu thuẫn, sự chia rẽ. ¶ ～를 일으키다 gây mâu thuẫn, gây chia rẽ.
분극(分極) [Đ] phân cực, độ phân cực.
분기(分岐) **~하다** tách nhánh, rẽ nhánh, chia nhánh. ¶ ～선 tuyến rẽ nhánh, lối rẽ / ～점 điểm rẽ nhánh, điểm chia nhánh, ngã rẽ (철도의).
분기(奮起) **~하다** đánh thức, khơi dậy; kích động. ¶ ～시키다 làm khơi dậy, làm nổi dậy.
분김(憤-) ～에 trong cơn giận dữ.
분납(分納) **~하다** trả góp, trả thành nhiều lần. ¶ 매월 ～하다 trả góp hàng tháng.
분노(憤怒) sự tức giận, sự phẫn nộ, sự điên tiết. **~하다** tức giận, phẫn nộ, giận dữ. ¶ ～를 사다 làm cho (ai đó) nổi giận.
분뇨(糞尿) chất thải, phân. ¶ ～차(車) xe chở chất thải, xe phân, xe dọn vệ sinh.
분단(分團) bộ phận, phân đoàn. ¶ ～장 phân đoàn trưởng.
분단(分斷) **~하다** chia cắt, gián đoạn. ¶ ～국 đất nước bị chia cắt.
분담(分擔) (할당) sự phân công, sự chia trách nhiệm (의무). **~하다** phân công, phân chia trách nhiệm / ～시키다 bắt

(ai đó) phân công trách nhiệm. ¶ ～금 phần tiền phải chi.

분당(分黨) **~하다** chia bè phái, chia đảng.

분대(分隊) phân đội. ¶ ～장 phân đội trưởng.

분대질 ¶ ～치다 can thiệp; làm phiền, quấy rầy; làm ầm ĩ, làm náo loạn.

분란(紛亂) (혼란) sự lộn xộn; (소란) sự ồn ào, sự náo loạn; (말썽) sự hoảng hốt, sự mất bình tĩnh. ¶ ～을 일으키다 gây lộn xộn; gây náo loạn; làm mất bình tĩnh.

분량(分量) liều lượng (약의). ¶ ～이 늘다 [줄다] tăng [giảm] liều lượng.

분력(分力) thành phần lực lượng.

분류(分流) ngả sông, nhánh sông. **~하다** phân dòng (sông ngòi), phân nhánh.

분류(分溜) 【HH】 phân đoạn.

분류(分類) sự phân loại. **~하다** phân loại. ¶ ～번호 số phân loại (도서 등의) / ～표 bảng phân loại / ～학(學) ngành phân loại học.

분류(奔流) sự phun trào, sự phọt ra, sự bắn ra.

분리(分離) sự chia cắt, sự phân tách, sự tách rời, sự phân ly. **~하다** (떼다) phân tách, tách rời, chia cắt; (떨어지다) phân ly, chia lìa. ¶ ～할 수 없는 không thể chia lìa. ¶ ～과세 đánh thuế riêng biệt, đánh thuế theo mặt hàng.

분리수거(分離收去) sự thu gom theo từng loại. ¶ 쓰레기 ～ phân loại rác tại nguồn.

분립(分立) **~하다** làm cho độc lập, tách riêng rẽ.

분만(分娩) sự sinh đẻ. **~하다** sinh đẻ, sinh nở. ¶ ～실 phòng đẻ, phòng sản. ¶ 무통 ～ đẻ không đau.

분말(粉末) bột. ～의 thuộc dạng bột. ¶ ～우유 sữa bột / ～계란 trứng bột.

분망(奔忙) sự bận bịu. **~하다** bị áp lực công việc, bận bịu.

분매(分賣) **~하다** bán lẻ.

분명 sự rõ ràng, sự sáng tỏ, sự hiển nhiên; sự chính xác. **~하다** rõ ràng, chính xác; hiển nhiên. ¶ ～히 một cách rõ ràng / ～한 증거 chứng cứ rõ ràng / ～히 하다 làm một cách rõ ràng.

분모(分母) 【TH】 mẫu số, mẫu thức.

분묘(墳墓) ngôi mộ, nấm mồ.

분무(噴霧) **~하다** tán nhỏ, phun. ¶ ～기 ống phun, bình xịt / ～도장(塗裝) in phun.

분문(噴門) 【GP】 lỗ, hố, hốc; cuống dạ dày; cuống tim.

분바르다(粉-) thoa phấn, đánh phấn.

분발(奮發) **~하다** hăng hái, nhiệt tình; bứt phá, nỗ lực hết mình. ¶ ～심(心) lòng nhiệt tình.

분방(奔放) **~하다** phung phí (tiền bạc); thái quá, phi lý.

분배(分配) sự phân phát, sự phân bổ. **~하다** phân phát, phân bổ, chia ra. ¶ ～를 받다 nhận sự phân phát. ¶ ～액 số tiền phân bổ.

분변(分辨) ☞ **분별**.

분별(分別) ❶ (구별) phân biệt; (분류) phân loại. **~하다** (분류) phân loại. ❷ (분변) phân biệt, tách bạch. ¶ ～있는 có sự phân biệt / ～없는 không có sự phân biệt.

분봉(分封) ❶ (제후의) **~하다** cấp bổng lộc (thời phong kiến); cấp phát. ❷ ☞ **분봉**(分蜂).

분봉(分蜂) **~하다** chia thành nhóm nhỏ, chia tổ ong.

분부(吩咐) (명령) mệnh lệnh; (지시) chỉ thị; sự huấn thị, sự chỉ bảo. **~하다** ra lệnh, ra chỉ thị; huấn thị, chỉ bảo. ¶ ～대로 하다 làm theo mệnh lệnh.

분분하다(紛紛-) ¶ 제설(諸說)이 ～ ý kiến

đa dạng; ý kiến trái ngược và mâu thuẫn nhau.

분비(分泌) sự bài tiết. **~하다** bài tiết. ¶ ~ 기관 cơ quan bài tiết / ~물 chất bài tiết / ~선(腺) tuyến bài tiết / ~액 chất lỏng bài tiết.

분사(分詞) phân từ; động tính từ. ¶ ~ 구문 cấu trúc câu dạng động tính từ / 현재 [과거] ~ phân từ hiện tại [quá khứ].

분사(憤死) **~하다** chết vì uất ức.

분사(噴射) **~하다** phản lực. ¶ ~ 추진식의 thuộc dạng động cơ phản lực (cánh quạt máy bay).

분산(分散) sự phân tán, sự phân bố. **~하다** phân tán, phân bố. ¶ 인구를 ~하다 phân bố dân cư.

분상(粉狀) ~의 dạng bột, dạng bụi.

분석(分析) sự phân tích (광석의). **~하다** phân tích. ¶ ~적인 tính phân tích. ¶ ~학 ngành phân tích / ~학자 nhà phân tích / ~ 화학 hóa phân tích.

분설(分設) **~하다** thành lập, thiết lập, mở (chi nhánh).

분성(分性) [VLH] tính chất chia hết.

분손(分損) [KT] tổn thất cục bộ.

분쇄(粉碎) **~하다** (가루로) nghiền nát, tán bột; (부수다) đập tan; (격파) tiêu diệt, triệt phá, thủ tiêu, đánh tan tành. ¶ ~기(機) máy xay bột, máy nghiền bột.

분수(分數)[1] ❶ (분별) sự cẩn thận, sự thận trọng; khôn ngoan. ¶ ~없다 thiếu thận trọng; thiếu khôn ngoan. ❷ (분한) vị trí xã hội, thân phận, số phận. ¶ ~에 맞게 [안 맞게] đúng [không đúng] với vị thân phận / ~를 지키다 giữ gìn vị trí xã hội / ~를 모르다 không biết thân phận.

분수(分數)[2] [TH] phân số. ~의 thuộc dạng phân số.

분수(噴水) vòi nước, dòng nước phun ra, vòi rồng. ¶ ~기(器) máy phun nước.

분수령(分水嶺) đường phân bổ nước; ngã ba sông.

분승(分乘) **~하다** đi tách riêng nhau ra. ¶ 세 대의 차에 ~하다 đi riêng ra bằng ba xe ô tô.

분식(扮飾) đồ son phấn, đồ trang điểm, đồ hóa trang (화장). **~하다** trang điểm, tô son trát phấn, hóa trang.

분식(粉食) thực phẩm dạng bột, chất bột. **~하다** ăn chất bột.

분신(分身) ❶ [PG] hiện thân của Đức Phật ❷ (제 2의 나) sự phân thân (cái tôi thứ hai).

분신(焚身) **~하다** tự thiêu. ¶ ~ 자살하다 = 분신하다. ¶ ~ 자살 tự tử bằng cách tự thiêu.

분실(分室) (관공서 따위의) sự phân chia phòng ban.

분실(紛失) sự đánh mất, sự để rơi, sự bỏ quên. **~하다** đánh mất, bỏ quên, để sót, để thất lạc. ¶ ~물 vật đánh mất, đồ thất lạc / ~(물) 신고 báo mất đồ đạc / ~물 센터 trung tâm tìm kiếm và bảo quản đồ thất lạc.

분압(分壓) [M] áp suất cục bộ.

분야(分野) lĩnh vực, khu vực, phạm vi. ¶ ~가 다르다 lĩnh vực khác nhau. ¶ 연구 ~ lĩnh vực nghiên cứu.

분양(分讓) **~하다** chuyển nhượng theo lô, bán căn hộ (chung cư). ¶ ~ 주택 căn hộ chung cư được bán / ~지 đất bán theo lô.

분업(分業) sự phân bổ lao động, sự phân công lao động, chuyên môn hóa. **~하다** phân bổ lao động (theo ngành nghề, chuyên môn).

분연(憤然) ~히 thịnh nộ, một cách giận dữ.

ㅂ

분연(奮然) ~히 một cách cương quyết, một cách quyết tâm.

분열(分列) **~하다** chia thành hàng. ¶ ~식 buổi diễu hành.

분열(分裂) sự tách, sự chia rẽ, sự li gián. **~하다** chia tách, chia rẽ, li gián. ¶ 세포~ chia tách tế bào / 핵~ sự chia tách hạt nhân.

분외(分外) ~의 (과분한) không công bằng, không cân xứng; (과도의) sự thái quá, sự quá mức, sự phi lý, sự quá sức tưởng tượng. ¶ ~의 영광 vinh quang quá sức tưởng tượng.

분요(紛擾) ☞ **분란**. ¶ ~를 일으키다 gây biến chứng, gây rối loạn, làm bụi tung mù mịt.

ㅂ

분원(分院) phân viện, một tòa nhà hay một chi nhánh độc lập.

분위기(雰圍氣) bầu không khí. ¶ 보다 자유로운 ~에서 không có gì hơn bầu không khí tự do / ~를 조성하다 tạo nên bầu không khí / ~를 깨뜨리다 phá tan bầu không khí.

분유(粉乳) sữa bột. ¶ 탈지~ sữa bột giảm béo.

분자(分子) ❶ [HH] phân tử; [TH] tử số (của phân số). ¶ ~량 lượng phân tử / ~생물학 sinh vật học phân tử. ❷ (사람) phần tử. ¶ 불평 ~ phần tử chống đối.

분잡(紛雜) sự đông đúc, sự chật chội. ~한 một cách đông đúc, một cách chật chội, một cách hỗn độn.

분장(分掌) **~하다** phân công, phân chia nhiệm vụ.

분장(扮裝) sự trang điểm; sự hóa trang; sự chải chuốt. **~하다** trang điểm; hóa trang; chải chuốt. (배우가); cải trang (변장). ¶ ~실 phòng hóa trang.

분재(分財) **~하다** phân chia tài sản (thừa kế).

분재(盆栽) cây trồng trong chậu, cây trồng trong bồn; (나무) cây cảnh. **~하다** trồng cây trong chậu, trồng cây trong bồn.

분쟁(紛爭) sự tranh cãi, sự tranh chấp; sự mâu thuẫn, sự bất hòa. ¶ ~의 씨 mầm mống tranh chấp. ¶ 국제 ~ sự tranh chấp quốc tế.

분전(奮戰) cuộc chiến đấu ác liệt, cuộc chiến đến hơi thở cuối cùng. **~하다** chiến đấu đến cùng.

분점(分店) chi nhánh, đại lý.

분젠등(-燈)cây đèn Bunsen.

분주(奔走) **~하다** bận bịu, vội vàng, hối hả. ¶ ~하게 một cách vội vàng, một cách hối hả.

분지(盆地) lòng chảo, thung lũng, lưu vực, vịnh. ¶ 개마 ~ lòng chảo Gaema.

분지르다 làm vỡ, làm gãy, làm đứt.

분책(分冊) sách được chia ra từng phần hoặc từng tập.

분첩(粉貼) miếng bông dùng để thoa phấn.

분초(分秒) một chút, một lát, một tí. ¶ ~를 다투다 (매우 바쁘다) gấp gáp, khẩn cấp.

분출(噴出) **~하다** phun ra, bắn ra, bùng lên (불, 연기를); phọt ra, trào ra (솟아 나오다). ¶ ~물 nước phun ra; nham thạch (화산의).

분침(分針) kim chỉ phút của đồng hồ.

분탄(粉炭) bụi than.

분탕질(焚蕩-) **~하다** xua tan, làm tiêu tan; hoang phí, lãng phí.

분통(憤痛) sự bực tức, cơn giận dữ, cơn thịnh nộ. ¶ ~터지다 nổ bùng cơn thịnh nộ, nổi cơn giận dữ.

분투(奮鬪) sự chiến đấu quyết liệt; sự cố gắng hết mình (노력). **~하다** chiến đấu quyết liệt; (노력) nỗ lực hết mình.

분파(分派) chi, ngành, môn phái, bộ phận. ¶ ~ 활동 hoạt động theo ngành, theo bộ phận.

분풀이(憤-) **~하다** làm cho hả giận; phục thù, báo thù; gỡ hòa. ¶ ~로 để hả giận, để báo thù, để gỡ hòa.

분필(粉筆) viên phấn.

분하다(扮-) ☞ **분장**(扮裝).

분하다(憤-) ❶ (원통) bực tức, phẫn nộ. ¶ 분해서 vì bực tức / 분해하다 cảm thấy bực tức, cảm thấy phẫn nộ. ❷ (아깝다) hối tiếc, đáng tiếc, tiếc nuối. ¶ 분해하다 cảm thấy tiếc nuối.

분한(分限) ❶ (한계) giới hạn. ❷ (실용성) điều có lợi, lợi ích; (경제성) sự thiết thực, sự kinh tế. ¶ ~있다 [없다] có [không có] tính kinh tế. ❸ ☞ **분수**(分數)[1] ❷.

분할(分割) sự phân chia, sự chia cắt, sự phân tách. **~하다** phân chia, chia cắt, phân tách / 소련과 미국은 한반도에서 한국을 남한과 북한으로 ~지배했다 Nga và Mỹ phân chia bán đảo Triều Tiên thành Nam Hàn và Bắc Hàn để chi phối.

분할(分轄) **~하다** điều hành, quản lý riêng rẽ.

분해(分解) (분석) sự phân tích; (물질의) sự phân giải, sự hòa tan, sự phân hủy. **~하다** (분석) phân tích, lý giải; (물질이(을)) phân giải, hòa tan, phân hủy. ¶ ~작용 tác dụng phân giải, tác dụng phân hủy (생물 등).

분향(焚香) nhang, hương. **~하다** đốt nhang, thắp hương, dâng hương.

분홍(粉紅) màu hồng.

분화(分化) sự chuyên môn hóa. **~하다** chuyên môn hóa; trở thành nhà chuyên môn.

분화(噴火) sự nổ (bất thình lình), sự cháy bất ngờ. **~하다** cháy nổ bất ngờ. ¶ ~구 hố bom, miệng núi lửa / ~산 núi lửa.

분회(分會) một hồi, một chương, một đoạn.

붇다 ❶ (물에 젖어) ướt đẫm, ướt sũng, ướt đầm đìa. ❷ (늘다) nở ra, phồng ra, trương lên, dềnh lên (부피가). ¶ 강물이 ~ nước sông dềnh lên / 콩을 물에 불리다 hạt đậu nở ra trong nước / 눈이 또 부었다 mắt lại sưng phồng lên / 잇몸이 ~ lợi phồng rộp / 상처 주위가 부었다 xung quanh vết thương sưng phồng lên / 울어서 부은 눈 vì khóc nên mắt sưng phồng / 부은 입술이 가라앉기 시작했다 môi bị sưng đang bắt đầu xẹp.

불[1] ❶ (일반적) lửa; (화염) ngọn lửa, ánh lửa. ¶ ~붙기 쉬운 dễ bắt lửa / ~(이) 붙다 bốc cháy, cháy / ~을 붙이다 đốt cháy, làm cháy, châm lửa (점화) / ~을 일으키다 gây cháy / ~을 끄다 dập tắt đám cháy, dập lửa. ❷ (등화) đèn, bóng đèn, ánh đèn. ¶ ~을 켜다 đốt đèn, bật lửa (촛불); bật đèn (전등) / ~을 끄다 tắt đèn, thổi đèn (촛불); tắt đèn (전등). ¶ 전깃~ ánh đèn điện. ❸ (화재) đám cháy; hỏa hoạn (큰 불). ¶ ~을 내다 gây hỏa hoạn / ~이 나다 có đám cháy, có hỏa hoạn / ~ 조심하다 đề phòng hỏa hoạn. ¶ ~바다 biển lửa.

불[2] (음낭) bìu dái; (불알) tinh hoàn, hòn dái, hột dái.

불(弗) ☞ **달러**.

불(佛) (부처님) đức Phật; (프랑스) nước Pháp.

불…(不) không, không có, không thể (tiền tố phủ định).

불가(不可) **~하다** không phải, không nên, không thể.

ㅂ

불가(佛家) ❶ (불문) nhà Phật, tín đồ Phật giáo (신자). ❷ (절) cửa Phật, chùa. ¶ ~ 에 귀의하다 theo đạo Phật, đi tu.

불가결(不可缺) **~하다** không thể thiếu, không thể bỏ qua, không thể không chấp nhận, cần thiết. ¶ 살기위해 먹는 것은 필요 ~하다 miếng ăn để sống là không thể thiếu.

불가능(不可能) không có khả năng, khả năng không thể xẩy ra. ~한 một cách không thể xẩy ra được, không thể làm được, không thể xảy ra, không có khả năng. ¶ ~한 일 việc không thể xẩy ra, việc không thể làm / ~한 것을 요구하다 yêu cầu việc không thể làm được.

불가래 cái xẻng của đội cứu hỏa.

불가리아 Bulgaria. ¶ ~의 thuộc về Bulgaria / ~ 사람 người Bulgaria.

불가분(不可分) không thể chia tách được. ~의 thuộc tính không thể tách rời, thuộc tính không thể chia cắt. ¶ ~의 관계에 있다 trong mối quan hệ không thể tách rời.

불가불(不可不) chắc chắn, chắc hẳn, hẳn là, không thể không. ¶ ~ 해야(만) 하다 không thể không làm được, chắc chắn phải làm.

불가사리 [ĐV] con sao biển; con quái vật.

불가사의(不可思議) điều bí mật, điều huyền bí, điều kì diệu (기적). ~한 một cách huyền bí, một cách kì diệu, một cách thần kì.

불가시(不可視) sự khó nhìn thấy, sự khó tưởng tượng, sự phi thường. ¶ ~ 광선 tia sáng không thể nhìn thấy được.

불가역성(不可逆性) ~의 một cách không thể đảo ngược, một cách không thể lật lại được, không thể thay đổi.

불가역현상(不可逆現象) hiện tượng không thể đảo ngược, hiện tượng không thể lật ngược lại, hiện tượng khó thay đổi.

불가침(不可侵) tính chất không thể xâm phạm, tính chất không thể vi phạm (신성). ~의 một cách bất khả xâm phạm. ¶ ~권(權) khu vực không thể xâm phạm / ~ 조약 điều ước không thể vi phạm.

불가피(不可避) ~한 không thể tránh khỏi, chắc chắn xẩy ra.

불가항력(不可抗力) sự không thể cưỡng lại, không thể chống lại. ~의 một cách bất khả kháng. ¶ ~이다 điều bất khả kháng.

불가해(不可解) ~한 không thể giải thích, một cách bí hiểm, một cách khó cắt nghĩa. ¶ ~한 일 một việc bí ẩn.

불간섭(不干涉) việc không thể can thiệp. **~하다** không thể can thiệp. ¶ ~주의(主義) chủ nghĩa, chủ trương không can thiệp.

불감증(不感症) [YH] sự lãnh cảm, việc không hứng thú trong giao hợp, sự lạnh lùng. ¶ ~의 여자 người đàn bà lãnh cảm / ~이 되다 bị lãnh cảm.

불개미 [CT] kiến lửa.

불개입(不介入) không liên lụy, không can thiệp, không tham gia. ¶ ~ 정책 chính sách không can thiệp.

불거웃 lông mu (mọc ở chỗ kín khi đến tuổi dậy thì).

불거지다 ❶ (비어지다) nhô ra, lồi ra. ❷ (숨겼던 것이) thò ra, lộ ra.

불걱거리다 ❶ (씹다) nhai trệu trạo ❷ (빨래를) chà xát, cọ, lau.

불건전(不健全) ~한 một cách không lành mạnh.

불겅거리다 nhai nhóp nhép.

불결(不潔) **~하다** bẩn thỉu, không sạch sẽ, thiếu vệ sinh. ¶ ~물 nước bẩn, nước mất vệ sinh.
불경(不敬) ~한 sự bất kính, sự thiếu tôn trọng. ¶ ~죄 tội bất kính, tội vô lễ.
불경(佛經) kinh Phật.
불경기(不景氣) (일반의) thời kỳ khó khăn; (상업의) thời kỳ thương mại khó khăn, thời kỳ kinh tế khủng hoảng. ¶ 심각한 ~ thời kỳ kinh tế khủng hoảng trầm trọng.
불경제(不經濟) sự không có tính kinh tế, sự lãng phí (낭비). ~적(인) một cách không kinh tế, tính chất lãng phí.
불계승(不計勝) (바둑) sự chiến thắng và vượt xa về tỷ số. **~하다** thắng đậm.
불고(不顧) **~하다** thờ ơ, lơ đễnh, không để ý.
불고기 món thịt bò nướng của Hàn Quốc.
불공(不恭) ~한 một cách thiếu tôn trọng, một cách vô lễ, một cách hỗn láo.
불공(佛供) cộng đồng tín đồ Phật giáo.
불공대천지수(不共戴天之讎) kẻ thù không đội trời chung.
불공정(不公正) **~하다** bất chính, không trung thực, không lành mạnh.
불공평(不公平) **~하다** sự bất công, sự thiên vị. ¶ ~한 짓을 하다 làm điều bất công / ~한 일이 없도록 하다 loại trừ sự bất công.
불과(不過) chỉ là, đơn giản là, không có gì khác; (지나지 않는) không vượt quá, không vượt mức. ¶ 동창들에 ~하다 không vượt quá (giới hạn) là bạn cùng trường, chỉ là bạn cùng trường.
불과(佛果) [PG] cõi niết bàn, sự tu thành chính quả.
불교(佛敎) Phật giáo, đạo Phật. **~의** thuộc về đạo Phật. ¶ ~도(徒) người theo đạo Phật, tín đồ Phật giáo, Phật tử / ~ 문화 văn hóa Phật giáo / ~ 청년회 Hội thanh niên Phật giáo.
불구(不具) sự méo mó, sự biến dạng. ~의 méo mó, biến dạng, tính dị dạng. ¶ ~자(者) người dị dạng, người tàn tật.
불구(不拘) ~하고 không để ý, không quản ngại, bất chấp (무릅쓰고); mặc dù (가정); (상관없이) không hề gì, không bị ảnh hưởng, không bị ngăn trở. ¶ 아픈데도 ~하고 학교에 갈거니? đau mà vẫn đi học à? / 아픈데도 ~하고 학교에 갔었니? đau mà vẫn đến trường à?
불구대천(不俱戴天) ☞ **불공대천지수**.
불구속(不拘束) không hạn chế, không quản chế, không câu thúc. ~으로 bằng (biện pháp) không hạn chế ¶ ~ 입건 sự truy tố không giam hãm, án tại ngoại.
불굴(不屈) ~의 sự bất khuất, sự ngoan cường. ¶ ~의 정신 tinh thần bất khuất. ¶ 불요 ~ sự bất khuất không chùn bước, sự kiên gan không run sợ, sự cứng rắn không mềm lòng.
불귀(不歸) ¶ ~의 객이 되다 trở thành người đi không trở lại, bị chết, từ trần.
불규칙(不規則) bất quy tắc. **~하다**không đúng quy cách, bất thường. ¶ ~하게 một cách bất quy tắc / ~한 생활을 하다 sống một cách bừa bãi, sống không có quy tắc.
불균형(不均衡) sự thiếu cân đối, sự không cân xứng. **~하다** thiếu cân đối, không cân xứng. ¶ 경제적인 ~을 시정하다 chỉnh đốn nền kinh tế bất cân đối.
불그데데하다 hơi đỏ thẫm.
불그레하다 đo đỏ.
불그스름하다 ☞ **불그레하다**.

ㅂ

불그죽죽하다 ☞ **불그데데하다**.

불급(不急) ~한 một cách không gấp gáp, một cách không khẩn cấp, không cấp bách. ¶ 불요~한 산업 ngành công nghiệp không thiết yếu.

불긋불긋 ¶ ~하다 đỏ tươi, đỏ thắm, đỏ roi rói.

불기(-氣) sự sưởi ấm, lò sưởi, khí sưởi. ¶ ~없는 không có sưởi / ~없는 방 phòng không có sưởi.

불기둥 cột lửa.

불기소(不起訴) không truy tố, không khởi tố. ¶ ~로 하다 coi như không khởi tố/~가 되다 không bị truy tố (사람이 주어). ¶ ~ 처분 được xử lý không truy tố.

ㅂ

불긴(不緊) không cần thiết, không cấp thiết.

불길 lửa, ngọn lửa, đám lửa. ¶ ~에 휩싸다 bị lửa bao trùm / ~을 잡다 khống chế được đám cháy.

불길(不吉) ~한 sự không may mắn, điều chẳng lành. ¶ ~한 예감 có linh cảm chẳng lành / ~한 징조 điềm gở.

불김 hơi ấm, hơi nóng (của lửa).

불까다 thiến, hoạn.

불꽃 (화염) đám cháy, hỏa hoạn; (불똥) đống lửa; (꽃불) pháo hoa. ¶ ~이 튀다 hoa lửa bắn ra, tóe lửa. ¶ ~놀이 chơi bắn pháo hoa, chơi đốt lửa.

불끈 (갑자기) thình lình, bỗng chốc, giây lát, vụt; (단단히) nhanh chóng; hầm hầm, đùng đùng, phừng phừng. ¶ ~ 화내다 nổi giận hầm hầm / ~ 화가 나서 vì nổi giận đùng đùng / 주먹을 ~ 쥐다 hầm hầm giơ nắm đấm / ~ 쥔 주먹 nắm đấm hầm hè.

불나다 bị cháy.

불나방 bướm vằn vện.

불난리(-亂離) sự hỗn loạn trong đám cháy.

불놀이 (불장난) buổi trình diễn bắn pháo hoa. **~하다** bắn pháo hoa, trò chơi đốt lửa, chơi với lửa, đùa với lửa.

불놓다 châm lửa, đốt lửa.

불능(不能) ☞ **불가능**, **무능(력)**. không thể, không có khả năng, không đủ năng lực.

불다[1] (바람이) thổi. ¶ 바람이 세게 분다 gió thổi mạnh.

불다[2] ❶ (입으로) thổi, huýt (숨을). ¶ 촛불을 불어 끄다 thổi tắt nến. ❷ (악기를) thổi, huýt, chơi, biểu diễn. ❸ (죄를) đầu thú, thú tội, xưng tội.

불단(佛壇) bệ thờ Phật.

불당(佛堂) nơi thờ Phật, chùa chiền.

불덩어리 quả cầu lửa; (고열) nhiệt độ cao. ¶ 고열이 나서 머리가 ~처럼 뜨겁다 bị sốt cao nên đầu nóng như lửa đốt, bị sốt cao nên đầu nóng như hòn than.

불도(佛徒) đạo Phật.

불도(佛道) tín đồ Phật giáo; việc truyền đạo Phật.

불도저 xe ủi đất, máy ủi đất. ~로 땅을 밀다 ủi đất bằng xe ủi.

불독 (개) chó giống bulldog.

불되다 khắt khe, áp bức; gay gắt, ngột ngạt.

불두덩 [GP] vùng xương mu.

불등걸 khúc củi cháy dở; than hồng, đống tro vẫn còn than hồng.

불때다 châm lửa, nhóm lửa, đun lửa. ¶ 방에 ~ nhóm lửa trong phòng, làm ấm căn phòng, sưởi ấm căn phòng.

불똥 hoa đèn, tàn lửa (bắn ra trong khi cháy).

불뚱거리다 trợn mắt giận dữ, trừng mắt giận dữ; giận dữ, cáu kỉnh.

불뚱이 tính nóng nẩy, tính hay cáu giận. ¶ ~를 일으키다 gây cáu giận, làm cho phát cáu / ~를 누르다 kìm cơn cáu giận, nén giận.

불란서(佛蘭西) nước Pháp.

불량(不良) **~하다** kém chất lượng hỏng; xấu, hư, tồi; lơ là, chểnh mảng. ¶ ～화하다 bị giảm chất lượng, bị kém chất lượng. ¶ ～도체 chất không dẫn điện / ～배 bè đảng trộm cướp / ～소년 소녀 nam nữ vị thành niên hư hỏng / ～품 hàng kém chất lượng, hàng lỗi, hàng sai hỏng / ～ 학생 học sinh hư hỏng, học sinh học kém.

불러내다 gọi ra; triệu tập; (전화통에) gọi điện thoại; (꾀어내다) nhử (con mồi).

불러오다 gọi đến, mời đến, triệu tập đến; (사람을 보내) phái đến, sai cử đến.

불러일으키다 khua, khuấy động, khơi gợi lên. ¶ 여론을 ～ gây dư luận / 주의를 ～ gây chú ý.

불려가다 bị triệu đi, bị gọi đi, bị dẫn đi. ¶ 사장에게 ～ bị giám đốc triệu đi.

불로(不老) bất lão, không già. ¶ ～ 불사 bất lão bất tử, trường sinh bất lão / ～ 장생의 비밀 bí mật trường sinh bất lão / ～초 cỏ trường sinh bất lão.

불로소득(不勞所得) nguồn thu nhập không làm mà có. ¶ ～생활자 người sống bằng tiền không phải tự làm ra, người ngồi mát ăn bát vàng.

불룩거리다 căng phồng, núng nính.

불룩하다 căng, phồng, lồi, nở. ¶ 배가 ～하다 bụng phồng lên, bụng phệ ra.

불륜(不倫) sự trái đạo đức, sự trái luân lý. ～의 thất đức, vô luân. ¶ ～ 관계 quan hệ trái đạo lý, quan hệ trái luân thường đạo lý.

불리(不利) thế bất lợi, sự bất lợi. ～한 một cách bất lợi. ¶ ～한 입장에 서다 đang đứng ở thế bất lợi.

불리다[1] (배를) làm đầy bụng, làm no bụng; (사복채우다) thu vén quyền lợi riêng, làm giàu cho riêng bản thân mình.

불리다[2] ❶ (쇠를) nung, tôi luyện. ❷ (곡식을) ☞ **까부르다**.

불리다[3] (부름받다) bị gọi đi, được mời.

불리다[4] (바람에) bị thổi bay, bị cuốn đi.

불리다[5] ❶ (물에) ngâm; làm ướt sũng. ❷ (늘리다) tăng thêm, bổ sung thêm.

불림 (쇠붙이의) thép đã tôi, thép đã luyện.

불만(족)(不滿(足)) sự bất mãn, sự không hài lòng. ～의 một cách bất mãn. ¶ ～으로 여기다 được xem như là sự bất mãn.

불만스럽다(不滿-) bất mãn, không bằng lòng, không thỏa mãn.

불매운동(不買運動) phong trào tẩy chay hàng hóa, phong trào không mua hàng.

불면불휴(不眠不休) ¶ ～로 không ngủ không nghỉ, suốt ngày đêm.

불면증(不眠症) chứng mất ngủ. ¶ ～ 환자 bệnh nhân mất ngủ.

불멸(不滅) (정신적인) sự bất diệt, sự vĩnh cửu; (물질의) không hủy diệt được, vĩnh cửu. ～의 một cách vĩnh cửu, một cách bất diệt.

불명(不明) ❶ (사람됨이) sự ngu dốt, sự không thông minh. **~하다** ngu dốt, đần độn, không thông minh. ❷ ☞ **불명료**. ¶ 원인 ～이다 không biết rõ nguyên nhân.

불명료(不明瞭) **~하다** không rõ ràng, lờ mờ, mịt mù.

불명예(不名譽) sự mất danh dự, sự hổ thẹn, sự ô nhục. ～한 một cách mất danh dự, một cách đáng hổ thẹn.

불모(不毛) ～의 khô cằn, cằn cỗi. ¶ ～지(地) đất khô cằn, đất cằn cỗi, đất hoang hóa.
불문(不問) ¶ …을 ～하고 không hỏi han, không để ý, không quan tâm / 값의 고하를 ～ không để ý giá cả cao thấp, không hỏi giá cả / ～에 부치다 nhắm mắt làm ngơ.
불문(佛門) cửa Phật. ¶ ～에 들다 vào cửa Phật, đi tu.
불문가지(不問可知) ～이다 điều không hỏi cũng biết.
불문곡직(不問曲直) **~하다** không quan tâm đúng hay sai, không thèm biện minh.
불문율(不文律) luật bất thành văn.
불미(不美) ～한(스러운) xấu xa, ghê tởm, đáng sợ. ¶ ～스러운 일 việc đáng ghê sợ.
불민(不敏) sự tối dạ, sự kém cỏi, sự ngu dốt. ～한 một cách tối dạ, một cách kém cỏi.
불발(不發) **~하다** không nổ, không khởi động, bị tịt. ¶ 계획은 ～로 끝났다 kế hoạch không được thực hiện. ¶ ～탄 viên đạn không nổ, đạn lép.
불법(不法) sự bất hợp pháp, sự bất chính, sự phạm luật. ～의 một cách bất chính, một cách bất hợp pháp. ¶ ～소지 sở hữu trái phép/ ～ 외국인 근로자 lao động người nước ngoài bất hợp pháp / ～ 입국 nhập tịch bất hợp pháp / ～ 입국자 người nhập tịch bất hợp pháp / ～ 집회 biểu tình bất hợp pháp / ～ 행위 [감금] hành vi [giam giữ] bất hợp pháp.
불법(佛法) Phật pháp.
불벼락 ❶ (번갯불) tia chớp, ánh chớp. ❷ (비유적) sự đe dọa và trấn áp.
불변(不變) ～의 một cách bền vững, một cách lâu dài, một cách không thay đổi. ¶ ～색(色) không đổi màu, không phai màu / ～성 tính bền vững, tính lâu dài / ～수 số bất biến, hằng số.
불볕 ánh nắng thiêu đốt của mặt trời.
불복(不服) (불복종함) sự không phục tùng, sự không vâng lời, sự phản kháng. **~하다** không phục tùng, không vâng lời, phản kháng, phản đối.
불복종(不服從) sự không tuân lệnh, sự không phục tùng.
불분명(不分明) ～한 không rõ ràng, không minh bạch, lờ mờ, mờ mịt.
불붙다 bắt lửa, cháy; (비유적) khơi dậy, gợi lên, khơi mào. ¶ 쉽사리 불붙지 않다 không cháy dễ dàng, không cháy ngay.
불붙이다 nhen, nhóm (lửa); khơi dậy, gợi lên.
불비(不備) ～한 sự thiếu sót, sự sai sót, sự khiếm khuyết. ☞ **미비**.
불빛 ánh sáng của lửa, ánh sáng. ¶ ～이 어둡다 ánh lửa tối.
불사(不死) ～의 sự bất diệt, sự bất tử, sự trường sinh. ¶ ～조(鳥) chim Phượng hoàng.
불사(佛事) việc nhà Phật, việc hành đạo Phật.
불사르다 đốt cháy, thiêu rụi.
불사신(不死身) ～의 thuộc dạng người bất tử, người bất tử.
불사하다(不辭-) ¶ …하기를 ～ sẵn sàng làm gì đó.
불상(不祥) ¶ ～사 việc không hay, việc bê bối, vụ tai tiếng.
불상(佛像) tượng Phật. ¶ 금속 ～ tượng Phật bằng vàng.
불상놈 người thô bỉ, người thô tục.
불서(佛書) kinh Phật.
불선명(不鮮明) ☞ **선명**(鮮明).

ㅂ

불성립(不成立) **~하다** thất bại, trục trặc, không thực hiện được.

불성실(不誠實) không thành thật, không trung thực, không chân thực, không chính xác. ～한 một cách không thành thật, một cách không trung thực, một cách không chính xác.

불성인사(不省人事) **~하다** bất tỉnh nhân sự.

불세지재(不世之材) phẩm chất phi thường, tài năng phi thường, tài năng hiếm có.

불세출(不世出) sự hiếm có, của ngon vật lạ. ¶ ～의 thuộc dạng quý hiếm, thuộc dạng kỳ lạ / ～의 위인 vĩ nhân hiếm có, vĩ nhân hiếm gặp.

불소(不少) **~하다** không nhỏ, không ít; khá nhiều, khá to.

불소(弗素) 【HH】 chất flo (ký hiệu F).

불손(不遜) sự xấc láo, tính hỗn xược, vẻ ngạo mạn. ～한 một cách hỗn xược, một cách ngạo mạn.

불수(不隨) chứng bại liệt. ¶ 반신 ～ bị liệt nửa người, bán thân bất toại / 전신 ～ bị liệt cả người, toàn thân bất toại.

불수의(不隨意) ¶ ～근(筋) cơn co thắt cơ ngoài ý muốn / ～운동 vận động ngoài ý muốn / ～작용 tác dụng ngoài ý muốn.

불순(不純) **~하다** không đơn thuần, không thuận theo, không thuần chất. ¶ ～한 동기 động cơ không đơn thuần / ～ 분자 phần tử đối đầu, không tuân theo.

불순(不順) **~하다** (일기가) hay thay đổi, không đúng với lịch trình, không hợp quy luật, bất thường, bất an (불안정).

불승인(不承認) sự bác bỏ, sự không thừa nhận, sự không xác nhận (신정권 등의).

불시(不時) ～의 (때아닌) không đúng lúc, không hợp thời; (뜻밖의) tình cờ, ngoài dự kiến, bất ngờ; (우연의) ngẫu nhiên. ¶ ～에 trong lúc ngẫu nhiên / ～의 공격 cuộc tấn công ngoài dự kiến / ～의 변(變) biến cố không đúng thời điểm / ～에 방문하다 thăm viếng bất ngờ / ～의 재난을 당하다 gặp tai nạn bất ngờ.

불시착(不時着) sự đổ bộ khẩn cấp, sự hạ cánh khẩn cấp.

불식(佛式) phép tắc của Phật giáo, lễ nghi của Phật giáo. ¶ ～에 따라 theo nghi thức Phật giáo.

불식(拂拭) **~하다** xóa sạch, quét sạch, xóa tan / 오해를 ～ xóa sạch mọi sự hiểu nhầm.

불신(不信) sự không tin tưởng, sự mất lòng tin, sự ngờ vực. **~하다** không tin tưởng, mất lòng tin, ngờ vực. ¶ ～ 풍조 xu thế không tin cậy, khuynh hướng không tin tưởng lẫn nhau / ～ 행위 hành vi đáng ngờ, hành vi không tin tưởng.

불신감(不信感) cảm giác không tin cậy, cảm giác bị phản bội. ¶ ～을 품다 giữ trong lòng cảm giác mất niềm tin / ～을 일으키다 làm mất niềm tin (của ai đó).

불신임(不信任) sự bất tín nhiệm. **~하다** bất tín nhiệm. ¶ ～안을 제출 [결의]하다 đưa ra [thông qua] đề án bất tín nhiệm. ¶ ～ 결의 thông qua việc bất tín nhiệm / ～ 투표 bỏ phiếu bất tín nhiệm.

불심(不審) ¶ ～ 검문 sự hồ nghi, sự ngờ vực / ～ 검문을 받다 bị dò hỏi, bị điều tra.

불쌍하다 đáng thương, tội nghiệp. ¶ 불쌍한 một cách đáng thương / 불쌍해서 vì tội nghiệp quá / 불쌍히 여기다 thấy

ㅂ

đáng thương, thấy tội nghiệp.

불쏘시개 đóm, cái mồi lửa (bằng vật liệu dễ cháy).

불쑥 sự xuất hiện thình lình, sự xuất hiện đột ngột, nói không suy nghĩ trước sau.

불쑥하다 xuất hiện đột ngột, xuất hiện thình lình.

불씨 mồi lửa; (원인) nguyên nhân, ngọn ngành. ¶ 분쟁의 ~ mồi lửa của cuộc tranh cãi.

불안(不安) sự bất an, sự lo lắng, sự băn khoăn. **~하다** bất an, lo lắng, băn khoăn. ¶ ~하게 여기다 thấy bất an, thấy băn khoăn.

ㅂ

불안정(不安定) không an toàn, không ổn định. ~한 một cách không an toàn, một cách không ổn định, bất ổn.

불알 (俗) hòn dái, tinh hoàn.

불야성(不夜城) thành phố về đêm.

불어(佛語) tiếng Pháp.

불어나다 lan tràn, dềnh dàng, dâng lên. ¶ 냇물이 ~ nước suối dâng lên, nước suối tràn ra.

불여의(不如意) **~하다** (일이) không theo chủ ý, không như ý định, ngoài ý muốn.

불연(不然) ~이면 nếu không thì, hoặc là, cách khác, mặt khác.

불연성(不燃性) không cháy. ~의 thuộc tính không cháy. ¶ ~ 물질 chất không cháy, chất chống cháy.

불연속선(不連續線) 【Hho】 đường không liên tục, đường đứt gãy, nét đứt.

불온(不穩) sự không ổn định, sự bất ổn. ~한 một cách bất ổn (언어, 행동); khủng bố, đe dọa (선동); phá phách, lật đổ; phản động (파괴적). ¶ ~ 문서 tài liệu phản động, tài liệu chống đối / ~ 분자 phần tử phản động, phần tử có âm mưu / ~ 사상 tư tưởng phản động.

불완전(不完全) sự chưa trọn vẹn, sự không hoàn toàn. **~한** không hoàn hảo. ¶ ~ 고용 sự tuyển dụng không hoàn toàn, sự tuyển dụng nửa vời / ~ 재[타]동사 【NP】 nội [ngoại] động từ khuyết thiếu.

불요불굴(不撓不屈) ~의 sự không suy chuyển, sự bất khuất không mềm lòng, sự kiên định.

불요불급(不要不急) ~의 không cấp bách, không gấp gáp, không cấp thiết. ¶ ~의 사업 công việc không cấp thiết / ~의 산업 ngành công nghiệp không cấp thiết.

불용(不用) ~의 không sử dụng, không dùng đến. ¶ ~물[품] đồ đạc [hàng hóa] không dùng đến

불용성(不溶性) không hòa tan. ~의 thuộc tính không hòa tan.

불우(不遇) sự tăm tối, sự đen đủi, sự bất hạnh, sự rủi ro (불행); nghịch cảnh (역경); tai ương (영락). ~한 một cách bất hạnh, một cách không may mắn. ¶ ~하게 지내다 sống bất hạnh / ~한 처지에 있다 ở một nơi tăm tối. ¶ ~ 이웃 돕기 운동 phong trào giúp đỡ láng giềng gặp bất hạnh.

불운(不運) vận xấu, không may. ~한 một cách đen đủi, một cách không may mắn. ¶ ~하게도 rất không may là.

불원(不遠) (거리) không xa, gần; (시간) không lâu, thời gian ngắn. ¶ ~ 천리 하고 đường thiên lý không xa / ~한 장래에 tương lai không xa.

불유쾌(不愉快) ☞ **불쾌**.

불응(不應) **~하다** không đáp ứng, không phản ứng; không tuân theo.

불의(不意) ~의 thình lình, đột ngột; bất ngờ, ngoài dự kiến. ☞ **불시**.

불의(不義) (부도덕) sự trái đạo đức, sự bất tín; (부정) sự bất chính; (밀통) gian thông, quan hệ bất chính. ～의 một cách bất chính, một cách trái đạo đức. ¶ ～의 씨 đứa con ngoài giá thú / ～의 사랑 tình yêu bất chính.

불이익(不利益) sự không có ích lợi; sự không thuận lợi, sự bất lợi. ☞ **불리**.

불이행(不履行) sự không thực hiện; sự không hoàn thành. ¶ ～자(者) người không hoàn thành (trách nhiệm).

불인가(不認可) sự không tán thành, sự bác bỏ, sự cho phép, không chấp thuận, không phê chuẩn.

불일간(不日間) ☞ **불일내**.

불일내(不日內) ～에 trong vài ngày nữa, sắp sửa, chẳng bao lâu nữa.

불일듯하다 thành công, phát đạt, thịnh vượng. ¶ 장사가 ～ buôn bán phát đạt.

불일치(不一致) sự bất đồng, sự bất hòa, sự không hòa hợp (부조화). ～한 một cách bất hòa, một cách bất đồng. ¶ 언행 ～ nói một đằng làm một nẻo.

불임증(不妊症) chứng vô sinh, chứng mất khả năng sinh đẻ.

불입(拂入) sự chi trả, sự hoàn trả. **~하다** chi trả, hoàn trả (주금(株金)을). ¶ ～금 (불입된) số tiền chi trả / ～ 자본 số vốn chi trả.

불잉걸 than đang đỏ, than hồng.

불자동차(-自動車) xe cứu hỏa, xe chữa cháy.

불잡다 (진화) dập tắt lửa, khống chế đám cháy.

불장(佛葬) lễ tang theo nghi thức Phật giáo.

불장난 ¶ ～하다 chơi trò nguy hiểm với lửa, đùa với lửa; (남녀간의) đùa với tình yêu. ¶ 사랑의 ～ trò đùa nguy hiểm của tình yêu.

불전(佛典) kinh điển Phật giáo.

불전(佛殿) chính điện thờ Phật.

불제(祓除) **~하다** yểm trừ, xua đuổi; tẩy uế.

불조심(-操心) sự đề phòng hỏa hoạn, sự ngăn ngừa hỏa hoạn. **~하다** đề phòng hỏa hoạn, ngăn ngừa hỏa hoạn.

불종(佛鐘) chuông chùa.

불좌(佛座) tòa sen, nơi đức Phật ngồi.

불지르다 bố trí ánh sáng (đèn) trong nhà.

불지피다 nhóm lửa, nhen lửa.

불질하다 (불때다) nhóm lửa, nhen lửa; (발포) bắn súng.

불집 ¶ ～을 건드리다 chọc tổ ong, trêu tổ ong.

불집게 ☞ **부집게**.

불쬐다 (사람이) sưởi ấm, ủ ấm; (사물을) hơ nóng (trên lửa).

불착(不着) chưa đến nơi, chưa được vận chuyển đến.

불찬성(不贊成) sự không tán thành, sự phản đối, sự không đồng ý. **~하다** không tán thành, phản đối, không đồng ý, bác bỏ.

불찰(不察) sự không cân nhắc, sự không cẩn thận, sự sơ suất.

불참(不參) sự vắng mặt; sự không tham gia. **~하다** vắng mặt; không tham gia. ¶ ～자 người vắng mặt; người không tham gia.

불철저(不徹底) **~하다** không triệt để, nửa vời, nửa chừng, không hoàn thiện; (논지 등이) không thuyết phục, không thống nhất.

불철주야(不撤晝夜) ¶ ～로 suốt ngày đêm, thâu đêm suốt sáng.

불청객(不請客) vị khách không mời mà đến.

불초(不肖) con cái không thừa hưởng được như bố mẹ, con kém cỏi, không bằng bố mẹ; (나) (tự xưng là) con kém cỏi, kẻ làm con không được như cha mẹ. ¶ ~ 자식 đứa con không bằng bố mẹ.

불출(不出) người đần độn, người ngu ngốc, người vô tích sự; không ra khỏi nhà được.

불충(不忠) sự không trung thành, sự bất trung, sự bội tín. **~하다** bất trung, không trung thành, bội tín.

불충분(不充分) sự thiếu thốn, sự không đầy đủ. ~한 một cách không đầy đủ, một cách thiếu thốn. ¶ 증거 ~으로 무죄가 되다 vì không đầy đủ chứng cớ nên được vô tội.

불충실(不充實) sự không trung thực, sự giả dối. ~한 một cách không trung thực, một cách giả dối.

불측(不測) **~하다** không đoán trước được, không lường trước được.

불측지변(不測之變) sự thể không lường trước được, sự thể ngoài dự đoán.

불치(不治) ~의 thuộc tình trạng không chữa được, thuộc dạng nan y. ¶ ~의 환자 người bệnh khó chữa, người mắc chứng bệnh nan y. ¶ ~병 bệnh nan y.

불친소 bò thiến.

불친절(不親切) không tử tế, không thân thiện, không hiếu khách. ~한 một cách không tử tế.

불침번(不寢番) (지킴) sự canh gác ban đêm, sự trực đêm; (사람) người gác đêm, người trực đêm. ¶ ~을 서다 đứng gác đêm.

불켜다 đốt, thắp (đèn dầu), bật (đèn điện).

불쾌(不快) sự bực mình, sự khó chịu, sự không hài lòng. **~하다** (서술적) khó chịu. ¶ ~ 지수 mức độ khó chịu, chỉ số bực bội.

불타(佛陀) đức Phật Thích ca.

불타다 cháy; cháy rừng rực, cháy bừng bừng, cháy hừng hực (tình cảm, dục vọng).

불통(不通) ❶ (교통, 통신의) sự ách tắc, sự tắc nghẽn. **~하다** bị ách tắc, bị tắc nghẽn. ❷ (모르다) sự không hiểu ý nhau, sự không biết ý. **~하다** không hiểu ý, không biết ý. ¶ 언어 ~ không hiểu ngôn ngữ, không biết tiếng, ngôn ngữ bất đồng.

불퇴전(不退轉) ~의 một cách quả quyết, một cách kiên quyết.

불투명(不透明) sự lờ mờ, sự không rõ ràng, sự nhập nhằng. ~한 một cách không rõ ràng, một cách lờ mờ.

불퉁불퉁 ❶ (표면) sự lồi lõm, sự nhấp nhô, sự mấp mô, sự sần sùi. **~하다** lồi lõm, nhấp nhô, mấp mô, sần sùi. ❷ (퉁명스럽게) sự thẳng thừng, sự không che đậy. **~하다** nói thẳng thừng, nói toạc móng heo.

불퉁스럽다 (ăn nói) vụng về, thô thiển; nói thẳng thừng, nói toạc móng heo.

불퉁하다 lồi ra, phồng lên, nhô lên, u lên.

불티 tàn lửa, đốm lửa. ~같다(나다) giống như tàn tro; (비유) hết sạch, kết thúc nhanh chóng, bán chạy hàng.

불편(不便) ❶ (몸 따위가) sự đau đớn, sự có bệnh tật, sự có thương tật, khó chịu, khó ở. **~하다** đau đớn, bị bệnh, bị đau; cảm thấy không khỏe, cảm thấy khó chịu (서술적). ❷ (편리치 않음) sự bất tiện, sự thiếu tiện nghi. **~하다** bất tiện, thiếu thốn tiện nghi. ¶ ~을 느끼다 cảm thấy bất tiện / ~을 끼치다 gây bất tiện, làm cho ai đó không thoải mái.

불편부당(不偏不黨) sự không thiên vị, sự

không phụ thuộc, sự trung lập. ～의 thuộc trung lập.

불평(不平) (불만) sự không hài lòng, sự bất mãn, sự bất bình; (투덜댐) sự kêu ca, sự phàn nàn. **~하다** bất mãn, bất bình; kêu ca, phàn nàn. ¶ ～이다 không hài lòng chút nào. ¶ ～가(객) người hay cằn nhằn, người hay kêu ca / ～ 분자 người hay bất mãn, người hay bất bình, phần tử bất mãn.

불평등(不平等) sự không đồng đều, sự không cân bằng, sự bất bình đẳng. ～한 bất bình đẳng / ～ 조약 điều ước bất bình đẳng.

불포화(不飽和) sự không bão hòa. ¶ ～화합물 hợp chất không bão hòa.

불피우다 nhen lửa, nhóm lửa, đốt lửa.

불필요(不必要) ～한 sự không cần thiết.

불하(拂下) sự sang nhượng, sự chuyển nhượng; sự bán tống bán tháo (경매로). **~하다** sang nhượng, chuyển nhượng; bán tống bán tháo.

불학무식(不學無識) sự dốt nát, sự thất học, sự mù chữ. ～한 một cách dốt nát, một cách không có học.

불한당(不汗黨) băng đảng trộm cướp, bọn đầu gấu.

불합격(不合格) sự không đạt tiêu chuẩn, sự thiếu phẩm chất; sự trượt, sự không đỗ (thi cử). **~하다** không đạt tiêu chuẩn, thiếu phẩm chất; trượt thi, hỏng thi. ¶ ～자 người không đạt, người không đỗ, người trượt / ～품 sản phẩm không đạt tiêu chuẩn, hàng kém phẩm chất.

불합리(不合理) ～한 không hợp lý, phi lý, vô lý.

불행(不幸) sự bất hạnh; sự khốn khó; (불운) sự rủi ro, sự đen đủi, sự xui xẻo, sự không may mắn (재난). ～한 bất hạnh, khốn khó; rủi ro, không may mắn. ¶ ～히(도) một cách rủi ro, một cách xui xẻo, một cách không may mắn / ～ 중 다행 may mắn trong đen đủi, trong cái rủi có cái may.

불허(不許) **~하다** không cho phép, không thừa nhận. ¶ ～ 복제(複製) phục chế không phép, phục chế bất hợp pháp.

불현듯이 một cách đột ngột, một cách đột xuất, một cách thình lình.

불협화(不協和) sự không hòa hợp, sự ngược lại. ¶ ～의 thuộc dạng không hòa hợp, thuộc dạng đối nghịch.

불협화음(不協和音) 【ÂN】 nốt (nhạc) nghịch, nốt nhạc không hòa âm.

불호령(-號令) ¶ ～을 내리다 đưa ra mệnh lệnh thép, ban chỉ thị nghiêm ngặt.

불혹(不惑) bất hoặc. ¶ ～의 나이에 이른 남자 người đàn ông đến tuổi 40 thì không còn nghi ngờ gì nữa - "tứ thập bất hoặc".

불화(不和) sự bất hòa, sự không hòa thuận; sự xích mích, sự mâu thuẫn. **~하다** bất hòa, xích mích ¶ ～하게 되다 trở nên bất hòa, trở nên xích mích.

불화(弗貨) đồng đô la Mỹ, đô la

불화(佛畵) bức họa về đức Phật.

불확대(不擴大) ¶ ～ 방침 chính sách không mở rộng, chính sách hạn định cho một địa phương.

불확실(不確實) ～한 không chắc chắn; không chính xác; không rõ ràng. ☞ **확실** sự chắc chắn, sự rõ ràng.

불확정(不確定) ～한 chưa được xác định, chưa quyết định, chưa được xác nhận. ☞ **확정** được xác nhận, được quyết định.

불환지폐(不換紙幣) đồng tiền cơ bản được lưu hành hợp pháp.

불활성(不活性) ¶ ～가스 khí trơ.

불황(不況) sự đình trệ, sự trì trệ, sự ế đọng, sự ế ẩm. ~의 thuộc về sự khủng hoảng. ¶ ~ 시대 thời kỳ đình trệ, thời kỳ khủng hoảng.

불효(不孝) ~한 bất hiếu. ¶ ~자 người bất hiếu, đứa con bất hiếu.

불후(不朽) ☞ **불멸**.

붉다 đỏ; đỏ thẫm, đỏ thắm (심홍); đỏ tươi (진홍); (사상이) đỏ, mang tính cộng sản. ¶ 붉은 사상 tư tưởng cộng sản / 붉어지다 trở nên đỏ, ửng hồng (볼 따위가); ngượng chín mặt, đỏ mặt (부끄러워서).

붉덩물 dòng nước đục ngầu.

붉디붉다 rất đỏ.

붉히다 đỏ lên, đỏ ra.

붐 sự bùng nổ, sự thịnh vượng, sự phát đạt, sự phát triển.

붐비다 chật chội, đông đúc; nghẽn tắc. ¶ 붐비는 시간 lúc đông đúc, lúc tắc nghẽn (출퇴근시).

붓 (모필) cây bút lông; (펜) cây bút. ¶ ~을 들다 cầm bút lông lên, cầm bút lên; viết, vẽ, sáng tác / ~을 놓다 đặt bút xuống, dừng bút; ngừng viết, ngừng vẽ, ngừng sáng tác. ¶ ~집 hộp bút lông / ~통 hộp đựng bút lông dựng đứng.

붓꽃 [TV] cây irit.

붓끝 ❶ (붓의) đầu bút lông ❷ (필봉) nét bút; phong cách viết, phong cách vẽ, phong cách sáng tác (글의 기세).

붓다[1] ❶ (살이) phồng lên, sưng lên. phù nề. ¶ 얼굴이 ~ mặt sưng lên. ❷ (성나서) sưng sỉa, xị mặt. ¶ 부은 얼굴 mặt sưng sỉa, mặt xị ra.

붓다[2] ❶ (쏟다) đổ, chế, rót. ❷ (씨앗을) gieo ❸ (돈을) rót, gửi.

붓대 cán bút lông, thân bút lông.

붓두껍 nắp bút lông.

붓순 [TV] cây sao hồi của Nhật Bản.

붓질 sự dùng bút; sự viết, sự vẽ, sự sáng tác. **~하다** viết, vẽ, sáng tác.

붕괴(崩壞) sự suy sụp, sự đổ sụp, sự tan vỡ, sự thất bại. **~하다** sụp đổ, suy sụp, tan vỡ; thất bại.

붕긋하다 ❶ (언덕, 산봉우리가) hơi nhô lên, hơi nhô cao lên; (서술적) ưu tú hơn một chút, tốt hơn một chút. ❷ (들뜨다) phồng ra, phình lên. ❸ (배가) sệ ra, phệ ra.

붕당(朋黨) bè phái, phe cánh, đảng phái.

붕대(繃帶) băng, bông băng. ¶ ~를 감다 quấn băng, băng bó.

붕붕거리다 vo ve, vo vo, vù vù.

붕사(硼砂) [HH] chất borax.

붕산(硼酸) [HH] axít boric.

붕소(硼素) [HH] chất boron (kí hiệu B).

붕어 [LC] cá chép.

붕어(崩御) (vua chết) sự băng hà.

붕장어(-長魚) [LC] cá chình biển.

붕정(鵬程) con đường xa, khoảng cách xa. ¶ ~ 만리의 비행 chuyến bay xa vạn dặm.

붙다 ❶ (부착) dán, đính, dính, gắn; (접하다) dính sát, bó sát; (바짝) sát sạt, sát cạnh. ¶ 철썩 ~ dán chặt, dán khít / 붙어 앉다 ngồi sát cạnh. ❷ (딸리다) dính vào, liền kề. ❸ (생기다, 늘다) sinh ra, kéo theo, đem theo. ¶ 이자가 ~ sinh lãi, kèm lãi / 버릇이 ~ sinh ra thói quen xấu / 별명이 ~ gắn biệt danh / 살이 ~ lên cân, béo ra / 취미가 ~ say sưa với sở thích, say mê với thú vui riêng / 영어 실력이 ~ năng lực tiếng Anh khá lên. ❹ (좇아 따르다) đuổi theo, đi theo, chạy theo; (편들다) đồng hành, đi cùng, nhập vào, gia nhập (가담); (수발들다) vượt qua, vượt khỏi. ¶ 붙어다니는 đi liền với, đi cùng với (미행) bám theo, theo dõi / 적에게 ~ bị địch bám theo.

❺ (의지하다) dựa dẫm, nhờ cậy. ¶ 붙어 살다 sống dựa dẫm, sống. ❻ (불이) bắt lửa. ❼ (시험에) trúng tuyển, đỗ. ❽ (싸움이) gây lộn, đánh nhau. ❾ (마귀가) bị ma ám. ❿ (교미) giao cấu. ⓫ ☞ **간통하다**.

붙들다 ❶ ☞ **잡다** ❶, ❷. ❷ (만류) giữ chặt, níu chặt, bám chặt. ❸ (도와주다) hỗ trợ, giúp đỡ, tương trợ.

붙들리다 (잡히다) bị bắt, bị tóm, bị giữ; (만류) bị bám theo, bị giữ chặt.

붙박이 vật dụng cố định, đồ đạc đặt ở một chỗ cố định. ~의 thuộc dạng cố định.

붙박이다 bị cố định, bị giữ chặt một chỗ (집에) bị giữ rịt ở nhà.

…붙이 ❶ (일가, 친척) cùng gia đình, cùng huyết thống, cùng họ. ¶ 일가~ cùng gia đình. ❷ (같은 종류) cùng chủng loại. ¶ 쇠~ đồ gia dụng bằng sắt.

붙이다 ❶ (부착) gắn, dán, đính (풀로); (고약 등을) gắn vào. ¶ 우표를 ~ dán tem / 꼬리표를 ~ dán mảnh giấy ghi địa chỉ người gửi và người nhận lên bưu phẩm / 책상을 벽에 ~ gắn bàn đọc sách vào tường. ❷ (첨부) kèm theo, đi kèm. ¶ 의견을 ~ kèm thêm ý kiến / 조건을 ~ kèm theo điều kiện. ❸ (몸을) sống nhờ, ăn bám, dựa dẫm ❹ (불을) bắt lửa, bén lửa. ❺ (두 사이를) thu xếp, dàn xếp (cho hai bên); (흥정, 싸움 따위를) dàn xếp. ¶ 싸움을 ~ sắp xếp, gây cãi nhau / 흥정을 ~ dàn xếp thương lượng. ❻ (이름 따위를) gắn tên, đặt tên (제목을). ❼ (사람을) giám sát, theo dõi, bám theo. ¶ 감시를 ~ luôn giám sát. ❽ (때리다) tát, vỗ, vả, phát. ¶ (뺨)따귀를 ~ tát vào má. ❾ (교미) giao cấu. ❿ (기타) ¶ 재미를 ~ có niềm đam mê, say sưa với ham thích riêng / 취미를 ~ say sưa với sở thích riêng.

붙임성(-性) sự thân thiện, sự ân cần, sự niềm nở, sự nhã nhặn. ¶ ~있는 thân thiện, niềm nở, ân cần, nhã nhặn. ¶ ~있는 사람 người thân thiện, người niềm nở.

붙잡다 ❶ (잡다) chộp, tóm, nắm bắt. ☞ **잡다** ❶, ❷, ❹. ❷ (일자리를) kiếm được việc làm. ❸ (돕다) ¶ 붙잡아 주다 giúp đỡ, hỗ trợ.

붙잡히다 bị bắt, bị tóm, bị chộp, bị giữ lại.

붙장(-欌) tủ gắn liền với bếp, tủ bếp.

브라스밴드(brass band) 【Anh】 ban nhạc chuyên dùng nhạc cụ bằng đồng và bộ gõ.

브라우닝(browning) 【Anh】 (자동 권총) súng browning.

브라운관(-管) 【M】 bóng đèn hình, đèn hình ti vi. ¶ ~에 등장하다 xuất hiện trên truyền hình, lên TV.

브라질 nước Brazin. ¶ ~의 thuộc về Brazin / ~ 사람 người Brazin.

브래지어(brassiere) 【Anh】 cái nịt ngực, cái yếm.

브랜디(brandy) 【Anh】 (양주) rượu Brandi.

브러시(brush) 【Anh】 bàn chải; bút lông.

브레이크[1](brake) 【Anh】 cái phanh, cái hãm, cái thắng. ¶ ~를 걸다 cài phanh.

브레이크[2](break) 【Anh】 sự nghỉ, sự tạm dừng.

브레인트러스트(brain trust) 【Anh】 nhóm chuyên gia cố vấn, nhóm túi khôn.

브로마이드(bromide) 【Anh】 giấy ảnh, giấy bromua (감광지).

브로치(brooch) 【Anh】 trâm cài đầu; ghim cài áo.

브로커(broker) 【Anh】 người môi giới.

브롬 【HH】 chất brom. ¶ ~칼리 chất brom kali / ~화물(化物) chất brom hóa.

브리지(bridge) 【Anh】 ❶ (다리) cây cầu. ❷ (트럼프놀이) chơi bài bridge.
브리튼(briton) 【Anh】 nước Anh. ¶ ~ 사람 người Anh.
블라우스(blouse) 【Anh】 áo choàng, áo blu.
블랙리스트(black list) 【Anh】 sổ đen, danh sách ngầm.
블록(block) 【Anh】 (동맹) khối, liên hiệp. ¶ ~ 경제 khối kinh tế / 달러 ~ mức thời giá đồng đô la.
블루머(bloomers) 【Anh】 quần buộc túm mặc khi chơi thể thao của phụ nữ.
블루진(blue jeans) 【Anh】 quần bò màu xanh.
비[1] (강우) cơn mưa; trận mưa rào (소나기). ¶ ~가 많은 mưa nhiều / ~가 많이 오는 계절 mùa mưa nhiều / ~가 오다 [멎다] có mưa, mưa rơi [tạnh mưa].
비[2] (쓰는) cái chổi. ¶ 빗자루 cán chổi.
비(比) (비율) tỷ lệ, tỷ số; (비교) so sánh; (대조) đối chiếu; (필적) gần giống, giống với; tương tự. ☞ 비(比)하다.
비(妃) (왕비) hoàng phi; (황태자비) vương phi.
비(碑) (묘비) bia mộ; (기념비) đài tưởng niệm.
비···(非) (반대의) phi, không, ngược, trái lại (tiền tố).
비가(悲歌) bài hát buồn, bi ca.
비각 sự đối nghịch, sự trái ngược. ~하다 đối nghịch, trái ngược, tương phản (물과 불).
비각(碑閣) nhà tưởng niệm.
비감(悲感) cảm giác buồn rầu.
비강(鼻腔) 【GP】 hốc mũi, khoang mũi.
비걱거리다 cọt kẹt, cót két.
비겁(卑怯) ~한 nhát gan, nhút nhát (비열한); hèn nhát (부정한). ¶ ~한 자 người nhút nhát; người hèn nhát / ~한 짓을 하다 làm điều hèn nhát, làm việc hèn hạ (상대에게).
비견(比肩) (나란히 함) ~하다 xếp hạng, xếp loại; sánh với, so bì.
비결(秘訣) bí quyết. ¶ 성공의 ~ bí quyết thành công.
비경(秘境) vùng đất thần bí, vùng đất hoang sơ không có người ở.
비경(悲境) hoàn cảnh éo le. ¶ ~에 빠지다 bị rơi vào hoàn cảnh éo le.
비계[1] (돼지의) mỡ, chất béo.
비계[2] 【KTr】 giàn giáo.
비계(秘計) kế hoạch bí mật.
비고(備考) lời ghi chú, lời bình luận. ¶ ~난 mục để ghi lời bình luận.
비곡(秘曲) khúc nhạc, bài hát chưa được biết đến.
비곡(悲曲) bài hát buồn, bản nhạc buồn.
비공개(非公開) ~의 không công khai, thuộc về cá nhân.
비공식(非公式) ¶ ~적(으로) một cách không chính thức.
비공인(非公認) ~의 không được chấp nhận, không được phép. ¶ ~ 세계기록 kỷ lục thế giới không được công nhận.
비과세(非課稅) sự miễn thuế, không đánh thuế. ¶ ~품 hàng miễn thuế.
비과학적(非科學的) tính chất không khoa học, tính phi khoa học.
비관(悲觀) sự bi quan; (낙담) sự thối chí, sự chán nản, sự thất vọng. ~하다 bi quan, chán nản, thối chí, thất vọng. ¶ ~적 một cách bi quan. ¶ ~론자 người theo chủ nghĩa bi quan.
비교(比較) sự so sánh, sự đối chiếu. ~하다 so sánh, đối chiếu. ¶ ~적(으로) một cách tương đối / ···와 ~하면 nếu như so sánh với / ~가 안 되다 (낫다) không so sánh được (tốt hơn); (못하다) kém hơn. ¶ ~급 【NNH】 cấp độ so sánh / ~문학 văn học so sánh

/ ~연구 nghiên cứu so sánh.

비구(飛球) 【BC】 quả bóng bay trong môn bóng chày.

비구니(比丘尼) sư cô, sư nữ, ni cô.

비구승(比丘僧) nhà sư.

비국민(非國民) người phản bội tổ quốc, kẻ phản quốc.

비군사(非軍事) ~적 tính chất phi quân sự. ¶ ~화 phi quân sự hóa.

비굴(卑屈) ~한 hèn hạ, nhu nhược, đê tiện.

비극(悲劇) bi kịch. ~적 tính bi kịch. ¶ 가정의 ~ bi kịch gia đình. ¶ ~ 배우 diễn viên chuyên đóng vai bi kịch.

비근(卑近) ~한 thông thường, phổ biến, giản dị, bình dị (평이).

비근거리다 lung lay, lỏng lẻo, rời rạc; đung đưa, sóng sánh.

비금속(非金屬) không thuộc dạng sắt, phi kim loại.

비금속(卑金屬) (공기 가운데서 쉽게 녹슬며 흔하게 얻을 수 있는 쇠붙이) kim loại thường, kim loại không quý.

비기다[1] ❶ (무승부) không phân thắng bại, hòa, đều nhau. ❷ (상쇄) cân xứng, không hơn không kém.

비기다[2] (비유, 견줌) so sánh, đối chiếu. ¶ 비길 데 없는 không có điểm gì để so sánh, không thể so sánh được, độc đáo, duy nhất.

비꼬다 ❶ (끈을) xoắn, vặn. ❷ (말을) mỉa mai, châm biếm, châm chọc.

비꼬이다 (끈, 실이) bị xoắn, bị vặn; (일이) sai sót, sai lệch, không đúng dự định. (마음이) ngang ngạnh, khó bảo, cứng đầu, ngang bướng.

비끗거리다 ❶ (잘 안되다) trầy trật, dây dưa, lằng nhằng. ❷ (어긋나다) lệch lạc, sai hướng, sai mục đích, không đúng mục đích.

비난(非難) **~하다** chỉ trích, phê bình, phản đối.

비너스 thần vệ nữ.

비녀 cặp tóc. ¶ ~장 then cài (bằng gỗ).

비논리적(非論理的) tính chất phi lôgíc, tính phi lý.

비뇨기(泌尿器) cơ quan tiết niệu. ¶ ~과 khoa tiết niệu.

비누 xà phòng (miếng), xà phòng thơm. ¶ ~로 씻다 rửa bằng xà phòng / 얼굴에 ~질을 하다 thoa xà phòng lên mặt. ¶ 비눗갑 hộp đựng xà phòng / 비눗거품 bong bóng xà phòng / 비눗물 nước xà phòng / 가루 ~ xà phòng bột / 세수 ~ xà phòng rửa mặt, sữa rửa mặt / 빨랫 ~ xà phòng giặt.

비늘 vảy. ¶ ~이 있다 có vảy / ~을 벗기다 bóc vảy, đánh vảy. ¶ ~구름 đám mây hình vảy cá.

비능률(非能率) sự không hiệu quả, sự không năng suất, phi năng suất. ~적 tính chất phi hiệu quả, tính chất phi năng suất.

비닐 nhựa dẻo; ni lông. ¶ ~ 수지 mủ cây hoặc nhựa cây dùng chế thành nhựa viny / ~하우스 nhà vườn phủ ni lông để bảo vệ cây trồng.

비닐론 (상표명) hãng Vinylon.

비다 trống rỗng, trống không, rỗng tuếch. ¶ 빈 집 nhà trống không / 뱃속이 ~ bụng rỗng / 손이 비어 있다 tay trống không.

비단(緋緞) tơ lụa. ¶ ~결 같다 như lụa, mềm mại

비단(非但) không chỉ (không những) … mà còn ….

비당파적(非黨派的) tính chất không thuộc đảng phái nào, tính phi đảng phái.

비대(肥大) ~한 nở to, trương phình; phù nề, phì đại. ¶ 심장 ~ tim phù nề, tim phì đại.

비데 【Ph】 bệ ngồi có hệ thống nước

phun để rửa sau khi đi vệ sinh xong.

비동맹(非同盟) ¶ ～국 nước không liên kết, quốc gia không đồng minh / ～국 회의 hội nghị các nước không liên kết.

비둘기 chim bồ câu. ¶ ～장 chuồng chim bồ câu / ～파(派) đảng phái hòa bình, đảng phái hòa hợp.

비듬 gầu; vẩy mốc trên da. ¶ ～투성이의 머리 đầu đầy gầu. ¶ ～약 thuốc chữa gầu, thuốc chữa bệnh vẩy mốc trên da.

비등(比等) **~하다** ngang hàng, cân bằng, ngang sức, ngang tài.

비등(沸騰) **~하다** (끓다) sôi, nóng sôi, sôi sùng sục; (여론 따위가) bị hun nóng, bị đun sôi. ¶ ～점 điểm sôi, nhiệt độ sôi.

비디오 ¶ ～ 카세트 cát sét video / ～ 테이프 băng video, băng hình (비디오 녹화) / ～ 테이프에 녹화하다 ghi băng video, quay video.

비뚜로 sự quanh co, sự xiên xẹo, sự nghiêng ngả, sự vặn vẹo, lệch.

비뚜름하다 cong, xiên, oằn, vặn vẹo, nghiêng ngả.

비뚝거리다 (흔들거리다) rung rinh, lắc lư, nghiêng ngả, chao đảo; (절다) khập khiễng, tập tễnh.

비뚤다 cong, xiên, oằn, vặn vẹo, nghiêng ngả, lệch.

비뚤어지다 ❶ (사물이) trở nên lệch lạc, trở nên xiên xẹo, trở nên nghiêng ngả, bị vặn vẹo. ¶ 비뚤어진 코 mũi bị lệch. ❷ (마음 등이) ngang ngạnh, ương bướng, cố chấp.

비래(飛來) **~하다** bay; đi bằng máy bay (비행기로).

비럭질 sự cầu khẩn, sự van nài. **~하다** cầu khẩn, van nài.

비련(悲戀) mối tình vô vọng, mối tình bi thảm.

비례(比例) sự so sánh, sự đối chiếu; tỷ lệ (비율). **~하다** so sánh, đối chiếu (tỷ lệ); làm cho cân đối tỷ lệ. ¶ …에 ～하여 đối chiếu tỷ lệ với ¶ ～ 대표(제) (chế độ) đại biểu theo tỷ lệ / ～식 dạng thức tỷ lệ / 정[반]～ tỷ lệ thuận [nghịch] / 정[반]～하다 so sánh tỷ lệ thuận [nghịch].

비례(非禮) sự không đúng phép tắc, sự không hợp với nghi lễ.

비로소 lần đầu tiên làm điều gì đó (lẽ ra đã làm rồi), chưa từng làm bao giờ, đến tận lúc đó.

비록(秘錄) tài liệu ghi chép bí mật.

비록 tuy, cho dù, dẫu cho, mặc dù. ¶ ～ 비가 오더라도 cho dù trời mưa.

비롯하다 bắt đầu, xuất phát, khởi đầu, dẫn đầu, phát sinh, từ. ¶ …을 비롯하여 bắt đầu từ …, xuất phát từ …; phát sinh từ ….

비료(肥料) phân bón. ¶ ～를 주다 bón phân. ¶ ～공장 nhà máy phân bón / 화학 ～ phân bón hóa học.

비루 bệnh ghẻ lở. ～먹다 bị bệnh ghẻ lở.

비루(鄙陋) ～한 hèn hạ, bần tiện, đê tiện; bủn xỉn, keo kiệt.

비리(非理) sự phi lý, sự không hợp lý.

비리다 (생선이) tanh, hôi, tanh mùi cá; (피가) tanh mùi máu; (아니꼽다) tanh tưởi, tởm lợm, ghê tởm, kinh tởm.

비린내 mùi tanh (피의). ～나다 bốc mùi tanh.

비릿하다 hơi có mùi tanh của cá.

비만(肥滿) **~하다** béo tốt, mập mạp; béo phì, phì nộn. ¶ ～아 đứa bé mập mạp; đứa trẻ béo phì.

비말(飛沫) bụi nước, tia nước.

비망록(備忘錄) bản ghi nhớ, sổ ghi nhớ.

비매품(非賣品) hàng không bán, hàng

mẫu (게시).

비명(非命) ¶ ～에 죽다(가다) chết đột ngột, chết bất đắc kỳ tử.

비명(悲鳴) tiếng thét, tiếng la hét. ¶ ～을 지르다 thét lên, gào lên, hét lên, la lối.

비명(碑銘) văn bia, bia mộ.

비몽사몽(非夢似夢) ～간에 trong lúc mơ màng, trong lúc nửa mê nửa tỉnh.

비무장(非武裝) ～의 phi vũ trang. ¶ ～화(化)하다 phi vũ trang hóa, phi quân sự hóa. ¶ ～ 지대 (한국의) khu vực phi vũ trang, khu vực phi quân sự (viết tắt là DMZ).

비문(碑文) văn bia, văn bia mộ chí.

비민주적(非民主的) tính chất phi dân chủ.

비밀(秘密) sự kín đáo, sự thầm kín, điều riêng tư, sự bí mật (신비). ～의 thuộc tính chất riêng tư, thuộc tính chất cơ mật. ¶ ～히 một cách bí mật, một cách kín đáo / 다 아는 ～ bí mật đã bị lộ tẩy, bí mật đã bị lộ / ～로 하다 xem như là việc bí mật, giữ kín / ～을 지키다 giữ bí mật / ～을 밝히다 làm sáng tỏ điều bí mật, làm sáng tỏ điều bị che giấu, tiết lộ bí mật. ¶ ～ 결사 bí mật quyết định công việc / ～ 단체 tổ chức bí mật / ～ 조약 điều ước bí mật / ～ 서류 tài liệu mật / ～ 회의 cuộc họp bí mật.

비바람 mưa dông, mưa gió. ¶ ～을 무릅쓰고 không quản ngại mưa gió.

비바리 cô gái xóm chài, cô gái làm nghề đánh cá.

비방(秘方) phương pháp bí mật, phương pháp riêng, bí quyết (약의).

비방(誹謗) sự phỉ báng, sự lăng nhục, sự sỉ nhục. **~하다** phỉ báng, nói xấu, chê bai; lăng nhục, sỉ nhục, lăng mạ.

비번(非番) ¶ ～이다 không phải phiên, không phải ca. ¶ ～날 ngày không đúng phiên.

비범(非凡) ～한 khác thường, phi phàm.

비법(秘法) ☞ **비방**(秘方).

비법인(非法人) ～의 người phi pháp, người bất hợp pháp.

비보(悲報) tin buồn.

비복(婢僕) người hầu; người giúp việc nhà.

비본(秘本) bí thư, sách quý.

비분(悲憤) sự uất ức, sự căm phẫn, sự phẫn nộ; sự xót xa, sự hối hận, sự hối tiếc. ¶ ～ 강개하다 lấy làm tiếc, lấy làm xót xa, lấy làm hối hận.

비브라폰(vibraphone) 【Anh】 (악기) đàn vibrafon, đàn có độ rung ngân lớn trông gần giống như mộc cầm.

비비(狒狒) 【ĐV】 khỉ đầu chó.

비비꼬다 ❶ xoắn chặt, quấn chặt, bện chặt. ❷ ☞ **비꼬다**.

비비꼬이다 được (bị) quấn chặt, bị bện chặt, bị xoắn chặt; (일이) lằng nhằng, rắc rối, trầy trật.

비비다 ❶ (문지르다) chà xát, xoa, cọ. ❷ (눈을) dụi mắt. ❸ (뒤섞다) pha, hòa lẫn, quấy, trộn. ❹ (송곳을) khoan, dùi.

비비대기치다 (붐빔) chen lấn, xô đẩy; (부산떨다) chạy đôn chạy đáo, chạy loăng quăng.

비비송곳 sự khoan, sự dùi; máy khoan có cán dài.

비비적거리다 xoa xoa, dụi dụi, cọ xát nhiều lần (비비는 동작을 자꾸하다); chọc tức, trêu ghẹo. ¶ 비비적 거리지 말고 저리로 가라! đừng chọc tức nữa, đi ra kia đi!

비비틀다 vặn chặt lại, siết chặt lại.

비빈(妃嬪) phi tần.

비빔국수 món mì trộn.

비빔밥 *Bibimbap*; món cơm trộn của Hàn Quốc.

ㅂ

비사(秘史) bí sử, lịch sử bí mật.

비사교적(非社交的) sự khó gần, sự không thích giao thiệp.

비산(砒酸) 【HH】 chất diệt cỏ, chất bột trắng diệt cỏ.

비상(非常) ❶ (보통이 아님) sự khẩn cấp, sự đặc biệt. **~하다** khẩn cấp; phi thường, đặc biệt. ¶ ～한 인물 nhân vật phi thường, nhân vật đặc biệt / ～한 솜씨 tài nghệ phi thường, sự khéo léo đặc biệt. ❷ (사태의) tình trạng khẩn cấp, tình huống khẩn cấp, tình huống đặc biệt (재해). ¶ ～시에는 lúc khẩn cấp. ¶ ～ 경보 thông báo khẩn cấp, tín hiệu khẩn cấp / ～ 계단 cầu thang thoát hiểm / ～구 lối thoát hiểm / ～ 소집 sự tập hợp khẩn cấp, sự kêu gọi tập trung khẩn cấp / ～ 수단 biện pháp khẩn cấp, phương tiện khẩn cấp / ～ 시국에 trong tình huống khẩn cấp, trong tình hình khẩn cấp.

비상(砒霜) chất độc thạch tín.

비상(飛翔) **~하다** bay vút lên, bay vụt đi.

비상근(非常勤) ～의 làm việc lúc cần thiết, làm việc lúc cần kíp. ¶ ～직 vị trí làm việc được bổ sung khi cần thiết.

비상사태(非常事態) tình trạng khẩn cấp. ¶ ～를 선포하다 tuyên bố tình trạng khẩn cấp.

비상선(非常線) hàng rào cảnh sát, hàng rào lửa (화재의). ¶ ～을 펴다 chọc thủng hàng rào cảnh sát, mở được hàng rào cảnh sát.

비상시(非常時) tình huống khẩn cấp, lúc khẩn cấp.

비상장주(非上場株) 【CK】 cổ phiếu chưa được niêm yết trên thị trường chứng khoán.

비생산적(非生産的) tính chất không sinh lợi, sự không có lãi.

비서(秘書) ❶ (책) cuốn sách quý. ❷ (비서역) thư ký riêng. ¶ ～실 phòng thư ký.

비석(碑石) (묘비) bia đá, bia mộ.

비소 【HH】 chất asen, thạch tín. (ký hiệu As).

비속(卑俗) ～한 khiếm nhã, thiếu tế nhị; thô bỉ, thô tục.

비수(匕首) con dao găm, đoản đao.

비술(秘術) nghệ thuật riêng, bí quyết.

비스듬하다 hơi lệch, hơi nghiêng, hơi xiên. ¶ 비스듬하게 một cách hơi lệch, một cách xiên xẹo.

비스름하다 hơi giống nhau, hao hao giống.

비스코스(viscose) 【Anh】 【HH】 sợi vitcô.

비스킷(biscuit) 【Anh】 bánh quy.

비슥거리다 không hăng hái, không nhiệt tình; lơ là, chểnh mảng; (배돌다) né tránh.

비슬거리다 loạng choạng, lảo đảo, chếnh choáng.

비슷비슷하다 giống giống nhau.

비슷하다 (닮다) giống nhau, tương tự (서술적); (기울다) hơi nghiêng, hơi lệch, hơi xiên xẹo. ¶ 비슷한 데가 있다 có chỗ hơi lệch.

비시지(BCG) ¶ ～접종 tiêm vắc xin BCG.

비신사적(非紳士的) không quân tử, không lịch thiệp, không phong nhã.

비실제적(非實際的) không thực tế, không thiết thực.

비싸다 đắt, đắt đỏ. ¶ 비싸게 사다 mua đắt.

비아냥거리다 châm biếm, mỉa mai, chọc ghẹo, châm chọc (một cách không tôn trọng).

비애(悲哀) sự đau khổ, sự đau đớn, sự buồn bã. ¶ ～를 느끼다 cảm thấy buồn bã, cảm thấy đau buồn.

비애국적(非愛國的) không yêu nước.
비약(秘藥) loại thuốc đặc biệt.
비약(飛躍) sự nhảy vọt, sự vượt bậc. ¶ ~적인 발전을 하다 phát triển vượt bậc.
비양(飛揚) **~하다** leo lên (địa vị cao hơn) (높이).
비어(卑語) tiếng lóng.
비어(beer) (맥주) bia. ¶ ~홀 quán bia, quán bar bán rượu bia.
비어지다 ❶ (쑥내밀다) thò ra, nhô ra, lồi ra. ❷ (드러나다) bị thòi ra, bị lộ ra.
비업무용(非業務用) không dùng để kinh doanh. ¶ ~ 토지를 소유하다 sở hữu đất không kinh doanh / ~ 부동산 bất động sản không dùng để kinh doanh.
비역 (계간) sự dâm loạn; sự đồng tính luyến ái nam. **~하다** dâm loạn, đồng tính luyến ái nam.
비열(比熱) 【VLH】 sự nóng lên trông thấy.
비열(卑劣) ~한 hèn hạ, bần tiện, đê tiện, bẩn thỉu. ¶ ~한 놈 kẻ đê tiện. đồ hèn hạ.
비영리(非營利) ¶ ~의 không vụ lợi, không lấy lãi / ~ 법인 [사업] pháp nhân [việc kinh doanh] không vì lợi nhuận, tổ chức (dự án) phi lợi nhuận.
비예술적(非藝術的) không có tính nghệ thuật, tính phi nghệ thuật.
비오리 【LCh】 vịt mỏ nhọn.
비옥(肥沃) ~한 màu mỡ, phì nhiêu, tươi tốt.
비올라 đàn viola
비옷 áo đi mưa, áo mưa.
비용(費用) chi phí, phí tổn. ¶ ~이 드는 mất chi phí / ~에 관계없이 một cách không liên quan đến chi phí / ~이 얼마나 드나? chi phí mất bao nhiêu?
비용절감운동(費用節減運動) phong trào tiết kiệm chi phí, phong trào giảm chi phí.
비우다 bỏ trống, làm cạn hết, làm trống rỗng.
비우호적(非友好的) không thân thiện, có tính chất đối địch.
비운(悲運) sự rủi ro, sự xui xẻo, sự không may, sự bất hạnh.
비웃 cá trích. ☞ **청어**.
비웃다 cười mỉa, cười khinh bỉ, cười giễu cợt.
비웃음 nụ cười mỉa mai, nụ cười khinh bỉ, nụ cười giễu cợt.
비원(秘苑) khu vườn riêng (thường có trong các lâu đài), vườn thượng uyển.
비위(脾胃) ❶ (기호) khẩu vị, sở thích ăn uống, sở thích, sự lựa chọn. ¶ ~에 맞다 hợp khẩu vị, hợp với sở thích. ❷ (기분) tâm trạng, trạng thái, bầu không khí. ¶ ~를 거스르다 (건드리다) làm cho ai đó tự ái, làm cho ai đó tổn thương, làm mất không khí, phá vỡ bầu không khí / ~를 맞추다 làm cho ai đó vui lên, làm cho hòa nhập với không khí chung / ~(가) 상하다 bị tổn thương, bị xúc phạm / ~가 좋다 (뻔뻔하다) mặt dày, trơ tráo, vô liêm sỉ.
비위생적(非衛生的) không hợp vệ sinh, mất vệ sinh.
비유(比喩, 譬喩) sự so sánh, sự ví von (직유); sự ẩn dụ (은유). **~하다** so sánh, ví von, ẩn dụ. ¶ 적(으로) tính so sánh, tính ẩn dụ.
비육우(肥肉牛) trâu bò, gia súc.
비율(比率) tỷ lệ, tỷ số, phần trăm. ¶ 과일농축주스는 물과 1대 4의 ~로 섞는다 nước hoa quả nguyên chất được pha với tỷ lệ nước 1/4.
비율빈(比率賓) ☞ **필리핀**.

비음(鼻音) âm mũi, giọng mũi. ¶ ～하다 nói giọng mũi.
비익(裨益) **~하다** làm lợi, đem lại lợi ích, làm ra lợi nhuận.
비인간적(非人間的) phi nhân tính, không phải là con người, không thuộc về con người.
비인도(非人道) ～적 vô nhân đạo, không có lòng nhân ái.
비인칭(非人稱) ～의 không có ngôi nhân xưng. ¶ ～ 대명사 đại danh từ không có ngôi nhân xưng.
비일비재(非一非再) **~하다** thông thường, phổ biến, không có gì đặc biệt.
비자(VISA) thị thực. ¶ ～를 얻다 được cấp thị thực, có được thị thực.
비잔틴 đế quốc La Mã ở phương Đông, Bysantin.
비장(秘藏) **~하다** tích lũy, dự trữ, để dành (một cách bí mật). ¶ ～의 thuộc loại dự trữ bí mật. ¶ ～품 hàng dự trữ bí mật.
비장(悲壯) ～한 bi tráng, bi thương, bi thảm (장렬).
비장(脾腸) [GP] lá lách.
비재(菲材) sự bất tài, sự không có khả năng. ¶ ～를 불구하고 mặc dù không có tài năng.
비전(秘傳) bí truyền.
비전(vision) triển vọng, tương lai; sự đoán biết trước, tầm nhìn xa. ¶ ～이 있는 사람 người có triển vọng; người có tầm nhìn xa.
비전략물자(非戰略物資) mặt hàng không nằm trong chiến lược, không phải là mặt hàng chiến lược.
비전투원(非戰鬪員) người không trực tiếp chiến đấu.
비접 ¶ ～나가다 đi thay đổi không khí (cho người bệnh), đi điều dưỡng.
비정(非情) ～한 vô tâm, lạnh lùng; nhẫn tâm, độc ác.
비정(秕政) sự cai trị tồi, sự quản lý nhà nước tồi.
비정규군(非正規軍) quân đội không chính quy, quân phi chính quy.
비정상(非正常) không bình thường, kỳ lạ, kỳ dị, đặc biệt. ¶ ～의 thuộc dạng không bình thường, thuộc dạng đặc biệt. ¶ ～아(兒) đứa trẻ không bình thường, đứa trẻ đặc biệt / ～자 [TLH] người không bình thường, người đặc biệt, người lập dị.
비조(鼻祖) ☞ **시조**.
비좁다 chật chội, chật hẹp, tù túng. ¶ 비좁은 곳 nơi chật chội.
비종교적(非宗敎的) không tín ngưỡng, không tôn giáo, vô thần.
비주룩하다 bị dôi ra, bị duỗi ra thêm.
비주류(非主流) không phải là trào lưu chính, không phải yếu tố chính.
비죽거리다 mếu máo; bĩu môi, trề môi.
비죽비죽 ¶ ～한 lồi lõm; vều; mếu máo.
비준(批准) sự phê chuẩn, sự phê duyệt; bản phê chuẩn. **~하다** phê chuẩn, phê duyệt. ¶ ～의 교환 trao đổi bản phê chuẩn.
비중(比重) [VLH] tỷ trọng; trọng lực riêng. ¶ ～계(計) tỷ trọng kế, máy đo trọng lực, cái cân trọng lượng.
비지 bã đậu.
비지땀 ¶ ～을 흘리다 vã mồ hôi hột.
비질 việc dùng chổi, sự quét bằng chổi. **~하다** quét.
비집다 ❶ (틈을) kéo ra, mở ra; xen vào, lách qua. ❷ (눈을) giương mắt ra.
비쭉 ¶ ～ 내밀다 thò ra, ló ra, vều ra.
비쭉거리다 mếu máo; bĩu môi, trề môi.
비참 (悲慘) ～한 cực khổ, khốn khổ, bất hạnh, bi thảm. ¶ ～한 생활 cuộc sống cực khổ, cùng cực.
비책(秘策) kế hoạch bí mật, kế sách bí

mật. ¶ ～을 짜다 lên kế hoạch bí mật, đưa ra kế sách bí mật.

비척거리다 ☞ **비틀거리다**.

비천(卑賤) ～한 tầm thường, hèn mọn, thấp kém. ¶ ～한 몸 thân thế hèn mọn, thân phận thấp kém.

비철금속(非鐵金屬) kim loại màu, kim loại không có sắt.

비추다 ❶ (빛이) tỏa sáng, chiếu sáng, soi sáng, rọi sáng. ❷ (거울에) soi chiếu. ❸ (그림자를) phản chiếu, phản ánh. ❹ (비교, 참조) đối chiếu, phản chiếu. ¶ …에 비추어 보아 xem xét đối chiếu với …. ❺ (암시) ám chỉ. ¶ 사직할 뜻을 ～ ám chỉ việc từ chức.

비축(備蓄) việc dự trữ phòng lúc khẩn cấp. **~하다** dự trữ dự phòng lúc khẩn cấp, tích trữ phòng lúc nguy nan. ¶ ～미(米) gạo dự trữ, gạo dự phòng.

비취(翡翠) ❶ 【LCh】 chim bói cá. ❷ 【廣】 ngọc bích, ngọc. ¶ ～색 màu ngọc bích.

비치(備置) **~하다** cung cấp trang thiết bị; lắp đặt trang thiết bị; sắp đặt, sắp xếp.

비치다 ❶ (빛이) rọi sáng, chiếu sáng, soi sáng. ❷ (그림자가) được (bị) phản chiếu. ❸ (통해 보이다) in lên, hằn lên.

비칭(卑稱) tên gọi khiêm tốn, cách xưng hô khiêm tốn. (존칭(尊稱): tên gọi tôn trọng, cách xưng hô tôn trọng).

비켜나다 bước lùi về phía sau; tránh sang một bên, né sang bên cạnh; lùi bước; nản chí (비유적).

비켜서다 đứng lui về phía sau, đứng sang bên cạnh, đứng tránh ra; từ chức, thoái vị (비유적).

비키니 áo tắm hai mảnh, áo bikini. ¶ ～ 스타일로 kiểu áo hai mảnh. ¶ ～ 수영복 áo tắm hai mảnh.

비키다 tránh, né; đi sang bên cạnh.

비타민 sinh tố, vitamin. ¶ ～ 결핍증 triệu chứng thiếu vitamin / 종합 ～ vitamin tổng hợp, sinh tố tổng hợp.

비타협적(非妥協的) ¶ ～인 tính chất không thỏa hiệp, tính chất không nhân nhượng / ～ 태도 thái độ không thỏa hiệp.

비탄(悲嘆) sự đau buồn, sự sầu muộn; sự xót xa, sự thương tiếc. **~하다** đau buồn, sầu muộn; xót xa, thương tiếc.

비탈 dốc; đường dốc; độ dốc.

비통(悲痛) sự buồn phiền, sự sầu não; sự đau buồn. ～한 buồn phiền, sầu não; đau buồn (tính từ).

비트족(Beat族) người lập dị chống lại những quy ước xã hội, hippi.

비틀거리다 lảo đảo, loạng choạng; rung rinh, lung lay. ¶ 비틀걸음 bước chân lảo đảo, bước chân loạng choạng / 비틀비틀 lảo đảo, loạng choạng; rung rinh, lung lay.

비틀다 vặn, xoắn, bẻ ngược lại. ¶ 팔을 ～ vặn tay, xoắn tay, bẻ ngược tay.

비틀리다 ☞ **비틀어지다**.

비틀어지다 bị vặn, bị xoắn, bị bẻ ngược lại; xoắn, vặn vẹo.

비파(琵琶) đàn măng-đô-lin của Hàn Quốc (gần giống với đàn tỳ bà).

비판(批判) lời phê phán, lời chỉ trích, sự phê phán, sự phê bình, sự chỉ trích. **~하다** phê phán, chỉ trích, phê bình. ¶ ～적(으로) tính chất phê phán. ¶ ～력 khả năng phê phán, sức mạnh phê phán / ～안(眼) cái nhìn phê phán, con mắt phê phán / ～자 người phê phán, người chỉ trích / 자기 ～ tự phê phán, tự phê bình.

비평(批評) sự phê bình, lời phê bình, sự phê bình, sự bình phẩm, sự bình luận (논평). **~하다** phê bình, bình

ㅂ

phẩm. ¶ ～가 nhà phê bình, nhà bình luận / 문예 ～ phê bình văn nghệ, bình luận văn nghệ.

비폭력(非暴力) phi bạo lực. ～의 mang tính phi bạo lực.

비품(備品) đồ vật đã được chuẩn bị sẵn.

비프스테이크 thịt bò bít tết.

비하(卑下) **~하다** thấp; thấp kém, hèn hạ; hạ thấp; làm nhục.

비하다(比-) so sánh với, đối chiếu với. ☞ **비교**.

비학술적(非學術的) thiếu tính khoa học, tính phi khoa học, không mang tính học thuật.

비합법적(非合法的) tính chất phi pháp, tính bất hợp pháp.

ㅂ

비핵(非核) ¶ ～ 무장국 nước không có vũ khí hạt nhân / ～ 무장지대 vùng không có vũ khí hạt nhân / ～화(化)하다 loại trừ vũ khí hạt nhân, phi hạt nhân hóa.

비행(非行) hành động xấu, việc làm sai trái; hạnh kiểm xấu, thiếu đạo đức, hư hỏng. ¶ ～ 소년 cậu bé có hành vi sai trái, cậu bé hư hỏng.

비행(飛行) [HK] ngành hàng không; sự bay; chuyến bay. **~하다** bay; điều hành chuyến bay. ¶ ～복 trang phục bay / ～사(가) người lái máy bay, phi công / ～장 sân bay / ～ 장교 người chỉ huy chuyến bay, tổ trưởng tổ bay (quân đội) / 세계 일주 ～ bay vòng quanh thế giới / 장거리 ～ bay đường dài / 연습 ～ bay thực tập, bay thử / 정기 ～ chuyến bay định kỳ.

비행기(飛行機) máy bay. ¶ ～로 bằng máy bay. ¶ 여객 ～ hành khách đi bằng máy bay / 수송 ～ vận chuyển bằng máy bay, vận chuyển bằng hàng không.

비행선(飛行船) khí cầu, khinh khí cầu, phi thuyền.

비행정(飛行艇) tàu bay có phao, tàu bay có thể đáp xuống mặt nước.

비현실적(非現實的) tính chất phi thực tế, tính phi hiện thực; tính giả tạo (가공의).

비호(飛虎) phi hổ, con hổ lao chạy như bay. ～같이 như hổ đang phi chạy.

비화(秘話) câu chuyện bí mật, chuyện thầm kín.

비화(飛火) **~하다** bén lửa, cháy lan ra; (사건이) vỡ lở; ảnh hưởng lan truyền.

비화(悲話) câu chuyện buồn, câu chuyện lâm ly.

빅수(-手) thắng cược trong đánh cờ hay chơi bài.

빈(Vienna) ¶ ～ 사람 người Viên.

빈객(賓客) vị khách quý.

빈곤(貧困) = 빈궁(貧窮). sự nghèo đói, sự bần cùng, sự túng thiếu (궁핍); ～한 nghèo đói, túng thiếu, bần cùng. ¶ ～에서 벗어나다 thoát khỏi nghèo đói.

빈농(貧農) bần nông, nông dân nghèo.

빈대 [CT] con rệp (thường sống trên giường).

빈대떡 bánh rán bằng bột mì có rắc hành và ớt truyền thống của Hàn Quốc.

빈도(頻度) tần số, tần suất xuất hiện. ¶ 높은 [낮은] ～수 tần số cao [thấp].

빈둥거리다 rong chơi, chơi tha thẩn, chơi lang thang, ăn không ngồi rồi. ¶ 빈둥빈둥 (빈들빈들) lêu lổng, nhong nhong, lang thang, lang bang.

빈들거리다 ☞ **빈둥거리다**.

빈말 chuyện không đâu, chuyện tầm phào, chuyện linh tinh, chuyện vớ vẩn; sự tán gẫu. **~하다** tán gẫu, nói chuyện tầm phào, ngồi lê đôi mách.

빈민(貧民) dân nghèo, người nghèo. ¶ ～굴 khu nhà ở của người nghèo, khu nhà ổ chuột / ～ 복지 사업 công tác phúc lợi dành cho người nghèo.

빈발(頻發) **~하다** xảy ra thường xuyên, xuất hiện thường xuyên.

빈방(-房) căn phòng trống, căn phòng bỏ không.

빈번(頻繁) ～한 hay, thường xuyên; không ngừng, không ngớt, không dứt. ¶ ～히 một cách thường xuyên, một cách không ngừng nghỉ.

빈병(-甁) lọ rỗng, chai rỗng.

빈부(貧富) sự giàu nghèo, sự sang hèn (사람). ¶ ～의 차 sự cách biệt giàu nghèo / ～의 차별 없이 không có sự phân biệt giàu nghèo, không có sự phân biệt sang hèn.

빈사(瀕死) ～의 sự hấp hối. ¶ ～ 상태에 있다 đang trong tình trạng hấp hối.

빈소(殯所) nơi để quan tài cho mọi người đến viếng.

빈속 cái bụng rỗng không, bụng đói. ¶ ～에 술을 마시다 uống rượu lúc đang đói.

빈손 tay không có gì, tay không, tay trắng. ¶ ～으로 với bàn tay trắng.

빈약(貧弱) ～한 thiếu thốn, yếu kém, nhỏ hẹp, hạn chế.

빈자(貧者) người nghèo, người túng thiếu (총칭). ¶ ～의 일등(一燈) một cái đèn của người nghèo (hơn nhiều đèn của người giàu), chỉ sự coi trọng tấm lòng hơn coi trọng vật chất.

빈자리 (공위) chỗ trống, ghế trống; (공석) vị trí khuyết thiếu, chức vị chưa có người đảm nhiệm.

빈정거리다 chọc ghẹo, giễu cợt, đùa cợt.

빈주먹 ☞ **빈손**.

빈집 ngôi nhà trống, ngôi nhà bỏ không, ngôi nhà không có người ở.

빈차(-車) xe trống, xe không có hành khách; (택시) tắc xi chưa có khách; (택시의 게시) biển hiệu đợi khách trên xe tắc xi.

빈천(貧賤) sự nghèo hèn. ～한 nghèo hèn.

빈촌(貧村) ngôi làng nghèo.

빈축(嚬蹙) **~하다** khó chịu; nhăn nhó, nhăn mặt. ¶ (남의) ～을 사다 nhăn nhó, cau có, cau mày, nhăn mặt.

빈탕 (과실의) tình trạng trống không, tình trạng rỗng không; (제비 따위의) rỗng, không có nhân.

빈털터리 người nghèo xơ xác, người không một xu dính túi. ¶ ～가 되다 trở thành người nghèo xơ xác, trở thành người không một xu dính túi.

빈틈 ❶ (간격) kẽ hở, lỗ hổng, khe hở. ¶ ～없이 không có kẽ hở, khít, chặt; chật chội, chật ních; ❷ (불비) kẽ, sơ hở, sai sót. ¶ ～없는 사람 người kín kẽ, người không có sơ hở nào, người không có sai sót.

빈한(貧寒) ☞ **가난**.

빈혈(貧血) bệnh thiếu máu. ¶ ～증에 걸리다 mắc bệnh thiếu máu. ¶ 악성 ～ bệnh thiếu máu ác tính.

빌다[1] ❶ (차용) mượn, mướn; (세내다) thuê. ❷ (힘을) nhờ sự giúp đỡ, cậy sức. ¶ …의 힘을 빌어 cậy sức của …, nhờ sự giúp đỡ của ….

빌다[2] ❶ (구걸) ăn xin, cầu khất. ❷ (간청) cầu xin, thỉnh cầu, đề nghị, yêu cầu, đòi hỏi. ❸ (기원) cầu nguyện, cầu khẩn, cầu xin (소원). ❹ (사죄) cầu xin, cầu khẩn, xin tha tội, xin thứ lỗi.

빌딩 (건물) tòa nhà.

빌려주다 ☞ **빌리다**.

빌로도 nhung.

ㅂ

빌리다 ❶ (대여) vay, mượn. ¶ 이름(힘)을 ~ nhờ, cậy nhờ. ❷ (임대) thuê, mướn; (부동산을) thuê. ¶ 나는 책을 친구에게 빌려주었다 tôi đã cho bạn mượn sách.

빌리어드(billiards) 【Anh】 trò chơi bi-a.

빌미 nguyên nhân, nguyên do, vấn đề, nguyên cớ; sự vãng lai. ¶ ~ 붙다 nẩy sinh nguyên nhân, xuất hiện nguyên cớ; lai vãng, qua lại thường xuyên (원귀가) / ~ 잡다 nắm bắt nguyên do, nhận biết nguyên nhân.

빌붙다 khúm núm, xu nịnh, bợ đỡ, tâng bốc. ¶ 빌붙어살다 sống bợ đỡ.

빌어먹다 ăn xin. ¶ 빌어먹을! đồ chết tiệt!, đồ ăn mày!

빗 lược chải đầu. ¶ ~살 răng lược / ~솔 bàn chải dùng để làm sạch các kẽ giữa các răng lược.

빗각(-角) 【Hho】 góc chéo, góc xiên.

빗금 ☞ **사선**(斜線).

빗기다 chải (tóc), chải (đầu); chải (lông). ¶ 아이의 머리를 빗겨주다 chải tóc cho em bé.

빗나가다 (빗맞다) ngoảnh đi, quay đi; lệch hướng, sai đường, lầm đường.

빗다 chải (tóc). ¶ 거울 앞에서 머리를 ~ chải tóc trước gương.

빗대다 ❶ (비꼬다) nói bóng gió, ám chỉ. ❷ (틀리게) khai man, nói không đúng, nói ẩu.

빗돌(碑-) bia đá.

빗듣다 (잘못 듣다) nghe sai, nghe nhầm.

빗디디다 ☞ **헛디디다**.

빗맞다 ❶ (빗나가다) bị lạc hướng, bị trệch hướng, không trúng đích. ❷ (뜻한 일이) bị lỡ, bị nhỡ, bị hỏng, bị sai.

빗먹다 (톱이) (cưa) xéo.

빗물 nước mưa.

빗발 ¶ ~치듯하다 (탄알이) thể hiện sự nhiều, nhanh, dầy và đặc; như mưa / ~같이 쏟아지는 총알 đạn bắn ra như mưa.

빗방울 giọt mưa. ¶ 커다란 ~이 떨어지기 시작했다 những giọt mưa to bắt đầu rơi xuống / ~이 창문을 때린다 giọt mưa đập vào cửa sổ.

빗변(-邊) 【Hho】 cạnh huyền (của tam giác vuông).

빗장 thanh ngang, then cài, chốt. ¶ 문에 ~을 걸다 cài thanh ngang lên cửa, cài then cửa, cài chốt cửa.

빗접 hộp đựng lược.

빗질하다 chải đi chải lại, chải.

빗치개 vật dùng để chẻ ngôi hay làm sạch răng lược.

빙 ¶ ~ 돌다 quay vòng, quay lòng vòng.

빙고(氷庫) nhà máy nước đá; hầm lạnh, kho lạnh.

빙과(氷菓) bánh kem; kem.

빙괴(氷塊) tảng băng; (떠도는) tảng băng trôi.

빙그레 ¶ ~ 웃다 cười rạng rỡ, cười tươi rói.

빙그르르 lướt quanh, đi vòng quanh một cách nhẹ nhàng.

빙글거리다 mỉm cười, tươi cười (với ai đó).

빙긋거리다 ☞ **빙글거리다**.

빙낭(氷囊) túi nước đá, túi đá lạnh.

빙부(聘父) ☞ **장인**.

빙벽(氷壁) bức tường bằng băng.

빙빙 ¶ ~ 돌다 quay vòng vòng, quay mòng mòng, đi lòng vòng.

빙산(氷山) núi băng; tảng băng lớn. ¶ ~의 일각 đỉnh núi băng, chóp núi băng.

빙상(氷上) ¶ ~에서 trên băng. ¶ ~ 경기 các môn thi đấu thể thao trên băng.

빙설(氷雪) băng tuyết.

빙수(氷水) nước đá.
빙원(氷原) cánh đồng băng, sân băng.
빙자(憑藉) **~하다** sự tin cậy, sự cậy nhờ, sự dựa vào; vin vào, viện lý do, lấy cớ. ¶ …을 ～하여 nhờ vào …, dựa vào …; vin cớ vào …, viện lý do vào ….
빙점(氷點) điểm đông, điểm đóng băng.
빙초산(氷醋酸) 【HH】 axit axêtic băng.
빙충맞다 đần độn, ngu đần, thộn, dốt nát.
빙충(맞)이 người đần độn, người dốt nát, người ngu đần.
빙탄(氷炭) nước với lửa, sự đối lập không thể điều hòa, sự xung khắc, sự kỵ nhau. ¶ ～ 불상용(不相容)이다 như nước với lửa không thể dung hòa được.
빙퉁그러지다 trở nên sai lầm, trở thành lầm lạc; (성질이) ngang ngạnh, cứng đầu cứng cổ, bảo thủ.
빙판(氷板) con đường bị đóng băng, nơi bị đóng băng, băng.
빙하(氷河) con sông bị đóng băng. ¶ ～ 시대 thời kỳ băng hà / ～ 작용 sự đóng băng.
빚 món nợ, khoản nợ, sự nợ nần. ¶ ～을 지다 mắc nợ / ～을 갚다 trả nợ, hoàn nợ, trang trải nợ nần. ¶ ～장이 chủ nợ.
빚거간(-居間) **~하다** cho vay (có hệ thống và có văn phòng giao dịch như một kiểu kinh doanh).
빚꾸러기 người mắc nợ ngập đầu, người nợ như chúa chổm.
빚내다 vay tiền, mượn tiền.
빚놀이 cho vay lấy lãi.
빚놓다 cho vay, cho mượn.
빚다 ❶ (술을) ủ; pha chế (rượu); (만두, 송편 따위를) vắt, nặn (bánh), làm bánh. ❷ ☞ **빚어내다**.
빚돈 món tiền nợ, khoản tiền nợ; khoản tiền cho vay, khoản tiền cho mượn.
빚물이하다 trả nợ thay cho người khác.
빚받이하다 thu nợ, lấy nợ.
빚어내다 làm xảy ra, gây ra, làm dẫn đến. ¶ 분쟁을 ～ làm xảy ra tranh chấp, gây ra tranh chấp, làm dẫn đến tranh chấp.
빚쟁이 người cho vay lấy lãi, chủ nợ cho vay nặng lãi (고리 대금업자).
빚주다 cho vay, cho mượn tiền.
빚지다 mắc nợ, vay mượn tiền.
빛 ❶ (광명) ánh sáng; (광선) tia sáng (굵은); ánh chớp (섬광); tia sáng lóe lên (어둠속의); ánh sáng le lói (미광(微光)); ánh sao (별이); (광휘) ánh sáng rực rỡ. ❷ (색채) sắc màu, màu sắc (sặc sỡ), màu mè, màu sắc tươi sáng (빛깔). ❸ (안색 따위) cái nhìn, ánh mắt; (표정) vẻ mặt, sắc mặt, thái độ; (표시) sự biểu lộ, sự thể hiện. ¶ 피곤한 ～을 나타내다 lộ vẻ mệt mỏi.
빛깔 ☞ **빛** ❷, **색채**(色彩).
빛나다 ❶ (광선이) lóe sáng. ❷ (광휘가) rực sáng, tỏa sáng, chiếu sáng, bóng loáng, lấp lánh (금은 보석따위가); sáng chập chờn, sáng leo lét (어슴프레); le lói (어둠속에); rực sáng, lóe sáng, vụt sáng (번쩍); sáng lấp lánh (별이); bóng loáng, chói ngời, rực rỡ (윤이). ❸ (영광스럽게) vinh quang, sáng ngời, rực sáng, sán lạn. ¶ 빛나는 장래 tương lai sán lạn.
빛내다 làm cho sáng lên, đánh bóng lên; tôn vinh; làm cho nổi tiếng, làm rạng danh. ¶ 이름을 ～ làm rạng danh tên tuổi.
빛살 tia sáng.
빠개다 chẻ ra, bửa ra, đập vỡ ra (những vật cứng). ¶ 장작을 ～ bửa củi.
빠개지다 bị nứt, bị gãy, bị vỡ, bị đổ

nát; (일이) bị thất bại, bị đổ vỡ, bị hỏng.

빠드득거리다 kèn kẹt, cọt kẹt, cót két.

…빠듯 hơi kém, hơi hụt, hơi thiếu, chưa đủ. ¶ 두자~ chưa đầy hai chas (1 chas bằng 0.33m).

빠듯하다 ❶ (겨우 미침) vừa đủ; eo hẹp, hơi thiếu. ¶ 빠듯이 một cách hơi thiếu; một cách eo hẹp. ❷ (꼭낌) vừa khít, bó sát; hơi chật.¶ 빠듯한 구두 đôi giày hơi chật.

빠뜨리다 ❶ (누락) bị rơi xuống, bị ngã xuống, bị ném xuống, bị vứt xuống. ❷ (잃다) mất, rơi, rớt. ❸ (물 속 따위에) bị rơi xuống, bị ngã xuống; (함정에) mắc bẫy, bị gài bẫy, bị lừa gạt; (유혹 등에) bị cám dỗ, bị quyến rũ, bị lôi kéo.

빠르다 ❶ (속도가) nhanh; nhanh nhẹn, hoạt bát. ¶ 발이 ~ đi nhanh / 진보가 ~ tiến bộ nhanh. ❷ (시간이) sớm, không còn bao lâu nữa (시기 상조). ¶ 빠르면 빠를수록 좋다 càng sớm càng tốt.

빠빠 (아이들 말) tiếng gọi bố của trẻ em.

빠이빠이 (주로 아이들 말) tạm biệt.

빠지다 ❶ (허방 따위에) bị ngã vào, bị rơi vào; (물에) bị ngã xuống nước. ¶ 물속에 ~ bị chìm trong nước. ❷ (탐닉) say sưa, chìm đắm, si mê, mê mẩn, đam mê; (어떤 상태에) lâm vào, rơi vào. ¶ 주색에 ~ đam mê tửu sắc / 위험 상태에 ~ lâm vào tình thế nguy ngập. ❸ (탈락) bị loại khỏi, bị gạt ra, bị bỏ ra, bị bỏ sót, bị rơi ra. ¶ 털이 ~ lông bị rơi ra, lông bị rụng xuống. ❹ (탈루) bị khuyết, bị thiếu, bị trống, bị hở; (없다) không có. ❺ (살이) gầy đi, giảm cân, sụt cân. ❻ (물 등이) chảy đi, rút hết, thoát ra. ❼ (빛, 힘, 김 따위가) bị yếu đi, bị giảm sút; bị mất sức (얼룩 등이); ❽ (지나가다) vượt khỏi, thoát khỏi; đi đến, dẫn đến. ¶ 골목으로 ~ đi theo con ngõ. ❾ (탈출) trốn thoát, chạy thoát; (피하다) tránh khỏi, né tránh, thoái thác. ¶ 위기를 빠져나가다 tránh khỏi được nguy ngập, tránh được khủng hoảng. ❿ (탈퇴) rời khỏi, đi khỏi; từ biệt; thoái lui. ⓫ (…만 못하다) thua kém, thấp hơn. ¶ 빠지지 않다 không thua kém. ⓬ (제비 뽑히다) trúng (xổ số).

빠짐없이 không thiếu vắng, không bỏ sót, không loại trừ; thấu đáo, chu đáo; triệt để. ¶ ~ 투표하다 đi bầu cử không thiếu một ai.

빡빡 ❶ (얽은 모양) ¶ ~ 얽은 rậm rạp, dày đặc. ❷ (머리깎은 모양) lởm chởm, cũn cỡn. ¶ ~ 깎다 cắt ngắn cũn.

빡빡하다 ❶ (꽉차다) chật ních, ken dầy, dầy đặc. ❷ (두름성이) chật chội, mắc mớ. ❸ (음식 따위가) nghẹn, khó nuốt.

빡작지근하다 ☞ **뻑적지근하다**.

빤드르르 ¶ ~한 trơn mượt, bóng láng, êm mượt.

빤들거리다 (매끄럽다) trơn tuột, bóng nhoáng; (약게만 굴다) khôn ngoan, thông minh, sắc sảo.

빤들빤들 bóng loáng, mượt mà; (빈들빈들) vu vơ, vơ vẩn, thơ thẩn, lang thang; ăn không ngồi rồi.

빤작거리다 lấp lánh, nhấp nháy; lập lòe, le lói, leo lét.

빤질거리다 ☞ **반질거리다**.

빤하다 ☞ **뻔하다**.

빤히 ❶ (분명히) sáng sủa, rõ ràng, minh bạch; chắc chắn. ❷ (뚫어 지게) một cách săm soi, một cách dò xét.

빨간 ~거짓말 lời nói dối rành rành, lời nói dối rõ ràng.

빨강 màu đỏ tươi, màu đỏ đậm (심홍색).

빨강이 (물건) đồ vật có màu đỏ.

빨갛다 đỏ, đỏ thắm, đỏ tươi.

빨개지다 đỏ bừng lên, ửng đỏ; ửng hồng.

빨갱이 (공산당원) người theo chủ nghĩa cộng sản.

빨그스름하다 nhuốm đỏ, hơi đỏ.

빨다[1] (입으로) mút, hút, nút; bú; (흡수) hút, tu, uống.

빨다[2] (세탁) giặt giũ.

빨다[3] (뾰족함) thon; nhọn đầu.

빨대 (종이의) ống hút.

빨딱거리다 (가슴이) đập thình thịch, đập rộn ràng; (맥이) đập dồn dập; (물마시는 꼴) ừng ực, òng ọc.

빨랑빨랑 nhanh nhanh, nhanh lên, mau lên.

빨래 sự giặt giũ, quần áo bẩn. **~하다** giặt giũ. ¶ ~감 đồ cần giặt giũ / ~ 집게 cặp gài quần áo lúc phơi, cặp quần áo / ~통 thùng đựng quần áo bẩn / ~터 nơi giặt giũ / ~판 tấm gỗ làm kệ để vò, giặt / 빨랫줄 dây phơi quần áo.

빨리 (일찍) một cách sớm sủa; (바로) ngay lập tức; (신속) một cách nhanh chóng, lẹ làng; (급히) một cách gấp gáp, vội vàng; gấp rút (기민하게) ¶ 걸음을 ~하다 rảo bước / ~ 가라 đi nhanh lên / ~ 해라! nhanh lên!; làm nhanh lên!

빨리다 ❶ (흡수당함) bị hút, bị hấp thu. ❷ (착취당하다) bị bóc lột, bị chèn ép; bị nặn, bị ép ra. ❸ (빨아먹이다) mút, nút, hút (để ăn).

빨병(-甁) (수통) chai nước, bình nước.

빨아내다 rút ra, hút ra, nặn ra, thấm (고름 따위를).

빨아들이다 (기체를) thở vào, hít vào, hút vào; (액체를) thấm, hút; hấp thụ, tiếp thu. ¶ 연기를 ~ hít khói.

빨아먹다 ❶ (음식을) mút, bú; ngậm. ❷ (우려내다) nắn ra, ép ra, bóp ra, nặn ra.

빨치산 quân du kích.

빨판 ☞ **흡반**.

빳빳하다 cứng; thẳng; phẳng. ¶ 다리미질 후 풀기가 빳빳해진 면 sau khi là xong, hồ vải trở nên cứng.

빵[1] bánh mỳ. ¶ 버터 바른 ~ bánh mỳ phết bơ / ~ 한 조각 một mẩu bánh mỳ / ~을 굽다 nướng bánh mỳ.

빵[2] (소리) binh binh, boong boong; đùng đùng.

빵꾸 sự nổ (lốp xe), sự xì hơi. ¶ ~나다 bị nổ, bị xì hơi / 앞바퀴 뒷바퀴 모두 ~가 나다 tất cả bánh trước bánh sau đều bị xì hơi / 유리조각 때문에 바퀴에 ~가 났다 vì mảnh thủy tinh mà lốp xe bị nổ.

빵집 hiệu bánh mỳ, tiệm bánh mỳ.

빻다 tán bột, xay bột, nghiền bột.

빼각거리다 ☞ **삐걱거리다**.

빼기 【TH】 ¶ ~를 하다 làm phép trừ.

빼내다 ❶ (골라내다) chọn ra, lọc ra, lựa ra; (뽑다) chiết ra, rút ra, moi ra, kéo ra, lôi ra, nhổ ra. ❷ (돌려내다) chôm chỉa, ăn bớt, ăn cắp vặt. ❸ (매인 몸을) mua lại, chuộc lại.

빼놓다 ❶ (젖혀놓다) loại trừ, xóa đi, tống ra, trừ ra. ❷ (뽑아 놓다) nhổ ra, rút ra, moi ra. ❸ (골라 놓다) chọn ra, nhặt ra, lựa ra, phân ra.

빼다 ❶ (빼내다) nhổ ra, rút ra, moi ra, lấy ra, lôi ra. ❷ (얼룩을) xóa tì vết, xóa vết nhơ, xóa vết bẩn. ❸ (생략) bỏ qua, loại ra, trừ ra. ❹ (감산) trừ đi. ¶ 10에서 5를 ~ lấy 10 trừ đi 5. ❺ (회피하다) lẩn tránh, né tránh. ¶ 꽁무니를 ~ né tránh trách nhiệm, lẩn tránh trách nhiệm. ❻ (차려입다) mặc quần áo.

빼먹다 ❶ (빠뜨리다) bỏ quên, bỏ sót, bỏ qua (뛰다). ❷ (돌려내다) ăn bớt, chôm chỉa, ăn cắp vặt. ❸ (수업을) ¶ 학교를 ~ trốn học.

빼물다 (거만하게) bĩu môi (kiêu căng, ngạo mạn); (화가 나서) trề môi, mếu máo, phụng phịu.

빼쏘다 giống như hệt, giống như đúc.

빼앗기다 ❶ (탈취) bị cướp đoạt, bị tước đi, bị dành mất, bị trộm cướp. ❷ (정신을) bị thôi miên, bị mê hoặc. (매혹되다) bị quyến rũ, bị mê hoặc.

빼앗다 ❶ (탈취) cướp giật, giành lấy; (약탈) cưỡng đoạt, tước đoạt; (찬탈) chiếm đoạt; (박탈) cướp bóc, bóc lột; (함락) thu hút, lôi cuốn. ❷ (정신을) thôi miên, mê hoặc; (매혹하다) quyến rũ, mê hoặc.

빼어나다 trội, vượt trội, xuất sắc, ưu tú.

빽[1] (후원자) sự ủng hộ, sự giúp đỡ, sự che chở, sự đùm bọc; (연줄, 배경) mối quan hệ, mối liên kết.

빽[2] (소리) ¶ ~ 소리지르다 thét lên the thé; kêu chiêm chiếp (gà con).

빽빽이 một cách chặt chẽ, một cách sít sao, một cách dầy đặc.

빽빽하다 (촘촘하다) đông đúc, dầy đặc; (조밀) sát sao, chặt chẽ, cẩn thận, sin sít; (가득하다) đầy ắp, đầy ứ; (막히다) tắc, nghẽn.

뺀둥거리다 lười nhác, biếng lười, lêu lổng.

뺀들거리다 ☞ **뺀둥거리다**.

뺄셈 phép trừ, sự trừ đi. **~하다** trừ, làm phép trừ.

뺑 vòng tròn, xung quanh, vòng vèo, lòng vòng. ¶ ~ 둘러싸다 vây xung quanh, vây vòng tròn, quây vòng tròn.

뺑소니 sự chuồn, sự tẩu thoát, sự chạy trốn. ~치다 (도망) chuồn, tẩu thoát, chạy trốn; (자동차가) chạy mất, tẩu thoát (khi xe gây tai nạn). ¶ ~차 xe bỏ chạy, xe tẩu thoát, xe chuồn mất / ~ 운전사 người lái xe bỏ chạy, người lái xe trốn mất.

뺨 gò má. ¶ ~을 때리다 tát vào má, vả vào má, đánh vào má / ~을 맞다 bị tát, bị vả, bị đánh vào má / ~을 비비 xoa xoa má (손으로); sờ má, vuốt má (남의 뺨에).

뺨치다 ❶ (때리다) tát, vả, đánh vào má. ❷ (무색케 하다) qua mặt, vượt mặt, làm cho người khác xấu hổ. ¶ 전문가를 뺨치는 솜씨다 tài nghệ giỏi đến mức làm các chuyên gia xấu hổ, tài nghệ vượt các chuyên gia.

뻐근하다 cảm thấy nặng nề, cảm thấy khó chịu, cảm thấy mỏi mệt, cảm thấy khó khăn.

뻐기다 làm bộ, làm ra vẻ ta đây; ba hoa, khoác lác (말로).

뻐꾸기 [LCh] chim cu.

뻐끔하다 thoáng và rộng rãi, rộng và sâu.

뻐드렁니 răng vẩu.

뻑뻑 ¶ 담배를 ~ 피우다 hút thuốc bập bập.

뻑뻑하다 ☞ **빡빡하다**.

뻑적지근하다 cảm giác nặng nề, cảm giác mỏi, cảm giác khó chịu. ¶ 어깨가 ~ vai mỏi.

뻔뻔하다 trơ trẽn, trơ tráo, trâng tráo, mặt dày, không biết hổ thẹn. ¶ 뻔뻔하게 một cách trơ tráo, một cách trơ trẽn.

뻔하다[1] ☞ **번하다**.

뻔하다[2] (까딱하면 …) suýt, thiếu chút nữa thì. ¶ (하마터면) 죽을 ~ suýt chết, thiếu chút nữa thì chết.

뻔히 ☞ **빤히**.

뻗다 ❶ (가지, 뿌리 등이) vươn ra, duỗi ra. ¶ 뿌리가(를) ~ rễ vươn ra. ❷ (연이음) trải ra, ảnh hưởng đến. ¶ 동서로 ~ trải ra đông tây, vươn ra đông tây / …까지 뻗어 있다 trải ra đến tận, vươn ra đến tận. ❸ (팔다리를) duỗi ra, giang ra. ¶ 손을 ~ giang tay, duỗi tay. ❹ (발전) mở rộng, khuếch trương, trải ra, vươn ra. ❺ (죽다) xuôi tay, nhắm mắt xuôi tay.

뻗대다 chịu đựng, nhẫn nhịn; chống cự, cầm cự.

뻗치다 ☞ **뻗다**.

뻘 (관계) vị trí trong mối quan hệ, bậc. ¶ 조카 ~이다 là bậc cháu.

뻣뻣하다 (억세다) cứng đơ, rắn rỏi, rắn chắc; (태도가) rắn rỏi, cứng rắn, kiên quyết, kiên định, không nhân nhượng. ¶ 목이 ~ cổ cứng đơ.

뻥 ❶ (소리) bốp. ¶ ~ 하고 kêu bốp bốp. ❷ (구멍이) ¶ ~ 뚫어지다 bị chọc thủng và kêu bốp bốp. ❸ ☞ **거짓말** nói dối, không có chút gì là sự thật.

뻥글거리다 tươi cười, rạng rỡ, hớn hở.

뻥긋거리다 ☞ **뻥글거리다**.

뻥뻥하다 bối rối, lúng túng.

뻥실거리다 hớn hở, rạng rỡ.

뺑끼 ☞ **페인트**.

뼈 ❶ (골격) xương; (유골) xương cốt. ¶ 생선 ~를 바르다 gỡ xương cá / ~가 부러지다 gẫy xương. ❷ (저의) hàm ý. ¶ ~있는 말 lời nói có hàm ý.

뼈다귀 chất xương; sừng, ngà.

뼈대 (골격) tầm vóc, khổ người, dáng người, thân hình; (구조물의) cấu trúc, cơ cấu. ¶ ~가 단단한 cấu trúc vững vàng.

뼈물다 ăn mặc chải chuốt.

뼈저리다 làm đau xương; làm đau đớn; làm đau lòng. ¶ 뼈저린 thấy đau lòng, thấy đau đớn / 뼈저리게 một cách đau lòng, một cách đau đớn.

뼈지다 (옹골차다) rắn chắc, vững bền; (말이) sắc sảo, sắc bén; cay độc. ¶ 뼈진 말 lời nói sắc sảo; lời nói cay độc.

뼘 gang tay (23 cm). ¶ ~으로 재다 đo bằng gang tay.

뼘다 đo đạc bằng gang tay.

뽀얗다 trắng đục, mờ mờ.

뽐내다 giả vờ; giả bộ; làm ra vẻ ta đây, lên mặt.

뽑다 ❶ (박힌 것을) kéo ra, lôi ra, nhổ ra, rút ra, lấy ra. ❷ (선발) lựa chọn, tuyển chọn, cử ra, lọc ra, phân ra; (선거) bầu chọn. ❸ (모집) triệu tập; tuyển mộ, tiếp nhận.

뽕 lá dâu tằm. ¶ ~나무 cây dâu tằm.

뽕빠지다 bị tiêu tán, bị cháy túi, bị vỡ nợ; mệt nhoài, kiệt sức.

뾰로통하다 bĩu môi, trề môi; (서술적) phụng phịu, mếu máo.

뾰롱뾰롱하다 càu nhàu, cáu bẳn, gắt gỏng.

뾰루지 mụn, nhọt, u, bướu. ¶ ~가 나다 mọc mụn, mọc u.

뾰조록하다 (서술적) nhô ra, lồi ra, thòi ra, trồi ra.

뾰족탑(-塔) tháp chuông, gác chuông; tháp nhọn.

뾰족하다 nhọn, thon đầu. ¶ 뾰족하게 하다 mài nhọn, vót nhọn, đẽo nhọn.

뿌리 (식물의) rễ; gốc. ¶ ~깊은 rễ sâu / ~를 박다 cắm rễ / ~를 빼다 nhổ rễ.

뿌리다 (끼얹다) gieo, rắc, tưới, phun (물 따위를); rắc, rải (꽃 따위를); (흩뜨리다) vãi, gieo. ¶ 씨를 ~ gieo hạt.

뿌리치다 vẩy, lắc, rung, phủi. ¶ 손목을 ~ phủi tay, vẩy tay.

뿌옇다 trắng đục, mờ đục (안개같이).

ㅂ

뿐 chỉ, mỗi, đơn thuần. ¶ 이름~인 의사 bác sỹ chỉ có mỗi cái tên (bác sỹ không đủ phẩm chất) / …할 ~만 아니라 không những … mà còn, ngoài ra, vả lại, hơn nữa.

뿔 sừng. ¶ ~로 받다 mọc sừng; húc bằng sừng. ¶ ~ 세공 gia công sừng.

뿔뿔이 lác đác, lưa thưa, rải rác, tản mạn, thưa thớt. ¶ ~ 흩어지다 tung tóe ra nhiều nơi, tản mát, phát tán rải rác.

뿜다 phun ra, trào ra, bắn ra, phụt ra. ¶ 연기(煙氣)를 ~ hơi nóng phụt ra / 용암을 ~ dung nham trào ra, nham thạch phun ra.

뿡뿡 ¶ ~ 소리내다 kêu binh binh, kêu boong boong.

삐걱거리다 cọt kẹt, cót két, kẽo kẹt, ken két.

삐다[1] (수족을) bong gân, trật khớp.

삐다[2] (물이) rút bớt, hạ thấp xuống, thoát bớt.

삐대다 làm cho ai đó lo lắng, làm cho người khác buồn phiền.

삐딱거리다 lung lay, rung rinh, run run, lẩy bẩy, chao đảo, nghiêng ngả.

삐딱하다 rung, lung lay, chao đảo, loạng choạng, lắc lư, chao đảo, nghiêng ngả.

삐라 tờ quảng cáo, tờ yết thị, tranh cổ động, áp phích, tờ rơi. ¶ ~를 뿌리다 rải tờ quảng cáo, phát tranh cổ động / ~를 붙이다 dán áp phích, dán tranh cổ động.

삐삐 ¶ ~ 울다 khóc thét lên / ~ 마르다 khô cong; gầy hốc hác, gầy rộc.

삐악삐악 ¶ ~ 울다 kêu chíp chíp, kêu chiêm chiếp.

삐죽거리다 mếu máo, phụng phịu ¶ 성이 나서 ~ vì giận dỗi nên phụng phịu / 울려고 ~ mếu máo muốn khóc.

삐죽하다 chìa ra, nhô ra, thò ra.

삑 (기적의) dày đặc, rậm rạp; tuýt (tiếng huýt sáo). ¶ ~ 울리다 kêu tuýt tuýt.

삥 vòng tròn, vòng vòng, lòng vòng (완전히). ¶ ~ 둘러싸다 vây vòng quanh, vây kín xung quanh.

삥땅 tiền ăn cắp. **~하다** ăn cắp tiền.

ㅅ

사[1] khuy áo, khuyết áo. ☞ 사뜨다.
사[2] 【ÂN】 nốt Sol "G".
사(巳) biểu tượng cho con rắn trong 12 con giáp, tỵ.
사(四) số bốn; thứ tư (제4). ¶ ～차원 khoảng cách (giá trị) thứ tư (của một đại lượng).
사(私) riêng, riêng tư, cá nhân (자기); tư lợi (사리). ¶ ～가 있는 có riêng tư; có tư lợi / ～가 없는 không có riêng tư, không có cá nhân; không có tư lợi.
사(邪) (부정) sự sai lầm, sự sai trái; (사악) cái xấu, điều tai hại, tội lỗi; ác tâm, ác ý.
사(社) (회사) công ty; hãng; cơ quan, công sở; văn phòng.
사(紗) vải mỏng; gạc.
…사(史) lịch sử. ¶ 한국～ lịch sử Hàn Quốc / 세계～ lịch sử thế giới.
…사(辭) diễn văn, bài nói chuyện. ¶ 환영～ diễn văn chào mừng.
사가(史家) nhà viết sử, sử gia.
사가(私家) tư gia (집); nhà riêng (가정).
사각(四角) tứ giác, bốn góc. ¶ ～의 thuộc dạng có bốn góc. ¶ ～형 hình tứ giác.
사각(死角) góc chết.
사각(射角) góc hỏa lực, góc nâng.
사각(斜角) 【TH】 góc xiên, góc chéo.
사각사각 ¶ ～ 먹다 ăn rau ráu.
사감(私憾) mối hận thù, mối ác cảm; ác ý, ác tâm.
사감(舍監) người quản lý khu nhà ở tập thể; (여자) người trông nom nhà trẻ, cô nuôi dạy trẻ.
사개 【KTr】 mộng đuôi én (trong kiến trúc).
사거리(四-) ngã tư đường.
사거리(射距離) có việc đột xuất, có trục trặc.
사건(事件) sự kiện, sự việc (큰); chút việc, có vấn đề (사소한); âm mưu, mưu đồ, mưu sự (음모); việc, công việc (일); vụ lộn xộn, cuộc nổi dậy, vụ gây rối; (사고) sự cố, sự rủi ro, tai nạn (봉기); vụ kiện, vụ tố tụng (소송); vụ tai tiếng, vụ gây xôn xao dư luận (알력); vụ xì căng đan (추문). ¶ ～을 떠맡다 đảm nhiệm vụ việc, đảm nhận vụ kiện tụng. ¶ 간통 ～ vụ ngoại tình.
사격(射擊) sự bắn, phát súng, tầm bắn. ~하다 bắn, nổ súng. ¶ ～ 대회 cuộc thi bắn súng / ～술(術) thuật xạ kích, tài thiện xạ / ～ 연습 tập bắn / ～장 trường bắn, sân bắn, bãi tập bắn.
사격전(射擊戰) cuộc đọ súng. ¶ ～을 벌이다 diễn ra cuộc đọ súng.
사견(私見) ý kiến cá nhân, ý kiến riêng. ¶ ～으로는 theo ý kiến riêng của tôi.
사경(死境) sắp chết, kề miệng lỗ, lúc hấp hối; (궁경) bước đường cùng. ¶ ～을 헤매다 dở sống dở chết, sống dở chết dở.

사경제(私經濟) (경제) kinh tế tư nhân.

사계(四季) (사철) bốn mùa.

사계(斯界) lĩnh vực, phạm vi, đề tài (thuộc chuyên môn riêng). ¶ ～의 권위 quyền trong lĩnh vực (chuyên môn riêng).

사고(四顧) ¶ ～ 무친하다 tứ cố vô thân, không có quan hệ thân thiết với ai, không có bạn bè và bà con thân thích.

사고(社告) thông báo, thông cáo (của doanh nghiệp).

사고(事故) tai nạn, sự cố, việc rủi ro, tình huống không ngờ tới (예측 못한); (고장) sự trục trặc, sự cố. ¶ ～를 일으키다 gây ra sự trục trặc, gây sự cố. ¶ 철도 ～ sự cố đường sắt, tai nạn đường sắt / 교통 ～ tai nạn giao thông.

ㅅ

사고(思考) sự tư duy, sự suy nghĩ. **~하다** nghĩ, suy nghĩ, ngẫm nghĩ, tư duy. ¶ ～력 năng lực tư duy / ～ 방식 phương pháp tư duy.

사공(沙工) người lái thuyền, người chèo thuyền, người lái đò.

사과(沙果) quả táo. ¶ ～나무 cây táo / ～산(酸) a xít malic / ～술 rượu táo.

사과(謝過) lời xin lỗi, lời tạ lỗi; sự xin lỗi, sự tạ lỗi. **~하다** xin lỗi, tạ lỗi. ¶ ～장 [편지] bản tự kiểm điểm [thư xin lỗi].

사관(士官) viên sỹ quan. ¶ ～ 학교 trường sỹ quan / ～ 후보생 học viên trường sỹ quan.

사관(史觀) quan điểm lịch sử, tư duy về lịch sử.

사교(社交) sự giao thiệp, sự xã giao. ¶ ～적인 mang tính giao thiệp, mang tính xã giao. ¶ ～가 người dễ hòa đồng, người giỏi giao thiệp / ～계 giới hoạt động xã hội; tầng lớp thượng lưu / ～계의 여왕 nữ hoàng trong giới hoạt động xã hội; nữ hoàng trong giới thượng lưu / ～술 nghệ thuật giao tiếp, nghệ thuật xã giao / ～춤 buổi khiêu vũ mang tính chất xã giao.

사교(邪教) dị giáo, tà giáo. ¶ ～도 tín đồ tà giáo.

사구(死球) 【BC】 bóng chết (thuật ngữ dùng trong bóng chày khi bóng chạm người phải phát bóng lại).

사구(砂丘) cồn cát, đụn cát.

사군자(四君子) 【MT】 bốn loại cây tượng trưng cho các phẩm chất của người quân tử, tứ quân tử (tùng, trúc, cúc, mai).

사권(私權) 【PL】 quyền cá nhân.

사귀(邪鬼) sự tồi tệ, sự khó chịu; sự độc ác.

사귀다 làm bạn, kết bạn, kết thân, chơi cùng, giao du, giao thiệp. ¶ 좋은 [나쁜] 친구와 ～ chơi với bạn tốt [xấu].

사귐성 sự gần gũi, sự chan hòa, tính thân thiện. ¶ ～있는 dễ gần gũi, dễ thân thiện, dễ hòa đồng / ～있는 사람 người dễ gần.

사그라지다 xẹp xuống, rút xuống, lún xuống; mục rữa, thối nát (썩어); tan biến, tan ra (녹아서); xẹp xuống (종기 등이).

사극(史劇) vở kịch lịch sử, sử kịch.

사근사근하다 (성질이) nhã nhặn, hòa nhã, ân cần, niềm nở; ngoan ngoãn, dễ bảo; (먹기에) giòn; tươi ngon.

사금(砂金) bụi vàng, vàng cốm. ¶ ～ 채집 đãi vàng.

사금융(私金融) khoản tiền cá nhân, khoản tiền riêng.

사금파리 mảnh vỡ của đồ sứ, mảnh sành vỡ.

사기(士氣) sỹ khí, chí khí, nhuệ khí, tinh

thần chiến đấu. ¶ ~가 떨어지다 mất nhuệ khí, mất tinh thần chiến đấu / ~를 고무하다 cổ vũ tinh thần chiến đấu / ~ 왕성하다 sỹ khí cao, tinh thần chiến đấu tốt.

사기(史記) sử ký, biên niên sử.

사기(死期) giờ chết; thời khắc cuối cùng.

사기(砂器) đồ gốm sứ (자기).

사기(詐欺) sự lừa đảo, sự lừa gạt, sự lừa bịp, sự gian lận, sự bịp bợm. **~하다** lừa đảo, lừa bịp, lừa gạt, gian lận, bịp bợm. ¶ ~를 당하다 bị lừa đảo, bị bịp bợm, bị lừa gạt. ¶ ~꾼 kẻ lừa đảo, kẻ bịp bợm / ~ 혐의자 người bị tình nghi lừa đảo.

사기업(私企業) công ty tư nhân.

사나이 ❶ (남자) đàn ông, con trai, phái nam. ❷ (남성) nam tính, tính đàn ông. ❸ (사내다움) sự mạnh mẽ, sự hùng dũng, sự dũng cảm, sự cương quyết. ¶ ~다운 xứng với đàn ông, xứng là đấng nam nhi / ~답게 một cách đáng mặt nam nhi, ra dáng đàn ông.

사나토리움(sanatorium) [Anh] viện điều dưỡng, trại điều dưỡng, trại an dưỡng.

사날[1] ba bốn ngày; vài ba ngày.

사날[2] ¶ ~ 좋다 có thái độ tuỳ ý, theo ý riêng của mình / ~ 좋게 một cách ương ngạnh, một cách độc đoán (독단); một cách bừa bãi, một cách vô ý thức (무단).

사납금(社納金) (택시 기사의) số tiền mà người lái tắc xi phải trả lại cho công ty khi vượt quá mức thu nhập hằng ngày.

사납다 hung dữ, dữ tợn, man rợ, dã man; (운수가) nghiệt ngã, khắc nghiệt, hẩm hiu. ¶ 사나운 짐승 loài thú vật hung dữ, thú vật chưa thuần phục / 사납게 생긴 có bề ngoài dữ tợn.

사낭(砂囊) (날짐승의) túi cát, mề, bao tử (của động vật biết bay).

사내 ❶ ☞ **사나이**. ¶ ~아이 cậu bé, chú bé / ~종 người đàn ông giúp việc. ❷ (남편) người chồng, chồng.

사내(社內) ¶ ~의(에) trong nội bộ công ty, trong nội bộ cơ quan. ¶ ~ 유보(留保) lưu trữ nội bộ.

사냥 sự săn bắn; sự đi săn (총렵). **~하다** săn bắn; săn. ¶ ~가다 đi săn. ¶ ~감 những thứ săn được, kết quả đi săn / ~개 chó săn / ~꾼 người đi săn, thợ săn / ~터 bãi săn, khu vực săn bắn.

사념(邪念) suy nghĩ đen tối, ý tưởng xấu xa, tư tưởng hắc ám.

사농공상(士農工商) sỹ nông công thương.

사다 ❶ (구매) mua, sắm, tậu. ¶ 싸게 [비싸게] ~ mua rẻ [đắt] / 외상 [현금]으로 ~ mua trả góp, mua chịu [tiền mặt]. ❷ (가져오다) gây ra, dẫn đến, tạo ra / 환심을 ~ tạo (gây) sự quý mến, làm hài lòng / 미움을 ~ gây ra sự thù ghét. ❸ (인정하다) công nhận, thừa nhận; tin vào.

사다리 ☞ **사닥다리**. ¶ ~꼴 [HHo] thang / ~ 소방차(車) xe cứu hỏa bằng thang.

사다새 [LCh] chim bồ nông.

사닥다리 thang, (소방용) thang cứu hỏa. ¶ ~를 놓다 đặt thang.

사단(社團) đoàn thể, hiệp hội. ¶ ~ 법인 pháp nhân đoàn thể.

사단(事端) nguồn cơn, sự thể (발단). ¶ ~을 일으키다 gây ra sự thể, tạo nguồn cơn.

사단(師團) sư đoàn. ¶ ~ 사령부 bộ tư lệnh sư đoàn / ~장 sư đoàn trưởng.

사담(私談) cuộc nói chuyện riêng tư. **~하다** nói chuyện riêng tư.

ㅅ

사당(私黨) đảng phái cá nhân, đảng riêng, bè phái, phe cánh.

사당(祠堂) đền.

사대(事大) ¶ ~ 사상 [주의] tư tưởng [chủ nghĩa] phục tùng quyền lực, tư tưởng quy phục kẻ mạnh; tư tưởng bợ đỡ, tư tưởng xu nịnh / ~주의자 kẻ hay bợ đỡ, kẻ hay xu nịnh.

사대부(士大夫) sỹ đại phu, người đàn ông thuộc tầng lớp quý tộc.

사도(私道) con đường riêng.

사도(邪道) con đường lầm lạc, con đường xấu xa, con đường tội lỗi.

사도(使徒) sứ đồ, tông đồ; sứ giả. ¶ ~ 행전(行傳) 【KT】 tuyển tập hành động của các sứ đồ / 십이(十二) ~ 12 vị sứ đồ, 12 vị tông đồ.

사도(斯道) bổn phận; sứ mệnh; vấn đề (문제); phương hướng (방면). ¶ ~의 대가 người dẫn đầu trong lĩnh vực chuyên môn nào đó.

사돈(査頓) quan hệ thông gia. ¶ ~의 팔촌 quan hệ thông gia đời thứ tám; quan hệ xa. ¶ ~집 nhà thông gia.

사동(使童) chú bé chạy việc vặt ở văn phòng.

사두마차(四頭馬車) xe tứ mã.

사들이다 mua để tích trữ, mua dự trữ, mua để bán.

사디스트(sadist) sự bạo dâm.

사디즘 chứng thích bạo dâm.

사뜨다 làm tua, đan (dệt) tua.

사라사 vải in hoa, vải trúc bâu.

사라지다 không nhìn thấy nữa, vượt khỏi tầm mắt; biến mất, biến đi, tan biến (소멸). ¶ 어둠 속으로 ~ biến mất vào trong bóng tối / 연기처럼 ~ tan biến đi như khói / 바람과 함께 사라지다 cuốn theo chiều gió (tên tiểu thuyết).

사람 ❶ (인류) loài người, nhân loại; (개인) người, con người. ¶ ~의 떼 quần chúng, dân chúng, thiên hạ, đám đông / ~의 일생 đời sống của con người / ~을 보내다 phái người đi, cử người đi / ~은 만물의 영장 con người là chúa tể của muôn loài. ❷ (인재) nhân lực, nhân tài; (성격, 인물) nhân bản, nhân cách. ¶ ~이 좋은 nhân cách tốt / ~이 나쁜 nhân cách xấu / ~을 잘 [잘못] 보다 nhìn đúng [nhầm] người / ~ 구실을 하다 thực hiện nghĩa vụ của con người, làm bổn phận của con người / ~들 앞에서 울다 khóc trước đám đông, khóc trước mặt mọi người.

사람답다 có đức, có lòng nhân từ; đúng nghĩa con người, xứng với danh nghĩa con người.

사람멀미하다 say người, mệt mỏi khi ở chỗ đông người.

사랑 tình yêu, tình thương. **~하다** yêu, thương, yêu quý. ¶ ~스러운 đáng yêu, dễ thương / 순결한 ~ tình yêu trong sáng / 불의의 ~ tình yêu ngang trái / ~하는 이 người yêu / ~의 보금자리 tổ ấm yêu đương, tổ ấm tình yêu / ~의 표시 sự thể hiện tình yêu / ~에 번민하다 đau khổ vì tình yêu / ~을 고백하다 tỏ tình / ~에 빠지다 yêu mê mẩn, si tình.

사랑(舍廊) căn phòng tách ra khỏi nơi sinh hoạt chung của gia đình thường dùng nơi cho khách nghỉ ngơi. ¶ ~양반 người đàn ông hướng ngoại, chỉ người chồng đi làm ăn bên ngoài ít ở trong nhà / ~채 nhà khách.

사랑니 răng khôn.

사랑싸움 mắng yêu, đánh yêu.

사래질 ~하다 sàng, sẩy; quạt, thổi.

사레 ¶ ~들리다 bị sặc, bị nghẹn.

사려(思慮) sự suy nghĩ, sự đắn đo, sự cân nhắc, sự xem xét (분별). ¶ ~

ㅅ

깊은 suy nghĩ sâu sắc, cân nhắc cẩn thận, xem xét kỹ lưỡng.

사력(死力) ¶ ~을 다하다 lấy hết sức bình sinh.

사력(社歷) lịch sử công ty, lịch sử cơ quan.

사련(邪戀) tình yêu ngang trái, tình yêu bất hợp pháp.

사령(司令) sự thông báo, sự ra lệnh, sự điều khiển. ¶ ~관 người chỉ huy / ~부 bộ tư lệnh / ~선 (우주선의) con tàu điều khiển / ~탑 đài chỉ huy / 연합국 최고 ~관 người chỉ huy tối cao của liên hiệp quốc.

사령(辭令) ❶ (응대의 말) câu đối, bản quyết định bổ nhiệm; bản thông tư. ¶ 외교 ~ thông tư ngoại giao. ❷ (사령장) bản quyết định bổ nhiệm (bãi nhiệm).

사례(事例) ví dụ, thí dụ, trường hợp cụ thể, trường hợp đã có sẵn (선례). ¶ ~ 연구 nghiên cứu trường hợp cụ thể, nghiên cứu ví dụ.

사례(謝禮) (감사) sự cảm tạ, sự tạ lễ, sự cảm ơn; (보수) sự trả công, sự thưởng, sự đền đáp. **~하다** tạ ơn, cám ơn; trả công, đền đáp, thưởng. ¶ ~금 tiền cảm ơn, tiền công, tiền thưởng.

사로자다 ngủ một giấc ngon lành, ngủ thẳng giấc.

사로잠그다 khép hờ, đóng hờ.

사로잡다 bắt sống, bắt giữ, giam giữ (생포); lôi cuốn, thu hút, cuốn hút, mê hoặc, làm cho say mê, làm cho yêu thích (매혹).

사로잡히다 bị bắt sống, bị bắt giữ; (매혹) bị cuốn hút, bị mê hoặc; (얽매이다) bị giam giữ.

사론(史論) bài luận viết về lịch sử.

사론(私論) bài xã luận.

사뢰다 tấu, trình, tâu lên (người cao quý, người có địa vị cao).

사료(史料) tài liệu lịch sử.

사료(思料) **~하다** suy xét, cân nhắc, coi là, xem như.

사료(飼料) thức ăn cho vật nuôi, thức ăn gia súc.

사륙배판(四六倍版) 【In】 khổ tám chiều rộng (từ dùng trong ngành in).

사륙판(四六版) khổ 12, khoảng cỡ B6.

사르다[1] (불을) đốt cháy, thiêu cháy; (피우다) hút; (태우다) đốt.

사르다[2] (곡식을) sàng sảy lúa, quạt thóc.

사르르 nhẹ nhàng, êm ái; từ từ, một cách tự động; âm thầm, lặng lẽ; âm ỉ, lâm râm. ¶ 눈을 ~ 감다 [뜨다] mắt từ từ nhắm lại [mở ra] / 눈이 ~ 녹다 tuyết từ từ tan ra, tuyết lặng lẽ tan / 배가 ~ 아프다 bụng đau lâm râm.

사리 (국수, 새끼 등의) cuộn, búi; bánh, tệp, xấp.

사리(私利) lợi ích riêng, tư lợi. ¶ ~를 꾀하다 thu vén lợi ích riêng, lo tư lợi.

사리(舍利) xá lị (梵); tro táng (화장한). ¶ ~탑 tháp đặt xá lị / ~함 hộp đựng xá lị.

사리(事理) lẽ phải, chân lý, sự đúng đắn, sự thật (사실); quyền tư hữu, quyền sở hữu độc quyền (적부). ¶ ~에 닿다 đạt tới chân lý, đạt tới lẽ phải; tiếp cận với sự thật / ~에 밝다 biết lẽ phải, biết phân biệt đúng sai.

사리다 ❶ (말다) quấn thành cuộn, cuốn thành búi. ❷ (몸을 아끼다) giữ mình, tự bảo trọng.

사린(四隣) vùng lân cận, vùng xung quanh.

사립(私立) ¶ ~의 thuộc về dân doanh, dân lập, thuộc tư nhân. ¶ ~ 탐정 thám tử tư / ~학교 trường tư / ~대학 trường đại học dân lập.

사립문(-門) cửa làm bằng cành cây đan lại với nhau.

사마귀 (무사마귀) mụn cóc; mụn nhọt; bướu cây.

사막(沙漠) sa mạc.

사망(死亡) sự tử vong, sự bỏ mạng, sự chết. **~하다** tử vong, bỏ mạng, chết. ¶ ～ 신고 báo tử / ～률 tỷ lệ tử vong / ～자 người tử vong / ～자 명단 danh sách người tử vong / ～ 진단서 giấy báo tử.

사면(四面) bốn phương, bốn phía, mọi nơi. ¶ ～ 팔방에 ở bốn phương tám hướng, khắp mọi nơi. ¶ ～체 khối bốn cạnh, khối tứ diện.

사면(斜面) mặt nghiêng, cạnh nghiêng, con dốc, độ dốc.

사면(赦免) 【PL】 sự ân xá, sự xá tội, sự tha thứ (대사). ～하다 ân xá, xá tội, tha thứ. ¶ 일반 [특별] ～ ân xá thông thường [đặc xá].

사면(辭免) **~하다** từ chức, thoái vị.

사면초가(四面楚歌) ～이다 thân cô thế cô, đơn thương độc mã.

사멸(死滅) **~하다** bị tiêu diệt, bị thủ tiêu, bị chết.

사명(社命) mệnh lệnh của công ty, chỉ thị của cơ quan.

사명(使命) sứ mệnh, nhiệm vụ, trách nhiệm. ¶ ～을 띠다 nhận nhiệm vụ, có sứ mệnh. ¶ ～감 ý thức trách nhiệm.

사모(思慕) **~하다** khát khao, ham muốn; nhớ nhung.

사모(師母) ¶ ～님 gọi người thiếu phụ một cách kính trọng (thường dùng để gọi vợ của thầy giáo hay vợ của cấp trên).

사무(事務) công việc văn phòng, công việc công sở, công việc hành chính. ¶ ～적인 mang tính văn phòng, mang tính công sở, manh tính hành chính / ～를 보다 làm việc văn phòng / ～를 처리하다 xử lý công việc / ～에 쫓기다 bị công việc thúc ép. ¶ ～관 nhân viên văn phòng, nhân viên hành chính / ～ 당국 văn phòng / ～소 ủy ban nhân dân (văn phòng quản lý hành chính ở các địa phương) / ～실 văn phòng / ～ 용품 văn phòng phẩm / ～원(직원) nhân viên văn phòng / ～ 총장 tổng thư ký.

사무자동화(事務自動化) tự động hóa công tác hành chính, tự động hóa công việc văn phòng. ¶ ～ 기기 máy tự động hoá nghiệp vụ hành chính, máy tự động hóa công việc văn phòng.

사무치다 đâm, chọc, chích, khoét; gây tổn thương, làm tự ái, xúc phạm.

사문(死文) ¶ ～화(化)되다 trở thành một văn bản không có hiệu lực.

사문(沙門) (중) nhà sư, người trong cửa Phật.

사문(査問) cuộc điều tra, cuộc thẩm vấn; sự điều tra, sự thẩm vấn. **~하다** điều tra, thẩm vấn, xét hỏi. ¶ ～ 위원회 hội đồng thẩm vấn, hội đồng xét hỏi.

사문서(私文書) giấy tờ cá nhân, tài liệu riêng. ¶ ～ 위조 làm giả giấy tờ cá nhân.

사문석(蛇紋石) 【Kh】 đá hoa cương.

사물(死物) vật thể chết. ¶ ～ 기생 【TV】 kí sinh trên vật thể chết.

사물(私物) tài sản cá nhân, tài sản riêng.

사물(事物) đồ vật, vật thể; công việc. ¶ ～ 관할(管轄) thi hành công vụ, xử lý công việc trong quyền hạn cho phép.

사물놀이(四物-) *Samulnori*: hình thức biểu diễn âm nhạc truyền thống của Hàn

Quốc với 4 loại nhạc khí khác nhau.

사뭇 (몹시) cực kỳ, cực độ; hoàn toàn, từ đầu chí cuối; (거리낌없이) thoải mái, không giữ ý.

사바(娑婆) sự trần tục; sự khổ hạnh. ¶ ~의 thuộc về trần tục. ¶ ~ 세계 = 사바. cõi trần tục.

사바사바하다 hối lộ, đút lót, lót tay.

사박거리다 rào rạo, lạo xạo.

사박스럽다 thô bạo, hung bạo; thô thiển.

사반(四半) một quý, ba tháng. ¶ ~기(期) kỳ ba tháng / ~ 세기 một phần tư thế kỷ.

사반(死斑) chết đột ngột, đột tử.

사발(沙鉢) cái bát sứ. ¶ ~ 농사하다 đi ăn xin, cầm bát đi ăn xin. ¶ ~ 시계 đồng hồ để bàn hình cái bát.

사방(四方) bốn phương, bốn phía; khắp chốn. ¶ ~에(으로) về nhiều hướng, ra khắp chốn / ~ 2피트 2 feet về bốn phía, diện tích rộng 2 feet / 삼지 ~ 으로 ra nhiều phía, ra nhiều hướng, ra nhiều nơi.

사방(砂防) chống xói mòn, chống lở cát.

사방침(四方枕) gối tựa có bốn góc.

사방형(斜方形) hình chữ nhật. ¶ ~의 thuộc dạng hình chữ nhật.

사배(四倍) gấp 4 lần. **~하다** nhân lên gấp bốn lần, tăng lên gấp bốn lần.

사범(事犯) tội phạm, tội ác, sự vi phạm. ¶ 경제 ~ tội phạm kinh tế / 선거 ~ vi phạm bầu cử.

사범(師範) kiểu mẫu, chuẩn mực, làm gương; sư phạm. ¶ ~ 대학 trường đại học sư phạm / ~ 학교 trường sư phạm / 검도 ~ võ sư kiếm đạo.

사법(司法) tư pháp, công lý, tòa án. ~의 thuộc về tư pháp. ¶ ~관 nhân viên tư pháp (전체) / ~권 quyền tư pháp / ~ 서사 công ty (nhân viên) viết các giấy tờ tư pháp thay / ~ 연수생 thực tập sinh tư pháp / ~ 연수원 viện đào tạo tư pháp / ~ 제도 chế độ tư pháp / ~ 행정 hành chính tư pháp / 국제~재판소 tòa án tư pháp quốc tế.

사법(死法) luật quy định về quyền được chết.

사법(私法) 【PL】 tư pháp.

사법고시(司法考試) kỳ thi quốc gia về tư pháp.

사변(四邊) bốn cạnh, bốn phía. ¶ ~형 hình tứ giác, hình có bốn cạnh.

사변(事變) (사고) tai nạn, sự cố, sự rủi ro; (변란) sự va chạm, sự đụng độ, sự xung đột; (급변) tình trạng nguy cấp, tình trạng khẩn cấp.

사변(思辨) sự sáng suốt, sự phán đoán, sự suy xét, sự suy luận, sự tư duy. ¶ ~적 tính phán đoán, tính tư duy. ¶ ~ 철학 triết học suy luận, triết học tư duy.

사변(斜邊) 【HHo】 cạnh huyền. ☞ **빗변**.

사별(死別) 그녀는 자신의 남편과 ~했다 cô ấy đã từ giã (đã chết) người chồng của mình.

사병(士兵) binh sĩ; lính thường.

사보타주 【Anh】 sự phá hoại ngầm. **~하다** phá hoại ngầm.

사복(私服) thường phục. ¶ ~ 형사 (경찰관) cảnh sát mặc thường phục, cảnh sát chìm, công an mật.

사복(私腹) ¶ ~을 채우다 vun vén cho lợi ích riêng.

사본(寫本) bản viết tay, bản sao chép. ¶ ~을 만들다 làm bản sao.

사부(四部) bốn phần. ¶ ~작 tác phẩm có bốn chương hồi / ~ 합주 【ÂN】 bản hợp tấu có bốn khúc / ~ 합창 bản hợp xướng có bốn chương.

사부(師父) sư phụ, thầy giáo và cha.

사부(師傅) (스승) thầy giáo; (왕자의) sư phụ.
사부랑거리다 nói huyên thuyên, nói tầm phào, nói chuyện không đâu.
사부랑하다 huyên thuyên, tầm phào, chuyện không đâu.
사북 (부채의) trục đứng, cột trụ; (요점) điểm mấu chốt, yếu điểm.
사분(四分) **~하다** chia ra một phần tư. ¶ ~의 일 một phần tư ¶ ~면(面) [TH] mặt của một phần tư / ~ 음표 [ÂN] một phần tư âm sắc / ~의(儀) thuộc một phần tư.
사분거리다 ❶ (지근거리다) pha trò hài hước, gây buồn cười. ❷ (가만가만) bước nhẹ nhàng, bước uyển chuyển.
사분사분 ¶ ~한 nhẹ nhàng, uyển chuyển; buồn cười, hài hước nhẹ nhàng.
사분오열(四分五裂) **~하다** bị phá vỡ hoàn toàn, tan tành, tan ra từng mảnh.
사비(私費) chi phí cá nhân, tiền riêng. ¶ ~로 bằng chi phí cá nhân; bằng tiền riêng / 회사에서 돈을 받지 않았기 때문에 ~로 그것을 샀다 vì không nhận tiền từ công ty nên đã mua cái đó bằng tiền riêng.
사뿐사뿐 nhẹ nhàng, uyển chuyển, mềm mại. ¶ ~ 걷다 bước đi nhẹ nhàng, bước đi uyển chuyển.
사사(私事) việc riêng, việc cá nhân.
사사(事事) ¶ ~건건(件件) việc này việc nọ, mọi việc.
사사(師事) **~하다** nhận sự dạy dỗ, học, là học trò của ai đó.
사사롭다(私私-) có tính cá nhân, có tính riêng tư. ¶ 사사로이 một cách riêng tư, một cách cá nhân.
사사오입(四捨五入) **~하다** làm chẵn, làm tròn số.
사사일(私私-) việc riêng, việc cá nhân.
사사집(私私-) nhà riêng, nhà tư.
사산(死産) sự chết trong bụng mẹ, sự chết lưu. **~하다** chết trong bụng mẹ, chết lưu.
사살(射殺) **~하다** bắn chết.
사상(史上) trong lịch sử. ¶ ~ 유래가 없는 không có nguồn gốc (dấu vết, chứng tích) trong lịch sử.
사상(死相) sự chết chóc.
사상(死傷) ¶ ~자 người chết và bị thương.
사상(事相) sự việc, sự tình, tình trạng. ¶ ~을 명백히 설명하다 giải thích rõ sự tình.
사상(事象) hiện tượng, điều không bình thường.
사상(思想) tư tưởng, suy nghĩ, ý tưởng. ¶ ~가 nhà tư tưởng / ~범 tội phạm chính trị (사람) / ~전 trận chiến tư tưởng / 자유 ~ tư tưởng tự do / 근대 ~ tư tưởng cận đại / 신~ tư tưởng mới/정치 ~ tư tưởng chính trị / 진보 ~ tư tưởng tiến bộ / 혁명 ~ tư tưởng cách mạng.
사상(絲狀) ~의 thuộc hình chỉ, thuộc vi mô. ¶ ~균(菌) nấm mốc, vi sinh.
사상(寫象) ấn tượng. ¶ ~파 phái ấn tượng.
사색(四色) (빛깔) bốn màu sắc, bốn sắc thái; [LS] ¶ ~ 당쟁 sự tranh chấp giữa bốn bên.
사색(死色) màu chết chóc, vẻ chết chóc.
사색(思索) sự ngẫm nghĩ, sự suy xét, sự suy nghĩ, suy đoán. **~하다** ngẫm nghĩ, suy xét, suy nghĩ; trầm ngâm. ¶ ~적인 có tính suy xét, có tính suy đoán/~에 잠기다 chìm trong suy nghĩ, trầm ngâm. ¶ ~가 triết gia, nhà tư tưởng.
사생(死生) sinh tử, sống chết. ¶ ~결단하고 liều mạng, làm một phen sống

mái.

사생(寫生) sự phác họa, bức vẽ phác họa (작품). **~하다** phác họa, vẽ phác họa. ¶ ~ 대회 cuộc thi vẽ phác họa.

사생아(私生兒) con ngoài giá thú, con hoang. ¶ ~로 태어나다 sinh ra là đứa con hoang.

사생활(私生活) đời tư, đời sống cá nhân, đời sống riêng tư. ¶ ~에 참견하다 can thiệp vào đời tư, can thiệp vào đời sống riêng tư.

사서(四書) ¶ ~삼경(三經) tứ thư tam kinh.

사서(司書) người thủ thư, người quản lý sách trong thư viện.

사서(史書) sách lịch sử.

사서(私書) tài liệu riêng, tài liệu cá nhân; (사신) thư tín cá nhân. ¶ (우편) ~함 thùng thư cá nhân, thùng thư riêng.

사서(辭書) ☞ **사전**(辭典).

사석(沙石) cát và đá.

사석(私席) ¶ ~에서 vì lí do riêng tư, lý do không chính thức.

사선(死線) (감옥, 포로수용소 둘레에 친) hàng rào chết, đường chết, vạch ngăn không cho tù nhân lại gần; (죽을 고비) cơn nguy kịch, cơn hiểm nghèo. ¶ ~을 넘다 qua cơn nguy kịch, qua cơn hiểm nghèo.

사선(射線) (탄도) đường đạn; (사격선) vạch ngắm bắn, đường bắn.

사선(斜線) 【HHo】 đường xiên, đường chéo.

사설(私設) ~의 thuộc về tư lập, thuộc về tư thục. ¶ ~ 학원 trung tâm giáo dục tư thục.

사설(邪說) sự không chính thống.

사설(社說) bài xã luận. ¶ ~란 cột đăng bài xã luận.

사성(四聖) bốn bậc thánh nhân (Khổng tử, Thích ca, Giêsu và Socrates).

사세(事勢) sự thể. ¶ ~ 부득이 sự thể bắt buộc.

사소(私訴) 【PL】 kiện tụng.

사소(些少) ~한 nhỏ nhặt, vặt vãnh, tầm thường, tầm phào. ¶ ~한 일 việc vặt vãnh, việc nhỏ nhặt, việc tầm phào.

사수(死守) **~하다** xả thân chống giữ, liều mạng để giữ gìn, tử thủ.

사수(射手) tay súng giỏi, xạ thủ. ¶ 명(名) ~ tay súng nổi tiếng, xạ thủ danh tiếng.

사숙(私淑) **~하다** sùng bái, tôn thờ, cho ai đó là thần tượng.

사숙(私塾) trường tư thục (역사).

사순절(四旬節) 【CĐG】 tuần ăn chay của đạo Thiên chúa giáo (từ thứ tư lễ tro cho đến thứ bảy tuần Thánh).

사슬 dây xích, xiềng xích; (개 매는) dây xích chó. ¶ ~에서 풀려나다 (비유적) thoát khỏi xiềng xích (nói một cách ẩn dụ). ¶ ~ 고리 đoạn dây xích thừa ra dùng để dắt đi.

사슴 hươu, nai; con hươu đực, con nai đực (수컷); con nai cái, con hươu cái (암컷). ¶ ~ 가죽 da hươu, da nai / ~ 고기 thịt hươu, thịt nai / ~뿔 sừng (lộc, gạc) hươu, sừng (lộc, gạc) nai / ~ 사육장 vườn trang trại nuôi thả hươu nai.

사시(四時) tứ thời, bốn mùa. ¶ ~ 내내(를 통하여) suốt bốn mùa; quanh năm.

사시(斜視) bị lé mắt, bị lác mắt. ¶ ~의 thuộc dạng bị lé mắt, thuộc dạng bị lác mắt. ¶ ~ 수술 【YH】 phẫu thuật mắt lé, phẫu thuật mắt lác.

사시나무 【TV】 cây dương. ¶ ~ 떨 듯하다 run như cây dương.

사시장춘(四時長春) (늘 봄) tứ thời trường xuân, lúc nào cũng là mùa xuân. **~하다** (늘 봄) lúc nào cũng vui tươi,

ㅅ

lúc nào cũng khỏe mạnh; (잘 지냄) luôn khỏe khoắn, luôn khỏe và lạc quan.

사식(私食) thức ăn tiếp tế dành cho tù nhân, cơm tù.

사식(寫植) ☞ **사진 식자**.

사신(私信) thư riêng, thư cá nhân.

사신(使臣) sứ giả, sứ thần; phái viên ngoại giao, đại sứ.

사실(史實) sự thật lịch sử, thực tế lịch sử.

사실(私室) phòng riêng.

사실(事實) sự thực, thực tế, sự thật (진실). ¶ ～상 trên thực tế / ～상의 thuộc về thực tế, là sự thực, là sự thật / ～ 무근의 sự thật vô căn cứ / 움직일 수 없는 ～ sự thật không thể thay đổi, thực tế không thể thay đổi / ～에 반하다 ngược lại với thực tế, ngược lại với sự thực / ～을 왜곡하다 bóp méo sự thật, xuyên tạc sự thật. ¶ ～ 조사 điều tra thực tế, điều tra sự thật.

사실(寫實) ～적(으로) tính thực tế; tính thực tiễn; tính chân thực, tính hiện thực. ¶ ～주의 chủ nghĩa hiện thực, chủ nghĩa thực tiễn / ～주의자 người theo chủ nghĩa hiện thực.

사심(私心) tính ích kỷ, tính vị kỷ, tính tư lợi. ¶ ～이 없는 không có tư lợi, không vị kỷ.

사심(邪心) lòng độc ác, tâm địa xấu, tà tâm.

사십(四十) bốn mươi. ¶ 제 ～ thứ bốn mươi / ～ 전의 trước bốn mươi / ～이 넘은 quá bốn mươi.

사십구재(四十九齋) cúng lại 49 ngày sau khi chết.

사악(邪惡) sự độc ác, sự xấu xa; sự độc hại. ～한 độc ác, xấu xa; độc hại. ¶ ～한 사람 con người độc ác.

사안(私案) kế hoạch riêng.

사암(砂巖) 【Địa】 sa thạch (đất cát và đá do động đất tạo ra).

사약(賜藥) ¶ ～을 내리다 ban cho thuốc độc, bắt uống cho chết.

사양(斜陽) mặt trời lặn, hoàng hôn; sự lụi tàn. ¶ ～ 산업 nền công nghiệp lụi tàn.

사양(飼養) ☞ **사육**(飼育).

사양(辭讓) **~하다** thiên lệch, thiên vị; từ chối, khước từ; giữ ý, giữ kẽ, làm khách. ¶ ～하지 않고(말고) đừng từ chối; đừng làm khách.

사어(死語) ☞ **폐어**(廢語).

사업(事業) (일) việc, công việc; (기업) công ty, doanh nghiệp; (상업) việc kinh doanh, công tác kinh doanh; (실업) dự án; việc làm ăn; ngành nghề thực nghiệm, nền công nghiệp (산업); thành tựu, thành tích, sự nghiệp (업적). ¶ ～에 성공 [실패]하다 thành công [thất bại] trong làm ăn. ¶ ～가 nhà doanh nghiệp, thương gia / ～비 chi phí kinh doanh / ～ 소득 doanh thu / ～ 소득세 thuế doanh thu / ～ 연도 quá trình kinh doanh, niên biểu hoạt động / ～ 자금 vốn kinh doanh / 교육 ～ sự nghiệp giáo dục / 정부 ～ doanh nghiệp nhà nước / 민간 ～ doanh nghiệp tư nhân.

사에이치 클럽(4Hclub) câu lạc bộ 4H. (Head: Trí, Heart: Đức, Hand: Lao, Health: Thể)

사역(使役) **~하다** thuê người, mướn nhân công; bắt phục vụ. ¶ ～ 동사 【NNH】 động từ sai khiến.

사연(事緣) ngọn ngành sự việc, đầu đuôi sự việc.

사열(四列) bốn hàng, bốn đường. ¶ ～로 행진하다 diễu hành thành bốn hàng.

사열(査閱) sự duyệt binh, sự diễu hành;

sự thanh tra. **~하다** duyệt binh, diễu hành; thanh tra ¶ ~관 người duyệt binh; cán bộ thanh tra (교련의) / ~식 buổi duyệt binh, buổi diễu hành / ~식을 갖다 tổ chức buổi duyệt binh.

사염화(四鹽化) ¶ ~물(物) 【HH】 chất tetrachloride.

사영(私營) **~하다** kinh doanh cá nhân, làm ăn riêng.

사영(射影) 【TH】 phép phóng đại, phép phản chiếu. ¶ ~ 기하학 hình học không gian phóng đại.

사옥(社屋) tòa nhà văn phòng công ty.

사욕(沙浴) tắm cát.

사욕(私慾) sự tham lam ích kỷ, tính tư lợi, ham muốn cá nhân. ¶ ~ 있는 có ham muốn cá nhân, có tư lợi / ~ 없는 không có ham muốn cá nhân, không tham lam ích kỷ.

사욕(邪慾) tham vọng, sự thèm muốn xấu xa, dục vọng.

사용(私用) dùng cho cá nhân, dùng vào việc riêng (용무). **~하다** biển thủ, tham ô, tư lợi.

사용(使用) sự sử dụng, sự dùng; sự thuê mướn; sự tiêu thụ. **~하다** dùng, sử dụng; thuê mướn; tiêu thụ. ¶ ~료 lệ phí sử dụng, tiền thuê / ~법 cách sử dụng, cách dùng / ~인(人) người được sử dụng, người giúp việc / ~자 người tiêu dùng, người sử dụng, người sử dụng lao động (고용주).

사용(社用) ¶ ~으로 dùng cho công ty, dùng cho cơ quan.

사우(社友) đồng nghiệp, người cùng cơ quan, người cùng công ty (동료).

사우나 phòng tắm hơi, sự tắm hơi.

사우디아라비아 Ả rập Saođi. ¶ ~의 thuộc về Ả rập Saođi / ~ 사람 người Ả rập, người Ả rập Saođi.

사우스포 【Anh, BC】 người thuận tay trái.

사운(社運) ¶ ~을 걸다 đến hồi vận xấu của công ty.

사운드 âm thanh. ¶ ~ 박스 hộp tăng âm (ở máy hát, có cắm kim để quay trên đĩa hát).

사원(寺院) đền chùa; tu viện.

사원(私怨) mối hận thù riêng, mối thù riêng. ¶ ~을 품다 ôm mối thù riêng.

사원(社員) nhân viên công ty, người làm công, người lao động (총칭). ¶ ~이 되다 trở thành nhân viên công ty. ¶ ~ 식당 nhà ăn dành cho nhân viên / 신입 ~ nhân viên mới / 퇴직 ~ nhân viên đã nghỉ việc / 임시 ~ nhân viên tạm thời, người lao động tạm thời / 정~ nhân viên chính thức / 종신 ~ nhân viên lâu dài, người lao động làm việc trọn đời cho công ty.

사월(四月) tháng tư.

사위 con rể. ¶ 사윗감 con rể tương lai.

사위다 đốt sạch; cháy trụi, cháy thành tro bụi.

사위스럽다 ghê tởm, đáng ghét; làm cho không ai ưa.

사유(私有) ~의 quyền sở hữu riêng, quyền tư hữu, quyền sở hữu cá nhân. ¶ ~물 vật thuộc sở hữu cá nhân, đồ vật cá nhân / ~재산 tài sản cá nhân, tài sản riêng / ~ 지(地) đất riêng, đất tư nhân.

사유(事由) lý do, nguyên nhân, động cơ. ¶ 다음과 같은 ~로 với những lý do như sau.

사유(思惟) sự suy nghĩ, sự cân nhắc, sự suy xét, sự suy ngẫm, sự suy đoán. **~하다** suy nghĩ; cân nhắc; suy xét, suy ngẫm; suy đoán.

사육(飼育) sự sinh sản, sự gây giống; việc chăn nuôi, việc trồng trọt. **~하다** gây giống, chăn nuôi. ¶ ~자 người chăn nuôi/～장 trại chăn nuôi.

사육제(謝肉祭) ngày hội hóa trang, hội hè đình đám.

사은(謝恩) ¶ ～ (대)매출 sự biết ơn, sự đền đáp ân huệ, sự báo đáp công ơn / ～회 buổi họp mặt dành cho những người có công lao.

사의(私意) ý kiến riêng, suy nghĩ cá nhân.

사의(謝意) ❶ (감사) lòng biết ơn, sự cảm ơn, sự cảm kích. ¶ ～를 표하다 biểu lộ lòng biết ơn, biểu lộ sự cảm kích. ❷ (사죄의 뜻) sự xin lỗi, sự tạ lỗi.

사의(辭意) ý định từ chức, ý định xin thôi việc. ¶ ～를 비추다 tỏ ý muốn thôi việc / ～를 표명하다 thông báo thôi việc, thông báo từ chức.

사이 ❶ (공간) khoảng cách (간격); cự ly, khoảng (거리); khoảng trống (공간). ¶ ～에 ở giữa (둘의); trong khoảng cách (셋 이상의); xuyên suốt (통하여); đi giữa (한가운데) / 10미터 ～를 두고 để ra một khoảng 10m / ～를 두다 chừa một khoảng trống. ❷ (시간) khoảng thời gian, lúc ngừng nghỉ, chốc lát. ¶ ～에 trong chốc lát (중간); trong lúc, trong khoảng thời gian (…을 하는 동안) / 외출한 ～에 trong lúc đi ra ngoài / 어느 ～에 trong khoảng thời gian nào đó. ❸ (관계) mối quan hệ, sự liên quan, mối tương quan. ¶ 정다운 ～ mối quan hệ thân thiết / ～가 벌어지다 mối quan hệ xa cách ra / ～에 들다 có mối quan hệ, xác lập được mối quan hệ / ～를 가르다 chia cắt mối quan hệ / ～가 좋다 [나쁘다] mối quan hệ tốt [xấu].

사이다 nước giải khát có ga, soda. ¶ ～병 chai nước giải khát có ga, chai soda.

사이드카(sidecar) 【Anh】 thùng xe.

사이렌(siren) 【Anh】 còi báo động. ¶ ～이 울리다 thổi còi báo động.

사이비(似而非) sự giả tạo, sự giả mạo, sự lừa dối. ¶ ～ 학자 nhà khoa học giả mạo, nhà khoa học giả tạo.

사이사이 ❶ (공간) khoảng cách, khoảng giữa, khoảng trống. ❷ (시간) thời gian rỗi, thời gian rảnh rỗi (thường ngắn), giờ tranh thủ.

사이언스(science) 【Anh】 khoa học.

사이언티스트(scientist) 【Anh】 nhà khoa học.

사이즈(size) 【Anh】 kích cỡ, cỡ, khổ. ¶ ～가 안맞다 không đúng cỡ, không đúng kích cỡ, không vừa. ¶ 너 어떤 ～ 입니? cậu mặc (áo) cỡ nào (옷) / 너 어떤 ～ 신니? cậu đi giầy cỡ nào?

사이참(-站) ❶ (휴식) nghỉ giải lao, nghỉ giữa giờ. ❷ (음식, 새참) bữa ăn nhẹ giữa hai bữa chính, ăn lót dạ.

사이클(cycle) 【Anh】 ❶ 【Đ】 vòng quay, vòng tròn, sự tuần hoàn, chu kỳ. ❷ (자전거) bánh xe.

사이클로트론(cyclotron) 【Anh, VLH】 máy gia tốc.

사이클링(cycling) 【Anh】 sự đạp xe, sự đi xe đạp. ¶ ～ 가다 đi xe đạp.

사이펀(syphon) 【Anh】 ống truyền, ống dẫn, ống hút, xi phông.

사이프러스 nước Cyprus.

사인(死因) nguyên nhân chết, lý do chết.

사인(私人) ¶ ～으로서 với tư cách cá nhân.

사인(私印) cái triện của cá nhân, con dấu riêng.

사인[1] 【TH】 sin.

사인[2] ❶ (부호, 암호) dấu hiệu, ám hiệu. ❷ (서명) sự kí tên, chữ ký, sự ghi tên. **~하다** kí tên, ký. ¶ ～을 받다 nhận chữ ký / ～ 좀 부탁합니다 làm ơn ký tên cho. ¶ ～북 quyển sổ lưu chữ ký, sổ ký tên.

사임(辭任) ☞ **사직**(辭職). **~하다** từ chức, thoái vị; thôi việc.

사일로(silo) [Anh, Nô] xi lô (tháp cao hoặc hầm ủ giữ tươi thức ăn cho gia súc trong trang trại).

사자(死者) người chết, người thiệt mạng, người tử vong (총칭); (사고에 의한) người tử nạn.

사자(使者) sứ giả; đại sứ, phái viên, người đưa tin.

사자(獅子) con sư tử; sư tử cái (암컷).

사자(嗣子) người thừa kế, người kế tục.

사자(寫字) sao chép; chuyển thể, cải biên.

사자코 mũi sư tử, mũi tẹt.

사자후(獅子吼) (열변) sự diễn thuyết hùng hồn, bài diễn thuyết đầy ấn tượng. ¶ ~를 토하다 đưa ra một bài diễn thuyết đầy ấn tượng.

사장(死藏) **~하다** tích trữ, sự trữ; dành dụm.

사장(社長) giám đốc, tổng giám đốc. ¶ 부~ phó giám đốc.

사장(射場) người cao tuổi, bậc cao niên; bậc lão thành, bậc kỳ cựu.

사재(社財) tài sản công ty. ¶ ~를 털어 tiêu tán tài sản công ty/~를 투자하다 đầu tư tài sản công ty.

사저(私邸) tư gia, nhà riêng.

사적(史的) tính chất lịch sử. ¶ ~ 고찰 cuộc khảo sát mang tính lịch sử.

사적(史蹟) di tích lịch sử, sử tích.

사적(史籍) sách sử.

사적(私的) tính cá nhân, tính riêng tư. ¶ ~ 감정 cảm tình cá nhân, tình cảm riêng tư / ~ 생활 đời sống riêng tư.

사적(事績) (업적) sự nghiệp, thành tích công tác; (공적) công tác.

사적(射的) mục tiêu; đích. ¶ ~장(場) trường bắn.

사전(私錢) tiền giả, tiền ngụy tạo.

사전(事前) ~에 (미리) trước; sẵn. ¶ ~에 알리다 cho biết trước. ¶ ~ 검열 kiểm duyệt trước / ~ 선거 운동 vận động bầu cử trước / ~ 통고 thông báo trước.

사전(辭典) từ điển. ¶ ~을 찾다 tìm (trong) từ điển, tra từ điển.

사전편집자(辭典編集者) người biên tập từ điển.

사전학(辭典學) từ điển học.

사전협의(事前協議) sự họp bàn trước, sự thống nhất trước khi tiến hành công việc.

사절(四折) ~의 thuộc khổ giấy in 1/4. ¶ ~판 bản in khổ 1/4.

사절(使節) (일행) sự giao phó, sự đại diện; (개인) phái viên, người đại diện, sứ giả. ¶ ~단 đoàn đại biểu, đoàn phái viên / (방한) 문화 ~단 đoàn đại biểu văn hóa (đến thăm Hàn Quốc).

사절(謝絶) sự từ chối, sự khước từ, sự phủ nhận. **~하다** từ chối, khước từ, phủ nhận. ¶ 신문 ~ không nhận báo chí / 외상 ~ không bán chịu, không chấp nhận bán nợ.

사정(司正) chức vụ thuộc hàng thất phẩm, bậc năm thời kỳ Choson.

사정(私情) tình cảm riêng, tình cảm cá nhân. ¶ ~을 두다 có tình cảm cá nhân với ai đó.

사정(邪正) sự đúng đắn, sự chính trực.

사정(事情) ❶ (처지, 곡절) sự trục trặc, sự cố; sự khó khăn, sự không may mắn; (형세) hoàn cảnh, trường hợp, tình huống. ¶ 자세한 ~ tình huống cụ thể, hoàn cảnh cụ thể / ~이 허락하는 한 nếu hoàn cảnh cho phép / 부득이한 ~이 있어 có sự cố ngoài dự kiến, có trục trặc ngoài ý muốn. ¶ 식량

～ sự khó khăn về lương thực. ❷ (하소연) ～하다 giãi bày, năn nỉ. ¶ ～ 없다 không thông cảm với tình cảnh của người khác.

사정(査定) (세금의) sự đánh giá, sự định giá để đánh thuế; (예산의) sự phê duyệt ngân sách. **~하다** đánh giá thuế, định giá thuế; duyệt ngân sách. ¶ ～ 가격 giá đã đánh thuế / ～액 khoản đánh thuế.

사정(射程) tầm bắn. ¶ ～ 안 [밖]에 trong [ngoài] tầm bắn. ¶ 유효 ～ tầm bắn hiệu quả, sự bắn trúng đích.

사정(射精) sự xuất tinh. **~하다** xuất tinh.

사제(司祭) linh mục, thầy tu; mục sư.

사제(私製) ～의 thuộc dạng sản xuất tư nhân; thuộc dạng sản xuất lậu. ¶ ～ 엽서(葉書) bưu thiếp được sản xuất riêng / ～품 hàng tư nhân sản xuất.

사제(師弟) thầy giáo và học sinh, sư đệ. ¶ ～ 관계 quan hệ thầy trò.

사조(思潮) chiều hướng, xu hướng, luồng. ¶ 문예 ～ xu hướng văn nghệ, luồng văn học nghệ thuật.

사족(四足) bốn chân, tứ chi. ～의 thuộc loài bốn chân. ¶ ～ 못쓰다 chân tay cứng đờ; bị mê hoặc, bị hút hồn, bị mê mẩn.

사족(蛇足) tình trạng dư thừa, vật chưa cần đến; vật đệm; vật dự trữ. ¶ ～을 달다 gắn vật đệm, kèm theo linh kiện dự trữ (như bánh xe thứ năm ở ô tô).

사죄(死罪) sự xưng tội; tử tội.

사죄(赦罪) sự xin tha thứ, sự xưng tội. **~하다** xin tha thứ, xưng tội.

사죄(謝罪) **~하다** xin lỗi, tạ lỗi, xin tha thứ.

사주(四柱) căn cứ vào bốn yếu tố là năm, tháng, ngày, giờ sinh để đoán số mệnh, tứ trụ. ¶ ～쟁이 người xem tứ trụ, thầy bói bằng cách xem tứ trụ / ～ 팔자 số phận, vận số, số mệnh.

사주(社主) người chủ công ty.

사주(使嗾) sự xúi giục, sự xúi bẩy. **~하다** xúi giục, xúi bẩy. ¶ …의 ～로 bởi sự xúi giục của …. ¶ ～한 사람 người xúi giục, người xúi bẩy.

사주(砂洲) bờ cát, bãi cát; mép buồm (하구 등의).

사주체(斜柱體) 【TH】 cạnh nghiêng.

사중(四重) ¶ ～주(창) bốn bên, tay tư, bộ bốn.

사증(査證) giấy chứng nhận, giấy xác nhận, thị thực, visa. ¶ 입국 [출국] ～ chứng nhận thị thực nhập cảnh [xuất cảnh], visa xuất [nhập] cảnh.

사지(四肢) tứ chi, tay chân.

사지(死地) chỗ chết, vị trí chết. ¶ ～로 들어가다 [를 벗어나다] bước vào [thoát khỏi] chỗ chết.

사지 cái mấu (ở đòn gánh).

사지코 ☞ **사자코**.

사직(司直) (법관) quan tòa, thẩm phán (총칭). ¶ ～ 당국 = 사직(司直).

사직(社稷) xã tắc; (국가) nhà nước, chính quyền.

사직(辭職) sự từ chức, sự thôi việc. **~하다** từ chức, thôi việc. ¶ ～을 권고하다 kêu gọi từ chức, khuyến cáo thôi việc. ¶ ～원(을 내다) (gửi, nộp) đơn thôi việc, đơn từ chức / ～자 người từ chức, người thôi việc.

사진(砂塵) bụi bẩn.

사진(寫眞) bức ảnh, tấm ảnh, bức hình; sự chụp ảnh, sự chụp hình (사진술). ¶ ～을 찍다 chụp ảnh, chụp hình (남이 찍어 주다) / ～을 인화(印畫)하다 in ảnh / ～을 확대하다 phóng ảnh / ～을 현상하다 tráng ảnh. ¶ ～관 hiệu ảnh / ～사 người thợ ảnh / ～기 máy ảnh / ～식자 in ấn, ấn loát / ～ 식자기 máy in ảnh, máy ấn loát / ~ 전송 gửi ảnh / ~첩 sổ ảnh / ~판 ảnh bản kẽm (요판); ảnh bản sắt (철판) / 전신 ~ ảnh toàn thân / 반신 ~ ảnh chụp nửa người, ảnh bán thân / 컬러 ~ ảnh màu / 흑백 ~ ảnh đen trắng.

사차(四次) ~의 thứ tư; phương trình bậc bốn. ¶ ~원 bốn chiều.

사차선도로(四車線道路) đường có 4 làn xe.

사찰(寺刹) ☞ **절**.

사찰(査察) sự điều tra, sự thanh tra; sự nghiên cứu, sự tìm hiểu. **~하다** điều tra, thanh tra; nghiên cứu, tìm hiểu. ¶ 세무 ~ thanh tra thuế vụ.

사창(私娼) (업) nghề mại dâm; (사람) gái điếm. ¶ ~굴 nhà chứa, nhà thổ, ổ gái điếm.

사채(私債) món nợ cá nhân, món nợ riêng. ¶ ~ 놀이 các hoạt động làm ăn phi pháp như mại dâm, ma túy, cờ bạc / ~ 동결 các khoản nợ đóng băng / ~업자 người làm nghề cho vay lấy lãi.

사채(社債) món nợ của công ty. ¶ ~권(券) quyền nợ của công ty / ~ 발행 phát hành phiếu nợ công ty, cho công ty vay nợ / ~ 상환 trả nợ công ty / 보증 ~ món nợ có đảm bảo của công ty / 장기 [단기] ~ món nợ dài hạn [ngắn hạn] của công ty.

사천왕(四天王) tứ thiên vương.

사철(四-) bốn mùa; (부사적) quanh năm, suốt năm, luôn luôn.

사철(私鐵) đường sắt tư nhân.

사철나무 [TV] loài cây nhỏ yếu và mảnh, cây sợi chỉ.

사체(死體) ☞ **시체**.

사초(莎草) ❶ ☞ **잔디**. ❷ (잔디입히기) ~하다 trải thảm cỏ, phủ cỏ lên.

사촌(四寸) quan hệ với cô, dì, chú bác. ¶ ~형 anh con bác ruột.

사춘기(思春期) tuổi dậy thì. ~의 thuộc lứa tuổi dậy thì. ¶ ~의 남녀 nam nữ tuổi dậy thì / ~에 달하다 đến tuổi dậy thì.

사출(射出) ~하다 phóng ra, vọt lên, bắn ra; (항공) phóng máy bay (trên tàu, trên các hàng không mẫu hạm). ¶ ~기(機) bệ phóng, giàn bắn đá, súng cao su.

사춤 lỗ hổng, khe hở; thiếu sót. ¶ ~을 치다 lấp chỗ trống; bổ sung vào chỗ thiếu sót.

사취(詐取) sự gian lận, sự dối trá, sự lừa lọc, sự ăn gian, sự biển thủ. **~하다** gian lận, dối trá, lừa lọc, ăn gian. ¶ 금품을 ~하다 gian lận tiền hàng.

사치(奢侈) sự xa xỉ, sự xa hoa; sự lãng phí. ¶ ~스러운 xa xỉ, xa hoa; lãng phí / ~에 흐르다 đua đòi xa xỉ. ¶ ~세(稅) giá xa xỉ / ~품 hàng xa xỉ / ~스러운 생활 cuộc sống xa hoa.

사칙(四則) [TH] bốn phép tính cơ bản trong toán học (cộng, trừ, nhân, chia).

사친회(師親會) hội nhà giáo và phụ huynh học sinh.

사칭(詐稱) sự mạo danh; sự xuyên tạc. **~하다** mạo danh; xuyên tạc. ¶ …라고 ~하여 mạo danh là …; xuyên tạc là ….

사카린 [HH] có chất đường.

사커 [BĐ] ☞ **축구**.

사타구니 háng; đũng quần; chạc cây.

사탄 quỷ Sa tăng.

사탕(砂糖) ❶ (설탕) đường, viên đường ☞ **설탕**. ¶ ~무 không đường / ~수수 mía đường / 모~ đường cục / 얼음 ~ đường phèn. ❷ (과자) kẹo.

사탕발림(砂糖-) lời đường mật, lời ngon ngọt (감언). **~하다** nói ngon nói ngọt, nói lời đường mật.

ㅅ

사태(沙汰) ❶ (산 따위의) sự lở đất, sự sạt lở (눈의). ❷ (많음) sự tràn đầy, sự tràn ngập; sự dồn dập, sự tới tấp. ¶ 사람 ～ sự tràn ngập người, sự tràn đầy người.

사태(事態) tình hình; hoàn cảnh; trạng thái. ¶ 비상 ～ tình hình khẩn cấp, hoàn cảnh khẩn cấp.

사택(社宅) nhà ở dành cho nhân viên.

사토(沙土) đất cát.

사통(私通) (밀통) sự thông dâm, sự ngoại tình, mối quan hệ bất chính. **~하다** thông dâm, ngoại tình, quan hệ bất chính.

사통오달(四通五達) **~하다** đi về tất cả các hướng.

사퇴(辭退) ❶ (사양) sự khước từ, sự từ chối. **~하다** khước từ, từ chối. ❷ (사직) sự từ chức, sự thoái vị, sự thôi việc. **~하다** từ chức, thoái vị, thôi việc. ¶ 자진 ～ sự tự nguyện từ chức, sự tự nguyện thôi việc.

사투(死鬪) cuộc đấu tranh sinh tử, cuộc chiến đấu một mất một còn, trận sống mái. **~하다** đấu tranh sinh tử, chiến đấu đến cùng, đánh nhau một mất một còn, chiến đấu đến hơi thở cuối cùng.

사투리 tiếng địa phương; thổ ngữ. ¶ ～로 말하다 nói tiếng địa phương.

사특(邪慝) ～한 dữ dằn; xấu xa; hư hỏng; đồi bại.

사파(娑婆) ☞ **사바**(娑婆).

사파리 [Anh] chuyến du khảo hoặc đi săn.

사파이어 [Anh, Kh] ngọc bích.

사팔눈 mắt lé, mắt lác; cái liếc mắt. ～의 thuộc dạng lé mắt. ¶ ～이다 mắt bị lé, có mắt lé.

사팔뜨기 người bị mắt lé, người bị mắt lác.

사포(砂布) giấy nhám, giấy ráp.

사표(師表) mẫu, mẫu mực, khuôn mẫu, kiểu mẫu, tấm gương.

사표(辭表) đơn từ chức. ¶ ～를 제출하다 đưa đơn từ chức, đệ trình đơn từ chức / ～를 반려 [철회]하다 trả lại [rút lại] đơn từ chức.

사푼사푼 ¶ ～ 걷다 đi nhẹ nhàng, đi uyển chuyển, đi lả lướt.

사프란 [TV] cây nghệ tây.

사필귀정(事必歸正) cái thiện thắng cái ác; lẽ phải tất thắng. **~하다** cái thiện thắng cái ác; lẽ phải tất thắng.

사하다(赦-) tha lỗi, tha thứ; ân xá, xá tội.

사하중(死荷重) trọng lượng tĩnh; khối lượng tĩnh.

사학(史學) sử học. ¶ ～자 nhà sử học.

사학(私學) trường tư thục; giáo dục tư nhân.

사학(斯學) công trình nghiên cứu; lĩnh vực nghiên cứu; dự án nghiên cứu. ¶ ～의 권위 quyền về lĩnh vực nghiên cứu.

사할린 đảo Sakhalin.

사항(事項) (일) việc, sự kiện, chủ đề, vấn đề; (항목) khoản, mục, chi tiết, điều khoản. ¶ 주요 ～ điều khoản chủ yếu, chi tiết chủ yếu.

사해(四海) bốn biển, tứ hải, khắp mọi nơi; (천하) khắp thiên hạ, tất cả mọi người. ¶ ～ 동포 tứ hải giai huynh đệ, anh em bốn biển một nhà.

사해(死海) biển Chết.

사행(射倖) sự đầu cơ, hoạt động đầu cơ; sự tích trữ. ¶ ～심 đầu óc đầu cơ; ý đồ đầu cơ.

사향(麝香) mùi xạ hương. ¶ ～노루 con hươu xạ / ～수 nước xạ hương / ～초 cỏ xạ hương.

사혈(瀉血) sự trích máu. **~하다** trích máu.

사형(死刑) sự tử hình; án tử hình. ¶ ~에 처(處)하다 xử tội tử hình, xử án tử hình. ¶ ~ 선고 tuyên án tử hình / ~수 tử tội, tù nhân lãnh án tử hình / ~장 pháp trường, nơi xử bắn / ~ 집행인 người thi hành án tử hình.

사형(私刑) luật rừng. ¶ ~을 가하다 tự gia hình, tự xử không qua pháp luật.

사형(舍兄) người anh cả, người anh lớn tuổi nhất.

사화(士禍) sự tàn sát giới trí thức; tai họa của tầng lớp trí thức.

사화(史話) chuyện kể lịch sử.

사화(私和) hiệp ước, sự thỏa hiệp; sự hòa giải. **~하다** hợp tác, thỏa hiệp; hòa giải.

사화산(死火山) ngọn núi lửa đã tắt.

사환(使喚) cậu bé giao liên; cậu bé chạy việc vặt.

사활(死活) sự sống hay chết, sự sinh tử, sự sống còn. ¶ ~ 문제 vấn đề sinh tử, vấn đề sống còn.

사회(司會) sự chủ trì, sự điều khiển; sự dẫn chương trình (hội thảo, cuộc họp …). **~하다** chủ trì, làm chủ tọa, điều khiển; dẫn chương trình. ¶ ~봉(棒) tiền bồi dưỡng cho chủ tọa, tiền bồi dưỡng cho người chủ trì, tiền bồi dưỡng cho người dẫn chương trình / ~자 người chủ trì, chủ tọa, người điều khiển, người dẫn chương trình.

사회(社會) (세상) xã hội, thế gian; (공중) cộng đồng, công cộng; (일부) công chúng. ~적 tính xã hội, tính cộng đồng. ¶ ~의 적 kẻ thù của cộng đồng, kẻ thù của xã hội / ~적 지위 vị trí xã hội / ~를 위하여 vì xã hội, vì cộng đồng / ~에 나가다 ra ngoài xã hội. ¶ ~ 개량 [도덕, 질서] cải tổ xã hội [đạo đức, trật tự] / ~ 과학 khoa học xã hội / ~문제 vấn đề xã hội / ~면 trang chuyên viết về các vấn đề xã hội (신문의) / ~ 보장 제도 chế độ bảo đảm xã hội / ~ 사업 công tác xã hội / ~ 사업가 nhà hoạt động xã hội / ~상 trong xã hội, trên thực tế của xã hội, hiện trạng xã hội / ~ 불안 sự bất ổn trong xã hội / ~인 thành phần xã hội, thành viên trong cộng đồng / ~이 되다 trở thành thành viên trong cộng đồng, trở thành một thành phần trong xã hội / ~ 구성원 yếu tố cấu thành xã hội, thành viên trong xã hội / ~장(葬) đám tang chung cho nhiều người / ~주의 chủ nghĩa xã hội / ~자 người theo chủ nghĩa xã hội, người cộng sản / ~ 민주주의 chủ nghĩa dân chủ xã hội / ~학 ngành xã hội học / ~학자 học giả ngành xã hội học / 상류 ~ xã hội thượng lưu / 중류 ~ xã hội trung lưu / 하류 ~ xã hội hạ lưu / 원시 ~ xã hội nguyên thủy / 봉건 ~ xã hội phong kiến / 일반 ~ đại chúng, cộng đồng xã hội thông thường.

사회기강(社會紀綱) kỷ cương xã hội.

사회복지(社會福祉) phúc lợi xã hội. ¶ ~ 정책 chính sách xã hội / ~를 증진하다 tăng cường phúc lợi xã hội.

사회정화(社會淨化) sự làm trong sạch xã hội, việc làm lành mạnh hóa xã hội, việc bài trừ các tệ nạn xã hội. ¶ ~ 운동 phong trào làm trong sạch xã hội, phong trào lành mạnh hóa xã hội; phong trào bài trừ các tệ nạn xã hội / ~ 위원회 Ủy ban cải tổ xã hội.

사회풍조(社會風潮) trào lưu xã hội.

사회현상(社會現象) hiện tượng xã hội.

사회환경(社會環境) môi trường xã hội; hoàn cảnh xã hội. ¶ ~이 좋다 môi trường xã hội lành mạnh, hoàn cảnh xã hội tốt.

사후(死後) ～의 sau khi chết; hậu sự; việc xảy ra sau khi chết. ¶ ～에 sau khi chết. ¶ ～ 강직(强直) sự cứng đờ sau khi chết.

사후(事後) ～의 xảy ra sau khi đã xong việc; ảnh hưởng về sau. ¶ ～에 sau khi đã xong việc, sau khi việc xảy ra. ¶ ～ 승낙 sự đồng ý sau khi việc đã rồi, sự cho phép sau khi việc đã xong xuôi.

사흗날 (3일) ngày mồng ba; ngày thứ ba trong tháng.

사흘 ❶ (세날) ba ngày. ¶ ～째 ngày thứ ba. ❷ ☞ **사흗날**.

삭(朔) (달) nguyệt thực.

삭감(削減) sự cắt xén, sự rút bớt, sự giảm bớt. **~하다** cắt xén, rút bớt, giảm bớt, cắt giảm. ¶ 예산을 ～하다 cắt giảm ngân sách, cắt giảm dự toán.

삭과(蒴果) [TV] quả nang.

삭구(索具) sự lắp ráp thiết bị, sự lắp đặt thiết bị.

삭다 ❶ (소화) bị tiêu hóa, bị hấp thụ. ❷ (옷 따위가) mòn rách, mỏng đi. ❸ (종기가) đỡ, nhẹ bớt. ❹ (마음이) khuây khỏa, dịu bớt, nhẹ bớt. ❺ (익다) chín, lên men đủ (술 따위). ❻ (묽어지다) bị loãng, bị nhạt, trở nên vô vị.

삭도(索道) đường dây cáp.

삭막(索漠) ～한 mập mờ; mơ hồ; mang máng (trong kí ức); (황야 등이) ảm đạm, buồn thảm, hoang vắng.

삭망(朔望) lễ cúng tế ngày mồng một tết và ngày rằm tháng giêng âm lịch.

삭발(削髮) **~하다** ❶ cắt tóc. ❷ xuống tóc, cạo đầu (người đi tu).

삭월세(朔月貰) tiền thuê tháng. ¶ ～방[집] phòng [nhà] thuê trả tiền theo tháng.

삭이다 (소화) tiêu hóa; tiêu thụ.

삭정이 cành cây khô.

삭제(削除) **~하다** loại bỏ, xóa đi, hủy bỏ. ¶ 명부에서 ～하다 loại bỏ khỏi danh sách.

삭치다 xóa bỏ, gạch bỏ.

삭탈관직(削奪官職) **~하다** cách chức và xóa bỏ tên tuổi trong danh sách.

삭풍(朔風) cơn gió bấc mùa đông.

삭히다 làm cho tiêu hóa được; làm cho hấp thụ được (소화); làm lên men, gây men (발효); làm đỡ đi, làm nhẹ bớt (종기 등을).

삯 (요금) chi phí; (찻삯) lộ phí, tiền đi đường, tiền tàu xe; (운송) chi phí vận chuyển; (품삯) tiền công, tiền lương; (보수) tiền thù lao, tiền bồi dưỡng. ¶ ～전 khoản tiền góp từ các khoản bồi dưỡng / ～품 tiền công bán hàng.

삯바느질 tiền công may.

산(山) núi; dãy núi; ngọn núi; đồi (동산). ¶ ～이 많은 nhiều núi; nhiều đồi.

산(酸) chất chua, chất axit. ～의 thuộc axít.

…산(山) núi; đồi. ¶ 한라～ núi Hanla / 금강～ núi Kumgang / 남～ núi Nam (Namsan).

…산(産) sản vật; sản phẩm; hàng hóa. ¶ 외국～ hàng hóa ngoại nhập, hàng ngoại.

산가지(算-) bàn tính bằng gỗ (hoặc bằng xương); thẻ (dùng để tính); (점치는) thẻ (xóc thẻ để xem bói).

산간(山間) ～의(에) giữa các ngọn núi; nơi xa xôi hẻo lánh; vùng sâu vùng xa. ¶ ～ 벽지 nơi xa xôi hẻo lánh và cô lập với xung quanh.

산개(散開) (간격을 잡아 옆으로 너른 대형을 만드는 일) sự triển khai; sự dàn quân;

sự dàn trận (군대의). ~하다 triển khai; dàn quân, dàn trận.

산계(山系) (줄기) mạch núi, dãy núi.

산고(産苦) sự đau đớn của người lao động; sự đau đẻ, cơn đau đẻ.

산골(山-) vùng có nhiều núi, vùng núi.

산골짜기(山-) khe núi, hẻm núi; thung lũng.

산과(産科) khoa sản. ¶ ～ 병원 bệnh viện sản khoa, bệnh viện phụ sản / ～ 의사 bác sĩ sản khoa, bác sĩ phụ sản / ～학 ngành sản khoa.

산광(散光) 【VLH】 ánh sáng khuếch tán.

산금(産金) khai thác vàng. ¶ ～량 sản lượng khai thác vàng / ～ 지대 khu khai thác vàng, vùng khai thác vàng.

산기(産氣) thời gian sinh nở; (진통) sự đau đẻ, cơn đau vượt cạn. ¶ ～가 돌다(있다) có cơn đau.

산기(産期) đến thời kỳ sinh nở.

산기슭(山-) chân núi.

산길(山-) đường mòn trên núi, đường núi.

산꼭대기(山-) đỉnh núi, chóp núi.

산나물(山-) cây lá trong rừng có thể ăn được, rau rừng.

산놓다(算-) tính toán bằng bàn tính.

산더미(山-) đống, đống to như núi; số lượng lớn. ¶ ～같이 쌓인 chất đống to như núi.

산돼지(山-) 【ĐV】 lợn rừng.

산들거리다 gió thổi nhẹ và mát mẻ.

산들바람 làn gió nhẹ, cơn gió thoảng.

산들산들 nhẹ nhàng, êm dịu, mát dịu.

산등(山-) ☞ **산등성이**.

산등성이(山-) rặng núi, sườn núi, đỉnh núi.

산뜻하다 (선명) sạch sẽ; tươi mát; sáng sủa; (보기 좋다) tươm tất, tinh tươm. ¶ 산뜻한 옷 quần áo tươm tất.

산란(産卵) ~하다 đẻ trứng; rụng trứng (물고기가). ¶ ～기 thời kỳ rụng trứng, thời kỳ đẻ trứng / ～ 회유(回遊) sự đi tìm nơi đẻ trứng.

산란(散亂) ~하다 giải tán; phân tán; bối rối; xao động. ¶ 마음이 ～해지다 lòng xao động; trở nên bối rối.

산록(山麓) chân núi.

산림(山林) rừng núi. ¶ ～ 지역 vùng rừng núi, khu vực rừng núi / ～ 보호 bảo rừng núi, bảo vệ rừng / ～업 lâm nghiệp / ～청(廳) sở lâm nghiệp / ～학 ngành lâm nghiệp.

산마루(山-) đỉnh núi. ¶ ～턱 chóp núi, chỏm núi.

산만(散漫) ～한 tản mạn, mơ hồ, lờ mờ, mang máng; thiếu mạch lạc, không có hệ thống; lơ là, chểnh mảng.

산매(散賣) ☞ **소매**(小賣).

산맥(山脈) rặng núi, dãy núi, mạch núi. ¶ 알프스 ～ rặng núi Anpơ.

산명수려(山明水麗) ☞ **산자수명**.

산모(産母) sản phụ, người phụ nữ đang ở cữ.

산모롱이(山-) = 산모퉁이(山-). góc đồi, góc núi, hẻm núi.

산목숨 mạng sống; sinh mạng.

산문(産門) cửa rừng; lối vào cửa Phật.

산문(散文) tản văn, văn xuôi. ¶ ～적인 tính chất tản văn. ¶ ～시 thơ tự do, thơ viết theo kiểu văn xuôi / ～체 thể tự do, thể loại tản văn.

산물(産物) sản phẩm, sản vật; sản lượng (총칭); (성과) thành phẩm, kết quả, thành quả. ¶ 주요 ～ mặt hàng chủ lực, sản phẩm chủ yếu.

산미(酸味) tính axit, vị chua.

산밑(山-) chân núi.

산발(散發) ~하다 thỉnh thoảng xảy ra, không thường xuyên xảy ra; rời rạc, lác đác. ¶ ～적인 mang tính thất thường, tính chất không đều đặn.

ㅅ

산발(散髮) đầu tóc bù xù; sự rối bời, sự bù xù. ~**하다** bù xù, rối bời, lôi thôi, nhếch nhác.

산벼락 ¶ ~ 맞다 gặp phải sự cố tai nạn khủng khiếp, gặp phải tai họa nặng nề.

산병(散兵) sự phân tán binh lính, binh lính tản mát. ¶ ~호 hầm trú ẩn, hầm tránh đạn pháo, hào trú ẩn.

산보(散步) ☞ **산책**.

산복(山腹) sườn núi.

산봉(우리)(山峰(-)) đỉnh núi, chóp núi. ¶ ~ 구름 mây trên đỉnh núi.

산부(産婦) sản phụ.

산부인과(産婦人科) khoa sản, khoa phụ sản. ¶ ~ 의사 bác sĩ khoa sản, bác sĩ khoa phụ sản (산과); ngành sản phụ khoa (부인과).

산불(山-) sự cháy rừng, cháy rừng.

산비둘기(山-) chim bồ câu rừng phương Đông.

산비탈(山-) con đường dốc núi.

산뽕나무 【TV】 cây dâu tằm mọc hoang trên núi.

산사나무(山査-) 【TV】 cây táo gai.

산사람(山-) người rừng; người trên núi, người sống trên núi.

산사태(山沙汰) sự lở đất, sự sạt lở đất.

산삭(産朔) kỳ sinh nở, thời kỳ đẻ trứng.

산산이(散散-) sự vỡ tan ra, sự vỡ thành từng mảnh (조각남); tung tóe; rải rác; tan tác (흩어짐). ¶ ~ 깨지다 bị vỡ tan ra, bị vỡ tan ra thành từng mảnh / ~ 흩어지다 phân tán rải rác, vung vãi tung tóe.

산산조각(散散-) ~나다 trở thành những mảnh vụn, trở thành những mảnh nhỏ.

산삼(山蔘) cây nhân sâm núi, cây nhân sâm mọc hoang.

산상(山上) ¶ ~의(에) trên đỉnh núi. ¶ ~ 수훈(垂訓) 【KT】 buổi thuyết pháp trên núi.

산새(山-) chim núi.

산색(山色) sắc núi; phong cảnh núi đồi.

산성(山城) thành xây trên núi; lâu đài xây trên núi.

산성(酸性) ~의 thuộc tính axit, chua. ¶ ~화하다 làm axit hóa / ~ 반응 phản ứng axit / ~ 산화물 axit ocide.

산소(山所) mồ mả, nghĩa địa (ở trên núi) (묘소).

산소(酸素) khí ôxy. ¶ ~ 마스크 mặt nạ ôxy / ~ 봄베(통) bình ôxy / ~ 요법 xử lý ôxy / ~ 용접(땜) kỹ thuật hàn bằng ôxy / ~ 화합물 hỗn hợp oxygen / ~ 흡입 sự thở ôxy, sự hít thở ôxy.

산소리하다 nói toang toác; nói huênh hoang; nói không giữ gìn.

산속(山-) ¶ 깊은 ~에 ở trong rừng sâu.

산송장 ¶ ~이다 sống vật vờ như chết.

산수(山水) núi sông; phong cảnh. ¶ ~화 bức tranh sông núi, bức tranh sơn thủy / ~화가 họa sĩ vẽ tranh phong cảnh.

산수(算數) sự đếm, sự tính toán, sự ước lượng; sự cân nhắc; môn toán, môn số học.

산수소(酸水素) oxyhydro. ¶ ~ 용접 hàn bằng khí oxyhydro.

산술(算術) số học; môn toán; ngành toán. ~의 thuộc về toán học.

산스크리트 tiếng Phạn.

산식(算式) biểu thức số học, công thức toán.

산신(山神) ☞ **산신령**.

산신령(山神靈) thần linh trên núi; thần núi.

산실(産室) phòng đẻ, phòng sinh nở.

산아(産兒) trẻ sơ sinh. ¶ ~제한 sự hạn chế (điều tiết) sinh đẻ / ~ 조절 sự kế hoạch hóa gia đình.

ㅅ

산악(山岳) chóp núi, đỉnh núi. ¶ ～병(病) chứng chóng mặt khi lên núi / ～전 tác chiến ở vùng núi; đánh du kích / ～부 câu lạc bộ leo núi / ～ 지대 vùng núi, khu vực đồi núi.

산액(産額) lượng sản phẩm, sản lượng; hoa lợi.

산야(山野) núi non và đồng bằng.

산약(散藥) thuốc bột, thuốc hoàn tán.

산양(山羊) ❶ (염소) con dê. ❷ (영양) loài linh dương, sơn dương.

산업(産業) công nghiệp. ～의 thuộc về công nghiệp, công nghiệp. ¶ ～계 lĩnh vực công nghiệp / ～별 노조 công đoàn các ngành công nghiệp / ～ 스파이 do thám công nghiệp, gián điệp công nghiệp / ～ 재해 보험 bảo hiểm rủi ro trong công nghiệp / ～ 합리화 hợp lý hóa công nghiệp.

산욕(産褥) sự ở cữ; giường trẻ sơ sinh. ¶～에 눕다 ở cữ. ¶ ～열(熱) sốt hậu sản.

산용(山容) hình dáng của một quả núi.

산울림(山-) ☞ **메아리**.

산울타리 hàng rào bao quanh.

산원(産院) bệnh viện phụ sản.

산월(産月) ☞ **산삭**(産朔).

산유국(産油國) nước sản xuất dầu mỏ.

산일(散逸, 散佚) **~하다** thưa thớt dần rồi biến mất.

산입(算入) **~하다** bao gồm, tính gộp vào; kể cả.

산자수명(山紫水明) cảnh đẹp, cảnh trí quyến rũ.

산장(山莊) biệt thự hay nhà nghỉ ở miền núi.

산재(散在) **~하다** rải rác; phân bổ thưa thớt, ở lác đác; (장소가 주어) rải rác, thưa thớt, lác đác.

산재(散財) **~하다** tiêu tán tiền bạc, tiêu tán tài sản.

산적(山賊) kẻ cướp trên rừng, sơn tặc.

산적(山積) **~하다** chất đống, chồng chất, tích tụ; ứ đọng.

산적(散炙) món thịt nướng.

산전(産前) ～에 trước khi sinh nở; tiền sản / ～산후의 휴가 kỳ nghỉ trước và sau khi sinh, nghỉ đẻ.

산전수전(山戰水戰) ¶ ～다 겪다 trải qua mọi khó khăn, trải qua tất cả mọi trở ngại, trải qua nhiều cam go khổ cực.

산정(山頂) đỉnh núi, ngọn núi.

산정(算定) **~하다** tính toán, suy tính; ước lượng; (추정) ước tính, ước lượng; suy đoán.

산줄기(山-) dãy núi, rặng núi.

산중(山中) ¶ ～에(서) giữa núi, trong núi.

산증(疝症) 【YH】 chứng đau và sưng hòn dái và dưới bụng. ¶ ～을 앓다 mắc bệnh đau và sưng hòn dái và dưới bụng.

산지(山地) vùng núi, miền núi.

산지(産地) nơi sản xuất, trung tâm sản xuất; (동식물의) chuồng trại, trung tâm chăn nuôi, trại chăn nuôi.

산지기(山-) người bảo vệ nghĩa trang, người trông coi mồ mả (묘지의).

산질(散帙) sự thiếu hụt, sự mất mát, sự thiếu trang (sách). **~하다** thiếu hụt, mất mát, thiếu trang (sách).

산책(散策) sự đi dạo, sự đi tản bộ. **~하다** đi dạo, đi tản bộ. ¶ ～길 đường đi dạo, đường đi tản bộ / ～나가다 ra ngoài đi dạo.

산천(山川) núi và suối. ¶ ～ 초목 cảnh trí núi, sông suối và cây cỏ; cảnh vật thiên nhiên.

산촌(山村) làng miền núi.

산출(産出) **~하다** sản xuất, chế tạo, làm ra. ¶ ～고(량) sản lượng, số thành phẩm.

산출(算出) **~하다** tính toán, ước lượng, ước tính.

산탄(霰彈) đạn chì dùng để bắn con thú to; mảnh bom, mảnh đạn. ¶ ~총 súng đạn chì, súng săn.

산토끼(山-) 【ĐV】 thỏ rừng.

산토닌 【DH】 santonic axid.

산통(算筒) ¶ ~ 깨뜨리다 đập vỡ ống xăm (hộp đựng các que tre nhỏ để rút xăm); hậm hực; coi thường.

산파(産婆) bà mụ, bà đỡ, nữ hộ sinh ☞ **조산원**. ¶ ~역을 맡다 nhận việc làm bà đỡ, nhận trách nhiệm đỡ đẻ.

산판(山坂) khu rừng cấm săn bắn.

산패(酸敗) (맛이 시어짐) sự axit hóa. **~하다** làm cho axit hóa; làm sữa chua.

산포(散布) ☞ **살포**(撒布).

산표(散票) lá phiếu lẻ.

ㅅ

산하(山河) núi non và sông ngòi; sông núi.

산하(傘下) ~의(에) chịu ảnh hưởng; trực thuộc. ¶ ~ 기업 doanh nghiệp trực thuộc / ~ 조합 hợp tác xã trực thuộc.

산학협동(産學協同) sự hợp tác giáo dục và công nghiệp, mối liên kết giữa trường học và doanh nghiệp.

산해(山海) ¶ ~ 진미 yến tiệc xa hoa, cao lương mỹ vị, sơn hào hải vị.

산허리(山-) sườn núi, lưng chừng núi, đường yên ngựa.

산협(山峽) ☞ **두메**.

산호(珊瑚) san hô. ¶ ~섬 đảo san hô / ~초 mép san hô / ~충 côn trùng san hô.

산화(山火) lửa cháy rừng, sự cháy rừng.

산화(散華) sự chết một cách vinh quang. **~하다** chết một cách vinh quang.

산화(酸化) 【HH】 sự ôxy hóa, quá trình ôxy hóa. **~하다** bị ôxy hóa. ¶ ~물 vật bị ôxy hóa / ~철 thép bị ôxy hóa.

산회(散會) sự ngừng, sự bế mạc; sự hoãn (cuộc họp). **~하다** ngừng lại, hoãn lại; bế mạc (cuộc họp).

산후(産後) ~의(에) sau khi sinh đẻ; hậu sản. ¶ ~가 좋다 [나쁘다] tình trạng sau khi sinh đẻ tốt [xấu].

살[1] (몸의) thịt; (근육) bắp thịt; (살결) cơ bắp; (과실의) thịt, cùi. ¶ ~이 많은 nhiều thịt, nhiều cùi / ~이 오르다 lên cân / ~이 빠지다 xuống cân.

살[2] (벌의) cái vòi, cái ngòi; sự châm chích, sự đốt.

살[3] (뼈대) khung; rèm (장지 따위의); sườn (우산, 부채 따위의); răng (빗살); nan hoa (바퀴의).

살[4] (어살) dòng, luồng; (빛) tia, chùm; mũi tên (화살).

살[5] (나이) tuổi, tuổi tác. ¶ 그녀는 몇 ~이냐? cô ấy bao nhiêu tuổi thế? / 그녀는 33~ 이다 cô ấy 33 tuổi.

살가죽 da, bì, vỏ bọc ngoài, lớp màng.

살갑다 ❶ (속이) rộng rãi, khoáng đạt, thoáng. ❷ (다정함) nhiệt tình, nhiệt tâm, tốt bụng, tình cảm.

살강 cái kệ bếp.

살갗 làn da, nước da. ¶ ~이 곱다 nước da đẹp, làn da đẹp.

살거리 mức độ béo.

살결 làn da, nước da. ¶ ~이 고운 nước da đẹp, làn da đẹp.

살구 quả mơ.

살균(殺菌) sự khử trùng, sự tiệt trùng, sự sát trùng. **~하다** khử trùng, tiệt trùng, sát trùng ¶ ~력 khả năng sát trùng / ~제 thuốc sát trùng.

살그머니 lén lút, ngấm ngầm; âm thầm, thầm lặng; một cách bí mật.

살금살금 lén lút, rón rén, len lén.

살긋하다 bị nghiêng, bị dồn, bị dốc về một hướng.

살기(殺氣) vẻ tàn bạo, vẻ khát máu, sát

khí. ¶ ～를 띤 có sát khí, có vẻ tàn bạo, có vẻ khát máu.

살길 kế sinh nhai, đường làm ăn. ¶ ～을 찾다 kiếm kế sinh nhai, kiếm đường làm ăn.

살깃 lông đuôi của mũi tên.

살내리다 sút cân, gầy đi.

살다 ❶ (생존) sống; tồn tại. ¶ …을 먹고 ～ ăn … để tồn tại. ❷ (생활) sinh sống; làm ăn, kiếm sống. ¶ 그럭저럭 살아가다 sống vất vưởng, sống chật vật / 잘 ～ sống sung túc, sống đầy đủ, sống sung sướng. ❸ (거주) cư trú, trú ngụ, ở. ❹ (생동) sinh động, sống động, đầy sức sống, linh hoạt. ¶ 살아있는 듯한 초상화 bức chân dung sống động, bức chân dung giống như người thật. ❺ [BC] được tự do; được sống; thoát được nguy hiểm.

살담배 sự giảm hút thuốc, sự cai thuốc lá.

살닿다 bị thiệt hại, bị thua lỗ, chịu lỗ vốn.

살대 (화살대) cung tên.

살뜰하다 tiết kiệm; tằn tiện, chắt bóp, ki cóp. ☞ **알뜰하다**.

살랑거리다 (바람이) thổi một cách nhẹ nhàng; đi một cách nhẹ nhàng.

살래살래 ¶ 머리를 ～ 흔들다 lắc lắc đầu; đung đưa đầu.

살려주다 cứu sống; cứu thoát; cứu nguy; tha thứ, tha tội.

살롱 [Ph] xa lông; quán rượu (술집).

살륙(殺戮) ☞ **살육**.

살리다 ❶ (목숨을) cứu sống, cứu mạng, cứu thoát, làm hồi sinh (살려 두다); tha mạng (소생). ❷ (활용) tái sinh, phục hồi; tận dụng; tái chế. ❸ (생기를 주다) thổi cho một luồng sinh khí mới, làm tươi mới, làm sống lại.

살리실산(-酸) axit salicylyc.

살림 (생애) kế sinh nhai, đường sinh sống, sự sinh sống; (살림살이) sự trông nom, sự quản lý gia đình, sự làm việc nhà; (형편) hoàn cảnh gia đình, điều kiện gia đình. **~하다** làm việc nhà, trông nom gia đình, quản lý gia đình, săn sóc việc nhà. ¶ ～이 넉넉하다 điều kiện gia đình đầy đủ, hoàn cảnh gia đình sung túc / ～이 넉넉지 못하다 điều kiện gia đình khó khăn, hoàn cảnh gia đình thiếu thốn / ～에 찌들다 gầy rộc đi vì lo việc nhà, gầy mòn đi vì việc nhà / 새 ～을 차리다 bắt đầu một cuộc sống mới, xây dựng gia đình mới.

살림꾼 (맡은 이) người quản gia; người làm việc nhà, người nội trợ; (잘하는 이) người giỏi việc nhà, người nội trợ giỏi, người đảm đang việc nhà.

살림맡다 chịu trách nhiệm làm việc nhà, gánh vác việc gia đình.

살며시 ☞ **슬며시**.

살몽혼(-矇昏) [YH] sự gây tê cục bộ. **~하다** gây tê cục bộ.

살무사 [ĐV] rắn vipe (rắn độc).

살바르산 [DH] Salvarsan.

살벌(殺伐) **~하다** man rợ, dã man, tàn bạo, khát máu (tính từ); tính sát phạt.

살별 [TVH] sao chổi.

살붙이 họ hàng, thân thích, máu mủ ruột rà.

살빛 màu da, sắc mặt. ¶ ～의 thuộc màu da.

살사리 người lén lút, người vụng trộm; người xảo quyệt, người gian trá.

살살 nhẹ nhàng, êm ái; dịu dàng; dần dần, chậm chạp; âm thầm, ngấm ngầm.

살상(殺傷) sự chém giết; sự gây sát thương. **~하다** chém giết, sát thương.

살생(殺生) **~하다** sát sinh

살수(撒水) **~하다** tưới nước, phun nước. ¶ ~기 máy tưới nước, máy phun nước / ~장치 thiết bị tưới nước, thiết bị phun nước / ~차(車) xe phun nước, xe tưới nước (làm sạch đường phố).

살신성인(殺身成仁) **~하다** chết để bảo toàn danh tiết, chết vì danh dự, chết vì nghĩa khí.

살아나다 ❶ (소생) hồi sinh, phục hồi. ❷ (구명) được cứu sống, được cứu thoát (조난의 경우). ❸ (곤경에서) vượt qua được, thoát khỏi được.

살아생전(-生前) ¶ ~에 trong suốt cả cuộc đời.

살얼음 dải băng mỏng, lớp băng đóng trên bề mặt. ¶ ~을 밟는 것 같다 giống như dẫm lên lớp băng mỏng.

살육(殺戮) **~하다** giết hại, tàn sát, thảm sát. ¶ ~을 자행하다 tự ý giết hại, tự ý tàn sát.

살의(殺意) ý định giết người.

살인(殺人) tội giết người, sự giết người. **~하다** giết người, sát nhân; phạm tội giết người. ¶ ~적인 mang tính sát nhân. ¶ ~ 광선 tia điện giết người / ~미수 giết người không thành / ~범 kẻ giết người, tội phạm giết người / ~ 사건 vụ giết người.

살점(-點) miếng thịt, lát thịt.

살짝 ☞ **슬쩍**.

살쩍 tóc mai; sự vén tóc sang một bên.

살찌다 lên cân, béo ra, mập lên, mập ra; (땅이) phì nhiêu, màu mỡ.

살찌우다 làm cho mập ra, làm cho béo lên, vỗ béo.

살촉(-鏃) đầu mũi tên.

살충제(殺蟲劑) thuốc sát trùng, thuốc trừ sâu.

살코기 thịt nạc, thịt thăn.

살팍지다 có bắp thịt rắn chắc, vạm vỡ, khỏe khoắn.

살판나다 gặp vận may, gặp thời.

살펴보다 ngó quanh; quan sát, xem xét, theo dõi; ngắm nghía.

살포(撒布) **~하다** phân tán; gieo rắc, rải, xịt. ¶ ~약 thuốc xịt.

살풍경(殺風景) ~한 vô vị, nhạt nhẽo, chán ngắt; (정취없는) lãnh đạm, ảm đạm, thê lương.

살피다 ❶ ☞ **살펴보다**. ❷ đoán biết, nhận biết (헤아리다); suy đoán, phán đoán (판단); mềm mỏng, mềm mại (동정).

살해(殺害) **~하다** giết hại; ám hại, ám sát. ¶ ~자 người sát hại, người ám sát.

삵괭이 [ĐV] con mèo rừng, linh miêu.

삶 sự sống; cuộc sống, đời sống. ¶ ~을 영위하다 duy trì cuộc sống, sống.

삶다 ❶ (물에) luộc. ¶ 달걀을 ~ luộc trứng gà / 삶아지다 được luộc chín. ❷ ☞ **구슬리다**. ❸ (논밭흙을) cày bừa, cày xới.

삼[1] [TV] sợi cây gai dầu. ¶ ~씨 hạt gai dầu / ~으로 만든 làm bằng sợi gai dầu.

삼[2] (태아의) màng nước ối.

삼(三) ba. ¶ 제 ~(의) thứ ba.

삼(蔘) sâm. ☞ **인삼**.

삼가 một cách thành kính, một cách chân thành, một cách thiết tha. ¶ ~ 말씀드립니다 xin được nói một cách chân thành rằng, xin tha thiết nói rằng.

삼가다 ❶ (조심) thận trọng, cẩn thận, dè dặt. ¶ 언행을 ~ thận trọng lúc ăn nói, dè dặt trong ăn nói, cẩn thận trong lời ăn tiếng nói. ❷ (억제) tiết chế, chú ý, tự kiềm chế, tự hạn chế; (절제) tự điều tiết, tự điều hòa. ¶ 술을 ~ hạn chế (uống) rượu.

삼가르다 cắt cuống rốn (trẻ sơ sinh).

삼각(三角) ba góc. ~의 thuộc hình tam

giác, thuộc dạng có ba góc. ¶ ～건 vật hình tam giác; tay ba, bộ ba / ～ 관계 mối quan hệ tay ba / ～근(筋) nách / ～기 cờ đuôi nheo / ～법 lượng giác học / ～익(翼) cánh chim; tam giác / ～자 bộ ê-ke / ～주(州) vùng châu thổ / ～ 함수 hàm số lượng giác.

삼각(三脚) tam giác, ba chân. ¶ ～의 thuộc dạng ba chân, có ba chân. ¶ ～가(架) giá ba chân / 이인 ～ trò chơi buộc một chân của hai người rồi di chuyển xem nhóm nào thắng cuộc, trò chơi hai người ba chân.

삼각형(三角形) hình tam giác. ～의 thuộc dạng tam giác, thuộc hình tam giác, có hình tam giác.

삼간초옥(三間草屋) nhà tranh ba gian.

삼강(三綱) ba mối ràng buộc, ba mối quan hệ ràng buộc, tam cương. ¶ ～오륜 tam cương ngũ thường.

삼거리(三-) ngã ba, chạc ba.

삼겹실(三-) chỉ gồm có ba sợi, chỉ sợi ba.

삼겹살(三-) thịt ba chỉ.

삼경(三更) nửa đêm, 12 giờ đêm.

삼계탕(蔘鷄湯) món gà tần nhân sâm.

삼국(三國) ¶ ～ 동맹 ba nước đồng minh / 제 ～인 thời kỳ Tam quốc.

삼군(三軍) ¶ ～을 지휘하다 chỉ huy ba quân, chỉ huy ba ngành của lực lượng vũ trang (không quân, hải quân, lục quân), chỉ huy toàn quân. ¶ ～ 의장대 cảnh giới nghiêm ngặt, giữ nghiêm toàn quân.

삼권분립(三權分立) tam quyền phân lập.

삼남(三南) ba tỉnh phía Nam Hàn Quốc gồm Chungcheong, Jeonla và Gyeongsang.

삼년(三年) ba năm. ¶ ～생(학생) học sinh lớp ba tiểu học; sinh viên năm thứ ba đại học.

삼다 ❶ (…을 …으로) xem như, coi như, cho là; (사용) sử dụng thay cho. ¶ 그녀를 며느리로 ～ coi cô ấy như con dâu, xem cô ấy như là con dâu. ❷ (생각) ¶ 책을 벗～ coi sách như là bạn bè, xem sách như bạn bè / 장난삼아 coi như trò đùa, xem như trò đùa. ❸ (짚신을) bện, tết, đan.

삼단 ¶ ～ 같은 머리 tóc cứng như vải gai, tóc cứng như rễ tre.

삼단논법(三段論法) phép tam đoạn luận.

삼단도(三段跳) bước nhảy, bước đi rút ngắn.

삼대(三代) ba đời, ba thế hệ.

삼동(三冬) ba tháng mùa Đông; mùa Đông (겨울).

삼두정치(三頭政治) chế độ tam hùng; chế độ lãnh đạo có ba bên.

삼등(三等) hạng ba, loại ba (3위). ¶ ～차표 vé hạng ba, vé loại ba.

삼등분(三等分) ~**하다** chia làm ba phần.

삼라만상(森羅萬象) tạo hóa tạo thành, sự tự nhiên mà thành.

삼루(三壘) 【BC】 ba nền tảng; ba nguyên tắc; ba khởi điểm; ba góc của sân chơi bóng chày. ¶ ～수 cầu thủ đứng ở ba góc sân bóng chày.

삼류(三流) ～의 hạng ba, cấp ba.

삼륜차(三輪車) xe ba bánh.

삼림(森林) ☞ **산림**, **숲**.

삼립(森立) ☞ **임립**(林立).

삼매(三昧) sự say mê, sự miệt mài, trạng thái mê mải. ¶ ～경(에 들다) rơi vào trạng thái mê mải, trở nên miệt mài, say mê.

삼면(三面) ba mặt, ba phía. ¶ ～ 기사 bài báo trang ba.

삼모작(三毛作) ba vụ mùa một năm.

삼목(杉木) cây tuyết tùng, cây thông liễu.

삼민주의(三民主義) chủ nghĩa Tam dân (Trung Quốc: 1920).

ㅅ

삼박자(三拍子) 【ÂN】 nhịp ba.

삼반규관(三半規管) 【GP】 ống có hình bán nguyệt (dùng trong giải phẫu).

삼발이 cái giá có ba chân.

삼배(三倍) ba lần, gấp ba lần. **~하다** tăng gấp ba lần. ¶ ~의 gấp ba / …의 ~나 되는 bằng gấp ba lần.

삼베 quần áo vải vóc bằng vải gai.

삼복(三伏) thời kỳ nóng nhất của mùa hè gồm ba giai đoạn tiểu thử, trung thử và đại thử. ¶ ~ 더위 nóng nực, cái nóng của tiết đại thử.

삼부(三部) ba phần, ba tiết đoạn, ba bản (서류 따위); ba tập (서적); ba cơ sở, ba phòng ban (부처). ¶ ~작 tác phẩm gồm ba bộ, tác phẩm ba tập / ~합창 tam ca, tam tấu.

삼분(三分) **~하다** chia ra ba phần. ¶ ~의 일 một phần ba.

삼분오열(三分五裂) **~하다** bị vỡ tan tành thành nhiều mảnh.

삼산화(三酸化) 【HH】 ¶ ~물 chất trioxide.

삼삼오오(三三五五) ¶ ~로 tụm năm tụm ba.

삼삼하다 (맛이) ngon mát, ngọt mát, ngon; (눈에) đầy đặn, dễ nhìn, dễ ưa, ưa nhìn; sinh động, sống động, sắc nét (서술적). ¶ 국이 ~ canh ngọt mát, canh ngon / ~하게 생긴 얼굴 khuôn mặt đầy đặn, khuôn mặt ưa nhìn, khuôn mặt dễ ưa / 옛 과거의 풍경이 아직도 눈앞에 ~하다 khung cảnh ngày xưa vẫn sống động ngay trước mắt.

삼색(三色) ~의 ba màu. ¶ ~기 cờ ba màu, cờ tam tài của Pháp.

삼성들리다 ăn ngốn ngấu, ăn ngấu nghiến; ăn thỏa thuê.

삼승(三乘) ☞ **세제곱**.

삼시(三時) ba bữa ăn trong ngày; (때) ba giờ chiều, ba giờ sáng.

삼십(三十) ba mươi ; XXX (로마숫자). ¶ 제 ~(의) thứ ba mươi / ~대이다 khoảng tầm tuổi ba mươi; khoảng thập kỷ ba mươi.

삼십육계(三十六計) ~놓다 chuồn, bỏ chạy, chạy trốn, dùng kế thứ ba mươi sáu.

삼엄(森嚴) **~하다** trang nghiêm, nghiêm túc; nghiêm ngặt, chặt chẽ. ¶ ~한 경계 sự cảnh giới nghiêm ngặt, sự canh gác chặt chẽ / ~한 분위기 bầu không khí trang nghiêm.

삼오야(三五夜) đêm trăng tròn, đêm trăng rằm.

삼용(蔘茸) sâm nhung.

삼원색(三原色) ba màu chính, ba màu cơ bản.

삼월(三月) tháng ba.

삼위일체(三位一體) chế độ ba ngôi, Chúa Ba Ngôi.

삼인(三人) ba người. ¶ ~조 tổ ba người / ~칭 từ xưng hô ngôi thứ ba.

삼일(三一) ¶ ~운동 1919 phong trào độc lập năm 1919 ở Hàn Quốc / ~절 kỳ nghỉ nhân dịp kỷ niệm phong trào độc lập ở Hàn Quốc.

삼일(三日) ngày thứ ba (셋째날). ¶ ~ 동안 trong ba ngày. ¶ ~ 천하 sự nắm quyền chỉ được ba ngày, triều đại ba ngày.

삼자(三者) ba bên, ba phía; ba người, ba đại diện. ¶ ~ 범퇴 【BC】 ba người cùng bị ra sân vì chơi không thành công (trong bóng chày) / ~ 회담 hội đàm ba bên.

삼중(三重) ~의 gồm có ba lớp chồng lên nhau, ba lượt, ba lần, bộ ba. ¶ ~창 phần trio / ~주 tam tấu.

삼지사방(-四方) ¶ ~으로 ra tam phương tứ hướng, ra mọi hướng, ra khắp nơi.

삼진(三振) [BC] ba lần đánh, ba lần tấn công. ¶ 야구선수가 ～당하다 các cầu thủ bóng chày bị tấn công ba lần.

삼차(三次) lần thứ ba, lượt thứ ba (수학의). ¶ ～ 산업 ngành công nghiệp thứ ba / ～원 ba chiều (không gian) / ～원의 thuộc không gian ba chiều.

삼차신경(三叉神經) [GP] dây thần kinh thứ ba, dây thần kinh có ba chức năng.

삼창(三唱) (만세의) sự hoan hô ba lần, sự vỗ tay ba lần. **~하다** hoan hô ba lần, vỗ tay ba lần, cổ vũ ba lần.

삼척동자(三尺童子) đứa trẻ chỉ cao ba tấc, một đứa bé con.

삼촌(三寸) (숙부) chú (em của bố), cậu (em của mẹ).

삼총사(三銃士) nhóm ba người, bộ ba; ba người lính ngự lâm.

삼추(三秋) ba thu, (세 해) ba năm; một quãng thời gian dài ¶ 일일여(一日如) ～ một ngày dài tựa ba thu.

삼출(滲出) **~하다** rỉ ra, ứa ra, tiết ra, chảy ra.

삼층(三層) ¶ ～집 nhà ba tầng.

삼치 [LC] cá thu Tây Ban Nha.

삼칠일(三七日) ngày thứ hai mươi mốt, những ngày đầu của trẻ sơ sinh, ba tuần sau khi sinh. (비슷한 말: 세이레).

삼키다 ❶ (입으로) nuốt; nuốt ừng ực (꿀떡). ¶ 통째 ～ nuốt gọn, nuốt nguyên cả miếng. ❷ (참다) chịu đựng, nén, nín nhịn. ¶ 눈물을 ～ nén nước mắt, nuốt nước mắt / 웃음을 ～ nín cười, nén tiếng cười / 울분을 ～ nén nỗi phẫn uất. ❸ (횡령) chiếm đoạt, chiếm hết. ¶ 남의 땅을 ～ chiếm đoạt hết đất của người khác, cướp hết đất của người khác.

삼태기 giỏ rơm để đựng hàng hóa.

삼투(滲透) sự no; sự bão hòa; sự ướt đẫm; sự thẩm thấu; sự rỉ ra. **~하다** bão hòa; ướt đẫm; thấm; rỉ; no. ¶ ～성 tính thẩm thấu.

삼파전(三巴戰) cuộc chiến giữa ba bên, cuộc đấu tay ba.

삼팔선(三八線) vĩ tuyến 38.

삼포(蔘圃) khu vực trồng sâm.

삼하다 quấy rầy, quấy khóc, nhõng nhẽo, làm nũng. ¶ 아이가 너무 삼해서 젖을 빨면서도 운다 đứa bé hay quấy nên vừa bú sữa vừa khóc.

삼한사온(三寒四溫) ba ngày lạnh bốn ngày ấm; sự thay đổi theo chu kỳ của mùa đông.

삼항식(三項式) [TH] biểu tam thức.

삽(鍤) cái xẻng, cái thuổng, cái mai. ¶ ～질하다 sự dùng mai để làm việc, xúc xẻng.

삽사리 = 삽살개. [ĐV] có bộ lông xù, con chó xù.

삽시간(霎時間) ～에 trong giây lát, trong chớp mắt, trong chốc lát, trong khoảng thời gian rất ngắn.

삽입(挿入) **~하다** lồng vào, gài vào, đút vào, chèn vào; ¶ ～적으로 tính chất đan cài, tính đan xen. ¶ ～구 dấu ngoặc; câu trong ngoặc / ～부 [ÂN] phân cảnh, phân đoạn; tình tiết.

삽화(揷畵) sự minh họa, tranh minh họa. ¶ ～ 화가 họa sỹ minh họa.

삿갓 cái nón tre; cái nón bằng lau sậy.

삿대 ☞ **상앗대**.

삿자리 chiếu tre, thảm tre; thảm đan bằng lau sậy, chiếu bằng lau sậy.

상(上) (윗부분) phần trên, phía trên; (등급) bậc trên, bậc cao; (상권) quyền lực ở phía trên, quyền lực cao.

상(床) cái bàn. ¶ 밥 한 ～ một bàn ăn / ～을 차리다 chuẩn bị dọn bàn ăn / ～을 치우다 dọn bàn đi.

상(相) (상태) trạng thái, tình hình; (인상)

ㅅ

dáng vẻ, dáng điệu, ngoại hình, hình thức; (얼굴) gương mặt, diện mạo, vẻ mặt (표정). ¶ ~을 찌푸리고 vẻ mặt nhăn nhó.

상(商) 【TH】 số thương, thương số.

상(喪) tang, tang lễ. ¶ 상복 bộ đồ tang / ~을 입다 có tang, nhà có người chết / ~을 벗다 hết tang, đoạn tang / ~중이다 đang có tang; đang cử hành tang lễ.

상(像) bức ảnh; bức chân dung; hình ảnh minh họa, hình ảnh tượng trưng; (화상) bức chân dung.

상(賞) giải thưởng, phần thưởng (보수). ¶ 1등~ giải nhất / ~타다 nhận giải thưởng, nhận phần thưởng.

상가(商家) cửa hàng, cửa hiệu, tiệm hàng.

상가(商街) khu vực mua bán sầm uất, khu phố thương mại, trung tâm mua bán.

상가(喪家) nhà có tang.

상각(償却) **~하다** khấu trừ, hồi lại, báo đền. ¶ ~ 자금 vốn khấu hao / 감가~ sự khấu hào.

상감(上監) Hoàng gia, cung vua.

상감마마(上監-) chỉ các thành viên trong hoàng gia một cách tôn kính; bệ hạ.

상감(象嵌) sự nạm, sự khảm. **~하다** nạm khảm.

상감세공(象嵌細工) việc nạm khảm; gia công nạm khảm.

상갑판(上甲板) đầu bảng, hạng nhất.

상객(上客) thượng khách, khách quý; VIP.

상객(常客) khách quen (비슷한 말: 단골손님).

상거(相距) **~하다** xa cách; (서술적) cách biệt.

상거래(商去來) sự giao dịch mua bán; quản lý việc kinh doanh.

상견(相見) **~하다** gặp trực tiếp, đối diện, đối mặt.

상경(上京) **~하다** lên kinh thành, lên thủ đô, đến Seoul.

상계(上計) thượng kế, kế sách tối ưu, thượng sách.

상고(上古) thượng cổ. ~의 thuộc thời thượng cổ. ¶ ~사 lịch sử thời thượng cổ.

상고(上告) ❶ 【PL】 xin phúc thẩm, kháng án lên tòa án tối cao. **~하다** xin phúc thẩm, xin kháng cáo ở tòa án tối cao. ¶ ~를 기각하다 bác đơn kháng án, xin phúc thẩm. ¶ ~인 người kháng án, người chống án. ❷ (보고) sự báo cáo, sự tấu trình (lên cấp trên). ~하다 báo cáo, tấu trình (lên cấp trên).

상고(尙古) ¶ ~주의 chủ nghĩa hoài cổ.

상고(詳考) **~하다** khảo sát, điều tra, thẩm tra, tra cứu, nghiên cứu.

상고대 sương giá đọng trên cây cối.

상고머리 kiểu tóc nam, hớt dần lên cao gọn gàng giản di, tóc cắt ngắn.

상공(上空) bầu trời, trên không trung. ¶ …의 ~을(에) trên vùng trời của….

상공(商工) (상공업) công nghiệp và thương mại, công thương. ¶ ~자원부 bộ tài nguyên công nghiệp và thương mại / 대한~회의소 cơ quan thương mại và công nghiệp Hàn Quốc / 중소~업자 nhà kinh doanh công thương vừa và nhỏ.

상과(商科) khoa thương mại. ¶ ~ 대학 trường đại học thương mại.

상관(上官) sĩ quan cao cấp, người lãnh đạo, người chỉ huy.

상관(相關) ❶ (상호관계) mối tương quan, mối quan hệ qua lại, mối quan hệ tương hỗ. **~하다** tương quan, quan hệ tương hỗ, quan hệ qua lại. ❷

(관련) sự liên quan, mối liên hệ; (관여) sự can thiệp; sự dính líu, sự dây dưa, sự liên đới, liên lụy; (관심, 개의) sự quan tâm, sự lưu tâm, sự để ý. **~하다** quan tâm, lưu tâm, để ý; liên lụy (연루). ¶ ~ 않다 không để ý, không lưu tâm, không liên lụy đến (개의); không có quan hệ, không liên hệ gì / ~없다 (무관계) không dính líu, không liên đới, không liên lụy / 네가 ~할 게 아니다 việc không liên quan đến mày. ❸ (남녀의) quan hệ nam nữ. ~하다 giao hợp, làm tình.

상관습(商慣習) tập tục buôn bán, tập quán thương mại.

상궁(尙宮) người quản lý các hầu gái trong cung vua.

상권(上卷) quyển một, tập một, hồi thứ nhất.

상권(商權) sức mua bán; quyền mua bán. (비교: 상법 luật mua bán, luật thương mại).

상궤(常軌) lối mòn; lối quen; đường đi đúng. ¶ ~를 벗어나다 lệch khỏi lối mòn; thoát khỏi lối mòn; đi sai đường.

상규(常規) thói thường, lệ thường.

상그레웃다 cười rạng rỡ, cười tươi rói, tươi cười.

상극(相剋) (충돌) sự xung đột; tính xung khắc, tính không hợp nhau. ¶ ~이다 xung khắc, xung đột.

상근(常勤) ¶ ~자 người làm việc cả hai buổi, người làm việc cả ngày.

상글거리다 tươi cười, mỉm cười, mủm mỉm.

상금(賞金) giải thưởng có giá trị bằng tiền; tiền thưởng. ¶ ~을 타다 nhận được tiền thưởng, nhận được giải thưởng bằng tiền.

상금(尙今) đến nay; cho đến tận bây giờ (부정).

상급(上級) cấp trên, bậc cao; giai đoạn trên. ~의 thuộc cấp trên, thuộc bậc cao, thuộc giai đoạn trên. ¶ ~ 관청 cơ quan cấp trên / ~생 học sinh lớp trên / ~직 chức vụ bậc cao, chức cao.

상긋거리다 tươi cười, mỉm cười, mủm mỉm.

상기(上氣) **~하다** bị máu dồn lên đầu; bị đỏ bừng mặt, bị nóng bừng mặt. ¶ ~된 얼굴로 với khuôn mặt đỏ bừng.

상기(上記) ~의 như đã đề cập ở trên.

상기(想起) **~하다** hồi tưởng, nhớ lại. ¶ …을 ~시키다 làm hồi tưởng, làm nhớ lại, gợi nhớ lại.

상기(詳記) **~하다** viết tường tận, miêu tả chi tiết, đưa văn bản tính toán cụ thể.

상길(上-) chất lượng hàng đầu, chất lượng tốt nhất.

상납(上納) **~하다** nộp cho cấp trên, nộp cho nhà nước (tiền thuế).

상냥하다 dịu dàng, nhẹ nhàng, mềm mỏng. ¶ 상냥하게 대하다 đối xử nhẹ nhàng, đối xử mềm mỏng.

상념(想念) sự suy ngẫm, sự suy tư, sự trầm tư. ¶ 그는 눈을 감은 채 깊은 ~에 잠겨 있었다 anh ta nhắm mắt và đắm chìm trong suy tư.

상놈(常-) đồ mất dạy, tên lưu manh; (본데 없는) kẻ vô tích sự.

상단(上端) đỉnh cao nhất, đỉnh, chóp.

상담(相談) sự bàn bạc, sự thảo luận, sự trao đổi ý kiến, hỏi ý kiến, tham vấn ý kiến. **~하다** bàn bạc, thảo luận, trao đổi ý kiến. ¶ 선생님과 ~을 하다 bàn bạc với thầy giáo, thảo luận với thầy giáo / ~에 응하다 đóng góp ý kiến, tham gia thảo luận. ¶ ~난 chỗ trống để ghi ý kiến thảo luận vào

/ ～소 trung tâm trao đổi thông tin, trung tâm thông tin / 결혼 ～소 trung tâm tư vấn hôn nhân, văn phòng tư vấn hôn nhân.

상담(商談) sự mặc cả, sự thương lượng mua bán. ¶ ～을 매듭짓다 kết thúc thương lượng, kết thúc việc mặc cả, ngã giá xong.

상당(相當) ～한 (적당한) tương đối, khá; (어울리는) thích hợp, vừa đủ, phù hợp, thích đáng; (훌륭한) khá, kha khá; (어지간한) tốt, nhiều, không nhỏ, không thể xem thường; (맞먹는) cân xứng, xứng đáng; (합당) hợp lý, có lý. ¶ ～히 một cách tương đối lớn, một cách thích hợp, một cách cân xứng, một cách hợp lý / ～한 보수 món tiền thưởng tương đối lớn / ～한 교육 [수입] sự giáo dục [thu nhập] khá tốt / ～한 인물 nhân vật không thể xem thường / ～한 값 giá cả tương đối cao.

상대(相對) ❶ (마주 대함) sự đối mặt, sự đối diện; sự đối phó, sự đương đầu. **~하다** đối mặt, đối diện; đối phó, đương đầu. ¶ ～하여 앉다 ngồi đối diện, ngồi đối mặt. ❷ (친구, 짝) sự kết bạn, sự làm bạn, có quan hệ với; (대상) có liên quan, có liên hệ. ～하다 kết bạn, làm bạn, kết thân; quan hệ, liên hệ, liên quan. ¶ ～하지 않다 không làm bạn; không quan hệ, không liên quan. ❸ (상대방) sự đối địch, sự chống đối, sự đối lập; đảng đối lập, phe đối lập, đối thủ, địch thủ (적수). ～하다 chống đối, đối địch, đối lập. ¶ ～가 안되다 không chống lại được. ❹ (절대에 대한) sự tương hỗ. ¶ ～적(으로) tính tương hỗ. ¶ ～성 원리 nguyên lý mang tính tương hỗ / ～성 이론 lý thuyết về tính tương hỗ.

상대역(相對役) bạn diễn; người có vai trò hợp tác, đối tác; (춤의) bạn nhảy. ¶ ～을 하다 làm đối tác; làm bạn nhảy.

상도(常道) (떳떳한 도리) đạo hành động, phép tắc thông thường.

상도(想到) **~하다** suy nghĩ, cân nhắc, suy tính.

상도덕(商道德) đạo đức trong kinh doanh.

상도의(商道義) ☞ **상도덕**.

상되다(常-) có lời nói hoặc hành động không lịch sự.

상등(上等) ～의 thuộc loại cao cấp, thuộc hạng sang, thuộc dạng thượng hạng. ¶ ～품 hàng cao cấp, sản phẩm thượng hạng.

상등병(上等兵) ☞ **상병**(上兵).

상량(上樑) **~하다** bắc khung cầu, nối nhịp cầu; dựng khung nhà. ¶ ～식 lễ mừng dựng khung cầu, lễ mừng dựng khung nhà.

상례(常例) ～의 lệ thường, thông lệ, thói quen, tập tục. ¶ …을 ～로 하다 làm theo như thông lệ, làm theo thói quen.

상록(常綠) ～의 màu xanh thông thường của cây cối. ¶ ～수 cây xanh.

상론(詳論) **~하다** xem xét kỹ lưỡng, thảo luận sâu rộng, bàn bạc kỹ càng.

상류(上流) (강의) thượng nguồn; (사회에서의) giới thượng lưu. ¶ ～의(에) trong giới thượng lưu, thuộc giới thượng lưu. ¶ ～ 사회 xã hội thượng lưu / ～ 생활(生活) cuộc sống thượng lưu.

상륙(上陸) sự đổ bộ; sự hạ cánh; sự ghé vào bờ. **~하다** hạ cánh; đổ bộ; sự cập bến. ¶ ～ 부대 đội quân đổ bộ, đơn vị đổ bộ / ～ 지점 địa điểm hạ cánh / ～ 작전 kế hoạch đổ bộ.

상말(常-) lời nói thô tục, lời lăng mạ, lời chửi rủa.

상면(相面) **~하다** gặp gỡ, gặp mặt; gặp riêng.

상무(尙武)¶ ~의 기상 tư tưởng quân phiệt.

상무(常務) công việc hàng ngày, công việc thông thường; (회사 간부) giám đốc thường trực, thường vụ.

상무(商務) công việc kinh doanh thương vụ. ¶ ~관 tùy viên thương mại.

상미(上米) gạo ngon, gạo hạng cao cấp, gạo chất lượng cao.

상미(賞味) **~하다** thưởng thức mùi vị.

상민(常民) người dân thường, tầng lớp bình dân (역사).

상박(上膊) 【GP】 tay, chi trước, chân trước.

상반(相反) **~하다** tưởng phản, trái ngược nhau, đối lập nhau, mâu thuẫn nhau, đối nghịch nhau.

상반기(上半期) nửa năm đầu, sáu tháng đầu năm.

상반신(上半身) nửa phần trên của cơ thể. ¶ ~을 벗고 để hở nửa người / ~을 내밀다 thò nửa người ra.

상배(喪配) ☞ **상처**(喪妻).

상배(賞杯) phần thưởng; chiếc cúp.

상벌(賞罰) thưởng và phạt, khen thưởng và trừng phạt. ¶ ~없음 không thưởng không phạt, vô thưởng vô phạt.

상법(商法) luật thương mại.

상병(上兵) lính sắp được xuất ngũ.

상병병(傷病兵) thương bệnh binh.

상보(床褓) khăn trải bàn.

상보(詳報) bản báo cáo chi tiết. **~하다** báo cáo chi tiết, báo cáo cụ thể, báo cáo tường tận.

상복(喪服) bộ đồ tang, tang phục. ¶ ~을 입고(있다) mặc đồ tang, mặc tang phục.

상봉(相逢) **~하다** gặp nhau, tương phùng.

상부(上部) phần cao hơn, bộ phận trên; chóp, đỉnh; (위쪽) phía trên; (기관·직위) cơ quan cấp trên, cấp trên, người lãnh đạo. ¶ ~구조 kiến trúc thượng tầng.

상부상조(相扶相助) sự giúp đỡ lẫn nhau, sự hỗ trợ qua lại, sự phụ thuộc lẫn nhau.

상비(常備) **~하다** dự trữ; dự bị; dự phòng. ¶ ~의 thuộc đồ dự trữ, thuộc loại dự phòng. ¶ ~군 quân dự bị.

상사(上士) thượng sĩ. ¶ 특무 ~ thượng sỹ đặc vụ.

상사(上司) văn phòng cấp trên, văn phòng chỉ huy; (상관) cấp trên, người lãnh đạo. ¶ 그녀는 그의 ~다 cô ấy là cấp trên của anh ta.

상사(相似) ~의 tương đồng, giống nhau, tương tự.

상사(相思) sự nhớ thương, sự tương tư. ¶ ~병 bệnh tương tư / ~ 병을 앓다 mắc bệnh tương tư.

상사(商社) hãng buôn, công ty thương mại.

상사(商事) ¶ ~회사 công ty kinh doanh.

상사람(常-) người bình thường, bình dân (전체).

상상(想像) sự tưởng tượng, trí tưởng tượng (공상); sự mường tượng, sự hình dung (가정); sự đoán chừng, sự suy đoán, sự phỏng đoán (추측). **~하다** tưởng tượng; mường tượng, hình dung; đoán chừng, suy đoán, phỏng đoán. ¶ ~의 thuộc về sự tưởng tượng, mang tính phỏng đoán / ~할 수 있는 có thể tưởng tượng được, có thể hình dung được / ~도 못할 không thể tưởng tượng nổi, không thể hình dung được / ~이 맞다 suy đoán đúng, phỏng đoán đúng. ¶ ～력 năng lực tưởng tượng, sức tưởng tượng / ～ 임신 có thai trong tưởng tượng, tưởng là có thai.

상상봉(上上峰) đỉnh cao nhất, tột đỉnh.

상서(上書) (웃어른께) thư gửi cho người lớn tuổi, thư gửi bề trên. **~하다** viết thư cho người lớn tuổi, gửi thư cho người lớn tuổi.

상서(祥瑞) sự may mắn, có điềm lành. ¶ ～로운 một cách may mắn, có điềm lành.

상석(上席) vị trí cao, chức vụ cao; chỗ ngồi trên cao.

상석(床石) tảng đá lâu năm, tảng đá lâu đời.

상선(商船) tàu buôn (총칭). ¶ ～대 đoàn tàu buôn, đội tàu buôn.

상설(常設) **~하다** thiết lập lâu bền, xây dựng lâu dài, tổ chức thường trực. ¶ ～의 mang tính lâu dài. ¶ ～관(館) (영화의) rạp chiếu phim.

상설(詳說) **~하다** giải thích chi tiết, giải thích tường tận, giải thích đầy đủ.

상세(詳細) ～한 chi tiết, cụ thể, tường tận, cặn kẽ, chi li, tỉ mỉ. ¶ ～히 một cách chi tiết, một cách cụ thể, một cách tường tận, một cách cặn kẽ, một cách chi li, một cách tỉ mỉ.

상소(上疏) **~하다** gửi tấu lên hoàng thượng, gửi sớ trình lên nhà vua.

상소(上訴) sự chống án, sự kháng án (lên tòa cấp cao hơn). **~하다** chống án, kháng án (lên tòa án cao hơn). ¶ ～를 포기 [취하]하다 từ bỏ [rút đơn] kháng án. ¶ ～권(權) quyền chống án, quyền kháng cáo.

상소리(常-) lời nói thô tục, lời sỉ nhục. **~하다** nói tục, văng tục.

상속(相續) sự thừa kế, sự thừa hưởng; sự thừa tự (재산의). **~하다** thừa kế, thừa tự, thừa hưởng. ¶ ～세 thuế thừa kế / ～인 người thừa kế (trưởng nam) (남자); người thừa kế (trưởng nữ) (여자) / ～ 재산 tài sản thừa kế.

상쇄(相殺) **~하다** bù vào, làm cho cân bằng, cân đối. ¶ ～ 계정 khoản cân đối, khoản bù.

상수(上手) cao thủ; nhà chuyên môn, chuyên gia. ¶ ～이다 là cao thủ; là chuyên gia, là nhà chuyên môn.

상수(常數) 【TH】 hằng số.

상수도(上水道) sự sản xuất nước; nhà máy nước; hệ thống phun nước; đường dẫn nước.

상수리나무 【TV】 cây sồi.

상순(上旬) đầu tháng, thượng tuần (mười ngày đầu tháng).

상술(上述) ☞ **상기**(上記).

상술(商術) mẹo trong kinh doanh, nghệ thuật kinh doanh (요령); chính sách thương mại, đường lối thương mại (정책); tài kinh doanh, tài buôn bán (상재).

상술(詳述) **~하다** đã kể trên, đã đề cập ở trên, như đã nói ở trên.

상스럽다(常-) bất lịch sự, thô tục, tầm thường, hèn hạ, khiếm nhã, sỗ sàng.

상습(常習) ¶ ～적인 mang tính phổ biến, mang tính thông thường; tính tập quán, theo thói quen. ¶ ～범 kẻ phạm tội theo thói quen, kẻ phạm tội thường xuyên (범죄); kẻ phạm tội nhiều lần (범인).

상승(上昇) **~하다** tăng lên, sinh sôi, nảy nở. ¶ ～ 기류 khí áp tăng lên.

상승(相乘) **~하다** nhân lên. ¶ ～비 tỷ số nhân.

상승(常勝) ～의 luôn luôn chiến thắng, không thể chiến bại.

상시(常時) ❶ ☞ **평상시**(平常時). ❷ ☞ **항시**(恒時).

상시고용(常時雇用) tuyển nhân viên làm

ㅅ

việc hàng ngày.

상식(常食) lương thực chính, lương thực ăn hàng ngày. ¶ ~으로 하다 sống bằng lương thực hàng ngày.

상식(常識) những hiểu biết thông thường, thường thức. ¶ ~적인 mang tính thường thức, mang tính thông thường / ~을 벗어난 thoát khỏi những thông lệ bình thường / ~적으로 생각하여 suy nghĩ một cách thông thường.

상신(上申) **~하다** báo cáo lên cấp trên.

상실(喪失) **~하다** mất mát, tổn thất; bị lấy đi, bị chiếm đoạt.

상심(傷心) **~하다** đau đớn; buồn đau; đau xé ruột gan; đau lòng.

상심(喪心) **~하다** không còn tâm trí, ngây dại, tê tái; chán nản; mất hết tinh thần.

상아(象牙) ngà voi. ¶ ~ 세공 gia công ngà voi / ~질(質) (치아의) ngà răng, men răng / ~탑 tháp ngà.

상악(上顎) [GP] hàm trên.

상앗대 cây sào, mái chèo.

상어 cá mập. ¶ ~ 가죽 da cá mập.

상업(商業) sự buôn bán; thương mại, mậu dịch. ~의 thuộc về thương mại. ¶ ~화하다 thương mại hóa / ~에 종사하다 phục vụ trong ngành thương mại, làm trong ngành thương mại. ¶ ~고교 trường trung học thương mại / ~ 미술 mỹ thuật thương mại / ~ 어음 hóa đơn thương mại, hóa đơn kinh doanh / ~ 영어 tiếng Anh thương mại.

상업방송(商業放送) kênh truyền hình (kênh phát thanh) thương mại. ¶ ~을 개시하다 mở kênh truyền hình (kênh phát thanh) thương mại. ¶ ~국 đài truyền hình (truyền thanh) thương mại.

상여(喪輿) quan tài, linh cữu. ¶ ~을 메다 khiêng quan tài, khiêng linh cữu. ¶ ~꾼 người khiêng quan tài, người khiêng linh cữu.

상여금(賞與金) món tiền thưởng (상금). ¶ 연말 ~을 타다 nhận tiền thưởng cuối năm.

상연(上演) sự biểu diễn, sự trình diễn. **~하다** biểu diễn, trình diễn.

상영(上映) sự chiếu, sự trình chiếu **~하다** chiếu, trình chiếu (phim ảnh, truyền hình). ¶ ~중인 영화 phim đang được trình chiếu, phim đang chiếu / 곧 ~될 영화 phim sắp được trình chiếu. ¶ ~ 시간 thời gian trình chiếu, thời gian chiếu.

상오(上午) buổi sáng. ☞ **오전**.

상온(常溫) nhiệt độ bình thường.

상완(賞玩) **~하다** thưởng ngoạn; ngắm cảnh.

상용(商用) ¶ ~으로 dùng cho kinh doanh, dùng cho thương mại / ~으로 방문하다 thăm viếng với mục đích thương mại, thăm viếng với mục đích kinh doanh. ¶ ~문 thư thương mại, thư tín trao đổi về kinh doanh / ~어 thuật ngữ thương mại.

상용(常用) sự thường dùng, sự sử dụng hằng ngày. **~하다** dùng thường xuyên, dùng hằng ngày. ¶ ~어(語) từ thông dụng, từ thường dùng / ~영어 tiếng Anh thông dụng / ~자 người nghiện.

상원(上院) thượng nghị viện (영국); thượng viện (미국). ¶ ~ 의원 thượng nghị sĩ.

상위(上位) tầng lớp cao, địa vị cao. ¶ ~에 있다 ở tầng lớp cao, ở địa vị cao / ~를 차지하다 có địa vị cao, chiếm vị trí ở tầng lớp cao.

상위(相違) sự khác nhau, sự dị biệt; sự

ㅅ

bất đồng. ~하다 khác nhau, dị biệt; bất đồng. ¶ ～점 điểm khác nhau, điểm dị biệt, điểm bất đồng.

상응(相應) ❶ (호응) ~하다 đáp trả; ứng đáp, ứng đối; ❷ (대응) ~하다 tương xứng, phù hợp; thích ứng. ❸ (상당) ～한 vừa, xứng với, thích hợp với.

상의(上衣) áo khoác ngoài, áo choàng ngoài.

상의(上意) ¶ ～ 하달하다 ban lệnh của nhà vua xuống, truyền lệnh của nhà vua xuống.

상의(相議·商議) sự hội ý, sự bàn bạc, sự trao đổi ý kiến, sự thảo luận. ~하다 hội ý, trao đổi ý kiến, bàn bạc, thảo luận.

상이(傷痍) ～의 thương binh ¶ ～ 군인 thương bệnh binh, thương binh liệt sĩ.

ㅅ

상인(商人) nhà buôn; thương gia; doanh nhân. ¶ ～ 근성 tinh thần của doanh nhân.

상인방(上引枋) 【KTr】 dầm đỡ phía trên.

상일(常-) việc chân tay; lao động chân tay. ¶ ～꾼 người lao động chân tay.

상임(常任) ～의 tính thường xuyên; thường trực. ¶ ～위원회 hội đồng thường trực, ủy ban thường trực / ～ 지휘자 người lãnh đạo thường trực.

상자(箱子) cái hộp; cái hòm; cái thùng. ¶ 포도주 한 ～ một thùng rượu nho.

상자성(常磁性) tính từ trường.

상잔(相殘) ~하다 sát hại lẫn nhau, tàn sát lẫn nhau. ¶ 동족 ～ anh em họ hàng sát hại nhau, đồng tộc tương tàn.

상장(上場) ~하다 ghi vào danh sách, ghi sổ, niêm yết tại thị trường chứng khoán. ¶ ～되다 được ghi vào sổ. ¶ (비) ～주 cổ phiếu được niêm yết / ～ 폐지 xoá bỏ danh sách.

상장(喪章) băng tang; khăn tang.

상장(賞狀) bằng khen, bảng vàng danh dự.

상재(商材) khả năng kinh doanh, tài kinh doanh.

상쟁(相爭) ~하다 cạnh tranh nhau; tranh giành nhau.

상적(商敵) đối thủ kinh doanh; kẻ thù trong kinh doanh.

상전(上典) ông chủ, thượng cấp, cấp trên.

상전(相傳) ~하다 (대대로) thừa kế, thừa tự; thừa hưởng; được chuyển nhượng.

상전(桑田) cánh đồng xanh. ¶ ～벽해 cánh đồng xanh thành biển ngọc; sự biến thiên không thể lường được.

상점(商店) cửa hàng, cửa tiệm. ¶ ～가 phố có nhiều cửa hàng, phố buôn bán, phố thương mại.

상접(相接) ~하다 va chạm, tiếp xúc.

상정(上程) ~하다 trưng bày, trưng ra, trình lên (의회에); đệ trình (토의에).

상정(常情) thường tình.

상정(想定) ~하다 giả định; đưa ra giả thuyết. ¶ ～한 có tính giả định (어림의).

상제(上帝) ☞ **하느님**.

상제(喪制) người đưa ma, người có tang (사람); nghi thức tang lễ (제도).

상조(尙早) ～의 còn sớm, còn chưa đến lúc. ¶ 시기 ～다 chưa đến thời kỳ, còn sớm.

상조(相助) sự giúp đỡ lẫn nhau, sự tương trợ. ~하다 tương trợ, giúp đỡ lẫn nhau. ¶ ～적인 mang tính tương trợ.

상종(相從) ~하다 liên hiệp, kết hợp, cộng tác.

상종가(上終價) (증권) cổ phiếu giá cao nhất trong ngày.

상좌(上座) ghế cao nhất; ghế danh dự.

상주(上奏) **~하다** trình tấu lên thượng đế; trình tấu lên nhà vua

상주(常住) ¶ ~ 인구 dân định cư, dân thường trú.

상주(常駐) **~하다** thường trú.

상주(喪主) người chủ tang, tang chủ.

상주(詳註) chú thích cụ thể.

상중(喪中) **~이다** đang có tang, đang trong thời gian để tang.

상중하(上中下) thượng trung hạ; nhất nhì ba; tốt, trung bình, kém.

상지상(上之上) cái tốt nhất.

상징(象徵) biểu tượng; sự tượng trưng. **~하다** tượng trưng. ¶ ~적인 mang tính tượng trưng. ¶ ~주의 chủ nghĩa tượng trưng.

상찬(賞讚) sự khen ngợi. **~하다** khen ngợi; tán dương; ca ngợi. ¶ ~할 만한 đáng khen ngợi.

상찰(詳察) **~하다** quan sát kỹ, xem xét tỉ mỉ.

상책(上策) thượng sách. ¶ 머리가 아플 때는 자는 것이 ~ khi bị đau đầu, ngủ là thượng sách.

상처(喪妻) **~하다** chết vợ; mất vợ; góa vợ.

상처(傷處) vết thương; sự tổn thương; vết thâm tím, bầm, giập (타박상); vết chém, vết cắt (깊은); vết sẹo (흉터). ¶ ~를 입히다 bị thương; bị chém; bị cắt / ~가 남다 để lại vết sẹo.

상체(上體) phần trên của cơ thể.

상추 【TV】 rau xà lách.

상춘(賞春) sự thưởng ngoạn phong cảnh mùa xuân, du xuân, sự ngắm cảnh mùa xuân. ¶ ~객 khách du xuân.

상층(上層) (지층 따위) tầng trên; (하늘) thượng giới; (건물의) tầng thượng; (사회) tầng lớp thượng lưu. ¶ ~기류 khí áp thượng lưu, tầng khí quyển phía trên.

상치(相値) sự va chạm, sự đụng độ, sự bất hòa. **~하다** va chạm, đụng độ, bất hòa.

상쾌(爽快) ~한 sảng khoái, khỏe khoắn, thoải mái.

상큼상큼 bước chân mạnh mẽ và dứt khoát.

상탄(賞嘆) ☞ **상찬**.

상태(狀態) điều kiện; trạng thái; tình trạng. ¶ 현 ~로는 với điều kiện hiện nay / 그런 ~로는 với tình trạng đó. ¶ 건강 ~ tình trạng sức khỏe, điều kiện sức khỏe / 생활 ~ điều kiện sinh hoạt / 위험 ~ tình trạng nguy hiểm / 정신 ~ trạng thái tinh thần / 그의 건강 ~가 좋지 않다 tình trạng sức khỏe của anh ấy không tốt.

상태(常態) ☞ **정상**(正常).

상통(相通) ❶ (연락) **~하다** liên lạc, trao đổi tin tức. ❷ (의사 소통) **~하다** hiểu nhau, thông cảm cho nhau. ❸ (공통) **~하다** đồng cảm, chia sẻ (với nhau).

상투 búi tóc. ¶ 옛날에 남자들은 결혼을 하면 ~를 틀었다 Ngày xưa, nếu đàn ông (Hàn Quốc) đã lập gia đình thì búi tóc lên.

상투(常套) ~적(인) mang tính cổ truyền, mang tính tục lệ xưa. ¶ ~수단 phương thức cổ truyền / ~어(語) từ cổ; câu viết theo lối cổ (문구).

상팔자(上八字) vận may, tốt số

상패(賞牌) huy chương, mề đay.

상편(上篇) quyển thứ nhất, tập 1.

상표(商標) nhãn hiệu thương mại; thương hiệu, nhãn mác (라벨). ¶ ~를 도용하다 ăn cắp thương hiệu. ¶ ~권 quyền đăng ký nhãn hiệu.

상품(上品) hàng cao cấp, hàng chất lượng cao.

상품(商品) hàng, hàng hóa; mặt hàng;

vật phẩm. ¶ ~ 견본 mẫu hàng / ~권 thẻ mua hàng / ~ 목록 danh mục hàng hóa / ~ 진열실 phòng trưng bày sản phẩm / ~ 진열장 khu trưng bày sản phẩm / ~학 ngành hàng.

상품(賞品) phần thưởng; giải thưởng bằng hiện vật.

상피(上皮) 【Si】 biểu mô, biểu bì.

상피병(象皮病) 【YH】 chứng phù voi.

상피붙다(相避-) loạn luân.

상하(上下) ❶ (위와 아래) trên dưới; cao thấp. ❷ (귀천) sang hèn; giàu nghèo; kẻ thống trị và kẻ bị trị. ❸ (책) tập một và tập hai. ❹ ☞ **관민**(官民).

상하(常夏) ¶ ~의 나라 đất nước chỉ có mùa hè.

상하다(傷-) ❶ (다치다) hư hại, tổn thương; (손상) hư hỏng ; (썩다) hỏng, ôi thiu, bốc mùi (우유 따위). ❷ (마음이) bị tổn thương; bị xúc phạm, bị tự ái; đau lòng. ❸ (야윔) yếu đi; phờ phạc ra; gầy rộc đi.

상학(商學) ngành thương mại.

상한(象限) 【TH】 lượng tối đa. ☞ **사분면**(四分面).

상한선(上限線) giới hạn tối đa. ¶ ~을 두다(정하다) đặt ra giới hạn tối đa.

상항(商港) cảng thương mại.

상해(傷害) sự tổn hại, sự tổn thất. ~하다 làm tổn thất, gây thiệt hại. ¶ ~보험 bảo hiểm tai nạn / ~죄 tội gây tai nạn, tội gây tổn thất / ~ 치사(致死) làm hại người khác cho đến chết.

상해(詳解) **~하다** giải nghĩa tỉ mỉ, giảng giải từng chi tiết, giải thích đầy đủ.

상해(霜害) tác hại của sương giá. ¶ ~를 입다 bị hư hại vì sương giá.

상행(上行) ~의 đi lên, đi tới (về thủ đô, về trung tâm). ¶ ~선 [열차] thuyền [xe lửa] về thủ đô.

상행위(商行爲) làm thương mại, việc quản lý kinh doanh.

상현(上弦) tuần trăng đầu tiên, thượng tuần (달의). ¶ ~달 trăng thượng tuần, trăng non.

상형문자(象形文字) chữ viết tượng hình.

상호(相互) (부사적) sự qua lại, sự tương hỗ; lẫn nhau. ~의 thuộc sự tác động tương hỗ. ¶ ~의 합의로 với sự nhất trí với nhau. ¶ ~ 관계 quan hệ qua lại, quan hệ tương hỗ / ~ 작용 tác động tương hỗ / ~ 부조 giúp đỡ lẫn nhau / ~ 의존 phụ thuộc lẫn nhau / ~ 조직 tổ chức hỗ trợ lẫn nhau.

상호(商號) thương hiệu.

상혼(商魂) (장사정신) ý thức kinh doanh, tinh thần làm thương mại. ¶ ~이 악착 같은 ý thức kinh doanh bền bỉ.

상환(相換) **~하다** trao đổi qua lại. ¶ …과 ~으로 bằng sự trao đổi qua lại với …. ¶ ~권 thẻ (phiếu) trao đổi.

상환(償還) sự trả lại, sự hoàn lại; sự đáp lại. **~하다** trả lại, hoàn lại; đáp lại. ¶ ~금 khoản tiền trả lại / ~ 기한 kỳ hạn hoàn trả (만기).

상황(狀況) tình trạng, hoàn cảnh, điều kiện. ¶ 현 ~으로는 với tình trạng hiện tại. ¶ ~ 판단 xem xét hoàn cảnh; phán đoán tình trạng.

상황(商況) tình hình kinh doanh. ¶ ~은 부진하다 tình hình làm ăn kinh doanh không sáng sủa/~은 활발하다 tình hình kinh doanh sôi động.

상회(上廻) **~하다** vượt quá; quá độ; tăng hơn nữa.

상회(商會) ❶ hãng buôn. ❷ công ty thương mại, công ty kinh doanh.

샅 đũng quần.

샅바 (씨름의) khố (trang phục của đô vật).

샅샅이 khắp nơi, mọi chốn; mọi ngóc ngách.

새[1] (동물) con chim (가금). ¶ ~의 똥 phân chim (해조의).

새[2] ☞ **사이**.

새[3] mới (새로운); mới lạ (신기한); tươi mới (신선한); hiện đại (최근의).

새가슴 ngực chim; ngực nhôm. ¶ ~의 dạng ngực chim.

새골(鰓骨) 【LC】 xương mang cá.

새근거리다 (뼈마디가) hơi đau; hơi đau nhức; (숨을) hổn hển; phì phò.

새근하다 hơi bị đau nhức (서술적).

새기다 ❶ (파다) khắc, chạm, trổ. ¶ 도장을 ~ khắc triện. ❷ (마음에) ghi nhớ mãi; ghi lòng tạc dạ; khắc sâu; in sâu, ghi sâu. ¶ 그의 말은 내 기억 속에 지울 수 없도록 깊이 새겨져 있다 lời anh ấy khắc sâu trong tâm trí tôi không thể xóa mờ. ❸ (해석함) phân tích; bình giải; diễn dịch, dịch nghĩa (번역). ❹ (반추) nhai lại; suy ngẫm lại.

새기어듣다 lắng nghe kỹ càng; chăm chú nghe, nghe như nuốt từng lời; (참뜻을) lĩnh hội.

새김 (뜻의) sự giải thích, sự dịch nghĩa, sự phiên dịch; (조각) sự khắc chạm, sự chạm trổ. ¶ ~칼 dao trổ, dao khắc chạm.

새김질 (조각) sự chạm trổ, việc chạm trổ, hành động khắc chạm (lặp đi lặp lại); (반추) sự nhai lại; sự suy nghĩ lại, sự ngẫm nghĩ.

새까맣다 đen nhánh; đen tuyền.

새끼[1] (끈) dây thừng. ¶ ~를 꼬다 bện dây thừng.

새끼[2] ❶ (동물의) con vật non, con vật mới sinh (한배의); con bê (소의); con ngựa con; con nai con (말, 사슴의); con chó con (개의); con mèo con (고양이의); con dê con (양의); cá con (물고기의); chim non (새의); con lợn con (돼지의); con cừu con (양의). ¶ ~를 배다 có mang; có chửa (개가). ❷ (자식) có thai, có bầu, có mang. ¶ ~를 낳다 sinh con. ❸ (욕) đồ chết tiệt, đồ khốn! ¶ 저 ~ thằng khốn kia!

새끼발가락 ngón chân út.

새끼손가락 ngón tay út.

새나다 (비밀이) rò rỉ; lọt ra; lộ ra.

새노랗다 vàng chóe, vàng chói.

새다 ❶ (날이) bắt đầu rạng, bắt đầu sáng. ¶ 날이 샐 녘에 lúc ngày bắt đầu rạng / 날이 샌다 ngày đã sáng. ❷ (기체·액체 따위가) rỉ ra, chảy ra; thoát ra; (불빛 따위) lọt ra, lộ ra, le lói, hắt ra; (말소리가) lọt ra, vẳng ra. ¶ 새는 데 chỗ rò rỉ / 지붕이 샌다 mái nhà bị dột / 새는 데를 막다 đắp vá chỗ rò rỉ, lợp lại chỗ dột. ❸ (비밀이) rò rỉ, lọt ra, lộ ra.

새달 (다음달) tháng sau; tháng tới.

새댁 ☞ **새색시**.

새들다 môi giới; mặc cả.

새들새들 ¶ ~하다 héo hon, úa tàn, khô héo, khô quắt / 가뭄에 푸성귀들이 ~ 시들기 시작했다 vì hạn hạn rau cỏ bắt đầu héo khô.

새뜻하다 sáng sủa; gọn gàng; sạch sẽ; tinh tươm.

새로 mới; lại; lại một lần nữa. ¶ ~ 칠한 mới sơn lại / ~ 나온 책 sách mới xuất bản / ~ 하다 làm lại; làm mới.

새롭다 mới; mới lạ; hiện đại (진기); tươi mới (신선); hiện đại (최근); tân tiến (현대적인). ¶ 새롭게 một cách mới mẻ, một cách mới lạ / 새롭게 하다 làm mới, cách tân.

새마을 ¶ ~ 금고 [사업] Quỹ tiết kiệm [dự án] làng mới (Saemaul) / ~ 운동 phong trào xây dựng làng mới (Saemaul) / ~ 정신 tinh thần làng mới (Saemaul).

새매 [LCh] chim cắt, chim ưng nhỏ.

새물 ❶ (과일·생선 따위) hoa trái đầu mùa. ❷ (옷) áo mới.

새벽 (아침) tảng sáng, bình minh, rạng đông. ¶ ~같이 như bình minh / ~에 lúc tảng sáng, lúc rạng đông.

새봄 đầu mùa xuân, xuân sớm.

새빨갛다 đỏ chói, đỏ thắm; đỏ thẫm; rõ ràng (거짓말이). ¶ 새빨간 거짓말 lời nói dối rõ ràng / 새빨개지다 trở nên đỏ chói; (얼굴이) đỏ bừng (부끄러워서).

새사람 ❶ (신인) người mới đến; thành viên mới. ❷ (신부) cô dâu mới cưới; con dâu mới về nhà chồng. ❸ (갱생한) người được hồi sinh, người sống lại, người đã thay đổi. ¶ ~이 되다 trở thành một con người mới.

새삼 [TV] cây leo; cây tầm gửi.

새삼스럽다 bị bất ngờ, bị đột ngột; (서술적) ngỡ, ngỡ ngàng; tươi mới. ¶ 새삼스럽게 một cách ngỡ ngàng; lại; lại lần nữa (다시); một cách đặc biệt (특히); một cách hình thức (형식적으로); lúc này; hiện giờ; hiện tại (이제서야). ¶ 그날의 감회가 ~ tình cảm của ngày ấy còn tươi mới / 새삼스럽게 무슨 소리냐? nói gì mà lạ lùng thế?

새색시 cô dâu mới về nhà chồng.

새알 trứng chim.

새암 lòng ghen tị, tính đố kị, sự ghen ghét. **~하다** ghen tị, đố kị, ghen ghét.

새앙 [TV] cây gừng (나무, 근경).

새앙쥐 [ĐV] con chuột nhắt.

새옹지마(塞翁之馬) ¶ 인간만사 ~ việc đời trớ trêu; mọi sự trên thế gian khó lường.

새우 [ĐV] con tôm, con tép. ¶ ~로 잉어를 낚다 [TNg] bỏ con tép bắt cá chép. ¶ ~젓 mắm tôm, mắm tép.

새우다[1] (밤을) thức thâu đêm, thức suốt đêm. ¶ 밤을 새워 일하다 làm việc thâu đêm / 뜬 눈으로 밤을 새워 공부하다 giương mắt thức đêm để học, học suốt đêm.

새우다[2] (시기) ghen ghét, đố kị.

새우등 lưng tôm; lưng gù. ~의 dạng gù lưng.

새우잠 ¶ ~자다 ngủ co quắp như tôm.

새장(-欌) chuồng chim, lồng chim. ¶ ~에 갇힌 새 con chim bị nhốt trong lồng.

새전(賽錢) tiền cúng Phật, tiền công đức. ¶ ~함(函) hòm công đức.

새조개 [LSo] loại sò có hình con chim.

새집[1](가옥) căn nhà mới; nhà xây theo kiểu mới (신축의).

새집[2](새의) tổ chim; chuồng chim (인공의).

새총(-銃) súng bắn chim (공기총); súng cao su (고무줄의).

새출발(-出發) **~하다** xuất phát ở địa điểm mới, bắt đầu một sự khởi đầu mới.

새치 tóc bạc sớm. ¶ ~가 나다 tóc bị bạc sớm.

새치기 ❶ (일) **~하다** cắt ngang, xen ngang việc khác. ❷ (차례) **~하다** phá ngang, chen ngang.

새치름하다 lạnh lùng, xa cách, cách biệt; bất mãn; cụt hứng.

새침하다 ☞ **새치름하다**.

새카맣다 đen nhánh, đen huyền, đen như hắc ín.

새큼하다 đau khớp, nhức khớp.

새털 lông vũ; lông tơ (솜털).

새파랗다 xanh thắm, xanh ngắt; xanh thẫm; (안색이) xanh ngắt, tái xanh, xanh nhợt, tái nhợt. ¶ 새파랗게 질리다 sợ tái xanh mặt mày.

새하얗다 trắng tinh, trắng toát.

새해 năm mới. ¶ ~ 복 많이 받으십쇼 chúc năm mới hạnh phúc! ¶ ~ 문안

lời chúc mừng năm mới.

색(色) màu sắc; pha trò (농담); vẻ mặt, sắc mặt (얼굴); (색사) thú nhục dục; gái (여색). ¶ 진한 ~ màu đậm / 흐린 ~ màu nhạt.

색(sack) 【Anh】 cái bọc, cái bao.

색각(色覺) = 색감(色感). khả năng nhận biết màu sắc.

색골(色骨) kẻ háo sắc, kẻ dâm đãng.

색광(色狂) sự cuồng dâm. ¶ ~증 chứng cuồng dâm.

색다르다(色-) mới lạ, tươi mới; (기이) lạ lùng, lạ thường.

색도(色度) mức độ màu sắc; (조명) độ sáng. ¶ ~ 측정(測定) đo độ sáng.

색동(色-) ¶ ~ 저고리 áo khoác nhiều màu truyền thống của trẻ em Hàn Quốc.

색마(色魔) sự cuồng dâm; chứng cuồng dâm.

색맹(色盲) sự mù màu. ~이다 bị mù màu. ¶ 적(赤)~ mù màu đỏ / 전(全) ~ mù màu hoàn toàn.

색색 ¶ ~거리다 thở đều đều, thở pho pho / ~ 잠들다 (애가) thở nhè nhẹ.

색소(色素) sắc tố. ¶ ~체 thể sắc tố.

색소폰 【ÂN】 kèn saxophone.

색스혼 【ÂN】 kèn saxhorn.

색시 (신부) cô dâu; (아내) người vợ; (처녀) cô gái; (술집의) gái.

색실(色-) sợi chỉ màu; chỉ nhuộm màu.

색쓰다(色-) ❶ giao hợp. ❷ làm tình.

색안경(色眼鏡) kính màu; kính râm. ¶ ~으로 보다 nhìn bằng cặp kính màu, nhìn đời qua lăng kính màu hồng.

색연필(色鉛筆) bút chì màu.

색옷(色-) ☞ **무색옷**.

색욕(色慾) ham muốn sắc dục.

색유리(色琉璃) thủy tinh màu, kính màu.

색인(索引) danh mục, bảng liệt kê; bảng mục lục. ¶ ~을 달다 làm bảng mục lục, làm bảng liệt kê.

색정(色情) tính dâm dục, tính dâm ô, thú tính. ¶ ~광(狂) ☞ **색광**.

색조(色調) tông màu; gam màu. ¶갖가지 ~의 푸른색 màu xanh với đủ tông màu.

색종이(色-) giấy màu.

색주가(色酒家) quầy rượu ôm.

색채(色彩) màu sắc; sự tô màu, sự nhuộm màu. ¶ …한 ~를 띤 hiện rõ màu sắc … / 종교적 ~를 띠다 bộc lộ rõ màu sắc tôn giáo. ¶ ~ 감각 khả năng cảm thụ và sử dụng nhận biết màu sắc.

색출(索出) **~하다** lùng sục; tìm kiếm; săn lùng. ¶ 간첩(의) ~ 작전 tác chiến săn lùng gián điệp.

색칠(色漆) sự tô màu, sự phết màu, sự sơn màu. **~하다** tô màu, phết màu, sơn màu.

샌님 người có học thức; người nhát gan và bảo thủ.

샌드위치 bánh xăng uých, bánh kẹp. ¶ ~맨 người quảng cáo trên đường có biển quảng cáo treo đằng trước và đằng sau.

샌들 dép xăng đan.

샐녘 (여명) tảng sáng, rạng đông, bình minh, lúc tờ mờ sáng.

샐러드 món sa lát. ¶ ~유(油) dầu trộn sa lát.

샐러리 tiền lương. ¶ ~맨 người làm công ăn lương; nhân viên; công chức (계층).

샘[1] (물) nguồn nước, mạch nước.

샘[2] (시새움) ☞ **새암**.

샘물 nước suối.

샘바르다 bị ghen tị, bị ghen ghét, bị đố kị.

샘솟다 (물이) đổ ra; phun ra; trào ra; phọt ra. ¶ 눈물이 ~ nước mắt trào ra.

샘터 bến nước.
샘플 hàng mẫu, vật mẫu.
샛검불 cây cỏ khô dễ cháy.
샛길 đường phụ; ngõ hẻm, đường hẻm.
샛밥 bữa ăn phụ dành cho công nhân; ăn vặt, ăn quà vặt.
샛별 sao Mai; sao Kim.
샛서방(-書房) người tình bí mật, nhân tình (của phụ nữ).
생[1](生) sự sống (생명); cuộc sống, cuộc đời (삶). ¶ ~을 받다 được sống.
생[2](生) (자기) tôi, ta (chỉ bản thân). ¶ ~의 간절한 요청을 들어주십시오 xin hãy lắng nghe yêu cầu khẩn thiết của tôi.
생…(生) (조리하지 않은) tươi; tươi sống; chưa chế biến; (자연 그대로의) còn tươi nguyên; (신선한) tươi sống; xanh tươi; (익지않은) chưa chín, còn xanh; (덜 요리된) chưa chín, còn sống; (살아있는) còn sống, còn xanh. ¶ ~고무 cao su tươi (thô; sống) / ~밥 cơm sống / ~ 울타리 hàng rào sống / ~우유 sữa tươi.
생가(生家) nhà của cha mẹ; nhà nơi sinh ra và lớn lên.
생가죽(生-) (무두질을 아니한) da sống, da chưa thuộc.
생각 ❶ (사고) sự suy nghĩ; cảm nghĩ (느낌); (사상) tư tưởng, tư duy; (관념) quan niệm, ý niệm, quan điểm. ¶ ~에 잠기다 trầm tư, chìm đắm trong suy nghĩ / 그는 아무 ~없이 집을 떠났다 anh ta bỏ nhà đi không chút suy nghĩ. ❷ (의견) ý kiến, ý tưởng; (신념) niềm tin. ¶ 내 ~으로는 theo ý kiến của tôi. ❸ (의도·의향) ý định, sự dự tính, sự dự kiến; (방책) kế hoạch; (동기) mục đích, ý muốn, động cơ. ¶ 좋은 ~ kế hoạch hay, ý kiến hay / 그렇게 할 ~은 없다 không có mục đích làm như thế. ❹ (기대) sự mong mỏi, sự trông đợi, sự mong chờ; (소원) sự ao ước, nỗi khát khao, niềm hy vọng. ¶ ~밖의 không như ao ước, không như trông đợi. ❺ (판단) sự suy xét, sự phán đoán; (사려) sự thận trọng; sự cân nhắc. ¶ ~있는 có suy xét; có cân nhắc. ❻ (상상) giả thuyết, giả định, sự dự đoán. ¶ ~도 못할 không thể dự đoán được. ❼ (고려) sự để ý, sự lưu ý, sự lưu tâm; (참작) sự suy xét, sự xem xét. ¶ ~에 넣다 để ý, lưu tâm; để suy xét. ❽ (숙고) sự ngẫm nghĩ, sự suy tư; (추억) ký ức, hồi ức; (명상) sự hồi tưởng, sự suy tưởng (공상). ❾ (각오) sự quyết định, sự nhất định. ☞ **생각하다**
생각나다 (기억) nảy ra ý nghĩ; lóe lên ý nghĩ (착상); nhớ ra, sực nhớ ra, nhớ lại. ¶ 나는 문득 … 생각이 났다 bỗng nhiên tôi nảy ra ý nghĩ … / (문득) 생각난 듯이 có vẻ như sực nhớ ra / 생각나게 하다 gợi nhớ; làm nảy ra ý nghĩ.
생각건대 đúng như tôi suy nghĩ; đúng như dự đoán của tôi.
생각하다 ❶ (사고·고려) suy xét; cân nhắc; ngẫm nghĩ, suy nghĩ. ¶ 다시 ~ suy nghĩ lại; cân nhắc lại, suy xét lại. ❷ (믿다) tin tưởng; (판단) phán đoán; dự đoán, suy đoán. ¶ 옳다고 ~ tin rằng là đúng; đoán rằng là đúng. ❸ (간주) cho rằng, tưởng rằng, xem như, coi như; (오인) ngộ nhận, tưởng nhầm. ¶ 명예로 ~ tưởng nhầm là danh tiếng. ❹ (의도) ý định, dự kiến, dự trù. ❺ (예기) mong đợi, trông đợi, chờ đợi, mong mỏi. ¶ 생각한 대로 đúng như dự kiến; đúng như trông đợi / 생각했던 대로 되다 được như mong đợi, được như dự kiến.

❻ (상상) giả thiết, giả định, dự đoán. ❼ (회상) hồi tưởng, nhớ lại; (반성) suy xét; (상기) suy tưởng. ❽ (희망) ao ước, khát khao, hy vọng. ❾ (관심) để ý, lưu tâm, quan tâm; (사랑) chăm sóc, săn sóc; quan tâm; (사모) nhớ nhung, nhớ thương. ☞ **생각**.

생각해내다 (안출) nghĩ ra; sáng chế ra, sáng tạo ra, phát minh ra; (상기) gợi lại, nhắc lại, gợi nhớ lại.

생강(生薑) ☞ **새앙**.

생것(生-) ☞ **날 것**.

생견(生絹) lụa thô.

생경(生硬) **~하다** chưa chín, tái, còn sống.

생계(生計) kế sinh nhai, cách làm ăn. ¶ ～를 세우다 tìm cách làm ăn, tạo kế sinh nhai; xây dựng cuộc sống. ¶ ～비 chi phí sinh hoạt.

생과(生果) quả xanh.

생과부(生寡婦) người đàn ông góa vợ.

생과자(生菓子) bánh kẹo; đồ ngọt.

생굴(生-) con hàu tươi.

생글거리다 mỉm cười, tươi cười, mủm mỉm.

생금(生金) vàng thô, vàng nguyên chất.

생금(生擒) ☞ **생포**.

생긋거리다 ☞ **생글거리다**.

생기(生氣) sinh khí, sức lực, sức sống. ～있는 có sinh khí, có sức sống. ¶ ～를 주다 cho sinh khí, cho sức lực, cho sức sống.

생기다 (발생) xuất hiện; nảy sinh; sinh ra; xảy ra; (야기함) làm phát sinh, làm nảy sinh, làm xảy ra; (유래함) dẫn đến, gây ra; (산출) sản xuất ra, làm ra; (얻다) được, có được, nhận được, đạt được; (얼굴이) nhìn thấy (vẻ mặt, bề ngoài, dung mạo).

생김새 vẻ bề ngoài, dung mạo, hình thức.

생나무(生-) cây xanh, cây đang sống.

생남(生男) sự sinh ra con trai. **~하다** sinh con trai, đẻ con trai. ¶ ～턱 tiệc khao đẻ con trai, tiệc mừng đẻ con trai.

생녀(生女) sự sinh con gái. **~하다** sinh con gái, đẻ con gái.

생년(生年) năm sinh. ¶ ～월일[시] ngày tháng [giờ] năm sinh.

생니(生-) răng khỏe.

생도(生徒) ¶ 사관～ học viên trường quân sự.

생돈(生-) dùng tiền vô tội vạ, tiêu tiền không mục đích.

생동(生動) **~하다** đầy sức sống, tràn trề sinh lực.

생동생동하다 sinh động; linh hoạt; nhanh nhẹn; hoạt bát.

생득(生得) ～의 bẩm sinh. ¶ ～권 quyền được sinh ra; quyền thừa kế, quyền thừa tự.

생떼(거리) yêu cầu, đòi hỏi vô lý. ¶ ～쓰다 ương bướng, ngang ngạnh, bướng bỉnh, cố chấp.

생래(生來) ～의 từ lúc sinh ra cho đến nay. ¶ ～ 처음 당하는 일이다 sự việc lần đầu tiên gặp phải trong đời.

생략(省略) sự tóm tắt, sự rút ngắn; sự tỉnh lược, sự bỏ qua, sự lược bỏ, sự lược bớt. **~하다** tóm tắt, rút ngắn; bỏ qua, lược bỏ, lược bớt, tỉnh lược. ¶ ～한[된] tóm tắt [được tóm tắt]. ¶ ～법 phương pháp tóm tắt, phương pháp tỉnh lược / ～ 부호 hô ngữ; dấu lược / 이하 ～ rút ngắn hơn, tóm tắt ngắn gọn hơn.

생력화(省力化) sự giảm bớt sức lao động. ¶ ～ 장치 thiết bị giảm sức lao động.

생령(生靈) sự sống; sinh linh; linh hồn.

생리(生理) sinh lý. ¶ ～적(的)인 tính sinh lý. ¶ ～학(學) sinh lý học / ～학자 nhà sinh lý học / ～현상 hiện tượng sinh lý / ～ 휴가 kỳ nghỉ trong những ngày hành kinh, nghỉ sinh lý.

생리일(生理日) ngày hành kinh, ngày có kinh nguyệt.

생리통(生理痛) cơn đau lúc hành kinh, đau kinh nguyệt.

생매장(生埋葬) **~하다** chôn sống.

생맥주(生麥酒) bia tươi.

생면(生面) **~하다** gặp lần đầu, mới gặp. ¶ ~ 부지 hoàn toàn xa lạ, không quen biết.

생명(生命) sự sống, tính mạng; (정수) linh hồn; sức sống. ¶ ~을 걸고 liều mạng, liều chết / ~을 희생으로하여 hy sinh tính mạng / ~을 내던지다 vứt bỏ mạng sống, không tiếc tính mạng / ~을 노리다 đùa giỡn tính mạng. ¶ ~ 보험 bảo hiểm tính mạng, bảo hiểm nhân thọ / ~ 보험에 들다 mua bảo hiểm tính mạng / ~선 đường sinh mệnh (trong lòng bàn tay) / ~수 dịch truyền, nước ưu trương.

생명주(生明紬) quần áo hoặc vải vóc làm bằng tơ lụa thô.

생모(生母) mẹ ruột, mẹ đẻ.

생모시(生-) vải lanh mịn.

생목(生木) cây xanh, cây đang sống.

생목숨(生-) ❶ (산) sự sống, cuộc sống. ❷ (죄 없는) cuộc sống thánh thiện.

생무지 lính mới, người mới; người chưa có kinh nghiệm, người mới vào nghề.

생물(生物) sinh vật. ¶ ~계(界) giới sinh vật / ~학 sinh vật học / ~학자 nhà sinh vật học / ~학적 tính chất sinh vật học / ~ 화학 ngành hóa sinh học.

생방송(生放送) sự truyền hình trực tiếp. **~하다** truyền hình trực tiếp.

생벼락(生-) sự càu nhàu hay mắng mỏ vô lý; tai nạn vô lý, tai nạn bất thường.

생부(生父) cha ruột, bố đẻ.

생불(生佛) đức Phật sống, đức Phật hiện thân.

생사(生死) sự sinh tử, sự sống chết; sự sống còn, sự quyết liệt, sự quyết định (안부). ¶ ~에 관계되는 liên quan đến sự sống còn / ~가 달린 문제다 vấn đề quyết định sự sống còn, vấn đề sinh tử / ~불명의 không phân biệt sống chết / ~를 같이하다 cùng sống chết / ~지경을 헤매다 sống dở chết dở.

생사(生絲) tơ sống. ¶ ~ 검사 kiểm tra tơ sống.

생사람(生-) người vô tội. ~잡다 bắt người vô tội; giết người vô tội (살해); giết nhầm người vô tội (모해).

생산(生産) sự sản xuất, sự chế tạo. **~하다** sản xuất, chế tạo. ¶ ~고(액) sản lượng / 과잉 ~ sản xuất dư thừa / ~ 관리 quản lý sản xuất / ~력 năng lực sản xuất / ~ 목표 mục tiêu sản xuất / ~물(物) sản phẩm, hàng sản xuất / ~비 chi phí sản xuất / ~량 sản lượng / ~자 người sản xuất / ~자 가격 giá của người sản xuất, giá gốc / ~ 제한 hạn chế sản xuất / ~지 nơi sản xuất / 국내 ~ sản xuất trong nước.

생살여탈(生殺與奪) ¶ ~권을 쥐다 nắm quyền sinh tử, nắm quyền quyết định trong sản xuất.

생색(生色) ~나다 có ấn tượng tốt. ¶ ~을 내다 kể công.

생생하다(生生-) sinh động; tươi tắn; đầy sinh khí. ¶ 생생히 một cách sinh động; một cách tươi tắn; một cách đầy sinh khí.

생석회(生石灰) đá vôi.

생선(生鮮) cá. ¶ ~ 가게 hàng cá / ~

구이 món cá nướng / ~ 장수 người buôn cá / ~회 món gỏi cá.

생성(生成) **~하다** tạo thành, làm ra, tạo nên; sinh ra.

생소(生疎) ~한 chưa quen, xa lạ, mới mẻ.

생소리(生-) (엉뚱한) lời nói thô tục, lời nói bậy bạ, lời nói xấu; (근거가 없는) lời nói vớ vẩn, lời nói không có căn cứ.

생시(生時) ❶ (난 시간) giờ sinh. ❷ (깨어 있을 때) giờ tỉnh dậy, giờ thức giấc; (생전) lúc còn sống; lúc sinh thời.

생식(生食) **~하다** ăn thức ăn sống.

생식(生殖) sự tái tạo, sự tái sản xuất; sự sinh đẻ. **~하다** tái tạo, tái sản xuất; sinh đẻ. ¶ ~기 bộ phận sinh dục / ~력 khả năng tái sản xuất; khả năng sinh đẻ / ~ 세포 tế bào tái tạo / ~ 작용 [기능] tác động [chức năng] tái tạo.

생신(生辰) ☞ **생일**(生日).

생안손 ngón tay bị sưng phù. ¶ ~을 앓다 mắc bệnh sưng phù ngón tay.

생애(生涯) sự nghiệp; cuộc đời; cuộc đời hoạt động.

생약(生藥) dược thảo. ¶ ~학 ngành dược thảo.

생억지(生-) ~쓰다 độc đoán, chuyên quyền, gia trưởng.

생업(生業) nghề kiếm sống, nghề nghiệp. ¶ …을 ~으로 하다 làm nghề … để kiếm sống. ¶ ~ 자금 phí đầu tư cho nghề nghiệp.

생육(生肉) sự phát triển, sự tăng trưởng, sự lớn.

생으로(生-) ❶ (날로) còn sống, còn nguyên chất. ¶ ~ 먹다 ăn sống. ❷ (억지로) với sự bắt buộc, bằng sự cưỡng chế; (까닭없이) không có lý do, vô cớ.

생이별(生離別) **~하다** chia tay mãi mãi, vĩnh biệt.

생일(生日) ngày sinh. ¶ ~ 케이크 bánh sinh nhật.

생장(生長) ☞ **성장**.

생장작(生長斫) củi tươi.

생전(生前) suốt đời. ¶ ~에 trong suốt cuộc đời.

생존(生存) sự tồn tại, sự sống còn, sự hiện hữu. **~하다** tồn tại, sống còn, hiện hữu (살아남다). ¶ ~ 경쟁하다 cạnh tranh để tồn tại / ~권 quyền tồn tại, quyền sống / ~자 người sống sót.

생죽음(生-) sự chết tươi; cái chết bất đắc kỳ tử. **~하다** chết tươi, chết bất đắc kỳ tử.

생지옥(生地獄) địa ngục trần gian.

생질(甥姪) con của chị em hoặc anh em, cháu.

생짜(生-) (날 것) thức ăn tươi sống, thức ăn sống (음식 따위); nước hoa quả nguyên chất (과실).

생채(生菜) rau tươi, rau xanh.

생채기 vết trầy xước, vết cào xước.

생철(-鐵) ☞ **양철**.

생청붙이다 nói vớ vẩn, nói vô căn cứ; ăn nói tục tĩu, ăn nói thô tục, ăn nói bậy bạ.

생체(生體) vật thể sống, sinh vật sống. ¶ ~ 공학 ngành sinh vật sống / ~ 해부 giải phẫu sinh vật sống.

생태(生態) sinh thái. ¶ ~ 변화 thay đổi sinh thái / ~학(學) ngành sinh thái học.

생트집(生-) sự buộc tội nhầm, sự gán tội có chủ ý, sự đổ tội. **~하다** đổ tội, buộc tội, gán tội (không đúng sự thật).

생판(生板) vô lý, vô căn cứ; hoàn toàn; tuyệt đối; tuyệt nhiên. ¶ ~다르다

hoàn toàn khác, tuyệt đối khác.

생포(生捕) **~하다** bắt sống; bắt giữ ngay; tạm giam ngay.

생호령(生號令) **~하다** khiển trách vô lý; phê bình không có căn cứ; rầy la vô lý.

생화(生花) hoa tươi; hoa dại. (반대말: 조화 hoa giả).

생화학(生化學) ngành hóa sinh. ¶ ~자 nhà hóa sinh.

생환(生還) **~하다** sống lại, sống sót, hồi sinh. ¶ ~자 người sống sót.

생활(生活) cuộc sống; sinh hoạt; sự sống, sự kiếm sống (생계). **~하다** sống; sinh hoạt; kiếm sống. ¶ ~이 안정되다 sinh hoạt ổn định; cuộc sống ổn định / ~이 어렵다 cuộc sống khó khăn, sinh hoạt khó khăn. ¶ ~ 개선 cải thiện cuộc sống, cải thiện sinh họat / ~고에 시달리다 khổ sở vì cuộc sống khó khăn, khổ sở vì đời sống sinh hoạt khó khăn / ~난 sự khó khăn trong sinh hoạt, những khó khăn trong đời sống / ~력 sức sống / ~ 보호 bảo vệ cuộc sống, bảo đảm sinh hoạt / ~ 보호를 받다 được bảo vệ, được bảo đảm / ~비 chi phí sinh hoạt / ~ 상태 điều kiện sinh hoạt / ~ 수준 mức sinh hoạt / ~ 양식 phương thức sinh hoạt / ~ 필수품 nhu yếu phẩm sinh hoạt / ~ 환경 môi trường sống.

생후(生後) sau khi sinh. ¶ ~ 3개월의 아이 đứa bé sinh được 3 tháng.

샤워 vòi hoa sen, sự tắm. **~하다** tắm.

샴페인 (술) rượu sâm banh.

샴푸 dầu gội đầu.

샹들리에 đèn chùm.

샹송 [Ph] bài hát, bài ca Pháp.

서(西) phía Tây, hướng Tây.

서(序) lời tựa, lời giới thiệu.

서(署) ❶ ☞ **관서**. ❷ ☞ **경찰**.

서가(書架) quầy bán sách, hiệu sách; giá sách.

서가(書家) người viết chữ đẹp, người viết thi pháp.

서간(書簡) bức thư; thư từ. ¶ ~문 kiểu viết thư.

서거(逝去) ☞ **사망**.

서경(西經) kinh độ tây. ¶ ~ 20 độ kinh tây.

서고(書庫) thư viện, phòng đọc sách; tủ sách; kho sách; thư khố.

서곡(序曲) khúc dạo đầu, đoạn nhạc mở đầu.

서관(書館) (책사) hiệu sách, cửa hàng sách; (출판사) nhà xuất bản.

서광(曙光) tia sáng đầu tiên; ánh sáng; tia hy vọng. ¶ 평화의 ~이 비치다 ánh sáng hòa bình chiếu sáng.

서구(西歐) phương Tây, Tây Âu (서양). ¶ ~ 문명 văn minh phương Tây.

서글서글하다 căng tròn, giương mắt; nhẹ nhàng, độ lượng, thoải mái, không câu nệ.

서글프다 buồn bã; cô độc; tội nghiệp.

서기(西紀) năm dương lịch; mốc thời gian kể từ khi Chúa ra đời (A.D.).

서기(書記) người thư ký, bí thư. ¶ ~국 phòng thư ký / ~장(長) thư ký trưởng; tổng thư ký / (일등) ~관 bí thư (thứ nhất).

서기(瑞氣) điềm lành; dấu hiệu tốt, điềm báo thuận lợi.

서까래 rui; xà.

서남(西南) Tây nam. ~의 thuộc Tây nam. ¶ ~풍 gió Tây nam.

서낭 thành hoàng; thần linh. ¶ ~당 miếu thành hoàng; miếu thờ thần linh.

서너 khoảng ba bốn; khoảng dăm ba.

서너너덧 ba hoặc bốn, bốn hay năm.

서느렇다 ☞ **서늘하다**.

서늘하다 ❶ (온도가) mát lạnh, lành lạnh, se lạnh, lạnh, rét (차갑다). ¶ 저녁 공기가 ~ không khí buổi tối se lạnh. ❷ (마음이) lạnh lùng; lạnh lẽo. ¶ 마음이 ~ lòng lạnh lùng.

서다 ❶ (기립) đứng dậy, đứng lên, đứng, tọa lạc. ❷ (정지) dừng lại, ngừng lại, đứng lại; (말 따위가) dừng lại, ngừng lại; (시계가) chết. ¶ 갑자기 ~ đột ngột dừng lại. ❸ (건립) thiết lập, dựng nên. ❹ (장이) mở chợ, tổ chức buổi họp chợ. ❺ (칼날이) sắc, nhọn. ❻ (명령이) có hiệu lực, được chấp hành; (질서가) giữ trật tự, giữ đúng hàng lối; ❼ (조리가) được chấp nhận, được thừa nhận; (이유가) hợp lý, chính đáng. ❽ (계획이) lên, xây dựng, sắp xếp. ❾ (위신·체면이) giữ; bảo vệ. ❿ (잉태함) ¶ 아이 ~ mang thai, có thai, mang bầu. ⓫ (결심이) kiên quyết, quyết tâm, nhất định.

서당(書堂) thư đường, trường làng, trường học Nho giáo trước đây của Hàn Quốc (역사).

서도(書道) thuật viết chữ đẹp; lối viết, kiểu viết.

서독(西獨) tây Đức.

서두르다 (급히) vội vàng, gấp rút, khẩn trương, hối hả; (재촉) gấp gáp, nhanh. ¶ 서둘러서 vì vội vàng, vì gấp rút, vì gấp gáp / 일을 ~ làm việc nhanh, làm việc khẩn trương.

서랍 ngăn kéo.

서러워하다 buồn bã, u sầu, não nề.

서럽다 (cảm thấy) buồn rầu, buồn bã, u sầu, não nề.

서력(西曆) ☞ **서기**(西紀).

서로 lẫn nhau, qua lại.

서론(序論, 緖論) lời mở đầu, lời giới thiệu, phần mở đầu.

서류(書類) tài liệu, tư liệu, giấy tờ. ¶ ~ 가방 ba lô tài liệu / ~함 thùng tài liệu / 관계 ~ tài liệu liên quan.

서류전형(書類銓衡) thẩm tra toàn bộ lý lịch cá nhân để lựa chọn trong các cuộc thi hoặc tuyển chọn, lựa chọn hồ sơ.

서른 ba mươi.

서름(하다) ❶ (익숙잖다) lạ lùng, lạ lẫm, không quen; không thành thạo. ❷ (태도가) lạ lùng, lạ lẫm; khách sáo, xa lạ.

서리 sương giá. ¶ ~가 내리다 có sương giá. ¶ 된 ~ sương giá đóng băng / 첫 ~ sương giá đầu mùa.

서리(署理) ¶ 국무총리 ~ quyền thủ tướng.

서리다[1] ❶ (김이) bị phủ hơi nước, bị nhòe mờ vì hơi nước. ¶ 서리가 낀 유리창 kính cửa sổ bị hơi nước đóng băng phủ kín. ❷ (기가) tràn ngập, tràn đầy. ¶ 그의 마음에는 근심이 서려있었다 sự lo lắng tràn đầy trong lòng anh ta / 섬이란 꿈과 낭만이 서리는 곳이다 đảo là nơi đầy lãng mạn và mơ mộng.

서리다[2] (새끼 따위를) quấn lại, cuộn lại, bọc lại; (뱀이) quấn, cuộn tròn.

서리맞다 ❶ (내리다) bị sương giá phủ đầy; bị sương giá tấn công. ❷ (기운이) bị vỡ mộng, bị thất vọng; bị dội gáo nước lạnh; ỉu xìu; (타격) bị một đòn chí mạng, bị đánh tơi bời.

서리서리 loanh quanh, lòng vòng, luẩn quẩn.

서막(序幕) (극에서) người mở màn; (시초) lúc mở đầu, bước khởi đầu.

서머타임 chế độ điều chỉnh thì giờ vào mùa hè.

서머하다 (낯없다) xấu hổ, mất thể diện; mất mặt.

서먹서먹하다 (mối quan hệ) xa cách,

gượng gạo, lạnh lùng, xa lạ; mong manh, không bền vững.

서면(書面) bức thư, lá thư; tài liệu (총칭); (문서) nội dung; tài liệu. ¶ ～으로 bằng văn bản; bằng tài liệu.

서명(書名) tên sách.

서명(署名) chữ ký, sự ký tên. **~하다** ký tên, điểm chỉ, đóng dấu, xác nhận, ký nhận. ¶ ～ 날인하다 ký tên và đóng dấu. ¶ ～ 운동 phong trào ký tên / ～자 người ký tên.

서모(庶母) mẹ kế.

서몽(瑞夢) giấc mơ tốt lành.

서무(庶務) việc quản lý chung.

서문(序文) lời tựa, lời nói đầu, lời giới thiệu.

서민(庶民) người bình dân; người dân thường; đại chúng. ～적 mang tính bình dân. ¶ ～ 금융 khoản tín dụng (hỗ trợ) cho nhân dân hay cho các công ty vừa và nhỏ có thu nhập thấp.

서반구(西半球) tây bán cầu.

서반아(西班牙) ☞ **스페인**.

서방(西方) phương Tây, hướng Tây. ～의 thuộc về phương Tây. ¶ ～에 ở phương Tây, ở hướng Tây. ¶ ～ 세계 thế giới phương Tây.

서방(書房) ❶ (남편) người chồng. ¶ ～맞다 lấy chồng, cưới chồng. ❷ (호칭) từ chỉ người chồng lúc xưng hô; (하인에게) từ xưng hô chỉ người dưới quyền hay ít tuổi hơn.

서방질(書房-) (phụ nữ) sự ngoại tình, sự thông dâm, sự gian dâm. **~하다** ngoại tình, thông dâm, gian dâm.

서벅거리다 giòn, giòn tan, lạo xạo.

서법(書法) thư pháp.

서부(西部) vùng phía Tây, miền Tây, miền Viễn Tây (미국의). ～의 thuộc về miền Tây. ¶ ～극 phim ảnh về cao bồi miền Viễn Tây.

서부렁하다 yếu ớt; lỏng lẻo, không chặt.

서북(西北) ❶ (서와 북) phía Tây bắc, hướng Tây Bắc. ❷ (서북간) ～의 thuộc hướng Tây Bắc. ¶ ～풍 gió Tây Bắc.

서브 【TT】 sự giao bóng, sự phát bóng. **~하다** giao bóng, phát bóng.

서비스 sự phục vụ; sự phục dịch. ¶ ～가 좋다 [나쁘다] phục vụ tốt [không tốt]. ¶ ～료 phí phục vụ.

서사(敍事) sự tường thuật, sự trần thuật, sự kể lại. ～적 mang tính trần thuật, mang tính tường thuật. ¶ ～문 thể văn trần thuật / ～시 thơ thể trường ca, sử thi.

서사(書寫) **~하다** sao chép, cóp py.

서산(西山) núi phía Tây. ¶ ～에 지는 해 mặt trời lặn ở dãy núi phía Tây.

서생(書生) học sinh, sinh viên; thư sinh; (남의 집의) sinh viên ở trọ; sinh viên làm thêm (trong các gia đình).

서서히(徐徐-) chầm chậm, từ từ, dần dần.

서설(序說) ☞ **서론**(序論).

서설(瑞雪) lời giới thiệu, lời mở đầu.

서성거리다 đi lên đi xuống, đi tới đi lui, đi đi lại lại.

서수(序數) số thứ tự.

서술(敍述) sự diễn tả, sự miêu tả, sự trần thuật. **~하다** diễn tả, miêu tả, trần thuật. ¶ ～적(인) mang tính mô tả, mang tính trần thuật. ¶ ～어 【NNH】 vị ngữ.

서스펜스 tình trạng chờ đợi, tình trạng bị treo; sự ngưng, sự đình chỉ. ¶ ～에 넘치는 vượt qua ngưỡng chờ đợi.

서슬 ❶ (칼날) sự sắc bén, sự sắc sảo. ❷ (기세 따위) nhạy bén, sắc bén, sắc sảo.

서슴다 do dự, ngập ngừng, trù trừ, không nhất quyết. ¶ 서슴지 않고

không do dự.

서슴없다 không do dự, không trù trừ; (서술적) kiên quyết, nhất quyết, kiên định, không nao núng.

서식(書式) mẫu. ¶ ～에 따라 theo mẫu.

서식(棲息) **~하다** sống ở, cư trú ở, định cư ở. ¶ ～에 적합한 thích hợp với việc định cư. ¶ ～지 nơi ở, nơi cư trú, nơi định cư.

서신(書信) (편지 왕래) thư tín, thư từ; (편지) lá thư.

서악(序樂) khúc nhạc dạo đầu, đoạn nhạc mở đầu.

서약(誓約) lời hứa; lời hẹn ước; lời nguyền. **~하다** hứa, hứa hẹn, ước hẹn; cam kết; tuyên thệ. ¶ ～을 지키다 [어기다] giữ [quên] lời hẹn ước. ¶ ～서 bản cam kết.

서양(西洋) phương Tây. ～의 thuộc về phương Tây. ¶ ～화 하다 làm cho phương Tây hóa. ¶ ～ 문명 văn minh phương Tây / ～ 사상 tư tưởng phương Tây / ～사 lịch sử phương Tây / ～ 사람 người phương Tây / ～식 kiểu phương Tây, phong cách phương Tây, tập quán phương Tây / ～화(畵) hội họa phương Tây, tranh phương Tây.

서언(序言) lời tựa, lời nói đầu.

서언(緖言) lời giới thiệu, lời mở đầu, phần mở đầu.

서열(序列) cấp bậc, thứ hạng.

서운하다 không hài lòng; hơi tiếc nuối. ¶ 서운해하다 làm cho buồn lòng; làm cho tiếc nuối.

서울 Seoul; (수도) thủ đô của Hàn Quốc. ¶ ～ 내기 người gốc Seoul.

서원(書院) thính phòng; lớp học Nho giáo thời Cho Sun; phòng lưu niệm (역사).

서원(署員) nhân viên cảnh sát (총칭). ¶ 세무 ～ nhân viên thuế vụ.

서인도제도(西印度諸島) chế độ miền tây Ấn Độ.

서임(敍任) sự được bổ nhiệm; sự nhậm chức. **~하다** nhậm chức; được bổ nhiệm.

서자(庶子) con thứ; con vợ lẽ.

서장(書狀) bức thư; mẩu tin nhắn. ¶ ～으로 bằng bức thư; với mẩu tin nhắn.

서장(署長) sĩ quan (경찰·소방서의). ¶ 경찰 ～ sĩ quan cảnh sát.

서재(書齋) phòng học, phòng đọc sách.

서적(書籍) sách, tạp chí; sách báo, xuất bản phẩm (출판물). ¶ ～상 người bán sách (사람); hiệu sách, nhà sách (가게).

서점(西漸) lái về hướng Tây.

서점(書店) nhà sách, hiệu sách.

서정(庶政) sự phục vụ nhân dân, dịch vụ hành chính tổng hợp. ¶ ～ 쇄신(刷新) cải cách hành chính phục vụ; làm trong sạch dịch vụ hành chính.

서정(敍情·抒情) trữ tình. ～적 mang tính trữ tình, mang chất thơ. ¶ ～시 thơ trữ tình / ～ 시인 nhà thơ trữ tình.

서지(書誌) thư mục, hạng mục. ¶ ～학 ngành thư mục học / ～학자 nhà thư mục học.

서진(書鎭) đống giấy tờ nặng; sức nặng.

서쪽(西-) phía Tây. ～의 thuộc về phía Tây. ¶ ～으로 về phía Tây.

서책(書冊) sách; xuất bản sách; (저서) viết sách.

서체(書體) chữ viết tay; kiểu viết tay; lối viết chữ.

서체(暑滯) sự tăng cân trong mùa Hè.

서출(庶出) con vợ lẽ; con hoang. ～의 con hoang, con ngoài giá thú.

서치라이트(searchlight) 【Anh】 ánh sáng đèn pha.

서캐 chấy rận.

서커스(circus) nhóm xiếc, đoàn xiếc.

서클 vòng tròn; hình tròn; vòng quanh. ¶ ～ 활동 hoạt động quay vòng / 독서 ～ quây tròn để đọc sách.

서투르다 không quen biết, xa lạ; không thành thạo; vụng về, lóng ngóng. ¶ …이 ～ không thành thạo việc ….

서평(書評) bài phê bình một cuốn sách.

서표(書標) dây đánh dấu, thẻ đánh dấu (trong sách đang đọc).

서풍(西風) Tây phong, gió thổi từ hướng Tây, gió Tây.

서한(書翰) ☞ 서간.

서해(西海) biển phía Tây; (황해) biển Hoàng hải.

서해안(西海岸) bờ biển phía Tây, duyên hải phía Tây. ¶ ～ 간선도로 đường cao tốc (dọc) bờ biển phía Tây.

ㅅ

서행(徐行) **~하다** đi chầm chậm, đi từ từ. ¶ ～ (게시) "Giảm tốc độ".

서향(西向) hướng Tây. ¶ ～집 nhà hướng Tây.

서혜(鼠蹊) 【GP】 bẹn, háng. ～의 thuộc phần bẹn. ¶ ～부 phần bẹn.

서화(書畵) thơ và tranh vẽ; thi họa.

서훈(敍勳) sự phong tước, sự ban tặng huy chương, sự trao tặng huân chương. **~하다** phong tước; trao tặng huân huy chương.

석(石) ❶ (시계의) viên đá quý. ¶ 15～의 시계 đồng hồ nạm 15 viên đá quý. ❷ (섬) seog (đơn vị đo lường) (= 4.9629 lít, giạ).

석 ☞ 세. ¶ ～ 달 ba tháng.

석가(釋迦) ☞ 석가모니.

석가모니(釋迦牟尼) đức Phật.

석가산(石假山) hòn non bộ.

석각(石刻) đồ đá được chạm trổ. **~하다** chạm trổ đồ đá, chạm khắc đồ đá.

석간(夕刊) xuất bản vào buổi chiều, báo buổi chiều.

석경(夕鏡) cảnh chiều tà, cảnh hoàng hôn.

석고(石膏) thạch cao. ¶ ～세공 gia công thạch cao.

석공(石工) ☞ 석수(石手).

석광(錫鑛) mỏ thiếc; khu khai thác mỏ thiếc.

석굴(石窟) hang đá; động đá.

석권(席捲) **~하다** bao vây, bao bọc; xâm chiếm, chinh phục.

석기(石器) dụng cụ bằng đá, đồ đá. ¶ ～시대 thời kỳ đồ đá / 구[신] ～ 시대 thời kỳ đồ đá cũ [mới].

석남(石南) 【TV】 đỗ quyên.

석류(石榴) 【TV】 thạch lựu.

석면(石綿) 【Kh】 amiăng.

석명(釋明) **~하다** giảng giải, giải thích, làm sáng tỏ; thanh minh.

석문(石門) cổng đá.

석물(石物) bia đá trước mộ.

석반(夕飯) bữa cơm chiều.

석방(釋放) sự phóng thích, sự giải thoát, sự giải phóng, sự tha. **~하다** giải thoát, giải phóng, tha bổng.

석벽(石壁) ❶ (절벽) vách đá (nhô ra biển). ❷ (벽) bức tường đá.

석별(惜別) **~하다** lưu luyến, nuối tiếc, luyến tiếc; hối tiếc. ¶ ～의 정 tình cảm lưu luyến.

석부(石斧) cái rìu bằng đá.

석불(石佛) tượng Phật bằng đá.

석비(石碑) bia đá.

석비레(石-) hỗn hợp đất sét trộn với đá vụn.

석사(碩士) thạc sĩ. ¶ ～과정 chương trình thạc sĩ /～학위 bằng thạc sĩ / 물리학 ～ thạc sĩ ngành vật lý.

석상(石像) pho tượng đá.

석상(席上) ¶ 연회 ～에서 trong buổi họp liên ngành / 회의 ～에서 trong cuộc hội nghị.

석쇠 cái vỉ (để nướng).
석수(石手) thợ xây đá; người đẽo đá; thợ đá.
석수(汐水) nước thủy triều.
석순(石筍) 【Kh】 măng đá (do carbonnat canxi kết tụ lại ở nền các hang động).
석양(夕陽) mặt trời buổi chiều muộn, mặt trời lặn, hoàng hôn.
석연(釋然) **~하다** (의혹이 풀려 마음이 시원하다) (cảm thấy thoải mái vì giải tỏa được mối nghi ngờ), thỏa mãn với lời giải thích; hài lòng, vừa ý; thoát ý. ¶ 그의 대답이 석연치 않았다 không vừa ý với câu trả lời của anh ta / 그의 뜻이 어디 있는지 석연하지 않았다 ý của anh ta là gì không thoát ý được / 의심하던 일이 석연히 풀렸다 việc từng bị nghi ngờ đã được giải tỏa thỏa mãn.
석영(石英) 【Kh】 thạch anh. ¶ ～암(岩) chất thạch anh (silic kết tinh).
석유(石油) dầu; dầu mỏ; dầu hỏa (등유). ¶ ～갱 giếng dầu; mỏ dầu / ～ 난로 hệ thống sưởi ấm bằng dầu / ～ 생산국 nước sản xuất dầu mỏ / ～ 시추 khoan dầu mỏ / ～ 위기 khủng hoảng dầu mỏ / 대한 ～ 공사 tập đoàn dầu mỏ Hàn Quốc.
석유수출국기구(石油輸出國機構) Tổ chức xuất khẩu dầu mỏ (OPEC).
석유안정기금(石油安定基金) Quỹ ổn định giá dầu mỏ.
석유자원(石油資源) tài nguyên dầu mỏ. ¶ ～을 개발하다 khai thác tài nguyên dầu mỏ.
석유제품(石油製品) sản phẩm dầu mỏ.
석유화학(石油化學) ngành hóa dầu. ¶ ～ 공업 ngành công nghiệp hóa dầu / ～ 제품 sản phẩm hóa dầu / ～ 콤비나트 tổ hợp hóa dầu.
석인(石人) bức tượng người bằng đá.
석재(石材) đá xây dựng.
석전(石戰) trò chơi đánh trận bằng đá.
석전(釋奠) lễ hội tỏ lòng tôn kính Khổng Tử.
석조(石造) ～의 xây bằng đá, kiến trúc bằng đá. ¶ ～ 건물 tòa nhà bằng đá, tòa nhà xây bằng đá.
석종유(石鐘乳) 【Kh】 thạch nhũ.
석주(石柱) cây cột đá.
석차(席次) (성적의) địa vị; cấp bậc; chuẩn mực; thang điểm. ¶ ～가 오르다 chuẩn mực cao; thang điểm cao.
석창포(石菖蒲) 【TV】 cây bấc ngọt.
석탄(石炭) than đá. ¶ ～을 캐다 đào than; khai thác than. ¶ ～ 가스 chất đốt bằng than / ～갱(광) mỏ than / ～갱부 công nhân mỏ (quặng) than / ～산 chất fenola, cácbonát axít / ～상 buôn bán than, kinh doanh than / ～선 tàu chở than / ～층 vỉa than / ～통 thùng than / 대한 ～ 공사 tập đoàn than Hàn Quốc.
석탑(石塔) tháp bằng đá.
석판(石版) kỹ thuật in đá, kỹ thuật in thạch bản (기술); bức ảnh đá (그림).
석패(惜敗) **~하다** bị thất bại một cách đáng tiếc; bị thua đau.
석학(碩學) nhà đại học giả; nhà khoa học đầu ngành.
석화(石火) viên đá lửa (불꽃); ánh sáng lóe lên và tắt rất nhanh; ánh sáng đèn flash (빠름).
석회(石灰) vôi. ¶ ～질의 thuộc chất vôi. ¶ ～석 đá vôi / ～수 nước vôi.
섞갈리다 làm lung tung lên, làm xáo trộn, làm đảo lộn, làm rối tung, làm mất trật tự.
섞다 pha trộn, pha lẫn, trộn lẫn; đảo lên.
섞바꾸다 làm lẫn lộn.
섞바뀌다 bị lẫn lộn.

ㅅ

섞이다 bị trộn, bị pha trộn, bị pha lẫn, bị trộn lẫn.

섟 (노염) cơn giận dữ; (의심) mối nghi ngờ. ¶ ～삭다 cơn giận dữ vụt tan biến; nguôi giận một cách nhanh chóng; hả giận nhanh chóng (노염이); mối nghi ngờ được giải tỏa một cách nhanh chóng. (의심이).

선 (혼사의) sự xem mặt để tiến tới hôn nhân. ¶ ～보다 xem mặt.

선(先) nước đầu tiên trong các ván cờ.

선(善) điều tốt, điều thiện; lòng tốt, tính cách tốt. ¶ ～과 악 thiện và ác.

선(腺) 【GP】 tuyến; thực tuyến (ở cây).

선(線) tuyến đường; lộ trình (항로); điểm dừng (역의); tuyến dây cáp, đường dây điện (전선). ¶ 경부～ đường Gyeongbu / …～을 따라 theo tuyến đường … / ～을 이루어 hình thành tuyến đường. ¶ 38도 ～ vĩ tuyến 38.

선(選) sự tuyển chọn, sự lựa chọn. ¶ ～에 들다 không được tuyển chọn, không được lựa chọn.

선(禪) Thiền; 【PG】 tông phái thiền (종파); ngành thiền học (선학).

선가(禪家) thầy tu dòng thiền.

선각자(先覺者) người lo xa; người nhìn xa trông rộng.

선객(船客) hành khách đi bằng tàu thuyền. ¶ ～ 명부 danh sách hành khách đi bằng tàu thuyền / 1 [2]등 ～ hành khách đi tàu thuyền hạng nhất [hạng nhì].

선거(船渠) ☞ **도크**.

선거(選擧) sự bầu cử, sự tuyển cử; cuộc bầu cử. **~하다** bầu cử, tuyển cử. ¶ ～를 실시하다 thực hiện bầu cử, thi hành tuyển cử / ～에 이기다 thắng cử. ¶ ～ 관리 위원회 Ủy ban quản lý bầu cử / ～구 khu vực bầu cử / ～권 quyền bầu cử / ～ 방해 sự phá rối bầu cử, sự ngăn cản bầu cử / ～ 사무소 văn phòng bầu cử / ～ 연설 sự diễn thuyết tranh cử / ～ 운동 sự vận động tranh cử / ～ 운동하다 vận động tranh cử / ～ 위반 vi phạm bầu cử / ～ 유세 diễn thuyết tranh cử / ～인 người bầu cử, cử tri (총칭) / ～인 명부 danh sách người bầu cử, danh sách cử tri / ～ 참관인 người giám sát bầu cử / 공명 ～ cuộc bầu cử công minh / 보궐 ～ cuộc bầu cử bổ khuyết, cuộc bầu cử bổ sung / 중간 ～ cuộc bầu cử giữa kỳ (미) / 대 [소]～구제 chế độ khu vực bầu cử lớn [nhỏ].

선거법(選擧法) luật bầu cử. ¶ ～ 개정 sửa đổi luật bầu cử / ～ 위반 vi phạm luật bầu cử / ～ 위반자 người vi phạm luật bầu cử.

선거위원(選擧委員) thành viên hội đồng (ủy ban) bầu cử. ¶ ～장 chủ tịch hội đồng bầu cử / ～회 hội đồng bầu cử, ủy ban bầu cử.

선견(先見) sự biết trước; sự đoán biết trước; sự nhìn xa trông rộng. ¶ ～지명이 있는 (một cách) có tài đoán biết trước, có khả năng nhìn xa trông rộng / ～ 지명이 없다 không có tài đoán biết trước, không có tài nhìn xa trông rộng.

선견(先遣) ¶ ～ 부대 đội quân tiên phong; đội quân tiền trạm.

선결(先決) ¶ ～ 문제 vấn đề giải quyết đầu tiên, vấn đề tiên quyết.

선경(仙境) cảnh vật trên tiên giới, tiên cảnh, bồng lai tiên cảnh.

선고(先考) người cha đã mất; người cha quá cố.

선고(宣告) (판결) sự tuyên án, sự tuyên cáo; sự phán quyết. **~하다** tuyên án, tuyên cáo; phán quyết.

선공(先攻) **~하다** 【BC】 tấn công trước.

선광(選鑛) **~하다** luyện quặng; tuyển quặng. ¶ ～부 công nhân luyện quặng; công nhân tuyển quặng.

선교(宣教) việc truyền giáo, sự truyền giáo. ¶ ～사 nhà truyền giáo, giáo sỹ.

선교(船橋) ❶ ☞ **배다리**. ❷ cầu nối bờ với thuyền bằng gỗ ván; ván thuyền (갑판의).

선구(先驅) ☞ **선구자**.

선구자(先驅者) người đi trước, người đi tiên phong, người mở đường.

선구(船具) sự lắp ráp tàu thuyền, sự đóng tàu.

선구안(選球眼) 【BC】 ¶ ～을 가지다 có con mắt chiến lược.

선글라스 kính râm, kính mát.

선금(先金) món tiền trả trước, khoản tiền ứng trước. ¶ ～을 치르다 trả tiền trước.

선급(先給) sự trả trước, sự chi trước, đã chi trả.

선급(船級) sự phân loại tàu thuyền. ¶ ～ 증서 giấy chứng nhận loại tàu thuyền / ～ 협회 Hiệp hội phân loại tàu thuyền.

선남선녀(善男善女) những người ngoan đạo, thiện nam thiện nữ.

선납(先納) sự trả trước, sự trả tiền đặt cọc. **~하다** đặt cọc, trả trước.

선녀(仙女) tiên nữ; nàng tiên.

선다형(選多型) chế độ có nhiều sự lựa chọn. ¶ ～ 문제 vấn đề của chế độ có nhiều sự lựa chọn.

선단(船團) đoàn tàu.

선대(先代) thế hệ trước, bậc tiền bối.

선대(船臺) (조선용) hạm đội thuyền.

선도(先渡) sự giao hàng trước.

선도(先導) **~하다** hướng dẫn, chỉ đạo, dẫn đường. ¶ ～자 người hướng dẫn, người chỉ đạo, người dẫn đường.

선도(善導) **~하다** hướng dẫn một cách đúng đắn.

선도(鮮度) mức độ tươi sống. ¶ ～가 높은 độ tươi (sống) cao / ～가 낮은 độ tươi (sống) thấp / ～가 떨어지다 độ tươi (sống) kém.

선동(煽動) sự xúi giục, sự xúi bẩy, sự chủ mưu. **~하다** xúi giục, xúi bẩy; chủ mưu. ¶ ～적 mang tính xúi giục. ¶ ～자 người xúi giục; kẻ chủ mưu.

선두(先頭) cương vị lãnh đạo, vị trí đứng đầu. ¶ ～에 서다 đứng ở cương vị lãnh đạo, ở vị trí đứng đầu. ¶ ～부대 đội quân tiên phong / ～ 타자 【BC】 người đánh bóng đầu tiên; người giao bóng đầu tiên.

선두(船頭) mũi tàu; mũi thuyền.

선두르다 làm tua, làm đường diềm, làm đường viền.

선득하다 (서술적) cảm thấy ớn lạnh; (놀라서) rùng mình; giật mình.

선들거리다 gió mát thổi nhẹ.

선뜩하다 ☞ **선득하다**.

선뜻 (가볍게) nhẹ nhàng, lướt nhẹ, lướt qua; (쾌히) vui vẻ, sẵn lòng, thoải mái; (즉석에서) nhanh nhẹn, mau mắn, lanh lẹ.

선뜻하다 ☞ **산뜻하다**.

선량(善良) ～한 tốt; hiền lành; lương thiện. ¶ ～한 사람 người tốt; người hiền lành; người lương thiện / ～한 시민 người dân lương thiện.

선량(選良) đại biểu quốc hội; đại diện của nhân dân.

선령(船齡) năm tuổi, tuổi sử dụng của thuyền.

선례(先例) ☞ **전례**.

선로(線路) đường xe lửa, đường sắt. ¶ ～ 공사 xây dựng đường sắt/～를 놓다 lắp đặt đường sắt.

선류(蘚類) 【TV】 rong rêu.
선린(善隣) người hàng xóm tốt bụng. ¶ ~ 관계 mối quan hệ hàng xóm láng giềng thân thiện/ ~ 정책 chính sách láng giềng thân thiện.
선망(羨望) sự đố kỵ, sự ghen ghét, sự ghen tỵ. **~하다** đố kỵ, ghen ghét, ghen tỵ. ¶ ~의 대상이 되다 trở thành đối tượng bị đố kỵ.
선매(先賣) sự bán trước.
선매권(先買權) quyền ưu tiên mua hàng.
선머슴 đứa bé khó bảo, đứa trẻ hư.
선명(宣明) **~하다** công bố, tuyên bố, quảng bá.
선명(鮮明) **~하다** rõ rệt, rõ nét; sống động; mạnh mẽ. ¶ ~한 영상 hình ảnh rõ nét (TV) / 기치를 ~히 하다 thái độ rõ ràng. ¶ ~도 độ nét (TV).
선무(宣撫) sự thái bình, sự thanh bình; sự hòa hợp, sự hòa giải. ¶ ~하다 thái bình, thanh bình; hòa hợp, hòa giải. ¶ ~ 공작 công tác hòa giải / ~반 tổ hòa giải, nhóm hòa giải.
선물(先物) hàng hóa giao sau. ¶ ~거래 hợp đồng mua bán giao hàng sau.
선물(膳物) món quà, quà tặng, quà kỷ niệm (기념품).
선미(船尾) ☞ **고물**.
선민(選民) người được tuyển chọn. ¶ ~ 의식 ý thức được tuyển chọn.
선박(船舶) tàu, thuyền lớn (총칭). ¶ ~ 사용료 chi phí thuê tàu thuyền / ~업 ngành công nghiệp tàu biển / ~ 업자 doanh nghiệp tàu biển / ~ 회사 công ty tàu biển.
선반 kệ, ngăn, giá. ¶ ~에 얹다 đặt lên giá.
선반(旋盤) sự tiện; máy tiện. ¶ ~공 thợ tiện / ~ 공장 xưởng tiện, nhà máy tiện.
선발(先發) **~하다** tiên phong, dẫn đầu. ¶ ~대 đội tiên phong, đội dẫn đầu / ~ 투수 cầu thủ giao bóng đầu tiên.
선발(選拔) sự tuyển lựa, sự tuyển chọn. **~하다** tuyển lựa, tuyển chọn. ¶ ~ 시험 cuộc thi tuyển / ~팀 đội tuyển / ~기준 tiêu chuẩn tuyển chọn.
선배(先輩) người có thâm niên trong ngành nghề; người học lớp trên; bậc tiền bối; bề trên. ¶ 3년 ~이다 là người học trên ba năm / ~티를 내다 ra vẻ bề trên. ¶ 대 ~ bậc đại tiền bối, bậc lão làng.
선별(選別) sự phân loại; sự chọn lọc; sự lựa chọn riêng ra. ¶ ~융자 khoản vay chọn lọc.
선병(腺病) 【YH】 ~질(質)의 bệnh tràng nhạc.
선복(船腹) bụng tàu, thân tàu.
선봉(先鋒) sự đi trước; sự tiên phong.
선부(先夫) người chồng trước, người chồng cũ.
선분(線分) 【Hho】 ¶ ~ AB đường thẳng (chính xác) AB.
선불 viên đạn lạc.
선불(先拂) **~하다** trả tiền trước, trả tiền đặt cọc. ¶ 운임(運賃) ~ trả tiền vận chuyển trước.
선비 nhà học giả, nhà trí thức, tầng lớp nho sỹ.
선비(先妣) người vợ trước, người vợ cũ.
선사(善事) (선물을 줌) **~하다** gửi tặng, biếu, tặng (quà).
선사(禪師) thiền sư.
선사시대(先史時代) thời kỳ tiền sử. ~의 thuộc thời kỳ tiền sử.
선산(先山) mồ mả của tổ tiên (ở trên đồi).
선생(先生) (교사) thầy giáo (남자); cô giáo (여자); huấn luyện viên; bác sĩ (의사); (호칭) ngài, ông, bà, cô (một cách kính trọng). ¶ 음악 ~ thầy giáo dạy

ㅅ

nhạc / 김 ～님 thầy giáo Kim; cô giáo Kim.

선서(宣誓) lời thề, lời hứa, lời tuyên thệ. **~하다** thề, hứa, tuyên thệ. ¶ ～시키다 bắt thề, bắt hứa, bắt tuyên thệ. ¶ ～문 lời hứa, lời thề, lời tuyên thệ (bằng văn bản) / ～식 lễ tuyên thệ.

선선하다 ❶ (날씨가) mát mẻ, mát lạnh. ¶ 선선해지다 trở nên mát mẻ. ❷ (성질이) thân tình, cởi mở, dễ tính. ¶ 선선히 một cách thân tình, một cách cởi mở, một cách dễ dàng (선뜻).

선셈(先-) việc trả tiền trước; tiền ứng trước.

선소리 lời nói thô kệch, lời nói lố bịch, lời nói vớ vẩn, lời nhảm nhí.

선손(先-) ～쓰다 bắt tay vào trước; ra tay trước (thể hiện thế chủ động). ¶ ～걸다 ra tay trước, ra đòn trước, tấn công trước.

선수(先手) ～쓰다 bắt đầu, khởi đầu; tiến hành trước, ra tay trước, chơi ván đầu tiên (바둑 따위의).

선수(船首) ☞ **이물**.

선수(選手) (전체) cầu thủ, vận động viên; cầu thủ bóng chày (야구의); cầu thủ bóng đá (축구의). ¶ ～권 nhà vô địch, nhà quán quân / ～권 보유자 người bảo vệ chức vô địch, người đoạt quyền quán quân / ～권 시합 giải đấu dành chức vô địch (권투 따위) / ～촌 trung tâm huấn luyện / 후보 ～ người thay thế, vận động viên dự bị, cầu thủ dự bị.

선술집 quán rượu (không có chỗ ngồi), quầy rượu.

선승(先勝) **~하다** thắng ván đầu, dẫn trước.

선실(船室) căn phòng nhỏ, buồng nhỏ, cabin (dành cho khách trên tàu). ¶ 3등 ～ căn phòng hạng ba (trên tàu) / ～을 예약하다 đặt phòng trên tàu.

선심(善心) ❶ (착한 마음) sự tử tế; lòng tốt, thiện tâm. ❷ (큰 마음) lòng hảo tâm, sự hào phóng, sự hào hiệp. ～쓰다 làm việc thiện.

선심(線審) [TT] trọng tài biên.

선악(善惡) thiện ác, tốt xấu. ¶ ～을 가릴 줄 알다 biết phân biệt tốt xấu, biết phân biệt thiện ác.

선약(仙藥) thuốc chữa bách bệnh, thuốc trường sinh.

선약(先約) cuộc hẹn trước.

선양(宣揚) **~하다** tuyên dương, đề cao; khen ngợi; tâng bốc.

선언(宣言) sự tuyên ngôn, lời tuyên bố. **~하다** tuyên ngôn, tuyên bố. ¶ ～서 bản tuyên ngôn, bản tuyên bố.

선열(先烈) liệt sĩ. ¶ 순국 ～ liệt sĩ hy sinh vì tổ quốc.

선외(選外) ～의 thuộc dạng bị loại bỏ. ¶ ～ 가작 sản phẩm bị loại bỏ, phế phẩm.

선용(善用) **~하다** sử dụng một cách có hiệu quả, sử dụng một cách hợp lý.

선웃음 nụ cười gượng gạo. ～치다 cười gượng gạo.

선원(船員) thủy thủ; thuyền viên; thủy thủ đoàn (총칭). ¶ ～ 수첩 cuốn sổ bỏ túi của người thủy thủ / ～실 phòng thủy thủ / 고급 ～ thủy thủ cao cấp / 하급 ～ thủy thủ cấp thấp.

선유(船遊) sự du thuyền.

선율(旋律) giai điệu. ～적 du dương, trầm bổng.

선의(船醫) bác sĩ trên tàu.

선의(善意) chiều hướng thuận lợi, dấu hiệu êm đẹp (의미); thiện ý, ý tốt (의도); [PL] lành mạnh, không vi phạm pháp luật. ～의 mang tính lành mạnh; có tính hợp pháp. ¶ ～로 với thiện ý / ～로 해석하다 giải thích với

ㅅ

ý đồ tốt.

선의권(先議權) quyền ưu tiên thảo luận, quyền ưu tiên xem xét.

선인(仙人) nhà tu hành; người ẩn dật (은자); nữ tu hành (선녀).

선인(先人) ❶ ☞ **선친**. ❷ (전대 사람) người đi trước, tiền nhân, tiền bối.

선인(善人) người tốt, người lương thiện.

선인선과(善因善果) ở hiền gặp lành.

선인장(仙人掌) 【TV】 cây xương rồng.

선일 công việc phải đứng để làm.

선임(先任) ～의 tiền nhiệm. ¶ ～순으로 theo tiền nhiệm / ～자 người tiền nhiệm.

선임(船賃) ☞ **뱃삯**.

선임(選任) **~하다** bổ nhiệm; chỉ định; phân công.

선입감(先入感) ☞ **선입견**.

선잠 giấc ngủ chập chờn, giấc ngủ lơ mơ, giấc ngủ không sâu.

선장(船長) thuyền trưởng.

선적(船積) (발송) sự gửi hàng bằng tàu biển; (적재) sự chất hàng, bốc hàng lên (tàu thuyền). **~하다** chở hàng, vận chuyển hàng hóa (bằng tàu biển). ¶ ～ 송장(送狀) hóa đơn gửi hàng tàu biển / ～항 cảng vận chuyển tàu biển.

선적(船籍) quốc tịch của tàu thuyền. ¶ ～항 cảng kiểm tra quốc tịch tàu thuyền.

선전(宣傳) sự tuyên truyền; sự quảng bá, sự quảng cáo (광고). **~하다** tuyên truyền, quảng bá, quảng cáo; phổ biến. ¶ 자기 ～을 하다 quảng cáo bản thân mình. ¶ ～부 ban tuyên truyền / ～비(費) chi phí quảng cáo / ～삐라 tờ quảng cáo, tờ rơi / ～원(員) nhân viên tuyên truyền (주의의) / ～효과 hiệu quả tuyên truyền quảng cáo.

선전(宣戰) **~하다** tuyên chiến. ¶ ～포고 lời tuyên chiến, sự tuyên chiến.

선전(善戰) **~하다** thiện chiến, chơi giỏi (게임에서).

선점(先占) ¶ ～ 취득하다 dành được nghề ưu tiên.

선정(善政) chính phủ sáng suốt, nhà nước công minh; sự nắm quyền hiệu quả, sự chỉ đạo sáng suốt. ¶ ～을 베풀다 dành cho sự chỉ đạo sáng suốt.

선정(煽情) ～적 tính khiêu dâm.

선정(選定) **~하다** chọn lọc, tuyển chọn, tuyển lựa.

선제(先制) sự bắt đầu trước. ¶ ～점을 올리다 ghi điểm trước.

선제공격(先制攻擊) sự tấn công trước, sự ra đòn trước. **~하다** tấn công trước, ra đòn trước.

선조(先祖) ☞ **조상**.

선종(禪宗) Thiền tông; Đạo Phật.

선주(先住) ¶ ～ 민족 thổ dân / ～자 người chủ cũ.

선주(船主) chủ thuyền.

선지 máu súc vật đông lại, tiết.

선진(先陣) trận địa đầu.

선진(先進) ～의 tiên tiến, tiến bộ. ¶ ～국 nước tiên tiến, nước phát triển (비교: 개도국 nước đang phát triển).

선집(選集) tuyển tập.

선착(先着) ¶ ～순(順)으로 theo thứ tự người đến trước.

선창(先唱) **~하다** dẫn đầu, chỉ đạo; tiên xướng; (비유적) mở đầu dàn hợp xướng; chơi violon mở màn; đi đầu, dẫn đầu.

선창(船窓) ổ gà; chỗ bị xói mòn trên đá.

선창(船艙) (부두의) ke, bến tàu, cầu tàu; (배의) bến thuyền. ¶ ～에 대다 cập bến.

선책(善策) chính sách tốt; kế hoạch cơ

bản.

선처(善處) **~하다** cư xử khôn khéo, cư xử đúng mực.

선천(先天) **~적** tính bẩm sinh, tính vốn có, tính tự nhiên. ¶ ~설 [TrH] thuyết tự nhiên.

선철(銑鐵) gang (kim loại).

선체(船體) thân tàu, bụng tàu.

선출(選出) sự tuyển chọn, sự bầu chọn. **~하다** tuyển chọn, bầu chọn (từ nơi nào đó).

선취(先取) **~하다** chiếm trước, giữ trước, dành trước. ¶ ~ 득점을 올리다 [BC] ghi điểm trước. ¶ ~ 특권 [PL] quyền được ưu tiên.

선취권(先取權) quyền chiếm giữ trước, quyền đánh trước.

선측(船側) bên cạnh thuyền.

선친(先親) người cha quá cố

선탁(宣託) lời tiên tri, lời sấm truyền; nhà tiên tri, nhà thần học.

선탄(選炭) **~하다** đãi than, tuyển than, lọc than. ¶ ~기 máy tuyển than, máy lọc than, máy đãi than.

선태(蘚苔) [TV] rêu.

선택(選擇) sự lựa chọn, sự tuyển lựa; sự phân biệt. **~하다** lựa chọn, tuyển chọn; phân biệt. ¶ ~의 자유 sự tự do lựa chọn / ~에 갈팡거리다 do dự trước sự lựa chọn / ~을 그르치다 lựa chọn sai lầm. ¶ ~ 과목 môn lựa chọn; môn học tùy chọn / ~권(權) quyền lựa chọn.

선팽창(線膨脹) [VLH] sự giãn nở tuyến tính.

선편(船便) ¶ ~으로 bằng tàu thuyền.

선포(宣布) sự công bố, sự tuyên bố; lời tuyên bố. **~하다** công bố, tuyên bố, ban bố. ¶ 계엄령을 ~하다 ban bố lệnh giới nghiêm.

선표(船票) vé đi tàu thuyền.

선풍(旋風) cơn gió lớn; cơn lốc; trận gió xoáy. ¶ ~을 일으키다 làm nổi lên cơn lốc; gây ra trận gió xoáy.

선풍기(扇風機) quạt máy.

선하(船荷) sự chất chở, sự chuyên chở (bằng tàu thuyền). ¶ ~증권 vận đơn tàu biển.

선하다 sống động, sinh động, hiển hiện, rõ nét; mạnh mẽ. ¶ 그 광경이 눈에 ~ quang cảnh đó hiển hiện trước mắt.

선행(先行) **~하다** làm trước; đặt trước; đến trước; hành động trước. ¶ ~조건 điều kiện đặt trước, điều kiện hành động trước.

선행(善行) một hành động tốt, việc làm thiện. **~하다** hành động tốt, làm việc tốt.

선향(仙鄕) cảnh tiên, bồng lai tiên cảnh.

선향(線香) hương trầm, khói hương.

선험(先驗) ~적 [TrH] tính tiên nghiệm; tính mơ hồ, tính trừu tượng (라틴). ¶ ~론 thuyết tiên nghiệm.

선헤엄 ¶ ~ 치다 đạp nước; bơi đứng.

선현(先賢) các bậc hiền triết ngày xưa, các bậc tiên hiền.

선혈(鮮血) máu tươi. ~이 낭자하다 vấy máu tươi.

선형(扇形) kiểu quạt; hình quạt (기하에서). ~의 thuộc dạng hình quạt.

선호(選好) sự thích; sự ham thích; sự hay lựa chọn. **~하다** thích, ham thích, thích lựa chọn. ¶ 남아 ~ 사상 tư tưởng thích con trai, tư tưởng trọng nam.

선화(線畫) nét vẽ, đường vẽ.

선화지(仙花紙) giấy tái chế.

선회(旋回) sự xoay tròn, sự vòng quanh, sự lượn quanh, sự luân phiên. **~하다** xoay tròn, vòng quanh, xoay quanh; luân phiên. ¶ ~ 비행하다 chuyến bay vòng quanh.

선후(先後) (앞과 뒤) trước sau; tiền hậu; (순서) sự nối tiếp, trật tự.

선후책(先後策) ¶ ～을 강구하다 nghiên cứu biện pháp chữa trị, tìm biện pháp trị liệu.

섣달 tháng cuối năm, tháng 12, tháng chạp.

섣불리 vụng về, cẩu thả; không cẩn thận, không để ý (부주의하게).

설 (새해) tết. ¶ ～(을) 쇠다 đón tết.

설(說) (의견) ý kiến, quan điểm; (학설) học thuyết, lý thuyết; (풍설) sự đồn thổi, sự đồn đại. ¶ ～을 굽히다 thay đổi ý kiến; thay đổi quan điểm / ～을 같이하다 cùng chung quan điểm; cùng chung ý kiến / ～을 달리하다 khác ý kiến, khác quan điểm.

설겅거리다 nửa sống nửa chín; tái; ương; khó nhai.

설거지 việc rửa chén bát. **~하다** rửa bát đĩa.

설경(雪景) cảnh tuyết phủ.

설계(設計) sự thiết kế, sự lập kế hoạch. **~하다** thiết kế; lên kế hoạch (공원 등의). ¶ ～도 sơ đồ thiết kế / ～서 bản thiết kế; bản kế hoạch / ～자 người thiết kế; người lên kế hoạch.

설교(說教) sự thuyết giáo. **~하다** thuyết giáo; thuyết giảng; (잔소리) sự nói nhiều. ¶ ～단 bục thuyết giảng / ～사 người thuyết giáo.

설기 (떡) bánh bột gạo hấp.

설날 ngày tết.

설다 ❶ (서투르다) không quen biết, xa lạ; không thành thạo; vụng về, lóng ngóng. ❷ (덜익다) chưa chín, tái (음식이); chưa đủ độ lên men (김치 따위); còn xanh, ương (과일 따위). ¶ 선 밥 cơm sống.

설다루다 quản lý tồi, chỉ đạo tồi, điều khiển kém.

설대 (담뱃대) tẩu thuốc bằng tre.

설득(說得) sự thuyết phục, sự tin tưởng. **~하다** thuyết phục; làm cho người khác tin tưởng. ¶ ～력 sức thuyết phục / ～력 있는 có sức thuyết phục.

설렁탕(-湯) canh nhạt, món canh thịt bò của Hàn Quốc.

설렁하다 trống trải; nhạt nhẽo, vô vị.

설레다 (가슴이) bồi hồi; hồi hộp; bối rối; (움직이다) bồn chồn; đi đi lại lại, đi tới đi lui.

설레설레 ¶ ～흔들다 lắc đi lắc lại, lắc lư.

설령(設令) cho rằng, cho dù, dẫu cho, mặc dù. ¶ ～ 어떤 일이 있더라도 cho dù có việc gì đi chăng nữa.

설립(設立) sự thành lập, sự thiết lập, sự sáng lập; sự xây dựng. **~하다** thành lập, thiết lập; xây dựng. ¶ ～자 người thành lập, người sáng lập / ～ 취지서 bản tuyên bố thành lập.

설마 không lẽ, chẳng lẽ, chẳng nhẽ; không thể có được. ¶ ～ 그럴리야 없겠지 chẳng nhẽ lại có chuyện đó.

설맞다 bị thương nhẹ, bị thương ngoài da.

설맹(雪盲) 【YH】 không nhìn thấy tuyết, mù tuyết, lòa tuyết.

설면하다 ly gián, làm cho xa cách, làm chia cắt; (정답지 못함) xa lạ, lạnh nhạt, không thân tình.

설명(說明) sự giảng giải, sự giải thích, sự thuyết minh. **~하다** giảng giải, giải thích, thuyết minh. ¶ ～적 tính chất giải thích. ¶ ～도(圖) biểu đồ / ～서 bản giải thích / ～자 người giảng giải, người giải thích / ～ 자막 phụ đề, lời thuyết minh.

설문(設問) câu hỏi. **~하다** hỏi; chất vấn; điều tra.

ㅅ

설법(說法) bài thuyết pháp (đạo Phật). **~하다** giảng đạo, thuyết pháp.

설복(說服) ☞ **설득**(說得).

설봉(舌鋒) ¶ 날카로운 ~으로 với miệng lưỡi sắc bén, với giọng điệu chua cay, với kiểu nói năng sắc bén.

설비(設備) trang thiết bị; sự trang bị, sự thiết bị; sự lắp đặt (수용의). **~하다** trang bị, thiết bị, lắp đặt. ¶ ~가 좋은 thiết bị tốt, trang bị tốt. ¶ ~ 투자 đầu tư thiết bị, đầu tư trang thiết bị.

설빔 quần áo ngày Tết truyền thống của trẻ em, quần áo mới, quần áo đẹp ngày Tết của trẻ em Hàn Quốc

설사(泄瀉) sự tiêu chảy, sự ỉa chảy. **~하다** tiêu chảy, ỉa chảy, đi ngoài. ¶ ~약 thuốc tiêu chảy.

설사(設使) ☞ **설령**(設令).

설산(雪山) ngọn núi tuyết, ngọn núi có tuyết bao phủ.

설상가상(雪上加霜) ~으로 với tai họa liên tiếp, với những khó khăn liên tiếp.

설선(雪線) giới hạn (địa lý) nơi mà tuyết không tan.

설설 nhẹ nhàng, ấm áp; lăn tăn. ¶ 물이 ~ 끓다 đun nước sôi lăn tăn.

설설기다 khúm núm, luồn cúi, quỵ lụy; khép nép. ¶ 그는 윗사람에게 ~ 긴다 anh ta khép nép trước bề trên.

설암(舌癌) 【YH】 bệnh ung thư lưỡi.

설왕설래(說往說來) **~하다** cãi tới cãi lui, bàn tới bàn lui, nói đi nói lại.

설욕(雪辱) **~하다** chữa thẹn; minh oan; phục hồi danh dự (경기에서). ¶ ~전 trận phục hồi danh dự.

설움 nỗi đau đớn, nỗi buồn rầu, sự thương tiếc.

설원(雪原) bãi tuyết; cánh đồng tuyết.

설원(雪冤) **~하다** giải oan; tuyên bố vô tội.

설유(說諭) sự cảnh cáo, sự nhắc nhở; sự động viên. **~하다** cảnh cáo, nhắc nhở; động viên.

설음(舌音) âm lưỡi.

설익다 (과실) chưa chín, còn xanh, ương; (음식) chưa chín, còn sống, tái.

설전(舌戰) cuộc đấu khẩu, trận cãi cọ. **~하다** đấu khẩu; cãi cọ.

설정(設定) **~하다** sự thành lập, sự tạo thành, sự sáng tạo ra, sự lập nên, sự xác lập. ¶ 기금을 ~하다 lập quỹ. ¶ 저당권 ~ xác lập quyền cầm cố, xác lập quyền thế chấp.

설중(雪中) trong lúc tuyết rơi. ¶ ~행군 hành quân trong lúc tuyết rơi.

설치(設置) sự lắp đặt, sự thiết lập, sự xây dựng. **~하다** thành lập, thiết lập, lắp đặt.

설치다 (못마침) dở, dở dang; (날뜀) ngỗ ngược, ngang ngạnh.

설치류(齧齒類) loài gặm nhấm.

설탕(雪糖) đường. ¶ ~물 nước đường, nước ngọt / 정제(백) ~ đường trắng, đường cát, đường tinh / 흑~ đường đen.

설태(舌苔) tưa lưỡi. ¶ ~가 낀 혀 lưỡi bị tưa.

설파(說破) ❶ (명시) **~하다** vạch trần, lột trần, làm rõ; nói rõ, giải thích rõ ràng. ❷ (논파) **~하다** phản biện, bác bỏ; chứng minh.

설퍼제(-劑) 【DH】 thuốc tê, thuốc gây mê sulfa.

설피다 dệt thưa, dệt thô, dệt kém. ¶ 설핀 옷감 vải dệt thô / 설핏한 햇살 ánh mặt trời khô rang / 설핀 솜씨 không khéo tay, tay thô / 설핀 말투 nói năng thô lỗ.

설핏하다 dệt hơi thưa; dệt hơi thô; dệt hơi kém.

설하선(舌下腺) 【GP】 tuyến dưới lưỡi.
설해(雪害) sự thiệt hại do tuyết gây ra.
설형(楔形) ～의 có dạng hình nêm. ¶ ～문자 chữ hình nêm (như chữ Batư cổ).
설혹(設或) ☞ **설령**.
설화(舌禍) sự rắc rối do lỡ lời, phiền toái do sơ suất trong ăn nói, vạ miệng.
설화(雪花) ❶ (눈송이) bông tuyết. ❷ (나뭇가지의) tuyết phủ trên cành cây.
설화(說話) truyện; truyện kể; câu chuyện; truyền thuyết, thần thoại. ～적 tính chất truyền thuyết; tính chất trần thuật. ¶ ～ 문학 truyền thuyết văn học.
섬[1] (용기) seom, đơn vị đo dung tích; (용량) đơn vi đo trọng lượng, seom (khoảng 80 kg).
섬[2] đảo, hòn đảo; hòn đảo nhỏ (작은 섬). ～의 thuộc đảo. ¶ 외딴 ～ hòn đảo nằm cách biệt. ¶ ～ 사람 người dân trên đảo.
섬거적 chiếu cói.
섬게 【ĐV】 một loài chim biển.
섬광(閃光) đèn nháy; đèn flash. ¶ ～ 전구 bóng đèn nháy.
섬기다 phục vụ, phục dịch; trông nom, chăm sóc.
섬나라 quốc gia nằm trên đảo. ¶ ～근성 tính chất của một nước thuộc đảo; tính chất của một đất nước nằm tách biệt.
섬돌 bậc thang bằng đá.
섬뜩하다 giật mình, thảng thốt, hoảng hốt.
섬망(譫妄) 【YH】 tình trạng mê sảng.
섬멸(殲滅) **~하다** phá bỏ, hủy diệt, tiêu diệt. ¶ ～전 trận hủy diệt.
섬섬(纖纖) ¶ ～옥수 tay ngọc ngà thanh mảnh, tay ngọc ngà thon thả.
섬세(纖細) ～한 tinh vi, tinh tế, tế nhị.
섬약(纖弱) ～한 yếu đuối, nhu nhược; yếu ớt, mỏng manh; dễ vỡ, dễ gãy.
섬유(纖維) sợi, xơ, thớ. ¶ ～질의 thuộc chất sợi, chất xơ sợi. ¶ ～ 공업 ngành công nghiệp dệt may / ～소 xenluloza; 【ĐV】 xơ hóa, sợi hóa / ～제품 hàng vải sợi / 인조 ～ sợi nhân tạo.
섬찍지근하다 (서술적) ám ảnh; dai dẳng, không dứt ra được. ¶ 섬찍지근하게 하다 làm ám ảnh; làm cho không dứt ra được.
섭금류(涉禽流) 【LCh】 loài chim chân dài; loài chim lội nước.
섭렵(涉獵) **~하다** uyên bác, hiểu biết rộng.
섭리(攝理) thượng đế; Trời. ¶ ～에 맡기다 phó thác cho thượng để, phó mặc cho trời.
섭생(攝生) sự giữ gìn sức khỏe; chế độ dinh dưỡng. **~하다** giữ gìn sức khỏe, tuân thủ chế độ ăn uống. ¶ ～법 cách giữ gìn sức khỏe.
섭섭하다 (서운하다) tự ái; không hài lòng; (유감) tiếc nuối, hối tiếc, tiêng tiếc; (원망) giận dỗi, hờn dỗi. ¶ 섭섭한 뜻을 표하다 tỏ ý tiếc nuối; tỏ ý hờn dỗi / 헤어지기가 ～ cảm thấy tiếc nuối khi chia tay.
섭씨(攝氏) độ C (℃). ¶ ～ 온도계 nhiệt kế / ～ 15도 15 độ C.
섭외(涉外) sự đối ngoại, quan hệ công chúng. ¶ ～ 계원 nhân viên phụ trách quan hệ công chúng.
섭정(攝政) chức vụ nhiếp chính (직); quan nhiếp chính (사람). **~하다** làm nhiếp chính.
섭취(攝取) **~하다** hấp thụ, tiêu thụ, lấy vào; tiêu hóa(소화); cảm thụ (문화 따위를).

성(姓) họ của gia đình.

성(性) giới tính (남녀의); giống (문법의); dục tính (성질). ～적 tính nhục dục, tính dục. ¶ ～에 눈뜨다 nhận biết về giới tính, thức tỉnh giới tính. ¶ ～ 교육 giáo dục giới tính / ～ 도덕 đạo đức giới tính / ～ 문제 vấn đề giới tính / ～ 행위 hành vi tính dục.

성(城) thành trì, pháo đài (성채).

성(省) (내각) bộ, cục, sở, ty; (행정구역) tỉnh, thành. ¶ 국무～ Bộ nội vụ (của Mỹ) / 산동～ tỉnh Sơn đông.

성(聖) ～스러운 một cách thần thánh. một cách thần kỳ, một cách kỳ diệu. ¶ ～바울 Thánh Paul.

성가(聖歌) thánh ca. ¶ ～대 đội hợp ca của nhà thờ / ～집 sách thánh ca, tập thánh ca.

성가(聲價) danh tiếng, sự nổi tiếng; tính đại chúng, sự phổ biến. ¶ ～를 높이다 nâng cao danh tiếng; tăng tính phổ biến / ～를 잃다 đánh mất danh tiếng, làm mất đi tính đại chúng.

성가시다 làm trái ý, làm khó chịu; quấy rầy, làm phiền (조르다); làm phiền, quấy nhiễu (말이 많다).

성감(性感) cảm giác mê đắm, cảm giác đê mê, cảm xúc tình dục. ¶ ～을 높이다 làm tăng cảm xúc tình dục, gợi cảm. ¶ ～대(帶) vùng gợi dục, vùng gợi cảm.

성격(性格) tính cách, nhân cách, cá tính, tính chất, đặc điểm (개성). ¶ 강한 ～의 사람 người có tính cách mạnh mẽ. ¶ ～ 묘사 sự miêu tả đặc điểm, miêu tả tính chất.

성결(聖潔) ～한 thánh thiện và tinh khiết, thánh thiện, trong trắng. ¶ ～교(敎) nhà thờ, đền thờ.

성경(聖經) kinh thánh. ¶ 구약 [신약]～ Kinh Cựu ước [Tân ước].

성공(成功) sự thành công, sự thắng lợi; thành tựu, thành quả. **~하다** thành công, thắng lợi. ¶ ～한 사람 người thành công, người thắng lợi / ～할 가망 cơ hội thành công, cơ hội chiến thắng.

성공회(聖公會) 【TG】 nhà thờ Tân giáo.

성과(成果) thành quả, thành tựu, kết quả, sản phẩm. ¶ ～를 올리다 nâng cao kết quả, nâng cao thành quả.

성곽(城郭) (성) thành; (곽) thành bao bọc xung quanh; (성채) pháo đài; lâu đài.

성교(性交) sự giao hợp, sự làm tình, sự ân ái. **~하다** giao hợp, làm tình, ân ái. ¶ ～ 불능 sự bất lực, sự liệt dương.

성교육(性敎育) giáo dục giới tính.

성구(成句) câu thành ngữ.

성군(星群) 【TVH】 chòm sao.

성글성글 hớn hở, tươi cười, vui vẻ.

성금(誠金) tiền đóng góp; tiền quyên góp, tiền ủng hộ, tiền làm từ thiện. ¶ 방위 ～ tiền đóng góp dành cho quốc phòng, tiền an ninh.

성급(性急) ～한 hấp tấp, vội vàng, nôn nóng; thiếu kiên nhẫn (성격).

성기(性器) bộ phận sinh dục.

성기다 thưa thớt, rải rác, lưa thưa, lơ thơ; làm cho cách biệt, làm cho xa cách.

성깔 tính cách cáu kỉnh, tính cách gắt gỏng; tính cách thô bạo. ¶ ～을 부리다 cáu kỉnh, gắt gỏng. ¶ ～있는 여자 cô gái có tính cách cáu kỉnh.

성나다 nổi giận, giận dữ, điên tiết, mất bình tĩnh.

성내다 ☞ **성나다**.

성냥 diêm. ¶ ～을 긋다(켜다) quẹt diêm, đánh diêm, bật diêm. ¶ ～갑 bao diêm / ～개비 que diêm / 종이 ～ giấy đánh diêm.

성년(成年) tuổi trưởng thành, thành niên.

¶ ～이 되다 trở thành người lớn. ¶ ～자 người trưởng thành.

성능(性能) tính năng; chức năng; khả năng; năng lực. ¶ ～이 좋은 tính năng tốt. ¶ ～ 검사 kiểm tra tính năng, kiểm tra chức năng.

성단(星團) 【TVH】 chòm sao.

성단(聖壇) bục giảng đạo trong nhà thờ.

성당(聖堂) nhà thờ công giáo, thánh đường.

성대 【LC】 cá chào mào.

성대(盛大) ～한 thịnh vượng, phát đạt, phát triển, phồn vinh, phồn thịnh; (당당한) đàng hoàng, chững chạc; tráng lệ; hoành tráng, bề thế. ¶ ～히 một cách phồn thịnh; một cách bề thế (대규모로).

성대(聲帶) dây thanh âm, thanh quản. ¶ ～ 모사 sự bắt chước phát âm, sự nhắc lại; sự nhại lại / ～ 모사를 하다 bắt chước, nhắc lại; nhại lại (người khác nói).

성도(聖徒) vị tông đồ, đồ đệ của Chúa (제자).

성량(聲量) âm lượng. ¶ ～이 풍부하다 âm lượng phong phú.

성력(誠力) sự trung thành, một lòng một dạ; sự hết lòng. ¶ ～을 다하다 làm hết lòng.

성령(聖靈) Chúa và các thánh thần, thánh linh. ¶ ～ 강림절 ngày lễ Hạ Trần.

성례(成禮) **~하다** kỷ niệm ngày cưới.

성루(城樓) tháp canh, chòi canh.

성루(城壘) pháo đài; công sự, chiến hào.

성립(成立) ❶ (실현) sự thực hiện, sự cụ thể hóa. **~하다** được thực hiện, được cụ thể hóa. ❷ (조성) sự thành lập, sự tạo thành, sự lập ra. **~하다** được thành lập, được tạo thành, được lập ra. ❸ (체결) sự thu xếp, sự dàn xếp, sự giải quyết, ký kết. **~하다** được thu xếp, được dàn xếp, được giải quyết.

성마르다 hẹp hòi, nhỏ nhen; bộp chộp, nóng nẩy.

성만찬(聖晩餐) lễ ban thánh thể.

성망(聲望) sự nổi tiếng, sự nổi danh, sự thành danh.

성명(姓名) tên họ. ¶ ～ 미상의 không biết tên họ; vô danh, không nổi tiếng.

성명(盛名) danh tiếng, tiếng tăm, vinh quang; trứ danh. ¶ ～을 떨치다 bị mất danh tiếng; đánh mất vinh quang.

성명(聲明) sự tuyên bố, sự công bố, sự ban bố, sự phát biểu. **~하다** tuyên bố, công bố, ban bố; phát biểu. ¶ ～서 lời tuyên bố; bài phát biểu.

성모(聖母) thánh mẫu. ¶ ～ 마리아 Thánh Mẫu Maria.

성묘(省墓) **~하다** viếng mộ, thăm mộ. ¶ ～객 khách viếng mộ, khách thăm mộ.

성문(成文) ～의 thuộc dạng văn bản. ¶ ～화하다 văn bản hóa. ¶ ～법 luật thành văn.

성문(城門) cổng thành; cổng lâu đài.

성문(聲門) thanh hầu. ¶ ～ 폐쇄음 âm không thoát ra khỏi thanh hầu, âm tắc.

성미(性味) tính khí; bản tính; bản chất. ¶ ～ 급한 tính khí nóng nẩy / ～가 못된 tính khí chẳng ra gì / ～에 맞는 hợp với tính khí; phù hợp với bản tính.

성범죄(性犯罪) tội phạm quấy rối tình dục, tội phạm hiếp dâm.

성벽(性癖) tính cách; xu hướng; thói quen tâm lý.

성벽(城壁) bức tường thành, thành lũy.

성별(性別) sự phân biệt giới tính.

성병(性病) bệnh về đường sinh dục; bệnh hoa liễu.

성복(成服) **~하다** mặc đồ tang.

ㅅ

성부(成否) sự thành bại, sự được mất.
성분(成分) thành phần, phần tử, yếu tố.
성불(成佛) **~하다** thành chính quả; đến cõi niết bàn, đến được cõi Phật.
성불성(成不成) sự thành công và không thành công; sự thành bại; sự được mất; (결과) có hay không có kết quả.
성사(成事) công việc được thành công; sự thành công; sự có kết quả, sự có thành tựu. **~하다** thành công, đạt được kết quả, có thành tựu.
성산(成算) cơ hội thành công, hy vọng thành công. ¶ ～이 있다 [없다] có [không có] cơ hội thành công.
성상(星霜) năm tháng; thời gian. ¶ 십개 ～ khoảng thời gian 10 năm.
성상(聖上) thánh thượng, bệ hạ, nhà vua.
성상(聖像) tượng thánh; thần tượng.
성상학(性相學) ngành nhân tướng học.
성서(聖書) ☞ **성경**(聖經).
성선(性腺) 【GP】 tuyến sinh dục, đường sinh dục.
성선설(性善說) thuyết cho rằng con người sinh ra vốn có tính thiện.
성성이(猩猩-) 【ĐV】 con đười ươi.
성성하다(星星-) hoa râm, (tóc) muối tiêu.
성쇠(盛衰)) sự thăng trầm.
성수(星宿) 【TVH】 ngôi sao, tinh tú.
성수(聖水) nước thánh. ¶ ～반 bình đựng nước thánh.
성수기(盛需期) mùa đắt hàng, đợt bán chạy hàng, mùa làm ăn, lúc cao điểm. ¶ ～를 맞다 vào đợt bán chạy hàng, vào mùa làm ăn / 비행기표는 ～에 더 비싸진다 vé máy bay lúc cao điểm trở nên đắt hơn / ～에 시내에 호텔방을 구한다는 것은 불가능하다 vào mùa làm ăn, việc tìm một phòng khách sạn là không thể / 에어콘은 여름에 ～를 맞는다 máy điều hòa đắt hàng vào mùa hè.
성숙(成熟) **~하다** chín muồi; trưởng thành, chín chắn. ¶ ～한 một cách chín chắn; một cách chín muồi. ¶ ～기 thời kỳ trưởng thành.
성스럽다(聖-) thiêng liêng, cao quý; bất khả xâm phạm.
성시(城市) thành thị.
성신(星辰) sao, tinh tú. ¶ ～ 숭배 sùng bái ngôi sao.
성신(聖神) thánh thần.
성실(誠實) sự thật thà, sự trung thực, sự ngay thẳng. ～한 thật thà, trung thực, ngay thẳng. ¶ ～성 tính thật thà, tính trung thực, tính ngay thẳng.
성심(誠心) sự thành tâm, sự chân thành, sự nhiệt thành. ¶ ～껏(성의) hết lòng, tận tụy, nhiệt tình / ～껏 일하겠습니다 sẽ làm việc nhiệt tình.
성싶다 có vẻ, dường như, giống như, hình như. ¶ 비가 올 ～ có vẻ trời sắp mưa; hình như trời sắp mưa.
성악(聖樂) âm nhạc nhà thờ, thánh nhạc.
성악(聲樂) thanh nhạc. ¶ ～가 ca sĩ; chuyên gia thanh nhạc / ～과(科) khoa thanh nhạc.
성악설(性惡說) thuyết cho rằng con người sinh ra vốn có tính ác (비교; 성선설).
성안(成案) kế hoạch rõ ràng, chương trình chi tiết.
성애(性愛) tình ái.
성야(星夜) đêm đầy sao, đêm sáng sao.
성업(成業) sự hoàn thành công việc; sự hoàn tất công tác.
성업(盛業) ¶ ～중(中)이다 đang thời kỳ thương mại thịnh vượng, đang trong kỳ làm ăn phát đạt; đang thời kỳ đông khách (병원 따위).
성에 sương; sương giá; (성엣장) ngăn đá. ¶ 냉장고의 ～를 없애다 loại bỏ ngăn đá trong tủ lạnh.

ㅅ

성역(聖域) nơi thâm nghiêm, nơi tôn nghiêm.

성연(盛宴) ghế nệm dài trong các quán bia rượu; ngày hội lớn.

성염(盛炎) thời kỳ nóng nực nhất.

성외(城外) ～에 bên ngoài thành.

성욕(性慾) sự thèm muốn, sự khao khát (tình dục). ¶ ～ 도착(倒錯) loạn dâm, quan hệ tình dục bừa bãi.

성우(聲優) phát thanh viên, người lồng tiếng.

성운(星雲) tinh vân. ¶ ～(모양)의 thuộc dạng tinh vân.

성원(成員) thành viên, đại biểu, đại diện; (회의 성립의) thành viên hội nghị, đại biểu hội nghị. ¶ ～이 되다 trở thành thành viên. ¶ ～ 미달 không đủ thành viên; thiếu đại biểu.

성원(聲援) cổ động viên; người la hét để ủng hộ, người cổ vũ (경기에서의). **~하다** cổ vũ, reo hò động viên; ủng hộ; (경기에서) cổ vũ, reo hò động viên.

성은(聖恩) đặc ân của thánh thần; ân huệ của Chúa.

성음(聲音) thanh âm, giọng phát âm. ¶ ～학 ngành phát âm học.

성의(誠意) thành ý, thiện ý, ý tốt. ¶ ～ 있는 có thành ý, có ý tốt / ～가 없는 không có thiện ý, không có thành ý / ～를 보이다 thấy được thiện ý.

성인(成人) người lớn, người đã trưởng thành. ¶ ～ 교육 giáo dục người trưởng thành / ～관람용 영화 phim dành cho người lớn, phim dành cho người trưởng thành / ～병 bệnh của người trưởng thành.

성인(聖人) thánh nhân, hiền nhân, nhà hiền triết.

성자(聖者) thánh giả, nhà hiền triết.

성자(聖子) thánh tử, con của chúa trời (Jesus). ¶ 성부와 ～와 성신의 이름으로 아멘 Lạy cha, con và các thánh thần, A men.

성장(成長) sự tăng trưởng, sự lớn mạnh, sự phát triển. **~하다** tăng trưởng, lớn mạnh, phát triển. ¶ ～한 một cách lớn mạnh. ¶ ～률 tỷ lệ tăng trưởng / ～주 cổ phiếu đang tăng trưởng.

성장(盛裝) **~하다** mặc y phục, mặc lễ phục, mặc bộ quần áo đẹp nhất.

성적(成績) thành tích, kết quả, điểm số (점수). ¶ ～순으로 theo kết quả, theo điểm số / ～이 좋다 [나쁘다] thành tích tốt [xấu], kết quả tốt [xấu]. ¶ ～표 bảng điểm, bảng thành tích, bảng kết quả (전체의); thành tựu / 학교 ～ thành tựu của nhà trường.

성적(性的) giới tính, sinh lý, tính dục. ¶ ～매력 sức hấp dẫn giới tính / ～충동 sự khao khát tình dục, sự ham muốn tình dục (성욕).

성전(聖典) ☞ **성경**.

성전(聖戰) cuộc chiến thần thánh.

성전환(性轉換) chuyển đổi giới tính. ¶ ～ 수술 phẫu thuật chuyển đổi giới tính.

성정(性情) bản chất, bản tính (của con người).

성조기(星條旗) (미국기) cờ ngôi sao.

성좌(星座) 【TVH】 ngôi sao, vị trí sao. ¶ ～도(圖) phác đồ vị trí sao.

성주 thần tài trong nhà, thần thổ địa trong nhà.

성중(城中) ¶ ～에 trong thành, trong lâu đài.

성지(城地) vùng đất thánh; thánh địa; đất vùng Mecca. ¶ ～ 순례 chuyến hành hương đến vùng đất thánh.

성직(聖職) thánh chức, chức vụ của các tăng lữ. ¶ ～자 giáo sĩ, tu sĩ, mục sư.

성질(性質) (기질) bản tính, bản chất; tính khí, tính tình; (특성) đặc tính, đặc điểm, đặc trưng; (소질) thể chất, sức khỏe. ¶ ～이 좋은사람 người có bản chất tốt, người có tính tình tốt; người có thể chất tốt / ～이 못된 사람 người có bản chất không ra gì, người có tính khí không ra gì / 문제의 ～상 đặc trưng của vấn đề.

성찬(盛饌) bữa tiệc linh đình; ngày hội lễ xa hoa.

성찬(聖餐) lễ ban thánh thể. ¶ ～배(杯) cốc rượu lễ.

성찰(省察) tự xem xét, tự phán xét, tự suy ngẫm, tự phê bình.

성채(城砦) pháo đài, công sự, chốt phòng thủ.

성책(城柵) thành lũy; lâu đài và hàng rào.

성충(成蟲) 【ĐV】 ấu trùng trưởng thành.

성취(成就) (달성) sự thành đạt, sự thành công, sự đạt được, sự hoàn thành. **~하다** thành đạt, thành công, đạt được, hoàn thành.

성취(成娶) **~하다** toại nguyện, thỏa ước mơ.

성층(成層) ¶ ～ 광맥 tĩnh mạch vành / ～권 tầng bình lưu / ～권 비행 chuyến bay vào tầng bình lưu / ～ 암 đá địa tầng / ～ 화산 núi lửa tầng bình lưu.

성큼성큼 vững chãi, vững chắc, sải bước dài. ¶ ～ 걷다 bước đi vững chãi, sải những bước dài.

성탄(聖誕) sự ra đời của Chúa. ¶ ～ 나무 cây thông Nôel / ～절 ☞ **크리스마스**. lễ Nôel, ngày Giáng sinh.

성토(聲討) **~하다** chỉ trích, phê bình, khiển trách (một cách nghiêm khắc). ¶ ～ 대회 cuộc tập trung đông đảo nhiều người, đại hội toàn thể.

성패(成敗) thành công và thất bại, sự thành bại, sự thắng thua.

성폭행(性暴行) bạo lực tình dục, bạo lực giới tính.

성품(性品) bản chất, thiên hướng, thiên bẩm.

성하(城下) ¶ ～지맹(盟) sự đầu hàng, sự rút lui, sự từ bỏ.

성하(盛夏) giữa mùa hè, lúc nóng nực nhất mùa hè.

성하다 ❶ (온전하다) nguyên vẹn, không bị ảnh hưởng, không bị tổn hại; tươi sống. ❷ (탈없다) lành lặn; khỏe khoắn.

성하다(盛-) ❶ (초목이) dầy, rậm rạp, xum xuê; tươi tốt. ❷ (사회·국가 따위가) thịnh vượng, phồn thịnh, phát đạt; (기운이) thịnh vượng, mạnh mẽ, lớn mạnh (퍼짐).

성함(姓銜) tên gọi (nói một cách kính trọng), quý danh. ¶ ～이 어떻게 되십니까? cho hỏi quý danh là gì?

성행(性行) hạnh kiểm, đạo đức.

성행(盛行) **~하다** phổ biến, thịnh hành, thông dụng.

성향(性向) chiều hướng, khuynh hướng, xu hướng. ¶ 소비 ～ khuynh hướng tiêu dùng / 저축 ～ khuynh hướng tiết kiệm.

성현(聖賢) đức thánh hiền. ¶ ～의 가르침 lời giáo huấn của đức thánh hiền.

성형(成形) 【YH】 khuôn mẫu đã định hình; (얼굴의) vẻ mặt, khuôn mặt. ¶ ～ 병원 bệnh viện chỉnh hình / ～ 수술 phẫu thuật chỉnh hình, phẫu thuật thẩm mỹ / ～ 외과 khoa ngoại chỉnh hình / ～ 외과의사 bác sĩ khoa ngoại chỉnh hình.

성혼(成婚) đám cưới, hôn lễ, lễ thành hôn. ¶ ～하다 làm lễ cưới, làm đám cưới, làm lễ thành hôn. ¶ ～되다

cưới, kết hôn.

성홍열(猩紅熱) bệnh tinh hồng nhiệt.

성화(星火) ❶ ☞ **운성**(隕星). ❷ (불빛) ánh sao băng, ánh sao chổi. ❸ (급한 일) việc gấp gáp, việc khẩn cấp. ¶ ~ 같다 như ánh sao băng, như sao băng / ~ 같이 재촉하다 hối thúc như thể việc khẩn cấp lắm, giục giã như có việc gấp gáp lắm.

성화(聖火) ngọn lửa thiêng; ngọn lửa Olympic. ¶ ~대 đài giữ ngọn lửa thiêng / ~ 주자 người rước ngọn lửa thiêng.

성황(盛況) ¶ ~을 이루다 đạt được thành công lớn, đạt đến sự thịnh vượng, đạt tới sự phát đạt; thành công rực rỡ, thành công tốt đẹp.

섶[1] (버팀) cột chống đỡ, sào chống đỡ.

섶[2] (옷의) cổ áo.

섶[3] = 섶나무. bụi cây; cành cây con bị cắt. ¶ 섶을 지고 불로 뛰어들다 giống như vác cành cây lao vào lửa (húc đầu vào đá).

세(稅) thuế, thuế hàng hóa (물품), thuế lưu thông (통행). ¶ ~를 거두다 thu thuế / ~를 과하다 nộp thuế.

세(貰) (임대·임차) sự thuê, sự mướn; (임대료) tiền thuê, tiền mướn. ¶ ~ 놓다 cho thuê; cho mướn / ~ 들다 thuê, mướn.

세 (셋) ba.

세간 đồ gia dụng.

세간(世間) thế gian. ¶ ~의 소문 tin đồn của thế gian.

세간나다 ra ở riêng.

세간내다 cho ra ở riêng.

세거리 ngã ba đường.

세계(世系) thế gian, cõi trần, thế tục.

세계(世界) thế giới; toàn cầu; vũ trụ (우주). **~적** tính chất toàn thế giới, tính toàn cầu. ¶ 온 ~에(의) trên toàn thế giới, trên toàn cầu / ~ 각지에서 trên các lục địa toàn cầu / ~를 일주하다 đi vòng quanh thế giới. ¶ ~관(觀) thế giới quan / ~ 기록 kỷ lục thế giới / ~사 lịch sử thế giới / ~어 ngôn ngữ quốc tế / ~연방 Liên hiệp quốc / ~은행(銀行) ngân hàng thế giới / ~ 일주 여행 chuyến du lịch vòng quanh thế giới / ~주의 chủ nghĩa quốc tế / ~지도 bản đồ thế giới.

세공(細工) sự gia công, sự sáng tạo bằng tay khéo; sự lành nghề, sự điêu luyện. **~하다** gia công; khéo léo, điêu luyện, lành nghề, có tay nghề. ¶ ~품 đồ thủ công (제품) / ~인 thợ thủ công; thợ lành nghề / 금속 ~ gia công đồ vàng bạc / 금은 ~ gia công vàng bạc, làm kim hoàn.

세관(稅關) thuế quan. ¶ ~원 nhân viên thuế quan / 인천 ~ cục thuế quan Incheon.

세광(洗鑛) sự đãi quặng. **~하다** đãi quặng. ¶ ~부(夫) phu đãi quặng / ~조(槽) xe goòng chở quặng.

세교(世交) quan hệ lâu đời của gia đình.

세궁역진(勢窮力盡) **~하다** bị dồn vào thế bí, bị dồn vào bước đường cùng, bị dồn vào chân tường; bị dồn vào thế cùng lực kiệt.

세균(細菌) vi khuẩn; vi trùng. ¶ ~검사 xét nghiệm vi khuẩn / ~ 병기 vũ khí bằng vi khuẩn, vũ khí sinh học / ~성 질환 dịch bệnh do vi khuẩn / ~전 cuộc chiến bằng vi khuẩn, cuộc chiến sinh học / ~학 ngành vi khuẩn học / ~학자 nhà vi khuẩn học.

세금(稅金) tiền thuế. ☞ **세**. ¶ ~ 공제급료 khoản tiền lương đã khấu trừ thuế.

세기(世紀) thế kỷ. ¶ 20 ~ thế kỷ 20

/ 19～세기말의 cuối thế kỷ 19 / 19～의 thuộc thế kỷ 19 / 몇 ～ 동안 trong suốt mấy thế kỷ.

세나다 (잘 팔리다) bán chạy hàng, tiêu thụ hàng nhanh chóng; đáp ứng được nhu cầu tiêu dùng.

세납(稅納) sự nộp tiền thuế, sự đóng tiền thuế. ☞ **납세**(納稅).

세내다(貰-) thuê, mướn.

세네갈 nước Senegal. ¶ ～의 thuộc về nước Senegal / ～ 사람 người Senegal.

세뇌(洗腦) sự tẩy não. **~하다** tẩy não.

세다[1] (강력) khỏe, khỏe mạnh, tráng kiện, rắn chắc (근력이); (강렬) mạnh mẽ, mãnh liệt, rắn rỏi. ¶ 세게 một cách mạnh mẽ, một cách khỏe mạnh.

세다[2] (머리털이) trở nên xanh nhợt, trở nên trắng bệch (sắc mặt).

세다[3] (계산) đếm, tính, tính toán; liệt kê. ¶ 잘못 ～ tính toán sai, tính nhầm.

세단 xe ô tô mui kín.

세대(世代) thế hệ, đời. ¶ 젊은 ～ thế hệ trẻ. ¶ ～ 교체 thay đổi thế hệ, chuyển giao thế hệ / ～차 sự khác biệt thế hệ.

세대(世帶) ☞ **가구**(家口).

세도(勢道) quyền hạn, quyền lực, thế lực (chính trị). **~하다** có quyền hạn, có quyền lực, có thế lực (chính trị). ¶ ～ 부리다 dùng thế lực, xùng quyền hạn (chính trị). ¶ ～싸움(다툼) tranh giành quyền lực chính trị.

세레나데 【ÂN】 dạ khúc; khúc nhạc chiều.

세력(勢力) uy thế, thế lực; quyền lực, quyền hạn; (물리적) sức mạnh. ¶ ～있는 có uy thế, có thế lực, có sức mạnh, có quyền lực / ～없는 không có uy thế, không có sức mạnh, không có quyền lực / ～이 강해지다 thế lực trở nên mạnh mẽ, quyền lực được tăng cường / ～을 부리다 dùng uy thế, dùng thế lực, dùng sức mạnh, dùng quyền hạn / ～을 펴다 mở rộng quyền lực, mở rộng thế lực. ¶ ～가 người có thế lực, người có uy thế, người có quyền / ～권 phạm vi ảnh hưởng của quyền lực / ～ 균형 cân bằng quyền lực.

세련(洗練) **~하다** bóng bẩy; trau chuốt; tao nhã, lịch thiệp. ¶ ～된 trở nên bóng bẩy, trở nên trau chuốt; trở nên lịch thiệp, trở nên tao nhã.

세례(洗禮) 【TG】 lễ rửa tội. ¶ ～를 받다 được rửa tội. ¶ ～명 tên rửa tội.

세로 bề dài, chiều dài (길이); chiều cao (높이); (부사적으로) tính chất thẳng đứng, theo chiều dọc. ¶ ～ 2 cm 가로 5 cm chiều dọc 2cm chiều ngang 5cm.

세론(世論) ☞ **여론**.

세루(世累) căn bệnh thế kỷ; căn bệnh xã hội.

세루 vải xéc, hàng xéc. ¶ ～옷 áo vải xéc.

세류(細流) dòng suối nhỏ, con suối nhỏ.

세륨 【HH】 chất cerium. ¶ ～ 금속 kim loại cerium.

세리(稅吏) nhân viên thu thuế.

세립(細粒) hạt nhỏ; hạt vi phân.

세말(歲末) ☞ **세밑**.

세면(洗面) **~하다** rửa mặt. ☞ **세수하다**. ¶ ～기 chậu rửa mặt / ～대 kệ để chậu rửa mặt / ～소 phòng rửa mặt, toa lét.

세모(歲暮) ☞ **세밑**.

세목(細目) chi tiết; hạng mục; tiết mục. ¶ ～으로 나누다 chia thành các hạng mục; chia thành các chi tiết.

세목(稅目) hạng mục thuế.

세무(世務) việc công; vụ việc quốc tế.

ㅅ

세무(稅務) thuế vụ. ¶ ～사 nhân viên kế toán thu thuế / ～서 phòng thuế / ～서원 nhân viên phòng thuế vụ / ～서장 trưởng phòng thuế vụ.

세물(貰物) đồ cho thuê, hàng cho thuê. ～전 cửa hàng cho thuê.

세미(細微) ～한 nhỏ xíu, chút xíu; mảnh khảnh; tinh vi. ¶ ～한 차이 khác nhau chút xíu, sự khác nhau không đáng kể.

세미나 hội thảo chuyên đề.

세미다큐멘터리 phim mang tính tài liệu.

세미콜론 dấu chấm phẩy.

세밀(細密) ～한 kỹ lưỡng, tỉ mỉ, chi li, công phu; tinh vi, tinh xảo. ¶ ～히 một cách kỹ lưỡng, một cách tỉ mỉ; một cách tinh vi, một cách tinh xảo / ～한 검사 sự kiểm tra kỹ lưỡng, sự kiểm tra tỉ mỉ / ～히 조사하다 điều tra một cách kỹ lưỡng, điều tra một cách tỉ mỉ.

ㅅ

세밑(歲-) cuối năm.

세발(洗髮) sự gội đầu. **~하다** gội đầu. ¶ ～제 dầu gội đầu.

세배(歲拜) lời chúc Tết; lễ cúi lạy người lớn vào ngày Tết. **~하다** chúc Tết; cúi lạy người lớn vào ngày Tết.

세버들(細-) cây liễu rủ.

세법(稅法) luật thuế.

세별(細別) **~하다** chia nhỏ ra, chia thành các khoản mục.

세부(細部) chi tiết.

세부득이(勢不得已) = 사세부득이. do hoàn cảnh bắt buộc, tình thế không thể tránh khỏi.

세분(細分) **~하다** phân chia nhỏ ra, phân chia nhánh, phân chia thành từng điều khoản.

세비(歲費) chi tiêu hàng năm; (수당) chi trả hàng năm, tiền trợ cấp hàng năm.

세사(世事) việc đời, thế sự.

세상(世上) thế gian; thế giới; xã hội; đời sống. ¶ ～에 trên thế gian; trên thế giới, trên đời / ～ 일 việc thế gian, việc xã hội / ～ 일에 훤하다 sành sỏi việc đời; thành thạo việc xã hội / ～을 모르다 không biết gì đến thế gian, không biết gì đến xã hội cả / ～에 나가다 ra ngoài xã hội, ra ngoài đời / ～에 알리다 được xã hội biết đến; nổi tiếng / ～에 알려지다 trở nên nổi tiếng trong xã hội / ～을 떠나다 rời bỏ thế gian, rời bỏ cuộc sống, chết, từ trần / 제 ～ 이라고 판치다 làm như thế gian là của mình, làm theo ý mình không nghe ý kiến của người khác, bán trời không văn tự.

세상살이(世上-) cuộc sống; cách sống. **~하다** sống ở trên đời.

세상없어도(世上-) bằng bất cứ giá nào, bằng mọi giá.

세세하다(細細-) kỹ lưỡng, chi tiết, tỉ mỉ, tinh vi. ¶ 세세히 một cách chi tiết, một cách tỉ mỉ, một cách chi tiết, một cách tinh vi.

세속(世俗) trần gian; thế giới trần tục; tục lệ đời thường (세상풍습). ～적 mang tính thế tục. ¶ ～을 떠난 thanh cao, tao nhã, thánh thiện / ～을 초월하다 vượt ra khỏi thế tục, xa lánh trần gian.

세수(洗手) **~하다** rửa mặt ☞ **세면하다**. ¶ ～ 대야 chậu rửa mặt / ～ 수건 khăn mặt / 세숫물 nước rửa mặt.

세수(稅收) tổng số thu từ thuế.

세슘 [HH] cesium (ký hiệu Cs).

세습(世襲) ～의 truyền đời; di truyền; thừa kế. ¶ ～ 재산 tài sản thừa kế.

세심(細心) **~하다** thận trọng, cẩn thận, kỹ lưỡng; kỹ tính, khó tính. ¶ ～한 주의를 기울이다 tập trung chú ý một cách kỹ lưỡng.

세쌍동이(-雙童-) anh em sinh ba (그 중의 하나). ¶ ~를 낳다 sinh ba.

세안(洗眼) **~하다** rửa mắt, vệ sinh mắt. ¶ ~약 thuốc nhỏ mắt.

세안(歲-) ~에 trong vòng một năm nay.

세액(稅額) mức thuế, giá thuế. ¶ ~을 정하다 định mức thuế, định giá thuế.

세업(世業) nghề cha truyền con nối, nghề gia truyền.

세우(細雨) mưa phùn, mưa bụi.

세우다 ❶ (일으키다) dựng đứng lên, giương lên, giơ lên. ❷ (정지) đứng lại, dừng lại. ❸ (건조) xây dựng, xây cất. ❹ (설립) thiết lập, thành lập. ❺ (조직) tổ chức, kiện toàn, cơ cấu. ❻ (정하다) đưa ra, quyết định, chỉ định, đề ra. ❼ (공훈 등을) lập công, lập thành tích. ❽ (날을) mài, gọt dũa, làm cho sắc bén. ❾ (체면을) tạo, lấy thể diện. ❿ (생계를) tìm kế sinh nhai, kiếm sống, kiếm ăn.

세원(稅源) nguồn thuế, nguồn ngân sách nhà nước.

세월(歲月) thời gian; năm tháng. ¶ ~이 감에 따라 theo thời gian trôi / ~은 아무도 기다려주지 않는다 thời gian không chờ đợi ai cả / ~은 빨리도 흘러간다 thời gian trôi đi quá nhanh / ~ 없다 không có thời gian.

세율(稅率) tỷ lệ phần trăm thuế, mức thuế, thuế suất (관세의). ¶ ~을 올리다 [내리다] tăng [giảm] thuế suất.

세이프 【Anh, BC】 phá bóng, giữ an toàn cho đội mình. ¶ 1루에서 ~되다 an toàn trong lần phát bóng thứ nhất (bóng chày).

세이프티번트 【Anh, BC】 cú đánh an toàn (bóng chày).

세인(世人) thế nhân, nhân loại; quần chúng; người thường.

세일러 【Anh】 ¶ ~복 áo thủy thủ.

세일즈맨 【Anh】 người bán hàng.

세입(稅入) thu nhập, từ thuế.

세입(歲入) nguồn thuế thu vào hàng năm; thu nhập hàng năm (cá nhân) ¶ ~세출 thu chi thuế.

세자(世子) hoàng thái tử, thế tử.

세전(世傳) **~하다** truyền đời, di truyền thế hệ.

세정(世情) thế thái nhân tình (인정).

세정(稅政) việc quản lý thuế.

세정(洗淨) sự rửa sạch, sự làm sạch. **~하다** rửa sạch, làm sạch.

세제(洗劑) chất tẩy rửa, xà phòng. ¶ 합성 ~ chất tẩy rửa hỗn hợp / 중성 ~ chất tẩy rửa trung tính, xà phòng trung tính.

세제(稅制) chế độ thuế.

세제곱 【TH】 hình lập phương, hình khối, sự nhân 3 lần. **~하다** làm phép tam thừa, đo thể tích. ¶ ~근 căn bậc ba.

세족(勢族) phe cánh (thị tộc) có quyền lực.

세존(世尊) Phật Thích ca Mâu ni.

세주다(貰-) cho thuê; cho thuê mướn (집 따위땅 임대).

세째 thứ ba.

세차(洗車) **~하다** rửa xe. ¶ ~장 nơi rửa xe.

세차다 dữ dội; mạnh mẽ; ào ào. ¶ 세찬 물결 dòng nước dữ / 바람이 세차게 불다 gió thổi ào ào, gió thổi dữ dội.

세찬(歲饌) (선물) món quà Tết; (음식) tiệc đãi khách ngày Tết.

세책(貰冊) sách cho thuê; (빌린 책) sách thuê. ¶ ~집 nhà sách cho thuê.

세척(洗滌) **~하다** đánh rửa, súc, rửa, làm vệ sinh. ¶ ~기(器) máy rửa bát, máy súc rửa / ~약 thuốc súc rửa, bột giặt.

세출(歲出) chi phí hàng năm.

ㅅ

세칙(細則) nguyên tắc chặt chẽ, điều lệ cụ thể. ¶ 시행 ~ thi hành nguyên tắc chặt chẽ, thi hành điều lệ cụ thể.

세탁(洗濯) **~하다** giặt giũ. ¶ ~기 máy giặt / ~물 nước giặt giũ / ~ 비누 xà phòng giặt / ~소 tiệm giặt là / ~솔 bàn chải quần áo / ~ 업자 công ty làm dịch vụ giặt là.

세태(世態) hoàn cảnh xã hội, thế thái.

세터 (사냥개) chó săn.

세톱(細-) lưỡi cưa.

세트 ❶ (한벌) bộ; sê ri. ¶ 응접실 ~ bộ trang thiết bị dành cho phòng khách / 커피 ~ bộ chén uống cà phê. ❷ (영화의) bộ phim. ❸ (수신기) bộ sóng thu thanh. ❹ (퍼머의) bộ đồ uốn tóc. ¶ 머리를 ~하다 uốn tóc, làm đầu. ❺ (테니스 따위의) bộ vợt (tennis).

세파(世波) dòng đời, sự xô đẩy của cuộc sống. ¶ ~에 시달리다 khổ sở vì sự xô đẩy của cuộc sống; trôi dạt theo dòng đời.

세편(細片) mảnh vụn, miếng nhỏ.

세평(世評) dư luận, công luận. ¶ ~에 오르다 đưa ra công luận / ~에 무관심하다 không quan tâm đến dư luận, bỏ qua dư luận.

세포(細胞) ❶ (생물의) tế bào. ~의 thuộc về tế bào, thuộc cấu tạo tế bào. ¶ ~ 분열 phân chia tế bào / ~ 조직 cấu tạo tế bào / ~질 tế bào chất / ~학 ngành tế bào học. ❷ (조직의) mầm mống cộng sản (공산당의).

세표(稅表) ☞ **관세율표**.

섹스 (남녀별의) tình dục; (성교) quan hệ tình dục; làm tình.

센머리 tóc bạc; tóc hoa râm.

센물 nước cứng (có nhiều muối vô cơ).

센세이션 cảm giác. ¶ ~을 크게 일으키다 gợi cảm giác rõ ràng, gây cảm giác mạnh.

센스 giác quan, tri giác; có khả năng cảm thụ, cảm biến, cảm ứng. ¶ ~있는 có giác quan; có khả năng cảm thụ / 미에 대한 ~가 있다 có khả năng cảm thụ cái đẹp / ~가 없다 không có khả năng cảm thụ.

센터 ❶ [BC] trung tâm; điểm giữa; nhân vật trung tâm (사람). ❷ (시설) cơ sở trung tâm. ¶ 쇼핑 ~ trung tâm mua sắm.

센트(cent) (미국화폐) đơn vị tiền tệ Mỹ.

센티미터(centimeter) một phần trăm của một mét (cm).

셀로판(cellophane) giấy bóng kính xenlôfan.

셀룰로이드(celluloid) xenluloit ¶ ~ (제품)의 thuộc (sản phẩm) celluloid.

셀프서비스 ¶ ~식(式) kiểu tự phục vụ.

셀프타이머 thiết bị bấm giờ tự động.

셈 [TH] ❶ (계산) sự đếm, sự tính toán. ☞ **셈하다**. ¶ ~이 빠르다 tính toán nhanh, đếm nhanh / ~이 느리다 tính toán chậm, đếm chậm. ❷ (지불) chi phí, tiêu phí; sự trả tiền, sự thanh toán. ☞ **셈하다**. ❸ (분별) sự phán đoán, khả năng phán đoán, sự phân biệt, khả năng nhận biết, kinh nghiệm sống. ¶ ~이 나다 có kinh nghiệm sống. ❹ (의도) để ý, lưu ý, lưu tâm. ¶ …할 ~으로 với sự lưu tâm về việc …. ❺ ☞ **셈판**.

셈본 ☞ **산수**.

셈속 (속내용) bên trong, thực chất; (속마음) ý đồ, mục đích, chủ đích, thực tâm.

셈치다 (가정) giả sử rằng, cho rằng; (요량) coi như, xem như, cho là. ¶ 다시 팔 셈치고 사다 mua cứ như là để bán lại.

셈판 ❶ (사정) tình hình, hiện trạng, thực chất của vấn đề; (원인) nguyên nhân,

ㅅ

lý do. ¶ ～을 모르다 không rõ tình hình, không rõ nguyên nhân. ❷ ☞ 주판(籌板).

셈(평)펴이다 (넉넉해지다) sống đầy đủ hơn, sống dễ dàng hơn, sống thoải mái hơn.

셈하다 (계산) tính toán; thanh toán; đếm; (지불) chi trả, thanh toán. ☞ 셈.

셋 ba; III (로마숫자).

셋돈(貰-) tiền thuê.

셋방(貰房) căn phòng thuê. ¶ ～살이하다 sống trong căn phòng thuê / ～을 얻다 thuê phòng.

셋집(貰-) nhà thuê. ¶ ～을 얻다 thuê nhà.

셔츠 áo sơ mi; áo cánh (와이셔츠). ¶ 티～ áo phông. ¶ ～ 바람으로 chỉ mặc áo sơ mi.

셔터 (카메라·문의) cửa ống kính ở máy ảnh; cánh cửa chớp. ¶ ～ 누르개 nút ấn cửa chớp / ～를 누르다 ấn nút chụp ảnh / (문의) ～를 내리다 hạ cánh cửa chớp.

셰이커 bình để pha rượu cốc tai.

셰퍼드 giống chó chăn cừu.

소[1] 【ĐV】 bò; bò cái (암소); bò đực (황소·종우); bò thiến (불깐 소); trâu bò; gia súc (총칭).

소[2] (떡의) nhân. ¶ 팥 ～ nhân đậu.

소(小) nhỏ, bé (소형).

소(少) ít, một vài, hiếm có, không nhiều, ít tuổi (젊은).

소각(燒却) **~하다** đốt sạch, thiêu sạch.

소간(사)(所幹(事)) (일) việc làm ăn; việc buôn bán.

소갈머리 ¶ ～ 없는 không lo lắng, không lo nghĩ, không mục đích; vô tư; ngốc nghếch.

소감(所感) cảm tưởng, suy nghĩ, quan điểm; sự nhận xét.

소강(小康) ¶ ～ 상태가 되다 trong trạng thái im ắng, trong trạng thái nghỉ ngơi.

소개(紹介) sự giới thiệu, sự làm quen (추천). **~하다** giới thiệu; làm quen. ¶ 자기를 ～하다 giới thiệu bản thân. ¶ ～자 (프로그램) người giới thiệu, người dẫn chương trình / ～장 thư giới thiệu; giấy giới thiệu / 직업 ～소 văn phòng giới thiệu việc làm.

소개(疏開) sự di dời, sự chuyển đi; sự phân tán; sự tản cư. **~하다** di dời, chuyển đi; phân tán; tản cư. ¶ 공장을 ～하다 di dời nhà máy. ¶ 강제 ～ cưỡng chế di dời.

소거(消去) **~하다** loại ra, trừ ra, bỏ ra. ¶ ～법 【TH】 phương pháp loại trừ, phép trừ.

소격(疏隔) ☞ 소원(疎遠).

소견(所見) ý kiến; quan điểm; suy nghĩ (của bản thân).

소경 người mù, người đui (총칭). ☞ 장님.

소계(小計) tổng số phụ. ¶ ～ …가 되다 trở thành tổng số phụ.

소계(小憩) mẹo nhỏ, mẹo vặt.

소곡(小曲) một đoạn nhạc ngắn.

소곤거리다 thầm thì; thì thào; nói thầm, nói nhỏ, nói khẽ.

소관(所管) quyền hạn, phạm vi quyền lực, thẩm quyền (권능). ¶ ～ 사항(事項) các hạng mục thuộc thẩm quyền, công việc thuộc phạm vi quyền hạn / ～청(聽) quyền hạn trong phạm vi cho phép.

소관(所關) mối liên quan, mối liên hệ, sự liên đới. ¶ ～사(事) việc liên quan / 그것은 그의 팔자 ～이다 việc đó liên quan đến vận mệnh của anh ta.

소국(小國) nước nhỏ, nước yếu. ¶ ～민 dân nước nhỏ, dân tiểu quốc.

소굴(巢窟) hang ổ (짐승의); căn cứ, cứ điểm; hang ổ, sào huyệt (범죄의). ¶

ㅅ

범죄 ～ hang ổ tội phạm, sào huyệt tội phạm.

소권(訴權) = 판결청구권. quyền tố cáo, quyền kiện tụng.

소규모(小規模) quy mô nhỏ. ¶ ～의 thuộc quy mô nhỏ / ～로 với quy mô nhỏ.

소극(消極) ～적(으로) với tính chất tiêu cực, với tính chất bi quan. ¶ ～성 tính bi quan, tính tiêu cực.

소극(笑劇) trò khôi hài, trò hề, hài kịch, kịch vui.

소금 muối. ¶ ～에 절이다 ướp muối, ngâm muối. ¶ ～기 vị muối, vị mặn.

소금물 nước muối

소금쟁이 [CT] con bọ nước.

소급(遡及) **~하다** có hiệu lực trở về trước; có hiệu lực ngược [PL] . ¶ ～법 luật có hiệu lực kể từ trước đây (từ ngày ký).

소기(小朞) ☞ **소상**(小祥).

소기(沼氣) khí tê, thuốc tê, thuốc gây mê.

소기(所期) ～의 mong đợi, mong mỏi, mong chờ, chờ đợi, mong muốn. ¶ ～의 성적을 올리다 nâng thành tích như mong đợi, đạt kết quả như mong muốn.

소꿉질 **~하다** làm nội trợ, làm việc nhà, làm mẹ.

소나기 mưa rào. ¶ ～를 만나다 gặp cơn mưa rào. ¶ ～ 구름 đám mây của cơn mưa rào.

소나무 cây thông.

소나타 [ÂN] bản xônát.

소네트 bài thơ xonê.

소녀(少女) cô gái mới lớn, thiếu nữ. ¶ ～ 시절에 thời thiếu nữ / ～ 같은 trông như thiếu nữ, giống thiếu nữ.

소년(少年) cậu bé, chú bé; chàng trai mới lớn. ¶ ～ 시절에 thời trai trẻ. ¶ ～단(團) đoàn hướng đạo sinh ～ 단원 hướng đạo sinh / ～ 문학 ☞ **아동문학**. văn học thiếu nhi / ～ 범죄 tội phạm vị thành niên / ～ 소녀 가장 chủ gia đình vị thành niên / ～원(院) trung tâm giáo dục thiếu niên.

소농(小農) tiểu nông.

소농가(小農家) gia đình tiểu nông.

소뇌(小腦) [GP] tiểu não.

소다 nước giải khát có ga, soda. ¶ ～ 공업 ngành công nghiệp nước giải khát / ～수 nước giải khát có ga / 세탁용 ～ soda dùng giặt tẩy.

소담스럽다 ☞ **소담하다**.

소담하다 mũm mĩm, tròn trĩnh; mọng; trông ngon mắt.

소대(小隊) [QS] tiểu đội. ¶ ～장 tiểu đội trưởng.

소독(消毒) sự tẩy uế, sự khử trùng, sự tiệt trùng; (살균) sự diệt khuẩn; (우유 등의) sự tiệt trùng. **~하다** tẩy uế, khử trùng, tiệt trùng, diệt khuẩn. ¶ ～기 máy khử trùng, máy diệt khuẩn / ～액 dung dịch khử trùng / ～약(제) thuốc tẩy, thuốc diệt trùng

소독저(消毒箸) đũa tiệt trùng.

소동(騷動) sự quấy rầy, sự náo động, náo loạn; (말썽) sự cãi cọ, cuộc cãi cọ, cuộc tranh cãi; sự lộn xộn, sự náo loạn (혼란); (법석) sự gây rối, sự mất trật tự; sự đánh lộn (폭동); sự nổi loạn, sự nổi dậy (사건). ¶ ～을 일으키다 gây lộn xộn, gây mất trật tự; làm loạn.

소두(小斗) biện pháp nửa vời.

소득(所得) thu nhập; (수익) lợi tức. ¶ ～세 thuế thu nhập / 종합 ～세 thuế thu nhập chung / 국민 ～ thu nhập quốc dân / 근로 ～ thu nhập từ lao động / 불로 ～ thu nhập từ các nguồn khác (không phải bằng sức lao động / 순(純) ～ tổng thu nhập / 실질～ thu nhập thực tế / ~격차 chênh lệch thu nhập.

소등(消燈) **~하다** tắt đèn; mất tín hiệu.

소라 【LSo】 ốc xà cừ; (악기) kèn bằng vỏ ốc. ¶ ~게 【ĐV】 loài ốc mượn hồn / ~ 고둥 【LSo】 vỏ ốc; kèn bằng vỏ ốc.

소란(騷亂) (소동) sự náo động, sự rối loạn, sự lộn xộn, sự mất trật tự; (훤뇨) sự ồn ào, sự ầm ĩ, sự nhốn nháo. ~한 náo động, rối loạn, lộn xộn, mất trật tự; ồn ào, ầm ĩ, nhốn nháo. ¶ ~을 피우다 làm ầm ĩ, làm ồn ào, gây nhốn nháo.

소량(少量) lượng nhỏ; liều nhỏ. ~의 liều lượng nhỏ, số lượng ít.

소련(蘇聯) Liên bang Nga, Liên Xô. ¶ ~ 사람 người Liên bang Nga, người Xô viết (총칭).

소령(少領) 【QS】 thiếu tá lục quân (육군); thiếu tá hải quân (해군); thiếu tá không quân (공군).

소로(小路) đường hẻm, ngõ ngách.

소론(所論) quan điểm, ý kiến (của bản thân).

소루(疏漏) **~하다** không để ý, không chú ý; lơ là, lơ đễnh, chểnh mảng.

소름 gai ốc, da gà. ¶ ~이 끼치는 nổi gai ốc, nổi da gà. (무서워서) sợ nổi cả gai ốc, sợ hãi nổi cả da gà (사물이 주어).

소리 ❶ (음향) âm thanh; tiếng động; âm hưởng (잡음); tiếng nổ, tiếng đổ vỡ (부서지는); tiếng gầm rú, tiếng gào thét (굉음); giai điệu, nhịp điệu (음조). ¶ ~가 나다 có tiếng động; có tiếng nổ; có tiếng gào thét; có giai điệu / ~를 내다 gây tiếng động; gây tiếng nổ; tạo nên giai điệu. ❷ (음성) tiếng nói, giọng nói; (새·벌레의) tiếng kêu, tiếng hót. ¶ 맑은 ~ giọng nói trong trẻo; tiếng hót trong trẻo / 작은 ~로 với tiếng nói nhỏ nhẹ / 큰 ~로 với giọng nói to. ❸ (말) lời nói, sự nói chuyện, sự bàn bạc, sự thảo luận. ¶ 이상한 ~ 같지만 lời nói có vẻ lạ lùng. ❹ (소문) tin đồn, lời đồn. ¶ 터무니없는 ~ lời đồn không có nguồn gốc, tin đồn thất thiệt. ❺ (노래) ~하다 ca hát, ngâm.

소리(小利) món lợi nhỏ, lợi ích nhỏ nhặt, tiểu lợi. ¶ 눈앞의 ~에 눈이 어두워지다 tối mắt vì lợi ích nhỏ trước mắt.

소리개 【LCh】 chim diều hâu.

소리결 ☞ **음파**(音波).

소리굽쇠 【VLH】 âm thoa, cái định âm, cái 'la' mẫu.

소리지르다 (요란하게) la hét, thét lên, hét toáng lên, hét ầm lên; nói ầm ĩ; làm ầm ĩ.

소리치다 ☞ **소리지르다**.

소마소마 rụt rè, bẽn lẽn, ngượng ngập, nhút nhát, e dè.

소망(所望) sự khát khao, sự mơ ước, sự mong muốn, sự hy vọng. ~스럽다 đáng khát khao, hy vọng.

소매 tay áo (양복의). ¶ ~가 긴 tay áo dài / ~가 없는 không có tay áo / ~를 걷어붙이다 xắn tay áo lên / ~를 끌다 kéo tay áo (mời mọc) (các cô gái ở hộp đêm) (창녀가). ¶ ~통 chiều rộng của tay áo / 소맷부리 gấu tay áo; nẹp tay áo.

소매(小賣) **~하다** bán lẻ. ¶ ~로 với sự bán lẻ. ¶ ~ 상인 thương gia bán lẻ / ~점 cửa hàng bán lẻ / ~가격 giá bán lẻ.

소매치기 kẻ móc túi, kẻ ăn cắp (사람). **~하다** móc túi, ăn cắp. ¶ ~ 당하다 bị móc túi, bị ăn cắp.

소맥(小麥) ☞ **밀**.

소멸(消滅) **~하다** bị hủy diệt, bị dập tắt,

bị tiêu hủy, tiêu tan, biến mất; bị hủy bỏ, bị kết thúc, bị kết liễu, vô hiệu hóa, mất hiệu lực (실효). ¶ ~시키다 dập tắt, làm tiêu hủy, kết thúc, làm mất hiệu lực, làm vô hiệu hóa / 자연 ~하다 hủy diệt thiên nhiên.

소멸(燒滅) **~하다** thiêu rụi, đốt sạch; tiêu hủy bằng lửa.

소멸시효(消滅時效) thời gian có hiệu lực kết thúc.

소명(召命) lời kêu gọi của triều đình.

소모(消耗) (소비) sự tiêu thụ, sự tiêu hao, sự tiêu tán; (마손) sự hao mòn, sự hao hụt; sự hao phí, sự lãng phí. **~하다** tiêu thụ, tiêu dùng; tiêu tán; hao mòn, hao hụt, hao phí; lãng phí. ¶ ~된 bị hao hụt, bị tiêu phí, bị lãng phí. ¶ ~전 trận làm tiêu hao sinh lực đối phương / ~품 hàng tiêu hao, vật liệu tiêu hao.

소목장이(小木-) thợ mộc làm đồ mỹ nghệ.

소몰이 người chăn bò (사람).

소묘(素描) bức phác họa.

소문(所聞) tin đồn, lời đồn đại, tiếng đồn. ¶ 사실 무근한 ~ tin đồn không có căn cứ, tin đồn thất thiệt; tin đồn nhảm / ~을 퍼뜨리다 lan truyền tin đồn / ~을 내다 tung tin đồn / ~에 듣다 nghe tin đồn / 그가 새로운 여자친구를 만난다는 ~이 있다 có tin đồn anh ta đã có bạn gái mới.

소문만복래(笑門萬福來) 【TNg】 cười sẽ mang lại hàng vạn phúc lộc.

소박(素朴) ~한 giản dị, giản đơn, đơn sơ, đạm bạc.

소박(疎薄) **~하다** ngược đãi, bạc đãi. ¶ ~맞다 bị ngược đãi, bị bạc đãi; bị đối xử tàn tệ, bị hắt hủi. ¶ ~데기 người vợ bị ngược đãi.

소반(小盤) bàn ăn nhỏ.

소방(消防) sự chữa cháy, sự cứu hỏa. ¶ ~대 đội cứu hỏa / ~사 nhân viên cứu hỏa / ~서 trạm cứu hỏa / ~연습 luyện tập chữa cháy / ~ 자동차 xe cứu hỏa, xe chữa cháy.

소변(小便) ~보다 đi tiểu; đi đái (속어).

소복(素服) quần áo bằng vải trắng (áo tang).

소비(消費) sự tiêu dùng, sự tiêu phí, sự tiêu thụ. **~하다** tiêu dùng, tiêu phí, tiêu thụ (시간을). ¶ ~ 경제 nền kinh tế tiêu dùng / ~량 lượng tiêu thụ / ~세(稅) thuế tiêu dùng / ~자 người tiêu dùng / ~자 가격 giá dành cho người tiêu dùng / ~자 가격지수 chỉ số giá của người tiêu dùng / ~ 사회 xã hội tiêu dùng / ~ 습관 tập quán tiêu dùng / ~재 hàng tiêu dùng / ~ 조합 hiệp hội người tiêu dùng.

소비에트 ¶ ~ 연방 Liên bang Xô viết.

소비자보호법(消費者保護法) luật bảo vệ người tiêu dùng.

소비자보호협회(消費者保護協會) Hiệp hội bảo vệ người tiêu dùng.

소사(掃射) súng máy, súng liên thanh. **~하다** bắn súng máy, bắn súng liên thanh.

소사(燒死) **~하다** chết cháy, bị chết cháy. ¶ ~자 người chết cháy, người bị chết cháy (총칭).

소산(所産) sản phẩm, thành phẩm; kết quả, thành quả.

소산(消散) **~하다** biến mất, tan biến, bị hủy diệt (증발); bốc hơi, bay hơi, khô; tan (안개 등).

소상(小像) bức tượng nhỏ.

소상(塑像) bức tượng bằng nhựa.

소상일(小祥日) ngày giỗ đầu.

소생(小生) trẻ con, con cháu (trong gia đình).

소생(所生) đứa con hoang.

소생(蘇生) sự sống lại, sự phục sinh, sự

hồi sinh. ~하다 sống lại, phục sinh, hồi sinh.

소석고(燒石膏) thạch cao, sự cố nguyên sinh.

소석회(消石灰) vôi tôi.

소선거구(小選擧區) khu vực bầu cử nhỏ. ¶ ～제(制) chế độ bầu cử tiểu khu.

소설(小說) tiểu thuyết. ～적인 tính tiểu thuyết. ¶ ～가 tiểu thuyết gia / 장편 ～ tiểu thuyết trường thiên, truyện dài / 단편 ～ tiểu thuyết đoản thiên, truyện ngắn / 역사 [심리, 신문, 통속] ～ tiểu thuyết lịch sử [tâm lý, đăng báo, thông thường] / 현상 ～ tiểu thuyết có thưởng.

소성(塑性) 【VLH】 tính chất nhựa, tính chất dẻo. ¶ ～이 있다 có chất nhựa, có chất dẻo.

소소하다(小小-) (자질구레함) nhỏ nhặt, vặt vãnh, tầm thường, vô nghĩa.

소속(所屬) **~하다** trực thuộc ở, làm việc ở. ¶ ～의 tính trực thuộc, tính phụ thuộc / ～시키다 cho trực thuộc, bắt phụ thuộc; sát nhập.

소송(訴訟) sự kiện cáo; sự tố tụng. **~하다** kiện, kiện cáo; tố tụng. ¶ ～을 일으키다 gây kiện cáo. ¶ ～ 대리인 người đại diện tố tụng / ～ 사건 vụ kiện cáo, vụ tố tụng / ～ 의뢰인 người tố tụng / ～인 bên nguyên, nguyên cáo / ～ 절차를 밟다 đi theo các bước tố tụng, làm thủ tục tố tụng.

소수(小數) 【TH】 số thập phân. ¶ ～점 dấu chấm kí hiệu số thập phân / ～점 이하 3자리까지 계산하다 tính toán ba chữ số sau dấu chấm thập phân.

소수(少數) thiểu số; số ít; số nhỏ. ¶ ～당 [파] đảng [phái] thiểu số / ～ 민족 dân tộc thiểu số / ～ 의견 ý kiến thiểu số.

소수(素數) 【TH】 số nguyên tố.

소스 【Anh】 nước sốt. ¶ ～를 치다 chan nước sốt; rưới nước sốt.

소슬하다(蕭瑟-) (쓸쓸하다) lạnh lẽo, đìu hiu, hoang vắng, hiu quạnh.

소승(小乘) 【PG】 tầm nhìn hạn hẹp. ～적 tính chất hạn hẹp.

소시(少時) thời niên thiếu.

소시민(小市民) ¶ ～계급 tầng lớp tiểu thị dân.

소시지 xúc xích, lạp xưởng, dồi.

소식(少食 · 小食) **~하다** ăn ít, ăn nhẹ, ăn lót dạ, ăn qua loa. ¶ ～가 người ăn ít, người ăn nhẹ, người ăn lót dạ.

소식(素食) bữa ăn không có thịt, bữa ăn đạm bạc, bữa ăn chay.

소식(消息) tin, tin tức, bản tin; thư tín. ¶ ～이 있다 có tin tức / ～이 없다 không có tin tức / ～을 가져오다 báo tin, đưa tin. ¶ ～자(子) người đưa tin / ～통 nguồn tin; người nắm vững tin tức (사람).

소신(所信) niềm tin, ý kiến (của bản thân mình). ¶ ～껏 말하다 nói theo ý kiến của bản thân, nói theo niềm tin của mình / ～대로 행동하다 hành động theo ý mình / ～이 있는 사람 người có ý kiến riêng, người có niềm tin riêng.

소실(小室) thiếp, nàng hầu, vợ lẽ.

소실(消失) **~하다** biến mất, tan biến, tiêu tan.

소실(燒失) **~하다** bị thiêu hủy, bị thiêu rụi, bị đốt sạch, bị cháy thành tro. ¶ ～ 가옥(家屋) nhà cửa bị thiêu rụi.

소심(小心) ～한 rụt rè, bẽn lẽn, nhút nhát, e dè; (신중한) thận trọng, kỹ lưỡng, tỉ mỉ; khó tính.

소아(小我) 【TrH】 cái tôi, bản ngã.

소아(小兒) trẻ em, trẻ nhỏ; em bé. ¶ ～마비 bại liệt ở trẻ em / ～병 bệnh nhi.

소아과(小兒科) khoa nhi. ¶ ～의사 bác sĩ

nhi khoa / ～ 의원 thành viên hội đồng bác sỹ nhi khoa.

소아시아(小-) vùng Tiểu Á, tiểu Châu Á.

소액(少額) số tiền nhỏ; tiểu ngạch. ¶ ～지폐 tiền mệnh giá nhỏ; tiền lẻ.

소야곡(小夜曲) dạ khúc.

소양(素養) nền tảng giáo dục; kiến thức cơ bản; kiến thức sơ đẳng. ¶ ～이 있는 사람 người có kiến thức cơ bản / …의 ～이 있다 có kiến thức cơ bản của ….

소연(騷然) ～한 huyên náo, náo động, ồn ào, om sòm.

소외(疎外) ～감을 느끼다 cảm thấy bị bỏ rơi, cảm thấy bị xa lánh, thấy lạc lõng. ¶ ～감 cảm giác bị xa lánh, cảm giác cách biệt, cảm giác bị bỏ rơi, cảm giác lạc lõng.

소요(所要) ～의 cần thiết.

소요(逍遙) **~하다** dạo chơi, lang thang; tiêu dao; leo, uốn lượn.

소요(騷擾) ☞ **소동**, **소란**.

소용(所用) sự dùng; sự sử dụng; nhu cầu, ngành phục vụ, sự giúp đỡ; sự có giá trị, sự có ích, sự có hiệu quả. ¶ ～되는 được sử dụng, có ích / ～없다 không có giá trị, không có ích, không có hiệu quả, vô dụng.

소용돌이 dòng nước xoáy; xoáy nước; lốc xoáy, cơn lốc. ～치다 xoáy tròn, quay tròn, cuốn tròn.

소원(所願) (바람) sự mong muốn, sự khát khao, sự ao ước; sự hy vọng, sự chờ đợi, sự mong đợi (기원). ¶ ～이 성취되다 mong muốn thành hiện thực, ao ước đã thành / ～을 들어주다 lắng nghe những mong muốn, lắng nghe khao khát (của người khác).

소원(疎遠) **~하다** ly gián, xa lánh, chia tách, ghét bỏ. ¶ ～해지다 bị ly gián, bị chia tách, bị xa lánh, bị ghét bỏ.

소원(訴願) sự cầu xin, sự van xin, sự thỉnh cầu; sự kêu gọi, sự cầu viện, sự kêu cứu. **~하다** cầu xin, thỉnh cầu; kêu gọi, cầu viện, kêu cứu.

소위(少尉) (육군) thiếu úy lục quân; (해군) thiếu úy hải quân; (공군) thiếu úy không quân.

소위(所爲) hành vi; hành động; cử chỉ; việc làm; thái độ.

소위(所謂) (이른바) cái được gọi là, cái được xem là, cái được cho là.

소위원회(小委員會) Ủy ban phụ trợ, tiểu ban, hội đồng nhỏ.

소유(所有) sự sở hữu, sự nắm giữ, sự chiếm giữ. **~하다** sở hữu; nắm giữ, chiếm giữ. ¶ … ～의 thuộc sở hữu của … / …의 ～다 là sở hữu của …. ¶ ～격 sở hữu cách / ～권 quyền sở hữu / ～물 vật sở hữu / ～자(者) (주) người sở hữu, chủ sở hữu.

소유욕(所有慾) nhu cầu sở hữu; tham vọng sở hữu.

소음(騷音) tiếng ồn ào, tiếng ầm ĩ. ¶ ～방지의 chống ồn, cách âm. ¶ ～공해 ô nhiễm tiếng ồn.

소음기(消音器) bộ phận giảm thanh, thiết bị giảm thanh.

소이(所以) lý do, nguyên nhân.

소이탄(燒夷彈) bom gây cháy.

소인(小人) (난장이) người thấp bé; (어린이) đứa bé, trẻ em; (소인물) người hẹp hòi, người thiển cận; (나) tôi, tiểu nhân.

소인(消印) dấu bưu điện. ¶ ～이 찍힌 được đóng dấu bưu điện.

소인(素因) yếu tố, thành phần.

소일(消日) **~하다** giết thì giờ, tiêu phí thời gian. ¶ ～거리 trò tiêu khiển, trò giải trí, trò chơi giết thì giờ.

소임(所任) bổn phận, trách nhiệm, nghĩa

vụ (của bản thân mình). ¶ ～을 다하다 làm hết trách nhiệm của mình / ～을 맡다 nhận trách nhiệm.

소립자(素粒子) hạt cơ bản, nguyên tố.

소자(素子) 【Đ】 nguyên tố, yếu tố, hạt cơ bản. ¶ 발광 ～ nguyên tố phát sáng.

소작(小作) sự thuê đất, sự mướn đất. **~하다** thuê đất, mướn đất. ¶ ～농 cày cấy trên đất thuê / ～지 đất thuê, đất mướn / ～료 chi phí thuê mướn đất / ～인 người thuê đất.

소장(小腸) ruột non. (비교: 대장 đại tràng).

소장(少壯) ～의 trẻ tuổi; thanh niên. ¶ ～파 phái trẻ, lớp thanh niên.

소장(少將) thiếu tướng lục quân (육군); thiếu tướng hải quân (해군).

소장(所長) người lãnh đạo một đơn vị, giám đốc, quản đốc đội trưởng; trưởng bộ phận.

소장(所藏) ～의 thuộc sở hữu. ¶ Y씨 ～의 thuộc sở hữu của ông Y.

소장(訴狀) đơn xin, đơn kiến nghị (청원장).

소재(所在) nơi ở, chỗ ở; chỗ để; chỗ, nơi, vị trí (위치). ¶ ～를 감추다 giấu chỗ ở; giấu nơi ở / ～불명이다 không rõ nơi ở. ¶ ～지 nơi ở, chỗ ở.

소재(素材) nguyên liệu; vật liệu; tài liệu; chủ đề; nội dung.

소전(小傳) sơ lược tiểu sử.

소전제(小前提) 【Lo】 tiền đề phụ.

소정(所定) ～의 thuộc quy định sẵn, thuộc mẫu có sẵn ¶ ～의 절차를 밟다 thực hiện các thủ tục đã quy định sẵn.

소제(小題) vấn đề thứ yếu, vấn đề phụ.

소제(掃除) ☞ **청소**.

소조(小潮) mô hình, kiểu mẫu.

소주(小註) ghi chú bổ sung.

소주(燒酒) rượu *soju* của Hàn Quốc.

소중(所重) ～한 quan trọng, trọng yếu, có giá trị. ¶ ～히 여기다 (존중) coi trọng, trân trọng (tôn trọng) / ～히 하다 coi trọng, trân trọng.

소지(所持) **~하다** có, sở hữu; mang theo, cầm theo. ¶ ～금 số tiền đang có; tiền mang theo / ～자 người sở hữu; người mang theo / 운전면허증 ～자 người có giấy phép lái xe / ～품 hàng mang theo; đồ dùng cá nhân mang theo.

소지(素地) nền móng, cơ sở; (경향) đặc điểm, đặc trưng; bản chất; khuynh hướng.

소진(消盡) **~하다** biến mất hoàn toàn, biến mất tăm; tan biến hết.

소진(燒盡) **~하다** bị biến thành tro bụi, bị cháy rụi, bị thiêu rụi.

소질(素質) tính chất, bản chất; tính cách, cá tính; (체질) thể chất, tư chất, tố chất (병의). ¶ ～이 있다 có tố chất về ….

소집(召集) sự tập trung, sự triệu tập (의회 따위의); sự huy động, sự kêu gọi, sự tập kết (동원). **~하다** (회의를) triệu tập, nhóm họp; huy động, kêu gọi, tập trung (군대를) tập hợp, huy động; (군대에) nhập ngũ, tập trung. ¶ ～나팔 kèn hiệu tập trung / ～령(令) lệnh tập trung / ～영장 lệnh tập trung quân, giấy gọi nhập ngũ.

소쩍새 【LCh】 chim cúc cu.

소차(小差) sự khác biệt không đáng kể, sự chênh lệch nhỏ.

소찬(素饌) món ăn đạm bạc, món ăn không có thịt cá.

소창(消暢) sự nghỉ ngơi; sự giải trí, sự tiêu khiển. **~하다** nghỉ ngơi; giải trí, tiêu khiển.

소채(蔬菜) rau quả; rau xanh. ¶～밭 vườn rau (텃밭).

소책자(小冊子) quyển sách nhỏ, cuốn sách giới thiệu; tờ rơi, tờ quảng cáo, ca ta log.

소철(蘇鐵) [TV] cây tuế.

소청(所請) lời yêu cầu, lời đề nghị, lời kiến nghị, đơn xin. ¶ ~을 들어주다 lắng nghe lời yêu cầu.

소총(小銃) súng trường; súng loại nhỏ (총칭). ¶ ~탄 đạn súng trường; đạn cho súng cỡ nhỏ / 엠원 ~ súng trường M1 / 카빈 ~ súng trường cacbin.

소추(訴追) sự khởi tố, sự kiện cáo, sự truy tố. **~하다** khởi tố; kiện cáo; truy tố.

소출(所出) ngũ cốc; rau quả; hoa lợi, lượng thu hoạch. ¶ …의 ~이 많은 nhiều hoa lợi của ….

소치(所致) (결과) kết quả; hậu quả; (영향) ảnh hưởng. ¶ …의 ~이다 là kết quả của …; là ảnh hưởng của ….

소켓 [Đ] ổ cắm điện. ¶ ~에 끼우다 cắm vào ổ cắm điện. ¶ 쌍~ ổ cắm điện hai chiều.

소쿠라지다 nhảy lên, vượt lên, vọt lên.

소쿠리 rổ tre, sọt.

소크백신 [DH] vắcxin Salk.

소탈(疏脫) sự thoải mái, sự tự nhiên, sự tự do, sự thân mật, không có vẻ trang trọng. **~하다** thoải mái, tự nhiên, tự do, thân mật, không có vẻ trang trọng. ¶ ~한 평상복 trang phục ngày thường thoải mái / ~한 스타일 phong cách tự nhiên.

소탐대실(小貪大失) **~하다** tổn thất lớn vì một món lợi nhỏ, tham bát bỏ mâm.

소탕(掃蕩) **~하다** quét sạch; rũ bỏ hết; rửa sạch hết. ¶ ~(작)전 trận càn quét.

소택(沼澤) bãi lầy, vũng lầy, đầm lầy. ¶ ~지 khu vực đầm lầy.

소통(疏通) (의사의) **~하다** hiểu lời nói, hiểu ý, biết ý.

소파(搔爬) [YH] thìa nạo. ¶ ~ 수술을 받다 được phẫu thuật bằng thìa nạo.

소파 (긴 의자) tràng kỷ, soffa.

소포(小包) gói bưu phẩm, bưu kiện. ¶ ~우편 bưu phẩm.

소품(小品) (문예의) tiểu phẩm văn nghệ; (그림, 조각) bức tranh nhỏ, tác phẩm điêu khắc nhỏ; tiểu phẩm văn chương; (무대의) vở kịch ngắn. ¶ ~ 담당원 người phụ trách tiểu phẩm.

소풍(消風) (산책) sự dạo chơi, sự hóng gió; (행락) sự đi dã ngoại, sự du ngoạn, sự đi du lịch, sự thưởng ngoạn. **~하다** dạo chơi, hóng mát, đi dã ngoại, đi du lịch, đi du ngoạn, đi thưởng ngoạn. ¶ 학교의~ chuyến đi dã ngoại của nhà trường. ¶ ~객 khách dã ngoại.

소프라노 [ÂN] giọng nữ cao. ¶ 그녀는 아름다운 ~ 소리를 가지고 있다 cô ấy có giọng nữ cao rất mượt mà / 그녀는 합창단에서 ~다 cô ấy là giọng nữ cao trong đoàn hợp xướng.

소프트 [Anh] ¶ ~드링크 đồ uống nhẹ / ~볼 bóng mềm / ~웨어 [Đ] phần mềm / ~ 칼라 màu nhạt.

소피(所避) ~보다 đi tiểu tiện.

소피스트 người ngụy biện.

소하다(素-) ăn chay; ăn kiêng thịt cá.

소하물(小荷物) ☞ **소화물**.

소한(小寒) tiểu hàn.

소할(所轄) ☞ **관할**(管轄).

소해(掃海) sự dò thủy lôi; sự dọn sạch biển. **~하다** dò thủy lôi; dọn biển. ¶ ~작업 công tác dò thủy lôi, công tác dọn biển / ~정(艇) máy dò thủy lôi.

소행(所行) hành động; hành vi; cử chỉ; hạnh kiểm. ¶ 누구 ~이냐? ai làm cơ? / 그의 ~이 몹시 못마땅하다 hành động của anh ta không thể chấp nhận được.

소행(素行) tư cách; đạo đức; thái độ; hạnh kiểm. ¶ ~이 못되다 tư cách kém, đạo đức kém; hạnh kiểm xấu.

소형(小型·小形) kích cỡ nhỏ; loại nhỏ. ~의 thuộc cỡ nhỏ, thuộc loại nhỏ. ¶ ~권총 súng lục / ~ 자동차 xe cỡ nhỏ, xe loại nhẹ.

소홀(疏忽) **~하다** cẩu thả, không cẩn thận; vô ý, lơ đễnh, sao nhãng, bỏ bê; không quan tâm, không coi trọng. ¶ ~히 하다 làm một cách cẩu thả, làm không cẩn thận; (경시) không coi trọng, không quan tâm, bỏ bê, sao nhãng.

소화(消火) **~하다** chữa cháy, dập tắt lửa. ¶ ~기 bình chữa cháy / ~전(栓) họng nước chữa cháy / ~호스 vòi rồng cứu hỏa, ống nước chữa cháy.

소화(消化) sự tiêu hóa, sự hấp thụ, sự hiểu, sự cảm thụ, sự tiêu thụ. **~하다** tiêu hóa, hấp thụ, hiểu, cảm thụ, tiêu thụ. ¶ ~하기 어려운 khó tiêu hóa; khó hiểu; khó tiêu thụ. ¶ ~기관 bộ máy tiêu hóa / ~력 khả năng hấp thụ; khả năng cảm thụ (이해·흡수의) / ~불량 chứng khó tiêu, chứng đầy bụng / ~제 thuốc tiêu hóa.

소화(笑話) câu chuyện hài hước, truyện cười.

소화물(小貨物) gói hàng; bọc hàng (gửi đi); bưu kiện. ¶ ~로 부치다 gửi bằng bưu kiện, gửi qua đường bưu điện (우편); gửi hàng bằng đường sắt (철도편). ¶ ~ 취급소 trạm bưu chính.

소환(召喚) giấy mời; giấy gọi, giấy triệu tập (ra hầu tòa). **~하다** mời ra tòa, gọi ra tòa, bắt hầu tòa. ¶ ~되다 bị bắt ra tòa, bị gọi ra tòa / 법정으로 ~하다 gọi ra tòa án. ¶ ~장 trát gọi ra tòa, giấy triệu tập ra tòa.

소환(召還) **~하다** triệu về, gọi về; trả về. ¶ 본국(本國)에 ~되다 bị triệu về bản quốc.

속 ❶ (내부·안) bên trong, mặt trong, phía trong. ¶ ~에 ở bên trong, ở phía trong. ❷ (속에 든 것) nội dung (내용); thực chất (실질); chất liệu (박제품 등의); chất liệu, vật liệu (의자 등의); bông, vải sợi (이불속 따위); nhân (만두 등의 속). ¶ 요에 ~을 넣다 nhồi bông vào chăn. ❸ (중심·핵) hạt, nhân, lõi. ¶ ~ 까지 썩다 thối cả hạt, hỏng cả nhân giữa. ❹ (마음) đáy lòng, lòng dạ, ruột gan, tim. ¶ ~검은 tim đen; ý đồ đen tối / ~으로(는) trong bụng; bằng trái tim / ~을 떠보다 thăm dò lòng dạ (người khác). ❺ (뱃속) bụng; dạ dày. ¶ ~이 비다 bụng rỗng, dạ dày rỗng, bụng đói / ~이 거북하다 đầy bụng, khó chịu trong dạ dày.

속(屬) 【Si】 gen, phái, giống. ~의 thuộc gen, thuộc giống.

속(續) (계속) sự tiếp tục, sự tiếp theo, sự nối tiếp.

속(贖) ☞ **속(贖)하다**.

속가(俗歌) dân ca; bài hát phổ biến.

속간(續刊) **~하다** liên tục ấn hành; tiếp tục xuất bản.

속개(續開) sự bắt đầu lại, sự tiếp tục. **~하다** tiến hành lại, bắt đầu lại; tiếp tục (재개).

속결(速決) ☞ **즉결**.

속계(俗界) cõi trần, thế gian, thế tục.

속고(續稿) bản thảo đang được viết tiếp.

속곳 quần lót phụ nữ. ¶ ~바람으로 chỉ mặc quần lót.

속공(速攻) sự tấn công liên tục; sự đánh nhanh. **~하다** tấn công liên tục; đánh nhanh.

속구(速球) [BC] bóng đi nhanh. ¶ ～투수 chân sút bóng tốc độ.

속국(屬國) nước thuộc địa; nước chư hầu.

속기(速記) (속기법) sự ghi chép nhanh, phép tốc ký. **~하다** tốc ký. ¶ ～록 bản tốc ký / ～사 người viết tốc ký / ～술 kỹ thuật viết tốc ký.

속내평 thực chất (sự việc), bên trong, bản chất (vấn đề).

속념(俗念) suy nghĩ trần tục, quan điểm trần tục; ý niệm thông thường. ¶ ～을 떠나다 xóa bỏ ý nghĩ trần tục, xa rời quan điểm trần tục.

속눈썹 lông mi. ¶ 인조 ～ lông mi giả.

속다 bị lừa, bị gạt, bị lừa đảo, bị lường gạt. ¶ 속기 쉬운 dễ bị lừa, dễ bị lừa gạt.

속닥 … ☞ **숙덕** ….

속단(速斷) **~하다** quyết định hấp tấp; suy đoán vội vàng, phán đoán vội vã.

속달(速達) sự giao hàng nhanh. **~하다** giao hàng nhanh. ¶ ～료 phí giao hàng nhanh / ～우편 bưu phẩm gửi nhanh.

속달다 bồn chồn; hồi hộp; bất an; dằn vặt; phiền muộn, lo lắng.

속담(俗談) tục ngữ; châm ngôn. ¶ ～에도 있듯이 như tục ngữ đã nói.

속대 ruột, lõi, nhân, tâm. ¶ ～쌈 nhân của món gỏi cuốn.

속도(速度) tốc độ, tốc lực, vận tốc; (樂) nhịp độ, nhịp điệu. ¶ ～를 내다 tăng tốc độ, tăng vận tốc; tăng nhịp điệu / ～를 줄이다 giảm tốc độ, giảm vận tốc; giảm nhịp điệu / 매시 50 마일의 ～로 với vận tốc 50 'miles' một giờ. ¶ ～계 đồng hồ đo tốc độ; công tơ mét / ～위반 vi phạm tốc độ / ～제한 tốc độ quy định / 경제 ～ tốc độ kinh tế; nhịp độ kinh tế.

속독(速讀) sự đọc nhanh, sự đọc lướt. **~하다** đọc nhanh; đọc lướt.

속돌 [Kh] đá bọt; đá dung nham.

속되다(俗-) (비속) thô tục; tầm thường, thấp hèn; (통속) tầm thường, thấp hèn; (세속적) trần tục, thế tục; (현세의) bình dân. ¶ 속된 욕망 dục vọng thấp hèn; ham muốn trần tục.

속등(續騰) **~하다** tăng liên tục, tăng không ngừng.

속락(續落) **~하다** giảm liên tục, giảm không ngừng.

속력(速力) ☞ **속도**. ¶ ～이 빠른 [느린] tốc lực nhanh [chậm], tốc độ nhanh [chậm] / 전～으로 lấy hết tốc lực. ¶ 최대 ～ tốc lực tối đa.

속령(屬領) nước thuộc địa, nước chư hầu; quốc gia phụ thuộc (속국). ¶ ～지 thuộc địa.

속론(俗論) ý kiến xã hội, dư luận xã hội; ý kiến của nhân dân; quan điểm của quần chúng.

속류(俗流) người bình dân; đám dân thường; tầng lớp bình dân.

속립결핵(粟粒結核) [YH] chứng bệnh lao kê.

속마음 tận thâm tâm, tận đáy lòng, trong tâm can, trong tim. ¶ ～을 꿰뚫어 보다 nhìn thấu tâm can, nhìn tận đáy lòng / ～을 떠보다 thăm dò tâm can, thăm dò tâm địa (của người khác).

속말 lời tâm sự, lời thổ lộ, lời tâm tình. ¶ ～을 털어놓다 thổ lộ tâm tình, bộc bạch tâm sự.

속명(俗名) ❶ (통속적인) tên phổ biến. ❷ (법명에 대한) tục danh, tên tục, tên đời thường.

속명(屬名) [Si] tên giống. ¶ 린네는 동물과 식물의 이름을 붙이는데 있어서 종과 속으로 나누어 명명하였다. Trong khi đặt tên cho động vật và thực vật, Linne đã chia ra giống và dòng để mệnh danh.

속문학(俗文學) văn học dân gian.

속물(俗物) sự hợm hĩnh; sự phàm tục; sự lõi đời. ¶ ～근성 tính hợm hĩnh; kiểu trưởng giả học làm sang.

속박(束縛) sự kiềm chế; sự hạn chế; sự trói buộc, sự ràng buộc. **~하다** kiềm chế; hạn chế; trói buộc, ràng buộc. ¶ ～을 받다 bị kiềm chế; bị hạn chế; bị trói buộc, bị ràng buộc / ～을 벗어나다 thoát khỏi sự kiềm chế, thoát khỏi ràng buộc / 일에 ～되다 bị công việc trói buộc.

속발(續發) sự xảy ra liên tục. **~하다** xảy ra liên tục, phát sinh liên tiếp.

속배포(-排布) sự nghĩ thầm, sự nghĩ trong lòng.

속병(-病) căn bệnh bên trong.

속보(速步) sự bước nhanh; sự rảo bước.

속보(速報) (뉴스) bản tin nhanh; tin sốt dẻo; sự phát tin nhanh; báo cáo nhanh. **~하다** phát tin nhanh; báo cáo nhanh. ¶ ～판 bản tin nhanh.

속보(續報) bản tin tiếp tục được cập nhật, bản tin tiếp tục được bổ sung.

속보이다 thấy rõ lòng dạ, thấu tâm can.

속사(速射) sự bắn nhanh. **~하다** bắn nhanh. ¶ ～포 súng bắn nhanh.

속사(速寫) (사진의) sự chụp nhanh, sự sao chép nhanh. **~하다** chụp nhanh; sao chép nhanh. ¶ ～카메라 máy ảnh chụp nhanh.

속삭이다 thì thầm, thì thào, xì xào. ¶ 속삭이는 (듯한) (có vẻ) xì xào / 사랑의 속삭임 sự thì thầm của tình yêu / 귀에 대고 ～ thì thào bên tai.

속산(速算) sự tính toán nhanh.

속살 (옷속살) lớp da non.

속살찌다 (살찜) béo hơn, đầy đặn (서술적); (실속) mạnh mẽ; rắn chắc; giàu có.

속상하다(-傷-) phật ý; bực mình; phiền muộn, lo âu, lo lắng.

속설(俗說) ca dao dân ca, châm ngôn, tục ngữ; (전설) truyền thuyết, truyện cổ tích, truyện ngụ ngôn, truyện dân gian, truyền lại.

속성(俗姓) tên tục; tên thường gọi.

속성(速成) sự giáo dục cấp tốc, sự đào tạo cấp tốc, sự luyện tập ngắn ngày. **~하다** giáo dục cấp tốc, đào tạo cấp tốc, tập luyện ngắn ngày. ¶ ～과 khoa đào tạo cấp tốc / ～법 phương pháp đào tạo cấp tốc.

속성(屬性) 【Lo】 đặc tính; thuộc tính.

속세(俗世) giới trần tục; thế gian; đời thường. ¶ ～를 떠난 từ bỏ đời thường / ～를 버리다 vứt bỏ thế giới trần tục.

속세간(俗世間) ☞ **속세**.

속셈 ❶ mục đích; ý định; chủ tâm; ý đồ; mưu đồ. ❷ ☞ **암산**.

속셔츠 áo lót.

속속(續續) lần lượt; tiếp nối; liên tiếp; kế tục.

속속곳 đồ lót của phụ nữ.

속속들이 lõi, cùi, nhân, hạt; tận thâm tâm, tận đáy lòng, tận tim đen (속까지). ¶ ～썩다 thối cả lõi, thối tận bên trong / ～ 젖다 xức thuốc, bôi thuốc, bôi kem.

속손톱 móng tay non (hình lưỡi liềm màu trắng ở chân móng tay).

속수무책(束手無策) **~이다** không ai giúp đỡ; bơ vơ, không nơi nương tựa; vô phương.

속아넘어가다 bị lừa dối, bị lừa gạt, bị lừa đảo. ¶ 감쪽같이 ～ bị lừa ngoạn mục, bị lừa mà hoàn toàn không biết gì, không ngờ tới.

속악(俗惡) **~하다** thô bỉ, thô tục, tầm

thường; kém cỏi; tồi tàn; vô vị.
속악(俗樂) âm nhạc dân gian.
속앓이 ☞ 속병.
속어(俗語) tiếng lóng; thành ngữ, tục ngữ.
속어림 đánh giá của (ai đó), phán đoán của (ai đó). ¶ ～으로 theo như phán đoán của (ai đó).
속옷 đồ lót; quần áo trong.
속요(俗謠) dân ca.
속음(俗音) cách phát âm thông dụng của tiếng Trung Quốc.
속이다 lừa, lừa đảo, lừa gạt, gian lận (금품을); dối trá, lừa dối; nói dối (거짓말); gian lận (가장). ¶ 이름을 속이고 nói dối tên thật; cho tên giả / 사람의 눈을 ～ đánh lừa sự nhận biết của mọi người / 감언으로 ～ lừa dối bằng lời đường mật / 나이를 ～ nói dối tuổi / 대학생이라고 ～ nói dối là sinh viên.
속인(俗人) (세속인) người thường; (중이 아닌) người trần tục, người trần mắt thịt.
속인(屬人) ～의 thuộc cá nhân, thuộc riêng tư. ¶ ～특권 đặc quyền cá nhân / ～주의 [PL] chủ nghĩa cá nhân.
속임수 mưu mẹo, thủ đoạn, mưu mô. ¶ ～를 쓰다 dùng mưu mẹo; dùng thủ đoạn.
속잎 bên trong lá.
속자(俗字) dạng chữ phổ biến của Trung Quốc.
속장(-張) trang bên trong (báo chí).
속전(贖錢) tiền chuộc; tiền chạy chọt.
속전속결(速戰速決) sự tấn công mạnh mẽ và bất ngờ. ¶ ～전법 chiến thuật đánh mạnh và bất ngờ, chiến thuật đánh nhanh rút nhanh.
속절없다 thất vọng, tuyệt vọng, không trông đợi; không tránh khỏi, đành lòng; vô hiệu. ¶ 속절없이 một cách tuyệt vọng, một cách không trông đợi; một cách không tránh khỏi; một cách vô hiệu / 속절없이 굶어죽다 đành lòng chết đói, đành chết đói.
속죄(贖罪) sự chuộc lỗi, sự chuộc tội; sự đền tội. **~하다** chuộc lỗi, chuộc tội; đền tội. ¶ ～할 수 없는 không thể chuộc lại lỗi lầm / 죽음으로써 ～하다 chuộc tội bằng cái chết / ～양 sự đứng mũi chịu sào; sự giơ đầu chịu báng.
속주다 bày tỏ nỗi lòng, thổ lộ tâm tình, bộc bạch tâm sự, giãi bày tâm can.
속지(屬地) nước thuộc địa, quốc gia phụ thuộc. ¶ ～주의 [PL] chủ nghĩa phải theo luật pháp của lãnh thổ sở tại bất kể là người quốc tịch nào. (반대말: 속인주의).
속진(俗塵) thế gian; việc đời; việc xã hội. ¶ ～을 씻다 giũ bỏ việc đời.
속창 miếng lót giày.
속출(續出) sự xuất hiện liên tục; sự xảy ra liên tiếp. **~하다** xuất hiện liên tục; xảy ra liên tiếp.
속취(俗臭) sự tầm thường, sự thô tục, sự trần tục. ¶ ～를 몹시 풍기는 thô tục cực độ.
속취(俗趣) sở thích tầm thường.
속치마 váy lót phụ nữ.
속칭(俗稱) tên thân mật, tên thường gọi. **~하다** gọi tên thân mật; gọi tên thông thường.
속타다 phiền muộn, lo lắng, lo âu; dằn vặt, day dứt; sốt ruột, bồn chồn.
속탈 chứng rối loạn dạ dày.
속태우다 ❶ (남을) làm (người khác) phiền muộn, lo lắng, lo âu; làm (người khác) dằn vặt, day dứt; làm (người khác) sốt ruột, bồn chồn. ❷ (스스로) cảm thấy lo âu, cảm thấy

dằn vặt, cảm thấy bồn chồn.

속티(俗-) tính chất trần tục, tính chất thô tục, tính chất tầm thường.

속편(續篇·續編) tập tiếp theo, bộ tiếp theo.

속필(速筆) sự viết nhanh, lối viết nhanh.

속하다(速-) nhanh chóng, nhanh nhẹn, mau lẹ. ☞ **빠르다**. ¶ 속히 một cách nhanh chóng, một cách mau lẹ.

속하다(屬-) thuộc về, thuộc quyền sở hữu; phụ thuộc, trực thuộc.

속하다(贖-) đền bù; chuộc lỗi.

속한(俗漢) thường dân, người thế tục.

속행(續行) **~하다** đi nhanh, rảo bước; hành động nhanh, làm nhanh.

속화(俗化) **~하다** tầm thường hóa, trần tục hóa, thông tục hóa, bình thường hóa.

속효(速效) ☞ **즉효**.

속회(續會) **~하다** họp liên tục, hội họp liên tục, họp hành liên miên. ☞ **속개**(續開).

솎다 cắt đi. ¶ 밭에서 배추를 ~ cắt bắp cải trên ruộng.

손[1] ❶ (사지의) tay; bàn tay, cánh tay (팔). ¶ 바른 ~ tay thuận / ~을 마주잡고 bắt tay / ~으로 만든 làm bằng tay / ~을 들다 giơ tay (단념) / ~을 잡다 cầm tay, nắm tay / ~을 불에 쬐다 hơ tay trên lửa / ~을 뻗치다 dang tay; (사업 등에) sự kiểm soát; sự hoạt động (확장하다). ❷ (일손) nhân công lao động; người làm. ¶ ~을 빌리다 mượn nhân công, mượn người làm / ~이 비다 vắng nhân công; thiếu người làm việc / ~ 이 모자라다 thiếu nhân công, thiếu người làm việc. ❸ (솜씨) sự khéo léo, sự khéo tay, sự đảm đang. ¶ ~에 익다 quen tay, thành thạo. ❹ (손질) sự săn sóc, sự chăm nom, sự săn sóc, sự chăm bẵm (돌봄). ¶ ~이 많이 가는 cần nhiều sự chăm sóc / ~을 덜다 đỡ phải chăm nom. ❺ (소유) sự sở hữu, sự chiếm đoạt. ¶ ~에 넣다 chiếm đoạt, dành lấy / ~에 들어오다 trở thành của sở hữu; dành lấy được, chiếm được / 남의 ~에 넘어가다 qua tay người khác, sang nhượng cho người khác. ❻ (관계) ☞ **손대다** ❶. ¶ 남의 일에 ~을 대다 can thiệp vào việc của người khác; tham gia vào việc của người khác / ~을 떼다 cắt đứt quan hệ, phủi tay, bỏ mặc / …와 ~을 끊다 không quan hệ với …, không liên hệ với …. ❼ (경유) ¶ ~을 거쳐서 trải qua nhiều giai đoạn, trải qua nhiều công đoạn / …의 ~을 거쳐(서) 사다 mua qua nhiều công đoạn của ….

손[2] ☞ **손님**.

손(損) sự mất mát, sự tổn thất, sự tổn hại (손실); sự thua lỗ, sự thất bát (불리); sự thiệt hại, sự tổn hại (손해).

손가락 ngón tay. ¶ ~에 끼다 đeo vào ngón tay. ¶ 엄지 ~ ngón tay cái / 집게 ~ ngón trỏ / 가운데 ~ ngón giữa / 약~ ngón đeo nhẫn / 새끼~ ngón út.

손가락질 ¶ ~하다 chỉ trỏ, nhắm nhe; (지탄) chỉ trích, xỉa xói. ¶ ~받다 bị chỉ trích, bị xỉa xói.

손가방 túi xách.

손거스러미 chỗ xước măng rô cạnh móng tay.

손거울 gương cầm tay.

손거칠다 ăn cắp vặt; (서술적) tay bẩn thỉu, tay nhúng chàm.

손겪다 (대접함) tiếp đãi; tiếp thức ăn cho khách.

손곱다 bị tê tay.

손그릇 đồ gia dụng, đồ dùng sinh hoạt hàng ngày.

손금 đường chỉ tay. ¶ ～을 보다 xem đường chỉ tay, xem bói bằng đường chỉ tay (손금쟁이에게); dịch vụ xem bói tay (영업). ¶ ～쟁이 thầy bói xem chỉ tay.

손금(損金) số tiền bị mất, khoản thiệt hại.

손길 (손) người làm công; nhân lực; tầm tay, tầm với (뻗은); sự cứu trợ (구원의). ¶ 따뜻한 구원의 ～ sự cứu trợ nhiệt tình / ～이 닿는 곳에 nơi ở trong tầm với.

손꼽다 ❶ (셈하다) đếm đầu ngón tay. ¶ 손꼽아 기다리다 đếm đầu ngón tay chờ đợi, rất trông mong. ❷ (굴지) ¶ 손꼽는 không nhiều, xuất sắc, ưu tú, nổi bật.

손꼽아치다 trong số loại xuất sắc, trong số dạng ưu tú, trong số ưu tú.

손끝 đầu ngón tay, thủ công (솜씨). ¶ ～(이) 여물다 có tài khéo.

손끝맵다 (서술적으로) tay xui xẻo, tay hậu đậu, không mát tay.

손끝맺다 khoanh tay (đứng nhìn); lười nhác, lười biếng; bàng quan.

손넘기다 ❶ (시기를 놓치다) bỏ lỡ cơ hội, đánh mất thời cơ. ❷ (잘못 세다) tính nhầm, tính sót, tính thiếu.

손녀(孫女) cháu gái.

손놓다 (일을) từ bỏ, bỏ mặc, phủi tay; cắt đứt quan hệ.

손님 ❶ (내방객) người đến thăm, khách đến chơi; khách mời (초대한). ¶ 사업상의 ～ khách hàng / ～을 대접하다 tiếp đón khách hàng / ～을 맞다 gặp khách hàng / ～이 있다 có khách / ～접대가 좋다 [나쁘다] tiếp đãi khách tử tế [không tử tế]. ❷ (고객) khách hàng; khán giả (극장의); khách trọ (여관 등의). ¶ 단골 ～ khách quen / ～이 없다 vắng khách / ～이 늘다 [줄다] tăng [giảm] lượng khách / ～을 끌다 thu hút khách / ～ 서비스가 좋다 [나쁘다] phục vụ khách hàng tốt [không tốt]; phục vụ chu đáo (không chu đáo) (여관 등에서). ❸ (승객) hành khách.

손대다 ❶ (건드리다) chạm vào, đụng vào, sờ vào (남의 것에). ¶ 음식에 손도 안대다 không sờ vào thức ăn / 손대지 마시오【게시】Đừng đụng vào hiện vật! ❷ (착수) bắt tay vào làm, bắt đầu làm; (관계) dính líu, quan hệ, liên hệ; can thiệp, xen vào. ¶ 정치에 ～ dính líu đến chính trị / 여자에게 ～ dính líu với phụ nữ. ❸ (손찌검) đánh đập.

손대중 sự đo bằng tay. ¶ ～으로 với việc đo bằng tay.

손도끼 cái rìu đá.

손도장(-圖章) sự điểm chỉ, sự đánh dấu vân tay. ¶ ～찍다 điểm chỉ; đánh dấu vân tay.

손독(-毒) ¶ ～이 오르다 bị nhiễm trùng do sờ tay vào.

손득(損得) ☞ **손익**(損益).

손들다 đưa tay lên, giơ tay lên; biểu quyết (찬성); đầu hàng (지다); giơ tay đầu hàng (항복); giơ tay thề, giơ tay tuyên thệ (단념). ¶ 손들어! giơ tay lên!

손등 mu bàn tay.

손때 đất bẩn ở tay. ¶ ～묻은 lấm đất bẩn từ tay.

손떠퀴 ¶ ～가 좋다 sự đụng tay mang lại may mắn; hơi tay tốt, mát tay / ～가 나쁘다 hơi tay không tốt, không mát tay.

손떼다 (…에서) chấm dứt; giải quyết xong; phủi tay; cắt đứt mối quan hệ.

손료(損料) tiền thuê mướn.

ㅅ

손맑다 ❶ (생기는 것이 없다) nghèo nàn, tay trắng (서술적). ❷ (다랍다) keo kiệt, bủn xỉn.

손모(損耗) sự hư hại, sự hao mòn (do sử dụng).

손목 cổ tay. ¶ ～을 잡다 nắm lấy cổ tay.

손바느질 việc khâu vá bằng tay.

손바닥 lòng bàn tay, gan bàn tay. ¶ ～을 뒤집듯이 như trở lòng bàn tay / ～으로 때리다 đánh bằng lòng bàn tay.

손발 tay chân, tứ chi.

손버릇 ¶ ～(이) 나쁜 thói táy máy tay chân (không tốt); thói ăn cắp vặt.

손보다 (돌보다) săn sóc, chăm sóc, chăm nom, trông coi; (수리) sửa sang, sửa chữa; xử lý; (원고를) chỉnh sửa; sửa chữa.

손봐주다 giúp đỡ, hỗ trợ, giúp sức, chi viện, ủng hộ; (고쳐주다) sửa sang, sửa chữa; chỉnh sửa.

손빌다 được giúp đỡ, nhận sự hỗ trợ; nhờ vả.

손뼉치다 vỗ tay; hoan hô.

손상(損傷) sự hư hại; sự thiệt hại; sự tổn thương / **~하다** hư hại; thiệt hại; tổn thương. ¶ ～을 주다 = 손상하다. / ～을 입다 bị hư hại; bị thiệt hại; bị tổn thương.

손샅 kẽ tay; kẽ ngón tay.

손색(遜色) hạ cấp; chất lượng kém cỏi. ～없다 (서술적으로) không kém cạnh, không thua kém.

손서투르다 bàn tay vụng về, bàn tay lóng ngóng, bàn tay hậu đậu; (서술적) vụng về, hậu đậu.

손속 ¶ ～이 좋다 vận cờ bạc tốt, vận may cờ bạc / ～이 나쁘다 vận cờ bạc xui xẻo.

손수 sự trực tiếp dùng tay của mình; sự tận tay; sự đích thân; sự trực tiếp (몸소).

손수건(-手巾) khăn tay, khăn mùi xoa.

손수레 xe tay; xe goòng nhỏ đẩy bằng tay.

손쉽다 (용이함) dễ sử dụng, dễ thực hiện. ¶ 손쉬운 일 việc dễ dàng làm được, việc dễ thực hiện / 손쉽게 이기다 thắng dễ dàng, thắng không mấy khó khăn / 손쉽게 생각하다 nghĩ dễ dàng, nghĩ một các đơn giản / 돈을 손쉽게 벌다 kiếm tiền một cách dễ dàng.

손실(損失) sự thiệt hại; sự tổn thất; sự mất mát. ¶ 국가적인 ～ sự tổn thất mang tính quốc gia / ～을 주다 gây thiệt hại, gây tổn thất, gây mất mát / ～을 입다 bị tổn thất, bị mất mát.

손심부름 việc nhỏ nhặt, việc lặt vặt.

손싸다 nhanh tay, làm việc nhanh nhẹn, hoạt bát, lanh lẹ.

손쓰다 dùng nhiều biện pháp, cố gắng bằng mọi cách; hành động; tác động; chuẩn bị. ¶ 미리 ～ chuẩn bị trước; hành động trước; tác động trước / 손을 쓸 수 없다 không thể làm gì được nữa; không còn cách nào khác.

손아귀 ¶ ～에 넣다 cho vào tay, cho vào phạm vi quyền hạn (của ai đó); (사람을) sự nắm giữ; sự làm chủ; sự chỉ đạo, sự điều hành / ～에 들다 nắm giữ, làm chủ; chỉ đạo; điều hành.

손아래 ¶ ～의 thuộc cấp dưới / 손아랫사람 người dưới quyền / 세 살 ～이다 ít hơn 3 tuổi.

손어림 ~하다 đo bằng tay, ước lượng bằng tay.

손위 ¶～의 thuộc cấp trên / 손윗 사람 người lãnh đạo, cấp trên; người nhiều tuổi hơn.

ㅅ

손익(損益) được và mất, lợi và hại. ¶ ~계산서 tính toán được mất, tính toán lợi hại.

손익다 quen tay; (서술적) thành thạo, thành thục, điêu luyện.

손일 việc làm bằng tay, việc thủ công.

손자(孫子) cháu trai.

손잡기다 bận bịu, bận rộn; vướng tay, dở tay (vì công việc).

손잡이 cán, tay cầm, móc, núm; (문의) tay cầm. ¶ ~끈 dây an toàn (전동차 등의).

손재주 ¶ ~있는 có tài khéo tay.

손질 ¶ ~(을)하다 sửa chữa, chỉnh sửa, sửa sang, tỉa tót, chăm sóc (수리) / ~이 잘 된 được sửa sang cẩn thận, được sửa chữa kỹ lưỡng / ~이 되지 않은 không được chăm sóc, không được quan tâm.

손짓 sự vẫy tay. **~하다** vẫy tay; giơ tay làm hiệu.

손찌검하다 đánh; đập.

손치다 (여관 따위) bố trí phòng ở.

손치르다 thết đãi, chiêu đãi, đãi tiệc (khách).

손크다 (후하다) rộng lượng; rộng rãi; hào phóng; quảng đại. ¶ 손(이) 큰 사람 người hào phóng; người rộng rãi; người rộng lượng.

손톱 móng tay. ¶ ~을 깎다 cắt móng tay / ~으로 할퀴다 cào bằng tay / 빨갛게 물들인 ~ móng tay nhuộm đỏ. ¶ ~깎이 thợ sửa móng tay / ~가위 kéo cắt móng tay / ~자국 vết móng tay (cào) (상처).

손풍금(-風琴) đàn phong cầm.

손해(損害) sự thiệt hại, sự tổn thất, sự hư hại, sự mất mát (사상자). ¶ ~를 주다 gây tổn hại, gây tổn thất, gây mất mát / (큰) ~를 입다 bị tổn thất, bị hư hại, bị tổn hại (lớn). ¶ ~배상 bồi thường thiệt hại / ~배상을 요구하다 yêu cầu bồi thường thiệt hại / ~보험 bảo hiểm thiệt hại / ~액 tiền thiệt hại, khoản thiệt hại.

손회목 khớp cổ tay.

솔[1] (터는) bàn chải. ¶ ~로 털다 chải bằng bàn chải.

솔[2] (나무) cây thông. ¶ ~가지 cành cây thông / ~방울 nhựa thông / ~밭 rừng thông, vườn đồi thông / ~잎 lá thông.

솔권(率眷) **~하다** đưa gia đình đến nơi khác.

솔기 vết nối; nếp nhăn. ¶ ~없는 không có nếp nhăn; không có vết nối.

솔깃하다 (서술적) hứng thú; thích thú; say sưa. ¶ 솔깃하여 say sưa (làm việc gì đó) / 솔깃한 이야기 câu chuyện hứng thú.

솔다[1] ❶ (말라 죄어들다) cứng cáp; phẳng phiu. ❷ (소쿠라지다) keo kiệt, bủn xỉn, hà tiện. ❸ (무솔다) mục nát, phân hủy; hao mòn; sa sút.

솔다[2] (귀가 아프다) bị ngứa tai; bị đau tai; nghe rác tai, rát tai.

솔다[3] ❶ ☞ 좁다. ❷ (서술적) chật chội, chật hẹp, nhỏ hẹp.

솔로(solo) [ÂN] đơn ca; độc tấu; ¶ ~가수 ca sĩ đơn ca / 피아노 ~ độc tấu piano.

솔선(率先) **~하다** dẫn đầu, cầm đầu, đứng đầu, lãnh đạo, hướng dẫn; khởi xướng, làm gương, làm mẫu.

솔솔 nhẹ nhàng, êm ái, vi vu.

솔직(率直) **~한** ngay thẳng, thẳng thắn, bộc trực, chính trực; thật thà / ~히 một cách thẳng thắn, một cách bộc trực, một cách thật thà. ¶ ~한 대답 trả lời thẳng thắn / ~한 사람 người thẳng thắn, người bộc trực / ~히 말하면 nếu nói một cách thẳng thắn.

솔질 sự chải. **~하다** chải.

솔트(SALT) cuộc đàm phán hạn chế vũ khí chiến lược (Strategic Arms Limitation Talks).

솜 cây bông; bông mộc; bông (옷의). ¶ ～을 두다 lót bông, nhét bông, độn bông / ～을 틀다 tách hột bông.

솜사탕 kẹo bông.

솜씨 (기술) sự khéo léo; (세공) tài khéo tay; (능력) sự điêu luyện, sự thành thục. ¶ ～있는 có tài khéo tay; điêu luyện, thành thục, có kỹ thuật; (유능한) có tài, có năng lực / ～가 좋다 khéo tay, có tài năng, có năng lực / ～를 보이다 thể hiện tài khéo tay, thể hiện tài năng.

솜옷 áo bông.

솜저고리 áo khoác ngoài của Hanbok có độn bông.

솜털 lông tơ.

솜틀 máy tước xơ, máy tách bông.

솜화약(-火藥) bông hóa học.

솟구다 nâng lên, đưa lên; nhón người, dướn người.

솟다 ❶ (높이) vút lên, vọt lên. ¶ 구름 위로 (치)～ vút lên trên đám mây. ❷ (샘 등이) bay vút lên, bay vọt lên. ❸ (불길이) bốc lên, bùng lên.

솟아나다 ❶ (샘이) phun ra, trào ra, tuôn ra, vọt ra, chảy ra. ❷ (여럿 중에서) phụt ra, vọt ra; (서술적) đầy tràn ra, tuôn trào.

솟을대문(-大門) cổng cao ngất.

송가(頌歌) bài thánh ca, bài hát ca ngợi.

송골매(松鶻-) 【LCh】 chim ưng vùng Xibêri.

송곳 cái khoan; dụng cụ khoan (도래송곳); cái dùi, cái đục (금속·돌을 뚫는). ¶ ～으로 구멍을 뚫다 dùng khoan để đục lỗ; dùng dùi để đục lỗ.

송곳니 răng nanh.

송구(送球) ❶ ☞ **핸드볼**. ❷ (던지다) **~하다** chơi bóng ném.

송곳칼 dụng cụ vừa là dao vừa là khoan.

송구(悚懼) ～스럽다 hổ thẹn, ngượng, xấu hổ (죄송); biết ơn (감사).

송구영신(送舊迎新) **~하다** tống cựu nghênh tân; tiễn năm cũ đón năm mới.

송금(送金) tiền gửi; sự gửi tiền. **~하다** gửi tiền; chuyển tiền. ¶ ～수수료 phí gửi tiền, phí chuyển tiền / ～ 수취인 người nhận tiền gửi, người nhận tiền / ～수표 hóa đơn gửi tiền / ～액 số tiền gửi / ～인 người gửi tiền, người chuyển tiền.

송기(送氣) sự cung cấp không khí. **~하다** cung cấp không khí. ¶ ～관(管) ống thông khí, ống thông hơi.

송년(送年) sự tiễn năm cũ, tống niên.

송달(送達) sự gửi hàng. **~하다** gửi hàng, chuyển hàng; phân phối hàng (교부). ¶ ～부(簿) sổ phân phối hàng, sổ giao hàng.

송당송당 ¶ ～자르다 cắt khúc không đều nhau; thái rối, băm; chặt lấy chặt để (không để ý).

송덕(頌德) sự tán dương; sự ca tụng (công đức). ¶ ～비(碑) bia công đức.

송독(誦讀) **~하다** kể lại, trần thuật lại.

송두리째 (통째) tất thảy, toàn bộ, trọn vẹn, hoàn toàn; hết sạch; (뿌리째) tận gốc; triệt để, thấu đáo. ¶ ～ 없애다 xóa bỏ hoàn toàn, xóa bỏ triệt để, xóa bỏ tận gốc / 배를 ～먹다 ăn hết sạch quả táo.

송로(松露) 【TV】 nấm đất.

송료(送料) cước vận chuyển (운임); cước chuyên chở; cước bưu điện. ¶ ～선불 trả trước cước vận chuyển / ～포함 1,000원 bao gồm 1.000 won cước vận chuyển.

송림(松林) rừng thông.

ㅅ

송별(送別) sự tiễn đưa, sự tạm biệt, sự chia tay. ¶ ～사(辭) lời tiễn đưa, lời chia tay, lời tạm biệt / ～회 cuộc gặp chia tay.

송부(送付) **~하다** gửi tiền, chuyển tiền (송금).

송사(訟事) việc kiện cáo, việc tố tụng.

송사(頌辭) lời tán dương, lời ca ngợi, lời tán tụng.

송사리 ❶ [LC] cá tuế (loại cá chép). ❷ (사람) tính nhỏ nhặt, tính cách kiểu tham một bát bỏ một mâm.

송송 ¶ ～썰다 thái nhỏ.

송수(送水) **~하다** cung cấp nước. ¶ ～관 ống nước; đường ống nước (본관).

송수신기(送受信機) (라디오) máy thu phát sóng vô tuyến.

송수화기(送受話機) (전화의) ống nghe.

송신(送信) sự truyền tin, sự phát tin, sự gửi tin. **~하다** truyền tin, phát tin, gửi tin. ¶ ～국 đài phát / ～탑 tháp truyền thông / ～기 máy phát.

송아지 con bê. ¶ ～를 낳다 sinh bê con. ¶ ～ 가죽 da bê / ～ 고기 thịt bê.

송알송알 ¶ ～ 땀이 나다 vã mồ hôi hột, túa mồ hôi hột.

송어(松魚) [LC] cá hồi.

송영(送迎) **~하다** đón tiếp và đưa tiễn, đón đưa.

송영(誦詠) **~하다** thuộc lòng, thuộc làu.

송유(松油) sự vận chuyển xăng dầu. **~하다** vận chuyển xăng dầu. ¶ ～관(管) ống vận chuyển xăng dầu.

송이 (꽃·과실의) bông, đóa; nải, buồng, chùm; (눈의) bông. ¶ 포도 한 ～ một chùm nho / 장미 한 ～ một bông hồng.

송이(松栮) nấm kim châm; nấm thông. ¶ ～ 버섯 = 송이.

송장 xác chết, thi hài. ¶ 산～ cơ thể chết lâm sàng, cơ thể sống nhưng không có tri giác.

송장(送狀) hóa đơn, giấy chứng nhận, chứng từ. ¶ ～을 작성하다 viết hóa đơn. ¶ ～ 대장 sổ chứng từ, sổ hóa đơn / 내국 ～ hóa đơn trong nước / 수출 ～ hóa đơn xuất khẩu / 수입 ～ hóa đơn nhập khẩu.

송전(送電) sự truyền tải điện. **~하다** truyền tải điện. ¶ ～선 đường truyền tải điện / ～소 trạm truyền tải điện / ～탑 tháp (cột) truyền tải điện.

송죽(松竹) cây tre và cây thông.

송지(松脂) ☞ **송진**. ¶ ～유(油) dầu côlôphan.

송진(松津) nhựa thông.

송청(送廳) **~하다** tống giam (tội phạm) vào tù; tống đạt (giấy tờ tin tức) cho cơ quan chức năng.

송축(頌祝) **~하다** tán dương, ca ngợi; cầu chúa, cầu nguyện.

송충이(松蟲-) sâu ăn lá thông. ¶ 인간 ～ (비유) tính cách lằng nhằng khó chịu, tính cách dây dưa.

송치(送致) **~하다** gửi, chuyển; ủy thác; ủy nhiệm; giao phó. ¶ 검찰에 ～ 하다 giao cho viện kiểm sát.

송판(松板) tấm ván thông.

송편(松-) bánh gạo hấp trên lá thông dùng để ăn vào dịp Tết Trung thu ở Hàn Quốc.

송풍(松風) sự thông gió. ¶ ～관 ống thông gió / ～기 bộ phận thông gió.

송화(松花) ❶ sự truyền phát thanh. ❷ sự truyền phát lời nói.

송화(送話) sự truyền gửi lời thoại. **~하다** truyền gửi lời thoại. ¶ ～구(口) (전화기의) miệng ống nghe (nói) / ～기 máy phát.

송환(送還) sự hồi hương; sự trở về (포로 따위). **~하다** hồi hương; trở về. ¶ (부상병으로) 본국에 ～되다 trở về nước vì bị thương. ¶ ～자 người hồi hương;

người trở về.

솥 nồi; bung; vạc (가마솥). ¶ 한~밥을 먹다 cùng ăn chung một nồi cơm. ¶ ~뚜껑 vung nồi.

솨 ầm ầm, ào ào (từ tượng thanh); lồng lộng (gió); như trút (mưa).

솰솰 ¶ ~흐르다 chảy cuồn cuộn.

쇄골(鎖骨) [GP] xương đòn.

쇄광기(碎鑛機) máy nghiền, máy tán.

쇄국(鎖國) sự cô lập, sự cách ly, sự xa lánh, sự cách biệt. **~하다** cô lập, cách ly, xa lánh, cách biệt. ¶ ~시대 thời kỳ cách ly / ~정책 chính sách cách ly, chính sách bế quan tỏa cảng / ~주의 chủ nghĩa ẩn dật, chủ nghĩa bế quan tỏa cảng.

쇄도(殺到) sự tới tấp; sự dồn dập; sự cuồn cuộn. **~하다** tới tấp; dồn dập; cuồn cuộn. ¶ 주문이 ~하다 đặt hàng tới tấp.

쇄빙선(碎氷船) tàu phá băng.

쇄신(刷新) sự cải tiến, sự sửa đổi, sự cải cách. **~하다** cải tiến, sửa đổi, cải cách. ¶ 정계의 ~ sự cải cách trong chính giới / 일대 ~을 단행하다 đưa ra cuộc cải cách trọng đại.

쇄편(碎片) mảnh vụn, mảnh vỡ; một khúc; một đoạn.

쇠 ❶ (철) sắt thép; kim loại (금속). ¶ ~로 만든 làm bằng kim loại. ¶ ~갈고리 đai sắt / 쇳 빛 ánh kim loại. ❷ (열쇠) chìa khóa; ổ khóa. ¶ ~채우다 tra chìa khóa vào ổ.

쇠가죽 da bò chưa thuộc.

쇠고기 thịt bò.

쇠고랑 còng sắt, cùm sắt, xích sắt. ¶ ~채우다 còng lại, cùm lại, xích lại.

쇠고리 đai sắt; móc sắt; vòng sắt. ¶ ~던지기 ném móc sắt.

쇠공이 chày sắt.

쇠귀 ¶ ~에 경읽기 đọc kinh vào tai bò; đàn gẩy tai trâu; nước đổ đầu vịt; nước đổ lá khoai.

쇠귀나물 [TV] thực vật dưới nước có lá hình tai bò.

쇠기름 mỡ bò.

쇠꼬리 đuôi bò; (식용의) món súp đuôi bò. ¶ 닭벼슬이 될 망정 ~는 되지마라 thà làm mào của gà hơn làm cái đuôi bò, thà làm vua ở làng hơn làm người hầu trong triều đình (속담).

쇠꼬챙이 cái xiên thịt bằng sắt.

쇠다 ❶ (명절을) kỷ niệm, chào đón. ¶ 명절을 ~ kỷ niệm ngày lễ lớn, chào đón ngày lễ lớn / 설을 ~ chào đón Tết, ăn Tết. ❷ (채소가) bị già cỗi, bị xơ, bị dai. ❸ (병이 덧나다) bị nặng thêm, bị trầm trọng thêm.

쇠똥[1] (소의 똥) phân bò (거름).

쇠똥[2] (쇳부스러기) xỉ sắt.

쇠망(衰亡) **~하다** suy thoái, suy tàn, suy sụp, sụp đổ, đổ nát.

쇠망치 búa sắt.

쇠멸(衰滅) ☞ **쇠망**.

쇠몽둥이 thanh sắt; que sắt.

쇠뭉치 thỏi kim loại.

쇠미(衰微) **~하다** (서술적) tàn tạ, hoang phế; hết thời.

쇠버짐 một loại bệnh ecpet mảng tròn.

쇠붙이 đồ dùng bằng kim loại.

쇠비름 [TV] rau dền tía.

쇠뼈 xương bò.

쇠뿔 ¶ ~도 단김에 빼랬다 (속담) biết nắm bắt đúng cơ hội; dạy con từ thủa còn thơ.

쇠사슬 dây xích sắt; xiềng sắt (개의). ¶ ~로 매다 buộc dây xích sắt, xích lại / ~을 풀다 tháo dây xích.

쇠새 [LCh] chim bói cá.

쇠스랑 [Nô] cái cào; cái nạo.

쇠약(衰弱) yếu ớt; suy nhược. ~한 sự yếu ớt; sự suy nhược; sự gầy mòn;

ㅅ

sự già yếu (야윈). ¶ 병으로 ~해지다 bị suy nhược vì bệnh tật. ¶ 전신 ~ suy nhược toàn thân.

쇠운(衰運) vận số sa sút; thời kỳ xuống dốc. ¶ ~에 접어들다 bước vào thời kỳ xuống dốc.

쇠잔(衰殘) **~하다** (쇠약) suy yếu, suy nhược; (쇠퇴) suy tàn, sa sút, suy sụp; (기운이) suy, đi xuống, xuống dốc.

쇠줄 dây sắt, dây xích sắt.

쇠진(衰盡) sự kiệt quệ, sự cạn kiệt. **~하다** kiệt quệ; cạn kiệt.

쇠코뚜레 vòng xỏ mũi trâu bò.

쇠톱 cưa sắt.

쇠퇴(衰退·衰頹) **~하다** suy thoái, suy sụp, suy tàn.

쇠파리 [CT] ruồi trâu, con mòng.

쇠푼 số tiền nhỏ.

쇠하다(衰-) (쇠약) bị yếu đi, bị suy nhược; (위축) co ro; teo tóp; (쇠망) suy tàn, suy thoái, sa sút, suy sụp, tàn tạ (감퇴).

쇳내 mùi sắt, mùi kim loại. ¶ ~가 나다 có mùi sắt.

쇳물 (녹물) nước han gỉ; (녹슨 쇠) đồ sắt han gỉ.

쇳소리 tiếng kim loại (va vào nhau).

쇳줄 (광맥) mỏ sắt.

쇼 [Anh] buổi trình diễn; cuộc trưng bày, buổi triển lãm. ¶ ~를 보러 가다 đi xem trình diễn, đi xem triển lãm. ¶ ~걸 cô gái trình diễn, cô gái biểu diễn / 퀴즈 ~ chương trình đố vui.

쇼룸 [Anh] phòng trưng bày, gian trưng bày.

쇼맨 [Anh] ông bầu; chuyên viên quảng cáo. ¶ ~십(기질) nghệ thuật quảng cáo.

쇼비니즘 [Anh] chủ nghĩa sôvanh, chủ nghĩa bá quyền nước lớn.

쇼윈도 [Anh] tủ kính trưng bày hàng hóa ở các cửa hiệu. ¶ ~를 장식하다 trang trí các tủ kính trưng bày.

쇼케이스 [Anh] kệ trưng bày hàng hóa.

쇼크 [Anh] sự bị sốc, sự bị tổn thương mạnh. ☞ **충격**. ¶ ~를 받다 bị sốc / ~를 주다 gây sốc.

쇼핑 [Anh] sự mua sắm. **~하다** mua sắm. ¶ ~가다 đi mua sắm. ¶ ~백 túi đựng đồ mua sắm, túi đựng hàng hóa / ~센터 trung tâm mua sắm.

숄 [Anh] tã lót trẻ em; khăn choàng. ¶ ~을 걸치다 quấn tã lót; choàng khăn.

숄더백 [Anh] túi đeo vai.

숏커트 [Anh] đường tắt; sự nhanh gọn; cắt tóc ngắn.

수(手) ❶ (바둑·장기의) nước; bước đi của quân cờ. ¶ 나쁜 ~ nước đi không tốt / 한 ~ 두다 đi một nước. ❷ (수법·꾀) thủ đoạn, mưu mô, mưu mẹo; biện pháp, cách thức. ¶ ~에 넘어가다 vượt qua mưu mô (của đối phương).

수(壽) (나이) tuổi tác; (장수) thọ, sự sống lâu. ¶ ~를 누리다 sống thọ, sống lâu / ~를 다하다 sống trường thọ.

수(數) ❶ số lượng; con số (숫자). ¶ ~많은 số nhiều, số đông; nhiều; số lượng nhiều / ~없는 nhiều / ~를 세다 đếm số lượng / ~에 넣다 đặt con số. ❷ ☞ **운수**, **행운**. ¶ ~사납다 vận số đen đủi.

수(繡) sự thêu thùa; sự may vá. ¶ ~실 sợi chỉ thêu / ~놓다 thêu.

수 ❶ (수단·방법) phương pháp, cách thức, biện pháp, phương tiện (방안). ¶ 가장 좋은 ~ biện pháp tốt nhất / 무슨 ~를 써서라도 dù dùng phương pháp nào đi nữa / …하는 ~밖에 없다 đành phải sử dụng cách đang làm / 별 ~없다 không còn cách nào khác. ❷ (가능성·능력) khả năng, sự có thể;

☞ **수있다**. có thể; ☞ **수없다**. không thể.

수(首) bài thơ; khổ thơ.

수…(數) (몇) một vài. ¶ ～일 một vài ngày.

…**수**(囚) ¶ 미결 ～ người tù tạm giam / 사형～ người tử tù; phạm nhân bị kết án tử hình.

수감(收監) sự giam cầm; sự giam hãm. **~하다** giam cầm, giam hãm.

수갑(手匣) còng tay, còng số tám. ¶ ～을 채우다 còng tay lại; tra còng tay.

수강(受講) **~하다** thụ giảng; nghe thuyết trình. ¶ ～생 sinh viên nghe giảng, sinh viên dự thuyết trình.

수개(數個) ～의 một ít, một vài. ¶ ～월 một vài tháng.

수갱(竪坑) hầm lò.

수건(手巾) khăn tay. ¶ ～걸이 móc treo khăn tay / 세수 ～ khăn rửa mặt.

수검(受檢) ¶ ～자 ❶ người bị thẩm tra, đối tượng bị kiểm tra. ❷ người dự thi, thí sinh.

수결(手決) sự đề tên, sự ký tên; sự xác nhận danh tính. ¶ ～(을) 두다 ký tên, xác nhận văn bản.

수고(手苦) sự khó nhọc, sự vất vả; sự mất công sức. **~하다** khó nhọc, vất vả; mất công sức. ¶ ～스러운 một cách vất vả, một cách khó nhọc / ～를 아끼지 않다 không tiếc công khó nhọc, không quản ngại vất vả / ～를 끼치다 (시키다) bắt phải khó nhọc, bắt phải vất vả / ～를 덜다 giảm bớt vất vả / ～스럽지만 tuy khó nhọc nhưng, tuy vất vả nhưng.

수공(手工) sự làm bằng tay; thủ công. ¶ ～업 ngành thủ công / ～업자 người làm nghề thủ công / ～품 hàng thủ công.

수괴(首魁) tên đầu sỏ, kẻ cầm đầu.

수교(手交) **~하다** trao đổi; giao lưu; bắt tay; thiết lập mối quan hệ ngọai giao.

수교(修交) tình bằng hữu, mối quan hệ hữu nghị ☞ **수호**(修好). ¶ ～훈장(勳章) huân chương hữu nghị.

수구(水球) 【TT】 môn bóng nước.

수구(守舊) ☞ **보수**(保守).

수국(水菊) 【TV】 cây tú cầu.

수군거리다 nói thầm thì, nói khe khẽ, nói thì thào, nói lào thào.

수군수군 xì xào, thì thào, thì thầm, lào thào, khe khẽ.

수굿하다 hơi dốc xuống; hơi đổ xuống; hơi chúi xuống.

수그러지다 ❶ (머리가) gục xuống, rũ xuống; cúi xuống (존경). ❷ (바람 따위가) dịu xuống, hạ xuống, giảm bớt. ❸ (병세가) hạ bớt, giảm bớt; (분노 따위가) hạ bớt, giảm bớt, dịu xuống.

수그리다 ☞ **숙이다**.

수금(收金) sự thu tiền; phiếu thu tiền. **~하다** thu tiền; nhận tiền. ¶ ～원 nhân viên thu ngân, người nhận tiền.

수급(需給) sự cung cầu. ¶ ～계획 kế hoạch cung cầu / ～ 조절 điều chỉnh cung cầu.

수긍(首肯) sự đồng ý, sự tán thành; sự ưng thuận; sự chấp nhận. **~하다** đồng ý, tán thành; ưng thuận, chấp nhận (납득하다).

수기(手記) sự ghi nhớ, sự lưu ý; bản ghi nhớ.

수기(手旗) lá cờ. ¶ ～ 신호 tín hiệu bằng lá cờ.

수꽃 【TV】 hoa đực.

수난(水難) tai nạn sông nước, tai nạn dưới nước.

수난(受難) sự đau đớn, sự khó khăn; sự chịu nạn, sự chịu đựng đau đớn. ¶ ～을 겪다 vượt qua đau đớn, vượt qua khó khăn. ¶ ～일 【KT】 ngày kỉ niệm Đức Chúa Giêxu bị đóng đinh, thứ sáu tuần thánh.

수납(收納) sự nhận tiền, sự thu tiền. **~하다** nhận tiền, thu tiền. ¶ ～계원 nhân viên thu tiền; người nhận tiền.

수납(受納) **~하다** tiếp nhận; tiếp đón. ¶ ～자 người tiếp nhận; người tiếp đón.

수냉식(水冷式) ～의 cách làm nguội bằng nước lạnh.

수녀(修女) nữ tu; bà xơ. ¶ ～가 되다 trở thành nữ tu sĩ. ¶ ～원 tu viện.

수년(數年) vài năm; một số năm.

수뇌(首腦) đầu não; cấp cao. ¶ ～부 bộ phận đầu não; ban lãnh đạo cấp cao (정당 따위의); ban giám đốc; hội đồng quản trị (회사 등의) / ～회담 hội đàm cấp cao.

ㅅ

수뇨관(輸尿管) 【GP】 niệu quản.

수다 nhiều; phần nhiều; số nhiều; số đông; nói nhiều, nói lắm, lắm lời. ～스럽다 nhiều, đông; lắm lời, nói nhiều. ¶ ～떨다 nói chuyện phiếm, lắm lời. ¶ ～쟁이 người nói lắm, người hay nói, người lắm lời, người buôn chuyện phiếm.

수단(手段) phương tiện; cách thức; biện pháp (편법). ¶ 목적을 위한 ～ cách thức đạt được mục đích / 부정한 ～ biện pháp tiêu cực / 정당하건 부당한 ～이건 간에 giữa biện pháp chính đáng hay không chính đáng / ～을 안 가리다 không lựa biện pháp nào / 최후의 ～으로 bằng biện pháp tối hậu / ～이 다하다 dùng hết tất cả các biện pháp / ～을 그르치다 sử dụng sai phương tiện; dùng cách thức sai lầm / 비상 ～을 쓰다 sử dụng biện pháp khẩn cấp / 온갖 ～을 다 쓰다 dùng hết mọi phương tiện, sử dụng mọi biện pháp.

수달(水獺) 【ĐV】 rái cá. ¶ ～피(皮) máu rái cá.

수당(手當) tiền trợ cấp, tiền trợ giá; tiền thưởng (상여금). ¶ ～을 주다 [받다] cho [nhận] tiền trợ cấp. ¶ 가족 ～ tiền trợ cấp hộ gia đình , trợ cấp gia cảnh / 특별 ～ tiền trợ cấp đặc biệt; tiền thưởng đặc biệt / 퇴직 ～ trợ cấp thôi việc / 연말 ～ tiền thưởng cuối năm / 출산 ～ trợ cấp sinh đẻ.

수더분하다 giản dị; đơn giản; dễ dàng.

수도(水道) (설비) đường ống dẫn nước; vòi nước. ¶ ～를 틀다 [잠그다] mở [đóng] vòi nước / ～를 놓다 đặt đường ống nước. ¶ ～ 공사 lắp đặt đường ống dẫn nước / ～국 sở (cơ quan) cung cấp nước / ～꼭지 bộ phận đóng mở ở vòi nước, van vòi nước / ～료 tiền nước, phí dùng nước / ～관 ống nước / ～ 물 nước máy.

수도(首都) thủ đô. ～의 thuộc thủ đô, thuộc trung tâm. ¶ ～경찰 cảnh sát thủ đô.

수도(修道) **~하다** tu, tu hành; tu luyện, tu dưỡng; khổ luyện. ¶ ～ 생활 cuộc sống tu hành / ～승 nhà tu, nhà sư / ～원 tu viện dành cho nam (주로 남자의); tu viện dành cho nữ (수녀의).

수도권(首都圈) khu trung tâm; khu vực thủ đô. ¶ ～ 방위 bảo vệ khu vực thủ đô / ～ 전철화 lắp đặt tàu điện ngầm trong khu vực thủ đô.

수동(手動) ¶ ～의 bằng tay. ¶ ～ 펌프 máy bơm bằng tay.

수동(受動) ～적(으로) tính thụ động, tính bị động. ¶ ～태 【NNH】 thể bị động.

수두(水痘) 【YH】 bệnh thủy đậu.

수두룩하다 (많다) rất nhiều; đầy tràn; tràn ngập; phong phú; chan chứa; (흔하다) phổ biến; thông thường. ¶ 수두룩이 tràn ngập; phong phú; sai, trĩu (hoa quả)/할 일이 ~ công việc nhiều; công việc tràn ngập/딸기가 다시 수두룩하니 많아졌다 lại có rất nhiều dâu.

수득수득 ¶ ~한 già nua; khô héo; quắt queo; teo tóp.

수들수들 ☞ **수득수득**.

수라(水剌) bữa ăn của vua chúa; bữa ăn vương giả.

수라장(修羅場) quang cảnh hỗn độn; sự hỗn loạn; cảnh bạo lực. ¶ ~이 되다 trở thành quang cảnh hỗn độn.

수락(受諾) sự chấp nhận; sự thừa nhận; sự chấp thuận. **~하다** chấp nhận; thừa nhận; chấp thuận.

수란관(輸卵管) 【GP】 vòi trứng.

수량(水量) khối lượng nước. ¶ ~계 máy đo khối lượng nước.

수량(數量) số lượng, khối lượng. ¶ ~이 늘다 tăng số lượng, tăng khối lượng.

수렁 vũng bùn; bãi lầy. ¶ ~에 빠지다 rơi vào vũng bùn, rơi vào đầm lầy.

수렁배미 mảnh ruộng bùn.

수레 xe bò; xe ngựa. ¶ ~바퀴 bánh xe bò; bánh xe ngựa.

수려(秀麗) ~한 xinh đẹp, xinh xắn; duyên dáng; đẹp trai; xinh gái.

수력(水力) thủy lực, sức nước. ¶ ~ 발전소 trạm phát thủy điện / ~터빈 tuốc bin thủy lực.

수련(修練) sự huấn luyện; sự rèn luyện; sự dạy dỗ; sự đào tạo. **~하다** huấn luyện; rèn luyện; dạy dỗ; đào tạo. ¶ ~의 thuộc về sự đào tạo, thuộc về sự huấn luyện.

수련(睡蓮) 【TV】 cây hoa súng.

수렴(收斂) ❶ ☞ **추렴**. ❷ 【Lo】 sự thu lượm; sự thu gom; sự hội tụ vào; 【YH】 sự cầm máu. **~하다** thu lượm, thu gom; bóp chặt; cầm máu. ¶ ~렌즈 kính hội tụ / ~제 chất cầm máu.

수렴청정(垂簾聽政) **~하다** giúp đỡ việc triều chính.

수렵(狩獵) sự săn bắn; ☞ **사냥**. ¶ ~가 thợ săn / ~금지기 mùa cấm săn bắn / ~ 해제기 thời kỳ săn bắn tự do / ~기 mùa săn bắn / ~지 khu vực săn bắn.

수령(守令) 【LS】 thủ lĩnh.

수령(受領) **~하다** nhận lấy; chấp nhận; chấp thuận. ¶ ~인 người nhận; người chấp nhận.

수령(樹齡) tuổi thọ của cây.

수로(水路) đường thủy; đường hàng hải (항로). ¶ ~도(圖) bản đồ đường thủy; bản đồ thủy văn.

수로안내(水路案內) sự làm hoa tiêu; (사람) hoa tiêu. **~하다** chỉ dẫn đường thủy; làm hoa tiêu. ¶ ~료 chi phí hoa tiêu; chi phí cho việc hướng dẫn đường / ~선 tàu hoa tiêu.

수록(收錄) **~하다** tập hợp; thu thập; (기재) ghi chép; thu âm, thu hình.

수뢰(水雷) (어뢰) ngư lôi; (기뢰) thủy lôi. ¶ ~정 tàu phóng ngư lôi.

수료(修了) **~하다** học xong chương trình. ¶ 3학년 (과정)을 ~하다 học xong chương trình 3 năm.

수류(水流) dòng nước, luồng nước; thủy lưu.

수류탄(手榴彈) lựu đạn.

수륙(水陸) đất liền và sông nước, trên cạn và dưới nước. ¶ ~양서(兩棲)의 thuộc dạng lưỡng cư trên cạn và dưới nước. ¶ ~양서동물 động vật lưỡng cư trên cạn và dưới nước / ~양용 비행기 thủy phi cơ / ~양용 전차 tàu điện lội nước / ~양용(자동)차 xe ô tô lội nước.

수리 【LCh】 chim ưng; chim đại bàng.

수리(水利) sự sử dụng nguồn nước; sự cung cấp nước tưới (급수); tưới tiêu;

ㅅ

thủy lợi (관개); sự vận chuyển nước. ¶ ～ 시설 thiết bị tưới tiêu; công trình thủy lợi / ～ 사업 việc tưới tiêu / ～ 조합 hợp tác xã thủy lợi, hiệp hội tưới tiêu.

수리(水理) ¶ ～학 ngành thủy lợi.

수리(受理) **~하다** nhận; chấp nhận; tiếp nhận. ¶ 원서 [사표]를 ～하다 chấp nhận đơn xin việc [từ chức].

수리(修理) sự sửa chữa, sự chỉnh sửa. **~하다** sửa chữa, chỉnh sửa, vá lại (시키다). ¶ ～ 중이다 đang sửa chữa /～할 수 없다 không thể sửa chữa được. ¶ ～공 thợ sửa chữa, người sửa chữa / ～공장 nhà máy sửa chữa / ～비 tiền sửa chữa, phí sửa chữa.

수리(數理) nguyên lý toán học. ～적(으로) tính chất toán học. ¶ ～ 경제학 môn toán kinh tế; ngành toán kinh tế.

ㅅ

수림(樹林) cây cối; rừng; vườn đồi.

수립(樹立) **~하다** thành lập, sáng lập, thiết lập, xây dựng.

수마(水磨) sự ngập; sự lụt; sự đầy tràn.

수마(睡魔) cơn buồn ngủ. ¶ ～와 싸우다 đánh vật với cơn buồn ngủ, vật lộn với cơn buồn ngủ.

수만(數萬) hàng ngàn.

수매(收買) sự thu mua. **~하다** thu mua. ¶ 정부의 쌀 ～가격 giá chính phủ thu mua lúa gạo.

수맥(水脈) mạch nước.

수면(水面) mặt nước. ¶ ～에 떠오르다 nổi trên mặt nước.

수면(睡眠) giấc ngủ. ¶ ～을 (충분히) 취하다 ngủ đẫy giấc / ～을 방해하다 quấy rầy giấc ngủ. ¶ ～병 bệnh ngủ (nhiều) / ～ 시간 thời gian ngủ / ～부족 thiếu ngủ / ～제 thuốc ngủ / ～ 장애 khó ngủ.

수명(壽命) tuổi thọ; thời gian tồn tại. ¶ 기계의 ～ tuổi thọ của máy móc / 현 정부의 ～ thời gian tồn tại của chính phủ hiện thời. ¶ 평균 ～ tuổi thọ trung bình.

수모(手母) người phù dâu, cô phù dâu.

수모(受侮) sự khinh miệt, sự khinh rẻ, sự khinh bỉ. **~하다** bị khinh miệt, bị khinh rẻ, bị khinh bỉ.

수모자(首謀者) ☞ **주모자**.

수목(樹木) cây cối.

수몰(水沒) **~하다** bị ngập trong nước, bị chìm trong nước; bị lũ lụt. ¶ ～ 지역 khu vực bị ngập trong nước; khu vực bị lũ lụt.

수문(水門) cửa cống.

수문수답(隨問隨答) **~하다** trả lời một cách trôi chảy; hỏi gì đáp nấy.

수미(首尾) đầu đuôi; bắt đầu và kết thúc.

수미(愁眉) ¶ ～(를) 펴다 khuây khỏa, giảm bớt (lo lắng).

수밀도(水蜜桃) nước trái đào.

수박 dưa hấu. ¶ ～겉 핥기 liếm vỏ dưa hấu; sự qua quýt, sự hời hợt, sự nông cạn; cưỡi ngựa xem hoa.

수반(首班) người đứng đầu; người lãnh đạo. ¶ 내각의 ～ người đứng đầu nội các.

수반(隨伴) **~하다** kèm theo; phụ thêm; đi kèm; đi theo.

수배(手配) **~하다** chuẩn bị; sửa soạn; (배치) bố trí, xếp đặt; (경찰이) bố trí. ¶ ～ 사진 ảnh truy nã tội phạm.

수배(數倍) ～의 vài lần; gấp vài lần.

수백(數百) ～의 hàng trăm. ¶ ～마일 hàng trăm dặm.

수범(垂範) **~하다** làm mẫu, nêu gương, làm gương.

수법(手法) thủ pháp, kỹ thuật; kỹ năng, kỹ xảo; mưu mẹo (속임수). ¶ 새로운 사기 ～mưu mẹo lừa đảo mới.

수병(水兵) lính thủy, thủy thủ, thủy binh.

¶ ～복 trang phục lính thủy; bộ quần áo thủy thủ.

수보다(數-) gặp vận may; gặp thời; gặp cơ hội.

수복(收復) sự thu hồi, sự lấy lại được; sự khôi phục; sự hồi phục; sự thu phục. **~하다** thu lại, lấy lại; thu phục; khôi phục; hồi phục. ¶ ～지구 khu vực thu hồi.

수복(壽福) sự trường thọ và hạnh phúc; phúc thọ. ¶ ～ 강녕 phúc thọ khang ninh.

수부(水夫) người đi biển; thuyền viên. ¶ ～장 thuyền trưởng (갑판장). ☞ **선원**.

수부(首府) thủ phủ; trung tâm; thủ đô.

수북하다 chất đống, chất đầy, chất ngồn ngộn (서술적); (부어서) nhiều, ngồn ngộn. ¶ 수북이 một cách bừa bộn, một cách ngồn ngộn.

수분(水分) hơi ẩm; hơi nước. ¶ ～이 많은 nhiều hơi nước; nhiều hơi ẩm / ～을 흡수하다 hấp thụ hơi nước; hập thụ hơi ẩm.

수분(受粉·授粉) sự thụ phấn; sự rắc phấn hoa. 【TV】 **~하다** thụ phấn.

수비(守備) sự phòng vệ; sự bảo vệ. **~하다** phòng vệ; bảo vệ. ¶ ～를 강화하다 tăng cường phòng vệ. ¶ ～대 đội bảo vệ / ～ 병 quân phòng vệ; người bảo vệ (총칭).

수사(手寫) **~하다** sao chép bằng tay (chép tay).

수사(修士) nhà sư; thầy tu.

수사(修辭) sự tu từ; sự ẩn dụ. ¶ ～학 tu từ học / ～ 학자 nhà tu từ học.

수사(搜査) sự điều tra, sự truy xét, sự tìm tòi, sự lục soát. **~하다** điều tra, tìm tòi, truy xét, lục soát. ¶ ～에 착수하다 bắt đầu truy tìm, bắt đầu điều tra, bắt đầu lục soát. ¶ ～과 phòng điều tra, ban điều tra / ～망 mạng lưới điều tra, mạng lưới truy tìm / ～ 본부 trung tâm điều tra / 합동 ～반 tổ hợp tác điều tra / 경찰 ～ cảnh sát điều tra.

수사(數詞) 【VH】 số từ.

수사납다(數-) khốn khổ; khốn đốn; không may mắn; số hẩm hiu.

수산(水産) ¶ ～국 cục thủy sản / ～ 대학 trường đại học thủy sản / ～물 hàng thủy sản / ～업 ngành thủy sản / ～업 협동 조합 중앙회 Trung ương hội liên hiệp hợp tác xã thủy sản / ～청 sở thủy sản.

수산(蓚酸) 【HH】 axid oxalic. ¶ ～염 liệm oxalic.

수산화(水酸化) 【HH】 sự hyđrát hóa. ¶ ～나트륨 sodium hyđrát / ～물 chất hyđrôxit.

수삼(水蔘) nhân sâm tươi.

수상(水上) ～의 thuộc trên sông nước. ¶ ～ 경기 cuộc đấu trên sông nước; các loại hình thể thao dưới nước / ～ 경찰 cảnh sát đường thủy / ～(비행)기 thủy phi cơ / ～스키 trò lướt ván (도구) / ～스키를 하다 chơi lướt ván).

수상(手相) ☞ **손금**. ¶ ～술 thuật bói tay, thuật xem tướng số qua bàn tay.

수상(受像) **~하다** tiếp nhận hình ảnh; tiếp sóng truyền hình. ¶ ～기 máy truyền hình, TV.

수상(受賞) **~하다** được thưởng, trúng thưởng, nhận giải thưởng, đoạt giải. ¶ ～소설 tiểu thuyết được giải thưởng / ～작품 tác phẩm đoạt giải / ～자 người đoạt giải thưởng.

수상(首相) thủ tướng (독일 통일 전 서독의). ¶ ～서리 quyền thủ tướng / ～직 chức vụ thủ tướng.

수상(殊常) ～한 đáng ngờ, đáng nghi ngờ; ám muội. ¶ ～하게 여기다 cảm

ㅅ

thấy nghi ngờ.

수상(授賞) **~하다** trao giải thưởng, ban thưởng, trao tặng. ¶ ~식 lễ trao giải thưởng, lễ ban tặng.

수상(隨想) những tư tưởng tản mạn rời rạc. ¶ ~록 sự ghi chép lại những ý tưởng tản mạn, sự viết theo kiểu tùy bút.

수색(搜索) sự tìm tòi; sự lục soát; sự điều tra; sự truy lùng; sự truy nã (美). **~하다** tìm tòi, lục soát; điều tra; truy lùng; truy nã. ¶ ~원을 내다 nhờ (cảnh sát) điều tra, nhờ (công an) tìm giúp. ¶ ~대 đội điều tra; đoàn khảo sát / ~ 영장 lệnh truy nã; lệnh khám nhà.

수색(愁色) vẻ lo lắng; vẻ u sầu; vẻ u uất; sắc mặt không vui.

수생(水生) ~의 thuộc loài sinh sống dưới nước. ¶ ~식물 thực vật thuỷ sinh, thực vật dưới nước.

수서(手書) người trông coi sách báo ở thư viện; thủ thư.

수서(水棲) ~의 thuộc loài sống dưới nước. ¶ ~동물 động vật thuỷ sinh, động vật dưới nước.

수석(首席) (사람) người lãnh đạo, người đứng đầu, người chỉ huy; (석차) cấp cao. ~의 thuộc cấp cao, thuộc hàng lãnh đạo; thuộc cấp chỉ huy. ¶ ~을 차지하다 giữ chức lãnh đạo, giữ chức vụ cao / ~으로 졸업하다 tốt nghiệp loại ưu. ¶ ~ 대표 đại biểu cấp cao.

수선 sự rối rít, sự cuống quýt; sự lăng xăng, sự quan trọng hóa; sự òm sòm, sự ồn ào; sự hối hả. ~스럽다 một cách rối rít; một cách ồn ào. ¶ ~부리다 làm rối rít, làm quan trọng hóa / ~떨다 làm cuống quýt, làm òm sòm. ¶ ~장이 người hay quan trọng hóa vấn đề, người hay cuống quýt.

수선(修繕) sự sửa chữa; sự chỉnh sửa (thường dùng cho quần áo). **~하다** sửa chữa; chỉnh sửa (시키다). ¶ ~중 đang sửa chữa / ~이 안되다 không sửa chữa được. ¶ ~비 chi phí sửa áo (옷을 수선하는 비용).

수선화(水仙花) 【TV】 hoa thủy tiên.

수성(水性) ¶ ~도료 sơn nước (벽에 칠하는 페인트일 경우에).

수성(水星) sao Thủy tinh.

수성(獸性) tính hung ác, tính tàn bạo, thú tính.

수성암(水成岩) đá trầm tích.

수세(水勢) thủy lực.

수세(守勢) tư thế đề phòng; thủ thế. ¶ ~적인 tính chất đề phòng, tính chất thủ thế.

수세공(手細工) nghề thủ công mỹ nghệ. ~의 thuộc nghề thủ công mỹ nghệ. ¶ ~품(品) hàng thủ công mỹ nghệ.

수세미 giẻ lau chùi. ¶ ~외 miếng giẻ rửa bát.

수세식(水洗式) ¶ ~변소 cầu tiêu dạng xả nước; bồn cầu thụt nước.

수소 con bò đực.

수소(水素) hyđrô (ký hiệu H). ~의 thuộc dạng khí hyđrô. ¶ ~가스 khí đốt hyđrô / ~ 폭탄 bom hyđrô.

수소문(搜所聞) **~하다** lần theo tin đồn, tìm theo tin đồn.

수속(手續) ☞ **절차**.

수송(輸送) sự chuyên chở, sự vận tải. **~하다** chuyên chở, vận tải. ¶ ~기 máy bay vận tải / ~선(船) thuyền vận tải / ~량 lưu lượng vận chuyển / 국내 ~ vận chuyển trong nước / 해외 ~ vận chuyển quốc tế / 육상 ~ vận chuyển bằng đường bộ / 해상 ~ vận chuyển bằng đường biển / 철도 ~ vận chuyển bằng đường sắt / 항공 ~ vận chuyển bằng đường hàng không.

수쇠 (돌쩌귀의) bản lề; mấu chốt; (맷돌의) chốt trụ.

수수 【TV】 cây kê Ấn độ.

수수(授受) **~하다** cho và nhận.

수수께끼 câu đố; điều bí ẩn; điều huyền bí (비밀). ¶ ～ 같은 giống như câu đố; giống như một điều bí ẩn / ～의 인물 nhân vật bí ẩn; người huyền bí / ～를 던지다 đưa ra câu đố.

수수료(手數料) tiền thù lao; phí dịch vụ.

수수방관(袖手傍觀) **~하다** khoanh tay đứng nhìn; bàng quan; thờ ơ.

수수하다 bình thường, vừa phải; trung bình. ¶ 수수한 무늬 hoa văn bình thường / 수수한 빛깔 màu sắc vừa phải.

수술 【TV】 nhị hoa.

수술(手術) sự mổ xẻ; sự phẫu thuật. **~하다** phẫu thuật; mổ xẻ. ¶ ～을 받다 được phẫu thuật; được mổ. ¶ ～실 phòng phẫu thuật, phòng mổ / ～대 bàn mổ; bàn phẫu thuật / ～복 bộ y phục phẫu thuật / ～의 thuộc về phẫu thuật / 대～ ca phẫu thuật quan trọng / ～시간 thời gian mổ, thời gian phẫu thuật / ～ 자국 vết mổ.

수습(收拾) sự kiềm chế được, sự cứu vãn được, sự làm chủ được. **~하다** kiềm chế được, cứu vãn được, làm chủ được. ¶ 난국을 ～ 하다 làm chủ được sự khó khăn; cứu vãn được tình thế khó khăn / ～ 못하게 되다 làm cho không thể kiềm chế được; trở nên mất tự chủ; trở nên không thể cứu vãn.

수습(修習) sự thực tập; sự học việc; sự thử việc. **~하다** thực tập; học việc. ¶ ～ 간호사 y tá thực tập / ～ 기간 thời gian thực tập; thời gian thử việc / ～ 기자 nhà báo thử việc.

수시(隨時) ～로 luôn luôn; trong mọi lúc (언제든지); trong mọi trường hợp cần thiết; trong mọi tình huống (필요에 따라).

수식(水蝕) 【Địa】 sự che khuất ánh sáng.

수식(修飾) **~하다** trang trí, trang hoàng, trang điểm; 【NP】 bổ nghĩa. ¶ ～어 từ bổ nghĩa.

수신(水神) thủy thần.

수신(受信) sự tiếp nhận thư từ, sự tiếp nhận tín hiệu. **~하다** tiếp nhận thư từ, tiếp nhận tín hiệu. ¶ ～국 văn phòng tiếp nhận thư tín / ～ 안테나 ăng ten tiếp sóng, ăng ten tiếp nhận tín hiệu / ～기 máy nhận tín hiệu / ～인 người nhận thư tín, người nhận tín hiệu / ～인 불명의 편지 bức thư không rõ tên người nhận.

수신(修身) sự rèn luyện đạo đức; sự trau dồi đạo đức, sự tu thân (수양). ¶ ～ 제가하다 tu thân tề gia.

수심(水深) độ sâu của nước. ¶ ～계 máy đo độ sâu của mực nước.

수심(愁心) tâm trạng u sầu, tâm trạng buồn rầu, sự sầu muộn, sự u uất. ¶ ～에 잠기다 chìm đắm trong tâm trạng buồn rầu.

수십(數十) hàng chục. ¶ ～년간 trong hàng chục năm.

수압(水壓) áp suất của nước. ¶ ～기(계) máy chạy bằng áp suất của nước; thủy lực kế đo áp suất của nước.

수액(樹液) nhựa cây. ¶ ～이 나오다 nhựa cây ứa ra.

수양(收養) sự nuôi nấng, sự nuôi dưỡng. **~하다** nuôi nấng, nuôi dưỡng. ¶ ～딸로 주다 cho làm con gái nuôi. ¶ ～부모(父母) bố mẹ nuôi / ～아들 con trai nuôi / ～딸 con gái nuôi.

수양(修養) **~하다** trau dồi; rèn luyện; tu dưỡng. ¶ ～을 쌓은 사람 người tu

dưỡng chuyên cần.
수양버들(垂楊-) cây liễu rủ.
수업(修業) buổi học; giờ học; bài học; sự học. **~하다** học tập. ¶ ~연한 thời gian của một khóa học; thời gian của một chương trình đào tạo / ~증서 thẻ học viên.
수업(授業) sự dạy dỗ, sự đào tạo; sự lên lớp; sự giảng bài; buổi giảng. **~하다** dạy dỗ; lên lớp; giảng bài. ¶ ~을 받다 nghe giảng / ~이 없다 không có giờ học, không có giờ giảng. ¶ ~료 chi phí đào tạo / ~ 시간 thời gian đào tạo / ~ 일수 số ngày lên lớp.
수없다 (불가능) không thể; (힘겹다) không đủ sức, không đủ tài năng, không đủ năng lực; không có cách nào khác.
수없이(數-) vô số; không đếm xuể.
수에즈운하(-運河) kênh đào Suez.
수여(授與) **~하다** trao; tặng; cho; cấp, ban.
수여리 【蟲】 ong cái; ong chúa.
수여식(授與式) ¶ 상품 ~ lễ trao tặng phần thưởng / 졸업 증서 ~ lễ trao bằng tốt nghiệp.
수역(水域) khu vực nước, vùng sông nước, vùng biển. ¶ 경제 ~ kinh tế vùng sông nước, kinh tế vùng biển / 중립 ~ vùng biển trung lập.
수역(獸疫) dịch gia cầm; dịch thú nuôi.
수연(壽宴) tiệc mừng thọ cho người già.
수염(鬚髯) (콧수염) ria; ria mép; (구렛나루) tóc mai; (턱수염) râu. ¶ ~이 있는(난) có ria mép / ~이 텁수룩한 râu rậm / ~을 깎다 cạo râu / ~을 기르다 để râu, để ria mép. ¶ 가짜 ~ râu giả; ria mép giả / 옥수수 ~ râu ngô.
수영(水泳) sự bơi. **~하다** bơi; bơi lội. ¶ ~ 하러 가다 đi bơi / ~을 잘 하다 bơi lội giỏi. ¶ ~ 경기 cuộc thi bơi / ~복 bộ đồ bơi / ~ 선수 vận động viên bơi lội / ~장 bể bơi, hồ bơi / ~팬츠 quần bơi.
수예(手藝) kỹ nghệ thủ công, thủ công mỹ nghệ. ¶ ~품 hàng thủ công mỹ nghệ.
수온(水溫) nhiệt độ nước.
수완(手腕) năng lực; khả năng; tài năng; kỹ nghệ; năng khiếu. ¶ ~ 있는 có tài; có năng lực; có khả năng; có năng khiếu / ~을 발휘하다 phát huy tài năng, phát huy năng lực. ¶ ~가 người tài năng, người có năng lực, người có khả năng / 외교(적) ~ người có khả năng ngoại giao.
수요(需要) nhu cầu, sự đòi hỏi; sự yêu cầu; sự đề nghị. ¶ ~ 가 있다 có yêu cầu, có đòi hỏi, có đề nghị / ~를 채우다 đáp ứng yêu cầu, làm thỏa mãn đòi hỏi. ¶ ~공급 cung cầu / ~ 과다(過多) nhu cầu quá lớn, đòi hỏi quá mức / ~ 감소 giảm nhu cầu, hạn chế đòi hỏi / 가 ~ nhu cầu giả tạo, đòi hỏi không có thực (투기성).
수요일(水曜日) ngày thứ tư (trong tuần).
수욕(獸慾) đòi hỏi xác thịt; nhu cầu tình dục.
수용(水溶) ¶ ~성의 tính hòa tan trong nước. ¶ ~액 dung dịch hòa tan trong nước.
수용(收用) sự tịch thu; sự tịch biên; sự thu hồi sung công. **~하다** tịch thu; tịch biên; sung công. ¶ 토지 ~ thu hồi đất / 토지 ~ 법 luật tịch thu đất đai, luật thu hồi đất đai.
수용(收容) sự cho ăn ở; sự tiếp nhận; sự tiếp đón. **~하다** cho ăn ở; tiếp nhận; tiếp đón. ¶ 수재민을 ~ 하다 cho dân bị lũ lụt chỗ ăn ở; tiếp nhận dân bị lũ lụt. ¶ ~력 năng lực tiếp

nhận / ～소 nơi tiếp nhận; sở tị nạn; trại tập trung.

수용(受容) sự nhận; sự tiếp nhận. **~하다** nhận; tiếp nhận. ¶ ～ 태새 sự chuẩn bị tiếp nhận.

수용(需用) sự tiêu thụ; sự tiêu dùng. ¶ ～자 người tiêu thụ; người tiêu dùng.

수운(水運) sự vận chuyển bằng đường thủy, vận tải đường thủy.

수원(水源) sự khởi phát của nguồn nước; sự khởi nguồn, sự bắt đầu của dòng nước; nguồn cung cấp nước (수도의). ¶ ～지(池) nguồn cung cấp nước, nơi cung cấp nước.

수원(受援) ¶ ～국 nước nhận viện trợ.

수월찮다 không dễ; không ít; không nhỏ.

수월하다 dễ dàng; đơn giản; ít; nhỏ. ¶ 하기가 ～ làm dễ dàng, làm đơn giản.

수월히 một cách đơn giản, một cách dễ dàng.

수위(水位) mực nước. ¶ ～ 표 bảng theo dõi mực nước / 위험 ～ mực nước nguy hiểm, mực nước báo động.

수위(守衛) sự bảo vệ, sự canh gác, sự trông coi; người bảo vệ, người canh gác, người trông coi. ¶ ～실 phòng bảo vệ / ～장 đội trưởng đội bảo vệ.

수위(首位) vị trí hàng đầu, cương vị lãnh đạo. ¶ ～를 차지하다 nắm cương vị lãnh đạo.

수유(授乳) sự cho bú sữa; sự cho uống sữa. **~하다** cho bú sữa; cho uống sữa. ¶ ～기(期) thời kỳ bú sữa mẹ; thời kỳ cho con bú.

수유관(授乳管) 【GP】 tia sữa.

수유자(受遺者) 【PL】 người thừa kế; người thừa tự tài sản (동산의); người thừa kế bất động sản (부동산의).

수육(獸肉) thịt.

수은(水銀) thủy ngân. ¶ ～등 đèn thủy ngân / ～주 cột thủy ngân / ～ 온도계 nhiệt kế đo độ bằng thủy ngân / ～ 중독 ngộ độc thủy ngân.

수음(手淫) sự thủ dâm. **~하다** thủ dâm.

수의(壽衣) vải liệm; quần áo liệm.

수의(隨意) ～의 thuộc dạng không bắt buộc; tự ý, tự nguyện, tự giác. ¶ ～로 với sự tự nguyện. ¶ ～계약 hợp đồng tự do (của cá nhân), hợp đồng thỏa thuận / ～근(筋) tính tự nguyện.

수의(獸醫) thú y. ¶ ～과 대학 trường đại học thú y / ～학 ngành thú y.

수익(收益) tiền lương; thu nhập; khoản kiếm được; (투자의) lợi nhuận, lợi tức, lãi suất, tiền lãi, tiền lời. ¶ ～을 많이 올리다 tăng thu nhập lên nhiều; tăng lợi nhuận lên nhiều. ¶ ～세 thuế thu nhập, thuế lợi tức.

수익(受益) **~하다** có lãi, có thu nhập, có lợi nhuận (từ đầu tư). ¶ ～자 người hưởng lãi; người có lợi nhuận.

수인(囚人) tù nhân.

수인성(水因性) ¶ ～ 질병 bệnh tật sinh ra từ nguồn nước.

수임(受任) **~하다** nhận chức vụ được bổ nhiệm, nhậm chức. ¶ ～자 người nhậm chức.

수입(收入) (소득) thu nhập, nguồn thu; khoản lợi nhuận, khoản lãi; (세입) nguồn thu nhập từ thuế; (입금) lãi suất tiền gửi; (매상고) doanh thu; doanh số; lợi nhuận. ¶ ～과 지출 thu và chi / ～이 많다 [적다] lợi nhuận nhiều [ít]; thu nhập cao [thấp] / ～의 길이 막히다 nguồn thu nhập bị cắt đứt. ¶ ～인지 tem thuế / 고정 [월] ～ thu nhập cố định [hàng tháng] / 실제 ～ thu nhập thực tế.

수입(輸入) sự nhập khẩu; (문물의) sự du

ㅅ

nhập; sự đưa vào. ~하다 nhập khẩu; du nhập; đưa vào. ¶ ~가격 giá nhập khẩu / ~ 감시 품목 mặt hàng giám sát khẩu nhập / ~ 결제 어음 hối phiếu thanh toán tiền nhập khẩu / ~ 경쟁 sự cạnh tranh nhập khẩu / ~ 계약 hợp đồng nhập khẩu / ~ 과징금 khoản phụ thu về nhập khẩu / ~국 nước nhập khẩu / ~ 규제 quy chế nhập khẩu / ~ 금지 cấm nhập khẩu / ~ 대리점 đại lý nhập khẩu / ~ 대체 산업 nền công nghiệp chú trọng sản xuất thay thế hàng nhập khẩu / ~ 량 số lượng nhập khẩu / ~ 면장 giấy phép nhập khẩu / ~ 무역 ngành thương mại nhập khẩu / ~상[업자] người [doanh nghiệp] nhập khẩu / ~ 상사 hãng nhập khẩu / ~ 상품 hàng hóa nhập khẩu / ~ 성향(性向) khuynh hướng nhập khẩu / ~ 세 thuế nhập khẩu / ~ 쇠고기 thịt bò nhập khẩu / ~ 수속 thủ tục nhập khẩu / ~ 신고(서) đơn xin nhập khẩu / ~ 신용장 thư tín dụng nhập khẩu / ~ 액 kim ngạch nhập khẩu / ~ 어음 hối phiếu nhập khẩu / ~ 억제 품목 danh mục hàng hạn chế nhập khẩu / ~ 금지 품목 danh mục hàng cấm nhập khẩu / ~ 의존 dựa vào nhập khẩu / ~ 자유화 tự do hóa nhập khẩu / ~ 정책 chính sách nhập khẩu / ~ 제한 hạn chế nhập khẩu / ~ 초과 nhập khẩu siêu / ~ 품 hàng nhập khẩu / ~ 할당 hạn ngạch nhập khẩu / ~ 할당 제도 chế độ đặt hạn ngạch nhập khẩu / ~항 cảng nhập khẩu / ~ 허가서 giấy phép nhập khẩu / ~ 허가제 chế độ giấy phép nhập khẩu / 직접 [간접] ~ nhập khẩu trực tiếp [gián tiếp].

수입절차(輸入節次) thủ tục nhập khẩu, quy trình nhập khẩu.

수있다 (능력) có thể; có khả năng; (사물이 주어) có thể làm được, có thể thực hiện; (무방) nếu có thể. ¶ 될 수 있는 대로 với mức độ có thể được, với khả năng có thể / 할(될) 수 있으면 nếu như có thể làm được; nếu có thể thực hiện được.

수자원(水資源) tài nguyên nước; tài nguyên dưới nước, tài nguyên sông biển. ¶ ~ 개발 khai thác tài nguyên nước.

수작(授爵) dâng lên (cho bậc danh tướng, cho vua quan). ~하다 dâng lên.

수작(酬酌) ~하다 (말을) trao đổi qua lại (lời nói), lời qua tiếng lại, cãi vã; (술잔을) trao đổi chén rượu, chén tạc chén thù, chén chú chén anh. ¶ 허튼 ~을 하다 cãi vã chuyện không đâu.

수잠 sự chợp mắt, sự ngủ quên trong giây lát. ¶ ~ 들다 chợp mắt.

수장(水葬) thủy táng.

수장(收藏) ~하다 thu lại, nộp lại, nhập kho.

수장(綬章) kim tuyến; ruy băng óng ánh. ¶ 대~ dây kim tuyến, dải ruy băng.

수재(水災) ngập trong nước, lũ lụt. ¶ ~민 dân trong khu vực ngập trong nước, dân vùng bị lũ lụt.

수재(秀才) người có tài; thiên tài, bậc kỳ tài. ¶ ~ 교육 giáo dục thiên tài, đào tạo chuyên.

수저 thìa và đũa.

수저(水底) sự ở dưới nước, sự ở trong nước. ¶ ~ 어(魚) loài cá dưới nước.

수적(手迹) ☞ **필적**.

수전(水田) ruộng nước; ruộng trồng lúa nước.

수전(水戰) trận đánh dưới nước; trận thủy chiến. ☞ **해전**.

수전노(守錢奴) người keo kiệt; người bủn xỉn.

수전증(手顫症) 【YH】 chứng bệnh tê liệt tay. ¶ ～이 있다 bị bệnh tê liệt tay.

수절(守節) **~하다** (정조) giữ gìn sự trong trắng; giữ gìn sự liêm khiết; giữ gìn sự liêm chính; (절조) thủ tiết.

수정(水晶) thể trong suốt; tinh thể, thủy tinh, pha lê. ¶ ～ 같은 giống như pha lê. ¶ ～ 시계 đồng hồ pha lê / ～ 체 thủy tinh thể (눈의) / 자～ thạch anh tím.

수정(受精) 【Si】 sự thụ tinh; 【TV】 sự thụ phấn. **~하다** được thụ tinh; được thụ phấn. ¶ ～시키다 thụ tinh; thụ phấn. ¶ ～란(卵) trứng thụ tinh / 인공 ～ thụ tinh nhân tạo / 체외 ～ thụ tinh ngoài.

수정(修正) sự xét lại; sự sửa đổi lại; sự duyệt lại. **~하다** xét lại; sửa đổi lại; duyệt lại. ¶ ～ 신고 xin xét lại / ～안 đề án xét lại; đề án duyệt lại / ～ 예산 ngân sách duyệt lại / ～ 자본주의 chủ nghĩa tư bản xét lại / ～ 주의 chủ nghĩa xét lại.

수정(修整) **~하다** sắp đặt; điều chỉnh; chỉnh sửa (사진을). ¶ 사진 원판을 ～하다 chỉnh sửa lại ảnh gốc.

수정과(水正果) nước quế.

수정관(輸精管) 【GP】 ống dẫn tinh; ống thụ tinh.

수제(手製) ～의 thuộc loại sản phẩm làm bằng tay, thủ công. ¶ ～품 sản phẩm làm bằng tay, hàng thủ công.

수제비 món bánh canh bằng bột mì.

수제자(首弟子) học sinh xuất sắc, học sinh ưu tú.

수조(水槽) thùng nước; bể nước.

수조(水藻) sự chấn động của nước; sự chèo, sự khuấy nước.

수족(手足) tay và chân; bốn chi (사지). ¶ (남의) ～ 처럼 일하다 làm việc bằng tay chân (như người khác).

수족관(水族館) bể nuôi các loài sống dưới nước; thủy cung. ¶ 해양 ～ bể nuôi động vật biển.

수주(受注) **~하다** chấp nhận lời đề nghị; nhận đơn đặt hàng. ¶ ～ 고 số lượng đặt hàng đã nhận.

수준(水準) mực nước; tiêu chuẩn; mức độ (표준). ¶ 지적 ～ mức độ chỉ trích / ～에 (도)달하다đạt mức độ / ～을 높이다 nâng cao tiêu chuẩn / ～이상[이하]이다 trên [dưới] tiêu chuẩn. ¶ ～기(器) ống thủy, ống bọt nước / 문화～ mức độ văn hóa / 문화 ～이 높다 mức độ văn hóa cao / 생활 ～ mức sống, tiêu chuẩn sinh hoạt / 최고 ～ tiêu chuẩn cao nhất.

수줍다 rụt rè, nhút nhát, bẽn lẽn, e thẹn. ¶ 수줍어하다 tỏ vẻ nhút nhát.

수중(水中) ～의 trong nước; dưới sông biển. ¶ ～에 ở trong nước. ¶ ～ 안경 kính bơi (수영용); kính lặn (관측용) / ～ 작업원 người làm việc dưới nước / ～ 촬영 quay phim dưới nước / ～ 사진기 máy chụp ảnh trong nước.

수중(手中) ¶ ～에 들어가다 lọt vào tầm tay, lọt vào trong tay; rơi vào tầm kiểm soát của ai đó / ～ 에 넣다 bỏ vào tay, cho vào tầm tay.

수증기(水蒸氣) hơi nước sinh ra từ việc chưng cất.

수지(-紙) ☞ **휴지**.

수지(收支) (균형) thu chi; thu nhập và chi tiêu; (채산) sự cân bằng thu chi. ¶ ～맞는 đúng mức thu chi; thu chi thích hợp / ～가 맞다 thu chi cân đối; (채산이) cân đối thu chi; có lãi / ～가 안 맞다 thu chi không cân đối; (채산) không có lợi nhuận / ～를 맞추다 cân đối thu chi; điều chỉnh thu

ㅅ

chi hợp lý / ～를 결산하다 quyết toán thu chi.

수지(樹脂) mủ cây, nhựa cây (유동체); chất dẻo (고체). ¶ ～(질)의 thuộc chất dẻo, thuộc chất nhựa. ¶ 합성 ～ nhựa tổng hợp.

수지(獸脂) chất béo động vật; mỡ.

수직(手織) ～의 thuộc kiểu dệt bằng tay. ¶ ～기 khung cửi.

수직(垂直) ～의 thuộc cạnh vuông góc. ¶ ～선 đường vuông góc / ～강하 (비행기의) lên xuống vuông góc / ～이착륙기 cất cánh và hạ cánh theo phương thẳng đứng.

수질(水質) chất lượng nước. ¶ ～ 검사 kiểm tra chất lượng nước / ～ 오염 ô nhiễm chất lượng nước.

수집(蒐集) sự thu thập, sự tập hợp; sự biên tập. **~하다** thu thập, tập hợp; sưu tầm; biên tập. ¶ ～가 người thu thập, người sưu tầm / ～벽 thú đam mê sưu tầm.

수차(水車) cối xay nước.

수차(收差) [VLH] sự nhầm lẫn, sự sai lạc. ¶ 구면(球面) ～ khối hình cầu méo mó.

수채 ống dẫn; cống rãnh; mương máng. ¶ 수챗구멍 lỗ ống dẫn; cửa cống.

수채움(數-) **~하다** làm tròn số.

수채화(水彩畵) trang vẽ bằng màu nước. ¶ ～가 họa sỹ vẽ tranh màu nước / ～물감 chất liệu màu nước.

수척(瘦瘠) ～한 hốc hác, phờ phạc, gầy rộc.

수천(數千) hàng ngàn.

수첩(手帖) sổ tay, sổ nhỏ bỏ túi.

수초(水草) cỏ nước.

수축(收縮) sự teo lại, sự co lại, sự thu nhỏ. **~하다** teo lại, co lại, thu nhỏ. ¶ 통화의 ～ thu nhỏ mệnh giá tiền lưu thông. ¶ ～근(筋) [GP] cơ khít / ～성(性) tính rút gọn, tính thu nhỏ.

수축(修築) **~하다** sửa chữa; tu bổ (kiến trúc xây dựng).

수출(輸出) sự xuất khẩu; hàng xuất khẩu. **~하다** xuất khẩu. ¶ ～ 가격 giá xuất khẩu / ～ 면장 giấy phép xuất khẩu / ～항 cảng xuất khẩu / ～ 공업 단지 khu chế xuất / ～세 thuế xuất khẩu / ～시장 다변화 sự biến đổi đa dạng của thị trường xuất khẩu / ～업 công tác xuất khẩu / ～ 초과 xuất siêu / ～품 hàng xuất khẩu / ～의존 phụ thuộc xuất khẩu / ～ 회사 công ty xuất khẩu / ～ 산업 ngành công nghiệp xuất khẩu / ～ 증가 tăng xuất khẩu.

수출경쟁력(輸出競爭力) khả năng cạnh tranh xuất khẩu.

수출국(輸出國) nước xuất khẩu.

수출금융(輸出金融) tiền tệ xuất khẩu.

수출금지(輸出禁止) sự cấm xuất khẩu; sự cấm vận. **~하다** cấm xuất khẩu; cấm vận.

수출상(업자)(輸出商(業者)) người xuất khẩu, doanh nhân làm về xuất khẩu.

수출송장(輸出送狀) hóa đơn xuất khẩu.

수출신용보험(輸出信用保險) sự bảo hiểm tín dụng xuất khẩu.

수출신용장(輸出信用狀) thư tín dụng xuất khẩu.

수출실적(輸出實績) thành tích xuất khẩu.

수출액(輸出額) sản lượng xuất khẩu. ¶ 총～ tổng sản lượng xuất khẩu.

수출입(輸出入) sự xuất nhập khẩu. ¶ ～의 차액 cán cân xuất nhập khẩu. ¶ ～ 은행 ngân hàng xuất nhập khẩu / ～금제품 sản phẩm cấm xuất nhập khẩu; mặt hàng cấm xuất nhập khẩu.

수취(受取) sự thu nhận; sự tiếp nhận. **~하다** thu nhận; tiếp nhận. ¶ ～인 người nhận biên lai; người thụ hưởng (어음의); người nhận tiền gửi (송금의).

수치(羞恥) sự hổ thẹn; sự mất thể diện; sự nhục nhã; sự ô nhục. ¶ ~스런 một cách hổ thẹn; một cách mất thể diện; một cách nhục nhã / ~를 당하다 bị mất thể diện; bị làm nhục.

수치(數値) trị số. ¶ ~를 구하다 tìm trị số.

수캉아지 con chó con đực.

수캐 chó đực.

수컷 giống đực; con trống, con đực. ¶ ~의 thuộc giống đực.

수코양이 con mèo đực.

수키와 ngói dương.

수탁(受託) sự ủy thác; sự giao phó; sự ủy nhiệm; sự ký gửi. **~하다** được ủy thác; được giao phó; được ủy nhiệm; được ký gửi. ¶ ~금 tiền ký gửi / ~물 hàng ký gửi / ~인 người ủy thác, người ủy nhiệm; người ký gửi.

수탈(收奪) sự cướp bóc; sự tước đoạt; sự bóc lột. **~하다** cướp bóc; tước đoạt; bóc lột.

수탉 gà trống.

수태(受胎) sự thụ thai; sự thụ tinh. **~하다** thụ thai, có thai; có mang, có chửa. ¶ ~고지(告知) sự thụ thai được báo trước (đức Mẹ Maria); sự thụ thai (không trống) / ~ 조절 kế hoạch sinh đẻ; hạn chế sinh đẻ.

수통(水筒) bình nước; thùng nước; chai nước.

수퇘지 lợn đực.

수틀(繡-) khung thêu.

수벌 ong đực, ong thợ.

수평(水平) ~의 thuộc dạng mặt phẳng. ¶ ~으로 với mặt phẳng; với đường nằm ngang / ~으로 하다 làm theo đường nằm ngang. ¶ ~면 bề mặt nằm ngang / ~비행 bay theo chiều ngang / ~선 đường nằm ngang; đường chân trời.

수포(水泡) bong bóng nước; bọt nước; vô ích; không có gì, con số không. ¶ ~로 돌아가다 trở về con số không.

수포(水疱) 【YH】 vết bỏng; vết phồng rộp.

수폭(水爆) ☞ **수소폭탄**. ¶ ~ 실험 thí nghiệm bom hyđrô.

수표(手票) ngân phiếu. ¶ 5만 원짜리 ~ ngân phiếu trị giá 50,000 won / ~로 지불하다 chi trả bằng ngân phiếu / ~를 떼다 rút ngân phiếu / ~를 현찰로 바꾸다 đổi ngân phiếu ra tiền mặt. ¶ ~장 tờ ngân phiếu / 부도 ~ ngân phiếu không thanh toán được / 분실 ~ ngân phiếu bị đánh rơi / 위조 ~ ngân phiếu giả / 여행자 ~ ngân phiếu dành cho người du lịch.

수풀 cây cối; lùm cây; vườn cây; rừng.

수프 súp. ¶ ~ 접시 đĩa súp.

수피(樹皮) vỏ cây; vỏ quả.

수피(獸皮) da thú (모피).

수피둘기 con chim bồ câu đực.

수필(隨筆) bài tiểu luận; bài tùy bút. ¶ ~가 nhà tùy bút / ~집 tập tùy bút.

수하(手下) dưới tầm tay; dưới quyền; cấp dưới; thuộc hạ.

수하(受荷) bất cứ ai, bất cứ cái gì. ¶ ~인 người nào đó.

수하(誰何) ❶ (검문) **~하다** thử thách. ❷ (누구) ¶ ~를 막론하고 không kể người nào; bất kể là ai.

수하다(壽-) sống thọ; sống lâu.

수하물(手荷物) hành lý; đồ đạc mang theo; hành lý xách tay, đồ đạc cá nhân (휴대품). ¶ ~을 맡기다 gửi hành lý. ¶ ~일시 보관소 nơi bảo quản hành lý tạm thời / ~ 취급소 trung tâm xử lý hành lý.

수학(修學) **~하다** học hỏi; tìm tòi; tìm hiểu. ¶ ~ 여행 du lịch để học hỏi.

수학(數學) số học, toán học. ～의 thuộc về số học. ¶ ～자 nhà toán học / 고등 ～ toán học cấp ba; số học cấp ba (phổ thông trung học).

수학능력시험(修學能力試驗) cuộc thi năng lực vào đại học.

수해(水害) sự thiệt hại do lũ lụt; tổn thất do ngập lụt. ¶ ～를 입다 bị thiệt hại do lũ lụt. ¶ ～ 대책 biện pháp khắc phục thiệt hại lũ lụt (구조); biện pháp cứu trợ vùng ngập lụt / ～지 khu vực thiệt hại do lũ lụt / ～가옥 nhà cửa thiệt hại do lũ lụt.

수행(修行) (수련) sự rèn luyện, sự tu dưỡng, sự trau dồi; (종교상의) sự tu hành. **~하다** tự rèn luyện, tự tu dưỡng, tự trau dồi.

수행(遂行) **~하다** tiến hành, thực thi, thực hiện, xúc tiến; đạt được, hoàn thành.

수행(隨行) **~하다** tham gia; tham dự; đi theo; đi cùng. ¶ ～원 người đi cùng; người cùng tham gia (총칭).

수험(受驗) **~하다** tiến hành thí nghiệm; dự thi, đi thi, trải qua kỳ thi. ¶ ～ 준비를 하다 chuẩn bị đi thi. ¶ ～ 과목 môn dự thi / ～료 lệ phí dự thi / ～ 번호 số báo danh / ～생 sinh viên dự thi; học sinh dự thi; thí sinh dự thi / ～ 자격 tư cách dự thi / ～표 phiếu dự thi.

수혈(輸血) sự truyền máu, sự cho máu. **~하다** truyền máu, cho máu. ¶ ～을 받다 được truyền máu, được cho máu.

수형(受刑) **~하다** bị kết án, bị tuyên án, bị án tù. ¶ ～자 người bị kết án tù.

수호(守護) **~하다** bảo vệ; che chở; canh phòng. ¶ ～신 thần hộ mệnh.

수호(修好) sự thân thiết; mối quan hệ hữu nghị. ¶ ～ 조약 hiệp ước hữu nghị.

수화(水化) 【HH】 sự hyđrát hóa. ¶ ～물 chất hyđrát.

수화(手話) ngôn ngữ bằng cử chỉ. ¶ ～를 사용하다 sử dụng ngôn ngữ cử chỉ, sử dụng tay để biểu đạt.

수화기(受話器) ống nghe (điện thoại). ¶ ～를 놓다 [들다] đặt [cầm] ống nghe.

수확(收穫) sự thu hoạch; sự gặt hái (성과). **~하다** thu hoạch; gặt hái. ¶ ～이 많다 [적다] thu hoạch nhiều [ít]. ¶ ～기(期) mùa thu hoạch, mùa gặt hái / (예상) ～량 sản lượng thu hoạch (dự kiến).

수회(收賄) sự nhận hối lộ, sự tham nhũng. **~하다** nhận hối lộ; tham nhũng. ¶ ～ 공무원 công chức nhận hối lộ, công chức tham nhũng / ～ 혐의로 bị tình nghi nhận hối lộ. ¶ ～ 사건 vụ nhận hối lộ / ～자 người nhận hối lộ.

수효(數爻) con số, số hiệu.

수훈(垂訓) sự giảng dạy; sự đào tạo; sự chỉ dẫn. ¶ 산상 ～ giảng đạo trên núi.

수훈(殊勳) sự phục vụ xuất sắc; công lao to lớn. ¶ ～을 세우다 lập công trạng lớn. ¶ ～타(打) 【BC】 cú đấm quyết định chiến thắng / 최고 ～ 선수 vận động viên có thành tích cao nhất.

숙고(熟考) sự cân nhắc; sự suy tính; sự xem xét. **~하다** cân nhắc; suy tính; xem xét. ¶ ～한 끝에 sau khi cân nhắc; sau khi đã suy tính.

숙군(肅軍) sự khai trừ ra khỏi hàng ngũ quân đội.

숙녀(淑女) quý bà; quý cô; thục nữ; người đàn bà cao sang đài các. ¶ ～다운 đúng kiểu thục nữ.

숙다 ☞ **수그러지다**.

숙달(熟達) **~하다** thành thạo, thông thạo; lưu loát; tài giỏi. ¶ ～되어 있다 trở nên thành thạo, trở nên thông thạo;

trở nên lưu loát.

숙당(肅黨) sự khai trừ ra khỏi đảng.

숙덕(淑德) đức hạnh người phụ nữ.

숙덕거리다 thì thầm, thì thào; bàn chuyện bí mật; trao đổi ngầm. ¶ 숙덕숙덕 thì thầm, thì thào, xì xào. ¶ 숙덕공론 cuộc họp kín.

숙덕이다 ☞ **숙덕거리다**.

숙독(熟讀) sự đọc kỹ; việc vừa đọc vừa nghiền ngẫm. **~하다** đọc kỹ càng; đọc nghiền ngẫm.

숙려(熟慮) ☞ **숙고**(熟考).

숙련(熟練) sự khéo léo, sự tinh xảo; sự điêu luyện; sự thành thạo; sự có tay nghề, lành nghề. ¶ ～된 trở nên thành thạo, trở nên điêu luyện / 미～의 thuộc loại không có tay nghề, thuộc loại không được đào tạo. ¶ ～ 공 công nhân có tay nghề, công nhân lành nghề.

숙망(宿望) ước mơ ấp ủ từ lâu.

숙맥(菽麥) đậu và lúa mạch; sự ngu ngốc; sự đần đồn; sự dốt nát. ¶ ～ 불변(不辨) = 숙맥. / 그는 ～이라 잘 모른다 anh ta không phân biệt được đậu và lúa mạch.

숙면(熟眠) giấc ngủ sâu, giấc ngủ ngon. **~하다** ngủ sâu, ngủ ngon.

숙명(宿命) vận mệnh, định mệnh, số mệnh. ¶ ～적인 tính chất định mệnh; tính số mệnh. ¶ ～론 thuyết định mệnh / ～론자 người theo thuyết định mệnh.

숙모(叔母) thím; mợ.

숙박(宿泊) **~하다** ở trọ, ở qua đêm, trú chân. ¶ ～료 tiền trọ / ～부 sổ đăng ký ở trọ / ～소 nơi ở trọ, quán trọ / ～인 người ở trọ, khách trọ.

숙부(叔父) chú; dượng.

숙사(宿舍) chỗ ở tạm, chỗ trọ, chỗ trú chân (군대). ¶ ～를 마련하다 chuẩn bị nơi ở tạm.

숙성(夙成) ～한 phát triển sớm, lớn nhanh so với tuổi.

숙소(宿所) địa chỉ, nơi ở, nơi cư trú. ¶ ～를 잡다 kiếm được chỗ ở.

숙수(熟手) đầu bếp, người phục vụ trong bữa tiệc.

숙시(熟視) **~하다** nhìn kỹ, nhìn chằm chằm, nhìn chăm chú.

숙식(宿食) sự ở trọ bao gồm cả ăn uống. **~하다** ở trọ và ăn cơm. ¶ ～비 tiền trọ và tiền ăn.

숙어(熟語) thành ngữ. ¶ ～집 tuyển tập thành ngữ.

숙연(肅然) ～한 trang nghiêm; trang trọng; nghiêm trang; nghiêm túc (엄숙). ¶ ～히 một cách trang nghiêm; một cách trang trọng; một cách nghiêm túc.

숙영(宿營) **~하다** trú quân, đóng quân. ¶ ～지 nơi trú quân, nơi đóng quân.

숙원(宿怨) mối thù truyền kiếp, mối thù lâu đời.

숙원(宿願) niềm ao ước ấp ủ từ lâu.

숙의(熟議) **~하다** suy tính, cân nhắc; ngẫm nghĩ; trao đổi ý kiến kỹ càng. ¶ ～(한) 끝에 sau khi đã suy tính kỹ, sau khi đã cân nhắc cẩn thận.

숙이다 cúi đầu, gục đầu.

숙적(宿敵) kẻ thù truyền kiếp, kẻ thù lâu đời.

숙정(肅正) (단속) quy tắc, quy định; luật lệ; nguyên tắc; (정화·숙청) sự bắt buộc, sự cưỡng chế; sự thanh trừng; sự dẹp bỏ; sự xóa bỏ. **~하다** đưa ra nguyên tắc; đặt ra quy định; làm trong sạch; dẹp bỏ; xóa bỏ. ¶ 공무원 ～ 작업 công tác làm trong sạch công chức.

숙정작업(肅正作業) công tác tuân thủ quy định; công tác làm sạch môi trường.

숙제(宿題) bài tập; việc được phân công; vấn đề còn tồn tại (미해결의). ¶ 오랜 ~ vấn đề tồn tại đã lâu / ~를 내다 cho bài tập / ~를 봐 주다 xem bài tập cho; chữa bài tập / ~로 남기다 để lại vấn đề chưa giải quyết.

숙주(宿主) 【Si】 vật chủ; cây chủ (cho cây ký sinh sống nhờ). ¶ 중간 ~ vật chủ trung gian.

숙주(나물) giá đỗ xanh.

숙지(熟知) **~하다** biết rõ; hiểu rộng; uyên thâm, uyên bác.

숙직(宿直) phiên trực đêm, ca trực đêm. **~하다** trực đêm, trực ca đêm. ¶ ~실 phòng trực đêm / ~원 nhân viên trực đêm.

숙질(叔姪) chú và cháu.

숙청(肅淸) sự thanh lọc. **~하다** thanh lọc.

숙취(宿醉) sự khó chịu mệt mỏi sau khi bị say rượu.

숙폐(宿弊) những thói quen cố hữu lâu năm.

숙환(宿患) chứng bệnh mãn tính.

순(旬) (10일) khoảng thời gian 10 ngày; (10년) khoảng thời gian 10 năm, thập niên. ¶ 칠~ 노인 ông già 70 tuổi.

순(荀) (싹) mầm; chồi; lộc; búp.

순(純) (순수한) thuần chủng; nguyên chất; nguyên gốc; tinh khiết; thực chất (진정한); lợi nhuận thực chất (이익 등의); người thuần hậu, người hiền lành; người bản địa (사람 따위). ¶ ~ 거짓말 lời nói dối hoàn toàn / ~ 수입 thu nhập thực chất, thu nhập thuần / ~ 한국식 nghi thức Hàn Quốc nguyên gốc.

…순(順) thứ tự; trật tự. ¶ 가나다 [번호]~ thứ tự [số] theo a b c / 성적 [나이] ~ theo trật tự thành tích [tuổi].

순간(旬刊) ~의 thuộc loại được xuất bản một tuần một lần.

순간(瞬間) giây lát, chốc lát. ~적 tính chất tạm thời; tính chất bộc phát; tính tức thời. ¶ 그를 본 ~ trong giây lát nhìn anh ta. ¶ ~ 최대 풍속 tốc độ gió mạnh nhất.

순검(巡檢) sự đi tuần tra; việc tuần tra; việc kiểm soát.

순견(純絹) tơ lụa nguyên chất.

순결(純潔) sự nguyên chất; sự tinh khiết; sự trong trắng. ~한 nguyên chất; tinh khiết; trong trắng. ¶ ~ 한 사랑 tình yêu trong trắng / ~한 처녀 cô gái trong trắng / ~을 빼앗기다 cướp đi sự trong trắng. ¶ ~ 교육 giáo dục quan hệ tình dục lành mạnh.

순경(巡警) tuần cảnh, cảnh sát, công an; người tuần tra.

순경(順境) hoàn cảnh thuận lợi. ¶ ~에 처해 있다 đang đứng trước hoàn cảnh thuận lợi. (반대말: 역경).

순교(殉教) sự sùng đạo; sự tử vì đạo. **~하다** sùng đạo; tử vì đạo. ¶ ~자 người tử vì đạo.

순국(殉國) **~하다** chết vì tổ quốc; chết vì đất nước, hy sinh vì đất nước. ¶ ~ 선열 liệt sĩ hy sinh vì đất nước / ~ 정신 tinh thần chết vì tổ quốc, tinh thần hy sinh vì đất nước.

순금(純金) vàng ròng, vàng nguyên chất.

순난(殉難) **~하다** chết vì cộng đồng, chết vì đất nước, hy sinh vì đất nước, hy sinh vì đất nước.

순대 dồi lợn.

순도(純度) độ tinh khiết.

순라(巡邏) 【LS】 sự tuần tra, sự kiểm soát. ¶ ~돌다 đi tuần xung quanh; đi kiểm soát xung quanh. ¶ ~꾼 người đi tuần tra, cảnh sát tuần tra.

순량(純良) ~한 nguyên chất, nguyên gốc; tinh khiết.

순량(順良) ～한 thuần lương; thuần hậu; tốt bụng và lương thiện.

순력(巡歷) **~하다** đi du lịch vòng quanh cho đến hết một khu vực nào đó, đi điều tra.

순례(巡禮) cuộc hành hương. **~하다** hành hương. ¶ ～자 người hành hương / ～지 địa điểm hành hương.

순록(馴鹿) con tuần lộc.

순리(純理) lý lẽ; lôgic. ¶ ～ 적(인) tính lôgic; tính lý lẽ; tính duy lý. ¶ ～론 thuyết lôgic; thuyết duy lý.

순리(順理) ～적 tính hợp lý, tính hợp lôgic, tính chất thích hợp. ¶ ～적으로 với tính chất hợp lý, mang tính hợp lôgic.

순면(純綿) vải bông nguyên chất; cotton 100%. ～의 thuộc chất vải bông nguyên chất.

순모(純毛) len nguyên chất. ～의 thuộc len nguyên chất. ¶ ～ 제품 sản phẩm len nguyên chất.

순무 【TV】 cây củ cải.

순문학(純文學) văn chương thuần túy; văn chương đúng nghĩa; (프) phái theo văn chương thuần túy.

순박(淳朴·醇朴) ～한 đơn giản; giản dị, đơn sơ; thật thà; chân thật; chất phác; thuần phác (풍속 따위).

순방(巡訪) ¶ 각국을 ～ 하다 viếng thăm một lượt, ghé thăm một vòng, chuyến thăm vòng quanh các nước.

순배(巡杯) **~하다** chuyền tay cốc rượu vòng quanh cho hết lượt.

순백(純白) ～의 trắng tinh; tinh khiết; thuần chất.

순번(順番) sự tiếp nối; sự theo thứ tự, sự theo trật tự; sự lần lượt; sự luân phiên (교대). ¶ ～으로 với thứ tự; với sự luân phiên / ～을 기다리다 chờ đến lượt.

순보(旬報) báo chí (tập san, bản tin) 10 ngày ra một số.

순분(純分) đủ tuổi; già; tuổi cao (금, 은의); (금의) cara.

순사(殉死) sự chết vì chính nghĩa; sự hy sinh vì đất nước. **~하다** hy sinh vì đất nước; chết vì chính nghĩa.

순산(順産) ca đẻ dễ; sự sinh đẻ dễ dàng. **~하다** đẻ dễ.

순색(純色) màu sắc nhã nhặn, màu sắc hài hòa.

순서(順序) (차례) thứ tự; lần lượt; (절차) trật tự; thứ tự. ¶ ～바르게 một cách nhanh chóng trật tự / ～가 틀리다 sai thứ tự; sai trật tự / ～를 세우다 xây dựng trật tự; lập trật tự / ～를 바로잡다 giữ đúng trật tự, giữ đúng thứ tự / ～를 밟다 đi theo trật tự; tuân thủ thủ tục.

순수(純粹) nguyên gốc, chính gốc, chính cống. ～한 nguyên gốc; chính gốc, chính cống; thực thụ, chân chính (적출의). ¶ ～한 동기 động cơ chân chính / ～한 서울내기 người Seoul chính gốc. ¶ ～ 과학 khoa học chân chính; khoa học thực thụ / ～시 thơ theo đúng nghĩa, thơ thực thụ.

순순하다(順順-) (성질이) lịch thiệp; nhã nhặn; ngoan ngoãn, dễ bảo, biết vâng lời. ¶ 순순히 một cách nhã nhặn; một cách ngoan ngoãn.

순시(巡視) **~하다** tuần tra; thanh tra, kiểm soát; xem xét (khắp lượt, khắp vòng). ¶ 공장 내부를 ～하다 đi xem xét một vòng trong nhà máy. ¶ ～선 thuyền tuần tra; tàu tuần tra / ～인 người tuần tra; người thanh tra; người xem xét / 연두 ～ chuyến tuần tra đầu năm mới.

순식간(瞬息間) ～에 trong chốc lát, trong giây lát; trong nháy mắt.

ㅅ

순양(巡洋) **~하다** đi tuần tra trên biển, tuần dương. ¶ ~ 전함 chiến hạm tuần dương / ~ 함 tàu tuần dương, tàu tuần tiễu.

순연(純然) ~한 nguyên gốc, chính gốc, thuần túy; chân chính; thực thụ.

순연(順延) **~하다** trì hoãn; hoãn lại. ¶ 우천 시 ~ nếu trời mưa, hoãn lại sang hôm sau.

순열(順列) 【TH】 sự hoán vị; phép hoán vị.

순위(順位) thứ bậc; hạng; loại; trật tự; đội ngũ. ¶ ~를 정하다 quyết định thứ bậc. ¶ ~ 결정전 trận quyết định thứ hạng (동점자간의).

순유(巡遊) ☞ **순력**(巡歷).

순은(純銀) bạc nguyên chất.

순음(脣音) 【NNH】 âm môi.

순응(順應) **~하다** thích nghi, thích ứng; điều tiết; điều chỉnh (cho phù hợp). ¶ 시대에 ~하다 thích ứng với thời đại; thích nghi với thời đại. ¶ ~성(性) tính thích nghi.

순(이)익(純(利)益) lãi thực; lãi ròng. ¶ 연간 1 만 달러의 ~을 올리다 tăng lãi ròng trong năm lên 1 vạn đô-la. ¶ ~금 = 순(이)익.

순일(旬日) (열흘) ngày mồng mười; (초열흘) mười ngày đầu của tháng.

순잎(荀-) lá non; mầm lá.

순전(純全) ~한 hoàn toàn; tuyệt đối; thuần túy, nguyên chất; đích thực; chân thực, thực thụ. ¶ ~히 một cách tuyệt đối; một cách thực thụ; một cách thuần túy / ~한 개인 문제 vấn đề cá nhân thuần túy, vấn đề hoàn toàn mang tính cá nhân.

순정(純正) sự mộc mạc, sự thuần khiết, sự trong trắng. ~의 mang tính thuần khiết. ¶ ~을 바치다 hiến dâng sự trong trắng. ¶ ~ 소설 tiểu thuyết thuần túy.

순조(順調) ~로운 hài hòa; thuận lợi; êm thuận; trôi chảy; thuận hòa (날씨). ¶ ~롭게 một cách hài hòa; một cách trôi chảy; một cách thuận hòa.

순종(純種) sự thuần chủng. ~의 mang tính thuần chủng.

순종(順從) **~하다** phục tùng, vâng lệnh.

순직(順直) ~한 chân thật và thẳng thắn, chính trực.

순직(殉職) **~하다** chết trong khi đang làm việc. ¶ ~ 경찰관 viên cảnh sát chết trong khi làm nhiệm vụ. ¶ ~ 자 người chết trong lúc làm việc.

순진(純眞) ~한 ngây thơ, hồn nhiên; chất phác, thật thà. ¶ ~한 어린아이 đứa trẻ ngây thơ / ~한 처녀 cô gái chất phác.

순차(順次) lần lượt, luân phiên; trật tự, thứ tự (순번). ¶ ~적으로 theo trật tự, theo thứ tự.

순찰(巡察) việc tuần tra; sự đi tuần tra. **~하다** tuần tra; kiểm soát. ¶ ~대 đội tuần tra / ~ 대원 đội viên tuần tra / ~차 xe tuần tra.

순치(馴致) ❶ (길들임) ~하다 thuần dưỡng; thuần hóa; thuần phục. ❷ (초래) dẫn đến; đưa đến; gây ra.

순탄(順坦) ~한 (길이) bằng phẳng; êm đềm; (일이) êm xuôi; thuận lợi; trôi chảy. ¶ ~한 길 con đường bằng phẳng.

순풍(順風) cơn gió lành; cơn gió thuận chiều. ¶ ~에 돛을 달다 giương buồm theo cơn gió thuận chiều.

순하다(順-) ❶ (성질이) nhu mì; ngoan ngoãn; hiền lành; thuần hậu. ❷ (맛이) êm dịu; nhẹ nhàng; mát mẻ. ¶ 순한 담배 thuốc lá nhẹ. ❸ (일이) trôi chảy, ổn thỏa, thuận lợi.

순항(巡航) sự tuần tra; cuộc dạo chơi

trên biển (bằng tàu, thuyền). **~하다** tuần tra; dạo chơi (bằng tàu thuyền). ¶ ~선 tàu tuần tra; thuyền du ngoạn / ~ 속도 tốc độ đi tuần tra.

순행(巡行) **~하다** đi vòng quanh; đi khắp lượt. ☞ **순회**.

순행(巡幸) cuộc thân chinh (của nhà vua)

순혈(純血) thuần chủng; cùng dòng máu. ~의 thuộc dạng thuần chủng.

순화(醇化) **~하다** thanh lọc; làm trong sáng; làm cho tinh khiết. ¶ 국어 ~ 운동 phong trào làm trong sáng quốc ngữ.

순환(循環) sự xoay vòng; chu kỳ; chu trình; vòng tuần hoàn. **~하다** tuần hoàn, xoay vòng; luân chuyển; luân hồi; theo chu kỳ. ¶ 혈액 ~을 좋게하다 làm lưu thông sự tuần hoàn máu. ¶ ~곡선 vòng chu kỳ / ~기(器) 【YH】 cơ quan tuần hoàn / ~선 đường tuần hoàn / 경기 ~ chu kỳ kinh tế / 경기 ~설 thuyết chu kỳ kinh tế.

순회(巡廻) sự đi vòng quanh; sự di chuyển lần lượt; sự đi lại theo chu trình khép kín; sự lưu động. **~하다** đi vòng quanh; khứ hồi; lưu động. ¶ ~ 강연 đi thuyết giảng khắp lượt, đi thuyết trình lưu động / ~ 공연 biểu diễn lưu động, biểu diễn khắp lượt / ~ 구역 khu vực theo thứ tự quay vòng / ~ 대사 vị đại sứ lưu động / ~ 도서관 thư viện lưu động / ~ 진료소 phòng khám lưu động / ~ 재판소 tòa án lưu động.

순후(淳厚·醇厚) ~한 nhiệt thành; nhiệt tâm; thuần hậu.

숟가락 thìa, muỗng. ¶ ~으로 뜨다 múc bằng thìa / 한 ~의 설탕 một thìa đường. ¶ 밥 ~ một muỗng cơm / 찻 ~ một thìa chè.

술[1] ☞ **숟가락**.

술[2] (음료) rượu; đồ uống có chất cồn; (한국술) rượu trắng soju. ¶ 독한 [약한] ~ rượu mạnh [nhẹ] / ~ 김에 dưới ảnh hưởng của rượu / ~김에 하는 싸움 trận cãi vã vì (say) rượu / ~ 버릇이 나쁘다 uống rượu là thói quen xấu / ~로 시름을 달래다 dùng rượu để làm khuây khỏa nỗi buồn / ~에 물을 타다 pha nước vào rượu / ~을 만들다 nấu rượu; pha chế rượu / ~을 마시다 uống rượu / ~을 끊다 cai rượu / ~에 취하다 say rượu / ~에 약간 취하다 hơi say rượu, chếnh choáng say / ~을 마시지 못한다 không thể uống được rượu / ~이 세다 [약하다] uống rượu khỏe [yếu]. ¶ ~값 (수고비) tiền rượu (tiền thù lao, tiền bồi dưỡng) / ~ 고래 người nghiện rượu, người tửu lượng cao / ~ 친구 bạn uống rượu, bạn nhậu.

술[3] (책의 부피) độ dày mỏng của sách.

술[4] (장식용의) núm tua, quả tua; búi; chòm; bông.

술(戌) tượng trưng cho con chó; tuất. ¶ ~ 년 năm Tuất.

술구더기 men rượu.

술꾼 người nghiện rượu, người hay rượu.

술래 sự bám sát; sự theo thứ tự.

술래잡기 sự đuổi bắt; trò chơi ú tim; trò chơi trốn tìm.

술렁거리다 xôn xao; xáo trộn; nhốn nháo; lo sợ; bối rối. ¶ 뉴스가 발표되었을 때 엄청난 술렁거림이 있었다 bản tin được phát đi đã gây ra một sự xáo trộn lớn / 짧은 치마는 점잖은 무리들 사이에서 술렁거림을 자아냈다 váy ngắn làm xao lòng những người lịch sự.

술망나니 bợm nhậu, người nát rượu.

술밑 hỗn hợp cơm trộn với men để ủ rượu.

ㅅ

술밥 cơm dùng để nấu rượu.
술법(術法) ảo thuật; ma thuật; yêu thuật.
술병(-甁) bình rượu; chai rượu.
술부대(-負袋) ☞ **술고래**.
술상(-床) bàn uống rượu, bàn nhậu. ¶ ~을 차리다 chuẩn bị bàn rượu.
술수(術數) ❶ ☞ **술법**. ❷ ☞ **술책**.
술술 (순조롭게) sự trôi chảy; sự thông suốt; (유창하게) sự lưu loát; (쉽게) sự dễ dàng, sự thuận lợi; êm xuôi; (바람이) êm ái; nhẹ nhàng; nhè nhẹ. ¶ 어려운 문제를 ~ 풀다 giải quyết êm xuôi vấn đề khó.
술어(述語) 【NNH】 vị ngữ.
술어(術語) ☞ **학술어**. ¶ 의학상의 ~ thuật ngữ trong y học.
술자리 chiếu rượu; bàn rượu; nơi đang uống rượu; bữa nhậu; bữa tiệc tùng.
술잔(-盞) ly rượu, cốc rượu, chén rượu. ¶ 이별의 ~ chén rượu biệt ly / ~을 권하다 [받다] mời [nhận] chén rượu / ~을 비우다 uống cạn ly rượu.
술집 quán rượu, nhà hàng bán rượu, quán bar. ¶ ~ 여자(여급) cô gái phục vụ trong quán rượu / ~ 주인 chủ quán rượu.
술책(術策) mưu mẹo; mưu lược; sách lược; chiến thuật. ¶ ~을 부리다 dùng mưu mẹo; dùng chiến thuật / ~에 걸리다 mắc mưu.
술청 quầy rượu trong quán bar.
술추렴하다 góp chung tiền để uống rượu.
술타령(-打令) **~하다** uống rượu không ngừng nghỉ; đắm chìm trong men rượu; nằng nặc chỉ đòi uống rượu.
술통(-桶) thùng rượu.
술회(述懷) **~하다** gợi nhớ lại; làm hồi tưởng lại; nhắc lại. ¶ 어렸을 때를 ~하다 gợi nhớ lại thời còn thơ bé; nhắc lại thời thơ ấu.

ㅅ

숨[1] hơi thở; sự thở; sự hô hấp (호흡). ¶ ~을 헐떡이며 thở hổn hển / ~을 거두다 hít vào / ~을 죽이다 nín thở / ~(을) 돌리다 thở sâu, thở một hơi dài (쉬다).
숨[2] (야채 따위의) nắm, mớ.
숨결 sự thở; sự hô hấp. ¶ ~이 가쁘다 tức thở, nghẹn thở, khó thở (환자가) / 봄의 ~을 느끼다 cảm thấy hơi thở của mùa xuân.
숨구멍 (숨통) khí quản.
숨기다 che giấu; (은닉) giấu diếm, che đậy; (비밀로) giữ bí mật, giữ kín; (덮어두다) che đậy, che giấu, giấu diếm; (속이다) đội lốt; cải trang. ¶ 나이를 ~ giấu tên / 본색을 ~ che đậy bản chất của mình; giấu diếm bộ mặt thật.
숨김없다 thẳng thắn, chính trực; công khai; cởi mở. ¶ 숨김없이 một cách thẳng thắn; một cách công khai.
숨다 ❶ (안보이게) giấu; giấu diếm; che đậy; (피신) trốn; lẩn tránh. ¶ 숨은 không nhìn thấy, ngoài tầm nhìn / 숨어서 trạng thái không để ai nhìn thấy (몰래) / 숨은 재주 tài năng ngầm / 숨은 자선가(家) người làm việc thiện giấu tên. ❷ (은둔) ẩn dật.
숨막히다 nghẹt thở; ngạt thở; tức thở; khó thở. ¶ 숨막히는 trạng thái tức thở, trạng thái nghẹt thở; trạng thái ngạt thở.
숨바꼭질 sự trốn tìm; trò chơi ú tim.
숨소리 tiếng thở. ¶ ~를 죽이고 nín tiếng thở.
숨숨 ¶ ~ 얽은 rỗ chằng chịt.
숨쉬다 thở. ¶ 깊이 ~ thở sâu.
숨지다 trút hơi thở cuối cùng, hấp hối.
숨차다 thở dồn; thở hổn hển.
숨통 khí quản.
숫구멍 【GP】 thóp (trên đầu trẻ em).

숫기(-氣) ¶ ~ 없는 không ngượng ngập; không xấu hổ; không thẹn thùng; tự nhiên; cởi mở / ~ 좋은 trâng tráo, trơ tráo; xấc láo.

숫돌 đá mài (면도칼용). ¶ 가죽 ~ da dây dùng để mài dao cạo.

숫되다 ngây thơ; chân thật; thật thà; mộc mạc; chất phác.

숫색시 ☞ **숫처녀**.

숫자(數字) chữ số, con số. ¶ 세자리 ~ ba chữ số / 천문학적 ~ con số rất lớn / ~적으로 về mặt số liệu / ~상의 착오 sự sai lệch con số / ~로 나타나다 thể hiện bằng số. ¶ 로마 [아라비아]~ chữ số La mã [A-rập].

숫제 (차라리) thà rằng; thà; chân thật, chân thành.

숫지다 đơn giản; ngay thẳng; thẳng thắn; thành thật.

숫처녀(-處女) con gái còn trinh, gái tân.

숫총각(-總角) trai tân.

숭고(崇高) ~한 cao cả, cao đẹp, cao thượng; siêu phàm. ¶ ~한 이상 lý tưởng cao cả; lý tưởng cao đẹp.

숭굴숭굴하다 mũm mĩm, mập mạp; núng nính; hòa nhã; dễ thương.

숭늉 nước nấu với cơm cháy.

숭덩숭덩 ¶ ~ 자르다 cắt thành từng miếng to sụ.

숭배(崇拜) sự sùng bái; sự tôn kính quá mức độ; sự ngưỡng mộ. **~하다** ngưỡng mộ; sùng bái; tôn kính. ¶ ~자 người sùng bái / 영웅~ ngưỡng mộ anh hùng / 조상~ tôn kính tổ tiên, sùng bái tổ tiên.

숭상(崇尙) **~하다** ngưỡng mộ; kính trọng; quý trọng; ưu ái.

숭숭 ❶ thô kệch; to sụ. ☞ **숭덩숭덩**. ❷ (바느질) vụng về.

숭어 [LC] cá đối.

숭엄(崇嚴) ~한 trang trọng; trọng thể; uy nghi; long trọng.

숯 than củi. ¶ ~을 굽다 đốt than / ~불을 피우다 thổi lửa than. ¶ ~가마 chảo than / ~ 불 lửa than củi / ~검정 màu đen của than củi.

숯내 mùi cháy khét, mùi than. ¶ ~맡다 ngửi thấy mùi cháy khét.

숯등걸 than cháy dở.

숯머리 chứng đau đầu do khí cacbonnic.

숯장수 ❶ người bán than. ❷ (얼굴이 검은) người có làn da đen như người bán than.

숱 ¶ ~이 많은 머리 tóc dày rậm / (머리) ~이 적다 tóc thưa, tóc ít.

숱하다 phong phú, dồi dào; sung túc, đầy đủ.

숲 ☞ **수풀**. ¶ 소나무~ rừng thông. ¶ ~길 đường rừng.

쉬 쉬이 (새·닭 쫓는 소리) xùy xùy!

쉬[1] (파리알) trứng ruồi.

쉬[2] (미구에) sắp; lập tức; ngay; chẳng mấy chốc; (쉽게) ung dung; thoải mái.

쉬[3] (조용히) suỵt! suỵt! (ra hiệu im lặng).

쉬다[1] (상하다) bị hỏng, bị ôi thiu; bị ươn; bị thối rữa; bị biến chất (우유 따위가). ¶ 쉰내 mùi ôi thiu / 쉰 밥 cơm thiu.

쉬다[2] (목이) khàn tiếng, khàn giọng. ¶ 쉰 목소리 tiếng nói bị khàn.

쉬다[3] ❶ (일을) nghỉ việc, nghỉ làm; (휴가로) nghỉ ngày lễ; (결석·결근) vắng mặt; nghỉ. ¶ 병으로 하루 ~ vì ốm nên nghỉ một ngày. ❷ (휴식) nghỉ ngơi, thư giãn. ¶ 잠시 ~ nghỉ ngơi một lát / 누워서 ~ nằm và thư giãn / 쉴 사이도 없다 không có lúc nào để nghỉ ngơi / 조용히 ~ nghỉ ngơi yên tĩnh / 쉬엇 (구령) nghỉ! (khẩu lệnh) ❸ (중지) dừng; ngừng lại; ngưng lại. ¶ 쉬지 않고 không ngừng; không ngưng lại / 쉴 새 없이 지껄이다 huyên thuyên không ngừng. ❹ (취침) đi nằm nghỉ, đi ngủ. ¶ 일찍 ~ đi nghỉ sớm, đi ngủ sớm.

쉬다[4] (숨을) thở, hô hấp; hít thở.

쉬쉬하다 (숨기다) bưng bít; lấp liếm, che đậy; che giấu; giấu diếm.

쉬슬다 có trứng ruồi (파리가); có dòi bọ.

쉬엄쉬엄 từng cơn, từng hồi, từng đợt; từng chặp, từng lúc, chốc chốc.

쉬척지근하다 (음식이) bốc mùi ôi thiu, bốc mùi ẩm mốc.

쉬파리 ruồi xanh, nhặng.

쉬하다 (오줌누다) rặn đái; rặn đi ngoài; lấy sức, lấy hơi.

쉰 năm mươi.

쉼표 [ÂN] dấu lặng; dấu phẩy. ¶ 온 [2, 4]분 ~ dấu phẩy để giữ im lặng trong phần [nửa, tư].

쉽다 ❶ (용이) đơn giản, dễ dàng. ¶ 쉽게 một cách đơn giản, một cách nhẹ nhàng / 쉬운 일 việc đơn giản, việc nhẹ nhàng / 쉬운 영어 tiếng Anh đơn giản / 아주 쉬운 rất đơn giản; rất dễ dàng / 쉽게 말하면 nói một cách đơn giản / 깨지기 ~ dễ bị vỡ. ❷ (경향) có khả năng; có khuynh hướng; có xu hướng. ¶ 잘못을 저지르기 ~ có khả năng gây ra lỗi lầm / 감기 들기 ~ có khả năng bị cảm lạnh / 감기에 쉽게 든다 dễ bị cảm / 그는 배멀미를 쉽게 한다 anh ta dễ bị say sóng.

쉽사리 dễ dàng; nhẹ nhàng; không mấy khó khăn.

슈미즈 đồ lót phụ nữ; áo quần mặc trong nhà của phụ nữ.

슈즈(shoes) [Anh] giày.

슈크림(-cream) [Anh] kem phồng, kem đánh phồng lên.

슈트케이스(suitcase) [Anh] va li.

슈퍼마켓(supermarket) [Anh] siêu thị.

슛하다 [TT] sút bóng.

스낵바(snack-bar) [Anh] quán ăn nhanh.

스냅사진(snap 寫眞) bức ảnh chụp nhanh, bức ảnh chụp chớp nhoáng. ¶ ~을 찍다 chụp chớp nhoáng.

스님 ❶ (사승(師僧)) linh mục; thầy tu; nhà sư. ❷ (중) nhà sư; hòa thượng.

스라소니 [ĐV] mèo rừng, linh miêu.

…스럽다 hậu tố tạo thành tính từ; có vẻ, ra dáng. ¶ 바보 ~ có vẻ ngốc nghếch, ngốc nghếch / 촌~ có dáng quê mùa, quê mùa.

스르르 suôn sẻ, trôi chảy, êm dịu.

스리랑카 Sri Lanka.

스마트 ¶ ~한 kiểu cách; sành điệu; thời trang; sang trọng; hào nhoáng.

스매시하다 [TT] đập bóng mạnh.

스매싱 [TT] sự đập bóng mạnh.

스멀거리다 bứt rứt; bị thôi thúc; bị thúc giục; không yên.

스모그(smog) [Anh] (연무(煙霧)) sương khói.

스모킹(smoking) [Anh] sự hút thuốc. ¶ ~룸 phòng hút thuốc.

스무 hai mươi; lần thứ hai mươi (스무번째).

스무드(smooth) [Anh] ¶ ~한 phẳng lặng; nhẵn thín; êm ru; trơn tru; ngọt xớt / ~하게 một cách êm ru; một cách phẳng lặng.

스물 hai mươi.

스미다 ngấm; thấm; thâm nhập; thấm qua. ¶ 스며 나오다 thấm ra ngoài; ngấm ra ngoài / (빗물이) 지붕으로 스며들다 (nước mưa) ngấm vào mái nhà.

스스럼 ¶ ~없이 không thẹn thùng, không xấu hổ; không e ngại, không e dè.

스스럽다 ❶ (정분이 두텁지 못하여) cảm thấy khác lạ; cảm thấy e ngại; cảm thấy bối rối. ❷ (부끄럽다) cảm thấy ngượng ngùng; thấy xấu hổ; thấy thẹn thùng.

스스로 tự động; tự mình; tự giác. ～의 thuộc tính tự động, thuộc tính tự giác.

스승 thầy; thầy cô giáo. ¶ ～의 은혜 công ơn của thầy cô giáo / ～으로 받들다 tôn vinh công ơn của thầy cô giáo.

스웨덴 Thụy Điển. ¶ ～의 thuộc về Thụy Điển / ～말 tiếng Thụy Điển / ～ 사람 người Thụy Điển.

스웨터 áo chui đầu; áo len chui đầu.

스위스 Thụy Sỹ. ¶ ～의 thuộc về Thụy Sỹ / ～제(製)의 thuộc loại hàng hóa của Thụy Sỹ / ～ 사람 người Thụy Sỹ.

스위치 công tắc điện; nút bật tắt. ¶ ～를 넣다 cắm ổ điện, bật điện / ～를 끄다 tắt điện.

스윙 ❶ 【ÂN】 nhạc swing. ❷ 【QA】 sự nhảy chồm chồm để lấy thế tấn công (권투). **~하다** nhảy chồm chồm; nhún nhảy.

스쳐보다 nhìn lướt qua; liếc nhanh; liếc qua.

스치다 lướt qua; tạt qua; đi ngang qua.

스카프(scarf) 【Anh】 khăn quàng cổ.

스카우트(scout) 【Anh】 sự trinh thám; sự do thám. **~하다** trinh thám; do thám.

스카이다이빙(skydiving) 【Anh】 môn nhảy dù nghệ thuật. ¶ ～(을)하다 biểu diễn nhảy dù nghệ thuật.

스카치(scotch) 【Anh】 ¶ ～ 위스키 rượu uýt ky Scốtlen / ～ 테이프 băng nhạc Scốtlen.

스칸디나비아 bán đảo Scandinavia. ¶ ～의 thuộc về Scandinavia / ～ 사람 người Scandinavia.

스캔들(scandal) 【Anh】 vụ bê bối, vụ tai tiếng; vụ xì căng đan.

스커트(skirt) 【Anh】 váy.¶ ～를 입다 [벗다] mặc [cởi] váy. ¶ 롱 ～ váy dài / 타이트 ～ váy ôm, váy bó sát.

스컹크(skunk) 【Anh】 【ĐV】 chồn hôi.

스케이트(skate) 【Anh】 sự trượt băng; (구두) giầy trượt băng. ～타다 trượt băng. ¶ ～타러 가다 đi trượt băng. ¶ ～장 sân trượt băng / 피겨 ～ trượt băng nghệ thuật / 스피드 ～ trượt băng tốc độ.

스케일(scale) 【Anh】 (규모) quy mô; phạm vi; tỷ lệ. ¶ ～이 큰 [작은] tỷ lệ lớn [nhỏ].

스케줄(schedule) 【Anh】 thời gian biểu; kế hoạch. ¶ ～대로 theo đúng như kế hoạch / 꽉 짜인 ～ thời gian biểu kín đặc.

스케치(sketch) 【Anh】 bản phác thảo; sự phác thảo. **~하다** phác thảo; khái quát. ¶ ～북 vở vẽ nháp.

스코어(score) 【Anh】 tỷ số. ¶ 2대 1의 ～로 với tỷ số 2-1. ¶ ～ 보드 bảng tỷ số.

스코틀랜드 Scốtlen. ¶ ～의 thuộc về Scốtlen / ～말 tiếng Scốtlen / ～ 사람 người Scốtlen.

스콜 (열대 지방) gió giật.

스콜라철학(-哲學) triết học kinh viện.

스쿠터(scooter) 【Anh】 xe scutơ.

스쿨(school) 【Anh】 trường học. ¶ ～ 버스 xe buýt của nhà trường.

스쿼시[1](squash) 【Anh】 nước ép trái cây.

스쿼시[2](squash) 【Anh】 ép sân (운동경기). ¶ ～를 하다 ép sân; lấn át đối phương.

스크랩북(scrapbook) 【Anh】 vở dán các bài báo và tranh ảnh cắt ra.

스크럼(scrum) 【Anh】 tranh giành hỗn loạn, ẩu đả. ¶ ～을 짜다 tìm cách giành bóng.

ㅅ

스크린(screen) 【Anh】 tấm bình phong; tấm màn che; màn hình, màn ảnh (영화계). ¶ ～ 테스트 kiểm tra màn hình / ～ 테스트를 해보다 thử kiểm tra màn hình.

스키(ski) 【Anh】 sự trượt tuyết; ván trượt tuyết (기구). ～타다 trượt tuyết. ¶ ～ 타러 가다 đi trượt tuyết. ¶ ～ 복 bộ quần áo trượt tuyết / ～바지 quần trượt tuyết / ～장 sân trượt tuyết / ～ 화(靴) giầy trượt tuyết.

스키어(skier) 【Anh】 người trượt tuyết, vận động viên trượt tuyết.

스킨다이빙(skindiving) 【Anh】 môn lặn trần (không mặc đồ lặn).

스타(star) 【Anh】 ngôi sao; người nổi tiếng. ¶ ～가 되다 trở thành ngôi sao. ¶ 일류 ～ ngôi sao hàng đầu.

스타디움(stadium) 【Anh】 sân vận động; trường đua, trường đấu.

스타일(style) 【Anh】 (옷의) kiểu dáng; kiểu cách; (모습) dáng dấp, phong cách; (문체) kiểu mẫu. ¶ ～이 좋다 [나쁘다] kiểu dáng đẹp [xấu] / 최신 (유행의) ～ kiểu dáng mới nhất (thịnh hành). ¶ ～ 북 bộ sưu tập thời trang; quyển sách giới thiệu mẫu.

스타카토(staccato) 【Anh】 【ÂN】 đoạn ngắt âm; đoạn trúc trắc.

스타킹(stocking) 【Anh】 tất quần.

스타트(start) 【Anh】 bước đầu; sự bắt đầu; sự xuất phát; sự khởi đầu; sự khởi hành. **~하다** bắt đầu; khởi đầu; khởi hành; xuất phát. ¶ ～가 좋다 [나쁘다] bước đầu tốt đẹp [xấu]. ¶ ～라인 dây chuyền đầu tiên.

스태미나(stamina) 【Anh】 khả năng chịu đựng; sức chịu đựng. ¶ ～를 기르다 rèn luyện sức chịu đựng.

스탠드(stand) 【Anh】 ❶ (관람석) chỗ ngồi ngoài trời. ❷ (전등) đèn bàn.

스탬프(stamp) 【Anh】 tem; dấu (소인). ¶ ～를 찍다 dán tem; đóng dấu.

스테레오(stereo) ¶ ～의 thuộc loại âm thanh nổi / ～로 듣다 nghe âm thanh nổi. ¶ ～ 레코드 thu âm thanh nổi / ～ 전축 ghi băng âm thanh nổi.

스테이지(stage) 【Anh】 sân khấu; nghề biểu diễn.

스테이크(stake) 【Anh】 món thịt bò bít tết.

스테인리스스틸(stainless steel) 【Anh】 thép không gỉ.

스텐슬(stencil) 【Anh】 khuôn tô, khuôn in.

스텝(step) 【Anh】 bước; bước đi; bước nhảy; (춤의) bước khiêu vũ. ¶ ～을 밟다 khiêu vũ.

스토리(story) 【Anh】 câu chuyện; chuyện; cốt truyện.

스토브(stove) 【Anh】 bếp lò.

스토아 ¶ ～ 주의 chủ nghĩa khắc kỷ / ～주의자 người theo chủ nghĩa khắc kỷ / ～ 학파 phái khắc kỷ.

스톡(stock) 【Anh】 (재고) kho; kho tàng.

스톱(stop) 【Anh】 sự dừng; sự ngừng; sự đứng lại. ¶ ～워치 vị trí dừng.

스튜디오(studio) 【Anh】 phòng thu âm; trường quay; phòng ghi hình.

스튜어디스(stewardess) 【Anh】 nữ tiếp viên hàng không.

스트라이크(strike) 【Anh】 ❶ (파업) cuộc đình công, cuộc bãi công. ¶ ～하다 đình công; bãi công / ～를 중지하다 đình chỉ cuộc bãi công. ❷ 【BC】 sự va chạm.

스트레스(stress) 【Anh】 sự căng thẳng. ¶ ～요인 nguyên nhân gây căng thẳng / ～증상 triệu chứng căng thẳng / ～가 생기게 하는 작업상황 môi trường làm việc gây ra căng thẳng / ～ 받다 bị căng thẳng / ～를 해소하다 giải tỏa căng thẳng.

스트레이트(straight) 【Anh】 【QA】 thẳng;

một mạch liên tục.

스트렙토마이신(streptomycin) 【Anh】 thuốc kháng sinh streptomyxin.

스트립쇼(strip show) 【Anh】 màn trình diễn thoát y vũ.

스틸(steel) 【Anh】 ❶ (강철) thép. ❷ (영화의) cảnh bất động, cảnh chết.

스파게티 món mỳ ống của Ý.

스파르타 Sparta. ¶ ~ 사람 người Sparta / ~ 식의 thuộc về Sparta.

스파링 【QA】 cuộc đấu quyền Anh; sự luyện tập đấu quyền Anh. ¶ ~ 파트너 bạn tập đấu quyền Anh.

스파이(spy) 【Anh】 ☞ **간첩**. ¶ ~ 노릇을 하다 làm gián điệp. ¶ 산업~ gián điệp công nghiệp.

스파이크(spike) 【Anh】 (구둣바닥의) đinh dưới đế giày; (구두) giày đinh.

스파크(spark) 【Anh】 tia lửa. ~가 일다 phát ra tia lửa; tia lửa lóe lên.

스패너(spanner) 【Anh】 dụng cụ vặn đai ốc; cờ lê.

스페어(spare) 【Anh】 ¶ ~ 타이어 đai bánh xe dự phòng.

스페인 nước Tây Ban Nha ¶ ~의 thuộc về nước Tây Ban Nha / ~말 tiếng Tây Ban Nha / ~ 사람 người Tây Ban Nha (총칭).

스펙터클(spectacular) 【Anh】 quang cảnh ấn tượng; cảnh tượng gây cảm giác mạnh. ¶ ~ 영화 phim hành động.

스펙트럼(spectrum) 【Anh】 quang phổ. ¶ ~ 분석 phân tích quang phổ.

스펠(링)(spel(ling)) 【Anh】 (철자) trật tự; chính tả; sự đánh vần.

스포츠(sports) 【Anh】 thể thao; môn thể thao. ¶ ~를 좋아하는 thích thể thao. ¶ ~계(界) giới thể thao / ~난 mục thể thao / ~기사 bài phóng sự về thể thao / ~음료 nước uống dùng trong thể thao / ~용어 từ ngữ thể thao / ~맨 người chơi thể thao / ~ 신문 báo thể thao / ~ 정신 tinh thần thể thao / ~카 xe thể thao.

스포트(spot) 【Anh】 ¶ ~뉴스 (방송) (chương trình) thời sự chính; bản tin thời sự trọng tâm / ~ 라이트 ánh đèn pha, ánh đèn sân khấu.

스폰서(sponsor) 【Anh】 người đỡ đầu; người tài trợ. ¶ ~가 되다 trở thành người đỡ đầu.

스폰지(sponge) 【Anh】 bọt biển. ¶ ~ 고무 cao su bọt, xốp.

스푼(spoon) 【Anh】 thìa; muỗng.

스프링(spring) 【Anh】 (용수철) lò xo. ¶ ~ 보드 giầy lò xo.

스프링코트(spring coat) 【Anh】 áo choàng nhẹ, áo choàng mỏng mặc vào mùa xuân.

스프링클러(sprinkler) 【Anh】 bình tưới; bình phun.

스피드(speed) 【Anh】 tốc độ; tốc lực; vận tốc. ☞ **속도**, **속력**. ¶ ~ 광 kẻ điên cuồng tốc độ / ~ 시대 thời đại tốc độ.

스피츠(spitz) 【Anh】 giống chó pomeran.

스피커(speaker) 【Anh】 (확성기) dụng cụ tăng âm, loa; (라디오의) bộ phận tăng âm của đài; loa.

스핑크스(sphinx) 【Anh】 quái vật mình sư tử đầu phụ nữ; tượng Sphinx.

슬개골(膝蓋骨) xương bánh chè.

슬그머니 lén lút; rón rén; ngấm ngầm; vụng trộm; len lén. ¶ ~ 나가다 [들어가다] rón rén đi ra [vào].

슬금슬금 rón rén; len lén; lén lút.

슬기 sự từng trải; sự khôn ngoan; sự lịch duyệt; sự sáng suốt. ~로운 một cách từng trải, một cách khôn ngoan; một cách sáng suốt.

슬다 (알을) đẻ trứng (곤충, 물고기가).

슬라브 Slavơ. ¶ ~의 thuộc về Slavơ

/ ～말 tiếng Slavơ / ～ 민족 dân tộc Slavơ / ～ 사람 người Slavơ.

슬라이드(slide) 【Anh】 (환등) đường trượt; bộ phận trượt. ¶ 칼라 ～ màu sắc trong sáng.

슬랙스(slacks) 【Anh】 cái quần tây.

슬랭(slang) 【Anh】 tiếng lóng.

슬럼(slum) 【Anh】 ¶ ～가 nhà ổ chuột.

슬럼프(slump) 【Anh】 ¶ ～에 빠지다 rơi vào tình trạng ế ẩm; rơi vào tình trạng mất giá nhanh chóng; rơi vào tình trạng khủng hoảng / ～에서 벗어나다 thoát khỏi tình trạng ế ẩm; thoát khỏi tình trạng khủng hoảng.

슬레이트(slate) 【Anh】 ngói acđoa; ngói đen. ¶ ～로 지붕을 이다 lợp mái bằng ngói acđoa, lợp mái bằng ngói đen.

슬로(slow) 【Anh】 chậm chạp. ¶ ～ 모션 (영화·TV의) chuyển cảnh chậm chạp / ～볼 đường bóng chậm.

슬로건(slogan) 【Anh】 khẩu hiệu. ¶ …라는 ～을 내걸고 đưa ra khẩu hiệu.

슬리퍼(slippers) 【Anh】 dép đi trong nhà; dép đế thấp.

슬며시 = 슬몃슬몃. lén lút; rón rén; ngấm ngầm; vụng trộm; len lén.

슬슬 ❶ (가볍게) nhẹ nhàng; êm ái; tinh tế. ❷ (은근히) âm thầm; ngầm ngầm. ¶ ～ 달래다 dỗ dành nhẹ nhàng.

슬쩍 ❶ (몰래) nhanh chóng, nhanh như cắt; vội vàng; hấp tấp (một cách lén lút). ❷ (쉽게) nhanh nhẹn; mau lẹ; dễ dàng; nhẹ nhàng. ¶ ～ 밖으로 나오다 nhanh nhẹn đi ra ngoài / 어깨를 ～치다 vỗ nhẹ vai.

슬프다 buồn bã; buồn đau; rầu rĩ; thương tiếc; u sầu. ¶ 슬퍼하다 cảm thấy buồn (유감) / 슬프도다 than ôi!; buồn ơi là buồn!

슬픔 nỗi buồn; nỗi đau buồn; nỗi u sầu; nỗi tiếc thương. ¶ ～에 잠기다 chìm đắm trong nỗi buồn.

슬피 một cách buồn bã, một cách đau buồn, một cách sầu não, một cách não nuột.

슬하(膝下) sự chăm sóc nuôi dạy của bố mẹ. ¶ 부모 ～에서 자라다 lớn lên dưới sự chăm sóc dạy dỗ của cha mẹ / 부모 ～를 떠나다 rời khỏi sự chăm sóc nuôi dạy của bố mẹ.

습격(襲擊) cuộc tấn công bất ngờ; cuộc đột kích; sự tập kích. **~하다** đột kích; tập kích; tấn công bất ngờ.

습관(習慣) thói quen (습성); thông lệ; lề thói; lệ thường (관용); phong tục; tập quán (풍속). ¶ 평소의 ～ thói quen hàng ngày / 오래된 ～ tập quán lâu đời / 나쁜 ～ thói quen xấu / ～을 들(붙)이다 làm thành thói quen / ～이 되다 trở thành thói quen / 그는 머리를 약간 옆으로 기울이는 ～이 있다 anh ta có thói quen nghiêng đầu sang bên cạnh một chút. ¶ ～성 의약품 thuốc dân gian.

습기(濕氣) hơi ẩm; khí ẩm.

습도(濕度) độ ẩm. ¶ ～계 dụng cụ đo độ ẩm.

습득(拾得) **~하다** nhặt được; tìm thấy được. ¶ ～물 vật nhặt được; vật tìm được / ～자 người nhặt được.

습득(習得) **~하다** học tập; học được; thu hoạch được.

습성(習性) thói quen; tập quán; tập tính.

습성(濕性) tính chất ẩm ướt. ¶ ～ 늑막염 tràn dịch màng phổi.

습속(習俗) tục lệ; lệ thường; tập tục.

습유(拾遺) phần phụ lục; phần bổ sung; phần kèm theo.

습윤(濕潤) sự ẩm ướt; tình trạng ẩm ướt.

습자(習字) sự tập viết chữ bằng tay (붓글씨). ¶ ～책 sách viết bằng tay.

습작(習作) sự học tập, sự nghiên cứu;

sự thử nghiệm.
습작(襲爵) **~하다** thừa kế; kế tục; nối tiếp (ngôi vị; thân thế quý tộc).
습전지(濕電池) bộ pin điện, bộ pin ganvanic.
습지(濕地) khu vực đầm lầy; khu đất sình lầy.
습진(濕疹) 【YH】 bệnh eczêma.
습하다(濕-) ẩm ướt.
승(升) ☞ **되**.
승(乘) sự nhân thêm; phép nhân. ☞ **승하다**.
승(勝) sự thắng; chiến thắng. ¶ 3～1패 3 trận thắng 1 trận thua.
…**승**(乘) chỗ ngồi. ¶ 5인 ～ 비행기 máy bay 5 chỗ ngồi; máy bay dành cho 5 người đi / 9인 ～ 자동차 xe ô tô 9 chỗ ngồi; xe ô tô cho 9 người đi.
승강(昇降) **~하다** lên xuống; tăng giảm; thăng trầm. ¶ ～구 cửa lên xuống / ～기 thang máy.
승강이 (티격태격) sự bất hòa nhỏ; cuộc tranh cãi nhỏ; cuộc cãi vã sơ sơ. **~하다** bất hòa nhỏ; xích mích nhỏ; tranh cãi sơ qua. ¶ 창문 옆자리를 놓고 여자 아이들이 ～를 벌인다 bên cạnh cửa sổ đang diễn ra cuộc cãi cọ của mấy em bé gái.
승객(乘客) hành khách đi tàu xe.
승격(昇格) **~하다** nâng cấp; thăng chức.
승경(勝景) phong cảnh đẹp; khung cảnh nên thơ, thắng cảnh.
승계(承繼) ☞ **계승**.
승급(昇級) sự thăng chức; sự thăng tiến. **~하다** thăng chức; thăng tiến; được đề bạt.
승급(昇給) sự tăng lương. ～시키다 cho tăng lương.
승기(勝機) cơ hội chiến thắng.
승낙(承諾) sự đồng ý; sự ưng thuận; sự chấp nhận; sự thỏa thuận. **~하다** đồng ý; ưng thuận; chấp nhận; thỏa thuận.
승냥이 【ĐV】 chó sói Hàn Quốc.
승단(昇段) sự tăng cấp bậc. **~하다** được tăng cấp bậc.
승려(僧侶) ☞ **중**.
승률(勝率) tỷ lệ dành phần thắng (승산).
승리(勝利) sự chiến thắng; sự thắng lợi. **~하다** chiến thắng; thắng lợi; thắng trận; thành công. ¶ 최후의 ～를 얻다 dành được chiến thắng cuối cùng. ¶ ～자 người chiến thắng / ～ 투수 cầu thủ chiến thắng.
승마(乘馬) sự cưỡi ngựa. **~하다** cưỡi ngựa. ¶ ～ 바지 quần cưỡi ngựa / ～ 복 trang phục cưỡi ngựa / ～ 술 cách cưỡi ngựa / ～화(靴) ủng cưỡi ngựa / ～ 학교 trường đua ngựa.
승무(僧舞) điệu múa trong lễ Phật giáo.
승무원(乘務員) nhân viên làm việc trên tàu xe (총칭), tiếp viên hàng không.
승방(僧房) ni cô; sư nữ.
승법(乘法) 【TH】 phép nhân.
승벽(勝癖) tinh thần bất khuất; ý thức ngoan cường; sự cứng rắn.
승복(承服) **~하다** xưng tội; thú tội; đầu hàng, quy phục, hàng phục, khuất phục; chịu thua.
승복(僧服) trang phục của thầy tu.
승부(勝負) thành công và thất bại; thắng bại; (경기) trận đấu. ¶ 단판 ～ một trận thắng bại; một phen sống mái / ～를 짓다 phân chia thắng bại / ～에 이기다 [지다] thắng [thua] trong trận đấu / ～는 끝났다 đã kết thúc trận đấu.
승산(勝算) khả năng chiến thắng; cơ hội chiến thắng; tỷ lệ chiến thắng. ¶ ～ 없는 không có khả năng chiến thắng; không có cơ hội chiến thắng / ～이 있다 [없다] có [không có] khả năng

ㅅ

chiến thắng; có [không có] cơ hội chiến thắng.

승상(丞相) ☞ **정승**(政丞).

승선(乘船) sự lên tàu thuyền. **~하다** lên tàu thuyền.

승소(勝訴) **~하다** thắng kiện.

승수(乘數) 【TH】 số nhân.

승승장구(乘勝長驅) **~하다** thừa thắng xông lên; thừa thắng tấn công.

승압기(昇壓器) máy tăng áp; biến thế.

승용차(乘用車) xe chở khách. ¶ 4 인승 ~ xe chở được bốn người / 고급 ~ xe khách cao cấp.

승원(僧院) tu viện; nhà tu.

승인(承認) sự công nhận; sự thừa nhận; sự đồng ý; sự ưng thuận; sự xét duyệt; sự phê chuẩn (인가). **~하다** công nhận; đồng ý; xét duyệt; phê chuẩn. ¶ ~을 얻다 được đồng ý; được phê chuẩn; được xét duyệt. ¶ ~서 bản phê chuẩn; biên bản xét duyệt.

승자(勝者) người chiến thắng, người thắng cuộc.

승적(僧籍) chức vị trong tôn giáo; thánh chức.

승전(承前) chiến thắng trước; dẫn trước.

승전(勝戰) **~하다** thắng trận. ¶ ~고(鼓) trống thắng trận.

승제(乘除) 【TH】 phép nhân và phép chia, phép nhân chia.

승직(僧職) giáo chức; thánh chức.

승진(昇進) sự thăng chức; sự thăng cấp. **~하다** thăng chức, thăng cấp.

승차(乘車) **~하다** lên xe, lên tàu. ¶ ~구 lối lên xe, lối lên tàu / ~권 vé xe, vé tàu / ~권 매표소 phòng bán vé tàu, nơi bán vé xe.

승천(昇天) sự lên thiên đàng. **~하다** lên thiên đàng. ¶ ~ 축일 ngày chúc mừng lễ Thăng thiên.

승패(勝敗) sự chiến thắng và thất bại; thắng bại; trận quyết định. ¶ ~를 다투다 phân tranh thắng bại.

승하(昇遐) cái chết của nhà vua; sự băng hà. **~하다** (nhà vua) băng hà.

승하다(乘-) ☞ **곱하다**.

승합(乘合) ☞ **합승**.

승홍(昇汞) 【HH】 chất thăng hoa có tính ăn mòn. ¶ ~수 dung dịch chất thăng hoa có tính ăn mòn.

승화(昇華) 【HH】 sự thăng hoa. **~하다** thăng hoa.

시(市) thành phố; thành thị; đô thị (행정구획). ~의 thuộc về thành phố, thuộc về đô thị. ¶ ~ 당국 người có trách nhiệm của thành phố; chính quyền thành phố / 런던~ thành phố Luân đôn.

시(時) (시간) thời gian; (시각) giờ. ¶ 8~ 8 giờ / 3~ 15분 3 giờ 15 phút / 2~ 20분 2 giờ 20 phút / 5~ 5분 전 5 giờ kém 5 (phút).

시(詩) thơ ca (총칭); vần thơ (운문).

시가(市街) đường phố. ¶ ~전(戰) cuộc chiến trên đường phố / ~ 지 khu vực được phân chia theo đường phố (quận, phường).

시가(市價) giá cả thị trường; giá cả hàng hóa. ¶ ~ 변동 biến động giá cả thị trường; biến động giá cả hàng hóa.

시가(時價) thời giá. ¶ ~로 쳐서 ước lượng (theo) thời giá.

시가(媤家) ☞ **시집**(媤-).

시가(詩歌) thơ ca; thi ca; thơ. ¶ ~ 선집 tuyển tập thơ ca.

시가 xì gà.

시각(時刻) thời gian; thì giờ; lúc; thời điểm.

시각(視角) góc độ quan sát; góc nhìn.

시각(視覺) thị giác; sự nhìn; sự quan sát bằng mắt. ¶ ~ 교육 giáo dục bằng cách quan sát / ~ 기관 cơ quan thị giác.

시간(時間) thời gian; thì giờ; (학교의) giờ học; tiết học. ¶ 영어 ～ giờ học tiếng Anh / 제 ～에 trong tiết học (giờ học) thứ / ～에 늦다 muộn giờ học; trễ tiết học / ～을 벌다 tạo thời gian; dành thời gian / ～을 지키다 giữ đúng giờ hẹn; đến đúng giờ / ～제로 하다 căn đúng giờ / ～이 (많이) 걸리다 mất (nhiều) thời gian. ¶ ～ 강사 giảng viên dạy theo giờ; giảng viên dạy hợp đồng; giảng viên chưa chính thức / ～급 tiền công giờ; trả công theo giờ / ～ 엄수 tuân thủ thời gian, giữ đúng giờ / ～외 근무 làm việc ngoài giờ; làm thêm giờ / ～수당 tiền trợ cấp theo giờ / ～ 외 근무를 하다 làm việc ngoài giờ quy định / ～표 thời gian biểu; bảng kế hoạch / 소요 ～ thời gian cần thiết / 수업 ～ thời gian học / 영업 ～ thời gian làm việc, thời gian mở cửa / 집무 ～ thời gian phục vụ / 식사 ～ thời gian ăn cơm.

시거렛 [Anh] thuốc lá.

시경찰국(市警察局) (수도의) Sở cảnh sát thành phố. ¶ ～ 장 giám đốc Sở cảnh sát thành phố.

시계(時計) đồng hồ. ¶ ～를 맞추다 lên giây đồng hồ / ～를 보다 nhìn đồng hồ. ¶ ～탑 tháp đồng hồ / ～바늘 kim đồng hồ / ～방 hiệu đồng hồ / ～ 소리 tiếng đồng hồ chạy / ～줄 dây đeo đồng hồ / 자동 ～ đồng hồ tự động / 탁상 ～ đồng hồ để bàn.

시계(視界) tầm nhìn; tầm mắt. ☞ **시야**.

시골 nông thôn; thôn quê; đồng quê; tỉnh lẻ; (고향) quê hương. ～의 thuộc về nông thôn; thuộc về quê hương. ¶ ～서 자라난 lớn lên ở nông thôn. ¶ ～ 구석 góc thôn quê / ～길 đường nông thôn / ～ 내기 người gốc nông thôn; nông dân / ～ 뜨기 dân tỉnh lẻ; người quê mùa / ～ 말(사투리) thổ ngữ; tiếng địa phương / ～ 사람 người nông thôn; người địa phương; người tỉnh lẻ / ～ 생활 cuộc sống ở nông thôn / ～ 풍경 phong cảnh thôn quê.

시공(施工) **~하다** xây dựng; thi công. ¶ ～자 [KTr] người xây dựng; người thi công; công nhân xây dựng.

시구(市區) đô thị, đường phố.

시구(詩句) khổ thơ; khúc hát; tiết đoạn.

시구(始球) **~하다** ném bóng để khai mạc trận đấu bóng. ¶ …의 ～로 với sự ném bóng khai mạc trận đấu của ….

시국(時局) tình hình; trạng thái; hoàn cảnh; thời cuộc; tình trạng khẩn cấp (비상시). ¶ ～의 추이 xu thế của thời cuộc / ～을 수습하다 nắm bắt tình hình, nắm bắt thời cuộc / ～에 대처하다 đối phó với tình hình; đối phó với thời cuộc. ¶ 중대 ～ tình hình nguy ngập.

시굴(試掘) **~하다** thăm dò; khảo sát; điều tra. ¶ ～ 권 quyền thăm dò; quyền khảo sát / ～ 자 người thăm dò; người khảo sát / ～정(井) (석유의) khu vực thăm dò (dầu khí).

시궁창 hầm; cống; rãnh; mương; nơi bẩn thỉu.

시그널 dấu hiệu; tín hiệu.

시극(詩劇) kịch thơ.

시근거리다 (숨을) hổn hển; khó nhọc; nặng nề; thều thào; (뼈마디가) nhức mỏi.

시글시글 ùng ục (sôi); nhung nhúc; ngọ nguậy (ong; dòi bọ).

시금(試金) kim loại dùng để thí nghiệm; vàng thử nghiệm. ¶ ～석 đá thử

ㅅ

vàng; (시험) sự thí nghiệm; sự thử nghiệm.

시금떨떨하다 chua và chát.

시금치 rau bina, rau chân vịt.

시금털터라다 ☞ **시금떨떨하다**.

시급(時急) ~한 khẩn cấp, cấp bách; khẩn trương.

시기(時期) thời kỳ; thời đại; khoảng thời gian (경우). ¶ 이 중대한 ~에 trong thời kỳ trọng đại này.

시기(時機) cơ hội; thời cơ; tình huống (경우). ¶ ~에 적합한 phù hợp với thời cơ / ~를 기다리다 chờ thời cơ; chờ cơ hội / ~를 포착하다 nắm bắt cơ hội, nắm bắt thời cơ / ~ 상조이다 thời gian sẽ quyết định tất cả.

시기(猜忌) sự đố kỵ; sự ghen ghét; sự ghen tị. **~하다** đố kỵ; ghen tị; ghen ghét. ¶ ~ 심 = 시기. lòng đố kỵ.

시꺼멓다 đen nhánh; đen bóng; đen tuyền.

시끄럽다 ❶ (소란함) ồn ào; ầm ĩ; huyên náo; náo động. ¶ 시끄럽게 một cách ồn ào, một cách náo động. ❷ (여론이) phức tạp; lắm chuyện; rắc rối. ¶ 시끄러운 세상 thế gian ồn ào / 시끄러운 문제가 되다 trở thành vấn đề phức tạp. ❸ (귀찮다) rắc rối; phiền toái (곤란).

시나리오 kịch bản. ¶ ~ 작가 tác giả kịch bản.

시나브로 từng chút từng chút một.

시난고난 ¶ ~하다 bệnh tật không nặng nhưng kéo dài.

시내 suối. ¶ 시냇가 bờ suối.

시내(市內) trong thành phố; nội thành; thành phố. ¶ ~ 거주자 dân thành phố; người cư trú trong nội thành / ~ 배달 giao hàng trong nội thành / ~ 버스 xe buýt nội thành / 스톡홀름 ~ 버스 xe buýt chạy trong nội thành Stockholm.

시네라마 màn ảnh cực rộng.

시네마 rạp chiếu phim. ¶ ~스코프 màn ảnh rộng.

시녀(侍女) người hầu gái; nữ tỳ; thị nữ.

시누이(媤-) chị chồng.

시늉 (흉내) sự noi gương; sự bắt chước; sự làm theo; (체함) sự giả vờ; sự giả bộ; sự giả đò. **~하다** noi gương; làm theo; bắt chước; giả vờ; giả bộ; giả đò (체하다). ¶ 죽은 ~을 하다 giả vờ chết.

시다 ❶ (맛이) chua. ¶ 시어지다 trở nên chua. ❷ (뼈마디가) chua đến rùng mình.

시단(詩壇) thi đàn; giới thơ ca.

시달(示達) **~하다** chỉ thị; chỉ đạo; chỉ dẫn; hướng dẫn, thông báo.

시달리다 khổ sở; chật vật; vật vã; đau đớn; buồn phiền. ¶ 가난에 ~ khổ sở vì nghèo đói; chật vật vì nghèo đói / 빚쟁이에게 ~ khổ sở vì các chủ nợ.

시대(時代) (시기) thời đại; thời kỳ; giai đoạn; (연대) niên đại; (시세(時世)) thời buổi; thời thế. ¶ ~의 총아 anh hùng của thời đại / ~에 뒤떨어진 사람 người tụt hậu với thời đại, người cổ lỗ sỹ / ~에 역행하다 đi ngược lại với thời đại; đi ngược thời gian. ¶ ~ 감각 khả năng nắm bắt thời đại / ~상(相) biểu tượng của thời đại / ~ 정신 tinh thần thời đại / ~ 착오 sự lỗi thời / ~착오의 thuộc dạng lỗi thời / 원자력 ~ thời đại nguyên tử.

시도(試圖) sự thử; sự thí nghiệm; sự cố gắng. **~하다** thử; thí nghiệm; cố gắng.

시동(始動) (기계의) sự khởi động. **~하다** khởi động. ¶ ~을 걸다 khởi động máy, mở máy. ¶ ~ 장치 thiết bị khởi động.

시동생(媤-) em chồng.

시들다 ❶ (초목이) héo khô; héo tàn; teo tóp; quắt queo. ❷ (기운이) nhụt chí; xuống tinh thần. ¶ 인기가 ~ xuống sắc, sức hấp dẫn kém.

시들하다 (마음에) không thỏa mãn; không hài lòng; bất mãn; chán nản; (마음이 없다) không chú ý, không để ý; lãnh đạm; thờ ơ; (시시하다) vô vị; tẻ nhạt; không hứng thú. ¶ 삶이 시들해지다 cuộc sống trở nên tẻ nhạt.

시디시다 chua quá thể; chua quá mức.

시뜻하다 ❶ ☞ **시들하다**. ❷ (싫증나다) nhàm chán; chán chường.

시래기 lá củ cải sấy khô. ¶ ~국 canh lá củ cải khô.

시량(柴糧) chất đốt và thực phẩm.

시럽 nước xi rô.

시렁 kệ; giá (trên tường) (포도시렁).

시력(視力) thị lực. ¶ ~이 좋다 [약하다] thị lực tốt [kém, yếu] / ~을 잃다 [회복하다] mất [hồi phục] thị lực. ¶ ~ 감퇴 giảm thị lực / ~ 검사 kiểm tra thị lực.

시련(試鍊) sự thử thách; sự thử nghiệm. ¶ 가혹한 ~ thử thách khắc nghiệt / ~을 겪다 gặp phải thử thách / ~에 견디다 chịu đựng thử thách.

시론(時論) dư luận (여론).

시론(詩論) sự bình thơ; sự sáng tác thơ.

시료(施療) sự điều trị miễn phí; sự chữa bệnh không mất tiền. **~하다** điều trị miễn phí; chữa bệnh không mất tiền.

시루 sự hấp. ¶ ~떡 bánh hấp.

시루죽다 mất can đảm; ngã lòng; chán nản; nhụt chí.

시류(時流) (풍조) dòng thời gian; sự trôi đi của thời gian; (유행) khuynh hướng chung; chiều hướng chung; sự thịnh hành, mốt. ¶ ~에 따르다 theo dòng thời gian; theo thời gian trôi / ~에 순응 [역행]하다 theo [đi ngược lại với] khuynh hướng chung.

시름 sự lo âu; nỗi phiền muộn; sự ưu phiền. ¶ 한 ~ 놓다 khuây khỏa nỗi phiền muộn.

시름없이 không lo âu; không ưu phiền; vô tư lự.

시리다 lạnh cóng. ¶ 손이 ~ lạnh cóng tay / 발이 ~ lạnh cóng chân.

시리아 nước Syria. ¶ ~ 사람 người Syria.

시리즈 bộ. ¶ ~로 출판하다 xuất bản một bộ. ¶ ~물 đồ theo từng bộ; đồ bộ / 월드 ~ giải đồng hạng thế giới (bóng chày).

시립(市立) ~의 thuộc thành phố. ¶ ~ 도서관 thư viện thành phố / ~ 병원 bệnh viện thành phố.

시말서(始末書) đơn thanh minh, bản tường trình; bản kiểm điểm.

시멘트 xi măng. ¶ ~를 바르다 trát xi măng. ¶ ~공장 nhà máy xi măng / ~ 벽 tường xi măng / ~바닥 sàn xi măng / ~색 màu xi măng / ~ 산업 ngành công nghiệp xi măng.

시모(媤母) ☞ **시어머니**.

시무(時務) công việc thời vụ; công việc hiện thời.

시무(視務) **~하다** đang làm việc; đang tiến hành.

시무룩하다 buồn bã; ủ rũ; rầu rĩ; u sầu. ¶ 시무룩하여 vừa rầu rĩ.

시무식(始務式) lễ chào mừng ngày làm việc đầu tiên trong năm (của các cơ quan nhà nước).

시문(試問) thi; sự chất vấn; sự kiểm tra. **~하다** thi; chất vấn; kiểm tra.

시민(市民) công dân (총칭). ¶ ~권 quyền công dân / ~ 대회 đại hội toàn dân.

시발(始發) ¶ ~역 ga khởi hành; ga đầu tiên (trong chặng hành trình).

시범(示範) sự nêu gương; sự làm mẫu; sự làm gương. **~하다** nêu gương; làm gương; làm mẫu; làm điểm. ¶ ~경기 trận đấu mẫu, trận đấu điểm / ~ 농장(農場) trang trại mẫu; trang trại điểm / ~ 학교 trường mẫu, trường điểm.

시베리아 nước Siberia. ~의 thuộc về nước Siberia.

시보(時報) ❶ (시간의 알림) báo giờ; điểm giờ. ❷ (보도) bản tin hàng giờ; thời báo (공보); tạp chí; tập san (평론).

시보(試補) sự thử việc; sự thực tập. ¶ 사법관 ~ nhân viên tư pháp thử việc.

시부(媤父) ☞ **시아버지**.

시부렁거리다 nói huyên thuyên; nói tầm phào; nói bá láp.

시부모(媤父母) bố mẹ chồng.

시비(市費) khoản chi tiêu của thành phố (경비).

시비(是非) sự đúng sai; sự phải trái. **~하다** cãi cọ; tranh cãi; tranh luận.

시비(施肥) sự bón phân. **~하다** bón phân.

시비(詩碑) sự nói xấu; sự thị phi.

시뻘겋다 đỏ rực; đỏ bừng; đỏ thắm. ¶ 시뻘겋게 단 난로 lò sưởi đỏ rực.

시쁘다 ☞ **시들하다**.

시사(示唆) sự gợi ý; sự đề xuất ý kiến. **~하다** gợi ý; đề xuất; kiến nghị. ¶ ~적 tính chất gợi ý; tính kiến nghị.

시사(時事) thời sự. ¶ ~ 문제 vấn đề thời sự / ~ 해설 bình luận thời sự / ~해설가 nhà bình luận thời sự.

시사(試射) sự bắn thử. **~하다** bắn thử.

시사(試寫) xem trước; kiểm duyệt. **~하다** xem trước; kiểm duyệt. ¶ ~회 sự xem phim trước; sự kiểm duyệt phim.

시산(試算) sự tính toán thử; sự dự tính. ¶ ~표 bảng dự toán.

시삼촌(媤三寸) chú, cậu (đằng nhà chồng).

시상(施賞) **~하다** trao phần thưởng. ¶ ~식 lễ trao giải thưởng.

시상(詩想) tứ thơ; ý thơ.

시새(우)다 ghen tuông; tranh đua.

시선(視線) ánh mắt; cái nhìn; tầm nhìn. ¶ ~을 돌리다 đổi hướng nhìn; nhìn sang chỗ khác / ~을 피하다 tránh ánh mắt; tránh cái nhìn (của người khác).

시선(詩選) tuyển tập thơ.

시설(施設) sự thành lập; sự thiết lập; sự lắp đặt; sự trang bị; (설비) thiết bị; trang bị. **~하다** thành lập; thiết lập; lắp đặt; trang bị. ¶ ~투자 đầu tư thiết bị / 공공 ~ công trình công cộng / 군사 ~ trang bị quân sự; công trình quân sự / 산업 ~ công trình công nghiệp / 항만 ~ công trình cảng biển.

시성(詩聖) nhà thơ lớn; đại thi hào.

시세(時世) thời buổi; thời thế.

시세(時勢) ❶ (그때의 형세) tình trạng trong thời điểm nhất định. ❷ (싯가) giá cả thị trường; thời giá. ¶ ~의 변동 biến động giá cả thị trường; biến động giá cả / ~가 오르다 [내리다] giá cả lên [xuống]. ¶ 개장 ~ 〔CK〕 giá mở cửa sàn giao dịch / 폐장 ~ 〔CK〕 giá đóng cửa sàn giao dịch / 달러 ~ thời giá đồng đôla Mỹ / 쌀 ~ giá lúa gạo / 증권~ giá cổ phiếu / 최고 ~ giá cao nhất / 최저 ~ giá thấp nhất; giá tối thiểu.

시소 bập bênh. ¶ ~를 타고 놀다 cưỡi bập bênh chơi. ¶ ~ 게임 trò chơi bập bênh.

시속(時俗) phong tục trong một thời kỳ nhất định.

시속(時速) tốc độ mỗi giờ. ¶ ~ 24마일 tốc độ mỗi giờ là 24 dặm.

시스템(system) 【Anh】 hệ thống. ¶ ～공학 kỹ thuật hệ thống.

시승(試乘) sự cưỡi thử; sự đi thử. **~하다** cưỡi thử; đi thử.

시시(時時) ～로 hàng giờ; luôn luôn.

시시각각(時時刻刻) ～으로 từng giờ từng phút; luôn luôn; thường trực.

시시덕거리다 cười nói liến thoắng; nói huyên thuyên; nói chuyện tào lao.

시시부지하다 dở dang; dở chừng; dang dở; không đi đến đâu. ¶ 시시부지되다 bị dang dở; bị ngừng lại giữa chừng.

시시비비(是是非非) **~하다** sai là sai đúng là đúng; công minh; không thiên vị. ¶ ～ 주의 chủ nghĩa tự do không thiên vị.

시시콜콜 sự vặt vãnh; điều nhỏ nhặt. ¶ ～ 캐묻다 vặn hỏi linh tinh; vặn hỏi chi tiết.

시시하다 (흥미없다) vô vị; chán ngắt; không hứng thú; (사소) lặt vặt; vặt vãnh; nhỏ nhặt; (하찮다) chán ngán; ngán ngẩm; không quan trọng; (가치없다) vô nghĩa; không có giá trị. ¶ 시시한 것(일) việc vặt vãnh; việc nhỏ nhặt / 시시한 책 cuốn sách vô vị; cuốn sách không có giá trị / 시시한 배우 diễn viên chán ngắt / 시시한 말을 하다 nói những lời vô vị; nói những câu chán ngắt.

시식(試食) **~하다** nếm thử; ăn thử. ¶ ～회 bữa tiệc nếm thử các món ăn.

시신(侍臣) cận thần; triều thần.

시신경(視神經) thần kinh thị giác.

시아버지(媤-) bố chồng.

시아주버니(媤-) anh chồng.

시안(試案) kế hoạch thăm dò; dự án.

시앗 thiếp; vợ lẽ.

시야(視野) tầm nhìn; tầm bao quát; nhãn quan. ¶ ～에 들어오다 đi vào tầm nhìn, lọt vào tầm nhìn / ～를 벗어나다 ra khỏi tầm nhìn / ～를 넓히다 mở rộng tầm nhìn.

시약(施藥) **~하다** phát thuốc miễn phí; cho thuốc miễn phí.

시약(試藥) 【HH】 thuốc thử.

시어(詩語) ngôn ngữ thơ ca.

시어머니(媤-) mẹ chồng.

시업(始業) **~하다** khởi sự; khởi nghiệp; khởi công. ¶ ～식 lễ khai trương; lễ khai mạc.

시여(施與) **~하다** cho; biếu; tặng; ủng hộ; chi viện.

시역(市域) ranh giới thành phố (한계).

시역(弑逆) sự giết hại vua chúa. **~하다** giết hại vua chúa; phản nghịch.

시연(試演) sự diễu hành; sự biểu dương lực lượng; sự diễn tập; sự duyệt binh.

시영(市營) sự quản lý và kinh doanh của thành phố. ～의 thuộc quyền quản lý và kinh doanh của thành phố. ¶ ～으로 하다 làm theo sự quản lý của thành phố. ¶ ～ 버스 xe buýt thành phố / ～ 주택 nhà ở do thành phố quản lý, kinh doanh.

시오니즘 chủ nghĩa phục quốc của người Do Thái.

시온 thành phố Jerusalem cổ; thánh địa của người Do Thái.

시외(市外) ngoại ô; vùng ven thành phố. ～의 thuộc ngoại ô. ¶ ～ 거주자 người cư trú ở ngoại ô / ～ 전화 điện thoại ngoại vùng (thành phố).

시용(試用) **~하다** dùng thử; kiểm tra.

시우(時雨) mưa theo mùa.

시우쇠 thanh kim loại; thỏi sắt.

시운(時運) thời vận; cơ hội.

시운전(試運轉) vận hành thử.

시원섭섭하다 buồn vui lẫn lộn.

시원스럽다 (성격이) hào phóng; thoáng; dễ chịu; (동작) nhanh nhẹn; lanh lợi;

ㅅ

hoạt bát.

시원시원하다 ☞ **시원스럽다**.

시원찮다 ❶ (기분이) không hài lòng; không thỏa mãn; lạnh lùng; lãnh đạm; thờ ơ. ❷ (언행 따위가) không đúng; không thỏa đáng; không thỏa mãn. ❸ (형세) khó khăn; phức tạp; tăm tối.

시원하다 ❶ (온도가) mát mẻ; dễ chịu. ¶ 시원해지다 trở nên mát mẻ; trở nên dễ chịu. ❷ (상쾌) sảng khoái; thoải mái; dễ chịu (안심하다). ❸ (언행이) ☞ **시원스럽다**.

시월(十月) tháng 10.

시위[1] (활의) dây cung.

시위[2] (홍수) nước lũ; sự ngập lụt. ～나다 nước lũ dâng lên; ngập lụt.

시위(示威) (운동) sự biểu tình; sự thị uy (행진). **~하다** biểu tình; thị uy. ¶ ～적 mang tính thị uy. ¶ ～자 người biểu tình.

시위(侍衛) **~하다** thị vệ; cảnh vệ; bảo vệ. ¶ ～대 đội thị vệ; đội vệ binh Hoàng gia.

시유(市有) ～의 thuộc sở hữu của thành phố. ¶ ～로(화)하다 trao quyền sở hữu cho thành phố. ¶ ～ 재산 tài sản của thành phố / ～지 đất của thành phố.

시음(試飮) **~하다** uống thử. ¶ ～회 bữa tiệc nếm thử các loại rượu.

시읍면(市邑面) thành phố; huyện; xã.

시의(時宜) ¶ ～에 맞는 đúng thời gian; đúng cơ hội; hợp hoàn cảnh / ～에 맞다 hợp thời; đúng cơ hội.

시의(猜疑) sự nghi ngờ; sự ngờ vực; sự hoài nghi (의심); sự nghi ngờ; sự ghen bóng ghen gió (질투). **~하다** nghi ngờ, ngờ vực, hoài nghi; ghen bóng ghen gió.

시의회(市議會) hội đồng thành phố. ¶ ～의사당 trụ sở hội đồng thành phố / ～ 의원 thành viên hội đồng thành phố / ～ 의원 선거 bầu cử thành viên hội đồng thành phố.

시인(是認) sự phê chuẩn; sự phê duyệt; sự chấp nhận. **~하다** phê chuẩn; phê duyệt; chấp nhận; đồng ý.

시인(詩人) nhà thơ; thi nhân; thi sĩ; nữ thi sĩ (여자).

시일(時日) (때) thời điểm; thời gian; (날짜) ngày giờ. ¶ ～문제 vấn đề thời gian / ～과 장소(를 정하다) (quyết định) thời gian và địa điểm / ～의 경과에 따라 theo thời gian trôi / ～이 걸리다 mất thời gian.

시작(始作) sự bắt đầu; sự khởi đầu; sự khởi phát; sự khai trương. **~하다** bắt đầu; khởi đầu; khởi phát; khai trương. ¶ 사업을 ～하다 bắt đầu kinh doanh; khởi nghiệp / 하기 ～하다 bắt đầu làm.

시작(試作) sự sản xuất thử; sự chế tạo thử; sự làm thử. **~하다** làm thử; chế tạo thử; sản xuất thử; trồng thử.

시작(詩作) sự làm thơ; sự sáng tác thơ. **~하다** làm thơ; sáng tác thơ.

시장 ¶ ～하다 đói bụng. ¶ ～기 sự đói bụng / ～기를 느끼다 cảm thấy đói bụng.

시장(市長) thị trưởng; chủ tịch thành phố. ¶ 서울 ～ thị trưởng Seoul. ¶ ～직 chức thị trưởng.

시장(市場) chợ; hội chợ; phiên chợ; thị trường. ¶ 침체된 ～ thị trường ứ đọng, trầm lặng / ～에 나오다(나와 있다) ra thị trường / ～을 개척하다 mở chợ, lập chợ. ¶ ～분석 phân tích thị trường / ～ 점유율 tỷ lệ chiếm hữu thị trường / ～성 tính thị trường / ～성이 없는 không có tính thị trường / ～ 조사 điều tra thị trường / ～경제

kinh tế thị trường / ~ 가격 giá cả thị trường / 국내 ~ thị trường trong nước / 해외 ~ thị trường quốc tế / 자본 ~thị trường vốn / 증권~ thị trường chứng khoán / 현물 ~ chợ mua bán bằng hiện vật.

시재(時在) ¶ ~돈[액] tiền [khoản tiền] hiện có.

시재(詩才) tài thơ phú; năng lực về thơ ca.

시적(詩的) chất thơ. ¶ ~ 감정 cảm xúc đầy chất thơ.

시적거리다 miễn cưỡng; gượng gạo; o ép.

시절(時節) (계절) mùa; (시기) thời; thời kỳ; mùa vụ; (시세(時世)) cơ hội, thời thế. ¶ ~에 맞지 않는 không hợp mùa / 그 ~에(는) vào thời kỳ đó thì / 젊은 ~에 thời còn trẻ / 학생 ~에 thời sinh viên.

시점(時點) quan điểm; cách nhìn nhận. ¶ 오늘의 ~에서 trên quan điểm của ngày hôm nay.

시정(市政) chính quyền thành phố, thị chính.

시정(是正) sự sửa chữa; sự chỉnh sửa; sự tu chỉnh. **~하다** sửa chữa; chỉnh sửa; tu chỉnh.

시정(施政) chính phủ; chính quyền; nhà nước. ¶ ~ 방침 phương châm cai trị; phương châm hoạt động của chính phủ / ~ 연설 diễn thuyết về nhà nước; nói chuyện về chính phủ.

시정(詩情) cảm xúc thơ; sự trữ tình.

시정아치(市井-) giới công chức thành phố.

시제(市制) chế độ của thành phố.

시제(時制) 【NNH】 thì (quá khứ, hiện tại).

시조(始祖) tổ tiên, thủy tổ. ¶ 인류의 ~ thủy tổ của loài người.

시조(時調) *sijo*; một thể loại thơ truyền thống của Hàn Quốc.

시종(始終) (부사적) sự bắt đầu và kết thúc, trước sau.

시종(侍從) người hầu; cận thần; phụ tá; người giúp việc.

시주(施主) (일) sự bố thí; sự dâng hiến; sự cúng tế; (물건) của bố thí; đồ cúng lễ; vật cúng tế; (사람) thí chủ. **~하다** bố thí; dâng hiến; cúng tế (cho nhà chùa).

시준(視準) 【VL】 sự chuẩn trực. ¶ ~기 kính viễn vọng.

시중 sự phục vụ; sự phục dịch; sự hầu hạ; sự chăm sóc; sự chăm nom (간호). **~하다**(들다) hầu hạ; phục vụ; phục dịch; chăm sóc; chăm nom. ¶ ~꾼 người phục vụ; người làm công; người giúp việc; người chăm sóc (간호인).

시중(市中) trong thành phố; trên thị trường. ¶ ~금리 tỷ lệ lãi suất trên thị trường.

시즌 mùa; vụ. ¶ ~이 아닌 không phải mùa vụ. ¶ 야구 ~ mùa bóng chày.

시진(視診) sự chẩn đoán bằng mắt.

시집(媤-) nhà chồng. ¶ ~ 가다 về nhà chồng / ~ (을) 보내다 gả chồng.

시집(詩集) tập thơ; thi tập.

시차(時差) sự lệch múi giờ; 【TVH】 sự lệch giờ. ¶ ~제 출근 đi làm theo chế độ lệch giờ.

시차(視差) 【TVH】 thị sai.

시찰(視察) thị sát, sự thanh tra; sự kiểm tra; sự xem xét. ~하다 thanh tra; kiểm tra, xem xét. ¶ ~단 đoàn thanh tra, đoàn khảo sát, thị sát. ¶ ~ 여행 chuyến du lịch với mục đích thị sát.

시채(市債) công trái của thành phố.

시책(施策) chính sách; đường lối; biện pháp; đối sách. ¶ ~을 강구하다 tìm tòi biện pháp.

ㅅ

시척지근하다 chua (ôi thiu).

시청(市廳) tòa thị chính.

시청(視聽) sự nghe và nhìn; (주의) sự chú ý. ¶ ~ 각 thính giác và thị giác / ~각 교육 [교재] giáo dục [giáo trình] nghe nhìn (audio visual) / ~율 tỷ lệ khán giả xem truyền hình / ~자 khán thính giả.

시청(試聽) sự thử giọng; sự thu giọng nói.

시체(屍體) thi thể; tử thi; xác chết; (동물의) xác. ¶ ~로 발견되다 thi thể được phát hiện. ¶ ~ 부검(剖檢) khám nghiệm tử thi.

시체(詩體) thể loại thơ.

시초(始初) nguồn gốc; nguồn cội; căn nguyên; (발단) nơi khởi phát.

시추(試錐) sự khoan; sự moi lên (시굴). ¶ ~선 tàu khoan dầu / 해저(海底) 석유 ~ khoan thăm dò dầu khí dưới đáy biển / ~작업 việc khoan thăm dò dầu khí / ~ 장소 nơi khoan.

시취(屍臭) mùi xác chết.

시취(詩趣) sở thích thơ. ¶ ~가 있는 có sở thích là thơ.

시치다 sự khâu vá tạm thời; đính tạm vào. ¶ 시침질 việc khâu vá, việc đính vào tạm thời.

시치미떼다 giả vờ không biết; giả vờ vô tội; giả vờ như không có gì xẩy ra.

시침(時針) kim chỉ giờ.

시커멓다 đen nhánh; đen thui; đen tuyền.

시큼시큼하다 chua chua.

시키다 (하게 하다) bắt ai làm gì đó; ra lệnh; sai bảo; (주문) đề nghị; yêu cầu. ¶ 자장면을 ~ gọi món jajangmyoen.

시트 ❶ (침대의) khăn trải giường. ❷ (우표의) tờ tem thư.

시툿하다 ☞ **시뜻하다**.

시판(市販) thị trường; trên thị trường. **~하다** buôn bán; đưa sản phẩm ra thị trường. ¶ ~되고 있다 đang được bán trên thị trường. ¶ ~품 sản phẩm trên thị trường / 공동 ~ thị trường chung.

시퍼렇다 xanh thẫm; xanh đậm.

시편(詩篇) 【KT】 sách Thánh thi.

시평(時評) sự bình luận các vấn đề thời sự; (신문의) sự bình luận tin tức báo chí. ¶ ~난(欄) dòng bình luận thời sự / 문예 ~ bình luận tin tức văn nghệ (신문).

시폐(時弊) sự nhục nhã của thời đại; sự độc ác của thời đại; tệ nạn của thời đại.

시하(侍下) (부사적) tình hình phụng dưỡng ông bà hoặc cha mẹ.

시하(時下) hiện tại; lúc này; thời điểm đang diễn ra.

시하다(視-) nhìn nhận; đánh giá; chú ý; để ý; xem như. ¶ 위험~ nhìn nhận (là) nguy hiểm; đánh giá nguy hiểm.

시학(詩學) sự nghiên cứu về thơ.

시한(時限) sự giới hạn thời gian; thời kỳ cuối; hạn chót. ¶ ~부 파업 đình công trong thời gian hạn định / ~ 폭탄 bom hẹn giờ / 법적 ~ giới hạn thời gian theo luật.

시할머니(媤-) bà của chồng.

시할아버지(媤-) ông của chồng.

시합(試合) ☞ **경기**(競技).

시해(弑害) ☞ **시역**(弑逆).

시행(施行) sự thi hành; sự thực hiện; sự thực thi; sự áp dụng vào thực tiễn. **~하다** (법률을) thi hành; thực thi; thực hiện; áp dụng vào thực tiễn; (일반적) thực hiện; làm; sử dụng; áp dụng. ¶ ~되고 있다 đang được thi hành; đang được áp dụng. ¶ ~령 lệnh thi hành; lệnh thực thi / ~ 세칙 nguyên tắc cụ thể cho việc thi hành (luật); nguyên tắc dưới luật, hướng dẫn thi hành luật.

시행착오(試行錯誤) sự mày mò thử nghiệm. ¶ 수 차례 ~를 통해 trải qua nhiều lần thử nghiệm và thất bại.

시험(試驗) kỳ thi; cuộc thi; sự thi cử (口); bài thi; bài kiểm tra; (실험) sự thử nghiệm; sự thí nghiệm; sự thực nghiệm; sự kiểm tra. **~하다** thi cử; thí nghiệm; thử nghiệm; thực nghiệm; kiểm tra. ¶ ~삼아 coi như là một sự thử nghiệm / ~에 합격하다 thi đỗ; trúng tuyển / ~에 실패하다 hỏng thi, thi trượt; thí nghiệm thất bại / ~을 치다 đi thi; làm bài thi. ¶ ~과목 môn thi / ~장 địa điểm thi / ~관(管) ống nghiệm / ~관 아기 trẻ em (sinh ra) trong ống nghiệm / ~관 수정 thụ tinh trong ống nghiệm / ~답안지 tờ đáp án bài thi / ~대(臺) bồn thí nghiệm / ~ 발사 bắn thử nghiệm / ~ 비행 bay thử / ~ 지옥 địa ngục thi cử / ~ 성적 kết quả thi cử / ~ 공부 ôn thi / ~ 기간 thời gian thi / ~ 주간 tuần thi / ~ 공포 áp lực thi cử.

시현(示現) **~하다** bộc lộ; biểu lộ; bày tỏ; biểu thị.

시호(時好) thị hiếu.

시호(諡號) tước phong; danh hiệu; tước hiệu

시화(視話) sự nói chuyện bằng cử chỉ. ¶ ~법 phương pháp truyền đạt lời nói bằng cử chỉ.

시화(詩畵) thơ và tranh; thi họa. ¶ ~전 cuộc triển lãm tranh và thơ.

시황(市況) tình hình thị trường. ¶ ~보고 báo cáo tình hình thị trường / 주식 ~ tình hình thị trường chứng khoán.

시효(時效) 【PL】 thời gian có hiệu lực; thời gian quy định. ¶ ~에 걸리다 vi phạm thời gian quy định. ¶ ~가 지난 약품 dược phẩm đã quá thời gian quy định / ~ 기간 khoảng thời gian có hiệu lực / ~ 정지 [중단] đình chỉ [dừng lại] thời gian có hiệu lực / ~ 소멸 thời gian có hiệu lực đã hết / ~ 취득 sở hữu trong thời gian quy định (thời hạn có hiệu lực) / ~가 지난 범죄 tội phạm quá thời gian quy định / 십년 후에 ~가 정지된다 thời hạn có hiệu lực trong 10 năm.

시후(時候) mùa; (일기) thời tiết; khí hậu.

시흥(詩興) cảm hứng thơ ca.

식(式) ❶ (식전) lễ; nghi lễ; nghi thức. ❷ (양식) hình thức; hình thể; hình dạng; (형) kiểu dáng; mẫu mã; kiểu loại; (방법) phương pháp; cách thức; biện pháp. ¶ 한국~ cách thức của Hàn Quốc, kiểu Hàn Quốc. ❸ 【TH】 công thức; biểu thức.

식간(食間) ~에 khoảng cách giữa các bữa ăn.

식객(食客) thực khách, sự ăn bám; sự sống dựa dẫm; sự phụ thuộc. ¶ ~노릇을 하다 ăn bám.

식견(識見) sự hiểu biết; sự nhận thức; sự thấu hiểu; sự sáng suốt; (견해) sự phán đoán; sự tiên lượng.

식곤증(食困症) chứng mệt mỏi và buồn ngủ sau khi ăn.

식구(食口) thành viên trong gia đình. ¶ 많은 [적은] ~ gia đình nhiều [ít] người.

식권(食券) phiếu ăn; phiếu thực phẩm.

식기(食器) bộ đồ ăn.

식다 ❶ (냉각) nguội. ❷ (감퇴) nguôi; dịu bớt; lắng dịu (흥, 몸이). ¶ 열의가 ~ mát dịu; dịu đi; nguội; giảm nhiệt độ.

식단(食單) thực đơn; phiếu tính tiền ăn.

ㅅ

식당(食堂) nhà ăn; nhà ăn tập thể (군대·공장 등의); (음식점) nhà hàng; quán ăn; (간이 식당) cửa hàng đồ ăn nhanh. ¶ ～차 xe bán hàng ăn; quán ăn lưu động.

식도(食刀) ☞ **식칼**.

식도(食道) 【GP】 thực quản. ¶ ～암 【YH】 ung thư thực quản / ～염 【YH】 viêm thực quản.

식도락(食道樂) tính sành ăn; sự sành ăn. ¶ ～가 người sành ăn uống.

식량(食糧) lương thực. ¶ ～ 부족 thiếu lương thực / ～ 통제 điều tiết lương thực; phân phối lương thực / ～ 공급 cung cấp lương thực / ～ 공급 문제 vấn đề cung cấp lương thực.

식료(食料) thức ăn; đồ ăn. ¶ ～품 hàng ăn / ～품상(商) hàng hóa là thực phẩm / ～품점 cửa hàng bán đồ ăn; cửa hiệu bán thực phẩm.

식림(植林) sự trồng rừng. **~하다** trồng rừng; trồng cây trên núi.

식모(食母) người giúp việc trong gia đình ☞ **가정부**. ¶ ～살이하다 làm giúp việc gia đình.

식목(植木) sự trồng cây. **~하다** trồng cây. ¶ ～일 ngày trồng cây.

식물(植物) thực vật; cây cối; rau quả (총칭). ～(성)의 thuộc (tính chất) thực vật. ¶ ～계 giới thực vật / ～성 단백질 chất đạm thực vật / ～성 기름 mỡ thực vật / ～원 vườn thực vật, vườn bách thảo / ～ 인간 người sống thực vật; người vô tri vô giác; người còn sống nhưng mất hết các giác quan / ～지(誌) hệ thực vật, danh sách thực vật / ～ 채집 sưu tầm thực vật / ～학 ngành thực vật học / ～학자 nhà thực vật học.

식민(植民) thực dân. **~하다** thực dân hóa; lập thuộc địa; chiếm đóng. ¶ ～지 thuộc địa / ～지 정책 chính sách thuộc địa / ～지화(化)(하다) thuộc địa hóa / 구(舊) ～지 thuộc địa cũ / 해외 ～지 thuộc địa nước ngoài / (반)～지주의 chủ nghĩa (phản đối) thuộc địa.

식별(識別) sự phân biệt; sự phân định; sự khu biệt. **~하다** phân biệt; phân định; khu biệt. ¶ ～할 수 있는 có thể phân biệt; có thể phân định; có thể khu biệt / ～할 수 없는 không thể phân biệt; không thể phân định.

식보(食補) **~하다** giữ gìn vóc dáng bằng cách ăn kiêng.

식복(食福) ～이 있다 có phúc được ăn uống; có vận may được ăn uống.

식비(食費) tiền ăn uống; chi phí ăn uống; (하숙의) tiền ăn cơm tháng ở nhà trọ.

식빵(食-) bánh mì. ¶ ～ 한 개 một chiếc bánh mì / ～ 한 조각 một mẩu bánh mì.

식사(式辭) lời chào mừng.

식사(食事) bữa ăn; sự ăn uống. **~하다** ăn uống. ¶ 가벼운 ～ bữa ăn nhẹ / ～ 중이다 đang trong bữa ăn / ～대접을 하다 mời ăn cơm / ～ 준비를 하다 chuẩn bị bữa ăn; chuẩn bị ăn uống. ¶ ～ 시간 thời gian ăn uống / ～ 예법 phép tắc ăn uống.

식산(殖産) sự tăng sản phẩm làm ra; sự làm giàu; sự tích trữ tài sản.

식상(食傷) **~하다** bị đau bụng; bị đi ngoài (do ăn uống); ngộ độc thức ăn (중독).

식생활(食生活) thói quen ăn uống. ¶ ～을 개선하다 thay đổi thói quen ăn uống.

식성(食性) vị giác; khẩu vị. ¶ ～에 맞다 hợp khẩu vị / ～이 까다롭다 kén ăn; khó tính trong ăn uống.

식수(食水) nước uống.

식수(植樹) ☞ **식목**.

식순(式順) trình tự nghi lễ; chương trình buổi lễ.

ㅅ

식식거리다 thở nặng nhọc; thở phì phò; thở khò khè.

식언(食言) **~하다** nuốt lời; quên lời hứa.

식염(食塩) muối dùng để nấu nướng; muối ăn. ¶ ～수(水) nước muối ăn / ～ 주사 tiêm nước muối; truyền nước muối.

식욕(食慾) sự thèm ăn; sự muốn ăn. ¶ ～이 있다 ăn ngon miệng / ～이 없다 ăn không ngon miệng / ～을 잃다 mất cảm giác thèm ăn; không muốn ăn. ¶ ～ 감퇴 giảm cảm giác thèm ăn / ～ 증진 tăng cảm giác thèm ăn; trở nên ngon miệng / ～ 증진제 thuốc kích thích ăn uống.

식용(食用) ～의 thuộc loại dùng để ăn. ¶ ～으로 하다 dùng để ăn. ¶ ～ 개구리 ếch ăn được / ～유 dầu ăn / ～품 sản phẩm dùng để ăn; sản phẩm ăn được; hàng thực phẩm.

식육(食肉) thịt (dùng để ăn). ¶ ～류 [ĐV] động vật nuôi lấy thịt.

식은땀 mồ hôi lạnh. ¶ ～을 흘리다 toát mồ hôi lạnh.

식음(食飮) sự ăn và uống; việc ăn uống. ¶ ～을 전폐하다 bỏ cả ăn uống.

식이(食餌) ¶ ～요법을 하다 dùng liệu pháp ăn kiêng.

식인(食人) ～의 thuộc loài ăn thịt người. ¶ ～종 loài ăn thịt người; chủng tộc ăn thịt người.

식자(植字) [In] sự sắp chữ. **~하다** sắp chữ. ¶ ～공 công nhân sắp chữ.

식자(識者) người hiểu biết; người trí thức.

식자우환(識字憂患) người không biết gì là người vui sướng nhất (ngu si hưởng thái bình).

식장(式場) phòng nghi lễ; phòng khánh tiết.

식전(食前) ～에 trước bữa ăn; trước khi ăn (아침 식사 전). ¶ ～ 30분에 복용 uống trước bữa ăn 30 phút.

식중독(食中毒) sự ngộ độc thức ăn. ¶ ～에 걸리다 bị ngộ độc thức ăn.

식지(食指) ☞ **집게손가락**.

식체(食滯) chứng khó tiêu; chứng đầy bụng.

식초(食醋) giấm ăn.

식충(食蟲) ❶ [Si] ¶ ～류(類) loài ăn sâu bọ; loài ăn côn trùng. ❷ (사람) sự ăn côn trùng; sự ăn sâu bọ.

식칼 dao làm bếp.

식탁(食卓) bàn ăn. ¶ ～에 앉다 ngồi bên bàn ăn. ¶ ～보 khăn trải bàn ăn.

식탈(食頉) sự bội thực; sự đau bụng vì ăn uống; ngộ độc thức ăn (식중독).

식품(食品) thực phẩm; đồ ăn; thức ăn. ¶ ～공업 ngành công nghiệp thực phẩm / ～위생 vệ sinh thực phẩm / ～점 ☞ **식료품점**. / 불량 ～ thực phẩm kém chất lượng.

식피(植皮) kỹ thuật ghép da; sự ghép da; sự cấy da. [YH] **~하다** ghép da; cấy da. ¶ ～술 = 식피.

식혜(食醯) đồ uống làm bằng gạo lên men.

식후(食後) ～에 sau bữa ăn; sau khi ăn.

식히다 làm nguội; làm mát; làm dịu đi; làm bớt nóng đi. ¶ 식힌 đã làm nguội / 머리를 ～ làm dịu đầu óc; thư giãn đầu óc.

신[1] (신발) vật mang ở chân; giầy; dép. ¶ ～을 신은 채로 đi nguyên giầy mà làm gì / ～을 신다 [벗다] đi [bỏ] giầy.

신[2] (신명) sự vui vẻ; sự thích thú; sự hăng hái; sự say mê; sự nhiệt tình; sự sôi nổi.

신(申) (십이지) biểu tượng của con khỉ trong 12 con giáp, Thân.

신(神) thần, thượng đế (다신교의); Thiên Chúa (천주교); Chúa Trời (기독교);

nữ thần (여신). ~의 thuộc về thần thánh. ¶ ~의 가호 [은총] sự phù hộ [ân sủng] của thần thánh.

신(scene) 【Anh】 cảnh (phim ảnh, sân khấu). ¶ 러브 ~ cảnh yêu đương.

신가정(新家庭) gia đình mới; tổ ấm mới.

신간(新刊) ấn phẩm mới. ~의 thuộc ấn phẩm mới. ¶ ~ 서적 sách mới xuất bản / ~ 소개 giới thiệu sách mới, giới thiệu ấn phẩm mới.

신개발지(新開發地) vùng đất mới phát triển theo quy hoạch.

신격화(神格化) sự tôn sùng; sự sùng bái. **~하다** sùng bái; tôn sùng.

신경(神經) thần kinh. ~성(의) (thuộc) về thần kinh. ¶ ~이 예민한 thần kinh nhạy cảm / ~이 둔한 thần kinh kém nhạy bén / ~이 굵다 cả gan; táo bạo; liều lĩnh / ~을 건드리다 chọc tức; trêu ngươi. ¶ ~ 계통 hệ thống thần kinh / ~과민 trạng thái hốt hoảng; trạng thái hay bị xúc động / ~과(전문)의사 bác sĩ (chuyên gia) khoa thần kinh / ~병 bệnh thần kinh / ~ 세포 tế bào thần kinh / ~ 쇠약 【YH】 chứng suy nhược thần kinh / ~염(炎) viêm dây thần kinh / ~전(戰) sự đấu trí; trận đấu trí / ~질 sự nóng nảy; sự bực bội; sự lo âu / ~통 chứng đau dây thần kinh.

신경지(新境地) ¶ ~를 개척(開拓)하다 khai phá vùng kinh tế mới; khai khẩn vùng kinh tế mới; khai thác vùng kinh tế mới.

신경향(新傾向) xu hướng mới; khuynh hướng mới.

신고(申告) khai báo; tố cáo (호적, 범죄 등의); khai báo; tường trình (세관에서 의). **~하다** khai báo; tường trình; báo cáo; tố cáo. ¶ 납세 ~ sự khai báo nộp thuế; sự tường trình thuế vụ / ~서 bản khai báo; bản tường trình; bản báo cáo (용지) / ~자 người khai báo; người tường trình; người tố cáo / ~제 hệ thống khai báo; chế độ khai báo / 소득세 ~ sự khai báo thuế thu nhập / 소득세를 ~하다 khai báo thuế thu nhập / 전입 ~ khai báo đăng ký cư trú; khai báo chuyển đến chỗ ở mới, khai báo chuyển khẩu đến / 전출 ~ khai báo di trú; khai báo chuyển đi / 출생 ~ khai sinh.

신고(辛苦) sự gian lao; sự gian khổ; sự vất vả; sự khó nhọc. **~하다** gian lao; gian khổ; vất vả; khó nhọc.

신곡(新曲) bài hát mới.

신곡(新穀) giống lúa mới.

신관(信管) kíp, ngòi, ngòi nổ. ¶ ~을 끊다 [장치하다] tháo [lắp] kíp nổ (ngòi nổ). ¶ 시한 ~ ngòi nổ hẹn giờ / 격발 ~ dây nổ gần.

신관(新館) tòa nhà mới; trụ sở mới (별관).

신교(信教) ☞ **신앙**.

신교(新教) tân giáo; đạo Kitô. ¶ ~도 tín đồ tân giáo; tín đồ đạo Kitô.

신구(新舊) ~의 thuộc về cái mới và cái cũ. ¶ ~ 사상의 충돌 sự xung đột tư tưởng cũ mới.

신국면(新局面) cục diện mới; tình hình mới.

신권(神權) chúa Trời quyền năng; quyền lực của thần thánh. ¶ ~ 정치 nền chính trị thần quyền.

신규(新規) ~의 thuộc dạng mới. ¶ ~로 với cái mới / ~로 채용하다 nhận người mới. ¶ ~ 사업 dự án, mảng kinh doanh mới / ~ 예금 tài khoản mới.

신극(新劇) (파(派)) (phái) tân kịch; thể loại kịch mới. ¶ ~ 운동 phong trào tân kịch.

신기(神技) sự phi thường; sự siêu phàm.

신기(神奇) ～한 thần bí; kỳ lạ; lạ thường (신비); kỳ diệu (기적적); kỳ dị; kỳ bí (마술적). ¶ ～하게 một cách thần bí; một cách kỳ diệu; một cách kỳ bí.

신기(新奇) ～한 thần bí; kỳ lạ; kỳ diệu; kỳ dị; kỳ bí.

신기다 xỏ giày dép; đi giày dép (cho người khác).

신기록(新記錄) kỷ lục mới.

신기루(蜃氣樓) ảo ảnh; ảo tưởng; ảo vọng.

신기원(新紀元) kỷ nguyên mới. ¶ ～을 이루는 사건 sự kiện tạo nên một kỷ nguyên mới / ～을 이룩하다 tới một kỷ nguyên mới.

신기축(新機軸) điểm xuất phát mới; sự khởi đầu mới; phương hướng mới.

신나 chất để pha loãng; dung môi.

신나다 phấn chấn; hân hoan; vui vẻ; phấn khởi.

신남(信男) 【PG】 tín đồ nam; thiện nam (đạo Phật).

신녀(信女) 【PG】 tín đồ nữ; tín nữ (đạo Phật).

신년(新年) ☞ **새해**. ¶ 근하(謹賀) ～ (năm mới); chúc mừng năm mới!

신념(信念) lòng tin; đức tin; niềm tin; sự tin tưởng (확신). ¶ 정치적 ～ lòng tin trong chính trị / ～이 강한 [약한] 사람 người có niềm tin mạnh mẽ [không chắc chắn] / ～이 없다 không có niềm tin.

신다 đi; xỏ; mang. ¶ 구두를 [양말을] ～ đi giày [tất].

신당(新黨) đảng phái mới.

신대륙(新大陸) tân lục địa; tân thế giới.

신도(信徒) ☞ **신자**(信者).

신동(神童) thần đồng.

신뒤축 gót giày.

신디케이트 công đoàn; nghiệp đoàn.

신랄(辛辣) ～한 nhạy bén; sắc bén; sắc sảo; thâm thúy; độc địa; ác độc; cay độc. ¶ ～한 풍자 sự hài hước thâm thúy.

신랑(新郞) chú rể. ¶ ～감 chú rể tương lai / ～ 신부 cô dâu chú rể.

신력(神力) sức mạnh thần thánh; sức mạnh thần kỳ.

신력(新曆) lịch mới; lịch dương; tân lịch.

신령(神靈) ❶ (신성한) thần linh; thần thánh. ❷ (죽은 이의) vong hồn.

신례(新例) tập tục mới; lệ tục mới (판례).

신록(新綠) màu xanh lá mới; màu xanh của lá non.

신뢰(信賴) sự tin cậy; sự tín nhiệm; sự tin tưởng. **~하다** tin cậy; tín nhiệm; tin tưởng. ¶ ～할 만한 đáng tin cậy; đáng tin tưởng / ～를 저버리다 đánh mất niềm tin; phá vỡ niềm tin.

신망(信望) uy tín; danh tiếng; uy danh. ¶ ～을 잃다 mất uy tín / ～이 있다 có uy tín; có danh tiếng; có uy danh.

신명(身命) sinh mệnh; cuộc đời; cuộc sống (của bản thân mình). ¶ ～을 바치다 hiến dâng cuộc đời mình.

신명(神明) trời phật; thần linh. ¶ ～의 가호 sự phù hộ của trời phật; sự phù hộ của thần linh.

신묘(神妙) ～한 thần bí; huyền bí; kỳ diệu; thần diệu.

신문(訊問) sự chất vấn; sự tra hỏi; sự tra xét. **~하다** chất vấn; tra hỏi; tra xét. ¶ ～ 조서 【PL】 hồ sơ chất vấn; hồ sơ điều tra / 반대 ～ 【PL】 sự chất vấn ngược.

신문(新聞) báo chí; tạp chí (총칭). ¶ 헌 ～ báo chí cũ / ～에 나다 xuất hiện trên báo chí / ～에서 얻어맞다 bị công kích trên báo chí / ～ 배달(을) 하다 đưa báo; đưa tạp chí / ～을 편집 [발행] 하다 biên tập [phát hành] báo chí

¶ ～ 광고 quảng cáo trên báo chí / ～ 구독료 lệ phí đọc báo chí; tiền mua báo chí / ～ 구독자 người đọc báo chí; độc giả của báo chí / ～ 기사 phóng sự báo chí / ～ 기자 phóng viên báo chí; nhà báo / ～ 기자단 đoàn phóng viên; đoàn nhà báo / ～ 기자석 chỗ ngồi dành cho giới báo chí; chỗ ngồi dành cho phóng viên báo chí / ～사 tòa báo / ～ 보급소 văn phòng báo; nơi phát hành báo chí / ～ 소설 tiểu thuyết đăng báo / ～ 스크랩 bài báo cắt ra / ～ 용지 giấy báo / ～ 팔이 [배달인] người bán [đưa] báo / 일간 ～ báo ngày / 주간 ～ báo tuần / 조간 ～ báo buổi sáng / 석간 ～ báo buổi chiều / ～사주 tổng biên tập báo chí; giám đốc tòa soạn báo.

신물 ¶ ～(이)나다 (비유적) chán ngấy; phát ngấy; phát chán, ngán ngẩm.

신바닥 đế giày.

신바람 sự sôi nổi; sự phấn chấn; sự phấn khích; sự xáo động.

신발명(新發明) phát minh mới; sáng kiến mới. ～된 mới được phát minh.

신발족(新發足) sự khởi đầu mới; sự bắt đầu mới.

신방(新房) phòng cưới; phòng cô dâu; phòng tân hôn.

신벌(神罰) sự trừng phạt của thần thánh.

신변(身邊) ¶ ～의 위험 nguy hiểm mang tính cá nhân / ～을 걱정하다 lo lắng cho ai đó. ¶ ～ 잡기 sự hồi tưởng; sự nhớ lại.

신병(身柄) ¶ ～의 구속 sự giam giữ đương sự / ～을 인수하다 nhận bàn giao đương sự.

신병(身病) sự đau ốm, sự đau yếu. ¶ 오랫동안 ～으로 고생하다 vất vả vì đau yếu trong thời gian dài.

신병(新兵) lính mới; tân binh. ¶ ～ 훈련 huấn luyện tân binh / ～ 훈련소 trại huấn luyện tân binh.

신봉(信奉) **~하다** tin tưởng; trông cậy; cậy nhờ.

신부(神父) đức cha; linh mục.

신부(新婦) cô dâu. ¶ ～ 의상 trang phục cô dâu; áo cưới cô dâu / ～ 학교 trường dạy nội trợ.

신분(身分) (사회적인) thân phận; vị trí xã hội; địa vị xã hội (위계); (신원) đặc điểm nhận dạng; (자력) sự nỗ lực của bản thân. ¶ ～을 밝히다 [숨기다] làm rõ [giấu kín] thân phận / ～에 지나치게 [알맞게] 살다 sống không đúng [thích hợp] với thân phận. ¶ ～증(명서) giấy chứng minh thư.

신불(神佛) thần thánh và đức Phật; thần Phật. ¶ ～의 가호 sự phù hộ độ trì của thần Phật.

신비(神秘) sự thần bí; sự bí ẩn. ～한 thần bí; bí ẩn; bí mật. ¶ ～에 싸여 있다 bị (không khí) thần bí bao trùm. ¶ ～경 khung cảnh thần bí / ～ 주의 chủ nghĩa thần bí.

신빙(信憑) **~하다** tin tưởng; tin cậy; trông cậy; tin tưởng. ¶ ～성 tính tin cậy; tính xác thực / ～ 성이 있다 có tính tin cậy; có tính xác thực / ～ 성이 없다 không có tính tin cậy; không có tính xác thực.

신사(神祠) nơi thờ thần thánh; đền; miếu.

신사(紳士) người lịch sự; người lịch thiệp; người hào hiệp; người trang nhã; người quân tử. ～적 tính chất lịch thiệp; tính chất lịch sự; tính quân tử. ¶ ～적으로 với tính chất hào hiệp; với tính chất trang nhã / 비～적인 mang tính chất không quân tử / 세련된 ～ người quân tử hào hoa; người lịch sự hiểu đời. ¶ ～도 đạo lý của người quân tử / ～복 trang phục của trang quân tử; trang phục của đấng mày râu / ～ 협정 lời hứa của người quân tử / 시골 ～ trang quân tử quê mùa / 청년 ～ chàng trai trẻ.

신산(辛酸) sự gian nan; sự gian khổ; sự khó nhọc; sự vất vả; thử thách, sự cay đắng.

신상(身上) (몸) cơ thể; con người; (처지) tiểu sử; các vấn đề cá nhân. ¶ ～문제 vấn đề cá nhân; vấn đề riêng tư / ～ 상담난 lời khuyên mang tính cá nhân; phần ghi chép cá nhân / ～ 조사서 [명세서] bản điều tra [bản khai cụ thể] các vấn đề cá nhân.

신색(神色) thần sắc; sắc mặt; khí sắc.

신생(新生) mới xuất hiện; mới ra đời mới thành lập. ¶ ～국(가) nước mới thành lập; nước mới ra đời / ～대 【地】 thời đại Tân sinh.

신생명(新生命) sinh mệnh mới; cuộc sống mới.

신생아(新生兒) 【YH】 trẻ sơ sinh.

신생애(新生涯) thời kỳ mới trong cuộc đời; bước ngoặt cuộc đời.

신생활(新生活) cuộc sống mới; lối sống mới. ¶ ～ 운동 phong trào (xây dựng) lối sống mới.

신서(信書) thư từ; thư tín cá nhân (총칭). ¶ ～의 비밀 sự (tôn trọng) bí mật của thư từ cá nhân.

신석기(新石器) ¶ ～시대 thời kỳ đồ đá mới.

신선(神仙) sự vượt khỏi thế tục; sự thần tiên. ¶ ～경 cảnh thần tiên.

신선(新選) ～의 tân tiến.

신선(新鮮) ～한 tươi; mát mẻ; trong lành. ¶ ～하게 하다 làm một cách tươi mới; làm một cách tươi sống / ～한 공기 không khí trong lành / ～한 채소 rau quả tươi. ¶ ～미가 없다 không tươi.

신선로(神仙爐) (그릇) bát thần tiên; (요리) món thần tiên.

신설(新設) **~하다** thành lập mới; xây dựng mới; thiết lập mới. ¶ ～의 thuộc loại mới thành lập. ¶ ～ 학교 [공장] xây mới trường học [nhà máy].

신설(新說) học thuyết mới, lý thuyết mới.

신성(神性) tính chất thần tiên; tính chất thần thánh; tính chất thiêng liêng.

신성(神聖) sự kỳ bí; sự thần bí; sự thần kỳ; sự thiêng liêng. **~한** kỳ bí; thần bí; thần kỳ; thiêng liêng. ¶ ～ 불가침이다 thiêng liêng bất khả xâm phạm. ¶ ～ 로마 제국(帝國) đế quốc La Mã thần bí.

신세 món nợ ân nghĩa; món nợ tình nghĩa; món nợ đời; ân tình; ân huệ, ơn huệ. ¶ ～를 지다 mắc món nợ tình nghĩa; mắc món nợ đời; mang ơn huệ; (의지하다) (sống dựa vào sự ân huệ của người khác); (폐끼치다) làm phiền người khác (bằng tình nghĩa và ân huệ) / ～를 갚다 trả món nợ tình nghĩa; trả ân; báo ân; đền đáp ơn huệ; đền đáp ân tình.

신세(身世) thân thế. ¶ 가련한 ～ thân thế nghèo khổ / ～ 타령을 하다 kêu ca số phận hẩm hiu; phàn nàn thân thế hẩm hiu.

신세계(新世界) thế giới mới (미대륙).

신세대(新世代) thế hệ mới.

신소리 lối chơi chữ; sự chơi chữ. **~하다** chơi chữ, nói lái, nói ví von.

신속(迅速) ～한 nhanh chóng; chóng vánh; nhanh nhẹn, mau lẹ; nhanh nhẩu; mau mắn. ¶ ～히 một cách nhanh chóng.

신수(身手) diện mạo, tướng mạo; vẻ bề ngoài. ¶ ～가 훤하다 tướng mạo khôi ngô.

신수(身數) vận số (của bản thân). ¶ ～를 보다 xem vận số; xem bói toán.

신시(新詩) ❶ (신작) bài thơ mới ; thơ hiện đại. ❷ ☞ **신체시**.

신시대(新時代) thời đại mới; thời kỳ mới. ¶ ～를 이루는 hình thành nên một thời đại mới.

신식(新式) cách thức mới; kiểu dáng mới; phong cách mới; phương pháp mới. ～의 thuộc phong cách mới; thuộc kiểu dáng mới.

신신부탁(申申付託) **~하다** cầu khẩn; van xin; van nài.

신실(信實) sự thật thà; sự chân thật; sự chân thành; sự thành tâm. ～한 thật thà; chân thật; chân thành; thành tâm.

신심(信心) ☞ **믿음**.

신안(新案) ý tưởng mới; kế hoạch mới. ¶ ～ 특허를 신청하다 xin giấy phép đặc quyền cho kế hoạch mới.

신앙(信仰) tín ngưỡng. ¶ ～이 두터운 mê tín; cuồng tín; mộ đạo; sùng đạo / ～이 없는 không có tín ngưỡng / ～의 자유 tự do tín ngưỡng / ～을 깊이하다 [버리다] phát triển [xóa bỏ] tín ngưỡng. ¶ ～ 생활 đời sống sinh hoạt tín ngưỡng / ～ 요법 liệu pháp tín ngưỡng; liệu pháp tâm linh / ～자 tín đồ.

신약(神藥) thần dược.

신약(新藥) loại thuốc mới.

신약성서(新約聖書) Kinh Tân ước.

신어(新語) từ mới.

신여성(新女性) người phụ nữ mới; gái tân thời.

신역(新譯) ～의 thuộc bản dịch mới.

신열(身熱) nhiệt độ cơ thể; sự bị sốt.

신예(新銳) ～의 mới và mạnh; tối tân. ¶ ～기(機) vũ khí tối tân.

신용(信用) (신임) sự tín nhiệm; (신뢰) sự tin cậy, sự tin tưởng, niềm tin; (명망) uy tín, danh tiếng; (경제상의) tín dụng. **~하다** tín nhiệm, tin cậy, tin tưởng; có uy tín, có danh tiếng; sử dụng tín dụng. ¶ ～ 있는 có tín nhiệm, có niềm tin, có uy tín, có tín dụng / ～ 없는 không tín nhiệm, không tin cậy, không có uy tín, không có tín dụng / ～으로 돈을 꾸다 vay nợ với tín dụng / ～을 얻다 [잃다] có [mất] uy tín. ¶ ～ 거래 giao dịch tín dụng / ～ 금고 Quỹ tín dụng / ～대부 cho vay tín dụng / ～보험 bảo hiểm tín dụng / ～ 장 thư tín dụng / ～ 조사 điều tra tín dụng / ～ 상태 tình hình tín dụng / ～ 조합 hợp tác xã tín dụng / ～ 카드 thẻ tín dụng.

신용도(信用度) mức độ tín dụng. ¶ 그의 ～는 높다 [낮다] mức độ tín dụng của anh ta cao [thấp].

신우(腎盂) khung chậu. ¶ ～염(炎) 【YH】 viêm khung chậu.

신원(身元) lai lịch; nguồn gốc của một người. ¶ ～ 불명의 lai lịch không rõ ràng / ～을 조사하다 điều tra lai lịch; điều tra nguồn gốc của một người. ¶ ～ 보증인 người bảo lãnh.

신음(呻吟) **~하다** rên rỉ; van vỉ; rên la; kêu la; than vãn. ¶ ～ 소리 tiếng rên rỉ.

신의(信義) lòng trung thành; lòng trung thực; lòng chung thủy. ¶ ～있는 trung thành; chung thủy; trung thực / ～를 지키다 giữ lòng trung thành; giữ lòng chung thủy / ～를 깨다 làm sứt mẻ lòng trung thành; làm tổn thương lòng chung thủy.

신의(神意) ý trời; ý của thần thánh.

신의(神醫) người có tài chữa bệnh; thần y.

신인(神人) giáo sỹ, mục sư; linh mục;

(신 같은 사람) thánh. ¶ ~ 공노할 죄 tội ác làm thần nhân nổi giận.

신인(新人) người mới đến; diễn viên mới (연예계 따위의); cầu thủ mới (스포츠 따위의) (속어).

신임(信任) sự tín nhiệm; sự uy tín; sự tin tưởng. **~하다** tín nhiệm; uy tín; tin tưởng. ¶ ~이 두터운 rất được tin tưởng / ~을 얻다 được tin tưởng; được tín nhiệm. ¶ ~장 thư uỷ nhiệm / ~투표 bỏ phiếu tín nhiệm.

신임(新任) ~의 thuộc người mới được bổ nhiệm; mới nhậm chức. ¶ ~자 người mới được bổ nhiệm; người mới nhậm chức.

신입(新入) ~의 mới vào; mới gia nhập. ¶ ~생 học sinh mới (vào trường); sinh viên mới (대학의) / ~자 người mới gia nhập.

신자(信者) (종교의) con chiên, tín đồ (총칭). ¶ 기독교 ~가 되다 trở thành tín đồ đạo Kitô.

신자(新字) chữ mới; tên tự mới.

신작(新作) sự mới sản xuất; sự mới làm ra; sự mới sáng tác (작곡). ¶ ~ 소설 tiểu thuyết mới sáng tác.

신작로(新作路) con đường mới làm; con đường mới xây dựng xong (큰길).

신장(-欌) tủ giày dép.

신장(身長) chiều cao của cơ thể; tầm vóc; vóc dáng. ¶ ~이 5 피트 6 인치다 chiều cao cơ thể là 5 feet 6 inches.

신장(伸張) **~하다** mở rộng; kéo dài; co giãn; nâng cao; phát triển; phát huy. ¶ ~성 tính chất co giãn; tính chất rộng mở.

신장(新裝) quần áo mới (옷); trang phục mới (외관의). **~하다** mặc quần áo mới; mặc trang phục mới; làm mới; đổi mới; tu sửa; mới. ¶ ~개업 mới khai trương.

신장(腎臟) quả thận. ¶ ~ 결석(結石) sỏi thận / ~병 bệnh thận / ~염(炎) viêm thận.

신저(新著) sách báo mới; tác phẩm mới (신간서).

신전(神前) ¶ ~에 trước thần thánh.

신전(神殿) thánh đường; điện thờ thần thánh.

신접살이(新接-) cuộc sống ở nhà mới. **~하다** sống ở ngôi nhà mới.

신정(神政) chính trị thần quyền.

신정(新正) ngày đầu năm mới.

신정(新訂) ¶ ~판 ấn phẩm mới sửa đổi.

신정권(新政權) chính quyền mới.

신제(新制) hệ thống mới. ¶ ~ 대학 trường đại học theo hệ thống mới.

신제(新製) ~의 thuộc loại mới chế tạo; mới làm ra. ¶ ~품 sản phẩm mới sản xuất.

신조(信條) tín điều; phương châm; đức tin (신념). ¶ 생활 ~ phương châm sinh hoạt, nguyên tắc cuộc sống.

신조(神助) sự phù hộ độ trì của thần thánh.

신조(新造) **~하다** cấu tạo mới; tạo cấu trúc mới; xây dựng mới. ¶ ~의 thuộc cấu tạo mới, thuộc cấu trúc mới. ¶ ~어(語) từ mới hình thành.

신종(新種) (종류) chủng loại mới; (수법) cách thức mới; biện pháp mới. ¶ ~ 사기 lừa đảo theo cách thức mới.

신주(神主) bài vị. ¶ ~를 모시다 rước bài vị.

신주(新株) cổ phiếu mới.

신중(愼重) sự thận trọng; sự cẩn thận; sự cẩn trọng. ~한 thận trọng; cẩn thận; cẩn trọng. ¶ ~한 태도를 취하다 có thái độ thận trọng.

신지식(新知識) kiến thức mới; tri thức mới.

신진(新進) ~의 thuộc sự tân tiến. ¶ ~

ㅅ

기예의 thuộc kỹ nghệ tân tiến. ¶ ~작가 tác giả đang thành công; tác giả đang lên.

신진대사(新陳代謝) việc thay cái cũ đổi cái mới; sự thay đổi; sự đổi mới. [Si] sự trao đổi chất; sự trao đổi chất dinh dưỡng. **~하다** thay mới đổi cũ; cải tổ; đổi mới; cải cách.

신착(新着) ~의 thuộc loại vừa mới đến nơi. ¶ ~품 hàng mới nhập về.

신찬 ~의 thuộc loại mới biên soạn.

신참(新參) ~의 thuộc kiểu mới tham gia; mới tập làm việc (미숙한). ¶ ~자 người mới làm việc; nhân viên mới; người mới vào nghề.

신창 đế giày mới.

신천옹(信天翁) [LCh] chim hải âu loại lớn.

신천지(新天地) vùng đất mới; thế giới mới. ¶ ~를 개척하다 khai phá vùng đất mới.

신청(申請) sự yêu cầu; sự đề nghị; sự cầu xin; sự thỉnh cầu; [PL] kiến nghị; đề nghị. **~하다** yêu cầu; đề nghị; kiến nghị; cầu xin; thỉnh cầu. ¶ ~서(書) đơn xin; đơn đề nghị; bản kiến nghị / ~인 người đề nghị; người kiến nghị.

신청마감 (기한) sự hết hạn nộp đơn; sự hết thời hạn đăng ký.

신체(身體) thân thể. ~의 thuộc về thân thể; thuộc về cơ thể; thuộc về thể chất. ¶ ~의 결함 sự khiếm khuyết trên cơ thể / ~의 자유 tự do thân thể. ¶ ~ 검사 kiểm tra sức khỏe (건강 상태 검사) / ~ 장애자 người khuyết tật, người tàn tật.

신체시(新體詩) bài thơ theo thể loại mới (한 편).

신체제(新體制) thể chế mới; cơ chế mới; hệ thống mới.

신축(伸縮) **~하다** đàn hồi; co giãn; mềm dẻo. ¶ ~ 자재의 thuộc loại có khả năng đàn hồi; có khả năng co giãn. ¶ ~성 tính đàn hồi; tính co giãn; tính mềm dẻo.

신축(新築) **~하다** xây mới. ¶ ~ 가옥 nhà xây mới.

신춘(新春) (신년) tân xuân, xuân mới; năm mới; (새봄) mùa xuân mới. ¶ ~ 문예 văn nghệ mừng xuân mới.

신출귀몰(神出鬼沒) **~하는** xuất quỷ nhập thần; sự nhanh nhẹn phi thường; sự khó đoán biết.

신출내기(新出-) người mới vào nghề; người tập sự; người chưa thạo tay nghề.

신코 mũi giày.

신탁(信託) sự tín thác, sự ủy thác, sự giao phó, sự ủy quyền, sự ủy nhiệm. **~하다** ủy thác, ủy quyền, ủy nhiệm, giao phó. ¶ ~물 đồ kí gửi / ~ 예금 tiền đặt cọc; tiền kí gửi / 피 ~자 người được tín thác / ~ 재산 tài sản kí gửi; tài sản tín thác / ~ 증서 chứng từ ủy thác / ~회사 công ty tín thác / ~ 통치 ủy trị / ~ 통치 지역 khu vực ủy trị / 투자 ~ ủy quyền đầu tư / 대부 ~ vay tín thác / 수익 ~ tiền lãi kí gửi.

신탁(神託) lời tiên tri; lời sấm truyền.

신통(神通) ~한 kỳ lạ; phi thường; kỳ diệu; huyền bí; thần thông. ¶ ~력(力) lực thần thông; sức mạnh phi thường.

신트림 sự ợ chua; sự ói mửa.

신파(新派) trường phái mới; phe đảng mới (정당의). ¶ ~극 vở kịch theo trường phái mới / ~ 배우 diễn viên theo trường phái mới.

신판(新版) ấn phẩm mới. ~의 thuộc ấn phẩm mới.

신편(新編) phiên bản mới.
신품(新品) sản phẩm mới; hàng mới. ¶ ～의 thuộc sản phẩm mới.
신하(臣下) người quản gia; người giúp việc, chư hầu.
신학(神學) thần học. ¶ ～교 trường thần học / ～생 sinh viên ngành thần học / ～자 nhà thần học.
신학기(新學期) học kỳ mới.
신학문(新學問) nền khoa học mới.
신형(新型) kiểu mới; cách thức mới; phong cách mới.
신호(信號) dấu hiệu; tín hiệu. **~하다** ra hiệu; làm hiệu; báo hiệu. ¶ ～기 cờ hiệu / ～등 đèn tín hiệu / ～수 người ra tín hiệu; người báo hiệu / 경계 ～ tín hiệu đề phòng / 위험 ～ tín hiệu nguy hiểm / 적[청] ～ đèn đỏ [xanh] / 조난 ～ tín hiệu cấp cứu, SOS.
신혼(新婚) ～의 thuộc tân hôn, mới cưới. ¶ ～ 부부 vợ chồng mới cưới; đôi tân hôn / ～ 생활 cuộc sống tân hôn / ～ 여행 du lịch (đi nghỉ) tuần trăng mật / ～ 여행중이다 đang đi nghỉ tuần trăng mật.
신화(神化) **~하다** thần thánh hóa; làm cho thần bí; làm cho hoang đường.
신화(神話) thần thoại (총칭). ～적인 mang tính thần thoại. ¶ ～ 시대 thời kỳ thần thoại; thời kỳ hồng hoang.
신환자(新患者) bệnh nhân mới.
신흥(新興) ～의 thuộc cái mới; thuộc phái tiến bộ. ¶ ～ 계급 giai cấp tiến bộ / ～국 nước mới phát triển; nước tiến bộ / ～ 도시(都市) thành phố mới phát triển / ～ 아프리카 제국(諸國) các nước Châu Mỹ mới phát triển / ～ 종교 tôn giáo mới.
싣다 ❶ (적재) chở; mang; tải đi; vận chuyển đi; chất lên; xếp lên; chồng lên (배에). ❷ (기재함) đăng tải; in; công bố. ¶ 신문에 소설을 ～ đăng tải tiểu thuyết trên báo chí. ❸ (논에 물을) chứa; trữ; đọng.
실 sợi vải (방사(紡絲)); sợi chỉ (재봉용). ¶ 바늘귀에 ～을 꿰다 xỏ sợi chỉ vào trôn kim / ～을 실패에 감다 quấn sợi chỉ vào con suốt / ～을 잣다 xe sợi; đánh sợi / ～오라기 하나 걸치지 않고 không lỗi một sợi nào. ¶ ～ 토리 ống chỉ; cuộn chỉ.
실(實) sự thực; sự thật; thực tế, thực tiễn; thực chất. ¶ ～ 중량 trọng lượng thực tế / ～수입 thu nhập thực tế / ～ 생활 sinh hoạt thực tế.
실가(實價) ❶ (진가) giá thực; giá gốc. ❷ ☞ **원가**.
실각(失脚) sự sụp đổ, sự suy sụp. **~하다** bị sụp đổ; bị suy sụp; bị suy tàn; bị tàn tạ. ¶ ～한 정치가 nhà chính trị bị lật đổ.
실감(實感) cảm giác thật; cảm giác đã được nếm trải (체득). **~하다** thấy rõ; nhận thức rõ; nếm trải; trải qua.
실감개 ống chỉ; con suốt; cuộn chỉ (sợi).
실개천 con suối nhỏ; ngòi lạch.
실격(失格) **~하다** thất cách, sai quy cách; bị loại bỏ, bị phế bỏ; bị loại trừ; bị phế truất. ¶ ～자 người bị loại; người không đủ tư cách.
실경(實景) cảnh thật.
실고추 ớt đỏ thái nhỏ.
실과(實果) ☞ **과실**(果實).
실과(實科) khóa học thực hành.
실국수 mỳ sợi.
실권(失權) **~하다** mất quyền lực.
실권(實權) thực quyền. ¶ ～을 쥐다 nắm thực quyền (지배하다). ¶ ～파 phái thực quyền.
실기(失期) **~하다** quên giờ hẹn, lỗi hẹn, thất hẹn.

ㅅ

실기(失機) **~하다** bỏ lỡ cơ hội, đánh mất cơ hội; bỏ lỡ vận may.

실기(實技) kỹ năng thực hành; kỹ thuật thực hành. ¶ ~ 시험 cuộc thi kỹ thuật thực hành; cuộc thi kỹ năng thực hành.

실기(實記) sự ghi chép lại sự thật; lịch sử.

실꾸리 cuộn chỉ; cuộn sợi vải.

실낱 sợi chỉ đơn; sợi chỉ mảnh. ¶ ~에 달려있다 treo trên sợi chỉ đơn, treo trên sợi chỉ mảnh.

실내(室內) ~의 thuộc bên trong nhà. ¶ ~에서 ở trong nhà; ở trong phòng / ~를 장식하다 trang trí trong phòng, trang trí trong nhà. ¶ ~악 nhạc thính phòng / ~ 운동 môn thể thao trong nhà; tập thể dục trong nhà / ~ 장식 sự trang trí trong phòng.

ㅅ

실농(失農) **~하다** bỏ lỡ vụ, trễ mùa màng.

실눈 ¶ ~ 뜨다 nhìn ti hí.

실답다(實-) thành thật, đáng tin cậy, chân thành. ¶ 실답잖은 không thật, không chân thành, không đáng tin cậy.

실뜨기 trò chơi bật các sợi dây.

실랑이질 ¶ ~하다 làm phiền, quấy rầy, phiền nhiễu, quấy nhiễu.

실력(實力) thực lực, năng lực; sức lực, bạo lực (폭력); vũ lực (무력). ¶ 어학 ~ năng lực ngôn ngữ / ~있는 có thực lực, có năng lực / ~에 호소하다 kêu gọi sức lực; xin cứu viện (sức lực). ¶ ~자(者) người có năng lực, người có thực lực; người có sức mạnh; người có quyền lực (정계 등의) / ~ 주의 chủ nghĩa bạo lực / ~ 행사 việc sử dụng vũ lực; (파업) đình công / ~ 행사에 들어가다 tham gia đình công; tham gia đấu tranh bằng vũ lực.

실례(失禮) sự thất lễ; sự khiếm nhã; (무례) sự vô lễ; sự bất lịch sự. ¶ ~되는 trở nên thất lễ; trở nên bất lịch sự / ~되는 말을 하다 nói lời thất lễ; nói câu nói bất lịch sự / ~ 되는 짓을 하다 làm việc thất lễ; hành động bất lịch sự / ~지만 tuy thất lễ nhưng / ~ 했습니다 xin lỗi!, làm ơn!; xin phép!

실례(實例) minh họa bằng thực tế; ví dụ thực tế (재판 선례).

실로(實-) thực ra, quả thực, thật vậy, thật ra là.

실로폰 [ÂN] đàn xylophone.

실록(實錄) tư liệu đáng tin cậy; tư liệu lịch sử.

실론 đảo Ceylon (hiện là Sri Lanka). ¶ ~의 thuộc về Ceylon / ~ 사람 người Ceylon.

실룩거리다 (경련) co giật; co quắp; run lật bật.

실리(實利) lợi nhuận thực tế; thực lợi, ích lợi thực tế; sự thiết thực; sự thực dụng. ~적 tính thiết thực; tính thực dụng. ¶ ~주의 chủ nghĩa thực dụng (coi trọng sự thiết thực) / ~주의자 người theo chủ nghĩa thực lợi.

실리다 (기재됨) được đăng tải; được công bố; được in ấn (신문에); được ghi chép (기록); (싣게 하다) được chất lên, được chồng lên; được chở đi.

실리콘 [HH] chất silicon. ☞ **규소**.

실린더 xy lanh.

실링 (영국의 구화폐 단위) Xi ling.

실마리 (시작) đầu mối; manh mối; (단서) căn nguyên; nguyên do. ¶ …의 ~를 찾다 [놓치다] tìm [mất] manh mối, tìm [mất] đầu mối.

실망(失望) sự thất vọng; sự chán nản, sự nản lòng; sự tuyệt vọng (절망). **~하다** thất vọng; chán nản, nản lòng; tuyệt vọng. ¶ ~시키다 làm thất vọng, gây thất vọng; gây chán nản, gây nản lòng; làm cho tuyệt vọng.

실명(失名) ¶ ～의 thuộc dạng vô danh. ¶ ～씨 anh A, cô B; một người nào đó (không có tên).

실명(失明) **~하다** mất ánh sáng, bị mù mắt. ¶ ～자 người mù.

실명제(實名制) (금융 거래 등에서) (dùng trong giao dịch tiền tệ) chế độ dùng tên thật.

실무(實務) công việc nghiệp vụ chi tiết; công việc thực tiễn. ～적 tính chất nghiệp vụ thực tế. ¶ ～에 종사하다 làm nghiệp vụ thực tế / ～에 어둡다 chưa quen với nghiệp vụ; không giỏi công việc thực tiễn. ¶ ～가 người làm nghiệp vụ trực tiếp / ～자(급) 회담 cuộc họp cấp chuyên gia thực thiện nghiệp vụ.

실물(實物) đồ vật thật; đồ vật của tự nhiên (진짜); đồ vật nguyên gốc; đồ vật nguyên bản (원형). ¶ ～크기의 độ lớn như đồ vật thật. ¶ ～ 거래 giao dịch hàng thật / ～ 수업[교육] giờ học [giáo dục] bằng đồ vật thật; giờ học [giáo dục] thực hành.

실밥 ❶ (솔기) vết nối của sợi chỉ. ❷ (뜯은 보무라지) đoạn chỉ thừa.

실보무라지 đoạn sợi vụn; đoạn sợi vứt đi.

실버들 cây liễu rủ.

실비(實費) chi phí thực tế; (원가) giá gốc; nguyên giá. ¶ ～로 팔다 [제공하다] bán [cung cấp] với giá gốc. ¶ ～ 제공 cung cấp với giá gốc, cung cấp nguyên giá.

실사(實査) **~하다** điều tra thực tế; thanh tra thực tế; xem xét thực tế.

실사(實寫) bức ảnh sinh động như thật.

실사회(實社會) đời sống thực; thế giới thực; thực tiễn đời sống. ¶ ～에 나가다 bước ra xã hội thực; bước vào thực tiễn đời sống.

실상(實狀) tình hình thực tế; điều kiện thực tế.

실상(實相) trên thực tế; trên thực tiễn. ¶ 사회의 ～ trên thực tế của xã hội.

실색(失色) **~하다** thất sắc; tái mặt; hoảng hốt.

실생활(實生活) đời sống sinh hoạt thực tế.

실성(失性) **~하다** mất trí; điên khùng; điên rồ, điên dại.

실소(失笑) **~하다** cười phá lên. ¶ ～를 금치 못하다 không thể nhịn được cười.

실속(實-) thực chất, bản chất; đại ý, nội dung (내용). ¶ ～있는 có thực chất; có nội dung / ～없는 không có thực chất; không có nội dung (강의 등) / 겉보다 ～을 취하다 coi trọng nội dung hơn bề ngoài.

실수(失手) sự sai lầm, sự lầm lỗi; (과실) sự vấp váp, sự trượt chân; (사소한) sự sơ ý, sự sơ suất. **~하다** sai lầm, lầm lỗi; vấp váp, trượt chân; sơ ý, sơ suất. ¶ 큰 ～ sai lầm lớn.

실수(實收) (수입) thu nhập thực tế; thu nhập sau khi đã trừ các khoản thuế; (수확) thu hoạch thực tế.

실수(實數) số lượng thực có; con số có thực; 【TH】 số thực.

실수요(實需要) nhu cầu thực tế. ¶ ～자 người có nhu cầu thực tế / ～자 증명 chứng minh người có nhu cầu thực.

실습(實習) sự thực hành, sự thực tập, sự rèn luyện trong thực tế. **~하다** thực hành, thực tập, rèn luyện trong thực tế. ¶ ～생 sinh viên thực tập; học viên thực hành / ～ 시간 thời gian thực hành, thời gian thực tập.

실시(實施) sự thi hành, sự thực hiện, sự thực thi. **~하다** thi hành, thực hiện,

ㅅ

thực thi.

실신(失神) **~하다** ngất, bất tỉnh; thất thần.

실액(實額) khoản tiền thực tế.

실어증(失語症) triệu chứng mất ngôn ngữ. ¶ ～ 환자 bệnh nhân mất ngôn ngữ.

실언(失言) sự lỡ lời. ¶ ～을 사과하다 xin lỗi vì đã lỡ lời.

실업(失業) (실직) sự thất nghiệp. **~하다** thất nghiệp, mất việc làm; bị sa thải. ¶ ～ 구제 hỗ trợ thất nghiệp / ～ 보험 bảo hiểm thất nghiệp / ～수당 tiền trợ cấp thất nghiệp / ～ 율 tỷ lệ thất nghiệp / ～자 người thất nghiệp (총칭) / 계절적 ～ thất nghiệp theo mùa vụ / 일시적 ～ thất nghiệp tạm thời / 잠재적 ～ sự thất nghiệp tiềm ẩn / 잠재적 ～자 người thất nghiệp tiềm ẩn; người có nguy cơ bị mất việc làm.

ㅅ

실업(實業) ngành thương nghiệp (상업); ngành công nghiệp (생산업). ¶ ～에 종사하다 phục vụ trong ngành công nghiệp. ¶ ～가 doanh nhân / ～계(界) giới doanh nhân; giới thực nghiệp / ～ 교육 giáo dục thực nghiệp / ～(고등)학교 trường (phổ thông trung học) dạy nghề.

실없다 không có thực, không chính xác, không đáng tin cậy. ¶ 실없이 một cách không chính xác, một cách không có thực, một cách không đáng tin cậy / 실없는 소리 lời nói không đáng tin cậy.

실연(失戀) sự thất tình, tình yêu vô vọng. **~하다** thất tình; vô vọng trong tình yêu.

실연(實演) sự biểu diễn, sự trình diễn; sự trưng bày, sự triển lãm. **~하다** biểu diễn, trình diễn; trưng bày, triển lãm.

실외(室外) ～의 thuộc bên ngoài (nhà), ngoài trời. ¶ ～에서 ở ngoài trời.

실용(實用) sự thiết thực, sự hữu dụng, sự thực dụng. ～적 tính chất thiết thực, tính chất hữu dụng. ¶ ～ 신안 sáng kiến thiết thực; mô hình mới hữu dụng / ～주의【TrH】chủ nghĩa thực dụng / ～품(品) sản phẩm hữu dụng, sản phẩm thiết thực (필수품).

실의(失意) sự thất vọng; sự chán nản; sự buồn chán; sự bất hạnh, sự không may (불우).

실익(實益) lợi ích thực tế; (실리) lợi nhuận thực tế.

실인(實印) con dấu xác nhận; dấu niêm phong.

실재(實在) sự tồn tại trên thực tế, vật (sự việc) có thật. **~하다** tồn tại; hiện có; có thật. ¶ ～적(인) tính hiện thực, tính chất có thực, tính thực tế. ¶ ～론【TrH】thuyết hiện thực, thuyết thực tế.

실적(實績) kết quả thực tế, thành tích. ¶ ～을 올리다 tăng thành tích. ¶ ～제(制) chế độ đánh giá dựa trên kết quả thực tế.

실전(實戰) cuộc chiến thực tế. ¶ ～에 참가하다 tham gia vào cuộc chiến trong thực tiễn. ¶ ～ 경험 kinh nghiệm chiến đấu trong thực tiễn.

실정(失政) chính phủ yếu kém; sự điều hành nhà nước tồi tệ.

실정(實情) tình hình thực tế, hoàn cảnh thực tế, điều kiện thực tế.

실제(實際) (사실) sự thật, thực tế, thực tiễn; (실지) thực hành; (실정) tình hình thực tế, hoàn cảnh thực tế, điều kiện thực tế; (현실) hiện thực, thực tại. ～의 thuộc về thực tế, thuộc về thực tiễn. ¶ ～로 thực tế, với thực tiễn, với tình hình thực tế / 이론과 ～ lý thuyết và thực tiễn / ～로 일어난

일 việc xảy ra trong thực tế.

실족(失足) **~하다** trượt chân, lỡ bước, vấp, vướng chân ; sai lầm.

실존(實存) ¶ ～주의 chủ nghĩa sinh tồn / ～주의자 người theo chủ nghĩa sinh tồn).

실종(失踪) sự mất tích. **~하다** mất tích; biến mất; vắng mặt. ¶ ～ 신고 khai báo mất tích / ～자 người mất tích.

실주(實株) cổ phiếu thực tế.

실증(實證) chứng cứ có thật; sự xác thực. **~하다** chứng minh; xác nhận; xác thực; thực chứng. ¶ ～적(으로) tính xác thực. ¶ ～론[주의] thuyết [chủ nghĩa] thực chứng.

실지(失地) đất bỏ hoang. ¶ ～를 회복하다 cải tạo đất bỏ hoang, khôi phục đất hoang hóa.

실지(實地) thực hành; thực tế, thực tiễn; thực tại. ～의 thuộc về thực hành; thuộc về thực tế, thuộc về thực tiễn. ¶ ～로 bằng thực hành; bằng thực tế, bằng thực tiễn. ¶ ～ 경험 kinh nghiệm thực hành; kinh nghiệm thực tế, kinh nghiệm thực tiễn / ～조사 điều tra thực tế.

실직(失職) ☞ **실업**(失業).

실질(實質) thực chất, bản chất; chất liệu, vật chất; nội dung; sức chứa. ～적으로 với thực chất, với bản chất; với nội dung; với chất liệu. ¶ 비～적 tính phi thực tế. ¶ ～ 소득 thu nhập thực tế / ～ 임금 tiền lương thực tế.

실쭉하다 vặn vẹo, méo mó; méo xệch; ủ rũ; sưng sỉa.

실책(失策) chính sách sai lầm, biện pháp sai lầm, sự sai lầm, sự lầm lỗi. **~하다** sai lầm, lầm lỗi, sai sót. ¶ 대 ～ sự sai lầm lớn.

실천(實踐) sự thực hành, sự đưa vào thực tiễn, sự thực thi. **~하다** thực hành; thực thi, thực hiện, đưa vào thực tiễn. ～적 tính thực thi, tính thực tiễn. ¶ ～ 이성 lôgic thực tiễn / ～ 도덕 đạo đức thực tiễn.

실체(實體) bản chất; thực thể; bản thể. ¶ ～화(化)하다 thực thể hóa; bản chất hóa; bản thể hóa / ～론 【TrH】 thuyết bản thể.

실총(失寵) **~하다** bị thất sủng; bị ghét bỏ.

실추(失墜) **~하다** mất mát, tổn hại, suy giảm.

실측(實測) sự đo đạc, sự khảo sát (trên thực tế). **~하다** đo đạc, khảo sát, đo lường (trên thực tế). ¶ ～도 bản đồ đo lường, bản đồ đo đạc.

실컷 một cách thỏa mãn, thỏa thuê, thỏa thích. ¶ ～먹다 [울다] ăn [khóc] thỏa thuê.

실켜다 kéo tơ.

실크해트 mũ bằng lụa.

실탄(實彈) (소총) súng loại nhỏ; vũ khí hạng nhẹ; (포탄) viên đạn; đạn súng cối. ¶ ～을 발사하다 bắn đạn ra. ¶ ～ 사격 sự bắn đạn ra.

실태(失態) sự sai lầm; sự thiếu khôn ngoan; sự ô nhục, sự nhục nhã, sự mất mặt (면목없음). ¶ ～를 부리다 phạm sai lầm; gây ô nhục, gây nhục nhã, làm mất mặt.

실태(實態) tình hình thực tế. ¶ ～ 조사 điều tra tình hình thực tế / ～ 조사 위원회 ủy ban điều tra tình hình thực tế.

실토(實吐) **~하다** thổ lộ, bày tỏ; thú nhận; thú tội, xưng tội.

실파 hành lá.

실팍지다 chắc nịch, to khỏe, vạm vỡ, cứng cáp, chắc chắn.

실패 ống chỉ, con suốt. ～에 감다 quấn chỉ vào ống, quấn chỉ vào con suốt.

ㅅ

실패(失敗) sự thất bại; sự hỏng; sự sai lầm (실수). **~하다** thất bại; phạm sai lầm; hỏng (계획 등이). ¶ 사업 [시험]에 ~하다 thất bại trong kinh doanh [thi cử]. ¶ ~자 (낙오자) người thất bại (người bị loại).

실하다(實-) ❶ (실팍) khỏe mạnh, cường tráng, tráng kiện, vạm vỡ. ❷ (재산 등이) giàu có, phong lưu, dư dả. ❸ (내용이) đầy đủ, phong phú; có chất lượng; có giá trị.

실행(實行) (실천) sự thực hành; sự thực thi; (수행) sự tuân theo, sự thi hành mệnh lệnh; (이행) sự thực hiện, sự thi hành; (실시) sự thực thi, sự thực hiện. **~하다** thực hành; tuân theo; thi hành, thực hiện, thực thi. ¶ ~상의 trên thực tiễn / ~할 수 없는 không thể thực hiện, không thể thực thi. ¶ ~력 năng lực thực hiện, năng lực thi hành / ~ 예산 ngân sách thực hiện, ngân sách thi hành.

실험(實驗) cuộc thử nghiệm, sự thí nghiệm. **~하다** thí nghiệm, thử nghiệm. ¶ ~적으로 với tính chất thử nghiệm, với tính chất thí nghiệm. ¶ ~ 과학 khoa học thực nghiệm / ~ 극장 nhà hát thử nghiệm / ~ 단계 giai đoạn thử nghiệm / ~대(臺) bàn thí nghiệm, bồn thí nghiệm, giá thí nghiệm / ~ 동물 động vật thí nghiệm / ~ 대상 đối tượng thí nghiệm / ~ 그룹 nhóm thí nghiệm / ~식 [HH] công thức thí nghiệm / ~실 phòng thí nghiệm / ~ 주의 [TrH] chủ nghĩa thực nghiệm / ~ 주의자 người theo chủ nghĩa thực nghiệm / 핵 ~ thử hạt nhân / 핵 ~ 금지 cấm thử hạt nhân / 화학 ~ thí nghiệm hóa học.

실현(實現) sự hiện thực hóa. **~하다** hiện thực hóa (희망 등이). ¶ ~되다 trở thành hiện thực / ~ 가능[불가능]한 có [không có] khả năng hiện thực hóa.

실형(實刑) sự thi hành án.

실화(失火) hỏa hoạn do sơ ý.

실화(實話) câu chuyện có thực; chuyện kể lịch sử.

실황(實況) tình hình thực tế; hoàn cảnh thực tế; điều kiện thực tế. ¶ ~ 녹음 sự ghi âm trực tiếp / ~ 녹화 sự ghi hình trực tiếp / ~ 방송 sự phát sóng trực tiếp / ~ 방송을 하다 phát sóng trực tiếp.

실효(失效) **~하다** mất hiệu lực, mất tác dụng.

실효(實效) hiệu lực thực tế, hiệu quả thực tế, tác dụng thực tế. ¶ ~ 있는 có hiệu lực thực tế; có hiệu quả thực tế; có tác dụng thực tế.

싫다 không vừa ý, không hài lòng, đáng ghét (불쾌); không thích, không thấy thú vị (내키지 않다). ¶ 싫든 좋든 dù thích hay không thích / 싫어도 dù không thích, dù không vừa ý / 싫은 얼굴을 하다 thể hiện vẻ mặt không hài lòng.

싫어하다 không vừa ý, không hài lòng, không thích; không hứng thú, không muốn; ghét.

싫증(-症) (불호) sự không hứng thú; sự tẻ nhạt; (염오) sự ghét; sự không thích; (권태) sự chán nản, sự chán ngán; sự chán chường; (포만) sự ngấy, sự ngán. ¶ ~나다 chán ngấy, chán chường / ~ 나게하다 làm chán ngấy, làm chán nản.

심 (심줄) gân, dây chằng.

심(心) ❶ (핵심) trọng tâm; (나무의) lõi. ❷ (초의) sợi bấc; (연필의) ruột chì; (양복의) lớp lót.

심(審) buổi xét xử; buổi xử án. ¶ 제

1 ~ xét xử lần thứ nhất, sơ thẩm.

심각(深刻) ~한 tính trầm trọng, tính nghiêm trọng. ¶ ~해지다 trở nên trầm trọng / ~한 얼굴을 하다 thể hiện vẻ mặt trầm trọng / ~하게 생각하다 nghĩ một cách nghiêm trọng.

심경(心境) tâm trạng; trạng thái tinh thần. ¶ ~의 변화를 가져오다 dẫn đến một sự thay đổi trong tâm trạng / ~을 토로하다 thổ lộ tâm trạng, bày tỏ tâm trạng.

심계항진(心悸亢進) 【YH】 sự đập nhanh của tim; đánh trống ngực; sự hồi hộp.

심근(心筋) 【GP】 cơ tim. ¶ ~ 경색 【YH】 nhồi máu cơ tim.

심금(心琴) những cảm xúc thầm kín, những cảm xúc sâu xa. ¶ ~을 울리다 thổ lộ những cảm xúc thầm kín.

심기(心氣) tâm tính, tính khí; tâm trạng.

심기(心機) ¶ ~일전(一轉)하다 (마음이 주어) thay đổi tâm trạng; (사람이 주어) đổi ý; thay đổi ý kiến.

심낭(心囊) 【GP】 màng sụn.

심녹색(深綠色) màu xanh đậm, màu xanh thẫm.

심다 trồng; gieo cấy (재배).

심대(甚大) **~하다** to lớn, khổng lồ; bệ vệ; vĩ đại; hùng vĩ.

심덕(心德) tâm đức.

심도(深度) chiều sâu, bề sâu. ¶ ~계 đồng hồ đo chiều sâu.

심드렁하다 (일이) chậm chạp, uể oải; (마음이) thờ ơ, lãnh đạm, không quan tâm (서술적); (병이) kéo dài, không dứt.

심란(心亂) ~한 xáo trộn tinh thần, xáo động tâm tư. ¶ ~해서 vì xáo trộn tinh thần, vì xáo động tâm tư.

심려(心慮) sự băn khoăn, sự lo lắng, sự phiền muộn, sự âu lo. **~하다** băn khoăn, lo lắng, phiền muộn, âu lo. ¶ ~를 끼치다 gây phiền muộn, làm cho người khác lo lắng.

심려(深慮) sự suy nghĩ sâu xa; sự suy nghĩ kỹ càng; sự đắn đo; sự cân nhắc (선견).

심력(心力) sức mạnh tinh thần.

심령(心靈) tâm linh. ¶ ~술 phép thuật tâm linh / ~학 ngành tâm linh học / ~ 학자 nhà tâm linh học / ~ 현상 hiện tượng tâm linh.

심로(心勞) mối lo lắng; sự lo lắng, sự âu lo.

심리(心理) trạng thái tinh thần; tâm lý. ~적(으로) theo tâm lý, theo như trạng thái tinh thần. ¶ 범죄자의 ~ tâm lý tội phạm. ¶ ~ 상태 trạng thái tâm lý / ~ 소설 tiểu thuyết tâm lý / ~ 현상 hiện tượng tâm lý / ~ 작용 tác dụng tâm lý / ~전 chiến tranh tâm lý / ~묘사 miêu tả tâm lý / ~학 ngành tâm lý học / ~학자 nhà tâm lý học / 교육~학 ngành tâm lý giáo dục học / 범죄~학 ngành tâm lý tội phạm học / 이상~학 ngành tâm lý học bất thường.

심리(審理) sự thẩm tra, sự điều tra. **~하다** thẩm tra, điều tra. ¶ ~ 중이다 đang thẩm tra, đang điều tra.

심마니 người đi đào sâm rừng.

심문(審問) sự thẩm vấn. **~하다** thẩm vấn; điều tra. ¶ ~을 받다 bị thẩm vấn.

심미(審美) ~적 tính thẩm mỹ. ¶ ~ 안 con mắt thẩm mỹ / ~주의 coi trọng thẩm mỹ / ~학 thẩm mỹ học.

심방(心房) 【GP】 tâm nhĩ.

심방(尋訪) sự thăm viếng, sự ghé thăm. ☞ **방문**.

심벌 biểu tượng.

심벌즈 【ÂN】 chũm chọe.

심보(心-) ☞ **마음보**.

ㅅ

심복(心服) **~하다** tâm phục; tôn kính, kính phục, ngưỡng mộ.

심복(心腹) tâm phúc, tri kỷ. ¶ ～ 부하 người hầu tâm phúc.

심부름 việc lặt vặt, việc vặt. **~하다** làm việc lặt vặt, làm việc vặt, giúp việc. ¶ ～보내다 sai đi làm việc lặt vặt. ¶ ～꾼 người làm công, người giúp việc, người làm việc lặt vặt.

심사(心思) ～부리다 làm việc độc ác, làm điều ác tâm. ¶ ～사나운 tâm địa độc ác, lòng dạ hiểm độc, tính tình độc ác.

심사(深謝) **~하다** biết ơn sâu sắc, biết ơn chân thành; (사죄) tạ lỗi thật lòng.

심사(審査) (검사) sự kiểm tra, sự thẩm tra, sự điều tra; (판정) sự xét xử, sự phán xét. **~하다** kiểm tra, thẩm tra, điều tra; xét xử, phán xét. ¶ ～에 합격하다 thi đỗ. ¶ ～관(원) người kiểm tra; người xét xử; quan tòa / ～ 위원 hội đồng thẩm định; ban kiểm tra; ban hội thẩm, bồi thẩm đoàn / ～ 제도 chế độ thẩm tra.

심사숙고(深思熟考) **~하다** suy nghĩ một cách kỹ lưỡng; cân nhắc; đắn đo; suy ngẫm. ¶ ～ 끝에 sau khi suy nghĩ kỹ lưỡng; sau khi cân nhắc; sau khi đắn đo.

심산(心算) ý định; kế hoạch; dự định; ý đồ. ¶ …할 ～이다 có dự định làm; có ý định làm.

심산(深山) ngọn núi cao và tách biệt với bên ngoài; thâm sơn; rừng sâu. ¶ ～ 유곡 thâm sơn cùng cốc.

심상(心象) tâm tưởng.

심상(尋常) ～한 thông thường, thường lệ; phổ biến; thường gặp. ¶ ～치 않은 không phổ biến; ít gặp.

심성(心性) tâm tính; bản tính; tính tình.

심술(心術) tật xấu, thói xấu; tính khó bảo; tính cứng đầu. ¶ ～ 궂은 khó tính, khó ưa, khó chịu; cứng đầu, bướng bỉnh, khó bảo / ～부리다 khó bảo, cứng đầu, bướng bỉnh. ¶ ～꾸러기 người cứng đầu, người khó bảo (아이) / ～ 패기 đứa trẻ khó bảo, đứa trẻ bướng bỉnh.

심신(心身) tâm hồn và thể xác, trí tuệ và thân thể. ¶ ～의 피로 sự mỏi mệt cả tâm hồn và thể xác / ～을 단련하다 rèn luyện tâm hồn và thể xác. ¶ ～ 장애자 người tàn tật cả trí tuệ và thân thể / ～ 장애아 trẻ tàn tật cả trí tuệ và thân thể.

심실(心室) 【GP】 tâm thất.

심심(深甚) ～한 sâu sắc, sâu nặng, chân thành. ¶ ～한 사의를 표하다 (감사의 뜻) bày tỏ lòng cảm ơn chân thành; (사과의 뜻) bày tỏ sự xin lỗi chân thành.

심심소일(-消日) ☞ **심심풀이**.

심심풀이 sự giết thì giờ; sự giết thời gian, sự tiêu khiển thời gian; cho vui. **~하다** giết thời gian, giết thì giờ, tiêu khiển thời gian. ¶ ～로 để giết thời gian / ～로 바둑을 두다 chơi cờ vây để giết thời gian.

심심하다[1] (일 없어) nhàn tản; rỗi việc.

심심하다[2] (싱겁다) buồn tẻ, buồn chán.

심악스럽다(甚惡-) ☞ **심악하다**.

심악하다(甚惡-) ác nghiệt, khắc nghiệt, nghiệt ngã; độc ác, ác tâm, tàn nhẫn.

심안(心眼) sự nhìn nhận bằng tinh thần, cái nhìn bằng tâm hồn.

심야(深夜) đêm khuya. ¶ ～까지 đến tận đêm khuya; đến tận nửa đêm. ¶ ～ 방송 buổi phát thanh (phát sóng) lúc đêm khuya, chương trình TV lúc nửa đêm / ～ 작업 nghề làm đêm.

심약(心弱) **~하다** nhu nhược, thiếu kiên quyết, không quyết đoán.

심연(深淵) hố sâu; vực sâu, vực thẳm.

심오(深奧) ～한 sâu xa; sâu kín; sâu sắc; thâm thúy. ¶ ～한 뜻 ý nghĩa sâu xa, ý nghĩa thâm thúy.

심원(心願) ước mơ thầm kín, ước nguyện sâu kín, tâm nguyện.

심원(深遠) **~하다** sâu xa; sâu kín; sâu sắc; thâm thúy.

심의(審議) sự bàn bạc, sự cân nhắc, sự xem xét, thẩm định. **~하다** bàn bạc, cân nhắc, xem xét. ¶ ～중이다 đang cân nhắc, đang xem xét, đang bàn bạc / ～에 부치다 đưa ra bàn bạc, đưa ra cân nhắc. ¶ ～회 hội đồng thẩm định, hội đồng thẩm tra (고어) / 교육 ～회 hội đồng thẩm tra giáo dục.

심이(心耳) 【GP】 tâm nhĩ.

심장(心臟) trái tim. ¶ 서울의 ～부 khu vực trung tâm của Seoul; trái tim của Seoul / ～의 고동(鼓動) nhịp tim / ～이 강한 tim khỏe / ～이 약하다 yếu tim; mềm yếu (마음이 약하다) ¶ ～마비(痲痺) cơn đau tim; cơn co thắt tim / ～병(病) bệnh tim / ～염 viêm tim / ～ 외과 ngoại khoa về tim / ～ 이식 [수술] ghép [phẫu thuật] tim / ～ 판막 van tim / ～ 판막증 chứng hở van tim.

심장(深長) ～한 sâu rộng; bao trùm. ¶ 의미 ～하다 ý nghĩa sâu rộng; ý nghĩa bao trùm.

심적(心的) thuộc về tim; thuộc về tinh thần, thuộc về tâm hồn. ¶ ～현상 hiện tượng tinh thần / ～ 작용 tác động tinh thần.

심전계(心電計) 【YH】 máy đo điện tâm đồ.

심전도(心電圖) 【YH】 điện tâm đồ, biểu đồ điện tim.

심정(心情) tình cảm, tấm lòng, tâm tình, tâm sự, tâm tư, tâm trạng. ¶ ～을 헤아리다(이해하다) thấu hiểu tâm tư, hiểu thấu tình cảm, hiểu tâm trạng / 울고 싶은 ～이다 tâm trạng muốn khóc.

심줄 gân, dây chằng.

심중(心中) ý nghĩ, suy nghĩ, tâm tư, tâm trạng. ¶ ～에 trong suy nghĩ, trong tâm tư, trong ý nghĩ / ～을 털어 놓다 giãi bày tâm tư, thổ lộ tâm tư, bày tỏ suy nghĩ.

심중(深重) **~하다** thận trọng, cẩn trọng; khôn ngoan.

심증(心證) 【PL】 niềm tin vững chắc; sự tin tưởng; ấn tượng sâu sắc. ¶ ～을 얻다 dành được niềm tin, dành được sự tin tưởng / ～을 굳히다 giữ vững niềm tin vào … / ～을 해치다 làm tan vỡ niềm tin, phá vỡ niềm tin.

심지(心-) bấc đèn. ¶ ～를 돋우다(내리다) khêu bấc đèn, vặn to đèn (vặn nhỏ đèn).

심지(心地) tâm địa, bản chất, bản tính, tính tình, tính khí.

심지어(甚之於) thậm chí; đến nỗi; ngay cả.

심청(深靑) màu xanh đậm, màu xanh thẫm.

심취(心醉) **~하다** thôi miên; quyến rũ; lôi cuốn; cuốn hút. ¶ ～자 người thôi miên.

심판(審判) thẩm phán; sự phân xử, sự phán quyết, sự làm trọng tài; người trọng tài. **~하다** phân xử, phán quyết, làm trọng tài. ¶ 최후의 ～ phán quyết cuối cùng / 최후의 ～날 ngày xét xử cuối cùng. ¶ ～관(원) trọng tài; người phân xử; quan tòa, thẩm phán.

심포니 bản giao hưởng.

심포지엄 hội nghị chuyên đề, hội thảo chuyên đề.

심하다(甚-) tột độ, tột bực, cùng cực;

ㅅ

mãnh liệt, dữ dội, khốc liệt; nặng nề; trầm trọng. ¶ 심한 경쟁 sự cạnh tranh quyết liệt / 심한 더위 cái nóng dữ dội / 심한 상처 vết thương nặng / 심한 추위 cái rét dữ dội / 심해지다 trở nên nặng nề, trở nên trầm trọng (악화).

심해(深海) khơi xa, nơi xa bờ. ¶ ～어 cá ngoài khơi, cá xa bờ / ～ 어업(漁業) nghề đánh cá xa bờ.

심혈(心血) ¶ ～을 기울여 dành tâm huyết, dành tâm trí, dành nhiệt huyết / ～을 기울인 작품 tác phẩm tâm huyết / ～을 기울이다 dành tâm huyết, dành tâm trí, dành nhiệt huyết.

심호흡(深呼吸) sự hít thở sâu. **~하다** hít thở sâu.

심혼(心魂) tâm hồn, tinh thần; tâm thần; nhiệt huyết, tâm huyết. ☞ **심혈**.

심홍(深紅) màu đỏ thắm, màu đỏ đậm. ～의 thuộc màu đỏ đậm, thuộc màu đỏ thắm.

심화(心火) cơn giận dữ.

심화(深化) **~하다** nặng nề thêm; trầm trọng thêm.

심황(-黃) 【TV】 cây nghệ, củ nghệ.

심황(深黃) màu vàng tươi, màu vàng sậm.

심회(心懷) tâm tư.

심히(甚-) rất, lắm, cực kỳ, tột bực; (một cách) nặng nề, trầm trọng.

십(十) mười; thứ mười (열째).

십각형(十角形) hình có mười cạnh. ～의 thuộc dạng có mười cạnh.

십간(十干) chu kỳ mười năm, can.

십계명(十誡命) 【KT】 mười điều răn của Chúa.

십구(十九) mười chín. ¶ ～ 공탄 hòn than có 19 lỗ / ～ 세기 thế kỷ 19.

십년(十年) mười năm, một thập kỷ. ¶ ～ 간의 trong 10 năm / ～을 하루같이 mười năm mà tưởng như một ngày.

십대(十代) ¶ ～의 thuộc lứa tuổi từ 10-19 / ～의 아이 đứa trẻ lên mười.

십만(十萬) mười vạn, một trăm ngàn.

십면체(十面體) 【HHo】 hình khối mười cạnh.

십분(十分) ❶ (시간) mười phút. ❷ (충분히) đủ; thích đáng. ❸ (십등분) chia mười; thập phân. ¶ ～의 일 một phần mười.

십사(十四) mười bốn. ¶ 제(第) ～ thứ mười bốn.

십삼(十三) mười ba. ¶ 제(第) ～ thứ mười ba.

십상 vừa vặn; thích hợp; hợp lý.

십상팔구(十常八九) ☞ **십중팔구**.

십억(十億) một tỷ.

십오(十五) mười lăm. ¶ 제 ～ thứ mười lăm / ～ 분(分) mười lăm phút.

십육(十六) mười sáu. ¶ 제 ～ thứ mười sáu. ¶ ～ 밀리 16 mm (영화); máy quay phim (촬영기) / ～ 분 음표 nốt nhạc mười sáu.

십이(十二) mười hai. ¶ 제 ～ thứ mười hai / ～ 각형 hình mười hai cạnh.

십이월(十二月) tháng mười hai.

십이지(十二支) biểu mười hai vạch.

십이지장(十二指腸) 【GP】 hành tá tràng. ¶ ～ 궤양 viêm loét hành tá tràng / ～충 giun sán.

십인십색(十人十色) mỗi người mỗi vẻ, mỗi người một ý, mười người mười ý.

십일(十一) mười một. ¶ 제 ～ thứ mười một.

십일월(十一月) tháng mười một.

십자(十字) cây thập tự, dấu thập tự; thánh giá. ¶ ～ 형의 hình thập tự / ～형으로 với hình thập tự / ～를 긋다 vẽ hình thập tự; làm dấu thánh. ¶ ～가(架) cây thánh giá (상(像)) / ～가에 못박다 đóng đinh vào cây thập tự / ～가를

지다 đeo (mang, vác) thánh giá / ～군 quân thập tự chinh / ～로(路) bằng cây thập tự; bằng cây thánh giá / ～ 포화 sự bắn chéo.

십자매(十姉妹) [LCh] con vẹt xanh.

십장(什長) quản đốc, đốc công.

십종경기(十種競技) cuộc thi mười môn.

십중팔구(十中八九) tám đến chín trong mười phần; hầu hết; hết sạch; hoàn toàn. ¶ 그는 ～ 잊어버릴 것이다. anh ta quên hết, anh ta quên hoàn toàn.

십진(十進) ～의 thuộc thập phân. ¶ ～법 phép thập phân.

십칠(十七) mười bảy; thứ mười bảy (제 17).

십팔(十八) mười tám; thứ mười tám (제 18). ¶ ～금 18 vàng 18 ca ra.

싱겁다 ❶ (맛이) nhạt; thiếu muối; không ngon; (술·담배 등이) nhạt; không đủ nồng độ, nồng độ thấp. ¶ 간(맛)이 ～ vị nhạt nhẽo. ❷ (언행이) nhạt nhẽo, tẻ nhạt, không thú vị. ¶ 싱거운 자식 người nhạt nhẽo, người tẻ nhạt, người không có duyên / 싱거운 소리를 하다 nói linh tinh, nói không cuốn hút.

싱그레 ¶ ～웃다 cười tươi tắn; cười niềm nở.

싱글 (침대) đơn, một; (양복) ngực áo một lớp; (테니스 등의) đơn, một, đơn nam (남자), đơn nữ (여자).

싱글거리다 cười tươi tắn, cười rạng rỡ.

싱글벙글 một cách hớn hở, một cách tươi vui. ¶ ～하다 hớn hở; tươi cười; tươi vui.

싱긋 ¶ ～웃다 cười tươi.

싱긋거리다 ☞ **싱글거리다**.

싱긋벙긋 ☞ **싱글벙글**.

싱둥싱둥하다 tươi; mới, tươi sống.

싱숭생숭하다 bồn chồn; rạo rực; không yên.

싱싱하다 tươi; mới; tươi sống ¶ 싱싱한 생선 cá tươi sống / 싱싱한 과일 quả tươi / 싱싱한 젊은 아이들 những đứa trẻ mới lớn.

싱크로트론 [VLH] hộp số.

싶다 (욕구) muốn; ao ước; khao khát; hy vọng; mong muốn; (기분이) có vẻ, hình như, giống như; cảm thấy như. ¶ 여행하고 싶어하다 muốn đi du lịch / 하고 싶은 대로 하다 làm như ý muốn.

싸개 giấy gói; vỏ bọc; vải bọc.

싸구려 đồ rẻ; hàng giá rẻ. ¶ ～시장 chợ bán hàng giá rẻ.

싸늘하다 ☞ **써늘하다**.

싸다[1] bọc; gói; (짐을) gói; đóng gói; (덮다) phủ; trùm. ¶ 한데 ～ bọc lại một nơi, gói lại một chỗ.

싸다[2] (대소변을) đi ngoài, đại tiện; đi tiểu, tiểu tiện. ¶ 바지에 오줌을 ～ tiểu tiện ra quần.

싸다[3] ❶ (입이) mau mồm mau miệng, mồm mép tép nhảy, hay đưa chuyện. ❷ (걸음이) nhanh nhẹn, lanh lẹ. ❸ (불이) cháy nhanh, lan nhanh.

싸다[4] ❶ (값이) rẻ; giá thấp. ¶ 싸게 팔다 bán rẻ, bán giá thấp / 아주 ～ rất rẻ / 아주 싸게 một cách rất rẻ. ❷ (마땅) thỏa đáng, vừa vặn, thích hợp. ¶ 벌받아 ～ đáng bị phạt / 그래 ～ đúng quá rồi!; còn gì nữa!

싸다니다 đi lại lăng xăng; chạy đôn chạy đáo.

싸라기 gạo tấm. ¶ ～눈 hạt tuyết nhỏ li ti như hạt tấm.

싸리 [TV] cỏ ba lá.

싸우다 chiến đấu, đấu tranh, giao chiến; đánh nhau; xung đột; tranh chấp; tranh cãi, cãi lộn (말다툼); cãi cọ, xô xát (다투다).

싸움 cuộc chiến tranh (전쟁), cuộc chiến

đấu (전투); cuộc chiến; (투쟁) cuộc đấu tranh; (말다툼) cuộc cãi vã. **~하다** ☞ **싸우다**. ¶ ~에 나가다 tham gia cuộc chiến; bước vào chiến đấu / ~에 이기다 [지다] thắng [thua] trận.

싸움꾼 người chiến đấu, chiến sĩ, chiến binh; người đấu tranh; người đánh lộn; người cãi lộn.

싸움터 chiến trường.

싸움판 trận đánh, trận chiến.

싸움패 hội du côn, lũ côn đồ, phường giang hồ.

싸이다 được gói, được bọc; được phủ, được trùm. ¶ 수수께끼에 ~ được bao phủ trong bức màn bí mật.

싸전(-廛) cửa hàng bán gạo.

싸하다 chua cay, chua chát, cay độc, cay nghiệt.

싹[1] (씨앗) lộc, mầm, chồi; nụ. ¶ ~트다 mọc mầm, đâm chồi, nảy lộc; phát triển, tiến triển (일 따위). ❷ ☞ **싹수**.

싹[2] (베는 꼴) nhẵn nhụi; (모두) hết thảy, hoàn toàn. ¶ ~베다 cắt hết, cắt hoàn toàn / ~ 변하다 thay đổi hoàn toàn / ~ 쓸다 quét đi hết thảy; vứt bỏ hết thảy.

싹독거리다 băm, chặt, lạng, cắt. ¶ 싹독싹독 xoèn xoẹt; phập phập.

싹수 sự triển vọng; sự hứa hẹn; sự có tương lai. ¶ ~가 노랗다 không có triển vọng; tương lai mờ mịt.

싹싹 ¶ ~빌다 van xin rối rít.

싹싹하다 nhã nhặn, hòa nhã, lịch sự; ân cần; ngọt ngào.

싼거리 đồ rẻ, hàng rẻ (싼 물건).

싼흥정 sự mua bán với giá rẻ, sự mua bán được món hời.

쌀 gạo, thóc gạo, lúa gạo. ¶ ~가게 cửa hàng bán gạo / ~ 가루 bột gạo / ~ 가마니 bao gạo, bì gạo / ~ 겨 cám gạo / ~ 밥 cơm / ~ 알 hạt gạo / ~ 장사 buôn bán thóc gạo; mua bán thóc gạo / ~ 장수 người mua bán thóc gạo / ~ 풍작 được mùa lúa.

쌀보리 cây lúa mạch.

쌀쌀 ¶ (배가) ~ 아프다 đau (bụng) âm ỉ; đau lâm râm.

쌀쌀하다 ❶ (냉정) lạnh nhạt, lạnh lùng; xa cách, hờ hững. ¶ 쌀쌀하게 một cách lạnh nhạt, một cách hờ hững. ❷ (일기가) lạnh, hơi rét.

쌈 món ăn được gói vào trong lá rau, món ăn cuốn. ¶ 상추 ~ món ăn xà lách cuốn.

쌈지 bao đựng thuốc lá, túi đựng thuốc lá. ¶ ~ 담배 thuốc lá bao.

쌉쌀하다 (서술적) hơi đắng.

쌍(雙) một đôi, một cặp. ~의 thuộc một đôi; thuộc một cặp. ¶ 잘 어울리는 한 ~의 부부 vợ chồng đẹp đôi / ~을 만들다 làm thành một đôi.

쌍갈지다(雙-) chia ra làm hai, chia đôi.

쌍견(雙肩) hai vai, đôi vai. ¶ ~에 짊어지다 [달리다] được gánh vác trên [phụ thuộc vào] đôi vai.

쌍겹눈(雙-) mắt hai mí.

쌍곡선(雙曲線) 【HHo】 đường cong đôi, đường cong kép.

쌍꺼풀(雙-) mắt hai mí.

쌍동밤 hai hạt dẻ tròn xoe.

쌍동이(雙童-) ☞ **쌍둥이**.

쌍두(雙頭) ~의 thuộc dạng hai đầu. ¶ ~ 마차 xe ngựa hai đầu.

쌍둥이(雙-) cặp sinh đôi; anh em sinh đôi (그 중 한 사람). ¶ ~를 낳다 sinh đôi. ¶ 세~ sinh ba.

쌍무계약(雙務契約) hợp đồng tay đôi, hợp ước song phương.

쌍바라지(雙-) cửa đôi, cửa hai cánh.

쌍발(雙發) ~의 thuộc dạng hai động cơ. ¶ ~ 비행기 máy bay hai động cơ.

쌍방(雙方) song phương, hai bên, hai phía, hai đảng phái. ～의 thuộc song phương, thuộc hai đảng.

쌍벽(雙璧) đôi, cặp (đồ nữ trang); hai người đứng đầu bảng.

쌍분(雙墳) mộ đôi.

쌍생(雙生) ～의 cùng sinh sống; cùng tồn tại. ¶ ～아 trẻ sinh đôi (liền nhau) (한쪽).

쌍수(雙手) hai tay, hai chi trước. ¶ ～를 들어 찬성하다 tán thành cả hai tay; giơ cả hai tay tán thành.

쌍시류(雙翅類) 【CT】 loại côn trùng có hai cánh.

쌍심지(雙-) ngọn bấc đôi, bấc đôi, hoa đèn. ¶ ～(가) 나다 có bấc đôi, có hoa đèn.

쌍십절(雙十節) ngày lễ 20 (ngày lễ 20 năm ở Trung Quốc: 1911- 1949).

쌍쌍이(雙雙-) từng cặp; từng đôi.

쌍안(雙眼) ～의 thuộc dạng hai mắt. ¶ ～경(鏡) kính hai mắt (극장용, 야외용).

쌍자엽(雙子葉) ¶ ～ 식물 cây hai lá, thực vật hai lá mầm.

쌍창(雙窓) cửa sổ đôi.

쌍태(雙胎) bào thai sinh đôi.

쌓다 ❶ (포개다) chất, chồng; xếp lên. ❷ (구축) xây dựng, dựng nên; tạo dựng. ❸ (축적) tích lũy; tích góp, gom góp (연습).

쌓이다 được chất lên, được chồng lên; được xây dựng; được tích lũy; ứ đọng, tồn đọng, tích tụ (눈이). ¶ 쌓인 원한 mối hận thù chồng chất.

쌔고쌨다 nhiều, dư dả, dồi dào; thường gặp, thông thường, phổ biến.

쌔근거리다 thở nhẹ và ngắn, pho pho, vo vo; lâm râm, âm ỉ, hơi đau.

써늘하다 ❶ (차다) lành lạnh. ❷ (놀라서) bị ớn lạnh, bị gai lạnh (서술적). ¶ 간담을 써늘하게 하다 lời nói từ đáy lòng làm ớn lạnh cả người.

써다 (조수가) sa sút; tàn tạ; yếu sức, đuối sức (감수).

써레 cái bừa. ¶ ～질하다 bừa.

써리다 cày bừa; làm đất ruộng, làm nông.

썩 ❶ (빨리) tức thì, tức khắc; lập tức. ¶ ～ 물러나라 lùi ngay lập tức. ❷ (대단히) rất nhiều; rất lớn; hết sức; vô cùng. ¶ ～ 좋은 기회 cơ hội tốt vô cùng.

썩다 ❶ (부패) bị thối, bị mục rữa, bị hỏng (과일 등); bị thiu, bị hỏng (음식 등이); bị han gỉ, bị mục nát, bị hỏng (쇠붙이가); thối nát, mục rữa, suy sụp, đồi bại (타락). ¶ 썩은 이빨 răng sâu. ❷ (활용안됨) bị thui chột; bị lỗi thời, bị lạc hậu.

썩이다 ❶ (부패) làm thối rữa, làm mục rữa, làm hỏng; làm thiu; làm han gỉ; làm cho suy sụp, làm cho đồi bại; (속을) làm đau buồn, làm đau lòng; gây phiền muộn. ¶ 남의 속을 ～ làm người khác đau lòng; làm người khác đau buồn, làm người khác phiền muộn.

썰다 cắt, thái, lạng, bổ; băm (잘게).

썰레놓다 dàn xếp ổn thỏa một công việc khó khăn.

썰매 xe trượt tuyết, ván trượt tuyết. ¶ ～를 타다 đi xe trượt tuyết. ¶ ～타기 sự trượt tuyết.

썰물 triều xuống, con nước xuống.

쏘가리 【LC】 giống cá Bắc Kinh.

쏘개질하다 mách lẻo, tọc mạch.

쏘다 ❶ (발사함) bắn, nổ súng. ¶ 쏘아 죽이다 bắn chết. ❷ (말로) quát tháo; mắng mỏ, nhiếc móc. ❸ (벌레가) châm; đốt; cắn; ngoạm.

쏘다니다 chạy rong, chạy long đong, chạy rông, chạy lông nhông.

쏘삭거리다 xui, xúi giục, xui bẩy, khích động.

쏘아올리다 phóng lên, bắn lên (인공 위성을). ¶ 인공 위성을 ~ phóng vệ tinh nhân tạo.

쏜살같다 nhanh như tên bắn. ¶ 쏜살같이 như tên bắn; như cắt.

쏟다 ❶ (물건을) tràn ra; đổ ra; trào ra ❷ (집중) tập trung, dành hết. ¶ 마음을 ~ tập trung tinh thần, dành hết nhiệt tình, dành tâm huyết / 전력을 ~ tập trung toàn lực, dành hết toàn lực.

쏟아지다 đổ, dội, trút; (물 따위가) tràn, trút, đổ. ¶ 비가 ~ mưa trút xuống, mưa đổ xuống.

쏠다 gặm, cắn, ngoạm; khoét.

쏠리다 ❶ (기울다) nghiêng về, hướng về, xiên về (một phía). ❷ (경향이 있다) có xu hướng, có chiều hướng, có khuynh hướng.

ㅅ

쐐기 cái chêm, cái nêm, cái đòn, cái đệm. ¶ ~를 박다 đóng chêm vào.

쐬다 ❶ (바람 따위를) phơi, hóng.

쑤다 nấu, ninh, hầm. ¶ 죽을 ~ ninh cháo, hầm cháo, nấu cháo.

쑤석거리다 ❶ (쑤시다) lục lọi, lục soát, rà soát. ❷ (선동) xúi giục, khích động.

쑤시개 cái thọc nhọn đầu, cái xỉa, cái xiên. ¶ 이~ tăm xỉa răng.

쑤시다[1] (구멍 따위를) móc, khoét, xỉa, đâm. ¶ 이를 ~ xỉa răng.

쑤시다[2] (아프다) nhức nhối; đau nhức; cắn rứt.

쑥[1] 【TV】 ngải cứu.

쑥[2] (바보) người ngu ngốc, người ngớ ngẩn, người cù lần; thằng hề.

쑥[3] (부사) ¶ ~뽑다 kéo mạnh, giật mạnh và nhanh / ~ 들어가다 (땅이) đi vào một cách nhanh chóng / ~ 내밀다 thò ra một cách nhanh chóng.

쑥갓 【TV】 rau cải cúc.

쑥대강이 đầu tóc rối bù, đầu tóc rối bời, đầu tóc lù xù.

쑥대밭 ¶ ~이 되다 trở thành đầm lầy, trở thành ruộng lầy, trở thành vũng lầy (chỉ sự hư hại).

쑥덕거리다 ☞ **숙덕거리다**.

쑥덕공론(-公論) sự nói chuyện riêng, sự trò chuyện kín đáo, cuộc họp kín. **~하다** nói chuyện riêng, nói chuyện kín đáo, họp kín.

쑥스럽다 xấu hổ, ngượng ngùng, e thẹn; khó coi; không tiện; không phù hợp (어색하다).

쑬쑬하다 tàm tạm; tạm được, chấp nhận được.

쓰개 khăn trùm đầu của phụ nữ.

쓰다[1] (글씨를) viết; thảo, ghi chép; biên tập (철자하다); (적다) viết, ghi, chép, thảo; (문장·시를) sáng tác; (기술) ghi chép, ký lục, biên. ¶ 잉크로 [연필로] ~ viết bằng mực [bút chì] / 잘 ~ viết đẹp; sáng tác hay, viết hay / 써 넣다 ghi vào, điền vào, viết vào.

쓰다[2] ❶ (사용) dùng, sử dụng; (취급) sử dụng, dùng, tận dụng, xài; (채택) tuyển dụng; dùng, sử dụng. ¶ 쓰기에 편한 thuận tiện trong sử dụng / …을 써서 dùng … / 너무 ~ dùng nhiều quá / 약으로 ~ dùng làm thuốc, sử dụng làm thuốc / 수단을 ~ dùng phương tiện, sử dụng phương tiện. ❷ (고용) sử dụng, tuyển dụng. ¶ 시험 삼아 써 보다 viết thử; dùng thử. ❸ (소비함) dùng, tiêu dùng, xài, tiêu. ¶ 돈을 ~ tiêu tiền, xài tiền / 다 ~ tiêu hết, xài hết; dùng hết. ❹ (술법 따위) hành nghề, sử dụng. ❺ (약을) dùng thuốc; cho thuốc. ❻ (힘을) gắng sức, ráng sức, cố sức. ¶ 머리를 ~ dùng trí tuệ, dùng đầu óc / 폭력을

~ dùng vũ lực, dùng bạo lực. ❼ (행사) đưa vào sử dụng, lưu thông, lưu hành. ¶ 가짜돈을 ~ lưu hành tiền giả, dùng tiền giả. ❽ (색을) giao cấu, giao hợp. ❾ (말하다) nói, dùng lời lẽ. ¶ 영어를 ~ dùng tiếng Anh, nói tiếng Anh.

쓰다³ ❶ (머리에) đội (모자를); đội, mang (수건 따위를); lắp (착용). ❷ (안경을) đeo. ❸ (들쓰다) trùm, phủ, đội. ❹ (우산) che. ❺ (이불을) đắp. ❻ (누명 등을) vu khống, vu oan, vu tội.

쓰다⁴ (맛이) đắng. ¶ 쓴 약 thuốc đắng.

쓰다⁵ ¶ 뫼를 ~ chôn cất, mai táng; lập ngôi mộ, xây mộ.

쓰다듬다 vuốt, sờ; mơn trớn (애무). ¶ 수염을 ~ vuốt râu / 머리카락을 ~ vuốt tóc.

쓰디쓰다 đắng quá mức, đắng nghét.

쓰라리다 cay đắng; đau đớn; tái tê; khổ sở (괴롭다). ¶ 쓰라린 경험 kinh nghiệm cay đắng; bài học đau đớn / 이별의 쓰라림 nỗi đau chia ly.

쓰러뜨리다 đánh gục, đốn ngã, xô ngã, đẩy ngã, đẩy lùi (전복); thổi ngã (바람이); (죽이다) đánh gục.

쓰러지다 ❶ (전도·도괴) đổ sập, sụp đổ, đổ nhào; lật úp; hàng phục (전복). ❷ (죽다) ngất; chết; gục xuống. ¶ 쓰러질 때까지 싸우다 chiến đấu cho đến khi gục xuống; chiến đấu đến lúc chết; chiến đấu đến cùng. ❸ (도산·몰락) sụp đổ, đổ vỡ, đổ ụp. ¶ 쓰러져 가는 đang sụp đổ.

쓰레기 rác, chất thải; đồ bỏ đi; vật không có giá trị. ¶ ~ 버리는 곳 nơi vứt rác, nơi đổ rác. ¶ ~ 분리수거 phân loại rác / ~차 xe rác / ~통 thùng rác / 부엌 ~ rác thực phẩm.

쓰레받기 cái hót rác, dụng cụ hót rác.

쓰레질하다 quét rác.

쓰레하다 nghiêng ngả, lung lay, chao đảo, đung đưa.

쓰르라미 [CT] con ve sầu.

쓰리다 (공복) cồn cào; nhức, nhức nhối, đau nhức; đau đớn; bỏng rát ¶ 가슴이 ~ lòng dạ nhức nhối.

쓰이다¹ (글씨) được viết ra (써지다); được thảo ra, được ghi ra (씌어 있다); được viết, được chép, được ghi (쓰게 하다).

쓰이다² (사용) được sử dụng, được dùng; được tiêu, được xài. ¶ 항상 쓰이는 말 lời thường dùng. ❷ (소용) bị hao mòn, bị cũ mòn.

쓱싹하다 ❶ (해먹다) bòn rút, tham ô, biển thủ. ❷ (일을) che giấu, che đậy, lấp liếm. ❸ (셈을) bù, bù đắp; bỏ qua, xóa bỏ; lấp liếm.

쓴맛단맛 ¶ 인생의 ~을 다 보다 đã nếm thử hết cay đắng ngọt bùi của cuộc đời.

쓴웃음 nụ cười chua chát, nụ cười cay đắng. ¶ ~을 짓다 cười chua chát, cười cay đắng.

쓸개 mật; túi mật. ¶ ~ 빠진 사람 người bị rơi mất mật.

쓸까스르다 đùa cợt, cợt nhả, chế giễu, chọc tức.

쓸다¹ (쓰레질) quét. ¶ 쓸어 내다 quét đi / 쓸어 모으다 quét dồn lại một chỗ.

쓸다² (줄로) giũa, gọt dũa, cạo, nạo.

쓸데없다 (불필요) không cần thiết; phù phiếm, hão huyền; (무용) vô ích, vô dụng, vô hiệu; (달갑지 않다) không mong muốn, không trông đợi. ¶ 쓸데없이 một cách phù phiếm; một cách vô dụng; một cách không trông đợi.

쓸리다¹ (비로) bị quét đi (쓸어지다); bị bắt phải quét (쓸게 하다).

쓸리다² (줄에) được mài, được giũa, được gọt.

ㅅ

쓸리다[3] (살갗이) bị lung lay, bị nghiêng ngả, bị đung đưa.

쓸만하다 có thể sử dụng được, đáng để sử dụng; có giá trị sử dụng, có giá trị (가치 있다).

쓸모 (효용) sự hữu dụng, sự có ích; hiệu quả; (가치) sự có giá trị. ¶ ~가 있다 hữu dụng, có ích, có hiệu quả; có giá trị / ~ 없다 không có giá trị; vô tích sự; vô dụng.

쓸쓸하다 vắng vẻ, hiu quạnh; ảm đạm, thê lương; cô độc, cô đơn, bơ vơ, đơn độc (고독). ¶ 쓸쓸하게 một cách hiu quạnh; một cách ảm đạm; một cách cô độc / 쓸쓸하게 지내다 sống một cách hiu quạnh; sống một cách đơn độc / 쓸쓸해지다 trở nên vắng vẻ; trở nên ảm đạm; trở nên cô độc.

쓸어버리다 quét đi, quét ra, quét sạch; vứt bỏ.

쓿다 đánh bóng; xay xát (lúa gạo).

씀씀이 ¶ ~가 헤프다 chi tiêu lãng phí; chi tiêu không đúng mực, ném tiền qua cửa sổ.

씁쓸하다 hơi đắng.

씌우다 ❶ (머리에) đội lên; (덮다) đậy lên, che lại. ❷ (죄를) che đậy, lấp liếm.

씨[1] ❶ (씨앗) hạt, hột, hạt giống (열매속의 단단한 씨); nhân (핵). ¶ ~ 뿌릴 때 khi gieo hạt / ~ 없는 không có nhân, không có hạt / 밭에 ~를 뿌리다 gieo hạt trên ruộng / ~를 받다 lấy hạt, thu hoạch / ~가 생기다 có hạt, có nhân. ¶ ~ 장수 người buôn bán hạt giống. ❷ (마소의) giống. ¶ ~받이 소 bò lấy giống / ~가 좋다 con bò tốt. ❸ (사람의) 같은 ~를 가지다 (người) có cùng huyết thống, người có cùng dòng giống. ¶ 불의의 ~ dòng giống bất nghì. ❹ (근원) nguyên do, lý do, nguyên nhân; mầm mống. ¶ 불평의 ~ nguyên nhân bất bình.

씨[2] ☞ **품사**(品詞).

씨[3] (피륙의) sợi ngang. ¶ ~와 날 sợi ngang và sợi dọc.

씨(氏) (경칭) từ dùng liền với tên khi xưng hô, chỉ người đàn ông (남자); chỉ người con gái chưa chồng (미혼 여성); chỉ người phụ nữ đã có chồng (부인).

씨근 ¶ ~거리다 hổn hển, phì phò / ~벌떡 hổn hển, phì phò, hồng hộc.

씨닭 gà mái nuôi để lấy giống, gà giống.

씨름 sự vật nhau; môn đấu vật. **~하다** đấu vật; vật; (비유) vật lộn; chật vật; vất vả; đánh vật. ¶ ~꾼 đô vật.

씨명(氏名) tên họ.

씨아 máy tách hạt. ¶ ~질 sự tách hạt.

씨암탉 gà mái làm giống.

씨앗 hạt giống. ☞ **씨**[1] ❶.

씨족(氏族) thị tộc, chủng tộc; đảng phái, phe cánh. ¶ ~ 정치 đảng phái chính trị, phe cánh chính trị / ~ 제도 chế độ thị tộc / ~사회 추장 người đứng đầu xã hội thị tộc.

씨종 người quản gia.

…씩 ¶ 조금~ từng chút một, từng ít một / 하나~ từng cái một, từng cái riêng rẽ / 두 사람 ~ hai người một, từng đôi một / 1주 2회 ~ mỗi tuần hai lần.

씩둑거리다 tầm phào, vớ vẩn, phù phiếm, không đâu.

씩씩하다 mạnh mẽ; hoạt bát; năng nổ; cứng cỏi; nam tính. ¶ 씩씩하게 một cách mạnh mẽ; một cách năng nổ; một cách nam tính.

씹 ❶ (음부) âm hộ; bộ phận sinh dục. ❷ (성교) giao hợp, giao cấu, ăn nằm. ☞ **씹히다**.

씹다 nhai, nghiền. ¶ 껌을 ~ nhai kẹo cao su.

씹하다 giao hợp, giao cấu, ăn nằm với ai đó.

씹히다 bị nhai, bị nghiền; (씹게 하다) bị bắt nhai. ¶ 잘 씹히지 않다 không được nhai kỹ, không được nghiền kỹ.

씻가시다 giặt giũ.

씻기다 (씻어지다) được giặt, bị rửa trôi, được rửa; (씻게하다) bắt giặt giũ, bắt phải rửa.

씻다 ❶ (물로) rửa, cọ rửa, dội sạch (씻어 버리다); rửa đi, dội đi (씻어 내다); rửa sạch, lau sạch, tẩy sạch (세정); lau sạch (상처 따위를). ¶ 손과 얼굴을 ~ rửa tay và mặt / 때를 씻어 버리다 dội sạch vết bẩn / (전)등을 ~ cọ sạch đèn (điện). ❷ (죄 따위를) rửa sạch tội lỗi; giũ sạch tội lỗi (누명 따위를); xóa sạch mọi nghi ngờ (혐의를). ¶ 씻을 수 없는 치욕 sự nhục nhã không thể nào giũ sạch được / 씻을 수 없는 치욕을 ~ xóa sạch nỗi nhục nhã tưởng chừng không thể xóa sạch được. ❸ (닦아내다) lau sạch; xóa sạch, cọ sạch. ¶ 이마의 땀을 ~ lau sạch mồ hôi trên trán.

씻부시다 rửa sạch bát đĩa, cọ sạch bát đĩa.

씻은 듯이 sạch sẽ như được cọ rửa; trong sáng như được tẩy sạch.

씽 (바람) ¶ ~ 불다 (gió) thổi vi vu.

ㅇ

아 (감동) a!, à!, á!, (cảm thán); (놀람) a!, à!, ôi! (ngạc nhiên).

아(亞) Á. ¶ ~주(洲), 아세아주 châu Á.

아(阿) châu Phi (viết tắt của Africa). ¶ ~아(亞) 블록 Khối Á - Phi.

아…(亞) thứ (hàng thứ), tiếp sau. ¶ ~열대 cận nhiệt đới (nguyên văn: á nhiệt đới).

아가 ☞ **아기**.

아가미 mang (mang cá).

아가씨 em, cô (từ xưng hô chỉ phụ nữ trẻ hoặc chưa lấy chồng), từ xưng hô chỉ em gái của chồng.

아가위 quả táo gai. ¶ ~ 나무 cây táo gai.

아교(阿膠) keo dán. ¶ ~ 질의 có tính chất kết dính như keo / ~로 붙이다 gắn bằng keo. ¶ ~ 질체 thể keo, dạng keo.

아국(我國) nước ta, đất nước chúng ta.

아군(我軍) quân mình, quân ta.

아궁이 bếp lò.

아귀 ❶ (갈라진) chạc, nhánh. ¶ 입 ~ khóe mép. ❷ (싹트는) chỗ nảy mầm. ¶ 씨가 ~ 트다 hạt nảy mầm. ❸ (옷의 터놓은 것) đường xẻ áo (xẻ hai bên hông của áo truyền thống Hàn Quốc 두루마기). ❹ phần bên trong, gắn giữa cánh cung và chỗ nắm tay của cung.

아귀(餓鬼) 【PG】 quỷ đói, ma đói; ẩn dụ, chỉ người tham ăn, háu đói. ¶ ~ 다툼 sự tranh giành của quỷ đói.

아귀세다 vững vàng, rắn rỏi.

아귀아귀 một cách ngấu nghiến. ~ 먹다 ăn ngấu nghiến.

아그레망 【Ph】 agrément, việc mà một nước chấp thuận đại diện ngoại giao của nước đối phương trước khi nước đó bổ nhiệm đại diện.

아기 ❶ (어린애) em bé, đứa bé, đứa trẻ. ❷ (딸, 며느리) con (từ xưng hô thân mật, chỉ con gái hay con dâu còn ít tuổi). ❸ con, nhỏ con (chỉ động vật hay thực vật nhỏ trông đáng yêu). ¶ ~ 사슴 nai con / ~ 나무 cây con.

아기살 mũi tên con.

아기서다 ☞ **임신**.

아기자기하다 (예쁘다) đẹp hài hòa; (재미있다) vui vẻ, thú vị.

아기작거리다 đi chập chững (어린 아이가). ¶ 아기작아기작 một cách chập chững từng bước một.

아기집 dạ con.

아까 ban nãy. ¶ ~부터 từ ban nãy.

아깝다 (애석) tiếc; (귀중) coi trọng, quý; (과분) tằn tiện, xót của, tiếc không dám bỏ ra (không hoang phí). ¶ 아깝게도 một cách đáng tiếc.

아끼다 ❶ (인색) tiết kiệm, dành dụm. ¶ 수고를 아끼지 않다 không quản khó nhọc, vất vả / 비용(費用)을 아끼지 않다 không tiết kiệm, không tiếc phí tổn

/ 비용을 ~ tiết kiệm chi tiêu / 돈을 아끼지 않고 쓰다 tiêu không tiếc tiền. ❷ (소중히) biết quý, biết coi trọng. ¶ 시간을 ~ quý trọng (tiết kiệm) thời gian / 목숨을 ~ biết coi trọng mạng sống.

아낌없이 một cách không tiếc (풍부히). ¶ ~ 주다 cho không tiếc.

아나운서 phát thanh viên.

아낙 nơi ở của phụ nữ (theo cách nói tôn trọng). ¶ ~ 군수 người suốt ngày đóng cửa ở nhà / ~네 phụ nữ trong nhà (chỉ vợ người khác theo cách nói tôn trọng) / ~네들 phụ nữ, đàn bà con gái nói chung.

아내 vợ. ¶ ~를 얻다 được vợ, cưới vợ / 훌륭한 ~가 되다 trở thành người vợ tuyệt vời.

아네모네(anemone) 【TV】 cỏ chân ngỗng.

아녀자(兒女子) đàn bà, trẻ con (cách gọi phụ nữ theo cách nói hạ thấp).

아뇨 không (trả lời phủ định) = 아니요.

아늑하다 êm ấm, ấm áp.

아는체하다 làm bộ biết, giả vờ biết. ¶ 아는 체하는 사람 người ra vẻ hiểu biết.

아니[1] ❶ (부정의 대답) không (trả lời phủ định). ¶ ~라고 대답하다 trả lời là không / ~ 그렇지 않다 không, không phải như vậy. ❷ (놀람·의아함) Sao! (từ cảm thán, biểu hiện sự ngạc nhiên). ¶ ~ 이게 웬 일이냐 Việc gì thế này / ~ 또 늦었니? Sao, lại muộn nữa à?

아니[2] (부사) không, chưa (phó từ, biểu thị ý nghĩa phủ định). **~하다** không làm. ¶ ~가다 không đi.

아니꼽다 (불쾌) nôn nao, khó chịu, nôn mửa, cảm giác không thoải mái. ¶ 아니꼬운 자식 đồ kinh tởm, đứa (gã, thằng, con) tởm lợm.

아니나다를까 quả không sai, đúng như dự đoán, quả nhiên. ¶ ~ 그는 나타나지 않았다 Không sai, anh ta quả đã không xuất hiện.

아니다 không phải là. ¶ 그는 바보가 ~ người đó không phải là ngốc đâu.

아니면 nếu không, nếu không phải là vậy.

아닌게 아니라 không phải là không, quả thật.

아닌밤중 bất ngờ, khi không ngờ tới. ¶ ~에 홍두깨 내미는 격으로 một cách bất ngờ (nguyên văn: đập chày giặt quần áo không đúng lúc vào ban đêm, chỉ việc không ngờ tới).

아닐린 【HH】 anilin.

아다지오(adagio) 【ÂN】 nhịp khoan thai.

아담(雅淡) ~한 tạo nhã, thanh lịch.

아데노이드 【YH】 bệnh nấm adenoids.

아동(兒童) nhi đồng, thiếu nhi. ~의 của nhi đồng, thuộc về nhi đồng. ¶ ~ 교육 giáo dục nhi đồng / ~ 문학 văn học thiếu nhi / ~ 심리학 tâm lý học nhi đồng / 초등학교 ~ thiếu nhi học cấp một.

아둔하다 chậm hiểu, tối dạ, không thông minh.

아득하다 xa, từ rất lâu; lâu, mờ mịt. ¶ 아득한 옛날 ngày xửa ngày xưa / 갈 길이 ~ đường phải đi còn rất xa (nhiều).

아들 con trai.

아따 ái chà!, chà!, chà chà! (từ cảm thán khi xảy ra sự việc không hợp lý, hoặc có tính chất nặng nề, trầm trọng). ¶ ~ 걱정도 많다 chà!, lo lắng nhiều thế.

아뜩하다 choáng váng.

아라비아 Ả Rập. ¶ ~ (사람)의 của (người) Ả Rập / ~ 사람 người Ả Rập / ~ 숫자 chữ số Ả Rập.

아랍 Ả Rập. ¶ ~ 국가 nhà nước Ả Rập

ㅇ

/ ~ 어(語) tiếng Ả Rập.

아랑곳 ¶ ~하다 can thiệp, chú ý, bận tâm đến việc của người khác / ~ 없다 không bận tâm, quan tâm đến việc của người khác.

아래 ❶ (방향) dưới (chỉ phương hướng). ~의 của phía dưới, thuộc về phía dưới; (다음의) sau, phía sau. ¶ ~ 에(서) ở phía dưới, ~ 층 tầng dưới / ~로 내려가다 (내려오다) xuống dưới / ~와 같다 như dưới đây. ❷ (하위) ~의 bậc dưới, dưới mức (이하의). ¶ 아랫 사람 người bề dưới / …의 지휘 [지도] ~ dưới sự chỉ huy [chỉ đạo, hướng dẫn].

아래위 dưới và trên, trên dưới (thượng hạ).

아래윗벌 một bộ (áo quần).

아래쪽 phía dưới (cách nói khác chỉ phía nam).

아래채 gian nhà dưới, gian nhà phụ (gian nhà ở bên ngoài trong một nhà).

아래층(-層) tầng dưới.

아래턱 hàm dưới.

아래통 vòng dưới (vòng quanh bộ phận phía dưới của một vật nào đó).

아랫니 răng hàm dưới.

아랫도리 nửa thân dưới (bộ phận từ lưng trở xuống); tầng lớp có địa vị thấp kém.

아랫목 phần nền nhà gần lò (phần sàn nhà ấm áp gần bếp lò hoặc lò sưởi).

아랫방(-房) ❶ phòng đối diện với phòng chính (đối diện nhau qua sân nhà, trong nhà có nhiều gian phòng). ❷ phòng gần bếp lò.

아랫배 bụng dưới, phần bụng dưới rốn.

아랫사람 bề dưới; (손아래) người ít tuổi hơn, hay ở hàng dưới trong quan hệ họ hàng; (부하) tay chân, thủ hạ, bộ hạ.

아랫수염(-鬚髥) râu dưới cằm.

아랫입술 môi dưới.

아량(雅量) tấm lòng rộng lượng, rộng rãi. ¶ ~ 있는 có tấm lòng rộng lượng.

아련하다 lờ mờ, mập mờ, không rõ ràng.

아령(啞鈴) cái tạ. ¶ ~ 체조 thể dục cử tạ.

아로새기다 chạm khắc kỹ, tỉ mỉ; khắc sâu. ¶ 마음에 ~ khắc sâu trong lòng.

아롱아롱하다 lốm đốm, vằn đốm.

아뢰다 (경어) thưa, cho người bề trên biết (cách nói kính trọng); chơi nhạc cho người bề trên nghe.

아류(亞流) người hay sự vật đi theo, ảnh hưởng theo người đi trước (về trường phái, đường lối, học thuyết); người (hay việc) mô phỏng, bắt chước người khác (người trước) trong các lĩnh vực học thuật, văn học nghệ thuật.

아르바이트 [Đức] làm thêm, việc làm thêm.

아르헨티나(Argentina) Ác-hen-ti-na. ¶ ~의 thuộc về Ác-hen-ti-na / ~ 사람 người Ác-hen-ti-na.

아른거리다 ☞ **어른거리다**.

아름 vòng ôm (tính khoảng cách theo khả năng ôm vòng tay của 1 người). ¶ 한~ vòng tay của 1 người (đơn vị tính số lượng theo khả năng có thể ôm được trong tay).

아름답다 (미모) đẹp, đẹp đẽ; cao đẹp (hành động, tấm lòng). ¶ 아름답게 một cách đẹp đẽ.

아름드리 cây hay đồ vật to hơn vòng tay một người ôm. ¶ ~ 나무 cây to hơn vòng tay một người ôm.

아리다 ❶ (맛이) cay xè, hăng (vị). ❷ (상처 따위) nhức nhối, đau nhức (vết thương).

아리땁다 duyên dáng, đáng yêu. ¶ 아리따운 처녀 thiếu nữ yêu kiều.

아리송하다 khó phân biệt, khó đoán nhận, mơ hồ.

아리아 [ÂN] âm nhạc aria.

아리안 người A-ri-an. ¶ ~족 [인종] tộc người A-ri-an [nhân chủng].

아릿하다 cay xè, cay và hăng (vị đầu lưỡi).

아마(亞麻) [TV] cây lanh. ¶ ~의 của cây lanh. ¶ ~사(絲) sợi lanh / ~유 dầu lanh / ~천 vải lanh.

아마 (대개) có lẽ, đại khái, hầu như (không chắc chắn).

아마존강(-江) sông A-ma-zôn.

아마추어 (초심자) người chơi (nghệ thuật, thể thao) nghiệp dư. ~의 có tính nghiệp dư, của người chơi nghiệp dư.

아말감 [HH] hỗn hống.

아메리카 Mỹ ~의 thuộc Mỹ. ☞ **미국**. ¶ ~ 대륙 châu Mỹ.

아메바 amíp. động vật nguyên sinh đơn bào.

아멘 amen! tiếng dùng ở cuối lời cầu nguyện, có nghĩa là "xin được như lời nguyện", theo quan niệm đạo Cơ đốc.

아명(兒名) tên hồi nhỏ, tên lúc còn nhỏ.

아무 (미지(未知)-부정(否定)) bất cứ ai, cái gì (cũng không); cho dù ai, cái gì (sử dụng khi không chỉ định một đối tượng nào xác định, dùng với ý nghĩa khẳng định hay phủ định). ¶ ~라도 할 수 있다 bất cứ là ai cũng có thể làm được / ~나 보러 와도 좋다 dù là ai đến xem cũng được / ~도 오지 않았다 không có (bất kỳ) ai đến cả / ~도 모른다 bất cứ ai cũng không biết (không có ai biết cả). ¶ ~ 날 ~ 시 bất cứ ngày nào, giờ nào / 그런 일은 알고 있어도 ~ 소용이 없다 cho dù biết được việc đó cũng không có (bất cứ) tác dụng gì / ~ 상관도 없다 không có liên quan gì.

아무개 ❶ cách nói hạ thấp, không kính trọng của 아무. ❷ ai đó, người nào đó. ¶ 김 ~ (người tên là) Kim nào đó, Kim gì đó.

아무것 bất cứ cái gì; (부정) cái gì đó đặc biệt, quan trọng (với ý nghĩa phủ định). ¶ ~ 이나 좋아하는 것 cái gì cũng thích / 할 일이 ~ 도 없다 không có bất cứ việc gì (quan trọng) phải làm.

아무데 nơi nào, chốn nào. ¶ ~나 bất cứ nơi nào, chốn nào, bất cứ nơi đâu / ~도 dù nơi nào, dù ở đâu.

아무때 ¶ ~나 bất cứ lúc nào; (항상) luôn luôn, lúc nào cũng; (…할 때는 언제나) bất kỳ khi nào.

아무래도 ❶ (어떻든) dù thế nào, dù sao đi chăng nữa. ¶ ~ 그것은 해야 한다 dù thế nào cũng phải làm việc đó. ❷ (결국) kết cục, rốt cuộc. ❸ (모든 점에서) trên mọi mặt, tất cả mọi khía cạnh. ¶ 그는 ~ 삼십 이상이다 đánh giá thế nào đi chăng nữa, người đó cũng trên 30 tuổi rồi. (nhìn từ mọi mặt thì người đó hơn 30 tuổi). ❹ (싫건 좋건) dù thích hay không, dù thế nào. ❺ (결코) nhất định. ❻ (무관심) thế nào cũng được (thể hiện ý không quan tâm). ¶ 그까짓 일은 ~ 좋다 việc đến vậy thì thế nào cũng được.

아무려면 đương nhiên, rõ ràng là như vậy, chắc là như vậy (không cần phải nói). ¶ ~ 그렇지 đương nhiên là như vậy còn gì. ~ 그럴까 chẳng lẽ như vậy, đương nhiên sẽ không

ㅇ

như vậy (như thế) chứ?

아무런 (부정) nào cả (cái nào cả) (dùng với ý phủ định). ¶ ~ 사고 없이 không có sự cố (tai nạn) nào hết.

아무렇거나 bất cứ như thế nào, bất cứ kiểu cách gì. ¶ ~ 해 보세 bất cứ thế nào cũng hãy thử (làm) xem đã!

아무렇게나 như thế nào cũng được, một cách tùy tiện, bất cẩn. ¶ ~ 말하다 nói tùy tiện (nói theo kiểu thế nào cũng được).

아무렇게도 (어떻게도) như thế nào (cũng không); (무관심) dù thế nào cũng không quan tâm (thể hiện ý không quan tâm). ¶ ~ 생각 안하다 không suy nghĩ như thế nào cả, không để ý gì cả.

아무렇든지 bất cứ như thế nào, bất cứ có vấn đề gì.

아무렴 không cần nói thêm, đương nhiên là như vậy! chắc chắn như vậy (cách nói tắt của 아무려면).

아무리 cho dù (cho dù thế nào đi chăng nữa). ¶ ~ 노력해도 cho dù có cố gắng / ~ 돈이 많아도 cho dù có nhiều tiền đi chăng nữa.

아무말 bất cứ lời nào, cho dù nói như thế nào. ¶ ~없이 một cách im lặng, không nói lời nào hết.

아무일 (부정) việc gì, chuyện nào (thường dùng với kết cấu phủ định). ¶ ~ 없이 (một cách tốt đẹp) không có việc gì hết.

아무짝 bất kỳ phương diện nào, lĩnh vực nào. ¶ ~에도 쓸모없다 không dùng được ở bất kỳ phương diện gì, không dùng được vào đâu (ở phương diện nào cũng không dùng được cả).

아무쪼록 như có thể, hết sức bằng mọi cách; (꼭) chắc chắn; (부디) cố gắng thế nào đi chăng nữa (đề nghị). ¶ ~ 몸조심해라 cố làm sao mà giữ gìn sức khỏe.

아물거리다 xuất hiện chập chờn; (희미하다) lờ mờ; (눈앞이) mờ mịt. ¶ 아물아물 một cách mờ mịt.

아물다 lành lại (vết thương), liền lại (da thịt).

아물리다 làm cho lành, cho liền vết thương; giải quyết, sắp xếp ổn thỏa công việc.

아무튼지 bất kể như thế nào, bất kể ra sao, dù bằng kiểu cách như thế nào.

아미(蛾眉) mày ngài, lông mày dài, cong và đẹp.

아미노산(-酸) a-xít amin.

아미타(阿彌陀) [PG] A di đà (tên của Phật ở phương Tây).

아버지 bố, cha. (비교: 아빠 kiểu gọi thân mật của trẻ con). ¶ ~다운 như cha, đúng như cha, như bố / ~를 닮다 giống cha / ~를 잃다 mất cha.

아베마리아 kinh cầu nguyện Đức mẹ Đồng trinh, thánh ca Đức mẹ Đồng trinh.

아베크 [Ph] (남녀의 쌍) cặp tình nhân; (밀회하는) cặp trai gái hẹn hò; (밀회) sự hẹn hò. **~하다** hẹn hò để tình tự. ¶ ~ 비행 chuyến bay của cặp tình nhân (hẹn hò).

아부(阿附) sự nịnh bợ. **~하다** nịnh bợ.

아비 ❶ cha, bố (theo cách nói hạ thấp, không kính trọng). ¶ 그 ~에 그 아들 cha nào con nấy. ❷ chồng (sau khi có con, con dâu gọi chồng trước mặt bố mẹ chồng Hoặc bố mẹ chồng chỉ con trai khi nói với con dâu).

아비규환(阿鼻叫喚) sự kêu gào thảm thương (của nhiều người cùng rơi vào một thảm cảnh). ¶ ~의 참상(慘

狀) cảnh kêu gào bi thảm.

아비산(亞砒酸) 【HH】 a-xít asenic.

아빠 bố (cách gọi thân mật của trẻ con).

아뿔싸 thôi rồi!, thôi chết!, chao ôi! (tiếng kêu khi phát hiện ra sai sót hay việc không hay).

아사(餓死) **~하다** chết đói. ¶ ~ 시키다 làm cho chết đói.

아삭아삭 rau ráu (tiếng nhai hoa quả, như tiếng phát ra khi nhai táo). ¶ ~ 씹다 nhai rau ráu.

아서라 nào nào!, không!, ấy đừng! (từ cảm thán, dùng khi ngăn cản, hay cấm đoán theo cách nói không kính trọng). ¶ ~ 남을 욕하지 마라 nào nào! đừng có chửi người khác.

아성(牙城) thành trì, thành nơi đóng giữ; (본부) căn cứ quan trọng. ¶ 보수주의의 ~ thành trì của chủ nghĩa bảo thủ.

아성(亞聖) á thánh (thánh sau đại thánh trong Nho học, cách gọi chỉ Mạnh Tử).

아성층권(亞成層圈) á thành tầng quyển, tầng bình lưu của khí quyển.

아세테이트 【HH】 axetat.

아세톤 【HH】 axeton.

아세틸렌 【HH】 axetylen.

아속(雅俗) sự thanh nhã đạm bạc và sự thông tục, tầm thường.

아수라(阿修羅) 【PG】 A tu la (một trong bát bộ chúng của nhà Phật), vị thần phật của sự chiến đấu. ¶ ~같이 như vị thần A tu la.

아쉬워하다 nhớ nhung, tiếc vì thiếu; (서운해하다) nuối tiếc.

아쉰대로 (임시 변통으로) xoay chuyển tạm thời (còn thiếu nhưng tạm thời).

아쉽다 tiếc nuối. ¶ 아쉬운 것 없이 지내다 sống không có gì tiếc nuối.

아스파라거스(asparagus) 【TV】 măng tây.

아스팍(ASPAC) Hội đồng (bộ trưởng) các nước châu Á - Thái Bình Dương (Asian and Pacific Council).

아스팔트 nhựa đường. ¶ ~길 con đường rải nhựa đường / ~를 깔다 rải nhựa đường.

아스피린 【DH】 thuốc át-pi-rin.

아슬아슬 ~한 hồi hộp; sợ rùng mình, sởn gai; hiểm nghèo, nguy hiểm, nguy ngập / ~하게 một cách đầy khó khăn, nguy hiểm / ~ 한 승부 trận đấu gay cấn, căng thẳng / ~한 때에 lúc nguy ngập / ~하게 이기다 chiến thắng một cách chật vật, một cách sát sao.

아시아 châu Á. ~의 của châu Á. ¶ ~ 개발은행 ngân hàng phát triển châu Á (viết tắt ADB) / ~ 경기대회 Á vận hội, đại hội thi đấu châu Á / ~ 사람 người châu Á.

아식축구(-式蹴球) môn bóng đá.

아씨 (호칭) cô, bà (từ gọi kính trọng đối với phụ nữ trẻ của người bề dưới, ít tuổi hơn).

아아(阿亞) Á-Phi. ¶ ~ 블록 khối Á-Phi.

아아 ❶ (감동) à à!, ồ ồ!, ừ! (từ cảm thán, chỉ sự cảm động); (비탄, 실망) chao, chao ôi! (khi thất vọng hay than vãn, buồn rầu). ¶ ~ 기쁘다 Ồ! vui thật / ~ 그렇군 à! ra vậy. ❷ (가벼운 감정) ờ ờ! (thể hiện tình cảm hời hợt). ¶ ~ 이제 다 왔군 à! bây giờ mới đến à! ❸ a! (tiếng kêu để lấy tinh thần của nhóm đông khi tham gia đánh nhau).

아악(雅樂) nhã nhạc, nhạc cổ truyền của cung đình Hàn Quốc.

아야 á!, ái! (tiếng kêu khi bị đau), ái chà!, ái! (tiếng kêu khi công việc sự việc hỏng, đổ bể).

아양 sự làm đỏm; (아첨) sự xu nịnh. ¶ ~ 떨다 (부리다) làm đỏm.

ㅇ

아어(雅語) lời nói, từ ngữ thanh nhã và cao đẹp.

아역(兒役) (역) vai diễn trẻ em (trong kịch, phim); (사람) người đóng vai diễn trẻ em.

아연(亞鉛) kẽm (ký hiệu Zn). ¶ ~을 입힌 mạ kẽm, tráng kẽm. ¶ ~ 도금 sự mạ kẽm / ~ 판(板) bản kẽm, tấm, miếng kẽm / ~ 판(版) bản in, bản khắc kẽm / ~화 연고(軟膏) thuốc kẽm (dạng cao, mỡ, dùng trị bệnh da liễu).

아연(俄然) đột nhiên. ¶ ~ 활기를 띠다 đột nhiên sôi động lên.

아연(啞然) (부사적) một cách sững người, một cách kinh ngạc há hốc miệng ra, ngạc nhiên không nói nên lời (dùng như phó từ). ¶ ~케 하다 làm cho sững người lại, làm cho kinh ngạc há hốc miệng ra.

아열대(亞熱帶) á nhiệt đới. ~의 thuộc về á nhiệt đới. ¶ ~ 식물 thực vật á nhiệt đới.

아예 ❶ từ ban đầu, ngay từ đầu. ¶ ~ 문제도 되지 않는다 ngay từ ban đầu thì chưa thành vấn đề. ❷ (절대로) tuyệt đối. ¶ ~ 믿지 마라. tuyệt đối đừng có tin.

아옹다옹하다 tìm lỗi, bới vết của nhau. ¶ 아옹다옹 다투다. tranh cãi, bới lông tìm vết của nhau.

아우 em trai, em, người ít tuổi hơn, đàn em (giữa nam giới với nhau).

아우르다 hợp lại thành một, tập trung, hợp thành một nhóm (một nắm, một cuộc, một bộ). ¶ 힘을 아울러서 hợp lực lại.

아우성 tiếng hô đồng thanh của nhiều người. ¶ ~을 치다 kêu lên đồng thanh.

아욱 [TV] cây cẩm quỳ.

아웃(out) [Anh] (dùng trong thể thao, bóng ra ngoài biên) [BC] "out", mất quyền tấn công. ¶ ~이 되다 bị "out" / ~ 시키다 làm out, gạt ra ngoài, làm cho bóng đi ra ngoài (bóng chuyền). ¶ ~라인 đường biên (ngoài).

아이 bé con, trẻ con (người ít tuổi); trẻ, bọn trẻ (chỉ con cái nói chung); trẻ trong bụng mẹ (hoặc chưa sinh). ¶ ~보는 이 người giữ trẻ, trông trẻ / ~를 가지다 (배다) có mang / ~를 돌보다 chăm sóc, trông trẻ.

아이고 ôi trời ơi!, giời ơi! ái chà! (từ cảm thán).

아이누 (민족) chủng tộc người Ainu (Nhật Bản).

아이디어(idea) [Anh] ý kiến, ý tưởng. ¶ ~를 모집하다 thu thập các ý tưởng.

아이러니(irony) [Anh] sự mỉa mai, châm biếm.

아이론(iron) [Anh] cái bàn là; kẹp uốn tóc.

아이스(ice) [Anh] ¶ ~링크(rink) sân trượt băng / ~ 캔디 kem que / ~케이크(cake) bánh kem /~ 하키 khúc côn cầu trên băng (hốc-cây trên băng).

아이스크림(ice-cream) [Anh] kem. ¶ ~ 제조기 máy làm kem.

아이슬란드 Ai-xơ-len ~의 thuộc về Ai-xơ-len / ~말 tiếng Ai-xơ- len / ~ 사람 người Ai-xơ-len.

아이오시(IOC) [Anh] Ủy ban Ô-lim-píc quốc tế (International Olympic Committee).

아이젠(Eisen) [Đức] (등산용) móc leo (móc sắt móc vào giày để leo núi).

아이큐(IQ) [Anh] chỉ số thông minh (intelligence quotient).

아일랜드(Ireland) Ai-rơ-len. ¶ ~의 thuộc về Ai-rơ-len / ~말 tiếng Ai-rơ- len

/ ～사람 người Ai-rơ-len.

아장거리다 ❶ đi chập chững. ❷ đi chậm rãi, khoan thai. ¶ 아장아장 (phó từ) một cách chập chững; một cách khoan thai.

아전(衙前) (lịch sử) nha tiền (một cách gọi khác của "tư lại" người theo việc hành chính ở quan nha, thời Choson).

아전인수(我田引水) tự đưa nước về ruộng của mình, hàm ý chỉ việc tự làm lợi cho mình. ¶ ～ 격의 theo cách tự gây lợi ích cho mình.

아주 (전혀) hoàn toàn; (몹시) rất, mức độ nhiều; (조금도) dù một chút, một ít. ¶ ～ 피곤하다 rất mệt / 관계를 ～ 끊다 cắt bỏ hoàn toàn quan hệ.

아주(亞洲) châu Á.

아주(阿洲) châu Phi.

아주까리 【TV】 thầu dầu. ¶ ～ 기름 dầu thầu dầu.

아주머니 (일반 부인) cô, bác (cách gọi chỉ người đàn bà nhiều tuổi); (숙모) cô.

아주버니 anh (từ xưng gọi của người phụ nữ đối với các anh của chồng, hoặc người có vai vế hàng anh của chồng).

아지랑이 hiện tượng không khí có bóng lung linh (do ánh nắng rực chiếu xuống mặt đất vào mùa xuân, hay mùa hạ). ¶ ～가 끼었다 có bóng lung linh.

아지작거리다 phát ra tiếng răng rắc, rôm rốp; làm phát ra tiếng răng rắc, rôm rốp (tiếng gãy của vật cứng).

아지트(agit) 【Anh】 cứ điểm, căn cứ địa. căn cứ chỉ huy mật; hang động (của tội phạm có tổ chức).

아직 ❶ (아직 …(않다)) vẫn chưa; (지금도) bây giờ vẫn; (현재까지는) cho đến giờ vẫn. ❷ (더) thêm. ❸ (겨우) chỉ vừa vặn, chỉ còn. ¶ …한 지 ～ 3년밖에 안 된다 làm việc … chỉ vừa được có 3 năm.

아질산(亞窒酸) a-xít nitric. ¶ ～염 nitrat.

아집(我執) sự coi trọng bản thân, duy ngã độc tôn.

아찔하다 chóng mặt, choáng váng. ¶ 절벽 위에서 밑을 내려다보니 눈앞이 아찔했다 đứng trên vách nhìn xuống dưới thấy (trước mắt) chóng mặt.

아차 chết rồi! hỏng rồi! (từ cảm thán, hô lên khi phát hiện ra sai lầm, hay bị mắc sai lầm). ¶ ～ 속았구나 chết rồi! bị lừa rồi.

아첨(阿諂) sự nịnh nọt, xu nịnh. **~하다** nịnh nọt, xu nịnh. ¶ ～꾼 kẻ nịnh nọt, kẻ xu nịnh.

아취(雅趣) duyên dáng, xinh đẹp, sở thích thanh lịch, tao nhã; tính thanh lịch, tao nhã. ¶ ～ 있는 có tính thanh lịch, tao nhã.

아치(雅致) vẻ phong nhã, tao nhã.

아치(arch) vòm hình cung; (녹엽의) cổng vòm hình cung kết bằng lá xanh. ¶ ～형의 hình vòm vòng cung.

아침 ❶ (때) buổi sáng (thời gian). ¶ ～에 vào buổi sáng / ～ 나절 buổi sáng ban ngày / ～ 안개 sương mù buổi sáng / 오늘 ～ sáng hôm nay / ～ 일찍 sáng sớm / 3일날 ～ sáng ngày mùng 3 / ～부터 밤까지 từ sáng đến đêm. ❷ (식사) bữa sáng (bữa ăn). ¶ ～을 먹다 ăn bữa sáng.

아침저녁 buổi sáng và buổi tối.

아침참 thời gian nghỉ sau bữa ăn sáng; bữa ăn giải lao giữa buổi sáng và trưa.

아카데미 học viện, viện học thuật, viện nghiên cứu. ¶ ～상 giải thưởng cho thành tựu về điện ảnh (của viện hàn lâm điện ảnh, nghệ thuật Mỹ).

아카시아(acacia) 【TV】 cây keo.

아케이드 dãy hàng quán, khu hàng quán có mái che.

아코디언(accordion) 【Anh】 đàn ắc-cóc, đàn xếp.

아퀴 hoàn tất, giải quyết xong, chấm dứt (công việc). ¶ ~짓다 hoàn tất công việc, chấm dứt công việc.

아크등(-燈) đèn cung lửa (arc), hồ quang.

아킬레스건(-腱) gân nối bắp chân với gót chân (của A-sin); "gót chân A-sin" (chỉ điểm yếu, nhược điểm).

아트지(-紙) giấy bóng mỹ thuật (art paper, dùng trong làm ảnh, in ấn).

아틀라스(Atlas) 【HL】 người khổng lồ trong thần thoại Hy Lạp.

아틀리에 xưởng vẽ, xưởng điêu khắc; studio chụp ảnh.

아파트 chung cư, căn hộ, nhà tập thể. ¶ ~군(群) dãy nhà tập thể / 임대 ~ chung cư cho thuê / ~분양 phân nhượng, bán căn hộ.

아편(阿片) á phiện (아편제). ¶ ~굴 hang ổ thuốc phiện / ~상용자 người thường dùng thuốc phiện (kẻ nghiện thuốc phiện) / ~중독 nghiện thuốc phiện / ~전쟁 chiến tranh á phiện.

아폴로 【HL】 thần A-pô-lông. ¶ ~ 계획 kế hoạch A-pô-lông (kế hoạch phát triển vũ trụ của Mỹ).

아프가니스탄 (Afghanistan) Áp-ga-nix-tăng. ¶ ~의 của Áp-ga-nix- tăng / ~사람 người Áp-ga-nix- tăng.

아프다 đau. ¶ 이 [머리]가 ~ đau răng [đầu] / 배가 ~ đau bụng; (비유적) đố kị, đau đớn, khổ sở phiền toái khi thấy người khác có vẻ hơn mình.

아프리카 châu Phi. ~의 của châu Phi. ¶ ~사람 người châu Phi.

아프트식(-式) ¶ ~ 철도 hệ thống đường sắt theo kiểu Abt (loại đường sắt đặc biệt do Abt, người Thụy Sĩ phát minh vào cuối thế kỷ XIX).

아픔 sự đau, nỗi đau; (마음의) nỗi đau trong lòng; (슬픔) nỗi buồn. ¶ 상처의 ~ sự đau của vết thương / 이별의 ~ nỗi đau ly biệt / 격심한 ~ nỗi đau nặng nề / ~을 참다 chịu đựng nỗi đau.

아하 a ha! ¶ ~ 이제 생각이 나는군 A ha! bây giờ mới nghĩ ra.

아한대(亞寒帶) cận hàn đới (cận bắc cực, cận nam cực; nguyên văn: á hàn đới).

아호(雅號) tên hiệu (của văn nhân, họa sĩ).

아홉 chín, số 9. ¶ ~째 thứ chín.

아흐레 ❶ (아흐렛날) ngày thứ 9. ❷ (아홉날) 9 ngày.

아흔 chín mươi (90).

악[1] ❶ (큰소리) sự dồn hết sức, hết khí lực trong người (kêu thành âm thanh, tiếng lớn). ¶ ~쓰다 lấy hết sức kêu lên. ❷ (모질음) cơn giận, sự phẫn nộ dữ dội. ¶ ~이 받치다 cơn giận dâng trào.

악[2] (놀랄 때) ôi! á! (tiếng kêu làm cho người khác ngạc nhiên); Hừm!, hà! (tiếng kêu lúc giận dữ).

악(惡) (그름) sai trái, bạo ngược; (악덕) ác đức; (사악) ác, sự ác độc. ☞ **악하다**. ¶ ~에 물(이) 들다 nhuốm tội ác, chìm vào tội ác / ~을 선으로 갚다 lấy thiện trả ác.

악감(惡感) ác cảm. ¶ ~을 품다 ôm nỗi ác cảm (trong lòng).

악곡(樂曲) khúc nhạc, bản nhạc.

악공(樂工) nhạc công.

악귀(惡鬼) ác quỷ.

악극(樂劇) nhạc kịch. ¶ ~단 đoàn nhạc kịch.

악기(樂器) nhạc khí, nhạc cụ. ¶ ~점 cửa hàng bán nhạc cụ, nhạc khí / 관~ loại nhạc cụ thổi (sáo, kèn) / 현~ loại nhạc cụ có dây (như đàn gayakeum, vi-ô-lông) / 건반 ~ loại nhạc cụ có phím, nút bấm (như pi-a-nô, phong cầm).

악녀(惡女) ác nữ, người phụ nữ xấu tính, kém đức hạnh.

악다구니하다 cãi chửi nhau, cãi lộn.

악단(樂團) dàn nhạc. ¶ 교향 ~ dàn nhạc giao hưởng.

악단(樂壇) giới âm nhạc.

악담(惡談) sự nguyền rủa, phỉ báng, sự nói xấu. **~하다** nguyền rủa, phỉ báng.

악대(樂隊) đội nhạc, (취주 악대) đội kèn. ¶ ~원 nhạc công, thành viên trong đội nhạc.

악덕(惡德) ác đức. ¶ ~ 기업주 một chủ doanh nghiệp ác đức, xấu xa / ~ 기자 nhà báo đồi bại, ác đức / ~ 상인 thương nhân xấu xa, độc ác.

악독(惡毒) ~한 ác độc.

악랄(惡辣) ~한 độc địa, độc ác và hung tợn.

악력(握力) sức cầm, sức nắm. ¶ ~계 lực kế, máy đo sức nắm, sức cầm của tay.

악례(惡例) tiền lệ xấu.

악마(惡魔) ma ác, quỷ dữ. ¶ ~같은 như ma, quỷ dữ. ¶ ~주의 chủ nghĩa sùng bái ma quỷ / ~파 đảng phái ma quỷ.

악명(惡名) tiếng xấu, tin đồn xấu. ¶ ~높은 nổi tiếng xấu.

악몽(惡夢) ác mộng. ¶ ~같은 như ác mộng / ~에서 깨어나다 tỉnh dậy khỏi cơn ác mộng.

악물다 (이를) nghiến răng, cắn răng (hành động thể hiện khi tức giận, đau đớn, hay quyết tâm); ¶ 이를 악물고 nghiến răng.

악바리 người quái ác (cay nghiệt, cố chấp), người nanh ác.

악보(樂譜) (총보) nhạc phổ; (집합적) tập nhạc phổ. ¶ ~를 보고 연주하다 xem nhạc phổ để biểu diễn / ~를 안 보고 연주하다 biểu diễn mà không xem nhạc phổ.

악사(樂士) nhạc công.

악서(樂書) sách, tư liệu âm nhạc.

악서(惡書) sách có nội dung xấu, độc hại. ¶ ~를 추방하다 tống khứ, đẩy lùi văn hóa phẩm độc hại (đồi trụy).

악선전(惡宣傳) sự bôi nhọ, tuyên truyền xấu. **~하다** bôi nhọ, tuyên truyền xấu.

악성(惡性) ~의 ác tính. ¶ ~ 감기 cảm ác tính.

악성(樂聖) vĩ nhân âm nhạc.

악센트 trọng âm (ngôn ngữ); độ nhấn, độ mạnh yếu (trong âm nhạc). ¶ ~를 붙이다 đặt trọng âm.

악송구(惡送球) 【BC】 việc ném bóng khó, sự ném bóng tồi. **~하다** ném khó, ném tồi (trong bóng chày).

악수(握手) sự bắt tay. **~하다** bắt tay; (제휴) bắt tay hợp tác, hỗ trợ; (화해) bắt tay hòa giải. ¶ 굳은 ~ sự bắt tay chặt, cái bắt tay mạnh mẽ / ~를 청하다 yêu cầu, đề nghị bắt tay.

악순환(惡循環) vòng luẩn quẩn (hiện tượng cái xấu, tồi tệ quay vòng đi quay vòng lại). ¶ 고물가와 고임금의 ~ vòng luẩn quẩn giữa tiền công cao và vật giá (giá cả) đắt.

악습(惡習) (악벽) thói xấu; (악풍) tập quán xấu; (악폐) tệ, tật xấu.

악식(惡食) (음식) ❶ món ăn tồi tệ, món ăn chán. ❷ món ăn phá giới, món ăn có thịt. **~하다** ❶ bị ăn phải món ăn chán, tồi tệ. ❷ ăn món ăn phá giới.

악어(鰐魚) cá sấu. ¶ ~ 가죽 da cá sấu

/ ~ 핸드백 túi xách tay da cá sấu.
악업(惡業) [PG] ác nghiệp, nghiệp xấu kiếp trước (đạo Phật).
악역(惡役) vai kẻ xấu, kẻ ác, vai phản diện. ¶ ~을 맡아하다 đảm nhận vai phản diện.
악연(惡緣) ác duyên, (나쁜) mối duyên xấu, duyên không may, vô duyên (gặp phải người không nên gặp); (어쩔 수 없는) phận đã đành, duyên đã định (không thể khác được); (남녀 간의) mối nhân duyên nam nữ không thể ngăn cản, chia cắt (đáng ra không nên có).
악영향(惡影響) ảnh hưởng xấu. ¶ ~을 미치다 gây ảnh hưởng xấu.
악용(惡用) **~하다** dùng sai, dùng vào việc xấu. ¶ 권력을 ~하다 dùng quyền lực một cách xấu xa.
악우(惡友) người bạn xấu, bạn tồi, có hại. ¶ ~와 사귀다 kết bạn với kẻ xấu (bạn xấu).
악운(惡運) vận xấu, số không may; số làm điều ác (mà không bị trừng phạt).
악의(惡意) ác ý. ¶ ~ 있는 có ác ý / ~ 없는 không có ác ý / ~에서 ở ác ý, trong ác ý.
악의악식(惡衣惡食) **~하다** ăn mặc đồ xấu, tồi tàn (ăn bẩn mặc xấu).
악인(惡人) ác nhân, kẻ ác.
악장(樂長) [ÂN] nhạc trưởng.
악장(樂章) [ÂN] chương nhạc, phần trong bản nhạc. ¶ 제 1 ~ chương 1 (phần 1) của bản nhạc.
악장치다 xông lên cãi nhau (đánh nhau), lao vào cãi nhau.
악전고투 sự ác chiến khổ đấu (sự dồn sức đánh nhau đến cùng). **~하다** dồn sức chiến đấu (đánh) đến cùng.
악정(惡政) ☞ **비정**(秕政).
악조건(惡條件) điều kiện xấu, điều kiện gây tổn hại.
악종(惡種) chủng loại xấu; loại (loài) xấu xa, loài ác (chỉ người hay động vật hung ác).
악질(惡疾) căn bệnh tồi tệ, bệnh hiểm.
악질(惡質) ~의 có tính chất xấu, tàn độc. (열등의) tính chất thấp kém. ¶ ~ 분자 phần tử xấu, kẻ thấp kém.
악착(齷齪) ❶ sự hẹp lượng, hẹp hòi. ❷ sự tàn nhẫn, tàn bạo. ❸ sự ngoan cường, bền bỉ. ¶ ~같이 một cách bền bỉ, hết sức, một cách cật lực; (필사적으로) ngoan cường (liều mạng) / ~같이 일하다 làm việc cật lực / ~ 같이 돈을 벌다 kiếm tiền cật lực.
악처(惡妻) người vợ độc ác.
악천후(惡天候) thời tiết xấu. ¶ ~를 무릅쓰고 bất chấp thời tiết xấu.
악취(惡臭) mùi hôi thối, mùi khó chịu. ¶ ~가 나는 bốc mùi khó chịu.
악취미(惡趣味) sở thích xấu, sở thích không lành mạnh.
악평(惡評) (평판) tiếng xấu; (비난) sự phê bình, đánh giá không tốt, không có lợi. **~하다** đánh giá không hay, phê bình không tốt (về ai, vấn đề nào đó); (신문 따위에서) nhận định, đánh giá không hay (trên báo chí).
악폐(惡弊) điều ác, việc xấu xa. ¶ ~를 일소하다 quét sạch mọi điều ác (việc xấu).
악풍(惡風) ❶ phong tục tập quán xấu. ❷ trận gió mạnh, ác liệt.
악필(惡筆) bút kém chất lượng; chữ viết kém, chữ viết chưa thạo. ¶ ~가 người viết chữ xấu.
악하다(惡-) ác. ¶ 악한 짓 hành động ác; (죄악) tội ác.
악한(惡漢) kẻ ác, người đàn ông độc ác.

악행(惡行) hành vi ác, hành vi của kẻ ác, việc làm xấu.

악형(惡刑) việc xử phạt tàn nhẫn, độc ác; hình phạt tàn ác.

악화(惡化) sự trở nên xấu xa, tồi tệ. **~하다** trở nên xấu, tồi tệ.

안 ❶ (내부) bên trong. ¶ ~에 ở bên trong; (집의) trong nhà / ~으로부터 từ bên trong. ❷ (한도내) trong hạn định, giới hạn. ¶ ~에 [으로] ở [vào] trong; (…중에) trong (tiến trình, quá trình) / 그 날 ~으로 trong ngày hôm đó / 일 주일 [일 년] ~에 trong một tuần [một năm] / 기한 ~에 trong kỳ hạn. ❸ (이면) mặt sau, mặt còn lại; (내면) mặt trong. ❹ (옷의) mặt trong, mặt trái, lớp vải lót trong (của quần áo). ¶ ~을 뒤집다 lộn mặt trái (hoặc lớp lót trong của quần áo) ra. ❺ (내실) phòng trong, nhà trong (chỉ bên trong nhà, nơi người phụ nữ ở như buồng the, khuê phòng ngày trước). ❻ (아내) vợ (cách nói khác chỉ người vợ). ❼ (여자) con gái (cách nói khác chỉ người con gái). ¶ ~ 부모 mẹ (cách gọi với ý nghĩa là phụ huynh luôn ở trong nhà) / ~ 손님 khách là nữ giới / ~ 주인 nữ chủ nhân.

안(案) (의안) nghị án, dự luật; (제안) đề án; (고안) phương án; (계획) kế hoạch; (초안) bản thảo, bản phác thảo, dự thảo. ¶ 결의~ nghị quyết / 정부~ dự án chính phủ.

안간힘쓰다 cố chịu đựng, cố kìm nén, nhẫn nhục (trước sự bất bình, uất ức).

안감 vải lót trong; vật lót bên trong.

안강(鮟鱇) 【LC】 cá vây chân.

안개 sương mù. ¶ 짙은 ~ sương mù dày đặc / ~ 가 짙은 dày đặc sương mù / ~에 싸이다 bị bao phủ bởi sương mù / ~가 끼다. có sương mù / ~가 걷히다 sương mù tan đi.

안건(案件) án kiện, vấn đề được đưa ra điều tra, xem xét; (의안) dự thảo, nghị án (bàn bạc ở hội nghị). ¶ 주요 ~ vấn đề (nghị sự) quan trọng.

안경(眼鏡) kính. ¶ ~을 쓰다 [벗다] đeo [bỏ] kính / ~을 쓰고 đeo kính và.... ¶ ~ 다리 càng kính / ~방(房) tiệm kính, cửa hàng kính / ~알 mắt kính / ~잽이(장이) người hay đeo kính, người đeo kính / ~집 hộp kính / ~테 vòng ngoài để tra mắt kính (gọng kính).

안계(眼界) ☞ **시계**(視界).

안고나다 chịu thay trách nhiệm, làm thay việc (của người khác), đỡ đòn (gánh lỗi) cho người khác.

안고지다 bị hại thay vì hại người khác, bị bật ngược lại (gậy ông đập lưng ông).

안공(眼孔) ổ mắt, hốc mắt; (so sánh ví von) phạm vi kiến thức.

안과(眼科) 【YH】 khoa mắt. ¶ ~ 병원 bệnh viện mắt / ~ 의사 bác sĩ khoa mắt.

안광(眼光) nhãn quang, ánh mắt, khí lực trong mắt; sức quan sát sự vật.

안구(眼球) cầu mắt, nhãn cầu. ¶ ~ 은행 ngân hàng cầu mắt.

안기다[1] ❶ (팔에) được ôm, bị ôm (trong tay) (bị động). ❷ (알을 닭에) cho gà ấp trứng (gây khiến).

안기다[2] ❶ (물건을) làm cho ôm lấy, cho nhận (đồ vật); (희망) cho ôm lấy (hy vọng); (가짜, 손해를) làm cho ôm lấy phải (đồ giả, thiệt hại). ❷ (책임을) đổ trách nhiệm (làm cho ôm lấy trách nhiệm). ¶ 빚을 ~ cho ôm lấy nợ.

안내(案內) sự hướng dẫn, sự cung cấp trợ giúp thông tin. **~하다** hướng dẫn, trợ giúp thông tin. ¶ 응접실로 ～하다 hướng dẫn đến phòng tiếp tân. ¶ ～소 nơi hướng dẫn, trợ giúp thông tin / ～양 hướng dẫn viên nữ (ở các điểm hướng dẫn), (cách gọi nhân viên nữ soát vé xe buýt trước đây) / ～인(자) (관광 등의) hướng dẫn viên (hướng dẫn viên du lịch); (극장 등의) nhân viên hướng dẫn trong rạp hát (kịch) / ～장 tờ hướng dẫn, tờ giới thiệu.

안녕(安寧) ❶ (평온, 질서) sự an ninh; sự bình an, hạnh phúc (복지). ¶ ～ 질서 an ninh trật tự. ❷ (건강) sự khỏe, bình ổn. ～하다 an ninh; (평안) bình an. ¶ ～하십니까 (lời chào) Xin chào! (nghĩa gốc "có được bình an không?"). ❸ (작별 인사) chào! chào khi chia tay; (멀리 갈 때) chào khi đi xa. ¶ ～히 가십시오 hãy đi bình an!

ㅇ

안다 ❶ (팔에) ôm (ôm vào tay). ¶ 서로 (껴)～ ôm nhau / 안고 있다 đang ôm. ❷ (새가 알을) (chim) ấp trứng. ❸ (떠맡다) ôm vào, đảm nhận. ¶ 남의 부채를 ～ ôm nợ của người khác.

안단테(andante) [ÂN] nhịp thong thả.

안달하다 nóng lòng, sốt ruột, đứng ngồi không yên. ¶ 가지 못해 ～ không đi được nên rất nóng lòng. ¶ 그는 안달뱅이다 đó là người hay cáu kỉnh.

안대(眼帶) băng gạc mắt.

안데스산맥(Andes山脈) dãy núi An -đơ.

안도(安堵) sự sống bình yên, sự khuây khỏa, thảnh thơi. **~하다** thanh thản, thảnh thơi. ¶ ～의 한숨을 쉬다 thở phào nhẹ nhõm.

안되다 ❶ (금지) không được (cấm đoán). ¶ …하여서는 안됩니까? làm (việc, hành động) … thì không được ạ? ❷ (불성공) không ổn, không xong (chỉ sự không thành công). ❸ (조심) không được, không xong (phải cẩn thận). ¶ 잃어버리면 안 되니까 이 돈은 내가 맡아두겠다 nếu mất thì không được nên để tôi giữ khoản tiền này cho. ❹ (유감) không được bình thường, không ổn (tiếc nuối, thương cảm). ¶ 보기에 안 됐다 trông không ổn lắm, trông đáng thương. ❺ chưa đủ, chưa đạt tới được (thiếu, chưa đạt được mức nhất định). ¶ 그것은 버스값도 안 된다 cái đó chưa đủ tiền vé xe buýt.

안뜰 ☞ **안마당**.

안락(安樂) sự an lạc, bình yên, không gặp khó khăn, trở ngại nào. ～한 an lạc. ¶ ～하게 một cách an lạc, bình yên. ¶ ～사(死) sự cho chết nhẹ nhàng, việc làm cho chết một cách không đau đớn (theo yêu cầu của người bệnh hay gia đình người bệnh) / ～ 의자 ghế tựa để ngồi nghỉ (có thành ghế, chỗ tay dựa).

안력(眼力) nhãn lực, thị lực.

안료(顏料) (화장품) vật liệu mỹ phẩm; (채료) vật liệu màu vẽ.

안마(按摩) sự mát-xa, xoa bóp. **~하다** mát-xa, xoa bóp. ¶ ～ 장이 người mát-xa, người xoa bóp.

안마(鞍馬) [TT] an mã, môn nhảy ngựa; con ngựa có đặt yên.

안마당 sân trong.

안면(安眠) sự ngủ yên, giấc ngủ yên. **~하다** ngủ yên. ¶ ～ 방해하다 phá hoại giấc ngủ yên.

안면(顏面) ❶ (얼굴) cái mặt, khuôn mặt (của người), dung nhan diện mạo. ～의 của khuôn mặt. ¶ ～신경통 chứng đau dây thần kinh ở trên mặt. ❷ (면식, 친분) quen biết, biết mặt (về thân thế của người). ¶ ～이 있다

có quen biết.

안목 kích thước bên trong.

안목(眼目) ❶ con mắt nhìn nhận (kiến thức). ¶ ～이 있다 có nhãn quan. ❷ mục tiêu, mục đích chính.

안무(按舞) sự biên đạo, biên tập múa. **~하다** biên đạo múa.

안방(-房) phòng trong, phòng liền với bếp ở gian trong; phòng nơi chủ nhà, chủ hộ ở (gian chính trong một nhà, thường là nơi bố mẹ ở).

안배(按排) **~하다** an bài, sắp đặt, phân chia.

안벽(岸壁) ke, cầu tàu (bến cảng).

안보(安保) ☞ **안전보장**. ¶ 집단 ～ sự bảo vệ an ninh chung / 총력 ～ (thế) bảo vệ an ninh toàn phần / 한미 ～ 조약 hiệp ước bảo vệ an ninh Hàn - Mỹ.

안부(安否) có bình an không; lời hỏi thăm, tin tức bình an (như hỏi thăm sức khỏe trong tiếng Việt). ¶ ～를 묻다 hỏi thăm sức khỏe / ～생활 [건강]을 걱정하다 lo lắng về tình hình cuộc sống [sức khỏe] / …에게 ～ 전해주시오 xin chuyển lời hỏi thăm sức khỏe đến ….

안색(顔色) ❶ (얼굴 빛) sắc mặt. ¶ ～이 좋다 sắc mặt tốt / ～이 나쁘다 sắc mặt xấu / ～이 변하다 biến sắc mặt, thay đổi sắc mặt / 백지장처럼 하얗게 ～이 변하다 sắc mặt thay đổi trắng như tờ giấy. ❷ (표정) nét mặt, thái độ, vẻ mặt. ¶ ～에 나타내다 bộc lộ ở vẻ mặt.

안성맞춤(安城-) ～의 thứ đúng như ý muốn; việc phù hợp đúng, khớp với tiến độ. ¶ 그것이면 나에게 ～이다 nếu là cái đó thì rất hợp với tôi.

안섶 cổ áo lật vào trong của chogori (phần áo khoác trên bộ *Hanbok*).

안손님 vị khách nữ.

안수(按手) 〔CĐG〕 việc đặt tay lên đầu người được cầu nguyện (của mục sư hay chủ lễ). **~하다** đặt tay lên đầu (người được cầu nguyện hay người được nhậm chức thánh trong đạo). ¶ ～례(禮) (신도의) lễ cầu nguyện (cho tín đồ); (성직의) lễ thụ chức (phong thánh các chức như mục sư, truyền đạo trong đạo).

안식(安息) **~하다** nghỉ ngơi yên tĩnh. ¶ 종교 에서 마음의 ～을 찾다 tìm được sự yên tĩnh trong lòng ở nơi tôn giáo. ¶ ～ 교회 giáo hội lấy thứ bảy làm ngày nghỉ để lễ bái / ～일 ngày nghỉ để tế lễ (đối với người Do Thái hay người theo đạo Cơ Đốc) / ～처 chỗ nghỉ ngơi yên tĩnh.

안식(眼識) kiến thức và con mắt nhìn nhận, con mắt phân biệt thiện ác, hay giá trị của sự vật. ¶ ～ 있는 사람 người có kiến thức và con mắt nhìn nhận.

안식향(安息香) 〔HH〕 cánh kiến trắng. ¶ ～산 a-xít benzoic.

안심(安心) (안도) thảnh thơi; (근심 · 걱정 없음) yên tâm (không gì lo lắng, bận tâm); (안전) an toàn. ～ 하다 (안도) yên tâm. ¶ ～시키다 làm cho yên tâm / ～찮다 không yên tâm / 그 소식을 듣고 ～ 했다 nghe tin đó rồi mới yên tâm.

안심부름 sự giúp việc trong nhà.

안아맡다 đảm nhận, chịu trách nhiệm đối với công việc của người khác, ôm việc.

안약(眼藥) thuốc đau mắt. ¶ ～을 넣다 tra thuốc đau mắt.

안염(眼炎) 〔YH〕 viêm mắt.

안온(安穩) sự yên tĩnh, yên ổn, bình yên. ～한 yên tĩnh / ～히 một cách yên tĩnh, bình lặng.

ㅇ

안위(安危) an nguy, an ninh. ¶ 국가의 ~ an nguy của quốc gia.

안이(安易) ~한 ❶ dễ dàng, đơn giản. ¶ ~ 하게 생각하다 nghĩ một cách đơn giản. ❷ yên ổn, thoải mái. ¶ 안이한 생활을 하다 sống cuộc sống yên ổn / ~하게 một cách yên ổn.

안일(安逸) sự an nhàn. ~한 an nhàn. ¶ 무사 ~주의 chủ nghĩa an nhàn vô sự, lối nhàn tản.

안장(安葬) **~하다** an táng. ¶ ~지 nơi an táng.

안장(鞍裝) cái yên (yên ngựa, yên xe đạp). ¶ ~을 지우다 thắng yên ngựa.

안전(安全) sự an toàn. ~한 an toàn. ¶ ~히 một cách an toàn. ¶ ~등(燈) đèn an toàn (trong ngành mỏ, báo khi ga bốc lên để không bị bắt lửa) / ~면도 dao cạo râu an toàn / ~면도날 lưỡi dao cạo râu an toàn / ~ 성냥 diêm an toàn / ~ 장치 thiết bị an toàn / ~ 거리 khoảng cách, cự ly an toàn / ~ 벨트 dây an toàn (trên xe ô-tô) / ~ 문제 vấn đề an toàn / ~ 주간 tuần lễ an toàn / ~판 van an toàn / ~핀 chốt an toàn / ~ 제일 an toàn là trên hết / ~ 지대 (도로상의) vỉa phân cách (phần vỉa hè an toàn cho người đi bộ ở giữa đường) / ~책 kế sách, sách lược an toàn / ~책을 취하다 theo kế sách an toàn.

안전(眼前) nhãn tiền. ¶ ~에서 ở trước mắt.

안전보장(安全保障) bảo vệ an ninh. ¶ (유엔) ~ 이사회 hội đồng bảo an Liên Hợp Quốc. ☞ **안보**(安保).

안전점검(安全點檢) kiểm tra an toàn.

안절부절못하다 đứng ngồi không yên, nóng ruột.

안정(安定) sự ổn định. **~하다** ổn định. ¶ ~을 유지하다 [잃다] duy trì [mất] ổn định / 통화를 ~시키다 bình ổn tiền tệ. ¶ ~감 cảm giác ổn định / 경제 ~ ổn định kinh tế / ~도[성] độ [tính] ổn định / ~ 성장 tăng trưởng ổn định / ~ 정책 chính sách ổn định.

안정(安靜) yên tĩnh. ¶ ~을 유지하다 giữ yên tĩnh. ¶ ~ 요법 liệu pháp yên tĩnh, phép điều trị yên tĩnh / 절대 ~ yên tĩnh, yên lặng tuyệt đối / ~ 제(劑) thuốc an thần.

안정(眼睛) con ngươi.

안족 bộ phận con ngựa (hay con nhạn) của đàn (bộ phận để căng dây và để phát huy hiệu quả âm thanh của dây đàn như ở đàn *Gayageum* hay ở đàn tranh, đàn bầu).

안주(安住) **~하다** sống yên ổn ở một nơi (nguyên văn: an trú).

안주(按酒) đồ nhắm, đồ nhậu

안주머니 túi trong (túi bên trong áo).

안주인(-主人) nữ chủ nhân.

안중(眼中) trong mắt; vấn đề được để ý đến, được để mắt đến. ¶ 그 같은 사람은 ~ 에도 없다 người như vậy không có trong mắt tôi (không đáng được để mắt tới).

안중문(-中門) cửa giữa vào sân trong.

안질(眼疾) tật mắt, bệnh mắt. ¶ ~이 있다 có bệnh mắt.

안집 ❶ gian trong, gian nhà trong. ❷ gian nhà của chủ nhà (trong một nhà có nhiều người sinh sống).

안짝 ❶ (이내) ~의 trong giới hạn, trong phạm vi. ¶ 오십만원 ~의 수입 thu nhập dưới 500,000 won. ❷ (글귀의) vế trên hay vế trước của một câu thơ.

안짱다리 chân vòng kiềng. ¶ ~로 걷다 bước đi vòng kiềng.

안쪽 bên trong, bộ phận hướng vào bên trong. ～의 của bên trong. ¶ ～에서 ở bên trong.

안차다 can đảm.

안착(安着) **~하다** (물품이) vật phẩm, hàng đến nơi an toàn. ❷ ổn định lại một nơi. ¶ 한곳에 ～하여 편안히 살고 싶다. muốn ổn định lại một nơi mà sống yên lành.

안창 (구두의) lót giày.

안채 nhà trong, nhà chính, gian chính.

안출(案出) **~하다** nghĩ ra (phương án, mưu sách, ý tưởng).

안치(安置) **~하다** an trí, để một cách an toàn; (유해 따위) an trí, đặt (tượng phật, bài vị, hay xác, hài cốt).

안치다 (밥을) cho, bỏ vào nồi để đun, chuẩn bị nấu (như nấu cơm).

안타(安打) 【BC】 cú đánh bóng (base hit, cú đánh để người đánh có thể chạy đến điểm base). ¶ ～를 치다 đánh cú "base hit".

안타깝다 nuối tiếc, buồn rầu (vì không được như ý muốn); (애처롭다) xót thương, buồn lòng, đau lòng (khi thấy người khác khổ sở, vất vả). ¶ 안타까워하다 buồn tiếc.

안테나 ăng-ten.

안티모니 【HH】 an-ti-môn (ký hiệu Sb).

안티피린 【DH】 thuốc an-ti-py-rin.

안팎 ❶ (안과밖) bên trong và bên ngoài. ¶ ～으로 [에] cả [ở] trong và ngoài / 집 ～을 청소하다 dọn dẹp trong và ngoài nhà. ❷ (표리) hai mặt, mặt trong và mặt bề ngoài. ¶ 그는 ～이 다르다 người đó hai mặt trong ngoài là khác nhau. ❸ (대략) chung chung, trên dưới, trong ngoài, khoảng. ¶ 열흘 ～ trên dưới 10 ngày. ❹ nội ngoại, hai bên nhà chồng và vợ.

안표(眼標) sự đánh dấu. **~하다** đánh dấu.

안하(眼下) ¶ ～에 dưới con mắt, trước mắt.

안하무인(眼下無人) (거만) trong con mắt (dưới con mắt) không có ai (kiêu căng, khinh người). ¶ ～으로 một cách kiêu căng, dưới con mắt không có ai; (고압적으로) một cách trịch thượng.

앉다 ❶ (자리에) ngồi (vào chỗ). ¶ 의자에 ～ ngồi vào ghế / 편히 ～ ngồi thoải mái / 바로 ～ ngồi ngay ngắn / 책상다리하고 ～ ngồi khoanh chân. ❷ (지위에) ngồi vào chỗ (nắm giữ vị trí, địa vị). ❸ (새 따위가 나무가지나 홰에) (gà, chim) đậu, đứng trên thanh ngang trong chuồng gà, chim.

앉은뱅이 ❶ người bị liệt chân (không đứng hay đi lại được). ❷ vật hay đồ vật thấp.

앉은일 công việc làm ngồi một chỗ.

앉은자리 ¶ ～에서 ở tại chỗ (ngay tại chỗ, nơi xảy ra sự việc).

앉은장사 người ngồi bán hàng.

앉은저울 cân có bàn cân to, phẳng (dùng để cân vật nặng).

앉은키 chiều cao khi ngồi.

앉히다 ❶ (앉게 하다) cho ngồi, để cho (ai) ngồi. ❷ (추대) đẩy lên, đưa lên ngồi vào chỗ (về địa vị). ❸ (버릇을) dạy cho thói quen.

않다 không làm (việc gì); dạng rút gọn của 아니하다 (phủ định).

않을 수 없다 không thể nào khác được (bị ép dù không muốn). ¶ 가지 ～ không thể không đi / 웃지 ～ không muốn cũng phải cười.

알[1] (동물의) quả trứng (động vật). ¶ ～을 낳다 đẻ trứng.

알[2] ❶ (낟알) hạt (hạt còn nguyên vỏ, như hạt thóc). ❷ (작고 둥근 것) hạt, hòn, viên (hạt nói chung, chỉ vật nhỏ

ㅇ

và tròn). ¶ 눈~ con mắt, cầu mắt.

알… trần, đã lột, bóc vỏ (phụ tố, kết hợp với từ ở phía sau) chỉ vật đã được lột, được bóc trần; hoặc chỉ cái thực, cái gốc (bên trong). ¶ ~몸 lõa thể, người trần; người không (không có gì sở hữu).

알갱이 nhân, hạt bên trong; hạt rất nhỏ và tròn. ¶ 모래 ~ hạt cát.

알거지 kẻ bần cùng, người nghèo kiết, không một xu dính túi.

알겨먹다 giành lấy, lừa lấy (lừa lấy đồ của người khác làm của mình).

알곡(-穀) (곡식) loại ngũ cốc hạt (có hình hạt); (껍질을 벗긴) hạt (như hạt đỗ, đậu) đã bóc vỏ; (알곡식) loại ngũ cốc chưa bị trộn lẫn.

알다 ❶ (일반적으로) biết; (알아채다) nhận biết (biết trước tình huống, sự tình); (추리해) đoán biết, suy luận ra. ¶ 이미 알고 있는 đã biết trước / 알지 못하고 không biết / 아시는 바와 같이 đúng như điều đã biết / 내가 아는 한에서는 trong giới hạn tôi biết được / 알고서인지 몰라서인지 vì biết hay vì không biết / …으로 알 수 있다 có thể biết được với … / 아는 체하다 giả vờ biết, làm ra vẻ biết / 알 수 없다 không thể biết / 알고 있다 đang biết / 신문을 보고 ~ đọc báo rồi biết được / …이오니 그리 아십시오 (tình hình, việc gì đó) đã như vậy, (anh, chị) cứ hiểu thế. ❷ (이해) hiểu biết, hiểu. ¶ 알기쉽게 dễ hiểu (dễ biết) / 알기쉬운 말로 bằng lời nói dễ hiểu / 알 만하다 đáng để biết / 잘못 ~ hiểu nhầm / 음악을 ~ biết về âm nhạc. ❸ (인지) nhận biết, nhận ra, nhận thức được. ¶ 알아볼 수 없을 만큼 자라다 lớn (mọc, phát triển nhanh) đến mức không thể ngờ được. ❹ (낯이 익다) quen biết, quen thân, quen. ¶ 아는 사람 người quen biết / 약간 아는 사이 quan hệ ở mức quen biết sơ sơ / 잘 아는 quen thân, quen biết rõ. ❺ (깨닫다) hiểu ra, nhận thức ra được, ý thức ra được (tỉnh ra là). ¶ 위험을 ~ thấy (biết) được sự nguy hiểm. ❻ (기억) nhớ ra. ¶ 똑똑히 [어렴풋이] 알고 있다 vẫn nhớ được rõ ràng [lơ mơ]. ❼ (관여) can dự, để ý tới. ¶ 그것은 내가 알 바 아니다 đó không phải là cái tôi cần để ý tới. ❽ (경험) kinh nghiệm. ¶ 여자를 ~ (성경험) có kinh nghiệm với phụ nữ.

알뚝배기 niêu đất nung nhỏ.

알뜰하다 một cách đứng đắn, nghiêm chỉnh (có quy củ, nề nếp); một cách tằn tiện. ¶ 알뜰(살뜰)히 một cách tằn tiện thành nếp.

알라 (회교의 신) thánh A-la, đức A-la (của Hồi giáo).

알랑거리다 gian xảo nịnh nọt. ¶ 웃사람에게 ~ gian xảo nịnh nọt người bên trên.

알랑쇠 người gian xảo nịnh hót.

알랑알랑 một cách xảo trá.

알라스카 A-lát-xca. ¶ ~의 của A-lát-xca / ~ 사람 người A-lát-xca.

알량하다 (반의적) vớ vẩn, không có gì đáng kể. ¶ 넌 참 알량한 친구다! cậu đúng là đứa bạn vớ vẩn (vô tích sự)!

알레그로(allegro) [ÂN] nhịp nhanh.

알레르기 sự dị ứng. [YH] ~성의 tính dị ứng. ¶ 항(抗)~(의) kháng dị ứng.

알려지다 (탄로) lộ ra; (유명) được biết đến (nổi tiếng). ¶ 널리 알려진 được biết đến rộng rãi / 알려지지 않게 하다 làm cho không lộ ra ngoài (làm cho không ai biết đến).

알력(軋轢) sự xung đột (xích mích), bất

ㅇ

hòa. ¶ ～을 초래하다 [피하다] gây ra [tránh] mối bất hòa.

알로하셔츠 áo "chim cò" (áo sơ mi kiểu Hawai sặc sỡ).

알록달록 ☞ **얼룩덜룩**.

알록알록 ☞ **알록달록**.

알루미늄 nhôm (ký hiệu Al). ¶ ～ 새시 khung kính nhôm / ～ 제품 hàng nhôm, đồ nhôm.

알리다 cho biết; (공표) thông cáo, thông báo, truyền tin. ¶ 넌지시 ～ ngầm cho biết.

알리바이 chứng cứ ngoại phạm (vắng mặt). ¶ ～를 입증하다 lập (đưa ra) chứng cứ ngoại phạm / ～를 깨다 [꾸미다] phá hủy [tạo dựng] chứng cứ ngoại phạm.

알맞다 (적도) đúng đắn, có mức độ thích đáng, phải chăng; (적당) thích đáng; (합당) hợp, phù hợp; (시기가) đúng lúc, đúng thời. ¶ 알맞게 một cách phù hợp / 알맞은 값으로 với giá phải chăng.

알맹이 (과실의) nhân, lõi (phần bên trong sau khi đã lột vỏ); (실질) thực chất; (내용) phần trọng tâm, chính yếu, phần nội dung chính. ¶ ～ 없는 không có trọng tâm, không có nội dung quan trọng.

알몸 thân thể trần truồng, không mặc gì; trắng tay, không còn gì bên mình (cách nói ví von). ～의 thuộc thân thể trần truồng ¶ ～으로 với người trắng tay / ～이 되다 (무일푼) trở nên trắng tay (không xu dính túi).

알몸뚱이 ☞ **알몸**.

알밤 hạt dẻ.

알배기 cá có trứng.

알부랑자(-浮浪者) kẻ lêu lổng, vô công rồi nghề.

알부민 【HH】 albumin.

알선(斡旋) sự xoay xở, giúp đỡ; sắp xếp, bố trí; giới thiệu. **~하다** xoay xở cho, giúp đỡ cho. ¶ …의 ～으로 với (bằng) việc xoay xở, giúp đỡ, sắp xếp, giới thiệu của …. ¶ ～자 người xoay xở hộ cho.

알슬다 đẻ trứng (của cá, sâu bọ, hay ruồi).

알싸하다 (혀, 코가) cay, hăng xé, hăng xộc lên.

알쏭달쏭 ❶ (줄·점무늬) ～한 sặc sỡ, lằng ngoằng (sọc), chi chít (chấm, hoa văn). ❷ (뜻이) ～한 lẫn lộn, mập mờ, khó nắm bắt được. ¶ ～한 말을 하다 nói mập mờ, khó hiểu.

알아내다 nhận ra, tỉnh ra (về điều chưa biết đến); (소재를) tìm hiểu (nơi sở tại).

알아듣다 nghe hiểu (hiểu được lời nói); nghe phân biệt được tiếng. ¶ 알아들을 수 없다 không nghe hiểu được.

알아맞히다 tính đúng, đoán trúng.

알아보다 (문의·조사) tìm hiểu, điều tra (xem như thế nào); (확인) xác nhận, xác minh; (식별) nhận biết được (do nhớ, quen nên nhận biết được).

알아주다 ❶ (인정) nhìn nhận, thừa nhận. ¶ 진가를 ～ nhìn nhận giá trị thực. ❷ (이해) hiểu cho, thấu hiểu cho.

알아차리다 thấy trước, lường trước.

알아채다 nhận thức, thấy trước (sự việc).

알아하다 tự làm, tự tìm hiểu mà làm.

알은체 ❶ (남의 일에) sự bày tỏ quan tâm đến (việc của người khác). **~하다** cho thấy có quan tâm đến. ❷ (사람을 보고) sự tỏ ra có chào hỏi (khi gặp người lạ). **~하다** biểu lộ sự chào hỏi.

알음알음 (아는 관계) quan hệ quen biết, mối quen biết; (친분) sự thân quen, tình cảm thân thiện với nhau.

ㅇ

알젓 mắm trứng cá, muối trứng cá làm mắm.

알짜 cái quý giá nhất, quan trọng nhất. ¶ ～만 가져가다. chỉ lấy đi cái quý giá nhất; chỉ cái chính yêu hay điển hình, tiêu biểu. ～ 돈벌이가 되다 trở thành việc kiếm tiền chính.

알칼리 [HH] chất kiềm. ¶ ～성의 có tính kiềm.

알코올(alcohol) rượu cồn, rượu mạnh. ¶ ～성의 có tính cồn (của rượu). ¶ ～중독 nghiện rượu / ～ 중독자 kẻ nghiện rượu.

알토 [ÂN] giọng nữ trầm. ¶ ～ 가수 ca sĩ giọng nữ trầm.

알파 chữ anfa (α). ¶ ～선 tia anfa / ～ 입자 hạt phần tử anfa / 기본급외에 ～를 추가로 지급하다 phụ cấp thêm một khoản ngoài lương cơ bản.

알파벳 bảng chữ cái alphabet. ¶ ～ 순 theo thứ tự chữ cái alphabet.

알파카 [ĐV] loài Anpaca (thuộc giống lạc đà chủ yếu sống ở Nam Mỹ).

알프스(Alps) Núi Anpơ. ～의 của núi Anpơ. ¶ ～ 산맥 dãy núi Anpơ.

알피니스트(Alpinist) người leo núi.

알현 **~하다** yết kiến.

앓는소리하다 kêu than, rên rỉ.

앓다 ❶ (병을) ốm, đau ốm. ❷ (비유) đau buồn khổ sở (lối nói ví von). ¶ 골치를 ～ đau đầu, nhức đầu (vì việc gì).

암[1] (암컷) giống cái, con cái, con mái.

암[2] (감탄사) tất nhiên, rõ ràng là (với ý không cần phải nói thêm, đương nhiên là như vậy).

암(癌) ❶ [YH] bệnh ung thư. ～의 của bệnh ung thư. ¶ 위～ ung thư dạ dày / 폐～ ung thư phổi. ❷ (화근) ung nhọt (mối tai ương, phiền phức khó giải quyết, khó chữa). ¶ 그는 교육계의 ～이다 hắn là một ung nhọt của giới giáo dục.

암거(暗渠) ống ngầm, cống ngầm. ¶ ～배수 tiêu nước, thoát nước bằng cống ngầm.

암거래(暗去來) sự giao dịch ngầm, sự buôn lậu. **~하다** giao dịch ngầm, buôn lậu.

암굴(暗窟) hang động tối tăm, ẩm thấp.

암기(暗記) **~하다** ghi nhớ, thuộc lòng. ¶ ～하고 있다 đang ghi nhớ, thuộc trong lòng. ¶ ～력(力) khả năng thuộc lòng / ～력이 좋다 [나쁘다] khả năng thuộc lòng tốt [kém].

암꽃 [TV] loài hoa đơn tính, chỉ có nhụy.

암나사(-螺絲) con vít (để cho con ốc vít bắt vào).

암내 ❶ (겯땀내) mùi hôi nách. ❷ (발정) mùi tỏa ra từ con cái (động vật là con mái) vào thời kỳ động dục (giao phối). ¶ ～(가) 나다 bốc mùi hôi (mùi hôi nách hay mùi động vật) / ～(를) 내다 làm bốc mùi hôi.

암달러(暗-) đô-la chợ đen. ¶ ～ 상인 người mua bán đô-la chợ đen.

암담(暗澹) ～한 ảm đạm.

암류(暗流) mạch nước ngầm, dòng chảy ngầm; hoạt động ngầm.

암만해도 dù sao, dù thế nào chăng nữa.

암매상(暗賣商) người buôn bán chợ đen.

암매장(暗埋葬) ☞ **암장**(暗葬).

암모늄 [HH] amoni.

암모니아 [HH] khí amoniac, khí không màu, mùi hăng. ¶ ～수(水) nước amoniac (dùng trong công nghiệp và ngành dược).

암묵(暗默) ～의 ngầm, không biểu đạt ý tứ ra ngoài bằng lời. ¶ ～리에 ở trạng thái ngầm. ¶ ～에 양해하다 ngầm tha thứ, lượng thứ cho.

암반(岩盤) đá tảng, đá nền.

암벽(岩壁) vách đá. ¶ ～ 등반 leo lên vách đá.

암산(暗算) sự tính nhẩm. **~하다** tính nhẩm, tính toán trong đầu.

암살(暗殺) sự ám sát. **~하다** ám sát. ¶ ～을 기도하다 mưu đồ ám sát. ¶ ～계획 kế hoạch ám sát / ～자 kẻ ám sát, người ám sát.

암상부리다 thể hiện lòng ghen ghét, đố kỵ.

암상스럽다 có thái độ ghen ghét, đố kỵ.

암상피우다 ☞ **암상부리다**.

암석(岩石) đá lớn, tảng đá lớn. ¶ ～이 많은 (nơi có) nhiều tảng đá lớn.

암송(暗誦) sự ngâm (thơ), kể chuyện (không nhìn và đọc ở giấy). **~하다** ngâm (thơ), kể (chuyện).

암수 giống cái và giống đực. ¶ ～를 가려내다 chia ra giống cái và giống đực.

암수(暗數) ☞ **속임수**. ¶ ～에 걸리다 bị lừa đảo, bịp bợm.

암술 【TV】 nhụy hoa.

암시(暗示) sự ám thị, sự gợi ý. **~하다** ám thị, gợi ý. ¶ ～적 có tính ám thị / ～를 주다 đưa ra gợi ý. ¶ 자기 ～ tự kỷ ám thị.

암시세(暗時勢) giá cả chợ đen.

암시장(暗市場) chợ đen.

암실(暗室) phòng kín, phòng tối (không có ánh sáng, để rửa ảnh hay làm thí nghiệm vật lý, hóa học); phòng giam trọng tội.

암암리(暗暗裡) ～에 ngầm, một cách thầm kín (lúc người khác không biết).

암야(暗夜) đêm tối.

암약(暗躍) **~하다** hoạt động ngầm (không cho ai biết).

암염(岩塩) 【Kh】 muối mỏ.

암영(暗影) bóng đen. ¶ 먹구름이 ～을 드리우다 bóng mây đen bao phủ; bóng tối u ám (chỉ sự gây hại, làm ảnh hưởng xấu đến sự thành đạt). ¶ …의 전도에 ～을 던지다 gây đen tối, u ám đến tiền đồ của ….

암운(暗雲) mây đen (báo hiệu có mưa hay tuyết). ¶ ～이 감돌고 있다 mây đen bao (phủ) quanh.

암유(暗喩) 【VH】 ẩn dụ. ～적 có tính ẩn dụ.

암자(庵子) am; (작은 절) am tự.

암자색(暗紫色) màu tía, màu tím thẫm.

암장(暗葬) **~하다** ngầm để tang; mai táng bí mật.

암죽(-粥) cháo loãng cho trẻ con ăn.

암중(暗中) trong bóng tối; trong sự cẩn mật, ngầm bí mật. ¶ ～ 모색하다 mò mẫm trong bóng tối; mưu đồ một cách thầm kín.

암초(暗礁) đá ngầm; khó khăn bất ngờ. ¶ ～에 걸리다 mắc phải đá ngầm.

암치질(-痔疾) bệnh trĩ nội.

암캐 con chó cái.

암컷 giống cái động vật.

암키와 mái ngói lõm, ngói âm.

암탉 (햇닭의) con gà mái.

암톨쩌귀 khớp bản lề.

암퇘지 con lợn cái.

암투(暗鬪) sự tranh giành ngầm, đấu đá ngầm. ¶ 시장을 차지하기위해 치열한 ～를 벌리다 ngầm tranh giành quyết liệt để chiếm thị trường.

암팡스럽다 rắn rỏi.

암팡지다 ☞ **암팡스럽다**.

암펄 con ong cái.

암펌 con hổ cái.

암페어 am-pe. ¶ ～계 am-pe kế / ～시(時) am-pe giờ.

암평아리 con gà mái con.

암표상(暗票商) kẻ buôn vé lậu.
암행(暗行) **~하다** ngầm đi lại; đi lại một cách bí mật, vi hành. ¶ ~ 어사 quan ngự sử được đặc phái đi vi hành ngày xưa.
암호(暗號) ám hiệu; (암호문) mật khẩu; (전신용) mật mã (điện tín); (비밀 암호) mã số bí mật; (주로 상업용) mật hiệu (trong buôn bán). ¶ ~를 풀다 giải mật mã, ám hiệu / ~로 쓰다 viết bằng mật mã. ¶ ~장 sổ ghi mật mã / ~ 전보 điện báo mật mã / ~ 통신 thông tin mật mã / ~ 해독 giải mật mã.
암흑(暗黑) sự đen tối; ảm đạm thê thảm (theo lối nói ví von). ~의 đen tối. ¶ 사회의 ~면 mặt đen tối của xã hội. ¶ ~가 phố u tối, phố băng đảng / ~ 시대 thời kỳ đen tối.
압권(壓卷) đoạn thơ văn nổi bật, hay nhất trong sách; phần, sự vật là đỉnh điểm, cao trào nổi bật nhất.
압도(壓倒) **~하다** áp đảo. ¶ ~적 có tính áp đảo / ~적 승리 thắng lợi áp đảo (선거의).
압력(壓力) áp lực. ¶ ~을 가하다 gia áp lực. ¶ ~계 áp lực kế / ~ 단체 đoàn thể gây sức ép đối với chính phủ để kiếm lợi / ~솥 nồi áp suất.
압록강(鴨綠江) *Amnokkang*, sông Áp Lục.
압류(押留) sự tịch biên. **~하다** tịch biên. ¶ ~ 영장 lệnh tịch biên.
압박(壓迫) sự áp bức, áp lực, sức ép. **~하다** áp bức; gây áp lực. ¶ 생활의 ~ áp lực của cuộc sống. ¶ ~감을 느끼다 cảm thấy có áp lực / 피~ 민족 dân tộc bị áp bức.
압사(壓死) **~하다** bị đè chết. ¶ 돌더미에 깔려 ~하다 bị đống đá đè lên mà chết.
압송(押送) **~하다** áp giải (tội phạm).
압수(押收) sự thu giữ (chứng cứ, vật chứng phạm pháp). **~하다** thu giữ. ¶ ~물(物) vật bị thu giữ / ~ 수색 영장 lệnh khám xét.
압승(壓勝) chiến thắng áp đảo. **~하다** thắng áp đảo.
압연(壓延) **~하다** lăn, cán (thép, kim loại). ¶ ~ 공장 nhà máy cán (bằng máy lăn) / 열간 ~ cán nhiệt / 냉간 ~ cán thép nguội.
압정(押釘) đinh mũ.
압정(壓政) chính trị áp đặt; (학정) chính trị bạo ngược, tàn ác; (전제) chính thể chuyên chế, độc tài.
압제(壓制) sự áp chế (학정). **~하다** áp chế, áp bức bằng bạo lực. ¶ ~적 có tính áp chế. ¶ ~자 kẻ áp bức / ~ 정치 chính trị áp chế.
압지(壓紙) giấy thấm.
압착(壓搾) sự ép. **~하다** ép. ¶ ~기 máy ép.
압축(壓縮) sự nén. **~하다** nén. ¶ ~ 가스 khí ga nén / ~ 공기 không khí nén / ~계 máy đo áp suất nén / ~기 máy nén.
앗다 ❶ ☞ **빼앗다**. ¶ 마음을 ~ chiếm lòng. ❷ (씨빼다) bóc lấy hạt (bên trong). ❸ (품을) cướp công.
앗아가다 giật lấy.
앗아라 đừng!, khéo!, ấy đừng! (từ cảm thán biểu thị sự cấm hay ngăn cản). ¶ ~, 넘어지겠다 đừng, ngã đấy.
앙가발이 ❶ người lùn chân vòng kiềng. ❷ kẻ hút máu (bám lấy để bóc lột), kẻ bám dai (như đỉa).
앙가슴 phần giữa ngực.
앙감질하다 đi lò cò (bằng một chân).
앙갚음 sự trả đũa, trả thù. **~하다** trả đũa, trả thù.
앙그러지다 ❶ (음식이) trông ngon lành, trông ngon mắt. ❷ (모양이) cân đối,

hài hòa.

앙금 (술 따위) cặn rượu; (침전물) chất lắng xuống, đọng lại; (커피) bã (cà phê).

앙금앙금 lổm ngổm (trẻ em, hay động vật chân ngắn bò, trườn, đi chậm chạp). ¶ ～기다 bò lổm ngổm.

앙등(昂騰) sự lên giá, tăng giá. **~하다** lên giá, tăng giá. ¶ ～하는 생활비 chi phí sinh hoạt lên cao / 집세의 ～ sự tăng giá của tiền thuê nhà.

앙망(仰望) **~하다** trông ngóng, mong đợi, trông đợi (với sự tôn trọng, ngưỡng mộ).

앙모(仰慕) **~하다** ngưỡng mộ.

앙바틈하다 bè bè, to ngang (thấp và to ngang).

앙상궂다 hốc hác (người), cằn cỗi (cây).

앙상블(ensemble) 【Ph】 sự thống nhất, đồng bộ, hài hoà.

앙상하다 giơ xương (gầy), trơ cành (trơ trọi cành cây). ☞ **엉성하다**. ¶ 말라서 뼈만 ～ gầy còn giơ lại mỗi xương.

앙숙(怏宿) ～이다 có thái độ thù địch với nhau, có quan hệ cạnh tranh gay gắt.

앙심(怏心) lòng ấm ức. ～먹다 ấm ức. ¶ ～을 품은 ôm mối ấm ức (trong lòng).

앙앙하다(怏怏-) khó chịu, không vui.

앙양(昂揚-) **~하다** đề cao, nâng cao.

앙증스럽다 trông xinh xắn, kháu khỉnh.

앙증하다 ☞ **앙증스럽다**.

앙천대소(仰天大笑) **~하다** ngửa mặt lên trời cười lớn (chỉ sự tức cười vì sự việc ngoài ý tưởng tượng).

앙칼스럽다 có tính xông xáo, hung hăng; có tính sắc nhọn, đanh thép. ¶ 목소리가 ～ giọng nói đanh thép.

앙칼지다 ☞ **앙칼스럽다**.

앙케트(enquête) 【Ph】 sự điều tra, thăm dò ý kiến. ¶ ～조사를 하다 điều tra thăm dò ý kiến.

앙코르(encore) 【Ph】 lại đi!, tiếp đi!, trình diễn tiếp đi! (từ cảm thán, chỉ sự vỗ tay reo hò yêu cầu biểu diễn lại tiết mục trên sân khấu); sự trình diễn lại, biểu diễn lại. ¶ ～를 청하다 yêu cầu trình diễn lại / ～를 받다 nhận yêu cầu trình diễn lại, được yêu cầu trình diễn lại.

앙큼스럽다 ☞ **엉큼스럽다**.

앙큼하다 ☞ **엉큼하다**.

앙탈부리다 ☞ **앙탈하다**.

앙탈하다 ❶ cố chấp, không nghe theo. ❷ trốn tránh (lấy cớ để trốn tránh việc phải làm).

앙화(殃禍) tai ương; (응보) tai họa báo ứng (bởi một sự việc nào đó); (재난) tai nạn; (불행) điều bất hạnh.

앞 ❶ (미래) tương lai sau này. ¶ ～으로 sau này. ❷ trước, vị trí ở phía trước ～으로[에] về [ở] phía trước. ❸ (면전) trước mặt. ¶ (아무가 있는) ～에서 ở trước mặt (ai đó). ❹ (순서의) trước (trong trình tự, tuần tự trước sau). ¶ ～에 서다 đứng ở trước, đứng trước. ❺ (먼저) trước, trước hết (hoạt động thực hiện trước thời điểm mốc). ☞ **앞서** ❶. ❻ (편지) tới …, người nhận là … (viết trên phong thư, biểu thị ý nghĩa gửi tới trước mặt người đọc là ai đó, như 에게, 께). ❼ (몫) phần (phần được chia cho). ¶ 한사람 ～에 2개 phần mỗi người 2 cái / 아이들은 한사람 ～에 사과 두 개씩 받았다 các em đã nhận 2 quả táo cho phần của mỗi người.

앞가림하다 đủ sức giải quyết việc trước mắt.

앞가슴 ngực, bộ ngực, ngực áo (trước ngực).

앞길 (갈길) đường đi trước mặt, đường phía trước (đường phía trước nhà hay làng); (전도) tiền đồ, con đường phía trước trong tương lai.

앞날 những ngày sau này, ngày hay thời điểm về sau. ¶ ~을 염려하다 lo lắng cho những ngày sau này.

앞니 răng cửa.

앞다리 (짐승의) chân trước (của động vật).

앞당기다 kéo về phía trước; (시일을) làm trước (so với thời gian đã định), kéo (việc) về (thời điểm sớm hơn).

앞대문(-大門) cổng chính phía trước.

앞두다 đứng trước, trước (được đặt trước ở mốc thời điểm sự việc sắp xảy ra). ¶ 입학식을 사흘 ~ còn 3 ngày nữa là lễ nhập học.

앞뒤 (전후) trước và sau, phía trước và phía sau; (순서) trình tự trước và sau; (결과) kết quả. ¶ ~가 맞지 않는 trước sau không khớp nhau / ~를 생각지 않는 không suy nghĩ trước sau / (말이) ~가 맞다 (lời nói) trước sau đều khớp.

앞뒷집 nhà phía trước và phía sau; nhà của hàng xóm xung quanh.

앞뜰 sân trước nhà.

앞못보다 (소경) không nhìn được phía trước (무식) không hiểu biết, dốt nát (không nhìn nhận được vấn đề).

앞문(-門) cửa trước.

앞바다 biển gần đất liền; vùng biển gần đất liền (xung quanh Hàn Quốc, biển đông và biển tây, phạm vi cách đất liền 20km hay 40km). ¶ 부산 ~에 vùng biển gần Busan.

앞바퀴 bánh xe trước.

앞발 bàn chân bước lên phía trước (khi 2 chân bước chân trước chân sau); (개·고양이 따위의) hai bàn chân trước (của động vật bốn chân).

앞서 ❶ (이전에) trước đây. ¶ ~ 말한 바와 같이 như đã đề cập (nói đến) trước đây. ❷ (먼저) trước, vượt lên trước (so với thứ tự lượt sau). ¶ 남보다 ~ 가다 đi trước so với người khác.

앞서다 ❶ đứng ở trước. ❷ đứng ra trước, tiến lên trước. ❸ áp dụng trước, hàng đầu (được đặt lên trước so với cái khác). ❹ đi trước, có tiến bộ hơn (so với người khác). ¶ 앞서거니 뒤서거니 người đứng trước kẻ đứng sau. ❺ chết trước (so với người trẻ hơn).

앞세우다 ❶ làm cho (khiến cho) đứng ở phía trước, dựng ở phía trước ❷ đưa lên trước ❸ con cháu chết trước ❹ đưa ra, đề ra (chủ trương, ý kiến, lý thuyết). ¶ … 이론을 앞세워 đưa ra lý thuyết ….

앞앞이 ❶ (각 사람의 앞) trước của mỗi người. ❷ (몫몫이) từng phần từng phần, mỗi phần.

앞에총(-銃) (구령) bồng súng! (khẩu lệnh ra hiệu lệnh đứng nghiêm bồng súng về phía trước); động tác bồng súng đứng nghiêm.

앞이마 trán, bộ phận giữa trán.

앞일 những ngày đang đến gần (sắp tới) (앞날). ¶ ~을 생각하다 nghĩ về những ngày sắp tới.

앞자락 vạt trước (của áo, váy).

앞잡이 ❶ (선도자) người dẫn đầu, dẫn dắt phía trước. ❷ (주구) tay sai, chó săn. ¶ 경찰의 ~ tay sai của cảnh sát / ~로 쓰다 dùng làm tay sai.

앞장 (일) vị trí đứng đầu, việc ở vị trí hàng đầu; (사람) người đứng đầu. ¶ ~서다 đứng ở hàng đầu.

앞정강이 phần xương phía trước cẳng chân, phần xương ống quyển.

앞지르다 chen lên trước; vượt lên trước; chen vào (câu truyện); (능가) vượt trội (về sự phát triển, về khả năng).

앞집 nhà ở phía trước; (길 건너의) nhà trước mặt (bên kia đường).

앞차(-車) (앞엣차) xe ở phía trước; (앞서 떠난) xe dẫn đầu, xe đi đầu.

앞채 gian ở trước gian nhà chính; tay đòn phía trước (của cáng, kiệu).

앞치마 tạp dề.

애[1] ❶ (수고) sự vất vả (của thể xác và tâm hồn). ¶ ~를 쓰다 dồn tâm trí, vất vả; ❷ (걱정) bồn chồn, lo lắng. ¶ ~가 타다 ưu phiền, lo lắng.

애[2] ☞ **아이**. ¶ ~ 같은 giống như trẻ con.

애가(哀歌) bài hát buồn; bài hát khóc người chết.

애개(개) (아뿔사) ề! đấy! (từ cảm thán, chỉ tiếng ca cẩm, than vãn) ¶ ~, 또 안 가져왔네. đấy! lại không mang đến rồi; (몹시 작을 때) ui!, ề! (tiếng kêu cảm thán, chê bai một sự vật gì đó nhỏ).

애걸(哀乞) **~하다** van nài, cầu khẩn.

애걸복걸(哀乞伏乞) **~하다** vật nài van xin.

애견(愛犬) sự yêu quý chó; chó cảnh. ¶ ~가 người yêu quý chó.

애고(愛顧) sự yêu chiều, đỡ đầu cho. **~하다** yêu chiều, đỡ đầu cho.

애고머니 (감탄사) ôi trời ơi! ối mẹ ơi! (từ cảm thán dùng khi đau đớn, đau buồn, vất vả hay ngạc nhiên).

애교(愛嬌) sự yêu kiều, duyên dáng. ¶ ~있는 yêu kiều, có duyên / ~를 떨다 tỏ vẻ yêu kiều, làm duyên.

애교심(愛校心) lòng yêu trường.

애국(愛國) ái quốc, sự yêu nước. ~적 có tính ái quốc. ¶ ~선열 liệt sĩ hy sinh vì tổ quốc / ~심 lòng yêu nước, lòng ái quốc / ~자 nhà yêu nước.

애국가(愛國歌) bài ca yêu nước; (국가) quốc ca.

애금가(愛禽家) người yêu gia cầm.

애기(愛機) máy bay tự lái (của riêng); máy móc mà mình yêu quý.

애꾸 (눈이) mắt chột; người chột mắt.

애꿎다 không có liên quan gì đến; oan ức, uất ức. ¶ 애꿎은 사람 người vô can [không có lỗi] / 애꿎게 혼나다 bị mắng oan.

애끊다 buồn đứt ruột, não lòng.

애끓다 sốt ruột, lo sốt ruột. ¶ 애끓는 걱정스러움 sự lo lắng sốt ruột.

애달프다 tan nát lòng, đau xé gan xé ruột (buồn thương hay do xót xa).

애도(哀悼) sự ai điếu, đau buồn, thương tiếc (người chết). **~하다** ai điếu, đau buồn, thương tiếc. ¶ ~의 뜻을 표하다 biểu hiện ý ai điếu (lòng đau buồn, thương tiếc).

애독(愛讀) **~하다** đọc một cách yêu thích. ¶ ~서 [작가] quyển sách [tác giả] yêu thích / ~자 bạn đọc yêu thích; (구독자) bạn đọc.

애드벌룬 quả khí cầu treo quảng cáo. ¶ ~을 띄우다 thả quả khí cầu quảng cáo.

애련(哀憐) sự đau thương, thương xót, sự buồn thương. **~하다** đau thương, buồn thương.

애로(隘路) đường hẹp và hiểm trở; (장애) rào cản, chướng ngại, vật cản. ¶ ~사항 điều gây trở ngại / ~를 타개하다 phá vỡ rào cản.

애림(愛林) lòng yêu và bảo vệ rừng.

애마(愛馬) con ngựa yêu quý.

애매(曖昧) ~한 không rõ ràng, mập mờ; (회피적) né tránh; (두 뜻의) mơ hồ, nhập nhằng (có cả hai ý). ¶ ~한 태도를 취하다 theo thái độ mập mờ, không rõ ràng.

애매하다 oan ức, uất ức vì bị (mắng)

ㅇ

oan.

애먹다 rất vất vả, trải qua khó khăn cực khổ. ¶ 애먹이다 làm cho cực khổ, vất vả.

애모(愛慕) **~하다** ái mộ.

애무(愛撫) **~하다** vuốt ve, âu yếm.

애벌 lần đầu, vòng sơ qua (ban đầu). ¶ ~ 빨래 quần áo giặt sơ lần đầu.

애벌레 sâu con, ấu trùng.

애사(哀史) lịch sử đau buồn, lai lịch bất hạnh.

애사(愛社) sự yêu mến công ty (nơi mình làm việc) ¶ ~ 정신 tinh thần yêu công ty.

애서가(愛書家) người ham sách, người thích sách.

애석(哀惜) **~하다** thương tiếc, buồn; (아깝다) tiếc, đáng tiếc.

애소(哀訴) sự khẩn nài. **~하다** khẩn nài.

애송(愛誦) **~하다** thích học thuộc lòng, học thuộc một cách say mê. ¶ ~시집 tập thơ (ai đó) yêu thích (thích học thuộc).

애송이 người trẻ, non nớt, non, nhỏ bé (vật). ¶ ~시절 thủa còn non nớt.

애수(哀愁) lòng buồn rầu, lòng sầu muộn (thấu tâm can). ¶ ~를 느끼다 cảm thấy buồn rầu / ~를 자아내다 gợi nên sự buồn rầu.

애쓰다 dồn sức, cố gắng, gắng sức.

애연가(愛煙家) người thích hút thuốc, người nghiện thuốc.

애오라지 gần như, chỉ còn, tất cả, toàn bộ (như 겨우, 오로지 nói nhấn mạnh).

애완(愛玩) **~하다** yêu mến, yêu quý (luôn để bên cạnh để chơi). ¶ ~동물 động vật yêu quý.

애욕(愛慾) ái tình và lòng tham; dục vọng về tình dục.

애용(愛用) **~하다** ái dụng, yêu dùng. ¶ ~하는 (cái mà) đang được chuộng dùng / 국산품을 ~하다 ưa dùng hàng nội địa. ¶ ~자(가) người ưa dùng, chuộng dùng.

애원(哀願) sự cầu khẩn, van nài. **~하다** cầu khẩn, van nài. ¶ ~자 người cầu khẩn, van xin.

애육(愛育) **~하다** thương yêu chăm sóc, yêu mến nuôi nấng.

애음(愛飮) **~하다** ham thích uống (rượu, trà, nước giải khát v.v.).

애인(愛人) người yêu. ¶ 그의 ~ người yêu của người đó / 그녀의 ~ người yêu của cô ta / ~이 생기다 (mới) có người yêu.

애자(碍子) 【Đ】 cái cách điện.

애절하다(哀切-) (애처롭다) thương xót, buồn rầu.

애정(愛情) ái tình, lòng yêu thương, tình cảm, tình. ¶ ~이 있는 có tình cảm / ~이 없는 không có tình.

애제자(愛弟子) đệ tử yêu mến, đệ tử ruột, học trò cưng.

애조(哀調) 【ÂN】 điệu nhạc buồn; điệu thức. ¶ ~를 띤 민요 dân ca buồn.

애족(愛族) yêu dân tộc. ¶ 애국 ~ yêu đất nước, yêu dân tộc.

애주(愛酒) **~하다** thích uống rượu. ¶ ~가 người thích rượu.

애증(愛憎) yêu và ghét.

애지중지(愛之重之) **~하다** rất yêu quý (yêu và quý trọng).

애착(愛着) yêu mến gắn bó. ¶ …에 ~을 느끼다 cảm thấy yêu mến, gắn bó ở ….

애창(愛唱) **~하다** thích ngâm thơ, hát. ¶ ~곡 ca khúc thích hát.

애처(愛妻) sự yêu vợ; người vợ yêu. ¶ ~가 người yêu vợ.

애처롭다 thương cảm, buồn thương. ¶ 애처로운 이야기 câu chuyện buồn thảm.

애첩(愛妾) ái thiếp.

애초 đầu tiên, ban đầu. ¶ ～에 lúc đầu tiên, vào lúc ban đầu.

애칭(愛稱) tên gọi trìu mến; tên gọi thân mật. ¶ 나의 ～은 데이비드이다 tên gọi thân mật của tôi là David.

애타(愛他) vị tha, sự yêu mến người khác. ～적 có tính vị tha. ¶ ～ 심[주의] lòng [chủ nghĩa] vị tha / ～주의자 người theo chủ nghĩa vị tha.

애타다 cháy ruột cháy gan, lo lắng như thiêu đốt trong lòng.

애태우다 ❶ (스스로) cháy ruột cháy gan (tự mình lo lắng). ¶ 그런 일로 애태우지 말라 đừng có tự để thiêu cháy lòng bởi việc như vậy! ❷ (남을) làm cho (người khác) lo lắng, thiêu đốt trong lòng. ¶ 부모를 ～ làm cháy ruột cháy gan bố mẹ.

애통(哀痛) **~하다** ai thống, rất đau buồn; khóc than.

애티 thái độ hay dáng dấp trẻ con, chưa chín chắn. ¶ ～가 나다 có vẻ trẻ con.

애프터서비스 bảo dưỡng, bảo hành sau khi mua (dịch vụ hậu mãi).

애향(愛鄕) sự yêu quê hương. ¶ ～심 lòng yêu quê hương.

애호(愛好) sự yêu thích, sự say mê. **~하다** yêu thích, say mê. ¶ ～가 người yêu thích, say mê (âm nhạc, văn học).

애호(愛護) sự yêu quý và bảo vệ. **~하다** yêu quý bảo vệ, bảo hộ.

애호박 quả bí ngô còn xanh.

애화(哀話) câu chuyện buồn.

애환(哀歡) sự buồn và sự vui, buồn và vui.

액(厄) ách, tai ách.

액(液) (액체) chất lỏng; (즙) nước ép ra, nước được vắt ra; (과일의) nước ép (của hoa quả); (용액) dung dịch; (나무의) chất lỏng trong cây, nhựa cây.

…액(額) (금액) lượng tiền, số tiền. ¶ 생산～ lượng tiền sản xuất / 소비～ khoản tiền chi tiêu.

액년(厄年) năm gặp tai ách (có vận xấu), năm gặp hạn.

액달 tháng có vận xấu, tháng gặp hạn.

액때우다(厄-) hóa giải ách nạn bằng nạn khác nhẹ hơn (cái khác để thay cho nạn lớn).

액때움(厄-) (액막이) việc giải hạn.

액땜(厄-) ☞ **액때움**.

액량(液量) lượng chất lỏng, đơn vị của lượng chất lỏng (như ga-lông, lít).

액막이(厄-) sự ngăn chặn tai ách, sự hóa giải vận xấu, giải hạn. **~하다** ngăn chặn ách vận xấu, giải hạn.

액면(額面) giá trị bề ngoài; (가격) mệnh giá; (증권등의) giá danh nghĩa (của chứng khoán). ¶ ～이하로 dưới giá danh nghĩa / ～ 이상으로 trên giá danh nghĩa / ～에 달하다 đạt đến giá danh nghĩa / ～대로 받아들이다 chấp nhận theo giá danh nghĩa.

액모(腋毛) lông nách.

액사(縊死) **~하다** treo cổ chết.

액세서리 đồ trang sức phụ, đồ nữ trang. ¶ ～를 달다 đeo nữ trang.

액셀러레이터(accelerator) chân ga xe ô tô. ¶ ～를 밟다 đạp (nhấn) ga (xe ô tô).

액수(額數) số tiền, lượng tiền.

액운(厄運) ách vận, tai ương vận số.

액일(厄日) ngày gặp những điều không may mắn, ngày không may, ngày có tai ách, ngày hạn.

액자(額子) khung tranh, ảnh.

액자(額字) biển hàng, biển chữ.

액체(液體) chất lỏng. ¶ ～공기 không khí lỏng / ～ 연료 nhiên liệu chất lỏng.

액취(腋臭) ☞ **암내** ❶.

액화(液化) 【HH】 hiện tượng hóa lỏng, việc biến sang chất lỏng. **~하다** biến

ㅇ

sang thể lỏng, hoá lỏng (của chất khí). ¶ ~ 가스 ga (khí) hoá lỏng.

앨범(album) an-bum, tập ảnh.

앰풀 【YH】 ampun ống thuốc tiêm.

앰프 (증폭기) bộ khuếch đại (âm-li).

앳되다 non trẻ, trẻ măng. ¶ 앳되보이다 trông có vẻ non trẻ.

앵 tiếng vo ve. ¶ ~ 소리를 내다 phát ra tiếng vo ve.

앵글로색슨 Ăng-lô-xắc-xông. ¶ ~ 민족 dân tộc Ăng-lô-xắc-xông / ~ 민족의 của dân tộc Ăng-lô- xắc-xông.

앵두 trái anh đào. ¶ ~ 같은 입술 miệng (đỏ) như trái anh đào. ¶ ~ 나무 【TV】 cây anh đào; (학명) Prunus tomentosa (tên khoa học).

앵무새(鸚鵡-) con vẹt.

앵속(罌粟) ☞ **양귀비**.

앵앵거리다 phát ra tiếng vo ve (muỗi, ong).

앵하다 cay đắng, phẫn uất (vì lỡ cơ hội hay bị tổn thất, thiệt hại).

ㅇ

야 (놀랄 때의) à!, ồ! (từ cảm thán dùng khi ngạc nhiên hoặc vui mừng); (부를 때의) ê!, này! (cũng dùng khi kêu, gọi, người ít tuổi hơn).

야(野) ❶ cánh đồng. ❷ đảng đối lập (야당). ¶ ~에 있다 ở đảng đối lập (야당에).

야간(夜間) thời gian buổi tối, ban đêm (nói chung). ¶ ~에 vào ban tối. ¶ ~ 경기 thi đấu buổi tối / ~ 비행 (chuyến) bay đêm / ~ 근무 ☞ **야근** / ~ 고등학교 trường trung học ban đêm / ~ 대학생 học sinh đại học theo khóa học ban đêm / ~ 영업 (게시) bán hàng ban đêm.

야견(野犬) chó hoang.

야경(夜景) cảnh (cảnh trí) ban đêm.

야경(夜警) việc tuần canh ban đêm (trước đây, vừa đi vừa hô cảnh báo hỏa tai, trộm cắp). **~하다** cảnh báo. ¶ ~꾼 người tuần canh cảnh báo.

야광(夜光) ~의 dạ quang, ánh sáng ban đêm. ¶ ~도료 sơn dạ quang / ~시계 đồng hồ dạ quang / ~충(蟲) loại tảo biển phát quang vào ban đêm (tên khoa học: noctiluca, thuộc ngành tảo giáp).

야구(野球) bóng chày. ¶ ~ 시합을 하다 thi đấu bóng chày. ¶ ~ 선수 cầu thủ (vận động viên) bóng chày / ~부 câu lạc bộ bóng chày / ~팬 cổ động viên (fan hâm mộ) bóng chày / ~장 sân bóng chày.

야근(夜勤) (야업) sự làm việc vào ban đêm; (주야 교대의) ca đêm. **~하다** làm việc, hoạt động vào ban đêm. ¶ ~ 수당 tiền trợ cấp cho công việc ban đêm.

야금(冶金) sự luyện kim. ¶ ~학(술) khoa học luyện kim / ~ 학자 học giả về ngành luyện kim.

야금(野禽) dã cầm, chim hoang (chim, gà rừng, đối lại với 가금 - gia cầm).

야금야금 từng miếng một, một chút một, dần dần (ăn mất hay biến mất).

야긋야긋하다 lởm chởm.

야기(夜氣) (밤공기) không khí ban đêm; (냉기) khí lạnh ban đêm.

야기(惹起) **~하다** gây nên (ra), dấy lên, khơi dậy nên.

야뇨증(夜尿症) 【YH】 bệnh đái dầm.

야단(惹端) ❶ (소란) sự náo động, kích động. **~하다** náo động, kích động. ❷ (꾸짖음) sự mắng, trách mắng. **~하다** mắng, trách mắng. ¶ ~을 맞다 bị mắng. ❸ (곤경) cảnh khó khăn, tình huống khó xử. ¶ ~나다 xảy ra khó khăn.

야담(野談) truyện hư cấu dã sử. ¶ ~가 người kể (viết) truyện hư cấu dã sử.

야당(野黨) (총칭) đảng đối lập (nói chung). ¶ ~ 당수 lãnh tụ đảng đối lập / ~ 기관지 báo chí của đảng đối lập.

야드(yard) đơn vị đo của Anh (= 0,914 m).

야드르르하다 mượt, mềm mại (tóc, da).

야들야들하다 ☞ **야드르르하다**.

야료(惹鬧) **~하다** gây rối, làm huyên náo, náo động.

야릇하다 kỳ quặc, kỳ cục, kỳ lạ, dị thường.

야만(野蠻) sự dã man. ~적 có tính dã man. ¶ ~인 người dã man, người hoang dại / ~ 행위 hành vi dã man.

야말로 quả nhiên, đúng thực, chính thực (tiểu từ kết hợp sau các thể từ không có phụ âm cuối). ¶ 그~ chính (người, cái, nơi, việc) đó (nhấn mạnh sự thật muốn truyền đạt).

야망(野望) dã vọng, tham vọng lớn. ¶ ~이 있는 có tham vọng lớn / ~을 품다 ôm tham vọng lớn.

야맹증(夜盲症) 【YH】 chứng quáng gà.

야멸스럽다 nhẫn tâm, lạnh nhạt.

야멸치다 ☞ **야멸스럽다**.

야무지다 cứng rắn, rắn rỏi, vững vàng. ¶ 야무진 사람 người rắn rỏi, vững vàng.

야바위 sự lừa đảo, bịp bợm. ~치다 lừa, bịp. ¶ ~꾼 kẻ lừa đảo.

야박(野薄) **~하다** vô tình và nhẫn tâm, bạc tình. ¶ ~한 세상 thế gian vô tình.

야반(夜半) ~에 trong đêm, giữa đêm. ¶ ~도주하다 bỏ chạy, đào tẩu trong đêm.

야밤중(夜-) ☞ **한밤중**.

야비(野卑) ~한 thô bỉ, hèn hạ, đê tiện.

야사(野史) dã sử.

야산(野山) đồi, núi đồi nhỏ gần các cánh đồng.

야상곡(夜想曲) 【ÂN】 nhạc đệm.

야생(野生) ~의 hoang dại, hoang. ¶ ~식물 thực vật hoang dã / ~ 동물 động vật hoang dã.

야성(野性) dã tính, tính hoang sơ, tính bản năng. ~적 có tính hoang sơ. ¶ ~미(美) vẻ đẹp hoang sơ.

야속(野俗) **~하다** lạnh nhạt, bạc bẽo. ☞ **야박**(野薄)**하다**.

야수(野手) 【BC】 cầu thủ chặn bóng. ¶ 외~ cầu thủ chặn bóng ở khu vực ngoài.

야수(野獸) dã thú, thú hoang dã. ¶ ~같은 như dã thú. ¶ ~성 có tính dã thú / ~파(派) 【MT】 phái Fauvism (trường phái hội họa cách tân Fauvism ở Pháp vào năm 1905).

야습(夜襲) sự đánh tập kích ban đêm. **~하다** (đánh) tập kích vào ban đêm.

야시(夜市) chợ ban đêm.

야식(夜食) việc ăn ban đêm, món ăn thêm vào ban đêm.

야심(夜深) **~하다** đêm muộn. ¶ 이렇게 ~한데 어디를 가느냐? đêm muộn thế này còn đi đâu?

야심(野心) dã tâm; (야망) tham vọng; (음모) âm mưu. ¶ ~ 있는 có dã tâm. ¶ ~가 người có dã tâm.

야업(夜業) ☞ **야근**.

야영(野營) sự dựng lều dã ngoại; dựng, sự bày trận ngoài doanh trại. **~하다** dựng lều dã ngoại. ¶ ~지 khu vực dựng lều dã ngoại; khu trận ngoài doanh trại.

야옹 meo, meo meo (tiếng mèo kêu). ¶ ~하고 울다 kêu meo meo.

야외(野外) (들) dã ngoại, ngoài vùng đồng cỏ; (옥외) bên ngoài, ngoài trời. ¶ ~의 ở ngoài trời / ~에서 ở bên ngoài, dã ngoại. ¶ ~ 극장 nhà hát

ㅇ

ngoài trời / ~ 운동 tập thể thao ngoài trời / ~ 작업 làm việc, tiến hành công việc ngoài trời / ~ 연습 luyện tập ngoài trời / ~ 촬영 quay phim ngoài trời.

야위다 ☞ **여위다**.

야유(野遊) píc-níc, chơi dã ngoại ngoài trời. ¶ ~회 cuộc chơi dã ngoại / ~회를 가다 đi chơi dã ngoại.

야유(揶揄) **~하다** trêu ghẹo, giễu cợt; (연설 따위) chọc phá, chế nhạo (bài diễn thuyết).

야음(夜陰) sự tối âm u của đêm. ¶ ~을 틈타 nhân lúc bóng đêm âm u.

야인(野人) ❶ (시골 사람) người thô kệch, quê mùa. ❷ (재야의) sự ở trong dân gian, thường dân. ❸ thôn dân, người sống ở vùng nông thôn.

야자(椰子) 【TV】 cây thuộc họ cọ, dừa. ¶ ~수 cây dừa / ~ 기름 dầu cọ (dừa) / ~ 열매 quả dừa.

야전(野戰) dã chiến. ¶ ~군 lính dã chiến / ~ 병원 bệnh viện dã chiến.

야조(夜鳥) dạ điểu, giống chim ăn đêm.

야채(野菜) rau. ¶ ~를 가꾸다 trồng rau. ¶ ~ 가게 cửa hàng rau / ~ 밭 vườn rau / ~ 샐러드 món salad (rau trộn giấm) / ~ 스프 súp rau / ~ 요리 món nấu rau.

야틈하다 (깊이가) thấp, nông.

야포(野砲) (총칭) pháo dã chiến (cách gọi chung). ¶ ~대(隊) đội pháo dã chiến.

야하다(冶-) lòe loẹt; thấp hèn.

야학(夜學) việc học vào ban đêm; trường học buổi tối. ¶ ~에 다니다 đi học trường học buổi tối. ¶ ~생(生) học sinh học trường học buổi tối.

야합(野合) ❶ sự tư thông, quan hệ trai gái bất luân (gian dâm). ❷ sự tư thông, cấu kết, hợp lại với nhau vì một mục đích xấu. **~하다** tư thông, lén lút quan hệ.

야행(夜行) **~하다** đi vào ban đêm; hoạt động vào ban đêm. ¶ ~성(性) 【ĐV】 có tính hoạt động về đêm / ~성 동물 động vật chuyên hoạt động về đêm.

야회(夜會) dạ hội (tiệc ban đêm); (무도회) vũ hội ban đêm (dạ hội). ¶ ~복 trang phục dạ hội.

약(葯) 【TV】 bao phấn (đầu nhụy đực của hoa).

약(藥) (치료제) thuốc (thuốc trị liệu bệnh); (약종) dược liệu, nguyên liệu làm thuốc; (환약) thuốc viên; (특효약) thuốc đặc hiệu; (강장제) thuốc bổ (tăng cường thể lực); (화학약품) thuốc (dược phẩm hóa học) (ngoài ra dùng theo các nghĩa chỉ rượu, thuốc phiện (ý khinh thường), chỉ chất để bôi lên đồ vật (như 구두약 xi đánh giày), thuốc tiêu diệt sâu bọ (파리약 thuốc diệt ruồi)). ¶ ~을 먹다 [바르다] uống [bôi] thuốc / ~을 주다 [먹이다] cho [cho uống] thuốc / ~을 조제하다 điều chế thuốc / ~을 처방하다 kê đơn thuốc. ❷ (이익) lợi, lợi ích. ¶ ~이 되다 trở thành có lợi. ❸ (뇌물) vật hối lộ. ¶ ~을 쓰다 dùng hối lộ.

약(約) (대략) khoảng chừng, độ, gần (chỉ mức độ gần đạt đến số lượng). ¶ ~ 10m의 높이 cao gần 10 mét.

…약(弱) ☞ **…빠듯**. ¶ 10m ~ ít hơn 10 mét. dưới 10 mét.

약가심(藥-) việc súc miệng sau khi uống thuốc; thức ăn tráng miệng sau khi uống thuốc. **~하다** tráng miệng sau khi uống thuốc.

약간(若干) hơi, không được nhiều; (양) một chút, một ít (về lượng); (수) một số (không nhiều), một vài. ¶ ~의

돈 một chút (ít) tiền.

약값(藥-) tiền thuốc, tiền thuốc men.

약골(弱骨) ¶ ～이다 người thể chất yếu; cốt cách yếu.

약과(藥菓) ❶ ☞ **과줄**. ❷ (쉬운 일) việc dễ dàng. ¶ 그 정도는 ～다 mức độ đó thì dễ thôi.

약관(弱冠) (20세) tuổi cường tráng, cách chỉ tuổi 20 ở nam giới; (어린나이) tuổi còn nhỏ. ¶ ～에 ở tuổi còn nhỏ.

약국(藥局) hiệu thuốc, tiệm thuốc.

약기(略記) **~하다** lược ký, ghi chép tóm tắt ý chính.

약다 khôn lỏi; đa mưu, tinh ranh. ¶ 약게 굴다 hành động một cách mau lẹ, khôn khéo.

약대 ☞ **낙타**(駱駝).

약도(略圖) lược đồ, sơ đồ; (지도의) bản đồ vẽ khái quát. ¶ ～로 집을 찾아가다 tìm đến nhà bằng lược đồ.

약동(躍動) **~하다** sôi động, đầy nhiệt huyết.

약력(略曆) loại lịch thông dụng, phổ biến.

약력(略歷) tóm tắt sơ yếu lý lịch, lý lịch viết vắn tắt.

약리(藥理) dược lý, biến hóa sinh lý từ dược phẩm. ¶ ～ 작용 tác dụng của thuốc lên cơ thể / ～학 dược lý học.

약물(藥物) dược phẩm, chất dùng làm thuốc, chất thuốc. ¶ ～ 요법 phép trị bệnh dùng thuốc / ～ 중독 trúng độc, nhiễm độc thuốc.

약밥(藥-) yak bap, món cơm thuốc bắc (cơm nấu trộn với các vị đường đen, mật ong, dầu vừng, nước tương, hạt dẻ, táo tàu, hồng khô, bách tử).

약방(藥房) phòng thuốc (chỉ hiệu kê thuốc bắc trước đây), phòng điều chế, làm thuốc trong các gia đình giàu có; nơi bán lẻ thuốc tây.

약방문(藥方文) công thức pha chế, điều chế thuốc (giấy ghi công thức). ¶ 사후 ～ công thức chế thuốc khi đã chết rồi (chỉ sự chậm chạp, ứng phó muộn, chết rồi mới cứu).

약변화(弱變化) 【NP】 Sự biến đổi nhược hóa đuôi động từ (Hiện tượng chỉ biến đổi vĩ tố không biến đổi căn tố động từ trong các ngôn ngữ như tiếng Đức). ¶ ～동사 động từ biến đổi đuôi.

약병(藥甁) bình thuốc.

약복(略服) phục trang bình thường, phục trang đơn giản (trong buổi lễ, đối lại với phục trang chính thức hành lễ, trang phục trang trọng 정복).

약봉지(藥封紙) túi thuốc.

약분(約分) 【TH】 phép lược phân, phép rút gọn tử số và mẫu số. **~하다** rút gọn tử số và mẫu số. ¶ ～ 할 수 없는 không thể rút gọn (tử và mẫu số).

약빠르다 ☞ **약삭빠르다**.

약사(略史) lược sử.

약사(藥師) dược sĩ.

약사발(藥沙鉢) bát đựng thuốc bằng sứ; bát thuốc độc (khi xưa dùng ban thuốc độc để xử tử hình). ¶ ～을 내리다 ban cho bát thuốc độc.

약사법(藥事法) luật định về y dược (luật liên quan đến buôn bán, xuất nhập, giám định, điều chế, chế tạo y dược phẩm, hóa mỹ phẩm, dụng cụ y tế, dụng cụ vệ sinh).

약삭빠르다 tinh khôn, khôn lanh, lanh lợi (nhiều kế và xử trí nhanh). ¶ 약삭빠르게 굴다 hành động một cách lanh lợi.

약석(藥石) thuốc và châm cứu; thuốc thang nói chung. ¶ ～의 보람 없이 (một cách mà) thuốc thang không còn ý nghĩa (trạng ngữ) / ～지언(-之

ㅇ

言) lời răn dạy giáo huấn hữu ích (như thang thuốc cứu bệnh).

약설(略說) sự thuyết minh, giải thích đơn giản. **~하다** giải thích đơn giản.

약소(弱小) ～한 nhược tiểu, yếu và nhỏ, nhỏ yếu. ¶ ～국(가) nước (quốc gia) yếu (nhỏ và yếu) / ～ 민족 dân tộc yếu bé.

약소(略少) ～한 ít và chưa được đầy đủ, trọn vẹn. ¶ 약소하나마 받아 주십시오 tuy không nhiều nhưng xin hãy nhận giúp cho (khi tặng quà).

약속(約束) sự hứa, hẹn; lời hứa. **~하다** hứa, hẹn. ¶ ～ 시간 [장소] thời gian [địa điểm] hẹn / ～ 대로 theo như (lời) hứa, hẹn / ～을 지키다 [어기다] giữ [sai] hẹn.

약속어음(約束-) giấy hẹn trả tiền, phiếu hẹn thanh toán. ¶ ～ 발행인 người phát hành phiếu thanh toán.

약손가락(藥-) ngón đeo nhẫn.

약솜(藥-) ☞ **탈지면**.

약수(約數) 【TH】 ước số. ¶ 공 ～ ước số chung / 최대 공～ ước số chung lớn nhất.

약수(藥水) (약물) nước khoáng (nước suối) hiệu nghiệm như thuốc; nước sắc thuốc. ¶ ～터 nơi có suối nước khoáng, nguồn nước khoáng.

약술(略述) **~하다** lược thuật, trình bày đơn giản, vắn tắt những điểm quan trọng.

약시(弱視) 【YH】 sự yếu thị lực; người yếu thị lực. ～의 của việc yếu thị lực.

약시중(藥-) **~하다** trông nom thuốc thang (cho người bệnh).

약식(略式) ～의 nghi thức lược bớt trình tự, hình thức lược bớt nghi thức chính. ¶ ～으로 với sự lược bớt nghi thức. ¶ ～ 재판 sự xét xử đơn giản, lược bớt trình tự / ～ 절차 trình tự đơn giản (không theo trình tự chính).

약식(藥食) ☞ **약밥**.

약실(藥室) phòng chứa thuốc hay điều chế thuốc; (총의) bộ phận chứa thuốc súng trong súng, ổ đạn.

약쑥(藥-) rau ngải dùng làm thuốc.

약어(略語) từ viết tắt, chữ viết tắt. ¶ ～ 풀이 giải nghĩa từ viết tắt.

약언(略言) sự nói vắn tắt, lời nói vắn tắt. **~하다** nói vắn tắt. ¶ ～하면 nếu nói ngắn gọn.

약연(藥碾) cái tán thuốc; con lăn để tán thuốc thành bột, thường bằng gỗ, hay đá hoặc kim loại.

약오르다(藥-) tức giận, nổi giận (화가 나다) (từ gốc vốn dùng để chỉ sự phát tác, phát sinh chất kích thích có trong dược thảo như thuốc lá, ớt, sau này biến đổi, trở thành từ biểu hiện tính cách ở con người).

약올리다(藥-) (놀려서) chọc tức, khiêu khích, trêu chọc làm cho tức giận.

약용(藥用) ～의 lấy làm thuốc, dùng làm thuốc. ¶ ～에 쓰다 sử dụng làm thuốc. ¶ ～ 식물 thực vật lấy (dùng) làm thuốc.

약육강식(弱肉强食) nhược nhục cường thực. **~하다** kẻ mạnh nuốt kẻ yếu, lớn nuốt cá bé (nguyên văn: kẻ yếu bị kẻ mạnh nuốt).

약음기(弱音器) (관현악기, 피아노·취주악기의) cái giảm âm, cái chặn tiếng (trong các nhạc cụ có dây, pi-a-nô, hay nhạc cụ thổi).

약자(弱者) kẻ yếu. ¶ ～의 보호 sự bảo vệ kẻ yếu / ～의 편을 들다 theo bên yếu, đứng về phía kẻ (phe, người) yếu.

약자(略字) (한자의) lược tự, chữ viết tắt (của chữ Hán).

약장(略章) huân chương, huy chương

đơn giản, không theo hình thức chính quy.

약장(藥欌) tủ thuốc (tủ nhiều ngăn trong hàng thuốc Bắc, chia nguyên liệu thuốc theo nhiều ngăn).

약재(藥材) nguyên liệu làm thuốc.

약저울(藥-) cái cân thuốc (giống như cân tiểu ly dùng để cân thuốc Bắc).

약전(弱電) điện lưu yếu (dùng trong thông tin). ¶ ～기기(器機) công cụ khí có thuộc loại điện lưu yếu.

약전(略傳) lược truyện.

약전(藥典) dược điển (sách do nhà nước ban hành, quy định các quy cách, tiêu chuẩn của dược phẩm).

약점(弱點) điểm yếu, nhược điểm; (불리) điểm bất lợi; (급소) chỗ phạm (gây nguy hiểm tính mạng trên thân thể). ¶ ～을 지니고 있다 mang nhược điểm / ～을 찌르다 chọc vào nhược điểm / ～을 잡히다 để cho (người khác) nắm được điểm yếu.

약정(約定) **~하다** ước định, hợp đồng. ¶ ～서 hiệp định, hợp đồng (nguyên văn: ước định thư).

약제(藥劑) chế dược, thuốc được chế từ nhiều nguyên liệu. ¶ ～사 dược sĩ.

약조(約條) **~하다** giao kèo, giao ước, ước hẹn theo điều kiện. ¶ ～금 tiền giao ước, tiền giao kèo.

약종(藥種) nguyên liệu thuốc (약재). ¶ ～상 người buôn bán nguyên liệu thuốc; việc buôn bán nguyên liệu thuốc.

약주(藥酒) ❶ (약용) rượu thuốc (dùng làm thuốc). ❷ (술) rượu thuốc (rượu ngâm thuốc để uống).

약진(弱震) 【Địa】 địa chấn, động đất nhỏ (như động đất cấp 3, có thể lung lay cửa nhà).

약진(躍進) **~하다** nhảy vọt lên trước; (진보) nhảy vọt, tiến bộ nhanh chóng.

약질(弱質) người có thể chất yếu kém (약골).

약체(弱體) ～의 người yếu, thể trạng yếu; tổ chức, tập đoàn yếu về năng lực, thực lực. ¶ ～화하다 trở nên yếu đi, nhược hóa. ¶ ～팀 (스포츠) đội (thể thao) yếu đuối.

약초(藥草) dược thảo. ¶ ～밭 vườn thuốc.

약칭(略稱) sự gọi tắt; tên gọi tắt.

약탈(掠奪) sự cướp đoạt. **~하다** cướp đoạt. ¶ ～자 kẻ cướp đoạt / ～품 vật cướp đoạt.

약탕관(藥湯罐) ấm, bình sắc thuốc.

약포(藥圃) vườn trồng thảo dược (약초밭).

약품(藥品) dược phẩm; (화학 약품) dược phẩm hóa học. ¶ 불량 ～을 수거하다 thu giữ dược phẩm kém chất lượng.

약하다(弱-) (연약) mềm yếu, yếu đuối; (섬약) mỏng manh, mảnh mai; (미약) yếu ớt; (순하다) nhẹ về nồng độ (thuần chất, không độc hại, đối với nồng độ như của rượu, bia). ¶ 마음이 약한 lòng dễ mềm lòng / 의지(意志)가 약한 ý chí yếu đuối, kém cỏi / 몸이 ～ người (thân thể) yếu, sức khỏe yếu / 술에 ～ uống rượu kém (dễ say) / 약해지다 trở nên yếu.

약하다(略-) ☞ **생략**(省略).

약학(藥學) dược học. ¶ ～과 khoa dược học / ～ 대학 đại học dược / ～ 박사 tiến sĩ dược / ～자 học giả về dược.

약해(略解) lược giải, giải thích (trình bày) ý chính.

약혼(約婚) sự ước hôn. **~하다** ước hôn, đính hôn. ¶ ～반지 nhẫn đính hôn / ～ 선물 quà đính hôn / ～ 식 lễ đính hôn / ～자 người đính hôn ,chồng sắp cưới, vợ sắp cưới.

약화(弱化) **~하다** nhược hóa, trở nên yếu.

약화(略畵) bức vẽ phác, phác họa.
약효(藥效) hiệu quả (sự hiệu nghiệm) của thuốc. ¶ ~가 있다 thuốc có hiệu quả, thuốc hiệu nghiệm.
얄궂다 kỳ quái, kỳ dị; tai quái.
얄궂거리다 ☞ **일긋거리다**.
얄따랗다 rất mỏng, mỏng hơn so với tương tượng.
얄망궂다 quái dị, không bình thường, bất thường. ¶ 얄망궂게 굴다 hành động một cách bất thường.
얄밉다 xấu xa, đáng ghét, xấc láo.
얄타(Yalta) thành phố cảng ở vùng Hắc Hải. ¶ ~ 협정 hiệp định Yalta.
얄팍하다 hơi mỏng (bề dày); mỏng, không sâu (suy nghĩ không sâu, để người ngoài thấy được hết tâm can).
얇다 mỏng; hẹp hòi. ¶ 고기를 얇게 썰다 thái thịt một cách mỏng.
얌심 sự ganh ghét, ghen tị (với người khác). ~부리다 tỏ lòng ghen tị. ¶ ~데기 người hay ghen tị, đố kỵ.
얌전하다 ❶ (단정·침착) ngoan ngoãn, hiền lành. ¶ 얌전히 행동하다 hành động một cách ngoan ngoãn. ❷ (솜씨·모양) khéo léo, đẹp (khéo tay, hình dáng).
얌치 biết xấu hổ, có liêm sỉ. ☞ **염치**.
양(羊) con cừu. ¶ 길 잃은 ~ con cừu lạc / ~ 가죽 da cừu / ~ 고기 thịt cừu / ~떼 bầy (đàn) cừu / ~털 lông cừu / ~ 같이 순한 hiền lành như con cừu / 하느님의 어린 ~ con cừu (con chiên) non của chúa.
양(良) loại B, loại khá, tốt, (một trong các mức đánh giá về thành tích, đẳng cấp).
양(洋) dương (đại dương, bể lớn), thường dùng trong Đông dương, hay Tây dương. ¶ 동~서~을 막론하고 không cần bàn đến là phương Đông hay phương Tây, bất luận Đông Tây.
양(量) lượng; ❶ (분량) lượng, khối lượng, số lượng. ~적 thuộc về số lượng. ¶ ~적으로 về lượng / ~이 적다 [많다] số lượng ít [nhiều] / ~보다 질 chất lượng quan trọng hơn số lượng. ❷ (식량) lượng ăn, lượng thức ăn. ¶ ~껏 먹다 ăn thỏa thích / ~이 크다 ăn nhiều, ăn khỏe.
양(陽) dương (khí dương đối với khí âm trong thái cực); cực dương 【VLH】; số dương 【TH】; tính dương (trong thuốc Bắc). ¶ 음으로 ~으로 về nhiều mặt.
양…(洋) chỉ đồ vật của phương Tây, hay theo kiểu phương Tây (서양). ¶ ~복 âu phục / ~식 kiểu phương Tây / ~식요리 món ăn kiểu phương Tây.
…양(孃) nương, nàng, chỉ cô gái trẻ tuổi. ❶ cô. ¶ 이~ cô Lee / 김~ cô Kim. ❷ cô gái (gắn sau từ nghề nghiệp chỉ cô gái trẻ làm công việc đó). ¶ 안내~ cô gái hướng dẫn.
양가(良家) gia đình lương thiện, có nề nếp, gia đình danh giá. ¶ ~ 태생이다 sinh ra trong một gia đình có nề nếp.
양가(兩家) gia đình hai bên, nhà hai bên.
양가(養家) nhà bố mẹ nuôi.
양각(陽刻) sự khắc chạm nổi. **~하다** khắc chạm, cho nổi lên.
양각기(兩脚器) cái com-pa (dụng cụ com-pa).
양갈보(洋-) ❶ điếm tây (chỉ người mãi dâm cho người phương Tây). ❷ gái điếm người phương Tây.
양계(養鷄) sự chăn nuôi gà (gia cầm); gà nuôi (được chăn nuôi). **~하다** nuôi gà. ¶ ~ 업자 người làm nghề nuôi gà / ~장 trại nuôi gà.

양곡(糧穀) lương thực ngũ cốc. ¶ ～ 수매 thu mua lương thực ngũ cốc / ～ 수급 nhu cầu và sự cung cấp lương thực ngũ cốc, cung và cầu về lương thực ngũ cốc.

양공주(洋公主) ☞ **양갈보**.

양과자(洋菓子) bánh kẹo phương Tây, bánh kẹo làm theo kiểu phương Tây.

양국(兩國) lưỡng quốc, hai nước, quốc gia hai bên.

양군(兩軍) (군) quân đội hai bên; (경기의) hai đội hai bên (trong thi đấu thể thao).

양궁(洋弓) (활) cung của phương Tây; (궁술) thuật bắn cung của phương Tây; cuộc thi bắn cung.

양귀비(楊貴妃) 【TV】 cây Dương Quý Phi, cây thuốc phiện.

양극(兩極) lưỡng cực, hai cực; (지구의) cực Bắc và cực Nam (của địa cầu); (전극·자극의) cực âm và cực dương (của cực điện, cực từ trường). ～의 của hai cực. ¶ ～ 지방 vùng cực (các vùng ở địa cực) / ～화(化) lưỡng cực hóa, dần trở nên khác hay xa với nhau.

양극(陽極) 【Đ】 cực dương.

양극단(兩極端) hai đầu thái cực (tương phản hoặc có cự ly xa nhau).

양금(洋琴) ❶ dương cầm, piano. ❷ loại đàn có dây ở phương Đông (thiết kế giống như loại tam thập lục).

양기(陽氣) dương khí. ❶ (햇볕) khí dương từ ánh mặt trời. ❷ (남자의) dương khí (của nam giới).

양날(兩-) ～의 có hai lưỡi (lưỡi ở hai bên như của dao, cưa).¶ ～톱 cưa hai lưỡi, cưa có lưỡi ở hai mặt.

양녀(養女) con gái nuôi.

양념 gia vị. ¶ ～을 한 đã được nêm gia vị / ～을 치다 cho gia vị, nêm gia vị.

양다리(兩-) hai chân, hai bên chân; (기회주의) chủ nghĩa cơ hội. ¶ ～걸치다 bắt cá hai tay.

양단(兩端) hai đầu; đầu và cuối.

양단(兩斷) sự cắt đứt làm hai. **~하다** cắt làm hai.

양단(洋緞) loại vải hoa, dày (như vải gấm).

양단간(兩端間) giữa hai đầu, giữa hai sự việc (hai cái), trong hai thứ (bên). ¶ ～에 선택하다 chọn một trong hai thứ.

양달(陽-) chỗ có nhiều ánh nắng. ¶ ～쪽 bên phía có nhiều ánh nắng.

양담배(洋-) thuốc lá tây.

양당(兩黨) hai đảng, hai bên đảng phái. ¶ ～ 정치 [제도] chính trị [chế độ] hai đảng.

양도(糧道) ❶ lương thực ăn trong thời hạn nhất định. ❷ đường vận chuyển lương thực (quân đội). ¶ ～를 끊다 cắt đứt đường vận tải lương thực.

양도(讓渡) sự nhượng lại, chuyển qua (cho người khác); sự chuyển giao, bàn giao lại (quyền lợi, tài sản, địa vị). **~하다** nhượng lại, chuyển lại. ¶ ～할 수 있는 (어음의) (hối phiếu) có thể chuyển nhượng lại. ¶ ～ 가격 giá chuyển nhượng / ～ 소득 lợi tức chuyển nhượng / ～소득세 thuế lợi tức chuyển nhượng / ～인 người chuyển nhượng / 피～인 người được chuyển nhượng / ～ 증서 chứng từ chuyển nhượng / 무상 ～ chuyển nhượng miễn phí, không nộp thuế.

양도체(良導體) chất dẫn (điện, nhiệt).

양돈(養豚) sự nuôi lợn, lợn nuôi. **~하다** nuôi lợn. ¶ ～가 người chăn nuôi lợn / ～장 chuồng trại nuôi lợn.

양동이(洋-) cái xô.

ㅇ

양동작전(陽動作戰) tác chiến theo chiến thuật giương Đông kích Tây (đánh lạc hướng).

양두(兩頭) ～의 lưỡng đầu, hai đầu. ¶ ～ 정치 nền chính trị hai lãnh đạo.

양두구육(羊頭狗肉) sự treo đầu cừu bán thịt chó; chỉ hào nhoáng bên ngoài, thực chất không tốt như hình thức bên ngoài, "treo đầu dê bán thịt chó".

양떼구름(洋-) mây đàn cừu, mây dung tích, (loại mây phân theo độ cao, thường ở vị trí cao nhất, từ 2 đến 7 km, có màu trắng).

양력(陽曆) dương lịch.

양로(養老) dưỡng lão. ¶ ～ 보험 bảo hiểm dưỡng lão / ～ 연금 trợ cấp dưỡng lão / ～ 원 viện dưỡng lão.

양론(兩論) hai lý luận (thuyết).

양륙(揚陸) sự bốc hàng (từ thuyền lên bờ). **~하다** bốc (hàng) lên bờ. ¶ ～비 chi phí bốc dỡ hàng / ～ 장(場) bãi bốc dỡ hàng.

양립(兩立) **~하다** lưỡng lập, cả hai cùng được thành lập; cả hai cùng đối lại với nhau, cùng đứng với nhau. ¶ ～할 수 없다 không thể cùng đứng với nhau được.

양막(羊膜) [GP] màng ối.

양말(洋襪) bít tất. ¶ ～ 대님 dây nịt (chun) bít tất.

양면(兩面) lưỡng diện, hai mặt, hai phương diện. ～의 có tính hai mặt. ¶ ～작전 tác chiến ở cả hai phương diện.

양명(揚名) **~하다** làm nổi danh, làm rạng danh.

양모(羊毛) lông cừu. ～의 của lông cừu.

양모(養母) mẹ nuôi.

양모제(養毛劑) thuốc mọc tóc (lông).

양미간(兩眉間) khoảng giữa hai bên lông mày, khoảng giữa trán. ¶ ～을 찌푸리다 cau (nhíu) mày.

양민(良民) ❶ lương dân, dân lành. ¶ ～ 학살 tàn sát dân lành. ❷ tầng lớp bình dân, thường dân thời Choson, ở giữa lưỡng ban (quý tộc) và tiện dân (tầng lớp thấp kém, hạ đẳng).

양반(兩班) lưỡng ban (tầng lớp quý tộc, thượng lưu thời Choson); (사람) người quý phái, lịch lãm; (자기 남편) ông xã (nhà tôi) (cách gọi khác của phụ nữ để chỉ chồng mình trước người khác). ¶ ～은 얼어 죽어도 짚불은 안 쬔다 [TNg] lưỡng ban có chết cóng cũng không hong (hơ) bằng lửa rơm (mang ý nghĩa: người quý phái có vội đến mấy cũng không mất thể diện).

양배추(洋-) cải bắp.

양버들(洋-) [TV] cây dương.

양변(兩邊) hai bên bờ, hai bên, hai phía.

양병(養兵) sự nuôi quân. **~하다** nuôi dưỡng quân sĩ.

양보(讓步) sự nhường (đường đi, chỗ, đồ vật). **~하다** nhường. ¶ 서로 ～하다 nhường nhau / 버스에서 할아버지한테 자리를 ～하다 nhường chỗ cho ông già trên xe buýt.

양복(洋服) (bộ) com-lê. ¶ ～을 맞추다 đặt may com-lê. ¶ ～ 감(지) vải may com-lê / ～ 걸이 cái mắc treo com-lê, giá treo com-lê / ～ 장 tủ đựng bộ com-lê / ～점(店) tiệm com-lê (may hoặc bán).

양봉(養蜂) việc nuôi ong lấy mật; ong nuôi. **~하다** nuôi ong. ¶ ～가 thợ nuôi ong / ～업 nghề nuôi ong / ～장(場) khu nuôi ong, trại nuôi ong.

양부(良否) tốt và xấu, lành và dữ.

양부(養父) cha nuôi, bố nuôi.

양부모(養父母) cha mẹ nuôi.

양부인(洋婦人) ☞ **양갈보**.

양분(兩分) **~하다** lưỡng phân, phân đôi, chia đôi.

양분(養分) thành phần dinh dưỡng. ¶ ~이 있다 có chất dinh dưỡng.

양산(陽傘) ô che nắng (của phụ nữ). ¶ ~을 펴다 mở cái ô che nắng / ~을 접다 gấp ô che nắng / ~을 쓰다 dùng ô che nắng.

양산(量産) sự sản xuất số lượng nhiều (cùng một loại sản phẩm), sản xuất đại trà, sản xuất thương mại. **~하다** sản xuất đại trà (hàng loạt).

양상(樣相) diện mạo, bộ mặt, dáng vẻ. ¶ 새로운 ~을 나타내다 thể hiện một bộ mặt mới.

양상군자(梁上君子) (도둑) quân tử trên xà nhà (kèo nhà) (từ nói tránh, chỉ kẻ trộm).

양생(養生) **~하다** ❶ (보건) dưỡng sinh, bảo vệ sức khỏe. ❷ (병후의) bồi bổ sức khỏe (sau khi khỏi bệnh). ¶ ~법 phép dưỡng sinh. ❸ 【KTr】 xử lý chống thấm, chống hư hại, chịu nhiệt sau khi đổ bê tông.

양서(良書) sách hay, tài liệu hữu ích.

양서(洋書) sách của phương tây.

양서동물(兩棲動物) động vật lưỡng cư (vừa ở trên cạn vừa ở dưới nước).

양서류(兩棲類) 【ĐV】 loài lưỡng cư (như ếch nhái, nằm ở cấp giữa ngành cá và ngành bò sát).

양성(兩性) lưỡng tính. ~의 có tính lưỡng tính.

양성(陽性) ~의 dương tính. ¶ ~이다 là dương tính / ~반응 phản ứng dương tính / ~화 công khai / 정치 자금의 ~화 công khai nguồn tài chính (quỹ) cho hoạt động chính trị.

양성(養成) sự nuôi dưỡng nên, sự đào tạo. **~하다** nuôi dưỡng, đào tạo. ¶ ~소 nơi đào tạo (như đào tạo chuyên gia, kỹ sư).

양속(良俗) phong tục tốt, phong tục đẹp, mỹ tục.

양손(兩-) hai tay. ¶ ~에 꽃을 들다 hai tay cầm hoa.

양송이(洋松栮) *Yangsongi* (dương tùng nhĩ), một loại nấm (tên khoa học: Agaricus bisporus). ¶ ~ 재배 trồng nấm Yangsongi.

양수(羊水) 【YH】 ☞ **모래집물**.

양수(兩手) hai tay. ¶ ~걸이 việc đặt quan hệ ở cả hai bên; (장기 등의) bị bắt quân cả hai bên, bị bắt cả hai phía do một nước (đánh cờ) / ~ 잡이 ❶ ☞ **양수걸이**. ❷ (사람) người giỏi cả hai tay; kẻ bắt cá hai tay.

양수(揚水) sự bơm nước, đưa nước lên; nước được đưa lên (bơm lên). ¶ ~기 máy bơm nước (펌프) / ~ 장치 thiết bị bơm nước.

양수(陽數) 【TH】 số dương (từ trái nghĩa: 음수 số âm).

양수(讓受) sự thừa hưởng, nhận chuyển nhượng (từ người khác); (계승) sự kế thừa. **~하다** được chuyển nhượng, kế thừa. ¶ ~인 người thừa hưởng, người được chuyển nhượng.

양순(良順) ~한 hiền lành, ngoan ngoãn (biết nghe theo, vâng lời). ¶ ~한 백성 lương dân, dân chúng hiền lành.

양식(良識) kiến thức lành mạnh, sức phán đoán tốt. ¶ ~있는 사람 người có kiến thức lành mạnh.

양식(洋式) theo phong cách phương Tây, theo kiểu Tây. ~의 thuộc phong cách phương Tây.

양식(洋食) món ăn theo kiểu phương Tây. ¶ ~집 quán ăn theo kiểu Tây.

양식(樣式) dạng thức, kiểu loại (hình thức, kiểu loại nhất định, hay đã được quy định); kiểu cách; mốt, lối thể hiện. ¶ 건축 ~ lối kiến trúc.

양식(養殖) việc nuôi trồng hải sản, tảo biển (rong biển). **~하다** nuôi trồng hải sản, tảo biển. ¶ ~장 nơi ươm trồng, vùng chăn nuôi tảo biển, hải sản (ở ven biển) / ~ 진주 ngọc trai nuôi / 굴 ~ nuôi hàu / 진주 ~ nuôi ngọc trai / 진주 ~장(場) đầm nuôi ngọc trai.

양식(糧食) lương thực, thức ăn; cái làm nguồn tạo nên tư tưởng, vật chất, tri thức (theo cách nói ví von). ¶ 마음의 ~ món ăn tinh thần.

양식기(洋食器) bộ đồ (dụng cụ) ăn uống phương tây.

양심(良心) lương tâm. ~적 một cách có lương tâm. ¶ ~이 없는 không có lương tâm / ~의 소리 tiếng nói của lương tâm / ~의 가책 sự dằn vặt, tự trách của lương tâm / ~의 가책을 받다 bị lương tâm cắn rứt / ~의 가책을 느끼다 cảm nhận được sự dằn vặt của lương tâm / 일편의 ~ một chút lương tâm / ~에 호소하다 kêu gọi lương tâm / ~에 어긋나다 trái với lương tâm / ~에 따라 행동하다 hành động theo lương tâm / ~이 없다 không có lương tâm (vô lương tâm). ¶ ~의 자유 sự tự do của lương tâm / ~ 선언 tiếng nói (sự tuyên bố) của lương tâm (về những điều phi lý, tiêu cực).

양심수(良心囚) tù nhân bị giam cầm bởi những hoạt động về tư tưởng, ý niệm.

양아들(養-) con trai nuôi.

양아버지(養-) bố nuôi.

양아욱(洋-) 【TV】 cây phong lữ.

양악(洋樂) nhạc phương Tây.

양안(兩岸) lưỡng ngạn, hai bên bờ sông.

양안(兩眼) hai mắt.

양약(良藥) thuốc hay, thuốc hiệu nghiệm. ¶ ~은 입에 쓰다 thuốc hay thì đắng miệng; thuốc đắng giã tật.

양약(洋藥) (서양약) thuốc tây.

양양(洋洋) ~한 mênh mông, vô bờ (biển cả); (앞길이) rộng lớn, mênh mông, bao la (con đường phát triển phía trước). ¶ ~한 전도 tiền đồ rộng lớn.

양양(揚揚) ~한 dương dương tự đắc, hả hê, đắc chí.

양어(養魚) sự nuôi cá. ¶ ~가 người nuôi cá / ~장 đầm nuôi cá.

양어머니(養-) mẹ nuôi.

양언(揚言) **~하다** lên tiếng, công nhiên lên tiếng, cao giọng.

양여(讓與) nhượng quyền sở hữu, nhượng quyền; (영토의 할양) cắt nhượng (một phần lãnh thổ); (이권의) nhượng quyền (nhượng quyền được hưởng); (포기) bỏ, không nhận; (양도) nhường. **~하다** chuyển nhượng quyền.

양옥(洋屋) nhà kiểu phương tây.

양요리(洋料理) ☞ **양식**(洋食).

양용(兩用) sử dụng ở cả hai mặt, sử dụng ở cả hai phương diện.

양웅(兩雄) hai người anh hùng. ¶ ~은 병립할 수 없다 hai người anh hùng không thể cùng đứng với nhau, một nước không thể có hai vua.

양원(兩院) lưỡng viện (hạ viện và thượng viện ở quốc hội). ¶ ~ 의원 nghị viện của lưỡng viện (thượng và hạ viện) / ~ 제도 chế độ lưỡng viện.

양위(讓位) (임금의) sự truyền ngôi. **~하다** truyền ngôi, nhường lại ngôi vua (cho người khác).

양유(羊乳) sữa cừu.

양육(羊肉) thịt cừu.

양육(養育) **~하다** dưỡng dục, nuôi (trẻ con) lớn. ¶ ~비 chi phí nuôi dưỡng / ~원 (고아의) viện nuôi dưỡng (cô nhi) / ~자 người nuôi dưỡng.

양은(洋銀) hợp kim của kẽm, niken, và đồng.

양의(良醫) lương y, thầy thuốc (bác sĩ) có y thuật cao (danh y - 명의).

양의(洋醫) bác sĩ Tây y, bác sĩ người phương Tây.

양이(攘夷) (mọi) rợ nước ngoài (từ gọi bài xích người nước ngoài). ¶ ~론자 người theo chủ trương bế quan tỏa cảng, cắt đứt giao dịch với nước ngoài.

양이온(陽-) [VLH] ion dương.

양익(兩翼) cánh ở hai bên (như cánh chim); hai cánh quân (quân đội).

양일(兩日) hai ngày.

양자(兩者) hai người (hoặc hai sự vật). ¶ ~ 택일 chọn một trong hai.

양자(陽子) [VLH] proton (hạt tích điện dương trong nhân nguyên tử).

양자(量子) [VLH] lượng tử. ¶ ~ 물리학 vật lý học lượng tử / ~ 역학 động lực học lượng tử.

양자(養子) con nuôi. ¶ ~로 삼다 lấy làm (nhận về làm) con nuôi / ~로 가다 đi làm con nuôi.

양자강(揚子江) sông Dương Tử.

양잠(養蠶) sự nuôi tằm. **~하다** nuôi tằm. ¶ ~ 농가 nhà nông làm nghề nuôi tằm / ~업 nghề nuôi tằm.

양장(洋裝) ❶ (옷) trang phục theo kiểu phương Tây, Âu phục; phục trang theo kiểu phương Tây. **~하다** mặc theo kiểu phương Tây, mặc Âu phục. ¶ ~한 여성 người phụ nữ phục trang theo kiểu phương Tây. ¶ ~점 cửa hàng Âu phục. ❷ (제본) đóng sách, chế bản thành sách. ¶ ~한 책 quyển sách được đóng.

양재(良材) nguyên liệu tốt, nguyên liệu gỗ tốt (재목); nhân tài xuất chúng (인재).

양재(洋裁) cắt may Âu phục. ¶ ~사 thợ cắt may Âu phục / ~ 학원 trung tâm dạy cắt may Âu phục.

양재기(洋-) đồ bát đĩa tráng men (hoặc bằng kim loại tráng men).

양잿물(洋-) nước tẩy, thuốc giặt quần áo (bằng dung dịch kiềm natri hydroxit).

양전기(陽電氣) điện dương.

양전자(陽電子) [VLH] phân tử nhỏ của vật chất có điện tích dương, cùng khối lượng với electron).

양젖(洋-) ☞ **양유**(羊乳).

양조(釀造) sự cất, gây men (như cất rượu, bia, dấm). **~하다** cất (rượu, bia, dấm). ¶ ~업자 doanh nghiệp chế biến rượu / ~장 (위스키의) xưởng cất rượu / ~회사 công ty rượu bia.

양주(兩主) vợ chồng (cách nói khác chỉ vợ chồng).

양주(洋酒) rượu Tây, rượu chế biến theo kiểu Tây.

양지(洋紙) giấy của phương Tây, giấy làm theo kiểu Tây.

양지(陽地) khoảng đất nơi ánh mặt trời chiếu vào; tình trạng được nhận ơn huệ, được ban ơn. ¶ ~에 ở nơi ánh mặt trời chiếu / ~가 음지(陰地)되고 음지가 ~된다 (như ánh mặt trời chiếu) có lúc chỗ sáng thành chỗ tối, chỗ tối thành chỗ sáng; sự đời nhiều lúc thăng trầm, thay đổi liên tục.

양지(諒知) **~하다** hiểu, biết, xem xét.

양지머리 thịt và xương phần ức con bò, phần sườn bò.

양지바르다(陽地-) có nhiều nắng.

양지쪽(陽地-) bên phía nhiều ánh nắng.
양진영(兩陣營) trận địa hai bên (trong quân đội); hai phe. ¶ 동서(東西) ~ trận địa ở hai cánh Đông Tây.
양질(良質) ~의 chất lượng tốt, căn bản tốt.
양쪽(兩-) hai phía, hai bên.
양차(兩次) hai lần, hai lượt. ¶ ~대전 hai cuộc đại chiến.
양찰(諒察) **~하다** chiếu cố, lượng xét.
양책(良策) kế sách hay, sách lược hơn người.
양처(良妻) vợ hiền.
양철(洋鐵) sắt tây, sắt mạ thiếc. ¶ ~가위 kéo bằng sắt tây / ~공(工) công nhân làm đồ sắt tây / ~ 깡통 hộp sắt tây.
양초(洋-) cây nến theo kiểu tây, (가는 것) dây nến. ¶ ~심지 sợi bấc nến.
양추(涼秋) tiết thu se lạnh, cách gọi khác chỉ tháng 9 âm lịch.
양춘(陽春) tiết xuân ấm áp, cách gọi khác chỉ tháng Giêng âm lịch.
양측(兩側) hai bên, hai phe, hai mặt ở hai phía. ¶ ~의 사상자 người thương vong hai bên.
양치(養齒) **~하다** đánh răng. ¶ ~물 nước súc miệng.
양치기(羊-) việc nuôi cừu; (목동) người nuôi cừu.
양치류(羊齒類) 【TV】 loài dương xỉ.
양친(兩親) cha mẹ (nguyên văn: lưỡng thân). ¶ ~ 슬하에서 ở cạnh cha mẹ (dưới sự đùm bọc của cha mẹ).
양키(yankee) (속어) người Mỹ (theo cách gọi thông tục).
양탄자(洋-) thảm trải sàn (thảm lông). ¶ ~를 깔다 rải thảm.
양토(養兎) việc nuôi thỏ. **~하다** nuôi thỏ. ¶ ~장(場) trại nuôi thỏ.
양파(洋-) hành tây.
양팔(兩-) hai cánh tay, cánh tay hai bên.
양편(兩便) ❶ hai bên, hai cánh. ❷ sự lưỡng tiện, cả hai bề đều tiện lợi.
양푼 nồi (hay chảo) đồng (để đựng hoặc đun thức ăn).
양품(洋品) hàng (đồ tiêu dùng) phương tây, sản phẩm của phương Tây, hàng làm theo kiểu phương Tây. ¶ ~점 cửa hàng bán đồ tiêu dùng của phương Tây.
양풍(良風) phong tục hay, phong tục tốt. ¶ ~ 미속 phong tục tốt và đẹp, thuần phong mỹ tục.
양풍(洋風) (hình dáng mô phỏng) theo kiểu phương Tây, theo loại phương Tây.
양피(羊皮) da cừu. ¶ ~ 구두 giầy da cừu / ~지 (특히 표지용) bìa da cừu.
양학(洋學) (서양학문) học vấn phương Tây, Tây học.
양항(良港) hải cảng tốt, thích hợp (để đậu tàu, thuyền).
양해(諒解) (승낙) sự thấu hiểu cho, sự dung nạp, lượng xét; (동의) sự đồng ý, chấp nhận, chấp thuận; (이해) sự hiểu, thông cảm. **~하다** hiểu, lượng xét, chấp nhận, thông cảm. ¶ 상호 ~하에 với sự thông cảm lẫn nhau giữa hai bên / ~를 얻다 nhận được sự thông cảm. ¶ ~각서 biên bản ghi nhớ / ~ 사항 điều khoản chấp thuận.
양행(洋行) ❶ sự đi đến phương Tây, đi tây; đi ra nước ngoài (외국행). **~하다** đi tây, đi nước ngoài. ❷ (점포) cửa hàng buôn bán theo kiểu Tây, giao dịch với phương Tây.
양형(量刑) sự cân nhắc hình phạt.
양호(良好) **~하다** rất tốt.
양호(養護) sự chăm sóc và bảo vệ trẻ; sự trông trẻ. ¶ ~ 교사 giáo viên chuyên phụ trách về sức khỏe cho

học sinh / ~ 시설 công trình chăm sóc và bảo vệ trẻ..

양화(良貨) tiền tệ có giá trị. ¶ 악화는 ~를 구축한다 đồng tiền mất giá hất cẳng (đẩy lùi) đồng tiền được giá.

양화(洋靴) ☞ **구두**. ¶ ~점 tiệm giầy.

양화(洋畵) ❶ (서양화) tranh phương Tây, tranh theo phong cách họa phương Tây. ❷ (영화) phim ảnh phương Tây.

양화(陽畵) 【BA】 ảnh dương bản.

양회(洋灰) xi-măng.

얕다 ❶ (깊이가) nông, mỏng. ¶ 얕은 물 nước nông / 얕은 접시 đĩa (lòng đĩa) nông. ❷ (생각이) nông cạn. ¶ 얕은 생각 suy nghĩ nông cạn / 얕은 꾀 thủ đoạn, mưu mẹo kém cỏi / 얕은 소견 ý kiến nông cạn. ❸ (정도가) không nặng, nông, không sâu (mức độ). ¶ 얕은 상처 vết thương nông, không sâu. ❹ (높이·지위가) thấp (trình độ, địa vị). ¶ 얕은 지위 địa vị thấp kém.

얕보다 coi thường, xem nhẹ. ¶ 얕볼 수 없는 적 kẻ địch không thể xem thường.

얕잡다 ☞ **얕보다**.

얘 (호칭) ê! này! (dùng khi gọi đối phương); (이 애) đứa này, con này, thằng này; đứa bé này, nhóc này; ối trời! ái chà! (từ cảm thán khi cảm thấy ngạc nhiên).

어 (감탄) ơ!, ôi! (từ cảm thán khi hơi ngạc nhiên hoặc hồi hộp); ấy!, này! (khi gọi để gây sự chú ý của đối phương); (대답) ừ!, ừm! (từ trả lời với người vai vế kém hơn hoặc ngang bằng).

어간(語幹) thân từ.

어감(語感) (사람의 말투 또는 말소리의) ngữ cảm (cảm nhận, cảm giác đem lại của giọng nói, phong cách ăn nói).

어개(魚介) cá và trai sò; hải sản nói chung.

어거하다 dắt, lùa (ngựa, bò); (제어) chế ngự.

어구(語句) ngữ đoạn, câu cú.

어구(漁具) dụng cụ đánh bắt cá.

어구(漁區) khu đánh bắt, chế biến cá.

어군(魚群) đàn cá, ruồng cá. ¶ ~ 탐지기 máy dò luồng cá.

어군(語群) nhóm ngôn ngữ.

어귀 lối vào, cửa ra vào. ¶ 마을 ~ lối vào làng / 강의 ~ cửa sông.

어그러지다 sai lệch, không khớp, trái với (trở nên tồi tệ). ¶ 기대에 ~ trái với mong đợi.

어근(語根) căn tố.

어근버근 ❶ (느슨하다) sự không khớp, vênh. **~하다** vênh, không khớp (서술적). ❷ (불화) sự không hòa hợp, bất hòa. **~하다** (서술적) bất hòa, không hợp.

어금니 răng hàm.

어긋나다 ❶ (엇걸리다) chệch, lệch. ❷ (길이) lệch (đường). ❸ (빗나가다) sai lệch. ¶ 계획이 ~ kế hoạch bị sai lệch. ❹ (틀리다·위반되다) sai, vi phạm. ❺ (뼈 따위가) chệch, trật (xương).

어긋매끼다 xếp xen kẽ, so le, làm cho xen kẽ.

어긋물리다 sự khớp chệch, trượt, lắp chệch.

어긋버긋하다 (서술적) chệch, không khớp, không ăn khớp.

어기(漁期) mùa đánh bắt cá (của một khu vực nhất định).

어기다 (거역) làm trái lại, cự lại; (안지킴) sai, không giữ theo. ¶ 부모 뜻을 어기어 làm trái ý bố mẹ / 시간을 어기지 않고 không sai về thời gian (giữ đúng thời gian) / 명령을 ~ trái mệnh lệnh / 규칙을 ~ (làm) trái lại quy tắc.

어기대다 chống đối, phản kháng, chống lại.

ㅇ

어기적거리다 gượng gạo, ngượng nghịu (tay chân chuyển động chậm, không tự nhiên).

어기중하다 (서술적) nằm vào tầm chung, thuộc vào loại giữa, ở giữa.

어기차다 tính chất mạnh mẽ, cứng rắn.

어김 sự sai, sự vi phạm vào. ¶ ～없는 không sai, không chệch / ～없이 một cách chắc chắn, một cách không chệch đi đâu được / ～없이 …하다 làm … một cách không sai chệch.

어깨 vai. ¶ ～가 넓은 vai rộng / ～가 딱 벌어진 vai dang rộng / ～에 메다 đặt trên vai, vác trên vai / ～를 으쓱하다 nhún vai (tự hào, tự đắc) / …과 ～를 나란히 하다 sánh vai cùng; (비견) sánh vai (so sánh ngang hàng với).

어깨너멋글 chữ học mót, học lỏm được.

어깨동무 ¶ ～하다 (bạn bè, đồng nghiệp) kề vai sát cánh.

어깨뼈 xương vai.

어깨에총(-銃) (구령) bồng súng lên vai! (khẩu lệnh)

어깨춤 (춤) ¶ ～을 추다 nhún đôi vai, lắc vai.

어깻바람 sự lắc vai tỏ sự phấn khởi, hay tự hào, tự đắc. ¶ ～이 나서 tỏ vẻ phấn khởi.

어깻숨 ¶ ～을 쉬다 thở hổn hển (thở hổn hển rung cả vai).

어깻죽지 khớp vai.

어느 ❶ (한) một … nào đó (một cái nào đó mặc nhiên trong nhiều cái). ¶ ～날 một ngày nào đó / ～ 정도 ở mức độ nào đó. ❷ (의문) nào (nghi vấn, hỏi khi chưa xác định). ¶ ～날 [책] ngày [quyển sách] nào. ❸ (그 중의 어느) bất kể cái nào, cái nào (cái nào trong số đó cũng). ¶ ～ …도 cái … nào cũng / ～ 모로 보아도 … nhìn vào góc độ (khía cạnh) nào cũng.

어느 것 cái nào. ¶ ～이든지 dù là cái nào / ～이나 bất kể cái nào.

어느덧 (어느새) từ lúc nào đó, lúc nào không biết (trong một khoảng thời gian nào đó không biết chính xác, sự việc đã xảy ra).

어느때 khi nào; (어느때나) bất cứ khi nào.

어느새 ☞ **어느덧**

어느쪽 (의문) bên nào, phía nào, phía bên nào (hỏi, nghi vấn); (무엇이든) bất kể cái gì; (선택) cái bên nào, bên phía nào (lựa chọn); (부정) cả hai đều (không), bên nào, cái bên nào cũng đều (không) (phủ định); (두 쪽 다) cả hai bên đều, bên nào (cũng); (방향) hướng nào. ¶ ～이든 간(間)에 ở bất cứ bên nào, trong bất kỳ tình huống nào / ～이라도 좋다 thế nào cũng được, là kiểu gì cũng tốt.

어두컴컴하다 tối đen, tối thui, tối mờ mịt. ¶ 어두컴컴한 밤 đêm tối mờ mịt.

어둑(어둑)하다 mờ tối, lờ mờ tối (chập choạng tối khi mặt trời lặn).

어둠 sự tối, khi tối; (저녁의) bóng tối. ¶ ～ 속에(서) trong bóng tối / ～을 틈타 được dịp, nhân cơ hội có bóng tối.

어둠침침하다 tối mù mịt. ¶ 어둠침침한 방 phòng tối mù mịt, tối mịt mùng.

어둡다 ❶ (암흑) tối, đen tối, không có ánh sáng; (희미) mờ mịt không rõ ràng; (음침) u ám, tối tăm. ¶ 어두워지기 전에 trước khi (trở nên) tối / 어두워진 후에 sau khi tối / 어둡게 하다 làm tối / 어두워지다 trở nên tối. ❷ (무지) không được biết đến, thiếu tri thức về …. ¶ 국제 사정에 ～ không rõ lắm (tối tăm) về tình hình quốc tế / 세상일에 ～ không rõ (thiếu hiểu biết) về sự đời / 이 곳 지리에 ~ không rõ địa lý nơi này. ❸ (눈·귀가) kém, yếu (thị giác, thính giác yếu, kém). ¶ 눈이 ~ mắt kém / 귀가 ~ tai (nghe) kém. ❹ (비유적) tối tăm (nói ẩn dụ). ¶ 어두운 얼굴 vẻ mặt tăm tối / 어두운 전망 triển vọng (tương lai) tối tăm.

어디[1] (장소) ở đâu (hỏi địa điểm). ¶ ~까지 (거리) đến (tới) đâu (đường sá); đâu đấy (không rõ mục đích). ¶ ~ 산책이나 할까 hay là đi dạo đâu đấy cái nhỉ? / ~에나 dù đến đâu / ~에서 ở đâu / 너는 ~까지 가느냐? cậu đi đến đâu? / 그 남자의 ~가 좋은가? (thấy) cậu con trai đó tốt ở đâu (tốt ở điểm nào) / 인정은 ~나 마찬가지다 tình cảm con người thì ở đâu cũng như nhau.

어디[2] (감탄사) đâu!, đâu?, chỗ nào?! (từ cảm thán). ¶ ~, 변명이나 들어 봅시다 nào, thử nghe xem biện minh thế nào nào / ~, 반드시 복수하겠다 thế nào cũng sẽ trả thù (dọa trả đũa với một việc không hay trong tương lai).

어디까지나 (끝까지) đến cùng, đến bất cứ đâu; (악착같이) bền bỉ, ngoan cường đến cùng; (어느 모로나) ở bất kỳ khía cạnh nào; (철저히) một cách triệt để.

어딘가 = 어딘지. chỗ nào đó (không xác định). ¶ ~ 이상하다 (có) chỗ nào đó kỳ lạ.

어떠한 = 어떤. ❶ (무슨·여하한) gì, nào đó, như thế nào đó (chung chung, không xác định); (여하한) nào, như thế nào. ¶ ~ …이라도 dù là … (cái) như thế nào thì / ~ 이유로 bởi lý do nào đó / ~ 사람 người nào (누구); (신분) người loại nào (thân phận) / ~ 사람(이라)도 dù là người nào; (부정) dù là … (cái, người) nào chăng nữa (dùng với vị ngữ phủ định) / ~ 일이 있어도 dù có việc gì; ❷ (어느) nào (cái mặc nhiên trong nhiều thứ). ¶ ~ 날 ngày nào / ~ 마을 làng nào / ~ 사람 người nào / ~ 곳에서 ở chỗ nào / ~ 의미로 với ý nghĩa nào.

어떻게 như thế nào. ¶ ~보아도 dù nhìn nhận như thế nào / ~ 해서라도 dù làm như thế nào / (이 편지를) ~ 할까요 bức thư này bây giờ làm thế nào? / 요즈음 ~ 지내십니까? dạo này sống thế nào? / ~ 되겠지 sẽ trở nên thế nào đây / ~ 된건가 ra sao? đã thành ra thế nào rồi?

어떻든(지) (좌우간) dù sao đi nữa, dù là thế nào, trong mọi tình huống. ¶ ~간에 = 어떻든.

어란(魚卵) trứng cá; món trứng cá muối.

어레미 cái sàng.

어련하다 chắc không thể sai, không nhầm (lầm) được (chắc chắn sẽ tốt đẹp). ¶ 그가 하니 어련하랴 người đó làm thì chắc không thể nhầm được.

어련히 một cách không nhầm, một cách hết sức ổn thoả (một cách chắc chắn sẽ tốt đẹp). ¶ 내버려 둬. ~ 알아서 할라구 bỏ mặc đi (kệ nó đi), tự nó biết làm một cách ổn thoả.

어렴풋하다 ❶ (nhớ) lờ mờ, không rõ ràng (애매). ❷ không rõ (nhìn hoặc nghe). ❸ (ngủ) không sâu.

어렴풋이 một cách lờ mờ, một cách không rõ ràng.

어렵(漁獵) sự đánh bắt cá.

어렵다 ❶ (곤란·난해) khó khăn, nan giải. ¶ 어려운 문제 vấn đề khó / 믿기 ~ khó tin / 어려운 고비를 당하다 bị rơi vào tình trạng khó khăn. ❷ (가난) nghèo. ¶ 어려운 살림 cuộc sống khó khăn. ❸ (거북하다) ngại, ngượng nghịu.

어령칙하다 mờ nhạt, lờ mờ (trí nhớ).

어로(漁撈) đánh bắt cá. ¶ ~과(科) ngành đánh bắt cá (thủy sản) / ~금지 구역 khu vực cấm đánh bắt cá / ~ 전관수역 khu vực đánh bắt cá / ~ 협정 hiệp định đánh bắt cá.

어로불변(魚魯不辨) sự không có tri thức, không có kiến thức (như không phân biệt được chữ ngư (어) với chữ lỗ (로)).

어록(語錄) ngữ lục (sách ghi chép lời giải thích giáo lý của đạo Nho hay đạo Phật); sách ghi chép lời của danh nhân. ¶ 처칠 ~ sách ghi lời trích dẫn của Winston Churchill.

어뢰(魚雷) ngư lôi. ¶ ~ 발사관 ống phóng ngư lôi / ~ 정(艇) tàu phóng ngư lôi.

어루더듬다 dò dẫm, mò, sờ soạng; suy ngẫm, cảm nhận trong lòng.

어루러기 [YH] bệnh bạch bì, bệnh bạch biến.

어루만지다 ❶ (쓰다듬다) vuốt ve. ❷ (위무하다) xoa dịu, an ủi.

어룽더룽하다 lòe loẹt, lốm đốm, chằng chịt và sặc sỡ (từ tượng hình, chỉ nhiều hoa văn bởi các chấm hay gạch chằng chịt và nhiều màu).

어류(魚類) loài cá. ¶ ~학 khoa học nghiên cứu cá (ngư học) / ~학자 học giả chuyên nghiên cứu về cá.

어르다 dỗ, nựng (trẻ con).

어른 ❶ (성인) người lớn, thanh niên 20 tuổi trở lên; người đã kết hôn. ¶ ~의 của người lớn / ~ 답지 않은 không giống người lớn (애들같은 như trẻ con) / ~이 되다 trở thành người lớn. ❷ (웃사람) người bề trên, người có địa vị hay quan hệ ở hàng trên; người lớn tuổi.

어른거리다 (눈, 마음에) thoắt ẩn thoắt hiện (trước mắt, trong lòng); xuất hiện chập chờn (như cái bóng); (물이나 거울에) lung linh, rung rinh (bóng hình trước gương hay trên mặt nước). ¶ 눈앞에 ~ ẩn hiện trước mắt.

어른스럽다 như người lớn, có tính chất giống người lớn (hành động hay lời nói của trẻ con).

어름거리다 ❶ (언행을) nhập nhằng, không rõ ràng, rành mạch (lời nói hay hành động). ¶ 어름어름 một cách không rõ ràng, rành mạch. ❷ (일을) làm dối, làm qua quít. ¶ 어름어름 một cách qua quít, tắc trách.

어리 cái lồng; (병아리의) lồng đựng gà con; (닭의) lồng gà (đựng gà bán ngoài chợ).

어리광 ¶ ~부리다 làm nũng, làm điệu bộ như trẻ con để lấy lòng.

어리굴젓 món mắm hào trộn ớt bột.

어리다[1] (나이) trẻ, ít tuổi; (유치) ấu trĩ, thiếu suy nghĩ; (미숙) non, còn xanh, chưa chín, mới mọc. ¶ 어린 잎 lá non / 어린 마음 lòng còn non dại / 어릴 때에[부터] [từ] khi còn nhỏ / 생각하는 것이 ~ suy nghĩ ấu trĩ, non dại.

어리다[2] ❶ (눈물이) đọng lại (nước mắt). ¶ 눈물 어린 눈으로 với mắt đọng nước mắt / 두 눈에 눈물이 어리어 đọng nước mắt hai bên mắt. ❷ đọng lại, đượm (nụ cười, khí sắc, ký ức biểu lộ trên mắt, miệng, mặt). ❸ (엉기다) đọng lại, đóng cục, đông lại, vón lại (như máu, mỡ, sữa); tụ lại một chỗ (khói, sương); (정성이) thấm đượm, đượm, đầy (thịnh tình). ❹ (눈이) nhòa mắt, lóa mắt.

어리둥절하다 bàng hoàng, choáng váng. ¶ 어리둥절해 보이다 trông bàng hoàng.

어리벙벙하다 bối rối, lúng túng.

어리석다 dại dột, đần độn, ngốc nghếch.

¶ 어리석은 사람 người đần độn (ngốc nghếch) / 어리석은 짓 hành động dại dột / 어리석게도 …하다 làm … một cách dại dột (ngốc nghếch).

어린것 trẻ, trẻ con (từ gọi trẻ con, hay người còn trẻ tuổi theo cách xem thường).

어린애 trẻ con, đứa bé ít tuổi. ¶ ~ 같은 như trẻ con / ~가 없는 không có con (trẻ) / ~ 장난 trò đùa trẻ con / ~ 장난 같은 như trò trẻ con / ~ 취급을 하다 đối xử, ứng xử như trẻ con, xem như trẻ con.

어린이 thiếu nhi, trẻ em. ☞ **어린애**. ¶ ~ 공원 công viên thiếu nhi / ~ 교육 giáo dục thiếu nhi / ~날 ngày tết thiếu nhi / ~ 방 phòng trẻ em, phòng trẻ nhỏ / ~ 프로그램 (TV, 라디오의) chương trình thiếu nhi (trên ti-vi, ra- đi-ô) / ~ 은행 ngân hàng thiếu nhi / ~ 헌장 hiến chương, điều luật về trẻ em.

어림 sự đánh giá chung chung (xấp xỉ khoảng), ước chừng. **~하다**(잡다) đánh giá chung chung, ước chừng. ¶ ~치다 = 어림하다. ¶ ~셈 tính đại khái, phép đếm ước chừng / ~수(數) con số xấp xỉ, con số chung chung / ~수로 với con số chung chung, đại khái.

어림없다 không thể ước chừng được; (당치않다) không thể đương nổi, không thể chịu nổi; vô lý; không có khả năng. ¶ 어림(도) 없는 요구 yêu cầu phi lý, yêu cầu không có khả năng thực hiện.

어릿광대 người diễn vai hề, người làm trò, người hài hước, thích đùa.

어마 (놀람) ối!, ôi!, ối mẹ ơi! (từ cảm thán, khi ngạc nhiên hay khi thấy cảnh ghê rợn, quá sức tưởng tượng).

어마어마하다 (당당) trang nghiêm, đường hoàng, đường đường chính chính; (과장적) một cách khoa trương, khoe khoang; (엄청남) kinh khủng, ghê gớm; (장대하다) nguy nga, to lớn, hùng vĩ.

어망(漁網) lưới bắt cá.

어머(나) ồ!, ôi! ôi mẹ ơi! (từ cảm thán, khi ngạc nhiên, bàng hoàng).

어머니 mẹ (비교: 엄마 kiểu gọi thân mật của trẻ con); từ để chỉ người được coi như mẹ. ❶ ~의 của mẹ. ¶ ~의 사랑 tình yêu của mẹ / ~다운(같은) như mẹ. ¶ ~ 날 ngày lễ của các bà mẹ. ❷ (사물의 근본) căn nguyên, nguồn gốc. ¶ 필요는 발명의 ~ sự cần thiết là mẹ của sự phát minh, cái khó ló cái khôn.

어멈 (하녀) cô (bà, chị) giúp việc (gọi người giúp việc trong gia đình); cách gọi chỉ mẹ (theo cách nói hạ thấp, không kính trọng); mẹ nó, mẹ của mấy đứa (người bề trên gọi người phụ nữ đã có con).

어명(御命) (임금의) ngự mệnh, lệnh vua.

어물(魚物) cá; hải sản khô. ¶ ~전 cửa hàng bán cá; cửa hàng cá khô.

어물(쩍)거리다 nói hay hành động lập lờ, mập mờ (gây hoang mang, làm cho mơ hồ). ¶ 어물어물 một cách mơ hồ, mập mờ.

어미 mẹ (từ chỉ gọi người mẹ một cách không coi trọng); con mẹ (chỉ động vật con cái đã sinh con). ¶ ~새 con chim mẹ.

어미(語尾) 【NP】 đuôi từ. ¶ ~ 변화 biến đổi dạng thức của đuôi từ.

어민(漁民) ngư dân. ¶ ~ 조합 hợp tác xã của ngư dân (nguyên văn: tổ hợp ngư dân).

어버이 bố mẹ (cách gọi gộp chung cho

cả bố và mẹ). ~의 của bố mẹ.

어법(語法) 【NP】 ngữ pháp. ☞ **문법**.

어부(漁夫) ngư phu, người đánh ca. ☞ **어민**. ¶ 어망을 손질하는 ~들 những người đánh cá đang chỉnh lại lưới đánh cá.

어분(魚粉) bột cá.

어불성설(語不成說) lối nói không hợp lý, thiếu lô-gíc. ¶ ~이다 ăn nói phi lý, thiếu lô-gíc.

어비(魚肥) phân bón cá (phân bón từ nguyên liệu là cá).

어사(御史) quan ngự sử.

어사리(漁-) sự cất lưới bắt được nhiều cá. **~하다** cất mẻ lưới bắt được nhiều cá.

어살(魚-) cái đăng cá, cái đó (hàng rào bằng gỗ đặt dưới nước để chặn bắt cá).

어색(語塞) **~하다** (말이 막히다) (lời nói) nghèo nàn, thiếu căn cứ, không phù hợp, không tự nhiên (서술적); (열적다) ngượng nghịu, gượng gạo (xấu hổ); (서투름) luống cuống, lúng túng, chưa thành thục.

어서 ❶ (빨리) một cách nhanh, ngay. ❷ (환영) mời (dùng khi khuyên mời hay khi hoan nghênh, vui vẻ đón gặp ai). ¶ ~ 들어오십시오! xin mời vào!

어선(漁船) thuyền đánh cá. ¶ ~단(대(隊)) đoàn thuyền đánh cá.

어설프다 ❶ (성기다) thô, vụng về 일솜씨가 어설프다 tay nghề vụng về. ❷ không chặt chẽ (lỏng lẻo), không phù hợp. ¶ 어설픈 지식 kiến thức không chặt chẽ. ❸ (탐탁찮다) thiếu suy nghĩ, khó ưa, không phù hợp. ¶ 잘 알지도 못하면서 남의 일에 어설프게 나서지 마라. không biết rõ thì đừng có nhảy vào chuyện của người khác một cách thiếu suy nghĩ như vậy.

어세(語勢) ngữ điệu, độ cao thấp của lời nói; sự nhấn mạnh khi nói.

어수룩하다 chất phác, ngây thơ, ngờ nghệch, khờ dại. ¶ 어수룩하게 보다 (사물을) nhìn sự vật một cách ngây ngô; (사람을) nhìn người một cách ngờ nghệch.

어수선하다 (난잡 · 혼란) hỗn loạn, bừa bộn, lộn xộn (서술적); (산란) bối rối, loạn trí, bấn loạn, rối loạn. ¶ 어수선하게 một cách rối loạn / 어수선해지다 trở nên rối loạn.

어순(語順) 【NP】 trật tự từ trong câu.

어스 【VLH】 tiếp đất. ¶ ~선 dây tiếp đất.

어스레하다 (날이) mờ tối, tối tăm.

어슬렁거리다 đi tha thẩn, đi thong dong, đi một cách đủng đỉnh. ¶ 어슬렁어슬렁 một cách đủng đỉnh, thong dong.

어슴푸레하다 mờ nhạt, mập mờ (không tối không sáng), lờ mờ (trí nhớ).

어슷비슷하다 giống với nhau.

어슷하다 (서술적) xiên, nghiêng, vẹo.

어시장(魚市場) chợ cá.

어안(魚眼) mắt cá. ¶ ~ 렌즈 thấu kính mắt cá.

어안이 벙벙하다 (서술적) chết lặng người, nói không nên lời (bị kích động, không làm chủ được tinh thần).

어언간(於焉間) lúc nào không biết (trong khoảng thời gian không rõ, không biết rõ).

어업(漁業) ngư nghiệp. ¶ ~권 quyền hoạt động ngư nghiệp (ở một khu vực nhất định) / ~ 전관 수역 vùng độc quyền khai thác ngư nghiệp (đối với các nước có bờ biển) / ~ 전쟁 chiến tranh ngư nghiệp / ~ 협정 hiệp định về ngư nghiệp / 원양 ~ ngư nghiệp viễn dương, đánh bắt xa bờ

/ 근해 ~ ngư nghiệp ven vùng bờ biển, đánh bắt gần bờ, đánh bắt ở biển gần.

어여차 hai ba!, dô ta nào! (từ cảm thán, khi nhiều người đồng loạt cùng dồn sức).

어엿하다 đường đường, đường hoàng, đứng đắn, có danh giá. ¶ 어엿한 집안 gia đình đường hoàng, có danh giá / 어엿하게 một cách đường hoàng, đứng đắn, chính thức, đầy đủ tư cách.

어용(御用) ❶ ngự dụng, vua dùng. ❷ a dua, trục lợi, hùa theo quyền lực. ¶ ~ 신문 tờ báo hùa theo quyền lực / ~ 조합 công đoàn, liên đoàn thân chính phủ / ~학자 học giả hùa theo quyền lực.

어우르다 ☞ **아우르다**.

어울리다 ❶ (조화) hợp, phù hợp, hòa hợp. ¶ 안 어울리는 không hợp / 안 어울리는 부부 vợ chồng không hợp / (옷이) 잘 ~ áo vừa hợp / 장소에 어울리지 않다 không phù hợp về địa điểm. ❷ (한데 섞임) hợp làm một, hòa nhập, hòa hợp. ¶ 불량 소년의 무리에 ~ nhập vào với đám thiếu niên hư hỏng.

어원(語源) từ nguyên (hình thái gốc của từ); nguồn gốc của từ. ¶ ~을 찾다 tìm gốc từ. ¶ ~학(學) từ nguyên học.

어유(魚油) dầu cá.

어육(魚肉) thịt của cá; thịt của động vật thuộc loài cá.

어음 【TN】 phiếu (hẹn) thanh toán; hối phiếu có thời hạn. ¶ ~ 유통기간 thời hạn giấy hẹn thanh toán có giá trị / ~ 으로 지급하다 chi cấp bằng phiếu hẹn thanh toán, trả bằng hối phiếu / ~을 떼다 viết phiếu thanh toán (nguyên văn: bóc tờ thanh toán). ¶ 개인 ~ phiếu hẹn thanh toán cá nhân / 상업 ~ phiếu thanh toán thương nghiệp / 약속 ~ phiếu thanh toán hẹn trước, giấy hẹn trả tiền / 환(換) ~ hối phiếu.

어의(語義) nghĩa của từ.

어이 (호칭) này! ơi! (từ cảm thán, gọi người bằng hoặc dưới tuổi); cách nói rút gọn của 아이구.

어이구 ối trời ơi! giời ơi! ôi chà!, ái chà! (từ cảm thán, kêu lên khi đau, khi ngạc nhiên, khi vui mừng, khi vất vả).

어이없다 điếng người, lặng người (vì không ngờ). ¶ 어이없는 말을 하다 nói những lời nói vô lý, bất ngờ / 어이없어서 말이 안 나오다 điếng người, không nói nên lời.

어장(漁場) nơi đánh bắt cá, chỗ đánh bắt cá, ngư trường.

어적거리다 phát ra tiếng rau ráu, làm phát ra tiếng rau ráu (như khi nhai hoa quả giòn).

어정거리다 đi ung dung, đi thong dong. ¶ 이 밤중에 어디를 어정거리고 있었나? thong dong đi đâu giữa đêm thế này?

어정쩡하다 (모호하다) mơ hồ, nhập nhằng, không rõ ràng; (의심스럽다) đáng ngờ, đáng nghi; (난처함) khó xử, băn khoăn.

어제 hôm qua. ¶ ~ 아침 sáng hôm qua / 어젯밤 đêm hôm qua.

어조(語調) ngữ điệu, giọng nói. ¶ ~를 누그러뜨리다 làm dịu giọng đi, hạ giọng, ngữ điệu mềm mại hơn.

어조사(語助辭) 【NP】 trợ từ trong tiếng Hán (như 於-ư, 乎-hồ, 也-dã, 焉-yên).

어족(魚族) họ cá, nhóm cá, chủng loại cá.

어족(語族) ngữ tộc, họ ngôn ngữ.

ㅇ

어줍다 (언동이) không rành mạch, không tự nhiên, mập mờ (hành động hay lời nói); (솜씨가) vụng, chưa quen tay, chưa thành thạo (tay nghề). ¶ 어줍은 솜씨 tay nghề chưa thạo, tay nghề vụng.

어중간(於中間) **~하다** ở khoảng lưng chừng, ở khoảng giữa (서술적); (엉거주춤) ngưng lại ở lưng chừng.

어중되다(於中-) (서술적) ở giữa, không lên không xuống, ở lưng chừng, chưa đến mức hoặc không quá mức.

어중이떠중이 đủ các hạng người (từ chỉ các loại người ở mọi phương diện theo cách nói hạ thấp).

어지간하다 ❶ (상당·우연만하다) tương đối, đáng kể, thừa đủ. 어지간히 một cách tương đối, đáng kể. ¶ 그녀는 어지간한 미인이 아니다 cô ta không phải là một người đẹp đáng kể / 어지간히 지내다 sống một cách kha khá, có thể chấp nhận được. ❷ thoải mái, có thể chấp nhận được, (tính cách) hơi quá so với mức thường. ¶ 성격이 어지간하여 잘 참아 낸다 tính cách tương đối tốt nhịn. ❸ đủ, không quá ngưỡng. ¶ 어지간하면 그냥 두세요 nếu đủ rồi thì thôi đi.

어지럽다 ❶ (어찔하다) chóng mặt, mất tinh thần. ¶ 머리가 ~ đầu óc choáng váng. ❷ (어수선) hỗn loạn, rối loạn. ¶ 어지러운 세상 thế gian đảo lộn (hỗn loạn).

어지르다 làm rối loạn, làm lộn xộn.

어지빠르다 (서술적) chẳng đúng lúc, chẳng phải lúc. ¶ 술을 마시기엔 어지빠른 시간이다 thời gian còn chưa tới lúc để uống rượu.

어질다 tốt bụng, nhân từ, có đức hạnh. ¶ 어진 어머니 người mẹ hiền lành / 어진 임금 ông vua nhân từ.

어질어질하다 choáng váng, loạng choạng. ¶ 머리가 ~ đầu óc choáng váng.

어째서 làm thế nào mà. ¶ 너희들은 어째서 만나기만 하면 싸우냐? làm thế nào mà bọn mày cứ gặp nhau là cãi nhau thế?

어쨌든 dù thế nào, dù sao.

어쩌다 (우연히) ngẫu nhiên, thế nào mà (tự nhiên lại); làm như thế nào (cách nói rút gọn của 어찌하다); (이따금) thỉnh thoảng, đôi lần. 누구라도 ~ 잘못하는 수가 있다 ai cũng có lúc sai một đôi lần. (cũng dùng với hình thức 어쩐, biểu thị nghĩa "lý do nào").

어쩌면 (감탄사적) sao mà (từ cảm thán, khi thán phục một sự việc, hiện tượng không ngờ tới); (아마·혹) có lẽ, có lẽ nào (dùng như phó từ).

어쩐지 ❶ (웬일인지) không hiểu sao, không hiểu thế nào mà. ¶ ~ 무섭게 느껴지다 không hiểu sao lại cảm thấy sợ. ❷ (그래서) thảo nào, vì lý do vậy mà. ¶ ~ 기쁜 얼굴을 하고 있더라 thảo nào mà biểu lộ vẻ mừng vui như vậy.

어쭙지않다 vênh váo, xấc xược; lố bịch, đáng buồn cười. ¶ 어쭙지않게 말하다 nói một cách lố bịch. 어른 일에 어쭙잖게 끼어들지 마라 đừng có mà xen vào chuyện của người lớn một cách xấc láo.

어찌나 thế nào mà, bởi lý do nào, bằng cách nào (từ nói nhấn mạnh của 어찌). ¶ ~ 기쁜지 thế nào mà vui thế.

어찔(어찔)하다 choáng váng, đột ngột choáng váng.

어차피(於此彼) dù thế nào, dù sao (thì cũng). ¶ ~ 늦었으니 좀 쉬었다 가자 dù sao thì cũng muộn rồi, hãy nghỉ

ㅇ

một tý rồi đi.

어처구니없다 điếng người, chết lặng đi, không nên lời (từ thông tục, như 어이없다). ¶ 그 사실을 나중에 알고 어머니와 형님은 어처구니없다는 표정이었다 biết được sự việc đó mẹ và anh đều điếng cả người.

어촌(漁村) làng đánh cá, làng chài.

…어치 số lượng hay mức độ tương đương với giá. ¶ 달걀을 천원 ~ 사다 mua một nghìn won trứng.

어투(語套) lối nói quen miệng.

어퍼컷 [QA] cú đánh móc hàm, cú đấm móc từ dưới lên.

어폐(語弊) sự sai sót trong lời nói, lời nói dễ gây hiểu lầm. ~가 있다 có sai sót ở lời nói.

어포(魚脯) cá khô.

어프로치(approach) sự tiếp cận điểm đích (trong đánh gôn, trượt tuyết, nhảy cao).

어필(appeal) ❶ sự hấp dẫn, lôi cuốn. **~하다** hấp dẫn, lôi cuốn. ¶ 섹스 ~ sự hấp dẫn về tình dục. ❷ kêu gọi, kiến nghị; kháng nghị với trọng tài.

어학(語學) ngữ học, ngôn ngữ học. ~의 thuộc về ngữ học. ¶ ~ 교육 giáo dục về ngữ học / ~자 nhà ngôn ngữ học / ~ 교사 giáo viên ngữ học; giáo viên dạy tiếng (ngoại ngữ).

어항(魚缸) chậu nuôi cá, bể nuôi cá.

어항(漁港) cảng đánh cá.

어허 ☞ **아하**.

어험 è hèm! (tiếng hắng giọng tạo vẻ uy nghiêm), ừ hừm! (tiếng ho khạc).

어형(語形) hình thái của từ. ¶ ~ 변화 [NP] biến đổi hình thái của từ.

어회(魚膾) món cá ăn sống (생선회).

어획(漁獲) sự đánh bắt thủy sản; thủy sản được đánh bắt. ¶ ~할당량 hạn ngạch đánh bắt thủy sản.

어휘(語彙) từ vựng.

억(億) một trăm triệu.

억누르다 (억제) ức chế, đè nén; (압박) ép buộc, áp bức. ¶ 억누를 수 없는 không thể đè nén / 억눌리다 bị đè nén / 눈물을 ~ nén nước mắt / 웃음을 ~ nén cười.

억류(抑留) sự giam cầm, lưu giữ, sự bắt lại. **~하다** giam cầm, giam giữ, lưu giữ. ¶ ~자 người bị giam giữ.

억만(億萬) ức vạn; (억과 만) một trăm triệu và mười nghìn, hàng ức; (무수) vô số, số lượng rất nhiều, hàng vạn. ¶ ~년 rất nhiều năm, hàng ngàn hàng vạn năm / ~ 장자 tỷ phú.

억병 sự uống nhiều vô số rượu. ¶ ~으로 마시다 uống vô số rượu / ~으로 취하다 say vì uống vô số rượu.

억보 người bướng bỉnh, cứng đầu.

억설(臆說) (억측) sự nói phỏng, sự phỏng đoán. **~하다** nói phỏng, phỏng đoán.

억세다 ❶ (체격이) vững vàng, cứng rắn, rắn chắc (thể chất); (정신이) rắn rỏi, mạnh mẽ (tinh thần). ❷ (빳빳하다) cứng, chắc.

억수 mưa đổ như trút, mưa như trút nước. ¶ ~ 같이 퍼붓다 mưa đổ như trút nước.

억압(抑壓) sự đè nén, sự đàn áp, dồn ép. **~하다** đè nén, dồn ép. ¶ ~된 언론 ngôn luận bị đàn áp / ~된 감정 tình cảm bị dồn nén.

억양(抑揚) (음조) ngữ điệu, âm điệu. ¶ ~ 있는 có âm điệu / ~을 붙이다 gắn thêm ngữ điệu vào.

억울(抑鬱) **~하다** (답답) uất ức; (부당) bất công, không công bằng; (허위) oan, không đúng sự thực; (근거없음) không có căn cứ. ¶ ~하게 죄를 쓰다 bị (chịu) tội oan / 그 책임을 전적으로 나 혼자 지는 것은 ~하다 việc một mình

ㅇ

tôi chịu hết trách nhiệm thật là không công bằng.

억제(抑制) sự ức chế, kìm nén, kiềm chế. **~하다** ức chế, kìm nén, kiềm chế. ¶ ~할 수 없는 không thể kiềm chế / 감정을 ~하다 kìm nén tình cảm / 충동을 ~하다 kiềm chế sự rung động / 인플레를 ~하다 kiềm chế lạm phát. ¶ ~력 khả năng kiềm chế.

억조(億兆) một trăm triệu và một nghìn tỷ; vô số, chỉ một số nhiều không thể đếm được. ¶ ~ 창생 trăm họ, toàn dân, vô số người.

억지 sự ngoan cố, sự cố chấp, sự ương ngạnh; sự gò ép vô lý. ~부리다(쓰다) ngoan cố, cố chấp, tạo điều không hợp lý. ¶ ~ 웃음 cười gượng gạo.

억지로 một cách vô lý; (부득이) một cách cố gò ép (bất đắc dĩ). ¶ ~ 꾸며낸 cố dựng chuyện, bịa đặt một cách vô lý / 술을 ~ 권하다 ép uống rượu / ~ 하게 하다 ép làm một cách miễn cưỡng / 돈을 ~ 마련하다 cố sắp sẵn tiền bạc (một cách bất đắc dĩ).

억척스럽다 ngoan cường, cứng cỏi, bền bỉ, không chịu lùi bước.

억측(臆測) sự ước đoán, sự phán đoán không có căn cứ. **~하다** ước đoán, phán đoán không có căn cứ.

억패듯 một cách không thương xót, một cách khắc nghiệt, một cách cay độc, tàn bạo (không nghĩ đến tình cảm).

억하심정(抑何心情) không biết lòng như thế nào, không biết tâm tính, suy nghĩ ra sao. ¶ 무슨 ~으로 …하느냐? không biết suy nghĩ (tâm tính) ra sao mà lại làm …? / 무슨 ~으로 그런 짓을 했을까 không biết lòng nghĩ gì mà lại hành động như vậy.

언감생심(焉敢生心) sao dám sinh lòng như vậy, sao dám nghĩ trong lòng như vậy, sự không được phép nghĩ như vậy. ¶ 누구 앞이라고 언감생심 그런 말을 하는 것이냐? trước mặt ai mà dám suy nghĩ nói năng như vậy? / 네가 ~이지, 여기가 어디라고 감히 사람을 가볍게 보느냐 cậu không được phép nghĩ như vậy, ở đây là đâu mà dám coi thường người khác.

언걸 mối hại, vạ, thiệt hại (mắc phải bởi việc của người khác). ¶ ~먹다 [입다] mang [mắc] vạ.

언급(言及) **~하다** đề cập. ¶ 위 (앞)에 ~한 … (cái, điều) đã đề cập tới ở trên.

언니 chị (phái nữ xưng hô với nhau).

언더라인 đường gạch dưới, đường gạch chân. ¶ ~을 긋다 gạch dưới, gạch chân.

언더스로(underhand throw) 【BC】 ném bóng dưới vai.

언덕 gò, đồi. ¶ 가파른 ~ quả đồi dốc (đứng) / ~이 되다 thành gò (đồi) / ~을 오르다 [내리다] lên [xuống] đồi.

언도(言渡) sự tuyên cáo, tuyên án. **~하다** tuyên án, tuyên án. ¶ 판결을 ~하다 tuyên án phán quyết (của tòa). ¶ 사형 ~ tuyên cáo tử hình.

언동(言動) lời nói và hành động.

언뜻 (잠깐) một chút, chợt một lúc; (우연히) chợt (một cách ngẫu nhiên hay chợt lóe lên trong trí nhớ). ¶ ~ 보다 chợt thấy / ~ 떠오른 생각 ý nghĩ chợt nhớ ra.

언론(言論) ngôn luận. ¶ ~의 자유 tự do ngôn luận. ¶ ~계 giới ngôn luận / ~기관 cơ quan ngôn luận.

언명(言明) **~하다** trình bày ý tứ rõ ràng, tuyên bố rõ ràng. ¶ ~을 피하다 né tránh không trình bày rõ ràng.

언문(言文) lời nói và chữ viết, lời và chữ. ¶ ~ 일치 lời và chữ thống nhất (như một).

언변(言辯) tài nói năng, tài ứng biến. ¶ ~이 좋다 giỏi tài ăn nói.

언사(言辭) ngôn từ; (표현) biểu hiện, diễn đạt lời nói.

언성(言聲) tiếng. ¶ ~을 높이다 cất cao tiếng, lớn tiếng.

언약(言約) ☞ **약속**.

언어(言語) ngôn ngữ. ¶ ~가 통하다 hiểu được tiếng (ngôn ngữ) của nhau. ¶ ~ 능력 năng lực ngôn ngữ / ~ 장애(障碍) chứng thiểu năng về ngôn ngữ / ~ 장애자 người mắc chứng thiểu năng về ngôn ngữ / ~학 ngôn ngữ học / ~학자 học giả ngôn ngữ.

언어도단(言語道斷) ~의 không thể nói nổi, không còn gì để nói. ☞ **어처구니없는**. lặng đi, không thể nói nổi. ¶ 자연 환경을 파괴하면서 개발한다는 것은 ~이다 phá hủy môi trường thiên nhiên mà lại bảo là phát triển thì đúng là không còn gì để nói.

언재(言才) tài nói năng giỏi.

언쟁(言爭) sự đấu khẩu, tranh cãi. **~하다** đấu khẩu, tranh cãi.

언저리 ❶ phụ cận, vùng xung quanh. ¶ 입 ~에 quanh miệng. ❷ trên dưới mức độ, trên dưới mực chuẩn. ¶ 생산량은 평년 수준 ~에 머물었다 lượng sản xuất chỉ dừng lại ở (quanh quẩn ở) trên dưới mức bình quân hàng năm.

언제 khi nào, bao giờ, lúc nào. ¶ ~부터 từ khi nào / 그건 ~ 됩니까? cái đó bao giờ thì được / ~ 한 번 놀러 오너라 bao giờ tới chơi một lần xem, bao giờ đến chơi đi.

언제까지 đến khi nào, đến bao giờ.

언제나 (항상) luôn luôn, bất cứ khi nào; (평소) thường thường, thường xuyên; (습관적으로) theo thói quen, lúc nào cũng; (…할 때마다) mỗi khi làm ….

언제든지 (어느 때라도) dù là lúc nào; (항상) luôn luôn.

언젠가 lúc nào đó, có khi nào đó; (미래의) rồi lúc nào, rồi sẽ có lúc (trong tương lai); (과거의) có lúc nào đấy (quá khứ).

언죽번죽 một cách trâng tráo, trơ tráo, không biết xấu hổ.

언중유골(言中有骨) ngôn trung hữu cốt, trong lời nói lịch sự có hàm ẩn ý nghĩa cứng rắn.

언중유언(言中有言) **~이다** ngôn trung hữu ngôn, trong lời nói lịch sự có chứa ý ám chỉ, bóng gió (nguyên văn: trong lời nói này lại có lời nói khác).

언질(言質) lời hứa, lời cam kết (lời nói trở thành chứng cứ sau này). ¶ ~을 주다 đưa ra lời hứa, lời cam kết / ~을 잡다 (받다) lấy lời nói của người khác làm chứng cớ, nhận lời hứa, lời cam kết.

언짢다 ❶ (기분이) khó chịu, không hài lòng. ❷ (불길) không hay, không may, xấu, không lành. ¶ 언짢은 꿈 giấc mơ không lành (không hay). ❸ (나쁘다) xấu, tồi tệ. ¶ 아무를 언짢게 말하다 nói xấu ai đó. ❹ (해로움) hại, có hại, không có lợi. ❺ (열등) thua kém, thấp hơn.

언청이 người sứt môi, môi sứt.

언치 (마소의) chăn, chiếu đắp lên lưng ngựa, bò.

언필칭(言必稱) mỗi khi nói, tất sẽ nói; hễ mở miệng là nói (có thói quen thường xuyên nói như thế).

언행(言行) lời nói và cử chỉ, lời nói và hành động. ¶ ~이 일치하다 lời nói cử chỉ đều nhất quán. ¶ ~록 ngôn hành lục, sách ghi chép về lời nói, việc làm.

얹다 (놓다) để, đặt. ¶ 이마에 손을 ~ để tay lên trán / 짐을 ~ để hành lý.

얹히다 ❶ (놓이다) (bị động của 얹다) được đặt, được để. ❷ (좌초) bị mắc phải đá ngầm. ❸ (음식이) không tiêu hóa, bội thực. ❹ (붙어살다) bám vào, dựa vào (như sống bám vào). ¶ 삼촌 댁에 얹혀 지내다 sống dựa vào nhà ông chú.

얻다 ❶ (획득) thu, nhận lấy, nhận được; (이득을) thu được, được lợi; (배우다) tiếp nhận kiến thức, học tập được. ¶ 지위를 ~ nhận vị trí / 취직 자리를 얻어 주다 nhận chỗ làm việc cho. ❷ (결혼) lấy (vợ, chồng), kết hôn. ❸ (줍다) nhặt, nhặt được. ❹ (병을) mắc bệnh, ngã bệnh.

얻어듣다 tình cờ nghe được.

얻어맞다 bị đánh đòn, bị dư luận lên án.

얻어먹다 ❶ (음식을) ăn nhờ, được tiếp đãi (대접받다). ❷ (욕 따위를) bị chửi, chịu mang tiếng xấu.

얼 ❶ (흠) vết, vết xước. ¶ ~이 가다 có vết, bị xước. ❷ (넋) hồn; (정신) tinh thần. ¶ 한국의 ~ tinh thần của Hàn Quốc.

얼간 (간의) món muối (ướp muối); (사람) người dở dở ương ương. ¶ ~ 고등어 cá thu ướp muối.

얼간이 người khờ dại, người ngu đần, thiếu thông minh.

얼거리 khung, sườn, cấu trúc (của sự việc, của bài viết).

얼결 ☞ **얼떨결**.

얼굴 ❶ khuôn mặt, mặt. ¶ 귀여운 ~의 소녀 thiếu nữ có khuôn mặt đáng yêu / ~을 내밀다 ló ra khuôn mặt, lộ ra cái mặt. ❷ (안색) sắc mặt, nét mặt (biểu lộ tình cảm). ¶ 실망한 ~ vẻ mặt thất vọng. ❸ (체면) mặt, thể diện. ¶ ~이 깎이다 mất mặt, mất thể diện / ~에 똥칠하다 bôi gio trát trấu, làm mất danh dự, thể diện (nguyên văn: bôi phân lên mặt). ❹ (비유) (lối ví von, chỉ người hoạt động ở một lĩnh vực, hay người được mọi người biết đến). ¶ ~이 잘 알려져 있다 khuôn mặt được (nhiều người) biết đến.

얼근하다 ❶ (매워서) cay rát cả miệng, khá cay. ❷ (술이) say lơ mơ, hơi say (rượu), ngà ngà say.

얼기설기 chằng chịt (rối), rắc rối, rối rắm. ¶ ~ 얽히다 (실 따위가) bị rối chằng chịt (chỉ); (문제가) rắc rối, rối rắm (vấn đề).

얼김 ¶ ~에 khoảnh khắc bối rối, mất tinh thần / ~에 버스를 잘못탔다 khi bối rối tôi đã đi nhầm xe buýt.

얼다 (몸이) cóng (bộ phận thân thể), đóng băng (nước); (기죽다) lóng ngóng, run rẩy, mất hết tinh thần. ¶ 언 강 sông bị đóng băng / …에 얼음이 ~ đá đóng băng lại trong … / 얼어(서) 죽다 chết cóng / 무대에서 ~ lóng ngóng trên sân khấu.

얼떨결 ¶ ~에 trong sự hỗn loạn (tinh thần), với sự bối rối.

얼떨떨하다 rất bấn loạn, rối loạn (mất tinh thần do gặp việc bất ngờ, hoặc phức tạp). ¶ 얼떨떨하여 bấn loạn, bối rối / 얼떨떨해지다 trở nên rối loạn, bối rối.

얼뜨기 người khờ dại, đần độn.

얼뜨다 ngu đần, đần độn; (겁이 많다) hèn yếu, nhút nhát, không cứng cáp.

얼락녹을락 lúc đóng băng lúc không; vờn vờn (như chơi trò mèo vờn chuột, lúc bắt lúc thả).

얼렁뚱땅 ¶ ~하다 (엉터리로) làm dối, giả dối; (일을) làm ẩu, làm qua quít.

얼렁얼렁 một cách phỉnh nịnh, lấy lòng,

một cách xun xoe.

얼레 ống cuộn, guồng (để quấn chỉ, dây, dây câu).

얼레빗 lược răng thưa.

얼룩 (오점) vết bẩn, vết ố; đốm. ¶ ~진 có vết bẩn / ~을 빼다 tẩy vết bẩn. ¶ ~ 고양이 mèo mướp / ~ 말 ngựa vằn.

얼룩덜룩 ¶ ~한 lốm đốm, có vằn.

얼룩얼룩 ☞ **얼룩덜룩**.

얼룩지다 vấy bẩn.

얼른 ngay, nhanh, ngay lập tức. ¶ ~하다 làm ngay, làm lập tức / ~ 해라 làm ngay đi!, làm nhanh lên!

얼리다 (얼게 하다) làm đông lại, làm đóng băng. ¶ 얼음을 ~ làm đóng băng thành đá / 생선을 ~ làm đông lạnh cá.

얼마 ❶ (값) bao nhiêu (hỏi giá cả). ¶ 이게 ~요? cái này giá bao nhiêu? ❷ (수량, 수) bao nhiêu (hỏi số, số lượng). ¶ ~든지 원하는 대로 bất kể bao nhiêu, theo như (anh, chị) muốn. ❸ (다소·정도) chút ít, bao lâu, bao nhiêu (số, lượng hay mức độ khoảng chừng, chưa xác định hoặc không cần nói rõ). ¶ ~ 있다가 được một lúc / ~ 되지 않는 곳에 ở chỗ chưa được bao xa. ❹ bao nhiêu (hỏi cho cân nặng, chiều cao, độ sâu) ¶ 몸무게가 ~냐 người cân nặng bao nhiêu? ❺ (비율) bao nhiêu (nhiều, tính theo tỷ lệ). ¶ 하루 얼마로 일하다 làm việc bao nhiêu trong một ngày.

얼마나 ❶ (값·금액) lượng tiền là bao nhiêu, giá tiền bao nhiêu; (수량, 수) số hay lượng tính chung chung khoảng bao nhiêu. ❷ (정도) mức độ nào. ❸ (여북) biết bao nhiêu, biết nhường nào (thường dùng với cách nói đảo, nói ngược). ¶ ~ 기쁠까! sẽ vui biết bao nhiêu!, sẽ vui biết mấy!

얼마만큼 tới mức nào, mức độ nào, mức độ bao nhiêu.

얼마쯤 ☞ **얼마만큼**.

얼버무리다 ❶ (말을) nói lập lờ, nhập nhằng. ❷ nuốt trôi. ❸ xới, trộn. ¶ 음식을 급히 얼버무려 삼키다 trộn vội món ăn lên rồi nuốt luôn.

얼보이다 (흐릿하게) trông mờ mờ, không thấy rõ, trông không rõ.

얼부풀다 sưng lên, lồi lên.

얼빠지다 thẳng thốt, hỗn loạn tinh thần. ¶ 얼빠진 사람 người rối loạn tinh thần.

얼싸안다 dang tay ra ôm.

얼씨구 eol-si-gu! (tiếng hô khích lệ sau mỗi nhịp của bài hát, điệu tấu, hay điệu múa); ồ! ô! (tiếng kêu khi nói châm chọc).

얼씬 một cách thoáng hiện, một cách chỉ hiện ra trong chốc lát. ¶ ~하다 thoáng hiện, thấp thoáng, hiện ra trong chốc lát / ~ (도) 아니하다 dù chốc lát cũng không xuất hiện / 앞으로는 내 앞에 ~도 못하게 해라 sau này, đừng để xuất hiện trước mặt tôi dù chỉ là trong chốc lát / ~ 없다 không hiện bóng dáng, không xuất hiện tí nào.

얼어붙다 đông lại, đóng băng dính lại; người đờ ra, người cứng nhắc (vì sợ hay vì căng thẳng).

얼얼 ¶ ~하다 (상처가) rát (vết thương); (맛이) cay rát, cay xé lưỡi.

얼음 đá lạnh. ¶ ~같은 như đá / ~이 언 đóng thành đá / ~으로 차게 하다 làm lạnh bằng đá / ~에 채우다 để vào đá, ướp đá / ~장 같다 như tảng đá. ¶ ~ 과자 loại bánh kẹo lạnh (loại kem) / ~덩이 cục, tảng đá / ~물 nước đá / ~베개 gối chườm đá /

ㅇ

～주머니 túi đựng đá / ～가게 cửa hàng bán đá / ～판 sân đóng băng thành đá / 인조～ đá nhân tạo.

얼음지치다 trượt trên băng, trượt trên đá đóng băng. ¶ ～지치기 trò trượt băng / ～지치러 가다 đi trượt băng.

얼쩍지근하다 (살이) đau nhói, đau nhức (ở da, thịt); (맛이) hơi cay cay (vị).

얼추 (거의) hầu như, nói chung.

얼추잡다 tính phỏng, ước chừng, phác thảo qua.

얼치기 nửa vời, cái chung chung (không phải cái này cũng không phải cái kia), cái được trộn lẫn. ～의 nửa vời. ¶ ～로 với một cách nửa vời.

얼토당토않다 không có liên quan; không phù hợp, không đúng.

얽다[1] ❶ (엮다) buộc, trói. ❷ (꾸미다) thêu dệt, bịa đặt.

얽다[2] (얼굴 등이) rỗ (mặt), có vết xước, có vết rạn (ở vỏ đồ vật).

얽매다 buộc, trói, trói buộc (không cho ai đó hoạt động thoải mái tùy ý).

얽매이다 (속박) bị trói, bị bắt, bị trói buộc; (제한) bị giới hạn, không thoát ra khỏi giới hạn. ¶ 규칙에 ～ bị giới hạn bởi quy tắc.

얽죽얽죽 rỗ nặng, rỗ hoa, lỗ chỗ (rỗ trên mặt). ¶ ～하다 bị rỗ lỗ chỗ.

얽히다 (엉키다) bị rối lên; (일 등이) rối rắm, rắc rối (như công việc trở nên phức tạp); (감기다) cuốn, xoắn rối vào nhau. ¶ 실이 ～ chỉ bị xoắn rối vào nhau; bị mắc phải, mắc vào, dính vào (sự kiện, vấn đề).

엄격(嚴格) ～한 nghiêm khắc, nghiêm ngặt. ～히 một cách nghiêm khắc. ¶ ～한 부친 người bố nghiêm khắc / ～한 규칙 quy tắc nghiêm ngặt.

엄금(嚴禁) sự nghiêm cấm. **~하다** nghiêm cấm. ¶ 소변～ (게시) cấm đái bậy (biển cấm).

엄동(嚴冬) mùa đông giá lạnh.

엄두 quyết định dám, suy nghĩ dám (làm việc gì). ¶ ～를 못 내다 không dám đưa ra quyết định, không dám nghĩ tới, không dám làm.

엄마 mẹ (theo cách gọi thân mật).

엄명(嚴命) mệnh lệnh nghiêm ngặt, sự đưa ra mệnh lệnh một cách nghiêm khắc. **~하다** đưa ra mệnh lệnh một cách nghiêm ngặt, ra lệnh một cách nghiêm khắc.

엄밀(嚴密) ～한 nghiêm mật. ¶ ～한 의미로 với ý nghĩa nghiêm mật. ～히 một cách nghiêm mật.

엄벌(嚴罰) sự nghiêm phạt, hình phạt nghiêm khắc. **~하다** nghiêm phạt. ¶ ～주의 chính sách trừng phạt nghiêm khắc.

엄벙덤벙 một cách cẩu thả, một cách bất cẩn. **~하다** cẩu thả, làm bừa.

엄부(嚴父) người cha nghiêm khắc.

엄부렁하다 to xác (cồng kềnh đồ sộ nhưng không có thực chất bên trong).

엄살 ¶ ～하다 thổi phồng khó khăn; giả khổ / ～부리다 ☞ **엄살하다**. ¶ ～꾸러기 người hay giả khó giả khổ.

엄선(嚴選) sự chọn lựa kỹ, tuyển chọn nghiêm ngặt. **~하다** chọn lựa kỹ, tuyển chọn nghiêm ngặt.

엄수(嚴守) **~하다** giữ nghiêm, giữ gìn nghiêm ngặt. ¶ 시간을 ～하다 giữ đúng thời gian.

엄숙(嚴肅) ～한 nghiêm túc. ～히 một cách nghiêm túc.

엄습(掩襲) **~하다** tập kích bất ngờ.

엄연(儼然) ～한 ❶ trang nghiêm, trọng thể. ❷ nghiễm nhiên, hiển nhiên, rõ ràng. ¶ ～히 một cách hiển nhiên

/ ～한 사실 sự thật hiển nhiên.

엄정(嚴正) ～한 nghiêm chỉnh, đúng đắn; (공평) công bằng. ～히 một cách nghiêm chỉnh, đúng đắn. ¶ ～ 중립 sự trung lập, đứng giữa một cách nghiêm minh.

엄중(嚴重) ～한 nghiêm trọng, chặt chẽ, khắt khe. ～히 một cách nghiêm ngặt, chặt chẽ, khắt khe. ¶ ～한 경계 sự cảnh giới nghiêm ngặt / ～한 검사 sự kiểm tra khắt khe.

엄지(가락) ngón cái, (손의) ngón tay cái; (발의) ngón chân cái. ¶ ～발가락 ngón chân cái / ～발톱 móng ngón chân cái / ～손가락 ngón tay cái / ～손톱 móng ngón tay cái.

엄책(嚴責) **~하다** trách mắng nghiêm khắc.

엄청나다 cao độ, hết sức, quá đáng, mức độ ghê gớm hơn đã nghĩ. ¶ 엄청나게 một cách ghê gớm, một cách quá / 엄청나게 큰 to (cao) hết sức, to (cao) quá sức tưởng tượng.

엄칙(嚴飭) **~하다** cảnh giới nghiêm ngặt.

엄친(嚴親) bố (từ gọi bố của mình trước mặt người khác).

엄탐(嚴探) **~하다** tìm kiếm một cách nghiêm mật; trinh thám, dò tìm một cách nghiêm ngặt.

엄폐(掩蔽) ¶ ～하다 che giấu / ～호(壕) hầm che giấu.

엄포 sự dọa nạt. ～놓다 đưa ra lời dọa nạt.

엄하다(嚴-) nghiêm.

엄한(嚴寒) cái lạnh khắc nghiệt.

엄호(掩護) **~하다** yểm hộ. ¶ ～사격 bắn yểm hộ.

업[1](業) (직업) nghề nghiệp, (전문의) nghề chuyên môn; (상공업) công thương nghiệp / 의사를 ～으로 하다 lấy bác sĩ làm nghề.

업[2](業) 【PG】 nghiệp (nghiệp kiếp trước).

업계(業界) giới công nghiệp, giới thương nghiệp, kinh doanh (nguyên văn: nghiệp giới). ¶ 출판～ giới xuất bản / 그 신상품은 ～의 화제가 되어 있다 sản phẩm mới đó đã trở thành vấn đề bàn bạc của giới kinh doanh.

업다 cõng, địu trên lưng. ¶ 업히다 được cõng (bị động) / 엄마가 아이를 업었다 mẹ địu đứa bé trên lưng.

업무(業務) nghiệp vụ, công việc đảm nhận. ¶ ～에 힘쓰다 tập trung vào nghiệp vụ / ～ 관리 quản lý công việc (nghiệp vụ) / ～상 과실 sơ suất trong công việc, sơ suất về nghiệp vụ / ～ 시간 thời gian làm việc / ～용(用) dành riêng cho công việc, chuyên dụng cho nghiệp vụ.

업보(業報) 【PG】 nghiệp báo.

업신여기다 coi thường, khinh miệt. ¶ 업신여김을 받다 bị coi thường, bị khinh miệt.

업어치기 sự vật ngã. ¶ ～로 넘기다 vật ngã xuống.

업자(業者) (업계) người làm trong giới kinh doanh (công thương nghiệp). ¶ ～단체 đoàn thể những người làm kinh doanh.

업적(業績) (일의) thành tích trong công việc, công lao trong nghiệp vụ.

업종(業種) ngành kinh doanh. ¶ ～별 theo ngành kinh doanh / ～별로 나누다 chia theo ngành kinh doanh.

업히다 được cõng, được địu trên lưng; cưỡi lên lưng của ai.

없다 ① (존재하지 않다) không có, không tồn tại; (보이지 않다) không thấy. ❷ (갖지 않다) không sở hữu (không có), không mang; (결여) thiếu; (떨어짐) hết / …없이 mà không có … một cách không có / … 없어서 vì không có. ❸ (가난하다) nghèo, thiếu. ¶ 그는 없는 집안에서 태어났다 người đó đã sinh ra trong gia đình nghèo nàn.

없애다 (제거) loại bỏ; (낭비) bỏ hoang, bỏ phí; (분실) mất; (죽이다) giết chết, trừ khử. ¶ 장애물을 ~ loại bỏ vật cản, loại bỏ chướng ngại vật.

없어지다 (분실) mất, biến mất; (다하다) hết; (소멸) bị tiêu diệt.

엇가다 sai chệch, khác đi (lời nói hay hành động).

엇갈리다 ① (길이) lệch nhau (đường), sai lệch, không gặp nhau, đi so le qua nhau. ¶ 길이 ~ lệch đường / 그를 만나려 하였으나 길이 엇갈렸다 định đi gặp người đó nhưng lại đi lệch đường nhau. ❷ luân phiên, nhiều thứ lần lượt / 희비가 ~ buồn vui lẫn lỗn, lần lượt hết buồn lại vui. ❸ không khớp nhau, lệch nhau (về ý kiến, chủ trương).

엇걸다 gác, vắt (chéo), chồng (lên). ¶ 총을 ~ gác súng / 상자를 리본으로 엇걸 vắt chéo dải ruy-băng qua hộp.

엇대다 ① đặt xiên, đặt lệch. ❷ nhạo báng, chế nhạo.

엇바꾸다 đổi cho nhau, tráo đổi cho nhau.

엇베다 cắt xiên, cắt vẹo.

엇보(-保) bảo lãnh, đảm bảo lẫn cho nhau (trong việc vay mượn).

엇비슷하다 (서술적) gần giống, hơi giống.

엉거주춤하다 ❶ (자세) nửa đứng nửa ngồi, khom khom (tư thế). ¶ 엉거주춤한 자세로 với tư thế khom khom. ❷ (주저) trù trừ, chần chừ.

엉겅퀴 【TV】 cây kế (thuộc họ cúc).

엉구다 chu toàn, gom lại, làm cho mọi việc đều tốt đẹp.

엉금엉금 từ từ, lựng khựng, từng bước, lồm cồm (phó từ, miêu tả động tác bò, trườn đi).

엉기다 ❶ (응축) đóng, đông cục lại, vón lại. ❷ rối, lộn xộn, mắc rối. ❸ bò đi nặng nề.

엉너리치다 phỉnh phờ, lừa phỉnh, tán tỉnh.

엉덩방아 sự thả phịch mông xuống, thả mông xuống, rơi mông xuống đất. ¶ ~를 찧다 té nện mông xuống (đất).

엉덩이 mông, mông đít. ¶ 아이의 ~를 때리다 đánh vào mông trẻ con / ~를 걷어차다 đá thốc vào mông.

엉덩춤 sự nhảy múa ngoáy mông.

엉덩판 mông, tảng mông (phần thịt dày và lớn ở mông).

엉뚱하다 (당치 않다) quá đáng, vô lý, bất thường, không hợp lẽ (hành động, lời nói quá mức); (무모하다) lộn xộn, khác thường, không có sắp xếp từ trước; (무관계) không có liên quan, không thích hợp; (틀리다) sai, khác / 엉뚱한 대답 trả lời không phù hợp, trả lời lung tung / 엉뚱한 생각 suy nghĩ lung tung, suy nghĩ vô lý / 엉뚱한 짓을 하다 (뜻밖의) làm những hành động bất thường; (무모한) làm những hành động bừa bãi, khinh suất.

엉망(진창) sự hỗn độn, lộn xộn, sự rối rắm. ¶ ~이 되다 trở nên hỗn độn / ~을 만들다 gây nên sự lộn xộn, tạo ra sự rối rắm.

엉성하다 ❶ (여위다) gầy gio xương; thưa thớt, không đầy đặn. ❷ (째이지 않다) lỏng lẻo, không chặt chẽ, không phù hợp. ❸ (탐탁잖다) khó coi, khó ưa; (솜씨가) vụng, dở (tay nghề, kỹ thuật).

엉엉거리다 (울다) khóc ầm lên, khóc rống lên; (하소연) kêu than, than vãn (vì nghèo khổ), than nghèo.

엉클다 rối (chỉ, dây), rắc rối, rối bời (công việc).

엉클어지다 trở nên rối, rối bời, khó tháo gỡ.

엉큼스럽다 ☞ **엉큼하다**.

엉큼하다 giảo hoạt, xảo trá, quỷ quyệt.

엉터리 ❶ sự không hợp lẽ, không thực, sự giả vờ, giả bộ; (허풍꾼) người giả dối, khoa trương phóng đại; (물건) đồ rẻ tiền, đồ bỏ đi, đồ tạp nham (không có giá trị sử dụng thực); (일) rỗng tuyếch, không thực dụng, chỉ hợp mã bề ngoài (công việc, sự việc). ¶ ~ 의사 bác sỹ rởm, lang băm (không có thực tài) / ~ 회사 công ty ma, công ty không có thực lực. ❷ (대강·윤곽) nét chính, nét đại khái, nét chung ¶ 일의 ~가 잡히다 Lên kế hoạch tổng thể, phác thảo nội dung chính yếu. ❸ (터무니) căn cứ, nền tảng. ¶ ~없는không có căn cứ / ~없는 짓 hành động vô lý, hành động không có căn cứ.

엊그저께 (수일전) hai ba ngày trước; (그저께) hôm kia. ¶ ~ 아침 sáng hôm kia.

엊저녁 tối hôm qua.

엎다 (전복) lật ngược, lộn ngược, xếp ngược; (거꾸로 하다) làm ngược lại, làm lộn; (타도) lật đổ, phá đổ.

엎드러지다 ngã lộn. ¶ 엎드러지면 코닿을 데에 chỗ mà ngã một cái là chạm mũi vào (chỗ rất gần).

엎드리다 nằm sấp; phủ phục.

엎어지다 (넘어지다) ngã về phía trước, ngã cắm về trước; (뒤집히다) bị lật, bị lộn, (배가) bị lật (thuyền bị lật); (체제, 계획이) bị lật đổ (thể chế, kế hoạch).

엎지르다 tràn ra, sóng ra, đổ ra (chất lỏng). ¶ 엎지른 물 nước sóng ra ngoài.

엎치락뒤치락 ¶ ~하다 (잠자리에서) lật qua lật lại (ở chỗ ngủ); (경기) lật ngược lật xuôi (tính căng thẳng của trận thi đấu). ¶ ~하는 경기 trận thi đấu căng thẳng, lật ngược lật xuôi.

엎친데덮치다 khó khăn, việc xấu, không hay xảy ra cùng lúc, trùng lập, hoạ vô đơn chí. ¶ 엎친 데 덮치기로 비까지 왔다 hết chuyện này đến chuyện nọ, trời lại còn mưa nữa.

에 (tiểu từ, kết hợp sau các thể từ, biểu thị các mối quan hệ thành phần câu) ❶ (때) vào, vào thời điểm (như kết hợp sau 월, 주 - vào tháng, vào tuần). ¶ 2시 5분~ vào lúc 2 giờ 5 phút / 8월 10일~ vào ngày 10 tháng 8. ❷ (장소, 지점) vào, ở (chỉ nơi chỗ, địa điểm, như kết hợp sau 나라, 도, 도시 - đất nước, tỉnh, thành phố); (가로) ở đường phố; (현장, 구내) ở hiện trường, ở trong khu; (위치) ở vị trí, (속) ở bên trong; (표면) ở bề mặt. ¶ 50페이지~ ở trang 50 / 용산~ 있는 학교 trường học ở Yongsan / 한국~ ở Hàn Quốc / 10번지~ 살다 ở (nhà) số 10. ❸ (방향 · 목적) tới, vào, đến (chỉ phương hướng, điểm đích); (속에) vào bên trong. ¶ 학교~ 가다 đến trường (cũng mang nghĩa: hiện đang đi học). ❹ (가격) với giá (giá cả). ¶ 한 개 100원~ 팔다 bán 1 cái với giá 100 won. ❺ (나이) ở tuổi, vào tuổi, lúc (kết hợp với từ chỉ tuổi). ¶ 일곱 살~ 학교에 가다 đi học lúc 7 tuổi. ❻ (비율·마다) đối với, đối với mỗi, cho (khi so tương ứng). ¶ 한 다스~ 5백 원 500 won cho 1 tá / 일주일~ 한 번 một lần (cho) mỗi tuần. ❼ (원인) vì, bởi (chỉ nguyên nhân). ¶ 추위~ 떨다 run vì

ㅇ

lạnh. ❽ (수단) vào, với (chỉ phương tiện). ¶ 물~담그다) ngâm vào nước. ❾ (표준) với (so với cái khác lấy làm chuẩn). ¶ 시계를 시보~ 맞추마다 chỉnh đồng hồ với thông báo giờ. ❿ (그 밖의 관계) đến, tới, với (biểu hiện trong mối quan hệ với các đối tượng khác). ¶ 어떤 일~ 관계하다 liên quan đến việc gì.

에게 từ, bởi, với (피동 - trong cấu trúc câu bị động); với, đối với (kết hợp sau đối tượng chịu, tiếp nhận tác động của hành động). ¶ 아무~ 말을 걸다 nói chuyện với ai đó / 영어를 영국 사람~ 배우다 học tiếng Anh với người Anh.

에게로 ☞ **에게**.

에게서 từ, bởi (kết hợp sau các thể từ biểu thị hành động xuất phát, hay kết quả của hành động được xuất phát từ các đối tượng này). ¶ 먼 데 있는 친구~ 온 편지 bức thư đến từ người bạn ở xa / 누구~ 선물을 받았지? đã nhận quà từ ai?

에고이즘(egoism) chủ nghĩa vị kỷ.

에끼 ái chà! ối! (từ cảm thán khi ngạc nhiên, bất ngờ); này!, ê!, hầy! (khi không vừa ý, vừa lòng)

에끼다 cùng xóa bỏ, cùng hủy (đồ vật hay công việc trao đổi cho nhau).

에나멜 men, lớp men. ¶ ~을 칠하다 phủ (quét) lớp men. ~을 입히다 tráng men.

에너지(energy) sinh lực, sức lực, năng lượng. ¶ ~가 많은 nhiều năng lượng (sinh lực). ¶ ~ 불변의 법칙 nguyên tắc bảo toàn năng lượng / 열~ nhiệt lượng (nguyên văn: năng lượng nhiệt) / 운동~ động năng (năng lượng cho sự chuyển động) / 잠재~ năng lượng tiềm tàng, năng lượng tiềm ẩn / ~ 절약 운동 phong trào tiết kiệm năng lượng.

에네르기 ☞ **에너지**.

에누리 (지나친 값) sự tăng thêm giá, giá nói thách; (깎음) việc mặc cả; sự thêm bớt, sự tăng hay giảm hơn so với có thật. **~하다** nói thách; mặc cả, thêm bớt. ¶ 그 사람 말은 어느 정도 ~해서 들어야 한다 nghe lời nói của người đó phải thêm bớt một chút mới được.

에다 khoét (bằng vật nhọn); khoét vào lòng (làm đau lòng). ¶ 살을 에는 듯이 춥다 lạnh như cắt da thịt.

에다(가) ❶ thêm vào, cộng thêm (tiểu từ gắn sau thể từ chỉ đối tượng được thêm vào một cái khác). ¶ 5~ 6을 보태라 tăng thêm 6 vào 5. ❷ vào, ở (chỉ vị trí nhất định, nơi đặt, để một vật). ¶ 그건 창고에다가 넣어 두어라 cất cái đó vào nhà kho. ❸ rồi lại, với lại (ý nghĩa nhấn mạnh của 에). ¶ 술~ 밥~ 실컷 먹었다 cơm rồi rượu đều ăn thoải mái (no đầy).

에덴동산 vườn địa đàng Ê-đen.

에델바이스 [TV] cây nhung tuyết (theo tiếng Đức: Edelweiss).

에돌다 đi vòng, đi tránh xa ra; vòng vo, lòng vòng, loanh quanh.

에두르다 (둘러싸다) bao quanh, vây quanh; (말을) nói vòng vo.

에러(error) [Anh] lỗi, sai sót, sai lầm; lỗi (báo trong máy tính).

에로 sự khêu gợi tình dục, vật khiêu dâm. ¶ ~영화 phim khiêu dâm.

에메랄드(emelard) ngọc lục bảo.

에보나이트 e-bo-nit.

에부수수하다 hỗn độn, hỗn loạn, rối loạn (chưa được chỉnh đốn); bên trong còn vơi, chưa đầy.

에서 (tiểu từ, kết hợp sau các thể từ biểu thị mối quan hệ giữa các thành phần câu) ❶ (곳) ở (nơi chốn, địa điểm, nơi xảy ra hành động). ¶ 부산~ ở Busan / 서울역~ ở ga Seoul. ❷ (출발점) từ (chỉ điểm xuất phát). ¶ 서울~ 부산까지 từ Seoul đến Busan. ❸ (동기) ở, bởi (chỉ động cơ). ¶ 호기심~ bởi lòng hiếu kì (tò mò). ❹ (견지·표준) từ, ở (quan điểm, cách nhìn, chuẩn mực). ¶ 사회적 견지~ ở (từ) cách nhìn về xã hội, từ quan điểm xã hội. ❺ (범위) từ, bắt đầu từ (chỉ phạm vi). ¶ 대략 2만원~ 3만원 사이 nói chung trong khoảng từ 20.000 won đến 30.000 won / 한 시~ 세 시 사이에 trong khoảng từ 1 giờ đến 3 giờ.

에세이 bài tiểu luận.

에스오에스(SOS) tín hiệu cấp cứu.

에스컬레이터 cầu thang di động, thang cuốn (một loại thang máy).

에스키모 E-xki-mô. ~의 thuộc về E-xki-mô.

에스페란토 tiếng E-xpê-ran-tô, quốc tế ngữ. ¶ ~학자 học giả nghiên cứu tiếng E-xpê-ran-tô.

에스피판 bản SP (standard playing) âm bản chuẩn.

에어컨 máy điều hòa nhiệt độ (기계); thiết bị điều hòa không khí (장치).

에어컴프레서(air compressor) máy nén không khí.

에어포켓(air pocket) lỗ hổng không khí.

에우다 (…에 둘러 싸다) bao xung quanh, bao quanh, đi vòng (bằng đường khác); (지우다) xóa, gạch bỏ. ¶ 에워가다 đi vòng quanh.

에움길 đường vòng.

에워싸다 bao quanh, vòng quanh (khắp bốn phía); (사람이) quây xung quanh (người); (포위) bao vây. ¶ 사람들이 영화배우를 ~ mọi người quây quanh diễn viên điện ảnh.

에이스(ace) quân xì, quân át; vận động viên xuất sắc; điểm thắng giao bóng (quần vợt); 【BC】 cầu thủ ném bóng giỏi nhất.

에이에프피(AFP) thông tấn xã Pháp (Agence France Presse).

에이커(acre) mẫu của Anh (1 mẫu bằng 4.047m²).

에이프런 cái tạp dề kiểu châu Âu; bệ thềm phụ của sân khấu.

에이피 (통신사) thông tấn xã A.P. (Associated Press).

에잇 (불쾌) ầy!, chặc! chẹc! (từ cảm thán khi cảm thấy khó chịu, không thoải mái). ¶ ~ 빌어먹을 ầy! chết tiệt / ~, 재수 없어 chặc! đúng là không may.

에콰도르(Ecuador) Ê-cu-a-đo. ¶ ~사람 người Ê-cu-a-đo.

에크(나) (놀람) ồ!, trời! úi! (từ cảm thán, kêu khi rất ngạc nhiên).

에테르 【HH】 chất ê-te.

에티오피아(Ethiopia) Ê-ti-ô-pi-a. ¶ ~ 사람 người Ê-ti-ô-pi-a.

에티켓(etiquette) nghi thức, phép xã giao. ¶ 식사의 ~ nghi thức ăn uống.

에틸렌(ethylene) 【HH】 ê-ty-len.

에틸알코올(ethyl alcohol) 【HH】 cồn ê-ty-líc.

에페(epee) (펜싱) một loại môn đấu kiếm; kiếm dùng trong môn đấu kiếm.

에펠탑(-塔) tháp Ép-phen.

에프엠 ¶ ~방송 đài FM.

에피소드(episode) đoạn chuyện xen vào giữa sự kiện hay nội dung chính của một câu chuyện; chuyện vặt, giai thoại; đoạn nhạc ngắn, khúc nhạc đệm giữa hai phần chính của bản nhạc.

에필로그(epilogue) phần kết, lời kết, đoạn

ㅇ

kết.

에헴 è hèm! (từ cảm thán, tiếng hắng giọng để báo sự xuất hiện của bản thân).

엑스[1] mẫu tự X; (미지수) ẩn số X. ¶ ~(광)선 tia X, tia X quang / ~선 사진 ảnh chụp X quang / ~선 요법 phép trị bệnh bằng tia X quang / ~형 hình chữ X; ký hiệu đánh dấu sai (x) trong thi trắc nghiệm.

엑스[2] 【DH】 cao, nước cốt chiết xuất.

엑스트라 (영화) vai phụ; đợt phát hành thêm, phát hành đặc biệt, phụ san (của tạp chí).

엔간하다 (적당) có mức đáng kể, kha khá, thích đáng; (상당) tương đối, hòm hòm (rất gần với mức chuẩn đặt ra). ¶ 엔간히 một cách đáng kể, kha khá; một cách tương đối, một cách hòm hòm.

엔담 rào vây quanh (nhà); tên gọi bộ khẩu (입-口) trong chữ Hán.

엔들 nữa là, còn ··· nữa, lại ··· à, nữa à (tiểu từ, gắn sau các thể từ biểu thị thời gian, địa điểm, thể hiện ý nghĩa nhượng bộ hay châm biếm, nói ngược). ¶ 나 같은 나그네가 어느 곳~ 못 가랴? kẻ lang thang như tôi còn chỗ nào mà không thể đi được nữa? / 예전~ 그런 일이 없었겠나? việc như vậy trước đây lại chẳng đã có rồi à?

엔지(NG) việc quay phim hỏng; việc ghi hình, ghi âm sai, không đạt yêu cầu. ¶ ~를 내다 gây hỏng, làm hỏng (cảnh quay hay sự ghi âm).

엔지니어(engineer) kỹ sư.

엔진(engine) động cơ, máy móc.

엔트로피(entropy) 【VLH】 entrôpi.

엔트리(entry) sự xin tham gia, sự đăng ký tham gia; danh sách người đăng ký; mục từ (trong từ điển); dữ liệu đăng nhập (máy tính). ¶ ~를 마치다 kết thúc việc đăng ký.

엘레지(elegie) 【Ph】 khúc bi thương, bi ca.

엘리베이터 thang máy. ¶ ~로 올라[내려]가다 lên [xuống] bằng thang máy.

엘리트(elite) người ưu tú trong xã hội. ¶ ~ 계층 tầng lớp ưu tú trong xã hội / ~ 의식 ý thức của tầng lớp ưu tú trong xã hội.

엘피지(LPG) ga hóa lỏng (liquefied petroleum gas).

엘피판(LP-) đĩa hát chạy được vòng dài (33 vòng/1 phút) (long playing record).

엠피(M.P) (헌병) quân cảnh, hiến binh (military police).

엠피판(MP-) đĩa hát chạy mức trung bình (medium playing record).

…여(餘) hơn (kết hợp với số từ). ¶ 3마일 ~ hơn 3 dặm.

여가(餘暇) (틈) thời gian rảnh, thời gian rỗi, thời gian nghỉ. ¶ ~에 vào thời gian rảnh / ~가 없다 không có thời gian rảnh rỗi.

여각(餘角) 【TH】 góc bù.

여간(如干) bình thường, một chút (thường xuất hiện trong câu phủ định). ~아니다 không phải thường, tương đối, không thể coi thường. ¶ 아이를 기르기는 ~ 어려운 일이 아니다 nuôi dạy trẻ con không phải là ít khó khăn (không phải là khó khăn bình thường).

여감(女監) phòng giam nữ.

여객(旅客) lữ khách, khách du lịch, khách đi đường; (승객) khách đi xe. ¶ ~ 열차[기] tàu hỏa [máy bay] chở khách.

여걸(女傑) nữ kiệt, nữ hào kiệt.

여겨듣다 nghe chăm chú, lắng nghe cẩn

thận.

여겨보다 (눈여겨) nhìn kỹ, xem kỹ.

여계(女系) huyết thống của nữ giới.

여공(女工) nữ công nhân; việc may vá, nữ công.

여과(濾過) sự lọc, quá trình tinh lọc, chọn lọc. ~하다 lọc, tinh lọc. ¶ ~기 cái lọc, máy lọc / ~성 tính chất có thể lọc được / ~성 병원체 vi-rút / ~액 phần nước lọc ra / ~지(池) bể lọc / ~지(紙) giấy lọc.

여관(旅館) lữ quán, nhà trọ. ¶ ~에 묵다 ở lại nhà trọ. ¶ ~ 손님 khách trọ / ~ 주인 chủ quán trọ.

여광(餘光) (빛) ráng hồng ban chiều, tối (khi mặt trời lặn, nguyên văn: dư quang, những ánh sáng còn lại); (비유적) ân đức còn lại, đức còn lại của đời trước (theo cách nói ví von).

여교사(女教師) cô giáo, giáo viên nữ.

여권(女權) quyền của nữ giới (về pháp luật, xã hội, chính trị). ¶ ~ 확장론자 người theo thuyết mở rộng quyền cho nữ giới, người theo hướng bênh vực quyền cho nữ giới / ~ 확장 운동 phong trào đòi mở rộng quyền của nữ giới.

여권(旅券) hộ chiếu. ¶ ~을 신청 [발부]하다 đăng ký xin [phát cấp] hộ chiếu.

여권법(旅券法) luật quản lý hộ chiếu.

여권사증(旅券査證) thị thực hộ chiếu. ¶ ~을 받다 nhận thị thực hộ chiếu.

여급(女給) (바의) nữ hầu bàn (ở quán bar hay cà phê).

여기 đây, chỗ này. ¶ ~에(서) ở đây / ~서부터 từ ở đây / ~로 về đây, về phía này.

여기(餘技) thú tiêu khiển riêng, tài lẻ.

여기다 coi là, xem là (nhìn nhận), nhận định; (믿다) tin (tin tưởng). ¶ 진실로 ~ coi là sự thật, chấp nhận là sự thật / 대수롭게 여기지 않다 không coi trọng / 사람같이 여기지 않다 không coi như con người.

여기자(女記者) nữ ký giả, nhà báo nữ.

여기저기 chỗ này chỗ kia, mỗi nơi một ít, nhiều nơi.

여난(女難) nạn, hoạn nạn bị gây ra bởi nữ giới (như họa nữ sắc).

여남은 Con số trên dưới mười; khoảng mười (10). ¶ ~ 사람 Khoảng chục người.

여념(餘念) (…에) ~이 없다 không có suy nghĩ gì khác, không có quan niệm nào khác đối với; miệt mài, say mê.

여단(旅團) lữ đoàn.

여닫다 đóng và mở.

여담(餘談) sự bàn luận chuyện vặt, sự mạn đàm, nói chuyện tạp nham (ngoài vấn đề chính). ¶ ~은 그만두고 thôi không nói chuyêjn tạp nham nữa.

여당(與黨) đảng cầm quyền. ¶ ~(측)의 của bên phía đảng cầm quyền.

여당(餘黨) dư đảng.

여대(女大) đại học nữ (theo cách nói tắt). ¶ ~생 sinh viên đại học nữ.

여덕(餘德) đức, ân đức còn lại về sau.

여덟 tám (số đếm). ¶ ~째 thứ tám.

여독(餘毒) độc khí còn lại, độc hại còn lại về sau.

여동생(女同生) em gái.

여드레 (8일간) tám ngày; (날짜) ngày mùng tám.

여드름 mụn trứng cá. ¶ ~난 có mụn trứng cá.

여든 tám mươi (80). ¶ ~째 thứ tám mươi.

여러 nhiều. ¶ ~달 nhiều tháng / ~ 사람 nhiều người / ~ 해 nhiều năm / ~ 사람 앞에서 trước nhiều người.

여러가지 nhiều thứ, nhiều loại, cái nọ

cái kia, nhiều cái khác nhau. ～의 của nhiều cái. ¶ ～로 với (bằng) nhiều thứ, nhiều cái.

여러번 nhiều lần.

여러분 mọi người, tất cả mọi người, các vị, các anh chị.

여럿 (사람) nhiều người; (수) số, số lượng nhiều.

여력(餘力) sức lực còn lại; dư sức, lực còn có thể để làm việc khác; (금전의) khả năng về tiền bạc, dư giả tiền bạc.

여로(旅路) con đường lang thang; con đường du lịch, lộ trình du lịch.

여론(輿論) dư luận. ¶ ～에 호소하다 kêu gọi dư luận / ～을 불러 일으키다 gây ra, tạo nên dư luận. ¶ ～ 조사 điều tra dư luận.

여류(女流) ～(의) phụ nữ nói chung, nữ lưu; người phụ nữ thành thạo ở một lĩnh vực chuyên môn.

여름 mùa hè. ¶ ～용(用)의 chuyên dùng cho mùa hè. ¶ ～날 ngày hè / ～방학 nghỉ hè / ～옷 áo mùa hè (quần áo mùa hè nói chung) / ～철 tiết mùa hè.

여름내 trong suốt mùa hè.

여름타다 bị ảnh hưởng bởi mùa hè (như sụt cân, khó ăn uống).

여리다 ❶ (안질기다) mềm, không dai. ❷ (부족) thiếu (so với mức chuẩn). ❸ mềm yếu, yếu đuối (về ý chí, tình cảm). ❹ (ánh sáng hay âm thanh) mờ, không rõ.

여망(輿望) hy vọng của nhiều người, mong đợi của công chúng. ¶ 국민의 ～ 에 부응하다 đáp ứng được niềm mong đợi của nhân dân.

여명(餘命) mạng sống còn lại, cuộc đời còn lại. ¶ ～이 얼마 남지 않다 cuộc đời còn lại cũng không còn nhiều.

여명(黎明) bình minh, rạng đông, tờ mờ sáng. ¶ ～에 vào lúc tờ mờ sáng.

여무지다 cứng rắn, cứng cáp, rắn rỏi, mạnh mẽ, vững vàng (hành động, tính cách, ngoại hình).

여물 (마소의) cỏ, rơm khô cho bò, ngựa ăn. ¶ ～통 thùng cỏ, rơm cho bò ngựa ăn.

여물다 ❶ (열매가) hạt chín, chắc. ¶ 잘 여문 옥수수 hạt ngô chắc. ❷ (일이) tiến triển thuận lợi (công việc). ❸ (사람이) rắn chắc (người).

여미다 sửa sang, chỉnh đốn lại quần áo (trang phục). ¶ 옷깃을 ～ sửa lại cổ áo.

여반장(如反掌) sự dễ như trở bàn tay. ～이다 (là) dễ như trở bàn tay. ¶ ～으로 một cách dễ như trở bàn tay.

여배우(女俳優) ☞ **여우**.

여백(餘白) chỗ trống (còn lại sau khi viết). ¶ ～을 남기다 để lại chỗ trống (phần giấy trắng) / ～을 메우다 điền vào chỗ trống.

여벌(餘-) (가외) đồ còn lại mang theo (quần áo mang theo, mang thêm). ¶ ～옷 áo mang thêm theo.

여병(餘病) biến chứng. ¶ ～이 병발하다 phát biến chứng.

여보 ❶ này!, ơi! (cách nói không lịch sự của 여보세요). ❷ (부부간) mình (vợ chồng gọi nhau).

여보세요 ❶ (anh, chú, chị...) ơi! (từ gọi hỏi). ☞ **여보** ❶. ❷ (전화) A-lô! (trả lời điện thoại).

여부(與否) sự có hay không, khả năng được hay không được; chỗ còn sai hay đáng nghi. ¶ 성공～ sự thành công hay không (sự có hay không thành công) / ～없다 không có gì còn phải nghĩ (nghi ngờ).

여북 bao nhiêu, biết bao, không phải

nhỏ, tương đối, khá là (dùng khi tiếc nuối hay không ưng ý, vừa lòng, thường dùng ở cách nói ngược). ¶ ~ 좋을까 tốt biết bao! / 그걸 보고 ~ 놀랐겠느냐? xem cái đấy cũng khá ngạc nhiên đấy chứ? / 너 배가 ~ 고프겠니 có lẽ mày cũng tương đối đói rồi đấy nhỉ.

여분(餘分) phần còn lại. ~의 thuộc phần còn lại.

여불비례(餘不備禮) kính thư (viết ở cuối thư, nguyên văn: chỗ, phần còn lại không kịp chuẩn bị để thể hiện hết lễ, nghi thức với người đọc).

여비(旅費) chi phí đi du lịch, lộ phí

여사(女史) bà, cô (cách gọi kính trọng với người phụ nữ đã lấy chồng); phu nhân, cách nói kính trọng, ghép sau tên của người phụ nữ nổi tiếng.

여사(如斯) ~한 như thế này. ¶ ~히 một cách như thế này.

여사무원(女事務員) nhân viên nữ.

여상(女相) mặt như con gái (như phụ nữ).

여색(女色) (미색) sắc đẹp, mĩ nhân; (색욕) nữ sắc, sắc dục. ¶ ~에 빠지다 đắm vào nữ sắc.

여생(餘生) cuộc đời còn lại.

여섯 sáu. ¶ ~째 thứ sáu.

여성(女性) (총칭) phụ nữ, nữ giới (nói chung); [NP] giống cái. ~의 thuộc về nữ giới, giống cái. ¶ ~적(인) có tính nữ giới. ¶ ~관 quan điểm, cách nhìn nhận về nữ giới / ~미 vẻ đẹp nữ tính / ~ 잡지 tạp chí phụ nữ / ~ 해방론 thuyết giải phóng phụ nữ.

여성(女聲) giọng nữ. ¶ ~ 합창 hợp xướng giọng nữ.

여세(餘勢) khí thế, thế lực còn giữ lại. ¶ ~를 몰아 thừa thế, dồn khí thế còn lại.

여송연(呂宋煙) thuốc lá quấn, thuốc quấn.

여수(女囚) tù nhân nữ.

여수(旅愁) lòng buồn nơi đất khách, nỗi sầu nơi đất khách. ¶ ~를 달래다 an ủi nỗi buồn nơi đất khách.

여승(女僧) sư nữ, ni cô.

여식(女息) con gái. ☞ **딸**.

여신(女神) nữ thần. ¶ 자유의 ~ nữ thần Tự do.

여신(與信) sự cho vay tín dụng, sự cho khách hàng vay tiền (ngân hàng, cơ quan tín dụng). ¶ ~을 주다 cho vay tín dụng. ¶ ~ 등급 mức độ tín dụng / ~상태 tình trạng tín dụng / ~ 한도 giới hạn cho vay tín dụng / ~ 한도를 늘리다 tăng thêm giới hạn cho vay tín dụng.

여신(餘燼) (불난 자리의) hơi nóng còn lại ở chỗ cháy; cái còn đọng lại, ảnh hưởng còn lại.

여신공급량(與信供給量) lượng cung cấp cho vay tín dụng.

여신관리(與信管理) quản lý cho vay tín dụng. ¶ ~를 받다 được quản lý cho vay tín dụng.

여신규제(與信規制) quy chế, nguyên tắc cho vay tín dụng. ¶ 엄격한 ~ nguyên tắc cho vay tín dụng nghiêm ngặt.

여신업무(與信業務) nghiệp vụ cho vay tín dụng.

여실(如實) **~하다** như thật, giống như thật. ¶ ~히 một cách giống như thật / ~히 그리다 vẽ một cách giống như thật.

여아(女兒) nữ nhi, bé gái; (딸) con gái.

여앙(餘殃) tai ương báo ứng; tai ương, tai họa còn lại.

여야(與野) đảng cầm quyền và đảng đối lập.

여염(閭閻) nơi dân tập trung sống, khu

dân cư, xã hội thường dân. ¶ ～집 nhà dân thường / ～집 여자 con gái nhà dân thường.

여왕(女王) nữ hoàng (nguyên văn: nữ vương). ¶ ～벌 ong chúa.

여우 ❶ [ĐV] con cáo. ¶ ～굴 hang cáo / ～ 목도리 khăn cổ lông cáo. ❷ (비유적) cáo, chỉ người xảo quyệt (nói ẩn dụ). ¶ ～같은 như con cáo.

여우(女優) nữ diễn viên.

여우볕 tia nắng bất chợt (vào ngày mưa, ngày tuyết).

여우비 mưa bất chợt (vào ngày nắng).

여운(餘韻) âm vang còn lại, dư âm; dư vị, sự gợi nhớ (ảnh hưởng tốt còn lại của người đã bỏ đi). ¶ ～있는 còn âm vang.

여울 chỗ nước nông, chảy xiết.

여위다 ❶ gầy còm xanh xao. ¶ 학과 같이 여윈 몸 người gầy xanh xao như con hạc. ❷ nghèo nàn, không có gì đáng giá.

여윈잠 giấc ngủ chưa đẫy giấc, giấc ngủ không sâu.

여유(餘裕) (잉여) sự đầy đủ, sự sung túc, sự thừa; (여지) không gian thừa, khoảng trống; (시일·돈의) tiền dư dật, thời gian rảnh, thời gian rảnh rỗi; (침착) trạng thái suy nghĩ, suy xét sự việc một cách thoải mái, rộng rãi, điềm đạm. ¶ ～가 있다 có dư dật / 시간 ～가 없다 không còn thời gian (rảnh) / ～ 있는 태도 thái độ điềm đạm / ～ 있게 웃다 cười thoải mái.

여의(女醫) nữ bác sĩ.

여의(如意) **~하다** như ý. ¶ ～치(가) 않다 không như ý.

여의다 ❶ (사별) tử biệt. ¶ 아버지를 ～ mất bố. ❷ (출가) xuất giá, lấy chồng. ❸ để cho đi xa, chia tay để (ai đó) đi xa.

여의대(女醫大) đại học y của nữ sinh.

여인(女人) nữ nhân, phụ nữ, đàn bà. ¶ 그 절은 ～ 금제(禁制)이다 chùa đó cấm đàn bà con gái (ra vào).

여인숙(旅人宿) nhà trọ rẻ tiền, nhà trọ nhỏ.

여일(如一) ～한 như một, trước sau như một. ¶ ～하게 một cách trước sau như một (kiên trì, kiên định, trung thành).

여자(女子) (총칭) nữ giới (nói chung). ～의 của nữ giới. ¶ ～다운 giống với nữ, như phụ nữ, xứng với phụ nữ / ～답지 않은 không giống con gái (phụ nữ) / ～용의 chuyên dành cho nữ / ～같은 như phụ nữ (con gái).

여장(女裝) việc mặc quần áo giả gái, sự mặc trang phục nữ. **~하다** mặc trang phục nữ, ăn mặc giả phụ nữ.

여장(旅裝) đồ trang bị đi xa, đồ dùng mang theo (nguyên văn: lữ trang). ¶ ～을 챙기다 sắp xếp đồ dùng mang theo / ～을 풀다 tháo dỡ đồ dùng mang theo (숙박).

여장부(女丈夫) ☞ **여걸**(女傑).

여전(如前) **~하다** như trên, giống với trước. ¶ ～히 một cách giống với trước; vẫn.

여점원(女店員) nữ nhân viên của cửa hàng.

여정(旅情) tình cảm trong lòng người lữ khách, tình nơi đất khách, nỗi buồn nơi đất khách. ¶ 바다를 바라보며 ～을 달래다 nhìn ra biển và cho vơi nỗi buồn nơi đất khách.

여정(旅程) lộ trình du lịch, chương trình của chuyến du lịch.

여존(女尊) đề cao nữ giới. ¶ ～남비 đề cao nữ giới, hạ thấp nam giới.

여좌(如左) **~하다** giống với (như) đã ghi

bên trái.

여죄(餘罪) sự có thêm tội; tội khác ngoài tội chính. ¶ 다른 ~도 있을 것 같다 dường như còn có thêm tội khác nữa.

여줄가리 cái luôn đi kèm theo, cái luôn được mang theo bên mình; việc phụ.

여중군자(女中君子) nữ trung quân tử.

여지(荔枝) [TV] quả vải (thực vật họ vải).

여지(餘地) đất còn lại, phần đất trống, chỗ trống; hy vọng, cơ hội (về điều gì sẽ xảy ra, hay có khả năng tiến hành). ¶ 개량 [발전]의 ~ cơ hội (triển vọng, hy vọng có thể) cho sự sửa đổi [phát triển] / 논의 [생각]할 ~가 있다 [없다] còn [không còn] gì để bàn cãi [nghĩ tới] / ~없이 패하다 thất bại hoàn toàn, thất bại không còn gì / 변명의 ~가 없다 không có cơ hội để biện minh.

여진(餘震) dư chấn.

여쭈다 giãi bày, hỏi han; chào đối với người lớn (cách nói kính trọng). ¶ 잠깐 여쭤 보겠습니다만 xin được hỏi một chút ạ.

여차(如此) **~하다** ❶ như thế này ☞ **이러하다**. ¶ ~한 như thế này. ¶ 사태가 여차하니 피신하는 게 좋겠다. sự thể thế này thì tránh đi là được. ❷ việc không theo ý muốn.

여차여차(如此如此) ~한 như thế như thế (nói chung, chỉ nhiều điều, nhiều thứ). ¶ ~한 이유로 bằng nhiều lý do như thế.

여창(旅窓) phòng trọ của kẻ lang thang ở (nơi đất khách).

여축(餘蓄) (저금) sự gom, thu gom đồ thừa; (저장) sự lưu cất, lưu giữ; (예비) sự dự bị, đề phòng. **~하다** gom, gom góp.

여치 [CT] châu chấu.

여탈(與奪) sự cho và sự lấy, việc cho và việc lấy. ¶ 생살 ~권을 쥐다 nắm lấy quyền sinh sát.

여탕(女湯) nhà tắm công cộng nữ.

여태(까지) cho đến giờ, đến bây giờ. ¶ ~ 없(었)던 đến bây giờ chưa từng có.

여파(餘波) cơn sóng; hệ quả, hậu quả. ¶ 경제공황의 ~ hậu quả khủng hoảng kinh tế.

여편네 ❶ (아내) vợ (gọi vợ của mình theo cách xưng hộ hạ thấp, coi thường). ❷ (기혼녀) đàn bà, đứa đàn bà (từ gọi con gái đã lấy chồng, theo cách nói coi thường, hạ thấp).

여폐(餘弊) sự sai trái, điều xấu, việc có hại ảnh hưởng về mãi sau.

여필(女筆) chữ con gái (phụ nữ), kiểu chữ con gái.

여필종부(女必從夫) nữ tất tòng phu, phụ nữ phải theo chồng.

여하(如何) như thế nào (어떠함). ~한 thế nào. ¶ ~한 이유로 với lý do như thế nào / ~한 경우에도 dù ở tình huống nào / ~한 희생을 내더라도 cho dù phải bỏ ra sự hy sinh như thế nào / ~한 일이 있더라도 dù có việc gì (như thế nào) / ~한 부자라도 cho dù là người giàu đến thế nào / 성공은 네 노력 ~에 달렸다 sự thành công gắn liền với mức độ như thế nào của sự cố gắng.

여하간(如何間) cho dù thế nào, bất kể như thế nào. ¶ ~ 네 잘못이다 bất kể thế nào cũng là lỗi của mày (cậu).

여하튼(如何-) ☞ **여하간**.

여학교(女學校) trường học nữ.

여학생(女學生) học sinh nữ.

여한(餘恨) dư hận, oán hận còn đọng lại.

여한(餘寒) cái lạnh còn đọng lại.

여행(旅行) sự đi du lịch, sự đi xa. **~하다**

ㅇ

đi du lịch, đi xa. ¶ ～중에 trong khi đi du lịch / ～ 준비를 하다 chuẩn bị đi du lịch. ¶ ～ 가방 túi du lịch / ～기 sách ghi chép về kiến thức du lịch / ～사 công ty du lịch / ～ 안내 hướng dẫn du lịch / ～ 일정 lịch trình du lịch / ～자 người đi du lịch / 수학 ～ sự đi tham quan thực tế / 출장 ～ sự đi công tác xa.

여행(勵行) sự gắng sức, cố gắng; sự khuyến khích, khích lệ cố gắng. **~하다** gắng sức; cố gắng; (감독하며 격려함) thúc đẩy (giám sát và khích lệ). ¶ 국산품 애용을 ～하다 thúc đẩy sự ưu ái, dùng hàng quốc nội.

여향(餘響) âm hưởng còn lại (여음 - dư âm).

여호와 【CĐG】 (히브리의 신) Jê- hô-va (tên của chúa trời trong kinh thánh).

여흥(餘興) ❶ dư âm, hứng thú còn lại (sau khi trò chơi, giải trí đã kết thúc). ❷ sự tiến hành trò giải trí; trò giải trí để tăng thêm hứng.

역(逆) sự ngược lại, sự đối nghịch lại; nghịch lý. ～의 của sự ngược lại. ¶ ～으로 bằng cách (với sự) ngược lại, nghịch lại / 우리의 예상과는 ～으로 một cách trái ngược với điều chúng ta dự đoán / ～은 반드시 진(眞)이 아니다 nghịch lý không nhất thiết phải là sự thật.

역(驛) ga; (역참) trạm. ¶ 서울～ ga Seoul.

역(役) (연극에서) vai diễn. ¶ 어린이～ vai nhi đồng (trẻ con) / 햄릿의 ～을 하다 đóng vai Hăm-lét.

역(譯) sự dịch, phiên dịch.

역(亦) (역시) cũng lại, đúng lại.

역결(逆-) vân gỗ ngược.

역겹다(逆-) lộn mửa, tởm lợm, cảm thấy nôn nao, buồn nôn (느글거림); (혐오) cảm thấy ghét, kinh tởm, ghê tởm.

역경(逆境) nghịch cảnh, tình cảnh bất hạnh, tình trạng không may mắn (vất vả, hay không được như ý). ¶ ～에 있다(빠지다) rơi vào cảnh không may / ～을 이겨내다 thắng được, vượt qua được tình cảnh bất hạnh.

역광선(逆光線) tia ngược sáng (ánh sáng chiếu ngược từ đằng sau, trong chụp ảnh). ¶ ～으로 bởi tia ngược sáng.

역군(役軍) người lao động; (유능한) người làm việc có năng lực, người làm việc đóng vai trò quan trọng.

역기(力技) ☞ **역도**(力道).

역대(歷代) ～의 lịch đại.

역도(力道) thi cử tạ, nâng tạ. ¶ ～ 선수 vận động viên cử tạ.

역도(逆徒) nghịch đồ, nghịch đảng, người nổi dậy, quân phiến loạn.

역량(力量) sức mạnh, năng lực (để làm được việc gì). ¶ ～있는 có sức mạnh, có năng lực.

역력하다(歷歷-) rõ ràng. ¶ 역력히 một cách rõ ràng.

역류(逆流) dòng chảy ngược, nước chảy ngược, sự đi ngược dòng. **~하다** chảy ngược, đi ngược dòng.

역마차(驛馬車) xe ngựa trạm dịch (ở châu Âu trước đây, chuyên chở khách, bưu phẩm, hàng hóa).

역모(逆謀) sự mưu phản, việc mưu làm phản. **~하다** mưu làm phản.

역무원(驛務員) nhân viên nhà ga (bán vé, hướng dẫn); (수화물 운반의) nhân viên vận chuyển hành lý ở ga.

역문(譯文) văn đã dịch, văn dịch.

역반응(逆反應) phản ứng nghịch, phản ứng ngược.

역방(歷訪) **~하다** đi thăm lần lượt (nhiều nơi).

역병(疫病) dịch bệnh.

역불급(力不及) **~하다** không đủ sức, không

đủ lực.

역비례(逆比例) tỷ lệ nghịch.

역사(力士) lực sĩ.

역사(役事) việc xây dựng, xây cất.

역사(歷史) ❶ lịch sử. ¶ ～상의[적인] về mặt [có tính] lịch sử / 한국의 ～ lịch sử Hàn Quốc / ～ 이전의 lịch sử trước đây / ～에 남다 để lại trong lịch sử / ～를 더듬다 lần giở lại lịch sử. ¶ ～가 nhà sử học / ～ 소설 tiểu thuyết lịch sử. ❷ (내력) sự có lịch sử, truyền thống (전통). ¶ ～있는 학교 trường học có lịch sử (truyền thống).

역사(轢死) **~하다** chết bởi đâm xe.

역산(逆產) ❶ 【YH】 sự đẻ thai ngược. ❷ (재산) tài sản của kẻ phản động, phản nghịch.

역산(逆算) (계산을) **~하다** tính ngược, tính ngược lại.

역서(曆書) niên lịch, sách lịch, sách vở nghiên cứu về lịch học.

역선전(逆宣傳) sự tuyên truyền ngược lại (so với đối phương). **~하다** tuyên truyền ngược lại.

역설(力說) **~하다** dồn sức để nói, nói nhấn mạnh.

역설(逆說) ý kiến ngược, thuyết ngược lại. ～적 có tính nghịch lý, có tính ngược lại (về quan điểm). ¶ ～적으로 말하면 nếu nói theo quan điểm ngược lại.

역성 sự chỉ theo về một bên, một phía (hay theo về một phe, không cần biết đúng sai). **~하다**(들다) chỉ theo một phía (phe).

역수(逆數) 【TH】 số nghịch.

역수입(逆輸入) sự nhập khẩu lại, tái nhập (hàng đã từng xuất). **~하다** nhập khẩu lại.

역수출(逆輸出) sự xuất khẩu lại, tái xuất (hàng đã từng nhập vào chính nước đó). **~하다** xuất khẩu lại.

역습(逆襲) sự công kích (tập kích) lại. **~하다** công kích (tập kích) lại.

역시(亦是) ❶ (또한) cũng, cũng vẫn. ¶ 그 계획에는 나 ～ 반대입니다 tôi cũng phản đối ở kế hoạch đó. ❷ (여전히) vẫn (không khác gì so với trước). ❸ (결국) kết cục, sau cùng. ❹ (…에도 불구하고) mặc dù … vẫn. ¶ 결점은 많지만 ～ 그를 좋아한다 dù có nhiều khuyết điểm nhưng vẫn thích người đó. ❺ (예상대로) như mong chờ, đúng như dự đoán. ¶ ～ 그는 실패했다 người đó thất bại đúng như dự đoán.

역어(譯語) lời lẽ, từ ngữ dùng khi dịch thuật.

역연(歷然) ¶ ～한 rõ ràng, rành mạch / ～히 một cách rõ ràng, rành mạch.

역용(逆用) **~하다** sử dụng ngược lại, dùng ngược lại.

역원(役員) viên chức quản lý (người xử lý, đảm nhận việc vận hành, giám sát một đoàn thể).

역원(驛員) (총칭) nhân viên nhà ga (nói chung). ☞ **역무원**.

역임(歷任) **~하다** lần lượt trải qua nhiều vị trí, giữ các vị trí, chức vụ. ¶ 여러 관직을 ～하다 từng trải qua nhiều chức vụ.

역자(譯者) dịch giả, người dịch.

역작(力作) sự vất vả để sáng tác; tác phẩm vất vả mới viết được.

역작용(逆作用) tác dụng nghịch, tác dụng ngược lại.

역장(驛長) trưởng ga. ¶ ～실 phòng trưởng ga.

역저(力著) cuốn sách đầu tư nhiều công sức.

역적(逆賊) nghịch tặc, người làm phản.

역전(力戰) **~하다** dồn sức đánh.

역전(逆轉) **~하다** chuyển ngược, đảo

ㅇ

ngược; (형세) quay ngược (hình dáng, tình thế). ¶ ~승하다 chiến thắng đảo ngược tình thế.

역전(歷戰) sự trải qua nhiều cuộc chiến. ¶ ~의 용사 dũng sĩ qua nhiều cuộc chiến.

역전경주(驛傳競走) chạy đua tiếp sức.

역점(力點) (강조) điểm nhấn mạnh, điểm nhấn; [VLH] điểm lực (điểm tác động lực của đòn bẩy). ¶ …에 ~을 두다 đặt điểm nhấn ở.

역정(逆情) ☞ **성나다, 성내다**.

역조(逆調) trạng thái không thuận lợi, theo hướng nghịch. ¶ 무역의 ~ tình trạng thâm hụt cán cân thương mại.

역주(力走) **~하다** chạy hết sức.

역진(力盡) **~하다** lấy hết sức, dồn hết sức (tận lực).

역청 [Kh] nhựa rải đường. ¶ ~탄 than đen mềm (làm nhựa đường).

역추진(逆推進) ¶ ~로켓 tên lửa (rốc-két) đẩy lùi (để giảm tốc cho tàu vũ trụ hay vệ tinh nhân tạo).

역코스(逆-) tiến trình đi ngược; việc đi ngược lại dòng lịch sử.

역투(力投) **~하다** ném hết sức; [BC] việc dồn sức ném bóng.

역풍(逆風) cơn gió thổi ngược, sự đi ngược lại hướng gió.

역하다(逆-) ❶ ngược lại, đối nghịch; phải bội. ❷ nôn nao, lộn mửa; (혐오) khó chịu, kinh tởm.

역학(力學) [VLH] động lực học.

역학(易學) dịch học, khoa học nghiên cứu chu dịch.

역할(役割) vai trò. ¶ 중대한 ~을 하다 đóng vai trò quan trọng.

역행(力行) **~하다** (힘씀) cố gắng, nỗ lực.

역행(逆行) **~하다** đi ngược lại. ¶ 시대에 ~하다 đi ngược lại thời đại.

역효과(逆效果) hiệu quả ngược lại, hiệu quả trái ngược.

엮다 ❶ (얽어서) đan, tết, bện; (묶다) buộc. ¶ 울타리를~ buộc hàng rào. ❷ (편찬) biên soạn (sách).

연(年) năm, một năm. ¶ ~ 1회 một năm một lần. ¶ ~수입 thu nhập một năm.

연(鳶) cái diều. ¶ ~을 날리다 thả diều.

연(鉛) ☞ **납**.

연(蓮) [TV] cây sen. ¶ ~꽃 hoa sen.

연(連) bọc giấy, ram giấy (đơn vị đếm giấy, một ram gồm 500 trang); Yeon (đơn vị đo cự ly, bằng 23 mét).

연…(連-) sự liên tục, liên tiếp (phụ tố, làm thành tố cấu tạo từ). ¶ ~사흘 trong ba ngày liền.

연(延) toàn bộ, tổng số. ¶ ~인원 tổng số người (nhân viên) / ~일수 tổng số ngày.

연가(戀歌) bài ca về tình yêu nam nữ.

연간(年間) trong năm. ¶ ~ 계획 kế hoạch trong năm / ~ 생산량 lượng sản xuất trong năm.

연감(年鑑) niên giám.

연갑(年甲) sự cùng tuổi, cùng năm sinh.

연거푸(連-) liên tục nhiều lần, liền. ¶ 위스키 석 잔을 ~ 마셨다 uống liền 3 cốc whisky.

연결(連結) sự liên kết. **~하다** liên kết.

연고(軟膏) thuốc mỡ, thuốc cao (dầu cao).

연고(緣故) duyên cớ. ❶ (까닭) lý do, duyên cớ. ❷ (관계) mối quan hệ huyết thống, thân quen, quan hệ về pháp luật. (người quen, ám chỉ thế lực). ¶ ~ 채용하다 tuyển dụng người quen. ¶ ~자 người có quan hệ thân quen.

연골(軟骨) [GP] sụn, xương sụn.

연공(年功) (근속) làm việc có thâm niên, công lao lâu năm; (경험) kỹ thuật, kinh nghiệm lâu năm. ¶ ~을 쌓다

tích thâm niên làm việc, tích thâm niên công tác. ¶ ~ 가봉(加捧) phong thưởng theo thâm niên / ~ 서열 thang bậc kinh nghiệm lâu năm, thứ hạng về thâm niên công tác.

연공(年貢) cống vật hàng năm.

연관(鉛管) ống chì. ¶ ~공 thợ hàn chì.

연관(聯關) ☞ **관련**.

연구(研究) sự nghiên cứu; (조사) sự điều tra, xem xét. **~하다** nghiên cứu, điều tra lại. ¶ ~가(자) nhà nghiên cứu / ~ 논문 luận văn nghiên cứu, bài nghiên cứu / ~ 발표회 hội thảo phát biểu báo cáo nghiên cứu / ~ 보고 báo cáo nghiên cứu / ~비 chi phí nghiên cứu / ~생 nghiên cứu sinh / ~소 viện nghiên cứu / ~실 phòng nghiên cứu.

연구개(軟口蓋) ngạc mềm (phần sau của vòm miệng).

연구개발(研究開發) nghiên cứu phát triển. ¶ ~ 자금 quỹ nghiên cứu phát triển.

연구활동(研究活動) hoạt động nghiên cứu.

연극(演劇) ❶ kịch, sự diễn kịch. ¶ ~을 하다 diễn kịch / ~을 상연하다 trình diễn vở kịch. ¶ ~계 giới sân khấu, giới diễn kịch / ~ 비평 sự phê bình kịch / ~ 애호가 người hâm mộ kịch, người yêu thích kịch / ~ 학교 trường (dạy) kịch / 토막 ~ kịch ngắn. ❷ (허위) sự đóng kịch, giả vờ, giả dối. ¶ 꾸민 ~ trò được sắp đặt, sự lừa bịp giả dối được sắp đặt / ~을 꾸미다 [부리다] diễn trò, diễn kịch [giả dối, lừa đảo].

연근(蓮根) rễ sen, rễ cây sen.

연금(年金) tiền trợ cấp hưu trí. ¶ ~을 받다 nhận tiền trợ cấp hưu trí. ¶ ~ 수령자 người nhận tiền trợ cấp hưu trí.

연금(軟禁) sự quản thúc, giam lỏng. **~하다** quản thúc, giam lỏng.

연금술(鍊金術) thuật giả kim, thuật luyện kim. ¶ ~사 thầy luyện kim (ở Ai Cập hay châu Âu trước đây, dùng kỹ thuật hóa học luyện giả làm vàng, bạc, hay luyện thuốc trường sinh).

연기(延期) sự gia hạn, kéo dài thời gian, kỳ hạn. **~하다** gia hạn. ¶ ~되다 được gia hạn.

연기(連記) **~하다** ghi chép liền, liên tục, ghi liền; ghi (bỏ phiếu) cho nhiều ứng cử viên (trong bầu cử). ¶ ~제 chế độ bỏ nhiều phiếu (trong bầu cử).

연기(煙氣) khói. ¶ ~가 나는 khói bay / ~를 (내)뿜다 phun khói / ~에 숨이 막히다 tức thở vì khói / ~에 휩싸이다 bị bao bọc bởi khói.

연기(演技) diễn xuất, biểu diễn. ¶ 훌륭한 ~를 보이다 cho thấy một màn diễn xuất tuyệt vời. ¶ ~자 người biểu diễn.

연내(年內) ~에 trong năm.

연년(年年) hàng năm.

연년(連年) liên tục nhiều năm. ¶ ~생 sinh con liên tục (mỗi năm một người).

연놈 thằng và con (từ chửi chỉ con trai và con gái, theo cách nói hạ thấp).

연단(演壇) diễn đàn (bục diễn thuyết). ¶ ~에 오르다 [에서 내려가다] lên [xuống] diễn đàn.

연달다(連-) nối tiếp theo nhau. ¶ 연달은 (cái) nối tiếp theo nhau / 연달아 nối tiếp theo nhau mà.

연대(年代) niên đại, thời đại, thời kỳ; (연호) niên hiệu. ¶ ~순의(으로) theo thứ tự niên đại. ¶ ~기 niên đại ký (ghi chép sự việc lịch sử trọng đại theo từng niên đại) / ~표 bảng niên đại.

ㅇ

연대(連帶) sự liên đới cùng nhau; sự cùng liên kết. ~의(로) với sự liên đới, cùng kết hợp với nhau. ¶ ~ 보증 liên đới bảo lãnh / ~ 보증인 người bảo lãnh có liên quan, liên đới đến sự việc / ~ 채무 nghĩa vụ cùng trả nợ / ~ 책임 trách nhiệm liên đới (cùng phải chịu trách nhiệm với người khác vì có liên quan).

연대(聯隊) trung đoàn (nguyên văn: liên đội). ¶ ~ 병력 binh lực trung đoàn / ~장 trung đoàn trưởng / ~본부[기] sở chỉ huy [cờ] của trung đoàn.

연도(年度) niên độ, năm thời hạn. ¶ 회계 ~ năm tài chính.

연도(沿道) ~의[에] thuộc [ở] ven đường, vệ đường.

연독(鉛毒) độc của chì, độc có trong chì.

연동(聯動) liên động, sự truyền chuyển động, sự truyền động kiểu bánh răng, sự chuyển biến (lên xuống) có liên quan đến nhau (chuyển động mắt xích). **~하다** truyền chuyển động, truyền động kiểu bánh răng. ¶ ~기 khớp ly hợp (côn) / ~장치 thiết bị, chi tiết truyền chuyển động, bánh răng truyền động (như hộp số xe ô tô).

연동(蠕動) sự chuyển động ngọ nguậy (của sâu bọ), sự cuồn cuộn (lên xuống) của cơ bắp (nhu động).

연두(年頭) đầu năm. ¶ ~ 교서 diễn văn, thông điệp đầu năm 미국 대통령의 ~ 교서 thông điệp đầu năm của tổng thống Mỹ / ~사 bài diễn văn đầu năm.

연두(軟豆) (빛) màu xanh đậu, xanh vàng (thuộc gam sáng).

연락(連絡) sự liên lạc. ❶ (관계) quan hệ, sự có quan hệ; (접촉) sự tiếp xúc. **~하다** liên lạc. ¶ ~을 유지하다 duy trì liên lạc. ¶ ~병 lính liên lạc / ~ 사무소 văn phòng liên lạc / ~선 đường dây liên lạc / ~주소 địa chỉ liên lạc / ~ 장교 sĩ quan liên lạc. ❷ (통신) sự thông tin, sự truyền đạt. ~하다 thông tin, liên lạc. ¶ ~을 끊다 cắt liên lạc.

연래(年來) nhiều năm (trước đây), từ nhiều năm.

연령(年齡) tuổi, tuổi tác. ¶ ~에 비해 so với tuổi tác / ~을 불문하고 không phân biệt tuổi tác. ¶ ~ 제한 hạn chế về tuổi tác / 결혼 ~ tuổi kết hôn.

연례(年例) ~의 lệ hàng năm, quy tắc đưa ra hàng năm. ¶ ~ 보고 báo cáo hàng năm / ~ 행사 chương trình hàng năm.

연로(年老) ~한 già, nhiều tuổi, có tuổi.

연료(燃料) nhiên liệu. ¶ ~ 보급 tiếp nhiên liệu, cung cấp nhiên liệu / ~비 chi phí cho nhiên liệu / ~ 소비량 lượng tiêu hao nhiên liệu / 고체 [액체] ~ nhiên liệu thể rắn [thể lỏng].

연루(連累) **~하다** dính líu, có liên can (đến phạm tội). ¶ ~자 kẻ dính líu, người có liên can.

연륜(年輪) vòng năm (của cây); vân dọc dài ở cá (để xem tuổi của cá); kinh nghiệm, mức độ thành thục lâu năm.

연리(年利) một năm lợi nhuận, lợi ích, lợi tức của 1 năm (tính theo đơn vị 1 năm).

연립(聯立) sự cùng đứng ra, đứng liền nhau. ¶ ~ 내각 nội các liên minh / ~ 정부 chính phủ liên hiệp / ~주택 nhà liền dãy, nhà liền kề.

연마(硏磨, 鍊磨) ❶ [M] **~하다** (갈다) nghiền, mài. ¶ ~기 máy nghiền / ~분 bột nghiền. ❷ (연구) ~하다 nghiền mài, nghiên cứu.

연마(鍊磨) (도야·향상) **~하다** gọt giũa,

trau dồi, cải tiến cho tốt hơn. ¶ 기술을 ~하다 trau dồi, cải tiến kỹ thuật.

연막(煙幕) hỏa mù. ¶ ~을 치다 tung hỏa mù.

연만(連巒) ~한 niên mãn, nhiều tuổi.

연말(年末) cuối năm. ~의 của cuối năm. ¶ ~에 vào cuối năm. ¶ ~ 보너스 thưởng cuối năm.

연맹(聯盟) liên minh, sự liên minh. ¶ ~에 가입하다 tham gia vào liên minh.

연면(連綿) ~한 liên miên, liên tục (không ngừng).

연명(延命) **~하다** kéo dài mạng sống, duy trì được sự sống (một cách chật vật, vất vả).

연명(連名) cùng đứng tên, kết hợp làm một việc gì. **~하다** cùng đứng tên, kết hợp làm một việc gì. ¶ ~으로 bằng theo cách cùng đứng tên. ¶ ~ 진정서 bản tường trình ký tên tập thể.

연모 (도구) dụng cụ, công cụ; (재료) nguyên liệu (để làm đồ vật).

연모(戀慕) sự thương nhớ, mến mộ (trong tình cảm nam nữ). **~하다** thương nhớ, mến mộ (người khác giới).

연목구어(緣木求魚) **~하다** trèo lên cây bắt cá (có ý nghĩa: làm một việc không thể làm được).

연못(蓮-) ao sen.

연무(烟霧) sương khói, sương và khói.

연무(演武) sự diễn võ. **~하다** diễn võ. ¶ ~장 nơi diễn võ.

연무(鍊武) sự luyện võ. **~하다** luyện võ.

연문(戀文) thư tình.

연미복(燕尾服) áo đuôi tôm (kiểu áo theo kiểu phương tây của nam giới, nguyên văn: áo đuôi chim yến).

연민(憐憫) sự thương xót. ¶ ~의 정을 느끼다 nhận thấy tình cảm thương xót.

연발(延發) sự xuất phát muộn. **~하다** xuất phát muộn.

연발(連發) **~하다** làm xảy ra hàng loạt, liên tục; (질문이) đưa ra hàng loạt câu hỏi; (발생) xuất hiện hàng loạt. ¶ ~총 súng có băng đạn / 6~총 súng có băng 6 viên đạn, súng lục / 2~총 [쌍발총] súng bắn liên tục 2 phát một lúc [súng hai nòng].

연방(聯邦) liên bang. ¶ ~ 정부 chính phủ liên bang / ~ 최고재판소 tòa án tối cao liên bang.

연방 ☞ **연해**(連-).

연변(年邊) lợi ích hàng năm. ☞ **연리**.

연변(沿邊) vùng ven (giải đất, khu vực chạy ven theo biên giới, đường sắt, sông).

연병(練兵) sự luyện binh, huấn luyện, luyện tập binh sỹ. **~하다** luyện binh. ¶ ~장 nơi luyện binh, điểm luyện binh.

연보(年報) báo cáo hàng năm.

연보(年譜) ghi chép trình tự theo năm; ghi chép lý lịch theo thứ tự thời gian.

연보(捐補) sự quyên góp, giúp đỡ. **~하다** quyên góp, giúp đỡ.

연봉(年俸) niên bổng, lương trong năm, lương 1 năm.

연봉(連峰) dãy núi, dải núi, ngọn núi liền nhau.

연부(年賦) = 연불(年拂). tiền trả hàng năm, tiền phải chi cấp hàng năm.

연분(緣分) duyên phận. ¶ 부부의 ~을 맺다 gắn duyên phận vợ chồng. ¶ 천생~ duyên phận trời sinh.

연분홍(軟粉紅) màu hồng nhạt, màu hồng dịu (màu hồng có gam màu sáng).

연불(延拂) sự trả chậm (trả, chi cấp tiền kéo dài về sau). ¶ ~ 방식으로 theo phương thức trả chậm. ¶ ~ 수출 xuất khẩu với hình thức thanh toán trả chậm.

연비(連比) [TH] tỷ lệ liên tiếp (tỷ lệ của từ 3 số trở lên).

연사(演士) người diễn thuyết, diễn giả.

연산(年産) lượng sản xuất hàng năm.

연산(連山) liên sơn, dải núi liền nhau.

연상(年上) sự hơn tuổi, sự nhiều tuổi hơn bản thân; người hơn tuổi. ~이다 nhiều tuổi hơn. ¶ ~의 có tuổi nhiều hơn.

연상(聯想) sự liên tưởng. **~하다** liên tưởng. ¶ …을 ~시키다 làm cho liên tưởng ….

연서(連署) sự cùng ký tên của nhiều người. **~하다** cùng ký. ¶ ~로 với sự cùng ký tên. ¶ ~인 người cùng ký vào (đơn).

연석(宴席) chỗ trên bàn tiệc. ¶ ~을 베풀다 bày chỗ trên bàn tiệc.

연석(連席) (nhiều người) ngồi cùng.

연선(沿線) ~의(에) rìa đường bộ, ven đường bộ.

연설(演說) sự diễn thuyết. **~하다** diễn thuyết. ¶ ~을 잘하다 diễn thuyết hay / ~이 서투르다 diễn thuyết chưa thành thạo. ¶ ~자 người diễn thuyết / ~회 lễ thuyết trình / 즉석 ~ diễn thuyết tại chỗ.

연성하감(軟性下疳) [YH] bệnh hạ cam.

연세(年歲) tuổi (theo cách nói kính trọng đối với người nhiều tuổi). ☞ **나이**.

연소(年少) ~한 tuổi nhỏ, tuổi còn ít (nguyên văn: thiếu niên). ¶ ~자 (미성년자) người còn ít tuổi (vị thành niên).

연소(延燒) **~하다** (불이) (lửa) cháy lan sang, bén sang.

연소(燃燒) sự cháy, sự thiêu đốt. **~하다** cháy, bị đốt. ¶ ~물(物) chất đốt, vật dễ cháy / 불완전 ~ sự cháy không hết / 완전 ~ thiêu rụi hoàn toàn / 자연 ~ cháy tự nhiên.

연속(連續) sự liên tục. **~하다** liên tục. ¶ ~적(으로) một cách liên tục / ~ 3주간 trong 3 tuần liên tục. ¶ ~ 만화 truyện tranh nhiều kỳ / ~물(物) tác phẩm (kịch, truyện, phim) phát hành nhiều kỳ / ~ 방송극 kịch truyền hình nhiều tập / ~ 소설 tiểu thuyết phát hành nhiều kỳ.

연속상연(連續上演) **~하다** diễn (kịch) liên tục, nhiều kỳ.

연속상영(連續上映) **~하다** trình chiếu (phim) liên tục.

연쇄(連鎖) dây xích nối hai bên; sự gắn kết, có liên quan đến nhau, xâu chuỗi. ¶ ~ 반응 phản ứng dây chuyền / ~상구균 khuẩn cầu chuỗi, khuẩn liên cầu / ~점(店) cửa hàng thành một chuỗi (trong chuỗi nhà hàng cùng thuộc một chủ sở hữu).

연쇄충돌(連鎖衝突) xung đột theo chuỗi, xung đột dây chuyền.

연수(年收) thu nhập một năm, thu nhập trong năm.

연수(年數) số năm.

연수(軟水) nước mềm (đối lại với nước cứng, nước ít hay không có hàm lượng khoáng chất như ma-giê hay can-xi).

연수(研修) **~하다** học tập và nghiên cứu, tu nghiệp. ¶ ~생 học viên học tập và nghiên cứu / 산업~생 tu nghiệp sinh (lao động xuất sang nước ngoài) / ~원 viện đào tạo.

연수정(煙水晶) thủy tinh có vân hình khói; thạch anh màu nâu sẫm, có vân mây khói.

연습(演習) sự diễn tập; (익힘) sự diễn tập cho thành thục; (기동훈련) diễn tập (trong huấn luyện cơ động); (모

의전) sự diễn tập trận giả. ~하다 diễn tập. ¶ ~림(林) rừng thực địa.

연습(練習) sự luyện tập. ~하다 luyện tập (kiến thức); (무대의) luyện tập trên sân khấu. ¶ ~을 시작하다 bắt đầu luyện tập / ~부족이다 thiếu luyện tập. ¶ ~곡 bài (hát, nhạc) luyện tập / ~기 [선] máy bay [thuyền] luyện tập / ~문제 bài tập luyện tập / ~생 học viên luyện tập, người được huấn luyện / ~소(장) nơi, bãi luyện tập / ~시합 thi đấu tập / 기본 ~ luyện tập cơ bản.

연승(連勝) sự thắng liên tiếp. ~하다 thắng liên tiếp.

연시(年始) đầu năm.

연시(軟柿) hồng ngâm, hồng chín.

연식(軟式) theo phương thức sử dụng dụng cụ, nguyên liệu mềm. ¶ ~비행선 khí cầu mềm / ~야구 quả bóng chày mềm / ~정구 quần vợt loại mềm.

연안(沿岸) ven bờ, ven (sông, biển, hồ). ~의 thuộc ven bờ, duyên hải. ¶ ~국 quốc gia ở ven bờ biển / ~항 cảng ven biển / ~무역 [어업] thương mại [ngư nghiệp] ven biển / ~항로 tuyến đường dọc theo bờ biển, tuyến đường thủy ven biển, đường biển duyên hải.

연애(戀愛) sự luyến ái, yêu đương nam nữ. ~하다 yêu đương, luyến ái. ¶ 정신적 ~ tình yêu thương mang tính tinh thần (có tính lý tưởng thuần khiết). ¶ ~결혼 hôn nhân từ quan hệ yêu đương / ~결혼하다 kết hôn, cưới từ yêu đương / ~사건 vụ yêu đương / ~소설 tiểu thuyết tình yêu / 동성 ~ đồng tính luyến ái.

연액(年額) số lượng tiền trong năm, khoản tiền trong năm.

연야(連夜) liên tục nhiều đêm, mỗi đêm.

연약(軟弱) ~한 mềm yếu. ¶ ~외교 ngoại giao yếu mềm (không vững vàng).

연어(鰱魚) cá hồi.

연역(演繹) sự suy diễn, suy luận, diễn dịch. ~하다 suy diễn, diễn dịch. ¶ ~적(으로) một cách diễn dịch, suy diễn, suy luận.

연연(戀戀) ~하다 (서술적) vấn vương, không thể dứt được ra, không thể quên.

연예(演藝) sự công diễn, biểu diễn văn nghệ (trước công chúng). ¶ ~계 giới văn nghệ / ~란 mục (trên báo) về văn nghệ / ~방송 chương trình văn nghệ / ~인 nghệ sĩ / ~장 nơi diễn văn nghệ, hội trường diễn văn nghệ.

연옥(煉獄) nơi luyện ngục (theo Thiên chúa giáo, là nơi rửa tội cho linh hồn).

연와(煉瓦) gạch ngói đã tôi luyện (gạch ngói nung). ☞ **벽돌**.

연원(淵源) căn nguyên, nguồn gốc của sự vật.

연월일 ngày, tháng, năm. ¶ 출생 ~ ngày tháng năm sinh.

연유(煉乳) sữa đặc.

연유(緣由) (유래) căn nguyên, nguyên do; (사유) nguyên cớ, lý do. ~하다 khởi nguồn từ, nguyên do từ, có lý do bởi, bắt nguồn.

연인(戀人) nam nữ yêu nhau, tình nhân. ¶ 한 쌍의 ~ một cặp tình nhân.

연일(連日) liên tục nhiều ngày, hàng ngày. ¶ ~연야 hàng ngày hàng đêm.

연임(連任) ~하다 nhậm chức liên tục nhiều nhiệm kỳ.

연잇다(連-) (연결) gắn, nối với nhau; (계속) liên tục, không ngừng. ¶ 연이어 liên tục, liên tiếp.

연자매(研子-) cối xay bằng sức kéo của

ngựa, bò.

연장 dụng cụ, đồ nghề.

연장(年長) ～의 nhiều tuổi hơn. ¶ ～자 người nhiều tuổi hơn.

연장(延長) sự kéo dài, gia hạn (thời gian), tăng chiều dài, mở rộng; kéo dài (tổng thể chiều dài). **~하다** kéo dài, gia hạn. ¶ ～선 đoạn nối dài thêm, đường kéo dài thêm / ～전 【BĐ】 hiệp phụ, 【BC】 lượt thêm.

연재(連載) sự đăng tải liên tục nhiều kỳ. **~하다** đăng liên tục nhiều kỳ. ¶ ～되다 được đăng liên tục nhiều kỳ. ¶ ～ 소설 tiểu thuyết đăng nhiều kỳ (liên tục).

연적(硯滴) cái nghiên mực (đựng nước mực mài ra).

연적(戀敵) kẻ tình địch trong tình yêu nam nữ.

연전(年前) ~에 mấy năm trước.

연전(連戰) sự chiến đấu (đánh) liên tục. **~하다** chiến đấu liên tục. ¶ ～ 연승하다 đánh liên tục và thắng liên tục / ～ 연패하다 đánh liên tục và thua liên tục.

연접(連接) sự liên tiếp, sự nối liền, sự kết nối. ¶ ～하다 nối liền, kết nối; (열차를) nối tàu hỏa; (전화를) kết nối điện thoại.

연정(戀情) tình yêu nam nữ, tình cảm thương nhớ người khác giới, duyên tình. ¶ ～을 느끼다 cảm nhận tình yêu nam nữ.

연제(年祭) tế hàng năm, giỗ hàng năm.

연제(演題) tiêu đề, đề mục của bài diễn thuyết.

연좌(連坐) sự ngồi nối liền nhau; việc bị xử phạt về tội có liên đới. **~하다** ngồi liền nhau. ¶ ～ 데모 cuộc biểu tình ngồi.

연주(演奏) sự tấu diễn, biểu diễn nhạc. **~하다** biểu diễn nhạc. ¶ ～ 곡목 danh mục các khúc nhạc biểu diễn (chương trình biểu diễn) / ～자 người biểu diễn / ～회(會) hội biểu diễn âm nhạc.

연주창(連珠瘡) bệnh tràng nhạc.

연줄(緣-) quan hệ, liên hệ, môi giới. ¶ ～을 찾다 tìm mối liên hệ / … 와 ～이 있다. có quan hệ với.

연중(年中) trong năm. ¶ ～무휴 (게시) không nghỉ trong năm, mở cửa quanh năm (biển thông báo) / ～행사 chương trình hoạt động trong năm.

연지(臙脂) phấn son màu hồng (특히 입술의). ¶ ～를 찍다 [바르다] đánh [bôi] son (phấn) hồng.

연차(年次) thứ tự tuổi, tuần tự của số năm; hàng năm. ～의 của thứ tự năm. ¶ ～적으로 một cách theo thứ tự của năm. ¶ ～ 계획 kế hoạch hàng năm / ～ 보고 báo cáo hàng năm / ～ 총회 hội nghị toàn thể hàng năm.

연착(延着) sự đến muộn, tới muộn (so với dự định). **~하다** đến muộn. ¶ ～될 예정이다 dự kiến sẽ đến muộn / 기차가 ～되다 tàu hỏa đến muộn.

연착(軟着) sự hạ cánh từ từ, hạ cánh nhẹ nhàng. ¶ 달에 ～하다 hạ cánh nhẹ nhàng xuống mặt trăng.

연창(-窓) cửa ngoài, cửa chung (cửa hay cửa sổ nối liền giữa phòng và đại sảnh).

연천(年淺) **~하다** tuổi còn nhỏ, mới được mấy năm.

연철(鍊鐵) sắt đã luyện.

연체(延滯) sự chậm trả tiền, nạp tiền, sự để quá hạn nạp tiền (체납). **~하다** chậm trả tiền, để quá hạn nạp tiền; (지불 등이) khất nợ. ¶ ～금(金) tiền nợ còn khất lại / ～ 이자 tiền lãi phải trả cho thời gian chậm trả lãi phạt

trả chậm.
연체동물(軟體動物) động vật thân mềm.
연초(煙草) ☞ **담배**.
연출(演出) sự đạo diễn. **~하다** đạo diễn. ¶ ~자 người đạo diễn / ~효과 hiệu quả diễn xuất.
연충(蠕蟲) động vật thuộc loài giun, loài động vật bò trườn, có thân mềm (như loài giun).
연탄(煉炭) than bánh, than tổ ong. ¶ ~가스중독 trúng độc khí than / ~ 가스중독으로 죽다 chết vì nhiễm độc khí than) / ~ 난로 lò sưởi dùng than tổ ong.
연탄공장(煉炭工場) nhà máy than tổ ong.
연탄불(煉炭-) lửa than tổ ong.
연탄재(煉炭-) xỉ than tổ ong.
연통(煙筒) ống khói, khói nhà máy; (스토브의) ống khói bếp lò, lò sưởi.
연투(連投) **~하다** 【BC】 đứng ra ném bóng liên tục trong hơn 2 trận.
연판(連判) sự cùng đóng dấu (vào một văn bản, giấy tờ). **~하다** cùng đóng dấu. ¶ ~장 bức thư có nhiều người đóng dấu.
연판(鉛版) bản in đúc. ¶ ~을 뜨다 đúc bản in. ¶ ~공 thợ đúc bản in / ~인쇄 việc in bằng in đúc.
연패(連敗) sự thất bại liên tục. **~하다** thất bại liên tục, thua liên tục.
연포(練布) vải đã qua xử lý ngâm thuốc, luyện vải (tơ, lụa).
연표(年表) niên biểu.
연필(鉛筆) bút chì. ¶ ~로 쓰다 viết bằng bút chì / ~을 깍다 gọt bút chì. ¶ ~깎개 cái gọt bút chì / ~심 ruột bút chì / 색~ bút chì màu.
연하(年下) ~이다 ít tuổi hơn.
연하(年賀) việc chúc mừng năm mới (niên hạ). ¶ ~우편 취급 xử lý thư chúc mừng năm mới. ¶ ~장 thiếp chúc mừng năm mới.
연하다(軟-) (안질기다) mềm, nhuyễn. ¶ 연해지다 trở nên mềm.
연하다(連-) liền, nối liền, gắn liền.
연한(年限) kỳ hạn, số năm kỳ hạn (niên hạn). ¶ ~을 채우다 đủ hạn, mãn hạn (số năm, kỳ hạn). ¶ 복무~ số năm kỳ hạn phục vụ / 수업~ khóa học, năm học.
연합(聯合) **~하다** liên hợp. ¶ ~의 thuộc về liên hợp. ¶ ~국[군] liên hợp quốc [liên quân] / ~ 참모 본부 Trung tâm tham mưu liên hợp.
연해(沿海) ven biển (육지); duyên hải (바다). ~의 thuộc về duyên hải. ¶ ~어업 nghề đánh bắt cá ven biển / ~항로 đường biển duyên hải.
연해(連-) liền; liên tục không ngừng (열심히).
연해주(沿海州) 【Địa】 các tỉnh miền duyên hải.
연행(連行) **~하다** đưa đi; giải đi (phạm nhân).
연혁(沿革) lịch sử phát triển, lịch sử truyền thống. ¶ ~지(誌) sách ghi chép lịch sử phát triển.
연호(年號) niên hiệu.
연화(軟化) **~하다** làm cho mềm ra; thỏa hiệp, làm dịu đi, làm bớt căng thẳng; làm hạ giá (ở thị trường tiền tệ); làm cho nguội đi.
연화(軟貨) tiền giấy.
연회(宴會) yến hội, tiệc liên hoan.
연후(然後) ~에 sau đó, sau khi như thế.
연휴(連休) đợt nghỉ dài hạn, ngày nghỉ liền nhau.
열 mười; thứ mười (열째).
열(列) (줄진 손님 따위) hàng, dãy (như khách xếp thành hàng). ¶ ~을 짓다 xếp hàng, nối thành hàng / ~로 서다 đứng thành hàng; hàng (đơn vị

đếm). ¶ 사 ～로 늘어서다 đứng dài thành 4 hàng.

열(熱) ❶ (열기) nhiệt. ～의 của nhiệt. ¶ ～을 가하다 tăng nhiệt / ～을 발생하다 sinh nhiệt. ¶ ～교환기 bộ phận chuyển nhiệt / ～기관 động cơ nhiệt / ～전도 dẫn nhiệt. ❷ (체온) nhiệt độ của cơ thể. ¶ 높은 [낮은] ～ nhiệt độ cơ thể cao [thấp] / ～을 재다 đo nhiệt độ / ～이 있다 có nhiệt độ cao / ～이 내리다 nhiệt độ hạ / ～이 나다 phát nhiệt, phát sốt. ❸ (열중·유행) nhiệt tình, hăng say; cơn sốt thịnh hành. ¶ 열기를 식히다 làm nguội đi lòng hăng say, nhiệt tình / …에 ～을 올리다 lên cơn sốt bởi …. ¶ 야구～ cơn sốt bóng chày / 투기～ cơn sốt đầu cơ.

열가소성(熱可塑性) 【VLH】 tính đun chảy, tính dẻo ở nhiệt độ cao. ¶ ～의 có tính đun chảy / ～ 재료 nguyên liệu đun chảy (dẻo ở nhiệt độ cao).

열강(列强) các cường quốc.

열거(列擧) liệt kê, sự lôi (lần lượt) từng thứ ra (để nói). **~하다** liệt kê, lần lượt lôi ra.

열경화성(熱硬化性) 【VLH】 tính phản ứng nhiệt, cứng khi tăng nhiệt. ¶ ～의 có tính phản ứng nhiệt. ¶ ～ 수지 nhựa, nhựa tổng hợp có phản ứng nhiệt.

열광(熱狂) sự cuồng nhiệt, sự điên cuồng, sự bị kích động. **~하다** cuồng nhiệt, điên cuồng. ¶ ～적(으로) một cách cuồng nhiệt, một cách điên cuồng.

열기(列記) **~하다** liệt kê ghi chép.

열기(熱氣) khí nhiệt, hơi nóng; (열띤 기운) nhiệt tình, hưng phấn; (신열) thân nhiệt.

열김(熱-) ～에 bởi sự hăng hái, nhiệt tình; bởi (do) sự phẫn nộ, tức giận.

열나다(熱-) ❶ (신열이) thân nhiệt cao, phát ra thân nhiệt cao, sốt. ❷ (열중·열심) nhiệt tâm, hăng say. ❸ (화나다) tức giận, giận dữ. ¶ 열이 나서 vì tức giận.

열녀(烈女) liệt nữ (người phụ nữ có phẩm hạnh cao quý).

열다[1] ❶ (닫힌 것을) mở; (펴다) dang ra, giở ra; (꾸러미를) giở, mở (chùm, rọ); (열쇠로) mở (bằng chìa khóa). ¶ 비틀어 ～ vặn, quay để mở / 열어 놓다 mở ra. ❷ (개시) mở, khai trương, (창시함) khai sáng ra. ¶ 가게를 ～ mở (khai trương) cửa hàng. ❸ (개최) thành lập, tổ chức. ¶ 운동회를 ～ mở hội thể thao. ❹ (길을) mở, mở rộng, khai khẩn (đường, đất). ¶ 길을 ～ mở đường.

열다[2] (열매가) sinh, kết (trái, quả).

열대(熱帶) nhiệt đới. ～의 của nhiệt đới, có tính nhiệt đới. ¶ ～성 저기압 khí áp thấp nhiệt đới / ～ 식물 thực vật vùng nhiệt đới / ～어 loại cá vùng nhiệt đới.

열댓 khoảng mười lăm (15).

열도(列島) quần đảo.

열독(閱讀) sự duyệt, sự đọc một lượt.

열등(劣等) sự thấp kém hơn, tiêu chuẩn thấp, đẳng cấp thấp, cấp thấp. ～한 thấp hơn, kém hơn, thấp kém. ¶ ～감 cảm giác thấy thấp kém, yếu kém / ～생 học sinh thấp kém (có thành tích kém) / ～품 hàng hóa kém chất lượng, sản phẩm thấp kém.

열락(悅樂) sự thích thú, sự vui thích.

열람(閱覽) sự đọc sách, xem sách. **~하다** đọc sách, xem sách. ¶ ～권 thẻ đọc (ở thư viện) / ～실 phòng đọc sách.

열량(熱量) nhiệt lượng. ¶ ～계 máy đo nhiệt lượng.

열렬(熱烈) ~한 nhiệt liệt. ~히 một cách nhiệt liệt.

열리다 ❶ (닫힌 것, 잠긴 것, 자물쇠) được (bị) mở ra (cái bị đóng, bị khóa). ❷ (모임·행사) được mở ra (hội, buổi gặp, lễ); (개시) khai trương. ¶ … 주최로 ~ được mở ra với sự tổ chức của …. ❸ (개화·발전) được mở ra, được khai hóa, phát triển. ¶ 열리지 않은 chưa được mở ra. ❹ (길이) được mở đường. ¶ 승진의 길이 ~ con đường thăng tiến được mở ra.

열망(熱望) sự hy vọng mãnh liệt, sự khát khao. **~하다** hy vọng mãnh liệt, khát khao.

열매 (견과) trái, quả; (씨) hạt (như hạt dẻ). ¶ ~를 맺다 ra quả, sinh quả; (비유적) ra sản phẩm, ra thành quả.

열무 củ cải non. ¶ ~ 김치 dưa kim-chi muối củ cải non.

열반(涅槃) 【PG】 niết bàn.

열변(熱辯) bài kêu gọi, lời diễn thuyết đầy nhiết huyết, lời hùng biện sôi nổi.

열병(閱兵) sự duyệt binh. **~하다** duyệt binh. ¶ ~식 lễ duyệt binh.

열병(熱病) bệnh sốt cao (đau đầu, mất ngủ, kém ăn); tên gọi bệnh thương hàn; sốt, cách nói ám chỉ trạng thái đang hưng phấn. ¶ ~에 걸리다 bị bệnh sốt cao.

열분해(熱分解) 【HH】 sự nhiệt phân. **~하다** nhiệt phân.

열사(烈士) liệt sĩ.

열사병(熱射病) bệnh say nắng, chứng lả đi vì nóng.

열상(裂傷) vết thương rách da.

열석(列席) **~하다** ngồi thành hàng cạnh nhau; tham gia cuộc họp, hội nghị. ¶ ~자 người ngồi họp.

열선(熱線) ❶ tia nhiệt lượng, tia hồng ngoại. ❷ dây nóng (điện) ~ 전류계 cái đo điện lưu dây nóng, cái thử điện.

열성(列聖) các vị vua nhiều đời; (성인) thánh nhân.

열성(熱誠) sự nhiệt thành. ¶ ~적인 có tính nhiệt thành / ~을 담아 chứa sự nhiệt thành. ¶ ~가 người nhiệt thành; (열광자) người cuồng nhiệt / ~ 분자 phần tử cuồng nhiệt.

열세(劣勢) sức yếu, thế yếu. **~의** của thế lực yếu kém.

열쇠 chìa khóa. ¶ 사건의 ~ chìa khóa của vấn đề / ~로 잠그다 khóa bằng chìa khóa / ~로 열다 mở bằng chìa khóa / ~를 돌리다 quay (vặn) chìa khóa. ¶ ~ 구멍 lỗ khóa.

열심(熱心) sự nhiệt tâm, sự chăm chỉ. ¶ ~히 một cách chăm chỉ, nhiệt tâm / ~히 공부하는 학생 học sinh học hành chăm chỉ.

열십자(-十字) dấu thập tự, cây thánh giá. ~의 của dấu thập tự. ¶ ~로 theo hình chữ thập, dấu chữ thập.

열쌔다 (người, động tác) bay nhảy nhanh nhẹn.

열씨(列氏) Réaumur (một loại đơn vị đo nhiệt độ của Réaumur, người Pháp định ra). ¶ ~ 온도계 nhiệt độ kế Réaumur.

열악(劣惡) ~한 khắc nghiệt.

열애(熱愛) **~하다** yêu mãnh liệt.

열어젖뜨리다 mở toang (cửa sổ, cửa ra vào).

열없다 ❶ (열적다) hơi xấu hổ, ngượng, bẽn lẽn. ❷ (성질이) tính chất yếu đuối, khó coi, khó ưa. ❸ nhút nhát, hay sợ hãi.

열역학(熱力學) nhiệt động lực học.

열연(熱演) sự diễn hăng say. **~하다** hăng say diễn.

열용량(熱容量) nhiệt dung.
열원(熱源) nguồn nhiệt.
열의(熱意) nhiệt ý, thành ý; lòng nhiệt tình. ¶ ～있는 có thành ý; có lòng nhiệt tình / ～없는 không có thành ý / ～를 보이다 cho thấy thành ý.
열이온(熱-) i-ôn nhiệt.
열자기(熱磁氣) hiện tượng nhiệt từ.
열전(列傳) liệt truyện.
열전(熱戰) cuộc chiến đấu ác liệt; (경기) trận thi đấu quyết liệt.
열전기(熱電氣) nhiệt điện.
열전도(熱傳導) truyền nhiệt, dẫn nhiệt.
열전류(熱電流) dòng nhiệt điện.
열정(劣情) lòng thấp hèn, bạc bẽo; chạy theo vọng dục thấp hèn.
열정(熱情) sự nhiệt tình. ～적인 có tính chất nhiệt tình. ¶ ～가 người nhiệt tình.
열중(熱中) ~하다 hăng hái, say mê, dồn hết nhiệt tình, hăng say vào một thứ.
열진(烈震) động đất mạnh (tương đương cấp 6).
열차(列車) ☞ 기차. ¶ ～ 자동 정지 장치 thiết bị hãm tự động cho tàu hỏa / 서울행[발] ～ tuyến đến [xuất phát từ] Seoul. ¶ ～ 사고 tai nạn tàu hỏa / ～ 시간표 bảng giờ tàu chạy / 급행 ～ tàu cấp tốc / 보통 [완행] ～ tàu thường [chậm] / 상행 [하행] ～ tàu đi đến [xuất phát từ] thủ đô / 특별 ～ chuyến tàu hỏa đặc biệt.
열탕(熱湯) nước nóng, nước sôi; canh nóng, canh sôi. ¶ ～ 소독을 하다 tiêu độc, sát trùng bằng nước nóng.
열통적다 lời nói cử chỉ bừa bãi, lung tung, lóng ngóng.
열파(熱波) sóng nhiệt.
열풍(烈風) cơn gió mạnh, cơn gió dữ dội; khí thế trào lưu nổi lên mạnh mẽ.
열풍(熱風) gió nóng, cơn gió nhiệt.
열하다(熱-) làm phát nhiệt, làm cho nóng lên, tăng nhiệt.
열하루 (열한날) mười một ngày; (날짜) ngày mười một.
열학(熱學) 【VLH】 nhiệt học.
열핵(熱核) nhiệt hạch (phản ứng tổng hợp hạt nhân ở nhiệt độ cao). ¶ ～ 반응 phản ứng nhiệt hạch / ～ 무기 vũ khí nhiệt hạch / ～ 전쟁 chiến tranh nhiệt hạch / ～ 폭발 nổ nhiệt hạch.
열혈(熱血) máu nóng; bầu nhiệt huyết. ¶ ～ 청년 thanh niên đầy nhiệt huyết / ～한(漢) người đầy nhiệt huyết.
열호(劣弧) 【TH】 cung phụ.
열화(烈火) lửa cháy dữ dội. ¶ ～같이 노하다 tức giận như lửa thiêu.
열화학(熱化學) nhiệt hóa học.
열흘 (열날) mười ngày; (십일) ngày mùng mười.
엷다 ❶ (두께가) mỏng. ☞ 얇다. ❷ (빛이) nhạt (nồng độ, màu sắc). ¶ 엷은 빛(깔)의 sắc màu nhạt.
염(塩) muối. ¶ ～류 vật chất thuộc loại có muối.
염(殮) ☞ 염습(殮襲).
염가(廉價) giá rẻ, sự rẻ của giá cả. ～의 có giá rẻ. ¶ ～로 với giá rẻ / ～로 팔다 bán với giá rẻ. ¶ ～ 판매 mua bán giá rẻ / ～품 hàng giá rẻ.
염광(塩鑛) mỏ muối.
염교 【TV】 cây hẹ tây.
염기(厭忌) ~하다 ghét, kỵ, ghê.
염기(鹽基) 【HH】 diêm cơ, ba-zơ, chất kiềm. ¶ ～성의 thuộc ba-zơ.
염두(念頭) ～에 두다 tâm niệm trong đầu, ghi nhớ. ¶ ～에 두지 않다 không tâm niệm trong đầu.
염라대왕(閻羅大王) Diêm Vương (Diêm La đại vương).

염려(念慮) sự lo lắng, sự lo nghĩ. **~하다** lo lắng, lo nghĩ. ¶ …을 ~하여 lo nghĩ (việc …) / 이제는 아무 ~ 마십시오 bây giờ đừng có lo nghĩ gì nữa.
염료(染料) thuốc nhuộm (như nhuộm màu cho vải).
염료공업(染料工業) công nghiệp sản xuất chất nhuộm.
염매(廉賣) sự mua rẻ. **~하다** mua rẻ.
염모제(染毛劑) thuốc nhuộm tóc.
염문(艶聞) tin đồn về chuyện tình cảm trai gái, tin về chuyện tình nam nữ.
염밭(鹽-) ruộng muối.
염병(染病) ❶ ☞ **장티푸스** ¶ ~할 đồ nhiễm bệnh thương hàn! (từ chửi). ❷ ☞ **전염병**.
염복(艶福) phúc được người con gái đẹp đi theo, may mắn trong tình yêu, diễm phúc. ¶ ~가 người có diễm phúc, may mắn ở tình yêu.
염분(鹽分) vị mặn, hàm lượng muối. ¶ ~ 있는 có hàm lượng muối / ~을 없애다 loại bỏ lượng muối.
염불(念佛) sự niệm Phật. **~하다** niệm Phật.
염산(鹽酸) 【HH】 a-xít clohy-đríc.
염색(染色) sự nhuộm màu (nguyên văn: nhiễm sắc). **~하다** nhuộm màu. ¶ ~집 cửa hàng nhuộm / ~체 nhiễm sắc thể.
염서(炎暑) cái nóng nặng nề.
염세(厭世) sự yếm thế, bi quan, chán đời. ~적 có tính yếm thế. ¶ ~가 kẻ yếm thế / ~관(觀) cái nhìn yếm thế / ~ 자살 chán đời tự sát / ~주의 chủ nghĩa yếm thế.
염소 con dê. ¶ ~가 울다 con dê kêu. ¶ ~ 가죽 da dê / ~ 수염 râu dê / ~ 자리 【TVH】 cung Ma kết.
염소(鹽素) 【HH】 Clo (ký hiệu Cl). ¶ ~산 A-xít Clo-ríc.
염수(鹽水) nước mặn, nước muối.
염습(殮襲) **~하다** liệm, mặc áo liệm (và bó vải xung quanh) cho người chết.
염열(炎熱) viêm nhiệt, rất nóng bức.
염오(厭惡) sự chán ghét. **~하다** chán ghét.
염원(念願) sự mong ước, mong muốn trong lòng. **~하다** mong ước, mong muốn trong lòng.
염전(鹽田) ruộng muối. ☞ **염밭**.
염좌(捻挫) sự trật khớp. ☞ **삐다**.
염주(念珠) tràng hạt, chuỗi hạt (như chuỗi hạt của nhà Phật). ¶ ~알 hột (hạt) trong chuỗi hạt / ~알을 굴리다 lăn, vần chuỗi hạt.
염증(炎症) chứng viêm. ¶ ~을 일으키다 nổi chứng viêm nhiễm.
염증(厭症) sự chán nản, sự chán chường, sự nhàm chán; sự mệt mỏi. ¶ ~이 나다 chán nản, nhàm chán, chán chường; mệt mỏi.
염직(染織) **~하다** dệt và nhuộm, dệt nhuộm.
염천(炎天) trời nóng, khí hậu nóng bức; sự nóng nực, oi bức.
염출(捻出) (비용 따위를) **~하다** gom góp, tích cóp, tích trữ (tiền bạc).
염치(廉恥) liêm sỉ. ¶ ~없는 vô liêm sỉ, không biết xấu hổ.
염탐 **~하다** theo dõi, do thám. ¶ ~꾼 gián điệp; trinh sát; thám tử.
염통 trái tim.
염화(鹽化) sự clo hóa. **~하다** clo hóa. ¶ ~ 나트륨 natri clo / ~물 chất clo / ~비닐 chất nilon clo.
엽견(獵犬) chó săn.
엽관(운동)(獵官(運動)) sự theo đuổi danh vọng; sự chạy theo chức vụ; sự chạy chọt để thăng chức. **~하다** theo đuổi công danh.
엽궐련(葉-) điếu xì gà.
엽기(獵奇) ¶ ~적인 tính chất kỳ quái,

ㅇ

tính chất kỳ dị, tính không bình thường. ¶ ～소설 tiểu thuyết quái dị.

엽렵하다(獵獵-) lanh lợi, nhanh nhẹn; thông minh, tài giỏi; tháo vát.

엽록소(葉綠素) 【TV】 chất diệp lục.

엽맥(葉脈) 【TV】 gân lá.

엽색(獵色) sự tán tỉnh; sự phỉnh phờ; sự tán gái. ¶ ～가 kẻ hám gái, kẻ trác táng.

엽서(葉書) bưu thiếp. ¶ 그림 ～ bưu thiếp bằng tranh.

엽전(葉錢) đồng tiền cổ của Hàn Quốc.

엽초(葉草) lá thuốc lá.

엽초(葉鞘) 【TV】 bẹ lá.

엽총(獵銃) súng săn; súng đi rừng.

엿[1] kẹo mạch nha. ¶ ～가래 thỏi kẹo mạch nha / ～장수 người bán kẹo mạch nha.

엿[2] (여섯) sáu.

엿기름 mạch nha.

엿듣다 nghe trộm, nghe lỏm, nghe lén; (전화의 도청) nghe lén điện thoại.

ㅇ

엿보다 (기회를) rình; theo dõi; chờ đợi; (상태를) xem qua; nhìn qua; (안을) ghé nhìn (vào bên trong); (슬쩍) nhìn lướt qua, điểm qua, nhìn qua loa.

엿새 (엿샛날) ngày thứ sáu; (여섯날) sáu ngày.

영 ☞ **이엉**.

영(令) (명령) mệnh lệnh, chỉ thị; (법령) pháp lệnh, sắc lệnh, điều luật. ¶ ～을 내리다 ban hành pháp lệnh; ra chỉ thị; ban chiếu chỉ; ra lệnh, hạ lệnh / ～을 어기다 không tuân lệnh; làm sai chỉ thị; làm không đúng với pháp lệnh.

영(零) không, số không, con số không. ¶ 일대 ～으로 이기다 thắng với tỷ số một không / ～점을 맞다 bị điểm không.

영(嶺) khe núi; dãy núi.

영(靈) linh hồn; thần linh; ma (망령). ～적 có tính linh hồn; mang tính thần linh.

영감(令監) (존칭) ông (già); ông (lão); (노인) ông lão, ông già; (남편) chồng, người chồng.

영감(靈感) linh cảm; ngoại cảm. ¶ ～을 받다 có linh cảm.

영걸(英傑) vĩ đại, to lớn, hoành tráng, bệ vệ; (성질) anh hùng, dũng cảm, gan dạ. **~하다**(스럽다) vĩ đại, to lớn, hoành tráng, bệ vệ; anh hùng dũng cảm, gan dạ.

영검(靈-) sự linh ứng, sự linh nghiệm.

영겁(永劫) ☞ **영원**(永遠).

영결(永訣) sự vĩnh biệt. **~하다** vĩnh biệt; truy điệu, làm tang lễ. ¶ ～식 lễ tang, lễ truy điệu.

영계(-鷄) gà giò, gà non. ¶ ～백숙 hầm cháo gà giò.

영계(靈界) thế giới thần linh; (종교계) thế giới tâm linh, thế giới tín ngưỡng tôn giáo.

영고(榮枯) sự thịnh suy, sự thăng trầm, sự tồn vong. ¶ ～ 성쇠 ☞ **영고**.

영공(領空) không phận có chủ quyền. ¶ ～을 날다 bay trong không phận có chủ quyền. ¶ ～ 침범 xâm phạm không phận có chủ quyền.

영관(領官) sỹ quan cấp tá. ¶ ～급 장교 chỉ huy cấp tá.

영관(榮冠) mũ vàng; mũ dành cho người chiến thắng; vòng nguyệt quế (월계관).

영광(榮光) sự vinh quang, niềm danh dự. ～스러운 đầy vinh quang, đầy tự hào, đầy danh dự. ¶ …의 ～을 가지다 mang vinh quang, niềm tự hào về ….

영교(靈交) sự giao tiếp với thần linh. ¶ ～술 phép gọi hồn.

영구(永久) ☞ **영원**(永遠). ¶ ～성 tính bền

vững, tính lâu dài, tính vững bền, tính vĩnh cửu / ～치(齒) răng xương / ～ 자석 nam châm vĩnh cửu.

영구(靈柩) linh cữu, quan tài. ¶ ～차(車) xe tang; xe chở linh cữu.

영국(英國) nước Anh, vương quốc Anh. ～의 thuộc về nước Anh. ¶ ～기 cờ nước Anh / ～ 사람 người Anh / ～ 연방 liên bang Anh quốc.

영내(營內) ¶ ～에(의) doanh trại quân đội, trại lính. ¶ ～ 거주 cư trú trong doanh trại / ～ 근무 làm việc trong doanh trại / ～ 생활 đời sống sinh hoạt trong doanh trại.

영농(榮農) việc nhà nông; việc nông trang, nông trang, nông trại. **~하다** làm nông trại. ¶ ～ 기계화 cơ giới hóa công việc nhà nông / ～ 인구 dân số nông nghiệp / ～ 자금 quỹ nông nghiệp, quỹ nhà nông.

영단(英斷) biện pháp triệt để, biện pháp mạnh; sự quyết đoán mạnh;～을 내리다 đưa ra biện pháp mạnh, dùng biện pháp mạnh; quyết đoán.

영단(營團) đoàn thể; liên đoàn, liên hiệp; phường hội. ¶ 주택 ～ công ty nhà.

영달(榮達) sự thành đạt, danh hiệu, tước hiệu, danh vọng. ¶ ～을 바라다 ước muốn có danh vọng, mơ ước thành đạt.

영도(零度) không độ, độ dưới không, độ âm. ☞ **영하**.

영도(領導) sự lãnh đạo. **~하다** lãnh đạo. ¶ …의 ～하에 dưới sự lãnh đạo của …. ¶ ～자 người lãnh đạo.

영락(零落) sự sa sút, sự suy vi, sự suy tàn, sự đổ nát. **~하다** sa sút, suy vi, suy tàn, đổ nát.

영락없다(零落-) không sai một chút nào; chắc chắn. ¶ 영락없이 một cách chắc chắn. đúng là

영령(英靈) vong linh; linh hồn người đã chết. ¶ ～이여 고이 잠드소서 hỡi các vong linh, hãy nghỉ yên đi!

영롱(玲瓏) ～한 sáng sủa, minh bạch, mạch lạc; sáng rực, sáng chói, sáng lòa.

영리(怜悧) ～한 lanh lợi; thông minh, có tài, tháo vát.

영리(營利) lợi nhuận; tiền lãi, tiền lời. ¶ ～적(인) có tính có lợi, tính kinh tế / ～에 급급하다 chú trọng lợi nhuận. ¶ ～사업 việc kinh doanh có lợi nhuận, làm ăn có lãi / ～주의 chủ nghĩa lợi nhuận / 비～단체 tổ chức phi lợi nhuận, đoàn thể phi lợi nhuận.

영림(營林) ngành lâm nghiệp, công tác lâm nghiệp. ¶ ～서 sở lâm nghiệp, văn phòng lâm nghiệp / ～서원 nhân viên ngành lâm nghiệp.

영마루(嶺-) đỉnh đồi; đỉnh núi, chóp núi.

영매(靈媒) ông đồng bà cốt.

영면(永眠) giấc ngủ vĩnh viễn, cái chết. **~하다** chết, ngủ ngàn năm, ngủ vĩnh viễn.

영명(令名) ☞ **명성**(名聲).

영명(英明) ～한 thông minh, tài trí, minh mẫn, mẫn tiệp.

영묘(靈妙) ～한 huyền ảo, bí ẩn, huyền bí.

영문 ❶ (형편·사정) sự thể, tình hình, tình huống, hoàn cảnh, điều kiện. ¶ 무슨 ～인지 모르다 không biết sự thể gì, không biết chuyện gì cả. ❷ (까닭) lý do, nguyên nhân, nguyên do (원인). ¶ ～도 없이 một cách không lý do.

영문(英文) tiếng Anh, câu tiếng Anh, ngữ pháp tiếng Anh. ¶ ～으로(의) bằng tiếng Anh / ～을 잘 쓰다 viết bằng tiếng Anh tốt. ¶ ～ 타이피스트

người đánh máy tiếng Anh, gõ chữ tiếng Anh / ～ 편지 lá thư bằng tiếng Anh / ～학 văn học Anh / ～(학)과 khoa ngữ văn Anh / ～학자 học giả nghiên cứu văn học Anh / ～ 한역 dịch từ tiếng Anh sang tiếng Hàn.

영문(營門) cổng doanh trại quân đội, cổng trại lính.

영물(靈物) sự tồn tại của linh hồn.

영미(英美) Anh và Mỹ. ～의 thuộc Anh Mỹ.

영민(英敏) ～한 thông minh, mẫn tiệp, thông thái.

영별(永別) **~하다** vĩnh biệt.

영봉(靈峰) ngọn núi thần thánh, ngọn núi linh thiêng.

영부인(令夫人) phu nhân, bà.

영사(映寫) sự chiếu, sự phản chiếu; hình chiếu. **~하다** chiếu. ¶ ～기 máy chiếu / ～막 màn ảnh, màn chiếu / ～ 시간 thời gian chiếu / ～실 phòng chiếu.

영사(領事) lãnh sự. ¶ ～ 관원 nhân viên lãnh sự (총칭) / 총～ tổng lãnh sự / (총)～관 tổng lãnh sự quán.

영상: hình ảnh (TV), 흐린영상: hình ảnh mờ, hình ảnh nhòe.

영상(映像) hình bóng; bóng (그림자).

영상(領相) thủ tướng (thời kỳ phong kiến).

영생(永生) cuộc sống vĩnh cửu, sự bất tử. **~하다** sống vĩnh cửu, bất tử.

영선(營繕) sự xây dựng và sửa chữa. ¶ ～과(課) bộ phận xây dựng và sửa chữa / ～비 chi phí xây dựng và sửa chữa.

영성(靈性) tính chất duy linh, tính chất thần thánh.

영세(永世) sự lâu dài, sự bền vững, sự vĩnh cửu. ¶ ～ 불망하다 vĩnh cửu không bao giờ bị diệt vong, vĩnh cửu bất diệt. ¶ ～ 중립 sự trung lập lâu dài / ～ 중립국 nước trung lập lâu dài.

영세(零細) ～한 nhỏ, lặt vặt, nhỏ nhặt, tầm thường. ¶ ～ 기업 doanh nghiệp nhỏ, yếu / ～농(農) làm nông nghiệp nhỏ lẻ / ～민 dân buôn bán nhỏ; dân làm ăn nhỏ / ～업자 người kinh doanh nhỏ, người kinh doanh hàng vặt.

영속(永續) **~하다** lâu dài, vững bền, vĩnh cửu. ¶ ～적(인) có tính trường tồn, tính vĩnh cửu, tính bền vững.

영솔(領率) **~하다** chỉ đạo, lãnh đạo; hướng dẫn.

영송(迎送) **~하다** đưa đón; tiếp đãi và đưa tiễn.

영수(領收·領受) sự nhận, sự lĩnh hội. **~하다** nhận được, tiếp thu được, lĩnh hội được. ¶ 일금 1만원정 확실히 ～함 chắc chắn đã nhận được 10 ngàn won. ¶ ～증 hóa đơn, giấy biên nhận / ～필 sự biên nhận, sự ký nhận.

영수(領袖) người lãnh đạo, lãnh tụ.

영시(英詩) thơ bằng tiếng Anh.

영시(零時) không giờ; chính ngọ (정오); nửa đêm (자정).

영식(令息) con trai của người khác theo cách nói trân trọng.

영아(嬰兒) em bé, trẻ em, trẻ sơ sinh. ¶ ～ 살해 giết hại trẻ em.

영악(獰惡) ～한 dữ tợn, hung ác, dã man, tàn bạo.

영악하다 sắc sảo, lanh lợi, tháo vát, khôn ngoan.

영안실(靈安室) nhà xác. ¶ ～에 안치하다 đặt trong nhà xác.

영애(令愛) con gái của người khác theo cách nói trân trọng.

영약(靈藥) thuốc thần, thuốc tiên, thuốc kỳ diệu.

영양(令孃) ☞ **영애**(令愛).

영양(羚羊) [ĐV] linh dương.

영양(營養) dinh dưỡng, sự nuôi dưỡng, chất dinh dưỡng. ¶ ～ 상태가 좋은 [나쁜] tình trạng dinh dưỡng tốt [kém]. ¶ ～가 giá trị dinh dưỡng / ～물 thức ăn bổ dưỡng / ～ 불량 [과다] thiếu [thừa] dinh dưỡng / ～사 chuyên viên dinh dưỡng / ～ 실조 suy dinh dưỡng / ～학 ngành dinh dưỡng học.

영어(囹圄) nhà tù, trại giam. ¶ ～의 몸 người bị giam cầm, thân thế tù đày / ～의 몸이 되다 trở thành kẻ bị giam cầm, trở thành tù nhân.

영어(英語) tiếng Anh. ～의 thuộc về tiếng Anh. ¶ ～로 bằng tiếng Anh / ～의 실력 thực lực tiếng Anh / ～를 하다 dùng tiếng Anh / ～를 잘하다[가 서투르다] giỏi [kém] tiếng Anh / ～로 쓰다 viết bằng tiếng Anh / ～로 번역하다 dịch ra tiếng Anh. ¶ ～ 교사 giáo viên tiếng Anh / ～학 ngành tiếng Anh / 시사 ～ tiếng Anh thời sự / 일상 ～ tiếng Anh thông dụng.

영어(營魚) nghề cá, nghề đánh bắt cá. ¶ ～ 자금 quỹ cho nghề cá, quỹ đánh bắt cá / ～ 자금을 방출하다 xuất quỹ cho nghề cá.

영업(營業) việc kinh doanh, việc buôn bán, việc làm ăn, việc tiếp thị. **~하다** kinh doanh, buôn bán, làm ăn, làm việc, tiếp thị. ¶ ～용의 thuộc về kinh doanh / ～중 (게시) đang trong thời gian làm việc. ¶ ～ 과목 bộ phận kinh doanh, hạng mục kinh doanh / ～ 방식 phương thức kinh doanh / ～ 방침 phương châm kinh doanh / ～ 방해 sự cản trở kinh doanh / ～ 보고 báo cáo kinh doanh, báo cáo công tác / ～부 bộ phận tiếp thị / ～비 chi phí kinh doanh / ～세 thuế kinh doanh / ～소 phòng kinh doanh; nơi kinh doanh buôn bán / ～ 시간 thời gian làm việc / ～자본 vốn kinh doanh, vốn làm ăn, vốn buôn bán / ～ 정지 sự đình chỉ kinh doanh / ～ 허가 giấy phép kinh doanh.

영업권 quyền kinh doanh. ¶ 상점의 ～을 넘기다 chuyển nhượng quyền kinh doanh cửa hàng / ～을 팔다 bán quyền kinh doanh.

영역(英譯) sự dịch tiếng Anh. **~하다** dịch tiếng Anh.

영역(領域) ❶ ☞ **영토**. ❷ (분야) lĩnh vực, ngành; chuyên môn, bộ phận. ¶ 전문 ～이 아닌 không phải lĩnh vực chuyên môn / …의 ～이다 là lĩnh vực của ….

영역(靈域) khu vực thần thánh, thánh địa.

영영(永永) vĩnh viễn, mãi mãi.

영예(榮譽) danh dự, danh giá, danh tiếng. ¶ ～로운 vinh dự, danh giá.

영웅(英雄) anh hùng. ¶ ～적인 có tính anh hùng.

영원(永遠) ～한 vĩnh viễn, mãi mãi; bất tử; trường tồn; bền vững. ¶ ～히 một cách vĩnh viễn; một cách bất tử; một cách trường tồn; một cách vững bền / ～성 tính vĩnh viễn, tính bất tử; tính trường tồn, tính vững bền.

영원(蠑螈) [ĐV] con sa giông.

영위(營爲) **~하다** điều hành, điều khiển; trông nom, coi sóc.

영유(領有) **~하다** sở hữu; chiếm hữu.

영육(靈肉) thể xác và linh hồn. ¶ ～ 일치 sự thống nhất giữa thể xác và linh hồn.

영인(英人) người Anh.

영일(寧日) ¶ ～이 없다 không có ngày nghỉ, không có ngày nhàn rỗi; bận bịu liên miên.

ㅇ

영자(英字) mẫu tự tiếng Anh, chữ Anh. ¶ ~ 신문 báo chí bằng tiếng Anh.

영자(英姿) dáng vẻ uy nghi, dáng bệ vệ, dáng oai vệ.

영장(令狀) lệnh, trát, giấy triệu tập, giấy đòi. ¶ ~을 발부하다 ra lệnh, gửi giấy triệu tập. ¶ 구속 ~ lệnh bắt giữ / 소집 ~ lệnh triệu tập, giấy triệu tập.

영장(靈長) linh trưởng. ¶ 만물의 ~ linh trưởng của muôn loài. ¶ ~류 [ĐV] loài linh trưởng; động vật linh trưởng.

영재(英材) thiên tài, thần đồng; nhân tài. ¶ ~ 교육 giáo dục nhân tài.

영전(榮轉) **~하다** được đề bạt, được thăng chức.

영전(靈前) ~에 trên điện thờ, trên bàn thờ / ~에 바치다 dâng lên điện thờ, dâng lên bàn thờ; dâng cúng.

영점(零點) (무득점) điểm không, không điểm; (경기 득점) không ghi được điểm nào.

영접(迎接) **~하다** đón tiếp, chào đón, tiếp tân, nghênh tiếp.

영정(影幀) bức chân dung, bức ảnh.

영제(令弟) em trai (của ai đó).

영조(營造) **~하다** xây dựng, xây cất, lập nên. ¶ ~물 công trình xây dựng, công trình kiến trúc.

영존(永存) **~하다** tồn tại mãi mãi, trường tồn, vĩnh cửu. ¶ ~성 tính trường tồn, tính tồn tại vĩnh cửu.

영주(永住) sự định cư, sự cư ngụ lâu dài. **~하다** định cư, cư trú lâu dài. ¶ ~권 quyền định cư, quyền cư trú lâu dài / ~지 nơi định cư, nơi cư ngụ lâu dài.

영주(英主) sự cai quản tốt, người quản lý thông tuệ, anh minh.

영주(領主) lãnh chúa, lãnh chủ, chủ đất.

영지(領地) (봉토) lãnh địa, lãnh thổ, vùng đất có chủ quyền.

영지(靈地) vùng đất thánh, vùng đất thiêng.

영진(榮進) **~하다** được thăng quan tiến chức.

영차 dô hò; hây; một hai ba!

영창(詠唱) [ÂN] aria, một thể loại âm nhạc.

영창(營倉) vọng gác, đồn; trại tạm giam.

영철(英哲) ~한 sáng suốt, minh mẫn, thông minh.

영치(領置) **~하다** giam giữ, canh giữ, giám sát. ¶ ~물 đồ dùng của người bị giam giữ.

영탄(永嘆) (읊조림) sự thốt lên, sự kêu lên (thán phục). **~하다** thốt lên, kêu lên.

영토(領土) lãnh thổ; vùng đất chủ quyền. ¶ ~권(權) quyền lãnh thổ / ~ 확장 mở rộng lãnh thổ / ~ 확장 정책 chính sách mở rộng lãnh thổ.

영특하다(英特-) thông minh, lanh lợi, tháo vát, tài ba.

영판 ❶ (맞힘) đúng y hệt, giống như in. ❷ (꼭) chắc chắn; (아주) rất, cực kỳ; tột bậc.

영패(零敗) **~하다** không ghi được điểm nào và thua trận.

영하(零下) dưới không độ, độ âm.

영한(英韓) Anh - Hàn. ¶ ~ 사전 từ điển Anh - Hàn.

영합(迎合) sự nịnh bợ, sự xu nịnh, sự nịnh hót, sự tâng bốc. **~하다** nịnh bợ, xu nịnh, nịnh hót; tâng bốc; tán dương. ¶ 여론에 ~하다 chạy theo dư luận / ~주의 chủ nghĩa xu nịnh, chủ nghĩa tán dương.

영해(領海) hải phận; vùng biển có chủ quyền, lãnh hải.

영향(影響) sự tác động, sự ảnh hưởng; hậu quả. ¶ …의 ~으로 với tác động của … , do ảnh hưởng của … / …에 ~을 미치다 tác động (ảnh hưởng) tới ….

영험(靈驗) ☞ **영검**.

영형(令兄) anh cả (của ai đó).

영혼(靈魂) linh hồn. ¶ ~ 불멸(설) (thuyết) linh hồn bất diệt.

영화(映畵) phim. ¶ ~ 보러 가다 đi xem phim / ~를 개봉[상영]하다 khai chiếu [chiếu] phim / ~화하다 chuyển thành phim. ¶ ~ 각본 kịch bản phim / ~ 감독 đạo diễn phim / ~ 검열 kiểm duyệt phim / ~계 giới làm phim / ~관 rạp chiếu phim / ~ 배우 diễn viên điện ảnh / ~제 liên hoan phim / ~ 촬영소 trường quay / ~팬 người yêu thích phim / 천연색 ~ phim màu / 흑백 ~ phim đen trắng.

영화(榮華) (번영) sự hưng thịnh, sự phồn vinh, sự thịnh vượng, sự phát triển; (호화) sự vinh hoa; sự xa hoa, sự xa xỉ; sự hào hoa. ~롭다 hưng thịnh, phồn vinh, thịnh vượng, phát triển; vinh hoa; hào hoa. ¶ ~를 극하다 đẩy sự hưng thịnh lên cực điểm; cực điểm vinh hoa.

옆 bên cạnh. ~의 thuộc bên cạnh, thuộc mép, thuộc bên lề. ¶ ~에(서) ở bên cạnh / 문 ~에서 bên cạnh cửa, bên mép cửa / ~으로 sang bên cạnh, sang bên mép / ~방 phòng bên cạnh / ~모습 dáng nghiêng, hình dáng nhìn nghiêng / 길 ~의 집 nhà bên cạnh đường, nhà bên lề đường / ~을 지나가다 đi qua bên cạnh / ~으로 비키다 tránh sang bên cạnh.

옆구리 cạnh sườn, bên hông.

옆바람 cơn gió tạt ngang mặt.

옆질 sự tròng trành, sự lắc lư, sự nghiêng ngả. **~하다** (배가) (thuyền) tròng trành, lắc lư, chao đảo, nghiêng ngả.

옆집 nhà bên cạnh, nhà hàng xóm. ¶ ~ 사람 người hàng xóm, người láng giềng.

옆쪽 phía bên cạnh; sườn; mép; lề.

옆찌르다 đâm vào mạng sườn, thúc vào hông.

옆훑이 cái bào có rãnh hai bên.

예[1] (옛적) trước đây; (과거) xưa kia, ngày xưa, thời xưa. ¶ ~나 지금이나 ngày xưa hay bây giờ đều.

예[2] ❶ (대답) vâng; dạ; được; tốt!; (출석) có! ¶ ~ 알았습니다 vâng, tôi biết rồi; được, tôi hiểu rồi; tốt, tôi biết rồi! ❷ (반문) dạ?, sao?, sao cơ?, nói gì?

예(例) ❶ (실례) ví dụ. ¶ ~를 들면 nếu như đưa ra ví dụ / ~를 들다 cho ví dụ, đưa ra ví dụ. ❷ (경우) trường hợp. ¶ 유사한 ~ trường hợp tương tự. ❸ (관례) tiền lệ, tục lệ, thói quen; điều thường xảy ra, điều thường gặp, tình huống phổ biến (전례). ¶ ~의 건 sự kiện thường thấy; vụ việc thường xảy ra.

예(禮) ❶ (경례) sự chào hỏi; sự cúi chào. ❷ (예법) phép tắc xã giao, phép lịch sự; phép lễ độ. ¶ ~를 다하다 thực hiện đầy đủ phép tắc xã giao.

예각(銳角) 【HHo】 góc nhọn.

예감(豫感) sự dự cảm, sự linh tính. **~하다** dự cảm; linh tính. ¶ 불길한 ~ có linh tính chẳng lành.

예견(豫見) **~하다** dự kiến, dự trù, đoán trước, dự đoán trước.

예고(豫告) sự cảnh báo trước; lời dự báo; sự báo trước. **~하다** cảnh cáo; dự báo, báo trước. ¶ ~없이 không báo trước. ¶ ~편 (영화의) đoạn phim giới thiệu; (영화·TV의) sự giới thiệu phim, sự giới thiệu chương trình TV.

예과(豫科) khóa học dự bị. ¶ ~생 sinh

viên khóa dự bị.

예광탄(曳光彈) đạn phát quang.

예규(例規) quy tắc đã định sẵn từ trước.

예금(預金) tiền gửi, vật ký gửi. **~하다** gửi tiền tiết kiệm. ¶ ～을 찾다 lấy tiền gửi. ¶ ～계 nhân viên ngân hàng phụ trách tiền gửi / ～액 khoản tiền gửi / ～이자 lãi suất tiền gửi / ～통장 sổ gửi tiền tiết kiệm / 당좌 [보통, 정기] ～ tiền gửi bằng tài khoản [thông thường, định kỳ].

예기(銳氣) nhuệ khí, khí thế. ¶ ～를 꺾다 bẻ gãy khí thế, làm mất nhuệ khí.

예기(豫期) (기대) sự trông đợi, sự trông chờ, sự trông mong; (희망) sự hi vọng; (선견) sự đoán trước, sự dự đoán, sự tiên đoán. **~하다** trông đợi, trông chờ, trông mong; hi vọng; đoán trước, dự đoán, tiên đoán. ¶ ～치 않은 không trông đợi; không hi vọng; không dự đoán / ～한 대로 đúng như trông đợi; đúng như dự đoán.

예납(豫納) sự trả tiền trước. **~하다** trả tiền trước, trả trước, ứng trước.

예년(例年) năm trước đây; mọi năm (평년); hàng năm (매년). ～의 thuộc hàng năm; thuộc mọi năm. ¶ ～보다 2할 감소 giảm 2% so với mọi năm / ～대로 theo như mọi năm; theo như năm trước đây / ～의 행사 chương trình hàng năm.

예능(藝能) tài nghệ; khả năng nghệ thuật. ¶ ～과(科) khoa nghệ thuật / ～인 nghệ sỹ.

예니레 sáu bảy ngày.

예닐곱 sáu hoặc bảy.

예단(豫斷) ☞ **예측**(豫測).

예도(藝道) sự khéo tay; tài vặt; tài lẻ.

예라 này này!; nào nào!; thôi được rồi!; cút đi!

예령(豫令) (구령의) lời chuẩn bị khi hô khẩu lệnh.

예리(銳利) ～한 bén, sắc; sắc sảo, nhạy bén.

예매(豫賣) sự mua trước. **~하다** mua trước. ¶ ～권 quyền mua trước.

예명(藝名) tên dùng trong nghề, bí danh.

예모(禮帽) sự trang trọng, sự trang nghiêm, tính nghi thức; chiếc mũ bằng lụa đội trong dịp lễ hội.

예모(禮貌) sự lịch thiệp, sự đúng mực; sự hòa nhã; sự khéo léo. ¶ ～ 바른 lịch thiệp; đúng mực; hòa nhã; khéo léo.

예문(例文) câu minh họa, câu ví dụ.

예물(禮物) quà tặng, quà biếu.

예민(銳敏) ～한 nhạy cảm; tinh tế; sắc sảo; nhạy bén.

예바르다(禮-) lịch sự, lịch thiệp; hòa nhã, nhã nhặn, đúng mực.

예방(禮訪) sự ghé thăm xã giao, sự thăm viếng. **~하다** ghé thăm xã giao; viếng thăm.

예방(豫防) (방지) ngăn ngừa, ngăn cản, phòng ngừa; (경계) cảnh giác, cảnh giới, bảo vệ. **~하다** ngăn ngừa, phòng ngừa, ngăn chặn; dự phòng; cảnh giới, bảo vệ. ¶ ～의 thuộc dự phòng; thuộc về việc ngăn ngừa. ¶ ～약 thuốc dự phòng; thuộc phòng ngừa / ～ 의학 y học dự phòng / ～ 전쟁 cuộc chiến phòng ngừa / ～ 접종 tiêm chủng phòng ngừa / ～ 주사 tiêm phòng vắc xin / ～ 주사를 맞다 được tiêm phòng vắc xin.

예배(禮拜) sự lễ bái, lễ thánh, sự cầu nguyện; (교회의) lễ thánh, lễ cầu nguyện. **~하다** lễ bái, thờ phụng, cầu nguyện. ¶ ～당 nhà thờ; thánh đường / ～자 người cúng lễ, người lễ bái; người cầu nguyện / 아침 ～ buổi lễ cầu nguyện buổi sáng; buổi cúng tế buổi sáng, lễ bái buổi sáng.

예법(禮法) phép lịch sự, phép xã giao; lễ phép. ¶ ～에 맞다 [어긋나다] đúng [sai] phép lịch sự, đúng phép xã giao.

예보(豫報) sự dự báo, sự đoán trước, sự dự đoán, sự tiên đoán. **~하다** dự báo, đoán trước, dự đoán, tiên đoán. ¶ 일기～ dự báo thời tiết.

예복(禮服) lễ phục, bộ đồ lễ; (야회용) bộ đồ dự tiệc buổi tối.

예봉(銳鋒) mũi dao; đầu bút; mũi nhọn. ¶ ～을 꺾다 bẻ gãy mũi dao, bẻ gãy mũi nhọn (tấn công).

예비(豫備) **~하다** chuẩn bị; dự trữ; dự phòng. ¶ ～의 (여분의) thuộc dự trữ; thuộc dự phòng; (준비된) chuẩn bị, sửa soạn, sắm sửa. ¶ ～ 공작 công việc chuẩn bị, công tác chuẩn bị / ～군 quân dự bị / 향토 ～군 quân dự bị địa phương / ～금(비) tiền dự phòng, chi phí dự phòng / ～병 lính dự bị / ～ 선거 bầu cử sơ bộ / ～역 vai trò dự bị / ～ 타이어 bánh xe dự bị / ～ 회담 cuộc họp trù bị.

예쁘다 xinh đẹp, xinh xắn, quyến rũ, hấp dẫn, đáng yêu (모양이).

예쁘장하다(스럽다) xinh đẹp, xinh xắn, quyến rũ, hấp dẫn, đáng yêu.

예사(例事) việc hàng ngày, việc thông thường; thói quen hàng ngày, thói thường, lệ thường. ～롭다 thông thường; phổ biến; gần gũi. ¶ ～가 아닌 không phải như thường lệ, không thông thường, không phổ biến.

예산(豫算) sự dự tính, sự dự toán; ngân sách, ngân quỹ. ¶ ～을 짜다 lập dự toán / ～을 초과하다 vượt quá dự toán, vượt quá ngân sách. ¶ ～안을 의회에 제출하다 đệ trình dư thảo ngân sách lên quốc hội / ～ 위원회 ủy ban dự thảo ngân sách, ủy ban dự toán / 본～ ngân sách cơ bản / 수정 [추가] ～ ngân sách sửa đổi [bổ sung].

예상(豫想) (예기) sự mong đợi, sự mong chờ, sự trông đợi, sự trông ngóng; (예측) sự dự đoán, sự đoán trước, sự dự trù; (추단) kết luận; (어림) giả định, giả sử. **~하다** mong đợi, mong chờ, trông đợi, trông ngóng; dự đoán, dự trù; kết luận; giả định, giả sử. ¶ ～외의(로) ngoài mong đợi; ngoài dự đoán; ngoài giả định / ～대로 되다 được như mong đợi, đúng như dự đoán. ¶ ～ 수확고 sản lượng thu hoạch dự kiến / ～량 số lượng dự trù.

예선(豫選) cuộc đấu sơ bộ; cuộc bầu cử sơ bộ. **~하다** tiến hành thi đấu sơ bộ; tiến hành bầu cử sơ bộ.

예속(隷屬) **~하다** bị lệ thuộc, bị phụ thuộc; bị điều khiển; bị khuất phục; bị xỏ mũi. ¶ ～국 nước lệ thuộc.

예수 【CĐG】 chúa Jesus. ¶ ～교 đạo Tin lành / ～교 신자 tín đồ đạo Tin lành / ～ 그리스도 Jesus Christ, Đức Chúa Jesus.

예순 sáu mươi.

예술(藝術) nghệ thuật; học thuật (학술); mỹ thuật (미술). ¶ [비]～적 có tính [phi] nghệ thuật. ¶ ～가 nhà nghệ thuật, nghệ sĩ / ～ 작품 tác phẩm nghệ thuật.

예습(豫習) sự diễn tập, sự tập luyện trước; sự chuẩn bị trước. **~하다** diễn tập, tập luyện trước. ¶ ～ 시간 thời gian tập luyện trước, thời gian diễn tập.

예시(例示) tranh minh họa, ví dụ minh họa. **~하다** lấy ví dụ; đưa ra tranh minh họa.

예시(豫示) **~하다** minh họa; phác họa; biểu thị.

예식(例式) (방식) cách thức; nghi thức.

예식(禮式) (예의) phép lịch sự; phép xã giao; sự lễ phép; (의식) phép tắc; nghi thức. ¶ ~장 hội trường; nơi tổ chức lễ cưới.

예심(豫審) sự thẩm tra trước; dự thẩm.

예약(豫約) (좌석·배 따위) sự đặt chỗ trước; sự trả trước; (출판물) sự đặt mua báo chí, sự đặt mua; (제품 등) sự đặt hàng. **~하다** đặt chỗ trước; đặt mua trước; đặt hàng trước; trả trước. ¶ 좌석을 ~하다 đặt chỗ ngồi trước. ¶ ~금 tiền đặt cọc / ~ 모집 tuyển dụng trước / ~석 chỗ đặt trước (게시) / ~자 người đặt trước, người trả trước / ~ 출판[판매] xuất bản [mua bán] theo đơn đặt hàng.

예언(豫言) lời tiên tri, lời sấm. **~하다** tiên tri, dự đoán, tiên đoán. ¶ ~자 nhà tiên tri; người dự đoán; thầy bói.

예외(例外) ngoại lệ, sự ngoại trừ. ~의 thuộc ngoại lệ; thuộc dạng bị ngoại trừ. ¶ ~없이 không có ngoại lệ / …은 ~로 하고 coi … là ngoại lệ.

예우(禮遇) sự đãi ngộ, sự đón tiếp thân mật; sự tiếp đãi hậu hĩnh. **~하다** đãi ngộ, đón tiếp thân mật; tiếp đãi tử tế, tiếp đãi hậu hĩnh.

예의(銳意) sự nghiêm túc, sự đứng đắn.

예의(禮儀) sự lịch sự, sự lễ độ; sự biết lễ nghĩa; sự biết điều. ¶ ~바른 lịch sự, lễ độ, biết lễ nghĩa; biết điều / ~를 지키다 giữ lễ nghĩa, giữ lễ độ, giữ đúng phép lịch sự. ¶ ~ 범절 phép xã giao, phép lịch sự, lễ nghĩa.

예인망(曳引網) lưới kéo cá.

예인선(曳引船) tàu dắt (kéo) tàu khác.

예장(禮狀) bức thư đáp lễ; bức thư cảm ơn.

예장(禮裝) **~하다** mặc lễ phục.

예전 trước đây, ngày xưa. ~의 thuộc về trước đây, thuộc về quá khứ, thuộc về ngày xưa. ¶ ~부터 từ trong quá khứ, từ ngày xưa, từ trước đây / ~에는 trong quá khứ, ngày xưa, trước đây / ~대로 như ngày xưa, như trước đây, giống như trong quá khứ.

예절(禮節) sự lễ độ; sự đúng mực; sự đúng với phép tắc. ¶ ~을 중히 여기다 coi trọng phép tắc; coi trọng lễ độ.

예정(豫定) kế hoạch; dự định. **~하다** lập kế hoạch, dự định. ¶ ~한 시간에 thời gian dự định; thời gian theo kế hoạch / ~대로 theo kế hoạch; theo chương trình; theo dự định. ¶ ~ 신고 báo cáo kế hoạch / ~액 khoản tiền dự định / ~일 việc dự định; ngày dự định sinh nở (출산의) / 졸업 ~자 người dự kiến tốt nghiệp / ~표 bản kế hoạch / ~ 행동 개시 시각 thời điểm bắt đầu hành động theo kế hoạch.

예제 (여기저기) đây đó, khắp mọi nơi. ¶ ~없이 không phân biệt đây đó, đó đây đều.

예제(例題) ví dụ; sự luyện tập (연습).

예증(例證) chứng cứ; ví dụ; sự minh họa. **~하다** chứng minh; minh họa; cho ví dụ.

예지(豫知) **~하다** biết trước; đoán biết trước; dự đoán.

예지(叡智) sự thông thái, sự khôn ngoan.

예진(豫診) 【YH】 sự chẩn đoán trước, sự chẩn đoán sơ bộ. **~하다** chẩn đoán trước, chẩn đoán sơ bộ.

예진(豫震) cơn sốc khởi phát, chấn động đầu tiên.

예찬(禮讚) sự trầm trồ, sự thán phục, sự khen ngợi, sự ca tụng. **~하다** trầm trồ, thán phục, khen ngợi, ca tụng. ¶ ～자(者) người ca ngợi, người thán phục; người ca tụng.

예측(豫測) sự dự đoán, sự tiên đoán, sự đoán trước; sự dự trù. **~하다** dự đoán, tiên đoán; dự trù.

예치금(預置金) tiền đặt cọc; tiền kí gửi.

예치물(預置物) vật kí gửi, hàng kí gửi.

예탁(豫託) **~하다** kí gửi, kí thác, ủy thác, ủy nhiệm. ¶ ～금 tiền kí gửi; tiền ủy thác.

예탐(豫探) **~하다** thăm dò trước; theo dõi trước; đi tiền trạm.

예편(豫編) **~하다** lưu chuyển sang quân dự bị. ¶ ～되다 trở thành quân dự bị.

예포(禮砲) sự bắn đại bác chào đón. ¶ ～를 쏘다 bắn đại bác chào đón, bắn đại bác.

예항(曳航) **~하다** kéo (thuyền về bến).

예행연습(豫行演習) sự diễn tập. **~하다** diễn tập.

예후(豫後) 【YH】 sự lại sức, sự hồi sức; sự phục hồi (회복).

옛 cũ, xưa. ¶ ～ 상처 vết thương cũ / ～ 친구 bạn cũ.

옛날 ngày xưa, thời xưa, quá khứ. ¶ ～에 vào ngày xưa, thời xưa, thời quá khứ / ～ 이야기 câu chuyện ngày xưa, câu chuyện quá khứ / ～ 옛적 ngày xửa ngày xưa.

옛말 ❶ (고어) từ cổ. ❷ (격언) tục ngữ, cách ngôn.

옛모습 hình dáng xưa; hình dáng trước đây, bóng hình cũ, dáng dấp xưa.

옛사람 người xưa; (죽은 이) người đã chết, người đã khuất.

옛이야기 chuyện cũ, chuyện ngày xưa, chuyển cổ tích.

옛일 việc đã qua, chuyện dĩ vãng, chuyện quá khứ.

옛추억(-追憶) ký ức xưa, hồi ức.

옜다 đây!, nó đây!; của (em) đây!

오(五) số năm. ¶ 제 ～ thứ năm / ～배(의) gấp 5; gấp năm lần / ～분의 1 1 phần 5.

오(午) con ngựa. ¶ ～년 năm Ngọ / ～시 giờ Ngọ / 정～ chính ngọ.

오 (감동) ôi!, chao ôi!, ối!

오가다 đi lại, qua lại, đến rồi đi. ¶ 오가는 사람들 những người qua lại.

오가리 ❶ (호박의) lát bí sấy khô. ❷ (나뭇잎의) sự nhăn nheo, sự quắt lại.

오각형(五角形) hình ngũ giác.

오개년(五個年) ¶ ～ 계획 kế hoạch 5 năm.

오경(五經) ngũ Kinh.

오계(五戒) 【PG】 ngũ giới, năm điều răn của Phật đối với thiện nam tín nữ.

오곡(五穀) ngũ cốc, năm loại hạt. ¶ ～밥 cơm ngũ cốc.

오관(五官) ngũ quan.

오구(烏口) dụng cụ phác thảo; dụng cụ sơ đồ thiết kế.

오그라들다 cuộn lại, xoắn lại; thu nhỏ lại, co lại, rút lại, teo lại.

오그라뜨리다 ☞ **오그리다**.

오그라지다 ❶ (오그라들다) bị bóp méo, bị đè bẹp, bị đè nát; bị nghiền, bị đập, bị đạp. ❷ (찌그러지다) nhăn nhó, méo mó, bẹp. ¶ 오그라진 냄비 cái nồi méo.

오그랑장사 việc kinh doanh sa sút, việc buôn bán không sinh lãi.

오그리다 ❶ (몸·발을) cuộn lại, gấp lại, gập lại, rụt lại; thu lại, cúi mình. ¶ 오그리고 자다 nằm ngủ co ro. ❷ (물건을) gấp, gập; xoắn, cuộn.

오글거리다 ☞ **우글거리다**.

오금 khớp gối, khớp tay. ¶ ～을 펴다 duỗi đầu gối / ～을 못 쓰다 không đi lại được, không thể làm gì được / 그는 부인 앞에서 ～을 못 쓴다 (비유적)

bị vợ quản thúc, không đi đâu được.

오금뜨다 không ngồi yên, đi rong, đi lang thang.

오금박다 đối đáp làm đối phương điếng người, bẻ lại làm cứng họng; làm bối rối, làm chưng hửng.

오금탱이 ☞ 오금.

오긋하다 bị ấn vào; bị lõm vào.

오기(傲氣) tính cố chấp, tính cứng cỏi, tính ngạo mạn. ¶ ～부리다 không chịu đầu hàng, không chịu thua; cố ganh đua.

오기(誤記) lỗi trong lúc viết, sự ghi chép sai. **~하다** bị lỗi trong lúc viết, ghi chép sai.

오나가나 luôn luôn, mọi lúc, bao giờ cũng.

오냐 (대답) ừ!; phải!; đúng rồi!, vậy đó!, được!

오뇌(懊惱) sự đau đớn tột độ; sự hành xác. **~하다** hành xác, đau đớn, làm nhục, làm cho mất thể diện.

오누이 = 오뉘. anh trai và em gái.

오뉘죽 cháo đậu đỏ.

오뉴월(五六月) tháng năm và tháng sáu âm lịch. ¶ ～ 긴긴해 suốt những tháng hè.

오는 (다음의) sắp tới; đang đến; sau, ngay sau. ¶ ～ 일요일에 chủ nhật tới.

오늘 hôm nay, ngày hôm nay. ¶ ～부터 từ hôm nay / ～까지 cho tới hôm nay / ～ 안에 trong ngày hôm nay, nội trong ngày hôm nay / ～ 저녁 tối nay / ～ 밤 đêm nay / 전주의 ～ ngày này tuần trước / ～이 며칠 [무슨 요일]이냐 hôm nay là ngày bao nhiêu [thứ mấy]?

오늘날 ngày nay; thời nay; hiện nay; bây giờ. ¶ ～의 청년 thanh niên thời nay.

오늬 khấc mũi tên (ở đầu cuối mũi tên để đặt tên vào dây nỏ); khấc nỏ (ở hai đầu cánh nỏ, để giữ dây nỏ).

오다 ❶ (일반적으로) đến, tới; đi đến. ¶ 가지러 ～ đến để lấy. ❷ (도착) đến, tới (기차가); có (편지). ❸ (방문) tới thăm, đến thăm. ❹ (비·눈이) rơi; có. ¶ 비가 [눈이] ～ có mưa [tuyết]. ❺ (다가) về. ¶ 봄이(은) 왔다 mùa xuân về. ❻ (되다) trở nên, trở thành. ¶ 따뜻해(져) 온다 trở nên ấm áp. ❼ (전래) truyền, phát, qua đường dây. ❽ (유래함·원인) có nguồn gốc, xuất phát từ. ¶ 라틴어에서 온 말 từ có nguồn gốc từ tiếng La tinh.

오다가다 (어쩌다가) thỉnh thoảng, đôi khi; (우연히) tình cờ, ngẫu nhiên. ¶ ～ 만난 부부 đôi vợ chồng tình cờ gặp gỡ / ～ 들르다 thỉnh thoảng ghé qua.

오달지다 (여무지다) đặc, không rỗng; (피륙이) bền, chắc; (사람이) rắn chắc, chắc khỏe.

오대양(五大洋) năm đại dương.

오대주(五大洲) năm đại lục, năm châu.

오도(悟道) **~하다** (깨침) giác ngộ, nhận ra, nhận thức.

오도독 tiếng nghiến. ¶ ～뼈 xương sụn.

오도방정 tính hay thay đổi, tính đồng bóng; tính phù phiếm, tính xốc nổi. ～떨다 hành động nông nổi.

오독(誤讀) sự đọc sai; sự hiểu sai; sự giải thích sai. **~하다** đọc sai; hiểu lầm; giải thích không đúng.

오돌오돌하다 có nhiều bướu, có sụn; dai, khó cắt, khó nhai, chắc, bền.

오동(烏銅) 【Kh】 đồng bị oxy hóa.

오동통하다 lùn bè bè, thấp béo.

오두막(집)(-幕(-)) lều, túp lều; chòi; lán, nhà lụp xụp tồi tàn. ¶ ～을 짓다 dựng lều.

오들오들 떨다 run rẩy, rung.
오디 cây dâu tằm, quả dâu tằm.
오똑 ☞ **우뚝**.
오뚝이 con lật đật.
오라 (포승) dây thừng, dây chão. ~지다 buộc bằng dây chão, trói bằng dây thừng.
오라기 một chút, một ít; miếng, mảnh, mẩu.
오라버니 anh của em gái.
오락(娛樂) sự giải trí; trò chơi, trò tiêu khiển (기분 전환); vui chơi, giải lao. ¶ ~가(街) phố giải trí / ~ 기관 [시설] phương tiện [thiết bị] vui chơi giải trí / ~ 잡지 tạp chí dành cho giải trí / ~장(場) khu vui chơi giải trí.
오락가락하다 lúc đi tới lúc đi lui, không rõ ràng. ¶ 비가 ~ mưa rồi tạnh, tạnh rồi lại mưa / 정신이 ~ lúc tỉnh lúc mê, lúc nhớ lúc quên.
오랑캐 người man rợ, người hoang dã, man di, mọi rợ.
오랑캐꽃 hoa vi-ô-lét. ☞ **제비꽃**.
오래 dài; xa, lâu. ¶ ~ 전 trước đây, lâu lắm rồi, rất lâu rồi / ~ 전부터 từ trước đây, từ rất lâu / ~된 lâu; cũ; xưa; cổ; được lâu rồi / ~ 걸리다 mất nhiều thời gian / ~ 가다 được lâu, duy trì thời gian dài, bền / ~ 끌다 kéo dài.
오래간만 ¶ ~에 sau một thời gian dài / ~일세 lâu rồi mới gặp lại nhỉ!
오래다 một thời gian dài; một lúc lâu. ¶ 오래지 않아 không lâu lắm / 오랜 습관 một thói quen lâu đời.
오래도록 thời gian dài; mãi; không ngừng.
오래오래 một thời gian rất lâu; (영원히) mãi mãi; vĩnh viễn.
오랫동안 trong thời gian dài.
오레오마이신 [DH] thuốc Aureomixin.
오렌지 quả cam. ¶ ~ 주스 nước cam.
오려내다 cắt, xén.
오로라 ánh ban mai; cực quang; nữ thần Rạng đông.
오로지 chỉ, chỉ có, duy chỉ, riêng; đơn độc. ¶ ~ 너 때문에 chỉ vì em (cậu, mày).
오롱이조롱이 lũ, bọn, đàn, bầy.
오류(誤謬) sự sai lầm, sự sai sót, lỗi. ¶ ~를 범하다 phạm lỗi.
오륜(五倫) ngũ luận, ngũ thường.
오륜대회(五輪大會) ☞ **올림픽**.
오르간 đàn organ. ¶ 리드 ~ đàn đạp hơi / 파이프 ~ đàn ống / ~ 연주가 người chơi đàn organ.
오르내리다 ❶ (고저) dao động, lên xuống, tăng giảm (시세 따위가); lúc có lúc không, phập phù (열이). ❷ (남의 입에) đàm tiếu. ¶ 남의 입에 ~ bị người khác đàm tiếu.
오르다 ❶ (높은 곳에) lên, leo, leo trèo, trèo lên, dâng lên, tăng lên, cao lên (하늘 높이). ¶ 산에 ~ leo lên núi / 지붕에 ~ leo lên nóc nhà / 기세가 ~ tinh thần lên cao, khí thế tăng lên / 열이 오른다 nhiệt độ tăng lên. ❷ (상륙) lên bờ; ghé vào bờ. ❸ (승진) thăng tiến, thăng chức. ¶ 지위가 ~ thăng lên chức vụ cao hơn. ❹ (진보) tiến bộ; sự tiến bộ, sự đi lên, sự tiến triển, sự phát triển. ¶ 성적이 ~ thành tích cao hơn. ❺ (효과가) tăng lên. ❻ (식탁·의회·무대에) để lên, bày biện, trình diện, xuất hiện. ¶ 생선이 상에 ~ bày cá lên bàn. ❼ (입에) bị đàm tiếu, bị bàn tán, bị nói tới. ❽ (값이) tăng lên. ¶ 빵값이 올랐다 giá bánh mỳ tăng lên. ❾ (출발) xuất phát, khởi hành, lên đường, rời khỏi. ¶ 귀로에 ~ lên đường để trở về. ❿ (즉위) lên ngôi, phong. ⓫ (기록) ghi

vào (kỷ lục), ghi chép, lưu lại. ¶ 요시찰인 명부에 ~ bị ghi vào sổ đen. ⑫ (탈것·단상에) đi xe cộ, cưỡi (말에). ¶ 기차에 ~ đi xe lửa. ⑬ (병독이) bị nhiễm, bị đầu độc. ¶ 옴이 ~ bị lây ghẻ ngứa. ⑭ (살찌다) tăng; lên cân. ⑮ (연기·불길이) bốc lên (khói, lửa). ¶ 불길이 ~ lửa bốc lên ⑯ (물·기운이) dâng; tăng. ¶ 나무에 물이 ~ Nhựa cây dâng đầy, chỉ thời điểm tăng trưởng sắp có kết quả tốt đẹp. ⑰ chín (고추가); thu được, giành được, tăng thêm (성이). ⑱ (때가) thời cơ chín muồi.

오르락내리락 lên lên xuống xuống; tăng tăng giảm giảm; thăng trầm.

오르막 con dốc. ¶ ~길 đường dốc.

오른 phải, bên phải. ¶ ~손 tay phải.

오름세 xu thế tăng lên (của giá cả thị trường). ¶ ~를 보이다 cho thấy xu thế tăng lên.

오리 【LCh】 con vịt; vịt đực (수놈).

오리(汚吏) viên chức ăn hối lộ.

오리나무 【TV】 cây tổng quán sủi.

오리다 cắt, xén (theo hình dạng).

오리목(-木) lati, thanh gỗ mỏng.

오리무중(五里霧中) ¶ ~이다 mịt mùng; mò kim đáy biển; không thể lần ra đầu mối.

오리발 chân vịt.

오리엔탈(oriental) phương Đông.

오리온자리 【TVH】 chòm sao O-ri-on.

오리지날(original) gốc, nguồn gốc, nguyên bản chính (원본); nguyên tác (원작); tiếng gốc (원어).

오막살이 cuộc sống nghèo khổ.

오만(五萬) ❶ (수) năm mươi nghìn. ❷ (다수) rất nhiều, vô kể, không xuể, vô vàn, hàng ngàn. ¶ ~ 걱정 lo lắng vô cùng.

오만(傲慢) ~한 ngạo mạn, kiêu ngạo, kiêu căng, kiêu kỳ.

오매불망(寤寐不忘) **~하다** ngày cũng như đêm không thể nào quên.

오면체(五面體) 【TH】 khối năm cạnh.

오명(汚名) ☞ **누명**. ¶ ~을 남기다 để lại tiếng xấu cho đời sau.

오목(五目) trò chơi carô (một trò chơi của baddok có năm quân cờ đang được xếp thành một hàng).

오목 ¶ ~ 거울 gương lõm / ~ 렌즈 . thấu kính lõm.

오목하다 bị ấn vào, bị lõm vào; chìm, thụt, lún; bị mẻ.

오묘(奧妙) ~한 sâu sắc; uyên thâm, thâm thúy, có bề sâu.

오물(汚物) rác rưởi, rác bẩn, đồ dơ bẩn; đồ ô uế, đồ nhớp nhúa; (부엌의) rác; (하수의) chất thải, nước cống, rác cống; (분뇨) chất bài tiết, cứt, phân. ¶ ~ 수거인 người dọn đồ tạp uế.

오물거리다 ❶ (벌레 등이) đầy, nhiều; nhung nhúc. ❷ (입을) nhai chóp chép; trệu trạo.

오므라들다 đóng; ngậm, mím; khô, teo quắt lại, héo, cuộn lại.

오므라지다 (닫히다) bị khít lại, bị đóng lại; (좁아짐) bị nhỏ lại.

오므리다 dúm dó, nhăn, quăn; cau, nhíu (mày) mắm, mím (môi), ngậm (miệng), nắm (tay) lại.

오믈렛 món trứng tráng.

오밀조밀하다(奧密稠密-) ❶ (면밀) tỉ mỉ; kỹ càng, cẩn thận. ❷ (솜씨가) công phu; trau chuốt, tinh vi, tinh xảo.

오발(誤發) (총기의) sự bắn nhầm. **~하다** bắn nhầm.

오버 ❶ (외투) áo choàng. ❷ (초과) vượt qua; quá mức, vượt, hơn, dôi ra, thừa ra.

오변형(五邊形) ☞ **오각형**.

오보(誤報) bản báo cáo sai; bản tường

thuật sai; bản tin không chính xác. **~하다** báo cáo sai, đưa tin sai.

오보에 【ÂN】 kèn ô-boa. ¶ ～ 연주자 người chơi kèn ô-boa.

오불관언(吾不關焉) thái độ thờ ơ. ～이다 tỏ ra thờ ơ, thái độ lạnh nhạt.

오붓하다 đủ, nhiều, phong phú; dư dả, dư dật; đầy đủ, sung túc, mãn nguyện. ¶ 오붓한 살림 cuộc sống sung túc.

오븐(oven) cái lò nướng (nấu món ăn).

오블라토 màng mỏng, vòng niêm thuốc.

오비(O.B.) (old boy) học trò cũ, cựu nam học sinh.

오빠 anh trai (dành cho em gái gọi anh trai).

오사바사하다 có tính mềm dẻo, đáng yêu, được lòng người.

오산(誤算) sự tính toán sai; sự làm phép toán sai. **~하다** tính sai; làm toán sai; tính nhầm.

오색(五色) ～의 (thuộc) ngũ sắc.

오선지(五線紙) 【ÂN】 giấy chép nhạc.

오세아니아(oceania) (대양주) Châu Đại dương.

오소리 【ĐV】 con lửng.

오손(汚損) sự biến màu; vết bẩn, vết nhơ. **~하다** làm bẩn, làm dơ, làm biến màu; làm ô nhục, làm nhơ nhuốc; làm hại, làm hỏng.

오솔길 đường mòn, đường nhỏ. ¶ 숲속의 ～ lối mòn trong rừng.

오수(午睡) ngủ ngày. ☞ **낮잠**.

오수(汚水) nước bị ô nhiễm; nước bẩn, nước cống, nước thải. ¶ ～관 đường nước thải, ống nước thải.

오순도순 hòa thuận, hòa hợp, thân thiết.

오스트레일리아 nước Úc. ¶ ～의 (thuộc) Úc / ～사람 người Úc.

오스트리아 nước Áo. ¶ ～의 (thuộc) Áo / ～사람 người Áo.

오슬오슬 ¶ ～하다 lành lạnh, rờn rợn; run rẩy, lẩy bẩy.

오식(誤植) lỗi in; sự in sai. **~하다** in sai. ¶ ～ 정정표 bảng đính chính lỗi in.

오신(誤信) **~하다** tin tưởng nhầm, tin nhầm.

오심(誤審) 【PL】 sự phán xét sai, kết tội không đúng người đúng tội, sự đánh giá sai. **~하다** đánh giá sai, xét đoán nhầm.

오십(五十) năm mươi. ¶ ～대에 trong độ tuổi năm mươi / ～보 백보 không so sánh được, gần bằng (như) nhau.

오싹오싹하다 làm ớn lạnh; làm nhụt nhuệ khí.

오아시스 ốc đảo (trong sa mạc).

오얏 quả mận, cây mận.

오언절구(五言絶句) thể thơ ngũ ngôn tuyệt cú, có năm chữ Hán trong mỗi dòng.

오역(誤譯) sự dịch sai. **~하다** dịch sai.

오열(五列) gián điệp, ngũ liệt, đội 5 (vào thời kỳ nội chiến Tây Ban Nha, tướng Mô-ra đã chỉ huy 4 đội quân nhằm tấn công vào Ma-đrít, ông lập thêm một đội quân bí mật hoạt động trong thành để nội ứng với tên gọi là ngũ liệt hay đội 5). ¶ (제) ～ 대원 đội quân số 5.

오열(嗚咽) sự thổn thức; sự khóc than. **~하다** thổn thức; nghẹn ngào.

오염(汚染) **~하다** sự ô nhiễm, sự ô uế, sự bẩn; sự đầu độc, sự hư hỏng, sự sa đọa. ¶ 콜레라 ～ 지구 khu bị nhiễm bệnh dịch tả. ¶ 대기[수질, 환경] ～ ô nhiễm không khí [nước, môi trường] / 방사능 ～ ô nhiễm chất phóng xạ.

오욕(汚辱) sự mất danh dự, sự ô nhục, sự nhục nhã, sự hổ thẹn. ¶ ～을 참다 chịu sự nhục nhã.

오용(誤用) sự sử dụng sai, sự dùng sai,

sự lạm dụng. ~하다 dùng sai, lạm dụng.

오월(五月) tháng năm.

오유(烏有) ¶ ~로 돌아가다 trở về hư vô, chết

오의(奧義) điều huyền bí, điều bí ẩn; bí mật; ý nghĩa sâu xa.

오이 quả dưa chuột. ¶ ~를 거꾸로 먹어도 제멋 【TNg】 không quan tâm người khác làm như thế nào, chỉ làm theo ý thích của mình (nguyên văn: quả dưa chuột ăn lộn đầu vẫn được). ¶ ~생채 sa lát dưa chuột / ~소박이 Kim-chi dưa chuột / ~지 dưa chuột muối.

오인(吾人) ❶ (나) tôi, tao, tớ. ❷ (우리) chúng ta, chúng tôi.

오인(誤認) ~하다 sự ngộ nhận, sự quan niệm sai, sự nhận thức sai, sự hiểu sai (A và B).

오일(五日) (다섯 날) năm ngày; (닷새) ngày thứ năm.

오일 dầu; dầu lửa; dầu hỏa. ¶ ~ 스토브 bếp dầu.

오입(誤入) gái điếm, đĩ, gái bán hoa. ~하다 làm đĩ, mãi dâm, chơi gái; trăng hoa, ngoại tình. ¶ ~장이 người hay chơi gái, kẻ trăng hoa; /~판 dân giang hồ, gái giang hồ.

오자(誤字) từ sai; lỗi in ấn (인쇄의).

오장(五臟) ngũ tạng, năm cơ quan nội tạng bên trong.

오장육부(五臟六腑) lục phủ ngũ tạng, toàn bộ các cơ quan nội tạng bên trong cơ thể.

오쟁이 túi rơm nhỏ. ¶ ~지다 vợ của mình gian dâm với người khác.

오전(午前) buổi sáng.

오전(誤傳) ☞ 오보.

오점(汚點) điểm yếu, vết nhơ; (결점) khuyết điểm. ¶ ~을 남기다 để lại vết nhơ (cho đời sau).

오정(午正) giữa trưa, chính ngọ.

오조 【TV】 loại hạt kê mau chín.

오존 khí Ô-zôn. ¶ ~의 có ô-zôn. ¶ ~계(計) thiết bị đo ô-zôn / ~발생기 máy tạo ô-zôn.

오종경기(五種競技) cuộc thi đấu năm môn phối hợp. ¶ 근대~ thi đấu năm môn phối hợp mới.

오죽 bao nhiêu (cảm thán).

오줌 nước tiểu, sự đi tiểu. ¶ ~을 누다 đi đái, đi tiểu. ¶ ~싸개 trẻ đái dầm / ~통 (그릇) bô đi tiểu; (방광) bàng quang.

오지(奧地) phần đất liền nằm sâu trong lục địa, xa đô thị và biển; nơi có môi trường khắc nghiệt.

오지그릇 đồ đất nung.

오직(汚職) ☞ 독직(瀆職).

오직 (단지) chỉ, duy chỉ, mỗi; đơn thuần, hoàn toàn; (오로지) chỉ mỗi. ¶ ~ 돈벌이만 생각하다 chỉ nghĩ đến chuyện kiếm tiền / ~ 울기만 하다 chỉ khóc lóc thôi.

오진(誤診) sự chẩn đoán sai. ~하다 chẩn đoán nhầm.

오징어 con mực. ¶ ~포 mực khô.

오차(誤差) sai số, sai lệch.

오찬(午餐) tiệc trưa.

오체(五體) thân thể, cơ thể.

오케스트라 ban nhạc, dàn nhạc.

오케이(OK) được, đồng ý.

오토메이션(automation) sự tự động; kỹ thuật tự động. ¶ ~화하다 tự động hóa.

오토바이 xe máy, xe mô tô.

오토자이로 máy bay lên thẳng.

오톨도톨 ¶ ~한 gồ ghề, lởm chởm, xù xì, lổn nhổn.

오트밀(oatmeal) bột yến mạch.

오판(誤判) sự phán đoán sai, sự xét xử

sai, sự suy xét nhầm lẫn, sự đoán sai. **~하다** phán đoán sai, xét xử sai, suy xét nhầm, đoán nhầm.

오팔 [Kh] Ô-pan.

오퍼 [TN] sự chào hàng, thư chào hàng. ¶ ~상 trên thư chào hàng / 구매 [판매] ~ chào mua [bán] / 확정 ~ chào hàng xác định.

오페라 nhạc kịch, ô-pê-ra. ¶ ~ 가수 ca sĩ ô-pê-ra.

오페레타 Ô-pê-rét (nhạc kịch hài, nhẹ nhàng, ngắn).

오펙(OPEC) tổ chức các nước xuất khẩu dầu lửa).

오프셋 [In] ôp-xét. ¶ ~ 인쇄 sự in ôp-xét.

오픈게임 cuộc thi cọ xát hoặc không chính thức.

오한(惡寒) sự ớn lạnh, sự rùng mình. ¶ ~이 나다 ớn lạnh, bị cảm lạnh.

오합지졸(烏合之卒) (규율없는) đám đông mất trật tự, đám người hỗn tạp.

오해(誤解) sự hiểu sai, sự hiểu lầm. **~하다** quan niệm sai, nhận thức sai, hiểu sai, hiểu lầm (어구를).

오호츠크해(-海) [Địa] biển Ô-khốt.

오호호 (웃음) hi hi!, ha ha!

오후(午後) buổi chiều. ¶ 오늘 [어제] ~ chiều nay [qua].

오히려 ❶ (차라리) thà rằng, hơn là. ❷ (도리어) điều trái lại, trái ngược, ngược lại. ¶ ~해가 되다 ngược lại có hại.

옥(玉) ngọc bích.

옥(獄) ☞ **감옥**. ¶ ~에 가두다 bị tống vào tù.

옥고(獄苦) sự gian khổ của cuộc sống tù túng. ¶ ~를 치르다 rên xiết trong tù.

옥내(屋內) ~의 (thuộc) bên trong, trong nhà. ¶ ~에서 ở bên trong. ¶ ~ 경기 thi đấu trong nhà / ~ 배선 [Đ] sự lắp đặt đường dây trong nhà; (안테나의) sự ăng ten trong nhà.

옥니 răng hô, răng vẩu. ¶ ~박이 người có hàm răng hô.

옥다 gấp vào (mép bìa, góc), gập lại, thu lại, xoay vào; (밑지다) mất, thua, thất bại.

옥답(沃畓) đất ruộng phì nhiêu.

옥당목(玉唐木) vải in hoa chất lượng thấp.

옥도(沃度) i-ốt. ☞ **요드**. ¶ ~정기 cồn i-ốt.

옥돌(玉-) đá quý, ngọc.

옥동자(玉童子) con trai yêu quý.

옥바라지(獄-) **~하다** tiếp tế cho người ở tù.

옥사(獄死) **~하다** chết trong tù.

옥상(屋上) nóc nhà, mái nhà. ¶ ~ 정원 vườn sân thượng / ~ 주택 căn hộ trên tầng ap mái.

옥새(玉璽) cái ấn của nhà vua, ngọc tỉ.

옥색(玉色) màu ngọc bích.

옥생각하다 xuyên tạc, bóp méo, hư hỏng, lầm lạc.

옥석(玉石) ❶ ☞ **옥돌**. ❷ (옥과 돌) ngọc thạch; (좋고 나쁜 것) tốt xấu, phải trái. ¶ ~을 구분하다 phân biệt tốt xấu.

옥셈 sự tính tiền sai; sự tính toán sai làm bất lợi cho bản thân. **~하다** tính tiền sai làm thiệt hại cho bản thân.

옥소(沃素) i-ốt. ☞ **요드**.

옥쇄(玉碎) sự chết vinh. **~하다** chết vinh, tuẫn tiết.

옥수(玉手) ❶ (임금의 손) tay ngọc. ❷ (고운 손) bàn tay đẹp.

옥수수 [TV] ngô.

옥시풀 [DH] ô-xy-đôn.

옥신각신하다 tranh cãi ầm ỹ, cãi lộn, cãi vã, đôi co, đấu khẩu.

옥신거리다 ❶ (움직이다) xúm lại, tụ tập, kéo đến chậtních. ❷ (쑤시다) đau, nhức, đau đớn, buốt, nhức nhối.

옥안(玉顔) ❶ (용안) mặt vua. ❷ (미인의) mặt ngọc khuôn mặt đẹp.

옥양목(玉洋木) vải lanh mịn.

옥외(屋外) ~의 ngoài trời; bên ngoài nhà. ¶ ~에서 ở bên ngoài, ở ngoài trời. ¶ ~ 집회 cuộc họp mặt ngoài trời.

옥좌(玉座) ngai vàng. ¶ ~에 오르다 lên ngôi.

옥죄이다 chật hẹp; tù túng, gò bó, khó chịu.

옥중(獄中) ~의(에) ở trong nhà giam. ¶ ~기 nhật ký viết trong tù.

옥체(玉體) (임금의) ngọc thể; (존체) cơ thể ngọc ngà.

옥타브 [ÂN] quãng tám. ¶ 한 ~ 올리다 [내리다] lên [xuống] một quãng tám.

옥탄가(-價) [HH] chỉ số (giá trị) oc-tan.

옥토(沃土) đất màu mỡ.

옥토끼(玉-) thỏ ngọc.

옥편(玉篇) từ điển Hán-Hàn; từ điển.

온 (전부) tất cả, toàn bộ, hết thảy, suốt trọn, mọi, hoàn toàn, tổng số, cả thảy. ¶ ~ 세계(에) (trên) toàn thế giới / ~ 몸 cả người / ~ 백성 tất cả dân chúng.

온감(溫感) cảm giác ấm.

온갖 tất cả; mỗi loại, mọi loại; bất cứ thứ gì; tất cả các loại, tất cả các hạng. ¶ ~ 수단 tất cả các loại phương tiện / ~ 준비를 갖추다 chuẩn bị tất cả.

온건(穩健) ~한 ôn hòa; đúng đắn; điều độ, vừa phải. ¶ ~주의 chủ nghĩa ôn hoà / ~파(派) phái ôn hòa.

온고지신(溫故知新) ôn cố tri tân.

온기(溫氣) khí nóng, hơi ấm.

온난(溫暖) ~한 ấm áp; hơi ấm; sức nóng vừa phải; dịu dàng, hòa nhã, ôn hoà. ¶ ~ 전선 [KHa] Frông ấm, tuyến ấm.

온당(穩當) ~한 hợp lý, thỏa đáng; biết điều, vừa phải, phải chăng; biết suy nghĩ; thích hợp, thích đáng. ¶ ~치 않은 không hợp lý, không thỏa đáng; không biết nghĩ; không thích hợp; không phù hợp.

온대(溫帶) ôn đới. ¶ ~ 식물[동물] thực vật [động vật] ôn đới.

온도(溫度) nhiệt độ. ¶ ~를 재다 đo nhiệt độ. ¶ ~ 조절 장치 thiết bị điều khiển nhiệt độ / 실내 [평균] ~ nhiệt độ trong nhà [bình quân].

온도계(溫度計) nhiệt kế; (고온용의) máy đo nhiệt độ. ¶ 섭씨 [화씨] ~ nhiệt kế độ C [F, Fa-ren-hét].

온돌(溫突) hệ thống sưởi ấm sàn của Hàn Quốc.

온라인 on line. ¶ ~ 방식 phương thức xử lý thông tin trực tuyến.

온면(溫麵) món mỳ nóng.

온상(溫床) vườn ươm; ổ, lò. ¶ 악의 ~ tổ trộm cướp.

온수(溫水) nước ấm.

온순 ~한 hiền lành, dịu dàng, ôn hòa, nhẹ nhàng.

온스 ao-xơ (đơn vị đo lường Anh).

온실(溫室) nhà kính; phòng sấy. ¶ ~ 식물 cây trồng trong nhà kính / ~ 재배 sự trồng cây trong nhà kính / ~재배하다 trồng cây trong nhà kính.

온아(溫雅) ~한 ôn nhã, thanh nhã; dịu dàng, ôn tồn; ân cần, niềm nở.

온유(溫柔) ~한 ôn nhu, hòa nhã, dịu dàng.

온음(-音) [ÂN] một quãng đầy đủ. ¶ ~계 gam âm nguyên / ~표 nốt tròn.

온장(-張) tờ giấy nguyên; (자르지 않은 종이) giấy chưa cắt xén.

온장고(溫藏庫) kho (tủ) giữ ấm.

온전(穩全) ~한 hoàn hảo, đầy đủ, nguyên vẹn, lành lặn.

온정(溫情) sự nhiệt tình, sự thân mật,

sự nồng nhiệt. ¶ ～있는 có nhiệt tình.

온종일 cả ngày.

온집안 (가족) cả gia đình; (집) cả nhà

온채 cả ngôi nhà.

온천(溫泉) suối nước nóng, suối nước khoáng (광천). ¶ ～ 요법 phương pháp chữa trị bằng nước suối nóng / ～장 suối nước nóng.

온통 (전면) cả, suốt, toàn bộ; hoàn toàn, trọn vẹn, đầy đủ.

온폭(-幅) toàn bộ chiều rộng, cả khổ (vải).

온혈동물(溫血動物) động vật máu nóng.

온화(溫和) ～한 ôn hòa, dịu dàng, nhẹ nhàng, hòa nhã; điều độ, có chừng mực. ¶ ～한 기후 khí hậu ôn hòa.

온후(溫厚) ～한 nhân từ, đôn hậu.

올[1] (가닥) sợi tao; sự dệt, lối dệt; (피륙) sợi dọc trên khung cửi. ¶ ～이 고운 직물 vải dệt đẹp.

올[2] ☞ **올해**. ¶ ～ 여름 mùa Hè tới (오는); mùa Hè này (이번 여름); mùa Hè vừa qua (지나간).

올… sớm; đầu. ¶ ～벼 lúa chín sớm.

올가미 ❶ (올무) thòng lọng; bẫy, cạm bẫy; lưới. ¶ ～를 씌우다 đánh bẫy. ❷ (함정) cạm bẫy, chỗ bẫy. ¶ ～를 놓다 đặt bẫy. ❸ (꾀) mưu mô, âm mưu; mánh lới, thủ thuật, trò gian trá.

올곧다 ❶ (정직) chính trực, ngay thẳng, liêm khiết. ❷ (줄이) thẳng, trực tiếp.

올되다 ❶ (피륙의 올이) khít, kín, mịn. ❷ (조숙하다) phát triển sớm. ❸ (곡식이) chín sớm, lớn nhanh.

올드미스 phụ nữ lỡ thì, bà cô.

올라가다 ❶ (높은 곳으로) đi lên; leo lên; trèo lên. ¶ 나무에 ～ trèo lên cây / 산에 ～ leo lên núi / 연단에 ～ bước lên diễn đàn / 지붕에 ～ leo lên mái nhà. ❷ (상경) thượng kinh, lên thủ đô. ❸ (승진) lên chức, thăng chức. ¶ 지위가 ～ lên chức cao hơn. ❹ (진보) tiến bộ, phát triển, hơn. ¶ 성적이 ～ thành tích khá hơn. ❺ (물가가) tăng giá; lên giá, nhảy vọt (폭등); tăng đột ngột (급등). ❻ (강을) ngược dòng.

올라서다 (높은 데로) leo lên, trèo lên; (지위가) lên địa vị cao hơn.

올라오다 lên tới, đạt tới, theo kịp; bắt kịp.

올리다 ❶ (위로) nâng lên, đỡ dậy; giơ lên, đưa lên, kéo lên; ngước lên, ngẩng lên. ¶ 손을 ～ giơ tay lên / 기를 ～ kéo ngọn cờ lên. ❷ (지위·비율을) thăng chức, lên chức. ¶ 값을 [세율을, 온도를] ～ tăng giá [thuế, nhiệt độ]. ❸ (바치다) dâng, biếu, tặng. ¶ 기도를 ～ dâng lời cầu nguyện. ❹ (기록) ghi chép, ghi lại. ❺ (병을) gây nhiễm, truyền. ❻ (점수·성과·효과를) nâng cao. ❼ (칠·도금) phủ, tẩm, bọc, tráng. ❽ (소리를) cất cao giọng. ¶ 환성을 ～ reo hò vui sướng. ❾ (식을) tổ chức. ¶ 결혼식을 ～ tổ chức hôn lễ.

올리브 ô-liu. ¶ ～유 dầu ô-liu.

올림 (증정) sự gửi; sự dâng.

올림픽 (경기·대회) đại hội thể thao Ô-lim-píc. ¶ 국제 기능 ～ Đại hội thể thao Ô-lim-píc tài năng quốc tế / 국제 ～ 위원회 Ủy ban Ô-lim-píc quốc tế (viết tắt là I.O.C.) / 한국 ～ 위원회 Ủy ban Ô-lim-píc Hàn Quốc.

올망(-網) tấm lưới đánh cá biển.

올망졸망 những cái nhỏ như nhau. **~하다** nhỏ như nhau, cùng kích thước nhỏ như nhau.

올무 cái lưới, cái bẫy.

올바로 (바르게) một cách đúng đắn; một cách thẳng thắn, một cách đàng hoàng, một cách nghiêm túc; (정직히) một cách chính trực; (정확히) một cách chính xác; (곧게) một cách đúng mức; một cách trực tiếp.

올밤 hạt dẻ chín sớm, hạt dẻ chín bói.

올벼 loại lúa chín sớm.

올빼미 con cú.

올새 sợi dệt, sợi tao.

올차다 chắc nịch, vạm vỡ, cứng cáp, cường tráng, khỏe mạnh, sung sức.

올챙이 con nòng nọc; người mới vào nghề. ¶ ~ 기자 nhà báo mới.

올케 chị dâu, em dâu.

올콩 loại đậu chín sớm.

올팥 loại đỗ chín sớm.

올해 năm nay.

옭걸다 trói, buộc lại rồi treo lên.

옭다 ❶ (잡아매다) trói, buộc. ❷ (올가미 씌우다) buộc chặt thòng lọng vào. ❸ (속이다) đánh bẫy, lừa.

옭(아)매다 buộc chặt; trói chặt, thắt chặt.

옭히다 ❶ (옭아지다) bị buộc, bị trói, bị tóm cổ. ❷ (얽히다) bị rối, bị quấn vào nhau. ❸ (걸려들다) bị vướng, bị mắc (vào chuyện gì).

옮기다 ❶ (이전) dời, di chuyển, dọn; dời chỗ; truyền. ¶ 교외로 ~ chuyển ra ngoại ô. ❷ (그릇 따위에) đưa, chuyển. ❸ (이송) chuyển. ¶ 사건을 대법원으로 ~ chuyển vụ án lên tòa án nhân dân tối cao. ❹ (감염) truyền nhiễm. ❺ (말을) chuyển. ¶ 말을 남에게 ~ chuyển lời cho người khác. ❻ (번역) dịch sang; (암호 따위를) truyền tín hiệu. ❼ (돌리다) quay, chuyển hướng, đổi hướng, rẽ, ngoặt. ¶ 집으로 발길을 ~ quay gót trở về nhà.

옮다 ❶ (이전) di chuyển. ❷ (전염) truyền nhiễm, lây.

옮아가다 ❶ (이사·전근하다) dọn đi, cất đi, dời đi; chuyển phương hướng. ❷ (퍼져가다) phổ biến, truyền bá, rải ra, lan đi. ❸ (넘어감) trải qua, trôi đi, bỏ qua.

옳다[1] ❶ (정당) đúng; chính đáng. ¶ 옳은 일을 하다 làm việc đúng đắn. ❷ (정의) chính nghĩa, hợp lý, đúng đắn. ❸ (정직) thẳng thắn, chính trực. ❹ (적절) thích hợp, phù hợp. ❺ (틀림없음) đúng đắn; (정확) chính xác, xác thực. ❻ (합법적) hợp pháp, phải lẽ, có lý; (건전) lành mạnh, hợp lý, đúng đắn.

옳다[2] (감탄사) đúng rồi, tốt lắm, đúng vậy. ¶ ~ 됐다 đúng rồi, được đấy!

옳은길 (바른길) con đường thẳng; con đường đúng đắn; (도리) con đường chính đáng.

옳은말 lời nói đúng; lời nói thật.

옳지 tốt!, đúng rồi!, được rồi!

옴[1] [YH] bệnh ngứa, bệnh ghẻ. ¶ ~딱지 vảy ghẻ / ~장이 người bị ghẻ.

옴[2] (젖꼭지의) những mụn nhỏ li ti chung quanh đầu vú của người phụ nữ vừa sinh con.

옴[3] [VLH] ôm. ¶ ~의 법칙 định luật ôm. ¶ ~계 ôm kế.

옴나위 không gian để cử động. ¶ ~없다 không thể cựa quậy.

옴쭉달싹 ¶ ~ 않다 không thể nhúc nhích được (do chật chội).

옴츠리다 ngồi co rúm lại, nằm co, thu mình lại. ☞ **움츠리다**.

옷 (의복) cái áo; (총칭) quần áo; (복장) trang phục; y phục; đồng phục (직장복); tế phục (제복); (양복) âu phục. ¶ ~ 한 벌 một bộ quần áo / ~을 입다 [벗다] mặc [cởi] áo.

옷가슴 ngực; ngực sơ mi (샤쓰의); yếm áo (주머니).

옷감 vải áo.

옷걸이 cái mắc áo, cái giá treo quần áo.

옷고름 sợi dây buộc ở áo khoác.
옷깃 cổ áo, ve áo.
옷단 đường viền.
옷보(-褓) vải gói quần áo.
옷자락 gấu áo, vạt áo; đuôi áo dài lê thê (부인 예복의 긴 자락); gấu quần (바지의).
옷장(-欌) tủ áo; nơi để quần áo.
옷차림 sự ăn mặc, cách ăn mặc, sự diện quần áo.
…옹(翁) người già, ông lão. ¶ 도산(島山) ~ lão già Đô-san.
옹고집(壅固執) tính bướng bỉnh, tính khó bảo, tính ngoan cố; tính ương ngạnh; tính ngoan cường; tính cứng cỏi; (사람) người ương ngạnh. ¶ ~부리다 tỏ ra ngoan cố, tỏ ra bướng bỉnh.
옹골지다 nhồi đầy, nhồi chặt; làm cho đầy.
옹골차다 chắc, rắn chắc, chặt, đầy, không rỗng.
옹구 bộ yên thồ.
옹기(甕器) ☞ **오지그릇**. ¶ ~장수[전] buôn bán [cửa hàng] đồ đất nung / ~장이 thợ làm đồ đất nung.
옹기종기 nhấp nhô.
옹달… hõm vào, lõm vào, trũng sâu. ¶ ~샘 con suối nhỏ
옹동고라지다 bị rút ngắn lại, rút gọn lại, bị quăn lại.
옹립(擁立) **~하다** tôn lên, đưa lên ngôi (vua), phong làm (chức vụ).
옹벽(擁壁) [XD] lớp vữa (trát lên tường); lớp đá xây phủ ngoài (công sự, bờ đê).
옹색(壅塞) ❶ (비좁다) sự chật chội, sự eo hẹp; sự tù túng. ¶ 옹색한 방 căn phòng chật chội. ❷ (궁색함) sự túng quẫn, sự nghèo khó, sự cháy túi. ¶ 돈이 ~하다 túng thiếu tiền nong / 옹색하게 살다 sống trong cảnh túng quẫn.
옹생원(-生員) kẻ hẹp hòi, người không có học thức, kẻ tầm thường.
옹위(擁衛) **~하다** bảo vệ, che chở; hộ tống; canh gác.
옹이 mắt gỗ, đầu mấu. ¶ ~투성이의 lắm mấu.
옹잘거리다 nói thầm, nói khẽ.
옹졸(壅拙) ~한 hẹp hòi, nhỏ nhen, không phóng khoáng; không khoan dung.
옹주(翁主) công chúa sinh ở hậu cung.
옹호(擁護) (보호) sự bảo hộ, sự bảo vệ; (엄호) sự che chở, sự bảo trợ; (원조) sự viện trợ, sự hỗ trợ. **~하다** ủng hộ, bảo hộ, bảo vệ; che chở; viện trợ. ¶ ~자 người ủng hộ; người bảo trợ, người hậu thuẫn, người viện trợ, người bảo vệ.
옻 sơn mài. ¶ ~오르다 phủ sơn mài. ¶ ~나무 cây sơn.
옻칠(-漆) **~하다** sơn mài, quét sơn. ¶ ~한 quét sơn.
와[1] (및) và; với; (함께·비교) cùng với; (유사) như; giống.
와[2] tiếng gào to; ầm ĩ, inh ỏi. ¶ ~ 웃음이 터지다 phá lên cười / ~ 밀려가다 kéo ào đến.
와글거리다 (북적거리다) làm chật ních, làm đầy người; (떠들다) ồn ào, ầm ĩ, huyên náo.
와니스 dầu bóng; véc-ni.
와닥닥 ào, vùn vụt, vèo, rầm rầm.
와당탕(퉁탕) tiếng ồn ào, náo nhiệt, huyên náo, ầm ỹ.
와드등와드등 lóc cóc, lách cách, loảng xoảng.
와들와들 ¶ ~ 떨다 run cầm cập, run lập bập.
와락 (ôm) chầm lấy, (vỗ) độp (vào vai).
와르르 ❶ (사람이) ào tới. ❷ (물건이)

ㅇ

loảng xoảng, lóc xóc. ¶ ～ 무너지다 đổ ào xuống. ❸ (번개가) đùng đoàng.

와병(臥病) **~하다** nằm trên giường do bệnh.

와삭거리다 tiếng kêu xào xạc, tiếng sột soạt.

와스스 rào rào, xào xạc, sột soạt.

와신상담(臥薪嘗膽) **~하다** (벼르다) nằm gai nếm mật, chịu đựng gian khổ để mưu đồ việc lớn.

와언(訛言) lời nói sai, lời đồn thất thiệt.

와음(訛音) âm tiết sai; sự sửa đổi làm sai lạc

와이더블류시에이(Y.W.C.A) chữ viết tắt của 'Young Womens Christian Association' (Hội nữ thanh niên Cơ đốc).

와이셔츠 áo sơ mi.

와이어로프 dây cáp.

와이엠시에이(Y.M.C.A) viết tắt của 'Young Men's Christian Association' (Hội nam thanh niên Cơ đốc).

와이프 người vợ.

와인 (술) rượu nho, rượu vang.

와인드업 【Anh】 【BC】 cầu thủ ném bóng đưa tay lên để chuẩn bị ném.

와전(訛傳) sự truyền đạt sai, sự trình bày sai. **~하다** truyền đạt sai, sự trình bày sai.

와중(渦中) vòng xoáy, xoáy nước. ¶ …의 ～에 휩쓸려 들다 bị cuốn vào vòng xoáy ….

와지끈 loảng xoảng. ～거리다 rơi vỡ loảng xoảng.

와짝 (갑자기) bất thình lình, một cách bất ngờ; (부쩍) đột ngột.

와트 【Đ】 oát (đơn vị điện năng).

와해(瓦解) **~하다** đổ, sập, sụp, đổ sập, đổ nát; suy sụp, sụp đổ; tan rã.

왁스 sáp ong, sáp.

왁자(지껄)하다 hò hét, la ó, kêu la, ồn ào, ầm ỹ, náo nhiệt, huyên náo, ầm ỹ.

완강(頑强) ～한 ngoan cường, kiên cường; bền bỉ, kiên trì, dai dẳng. ¶ ～한 저항 chống cự ngoan cố / ～히 부정하다 bác bỏ dứt khoát.

완결(完結) **~하다** kết thúc, chấm dứt; hoàn thành, làm xong; hoàn thiện, hoàn chỉnh. ¶ ～되다 được hoàn thành, được kết thúc; được hoàn thiện / 사건을 ～ 짓다 kết thúc một sự kiện.

완고(頑固) (고집) sự ngoan cố, sự cố chấp. ～한 ngoan cố, cố chấp; dai dẳng, kiên trì (끈질긴).

완곡(婉曲) ～한 nói quanh co luẩn quẩn, nói vòng vo; uyển ngữ. ¶ ～히 vòng vo, quanh co; (thuộc) uyển ngữ.

완구(玩具) đồ chơi. ¶ ～점 cửa hàng bán đồ chơi.

완급(緩急) ❶ (늦고 빠름) sự nhanh và chậm, sự cao và thấp; tốc độ, nhịp độ. ❷ (위급) sự nguy cấp, tình trạng khẩn cấp.

완납(完納) **~하다** sự trả lại đầy đủ; trả lại tất cả.

완두(豌豆) đậu Hà Lan.

완력(腕力) sức mạnh cơ thể, sức mạnh của bắp thịt; (폭력) vũ lực. ¶ ～으로 bằng vũ lực / ～을 쓰다 dùng vũ lực (sức mạnh cơ bắp).

완료(完了) **~하다** hoàn thành, làm xong; kết thúc, chấm dứt, hết. ¶ ～ 시제 thể hoàn thành / 현재 [과거] ～ thời hiện tại hoàn thành [quá khứ hoàn thành].

완만(緩慢) ～한 chậm chạp; uể oải, buồn tẻ; kém lanh lợi, đần độn. ¶ ～한 경사 sự nghiêng từ từ, độ nghiêng vừa phải.

완미(頑迷) ～한 ương bướng, cố chấp; tin mù quáng.

완벽(完璧) sự hoàn hảo, sự tuyệt hảo,

tính hoàn thiện, tính toàn mỹ. ~한 hoàn toàn, đầy đủ, lí tưởng, hoàn hảo; trọn vẹn, toàn diện. ¶ ~을 기하다 cầu toàn.

완보(緩步) dáng đi chậm rãi. **~하다** bước đi chậm chạp.

완본(完本) (갖추어진 책) toàn tập, bộ sách đầy đủ.

완봉하다(完封-) 【BC】 không cho đối phương ghi điểm.

완비(完備) **~하다** hoàn bị, chuẩn bị chu toàn, trang bị đầy đủ. ¶ ~된 được chuẩn bị đầy đủ / 냉난방 ~ (게시) trang bị đầy đủ điều hòa hai chiều.

완상(玩賞) (감상) sự ngắm nhìn một cách thích thú, thưởng ngoạn; (즐김) thích thú. **~하다** thưởng ngoạn; (즐기다) thích thú.

완성(完成) sự hoàn thành, sự làm xong, sự kết thúc. **~하다** hoàn thành, làm xong, kết thúc, làm trọn; thực hiện. ¶ ~품 thành phẩm.

완수(完遂) **~하다** đạt (mục đích); hoàn thành, làm tròn (trách nhiệm); hoàn toàn, đầy đủ.

완승(完勝) **~하다** toàn thắng, thắng lợi hoàn toàn.

완역(完譯) sự dịch trọn vẹn.

완연하다(宛然-) rõ ràng, chính xác, dễ hiểu, rành mạch; sáng sủa.

완자 (만자(卍字)) chữ Vạn.

완장(腕章) băng quấn quanh cánh tay hoặc ống tay áo; băng tay. ¶ ~을 두르다 quấn băng tay.

완전(完全) sự hoàn toàn, sự hoàn chỉnh, sự hoàn thiện, tính trọn vẹn, tính đầy đủ. ~한 hoàn toàn, nguyên vẹn, trọn vẹn, toàn bộ, toàn thể. ¶ ~ 무결한 sự hoàn hảo tuyệt đối, hoàn thiện, hoàn mỹ / ~히 (깡그리) một cách trọn vẹn, hoàn toàn, một cách hoàn hảo / ~하게 하다 làm cho xong, làm cho hoàn thiện / ~에 가깝다 gần tới sự hoàn hảo. ¶ ~ 가동 sự hoạt động toàn bộ / ~ 범죄 tội phạm hoàn hảo.

완주하다(完走-) chạy hết quãng đường.

완초(莞草) cây bấc ☞ **왕골**.

완충(緩衝) ¶ ~국 nước trung lập nhỏ giữa hai nước lớn / ~기 vật đệm, tầng đệm / ~ 장치 thiết bị giảm sóc, cái giảm sóc / ~ 지대 vùng đệm.

완치(完治) **~하다** điều trị hoàn toàn. ¶ ~되다 được điều trị khỏi hoàn toàn.

완쾌(完快) (병이) **~하다** khỏi bệnh, bình phục.

완투하다(完投-) 【BC】 một cầu thủ ném bóng đến lượt cuối cùng.

완행(緩行) **~하다** đi chậm, chạy chậm. ¶ ~ 열차 tàu chậm.

완화(緩和) sự khuây khỏa, sự giảm nhẹ, sự làm nhẹ bớt; sự bình định, sự làm yên, sự bớt căng thẳng, sự làm dịu. **~하다** làm giảm bớt, làm nhẹ, làm dịu, làm giảm nhẹ, làm dễ chịu; nới lỏng, buông lỏng; thư giãn, làm cho dễ chịu; thanh thản, thoải mái.

왈가닥 cô gái tinh nghịch (như con trai).

왈가닥거리다 làm kêu vang, làm va vào nhau kêu lóc cóc, làm va vào nhau kêu lách cách, loảng xoảng.

왈가왈부(曰可曰否) **~하다** lúc nói này lúc nói nọ, nói lung tung.

왈왈하다 (성질이) vội vàng, gấp gáp, nổi nóng, dễ cáu, dữ dội, mạnh.

왈츠 điệu nhảy van-xơ. ¶ ~곡(曲) khúc nhạc van-xơ.

왈칵 bất thình lình, bất chợt. ¶ ~ 성내다 nổi giận đùng đùng, nổi xung lên.

왈패(曰牌) (망나니) kẻ thô thiển; con bé xấc xược, cô gái ngỗ ngược.

왔다갔다하다 đi đi lại lại; không rõ ràng.

왕(王) nhà vua; chúa (소국의); quốc

vương (군주); trùm, người thống trị (산업계의); chúa tể; người trị vì; nhà vô địch (경기의).

왕가(王家) hoàng gia, vương gia.

왕개미 【CT】 kiến chúa.

왕거미 nhện chúa, nhện vườn.

왕겨 trấu, vỏ lúa.

왕골 【TV】 cây bấc. ¶ ~ 자리 chiếu cói.

왕관(王冠) vương miện; vòng nguyệt quế.

왕국(王國) (왕이 다스리는) vương quốc; nhà nước quân chủ.

왕궁(王宮) hoàng cung; cung vua.

왕권(王權) quyền lực nhà vua.

왕녀(王女) công chúa.

왕년(往年) năm đã qua, quá khứ, ngày xưa, trước đây.

왕눈이 người mắt to.

왕당(王黨) người bảo hoàng, người ủng hộ chế độ quân chủ.

왕대 một loại tre to.

왕대비(王大妃) hoàng thái phi.

왕도(王都) thủ phủ, hoàng thành.

왕도(王道) thuật cai trị, thuật kinh bang tế thế.

왕래(往來) ❶ (통행) vãng lai; sự đi lại; giao thông (교통). **~하다** qua lại. ¶ ~가 잦은 거리 phố đông người qua lại / ~를 금하다 cấm đi lại. ❷ (교우) giao thiệp, giao hữu; giao dịch; (서신의) trao đổi. ~하다 đi lại, qua lại; trao đổi (서신 왕래).

왕릉(王陵) lăng mộ vua.

왕림(枉臨) **~하다** vinh hạnh được tới thăm, rồng đến nhà tôm. ¶ 이렇게 ~해주셔서 정말 감사합니다 anh đến thăm thế này thật là cảm ơn.

왕명(王命) lệnh vua, chiếu vua ban.

왕모래 cát thô, sạn.

왕밤 hạt dẻ to.

왕방울 giọt nước to. ¶ ~눈 mắt to tròn.

왕벌 【CT】 ong chúa (여왕벌); ong bắp cày (말벌); ong đục gỗ (호박벌).

왕복(往復) khứ hồi, hai chiều. **~하다** khứ hồi; xe chạy hai chiều (차량 등이). ¶~ 엽서 thiệp hai chiều / ~ 차비 tiền xe khứ hồi / ~ 차표 vé khứ hồi.

왕복운동(往復運動) sự chuyển động qua lại.

왕봉(王蜂) 【CT】 ong chúa.

왕비(王妃) hoàng hậu, nữ hoàng.

왕새우 【ĐV】 tôm panđan.

왕생극락(往生極樂) 【PG】 sự vào cõi niết bàn, sau khi chết đi vào cõi cực lạc. **~하다** đến cõi niết bàn.

왕성(旺盛) ~한 thịnh vượng; phát đạt, phồn vinh; thành công; mạnh mẽ, mãnh liệt, đầy nghị lực; sức sống, sinh lực, cường tráng. ¶ 혈기~한 청년 chàng trai đầy nhiệt huyết / 원기가 ~하다 tràn đầy sức sống.

왕세손(王世孫) cháu đích tôn của vua.

왕세자(王世子) hoàng thái tử. ¶ ~비 hoàng thái tử phi.

왕손(王孫) con cháu của vua.

왕수(王水) 【HH】 nước cường.

왕실(王室) hoàng thất, hoàng gia.

왕업(王業) vương nghiệp; vương quyền.

왕왕(往往) (종종) thỉnh thoảng; (때때로) đôi khi.

왕위(王位) ngôi vua, ngai vàng. ¶ ~에 오르다 lên ngôi vua / ~를 물러나다 truyền ngôi, nhường ngôi. ¶ ~ 계승 kế vị ngôi vua, nối ngôi.

왕자(王子) hoàng tử.

왕자(王者) vua, quốc vương; nhà vô địch, quán quân (경기의).

왕정(王政) chế độ quân chủ.

왕조(王朝) triều đại, triều vua. ~의 (thuộc) triều đại.

왕족(王族) hoàng tộc, hoàng gia, thành

viên hoàng tộc (구성원).
왕좌(王座) ngai vàng, ghế vua ngồi; sự trị vì.
왕지네 một loại rết to.
왕진(往診) sự đi thăm bệnh của bác sĩ. **~하다** đi thăm bệnh nhân. ¶ ~료 phí thăm khám / ~ 시간 giờ thăm khám.
왕청되다 sự khác biệt rõ rệt.
왕콩(王-) hạt đậu to.
왕통(王統) dòng dõi vua chúa, hậu duệ của nhà vua.
왕후(王后) hoàng hậu; hoàng phi.
왕후(王侯) vua và hoàng tử; hoàng gia, hoàng thân.
왜(倭) Nhật Bản; người Nhật (theo cách gọi coi thường).
왜 tại sao, vì sao, duyên cớ (근거). ¶ ~냐 하면 tại vì; bởi vì, do là / ~ 그런지 tại sao lại như vậy.
왜가리 【LCh】 con diệc.
왜간장(倭艮醬) xì dầu Nhật.
왜곡(歪曲) **~하다** xuyên tạc, bóp méo. ¶ ~된 해석 sự giải thích xuyên tạc.
왜구(倭寇) quân xâm lược Nhật.
왜낫(倭-) cái liềm lưỡi nhỏ và mỏng.
왜바람 cơn gió đổi hướng liên tục.
왜반물(倭-) thuốc nhuộm màu xanh thẫm.
왜색(倭色) kiểu Nhật. ¶ ~을 일소하다 xóa bỏ kiểu Nhật.
왜소(矮小) ~한 lùn, nhỏ, nhỏ xíu, bé tẹo; còi cọc.
왜식(倭式) phong cách Nhật.
왜식(倭食) món ăn Nhật. ¶ ~집 nhà hàng Nhật.
왜인(倭人) người Nhật; phụ nữ Nhật (여자).
왜인(矮人) người lùn; con vật lùn, loại cây lùn.
왜정(倭政) sự thống trị của Nhật.
왜태(-太) loại cá pôlắc to.
왱왱 (바람의) vù vù (tiếng gió rít); (벌레의) tiếng côn trùng bay, rít trong gió.
외 ☞ **오이**.
외(外) ❶ (이외) ngoài ra, trừ ra, trừ phi, không kể, ngoại trừ; còn lại (이상은). ¶ ~에는 ngoài ra / 그 ~ ngoài cái đó ra, ngoài điều đó ra. ❷ (바깥) ở ngoài, bên ngoài, phía ngoài. ¶ 시~에 ngoại ô / 전문 ~이다 ngoài chuyên môn.
외(椳) 【KTr】 lati, mèn, thanh gỗ mỏng (để lát trần nhà).
외… (홀) chỉ, duy nhất, đơn lẻ, độc nhất, đơn độc. ¶ ~눈(박)이 người chột mắt.
외가(外家) nhà ngoại.
외각(外角) 【HHo】 góc ngoài; 【BC】 góc bên ngoài.
외각(外殼) vỏ bọc, vỏ ngoài, bao bì.
외견(外見) ☞ **외관**.
외겹 ~의 một lớp.
외경(畏敬) **~하다** nể trọng, kính sợ.
외계(外界) thế giới bên ngoài; bên ngoài; thế giới vật chất (정신계에 대한).
외고집(-固執) ~의 tính bướng bỉnh, tính ương ngạnh, tính ngoan cố, tính cứng cỏi. ¶ ~장이 người cố chấp, kẻ ngoan cố.
외곬 ¶ ~으로 độc đạo; cách duy nhất, cách riêng.
외과(外科) ngoại khoa. ¶ ~(술)의 (thuộc) ngoại khoa. ¶ ~병원 bệnh viện ngoại khoa / ~ 수술 phẫu thuật ngoại khoa / ~ 의사 bác sỹ ngoại khoa.
외과피(外果皮) 【TV】 vỏ ngoài của trái quả.
외곽(外廓) tường bao quanh, đường ngoài; nét phác thảo; vùng ngoại ô, ngoại thành. ¶ ~ 단체 tổ chức phụ trợ.
외관(外觀) hình dáng bên ngoài, vẻ bề

ngoài. ¶ ～상 theo bên ngoài, vẻ bề ngoài; diện mạo, tướng mạo, phong thái.

외교(外交) ngoại giao, ngành ngoại giao. ¶ ～상의 (thuộc) ngoại giao. ¶ ～관 nhà ngoại giao / ～ 문서 văn bản ngoại giao / ～ 사절단 phái đoàn ngoại giao / ～ 정책 [노선] chính sách [đường lối] đối ngoại / ～ 통상부 bộ ngoại giao và thương mại / ～ 특권 đặc quyền ngoại giao / 공개 [비밀] ～ ngoại giao công khai [bí mật].

외구(外寇) kẻ thù ngoại xâm.

외국(外國) nước ngoài. ～의 (thuộc) nước ngoài; ngoại lai (외국풍의). ¶ ～제의 sản xuất ở nước ngoài / ～에 가다 đi ra nước ngoài / ～에서 돌아오다 từ nước ngoài về. ¶ ～ 무역 ngoại thương / ～ 시장 thị trường nước ngoài / ～어 ngoại ngữ / ～인 người nước ngoài / ～인등록증 thẻ đăng ký người nước ngoài / ～환(換) ngoại hối / (외국)환율 tỉ giá hối đoái.

외근(外勤) sự làm việc bên ngoài; (보험 따위의) đi chào hàng, đi bán hàng bên ngoài. **~하다** làm việc bên ngoài; làm việc ngoài trời. ¶ ～ 기자 phóng viên hiện trường, nhà báo hiện trường / ～자 người làm việc ngoài trời.

외기(外氣) không khí bên ngoài.

외길 đường độc đạo.

외김치 Kim-chi dưa chuột.

외나무다리 cây cầu gỗ, cầu làm bằng một thanh gỗ.

외날의 (thuộc) một lưỡi (dao cạo râu).

외다 không thuận tiện, không tiện tay, không vừa tầm tay; không dễ cầm, không dễ sử dụng, bất tiện, phiền phức.

외도(外道) ❶ ☞ **오입**(誤入). ❷ (나쁜 길) con đường xấu, đường lối sai lầm. **~하다** đi lạc đường; lạc lối; lầm lỡ, làm việc sai trái.

외등(外燈) đèn đường.

외따로 (떨어져) riêng biệt, đơn độc, độc nhất; cô đơn, biệt lập, một mình; vắng vẻ, hiu quạnh.

외딴 cô đơn, một mình, cô độc, không có bạn bè. ¶ ～ 집 ngôi nhà biệt lập / ～ 섬 hòn đảo trơ trọi.

외딸다 một mình, trơ trọi, cô độc, đơn độc, riêng.

외람(猥濫) ～한(된) cả gan, mạn phép, dám làm, mạo phạm.

외래(外來) ～의 (thuộc) về nước ngoài; ngoại lai; nhập khẩu. ¶ ～어 từ ngoại lai, từ ngữ gốc nước ngoài / ～품 hàng nhập khẩu / ～ 환자 bệnh nhân ngoại trú.

외로이 cô đơn, lẻ loi, đơn độc; riêng lẻ. ¶ ～ 지내다 sống cô đơn.

외롭다 cô đơn, đơn độc, cô độc.

외륜산(外輪山) 【Địa】 núi hình đuôi bao quanh khu vực miệng núi lửa.

외마디소리 tiếng thét, tiếng hét, tiếng kêu thất thanh.

외면(外面) bề ngoài, mặt ngoài; diện mạo bên ngoài.

외면하다(外面-) quay mặt đi, ngoảnh mặt đi, làm ngơ.

외모(外貌) diện mạo bên ngoài.

외무(外務) việc ngoại giao, ngoại vụ. ¶ ～부(성) Bộ ngoại giao / ～부 장관 Bộ trưởng Bộ ngoại giao, Ngoại trưởng / ～(분과)위원회 Ủy ban đối ngoại / ～사(원) người đi chào hàng (보험의); cán bộ ngoại giao.

외미(外米) gạo nhập khẩu.

외박(外泊) **~하다** ngủ bên ngoài.

외방(外方) (외지) địa phương khác, nơi khác; (밖) bên ngoài.

외벽(外壁) tường rào.

외부(外部) bên ngoài; ngoài. ~의 (thuộc) bên ngoài. ¶ ~ 사람 người ngoài, người không cùng nhóm; người ngoài cuộc; người không cùng hội cùng thuyền.

외분(外分) 【HHo】 phép chia bên ngoài. ~하다 chia bên ngoài.

외분비(外分泌) 【YH】 sự bài tiết ra ngoài. ¶ ~선 tuyến ngoại tiết.

외빈(外賓) khách ngoài, khách nước ngoài; khách quý.

외사(外事) việc ngoại vụ, việc đối ngoại (liên quan đến người nước ngoài). ¶ ~과 bộ phận đối ngoại.

외사촌(外四寸) anh em họ ngoại (con của cậu hoặc dì).

외삼촌(外三寸) cậu (anh hoặc em mẹ).

외상 sự mua chịu, sự cho nợ, sự cho phép hoãn việc trả tiền hàng hóa và dịch vụ. ¶ ~으로 cho nợ, bán chịu. ¶ ~ 거래 sự giao dịch chịu / ~ 사절 (게시) không bán chịu, chỉ thanh toán tiền mặt / ~ 판매 việc buôn bán chịu.

외상(外相) bộ trưởng bộ ngoại giao, ngoại trưởng. ¶ ~ 회의 hội nghị cấp bộ trưởng ngoại giao.

외상(外傷) vết thương bên ngoài.

외서(外書) sách nước ngoài.

외설(猥褻) ~하다 tục tĩu, khiêu dâm, khiếm nhã, thô tục. ¶ ~문학 văn học khiêu dâm / ~죄 tội phạm khiêu dâm / ~ 행위 hành vi khiêu dâm.

외세(外勢) (외국 세력) thế lực bên ngoài (nước ngoài). ¶ ~에 의존하다 dựa vào thế lực bên ngoài.

외손 ¶ ~의 (thuộc) một tay.

외손(外孫) cháu ngoại.

외숙(外叔) cậu. ¶ ~모(母) mợ.

외식(外食) ~하다 ăn cơm bên ngoài, ăn cơm khách, ăn cơm hàng. ¶ ~자 người chỉ ăn bên ngoài.

외식(外飾) ☞ **면치레**.

외신(外信) tin tức nước ngoài; thời sự quốc tế. ¶ ~부(장) (trưởng) ban thời sự quốc tế.

외심(外心) 【HHo】 tâm hình tròn ngoại tiếp. ¶ ~점(點) khuynh tâm.

외아들 con trai độc nhất.

외야(外野) 【BC】 khu vực xa cửa thành. ¶ ~석 chỗ ngồi ở khán đài không có mái che / ~수 cầu thủ ở khu vực ngoài.

외양(外洋) vùng biển xa đất liền, biển khơi, đại dương.

외양(外樣) (겉모양) vẻ bề ngoài, diện mạo, tướng mạo. ¶ ~을 꾸미다 làm đẹp bề ngoài.

외양간(喂養間) chuồng ngựa (말의); chuồng bò (소의). ¶ 소 잃고 ~ 고친다 mất bò mới lo làm chuồng.

외연(外延) 【Lo】 ngoại diên, sự bao hàm nghĩa rộng, sự mở rộng. ~적 bao hàm, có phạm vi rộng, lớn về số lượng.

외연기관(外燃機關) 【HHo】 động cơ đốt cháy bên ngoài.

외용(外用) việc dùng cho bên ngoài. ~하다 dùng bên ngoài. ¶ ~약 thuốc dùng ngoài da.

외우(外憂) ☞ **외환**(外患).

외유(外遊) ~하다 đi du lịch nước ngoài.

외유내강(外柔內剛) ngoại nhu nội cương, bên ngoài mềm dẻo bên trong nghiêm khắc.

외이(外耳) 【GP】 tai ngoài. ¶ ~염(炎) 【YH】 viêm tai ngoài.

외인(外人) (외국인) người nước ngoài; người ngoài; (남) người khác, người lạ. ¶ ~ 부대 đội lính lê dương.

외자(外資) vốn nước ngoài. ¶ ~ 도입

sự thu hút vốn nước ngoài.
외적(外的) ở ngoài; bên ngoài; ngoài, vẻ bề ngoài.
외적(外敵) kẻ thù ngoại bang.
외전(外電) điện tín gửi từ nước ngoài về; bức điện đánh xuyên đại dương.
외접(外接) **~하다** 【HHo】 ngoại tiếp. ¶ ～원 đường tròn ngoại tiếp.
외제(外製) ¶ ～의 (thuộc) đồ ngoại nhập. ¶ ～차 xe ngoại nhập / ～품 hàng ngoại nhập.
외조모(外祖母) bà ngoại.
외조부(外祖父) ông ngoại.
외종(外從) anh em họ ngoại, họ hàng bên ngoại.
외지(外地) khu vực ngoài; vùng đất ở nước ngoài. ¶ ～ 근무 làm việc ở nước ngoài / ～ 수당 tiền phụ cấp làm việc ở nước ngoài.
외지다 hẻo lánh, vắng vẻ, hiu quạnh. ¶ 외진 곳 một nơi hẻo lánh, nơi hiu quạnh.
외채(外債) (채권) cho nước ngoài vay; (부채) vay nợ nước ngoài. ¶ ～를 모집하다 gom nợ nước ngoài.
외척(外戚) ngoại thích, họ hàng bên ngoại.
외청도(外聽道) 【GP】 ống thính giác.
외출(外出) sự đi vắng, sự đi công tác. **~하다** đi ra ngoài, đi vắng. ¶ ～중이다 đang đi vắng. ¶ ～ 금지 (군인의) cấm ra ngoài / ～날 ngày nghỉ phép / ～복(服) trang phục đi ra ngoài / ～ 시간 (군인의) giờ nghỉ ngơi.
외치다 hét, hò hét, quát tháo, la hét. ¶ "도둑이야" 하고 ～ la lên "trộm" / 목청껏 ～ kêu hết cỡ, la hét hết cỡ.
외탁(外-) **~하다** (닮다) giống bên ngoại.
외토리 người cô độc, kẻ cô đơn.
외투(外套) áo choàng, áo khoác ngoài.
외판원(外販員) nhân viên bán hàng bên ngoài; người đi chào hàng (영업사원); người đi tư vấn (보험의).
외풍(外風) cơn gió từ bên ngoài; (외국풍) phong tục đến từ nước ngoài.
외피(外皮) (딱지) vỏ ngoài, vỏ bọc, lớp bì; (피부의) lớp da bên ngoài, biểu bì; (과실의) vỏ trái cây; (곡식의) vỏ.
외할머니(外-) ☞ **외조모**.
외할아버지(外-) ☞ **외조부**.
외항(外港) cảng đi bên ngoài.
외항선(外航船) tàu đi biển; tàu đại dương.
외해(外海) vùng biển xa đất liền, đại dương, biển khơi.
외향성(外向性) 【TLH】 tính hướng ngoại. ¶ ～의 (thuộc) hướng ngoại / ～의 사람 người có tính hướng ngoại.
외형(外形) ngoại hình, dáng vẻ bên ngoài, hình dạng. ¶ ～(상)의 (thuộc) ngoại hình.
외화(外貨) ngoại tệ. ¶ ～보유고 dự trữ ngoại hối / ～어음 hối phiếu ngoại tệ / ～ 획득 sự thu được ngoại tệ.
외화(外畵) phim nước ngoài.
외환(外換) ngoại tệ, ngoại hối. ¶ ～은행 ngân hàng ngoại hối.
외환(外患) mối lo lắng về nạn ngoại xâm; sự lo lắng những vấn đề bên ngoài.
왼 trái, tả, về phía trái.
왼소리 tin (đồn) về cái chết của ai đó.
왼손 tay trái. ¶ ～잡이 thuận tay trái / 【BC】 ～잡이 투수 cầu thủ ném thuận tay trái.
왼쪽 phía bên trái. ¶ ～의 thuộc bên trái / ～에 ở bên trái, về phía trái.
왼편(-便) phía trái, hướng bên trái.
요(要) ¶ ～는(컨대) nói tóm lại, kết cục.
요 đệm; nệm, chăn. ¶ ～를 깔다 [개다] trải [cất] đệm.
요 ❶ (얕잡아) cái này, vật này. ¶ ～까짓 ít, không đáng kể / ～놈 tên này,

thằng này. ❷ (시간·거리) bây giờ, đây. ¶ ~ 근처에 ở gần đây.

요가 yoga. ¶ ~의 수련자 người luyện yoga.

요강 bô đựng nước tiểu.

요강(要綱) ý chính, bản tóm tắt, nội dung chính.

요건(要件) (필요 조건) dữ kiện, điều kiện cần, điều kiện tất yếu; (중요) vấn đề quan trọng.

요격(邀擊) **~하다** sự phục kích, cuộc mai phục; 【QS】 đánh chặn. ¶ ~ 미사일 tên lửa đánh chặn.

요괴(妖怪) yêu quái; con ma; ma quỷ; yêu tinh, quái vật (괴물). ~스러운 kỳ quái, huyền bí.

요구(要求) (요청) sự yêu cầu, sự đòi hỏi; (권리의) sự yêu sách; (청구) lời thỉnh cầu, sự đề nghị. **~하다** yêu cầu, đòi hỏi, yêu sách; thỉnh cầu; đề nghị. ¶ ~에 따라 theo yêu cầu, theo đề nghị / 시대의 ~ những yêu cầu của thời đại / ~에 응하다 đáp ứng yêu cầu, đáp ứng đòi hỏi. ¶ 부당한 ~ yêu sách vô lý / ~자 người yêu cầu, người đề nghị.

요구르트 sữa chua.

요귀(妖鬼) yêu quỷ, ma quỷ, ma.

요금(料金) cước, phí, cước phí; lệ phí. ¶ ~표 bảng giá, biểu giá / 가스 [수도, 전기] ~ tiền ga [nước, điện] / 기본 ~ cước phí cơ bản, phí thuê bao.

요기(妖氣) không khí thần bí.

요기(療飢) **~하다** làm cho dịu cơn đói, làm đỡ đói.

요긴(要緊) ~한 (중요) quan trọng, thiết yếu, cốt yếu, chủ yếu; (필요) cần thiết, sống còn.

요녀(妖女) yêu nữ; người đàn bà tinh ranh; người phụ nữ tinh quái; người đàn bà quyến rũ nguy hiểm, mụ phù thủy; (요부) đàn bà chuyên mồi chài (quyến rũ) đàn ông, người đàn bà cám dỗ.

요다음 sau đây. ~의 tiếp sau. ¶ ~에 tiếp sau đây.

요담(要談) **~하다** nói chuyện quan trọng.

요도(尿道) 【GP】 niệu đạo, tiết niệu, ống đái. ¶ ~관 ống nước tiểu / ~염(炎) chứng viêm niệu đạo.

요독증(尿毒症) 【YH】 chứng urê huyết.

요동(搖動) **~하다** rung, lắc; rung chuyển; run.

요란(擾亂) ~한(스런) ồn ào, om sòm, ầm ỹ, náo nhiệt, huyên náo; hò hét, la ó. ¶ ~하게 một cách ồn ào, một cách om sòm, một cách huyên náo.

요람(要覽) bản tóm tắt, sách tóm tắt; (안내서) sách chỉ nam, sách hướng dẫn.

요람(搖籃) cái nôi. ¶ ~기 thời thơ ấu; thời còn bú mẹ / ~지 nơi sinh, nơi chôn rau cắt rốn, quê hương.

요략(要略) bản tóm tắt, lý lịch trích ngang; đề cương, nét phác thảo.

요량(料量) sự đoán; sự ước chừng; sự tính toán; sự cân nhắc, sự trù liệu; sự đánh giá, sự ước lượng. **~하다** đoán, ước lượng, ước chừng; cân nhắc; phán đoán, suy xét. ¶ ~없다 không phán đoán được; không ước lượng được.

요런 như vậy, như thế, như thế này; bằng ngần này.

요령(要領) (요점) các vấn đề chính, điểm cốt lõi, ý chính, thực chất, các yếu tố cần thiết; (개략) sự tóm tắt, sơ lược, sự tóm gọn; (비결) chìa khóa (của vấn đề), bí quyết, giải pháp, điều then chốt. ¶ ~있는 có trọng tâm, chứa đựng điểm cốt lõi; có giá trị / ~있는 연설 bài phát biểu rõ ràng, dễ hiểu ~이 좋은 사람 người ăn nói khúc chiết.

요령(搖鈴) chuông nhỏ (lắc bằng tay).

요로(要路) (길) con đường chính, đường huyết mạch; (요직) địa vị cao, có chức quyền; (당국) giới cầm quyền. ¶ ～에 있는 사람들 những người trong giới cầm quyền.

요론(要論) lý lẽ chính, lập luận xác đáng.

요리(料理) ❶ (만들기) nghệ thuật chế biến; sự nấu nướng, nghề nấu ăn; (음식) thức ăn, món ăn; lương thực; đồ ăn. **~하다** nấu ăn, chế biến, làm món ăn, sửa soạn. ¶ ～의 (thuộc) nấu nướng; chế biến, làm món ăn / ～를 잘[못]하다 nấu giỏi [tồi]. ¶ ～기구 dụng cụ nấu nướng / ～대 kệ bếp / ～법 cách chế biến, cách nấu nướng / ～사 người nấu, đầu bếp / ～책 sách dạy nấu ăn / ～ 학원 trung tâm dạy nấu ăn / 고기[야채] ～ món thịt [rau] / 일품(一品)～ Món nhất phẩm, những món ngon, hảo hạng nhất / 중국[서양] ～ món ăn Trung Hoa [phương Tây]. ❷ (일처리) sự trông nom, sự quản lý, sự điều khiển; sự điều hành, xử lý. ～하다 quản lý, điều hành, xử lý.

요리조리 đó đây, chỗ này chỗ kia. ¶ ～ 핑계를 대다 lý do lý trấu, biện minh này nọ.

요마(妖魔) yêu ma, ma quỷ; yêu tinh, ma quái.

요만 như thế này, tới mức độ này, đến như thế này. ¶ ～큼 bằng thế này, nhỏ như thế này / ～ 것 cái như thế này / ～ 일 việc như thế này, vấn đề như thế này.

요망(妖妄) ¶ ～스러운(한) quỷ quyệt, lắm mưu.

요망(要望) sự đòi hỏi, sự yêu cầu, nhu cầu; sự thèm muốn, sự mong muốn, sự ao ước, sự khát khao. **~하다** yêu cầu, đòi hỏi; mong muốn, khao khát.

요면(凹面) mặt lõm, lòng chảo, tính lõm, hình lòng chảo. ¶ ～경 gương lõm.

요목(要目) khoản chính, tiết mục chính, điều chủ yếu, điểm chính. ¶ 교수 ～ đề cương, bài giảng, giáo án.

요물(妖物) (괴물) quái vật, ma quái; yêu tinh, quỷ, yêu quái, ma; (사람) người tinh quái, kẻ ranh mãnh, tên xảo quyệt.

요밀하다(要密-) (면밀) tỉ mỉ, kỹ càng; trau chuốt; công phu; (조심성) cẩn thận, thận trọng, chu đáo.

요법(療法) phương pháp cứu chữa; liệu pháp; sự điều trị, phép trị bệnh. ¶ 가정 ～ cách chữa trị tại nhà / 정신 ～ phương pháp chữa bệnh tinh thần / 민간 ～ cách trị liệu dân gian.

요부(妖婦) người đàn bà quyến rũ, người phụ nữ cám dỗ.

요부(要部) eo, chỗ thắt lưng, hông.

요부(腰部) bộ phận chính.

요사(夭死) ☞ **요절**(夭折).

요사(妖邪) ～스럽다 tính lừa dối, tính xảo trá; tính đồi bại, tính độc ác, tính tinh quái; sự mánh khóe, sự láu cá. ¶ ～떨다 hành động xấu xa, hành động xảo quyệt.

요사이 ☞ **요새**.

요산(尿酸) 【HH】 axít uric.

요새 (근래) dạo này, hiện nay, gần đây, mới đây, ngày này, bây giờ.

요새(要塞) pháo đài; đồn lũy; (비유) thành trì. ¶ ～화하다 biến thành pháo đài; trở thành đồn lũy. ¶ ～지대 vùng chiến lược.

요소(尿素) 【HH】 u-rê.

요소(要所) vị trí trọng yếu; điểm chiến lược, yếu tố quan trọng.

요소(要素) ❶ 【HH】 nguyên tố. ❷ yếu tố.

❸ thành phần. ❹ điều kiện tất yếu. ¶ …의 ~를 이루다 cấu thành ~ của ….

요술(妖術) ma thuật, phép thuật, yêu thuật. ¶ ~을 부리다 làm ảo thuật. ¶ ~장이 nhà ảo thuật, phù thủy.

요시찰인명부(要視察人名簿) danh sách đen, sổ đen.

요식(要式) ~의 ❶ phương thức, hình thức cần thiết. ❷ phần cơm.

요식업(料食業) việc kinh doanh nhà hàng. ¶ ~자(者) chủ nhà hàng.

요약(要約) **~하다** tóm tắt, tóm gọn, rút ngắn. ¶ ~해서 말하면 nói ngắn gọn là, tóm lại thì.

요양(療養) sự điều dưỡng, sự phục hồi. **~하다** bình phục, an dưỡng. ¶ ~소 trạm điều dưỡng, nơi an dưỡng.

요업(窯業) nghề gốm, nghề gốm sứ. ¶ ~소 xưởng gốm; nơi làm gốm xứ / ~제품 đồ gốm, sản phẩm gốm sứ.

요연(瞭然) ~한 rõ ràng, rành mạch, hiển nhiên. ¶ 그것은 일목~하다 điều đó rành mạch như nhìn thoáng qua cũng hiểu được.

요염(妖艶) **~하다** khêu gợi, gợi cảm, gây khoái lạc.

요원(要員) nhân viên cần thiết. ¶ 기간~ nhân viên quan trọng, nhân viên chính của cơ quan nào đó.

요원(燎原) đồng cỏ đang cháy. ¶ ~의 불길처럼 퍼지다 lan nhanh như đồng cỏ đang cháy.

요원(遼遠) ~한 xa xôi, xa lắc. ¶ 전도 ~하다 đường còn rất xa, còn xa mới tới đích.

요인(要人) nhân vật chính, người rất quan trọng (VIP); nhân vật chủ chốt.

요인(要因) nhân tố quan trọng; yếu tố quan trọng; điều kiện tiên quyết.

요일(曜日) ngày trong tuần, thứ. ¶ 오늘 무슨 ~이지? hôm nay là thứ mấy nhỉ?

요전(-前) ❶ (전날) hôm nọ, hôm trước, trước đây; mới đây; mấy ngày trước. ❷ (전) vừa rồi, vừa qua; lần trước; cách đây không lâu. ¶ ~ 일요일 chủ nhật trước.

요절(夭折) sự chết yểu, sự chết non. **~하다** chết non, chết trẻ, chết yểu.

요절나다 ❶ (못 쓰게 되다) bị hỏng; (부서지다) bị gãy, bị vỡ, bị rạn nứt; (기계 따위가) bị hỏng, bị hư hại. ❷ (일이) thất bại, phá sản; nhỡ, bị phá hủy, bị đánh đổ.

요절내다 làm hỏng, làm hư hại, làm gãy, phá hủy, đánh đổ.

요점(要點) yếu điểm, điểm cốt lõi.

요정(妖精) tiên, nàng tiên, yêu tinh.

요정(料亭) nhà hàng cao cấp.

요조숙녀 người con gái đoan trang, người phụ nữ duyên dáng thục nữ.

요즈음 dạo này, hiện nay, ngày nay; bây giờ; đời nay. ~의 (thuộc) ngày nay, gần đây, dạo này, thời đại này. ¶ ~의 청년 thanh niên thời đại ngày nay, lớp trẻ bây giờ.

요지(要地) vùng trọng yếu, khu vực trọng điểm.

요지(要旨) ý chính, điểm trọng tâm, điểm cốt lõi, nội dung quan trọng, phần chủ yếu.

요지경(瑤池鏡) ống nhòm ảnh (xem ảnh phóng to qua lỗ nhòm). ¶ ~같은 세상 thế gian phức tạp và khó hiểu như ống nhòm ảnh.

요지부동(搖之不動) **~하다** kiên định, chắc chắn, vững chắc, cứng rắn, sắt đá.

요직(要職) chức vụ quan trọng, vị trí then chốt. ¶ ~에 있다 giữ chức vụ quan trọng.

요처(要處) điểm quan trọng, vị trí quan

trọng, nơi quan trọng.

요철(凹凸) ~있는 lồi lõm; gồ ghề, không bằng phẳng.

요청(要請) sự yêu cầu, sự đòi hỏi, sự đề nghị. **~하다** yêu cầu, đòi hỏi, đề nghị, thỉnh cầu.

요충(要衝) điểm quan trọng; vị trí chiến lược.

요충(蟯蟲) giun kim.

요컨대 nói tóm lại, tóm gọn lại; tổng quát lại; kết cục.

요통(腰痛) 【YH】 chứng đau lưng.

요트 thuyền buồm nhẹ, thuyền yat; du thuyền.

요판(凹版) 【In】 bản khắc lõm, hình chạm chìm.

요하다(要-) yêu cầu, đòi hỏi (주의를); mong muốn, cần thiết, cần (시간을); cần (설명, 사과를).

요항(要項) những điều chính, những điều chủ yếu; điểm cốt yếu; vấn đề cần thiết; (개요) ý chính.

요항(要港) cảng trọng yếu, hải cảng chiến lược.

요행(僥倖) sự may mắn tình cờ, của trời cho, của trên trời rơi xuống, điều may mắn bất ngờ. ¶ ~으로 do may mắn / ~을 바라다 mong muốn sự may mắn.

욕(辱) ❶ (욕설) sự chửi rủa, sự mắng chửi; lời nguyền rủa, lời lăng mạ; sự phỉ báng (중상). ☞ **욕하다**. ❷ (치욕) sự ô nhục; sự nhục nhã, sự hổ thẹn. ❸ (고난) nỗi khốn cùng; cảnh túng quẫn; sự khó nhọc.

욕(慾) hoài bão, sự khát khao, sự thèm muốn, tham vọng, nguyện vọng, ước vọng, ước muốn.

욕객(浴客) khách tắm (ở biển, hồ); người tắm.

욕구(欲求) nhu cầu; sự ham muốn mạnh mẽ; nguyện vọng; ước muốn. **~하다** khao khát; ham muốn; đòi hỏi, cần; muốn, muốn có, có nhu cầu. ¶ 생의~ nhu cầu của cuộc sống. ¶ ~불만 【TLH】 sự bất mãn, tâm trạng khi không thoả mãn được nhu cầu.

욕기부리다(慾氣-) thèm thuồng, thèm muốn; đầy tham lam, ham muốn.

욕념(欲念) lòng khao khát, lòng thèm muốn; sự đam mê.

욕되다(辱-) (서술적) đáng xấu hổ, hổ thẹn.

욕망(慾望) (원망) nguyện vọng, sự thèm muốn, lòng khao khát; (야망) dục vọng, lòng tham; tham vọng; (욕구) nhu cầu, sự mong muốn. ¶ ~을 채우다 thỏa lòng mơ ước.

욕먹다(辱-) ❶ (욕설당하다) bị chửi, bị mắng nhiếc; bị sỉ nhục, bị lăng mạ. ❷ (악평을 듣다) bị bôi nhọ; (신문 등에서) bị nói xấu; bị phỉ báng.

욕보다(辱-) ❶ (곤란을 겪다) gian khổ, vất vả, trải qua vất vả, có một thời gian khổ. ❷ (치욕당하다) bị làm nhục, bị lăng mạ; bị làm bẽ mặt; thấy hổ thẹn. ❸ (침탈·겁간) bị chiếm đoạt, bị cưỡng đoạt; bị cưỡng hiếp, bị hãm hiếp.

욕보이다(辱-) làm hổ thẹn, làm mất danh dự; làm nhục; lăng mạ; xỉ nhục, xúc phạm đến phẩm giá của ai; (겁탈) cưỡng hiếp, cưỡng đoạt, hãm hiếp.

욕설(辱說) (욕) lời nguyền rủa; sự chửi rủa; lời lăng mạ, sự sỉ nhục. **~하다** chửi; nói xấu, lăng mạ; nguyền rủa; sỉ nhục, xỉ vả, mắng nhiếc.

욕실(浴室) phòng tắm, nhà tắm. ¶ ~이 있다 có buồng tắm, có nhà tắm.

욕심(慾心) (탐욕) sự tham lam; sự ham muốn; tính tham lam; sự khao khát, sự hám lợi; (욕망) dục vọng, lòng tham, thèm muốn, lòng khao khát, sự mong muốn; (이기심) tính ích kỷ, vị kỷ; tính tư lợi. ¶ ~ 많은 nhiều tham vọng; hám lợi, tham lam. ¶ ~꾸러기 kẻ tham lam.

욕쟁이(辱-) (사람) kẻ ăn nói thô tục, kẻ ăn nói lỗ mãng, kẻ nói bậy chửi tục.

욕정(欲情) sự thèm khát; sự thèm muốn; sự đam mê, lòng khao khát nhục dục.

욕조(浴槽) bồn tắm; chậu tắm.

욕지거리(辱-) (폭언) sự nguyền rủa; sự chửi rủa; lời lăng mạ; sự xúc phạm; lời vu khống, sự phỉ báng, sự xỉ vả (독설). ¶ ~하다 chửi rủa; nguyền rủa; lăng mạ, phỉ báng, xỉ vả.

욕지기 sự buồn nôn; sự nôn mửa. ~나다 cảm thấy buồn nôn; muốn nôn mửa; thấy ghê tởm, kinh tởm (역겨움).

욕하다(辱-) chửi; mắng chửi, chửi rủa.

욧속 mền bông, nùi xốp, miếng chèn (bằng bông, nỉ để chèn đồ đạc, hay bịt lỗ hổng).

욧잇 tấm phủ, khăn trải giường.

용(龍) con rồng.

…용(用) dùng cho, dành cho. ¶ 가정~ dành cho gia đình.

용감(勇敢) sự dũng cảm, tính gan dạ, sự can đảm. ~한 dũng cảm, gan dạ, can đảm; anh dũng. ¶ ~히 một cách dũng cảm, một cách gan dạ, một cách anh dũng.

용건(用件) việc cần làm, điều cần nói.

용골(龍骨) sống tàu.

용공(容共) ~의 ủng hộ cộng sản, thân cộng. ¶ ~정책 chính sách thân cộng.

용광로(鎔鑛爐) lò luyện kim, lò cao.

용구(用具) (기구) dụng cụ, công cụ, đồ dùng, phương tiện; (장치) thiết bị; đạo cụ.

용궁(龍宮) long cung; điện rồng.

용기(用器) sự dùng dụng cụ; dụng cụ, đồ dùng, phương tiện. ¶ ~화 vẽ đồ họa, vẽ kỹ thuật.

용기(勇氣) dũng khí, sự can đảm, sự can trường. ¶ ~있는 có dũng khí, có can đảm / ~없는 không có dũng khí, không có can đảm / ~를 내다 lấy can đảm.

용기(容器) đồ đựng (thùng, chai, lọ, hũ), thùng đựng hàng, chỗ chứa.

용기병(龍騎兵) kỵ binh.

용꿈(龍-) ~꾸다 mơ thấy rồng; mơ gặp may.

용납(容納) **~하다** tha thứ, dung nạp, khoan dung; bỏ qua; chấp nhận, cho phép. ¶ ~할 수 없는 không thể bỏ qua, không thể tha thứ, không thể chấp nhận.

용단(勇斷) cách quyết định; biện pháp quyết định; quyết đoán. ¶ ~을 내리다 đưa ra quyết định.

용달(用達) dịch vụ giao hàng, sự phân phối, sự phân phát. **~하다** giao (hàng), cung ứng, cung cấp. ¶ ~사(社) đại lý phân phối / ~업 ngành phân phối / ~차 xe giao hàng, xe phân phối hàng.

용도(用度) số lượng tiêu dùng; phí tổn.

용도(用途) sự sử dụng, sự dùng. ¶ ~가 많다 sử dụng rộng rãi; nhiều cách dùng, đa tác dụng.

용돈(用-) tiền tiêu vặt.

용두(龍頭) bộ phận lên giây (đồng hồ).

용두레 cái gàu, cái xô múc nước.

용두사미(龍頭蛇尾) đầu rồng đuôi rắn, bắt đầu thì giỏi kết thúc thì tồi. ¶ ~로 끝나다 kết thúc công việc theo kiểu đầu rồng đuôi rắn.

용두질 sự thủ dâm, thói thủ dâm. **~하다** thủ dâm.

용량(用量) (약의) liều (thuốc), liều dùng; lượng dùng.

용량(容量) dung lượng, sức chứa (용적).
용렬(庸劣) ~한 xoàng, thường; thấp kém; ngu dại, ngu đần, đần độn, ngớ ngẩn. ¶ ~한 짓 điều sai lầm, hành động ngớ ngẩn, việc làm xuẩn ngốc, lối cư xử ngớ ngẩn.
용례(用例) ví dụ; sự minh họa. ¶ ~를 들다 lấy ví dụ.
용마루(龍-) chóp, chỏm, ngọn, đỉnh (núi), nóc (nhà).
용마름(龍-) lớp phủ nóc nhà.
용매(溶媒) [HH] dung môi.
용맹(勇猛) ~한(스런) dũng mãnh, mạnh mẽ, gan dạ, dũng cảm. ¶ ~심 lòng dũng cảm, tinh thần gan góc.
용명(勇名) sự nổi tiếng dũng cảm. ¶ ~을 떨치다 nổi tiếng dũng cảm.
용모(容貌) dung mạo; khuôn mặt; bề ngoài; vẻ mặt. ¶ ~가 추한 사람 người có dung mạo xấu xí.
용무(用務) công việc, việc làm. ¶ ~를 띠고 có việc / ~를 마치다 kết thúc (hoàn thành) công việc.
용법(用法) cách dùng, cách sử dụng; bản hướng dẫn (사용 설명서).
용변(用便) ~보다 đi vệ sinh; đi đại, tiểu tiện.
용병(用兵) điều binh khiển tướng, dùng quân.
용병(傭兵) lính đánh thuê.
용불용(用不用) ¶ ~설 [Si] Thuyết Lamac.
용사(勇士) dũng sĩ.
용상(龍床) long sàng (vua); ngai vàng, ngôi vua.
용서(容恕) sự tha thứ; sự khoan dung; [PL] sự xá tội, sự ân xá. **~하다** tha thứ; tha tội; dung thứ, bỏ qua, xá tội. ¶ ~없이 không tha thứ, không bỏ qua, không thương xót / ~를 빌다 xin tha tội, xin tạ lỗi.
용선(傭船) sự thuê tàu biển, sự thuê mướn tàu biển; (선박) tàu, thuyền lớn. **~하다** thuê tàu. ¶ ~계약(서) hợp đồng thuê tàu / ~료 phí thuê tàu.
용설란(龍舌蘭) cây thùa.
용솟음 ¶ ~치다 sôi; sủi bọt; phun ra, trào ra.
용수(用水) nước lã, nước sinh hoạt; (빗물) nước mưa; (관개용) nước tưới tiêu. ¶ ~로(路) ống nước, máng nước / ~지(池) hồ chứa nước / ~통 thùng chứa nước mưa.
용수철(龍鬚鐵) lò xo; nhíp (xe).
용신(容身) ❶ (몸을 움직임) **~하다** hoạt động cơ thể. ❷ (겨우 살아감) **~하다** dung thân, kiếm đủ sống.
용쓰다 (기운을) lấy hết sức; cố gắng hết sức; tập trung toàn bộ sức lực.
용안(龍顔) long nhan, mặt vua.
용암(熔岩) [Địa] dung nham.
용액(溶液) dung dịch, trạng thái được hòa tan.
용약(踊躍) ¶ ~하여 tinh thần phấn khởi; hân hoan, hoan hỉ, hớn hở, đắc chí, hả hê.
용어(用語) (말씨) thuật ngữ, từ chuyên dụng; (술어) thuật ngữ, từ chuyên môn (총칭); (어휘) từ vựng. ¶ 관청~ thuật ngữ cơ quan hành chính / 전문~ thuật ngữ chuyên ngành / 학술~ thuật ngữ khoa học.
용언(用言) [NNH] vị từ (như động từ, tính từ).
용역(用役) sự dịch vụ. ¶ (민간) ~단 nhóm dịch vụ tư nhân.
용왕(龍王) long vương, vua thủy tề.
용왕매진(龍王邁進) **~하다** hăng hái tiến lên, xông lên chớp nhoáng.
용원(傭員) lao động thời vụ, lao động tạm thời.
용의(用意) dụng ý; sự thận trọng. ¶ ~주도한 vô cùng cẩn trọng, hết sức thận

trọng, chu đáo / ～주도한 계획 kế hoạch chu đáo / …할 ～가 있다 có dụng ý làm ….

용의자(容疑者) kẻ khả nghi, kẻ bị tình nghi. ¶ 유력한～ người có khả năng bị tình nghi.

용이(容易) ～한 sự đơn giản, sự mộc mạc; dễ dàng. ¶ ～하지 않은 không đơn giản, không dễ; không thuận lợi / ～하게 một cách dễ dàng; không khó khăn.

용인(容認) **~하다** khoan dung, tha thứ; thu nhận, chấp nhận.

용자(容姿) khuôn mặt, dáng vẻ.

용자창(勇字窓) cửa sổ mắt cáo.

용장(勇將) dũng tướng.

용재(用材) vật liệu thô; gỗ xây dựng, gỗ kiến trúc.

용적(容積) dung tích, dung lượng (용량); thể tích (체적); khối lượng (부피); nội dung, hàm lượng. ¶ ～량 lượng dung tích / ～톤 đơn vị dung tích của vật liệu.

용전(勇戰) **~하다** chiến đấu anh dũng, chiến đấu dũng cảm.

용점(熔點) điểm nóng chảy.

용접(鎔接) sự hàn. **~하다** hàn. ¶ ～공 thợ hàn / ～기 máy hàn / ～제 chất hàn / 전기 [가스]～ hàn điện [ga].

용제(溶劑) dung môi.

용졸(庸拙) sự vụng về, sự không khéo léo. ～한 vụng về, lóng ngóng; tồi tàn, tiều tụy; hèn hạ.

용지(用地) đất; đất sử dụng vào việc gì đó. ¶ 건축～ đất xây dựng / 주택～ đất nhà ở / 철도～ đất làm đường xe lửa.

용지(用紙) giấy viết; mẫu (đơn). ¶ 시험～ giấy thi, giấy kiểm tra / 신청[주문]～ đơn đăng ký, đơn xin [đặt hàng] / 전보～ giấy điện báo.

용진(勇進) **~하다** (나아가다) tiến lên chớp nhoáng; hăng hái tiến lên, dũng cảm tiến lên.

용질(溶質) 【HH】 chất hoà tan.

용출(湧出) **~하다** phun ra, vọt ra.

용춤추이다 xu nịnh, tâng bốc, bợ đỡ; tán tỉnh, phỉnh phờ (ai đó làm gì).

용퇴(勇退) (물러남) sự tự nguyện xin về hưu, tự nguyện rút lui. **~하다** tự nguyện nghỉ hưu, rút lui một cách dũng cảm.

용트림 ¶ ～하다 ợ (trớ) giả vờ.

용품(用品) vật phẩm; hàng hóa. ¶ 가정～ hàng gia dụng / 사무～ văn phòng phẩm.

용하다 ❶ (재주가) khéo tay, tài giỏi; chuyên về có kỹ xảo, khéo léo; có tài. ¶ 용하게 một cách khéo léo, một cách điêu luyện. ❷ (장하다) tuyệt, tốt, tuyệt diệu, xuất sắc, hay. ❸ (특출) nổi bật, đáng chú ý, xuất chúng, lỗi lạc.

용해(溶解) sự nóng chảy, sự tan chảy, sự hòa tan. **~하다** nóng chảy, tan chảy, hòa tan. ¶ ～량 lượng nóng chảy / ～액 dung dịch làm hoà tan / ～점 điểm nóng chảy / ～제 chất làm tan chảy.

용해(鎔解) sự làm cho chảy ra; sự nấu chảy ra. **~하다** chảy ra; tan ra. ¶ ～로(爐) lò luyện kim / ～성 tính nóng chảy, tính nấu chảy được.

용호상박(龍虎相搏) long hổ tương bác, cuộc chiến ngang sức ngang tài.

용화(熔化) sự nấu chảy; sự hóa lỏng.

용훼(容喙) **~하다** can thiệp (vào chuyện của người khác); xen vào, xía vào.

우(右) hữu, bên phải. ¶ ～로 봐 (구령) nhìn sang phải! (khẩu lệnh) / ～로 나란히 (구령) đóng thẳng hàng bên phải! / ～향～ (구령) Bên phải quay!

ㅇ

/ ～회전 금지 (게시) Cấm rẽ phải.

우(優) ưu tú, giỏi (dưới 수 trên 미).

우 ❶ (몰려 오는 꼴) dồn vào, xúm lại. ¶ ～ 몰려오다 xúm lại thành đám đông, kéo đến chật ních. ❷ (비, 바람이) ập đến, ào đến.

우각(牛角) sừng bò.

우거(寓居) nơi ở tạm. **~하다** ở tạm; tạm trú.

우거지 lớp lá ngoài cùng của bắp cải hoặc các loại rau khác.

우거지다 mọc dày đặc; mọc phủ kín, mọc rậm rạp, mọc um tùm. ¶ 우거진 잡초 cỏ dại mọc um tùm.

우거지상(-相) bộ mặt cáu kỉnh, bộ mặt cau có; vẻ mặt khó chịu, vẻ mặt nhăn nhó.

우겨대다 ngang bướng, khăng khăng nhất định. ¶ 콩을 팥이라고 ～ nhất quyết gọi đỗ xanh là đậu đen.

우격다짐 ¶ ～하다 hống hách, độc đoán; chuyên chế, vũ đoán / ～으로 bằng sự hống hách; bằng sức mạnh, bằng vũ lực.

우격으로 bằng bạo lực; với sức mạnh.

우견(愚見) (제 의견) thiển ý, ngu ý (khiêm nhường).

우경(右傾) **~하다** rẽ phải, hữu khuynh. ¶ ～파(派) người thuộc phe hữu, cánh hữu.

우국(憂國) yêu nước. ¶ ～지사 chí sĩ yêu nước, nhà ái quốc / ～지심 lòng yêu nước / ～충정 lòng trung thành với tổ quốc.

우군(友軍) lực lượng đồng minh, cùng phe.

우군(右軍) cánh hữu của quân đội; cánh tay phải của quân đội.

우그러뜨리다 làm bẹp, làm mẻ; làm cho có vết lõm, ấn vào.

우그러지다 bị bẹp, bị mẻ, bị lõm.

우그르르 (벌레가) tụ lại thành đàn; lúc nhúc, nhung nhúc; (물이) xèo xèo.

우그리다 bóp, ép; làm lõm, làm mẻ.

우글거리다 ❶ (물이) sủi bọt; sắp sôi. ❷ (생물) đông đúc; chen chúc; nhung nhúc.

우글우글 ❶ (모인 꼴) đàn, đám, bầy, đám đông, số đông người. **~하다** di chuyển thành đàn; đầy, nhung nhúc; tụ lại. ❷ ☞ **우글쭈글**.

우글쭈글 ¶ ～하다 bị ép thành nhiều nếp, bị làm nhàu, bị làm nhăn, nhăn nheo.

우금(于今) cho tới nay, đến bây giờ.

우긋하다 cong vào bên trong.

우기(右記) ～의 phần ghi chép bên phải (theo lối viết thành hàng dọc), phần vừa ghi chép ở bên phải.

우기(雨氣) dấu hiệu trời mưa.

우기(雨期) mùa mưa.

우기다 khăng khăng theo ý mình, cố chấp, kiên trì.

우김성(-性) tính bướng bỉnh; tính cứng đầu cứng cổ; sự ngoan cố, bướng bỉnh.

우는 소리 (불평) lời phàn nàn, lời than phiền; sự bất mãn, giọng rên rỉ, tiếng khóc. **~하다** thút thít; rên rỉ; kêu ca, phàn nàn, than vãn.

우단(羽緞) vải nhung.

우당탕 sự va mạnh, sự đụng mạnh, cú va mạnh. **~하다**(거리다) rơi thịch, ngã uỵch.

우대(優待) sự ưu đãi; sự ưu ái; (환대) sự đối xử thân mật, sự tiếp đón chân thành. **~하다** ưu đãi; ưu tiên; được đối xử thân mật. ¶ ～권 thẻ ưu đãi, vé mời.

우두(牛痘) bệnh đậu mùa. ¶ ～를 놓다 tiêm phòng, ngừa chủng / ～를 맞다, được tiêm phòng, được tiêm vắc xin.

우두둑 ❶ (깨는 소리) tiếng kêu răng rắc, tiếng kêu lạo xạo. ❷ (발소리) tiếng lộp cộp (tiếng chân, vó ngựa), tiếng rơi lộp bộp (mưa rơi).

우두망찰하다 bối rối, xôn xao.

우두머리 (꼭대기) chóp, đỉnh, ngọn, đầu; (사람) sếp, người lãnh đạo, người đứng đầu, chủ, thủ trưởng.

우두커니 đãng trí, lơ đãng, đờ đẫn, khờ khạo, ngây ra. ¶ ~ 바라보다 nhìn lơ đãng.

우둔(愚鈍) ~한 ngu dốt, ngu đần; đần độn; ngờ nghệch, ngớ ngẩn, khờ dại.

우듬지 ngọn cây, đầu cành.

우등(優等) sự xuất sắc, cấp bậc cao nhất, giỏi. ~의 cao nhất; xuất sắc. ¶ ~상 giải thưởng xuất sắc / ~생 học sinh giỏi.

우뚝 ~하다 (솟은 모양) dựng đứng, cao ngất, sừng sững, cao chót vót.

우라늄 [HH] urani (nguyên tố hóa học). ¶ 천연 ~ urani tự nhiên / ~을 농축하다 làm giàu urani.

우락부락하다 dữ tợn, dữ dằn, hung tợn.

우란 ☞ **우라늄**.

우랄 Ural. ¶ ~알타이어족의 Ngôn ngữ thuộc hệ Uran An-tai. ¶ ~산맥 Dãy núi Ural.

우람스럽다 gây ấn tượng mạnh mẽ; oai nghiêm, hùng vĩ, tráng lệ, uy nghi, đường vệ, bệ vệ.

우량(雨量) lượng mưa. ¶ ~계 Máy đo lượng nước mưa.

우량(優良) ~한 tốt hơn, mạnh hơn, ưu việt, vượt trội. ¶ ~도서 sách hay / ~아(兒) đứa trẻ khoẻ mạnh / ~아 선발대회 cuộc thi bé khỏe bé đẹp / ~주(株) cổ phiếu tốt / ~품 hàng chất lượng cao.

우러나다 (차, 커피, 따위가) ngấm, thấm ra; kéo ra, lấy ra, rút ra.

우러나오다 phun ra, vọt ra, tuôn ra; xuất phát. ¶ 진심에서 우러나오는 감사의 말 lời cảm ơn xuất phát từ đáy lòng, lời cảm ơn chân thành.

우러러보다 ❶ (쳐다보다) nhìn lên, ngước lên. ❷ (존경하다) ngưỡng mộ, khâm phục, kính nể, tôn trọng, kính trọng.

우러르다 (쳐들다) ngẩng đầu, ngóc đầu dậy, nhìn lên; (존경) tôn kính, kính trọng.

우렁이 sên nước ngọt, ốc. ¶ 우렁잇 속 nội tâm bí hiểm; bên trong khó hiểu, nội dung khó hiểu.

우렁차다 vang rền; vang dội. ¶ 우렁찬 목소리 giọng nói vang vang.

우레 ☞ **천둥**.

우레탄 [HH] Uretan (nguyên tố hóa học).

우려(憂慮) sự lo nghĩ; sự e ngại. ~**하다** lo nghĩ, lo lắng, băn khoăn, lo ngại, e ngại. ¶ ~할 만한 đáng lo nghĩ, đáng băn khoăn, đáng lo ngại.

우려내다 đe dọa, tống tiền, moi, bòn mót, giành được cái gì; cho ngấm.

우려먹다 dùng lại, sử dụng nhiều lần; ngấm lại.

우롱(愚弄) thói chế nhạo, sự nhạo báng, điều chế giễu, lời giễu cợt; trò đùa, trò khôi hài, trò giả tạo. ~**하다** nhạo báng, chế giễu, giễu cợt; làm trò đùa, làm trò hề, làm trò khôi hài.

우루과이 U-ru-guay. ¶ ~의 thuộc U-ru-guay / ~사람 người U-ru-guay.

우뢰 ☞ **천둥**. ¶ ~같은 như sấm, vang dội / ~와 같은 박수 vỗ tay vang như sấm.

우르르 ❶ (사람이) đông đúc, dồn dập; lũ lượt (떼를 지어). ¶ ~ 몰려오다 kéo đến dồn dập; lũ lượt kéo đến. ❷ (우뢰 소리) đùng đoàng; ầm ầm; ùng ục. ❸ (무너지는 소리) rầm; ụp; sập.

¶ 담이 ～ 무너지다 bức tường đổ sập xuống. ❹ (물 끓는 소리) ùng ục.

우리[1] (가축의) lồng, chuồng; (맹수의) cũi; bãi rào (양 따위의).

우리[2] chúng tôi, chúng ta, chúng mình. ¶ ～의 thuộc về chúng tôi, thuộc về chúng ta. ¶ ～에게 với chúng tôi, cho chúng tôi / ～나라 đất nước mình, tổ quốc ta.

우리다 ❶ (물에 담가서) ngâm, nhúng; làm thấm đẫm (차 따위); bòn rút, rút tiền (빼다).

우마(牛馬) trâu ngựa. ¶ ～차 xe ngựa.

우매(愚昧) ～한 ngu dốt; đần độn, ngu muội.

우모(羽毛) lông vũ, lông chim.

우무 agar, thạch trắng.

우묵우묵하다 rỗng; hõm vào, lõm vào, trũng sâu hoắm; bị ấn xuống, bị nén xuống.

우묵하다 bị lõm.

우문(愚問) câu hỏi ngớ ngẩn. ¶ ～우답 lời đáp trả ngớ ngẩn cho câu hỏi ngớ ngẩn / ～현답 lời đáp trả khôn ngoan cho câu hỏi ngớ ngẩn.

우물 giếng nước. ¶ ～안 개구리 ếch ngồi đáy giếng / ～을 쳐내다 thau giếng. ¶ ～물 nước giếng.

우물거리다[1] (여럿이) tụ lại; họp lại. ¶ 벌레들이 ～ những con côn trùng tụ lại thành đàn.

우물거리다[2] (씹다, 말하다) trệu trạo (nhai), (nói) lẩm bẩm.

우물우물 (여럿이) nhung nhúc, lúc nhúc, đông đúc; (입 속에서) trệu trạo. ¶ ～말하다 [씹다] nói lầm bầm [nhai trệu trạo].

우물지다 ❶ (보조개가 팸) lộ lúm đồng tiền (má). ❷ (우묵패다) bị lõm xuống; bị trũng xuống.

우물쭈물 ngập ngừng, ấp úng. **~하다** ngập ngừng, do dự, lưỡng lự. ¶ ～하다가 기회를 놓치다 ngập ngừng rồi để lỡ mất cơ hội.

우뭇가사리 【TV】 thạch rau.

우미(優美) ～한 duyên dáng; yêu kiều; thanh lịch; tao nhã, tế nhị.

우민(愚民) ngu dân. ¶ ～정치 chính sách ngu dân.

우박(雨雹) mưa đá. ¶ ～이 온다 trời mưa đá.

우발(偶發) sự ngẫu nhiên đột phát, chuyện xảy ra ngẫu nhiên. **~하다** xảy ra ngẫu nhiên. ¶ ～적(으로) một cách ngẫu nhiên; một cách tình cờ. ¶ ～사건 sự việc ngẫu nhiên, sự kiện ngẫu nhiên / ～전쟁 chiến tranh bất ngờ.

우방(友邦) quốc gia láng giềng; nước đồng minh, bạn đồng minh.

우범(虞犯) ¶ ～소년 thiếu niên có nguy cơ phạm tội / ～지대 khu vực có nhiều khả năng tội phạm.

우비(雨備) áo mưa.

우비다 chọc thủng, cạo, nạo, gọt, vét, làm nhẵn; (귀 등을) ngoáy.

우비적거리다 đào xới.

우산(雨傘) ô, dù. ¶ ～을 쓰다 [접다] cầm ô, xòe [gập] ô. ¶ ～살 sườn ô.

우상(羽狀) ～의 【TV】 có hình lông chim (lá cây).

우상(偶像) hình tượng, thần tượng, tượng thần. ¶ ～화하다 hình tượng hóa, thần tượng hóa. ¶ ～숭배 sự sùng bái thần tượng, sự tôn thờ thần tượng / ～파괴 sự bài trừ thần tượng, sự phá hủy tượng thần.

우생(優生) ～의 thuộc ưu sinh, có tính ưu sinh. ¶ ～결혼 kết hôn ưu sinh giữ giống nòi / ～학 khoa học nghiên cứu thuyết ưu sinh / ～학자 học giả ưu sinh, người theo thuyết ưu sinh.

우선(于先) ❶ (첫째로) ưu tiên hàng đầu,

đầu tiên, trước hết, hơn hết. ❷ (좌우간) dù sao chăng nữa, dù thế nào đi nữa.

우선(優先) sự ưu tiên, sự ưu thế; quyền ưu tiên. **~하다** được ưu tiên, được đặt lên trước, được ở địa vị cao hơn. ¶ ~의 có quyền được ưu tiên / ~적으로 mang tính ưu tiên, hơn hết tất cả. ¶ ~권(權) quyền ưu tiên / ~배당 sự chia phần ưu tiên / ~순위 thứ tự ưu tiên / ~주 cổ phần ưu đãi.

우성(優性) tính trội (tình trạng trong di truyền); thế trội hơn, ưu thế. ~의 át, trội, có ưu thế hơn, có ảnh hưởng lớn, chi phối. ¶ ~유전 tính trội di truyền / ~형질 nét trội, đặc điểm trội, tính trội.

우송(郵送) **~하다** gửi thư qua bưu điện.

우세 ¶ ~하다 bị nhục, chịu bẽ mặt; xấu hổ, ô danh / ~스럽다 bị nhục, chịu bẽ mặt.

우세(郵稅) bưu phí.

우세(優勢) tính ưu việt; tính hơn hẳn, tính trội, uy thế. ~한 ưu việt, ưu thế; trội; có uy thế, có uy lực, áp đảo. ¶ ~를 차지하다 chiếm ưu thế; lấy được uy thế / ~를 보이다 tỏ ra có ưu thế hơn, cho thấy uy lực / ~를 유지하다 giữ thế, duy trì thế mạnh / ~해지다 trở nên áp đảo, trở thành đa số (의견 등이); đông hơn.

우수(右手) bàn tay phải.

우수(偶數) ☞ **짝수**.

우수(憂愁) sự u sầu; sự sầu muộn, sự u uất; sự ảm đạm, sự u ám.

우수(優秀) ~한 ưu tú, xuất sắc, ưu thế, trội hơn hẳn. ¶ ~한 학생 học sinh xuất sắc / ~한 성적으로 thành tích xuất sắc. ¶ ~성 kỹ năng, năng lực; sự tinh thông, sự thành thạo.

우수리 ❶ (줄 거스름돈) tiền lẻ, tiền thừa trả lại. ¶ ~를 내주다 [받다] đưa lại [nhận] tiền thừa. ❷ (끝수) số dư, số lẻ. ¶ ~를 버리다 bỏ số lẻ.

우수수 xào xạc; sột soạt. **~하다** kêu xào xạc, kêu sột soạt (비 따위). ¶ ~ 떨어지다 (mưa) rơi rào rào.

우스개 sự vui vẻ, sự vui đùa; thái độ hài hước, hành động khôi hài, lời nói đùa, lời nói hài hước vui đùa. ¶ 우스갯 소리 tiếng cười đùa, câu nói đùa / 우스갯 짓 hành động hài hước.

우스꽝스럽다 buồn cười; đáng cười, nực cười; lố bịch.

우스티드 sợi len xe; vải làm bằng sợi len xe.

우습게 보다 (여기다) ❶ (경시) xem thường, khinh thường. ❷ (경멸) khinh miệt.

우습다 ❶ (재미있다) buồn cười, khôi hài; làm cho buồn cười, vui; (가소롭다) tức cười, nực cười; (익살맞다) làm trò hề, làm trò khôi hài. ❷ (하찮다) không quan trọng; tầm thường; (쉽다) dễ dàng, đơn giản. ❸ (기이하다) kỳ cục, kỳ quặc; kỳ lạ, lạ thường.

우승(優勝) (승리) chiến thắng; (선수권) chức vô địch, danh hiệu quán quân. **~하다** chiến thắng, đoạt giải quán quân. ¶ ~기 cờ chiến thắng / ~자 nhà vô địch, người chiến thắng / ~컵 cúp vô địch / ~팀 đội vô địch / ~후보 ứng cử viên vô địch.

우승열패(優勝劣敗) khôn sống dại chết.

우시장(牛市場) chợ gia súc.

우심하다(尤甚-) cùng cực, tột bực, cực độ; vô cùng (추위 등이); nặng nề (손해 등이).

우아(優雅) tính thanh lịch, tính thanh nhã, đoan trang; sự tế nhị, sự tinh tế, sự tao nhã, cái đẹp, duyên dáng. ~한 thanh lịch, tao nhã; lịch sự, tế nhị. ¶ 몸가짐이 ~하다 hành động lịch lãm, dáng vẻ thanh nhã.

우악(愚惡) ～스러운(한) dữ tợn, dã man, tàn bạo, man rợ, man di; ráp, nhám, xù xì, ghồ ghề; khiếm nhã, bất lịch sự, láo xược, thô lỗ.

우안(右岸) hữu ngạn (sông) (강의).

우애(友愛) tình bạn, tình hữu nghị. ¶ ～결혼 kết hôn có thỏa thuận (về sinh đẻ có kế hoạch và khả năng li dị).

우어 (워) (thán từ) họ! họ! (để ngựa dừng lại).

우엉 【TV】 cây ngưu bàng.

우여곡절(迂餘曲折) (굴곡) sự thăng trầm; lên voi xuống chó; tình trạng lên xuống. ¶ ～ 끝에 sau nhiều bước thăng trầm.

우연(偶然) sự ngẫu nhiên, sự tình cờ. ～한 tình cờ, bất chợt, ngẫu nhiên. ¶ ～히 tình cờ, một cách ngẫu nhiên; không chủ định / ～의 일치 sự nhất trí ngẫu nhiên. ¶ ～론 thuyết ngẫu nhiên.

우열(優劣) sang hèn; cao thấp; trên dưới. ¶ ～을 다투다 tranh giành cao thấp.

우왕좌왕(右往左往) **~하다** (혼란) đi đi lại lại, chạy từ chỗ này sang chỗ khác.

우울(憂鬱) sự buồn nản, sự chán ngán; vẻ u sầu, vẻ ảm đạm. ～한 buồn rầu, chán ngán, buồn khổ, sầu thảm. ¶ ～해지다 trở nên chán chường; trở nên sầu. ¶ ～증 bệnh trầm uất; chứng u uất.

우월(優越) sự ưu việt. ～한 ưu việt; xuất sắc, trội hơn. ¶ ～감 cảm giác vượt trội; trạng thái chiếm ưu thế / ～감을 갖다 có cảm giác vượt trội.

우위(優位) vị trí cao hơn; tính trội; ưu thế. ¶ ～에 서다 ở thế cao hơn, ở vị trí thuận lợi.

우유(牛乳) sữa. ¶ 상한 [신선한]～ sữa thiu [tươi] / ～로 기르다 nuôi bằng sữa / ～를 짜다 vắt sữa. ¶ ～가게 cửa hàng sữa / ～장수 [배달꾼] người bán sữa [người giao sữa].

우유부단(優柔不斷) ～한 sự do dự, sự phân vân, sự lưỡng lự; tính không dứt khoát, tính không quả quyết; tính ba phải, tính không quyết đoán. ¶ ～한 사람 người thiếu quyết đoán.

우육(牛肉) thịt bò.

우의(友誼) tình bạn, tình bằng hữu; tình hữu nghị; sự giao hảo. ¶ ～를 돈독하게 하다 thắt chặt tình hữu nghị.

우의(雨衣) áo mưa.

우이(牛耳) ¶ ～잡다 nắm tai trâu (bò); trở thành người lãnh đạo. ¶ ～독경 đọc kinh vào tai bò, đàn gảy tai trâu.

우익(右翼) ❶ (열) cánh hữu. ❷ 【BĐ】 phía sườn phải; 【BC】 sân bên phải. ¶ ～수 người chặn bóng bên phải. ❸ (정당) người thuộc phe hữu, cánh hữu. ¶ ～단체 nhóm cánh hữu, tổ chức cánh hữu / ～운동 cuộc vận động của cánh hữu.

우자(愚者) kẻ ngốc, người khờ dại, người ngu xuẩn, thằng ngốc; người tối dạ, người ngu độn.

우장(雨裝) áo mưa. ☞ 우비.

우정(友情) tình bạn, tình hữu nghị; sự thân mật; sự thân thiết, sự thân thiện. ¶ ～있는 một cách thân thiết, một cách thân thiện / ～을 맺다 kết bạn, kết tình hữu nghị.

우정(郵政) dịch vụ bưu điện. ¶ ～국(局) bưu điện.

우주(宇宙) vũ trụ; không trung, khoảng trống; sự trật tự, sự hài hòa. ～의 thuộc vũ trụ, thuộc thế giới; có trật tự, có tổ chức. ¶ ～ 개발 경쟁 cạnh tranh phát triển vũ trụ / ～개발 계획 kế hoạch khám phá vũ trụ / ～공항 hàng không vũ trụ, trạm vũ trụ /

～ 과학자 nhà khoa học vũ trụ / ～복 trang phục du hành vũ trụ / ～선(線) tia vũ trụ / ～선 tàu vũ trụ / ～여행[비행] chuyến du hành [bay] vào vũ trụ / ～인 [비행사] nhà du hành [phi hành gia] vũ trụ / ～학 vũ trụ học / ～협정 hiệp định về vũ trụ.

우죽 ngọn cây; ngọn cành cây.

우중(雨中) ¶ ～에 trong cơn mưa / ～에도 불구하고 bất kể trời đang mưa, dù trời mưa.

우중충하다 tối tăm, u ám, ảm đạm; màu thẫm, u sầu, ủ rũ, buồn rười rượi.

우지 đứa trẻ hay khóc; kẻ nhu nhược, kẻ khiếp nhược.

우지(牛脂) mỡ bò.

우지끈 tiếng đổ vỡ loảng xoảng, tiếng đổ ầm xuống, đâm sầm xuống, đâm sầm vào. ～거리다 kêu răng rắc; kêu lốp bốp, kêu tanh tách.

우직(愚直) ～한 tính chân thật; thật thà đần độn.

우짖다 tru lên, rú lên; (새가) kêu la.

우쭉우쭉 ¶ ～걷다 bước đi nhún nhẩy / ～자라다 vụt lớn lên, lớn bổng.

우쭐거리다 đi đứng nghênh ngang, vênh váo; bước đi lắc lư, đu đưa.

우쭐하다 tự hào, tự đắc, vênh váo, khoa trương, kiêu căng.

우차(牛車) xe bò.

우천(雨天) trời mưa, trời ẩm ướt (날씨); ngày mưa (날). ¶ ～ 순연(順延) trì hoãn cho đến ngày trời đẹp đầu tiên nếu trời mưa.

우체(郵遞) ¶ ～국 bưu cục, bưu điện / ～국장 Giám đốc bưu điện / ～국원 nhân viên bưu điện / ～부 ☞ **우편집배원**. người phát thư / ～통 thùng thư, hòm thư.

우측(右側) phía tay phải, bên phải. ¶ ～통행 hãy đi phía bên phải!

우둘우둘하다 gồ ghề, lởm chởm, xù xì, lổn nhổn.

우파(右派) cánh hữu, phe hữu. ¶ ～ 사회당 đảng xã hội cánh hữu.

우편(右便) bên tay phải, phía bên phải.

우편(郵便) thư, bưu kiện. ¶ ～으로 보내다 gửi bằng đường bưu điện. ¶ ～낭 túi thư / ～번호 mã thư tín / ～사서함 hòm thư / ～요금 bưu phí / ～집배원 người phát thư / ～함 hòm thư / 국제[국내] ～ thư quốc tế [trong nước].

우편물(郵便物) bưu kiện. ¶ 제1종 ～ bưu kiện loại một.

우편환(郵便換) thư chuyển tiền.

우표(郵票) tem thư. ¶ ～ 수집 sưu tập tem / ～ 수집가 nhà sưu tập tem / ～ 수집열 sự nhiệt tình sưu tập tem.

우피(牛皮) da bò.

우향(右向) ¶ ～ 우(右) (구령) bên phải quay! / ～ 앞으로 가 (구령) đi thẳng bên phải!

우현(右舷) 【HH】 mạn phải (tàu, thuyền).

우호(友好) tình hữu nghị, tình hữu hảo, tình bằng hữu. **~적** một cách hữu hảo, một cách thân tình. ¶ ～ 관계 quan hệ hữu nghị / ～조약 điều ước hữu nghị / ～ 협력 조약 điều ước hợp tác hữu nghị.

우화(寓話) truyện ngụ ngôn; truyền thuyết. ¶ ～작가 nhà viết truyện ngụ ngôn.

우환(憂患) (병) bệnh tật; (근심) mối lo âu, mối băn khoăn; (불행) nỗi buồn rầu, khốn khổ, bất hạnh. ¶ 집안에 ～이 있어서 trong gia đình xảy ra chuyện buồn.

우회(迂回) **~하다** đi vòng quanh. ¶ ～로(路) đường vòng.

우회전(右回轉) **~하다** rẽ sang bên phải. ¶ ～ 금지 (교통표지) cấm rẽ phải!

우후(雨後) sau cơn mưa. ¶ ～ 죽순처럼

나오다 mọc như nấm sau cơn mưa.

욱기(-氣) tính nóng nảy, tính dữ dội, tính mãnh liệt.

욱다 ❶ (굽다) cúi xuống, nghiêng xuống. ❷ (기운이) làm yếu đi, làm mất dần đi, cảm thấy yếu đi.

욱대기다 ❶ (위협) dọa, đe dọa, hăm dọa, uy hiếp, cảnh báo. ❷ ☞ **우기다**.

욱시글득시글 sự tụ họp với nhau. **~하다** tụ họp thành đàn, tụ lại thành đám đông.

욱신거리다 (쑤시다) buốt, đau nhói, nhức nhối, đau đớn.

욱이다 cúi xuống, cong xuống, uốn cong, làm cong, lõm vào.

욱적거리다 đông đúc dồn vào một chỗ và ồn ào.

욱하다 nổi nóng, nổi cáu, giận dữ.

운(運) số may, vận may, vận đỏ; (운명) định mệnh, số mệnh, thiên mệnh, số phận; (기회) cơ hội, cơ may. ¶ ~(이) 좋은 số đỏ, may mắn; tốt số, có phúc / ~ 나쁜 không may, số đen, vận rủi / ~좋게 may mắn, hên / ~ 나쁘게 không may, vận xấu / ~이 좋으면 nếu vận may mỉm cười / ~이 좋아 …하다 số may nên làm … / ~이 다하다 hết thời, hết thời vận / ~이 트이다 vận may mỉm cười / ~에 맡기다 phó mặc cho số phận.

운(韻) vần; điệu. ¶ ~을 맞추다 ăn vần, khớp vần.

운니(雲泥) ¶ ~의 차가 있다 có sự khác biệt rõ rệt.

운동(運動) ❶ (물체 등의) sự vận động, sự chuyển động. **~하다** vận động, chuyển động. ¶ ~ 의 법칙 quy luật vận động. ¶ ~량 lượng vận động; động lượng, xung lượng. ❷ (몸의) tập luyện, tập thể dục, rèn luyện; (경기) trận thi đấu; trò chơi (놀이). ~하다 vận động, tập thể dục, tập luyện. ¶ ~가(선수) vận động viên, người tập luyện / ~경기 trận thi đấu / ~구 bóng thi đấu, bóng tập / ~복 quần áo thể thao, trang phục thi đấu / ~ 부족 thiếu tập luyện / ~신경 dây thần kinh vận động / ~장 sân vận động; sân thi đấu (경기장) / ~화 giầy tập, giầy thể thao / ~회 cuộc thi điền kinh / 실내 ~ thể thao trong nhà / 옥외(야외) ~ thể thao ngoài trời. ❸ (노력, 알선) sự cố gắng, sự nỗ lực, sự cố sức; (집단적) cuộc vận động; đợt phát động; chiến dịch; (선거) cuộc vận động bầu cử. ~하다 vận động; nỗ lực; tham gia chiến dịch. ¶ ~원 người đi vận động bỏ phiếu (선거의) / 노동 [학생] ~ phong trào lao động [học sinh] / 모금 ~ vận động quyên góp tiền.

운두 ¶ ~가 높은 [낮은] 신 giầy cao [thấp] đế.

운명(運命) vận mệnh, số phận. ¶ ~의 장난 trò đùa của số phận, số phận trớ trêu / ~의 총아 số phận sủng ái, gặp thời / …과 ~을 같이하다 chia sẻ số phận với … / ~에 맡기다 phó mặc số phận. ¶ ~론 thuyết định mệnh.

운명(殞命) **~하다** chết, tắt thở.

운모(雲母) [Kh] mi-ca. ¶ 백~ chất Mutcovit.

운무(雲霧) mây mù; sương mù.

운문(韻文) văn vần, thi ca; bài thơ, vần luật.

운반(運搬) sự vận chuyển, sự chuyên chở, sự vận tải. **~하다** chuyên chở, vận tải, vận chuyển, đưa, dẫn, chở. ¶ ~비 phí chuyên chở, phí vận chuyển / ~인 người chuyên chở, nhân viên vận chuyển.

운산(運算) phép tính, phép toán, sự tính

toán. ~하다 làm phép tính, tính.

운석(隕石) thiên thạch, đá trời.

운송(運送) sự vận chuyển, sự chuyên chở. ~하다 chở, chuyên chở. ¶ ~료 cước vận chuyển / ~비(費) phí vận chuyển (선편의) / ~업 ngành vận tải, công ty vận tải / ~업자 nhà vận chuyển / ~점(店) đại lý chuyên chở / 해상~ sự vận chuyển bằng đường biển.

운수(運數) vận số, số, số phận. ☞ 운(運). ¶ ~가 좋은 [나쁜] may mắn, vận may, số may [đen đủi, số đen, vận rủi].

운수(運輸) sự chuyên chở, sự vận tải. ☞ 운송. ¶ ~ 노조(勞組) liên đoàn vận tải / ~(사)업 ngành vận tải / ~회사 công ty vận tải.

운신(運身) sự vận động, cử động thân thể. ¶ ~도 못하다 không thể nhúc nhích được người, không thể đi lại được.

운영(運營) sự điều hành; sự trông nom, sự lãnh đạo, sự dẫn dắt, sự quản lý, sự điều khiển. ~하다 điều hành, trông nom; lãnh đạo, quản lý, điều khiển. ¶ 호텔을 ~하다 điều hành khách sạn. ¶ ~비 [자금] kinh phí [vốn] quản lý / ~위원회 ban chỉ đạo, ban lãnh đạo, ban điều hành.

운용(運用) sự vận dụng, sự ứng dụng, áp dụng, sự sử dụng. ~하다 vận dụng, ứng dụng, sử dụng. ¶ ~자본 vốn lưu động, vốn luân chuyển.

운운(云云) như vậy, như thế; tương tự như thế, vân vân. ~하다 nói như vậy, nói như thế.

운율(韻律) nhịp điệu; nhịp; phách, điệu. ¶ ~에 맞다 đúng nhịp; nhịp nhàng.

운임(運賃) (화물의) cước vận chuyển; (여객의) tiền vé (tàu, xe); (송료) lệ phí vận chuyển, phí vận tải; (해운비) phí vận tải đường biển; (운반비) phí vận chuyển; tiền vận tải. ¶ ~을 환불해 주다 hoàn trả cước vận chuyển. ¶ ~표 vé tàu; vé xe (여객의) / 여객 ~ tiền xe hành khách / 초과 ~ quá cước vận chuyển / 편도 [왕복]~ vận tải một chiều [khứ hồi].

운전(運轉) sự vận hành; sự điều khiển; sự xoay vòng, vòng quay, vòng, tua (회전); chuyên chở; vận tải (수송 업무 따위); sự áp dụng, sự ứng dụng (운용). ~하다 vận hành; điều khiển; lái, chạy; ứng dụng (운용). ¶ 자동차를 ~하다 điều khiển xe hơi. ¶ ~계통 (전차의) hệ thống vận hành / ~(기)사 người vận hành; kỹ sư vận hành; người điều khiển (기계의); lái xe, tài xế (자가용 자동차); lái xe (기타의 자동차); người lái tàu (전차의) / ~대 tay lái, vô lăng (트럭, 기관차의) / ~면허(증) giấy phép lái xe / ~자본 vốn hoạt động.

운지법(運指法) 【ÂN】 cách ấn nút nhạc.

운집(雲集) ~하다 tụ tập, tụ lại, tập hợp, kéo đến.

운치(韻致) khiếu thẩm mỹ, sự tinh tế ý nhị, sự tế nhị, sự tao nhã, sự lịch sự. ¶ ~있는 có óc thẩm mỹ; thanh lịch, tao nhã.

운필(運筆) sự cầm bút; bút pháp (법).

운하(運河) kênh đào; luồng nước. ¶ ~를 파다 đào kênh. ¶ ~통과료(料) lệ phí qua kênh đào / 파나마 [수에즈]~ kênh đào Pa-na-ma [Su-ê].

운항(運航) dịch vụ hàng hải; hoạt động của ngành đường biển (선박의); điều hành không vận (항공기의). ~하다 vận hành, điều khiển, điều hành.

운행(運行) (천체의) sự vận hành, sự hoạt động, sự quay, sự xoay vòng; vòng, tua; (차량의) dịch vụ vận tải. ~하다

hoạt động, vận hành; chuyển động; quay, xoay tròn. ¶ ～정지 dừng (ngừng) hoạt động.

운휴(運休) sự ngừng hoạt động dịch vụ (xe buýt).

울 (울타리) hàng rào, bờ giậu, lá chắn. ¶ ～을 치다 quây (dựng) hàng rào.

울가망하다 cảm thấy lo lắng; cảm thấy bất ổn; phiền muộn.

울걱거리다 súc (miệng, họng).

울근불근하다 hục hặc (cãi nhau); hầm hầm.

울긋불긋하다 nhiều màu sắc, sặc sỡ.

울다 ❶ (사람이) khóc, nhỏ nước mắt; gào khóc (소리 지르며); sụt sịt, sụt sùi (훌쩍훌쩍); tu tu, hu hu; thổn thức, khóc bù lu bù loa (엉엉하고); rơi lệ, trào nước mắt (눈물 흘리며). ¶ 아파서 ～ khóc do đau đớn / 비보에 접하여 ～ khóc vì nhận được tin buồn / 마음속으로 ～ khóc trong lòng, khóc thầm / 울며 세월을 보내다 khóc ròng cả ngày, cuộc đời sầu thảm. ❷ (동물이) kêu, sủa; rú, gầm (짖다); sủa (개가); kêu meo meo (고양이); rống (소); hí (말); kêu be be (양, 염소); rú, tru (늑대); gầm, rống (범, 사자); rống (코끼리); kêu ộp ộp (개구리); kêu, hót (벌레, 새); kêu quạ quạ (까마귀); gáy (수탉); kêu cục cục (암탉); kêu quàng quạc (오리); kêu của con cú (부엉이); gáy cu cu (뻐꾹새); kêu gù gù (비둘기); dế kêu (귀뚜라미). ❸ (종 따위) rung chuông, vang, ngân. ❹ (귀가) ù tai. ❺ (옷·장판 따위가) có các nếp nhăn, nhăn nheo, nhàu nhĩ.

울대[1] (울타리의) cọc (hàng rào).

울대[2] (조류의) minh quản của chim.

울렁거리다 (가슴) đập nhanh, hồi hộp, phập phồng, rộn ràng; (메슥거림) buồn nôn, lộn mửa; (물결이) tròng trành, đu đưa, lắc lư.

울리다 ❶ (울게 하다) làm cho khóc; làm cho rơi lệ vì cảm động (감동); (슬프게 하다) làm đau buồn. ¶ 심금을 울리는 이야기 câu chuyện cảm động / 아이를 ～ làm đứa trẻ khóc. ❷ (소리를 내다) rung, thổi (땡그랑 땡그랑); bấm (huýt) còi (기적); đánh (북). ¶ 경적을 ～ thổi tù và, huýt (thổi, bấm) còi. ❸ (들리다) rung, kêu; (반향하다) dội lại, vang lại; phản chiếu, phản xạ; (산, 땅이) rung động, lắc, chấn động. ❹ (떨치다) nổi tiếng, vang xa. ¶ 명성이 전국에 ～ nổi tiếng trong cả nước.

울림 (음향) âm thanh; tiếng động; (진동) sự rung, sự lắc; (반향) sự vang, sự vọng lại; (굉음) tiếng inh tai, chói tai; tiếng nổ rền vang (천둥 따위).

울바자 tấm phên làm hàng rào.

울보 đứa trẻ hay khóc; người hay kêu ca phàn nàn.

울부짖다 kêu gào, la khóc.

울분(鬱憤) cơn giận bị dồn nén, sự oán giận; phẫn nộ, sự tức giận tột bực, phẫn uất. ¶ ～을 풀다 làm nguôi ngoai sự phẫn nộ, làm tiêu tan cơn giận / ～을 참다 chịu đựng sự bực tức, nhịn sự giận dữ.

울상(-相) khuôn mặt như muốn khóc. ¶ ～을 하다(짓다) sụt sùi khóc, rưng rưng nước mắt; nét mặt tỏ vẻ khó chịu, vất vả, khổ sở.

울새 [LCh] giống két cổ đuôi đỏ.

울쑥불쑥 lởm chởm; mấp mô, chỗ lồi lõm.

울음 sự khóc, sự chảy nước mắt. ¶ ～을 터뜨리다 bật (òa) khóc / ～을 참다 cầm nước mắt.

울음소리 tiếng khóc, tiếng kêu than; giọng nghẹn ngào.

울적(鬱寂) ～한 u ám, ảm đạm; buồn

rầu, sầu muộn, u uất. ¶ ～한 기분으로 tâm trạng buồn nản.

울짱 hàng rào cọc, hàng rào chấn song sắt.

울창한 xum xuê, rậm rạp. ¶ ～ 숲 rừng rậm.

울타리 hàng rào, bờ giậu.

울퉁불퉁하다 ghồ ghề, gập ghềnh, lởm chởm, xù xì, lổn nhổn, ráp, nhám. ¶ 울퉁불퉁한 길 con đường gập ghềnh.

울혈(鬱血) [YH] sự xung huyết.

울화(鬱火) sự phẫn nộ, sự tức giận. ¶ ～가 치밀다 cơn giận trào lên / ～통이 터져서 cơn giận bùng lên. ¶ ～병 chứng bệnh do sự phẫn nộ gây ra.

움[1] (싹) chồi, mầm, chồi rễ. ¶ 움이 돋다(트다) mầm nhú, nẩy mầm, đâm chồi, mọc chồi rễ.

움[2] (땅속광) hầm. ¶ ～ 묻다 đào hầm (움을 만들다).

움딸 vợ kế của con rể (sau khi con chết, con rể lấy vợ khác).

움막(-幕) nhà hầm. ¶ ～살이 cuộc sống trong nhà hầm.

움실거리다 nhung nhúc, lúc nhúc.

움쑥하다 hõm vào, lõm vào, trũng xuống, trống rỗng.

움씰하다 chùn bước, nao núng, do dự, ngần ngại, co lại, rút lại.

움죽거리다 di chuyển, làm nhúc nhích, làm động đậy.

움직이다 ❶ (변동하다, 변경시키다) biến động, thay đổi, biến đổi, sửa đổi. ¶ 움직일 수 없는 không cử động được, không thể thay đổi (사실); không thể biến đổi (진리). ❷ (이동하다) di chuyển, chuyển động, dời chỗ; động đậy, nhúc nhích; (동요) lắc, giũ, rung động (đất), run. ¶ 움직이고 있다 đang rung chuyển, đang run rẩy. ❸ (감동, 자극) làm cảm động, làm xúc động. ¶ 청중을 ～ làm khán giả xúc động, khiến người nghe cảm động. ❹ (영향) chịu ảnh hưởng, tác động. ¶ 감정에 ～ chịu ảnh hưởng bởi tình cảm / 돈에 ～ chịu ảnh hưởng do tiền bạc. ❺ (운전) cho hoạt động, làm chạy. ¶ 기계를 ～ làm cho máy hoạt động; vận hành máy móc.

움직임 sự chuyển động, sự vận động, sự cử động; (동향) chiều hướng, khuynh hướng, xu thế.

움집 nhà hầm.

움츠러들다 co lại, thu lại, rút lại; co vào, rút vào; (몸이) cuộn người lại, co người lại, thu mình vào; (두려워서) co rúm lại (vì sợ hãi), thu mình lại.

움츠러뜨리다 làm co lại; làm nao núng; làm chùn bước.

움츠리다 co lại, thu lại; làm cho co lại, làm cho nao núng. ¶ 목을 ～ rụt cổ lại / 몸을 ～ co người lại, thu mình lại.

움켜잡다 túm lấy, tóm lấy, níu lấy; sự ôm ghì.

움켜쥐다 chộp, túm, tóm, nắm chặt.

움큼 một nhúm, một nắm, một ít.

움키다 ôm chặt, nắm chặt, ghì chặt, siết chặt.

움파다 đào hầm.

움패다 bị lõm xuống, làm trũng xuống.

움펑눈 mắt sâu, mắt trũng. ¶ ～이 người có mắt sâu, người có mắt trũng xuống.

움푹하다 trũng, lõm sâu, hõm xuống.

웃기다 chọc cười, gây cười; buồn cười (우습다). ¶ 웃기지 말라 đừng chọc cười nữa!

웃녘 phần cao hơn, phía trên.

웃니 răng trên.

웃다 ❶ cười (소리내어); tươi cười (빙긋빙긋); cười khì khì (낄낄 댐). ¶ 웃으면

서 vừa cười / 하하 (허허) ~ cười ha ha, cười hô hô / 킥킥 ~ cười khúc khích / 웃지 않을 수 없다 không thể không cười / 웃어 넘기다 cười cho qua, cười bỏ qua. ❷ (비웃다) nhạo báng, chế nhạo; giễu cợt; bông đùa. ¶ 웃을 만한 đáng chế nhạo, đáng để nhạo báng.

웃더껑이 nắp, vung; cái che đậy, vỏ bọc.

웃도리 phần cơ thể phía trên; (웃옷) áo khoác, áo choàng.

웃돈 tiền các; tiền thưởng, tiền phụ trội.

웃돌다 vượt quá; mức cao; hơn. ¶ 평년작을 ~ vượt mức thu hoạch hàng năm.

웃목 sàn nhà nơi cách xa lò sưởi.

웃물 (상류) nước vùng thượng nguồn.

웃사람 người bề trên, người lớn tuổi; thủ trưởng.

웃옷 áo khoác, áo choàng.

웃음 sự cười; (미소) nụ cười; (조소) sự nhạo báng, lời chế nhạo. ¶ ~을 띄우고 nở nụ cười / ~을 터뜨리다 bật cười, cười phá lên / ~을 사다 mắc cười, buồn cười / ~을 참다 nhịn cười, nín cười / ~ 소리 tiếng cười.

웃음거리 chuyện cười; trò cười. ¶ ~가 되다 trở thành trò cười.

웃자리 (높은 지위) chỗ cao, vị trí cao hơn; (상좌) ghế trên.

웃통 phần cơ thể phía trên. ¶ ~을 벗다 cởi áo choàng, bỏ áo ngoài.

웅거(雄據) **~하다** gìn giữ và bảo vệ lãnh thổ.

웅그리다 cúi người, nép mình.

웅긋쫑긋하다 tua tủa, lởm chởm, dựng đứng.

웅기중기 ☞ 옹기종기.

웅담(熊膽) mật gấu.

웅대(雄大) ~한 hùng vĩ, trang nghiêm, huy hoàng; cao quý, cao thượng; vĩ đại; lớn lao, tráng lệ, nguy nga. ¶ ~한 구상 kế hoạch vĩ đại, dự án lớn.

웅덩이 vũng lầy, đầm lầy; vũng nước.

웅도(雄圖) một kế hoạch quan trọng; một dự án tầm cỡ.

웅변(雄辯) sự hùng biện, tài nói lưu loát, sự diễn thuyết. ~의 hùng biện, lưu loát, trôi chảy. ¶ ~을 토하다 nói lưu loát, diễn cảm. ¶ ~가 nhà hùng biện / ~대회 cuộc thi hùng biện / ~술 nghệ thuật hùng biện, nghệ thuật diễn thuyết.

웅비(雄飛) **~하다** bay vút lên, bay vọt lên; đi ra nước ngoài với một hoài bão lớn (해외로).

웅성거리다 làm ồn ào, làm om sòm; làm huyên náo.

웅숭깊다 rộng lượng, khoan hồng; rộng rãi, hào phóng.

웅숭크리다 né, núp, cúi mình, thu mình; luồn cúi.

웅얼거리다 rì rầm, lẩm bẩm, nói khẽ; xì xào, rì rào, róc rách.

웅자(雄姿) vẻ hùng vĩ, vẻ oai nghiêm; phong thái uy nghiêm, tướng mạo oai phong.

웅장(雄壯) ~한 hùng tráng, uy nghi, tráng lệ, hùng vĩ, nguy nga, lỗng lẫy. ¶ ~한 건물 tòa nhà nguy nga.

웅크리다 né, núp, thu mình, cúi mình; co (rụt) chân tay; luồn cúi.

웅편(雄篇) tuyệt tác, danh tác, kiệt tác.

워낙 vốn dĩ, căn bản, ngay từ đầu (처음부터); hơi, khá (무척); rất, quá (너무).

워리 êu êu, cún cún! (khi gọi chó)

워밍업 sự khởi động. **~하다** khởi động.

워석워석 sự xào xạc, sự sột soạt.

워크북 sách bài tập.

워크숍 ❶ phân xưởng. ❷ học nhóm; hội thảo, xê-mi-na.

워키토키 máy thu và phát vô tuyến xách tay, điện đài xách tay.

워터 (물) nước. ¶ ～슈트 thác nước / ～탱크 thùng nước, két nước, bể nước.

원(員) 【LS】 (지방관) quan chức hành chính; (nhân) viên, thành viên.

원(圓) đường tròn, vòng tròn. ¶ ～운동 chuyển động xoay tròn.

원(願) (소원) sự mong muốn, sự ao ước, sự khát khao, lòng khát khao; (요청) sự đề nghị, sự thỉnh cầu; (간원) sự khẩn nài, sự khẩn khoản, sự nài xin. ¶ 평생의 ～ mong muốn của cuộc sống, ước mơ của cuộc đời.

원 (화폐 단위) *won* (ký hiệu ₩), đơn vị tiền tệ của Hàn Quốc.

원…(元·原) (원래의) nguyên, vốn, nguồn gốc; (전의) cũ, xưa.

원가(原價) nguyên giá, giá gốc, giá vốn. ¶ ～로 [이하로] 팔다 bán với [dưới] giá gốc, bán vốn. ¶ ～계산 tính giá gốc, thanh toán giá vốn / 생산 ～ giá sản xuất, giá xuất xưởng, giá thành.

원거리(遠距離) khoảng cách xa, cự li xa. ¶ ～에 ở khoảng cách xa.

원격(遠隔) (멂) ～한 xa, từ xa; khoảng cách xa. ¶ ～조작 [조종] thiết bị điều khiển từ xa / ～측정 đo khoảng cách từ xa.

원경(遠景) cảnh trông từ xa, viễn cảnh.

원고(原告) nguyên đơn; nguyên cáo, người đứng đơn kiện, người buộc tội.

원고(原稿) bản thảo, bản in (인쇄의). ¶ ～료 nhuận bút / ～(용)지 giấy viết bản thảo / 강연～ bản thảo bài giảng.

원광(原鑛) quặng thô.

원광(圓光) vòng sáng, vầng hào quang; sự vinh quang, sự ngợi ca, sự tán dương.

원교(遠郊) vùng ngoại ô.

원군(援軍) quân tiếp viện, quân chi viện, viện quân. ¶ ～을 보내주다 gửi viện quân cho.

원근(遠近) ～의(에) viễn cận, xa gần. ¶ ～법(法) luật xa gần, phép phối cảnh (mỹ thuật, đồ hoạ).

원금(元金) vốn (자본)

원급(原級) 【NNH】 cấp nguyên (dạng đơn giản, chưa so sánh)

원기(元氣) nguyên khí; sức mạnh; sinh lực. ¶ ～ 왕성한 tràn đầy sinh lực; đầy nghị lực; sinh động. ¶ ～ 부족 thiếu sức sống.

원기둥(圓-) ☞ **원주**(圓柱).

원내(院內) (국회) ～의(에서) thuộc các chính đảng trong quốc hội. ¶ ～ 대표 nghị sĩ đại diện của chính đảng trong quốc hội.

원년(元年) năm đầu tiên.

원단(元旦) Nguyên Đán.

원당(原糖) đường thô.

원대(原隊) đơn vị gốc. ¶ ～ 복귀하다 trở lại đơn vị gốc.

원대(遠大) ～한 to xa, có tầm nhìn xa. ¶ ～한 계획 kế hoạch có tầm nhìn xa, một kế hoạch lớn.

원도(原圖) bản vẽ gốc, bức họa gốc.

원동(原動) động cơ hành động. ¶ ～기 mô-tơ.

원동력(原動力) động lực đầu tiên, động lực chính, nguyên nhân chính, động cơ thúc đẩy (추진력). ¶ 활동의 ～ động lực chính của hành động, động cơ của hành động.

원두막(圓頭幕) chòi gác ở ruộng dưa.

원둘레(圓-) ☞ **원주**(圓周).

원래(元來·原來) (본래) chủ yếu, chính, căn bản; (생태) nguyên thủy, tự nhiên; (본질적으로) về bản chất, về

ㅇ

cơ bản; vốn, vốn dĩ; (사실은) thật, thực sự; (처음부터) từ đầu, bẩm sinh.

원로(元老) nhà chính trị lão thành (정계의); chuyên gia có thâm niên (실업계의). ¶ 문단의 ~ kỳ cựu trên văn đàn.

원로(遠路) chặng đường dài; hành trình dài. ¶ ~의 여행 chuyến du lịch đường dài.

원론(原論) học thuyết, lý thuyết, thuyết, lý luận, nguyên lý. ¶ 경제학 ~ nguyên lý kinh tế, học thuyết kinh tế.

원료(原料) nguyên liệu; vật liệu, tài liệu.

원리(元利) vốn và lời. ¶ ~금 tiền vốn và lời (합계).

원리(原理) nguyên lý, nguyên tắc; lý thuyết, thuyết. ¶ 근본 ~ nguyên lý cơ bản.

원만(圓滿) (조화) sự hài hòa, sự cân đối, sự hòa hợp; sự thỏa mãn, sự toại nguyện; (원활) tính nhịp nhàng uyển chuyển; (완전) sự hoàn chỉnh, sự hoàn thiện. ~한 hài hòa; thỏa mãn, toại nguyện; cân đối; hoàn thiện, trọn vẹn; nhịp nhàng. ¶ ~히 hài hòa, hòa thuận; một cách êm ả, một cách trôi chảy / ~한 가정 một gia đình hòa thuận / ~한 인격 một nhân cách lịch lãm / ~한 해결 sự dàn xếp hoàn hảo / ~치 못하다 không hòa hợp.

원망(怨望) mối hận thù; sự phẫn uất, sự oán giận, lòng căm thù, sự căm ghét (증오); mối ác cảm (악의). **~하다** căm hận, oán ghét; căm thù, căm ghét. ¶ ~스러운 có cảm giác căm hận (유감) / 하늘을 ~하다 oán hận ông Trời.

원망(願望) nhìn xa, hi vọng vào tương lai xa xôi.

원맨쇼 màn độc diễn.

원면(原綿) sợi thô.

원명(原名) tên thật, tên vốn có.

원모(原毛) sợi len thô.

원목(原木) gỗ thô, gỗ mới đốn; bột mịn của sợi gỗ (제지의).

원무(圓舞) nhảy vòng tròn, nhảy vòng quanh; điệu nhảy van-xơ. ¶ ~곡 (樂) nhạc van-xơ.

원문(原文) (본문) nguyên văn, nguyên bản; (원서) bản gốc. ¶ (번역이) ~에 충실하다 (dịch) sát (trung thành) với bản gốc.

원반(圓盤) đĩa; cuộc thi ném đĩa (투원반용의). ¶ ~ 던지기 thi ném đĩa.

원방(遠方) phương xa, nơi xa, miền đất xa xôi. ¶ ~의 xa, xa xôi, xa xăm, xa cách, xa xưa.

원병(援兵) viện binh, quân tiếp viện. ☞ **원군**.

원본(原本) bản gốc, bản chính; nguyên bản; [PL] nguyên bản, bản chính (사본에 대해서) (so với bản sao).

원부(怨府) ¶ ~가 되다 trở thành đối tượng căm thù của quần chúng.

원부(原簿) sổ cái.

원불교(圓佛敎) phật giáo *Won* (một giáo phái của Phật giáo).

원뿔(圓-) ☞ **원추**.

원사(寃死) **~하다** ôm hận chết, chết một cách oan uổng.

원 사이드 게임 [Anh] trận đấu không cân sức.

원산물(原産物) sản phẩm chính; sản phẩm gốc.

원산지(原産地) nơi sản xuất, nguồn gốc sản xuất; nơi sinh sống, xuất xứ (동식물의). ¶ ~ 증명(서) giấy chứng nhận nơi sản xuất, giấy chứng nhận xuất xứ.

원상(原狀) nguyên dạng, trạng thái ban đầu; tình trạng nguyên thủy. ¶ ~으로 복구 [회복]되다 hồi phục [khôi phục] lại như trước; phục hồi lại trạng thái ban đầu.

원색(原色) màu gốc. ¶ ~ 사진 ảnh màu tự nhiên / 3~ ba màu gốc.

원생(原生) ~의 nguyên sinh, nguyên thủy. ¶ ~동물 động vật nguyên sinh / ~림 (林) rừng nguyên sinh.

원서(原書) nguyên bản, bản gốc. ¶ ~로 읽다 đọc bản gốc.

원서(願書) đơn xin, lời thỉnh cầu; (용지) mẫu đơn. ¶ ~를 내다 nộp đơn.

원석(原石) (보석의) đá thô; (원광) quặng thô. ¶ 다이아몬드 ~ kim cương chưa được chế tác, kim cương thô.

원성(怨聲) lời oán trách, lời trách móc, lời phàn nàn.

원소(元素) 【HH】 nguyên tố. ¶ ~ 기호 ký hiệu nguyên tố / ~ 주기율 định luật tuần hoàn các nguyên tố.

원수(元首) nguyên thủ quốc gia, người đứng đầu đất nước.

원수(元帥) thủ lĩnh, tướng lĩnh, (미국); (육군) tổng tư lệnh; nguyên soái (영국); (해군) đô đốc hải quân (미국); (공군) tổng tư lệnh không quân.

원수(怨讐) kẻ thù, kẻ địch, địch thủ; quân địch. ¶ ~ 지간 quan hệ kẻ thù / ~를 갚다 trả thù / 은혜를 원수로 갚다 lấy oán trả ơn.

원수(員數) số người.

원수폭(原水爆) bom nguyên tử và bom hyddrô.

원숙(圓熟) **~하다** chín muồi, khéo léo, thuần thục; tính trưởng thành, tính hoàn chỉnh. ¶ ~해지다 trở nên thành thạo.

원숭이 con khỉ.

원시(原始) căn nguyên, nguồn gốc, nguyên thủy. ~적(인) nguyên thủy, hoang sơ, cổ xưa. ¶ ~림 rừng nguyên sinh / ~ 시대 thời đại nguyên thủy / ~인(人) người nguyên thủy.

원시(遠視) nhìn xa thấy rộng; nhìn sâu sắc; (눈) viễn thị. ¶ ~경 kính viễn thị.

원심(原審) sự phán quyết đầu tiên, sơ thẩm. ¶ ~을 파기하다 hủy bỏ (bác bỏ) phán quyết sơ thẩm.

원심(圓心) điểm giữa, tâm.

원심력(遠心力) 【VLH】 lực ly tâm.

원아(園兒) trẻ đi học trường mầm non, mẫu giáo.

원안(原案) bản phác thảo, bản dự thảo, sơ đồ thiết kế, bản dự luật.

원앙(鴛鴦) 【LCh】 vịt Bắc Kinh, đôi uyên ương. ¶ 한 쌍의 ~ một đôi uyên ương. ¶ ~금 chăn thêu uyên ương, chăn cưới.

원액(元額, 原額) tiền gốc.

원액(原液) dung dịch nguyên chất.

원양(遠洋) viễn dương, biển, đại dương. ¶ ~ 어선 tàu đánh cá viễn dương / ~ 어업(漁業) nghề đánh bắt xa bờ.

원어(原語) tiếng gốc, tiếng mẹ đẻ.

원영(遠泳) bơi xa, bơi đường dài.

원예(園藝) nghề làm vườn, nghề trồng trọt; nghệ thuật làm vườn (원예술). ¶ ~가(家) người làm vườn / ~ 식물 trồng hoa cây cảnh / ~ 학교 trường dạy nghề làm vườn.

원외(員外) ~의 dư, thừa; phụ thêm, cộng thêm. ¶ ~자 người không phải là hội viên.

원외(院外) ~의 không thuộc nghị viện, ngoài nghị viện. ¶ ~ 투쟁 đấu tranh bên lề nghị viện.

원용(援用) **~하다** trích dẫn.

원유(原油) dầu thô. ¶ ~가격 giá dầu thô / ~ 생산국 nước sản xuất dầu thô.

원유회(園遊會) tiệc ngoài vườn.

원음(原音) (글자의) cách phát âm nguyên gốc; 【ÂN】 âm gốc.

원의(原意) ý ban đầu; ý chính.

ㅇ

원의(原義) nguyên nghĩa, ý nghĩa chính.

원의(院議) nghị quyết của nghị viện; nghị quyết của quốc hội.

원인(原因) nguyên nhân, nguyên do, căn nguyên. ¶ ~과 결과 nguyên nhân và kết quả; nhân quả / ~ 불명의 không rõ nguyên nhân / ~을 따지다 (규명하다) xác minh nguyên nhân. ¶ 간접 [직접] ~ nguyên nhân gián tiếp [trực tiếp].

원인(遠因) nguyên nhân sâu xa, nguyên nhân gián tiếp.

원인(願人) người xin việc, người làm đơn xin (지원자); người thỉnh cầu (청원자).

원일점(遠日點) 【TVH】 điểm xa mặt trời nhất.

원자(原子) nguyên tử. ~의 (thuộc) nguyên tử. ¶ ~가(價) hóa trị / ~량 trọng lượng nguyên tử / ~로 lò phản ứng hạt nhân / ~ 물리학 khoa vật lý nguyên tử, vật lý hạt nhân / ~ 번호 số nguyên tử / ~ 병기 vũ khí hạt nhân / ~ 병 환자 bệnh nhân do nguyên tử / ~설(론) thuyết nguyên tử / ~전 chiến tranh hạt nhân / ~ 탄두 đầu đạn hạt nhân / ~포 đại bác nguyên tử / ~(폭)탄 bom nguyên tử / ~핵(核) hạt nhân nguyên tử.

원자력(原子力) năng lượng nguyên tử; năng lượng hạt nhân. ¶ 국제~기구 IAEA Tổ chức năng lượng nguyên tử quốc tế / ~ 발전소 nhà máy điện nguyên tử / ~ 시대 thời đại nguyên tử / ~ 잠수함 tàu ngầm hạt nhân / ~ 평화 이용 sử dụng năng lượng nguyên tử vào mục đích hòa bình.

원자재(原資材) nguyên liệu thô.

원작(原作) nguyên tác. ¶ ~자 tác giả đầu tiên.

원장(元帳) sổ cái.

원장(院長) (병원의) giám đốc; (학원의) viện trưởng.

원장(園長) người đứng đầu các cơ quan có chữ vườn (viên) như hiệu trưởng (vườn trẻ), giám đốc (vườn bách thú).

원저(原著) tác phẩm gốc.

원적(原籍) (원적지) nơi cư trú ban đầu.

원전(原典) nguyên bản, bản gốc, truyện gốc.

원점(原點) điểm gốc, điểm bắt đầu.

원정(遠征) cuộc viễn chinh; cuộc thám hiểm; sự xâm lược; sự cướp phá; (선수의) cuộc đua đường dài (thể thao), chặng đua đường dài. **~하다** viễn chinh, xâm lược, cướp phá, đánh phá. ¶ ~ 경기 cuộc đua đường dài / ~군[대] quân [quân đội] viễn chinh.

원조(元祖) người sáng lập, người thành lập; người khởi đầu, người sáng tạo; ông tổ (của làng nghề), cha đẻ (của học thuyết); người tiên phong, người mở đường.

원조(援助) sự viện trợ, sự cứu trợ, sự chống đỡ, sự ủng hộ, chi viện. **~하다** viện trợ, hỗ trợ, cứu giúp. ¶ ~를 요청하다 đề nghị giúp đỡ, yêu cầu hỗ trợ. ¶ ~ 국 nước viện trợ / ~ 물자 hàng viện trợ / ~자 người viện trợ, người ủng hộ / 무상~ viện trợ không hoàn lại / 재정 ~ hỗ trợ tài chính, viện trợ kinh tế.

원족(遠足) đi chơi xa, đi dã ngoại ☞ **소풍**.

원죄(原罪) tội lỗi của tổ tông.

원죄(寃罪) kết tội oan, kết tội sai.

원주(圓柱) cột tròn; trụ tròn; 【HHo】 trụ, hình trụ. ¶ ~상(狀)의 hình trụ tròn; hình cột tròn.

원주(圓周) đường tròn, chu vi. ¶ ~율 【HHo】 số pi (kí hiệu π).

원주민(原住民) thổ dân; dân địa phương; bản xứ, bản địa.

원지(原紙) (등사용) giấy nến để in.

원지(遠地) vùng đất xa, phương xa.

원지(遠志) hoài bão lớn; chí lớn.

원지점(遠地點) 【TVH】 điểm xa trái đất nhất, khoảng lớn nhất giữa mặt trời và trái đất (khi quả đất ở điểm cách xa mặt trời nhất), chỗ xa nhất.

원질(原質) ¶ 유전 ～ 【Si】 gien di truyền.

원천(源泉) nguồn gốc; nguồn. ¶ ～ 과세 đánh thuế trước khi cấp lương / ～ 징수 việc thu thuế trước khi cấp lương.

원촌(原寸) ～의 kích thước thực tế.

원추(圓錐) (원뿔) cái nón. ¶ ～형의 hình nón. ¶ ～ 곡선 (thuộc) hình nón, (thuộc) mặt nón.

원추리 【TV】 cây hoa hiên.

원칙(原則) nguyên tắc. ¶ ～적으로 theo nguyên tắc, theo quy định; về nguyên tắc cơ bản / ～을 세우다 xây dựng nguyên tắc.

원컨대(願-) mong rằng; hi vọng rằng sẽ là.

원탁(圓卓) bàn tròn. ¶ ～회의 hội nghị bàn tròn.

원통(寃痛) ～한 phẫn uất, oán hận; đau buồn (슬픈); thương tiếc, hối tiếc (애석한).

원통(圓筒) ống tròn, hình trụ.

원판(原版) (사진의) nguyên bản (ảnh).

원폭(原爆) bom nguyên tử. ¶ ～ 기지 căn cứ bom nguyên tử / ～ 실험 (금지) (cấm) thí nghiệm bom nguyên tử / ～ 희생자 nạn nhân bom nguyên tử.

원하다(願-) muốn; thèm muốn, mong muốn; cần, hy vọng. ¶ 원하신다면 nếu cần / 원하는 대로 theo mong muốn / 평화를 ～ mong muốn hòa bình, mơ ước hòa bình.

원한(怨恨) sự oán hận, mối hận thù, sự oán giận. ¶ ～에 의한 살인 án mạng do thù hằn / ～을 품다 ôm mối thù hận / ～을 사다 gây ra thù hận, chuốc lấy thù hận / ～이 뼈(골수)에 사무치다 mối thù ghi tâm khắc cốt.

원항(遠航) nghề hàng hải; sự đi biển; nghề lái tàu. **~하다** đi biển.

원해어(遠海漁) cá biển xa.

원행(遠行) chuyến đi dài ngày, sự đi xa. **~하다** đi dài ngày.

원형(原形) nguyên hình, nguyên dạng. ¶ ～을 보존하다 bảo tồn nguyên dạng.

원형(原型) mẫu đầu tiên, nguyên mẫu; kiểu, mẫu, mô hình.

원형(圓形) hình tròn. ¶ ～의 tròn, vòng tròn, vòng quanh. ¶ ～ 극장 nhà hát có hình tròn.

원형질(原形質) 【Si】 chất nguyên sinh.

원호(援護) sự ủng hộ; sự giúp đỡ, sự cứu tế, sự cứu trợ, sự trợ giúp. ¶ ～ 기금 (성금) quỹ cứu trợ / ～ 대상자 đối tượng được cứu trợ / ～처 văn phòng cứu trợ.

원호(圓弧) cung tròn.

원혼(寃魂) oan hồn, linh hồn oan khuất.

원화(-貨) *won* (đơn vị tiền tệ Hàn Quốc).

원화(原畵) bức họa gốc.

원활(圓滑) ～한 suôn sẻ, phẳng phiu, mượt mà, bình lặng; dễ dàng, trôi chảy, êm thấm. ¶ ～히 một cách phẳng phiu, một cách suôn sẻ, một cách hòa hợp / 일이 매우 ～하게 되어 가다 công việc đang được tiến hành hết sức trôi chảy.

원흉(元兇) đầu sỏ, cầm đầu.

월(문장) câu cú, câu (văn).

월(月) (달) mặt trăng; (달력의) tháng; (월요일) ngày thứ hai. ¶ ～ 평균 bình quân hàng tháng.

월간(月刊) sự xuất bản hàng tháng. ¶ ～ 잡지 tạp chí ra hàng tháng, nguyệt san.

월경(月經) kinh nguyệt, kỳ kinh, sự thấy tháng. ¶ ～이 있다 có kinh, thấy tháng. ¶ ～기 thời kỳ kinh nguyệt / ～대 băng vệ sinh / ～ 불순 kinh nguyệt không đều / ～ 폐쇄기(폐경기) thời kỳ mãn kinh.

월경(越境) sự vượt biên giới. **~하다** vượt biên. ¶ ～ 비행 chuyến vượt biên bằng hàng không / ～사건 vụ (sự kiện) vượt biên.

월계(月計) sự tính toán theo tháng.

월계(月桂) (월계수) cây nguyệt quế. ¶ ～관 vòng nguyệt quế (영예) / (승리의) ～관을 쓰다 đội vòng nguyệt quế (thắng lợi).

월광(月光) ánh sáng mặt trăng, ánh trăng.

월권(越權) sự vượt quá quyền hạn, lạm quyền. ¶ ～ 행위를 하다 có hành động vượt quá quyền hạn.

ㅇ

월급(月給) tiền lương. ¶ 50만원의 월급으로 với tiền lương 500.000 won một tháng / ～ 을 받다 nhận lương, lĩnh lương / ～이 오르다 lương tăng. ¶ ～날 ngày lĩnh lương / ～봉투 phong bì tiền lương / ～장이 người làm công ăn lương.

월남[1](越南) (나라) Việt Nam (cách gọi theo tiếng Hán). ¶ ～의 (사람) thuộc (người) Việt Nam.

월남[2](越南) (남한으로) **~하다** (người Bắc Triều Tiên) vượt biên sang Hàn Quốc.

월내(月內) ～에 trong tháng.

월동(越冬) sự đi tránh rét, sự trú đông. **~하다** trú đông. ¶ ～ 준비를 하다 chuẩn bị trú đông.

월등(越等) ～한 vượt bậc, vượt trội, đặc sắc, nổi bật. ¶ ～히 낫다 tốt vượt bậc / ～한 미모 vẻ đẹp vượt trội.

월례(月例) ～의 hàng tháng, mỗi tháng. ¶ ～회 cuộc họp hàng tháng.

월리(月利) tiền lãi hàng tháng.

월말(月末) ¶ ～에 [까지] vào [đến] cuối tháng. ¶ ～ 계산 tính toán vào cuối tháng, thanh toán cuối tháng.

월면(月面) bề mặt của mặt trăng. ¶ ～ 보행 đi bộ trên bề mặt của mặt trăng.

월변(月邊) lợi nhuận hàng tháng; tiền lãi hàng tháng; thu nhập hàng tháng.

월보(月報) báo hàng tháng.

월부(月賦) ～(로) (bằng) trả góp hàng tháng. ¶ 6개월 ～로 사다 mua trả góp trong sáu tháng. ¶ ～ 판매 bán hàng trả góp.

월북(越北) **~하다** vượt biên sang Bắc Triều Tiên.

월산(月産) sản phẩm hàng tháng.

월색(月色) ánh sáng của mặt trăng, ánh trăng.

월세(月貰) tiền thuê tháng. ¶ ～가 50만 원이다 tiền thuê tháng là 500 ngàn won.

월세계(月世界) mặt trăng. ¶ ～ 여행 du hành lên mặt trăng, du lịch mặt trăng.

월수(月收) ❶ (수입) thu nhập hàng tháng. ¶ ～가 300만 원이다 thu nhập hàng tháng là 3.000.000won. ❷ (빚) lãi tiền vay hàng tháng.

월식(月蝕) [TVH] hiện tượng nguyệt thực. ¶ 개기 [부분] ～ nguyệt thực toàn phần [bộ phận].

월액(月額) số tiền hàng tháng; số lượng hàng tháng.

월여(月餘) ¶ ～간(間)이나 khoảng trên một tháng, chừng hơn một tháng / ～ 전(前)에 hơn một tháng trước; trước đây chừng hơn một tháng.

월요일(月曜日) thứ hai.

월일(月日) ngày tháng.

월전(月前) ～에 cách đây một tháng, trước đây một tháng, một tháng trước.

월정(月定) ～의 trong một tháng, mỗi tháng. ¶ ～ 구독료 lệ phí đọc sách (báo) trong một tháng / ～ 구독자 độc giả từng tháng.

월초(月初) ～에 vào đầu tháng.

월평(月評) bình luận trong tạp chí ra hàng tháng.

월하(月下) ¶ ～에서 dưới trăng, dưới ánh trăng.

웨딩 lễ cưới; hôn lễ. ¶ ～ 드레스 [마치] váy [khúc nhạc trong lễ] cưới.

웨이터 bồi bàn (nam), anh bồi; nam nhân viên phục vụ.

웨이트리스 bồi bàn (nữ), cô hầu bàn; nữ nhân viên phục vụ.

웬 gì, cái gì; nào, thế nào; sao? ¶ ～ 까닭으로 với lý do gì / ～ 사람이냐 ai thế? người nào?

웬걸 ôi chao!

웬만큼 vừa đủ, hợp lý, thích đáng (알맞게); chừng mực nào đó, một lượng nào đó, một mức độ tạm được, mức độ đạt yêu cầu (어지간히). ¶ (음식이) ～ 익다 (thức ăn) chín vừa đủ, chín đến mức đạt yêu cầu, chín tới.

웬만하다 vừa đủ; hợp lý; kha khá, tạm được, chấp nhận được. ¶ 웬만하면 nếu chấp nhận được / 웬만한 집안 gia đình khá giả / 값이 웬만하면 nếu giá cả chấp nhận được; nếu giá cả hợp lý.

웬셈 ¶ ～인지 나도 모르겠다 tôi cũng không biết đầu đuôi gì cả.

웬일 việc gì? ¶ ～인지 là việc gì / ～이냐 việc gì thế? có chuyện gì thế? Sao thế? / ～로 왔니? đến đây có chuyện gì thế, đến có việc gì thế?

웰컴 xin mời, xin hoan nghênh.

웰터급(-級) hạng trung. ¶ ～ 선수 võ sỹ hạng trung.

웽그렁뎅그렁 lanh lảnh; vang rền; loảng xoảng; lách cách; xủng xẻng; lẻng xẻng.

웽웽 oang oang; lanh lảnh; rền vang; vi vu.

위 ❶ (상부) phần trên, phía trên; (표면) mặt trên. ¶ ～의 thuộc phần trên; thuộc mặt trên / ～에 ở trên; ở phần trên; ở mặt trên / ～에 말한 바와 같이 giống như phần trên đã nói / ～를 쳐다보다 nhìn lên trên / 머리 ～를 날다 bay trên đầu. ❷ (꼭대기. 정상) đỉnh, chóp, ngọn. ¶ 맨 ～의 thuộc đỉnh cao nhất / ～에서 아래까지 từ trên đỉnh xuống phía dưới, từ ngọn xuống dưới / ～에서 다섯째 줄(에) hàng thứ năm từ trên xuống. ❸ (비교) ¶ ～의 hơn, nhiều hơn, cao hơn (높은); lớn hơn, nhiều hơn (…이상의); tốt hơn (나은); dài hơn (연장의) / 제일 ～의 누나 chị gái lớn nhất, chị cả / 훨씬 ～이다 lớn hơn nhiều, cao hơn nhiều, tốt hơn nhiều / 한 학년 ～ 이다 trên một khóa học / ～를 쳐다보면 한이 없다 nếu nhìn lên thì không có giới hạn. ❹ (신분·지위) ¶ ～의 thuộc tầng lớp trên, thuộc địa vị cao hơn / ～로부터의 명령 mệnh lệnh từ cấp trên / 남의 ～에 서다 đứng trên người khác; đứng ở địa vị cao hơn người khác.

위(位) ❶ (지위) cấp bậc, hạng, tầng lớp, loại. ¶ 2～ hạng hai, loại hai, bậc hai. ❷ (위패의) bậc. ¶ 영령 9～ 9 bậc anh linh.

위(胃) dạ dày, bao tử; diều. ¶ ～의 thuộc dạ dày / ～가 튼튼[약]하다 dạ dày tốt, dạ dày khỏe [yếu].

위경(胃鏡) ống soi dạ dày.
위경련(胃痙攣) chứng rối loạn dạ dày. ¶ ~을 일으키다 gây ra chứng rối loạn dạ dày, gây đau dạ dày.
위계(位階) phẩm hàm, đẳng cấp.
위계(僞計) kế hoạch lừa đảo, âm mưu lừa gạt. ¶ ~를 쓰다 dùng âm mưu lừa gạt.
위관(尉官) sĩ quan cấp uý; (육군) sỹ quan chỉ huy lục quân; (해군) sỹ quan chỉ huy hải quân.
위광(威光) quyền uy, sự oai nghiêm.
위구(危懼) sự e sợ, sự e ngại; sự lo lắng, sự băn khoăn; sự sợ hãi. **~하다** e sợ, e ngại; lo lắng, băn khoăn; sợ hãi.
위국(危局) tình hình nguy ngập; tình thế nguy cấp; cơn khủng hoảng.
위국(爲國) **~하다** phục vụ Tổ quốc, cống hiến cho Đất nước.
위궤양(胃潰瘍) 【YH】 chứng loét dạ dày.
위급(危急) sự nguy cấp, sự nguy ngập, sự nguy kịch; sự khủng hoảng. ~한 nguy cấp, nguy ngập, nguy kịch; khủng hoảng. ¶ ~ 시에 lúc nguy cấp, lúc nguy ngập, lúc nguy kịch; lúc khủng hoảng.
위기(危機) nguy cơ, thời kỳ khó khăn, thời kỳ khủng hoảng; lúc nguy cấp, lúc nguy ngập. ¶ ~에 처해 있다 đang đứng trước thời kỳ khó khăn, đang gặp nguy cấp / ~ 를 벗어나다 thoát khỏi thời kỳ khó khăn, thoát khỏi thời kỳ khủng hoảng. ¶ ~ 일발 (trước) giây phút nguy cấp, giờ phút nguy ngập / ~ 일발의 순간에서 모면하다 tránh được sự nguy cấp trong gang tấc.
위기(圍碁) cờ vây. ☞ **바둑**.
위난(危難) nguy nan; hiểm họa.
위대(偉大) sự vĩ đại, sự to lớn; sự đồ sộ; sự cao cả. ~한 vĩ đại, to lớn; cao cả. ¶ ~한 국민 nhân dân vĩ đại.
위덕(威德) uy quyền và đức độ, có quyền hành và đức hạnh.
위도(緯度) vĩ độ. ~의 thuộc vĩ độ. ¶ 고[저]~ vĩ độ cao [thấp].
위독(危篤) **~하다** nguy kịch, nguy hiểm. ¶ ~상태에 빠지다 rơi vào trạng thái nguy kịch; rơi vào tình trạng nguy hiểm.
위락시설(娛落施設) trang thiết bị dành cho việc giải trí và nghỉ ngơi.
위력(威力) uy lực. ¶ ~있는 có uy lực, có thế lực, có quyền lực, có sức mạnh / 돈의 ~ uy lực của đồng tiền.
위력(偉力) sức mạnh to lớn, sức mạnh lớn lao.
위령(慰靈) ¶ ~제 lễ truy điệu / ~탑 tháp tưởng niệm, đài tưởng niệm.
위로(慰勞) ❶ (치사) **~하다** mừng công, báo công. ¶ ~회를 열다 mở cuộc gặp để công nhận công lao; tổ chức lễ mừng công. ¶ ~금 tiền thưởng, tiền bồi dưỡng, tiền đền đáp công lao / ~휴가 kỳ nghỉ dành cho những người có công lao. ❷ (위안) sự uý lạo, sự an ủi. ~하다 an ủi, làm khuây khỏa; làm dịu đi, xoa dịu. ¶ ~의 말 lời an ủi / 불행을 ~하다 làm dịu đi nỗi bất hạnh / 환자를 ~하다 an ủi bệnh nhân, xoa dịu (cơn đau cho) bệnh nhân.
위명(威名) tiếng tăm, danh tiếng, sự nổi tiếng; uy danh.
위명(僞名) tên giả.
위무(慰撫) **~하다** dẹp yên; thu xếp ổn thỏa; xoa dịu, làm nguôi ngoai.
위문(慰問) sự thăm viếng an ủi, sự ghé thăm để làm khuây, sự thăm viếng làm nguôi ngoai; (위자) người an ủi; (문병) sự thăm viếng an ủi người bị bệnh tật, sự đi thăm người ốm.

~하다 thăm viếng an ủi; (위문가다) đi thăm viếng an ủi. ¶ ～대(袋) túi hàng (quà) an ủi, chia sẻ nỗi buồn / ～ 편지 bức thư an ủi / ～품 vật phẩm, hàng hỗ trợ.

위반(違反) (법규의) sự vi phạm; (명령 등의) sự trái lệnh; (약속 등의) sự lỡ hẹn, sự thất hứa. **~하다** vi phạm; trái lệnh. ¶ …에 ～하여 vi phạm vào… / 선거법 ～으로 với sự vi phạm luật bầu cử / 규칙 ～이다 vi phạm quy tắc. ¶ ～자 người vi phạm; người làm trái / 교통 ～ vi phạm giao thông / 법률 ～ vi phạm pháp luật / 주차 ～ đỗ xe trái quy định.

위배(違背) sự vi phạm; sự xâm phạm. ☞ **위반**.

위법(違法) sự vi phạm pháp luật, sự làm trái luật. ～의 thuộc về sự vi phạm pháp luật. ¶ ～자 người vi phạm pháp luật, kẻ phạm pháp / ～처분 xử lý vi phạm pháp luật; xử án / ～행위 hành vi phạm pháp, hành vi trái luật.

위벽(胃壁) cuống dạ dày, cuống bao tử.

위병(胃病) bệnh đau dạ dày, bệnh đau bao tử.

위병(衛兵) vệ binh, lính gác; người bảo vệ. ¶ ～ 근무 nhiệm vụ canh gác / ～소 đồn vệ binh.

위산(胃散) thuốc dành cho dạ dày.

위산(胃酸) chất axit dạ dày, chất chua trong dạ dày. ¶ ～ 과다증 triệu chứng nhiều chất axit trong dạ dày, triệu chứng thừa chất chua trong dạ dày.

위상(位相) ❶ [VLH] pha. ❷ vị trí. ¶ ～ 국제사회에서 한국의 위상을 높이다 nâng cao vị trí của Hàn Quốc trên trường quốc tế.

위생(衛生) vệ sinh. **~적** mang tính chất vệ sinh. ¶ ～상 trong việc giữ gìn vệ sinh, về mặt vệ sinh / ～에 해로운 có hại trong vệ sinh. ¶ ～관념 quan niệm vệ sinh / ～병 bệnh do mất vệ sinh gây ra / ～ 시설 thiết bị vệ sinh / ～ 시험소 trung tâm thí nghiệm vệ sinh / ～실 (화장실) phòng vệ sinh / ～학 ngành vệ sinh học.

위서다 (혼인 때) làm phù dâu; làm phù rể.

위선(僞善) đạo đức giả, hành động đạo đức giả. ～적 tính đạo đức giả. ¶ ～자 người đạo đức giả.

위선(緯線) vĩ tuyến.

위성(衛星) vệ tinh. ¶ ～국가 nước chư hầu / ～ 도시 đô thị vệ tinh / 인공～ vệ tinh nhân tạo.

위세(威勢) sức mạnh, uy thế, uy lực. ¶ ～를 부리다 ỷ thế; hà hiếp, tỏ uy thế, cậy sức mạnh.

위세척(胃洗滌) sự rửa dạ dày, sự rửa ruột.

위수(衛戍) sự đồn trú. ¶ ～령 lệnh đồn trú / ～ 사령관 sỹ quan chỉ huy đồn trú / ～지 nơi đồn trú.

위스키 (술) rượu uýt-ki. ¶ ～ 소다 sô-đa pha rượu uýt-ki.

위시(爲始) **~하다** bắt đầu, mở đầu, khởi đầu. ¶ 대통령을 ～하여 bắt đầu từ Tổng thống.

위신(威信) uy tín, sự tín nhiệm; thanh thế; tiếng tăm. ¶ ～에 관계되다 có liên quan đến uy tín / ～이 떨어지다 bị mất uy tín.

위안(慰安) sự an ủi; sự giải khuây, sự làm nguôi ngoai, sự xoa dịu. **~하다** an ủi. ¶ 다소의 ～ sự an ủi đáng kể / ～을 주다 an ủi cho, dành sự an ủi / …에서 ～을 얻다 được sự an ủi từ …. ¶ ～부 phụ nữ giải khuây cho binh lính trong chiến tranh.

위암(胃癌) ung thư dạ dày.

위압(威壓) sự áp bức, sự đè nén, sự chế ngự. **~하다** áp bức, đè nén, chế ngự.

¶ ～적(으로) với tính chất áp bức.

위액(胃液) 【GP】 dịch vị.

위약(胃弱) triệu chứng tiêu hóa kém; triệu chứng khó tiêu.

위약(違約) sự thất hứa, sự bội ước, sự lỡ hẹn; sự vi phạm hợp đồng. **~하다** thất hứa, bội ước, lỡ hẹn. ¶ ～금 tiền bồi thường do vi phạm hợp đồng.

위엄(威嚴) sự oai nghiêm, sự oai vệ; sự uy nghiêm, sự uy nghi; sự đường bệ. ¶ ～있는 có vẻ oai nghiêm, có dáng dấp oai vệ; có vẻ uy nghi; có dáng dấp đường bệ / ～없는 không oai vệ, không oai nghiêm; không uy nghiêm / ～을 지키다 [손상하다] giữ [làm mất đi] vẻ uy nghiêm.

위업(偉業) nghiệp lớn; sự thành công trong công việc. ¶ ～을 이루다 tạo nên nghiệp lớn; tạo dựng thành công.

ㅇ

위염(胃炎) 【YH】 triệu chứng viêm dạ dày.

위요(圍繞) **~하다** vây quanh, bao quanh. ¶ …을 ～하고 vây quanh ….

위용(偉容·威容) tướng mạo đường bệ, dung mạo oai vệ, tướng mạo uy nghi.

위원(委員) ủy viên; thành viên hội đồng. ¶ ～장(長) chủ tịch ủy ban, chủ tịch hội đồng.

위원회(委員會) (조직) hội đồng, ủy ban; (집회) nhóm, tiểu ban. ¶ 7인 ～ hội đồng 7 ủy viên; tiểu ban 7 người / ～를 열다 tổ chức hội đồng, thành lập hội đồng, thành lập ủy ban / ～에 회부하다 gửi lại cho hội đồng, trao trả lại cho ủy ban. ¶ 군사 정전 ～ ủy ban đình chiến quân sự / 조사 [집행, 창립] ～ ủy ban điều tra [thi hành, sáng lập].

위의(威儀) uy nghi, trang nghiêm. ¶ ～를 갖추고 có vẻ uy nghi, có vẻ trang nghiêm.

위인(偉人) vĩ nhân; anh hùng. ¶ ～전 truyện vĩ nhân (anh hùng).

위인(爲人) tính cách; cá tính; loại người.

위임(委任) sự ủy nhiệm, sự ủy thác, sự giao phó; sự nhờ cậy; 【PL】 sự ủy quyền, sự ủy nhiệm. **~하다** ủy nhiệm, ủy thác; giao phó, nhờ cậy; ủy quyền (권한을); ủy nhiệm (대표자로서). ¶ ～권 quyền uỷ nhiệm / ～장 giấy ủy nhiệm, giấy ủy quyền / ～ 통치 sự uỷ tri, sự ủy quyền cai trị

위임권한(委任權限) quyền hạn ủy nhiệm, quyền hạn giao phó.

위임제도(委任制度) chế độ ủy nhiệm

위자료(慰藉料) chi phí bồi thường, tiền bồi thường. ¶ ～를 청구하다 đòi tiền bồi thường.

위장(胃腸) dạ dày và ruột; dạ dày, bao tử. ¶ ～이 튼튼하다 [약하다] dạ dày và ruột khoẻ [yếu]. ¶ ～병 bệnh dạ dày; bệnh đường ruột, bệnh tiêu hóa / ～약 thuốc đau dạ dày / ～염 viêm dạ dày / ～ 장애 rối loạn dạ dày, rối loạn tiêu hóa.

위장(僞裝) sự ngụy trang, sự cải trang; sự trá hình. **~하다** ngụy trang, cải trang; trá hình. ¶ ～ 수출 xuất khẩu trá hình, xuất khẩu giả.

위정자(爲政者) chính khách, người làm chính trị; người cầm quyền.

위조(僞造) sự làm giả, giả mạo. **~하다** làm giả, giả mạo. ¶ ～단 những người làm giả / ～ 지폐 tiền giấy giả / ～품 hàng giả, hàng nhái / 문서 ～죄 tội giả mạo giấy tờ.

위주(爲主) ¶ ～로 하다 cho lên hàng đầu, xem là điều quan trọng nhất; coi trọng hàng đầu; ưu tiên hàng đầu

(목적) / 남성 ～의 법질서 trật tự pháp luật nam giới chú trọng / 영리 ～의 학교 trường học coi trọng lợi nhuận, trường học coi lợi nhuận là hàng đầu.

위중(危重) ～한 đang trong tình trạng nguy kịch.

위증(僞證) bằng chứng giả mạo, chứng cớ giả. **~하다** làm chứng giả, đưa ra bằng chứng giả mạo, khai man. ¶ ～자 người đưa ra bằng chứng giả, kẻ khai man / ～죄 tội khai man.

위촉(委囑) (위임) sự ủy thác, sự ủy nhiệm, sự giao phó; (의뢰) sự nhờ cậy, sự trông cậy; (담임) sự giao nhiệm vụ, sự giao phó. **~하다** ủy thác, ủy nhiệm, giao phó; trông cậy, nhờ cậy. ¶ ～에 의해 [따라] dựa vào [theo] sự ủy nhiệm.

위축(萎縮) sự nhỏ lại, sự co lại, sự thu nhỏ lại; [YH] sự teo lại. ¶ ～ 하다 (물건이) nhỏ lại, co lại, teo lại; khô, héo; (사람이) nhăn nhúm, teo tóp, quắt queo, nhỏ lại.

위층(-層) tầng trên. ¶ ～에 ở tầng trên / ～에서[으로] từ [tới] tầng trên.

위치(位置) vị trí; địa thế (대지); (입장) lập trường, chức vụ, chức phận. **~하다** đứng ở, nằm trên vị trí. ¶ ～가 좋다 vị trí tốt, địa thế đẹp; chức vụ cao.

위탁(委託) sự giao phó, sự phó thác, sự ủy thác; sự kí gửi (상품의). **~하다** giao phó, phó thác, ủy thác; kí gửi (상품을). ¶ ～가공 gia công ủy thác, gia công theo đơn đặt hàng trước / ～금 tiền kí gửi; tiền ủy thác / ～ 수수료 chi phí kí gửi; lệ phí ủy thác / ～자 người kí gửi, người ủy thác / ～ 판매 buôn bán hàng kí gửi, bán ủy thác / ～ 판매인 người bán hàng kí gửi / ～품 hàng kí gửi.

위태(危殆) ～한(로운) nguy hiểm, nguy kịch, hiểm nghèo. ¶ ～롭게 하다 gây nguy hiểm / 생명이 ～롭다 nguy hiểm đến sinh mạng.

위통(胃痛) sự đau dạ dày, sự đau bụng.

위트 sự hóm hỉnh, sự hài hước, sự dí dỏm. ¶ ～ 있는 có sự hóm hỉnh, có sự hài hước, có tính dí dỏm.

위패(位牌) bài vị.

위폐(僞幣) tiền giả. ¶ ～범 kẻ làm tiền giả, tội phạm làm tiền giả.

위풍(威風) tướng mạo uy phong, dung mạo đường bệ. ¶ ～당당한 tướng mạo uy phong đàng hoàng.

위필(僞筆) chữ viết giả mạo, chữ ký giả; tranh giả (그림).

위하다(爲-) dành cho (사랑); tôn vinh; tôn thờ; tôn kính (존경); tôn trọng; coi trọng (존중); vì; dành cho; dành để (잘 되기 바람). ¶ 예술을 위한 예술 nghệ thuật vị nghệ thuật / 남편을 위하는 아내 người vợ vì chồng / 부모를 ～ tôn trọng bố mẹ; vì bố mẹ / 조상을 ～ tôn thờ tổ tiên; vì tổ tiên.

위하여(爲-) ❶ (이익, 편의) vì, cho, dành cho, để cho. ¶ 조국을 ～ vì Tổ quốc / 나라를 ～ 죽다 chết vì Đất nước, chết cho Đất nước. ❷ (목적) với mục đích; để, để cho, dùng để. ¶ …하기 ～ để làm … / …하지 않기 ～ để không làm … / 경고하기 ～ để cảnh cáo / 사업을 ～ vì việc kinh doanh; để kinh doanh.

위해(危害) sự nguy hại, sự nguy hiểm (위험). ¶ ～를 가하다 tăng thêm sự nguy hại, tăng thêm sự nguy hiểm.

위헌(違憲) sự vi phạm hiến pháp, sự trái với hiến pháp, tính chất trái với hiến pháp (위헌성). ～의 thuộc sự trái với hiến pháp, thuộc sự vi phạm hiến pháp. ¶ ～이다 là việc vi phạm hiến pháp, là việc trái với hiến pháp.

위험(危險) sự nguy hiểm, hiểm họa; sự nguy ngập, cơn hiểm nghèo, cơn nguy kịch. ～한 nguy hiểm, nguy ngập, hiểm nghèo. ¶ 직업상의 ～ sự nguy hiểm trong nghề nghiệp / ～을 무릅쓰고 không quản ngại nguy hiểm, bất chấp sự nguy hiểm / ～이 따르다 kéo theo sự nguy hiểm, đưa đến sự nguy hiểm / ～한 고비를 넘기다 vượt qua khỏi lúc nguy hiểm nhất / 생명이 ～하다 nguy hiểm đến tính mạng. ¶ ～물 chất nguy hiểm, vật nguy hiểm (운송시의) / ～ 부담 sự gánh lấy nguy hiểm / ～ 사상 tư tưởng nguy hiểm / ～ 상태 trạng thái nguy hiểm / ～ 신호 [지대] tín hiệu [khu vực] nguy hiểm / ～ 인물 nhân vật nguy hiểm.

위협(威脅) sự đe dọa, sự uy hiếp. **~하다** đe dọa, uy hiếp. ¶ 평화에 대한 ～ sự đe dọa đối với nền hòa bình / ～적(으로) (với) tính chất đe dọa, bằng tính chất hăm dọa / ～하여 đe dọa, hăm dọa (và) / 죽이겠다고 ～하다 đe dọa sẽ giết chết. ¶ ～ 사격을 하다 bắn đe dọa, bắn hăm dọa, bắn cảnh cáo / ～ 수단 thủ đoạn uy hiếp, phương tiện hăm dọa.

위화감(違和感) cảm giác không hòa hợp, cảm giác không phù hợp.

윗니 răng trên.

윙 [BĐ] cánh (tả, hữu).

윙크 sự nháy mắt, sự hấp háy mắt. **~하다** nháy mắt.

유(有) (존재) sự tồn tại, sự hiện hữu. ¶ 무(無)에서 ～는 생기지 않는다 trong cái vô không sinh ra cái hữu, trong hư không không sinh ra sự hiện hữu.

유(類) ❶ (종류) loại, chủng loại; nhóm; (동식물의) loài, chủng, giống. ❷ (유례) thứ, hạng, loại, cấp.

유가(有價) ～의 thuộc thứ có giá trị, có giá. ¶ ～물 vật có giá trị / ～ 증권 chứng từ chứng khoán, chứng khoán có giá trị về tài sản sở hữu, chứng khoán có giá.

유가(儒家) nhà Nho. ¶ ～서(書) sách vở Nho gia.

유가족(遺家族) gia quyến người quá cố. ¶ 전몰자 ～ gia quyến của người chết trong chiến tranh.

유감(遺憾) sự thương tiếc, sự hối tiếc; lòng thương hại. ～스러운 thương tiếc; thương hại; hối tiếc; không hài lòng (불만족). ¶ ～ 없이 không hối tiếc / 실력을 ～ 없이 발휘하다 phát huy hết thực lực / ～으로 생각하다 lấy làm tiếc / ～의 뜻을 표(명)하다 thể hiện vẻ thương tiếc; bày tỏ sự thương hại / …은 ～천만이다 tiếc thương vô hạn … / ～이지만 … tuy hối tiếc nhưng.

유감지진(有感地震) động đất cảm nhận được.

유개(有蓋) ～의 thuộc dạng có mui; thuộc dạng có nắp. ¶ ～화차 xe chở hàng có mui che.

유개념(類概念) [Lo] khái niệm bao hàm, khái niệm chung.

유건악기(有鍵樂器) nhạc cụ có phím.

유격(遊擊) du kích; chiến thuật đánh lẻ bất ngờ. ¶ ～대 đội du kích / ～병[대원] lính [đội viên] du kích / ～전 trận đánh kiểu du kích.

유고(有故) sự rủi ro, sự đen đủi, sự không may; tai nạn, sự cố; nguyên nhân, lý do. **~하다** có sự cố, gặp tai nạn; có lý do, có nguyên nhân. ¶ ～시에 vào lúc rủi ro, trong lúc có sự cố.

유고(遺稿) tác phẩm được xuất bản sau

khi tác giả mất.

유고(諭告) ❶ (타이름) sự khuyên răn, sự khuyên bảo, sự khuyên nhủ. ❷ (관청의) sự thông báo chính thức.

유고슬라비아 Yugoslavia, Nam Tư. ¶ ~의 thuộc về Yugoslavia / ~ 사람 người Yugoslavia.

유곡(幽谷) thung lũng sâu.

유골(遺骨) hài cốt.

유공(有功) sự mừng công, sự ghi công. ~한 ghi công, có công lao. ¶ ~자 người có công.

유곽(遊廓) nhà thổ, lầu xanh, ổ nhện.

유괴(誘拐) sự bắt cóc. **~하다** bắt cóc (어린이를). ¶ ~범 (사람) tội phạm bắt cóc; (죄) tội bắt cóc / ~ 사건 vụ bắt cóc.

유교(儒教) Nho giáo. ¶ ~ 사상 tư tưởng Nho giáo.

유구(悠久) ~한 vĩnh cửu, lâu đời, bất diệt, mãi mãi.

유구무언(有口無言) ~이다 có miệng mà không dám nói; khó xử; há miệng mắc quai.

유권자(有權者) người bỏ phiếu, cử tri.

유권해석(有權解釋) sự giải thích chính thức của cơ quan nhà nước.

유급(有給) ~의 thuộc dạng được trả lương. ¶ ~ 휴가 ngày nghỉ được trả lương.

유급(留級) **~하다** lưu ban. ¶ ~생 học sinh lưu ban, học sinh không được lên lớp.

유기(有期) ~의 thuộc dạng có kỳ hạn / ~ 징역 án tù có thời hạn.

유기(有機) ~의 thuộc dạng hữu cơ ☞ **유기적**. ¶ ~물 chất hữu cơ / ~체 thể hữu cơ, sinh vật, cơ thể / ~화학 ngành hóa hữu cơ.

유기(遺棄) sự bỏ rơi, sự ruồng bỏ; sự buông thả. **~하다** bỏ rơi, ruồng bỏ; buông thả, lơ là; vô chủ. ¶ ~물 vật bỏ rơi, vật vô chủ (해상의) / ~ 시체 thi thể vô danh / 직무 ~ lơ là công việc.

유기(鍮器) đồ vật bằng đồng thau.

유기음(有氣音) 【ÂN】 âm bật hơi.

유기적(有機的) tính chất hữu cơ, tính chất hệ thống. ¶ ~으로 với tính chất hữu cơ, với tính hệ thống. ¶ ~ 세계관 thế giới quan mang tính hữu cơ.

유난스럽다 hiếm, khan hiếm; đặc biệt; khác thường; lập dị. ¶ 유난스럽게 một cách khan hiếm; một cách khác thường.

유년(幼年) tuổi vị thành niên, tuổi thiếu niên. ¶ ~기(시대)에 thời niên thiếu.

유념하다(留念-) lưu ý, để ý, chú ý; ghi nhớ.

유뇨증(遺尿症) 【YH】 chứng đái dầm.

유능(有能) ~한 có năng lực, có khả năng, có tài, tháo vát. ¶ ~한 사람 người có năng lực, người có khả năng, người có tài, người tháo vát.

유니폼 đồng phục. ¶ ~을 입은 mặc đồng phục.

유다르다(類-) hiếm thấy, ít gặp; đặc biệt; khác thường; không phổ biến. ¶ 유달리 khác với thông thường, khác lệ thường.

유단자(有段者) người mang đai, có đai (võ).

유당(乳糖) đường sữa.

유대(紐帶) dây buộc; dây trói; mối quan hệ qua lại, mối liên hệ. ¶ 국가간의 ~ mối quan hệ giữa các nước / 긴밀한 ~를 맺다 tạo mối quan hệ thân thiết.

유대 Do Thái. ¶ ~(인)의 thuộc người Do Thái. ¶ ~계 [학자] giới [nhà khoa học] Do Thái / ~교 đạo Do Thái / ~ 민족 dân tộc Do Thái / ~ 민족주의 chủ nghĩa dân tộc Do Thái / ~인

người Do Thái.

유대류(有袋類) 【ĐV】 thú có túi.

유덕(有德) ～한 có công đức, có nhân đức.

유덕(遺德) công đức để đời sau khi chết.

유도(柔道) môn võ *judo*. ¶ ～가 chuyên gia võ juđô / ～ 사범 huấn luyện viên võ juđô.

유도(誘導) sự hướng dẫn, dẫn dắt. **~하다** hướng dẫn, dẫn dắt. ¶ ～ 장치 thiết bị hướng dẫn / ～ 전류 điện cảm ứng / ～체 【HH】 chất dẫn xuất / ～탄 tên lửa. ¶ 관제탑의 ～에 따라 착륙하다 hạ cánh theo hướng dẫn của tháp không lưu.

유도심문(誘導審問) sự thẩm vấn, hỏi dẫn dụ. **~하다** hỏi dẫn dụ.

유독(有毒) ～한 độc, độc hại. ¶ ～가스 khí độc, hơi độc.

유독(惟獨) duy nhất, chỉ có một, đơn độc; hiếm có.

유동(流動) **~하다** lưu động; di chuyển; biến chuyển, biến động; quay vòng. ¶ ～ 상태에 trong trạng thái động; trong trạng thái biến chuyển / ～성 tính lưu động; tính biến chuyển; tính quay vòng; tính năng động / ～식(食) thức ăn lỏng; thức ăn dễ tiêu hóa như súp, cháo / ～ 자본 vốn lưu động / ～ 자산 tài sản lưu động / ～체 chất lỏng; chất lưu động.

유두(乳頭) núm vú, đầu vú.

유두(流頭) ngày rằm tháng 6.

유들유들 ¶ ～한 trâng tráo, nhâng nháo, trơ tráo, mặt dày mày dạn, vô liêm sỉ.

유람(遊覽) sự ngắm nghía, sự thưởng ngoạn, sự tham quan, sự du lịch. **~하다** ngắm nghía, thưởng ngoạn; tham quan, du lịch. ¶ ～객 khách du lịch, khách tham quan; khách du ngoạn, khách thưởng ngoạn / ～선 du thuyền; thuyền du lịch / ～지 địa điểm du lịch, địa điểm tham quan.

유랑(流浪) sự đi lang thang; sự thơ thẩn; sự rong ruổi. **~하다** đi lang thang, đi thơ thẩn, đi rong ruổi. ¶ ～민(民) dân lang thang / ～ 생활 cuộc sống lang thang.

유래(由來) (기원) nguồn gốc, gốc rễ, nguồn cội; (내력) căn nguyên; nội lực; (원인) nguồn cơn, nguyên do, căn nguyên; (출처) nguồn gốc, điểm khởi phát. **~하다** bắt nguồn, khởi nguồn, khởi đầu, khởi phát, xuất phát.

유량(流量) 【VLH】 lưu lượng. ¶ ～계 đồng hồ đo lưu lượng nước, lưu lượng kế.

유럽 châu Âu. ¶ ～의 thuộc về châu Âu / ～ 사람 người châu Âu.

유려(流麗) ～한 trôi chảy, mạch lạc, rõ ràng; bóng bẩy, hào nhoáng.

유력(有力) ～한 có uy thế, có thế lực, có lợi thế. ¶ ～한 우승 후보 ứng cử viên vô địch có khả năng thắng thế / ～한 증거 chứng cớ có lợi thế. ¶ ～자 người có uy thế, người có thế lực, người có sức mạnh / ～지(紙) báo có sức ảnh hưởng.

유령(幽靈) ma, ma quỷ, giả. ¶ ～같은 giống như linh hồn; giống như ma quỷ / ～의 집 nhà ma. ¶ ～ 도시 đô thị ma, thành phố ma / ～선 thuyền ma / ～인구 dân số ma, dân số không có thật / ～회사 công ty ma.

유례(類例) ví dụ tương tự, trường hợp tương tự. ¶ ～없는 không có trường hợp tương tự, không có ví dụ tương tự, chưa từng có.

유료(有料) ～의 thuộc dạng phải trả tiền, có lệ phí, có thu cước phí. ¶ ～ 도로

đường phải trả lệ phí, đường đi có thu cước phí / ~ 주차장 bãi đỗ xe phải trả tiền, bãi đỗ xe thu cước phí.

유루(遺漏) sự bỏ sót, sự bỏ quên, sự sơ hở. ¶ ~ 없이 không có sai sót, không bỏ quên, không có sơ hở.

유류(油類) xăng dầu.

유류절약운동(油類節約運動) phong trào tiết kiệm xăng dầu.

유류파동(油類波動) cuộc khủng hoảng xăng dầu.

유류품(遺留品) vật bị bỏ quên, vật bị bỏ lại, hàng hóa thất lạc (유실물).

유리(有利) ~한 (이익) có lợi, có ích, có tính kinh tế; (좋은) có lợi thế, thuận lợi, tiện lợi. ¶ ~하게 tạo ra lợi ích, tạo thuận lợi. / ~한 조건 điều kiện có lợi, điều kiện thuận lợi.

유리(有理) ❶ ~한 hợp với lý lẽ. ❷ hữu tỉ. ¶ ~식[수] phân thức [số] hữu tỉ.

유리(琉璃) kính; thủy tinh; cửa kính (창유리); (시계의) tấm kính, mặt kính. ¶ 흐린 ~ thủy tinh mờ đục, kính mờ đục / 색~ kính màu, thủy tinh màu / ~를 끼우다 (창 따위에) ghép kính (làm cửa sổ). ¶ ~가게 hiệu kính / ~공장 nhà máy sản xuất kính, nhà máy thủy tinh / ~ 그릇 bát thủy tinh / ~문 [병, 칼] cửa [chai, dao] kính / ~장수[장이] người bán kính, người bán đồ thủy tinh.

유리(遊離) sự cô lập, sự cách ly, sự chia rẽ (분리). **~하다** cô lập, cách ly, chia rẽ.

유린(蹂躪) **~하다** tàn phá, phá hủy; (황폐하게) làm tan hoang, làm hoang tàn; (겁탈) hiếp dâm; (침해) xâm phạm, xâm hại, vi phạm. ¶ 국토를 ~ 당하다 bị xâm phạm lãnh thổ. ¶ 인권~ vi phạm nhân quyền.

유림(儒林) người học tập và nghiên cứu đạo Khổng, nho lâm, sỹ lâm.

유망(有望) ~한 có triển vọng, có tương lai, đầy hứa hẹn. ¶ ~주 người có tương lai, người có triển vọng (사람); cổ phiếu có triển vọng (주식).

유머 sự hài hước, sự dí dỏm. ¶ ~를 알다 biết cách hài hước, biết pha trò dí dỏm. ¶ ~소설 [작가] truyện hài, truyện cười [tác giả truyện cười, truyện hài].

유명(有名) ~한 có danh tiếng, nổi tiếng, nổi danh. ¶ ~해지다 trở nên nổi tiếng, trở nên có danh tiếng. ¶ ~세 đang độ nổi tiếng, đang thời nổi danh / ~인 người nổi tiếng, người có danh tiếng.

유명(幽明) ¶ ~을 달리하다 sang thế giới bên kia; chết.

유명론(唯名論) 【TrH】 thuyết duy danh.

유명무실(有名無實) **~하다** hữu danh vô thực; hư danh; bù nhìn. ¶ ~한 회장 chủ tịch hữu danh vô thực, chủ tịch bù nhìn.

유모(乳母) nhũ mẫu, vú em. ¶ ~차 xe nôi.

유목(遊牧) sự du mục; đời sống du mục. **~하다** du mục, sống du mục. ¶ ~민 dân du mục / ~생활 sinh hoạt kiểu du mục.

유무(有無) có hay không có. ¶ 행복은 돈의 ~에 달려있지 않다 hạnh phúc không phụ thuộc vào việc có tiền hay không / ~상통하다 không và có bù trừ cho nhau.

유묵(遺墨) bút tích, di bút, di cảo.

유문(幽門) 【GP】 môn vị.

유문(遺文) tác phẩm để lại (tác phẩm được xuất bản sau khi tác giả mất).

유물(唯物) 【TrH】 ~적 tính chất duy vật. ¶ ~론(論) thuyết duy vật / ~론자 người theo chủ nghĩa duy vật / 사적유

ㅇ

물론 thuyết duy vật lịch sử / 마르크스의 ～ 사관 quan điểm tư tưởng duy vật của Mác / 변증법적 ～론 thuyết duy vật biện chứng.

유물(遺物) di vật; tài sản thừa kế.

유미(乳糜) 【SV】 nhũ trấp. ¶ ～관(管) ống dẫn nhũ trấp.

유미(唯美) ～적 có tính thẩm mỹ, tính duy mỹ. ¶ ～주의 chủ nghĩa duy mỹ.

유민(流民) dân di cư, dân tản cư (전쟁으로 인한).

유발(誘發) **~하다** gây ra, gây nên, sinh ra, đem lại, đưa tới.

유방(乳房) vú, ngực. ¶ 축 늘어진 ～ vú sệ.

유배(流配) sự lưu đày, sự đày ải, sự đuổi đi, sự trục xuất. **~하다** đày, trục xuất, đuổi đi.

유백색(乳白色) ～의 màu trắng sữa.

유별(有別) ～난 khác biệt, đặc biệt; không giống ai. ¶ ～나게 một cách khác biệt; một cách đặc biệt; một cách lập dị / 남녀 ～하다 nam nữ khác biệt.

유별(類別) sự phân biệt, biệt loại. **~하다** phân biệt, biệt loại, phân loại, khu biệt.

유보(留保) sự bảo lưu, sự giữ lại. **~하다** bảo lưu, giữ lại.

유복(有福) ～한 có phúc đức; có hậu; may mắn.

유복(裕福) ～한 thịnh vượng, phồn thịnh; sung túc, đầy đủ, giàu có. ¶ ～한 집에서 태어나다 sinh ra trong một gia đình sung túc.

유복자(遺腹子) đứa bé trai sinh ra sau khi người bố mất.

유부(油腐) đậu phụ rán. ¶ ～국수 mì đậu phụ rán.

유부녀(有夫女) người phụ nữ đã có chồng.

유비무환(有備無患) hữu bị vô hoạn, chuẩn bị hoàn hảo sẽ không phải hối tiếc.

유사 (시계의) dây tóc (đồng hồ).

유사(有史) ¶ ～이전의 trước thời tiền sử / ～이래(의) từ thời tiền sử đến nay.

유사(類似) sự tương tự. **~하다** tương tự, tương đồng, hơi giống nhau. ¶ ～하게 một cách tương tự, một cách tương đồng, một cách giống nhau. ¶ ～한 사건 sự kiện tương tự, vụ việc tương tự / ～점 điểm tương tự, điểm tương đồng / ～품 sản phẩm tương tự, sản phẩm giống nhau.

유사시(有事時) ～에 trong tình huống khẩn cấp, trong lúc cấp bách. ¶ ～에 대비하다 dự phòng tình huống khẩn cấp.

유산(有產) ～의 có tài sản, có sở hữu. ¶ ～계급 giai cấp tư sản; tầng lớp giàu có / ～자 người giàu có, người có tài sản.

유산(乳酸) 【HH】 axit lactic. ¶ ～균 men lactic / ～균 음료 nước giải khát có men lactic.

유산(流產) sự hư thai, sẩy thai; sự thất bại. **~하다** sẩy thai; thất bại; hỏng. ¶ ～시키다 làm sẩy thai, làm thất bại, làm hỏng (고의로); (계획 등이) bị thất bại, bị phá sản.

유산(遺產) tài sản thừa kế; gia sản; di sản. ¶ ～ 상속인 người thừa kế di sản, người thừa kế tài sản.

유산탄 mảnh bom, mảnh đạn.

유상(有償) sự bồi thường, sự hoàn lại. ¶ ～원조 viện trợ có hoàn lại.

유상(油狀) ～의 thuộc dạng dầu, thuộc dạng trơn dầu.

유상무상(有相無象) (어중이떠중이) đám lộn xộn, đám đông hỗn tạp; tiện dân; (삼라만상) vạn vật trong tự nhiên, vạn vật trong vũ trụ.

유색(有色) ～의 thuộc loại có màu sắc. ¶ ～인종 chủng tộc da màu.

유생(儒生) Nho sinh.

유서(由緖) lịch sử để lại. ¶ ～깊은 có nguồn gốc lâu đời / ～깊은 곳 nơi có lịch sử sâu xa, nơi có nguồn gốc lâu đời.

유서(遺書) di chúc, chúc thư để lại của người chết; thư tuyệt mệnh (자살자의). ¶ ～를 쓰다(작성하다) viết di chúc; viết thư tuyệt mệnh.

유서(類書) sách tương tự, sách giống nhau, sách cùng loại.

유선(有線) hữu tuyến, có dây. ¶ ～전화 điện thoại hữu tuyến / ～텔레비전 TV có dây.

유선(乳腺) 【GP】 tuyến vú. ¶ ～염(炎) 【YH】 viêm tuyến vú.

유선텔레비전방송 chương trình phát sóng truyền hình bằng đường truyền (dây).

유선통신(有線通信) thông tin liên lạc bằng đường truyền.

유선형(流線型) dạng thuôn, dáng khí động học. ¶ ～ 자동차 xe ô tô có dáng khí động học.

유설(謬說) lời chê bai không đúng cách, quan điểm sai lầm; lệch lạc, không đúng; (와전) bài báo sai sự thực; tin tức thất thiệt.

유성(有性) ～의 hữu tính, thuộc về giới tính, thuộc về sinh dục. ¶ ～생식 sinh sản hữu tính.

유성(有聲) ～의 thuộc âm thanh. ¶ ～영화 phim lồng tiếng, phim có âm thanh / 【NNH】 ～음 âm vang / ～자음 phụ âm kêu.

유성(油性) ～의 thuộc dạng dầu; thuộc dạng chất lỏng sền sệt. ¶ ～ 페니실린 penicillin lỏng / ～ 페인트 sơn dầu.

유성(流星) sao băng. ¶ ～우(雨) mưa sao băng.

유성(遊星) 【TVH】 hành tinh. ¶ ～의 thuộc hành tinh. ¶ 대[소]～ hành tinh lớn [nhỏ], đại [tiểu] hành tinh.

유성기(留聲機) ☞ **축음기**.

유세(有稅) ～의 có đánh thuế (관세). ¶ ～품 hàng chịu thuế.

유세(有勢) ❶ ☞ **유력**(有力). ❷ (세도부림) **~하다** có thế lực, có quyền lực; có ưu thế, có lợi thế; lộng hành, lộng quyền (유세 부리다).

유세(遊說) sự vận động tranh cử; sự vận động bầu cử. ¶ ～ 여행하다 cuộc đi để vận động bầu cử / ～하다 vận động bầu cử, vận động tranh cử. ¶ 선거구를 ～하다 vận động bầu cử ở khu vực bầu cử.

유소(幼少) thời niên thiếu; tuổi ấu thơ; tuổi vị thành niên. ～한 trẻ tuổi; non nớt.

유속(流速) lưu tốc, vận tốc của dòng nước. ¶ ～계(計) lưu tốc kế, đồng hồ đo vận tốc dòng chảy.

유수(有數) ～의 số ít, ít thấy; nổi bật.

유수(流水) nước chảy, nước trôi. ¶ 세월은 ～와 같다 thời gian như nước chảy, thời gian như dòng nước trôi.

유숙(留宿) **~하다** ăn ở tạm thời, ở đợ, ở tạm, ở trọ. ☞ **숙박**.

유순(柔順) ～한 dễ phục tùng, dễ quy phục; dễ bảo, ngoan ngoãn.

유스호스텔 nhà nghỉ thanh niên, quán trọ sinh viên.

유습(遺習) tục lệ cổ xưa truyền lại, tục lệ truyền thống.

유시(諭示) bản hiểu dụ, cáo dụ, khuyến cáo. **~하다** hiểu dụ, cáo dụ. ¶ 대통령의 ～ khuyến cáo của Tổng thống.

유식(有識) ～한 uyên bác, có học thức. ¶ ～한 사람 người có học thức.

유신(維新) sự cải cách, sự duy tân, sự

ㅇ

cải tổ. ¶ 10월 ~ cuộc cải cách tháng 10.

유신(遺臣) triều thần của triều vua trước.

유신론(有神論) thuyết hữu thần. ¶ ~자 người theo thuyết hữu thần.

유실(流失) **~하다** bị mất, bị cuốn trôi. ¶ ~가옥 nhà cửa bị cuốn trôi, nhà cửa bị mất.

유실(遺失) **~하다** mất, thua, thất bại. ¶ ~물 đồ đạc bị mất, đồ đạc bị thất lạc / ~물 (신고) 센터 trung tâm (tiếp nhận khai báo) thất lạc đồ đạc.

유심(有心) ~히 một cách lưu ý, một cách chú ý, một cách lưu tâm, một cách quan tâm. ¶ ~히 듣다 lắng nghe, nghe một cách chú ý, nghe một cách chăm chú.

유심론(唯心論) 【TrH】 thuyết duy tâm. ¶ ~자 người theo thuyết duy tâm.

유아(幼兒) trẻ sơ sinh; trẻ em. ¶ ~ 사망률 tỷ lệ tử vong ở trẻ sơ sinh.

유아(乳兒) trẻ em còn bú sữa, trẻ sơ sinh. ¶ ~식(食) thức ăn cho trẻ em còn bú sữa.

유아(唯我) duy ngã (mỗi mình ta) ¶ 천상천하 ~독존 trên trời dưới đất chỉ có một mình ta. ¶ ~론 【TrH】 thuyết duy ngã.

유아등(誘蛾燈) đèn bắt côn trùng.

유안(硫安) chất amoni sunfat.

유암(乳癌) bệnh ung thư vú.

유압(油壓) áp suất dầu. ¶ ~계 đồng hồ áp suất dầu

유액(乳液) ❶ 【TV】 nhựa, mủ. ❷ (화장품) sữa thoa mặt; kem trang điểm dạng sữa.

유야무야(有耶無耶) ¶ ~가 되다 trở nên mập mờ, trở nên không rõ ràng / ~로 덮어버리다 che đậy bằng sự mập mờ (사건 등).

유약(柔弱) ~한 yếu đuối, yếu ớt; ẻo lả; nhu nhược.

유약(釉藥) sự tráng men; sự đánh bóng. ¶ ~을 칠하다 tráng men; đánh bóng (도자기).

유양돌기(乳樣突起) 【YH】 xương chũm (sau mang tai).

유어(幼魚) cá con. ¶ ~ 사육조(槽) bể nuôi cá con.

유어(類語) từ gần nghĩa.

유언(遺言) di chúc; chúc thư; lời dặn dò của người đã mất; lời trăng trối. ¶ ~하다 để lại lời dặn dò, để lại di chúc, để lại chúc thư. ¶ …의 ~에 의해 theo di chúc của … / ~ 없이 죽다 chết mà không trăng trối điều gì. ¶ ~자 người viết di chúc, người trăng trối / ~장 bản di chúc / ~ 집행자 người thực hiện di chúc.

유언비어(流言蜚語) tin đồn thổi, tin đồn nhảm, tin thất thiệt. ¶ ~를 퍼뜨리다 phao tin đồn nhảm, lan truyền tin thất thiệt.

유업(乳業) ngành chế biến sản phẩm sữa.

유업(遺業) công việc người mất để lại; công việc chưa hoàn thành; việc chưa xong. ¶ ~을 잇다 tiếp nối công việc người mất để lại.

유엔 UN (The United Nations). ¶ ~군 quân Liên hiệp quốc / ~군 사령부 tư lệnh quân Liên hiệp quốc / ~사무총장 Tổng thư ký Liên hiệp quốc / ~총회 Đại hội đồng Liên hiệp quốc.

유역(流域) lưu vực, vùng châu thổ. ¶ 한강 ~ lưu vực sông Hàn, vùng châu thổ sông Hàn.

유연(柔軟) ~한 mềm dẻo, mềm mại, thành thục.

유연(悠然) ~한 bình tĩnh, điềm tĩnh, điềm đạm. ¶ ~히 một cách bình tĩnh, một cách điềm đạm.

유연탄(有煉炭) than cháy có khói.

유영(遊泳) **~하다** bơi, bơi lội. ¶ ~ 동물 động vật bơi lội / ~술(術) kỹ thuật bơi lội.

유예(猶豫) (지연) sự trì hoãn, sự hoãn; sự đình trệ; (연기) sự gia hạn, sự kéo dài thời gian; (주저) sự trù trừ, sự do dự, sự lưỡng lự; (지불의) sự trì hoãn, sự hoãn lại, sự chậm trễ; (형의) án treo. **~하다** hoãn, trì hoãn, đình trệ; (기한 연장) gia hạn, kéo dài thời gian; (주저) trù trừ, do dự, lưỡng lự; (형을) xử án treo. ¶ 3일간의 (지불) ~를 주다 gia hạn (thời gian hoàn trả) thêm ba ngày. ¶ ~기간 thời gian gia hạn.

유용(有用) ~한 có ích, hữu dụng; sự giúp ích. ¶ 국가에 ~한 인물 nhân vật giúp ích cho đất nước / 돈을 ~하게 쓰다 tiêu tiền một cách có ích.

유용(流用) (부정한) sự biển thủ; sự lạm dụng. **~하다** biểu thủ; lạm dụng. ¶ 공금을 ~하다 biển thủ công quỹ.

유원지(遊園地) khu vực vui chơi, sân chơi.

유월(六月) tháng sáu.

유월절(踰越節) lễ Vượt Qua, lễ Quá Hải của người Do Thái.

유위(有爲) ~한 có thể, có khả năng; có tương lai, có triển vọng (유망한).

유유(悠悠) ~한 xa xôi, xa vời; ung dung, nhàn nhã. ¶ ~히 một cách ung dung, một cách nhàn nhã.

유유낙낙(唯唯諾諾) cun cút vâng lời, ngoan ngoãn nghe lời; vâng vâng dạ dạ.

유유상종(類類相從) ngưu tầm ngưu mã tầm mã.

유유자적(悠悠自適) **~하다** sống ung dung tự tại, sống nhàn nhã thanh cao.

유의(留意) **~하다** lưu ý, để ý, quan tâm, lưu tâm, chú ý. ¶ 건강에 ~하다 để ý sức khỏe, chú ý sức khỏe / ~해서 듣다 nghe chăm chú. ¶ ~사항 vấn đề (cần) lưu ý, hạng mục (cần) chú ý.

유익(有益) ~한 có ích, có lợi, có hiệu quả tốt; (교훈적) có ích, có giá trị; (유용) hữu ích, hữu dụng, có giá trị. ¶ ~하게 một cách có ích, một cách hữu ích, một cách có giá trị / 젊은이에게 ~한 책 cuốn sách có ích cho những người trẻ tuổi.

유인(有人) ~의 thuộc loại có người đi cùng. ¶ ~ 위성 vệ tinh có người lái, vệ tinh có người.

유인(誘引) sự dụ dỗ, sự mua chuộc, sự lôi kéo, sự quyến rũ. **~하다** dụ dỗ, mua chuộc, lôi kéo, quyến rũ.

유인(誘因) yếu tố, nhân tố; nguyên nhân, nguyên cớ, lý do. ¶ …의 ~이 되다 trở thành nguyên nhân của ….

유인물(油印物) ấn phẩm.

유인원(類人猿) 【ĐV】 vượn người.

유일(唯一) ~의 đơn nhất, độc nhất, duy nhất; chỉ một, chỉ có một. ¶ ~무이한 có một không hai.

유임(留任) **~하다** tái bổ nhiệm, tiếp tục giữ chức. ¶ ~운동 phong trào yêu cầu giữ lại chức, vụ công việc.

유입(流入) sự du nhập, sự thâm nhập, sự xâm nhập; sự ảnh hưởng đến. **~하다** du nhập, thâm nhập, xâm nhập; ảnh hưởng đến. ¶ 외자 ~ sự du nhập của vốn nước ngoài.

유자(柚子) 【TV】 cây thanh yên.

유자격자(有資格者) người có đủ tư cách, người đủ khả năng. ¶ 교원 ~ người có đủ tư cách giáo viên, người đủ phẩm chất giáo viên.

유자녀(遺子女) con cái của người đã mất. ¶ 김씨의 ~ con cái của ông Kim

quá cố.
유작(遺作) tác phẩm của tác giả đã qua đời.
유장(悠長) ~한 dài, dài dòng; lâu; (성미가) nhạt nhẽo, vô vị, chán ngắt; (태평스런) rỗi rãi, thong dong.
유저(遺著) tác phẩm của người đã mất, sách xuất bản sau khi tác giả mất. ¶ 김 박사의 ~ sách của tiến sỹ Kim, tác phẩm của tiến sỹ Kim.
유적(幽寂) ~한 hẻo lánh, vắng vẻ, hiu quạnh; yên tĩnh, yên ắng.
유적(遺跡) di tích.
유전(油田) mỏ dầu. ¶ ~탐사 [개발] thăm dò [khai thác] mỏ dầu khí.
유전(流典) 【PL】 sự tịch thu tài sản thế chấp; sự thu giữ. ~되다 bị tịch thu; bị thu giữ. ¶ ~물 tài sản thế chấp bị tịch thu, vật bị thu giữ.
유전(流轉) (유랑) sự lang thang, sự rong ruổi; (변전) sự đổi thay, sự biến đổi, sự chuyển biến; (윤회) sự luân chuyển. **~하다** lang thang, rong ruổi; đổi thay, biến đổi, chuyển biến; luân chuyển.
유전(遺傳) sự di truyền; sự kế thừa, sự kế tục. **~하다** di truyền; kế thừa, kế tục. ¶ ~성 tính di truyền; tính kế thừa / ~적으로 với tính di truyền, bằng tính kế thừa. ¶ ~병 bệnh di truyền / ~(인)자 gen di truyền / ~형질 tính chất di truyền.
유전기(流電氣) điện hóa học; điện khí.
유정(有情) có tình cảm, có tính nhân ái.
유정(油井) giếng dầu.
유정(遺精) sự xuất tinh ngoài ý muốn; sự di tinh; sự mộng tinh.
유제(有蹄) ¶ ~동물 động vật bốn chân có móng guốc.
유제(乳劑) thể sữa, nhũ tương.
유제(油劑) thuốc dầu; thuốc mỡ (연고).
유제품(乳製品) sản phẩm từ sữa.
유조(油槽) thùng dầu. ¶ ~선 thuyền chở dầu / ~차 xe chở dầu (트럭의); tầu (hỏa) chở dầu (열차의).
유족(裕足) **~하다** phong phú, đầy đủ, sung túc, dư dật.
유족(遺族) gia quyến, gia đình của người đã chết. ¶ 전사자 ~ gia đình của người tử trận.
유종(有終) ¶ ~의 미를 거두다 gặt hái được thành công cuối cùng; thu được kết quả cuối cùng.
유종(乳腫) 【YH】 sự viêm vú, triệu chứng viêm vú.
유죄(有罪) có tội. ~의 thuộc dạng có tội, thuộc dạng phạm tội. ¶ ~를 선고하다 tuyên cáo có tội. ¶ ~판결 phán quyết là có tội, phán quyết phạm tội.
유증(遺贈) (동산의) để lại thừa kế, dI chúc tài sản (부동산의) de lai di sản; bất động sản. **~하다** để lại di chúc; để lại di sản, để lại bất động sản. ¶ ~물 vật để lại, của cải để lại / ~자 người để lại / 피~자 người được thừa kế, người được kế thừa.
유지(有志) (사람) người có quan tâm, người có tấm lòng; người ủng hộ; người đồng lòng; người có ảnh hưởng (유력자). ¶ 지방 ~ người làm việc hết lòng vì địa phương, người có ảnh hưởng ở địa phương.
유지(油紙) giấy dầu.
유지(油脂) dầu và mỡ. ¶ ~공업 ngành công nghiệp dầu mỡ.
유지(維持) sự giữ gìn, sự bảo quản, sự duy trì; sự bảo dưỡng, sự nuôi dưỡng, sự nắm giữ. ¶ ~하다 giữ gìn, bảo quản, duy trì; bảo dưỡng, nuôi dưỡng, nắm giữ; bảo vệ (평화). ¶ 질서를 ~하다 duy trì trật tự; giữ gìn

trật tự / 체면을 ~하다 giữ thể diện. ¶ ~비 lệ phí bảo quản, phí bảo dưỡng / ~책 biện pháp bảo quản; biện pháp duy trì.

유지(遺志) mong muốn, ước nguyện của người đã khuất. ¶ 고인의 ~를 받들다 chấp nhận mong muốn của người đã mất.

유지(遺址) di tích, di vật, di chỉ.

유진무퇴(有進無退) sự kiên quyết không lùi bước. **~하다** chỉ tiến lên mà không chịu lùi bước; kiên quyết không lùi bước.

유질(流質) ☞ **유전**(流典).

유징(油徵) dấu hiệu có dầu.

유착(癒着) sự dính chặt; sự gắn kết; sự gắn bó. **~하다** dính chặt; kết dính; gắn kết; gắn bó.

유창(流暢) ~한 trôi chảy; lưu loát; suôn sẻ; êm thấm. ¶ ~하게 một cách lưu loát.

유체(有體) ~의 thuộc dạng hữu hình, thuộc dạng vật chất. ¶ ~물 【PL】 vật chất hữu hình chiếm không gian.

유체(流體) 【VLH】 chất lỏng. ¶ ~역학 ngành thủy lực.

유추(類推) sự suy luận, sự suy đoán. **~하다** suy luận, suy đoán. ¶ ~적 tính chất suy luận, tính chất suy đoán / …으로 ~하여 suy luận bằng …. ¶ ~해석 giải thích suy luận, giải thích suy đoán.

유축농업(有畜農業) nghề chăn nuôi gia súc.

유출(流出) sự chảy ra, sự trào ra, sự thoát ra, sự tuôn ra. **~하다** chảy ra, trào ra, thoát ra, tuôn ra. ¶ 두뇌 ~ sự thu hút trí thức (hiện tượng trí thức các nước bị các nước có mức sống cao thu hút).

유충(幼蟲) ấu trùng. ¶ ~기 thời kỳ ấu trùng.

유취(類聚) **~하다** phân loại, tụ họp lại thành nhóm, sắp xếp theo từng loại.

유층(油層) vỉa dầu.

유치(幼稚) ~한 ấu trĩ, như trẻ con, còn non nớt; (미숙) chưa chín, còn xanh; trẻ con, non nớt, nông nổi; (원시적) nguyên sơ; thô sơ. ¶ ~한 생각 suy nghĩ trẻ con, suy nghĩ non nớt, suy nghĩ nông nổi. ¶ ~원 nhà trẻ.

유치(乳齒) răng sữa.

유치(留置) ❶ (억류) sự giam, sự giam cầm, sự giam giữ. **~하다** giam, giam cầm, giam giữ. ¶ ~장 nơi giam giữ, nơi giam cầm. ❷ nhận giữ (우편의) ~하다 lưu giữ (thư từ). ¶ ~ 우편 thư từ được lưu giữ, bảo quản.

유치(誘致) **~하다** thu hút, hấp dẫn, dụ dỗ, cám dỗ, quyến rũ; lôi kéo. ¶ 관광객을 ~하다 thu hút khách du lịch / 공장을 ~하다 hấp dẫn các nhà máy.

유쾌(愉快) ~한 khoan khoái, thoải mái, sảng khoái. ¶ ~히(하게) một cách khoan khoái, một cách sảng khoái, một cách thoải mái.

유클리드 nhà toán học Ơclit. ¶ ~기하학 lượng giác Ơclit.

유탄(流彈) đạn lạc.

유태(猶太) ☞ **유대**.

유택(幽宅) mồ; mả.

유토피아 điều không tưởng, sự không tưởng. ¶ ~의 thuộc dạng không tưởng.

유통(流通) ❶ (화폐의) sự lưu thông; sự lưu hành; (어음의) sự đổi (ngân phiếu) thành tiền; (물자의) sự lưu thông; sự tuần hoàn; sự trao đổi. **~하다** lưu thông, lưu hành; trao đổi, tuần hoàn. ¶ ~구조 cơ cấu lưu hành / ~성 tính lưu thông, tính lưu hành (어음의) / ~자본 vốn lưu động / ~증

권 chứng khoán lưu thông, chứng khoán có thể chuyển nhượng/ ～화폐 tiền lưu hành. ❷ (공기의) sự lưu thông, sự trao đổi; sự thông thoáng. ～하다 lưu thông; thông thoáng.

유파(流派) môn phái, trường phái.

유폐(幽閉) sự nhốt, sự giam, sự khóa lại. **~하다** nhốt, giam, khóa lại.

유포(油布) vải dầu.

유포(流布) **~하다** (퍼짐. 퍼뜨림) lan truyền, phát tán; lưu hành. ¶ ～되고 있다 đang lan truyền, đang phát tán; đang lưu hành.

유품(遺品) di vật của người đã mất.

유풍(遺風) phong tục truyền thống, phong tục lưu truyền.

유피(鞣皮) sự thuộc da; sự hồ vải. ¶ ～업 ngành nghề thuộc da.

유하다(柔-) (성격이) mềm mại, tử tế, tốt bụng; hòa nhã.

유하다(留-) lưu lại, ở lại, trọ lại.

유학(留學) sự du học. **~하다** du học; (가다) đi du học. ¶ ～생 sinh viên du học / ～생 lưu học sinh / 외국인～ sinh viên người nước ngoài / 재미 한국 ～생 lưu học sinh Hàn Quốc ở Mỹ.

유학(遊學) **~하다** đi học xa nhà, du học.

유학(儒學) Nho học. ¶ ～자 học giả Nho học.

유한(有限) ～한 có giới hạn, hữu hạn. ¶ ～ 급수 cấp số hữu hạn / ～책임 trách nhiệm hữu hạn.

유한(有閑) ¶ ～계급 tầng lớp ăn không ngồi rồi, tầng lớp hưởng thụ / ～마담 người phụ nữ nhàn hạ, người phụ nữ nhàn rỗi.

유한(遺恨) sự hận thù, sự căm hận; ác cảm, ác ý. ¶ ～을 풀다 giải tỏa hận thù, giải tỏa sự căm hận.

유해(有害) ～한 có hại; gây hại; làm hại. ¶ ～ 무익하다 có hại và vô ích. ¶ ～물 chất gây hại, vật có hại / ～식품 thực phẩm có hại, thực phẩm gây hại.

유해(遺骸) di hài, thi thể, hài cốt (유골).

유행(流行) thời trang; sự thịnh hành (대유행); trào lưu, mốt (일시적); dịch (병따위). **~하다** thịnh hành, lưu hành, mốt; (병이) lây truyền; có dịch. ¶ ～시키다 đưa vào lưu hành; tạo mốt; làm thịnh hành / 최신 ～의 mốt mới nhất, thời trang mới nhất / 대 ～이다 đang mốt, đang thịnh hành / ～의 첨단을 걷다 đi đầu thời trang / ～에 뒤지다 lạc hậu, lỗi mốt, lỗi thời / ～을 따르다 theo mốt, chạy theo thời trang, chạy theo sự thịnh hành. ¶ ～가 bài hát ăn khách, bài hát đang thịnh hành / ～가 가수 ca sỹ ăn khách, ca sỹ đang nổi tiếng / ～병 bệnh dịch, bệnh truyền nhiễm / ～성 감기 dịch cảm cúm / ～성 뇌염 dịch viêm não / ～어 từ thịnh hành; tiếng lóng / 최신 ～ kiểu dáng thời trang mới nhất.

유현(幽玄) ～한 uyên thâm, thâm túy; trừu tượng; sâu xa, sâu sắc.

유현(儒賢) bậc hiền nho.

유혈(流血) sự đổ máu, sự chảy máu; sự giết chóc. ¶ ～의 참극을 빚다 gây ra thảm kịch đổ máu; gây ra thảm kịch giết chóc / ～ 사태로 번지다 lan rộng ra thành vụ đổ máu.

유혈암(油頁巖) đá phiến sét chứa dầu.

유형(有形) ～의 thuộc dạng vật thể, thuộc dạng hữu hình, thuộc dạng có thể nhìn thấy được. ¶ ～ 무형의 hữu hình và vô hình. ¶ ～ 무역 thương mại hữu hình / ～ 문화재 tài sản văn hóa vật thể, tài sản văn hóa hữu hình / ～물 chất hữu hình, vật chất / ～자본 vốn vật chất, vốn hữu hình / ～재산 (자산) tài sản vật chất, tài sản hữu hình.

유형(流刑) sự lưu đày, sự đi đày. ¶ ~지 nơi lưu đày, nơi đi đày.

유형(類型) kiểu, loại, loại hình (giống nhau). ~적 về loại hình.

유혹(誘惑) sự cám dỗ, sự quyến rũ, sự thu hút, sự hấp dẫn. **~하다** thu hút, hấp dẫn, cám dỗ, quyến rũ. ¶ 바다의 ~ sự hấp dẫn của biển, sự quyến rũ của biển cả / ~에 빠지다 rơi vào cám dỗ, bị cám dỗ, bị quyến rũ / 돈으로 ~하다 cám dỗ bằng tiền bạc / ~과 싸우다 vật lộn với sự cám dỗ. ¶ ~자(者) người cám dỗ, người quyến rũ.

유화(乳化) sự chuyển hóa thành sữa.

유화(油畵) tranh sơn dầu. ¶ ~가 họa sỹ vẽ tranh sơn dầu / ~채료 chất liệu sơn dầu.

유화(柔和) ~한 dịu dàng, hòa nhã, ôn hòa; tử tế, lịch thiệp.

유화(宥和) sự xoa dịu, sự giải khuây; sự an ủi. **~하다** xoa dịu, giải khuây; an ủi. ¶ ~론자 người theo thuyết giảng hòa, người theo thuyết xoa dịu / ~정책 chính sách xoa dịu.

유황(硫黃) [HH] lưu huỳnh. ☞ **황**(黃). ¶ ~천 suối lưu huỳnh.

유회(流會) sự ngừng họp. ~되다 bị ngừng họp.

유효(有效) (법규 따위) sự có hiệu lực, sự hữu hiệu, có giá trị; (표 따위) giá trị; (약 따위) hiệu quả, ảnh hưởng, tác động. **~하다** (법) có hiệu lực, có giá trị, có hiệu quả, có ảnh hưởng, có tác động; hữu hiệu. ¶ ~하게 một cách hữu hiệu, một cách có giá trị / ~적절한 tác động thích hợp; hiệu quả thích hợp. ¶ ~ 기간 thời gian có hiệu lực, kì hạn có hiệu lực / 3개월 간 ~하다 có hiệu lực trong vòng ba tháng, có giá trị trong ba tháng / ~거리 khoảng cách có hiệu lực / ~수요 đòi hỏi, nhu cầu có sức mua / ~ 증명 sự chứng minh có hiệu lực, sự chứng nhận có giá trị / ~타 cú đấm có hiệu lực, đòn có giá trị / ~ 투표 sự bầu cử hợp lệ; phiếu bầu cử hợp lệ.

유훈(遺訓) lời chỉ dạy của người đã mất; di huấn.

유휴(遊休) ~의 thuộc dạng nhàn rỗi, thuộc dạng không hoạt động, thuộc dạng để không, thuộc dạng không sử dụng đến. ¶ ~시설 thiết bị nhàn rỗi, thiết bị không dùng đến, thiết bị để không / ~자본 vốn nhàn rỗi / ~지 đất bỏ không, đất không sử dụng đến.

유흥(遊興) sự tiêu khiển, sự giải trí; (오락) sự vui chơi, sự giải trí. **~하다** tiêu khiển, giải trí, vui chơi. ¶ ~가 khu phố vui chơi, phố giải trí / ~비 chi phí cho giải trí, chi phí cho việc vui chơi / ~음식세 thuế dành cho các nhà hàng ăn uống và giải trí / ~장 điểm vui chơi giải trí.

유희(遊戲) sự du hí, trò du hí; trò chơi (어린이의); sự tiêu khiển, sự vui chơi (오락); trò chơi (게임); sự chơi thể thao (운동). **~하다** du hí; tiêu khiển, vui chơi, giải trí; chơi game, chơi thể thao.

육(肉) da thịt, thân thể (육체); thịt, món thịt (식용육). ¶ 영과 ~ linh hồn và thể xác.

육(六) sáu; thứ Sáu (제6).

육각(六角) sáu cạnh; sáu góc; lục giác. ~의 thuộc dạng sáu cạnh, thuộc dạng lục giác. ¶ ~형 hình lục giác.

육감(六感) giác quan thứ sáu. ¶ ~으로 알다 nhận biết bằng giác quan thứ sáu / ～이 예민하다 [무디다] giác quan thứ sáu tinh tế [kém].

육감(肉感) cảm giác nhục dục, cảm xúc giới tính. ～적 tính nhục dục, tính dâm dục. ¶ ～적인 미인 người đẹp khêu gợi.

육개장(肉-) món canh thịt bò của Hàn Quốc.

육계(肉桂) cây quế.

육괴(肉塊) bị thịt, tảng thịt tươi; người béo mập.

육교(肉交) sự giao hợp, sự quan hệ giới tính.

육교(陸橋) cầu vượt qua đường; cầu bộ hành, cầu chui.

육군(陸軍) lục quân, quân đội. ～의 thuộc về lục quân. ¶ ～대학 trường đại học lục quân / ～무관 tùy viên quân sự, tùy viên quân đội (대사관의) / ～병원 bệnh viện quân đội / ～사관학교 trường sỹ quan lục quân / ～장교 sỹ quan lục quân / ～참모총장 Tổng tham mưu lục quân.

육대주(六大洲) sáu đại lục.

육도(陸稻) lúa nương, lúa rẫy.

육로(陸路) đường bộ. ¶ ～로 bằng đường bộ.

육류(肉類) loại thịt.

육면체(六面體) khối hình có sáu mặt. ¶ ～의 thuộc khối có sáu mặt.

육모(六-) ☞ **육각**. ¶ ～방망이 chày có sáu cạnh / ～정(亭) đình lục giác, lầu lục giác.

육미(肉味) mùi vị thịt (맛); món thịt (음식). ¶ ～붙이 thức ăn làm từ thịt.

육박(肉薄) **~하다** (전쟁에서) gần với, sát với; hầu như đã đạt tới; (경기에서) sự lấn tới, sự tiến tới, sự bám sát. ¶ ～전 trận giáp la cà.

육발리(六-) người có sáu ngón chân.

육배(六倍) gấp sáu lần.

육법(六法) sáu bộ luật. ¶ ～전서 toàn văn sáu bộ luật.

육보(肉補) sự ăn thịt bồi bổ sức khoẻ. ¶ ～하다 ăn thịt cho khoẻ.

육봉(肉峰) cục bướu (lạc đà, người lưng gù).

육부(六腑) ☞ **오장육부**.

육산(陸産) sản phẩm trồng trọt. ¶ ～물(物)= 육산.

육삼삼제(六三三制) 【GD】 chế độ giáo dục 12 năm theo kiểu phân bổ 6-3-3 từ tiểu học đến trung học phổ thông.

육상(陸上) trên đất liền, trên bộ. ¶ ～근무 làm việc trên mặt đất (항공기의) / ～경기 trận đấu trên bộ; cuộc thi điền kinh / ～경기 대회 đại hội điền kinh / ～수송 vận chuyển trên bộ, vận chuyển trên mặt đất.

육서(陸棲) ¶ ～동물 động vật trên cạn.

육성(肉聲) giọng nói tự nhiên, giọng nói bẩm sinh.

육성(育成) sự dạy dỗ, sự nuôi dưỡng. sự nuôi nấng, chăn nuôi. **~하다** dạy dỗ, nuôi dưỡng, nuôi nấng. ¶ ～재배 trồng trọt chăn nuôi / ～회비 lệ phí nuôi dưỡng, học phí (학교의).

육손이(六-) người có sáu ngón tay.

육송(陸送) sự vận chuyển trên mặt đất.

육수(肉水) nước thịt, nước dùng (chảy ra trong khi chế biến).

육순(六旬) ～의 thuộc 60 tuổi, thuộc lục tuần. ¶ ～노인 cụ già lục tuần, người già 60 tuổi.

육시(戮屍) án xử trảm sau khi chết. ¶ ～처참(處斬) = 육시.

육식(肉食) (사람의) thức ăn bằng thịt, món thịt. **~하다** ăn thịt. ¶ ～가 người thích ăn thịt / ～동물 động vật ăn thịt / ～조 chim ăn thịt / ～충 sâu ăn thịt.

육신(肉身) thể xác, thân thể.

육십(六十) sáu mươi;¶ 제~ thứ sáu mươi / ~분의 일 một phần sáu mươi / ~대의 사람 người khoảng tầm tuổi 60.

육아(肉芽) [YH] hạt nhỏ, hột nhỏ; sự nhám trên bề mặt bởi các hạt bám nhỏ (육아의 조직). ¶ ~가 생기다 sinh ra các hạt nhỏ, sinh ra sự nhám trên bề mặt.

육아(育兒) sự giáo dưỡng trẻ em. **~하다** giáo dưỡng, nuôi dưỡng, nuôi dạy. ¶ ~법 cách giáo dưỡng trẻ em / ~비 lệ phí nuôi dạy trẻ / ~원 trường mẫu giáo, nhà mẫu giáo; trại trẻ mồ côi (고아의); trại trẻ em khuyết tật (장애아의).

육안(肉眼) mắt thường. ¶ ~으로 보이는 [안 보이는] 곳에 ở nơi nhìn thấy [không nhìn thấy] bằng mắt thường / ~으로 보다 nhìn bằng mắt thường.

육영(育英) sự giáo dục, sự đào tạo. **~하다** giáo dục, đào tạo. ¶ ~사업 sự nghiệp giáo dục, sự nghiệp đào tạo; công tác giáo dục / ~회 hội đồng giáo dục, hội đồng đào tạo.

육욕(肉慾) sự thèm muốn nhục dục, nhục dục. ¶ ~주의 chủ nghĩa nhục dục.

육우(肉牛) trâu bò nuôi lấy thịt.

육운(陸運) sự chuyên chở hàng hóa bằng đường bộ, sự vận tải bằng đường bộ. ¶ ~ 회사 công ty vận tải đường bộ.

육전(陸戰) cuộc chiến trên mặt đất, cuộc chiến trên bộ. **~하다** chiến đấu trên bộ, đánh trận trên bộ.

육종(肉腫) bướu thịt, xacôm.

육종(育種) sự chăm bón, sự nuôi trồng.

육중(肉重) **~하다** chắc nặng, nặng nề; bè bè.

육즙(肉汁) nước sốt thịt, nước súp thịt.

육지(陸地) đất, đất liền, bờ biển, lục địa (배에서 본). ¶ ~쪽으로 về phía đất liền, về phía lục địa / ~를 떠나다 rời đất liền, rời bờ biển, rời lục địa (배가) / ~로 둘러싸이다 vây quanh bờ biển, vây quanh đất liền.

육척(六尺) sáu thước (đơn vị đo *feet*). ¶ ~ 장신의 남자 người đàn ông cao sáu feet (khoảng 1m80).

육체(肉體) xác thịt, thể xác, cơ thể, nhục thể. ~의(적) thuộc về cơ thể, thuộc (tính) nhục thể, thuộc (tính) xác thịt. ¶ ~적 쾌락 khoái lạc xác thịt, khoái lạc nhục dục. ¶ ~관계 quan hệ xác thịt, quan hệ thân xác / ~노동 lao động thể xác, lao động chân tay / ~미 vẻ đẹp hình thể / ~파(미인) người đẹp khêu gợi.

육촌(六寸) (친척) anh (chị, em) con cô con cậu họ.

육친(肉親) họ hàng máu mủ ruột rà.

육탄(肉彈) sự đánh bom tự sát, sự đánh bom cảm tử. ¶ ~십용사(十勇士) mười chiến sỹ đánh bom cảm tử / ~전(戰) trận đánh bom cảm tử.

육포(肉脯) thịt bò lát sấy khô.

육풍(陸風) gió đất.

육필(肉筆) sự viết tay, sự viết trực tiếp vào; sự kí tên.

육해공(陸海空) hải quân, không quân, và bộ binh; quân đội. ¶ ~군(軍) lục hải không quân / ~군 합동작전 lục hải không quân hợp đồng tác chiến.

육해군(陸海軍) bộ binh và hải quân, lục hải quân.

육혈포(六穴砲) súng lục, súng ngắn.

육회(肉膾) món thịt gỏi sống.

윤(潤) (광택) nước bóng; sự láng bóng, sự bóng mượt. ~내다 bóng mượt, láng bóng; bóng bẩy.

윤간(輪姦) sự cưỡng dâm nhiều lần; sự hiếp dâm tập thể. **~하다** cưỡng dâm nhiều lần, hiếp dâm tập thể.

ㅇ

윤곽(輪廓) (개관) sự phác thảo; sự khái quát, tổng thể, đại thể; (외형선) đường viền; đường bao quanh; phác họa (그림 등의). ¶ 얼굴의~ khuôn mặt / ~이 반듯한 [뚜렷한] 얼굴 khuôn mặt có đường nét đẹp đẽ [rõ nét] / ~을 파악하다 nhìn nhận đại thể, nhìn nhận tổng quát.

윤기(潤氣) ☞ **윤**. ¶ ~ 도는 머리 tóc có độ bóng mượt / ~가 돌다 (흐르다) bóng bẩy, bóng láng, bóng mượt (얼굴에).

윤년(閏年) năm nhuận.

윤달(閏-) tháng nhuận.

윤독(輪讀) **~하다** đọc lần lượt, đọc luân phiên.

윤락(淪落) sự rệu rã, sự đổ đốn, sự hư hỏng, sư hư đốn, sự đồi trụy. **~하다** rệu rã, đổ đốn, hư đốn, hư hỏng, đồi trụy. ¶ ~가 khu đèn mờ, ổ mại dâm / ~ 여성 người phụ nữ hư đốn, người phụ nữ đồi trụy, gái mại dâm.

윤리 đạo lý, đạo đức; luân lý. ¶ ~학(學) ngành đạo đức học / ~학자 nhà nghiên cứu đạo đức học / 한국 방송 [신문]~ 위원회 Ủy ban (kiểm tra) đạo đức truyền thông [báo chí] Hàn Quốc.

윤번(輪番) lần lượt; luân phiên. ¶ ~으로 bằng sự lần lượt, bằng sự luân phiên. ¶ ~제 chế độ luân phiên, chế độ quay vòng / ~제로 의장을 하다 làm nghị trưởng theo chế độ luân phiên.

윤색(潤色) màu sắc bóng bẩy; sự sặc sỡ, sự màu mè. **~하다** bóng bẩy, sặc sỡ, màu mè; thêm thắt.

윤생(輪生) 【TV】 sự luân sinh.

윤일(閏日) ngày nhuận.

윤작(輪作) sự luân canh. **~하다** luân canh.

윤전(輪轉) sự quay vòng; sự quay tròn. **~하다** quay vòng; quay tròn. ¶ ~기 máy ép hình trụ.

윤창(輪唱) liên khúc. **~하다** hát liên khúc.

윤축(輪軸) bánh và trục quay.

윤택(潤澤) ❶ ☞ **윤**. ❷ (살림이) ~한 giàu có; đầy đủ, dư dả; phong phú. ¶ 자금이 ~하다 vốn liếng đầy đủ, vốn liếng dư dả.

윤허(允許) sự chuẩn y của nhà vua. **~하다** nhà vua phê chuẩn.

윤형(輪形) cái vòng; vòng tròn.

윤화(輪禍) tai nạn giao thông. ¶ ~를 입다 bị tai nạn giao thông.

윤활(潤滑) sự bôi trơn; sự tra dầu mỡ. ~한 trơn, trơn tuột; thông suốt. ¶ ~유 dầu bôi trơn / ~유의 구실을 하다 đóng vai trò là dầu bôi trơn, có chức năng của dầu bôi trơn.

윤회(輪廻) 【PG】 sự chuyển động không ngừng, sự luân hồi.

율(律) ❶ (법) luật, pháp luật; quy tắc, nguyên tắc, quy định; điều răn (계율). ¶ 도덕~ nguyên tắc đạo đức. ❷ (시의) luật thơ, niêm luật thơ ca.

율(率) tỷ lệ; tỷ số; tỷ trọng; năng suất, hiệu quả; hằng số; mô-đun. ¶ 굴절~ tỷ lệ khúc xạ / 출산~ tỷ lệ sinh đẻ.

율동(律動) nhịp điệu; giai điệu. ¶ ~적인 tính nhịp điệu; tính chất nhịp nhàng / ~미 vẻ đẹp của nhịp điệu, cái đẹp của giai điệu / ~체조 thể dục nhịp điệu.

율법(律法) luật, luật lệ, quy tắc, nguyên tắc, quy định; (계율) điều răn.

융(絨) vải nhung.

융기(隆起) sự phồng lên; sự phình lên, sự trương lên; sự to ra, sự nở ra. **~하다** phồng lên, phình ra, trương lên; to ra, nở ra.

융단(絨緞) tấm thảm. ¶ ~을 깔다 trải thảm. ¶ ~ 폭격을 하다 ném bom rải thảm.

융모(絨毛) len; [GP] lông nhung.

융성(隆盛) sự thịnh vượng, sự phồn thịnh, sự phát đạt, sự phồn vinh. ~한 thịnh vượng, phồn thịnh, phồn vinh, phát đạt.

융숭(隆崇) ~한 thịnh soạn; tử tế; ân cần; chu tất. ¶ ~한 대접을 받다 nhận được sự tiếp đãi thịnh soạn, được tiếp đãi chu tất.

융열(融熱) sự nóng nảy.

융자(融資) sự cấp vốn, sự cho vay tiền với số lượng lớn (융자금). **~하다** cấp vốn; cho vay; cho mượn (tiền) / ~신청 xin cấp vốn, xin vay tiền / 단기 ~ vay vốn ngắn hạn, vay tiền ngắn hạn / 조건부 ~ cấp vốn có điều kiện, cho vay có điều kiện.

융점(融點) ☞ **융해점**.

융통(融通) ❶ (융자) sự cho vay tiền; sự cho mượn tiền; (유통) sự lưu thông, luân chuyển. **~하다** cho vay tiền, cho mượn tiền; lưu thông. ¶ ~력 khả năng tài chính, khả năng cho vay tiền, khả năng cho mượn tiền / ~어음 hối phiếu khống, hư phiếu ❷ (융통성) sự thích nghi, sự thích ứng; tính linh hoạt. ¶ ~성 있는 có tính thích nghi, có tính thích ứng, có tính linh hoạt / ~성 없는 không có tính thích nghi, không có tính thích ứng, cứng nhắc.

융합(融合) sự hợp nhất, sự liên hợp; sự dung hợp; sự kết hợp (결합); sự dung hòa (융화); sự đồng nhất (일치). **~하다** kết hợp, liên hợp; dung hòa; dung hợp, đồng nhất.

융해(融解) sự nóng chảy, sự tan chảy. **~하다** nóng chảy, tan chảy. ¶ ~열 nhiệt nóng chảy / ~점 điểm nóng chảy.

융화(融化) [HH] sự tan ra; sự rữa ra; sự phân hủy. **~하다** tan ra; rữa ra; mục rữa, phân hủy.

융화(融和) sự dung hoà; sự giảng hòa; sự hòa giải; sự xoa dịu. **~하다** làm lành; hòa giải; giảng hòa; xoa dịu.

융흥(隆興) sự hồi tỉnh, sự hồi phục.

윷 (놀이) *Yut,* trò chơi xúc xắc truyền thống của Hàn Quốc. ¶ ~놀이하다 chơi Yut.

으깨다 nghiền vỡ; đập vỡ; ghè vỡ; đập nát (감자 따위를).

으드득 ¶ ~ 깨물다 nghiến kèn kẹt, cắn răng rắc, ngoạm ken két / ~ 이를 갈다 nghiến răng ken két, nghiến răng kèn kẹt.

으드등거리다 cãu nhàu, cằn nhằn; cau có; cãi vã.

으뜸 ❶ (첫째) xếp, số một, đầu. ¶ ~가는 đứng đầu. ❷ (근본) nền tảng, nền móng, cơ sở.

으레 ❶ (응당) đương nhiên, dĩ nhiên, tất nhiên. ❷ (어김없이) thường thường; thông lệ; luôn luôn.

으로 ☞ …**로**. ❶ (액수) với, với giá trị. ¶ 1000원권~ với tiền mệnh giá 1.000 won. ❷ (원인) nguyên nhân, lý do; vì, bởi vì. ¶ 병~ 누워 있다 đang nằm vì bị bệnh. ❸ (단위) bằng. ¶ 킬로그램~ 팔다 bán bằng cân (kilo). ❹ (재료) nguyên vật liệu. ¶ 헌 궤짝~ 책상을 만들다 làm bàn học bằng thùng các tông cũ. ❺ (수단) phương tiện, biện pháp; (도구) dụng cụ, đạo cụ. ¶ 배편~ dùng phương tiện là thuyền. ❻ (추측, 근거) căn cứ, cơ sở, dựa vào. ¶ 안색~ dựa vào sắc mặt, căn cứ vào nét mặt. ❼ (방향) phương hướng, phía, ngả đường. ¶ 부산~ 가는 기차 tàu đi về phía Busan. ❽ ☞ **으로서**.

으로서 với tư cách (자격). ☞ …**로서**. ¶

통역~ với tư cách là người phiên dịch.

으로써 bằng phương tiện, bằng biện pháp.

으르다 đe dọa, hăm dọa, hù dọa. ¶ 으르고 달래어 vừa hăm dọa vừa dụ dỗ.

으르대다 (딱딱거리다) cằn nhằn, càu nhàu; (위협) đe dọa, hăm dọa, hù dọa.

으르렁거리다 (짐승이) gầm gừ, gầm rú; (서로) hầm hè; (사람끼리) cãi vã, cãi lộn; hầm hè, gầm ghè.

으르르 cầm cập, lẩy bẩy, run rẩy.

으름장 sự hăm dọa, sự đe dọa. ~놓다 hăm dọa, đe dọa, dọa nạt, nạt nộ.

으리으리하다 uy nghi, oai nghiêm, trang nghiêm; nguy nga, tráng lệ; đường bệ, đường hoàng. ¶ 으리으리한 저택 biệt thự nguy nga; lâu đài tráng lệ.

…으면 nếu như, giả định như. ☞ …면. ¶ 천만원 있~ nếu như có 10 triệu won.

…으면서 ☞ …면서. ❶ (동시에) thể hiện sự xảy ra đồng thời; vừa làm cái này vừa làm cái kia. ¶ 생긋 웃~ vừa cười tươi rói vừa …. ❷ (불구하고) mặc dù, dầu cho, tuy rằng. ¶ 돈이 있~ mặc dù có tiền; tuy rằng có tiền.

으스러뜨리다 đập tan, đập nát; nghiền nát; ghè vỡ nát.

으스러지다 vỡ vụn, vỡ tan, đổ nát, tan tành.

으스름달 trăng mờ. ¶ ~밤 đêm trăng mờ.

으스스 ¶ ~한 lạnh lẽo; ớn lạnh, rùng mình vì lạnh; gai lạnh / ~춥다 lạnh gai người, ớn lạnh.

으슥하다 vắng vẻ; hiu quạnh, đìu hiu; hẻo lánh. ¶ 으슥한 방 căn phòng hiu quạnh, căn phòng vắng vẻ.

으슬으슬 ¶ ~한 lạnh lùng, giá lạnh / ~춥다 lạnh lùng, lạnh giá.

으슴푸레하다 lờ mờ, tờ mờ, mờ mờ, nhạt nhòa.

으썩 ¶ ~ 깨물다 cắn ngấu nghiến, ngoạm ngấu nghiến.

으쓱거리다 hách dịch, hống hách; vênh váo; vênh vang; dương dương tự đắc.

으쓱하다[1] (추워) lạnh lùng, lạnh lẽo, lạnh giá; (무서워) dựng tóc gáy, gai lạnh cả người, nổi da gà.

으쓱하다[2] (우쭐하다) ưỡn ngực, tự mãn, vênh vang, dương dương tự đắc; ra vẻ ta đây; hách dịch, hống hách.

으아 ¶ ~하고 울다 khóc oa oa; khóc hu hu.

으아리 【TV】 cây ông lão.

으악 ❶ (놀람·감탄) chà! chà!; (두려움·고통) oái! hức! ái! ối! ❷ (토할 때) khạc! khạc! ¶ ~하다 kêu lên (vì ngạc nhiên), kêu oai oái.

으크러뜨리다 đập tan, đập nát; nghiền nát; ghè vỡ nát.

으크러지다 vỡ vụn, vỡ tan, đổ nát, tan tành.

윽박지르다 hét lên (bắt người khác phải im lặng); hăm dọa, đe dọa (để bịt miệng).

은(銀) bạc. ¶ ~(제)의 thuộc chất bạc / ~같은 giống như bạc / ~을 입힌 bọc bạc, tráng bạc, mạ bạc. ¶ ~그릇 bát bằng bạc / ~제품 sản phẩm bằng bạc, đồ dùng bằng bạc. ¶ ~본위제 【KT】 chế độ bản vị / ~시계 đồng hồ bằng bạc.

은거(隱居) sự ở ẩn, sự ẩn cư, sự ẩn dật. **~하다** ẩn dật, ẩn cư, ở ẩn.

은공(恩功) công lao, công ơn.

은광(銀鑛) mỏ bạc, quặng bạc (광석).

은괴(銀塊) thỏi bạc, thoi bạc, nén bạc.

은근(慇懃) ❶ (정중) ～한(히) lễ phép, trịnh trọng, tôn kính. ❷ (은밀) ～한(히) thầm lặng, âm thầm; ân cần, thân thiết, thân tình (친밀).

은근짜 gái điếm bất hợp pháp; (엉큼한) kẻ ma cô.

은기(銀器) đồ bằng bạc.

은니(銀泥) lớp sơn bằng bạc, lớp mạ bạc.

은닉(隱匿) sự giấu giếm, sự che giấu, sự che đậy. **~하다** giấu giếm, che giấu, che đậy. ¶ ～물자 hàng hoá giấu giếm / ～처 nơi giấu giếm, nơi che giấu / 중범 ～죄 tội che giấu tội phạm nguy hiểm.

은덕(恩德) ơn đức, ân đức. ¶ ～을 베풀다 dành ân đức, ban ơn.

은덕(隱德) ân đức thầm lặng, công ơn thầm lặng, ơn đức ngầm.

은도금(銀鍍金) sự mạ bạc. **~하다** mạ bạc, tráng bạc.

은둔(隱遁) sự ẩn dật, sự ẩn cư, sự lánh đời. **~하다** ẩn dật, ẩn cư, lẩn tránh cuộc đời. ¶ ～생활 cuộc sống ẩn dật.

은막(銀幕) ❶ màn bạc, màn chiếu. ❷ màn ảnh chiếu phim.

은메달(銀-) huy chương bạc.

은밀(隱密) ～한 bí mật, kín đáo, ngầm, thầm lặng. ¶ ～히 một cách bí mật, một cách kín đáo / ～히 조사하다 điều tra một cách bí mật, điều tra một cách kín đáo, điều tra ngầm.

은박(銀箔) lá bạc. ¶ ～지 tờ giấy bạc.

은반(銀盤) ❶ (쟁반) mâm bạc. ❷ (스케이트장) sân băng. ¶ ～의 여왕 nữ hoàng của sân băng.

은발(銀髮) ～의 thuộc dạng tóc bạc, tóc bạch kim.

은방(銀房) cửa hàng bạc, tiệm nữ trang.

은방울꽃(銀-) 【TV】 cây hoa lan chuông.

은배(銀杯) chén bạc, tách bạc, ly bạc.

은백(銀白) ¶ ～(색의) màu trắng bạc.

은분(銀粉) bụi bạc.

은붙이(銀-) đồ bằng bạc, sản phẩm bằng bạc.

은빛(銀-) ～의 thuộc màu bạc, có màu bạc.

은사(恩師) người thầy có công lao dạy dỗ; ân sư.

은사(隱士) nho sỹ ở ẩn, ẩn sỹ.

은세계(銀世界) thế giới bằng bạc; thế giới toàn màu trắng bạc (tuyết phủ).

은세공(銀世工) sự gia công bạc. ¶ ～인 người thợ bạc.

은수저(銀-) thìa đũa bằng bạc.

은신(隱身) **~하다** ẩn thân, ẩn mình, trốn tránh. ¶ ～처 nơi lẩn trốn, nơi ẩn mình, nơi trốn tránh.

은실(銀-) sợi bạc.

은어(隱語) ẩn ngữ, biệt ngữ; tiếng lóng.

은연(隱然) ～한 ngấm ngầm, âm ỉ; kín đáo; bí mật; thầm lặng. ¶ ～ 중 trong trạng thái bí mật, trong thầm lặng / ～ 중… 하기를 바라다 thầm hy vọng hãy làm.

은옥색(銀玉色) màu ngọc bích ánh bạc.

은유(隱喩) 【VH】 sự ẩn dụ; phép ẩn dụ. ¶ ～적(으로) (với) tính chất ẩn dụ.

은은하다(隱隱-) ❶ (아련함) mờ mờ, tờ mờ, nhạt nhòa, không rõ ràng. ¶ 은은한 향기 hương thơm phảng phất. ❷ (소리가) ngân, rền, vang. ¶ 은은한 포성 tiếng bom rền.

은인(恩人) người có công giúp đỡ, người có công cứu mạng; ân nhân. ¶ 그는 내 생명의 ～이다 anh ấy là ân nhân cứu mạng của tôi.

은인(隱忍) **~하다** chịu đựng, cam chịu, nhẫn nhục; kiên nhẫn. ¶ ～ 자중하여 chịu đựng và thận trọng, kiên nhẫn và thận trọng.

은자(隱者) người ở ẩn.

ㅇ

은잔(銀盞) chén bạc.

은장도(銀粧刀) con dao bằng bạc để trang trí dành cho phụ nữ trong thời kỳ phong kiến.

은저울(銀-) cân bạc dùng để cân kim loại quý hiếm.

은전(恩典) ơn huệ, đặc ân, ân điển.

은전(銀錢) đồng tiền bằng bạc, tiền xu bằng bạc.

은정(恩情) ân tình.

은종이(銀-) lá bạc, thiếc bạc, thoi bạc lá; giấy bạc.

은총(恩寵) ân sủng. ¶ 하느님의 ~ ân sủng của Chúa trời / ~을 입다 nhận được ân sủng.

은테(銀-) ¶ ~ 안경 kính gọng bạc.

은퇴(隱退) sự về hưu; sự rút lui; sự giải nghệ. **~하다** về hưu; rút lui; giải nghệ. ¶ 정계 [무대]에서 ~하다 rút lui khỏi chính trường [sân khấu]. ¶ ~경기 trận đấu cuối cùng trước khi giải nghệ, trận đấu từ giã nghề nghiệp.

은파(銀波) con sóng bạc đầu.

은폐(隱蔽) sự che đậy, sự giấu giếm, sự giấu nhẹm, sự lấp liếm, sự xóa bỏ dấu vết. **~하다** che đậy, giấu giếm, giấu nhẹm, lấp liếm; xóa dấu vết. ¶ 사실을 ~하다 che giấu sự thật.

은하(銀河) ngân hà. ¶ ~ 계(系) dãy Ngân hà / ~수 sông Ngân hà.

은합(銀盒) bát tô bằng bạc.

은행(銀行) ngân hàng. ¶ ~과 거래를 트다 [끊다] nối [cắt đứt] giao dịch với ngân hàng. ¶ ~가 chủ ngân hàng; giám đốc ngân hàng / ~감독원 văn phòng giám sát ngân hàng / ~권 tiền giấy / ~어음 hối phiếu ngân hàng / ~영업시간 thời gian ngân hàng làm việc / ~원 nhân viên ngân hàng / ~ 이자 lãi suất ngân hàng / ~장(총재) chủ tịch ngân hàng; thống đốc ngân hàng / ~주 cổ phiếu ngân hàng / 시중~ ngân hàng thương mại / 중앙~ ngân hàng trung ương / 한국~ Ngân hàng Trung ương Hàn Quốc.

은행(銀杏) [TV] ngân hạnh. ¶ ~ 나무 cây ngân hạnh.

은혈못(隱穴-) chốt khóa hai đầu.

은혜(恩惠) công ơn, công lao; lòng tốt; (신세) ân đức, ơn huệ. ¶ 어버이의 ~ công ơn của bố mẹ / 스승의 ~ công ơn của thầy cô giáo / ~를 잊지 않는 [모르는] không quên [không biết] ân huệ / ~를 입다 mang ơn huệ, mang ân đức / ~를 베풀다 dành ơn huệ, ban ơn / ~를 갚다 đền đáp công ơn, trả ơn.

은혼식(銀婚式) đám cưới bạc.

은홍색(殷紅色) màu hồng phấn.

은화(銀貨) đồng tiền bạc.

은화식물(隱花植物) cây không có hoa; loài cây ẩn hoa.

은회색(銀灰色) màu xám bạc.

을(乙) ất (can thứ hai trong 10 can); thứ hai; vị trí phía sau, yếu tố đứng sau (후자).

을러메다 (으르다) hăm dọa, đe dọa; (위협) uy hiếp, dọa nạt, nạt nộ; (위압) bắt nạt, áp bức, ép buộc.

…을망정 mặc dù, dù cho, dù rằng, dù là, tuy.

을씨년스럽다 ❶ (가난) khốn khổ, nghèo túng, túng bấn, thiếu thốn. ❷ (쓸쓸하다) đìu hiu, quạnh quẽ; hoang vắng; (보기에) cũ, mòn, tả tơi, đáng thương, tội nghiệp.

을종(乙種) hạng hai; loại B; thứ nhì.

…을지언정 ☞ **…을망정**.

읊다 (낭송) ngâm thơ, đọc ngâm nga; (짓다) làm thơ, sáng tác thơ.

읊조리다 ngâm thơ, đọc diễn cảm.

음(音) ❶ (소리) tiếng; âm thanh; giọng; tạp âm (잡음). ❷ (한자의) âm chữ Hán.

음(陰) âm, sự thụ động; sự phủ định. ¶ ～으로 양으로 về nhiều thứ.

음각(陰刻) sự khắc chìm, sự chạm khắc chìm. **~하다** khắc chìm, chạm khắc chìm.

음감교육(音感教育) sự rèn luyện thính giác phân biệt tiếng.

음경(陰莖) dương vật.

음계(音階) 【ÂN】 gam, thang âm. ¶ 온～ toàn bộ thang âm / 장～ gam trưởng / 단～ gam thứ.

음곡(音曲) bản nhạc.

음공(陰功) âm công, công đức tích luỹ lại, công lao thầm lặng, công trạng ngầm.

음극(陰極) cực âm, catôt. ¶ ～선 샤 catôt.

음기(陰氣) (으스스한) sự lạnh lẽo; sự ớn lạnh; sự gai lạnh; âm khí; (몸안의) sự buồn bã, sự buồn thảm, sự buồn rầu, sự chán nản.

음낭(陰囊) 【GP】 bìu dái.

음녀(淫女) người phụ nữ lăng loàn, người đàn bà dâm đãng.

음담패설(淫談悖說) câu chuyện tục tĩu; câu chuyện dâm ô.

음덕(陰德) phúc đức ngầm, âm đức. ¶ ～을 베풀다 ban cho âm đức.

음덕(蔭德) phúc đức của tổ tiên. ¶ (조상의) ～을 입다 nhận được phúc đức của tổ tiên để lại.

음독(音讀) **~하다** đọc âm; (한자를) đọc âm chữ Hán.

음독(飮毒) **~하다** uống thuốc độc. ¶ ～자살 uống thuốc độc tự tử.

음란(淫亂) ～한 dâm đãng, dâm dục, dâm ô, đồi trụy.

음랭(陰冷) ～한 u ám, ảm đạm, tối tăm, lạnh lẽo.

음량(音量) âm lượng.

음력(陰曆) âm lịch. ¶ ～ 8월 보름 rằm tháng tám âm lịch.

음료(飮料) đồ uống, thức uống. ¶ ～수 nước giải khát / 알콜 ～ nước uống có cồn / 비알코올성 ～ nước uống không cồn.

음률(音律) nhịp điệu, nhịp thơ, âm luật.

음매 (소의 울음 소리) nghé ọ, ò ò. ¶ ～울다 kêu nghé ọ nghé ọ, ò ò.

음모(陰毛) lông mu.

음모(陰謀) âm mưu; mưu đồ. **~하다** có âm mưu, có mưu đồ, có ý đồ. ¶ ～에 가담하다 có liên quan đến âm mưu; có dính líu đến âm mưu. ¶ ～자 kẻ bày mưu, kẻ chủ mưu.

음문(陰門) cửa âm hộ, cửa âm đạo.

음미(吟味) sự nếm, sự thử; sự thưởng thức (감상). **~하다** nếm, thử, thưởng thức.

음반(音盤) đĩa hát, đĩa nhạc; băng đĩa.

음복(飮福) ẩm phúc, thụ lộc. **~하다** thụ lộc, phát lộc, chia sẻ đồ cúng tế để hưởng phúc lộc.

음부(音符) ☞ **음표**.

음부(陰部) âm hộ, vùng kín, vùng xương mu.

음부(淫婦) ☞ **음녀(淫女)**.

음부기호(音部記號) 【ÂN】 ☞ **음자리표**.

음산(陰散) ～한 u ám, ảm đạm, tối tăm, lạnh lẽo. ¶ ～한 날씨 thời tiết u ám lạnh lẽo / ～한 묘지 mộ chí ảm đạm lạnh lẽo.

음색(音色) đặc trưng của âm thanh; âm sắc. ¶ ～이 좋다 âm sắc tốt, âm sắc hay.

음서(淫書) sách báo khiêu dâm; (총칭) ấn phẩm khiêu dâm.

음성(音聲) âm thanh; tiếng, giọng nói. ¶ ～기관 thanh quản / ～ 테스트 kiểm tra giọng nói / ～학 ngành âm thanh

ㅇ

học.

음성(陰性) ～의(적) tính tiêu cực; 【YH】 âm tính; (기질이) buồn bã, u ám; (거래 따위) giao dịch ngầm. ¶ ～ 수입 thu nhập ngầm, thu nhập bất hợp pháp / ～ 콜레라 bệnh dịch tả tiềm ẩn.

음소(音素) âm tố, âm vị.

음속(音速) tốc độ âm thanh. ¶ ～ 이하의 dưới tốc độ âm thanh / ～의 3배로 gấp ba tốc độ âm thanh / ～(의 벽)을 돌파하다 đột phá (bức tường) âm thanh. ¶ 초～ siêu âm tốc; siêu tốc độ.

음수(陰數) số âm.

음순(陰脣) âm môi.

음습(陰濕) ～한 tối tăm và ẩm thấp, tối tăm và lạnh lẽo.

음식(飮食) thực phẩm, thức ăn, món ăn. ¶ ～에 손도 대지 않다 không sờ vào thức ăn / ～을 절제하다 tiết chế thức ăn, ăn uống điều độ. ¶ ～점 hiệu ăn, tiệm ăn; nhà hàng / 명절 ～ món ăn ngày lễ tết.

음신(音信) tin tức; thư từ liên lạc.

음심(淫心) ham muốn nhục dục, ham muốn xác thịt.

음악(音樂) âm nhạc. ～적 tính âm nhạc; tính du dương, tính êm ái. ¶ ～을 이해하다 hiểu âm nhạc. ¶ ～가 nhạc sỹ, nhà soạn nhạc / ～계 giới âm nhạc; giới nhạc sĩ / ～당 nhà hát; sân khấu âm nhạc ngoài trời (야외의) / ～ 영화 phim âm nhạc / ～회 buổi biểu diễn âm nhạc (독주, 독창회) / 고전 ～ âm nhạc cổ điển / 교회 ～ nhạc nhà thờ, thánh ca.

음양(陰陽) (음과 양) âm dương; (남성과 여성) giống đực và giống cái; (전기·자기) âm và dương; (태양과 달) mặt trời và mặt trăng; (그늘과 양지) bóng tối và ánh sáng. ¶ ～가 thầy bói âm dương / ～오행설 thuyết âm dương ngũ hành.

음역(音域) 【ÂN】 âm vực. ¶ ～이 넓다 âm vực rộng.

음역(音譯) sự chuyển âm; sự chuyển tự; sự chuyển thể. **~하다** chuyển âm; chuyển tự; chuyển thể.

음영(吟詠) **~하다** ngâm thơ

음영(陰影) hình bóng; bóng râm.

음욕(淫慾) ham muốn nhục dục. ¶ ～을 채우다 thoả mãn ham muốn nhục dục.

음용(飮用) ～의 thuộc loại dùng để uống (마실수 있는). ¶ ～수 nước dùng để uống, nước uống.

음운(音韻) ngữ âm; âm vận. ¶ ～학 ngữ âm học / ～학자 nhà nghiên cứu ngữ âm.

음울(陰鬱) ～한 tối tăm lạnh lẽo; buồn thảm, buồn rầu; rầu rĩ; thê lương.

음위(陰痿) bệnh liệt dương. ～의 thuộc bệnh liệt dương.

음자리표(音-標) 【ÂN】 khóa nhạc.

음전(音栓) (풍금의) các nốt trên đàn ống để đổi âm sắc.

음전기(陰電氣) điện âm.

음전(陰電子) phân tử có điện tích âm.

음전하다 (우아하다) dịu dàng, nhã nhặn, hòa nhã; (점잖다) đứng đắn, nghiêm trang, đoan trang.

음절(音節) âm tiết. ～의 thuộc âm tiết. ¶ ～로 나누다 chia thành các âm tiết. ¶ 단 [2, 3]～어 từ đơn [2, 3] âm tiết.

음정(音程) cung, âm quãng. ¶ 반～ nửa cung.

음조(音調) âm điệu; âm sắc (음색); giai điệu (고운); thanh điệu, vần điệu (운율).

음주(飮酒) sự uống rượu. **~하다** uống rượu, uống rượu bia. ¶ ～가 người uống rượu / 대～가 người nát rượu

/ ~벽 tật uống rượu / ~ 운전 lái xe trong lúc say rượu / ~ 운전자 người lái xe trong lúc say / ~탐지기 máy kiểm tra nồng độ rượu của người lái xe.

음지(陰地) ☞ **응달**. ¶ ~가 양지된다 【TNg】 âm chuyển thành dương, mọi sự đều thay đổi.

음질(音質) chất lượng âm thanh. ¶ ~조정기 máy điều chỉnh chất lượng âm thanh.

음차(音叉) âm thoa.

음충맞다 ☞ **음충하다**.

음충하다 tinh quái, xảo trá; mưu mẹo; lừa lọc.

음치(音癡) sự thiếu khả năng âm nhạc. ¶ ~이다 không có khiếu âm nhạc.

음침(陰沈) ~한 tối tăm; ảm đạm; buồn rầu, âu sầu, rầu rĩ.

음탕(淫蕩) ~한 dâm đãng, trụy lạc, phóng đãng. ¶ ~한 계집 người đàn bà trác táng.

음파(音波) sóng âm. ¶ ~ 탐지기 máy dò sóng âm; máy định vị dưới nước (수중의).

음표(音標) 【ÂN】 nốt nhạc. ¶ 2 [4, 8, 16, 32]분~ nốt nhạc nhịp 2 [4, 8, 16, 32].

음표문자(音標文字) kí tự phiên âm. ¶ 만국 ~ (국제음성문자) kí tự phiên âm quốc tế (IPA).

음해(陰害) **~하다** làm hại ngấm ngầm, phá hoại ngấm ngầm.

음핵(陰核) 【GP】 âm vật.

음향(音響) âm hưởng, âm thanh; tiếng vọng (소음). ¶ ~ 조절 điều chỉnh âm thanh / ~학 ngành âm hưởng học / ~효과 hiệu quả của âm hưởng (음악의).

음험(陰險) ~한 nham hiểm, thâm hiểm, xảo quyệt, quỷ quyệt.

음화(陰畵) âm bản.

음훈(音訓) âm và nghĩa của chữ Hán.

음흉(陰凶) ~한 xảo quyệt, quỷ quyệt; giảo hoạt (교활); xảo trá, tinh quái.

읍(邑) thị trấn. ¶ ~사무소 văn phòng ủy ban thị trấn.

읍민(邑民) dân thị trấn.

읍소(泣訴) **~하다** van xin khóc lóc.

읍장(邑長) chủ tịch uỷ ban thị trấn.

읍지(邑誌) lịch sử của thị trấn.

읍하다(揖-) cúi đầu chào một cách trịnh trọng.

응 (긍정) ừ; đúng rồi!, OK! ¶ ~ 꼭 갈께 ừ, chắc chắn sẽ đi.

응결(凝結) sự đông lại (피 따위의). **~하다** đông lại (우유 따위); đóng băng, đóng đá (동결). ¶ ~물 chất đông lại / ~시간 thời gian hóa đông / ~점 điểm đông, nhiệt độ đông.

응고(凝固) (고체화) sự đặc lại; (응결) sự đông lại (피 따위의); (응축) sự rắn lại. **~하다** đặc lại, đông lại, rắn lại. ¶ ~제 chất gây đông.

응급(應急) ~의 thuộc tình hình khẩn cấp, thuộc dạng tạm thời (임시). ¶ ~ 수리 xử lý khẩn cấp / ~조치 sửa chữa khẩn cấp, xử lý khẩn cấp / ~치료하다 điều trị khẩn cấp.

응낙(應諾) sự đồng ý, sự ưng thuận, sự chấp nhận. **~하다** đồng ý, ưng thuận, chấp nhận. ¶ 즉석에서 ~ 하다 đồng ý ngay tại chỗ.

응달 bóng mát; bóng râm. ¶ ~에서 dưới bóng râm / ~이 지다 có bóng râm.

응답(應答) sự trả lời; sự đáp lại. **~하다** trả lời, đáp lại. ¶ ~자 người trả lời, người đáp lời / 질의 ~ sự hỏi đáp.

응당(應當) ☞ **으레**, **마땅히**.

응대(應對) ❶ (응답) sự trả lời; sự ứng đáp. **~하다** trả lời; ứng đáp. ❷ (면담) cuộc phỏng vấn. **~하다** phỏng vấn.

ㅇ

❸ (응접) sự gặp gỡ. ~하다 gặp gỡ, gặp mặt.

응등그리다 co lại, rút lại, cuộn lại.

응모(應募) (예약) sự đặt trước; sự đăng kí; (지원) sự xin, sự đề nghị; (참가) sự tham dự; (광고에) sự ứng phó. ~하다 đặt trước; đăng kí; xin. ¶ ~가격(액) giá đặt trước, tiền đăng kí / ~신청 xin đăng kí, xin tham dự / ~ 원고 đơn đề nghị, hồ sơ xin đăng ký. ¶ ~자 người đăng kí.

응보(應報) sự báo ứng, sự quả báo.

응분(應分) ~의 thuộc dạng thích hợp, thuộc dạng hợp lý; (분수에 맞는) vừa vặn, thích hợp, thích đáng. ¶ ~의 대우 đối đãi thích đáng.

응사(應射) sự bắn trả. ~하다 bắn lại, bắn trả.

응석 ¶ ~받다 nuông chiều; chiều theo / ~부리다 nhõng nhẽo / ~받이로 기르다 nuôi nấng nuông chiều.

응소(應召) ~하다 đáp lời kêu gọi trieu tap. ¶ ~자 [병] người [lính quân dịch] được triệu tập.

응수(應手) ~하다 (바둑 따위에서) ra tay đối phó.

응수(應酬) (대답) trả lời, ứng đáp, đáp lại; (주고 받음) đáp trả; (답례) đáp lễ, trả lễ. ~하다 trả lời, ứng đáp; đáp trả; đáp lễ.

응시(凝視) ~하다 nhìn chằm chằm.

응시(應試) ~하다 dự thi. ¶ ~자 người dự thi, thí sinh.

응아응아 oa oa; hu hu. ¶ ~ 울다 khóc oa oa; khóc hu hu.

응어리 cục cứng, khối u, cái bướu, tì vết (맺힌 감정).

응얼거리다 thì thầm, thì thào; lẩm bẩm, lẩm nhẩm.

응용(應用) sự ứng dụng, sự đưa vào sử dụng trong thực tế; (적용) sự áp dụng; (이용) sự sử dụng. ~하다 ứng dụng, sử dụng, áp dụng. ¶ ~적 tính ứng dụng / ~할 수 있는[없는] có thể [không thể] ứng dụng / ~범위가 넓은 phạm vi ứng dụng rộng rãi / ~ 과학[화학] khoa học [hóa học] ứng dụng / ~문제 vấn đề ứng dụng / ~식물학 thực vật học ứng dụng.

응원(應援) (원조) sự ủng hộ, sự giúp đỡ, sự chi viện (지원병); (성원) sự cổ vũ, sự khích lệ. ~하다 ủng hộ; giúp đỡ, chi viện, cổ vũ, khích lệ / ~가[기] bài hát [cờ] cổ vũ / ~단 đoàn cổ động viên / ~단장 trưởng đoàn cổ động viên.

응응 ¶ ~울다 khóc hu hu; khóc lu loa.

응전(應戰) ~하다 đánh trả; ứng chiến.

응접(應接) sự tiếp đón. ~하다 tiếp đón; gặp mặt. ¶ ~실 phòng tiếp đón; phòng tiếp khách / ~실로 안내하다 dẫn sang phòng tiếp khách.

응집(凝集) ~하다 cố kết, kết dính, gắn kết. ¶ ~력 lực cố kết / ~력이 있는 có lực cố kết / ~소 [YH] chất kết dính.

응징(膺懲) sự trừng trị, sự trừng phạt. ~하다 trừng trị, trừng phạt.

응축(凝縮) sự cô đặc, sự ngưng tụ. ~하다 cô đặc, ngưng tụ / ~기(器) bộ ngưng tụ.

응하다(應-) (응답하다) đáp trả, trả lời; (응낙) chấp thuận, ưng thuận, đồng ý; (필요·수요에) đáp ứng; chiều theo; làm thỏa mãn; (모집에) dự thi, xin dự thi. ¶ …에 응하여서 đáp ứng … / 도전에 ~ đối phó với sự phản kháng / 주문에 ~ đáp ứng yêu cầu đặt hàng / 초대에 ~ nhận lời mời.

응혈(凝血) cục máu đông, sự đông máu. ~하다 đông máu.

의 (소유·소속) của, thuộc về; (장소) tại,

ㅇ

trên, ở; (…에 대한) đối với; (…에 관한) liên quan tới; (…에 의한) dựa vào; (사이의) giữa. ¶ 아버지~ 모자 cái mũ của bố / 상자~ 빛깔 màu sắc của hộp / 총리~ 비서 thư kí của thủ tướng / 서울~ 여름 mùa hè ở Seoul / 강변~ 집 ngôi nhà trên bờ sông / 지난달~ 계산서 giấy tờ thanh toán của tháng trước / 생물학~ 권위 sức mạnh của ngành sinh vật học / 고흐~ 그림 tranh của Van Gogh / 두 사람~ 관계 quan hệ giữa hai người.

의(義) (정의) chính nghĩa; (결연) mối quan hệ, tình hữu nghị; (뜻) ý nghĩa. ¶ ~를 위하여 죽다 chết vì chính nghĩa.

의(誼) mối quan hệ; tình hữu nghị (교제 관계). ¶ ~좋은 부부 đôi vợ chồng có quan hệ tốt / ~좋게 quan hệ một cách tốt đẹp / ~가 좋다 mối quan hệ tốt đẹp / ~가 상하다 mối quan hệ bị sứt mẻ.

의거(依據) **~하다** (근거) dựa vào; căn cứ vào; (의존) dựa vào, phụ thuộc vào. ¶ …에 ~하여 phụ thuộc vào ….

의거(義擧) chiến tích anh hùng; cử chỉ nghĩa hiệp, nghĩa cử (의협적인).

의걸이(衣-) mắc áo. ¶ ~장(欌) = 의걸이.

의견(意見) ý kiến; quan điểm; lập trường. ¶ ~의 대립 [충돌] sự đối lập [xung đột] ý kiến / 내 ~으로는 theo ý kiến của tôi / ~이 같다 quan điểm giống nhau / ~이 다르다 lập trường khác nhau, ý kiến khác nhau, quan điểm khác nhau / ~교환을 하다 trao đổi ý kiến.

의결(議決) (결정) nghị quyết, quyết định; (통과) nghị quyết thông qua. **~하다** quyết định, đưa ra nghị quyết. ¶ ~권(權) quyền bỏ phiếu quyết định / ~기관 cơ quan lập pháp.

의고(擬古) giả cổ, mô phỏng đồ cổ. ~적 tính giả cổ.

의곡(歪曲) ☞ **왜곡**.

의과(醫科) y khoa. ¶ ~대학 trường đại học y / ~대학생 sinh viên trường y.

의관(衣冠) quần áo mũ nón, lễ phục. ¶ ~을 갖추다 mặc lễ phục.

의구(依舊) **~하다** y nguyên, như xưa.

의구심(疑懼心) mối nghi ngờ; sự lo lắng. ¶ ~을 품다 ôm mối nghi ngờ; ôm mối lo lắng.

의기(意氣) ý chí; khí thế; lòng nhiệt huyết. ¶ ~ 양양한 bừng bừng nhiệt huyết / ~ 왕성 [소침]하다 khí thế mạnh mẽ [yếu đi] / ~상투하다 hiểu ý và giúp đỡ nhau, ý chí tương thông.

의기(義氣) (의협심) nghĩa hiệp, sự hào hiệp; (공공심) nghĩa khí. ¶ ~있는 có nghĩa khí; có sự hào hiệp, có nghĩa hiệp.

의논(議論) sự bàn bạc, sự trao đổi. **~하다** bàn bạc, trao đổi, bàn luận.

의당(宜當) sự đương nhiên, sự tất nhiên, sự tất yếu, sự tự nhiên. **~하다** đương nhiên, tất yếu, tất nhiên. ¶ ~ …해야 하다 tất nhiên phải … / ~ 받을 것을 받다 nhận cái đương nhiên được nhận.

의도(意圖) ý đồ, mưu kế; dự định. **~하다** có ý đồ, có mưu kế; có dự định. ¶ …할 ~로 với ý đồ làm …; với dự định làm….

의례(依例) **~하다** lịch thiệp; đúng lễ nghi; làm theo lệ thường. ¶ ~히 ☞ **으레**.

의례(儀禮) nghi lễ; phép tắc; phong tục. ~적 tính nghi lễ, tính phong tục. ¶ 외교적 ~ phép tắc ngoại giao / ~적 방문 thăm viếng mang tính chất nghi lễ, thăm viếng ngoại giao. ¶ 가정~준칙 tiêu chuẩn quy tắc của lễ nghi gia đình.

의론(議論) sự bàn bạc (논의); sự thảo luận (토론); sự tranh luận (논쟁). **~하다** bàn bạc; thảo luận; tranh luận.

의롭다(義-) (바르다) ngay thẳng, chính trực; công bằng; (의기가 있다) nghĩa khí; hào hiệp.

의뢰(依賴) ❶ (부탁) sự nhờ cậy, sự thỉnh cầu; (위탁) sự ủy thác, sự ủy quyền. **~하다** nhờ cậy, thỉnh cầu; (위임) ủy quyền, ủy thác, ủy nhiệm. ¶ 변호사에게 ～하다 ủy quyền cho luật sư. ¶ ～서(장) giấy ủy quyền (기관, 의사) / ～인 (변호사 등의) người ủy quyền; thân chủ. ❷ (의지) sự phụ thuộc. ～하다 dựa vào, phụ thuộc vào. ¶ ～심 tính dựa dẫm, tính phụ thuộc.

의료(醫療) y học; y tế. ¶ ～기관 cơ quan y tế / ～기구 tổ chức y tế / ～반(班) bộ phận y tế / ～보험 bảo hiểm y tế / ～비 chi phí cho y tế / ～수가 chi phí khám chữa bệnh / ～시설 thiết bị y tế / ～품 sản phẩm y tế, đồ y tế / ～실 phòng y tế / ～혜택 phúc lợi y tế.

ㅇ

의류(衣類) quần áo; trang phục.

의리(義理) ❶ (바른 도리) đạo lý, nghĩa lý; (의무) bổn phận; nghĩa vụ; (신의) sự trung thành. ¶ ～가 있다 có nghĩa lý; có lòng trung thành / ～가 없다 không có nghĩa lý, không có lòng trung thành. ❷ (서로 사귀는 관계) quan hệ; tình nghĩa. ¶ 친구간의 ～ tình nghĩa bạn bè.

의모(義母) ☞ **의붓어미, 양어머니.**

의무(義務) nhiệm vụ, nghĩa vụ, bổn phận, trách nhiệm. ～적 tính chất nghĩa vụ, tính trách nhiệm. ¶ …할 ～가 있다 có nghĩa vụ làm … / ～를 게을리 하다 sao nhãng nhiệm vụ. ¶ ～감 [관념] tinh thần [quan niệm] trách nhiệm / ～교육 giáo dục bắt buộc / ～연한 thời hạn nghĩa vụ.

의무(醫務) y vụ. ¶ ～실 phòng y vụ.

의문(疑問) sự nghi ngờ, sự ngờ vực, sự thắc mắc. ～의 thuộc sự hoài nghi, thuộc sự nghi ngờ. ¶ ～의 죽음 cái chết đáng ngờ / ～을 품다 ôm mối nghi ngờ / ～의 여지가 없다 không có căn cứ gì để nghi ngờ. ¶ ～문 [대명사] [NNH] câu [đại từ] nghi vấn / ～부호 dấu chấm hỏi / ～사(詞) từ nghi vấn / ～점 điểm đáng ngờ, điều đáng ngờ.

의뭉스럽다 ranh mãnh, tinh khôn, láu cá.

의미(意味) (의의) nghĩa, ý nghĩa; (취지) nội dung. **~하다** hàm ý, ngụ ý; có nội dung. ¶ ～있는 có ý nghĩa / ～없는 không có ý nghĩa, không có nội dung / ～를 잘못 해석하다 giải thích sai ý nghĩa.

의법(依法) ¶ ～처리하다 xử lý đúng như pháp luật quy định / ～처단 trừng trị theo pháp luật.

의병(義兵) (의용군) nghĩa binh.

의복(衣服) y phục.

의부(義父) ☞ **의붓아비, 양아버지.**

의분(義憤) sự phẫn nộ vì chính nghĩa. ¶ ～을 느끼다 phẫn nộ trước bất công, nổi giận vì chính nghĩa.

의붓딸 con gái ghẻ.

의붓아들 con trai ghẻ.

의붓아비 bố ghẻ.

의붓어미 mẹ ghẻ.

의붓자식(-子息) con ghẻ, con của vợ hoặc chồng không phải con đẻ.

의사(義士) nghĩa sỹ; liệt sĩ.

의사(意思) (의향) dự định, kế hoạch; (생각) ý định, ý đồ; (의견) ý kiến, suy nghĩ. ¶ ～표시(를 하다) thể hiện ý đồ; bày tỏ ý định; thổ lộ kế hoạch / ～소통이 되다 hiểu ý nhau / ～가

없다 không có ý định gì; không có ý kiến gì, không có suy nghĩ gì.

의사(疑似) ～증[환자] triệu chứng [bệnh nhân có triệu chứng] đáng nghi ngờ / ～ 콜레라 nghi ngờ chứng bệnh cholera.

의사(醫師) bác sĩ; thầy thuốc; nhà phẫu thuật (외과); nghề y. ¶ ～ 노릇을 하고 있다 đang hành nghề bác sĩ / ～의 치료를 받다 được bác sĩ chữa bệnh / ～의 진찰을 받다 được bác sĩ khám bệnh. ¶ ～ 면허 giấy phép hành nghề bác sĩ / 단골 ～ bác sĩ quen.

의사(議事) họp bàn, thảo luận; nghị sự. ¶ ～당 hội trường / 국회 ～당 hội trường quốc hội / ～록 biên bản nghị sự; biên bản cuộc họp / ～봉 cái búa dùng khi thông qua nghị sự / ～ 일정 lịch họp, chương trình nghị sự / ～ 진행 tiến hành nghị sự / ～ 진행 방해 ngăn cản tiến hành nghị sự.

의상(衣裳) trang phục biểu diễn (연극 등의).

의생(醫生) bác sĩ Đông y, thầy thuốc đông y.

의서(醫書) sách y khoa.

의석(議席) chỗ ngồi trong cuộc họp (국회의). ¶ ～을 보유하다 có ghế trong quốc hội.

의성(擬聲) sự tượng thanh. ¶ ～어 từ tượng thanh.

의수(義手) tay giả.

의술(醫術) y học; y thuật; ～의 thuộc về y thuật, thuộc về y học. ¶ ～을 업으로 하다 làm nghề y.

의식(衣食) quần áo và lương thực; cơm ăn áo mặc; kế sinh nhai (생계); ～주(住) mặc, ăn, ở; nhu yếu phẩm.

의식(意識) ý thức; sự nhận thức. **~하다** ý thức; nhận thức. ¶ ～불명 không tỉnh táo / ～적(으로) (bằng) tính nhận thức / ～을 잃다 mất ý thức, mất trí / ～을 회복하다(되찾다) phục hồi ý thức, tỉnh táo lại.

의식(儀式) nghi lễ, nghi thức; (종교상의) nghi lễ tôn giáo.

의심 (의혹) sự nghi hoặc, sự ngờ vực, sự nghi ngờ; (의문) sự nghi vấn, sự thắc mắc; (혐의) sự tình nghi. **~하다** nghi ngờ, ngờ vực; nghi vấn; tình nghi. ¶ ～스러운 đáng ngờ / ～없는 không nghi ngờ / ～없이 một cách không nghi ngờ, một cách tin tưởng / ～이 많은 hay nghi ngờ, hay thắc mắc / ～을 품다 ôm mối nghi ngờ / ～이 생기다(나다) nẩy sinh sự ngờ vực / ～받다 bị nghi ngờ; bị tình nghi.

의아 sự hoài nghi, sự ngờ vực, sự nghi ngờ. **~하다**(스럽다) đáng nghi, đáng ngờ. ¶ ～스러운 듯이 có vẻ đáng ngờ.

의안(義眼) mắt giả.

의안(議案) dự luật; dự thảo. ¶ ～에 찬성[반대] 하다 tán thành [phản đối] dự luật / ～을 제출하다 đề xuất dự luật / ～을 부결하다 [통과시키다] bác bỏ, phủ quyết [thông qua] dự luật.

의약(醫藥) y dược. ¶ ～분업 phân chia việc khám bệnh ở bệnh viện và mua thuốc ở quầy thuốc / ～품 thuốc men; sản phẩm y dược.

의업(醫業) ngành y.

의역(意譯) sự dịch ý. **~하다** dịch ý.

의연(依然) ～히 một cách y nguyên; một cách không thay đổi. ¶ 구태 ～하다 trạng thái cũ vẫn y nguyên.

의연 ¶ ～금 tiền quyên góp.

의연히(毅然-) một cách dũng cảm, một cách đàng hoàng.

의예과(醫豫科) khoa y dự bị.

의옥(疑獄) vụ tai tiếng, vụ bê bối.

의외(意外) ～의 (뜻밖) ngoài dự kiến; ngoài tưởng tượng; (우연) sự ngẫu nhiên; (놀라운) sự bất ngờ. ¶ ～로 ngoài dự kiến; bất ngờ rằng / ～의 일 việc ngoài dự kiến; việc bất ngờ / ～로 빨리 nhanh hơn dự kiến / ～로 여기다 xem như ngoài dự kiến.

의욕(意慾) ý chí, hoài bão, sự ham muốn, sự khao khát. ～적 tính chất ham muốn. ¶ …에 대한 ～이 강하다 có ý chí mạnh mẽ cho việc … / ～적인 작품 tác phẩm đầy hoài bão.

의용(義勇) sự tình nguyện. ¶ ～병[군] lính [quân] tình nguyện.

의용(儀容) dáng điệu; vẻ bề ngoài.

의원(依願) ¶ ～면직 miễn nhiệm theo ý muốn.

의원(醫院) phòng khám. ¶ 이～ phòng khám của bác sỹ Lee.

의원(醫員) người làm ngành y; nhân viên y tế.

의원(議院) nghị viện. ¶ ～ 내각제 chế độ nội các nghị viện.

의원(議員) nghị sỹ; thành viên chính phủ; (국회의원) đại biểu quốc hội, nghị viên quốc hội; nghị viên (Anh); nghị sỹ (Mỹ). ¶ 김～ ngài nghị viên quốc hội Kim / ～으로 당선되다 được bầu làm nghị sỹ, được bầu làm đại biểu quốc hội.

의의(意義) nghĩa, nội dung, ý nghĩa. ¶ ～있는 có nội dung, có ý nghĩa.

의인(擬人) con người hình tượng; sự nhân cách hóa. ¶ ～화 하다 nhân cách hóa. ¶ ～법 【NNH】 phép nhân cách hoá.

의자(椅子) ghế. ¶ 긴～ ghế dài, ghế băng; tràng kỷ / ～에 앉다 ngồi lên ghế (착석) / ～를 권하다 mời ngồi xuống ghế.

의장(衣欌) tủ quần áo.

의장(意匠) mẫu mã; sự thiết kế mẫu mã. ¶ ～가 người thiết kế mẫu / ～등록 đăng kí mẫu mã.

의장(議長) người chủ tọa (회의); (의회) chủ tịch quốc hội; nghị trưởng; ¶ 국회～이 되다 trở thành chủ tịch quốc hội / ～(직)을 맡아보다 nhận chức nghị trưởng. ¶ ～직권 chức quyền chủ tịch quốc hội.

의장(議場) hội trường; tòa nhà quốc hội (의회).

의장대(儀仗隊) đội cận vệ.

의적(義賊) kẻ cướp nghĩa hiệp.

의전(儀典) nghi lễ; nghi thức; lễ tân ngoại giao (외교상의). ¶ ～비서 thư kí lễ tân / ～실 phòng lễ tân.

의절(義絶) **~하다** (절교) tuyệt giao, đoạn tuyệt.

의젓하다 chững chạc; đứng đắn; đĩnh đạc. ¶ 의젓하게 처신하다 cư xử đứng đắn.

의정(議定) **~하다** thỏa thuận; đồng ý. ¶ ～서 nghị định thư.

의제(義弟) anh em kết nghĩa.

의제(議題) chủ đề thảo luận; chương trình nghị sự (전체로서의). ¶ ～에 오르다(올리다) đưa vào chủ đề thảo luận; đưa vào chương trình nghị sự.

의족(義足) chân giả.

의존(依存) sự nương tựa vào, sự dựa vào, sự tồn tại phụ thuộc. **~하다** tồn tại phụ thuộc. ¶ 상호 ～ sự tồn tại phụ thuộc lẫn nhau.

의중(意中) trong lòng. ¶ ～의 인물 người trong lòng / 누구의 ～을 떠보다 thử ai đang nghĩ gì.

의지(依支) (기댐) sự dựa vào, tựa vào; (의뢰) sự nhờ cậy, sự trông cậy, sự phó thác. **~하다** trông đợi; nhờ cậy, trông cậy; giúp đỡ. ¶ ～할 만한 친구 người bạn đáng trông cậy / ～할 곳이

없는 không có nơi nhờ cậy / ～가 되다 trở thành chỗ dựa.

의지 ý chí, nghị lực. ¶ ～가 강하다 ý chí mạnh mẽ / ～가 약하다 ý chí yếu ớt / ～가 강한 사람 người có ý chí mạnh mẽ. ¶ ～력 sức mạnh ý chí.

의지(義脂) chân tay giả.

의지가지없다 không nơi nương tựa.

의처증(疑妻症) chứng ghen tuông, hội chứng nghi ngờ sự trong trắng của vợ.

의초 tình cảm giữa anh trai và em gái.

의취(意趣) khuynh hướng, xu hướng, thiên hướng, ý thích.

의치(義齒) răng giả; bộ răng giả (한벌의).

의탁(依託) **~하다** nương tựa, nhờ cậy, trông cậy, nhờ vả. ¶ ～할 곳 없다 không có nơi nhờ cậy.

의태(擬態) sự nhái, sự bắt chước. ¶ ～어 【NNH】 từ bắt chước.

의표 ¶ ～를 찌르다 làm người khác ngạc nhiên bằng việc đụng chạm vào cái ngoài dự kiến.

의하다(依-) (의거) tùy thuộc vào, dựa vào; (근거·기초) căn cứ vào, trên cơ sở. ¶ …에 의하여 dựa vào …; bằng phương tiện … (수단) / 형법 제 1 조에 의하여 dựa vào điều 1 luật hình sự.

의학(醫學) y học. ¶ ～적(으로) về mặt y học / ～계 giới y học / ～도 (실습생) người thực hành (sinh viên thực tập) y học / ～ 박사 tiến sĩ y khoa / ～부(部) khoa y / ～사 cử nhân y khoa

의향(意向) ý hướng, ý định, dự định. ¶ ～이 있다 có ý định, có ý hướng / ～을 비치다 thể hiện ý định, gợi ý.

의협(義俠) sự nghĩa hiệp, sự hào hiệp. ～심 tinh thần nghĩa hiệp, lòng hào hiệp.

의형제(義兄弟) anh em kết nghĩa. ¶ ～를 맺다 kết nghĩa anh em.

의혹(疑惑) (의심) sự nghi hoặc, sự ngờ vực, sự hoài nghi. ¶ ～를 품다 ôm mối ngờ vực / ～의 눈으로 보다 nhìn với con mắt ngờ vực.

의회(議會) nghị viện, quốc hội. ¶ ～를 해산하다 giải tán quốc hội. ¶ ～민주주의 chủ nghĩa dân chủ theo chế độ nghị viện / ～정치 chính trị nghị viện / 상원 thượng nghị viện / 하원 hạ nghị viện.

이[1] ❶ (동물·톱 따위의) răng, nanh; (톱니 바퀴의) răng cưa. ¶ ～의 thuộc về răng / ～없는 không có răng / ～를 닦다 đánh răng / ～가 나다 mọc răng / ～를 빼다 nhổ răng (사역) / ～를 쑤시다 xỉa răng / ～가 좋다 [나쁘다] răng đẹp [xấu] / ～가 아프다 đau răng / ～에서 신물이 나다 nước miếng chảy ra từ răng; nhạt nhẽo như nước miếng, chán ngắt (비유). ❷ (그릇 따위의) ¶ ～ 빠진 그릇 bát sứt.

이[2] (蝨) chấy, rận. ¶ ～가 꾀다 chấy rận bâu vào / ～ 잡듯 하다 làm như đang bắt chấy rận.

이[3] (지시사) này; thế này; hiện nay; bây giờ. ¶ ～달 tháng này / ～같은 giống như thế này / ～같이 giống như hiện nay.

이(利) ❶ (이윤) lợi ích, lợi nhuận, lãi (유익); (편익) sự thuận tiện, sự tiện nghi. ¶ ～가 있는 có lãi, có lợi nhuận / ～를 보다 được lãi / ～가 박하다 lợi nhuận ít ỏi. ❷ (이자) lãi suất.

이(里) ❶ (거리) lý, dặm (khoảng 0.4 km). ❷ (행정구역) xã.

이(理) (도리) lẽ phải, đạo lý; (이치) lý trí; sự đúng đắn. ¶ ～에 닿지 않는 말을 하다 nói lời không hợp với đạo lý, nói không đúng.

이(二) hai; thứ hai (제 2).

이가(二價) ~의 【HH】 thuộc hóa trị hai. ¶ ~원소 nguyên tố hóa trị hai.

이간(離間) sự chia cách, sự tách biệt, sự ly gián. **~하다**(붙이다) chia cách, tách biệt, ly gián (이간질). ¶ ~책(策) sách lược ly gián; âm mưu chia cách.

이갈다 nghiến răng.

이것 ❶ (지시) cái này. ¶ ~으로 bằng cái này. ❷ (부를 때) ¶ ~ 좀 봐 này, xem này! này, đây này!

이것저것 cái này cái nọ, cái này cái kia; nhiều thứ, nhiều loại. ¶ ~ 생각한 끝에 sau khi đã suy nghĩ nhiều mặt.

이견(異見) ý kiến trái ngược nhau, ý kiến bất đồng; (이의) sự chống đối, sự phản đối.

이겹실 chỉ đôi.

이경(二更) canh hai của đêm (từ 9 giờ đến 11 giờ đêm).

이골나다 quen thuộc, thành thục, rành. ¶ 일에 ~ rành việc.

이곳 nơi này, nơi đây. ¶ ~에(서) ở nơi này, ở nơi đây / ~으로부터 từ nơi này, từ nơi đây.

이공(理工) khoa học công nghệ. ¶ ~계 ngành khoa học công nghệ / ~과(학부) khoa kỹ thuật công nghệ.

이과(理科) khoa học tự nhiên; ngành khoa học tự nhiên (학과, 학부).

이관(移管) sự chuyển giao quyền quản lý. **~하다** chuyển giao quyền quản lý. ¶ 관할구역을 ~하다 chuyển giao khu vực quản lý.

이교(異教) tà giáo; dị giáo (이단). ~의 thuộc về tà giáo. ¶ ~도 tín đồ tà giáo, tín đồ dị giáo.

이구동성(異口同聲) ~으로 bằng hai miệng một lời, bằng sự đồng tình nhất trí.

이국(異國) nước khác, nước ngoài. ~의 thuộc về nước ngoài (이국적). ¶ ~인 người nước ngoài / ~ 정취 bầu không khí đẹp kỳ lạ (như nước ngoài).

이군(二軍) 【BC】 quân hạng hai. ¶ ~선수 tuyển thủ hạng nhì.

이궁(離宮) (별궁) lâu đài riêng biệt.

이권(利權) (권익) quyền lợi; (채굴·사용 따위의) quyền sử dụng, khai thác. ¶ ~운동 phong trào đòi quyền lợi / ~운동자 người hoạt động phong trào đòi quyền lợi.

이글이글 ¶ ~하다 bừng bừng, phừng phừng; rừng rực, hừng hực (얼굴 등). ¶ ~ 타는 불 lửa cháy rừng rực / 정욕으로 ~ 불타는 눈 con mắt ánh lên sự ham muốn hừng hực / 숯불이 ~ 피다 than củi cháy rừng rực.

이기(利己) sự ích kỷ, sự tư lợi. ~적 tính ích kỷ, tính tư lợi. ¶ ~심 lòng ích kỷ, lòng tham lam / ~주의 chủ nghĩa vị kỷ / ~주의자 người theo chủ nghĩa vị kỷ.

이기(利器) (편리한 것) sự tiện ích; sự tiện nghi; sự tiện lợi. ¶ 문명의 ~ sự tiện ích của văn minh.

이기다[1] (승리) chiến thắng; dành thắng lợi; (정복) chinh phục. ¶ 논쟁에 ~ chiến thắng trong cuộc tranh luận / 자기를 ~ chiến thắng chính mình / 겨우 ~ vừa đủ để chiến thắng /어려움을 이겨내다 vượt qua (khắc phục) gian khó.

이기다[2] ❶ (반죽) nhào, trộn. ❷ (칼로) băm nhỏ, giã nhỏ.

이기죽거리다 phê bình thái quá; bình luận thái quá.

이까짓 vớ vẩn; phù phiếm; không đáng kể (nhỏ, bé, ít). ¶ ~ 것 điều vớ vẩn, điều không đáng kể.

이끌다 hướng dẫn, dẫn dắt, chỉ dẫn; (지휘) lãnh đạo, chỉ đạo, chỉ huy.

이끌리다 bị dẫn, bị kéo, bị lôi. ¶ 이끌리어 가다 bị dẫn đi, bị kéo đi, bị lôi đi.

이끼 【TV】 rêu (바위옷); thực vật dạng rêu (우산이끼). ¶ ~가 끼다 rêu bám, rêu phủ / ~낀 phủ rêu, bám rêu, rêu phong.

이끼나 (놀랄 때) ối! ối giời!, trời ơi!; trời đất ơi!.

이나 ❶ (그러나) tuy vậy, tuy thế, nhưng mà; (한편) trong khi như thế nhưng mà. ❷ (정도) những, tận. ¶ 다섯 번~ những năm lần. ❸ (선택) hay là, hoặc là.

이나마 ☞ …나마.

이날 ❶ (오늘) ngày này. ¶ 작년 [내년]의 ~ ngày này năm ngoái [năm sau]. ❷ (당일) hôm nay, ngày hôm nay.

이날저날 ngày này ngày nọ; sự lần lữa (차일피일).

이남(以南) phía Nam; (38선 이남) phía Nam vĩ tuyến 38, Nam Hàn.

이남박 bát vo gạo.

이내(以內) trong vòng, trong phạm vi. ¶ 50.000원 ~의 금액 khoản tiền trong vòng 50.000 won.

이내 (곧) ngay lập tức, ngay tức khắc, chẳng mấy chốc.

이냥 như thế này.

이네(들) người này, những người này.

이년(二年) năm thứ hai. ¶ ~생(生) sinh viên năm thứ hai; (고교의) học sinh năm thứ hai cấp ba (lớp 11).

이념(理念) ý niệm; tư tưởng. ¶ ~적(으로) tính tư tưởng. ¶ ~ 분쟁 đấu tranh tư tưởng.

이노베이션 【Anh】 sự cải cách, cuộc cải cách; sự đổi mới, sự cách tân.

이놈 thằng này, gã này, lão này, thằng cha này. ¶ ~아 thằng cha này, lão này!

이농(離農) **~하다** bỏ nông trại; bỏ nghề nông.

이뇨(利尿) sự tiểu tiện, sự đi tiểu. ¶ ~제 thuốc lợi tiểu.

이니시어티브 【Anh】 ¶ ~를 잡다 khởi đầu, khởi xướng.

이다[1] (머리에) đội.

이다[2] (지붕을) lợp, phủ; lợp ngói (기와로); lợp rơm rạ (이엉으로); lợp bằng đá phiến (슬레이트로).

이다지 chừng này, mức này, thế này. ¶ ~도 오래 lâu đến mức này.

이단(異端) tà giáo; dị giáo. ~적 tính chất tà giáo. ¶ ~자 người theo tà giáo.

이달 tháng này. ¶ ~ 10일 ngày 10 tháng này / ~호(號) (잡지 따위의) số (tạp chí) tháng này.

이대로 y nguyên, nguyên vẹn; cứ thế này. ¶ ~ 가면 … nếu cứ thế này thì …; nếu y nguyên mãi như thế này thì ….

이데올로기 【Đức】 hệ tư tưởng. ~의(적인) tính tư tưởng. ¶ ~ 논쟁 tranh luận về tư tưởng / ~ 대립 đối lập về tư tưởng.

이도(吏道) đạo lý làm quan. ¶ ~ 쇄신 sửa đạo làm quan, đổi mới giới quan liêu.

이동(以東) phía đông.

이동(移動) sự di động, sự di chuyển, sự lưu động. **~하다** di động; chuyển động; di chuyển; lưu động. ¶ ~식의 thuộc dạng lưu động. ¶ ~경찰 cảnh sát cơ động, cảnh sát lưu động / ~ 도서관 thư viện lưu động / ~ 무대 sân khấu lưu động / ~ 병원 bệnh viện lưu động / ~ 신고 [증명] khai báo [chứng nhận] di chuyển / ~ 주택 nhà ở lưu động / ~진료소 phòng khám bệnh lưu động / ~ 촬영 quay phim động / 인구 ~ dân số lưu động.

이동(異動) sự biến động, sự thay đổi.

ㅇ

이득(利得) lợi, lợi ích, lợi nhuận, tiền lãi. ¶ 부당 ~ trục lợi bất hợp pháp (행위) / 부당 ~자 người đầu cơ trục lợi bất hợp pháp.

이든(지) bất cứ; dù là …. ¶ 정말~ 거짓말~ dù là lời nói thật hay nói dối / 무엇~ bất cứ cái gì.

이들이들하다 láng bóng, bóng láng, hào nhoáng.

이듬 sắp tới, tới. ¶ ~해 năm tới.

이등(二等) thứ hai (순위); hạng hai, hạng nhì, loại hai (등급). ¶ ~의 thuộc hạng nhì / ~을 타고 여행하다 đi du lịch với ghế hạng nhì / ~이 되다 (경기에서) giành giải nhì / ~국 nước đứng thứ hai / ~병 binh nhì / ~상 phần thưởng hạng nhì, giải hai / ~ 승객 khách hạng hai / ~ 차표 vé hạng hai / ~ 차 xe hạng hai / ~ 선실 buồng hạng hai (trên tàu).

이등변삼각형(二等邊三角形) tam giác cân.

이등분(二等分) sự chia đôi, sự cắt đôi. **~하다** chia đôi, cắt đôi, xẻ đôi. ¶ ~선 đường cắt đôi.

이디오피아 ☞ **에티오피아**.

이따금 thỉnh thoảng, đôi khi.

이때 lúc này.

이똥 bựa răng, cao răng.

이라크 Irắc. ¶ ~사람 người Irắc.

이란 Iran. ¶ ~사람 người Iran.

이란성(二卵性) ¶ ~ 쌍생아 trẻ sinh đôi khác trứng.

이랑[1] (밭의) luống đất, luống cày. ¶ ~을 짓다 đánh luống.

이랑[2] (조사) và; cùng với. ¶ 기쁨~ 부끄러움으로 với niềm vui và sự ngượng ngùng.

이래(以來) cho đến nay. ¶ 그 때~ từ đó cho đến nay.

이래저래 cái này cái nọ, thế này thế nọ, việc này việc nọ. ¶ ~ 바쁘다 bận việc này việc nọ.

이랬다저랬다 ¶ ~하다 thế này rồi lại thế kia, thay đổi xoành xoạch, bất ổn, không kiên định; (말을) nói này nói nọ.

이러 (소몰이 때) họ!, họ (lúc đánh trâu bò đi).

이러구러 ngẫu nhiên, không ngờ tới; thế này thế nọ. ¶ ~ 10년의 세월을 보냈다 thế này thế nọ 10 năm đã trôi qua.

이러나저러나 dù có thế này thế nọ, bất cứ trường hợp nào.

이러니저러니 ¶ ~하다 nói vì thế này vì thế nọ; phàn nàn; than phiền; phân minh, phân bua (이의); nói này nói nọ, phê phán, chỉ trích; can thiệp (간섭). ¶ ~할 것 없이 không nói này nói nọ nữa.

이러이러하다 như thế này thế kia. ¶ 이러이러한 이유로 với lý do thế này thế kia.

이러쿵저러쿵 ☞ **이러니저러니**.

이러하다 thế này, như thế này. ¶ 사실은 ~ sự thật là như thế này.

이럭저럭 bằng cách này cách nọ, làm cái này cái kia; bỗng chốc, bất chợt. ¶ ~ 하는 동안에 trong khi làm cái này cái kia / ~ 대학을 마치었다 bỗng chốc đã học xong đại học.

이런 ❶ (이러한) như thế này, thế này. ¶ ~ 책 sách như thế này / ~ 때에 lúc như thế này. ❷ (놀람) trời!, ôi!; chúa ơi!

이렇게 thế này. ¶ ~ 많은 nhiều thế này.

이렇다 ☞ **이러하다**. ¶ ~할 đáng kể, cần nói đến / ~할 이유 lý do rõ ràng, đặc biệt / 이 일에 내가 ~ 저렇다 할 자격은 없다 trong việc này, tôi không có tư cách làm như thế này thế nọ được.

이레 (이렛날) ngày thứ bảy trong tháng; (일곱날) bảy ngày.

이력(履歷) lý lịch, lai lịch, tiểu sử. ¶ ~이 좋다 [나쁘다] lý lịch tốt [xấu]. ¶ ~서 tờ khai lý lịch.

이례(異例) (예외) ngoại lệ, trường hợp đặc biệt; (전에 없던) chưa từng thấy, chưa từng xảy ra, đặc biệt. ~적 tính ngoại lệ, tính chất đặc biệt.

이론(異論) sự phản đối, sự bất đồng. ☞ 이의(異議). ¶ ~ 없이 không có bất đồng / ~을 제기하다 đưa ra ý kiến phản đối, thể hiện sự bất đồng.

이론(理論) học thuyết, lý thuyết, lý luận. ~적 tính chất lý thuyết. ¶ ~상(적으로) trên (về) lý thuyết / ~과 실천(실제) lý thuyết và thực tiễn. ¶ ~가 nhà lý luận / ~ 물리학 vật lý học lý thuyết / ~ 투쟁 tranh cãi trên lý thuyết; tranh cãi về lý luận.

이롭다(利-) có lợi, tốt cho (유리); tốt (좋다); có ích, giúp ích, có giá trị (교훈적). ¶ 이롭(지)가 못하다 không ích lợi gì.

이루(二壘) 【BC】 cơ số hai. ¶ ~수 tuyển thủ đánh bóng thứ hai / ~타 cú đánh đúp / ~타를 치다 đánh đúp.

이루(耳漏) 【YH】 bệnh thối tai.

이루 không có từ ngữ nào, không có con số nào. ¶ ~ 말할 수 없는 không có từ ngữ nào diễn tả được / 헤아릴 수(도) 없는 không tính được bằng con số nào / ~ 형용할 수 없다 không thể hình dung bằng hình ảnh nào cả.

이루다 (성취) thành công, thành đạt, đạt được, dành được; (완성) hoàn thành; (실현) thực hiện; (완료) trọn vẹn; (형성) hình thành. ¶ 이루지 못할 không trọn vẹn; không thành / 이룰 수 없는 사랑 tình yêu không thành / 뜻을 ~ đạt được ý nguyện / 가정을 ~ hình thành một gia đình, lập gia đình.

이루어지다 (성취·완성) có kết quả, có thành công; (실현) thực hiện được, đạt được; (형성되다) được hình thành.

이룩하다 (건립) dựng nên, lập nên, xây nên; (성취하다) thành công, đạt được, dành được.

이류(二流) ~의 thuộc hạng hai; thuộc loại hai; (시시한) tầm thường, bình thường. ¶ ~ 시인 nhà thơ bình thường / ~ 호텔 khách sạn hạng nhì.

이륙(離陸) sự cất cánh. **~하다** cất cánh. ¶ ~ 시간 thời gian cất cánh / ~지점 điểm cất cánh.

이륜(二輪) hai bánh. ¶ ~차 xe hai bánh.

이르다[1] (시간적) sớm; mới; tinh mơ. ¶ 이른 봄 đầu mùa xuân / 이른 아침 buổi sáng sớm, buổi sáng tinh mơ.

이르다[2] (도착) tới nơi, đến nơi; (미치다) lan tới, ảnh hưởng tới, đưa đến, dẫn đến (통하다); (결과) đạt tới, có kết quả. ¶ 오늘에 이르기까지 cho đến ngày hôm nay / 자살하기에 ~ dẫn đến tự sát.

이르다[3] ❶ (…라고 하다) nói rằng. ❷ (알리다) báo tin, cho biết, (설명) giải thích; (충고) khuyên bảo, khuyên nhủ, răn dạy; (고자질) mách, tọc mạch. ¶ 공부를 열심히 하라고 ~ khuyên hãy học tập chăm chỉ / 아버지한테 ~ mách với bố.

이른바 gọi là, đây chính là.

이를테면 nói cách khác; nói tóm lại (요컨대). ¶ 그는 ~ 산 사전이다 nói tóm lại anh ta là cuốn từ điển sống.

이름 ❶ (성명) tên họ; (성을 뺀) tên. ¶ …의 ~으로 với tên họ của … / ~을 부르다 gọi tên, xướng tên / ~짓다 đặt tên / ~을 대다 cho biết tên họ / ~을 속이다 nói dối tên họ. ❷ (명칭)

tên; tựa đề; mệnh danh. ¶ ~만의 chỉ có danh, chỉ có danh hiệu, chỉ có tiếng thôi / 그 ~대로 đúng như tên gọi. ❸ (명성) danh tiếng, tiếng tăm, sự lừng danh, sự khét tiếng (악명). ¶ ~ 난 nổi tiếng, nổi danh / ~ 없는 không có danh tiếng, không tên tuổi / ~ 얻다 được nổi danh, được nổi tiếng / ~을 남기다 để lại danh tiếng, lưu danh. ❹ (명목) danh mục, danh nghĩa; (구실) lời bào chữa, lời biện minh; cớ, lý do. ¶ 자선이라는 ~ 아래 dưới danh nghĩa làm từ thiện.

이름씨 【NP】 danh từ.

이름표(-標) phù hiệu; thẻ tên (옷 따위에 다는).

이리[1] (물고기의) tinh dịch của cá.

이리[2] (짐승) chó sói.

이리[3] ❶ (이렇게) như thế này, thế này. ❷ (이곳으로) ở đây, đây.

이리듐 【HH】 iridium (ký hiệu Ir).

이리이리 này này, nọ nọ.

이리저리 (이쪽저쪽) chỗ này chỗ kia; (이렇게 저렇게) thế này thế nọ.

이리하다 làm như thế này.

이마 trán.

이마적 dạo này, gần đây, mới đây.

이만 chừng này. ¶ 오늘은 ~ 합시다 hôm nay hãy làm chừng này thôi.

이만저만 con số không nhỏ (수); số lượng không nhỏ; mức độ không nhỏ (양, 정도). ¶ ~놀라지 않다 ngạc nhiên không ít.

이만큼 bằng chừng này, bằng mức này (정도). ¶ ~이면 된다 bằng chừng này là được rồi.

이만하다 được chừng này, (to, cao, rộng, lớn) chừng này.

이맘때 vào lúc này, vào thời điểm này.

이맛살 ¶ ~을 찌푸리다 nhăn trán, cau mày, nhíu mày.

이맞다 ❶ (웃니·아랫니가) ăn khớp, khớp nhau. ❷ (톱니바퀴가) khít nhau, khớp nhau, ăn khớp nhau.

이면(二面) ❶ hai mặt. ¶ ~각(角) 【HHo】 góc hai cạnh. ❷ (신문의) trang hai. ¶ ~기사 phóng sự trên trang hai.

이면(裏面) (내부) mặt trong, bên trong; mặt trái (내막). ¶ ~에 bên trong, mặt trái / ~의 사실 mặt trái của sự thật / ~에서 조종하다 sự điều khiển từ phía sau. ¶ ~공작 hoạt động ở phía sau cánh gà / ~사 mặt trái của lịch sử.

…이면 (조사) nếu, giả định. ¶ 내가 당신~ nếu tôi là anh thì.

이명(異名) tên khác; biệt danh.

이명(耳鳴) sự ù tai. ¶ ~증 = 이명.

이모(姨母) dì, mợ, bác gái.

이모부(姨母夫) chú, dượng, bác trai.

이모작(二毛作) hai vụ mùa. ¶ ~ 지대 vùng chuyên canh hai vụ mùa.

이모저모 mặt này mặt nọ, điểm này điểm nọ.

이목(耳目) tai và mắt; (주의) sự để ý, sự lưu ý, sự chú ý. ¶ ~을 끌다 thu hút sự chú ý / 세인의 ~을 놀라게 하다 làm cho tai mắt khắp thế gian phải kinh ngạc.

이목구비(耳目口鼻) tai mắt miệng mũi, vẻ mặt, nét mặt. ¶ ~가 반듯한 얼굴 khuôn mặt có nét đẹp.

이무기 ❶ động vật giống rồng (con rắn to suýt trở thành rồng). ❷ mãng xà, rắn to.

이문(利文) ích lợi, lợi nhuận, lợi lộc. ☞ 이익 ❶.

이물 mũi tàu, mũi thuyền.

이미 ❶ (벌써) đã; đã rồi; (의문문에서) đã, rồi sao. ¶ 그것은 ~ 끝났다 việc đó đã xong rồi. ¶ 수업이 ~ 시작됐나? giờ học đã bắt đầu rồi à? ❷ (앞서)

trước đây, trước đó. ¶ ~ 언급한 바와 같이 như trước đó đã đề cập đến.
이미지 hình ảnh, ấn tượng.
이민(移民) (이주) sự di dân, sự di trú; (사람) người di cư, người di trú; người nhập cư. **~하다** di cư; di trú; nhập cư. ¶ ~선 thuyền di dân, tàu nhập cư / ~ 제도 chế độ di dân.
이바지하다 đóng góp, cống hiến.
이반(離叛) (인심의) sự xa lánh, sự phân ly, sự chia cắt. **~하다** xa lánh, chia cắt, phân ly.
이발(理髮) sự cắt tóc. **~하다** cắt tóc; làm đầu. ¶ ~기 máy cắt tóc / ~사 thợ cắt tóc / ~소 hiệu cắt tóc.
이밥 gạo tẻ.
이방인(異邦人) người địa phương khác; người xa lạ.
이배(二倍) hai lần. **~하다** gấp đôi, nhân đôi.
이번(-番) lần này; (근간에) gần đây, mới đây, vừa qua, cách đây không lâu; (최근에) gần đây, dạo này. ¶ ~의 thuộc lần này; thuộc lần thứ hai; mới gần đây / ~만은 chỉ lần này thôi.
이변(異變) sự biến đổi khác thường. ¶ 기후의 ~ sự biến động khác thường của thời tiết.
이별(離別) sự chia ly; sự chia tay; sự ly dị (이혼). **~하다** chia ly, chia tay; ly dị. ¶ ~가 bài hát chia tay / ~잔 chén biệt ly / ~ 주 rượu chia tay.
이병(二兵) binh nhì.
이병(罹病) ☞ **이환**(罹患).
이보다 hơn thế, hơn thế này. ¶ ~ 앞서 trước điều này.
이복(異腹) ¶ ~ 형제 [자매] anh em [chị em] cùng cha khác mẹ.
이부(二部) (두 부분) hai phần; (제이부) phần thứ hai. ¶ ~ 수업 buổi học hai ca / ~ 합창 hợp xướng hai phần.
이부(異父) khác cha. ¶ ~형제 anh em cùng mẹ khác cha.
이부자리 nệm giường, khăn trải giường (요); chăn đệm (이불).
이북(以北) (북) phía bắc Seoul; (북한) Bắc Triều Tiên. ¶ 그는 ~ 사람이다 anh ta là người Bắc Triều Tiên.
이분(二分) **~하다** chia hai, chia đôi. ¶ ~의 일 một phần hai. ¶ ~ 음표 【ÂN】 nửa nốt.
이분자(異分子) yếu tố khác, phân tử khác; người khác, người ngoài (사람).
이불 chăn mền; khăn trải giường. ¶ ~ 속에서 활개치는 사람 người múa trong chăn; người khôn nhà dại chợ / ~을 덮다 đắp chăn.
이브닝드레스 váy dạ hội.
이비(耳鼻) ¶ ~ 인후과 khoa tai mũi họng / ~ 인후과 병원 bệnh viện tai mũi họng / ~ 인후과 의사 bác sỹ khoa tai mũi họng.
이사(理事) giám đốc; chủ tịch; thành viên hội đồng quản trị (공공단체의). ¶ ~관 công chức bậc hai / ~장 tổng giám đốc, chủ tịch hội đồng quản trị / ~회 hội đồng kinh doanh, ban giám đốc.
이사(移徙) sự chuyển nhà, sự chuyển chỗ ở. **~하다** chuyển nhà. ¶ ~ 비용 chi phí chuyển nhà / ~짐 운반회사 doanh nghiệp vận chuyển đồ đạc / ~짐(운반)차 xe chở đồ đạc chuyển nhà / ~턱 ăn mừng nhà mới, ăn mừng tân gia.
이삭 bông. ¶ ~이 나오다 kết bông. ¶ 벼~ bông lúa.
이산(離散) **~하다** ly tán, chia ly, chia lìa, phân ly. ¶ ~ 가족 gia đình ly tán / ~ 가족 찾기 운동 phong trào tìm lại gia đình ly tán [người thân thất

lạc].

이산화(二酸化) 【HH】 điôxit. ¶ ~물 chất điôxit / ~ 탄소 cácbon điôxit.

이상(以上) ❶ (…보다 더 많이) hơn, trên, vượt quá. ¶ 2 마일 ~ hơn 2 dặm / 6세 ~의 아이 trẻ trên 6 tuổi / 3분의 2 ~의 다수 số lớn hơn 2 phần 3. ❷ (상기(上記)) ~의 thuộc phần trên. ¶ ~과 같이 như trên. ❸ đã … rồi thì. ¶ 약속한 ~은 đã hứa rồi thì. ❹ (끝) hết, kết thúc.

이상(異狀) (고장) sự khác thường; sự cố; sự hỏng hóc; (변화) sự biến đổi; (신체의) sự lạ thường; sự lạ lùng. ¶ ~이 있다 có sự khác thường; có sự cố; có hỏng hóc (기계 등에); có sự khác thường, bị đau ốm, khó ở (사람에) / ~ 없다 không có sự khác thường; bình thường. ¶ 정신 ~ sự khác thường về tâm thần.

이상(異常) sự lạ thường; sự kì dị; sự lạ lùng (비정상). ~스러운(한) (기이) kỳ dị, kỳ lạ, lạ lùng; (수상) lạ thường; (비정상) khác thường. ¶ ~하게 một cách lạ lùng, một cách kỳ dị / ~하게 들리다 nghe thấy một cách khác thường. ¶ ~ 건조 khô hạn lạ thường / ~ 난동 hỗn loạn lạ thường / ~아(兒) đứa bé không bình thường / ~ 접근 (항공기의) sự tiếp cận khác thường / ~ 접근하다 tiếp cận không bình thường.

이상(理想) lý tưởng. ¶ ~적(으로) tính lý tưởng / 높은 ~ lý tưởng cao đẹp / ~을 품다 ôm ấp lý tưởng / ~을 실현하다 thực hiện lý tưởng / (현실을) ~화하다 lý tưởng hóa hiện thực. ¶ ~가 người hay lý tưởng hoá / ~주의 chủ nghĩa lý tưởng / ~향 mảnh đất lý tưởng.

이색(異色) sự khác màu (색); sự lạ thường, sự mới lạ (진기). ~적 tính khác lạ, tính mới lạ, tính độc đáo. ¶ ~ 작가 tác giả độc đáo / ~작품 tác phẩm độc đáo, tác phẩm mới lạ.

이서(以西) phía Tây.

이서(裏書) ☞ **배서**(背書).

이설(異說) quan điểm khác, lý thuyết khác; (이단) tà giáo, dị giáo.

이성(異性) sự khác giới, nam và nữ. ¶ ~간의 giữa hai giới / ~을 알 만한 나이가 되다 đến tuổi có thể biết đến người khác giới.

이성(理性) lý trí, lý tính. ~적 tính chất lý trí. ¶ ~이 없는 không có lý trí / ~을 잃다 mất lý trí. ¶ ~론 thuyết duy lý; chủ nghĩa duy lý / 순수 ~ lý trí thuần túy.

이세(二世) (제 2 세) thế hệ thứ hai; đời sau; (2 대째) đời thứ hai. ¶ ~ 국민 nhân dân đời sau / 제임스 ~ James đời thứ hai / 미국의 한국인 ~ người Hàn thế hệ thứ hai tại Mỹ.

이솝 ¶ ~ 이야기 câu chuyện ngụ ngôn do Êđốp viết.

이송(移送) **~하다** gửi sang chỗ khác; chuyển giao việc xử lý vụ việc cho cơ quan khác. ¶ 사건의 ~ sự chuyển giao vụ việc.

이수(里數) khoảng cách, tầm xa; chặng đường (거리).

이수(履修) (마침) **~하다** hoàn thành; kết thúc; làm xong.

이스라엘 nước Israel. ¶ ~의 thuộc về nước Israel / ~ 사람 người nước Israel.

이스트 (효모) men.

이슥하다 (서술적) ¶ 밤이 이슥하도록 đêm càng khuya, đêm càng muộn.

이슬 sương, hạt sương, giọt sương (방울). ¶ ~ 맺힌 đọng sương / ~ 맺힌

꽃 bông hoa đọng sương.

이슬람 Islam, Hồi giáo. ～의 thuộc về Hồi giáo. ¶ ～교 đạo Islam / ～교도 tín đồ Hồi giáo / ～ 문화 văn hóa Hồi giáo.

이슬비 mưa phùn, mưa bụi.

이슬점(-點) 【VLH】 điểm ngưng tụ.

이승 thế gian này, cuộc đời này. ¶ ～의 괴로움 nỗi khổ của cuộc đời này.

이식(利息) ☞ **이자**(利子).

이식(移植) sự cấy, sự ghép. **~하다** cấy ghép. ¶ ～ 수술 phẫu thuật cấy ghép.

이신론(理神論) 【TrH】 thuyết hữu thần.

이심(二心) ¶ ～ 있는 có hai lòng / ～을 품다 mưu đồ phản bội; hai lòng; hai mặt.

이심(異心) khác lòng; ý nghĩ khác nhau.

이심률(異心率) 【TH】 độ lệch tâm.

이심전심(以心傳心) dĩ tâm truyền tâm, bất lập văn tự, hiểu ngầm. ¶ ～으로 qua cách dĩ tâm truyền tâm.

이십(二十) hai mươi. ¶ ～ 번째 thứ hai mươi / ～대의 여자 người phụ nữ trong độ tuổi 20. ¶ ～ 세기 thế kỷ 20.

이쑤시개 tăm xỉa răng.

이악하다 hám lợi.

이앓이 bệnh đau răng.

이앙(移秧) sự cấy lúa. **~하다** cấy lúa.

이야기 ❶ (일반적) câu chuyện; sự kể chuyện; (한담) đối thoại, trò chuyện; (연설) cuộc diễn thuyết. **~하다** nói chuyện; trò chuyện. ¶ 장사 ～ nói chuyện làm ăn / ～를 잘하다 kể chuyện hay. ❷ (전설) truyền thuyết. ～하다 kể truyền thuyết; kể lại; thuật lại. ¶ 꾸민 ～ câu chuyện bịa đặt, câu chuyện thêm thắt vào. ❸ (화제) chủ đề cuộc trò chuyện. ¶ ～를 바꾸다 đổi chủ đề. ❹ (소문) tin đồn. ～하다 đồn tin, phao tin. ¶ 그렇게들 ～한다 phao tin như vậy. ❺ (상담) sự trao đổi, sự bàn bạc; sự hiệp thương (교섭); sự hội ý. ～하다 trao đổi; bàn bạc; hội ý. ¶ ～가 끝나다 bàn bạc xong; hội ý xong; hiệp thương thành công. ❻ (진술) sự trần thuật, sự kể lại. ～하다 trần thuật, kể lại, miêu tả lại. ¶ 의견을 ～하다 nói ra ý kiến. ¶ ～꾼 người kể chuyện / ～책 sách truyện.

이야말로[1] (부사) chính là; đúng là.

이야말로[2] (감탄사) chính nó!, đúng rồi!

이양(移讓) **~하다** sự chuyển nhượng; sự chuyển giao. ¶ 정권을 ～하다 chuyển giao chính quyền.

이어링 【Anh】 cặp hoa tai.

이어서 (다음에) tiếp đó, rồi thì; (그후에) sau đó.

이어폰 【Anh】 ống nghe.

이언정 mặc dù, dù cho, mặc dầu, dẫu cho.

이엉 rơm rạ.

이에 do đó, bởi vậy, bởi thế; nhân đây.

이에서 hơn; hơn nữa.

이에짬 chỗ nối, mối nối, đầu nối.

이역(二役) hai vai diễn.

이역(異域) vùng đất lạ, đất nước khác.

이열(二列) hai hàng. ¶ ～로 thành hai hàng.

이열치열(以熱治熱) lấy độc trị độc.

이염(耳炎) chứng viêm tai. ¶ 중(中)～ chứng viêm tai giữa.

이염화물(二鹽化物) 【HH】 chất điclorua.

이온 【HH】 ion. ¶ ～층 tầng điện ly / 양[음] ～ ion dương [âm].

이완(弛緩) sự chùng xuống, sự giảm nhẹ; sự lỏng lẻo; 【YH】 sự mất sức. **~하다** chùng xuống, giảm nhẹ; lỏng lẻo; mất sức.

이왕(已往) đã qua; đã … rồi thì; nếu phải … thì, đằng nào cũng … thì.

ㅇ

¶ ～ …인 이상에는 khi đã … rồi thì / ～이면 영어를 배우겠다 nếu phải học thì sẽ học tiếng Anh. ¶ ～지사(之事) việc đã qua, cũ kỹ, lâu lắm rồi / ～지사는 따지지 (묻지) 말자 việc đã qua rồi đừng hỏi nữa.

이외(以外) (제외하고) sự ngoại trừ, sự không kể đến; (그 외에 더) ngoài ra; thêm vào đó. ¶ 일요일 ～에는 ngoại trừ ngày chủ nhật.

이욕(利慾) sự hám lợi. ¶ ～을 떠나서 từ bỏ lòng tham, từ bỏ lòng hám lợi.

이용(利用) sự sử dụng, sự tận dụng, sự lợi dụng. **~하다** sử dụng, tận dụng, lợi dụng. ¶ ～가치 giá trị sử dụng / ～자 người sử dụng / 폐물 ～ tận dụng đồ vứt đi, tận dụng rác thải.

이용(理容) ¶ ～사 thợ cắt tóc / ～ 업 nghề cắt tóc / ～ 학원 trung tâm dạy nghề cắt tóc làm đầu.

이울다 tàn, lụi; khuyết; xế (달이).

이웃 hàng xóm, láng giềng. ¶ ～돕기운동 phong trào giúp đỡ hàng xóm láng giềng / ～ 사촌 anh em hàng xóm / ～집 nhà hàng xóm.

이원(二元) [TrH] hai mặt. ～적 tính hai mặt. ¶ ～론 thuyết nhị nguyên.

이원권(以遠權) quyền vượt không phận đến nước thứ ba theo hiệp định hàng không.

이원제(二院制) chế độ lưỡng viện.

이월(二月) tháng Hai.

이월(移越) sự chuyển sang; sự đưa sang. **~하다** chuyển sang; đưa sang. ¶ 전기 ～금 tiền chuyển sang từ kỳ trước / 차기 ～금 tiền chuyển sang kỳ sau.

이유(理由) lý do, nguyên do, nguyên cớ (근거); cớ, lý do (구실); mục đích, động cơ (동기). ¶ ～없이 không lý do / ～를 묻다 hỏi nguyên cớ. ¶ ～서 tờ trình lý do.

이유(離乳) **~하다** thôi bú, cai sữa. ¶ ～기 thời kỳ cai sữa / ～식 thức ăn cai sữa.

이윤(利潤) lợi nhuận, lợi ích, tiền lãi. ☞ **이익**.

이율(利律) lãi suất. ¶ 법정～ lãi suất pháp định / 은행 ～ lãi suất ngân hàng.

이율배반(二律背反) sự mâu thuẫn, sự tương phản. ～의 thuộc dạng mâu thuẫn.

이윽고 một lúc sau, một lát sau, chẳng bao lâu.

이음매 dấu nối, chỗ nối, vết nối. ¶ ～가 없는 không có dấu nối.

이의(異意) ý kiến khác.

이의(異義) nghĩa khác; dị nghĩa.

이의(異議) (반대) sự phản đối, sự không đồng ý; sự phản kháng, sự chống đối (항의); sự không chấp thuận, sự không tán thành (불찬성). ¶ ～ 없이 một cách đồng thuận / ～를 제기하다 đưa ra ý kiến phản đối; bày tỏ sự bất đồng. ¶ ～ 신청 đề xuất ý kiến khác, ý kiến phản bác theo trình tự luật pháp.

이익(利益) ❶ (이윤) lợi ích, lợi nhuận, tiền lãi; (수익) thu nhập, lãi ròng. ¶ ～이 있는 có lãi, có lợi nhuận, có ích / 많은 ～을 올리다 tăng nhiều lợi ích. ¶ ～금 tiền lãi / 총～금 tổng số tiền lãi / 순～금 tiền lãi ròng / ～배당 phân chia lợi nhuận. ❷ (편익) tiện ích, tiện lợi, tiện nghi. ¶ ～있는 có tiện ích / …의 ～을 위하여 vì sự tiện ích của ….

이인(二人) hai người. ¶ ～삼각(三脚) trò chơi buộc chân hai người rồi nhảy lò cò bằng ba chân, trò hai người ba chân / ～승(乘) chỗ cho hai người / ～조 tổ hai người.

이인(異人) (다른이) người khác, người lạ;

(기재(奇才)) bậc kỳ tài. ¶ 동명 ~ cùng tên khác người.

이입(移入) **~하다** đưa vào, áp dụng vào; thâm nhập vào (문물 제도 따위). ¶ 감정 ~ sự đồng cảm.

이자 【GP】 lá lách; tì; tụy.

이자(利子) tiền lãi (cho vay). ¶ 1할의 ~로 với tiền lãi mười phần trăm [10%] / 비싼 [싼] ~ tiền lãi cao [thấp] / 무~로 không lấy tiền lãi / ~가 붙다 có lấy lãi / ~를 받고 돈을 꾸어 주다 cho vay tiền lấy lãi. ¶ ~ 소득 thu nhập từ tiền lãi (cho vay).

이자택일(二者擇一) **~하다** trong hai chọn một.

이장(里長) xã trưởng; lý trưởng.

이장(移葬) **~하다** di táng, dời mộ, bốc mộ.

이재(理財) tiền; tài chính; kinh tế. ¶ ~에 밝다(능하다) giỏi kiếm tiền, giỏi làm kinh tế.

이재(罹災) tai nạn, tai họa. ¶ ~구호 기금 quỹ cứu trợ tai nạn / ~민 dân bị nạn / ~지(地) vùng bị nạn.

이적(利敵) **~하다** làm lợi cho địch, làm lợi cho kẻ thù. ¶ ~행위 hành vi làm lợi cho địch.

이적(移籍) 【TT】 **~하다** chuyển đi đội khác. ¶ ~료 chi phí chuyển đội.

이적(離籍) **~하다** tách hộ khẩu.

이전(以前) ~의 trước đây, trước kia. ¶ ~에 vào thời điểm trước đây, trước đó, ngày xưa, ngày trước / ~대로 giống như trước đây.

이전(移轉) sự di chuyển; sự di dời, sự chuyển đi (권리의). **~하다** di chuyển; di dời, chuyển đi. ¶ ~ 공고(통지) thông báo di dời / ~처(處) nơi di dời / 권리 ~ sự chuyển giao quyền lợi.

이점(利點) lợi thế, điểm lợi.

이정(里程) khoảng cách; số dặm đường. ¶ ~표(表) cột cây số / ~표(標) biển báo khoảng cách ven đường (cự ly từ đâu đến đâu).

이제 bây giờ; hiện tại, hiện thời; thời điểm này. ¶ ~ 막 vừa mới / ~야 bây giờ mới.

이조(李朝) triều đại nhà Lý.

이종(二種) ¶ ~ 우편물 bưu phẩm loại hai (B).

이종(姨從) anh em con dì con cậu.

이종(異種) loại khác nhau, khác giống. ¶ ~ 교배 sự lai giống.

이주(移住) sự di cư (이사); sự di trú; sự di dân, sự di cư (외국으로); sự nhập cư (외국에서). **~하다** di cư, di trú, di dân; nhập cư. ¶ ~민 dân di cư; dân nhập cư.

이죽거리다 ☞ **이기죽거리다**.

이중(二重) ~의 thuộc dạng kép; trùng lặp, thuộc một đôi. ¶ ~으로 với hai lần; với một đôi / ~ 으로 하다 làm trùng lặp hai lần; nhân gấp đôi. ¶ ~ 가격(제(制)) chế độ áp dụng hai giá / ~ 결혼 cưới với hai người khác nhau / ~과세(課稅) sự đánh thuế hai lần / ~생활 sống ở hai nơi, cuộc sống mâu thuẫn giữa lý tượng và hiện thực, cuộc sống với vợ chính và phụ nữ khác / ~ 국적 quốc tịch kép / ~ 인격자 người có hai nhân cách, con người hai mặt / ~창(주) 【ÂN】 song ca / ~창(窓) cửa sổ hai lớp / ~ 촬영 quay trùng lặp / ~턱 cằm xẻ / ~ 하이픈 dấu hai gạch ngang.

이중고(二重苦) sự khổ sở, vất vả gấp hai lần.

이중곡가제(二重穀價制) chế độ hai loại giá cho lương thực.

이즘[1] = 이즈음. ☞ **요즈음**.

ㅇ

이즘[2] (주의 · 설) thuyết, chủ nghĩa.
이지(理智) lý trí; trí tuệ. ～적 tính lý trí; tính trí tuệ. ¶ ～주의 chủ nghĩa duy lý.
이지러지다 mòn; khuyết (달이).
이직(離職) ¶ ～하다 đổi chỗ làm, đổi việc làm / ～율 tỷ lệ đổi việc làm.
이질(姨姪) bệnh lỵ.
이질(異質) khác chất; không đồng chất; dị chất. ～의 thuộc dị chất.
이질(痢疾) cháu con của chị gái vợ.
이질풀(痢疾-) 【TV】 cây mỏ hạc.
이집트 nước Ai Cập. ¶ ～의 thuộc về Ai Cập / ～ 사람 người Ai Cập.
이쪽 ❶ (이편) lối này, hướng này, phía này. ¶ ～ 저쪽 chỗ này chỗ kia / ～으로 오십시오 xin mời đi lối này. ❷ (우리편) phe mình; quân ta; đội mình. ¶ ～ 저쪽 quân ta quân địch.
이차(二次) ～의 (두번째의) lần thứ hai, thứ nhì; 【TH】 bậc hai. ¶ ～ 방정식 công thức phương trình bậc hai / ～ 산품 sản phẩm hạng hai / 제 ～ 세계 대전 đại chiến thế giới lần thứ hai.
이차피(以此彼) ☞ **어차피**.
이착(二着) (이등) vị trí thứ hai, hạng nhì, loại hai; (사람) người đứng thứ hai, người đứng hạng nhì.
이착륙(離着陸) sự cất cánh và hạ cánh. ¶ 단거리 ～기 máy bay cất cánh và hạ cánh quãng ngắn / 수직～ 제트기 máy bay cất cánh và hạ cánh theo phương thẳng đứng.
이채(異彩) màu sắc nổi bật; màu sắc bắt mắt, màu khác lạ. ¶ ～를 띠다 nổi màu bắt mắt; có màu khác lạ.
이처럼 như thế này. ¶ ～ 많이 nhiều như thế này / ～ 와 주셔서 고맙습니다 đến cho thế này rất là cám ơn.
이첩(移牒) **~하다** gửi đi cơ quan khác, chuyển giao (giấy tờ, vụ việc).
이체동심(異體同心) dị thể đồng tâm; sự đồng tâm nhất trí.
이촉 chân răng.
이층(二層) hai tầng; tầng thứ hai. ¶ ～에서 trên tầng hai, trên gác hai / ～에 올라가다 đi lên tầng hai. ¶ ～ 버스 xe buýt hai tầng / ～ 집 nhà hai tầng.
이치(理致) (사리) đạo lý; lý trí; (원리 원칙) quy tắc, quy luật. ¶ 자연의 ～ quy luật của tự nhiên / ～에 맞다 đúng với lý trí.
이칭(異稱) bí danh; biệt hiệu; tên riêng.
이커서니 hò dô ta! nào!
이키나 (놀람) chà chà!, ôi chao!; ôi!
이타(利他) sự vị tha. ～적 tính chất vị tha. ¶ ～주의 chủ nghĩa vị tha / ～주의자 người theo chủ nghĩa vị tha.
이탈(離脫) **~하다** đi khỏi, ra khỏi, ly khai (직장을). ¶ ～자 người ly khai, người ra đi.
이탈리아 nước Ý. ¶ ～의 thuộc về nước Ý / ～사람 người nước Ý / ～어(말) tiếng Ý.
이탓저탓 ¶ ～하여 vì cớ này cớ nọ; vì điều này điều kia.
이태 hai năm.
이탤릭 (활자) chữ nghiêng. ¶ ～으로 쓰다 viết chữ nghiêng.
이토(泥土) ☞ **진흙**.
이토록 đến như vậy; đến mức độ này. ¶ ～ 부탁(을) 하는데도 nhờ cậy đến mức độ này mà.
이튿날 (다음날) ngày hôm sau; hôm tới; sáng hôm sau.
이틀[1] ❶ (초이틀) ngày mùng hai; (이틀째) ngày thứ hai. ❷ (두날) hai ngày. ¶ ～마다 cứ hai ngày một.
이틀[2] (치아의) xương hàm; ổ răng.
이판암(泥板岩) 【Kh】 đá phiến sét.
이팔(二八) mười sáu. ¶ ～ 청춘 tuổi 16

thanh xuân.

이페리트 [HH] hơi độc bốc ra từ lò than, yperit.

이편 ❶ (자기쪽) quân ta; phe ta. ¶ ~의 잘못 sự sai lầm của quân ta. ❷ (이쪽) lối này; hướng này.

이핑계저핑계 ¶ ~하여 vin vào cớ này cớ nọ, viện cớ này nọ.

이하(以下) ~의 kém hơn; dưới; chưa đầy; chưa đến. ¶ 평년작 ~ dưới mức vụ mùa bình thường / 10세 ~의 어린이 đứa trẻ dưới mười tuổi. ¶ ~동문(同文) phần tiếp theo có nội dung tương tự / ~ 생략 dưới đây sẽ lược bớt.

이하부정관(李下不整冠) (= 오얏나무 밑에서 갓을 고쳐 쓰지 말라) đừng làm việc gì gây nghi ngờ.

이하선(耳下腺) tuyến mang tai. ¶ ~염(炎) viêm mang tai.

이학(理學) khoa học tự nhiên. ¶ ~ 박사(博士) tiến sỹ khoa học tự nhiên / ~부 ngành khoa học tự nhiên / ~사 cử nhân khoa học tự nhiên.

이한(離韓) **~하다** rời khỏi Hàn Quốc.

이합(離合) hợp rồi tan. ¶ 정당의 ~ 집산 sự hợp tan của chính đảng.

이항(二項) [TH] ¶ ~(식)의 nhị thức. ¶ ~ 방정식 phương trình bậc hai / ~식 công thức bậc hai.

이항(移項) [TH] sự hoán vị, sự chuyển vế. **~하다** hoán vị; chuyển vế.

이해(利害) sự lợi hại; sự được mất. ¶ ~의 충돌 sự xung đột lợi ích / ~에 관계되다 liên quan đến lợi ích / ~ 관계를 가지다 có quan hệ lợi ích. ¶ ~관계자 người có quan hệ lợi ích / ~ 득실 lợi hại được mất.

이해(理解) sự nhận thức; sự hiểu biết; sự lĩnh hội. **~하다** nhận thức; hiểu biết; lĩnh hội. ¶ ~성 있는 남편 người chồng hiểu biết / ~ 성 없는 아내 người vợ không hiểu biết / ~가 빠르다 [더디다] nhận thức nhanh [chậm] / 음악을 ~하다 hiểu âm nhạc. ¶ ~력 khả năng nhận thức; khả năng lĩnh hội.

이행(移行) **~하다** chuyển sang, chuyển đổi.

이행(履行) **~하다** thi hành, thực hiện, thực thi. ¶ ~자 người thi hành.

이향(離鄕) **~하다** rời khỏi quê hương.

이혼(離婚) sự ly hôn, sự ly dị. **~하다** ly hôn, ly dị. ¶ ~소송 tố tụng ly dị / ~ 신고 khai báo ly dị / ~ 절차 thủ tục ly hôn / 법정 ~ ly hôn theo luật định / 합의(협의) ~ ly hôn theo thoả thuận.

이화학(理化學) ngành lý hóa học. ¶ ~ 연구소 viện nghiên cứu lý hóa học.

이환(罹患) **~하다** nhiễm bệnh, mắc bệnh. ¶ ~율(率) tỷ lệ nhiễm bệnh / ~자(者) người mắc bệnh; bệnh nhân.

이회(二回) hai lần. ¶ 월 ~ một tháng hai lần / 연 ~ một năm hai lần.

이후(以後) (금후) sau này, từ nay trở đi, từ giờ về sau; (이래) từ đó đến nay, từ đó. ¶ 8월 15일 ~ từ ngày 15 tháng 8 trở đi / 그 ~ từ sau đó.

익년(翌年) năm tới, năm sau.

익다 ❶ (과식·기회 등이) chín; chín muồi. ¶ 익은 đã chín / 익지 않은 chưa chín. ❷ (음식이) chín, ăn được. ¶ 잘 익은 chín kỹ / 너무 ~ chín nẫu. ❸ (익숙) quen thuộc; (숙련) thành thạo, lành nghề. ¶ 손에 익은 quen tay / 익지 아니한 không quen; không thành thục / 익히다 rèn luyện, luyện tập. ❹ (장·술이) lên men đủ, ngấu.

익명(匿名) ~의 nặc danh. ¶ ~ 투고(투서) sự gửi thư giấu tên.

익사(溺死) sự chết đuối. **~하다** chết đuối.

¶ ~ 할 뻔하다 suýt chết đuối. ¶ ~자 người chết đuối.

익살 trò hề; sự pha trò; sự khôi hài. ¶ ~(을) 떨다(부리다) làm trò hề; pha trò / ~스럽다(맞다) khôi hài, buồn cười, dí dỏm. ¶ ~꾼 người pha trò; thằng hề.

익숙하다 (친숙) quen thuộc; thân thuộc; (능숙) thành thục, thông thạo. ¶ 익숙하게 một cách thành thục, một cách thông thạo.

익애(溺愛) sự quá yêu. **~하다** quá yêu.

익일(翌日) ngày hôm sau, ngày tới.

익조(益鳥) loài chim có ích.

익조틱 【Anh】 khung, sườn.

익충(益蟲) loài côn trùng có lợi.

익히다 ❶ (익숙하게 하다) làm quen; rèn luyện, luyện tập. ❷ (음식을) nấu chín; đun chín. ❸ (과실을) ủ chín. ❹ (술·장을) làm lên men, ủ men, làm dậy men.

ㅇ

인(仁) (인자) sự nhân từ, lòng nhân ái.

인(印) con dấu, triện. ☞ **도장**.

인(寅) (십이지의) dần (thứ 3 trong 12 con giáp), con hổ.

인(燐) 【HH】 phốt pho. ~의 thuộc phốt pho.

…인(人) nhân, người. ¶ 문화~ con người có văn hóa, người văn minh / 한국~ người Hàn Quốc.

인가(人家) nơi cư trú của con người; nhà, nhà ở. ¶ ~가 드문 hiếm thấy nhà ở.

인가(認可) sự xác nhận, sự phê duyệt, sự cho phép. **~하다** xác nhận, phê duyệt, cho phép. ¶ ~를 얻다 được sự cho phép.

인각(印刻) **~하다** khắc, chạm trổ; ghi nhớ.

인간(人間) nhân gian, con người; (인류) nhân loại, loài người. ~의 thuộc về con người; thuộc về nhân loại. ¶ ~다운 생활 cuộc sống đúng nghĩa con người. ¶ ~ 개조 sự cải tạo con người / ~ 문화재 di sản văn hóa nhân gian / ~미 cái đẹp của nhân loại, cái đẹp của con người / ~성 [사회, 애(愛)] tính người, tính nhân văn [xã hội loài người, tình người] / ~송충 (비유) loại sâu bọ (như sâu bám ở cây tùng) / ~ 쓰레기 loại người cặn bã, loại rác rưởi / ~ 폭탄 bom cảm tử / ~은 만물의 영장이다 con người là linh trưởng của vạn vật.

인감(印鑑) con dấu, triện; sự niêm phong; (찍은) đóng dấu. ¶ ~을 등록하다 đăng kí con dấu. ¶ ~ 도장 con dấu niêm phong / ~ 증명 [등록] chứng minh [đăng ký] con dấu.

인건비(人件費) tiền công.

인걸(人傑) người anh hùng; nhân kiệt.

인격(人格) nhân cách. ¶ ~을 함양(도야)하다 bồi dưỡng nhân cách. ¶ ~ 교육 giáo dục nhân cách / ~자 người có nhân cách.

인견(人絹) ☞ **인조견**(人造絹). ¶ ~사 sợi tơ nhân tạo.

인견(引見) **~하다** đòi gặp, gọi đến gặp.

인경 【LS】 tiếng chuông báo giờ cấm đi lại trong đêm.

인계(引繼) **~하다** chuyển nhượng. ¶ ~받다 được chuyển nhượng.

인공(人工) sức lực của con người; kỹ thuật của con người; sự nhân tạo (기교). ~의 thuộc về nhân tạo. ¶ ~ 강우 nước mưa nhân tạo / ~ 수태 [수정] thụ thai [thụ tinh] nhân tạo / ~ 영양 dinh dưỡng nhân tạo / ~ 위성 vệ tinh nhân tạo / ~ 피임 tránh thai nhân tạo / ~ 호흡 hô hấp nhân tạo.

인과(因果) nhân quả; nguyên nhân và kết quả (원인과 결과). ¶ 피할 길 없는

~ nhân quả không tránh khỏi. ¶ ~ 관계 quan hệ nhân quả / ~율 luật báo ứng / ~ 응보 nhân quả ứng báo (천벌).

인광(燐光) lân tinh, lân quang.

인광석(燐光石) đá phốt pho.

인구(人口) nhân khẩu; dân số. ¶ ~가 조밀 [희박]한 곳 nơi có dân số đông đúc [thưa thớt] / ~ 800만의 도시 thành phố có 8 triệu nhân khẩu / ~가 많다 [적다] dân số đông [ít]. ¶ ~과잉 dân số quá đông / ~ 문제 vấn đề dân số / ~ 정책 chính sách dân số / ~ 조사 điều tra dân số / ~ 통계 thống kê dân số / ~ 폭발 bùng nổ dân số / 낚시 [골프] ~ dân số câu cá [chơi gôn] / 주간 [야간] ~ dân số hoạt động vào ban ngày [ban đêm].

인권(人權) quyền con người, nhân quyền. ¶ 기본적 ~ quyền cơ bản của con người. ¶ ~ 문제 vấn đề nhân quyền / ~ 선언 tuyên ngôn nhân quyền (năm 1789) / ~ 옹호 운동 phong trào ủng hộ nhân quyền / ~ 유린 xâm phạm nhân quyền.

인근(隣近) hàng xóm, láng giềng; lân cận. ~의 thuộc về xung quanh; thuộc vùng lân cận. ¶ ~ 주민들 những người dân lân cận.

인기(人氣) sự yêu mến, sự ngưỡng mộ. ¶ ~있는 được ngưỡng mộ; được mến mộ / ~ 없는 không được yêu mến, không được mến mộ / ~를 얻다 nhận được sự ngưỡng mộ, được mến mộ / ~가 떨어지다 suy giảm danh tiếng, hết thời. ¶ ~배우 diễn viên được mến mộ; diễn viên nổi tiếng / ~ 선수 cầu thủ được hâm mộ / ~ 작가 tác giả được mến mộ / ~ 소설 tiểu thuyết được yêu thích / ~ 투표 bỏ phiếu dành cho người được mến mộ nhất / ~ 투표를 실시하다 thực hiện bỏ phiếu bầu chọn người được mến mộ nhất.

인기척(人-) ¶ ~이 있다 [없다] có [không có] dấu vết của con người.

인꼭지(印-) tay cầm của con dấu.

인내(忍耐) sự nhẫn nại, sự kiên nhẫn. **~하다** nhẫn nại, kiên nhẫn, kiên trì. ¶ ~심이 강한 tính kiên nhẫn mạnh mẽ.

인대(靭帶) 【GP】 dây chằng.

인덕(人德) ¶ ~이 있다 có đức, phúc đức.

인덕(仁德) lòng nhân đức, lòng nhân ái, sự nhân từ.

인덱스 chỉ số.

인도(人道) ❶ (도덕) lòng nhân đạo; lòng nhân ái. ¶ ~적 tính nhân đạo, tính nhân ái. ¶ ~적 견지에서 trên quan điểm mang tính nhân đạo, trên khía cạnh nhân đạo. ¶ ~주의 chủ nghĩa nhân đạo / ~주의자 người theo chủ nghĩa nhân đạo. ❷ (보도) đường bộ hành, đường giành cho người đi bộ. ¶ ~교(橋) cầu dành cho người đi bộ.

인도(引渡) **~하다** chuyển giao; dẫn độ. ¶ 도둑을 경찰에 ~하다 chuyển giao tên trộm cho cảnh sát / 도착항 ~ chuyển giao hàng tại cảng / 범인 ~ 조약 điều ước dẫn độ tội phạm / 상품을 내일 ~하다 giao hàng vào ngày mai.

인도(引導) sự hướng dẫn, sự chỉ đạo (지도); sự dìu dắt (선도). **~하다** hướng dẫn, dìu dắt, chỉ đạo. ¶ ~자 người hướng dẫn, người lãnh đạo.

인도(印度) Ấn Độ. ¶ ~의 thuộc về Ấn Độ / ~ 사람 người Ấn Độ / ~어 tiếng Ấn Độ / ~양 Ấn Độ dương / 동 [서] ~ Đông [Tây] Ấn / ~차이나

Đông Dương / ～차이나반도 bán đảo Đông Dương.

인도네시아 Inđônêsia. ¶ ～ 사람 người Inđônêsia / ～어 tiếng Inđônêsia.

인동초(忍冬草) 【TV】 cây kim ngân.

인두 sự ủi. ¶ ～질 việc ủi / ～질 하다 ủi / ～판 bàn ủi.

인두(咽頭) hầu, yết hầu, họng. ～의 thuộc về họng. ¶ ～염 viêm hầu.

인두겁(人-) có hình người, mặt nạ người. ¶ ～을 쓴 악마 ác quỷ đội lốt người.

인두세(人頭稅) thuế đánh trên đầu người, thuế thân.

…인들 cho dù, mặc dù, dù là.

인디언 người da đỏ ở Bắc Mỹ.

인력(人力) sức người, nhân lực. ¶ ～으로는 할 수 없다 không thể làm bằng sức người được. ¶ ～ 감사 sự giám sát nhân lực / ～ 수출 xuất khẩu nhân lực.

인력(引力) (천체의) sức hút, lực hấp dẫn; (자기의) sự thu hút; từ tính; (물질간의) sức hấp dẫn. ¶ 만유 ～법칙 định luật vạn vật hấp dẫn / 지구 lực hấp dẫn của trái đất.

인력거(人力車) xe kéo. ¶ ～꾼 người kéo xe.

인류(人類) nhân loại, loài người; con người. ～의 thuộc về nhân loại. ¶ ～ 사회 xã hội loài người / ～애 tình nhân loại / ～학(學) nhân loại học, nhân chủng học / ～학자 nhà nhân chủng học.

인륜(人倫) (도덕) đạo đức, luân lý, lẽ phải; (인도) lòng nhân ái, lòng nhân đạo, tình người. ¶ ～에 어그러지다 trái với luân lý. ¶ ～ 도덕 đạo đức luân lý.

인마(人馬) nhân mã.

인망(人望) sự nổi tiếng; sự nổi danh. ¶ ～이 있는 có tiếng, có danh tiếng / ～이 없는 không có danh tiếng, không nổi tiếng / ～을 얻다 được ngưỡng mộ.

인맥(人脈) mối quan hệ thân mật giữa những người (chính trị, kinh tế).

인면수심(人面獸心) mặt người tâm thú.

인멸(湮滅) sự tuyệt diệt, sự phá hủy. **~하다** tuyệt diệt, phá hủy, hủy diệt. ¶ 증거를 ～하다 hủy chứng cớ.

인명(人名) tên người; danh sách. ¶ ～록 bản danh sách / ～ 사전 từ điển các nhân vật.

인명(人命) sự sống của con người; sự sống; mạng sống. ¶ ～의 손실 làm tổn hại đến sự sống con người / ～을 건지다 cứu vớt mạng sống / ～에 관계되다 liên quan đến sự sống của con người.

인문(人文) nhân văn, văn hóa của con người. ～의 thuộc về nhân văn. ¶ ～ 과학 khoa học nhân văn / ～ 주의 chủ nghĩa nhân văn / ～ 지리 địa lý nhân văn / ～학파 phái nhân văn.

인물(人物) ❶ (사람) người, con người; cá tính (별난); nhân vật (역사상의); (인격) nhân cách, nhân phẩm, tính cách; nhân tài, vĩ nhân (위인); (문학상의) nhân vật, hình tượng con người. ¶ 큰 ～ người nổi tiếng / 세계적 ～ nhân vật nổi tiếng trên thế giới / 위험한 ～ nhân vật nguy hiểm / ～을 보다 thấy được tính cách. ¶ ～평 đánh giá con người / ～화 tranh vẽ người, bức chân dung. ❷ (용모) dung mạo, chân dung. ¶ ～이 못생긴 사람 người có dung mạo khó ưa.

인민(人民) nhân dân, công chúng, quần chúng. ¶ ～의, ～에 의한, ～을 위한 정치 nền chính trị của nhân dân, do nhân dân, vì nhân dân. ¶ ～ 공화국 nước cộng hòa nhân dân / 조선～민주

ㅇ

공화국 nước Cộng hoà Dân chủ Nhân dân Triều Tiên / ～ 위원회 ủy ban nhân dân / ～전선 mặt trận nhân dân / ～ 재판 tòa án nhân dân.

인박이다 thành thói quen, nhiễm thói quen; nghiện.

인발(印-) con dấu, triện, niêm phong.

인복(人福) phúc may gặp được người tốt bụng.

인본(印本) sách đã in.

인본주의(人本主義) chủ nghĩa nhân bản.

인부(人夫) (일꾼) người làm công; phu thồ.

인분(人糞) phân người. ¶ ～ 비료 phân bón bằng phân người, phân bắc.

인사(人士) nhân sỹ; người hiền tài. ¶ 야당 ～ nhân sỹ trong đảng đối lập / 정계 ～ nhân sỹ trong giới chính trị.

인사(人事) ❶ (사람일) nhân sự, việc con người. ¶ ～를 다하고 천명을 기다리다 việc con người thì đã lo xong chỉ còn chờ mệnh trời. ¶ ～과 phòng nhân sự / ～ 이동 biến động nhân sự / ～ 행정 hành chính nhân sự. ❷ (사교상의) sự chào hỏi; (절) sự cúi lạy; (감사) sự cảm ơn; (예의) sự đáp lễ. ～하다 chào hỏi; cúi lạy; cảm ơn; đáp lễ. ¶ ～를 주고 받다 chào hỏi lẫn nhau / ～시키다 (소개) giới thiệu. ¶ ～성 tính xã giao / ～성(性)이 밝다 giỏi xã giao / ～장(狀) thông báo nhân sự.

인사교류(人事交流) sự giao lưu nhân sự. ¶ 부처간의 ～ sự giao lưu nhân sự giữa các bộ phận.

인사불성(人事不省) ～의(인) sự bất tỉnh nhân sự. ¶ ～이 되다 bị bất tỉnh nhân sự; bị ngất.

인산(燐酸) 【HH】 axit phốt pho. ¶ ～ 비료(肥料) phân phốt pho / ～ 석회 vôi phốt pho / ～ 칼슘 can xi phốt pho.

인산인해(人山人海) nhân sơn nhân hải, người đông không đếm xuể.

인삼(人蔘) nhân sâm.

인상(人相) nhân tướng. ¶ ～이 좋지 않은 nhân tướng không tốt. ¶ ～서(書) bản miêu tả diện mạo / ～학 nhân tướng học.

인상(引上) ❶ (가격 따위의) **~하다** tăng; nâng lên. ¶ 운임을 ～하다 tăng giá vé tàu xe. ¶ 물가 [임금]을 ～하다 tăng vật giá [lương]. ❷ (끌어올림) ～하다 kéo lên.

인상(印象) ấn tượng. ～적 tính ấn tượng. ¶ 좋은 ～을 주다 gây ấn tượng. ¶ ～주의 chủ nghĩa ấn tượng / ～파 phái ấn tượng / 첫～ ấn tượng đầu tiên.

인상(鱗狀) ¶ ～의 thuộc dạng vảy.

인색(吝嗇) ～한 keo kiệt, bủn xỉn. ¶ ～한 사람 người keo kiệt.

인생(人生) cuộc đời; đời người. ¶ ～관 nhân sinh quan / ～ 철학 triết lý nhân sinh / ～ 항로 đường đời.

인선(人選) sự tuyển người. **~하다** tuyển người.

인성(人性) nhân tính; tính người. ¶ ～학 nhân tính học.

인성(人聲) tiếng người.

인세(印稅) tiền bản quyền; thuế in ấn.

인솔(引率) **~하다** chỉ đạo, chỉ huy, hướng dẫn. ¶ ～자 người chỉ huy, người hướng dẫn.

인쇄(印刷) sự in ấn, sự ấn hành. **~하다** in ấn; ấn hành. ¶ ～ 중이다 đang in. ¶ ～공 thợ in / ～기 máy in / ～물 ấn phẩm / ～소(所) xưởng in / ～술 kỹ thuật in ấn.

인수(人數) số người.

인수(引受) sự tiếp nhận. **~하다** tiếp nhận; đảm đương. ¶ ～은행 ngân hàng tiếp nhận / ～인(人) người chịu trách nhiệm; người thụ hưởng (어음의);

người nhận (시체, 분실물의).

인수(因數) [TH] thừa số. ¶ ~ 분해 sự phân tách thừa số / ~분해하다 phân tách thừa số.

인술(仁術) y thuật (의술).

인슐린 [DH] thuốc insulin.

인스턴트 [Anh] nhanh, ngay. ¶ ~ 식품 đồ ăn nhanh.

인스피레이션 [Anh] cảm giác, linh cảm. ¶ ~을 받다 nhận thấy cảm giác, có linh cảm.

인습(因襲) phong tục; lề thói cũ. ¶ ~적(으로) tính tập quán / ~을 타파(打破)하다 xoá bỏ lề thói cũ, chống đối lại lề thói cũ.

인식(認識) sự nhận thức, sự lĩnh hội, sự hiểu biết (이해). **~하다** nhận thức, lĩnh hội, hiểu biết. ¶ 바르게 ~하다 nhận thức đúng đắn. ¶ ~론 thuyết nhận thức / ~ 부족 thiếu nhận thức.

인신(人身) cơ thể người. ¶ ~ 공격을 하다 chỉ trích cá nhân. ¶ ~ 매매 buôn bán người / ~ 보호법 luật bảo vệ con người.

인심(人心) lòng người, nhân tâm. ¶ ~ 쓰다 dùng nhân tâm / ~이 좋은 nhân tâm tốt, tốt bụng / ~이 나쁜 nhân tâm xấu, xấu bụng / ~을 얻다 [잃다] được [đánh mất] lòng người.

인애(仁愛) tình thương yêu, lòng nhân ái.

인양(引揚) sự kéo lên; sự vớt lên; sự trục vớt (침몰된 배의); sự tìm thấy (시체의). **~하다** kéo lên; vớt lên, trục vớt lên.

인어(人魚) (상상적인) nhân ngư; người cá.

인연(因緣) (인과) nhân quả, nhân duyên; [PG] mối ràng buộc; (연분) duyên phận. ¶ ~을 맺다 thắt mối nhân duyên / ~을 끊다 cắt đứt nhân duyên / ~이 깊다 nhân duyên sâu nặng / ~이 멀다 duyên phận còn xa / 돈과는 ~이 없다 không có duyên với tiền bạc.

인영(印影) dấu của ấn triện.

인용(引用) sự trích dẫn, sự tham khảo. **~하다** trích dẫn, tham khảo (참조). ¶ ~문 câu trích dẫn / ~부호 dấu trích dẫn / ~ 서적 sách tham khảo.

인원(人員) (인원수) số người, lượng người; (직원) nhân viên; thành viên. ¶ ~ 부족이다 thiếu số người / ~을 제한하다 hạn chế số người. ¶ ~ 점호 điểm danh nhân viên / ~ 정리 sự điều chỉnh số người / ~ 정리를 하다 điều chỉnh lại số người.

인위(人爲) hành động của con người; (인공) việc làm của con người; (인력) sức lực của con người. ¶ ~적(으로) tính chất nhân tạo. ¶ ~ 도태 sự đào thải nhân tạo.

인육(人肉) cơ thể người. ¶ ~ 시장 "Chợ tình", nơi mua bán dâm

인의(仁義) nhân nghĩa.

인자(仁者) người nhân từ.

인자(仁慈) lòng nhân từ, sự nhân hậu. ~한 nhân từ, nhân hậu.

인자(因子) nhân tố. ¶ 결정적 ~ nhân tố quyết định. ¶ 유전 ~ nhân tố di truyền.

인장(印章) con dấu. ☞ **도장**. ¶ ~ 위조 sự làm giả con dấu / 위조 ~ con dấu giả.

인재(人材) người tài năng, nhân tài (총칭). ¶ ~를 등용하다 trọng dụng nhân tài / ~를 구하다 tìm kiếm nhân tài. ¶ ~주의 chủ nghĩa trọng nhân tài.

인적(人的) ¶ ~ 손해 sự thiệt hại về người / ~ 자원 nguồn lực con người, nguồn nhân lực (노동력).

인적(人跡) dấu vết của con người. ¶ ~

미답의 chưa có dấu vết của con người / ～이 드문 hiếm thấy dấu vết của con người.

인접(隣接) ～한 liền kề; tiếp giáp; gần nhau. ¶ ～지 vùng giáp ranh.

인정(人情) (정) tình người, lòng người. ¶ ～이 있다 có tình người, nhân hậu / ～이 없다 không có tình người. ¶ ～미 cái đẹp của tình người.

인정(仁政) chính trị mang tính nhân đạo.

인정(認定) (승인) sự thừa nhận; (확인) sự công nhận, sự xác nhận; (찬성) sự tán thành; sự cho phép. **~하다** thừa nhận; công nhận; xác nhận; tán thành; cho phép. ¶ ～서 bản xác nhận; giấy phép.

인제 (이제) bây giờ, hiện thời; (앞으로) từ giờ trở đi; về sau này.

인조(人造) ～의 thuộc dạng nhân tạo; thuộc đồ làm giả (모조). ¶ ～고무 cao su nhân tạo / ～ 비료 phân bón nhân tạo / ～빙 băng nhân tạo / ～ 섬유 vải sợi nhân tạo / ～ 인간 rô-bốt, người máy / ～ 진주 ngọc trai nhân tạo.

인조견(人造絹) tơ nhân tạo. ¶ ～사 sợi tơ nhân tạo.

인종(人種) nhân chủng, chủng tộc. ¶ ～적 편견 thành kiến chủng tộc / ～적 차별 sự phân biệt chủng tộc. ¶ ～문제 vấn đề nhân chủng / ～학 ngành nhân chủng học / 황 [백, 흑]색 ～ chủng tộc da vàng [trắng, đen].

인주(印朱) mực để đóng dấu. ¶ ～합 hộp mực đóng dấu.

인증(引證) sự trích dẫn (인용); sự minh họa (예증). **~하다** trích dẫn; tham khảo; minh họa.

인증(認證) sự chứng minh, sự chứng nhận; chứng cớ. **~하다** chứng minh; chứng nhận, xác nhận; làm chứng.

인지(人智) tri thức của loài người. ¶ ～가 미치지 못하는 tri thức con người chưa thể đạt đến.

인지(印紙) con tem. ¶ ～를 붙이다 dán tem. ¶ ～ 세 (稅) thuế bằng tem, tem thuế quan / 수입 ～ tem thuế.

인지(認知) sự công nhận; sự nhận biết; sự nhận thức. **~하다** công nhận; nhận biết; nhận thức. ¶ ～능력 khả năng nhận thức.

인지상정(人之常情) lẽ thường tình của con người; bản chất tự nhiên của con người.

인질(人質) con tin. ¶ ～로 잡다 bắt làm con tin / ～로 잡히다(이 되다) bị bắt làm con tin, trở thành con tin.

인찰지(印札紙) giấy có kẻ hàng.

인책(引責) **~하다** nhận trách nhiệm. ¶ ～ 사직하다 nhận trách nhiệm và từ chức.

인척(姻戚) thân tộc qua quan hệ hôn nhân.

인체(人體) cơ thể người (육체). ¶ ～ 구조 cấu tạo cơ thể người / ～ 모형 mô hình cơ thể người (해부의) / ～ 실험 thí nghiệm trên cơ thể người / ～ 해부 giải phẫu cơ thể người.

인축(人畜) người và động vật. ¶ ～ 무해 không gây hại cho người và động vật.

인출(引出) sự rút ra, sự kéo ra. **~하다** rút ra, kéo ra. ¶ 은행에서 예금을 ～하다 rút tiền ở ngân hàng ra.

인치(引致) sự giam cầm. **~하다** giam cầm, giam giữ.

인치 đơn vị đo inch (= 2,54cm).

인칭(人稱) [NP] nhân xưng. ¶ 제 1 [2, 3] ～ ngôi thứ nhất [thứ hai, thứ ba]. ¶ ～ 대명사 đại từ nhân xưng.

인커브 [BC] cong, lượn vào (đường bóng).

인코너 [BC] góc trong.

인터뷰 sự phỏng vấn. ¶ …와 ～하다 phỏng vấn với ….

인터체인지 ngã ba có đường hầm và cầu chui.

인터폰 điện thoại nội bộ.

인터폴 cảnh sát quốc tế.

인턴 thực tập sinh; sự thực tập nội trú (수련의). ¶ ～ 근무를 하다 làm thực tập sinh; làm việc nội trú.

인텔리(겐치아) người trí thức, tầng lớp trí thức. ¶ 그는 ～다 anh ấy là người trí thức.

인토네이션 ngữ điệu.

인파(人波) đám đông; làn sóng người, dòng người.

인편(人便) ¶ ～으로 chuyển tay, bằng sự chuyển qua người nào đó.

인품(人品) nhân phẩm, nhân cách. ¶ 이 좋다 nhân phẩm tốt.

인플레(이션) [KT] sự lạm phát. ¶ ～ 경향 xu hướng lạm phát / ～ 대책 biện pháp (chống) lạm phát / 악성 ～ lạm phát xấu.

인플루엔자 [YH] dịch cúm.

인하(引下) **~하다** giảm xuống, hạ giá (값을). ¶ 물가 ～ giá cả hạ xuống / 임금 ～ giảm tiền lương.

인하다(因-) vì, bởi vì, do. ¶ 부주의로 인한 vì không chú ý.

인해전술(人海戰術) chiến thuật biển người.

인허(認許) **~하다** đồng ý, ưng thuận; tán thành, cho phép.

인형(人形) búp bê; hình nhân (꼭둑각시). ¶ ～ 같은 giống như búp bê. ¶ ～극 kịch rối.

인형(仁兄) anh yêu quý! bạn thân mến! (lời đầu thư).

인화(人和) sự đoàn kết thương yêu giữa người với người, nhân hòa. ¶ ～를 도모하다 tăng cường sự nhân hòa.

인화(引火) sự bắt lửa, sự dễ cháy. **~하다** bắt lửa; dễ cháy; gây cháy. ¶ ～성(性)의 tính dễ cháy. ¶ ～ 물질 chất dễ cháy / ～점 điểm bắt lửa.

인화(印畫) sự in ảnh, sự tráng ảnh. **~하다** in ảnh, tráng ảnh. ¶ ～지(紙) giấy ảnh.

인화물(燐化物) chất phốt pho.

인회석(燐灰石) [Kh] apatit.

인후(咽喉) họng, yết hầu. ～의 thuộc về họng. ¶ ～염(炎) viêm họng.

일 ❶ (사건) vụ việc, sự kiện; (우발적인) sự việc; (사고) sự cố, sự trục trặc, tai họa, tai nạn, thảm họa; (말썽) sự cố, vấn đề, sự khó khăn. ¶ 좋은 ～ việc tốt, việc hay / 무슨 ～이 있어도 dù có việc gì đi nữa / 위급한 ～이 있을 때에는 khi có sự cố nguy cấp / 아무 ～ 없이 는 khi không có sự cố gì cả / ～을 저지르다 gây tai họa, gây sự cố / 내가 관여 할 ～이 아니다 không phải việc tôi phải quan tâm. ❷ (노동) việc làm; (일 거리) công việc; (천직) nghề nghiệp; (사업) sự nghiệp; (임무) nhiệm vụ; nghĩa vụ; sứ mệnh (사명). ～하다 làm việc; làm nhiệm vụ, thực hiện sứ mệnh. ¶ ～하는 시간 thời gian làm việc / 나날의 ～ công việc hàng ngày / 하루치의 ～ công việc trong ngày / 힘든 ～ công việc mệt nhọc / ～ 자리를 구하다 tìm kiếm việc làm / ～을 시작하다 bắt đầu làm việc / ～이 몰리다 công việc dồn dập / 할 ～이 있다 có việc phải làm. ❸ (계획) kế hoạch, dự án; (음모) âm mưu. ¶ ～을 꾀하다 lập kế hoạch / ～을 진행시키다 cho tiến hành dự án. ❺ (경험) việc đã qua. ¶ …한 ～이 있다 đã từng … / …한 ～이 없다 chưa từng …. ❻ (업적) sự nghiệp; thành tựu. ¶ 훌륭한 ～을 하다 làm nên thành tựu to lớn, làm nên sự nghiệp đồ sộ.

일(一) một; thứ nhất (제 1).

일가(一家) ❶ (가정) hộ; gia đình. ❷ (친척) họ hàng. ¶ 먼 ~ họ hàng xa. ❸ (일파) phái; chi; nhánh họ. ¶ ~를 이루다 tạo thành nhánh họ.

일가(一價) 【HH】 ~의 thuộc hóa trị một. ¶ ~ 원소 nguyên tử hóa trị một.

일가견(一家見) nhãn quan, chính kiến.

일가족(一家族) một gia đình.

일각(一角) một góc, một khu vực; một vùng. ¶ ~을 무너뜨리다 làm sụp một góc.

일각(一刻) một giây; một khắc, một chốc. ¶ ~이 여삼추다 một khắc như ba mùa thu (cảm thấy thời gian qua lâu) / ~을 다투다 tranh thủ thời gian.

일간(日刊) phát hành hàng ngày. ¶ ~ 신문 báo ra hàng ngày, nhật báo.

일간(日間) vài ngày, một trong những ngày này.

일갈(一喝) **~하다** quở trách; la hét.

일개(一介) chỉ là. ¶ ~ 상인 chỉ là thương nhân.

일개(一個) một, mỗi một. ¶ ~년 một năm / ~월 một tháng / 만 ~년 đầy một năm.

일개인(一個人) một người; người riêng lẻ; mỗi một người; cá nhân. ¶ ~의 thuộc về cá nhân.

일거(一擧) ¶ ~에 một công, một lần cố gắng / ~ 양득이다 một công đôi việc, nhất cử lưỡng tiện.

일거리 công việc; việc làm. ¶ ~가 있다 có việc làm / ~가 없다 không có việc làm.

일거수일투족(一擧手一投足) mỗi cử chỉ hành động, nhất cử nhất động.

일거일동(一擧一動) nhất cử nhất động, một hành động nhỏ.

일건(一件) công việc; vụ việc. ¶ ~ 서류 tài liệu công việc; hồ sơ vụ việc.

일격(一擊) một cú đấm, một cú đánh. ¶ ~에 với một cú đấm.

일견(一見) một lần nhìn; sự nhìn qua. **~하다** nhìn một lần; nhìn qua; liếc qua. ¶ ~하여 nhìn qua / 백문이 불여 ~이다 trăm nghe không bằng một thấy.

일계(日計) sự tính toán hàng ngày. ¶ ~표 bảng tính toán hàng ngày.

일고(一考) **~하다** suy nghĩ, ngẫm nghĩ, nghĩ ngợi. ¶ ~의 여지가 있다 có lý do để suy nghĩ.

일고(一顧) sự lưu ý, sự để ý, sự quan tâm. ¶ ~의 가치도 없다 không đáng lưu ý / ~도 않다 không để ý, không quan tâm.

일곱 bảy. ¶ ~ 번째 lần thứ bảy.

일과(一過) **~하다** (눈을 거치다) đưa mắt nhìn qua, liếc qua; (지나가다) đi lướt qua.

일과(日課) nhật khoá, công việc trong ngày, bài tập mỗi ngày. ¶ ~표 thời khoá biểu / ~를 마치다 làm xong công việc trong ngày.

일관(一貫) **~하다** nhất quán, trước sau như một. ¶ ~성 tính nhất quán / ~된 태도 thái độ trước sau như một / 언행이 ~되지 않다 lời nói và hành động không nhất quán.

일관작업(一貫作業) sự làm việc có hệ thống; (단위 공정의) làm việc theo dây chuyền.

일괄(一括) **~하다** bọc lại, bó lại, gói lại. ¶ ~계약 hợp đồng trọn gói / ~구입 mua trọn gói / ~ 사표 từ chức tập thể / ~안(案) kế hoạch trọn gói.

일광(日光) ánh mặt trời, ánh nắng. ¶ ~에 쬐다 phơi trong ánh nắng. ¶ ~소독 khử độc bằng ánh nắng / ~욕 tắm nắng.

일구이언(一口二言) ~**하다** một miệng hai lời; nói không thống nhất; lật lọng.

일군(一軍) ❶ (전군) toàn quân đội. ❷ (제1군) quân đoàn một.

일그러지다 bị méo mó, trở nên nhăn nhó. ¶ 일그러진 얼굴 khuôn mặt méo mó.

일급(一級) hạng nhất. ～의 thuộc hạng nhất.

일급(日給) công nhật. ¶ ～으로 일하다 làm công nhật. ¶ ～ (일용) 노동자 người lao động công nhật.

일긋거리다 lung lay, đung đưa.

일기(一期) ❶ (기간) giai đoạn; thời kỳ. ❷ (일생) một đời, một quãng đời. ¶ 50세를 ～로 죽다 chết lúc 50 tuổi.

일기(日記) nhật ký. ¶ ～를 쓰다 viết nhật ký. ¶ ～장 quyển nhật ký.

일기(日氣) khí hậu; thời tiết. ☞ **날씨**. ¶ ～도 bản đồ thời tiết / ～예보 dự báo thời tiết.

일기죽거리다 liến láu; lắc hông, ngoáy mông.

일깨우다 đánh thức; làm cho giác ngộ.

일껏 (애써) nhọc nhằn, vất vả.

일꾼 ❶ (품팔이) người làm công; người làm công ăn lương. ❷ (역량있는 사람) người tháo vát, người hay việc.

일년(一年) một năm. ¶ ～(에 한번)의 mỗi năm (một lần) / ～중 trong một năm / ～ 걸러 cách một năm.

일년생(一年生) ❶ (학생) học sinh lớp một; (대학 따위의) sinh viên năm thứ nhất. ❷ [TV] ¶ ～식물 thực vật chỉ sống trong một năm.

일념(一念) toàn tâm toàn ý.

일다[1] ❶ (파도, 바람 등이) nổi lên, dâng lên. ¶ 물결이 ～ làn nước dâng lên / 먼지가 ～ bụi bay lên. ❷ (성해지다) mạnh lên; (번창하다) phát đạt, lan rộng. ☞ **일어나다**. ¶ 불길이 ～ lửa lan rộng.

일다[2] (쌀 따위를) chùi rửa, vo (gạo).

일단(一端) một đoạn; một phần (일부).

일단(一團) một nhóm, một đoàn. ¶ ～의 관광객 một đoàn khách du lịch.

일단(一旦) (우선) trước hết; đầu tiên. ¶ ～ 유사시엔 trong trường hợp khẩn cấp, một khi có chuyện khẩn cấp / ～ 밥을 먹자 trước hết hãy ăn cơm.

일단락(一段落) sự hoàn thành một phần. ¶ ～짓다 hoàn thành một giai đoạn.

일당(一堂) ¶ ～에 모이다 họp lại ở hội trường.

일당(一黨) ❶ (동류) nhóm; hội; đoàn. ❷ (한 정당) đảng phái. ¶ ～국회 quốc hội một đảng / ～독재 độc tài một đảng.

일당(日當) công nhật; lương theo ngày. ¶ ～으로 일하다 làm công nhật / ～ 1만원을 지불하다 trả một ngày 10 ngàn won.

일당백(一當百) một đấu một trăm.

일대(一代) đời thứ nhất; thế hệ thứ nhất; một đời (일생). ¶ ～기 nhật ký cả một đời, tiểu sử.

일대(一帶) (일원) toàn vùng, toàn khu vực. ¶ 서울 ～에 cả vùng Seoul.

일대(一大) to lớn, vĩ đại, quan trọng. ¶ ～ 성황을 이루다 (모임이) đạt được thành quả to lớn.

일더위 cái nóng nực đầu Hè.

일도(一刀) ¶ ～ 양단하다 một nhát dao chia cắt ra làm đôi, quyết định rõ ràng.

일동(一同) tất cả; toàn thể; mọi. ¶ 가내 ～ tất cả gia đình / 회원 ～ toàn thể thành viên / ～(이) 모두 tất cả toàn thể.

일되다 chín sớm.

일득(一得) một lần thu hoạch; một lần

thắng. ¶ ～일실 một được một mất; một thắng một bại.

일등(一等) hạng nhất; bậc nhất; hàng đầu (한 등급). ¶ ～석 을 타고 여행하다 đi du lịch với ghế hạng nhất. ¶ ～국 nước hạng nhất / ～병 binh nhất / ～상 giải nhất / ～성(星) ngôi sao sáng nhất / ～(승)객 khách hạng nhất / ～품 sản phẩm loại một.

일떠나다 (일찍 떠나다) đi sớm, xuất phát sớm.

일란성(一卵性) ¶ ～의 thuộc một trứng. ¶ ～쌍생아 trẻ sinh đôi cùng một trứng.

일람(一覽) sự nhìn qua một lần, sự tóm tắt (개요). **~하다** nhìn, xem; tóm tắt. ¶ ～불(拂) 어음 hối phiếu trả ngay / ～표 bảng tóm tắt, bảng lịch trình, danh mục.

일러두기 hướng dẫn tra cứu.

일러두다 ra lệnh, sai bảo. ¶ 단단히 ～ sai bảo một cách cứng nhắc.

일러바치다 mách bảo.

일러주다 ❶ (알려주다) cho biết, báo tin; mách. ❷ (가르치다) cho biết, dạy, hướng dẫn.

일렉트론 【VLH】 điện tử.

일렁거리다 bồng bềnh, bập bềnh (배가).

일력(日曆) lịch ngày.

일련(一連) (연속) sự liên tục; dãy, chuỗi, chùm. ¶ ～의 사건 chuỗi sự kiện / ～의 실험 thí nghiệm liên tục. ¶ ～번호 dãy số, số xêri.

일렬(一列) hàng, dãy, dây, chuỗi. ¶ ～로 thành một hàng / ～로 줄서다 xếp thành một hàng.

일례(一例) ví dụ, thí dụ. ¶ ～를 들면 lấy ví dụ.

일로(一路) xu hướng, sức hướng tới, trên đà. ¶ 회사가 성장 ～에 있다 công ty đang trên đà trưởng thành.

일루(一縷) ¶ ～의 희망 một tia hy vọng mong manh.

일루(一壘) 【BC】 sự chạm điểm đầu tiên. ¶ ～수 vận động viên giữ điểm chạm đầu tiên / ～타 cú đánh đến điểm đầu tiên.

일류(一流) ～의 thuộc hàng đầu, thuộc hạng nhất, bậc nhất. ¶ ～가수 ca sĩ hàng đầu / ～교 trường hạng nhất / ～극장 nhà hát hạng nhất / ～병 binh nhất / ～신문 tờ báo hàng đầu / ～호텔 khách sạn hạng nhất / ～회사 công ty hàng đầu.

일류미네이션 【Anh】 sự chiếu sáng, sự rọi sáng. ¶ ～ 장치를 한 lắp đặt thiết bị chiếu sáng.

일률(一律) ～적 tính nhất loạt. ¶ ～적으로 với tính nhất loạt (똑같이); với tính chất toàn thể (전체적으로).

일리(一里) sự hợp lý, sự có lý. ¶ 그의 말에는 ～가 있다 lời anh ấy nói có lý.

일리일해(一利日害) ☞ **일득일실**.

일막(一幕) một hồi, một màn; (제1막) hồi thứ nhất.

일말(一抹) ～의 thuộc dạng ít, hơi hơi. ¶ ～의 불안을 느끼다 cảm thấy hơi bất ổn.

일망타진(一網打盡) **~하다** tóm gọn.

일매지다 như nhau, ngang nhau, bằng nhau.

일맥(一脈) ¶ …과 ～ 상통하는 점이 있다 có điểm trùng mạch, ăn khớp với ….

일면(一面) ❶ (한면) một mặt, một phía, một khía cạnh. ¶ 시대상(相)의 ～ một mặt của thời đại / 성격의 ～ một mặt của tính cách / ～에 있어서는 trên một khía cạnh / 다른 ～에 있어서는 trên một khía cạnh khác. ❷ (신문의) một mặt báo.

ㅇ

일면식(一面識) sự quen biết, sự biết mặt. ¶ ～도 없는 사람 người không quen biết.

일명(一名) (한사람) một người; (별명) bí danh, biệt danh, biệt hiệu.

일모(日暮) (일몰) xế chiều, lúc chạng vạng; (황혼) hoàng hôn; (저녁 때) lúc xẩm tối, lúc nhá nhem tối, lúc tắt nắng, chiều tối.

일모작(一毛作) một vụ mùa.

일목(一目) một cái nhìn, cái nhìn lướt qua. ¶ ～요연하다 nhìn lướt qua cũng hiểu hết nội dung; dễ hiểu, mạch lạc.

일몰(日沒) mặt trời lặn; xế chiều. ¶ ～후 [전] sau [trước] khi mặt trời lặn / ～에서 일출까지 từ khi mặt trời lặn cho đến khi mặt trời mọc.

일문(一門) ❶ (일족) một họ; một gia đình. ❷ (집안) một nhà.

일문일답(一問一答) hỏi và đáp, sự nói chuyện nhát gừng. **~하다** nói nhát gừng; hỏi gì đáp nấy.

ㅇ

일미(一味) mùi thơm, vị ngon.

일박(一泊) một đêm. **~하다** qua một đêm; trọ một đêm. ¶ ～여행 đi du lịch qua một đêm / ～이일 một đêm hai ngày.

일반(一般) ❶ (전반) ～의 thuộc dạng thông thường, thuộc dạng phổ biến (보편적). ¶ ～적으로 với tính chất thông thường, với tính chất phổ biến / ～적 상식 thường thức phổ thông / ～적으로 말하면 nói một cách thông thường / ～화하다 phổ biến hóa. ¶ ～교양과목 môn học chung / ～대중 dân thường, đại chúng / ～독자 bạn đọc thông thường / ～회계 kế toán phổ thông. ❷ (보통) ～의 thuộc dạng bình thường. ¶ ～ 사람들 những người bình thường, người thường. ❸ (같음) sự giống nhau. ☞ **한가지**.

일반사면(一般赦免) sự ân xá thông thường.

일발(一發) một phát (đạn).

일방(一方) (한쪽) một phía, một hướng; đơn phương; (상대의) đối thủ, đối tượng. ～적 tính chất một phía. ¶ ～적 행동 hành động đơn phương. ¶ ～통행 sự đi một chiều; (게시) đường một chiều.

일번(一番) nhất; số một. ～의 thuộc số một, thuộc thứ nhất. ¶ ～ 타자 [BC] người đánh đầu tiên, người ra đòn đầu tiên.

일벌 [CT] ong thợ.

일변(一邊) ❶ một phía. ❷ (일방) một hướng, một cạnh, một chiều.

일변(一變) sự thay đổi hoàn toàn. **~하다** thay đổi hoàn toàn. ¶ 태도를 ～하다 thay đổi thái độ hoàn toàn.

일변(日邊) lợi nhuận hàng ngày.

일변도(一邊倒) ❶ (형용사적) sự ủng hộ, sự thiên vị. ¶ 대미 ～이다 thái độ ủng hộ đối với Mỹ; thiên vị Mỹ. ¶ ～정책 chính sách thiên về một phía. ❷ (부사적) một phía, một chiều.

일별(一瞥) sự nhìn qua; sự liếc. **~하다** nhìn; liếc.

일병(一兵) ☞ **일등병**.

일보(一步) một bước, một bậc. ¶ ～～ từng bước từng bước một / ～ 전진 [후퇴]하다 tiến tới [lùi lại] một bước / ～도 양보하지 않다 không nhượng bộ một bước nào.

일보(日報) báo cáo hàng ngày; (신문) báo ra hàng ngày, nhật báo.

일보다 làm việc; điều hành công việc.

일본(日本) nước Nhật. ～의 thuộc về Nhật Bản. ¶ ～국민 dân Nhật / ～말 tiếng Nhật / ～인 người Nhật.

일봉(一封) phong bì đựng tiền.

일부(一夫) một người đàn ông, một người chồng. ¶ ～ 종신하다 hết lòng vì người chồng. ¶ ～일처 một chồng một vợ / 일부다처 một chồng nhiều vợ, nhất phụ đa thê.

일부(一部) ❶ (일부분) một phần; một bộ phận. ～의 thuộc một bộ phận. ¶ ～의 사람들 một bộ phận người dân. ❷ (부사적) cục bộ, không đồng bộ.

일부(日賦) sự trả góp hàng ngày. ¶ ～금 tiền trả góp hàng ngày / ～판매 việc bán hàng trả góp theo ngày.

일부러 (고의로) cố ý, chủ ý, cố tình; (짐짓) dụng ý; (특히) đặc biệt, riêng biệt. ¶ ～ 오시게 해서 미안합니다 xin lỗi vì đã khiến ông (bà) phải đến.

일부분(一部分) một bộ phận, một phần.

일사(一事) một việc, một vụ. ¶ ～부재리(不再理)의 원칙 【PL】 nguyên tắc không kiện được một vụ đến hai lần.

일사병(日射病) chứng say nắng. ¶ ～에 걸리다 bị say nắng.

일사분기(一四分期) quý đầu tiên, quý một trong năm.

일사불란(一絲不亂) **~하다** trên dưới trật tự, ngăn nắp.

일사천리(一瀉千里) ¶ ～로 với sự nhanh nhẹn chưa từng thấy; trong chớp mắt (단숨에). ¶ ～로 일을 처리하다 xử lý công việc trong chớp mắt.

일산(日産) ❶ (생산고) sản lượng mỗi ngày. ❷ (일본산) hàng Nhật.

일산화(一酸化) 【HH】 ¶ ～질소 nitrogen monoxide / ～탄소 cácbon monoxide.

일삼다 (일로 삼다) xem như việc của bản thân; (전심) toàn tâm toàn ý; nhiệt tình; hết lòng; (탐닉) mê mải, say sưa. ¶ 술 마시기를 ～ say sưa uống rượu.

일상(日常) thường ngày; hàng ngày. ～의 thuộc dạng thường ngày. ¶ ～ 하는 일 việc làm hàng ngày / ～ 일어나는 일 việc xảy ra thường ngày. ¶ ～생활 cuộc sống thường nhật / ～업무 công tác hàng ngày / ～ 회화 hội thoại hàng ngày.

일색(一色) ❶ (한빛) một màu. ❷ (미인) nét đẹp hiếm có, nét đẹp tuyệt trần. ❸ toàn bộ (비유적). ¶ 공화당원 ～이다 toàn là đảng viên của đảng Cộng hòa.

일생(一生) một đời, suốt đời, cả đời. ¶ ～의 사업 sự nghiệp cả đời / ～ 일대의 좋은 기회 cơ hội tốt cả một đời mới có / ～에 한번 một lần trong đời.

일석이조(一石二鳥) ¶ ～이다 một công đôi việc, nhất cử lưỡng tiện.

일선(一線) một hàng, một dãy; (전선) mặt trận, tiền tuyến. ¶ ～근무 phục vụ tiền tuyến / ～외교관들 những nhà ngoại giao trên tiền tuyến.

일설(一說) ¶ ～로는(에 의하면) theo như cách nói này; theo như nguồn tin này, theo như ý kiến này.

일세(一世) ❶ (그 시대) đương thời; đương đại; lúc bấy giờ. ¶ ～를 풍미하다 nổi danh một thời. ❷ (일대) đời thứ nhất; (일생) một đời, suốt đời; cả một đời. ¶ 헨리～ Henry đệ nhất.

일소(一笑) nụ cười; chê cười. ¶ ～에 부치다 cười xoà; bỏ qua không để ý (ai, việc gì).

일소(一掃) **~하다** quét sạch; xua đuổi. ¶ 부정 부패를 [악습을] ～하다 xoá bỏ nạn tham nhũng [tập tục xấu, hủ tục].

일손 ❶ (하고 있는 일) việc làm bằng tay, nghề thủ công. ❷ (일솜씨) sự khéo tay. ¶ ～이 오르다 tay nghề nâng cao, lên tay. ❸ (일 하는 사람) người làm việc, thợ, nhân công. ¶ ～이 모자라다 thiếu thợ, thiếu nhân công / ～이 필요하다 cần nhân công.

일수(日收) sự vay trả lãi ngày. ¶ ～장이 người vay trả lãi ngày.

일수(日數) ❶ (날수) số ngày. ❷ (날의 운수) vận số trong ngày. ☞ **일진**(日辰).

일순간(一瞬間) một lúc, một chốc, một lát. ~의 tạm thời, nhất thời.

일습(一襲) một bộ.

일승일패(一勝一敗) một thắng một bại.

일시(一時) (한때) một thời, ngày đã qua, xưa kia; (잠시) một lát, một lúc; (임시로) nhất thời, tạm thời. ~적 tính nhất thời, tính tạm thời. ¶ ~에 (동시에) cùng một lúc; (갑자기) đột nhiên; bỗng dưng (단숨에) / ~적으로 tính chất nhất thời / ~적 인기 sự hâm mộ tạm thời / ~적 현상 hiện tượng đột ngột / ~적 방편 phương tiện tạm thời / ~적으로 모면 하다 tạm thời lẩn tránh. ¶ ~불(拂) sự trả tiền một lần / ~ 차입금 tiền vay nợ tạm thời.

일시(日時) ngày giờ; thời gian; thời điểm.

일시금(一時金) tiền trả một lần, tiền trợ cấp một lần. ¶ ~을 받고 퇴직하다 nhận tiền trợ cấp một lần và nghỉ việc, về hưu một cục.

일식(日蝕) 【TVH】 nhật thực.

일신(一身) cá nhân, riêng tư. ¶ ~상의 사정으로 với lý do cá nhân.

일신(一新) **~하다** cải tiến, cải thiện; nâng cấp; đổi mới. ¶ 면목을 ~하다 đổi mới vẻ bề ngoài.

일신교(一神教) thuyết một thần. ~의 thuộc thuyết một thần.

일심(一心) ❶ (한마음) một lòng, nhất tâm. ¶ ~동체 đoàn kết một lòng. ❷ (전심) toàn tâm toàn ý. ¶ ~으로 với sự toàn tâm, với lòng nhiệt tình / ~으로 …하다 làm với lòng nhiệt tình, làm hết mình.

일심(一審) sơ thẩm. ¶ ~에서 패소하다 thua kiện ở phiên tòa sơ thẩm.

일쑤 thường xuyên. ¶ 그는 남을 비웃기 ~다 anh ta chế nhạo người khác là chuyện thường xuyên.

일약(一躍) trong thời gian ngắn, bỗng nhiên. ¶ ~ 유명해지다 bật lên nổi tiếng.

일어(日語) tiếng Nhật.

일어나다 ❶ (기상) thức dậy, tỉnh dậy, ngủ dậy, rời giường ngủ. ¶ 일찍 일어나는 사람 người dậy sớm / 일어나 있다 đã dậy, đã thức dậy. ❷ (일어서다) đứng dậy; đứng lên; bật dậy (넘어졌다가). ¶ 간신히 ~ đứng dậy một cách khó khăn, thức dậy một cách khó nhọc, gượng dậy một cách chật vật. ❸ (자지 않고 있다) thức. ¶ 밤늦게 까지 일어나 있다 thức đến tận đêm khuya. ❹ (발생) xảy ra, phát sinh, diễn ra. ¶ 어떤 일이 일어나더라도 dù có việc gì xảy ra / 학교에서 소동이 일어났다 trong trường học đã xảy ra bạo loạn. ❺ (발흥) nổi hứng; (융성) phát triển, phát đạt. ¶ 경제적으로 다시 ~ lại phát triển về kinh tế / 새로운 산업이 일어났다 nền công nghiệp mới đã phát triển. ❻ (불이) bùng lên. ¶ 불이 잘 일어난다 lửa dễ bùng lên. ❼ (열, 전기가) bốc lên. ❽ (기인(起因)) bởi vì, tại vì, phát sinh từ.

일어서다 ❶ (기립) đứng dậy, đứng lên. ¶ 벌떡 ~ đứng phắt dậy / 일어서 (구령) đứng dậy, đứng lên! ❷ (분기) nổi dậy; phản kháng; đấu tranh. ¶ 무기를 들고 ~ cầm vũ khí nổi dậy / 단결하여 ~ cùng đoàn kết và nổi dậy.

일언(一言) một lời nói. ¶ ~반구의 사과도 없이 không một lời xin lỗi / ~지하에 거절하다 từ chối không dưới một lời, từ chối ngay, gạt phăng đi.

일언이폐지(一言以蔽之) ¶ ~하면 nói tóm lại, tựu chung lại.

일언일행(一言一行) mỗi một lời nói và

hành động.

일없다 không cần thiết, không dùng đến. ¶ 이렇게 많이는 ~ không cần thiết nhiều đến vậy.

일엽편주(一葉片舟) con thuyền nhỏ.

일요(일)(日曜(日)) ngày Chủ nhật. ¶ ~판(版) ấn phẩm ngày Chủ nhật.

일용(日用) sự sử dụng hàng ngày. ¶ ~품 đồ dùng hàng ngày / ~식료품 thực phẩm hàng ngày.

일원(一元) ~적 tính đơn nhất, tính nhất nguyên. ¶ ~론 thuyết nhất nguyên / ~화 sự đơn nhất hóa, sự nhất thể hóa / ~화하다 nhất thể hóa.

일원(一員) một thành viên; một người.

일원(一圓) ☞ **일대**(一帶).

일원제(一院制) chế độ một viện.

일월(一月) tháng Giêng.

일월(日月) nhật nguyệt.

일위(一位) (첫째) vị trí thứ nhất; hạng nhất; bậc nhất; hàng đầu. ¶ ~를 차지하다 giữ vị trí thứ nhất.

일으키다 ❶ (세우다) dựng lên, xây lên; thành lập nên. ❷ (깨우다) đánh thức. ❸ (창시) khởi đầu; bắt đầu; dẫn đầu (운동, 계획 따위); (설립) thành lập, thiết lập, sáng lập; (재흥) tạo cảm hứng, gây cảm hứng, khêu gợi cảm hứng. ¶ 새로운 사업을 ~ khởi đầu sự nghiệp mới / 운동을 ~ gây dựng phong trào. ❹ (야기) tạo nên, làm ra; gây nên; dẫn đến; (촉발) thúc đẩy; thúc giục; xúi giục. ¶ 말썽을 ~ gây rối, gây phiền phức / 분쟁을 ~ xúi giục tranh chấp; gây nên tranh chấp / 폭동을 ~ xúi giục bạo loạn. ❺ (집안, 몸) gây dựng; kéo lên, nâng lên, đỡ lên. ¶ 비천한 처지에서 몸을 ~ nâng đỡ người từ thân phận thấp hèn. ❻ (불) khơi, nhóm, gây lên. ❼ (발생) gây ra, làm phát sinh; dẫn đến. ¶ 전기를 ~ phát điện. ❽ (송사를) ¶ 소송을 ~ khởi kiện. ❾ (발병) phát ra, sinh ra. ¶ 뇌출혈을 ~ sinh bệnh xuất huyết não.

일의대수(一依帶水) một dòng chảy nhỏ, một dòng sông nhỏ.

일익(一翼) một vai diễn, một nhiệm vụ. ¶ ~을 담당하다 nhận đóng một vai diễn, nhận một nhiệm vụ.

일익(日益) ngày lại ngày, ngày càng.

일인(一人) một người. ¶ ~독재 độc tài một người / ~이역 một người hai nhiệm vụ / ~자 người số một, người lãnh đạo cao nhất; chuyên gia số một.

일인(日人) người Nhật Bản.

일인당(一人當) trên đầu người; mỗi người. ¶ ~ 국민소득 thu nhập quốc dân tính theo đầu người.

일일(一日) một ngày; (초하루) ngày đầu tiên.

일일이 (일마다) mỗi việc; từng việc một. ¶ ~ 간섭하다 can thiệp vào từng việc một; việc nào cũng can thiệp.

일일이 ❶ (하나씩) từng cái một; mỗi việc riêng biệt (따로따로). ❷ (상세히) cụ thể, chi li, chi tiết. ¶ ~ 보고하다 báo cáo từng việc một, báo cáo chi tiết.

일임(一任) **~하다** giao việc, giao phó. ¶ 그런 것은 나에게 ~해 주십시오 việc này cứ giao cho tôi đi.

일자(日字) ☞ **날짜**.

일자리 chỗ làm việc; (직업) việc làm; nghề nghiệp. ¶ ~가 없는 không có việc làm / ~를 잃다 mất việc làm / ~를 얻다 tìm được việc làm / ~를 주다 nhận vào làm việc / ~를 찾다 tìm việc làm.

일자무식(一字無識) một chữ cũng không biết. ¶ ~ 꾼 người vô học.

일잠 ¶ ～ 자다 ngủ sớm.

일장(一場) ❶ (연극의) cảnh một; cảnh mở màn. ❷ (한바탕) một tràng, một pha. ¶ ～의 연설을 하다 phát biểu một tràng.

일장일단(一長一短) có ưu điểm và nhược điểm.

일장춘몽(一場春夢) (꿈) giấc mơ hão huyền. ¶ ～이 되다 trở thành giấc mơ hão huyền.

일전(一戰) một cuộc chiến, một trận đấu, một phen. ¶ …와 ～을 겨루다 đánh một trận với …; (경기) một trận, một cuộc đấu.

일전(日前) mấy ngày trước. ¶ ～부터 từ mấy ngày trước.

일절(一切) tất cả, toàn bộ, hoàn toàn; hầu hết. ¶ ～ …하지 않다 không làm gì hết / ～ 관계가 없다 không có quan hệ gì hết.

일점홍(一點紅) ☞ **홍일점**.

일정(一定) ～한 cố định; nhất định; kiên định. ¶ ～불변의 cố định không thay đổi; kiên định bất biến.

일정(日程) thời gian biểu hàng ngày, lịch làm việc trong ngày; (의사의) chương trình nghị sự trong ngày (심의사항). ¶ ～표 bảng chương trình; lịch làm việc.

일제(一齊) ～히 nhất loạt, đồng loạt, nhất tề (다 같이); nhất trí, đồng nhất (이구동성으로). ¶ ～검거 truy bắt hàng loạt / ～사격 bắn đồng loạt.

일조(一朝) ❶ ～에 trong một buổi sáng. ¶ ～일석에 một sớm một chiều; chỉ trong một ngày. ❷ trường hợp khẩn cấp. ¶ ～ 유사시에 lúc khẩn cấp.

일조권(日照權) 【PL】 quyền có không gian tiếp ánh nắng mặt trời.

일족(一族) (친족) trong một họ; cùng họ hàng; (가족) cùng một gia đình, cùng một nhà.

일종(一種) một loại, một thứ, một chủng loại.

일주(一周) một vòng (경기장 등의); một chu kỳ (주기). **~하다** đi một vòng, quay một vòng; qua một chu kỳ. ¶ ～기(期) 【TVH】 chu kỳ quay của trái đất / (세계) ～여행 du lịch vòng quanh (thế giới).

일주(一週) ❶ ☞ **일주**(一周). ¶ ～기(忌) lần giỗ đầu / ～년 tròn một năm / ～년 기념일 ngày kỷ niệm tròn một năm. ❷ (일주일) một tuần. ¶ ～일회(의) một tuần một lần.

일지(日誌) sổ ghi chép hàng ngày; sổ nhật ký.

일직(日直) phiên trực hàng ngày. **~하다** trực nhật, trực ban. ¶ ～장교 sỹ quan trực ban.

일직선(一直線) đường thẳng; đường trực tiếp. ¶ ～으로 với đường thẳng.

일진(一陣) ❶ (군사의) doanh trại. ❷ (선봉) trại quân tiên phong. ❸ (바람) ¶ ～광풍(狂風) một trận cuồng phong / ～청풍 một cơn gió mát.

일진(日辰) (운수) vận may trong ngày. ¶ ～이 좋다 [사납다] vận số tốt [xấu].

일진월보(日進月步) **~하다** tiến bộ đều đặn, phát triển đều đặn.

일진일퇴(一進一退) **~하다** lên xuống, khi tiến khi lùi. ¶ ～의 접전 đánh trận nhất tiến nhất thoái.

일찌감치 sớm một chút; trước một chút. ¶ ～ 떠나다 đi sớm một chút / ～ 저녁을 먹다 ăn tối sớm một chút.

일찍이 ❶ (이르게) sớm sủa; (아침 일찍) sáng sớm, sớm tinh mơ; (어려서) trẻ, non nớt. ❷ trước kia, đã từng; chưa từng, chưa một lần nào (부정). ¶ 그 여자는 ～ 여배우 노릇을 한 일도 있다 cô ấy từng là nữ diễn viên trẻ / 이러한

일은 ~ 들어 본 일(적)이 없다 chưa từng nghe chuyện như thế này.

일차(一次) lần một; (한차례) một lần; (첫 번) lần đầu tiên; [TH] bậc nhất. ~의 thuộc lần đầu tiên; thuộc bậc nhất. ¶ 제 ~ 내각 nội các đầu tiên. ¶ ~ 방정식 phương trình bậc nhất / ~시험 cuộc thi vòng một.

일차원(一次元) ¶ ~의 kỷ nguyên thứ nhất.

일착(一着) (경주의) sự về đích đầu tiên. **~하다** về đích đầu tiên.

일책(一策) một kế hoạch, một dự định.

일처다부(一妻多夫) nhất thê đa phu; chế độ đa phu.

일천(日淺) **~하다** chưa lâu; được ít ngày (서술적).

일체(一切) trọn vẹn, toàn bộ, hoàn toàn, tất cả, hết thảy. ~의 thuộc về tất cả, thuộc toàn thể. ¶ ~의 관계를 끊다 cắt đứt quan hệ hoàn toàn.

일체(一體) nhất thể, một cơ thể. ¶ ~가 되어 trở nên một thể thống nhất / 부부는 ~다 vợ chồng là một thể thống nhất. ¶ ~화 nhất thể hóa.

일촉즉발(一觸卽發) tình thế nguy cấp, tình thế căng thẳng.

일축(一蹴) **~하다** (거절) từ chối, phủ nhận; loại bỏ; (이기다) đánh bại.

일출(日出) nhật xuất, mặt trời mọc.

일취월장(日就月將) **~하다** tiến bộ từng ngày; phát triển nhanh chóng. ☞ **일진월보**.

일층(一層) ❶ (건물) một tầng; tầng một. ¶ ~집 nhà một tầng. ❷ (한결) nữa, hơn nữa, thêm nữa.

일치(一致) (부합) sự phù hợp, sự thích hợp; (합치) sự nhất trí, sự thống nhất; sự đồng nhất; sự tán thành; sự chấp thuận; (협동) sự hợp tác, sự chung sức; (조화) sự hài hòa, sự hòa hợp. **~하다** nhất trí, phù hợp; đồng ý, chấp thuận; đồng nhất; hợp tác; hòa hợp. ¶ 의견의 ~를 보다 nhất trí ý kiến / 이상과 현실과는 항상 ~하지 않는다 lý tưởng và hiện thực không phải bao giờ cũng đồng nhất. ¶ 단결~ nhất trí đoàn kết / ~점 điểm phù hợp; điểm nhất trí / ~협력 hợp tác nhất trí.

일컫다 gọi là, coi như, xem như.

일탈(逸脫) **~하다** lệch lạc, ngoài lề; lệch chuẩn.

일터 nơi làm việc; (근무처) công sở; (사무소) văn phòng; (공사장) hiện trường thi công. ¶ ~로 가다 đi đến nơi làm việc (hiện trường).

일파(一派) phái, nhóm, đảng.

일패도지(一敗塗地) **~하다** làm thất bại hoàn toàn.

일편(一片) một tấm, một phiến, một mảng. ¶ ~의 양심 một tấm lòng lương thiện. ¶ ~단심 lòng trung thành, một lòng một dạ.

일편(一篇) ¶ 시 ~ một bài thơ.

일평생(一平生) ☞ **한평생**.

일폭(一幅) một bức.

일표(一票) một lá phiếu. ¶ 1인~주의 chủ trương mỗi người một lá phiếu.

일품(一品) hàng loại một, hàng chất lượng cao; (요리의) món ăn hảo hạng. ¶ 천하 ~의 hàng tốt nhất trần đời. ¶ ~요리 thức ăn theo từng đĩa (để lựa chọn) (선택요리).

일품(逸品) xuất sắc, ưu tú; kiệt xuất, kiệt tác.

일필휘지(一筆揮之) **~하다** viết một mạch, viết một hơi.

일하다 làm việc; lao động. ☞ **일**.

일한(日限) ngày quy định, thời gian quy định.

일할(一割) mười phần trăm, 10%

일행(一行) ❶ (동아리) nhóm, đoàn, đội, phường, hội, băng. ¶ 한씨 ~ nhóm anh Han / ~에 끼다 xen vào nhóm, gia nhập đoàn. ❷ (한줄) một dây, một dãy, một hàng; (시의) một dòng, một câu thơ.

일혈(溢血) 【YH】 chứng xuất huyết.

일화(逸話) chuyện vặt; giai thoại. ¶ ~집 tập giai thoại.

일확천금(一攫千金) **~하다** một mẻ kiếm ngàn vàng, chóng giàu, trúng số độc đắc. ¶ ~을 꿈꾸다 mơ trúng số độc đắc, mơ ước chóng giàu.

일환(一環) một mắt xích, mối nối. ¶ …의 ~을 이루다 tạo thành một mắt xích của ….

일회(一回) một lần; (승부) một ván, một hiệp, một trận (경기). ¶ 주~ một tuần một lần. ¶ ~전 trận lượt một, hiệp một / ~초 [말] 【BC】 đầu [cuối] lượt một.

일흔 bảy mươi.

일희일비(一喜一悲) **~하다** lúc buồn lúc vui; vui buồn lẫn lộn.

읽다 (책을) đọc; xem; đọc diễn cảm; ngâm. ¶ 읽기 sự đọc / 집중하여 ~ tập trung đọc / 다 ~ đọc hết / 소리내어 ~ đọc to lên / 읽어 주다 đọc cho nghe / 급히 ~ đọc gấp gáp.

읽히다 bắt đọc.

잃다 (상실하다) mất, rơi; thiếu; hụt; bị cướp (뺏기다). ¶ 이성을 잃은 사람 người mất lý tính / …의 신용을 ~ mất niềm tin của … / 아버지를 ~ mất bố / 기회를 ~ hụt mất cơ hội / 길을 ~ lạc đường.

임 (남자) bạn trai; (여자) bạn gái; người yêu.

임간(林間) ¶ ~학교 lớp học trong rừng.

임검(臨檢) sự kiểm tra, sự khảo sát, sự điều tra, sự truy tìm. **~하다** kiểm tra, khảo sát; điều tra, truy tìm.

임계(臨界) ~의 thuộc đỉnh giới hạn; tới hạn. ¶ ~각 [온도] góc [nhiệt độ] tới hạn.

임관(任官) **~하다** phong chức, bổ nhiệm. ¶ 소위로 ~하다 được bổ nhiệm chức thiếu úy.

임균(淋菌) cầu khuẩn.

임금(군주) nhà vua; hoàng đế.

임금(賃金) (노임) tiền lương; tiền công. ¶ ~ 생활자 người làm công ăn lương, người sống bằng tiền lương / ~인상 tăng lương / ~인하 cắt giảm tiền lương / 기준 ~ lương cơ bản / 실질 [명목] ~ tiền lương thực chất [danh nghĩa] / 최저 [최고] ~ lương tối thiểu [tối đa] / 최저 ~제 chế độ đảm bảo mức tiền lương thấp nhất.

임기(任期) nhiệm kỳ. ¶ ~를 끝내다 [채우다] kết thúc [hết, mãn] nhiệm kỳ.

임기응변(臨機應變) **~하다** tùy cơ ứng biến. ¶ ~에 능하다 giỏi tùy cơ ứng biến.

임대(賃貸) **~하다** (토지가옥) thuê, mướn. ¶ ~가격 giá thuê / ~료 chi phí thuê mướn / ~인 người thuê / ~(차) 계약 hợp đồng thuê mướn.

임대 아파트(賃貸-) chung cư cho thuê.

임립(林立) **~하다** san sát, dày đặc, ken dày.

임면(任免) **~하다** bổ nhiệm và miễn nhiệm. ¶ ~권 quyền bổ nhiệm và miễn nhiệm.

임명 sự bổ nhiệm, bố trí vào chức vụ. **~하다** bổ nhiệm, giao phó; phân công. ¶ 시장으로 ~하다 bổ nhiệm làm thị trưởng. ¶ ~권 quyền bổ nhiệm.

임무(任務) nhiệm vụ, trách nhiệm, nghĩa vụ, sứ mệnh / 특별 ~를 띠고 mang sứ mệnh đặc biệt / ~를 수행하다 thi hành nhiệm vụ, thực hiện nghĩa vụ.

임박(臨迫) **~하다** cận kề; đến gần. ¶ ~한

đã cận kề, đã đến gần / 죽을 때가 ～하다 cái chết đã cận kề.

임부(妊婦) phụ nữ có thai, bà bầu. ¶ ～복 bộ đồ bầu.

임산물(林産物) lâm sản.

임산부(妊産婦) phụ nữ mang thai và sinh đẻ.

임상(臨床) ～의 thuộc lâm sàng. ¶ ～강의 buổi giảng về lâm sàng / ～의【YH】lâm sàng / ～의학 y học lâm sàng / ～일지 sổ ghi chép lâm sàng hàng ngày.

임석(臨席) **~하다** có mặt, hiện diện, tham dự. ¶ 아무의 ～하에 với sự có mặt của ai. ¶ ～경관 cảnh sát có mặt.

임시(臨時) ～의 tạm thời, dự bị, lâm thời; (일시적) nhất thời, tạm thời; (급조) lâm thời, gấp gáp, ngay tức khắc (즉흥 곡, 연설). ¶ ～로 một cách tạm thời. ¶ ～국회 quốc hội lâm thời / ～비 chi phí tạm (임시지출); chi phí dự trù (예비비) / ～열차 tàu thay thế tạm thời / ～예산 ngân sách tạm thời / ～정부 chính phủ lâm thời / ～증간 ấn phẩm lâm thời; đặc san / ～총회 tổng hội lâm thời.

임시변통(臨時變通) **~하다** cái dùng tạm thời. ¶ ～의 방책 kế sách tạm thời.

임시정부(臨時政府) Chính phủ lâm thời của Hàn Quốc trong thời kỳ thực dân Nhật.

임신(妊娠) sự mang thai, sự có bầu. **~하다** mang thai, có bầu. ¶ ～중에 đang trong thời kỳ thai nghén / ～ 중이다 đang mang thai / ～ 6개월이다 mang thai 6 tháng / ～시키다 làm cho có thai, cho thụ thai. ¶ ～중절 nạo thai.

임야(林野) vùng rừng núi.

임어(臨御) **~하다** (nhà vua) giáng lâm.

임업(林業) lâm nghiệp. ¶ ～시험장 nơi thí nghiệm lâm nghiệp.

임용(任用) sự bổ nhiệm, sự bố trí. **~하다** bổ nhiệm, bố trí.

임원(任員) thành viên ban giám đốc. ¶ ～석 ghế giám đốc / ～회 ban giám đốc.

임의(任意) ～의 tuỳ ý, tuỳ tiện. ¶ ～로 theo ý mình, với sự tùy thích. ¶ ～선택 lựa chọn tuỳ ý / ～출두 sự có mặt tuỳ ý.

임자 ❶ (주인) người cho thuê; người chủ nhà. ¶ ～없는 không có chủ nhà / ～ 없는 집 nhà không có chủ. ❷ (당신) cậu, mày, đằng ấy.

임전(臨戰) **~하다** lâm chiến, tham chiến. ¶ ～태세 động thái chuẩn bị tham chiến / ～태세를 갖추다 có động thái chuẩn bị tham chiến.

임정(臨政) ☞ **임시정부**. ¶ ～요인 nhân vật chủ chốt trong Chính phủ Lâm thời.

임종(臨終) ❶ (죽게된 때) lúc cận kề cái chết; lúc lâm chung; lúc nhắm mắt xuôi tay. ¶ ～ 의 말 lời dặn dò lúc lâm chung / ～이 다가오다 giờ lâm chung đã đến. ❷ (임종의 배석) ～하다 gặp mặt lúc lâm chung.

임지(任地) nơi làm việc (xa nhà). ¶ ～로 떠나다 đi đến nơi làm việc.

임질(淋疾)【YH】bệnh lậu. ¶ ～에 걸리다 bị bệnh lậu.

임차(賃借) sự cho thuê (부동산의). ¶ ～료 tiền thuê / ～인(人) người cho thuê.

임치(任置) sự ký gửi, sự đặt cọc. ¶ ～하다 ký gửi, đặt cọc (tiền). ¶ ～인 người gửi, người đặt cọc.

임파(淋巴)【GP】bạch huyết. ¶ ～선[염] tuyến [viêm tuyến] bạch huyết / ～액 chất bạch huyết.

임하다(臨-) ❶ (면하다) đối mặt, đối diện. ¶ 바다에 ～ đối diện với biển. ❷ (당하다) gặp phải, mắc phải, chạm trán, đụng đầu, đương đầu. ¶ 그때에 임하여

gặp phải lúc như thế / 죽음에 임하여 gặp phải cái chết. ❸ (임석) có mặt, có ở, có trên; tọa lạc.

임학(林學) ngành lâm nghiệp, ngành rừng. ¶ ～자 nhà khoa học lâm nghiệp.

임해(臨海) ～의 thuộc vùng ven biển; thuộc vùng duyên hải. ¶ ～ 공업지대 khu công nghiệp vùng ven biển.

입 ❶ (사람, 동물 등의) mồm, miệng, mõm, mỏ (입술). ¶ ～이 큰 mồm to, miệng to, mõm to / 한 입에 chỉ một miếng / ～에서 구린 내가 나다 từ trong miệng bay ra mùi hôi / ～을 다물다 ngậm miệng. ❷ (말) sự nói, lời nói. ¶ ～이 무거운 ít nói, ít lời / ～이 가벼운 hay chuyện, lắm lời / ～이 험하다 độc mồm độc miệng, ác khẩu / ～을 열다 mở miệng, há mồm / ～밖에 내다 nói ra, hở ra; thổ lộ / ～ 밖에 내지 않다 không nói ra / (욕설을) ～에 담다 chửi rủa, nói bậy bạ. ❸ (미각) khẩu vị. ¶ ～에 맞다 hợp khẩu vị. ❹ (부리) vòi (주전자의). ❺ (식구) miệng ăn, khẩu phần ăn.

입가 ¶ ～에 trên bờ môi / ～에 미소를 띄우고 nở nụ cười trên bờ môi.

입가심 ¶ ～하다 ăn tráng miệng / ～으로 bằng đồ ăn tráng miệng.

입각(入閣) sự vào nội các. **~하다** vào nội các, tham gia vào nội các.

입각(立脚) **~하다** dựa trên, đặt nền móng, lấy cơ sở. ¶ …에 ～하여 dựa trên … / 사실에 ～하다 dựa trên sự thật.

입감(入監) sự bị giam hãm; sự bị bỏ tù. ¶ ～ 중이다 đang ở trong tù.

입거(入渠) **~하다** vào bến, cập bến. ¶ ～료 lệ phí vào bến, lệ phí cầu cảng.

입건하다(立件-) lập biên bản; lập án.

입경(入京) **~하다** lên kinh thành; đến thủ đô, vào Seoul.

입고(入庫) sự nhập kho; (차의) sự cho xe vào gara. **~하다** nhập kho, cho vào kho; cho vào gara.

입관(入棺) (시체를) **~하다** nhập quan, cho vào áo quan.

입교(入敎) sự vào nhà thờ, sự gia nhập tôn giáo. **~하다** gia nhập tôn giáo, vào nhà thờ.

입구(入口) sự vào cửa; cửa ra vào; lối ra vào. ¶ ～에서 ở cửa ra vào / ～를 막다 ngăn lối ra vào.

입국(入國) sự nhập cảnh. **~하다** nhập cảnh. ¶ ～을 허가하다 cho phép nhập cảnh / ～을 거절하다 từ chối nhập cảnh. ¶ ～사증 thị thực nhập cảnh / ～절차 thủ tục nhập cảnh / ～ 허가서 giấy phép nhập cảnh / 불법 ～ nhập cảnh bất hợp pháp.

입궐(入闕) **~하다** vào cung.

입금(入金) (수령) sự nhận tiền; (수령금) tiền được chuyển đến, tiền được nạp vào; (받을 돈) tiền đã nhận được. **~하다** nhận tiền; gửi tiền (vào tài khoản). ¶ ～전표 giấy xác nhận nạp tiền.

입길 tin đồn, chuyện tầm phào; chuyện ngồi lê đôi mách; chuyện tào lao. ¶ 남의 ～에 오르내리다 trở thành chủ đề của chuyện tào lao, trở thành đối tượng bàn tán.

입김 hơi thở ra.

입납(入納) (편지의) gửi tới. ¶ 김씨댁 ～ gửi tới nhà cô Kim.

입내 (남의 흉내) sự bắt chước, sự làm theo. ¶ ～를 내다 bắt chước, làm theo. ¶ ～쟁이 người hay bắt chước.

입다 ❶ (옷) mặc. ¶ 입고 있다 mặc, mang, đeo, đội / 옷을 입어 보이다 mặc áo để cho xem / 저고리를 ～ mặc chogori. ❷ (은총, 덕 등을) mang ơn; hàm ơn, chịu ơn. ¶ 은혜를 ～ mang ơn; hàm ơn, chịu ơn. ❸ (손해, 상처

따위를) mắc, mang, chịu, bị, gặp phải. ¶ 상처를 ~ bị thương. ❹ (상을) ¶ 상을 ~ chịu tang, có tang.

입담 tài ăn nói. ¶ ~이 좋다 có tài ăn nói giỏi.

입당(入黨) sự gia nhập đảng. **~하다** gia nhập đảng.

입대(入隊) sự gia nhập quân đội; sự vào quân đội. **~하다** gia nhập quân đội, vào quân đội, đầu quân. ¶ ~자 người gia nhập quân đội.

입덧 nghén. ¶ ~나다 bị nghén (lúc có thai).

입도(立稻) ¶ ~선매(先賣) sự bán lúa non.

입동(立冬) lập Đông.

입뜨다 trầm lặng, ít nói, ít lời. ¶ 입뜬 사람 người ít nói.

입맛 sự thèm ăn, sự ăn ngon miệng. ¶ ~이 있다 thèm ăn, ăn ngon miệng / ~ 이 없다 không thèm ăn, không thấy ngon miệng / ~이 떨어지다 mất cảm giác thèm ăn, mất cảm giác ngon miệng / ~을 돋우다 làm cho ngon miệng; kích thích khẩu vị.

입맛다시다 chẹp chẹp, chèm chẹp, nhem nhem (thèm ăn); (난처하여) tặc lưỡi (khó xử).

입맛쓰다 cay đắng, chua xót.

입맞추다 hôn môi.

입매 ❶ (식사) **~하다** ăn một miếng; lót dạ. ❷ (눈가림) **~하다** làm việc một cách tạm thời, đại khái.

입멸(入滅) sự đến cõi niết bàn. **~하다** đến cõi niết bàn, vào cõi cực lạc.

입목(立木) cây đứng thẳng.

입문(入門) **~하다** ❶ (제자가 됨) nhập môn; nhập trường, vào lớp. ❷ (입문서) sách đại cương, sách giới thiệu. ¶ 골프~ nhập môn chơi gôn / 문학~ nhập môn văn học.

입바르다 trung thực, thẳng thắn, thật thà. ¶ 입바른 소리 lời nói thẳng thắn / 입 바른 소리를 하다 nói thẳng thắn.

입밖 ¶ ~에 내다 nói ra, hé miệng, hở miệng; để lộ / ~에 내지 않다 không hé miệng; không nói ra.

입방(立方) 【TH】 khối, lập phương. ¶ 3~미터 3 mét khối. ¶ ~근(根) căn bậc ba / ~체 khối lập phương.

입방아 찧다 ăn nói tầm phào.

입버릇 sự quen miệng, thói quen nói (말버릇). ¶ ~처럼 말하다 nói như thói quen, nói quen miệng.

입법(立法) sự lập pháp. **~하다** lập pháp. ¶ ~의 정신 tinh thần của lập pháp. ¶ ~기관 cơ quan lập pháp / ~부 quốc hội.

입사(入社) **~하다** vào công ty, vào cơ quan. ¶ ~시험 thi vào công ty.

입사(入射) 【VLH】 sự khúc xạ, sự chiếu sáng. **~의** thuộc về sự khúc xạ. ¶ ~각 góc khúc xạ; góc chiếu sáng.

입사(入絲) **~하다** nạm bạc, nạm vàng.

입산(入山) **~하다** (산에) lên núi; vào vùng núi; 【PG】 (절간에) đi tu; vào chùa.

입상(入賞) sự nhận phần thưởng. **~하다** nhận thưởng, lĩnh thưởng. ¶ ~자 người lĩnh thưởng.

입상(立像) bức tượng đứng; bức tượng nhỏ (소형의).

입상(粒狀) ~의 từng hạt nhỏ; nhám.

입선(入選) **~하다** được bầu, được chọn. ¶ ~자 người thắng cử, người được bầu / ~작 tác phẩm được bầu chọn.

입성 (옷) quần áo, y phục. ☞ 옷.

입성(入城) **~하다** vào thành.

입소(入所) **~하다** vào cửa; vào trường, vào lớp, vào công ty, vào cơ quan; vào doanh trại huấn luyện; vào trại giam, vào tù (교도소에).

입수(入手) **~하다** nhận được, dành được, lấy được.

입술 môi; miệng. ¶ 윗 [아랫] ～ môi trên [dưới] / ～을 깨물다 cắn môi / ～을 오므리다 mím môi, chúm chím môi.

입시(入試) ☞ **입학시험**.

입신(立身) sự lập thân, sự thành đạt. ¶ ～양명(출세)하다 thành đạt và nổi tiếng.

입심 sự ăn nói dễ nghe, sự hùng biện, sự ăn nói hấp dẫn. ¶ ～이 좋다 có tài ăn nói, có tài hùng biện.

입씨름 sự tranh cãi, sự cãi lộn; sự tranh luận. **~하다** cãi lộn; tranh cãi, tranh luận.

입씻기다 (입씻이) bịt mồm, bịt miệng, đấm mõm (bằng tiền); hối lộ, đút lót, lót tay.

입씻이 ❶ (금품) tiền hối lộ; của hối lộ. ❷ ☞ **입가심**.

입아귀 khóe môi, khóe miệng.

입안(立案) (초안) sự lên kế hoạch, sự lập đề án, dự thảo chính sách. ¶ ～하다 lên kế hoạch, lên dự án, lên chương trình / ～자 người lên kế hoạch, người dự thảo (chính sách, đề án).

입양(入養) sự nhận con nuôi. **~하다** (양자로 하다) nhận con nuôi (con trai); (양자가 되다) trở thành con nuôi (con trai). ¶ ～아 đứa con nuôi.

입어(入漁) ¶ ～권 quyền được câu cá ở khu vực nhất định / ～료 lệ phí câu cá.

입영(入營) **~하다** vào quân ngũ, nhập ngũ, vào quân đội.

입욕(入浴) sự tắm. **~하다** tắm, vào bồn tắm.

입원(入院) sự nhập viện, sự vào viện. **~하다** nhập viện, vào viện. ¶ ～중이다 đang nằm viện. ¶ ～료 lệ phí nhập viện / ～ 환자 bệnh nhân nhập viện.

입자(粒子) 【VLH】 hạt nhân; phân tử.

입장(入場) sự vào cửa. **~하다** vào cửa. ¶ ～권 vé vào cửa (영화관, 극장) / ～금지 (게시) cấm vào / ～료 phí vào cửa / ～무료 (게시) vào cửa miễn phí / ～식 lễ chào đón.

입장(立場) (처지) vị trí, tình thế, hoàn cảnh, thân phận; (견지) lập trường, chính kiến. ¶ 괴로운 ～에 있다 ở trong tình thế khó xử / 자기 ～을 밝히다 cho biết lập trường của mình; làm rõ lập trường của mình.

입장단 ¶ ～을 맞추다 đánh nhịp bằng miệng khi nhảy múa.

입적(入寂) ☞ **입멸**.

입적(入籍) **~하다** nhập hộ khẩu, nhập tịch.

입전(入電) sự nhận điện thoại, sự nhận liên lạc.

입정(入廷) **~하다** lên tòa, ra tòa, hầu tòa. ¶ ～시키다 bắt ra tòa, gọi lên tòa, bắt ra hầu tòa.

입정놀리다 ăn luôn miệng, ăn không ngừng nghỉ.

입정사납다 nhồm nhoàm; đầy mồm đầy miệng; tham ăn tục uống. ¶ 입정사납게 một cách nhồm nhoàm, một một cách tục tĩu

입주(入住) **~하다** chuyển đến ở, vào ở, dọn đến ở. ¶ ～가정부 người giúp việc nội trú / ～자 người đến ở, người dọn đến / ～점원 nhân viên cửa hàng dọn đến ở.

입증(立證) **~하다** chứng minh, xác nhận; đưa chứng cớ.

입지(立地) vị trí, địa thế. ¶ ～조건 điều kiện vị trí, môi trường xung quanh / ～ 조건이 좋다 điều kiện vị trí thuận lợi.

입지(立志) **~하다** có chí; lập chí. ¶ ～전(傳) tiểu sử của người nổi tiếng, câu chuyện lập chí của người thành đạt / ～전적인 인물 người có chí đã thành đạt.

입직(入直) ca làm việc, phiên trực. **~하다** vào ca, trực phiên.

입질 sự cắn câu, sự ăn mồi câu. **~하다** cắn câu, ăn mồi câu.

입짧다 (서술적) khảnh ăn.

입찬말 khoác lác, ba hoa, luyên thuyên.

입찰(入札) sự đấu thầu, sự bỏ thầu, sự đấu giá. **~하다** đấu giá, ra giá. ¶ ～로 bằng cách đấu giá / ～에 부치다 bán đấu giá; đưa ra đấu giá; (공사) đấu thầu, bỏ thầu / ～ 보증금 tiền bảo đảm cho việc đấu thầu, tiền bảo lãnh đấu thầu / ～자 người đấu thầu, người đấu giá / 경쟁 ～ đấu giá cạnh tranh, đấu thầu cạnh tranh.

입천장(-天障) vòm miệng.

입체(立體) lập thể, lập phương. ¶ ～감 cảm giác lập thể / ～ 교차 cầu vượt (윗길); cầu chui (아랫길); điểm giao nhau (교차점) / ～ 기하학 hình học không gian / ～ 방송 truyền hình ba chiều / ～영화 phim hình ảnh ba chiều / ～ 음악 âm nhạc ba chiều / ～ 음향 âm thanh nổi / ～전 cuộc chiến ba bên / ～ 주차장 bãi đỗ xe nhiều tầng / ～파 【MT】 phái lập thể; họa sỹ lập thể (화가).

입초(入超) nhập siêu.

입초(立哨) phiên gác; phiên trực, ca trực (순경의). **~서다** đứng gác, đứng canh, đứng trực ban. ¶ ～병 lính gác.

입추(立秋) lập thu.

입추(立錐) ¶ ～의 여지도 없다 đầy ắp không còn chỗ nhét vào nữa.

입춘(立春) lập xuân.

입하(入荷) hàng chuyển đến.

입하(立夏) lập hạ.

입학(入學) sự nhập học (학교). **~하다** nhập học; khai giảng. ¶ ～을 지원하다 xin nhập học. ¶ ～금(金) tiền nhập học / ～ 시험 thi vào trường / ～식 lễ nhập học, lễ khai giảng / ～원서 đơn xin nhập học / ～ 지원자 người có nguyện vọng nhập học.

입항(入港) sự cập cảng, sự vào bến. **~하다** cập cảng, vào bến. ¶ 인천에 ～하다 cập cảng Inchon. ¶ ～ 신고 khai báo cập cảng / ～절차 thủ tục vào bến.

입향순속(入鄕循俗) nhập gia tùy tục.

입헌(入憲) lập hiến. ～적 tính chất lập hiến. ¶ ～적 정체 chính thể lập hiến / ～민주정체 chính thể dân chủ lập hiến / ～주의 chủ nghĩa lập hiến.

입회(入會) sự gia nhập tổ chức, sự gia nhập đoàn thể, sự gia nhập hội. **~하다** nhập hội, gia nhập đoàn thể; gia nhập tổ chức. ¶ ～금 phí gia nhập / ～ 신청자 người xin gia nhập / ～자 người gia nhập, người tham gia.

입회(立會) ☞ **참여**(參與).

입후보(立候補) **~하다** ứng cử, tham gia tranh cử, trở thành ứng cử viên. ¶ 서울에서 ～하다 ứng cử ở Seoul, tham gia tranh cử ở Seoul / ～를 신고하다 đăng ký ứng cử viên. ¶ ～(예정)자 người (có ý định) sắp ứng cử.

입히다 ❶ (옷을) mặc cho, khoác cho. ❷ (올리다) che, bao, trùm, bọc; mạ tráng (도금). ¶ …을 입힌 mạ bằng …. ❸ (해 따위를) gây ra, tạo ra, dẫn tới.

잇 (이불 따위의) vỏ, bao, bọc. ¶ 베갯 ～ vỏ gối.

잇다 ❶ (연결) nối, ghép, ráp, liên kết, kết hợp, liên hiệp, nối kết. ¶ 줄을 ～ nối dây. ❷ (계승) kế tục, tiếp nối, kế thừa. ❸ (목숨을) cứu sống. ¶ 생명을 겨우 이어가다(구하다) được cứu sống trong gang tấc.

잇달다 dính liền, nối tiếp, xâu chuỗi, liên tiếp. ¶ 잇달아 일어나다 nối tiếp nhau xảy ra.

잇닿다 liên tục, thông suốt, không ngừng nghỉ.

잇대다 (이어대다) đặt sát nhau, kê sát nhau, nối nhau, giữ liên tục. ¶ 두 책상을 ~ kê hai bàn sát nhau. ¶ 잇대(어)서 nối tiếp nhau; sát cạnh nhau, liên tục.

잇따르다 ☞ **잇달다**.

잇몸 lợi, chân răng.

잇속 (이의) hàm răng.

잇속(利-) nguồn lợi, sự có lợi, lợi ích, lợi nhuận. ¶ ~이 밝다 người nhanh chân dành được nguồn lợi cho mình.

잇솔 bàn chải đánh răng.

잇자국 vết răng, vết cắn.

있다 ❶ (존재) có, tồn tại, hiện hữu. ¶ 그것은 지금도 ~ cái đó bây giờ vẫn còn / 있는 것이 없는 것보다(는) 낫다 so với không có thì có vẫn tốt hơn, có còn hơn không. ❷ (위치) có ở, nằm ở, tọa lạc. ¶ 한국은 중국의 동쪽에 있다 Hàn Quốc nằm ở phía đông Trung Quốc. ❸ (소유) có, nắm giữ, sở hữu. ¶ 명성이 ~ có tên tuổi. ❹ (부속) thuộc về, sở hữu của; (설비) được lắp đặt, được trang bị. ¶ 그 집에는 목욕탕이 ~ nhà đó có trang bị (lắp đặt) bồn tắm. ❺ (포함) bao gồm, bao hàm, chứa đựng, mang theo. ¶ 이 책엔 재미있는 얘기가 많이 ~ trong cuốn sách này chứa đựng nhiều câu chuyện thú vị. ❻ (수량) đạt tới, có tới. ¶ 학생이 2천명 이상 ~ có tới 2 ngàn sinh viên. ❼ (경험) đã bao giờ, từng trải. ¶ 거기에 가본일이 있는가? đã bao giờ đến đấy chưa? ❽ (발생) nẩy sinh, phát sinh, xuất hiện, diễn ra, xẩy ra. ¶ 경부선에서 열차의 충돌이 있었다 trên đường Gyeongbu xẩy ra vụ đụng tàu. ❾ (개최, 시행) tổ chức, tiến hành, thi hành, thực hiện, làm. ¶ 내일 영어 시험이 ~ ngày mai có cuộc thi tiếng Anh. ❿ (사실) có thực. ¶ 있을 수 없는 không thể có thực / 있을 법하지 않은 không có lý gì là có thực / 그런 일이 있을 수 있나? có thể có việc như vậy sao? ⓫ (…에 존재하다) tồn tại, hiện hữu. ¶ 행복은 만족에 ~ hạnh phúc tồn tại trong sự thỏa mãn. ⓬ (입수) có bán, có thể mua. ¶ 이 책은 어디든지 ~ cuốn sách này bất cứ ở đâu cũng có bán, cuốn sách này bất cứ ở đâu cũng mua được. ⓭ (유복) dư dả, giàu có, sung túc. ¶ 있는 사람 người giàu có / 있는 집에 태어나다 sinh ra trong một gia đình sung túc.

잉걸불 lửa than củi.

잉꼬 [LC] con vẹt đuôi dài.

잉어 [LCh] cá chép. ¶ 보리 밥알로 ~를 낚다 (tục ngữ) câu cá chép bằng hạt lúa mạch.

잉여(剩餘) thặng dư. ¶ ~가치 giá trị thặng dư / ~금 tiền dôi dư, tiền thừa, tiền lãi.

잉카 Inca. ¶ ~문명 [제국] nền văn minh [đế quốc] Inca / ~족 dân tộc Inca.

잉크 mực. ¶ ~병(甁) lọ mực / ~스탠드 giá để bút mực / 불변색 [안전] ~ mực không đổi màu [mực an toàn] / 활판 [등사] 용 ~ mực dùng để in ấn [mực sao chép].

잉태(孕胎) ☞ **임신**(姙娠).

잊다 ❶ (망각) quên, đãng trí, nhãng; không nhớ; (사물이 주어) bỏ quên, để quên; bỏ rơi. ¶ 잊을 수 없는 không thể quên / 잊지 말고 đừng quên; hãy ghi nhớ / 잘 ~ hay quên, hay đãng trí. ❷ (염두에서) không nhớ, không thể nhớ, không nghĩ tới, không nhớ đến; (단념) không ghi nhớ, không lưu ý; không quan tâm đến. ¶ 술로 슬픔을 ~ dùng rượu để không nghĩ tới nỗi buồn, lấy rượu để quên sầu. ❸ (놓고 오다) bỏ quên, để quên, bỏ rơi; (안 가져오다) để quên, không nhớ mang theo.

잊히다 bị quên lãng, không được để ý tới.

잎 ❶ (나무의) lá; tán lá, vòm lá (풀잎); lá kim (침엽). ¶ 새 ~ lá mới, lá non; lộc (신록) / ~이 우거진 lá rậm rạp, lá xum xuê, lá dày đặc / ~이 없는 không có lá, không có tán lá / ~이 지다 lá rụng, lá rơi. ❷ (단위) đơn vị đếm những vật dạng lá.

잎나무 bụi cây, khóm cây, lùm cây (땔감으로).

잎담배 thuốc lá bằng lá.

잎사귀 lá non; phiến lá.

ㅇ

ㅈ

자 ❶ (단위) thước (đơn vị đo chiều dài, 1 thước bằng 30.3cm). ¶ ~를 재다 đo theo thước. ❷ (재는) cái thước. ¶ ~로 재다 đo bằng thước. ¶ 삼각자 thước hình tam giác / 평행~ thước để kẻ đường song song. ❸ (척도 표준) tiêu chuẩn đo lường.

자(子) ❶ con trai ❷ từ gọi chung chỉ con trai (con vợ cả, con vợ thứ, con nuôi). ❸ tý, một giáp trong 12 con giáp

자(字) ❶ ☞ **글자**. ❷ (이름) tự, tên gọi khác ngoài tên gọi chính (thường gọi thay cho tên gọi chính đối với người đàn ông sau khi lấy vợ).

자(者) (사람) người, kẻ (thường gọi, chỉ người theo cách nói hạ thấp). ¶ …이라는 ~ người (kẻ) được coi là ….

자 (감탄사) nào!, này!, chà! (từ cảm thán). ¶ ~ 빨리 가십시다 Nào đi nhanh lên nào / ~ 드시지요 nào, mời ăn.

자…(自) (부터)(고어) tự, từ (từ thời điểm). ¶ 집무시간, ~ 오전 9시 지 오후 4시 Thời gian làm việc từ 9 giờ sáng đến 4 giờ chiều (viết trên bảng thông báo).

…자[1] (…하자 곧) ngay sau khi (đuôi từ có ý nghĩa ngữ pháp biểu hiện một hoạt động thực hiện ngay sau một hoạt động khác xảy ra. ¶ 집에 들어가~(마자) ngay khi vừa vào nhà / 소식을 듣~ ngay khi nghe tin.

…자[2] (권유) hãy … đi! (đuôi từ kết thúc câu biểu thị sự khuyên nhủ hay rủ cùng thực hiện hành động ¶ 이젠 가~ Giờ chúng ta đi thôi!

자가(自家) (집) tự gia, nhà của mình; (자기) tự bản thân. ¶ ~의 của bản thân. ¶ ~시설 thiết bị trong gia đình / ~중독 tự nhiễm độc, trúng độc bởi chất độc phát sinh trong cơ thể của bản thân.

자가당착(自家撞着) tự mâu thuẫn, tự xung đột ở bản thân. **~하다** trước sau mâu thuẫn, xung đột với bản thân. ¶ ~의 thuộc về sự mâu thuẫn trong bản thân.

자가용(自家用) (개인용) sử dụng trong gia đình; (차) xe ô tô dùng trong gia đình, của riêng gia đình.

자각(自覺) tự giác ngộ, tự ý thức. **~하다** tự ý thức được, tự nhận ra (trách nhiệm hay lỗi lầm của mình). ¶ ~증상 【YH】 bệnh tình hay chứng bệnh mà người bệnh tự mình nhận biết được. ¶ ~ 증상이 없다 không tự cảm nhận thấy bệnh tình gì của mình.

자간(子癎) 【YH】 bệnh kinh giật, không bài tiết hay trung hòa được các độc tố phát sinh trong cơ thể ở giai đoạn mang thai.

자갈 sỏi. ¶ ~을 깔다 rải sỏi. ¶ ~길 đường rải sỏi / ~밭 bãi sỏi (해안 등).

자갈색(紫褐色) màu vàng tía, sắc màu có ánh đỏ tía trên nền vàng thẫm.

자개 xà cừ. ¶ ～를 박다 khảm xà cừ. ¶ ～그릇 bát khảm xà cừ.

자객(刺客) thích khách. ¶ ～의 손에 쓰러지다 bị ngã gục bởi bàn tay của thích khách.

자격(資格) tư cách (회원 등의). ¶ ～이 있다 có tư cách / ～이 없다 không có tư cách / ～을 주다 trao tư cách / ～을 잃다 bị mất tư cách / …의 ～으로 với tư cách của … / 개인 ～으로 với tư cách cá nhân. ¶ ～(검정)시험 thi, kiểm tra tư cách, năng lực / ～상실 bị tước bỏ tư cách, mất tư cách / ～심사 thẩm định, điều tra tư cách / 무～자 người thiếu tư cách (làm gì) / 유～자 người đủ tư cách / 입학 ～ tư cách để nhập học.

자격지심(自激之心) tự kích chi tâm, mặc cảm tội lỗi, cảm giác ray rứt, tự trách mình.

자결(自決) ❶ (자기결정) tự quyết. **~하다** tự quyết định lấy. ❷ (자살) tự sát. **~하다** tự sát, tự xử.

자고로(自古-) từ trước đến nay, tự cổ chí kim.

자구(字句) câu chữ. ¶ ～에 구애되다 câu nệ vào câu chữ / ～를 수정하다 chỉnh sửa câu chữ.

자국 vết, dấu (더럼). ¶ 긁힌 ～ vết gãi / 물린 ～ vết cắn / 손가락 ～ vết ngón tay / ～을 내다 để lại dấu vết.

자국(自國) đất nước, tổ quốc của mình. ～의 thuộc về, của tổ quốc của mình. ¶ ～민 người cùng tổ quốc với mình.

자궁(子宮) 【GP】 tử cung, dạ con. ¶ ～구(口) cửa tử cung / ～병 bệnh tử cung / ～암 ung thư tử cung / ～외 임신 có thai ngoài dạ con, có thai ngoài tử cung.

자귀 (연장) cái rìu (dụng cụ).

자귓밥 vỏ gỗ, vụn gỗ, xuất hiện khi đốn gỗ bằng rìu.

자그마치 ❶ (적게) một cách nhỏ bé, nho nhỏ, be bé. ❷ (반어적) ít, chút ít; dùng theo cách nói nghịch để cường điệu chỉ số lượng quá nhiều so với dự đoán: không ít. ¶ ～ 10만원이나 손해다 thiệt hại ít ra cũng phải 100,000 won.

자그마하다 trông nho nhỏ, be bé.

자극(刺戟) sự kích động, kích thích. **~하다** kích thích (호기심을) kích thích tính hiếu kỳ. ¶ ～성 thuộc tính kích thích / ～적인 một cách kích động, kích thích / ～이 없는 không có sự kích thích / ～이 되다 bị kích thích / ～을 찾다 tìm sự kích thích. ¶ ～제 chất kích thích, yếu tố kích thích.

자극(磁極) 【VLH】 (hai) cực của nam châm.

자금(資金) tiền vốn, tiền dùng cho một mục đích đặc biệt nào đó. ¶ ～이 있다 [끊기다] có [bị cắt] vốn / ～이 어렵다 vốn liếng khó khăn / ～난 tình trạng khốn khó vì vốn liếng / ～부족 thiếu vốn / 장학 ～ tiền quỹ khuyến học.

자급(自給) sự tự cấp. **~하다** tự cấp. ¶ ～자족 tự cấp tự túc / 【KT】 ～자족의 thuộc về, có thuộc tính tự cấp tự túc.

자긍(自矜) (자찬) tự hào, tự đề cao; (자부) tự cao tự phụ.

자기(自己) (자신) tự bản thân, mình. ¶ ～의 của mình. ¶ ～ 스스로 tự bản thân mình, (bằng sức của mình) (제 힘으로); tự một mình (혼자); tự nguyện (자진해서) / ～ 본위의 hành động và suy nghĩ tự theo ý của mình. ¶ ～ 만족 [선전, 소개, 반성, 도취, 변호]

tự thỏa mãn [tự tuyên truyền, tự giới thiệu, tự kiểm điểm, tự say đắm, tự biện hộ] / ~ 암시 [비판] tự ám thị [phê phán] / 유도 [Đ] tự cảm ứng, hiện tượng điện lưu tự cảm ứng / ~ 최면 tự thôi miên / ~ 최면에 걸리다 bị tự thôi miên.

자기(自記) ~의 tự ký, tự ghi chép; việc máy móc tự động ghi chép chữ hay ký hiệu.

자기(磁氣) từ khí, hiện tượng từ tính (của đá nam châm), từ trường. ¶ ~를 띤 (~의) mang từ tính, có thuộc tính từ tính / ~를 띠게 하다 làm cho nhiễm từ tính. ¶ ~감응 [저항] cảm ứng [cản] từ tính / ~권 vùng có từ tính / ~녹음 ghi âm từ tính / ~ 디스크 장치 trang bị đĩa từ / ~ 측정 đo từ tính / ~ 테이프 băng từ / ~ 폭풍 bão từ / ~학 từ trường học.

자기(磁器) đồ sứ.

자기부상열차(磁器浮上列車) tàu chạy bằng từ tính (trên từ trường).

자기유도(磁氣誘導) cảm ứng từ.

자꾸 (여러번) thường xuyên, lập đi lập lại, nhiều lần; (끊임없이) liên tiếp, không ngừng; (몹시) rất.

자끈자끈 (소리) răng rắc, tiếng kêu của vật cứng bị gẫy.

자끈하다 gãy rắc.

자나깨나 khi ngủ khi thức, bất kể ngày đêm, luôn luôn.

자낭(子囊) [TV] túi bào tử. ¶ ~ 포자 nang bào tử.

자네 (đại từ nhân xưng ngôi thứ hai, gọi hạ thấp với đối phương) cậu, cô (gọi hạ thấp), chú mày, chú em, cô em.

자녀(子女) (아들딸) con cái nói chung.

자다 ❶ (잠을) ngủ; (잠들다) ngủ; (자리에 들다) đi nằm. ¶ 잘 [잘못] ~ ngủ ngon [không ngon] / 너무 ~ ngủ quá nhiều / 잘 자거라 ngủ ngon nhé! ❷ (가라앉다) lắng xuống, chìm xuống, lặng. ¶ 바람이 잤다 Trời lặng gió. ❸ (시계가) ngừng chạy (đồng hồ).

자단(紫檀) [TV] gỗ hồng sắc, gỗ đàn hương.

자담(自擔) ~하다 tự đảm đương.

자당(自黨) đảng phái của mình theo.

자당(慈堂) cách xưng hô gọi mẹ của người khác (xưng hô kính trọng) (존칭).

자독(自瀆) thủ dâm. ☞ **자위**[1].

자동(自動) tự động. ~적인 có thuộc tính tự động. ¶ ~적으로 một cách tự động. ¶ ~문 cửa tự động / ~소총 súng ngắn tự động / ~전화 điện thoại tự động / ~제어 điều khiển tự động / ~ 제어장치 thiết bị điều khiển tự động / ~판매기 máy bán hàng tự động / ~휴회 nghỉ hội họp một cách tự động.

자동변속장치(自動變速裝置) thiết bị thay đổi tốc độ tự động.

자동사(自動詞) nội động từ.

자동식(自動式) ~의 theo kiểu, hình thức tự động. ¶ 반~의 theo kiểu bán tự động.

자동조작(自動造作) thao tác tự động; (기계) máy thao tác tự động.

자동조종장치(自動操縱裝置) [HK] thiết bị lái tự động.

자동차(自動車) xe ô-tô. ¶ ~로 가다 đi bằng ô-tô / ~를 몰다(운전하다) lái ô-tô / ~를 타다 lên ô-tô / ~에 태워주다 chở đi bằng ô-tô. ¶ ~공업 công nghiệp ô-tô / ~ 도로 đường dành cho ô-tô / ~ 번호판 biển số ô-tô / ~ 운전사 (자가용) người lái ô-tô (xe gia đình) / ~ 정비공 thợ sửa chữa ô-tô / ~ 주차장 bãi đỗ ô-tô / ~ 차고

ga-ra ô-tô / 영업용 ~ xe ô-tô kinh doanh / 화물 ~ xe ô-tô chở hàng.

자동차보험(自動車保險) bảo hiểm ô-tô.

자동차부품(自動車部品) thiết bị ô-tô.

자동차사고(自動車事故) tai nạn ô-tô.

자동차학원(自動車學院) trung tâm đào tạo lái ô-tô.

자두 【TV】 mận. ¶ ~나무 cây mận.

자득(自得) **~하다** (만족) tự đắc, tự mãn nguyện; (터득) tự hiểu ra, thâu nhận được.

자디잘다 rất nhỏ, nhỏ li ti. ☞ **잘다**.

자라 【ĐV】 loại rùa nước ngọt. ¶ ~ 보고 놀란 가슴 소댕 보고 놀란다 【TNg】 nhìn con rùa nước ngọt cũng giật mình, rồi nhìn cái nắp vung cũng giật mình.

자라다[1] ❶ (성장) (씨앗, 식물 등) phát triển, lớn, (thường dùng chỉ hạt mầm, thực vật); (양육) trưởng thành (được nuôi dưỡng, trưởng thành). ¶ 도시 [시골]서 자란 lớn lên ở thành phố [nông thôn] / 빨리 ~ lớn nhanh. ❷ (증가) tăng, gia tăng.

자라다[2] ❶ (충분) đầy đủ, không thiếu. ❷ (미치다) đạt đến, chạm đến được. ¶ 힘 자라는 데 까지 đến nơi mà sức đạt được / 손이 자라지 않다 không chạm tay đến được.

자락 vạt (vạt áo, quần). ☞ **옷자락**.

자랑 sự khoe, kiêu hãnh. **~하다** khoe, kiêu hãnh. ¶ ~은 아니지만 không phải là khoe, nhưng / 제 ~을 하다 tự khoe mình.

자랑스럽다 đầy tự hào, đầy kiêu hãnh. ¶ 자랑스럽게 여기다 cảm thấy đầy tự hào.

자력(自力) tự lực ~으로 một cách tự lực. ¶ ~갱생(更生)하다 tự lực cánh sinh.

자력(資力) sức vốn, khả năng kinh tế.

자력(磁力) 【VLH】 lực từ tính. ~의 có lực từ tính. ¶ ~계(計) máy đo lực từ tính.

자료(資料) tư liệu.

자루[1] (푸대) bao tải. ¶ 쌀 ~ bao gạo / ~에 담다 đựng trong bao.

자루[2] (손잡이) cán (칼 따위) cán dao; (창 따위) cán thương; (무기, 연장 따위) cán vũ khí, hay cán của các dụng cụ; (굽은) cán gập.

자루[3] (단위) (đơn vị đếm của vật dụng có cán cầm) cây. ¶ 분필 한 ~ một viên phấn / 소총 세 ~ ba khẩu súng ngắn / 연필 다섯 ~ năm cây bút chì.

자르다 (끊다) cắt; (톱으로) cắt bằng cưa; (가위로) cắt bằng kéo; (나무를) cắt gỗ.

자리 ❶ (좌석) chỗ. ¶ ~에 앉다 ngồi vào chỗ / ~에서 일어나다 đứng lên khỏi chỗ / ~를 뜨다 bỏ chỗ, rời chỗ / ~를 양보하다 nhường chỗ / ~를 잡아두다 đặt chỗ (예약). ❷ (여지, 공간) đất trống, khoảng không gian. ¶ ~를 내다 để ra khoảng không gian. ❸ (현장) hiện trường. ¶ 그 ~에 tại hiện trường chỗ đó. ❹ (위치) vị trí, địa điểm; (부지) (nơi xây dựng). ¶ ~가 좋다 [나쁘다] vị trí tốt [xấu]. ❺ (지위) địa vị (관직) địa vị quan chức. ¶ 중요한 ~ địa vị quan trọng / 장관~ chức, vị trí bộ trưởng. ❻ (깔개) cái trải ra chỗ nằm hay ngồi nói chung. ❼ (잠자리) chỗ ngủ. ¶ ~를 깔다(펴다) trải chỗ ngủ. ❽ (계수의) hệ số, vị trí của hệ số; (숫자의) vị trí của con số theo hệ thập phân.

자리끼 nước để đầu giường (để uống khi ngủ).

자리보전 **~하다** ngã bệnh, nằm giường bệnh.

자리옷 áo ngủ (여자의) áo ngủ của nữ; (아이의) áo ngủ của trẻ em; (남성의)

áo ngủ của nam.

자리잡다 (좌석을) lấy chỗ, mua, đặt vé; (위치) lấy chỗ; (정착) định cư; (공간차지) nắm, sở hữu phần không gian.

자립(自立) sự tự lập (자활). **~하다** tự lập. ¶ ~ 경제 kinh tế tự lập / ~ 성장 trưởng thành một cách tự lập.

자릿자릿하다 cảm giác đau nhói; (저리다) tê liệt; (마음이) hồi hộp, rùng mình.

자막(字幕) (영화의) phụ đề.

자만(自慢) sự tự kiêu, tự mãn; (큰소리) lớn tiếng tự kiêu. **~하다** tự kiêu.

자매(姉妹) chị em. ~의(같은) như chị em. ¶ ~교 [도시] trường học [thành phố] kết nghĩa / ~편 tác phẩm có liên quan đến nhau / ~회사 công ty kết nghĩa.

자매결연(姉妹結緣) việc kết nghĩa chị em; việc cơ quan hay đoàn thể kết nghĩa với nhau. ¶ ~을 하다 kết nghĩa với nhau.

자멸(自滅) sự tự diệt vong. **~하다** tự diệt. ¶ ~적 một cách tự hủy diệt.

ㅈ

자명(自明) **~하다** tự minh bạch, rõ ràng, không cần chứng minh hay giải thích, hiển nhiên. ¶ ~한 이치 đạo lý hiển nhiên.

자명종(自鳴鐘) đồng hồ có chuông báo giờ.

자모(字母) mẫu tự, chữ cái thể hiện nguyên âm và phụ âm; (활자) khuôn bản in chữ.

자모(慈母) từ mẫu.

자모음(字母音) nguyên âm và phụ âm.

자못 quá, mức độ quá so với suy nghĩ. ¶ ~ 놀라다 quá ngạc nhiên.

자문(自問) **~하다** tự vấn. ¶ ~ 자답 sự tự vấn tự đáp / ~자답하다 tự vấn tự đáp.

자문(諮問) **~하다** tư vấn. ¶ ~기관 cơ quan tư vấn / ~위원회 ủy ban tư vấn.

자물쇠 ổ khóa (자동의) khóa tự động. ¶ ~를 채우다 khoá ổ khóa / ~를 열다 mở khóa / ~가 채워져 [열려] 있다 ổ khóa được khoá [mở].

자바 Java. ¶ ~사람 người Ja-va.

자반 cá khô ướp muối.

자반뒤집기 **~하다** lật người khi mỏi mệt vì bệnh tật.

자발(自發) ~적 tự phát, có tính tự phát. ¶ ~적으로 một cách tự phát. ¶ ~성 tính tự phát.

자발없다 thiếu kiên nhẫn, khinh suất.

자방(子房) 【TV】 bầu nhụy hoa.

자배기 cái bát gốm tròn và rộng miệng (dùng để ngâm gạo, muối hay rửa rau quả v.v.).

자백(自白) sự tự bạch, thổ lộ. **~하다** tự bạch, thổ lộ.

자벌레 【CT】 sâu đo.

자복(自服) ☞ **자백**(自白).

자본(資本) vốn; tư bản. ¶ ~의 축적 sự tích lũy vốn / ~을 투입하다 bỏ vốn vào, đầu tư vốn. ¶ ~가 người cho vay vốn, nhà tư bản / ~과세 đánh thuế vào vốn / ~금 tiền vốn / 총~금 tổng số vốn / ~재 vốn tài sản / ~주(主) chủ tư bản, nhà tài phiệt / ~주의 chủ nghĩa tư bản / ~주의 경제 kinh tế tư bản chủ nghĩa / 독점~ tư bản độc quyền / 공칭~ vốn công khai / 금융~ vốn tín dụng / 유동 [고정]~ vốn lưu động [cố định].

자본회전율(資本回轉率) tỷ lệ xoay vòng vốn.

자봉틀(自縫-) ☞ **재봉틀**.

자부(子婦) con dâu.

자부(自負) sự tự phụ. **~하다** tự phụ.

자부심(自負心) lòng tự phụ, tự hào. ¶ ~이 강한 đầy lòng tự phụ / ~을 손상하다 làm tổn thương đến lòng tự hào.

자비[1](自費) ～로 tự lo kinh phí, theo kiểu tự túc kinh phí. ¶ ～생 học sinh tự túc kinh phí.

자비[2](慈悲) sự từ bi. ¶ ～로운 (có tính) từ bi / ～를 베풀다 ban cho sự từ bi, rủ lòng từ bi. ¶ ～심 lòng từ bi.

자빠뜨리다 xô ngã.

자빠지다 ❶ (넘어지다) ngã; tụt lại sau. ❷ (눕다) nằm.

자산(資産) tư sản, tài sản. ¶ ～가 nhà tư sản / ～주 cổ phần tư sản, hình thức cổ phần thích hợp cho việc bảo lưu tài sản, ít lo ngại về biến động, tụt giá trị / 고정 [동결,현금] ～ tài sản cố định [bị đóng băng, bằng tiền mặt] / 유동 ～ tài sản lưu động, tài sản gồm tiền mặt hoặc có thể chuyển thành tiền mặt.

자살(自殺) sự tự sát. **~하다** tự sát, tự tử. ¶ ～을 꾀하다 toan tự sát. ¶ ～자 kẻ tự sát / ～미수(자) (kẻ) tự sát không thành.

자상스럽다(仔詳-) (찬찬하다) có tính chu đáo, cẩn thận.

자상하다(仔詳-) ☞ **자상스럽다**.

자새 ống, cuộn chỉ hay cuộn thừng. ¶ ～질 quay ống (để cuộn hay bện chỉ hoặc dây).

자색(姿色) (tư sắc) khuôn mặt đẹp, thùy mị.

자색(紫色) màu tím.

자생(自生) sự tự sinh sôi, tự mọc (식물). **~하다** tự sinh, tự mọc. ¶ ～의 có tính tự sinh. ¶ ～식물 thực vật tự mọc.

자서(自序) lời tựa do tác giả tự viết.

자서(自署) ☞ **서명**(署名).

자서전(自敍傳) tự truyện. ¶ ～을 쓰다 viết tự truyện. ¶ ～작자 tác giả của tự truyện.

자석(磁石) đá nam châm (나침판). **~의** của nam châm, có tính nam châm. ¶ 막대 [말굽] ～ thanh nam châm [miếng nam châm hình móng ngựa].

자석영(紫石英) ☞ **자수정**.

자선(自選) **~하다** tự bỏ phiếu, tự mình lựa chọn.

자선(慈善) từ thiện. ～의 có tính từ thiện. ¶ ～가 người làm từ thiện / ～ 냄비 nồi đựng tiền từ thiện / ～ 단체 [심] đoàn thể làm [lòng] từ thiện / ～ 병원 bệnh viện từ thiện / ～사업 công việc từ thiện / ～ 시(市) (바자) chợ từ thiện / ～쇼 biểu diễn từ thiện.

자설(自說) quan điểm riêng của mình. ¶ ～을 굽히지 않다 không thay đổi, từ bỏ quan điểm riêng.

자성(自省) ☞ **반성**(反省).

자성(資性) tính cách trời ban, có từ lúc sinh ra.

자성(磁性) 【VLH】 từ tính. ～의 có từ tính. ¶ ～을 주다 đem lại từ tính. ¶ ～체(體) vật thể có từ tính.

자세(仔細) ～한 cụ thể chi tiết. ¶ ～히 một cách cụ thể, chi tiết.

자세(姿勢) tư thế (몸가짐); tác phong, thái độ (태도). ¶ 앉은 ～로 với tư thế ngồi / ～를 취하다 giữ tư thế / ～를 바로하다 chỉnh tư thế lại / ～가 좋다[나쁘다] tư thế tốt [xấu].

자세(藉勢) **~하다** tỉ mỉ, tường tận.

자손(子孫) con cháu.

자수(自手) tự tay; sức lực và sự cố gắng của bản thân. ～성가하다 thành đạt bằng chính bàn tay mình. ¶ ～성가한 사람 người tự tay thành đạt.

자수(自首) sự tự thú. **~하다** tự thú.

자수(自修) ☞ **자습**.

자수(刺繡) việc thêu. **~하다** thêu.

자수정(紫水晶) 【Kh】 thạch anh màu tím.

자숙(自肅) **~하다** tự giữ mình, tự răn mình.

자습(自習) việc tự học tập. **~하다** tự học

tập. ¶ ~문제 bài tập để tự học / ~시간 thời gian tự học / ~실 phòng tự học tập, rèn luyện.

자습서(自習書) sách tự học.

자승(自乘) ☞ **제곱**.

자승자박(自繩自縛) **~하다** tự làm (nói) tự chịu, tự mình bị bó buộc bởi lời nói hay hành động của mình, gậy ông đập lưng ông.

자시(子時) giờ tý (từ 11 giờ đêm dến 1 giờ sáng).

자식(子息) (자녀) con cái (nói chung) (총칭); (욕) thằng, con, đồ, (nói hạ thấp đối phương) (thô tục).

자신(自身) tự bản thân, tự thân. ~의 của bản thân. ¶ ~이(직접, 친히) tự mình (trực tiếp) / ~이 하다 tự mình làm.

자신(自信) sự tự tin. **~하다** tự tin. ¶ ~있는 có lòng tự tin / ~을 가지고 mang sự tự tin / ~을 얻다 [잃다] lấy [mất] tự tin / ~이 없다 không tự tin.

자실(自失) **~하다** ngơ ngẩn, u mê, quên mất cả bản thân.

자심(滋甚) **~하다** dần nặng hơn, trầm trọng hơn.

ㅈ

자아(自我) 【TrH】 bản ngã, cái tôi. ¶ ~가 센 cái tôi mạnh mẽ. ¶ ~의식 ý thức bản ngã, phân biệt mình với các đối tượng khác.

자아내다 ❶ (실을) kéo, rút chỉ, sợi ra; rút, hút chất lỏng hay khí ra bằng máy. ❷ (느낌을) khơi, gợi ra (cảm giác). ¶ 슬픔을 ~ khơi lại nỗi buồn.

자애(自愛) **~하다** tự yêu lấy bản thân.

자애(慈愛) sự thương yêu, tình cảm thương yêu trìu mến đối với người bề dưới. ¶ ~ 깊은 lòng thương yêu sâu sắc.

자약(自若) ~한 coi như thường, gặp nạn lớn bất ngờ mà bình tĩnh như thường. ¶ ~하게 một cách thản nhiên như bình thường.

자양(滋養) bổ, dinh dưỡng, thức ăn bổ. ☞ **영양**.

자업자득(自業自得) tự gây ra tự chịu. ¶ ~이다! đúng là tự làm tự chịu!; bị quả báo!

자연(自然) tự nhiên, thiên nhiên. ~의 của tự nhiên. ¶ ~스러운 có tính tự nhiên, không giả dối, không bị gò bó hay bị tác động tới (꾸밈없는) / ~히 một cách tự nhiên / ~과 친하다 thân thiện với thiên nhiên / ~을 벗삼다 bầu bạn cùng thiên nhiên / ~에 어그러지다 trái lại với tự nhiên / ~의 추세에 맡기다 để cho tự nhiên, gửi gắm vào xu thế tự nhiên. ¶ ~계 thế giới của tự nhiên / ~ 공원 công viên thiên nhiên / ~ 과학 khoa học tự nhiên / ~도태 [식품] đào thải tự nhiên [thực phẩm thiên nhiên] / ~미 vẻ đẹp tự nhiên / ~발생 [발화] phát sinh [hiện tượng bốc cháy] tự nhiên / ~보호 bảo vệ thiên nhiên / ~색 [요법] màu [liệu pháp, phép trị bệnh theo] tự nhiên / ~자원 [증가] tài nguyên thiên nhiên [gia tăng tự nhiên] / ~ 현상 hiện tượng tự nhiên.

자연(紫煙) khói thuốc lá.

자엽(子葉) 【TV】 lá non, lá mầm.

자영(自營) **~하다** tự kinh doanh. ¶ ~의 thuộc về việc, của việc tự kinh doanh / ~으로 bằng cách tự kinh doanh.

자오선(子午線) 【TVH】 đường thiên đỉnh, đường tưởng tượng trên thiên cầu nối phương chính Bắc với phương chính Nam.

자외선(紫外線) tia tử ngoại. ¶ ~ 요법 liệu pháp trị bệnh bằng tia tử ngoại.

자우(慈雨) mưa lành, mưa đúng vụ.

자욱하다 dày đặc (sương, khói). ¶ 안개가 자욱한 sương mù dày đặc / 담배연기

가 자욱한 khói thuốc lá che phủ mờ mịt.

자웅(雌雄) thư hùng, cái và đực; (승패) chỉ sự thắng bại. ¶ ~을 결하다 quyết trận thư hùng / ~을 겨루다 tranh đấu thư hùng.

자원(自願) **~하다** tự nguyện. ¶ ~하여 tự nguyện làm. ¶ ~자 người tự nguyện.

자원(字源) nguồn gốc cấu tạo nên các con chữ.

자원(資源) tài nguyên. ¶ ~이 풍부한 tài nguyên phong phú / ~을 개발 [보호] 하다 khai thác [bảo vệ] tài nguyên / 인력 ~ tài nguyên nhân lực, nguồn nhân lực / 지하 [천연] ~ tài nguyên dưới lòng đất [thiên nhiên].

자원봉사자(自願奉仕者) tình nguyện viên.

자위 ☞ **흰자위**, **노른자위**.

자위(自慰) ❶ (자기 위로) sự tự an ủi. **~하다** tự an ủi. ❷ thủ dâm ☞ **수음**(手淫).

자위(自衛) sự tự vệ. **~하다** tự vệ. ¶ ~권 quyền tự vệ.

자위뜨다 (물체가) (vật thể) nhúc nhích; (태아가) (thai nhi) động đậy, thai máy.

자유(自由) tự do. ~의[로운] của tự do, có tính tự do. ¶ ~로이 một cách tự do / ~로운 몸이되다 thân thể được giải phóng, tự do. ¶ ~결혼 tự do kết hôn / ~경쟁 cạnh tranh tự do / ~경제 kinh tế tự do / ~무역 mậu dịch, thương mại tự do / ~시 thơ theo thể tự do / ~토론 thảo luận tự do / ~행동 hành động tự do / ~노동자 người lao động tự do / ~방임 tự do không can thiệp / ~선택 lựa chọn tự do / ~세계 thế giới tự do / ~업 nghề tự do / ~의사 tự do tư duy / ~인 người tự do, dân tự do / ~재량 tự do quyết đoán, làm theo ý mình / ~주의 chủ nghĩa tự do / ~주의자 người theo chủ nghĩa tự do / ~항 cảng tự do / ~형(刑) hình phạt tước quyền tự do (luật); hình thức tự do, theo kiểu tự do (thể thao).

자유왕래(自由往來) tự do đi lại, vãng lai.

자유자재(自由自在) ~한 tự do tự tại. ¶ ~로 một cách tự do tự tại.

자유화(自由化) sự tự do hóa. **~하다** tự do hóa. ¶ ~조처 biện pháp, phương sách xử lý tự do hóa.

자율(自律) luật, quy chế tự đặt ra. ~적 có tính chất theo luật tự đề ra. ¶ ~신경 thần kinh chi phối đến các cơ quan không liên quan đến ý chí của sinh vật thể / ~신경 실조증 chứng bệnh mất cân bằng thần kinh.

자음(子音) phụ âm.

자의(字義) nghĩa của chữ. ¶ ~대로 theo nghĩa của chữ.

자의(自意) tự ý, ý của mình, suy nghĩ của bản thân.

자의(恣意) ~로 suy nghĩ một cách tùy tiện, theo kiểu của mình.

자의식(自意識) tự ý thức. ¶ ~이 강한 tự ý thức một cách mạnh mẽ.

자이로스코프(gyroscope) 【Anh】 con quay hồi chuyển.

자이르 quốc gia Zaire (ở châu Phi). ¶ ~의 thuộc về Zaire / ~ 사람 người Zaire.

자인(自認) (인정) **~하다** tự nhận, thú nhận, nhận định.

자인력(磁引力) 【VLH】 lực dẫn từ.

자일 (등산용) dây cáp (leo núi).

자임(自任) **~하다** tự đảm nhiệm; tự phụ.

자자(藉藉) **~하다** (서술적) bàn tán xôn xao, huyên náo khắp nơi. ¶ 명성이 ~하다 tên tuổi được nhắc đến khắp nơi.

자자손손(子子孫孫) con cháu đời đời; (대대) đời đời, các đời con cháu.

ㅈ

자작(子爵) tử tước. ¶ ～ 부인 tử tước phu nhân.

자작(自作) tự làm, tự tác; tự làm nông nghiệp. ～의 có tính tự tác. ¶ ～농 nông nghiệp tự canh tác (trên đất của mình) / ～시 thơ tự làm.

자작(自酌) **~하다** tự rót tự uống rượu một mình.

자작나무 【TV】 cây bu-lô trắng.

자잘하다 nhỏ li ti.

자장(磁場) 【VLH】 từ trường.

자장가(-歌) bài hát ru con.

자장면(醉醬麵) jajangmyun, món ăn Trung Quốc, mỳ trộn rau, thịt với nước sốt tương.

자장자장 à ơi (ngâm ru cho trẻ con ngủ).

자재(自在) ～의 tự tại, tự ở một mình; tự theo ý mình, không bị cản trở. ¶ ～로 một cách tự tại.

자재(資材) vật tư, nguyên liệu. ¶ ～과(課) phòng vật tư, bộ phận nguyên liệu / 건축～ nguyên vật liệu xây dựng.

자적(自適) **~하다** tự vui thích, không bị câu thúc.

ㅈ

자전(字典) tự điển (chữ Hán).

자전(自轉) sự tự hồi chuyển, tự chuyển động. **~하다** tự hồi chuyển, tự chuyển động.

자전거(自轉車) xe đạp; (세발의) xe đạp ba bánh. ¶ ～ 타기 việc đi xe đạp / ～를 타다 đi xe đạp / ～로 가다 đi bằng xe đạp. ¶ ～ 경기 đua xe đạp.

자정(子正) giờ chính tý (12 giờ đêm).

자정향(紫丁香) 【TV】 tử đinh hương (có màu tím).

자제(子弟) từ xưng hô chỉ con trai của người khác; chỉ thành viên trẻ trong gia đình người khác.

자제(自制) sự tự kìm chế. **~하다** tự kìm chế. ¶ ～력 khả năng tự kìm chế.

자제(自製) (손수 만듦) tự chế (tự tay chế tạo).

자조(自助) sự tự lực, tự giúp lấy mình; việc quốc gia tự xác nhận được quyền lợi bằng thực lực của mình. **~하다** tự lực, tự mình giúp mình. ¶ ～정신 tinh thần tự lực.

자조(自嘲) sự tự cười mình, tự giễu mình. **~하다** tự cười mình, tự giễu mình.

자족(自足) tự túc. ¶ 경제 ～을 이루다 đạt được sự tự túc về kinh tế.

자존(自尊) tự tôn, tự trọng.

자존심(自尊心) lòng tự tôn, tự trọng. ¶ ～ 있는 có tự trọng / ～을 상하다 tổn hại đến lòng tự trọng.

자주(自主) tự chủ (자주권) quyền tự chủ. ～적 có tính tự chủ. ～적으로 một cách tự chủ. ¶ ～국 quốc gia có quyền tự chủ / ～ 국방 tự chủ về quốc phòng / ～ 독립 độc lập tự chủ / ～성 tính tự chủ.

자주(紫朱) màu tím, ánh sắc tím.

자주 hay, thường. ¶ ～ 오다 [가다] thường đến [đi].

자줏빛(紫朱-) ☞ **자주**(紫朱).

자중(自重) **~하다** tự trọng (tự cẩn trọng; tự coi trọng đối với bản thân).

자중지란(自中之亂) tự trung chi loạn, tự rối loạn, mâu thuẫn từ bên trong.

자지 dương vật (thông tục).

자지러뜨리다 dúm dó, dúm lại; (주접들게하다) héo hắt, còi cọc (sinh vật).

자지러지다 bị dúm dó lại; (주접듦) bị còi cọc.

자진(自進) ～하여 tự đứng ra.

자질(資質) tư chất (재능). ¶ 공무원의 ～을 향상시키다 nâng cao tư chất của viên chức.

자질구레하다 nho nhỏ, lặt vặt.

자찬(自讚) sự tự tán dương, khen ngợi mình. **~하다** tự tán dương, khen ngợi mình.

자책(自責) sự tự trách. **~하다** tự trách mắng. ¶ ~감 cảm nhận đáng tự trách / ~감을 느끼다 tự cảm thấy đáng trách.

자처(自處) tự tử. ❶ ☞ **자살**(自殺). ❷ (자임) **~하다** tự coi mình là, tự cho là việc của mình.

자천(自薦) **~하다** tự tiến cử, giới thiệu mình.

자철(磁鐵) 【Kh】 sắt nhiễm từ.

자청(自請) **~하다** tự yêu cầu, tự xin. ¶ ~해서 힘든 일을 맡다 tự xin đảm nhận công việc vất vả.

자체(字體) thể chữ (활자의).

자체(自體) (사람의) tự thể, tự bản thân (của con người); (사물의) bản thân (của sự vật). ¶ ~감사 (회계) tự kiểm tra (kế toán) trong nội bộ / ~사업 kinh doanh cá nhân / ~조사 điều tra bản thân, tự điều tra trong nội bộ.

자초지종(自初至終) từ đầu đến cuối.

자촉반응(自觸反應) 【HH】 tự xúc tác trong phản ứng hoá học.

자축(自祝) **~하다** tự chúc, tự chúc mừng mình.

자취 (형적) dấu vết, vết tích (증거의) dấu vết chứng cứ. ¶ 진보의 ~ dấu ấn của sự tiến bộ / ~를 남기다 để lại dấu vết / ~를 감추다 giấu giếm, che đậy dấu vết.

자취(自取) **~하다** tự chịu lấy, chuốc lấy.

자취(自炊) **~하다** tự nấu ăn.

자치(自治) sự tự trị. **~하다** tự trị. ¶ ~의 thuộc về tự trị. ¶ ~권 quyền tự trị / ~(단)체 đoàn thể tự trị / ~령 khu tự trị / ~회 hội (học sinh) tự trị (학생의).

자치기 trò chơi đánh khăng (của trẻ con).

자친(慈親) từ xưng hô chỉ mẹ của mình đối với người khác.

자침(磁針) kim nam châm. ¶ ~ 검파기 thiết bị dò bằng nam châm.

자칫하면 ¶ ~ … 하기 쉽다 suýt nữa là, nhỡ một chút, sơ sẩy một chút thì dễ (bị).

자칭(自稱) (형용사적) tự xưng. **~하다** tự xưng. ¶ ~ 문학사 tự xưng là cử nhân khoa văn.

자크 ☞ **지퍼**.

자켓 ☞ **재킷**.

자타(自他) ta với người, mình và người khác. ¶ ~가 모두 mình và mọi người, tất cả / ~가 모두 인정하다 mình và mọi người tất cả đều công nhận.

자탄(自嘆) **~하다** tự than. ¶ 신세를 ~하다 tự than thân.

자태(姿態) tư thái. ¶ 요염한 ~ tư thái, dáng dấp yêu kiều, quyến rũ.

자택(自宅) (자기의 집) nhà riêng. ¶ ~에 있다 [없다] có [không có] ở nhà riêng. ¶ ~요법 (療法) phép trị liệu tại nhà.

자토(磁土) cao lanh.

자퇴(自退) **~하다** tự thoái lui, tự bỏ cuộc.

자투리 mẩu vải thừa.

자파(自派) đảng phái, nhóm hội của mình.

자판(自判) tự làm sáng tỏ; 【PL】 tòa cấp trên hủy bỏ bản án cũ và đưa ra phán quyết của riêng mình.

자폐(自閉) ¶ ~선 【TH】 đường cong hình lá / ~성 【TLH】 tính tự kỷ / ~증 bệnh tự kỷ.

자포자기(自暴自棄) sự tự đập phá, từ bỏ. **~하다** tự phá bỏ. ¶ ~ 되어 được tự phá bỏ.

자폭(自爆) **~하다** tự cho nổ, tiêu hủy (건물 등의).

자필(自筆) tự ghi chép. ¶ ~의 của việc tự ghi chép / ~로 với việc tự ghi chép, viết tay. ¶ ~이력서 lý lịch viết tay.

자학(自虐) sự tự ngược đãi. **~하다** tự ngược đãi. ¶ ~ 행위 hành vi tự ngược đãi.

자해(自害) ❶ ☞ **자살**. ❷ (자신을 해침) ~하다 tự hại.

자행(恣行) **~하다** làm càn.

자형(姊兄) ☞ **매형**(妹兄).

자혜(慈惠) nhân từ, ơn huệ từ ái. ¶ ~병원 bệnh viện từ thiện.

자화(磁化) [VLH] sự từ hóa, nhiễm từ. **~하다** từ hóa.

자화상(自畵像) tranh chân dung, tranh tự hoạ.

자화수정(自花受精) [TV] tự thụ phấn.

자화자찬(自畵自讚) sự tự khen, tự vẽ tự khen. **~하다** tự vẽ tự khen.

자활(自活) sự tự kiếm sống. **~하다** tự kiếm sống, tự lập.

자획(字畫) nét chữ.

작(勺) đơn vị cũ đo lường diện tích, 100 작 tương đương 1 평.

작(作) tác phẩm. ☞ **작품**.

작(爵) (작위) tước, tước vị.

작가(作家) tác giả; (소설의) tác giả tiểu thuyết; (예술의) tác giả tác phẩm nghệ thuật.

작고(作故) **~하다** từ trần. ¶ ~한 … đã từ trần.

작곡(作曲) sự sáng tác nhạc. **~하다** sáng tác nhạc. ¶ ~가(자) nhạc sĩ.

작금(昨今) hôm qua và hôm nay, gần đây. ¶ ~의 … của gần đây.

작년(昨年) năm ngoái. ¶ ~ 봄 Xuân năm ngoái / ~ 오늘 ngày này năm ngoái.

작다 (미세) nhỏ, bé; (어리다) trẻ, ít tuổi; (복수) nhỏ bé, số lượng ít. ¶ 작은 돈 số tiền nhỏ bé, ít ỏi; (하찮음) tầm thường, bình thường. ¶ 작은 일 việc nhỏ / 작아지다 (옷이) nhỏ lại.

작다리 từ gọi, chỉ người lùn, người có tầm vóc nhỏ bé.

작달막하다 (서술적) trông dáng vóc nhỏ, thấp bé.

작당(作黨) **~하다** lập hội nhóm, băng đảng. ¶ ~하여 lập nhóm (để làm việc không tốt)

작대기 (버팀대) cái sào, cọc để chống đỡ; (작대기표) vạch kẻ đánh dấu chỗ sai trong đáp án.

작도(作圖) (그림) việc vẽ tranh, bản đồ, bản thiết kế; [TH] vẽ hình trong hình học. **~하다** vẽ hình, vẽ đồ.

작동(作動) **~하다** tác động.

작두(斫-) dụng cụ (dao) thái thức ăn cho bò, ngựa.

작량(酌量) ☞ **참작**(參酌).

작렬(炸裂) sự nổ tan ra. **~하다** nổ tan ra.

작명(作名) **~하다** đặt tên.

작문(作文) sự viết văn. ¶ ~을 짓다 viết văn. ¶ 영 [자유] ~ viết văn tiếng Anh [tự do].

작물(作物) (농작물) đối tượng canh tác, nông sản.

작배(作配) **~하다** hôn phối, ghép đôi.

작법(作法) phép làm văn; đặt ra phép tắc.

작벼리 ven bờ, chỗ sỏi đá, cát hòa với nhau bên bờ nước (sông, suối, hồ).

작별(作別) tạm biệt, chia tay. ¶ ~의 (인사)말 lời chào tạm biệt / ~ 인사를 하다 chào tạm biệt / ~을 고하다 nói lời tạm biệt.

작보(昨報) tin đăng hôm qua, bản tin hôm qua. ¶ ~한 바와 같이 như tin đã đưa hôm qua.

작부(酌婦) gái hầu rượu.

작부면적(作付面積) diện tích đất trồng, canh tác.

작사(作詞) soạn lời bài hát. ¶ A ~ B 작곡 A soạn lời, B soạn nhạc.

작살 cái lao để đâm bắt cá.

ㅈ

작성(作成) sự soạn, viết (đơn từ, kế hoạch, bản thảo, báo cáo). **~하다** viết, soạn.

작시(作詩) **~하다** làm thơ. ¶ ～법 phép làm thơ.

작심(作心) **~하다** ghi tâm, quyết tâm. ¶ ～ 삼일 quyết tâm không nổi 3 ngày (chỉ sự quyết tâm nhưng chưa vững vàng).

작야(昨夜) đêm hôm qua.

작약(芍藥) [TV] cây mẫu đơn.

작약(雀躍) **~하다** mừng rỡ nhảy nhót, hoan hỉ (tước dược).

작업(作業) việc tác nghiệp, làm công việc theo mục tiêu và kế hoạch đã định (군대의). **~하다** tác nghiệp, tiến hành công việc. ¶ ～중에 trong khi tiến hành công việc. ¶ ～ 능률 năng suất làm việc / ～량 lượng làm việc (lượng việc làm) / ～복 quần áo khi làm việc / ～ 시간 thời gian làm việc / ～장 nơi làm việc / 공동 ～ cùng làm việc, cùng chung nhau tiến hành công việc.

작열(灼熱) sự tiếp nhiệt, bừng nóng lên. ¶ ～하는 nóng bừng lên.

작용(作用) tác dụng (기능) (chức năng, tác dụng); ảnh hưởng đến (영향). **~하다** tác dụng. ¶ 산(酸)의 ～ tác dụng của a-xít / 심장의 ～ tác dụng của tim. ¶ 심리 ～ ảnh hưởng tâm lý / 화학 ～ tác dụng hóa học.

작위(爵位) tước vị, quan chức. ¶ ～가 있는 사람 người có tước vị.

작은곰자리 [TVH] Chòm Tiểu Hùng.

작은아버지 chú, em của bố.

작은어머니 thím, vợ của chú.

작은집 ❶ (분가) (chỉ nhà của thành viên sống tách khỏi gia đình); (아들·동생의 집) nhà của con trai hay của em trong gia đình. ❷ (첩) ☞ **적은집**.

작자(作者) ❶ (위인(爲人)) con người, tính chất con người (của cá nhân). ❷ (저작자) tác giả, người viết. ❸ (살 사람) người mua. ¶ ～가 없다 không có người mua. ❹ (만든 사람) người làm ra. ❺ (소작인) tiểu nông, nhà nông.

작작 vừa phải. ¶ 농담 좀 ～해라 nói đùa vừa phải thôi!

작전(作戰) tác chiến (군사행동); (책략) sách lược. ¶ ～을 짜다 thảo (kế hoạch) tác chiến. ¶ ～ 계획 kế hoạch tác chiến / 공동 ～ cùng tác chiến.

작정(作定) (결정, 결심) quyết định, quyết tâm; (의향) ý hướng; (목적) mục đích; (예기) mong đợi. **~하다** quyết định. ¶ …할 ～으로 với (bằng) quyết định sẽ (làm gì).

작주(昨週) tuần trước.

작폐(作弊) **~하다** quấy rối.

작품(作品) tác phẩm.

작풍(作風) phong cách, đặc trưng thể hiện của nhà sáng tác nghệ thuật.

작황(作況) tình trạng làm nông nghiệp của nhà nông (được hay mất vụ).

잔(盞) chén, cốc nhỏ. ¶ 포도주 한 ～ một cốc rượu nho / ～을 돌리다 chuyển chén cho người khác uống luân phiên (quay vòng rượu để uống lần lượt).

잔걸음 ¶ ～을 치다 đi lại, bước đi bước lại trong phạm vi gần (trong nhà, phòng).

잔고(殘高) số tiền còn lại (부기) (trong ghi chép tài chính). ¶ ～표 bảng ghi chép số tiền còn lại / 이월 ～ số dư mang sang (tiền dư từ tháng trước chuyển sang).

잔교(棧橋) cầu treo, cầu xếp. ☞ **선창**(船艙).

잔글씨 chữ viết nhỏ và mảnh. ¶ ～로 쓰다 viết chữ nhỏ nhắn.

ㅈ

잔금 đường gấp hay kẻ nhỏ.
잔금(殘金) tiền còn lại (잔고); tiền thừa, tiền dư (나머지).
잔기(殘期) thời hạn còn lại.
잔기침 ho khan.
잔당(殘黨) dư đảng.
잔도(棧道) sạn đạo, đường bắc ván gỗ.
잔돈 tiền lẻ. ¶ ~으로 바꾸다 đổi sang tiền lẻ.
잔돈푼 ❶ (소소하게 쓰이는) tiền dùng vào các việc nhỏ, không đáng kể. ❷ (소액) số tiền ít ỏi.
잔돌 đá cuội.
잔디 cỏ. ¶ ~ 깎는 기계 máy cắt, tỉa cỏ. ¶ ~밭 bãi cỏ, thảm cỏ.
잔뜩 ❶ (꽉차게) đầy tràn; (많이) nhiều. ¶ ~ 먹다 ăn nhiều, ăn đầy bụng / ~ 마시다 uống đầy bụng / 빚을 ~ 지다 nợ đầy tiền. ❷ (몹시) hết sức, chỉ mức độ quá mức. ¶ ~ 찌푸린 날씨 trời (thời tiết) hết sức ảm đạm / …을 ~믿다 hết sức tin tưởng (vào).
잔루(殘壘) thành lũy còn lại; 【BC】 thuật ngữ "left on base" trong bóng chày, chỉ người chạy dừng lại ở vị trí "base". **~하다** dừng lại ở vị trí "base".
잔류(殘留) **~하다** tàn dư, còn lại. ¶ ~물 vật còn lại.
잔말 việc nói luyên thuyên, lời nói luyên thuyên; (불평) bất bình. **~하다** luyên thuyên.
잔망(孱妄) ~스러운(한) hèn kém (경망).
잔명(殘命) hơi tàn trước khi chết, mạng sống yếu ớt còn duy trì.
잔무(殘務) việc làm, sự vụ còn lại. ¶ ~를 정리하다 chỉnh lý các công việc còn lại.
잔물결 sóng lăn tăn. ¶ ~이 일다 sóng gợn lăn tăn.
잔병(-病) ốm vặt (bệnh nhẹ nhưng liên tục). ¶ ~치레 ốm vặt liên tục / ~이 잦다 hay ốm vặt.
잔부(殘部) bộ phận, phần còn lại.
잔상(殘像) dư ảnh, cảm giác vương vất, còn đọng lại.
잔서(殘暑) cái nóng (cuối mùa hè) còn sót lại.
잔설(殘雪) tuyết còn đọng lại; tuyết sót (tuyết còn sót lại đến mùa xuân).
잔소리 ❶ ☞ **잔말**. ❷ (싫은 소리) tiếng (sự) rầy la. **~하다** rầy la. ¶ ~를 듣다 nghe rầy la, nghe mắng (bị rầy la).
잔속 nội dung chi tiết bên trong.
잔손 làm nắn nót, chi tiết bằng tay. ¶ ~이 많이 가다 nhiều thao tác chi tiết, nắn nót bằng tay / ~이 많이 가는 일 công việc có nhiều thao tác chi tiết bằng tay.
잔술집(盞-) quán rượu bán rượu lẻ theo chén.
잔심부름 việc sai vặt.
잔악(殘惡) ~한 tàn ác.
잔액(殘額) số tiền, phần tiền còn dư lại.
잔약(孱弱) ~한 nhỏ yếu.
잔업(殘業) việc ngoài giờ. **~하다** làm việc ngoài giờ. ¶ ~수당 tiền làm việc ngoài giờ (lương ngoài giờ).
잔여(殘餘) tàn dư, cái còn lại. ~의 của tàn dư, có tính tàn dư, còn sót lại.
잔영(殘影) hình ảnh, vết tích còn lại.
잔월(殘月) (달) trăng mờ còn lại khi trời sáng.
잔인(殘忍) ~한 tàn nhẫn. ¶ ~무도 tàn nhẫn và vô đạo đức.
잔잔하다 (기세가 가라앉아) lắng xuống, lặng. ¶ 잔잔한 바다 biển lặng.
잔재(殘滓) ❶ (남은 찌끼) cặn, cặn bã (từ thể lỏng (액체의). ❷ tàn dư. ¶ 봉건 시대의 ~ tàn dư của thời phong kiến.
잔재미 niềm vui, sự thú vị nhỏ. ¶ ~ 있는 사람 người thú vị, có sức cuốn hút về những chi tiết / ~를 보다 được

niềm vui, lợi ích nhỏ (이익); ham mê (câu cá) (낚시에서).

잔재주 tài vặt. ~부리다 thể hiện tài vặt.

잔적(殘敵) quân địch còn sót lại, tàn dư của quân địch. ¶ ~을 소탕하다 quét sạch tàn quân của địch.

잔존(殘存) tàn tồn. **~하다** còn tồn dư lại.

잔주름 (잘게 잡힌) nếp nhăn nhỏ.

잔챙이 người hay vật nhỏ, kém về chất nhất trong số đông; (물고기) cá bé nhất trong mẻ.

잔치 tiệc. ¶ ~를 베풀다 bày tiệc.

잔칼질하다 băm, băm nhỏ bằng dao.

잔품(殘品) hàng hóa hay đồ vật còn tồn đọng lại (bán hay dùng rồi còn tồn lại). ¶ ~ 정리 (sắp xếp) lại hàng tồn.

잔학(殘虐) ~한 tàn bạo, tàn ác và bạo ngược.

잔해(殘骸) bộ khung, xương cốt còn lại.

잔허리 eo lưng.

잔혹(殘酷) ☞ **잔인**(殘忍).

잘[1] (모피) da lông của con chồn.

잘[2] (충분하게) (mức độ) đủ, một cách đầy đủ; (능숙히) một cách thành thạo; (성공적, 순조롭게) thành công, suôn sẻ; (만족스럽게) một cách mãn nguyện; (친절하게) một cách thân thiết; (바르게) một cách đúng đắn; (주의해서) chú ý, một cách tập trung; (정확히) rõ, một cách chính xác; (보통) bình thường; (곧잘) hầu như tốt, thường hay, hầu như; (많이) nhiều. ¶ ~ 떠드는 사람 người hay huyên thuyên / ~ 되다 (일이) (công việc) trở nên tốt đẹp / ~ 안되다 (일이) (công việc) không được tốt đẹp / …을 ~하다 làm … tốt / 아무에게 ~ 해주다 đối đãi, tốt với người nào / ~ 모르다 không biết rõ / ~ 듣다 nghe rõ / ~ 살다 sống tốt / ~ 생각하다 nghĩ cho đúng, nghĩ kỹ / ~ 보다 trông nom cẩn thận / ~ 맞다 (신 따위가) vừa hợp, vừa vặn, vừa khít (như giầy dép).

잘강잘강 chóp chép. ~ 씹다 nhai chóp chép.

잘그랑 leng keng, lách cách.

잘나다 ❶ (사람됨이) (bản chất con người) giỏi giang. ¶ 잘난 사람 người giỏi giang / 잘난 체하다 làm như mình giỏi giang. ❷ (잘생김) đẹp (đẹp trai). ¶ 그녀석 잘났군 thằng đó (đứa đấy) đẹp trai đấy.

잘다 ❶ (크기가) nhỏ, nhỏ bé. ¶ 잔 모래 hạt cát nhỏ bé / 잘게 một cách nhỏ, nho nhỏ. ❷ (인품이) nhỏ nhặt, nhỏ nhen. ¶ 잔 사람 người nhỏ nhặt.

잘라먹다 ❶ (음식을) cắt miếng ra ăn (đối với món ăn). ❷ (갚을 것을) ăn chặn, cắt xén (đối với những thứ phải trả cho người khác).

잘록하다 (서술적) eo, thon, (hẹp lại, bó vào trong). ¶ 허리가 잘록한 여인 cô gái eo lưng thon thả.

잘리다 ❶ (절단) bị cắt (나무가). ❷ (떼어 먹히다) bị xén, bị ăn xén bớt. ❸ bị thải hồi.

잘못 ❶ (과실) sai lầm, sai sót (큰) sai lầm lớn; (오류) lỗi; (죄) tội. **~하다** làm sai. ¶ 큰 ~ sai lầm lớn / 문법상의 ~ sai về ngữ pháp / 판단을 ~하다 phán đoán sai / ~을 인정하다 thừa nhận có lỗi. ❷ (부사적으로) sai, nhầm (dùng như phó từ). ¶ ~ 보다 nhìn nhầm / ~ 알다 hiểu nhầm (오해).

잘생기다 đẹp trai.

잘잘 ❶ (쏘댐) hối hả, hấp tấp (việc đi lại). ¶ ~ 거리다 [쏘다니다] đi lại hối hả. ❷ (끓음) sùng sục, hừng hực (sôi lên, nóng lên). ¶ 방바닥이 ~ 끓다 nền phòng nóng lên hừng hực. ❸ (끌리다) lê, lê lết (kéo lê đi). ¶ 치맛자락을 ~

ㅈ

끌다 kéo lê gấu váy đi.

잘잘못 đúng và sai, thị phi. ¶ ~을 가리다 phân biệt đúng sai (phải trái).

잘하다 làm giỏi, làm tốt. ¶ 말을 ~ nói giỏi / 영어를 ~ giỏi tiếng Anh.

잠 (수면) việc ngủ, giấc ngủ; (숙면) ngủ say, ngủ vùi; (겉잠) ngủ vờ; (선잠) ngủ hờ, ngủ lơ mơ. ¶ ~을 못 이루다 không ngủ được / ~을 못자다 mất ngủ / ~이 쉽게 들다 ngủ dễ dàng / ~에 취해 있다 chìm vào giấc ngủ, ngủ thiếp đi / ~을 설치다 ngủ qua loa, bỏ dở giấc ngủ.

잠결 ¶ ~에 trong giấc ngủ lơ mơ / ~에 듣다 nghe trong giấc ngủ chập chờn.

잠귀 cảm giác nghe được tiếng trong lúc ngủ lơ mơ. ¶ ~ 밝다 nghe rõ trong lúc chập chờn / ~가 어둡다 không nghe rõ, lờ mờ trong giấc ngủ.

잠그다[1] (자물쇠로) khóa (bằng cái khóa); khóa (then, chốt) (빗장을); (고동을) khóa (công tắc, nút bật tắt). ¶ 문을 ~ khóa cửa / 수도(꼭지)를 ~ khóa vòi nước.

잠그다[2] (물에) ngâm (vào nước).

잠기다[1] (물 따위에) ❶ rơi vào, chìm vào (침수). ❷ (골똘) đắm chìm, mải mê vào. ¶ 생각에 ~ chìm vào suy nghĩ / 비탄에 ~ chìm vào sự đau khổ. ❸ (빠짐) rơi vào, đắm đuối vào. ¶ 술에 ~ đắm đuối vào rượu. ❹ (돈따위에) đầy (những thứ như tiền của).

잠기다[2] ❶ (자물쇠 등이) bị khóa (bởi cái khóa). ❷ (목이) bị mất tiếng (khản cổ, mất tiếng).

잠깐 (명사) khoảng thời gian ngắn; (부사적으로) một lúc, một chút thời gian. ¶ ~ 있으면 một lúc nữa thì / ~ 기다리시오 đợi một chút.

잠꼬대 việc nói mê sảng, mê ngủ; (허튼소리) lời nói vớ vẩn, nói càn. **~하다** nói mê; nói vớ vẩn (헛소리).

잠꾸러기 vua ngủ, người hay ngủ, ngủ nhiều.

잠두(蠶豆) 【TV】 đậu tằm.

잠들다 ngủ. ¶ 잠든척하다 giả vờ ngủ / 깊이 ~ ngủ say, ngủ sâu.

잠망경(潛望鏡) kính tiềm vọng.

잠바 áo khoác, áo khoác da (가죽잠바).

잠방이 quần soóc 1 lớp.

잠복(潛伏) sự rình, nấp. **~하다** rình nấp; (병이) ủ bệnh (bệnh). ¶ ~기 thời kỳ ủ bệnh.

잠사(蠶絲) sợi tằm, sợi lấy từ kén tằm. ¶ ~업 doanh nghiệp kinh doanh sợi tằm.

잠상(潛商) bán lậu, bán hàng cấm.

잠세력(潛勢力) thế lực ngầm.

잠수(潛水) việc lặn. **~하다** lặn. ¶ ~ 모함 mẫu hạm của hạm đội tàu ngầm / ~병 bệnh khí ép, bệnh thợ lặn / ~복 quần áo lặn / ~부 thợ lặn / ~함 tàu ngầm.

잠시(暫時) tạm thời, một lúc, trong một khoảng thời gian ngắn. ¶ ~동안 trong một lúc / ~후에 sau một lúc, một lát nữa.

잠식(蠶食) **~하다** xâm lấn, lấn dần.

잠언(箴言) châm ngôn.

잠업(蠶業) nghề nuôi tằm, việc nuôi tằm.

잠열(潛熱) lượng nhiệt tiềm tàng bên trong (인체의).

잠입(潛入) **~하다** thâm nhập.

잠자다 ngủ. ☞ **자다**.

잠자리[1] 【CT】 chuồn chuồn. ¶ 고추 ~ chuồn chuồn ớt.

잠자리[2] ❶ (잘데) chỗ ngủ; (침대) giường. ¶ ~에 들다 đi ngủ / ~를 보다 chuẩn bị chỗ ngủ. ❷ (동침) chung giường (chỉ việc nam nữ cùng ngủ với nhau). ¶ ～를 같이 하다 cùng ngủ (một chỗ) với nhau.

잠자코 một cách im lặng, không nói năng gì (순순히). ¶ ～ 있다 giữ im lặng.

잠잠하다(潛潛-) yên lặng, im ắng, không một tiếng động.

잠재(潛在) sự tiềm tàng, ẩn bên trong. **~하다** tiềm tàng, ẩn bên trong. ¶ ～세력 thế lực tiềm ẩn / ～의식 tiềm thức.

잠정(暫定) tạm định, quyết định tạm thời trước mắt. ～적인(으로) một cách tạm thời, trước mắt. ¶ ～예산 dự toán trước mắt / ～조치 xử trí, xử lý trước mắt.

잠투세하다 (em bé) hờn trước, sau khi ngủ.

잠투정하다 ☞ **잠투세하다**.

잠함(潛函) thùng lặn (cho việc xây dựng dưới nước. ¶ ～ 공법(工法) phương pháp xây cất sử dụng thùng lặn / ～병 bệnh khí ép của thợ lặn.

잠항(潛航) việc vượt tuyến, đi ngầm dưới nước, việc ngầm trốn qua. **~하다** ngầm vượt qua. ¶ ～정 tàu ngầm loại nhỏ.

잠행(潛行) **~하다** đi lén lút, đi ngầm dưới nước.

잡가(雜歌) tạp ca, ca nhạc bình dân, dân ca, không phải là âm nhạc chính thống.

잡거(雜居) **~하다** tạp cư, cư trú lẫn lộn, sống lẫn lộn.

잡건(雜件) tạp kiện, nhiều vụ việc lặt vặt, việc linh tinh lẫn lỗn.

잡것(雜-) (물건) (chỉ vật) vật không thuần chất, pha tạp hỗn hợp nhiều thứ; (사람) (chỉ người) tạp nham, không lịch thiệp, quý phái.

잡곡(雜穀) tạp cốc, hỗn hợp các loại ngũ cốc (trừ hạt gạo). ¶ ～밥 cơm tạp cốc / ～상(商) buôn tạp cốc.

잡귀(雜鬼) tạp quỷ, các loại ma quỷ.

잡기(雜技) tạp kĩ, các loại kĩ nghệ.

잡기(雜記) tạp kí, ghi chép các chuyện lặt vặt. ¶ ～장 cuốn tạp kí.

잡년(雜-) từ chửi mắng, chỉ người con gái không có phẩm hạnh, không trinh tiết.

잡념(雜念) (잡생각) tạp niệm, nhiều suy nghĩ lung tung.

잡놈(雜-) đứa tạp nham (từ chửi mắng, chỉ người con trai không đứng đắn).

잡다 ❶ (손에) bắt; (쥐다) nắm. ¶ 손목을 ～ nắm cổ tay. ❷ (포박) bắt trói (체포). ¶ 도둑을 ～ trói bắt kẻ trộm. ❸ (포획) đánh bắt. ¶ 고기 [쥐]를 ～ đánh bắt cá [chuột] / 많이 ～ bắt được nhiều. ❹ (기회, 권력을) nắm bắt được (cơ hội, quyền lực); (뜻, 요점을) nắm lấy được, lĩnh hội được (ý, yếu điểm). ¶ 권력을 ～ nắm giữ quyền lực / 기회를 ～ nắm bắt cơ hội. ❺ (증거를) nắm được chứng cứ. ❻ (담보로) lấy được vật đảm bảo, thế chấp. ❼ (어림을) nắm ước chừng. ¶ 줄잡아(서) túm gọn lại / 대충 ～ nắm lấy chung chung, cái tổng thể. ❽ (차지함) chiếm giữ. ¶ 장소를 ～ lấy địa điểm. ❾ (정하다) định, chọn ra (골라서); (예약) đặt trước. ¶ 날을 ～ chọn ngày / 방향을 ～ chọn hướng. ❿ (소요) cần thiết. ¶ 시간을 잡다 ấn định thời gian. ⓫ (도살) giết. ¶ 돼지를 ～ giết lợn. ⓬ (모해) mưu hại. ⓭ (불을) tắt lửa, dập lửa. ⓮ (주름 따위) gấp (gấp nếp). ⓯ (마음을) giữ vững lòng. ⓰ (탈, 트집 등을) nắm được lỗi, điểm yếu. ¶ 탈을 ～ nắm được [tìm được] điểm yếu [lỗi].

잡다(雜多) **~한** nhiều lẫn lộn.

ㅈ

잡담(雜談) việc nói chuyện tào lao, nói chuyện phiếm. **~하다** nói tào lao, nói chuyện phiếm.

잡도리하다 trông nom cẩn thận.

잡동사니 đồ tạp nham, các thứ lặt vặt, vô dụng.

잡되다(雜-) bừa bãi, lộn xộn, không thuần túy.

잡록(雜錄) tạp lục, ghi chép nhiều thứ.

잡맛(雜-) tạp vị, nhiều vị lẫn lộn.

잡목(雜木) nhiều loại cây tạp nham. ¶ ～숲 rừng cây tạp nham.

잡무(雜務) tạp vụ. ¶ ～에 쫓기다 bị hối thúc bởi những việc tạp vụ.

잡문(雜文) tạp văn. ¶ ～가 nhà tạp văn, người viết tạp văn.

잡물(雜物) tạp vật, nhiều đồ vật không có giá trị, không quan trọng; (불순물) vật không thuần chất, trộn lẫn với các vật chất khác.

잡배(雜輩) tạp chủng, lũ nhóm tạp nham.

잡병(雜病) tạp bệnh, bệnh lặt vặt, nhiều loại, không nặng lắm.

잡보(雜報) báo cáo ngắn, tin vặt, ngoài lề.

잡부금(雜賦金) các khoản tiền lặt vặt. ¶ ～을 거두다 thu lấy các khoản tiền lặt vặt khác.

잡비(雜費) tạp phí, các khoản chi phí lặt vặt. ¶ ～계정 tài khoản các khoản tạp phí.

잡살뱅이 đồ tạp nham, đồ cũ, hàng rẻ tiền.

잡상스럽다(雜-) ❶ (난잡) hỗn tạp. ❷ (상스럽다) kém chất lượng, tầm thường.

잡상인(雜商人) người bán rong hàng hóa lặt vặt.

잡색(雜色) tạp sắc, màu nhiều loại trộn lẫn nhau; hòa lẫn nhiều loại người. ¶ ～의 có tính chất hòa trộn nhiều loại màu.

잡세(雜稅) các loại thuế linh tinh, lặt vặt.

잡소리(雜-) ❶ lời nói tạp nham, phù phiếm; ❷ tạp âm.

잡수다 ☞ **먹다**.

잡수입(雜收入) ❶ thu nhập của người bán hàng rong. ❷ thu nhập lặt vặt khác ngoài thu nhập chính.

잡숫다 ☞ **먹다**.

잡스럽다(雜-) ☞ **잡되다**.

잡식성(雜食性) [ĐV] tính ăn tạp của động vật, ăn cả loại thức ăn thực vật và động vật.

잡신(雜神) tạp thần, nhiều loại quỷ thần.

잡아가다 bắt đi.

잡아내다 ❶ ☞ **꺼내다**. ❷ (잘못을) chỉ trích, lôi ra các sai phạm, lỗi lầm.

잡아당기다 (끌다) kéo, nắm lấy kéo đi; (팽팽하게) kéo căng; (홱) bật. ¶ 귀를 ～ kéo tai / 홱 ～ kéo bật ra.

잡아들이다 bắt giữ vào, lôi vào.

잡아떼다 ❶ (손으로) bóc ra (bằng tay). ❷ (부인) phủ nhận (sự hiểu biết, việc làm).

잡아매다 (한데) buộc lại (một chỗ); (고정된 곳에) trói, cột (vào chỗ cố định).

잡아먹다 ❶ (먹다) bắt, lấy về dùng; (짐승이) giết thịt, bắt làm thịt (thú vật). ❷ (괴롭 히다) làm phiền.

잡역(雜役) tạp dịch. ¶ ～부(夫) phu tạp dịch, người làm tạp dịch / ～부(婦) phụ nữ làm tạp dịch.

잡음(雜音) ❶ tạp âm; (라디오) tạp âm của ra-đi-ô (공중장애의). ❷ (방해) âm thanh ồn ào ầm ĩ (gây ảnh hưởng xấu).

잡인(雜人) người ngoài, không có liên quan, không có phận sự.

잡일(雜-) tạp dịch, việc vặt (hàng ngày) (일상의). ☞ **잡무**(雜務).

잡종(雜種) tạp chủng. ～의(교배) giao phối của nhiều chủng loại; (갖가지)

nhiều loại.

잡죄다 ❶ ☞ **잡도리하다**. ❷ (좨치다) hối thúc, đốc thúc.

잡지(雜誌) tạp chí. ¶ ~를 보다 xem tạp chí / ~에 기고하다 viết bài cho tạp chí. ¶ 월간 [계간]~ tạp chí ra hàng tháng [theo quý] / 종합 ~ tạp chí tổng hợp.

잡지출(雜支出) chi tiêu lặt vặt.

잡채(雜菜) *japchae* (món ăn trộn rau thịt, gia vị với miến - như món miến xào).

잡초(雜草) cỏ dại. ¶ ~를 뽑다 nhổ cỏ dại.

잡치다 làm hư, làm hỏng, phá hỏng.

잡탕(雜湯) ❶ (탕) món canh hoặc đun sôi, trộn nhiều thứ như thịt bò, hải sâm, củ cải, gia vị... ❷ (뒤범벅) hỗn tạp nhiều thứ (khó nhận biết được).

잡혼(雜婚) tạp hôn (trong xã hội nguyên thủy).

잡화(雜貨) tạp hóa. ¶ ~점 cửa hàng tạp hóa.

잡히다 ❶ (손에) bị bắt, bị nắm (trong tay); (포박, 포획) bị bắt trói. ¶ 경찰에 ~ bị cảnh sát bắt. ❷ (형상) (hình ảnh, khuôn hình) được giữ lại, lưu lại. ¶ 모양이 ~ khuôn hình được lưu lại. ❸ (불이) (lửa) được dập tắt. ❹ (담보로) thế chấp, lấy làm vật đảm bảo. ¶ 토지를 ~ lấy đất đai ra (thế chấp). ❺ (기타) ¶ 균형이 ~ giữ thăng bằng, cân bằng / 트집 ~ bị nắm sơ hở, bị bắt lỗi / 주름이 ~ được gấp nếp.

잣 hạt của cây hồng tùng, một loại thông (송자). ¶ ~나무 cây tùng / ~죽 cháo nấu với hạt của cây hồng tùng.

잣다 ❶ (물을) hút (nước). ❷ (물레를) kéo (guồng xe sợi, quay tơ). ¶ 솜에서 실을 ~ kéo chỉ từ bông.

잣새 【LCh】 chim mỏ chéo, thuộc loại chim sẻ, dài khoảng 16,5cm, sống ở vùng rừng núi thấp, con đực màu đỏ, con cái màu xanh ô-liu.

잣송이 quả của cây hồng tùng (bên trong có hạt hồng tùng).

장(長) ❶ (우두머리) trưởng (người đứng đầu). ❷ ☞ **장처**, **장점**. ¶ 일~일단이 있다 nhất trường nhất đoản, có cả ưu điểm có cả nhược điểm.

장(章) (책의) chương (của sách); (기장) ghi chép, đánh dấu các mục phải làm; (획기적 시대) thời đại mới. ¶ 새로운 ~ chương mới / 새로운 ~을 열다 mở sang một chương mới (thời đại mới).

장[1](場) (시장) chợ, thị trường. ¶ 대목~ chợ tết (chợ trước những ngày lễ tết lớn) / ~거리 phố chợ (đường phố có họp chợ) / ~날 phiên chợ (ngày họp chợ) / ~보다 mua sắm / ~보러 가다 đi chợ, đi mua sắm.

장[2](場) (장소) chỗ, địa điểm; (연극의) cảnh (trong diễn kịch). 【VLH】 trường, khoảng không giữa các vật thể có tác dụng của lực.

장(腸) (tràng) ruột. ¶ ~이 나쁘다 ruột yếu. ¶ ~결석 sỏi ruột (bệnh) / ~궤양 loét ruột (bệnh) / ~염 viêm ruột / ~폐색 tắc ruột.

장(醬) tương; (간장) xì dầu; (된장) *toenjang*, tương đậu.

장(欌) tủ.

장(丈) ❶ trượng, đơn vị đo chiều dài (척도 theo thước) 1 trượng bằng 10 thước, tương đương 3,3 m). ❷ (경칭) xưng hô chỉ người lớn (nói kính trọng).

장(張) tờ, tấm, trang, đơn vị đếm của những thứ như giấy. ¶ 종이 한 ~ một tờ giấy.

장가 việc lấy vợ. ¶ ~가다(들다) lấy vợ

ㅈ

/ ～ 들이다 lấy vợ cho (con).

장갑(掌匣) găng tay; (벙어리 장갑) găng hở ngón, loại găng tay chỉ bọc bốn ngón tay, trừ ngón trỏ.

장갑(裝甲) mang giáp, bọc giáp. ¶ ～ 부대 đội quân thiết giáp / ～ 자동차 xe bọc thép, xe thiết giáp.

장거(壯擧) kế hoạch chương trình tuyệt vời, hoạt động lớn.

장거리(長距離) cự ly dài. ¶ ～경주 [선수] thi [vận động viên] chạy cự ly dài / ～버스 xe buýt chạy đường dài / ～ 비행 chuyến bay xa, cự ly dài / ～ 전화 điện thoại đường dài / ～포 pháo cự ly xa / ～미사일 tên lửa tầm xa.

장검(長劍) trường kiếm.

장골(壯骨) cốt cách mạnh mẽ, tráng kiện.

장과(漿果) [TV] loại quả mọng, có nước, có hạt nói chung (như hồng, quất, nho).

장관(壯觀) cảnh quan tuyệt vời.

장관(長官) (내각의) bộ trưởng (nội các); (관아의 장) trưởng đầu ngành của công sở (quan nha). ¶ 국무 ～ ngoại trưởng (Mỹ) (미국) / 교육부 ～ bộ trưởng bộ giáo dục / 지방 ～ người đứng đầu ở địa phương (chủ tịch, thị trưởng).

장관(將官) cấp vị tướng nói chung, tướng lục quân (육군); tướng hải quân, đô đốc (해군).

장광설(長廣舌) diễn thuyết dài và to tiếng, diễn thuyết hùng hồn.

장교(將校) sĩ quan. ¶ 육군 [해군] ～ sĩ quan lục quân [hải quân].

장구 *janggu* (loại nhạc cụ truyền thống Hàn Quốc, giống cái trống cơm). ¶ ～채 dùi trống của Janggu.

장구(長久) ～한 lâu dài, vĩnh cửu. ¶ ～한 시일을 요하다 cần nhiều thời gian để làm.

장구(長驅) ~**하다** ruổi ngựa chạy xa; đuổi đến tận nơi.

장구(裝具) đồ trang bị, dụng cụ.

장구머리 một loại họa tiết trang trí trên trần, xà, rầm trong kiến trúc của Hàn Quốc ngày trước.

장구벌레 con bọ gậy.

장국(醬-) Jangguk (món canh nấu với thịt bò, gia vị và nước tương). ¶ ～밥 cơm với canh jangguk.

장군 (그릇) loại bình, chum đựng nước, rượu, tương xì dầu.

장군(將軍) tướng quân.

장군풀 [TV] cây 'tướng quân' (thân cao 2m, sống ở vùng núi đá cao, mùa hè ra hoa màu vàng trắng, còn gọi là hỏa sâm, vương đại hoàng, rễ dùng làm thuốc, gọi là 'đại hoàng').

장금(場-) mức, trạng thái kinh doanh của chợ, giá cả chợ, thời giá thị trường.

장기(長技) sở trường, kỹ năng thạo nhất. ¶ …을 ～로 하다 lấy … làm sở trường của mình.

장기(長期) trường kỳ, lâu dài. ~**의** có tính trường kỳ. ¶ ～에 걸치다 trải qua trường kỳ. ¶ ～ 계획 [예보] kế hoạch [dự báo] lâu dài / ～ 근속 phục vụ (làm việc) lâu dài / ～ 대부[거래] cho mượn, vay dài hạn [làm ăn lâu dài] / ～ 신용 tín dụng dài hạn / ～ 신용은행 ngân hàng tín dụng dài hạn / ～전 cuộc chiến trường kỳ / ～ 흥행 buổi, việc biểu diễn, trình chiếu kéo dài.

장기(將棋) cờ tướng. ¶ ～를 두다 chơi cờ tướng. ¶ ～짝 quân cờ tướng / ～판 bàn cờ tướng.

장꾼(場-) người buôn bán, tiểu thương ngoài chợ.

장난 (놀이) trò chơi; (농) sự đùa; (못된) sự nghịch, đùa nghịch. ~**하다** chơi, đùa, nghịch; (짓궂게) trêu, chọc tức. ¶ ~으로 một cách (bằng cách) trêu, đùa. ¶ ~꾸러기 đứa, kẻ nghịch ngợm / ~꾼 người hay đùa.

장난감 đồ chơi.

장남(長男) trưởng nam.

장내(場內) ~에서 ở phía bên trong (của địa điểm, nơi chốn nào đó).

장녀(長女) trưởng nữ, con gái đầu lòng.

장년(壯年) tuổi đã trưởng thành, tuổi trung niên; chỉ người độ tuổi trung niên (hơn 30 đến hơn 40 tuổi). ¶ ~이 되다 trở thành trung niên.

장뇌(樟腦) long não. ¶ ~유(油) dầu long não.

장님 người mù, (gọi chung chung) (총칭). ¶ 눈뜬 ~ người mù chữ / ~이 되다 trở thành người mù.

장다리 cuống, cọng cải. ¶ ~가 나다 mọc cuống hoa.

장단(長短) ❶ (길이의) trường đoản, chỉ độ dài ngắn nói chung; (장점 단점) ưu điểm nhược điểm. ❷ (박자) nhịp, phách. ¶ ~을 맞추다 khớp nhịp, phách / 손~을 치다 gõ nhịp tay (bằng tay).

장담(壯談) lời quả quyết, lời nói đầy tự tin. **~하다** nói quả quyết, nói một cách đầy tự tin, khẳng định chắc chắn.

장대(長-) gậy, sào bằng tre, gỗ. ¶ ~높이뛰기 nhảy sào.

장대(壯大) **~하다** thân hình to lớn, khỏe mạnh; rắn rỏi. ¶ 기골이 ~한 사람 người có vóc dáng rắn rỏi, khỏe mạnh.

장도(壯途) con đường đã quyết đi (với sứ mệnh trọng đại). ¶ ~에 오르다 lên đường với sứ mệnh trọng đại.

장도(壯圖) kế hoạch hay ý tưởng lớn, hoành tráng.

장도(長途) đường trường, đường xa.

장도(粧刀) dao nhỏ đeo bên mình (như trang sức).

장도리 búa đinh; (노루발) búa nhổ đinh. ¶ ~로 치다 gõ búa / ~로 못을 박다 đóng đinh bằng búa / ~로 못을 뽑다 nhổ đinh bằng búa.

장독대(醬-臺) chum, vại.

장돌림(場-) người bán hàng dạo quanh các chợ, bán hàng rong các chợ. ¶ 장돌뱅이 cách gọi hạ thấp, coi thường của 장돌림.

장딴지 bắp chân.

장래(將來) tương lai; (부사적) sau này (dùng như phó từ). ~의 của tương lai. ¶ 가까운 [먼] ~에 trong tương lai gần [xa] / ~가 있는 có tương lai, tiền đồ / ~를 생각 [예언]하다 suy nghĩ [dự đoán] tương lai. ¶ ~성 khả năng phát triển trong tương lai.

장려(壯麗) ~한 tráng lệ.

장려(獎勵) sự khuyến khích, khích lệ. **~하다** khuyến khích, khích lệ. ¶ ~금 tiền thưởng / ~급 lương thưởng.

장력(張力) 【VLH】 lực căng, sức căng. ¶ ~계 máy đo lực căng / ~ 시험 thí nghiệm, thử lực căng / 표면 ~ lực căng bề mặt.

장렬(壯烈) ~한 tráng liệt, dũng cảm, anh hùng.

장렬(葬列) sự đi theo hàng trong đám tang lễ.

장례(葬禮) tang lễ. ¶ ~를 거행하다 cử hành tang lễ / ~에 참석하다 dự tang lễ.

장로(長老) trưởng lão; (선배) tiền bối, người đi trước; (교회의) người nhiều tuổi có vai vế trong giáo hội. ¶ ~교회(敎會) giáo hội trưởng lão.

장롱(欌籠) tủ quần áo.

장마 mùa mưa, mưa nhiều, liên tục. ¶ ~지다 mưa liên tục nhiều ngày

/ ～가 걷히다 mưa tạnh, hết đợt mưa. ¶ ～ 전선 ranh giới ở tuyến trước của đợt mưa / ～철 mùa mưa.

장막(帳幕) trướng mạc, lều trại; lều lớn, rạp theo kiểu phương tây (천막). ¶ 철 [죽]의 ～ bức màn sắt [trúc] / ～을 치다 dựng lều trại.

장만하다 sắm, sắm sửa, chuẩn bị. ¶ 돈을 ～하다 chuẩn bị tiền / 집을 ～하다 sắm (tậu) nhà.

장면(場面) cảnh, cảnh quay, trình diễn. ¶ 연애 ～ cảnh đôi lứa yêu nhau.

장모(丈母) mẹ vợ.

장목(長木) gỗ dài và cứng dùng để làm cột chống đỡ. ¶ ～전 hàng gỗ, quán bán gỗ.

장문(長文) trường văn, văn viết dài, (chữ Hán viết liền một mạch theo hàng). ¶ ～의 기사 bài ký sự dài.

장물(贓物) tang vật. ¶ ～아비 kẻ mua bán tang vật / ～취득 giữ, tàng trữ tang vật.

장미(薔薇) giống, loại hoa hồng; (나무) cây hoa hồng. ¶ ～빛의 ánh, màu của hoa hồng. ¶ 들～ hoa hồng rừng, hoa hồng dại.

장발(長髮) ～의 tóc nuôi dài. ¶ ～족 bọn, nhóm để tóc dài.

장벽(腸壁) thành ruột.

장벽(障壁) tường bao quanh, tường cản; (rào cản). ¶ ～을 쌓다 dựng tường ngăn / ～이 되다 trở thành bức tường cản. ¶ 관세 ～ rào cản thuế quan / 언어～ rào cản ngôn ngữ.

장변(리)(場邊(-)) lời lãi từ việc cho vay nặng lãi ngoài chợ. ¶ ～놀이하다 cho vay nặng lãi ngoài chợ.

장병(長病) bệnh tật lâu ngày.

장병(將兵) binh tướng, tướng và lính.

장복(長服) **~하다** (trường phục) ăn thức ăn hoặc uống cùng một loại thuốc trong thời gian dài.

장본(張本) nguyên nhân dẫn đến sự việc. ¶ ～인 người gây ra, tạo ra sự việc.

장부 【KTr】 cái mộng (để ghép nối). ¶ ～구멍 lỗ mộng.

장부(丈夫) trượng phu.

장부(帳簿) sổ ghi chép việc chi xuất tiền bạc, hàng hóa; sổ đăng ký (등기부). ¶ ～에 기입하다 ghi sổ, vào sổ / ～를 매기다 định, đặt ra sổ sách kê khai / ～를 속이다 lừa, giả mạo sổ sách. ¶ ～계원 nhân viên ghi trong sổ sách / ～정리 chỉnh lý sổ sách / 이중～ hai sổ.

장비(裝備) sự trang bị. **~하다** trang bị.

장사 việc buôn bán. **~하다** buôn bán. ¶ ～가 번창하다 buôn bán phát đạt / ～가 안 되다 buôn bán không thành đạt, không thuận lợi / ～ 를 시작하다 bắt đầu buôn bán / ～를 그만두다 bỏ, ngừng việc buôn bán. ¶ ～꾼 người buôn bán.

장사(壯士) tráng sĩ, người có khí phách, thể chất to lớn, khỏe mạnh; lực sĩ. ¶ 힘이 ～다 sức mạnh (như) tráng sĩ.

장사(葬事) tang sự, việc mai táng (hoặc hỏa táng). ¶ ～지내다 tổ chức lễ tang, tiến hành việc mai táng.

장사(아)치 người theo đuổi việc buôn bán (cách nói hạ thấp).

장사진(長蛇陣) trường xà trận. ❶ chỉ thế trận trải ra theo dãy dài. ❷ chỉ hình đoàn người đứng xếp hàng theo dãy dài (차례를 기다리는 đứng đợi lượt). ¶ ～를 이루다 tạo nên dãy dài (trường xà trận).

장삼(長衫) áo nhà sư (áo thụng tay, vải màu thẫm dùng cho sư sãi).

장삿속 lòng dạ kẻ buôn bán cầu tài, lòng dạ con buôn. ¶ ～을 떠나서

không liên quan đến lỗ lãi.

장색(匠色) thợ (người lấy việc tạo ra các đồ vật làm nghề chính).

장서(藏書) tàng thư, sách được cất giữ (chỉ cả việc lưu giữ sách). ¶ 3만의 ~가 있다 có 3 vạn sách lưu giữ 3 vạn tàng thư. ¶ ~가(家) người cất giữ (trông coi) sách / ~ 목록 mục lục sách được cất giữ / ~인(印) dấu đóng trên sách cất giữ / ~표 nhãn sách (đánh dấu sự sở hữu).

장성(長成) **~하다** trưởng thành.

장성(長城) trường thành. ¶ 만리~ vạn lý trường thành.

장성(將星) ❶ tướng tinh, sao ứng với số phận. ❷ cách gọi khác của tướng quân. ¶ 육해군 ~ tướng hải lục quân.

장소(場所) ❶ (곳) nơi chỗ; địa điểm (지점); vị trí (위치); đất sở tại (소재지). ¶ ~가 좋다 [나쁘다] vị trí đẹp [xấu]. ❷ (자리) chỗ. ¶ ~를 차지하다 giữ chỗ, chiếm chỗ.

장손(長孫) trưởng tôn, cháu đầu lòng.

장송(長松) trường tùng, cây thông cao.

장송곡(葬送曲) nhạc điếu, nhạc khi chôn cất.

장수 người bán hàng, thương nhân. ¶ 생선~ người bán cá / 도붓~ người bán rong.

장수(長壽) sự trường thọ, sống lâu. **~하다** trường thọ, sống lâu. ¶ ~법 phép trường thọ.

장수(將帥) tướng soái, tướng lĩnh (thống lĩnh quân đội). ¶ ~벌 ong tướng, ong chúa.

장승(長-) jangseung, tượng đá hay gỗ theo cặp tướng nam nữ dựng đầu làng, để bảo vệ cho làng, theo tín ngưỡng vùng làng quê; (키다리) chỉ người cao kều. ¶ ~ 같다 như tượng jangseung.

장시간(長時間) thời gian dài.

장시세(場時勢) thời thế, tình hình buôn bán của chợ; giá cả thị trường.

장시일(長時日) nhiều ngày giờ, nhiều thời gian, lâu. ¶ ~에 걸치다 qua nhiều ngày, nhiều giờ.

장식(裝飾) sự trang sức, trang trí. **~하다** trang sức, bày biện, trang điểm. ¶ ~적(的)인 có tính trang sức, trang trí / ~용의 thuộc về đồ trang sức. ¶ ~음 âm đệm, nốt đệm cho bản nhạc thêm hay (âm nhạc) / ~품(品) đồ trang sức; đồ trang trí (trong nhà) (실내의) / 실내 ~ trang trí trong nhà.

장신(長身) ~의 thân dài, thân mình cao lớn.

장신구(裝身具) đồ trang sức đeo trên mình.

장아찌 thức ăn ướp, muối (loại được muối với mắm, muối, gia vị như dưa chuột, củ cải, bắp cải).

장악(掌握) **~하다** nắm trong tay, năm giữ. ¶ 실권을 ~하다 nắm quyền lực trong tay.

장안(長安) trường an, cách gọi Seoul thể hiện ý nghĩa là thủ đô. ¶ 서울 ~ trường an (thủ đô) Seoul / 온 ~에 trên toàn thủ đô.

장애(障碍) chướng ngại, sự cản trở. ¶ ~가 되다 trở thành chướng ngại / ~를 극복하다 khắc phục chướng ngại. ¶ ~물 chướng ngại vật / ~물 경주 thi chạy vượt chướng ngại vật / ~인 người tàn tật.

장액(漿液) chất dịch trong suốt bài tiết ra của động thực vật còn chưa bị lẫn với chất nhầy (huyết tương) (혈장).

장어(長魚) 【LC】 con lươn. ¶ ~구이 lươn nướng.

장엄(莊嚴) **~하다** trang nghiêm.

장염(腸炎) 【YH】 viêm ruột (viêm màng

ruột).

장외(場外) bên ngoài của một địa điểm. ¶ ～의 thuộc về bên ngoài / ～에 ở phía ngoài. ¶ ～거래 giao dịch bên ngoài / ～ 마권 vé số đua ngựa bên ngoài (không chính thống) / ～ 정치 chính trị bên ngoài / ～ 투쟁 đấu tranh phía ngoài.

장원(壯元) trạng nguyên, đỗ đầu giáp khoa, người đỗ đầu giáp khoa.

장원(莊園) trang viên.

장유(長幼) người lớn và trẻ nhỏ (trưởng ấu).

장음(長音) 【NNH】 âm dài (trong âm thanh học) (음성학의).

장음계(長音階) 【ÂN】 điệu trưởng, một trong thang âm.

장의(葬儀) ☞ **장례**. ¶ ～사(社) cửa hàng kinh doanh phục vụ tang lễ.

…**장이** thợ (phụ tố, gắn sau các danh từ chỉ đồ vật, nghề nghiệp hay chức vụ, để chỉ người chuyên có chuyên môn chế tạo vật gì hay chuyên về nghề gì). ¶ 구두～ thợ giầy.

장인(丈人) bố vợ.

장자(長子) trưởng nam, con trai đầu lòng, con trai cả. ¶ ～상속권 quyền thừa kế của con trai cả.

장자(長者) trưởng giả. ❶ (덕망가) người tuổi cao đức trọng. ❷ (부자) nhà giàu (nói trang trọng) ¶ 백만～ triệu phú, nhà giàu trăm vạn.

장작(長斫) củi, củi đốt. ¶ ～을 패다 chẻ củi. ¶ ～개비 thanh củi, que củi.

장장추야(長長秋夜) đêm thu dài dằng dặc.

장장하일(長長夏日) ngày mùa hạ dài dằng dặc.

장전(裝塡) sự nhồi, nhét vào bên trong; nạp đạn vào súng. **~하다** nhồi, nhét vào trong; nạp đạn vào súng.

장점(長點) ưu điểm, thế mạnh.

장정(壯丁) tráng đinh, (thành niên) (성년자); người đến tuổi đi lính (징병적령자); người bị gọi đi lính (징집자).

장정(裝幀) việc đóng sách, trang trí bìa sách. **~하다** đóng sách; trang trí bìa sách (표지의).

장조(長調) 【ÂN】 điệu trưởng.

장조림(醬-) thịt bò kho với mắm (tương).

장조카(長-) con trai đầu lòng của anh cả.

장족(長足) trường túc. ❶ chân dài. ❷ bước dài, bước nhanh. ¶ ～의 진보를 하다 tiến bộ một bước dài (tiến bộ nhanh chóng).

장졸(將卒) tướng và tốt (tướng và lính).

장주릅(場-) môi giới ngoài chợ, người lấy việc môi giới, mánh mung mua bán ngoài chợ làm nghề chính.

장죽(長竹) ống điếu dài.

장중(莊重) ～한 trang trọng. ¶ ～한 어조로 bằng giọng điệu (ngữ điệu) trang trọng.

장중(掌中) ～에 trong tay. ¶ ～보옥 bảo ngọc trong tay, vật quan trọng nhất.

장지(障-) *jangji,* cửa kéo dán giấy ngăn buồng. ¶ ～틀 khung cửa jangji.

장지(長指) ngón giữa (của bàn tay).

장지(葬地) đất mai táng.

장질부사(腸窒扶斯) ☞ **장티푸스**.

장차(將次) sau này, trong tương lai.

장차다(長-) ❶ (길다) thời gian dài. ❷ (멀다) đường xa (서술적).

장창(長槍) trường thương (vũ khí).

장처(長處) điểm tốt nhất trong hành động hay tấm lòng, ưu điểm.

장총(長銃) súng trường.

장취(長醉) **~하다** say rượu liên miên.

장치(裝置) việc trang bị, lắp đặt (máy móc) (기계); (무대의) việc trang trí, trình bày (sân khấu). **~하다** trang bị, lắp đặt, trang trí. ¶ 냉방 [난방] ～

việc lắp đặt thiết bị làm lạnh [sưởi ấm] / 스테레오 ～ thiết bị stereo / 안전 ～ thiết bị an toàn.

장침(長針) ☞ **분침**.

장쾌(壯快) ～한 khỏe khoắn, sảng khoái và khỏe mạnh.

장타(長打) [BC] cú đánh dài "long hit" trong môn bóng chày. ¶ ～자 người đánh cú bóng dài.

장탄(裝彈) **~하다** nạp đạn (vào súng, vào pháo).

장탄식(長歎息) sự than vãn, thở dài. **~하다** than vãn thở dài.

장터(場-) khu chợ (nơi họp chợ).

장티푸스(腸-) thương hàn, bệnh lây nhiễm cấp tính, vi khuẩn lây nhiễm thâm nhập vào đường ruột gây ra bệnh. ¶ ～ 예방주사 tiêm phòng thương hàn / ～ 환자 bệnh nhân thương hàn.

장파(長波) sóng dài, độ dài của sóng truyền đi hơn 3000m (thường sử dụng ở cự ly thông tin gần).

장판(壯版) nền nhà dán giấy dầu. ¶ ～방 phòng có nền dán giấy dầu / ～지(紙) giấy dán nền nhà.

장편(長篇) nhiều tập. ¶ ～소설 tiểu thuyết nhiều tập / ～영화 phim nhiều tập.

장편(掌篇) thể loại tác phẩm ngắn, truyện ngắn.

장하다(壯-) (훌륭하다) tuyệt vời, tuyệt diệu; (갸륵함) đáng khâm phục, mẫu mực; (놀랍다) gây ấn tượng, đáng chú ý.

장학(奬學) ¶ ～금 học bổng. ¶ ～금을 만들다 [타다] tạo ra [nhận] học bổng / ～기금 quỹ học bổng / ～사(士) chức đảm nhận việc giám sát, điều tra, chỉ đạo việc đào tạo (thanh tra đào tạo) / ～생(生) học sinh nhận học bổng.

장해(障害) ☞ **장애**(障碍).

장행회(長行會) tiệc chia tay.

장화(長靴) bốt, giày cao cổ (bằng cao su hoặc da, cổ cao đến đầu gối).

장황(張皇) ～한 dài dòng. ¶ ～한 설명 giải thích dài dòng.

잦다[1] (물이) cạn (nước cạn vì sôi) (끓어서).

잦다[2] (빈번) xảy ra thường xuyên; (빠르다) nhanh, liên tục nhiều lần trong thời gian ngắn.

잦뜨리다 ngửa, hất về phía sau (머리를) ngửa đầu về sau.

잦아지다 bị cạn, cạn kiệt.

잦은걸음 bước gấp, bước chân cử động liên tục.

잦혀놓다 ❶ (뒤집다) lộn, lật. ❷ (열다) mở tung.

잦혀지다 ❶ (뒤집히다) bị lộn. ❷ (열리다) được mở tung.

잦히다[1] ❶ (뒤집다) làm cho lộn, lật ra sau. ❷ (열다) làm cho mở toang ra. ❸ (몸을) uỡn người.

잦히다[2] (밥을) đun nhỏ cho cạn nước, ghế cơm.

재[1] (타고남은) tro, tàn. ¶ ～같은 giống như tro / ～가 되다 trở thành tro.

재[2] (고개) đèo, đèo trên núi cao có đường để vượt qua.

재(齋) đồ dâng Phật để cầu phúc; viết tắt của việc trai giới, kiêng kị để tế lễ.

재… (再) tiền tố biểu thị ý nghĩa "làm lại", "tái".

재가(再嫁) việc tái giá. **~하다** tái giá.

재가(裁可) sự phê chuẩn, xét duyệt. **~하다** phê chuẩn, cho phép.

재간(才幹) tài cán. ☞ **재능**.

재간(再刊) việc tái phát hành, in lại. **~하다** tái phát hành, in lại.

재갈 hàm thiếc ngựa. ¶ ～ 먹이다(물리다)

(말을) gắn hàm thiếc (cho ngựa), (사람을) bịt miệng (người).

재갈매기 【LCh】 loại hải âu (lớn hơn hải âu thường).

재감(在監) **~하다** tống giam. ¶ ～자(者) người bị tống giam.

재감염(再感染) tái phát bệnh, tái nhiễm bệnh. ☞ **감염**.

재강 bã rượu, cặn rượu.

재개(再開) sự nói lại, mở lại. **~하다** nối lại, mở lại.

재개발(再開發) sự tái phát triển, mở mang lại. **~하다** phát triển lại, mở mang lại, sửa sang nâng cấp lại. ¶ ～지역 khu vực được mở mang, phát triển lại, khu vực tái thiết, xây dựng lại.

재건(再建) tái thiết, việc xây dựng lại. **~하다** tái thiết, xây dựng lại. ¶ ～비 chi phí xây dựng lại / 산업 [경제]～ việc xây dựng lại nền công nghiệp [kinh tế].

재검사(再檢查) tái kiểm tra, sự kiểm tra lại. **~하다** tái kiểm tra.

재검토(再檢討) kiểm thảo lại, sự xem xét lại. **~하다** xem xét lại.

재결(裁決) sự phân xử, phán quyết. **~하다** phân xử, phán quyết. ¶ ～을 바라다 mong đợi sự phán quyết.

재결합(再結合) sự kết hợp lại. **~하다** kết hợp lại. ¶ 이산가족의 ～ việc đoàn tụ lại của gia đình ly tán.

재경(在京) **~하다** ở Seoul (chỉ những gì thuộc, ở tại Seoul).

재경기(再競技) sự thi đấu lại, tái đấu. **~하다** thi đấu lại.

재계(財界) giới tài chính, giới kinh doanh. ～의 của giới tài chính. ¶ ～의 거물 những nhân vật lớn trong giới tài chính. ¶ ～인사 nhà kinh doanh.

재계(齋戒) ¶ 목욕～ việc tắm trai giới / 목욕～하다 tắm trai giới.

재고(再考) sự nghĩ lại. **~하다** suy nghĩ lại. ¶ ～의 여지가 없다 không còn chỗ suy nghĩ lại.

재고(在庫) sự tồn kho, chứa tại kho. ¶ ～의thuộc về trong kho. ～하다 chứa tại kho. ¶ ～량 lượng tồn kho / ～조사 điều tra tồn kho / ～품 hàng hóa tồn kho / ～품 목록 danh mục hàng hóa tồn kho.

재고정리(在庫整理) chỉnh lý, việc dọn hàng trong kho. ¶ ～대매출 đợt bán, (thanh lý) hàng tồn kho / ～품 hàng tồn kho thanh lý.

재교부(再交付) sự phát lại, phân phát lại. **~하다** phát lại, phân phát lại.

재교육(再教育) sự đào tạo lại. **~하다** đào tạo lại. ¶ 현직교사 ～ đào tạo lại giáo viên đang công tác.

재구속(再拘束) sự bắt giam, câu lưu. **~하다** bắt giam lại, câu lưu.

재군비(再軍備) ☞ **재무장**.

재귀(再歸) tái quy, phản thân. ¶ ～대명사 [동사] đại từ [động từ] phản thân / ～열 【YH】 bệnh sốt hồi quy (một loại bệnh truyền nhiễm do khuẩn xoắn gây nên, sau 1 tuần ngừng sốt lại tái phát).

재근(在勤) ☞ **재직**(在職).

재기(才氣) tài khí, khí chất tài năng. ¶ ～있는 có khí chất tài năng.

재기(再起) (다시 일어남) tái khởi, việc đứng lại, khôi phục lại. **~하다** đứng lại, khôi phục lại.

재깍 (소리) tiếng "cách", tiếng kêu của vật rắn (gãy hoặc va vào nhau); (빨리) chỉ việc giải quyết nhanh, một cách nhanh gọn.

재깍거리다 tạo ra tiếng "cách" liên tục: (시계가) đồng hồ phát ra tiếng "tắc".

재난(災難) tai nạn. ¶ ～을 당하다 bị tai

nạn, gặp tai nạn / ～을 면하다 thoát khỏi tai nạn.

재능(才能) tài năng. ～있는 có tài năng. ¶ ～을 발휘하다 phát huy tài năng.

재다[1] ❶ (길이, 용량 따위) đo (như đo chiều dài, dung lượng); đo trọng lượng (무게); kiểm tra lượng (측량); đo nhiệt độ cơ thể (체온); đo trong lòng nước, đo lòng người (물속, 마음). ❷ (장탄하다) nạp đạn vào súng. ❸ (앞뒤를) đo trước sau, các góc độ; đắn đo trước sau. ❹ (재우다) cho ngủ. ❺ (으스대다) hợm hĩnh, ngạo mạn.

재다[2] ❶ (재빠르다) (động tác) nhanh thoăn thoắt. ¶ 재게 một cách thoăn thoắt. ❷ (입이) (miệng) bép xép.

재단(財團) quỹ, tổ chức quỹ. ¶ ～법인 quỹ pháp nhân (có tư cách pháp lý) / 록펠러～ Quỹ Rockefeller.

재단(裁斷) ❶ (결정) sự quyết đoán. **~하다** quyết đoán. ❷ (양복의) việc cắt quần áo (quần áo tây, com-lê). **~하다** cắt quần áo. ¶ ～사 thợ cắt may.

재담(才談) câu chuyện, chuyện hóm hỉnh.

재덕(才德) tài đức. ¶ ～을 겸비(兼備)한 vừa có tài, vừa có đức.

재동(才童) đứa bé có tài, thần đồng.

재두루미 【LCh】 sếu màu tro.

재떨이 gạt tàn.

재래(在來) **~의** có từ trước nay. ¶ ～식 theo kiểu có từ trước / ～종(種) giống, loại có từ trước.

재래(再來) việc đến lại, tới lần thứ hai. **~하다** đến lại, tới lại.

재략(才略) tài lược.

재량(裁量) sự cân nhắc suy xét. ¶ …의 ～으로 theo sự cân nhắc, suy xét của … / ～에 맡기다 giao cho, nhờ sự cân nhắc, quyết định.

재력(財力) sức mạnh, thế mạnh của tài sản.

재롱(才弄) ～부리다 láu lỉnh, tỏ ra láu lỉnh.

재료(材料) nguyên liệu (원료).

재류(在留) **~하다** lưu lại, ở lại.

재림(再臨) **~하다** trở lại, quay lại, giáng lâm lại. ¶ 그리스도의 ～ quay trở lại của chúa (đạo cơ đốc).

재목(材木) gỗ làm vật liệu, vật liệu gỗ; (제재목) gỗ xẻ; (네모지게 켠) xẻ thành miếng vuông, gỗ nguyên khối (통나무). ¶ ～상 người kinh doanh vật liệu gỗ.

재무(財務) tài vụ. ¶ ～감사 kiểm tra tài vụ / ～관 viên chức tài vụ / ～부 bộ tài chính / ～(부)장관 bộ trưởng bộ tài chính.

재무장(再武裝) sự tái vũ trang. **~하다** tái vũ trang.

재물(財物) tài vật.

재미 ❶ (일반적) hứng thú, thú vị, niềm vui (nói chung). ¶ ～(가) 있다(나다) thấy vui, thú vị / ～없다 không vui, không hay / ～ 를 보다 thấy hay, thấy vui; thu nhận được kết quả đáng mừng; vui vẻ. (với người khác giới) / …에 ～를 붙이다 gắn niềm vui, hứng thú vào …. ❷ (형편) tình cảnh sinh sống (khi hỏi thăm) ❸ (벌이 따위) (trong làm việc để kiếm tiền). vấn đề thu nhập tốt, ý nghĩa, kết quả tốt. ¶ …로 ～를 보다 thu nhập tốt với việc …, có kết quả tốt với việc….

재미(在美) ～의 ở tại Mỹ. ¶ ～교포 kiều bào tại Mỹ.

재민(災民) nạn nhân, người gặp nạn, dân bị nạn.

재발(再發) sự tái phát. **~하다** tái phát; (사람 주어) tội phạm tái phạm (범죄); bệnh tật tái phát (질병).

ㅈ

재발급(再發給) **~하다** cấp lại (các loại như giấy chứng nhận) (증명서).

재발족(再發足) **~하다** bắt đầu lại, hoạt động lại.

재방송(再放送) sự phát lại (chương trình ti-vi, ra-đi-ô). **~하다** phát lại.

재배(再拜) bái lạy lần thứ hai; (cuối thư) kính thư. **~하다** lạy lần thứ hai.

재배(栽培) sự nuôi trồng. **~하다** nuôi trồng (thực vật). ¶ ～법 cách nuôi trồng / ～자(者) người trồng trọt / 속성 [촉성]～ trồng nhanh, ngắn hạn [gấp rút] / 채소～ trồng rau.

재배치(再配置) sự sắp xếp lại, bố trí lại. **~하다** sắp xếp lại, bố trí lại

재벌(財閥) tài phiệt, tập đoàn tài phiệt, chỉ nhóm hay tập đoàn các nhà tư bản, doanh nghiệp có thế lực trong giới tài chính, cơ cấu đầu tư từ gia đình hoặc họ hàng của một đại tư bản (친족의). ¶ 삼성(三星) ～ tập đoàn Samsung.

재범(再犯) tái phạm, phạm tội lại (사람).

재변(災變) tai biến, biến cố bất ngờ gây tai họa.

ㅈ

재보(財寶) vật báu, tài vật quý báu.

재보험(再保險) sự tái bảo hiểm. **~하다** tái bảo hiểm (kinh tế).

재복무(再服務) sự tái nhập ngũ. **~하다** tái nhập ngũ.

재봉(裁縫) sự may (quần, áo). **~하다** may quần áo. ¶ ～사 thợ may.

재봉틀(裁縫-) máy may, máy khâu. ¶ ～로 박다 máy bằng máy khâu.

재분배(再分配) sự tái phân phối. **~하다** tái phân phối.

재빠르다 nhanh nhẹn, mau lẹ. ¶ 재빠르게 một cách nhanh nhẹn.

재사(才士) tài sĩ, người có tài.

재산(財産) tài sản. ¶ ～을 모으다 [없애다] gom góp tài sản [bỏ tài sản]. ¶ ～가 người có nhiều tài sản / ～목록 danh mục tài sản / ～상속 thừa kế tài sản / ～세 thuế tài sản / 사유(私有) [공공] ～ tài sản riêng [chung, công].

재삼(再三) vài ba lần, nhiều lần. ¶ ～재사(再四) lặp đi lặp lại nhiều lần.

재상(宰相) (역사) tể tướng (lịch sử).

재상영(再上映) sự chiếu lại, bật lại (phim). **~하다** chiếu lại.

재색(才色) tài sắc. ¶ ～이 겸비한 kiêm cả tài lẫn sắc.

재생(再生) ❶ (소생) sự sống lại, hồi sinh. **~하다** sống lại, hồi sinh. ❷ (다시 태어남) sự tái sinh, được sinh lại. **~하다** tái sinh. ❸ (폐품의) dùng lại (đồ cũ, phế phẩm); (녹음된 것의) bật, mở (băng, phim, được ghi âm, ghi hình). **~하다** bật băng. ¶ ～고무 cao su tái chế / ～품 đồ tái chế, vật phẩm tái chế.

재생산(再生産) sự tái sản xuất. **~하다** tái sản xuất.

재선(再選) **~하다** bầu cử lại. ¶ ～되다 được bầu cử lại.

재세(在世) tại thế, sinh tồn trên thế gian. ¶ ～시에 trong thời gian tồn tại trên thế gian.

재소자(在所者) tù nhân đang bị giam.

재수(再修) **~하다** học lại, ôn lại. ¶ ～생(生) học sinh học thi lại, ôn học lại.

재수(財數) vận số về của cải, tài sản, số tài vật; số gặp được việc tốt lành. ¶ ～(가) 있다 [좋다] có vận may [tốt số] / ～없다 không có vận may / ～없게 một cách không may.

재수입(再輸入) **~하다** tái nhập (tái nhập khẩu). ¶ ～품 hàng tái nhập khẩu.

재수출(再輸出) **~하다** tái xuất khẩu. ¶ ～품 hàng tái xuất khẩu.

재시험(再試驗) sự thi lại. **~하다** thi lại.

재심(再審) sự thẩm định lại, thẩm tra

lại, [PL] phúc thẩm. ~하다 thẩm định lại, thẩm tra lại. ¶ ~을 청구하다 yêu cầu thẩm tra lại, yêu cầu phúc thẩm.
재심사(再審査) ☞ **재심**(再審).
재앙(災殃) (재난) tai ương (tai nạn); điều bất hạnh (불행). ¶ ~을 초래하다 gây ra, đem lại tai ương.
재액(災厄) ☞ **재난**, **재앙**.
재야(在野) ~의 không trong hệ chính thống, ở ngoài đời, ngoài lề. ¶ ~인사 nhân sự bên ngoài.
재연(再演) ~하다 tái diễn, trình diễn lại (kịch) (연극); tái diễn lại việc đã làm, (범행을) tái diễn hành động phạm tội.
재연(再燃) ~하다 lửa bùng cháy lại; (việc đã lắng xuống) bùng trở lại. ¶ 문제의 ~ sự bùng phát trở lại của vấn đề.
재열(再熱) cháy lại, nóng lại.
재예(才藝) tài nghệ.
재외(在外) ~의 ở nước ngoài, thuộc về ở nước ngoài. ¶ ~공관 cơ quan ở nước ngoài / ~교포 kiều bào ở nước ngoài / ~자산(資産) tài sản riêng ở nước ngoài.
재우 việc cúng tế lần thứ hai, sau lễ tang.
재우다 ❶ (숙박) tá túc. ❷ (잠을) cho ngủ; cho đi ngủ (làm cho ngủ).
재우치다 làm nhanh gọn, làm gấp.
재원(才媛) người con gái có tài.
재원(財源) nguồn tiền tài.
재위(在位) ~하다 tại vị, đương vị (vua). ¶ ~시에 thời điểm, lúc đương vị.
재음미(再吟味) ~하다 thưởng thức lại; (ẩm vị) thưởng thức lại cái hay của bài thơ.
재인(才人) tài nhân. ❶ người có tài (thơ văn). ❷ người biểu diễn đàn hát ngày xưa.
재인식(再認識) sự nhận thức lại, tái nhận thức. ~하다 nhận thức lại.
재일(在日) ~의 thuộc về, có ở Nhật Bản. ¶ ~교포 kiều bào tại Nhật / ~ 한국 거주민단(團) (tổ chức) tập thể dân lưu trú người Hàn Quốc tại Nhật.
재임(在任) ~하다 có nhiệm vụ, đảm nhận nhiệm vụ. ¶ ~중에 đang tại nhiệm, trong khi đảm nhận nhiệm vụ (ở chính đảng, chính quyền) (정당, 정권에서).
재임(再任) sự tái nhậm chức. ~하다 tái nhậm chức.
재입국(再入國) sự tái nhập cảnh. ~하다 tái nhập cảnh.
재입학(再入學) việc nhập học lại. ¶ ~을 허락하다 chấp nhận cho nhập học lại.
재자(才子) tài tử.
재작년(再昨年) năm kia, năm trước năm ngoái.
재작일(再昨日) ☞ **그저께**.
재잘거리다 nói líu lo.
재재거리다 ☞ **재잘거리다**.
재적(在籍) ~하다 có trong sổ (hộ tịch, sổ điểm), được ghi trong sổ. ¶ ~자 [학생] người có tên trong sổ [học sinh trong danh sách] / ~자 수 số người ghi trong sổ.
재정(再訂) ~하다 đính chính lại. ¶ ~판 bản in đã đính chính lại.
재정(財政) tài chính. ~(상)의 thuộc về (mặt) tài chính. ¶ ~이 풍부 [곤란]하다 tài chính đầy đủ [khó khăn]. ¶ ~경제부 bộ kinh tế tài chính / ~상태 tình trạng tài chính / ~전문가(專門家) chuyên gia tài chính / ~학 tài chính học / 건전 [적자]~ tài chính vững vàng [thâm hụt].
재정(裁定) sự phân xử, quyết đúng sai. ~하다 phân xử, phân định. ¶ ~안 án phân xử.
재정규모(財政規模) quy mô tài chính.

ㅈ

재정난(財政難) nạn tài chính, khó khăn về tài chính.

재제(再製) **~하다** tái chế. ☞ **재생**.

재조사(再調査) **~하다** điều tra lại, tái điều tra.

재종(再從) từ chỉ cấp quan hệ thân tộc giữa con cái của anh em họ với nhau (lục thốn).

재주 (재능) tài năng; tài trí (재치); lanh lợi (슬기); có tài (솜씨); có kỹ năng (기예), kỹ nghệ; có sự tu dưỡng, hiểu biết (소양); biểu diễn nhào lộn, nhảy múa (곡예). ¶ ~있는 có tài.

재주꾼 người có tài năng vượt bậc.

재주넘다 nhào lộn.

재주문(再注文) sự đặt, gọi lại (hàng hóa, món ăn). **~하다** đặt, gọi lại (hàng hóa, thức ăn).

재중(在中) **~의** có bên trong, ở bên trong. ¶ 견본~ có bên trong hàng trưng bày / 사진(寫眞)~ có trong ảnh.

재즈 [ÂN] nhạc jazz. ¶ ~밴드 ban nhạc jazz.

재직(在職) **~하다** tại chức, đương chức. ¶ ~중에 trong thời gian tại chức.

재질(才質) khí chất và tài năng. ¶ ~이 풍부(豊富)하다 nhiều khí chất và tài năng / ~을 살리다 phát triển khí chất và tài năng.

재차(再次) (부사) lại lần thứ hai, lại lần nữa. ¶ ~의 của lần thứ hai.

재채기 sự hắt hơi. **~하다** hắt hơi.

재천(在天) ~의 tại thiên, có ở trên trời; theo ý trời. ¶ 인명(人命)은 ~이라 số mệnh con người là theo ý trời.

재청(再請) sự xin lại, yêu cầu lại lần nữa (동의에 대한). **~하다** xin lại, yêu cầu lại lần nữa.

재촉 sự giục, gấp rút, sự cấp bách, hối thúc, việc đòi vội. **~하다** giục, gấp rút, hối thúc.

재출발(再出發) **~하다** xuất phát lại (자동차); khởi động lại, bắt đầu lại.

재취(再娶) việc lấy vợ kế; (후처) vợ kế. **~하다** lấy vợ kế.

재치(才致) tài trí. ~있는 có tài trí.

재침(再侵) sự tái xâm, tái xâm lấn, xâm lược. **~하다** tái xâm lấn.

재킷(jacket) áo khoác.

재탕(再湯) **~하다** (다시 달임) đun lại, (thuốc) sắc lại; (되풀이) lặp lại; (부활) sống lại; (개작) cải chính, sửa đổi lại.

재투자(再投資) sự tái đầu tư. **~하다** tái đầu tư.

재투표(再投票) sự bỏ phiếu lại, bầu cử lại. **~하다** bỏ phiếu lại, bầu cử lại.

재판(再版) sự tái bản (제2판). **~하다** tái bản.

재판(裁判) [PL] sự phán xét; sự xét xử; phán xử (공판); sự phán quyết (판결). **~하다** xét xử, phán xét; phán xử. ¶ ~을 받다 nhận sự phán xét, bị phán xử, bị xét xử. ¶ ~에 부치다 đưa ra xét xử / ~에 이기다 [지다] thắng [thua] trong vụ xét xử / ~ 중이다 đang phán xét, đang xét xử. ¶ ~관 thẩm phán, quan tòa / ~권(權) quyền xét xử / ~장(長) chánh án / ~절차 các bước, trình tự xét xử / 결석~ xét xử vắng mặt.

재판소(裁判所) ☞ **법원**.

재편성(再編成) sự tái cấu thành, tái tổ chức. **~하다** cấu thành lại, tổ chức lại.

재평가(再評價) sự đánh giá lại. **~하다** đánh giá lại.

재하(在荷) tồn kho, (hàng) cất giữ trong kho.

재하자(在下者) kẻ dưới, người dưới (giúp cho bề trên).

재학(在學) **~하다** tại học, theo học. ¶ ~중

(에) đang theo học, đang học. ¶ ～생 học sinh đang theo học (대학의) theo học đại học / ～증명서giấy chứng nhận hiện đang theo học.

재할인(再割引) **~하다** tái giảm giá, hạ giá lại. ¶ ～어음 tái chiết khấu hối phiếu (với giá gốc, giá rẻ) / ～율 suất tái giảm giá.

재합성(再合成) sự tái hợp thành. **~하다** hợp lại, tổng hợp trở lại.

재해 thiệt hại, tổn hại. ¶ ～를 입다 bị tổn hại. ¶ ～대책 biện pháp chống thiệt hại / ～방지 ngăn ngừa thiệt hại / ～ 보상 [보험] bồi thường [bảo hiểm] thiệt hại/～지 nơi bị thiệt hại.

재향군인(在鄕軍人) cựu chiến binh.

재현(再現) **~하다** tái hiện.

재혼(再婚) sự tái hôn. **~하다** tái hôn. ¶ ～자 người tái hôn.

재화(災禍) tai họa.

재화(財貨) (상품) hàng hóa; (재물) của cải vật chất.

재확인(再確認) **~하다** tái xác nhận, xác nhận lại.

재회(再會) **~하다** gặp lại, hội họp lại. ¶ ～를 기약하다 hẹn ngày họp mặt lại.

재흥(再興) sự sống lại, được gây dựng lại. **~하다** gây dựng lại, sống lại (phục hưng).

잭(jack) 【M】 cái kích, đòn bẩy; giắc cắm.

잭나이프 dao xếp, dao gập.

잼 mứt. ¶ ～(을) 바른 빵 bánh quệt mứt.

잽(jab) 【QA】 cú đánh bất thình lình (trong đấm bốc).

잽싸다 lanh lẹ, lẹ làng, nhanh nhẹn.

잿더미 đống tro. ¶ ～가 되다 trở thành đống tro tàn / ～에서 일어서다 đứng lên từ đống tro tàn.

잿물 (빨래용) thuốc giặt quần áo, nước kiềm (재를 우려낸); natri hydroxit thuốc tẩy giặt quần áo (양잿물); (유약) men, nước men.

잿밥(齋-) cơm chay, cơm dâng Phật.

잿빛 màu tro.

쟁강 leng keng, loong coong (tiếng sắt hoặc thủy tinh mỏng va vào nhau). ¶ ～거리다 làm cho kêu leng keng.

쟁그랑 ☞ **쟁강**.

쟁기 cái cày. ¶ ～질하다 cày.

쟁론(爭論) sự tranh luận. **~하다** tranh luận.

쟁반(錚盤) cái mâm.

쟁의(爭議) sự tranh cãi, bàn luận. ¶ ～를 일으키다 gây ra sự tranh cãi / ～를 해결하다 giải quyết tranh cãi. ¶ 노동～ sự chống đối, đối đầu của người lao động.

쟁의권(爭議權) quyền kháng nghị của người lao động.

쟁이다 xếp, xếp đặt theo lớp (quần áo hay các lát thịt).

쟁쟁(琤琤) **~하다** trong, trong trẻo (âm thanh), (귀에) vẳng, văng vẳng (bên tai).

쟁쟁(錚錚) **~하다** (뛰어나다) xuất chúng, nổi bật.

쟁점(爭點) điểm tranh luận chính.

쟁탈(爭奪) **~하다** tranh cướp, tranh giành. ¶ ～전(戰) cuộc chiến tranh giành.

쟁패전(爭霸戰) cuộc chiến tranh giành quyền lực, (경기의) thi đấu giành vị trí vô địch (trong thể thao).

저[1] 【ÂN】 tiêu, sáo.

저[2] ❶ (나) tôi, em, con, cháu (đại từ nhân xưng ngôi thứ nhất, xưng hô khiêm nhường). ¶ ～로서는 đối với tôi (em, cháu). ❷ (자기) mình, tự bản thân mình (nói hạ thấp).

저[3] (지칭으로) kia, đằng kia (từ chỉ thị). ¶ ～ 사람 người kia / ～ 따위 những thứ thế kia, cái như thế kia.

저[4] (감탄사) ừ, ừm, (từ cảm thán, khi

không nghĩ ra điều phải nói, khi ngần ngừ, chần chừ).

저(著) soạn, viết sách (viết tắt của 저술).

저(箸) (젓가락) đôi đũa.

저개발(低開發) ¶ ~국 nước kém phát triển / ~지역 khu vực kém phát triển.

저간(這間) (그 당시) trong khi đó, trong lúc đó; (요즈음) dạo này. ¶ ~의 사정 sự tình hiện nay.

저것 cái kia, cái ở đằng kia; (có thể dùng chỉ người, nói hạ thấp, "người kia").

저격(狙擊) sự bắn tỉa. **~하다** bắn tỉa, chỉ ngắm bắn vào một mục tiêu đặc biệt. ¶ ~병(兵) lính bắn tỉa.

저고리 *chogori*, phần áo bên trên trong bộ Hanbok, áo truyền thống của Hàn Quốc.

저공(低空) độ thấp, không gian thấp (trên bầu trời). ¶ ~비행 sự bay thấp / ~비행하다 bay ở độ thấp.

저금(貯金) việc gom góp, tiết kiệm tiền lại (행위); tiền tiết kiệm. **~하다** tiết kiệm tiền. ¶ ~이 있다 có tiền tiết kiệm / ~을 찾다 lấy tiền tiết kiệm. ¶ ~통 hòm tiết kiệm, hộp tiếp kiệm / ~통장 sổ tiết kiệm.

저금리(低金利) lãi thấp. ¶ ~정책 chính sách lãi thấp.

저급(低級) cấp thấp, sự kém về chất lượng, đẳng cấp. **~하다** thấp về đẳng cấp.

저기 đằng kia; (저곳) chỗ kia; (부사적) phía kia, kia (phó từ).

저기압(低氣壓) khí áp thấp. ¶ ~의 중심 trung tâm của khí áp thấp.

저널리스트 nhà báo, ký giả.

저널리즘 nghề làm báo.

저녁 ❶ (밤이 되는 때) buổi tối. ¶ ~(때)에 vào lúc tối. ¶ ~놀 ráng chiều (tối). ❷ (식사) bữa tối (cơm tối).

저능(低能) (저지능) ~한 kém về trí lực, kém thông minh. ¶ ~아(兒) trẻ em chậm phát triển về tinh thần, thiểu năng trí tuệ.

저다지 đến mức vậy, đến như vậy.

저당(抵當) sự thế chấp, cầm cố (bất động sản) (부동산의). **~하다** thế chấp, cầm cố. ¶ ~잡다 lấy ra thế chấp / ~으로 잡고 lấy làm thế chấp (để). ¶ ~권 quyền cầm cố, thế chấp / ~권자(權者) người cho vay thế chấp / ~물(을 유질시키다) (tịch thu) vật thế chấp.

저돌(猪突) **~하다** cắm đầu cắm cổ vào, (không suy nghĩ, liều lĩnh). ¶ ~적(인) có tính thiếu suy xét, liều lĩnh / ~적(的)으로 một cách liều lĩnh, thiếu suy xét.

저따위 loại như vậy, thứ như vậy (nói hạ thấp, tiêu cực). ¶ ~는 처음 본다 loại như vậy mới thấy lần đầu.

저락(低落) sự rơi xuống thấp, rớt (về giá trị, đẳng cấp). **~하다** rơi xuống thấp, rơi rớt.

저러하다 như vậy, như thế. ¶ 저러하게 một cách như vậy, một cách như thế.

저런[1] như vậy, như thế (viết tắt của 저러한). ¶ ~책 sách như thế.

저런[2] (감탄사) chết thật!; trời đất! (từ cảm thán).

저력(底力) sức tiềm tàng. ¶ ~있는 có sức mạnh tiềm tàng.

저렴(低廉) ~한 rẻ, tiết kiệm (giá cả).

저류(低流) dòng chảy dưới đáy sông hay biển.

저리(低利) lãi thấp (저금리). ¶ ~대부 cho vay lãi thấp / ~자금 tiền cho vay lãi thấp.

저리[1] (저쪽으로) đằng kia, phía đằng kia.

저리[2] (저렇게) một cách như vậy, như thế.

저리다 (마비되다) tê, tê liệt; (쑤시다) đau nhói, đau nhức.

저마다 mỗi người.

저만큼 với mức độ như nhau, bằng nhau.

저만하다 bằng nhau (kích cỡ, mức độ); bình thường, không đáng kể.

저맘때 khi được như vậy, lúc như vậy. ¶ 내 나이 ~에는 khi tuổi tôi được như vậy.

저명(著名) ~한 trứ danh, nổi tiếng. ¶ ~인사 nhân vật trứ danh.

저물가(低物價) giá cả thấp, hạ giá. ¶ ~정책 chính sách hạ giá.

저물다 (날이) trời tối, hết ngày; (날, 그 해가) hết năm. ¶ 해가 저물기 전에 trước khi trời tối / 날이 저문 뒤에 sau khi trời tối / 올해도 저물어 간다 năm nay cũng sắp hết rồi.

저미다 thái, lạng, cắt ra thành miếng mỏng.

저버리다 trái, làm trái (trái hẹn, trái lại với sự mong đợi, trái lại với sự tin cậy) (신의, 기대, 약속 따위를); không coi trọng (돌보지 않음). ¶ 은혜를 ~ không coi trọng ơn huệ (của người khác) / 호의를 ~ không coi trọng ý tốt (của người khác).

저벅 ¶ ~거리다 bước thình thịch / 저벅저벅 thình thịch (tiếng bước chân nặng nề).

저번 lần trước.

저변(底邊) ☞ **밑변**.

저상(沮喪) **~하다** tan mất, nhụt (tinh thần, ý chí. ¶ 의기를 ~시키다 làm mất ý chí / 의기 ~하여 mất ý chí.

저서(著書) sách, tác phẩm; việc viết sách.

저성(低聲) âm thấp, âm thanh thấp.

저속(低俗) ~한 thấp kém, thấp hèn. ¶ ~한 취미 sở thích thấp kém.

저속도(低速度) tốc độ chậm. ¶ ~로 bằng tốc độ chậm. ¶ ~기어 số (ô tô) chậm.

저수(貯水) việc chứa nước; nước chứa (trữ). ¶ ~지 nơi chứa nước / ~량 lượng nước chứa.

저수위(低水位) mức nước thấp, mực nước (xuống) thấp, mực nước rút.

저술(著述) việc viết sách, sáng tác; sách được sáng tác. ☞ **저작**(著作). ¶ ~가 tác giả / ~업 nghề viết sách.

저습(低濕) **~하다** ẩm thấp. ¶ ~지(地) đất ẩm thấp.

저승 suối vàng, bên kia thế giới. ¶ ~으로 가다 xuống suối vàng, đi sang thế giới bên kia. ¶ ~길 đường sang thế giới bên kia (chỉ sự chết).

저압(低壓) áp lực thấp; điện áp thấp (전압). ¶ ~전류 dòng điện có điện áp thấp.

저액(低額) số tiền ít. ¶ ~ 소득층 lớp (nhóm người) có thu nhập thấp.

저어하다 e ngại, lo ngại. ¶ …하지나 않을까 저어하여 e ngại rằng (là).

저열(低劣) ~한 kém cỏi, thấp kém.

저온(低溫) nhiệt độ thấp. ¶ ~공학 khoa học công nghệ nhiệt độ thấp (nghiên cứu ứng dụng của hiện tượng và sự tạo ra nhiệt độ thấp dưới âm 150 độ) / ~살균 sát khuẩn nhiệt độ thấp / ~진열장 tủ hàng trưng bày giữ nhiệt độ thấp.

저울 cái cân. ¶ ~에 달다 đo, cân trên cái cân / ~을 속이다 cân điêu (giả cân) / ~이 후하다 cân tươi (hậu hĩ). ¶ ~눈 mắt cân / ~대 cán cân / ~판 bàn cân.

저육(豬肉) thịt lợn.

저율(低率) tỷ lệ thấp, tỷ lệ giảm. ~의 của tỷ lệ thấp.

저음(低音) tiếng trầm; 【ÂN】 âm trầm.

저의(底意) ẩn ý, suy nghĩ trong lòng.

ㅈ

¶ ～를 알아채다 hiểu thấu, biết trước được ẩn ý trong lòng.

저이 = 저 사람. người kia.

저인망(底引網) lưới kéo, lưới vét (loại lưới đánh cá ngoài khơi). ¶ ～어업 đánh bắt cá lưới vét.

저임금(低賃金) tiền công thấp. ¶ ～근로자 người lao động tiền công thấp, lao động rẻ mạt / ～정책 chính sách tiền lương thấp.

저자 ☞ **장**(場).

저자(著者) tác giả.

저자세(低姿勢) thế thấp kém. ¶ ～를 취하다 chọn thế luồn cúi, hạ mình.

저작(咀嚼) sự nhai. **~하다** nhai.

저작(著作) (저서) việc sáng tác, việc viết (tác phẩm); (저술) việc viết sách; sách được viết ra. **~하다** viết sách. ¶ ～권 quyền tác giả, bản quyền tác giả / ～권을 침해하다 vi phạm bản quyền tác giả / ～자 tác giả.

저장(貯藏) sự lưu giữ, cất giữ. **~하다** lưu giữ, cất giữ. ¶ ～고 kho lưu trữ, kho cất giữ / ～미 gạo tích trữ trong kho / ～실 buồng, kho cất giữ / ～품(品) hàng hóa được cất giữ, hàng được lưu trữ.

저절로 tự, tự mình; (자동적으로) một cách tự nhiên, tự động.

저조(低調) ～한 nhịp điệu thấp; sự đình trệ, trì trệ, yếu ớt; (거래가) việc buôn bán, giao dịch trì trệ. ¶ ～한 기록 thành tích yếu kém / 사업이 ～하다 công việc trì trệ.

저조(低潮) thủy triều thấp.

저주(咀呪) sự nguyền rủa. **~하다** nguyền rủa. ¶ ～받은 bị nguyền rủa.

저주파(低周波) tần số (dao động) thấp.

저지(低地) (낮은 토지) vùng đất thấp.

저지(沮止) **~하다** ngăn chặn.

저지르다 phạm, mắc (sai lầm, tội).

저쪽 đằng kia; (건너편) phía đối diện; (상대) bên kia (đối phương). ¶ ～에 있는 집 nhà phía đối diện (bên kia).

저촉(抵觸) **~하다** mâu thuẫn, xung đột; trái với (luật pháp).

저축(貯蓄) sự tiết kiệm, tích lũy; sự tiết kiệm tiền (저금). **~하다** tiết kiệm. ¶ ～심이 있는 [없는] có [không có] tinh thần tiết kiệm. ¶ ～성향 xu hướng tiết kiệm / ～운동 phong trào tiết kiệm / ～채권 trái phiếu tiết kiệm.

저탄(貯炭) việc trữ than. ¶ ～소 [장] kho [nơi] trữ than.

저택(邸宅) nhà to (của quy tộc).

저편 ☞ **저쪽**.

저하(低下) **~하다** (가치) xuống thấp, sụt giảm (giá trị); (품질) suy giảm, tụt lùi (phẩm chất). ¶ 능률이 ～하다 năng suất suy giảm / ～시키다 làm tụt, làm suy giảm.

저학년(低學年) (낮은 학년) lớp bé, năm học ở cấp thấp.

저항(抵抗) sự chống đối, sự phản kháng. **~하다** chống đối, phản kháng. ¶ ～하기 어려운 khó chống đối. ¶ ～기 cái điện trở / ～력 sức phản kháng, sức chống chọi / 내 [외]～ điện trở trong [ngoài].

저해(沮害) **~하다** cản trở, gây hại.

저혈압(低血壓) huyết áp thấp.

저희(들) chúng tôi, chúng em, chúng cháu (đại từ nhân xưng ngôi thứ nhất số nhiều, khiêm xưng). ¶ ～들의 của chúng em, chúng cháu / ～들에게 đối với (cho) chúng em, chúng cháu.

적(敵) địch; (적수) địch thủ; đối phương, đối thủ cạnh tranh (경쟁자). ¶ ～을 만들다 tạo ra địch thủ (kẻ địch) / ～에게 등을 보이다 bị địch (đối phương) thấy được điểm yếu của mình.

적(積) 【TH】 tích; diện tích (면적).

적(籍) sự đăng ký (với các thông tin như cơ quan, bản thân, giới tính, ngày sinh); đăng ký thường trú (본적); số hội viên (số đăng ký trong đoàn thể) (단체의). ¶ ～에 넣다 đưa vào đăng ký / ～에서 빼다 rút ra khỏi đăng ký, xóa khỏi đăng ký / ～두다 ghi danh, đăng ký; đăng ký vào đại học (대학에).

적 lúc, thủa (nhỏ), thời điểm sự kiện từng xảy ra; (경험) từng, (chỉ kinh nghiệm). ¶ …할 ～에 lúc làm … / 필요할 ～에 vào lúc cần thiết.

적갈색(赤褐色) màu nâu đỏ.

적개심(敵愾心) sự thù địch, căm thù (kẻ địch). ¶ ～을 불러일으키다 gây ra, gợi thù địch.

적격(適格) sự đủ tư cách, đạt (đúng) tiêu chuẩn. ～의 có đủ tư cách. ¶ ～자 người đủ tư cách / ～품 hàng đạt tiêu chuẩn.

적국(敵國) nước đối địch.

적군(赤軍) (소련군) quân đỏ (chỉ hồng quân Liên-xô cũ).

적군(敵軍) quân địch.

적권운(積卷雲) mây dung tích (cách gọi cũ 고적운, màu trắng, xám thành đám hình tròn, cao từ 2 đến 7 km).

적극(積極) ～적(인) có tính tích cực. ¶ ～적으로 một cách tích cực (trạng ngữ) / ～적으로 원조하다 viện trợ một cách tính cực. ¶ ～성 tính chất tích cực / ～성이 없다 không có tính tích cực.

적금(積金) việc tiết kiệm tiền; tiền tiết kiệm. **~하다** tiết kiệm tiền.

적기(赤旗) cờ đỏ (thường chỉ cờ của chủ nghĩa cộng sản).

적기(摘記) việc ghi chép chọn lọc, ghi tóm tắt.

적기(適期) thời kỳ thích hợp, giai đoạn thích hợp. ¶ ～의 của giai đoạn thích hợp.

적기(敵機) máy bay của địch.

적꼬치(炙-) xiên nướng cá.

적나라(赤裸裸) **~한** trần trụi, không giấu giếm. ¶ ～한 사실 sự thật được bóc trần / ～하게 một cách trần trụi, không giấu giếm.

적다[1] (기입) ghi chép, ghi lại.

적다[2] (수, 양) ít, số nhỏ (chỉ số, lượng). ¶ 적지 않이 không ít / 적어도 ít nhất, chí ít / 적게 một cách ít (phó từ) / 적어지다 trở nên ít.

적당(適當) ～한 thích đáng. ¶ ～히 một cách thích đáng.

적대(敵對) **~하다** đối địch. ¶ ～행위 hành vi đối địch.

적대시(敵對視) **~하다** coi như kẻ địch, kẻ thù.

적도(赤道) xích đạo. ～의 của xích đạo, thuộc về xích đạo. ¶ ～를 횡단하다 cắt ngang, đi ngang đường xích đạo. ¶ ～ 무풍대 vùng lặng gió xích đạo (đới lặng gió xích đạo) / ～의(儀) kính xích đạo, (loại kính thiên văn) / ～저압대 vùng khí áp thấp quanh xích đạo / ～제(祭) tế lễ ở vùng xích đạo (tàu thuyền đi qua vùng xích đạo làm lễ cầu sự an toàn).

적동(赤銅) đồng đỏ, đồng thiếc. ¶ ～광(鑛) quặng đồng đỏ.

적란운(積亂雲) ☞ **소나기구름**.

적량(適量) lượng thích hợp, lượng vừa đủ; (약의) liều lượng thích hợp của thuốc.

적량(積量) lượng chứa, trọng lượng tải hàng hóa.

적령(適齡) đủ tuổi, (đến) tuổi thích hợp. ¶ 결혼 ～ đủ tuổi kết hôn / 징병 ～ đến tuổi đi lính / 징병 ～자 người đến tuổi đi lính.

적례(適例) ví dụ đúng, thí dụ thích hợp.
적록(摘錄) trích lục, chọn chép lấy đoạn quan trọng.
적리(赤痢) 【YH】 bệnh lỵ.
적린(赤燐) chất phốt-pho, thuốc diêm màu nâu đỏ.
적립(積立) ~하다 tích lũy, để dành. ¶ ～금 tiền tích lũy, tiền dự trữ / 별도 ～금 tiền dự trữ riêng / ～배당금 tiền chia cổ tức tích lũy được.
적막(寂寞) ～한 tịch mịch, hiu quạnh. ¶ ～감 cảm giác tịch mịch.
적모(嫡母) mẹ cả, mẹ già (con của vợ thứ xưng hô với vợ cả).
적바르다 (서술적) vừa đủ, vừa đạt chuẩn (có tính chất miêu tả).
적바림 việc ghi lại thành ký tự; chữ được ghi lại. ~하다 ghi chép lại bằng chữ.
적반하장(賊反荷杖) kẻ cắp còn cầm gậy tìm người, ý chỉ người làm sai còn lớn tiếng với người làm đúng, vừa ăn cắp vừa la làng.
적발(摘發) sự phơi bày, vạch trần. ~하다 phơi bày, vạch trần.
적법(適法) ～의 hợp với luật pháp, đúng phép tắc; phép tắc phù hợp. ¶ ～행위 hành vi đúng phép tắc.
적병(敵兵) quân địch, binh lính của địch.
적부(適否) sự thích hợp, phù hợp hay không của người, sự vật (사람의, 사물의). ¶ ～를 결정 [판단]하다 quyết định [phán đoán] sự đúng đắn, thích hợp hay không.
적분(積分) 【TH】 tính tích phân. ~하다 tích phân / ～법 phép tích phân.
적빈(赤貧) nghèo xơ xác, bần hàn.
적산(敵産) tài sản của kẻ địch.
적색(赤色) màu đỏ (빛깔); tư tưởng đỏ (사상). ¶ ～리트머스(지) giấy quỳ màu đỏ / ～분자 phân tử màu đỏ.
적서(嫡庶) con vợ cả và con vợ thứ, ngành cả và ngành thứ.
적선(敵船) thuyền địch.
적선(積善) ~하다 tích thiện.
적선구역(赤線區域) vùng biên giới, ranh giới đỏ.
적설(積雪) tuyết đọng lại, tuyết phủ. ¶ (교통이) ～로 불통이 되다 giao thông ách tắc vì tuyết phủ đầy / ～이 120cm에 달했다 tuyết phủ lên đến 120cm.
적설초(積雪草) 【TV】 cỏ thường xuân.
적성(適性) tính chất, tính cách thích hợp, sự phù hợp / ～ 검사 kiểm tra khả năng thích hợp / 직업～ tính cách thích hợp với công việc. ¶ ～을 보이다 cho thấy tính cách thích hợp.
적성(敵性) tính chất đối địch. ¶ ～국(가) quốc gia mang tính đối địch.
적세(敵勢) địch thế, thế của kẻ địch.
적소(適所) chỗ thích hợp, địa vị thích hợp. ☞ 적재.
적송(赤松) 【TV】 ☞ 소나무.
적송(積送) ~하다 chất hàng gửi đi. ¶ ～인 người gửi, chuyển hàng đi / ～품 hàng được chất lên để gửi đi.
적쇠(炙-) vỉ nướng.
적수(敵手) địch thủ, đối thủ. ¶ ～가 못(안) 되다 không phải là đối thủ. ¶ 호～ đối thủ thích hợp, địch thủ tương xứng.
적수공권(赤手空拳) xích thủ không quyền: tay trắng, tay không, ý chỉ hai bàn tay trắng, không có gì hết. ¶ ～으로 bằng hai bàn tay / ～으로 사업을 시작하다 bắt đầu sự nghiệp từ hai bàn tay trắng.
적습(敵襲) tập kích của kẻ địch.
적시(適時) ～의 thời điểm thích hợp, vừa đúng lúc. ¶ ～안타 【BC】 cú đánh "base hit" (chạm góc thứ nhất) đúng lúc.

적시(敵視) ~하다 coi như kẻ địch, kẻ thù (적대시).

적시다 làm ướt; (잠그다) ngâm nước.

적신호(赤信號) đèn đỏ (tín hiệu giao thông); tín hiệu đỏ (báo nguy hiểm).

적실(嫡室) vợ cả, chính thất.

적십자(赤十字) chữ thập đỏ. ¶ ~병원 bệnh viện chữ thập đỏ / ~사 cơ quan (hoặc chi nhánh) của tổ chức hợp tác quốc tế chữ thập đỏ / 남북 ~회담 Hội đàm chữ thập đỏ hai miền Nam Bắc.

적악(積惡) ~하다 tích ác, chất nhiều tội ác.

적약(適藥) thuốc đúng bệnh, thuốc thích hợp.

적어도 ít nhất (phó từ).

적역(適役) vai diễn thích hợp. ¶ ~이다 là vai diễn thích hợp.

적역(適譯) dịch (biên dịch, thông dịch) đúng, chính xác, phù hợp.

적열(赤熱) nung đỏ (tăng nhiệt làm cho vật thể đỏ lên). ~의 có tính nung đỏ.

적외선(赤外線) tia hồng ngoại. ¶ ~사진 ảnh chụp bằng tia hồng ngoại / ~요법 phép trị liệu tia hồng ngoại.

적요(摘要) trích yếu, tóm tắt.

적용(適用) sự ứng dụng, dùng đúng chỗ. ~하다 ứng dụng, sử dụng thích hợp, đúng chỗ. ¶ ~할 수 있는 [없는] có thể [không thể] ứng dụng.

적운(積雲) ☞ 뭉게구름.

적원(積怨) oán hận tích tụ.

적은집 nhà của thê thiếp, nhà vợ lẽ.

적응(適應) ~하다 thích ứng. ¶ ~시키다 làm cho thích ứng.

적응성(適應性) tính thích ứng. ¶ ~이 있는 có tính thích ứng.

적응증(適應症) biểu hiện cho thấy hiệu quả (phản ứng) khi trị liệu bằng thuốc hay phẫu thuật; (증상) bệnh tình, trạng thái của bệnh.

적의(適宜) ~한 thích hợp.

적의(敵意) ý nghĩ coi như kẻ địch, coi như kẻ thù. ¶ ~ 있는 có ý coi như kẻ thù.

적이 hơi, có chút (phó từ).

적임(適任) ~의 (có tính) thích hợp với nhiệm vụ; (hoặc) nhiệm vụ phù hợp với khả năng. ¶ ~자 người phù hợp cho nhiệm vụ / 부~자 người không phù hợp với nhiệm vụ.

적자(赤字) (nguyên văn: "chữ màu đỏ") ❶ chữ màu đỏ để sửa lỗi trong hiệu đính văn bản, tư liệu. ❷ thâm hụt (chỉ sự thâm hụt tiền, trường hợp chi quá thu). ¶ ~를 내다 lâm vào sự thâm hụt tiền tệ, lỗ / ~를 내고 있다 đang bị thâm hụt tiền tệ / ~를 메우다 lấp vào khoản thâm hụt. ¶ ~경영 [운영] kinh doanh [điều hành] bị thâm hụt / ~공채 công trái bổ sung cho khoản thâm hụt / ~예산 dự toán khoản thâm hụt / ~ 재정 tài chính bị thâm hụt.

적자(嫡子) đứa con hợp pháp, con của vợ chính thức.

적자(適者) người thích ứng, người phù hợp. ¶ ~생존 sự sinh tồn của người có khả năng thích ứng (đúng hoàn cảnh).

적장(敵將) tướng địch (kẻ đứng đầu trong quân địch).

적재(摘載) ~하다 ghi chép chọn lọc.

적재(適才) nhân tài thích hợp, người có tài phù hợp. ¶ ~적소 việc dùng đúng người đúng chỗ.

적재(積載) ~하다 bốc, xếp, chất hàng hóa, hành lý (lên tàu) (배에). ¶ ~량 lượng chất lên (tàu, xe), lượng hàng hóa bốc xếp / ~톤수 số tấn (hàng hóa)

ㅈ

chất lên / ～화물 hàng hóa chất lên (tàu, xe).

적적하다(寂寂-) yên lặng, thầm lặng. ¶ 적적한 생활 cuộc sống thầm lặng.

적전(敵前) trước mặt kẻ địch. ¶ ～상륙하다 đổ quân lên bờ trước mặt kẻ địch.

적절(適切) ～한 thích hợp. ¶ ～히 một cách thích hợp / ～한 예 ví dụ thích hợp / ～한 조치를 취하다 theo giải pháp thích hợp.

적정(適正) ～한 đúng đắn, hợp lý. ¶ ～가격 giá cả hợp lý.

적정(敵情) tình hình quân địch. ¶ ～을 살피다 xem xét tình hình quân địch.

적중(的中) **~하다** trúng, đúng (đích, mục tiêu); (상상이) tưởng tượng đúng; (예언이) dự báo, dự đoán đúng.

적지(敵地) đất của kẻ địch, vùng địch chiếm.

적진(敵陣) trận địa của kẻ địch. ¶ ～을 돌파하다 đột phá vào trận địa của kẻ địch.

적처(嫡妻) (정식아내) vợ chính thức.

적철광(赤鐵鑛) [Kh] khoáng chất Hematit.

적출(摘出) **~하다** trích xuất, khoét lấy ra; lôi ra.

적출(嫡出) con cái do vợ cả (chính thất) sinh ra; con cái thuộc ngành cả.

적출(積出) **~하다** xuất hàng, vận (tàu biển). ¶ ～통지서 giấy báo xuất hàng / ～항 cảng xuất hàng.

적치(積置) **~하다** chất, chất đống (hàng hóa). ¶ ～장(場) chỗ, bãi chất (hàng) / 석탄～장 bãi chất than.

적침(赤沈) ¶ ～검사 kiểm tra sự kết tủa, đông đặc của máu.

적침(敵侵) sự xâm nhập của kẻ địch

적탄(敵彈) đạn bắn ra của kẻ địch.

적평(適評) sự phê bình đúng đắn, phù hợp.

적폐(積弊) điều phiền muộn, sự tệ hại tích tụ, ăn sâu cắm rễ từ lâu.

적하(積荷) (적재) việc bốc chất hàng hóa lên tàu, xe; (짐) việc chất hành lý (배의) của tàu thuyền. ¶ ～량 lượng (trọng lượng) hàng hóa chất trên. (tàu, xe) (중량) / ～ 명세서 giấy ghi chép tiền, hàng chất chứa trên. (tàu, xe) / ～목록 danh mục hàng chở trên tàu, xe / ～ 보험 bảo hiểm cho hàng hóa tải trên tàu, xe.

적함(敵艦) quân hạm của địch.

적합(適合) ～한 thích hợp. ¶ 기질에 ～하다 thích hợp với khí chất.

적혈(赤血) ¶ ～구(球) hồng cầu / ～구 침강속도 tốc độ (đọng) tụ hồng cầu.

적화(赤化) **~하다** đỏ hóa. ¶ ～운동 phong trào cộng sản đỏ (chỉ phong trào theo chủ nghĩa cộng sản).

적화(積貨) ☞ **적하**(積荷).

적확(的確) ～한 [하게] [một cách] đích xác, chính xác.

적히다 được viết, được ghi.

전 (그릇따위) miệng (bát, chén).

전(前) ❶(시간적) trước (về thời gian); (과거) trước đây (quá khứ). ¶ ～의 thuộc về trước đây / ～에 trước đây / 오래 ～부터 từ trước đây lâu rồi / 열시 15분 ～ 10 giờ kém 15 phút / ～에 말한 바와 같이 như đã nói trước đây / 3일 ～의 신문 báo trước đây 3 ngày / ～처럼 như trước / ～처럼 건강해지다 trở nên mạnh khỏe như trước. ❷ (…하기전) trước khi làm (một hành động gì đó). ¶ 이틀 ～에 (미리) (đã làm) từ trước đó hai ngày / 그가 도착하기 ～에 trước khi người đó đến nơi / 출발하기 ～에 trước khi xuất phát.

전(煎) món rán, món chiên. ¶ ～을 부치다 nấu món rán.

전(廛) triền, quán chợ.

전(錢) (단위) đơn vị tiền *jeon* (= 1/100 *won*); (từ cổ) chỉ 10 cắc.

전…(全) toàn (tiền tố). ¶ ～한국 toàn Hàn Quốc / ～ 세계 toàn thế giới.

전…(前) (이전의) trước (tiền tố, mang ý nghĩa trước đây, trước lúc đó); (앞부분의) thuộc về bộ phận phía trước. ¶ ～남편 chồng trước đây / ～대통령 케네디 cựu tổng thống Kennedy / ～ 페이지 trang trước.

…전(傳) (전기) truyện. ¶ 위인 ～ truyện danh nhân.

전가(傳家) gia truyền. ¶ ～의 보도를 휘두르다 khua (vung tít) thanh gươm báu gia truyền.

전가(轉嫁) (죄, 책임의) **~하다** đổ (tội, trách nhiệm) cho người khác.

전각(殿閣) điện các (điện nơi vua ngự); cung điện và lầu các nói chung.

전간(癲癇) 【YH】 chứng động kinh. ☞ **지랄(병)**.

전갈(全蠍) 【CT】 bọ cạp. ¶ ～자리 【TVH】 chòm sao bọ cạp (thiên văn).

전갈(傳喝) việc truyền tin, truyền lời. **~하다** truyền tin, truyền lời.

전개(展開) **~하다** triển khai; (군사가) triển khai quân đội.

전거(典據) điển cố làm căn cứ dẫn chứng cho câu, lời nói. ¶ ～가 확실한 điển cố xác thực / ～를 들다 lấy điển cố.

전거(轉居) sự chuyển nơi cư trú. **~하다** chuyển nơi cư trú. ¶ ～지 nơi chuyển đến cư trú.

전격(電擊) đột xuất như đánh điện, giật điện. ¶ ～시행하다 đột xuất thực hiện / ～전 trận đánh chớp nhoáng.

전경(全景) toàn cảnh.

전고(典故) điển cố.

전곡(田穀) ngũ cốc ruộng khô.

전곡(錢穀) tiền và ngũ cốc, lương thực.

전골(煎-) *jeongol*, lẩu (món ăn hàm rau, gia vị và thịt bò hoặc thịt lợn).

전공(前功) công lao, công tích gây dựng trước đây.

전공(專攻) chuyên môn. **~하다** làm chuyên môn. ¶ ～과 khoa chuyên ngành / ～과목 môn chuyên ngành / ～분야 ngành chuyên môn.

전공(電工) thợ điện, công nghiệp điện (nói tắt).

전공(戰功) chiến công. ¶ ～을 세우다 dựng nên chiến công.

전과(全科) toàn bộ các môn, toàn bộ các khoa.

전과(前科) việc từng bị xử phạt trước đây (tương đương "tiền án"). ¶ ～3범 3 tiền án, trước đây 3 lần bị xử phạm tội / ～가 있다 có tiền án. ¶ ～자 kẻ có tiền án.

전과(戰果) kết quả của cuộc chiến, cuộc thi đấu.

전과(轉科) **~하다** chuyển khoa, (chuyển sang khoa khác).

전관(前官) người tiền nhiệm (전임자); người tiền nhiệm trước của mình (자기의). ¶ ～예우 đãi ngộ theo nghi lễ giành cho các quan chức cao cấp trước đây.

전관(專管) chuyên quản lý, chuyên đảm nhận. ¶ ～ 수역 vùng lãnh hải độc quyền khai thác.

전광(電光) (điện quang), ánh điện, tia chớp. ¶ ～석화와 같이 như chớp (nguyên văn: như chớp lửa). ¶ ～뉴스 tin tức tia chớp (tin nhanh).

전교(全校) toàn trường. ¶ ～생 học sinh toàn trường.

전교(轉交) (남을 거쳐 줌) chuyển giao. ¶ 한국 대사관 ～ 김선생 귀하 chuyển giao qua sứ quán Hàn Quốc gửi tới ông Kim.

전교(轉校) **~하다** chuyển trường.

전구(前驅) dẫn đầu, chạy trước đoàn.
전구(電球) bóng đèn. ¶ 백열 ~ bóng đèn màu sáng trắng.
전국(全-) nước canh đặc, nguyên chất. ¶ ~술 rượu nguyên chất.
전국(全國) toàn quốc. ~적(인) mang tính toàn quốc. ¶ ~에 trên toàn quốc / ~적으로 một cách toàn quốc (trạng ngữ). ¶ ~대회 thi đấu toàn quốc (경기의) / ~방송 phát thanh truyền hình toàn quốc / ~중계 phát thanh đồng nhất trên toàn quốc / ~지(紙) báo phát hành toàn quốc.
전국(戰局) cuộc chiến.
전국(戰國) Chiến Quốc. ¶ ~시대 thời Chiến Quốc.
전국구(全國區) khu vực bầu cử tương ứng trên toàn quốc. ¶ ~의원 nghị sĩ được bầu trên quy mô toàn quốc.
전국민(全國民) toàn dân. ¶ ~의 của toàn dân / 그 사건은 ~의 주목을 끌었다 sự kiện đó đã lôi cuốn sự chú ý của toàn dân.
전군(全軍) toàn quân.
전권(全卷) (책의) toàn quyển (sách); (영화) toàn bộ (phim).
전권(全權) toàn quyền. ¶ ~을 위임하다 ủy nhiệm toàn quyền. ¶ ~대사 đại sứ toàn quyền / ~ 위원 thành viên hội đồng có toàn quyền quyết định (được cử đi đại diện cho quốc gia).
전권(專權) sự chuyên quyền.
전극(電極) điện cực.
전근(轉勤) sự chuyển chỗ làm việc. **~하다** chuyển chỗ làm.
전기(前記) ~의 trong (những) ghi chép ở phía trước, (như) đã ghi ở trên.
전기(前期) giai đoạn đầu, thời kỳ trước. ¶ ~결산 quyết toán giai đoạn trước / ~대학 đại học giai đoạn đầu / ~이월금 số tiền kỳ sau.
전기(傳奇) ~적 truyền kỳ, những truyện kỳ quái.
전기(傳記) truyện ký. ¶ ~작가 tác giả truyện ký.
전기(電氣) điện khí. ~의 thuộc về điện khí. ¶ ~(장치)로 bằng (thiết bị) điện khí / ~가 오르다 điện chạy lên / ~가 통해 있다 điện thông qua / ~를 통하다 [끊다] thông [cúp] điện / ~를 일으키다 tạo ra điện / ~를 켜다 [끄다] bật [tắt] điện. ¶ ~공업 công nghiệp điện khí / ~공학 công nghệ điện khí / ~기관차 đầu kéo, máy kéo điện khí / ~기구 sản phẩm điện, vật dụng có sử dụng điện khí để phát sáng, tạo nhiệt, làm động lực / ~기구점 điểm bán đồ điện / ~난로 lò sưởi điện / ~냉장고 tủ lạnh điện / ~다리미 bàn là điện / ~담요 chiếu điện / ~밥솥 nồi cơm điện / ~도금 mạ điện / ~면도기 [시계, 풍로] máy cạo râu [đồng hồ, lò] điện / ~분해 điện phân / ~분해물 vật điện phân / ~세탁기 máy giặt điện / ~스탠드 đèn bàn (học) bằng điện / ~역학 điện khí động lực học / ~요금 tiền điện / ~요법 [의자] phép trị bệnh [ghế] dùng điện / ~용접 hàn điện / ~자동차 xe ô-tô điện / ~자석 nam châm điện / ~장치 thiết bị điện / ~제품 chế phẩm, đồ điện / ~ 철도 đường ray điện / ~ 청소 quét dọn, làm sạch bằng điện / ~ 청소기 hút bụi bằng điện / ~통신 thông tin truyền đạt và tiếp nhận qua điện (đánh điện) / 한국~통신공사 Công ty thông tin điện tín Hàn Quốc / ~회로 đường điện lưu quay vòng về nơi xuất phát.
전기(電機) điện cơ. ¶ ~ 공업 công nghiệp điện.
전기(戰機) nguy cơ chiến tranh.

전기(轉記) **~하다** chuyển ghi chép sang sổ chi tiêu khác.

전기(轉機) cơ hội chuyển đổi, thời kỳ thay đổi, chuyển hoán.

전깃불(電氣-) ánh sáng đèn điện.

전나무 cây linh sam.

전날(前-) ngày trước (지난날); ngày trước đó (그 전날).

전남편(前男便) chồng trước.

전납(全納) **~하다** nạp toàn bộ.

전납(前納) **~하다** nộp trước (kỳ hạn).

전년(前年) năm trước, năm vừa qua.

전념(專念) **~하다** chuyên tâm, toàn niệm (nguyên văn: chuyên niệm, chỉ chuyên tâm vào một việc).

전뇌(前腦) 【GP】 não trước.

전능(全能) toàn năng. ~의 có tính toàn năng. ¶ ~하신 하나님 chúa trời toàn năng!

전능력(全能力) toàn bộ năng lực.

전단(專斷) sự độc đoán, tự quyết theo ý mình. **~하다** độc đoán. ¶ ~적 một cách độc đoán / ~으로 bằng, với sự độc đoán.

전단(傳單) truyền đơn. ¶ ~을 돌리다 phát truyền đơn / ~을 뿌리다 rải truyền đơn.

전단(戰端) mầm mống của cuộc chiến, lý do bùng phát chiến tranh. ¶ ~을 열다 khai chiến, mở ra cuộc chiến, gây chiến.

전달(前-) (전의 달) tháng trước; (지난 달) tháng vừa qua.

전달(傳達) sự truyền đạt. **~하다** truyền đạt.

전담(全擔) **~하다** đảm đương toàn bộ.

전담(專擔) **~하다** chuyên trách, chuyên đảm nhận.

전답(田畓) ruộng nương.

전당(全黨) toàn đảng. ¶ ~대회 đại hội đại biểu toàn quốc của chính đảng.

전당(典當) việc cầm đồ, sự thế chấp. ¶ ~잡다 nhận cầm đồ, giữ vật thế chấp / ~잡히다 đem cầm đồ, thế chấp. ¶ ~물 vật thế chấp, vật cầm đồ / ~물을 찾다 lấy lại vật thế chấp / ~물이 유질되다 vật cầm cố bị tịch thu (mất quyền sở hữu) / ~포 hiệu cầm đồ / ~표 phiếu cầm đồ, hóa đơn cầm đồ.

전당(殿堂) điện, đền, thánh đường, nơi tôn nghiêm.

전대(前代) thời trước, thời kỳ trước. ¶ ~미문의 chưa từng nghe thấy.

전대(戰隊) đội quân.

전대(轉貸) việc cho mượn lại (thông qua một người khác nữa). **~하다** cho mượn lại. ¶ ~인 người cho mượn lại, cho thuê lại.

전대협(全大協) viết tắt của 한국전국대학생대표자협의회, Hội nghị đại biểu sinh viên Hàn Quốc trên toàn quốc.

전도(全島) toàn bộ hòn đảo.

전도(全圖) toàn thể bức tranh hay bản đồ.

전도(前途) tiền đồ. ¶ ~ 유망한 có tiền đồ đầy triển vọng, đầy hứa hẹn / ~ 유망하다 tiền đồ đầy triển vọng / ~가 요원하다 tiền đồ còn xa vời.

전도(前渡) sự tạm ứng, trả trước. ¶ ~금 tiền tạm ứng, tiền trả trước.

전도(前導) ☞ **선도**(先導).

전도(傳道) sự truyền đạo. **~하다** truyền đạo. ¶ ~사 nhà truyền đạo (선교사). ¶ ~(사업)에 종사하다 theo đuổi việc truyền đạo.

전도(傳導) 【VLH】 (열, 전기의) sự truyền dẫn (nhiệt, điện); (소리, 빛의) sự truyền (âm thanh, ánh sáng). **~하다** truyền dẫn. ¶ ~력 [율] lực [suất] truyền dẫn / ~체 vật truyền dẫn.

전도(顚倒) điên đảo, lộn ngược (거꾸로

의); (상하, 표리의) đảo lộn (trên dưới). ~하다 làm điên đảo, đảo lộn. ¶ 본말을 ~하다 làm đảo ngược đầu cuối.

전동(電動) điện động, chuyển động nhờ sức điện. ~의 có tính điện động. ¶ ~기 mô-tơ điện / ~력(力) sức điện động / ~발전기 máy phát điện chạy mô tơ / ~자(子) phản ứng (armature, thuộc điện học).

전동(箭筒) ống tên.

전두(前頭) 【GP】 trán. ¶ ~골 xương trán / ~부 bộ phận trán.

전등(電燈) đèn điện. ¶ ~을 켜다 [끄다] bật [tắt] đèn điện / ~을 가설(架設)하다 giăng đèn điện, lắp đèn điện.

전라(全裸) ~의 trần trụi.

전락(轉落) sự ngã, rơi vào. ~하다 ngã, rơi vào.

전란(戰亂) chiến loạn, rối loạn, loạn lạc bởi chiến tranh. ¶ ~의 도가니 chảo nung của chiến tranh loạn lạc.

전람(展覽) việc triển lãm, trưng bày. ~하다 triển lãm. ¶ ~중이다 đang triển lãm. ¶ ~물[품] hàng [vật] triển lãm / ~회 hội chợ triển lãm / 미술~회 hội triển lãm mỹ thuật / ~회에 출품하다 gửi vật trưng bày ra hội chợ triển lãm.

전래(傳來) (전승) sự truyền lại (từ cha ông); (외래) sự truyền vào (từ bên ngoài, nước ngoài). ~하다 truyền lại, truyền vào.

전략(前略) việc lược bỏ đi phần đầu; (편지에서) đi vào phần chính như sau (trong thư, khi bỏ qua phần dẫn nhập).

전략(戰略) chiến lược, chiến thuật (전술). ¶ ~상 về mặt chiến lược / ~적인 có tính chiến lược. ¶ ~가 nhà chiến lược / ~무기 vũ khí chiến lược / ~ 무기 감축회담 [조약] hội đàm [điều ước] cắt giảm vũ khí chiến lược / ~무기 제한회담 hội đàm ngăn chặn vũ khí chiến lược / ~무역정책 chính sách thương mại có chiến lược / ~물자 vật tư chiến lược (vật tư phục vụ chiến tranh như lương thực, dầu, sắt thép, các loại kim loại trọng yếu) / ~수립자(가) người dựng nên chiến lược / ~이론 lý luận về chiến lược / ~적 계획(책정) kế hoạch (hoạch định) chiến lược / ~적 후퇴 rút lui chiến lược / ~핵무기 vũ khí hạt nhân có tầm chiến lược / ~회의 hội nghị chiến lược / 국제~연구소 viện nghiên cứu chiến lược quốc tế.

전략공군(戰略空軍) không quân chiến lược.

전략산업(戰略産業) công nghiệp chiến lược. ¶ ~으로서 집중적으로 육성되다 xây dựng (nguyên văn: nuôi dưỡng) một cách tập trung như một ngành công nghiệp chiến lược.

전략수출품목(戰略輸出品目) mục các sản phẩm xuất khẩu chiến lược.

전략폭격(戰略爆擊) oanh tạc chiến lược. ¶ ~기 máy bay oanh tạc chiến lược.

전량(全量) toàn bộ số lượng.

전량(錢糧) tiền và lương thực.

전량계(電量計) vôn kế (đo tổng lượng điện tích).

전력(全力) toàn lực. ¶ ~을 다하여 dồn toàn lực làm / …에 ~을 기울이다 dốc toàn lực vào.

전력(前歷) lý lịch trước đây.

전력(專力) ~하다 dồn sức chuyên vào một việc.

전력(電力) điện lực. ¶ ~계 cái đo oát kế / ~공급 cung cấp điện lực / ~부족 thiếu sức điện / ~회사 công ty điện lực / ~사정 tình trạng điện / ~요금 tiền điện / ~제한 hạn chế, giới hạn về điện / ～소비 tiêu thụ điện / ～통제 điều khiển, quản lý về điện lực.

전력(戰力) sức chiến đấu. ¶ ～증강 tăng cường sức chiến đấu.

전령(傳令) (사람) việc truyền lệnh; mệnh lệnh được truyền ra (명령).

전령(電鈴) chuông điện.

전례(典禮) điển lễ, lễ nghi.

전례(前例) 【PL】 tiền lệ. ¶ ～없는 không có tiền lệ / ～가 있다 có tiền lệ / ～를 만들다 [깨뜨리다] tạo ra [phá bỏ] tiền lệ.

전류(電流) điện lưu, dòng điện. ¶ ～를 통하다 thông dòng điện, nối điện / ～를 끊다 ngắt, cắt dòng điện / ～가 흐르고 있다 [흐르지 않다] dòng điện chạy qua [không chạy qua]. ¶ ～계 ampe kế / 고압 [저압] ～ dòng điện cao áp [thấp] / 교류 [직류] ～ dòng điện xoay chiều [chạy thẳng].

전리(電離) 【VLH】 hiện tượng điện ly. **~하다** điện ly. ¶ ～층(層) tầng điện ly.

전리품(戰利品) chiến lợi phẩm (약탈품).

전립선(前立腺) 【GP】 tiền liệt tuyến. ¶ ～비대(肥大) chứng phình tiền liệt tuyến / ～염(炎) viêm tiền liệt tuyến.

전말(顚末) từ đầu đến cuối (sự việc). ¶ ～서 giấy tường trình (toàn bộ vấn đề).

전망(展望) việc nhìn xa, trông rộng; triển vọng. **~하다** nhìn xa trông rộng (về tương lai) (장소가 주어). ¶ 앞으로의 ～ nhìn xa (suy xét) về sau này / ～이 좋다 triển vọng tốt (tương lai tốt) (장래가). ¶ ～대 đài quan sát / ～차 tàu có cửa quan sát / ～탑 tháp quan sát.

전매(專賣) sự chuyên bán, chuyên kinh doanh. **~하다** chuyên bán, chuyên kinh doanh. ¶ ～권 độc quyền kinh doanh / ～제도 chế độ độc quyền kinh doanh / (정부의) ～품 sản phẩm chuyên (độc quyền) kinh doanh (của chính phủ).

전매(轉賣) sự bán lại, nhượng lại. **~하다** bán lại, nhượng lại. ¶ ～할 수 있는 có thể bán lại, nhượng lại.

전매특허(專賣特許) cấp phép đặc biệt độc quyền kinh doanh. ¶ ～를 얻다 được cấp phép đặc biệt cho việc độc quyền kinh doanh. ☞ **특허**.

전면(全面) toàn diện. ¶ ～적인 có tính toàn diện / ～적으로 một cách toàn diện. ¶ ～ 강화 giảng hòa trên mọi mặt / ～(핵)전쟁 chiến tranh (hạt nhân) toàn diện.

전면(前面) mặt tiền, mặt trước; (건물의) mặt tiền của toà nhà; (전경) mặt trước (toàn cảnh mặt trước). ¶ ～에 ở mặt trước.

전멸(全滅) sự bị tận diệt, bị tiêu diệt toàn bộ. **~하다** tiêu vong toàn bộ, bị tiêu diệt toàn bộ. ¶ ～시키다 tận diệt, tiêu diệt.

전모(全貌) hình dáng toàn thể, toàn bộ diện mạo. ¶ …의 ～를 밝히다 làm sáng tỏ toàn bộ diện mạo của ….

전몰(戰歿) chết trận, cái chết ngoài chiến trường. **~하다** chết trận, chết ngoài chiến trường. ¶ ～장병 tướng sĩ chết trận.

전무(全無) **~하다** hoàn toàn không có (gì hết).

전무(專務) (사무) chuyên trách, công việc chuyên đảm nhận. ¶ ～이사 giám đốc điều hành chuyên trách.

전무식(全無識) ☞ **판무식**.

전무후무(前無後無) **~하다** (서술적) trước nay chưa từng có. ¶ ～한 대발견 phát hiện lớn trước nay chưa từng có.

전문(全文) toàn văn. ¶ 조약～ toàn văn điều ước.

전문(前文) lời nói ở phần trước, phần văn dẫn nhập; (조약 등의) trong công văn giấy tờ, điều ước.

전문(專門) chuyên môn. ¶ …을 ~으로 하다 lấy … làm chuyên môn / ~가 nhà chuyên môn / ~교육(教育) giáo dục chuyên môn / ~용어 thuật ngữ chuyên ngành / ~위원회 hội đồng chuyên môn / ~의 thuộc về chuyên môn, chuyên ngành / ~학교 trường chuyên / ~화 sự chuyên môn hóa / ~화하다 chuyên môn hóa.

전문(電文) bức điện tín.

전문(傳聞) **~하다** nghe lại, nghe truyền tai. ¶ ~한 바에 의하면 theo những điều nghe lại thì ….

전반(全般) toàn bộ, tổng thể. **~적인** có tính tổng thể, toàn bộ.

전반(前半) nửa trước, nửa đầu; (축구의) hiệp đầu (bóng đá). ¶ ~기 giai đoạn nửa đầu (trong năm) / ~전 trận đấu ở hiệp đầu.

전반사(全反射) 【VLH】 phản xạ toàn phần.

전방(前方) tiền phương, tiền tuyến, phía trước. **~의** thuộc về tiền phương, phía trước. ¶ 100 미터 ~에 về phía trước 100 mét. ¶ ~기지 căn cứ tiền phương, tiền đồn / ~지휘소 sở chỉ huy tiền phương.

전번(前番) lần trước (지난번). **~의** của lần trước. ¶ ~에 ở lần trước / ~에 만났을 때 khi gặp vào lần trước.

전범(戰犯) (죄) tội phạm chiến tranh (tội); (사람) kẻ tội phạm chiến tranh (người). ¶ ~용의자 kẻ bị tình nghi là tội phạm chiến tranh.

전법(戰法) chiến pháp, đấu pháp.

전변(轉變) chuyển biến, xoay chuyển. ¶ 유위(有爲) ~ có tài xoay chuyển.

전별(餞別) sự tiễn biệt, tiệc chia tay. **~하다** tiễn biệt.

전병사(戰病死) chết vì bệnh trong chiến tranh.

전보(電報) điện báo; (무전) vô tuyến điện báo (không dây); (해외) điện báo từ nước ngoài. ¶ ~치다 đánh điện. ¶ ~로 bằng điện báo. ¶ ~료 cước phí điện báo / ~용지 giấy điện báo.

전보(轉補) **~하다** bổ nhiệm chức vụ mới. ¶ ~되다 được bổ nhiệm chức vụ mới.

전복(全鰒) con hào, bào ngư, (vỏ gọi là 석결명, "thạch quyết minh", dùng làm thuốc).

전복(顚覆) (선박의) sự lật (tàu, thuyền). **~하다** lật; (뒤집히다) bị lộn, lật (dạng bị động).

전봇대(電報-) ☞ **전주**(電柱).

전부(全部) (명사, 부사) toàn bộ (danh từ, phó từ).

전부(前夫) chồng trước.

전분(澱粉) tinh bột. ¶ ~질 có chất tinh bột.

전비(前非) lỗi lầm trước đây, sai phạm trước đây. ¶ ~를 뉘우치다 ăn năn vì lỗi lầm trước đây.

전비(戰費) phí tổn cho chiến tranh, kinh phí chi cho chiến tranh.

전사(戰士) chiến sĩ, binh sĩ chiến đấu; người làm việc vất vả ngoài công trường. ¶ 산업 ~ lao động công nghiệp.

전사(戰史) lịch sử chiến tranh. ¶ ~에 남다 còn để lại trong lịch sử chiến tranh.

전사(戰死) sự chết trận. **~하다** chết trận. ¶ ~자 người chết trận nói chung (총칭).

전사(傳寫) **~하다** sao chép lại.

전상(戰傷) việc bị thương trong chiến đấu, vết thương trong chiến đấu. **~하다** bị thương. ¶ ~병 bệnh do bị thương trong chiến tranh / ～자 người bị thương trong chiến đấu.

전색맹(全色盲) 【YH】 mù màu toàn bộ.

전생(前生) kiếp trước. ¶ ～의 인연(연분) tiền duyên.

전생애(全生涯) cả đời, suốt đời.

전서(全書) toàn thư, toàn tập (trọn bộ). ¶ 요리(料理) ～ trọn bộ sách dạy nấu ăn.

전서구(傳書鳩) chim bồ câu đưa thư.

전선(前線) ❶ (일선) tiền tuyến. ¶ ～기지 căn cứ ở tiền tuyến. ❷ 【KHa】 ranh giới thời tiết, ranh giới vùng khí tượng. ¶ 강우～ ranh giới vùng mưa lớn / 한랭 [온난] ～ ranh giới vùng lạnh [vùng ấm áp].

전선(電線) điện tuyến; (전화) dây điện thoại; (해저의) cáp điện dưới đáy biển; (전기의) đường dây điện.

전선(戰線) chiến tuyến. ¶ 서부～ chiến tuyến phía tây. ¶ 공동 ～을 펴다 mở ra chiến tuyến chung, chung một chiến tuyến.

전설(傳說) truyền thuyết. ¶ ～적 có tính truyền thuyết. ¶ ～시대 thời kỳ truyền thuyết.

전성(全盛) sự thịnh vượng, hoàng kim. **~하다** thịnh vượng, hoàng kim. ¶ ～기 [시대] thời kỳ [thời đại] hoàng kim.

전성(展性) 【VLH】 tính dẻo, dễ dát mỏng.

전성관(傳聲管) ống loa.

전세(前世) ❶ (전생) kiếp trước. ❷ (전대) đời trước.

전세(專貰) sự cho thuê riêng ～내다 thuê. ¶ ～버스 [비행기] xe buýt [máy bay] thuê riêng.

전세(傳貰) thuê bất động sản. ¶ ～놓다 cho thuê. ¶ ～계약 hợp đồng thuê bất động sản / ～금 tiền thuê bất động sản / ～금 융자 việc cho vay tiền để thuê bất động sản / ～집 nhà thuê.

전세(戰勢) thế trận, cục diện cuộc chiến.

전세계(全世界) toàn thế giới, khắp thế giới. ¶ ～에 (걸쳐서) trên toàn thế giới (trải trên toàn thế giới).

전세기(前世紀) thế kỷ trước.

전소(全燒) sự bị thiêu trụi toàn bộ. **~하다** bị thiêu trụi

전속(專屬) **~하다** chuyên thuộc về một nơi. ¶ ～의 chuyên thuộc về. ¶ KBS ～가수 ca sĩ chuyên của đài KBS / KBS ～악단 dàn nhạc chuyên của đài KBS.

전속(轉屬) sự chuyển hộ tịch gốc; việc chuyển đơn vị. **~하다** chuyển hộ tịch gốc; chuyển đơn vị (trực thuộc).

전속력(全速力) hết tốc độ. ¶ ～으로 bằng tốc độ tối đa / ～을 내다 lấy hết tốc độ.

전손(全損) 【TN】 tổn thất, thiệt hại toàn bộ. ¶ ～ 담보 bảo đảm cho toàn bộ thiệt hại (bảo hiểm).

전송(傳送) **~하다** chuyển giao, chuyển phát.

전송(電送) việc đánh điện. ¶ ～ 사진 ảnh gửi truyền thống.

전송(餞送) **~하다** tiễn, tiễn biệt.

전송(轉送) **~하다** chuyển qua tay, chuyển gián tiếp.

전수(全數) tổng số, toàn bộ.

전수(專修) **~하다** chuyên tu. ¶ ～과 khóa chuyên tu.

전수(傳受) **~하다** (비결 따위를) được truyền thụ, được kế thừa (bí quyết).

전수(傳授) **~하다** (비결 등을) truyền thụ (bí quyết).

전술(前述) ～한 tường thuật, trình bày ở trước. ¶ ～한 바와 같이 như đã trình bày ở trước.

전술(戰術) chiến thuật. ¶ ～상의 về mặt

chiến thuật. ¶ ～가 nhà chiến thuật / ～ 공군 chiến thuật không quân.

전술핵무기(戰術核武器) vũ khí hạt nhân chiến thuật.

전승(全勝) **~하다** toàn thắng; [ㅠ] thi đấu thắng tất cả các trận.

전승(傳承) **~하다** (계승하다) kế thừa.

전승(戰勝) sự chiến thắng. **~하다** chiến thắng. ¶ ～국 quốc gia chiến thắng / ～기념일 ngày kỷ niệm chiến thắng / ～전시(全市) (toàn) thành phố chiến thắng.

전시(展示) **~하다** trưng bày. ¶ ～물 vật trưng bày nói chung (총칭) / ～회 hội triển lãm / ～효과 hiệu quả trưng bày.

전시(戰時) thời chiến. ¶ ～중(에) đang trong thời chiến. ¶ ～경제 kinh tế thời chiến / ～ 내각 nội các thời chiến / ～ 상태 tình trạng thời chiến / ～ 체제(하에 있다) (dưới) thể chế thời chiến.

전시대(前時代) thời đại trước.

전신(全身) toàn thân. ¶ ～에 ở toàn thân / ～의 힘 sức toàn thân / ～의 힘을 다하여 lấy hết sức toàn thân. ¶ ～ 마취 sự gây mê toàn thân / ～ 불수 liệt toàn thân / ～ 사진 ảnh toàn thân.

전신(前身) tiền thân.

전신(電信) điện tín; (해외) điện tín hải ngoại. ¶ ～으로 bằng điện tín. ¶ ～국 cục điện tín / ～ 약호 ký hiệu điện tín, địa chỉ điện tín rút gọn / ～환 tiền chuyển bằng điện tín / 무선 ～ điện tín không dây (vô tuyến).

전실(前室) vợ trước. ¶ ～ 자식 con vợ trước.

전심(全心) toàn tâm. ¶ ～을 기울여 dồn toàn tâm / ～전력을 다하다 đem hết toàn tâm toàn lực ra.

전심(專心) **~하다** chuyên tâm.

전아(典雅) ～한 tao nhã, thanh nhã.

전암(前癌) ～의 tiền ung thư. ¶ ～ 증상 triệu chứng tiền ung thư.

전압(電壓) điện áp. ¶ ～을 높이다 [낮추다] tăng [giảm] điện áp. ¶ ～계 điện áp kế (vôn kế).

전액(全額) toàn bộ số tiền, tổng kim ngạch. ¶ ～ 담보 bảo đảm tổng kim ngạch / ～ 보험 bảo hiểm cho tổng kim ngạch / ～ 불입 nộp toàn bộ (tiền).

전야(前夜) đêm hôm trước (간밤). ¶ ～제(祭) buổi lễ vào đêm trước của lễ hội chính / 크리스마스 ～ đêm trước Nô-el.

전언(前言) lời nói ra trước đây; lời nói của người xưa.

전언(傳言) việc truyền lời, chuyển lời; lời truyền đạt. **~하다** truyền đạt, chuyển lời.

전업(專業) chuyên nghiệp. ¶ …을 ～으로 하다 chuyên làm (nguyên văn: lấy … làm nghề nghiệp chuyên môn).

전업(電業) công nghiệp điện.

전업(轉業) **~하다** chuyển nghề. ¶ ～자금 khoản tiền (vốn) để đổi nghề.

전역(全域) toàn vùng, toàn bộ khu vực.

전역(全譯) việc phiên dịch toàn bộ. **~하다** dịch toàn bộ.

전역(戰役) chiến dịch.

전역(戰域) khu vực chiến tranh, vùng chiến tranh.

전역하다(轉役-) chuyển dịch.

전연(全然) ☞ **전혀**.

전열(電熱) điện nhiệt. ¶ ～기 (난방용) lò điện (để sưởi); (요리용) lò điện (để đun nấu).

전열(前列) hàng trước, dòng trước.

전열(戰列) hàng ngũ chiến đấu. ¶ ～에 참가하다 tham gia vào hàng ngũ chiến đấu.

전염(傳染) (접촉에 의한) sự truyền nhiễm

(qua tiếp xúc); (간접의) truyền gián tiếp. **~하다** (병이) truyền nhiễm (bệnh); (사람이) truyền nhiễm (người). ¶ ~성의 có tính truyền nhiễm (유행성의). ¶ ~ 계통 hệ truyền nhiễm.

전염병(傳染病) bệnh truyền nhiễm. ¶ ~ 환자 người mắc bệnh truyền nhiễm.

전와(轉訛) **~하다** chuyển sai lệch (từ ngữ).

전용(專用) chuyên dụng. ~의 có tính chuyên dụng. ¶ ~기 [차] máy bay [ô-tô] chuyên dụng / 자동차 ~도로 đường chuyên dụng cho ô-tô.

전용(轉用) sự chuyển dụng. **~하다** chuyển dụng, chuyển qua sử dụng vào việc khác.

전우(戰友) chiến hữu.

전운(戰雲) mây đen chiến tranh. ¶ 아시아에 ~이 감돌다 mây đen chiến tranh bao phủ châu Á.

전원(田園) điền viên, (시골) đồng quê thôn dã; (교외) ngoại ô, vùng ngoại thành. ¶ ~도시 thành phố đồng quê (kiểu thành phố lý tưởng vừa có nét tiện lợi của thành phố vừa mang nét đẹp của sinh hoạt ruộng vườn, đồng quê) / ~생활(을 하다) sinh hoạt thôn dã / ~시 thơ đồng quê / ~ 시인 nhà thơ của đồng quê.

전원(全員) toàn thể nhân viên. ¶ ~일치(一致)로 với sự nhất trí của toàn bộ nhân viên.

전원(電源) điện nguồn. ¶ ~개발 tạo điện nguồn.

전월(前月) tháng trước.

전위(前衛) (군의) bảo vệ ở tiền phương (trong quân đội); (축구) tiền vệ (trong bóng đá). ¶ ~를 맡아보다 đảm nhận vị trí tiền vệ. ¶ ~ 음악 [미술] âm nhạc [mỹ thuật] tiên phong.

전위(傳位) (왕위를) **~하다** truyền ngôi vị (ngôi vua).

전위(電位) điện thế. ¶ ~ 강하 sụt thế, sụt giảm điện thế / ~계(計) máy đo điện thế / ~차(差) hiệu số điện thế / 양(陽) [음(陰)]~ điện thế dương [âm].

전유(專有) **~하다** sở hữu riêng, độc chiếm. ¶ ~권 quyền sở hữu riêng.

전율(戰慄) **~하다** rùng mình, rùng rợn. ¶ ~할(만한) đáng rùng rợn.

전음(顫音) 【ÂN】 âm rung.

전의(戰意) ý chí chiến đấu. ¶ ~를 잃다 mất ý chí chiến đấu.

전의(轉義) chuyển nghĩa, chuyển sang ý nghĩa khác.

전이(轉移) (변화) sự di chuyển, biến đổi; (암 따위) sự di căn (bệnh ung thư); (정신분석) chuyển (trong phân tâm học). **~하다** di chuyển, di căn.

전인(全人) nhân cách hoàn hảo (đầy đủ các yếu tố tri, tình, ý). ¶ ~교육 giáo dục nhân cách hoàn hảo, đào tạo con người.

전인(前人) tiền nhân, người xưa, người đi trước (옛사람들). ¶ ~ 미답의 đến nay vẫn chưa có ai đạt đến (trước đây chưa ai đạt tới).

전일(前日) ngày trước, ngày xưa; ngày trước đó.

전임(前任) ~의 tiền nhiệm. ¶ ~자 người tiền nhiệm / ~지(地) nơi tiền nhiệm.

전임(專任) đảm nhận công việc chính thức, chuyên. ~의 có tính chính thức, chuyên về một công việc. ¶ ~교사 [강사] giáo viên [giảng viên] chính thức.

전임(轉任) **~하다** chuyển công tác, đổi sang đảm nhận công việc khác. ¶ ~지 vị trí, nơi đảm nhận nhiệm vụ mới (được chuyển sang).

전입(轉入) **~하다** chuyển nhập học sang

trường khác; chuyển đến nơi ở mới. ¶ ～생 học sinh mới chuyển nhập học tới / ～신고 khai báo chuyển nhập học.

전자(前者) lần trước; cái đầu tiên, cái thứ nhất, ý thứ nhất.

전자(電子) điện tử. ¶ ～계산기 [두뇌] máy tính [não, óc] điện tử / ～ 공업(산업) công nghiệp điện tử / ～(공)학 công nghệ điện tử / ～ 레인지 lò vi ba, lò vi sóng / ～ 오락실 trò chơi điện tử / ～ 오락업 nghề, việc kinh doanh trò chơi điện tử / ～ 오르간 đàn ogan điện tử / ～ 음악 âm nhạc điện tử / ～전 cuộc chiến điện tử / ～ 전기제품 상가 trung tâm hàng điện tử điện khí / ～ 정보처리 시스템 hệ thống xử lý thông tin điện tử / ～ 핵공학 công nghệ hạt nhân điện tử / ～ 현미경 kính hiển vi điện tử.

전자(電磁) điện từ. ¶ ～기(氣) hiện tượng điện từ, từ sinh ra từ dòng điện / ～석(철) nam châm điện / ～파 sóng điện từ / ～학 điện từ học.

전자(篆字) chữ triện.

전작(前酌) đã uống rượu trước khi tham gia vào một cuộc rượu khác. ¶ ～이 있다 đã uống rượu từ trước.

전장(全長) chiều dài tổng thể, toàn bộ chiều dài. ¶ ～ 백 미터이다 chiều dài tổng thể là 100 mét.

전장(前章) chương trước (đoạn chương ở phía trước trong bố cục tổng thể).

전장(前場) [CK] phiên giao dịch buổi sáng của thị trường chứng khoán.

전장(電場) [VLH] điện trường.

전장(戰場) chiến trường. ¶ ～의 이슬로 사라지다 biến mất trong sương khói chiến trường.

전재(戰災) tai họa chiến tranh, thiệt hại gây ra bởi chiến tranh. ¶ ～민 dân chịu nạn chiến tranh.

전재(轉載) **~하다** chuyển tải. ¶ ～ 불허(不許) không cho phép sao chép, chuyển tải, cấm sao chép.

전쟁(戰爭) chiến tranh; (전란) loạn chiến tranh; (전투) sự chiến đấu. **~하다** chiến tranh; (전투) chiến đấu. ¶ ～의 참화 thảm họa chiến tranh / ～ 중이다 đang trong chiến tranh / ～에 이기다 [지다] thắng [thua] trong cuộc chiến / ～을 일으키다 gây ra chiến tranh. ¶ ～ 고아 trẻ mồ côi trong chiến tranh / ～ 상태 trạng thái chiến tranh / 전면 ～ chiến tranh toàn diện / 제한 [국지] ～ chiến tranh hạn chế [cục bộ] / 침략 ～ chiến tranh xâm lược.

전적(全的) toàn thể, tổng thể. ¶ ～으로 một cách tổng thể.

전적(戰跡) vết tích chiến tranh.

전적(戰績) chiến tích; (경기의) chiến tích trong các cuộc đấu.

전적(轉籍) **~하다** chuyển hộ tịch, học bạ, chuyển đăng ký quân sự nói chung.

전전(戰前) ～의 tiền chiến, trước cuộc chiến, trước khi xảy ra chiến tranh. ¶ ～파 phái tiền chiến (nghệ thuật, âm nhạc).

전전(轉轉) **~하다** chuyển khắp; quay khắp nơi; (임자가 바뀌다) đổi chủ sở hữu; (헤메다) đi vơ vẩn, quanh co.

전전(輾轉) **~하다** trằn trọc, xoay mình.

전전긍긍(戰戰兢兢) **~하다** trăn trở.

전전일(前前日) ngày trước của ngày trước đó; (그저께) hôm kia (ngày trước của ngày hôm qua).

전절(前節) mệnh đề trước, vế trước.

전정(前程) ☞ **앞길**.

전정(剪定) **~하다** tỉa, xén. ¶ ～ 가위 kéo tỉa.

전제(前提) [Lo] tiền đề. ¶ ～ 조건 điều kiện tiền đề / 대 [소]～ tiền đề chính, đại tiền đề [tiền đề thứ, tiểu tiền đề] (trong tam đoạn luận).

전제(專制) chuyên chế. ~적 có tính chuyên chế. ¶ ~국 quốc gia có nền chính trị chuyên chế / ~ 군주 quân chủ chuyên chế / ~ 정치 chính trị chuyên chế / ~ 주의 chủ nghĩa chuyên chế / ~주의자 người theo chủ nghĩa chuyên chế.

전조(前兆) (길흉의) điềm báo trước (cát hung); (조짐) điềm; (나쁜) điềm gở. ¶ ~가 되다 trở thành điềm báo cho biết trước.

전조(前條) điều khoản ở phía trước, mục tiêu đã nêu ở trước.

전조(轉調) 【ÂN】 sự chuyển điệu, chuyển giọng.

전조등(前照燈) đèn pha xe ô-tô.

전족(纏足) tục quấn chân, việc quấn, bó chân của phụ nữ Trung Quốc xưa. **~하다** bó chân, quấn chân.

전죄(前罪) tội gây ra trước đây.

전주(前奏) 【ÂN】 tiền tấu, dạo đầu. ¶ ~곡 khúc dạo đầu.

전주(前週) tuần trước (지난 주일); tuần trước đó (그 전주). ¶ ~의 오늘 ngày này tuần trước.

전주(電柱) cột điện.

전주(錢主) người xuất vốn, người chủ cho vay tiền.

전중이 người bị kết án tù, người tù.

전지(田地) ☞ **전답**(田畓).

전지(全知) toàn trí, sự thông suốt, trí tuệ biết hết mọi việc của quỷ thần. ~의 của sự thông suốt. ¶ ~ 전능한 toàn trí toàn năng / ~전능하신 하나님! Đức chúa trời toàn trí toàn năng!

전지(全紙) toàn bộ một trang giấy, toàn bộ một mặt của tờ báo.

전지(剪枝) **~하다** tỉa cành, xén cành.

전지(電池) pin điện. ¶ 건[축]~ pin khô [tích điện, trữ điện] / 광(光)~ pin quang / 태양 ~ pin tích điện mặt trời.

전지(戰地) chiến địa, nơi xảy ra chiến tranh.

전지(轉地) **~하다** chuyển chỗ. ¶ ~ 요양 dưỡng bệnh chuyển sang chỗ khác để thay đổi không khí / ~ 요법 phương pháp trị liệu di chuyển sang nơi khác để thay đổi không khí.

전직(前職) cựu, vị trí, chức trước đây. ¶ ~ 장관 bộ trưởng trước đây, cựu bộ trưởng.

전직(轉職) **~하다** chuyển nghề, thay đổi nghề nghiệp.

전진(前進) sự tiên tiến, tiến lên về phía trước; khẩu lệnh: "tiến lên". **~하다** tiên tiến. ¶ ~ 기지 căn cứ, cơ sở tiên tiến.

전진(戰陣) chiến trận.

전질(全帙) (질로 된 책) toàn bộ một pho sách, một bộ sách.

전집(全集) toàn tập. ¶ ~물 dãy, sê-ri toàn tập.

전차(電車) xe ô-tô điện; tàu điện.

전차(戰車) chiến xa, xe tăng. ¶ ~병(兵) lính tăng / ~ 부대 bộ đội xe tăng / ~포 pháo xe tăng / 대~포 pháo chống tăng / ~호(壕) hầm, hào chống xe tăng / 수륙 양용 ~ xe tăng lội nước / 중 [경]~ xe tăng hạng nặng [nhẹ].

전차(前借) **~하다** vay mượn trước. ¶ ~인(人) người vay mượn trước.

전채(前菜) món ăn khai vị.

전처(前妻) vợ trước (khi tái hôn).

전천후(全天候) mọi điều kiện thời tiết. ¶ ~전투기 máy bay chiến đấu dưới mọi thời tiết / ~ 농업(農業) nông nghiệp trong mọi thời tiết.

전철(前轍) vết bánh xe trước. ¶ ~을 밟다

đạp lên vết bánh xe của người trước.

전철(電鐵) đường ray điện, xe điện ngầm.

전철(轉轍) chuyển làn đường ray. ¶ ～기(機) cái ghi đường ray tàu điện, xe lửa / ～수(手) nhân viên bẻ (điều khiển) ghi đường ray.

전체(全體) (전부) toàn thể, toàn bộ. ～의 của toàn thể. ¶ ～적으로 một cách toàn thể, toàn bộ. ¶ ～주의 chủ nghĩa toàn thể (chủ nghĩa cực quyền như phát xít, độc tài v.v.) / ～주의 국가 quốc gia theo chủ nghĩa toàn thể.

전초(前哨) tiền tiêu, tiền đồn, canh tuần. ¶ ～ 부대 bộ đội nơi tiền đồn / ～전 tiền đồn chiến đấu.

전축(電蓄) máy hát; máy quay đĩa có ra-đi-ô (라디오 겸용의). ¶ 스테레오 [하이파이] ～ máy hát âm thanh nổi stereo [hi-fi (âm thanh trung thực)].

전출(轉出) ~하다 chuyển đi chỗ khác ở; (직원이) chuyển sang công việc khác. ¶ ～ 신고 báo chuyển đi chỗ khác.

전취(戰取) (쟁취) ~하다 chiến tranh giành lấy.

전치(全治) ~하다 điều trị dứt điểm, chữa bệnh hoàn toàn. ¶ ～ 4주의 부상 vết thương chữa trị hết trong 4 tuần.

전치사(前置詞) 【NP】 giới từ.

전통(傳統) truyền thống; (인습) tập quán; (계승) kế thừa. ¶ ～적(으로) bằng truyền thống, với truyền thống / ～을 따르다 [깨뜨리다] theo [phá vỡ] truyền thống.

전투(戰鬪) sự chiến đấu. ~하다 chiến đấu. ¶ ～를 개시 [중지]하다 khai [ngừng] chiến. ¶ ～경찰대 đội cảnh sát chiến đấu / ～기 máy bay chiến đấu / ～대형 đội hình chiến đấu / ～ 준비 chuẩn bị chiến đấu / ～ 태세 tư thế sẵn sàng chiến đấu / ～ 훈련 huấn luyện chiến đấu / 차세대 ～기 máy bay chiến đấu đời mới.

전파(全破) sự phá hủy toàn bộ. ~하다 phá hủy toàn bộ. ¶ 가옥이 ～되다 nhà cửa bị phá hủy toàn bộ.

전파(電波) sóng điện. ¶ ～에 실리어 được truyền đi qua sóng điện (rađiô) / ～를 타다 chạy trên sóng điện. ¶ ～망원경 máy viễn vọng vô tuyến / ～방해 phá sóng điện / ～ 탐지기 ra-đa, máy dò sóng.

전파(傳播) sự truyền bá. ~하다 truyền bá.

전판(全-) toàn bộ, hoàn toàn, không sót lại một thứ gì.

전패(全敗) thất bại hoàn toàn. ~하다 thất bại hoàn toàn.

전편(全篇) toàn tập, toàn bộ cuốn sách, từ đầu đến cuối cuốn sách (thơ, văn).

전편(前篇) quyển trước, tập trước.

전폐(全廢) sự hủy bỏ toàn bộ, sự bãi bỏ toàn bộ. ~하다 bỏ đi hoàn toàn, bãi bỏ hoàn toàn.

전폭(全幅) toàn bộ bề ngang của vải, toàn bộ khổ vải; toàn bộ một phạm vi nhất định. ¶ ～적인 có tính đầy đủ, toàn bộ / ～적으로 một cách đầy đủ, toàn bộ.

전폭기(戰爆機) máy bay ném bom chiến đấu.

전표(傳票) hóa đơn, chứng từ, phiếu ghi nhận, xác nhận việc chi thu tiền. ¶ ～를 떼다 ký phiếu chi thu. ¶ 수납 [지급, 대체] ～ phiếu thu [chi, chuyển khoản] tiền tệ.

전하(電荷) 【VLH】 điện tích.

전하(殿下) điện hạ, gọi xưng hô kính trọng đối với người trong hoàng tộc (vương, vương phi) ngày xưa.

전하다(傳-) ❶ (전달) truyền đạt, thông báo. ¶ 비보를 ～ báo tin buồn. ❷ (전수) truyền thụ. ¶ 지식을 ～ truyền thụ tri thức. ❸ (남겨주다) chuyển lại.

ㅈ

¶ 후세에 ~ chuyển lại cho hậu thế. ❹ (전도) truyền dẫn. ¶ 진동을 ~ truyền chấn động. ❺ (도입) đưa vào, truyền vào.

전학하다(轉學-) chuyển học, chuyển trường.

전함(戰艦) chiến hạm.

전항(前項) mục đã ghi chép ở phía trước; 【TH】 số hạng đứng trước trong hai hay nhiều số hạng, số đứng trước của một tỷ số.

전해(前-) năm trước; (작년) năm ngoái. ~에 vào năm ngoái.

전해(電解) sự điện phân. **~하다** điện phân.

전향(轉向) **~하다** chuyển hướng, thay đổi phương hướng. ¶ ~자 người thay đổi phương hướng, thay đổi tư tưởng.

전혀(全-) hoàn toàn (phó từ); (조금도 … 않다) một chút cũng không. ¶ ~ 모르는 사람 người mà (tôi) hoàn toàn không biết.

전형(典型) điển hình. ~적인 có tính điển hình.

전형(銓衡) tuyển chọn, cân nhắc. ¶ ~에 누락되다 bị bỏ sót ở lượt tuyển chọn. ¶ ~ 시험 thi tuyển. ¶ ~위원 ủy viên, thành viên tuyển chọn.

전호(前號) số trước, số ra kỳ trước (của báo, tạp chí).

전화(電化) điện khí hóa.

전화(電話) điện thoại. ¶ ~를 걸다 gọi điện thoại / ~를 끊다 cúp điện thoại / ~ 를 받다 nghe (nhận) điện thoại. ¶ ~ 가입자 người đăng ký điện thoại / ~ 번호 số điện thoại / ~ 번호부(簿) sổ điện thoại / 공중 ~ điện thoại công cộng / 시외 ~ điện thoại ngoại tỉnh.

전화(戰火) khói lửa chiến tranh, chiến tranh; cháy bởi chiến tranh.

전화(戰禍) tai họa bởi chiến tranh. ¶ ~를 입은 gặp tai họa chiến tranh / ~에서 구하다 cứu khỏi tai họa chiến tranh.

전화(轉化) **~하다** chuyển hóa.

전화위복(轉禍爲福) **~하다** chuyển họa thành phúc.

전환(轉換) **~하다** chuyển hoán, chuyển đổi; (종교) đổi tôn giáo; (공기를) thay đổi không khí; (전기를) chuyển mạch, ngắt mạch. ¶ ~기(期) thời kỳ bước ngoặt, giai đoạn chuyển đổi / 기분 ~ thay đổi tâm trạng / 성(性)~ thay đổi giới tính.

전황(戰況) tình hình chiến tranh. ¶ ~뉴스 tin tức về tình hình chiến sự.

전회(前回) lần trước, đợt trước (연속물의). ¶ ~의 của lần trước, đợt trước.

전회(轉回) **~하다** quay vòng, luân chuyển.

전횡(專橫) sự chuyên quyền (압제). **~하다** chuyên quyền. ¶ ~적인 có tính chuyên quyền.

전후(前後) ❶ (순서의) trước sau (chỉ thứ tự). ¶ ~의 생각도 없이 một cách không suy nghĩ trước sau / ~의 관계 (문장) quan hệ trước sau (trong câu). ❷ (앞과 뒤) phía trước và phía sau (vị trí); (때) trước sau (thời điểm). ¶ ~하여 (시간적으로) trước sau (về mặt thời gian) / 대전 ~ trước sau thế chiến. ❸ (대개) đại khái. ¶ 40 (대) ~의 남자 người đàn ông khoảng tầm trên dưới 40, 7시 ~ khoảng trước sau 7 giờ.

전후(戰後) **~의** hậu chiến tranh, sau khi kết thúc chiến tranh. ¶ ~파 trường phái hậu chiến (khuynh hướng mới của văn học nghệ thuật sau Thế chiến thứ nhất với trung tâm từ Pháp).

절[1] (사찰) chùa.

절[2] (인사) sự vái chào, việc làm lễ (chào); (경례) kính lễ ☞ **절하다**. ¶ 큰

ㅈ

～ chào lạy, kính cẩn làm lễ (chào, quỳ gối, cúi đầu chào).

절(節) [NP] mệnh đề; (문장의) mệnh đề của câu; (시의) đoạn thơ; (절조) tiết tháo, liêm chính.

절(折) (종이의) nếp gấp, gập (của giấy). ¶ 8～의 책 sách gập 8 / 12～ gập 12 (khổ 12).

…**절**(節) (절기) tiết, mùa; (명절) lễ, ngày lễ. ¶ 성탄～ lễ giáng sinh.

절감하다(切感-) hiểu thấu, có cảm nhận sâu sắc.

절감(節減) sự tiết kiệm, giảm bớt đi. **~하다** tiết kiệm, giảm đi.

절개(切開) sự mổ, rạch. **~하다** mổ, rạch. ¶ ～ 수술 thủ thuật mổ, phẫu thuật / 제왕 ～ 수술 thủ thuật mổ lấy đứa bé trong bụng mẹ ra (mổ xê-da).

절개(節槪) (정조) khí khái, chính trực; (절조) tiết tháo. ¶ ～를 지키다 giữ khí tiết; (여자가) tiết hạnh (phụ nữ).

절경(絶景) cảnh đẹp tuyệt diệu.

절교(絶交) sự tuyệt giao. **~하다** tuyệt giao.

절구 cái cối. ¶ ～질하다(에 찧다) giã cối. ¶ ～통 cối, thân cối / 절굿공이 cái chày.

절구(絶句) (한시의) tuyệt cú, lối thơ có bốn câu (trong thơ Hán).

절규(絶叫) sự kêu gào, việc lấy hết sức gào lên. **~하다** kêu gào, kêu hết sức.

절그렁거리다 kêu leng keng, lách cách, làm kêu leng keng, lách cách (tiếng sắt, kim loại mỏng va vào nhau).

절기(節氣) việc phân mùa, chia một năm ra thành 24 tiết (nguyên văn: tiết khí).

절꺼덕 = 절꺼덩. tiếng kêu "tách"; làm va "tách" vào nhau.

절다[1] (소금에) được tẩm, ướp (với muối).

절다[2] (발을) khập khiễng lê đi (chân). ¶ 발을 저는 lê bước chân đi khập khiễng.

절단(切斷, 截斷) **~하다** (신체의 일부) cắt, bị cắt, bị cụt (một phần của thân). ¶ ～기 máy cắt / ～면 mặt cắt, chỗ cắt / ～ 환자 người bệnh bị cụt (chân hoặc tay).

절대(絶對) tuyệt đối. ～의(적인) có tính tuyệt đối. ¶ ～로 (부정) một cách tuyệt đối (phủ định) / ～의 진리 chân lý tuyệt đối. ¶ ～군주제 chế độ quân chủ tuyệt đối / ～ 권력 quyền lực tuyệt đối / ～ 다수 tuyệt đối đại đa số / ～ 안정(을 취하다) tìm đến sự ổn định tuyệt đối / ～ 음감 cảm thụ tuyệt đối về âm / ～주의 chủ nghĩa tuyệt đối (hoặc chủ nghĩa quân chủ chuyên chế).

절도(節度) sự tiết chế, điều độ. ¶ ～를 지키다 giữ điều độ.

절도(竊盜) sự trộm cắp; (사람) kẻ trộm cắp. ¶ ～범[죄] kẻ tội [tội phạm] trộm cắp.

절뚝거리다 tập tễnh, đi tập tễnh. ¶ 절뚝절뚝 một cách tập tễnh tập tễnh (phó từ).

절뚝발이 người chân đi tập tễnh, người bị tập tễnh.

절량농가(絶糧農家) nhà nông bị thiếu lương thực (do thiên tai hay mất mùa). ¶ ～의 구호 대책을 세우다 lập đối sách cứu hộ cho hộ nhà nông hết lương thực.

절렁거리다 kêu xủng xẻng, làm kêu xủng xẻng (tiếng kim loại mỏng hoặc lúc lắc).

절레절레 lắc lắc (đầu lắc lắc sang bên).

절륜(絶倫) ～한 tuyệt luân, không ai sánh kịp, hơn tất cả những người khác.

절름거리다 khập khiễng (chân). ¶ 절름절름 một cách khập khiễng (phó từ).

절름발이 người khập khiễng.
절망(絶望) sự tuyệt vọng. **~하다** tuyệt vọng. ¶ ~적인 một cách tuyệt vọng / ~한 나머지 자살하다 tự tử trong cùng cực tuyệt vọng.
절명(絶命) (죽음) **~하다** tuyệt mệnh.
절묘(絶妙) ~한 tuyệt diệu.
절무(絶無) sự không có gì, sự hoàn toàn không có.
절미(節米) việc tiết kiệm gạo. **~하다** tiết kiệm gạo. ¶ ~계획(計劃) kế hoạch tiết kiệm gạo / ~ 운동 phong trào tiết kiệm gạo.
절박(切迫) **~하다** ❶ (급박) gấp rút, cấp bách, cần kíp. ¶ ~한 gấp, cấp bách. ❷ (정세, 사태) gay cấn, nghiêm trọng (tình thế, sự thể).
절반(折半) sự chia nửa; một nửa. **~하다** chia làm 2.
절벅거리다 phát ra tiếng lép nhép; làm phát ra tiếng lép nhép (tiếng giẫm chân lên nước hay bùn lầy).
절벙거리다 phát ra tiếng rơi "tùm", làm phát ra tiếng tùm (tõm) liên tục (tiếng đá lớn rơi xuống nước sâu).
절벽(絶壁) (낭떠러지) vách đá cheo leo, dựng đứng.
절삭(切削) cắt gọt. ¶ ~ 공구 dụng cụ cắt gọt.
절색(絶色) tuyệt sắc.
절세(絶世) ~의 tuyệt thế. ¶ ~의 미인 mỹ nhân tuyệt thế.
절손(絶孫) sự tuyệt tôn, không có cháu nối dõi. **~하다** tuyệt tôn.
절수(節水) sự tiết kiệm nước. **~하다** tiết kiệm nước.
절승(絶勝) tuyệt thắng, cảnh đẹp tuyệt vời. ☞ **절경**.
절식(絶息) ☞ **단식**.
절식(節食) ❶ món ăn đặc biệt làm theo từng mùa. ❷ sự tiết kiệm lương thực; sự giảm lượng thức ăn (để giữ sức khỏe). **~하다** tiết kiệm lương thực; giảm lượng thức ăn.
절실(切實) ~한 thiết thực. ¶ ~히 một cách thiết thực; (간절히) một cách khẩn thiết, cần thiết.
절약(節約) sự tiết kiệm, chi tiêu đúng mực. **~하다** tiết kiệm. ¶ 비용 ~ tiết kiệm chi phí / 시간 ~ tiết kiệm thời gian.
절연(絶緣) ❶ 【VLH】 sự cách ly. **~하다** cách ly (điện, nhiệt). ¶ ~기 cái cách điện / ~선 dây cách điện / ~ 테이프 (전선을 감는) băng dính cách điện (bọc quanh dây điện). ❷ (관계의) ~하다 cắt đứt nhân duyên (cắt đứt quan hệ).
절의(節義) tiết nghĩa.
절이다 ướp, ngâm, tẩm (với muối hay giấm).
절전(節電) việc tiết kiệm điện. **~하다** tiết kiệm điện.
절절 ❶ (끓는 모양) sôi sùng sục, ran (từ tượng hình chỉ nhiệt độ tăng, rất nóng). ❷ (흔드는 모양) phe phẩy, đưa qua đưa lại (từ tượng hình chỉ cầm đồ vật trong tay lắc đi lắc lại từ từ). ❸ ào ào (tiếng nước chảy nhiều).
절절이(節節-) từng vế từng vế, từng chữ từng chữ.
절정(絶頂) tuyệt đỉnh; (정점) đỉnh điểm.
절제(切除) 【YH】 sự cắt bỏ. **~하다** cắt bỏ. ¶ 위~(술) cắt bỏ dạ dày (phẫu thuật).
절제(節制) sự tiết chế, điều độ; (음주) uống rượu chừng mực; (음식의) ăn uống điều độ. **~하다** điều độ, điều tiết / ~가(家) người có thói quen điều độ.
절조(節操) sự tiết tháo, có khí tiết, khí khái và kiên định. ¶ ~있는 [없는]

có [không có] khí tiết / ～를 지키다 giữ chí của mình.

절지동물(節肢動物) động vật chân đốt.

절주(節酒) sự uống rượu điều độ, vừa phải. **~하다** uống rượu điều độ.

절차(節次) bước, trình tự, khâu, thủ tục, các hạng mục xử lý (조치). ¶ ～를 밟다 (형식) trải qua các bước (nguyên văn: (순서) bước qua từng khâu); tuần tự; (기소) trình tự (khởi tố). ¶ ～법 luật mang tính thủ tục, đạo luật phụ / 소송 ～ thủ tục (trình tự) tố tụng.

절차탁마(切磋琢磨) sự mài giũa, trau dồi học vấn, đức hạnh. **~하다** mài giũa, học vấn, đức hạnh.

절찬(絶讚) **~하다** tán dương, khen ngợi hết mức. ¶ ～을 받다 được tán dương hết mức.

절창(絶唱) tuyệt xướng, thơ, bài hát nổi tiếng được ngâm, hát nhiều; việc ngâm, hát hết mức bài thơ hay bài hát nổi tiếng.

절충(折衷) sự hòa hợp, kết hợp hài hòa, phù hợp, thỏa hiệp. **~하다** hòa hợp, điều hòa. ¶ ～안 phương án hòa hợp / ～주의 chủ nghĩa hòa hợp, chủ nghĩa thỏa hiệp / ～설 thuyết hòa hợp.

절충(折衝) sự điều đình, đàm phán, thương lượng. **~하다** điều đình, đàm phán. ¶ ～ 중이다 đang điều đình, đàm phán (nguyên nghĩa: bẻ gãy, chặn mũi tiến).

절취(竊取) sự lấy trộm. **~하다** lấy trộm.

절취선(截取線) đường kẻ ngắt quãng, đường có nhiều chấm.

절치부심(切齒腐心) **~하다** nát lòng nghiến răng, khổ tâm lo lắng.

절친하다(切親-) thân thiết, rất thân.

절토(切土) **~하다** vạt đất, cắt đất.

절통(切痛) ～한 cực kỳ uất ức, đau đớn thấu tận xương.

절판(絶版) ～되다 hết sạch các bản in (sách xuất bản); không tái bản tiếp nữa.

절품(絶品) sự hết hàng, hết sạch hàng.

절필(絶筆) tuyệt bút, bút tích để lại trước khi chết; sự thôi không viết lách gì tiếp nữa.

절하(切下) làm giảm giá, hạ giá, (평가의) làm mất giá. **~하다** làm giảm giá, làm mất giá. ¶ 평가를 ～하다 làm giảm giá trị, làm mất giá.

절하다 ❶ bị cắt đứt, dứt khỏi, vượt ra khỏi ❷ tuyệt, nổi trội không gì sánh được.

절해(絶海) biển xa ngoài lục địa. ¶ ～의 고도 đảo trơ trọi ngoài biển khơi.

절호(絶好) ～의 tuyệt hảo.

절후(節候) ☞ **절기**.

젊다 trẻ. ¶ 젊었을 때에 khi còn trẻ / 젊어 보이다 trông, nhìn trẻ / 나이에 비해 ～ trẻ hơn so với tuổi.

젊은이 (총칭) thanh niên trẻ (gọi chung chung).

점(占) việc xem bói, xem cát hung, họa phúc bằng bát quái ngũ hành v.v.. ☞ **점치다**. ¶ ～장이 thầy bói, người xem bói.

점(點) ❶ (반점) đốm chấm, vết chấm. ¶ 검은 ～ đốm đen, chấm đen. ❷ (표) chấm, dấu chấm. ¶ ～을 찍다 chấm dấu chấm. ❸ (평점) điểm (điểm đánh giá). ¶ ～을 매기다 định ra, đặt ra điểm, tiêu chuẩn đánh giá. ❹ (경기의 득점) điểm số (trong thi đấu); [BC] 'run', loại điểm ghi trong bóng chày. ❺ (관점) điểm (quan điểm). ¶ 이러한 ～에서 보면 nếu nhìn ở điểm này. ❻ (지점) địa điểm. ¶ 출발～ điểm xuất phát. ❼ (물건의 수

效) món hàng, thứ loại, số loại hàng, (số hiệu của đồ vật). ¶ 의류 10 ～ 10 thứ hàng quần áo. ⑧ (소수점) dấu chấm (phẩy) thập phân (như dấu " . " trong 3.14). ¶ 4～ 65 bốn phẩy sáu mươi lăm. ⑨ 【VLH】 độ (chỉ độ sôi, độ chảy trong vật lý). ¶ 비등 [융해]～ độ đun sôi [độ nóng chảy]. ⑩ (바둑의) quân cờ (돌); (판의 눈) điểm đi trên bàn cờ. ⑪ (피부의) vết bớt (trên da), vết chàm (모반); (검은) vết lang, chàm màu đen. ⑫ ☞ 시(時). (từ dùng để đếm giờ trước đây).

점감(漸減) **~하다** giảm dần dần.

점거(占據) sự chiếm cứ. **~하다** chiếm cứ. ¶ 불법(不法) ～ chiếm cứ bất hợp pháp.

점검(點檢) **~하다** kiểm tra, kiểm điểm; (인원을) kiểm tra nhân viên (theo danh sách).

점괘(占卦) quẻ bói.

점근(漸近) 【M】 ～의 tiệm cận, sự dần dần gần lại. ¶ ～급수 [원(圓)] cấp số [hình tròn] tiệm cận / ～선(線) đường tiệm cận.

점도(粘度) độ dính, độ kết gắn.

점두(店頭) trước cửa hàng, tủ kính bầy hàng (진열창); bên ngoài cửa hàng, ngoài nơi giao dịch. ¶ ～ 매매 【CK】 buôn bán bên ngoài nơi giao dịch (chứng khoán) / ～ 장식 bày hàng tủ kính / ～ 장식사 người trang trí, trưng bày tủ kính.

점등(點燈) sự bật đèn (thắp đèn). **~하다** bật đèn. ¶ ～시간 thời gian bật đèn.

점등(漸騰) sự đi lên dần dần. **~하다** đi lên dần dần.

점락(漸落) sự đi xuống dần dần. **~하다** xuống dần dần.

점령(占領) sự chiếm lĩnh (공략). **~하다** chiếm lĩnh. ¶ ～하에 있다 nằm trong sự chiếm lĩnh. ¶ ～군(軍) quân chiếm lĩnh / ～정책 chính sách chiếm lĩnh / ～지 vùng chiếm lĩnh.

점막(粘膜) 【Si】 màng nhầy.

점멸(點滅) **~하다** (…을) nhấp nháy, bật rồi tắt (đèn). ¶ ～기 công tắc bật tắt.

점묘(點描) vẽ tranh bằng các chấm nhỏ. ¶ ～화법 cách vẽ tranh bằng chấm.

점박이(點-) (사람) người có bớt, bị chàm; (짐승) động vật có đốm trên mình.

점선(點線) đường nét đứt.

점성(占星) chiêm tinh. ¶ ～가 nhà chiêm tinh / ～술[학] thuật chiêm tinh [chiêm tinh học].

점성(黏性) tính dính, tính sền sệt.

점수(點數) (평점) điểm số; (경기의) điểm, kỷ lục ghi được (trong thi đấu). ¶ ～를 매기다 cho điểm / 좋은 ～를 따다 đạt được điểm tốt / ～가 후하다 [짜다] cho điểm dễ [khó, khắt khe].

점술(占術) chiêm thuật, thuật xem quẻ.

점신(漸新) ¶ ～세(世)(계(界)) 【Địa】 thế oligoxen.

점심(點心) buổi trưa, bữa trưa (nguyên văn: điểm tâm). ¶ ～을 먹다 ăn bữa trưa.

점안(點眼) **~하다** tra thuốc nhỏ mắt. ¶ ～기 ống thuốc nhỏ mắt / ～수(水) thuốc nhỏ mắt.

점액(粘液) chất lỏng nhầy. ¶ ～성(性)의 có tính nhầy.

점원(店員) nhân viên cửa hàng buôn bán.

점유(占有) sự chiếm hữu. **~하다** chiếm hữu. ¶ ～자 người chiếm hữu.

점입가경(漸入佳境) **~하다** dần dần bước vào cảnh đẹp (nguyên văn: tiệm nhập giai cảnh).

점자(點字) (맹인용) chữ Bray, chữ nổi cho người mù. ¶ ～서(書) văn tự bằng chữ Bray / ～읽기 việc đọc chữ

ㅈ

Bray.

점잔부리다 ☞ **점잔빼다**.

점잔빼다 tạo ra vẻ tôn quý, làm ra vẻ lịch lãm.

점잖다 lịch lãm, tôn quý. ¶ 점잖게 굴다 cư xử lịch lãm, cư xử phải phép.

점재(點在) **~하다** được rải, được rắc nhiều chỗ.

점점(漸漸) (많이) dần dần (tăng); (적게) từ từ (giảm bớt).

점점이(點點-) chỗ này chỗ kia, mỗi chỗ một thứ (phó từ).

점주(店主) chủ cửa hàng.

점증(漸增) sự tăng dần đều đều. **~하다** tăng dần đều.

점진(漸進) **~하다** tiến lên dần dần, phát triển dần dần. ¶ ~적인 (의견 따위) một cách tiến dần (như ý kiến). ¶ ~주의 chủ nghĩa tiệm tiến.

점차(漸次) dần dần, từ từ (theo lượt).

점착(粘着) sự bám chặt, dính chặt vào. **~하다** bám chặt, dính chặt vào. ¶ ~력 lực bám, dính / ~성 tính chất bám chặt, tính dính.

점철(點綴) **~하다** nối, gắn nhiều thứ rời rạc lại với nhau.

점치다(占-) (쳐주다) bói, tính ra (tính cho, xem cho người khác); (치게 하다) xem bói (để cho người khác xem cho mình).

점토(粘土) đất sét. ¶ ~질의 như đất sét, có tính của đất sét. ¶ ~ 세공 thao tác với đất sét (nặn đất sét) / 내화 ~ đất sét chịu lửa.

점판암(粘板岩) khoáng chất acgilit, đá acđoa cứng màu đen.

점포(店鋪) cửa hàng.

점호(點呼) sự gọi tên, điểm danh. **~하다** gọi tên, điểm danh. ¶ 일조 [일석] ~ [QS] điểm danh buổi sáng [tối].

점화(點火) sự bật lửa, đốt lửa. **~하다** mồi lửa, đốt (vật cháy nổ) (폭발물에). ¶ ~약 thuốc đốt (thuốc điểm hỏa) / ~ 장치 [Đ] đặt chất dẫn để đốt, mồi lửa / ~전(栓) nút, chốt điểm hỏa.

접(接) (접목) sự ghép cành. ¶ ~붙이다 ghép cành.

접 (과일, 채소의) đơn vị đếm chỉ 100 quả hay cái (quả, rau).

접각(接角) [M] góc kề, góc tiếp giác.

접객(接客) **~하다** tiếp khách.

접객업(接客業) nghề giao tiếp, phục vụ khách (như quán cà phê, tiệm ăn). ¶ ~자 người làm nghề dịch vụ, phục vụ khách (như tiệm ăn, khách sạn).

접견(接見) sự tiếp kiến. **~하다** tiếp kiến.

접경(接境) giới tuyến tiếp giáp giữa hai bên. **~하다** tiếp giáp (có ranh giới với khu vực khác).

접골(接骨) sự nắn xương, nối xương. **~하다** nắn xương, nối xương. ¶ ~사 người nắn xương (không phẫu thuật mà nắn xương bằng kinh nghiệm và tài xoa bóp của mình).

접근(接近) **~하다** tiếp cận; (교제) kết bạn, giao tế đi lại. ¶ ~한 có tính gần gũi / ~해 있다 đang tiếp cận, gần gũi. ¶ ~전 [QA] áp sát.

접다 gấp, gập; (둘로) gấp làm đôi. ¶ 우산을 ~ gập ô lại / 종이를 네 겹으로 ~ gấp giấy lại làm 4.

접대(接待) sự tiếp đãi. **~하다** tiếp đãi. ¶ ~부 gái tiếp khách (quán rượu) / ~비 chi phí tiếp khách / ~실 phòng tiếp khách / ~위원 ban tiếp đãi.

접두어(接頭語) [NP] tiền tố (nguyên văn: tiếp đầu ngữ).

접때 mấy ngày trước (thời điểm không lâu trong quá khứ).

접목(接木) sự ghép cành (나무). **~하다** ghép cành lại với nhau.

접미어(接尾語) [NP] hậu tố (nguyên văn:

tiếp vĩ ngữ).

접본(接本) (바탕나무) cây gốc được ghép cành vào.

접선(接線) ❶ [M] tiếp tuyến. ❷ (접촉) sự tiếp xúc. **~하다** tiếp xúc.

접속(接續) sự tiếp nối, kết nối. **~하다** tiếp nối, kết nối. ¶ ～곡 [ÂN] khúc nhạc được kết nối từ nhiều phần của các khúc nhạc khác / ～사 [NP] liên từ.

접수(接收) sự thu; (전쟁중에) sự trưng dụng, trưng thu. **~하다** thu, trưng thu. ¶ ～ 가옥 nhà bị trưng thu / ～ 해제 hủy bỏ lệnh trưng thu, thôi không trưng thu.

접수(接受) sự nhận lấy, tiếp nhận. **~하다** tiếp thu, nhận lấy. ¶ ～계원 nhân viên hướng dẫn khách, tiếp tân / ～구(口) cửa tiếp nhận, cửa đón khách / ～번호 số (thứ tự) tiếp nhận / ～처 nơi tiếp nhận.

접시 ❶ (식사용의) đĩa (đựng thức ăn); (움푹한) đĩa hõm, có lòng đĩa lõm xuống, (받침 접시) đĩa nhỏ, đựng chén. ¶ 고기 한 ～ một đĩa thịt. ❷ (저울의) đĩa cân (đĩa của cái cân).

접시꽃 [TV] hoa thục quỳ.

접안(接岸) **~하다** cập bờ, ghé sát vào bờ. ¶ 동시 ～력 lực cập vào bờ đồng thời cùng một lúc.

접안경(接眼鏡) kính mắt (kính tiếp cận gần mắt, trong kính hiển vi, kính viễn vọng.

접어(接語) phụ tố (nguyên văn: tiếp ngữ).

접어들다 bước vào, (tới tuổi, tới lúc); bước vào, nhảy vào (một địa điểm nào, hay một tình huống nào đó). ¶ 장마철에 ～ bước vào mùa mưa.

접어주다 ❶ (못한 사람을) chấp, nhường ứng xử rộng rãi với người kém hơn mình. ❷ (하수에게) chấp (trong đánh cờ với người chơi kém hơn). ¶ 다섯점 ～ chấp năm điểm.

접의자(摺椅子) ghế gấp.

접자(摺-) thước gấp (của thợ mộc).

접전(接戰) sự tiếp chiến, đánh lẫn nhau; (경기의) sự tranh đấu với nhau. **~하다** tiếp chiến, tranh đấu với nhau; (선거, 경기에서) tranh đấu với nhau (giữa hai bên có khả năng ngang nhau trong bầu cử, trong thi đấu).

접점(接點) [M] tiếp điểm.

접종(接種) [YH] sự tiêm chủng. **~하다** tiêm chủng. ¶ ～ 요법 phép trị liệu tiêm chủng / 비시지(BCG) ～ tiêm chủng BCG / 예방 ～ tiêm chủng dự phòng.

접종(接踵) **~하다** nối gót, tiếp gót của người khác; nối tiếp, sự việc này nối gót sự việc kia, xảy ra liên tiếp.

접지(接地) [Đ] tiếp đất, tiếp nối với đất. ¶ ～선 dây đất, dây tiếp đất.

접지(接枝) = 접가지. sự ghép cành; cành ghép.

접지(摺紙) việc gấp giấy; giấy được gấp. **~하다** gấp giấy, gấp giấy đã in theo trang. ¶ ～기(機) máy gấp giấy.

접질리다 trật khớp, bong gân.

접착제(接着劑) chất kết dính, keo dán.

접촉(接觸) sự tiếp xúc. **~하다** tiếp xúc. ¶ ～각 [면] góc [mặt] tiếp xúc / ～ 감염 bệnh lây truyền qua tiếp xúc / ～ 반응 [Hóa] phản ứng tiếp xúc, sự xúc tác.

접칼(摺-) dao gấp.

접피술(接皮術) ☞ **피부 이식술**.

접하다(接-) ❶ (접촉) tiếp xúc, đối diện. ¶ 서로 접하는 원 hình tròn giáp với nhau. ❷ (인접) tiếp giáp với. ¶ 도로에 접한 땅 khu tiếp giáp với đường cái. ❸ (받다) gặp phải, nhận được. ¶ 부고에 ～ nhận tin cáo phó. ❹ (부닥침)

ㅈ

chạm vào. ❺ (결합) kết hợp, chắp vào với nhau.

접합(接合) ❶ (접속) **~하다** tiếp hợp, tiếp nối. ¶ 혈관을 ～하다 tiếp hợp huyết quản (trong giải phẫu) / ～제 chất gắn, chất nối. ❷ (생식 세포의) ～하다 tiếp hợp tế bào sinh sản. ¶ ～자(子) (체) [TV] hợp tử, bào tử tiếp hợp.

접히다 ❶ (접어지다) được gấp, bị gấp. ❷ (하수가) được chấp, được cho lợi thế (người chơi kém hơn).

젓 mắm (mắm hải sản, mắm tôm, mắm cá). ¶ ～갈 món ăn có ướp mắm / ～국 nước cất từ mắm, nước mắm.

젓가락 đũa.

젓다 ❶ (배를, 노를) chèo (chèo thuyền, mái chèo). ❷ (휘젓다) khuấy. ❸ (손을) xua (tay); (머리를) lắc (đầu).

정 (연장) cái đục (dụng cụ).

정(疔) [YH] nhọt, mụn.

정(情) tình (감정) tình cảm; (정서) tình cảm khơi dậy, xúc cảm; (애정) ái tình; (정조) tình; (열정) nhiệt tình; (인정) lòng thương, tình người; (동정) đồng tình; (심정) tâm tính. ¶ 부부간의 ～ tình vợ chồng / ～이 많다 nhiều tình cảm / ～에 무르다 yếu đuối tình cảm / ～을 통하다 (정교) có đi lại tình cảm (có quan hệ tình cảm nam nữ).

정(町) (거리) Jeong (đinh: đơn vị đo cự ly, 1 *jeong* = 109.1 m); (면적 단위) đo diện tích, (1 *jeong* = 1 héc ta, hoặc 100 mẫu).

정 (정말) thực sự, thật (biểu lộ cảm giác nghiêm trọng). ¶ ～ 그렇다면 nếu đúng như vậy, nếu thực sự như vậy; viết rút gọn của 정말로 một cách thực sự, một cách đúng.

정…(正) ❶ (부(副)에 대한) chính (đối lại với phụ). ¶ 관리자 정: … 부: … người quản lý chính: … phụ: …. ❷ (자격의) chính thức, chính thống (tư cách). ¶ ～회원 hội viên chính thức. ❸ (올바름) sự đúng, chính (방위).

…정(整) (금액) chỉnh, nghiêm, thực (gắn sau từ chỉ số tiền). ¶ 5만 원～ con số thực (đủ) 50,000 won.

…정(錠) nén, viên (chỉ thuốc viên).

정가(正價) giá đúng, giá chuẩn.

정가(定價) định giá; giá quy định. ¶ ～에 … với giá được đưa ra. ¶ ～표 bảng giá quy định.

정가극(正歌劇) ca kịch chính thống, chính kịch.

정각(正刻) thời khắc, thời giờ đúng, chính xác, giờ chính xác. ～에 vào thời khắc chính xác. ¶ ～ 5시에 vào đúng 5 giờ.

정각(定刻) thời gian, thời khắc đã định. ¶ ～에 도착하다 (기차 따위가) đến đúng vào thời gian đã định (các loại như tàu hỏa).

정각(頂角) [M] góc đối đỉnh.

정간(停刊) sự đình chỉ phát hành (báo, tạp chí). **~하다** đình chỉ phát hành.

정갈스럽다 ☞ **정갈하다**.

정갈하다 sạch sẽ, gọn gàng.

정강(政綱) cương lĩnh chính trị.

정강마루 xương cẳng chân, xương ống quyển.

정강이 ống quyển, ống cẳng chân (ống đồng). ¶ ～를 까다 đánh, đá vào ống quyển. ¶ ～뼈 xương ống quyển, xương ống chân.

정객(政客) chính khách.

정거(停車) sự dừng xe. **~하다** dừng xe (세우다); (사고로) xe dừng (bởi sự cố giao thông). ¶ 5분간 ～ dừng xe trong 5 phút. ¶ ～장 điểm dừng xe / ～장 구내 trong khu vực dừng xe.

정격(正格) cách thức đúng đắn, quy cách hợp thức, đúng quy cách. ～의 có tính hợp quy cách, đúng quy cách. ¶ ～활용 【NP】 chia (biến đổi dạng thức) đúng cách.

정견(定見) quan điểm rõ ràng, chủ kiến nhất định, ý kiến đã định không thay đổi.

정견(政見) chính kiến, quan điểm chính trị. ¶ ～발표회 diễn đàn chính trị (nguyên văn: hội phát biểu quan điểm chính trị).

정결(貞潔) ～한 trinh bạch, trong trắng.

정결(精潔, 淨潔) ～한 trong sạch, gọn gàng sạch sẽ, tinh tươm.

정경(政經) kinh tế và chính trị. ¶ ～ 분리 정책 chính sách tách rời kinh tế và chính trị / ～ 유착 mối kết hợp khăng khít kinh tế và chính trị / ～ 학부 khoa kinh tế và chính trị.

정경(情景) cảnh và tình; tình cảnh.

정계(正系) chính giới, hệ thống (huyết thống) đúng đắn, chính thống.

정계(定界) (경계) giới hạn, ranh giới đã định; (경제획정) việc định (hoạch định) giới hạn, ranh giới.

정계(政界) giới chính trị. ¶ ～의 거물 nhân vật lớn, tầm cỡ trong giới chính trị / ～의 움직임 động thái của giới chính trị / ～로 진출하다 bước vào giới chính trị, tham gia vào giới chính trị.

정곡(正鵠) điểm đen giữa tâm bia bắn, mốc, đích; mục tiêu (ẩn dụ). ¶ ～을 찌르다 đâm (xuyên) trúng mốc, đích / ～을 찔리다 bị đâm (nhắm) trúng đích, trúng mục tiêu.

정공법(正攻法) phép đánh chính diện, đường đường chính chính, đánh trước mặt.

정과(正果) món ăn (như mứt) ngâm củ (gừng, sâm) với mật ong.

정관(定款) điều khoản. (của đoàn thể, hội có tư cách pháp nhân, hay của công ty hữu hạn)

정관(精管) 【GP】 ống dẫn tinh. ¶ ～ 절제술 phẫu thuật (thắt) cắt ống dẫn tinh.

정관(靜觀) **~하다** yên lặng xem xét, quan sát. ¶ ～주의 chủ nghĩa (phương thức) nằm chờ quan sát.

정관사(定冠詞) 【NP】 quán từ (mạo từ) hạn định.

정광(精鑛) 【Kh】 khoáng vật đã qua tinh lọc.

정교(正教) (사교에 대한) chính giáo (đối lại với tà giáo). ¶ ～회 giáo hội chính thống (ở Hy Lạp).

정교(政教) ❶ (정치와 종교) chính trị và tôn giáo. ¶ ～ 일치 [분리] sự nhất trí [chia tách] giữa chính trị và tôn giáo. ❷ (정치와 교육) chính trị và giáo dục.

정교(情交) ❶ (친교) giao tế, kết thân chơi thân với nhau. ❷ (육체관계) quan hệ tình dục bất chính, sự giao hợp. **~하다** ❶ kết thân ❷ giao cấu.

정교(精巧) ～한 tinh xảo, tinh tế. (기계) tinh vi, phức tạp (máy móc).

정교사(正教師) giáo viên chính thức, chính quy.

정구(庭球) ten-nít, quần vợt theo cách gọi trước đây. ¶ ～장 sân ten-nít.

정국(政局) chính cục, cục diện chính trị. ¶ ～의 위기 (nguy cơ) khủng hoảng về tình hình chính trị / ～을 수습하다 [안정시키다] ổn định [làm lắng xuống, dàn xếp] cục diện chính trị.

정권(政權) chính quyền. ¶ ～을 잡다 nắm chính quyền. ¶ ～쟁탈 tranh giành chính quyền / 괴뢰～ chính quyền bù nhìn.

정규(定規) ～의 quy định, quy ước, quy tắc nhất định.

정규(正規) chính quy. ¶ ～군 quân chính

ㅈ

quy / ～병 lính chính quy.

정근(精勤) (근면) sự cần cù, chăm chỉ không ngừng; (무결근) sự có mặt đầy đủ, không vắng lần nào. **~하다** cần cù, chuyên cần.

정글 rừng. ¶ ～짐 kiểu dụng cụ thể dục dành cho nhi đồng, lắp ghép ngang dọc từ các thanh sắt hay gỗ tròn.

정금(正金) ❶ (금은화) tiền kim loại (đối lại với tiền giấy); (현금) tiền mặt. ❷ (순금) vàng ròng, vàng nguyên chất.

정기(定期) định kỳ. ～의 có tính định kỳ. ¶ ～(적으)로 một cách định kỳ. ¶ ～ 간행물 báo chí phát hành định kỳ / ～ 검사 kiểm tra định kỳ / ～ 승차권 vé tàu, xe định kỳ / ～ 예금 (tiền) tiết kiệm định kỳ / ～ 항공기 máy bay dân dụng thường kỳ / ～ 항로 [운행] tuyến đường vận chuyển [vận hành] định kỳ.

정기(精氣) tinh thần và khí lực; nguyên khí (linh khí) sinh ra vạn vật.

정나미(精-) sự yêu quý, ưa chuộng ～ 떨어지다 chán ghét, hết yêu quý.

정남(正南) chính nam, hướng chính nam.

정낭(精囊) [GP] túi tinh dịch.

정년(丁年) trai tuổi đinh, (con trai đến 20 tuổi). ¶ ～에 달하다 đến tuổi thanh niên (trai tuổi đinh). ¶ ～자 con trai đủ tuổi thanh niên.

정년(停年) tuổi nghỉ hưu, tuổi về hưu. ¶ ～으로 퇴직하다 thôi việc bởi đến tuổi nghỉ hưu. ¶ ～법[제] luật [chế độ] giới hạn tuổi nghỉ hưu.

정녕(丁寧) chắc chắn, không sai, đúng như ý. ¶ ～(코) 그러냐? đúng (chắc) là như thế hả?

정다각형(正多角形) hình đa giác có các cạnh và góc đều nhau.

정다면체(正多面體) hình khối đa diện có các mặt và góc đều nhau.

정담(政談) chính đàm, đàm luận về chính cuộc.

정담(情談) nói chuyện đầy tình cảm, tình người; sự nói chuyện yêu đương của nam nữ.

정담(鼎談) cuộc nói chuyện giữa 3 người ngồi quây lại như 3 chân của bếp kiềng.

정답다(情-) có tình, đầy tình cảm. ¶ 정답게 một cách có tình cảm / 정답게 살다 sống đầy tình cảm / 정(情)답게 지내다 ở có tình.

정당(正當) ～한 chính đáng; (합법적) có tính hợp pháp. ¶ ～히 một cách chính đáng / ～한 이유 없이 một cách không có lý do chính đáng / ～한 사유 lý do (nguyên nhân) chính đáng / ～화하다 hợp thức hóa, làm cho chính đáng. ¶ ～방위 [PL] phòng vệ chính đáng / ～방위로 bằng sự phòng vệ chính đáng.

정당(政黨) đảng chính trị. ¶ ～에 적을 두다 đăng ký vào đảng, nhập vào đảng chính trị. ¶ ～ 정치 hoạt động chính trị lấy các đảng phái chính trị làm nền tảng / 보수 [혁신] ～ đảng phái chính trị bảo thủ [tiến bộ] / 양대 ～주의 chủ nghĩa theo hai đảng chính trị lớn, chính yếu.

정당(精糖) việc tinh chế đường ăn; (정제당) đường tinh. ¶ ～공장 nhà máy sản xuất đường tinh.

정대(正大) ～한 chính đại, đúng và đứng đắn, không vụ lợi riêng tư, 광명～ lời nói và hành động rõ ràng, đứng đắn và chính đáng.

정도(正道) chính đạo, con đường đúng đắn, đạo lý đúng đắn, hợp lẽ phải. ¶ ～에서 벗어나다 bỏ con đường chính nghĩa / ～를 밟다 bước chân trên con đường chính nghĩa / ～를 밝게 하다 đưa vào cho đi trên con đường (theo đạo lý) chính nghĩa.

정도(程度) trình độ, mức độ, mức, hạn độ. ¶ ～가 높은 [낮은] mức độ (cấp độ) cao [thấp] / 손해의 ～ mức độ thiệt hại / ～를 높이다 [낮추다] làm tăng [giảm] mức độ. ¶ 지능 ～ trình độ trí tuệ, mức độ thông minh.

정독(精讀) sự đọc kỹ lưỡng, đọc cẩn thận (sách, báo). **~하다** đọc kỹ.

정돈(停頓) sự đình đốn (ngưng trệ). **~하다** đình đốn.

정돈(整頓) sự chỉnh đốn, sắp xếp. **~하다** chỉnh đốn. ¶ ～(이 잘)된 được chỉnh đốn tốt.

정동(正東) chính đông, hướng chính đông.

정동(精銅) đồng đã tinh luyện, tinh chế.

정동사(定動詞) [NP] hình thái kết thúc câu với các ý nghĩa ngữ pháp đi kèm (thường thể hiện ở động từ làm vị ngữ).

정들다(情-) nảy sinh tình cảm, tình cảm trở nên sâu nặng, gắn bó.

정들이다(情-) làm cho có tình cảm, đem lại tình cảm.

정떨어지다(情-) chán ghét, mất hết tình cảm.

정략(政略) sách lược chính trị. ～적 có tính sách lược về chính trị. ¶ ～가(家) chuyên gia, nhà sách lược chính trị / ～ 결혼 cuộc kết hôn có tính chiến lược về mặt chính trị.

정량(定量) định lượng, số lượng nhất định; (내복약의) liều thuốc, lượng thuốc. ¶ ～ 분석 phân tích định lượng.

정려(精勵) **~하다** gắng sức, siêng năng.

정력(精力) ❶ sinh lực, tinh lực, sức hoạt động tinh thần. ❷ khả năng tình dục của đàn ông. ¶ ～이 왕성한 tràn đầy sinh lực / ～이 다하다 lấy hết, dồn hết sinh lực / ～을 쏟다 đổ, bỏ ra sinh lực. ¶ ～가 người mạnh mẽ, đầy sinh lực.

정련(精鍊) **~하다** ❶ tinh luyện, luyện tập tốt, giỏi. ❷ tinh luyện, tôi luyện, loại bỏ tạp chất, phát huy đặc tính của chất được luyện. ¶ ～소 nơi tinh chế, tôi luyện.

정렬(整列) **~하다** đứng ngay ngắn, xếp ngay ngắn theo hàng; [QS] xếp hàng. ¶ ～ ! xếp hàng! (máy tính: sắp xếp dữ liệu)

정령(政令) lệnh, mệnh lệnh về chính trị; pháp lệnh.

정령(精靈) tinh linh, linh hồn.

정례(定例) định lệ, tục lệ, lệ quy đã định, thường lệ. ～의 thuộc về lệ. ¶ ～에 의하여 dựa theo lệ. ¶ ～ 국무 회의 [기자회견] cuộc họp nội các [họp báo] thường lệ.

정론(正論) chính luận.

정론(定論) định luận, lý luận đã được xác minh, xác định; ngôn luận, phát ngôn được đúc kết như một kết luận.

정론(政論) chính luận, ngôn luận chính trị.

정류(停留) **~하다** dừng (xe). ¶ ～소 nơi dừng xe.

정류(精溜) sự tinh cất. **~하다** tinh cất. ¶ ～ 주정 rượu tinh cất.

정류(整流) [Đ] sự chỉnh lưu. **~하다** chỉnh lưu. ¶ ～기 máy chỉnh lưu.

정률(定律) định luật; luật đã được định ra.

정률(定率) tỷ lệ nhất định. ¶ ～세 hệ thống thuế theo tỷ lệ.

정리(廷吏) thư lại, viên lục sự.

정리(定理) [TH] định lý.

정리(整理) chỉnh lý; (정돈) sự chỉnh đốn,

ㅈ

sự sắp đặt lại; (해체, 해소) sự giải thể; (청산) sự thanh toán hết; (감원) sự cắt bớt, giảm bớt. **~하다** chỉnh lý, sắp đặt lại; (처분) xử lý, loại bỏ; (해체, 청산) giải thể, thanh toán; (감원) giảm bớt, cắt bớt; (교통의) chỉnh đốn, điều chỉnh lại (giao thông). ¶ ～안(案) kế hoạch điều chỉnh.

정립(正立) **~하다** cho đứng vững vàng. ¶ 가치관을 ～하다 làm cho giá trị quan vững vàng.

정립(鼎立) **~하다** đứng theo thế chân vạc (3 người, hay 3 thế lực).

정말(正-) (부사적) thật, thực sự (phó từ); (진정으로) một cách chân thành, chân tình.

정맥(精麥) việc giã, tróc vỏ lúa mạch; (보리) lúa mạch đã được giã.

정맥(靜脈) tĩnh mạch. ～의 thuộc về tĩnh mạch. ¶ ～류(瘤) chỗ (cục) giãn tĩnh mạch / ～ 주사 tiêm tĩnh mạch.

정면(正面) chính diện. ～의 thuộc về chính diện. ¶ ～에 ở chính diện / ～에서 본 얼굴 khuôn mặt nhìn từ chính diện. ¶ ～ 공격 công kích (đánh) chính diện / ～도(圖) tranh vẽ chính diện / ～ 입구 cửa vào chính diện / ～ 충돌 xung đột chính diện, lao thẳng đầu vào.

정명(定命) định mệnh; (수명) số mệnh; (운명) vận mệnh.

정모(正帽) mũ trong lễ phục.

정묘(精妙) ～한 thanh tú, trang nhã, đẹp đẽ.

정무(政務) sự vụ về chính trị; công việc hành chính. ¶ ～ 차관 thứ trưởng nội chính (tham gia việc lập kế hoạch, chính sách trong nội các).

정문(正門) cửa chính.

정문(頂門) ☞ **정수리**. thóp (trên đỉnh đầu đứa trẻ mới sinh). ¶ ～에 일침을 가하다 châm kim vào thóp (mang ý chỉ lời cảnh cáo, khuyên răn sắc bén).

정물(靜物) tĩnh vật. ¶ ～ 사진 ảnh tĩnh vật / ～화 tranh tĩnh vật.

정미(正味) nội dung thực bên trong, trọng lượng thực (sau khi đã trừ, không tính vỏ, bao bì). ¶ ～ 중량 trọng lượng thực.

정미(精米) gạo tinh, gạo trắng (쌀). **~하다** xay giã lúa, làm cho gạo trắng. ¶ ～소 nơi xay xát, giã gạo.

정밀(精密) sự kỹ lưỡng, sự chính xác, chặt chẽ. ～한(히) kỹ lưỡng, chính xác. ¶ ～ 검사 sự kiểm tra kỹ lưỡng / ～ 공업 công nghiệp (chế tạo) chính xác / ～ 과학(科學) khoa học chính xác / ～ 기계 [기기] máy móc [cơ khí] chính xác.

정박(碇泊) sự thả neo. **~하다** neo, thả neo. ¶ ～ 기간 thời gian thả neo / ～료(料) phí thả neo, đậu tàu / ～지 [항] khu vực thả neo [bến cảng thả neo].

정박아(精薄兒) trẻ bị bệnh suy nhược, bạc nhược thần kinh (tinh thần). ¶ ～ 수용 시설 công trình dành cho trẻ suy nhược thần kinh.

정반대(正反對) sự hoàn toàn ngược lại, đối lập lại. ～의 có tính đối lập, đối nghịch hoàn toàn. ¶ ～로 một cách hoàn toàn ngược lại, hoàn toàn đối nghịch.

정반합(正反合) 【TrH】 chính-phản- hợp (chính đề, phản đề, tổng hợp) ba bước triển khai lý luận trong biện chứng của Hê-ghen.

정방형(正方形) ☞ **정사각형**.

정백(精白) tinh bạch. ¶ ～당(糖) đường tinh chế / ～미 gạo tinh.

정벌(征伐) **~하다** chinh phạt.

정범(正犯) 【PL】 chính phạm, thủ phạm chính (사람).

정변(政變) chính biến.

정병(精兵) tinh binh. ¶ ～ 3천 3 nghìn tinh binh.

정보(情報) thông tin; tình báo. ¶ ～를 얻다 [제공하다] nhận [cung cấp] thông tin / ～를 누설하다 rò rỉ, lộ thông tin. ¶ ～기관 cơ quan tình báo / ～원 nhân viên tình báo / ～망 mạng tình báo / ～ 산업 công nghiệp truyền thông / ～ 수집 thu thập thông tin / ～원(源) nguồn thông tin / ～정치 chính trị với những hoạt động tình báo / ～ 처리 (컴퓨터) xử lý thông tin (máy tính) / ～ 처리 산업 công nghiệp xử lý thông tin / ～ 통신부 bộ thông tin truyền thông (viễn thông) / ～ 활동 hoạt động tình báo / ～화 사회 xã hội của thông tin hóa.

정복(正服) đồng phục, trang phục chính thức. ¶ ～ 경찰관 cảnh sát mặc đồng phục.

정복(征服) sự chinh phục. **~하다** chinh phục. ¶ ～욕 lòng ham muốn chinh phục / ～자 kẻ chinh phục.

정본(正本) (원본) chính bản, bản gốc.

정부(正否) phải và trái, đúng và sai.

정부(正副) chính và phó (chức vụ); (서류의) bản chính và bản sao (tư liệu, giấy tờ). ¶ ～의장 chủ tịch và phó chủ tịch.

정부(政府) chính phủ, (내각) nội các. ¶ ～(측)의 của phía chính phủ. ¶ ～ 당국 cơ quan chức trách của chính phủ / ～ 보조금 tiền hỗ trợ của chính phủ / ～안 nghị án, dự luật của chính phủ (đưa lên quốc hội) / ～ 특혜 đặc ân của chính phủ.

정부(情夫) người đàn ông ngoại tình, nhân ngãi; (간부) gian phu.

정부(情婦) nhân tình (phụ nữ gian thông với người đàn ông đã có vợ).

정북(正北) chính Bắc, hướng chính Bắc.

정분(情分) lòng thương mến, sự thân mật. ¶ ～이 두텁다 đầy tình cảm thân thiện.

정비(整備) sự sửa soạn, chỉnh đốn, bảo dưỡng (máy móc). **~하다** sửa soạn, chỉnh đốn; bảo dưỡng, tu sửa (máy); (회사) củng cố (công ty). ¶ 자동차 ～공 thợ máy bảo dưỡng ô tô / (항공) ～원 nhân viên mặt đất (của hàng không, chuyên tu sửa, cấp nhiên liệu máy bay); (총칭) thợ sửa chữa máy móc (nói chung).

정비례(正比例) 【TH】 sự tỷ lệ thuận. **~하다** tỷ lệ thuận (với).

정사(正史) chính sử (đối lại với dã sử).

정사(正邪) chính tà, đúng và sai, tốt và xấu; (chính khí và tà khí).

정사(政事) chính sự, việc chính trị, việc hành chính.

정사(情死) việc tự sát vì tình. **~하다** tự sát vì tình.

정사(情事) (남녀간의) việc yêu đương (giữa nam và nữ). ¶ 혼외 ～ quan hệ tình cảm ngoài hôn nhân.

정사(精査) sự điều tra kỹ lưỡng, chi tiết. **~하다** điều tra kỹ lưỡng, chi tiết.

정사각형(正四角形) hình tứ giác đều. ～의 thuộc tính tứ giác đều.

정사면체(正四面體) khối tứ diện đều (hình lập thể bốn mặt đều là các tứ giác đều).

정사영(正射影) 【Hho】 chiếu trực giao.

정사원(正社員) nhân viên chính thức.

정산(精算) sự tính toán kỹ lưỡng; (결산) sự quyết toán cẩn thận. **~하다** tính toán kỹ, quyết toán; (운임을) tính tiền vận chuyển.

정삼각형(正三角形) hình tam giác đều.

정상(正常) bình thường, thông thường. ～의 có tính bình thường. ¶ ～화 하다

ㅈ

bình thường hóa / ～을 되찾다 tìm lại sự ổn định bình thường / ～적으로 행동하다 hành động một cách bình thường, đúng đắn. ¶ ～상태 trạng thái đúng đắn, bình thường.

정상(政商) sự câu kết giữa chính trị và thương mại. ¶ ～배(輩) nhóm câu kết chính trị và thương mại để mưu cầu lợi ích riêng.

정상(頂上) đỉnh núi; thượng đỉnh, tối cao, cao nhất. ¶ ～에 trên đỉnh núi. ¶ ～ 회담 cuộc họp (hội đàm) thượng đỉnh.

정상(情狀) tình trạng, tình cảnh. ¶ ～을 참작하여 xem xét, cân nhắc tình trạng.

정상파(定常波) 【VLH】 sóng đứng.

정색[1](正色) (안색) sắc mặt nghiêm túc, đứng đắn. **~하다** tỏ vẻ nghiêm túc, đứng đắn.

정색[2](正色) 【VLH】 sắc màu gốc, màu chính (đỏ, vàng, xanh, trắng, đen).

정서(正西) chính tây, hướng chính tây.

정서(淨書) (또박또박 쓰기) **~하다** viết chữ sạch, rõ ràng.

정서(淨書) **~하다** sao chép rõ ràng lại bản thảo.

정서(情緖) tình cảm, xúc cảm, tình thái; (분위기) tâm trạng, bầu không khí. ¶ ～교육 sự giáo dục về tình cảm / 이국 ～ bầu không khí ở nước lạ, cảm nhận ở quốc gia khác.

정석(定石) định thạch, phép chơi cờ vây theo phương thức, mẹo định ra từ xưa, tối ưu về cả công và thủ. ¶ ～대로 theo lối định thạch.

정선(停船) dừng tàu (thuyền); chặn tàu lại, cấm tàu (thuyền) vào hoạt động. **~하다** dừng tàu. ¶ ～을 명하다 (검역을 위해) ra lệnh dừng tàu (thuyền) (để kiểm dịch).

정선(精選) **~하다** tinh chọn, tuyển lựa. ¶ ～된 được tinh chọn.

정설(定說) định thuyết; (학계의) thuyết hay định luật đã được xác định, công nhận (của giới học thuật); (개인의) thuyết (của cá nhân). ¶ ～을 뒤엎다 lật lại một học thuyết đã định ra (trước đây).

정성(精誠) sự chân thành, lòng thành thực. ¶ ～껏 một cách đầy chân thành, hết lòng / ～들이다 dành hết lòng, đem hết lòng thành ra.

정성분석(定性分析) 【HH】 phân tích định tính.

정세(情勢) tình thế, tình hình. ¶ 국내 [국제] ～ tình thế trong nước [quốc tế].

정소(精巢) 【GP】 tinh hoàn.

정수(正數) 【TH】 số dương.

정수(定數) ❶ (일정수) định số, số cố định; (정족수) số hiệu, số lượng đủ theo quy định; 【TH】 định số, cách gọi trước đây của hằng số. ¶ ～비례 【VLH, HH】 tỷ lệ bất biến, không đổi. ❷ (운명) vận số, vận mệnh đã định.

정수(淨水) việc làm sạch, lọc nước, nước sạch. ¶ ～장 nơi, chỗ lọc nước.

정수(精粹) ～의 tinh túy.

정수(精髓) ❶ (뼈속의) cốt tủy (có trong xương). ❷ (사물의) tinh tủy, phần tinh hoa của sự vật.

정수(靜水) nước phẳng lặng.

정수(整數) 【TH】 số nguyên.

정수리(頂-) (머리의) chỗ đỉnh đầu, vị trí thóp (của đầu).

정숙(貞淑) sự trinh tiết và trong trắng. ～한 trinh tiết và trong trắng.

정숙(靜肅) sự yên lặng. ～한 yên lặng và trật tự (nghiêm túc). ¶ ～히 một cách yên lặng, trật tự.

정시(正視) sự nhìn thẳng; 【YH】 mắt ở tình trạng bình thường. **~하다** nhìn thẳng.

ㅈ

정시(定時) thời gian (thời kỳ) nhất định. ~의[에] của [vào] thời gian nhất định. ¶ ~제(制) 【GD】 chế độ giáo dục theo thời gian nhất định (quá trình học tập vào những thời điểm đặc biệt).

정식(正式) chính thức. ~의 thuộc về chính thức, có tính chính thức. ¶~으로 một cách chính thức. ¶ ~ 결혼 kết hôn chính thức / ~ 재판 xét xử chính thức / ~ 절차(節次) các bước nghi thức (theo đúng thủ tục).

정식(定式) (규정) cách thức, phương thức đã định (quy định).

정식(定食) đồ ăn được phục vụ theo thực đơn cố định của nhà hàng; (요리점의) đồ ăn theo bữa được định ra theo từng thời điểm của nhà hàng, hay quán trọ; bữa chính theo kiểu phương tây.

정식(整式) 【TH】 biểu thức số nguyên.

정신(艇身) thân của con thuyền, toàn bộ chiều dài phần thân con thuyền. ¶ 3~의 차로 이기다 thắng hơn 3 cái thân thuyền (trong cuộc đua).

정신(精神) tinh thần; (영혼) linh hồn; (의지) ý chí; (심성) tâm tính. ¶ ~(적)으로 về mặt tinh thần / ~적인 원조 hỗ trợ về mặt tinh thần / ~적인 사랑 tình yêu mang tính lý tưởng (về mặt tinh thần, thuần khiết) / ~적인 타격 cú sốc, cú đánh về mặt tinh thần / ~(을) 차리다 định thần / …에 ~이 팔리다 mải mê vào / ~ 일도 하사 불성 tinh thần nhất đáo hà sự bất thành (tinh thần tập trung như một không việc gì không làm được). ¶ ~ 감정 giám định tâm thần / ~ 교육 giáo dục tinh thần / ~력(力) sức mạnh tinh thần / ~ 박약아 đứa trẻ bị suy nhược (bạc nhược) tinh thần / ~ 분석 phân tích tinh thần / ~ 신경과 khoa thần kinh tâm thần / ~ 연령 tuổi phát triển trí tuệ, tinh thần / ~ 요법 phép trị liệu tinh thần.

정신기능(情神機能) chức năng tâm thần. ¶ ~의 쇠퇴 suy thoái chức năng thần kinh (tâm thần).

정신병(精神病) bệnh tâm thần. ¶ 정신 병원 bệnh viện tâm thần / 정신병자 người mắc bệnh tâm thần / 정신 병학 khoa học nghiên cứu bệnh tâm thần / 정신병 환자 bệnh nhân tâm thần.

정신분열증(精神分裂症) 【YH】 triệu chứng tâm thần phân liệt. ~의 có triệu chứng tâm thần phân liệt. ¶ ~ 환자 bệnh nhân có triệu chứng tâm thần phân liệt.

정신이상(情神異狀) trạng thái dị thường về mặt tâm thần. ¶ ~자 ☞ **정신병자**.

정실(正室) chính thất, vợ chính thức.

정실(情實) thực tình, sự thực; (편애) cất nhắc riêng tư, nể tình (thiên vị). ¶ ~로 승진하다 thăng tiến chức nhờ vào sự nể tình, thiên vị / ~을 배제하다 bài trừ, loại bỏ sự riêng tư, thiên vị / ~ 인사(人事) nhân sự thiên vị.

정액(定額) (일정액) số lượng tiền, kim ngạch cố định. ¶ ~ 소득 lợi tức ổn định / ~제(制) hệ thống không đổi về số lượng, hệ thống lượng tiền cố định.

정액(精液) ❶ 【Si】 tinh dịch. ¶ ~ 사출 sự xuất tinh.

정양(靜養) sự tĩnh dưỡng. **~하다** tĩnh dưỡng.

정어리 【LC】 cá mòi, giống cá biển dài 20-25cm lưng màu xanh thẫm, bụng màu bạc trắng.

정언적(定言的) 【Lo】 một cách đoán định, vô điều kiện.

정업(正業) nghề nghiệp, sự nghiệp chính

ㅈ

đáng; việc không sát sinh, trộm cắp (trong đạo Phật).

정업(定業) nghề nghiệp hay công việc ổn định.

정역학(靜力學) 【VLH】 tĩnh học (nguyên văn: tĩnh lực học, đối lại với động lực học).

정연(整然) ~한 có thứ tự, ngăn nắp. ¶ ~히 một cách ngăn nắp, trật tự.

정열(情熱) tình cảm mãnh liệt, tình cảm cháy bỏng. ~적인 có tình nồng nhiệt, cháy bỏng. ¶ ~을 쏟다 dốc hết tình cảm nồng cháy.

정염(情炎) khát khao mãnh liệt, ham muốn cháy bỏng.

정예(精銳) sự tinh nhuệ, dũng mãnh và sắc bén; năng lực, tài năng ưu tú và xuất chúng. ¶ ~ 부대 bộ đội tinh nhuệ.

정오(正午) chính ngọ, 12 giờ trưa. ¶ ~에 vào chính ngọ.

정오(正誤) sự uốn nắn, sửa chữ, câu cú sai, sửa chính tả. ¶ ~표 bảng liệt kê lỗi, bảng đính chính.

정온(定溫) nhiệt độ ổn định. ¶ ~ 동물 động vật có thân nhiệt ổn định, không phụ thuộc vào nhiệt độ bên ngoài.

정욕(情慾) tình dục. ¶ ~의 노예 nô lệ của tình dục.

정원(定員) (직원의) chỉ tiêu, số nhân viên được đặt ra theo quy định; (수용력) khả năng có thể chấp nhận được về số lượng; (배의) chỗ, sức chứa của tàu, thuyền; (정원수) con số đã định. ¶ ~외(外)의 ngoài chỉ tiêu, ngoài số đã định / ~ 미달로 vẫn chưa tới, đạt đến mức cho phép (chỉ tiêu đề ra) / ~에 달하다 (정족수) đạt đến mức, đủ số đã đề ra, định ra / ~ 이상의 손님을 태우다 chở khách quá tải, quá sức chứa quy định.

정원(庭園) vườn. ¶ ~사(師) thợ làm vườn / ~석 đá sỏi trong vườn / ~석의 배치 bày đá sỏi trong vườn / ~수(樹) cây cối trong vườn / ~수를 손질하다 chăm bón cây cối trong vườn / ~술(術) nghề làm vườn, phương pháp làm vườn.

정월(正月) chính nguyệt, tháng Giêng (tháng đầu tiên trong năm).

정위치(定位置) vị trí đã được định, vị trí hợp lệ.

정유(精油) lọc dầu (기름). ¶ ~ 공장 nhà máy lọc dầu.

정육(精肉) thịt nạc, thịt đã lọc hết mỡ và xương. ¶ ~상 người làm hàng thịt, bán, mổ thịt / ~점(店) cửa hàng bán thịt.

정육면체(正六面體) khối sáu mặt đều, có sáu mặt đều là hình lục giác đều.

정은(正銀) bạc ròng, bạc nguyên chất.

정의(正義) chính nghĩa, phải đạo lý. ~의 có tính chính nghĩa. ¶ ~를 위해서 싸우다 đánh nhau vì chính nghĩa. ¶ ~감 lòng chính nghĩa, nhận thức về chính nghĩa / ~감이 강하다 ý thức về chính nghĩa mạnh mẽ.

정의(定義) sự định nghĩa. **~하다** định nghĩa. ¶ ~를 내리다 đưa ra định nghĩa.

정의(情意) tình ý; (마음) tấm lòng. ¶ ~가 상통하다 tình ý tương thông, hiểu lòng nhau.

정의(情誼) tình nghĩa, tình bạn thân. ¶ ~가 두텁다 nhiều tình nghĩa.

정의(精義) (뜻) ý nghĩa chính xác; (해석) giải thích chi tiết.

정자(正字) chính tự, chữ viết thẳng và rõ ràng; chữ viết đầy đủ trong chữ Hán (đối lại với chữ tốc ký và chữ viết tắt).

정자(亭子) đình. ¶ ～ 나무 cây to bên đường làng (làm chỗ nghỉ ngơi, hóng mát như đình làng).

정자(精子) tinh trùng (của động vật); phấn (của thực vật). ¶ ～은행 ngân hàng tinh trùng.

정자형(丁字形) hình chữ "đinh". ¶ ～자 thước hình chữ "đinh" (trong tiếng Hán).

정작 (부사적) thực, thật, thực cần (phó từ).

정장(正裝) ăn mặc com lê, mặc vét, trang phục chỉnh tề. **~하다** ăn mặc chỉnh tề.

정장(艇長) thuyền trưởng, trưởng tàu.

정장제(整腸劑) thuốc trị rối loạn đường ruột (các bệnh tiêu chảy).

정쟁(政爭) tranh cãi, tranh đấu về chính trị (các vấn đề về chủ trương, chủ nghĩa, quan niệm). ¶ … 을 ～의 도구로 삼다 lấy … làm công cụ tranh đấu về chính trị.

정적(政敵) kẻ thù chính trị, người có quan hệ đối lập trên lĩnh vực chính trị.

정적(靜的) cái tĩnh, cái yên lặng, không chuyển động; (소극적) cái có tính tiêu cực.

정적(靜寂) sự lặng yên, tĩnh mịch. ¶ ～을 깨뜨리다 phá vỡ sự tĩnh mịch.

정전(正殿) chính điện (cung điện chính).

정전(停電) sự cúp (mất) điện, ngắt điện. **~하다** cúp điện, ngắt điện.

정전(停戰) sự đình chiến. **~하다** đình chiến. ¶ ～회담 hội đàm đình chiến.

정전(靜電) tĩnh điện. ¶ ～ 감응 cảm ứng tĩnh điện / ～계 cái đo tĩnh điện / ～ 용량 dung lượng tĩnh điện / ～학 tĩnh điện học.

정전기(靜電氣) 【Đ】 sự tĩnh điện, tĩnh điện.

정절(貞節) trinh tiết. ¶ ～을 지키다 giữ trinh tiết.

정점(定點) điểm đã định.

정점(頂點) đỉnh điểm.

정정(訂正) sự đính chính; sự cải chính (개정). **~하다** đính chính, cải chính. ¶ ～(증보)판 bản (mở rộng thêm) đính chính.

정정(政情) tình hình, tình thế chính trị. ¶ ～의 안정 [불안정] sự ổn định [không ổn định] của tình hình chính trị.

정정당당(正正堂堂) ～한 đường đường chính chính. ¶ ～히 một cách đường đường chính chính.

정정하다(亭亭-) vút cao, ngút cao; (노익장) già mà tráng kiện. ¶ 할아버지는 90세가 넘으셨지만 아직도 ～ ông đã hơn 90 tuổi nhưng vẫn còn khoẻ mạnh.

정제(精製) sự tinh chế. **~하다** tinh chế. ¶ ～ 공장 nhà máy tinh chế / ～당 [염] đường [muối] tinh chế / ～법 phương pháp tinh chế.

정제(整除) 【TH】 sự chia hết. ¶ ～되는 được chia hết. ¶ ～수 ước số.

정제(錠劑) thuốc nén, thuốc viên.

정제(整齊) sự chỉnh tề. **~하다** chỉnh tề.

정조(貞操) sự trinh bạch tiết tháo, trong trắng của người con gái; việc giữ gìn trinh tiết. ¶ ～를 바치다 dâng hiến trinh tiết / ～를 잃다[팔다] đánh mất [bán] trinh tiết / ～를 지키다 giữ trinh tiết. ¶ ～대 cái đai bằng sắt để giữ gìn trinh tiết / ～유린 việc cưỡng đoạt, xâm hại trinh tiết.

정조(情調) tâm trạng, tình cảm.

정족(鼎足) chân đỉnh, chân vạc. ¶ ～지세(之勢) thế chân vạc.

정족수(定足數) số đại biểu tối thiểu theo quy định. ¶ ～ 미달로 유회하다 hội nghị không thành do không đủ số thành viên.

정종(正宗) chính tông; (đạo Phật) phái chính thống.

정좌(正坐) **~하다** ngồi ngay ngắn, ngồi thẳng người.

정좌(靜坐) **~하다** tĩnh tọa.

정주(定住) **~하다** định trú, quyết định định cư lại một nơi.

정중(鄭重) ~한 trịnh trọng, ân cần và thân thiện. ¶ ~히 một cách trịnh trọng.

정지(停止) đình chỉ; (중지) ngừng; (금지) cấm; (휴지) dừng, nghỉ; (정돈) chỉnh đốn; (중단) ngắt quãng, cắt. **~하다** đình chỉ, ngừng, dừng, cắt. ¶ ~선 đường giới hạn bắt ngừng (dừng) đứng lại / ~신호 đèn tín hiệu yêu cầu dừng (ngừng), đứng lại.

정지(靜止) **~하다** ngừng, dừng lại, thôi không chuyển động.

정지(整地) việc san bằng (phẳng) đất. **~하다** san lấp đất làm đất (chuẩn bị trồng cây). ¶ ~ 작업 công việc san đất.

정직(正直) chính trực. ¶ ~한(하게) một cách chính trực.

정직(停職) đình chỉ chức vụ.

정진(精進) sự chuyên tâm, chuyên nhất, hết lòng; sự chuyên tâm tu hành chay tịnh (đạo Phật). **~하다** chuyên tâm, hết lòng.

정차(停車) ☞ **정거**(停車). ¶ ~ 시간 thời gian xe dừng.

정착(定着) định tác, ổn định sinh sống tại một nơi; (사진의) hãm ảnh (trong kỹ thuật rửa ảnh). **~하다** định cư lại một nơi. ¶ ~금(수당) tiền (trợ cấp) ổn định việc định cư / ~액(液) dung dịch hãm màu (ảnh).

정찬(正餐) việc ăn theo thực đơn của bữa chính.

정찰(正札) nhãn giá, mác giá. ¶ ~을 붙이다 gắn nhãn, mác giá. ¶ ~제 chế độ, hệ thống bán sản phẩm theo đúng quy định giá.

정찰(偵察) sự trinh sát, dò xét. **~하다** trinh sát. ¶ ~기 máy bay trinh sát / ~대 bộ đội (lính) trinh sát / ~ 비행 chuyến bay trinh sát.

정채(精彩) sắc sáng chói, tia sáng rực rỡ.

정책(政策) chính sách. ¶ ~강령 cương lĩnh chính sách / ~ 노선 đường lối (phương châm) chính sách / ~ 입안자 người lập ra chính sách / 외교 [경제, 사회] ~ chính sách ngoại giao [kinh tế, xã hội].

정처(定處) chỗ đã định sẵn, chỗ ổn định. ¶ ~ 없이 떠돌다 đi lại lang thang không có mục tiêu.

정체(正體) chính thể, nguyên trạng, bản tướng. ¶ ~모를 khó hiểu, khó nhận biết về bản thân (của ai đó) / ~를 드러내다 lộ nguyên hình, cho thấy đúng nguyên trạng.

정체(政體) chính thể, hình thái tổ chức nhà nước. ¶ 공화 ~ chính thể cộng hòa.

정체(停滯) đình trệ; (정돈) đình đốn; (침체) ứ đọng, trì trệ; (자금, 화물의) hàng hóa, tiền bạc. **~하다** ứ đọng (지불이).

정초(正初) mấy ngày đầu tháng Giêng (âm lịch). ¶ ~에 vào mấy ngày đầu tháng Giêng (âm lịch).

정초(定礎) **~하다** đặt viên đá nền móng, viên đá cột trụ, định ra cơ sở căn bản của sự vật.

정충(精蟲) ☞ **정자**(精子).

정취(情趣) cảm hứng, (기분) tâm trạng; (정서) tình cảm; (아취) hứng thú.

정치(定置) **~하다** đặt ở vị trí cố định, ổn

định, định vị. ¶ ~의 có tính định vị. ¶ ~망 lưới bắt cá đặt ở một chỗ cố định / ~망 어업 ngư nghiệp đánh bắt cá theo lưới đặt cố định.

정치(政治) chính trị; (정략) sách lược chính trị; (정무) công việc (hành chính), chính trị. ~적 có tính chính trị. ¶ 밝은 ~ nền chính trị trong sạch (trong sáng). ¶ ~가 chính trị gia, nhà chính trị / ~문제 vấn đề chính trị / ~범죄 tội phạm chính trị; (사람) tên tội phạm chính trị (chỉ người) / ~ 사찰 giám sát, theo dõi về chính trị / ~ 자금(資金) [헌금] tiền bạc, quỹ cho hoạt động chính trị [tiền hiến, ủng hộ cho hoạt động chính trị] / ~학(學) chính trị học / ~학자 học giả về chính trị / 관료(官僚) ~ chính trị quan liêu / 지방 ~ chính trị địa phương.

정치(情致) ~한 hứng chí, nảy sinh cảm tình tốt.

정치깡패(政治-) băng đảng găngxtơ chính trị, băng nhóm lưu manh làm chính trị.

정치력(政治力) thế lực, sức mạnh chính trị. ¶ ~의 빈곤 thiếu, không đủ sức mạnh về mặt chính trị.

정치풍토(政治風土) phong thổ, môi trường chính trị. ¶ ~쇄신 đổi mới phong thổ chính trị.

정치활동(政治活動) hoạt động chính trị. ¶ ~을 하다 tiến hành (tham gia) hoạt động chính trị.

정칙(正則) quy tắc đúng, phép tắc chính, hợp thức.

정칙(定則) quy tắc, phép tắc đã định, đã ổn định; luật.

정크 (중국의 배) loại thuyền buồm Trung Quốc "Junk".

정탐(偵探) **~하다** trinh thám. ¶ ~꾼 kẻ trinh thám.

정태(靜態) ~의 trạng thái tĩnh, không hoạt động (đối lại với động thái). ¶ ~ 경제학 kinh tế học về trạng thái tĩnh.

정토(淨土) Tĩnh thổ, cõi thanh tịnh, nơi Phật ở.

정통(正統) chính thống. ~의 có tính chính thống. ¶ ~주의 chủ nghĩa chính thống / ~(학)파 trường phái (học phái) chính thống.

정통(精通) **~하다** tinh thông, thông suốt một cách rõ ràng và cụ thể về sự vật. ¶ ~한 소식통 kênh (nguồn) tin nhạy bén, tinh thông.

정판(整版) 【In】 sự sắp chữ (của bản in) lại. **~하다** sửa, sắp lại chữ (của bản in). ¶ ~공 thợ sửa chữ bản in.

정평(定評) đánh giá, bình luận đã loan đi không thể thay đổi; đánh giá, bình luận tốt ở khắp nơi. ¶ ~ 있는 có nhận xét, bình luận xác định, đã được thừa nhận (định ngữ) / ~이 있다 có sự nhận xét bình luận đã xác định, được sự thừa nhận.

정표(情表) việc tặng quà để biểu lộ tình cảm, lưu niệm; quà tặng để biểu lộ tình cảm, vật lưu niệm.

정풍(整風) ¶ ~운동 phong trào vận động giữ tác phong, khí chất đúng đắn, nghiêm chỉnh ngoài xã hội.

정하다(定-) định; (결정) quyết định; (협정) hiệp định; (날짜를) định (ra ngày); (선정) chọn, định ra; (결심) quyết tâm; (규칙을) đặt ra (quy tắc).

정하다(淨-) tinh, trong sạch.

정학(停學) đình chỉ học tập, buộc thôi học trong thời gian nhất định. ¶ ~당하다 bị đình chỉ học tập.

정해(正解) (chính giải) sự giải thích, giải đáp đúng đắn. **~하다** giải thích, giải đáp đúng đắn. ¶ ～자 người giải thích đúng đắn.

정해(精解) sự giải thích chi tiết và cặn kẽ. **~하다** giải thích chi tiết và cặn kẽ.

정해지다(定-) (결정) được quyết định; (합의) được định, được nhất trí; (규정) được quy định.

정형(定形) định hình, hình hay dáng cố định.

정형(定型) hình thức, cách thức cố định đã được định ra, đặt ra. ～적 có tính cố định về hình thức. ¶ ～시 thơ theo hình thức cố định.

정형(整形) chỉnh hình. ¶ ～수술 phẫu thuật chỉnh hình / ～외과 ngoại khoa chỉnh hình / ～외과의(醫) bác sĩ của ngoại khoa chỉnh hình.

정혼(定婚) **~하다** đính hôn.

정화(正貨) tiền kim loại (như đồng vàng, đồng bạc). ¶ ～ 보유고 dự trư tiền kim loại / ～ 준비 chuẩn bị, dự trữ tiền kim loại để đổi lấy tiền giấy.

정화(淨火) lửa thiêng, lửa thánh.

정화(淨化) sự sạch hóa, sự làm sạch, lọc, làm cho trong. **~하다** làm sạch, tinh lọc, thanh lọc. ¶ ～기 [장치] máy tinh lọc, làm sạch [thiết bị xử lý chất thải] / ～운동 phong trào làm sạch / ～조(槽) (화장실 등의) bể phốt (như trong nhà vệ sinh); (음료수의) sự tinh lọc nước uống.

정화(情火) ☞ **정염**(情炎).

정화(精華) tinh hoa.

정화수(井華水) nước giếng lấy vào buổi sáng sớm (để dùng vào việc sắc thuốc hay sự trong sáng, lòng thành thực).

정확(正確) chính xác; (시간의) chính xác, đúng giờ (nói về thời gian). ¶ ～한[히] có tính chính xác [một cách chính xác] / ～히 말하면 nói một cách chính xác thì / ～한 발음 phát âm chính xác / 시간을 ～히 지키다 giữ đúng thời gian một cách chính xác.

정확(精確) xác thực và chi tiết. ¶ ～한[히] có tính chất [một cách] xác thực và chi tiết.

정황(情況) ☞ **상황**. ¶ ～ 증거 【PL】 chứng cứ theo tình huống, chứng cứ gián tiếp.

정회(停會) (의회의) sự ngừng họp, sự đình, hoãn họp; (휴회) sự ngừng, tạm gián đoạn cuộc họp quốc hội. **~하다** ngừng họp, đình cuộc họp lại.

정회원(正會員) hội viên chính thức. ¶ ～의 자격 tư cách hội viên chính thức.

정훈(政訓) việc tuyên truyền và dạy văn hóa cho quân nhân.

정휴일(定休日) ngày nghỉ định kỳ.

정히(正-) thực, đúng, một cách chính xác.

젖 (유방) vú; (유즙) sữa; (모유) sữa mẹ; (식물의) nhựa mủ (của thực vật). ¶ ～빛의 màu sữa / ～을 빨다 bú sữa / ～을 물리다 cho ngậm tí (vú) / ～을 떼다 thôi cho bú, cai sữa / ～을 짜다 (소의) vắt sữa (bò). ¶ ～가슴 ngực vú, vú (phần xung quanh núm vú) / ～꼭지 đầu núm vú; cái núm vú / ～니 răng sữa / ～먹이 trẻ đang tuổi bú sữa / ～멍울 tuyến vú; chứng bệnh sưng, viêm vú / ～병 bình sữa / ～소 bò sữa.

젖내나다 có mùi sữa, hôi sữa; (미숙하다) còn ấu trĩ, chưa trưởng thành.

젖다 ướt; (흠뻑) ướt đẫm; quen (quen tai); đắm, đượm (suy nghĩ, nỗi buồn). ¶ 젖은 bị ướt / 비에 ～ bị ướt mưa / 땀에 ～ ướt mồ hôi.

젖몸살 viêm vú. ¶ ～을 앓다 ốm mệt vì bệnh viêm tuyến vú.

ㅈ

젖혀지다 bị lật tung ra, bị lật, được lộn ra.

젖히다 lộn lên trên, lật ra ngoài.

제[1] ❶ (자기) tự bản thân, chỉ bản thân theo cách nói khiêm nhường; (자기의) của bản thân, theo cách nói khiêm nhường. ¶ ~ 마음대로 theo ý của mình / ~ 생각만 하다 chỉ nghĩ đến bản thân mình. ❷ đại từ nhân xưng ngôi thứ nhất, cách nói khiêm nhường, tự hạ thấp mình của (나) (con, cháu, em); chỉ sở hữu của nhân xưng ngôi thứ nhất, cách nói khiêm nhường của (나의) (của con, cháu, em). ¶ ~ 생각으로는 theo suy nghĩ của tôi (con, cháu, em).

제[2] (저기) nói tắt của 저기, đằng kia.

제(弟) (자칭) đệ, em, từ xưng hô của nam giới, tự xưng theo cách nói khiêm nhường của người ít tuổi đối với người nhiều tuổi hơn khi viết thư.

제(帝) đế, vua.

제(祭) (제사) tế tự, làm giỗ; (축제) lễ hội. ¶ 기념~ lễ kỷ niệm / 50년~ lễ kỷ niệm 50 năm / 백년~ lễ kỷ niệm 100 năm.

제(題) ☞ **제목**.

제(諸) mọi, tất cả (phụ tố chữ Hán).

제…(第) đệ, lần thứ. ¶ ~일 đệ nhất, thứ nhất, (phụ tố).

…제(制) hệ thống, chế độ. ¶ 8시간~ hệ 8 tiếng (phụ tố).

…제(製) chế, chế tạo. ¶ 외국~ chế tạo ở nước ngoài, (phụ tố).

…제(劑) thuốc (phụ tố biểu thị dược phẩm).

제각기(-各其) tất cả từng người một, mọi người, mỗi người. ¶ ~ 방이 있다 mọi người đều có phòng.

제강(製鋼) luyện thép, làm thép. ¶ ~소 xưởng, nhà máy thép / ~업 công nghiệp thép.

제거(除去) **~하다** loại bỏ, trừ khử.

제것 vật sở hữu của bản thân, của mình. ¶ ~으로 만들다 làm thành cái của bản thân mình / ~이 되다 trở thành cái sở hữu của bản thân mình.

제격(-格) lẽ, kiểu phù hợp, kiểu cách đúng (với thân phận hay trình độ). ¶ 그 일엔 그가 ~이다 việc đấy hợp với kiểu người đó.

제고하다(提高-) nâng lên cao, dựng lên cao.

제곱 bình phương, số bình phương, đơn vị đo diện tích. **~하다** lấy bình phương. ¶ ~근 số căn bình phương / ~비(比) tỷ lệ theo bình phương, theo lũy thừa bậc 2 / ~수 số lũy thừa.

제공(提供) sự cung cấp, sự dâng tặng, hiến tặng, sự đưa ra cho. **~하다** cung cấp, tặng, đưa ra cho. ¶ ~가격(價格) giá cung cấp, giá đưa ra bán.

제공권(制空權) uy thế về không quân, quyền chi phối trên không bằng không lực. ¶ ~을 장악하다 nắm quyền điều khiển trên không.

제과(製菓) làm bánh mứt kẹo nói chung. ¶ ~업자 người theo nghề làm bánh mứt kẹo / ~점 cửa hàng bánh mứt kẹo / ~회사 công ty bánh mứt kẹo.

제관(帝冠) mũ vua, vương miện; (祭冠) mũ tế.

제관(製罐) việc chế tạo ống sắt thép, (làm thùng đun cất nước nóng, nồi hơi hay ứng dụng trong cấu tạo khung cốt sắt thép, cầu đường). ¶ ~공장 nhà máy, xưởng chế tạo ống sắt thép.

제구(制球) [BC] việc ném bóng đúng chỗ theo ý muốn của vận động viên ném bóng trong môn bóng chày (ball

ㅈ

control). ¶ ～력 lực ném bóng đúng chỗ.

제구(祭具) đồ cúng tế.

제구실 việc mà đáng lẽ (đúng ra) bản thân phải làm; bệnh trẻ con thường phải trải qua (như sởi, đậu mùa). **~하다** làm công việc mà đúng ra mình phải làm.

제국(帝國) đế quốc. ～의 có tính đế quốc. ¶ ～주의 chủ nghĩa đế quốc / ～주의적 mang tính chủ nghĩa đế quốc / ～주의자 kẻ theo chủ nghĩa đế quốc.

제국(諸國) các nước.

제군(諸君) chư quân, chư vị, các bạn.

제금(提琴) đàn viôlông; loại đàn cầm 2 dây thời nhà Minh, Thanh ở Trung Quốc. ¶ ～가 người chơi đàn viôlông.

제기[1] (유희) trò chơi đá cầu (*jegi:* trò đá cầu của Hàn Quốc)

제기[2] (제기랄) chặc, úi giời! (từ cảm thán bật ra khi lòng cảm thấy chán chường, ngao ngán).

제기(祭器) đồ bát đĩa dùng trong tế tự.

제기(提起) **~하다** đưa, đặt, nêu ra (ý kiến, vấn đề). ¶ (문제를) 회의에 ～하다 đưa (vấn đề) ra trước cuộc họp / 이의를 ～하다 đưa ra (nêu ra) ý kiến khác.

제깐에 tự nghĩ, tự cho, tự tưởng tượng.

제꺽 (부딪치는 소리) cạch!, rốp! (tiếng vật cứng va vào nhau, như tiếng lên đạn súng; (부러지는 소리) rắc!, cắc! (tiếng gẫy); lích tích!, tích tắc!; (급히) tiếng gấp gáp, như tiếng bánh răng máy đồng hồ. ¶ ～거리다 phát ra (hoặc làm phát ra) tiếng kêu (cạch! rốp! hay tắc tắc!) liên tục.

제네바 Giê-nê-va (thành phố của Thụy Sĩ).

제단(祭壇) đàn tế, bàn thờ.

제당(製糖) làm đường, chế tạo đường ăn. ¶ ～ 공장 nhà máy đường / ～업 công nghiệp sản xuất đường / ～회사 công ty chế tạo đường ăn.

제대(除隊) sự giải ngũ. **~하다** giải ngũ. ¶ ～병 lính giải ngũ / 만기 ～ việc giải ngũ theo đủ kỳ hạn / 불명예 ～ việc bị thải hồi, giải ngũ không có danh dự / 의가사 ～ việc giải ngũ do hoàn cảnh gia đình có biến cố / 의병 ～ việc giải ngũ do mắc bệnh tật / 의병 ～하다 giải ngũ vì mắc bệnh.

제대(梯隊) 【QS】 đội hình bậc thang (dàn quân theo bậc thang ở quân đội, quân hạm hay máy bay).

제대로 (사실대로) theo đúng sự thật; (잘. 순조로이) theo đúng, một cách thuận lợi; (변변히) một cách kha khá, vừa đủ. ¶ ～ 생각지도 않고 không suy nghĩ đầy đủ (mà đã làm việc gì) / ～ 잘되다 (일이) (công việc) được thuận lợi như ý / ～ 잠을 못자다 không ngủ được đầy đủ.

제도(制度) chế độ. ¶ ～상의 về mặt chế độ. ¶ 의회～ chế độ nghị viện, quốc hội / 현행 ～ chế độ hiện hành.

제도(製陶) việc làm đồ gốm. ¶ ～술 nghệ thuật làm đồ gốm.

제도(製圖) việc vẽ đồ án, thiết kế, (지도의) vẽ bản đồ. **~하다** vẽ đồ án, thiết kế. ¶ ～가 nhà phác thảo, nhà thiết kế / ～기 dụng cụ vẽ bản thiết kế, bản đồ.

제도(諸島) mọi đảo, nhiều đảo.

제도(濟度) sự tế độ (tế độ chúng sinh trong Phật giáo); (속죄) cứu rỗi, xóa tội. **~하다** tế độ, cứu rỗi.

제독(制毒) **~하다** chế độc, ngăn chặn độc hại từ trước.

제독(提督) đề đốc, đô đốc, tư lệnh hạm đội.

제동(制動) (chế động) sự kìm hãm, làm

giảm tốc hoặc ngừng vận động. ¶ ～을 걸다 làm ảnh hưởng hay ngăn chặn hoạt động, tiến triển của công việc. ¶ ～기 cái giảm tốc, cái hãm phanh / ～자(子) cái tắt dao động, má phanh (dùng lực ma sát để giảm chuyển động, bằng gỗ hoặc kim loại) / ～ 장치 thiết bị hãm chuyển động, hãm phanh; 【HK】 bánh răng hãm tốc độ, số hãm phanh / ～ 활강 【TT】 sự trượt dốc (có hãm tốc độ); 【TT】 sự ngăn trượt, hãm chuyển động.

제등(提燈) đèn có cán cầm tay.

제딴은 ☞ **제깐에**.

제때 đúng lúc, đúng như đã định.

제라늄(geranium) 【TV】 cây phong lữ.

제련(製鍊) sự chế luyện, nấu chảy quặng để lấy kim loại. **~하다** luyện, nấu chảy quặng. ¶ ～소 nhà máy luyện, nhà máy tinh chế.

제령(制令) luật, phép tắc, pháp lệnh chế độ.

제례(祭禮) nghi thức, nghi lễ tế tự.

제로(zero) số không (0), hoàn toàn không có.

제록스 máy sao chụp, (상표명) Xerox (tên thương hiệu). ¶ ～로 복사하다 phô-tô, sao chụp bằng Xerox.

제마(製麻) việc chế tạo sản phẩm từ gai (như làm sợi, đan gối).

제막(除幕) **~하다** sự cất màn, vén màn che. ¶ ～식 lễ bỏ màn, nghi thức cất màn.

제멋 phong cách, cách, kiểu loại, vị theo cảm nhận hay suy nghĩ của cá nhân từng người. ¶ 오이를 거꾸로 먹어도 ～ 【TNg】 ăn dưa chuột lộn đầu cũng là một kiểu riêng.

제멋대로 theo ý riêng của bản thân, tùy thích. ¶ ～ 굴다 hành động, ứng xử theo ý riêng của bản thân, tùy thích.

제면(製綿) **~하다** làm bông, tỉa hột bông.

제면(製麵) **~하다** làm miến. ¶ ～기 máy làm miến.

제명(除名) sự xóa tên, gạt tên (khỏi danh sách). **~하다** xóa tên, gạt tên. ¶ ～처분을 당하다 bị xử xóa tên, gạch tên khỏi hàng ngũ.

제명(題名) tít, tiêu đề (của sách, báo).

제모(制帽) mũ đồng phục (của trường học, công sở, công ty).

제목(題目) (글제) đề mục, tiêu đề; (표제) tít, tên sách, đầu đề. ¶ ～을 붙이다 đặt đầu đề.

제문(祭文) văn tế.

제물(祭物) tế vật.

제물낚시 lưỡi câu làm bằng lông vũ, bắt chước theo hình con ruồi, muỗi.

제물에 tự bản thân mình gây ra (phó từ).

제반(諸般) ～의 tất cả mọi thứ, tất cả nhiều loại.

제발 xin, xin hãy (phó từ biểu thị sự mong muốn, yêu cầu một cách khẩn thiết). ¶ ～ 살려 주세요 xin hãy cứu sống tôi.

제방(堤防) đê, bờ đê, con đê. ¶ ～ 공사 công trường đắp đê.

제번(除煩) để khỏi làm phiền (lời nói dùng ở đầu các bức thư ngắn gọn, biểu thị ý nghĩa bỏ đi các thủ tục chào hỏi rườm rà để đi ngay vào vấn đề). ¶ ～하옵고, 결론부터 말씀드리겠습니다. (편지 서두에) để khỏi làm phiền (mất thời gian), xin đi ngay vào kết luận (viết ở đầu bức thư).

제법 khá, được (cách nói xem nhẹ, xem thường sự việc ở mức độ tương đối). ¶ ～이다 kha khá, được / ～ 덥다 khá là nóng, tương đối nóng.

ㅈ

제법(製法) phương pháp chế tạo.

제복(制服) đồng phục.

제복(祭服) quần áo tế lễ, trang phục tế lễ.

제본(製本) sự đóng sách. **~하다** đóng sách. ¶ ～중이다 đang đóng sách. ¶ ～소 nơi đóng sách, xưởng đóng sách.

제분(製粉) sự xay bột, làm thành bột. **~하다** xay bột, làm bột. ¶ ～기 máy xay bột / ～소 nơi làm bột / ～업 nghề xay bột / ～업자 người làm nghề xay bột.

제붙이 ☞ **제살붙이**.

제비[1] (추첨) xổ số; (뽑기) sự rút thăm, bốc thăm; (한장의) tấm vé số. ¶ ～를 뽑다 rút thăm / ～에 맞다 trúng thăm.

제비[2] 【LCh】 chim nhạn, chim én.

제비꽃 【TV】 hoa vi-ô-lét, hoa tím.

제비족(-族) đĩ đực.

제비추리 phần thịt gắn bên trong sườn bò.

제빙(製氷) sự làm băng, làm đá. ¶ ～공장 nhà máy làm đá / ～기 máy làm đá / ～회사 công ty làm đá, băng.

제사(第四) đệ tứ, thứ tư. ¶ ～계급 giai cấp thứ tư, tầng lớp vô sản / ～ 세대 항생제 thuốc kháng sinh thế hệ thứ tư.

제사(祭祀) tế tự, giỗ. ¶ ～를 지내다 làm tế, làm giỗ.

제사(製絲) sự đánh sợi, xe chỉ; (견사의) quay tơ. **~하다** đánh sợi, quay tơ. ¶ ～ 공장 nhà máy đánh sợi / ～ 기계 máy đánh sợi / ～업 nghề đánh sợi, làm tơ chỉ.

제살붙이 (người) cùng họ hàng, cùng huyết thống trong gia đình.

제살이 sự không ỷ lại, tự sống bằng sức của mình. **~하다** tự lực, tự sinh sống bằng sức của mình.

제삼(第三) đệ tam, thứ ba. ¶ ～ 계급 giai cấp thứ ba; (평민) bình dân / ～국 nước thứ ba / ～자 kẻ thứ ba, người thứ ba.

제상(祭床) mâm cúng, bàn tế.

제석(除夕) ☞ **제야**.

제설(除雪) **~하다** dọn tuyết. ¶ ～기 [차] máy [xe] dọn tuyết / ～ 작업 công việc dọn tuyết.

제세(濟世) tế thế, sự cứu giúp cho thế gian. **~하다** cứu đời, cứu thế.

제소(提訴) **~하다** đưa ra tố tụng, đề nghị tố tụng.

제수(弟嫂) vợ của em, em dâu.

제수(除數) số chia (đối lại với số bị chia (피제수)).

제수(祭需) ❶ tế nhu, đồ được dùng để tế. ❷ ☞ **제물**.

제스처 điệu bộ, cử chỉ sáo rỗng bề ngoài, không thực. ¶ ～에 불과하다 bất quá chỉ là điệu bộ bề ngoài.

제습(除濕) **~하다** hút ẩm. ¶ ～기(器) máy hút ẩm.

제시(提示) **~하다** đưa ra cho thấy, cho xem, trình (cho thấy ý kiến bằng lời hay bằng chữ).

제시간(-時間) thời gian đã định, đúng thời gian. ¶ ～에 vào đúng lúc, đúng thời điểm.

제씨(諸氏) các vị, dùng sau khi đã lấy tên nhiều người ra để thưa gọi, biểu thị ý nghĩa như “thưa các (ông bà, ngài, vị, bạn)”.

제안(提案) sự đề án, đề xuất. **~하다** đề nghị, đề xuất. ¶ ～자 người đề xuất, đề nghị.

제안설명(提案說明) việc phát biểu, thuyết minh cho đề án, đề xuất.

제암성(制癌性) ～의 có tính kháng ung thư, chống được ung thư.

제압(制壓) **~하다** chế áp.

제야(除夜) đêm cuối tháng Chạp, đêm giao thừa (âm lịch).

제약(制約) giới hạn; quy định, điều kiện cần cho việc tạo nên sự vật; việc đưa ra điều kiện để hạn chế; điều kiện hạn chế. **~하다** giới hạn, đặt ra điều kiện hạn chế.

제약(製藥) (제조) chế thuốc, làm thuốc; (약) thuốc được chế ra, làm ra. ¶ ~ 공장 [회사] nhà máy [công ty] dược phẩm, sản xuất thuốc.

제어(制御) **~하다** chế ngự. ¶ ~하기 쉬운 [어려운] dễ [khó] chế ngự, điều khiển.

제염(製塩) việc làm muối. ¶ ~소 nơi làm muối, xí nghiệp muối.

제오(第五) đệ ngũ, thứ năm. ¶ ~열 tổ chức, tập đoàn (quân đội) đối ứng với kẻ địch (đối phương) ở bên trong (lòng địch).

제왕(帝王) đế vương. ¶ ~ 절개술 [YH] thủ thuật mổ bụng, mổ xê-da để lấy thai nhi trong bụng mẹ.

제외(除外) **~하다** bỏ ra ngoài, loại ra ngoài, trừ ra.

제요(提要) đề yếu, việc đưa ra phần trọng yếu, sự trình bày phần nòng cốt quan trọng.

제우스 thần Dớt (trong thần thoại Hy Lạp).

제웅 hình nộm, hình nhân bằng rơm (theo dân gian, ngày 14 tháng giêng vứt ra bên lề đường để ngăn tai ương trong năm); chỉ người hợm hĩnh, không có chừng mực.

제위(帝位) ☞ **왕위**.

제위(諸位) chư vị!, thưa các bạn!, thưa các ngài!

제유(製油) tinh chế dầu, làm dầu (từ động, thực vật). ¶ ~소 nhà máy, nơi sản xuất dầu.

제유법(提喩法) phép hoán dụ.

제육 thịt lợn.

제육감(第六感) giác quan thứ sáu. ☞ **육감**.

제의(提議) việc đề nghị, (제안) việc đề xuất. **~하다** đề nghị, đề xuất ☞ **제안**. ¶ (…의) ~로 với, bằng đề nghị.

제이(第二) đệ nhị, thứ hai. **~의** thuộc về thứ hai, đứng thứ hai; (또 하나의) thêm một thứ (cái) khác; (중요성이) đứng thứ hai, thứ yếu (mức độ quan trọng). ¶ ~로 bằng, với (tư cách) cái đứng thứ hai. ¶ ~인칭 ngôi thứ hai / ~종 우편(물) thư (bưu phẩm) thuộc nhóm loại hai.

제일(第一) trước nhất, đệ nhất, (주요한) nhất (quan trọng); (으뜸의) đầu tiên, hàng đầu. ¶ ~ 먼저 trước nhất / ~류의 loại nhất. ¶ ~당 đảng cầm đầu, đảng cầm quyền / ~ 방송 đài phát sóng, kênh truyền hình hàng đầu / ~보 bước đầu tiên / ~보를 내디디다 cất bước đầu tiên / ~선 tuyến đầu / ~심 xét xử lần thứ nhất, sơ thẩm / ~ 야당 đảng đối lập chính yếu / ~위 vị trí hàng đầu, thứ hạng bậc nhất / ~인자 người đứng đầu, người ở vị trí bậc nhất, không ai sánh được (trong một lĩnh vực nào đó) / ~착 việc về đầu tiên, về (đích) trước nhất / 안전 ~ an toàn là trên hết (coi sự an toàn là trước nhất).

제자(弟子) đệ tử, (학생) học trò (của ai đó). ¶ ~가 되다 trở thành đệ tử, trở thành học trò (của ai).

제자(諸子) (중국의) Chư tử (học giả đời Xuân Thu Chiến Quốc ở Trung Quốc).

제자(題字) đề tự (chữ viết ở đầu các thư tịch, hay trên bia đá).

제자리 걸음하다 giậm (giẫm) chân tại chỗ; (정체) đình trệ. ¶ 평사원으로 ~

ㅈ

giậm chân tại chỗ làm một nhân viên bình thường.

제작(製作) việc chế tác, sản xuất, làm. **~하다** chế tác. ¶ ~비 kinh phí cho việc chế tác (tạo ra sản phẩm hay tác phẩm nghệ thuật) / ~소 nơi tạo ra, nơi chế tác, sản xuất / ~자 nhà sản xuất; (영화의) nhà sản xuất phim.

제재(制裁) chế tài, sự trừng phạt. **~하다** chế tài, trừng phạt. ¶ 경제적 ~를 가하다 áp dụng trừng phạt về mặt kinh tế.

제재(製材) việc xẻ, cưa (gỗ). **~하다** xẻ (gỗ). ¶ ~소 xưởng cưa (xẻ) gỗ.

제재(題材) đề tài.

제적(除籍) **~하다** gạch tên, loại (khai trừ) khỏi sổ (hộ tịch, danh sách lớp học).

제전(祭典) nghi thức cúng tế; lễ hội (hoạt động mang tính xã hội mở ra về văn hóa, thể thao, nghệ thuật).

제절(諸節) mọi hoạt động (trong nhà ai), việc sinh hoạt trong gia đình (nói kính trọng về hoạt động của các thanh viên trong gia đình người khác hoặc đối với người lớn tuổi hơn). ¶ 댁내(宅內) ~이 무고하신지요? mọi việc trong nhà vẫn được yên ổn chứ ạ?

제정(制定) **~하다** chế định.

제정(帝政) ❶ chế độ vua quan, chế độ đế vương; ❷ chế độ chính trị của chủ nghĩa đế quốc. ¶ ~ 러시아 nước Nga theo chế độ Sa hoàng / ~ 시대 thời kỳ của chế độ quân chủ.

제정(祭政) việc cúng tế và việc nhà nước (chính trị). ¶ ~일치 cúng tế và chính trị hợp nhất; (제도) chế độ cúng tế và nhà nước là một (chế độ thần quyền).

제정신(-精神) thần kinh ổn định, tinh thần ở trạng thái bình thường vốn có; (기절에 대해) tỉnh táo (đối lại với sự ngất, choáng váng); (미친 정신에 대해) minh mẫn, sáng suốt (đối lại với sự điên, điên loạn); (취하지 않은) tỉnh, (không say). ~의 (có thuộc tính) tỉnh táo, minh mẫn. ¶ ~이 아니다 không tỉnh táo, minh mẫn / ~이 들다 tỉnh táo, minh mẫn trở lại, tỉnh lại / ~이 들게 하다 làm cho tỉnh táo trở lại.

제조(製造) sự chế tạo, sản xuất. **~하다** chế tạo. ¶ ~ 능력 năng lực chế tạo / ~법 phương pháp chế tạo / ~업 ngành chế tạo sản phẩm / ~업 경쟁력 sức cạnh tranh của ngành chế tạo / ~자 [인, 원(元)] kẻ [người, nguồn] chế tạo / ~(공)장 nhà máy, xưởng chế tạo.

제주(祭主) tế chủ, người đứng ra làm chủ đám ma, đám giỗ (trưởng nam); chủ tế, người đứng đầu trong nghi thức cúng tế.

제주(祭酒) rượu cúng.

제주도(濟州島) đảo *Jeju*.

제지(制止) sự ngăn chặn, kiềm chế. **~하다** ngăn chặn, kiềm chế. ¶ ~할 수 없다 không thể ngăn, không thể kiềm chế.

제지(製紙) việc làm giấy. ¶ ~ 공장 [업자] nhà máy [nhà] sản xuất giấy / ~업(業) [회사] nghề [công ty] sản xuất giấy / ~ 원료(原料) nguyên liệu sản xuất giấy.

재차(諸車) tất cả các xe. ¶ ~ 통행 금지(通行禁止) (게시) cấm tất cả các xe đi qua (bảng thông báo).

제창(提唱) (제의) sự đề xướng. **~하다** đề xướng. ¶ ~자 người đề xướng.

제창(齊唱) việc hát đồng ca. **~하다** hát đồng ca, hát đồng thanh.

제척(除斥) **~하다** loại, đuổi, tống đi.

제철 đúng mùa, mùa thích hợp (cho

hoa quả, hay việc mặc quần áo).

제철(製鐵) việc làm (sản xuất) sắt, thép. ¶ ～소 nơi sản xuất sắt thép / ～업 ngành sản xuất sắt thép / 종합 ～공장 nhà máy sản xuất sắt, thép tổng hợp.

제쳐놓다 bỏ lại, bỏ qua, gác lại sang bên, lờ đi. ¶ 모든 일을 제쳐 놓고 gác tất cả công việc lại.

제초(除草) **~하다** làm cỏ, nhổ cỏ. ¶ ～기 máy nhổ cỏ / ～제(劑) thuốc diệt cỏ.

제출(提出) sự đề xuất, kháng nghị (항의의). **~하다** đề xuất; nộp (văn thư, bài vở; (사표를) nộp giấy đề nghị, đơn xin từ chức.

제충(除蟲) **~하다** diệt côn trùng. ¶ ～분 thuốc bột (chất phấn) diệt côn trùng / ～제 thuốc trừ côn trùng, sâu bọ.

제충국(除蟲菊) 【TV】 hoa cúc trừ sâu (một loại hoa cúc, lấy hoa khô làm thuốc trừ sâu bọ). ¶ ～ 가루 bột hoa cúc diệt sâu.

제칠(第七) đệ thất, thứ bẩy, số bẩy. ¶ ～ 천국 thiên quốc thứ bẩy (chỉ một xã hội lý tưởng của sự bình yên) / ～ 함대 hạm đội thứ bẩy.

제트(jet) hiện tượng phun áp lực mạnh ra khỏi ống, vòi của chất lưu (khí hay nước), phản lực. ¶ ～ 여객 [전투, 폭격]기 máy bay phản lực dân dụng [chiến đấu, ném bom] / ～ 기류 luồng khí mạnh xoáy lên cao (khoảng hơn 3000m) / 점보 ～기(jumbo-jet) máy bay phản lực cỡ lớn.

제판(製版) 【In】 sự chế tạo bản in. **~하다** chế bản in. ¶ 사진～ chế bản khắc kẽm để in ảnh / ～소 nơi (xưởng) chế bản khắc in.

제팔(第八) đệ bát, thứ tám, số thứ tám.

제패(制覇) sự nắm được, đoạt được bá quyền; chinh phục được, chiến thắng được (trong thi đấu). **~하다** đoạt bá quyền, chinh phục, chiến thắng.

제폐(除弊) **~하다** loại bỏ mối hại, sự phiền toái.

제풀 ¶ ～로(에) tự một mình.

제품(製品) chế phẩm, sản phẩm được tạo ra.

제하다(除-) ❶ (제외) loại trừ, trừ ra; (빼다) bỏ, loại bỏ. ¶ 제하고 trừ … đi, còn … ❷ (나누다) chia tách, phân ra.

제한(制限) sự hạn chế, giới hạn. **~하다** hạn chế. ¶ ～없이 một cách không hạn chế / 연령 [시간, 속도]의 ～ hạn chế, giới hạn về tuổi tác [thời gian, tốc độ]. ¶ ～ 속도 tốc độ giới hạn / 군비 ～ giới hạn về quân bị (hạn chế về lực lượng vũ trang) / 생산 ～ hạn chế sản xuất / 수입 ～ hạn chế nhập khẩu.

제해권(制海權) quyền kiểm soát đường biển (hải phận). ¶ ～을 장악하다 [잃다] nắm [mất] quyền kiểm soát hải phận.

제헌(制憲) đặt ra, lập ra hiến pháp. ¶ ～국회 quốc hội lập ra hiến pháp / ～절 ngày lập hiến.

제혁(製革) thuộc da. ¶ ～소 nơi (xưởng) thuộc da.

제현(諸賢) các quý vị, thưa quý vị!

제형(梯形) 【Hho】 hình thang. 【QS】 dàn trận hình thang (진형). ☞ **사다리꼴**.

제형(蹄形) ～의 hình vành móng ngựa. ☞ **말굽**.

제호(題號) tiêu đề, đầu đề của sách.

제화(製靴) việc làm giầy. ¶ ～ 공장 nhà máy làm giầy / ～업 ngành sản xuất giầy.

제후(諸侯) chư hầu.

제휴(提携) sự chung sức, hợp tác, cộng tác, phối hợp (nguyên văn: cùng cầm

ㅈ

tay nhau). **~하다** chung sức, cộng tác. ¶ ~ 회사 công ty cùng hợp tác / 기술 ~ hợp tác kỹ thuật, phối hợp kỹ thuật.

젠장 chết tiệt! (tự kêu la, cảm thán khi không được như ý muốn).

젠체하다 hợm mình, lên mặt tự cao (làm ra vẻ giỏi giang).

젠틀맨(gentleman) 【Anh】 người đàn ông hào hoa phong nhã.

젤라틴 【HH】 chất giêlatin (chất lỏng trong suốt, không có vị).

젤리 mứt, thạch.

젯밥(祭-) cơm cúng.

젱그렁 loong koong, leng keng (tiếng sắt, kim loại mỏng rơi). ~거리다 rơi loong koong, leng keng.

조[1] 【TV】 cây kê; (조알) hạt kê.

조[2] be bé ở đằng kia (chỉ người hay vật ở cách người nói xa xa). ¶ ~놈 thằng ở (tít) đằng kia.

조(條) điều, điều mục, điều khoản. ¶ 제 5~ điều 5.

조(組) (단(團)) tổ (tập thể được tổ chức bởi một nhóm người theo mục đích nhất định); (악한의) băng đảng, nhóm (bọn xấu, kẻ ác); (경기의) nhóm, tập thể, tổ thi đấu; (승무원) tổ tiếp viên. ¶ 3인~ 강도 nhóm cướp 3 người.

조(調) ❶ (곡조) giai điệu. ¶ 장 [단]~ giai điệu dài [ngắn]. ❷ (말투, 행동) điệu bộ, cử chỉ (cách nói hay hành động). ¶ 비난~로 bằng (với) lối chỉ trích, phê phán.

조(朝) triều, triều đại, vương triều. ¶ 조선~ Triều đại Joseon.

조(兆) một nghìn tỷ.

조가(弔歌) điếu ca, bài hát khóc người chết.

조가비 vỏ sò. ¶ ~세공 công nghệ làm (mỹ nghệ) vỏ sò.

조각 mảnh, miếng, mẩu (phần tách khỏi tổng thể). ¶ ~달 trăng lưỡi liềm / ~보 bao (bọc) vải vá / 유리 ~ mảnh thủy tinh / 종잇~ mẩu giấy.

조각(彫刻) (조각술) thuật điêu khắc. **~하다** điêu khắc, khắc (나무에). ¶ ~가 nhà điêu khắc / ~도 dao khắc / ~물 tác phẩm, đồ điêu khắc.

조각(組閣) sự tổ chức nội các. **~하다** tổ chức nội các.

조각나다 (깨지다) bị phân mảnh; ý kiến tách biệt, không hợp nhau.

조각조각 nhiều mảnh, các mảnh nhỏ; một cách vụn thành nhiều mảnh (phó từ).

조간(朝刊) báo ngày, phát hành vào buổi sáng.

조갈(燥渴) sự khát, khô cổ. ¶ ~이 나다 khát, thấy khô (cổ).

조감도(鳥瞰圖) tranh vẽ (ảnh) có góc độ nhìn từ trên cao xuống (điểu khám đồ).

조강(粗鋼) thép thô, chưa được rèn luyện.

조강(糟糠) cặn rượu và vỏ trấu. ¶ ~지처 người vợ từng cùng chịu nghèo khổ.

조개 sò, con sò, trai sò. ¶ ~탄 than bánh hình vỏ sò / 조갯살 thịt con trai sò.

조객(弔客) khách đến viếng, khách đến thăm viếng.

조건(條件) điều kiện. ¶ ~부로 (với việc) kèm theo điều kiện. ¶ ~반사 【Si】 phản xạ có điều kiện / ~법 【NP】 phép ra điều kiện, theo lối điều kiện.

조견표(早見表) bảng biểu. ¶ 계산 ~ bảng kế toán, bảng thanh toán.

조경(造景) việc tạo ra phong cảnh đẹp, việc dựng nên phong cảnh đẹp, làm vườn hoa cây cảnh. ¶ ~사(師)

chuyên gia tạo phong cảnh, kiến trúc sư dựng cảnh.

조계(租界) Tô giới, khu vực sinh sống của người nước ngoài tại Trung Quốc nửa sau thế kỷ 19.

조공(租貢) việc cống nạp tô thuế. **~하다** cống nạp tô thuế. ¶ ～국 nước (chư hầu) phải cống nạp tô thuế.

조관(條款) ☞ **약관**(約款).

조광권(租鑛權) quyền khai thác khoáng sản, khoáng vật.

조교(弔橋) cầu treo.

조교(助敎) trợ giáo, dưới giáo sư, hỗ trợ các công việc hành chính và nghiên cứu.

조교(調敎) ☞ **조마**(調馬).

조교수(助敎授) trợ giáo sư, một trong các chức danh chỉ giáo sư trong đào tạo đại học, dưới chức phó giáo sư.

조국(祖國) tổ quốc. ¶ ～애 lòng yêu nước, lòng ái quốc.

조규(條規) quy định thành (theo các) điều khoản, hạng mục.

조그마하다 (서술적) nho nhỏ, in ít; hơi nhỏ và ít.

조그만큼 (양) với mức rất ít (số lượng); (수) với một số ít; (정도) mức độ rất ít (phó từ).

조금 (양) một ít (số lượng); (부사) hơi, một chút (phó từ); (시간) một lát, một chút (thời gian); (거리) một ít, một khoảng nhỏ, ngắn (cự ly, khoảng cách). ¶ ～씩 một ít một, một chút một / ～ 더 thêm một ít, một chút / ～ 전에 trước đây một lúc, một chút / ～ 떨어져 rời [cách] ra một chút / ～도 một chút, một ít cũng … / …와 ～도 틀리지 않다 một chút cũng không sai lệch với.

조금(潮-) 【Địa】 ngày thứ 8 và ngày thứ 23 âm lịch hàng tháng (gọi theo thời điểm nước thủy triều xuống thấp nhất).

조급(躁急) ～한 gấp, vội vàng. ¶ ～히 một cách gấp, một cách vội vàng (phó từ).

조기(弔旗) cờ rủ; cờ tang.

조기(早起) việc dậy sớm. ¶ ～회 hội làm việc hay thể thao vào buổi sáng sớm.

조기(早期) giai đoạn sớm, thời kỳ mới bắt đầu. ¶ ～발견 phát hiện sớm / ～진단 [치료] chẩn đoán [trị liệu] vào giai đoạn sớm / ～진단을 받다 được chẩn đoán ngay từ giai đoạn sớm, mới bắt đầu bị bệnh.

조끼 áo gi-lê; (kiểu áo) trấn thủ, áo ngắn, cộc tay.

조끼 (큰) cốc, vại bia (loại cốc đựng bia, có tay cầm). ¶ 맥주 한 ～ một vại bia.

조난(遭難) sự gặp nạn; (파선) tàu thuyền gặp nạn. **~하다** gặp nạn; (파선되다) tàu thuyền gặp nạn, tàu thuyền bị phá. ¶ ～구조선 thuyền cứu trợ tàu gặp nạn / ～선 tàu thuyền gặp nạn / ～신호 tín hiệu báo gặp nạn / ～자 nạn nhân, người gặp nạn; (생존자) người sống sót.

조달(調達) cung ứng; (공급) cung cấp; (구매) thu mua, mua về cho; (조제) điều chế; (돈의) cấp (tiền); (주문의) thực hiện, đáp ứng (theo đơn đặt). **~하다** điều đạt, cung cấp. ¶ ～과(課) phòng (ban) cung ứng / ～청 cục mua sắm công, cục đấu thầu (cơ quan hành chính trung ương thuộc bộ kinh tế-tài chính, quản lý, cung cấp, thu mua vật tư cho các cơ quan của chính phủ.)

조당(粗糖) đường thô, đường chưa tinh chế.

조대 ống điếu (bằng tre hoặc đất sét).

ㅈ

조도(照度) độ chiếu sáng, độ rọi sáng.
조동사(助動詞) 【NP】 trợ động từ.
조라기 sợi lanh, sợi gai.
조라떨다 khinh suất, lơ là làm hỏng việc.
조락(凋落) sự khô héo, rơi rụng của lá; suy tàn, suy sụp dần dần. **~하다** khô héo; suy tàn dần. ¶ ～의 길을 걷다 bước vào con đường suy tàn.
조력(助力) sự trợ lực, giúp sức; (협력) sự hợp lực, hợp tác. **~하다** hỗ trợ, giúp sức; hợp tác. ¶ ～자 người hỗ trợ, người giúp đỡ, người hợp tác.
조력(潮力) năng lượng, sức thủy triều. ¶ ～발전소 nhà máy phát điện bằng năng lượng thủy triều.
조련(調練) sự huấn luyện, luyện tập. **~하다** huấn luyện, luyện tập.
조령모개(朝令暮改) (triều lệnh mộ cải) chỉ sự thay đổi pháp lệnh (luật) liên tục. ¶ ～(식)의 정책 chính sách thay đổi liên tục.
조례(弔禮) lễ điếu tang, viếng người chết.
조례(條例) điều lệ. ¶ 시～ điều lệ, luật lệ của thành phố / 신문～ luật (luật lệ) báo chí.
조례(朝禮) lễ chào vào buổi sáng sớm (ở các nơi như trường học nhân viên và học sinh trong trường tập trung làm lễ như lễ chào cờ).
조로(早老) ～의 sự già nhanh, già sớm trước tuổi, trông vẻ bề ngoài già. ¶ ～현상 hiện tượng già trước tuổi.
조로아스터교(-教) tôn giáo thờ thần lửa, bái hỏa giáo.
조롱(嘲弄) sự chế giễu, trêu chọc ai (trào lộng). **~하다** chế giễu, trêu chọc (trào lộng).
조롱박 ❶ 【TV】 quả bầu nậm, hồ lô. ❷ (바가지) bầu đựng nước, bầu khô để đựng.
조루(早漏) bệnh (chứng) xuất tinh sớm.
조류(鳥類) giống chim, loài chim. ¶ ～학 điểu cầm học, khoa nghiên cứu về loài chim / ～학자 học giả nghiên cứu về chim).
조류(潮流) nước thủy triều; (추세) trào lưu. ¶ 시대 ～를 따르다 theo trào lưu của thời đại / 시대 ～를 거스르다 đi ngược lại trào lưu của thời đại.
조류(藻類) 【TV】 tảo, rong biển. ～의 của tảo, thuộc về tảo, rong biển. ¶ ～학 khoa nghiên cứu tảo.
조르다 ❶ (죄다) thắt chặt, siết chặt (목을) siết cổ, bóp cổ. ¶ 목을 졸라 죽이다 siết cổ cho chết. ❷ (요구) yêu cầu, đòi; hối thúc.
조르르 ❶ (물이) róc rách (tiếng nước chảy liên tục không ngừng qua khe, lỗ). ¶ 물이 ～ 나오다 nước (tuôn) ra róc rách ❷ một cách ào ào, lao thẳng tới, xông vào. ¶ ～ 미끄러지다 trượt thẳng xuống / ～ 따라 다니다 chạy lao theo.
조르륵 tong tỏng (tiếng nước qua khe, lỗ hẹp rồi ngừng hẳn); chỉ động tác trượt xuống rồi khựng lại (phó từ).
조리(笊籬) cái vợt được đan như rổ, rá, có tay cầm dùng để vo gạo.
조리(條理) lôgíc, lý lẽ, con đường, hướng tiến hành công việc. ¶ ～가 있다 có lý lẽ, lập luận vững vàng.
조리(調理) ❶ (조섭(調攝)) sự bồi bổ, giữ gìn sức khỏe (sau khi khỏi bệnh). **~하다** bồi bổ, giữ gìn sức khỏe. ❷ (요리) sự nấu ăn. **~하다** nấu ăn, nấu nướng. ¶ ～대(臺) bàn bếp, bàn nấu ăn.
조리 chỗ đằng kia, về hướng đằng kia (phó từ). ☞ **저리**.
조리개 ❶ (끈) dây buộc. ❷ (사진기의)

ㅈ

màng điều chỉnh tuyến quang đi qua ống kính (trong máy ảnh).
조리다 kho cá, thịt hay rau (với gia vị).
조리차하다 tằn tiện, dè xẻn.
조림 (조려 만든) món kho, món ăn đã được kho, nấu chín.
조림(造林) việc trồng rừng. **~하다** trồng rừng. ¶ ~ 학[법] khoa học [luật] về trồng rừng, lâm nghiệp.
조립(組立) sự lắp ráp; (기계의) lắp máy móc. **~하다** lắp ráp. ¶ ~공 thợ lắp ráp / ~공장 nhà máy lắp ráp / ~(식) 주택 nhà cửa lắp ghép, được làm sẵn / ~(식) 책장 tủ sách theo kiểu lắp ghép.
조마(調馬) việc huấn luyện ngựa. ¶ ~사 người huấn luyện ngựa, dạy ngựa.
조마조마하다 (서술적) bồn chồn, hồi hộp, sốt ruột.
조막손이 người dị tật, không có hay bị dính ngón tay lại với nhau.
조만간(早晩間) trong thời gian không xa, không lâu, trước sau gì cũng (chỉ thời gian ngắn sắp tới).
조망(眺望) ngắm, nhìn rộng ra xa; cảnh nhìn từ xa (전망). **~하다** nhìn toàn cảnh từ xa. ¶ ~이 좋다 cảnh nhìn xa (trông) đẹp.
조명(照明) sự chiếu sáng, rọi sáng; ánh sáng. **~하다** chiếu sáng. ¶ ~탄 pháo sáng / ~ 효과 hiệu quả ánh sáng (chiếu sáng).
조모(祖母) tổ mẫu, bà; (외조모) bà tỏ bên ngoại.
조목(條目) điều mục, điều khoản.
조무래기 (물건) đồ lặt vặt, nhiều thứ tạp nham; (아이) thằng nhóc, nhóc con (từ chỉ đứa trẻ theo cách nói hạ thấp, coi thường).
조문(弔文) điếu văn.
조문(弔問) sự chia buồn (với tang chủ). **~하다** chia buồn. ¶ ~사절단 đoàn, phái đoàn đi chia buồn.
조문(條文) (본문) văn viết theo các mục, chương mục; (조항) khoản mục.
조물주(造物主) tạo hóa, chúa trời, thần tạo ra vạn vật của vũ trụ.
조미(調味) **~하다** điều chỉnh vị của món ăn, cho đủ gia vị, thêm mắm thêm muối. ¶ ~료 đồ gia vị.
조밀(稠密) sự dày đặc, mật độ dày, kín đặc. ~한 dày đặc, kín đặc. ¶ 인구가 ~하다 dân số đông đúc, mật độ dân số dày đặc.
조바심하다 bồn chồn, nóng lòng, sốt ruột, lo lắng.
조박(糟粕) (재강) cặn, bã rượu; (학문의) ví như cái bã (trong học vấn), lặp lại những vấn đề người xưa đã làm sáng tỏ, không còn ý nghĩa mới lạ.
조반(朝飯) cơm sáng. ¶ ~을 먹다 ăn cơm sáng.
조발성치매(早發性痴呆) 【YH】 chứng thần kinh phân liệt.
조밥 cơm gạo độn kê (lượng kê nhiều hơn lượng gạo).
조방농업(粗放農業) nông nghiệp thô sơ, lạc hậu, phụ thuộc vào thiên nhiên (ít có sự đầu tư về sức người và vốn).
조변석개(朝變夕改) ☞ **조령모개**.
조병창(造兵廠) xưởng chế tạo (hay sửa chữa) binh khí.
조복(朝服) triều phục, lễ phục, áo chầu.
조부(祖父) tổ phụ, ông; (외조부) ông ngoại.
조부모(祖父母) tổ phụ mẫu, ông và bà. ¶ ~의 của ông và bà.
조분석(鳥糞石) đá phân chim (loại đá kết lại với phân chim ngoài biển).
조붓하다 (서술적) hơi hẹp, hơi chật hẹp

(từ dùng trong miêu tả).
조사(弔辭) điếu từ, lời nói, câu chữ biểu thị chia buồn (khi viếng tang).
조사(調査) sự điều tra; (인구의) sự điều tra dân số. **~하다** điều tra. ¶ ~관 người điều tra, thanh tra / ~대상 đối tượng điều tra / ~부 ban (bộ phận, đơn vị) điều tra / ~위원회 ủy ban điều tra.
조산(早産) sự đẻ non, sinh sớm. **~하다** đẻ non, sinh sớm trước khi đủ tháng. ¶ ~ 아(兒) đứa trẻ đẻ non.
조산(助産) sự đỡ đẻ (trợ sản). ¶ ~부 người đỡ đẻ (bà đỡ) / ~원 viện đỡ đẻ/~술 thuật đỡ đẻ.
조산(造山) việc làm núi nhân tạo.
조상(弔喪) việc đi viếng đám ma (điếu tang). **~하다** viếng đám ma.
조상(祖上) tổ tiên, ông bà tổ tiên.
조상(彫像) tượng (tượng được điêu khắc, được tạc nên).
조색(調色) sự pha trộn màu.
조색(阻塞) sự ngăn cản, cản trở.
조생종(早生種) chủng loại thực vật sớm phát triển, sớm ra hoa kết quả hơn so với loại bình thường.
조서(詔書) chiếu thư, tờ chiếu.
조서(調書) 【PL】 biên bản, hồ sơ điều tra. ¶ ~를 꾸미다 lập hồ hơ điều tra.
조석(朝夕) buổi sáng và buổi tối; cơm sáng và cơm tối.
조선(造船) việc đóng tàu (thuyền). **~하다** đóng tàu. ¶ ~기사 kỹ sư đóng tàu / ~ 능력 khả năng đóng tàu / ~대 đường trượt (giá đỡ) của con tàu (đưa lên khi đóng thân tàu) / ~소 xưởng đóng tàu / ~업 công nghiệp đóng tàu / ~학 khoa học đóng tàu.
조섭(調攝) ☞ **조리**(調理) ❶.
조성(助成) **~하다** hỗ trợ, giúp đỡ, xúc tiến để hoàn thành (công việc, mục đích). ¶ ~금(金) tiền hỗ trợ.
조성(造成) sự tạo thành, làm nên (vật gì, điều gì); tạo nên (tình cảnh, bầu không khí). **~하다** tạo thành, tạo nên. ¶ 택지를 ~하다 tạo (phát triển) khu đất ở.
조성(組成) sự ghép thành, tổ hợp thành; hỗn hợp. **~하다** ghép thành, tổ hợp thành. ¶ ~물 vật hỗn hợp, có kết cấu phức hợp.
조세(租稅) tô thuế. ¶ ~를 부과하다 đánh thuế, thu thuế.
조소(彫塑) việc điêu khắc và nặn (đắp) tượng; (소상) tượng đất sét.
조소(嘲笑) nụ cười (việc cười) khẩy, cười mỉa. **~하다** cười khẩy, cười mỉa. ¶ ~거리가 되다 trở thành trò cười.
조속(早速) ~히 một cách nhanh và sớm nhất, sớm ngay (lập tức).
조수(助手) trợ thủ, người hỗ trợ công việc. ¶ ~석 chỗ (ghế) của phụ lái (trên ô tô) / 외과(의) ~ người phụ mổ ngoại khoa.
조수(鳥獸) chim và thú, cầm thú.
조수(潮水) nước thủy triều; nước triều rút vào buổi sớm. ¶ ~의 간만 sự lên xuống của thủy triều / ~처럼 밀려들다 dồn lên, dâng lên như thủy triều.
조숙(早熟) sự chín sớm (của hoa quả, ngũ cốc); già gặn hơn so với tuổi. **~하다** chín sớm.
조식(粗食) đồ ăn đạm bạc, sơ sài; việc ăn uống đạm bạc, giản dị. **~하다** ăn uống giản dị, đạm bạc.
조신(操身) sự giữ mình, giữ gìn (tư cách, đạo đức). **~하다** (서술적) giữ mình, giữ lễ, giữ gìn tư cách.
조실부모(早失父母) **~하다** mồ côi cha mẹ từ nhỏ.
조심(操心) sự cẩn thận; (주의) chú ý, giữ gìn; (신중) thận trọng; (경계) cảnh

ㅈ

giác, cảnh giới. **~하다** cẩn thận, chú ý, thận trọng.

조심성(操心性) có tính cẩn thận. ¶ ~이 없다 không có tính cẩn thận.

조아리다 cúi dập đầu (một cách sợ hãi).

조아팔다 bán dần, tiêu dần (nhiều đồ đạc của cải).

조악(粗惡) ~한 thô và xấu. ¶ ~품 sản phẩm thô, kém chất lượng.

조암광물(造岩鑛物) khoáng vật tạo nham thạch.

조야(粗野) ~한 thô kệch, thô lỗ; thô, thô thiển (đồ vật).

조야(朝野) nơi triều đình và chốn dân quê (triều dã).

조약(條約) điều ước, hiệp ước. ¶ ~을 지키다 [어기다, 폐기하다] tuân thủ [trái với, hủy bỏ] điều ước. ¶ ~국 nước tham gia ký kết điều ước, hiệp ước / ~ 규정 quy định, điều khoản của điều ước.

조약돌 đá sỏi, đá cuội.

조어(造語) (말) từ mới được tạo ra; (만들기) việc tạo ra từ mới.

조언(助言) sự khuyên bảo, lời khuyên bảo, giúp đỡ. **~하다** khuyên bảo. ¶ ~자 người khuyên bảo, giúp đỡ.

조업(操業) sự thực thi, tiến hành công việc. **~하다** tiến hành công việc, thực hiện công việc. ¶ ~ 단축 giảm bớt công việc phải thực hiện / 완전 ~ hoạt động, làm việc toàn thời gian; làm việc hết công suất.

조역(助役) (조력자) người phụ tá, giúp việc; sự phụ tá, giúp việc; (철도 역장의) phụ tá cho trưởng ga.

조연(助演) **~하다** trợ diễn, hỗ trợ cho vai chính, người đảm nhận vai phụ, hỗ trợ. ¶ ~자 diễn viên, vai phụ.

조예(造詣) trình độ học vấn, kiến thức đạt được (thâm sâu). ¶ …에 ~가 깊다 trình độ kiến thức sâu ở ….

조용하다 (잠잠하다) yên lặng, yên tĩnh; (안온) bình yên, thanh thản. ¶ 조용히 một cách yên lặng / 조용히 해라 hãy yên lặng!.

조우(遭遇) **~하다** được sự tín nhiệm của vua, được sủng ái; ngẫu nhiên gặp (tao ngộ). ¶ ~전 cuộc chạm trán, trận đụng độ / 옛 친구를 조우하다 tình cờ được gặp bạn cũ.

조울병(躁鬱病) 【YH】 chứng rối loạn thần kinh, phấn khích, trầm cảm thất thường. ¶ ~ 환자 bệnh nhân rối loạn thần kinh.

조위(弔慰) ☞ **조의**(弔意). ¶ ~금(金) tiền viếng, tiền chia buồn.

조율(調律) sự chỉnh âm nhạc cụ (lên dây, so dây nhạc cụ), sự ăn khớp về ý kiến. **~하다** chỉnh (khớp) âm nhạc cụ. ¶ ~사 chuyên gia lên dây nhạc cụ.

조의(弔意) tấm lòng thương cảm, chia buồn (trong viếng đám ma). ¶ ~를 표(表)하다 biểu thị lòng thương tiếc.

조인(鳥人) điểu nhân, danh từ ám chỉ phi công, người lái máy bay.

조인(調印) sự đóng dấu (vào cam kết); sự ký kết. **~하다** đóng dấu, ký kết. ¶ ~국 quốc gia tham gia ký kết, nước ký kết / ~식 lễ ký kết / ~자 người ký kết, bên ký kết / 가~ ký tắt tạm thời, ký kết ban đầu (trước lễ ký chính thức).

조작(造作) sự chế tạo, làm ra đồ vật, sản phẩm; sự làm nhái, làm phỏng theo mẫu. **~하다** chế tạo, sản xuất; làm giả, làm nhái theo (mẫu).

조작(操作) sự thao tác; vận hành, điều khiển (máy móc, thiết bị). **~하다** thao tác; vận hành, điều khiển. ¶ 금융 [시장] ~ thao tác tiền tệ [thị trường].

조잡(粗雜) ～한 thô tạp, kém chất lượng.

조장(助長) **~하다** đẩy mạnh, xúc tiến, giúp cho sự trưởng thành. ¶ 악폐를 ～하다 tăng thêm, làm trầm trọng thêm sự tệ hại, phiền toái, điều xấu xa.

조장(組長) tổ trưởng, (직공 등의) quản đốc (của công nhân, thợ trong nhà máy).

조전(弔電) điện (tín) chia buồn.

조절(調節) sự điều tiết, điều chỉnh. **~하다** điều tiết. ¶ ～기(器) máy điều chỉnh; (라디오의) điều chỉnh ra-đi-ô / ～판(瓣) van điều tiết, điều chỉnh.

조정(朝廷) triều đình.

조정(漕艇) chèo thuyền. ¶ ～ 경기 đua thuyền.

조정(調停) sự điều đình. **~하다** điều đình, hòa giải. ¶ ～안(案) phương án, kế hoạch điều đình / ～자 người điều đình, dàn xếp.

조정(調整) sự điều chỉnh; (음조의) nắn giọng, điều chỉnh âm điệu. **~하다** điều chỉnh; (TV) điều chỉnh ti-vi. ¶ ～기(器) máy điều chỉnh.

조제(粗製) thô chế, sự tạo ra phần thô, chưa tinh chế. ¶ ～품 sản phẩm thô, hàng thô (chưa tinh chế).

조제(調製) sự điều chế; sự làm theo đặt hàng. **~하다** điều chế, làm theo đơn đặt hàng.

조제(調劑) sự pha chế (thuốc). **~하다** pha chế. ¶ ～실 phòng pha chế.

조조(早朝) sáng sớm.

조종(弔鐘) chuông đám ma; hồi chuông kết thúc, cáo chung.

조종(祖宗) tổ tông.

조종(操縱) sự lái, điều khiển (máy móc); điều khiển (người khác theo ý mình). **~하다** lái, điều khiển máy. (비행기를) lái máy bay; (배후에서) điều khiển (ở đằng sau, ở sau lưng). ¶ ～간(桿) cán, cần điều khiển / ～사 phi công, người lái máy bay; (여류) nữ phi công / 부～사 phi công phụ, lái phụ trên máy bay / ～석 chỗ lái, ghế lái (trên máy bay).

조주(助奏) [ÂN] trợ tấu, đệm nhạc.

조준(照準) sự ngắm, nhắm bắn. **~하다** ngắm, nhắm bắn. ¶ ～기(器) máy ngắm, ống ngắm.

조지다 ❶ (사개 따위) khớp, ghép, vặn (bắt) chặt (như bắt chặt mộng, chỗ khớp ghép). ❷ (단속함) giám sát, kiểm tra chặt chẽ.

조직(組織) sự tổ chức (구성) sự hình thành, cấu thành; (사회, 단체의) tổ chức (của xã hội, đoàn thể); (체제) thể chế, hệ thống; (생물의) tổ chức mô (trong sinh vật). **~하다** tổ chức. ¶ ～적인 một cách có tổ chức. ¶ ～망(網) mạng lưới tổ chức / ～책 người đứng đầu, người có trách nhiệm trong việc cấu thành nên hệ thống tổ chức / ～표(票) (선거의) phiếu bầu của tổ chức (có nghĩa là ứng cử viên có tổ chức chiếm lợi thế trong bầu cử) / ～학 [Si] khoa mô học, khoa học nghiên cứu mô / ～화 tổ chức hóa, thể chế hóa (làm cho có hoạt động một cách hữu cơ theo trật tự nhất định) / 근육 ～ mô cơ bắp.

조짐(兆朕) triệu chứng; (전조) điềm.

조차(租借) sự mượn, thuê đất, lãnh thổ của nước khác. **~하다** mượn, thuê lãnh thổ của quốc gia khác. ¶ ～권 quyền sử dụng, thuê theo hợp đồng / ～지 lãnh thổ, địa hạt đi thuê (của quốc gia khác).

조차(潮差) mức lên xuống của thủy triều.

조차(操車) [ĐS] sắp đặt, ghép nối toa xe (ngành đường sắt). ¶ ～원 người điều vận xe lửa / ～장 sân ga nơi tách, ghép nối toa xe.

조차 thậm chí; (게다가) hơn nữa, ngoài ra, chưa kể (tiểu từ kết hợp sau danh từ, có ý nhấn mạnh, giới hạn sử dụng trường hợp người nói không ngờ, không mong đợi, với ý "thậm chí cả …"). ¶ 우등생인 수미조차 시험에 떨어졌다 thậm chí cả học sinh giỏi Sumi cũng thi trượt.

조찬(朝餐) bữa chiêu đãi buổi sáng. ¶ ～ 기도회 lễ cầu nguyện trong bữa sáng.

조처(措處) xử trí, biện pháp, đối sách. **~하다** dự liệu, sắp đặt, xử trí / ～를 그르치다 thất bại trong cách xử trí, sai về đối sách.

조척(照尺) ☞ **가늠자**.

조청(造淸) nước cốt loãng, mật (làm theo kiểu thủ công).

조촐하다 (깨끗함) sạch sẽ, trang nhã, gọn gàng; (아담함) thanh nhã, tao nhã. ¶ 조촐하게 살다 sống một cách thanh đạm.

조총(弔銃) súng, loạt súng tiễn đưa (trong viếng đám ma để biểu lộ sự thương tiếc).

조총련(朝總聯) (Triều Tổng Liên) liên đoàn, hội những người Triều Tiên sống tại Nhật.

조치(措置) ☞ **조처**. ¶ 단호한 ～를 취하다 đi theo phương pháp xử trí mạnh mẽ, cương quyết (cứng rắn).

조카 cháu (con của anh, chị hay em mình). ¶ ～딸 cháu gái.

조타(操舵) sự cầm lái thuyền, giữ bánh lái thuyền. **~하다** giữ bánh lái thuyền, điều khiển thuyền. ¶ ～기 [실] thiết bị [phòng, buồng] lái tàu thủy / ～수 người lái, người cầm lái tàu thủy.

조탁(彫琢) sự khắc chạm, đánh bóng (đá quý); sự trau chuốt (câu văn). **~하다** khắc chạm, mài giũa, trau chuốt.

조탄(粗炭) than thô, than kém chất lượng (trộn nhiều đất).

조탕(潮湯) nước tắm đun từ nước biển.

조퇴(早退) **~하다** sớm lui, sớm rút, sớm thoát (lui, rút về, rời khỏi sớm hơn dự định).

조판(組版) sự sắp chữ in theo bản thảo. **~하다** sắp chữ in. ¶ ～공(工) thợ sắp chữ in.

조팝나물 [TV] cây hoa thuộc họ cúc.

조폐(造幣) sản xuất tiền, đúc tiền. ¶ 한국 ～공사 Công ty sản xuất tiền Hàn Quốc.

조포(弔砲) pháo chia buồn (trong tang lễ).

조피나무 cây hạt tiêu Nhật Bản (cây tần bì có gai).

조합(組合) tổ hợp. ❶ (단체) đoàn thể, hội; (합자의) nhóm người chung vốn; (동업자의) tổ những người đồng nghiệp; (노동자의) tổ chức của những người lao động cùng công việc và mục đích chung. ¶ ～간부 cán bộ quản lý trong tổ hợp, hội / ～비(費) hội phí của hội, tổ hợp / ～원 thành viên tổ hợp, hội. ❷ [TH] sự tổ hợp.

조항(條項) mục, điều khoản, điều mục.

조해(潮解) sự dung giải, hòa tan (thể rắn hấp thụ hơi nước tan ra thành thể lỏng). [HH] **~하다** dung giải, tan ra.

조혈(造血) sự tạo ra máu, sản xuất máu, tạo huyết. **~하다** tạo ra máu, tạo huyết. ¶ ～ 기능 chức năng tạo huyết / ～제 thuốc tạo huyết (thuốc có chức năng gia tăng hồng cầu, chống thiếu máu).

조형(造形) tạo hình. ¶ ～미술 mỹ thuật tạo hình.

조혼(早婚) sự tảo hôn. **~하다** tảo hôn.

조화(弔花) điếu hoa, hoa viếng đám ma.
조화(造化) tạo hóa. ¶ ～의 묘 điều kỳ diệu, sự kỳ diệu của tạo hóa / ～의 장난 sự đùa cợt của tạo hóa.
조화(造花) hoa giả.
조화(調和) sự điều hòa. **~하다** điều hòa. ¶ ～된 được điều hòa, hòa hợp / ～되지 않다 không điều hòa, không hòa hợp.
조회(朝會) lễ gặp mặt, lễ chào buổi sáng, trước khi vào học của học sinh và nhân viên trong trường; lễ triều kiến của quan lại ngày xưa.
조회(照會) sự thẩm tra, điều tra, sự tìm hiểu để chứng thực, xác nhận. **~하다** thẩm tra, điều tra, tìm hiểu để xác nhận sự thực. ¶ ～장 giấy chứng nhận, xác nhận.
족(足) ❶ (발) bàn chân; (돼지의) chân lợn, giò lợn. ❷ (켤레) đôi (chỉ đơn vị của tất, giầy).
…족(族) chủng tộc, tộc người; gia tộc, gia đình; nhóm, toán, lũ. ¶ 티베트～ tộc người Tibet (Tây tạng).
족대기다 (볶아치다) thúc ép, dồn ép, thúc bách; (우기다) ngang ngược, ngang ngạnh, cố chấp.
족두리 *Chokturi*, mũ vành của phụ nữ đội trong các nghi thức lễ.
족발(足-) chân giò lợn.
족벌(族閥) tộc phiệt, bè đảng của dòng họ có thế lực. ¶ ～ 정치 chính trị của dòng họ có thế lực / ～주의 chủ nghĩa tộc phiệt, chủ nghĩa gia đình trị.
족보(族譜) tộc phả, gia phả.
족생(簇生) **~하다** sinh trưởng, mọc rậm rạp thành khóm. ¶ ～식물 thực vật sinh trưởng theo khóm thành quần thể.
족속(族屬) người cùng trong tộc, trong họ; thành viên cùng bè đảng (gọi hạ thấp).
족쇄(足鎖) cái cùm, cái còng chân bằng sắt. ¶ ～를 채우다 còng chân, khóa chân bằng cùm.
족자(簇子) cuộn giấy trang trí bằng tranh hay viết chữ treo trên tường.
족자리 tay quai hai bên (của bình, lọ, bát).
족장(族長) tộc trưởng.
족적(足跡) dấu chân, vết chân. ¶ ～을 남기다 để lại vết chân.
족제비 [ĐV] chồn.
족족[1] (찢는 모양) (phó từ) loạt xoạt (tiếng xé hay bóc đồ vật ra), đều đều (việc kẻ nhiều đường, nhiều dòng giống nhau), tua tủa (buông xuống, rơi xuống theo nhiều đường, nhiều dòng).
족족[2] (마다) mỗi dịp, mỗi lần, mỗi khi (làm việc gì). ¶ 오는 ～ mỗi dịp đến.
족집게 cái cặp, kẹp, cái nhíp (nhổ lông, nhổ dằm).
족척(族戚) có quan hệ bà con, thân thuộc cùng họ hoặc khác họ.
족치다 ❶ (자름) cắt, giảm (thu hẹp quy mô). ❷ (결딴냄) phá hủy, phá tan, đập tan. ¶ 살림을 ～ tàn phá, phá hoại cuộc sống. ❸ ☞ **족대기다**.
족친(族親) người có quan hệ bà con cùng tộc họ (họ hàng xa).
족편(足-) món ninh thịt bò (ninh xương thịt, da, đuôi) thành miếng giống miếng thạch; món chân bò luộc.
족하다(足-) ❶ (충분) đầy đủ (về số lượng hay mức độ); (동사적 용법: sử dụng như động từ). ¶ 2천원이면 ～ 2 nghìn won là đủ. ❷ (만족) vừa lòng, mãn nguyện (서술적 miêu tả, trần thuật).
족히(足-) một cách đủ, một cách đầy đủ. một cách thích đáng. ¶ ～칭찬할

만하다 đáng để khen ngợi hết sức.

존경(尊敬) sự tôn kính, tôn trọng. **~하다** tôn kính, tôn trọng. ¶ ~할만한 đáng kính trọng.

존귀(尊貴) ~한 tôn quý.

존대(尊待) **~하다** đề cao, dùng lời lẽ tôn kính. ¶ ~어 lời nói kính trọng, tôn kính.

존득존득하다 dinh dính (đặc dính, cảm giác nhai thấy dính).

존망(存亡) tồn vong. ¶ 국가의 ~이 걸린 문제 vấn đề liên quan đến sự tồn vong của quốc gia.

존비(尊卑) sự cao thấp của địa vị, thân phận. ¶ ~귀천 địa vị, thân phận cao thấp và sang hèn.

존속(存續) **~하다** tiếp tục tồn tại. ¶ ~시키다 giữ cho tiếp tục tồn tại, làm cho tiếp tục tồn tại. ¶ ~ 기간 thời gian tiếp tục tồn tại.

존속(尊屬) 【PL】 cha mẹ - ông bà tổ tiên, (những người trong dòng họ (cùng huyết tộc) từ vai vế ngang với bố mẹ trở lên). ¶ ~ 살해 sát hại, giết hại bà con thân thích; (부친의) giết hại bà con của cha; (모친의) giết hại bà con của mẹ.

존숭(尊崇) sự tôn sùng. **~하다** tôn sùng.

존안(尊顔) tôn nhan.

존엄(尊嚴) sự tôn nghiêm. ~한 tôn nghiêm. ¶ 법의 ~(성) sự tôn nghiêm của luật pháp / 인간의 ~ vẻ tôn nghiêm, phẩm giá của con người.

존의(尊意) vị trí cao, thiên tử; tôn ý, lời nói biểu thị sự tôn trọng ý kiến của đối phương.

존장(尊長) tôn trưởng, người lớn nhiều tuổi đáng phải tôn trọng (dù không phải họ hàng).

존재(存在) sự tồn tại. **~하다** tồn tại. ¶ 하나님은 ~한다 Đức Chúa Trời tồn tại. ¶ ~론 bản thể học (thuyết tồn tại) / ~이유 lý do tồn tại.

존절하다 dùng tiết kiệm. ¶ 존절히 một cách tiết kiệm.

존존하다 (서술적) (sợi vải) được dệt đẹp và đều.

존중(尊重) sự tôn trọng. **~하다** tôn trọng. ¶ ~할만한 đáng tôn trọng.

존체(尊體) quý thể (chỉ vào thân thể của đối phương theo cách nói đề cao).

존칭(尊稱) tôn xưng, xưng gọi một cách kính trọng.

존폐(存廢) tồn phế, sự bảo tồn và phế bỏ.

존함(尊銜) tên gọi kính trọng (chỉ tên gọi của đối phương theo cách nói đề cao).

졸(卒) (장기의) tốt (quân tốt trên bàn cờ).

졸경치르다(卒更-) nếm mùi cay đắng; chịu cực khổ, phiền toái nặng nề một thời gian; trả giá đắt.

졸고(拙稿) bản thảo (nói khiêm tốn chỉ vào bản thảo của mình).

졸깃졸깃하다 dinh dính, dai (chỉ sức bật ra khi phải nhai nhiều vật dai).

졸년(卒年) tuất niên, năm chết.

졸다[1] (졸려서) ngủ gật.

졸다[2] (줄다) khô cạn; (끓어서) cạn (vì bị đun sôi cạn).

졸도(卒倒) sự choáng ngất, đột quỵ. **~하다** choáng ngất, đột quỵ (do mệt, mất sức, hay bị kích động).

졸때기 ❶ (작은 일) công việc có quy mô nhỏ. ❷ (사람) người có địa vị tầm thường.

졸라대다 ☞ **조르다** ❷.

졸라매다 buộc chặt, thắt chặt. ¶ 허리띠를 ~ thắt chặt dây lưng.

졸렬(拙劣) ~한 vụng về, kém cỏi, thô thiển.

졸리다[1] (남에게) bị đòi, bị thúc ép (bởi

ㅈ

người khác).

졸리다[2] (매어지다) bị siết chặt, thắt chặt.

졸리다[3] (잠오다) buồn ngủ.

졸막졸막하다 (서술적) to nhỏ khác nhau (khác nhau về kích cỡ và số lượng trong nhiều cái to nhỏ đan xen lẫn nhau). ¶ 졸막졸막한 집들 những căn nhà to nhỏ khác nhau.

졸망졸망 ❶ (울퉁불퉁) ～한 lố nhố, gập ghềnh, gồ ghề. ❷ (자잘한 것이) ～한 xinh xinh, đáng yêu (nhiều thứ nhỏ nhắn hợp lại trông đáng yêu).

졸문(拙文) chữ viết vụng về; (자기 글) bài viết của tôi (tự gọi văn viết của mình theo cách nói khiêm tốn).

졸병(卒兵) binh nhất, lính tốt.

졸보(拙補) người trông thô kệch và không có tài.

졸부(猝富) kẻ mới phất, người mới đột nhiên trở nên giàu có.

졸속주의(拙速主義) thái độ, phương pháp nhanh và ẩu, vụng.

졸아들다 nhỏ lại, co lại; (끓어서) rút bớt đi, cạn bớt đi (vì sôi).

졸아붙다 đun khô, đun cạn.

졸업(卒業) sự tốt nghiệp. **~하다** tốt nghiệp. ¶ 대학을 갓 ～한 청년 cậu thanh niên vừa mới tốt nghiệp đại học. ¶ ～ 논문 luận văn tốt nghiệp / ～생 sinh viên tốt nghiệp / ～시험 thi tốt nghiệp / ～식(式) lễ tốt nghiệp / ～식을 거행하다 thực hiện, cử hành lễ tốt nghiệp / ～장 bằng tốt nghiệp.

졸음 cảm giác muốn ngủ, tâm trạng buồn ngủ. ¶ ～이 오다 có cảm giác buồn ngủ.

졸이다 ❶ (마음을) lo âu, căng thẳng trong lòng (như cháy lòng cháy ruột). ❷ (끓여서) làm khô cạn (đun sôi).

졸작(拙作) ❶ (졸렬한) tác phẩm, sản phẩm nghèo nàn, vụng về, kém cỏi. ❷ ☞ **졸저**(拙著).

졸장부(拙丈夫) người không độ lượng, gã hẹp hòi.

졸저(拙著) tác phẩm kém cỏi của tôi (nói về tác phẩm, sản phẩm do mình làm ra một cách khiêm nhường).

졸졸 (흐름) róc rách (tiếng nước chảy theo dòng); lẽo đẽo, lon ton (chỉ trẻ con hay vật nuôi bám theo, bám gót người lớn để không bị bỏ rơi). ¶ ～ 따라 다니다 lẽo đẽo bám theo.

졸중(卒中) 【YH】 bệnh xuất huyết não (đột quỵ, bị mất đi ý thức do tắc nghẽn hay vỡ động mạch ở não).

졸지에(猝地-) bất thình lình, tình huống bất ngờ.

졸책(拙策) kế hoạch, kế sách vụng về, kém cỏi; kế sách thấp kém của tôi (tự nói về kế sách của mình theo cách nói khiêm nhường).

졸필(卒筆) ❶ (악필) chữ viết xấu. ❷ (악필가) người viết chữ xấu. ❸ (자기 필적) chữ viết xấu xí của tôi (tự nói về chữ của mình theo cách nói khiêm nhường).

졸하다(卒-) qua đời, từ trần (nói về việc chết theo cách nói kính trọng).

좀[1] 【CT】 mối, mọt (côn trùng); sâu mọt (chỉ người hay vật hay ngấm ngầm phá hoại mà không lộ diện). ¶ ～(이) 먹은 mọt, mối ăn / (…하고 싶어) ～이 쑤시다 sâu bọ châm cắn (lòng hồi hộp hay ngứa ngáy muốn làm việc gì đó mà không thể chịu được nữa).

좀[2] (그 얼마나) biết bao, biết nhường nào.

좀[3] ❶ (조금) một chút, một ít. ¶ ～ 피로하다 hơi mệt mỏi một chút. ❷ (제발) xin, xin hãy (đề nghị một cách lịch sự).

좀것 từ gọi vật hay người có hình thù nhỏ bé theo cách nói hạ thấp. ❶ (사람) người ngợm, người vớ vẩn. ❷ (물건) đồ lặt vặt, đồ vớ vẩn.

좀더 (양, 수) thêm một ít, một chút, một ít (về lượng, về số); (시간) một chốc, một lát nữa (về thời gian).

좀도둑 ăn cắp vặt. ¶ ~질 việc ăn cắp vặt.

좀먹다 ❶ (벌레가) mối, mọt, sâu ăn, nhấm. ❷ (비유적으로) phá hoại, gây hại (nói ẩn dụ). ¶ 동심을 ~ phá hoại, gặm nhấm tâm hồn trẻ thơ.

좀생이 ❶ [TVH] tên gọi khác của Mão tinh, ngôi sao thứ 18 trong nhị thập bát tú. ❷ (잔 물건) đồ vật nhỏ bé.

좀스럽다 ❶ (마음이) nhỏ mọn, nhỏ hẹp, hẹp hòi (tấm lòng). ¶ 좀스럽게 굴다 quá tủn mủn. ❷ (규모가) nhỏ bé (về quy mô).

좀약 viên thuốc diệt côn trùng, băng phiến.

좀처럼 ¶ ~ …하지 않다 hiếm khi, ít khi, không dễ gì (thường dùng với câu phủ định).

좀팽이 người nhỏ mọn, vật lặt vặt không đáng kể.

좁다 (폭, 범위가) hẹp (phạm vi); (면적이) chật, chật hẹp (diện tích); (갑갑하게) gò bó, có cảm giác bất tiện; (도량, 소견 따위가) hẹp hòi (tấm lòng, sự độ lượng, suy nghĩ).

좁다랗다 rất chật chội, chật hẹp hơn so với tưởng tượng.

좁쌀 hạt kê; (비유적) nhỏ bé tí xíu như hạt kê (ví von). ¶ ~뱅이 người tí hon / ~ 영감 ông lão bé tí.

좁쌀풀 [TV] cỏ tiểu mễ.

좁히다 (좁게) làm cho hẹp, thu hẹp.

종[1] (노비) người hầu, đầy tớ, con ở.

종[2] (마늘 따위의) củ (hành, tỏi).

종(種) ❶ [Si] giống, giống loài, chủng. ¶ ~의 기원 nguồn gốc của giống loài. ❷ ☞ **종류** ¶ 3~ 우편 3 loại bưu phẩm. ❸ (품종) nòi giống, giống, loài; (소, 말의) loài, giống bò, giống ngựa; (종자) hạt giống. ¶ 몽고~의 말 ngựa giống (chủng loại) Mông Cổ.

종(鐘) cái chuông; (현관의) chuông nhà; (손종) chuông lắc, chuông lắc tay; (징) cái chiêng; (교회종) chuông nhà thờ. ¶ ~을 울리다 [치다] rung [đánh] chuông. ¶ ~소리 tiếng chuông / ~지기 người kéo chuông, người đánh chuông, người gác chuông.

종가(宗家) nhà thuộc ngành trưởng (tông gia, nối dõi tông đường).

종가래 cái thuổng, cái mai (để xắn đất).

종각(鐘閣) lầu chuông, gác chuông.

종개념(種概念) khái niệm hạ tầng (trong quan hệ cấu trúc lớp trên dưới giữa các khái niệm với nhau). ¶ 한국인은 동양인의 ~이다 (khái niệm) người Hàn Quốc là một khái niệm lớp dưới trong khái niệm người phương Đông.

종견(種犬) chó để lấy giống, chó giống.

종결(終結) sự kết thúc (tổng kết). **~하다** kết thúc, chấm dứt.

종곡(終曲) [ÂN] chương cuối, khúc cuối trong biểu diễn nhạc (như trong nhạc giao hưởng).

종관(縱貫) **~하다** xâu, xuyên dọc. ¶ ~철도(鐵道) tuyến đường sắt xuyên dọc, chạy dọc.

종교(宗敎) tôn giáo. ¶ ~상의 thuộc về tôn giáo / ~를 믿다 tin vào tôn giáo. ¶ ~가 giáo sĩ, người truyền đạo / ~ 개혁 cải cách tôn giáo / ~계(界) giới tôn giáo / ~ 단체 tổ chức tôn giáo / ~ 재판 tòa án tôn giáo.

종구라기 = 종구락. cái gầu, cái gáo nhỏ.

종국(終局) chung cuộc, sự kết thúc, cuối cùng. ~의 (thuộc về) cuối cùng, chung cuộc. ¶ ~에 가서는 đi đến cùng (chung cuộc) / ~을 고하다 báo, cho biết sự kết thúc.

종군(從軍) **~하다** tòng quân, nhập ngũ; ra trận. ¶ ~ 기자 phóng viên ra trận / ~ 기장 huân, huy chương chiến tranh.

종굴박 cái gáo nhỏ làm từ vỏ quả bầu.

종극(終極) cuối cùng, sự kết thúc. ~의 cuối cùng, kết thúc.

종기(終期) giai đoạn cuối cùng, giai đoạn kết thúc.

종기(腫氣) chỗ sưng, nhọt, mưng mủ.

종내(終乃) cuối cùng, đến cuối cùng, đến tận cùng.

종다래끼 cái rổ nhỏ bằng tre.

종다수(從多數) sự theo ý kiến của đa số.

종단(宗團) tổ chức tôn giáo, tông phái.

종단(縱斷) sự cắt dọc, sự chạy dọc **~하다** cắt dọc; (산맥 등이) chạy dọc (mạch núi, dãy núi). ¶ ~면 mặt cắt dọc.

종달거리다 cằn nhằn, ca cẩm, lầu bầu (tự nói một mình với nỗi bất bình).

종달새 chim chiền chiện.

종답(宗畓) ruộng (thuộc về sở hữu) của dòng họ.

종당(從當) hồi kết, kết thúc công việc.

종대(縱隊) đội hình xếp theo hàng dọc. ¶ 4열 ~로 theo đội hình bốn hàng dọc / 2열 ~로 행진하다 bước đều theo 2 hàng dọc.

종돈(種豚) lợn giống.

종두(種痘) ☞ **우두**(牛痘).

종래(從來) ~의 cho đến nay, từ trước đến nay, như cho đến nay vẫn. ¶ ~에는 đến nay / ~대로 theo như từ trước đến nay.

종량세(從量稅) thuế định (mức thuế) theo trọng lượng, độ dài, bao bì.

종려(棕櫚) 【TV】 thuộc ngành cọ. ¶ ~나무 cây cọ / ~유 dầu cây cọ.

종렬(縱列) sự xếp theo hàng dọc, hàng dọc.

종료(終了) sự chấm dứt, kết thúc, hết (kỳ hạn), hoàn tất. **~하다** chấm dứt, kết thúc, hoàn tất.

종루(鐘樓) lầu chuông, tháp chuông.

종류(種類) chủng loại, loại; (동식물의) loài (động thực vật); (형) loại hình; (성질) loại tính chất. ¶ 이런 ~의 사람 người loại này / 이런 ~의 사건 sự kiện, sự việc loại như thế này / ~가 다른 khác về chủng loại / 세 ~로 나누다 chia thành ba loại.

종마(種馬) ngựa giống.

종막(終幕) (연극의) cảnh cuối, màn cuối (trong diễn kịch). ¶ ~이 다가오다 đang hồi kết thúc, đang đến màn cuối.

종말(終末) hồi kết của công việc; ván cuối. ¶ ~을 고하다 đưa ra hồi kết.

종매(從妹) em gái họ (con của chú, bác họ nội).

종목(種目) các hạng mục; (경기의) các môn (trong thi đấu).

종묘(宗廟) Tông miếu (điện thờ các đời vua thời Choson).

종묘(種苗) sự gieo hạt, cây nảy từ mầm, cây từ hạt giống. ¶ ~장 vườn ươm hạt.

종물(從物) vật đi theo, phụ tùng đi kèm (장롱에 대한 열쇠 등 như khóa đi theo hòm).

종반전(終盤戰) trận cuối; (바둑 등의) hiệp cuối (như trong cờ vây); (선거 등의) đợt cuối (trong bầu cử).

종발(鐘鉢) cái tô nhỏ, bát nhỏ.

종배(終-) việc đẻ con lứa cuối của động vật (thú vật), lứa cuối (con đẻ sau cùng của động vật).

ㅈ

종범(從犯) (죄) tòng phạm (tội tòng phạm); (사람) kẻ tòng phạm.

종별(種別) sự khu biệt, phân biệt theo chủng loại. **~하다** khu biệt theo loài.

종복(從僕) đầy tớ nam, đứa hầu nam.

종사(宗嗣) con cháu nối dõi (tông tự).

종사(從死) **~하다** chết theo người khác.

종사(從事) **~하다** chú tâm theo công việc, theo đuổi nghề nghiệp (nào đó).

종산(宗山) núi có thờ tổ tiên của dòng họ (tông sơn).

종서(縱書) **~하다** viết theo hàng dọc, chữ viết theo hàng dọc.

종선(縱線) tuyến chạy dọc, đường dọc; 【ÂN】 gạch nhịp.

종성(宗姓) dòng họ chính của vua, họ của vua chúa.

종성(鐘聲) tiếng chuông, âm thanh của chuông.

종속(從屬) sự phụ thuộc. **~하다** phụ thuộc. ¶ ～적인 mang tính phụ thuộc / ～시키다 làm cho phụ thuộc. ¶ ～구[절] câu [mệnh đề] phụ thuộc / ～국 quốc gia phụ thuộc.

종손(宗孫) cháu đích tôn của dòng họ (họ ngành trưởng).

종손(從孫) cháu trai của anh (hay của em trai).

종손녀(從孫女) cháu gái của anh (hay của em trai).

종시(終是) ☞ **끝끝내**.

종시속(從時俗) **~하다** theo phong tục thời đó, theo phong tục lúc bấy giờ.

종식(終熄) sự chấm dứt, sự bị dập tắt. **~하다** chấm dứt, bị dập tắt; (근절) tuyệt căn. ¶ ～시키다 làm cho bị dập tắt, chấm dứt, khiến cho kết thúc.

종신(終身) ❶ (한평생) cả đời, cho đến chết. ～의 cả đời. ¶ ～ 연금 khoản tiền nhất định nhận được hàng năm cho đến khi chết / ～직(職) công việc làm lâu dài, làm cả đời / ～ 징역(형) tù chung thân / ～ 회원 hội viên vĩnh viễn. ❷ (임종) ～하다 lâm chung.

종실(宗室) tông thất, thân tộc họ hàng của vua.

종심(終審) 【PL】 xét xử lần cuối cùng.

종씨(宗氏) họ hàng xa.

종아리 bắp chân. ¶ ～를 맞다 bị đánh vào bắp chân / ～를 때리다 đánh vào bắp chân.

종아리뼈 xương ống chân.

종아리채 roi, gậy để đánh vào bắp chân.

종알거리다 hậm hực, càu nhàu một mình (vì nỗi bất bình của mình).

종양(腫瘍) 【YH】 khối u. ¶ 뇌～ u não / 악성 [양성]～ u ác tính [lành tính].

종언(終焉) kết cục, rốt cuộc, sau cùng, cái chết. ¶ 일생의 ～을 고하다 kết thúc cuộc đời.

종업(從業) **~하다** hành nghề, làm công việc. ¶ ～ 시간 thời gian làm việc (thời gian mở cửa) / ～원 người làm việc, nhân viên.

종업(終業) sự kết thúc công việc; (학교의) kết thúc năm học, khóa học (trong nhà trường). **~하다** kết thúc công việc, kết thúc việc học hành trong năm, khóa. ¶ ～시간 thời gian kết thúc công việc, kết thúc niên học, khóa học / ～식 lễ kết thúc năm học, khóa học.

종연(終演) sự kết thúc biểu diễn (kịch). **~하다** kết thúc biểu diễn. ¶ 오후 10시 ～ 10 giờ tối kết thúc biểu diễn.

종요로이 một cách quan trọng, một cách trọng yếu, cần thiết.

종요롭다 quan trọng, trọng yếu, cần yếu.

종용(慫慂) **~하다** khuyên nhủ. ¶ 아무의 ～으로 với sự khuyên nhủ của ai.

종우(種牛) bò giống.

ㅈ

종유동(鐘乳洞) hang động thạch nhũ (do dung nham chảy dưới tầng nham thạch tạo thành).

종유석(鐘乳石) 【Kh】 thạch nhũ.

종이 giấy. ¶ ～ 한 장 một tờ giấy / ～로 만든 làm bằng giấy.

종일(終日) một ngày, trong một ngày, suốt ngày.

종자(宗子) con nối dõi trong gia đình ngành trưởng (trưởng họ).

종자(從者) người đi theo, người đưa đi theo, (수행자) tùy tùng.

종자(種子) giống, hạt giống. ☞ **씨**.

종자매(從姉妹) chị em con chú con bác.

종작 ～없다 vu vơ, không cân nhắc, không có sự suy nghĩ, suy xét gì.

종잡다 thâu tóm, nắm bắt ý chính, hiểu sơ qua. ¶ 종잡을 수 없다 không năm bắt được.

종장(終場) 【CK】 phiên đóng cửa. ¶ ～ 가격 [상황] giá [tình hình] của phiên giao dịch cuối ngày.

종적(蹤迹) tung tích. ¶ ～을 감추다 che giấu tung tích.

종전(從前) ～의 trước đây, từ trước đây. ¶ ～에 vào thời điểm trước đây / ～과 같이 một cách giống với trước đây.

종전(終戰) sự kết thúc chiến tranh. ¶ ～후의 sau khi kết thúc chiến tranh / ～이 되다 chiến tranh kết thúc.

종점(終點) (맨 끝지점) điểm đỗ cuối, bến cuối cùng. ¶ 버스 ～ bến cuối của xe buýt.

종제(從弟) em trai con chú, con bác.

종조(宗祖) tổ tông.

종조모(從祖母) bà, vợ của (các) anh em của ông.

종조부(從祖父) ông, anh em của ông.

종족(宗族) tông tộc, thân tộc (cùng họ).

종족(種族) (인류의) chủng tộc, giống nòi (của nhân loại); (동식물의) chủng loại, giống nòi (của động thực vật). ¶ ～ 보존 bảo tồn nòi giống / ～본능 bản năng của giống nòi.

종졸(從卒) cần vụ, người theo để giúp việc, binh tốt làm việc trong bộ sở đặc chủng.

종종(種種) ❶ (가지가지) nhiều loại, các chủng loại. ❷ (가끔) thỉnh thoảng.

종종걸음 bước chân gấp gáp, bước chân vội vàng (bước ngắn và gấp). ¶ ～치다 bước những bước chân vội vàng.

종주(宗主) bá chủ, minh chủ. ¶ ～국 nước bá chủ / ～권 quyền bá chủ.

종중(宗中) họ hàng gần (cùng tổ tông).

종지 bát đựng mắm, bát đựng nước chấm.

종지(宗旨) tông chỉ, ý chỉ giáo huấn của dòng họ.

종지부(終止符) ☞ **마침표**. ¶ ～를 찍다 đánh dấu chấm.

종지뼈 xương bánh chè.

종질 việc hầu hạ, việc làm tôi tớ. **~하다** hầu hạ, làm tôi tớ.

종질(從姪) con trai của anh em họ (con của anh em con chú, con bác).

종질녀(從姪女) con gái của anh em họ (con của anh em con chú, con bác).

종착역(終着驛) ga cuối cùng.

종축(種畜) gia súc nuôi lấy giống. ¶ ～장 trại chăn nuôi gia súc giống.

종친(宗親) thân tộc của vua; họ hàng thân thuộc.

종탑(鐘塔) tháp chuông.

종파(宗派) (파벌) phái, môn phái, giáo phái; (지파에 대한) tông phái. ¶ ～심 khuynh hướng bè phái / ～ 싸움 tranh giành bè phái.

종피(種皮) 【TV】 vỏ hạt, vỏ hột.

종합(綜合) sự tổng hợp. **~하다** tổng hợp. ¶ ～적 có tính tổng hợp / ～적으로

một cách tổng hợp. ¶ ~ 과세 đánh thuế tổng hợp / ~ 대학 đại học tổng hợp / ~ 병원 bệnh viện tổng hợp (đa khoa) / ~ 소득세 thuế thu nhập gộp lại (tổng hợp) / ~ 예술 nghệ thuật tổng hợp (phức hợp) / ~ 잡지 (雜誌) tạp chí tổng hợp.

종형(從兄) anh họ con bác (con trai).

종형제(從兄弟) anh em họ con bác, con chú (con trai).

종횡(縱橫) tung hoành, ngang và dọc; tự do tự tại, không bị ngăn cản. ¶ ~으로 một cách ngang dọc; (사방팔방으로) bốn phương tám hướng / ~ 무진으로 dọc ngang vô tận, một cách tự do, tùy thích.

좇다 ❶ (뒤를) theo sau, theo đuổi, (동반) đi cùng. ❷ (따르다) theo. ❸ (복종함) phục tùng, theo ý (của người khác). ¶ 남의 뜻을 ~ theo ý của người khác.

좋다[1] ❶ (양호) tốt. ¶ 가장 좋은 tốt nhất / 더 좋은 tốt hơn / 아주 좋은 rất tốt / 야 참 좋군 ồ! thật là tốt! (may mắn) ❷ (날씨, 경치 따위가) (thời tiết) tốt, (cảnh trí) đẹp. ¶ 좋은 경치 cảnh đẹp. ❸ (적당) phù hợp, đúng lúc; (기회), (시기) trúng, đúng (cơ hội, kế sách). ¶ 좋은 기회 cơ hội tốt / 마침 좋은 때에 vào đúng lúc. ❹ (귀중) quý trọng; (고귀) cao quý. ¶ 좋은 자료 tư liệu quý. ❺ (운) may, lành (vận, số phận). ¶ 좋은 징조 điềm lành / 운이 ~ vận may. ❻ (효능) tốt (hiệu năng). ¶ 건강에 ~ tốt cho sức khoẻ. ❼ (용이) dễ dàng, đơn giản. ¶ 읽기 ~ dễ đọc. ❽ (친밀) thân mật. ¶ 사이가 ~ quan hệ tốt. ❾ (…해도 괜찮다) được, không sao (cho dù). ¶ 가도 ~ đi cũng được, cũng không sao / 이것 가져가도 됩니까? cầm cái này đi cũng được chứ ạ? ❿ (소원) chỉ nguyện vọng, mong muốn (ngữ pháp). ¶ … 이면 좋겠다 nếu là … thì tốt quá.

좋다[2] (느낌) tốt!, được!; OK!; (환성) hay quá!

좋아지다 ❶ (상태가) trở nên tốt, trở nên hay hơn, tiến bộ hơn (trạng thái); (날씨가) trở nên dễ chịu, trở nên đẹp hơn (thời tiết); (아름다워지다) trở nên đẹp hơn. ❷ (좋아하게 되다) trở nên yêu thích hơn.

좋아하다 ❶ (기뻐하다) vui mừng, vui vẻ. ¶ 뛰며 ~ vừa chạy vừa mừng rỡ. ❷ (사랑) yêu, yêu thích; (기호) thích (hứng thú); (선택) thích (chọn lựa, thích hơn so với cái khác). ¶ 좋아하는 이 người mà (ai đó) yêu thích / 좋아하는 책 quyển sách mà (ai đó) thích.

좋이 (một cách) đầy, kha khá, gần như. ¶ ~ 10 마일 đầy 10 dặm.

좋지않다 ❶ (불량) chất lượng kém, không tốt. ¶ 좋지 않은 날씨 thời tiết không tốt / 품질이 ~ chất lượng (hàng hóa, đồ vật) không tốt / 머리가 ~ đầu óc không tốt, không minh mẫn. ❷ (도덕상) xấu, không tốt (về đạo đức). ¶ 좋지 않은 일 việc không tốt. ❸ (악하다) xấu, ác, độc ác. ¶ 좋지 않은 사람 người xấu. ❹ (해롭다) hại; (불리) bất lợi. ¶ 눈에 ~ không tốt cho mắt, hại mắt. ❺ (기분, 건강 등이) (tâm trạng, sức khỏe) tồi tệ, không tốt. ¶ 위가 ~ dạ dày không tốt / 기분이 ~ tâm trạng tồi tệ, không hay lắm. ❻ (불길) không may, không hay. ¶ 좋지 않은 징조 điềm không may, không hay.

좌(左) bên tả, bên trái, hướng trái. ¶ ~측의 phía trái, hướng trái.

좌(座) (tọa) chỗ ngồi, ghế ngồi; vị trí, địa vị. ¶ 권력의 ~에 있는 사람들 những người trên ghế (vị trí) quyền lực.

…좌(座) 【TVH】 chòm sao.

좌경(左傾) tả khuynh; cánh tả; sự nghiêng về bên trái. ~하다 theo hướng tả khuynh, theo cánh tả; nghiêng về bên trái. ¶ ~적(인) có tính chất tả khuynh. ¶ ~문학 văn học tả khuynh / ~분자 phần tử tả khuynh / ~ 사상 tư tưởng tả khuynh.

좌고(坐高) ☞ 앉은키.

좌고우면(左顧右眄) ~하다 nhìn phải trông trái, ngần ngừ.

좌골(坐骨) 【GP】 xương chậu. ¶ ~ 신경통 bệnh đau thần kinh xương chậu.

좌기(左記) ~의 phần chữ ghi chép bên trái (trong lối viết dọc như ở tiếng Trung Quốc).

좌담(座談) việc tọa đàm. ~하다 tọa đàm. ¶ ~회(會) buổi tọa đàm.

좌르르 ồ ồ, ầm ầm (tiếng dòng nước lớn đổ mạnh xuống). ¶ ~ 쏟아지다 đổ ra ồ ồ.

좌불안석(坐不安席) ~하다 đứng ngồi không yên, bất an trong lòng.

좌상(坐商) ☞ 앉은 장사.

좌상(坐像) tượng ngồi, tranh ngồi (tranh hay điêu khắc thể hiện dáng vẻ đang ngồi).

좌상(座上) chỗ mọi người tập trung ngồi; nhóm người ngồi với nhau; những người lớn tuổi nhất.

좌석(座席) (자리) chỗ ngồi, chỗ nhiều người tập trung; (비행기의) chỗ ngồi trên máy bay; (교회의) chỗ ngồi trong nhà thờ; (여지) khoảng không gian để ngồi, nghỉ ngơi. ¶ ~을 양보하다 nhường chỗ (ngồi). ¶ ~권 vé ngồi / ~ 만원 (게시) Hết chỗ ngồi (biển thông báo) / ~ 버스 xe buýt vé ngồi (xe không bán vé đứng) / ~수 số chỗ ngồi.

좌선(坐禪) sự tọa thiền, ngồi thiền. ~하다 tọa thiền.

좌시(坐視) ~하다 ngồi nhìn không, bàng quan, lãnh đạm (nguyên văn: chỉ ngồi cạnh nhìn, không tham gia). ¶ 차마 ~할 수 없다 không nỡ ngồi nhìn không, không nỡ bàng quan.

좌안(左岸) tả ngạn, bờ bên trái.

좌약(坐藥) thuốc hình viên đạn (dùng để nhét hậu môn, âm đạo v.v. để trị bệnh). ¶ ~을 넣다 đặt thuốc.

좌완투수(左腕投手) 【BC】 cầu thủ ném bóng thuận tay trái.

좌욕(坐浴) sự tắm ngồi, chỉ tắm từ phần thắt lưng trở xuống.

좌우(左右) tả hữu, phải và trái; thân cận, bên cạnh; sự chi phối, gây ảnh hưởng. ~하다 chi phối, gây ảnh hưởng. ¶ ~로 (동작) sang trái, phải, sang 2 bên (động tác) / 운명(運命)을 ~하다 chi phối (xoay chuyển) đến vận mệnh / ~를 돌아보다 nhìn quanh / ~되다 bị tác động, bị ảnh hưởng.

좌우간(左右間) giữa thế này và thế kia, thế này và thế khác, dù sao (phó từ).

좌우명(座右銘) cách ngôn, lời răn dạy luôn mang bên mình (để tự răn, để làm phương châm).

좌우익(左右翼) cánh tả và cánh hữu (hai cánh quân hai bên); phái tả và phái hữu (khác phái về tư tưởng chính trị).

좌익(左翼) cánh trái, quân cánh trái; cánh tả, theo cánh tả (cực đoan), (사람) người theo cánh tả. ¶ ~ 분자 phần tử theo đảng cánh tả / ~수 【BC】 người chặn bóng cánh trái / ~ 운동 phong trào vận động của phái cánh tả.

좌절(挫折) sự nản lòng, chán nản; sự đổ bể, tan vỡ (của kế hoạch). ~하다

nản lòng, chán nản (vì bị vấp ngã); đổ bể, trở thành mây khói (của kế hoạch).

좌정(坐定) **~하다** an tọa, ngồi (theo cách nói đề cao).

좌지우지(左之右之) **~하다** xử lý, dẫn dắt theo ý riêng của mình; chi phối, điều khiển người khác theo ý riêng của mình.

좌천(左遷) sự bị giáng chức, bị thuyên chuyển đi chỗ khác. **~하다** bị giáng chức, bị thuyên chuyển sang vị trí khác.

좌초(坐礁) **~하다** mắc cạn bởi đá ngầm (얹히다); lâm vào cảnh khó khăn (cách nói ẩn dụ).

좌충우돌(左衝右突) **~하다** tả xung hữu đột.

좌측(左側) phía tay trái, bên trái. ¶ ～ 통행 đi phía bên tay trái.

좌파(左派) phái cánh tả; (사람) người theo phái cánh tả. ¶ ～의 thuộc về phái cánh tả.

좌판(坐板) miếng ván để bầy hàng (bán ngoài chợ).

좌편(左便) phía trái.

좌표(座標) 【TH】 tọa độ.

좌향(坐向) hướng vị trí (tọa hướng, hướng nhìn thẳng ra, chính diện từ một phương vị như hướng của nhà, hướng mộ).

좌향(左向) hướng bên trái. ¶ ～ 좌! (구령) quay bên trái! (khẩu lệnh) / ～ 앞으로 가! (구령) đi thẳng về bên trái! (khẩu lệnh).

좌현(左舷) mạn trái thuyền. ¶ ～으로 기울다 nghiêng về mạn trái của thuyền.

좌회전(左回轉) sự quay, rẽ sang trái (quay xe ô-tô). **~하다** quay, rẽ (ô-tô) sang trái. ¶ ～ 금지 (교통표지) cấm rẽ trái (biển giao thông).

좍 một cách trải dài, một cách lan rộng; ào, rào rào (tiếng tượng thanh hay tượng hình của nước dội xuống, trút xuống một cách mạnh mẽ). ¶ 소문이 ～ 퍼지다 tin đồn lan rộng ra.

좍좍 ❶ (비가 내림) ào ào, rào rào (tiếng hay cảnh nước mưa trút xuống mạnh và liên tục). ¶ 비가 ～ 내리다 mưa đổ rào rào. ❷ (글을) lưu loát, trôi chảy (diễn tả cảnh đọc liên tục không ngừng). ❸ tít tắp, thênh thang (cảnh lan rộng, trải rộng ra liên tục, không ngừng).

좔좔 ầm ầm, ào ào (khối chất lỏng đổ xuống với lượng lớn và mạnh). ¶ 물이 ～ 흐르다 nước chảy ầm ầm.

좽이 loại lưới đánh cá hình nón (giống như cái vó).

죄(罪) (법률상) tội, tội phạm (về mặt pháp luật); (정신적인) tội lỗi (về mặt tinh thần); (법칙) lầm lỗi, sự vi phạm (phép tắc); (과실, 허물) lỗi, sai sót; (벌) sự trừng phạt; (유죄) có tội (ngược lại với vô tội 무죄). ¶ ～(가) 있는 có tội / ～ 없는 không có tội / ～를 범하다 phạm tội / ～를 용서하다 tha tội.

죄과(罪科) tội, sai phạm; sự buộc tội.

죄과(罪過) tội ác, tội lỗi (죄악); sai lầm, lỗi (과오).

죄다[1] ❶ (바싹) thắt, kéo căng, vặn chặt (vắt kiệt). ¶ 나사를 (바싹) ～ siết chặt con ốc vít. ❷ (마음을) lo lắng, căng thẳng trong lòng. ¶ 결과가 어찌 될까 마음을 ～ lo âu trong lòng, không biết kết quả sẽ như thế nào.

죄다[2] (모두) tất cả, tất tần tật (không bỏ sót gì). ¶ ～ 자백하다 tự bộc bạch, tự giãi bày toàn bộ mọi điều.

죄명(罪名) tội danh.

죄목(罪目) ☞ **죄명**.

죄받다(罪-) chịu tội, bị phạt tội.

ㅈ

죄상(罪狀) tội trạng. ¶ ～을 조사하다 điều tra tội trạng.

죄송(罪悚) ~하다 cảm thấy có lỗi, áy náy, hối lỗi. ¶ ～합니다 xin lỗi!

죄수(罪囚) tù nhân.

죄악(罪惡) (종교상) tội ác, có tội (về mặt tôn giáo); (법률상) tội ác, phạm tội (về mặt luật pháp). ¶ ～감 cảm giác có tội (đối với hành vi của bản thân).

죄어들다 cuốn, cuộn chặt (vào bên trong); sự bất an, nơm nớp trong lòng.

죄어치다 (바싹) siết chặt, thắt chặt; (재촉) hối thúc, giục giã.

죄업(罪業) [PG] tội, phạm vào điều răn của đạo Phật; sự quả báo cho tội gây ra.

죄이다 bị thắt lại, bị siết lại; (마음이) thắt lòng, bị căng thẳng trong lòng.

죄인(罪人) tội nhân (종교상).

죄증(罪證) tội chứng, chứng cứ phạm tội.

죄짓다(罪-) gây tội, phạm tội; (종교상) phạm tội, vi phạm điều lệ (trong tôn giáo).

죄책(罪責) trách nhiệm đối với tội lỗi đối với những vi phạm đã gây ra. ¶ ～감 cảm giác có tội, có trách nhiệm với tội, với những sai trái đã gây ra.

죔쇠 mỏ cặp, ê-tô, công cụ bằng kim loại có 2 hàm kẹp chặt để bắt, vặn.

죔틀 từ dùng chung để chỉ các công cụ có hàm, có mỏ kẹp để bắt chặt, thít chặt.

주(主) chủ ❶ (주인) chủ nhân; (수령) thủ lĩnh, người đứng đầu; (신) thần. ❷ (주요) chủ yếu, quan trọng. ¶ ～되는 trở thành chính yếu, chủ đạo, quan trọng.

주(州) châu; (행정구획) khu vực hành chính; địa hạt, tỉnh; (미국의) bang (Mỹ).

주(洲) bãi cát phù sa (bên bờ sông); (대륙) đại lục, lục địa. 아시아 ～ Á châu (châu Á).

주(株) ❶ (주식) cổ phần, cổ phiếu. ¶ 은행～ cổ phần ngân hàng / 인기～ cổ phiếu hấp dẫn. ❷ (그루) đơn vị đếm, tính số cây, gốc cây. ¶ 나무 한 ～ một cái cây.

주(註) chú giải, giải thích. ¶ ～를 달다 chú thích, làm (gắn) chú thích.

주(週) tuần.

주가(株價) giá cổ phần. ¶ ～가 오르다 (주식의) giá cổ phần tăng lên; (사람의) người đang nổi danh, có tiếng. ¶ ～ 지수(指數) chỉ số giá cổ phần / 종합 ～ 지수 chỉ số giá cổ phần tổng hợp / 평균 ～ giá cổ phần bình quân.

주간(主幹) cốt cán, người quản lý chính trong công việc.

주간(週刊) sự phát hành theo tuần. ¶～지 ấn phẩm, tạp chí phát hành theo tuần.

주간(週間) trong một tuần, tuần lễ. ¶ 교통 안전 ～ tuần lễ an toàn giao thông.

주간(晝間) ban ngày, vào lúc ban ngày. ¶ ～에 vào ban ngày.

주객(主客) chủ khách. ¶ ～을 전도하다 đảo lộn chủ khách.

주객(酒客) tửu khách, khách nhậu.

주거(住居) cư trú. ¶ ～를 서울로 옮기다 chuyển chỗ ở tới Seoul. ¶ ～비 tiền nhà ở (gồm cả tiền thuê nhà, tiền nước, tiền bảo hiểm v.v.).

주걱 cái vá (xúc cơm); cái bót (đi giày).

주검 (시체) thi hài, thi thể.

주격(主格) [NP] chủ cách (chức năng chủ ngữ trong câu, trong tiếng Hàn được biểu hiện bởi các tiểu từ) (조사).

주견(主見) (의견) chủ kiến (ý kiến).

ㅈ

주경야독(晝耕夜讀) **~하다** học hành vất vả (nguyên văn: ngày làm ruộng, đêm đọc sách).

주고도(走高跳) nhảy cao.

주고받다 cho và nhận, trao đổi với nhau.

주공(住公) ☞ **주택공사** (대한주택공사). Tổng công ty nhà Hàn Quốc. ¶ ~ 아파트 tập thể, chung cư của Công ty Nhà Hàn Quốc.

주공(鑄工) thợ đúc kim loại.

주관(主管) **~하다** chủ quản, quản lý. ¶ ~ 사항 các mục (các vấn đề) chịu trách nhiệm quản lý, có bổn phận quản lý.

주관(主觀) chủ quan. ¶ ~적(으로) một cách chủ quan. ¶ ~론 chủ quan luận, chủ nghĩa chủ quan / ~식 문제 vấn đề (đề bài thi) theo hình thức chủ quan (tự trình bày ý kiến).

주광(酒狂) (사람) nát rượu, người nát rượu; người nghiện rượu.

주광색(晝光色) ánh sáng ban ngày, sự chiếu của ánh sáng ban ngày ¶ ~ 전구 bóng đèn có độ chiếu sáng, ánh sáng như ban ngày.

주교(主教) giám mục, một giáo chức chuyên phụ trách công việc của giáo hội trong khu vực; tôn giáo chính, tôn giáo chủ đạo. ¶ 대~ tổng giám mục.

주교(舟橋) cầu phao (cầu nối bởi nhiều chiếc thuyền ghép lại với nhau).

주구(走狗) chó săn; (앞잡이) tay sai cho người khác. ¶ 경찰의 ~ chó săn (kẻ làm chó săn) cho cảnh sát.

주권(主權) chủ quyền. ¶ ~ 재민(在民) dân làm chủ (chủ quyền của quốc gia thuộc về nhân dân). ¶ ~국 nước có chủ quyền / ~자 người (kẻ) có chủ quyền.

주권(株券) cổ phiếu, chứng khoán. ¶ 기명 ~ cổ phiếu ghi danh / 무기명 ~ cổ phiếu tự do, không ghi danh.

주근깨 tàn nhang.

주금(株金) tiền đầu tư cổ phần.

주금(鑄金) đúc kim loại (sử dụng khuôn đúc).

주금류(走禽類) 【LCh】 loài chim thích nghi để chạy (cánh thoái hóa, không bay được, chỉ chạy như đà điểu, chim kivi).

주급(週給) tiền cấp hàng tuần.

주기(酒氣) hơi rượu, mùi rượu. ¶ ~가 있다 có hơi rượu.

주기(週期) chu kỳ, (주기성) có tính chu kỳ. ~적 có thuộc tính chu kỳ, theo (một cách có) chu kỳ. ¶ ~율 định luật tuần hoàn.

주기도문(主祈禱文) 【CĐG】 văn cầu nguyện, kinh cầu nguyện.

주네브 ☞ **제네바**.

주년(周年) năm thứ, (tính năm theo chu kỳ, lấy một năm làm đơn vị). ¶ 5~ năm thứ 5 (kỷ niệm 5 năm).

주눅들다 mất hết khí thế, mất hết tinh thần, trở nên ủ rũ.

주눅좋다 trơ tráo, không biết xấu hổ.

주다[1] (일반적으로) cho; (수여) ban, tặng; (급여) cấp; (입히다) gây ra cho, bắt chịu, làm cho phải nhận. ¶ 타격을 ~ đánh, gây thiệt hại (đem lại thiệt hại) / 암시를 ~ gợi ý, gián tiếp chỉ cho biết (nguyên văn: ám thị cho biết) / 상을 ~ tặng thưởng, thưởng.

주다[2] (해주다) làm … cho (trợ động từ, bổ trợ động từ). ¶ 책을 사~ mua sách cho.

주단(紬緞) hàng tơ lụa nói chung.

주도(主導) **~하다** chủ đạo, dẫn đầu, dẫn dắt, lãnh đạo. ¶ ~권 quyền lãnh đạo / ~권을 잡다 nắm quyền lãnh đạo.

ㅈ

주도(周到) ～한 chu đáo, kỹ lưỡng, tỉ mỉ, hết sức cẩn thận.

주독(酒毒) chứng nhiễm độc, trúng độc của rượu.

주동(主動) sự chủ động. **~하다** chủ động. ¶ ～자 người khởi xướng (trở thành người chủ động trong sự việc) / ～자가 되다 trở thành người (kẻ) khởi xướng.

주두(柱頭) ❶ 【KTr】 đầu cột. ❷ 【TV】 đầu nhụy.

주둔(駐屯) sự đồn trú, đóng quân. **~하다** đồn trú, đóng quân. ¶ ～군 (수비의) quân đồn trú (quân phòng ngự); (점령군) quân đóng đồn ở lại (quân chiếm lĩnh).

주둥이 (입) miệng; (부리) mỏ (như của chim, vịt); (물건의) khe, lỗ, cửa miệng (của đồ vật).

주량(酒量) tửu lượng, mức độ uống được rượu. ¶ ～이 크다 tửu lượng tốt.

주렁주렁 trĩu trịt (quả mọc); túm tụm (người bám theo) (phó từ, từ tượng hình.

주력(主力) chủ lực. ¶ ～을 집결하다 tập trung chủ lực. ¶ ～ 부대 đội quân chủ lực / ～ 업종 [업체] ngành nghề [công ty] chủ lực / ～주(株) cổ phiếu chủ lực / ～ 함대 hạm đội chủ lực.

주력(注力) **~하다** dồn lực, dồn sức.

주렴(珠簾) bức mành, rèm hạt được làm bằng cách xâu các viên bi, hạt lại thành chuỗi.

주례(主禮) (일) việc đứng ra chủ lễ; (사람) người làm chủ lễ; (결혼식) chủ hôn. ¶ ～ 목사 mục sư làm chủ hôn.

주로(主-) chủ yếu là, thường thì (là chính); (대개) đại thể, đa phần là. (phó từ)

주로(走路) đường đua, đường chạy đua.

주룩주룩 ❶ (주름살이) một cách nhăn nheo, nhàu nát. ¶ ～ 주름진 có nếp nhăn nhàu nát. ❷ (비가) rào rào (tiếng mưa như trút). ¶ ～ 오는 비 mưa rào rào (như trút).

주류(主流) dòng chảy chính của sông (chủ lưu); khuynh hướng chính, chủ đạo. ¶ ～파 phái chủ đạo, phái nắm quyền chủ đạo.

주류(酒類) chủng loại rượu, đồ uống thuộc loại rượu.

주르륵 tiếng tồng tộc, ùng ục (tiếng dòng nước lớn chảy ra qua lỗ to).

주름 (피부의) nếp nhăn, vết nhăn (của da). (물건의) nếp nhăn, nhàu của đồ vật. (옷의) nếp nhăn của áo. ¶ ～잡다 gấp thành nếp, xếp li / ～잡히다 bị gấp thành nếp / ～잡힌 얼굴 khuôn mặt bị nếp nhăn / ～을 펴다 vuốt phẳng, làm giãn nếp nhăn. ¶ ～ 상자 phần xếp ở ống zoom máy ảnh (kết nối giữa máy ảnh và ống kính, cho phép ống kính di động được.

주름잡다 ❶ ☞ 주름. ❷ (지배) chi phối, thống lĩnh.

주리다 đói, chịu nhịn đói; (갈망) thèm khát, khát vọng.

주리틀다 (형벌) bắt kẹp chân, phạt kẹp chân (hình phạt tra tấn).

주립(州立) ¶ ～의 của tiểu bang, do bang lập ra, thuộc về bang (tiểu bang) / ～대학 đại học do bang lập ra.

주마가편(走馬加鞭) (채찍질을 더함) **~하다** thêm roi cho ngựa đang chạy (khích lệ cho người có tinh thần nỗ lực, chăm chỉ tiến thêm lên một bậc nữa).

주마간산(走馬看山) **~하다** cưỡi ngựa xem hoa.

주마등(走馬燈) đèn ngựa chạy giống như đèn kéo quân; sự vật biến chuyển nhanh chóng. ¶ ～ 같은 nhanh như đèn tẩu mã đăng.

주막(酒幕) lều bán rượu, quán rượu nhỏ ven đường ở vùng quê.

주말(週末) cuối tuần. ¶ ～ 여행 du lịch cuối tuần / ～ 여행자 người du lịch cuối tuần.

주머니 túi tiền, hầu bao (작은); túi quần, túi áo (호주머니). ¶ ～에 넣다 bỏ vào túi (túi quần, túi áo) / ～에서 꺼내다 lấy ra khỏi túi.

주머니칼 dao găm, dao gấp (nguyên văn: dao nhỏ có thể gấp, để trong túi).

주먹 nắm tay. ¶ ～을 쥐다 nắm đấm. ¶ ～밥 cơm nắm.

주먹구구(-九九) (어림) tính bằng cách đếm ngón tay, tính không rõ.

주먹다짐 việc đánh bằng nắm đấm, cuộc đấm đá; sự đe dọa, hăm dọa. ¶ ～하다 đánh bằng nắm đấm; dùng quả đấm; đe dọa / ～으로 bằng (với) việc dùng nắm đấm.

주먹질하다 vung nắm đấm lên đánh.

주명곡(奏鳴曲) 【ÂN】 bản xô-nát.

주모(主謀) **~하다** chủ mưu. ¶ ～자 kẻ chủ mưu.

주모(酒母) men để làm rượu; (작부) gái bán rượu (trong quán rượu nhỏ, đơn giản), gái hầu rượu.

주목(朱木) 【TV】 cây thủy tùng (sắc đỏ).

주목(注目) việc mắt đổ dồn nhìn vào một chỗ, sự chú ý nhìn. **~하다** chú ý nhìn vào một chỗ; theo dõi. ¶ ～할 만한 đáng chú ý.

주무(主務) ¶ ～ 장관 [관청] bộ trưởng, [cơ quan] có trách nhiệm chính, có liên quan chủ quản.

주무르다 ❶ (물건을) bóp (đồ vật); (몸을) bóp, xoa bóp (thân thể). ❷ (농락) lung lạc, tán tỉnh.

주문(主文) 【NP】 bộ phận, thành phần chính trong câu; phần kết luận phán quyết cuối cùng của tòa án.

주문(注文) ❶ (마춤) sự đặt đồ, hàng; sự gọi đem, gửi hàng tới. **~하다** đặt hàng, đặt đồ, gọi (yêu cầu) phục vụ. ¶ ～을 받다 nhận đặt hàng / ～에 따라 만들다 làm theo nội dung đặt hàng / …의 ～이 많다 đặt hàng nhiều về. ¶ ～서(書) [장] đơn [giấy] đặt hàng / ～품 sản phẩm, hàng đặt. ❷ (요구) việc gọi phục vụ, yêu cầu phục vụ.

주문(呪文) câu thần chú, (chú văn, đọc khi làm pháp thuật); lời chú để rửa sạch tâm linh và cầu nguyện trong Thiên Đạo giáo (của Hàn Quốc, sáng lập 1859).

주물(鑄物) sản phẩm, đồ vật được đúc, đồ đúc. ¶ ～ 공장 nhà máy, xưởng đúc (đồ vật).

주물럭거리다 bóp đều, xoa bóp đều.

주미(駐美) ～의 trú tại Mỹ, ở tại Mỹ. ¶ ～ 한국 대사 Đại sứ Hàn Quốc tại Mỹ.

주민(住民) dân địa phương, dân cư trú tại địa bàn. ¶ ～ 등록 đăng ký cư trú / ～ 등록증 chứng minh thư / ～ 등록 번호 số chứng minh thư (nguyên văn: số đăng ký thẻ cư trú) / ～세 thuế đối với thu nhập của dân sinh sống tại địa bàn (địa phương).

주밀(周密) ～한 tỉ mỉ, kỹ lưỡng.

주발(周鉢) bát cơm bằng đồng thau, có nắp.

주방(廚房) nhà bếp. ¶ ～장 bếp trưởng.

주번(週番) việc đảm nhận trong tuần theo phiên; người đến phiên đảm nhận trách nhiệm trong tuần. ¶ ～ 사관 sĩ quan đến phiên đảm nhận việc trong tuần.

주범(主犯) thủ phạm chính, (giống như 정범, ngược lại với tòng phạm); (사람) người có vai trò là thủ phạm chính, có hành vi phạm tội chính; nguyên nhân gây ra kết quả xấu, tồi tệ.

주법(走法) phương pháp chạy (trong thi điền kinh).

주법(奏法) phương pháp, lối biểu diễn, thể hiện (âm nhạc).

주벽(酒癖) tật nghiện rượu, thói quen thích rượu; tật, thói xấu khi say rượu. ¶ ～이 나쁘다 có tật xấu lúc say rượu.

주벽(主壁) tường chính trong nhà; chỗ ghế chính giữa; bài vị chính giữa.

주변 sự khéo xoay xở, giỏi ứng biến; tài ứng biến (융통성). ¶ ～이 있는 사람 người có tài xoay xở, giỏi ứng biến.

주변(周邊) xung quanh, vòng xung quanh; (도시 따위의) lân cận (đô thị, thành phố). ¶ …의 ～에 ở xung quanh, ở (khu vực) lân cận của….

주병(駐兵) ~하다 cho trú quân lại, (lệnh cho) đóng quân lại; quân đóng lại (tại nơi nào đó).

주보(週報) (신문) báo, tạp chí ra trong tuần; (보고) báo cáo của tuần; (공보) bản tin, tin trong tuần.

주보(酒保) 【QS】 từ cổ, trước đây để chỉ hàng quán bán trong quân đội.

주봉(主峰) đỉnh núi, ngọn núi cao nhất; phần nổi trội; đỉnh núi cao nhất, gần các chỗ như móng nhà, mộ trong địa lý phong thủy.

주부(主部) bộ phận quan trọng, chính yếu; 【NP】 bộ phận chủ ngữ.

주부(主婦) người phụ nữ làm chủ các việc nội trợ trong gia đình, phụ nữ làm nội trợ trong gia đình.

주부코 mũi đỏ, mũi sinh ra các mụn đỏ.

주빈(主賓) khách chính, khách quan trọng.

주사(主事) (관리) chủ sự, người đứng ra chủ trương cho công việc; (총칭) chức danh của viên chức nhà nước (cách gọi chung, thuộc cấp 6 trong các ngạch bậc viên chức nhà nước).

주사(主辭) 【Lo】 khái niệm chính, phần chính của mệnh đề.

주사(朱砂) 【Kh】 chu sa.

주사(走査) 【TV】 scan hình ảnh, sự phân hình (việc phân giải hình ảnh ra thành các điểm ảnh). ¶ ～선 tuyến phân hình, đường phân hình (các tuyến nối các điểm ảnh theo một trật tự nhất định).

주사(注射) sự tiêm. ~하다 tiêm. ¶ ～기(器) ống tiêm / ～약 thuốc tiêm / ～침(바늘) kim tiêm / 예방 ～ việc tiêm dự phòng / 정맥 [근육, 피하] ～ sự tiêm tĩnh mạch [bắp, dưới da].

주사(酒邪) ¶ ～가 있다 có thói xấu khi say rượu.

주사위 súc sắc, con súc sắc. ¶ ～를 던지다 đổ súc sắc. ¶ ～ 놀이 chơi súc sắc.

주산(珠算) việc tính, đếm bằng bàn tính. ¶ ～ 경기 thi tính bằng bàn tính.

주산물(主産物) sản phẩm đại trà, sản phẩm, vật phẩm chủ yếu có nhiều ở địa phương.

주산지(主産地) nơi sản xuất chủ yếu, khu vực, vùng sản xuất chính một loại đồ vật, sản phẩm nào đó.

주상(主上) (임금) chúa thượng (vua).

주색(酒色) tửu sắc. ¶ ～에 빠지다 đắm chìm vào tửu sắc. ¶ ～ 잡기 tửu sắc tạp kỹ, rượu chè, trai gái và cờ bạc.

주서(朱書) ~하다 viết chữ bằng mực đỏ.

주석(主席) ghế chính, chỗ chính; chủ tịch, địa vị (người) cao nhất của đảng phái hay của một quốc gia (ở một số quốc gia).

주석(朱錫) thiếc. ¶ ～을 입히다 phủ thiếc, mạ thiếc. ¶ ～박(箔) lá thiếc.

ㅈ

주석(柱石) ☞ 기둥 ❸.

주석(酒石) 【HH】 cắn rượu, cặn rượu (rượu vang). ¶ ～산 axit tactric (axit hữu cơ có trong nhiều loại thực vật, hoa quả).

주석(酒席) chỗ ngồi uống rượu.

주석(註釋) chú thích. ¶ ～을 달다 gắn chú thích. ¶ ～자 người chú thích, chú giải.

주선(周旋) (알선) sự xoay vần, dàn xếp (hỗ trợ cho việc của người khác được tốt); (중개) sự đứng trung gian dàn xếp, hòa giải. **~하다** dàn xếp, thu xếp, đứng trung gian hòa giải (giữa hai nước phân tranh). ¶ …의 ～으로 bằng sự dàn xếp của …. ¶ ～인 người làm trung gian, người dàn xếp.

주선(酒仙) tửu tiên, người thích rượu, nghiện rượu nặng.

주섬주섬 ¶ ～줍다 [입다] nhặt nhạnh [mặc] từng thứ, từng thứ một.

주성분(主成分) thành phần chính.

주세(酒稅) thuế rượu.

주소(住所) ❶ (거처) nơi cư trú. 【PL】 nơi thường trú. ¶ ～가 일정치 않다 nơi cư trú không ổn định. ❷ (번지) địa chỉ. ¶ ～록 sổ ghi địa chỉ / ～ 불명 địa chỉ không rõ ràng / 현 ～ địa chỉ hiện nay.

주스 nước hoa quả.

주시(注視) sự để ý, sự tập trung nhìn, chú ý đến. **~하다** theo dõi, để ý, chú ý đến.

주식(主食) lương thực chính. ¶ 쌀을 ～으로 하다 lấy gạo làm lương thực chính.

주식(株式) cổ phần. ¶ ～ 발행 phát hành cổ phiếu / ～ 배당 chia lãi cổ phần, chia cổ tức / ～ 청약서 đơn xin tham gia làm chủ sở hữu cổ phần / ～ 회사 công ty cổ phần.

주식(晝食) bữa trưa. = 점심.

주식공개(株式公開) công khai cổ phần của công ty cho các nhà đầu tư.

주식거래(株式去來) giao dịch cổ phần.

주심(主審) 【BC】 trọng tài chính, (축구, 권투 따위) trọng tài chính trong bóng đá, quyền anh.

주아(主我) 【TrH】 chỉ theo hiểu biết của mình, không tham khảo ý của người khác, tự đề cao mình, tự lấy mình làm trung tâm, làm chính.

주악(奏樂) **~하다** tấu nhạc, biểu diễn nhạc.

주안(主眼) mục tiêu chính. ¶ …에 ～을 두다 đặt mục tiêu chính vào …. ¶ ～점 điểm cốt yếu, quan trọng (đập vào mắt).

주야(晝夜) ngày và đêm. ¶ ～ 교대로 luân phiên ngày và đêm. ¶ ～ 장천 suốt ngày và đêm, liên tục, không ngừng.

주어(主語) 【NP】 chủ ngữ.

주역(主役) vai trò chính, người có vai trò chính; (배우) diễn viên chính.

주역(周易) chu dịch (kinh thư).

주연(主演) **~하다** đóng vai chính, xuất hiện trong vai chính. ¶ ～자 người đóng vai chính.

주연(周延) 【Lo】 thế phân bố, (chỉ khái niệm, khi phán đoán (về khái niệm đó) trùm lên toàn bộ ngoại diên của khái niệm).

주연(酒宴) tiệc rượu (tửu yến).

주영(駐英) ～의 tại Anh (Anh quốc). ¶ ～한국 대사 đại sứ Hàn Quốc tại Anh.

주옥(珠玉) châu ngọc. ¶ ～ 같은 글 bài viết quý như châu ngọc.

주요(主要) ～한 chủ yếu, chính yếu. ¶ ～ 도시 đô thị, thành phố chính / ～ 산물 sản vật chủ yếu, chính yếu / ～ 산업 công nghiệp chính yếu / ～ 수입품 hàng nhập khẩu chính / ～ 수출품 hàng xuất khẩu chính /

~ 원인(原因) nguyên nhân chính / ~ 인물 nhân vật chính.

주워담다 nhặt lên cất vào, đựng vào. ¶ 흩어진 사과를 바구니에 ~ nhặt táo rơi vãi cất vào giỏ.

주워대다 liệt kê, kể lể (thế này thế khác).

주워듣다 tình cờ nghe được từng tí một, nhặt nhạnh tin.

주워모으다 gom nhặt, thu gom.

주워섬기다 buôn chuyện, luyên thuyên về những điều nghe được, thấy được.

주위(周圍) (언저리) chu vi, xung quanh; (환경) xung quanh (môi trường xung quanh); (부근) phụ cận, vùng lân cận. ~의 của xung quanh. ¶ ~에 ở xung quanh, ở vùng phụ cận.

주유(注油) (급유) sự đổ dầu. **~하다** đổ dầu. ¶ ~소 trạm xăng dầu.

주유(周遊) **~하다** du ngoạn, chơi xung quanh, chơi vòng quanh.

주은(主恩) (임금의) ơn vua, ân huệ của vua ban cho; (주인의) ân huệ của chủ; (천주의) ơn chúa, ân huệ của chúa.

주음(主音) 【ÂN】 âm chủ đạo.

주의(主意) chủ ý; việc coi trọng ý chí; ý của chúa.

주의(主義) chủ nghĩa; (방침) phương châm.

주의(注意) ❶ (주목, 유의) sự chú ý, lưu ý. **~하다** chú ý. ¶ ~를 게을리 하다 lười chú ý, lơ đễnh / ~를 환기하다 khơi dậy sự chú ý / ~를 딴데로 돌리다 chuyển sự chú ý sang chỗ khác. ¶ ~ 사항 mục, hạng mục cần chú ý / ~ 인물 nhân vật đáng chú ý (nguy hiểm). ❷ (조심) cẩn thận; (경고) dùng khi ra lệnh, nhắc nhở hay cảnh cáo. ~하다 chú ý. ¶ ~ 깊은 hết sức chú ý, thận trọng / ~하여 chú ý làm.

주익(主翼) cánh chính (ở hai bên máy bay).

주인(主人) (가장) gia trưởng, chủ gia đình; (남편) chồng; (손님에 대하여) chủ (nhà); (여관, 음식점 등의) chủ cửa hàng, quán (quán trọ, hàng ăn); (고용주) chủ (chủ sử dụng nhân viên, người làm công); (임자) chủ (tài sản cho thuê). ¶ ~공 người đóng vai trò chính, trung tâm; (소설, 영화의) vai chính (trong tiểu thuyết, phim ảnh) / ~집 nhà của ông chủ, chủ nhân / 가게 ~ chủ cửa hàng.

주인(主因) nguyên nhân chính.

주일(主日) Chủ nhật. ¶ ~ 학교 trường học (hoạt động) vào chủ nhật (thông thường do nhà thờ điều hành).

주일(週日) tuần. ¶ 이번 [지난] ~ tuần này [trước].

주일(駐日) ~의 ở tại Nhật, trú tại Nhật. ¶ ~ 한국 대사관 Đại sứ quán Hàn Quốc tại Nhật.

주임(主任) chủ nhiệm, lãnh đạo chính, đảm nhiệm chính. ¶ ~ 교수 giáo sư chủ nhiệm / ~ 기사 kỹ sư chính / 영업부 ~ chủ nhiệm ban (bộ phận) kinh doanh (trong công ty) / 회계 ~ kế toán chính, chủ nhiệm việc kế toán.

주입(注入) ❶ (부어넣기) sự đổ, trút; (신사상 따위의 고취) sự nhỏ, rỏ, cho thấm vào lòng. **~하다** đổ, nhỏ, rỏ. ❷ (공부 따위) sự nhồi nhét. **~하다** nhồi nhét, làm cho thấm nhuần. ¶ ~식 교육 giáo dục theo kiểu (hình thức) nhồi nhét.

주자(走者) người chạy, 【BC】 người ở vị trí chạy (đến điểm base để ghi điểm).

주자(鑄字) sự đúc chữ. **~하다** đúc chữ. ¶ ~소 xưởng đúc chữ.

주장(主張) chủ trương, sự đòi hỏi, yêu cầu; (창도) sự dẫn đầu; (고집) sự cố chấp, khẳng định (cho quan điểm). **~하다** chủ trương. ¶ 권리를 ~하다 đòi quyền lợi / 판권을 ~하다 đòi bản quyền. ¶ ~자 người chủ trương, người đứng ra bảo vệ quan điểm (hay đòi hỏi, yêu cầu).

주장(主將) chủ tướng; đội trưởng (đội thi đấu thể thao). ¶ 야구팀 ~ đội trưởng đội bóng chày.

주장(主掌) **~하다** đảm nhận, giữ trách nhiệm chính.

주재(主宰) **~하다** chủ trì, đảm nhận việc quản lý, trông nom. ¶ ~자 người chủ trì, người đứng ra trông nom, quản lý (công việc).

주재(駐在) **~하다** trú tại, thường trú tại. ¶ ~의 ở nơi trú tại, thường trú. ¶ ~관 viên chức thường trú (tại một địa điểm nào đó) / ~국 nước sở tại nơi thường trú, cư trú (quốc gia nơi đại sứ, công sứ trú tại).

주저(躊躇) sự trù trừ. **~하다** trù trừ. ¶ ~하면서 vừa trù trừ (vừa làm việc gì đó) / ~없이 một cách không trù trừ.

주저앉다 ngồi phịch xuống, ngồi thụp xuống, sụp xuống (ngay tại chỗ); (함몰) sụt lở, sụp đổ; (머물다) ở lại, sống tại một chỗ cố định.

주저앉히다 ép ngồi xuống tại chỗ, bắt ngồi xuống tại chỗ; (못 떠나게) lưu giữ lại, giữ lại (không cho đi).

주전(主戰) chủ chiến, chủ trương khai chiến; chủ lực trong thi đấu, chiến đấu. ¶ ~론 thuyết, đường lối chủ chiến / ~론자 người theo thuyết chủ chiến / ~ 투수 vận động viên ném bóng chủ lực.

주전부리 thói ăn vặt, việc ăn vặt ngoài bữa ăn chính. **~하다** ăn vặt (ăn vặt liên tục).

주전자(酒煎子) cái ấm. ¶ 물~ ấm nước.

주절(主節) 【NP】 mệnh đề chính.

주점(酒店) tửu điếm, quán rượu.

주접들다 còi cọc.

주접스럽다 (음식에 대하여) háu ăn, tham ăn; có tính tham lam, hám lợi.

주정(酒酊) sự say rượu; cử chỉ, lời nói khi say rượu. **~하다** say rượu, hành động lúc say. ¶ ~꾼 người nát rượu, người hay gây chuyện lúc uống rượu.

주정(酒精) thành phần cồn, rượu cồn (ethanol). ¶ ~계 ống đo nồng độ rượu / ~음료 đồ uống có chất cồn.

주정설(主情說) 【TrH】 thuyết duy tình (thuyết chủ trương về sự tồn tại mang tính ưu việt của tình cảm trong sinh hoạt, đối lại với thuyết duy lý trí).

주제 (몰골) hình dáng, diện mạo xơ xác, ủ rũ; tình trạng, hoàn cảnh xấu (theo nghĩa tiêu cực). ¶ 돈도 없는 ~에 trong tình trạng không có tiền / ~ 사납다 dáng vẻ trông tiều tụy.

주제(主題) (주제목) đề mục chính, chủ đề; (작품의 중심점) chủ đề, nội dung chính của tác phẩm. ¶ ~가 bài hát thể hiện chủ đề, bài hát thể hiện một cách tượng trưng cho nội dung chủ đề (trong kịch, phim).

주제넘다 trơ tráo không hợp với địa vị hoặc thân phận của mình. ¶ 주제넘게 một cách trơ tráo, mất lịch sự.

주조(主調) 【ÂN】 âm điệu chủ đạo.

주조(主潮) trào lưu chính, khuynh hướng chính.

주조(酒造) làm rượu, nấu rượu (약주, 소주 따위) như rượu thuốc, rượu soju.

주조(鑄造) sự đúc, đúc tạo; (화폐의) sự đúc tiền. **~하다** đúc; (화폐를) đúc tiền. ¶ ~소 nơi đúc, lò đúc.

주종(主從) chủ và tớ, chủ tớ. ¶ ~ 관계

quan hệ chủ tớ.

주주(株主) cổ đông. ¶ ~ 배당금 cổ tức cho cổ đông / ~ 총회(總會) Hội đồng cổ đông, Đại hội đồng cổ đông / 대 [소] ~ cổ đông lớn [nhỏ].

주지(主旨) chủ ý; thánh chỉ (của chúa (trong đạo Thiên chúa)).

주지(住持) trụ trì (đạo Phật).

주지(周知) ~의 (được) nhiều người cùng biết. ¶ ~하는 바와 같이 như điều mọi người đều đang biết đến.

주지설(主知說) thuyết duy lý trí.

주지육림(酒池肉林) (술잔치) ao rượu, rừng thịt, ví sự hào nhoáng và xa xỉ (của tiệc tùng, tiệc rượu).

주차(駐車) sự đỗ xe. **~하다** đỗ xe. ¶ ~ 금지 (게시) cấm đỗ xe (bảng thông báo) / ~ 위반 vi phạm về việc đỗ xe / ~장 bãi đỗ xe.

주창(主唱) sự chủ xướng. **~하다** chủ xướng. ¶ ~자 người chủ xướng.

주책없다 không có chủ kiến, chính kiến rõ ràng.

주철(鑄鐵) gang (hợp kim của sắt, có hơn 1,7% là các-bon. ¶ ~소 lò (xưởng) gang.

주청(奏請) **~하다** tấu xin, thỉnh cầu lên vua.

주체 ¶ ~하다 đương đầu, đảm đương / 그는 ~ 못할 만큼 돈이 많다 người đó tiền nhiều đến mức không quản lý nổi, nhiều tiền đến mức không biết phải làm thế nào.

주체(主體) chủ thể; (중심) trung tâm, hạt nhân. ¶ ~성 tính chủ thể (민족 ~성 tính chủ thể của dân tộc) / ~ 세력 thế lực làm hạt nhân (trung tâm).

주체(酒滯) chứng khó tiêu vì rượu.

주체스럽다 khó xử trí, khó xử.

주최(主催) sự đứng ra chủ quản, sự đứng ra đăng cai. ¶ …의 (공동) ~로 với sự đăng cai tổ chức chung của …. ¶ ~국 quốc gia đăng cai tổ chức / ~자 người đứng ra tổ chức.

주추(柱-) (주춧돌) đá nền, đá móng đỡ dưới chân cột.

주축(主軸) trục chính, trục chuyển động chính.

주춤거리다 (주저) ngập ngừng, do dự.

주춤주춤 một cách lưỡng lự, một cách ngập ngừng (phó từ).

주춧돌 ☞ **주추**.

주치(主治) chuyên trị, chữa trị chính, chủ yếu. ¶ ~의(醫) bác sĩ riêng, bác sĩ quen, chuyên chữa trị (cho cá nhân ai đó).

주택(住宅) nhà riêng, nơi ở, nhà cửa. ¶ ~구역 khu nhà ở, khu dân cư / ~사정 tình hình nhà ở / ~지(地) (diện tích) đất ở, đất cư trú / 공영 ~ nhà cửa thuộc công trình công cộng (do nhà nước, hay đoàn thể tự trị ở địa phương kinh doanh, quản lý) / 조립(組立) ~ nhà lắp ghép, nhà được làm sẵn (đúc sẵn) / 호화 ~ nhà cửa nguy nga, lộng lẫy / 대한~공사 Công ty Nhà Hàn Quốc.

주택가(住宅街) đường phố khu dân cư (tĩnh lặng, cách xa khu công nghiệp hay thương nghiệp náo động).

주택문제(住宅問題) vấn đề nhà ở.

주파(走破) **~하다** chạy đến cùng, đến hết cả đoạn đường.

주파(周波) [전] tần số. ¶ ~계 máy đo tần số sóng / ~ 변조 biến điệu tần số / ~수 tần số (của sóng).

주판(籌板, 珠板) bàn tính. ¶ ~을 놓다 gảy bàn tính. ¶ ~알 hạt đếm trong bàn tính.

주폭도(走幅跳) thi nhảy xa (điền kinh).

주피터 thần Giu-pi-te (thần thoại Hi Lạp).

주필(主筆) cây viết chính, biên tập chính (trong một tờ báo).

주필(朱筆) bút lông mực đỏ, chữ mực đỏ. ¶ ~을 가하다 viết thêm vào bằng bút đỏ; hiệu chỉnh.

주한(駐韓) ~의 trú tại Hàn Quốc. ¶~ 미군 quân Mỹ đóng tại Hàn Quốc / ~ 외교 사절단 đoàn đại biểu ngoại giao tại Hàn Quốc.

주항(周航) việc đi vòng quanh bằng đường biển, việc đi bằng đường biển vượt qua nhiều nơi. **~하다** đi vòng quanh bằng đường biển, vượt biển qua nhiều nơi.

주해(註解) sự (việc) chú giải, giải nghĩa cho một bộ phận nào đó của nội dung chính. **~하다** chú giải, chú thích. ¶ ~서(書) bản chú giải.

주행(走行) **~하다** chạy, chạy xe (như chạy xe ô-tô). ¶ ~ 거리 quãng đường xe chạy / ~ 거리계(計) đồng hồ đo km, quãng đường xe chạy.

주형(鑄型) khuôn đúc, khuôn đúc chữ.

주호(酒豪) người uống rượu giỏi, người tửu lượng cao.

주홍(朱紅) màu đỏ hồng, đỏ tươi.

주화(鑄貨) sự đúc tiền; tiền được đúc.

주화론(主和論) thuyết chủ hòa, chủ trương hòa bình. ¶ ~자 người theo phái chủ hòa.

주황(朱黃) màu cam, màu vàng đỏ.

주효(奏效) **~하다** có hiệu lực, hiệu quả bộc lộ (xuất hiện).

주효(酒肴) rượu và đồ nhắm.

주흥(酒興) tâm trạng hứng thú sau khi uống rượu; hứng thú muốn uống rượu. ¶ ~에 겨워 không kìm được hứng uống rượu.

죽(粥) cháo. ¶ 식은 ~ 먹이다 dễ như ăn cháo nguội.

죽[1] *juk* (đơn vị đếm áo, bát, 1 bộ mười cái).

죽[2] ❶ (늘어선 모양) theo hàng, dải, theo dãy (tượng hình, chỉ việc đứng, xếp thành một dải, một dãy). ¶ ~ 늘어놓다 dàn thành hàng, trải dài. ❷ (내내) suốt, trong suốt khoảng thời gian. ¶ 아침부터 ~ suốt từ buổi sáng / 일년 동안 ~ suốt trong một năm. ❸ (대강) lướt qua, đại thể, đại khái, lướt qua từ đầu đến cuối. ¶ ~ 훑어보다 xem lướt qua. ❹ (물, 기운 따위가) ☞ **쭉** ❹. ❺ (찢는 소리) toạt, toạc (từ tượng thanh chỉ tiếng xé giấy hay xé vải thực hiện nhanh trong một lần).

죽기(竹器) bát bằng tre, trúc.

죽는소리 ❶ (엄살) sự kêu ca, kể khổ. **~하다** kêu ca, kể khổ. ¶ ~ 좀 그만 해라 kêu ca thế thôi. ❷ (비명) sự kêu thất thanh, la hét. ¶ ~를 지르다 kêu hét.

죽다 ❶ (사망) chết; (숨지다) trút hơi thở cuối cùng; (목숨을 잃다) mất mạng. ¶ 죽은 chết / 죽은 사람들 những người đã chết / 죽어도 (사후에도) cho dù có chết (sau khi chết) / 병으로 ~ chết vì bệnh / 철도 사고로 ~ chết vì tai nạn đường sắt. ❷ (초목이) cây cỏ chết (chết héo). ❸ (기(氣)가) nhụt chí. ❹ (생기가) không sinh động. ❺ (정지) ngừng hoạt động, hỏng (máy móc). ¶ 시계가 죽었다 đồng hồ ngừng chạy. ❻ (불이) tắt, tắt ngấm (lửa). ¶ 불이 거의 죽었다 lửa đã tắt gần hết. ❼ [BC] bị mất người; (장기, 바둑 등) thua, mất quân (cờ tướng, cờ vây).

죽담 bức vách, tường, bằng đá (trộn với đất quây quanh nhà, sân nhà).

죽도(竹刀) kiếm trúc (thường thấy trong môn kiếm đạo, dùng thay cho kiếm thật).

죽도화나무 [TV] cây *Jukdohwa* (loài cây

ㅈ

thuộc họ hoa hồng, có màu vàng, hoa năm cánh, nở vào mùa xuân).

죽림(竹林) trúc lâm, rừng trúc.

죽마(竹馬) trúc mã, đồ chơi bằng tre, trúc, giả làm ngựa; (다리 하나의) ngựa tre một chân; (다리 두 개의) ngựa tre hai chân. ¶ ~고우(故友) bạn cũ thời thơ ấu, bạn thủa niên thiếu.

죽순(竹筍) măng. ¶ 우후 ~ 같이 nhiều như măng mọc sau cơn mưa.

죽어지내다 bị đè nén, sống một cuộc sống bị áp bức; sống một cuộc sống nghèo khổ.

죽을둥살둥 một cách liều mạng, liều lĩnh, không quản sống chết.

죽을병(-病) bệnh không chữa được; bệnh hết thuốc chữa (bệnh chờ chết).

죽을상(-相) mặt, bộ dạng như sắp chết.

죽을힘 sức lực lúc bị dồn vào đường cùng, lúc sắp chết. ¶ ~을 다하여 dồn hết sức lực cuối cùng.

죽음 cái chết, sự chết. ¶ ~의 재 bụi phóng xạ (do nổ từ phản ứng hạt nhân, nguyên văn: bụi của sự chết chóc).

죽의장막(竹-帳幕) ☞ **장막**.

죽이다 ❶ (살해) sát hại, giết; (모살) mưu sát; (도살) đồ sát, giết mổ. ¶ 때려 ~ đánh chết / 독약을 먹여 ~ cho uống thuốc độc mà chết, giết chết bằng cách cho uống thuốc độc. ❷ (잃다) mất. ❸ (억제) ức chế, kìm nén, nén. ¶ 숨을 ~ nén hơi thở.

죽일놈 đồ đáng chết, đứa chết tiệt, thằng chết tiệt. ¶ 이 ~아 này cái đồ chết tiệt này!

죽자꾸나하고 một cách ngoan cường, một cách bất khuất, liều mạng (làm một việc gì).

죽장(竹杖) (trúc trượng) gậy tre.

죽죽 ☞ **쭉쭉**.

죽지 ¶ 날갯~ khớp cánh / 어깻~ xương bả vai.

죽창(竹槍) cây thương làm bằng tre (vũ khí).

죽책(竹柵) hàng rào tre, trúc (quây quanh đất của nhà)

죽치다 (틀어박힘) tự giam mình (trong phòng, trong nhà, không ra ngoài).

죽통(粥筩) thùng bằng tre nứa (thường dùng đựng rượu, mắm, dầu).

죽피(竹皮) cái bồ cào bằng tre.

준…(準) chưa chính thức, gần, sắp chính thức (tiền tố). ¶ ~회원 hội viên, thành viên chưa chính thức.

준거(準據) **~하다** chuẩn cứ, căn cứ theo. ¶ …에 ~하여 căn cứ theo ….

준걸(俊傑) tuấn kiệt.

준결승(準決勝) bán kết (thể thao). ¶ ~에 진출하다 lọt vào trận bán kết.

준결승전(準決勝戰) ☞ **준결승**.

준공(竣工) sự hoàn công, hoàn thành việc thi công. **~하다** kết thúc việc thi công. ¶ ~식(式) lễ mừng hoàn công, lễ khánh thành.

준교사(準教師) trợ giáo, giảng viên tập sự.

준금치산(準禁治産) ☞ **한정치산**.

준급행(準急行) tàu hỏa bán tốc hành.

준동(蠢動) sự khuấy động, gây rối (của thế lực chống đối); ngọ nguậy giun, sâu bọ. **~하다** (출몰) khuấy động (lúc ẩn, lúc hiện, có bóng dáng).

준령(峻嶺) đỉnh núi cao.

준마(駿馬) tuấn mã.

준말 từ viết tắt, từ rút gọn, cách nói tắt.

준법(遵法) việc tuân theo pháp luật, chấp hành pháp luật. ¶ ~ 정신 ý thức tuân thủ pháp luật.

준봉(峻峰) đỉnh núi cao và hiểm trở (tuấn lĩnh).

준비(準備) sự chuẩn bị. **~하다** chuẩn bị. ¶ ~의 của việc chuẩn bị, thuộc về dự bị (예비의) / ~없는 không có sự chuẩn bị / 식사 ~를 하다 chuẩn bị bữa ăn. ¶ ~ 교육 đào tạo dự phòng / ~ 금(金) tiền dự phòng, dự trữ / ~ 단계 bước chuẩn bị / ~ 운동 khởi động trước (trong thể thao) / 시험 ~ chuẩn bị thi, ôn thi / 여행 ~ chuẩn bị cho việc du lịch.

준사관(準士官) chuẩn úy.

준사원(準社員) nhân viên cấp dưới, nhân viên tập sự (dưới nhân viên chính thức).

준설(浚渫) **~하다** đào, khơi sâu dưới đáy, nạo vét. ¶ ~선 thuyền nạo vét / 대한 ~ 공사 Công ty Nạo vét (sông, biển) Hàn Quốc.

준수(俊秀) ~한 tuấn tú (풍채가) (phong thái).

준수(遵守) sự tuân thủ, thực hiện nghiêm túc. **~하다** tuân thủ.

준엄(峻嚴) ~한 nghiêm ngặt, nghiêm khắc.

준열(峻烈) ~한 gay gắt.

준용(準用) **~하다** ứng dụng làm chuẩn, sử dụng làm chuẩn.

준우승(準優勝) chiến thắng ở thứ hạng sau, đoạt hạng nhì. ¶ ~자 người chiến thắng ở hạng nhì, người đoạt thành tích ở hạng thứ.

준위(准尉) chuẩn úy.

준장(准將) (육군, 해군, 공군) chuẩn tướng.

준족(駿足) ❶ (말) (ngựa) đi nhanh. ❷ (사람) (người) đi nhanh, mau lẹ; lối ví von, chỉ người tài giỏi, mau lẹ.

준준결승(準準決勝) tứ kết (thể thao).

준치 【LC】 loại cá trích (cá biển dài khoảng 50cm, lưng màu vàng xanh, bụng màu trắng bạc, có vị ăn rất ngon). ¶ 썩어도 ~ 【TNg】 có ươn cũng vẫn là cá Junchi (chỉ đồ cũ, ươn hỏng vẫn có giá trị của nó).

준칙(準則) chuẩn tắc, quy tắc được lấy làm chuẩn mực.

준평원(準平原) 【Địa】 bán bình nguyên.

준하다(準-) chuẩn theo (비례) ứng với, phỏng theo; (준용) lấy làm chuẩn. ¶ …에 준해서 chuẩn theo ….

준험(峻險) ~한 dốc và hiểm trở.

준회원(準會員) hội viên chưa chính thức.

줄[1] ❶ (끈붙이) dây (dây buộc), (연, 악기 등의) dây (dây diều, dây trong dụng cụ âm nhạc); (전화) dây điện thoại; (낚시) dây cần câu. ¶ ~을 치다 căng dây / ~에 걸리다 (발이) mắc vào dây (chân). ❷ (선) đường, tuyến. ¶ ~을 긋다 vẽ đường dài. ❸ (열) hàng. ¶ ~을 지어 tạo thành hàng, xếp thành hàng. ❹ (행) hàng, dãy, dòng. ¶ ~을 바꾸다 đổi dòng, xuống dòng.

줄[2] (쇠를 깎는) cái giũa. ¶ ~질하다 giũa bằng cái giũa, đánh giũa.

줄[3] 【TV】 lúa dại, lúa hoang (sống quanh năm bên bờ sông, ao hồ).

줄[4] (danh từ phụ thuộc) ❶ (방법) chỉ phương pháp (biết, không biết cách làm việc gì). ¶ 사진 찍을 ~(을) 모르다 không biết (cách) chụp ảnh. ❷ (하게 됨) kết quả sự việc xảy ra như đã tính, như đã hình dung (hay "không ngờ, không lường tính trước" khi kết hợp với vị ngữ dạng phủ định). ¶ 여기서 너와 만날 ~은 몰랐다 không ngờ lại gặp cậu (mày) ở đây.

줄거리 ❶ (가지) cành cây, nhánh cây (trơ trụi, không có lá). ❷ (얘기의) phần cốt lõi, phần chính yếu của câu chuyện, của sự việc, tóm lược, nội dung vắn tắt.

줄걷다 (줄타다) đi trên dây; (viết tắt của 줄밑걷다) lần tìm xuất xứ của lời nói,

ㅈ

xuất phát của sự việc.

줄곧 một cách liên tục, không ngừng (phó từ).

줄기 ❶ (식물의) thân (thực vật, như: thân cây); (화초의) thân của hoa cỏ; (벼, 보리 따위의) thân cây lúa, lúa mạch; (대, 등 따위의) tia (nắng, ánh sáng của đèn), luồng, hơi (của khói ống điếu, tẩu thuốc). ❷ (줄) luồng, đường. ¶ 한 ~의 광선 một luồng ánh sáng. ❸ (물 등의) dòng chảy (của nước) (혈관의) đường (mạch máu, ven). ❹ (산의) dãy, hàng (núi). ❺ (비 따위의) trận, cơn (mưa).

줄기차다 rắn rỏi, dẻo dai, dai dẳng, bền bỉ, không ngừng. ¶ 줄기차게 một cách rắn rỏi, rắn chắc, một cách dai dẳng, không ngừng / 줄기차게 비가 오다 mưa dai dẳng không ngừng.

줄넘기 (돌려서) trò nhẩy dây. **~하다** nhẩy dây.

줄다 ❶ (감소) giảm. ¶ 체중이 ~ giảm cân. ❷ (축소) nhỏ lại, co lại, nén lại. ¶ 줄지 않다 (빨아도) không hề co lại (dù đã giặt).

줄다리기 trò kéo co.

줄달다 nối thành hàng, nối thành chuỗi (không ngớt); tạo thành một loạt. ¶ 줄달아서 nối đuôi nhau.

줄달음질 ~하다(치다) chạy một mạch, chạy một hơi. ¶ 집 밖으로 ~ 쳐 나가다 chạy một mạch ra khỏi nhà.

줄담배 thuốc lá hút liên tục, không ngừng; thuốc lá (còn nguyên chưa cắt) nối, xếp thành hàng dài. ¶ ~를 피우다 hút những điếu thuốc liên tục / ~ 피우는 사람 người hút thuốc liên tục.

줄대다 nối thành hàng, không bị đứt đoạn. ¶ 줄대어 làm thành hàng (đứng, chạy v.v.).

줄드리다 (줄을 꼬다) bện dây; buông dây.

줄모 mạ gieo thành hàng (hàng ngang và hàng dọc). ¶ ~ 심다 trồng mạ gieo thành hàng.

줄목 mục cần yếu có liên quan đến công việc; hai đầu dây trong trò kéo co.

줄무늬 hoa văn kẻ sọc, kẻ ca-rô. ¶ ~진 có sọc kẻ ca-rô.

줄사닥다리 thang dây.

줄어들다 ❶ (감소) giảm thiểu, bị rút, bị giảm dần dần (차차로). ❷ (축소) bị nén lại, bị nhỏ lại, hẹp lại.

줄어지다 ☞ **줄어들다**.

줄이다 (감소) làm giảm, rút bớt; (단축, 축소) thu nhỏ lại, nén lại; (생략) rút bớt; (절감) cắt bớt, rút bớt. ¶ 3분의 2를 ~ rút bớt 2 phần 3 / 속력 [비용]을 ~ giảm bớt tốc lực [chi phí].

줄자 thước dây.

줄잡다 đánh giá sơ bộ, tính qua. ¶ 줄잡아서 nhìn qua, tính qua thì.

줄줄[1] ☞ **졸졸**. ¶ ~ 흐르다 chảy róc rách / 땀을 ~ 흘리다 đổ mồ hôi tong tỏng.

줄줄[2] (막힘없이) một cách trôi chảy.

줄짓다 tạo thành hàng; liên tục không ngừng; (정렬) thành hàng ngay ngắn.

줄치다 kéo dây, chăng dây (새끼줄을); căng dây, chăng mạng (con nhện).

줄타다 đi trên dây. ¶ 줄타기하는 사람 người diễn trò đi trên dây.

줄행랑(-行廊) phòng ngoài, dãy phòng chạy dọc hai bên cổng chính; (도망) chỉ sự chạy trốn (tiếng lóng). ¶ ~을 치다 chạy trốn.

줌 (분량) nắm, một lượng bằng nắm tay.

줍다 nhặt; (이삭을) mót (hạt ngũ cốc rơi vãi). ¶ 주워 모으다 nhặt lại; gom nhặt lại.

줏대(主-) phần chính yếu của sự vật, phần xương sống; nguyên tắc. ¶ ~ 없는 không có nguyên tắc (thiếu nghị lực).

중 tăng lữ, sư (nguyên trước đây chỉ nhiều người, tập thể những người đi tu).

중(中) ❶ (중위) trung, (mức độ trung gian của đẳng cấp, vị trí, giá trị, địa vị). ~의 thuộc bậc trung. ¶ ~ 이상 [이하]이다 trên [dưới] mức trung. ❷ (중앙부) bộ phận ở trung ương, bộ phận trung tâm. ❸ (동안) trong, trong khi. ¶ 전시 ~ trong khi triển lãm. ❹ (진행중) đang tiến hành. ¶ 건축 ~ đang xây dựng (kiến trúc) / 식사 ~이다 đang ăn cơm. ❺ (…중에서) trong số (của, trong đám). ¶ 십 ~ 팔구 tám chín trong số mười. ❻ (내내 죽) trong suốt từ, suốt cả (chỉ khoảng thời gian).

…중(重) ❶ (겹의) trùng (trùng lặp, gập). ¶ 2~의 chập đôi, gấp đôi; hai lớp. ❷ (무게) nặng, trọng đại. ~노동 lao động nặng, lao động chân tay (phụ tố).

중간(中間) trung gian, khoảng giữa hai sự vật, trước đoạn kết thúc về không gian hay thời gian, đoạn giữa, ở vị trí giữa, vai trò đứng giữa liên kết các mối quan hệ. ~의 có tính trung gian. ¶ …의 ~쯤에 ở khoảng giữa chừng của …. ¶ ~ 보고 báo cáo giữa kỳ / ~ 상인 người buôn bán trung gian, người mối lái buôn bán / ~색 màu không rõ rệt (màu trung lập) / (미국의) ~ 선거 bầu cử trung gian (của Mỹ, bầu cử nghị viên vào năm không có bầu cử tổng thống) / ~ 시험 thi giữa kỳ / ~ 착취 bóc lột gian tiếp / ~파(派) phái trung gian, trung lập.

중간(重刊) ~하다 phát hành lại, xuất bản lặp lại nhiều lần.

중간자(中間子) [VLH] meson (mêzon).

중간치(中間-) vật có kích cỡ (hoặc chất lượng, giá cả) ở mức trung gian, bậc trung.

중갑판(中甲板) boong chính, sàn chính của tàu thuyền.

중개(仲介) sự làm trung gian, việc môi giới, sự dàn xếp ở giữa; (조정) sự điều đình. ~하다 làm trung gian, môi giới; điều đình, hòa giải. ¶ ~자(者) người trung gian, người môi giới; (중개상) đại lý, qua trung gian / ~업 nghề môi giới.

중거리(中距離) cự ly trung bình, tầm trung. ¶ ~ 경주 [선수] thi [vận động viên] chạy cự ly trung bình / ~ 탄도탄 (彈) tên lửa đạn đạo tầm trung.

중견(中堅) chỗ dựa chính, rường cột chính; [QS] quân chủ lực (trung quân); [BC] khu trung tâm, ở phía sau vị trí chạm ghi điểm thứ hai "second base". ¶ ~수 người chặn, bắt bóng ở vị trí trung tâm / ~ 인물 nhân vật nòng cốt, nhân vật dẫn dắt / ~ 작가 tác giả chủ đạo, trung tâm.

중계(中繼) ~하다 nối tiếp ở giữa, truyền trực tiếp; (전국에) phát sóng trên toàn quốc, tiếp sóng. ¶ ~국(局) trạm (cục, bộ phận) tiếp sóng, trạm tiếp tín hiệu (nằm ở giữa để truyền đến nơi khó bắt tín hiệu) / ~ 무역 thương mại, buôn bán trung gian / ~ 방송 chương trình phát sóng trực tiếp tại hiện trường (tiếp sóng qua đài trung gian) / ~항(港) cảng chuyển tiếp, cảng quá cảnh / 무대 ~ truyền hình tiếp sóng (trực tiếp) từ sân khấu / 실황~ tiếp sóng thực trạng từ hiện trường / 현장~ đưa tin, phát tin từ hiện trường (phát sóng xa trên toàn quốc).

중고(中古) trung cổ; ~의 hàng cũ, đồ cũ, đã qua sử dụng. ¶ ~차 xe ô-tô cũ / ~품 hàng cũ / ~가게 cửa hàng đồ cũ.

중공업(重工業) công nghiệp nặng.

중과(衆寡) sự nhiều và ít về số lượng. ¶ ~부적이다 ít không địch nổi nhiều.

중구(衆口) miệng lưỡi thiên hạ, lời chỉ trích, trách cứ của đông đảo nhiều người. ¶ ~난방이다 khó mà chặn được miệng lưỡi thiên hạ.

중국(中國) Trung Quốc. ¶ ~의 của Trung Quốc / ~인 người Trung Quốc / ~어 tiếng Trung Quốc.

중궁(中宮) (곤전) cung của hoàng hậu (trung cung), hoàng hậu (theo cách nói kính trọng).

중궁전(中宮殿) ☞ **중궁**(中宮).

중금속(重金屬) kim loại nặng (như vàng, bạc, thủy ngân).

중급(中級) trung cấp, cấp độ bậc trung. ¶ ~품 sản phẩm thuộc cấp loại trung.

중기관총(重機關銃) súng máy hạng nặng.

중길(中-) (물건) chất lượng hạng trung (sản phẩm, đồ vật - mặc dù cùng loại nhưng chất lượng hạng trung).

중년(中年) ~의 trung niên. ¶ ~을 넘은 여자 người phụ nữ quá tuổi trung niên. ¶ ~기 giai đoạn trung niên / ~ 신사 người đàn ông trung niên (theo phép nói lịch sự, đề cao).

중노동(重勞動) lao động nặng nhọc, lao động hạng nặng (trong lao động chân tay).

중농(中農) trung nông.

중농(重農) ¶ ~ 정책 chính sách trọng nông / ~ 주의 chủ nghĩa trọng nông / ~주의자 người có quan điểm, theo chủ nghĩa trọng nông.

중뇌(中腦) 【GP】 não giữa.

중늙은이(中-) người lớn tuổi ở mức bắt đầu lên lão (đến tuổi già nhưng vẫn chưa già lắm).

중단(中斷) **~하다** ngừng, ngắt ở giữa chừng. ¶ 시효 ~ 【PL】 ngừng thời hiệu thi hành (ngừng khoảng thời hạn thực hiện theo luật, pháp quy nhất định).

중대(中隊) (보병, 공병, 포병) trung đội (bộ binh, công binh, pháo binh); (비행중대) trung đội máy bay. ¶ ~장(長) trung đội trưởng.

중대(重大) ~한 trọng đại, rất quan trọng, không thể xem thường. ¶ ~한 과실 sơ suất, sai sót nghiêm trọng / ~화하다 quan trọng hóa, làm cho trầm trọng thêm. ¶ ~ 사건 sự kiện trọng đại / ~성 tính trọng đại, tầm quan trọng / ~ 성명 tuyên bố, phát biểu quan trọng.

중대시(重大視) **~하다** coi trọng, xem trọng, lấy làm quan trọng.

중도(中途) ¶ ~에서 ở giữa chừng, giữa đường.

중도(中道) con đường công chính, quang minh, không nghiêng về một phía (hay phe phái) nào cả; đạo lý chân thực tuyệt đối của đạo Phật, không nghiêng về "có" cũng không nghiêng về "không"; hành pháp ngay thẳng, từ bỏ khỏi hai cõi vui buồn (đạo Phật). ¶ ~ 정책 chính sách trung lập / ~파 phái trung lập.

중독(中毒) sự trúng độc, bị nghiện. ~되다 bị trúng độc. ¶ ~성 có tính gây nghiện / ~ 증상 triệu chứng trúng độc / 식~ ngộ độc (trúng độc) thực phẩm / 아편~ nghiện á phiện / 알콜

~ nghiện rượu.

중동(中-) mẩu, đốt ở giữa (của sự vật); phần giữa trong công việc.

중동(中東) Trung Đông.

중동무이(中-) **~하다** bỏ giữa chừng (không làm tiếp được cho đến hết).

중등(中等) trung cấp, đẳng cấp hạng trung (giữa thượng và hạ cấp; giữa cao và sơ cấp). ~의 thuộc về trung cấp. ¶ ~ 교육 giáo dục phổ thông cấp 2, phổ thông cơ sở / ~품 sản phẩm hàng hóa thuộc hạng trung / ~ 학교 trường phổ thông cơ sở, cấp hai.

중략(中略) sự rút gọn một phần ở giữa (trong văn viết hay lời nói). **~하다** rút gọn phần giữa.

중량(重量) trọng lượng; sự (cân) nặng. ¶ ~급 cấp, hạng nặng / ~급 권투선수 vận động viên quyền anh hạng nặng) / ~ 부족 [초과] thiếu [quá] về trọng lượng / ~톤 trọng lượng tối đa, sức trở / 총(總)~ tổng trọng lượng.

중력(重力) 【VLH】 trọng lực. ¶ ~의 법칙 định luật về trọng lực. ¶ 무~ 상태 trạng thái không trọng lực.

중령(中領) (육군, 해군, 공군) trung tá (lục quân, hải quân, không quân).

중론(衆論) ý kiến, dư luận của quần chúng, của đông đảo nhiều người.

중류(中流) ❶ (강의) trung lưu (của sông ngòi). ❷ (사회의) tầng lớp trung lưu (trong xã hội). ¶ ~ 가정 gia đình trung lưu / ~ 계급 tầng lớp trung lưu.

중립(中立) trung lập. ~적 một cách trung lập. ¶ ~ 노선 phương châm (đường lối) trung lập / ~ 지대 [국] khu vực [quốc gia] trung lập / ~화 trung lập hóa / 무장 [엄정] ~ trung lập có vũ trang [hoàn toàn, tuyệt đối]

중매(仲買) sự trung gian, môi giới (trong việc mua bán của cải, theo đổi quyền lợi để lấy lợi nhuận). **~하다** môi giới. ¶ ~ 구전 tiền hoa hồng / ~인 người môi giới.

중매(仲媒) sự làm mối. **~하다** làm mối. ¶ ~ 결혼 kết hôn có người làm mối / ~인(장이) người làm mối.

중문(中門) cửa trong, cửa bên trong.

중문(重文) 【NP】 câu có nhiều mệnh đề liên kết theo quan hệ đẳng lập.

중미(中美) Trung Mỹ. ~의 của Trung Mỹ.

중반전(中盤戰) giữa trận chiến, trận đấu, hồi gay cấn. (바둑 등의) đoạn gay cấn (trong cờ vây); (선거전 등의) hồi căng thẳng (của bầu cử). ¶ ~에 들(어가)다 vào đoạn, hồi gay cấn.

중벌(重罰) phạt nặng. ¶ ~에 처하다 xử phạt nặng.

중범(重犯) (중대범) trọng tội, trọng phạm (phạm tội nguy hiểm, tội lớn); (중범인) người (kẻ) phạm tội nghiêm trọng.

중병(重病) trọng bệnh, bệnh nặng, bệnh hiểm nghèo, bệnh tình nguy cấp. ¶ ~에 걸리다 mắc bệnh hiểm nghèo. ¶ ~환자 người mang bệnh hiểm nghèo.

중복(中伏) thời gian giữa của đợt nóng nhất, của đại thử (vào mùa hạ, hạ chí).

중복(中腹) bụng; (산중턱) lưng chừng núi. ¶ ~에 ở lưng chừng.

중복(重複) **~하다** chập, chồng chéo lên nhau, lặp lại, trùng lặp.

중부(中部) trung bộ. ¶ ~지방 địa phương trung bộ, vùng trung bộ.

중뿔나다(中-) dính mũi vào, chõ mũi vào (chỉ việc người ở bên cạnh không liên quan nhưng lại tham gia ý kiến vào). ¶ 중뿔나게 말하다 dính mũi vào mà nói.

중사(中士) trung sĩ.

중산계급(中産階級) giai cấp tiểu tư sản, (thuộc loại tư sản như thương nhân, thị dân ở tầng lớp trung gian giữa vô sản và tư sản).

중산모(中山帽) mũ quả dưa (loại mũ có vành của châu Âu, nguyên văn: mũ trung sơn).

중상(中傷) **~하다** nói xấu (làm tổn thương), vu khống, bôi nhọ. ¶ ~적 có tính chất vu khống, bôi nhọ / ~적 보도 đưa tin mang tính chất vu khống. ¶ ~자 kẻ vu khống.

중상(重傷) trọng thương. ¶ ~을 입다 bị trọng thương. ¶ ~자 người bị trọng thương.

중상주의(重商主義) chủ nghĩa trọng thương (thương nghiệp). ¶ ~자 người theo chủ nghĩa trọng thương.

중생(衆生) [PG] chúng sinh.

중생대(中生代) [Địa] đại trung sinh (thời kỳ sau đại cổ sinh).

중서부(中西部) Trung Tây bộ (vùng Trung miền Tây). ~의 thuộc vùng Trung Tây bộ.

중석(重石) [Kh] chất Vonfram (nguyên tố hóa học thuộc kim loại).

중선거구(中選擧區) (선거의) khu vực bầu cử ở cấp trung (giữa cấp lớn và cấp nhỏ, không theo đơn vị toàn quốc mà theo đơn vị tỉnh thành, mỗi khu vực bầu 2 đến 5 đại biểu).

중성(中性) ❶ [NP] giống trung (không thuộc giống đực hay giống cái). ~의 thuộc vào giống trung. ❷ [HH] trung tính. ~의 thuộc trung tính. ¶ ~ 반응 phản ứng trung tính / ~자(子) Nơ-tron.

중세(中世) trung đại. ~의 thuộc trung đại. ¶ ~기 thời kỳ trung đại / ~사 sử trung đại.

중세(重稅) tô thuế nặng nề, thuế cao; (과세) đánh thuế cao.

중소(中蘇) Trung Quốc và Liên Xô (Trung-Xô).

중소기업(中小企業) doanh nghiệp vừa và nhỏ. ¶ ~ 은행 ngân hàng các doanh nghiệp vừa và nhỏ.

중소상공업자(中小商工業者) công ty công nghiệp và thương nghiệp vừa và nhỏ.

중수(重水) [HH] nước nặng, ô-xít đơteri.

중수(重修) sự trùng tu. **~하다** trùng tu.

중수소(重水素) [HH] hy-đơ-rô nặng, đơteri.

중순(中旬) trung tuần. ¶ ~에 vào trung tuần.

중시(重視) **~하다** coi trọng, xem trọng.

중신(重臣) trọng thần (từ bậc nhị phẩm trở lên).

중심(中心) (한복판) giữa tâm; (중추) trục, tâm; (중핵) trung tâm. ¶ 금융의 ~ trung tâm của hoạt động tài chính. ¶ ~ 인물 nhân vật trung tâm / ~점 điểm chính giữa, tâm điểm / ~지 trung tâm địa (chỗ được láy làm trung tâm của hoạt động).

중심(重心) [VLH] trọng tâm. ¶ 몸의 ~을 잡다 [잃다] giữ được [mất] trọng tâm của cơ thể.

중압(重壓) sự đè nặng lên, áp lực mạnh. ¶ ~을 가하다 tăng thêm áp lực. ¶ ~감 có cảm giác bị gây áp lực nặng nề.

중앙(中央) trung ương, vị trí trung tâm; trung tâm quan trọng nhất; (서울) chỉ thủ đô (như Seoul). ¶ 도시 ~에 ở trung tâm của thành phố / ~으로 모이다(모으다) tập trung vào trung ương. ¶ ~ 기상대 đài khí tượng trung ương / ~ 냉난방 hệ thống điều hòa nhiệt độ trung tâm / ～ 분리대 (도로상의) dải phân cách ở giữa (trên đường cái) / ～선 tuyến trung ương, vạch phân cách (đường bộ); (철도의) đường trung tâm (tên một tuyến tàu điện ngầm) / ～ 선거 관리 위원회 Hội đồng phụ trách (quản lý) bầu cử trung ương / ～ 아시아 Trung Á / ～ 우체국(局) bưu điện trung ương / ～ 정보부 Cục tình báo trung ương (của Mỹ, viết tắt là CIA) / ～ 정부 chính phủ trung ương / ～ 집행 위원회 ban chấp hành trung ương.

중앙집권(中央集權) tập quyền trung ương. ¶ ～제 chế độ tập quyền trung ương / ～ 제로 하다 theo, đặt dưới chế độ tập quyền trung ương.

중언부언(重言復言) **~하다** nói đi nói lại.

중얼거리다 nói lầu bầu, lẩm bẩm một mình. ¶ 중얼중얼 một cách lầu bầu, lẩm bẩm.

중역(重役) người quản lý quan trọng trong công ty; vai trò, trách nhiệm lớn. ¶ ～회(會) ban điều hành cấp cao / ～ 회의 cuộc họp ban điều hành cấp cao.

중역(重譯) sự dịch lại, dịch lại qua một thứ tiếng trung gian khác. **~하다** dịch lại.

중엽(中葉) giai đoạn giữa của một thời đại, thời kỳ nào đó; phần lá ở giữa hướng về phía thân cây. ¶ 19세기 ～ giai đoạn giữa thế kỷ 19.

중외(中外) trong và ngoài; trong nước và ngoài nước; triều đình và nhân dân; thành phố và nông thôn. ¶ ～에 ở trong và ngoài.

중요(重要) ～한 trọng yếu, quan trọng / ～ 문화재 tài sản văn hóa quan trọng / ～ 사항 hạng mục quan trọng / ～ 서류 tài liệu quan trọng / ～성 tầm quan trọng, tính quan trọng.

중요시(重要視) ☞ **중시**.

중용(中庸) vừa phải, điều độ, có mức độ, không quá. ～의 điều độ. ¶ ～을 지키다 giữ điều độ.

중용(重用) **~하다** trọng dụng. ¶ ～되다 được trọng dụng.

중우(衆愚) chúng dân, ngu dân (chỉ đám đông quần chúng nhân dân). ¶ ～정치 chính trị của quần chúng (cách nói miệt thị về chính trị dân chủ).

중위(中位) (위치) vị trí, địa vị hạng trung; (등급) đẳng cấp hạng trung, bậc trung. ¶ ～수 giá trị bậc trung.

중위(中尉) (육군, 해군, 공군) trung úy (lục quân, hải quân, không quân).

중유(重油) dầu nặng.

중음부(中音部) 【ÂN】 âm trung.

중의(衆意) ý kiến của đông đảo nhiều người, ý kiến của mọi người. ¶ ～에 의하여 결정하다 quyết định theo ý kiến của mọi người.

중이(中耳) tai giữa. ¶ ～염(炎) viêm tai giữa.

중이층(中二層) 【KTr】 tầng giữa (giữa tầng 1 và tầng 2), gác lửng.

중인(衆人) đông đảo nhiều người, mọi người. ¶ ～ 앞에서 trước đông đảo nhiều người / ～이 보는 앞에서 모욕하다 lăng mạ, sỉ nhục trước mặt mọi người.

중임(重任) ❶ (중한 책임) nhiệm vụ quan trọng, nhiệm vụ nặng nề; (중요 지위) chức, địa vị quan trọng. ¶ ～을 맡다 đảm nhận nhiệm vụ quan trọng. ❷ (재임) thêm một nhiệm kỳ nữa, tái đắc cử (재선). ～하다 tái đắc cử.

중장(中將) (육군, 해군, 공군) trung tướng (lục quân, hải quân, không quân).

중장비(重裝備) máy móc hạng nặng, thiết bị hạng nặng dùng trong xây dựng

ㅈ

vật liệu gỗ, đất.

중재(仲裁) trọng tài, sự điều đình, sự hòa giải. **~하다** điều đình, hòa giải. ¶ ～인 người điều đình, phân xử, trọng tài / ～ 재판 phân xử theo trọng tài.

중전(中殿) ☞ **중궁전**(中宮殿). ¶ ～ 마마 hoàng phi (xưng hô kính trọng).

중절(中絶) sự bỏ cuộc, ngừng lại (ngắt quãng) giữa chừng; sự nạo thai hay can thiệp để sinh đẻ sớm. **~하다** ngừng giữa chừng, nạo thai hay can thiệp đẻ sớm. ¶ 임신 ～ nạo thai (hoặc can thiệp để đẻ sớm).

중절모(中折帽) mũ phớt.

중점(中點) 【TH】 trung điểm.

중점(重點) (강조) trọng điểm, tập trung, nhấn mạnh; (중요) điểm chính yếu, quan trọng; (우위) điểm ưu tiên; trọng điểm (trong vật lý). ¶ ～적으로 một cách có trọng điểm, một cách ưu tiên vào (việc gì đó) / …에 ～을 두다 đặt trọng điểm vào …, tập trung vào …. ¶ ～주의 chủ nghĩa, khuynh hướng tập trung trọng điểm vào một phương diện nào đó / ～생산 ưu tiên sản xuất, sản xuất trọng điểm (tập trung sản xuất vào một loại sản phẩm nào đó).

중정(重訂) chỉnh sửa lại lần hai (như trong xuất bản sách vở).

중조(重曹) 【HH】 các-bo-nát axít của natri (của xô-đa).

중죄(重罪) trọng tội. ¶ ～인 người phạm trọng tội.

중증(重症) bệnh tình nghiêm trọng, chứng bệnh nguy kịch.

중지(中止) sự ngừng, dừng hoạt động. **~하다** ngừng, dừng. ¶ ～ 되다 bị (được) dừng, ngừng.

중지(中指) ngón (tay) giữa.

중지(衆智) trí tuệ của nhiều người. ¶ ～를 모으다 tập trung trí tuệ của nhiều người.

중진(重鎭) (사람) người có sức ảnh hưởng, hay có vị trí quan trọng trong một ngành hay một lĩnh vực nào đó; (학계의) người dẫn dắt giới học thuật.

중진국(中進國) nước, quốc gia đang phát triển.

중창(中-) (구두의) đế bên trong (lớp da gắn vào bên trong để cho đế giày thêm chắc chắn).

중책(重責) trọng trách. ¶ ～을 맡다 đảm nhận trọng trách.

중천(中天) giữa bầu trời, trong không trung.

중첩(重疊) **~하다** trùng điệp.

중추(中樞) trung tâm, then chốt (bộ phận hay vị trí quan trọng của sự vật). ～적 có tính then chốt. ¶ ～ 산업 công nghiệp then chốt / ～ 신경(神經) thần kinh trung khu / ～ 인물 nhân vật trung tâm.

중추(仲秋) Trung Thu. ¶ ～의 명월 trăng rằm trung thu.

중축(中軸) trục giữa, phần hạt nhân quan trọng nhất của một vật.

중치(中-) ☞ **중간치**.

중크롬산(重-酸) 【HH】 a-xít đicromat. ¶ ～염(塩) muối đicromat.

중키(中-) cao, to vừa phải, cỡ trung bình.

중탄산(重炭酸) các-bon-nát a-xít. ¶ ～소다 các-bon-nát a-xít của sô- đa / ～염(塩) muối các-bon-nát a-xít.

중태(重態) trạng thái bệnh nghiêm trọng. ¶ ～에 빠지다 rơi vào tình trạng bệnh nguy kịch, nghiêm trọng.

중턱(中-) sườn đồi, núi, lưng chừng. ¶ ～에 ở lưng chừng.

중퇴(中退) **~하다** nghỉ học giữa chừng (tự bản thân học sinh); đuổi học giữa chừng (nhà trường). ¶ ～자 người bỏ học (bị đuổi học) giữa chừng.

중파(中波) 【Đ】 sóng trung (đối với sóng xa, sóng gần, tần số từ 300-3000 kHz).

중판(中判) 【BA】 kích cỡ, khổ ảnh (hoặc giấy) loại vừa phải, cỡ trung (đối với cỡ đại, cỡ tiểu).

중판(重版) phát hành lại (lặp lại) ấn phẩm.

중편(中篇) ❶ (제2권) tập thứ 2, quyển giữa (trong bộ sách 3 tập). ❷ (중편의 글) lượng viết có độ dài loại trung, vừa phải (ngược lại với truyện dài (장편), truyện ngắn (단편)). ¶ ～ 소설 truyện vừa.

중평(衆評) sự phê bình của nhiều người, sự phê bình của mọi người.

중포(中砲) pháo hạng trung (ngược lại với trọng pháo 중포(重砲), nòng pháo cỡ 105-155mm. ¶ ～병(兵) (총칭) pháo binh hạng trung (nói chung); (한 사람) lính pháo binh, pháo thủ loại trung.

중폭격기(重爆擊機) máy bay oanh tạc hạng nặng (bán kính hoạt động từ 4023 km trở lên, như B47A, B52 v.v.).

중품(中品) phẩm chất, chất lượng hạng trung.

중풍(中風) bệnh trúng phong (liệt toàn thân, nửa người hay một bộ phận cơ thể). ¶ ～에 걸리다 bị mắc bệnh trúng phong.

중하(重荷) gánh nặng (hành lý nặng, trách nhiệm nặng nề).

중하다(重-) nặng, (병이) bệnh nặng; (죄가) tội nặng; (벌이) (hình) phạt nặng; (중대) quan trọng, coi trọng.

중학교(中學校) trường trung học cơ sở (tương đương trung học cấp II).

중학생(中學生) học sinh trung học cấp II.

중합(重合) 【HH】 sự trùng hợp. ¶ ～체 (polymer) chất trùng hợp.

중핵(中核) bộ phận, phần hạt nhân quan trọng (ở trung tâm của sự vật).

중형(中形, 中型) kích cỡ, hình dáng thuộc loại trung (中形); giá trị, chất lượng thuộc loại trung (中型). ～의 thuộc loại trung.

중형(仲兄) anh trai thứ hai.

중형(重刑) hình phạt nặng, khắt khe. ¶ ～에 처하다 xử phạt nặng.

중혼(重婚) việc kết hôn trong khi đã có vợ (hoặc chồng). **~하다** cưới thêm (kết hôn khi đã có vợ hoặc chồng rồi). ¶ ～자 người có 2 vợ hoặc chồng / ～죄 tội có 2 vợ hoặc chồng (vi phạm luật hôn nhân 1 vợ 1 chồng).

중화(中華) Trung Hoa. ¶ ～ 민국 Trung Hoa dân quốc (nhân dân Trung Hoa).

중화기(重火器) vũ khí, súng cầm tay hạng nặng, hỏa lực mạnh của bộ binh.

중화학공업(重化學工業) hóa công nhiệp nặng.

중환자(重患者) bệnh nhân mắc bệnh nguy hiểm, nghiêm trọng.

중후(重厚) ～한 trịnh trọng, rộng rãi và giàu tình cảm, trung hậu; (tác phẩm, bầu không khí) đàng hoàng và nghiêm túc.

중흥(中興) sự phục hưng, khôi phục lại. **~하다** trùng hưng, khôi phục lại.

중히(重-) ☞ **소중히**. ¶ ～ 여기다 coi trọng.

쥐[1] 【ĐV】 con chuột; (새앙쥐) chuột nhà. ¶ ～잡기 운동 phong trào diệt chuột / 독 안에 든 ～와 같다 như chuột trong chum (vại).

쥐[2] (경련) chứng chuột rút. ¶ 다리에 ～가 나다 chân bị chuột rút.

쥐구멍 lỗ chuột, cửa hang chuột. ¶ ～을

ㅈ

찾다 tìm lỗ (hang) chuột (nói ẩn dụ, chỉ việc tìm chỗ nhỏ để ẩn nấp) / ~에도 볕들 날이 있다【TNg】ổ chuột cũng có ngày ánh nắng chiếu vào (chỉ người vất vả cũng có ngày gặp được vận may).

쥐꼬리 đuôi chuột (lối nói ví von chỉ cái rất ít, nhỏ). ¶ ~만한 월급 lương bằng cái đuôi chuột (lương ít bằng một nhúm).

쥐다 nắm. ¶ 주먹을 ~ nắm nắm tay (nắm đấm).

쥐덫 bẫy chuột.

쥐똥나무【TV】cây sơn (cao khoảng 2 mét, mùa Xuân ra hoa trắng, mùa thu ra quả, vỏ cây làm thuốc hoặc dùng làm nguyên liệu trong công nghiệp).

쥐뿔같다 không có gì giá trị, không đáng để chú ý, hoặc quy mô nhỏ, bé không đáng kể.

쥐약(-藥) thuốc chuột.

쥐어뜯다 nắm lấy kéo, rứt; (머리털을) rứt tóc; (가슴을) giằng xé bứt rứt (trong lòng).

쥐어박다 thoi, thụi, giáng nắm đấm xuống.

쥐어주다 (돈을) trao, dúi (tiền) vào tay; (뇌물을) đút (đút lót, đưa hối lộ); (팁을) cho, trao cho (tiền boa).

쥐어지르다 ☞ **쥐어박다**.

쥐어짜다 bóp, vắt. ¶ 젖은 수건을 ~ vắt khăn ướt / 오렌지에서 주스를 ~ vắt nước cam; rặn (nước mắt, tiếng nói). ¶ 목소리를 ~ cố rặn ra từng tiếng.

쥐어흔들다 túm lấy (chộp lấy) rồi lắc. ¶ 어깨를 ~ túm lấy vai và lắc.

쥐엄발이 chân teo, quắt; người bị chân teo.

쥐여지내다 bị đè nén, bị kìm kẹp.

쥐잡듯이 (모조리) một cách toàn bộ, không bỏ sót tý nào; (샅샅이) một cách kỹ lưỡng, lần lượt từng cái một; (거칠게) một cách thô bạo.

쥐젖 hột cơm, mụn cóc.

쥐죽은듯 ~하다 yên lặng như tờ, im ắng chết chóc (như chết).

쥐치【LC】cá *JuiChi* (thuộc loài cá nóc, cá biển, dài 20-25cm, đuôi ngắn và nhọn, rất quý cho việc dùng làm mắm).

쥘부채 quạt gấp, quạt xếp.

쥘쌈지 túi thuốc lá (túi đựng thuốc lá, sợi thuốc lá).

즈런즈런 ~한 đầy đủ, sung túc (cuộc sống).

즈음 đến khoảng chừng, vào lúc (thời gian, thời điểm). ¶ 요 ~은 dạo này, gần đây / 어려운 때에 ~하여 gặp lúc khó khăn, đúng lúc khó khăn.

즈크 vải dày (vải bông dày), vải bạt. ¶ ~신(화) giày vải bạt.

즉(卽) ❶ (곧) ngay, ngay lập tức. ❷ (바로) chính, đúng ngay; (다름 아니라) tức là, không gì khác mà chính là.

즉각(卽刻) tức khắc.

즉결(卽決) giải quyết, quyết định ngay lập tức;【PL】xét xử ngay tại chỗ (địa phương), xét xử theo trình tự đơn giản đối với án nhẹ. **~하다** giải quyết ngay. ¶ ~ 재판[처분] xét xử [phân xử] ngay (luôn) tại chỗ.

즉답(卽答) sự trả lời luôn, trả lời ngay tại chỗ. **~하다** trả lời ngay tại chỗ.

즉사(卽死) sự chết ngay tại chỗ. **~하다** chết ngay tại chỗ.

즉석(卽席) ngay tại chỗ; làm ngay tại chỗ. ~의 (thuộc về) ngay tại chỗ. ¶ ~에서 ở ngay tại chỗ. ¶ ~ 연설 diễn thuyết ngay tại chỗ.

즉시(卽時) tức thì. ¶ ~불(拂) cấp, trả tiền mặt tức thì (ngay lập tức) / ~불

어음 hối phiếu thanh toán tức thì, trả ngay / ~ 인도 chuyển nhượng tức thì.

즉위(卽位) (등극) sự lên ngôi, đăng quang. **~하다** lên ngôi. ¶ ~식 lễ đăng quang.

즉응(卽應) **~하다** đáp ứng kịp thời, đối ứng tức thì. ¶ …에 ~하여 đáp ứng kịp thời với ….

즉일(卽日) đúng vào ngày (đó), đúng ngay vào ngày.

즉효(卽效) hiệu nghiệm tức thì, có hiệu lực tức thì. ¶ ~가 있다 có hiệu nghiệm tức thì. ¶ ~약 thuốc có hiệu quả (tác dụng) ngay lập tức.

즉흥(卽興) ~의(적) cảm hứng, tâm trạng tức thời, ngẫu hứng. ¶ ~곡【ÂN】 khúc nhạc ngẫu hứng.

즐거움 sự vui vẻ, niềm vui, cảm giác vui.

즐거이 một cách vui vẻ.

즐겁다 vui, vui vẻ. ¶ 즐겁게 ☞ **즐거이**.

즐기다 hứng thú, hưởng (tận hưởng, hưởng thụ); (좋아하다) thích, thích thú, yêu (yêu thích). ¶ 인생을 [자연을] ~ yêu cuộc sống [thiên nhiên].

즐비(櫛比) **~하다** (서술적) san sát (nằm, đứng san sát).

즙(汁) (과실의) nước ép (hoa quả), nước cốt trái cây; (초목의) nhựa ép (chất nhựa ép của cây, cỏ). ¶ ~이 많은 nhiều nước cốt / 레몬 ~을 내다 vắt nước chanh. ¶ 포도~ nước nho ép, nước cốt nho.

증(症) (증세) chứng, triệu chứng. ¶ 현기증~이 나다 chứng chóng mặt, choáng váng.

증(證) (증거) chứng cớ; (증서) chứng từ, giấy chứng nhận, thẻ xác nhận. ¶ 학생~ thẻ học sinh.

증가(增加) (인구 따위) sự gia tăng (dân số). **~하다** gia tăng. ¶ ~되고 있다 đang gia tăng / 수가 ~하다 con số gia tăng. ¶ ~액 số tiền gia tăng (phát sinh thêm) / ~율 tỷ lệ gia tăng / 자연 ~ sự gia tăng tự nhiên.

증간(增刊) (늘려 간행함) sự tăng phát hành, số phát hành thêm.

증감(增減) sự tăng và giảm. **~하다** tăng giảm.

증강(增强) sự tăng cường (nhân lực, vật lực). **~하다** tăng cường.

증거(證據) chứng cứ. ¶ 결정적인 [확실한] ~ chứng cứ có tính quyết định [xác thực] / 물적인 ~ chứng cứ về vật chất / ~ 불충분으로 do không đủ chứng cứ / ~를 수집하다 thu thập chứng cứ / ~ 를 제출하다 đưa ra chứng cứ. ¶ ~금 tiền đảm bảo, làm chứng của một bên đương sự / ~물 vật chứng / ~ 보전 bảo toàn chứng cứ / ~ 인멸 sự phá hủy, tiêu hủy chứng cứ / ~ 인멸하다 tiêu hủy chứng cứ.

증결하다(增結-) nối thêm toa (tạm thời nối thêm cho tàu hỏa).

증권(證券) (주식증권) chứng khoán (cổ phần chứng khoán); (유가증권) chứng khoán biểu thị giá trị tài sản (như hối phiếu, trái phiếu, ngân phiếu); (증서) hóa đơn, chứng từ. ¶ ~ 거래소 điểm giao dịch chứng khoán / 한국~거래소 điểm giao dịch chứng khoán Hàn Quốc / ~ 시세 giá cả thị trường chứng khoán / ~회사 công ty chứng khoán / 국고 ~ chứng khoán quốc khố (ngân khố quốc gia) / 선하 ~ vận đơn vận tải biển / 정부 발행~ chứng khoán do chính phủ phát hành.

증권투자(證券投資) đầu tư chứng khoán.

증기(蒸氣) (수증기) bốc hơi, thăng hoa

ㅈ

thành thể khí; (총칭) sự bay hơi nói chung. ¶ ~ 기관 máy hơi nước / ~ 기관차 đầu máy (xe lửa) hơi nước / ~ 난방 장치 thiết bị sưởi ấm bằng hơi nước / ~선 tàu thủy chạy bằng hơi nước.

증대(增大) **~하다** tăng, tăng cường (cho lớn thêm lên, nhiều thêm lên). ¶ ~판(版) bản tăng cường, xuất bản có bổ sung.

증류(蒸溜) sự chưng cất. **~하다** chưng cất. ¶ ~기(器) máy chưng cất / ~수 nước cất (nước chưng cất).

증명(證明) sự chứng minh; (증거) chứng cứ; (증언) chứng ngôn; (논증) luận chứng; (진짜라는) xác nhận là đúng. **~하다** (실증) chứng minh, chứng thực; (증언) chứng ngôn; (입증) đưa ra chứng cứ chứng minh (lập chứng); (신원을) chứng minh lai lịch (chứng minh về lý lịch bản thân). ¶ ~서 giấy chứng minh / 신분 ~서 giấy tờ tủy thân.

증모(增募) **~하다** (군인 등의) tuyển thêm, tăng cường tuyển mộ (lính, quân nhân); (학생 등의) tăng cường chiêu sinh.

증발(蒸發) sự bay hơi. **~하다** (물이) bay hơi (nước bay hơi); (실종) biến mất, mất tích. ¶ ~성의 tính dễ bay hơi.

증발(增發) (통화의) sự tăng thêm, phát hành tăng thêm (tiền tệ); (열차의) tăng thêm chuyến (tàu hỏa). **~하다** phát hành tăng thêm, tăng thêm.

증배(增配) (배당) tăng thêm (tiền chia lời lãi); (배급) tăng thêm (phần chia, phần phân phối). **~하다** tăng thêm số phân phối (phần chia cho mọi người).

증보(增補) **~하다** mở rộng, thêm vào (nội dung của văn bản, chứng từ). ¶ 개정 ~판 bản cải chính có bổ sung.

증빙(證憑) bằng chứng, minh chứng. ¶ ~ 서류 giấy tờ làm bằng, tài liệu làm bằng chứng.

증산(增産) sự tăng sản xuất; (농산물의) sự tăng sản xuất sản phẩm nông nghiệp. **~하다** tăng cường sản xuất. ¶ ~ 계획 kế hoạch tăng cường sản xuất.

증상(症狀) triệu chứng (징후); (병세) tình trạng bệnh, vết thương; bệnh trạng.

증서(證書) chứng từ; (양도 따위의) chứng thư (như trong giấy tờ chuyển nhượng); (채무의) chứng từ của tài vụ; (영수 따위의) biên lai, hóa đơn; (증명서) giấy chứng minh; (졸업증서) giấy chứng nhận tốt nghiệp. ¶ 예금 ~ giấy chứng nhận gửi tiền / 차용(借用) ~ giấy nợ, giấy chứng nhận vay mượn.

증설(增設) **~하다** lắp đặt thêm (thiết bị), mở rộng thêm (cơ sở).

증세(症勢) chứng bệnh; (병세) tình trạng bệnh, bệnh tình. ¶ …의 ~를 나타내다 xuất hiện chứng bệnh của ….

증세(增稅) sự tăng thuế. **~하다** tăng thuế.

증손(曾孫) tằng tôn, chắt (con của cháu)

증손녀(曾孫女) chắt gái (con gái của cháu).

증손자(曾孫子) chắt trai (con trai của cháu).

증수(增水) **~하다** nước lên (nước dâng lên). ¶ ~기(期) mùa nước lên.

증수(增收) (수입) sự tăng thu nhập; (농산물) sự tăng thu hoạch (nông sản). **~하다** sự tăng thu.

증수회(贈收賄) việc (đưa, nhận) hối lộ. ¶ ~사건 sự kiện hối lộ.

증식(增殖) **~하다** tăng trưởng, sinh sôi nảy nở. ¶ ~로(爐) lò phản ứng nguyên tử.

증액(增額) sự tăng thêm số tiền, khoản tiền. **~하다** tăng thêm số tiền.

증언(證言) sự chứng ngôn, sự làm chứng, chứng minh. **~하다** làm chứng, chứng minh. ¶ ～대(臺) ghế nhân chứng, vị trí cho nhân chứng.

증여(贈與) sự tặng, biếu, sự trao tặng. **~하다** tặng, trao tặng. ¶ ～세 thuế quà tặng / ～자 người tặng / ～재산 tài sản trao tặng (tài sản được hiến, dâng cho).

증오(憎惡) sự ghét. **~하다** ghét, căm ghét.

증원(增員) **~하다** tăng số người, tăng nhân viên.

증원(增援) **~하다** tăng viện. ¶ ～대(隊) đội quân tăng viện (chi viện).

증인(證人) người làm chứng. ¶ ～이 되다 trở thành người làm chứng; (법정에서) đứng ra làm chứng (ở tòa án). ¶ ～석 vị trí làm chứng (ghế của người làm chứng).

증자(增資) sự tăng vốn, vốn được tăng cường thêm. **~하다** tăng thêm vốn. ¶ ～주 cổ phiếu vm[si phát hành, cổ phiếu phát hành thêm (총칭) / 무상 ～ tăng vốn gián tiếp (nhà đầu tư không phải nạp tiền mà việc tăng vốn được lấy từ tiền lãi) / 유상 ～ tăng vốn trực tiếp (khoản tăng được thu trực tiếp từ các nhà đầu tư).

증정(增訂) sự hiệu đính, bổ sung và sửa ấn phẩm. **~하다** hiệu đính, bổ sung và sửa (sách). ¶ ～판 bản hiệu đính.

증정(贈呈) sự tặng, sự dâng tặng, biếu; (저서에) sự tặng ấn phẩm (sách do chính tác giả viết); (선물 등에) sự tặng quà. **~하다** tặng. ¶ ～본(本) bản để biếu, ấn phẩm chỉ để tặng / ～품 quà tặng, quà biếu.

증조모(曾祖母) cụ nội (cụ bà, bà của bố).

증조부(曾祖父) cụ nội (cụ ông, ông của bố).

증진(增進) **~하다** tăng tiến.

증축(增築) sự xây thêm nhà, sự tăng thêm công trình kiến trúc. **~하다** xây thêm nhà, tăng thêm công trình xây dựng.

증파(增派) **~하다** tăng thêm số người (điều động thêm).

증폭(增幅) sự khuếch đại. **~하다** khuếch đại. ¶ ～기 máy khuếch đại.

증표(證票) giấy biên nhận, giấy biên lai (nguyên văn: chứng phiếu).

증회(贈賄) **~하다** đưa hối lộ. ¶ ～ 사건 vụ đút lót, sự kiện hối lộ / ～자 người (kẻ) đưa hối lộ / ～죄 tội đưa hối lộ.

증후(症候) chứng, triệu chứng (bệnh).

지 (동안) 【NP】 chỉ hành động xảy ra đã được thời gian bao lâu (danh từ phụ thuộc chỉ thời gian). ¶ 떠난 ～ 두 시간 bỏ đi (rời khỏi) đã được 2 tiếng.

지…(至) (까지) đến, cho đến (tự … chí …, từ … đến …).

…지 ❶ (의문) là thế nào (ngữ pháp, đuôi từ chỉ sự nghi vấn trong câu có đoạn văn dẫn). ¶ 어떻게 하는 것인～ 가르쳐 주세요 chỉ cho (tôi) biết (là) làm như thế nào. ❷ (말끝) chứ, nhỉ, phải không 【NP】 (đuôi từ ở vị trí kết thúc câu, biểu thị nghĩa nhấn mạnh, hy vọng). ¶ 오늘은 누가 오겠～ hôm nay chắc sẽ có ai đến chứ. ❸ (부정) 【NP】 đuôi từ gắn sau các thân từ của vị từ, biểu thị ý phủ định, cùng kết hợp với 않, 못. ¶ 저 배엔 사람이 타고 있～ 않다 Tàu kia không có người đi.

지가(地價) giá đất; (가치) giá trị của miếng đất.

지가(紙價) giá giấy; tiền, kinh phí cho việc đọc báo.

지각(地殼) vỏ trái đất, lớp thạch quyển.

지각(知覺) ❶ 【TLH】 tri giác. **~하다** nhận

thức, thấu hiểu. ¶ ～기관 cơ quan tri giác / ～력 năng lực tri giác / ～신경 thần kinh tri giác. ❷ (분별) sự phân biệt, nhận biết. ～하다 phân biệt, nhận biết ☞ **철들다**, 철없다. ¶ ～ 있는 có tri giác. ¶ ～ 망나니 chỉ người ít hiểu biết, còn non dại (cách nói trêu đùa).

지각(遲刻) **~하다** đến muộn, đến trễ. ¶ 학교에 ～하다 đi học muộn. ¶ ～자 người đến muộn.

지갑(紙匣) cái ví; cái hộp giấy.

지게 cái gùi (bằng gỗ, gắn sau lưng phu khuân vác để cõng (vác) hành lý, hàng hóa); đơn vị tính lượng hàng hóa theo số gùi. ¶ ～를 지다 cõng, gùi. ¶ ～꾼 phu khuân vác dùng gùi.

지게미 (술의) cặn rượu; (눈곱) nhử mắt; (비듬) gàu bám da đầu.

지겹다 (넌더리나다) chán ghét, chán chường; (지긋지긋하다) ghê, (ghê tởm), thấy gớm ghiếc.

지경(地境) ❶ (경계) ranh giới, biên giới. ❷ (형편) tình trạng, hoàn cảnh (nghĩa tiêu cực). ¶ …할 ～에 있다 nằm trong hoàn cảnh (đối diện với cảnh) phải … (직면하다).

지계(地階) tầng hầm, phòng tầng hầm (trong tòa nhà cao tầng).

지고(至高) ～의 hết sức cao, cao vô cùng.

지골(指骨, 趾骨) 【GP】 xương ngón tay, xương ngón chân.

지공(至公) ¶ ～ 무사(無私)하다 chí công vô tư.

지관(地官) thầy xem đất, thầy phong thủy.

지구(地球) địa cầu. ¶ ～ 물리학 khoa học địa vật lý / ～의(儀)(본) mô hình quả địa cầu.

지구(地區) (지역) khu vực, vùng. ¶ 경인～ khu vực Seoul-Incheon / 상업 [주택] ～ khu thương nghiệp [nhà dân].

지구(地溝) 【Địa】 khe nứt, đường lún của vỏ trái đất (tạo nên thung lũng).

지구(持久) giữ (chịu đựng) được lâu, duy trì được lâu. ¶ ～력 khả năng chịu đựng / ～전 cuộc chiến dai dẳng, cuộc chiến kéo dài.

지국(支局) chi cục, chi nhánh.

지그시 ❶ (슬그머니) một cách khẽ khàng, nhẹ nhàng (đóng, kéo, ấn). ¶ 눈을 ～ 감다 khẽ nhắm mắt. ❷ (참는 모양) một cách lặng lẽ chịu đựng, một cách nhẫn nại.

지극(至極) **~하다** làm gì hết lòng, với tất cả chân tình; (대단하다) cực kỳ, hết sức; (극진하다) hết sức tận tình. ¶ ～히 một cách hết sức tận tình, một cách hết lòng.

지근거리다 ❶ (귀찮게 굴다) chọc giận, trêu ghẹo; (졸라대다) quấy rầy. ❷ (머리가) nhức đầu. ❸ (씹다) nhai chậm rãi.

지근덕거리다 ☞ **지근거리다**.

지글거리다 sôi, sủi (sùng sục); bồn chồn, (lòng) sôi lên.

지글지글 sùng sục (sôi lên), một cách sôi sục (phó từ).

지금(只今) ❶ (현재) bây giờ, hiện tại. ～의 của hiện tại. ¶ ～까지 đến bây giờ / ～부터 từ bây giờ. ❷ (지금 막) vừa mới, bây giờ vừa mới. ❸ (지금 당장) ngay, ngay bây giờ.

지금(地金) kim loại thường, chưa gia công, dùng để chế biến vật dụng, (nguyên văn: địa kim); (화폐의) kim loại thường dùng làm tiền kim loại.

지금거리다 nhai phải sạn.

지급(支給) sự chi cấp, cấp phát, chi trả; (식료 따위) cấp, cung cấp (như đồ ăn, lương thực). **~하다** chi trả; (어음을) thanh toán hối phiếu. ¶ ～ 기일

kỳ hạn, chi trả, kỳ hạn cung cấp / ~ 능력 khả năng chi trả / ~ 어음 hối phiếu phải trả (phải chi trả) / ~인 người phải chi cấp, chi trả / ~품 sản phẩm, hàng để (được) chi cấp, cấp phát.

지급(至急) ~의 khẩn, gấp. ¶ ~ 전보 [전화] điện báo [điện thoại] khẩn, gấp.

지긋지긋하다 ❶ (넌더리나다) chán chường, chán ghét. ❷ (지겹다) gớm ghiếc, ghê tởm, kinh tởm.

지긋하다 (서술적) nhiều tuổi (miêu tả so với người khác); chịu đựng, nhẫn nại.

지기(地氣) không khí trong thổ nhưỡng; khí chất của đất; tinh khí của đất.

지기(知己) tri kỷ.

지기지우(知己之友) ☞ **지기**(知己).

…지기[1] (논의) (phụ tố) chỉ thửa đất tính diện tích theo lượng hạt gieo khi làm nông nghiệp (thường đi kèm với các từ như đấu 되, mal 말 - 10 đấu). ¶ 닷마~ thửa đất gieo được năm mal (hạt).

…지기[2] (사람) (phụ tố) chỉ người chuyên làm việc coi giữ. ¶ 문~ người giữ cửa, canh cửa.

지껄거리다 to tiếng nói liến thoắng (빨리). ¶ 잘 지껄이는 người giỏi liến thoắng.

지껄이다 ☞ **지껄거리다**.

지끈지끈 ❶ (부러지는 소리) răng rắc (tiếng gẫy của vật cứng). ❷ một cách nhức (đau) (아프다). ¶ 골치가 ~ 아프다 đầu đau nhức nhối.

지나(支那) China, tên gọi khác của Trung Quốc. ¶ ~해(海) biển China (biển Trung Quốc).

지나가다 ❶ (통과) đi qua, vượt qua. ¶ 문 앞을 ~ đi qua cửa. ❷ (경과) ☞ **지나다**.

지나다 ❶ (기한이) qua, quá (kỳ hạn). ¶ 기한이 지났다 đã quá hạn. ❷ (통과) đi qua, vượt qua. ¶ 숲 속을 ~ vượt qua rừng. ❸ (경과) đã qua, đã trải qua. ¶ 지난 일 việc đã qua / 10년이 지나 qua 10 năm / 시간이 지남에 따라 theo như thời gian trôi qua.

지나새나 suốt ngày đêm, liên tục.

지나오다 vượt qua; (겪다) trải qua, qua được. ¶ 지나온 일을 생각하다 nghĩ về việc đã qua.

지나치다 ❶ (과도) quá độ, quá mức. ¶ 지나친 (định ngữ) quá mức / 지나치게 một cách quá độ, quá mức. ❷ (통과) bỏ qua, đi qua.

지난(至難) ~한 quá khó khăn, nan giải (khó đến mức không xử lý được và phải trì hoãn lại).

지난 vừa qua, trước. ¶ ~ 가을 mùa thu vừa qua / ~날 ngày vừa qua / ~번 lần trước.

지날결 trên đường đi qua, khi đi qua.

지남철(指南鐵) nam châm, sắt nam châm.

지남침(指南針) kim chỉ nam, kim la bàn.

지내다 ❶ (세월을) trải qua (trong một khoảng thời gian nhất định); (생활) sống. ¶ 독서로 ~ sống với (dành thời gian cho) việc đọc sách / 행복하게 ~ sống một cách hạnh phúc. ❷ (치르) làm, tổ chức, tham gia vào làm (lễ hội hay lễ như đám ma, đám cưới, sinh nhật). ¶ 장사를 ~ làm đám ma. ❸ (겪다) trải qua, từng làm qua (nghề nghiệp hay chức vị nào đó). ¶ 형사(刑事)를 지낸 사람 người từng làm cảnh sát hình sự.

지내듣다 nghe qua, nghe thoáng (nghe mà không để ý).

지내보다 kết bạn với nhau (ở với nhau), sống qua, trải qua (công việc, cuộc sống).

ㅈ

지네 [ĐV] con rết.

지노(紙-) dây bện bằng giấy. ¶ ～를 꼬다 xoắn, bện dây giấy.

지느러미 vây (của cá hay động vật sống dưới nước). ¶ 등 [가슴, 꼬리] ～ vây lưng [ngực, đuôi].

지능(知能) khả năng trí óc, trí thông minh; tài năng và trí tuệ. ～적 một cách trí tuệ, có trí óc (một cách theo kế hoạch, vận dụng trí tuệ). ¶ ～검사 kiểm tra trí thông minh / ～범죄(犯罪) tội phạm thông minh (các tội lừa đảo, chiếm đoạt) / ～ 지수 chỉ số thông minh.

지니다 (보전) giữ; (가지다) mang, mang theo; (품다) ôm giữ lấy; giữ nguyên. ¶ 몸에 ～ giữ, ôm bên mình; (무기를) mang theo vũ khí.

지다[1] ❶ (패배) thua. ¶ 경쟁에 ～ thua trong cuộc cạnh tranh / 경주에 ～ thua trong cuộc thi chạy / 논쟁에 ～ thua trong cuộc tranh luận / 선거에 ～ thua trong bầu cử / 소송에 ～ thua kiện. ❷ (굴복함) khuất phục. ¶ 유혹에 ～ khuất phục trước sự cám dỗ. ❸ (못함) thua kém. ¶ 누구에(게)도 지지 않다 không thua kém bất cứ ai.

지다[2] ❶ (등에) gánh, vác, cõng (trên lưng). ❷ (빚을) mang nợ, gánh nợ. ❸ (책임을) chịu, gánh vác (trách nhiệm). ❹ (신세 따위를) được ai giúp.

지다[3] ❶ (해, 달이) lặn (mặt trời, mặt trăng). ❷ (잎, 꽃이) rụng, rơi (lá, hoa). ❸ (때 따위가) bong mất, biến mất, hết (bụi, cáu ghét). ❹ (숨이) đứt hơi, ngừng thở (chết).

지다[4] (생기다) nảy sinh, xuất hiện. ¶ 그늘이 ～ hiện bóng (bóng tối, bóng của hình) / 얼룩이 ～ hiện vết, đốm bẩn / 장마가 ～ bắt đầu mùa mưa.

지다[5] (되다) trở nên (ngữ pháp, chỉ sự tiến triển của tính chất, trạng thái). ¶ 좋아 [나빠, 추워, 더워] ～ trở nên tốt [xấu, lạnh, nóng] hơn.

지다위 ❶ (의지) **~하다** dựa, dựa dẫm vào người khác. ❷ (죄, 책임 전가) **~하다** đổ (tội, trách nhiệm) cho người khác.

지당(至當) ～한 vô cùng hiển nhiên, hoàn toàn đúng.

지대(支隊) chi đội, tiểu đội (đội quân nhánh tách ra từ đội chính, chủ lực).

지대(至大) ～한 vô cùng lớn.

지대(地代) tiền thuê đất.

지대(地帶) đới, vùng, miền, khu vực (khu vực nhất định đã được giới hạn). ¶ 공장 ～ khu vực nhà máy / 안전 [위험, 중립] ～ khu vực an toàn [nguy hiểm, trung lập].

지대공(地對空) ¶ ～ 미사일 tên lửa đất đối không.

지대지(地對地) ¶ ～ 미사일 tên lửa đất đối đất.

지덕(智德) tri thức và đạo đức.

지도(地圖) địa đồ; (도시의) bản đồ (như bản đồ thành phố); (해도) bản đồ hàng hải; (지도책) quyển bản đồ. ¶ 거는 ～ bản đồ đang (được) treo / 5만분의 1 ～ bản đồ tỷ lệ 1:50,000 / ～를 그리다 [보다] vẽ [xem] bản đồ.

지도(指導) sự chỉ đạo, hướng dẫn. **~하다** chỉ đạo, hướng dẫn. ¶ ～ 교사 giáo viên hướng dẫn / ～교수 giáo sư hướng dẫn / ～ 방침 [원리] phương châm [nguyên lý] hướng dẫn (huấn luyện) / ～서 bản hướng dẫn, sách hướng dẫn / ～자 người lãnh đạo / 집단 ～ chỉ đạo, hướng dẫn chung, tập thể.

지도리 bản lề, chốt (đinh chốt) của cửa nói chung.

지독(至毒) **~하다** ❶ (독하다) độc, độc ác.

¶ ～한 모욕 lời chửi, lời mạo phạm độc ác. ❷ (모질다) khủng khiếp (hết sức), gay gắt, dữ dội. ¶ ～한 추위 cái lạnh khủng khiếp.

지동(地動) ¶ ～설 thuyết trái đất quay quanh mặt trời.

지둔(遲鈍) ～한 đần độn.

지등롱(紙燈籠) đèn lồng bằng giấy dầu.

지라 【GP】 lá lách.

지랄 ❶ (행위) **~하다** (hành vi) hành vi làm bừa, làm loạn, điên rồ. ❷ ☞ **지랄병**(病). **~하다** điên cuồng, điên dại. ¶ ～장이 người mắc bệnh động kinh.

지랄병(-病) mắc bệnh động kinh, bệnh thần kinh nói chung (발작).

지략(智略) trí lược. ¶ ～이 풍부하다 giàu trí lược (mưu sách khôn ngoan) / ～이 풍부한 사람 người nhiều mưu lược.

지렁이 【ĐV】 giun đất, giun làm mồi câu. ¶ ～도 밟으면 꿈틀거린다 dù yếu thế nhưng nếu bị đối xử quá tệ thì sẽ vùng lên. (nguyên văn: dù là giun đất, nếu đạp phải thì cũng quằn đau).

지레[1] (물건 움직이는) cái đòn bẩy.

지레[2] (미리) từ trước, chưa gì đã (từ trước một thời điểm nào đó đã sớm).

지레질하다 bẩy, nâng bằng đòn bẩy.

지레짐작하다 phỏng đoán, suy xét trước (đoán mò trước khi sự việc xảy ra).

지력(地力) sức sống, độ màu mỡ của đất.

지력(智力) trí lực.

지력선(指力線) đường đo (biểu thị) sức (hướng) của điện, của từ.

지령(指令) lệnh chỉ huy, chỉ đạo. **~하다** ra lệnh chỉ huy, chỉ đạo. ¶ ～서 văn bản chỉ đạo, văn bản chỉ thị / 비밀 ～ mật lệnh; chỉ thị, mệnh lệnh bí mật.

지령(紙齡) tuổi phát hành của ấn phẩm xuất bản định kỳ.

지론(持論) ý kiến, quan điểm luôn luôn chủ trương, luôn luôn giữ bên mình.

지뢰(地雷) địa lôi, mìn. ¶ ～를 묻다 chôn mìn, đặt mìn. ¶ ～밭 [지대] bãi [khu vực đặt] mìn / ～ 탐지기 máy dò mìn.

지루하다 chán, nhàm chán, chán ngắt. ¶ 지루한 강연 buổi giảng chán ngắt.

지류(支流) chi lưu, nhánh.

지르다[1] ❶ (발로) đá (bằng chân); (손으로) đánh, đấm (bằng tay). ❷ (꽂아 넣다) cài vào, gài xuống. ❸ (불을) đốt lửa, châm lửa (phóng hỏa). ❹ (자르다) cắt (cắt ngang, làm mất hứng, làm mất nhuệ khí). ❺ (질러가다) đâm ngang, đi tắt sang. ❻ (돈을) đặt tiền, của cải (vào canh bạc, ván bạc). ❼ thộc, xông vào mũi (mùi).

지르다[2] (소리를) kêu, gào, la hét. ¶ 고함을 ～ gào lên lớn tiếng.

지르되다 chín muộn, phát triển chậm.

지르르 ❶ (기름기가) một cách nhỏ giọt, từ từ chảy xuống (chất dầu). ¶ ～하다 chảy nhỏ giọt. ❷ (뼈마디가) như có cảm giác tê, tê tê (ở các đốt xương). ¶ ～ 저리다 tê buốt các đốt xương.

지르잡다 gột (vết bẩn). ¶ 얼룩을 ～ gột vết, vết bẩn.

지르코늄 【HH】 (ký hiệu Zr) ziriconi.

지르콘 【HH】 khoáng chất ziricon.

지르퉁하다 sưng sỉa (dỗi, dỗi hờn).

지름 đường kính.

지름길 đường tắt. ¶ ～로 가다 đi bằng đường tắt.

지리(地利) địa lợi.

지리(地理) (지세) địa thế; (지리학) địa lý (địa lý học). ¶ ～(학)상의 về mặt địa lý. ¶ ～책 sách địa lý / 상업 [인문] ～ địa lý thương mại [nhân văn].

지리다[1] (냄새가) khai (mùi khai của nước tiểu).

ㅈ

지리다[2] (오줌똥을) vãi, són (phân, nước tiểu).

지리멸렬(支離滅裂) **~하다** rời rạc, tan rã; (사분오열) chia năm xẻ bốn (tứ phân ngũ liệt). ¶ ～이 되다 trở nên rời rạc.

지린내 mùi khai (như mùi nước tiểu).

…지마는 … nhưng (mà) … (thừa nhận nội dung ở vế trước nhưng nghi vấn hay thể hiện ý phủ định ở vế sau).

지망(志望) mong muốn, nguyện vọng; (선택) lựa chọn. **~하다** có nguyện vọng, mong muốn làm (trở thành), có chí muốn làm. ¶ ～자 người có nguyện vọng / ～학과 khoa lựa chọn (theo nguyện vọng), khoa, phòng ban mong muốn (được làm việc hay nhập học) / ～학교 trường lựa chọn (theo nguyện vọng) / 제 1 [2] ～ nguyện vọng thứ nhất [hai].

지망지망 một cách lơ là, một cách bất cẩn, hời hợt (từ tượng hình).

지맥(支脈) (광산의) mạch phụ, mạch thứ (khoáng sản); (산맥의) nhánh, mạch nhỏ tách ra khỏi mạch chính (của mạch núi).

지맥(地脈) mạch đất, địa tầng.

지면(地面) (지표) mặt đất (bề mặt); (지상) trên mặt đất.

지면(紙面) mặt (bề mặt giấy), (신문의) mặt báo; (여백) mặt giấy trắng để viết. ¶ ～ 관계로 do giới hạn của mặt giấy, giới hạn của giấy viết (kích cỡ, khuôn khổ).

지면(誌面) trang của tạp chí, mặt báo. ¶ ～을 통해 thông qua trang tạp chí.

지명(地名) địa danh. ¶ ～ 사전 từ điển địa danh.

지명(知名) ～의 nổi danh, tên được biết đến rộng rãi. ¶ ～ 인사 người nổi danh, nhân vật được nhiều người biết đến.

지명(知命) tri mệnh. ❶ (천명을 앎) biết được mệnh trời (thiên mệnh, ý trời). ❷ (50세) tuổi 50.

지명(指名) chỉ danh, chỉ tên (chỉ ra tên giữa đám nhiều người hay đồ vật). **~하다** chỉ danh, chỉ định. ¶ ～된 사람 người được chỉ định, nêu đích danh (để làm gì đó). ¶ ～ 수배 sự bủa vây để bắt đích danh tội phạm / ～자 người được đề cử.

지모(智謀) mưu trí, kế sách thông minh.

지목(地目) mục đích sử dụng đất. ¶ ～ 변경 thay đổi mục đích sử dụng đất.

지목(指目) **~하다** chỉ ra, chỉ định. ¶ 후보자로 ～된 사람 người được chỉ ra làm ứng cử viên.

지문(指紋) vân tay, dấu vân tay. ¶ ～을 남기다 để lại vân tay / ～을 채취하다 lấy dấu điểm chỉ, lấy vân tay. ¶ ～ 날인 문제 (재일교포) vấn đề điểm chỉ (của kiều bào tại Nhật).

지문학(地文學) địa văn học.

지물(紙物) hàng hóa, sản phẩm bằng giấy nói chung. ¶ ～포 cửa hàng bán đồ giấy, các loại liên quan đến giấy.

지반(地盤) địa bàn. ❶ (토대) căn cứ địa, nền móng; (지면) mặt đất. ❷ (기반) cơ bản, nền tảng. ¶ 확실한 ～ nền tảng xác thực, rõ ràng / ～을 닦다 gây dựng, kiến lập cơ sở. ❸ (세력범위) địa bàn hoạt động, phạm vi thuộc thế lực (của ai đó); (선거구) khu vực bầu cử. ¶ (선거의) ～을 닦다 gây dựng nên địa bàn bầu cử.

지방(地方) (지역) địa phương, vùng, khu vực; (시골) nông thôn (địa phương so với thành phố trung tâm); (부근) vùng phụ cận. **~의,** ～적인 thuộc về địa phương, có tính chất địa phương. ¶ ～의 사람 người ở địa phương / ～적인 편견 cục bộ địa phương, chủ nghĩa địa phương / 서울 ~ vùng Seoul / 서북 ~ vùng Tây Bắc / 이 ~ địa phương này / ~에 가다 đi địa phương / ~에서 올라오다 từ địa phương lên (từ vùng quê lên). ¶ ~ 검사 công tố viên (ở) địa phương / ~ 검찰청 viện kiểm sát ở địa phương / ~ 공공단체 cơ quan địa phương / ~ 공무원 viên chức địa phương / ~ 공연 biểu diễn, trình diễn ở địa phương / ~ 관청 chính quyền địa phương / ~ 기사 ký sự, phóng sự ở địa phương / ~ 도시 thành phố ở địa phương (của tỉnh) / ~법원 tòa án địa phương / ~ 분권(分權) phân quyền, phân chia quyền lực cho các địa phương / ~ 사투리 giọng địa phương / ~색 màu sắc địa phương / ~ 선거구 khu vực bầu cử ở địa phương / ~ 선거법 luật bầu cử địa phương / ~ 신문 báo địa phương / ~ 의회 [의원] hội đồng [ủy viên] địa phương / ~ 자치 tự trị địa phương / ~ 자치기관 cơ quan tự trị ở địa phương / ~ 장관 người đứng đầu địa phương (tỉnh trưởng, Mỹ: thống đốc) / ~ 재정 tài chính ở địa phương / ~판(版) báo địa phương (bản dành riêng cho địa phương) / ~ 행정 hành chính địa phương.

지방(脂肪) mỡ động vật, dầu thực vật; (돼지의) mỡ lợn. ¶ ~과다 thừa mỡ (béo phì) / ~질 chất mỡ / ~ 조직 mô mỡ.

지배(支配) (관리) sự quản lý; (처리) sự xử lý; (지휘) sự chỉ huy; (통치) sự thống trị, chi phối. **~하다** quản lý, chỉ huy, cai trị, thống trị. ¶ ~를 받다 bị cai trị, bị thống trị. ¶ ~ 계급 giai cấp thống trị / ~권 quyền chỉ huy, quyền cai trị / ~자 người cai trị, người lãnh đạo.

지배인(支配人) quản đốc, quản lý, chủ nhiệm (người được giao trách nhiệm quản lý tất cả mọi công việc của doanh nghiệp thay cho chủ). ¶ ~ 대리 quản lý đại diện / 부~ phó quản lý, phó chủ nhiệm / 총~ tổng quản.

지벅거리다 đi dò dẫm, đi mò mẫm (do đường tối hoặc hiểm trở).

지번(地番) số hiệu của mảnh đất, lô đất.

지범지범 theo cách nhặt từng cái từng cái một (lên để ăn) (phó từ).

지변(地變) địa biến, chuyển động, biến động của đất (như động đất, núi lửa). ¶ 천재~ địa biến thiên tai.

지병(持病) bệnh kinh niên, bệnh lâu ngày.

지보(至寶) bảo vật cực kỳ quý hiếm, báu vật. ¶ 국가의 ~ báu vật của quốc gia.

지복(至福) phúc lớn.

지부(支部) chi nhánh, phân xã (phía dưới, bộ phận trực thuộc trung tâm). ¶ ~장 chi nhánh trưởng, (phân xã trưởng).

지부럭거리다 quấy nhiễu, chọc giận, làm phiền.

지분(脂粉) phấn sáp.

지분거리다 quấy rối, quấy rầy. ¶ 지분지분 một cách phiền nhiễu, quấy rối (phó từ).

지불(支拂) sự trả tiền, thanh toán, chi trả. **~하다** trả tiền, thanh toán; (빚을) trả nợ; (계산서를) trả giấy thanh toán, cấp hóa đơn. ☞ **지급**.

지불보증(支拂保證) bảo lãnh thanh toán, bảo đảm chi trả. ¶ ~ 수표 séc bảo đảm thanh toán.

지불청구(支佛請求) sự yêu cầu thanh toán. ¶ ~를 하다 yêu cầu thanh toán.

지붕 mái, mái nhà. ¶ ~을 이다 lợp mái

nhà. ¶ ～ 마루 nóc nhà, đỉnh nóc của mái nhà / ～ 물매 đường dốc, sườn dốc của mái nhà / 기와 ～ mái ngói / 둥근 ～ mái tròn / 초가 ～ mái tranh.

지사(支社) phân xã, đại diện (của cơ quan, công ty ở địa phương, nước ngoài).

지사(志士) chí sĩ. ¶ 우국～ chí sĩ yêu nước.

지사(知事) người đứng đầu về hành chính cấp tỉnh (tỉnh trưởng). ～의 thuộc về, cấp tỉnh trưởng, thị trưởng.

지상(地上) trên mặt đất, mặt đất, thế gian. ～의 thuộc về trên mặt đất. ¶ ～의 낙원 thiên đường trên mặt đất / ～ 80피트 cách mặt đất 80 bộ (feet). ¶ ～권 quyền sử dụng, sở hữu trên mặt đất / ～ 근무 làm việc trên mặt đất / ～ 부대 lục quân / ～전(戰) chiến tranh, cuộc chiến trên mặt đất / ～ 정비원 nhân viên kỹ thuật trên mặt đất (của ngành hàng không) / ～ 포화 hỏa lực trên mặt đất.

지상(至上) ～의 tối cao, cao nhất. ¶ ～권 quyền lực tối cao / ～명령 mệnh lệnh tối cao, cao nhất; 【TrH】 mệnh lệnh tuyệt đối buộc phải thi hành / 예술 ～ đỉnh điểm của nghệ thuật.

지상(紙上) ¶ ～에 trên giấy, trên mặt tờ báo hay tạp chí / ～의 논전 tranh luận trên văn bản, trên mặt giấy / ～으로 bằng văn bản, bằng báo chí. ¶ ～ 상담난 cột trao đổi ý kiến trên mặt báo, tạp chí.

지상(誌上) ¶ ～에 trên tạp chí, trên trang của tạp chí.

지새다 hết đêm, trời rạng sáng. ¶ 지새는 달 trăng lúc trời rạng sáng (trăng mờ mờ vào buổi sáng).

지새우다 thức (một mạch) suốt cả đêm.

지서(支署) trạm, chi nhánh (của trung tâm); (경찰의) đồn cảnh sát.

지선(支線) tuyến, đường nhánh, đường phụ (như của các tuyến đường sắt, đường thủy, đường dây thông tin).

지성(至誠) hết sức chân thành, rất thành thực, hết lòng. ¶ ～으로 với tất cả sự chân thành / ～이면 감천이라 lòng thành cảm động đến cả trời.

지성(知性) trí tuệ. ¶ ～인 người có trí tuệ, có tri thức.

지세(地貰) tiền thuê đất.

지세(地稅) thuế đất.

지세(地勢) địa thế.

지속(持續) **~하다** liên tục, không ngừng (trong một thời gian dài) (계속하다); (버티다) duy trì; (견디다) kiên trì. ¶ ～적 một cách liên tục. ¶ ～기간 khoảng thời gian, giai đoạn liên tục, không ngừng / ～력 sức kiên trì, khả năng duy trì / ～성 tính bền bỉ.

지수(指數) chỉ số; 【TH】 số. ¶ 물가[불쾌] ～ chỉ số vật giá [gây ra sự khó chịu].

지스러기 mảnh vụn; mảnh, mẩu (hay những thứ) còn thừa lại.

지시(指示) sự chỉ thị. **~하다** chỉ thị. ¶ ～ 대명사 [형용사] đại từ [tính từ] chỉ thị (trong tiếng Hàn) / ～서 bản chỉ thị.

지식(知識) tri thức; (학문) học vấn. ¶ 전문적 ～ tri thức chuyên môn / 해박한 ～ tri thức uyên thâm, sâu / 경제학의 초보 ～ tri thức sơ đẳng (bước đầu) của kinh tế học. ¶ ～ 계급 tầng lớp tri thức / ～욕 sự khát tri thức, lòng mong muốn học hỏi / ～인 nhà tri thức, người tri thức / 예비 ～ tri thức chuẩn bị trước, tri thức sơ bộ (cần để chuẩn bị cho một công việc).

지실(知悉) **~하다** biết rõ, biết tất cả (조예가 깊다) trình độ học thuật thâm sâu.

ㅈ

지심(地心) tâm của trái đất.

지싯거리다 đòi hỏi, hối thúc (yêu cầu liên tục, không cần biết đối phương có thích hay không).

지아비 (자기 남편) chồng (từ nhân xưng, chỉ gọi chồng của mình theo cách khiêm nhường, trước mặt những người lớn hơn).

지압요법(指壓療法) trị bệnh bằng xoa bóp, phép day tay, ấn, bấm (huyệt) vào vết thương (kích thích dây thần kinh để trị bệnh).

지양(止揚) 【TrH, Lo】 sự ngừng hoạt động, phủ định để đưa lên mức cao hơn. **~하다** ngừng lại để đưa lên mức cao hơn.

지어내다 đặt ra, tạo ra. ¶ 지어낸 얘기 câu chuyện bịa đặt.

지어미 (자기 아내) vợ (từ nhân xưng, chỉ gọi vợ của mình theo cách khiêm nhường, trước mặt những người lớn hơn).

지엄(至嚴) **~하다** hết sức nghiêm, nghiêm khắc, nghiêm ngặt một cách tuyệt đối.

지에밥 cơm niêu.

지엔피(GNP) tổng sản phẩm quốc nội.

지역(地域) khu vực, vùng. ~적 có tính khu vực. ¶ ~별로 theo từng khu vực. ¶ ~구 khu vực bầu cử chọn theo đơn vị hành chính địa phương (như thành phố, quận) / ~단체 đoàn thể địa phương, đoàn thể trong khu vực / ~대표 đại biểu của địa phương / ~ 사회 xã hội ở địa phương, xã hội trong khu vực nhất định.

지역권(地役權) 【PL】 quyền sử dụng đất (của người khác) trong khu vực. ¶ ~자 người có quyền sử dụng đất (của người khác) có liên quan đến đất của mình trong khu vực.

지연(遲延) sự trì hoãn, kéo dài. **~하다** trì hoãn, kéo dài. ¶ 오래 ~된 bị trì hoãn lại trong thời gian dài. ¶ ~ 작전 tác chiến kéo dài.

지연단체(地緣團體) đoàn thể địa phương, đoàn thể của những người cùng sống chung trong một khu vực.

지열(地熱) nhiệt (hơi nóng) của trái đất.

지엽(枝葉) ❶ (가지와 잎) cành và lá. ❷ (중요치 않음) lá cành (phần không quan trọng). ¶ ~적인 có tính lá, cành (râu ria, không quan trọng) / ~적 문제 vấn đề có mức độ không quan trọng (nguyên văn: vấn đề có tính lá cành).

지옥(地獄) địa ngục. ¶ ~에 떨어지다 rơi xuống địa ngục. ¶ 교통 ~ địa ngục của giao thông / 생~ cuộc sống địa ngục, việc rơi vào thảm cảnh như sống trong địa ngục / 입시 ~ địa ngục của việc thi cử (chỉ việc khó khăn trong thi vào đại học ở Hàn Quốc).

지용(智勇) trí tuệ và dũng khí.

지우(知友) bạn thân, tri kỷ.

지우(知遇) tri ngộ, sự đối đãi trọng vọng của người khác, biết đến giá trị của mình. ¶ ~를 입다 hưởng sự trọng thị của người khác đối với mình.

지우개 cái lau, cái tẩy; (고무) cái tẩy; (칠판) cái lau bảng.

지우다[1] ❶ (등에) chất lên, làm cho phải mang, vác (trên lưng). ¶ 무거운 짐을 ~ chất hành lý nặng lên. ❷ (부담) bắt phải gánh chịu, phải nhận trách nhiệm.

지우다[2] (없어지게) lau, xóa, làm sạch, dọn sạch.

지우다[3] ❶ (형성) làm cho xuất hiện. ¶ 그늘 ~ làm hiện bóng. ❷ (눈물 따위) làm cho nhỏ, chảy (nước mắt).

¶ 눈물 ~ làm nhỏ nước mắt. ❸ (꽃 따위) làm rụng (hoa).

지우다[4] (이기다) làm cho thua, đánh bại.

지우다[5] (아이를) làm sẩy thai; (숨을) làm cho tắt hơi thở (làm cho chết).

지우산(紙雨傘) ô bằng nan và giấy.

지원(支援) sự chi viện, cứu viện. **~하다** chi viện, cứu viện. ¶ ~ 부대 quân chi viện, bộ đội cứu viện / ~자 người cứu viện, chi viện.

지원(志願) nguyện vọng, sự đăng ký xin; (자진) sự tình nguyện. **~하다** có nguyện vọng, tình nguyện, đăng ký xin. ¶ ~병 quân tình nguyện / ~서 đơn xin, đơn trình bày nguyện vọng / ~자 người xin, người có nguyện vọng / 입학 ~자 người đăng ký nhập học.

지위(地位) địa vị; (신분) thân phận; (직위) chức vị, vị trí; (계급) cấp, đẳng cấp, giai cấp. ¶ ~ 있는 사람 người có địa vị / 좋은 ~를 얻다 nhận được một địa vị tốt.

지육(知育) trí dục, giáo dục để nuôi dưỡng tri thức và phát triển tài năng về thể dục và đức dục.

지은이 ☞ **저자**(著者).

지의(地衣) 【TV】 địa y.

지인(知人) người quen biết.

지자(知者) người uyên bác, có trí óc.

지자(智者) (총칭) người có trí tuệ, người khôn ngoan (nói chung).

지자기(地磁氣) từ tính trái đất.

지장(支障) (장애) chướng ngại, sự cản trở; (불편) nỗi, điều bất tiện; (곤란) khó khăn. ¶ ~이 없으면 nếu không có gì khó khăn (ngăn cản).

지장(指章) dấu tay ngón cái (dùng điểm chỉ thay cho đóng dấu, hay ký). ¶ ~을 찍다 điểm chỉ.

지저귀다 hót (chim hót).

지저분하다 bừa bãi, bẩn thỉu; (난잡) loạn tạp, lộn xộn. ¶ 지저분한 거리 con đường bẩn thỉu.

지적(地積) diện tích đất. ¶ ~ 측량 đo diện tích đất.

지적(地籍) địa tịch, sổ đất (ghi chép các mục về đất đai, địa chính). ¶ ~도 bản đồ địa chính.

지적(知的) có tri thức, về (liên quan đến) tri thức. ¶ ~ 능력 năng lực tri thức (trí tuệ) / ~ 생활 sống khôn ngoan, sống một cách thông minh / ~ 소유권 보호 bảo vệ quyền sở hữu trí tuệ / ~ 재산권 quyền sở hữu trí tuệ.

지적(指摘) **~하다** chỉ ra. ¶ 위에서 ~한 바와 같이 như đã chỉ ra ở trên.

지전(紙錢) tiền vàng mã.

지절거리다 ba hoa, nói luyên thuyên.

지점(支店) chi nhánh. ¶ ~장 trưởng chi nhánh / 한국은행 부산 ~ Ngân hàng Hàn Quốc chi nhánh tại Busan / 해외(海外) ~ chi nhánh tại hải ngoại.

지점(支點) ❶ 【VLH】 (지레 받침) điểm tựa (đòn bẩy). ❷ 【KTr】 trụ.

지점(地點) địa điểm.

지정(指定) sự chỉ định. **~하다** chỉ định. ¶ ~한 대로 theo chỉ định / 별도 ~이 없는 한 nếu không có chỉ định nào đặc biệt. ¶ ~석 ghế dành riêng / ~ 시간 [장소] thời gian [địa điểm] đã chỉ định trước / ~일 ngày đã định.

지정학(地政學) địa chính học. ¶ ~자 học giả địa chính trị.

지조(地租) địa tô, thuế đất.

지조(志操) ý chí vững vàng, kiên định. ¶ ~를 굳게 지키다 giữ vững ý chí (kiên định).

지족(知足) **~하다** bằng lòng, mãn nguyện.

지존(至尊) chí tôn (lời cung kính chỉ gọi vua).

지주(支柱) giá đỡ, trụ cột; trụ cột (căn cứ làm chỗ dựa theo cách nói ẩn dụ). ¶ 한 집안의 ～ trụ cột của gia đình.

지주(地主) địa chủ. ¶ ～ 계급 giai cấp địa chủ / 대～ đại địa chủ / 부재 ～ địa chủ không ở thường xuyên tại nơi sở hữu đất.

지주(持株) nắm giữ cổ phần. ¶ ～ 회사 công ty nắm giữ cổ phần / 종업원 ～제도 chế độ chia cổ phần cho nhân viên nắm giữ.

지주류(蜘蛛類) 【ĐV】 loại nhện.

지중(地中) ～의 trong đất. ¶ ～에 ở trong đất.

지중해(地中海) Địa Trung Hải. ～의 của Địa Trung Hải.

지지(支持) cố bám lấy, cầm cố; ủng hộ. **~하다** ủng hộ. ¶ 국민의 ～를 얻다 nhận được sự ủng hộ của nhân dân. ¶ ～자 người ủng hộ.

지지(地誌) địa chí, sách ghi chép các hiện tượng (điều kiện tự nhiên, văn hóa, xã hội) về mặt địa lý.

지지난달 tháng trước nữa.

지지난밤 đêm hôm kia.

지지난번 lần trước nữa.

지지난해 năm trước nữa, năm kia.

지지다 (끓이다) kho, hầm (với một ít nước); (지짐질) áp chảo, rán với mỡ; (인두 따위) đốt, xông; (머리를) uốn (tóc).

지지르다 ❶ (내리 누르다) đè, nén. ❷ (기운, 의견을) nhấn chìm, đè bẹp (sức sống, ý kiến). ¶ 모든 설명을 한마디로 지질러 버렸다 bằng một lời nói vô hiệu hóa toàn bộ sự giải thích.

지지리 một cách rất nặng nề, hết sức trầm trọng, thậm tệ. ¶ ～ 못나다 (얼굴이) hết sức xấu xí (khuôn mặt); (태도가) xấu xa thậm tệ (thái độ) / ～(도) 고생하다 vô cùng vất vả (gian khổ).

지지부진(遲遲不進) **~하다** chậm chạp, không phát triển, không tiến lên được.

지지(支持) ❶ sự chống đỡ. **~하다** chống đỡ. ❷ sự ủng hộ. **~하다** ủng hộ, hậu thuẫn. ¶ 여론의 ～를 얻다 được dư luận ủng hộ.

지진(地震) địa chấn, động đất. ¶ ～의 중심 tâm địa chấn. ¶ ～계 máy đo động đất, địa chấn kế / ～ 관측 quan sát, theo dõi địa chấn / ～대 vùng có động đất, khu vực địa chấn / ～학 địa chấn học / ～학자 nhà địa chấn học, nghiên cứu địa chấn.

지진아(遲進兒) trẻ chậm phát triển trí não.

지질(地質) địa chất. ¶ ～ 분석 phân tích địa chất / ～ 연구소 viện nghiên cứu địa chất / ～ 조사 điều tra địa chất / ～학 địa chất học / ～학자 nhà địa chất.

지질리다 bị đè nén.

지질펀펀하다 bằng phẳng.

지질하다 ❶ (지루) chán ghét. ❷ (변변찮다) tầm thường, kém cỏi.

지짐이 món kho, hầm. ¶ 고기 ～ món kho thịt (với ít nước).

지짐질 kiểu nấu áp chảo (với một ít mỡ). **~하다** nấu áp chảo, xốt.

지참(持參) **~하다** (가져오다, 가져가다) mang đi dự, đem theo, mang theo. ¶ ～금 tiền mang theo; của hồi môn (tiền hồi môn) / ～인 người đem đến, đem tới / ～인불 trả cho người mang đến / ～인불 어음 hối phiếu trả cho người mang đến.

지참(遲參) **~하다** đến dự muộn. ¶ ～자 người đến dự muộn, người đến sau.

지척(咫尺) cự ly ngắn nhất, khoảng cách gần nhất. ¶ ～에 있다 ở cự ly gần nhất.

ㅈ

지척거리다 đi uể oải (mệt mỏi), lê bước.

지청(支廳) công sở, cơ quan quản lý ở địa phương, cơ quan ngành ở địa phương.

지체 dòng dõi. ¶ ～가 높다 [낮다] dòng dõi cao sang [thấp hèn].

지체(肢體) chân tay và thân, chân tay mình mẩy. ¶ ～ 부자유아 trẻ tật nguyền.

지체(遲滯) sự trì trệ, sự muộn. **~하다** trì trệ. ¶ ～ 없이 một cách không trì trệ, một cách nhanh gọn.

지축(地軸) trục quả đất. ¶ ～을 뒤흔드는 듯한 굉음 tiếng kêu vang động như làm rung chuyển cả trục quả đất.

지출(支出) sự chi dùng, chi tiêu. **~하다** chi dùng, chi tiêu. ¶ 예산외 ～ chi tiêu ngoài dự toán / 수입과 ～액 khoản chi tiêu và thu nhập.

지층(地層) địa tầng.

지치 【TV】 loại cây hoa (thuộc dòng cỏ phổi, dài 30-70cm, hoa màu trắng, sống quanh năm ở các vùng rừng núi, cánh đồng ở Trung Quốc, Hàn Quốc, Nhật Bản).

지치(智齒) răng khôn

지치다[1] (피로하다) mệt mỏi, mệt nhọc (vì vất vả, hay bị quấy nhiễu); ¶ 일에 ～ mệt mỏi bởi công việc.

지치다[2] (미끄럼을) trượt (trên đá, trên băng). ¶ 얼음지치기 trượt băng / 얼음을 ～ trượt đi trên băng.

지치다[3] (문을) khép, đóng (cửa) (chỉ khép hay đóng lại mà không khóa).

지친(至親) chí thân.

지침(指針) (자석의) kim chỉ hướng (bằng nam châm); (기계의) kim đồng hồ trong máy móc; (시계의) kim đồng hồ; (길잡이) chuẩn tắc, định hướng cho hành động, sinh hoạt. ¶ ～면(面) mặt đồng hồ (của la bàn) / ～서 văn bản hướng dẫn / 수험 ～서 sách luyện thi.

지칭(指稱) **~하다** chỉ gọi.

지키다 ❶ (수호하다) bảo vệ, giữ gìn. ¶ 나라를 ～ bảo vệ đất nước. ❷ (감시) trông coi, coi giữ. ¶ 엄중히 ～ coi giữ cẩn thận. ❸ (고수) cố thủ, giữ lại. ❹ (수절) giữ lòng, (thủ tiết). ¶ 충성을 ～ giữ sự trung thành. ❺ (이행) giữ đúng, thực hiện đúng; (복종) giữ đúng, tuân thủ, phục tùng theo đúng. ¶ 약속을 ～ giữ đúng hẹn / 법을 ～ giữ đúng theo pháp luật, tuân theo pháp luật. ❻ (보존) bảo tồn. (유지) duy trì. ¶ 신용을 ～ giữ lòng tin, duy trì sự tín nhiệm.

지탄(指彈) **~하다** ❶ búng tay; ❷ lên án, chỉ trích. ¶ ～을 받다 bị lên án.

지탱(支撑) **~하다** duy trì lâu dài; giữ gìn. ¶ 건강을 ～하다 giữ gìn sức khỏe.

지통(止痛) **~하다** giảm đau. ¶ ～제 thuốc giảm đau.

지파(支派) chi của dòng họ chính, ngành thứ (trong dòng họ).

지팡이 gậy. ¶ ～를 짚고 chống gậy / ～에 의지하는 사람 người dựa (tựa) vào cái gậy.

지퍼 phéc-mơ-tuya, khóa kéo. ¶ ～를 채우다 cài phéc-mơ-tuya / ～를 끄르다 mở (kéo, cởi) phéc-mơ- tuya ra.

지편(紙片) mảnh giấy.

지평(地平) bề mặt của đất; đường chân trời; triển vọng của một ngành nào đó. ☞ **수평**.

지평선(地平線) đường chân trời. ¶ ～상에 phía trên đường chân trời.

지폐(紙幣) tiền giấy. ¶ ～ 발행 phát hành tiền giấy / 천 원 짜리 ～ tiền giấy loại 1000 won / 위조 ～ tiền giấy giả / 태환 ～ tiền giấy hay ngân phiếu có giá trị hoán đổi sang tiền tệ chính thức (giá trị bằng với tiền kim loại như vàng, bạc).

지표(地表) bề mặt của địa cầu, bề mặt của đất.

지표(指標) bảng chỉ dẫn; chỉ tiêu; [TH] phần số nguyên của lôga (characteristic). ¶ 경기 ~ chỉ tiêu kinh tế, thống kê về tình hình kinh tế.

지푸라기 mẩu, cọng rơm.

지피다 nhóm (lửa), đốt lò. ¶ 난로에 불을 ~ nhóm lửa trong lò sưởi.

지필묵(紙筆墨) giấy, bút và mực.

지하(地下) trong lòng đất. ~의(에, 에서) ở dưới hầm, ngầm dưới đất. ¶ ~ 이층 tầng 2 ngầm dưới đất, tầng 2 dưới hầm / ~에 잠입하다 bí mật đột nhập vào lòng đất. ¶ ~경(莖) thân cây (thực vật) nằm trong đất (như khoai tây, hành tây v.v.) / ~도 đường hầm / ~수 nước ngầm / ~실 phòng dưới hầm / ~ 운동 hoạt động ngầm, các phong trào không hợp pháp, thực hiện bí mật (như phong trào hoạt động xã hội, chính trị) / ~자원 tài nguyên khoáng sản ngầm dưới đất / ~ 조직 tổ chức ngầm, tổ chức bất hợp pháp, hoạt động bí mật (dưới lòng đất) / ~철(鐵) tàu điện ngầm.

지학(地學) khoa học địa cầu.

지함(紙函) hộp làm bằng bìa, hộp giấy (giấy dày).

지핵(地核) ☞ **지심**(地心).

지향(志向) chí hướng. **~하다** có chí hướng.

지향(指向) việc theo hướng đã định, hướng đi đã định. **~하다** đi theo phương hướng đã định. ¶ ~성 안테나 ăng-ten định hướng.

지혈(止血) **~하다** cầm máu, làm cho ngừng xuất huyết. ¶ ~대(帶) ga-rô cầm máu / ~제 thuốc cầm máu.

지협(地峽) eo đất (nối hai lục địa với nhau).

지형(地形) địa hình. ¶ ~도 bản đồ địa hình / ~학 địa hình học (một ngành thuộc địa lý học).

지형(紙型) khuôn giấy.

지혜(智慧) trí tuệ. ¶ ~있는 có trí tuệ / 생활의 ~ trí tuệ, hiểu biết trong cuộc sống / ~를 짜내다 vắt óc, cố vận dụng hết trí tuệ.

지호(指呼) vẫy gọi. ¶ ~지간에 있다 ở gần ngay cạnh (ở khoảng cách gần có thể vẫy gọi được).

지화(指話) việc dùng các ước hiệu bằng tay để nói chuyện. ¶ ~법 phép nói chuyện bằng tay (ngôn ngữ cử chỉ bằng tay).

지휘(指揮) sự chỉ huy. **~하다** chỉ huy, (악단을) chỉ huy ban nhạc. ¶ ~를 받다 chịu sự chỉ huy. ¶ ~관 sĩ quan chỉ huy / ~권 quyền chỉ huy / ~대 bục chỉ huy / ~봉 gậy chỉ huy / ~자 (음악의) người chỉ huy dàn nhạc, nhạc trưởng.

직(職) chức; (일자리) chỗ làm, công việc; (직무) chức vụ; (직업) nghề nghiệp.

직각(直角) góc vuông, góc thẳng. ~의 của góc vuông. ¶ …과 ~으로 vuông góc với / ~을 이루다 tạo nên góc vuông. ¶ ~삼각형 tam giác vuông.

직각(直覺) trực giác. **~하다** biết qua trực giác. ¶ ~력 khả năng cảm nhận qua trực giác.

직간(直諫) **~하다** can ngăn, khuyên can thẳng (không giữ kẽ).

직감(直感) trực cảm. **~하다** cảm nhận bằng trực cảm. ¶ ~적으로 bằng trực cảm.

직거래(直-) giao dịch (mua bán) trực tiếp.

직격(直擊) đánh thẳng, đánh trực tiếp. ¶ ~탄 bom ném thẳng xuống, đạn

ㅈ

pháo bay thẳng tới.

직결(直結) mối liên kết, kết nối trực tiếp, liên quan trực tiếp. **~하다** liên kết, kết nối trực tiếp. ¶ ~돼 있다 (영향) được kết nối, liên hệ trực tiếp đến (có ảnh hưởng đến).

직경(直徑) đường kính. ¶ ~ 1미터 đường kính 1 mét.

직계(直系) ~의 trực hệ. ¶ ~ 가족 gia đình trực hệ / ~ 존속 [비속] trực hệ phía trên (bố mẹ, ông bà, tổ tiên) [phía dưới (con, cháu)] / ~ 회사 công ty thành viên trực thuộc.

직계(職階) chức bậc, nhóm chức bậc. ¶ ~ 제도 chế độ phân chức bậc.

직고(直告) **~하다** báo cáo trung thành, báo cáo đúng sự thật.

직공(職工) thợ; (공장의) công nhân (trong nhà máy).

직공(織工) thợ dệt.

직관(直觀) ☞ **직각**(直覺).

직교역(直交易) giao dịch trực tiếp.

직구(直球) [BC] bóng ném thẳng.

직권(職權) chức quyền. ¶ ~으로써 bằng (với) chức quyền / ~을 행사 [남용]하다 dùng [lạm dụng] chức quyền.

직녀(織女) ❶ (사람) người phụ nữ dệt vải. ❷ ☞ **직녀성**.

직녀성(織女星) [TVH] sao Chức Nữ.

직능(職能) chức năng. ¶ ~급(給) hình thức cấp phát (lương, tiền thưởng) theo chức năng công việc / ~ 대표(제) hệ thống (chế độ) đại diện các ngành chức năng tại quốc hội (đối lại với chế độ đại diện khu vực).

직답(直答) sự giải đáp ngay tại chỗ; (직접 답변) sự trả lời trực tiếp. **~하다** trả lời trực tiếp.

직렬(直列) [Đ] mắc nối tiếp. ¶ ~ 회로 [변압기] mạch [máy biến thế] mắc nối tiếp.

직류(直流) [Đ] dòng điện một chiều. ¶ ~ 변류기 [발전기] máy đổi nguồn điện [máy phát điện] một chiều / ~ 회로 mạch điện một chiều.

직립(直立) **~하다** đứng thẳng, vụt lên cao.

직매(直賣) sự bán trực tiếp, bán thẳng. **~하다** bán trực tiếp, bán thẳng. ¶ ~소 [점] nơi [điểm] bán trực tiếp (sản phẩm từ nơi sản xuất).

직면(直面) **~하다** trực diện, đối đầu.

직무(職務) chức vụ, việc đảm nhận. ¶ ~상의 về mặt chức vụ / ~를 수행하다 làm theo chức vụ / ~를 게을리 하다 lơ là chức năng nhiệm vụ. ¶ ~ 규정 quy định về chức vụ / ~ 수당 phụ tiền cấp chức vụ / ~ 집행 chấp hành bổn phận / ~ 태만 chểnh mảng, lơ đãng với chức năng nhiệm vụ.

직물(織物) hàng vải vóc, dệt may (nói chung). ¶ ~ 공업 công nghiệp dệt may / ~류 loại hàng dệt may / ~상 buôn bán hàng dệt may.

직분(職分) chức phận. ¶ ~을 다하다 làm hết chức phận.

직사(直射) (포화의) sự bắn thẳng (của đạn pháo); (일광의) sự chiếu thẳng (của ánh mặt trời). **~하다** bắn thẳng, chiếu thẳng. ¶ 일광의 ~를 받다 bị ánh mặt trời chiếu thẳng / 일광의 ~를 피하다 tránh sự chiếu thẳng của ánh mặt trời. ¶ ~포 pháo bắn thẳng.

직사각형(直四角形) hình chữ nhật (bốn cạnh vuông góc). ~의 của hình chữ nhật.

직삼각형(直三角形) hình tam giác vuông.

직선(直線) đường thẳng. ¶ ~으로 theo một đường thẳng. ¶ ~ 거리 khoảng cách nối hai điểm thành đường thẳng / ~ 거리로 theo một đường thẳng trực tiếp / ~미(美) vẻ đẹp đường thẳng / ~ 코스 hành trình,

hướng tiến hành theo đường thẳng.
직설법(直說法) 【NP】 cách nói trực tiếp.
직성(直星) sao vận mạng (9 ngôi sao ứng với vận mạng của con người). ¶ ～풀리다 thỏa mãn, vừa lòng / ～이 안 풀리다 chưa thỏa mãn, chưa hài lòng, chưa mãn nguyện.
직소(直訴) đề đạt, giãi bày trực tiếp (với cơ quan cấp cao, bỏ qua các trình tự cần thiết).
직속(直屬) **~하다** trực thuộc. ¶ ～ 부하 bộ hạ, cấp dưới trực thuộc / ～ 상관 cấp trên trực tiếp trong cơ quan.
직송(直送) sự gửi đi thẳng, chuyển đi ngay. **~하다** gửi thẳng, chuyển ngay.
직수입(直輸入) sự nhập khẩu trực tiếp. **~하다** nhập khẩu trực tiếp. ¶ ～상 thương nhân nhập trực tiếp / ～품 hàng nhập trực tiếp.
직수출(直輸出) sự xuất khẩu trực tiếp. **~하다** xuất khẩu trực tiếp. ¶ ～품 sản phẩm xuất khẩu trực tiếp.
직시(直視) (똑바로 봄) **~하다** nhìn thẳng, nhìn thẳng vào sự thật.
직언(直言) **~하다** nói thẳng thắn.
직업(職業) nghề nghiệp. ¶ ～적(인) mang tính nghề nghiệp / …을 ～으로 삼다 lấy … làm nghề / ～을 바꾸다 thay đổi nghề nghiệp. ¶ ～ 경력 kinh nghiệm trong nghề / ～ 교육 dạy nghề, đào tạo nghề / ～ 군인 quân nhân chuyên nghiệp / ～별 전화번호부 sổ điện thoại phân theo nghề nghiệp / ～별 조합 tổ hợp, hợp tác xã (tập hợp) theo ngành nghề / ～병 bệnh nghề nghiệp / ～ 보도 hướng dẫn nghề nghiệp (hướng nghiệp) / ～ 소개소 nơi giới thiệu việc làm / ～ 여성 phụ nữ có nghề ổn định / ～ 학교 trường dạy nghề / ～훈련[윤리] huấn luyện [đạo đức] nghề nghiệp.
직역(直譯) sự dịch thẳng, dịch thô (dịch sát nghĩa câu, từ). **~하다** dịch thẳng.
직영(直營) **~하다** trực tiếp kinh doanh (quản lý trực tiếp). ¶ ～의 thuộc về kinh doanh trực tiếp / 정부의 ～ 사업 dự án do chính phủ kinh doanh trực tiếp.
직원(職員) nhân viên. ¶ ～실 phòng của nhân viên / ～ 회의 hội nghị nhân viên.
직유(直喩) lối so sánh trực tiếp, ví von (một trong phép tu từ).
직인(職印) (정부의) con dấu chức vụ (ở các cơ quan chính phủ).
직임(職任) nhiệm vụ (trách nhiệm) đảm nhận ở chức vụ đang nắm giữ.
직장(直腸) 【GP】 trực tràng.
직장(職場) nơi làm việc, chỗ làm việc. ¶ ～을 지키다 giữ chỗ làm việc / ～을 떠나다 rời chỗ làm việc.
직재(直裁) sự giải quyết, xem xét ngay, trực tiếp. **~하다** giải quyết ngay, xem xét trực tiếp.
직전(直前) ～에 ngay trước (ngay trước khi, lúc).
직접(直接) trực tiếp. **~의** (자신의) thuộc về trực tiếp (của bản thân, do bản thân). ¶ ～ 관계가 [영향이] 있다 có quan hệ [ảnh hưởng] trực tiếp / ～ 듣다 trực tiếp nghe / ～ 만나다 trực tiếp gặp. ¶ ～ 교섭 giao thiệp trực tiếp / ～ 매매 buôn bán trực tiếp / ～ 배달 giao hàng trực tiếp / ～ 선거 bầu cử trực tiếp / ～세 thuế thu trực tiếp / ～ 원인 nguyên nhân trực tiếp / ～ 행동 hành động trực tiếp / ～ 화법 【NP】 cách nói trực tiếp.
직제(職制) chế độ quan chức, cơ cấu hành chính (các quy định về quyền hạn, tổ chức của bộ máy hành chính

nhà nước). ¶ ~를 개편하다 cải cách cơ cấu hành chính.

직조(織造) việc dệt (bằng máy dệt). **~하다** dệt máy.

직종(職種) chủng loại nghề nghiệp, chức vụ. ¶ ~별(로) theo riêng từng loại chức vụ (nghề nghiệp).

직직 (신발을 끎) loẹt quẹt, tiếng bước kéo lê đôi dép (giầy); (찢음) xoẹt (tiếng xé giấy); (긁힘) loẹt xoẹt, (tiếng vạch, kẻ bút xuống giấy).

직진(直進) **~하다** đi thẳng, đi luôn.

직책(職責) chức trách.

직통(直通) sự thông suốt; chạy suốt, đi thẳng (ô tô, tàu hỏa) **~하다** thông suốt, chạy thẳng. ¶ ~ 전화 điện thoại trực tiếp (không qua tổng đài) / ~ 열차 tàu chạy suốt.

직필(直筆) sự viết thẳng sự thật; phép cầm bút thẳng để viết. **~하다** viết đúng sự thật (không thiên vị).

직할(直轄) sự trực tiếp cai quản, nắm giữ, quản lý trực tiếp. ~이다 là (người) trực tiếp nắm, quản các sự vụ.

직함(職銜) hàm chức vụ, chức danh.

직항(直航) **~하다** đi thẳng đến bến cuối (thẳng đến đích, không cập ở các cảng, bến trung gian). ¶ ~로 [선] tuyến [tàu thuyền] chạy thẳng.

직행(直行) **~하다** đi thẳng, chạy suốt. ¶ ~ 버스 xe buýt chạy suốt / ~ 열차 tàu hỏa chạy suốt.

직활강(直滑降) 【TT】 trượt thẳng xuống dốc núi.

직후(直後) ~에 ngay sau.

진(辰) thìn (chi thứ 5 trong 12 chi). ¶ ~년 [시] năm [giờ] thìn.

진(津) (나무의) nhựa (nhựa của cây); (담배의) nhựa ni-cô-tin (trong thuốc lá).

진(陣) (진형) trận (trận thế, trận đồ); (진영) doanh trại; (진지) trận địa, vị trí; (구성 인원) hàng ngũ (các thành viên cấu thành nên). ¶ ~을 치다 nắm lấy vị trí, cắm trại lại. ¶ 교수~ hàng ngũ giáo sư (tập thể giáo sư) / 보도~ nhóm phóng viên báo chí (được phái đi làm nhiệm vụ).

진 (술) gin (rượu gin). ¶ ~피즈 gin fizz (loại cốc-tai (cocktail) bằng rượu gin).

진가(眞假) ☞ **진위**(眞僞).

진가(眞價) giá trị thực sự, đúng đắn, phẩm chất thực sự. ¶ ~를 발휘하다 phát huy giá trị thực.

진갑(進甲) sinh nhật sau "hoàn giáp", sinh nhật 61 tuổi.

진개(塵芥) rác và bụi bặm.

진객(珍客) khách quý.

진걸레 khăn lau ướt (giẻ lau ướt).

진격(進擊) sự tiến đánh, tiến công. **~하다** tiến đánh, tiến công. ¶ ~령 lệnh tiến công / ~부대 lực lượng tiến công, đội quân xung kích, tiểu đội xung kích.

진공(眞空) chân không. **~의** của chân không. ¶ ~관 ống (đèn) điện tử chân không / ~ 방전 phóng điện chân không / ~ 청소기 máy hút bụi chân không.

진구렁 vũng bùn, ám chỉ tình huống đen tối, khó khăn. ¶ ~에 빠지다 rơi (đắm) vào vũng bùn.

진국(眞-) ❶ (사람) người chân thật. ❷ ☞ **전국**(全-).

진군(進軍) sự tiến quân. **~하다** tiến quân. ¶ ~ 중이다 đang tiến quân.

진귀(珍貴) ~한 quý báu.

진급(進級) sự thăng cấp, lên cấp, lên lớp (đối với học sinh). **~하다** thăng cấp, lên cấp. ¶ ~ 시키다 cho lên cấp, cho thăng cấp. ¶ ~ 시험 thi lên cấp.

진기(珍奇) ～한 (신기) kỳ diệu, lạ; (희귀) quý hiếm; (이상) khác thường, dị thường; (기이) kỳ dị.

진날 ngày mưa gió dầm dề (đối lại với ngày khô ráo (마른날)).

진노(震怒) sự nổi giận đùng đùng (của người cao quý, bề trên). **~하다** nổi giận.

진눈 mắt bị nhức, bị sưng.

진눈깨비 mưa tuyết. ¶ ～가 내린다 mưa tuyết rơi xuống.

진단(診斷) sự chẩn đoán. **~하다** chẩn đoán. ¶ ～을 받다 được chẩn đoán. ¶ ～서 giấy chẩn đoán / 건강 ～ chẩn đoán về sức khỏe / 조기 ～ chẩn đoán sớm.

진달래 【TV】 hoa *Jindanlae* (thuộc họ đỗ quyên).

진담(眞談) chuyện chân thực, lời nói thật. ¶ ～으로 듣다 nghe bằng những lời chân thực.

진대붙이다 bám lấy làm phiền.

진도(進度) tiến độ. ¶ 학과의 ～ tiến độ (hoạt động) của khoa. ¶ ～표 bảng tiến độ.

진도(震度) độ chấn động, mức độ địa chấn.

진동(振動) sự rung động, dao động. **~하다** dao động. ¶ ～을 일으키다 gây ra dao động. ¶ ～계(計) máy đo dao động / ～ 주기 chu kỳ dao động / ～ 주파수 tần số dao động / ～파 sóng dao động / ～ 회수 số lần dao động.

진동(震動) sự chấn động. **~하다** chấn động. ¶ ～시키다 gây chấn động. ¶ ～계 máy đo chấn động / ～수 số chấn động / ～ 시간 (지진의) khoảng thời gian chấn động (của động đất) / ～파 sóng chấn động.

진두(陣頭) đầu trận, ở vị trí đầu. ¶ ～에 서다 đứng ở đầu trận, tuyến đầu / ～ 지휘하다 chỉ huy ở tuyến đầu.

진드기 【ĐV】 con tích, con ve bét (sống ký sinh, hút máu động vật).

진득거리다 dính; (검질기다) dai. ¶ 진득진득한 dính, bám chắc.

진득이 một cách điềm tĩnh, điềm đạm.

진득하다 điềm tĩnh, điềm đạm.

진디 【CT】 rệp cây, rệp vừng.

진땀(津-) mồ hôi nhễ nhại (do vất vả hoặc do căng thẳng); (식은땀) mồ hôi lạnh (do bệnh hay do căng thẳng). ¶ ～ 빼다 đổ mồ hôi (trong cố gắng hay do lo lắng việc gì).

진력(盡力) **~하다** (타인을 위해) lấy hết sức, dồn sức (cho người khác, vì việc của người khác. ¶ …의 ～으로 lấy, dồn hết sức của...

진력나다 chán ngán, chán chường.

진로(進路) con đường tương lai, con đường tiến về phía trước. ¶ ～를 열어주다 mở ra cho một con đường tiến tới.

진료(診療) chẩn đoán và chữa trị. ☞ **진찰**, **치료**. ¶ ～소 nơi chẩn đoán và trị liệu / ～ 시간 thời gian chẩn đoán và trị liệu / ～실(室) phòng chẩn đoán, trị liệu.

진리(眞理) chân lý. ¶ 일면(一面)의 ～ chân lý ở một mặt (nào đó) / ～의 탐구 sự tìm kiếm chân lý / ～를 탐구하다 tìm kiếm chân lý.

진맥(診脈) **~하다** bắt mạch chẩn đoán.

진면목(眞面目) diện mạo thật. ¶ ～을 발휘하다 phát huy diện mạo thật.

진묘(珍妙) ～한 quý báu và tuyệt diệu, kì diệu.

진무르다 rộp. mọng (sưng mọng mắt).

진문(珍聞) tin tức quý báu; (기담) câu chuyện kỳ lạ, dị thường.

진문진답(珍問珍答) câu trả lời kỳ lạ đối với câu hỏi hiếm thấy, phức tạp, câu

ㅈ

hỏi nào câu trả lời nấy

진물(珍物) vật quý

진미(珍味) vị ngon. ¶ 산해~ vị ngon hiếm thấy (như sơn hào hải vị).

진미(眞味) mùi vị chân thực, vị đúng, nét chân chính, giá trị đích thực. ¶ 음악의 ~ giá trị đích thực của âm nhạc / 인생의 ~ giá trị đích thực của cuộc sống.

진발 chân ướt.

진배없다 không thua kém (có thể sánh, so bì bằng). ¶ 새거나 ~ không thua kém gì so với mới tinh.

진버짐 bệnh eczêma (loại bệnh da liễu).

진범(眞犯) kẻ tội phạm thực sự.

진보(進步) sự tiến bộ. **~하다** tiến bộ. ¶ ~적(인) có tính tiến bộ / 과학의 ~ sự tiến bộ của khoa học / 장족의 ~ sự tiến bộ nhanh chóng / 학문이 ~하다 học vấn tiến bộ. ¶ ~주의 chủ nghĩa tiến bộ / ~주의자 người theo chủ nghĩa (phái) tiến bộ / ~파(派) phe, phái tiến bộ.

진본(珍本) bản quý hiếm (chỉ tài liệu, sách).

진본(眞本) (서화의) bản gốc, bản chính thực sự (trong thư họa, nhất là tài liệu cổ).

진부(眞否) thực và giả, chân thực và giả tạo; (확실성) chỉ tính xác thực nói chung. ¶ ~를 확인하다 xác nhận tính chính xác (xác nhận thực hư).

진부(陳腐) **~하다** cũ kỹ; cổ hủ. ¶ 진부한 사고방식 lối tư duy cổ hủ.

진사(陳謝) sự trình bày và xin lỗi. **~하다** bày tỏ sự xin lỗi.

진상(眞相) chân tướng, tình trạng thực tế. ¶ ~을 구명하다 làm sáng tỏ sự thật / ~을 밝히다 làm lộ chân tướng. ¶ ~ 조사 điều tra về chân tướng (người, sự việc).

진상(進上) (바침) **~하다** dâng tiến lên trên (thường từ địa phương dâng lên vua chúa, quan chức cấp cao).

진선미(眞善美) chân-thiện-mĩ.

진성(眞性) (천부 자질) tính chất trời phú cho, tính chất vốn có từ ban đầu; (진짜) thuần chất, tính chất thật. ~의 bệnh có các triệu chứng xác thực. ¶ ~ 콜레라 bệnh dịch tả đích thực.

진세(塵世) trần thế, thế gian.

진솔 (새옷) áo mới tinh (chưa giặt lần nào); (진솔옷) áo quần vải gai được làm để mặc vào mùa xuân, mùa thu.

진수(珍羞) món ăn quý hiếm, món ăn ngon nhất. ¶ ~ 성찬 món ăn quý hiếm thịnh soạn.

진수(眞髓) bản chất, cái tinh túy, cái chính yếu.

진수(進水) sự hạ thủy (tàu thuyền mới). **~하다** hạ thủy. ¶ ~대 bệ hạ thủy / ~식 lễ hạ thủy.

진술(陳述) sự trần thuật, trình bày. **~하다** trần thuật, trình bày. ¶ ~서 thư trần thuật, giấy trình bày.

진실(眞實) sự chân thực; (성실) sự thành thực. ~한 chân thực, thành thực. ¶ ~로 với sự chân thực, một cách chân thực / ~을 말하면 nếu nói thực thì.

진실성(眞實性) tính chân thực. ¶ ~을 의심하다 nghi ngờ tính chân thực.

진심(眞心) thực lòng (nguyên văn: chân tâm); (성심) thành tâm. ¶ ~으로 với (bằng) thực lòng.

진압(鎭壓) sự trấn áp, đàn áp. **~하다** trấn áp, đàn áp.

진앙(震央) 【Địa】 tâm chấn.

진애(塵埃) cát bụi; sự tồn tại mong manh như cát bụi.

진액(津液) chất nhựa (đặc) được tiết ra từ sinh vật, chất cao.

진언(進言) ý kiến trình, tâu lên bề trên (theo cách nói kính trọng). **~하다** trình bày ý kiến.

진역(震域) Chấn Vực, tên gọi khác ngày xưa để chỉ vùng lãnh thổ Triều Tiên, với nghĩa là "nước ở phía đông".

진열(陳列) sự bày xếp, rải đồ vật, trưng bày đồ vật. **~하다** bày, xếp đồ vật. ¶ ~되어 있다 được bày xếp. ¶ ~관 gallery, tòa nhà trưng bày / 미술 ~관 tòa nhà trưng bày mỹ thuật / ~대 giá trưng bày / ~실 [장, 창] phòng [tủ kính, cửa sổ] trưng bày / ~품 hàng trưng bày.

진영(眞影) tranh (hoặc ảnh) chân dung.

진영(陣營) trận, nơi đóng quân; phe, phái (chỉ phía bên đối nghịch). ¶ 동서 양~ hai phe đông tây / 보수 ~ phe bảo thủ.

진용(陣容) tình hình, trạng thái của thế trận; (인원) đội hình, đội ngũ (nhóm thành viên trong một đoàn thể). ¶ ~을 갖추다 bày trận thế; sắp đặt đội hình, đội ngũ.

진원(震源) tâm chấn. ¶ ~지 = 진원.

진위(眞僞) thực và giả.

진의(眞意) ý thật lòng; ý đồ thực sự; (말의) ý nghĩa thực (của lời nói).

진의(眞義) ý nghĩa thực sự.

진인(眞因) nguyên nhân thật (của sự việc).

진일 việc làm có liên quan đến nước (việc giặt giũ, cơm nước).

진입(進入) (들어섬) **~하다** tiến vào. ¶ 고속도로로 ~하다 tiến vào đường cao tốc.

진자(振子) 【VLH】 con lắc, quả lắc.

진작(振作) **~하다** khơi dậy, khuấy động, kích động.

진작 (그때) ngay khi đó; (좀더 일찍) sớm hơn một chút (trước lúc đó).

진재(陳材) nguyên liệu thuốc bắc để lâu.

진재(震災) thiên tai động đất. ¶ ~지 vùng có thiên tai động đất.

진저리 ¶ ~나다 bị rùng mình / ~치다 rùng mình.

진저에일(ginger ale) 【Anh】 đồ uống có ướp gừng (loại nước mát để giải khát).

진전(進展) sự tiến triển. **~하다** tiến triển. ¶ ~이 빠르다 tiến triển nhanh chóng / 큰 ~을 보다 có, đạt được tiến triển to lớn.

진절머리 ☞ **진저리**.

진정(眞正) ~한 chân chính. ¶ ~한 사랑 tình yêu chân chính.

진정(眞情) sự chân tình. ¶ ~의 của sự chân tình / ~으로 bằng sự chân tình / ~을 토로하다 thổ lộ chân tình.

진정(陳情) sự trần tình, sự bày tỏ thực tình (tấm lòng), sự giãi bày. **~하다** trần tình, bày tỏ thực lòng, giãi bày. ¶ ~을 받아들이다 chấp nhận sự trình bày (thỉnh cầu). ¶ ~서 đơn trình bày / ~자 người trình bày (người đệ đơn).

진정(進呈) ☞ **증정**(贈呈).

진정(鎭靜) **~하다** trấn tĩnh, làm lắng lại. ¶ ~제 thuốc an thần.

진종일(盡終日) hết cả ngày, suốt cả ngày.

진주(珍珠) trân châu, ngọc trai. ~의 của ngọc trai. ¶ ~빛의 ánh, màu ngọc trai / ~조개 trai ngọc (trai có ngọc) / 모조 [양식] ~ ngọc trai giả [ngọc trai nuôi (nuôi trai để lấy ngọc trai)] / 인조 ~ ngọc trai nhân tạo / 흑~ ngọc trai đen.

진주(進駐) **~하다** tiến đến đóng quân lại. ¶ ~군 quân tiến đóng tại (đóng đồn ở lại).

진중(珍重) sự trân trọng, coi trọng. ~한 물건 đồ vật được coi trọng.

진중(陣中) (부사적) trong trận, trong quân; chiến trường. ¶ ~ 생활 sinh hoạt trong quân / ~ 일기 nhật ký trong quân.

진중(鎭重) **~하다** lịch thiệp, có phẩm cách sang trọng (tôn quý).

진지 cơm (theo cách nói kính trọng).

진지(陣地) trận địa. ¶ ~를 사수하다 tử thủ trận địa (sống chết giữ trận địa) / ~를 탈환하다 giành lại trận địa. ¶ ~전(戰) cuộc chiến trên trận địa / ~ 철수 rút khỏi trận địa, bỏ trận địa.

진지(眞摯) ~한 đứng đắn và chân thực. ¶ ~하게 một cách đứng đắn và chân thực / ~한 표정을 짓다 tỏ vẻ đứng đắn và chân thành / ~하게 생각하다 nghĩ một cách nghiêm túc, một cách đứng đắn.

진진하다(津津-) ❶ ngon (vị) không rời khỏi miệng. ❷ (서술적) dồi dào, đầy.

진집 vết nứt (đồ vật), vết xước.

진짜 thực, vật thực, không phải giả (danh từ); một cách thực, chân thật (phó từ). ~의 có tính thực, của cái thực.

진찰(診察) sự chẩn đoán, khám bệnh. **~하다** chẩn đoán, khám bệnh. ¶ ~을 받다 được chẩn đoán bệnh. ¶ ~권 phiếu chẩn đoán, phiếu khám / ~료 tiền khám / ~시간 thời gian chẩn đoán bệnh / ~실 phòng khám bệnh.

진창 bùn. ¶ ~에 빠지다 rơi xuống bùn. ¶ ~길 đường bùn.

진척(進陟) **~하다** tiến lên, tiến hành (công việc), thăng chức (lên cấp). ¶ ~되고 있다 được tiến lên, được thăng chức.

진출(進出) **~하다** tiến về phía trước; tiến ra (vào), đứng ra (đứng ra hoạt động ở một mảng, một phương diện nào đó).

진취(進取) ~적(인) có tính chất tiến thủ, tiến lên. ¶ ~의 기상 tinh thần tiến thủ, tiến lên.

진치다(陣-) cắm quân, chiếm giữ vị trí.

진탕(震盪) 【YH】 chấn động. ¶ 뇌 ~ chấn động não.

진탕(-宕) phát chán (nhiều, phong phú đến mức phát chán). ¶ ~ 먹다 [마시다] ăn [uống] đến phát chán.

진통(陣痛) cơn đau. ¶ ~ 중 đang đau / ~을 느끼다 cảm thấy cơn đau.

진통(鎭痛) (가라앉힘) sự làm giảm đau. ¶ ~에 즉효가 있다 có hiệu quả giảm đau tức thì. ¶ ~제 thuốc giảm đau.

진퇴(進退) sự tiến thoái, tiến và lùi; chỉ hành động cử chỉ nói chung. ¶ ~를 같이하다 cùng tiến hay lùi.

진퇴양난(進退兩難) tiến thoái lưỡng nan. ¶ ~이다 đúng là tiến thoái lưỡng nan / ~에 처하다 lâm vào cảnh tiến thoái lưỡng nan.

진퇴유곡(進退維谷) ☞ **진퇴양난**.

진펄 đầm lầy.

진폐증(塵肺症) 【YH】 bệnh bụi phổi.

진폭(振幅) biên độ (của dao động).

진품(珍品) vật phẩm quý báu.

진품(眞品) đồ thật, hàng thật.

진필(眞筆) chữ viết tay (của ai đó), chữ viết trực tiếp bằng tay.

진하다 đậm. ❶ (색이) đậm (màu sắc). ¶ 진한 청색 màu xanh đậm. ❷ (국물 따위) (vị) đậm (như vị nước canh). ¶ 진한 차 trà đặc.

진하다(盡-) (다하다) tận, hết (không còn gì nữa); đến cùng.

진학(進學) **~하다** lên lớp, học tiến tiếp một bậc. ¶ (대학) ~ 코스 khóa học để lên đại học (khóa luyện thi vào đại học).

진항(進航) (나아감) **~하다** (tàu thuyền) chạy, đi trên biển. ¶ ~ 속도 tốc độ chạy.

진해(震駭) sự hoảng sợ, giật mình, sợ hãi.

~하다 hoảng sợ, giật mình, sợ hãi.
진해제(鎭咳劑) thuốc ho.
진행(進行) sự tiến, đi về phía trước; sự tiến hành. **~하다** tiến về trước; tiến hành; (차 따위가) đi về phía trước (như xe ô tô). ¶ ~성의 có tính tiến triển, tăng lên không ngừng / ~중 đang tiến hành / ~시키다 thúc đẩy, xúc tiến / ~을 방해하다 làm hại, làm ảnh hưởng xấu đến việc tiến hành (tiến triển). ¶ ~요원(계) người đảm nhận và lên kế hoạch cho việc tiến hành nghị sự, hội họp (hoặc chương trình) / ~형(形) 【NP】 dạng thức, thì hiện đại.
진형(陣形) hình thế trận, đội hình chiến đấu.
진혼(鎭魂) trấn hồn, cầu siêu, siêu độ cho linh hồn. ¶ ~곡 khúc nhạc cầu siêu.
진홍(眞紅) màu đỏ thẫm. ~의 có màu đỏ thẫm.
진화(進化) sự tiến hóa; (발달) sự phát triển. **~하다** tiến hóa. ¶ ~적인 có tính tiến hóa. ¶ ~론 thuyết tiến hóa / ~론자 người theo thuyết tiến hóa.
진화(鎭火) **~하다** dập tắt (đám cháy, lửa, tin đồn)
진휼(賑恤) sự cứu giúp, phát chẩn (cho dân gặp nạn). **~하다** cứu giúp, phát chẩn, cứu tế.
진흙 (질척질척한) bùn; (차진) đất sét. ¶ ~의(투성이의) bùn lầy / ~투성이가 되다 trở nên bùn lầy, lầy lội.
진흥(振興) **~하다** chấn hưng, xúc tiến. ¶ ~책(策) phương sách để chấn hưng lại.
질(帙) thứ tự quyển của sách; pho, bộ sách.
질(質) chất; (실질) thực chất; (품질) phẩm chất, chất lượng; (성분) thành phần; (성질) tính chất. ¶ ~이 좋은 [나쁜] chất lượng tốt [xấu]; (성질) tính chất tốt [kém, xấu].
질(膣) âm đạo. ¶ ~구(口) [벽(壁)] cửa [thành] âm đạo / ~염(炎) 【YH】 viêm âm đạo.
질겁하다 kinh hoàng, thất kinh.
질겅질겅 chóp chép. ¶ ~ 씹다 nhai chóp chép.
질경이(Plantago asiatica) 【TV】 cây mã đề.
질고(疾苦) nỗi đau, nỗi khổ sở vì bệnh tật.
질곡(桎梏) gông cùm. ¶ ~에서 벗어나다 thoát khỏi gông cùm.
질구(疾驅) **~하다** đi nhanh, chạy nhanh.
질권(質權) 【PL】 quyền sở hữu vật thế chấp. ¶ ~자 người sở hữu đồ thế chấp / ~ 설정자 người tạo quyền sở hữu vật thế chấp.
질그릇 bát đĩa (đồ) bằng đất nung (chưa tráng men).
질근질근 ❶ (꼬는 모양) lỏng lẻo (bện, thắt dây). ¶ ~ 꼬다 bện (kết dây) lỏng lẻo. ❷ (씹는 모양) trệu trạo (nhai).
질금거리다 nhỏ giọt liên tục.
질급하다(窒急-) ☞ **질겁하다**.
질기다 (마디다) dai (không dứt, đứt thành từng mảnh); (검질기다) dai dẳng.
질기와 ngói đất nung (không tráng men).
질깃질깃하다 (물체가) cứng (vật chất); (성질이) cứng rắn (tính chất).
질끈 một cách chặt, chắc chắn.
질녀(姪女) cháu gái.
질다 (반죽, 밥이) nhão (cơm, đồ nặn); (땅이) nhớp nháp, lầy lội.
질뚝배기 âu (niêu) bằng đất nung
질량(質量) 【VLH】 khối lượng. ¶ ~ 불변의 법칙 định luật không đổi (bất biến)

ㅈ

về lượng.

질러 ¶ ～가다 đi cắt ngang (đi ngang qua) / ～오다 đâm ngang đến (tắt ngang đến).

질름… ☞ **찔름…**.

질리다 ❶ (기가) sợ hãi hay ngạc nhiên; biến sắc; (파랗게) sắc (mặt) chuyển sang xanh (do sợ hãi hay ngạc nhiên). ❷ (싫증남) chán ngấy. ❸ (비용이) tiêu tốn mất (bao nhiêu tiền vào việc gì).

질문(質問) câu hỏi, sự chất vấn. **~하다** hỏi. ¶ ～ 에 답하다 trả lời câu hỏi / ～을 퍼붓다 bắn ra (một loạt) câu hỏi / ～ 공세를 받다 nhận một loạt câu hỏi công kích (dồn dập). ¶ ～서 tờ ghi các mục câu hỏi, chất vấn.

질박(質朴) ～한 chất phác.

질벅거리다 ☞ **질척거리다**.

질번질번하다 (살림이) dư dật, sung túc (cuộc sống); (서술적) trông có vẻ đầy đủ, sung túc (theo cách nói miêu tả).

질병(疾病) tật bệnh.

질빵 dây buộc, đai.

질산(窒酸) 【HH】 a-xít nitric. ¶ ～염 nitro hóa / 아(亞)～ a-xít nitrous.

질색(窒塞) **~하다** ngạt thở; sốc, choáng, ghê sợ.

질서(秩序) trật tự; (규율) quy luật; (체계) hệ thống. ¶ ～ 있는 có trật tự / ～ 없는 không có trật tự / ～ 정연하게 một cách có hệ thống / ～를 유지하다 [어지럽히다] duy trì [làm đảo lộn] trật tự.

질소(窒素) Ni-tơ (ký hiệu N). ¶ ～ 공해 tác hại ô nhiễm của khí ni-tơ / ～ 비료 phân bón ni-tơ.

질솥 nồi đất nung.

질시(嫉視) cái nhìn, sự nhìn ghen ghét, đố kỵ. **~하다** nhìn một cách ghen ghét, đố kỵ.

질식(窒息) sự tức thở, ngạt thở. **~하다** tức thở, ngạt thở. ¶ ～시키다 làm cho ngạt thở. ¶ ～사(死) chết ngạt.

질의(質疑) sự thắc mắc, chất vấn (sự hỏi điều đang nghi vấn). **~하다** thắc mắc, chất vấn. ¶ ～ 응답 hỏi đáp, trả lời thắc mắc, chất vấn / ～전 (국회에서의) chất vấn (tại quốc hội).

질적(質的) về chất. ¶ ～으로 về mặt chất lượng.

질주(疾走) **~하다** chạy nhanh (xe cộ).

질질 một cách lê lết (kéo trên đất); một cách loang lổ (như dầu chảy, chảy liên tục). ¶ ～ 끌다 (지연) kéo lê.

질책(叱責) sự trách mắng, rầy la, quở trách. **~하다** trách mắng, quở trách.

질척거리다 lầy lội, ướt át. ¶ 질척질척한 lầy, lầy lội (tính từ).

질컥거리다 ☞ **질척거리다**.

질타(叱咤) sự quát tháo, la mắng (꾸짖음). **~하다** quát tháo, la mắng.

질투(嫉妬) (남녀간) sự ghen tuông (giữa nam nữ); ganh tị, đố kỵ (부러움). **~하다** ghen tuông, ganh tị. ¶ ～한 나머지 quá ghen tuông (nguyên văn: bởi quá ghen tuông nên đã) / ～가 많은 nhiều sự đố kỵ. ¶ ～심 lòng ghen tuông, ganh tị.

질퍽거리다 ☞ **질척거리다**.

질펀하다 ❶ (넓다) trải rộng (trên mặt đất). ¶ 질펀한 들 cánh đồng trải rộng. ❷ (게으르다) (nằm, ngồi) uờn, dài ra (chỉ sự lười nhác, ì ra).

질풍(疾風) gió mạnh, gió lướt qua. ¶ ～같이 như cơn gió lướt qua.

질항아리 chum, vại bằng đất nung.

질환(疾患) bệnh, bệnh tật.

질흙 ❶ (진흙) đất sét. ❷ (질그릇 만드는) đất nung.

짊어지다 ❶ (짐을) cõng, vác (hành lý, ba lô trên lưng). ❷ (부담 따위) chịu trách nhiệm, gánh, chịu, mắc (nợ). ¶ 빚을 ~ mắc nợ / 책임을 ~ gánh trách nhiệm.

짐 ❶ (화물) hành lý, đồ đạc; (뱃짐) hàng hóa chở trên tàu thủy; (기차의) hàng hóa chở trên tàu hỏa; (수화물) hành lý xách tay. ¶ ~을 싣다 chất, xếp hành lý lên, đưa hành lý vào / ~을 부리다 tháo dỡ hành lý. ❷ (마음의) trách nhiệm, mối lo, mối bận tâm (trong lòng). ¶ ~이 되다 trở thành mối lo / ~을 벗은 기분이다 tâm trạng thoát khỏi mối lo, thoát khỏi trách nhiệm.

짐꾸리기 việc đóng gói, bọc hành lý. ¶ 짐을 꾸리다 đóng gói, bọc hành lý.

짐꾼 người khuân vác, người vận chuyển hành lý; (역의) phu vận chuyển hành lý ở ga.

짐마차(-馬車) xe ngựa chở hàng.

짐바리 hành lý, vật chở trên lưng súc vật (bò, ngựa).

짐스럽다 có cảm giác bận tâm, lo lắng, có cảm giác như bị gánh nặng. ¶ 짐스럽게 여기다 cảm thấy như có gánh nặng, thấy bận tâm, vướng nặng.

짐승 (네발짐승) thú vật (động vật bốn chân); (맹수) mãnh thú; (동물) chỉ động vật nói chung.

짐작 sự suy ngẫm. **~하다** suy ngẫm, nhìn nhận.

짐짐하다 ☞ **찜찜하다**.

짐짓 một cách cố ý, có chủ tâm (phó từ).

짐짝 kiện hàng, gói hàng, bọc hành lý.

집[1] ❶ nhà; (가정) gia đình; người thân trong nhà. ¶ ~없는 사람들 những người không có nhà cửa / ~에 있다 (có) ở nhà / ~에 없다 không (có) ở nhà. ❷ (동물의) tổ, chuồng (của động vật); (짐승의) hang, ổ (của thú rừng). ❸ (물건의) hòm, hộp (để đặt, để, chứa đồ vật).

집[2] (바둑) ô, khoảnh, khoang, chỗ chiếm được làm phần của mình trong cờ vây. ¶ 열~ 이기다 [지다] thắng [thua] 10 ô.

집게 (소형의) cái cặp, cái kẹp (loại nhỏ); (뻰치) cái kìm.

집게발 càng (của động vật như cua, ghẹ).

집게손가락 ngón tay trỏ.

집결(集結) **~하다** sự tập kết. ¶ ~지 nơi tập kết.

집계(集計) sự thống kê tập hợp, gộp lại để tính. **~하다** thống kê, tính gộp lại. ¶ ~표 bảng thống kê tổng hợp.

집권(執權) tập quyền, sự nắm chính quyền trong tay. **~하다** nắm chính quyền, cầm quyền. ¶ ~당 đảng cầm quyền.

집기(什器) các đồ dùng trong nhà, trong văn phòng (비치된). ¶ 사무(실)용 ~ đồ đạc văn phòng.

집념(執念) sự tập trung ý chí, sự dồn tinh thần vào một việc, một vấn đề. ¶ ~이 강한 tập trung ý chí mạnh mẽ.

집다 cầm, nhặt.

집단(集團) tập thể. ~적인 có tính tập thể. ¶ ~을 이루어 hình thành (theo) tập thể / ~적으로 theo hình thức tập thể / ~을 이루다 hình thành tập thể. ¶ ~ 결근 vắng mặt (nghỉ làm) tập thể / ~ 결혼 cưới tập thể / ~ 경기 thi đấu tập thể (thi đấu đồng đội) / ~ 노동 lao động tập thể / ~ 발생 bùng phát tập thể / ~ 수용소 nơi tập trung tập thể / ~ 심리 [식중독] tâm lý bầy đàn [ngộ độc thực phẩm tập thể] / ~ 안전 보장 [지도제] giữ gìn an toàn [chế độ lãnh đạo, quản lý] tập thể / ~ 의식 ý thức tập thể / ~ 이민 di dân tập thể / ~ 폭행 hành vi bạo lực (hay cưỡng bức) tập thể.

집단농장(集團農場) hợp tác xã; (소련의) nông trường tập thể (như hình thức của Liên-xô trước đây).

집달리(執達吏) thừa phát lại, quan chức tống đạt phán quyết của tòa.

집대성(集大成) **~하다** tập trung lại thành. ¶ 한 권의 책으로 ~된 실학사상 tư tưởng thực học được tập trung lại thành một quyển sách.

집도(執刀) **~하다** cầm dao; cầm dao mổ (thực hiện ca mổ, phẫu thuật).

집들이 tiệc tân gia. **~하다** làm tiệc tân gia.

집무(執務) **~하다** xem xét sự vụ, công việc. ¶ ~ 시간 thời gian làm việc, thực hiện công việc.

집문서(-文書) giấy tờ nhà đất, nhà cửa. ¶ ~를 잡히고 돈을 차용하다 đem cầm giấy tờ nhà để vay tiền.

집물(什物) ☞ **집기**.

집배(集配) **~하다** thu gom rồi phân phát (đưa, giao thư, hàng). ¶ 우편 ~원 nhân viên thu gom và phân phát bưu phẩm.

집비둘기 chim bồ câu nuôi.

집사(執事) quản gia, người quản lý; (기독교, 불교) chấp sự, (người đảm nhận nhiệm vụ được phân công ở nhà thờ hay chùa trong đạo Cơ Đốc, đạo Phật).

집산(集散) sự tập trung và phân tán (tập trung và giải tán). **~하다** tập trung và phân tán. ¶ ~지 nơi tập trung và phân tán.

집성(集成) **~하다** gộp lại thành hệ thống, tập hợp lại theo hệ thống.

집세(貰) tiền thuê nhà. ¶ ~가 밀리다 tiền thuê nhà dồn lại, tiền thuê nhà đến kỳ hạn chưa trả / ~를 올리다 [내리다] tăng [hạ] tiền thuê nhà / ~가 비싸다 [싸다] tiền thuê nhà đắt [rẻ].

집시 ❶ (서양의) dân Gíp-xi (tộc người từ Ấn Độ di chuyển xuống phân bố ở châu Âu). ❷ (방랑자) chỉ người lang thang.

집안 ❶ (가족) gia đình; (일가) họ, họ hàng, dòng; (가문) gia môn, danh tiếng của dòng họ. ¶ ~이 좋다 [나쁘다] gia đình tốt [xấu]. ¶ ~ 식구 thành viên trong gia đình / ~싸움 cãi cọ trong gia đình (내분). ❷ (옥내) trong nhà. ¶ ~에(서) ở trong nhà.

집약(集約) **~하다** đúc kết, tập trung và rút lấy cái chính; (문제를) tóm tắt vấn đề. ~적인 có tính chất đúc kết. ¶ ~ 농업 nông nghiệp tập trung chuyên sâu.

집어넣다 ❶ ☞ **넣다** (đặt vào). ❷ (투옥) giam, bỏ ngục.

집어먹다 ❶ (음식을) gắp, bốc lên ăn (món ăn). ¶ 손으로 ~ bốc ăn bằng tay / 젓가락으로 ~ gắp ăn bằng đũa. ❷ (착복하다) thu nhặt lấy, chiếm giữ lấy (đồ đạc của người khác).

집어삼키다 ❶ (음식을) nhặt lên nuốt. ❷ (남의 것을) nuốt lấy (lấy đồ của người khác).

집어세다 ❶ (막먹다) ăn tục, ăn tham (không để ý đến ai). ❷ (착복) biển thủ, ngang nhiên lấy đồ của người khác. ❸ lôi ra chê bai, chỉ trích.

집어주다 ❶ (주다) đưa cho, lấy cho. ❷ (뇌물을) đưa đút lót, đưa hối lộ.

집어치우다 ngừng lại giữa chừng, bỏ giữa chừng.

집오리 vịt nuôi.

집요(執拗) ~한 dai dẳng, kiên trì (không

ngừng). ¶ ～하게 một cách kiên trì, dai dẳng.

집장사 việc kinh doanh, buôn bán nhà.

집적(集積) sự tích hợp, tập trung tích lũy. **~하다** tích hợp. ¶ ～회로(IC) mạch tích hợp.

집적거리다 ❶ (손대다) can thiệp (một cách khinh suất vào việc không liên quan); ❷ (건드리다) trêu ghẹo, bỡn cợt.

집주(集註) dựa vào một chỗ, đổ vào một chỗ.

집주릅 người làm việc môi giới mua bán nhà đất.

집주인(-主人) ❶ (임자) chủ nhà (người cho thuê nhà). ❷ (가장) chủ trong gia đình (gia trưởng).

집중(集中) sự tập trung. **~하다** tập trung; (모이다) tập trung (tập hợp). ¶ ～공격 công kích tập trung / ～안타【BC】cú đánh "base hit" tập trung / ～포화 hỏa pháo tập trung / ～호우 cơn mưa tập trung vào một chỗ.

집진기(集塵器) (청소기) máy hút bụi gia dụng; (공장의) máy hút bụi công nghiệp.

집집 ¶ ～마다(이) nhà nhà, mọi nhà.

집착(執着) sự thiết tha, gắn bó (với cái gì); (고집) sự cố chấp, gan lì. **~하다** thiết tha, gắn bó. ¶ ～력 sức gắn bó / ～심 lòng thiết tha, gắn bó.

집채 một tòa nhà, toàn bộ căn nhà. ¶ ～만하다 bằng một căn nhà.

집치장(-治粧) **~하다** trang hoàng, trang trí nhà cửa.

집터 nền nhà, mảnh đất để xây cất.

집필(執筆) việc viết lách. **~하다** viết lách, viết tác phẩm (thơ ca, văn học); viết văn tự nhà cửa. ¶ ～료 tiền nhuận bút / ～자 người viết.

집하(集荷) sự tập trung hàng hóa từ các nơi, hàng hóa khắp nơi đổ về.

집합(集合) sự tập hợp. 【TH】tập hợp. **~하다** tập hợp. ¶ ～명사【NP】danh từ tập hợp / ～체 tập hợp thể, khối tập hợp.

집행(執行) (집행) sự chấp hành; (처형) sự thực hiện xử phạt, thi hành; (강제) việc thi hành cưỡng chế; (수행) sự tiến hành công việc. **~하다** chấp hành, thi hành. ¶ 형을 ～하다 thi hành án (hình phạt). ¶ ～기관 cơ quan chấp hành / ～명령 lệnh thi hành / ～부 ban chấp hành / ～위원 ủy viên chấp hành / ～유예(猶豫) án treo / ～유예 3년으로 với 3 năm án treo.

집회(集會) sự tập hợp, tụ họp, hội họp. **~하다** tập hợp, hội họp. ¶ ～의 자유 tự do hội họp. ¶ ～신고 đăng ký (báo cáo về việc) tụ họp, hội họp / 불법 ～ tụ họp bất hợp pháp / 옥외 ～ hội họp ngoài trời.

집히다 được cầm, được nắm (trong tay).

짓 (행위) hành vi, hành động, cử chỉ (thường dùng với nghĩa tiêu cực).

짓궂다 quấy rối, gây phiền nhiễu. ¶ 짓궂게 một cách phiền nhiễu.

짓다[1] ❶ (집을) xây, làm nhà. ¶ 집을 ～ xây nhà. ❷ (만들다) làm, tạo ra (옷을) làm áo. ¶ (구둣가게에서) 구두를 ～ làm giầy (ở hiệu giầy) / 새옷을 ～ làm ra áo mới. ❸ (글을) viết chữ. ¶ 작문을 ～ viết văn. ❹ (밥을) nấu (cơm). ¶ 밥을 ～ nấu cơm. ❺ (약을) kê thuốc. ❻ (형성) hình thành, tạo thành. ¶ 줄을 ～ tạo thành hàng, xếp thành hàng. ❼ (농사를) làm nghề nông. ¶ 보리 농사를 ～ làm nông nghiệp (trồng) lúa mạch. ❽ (죄를) gây ra (tội). ¶ 죄를 ～ gây tội. ❾ (꾸며냄)

ㅈ

tạo ra, tự tạo ra. ¶ 지어낸 이야기 câu chuyện tự tạo ra. ⑩ (표정) biểu hiện, tạo ra biểu hiện (trên nét mặt). ¶ 미소를 ～ cười. ⑪ (결정, 결말을) đem lại (quyết định, kết cục).

짓다[2] (유산) sẩy thai.

짓밟다 giẫm, đạp bừa; giẫm đạp (xâm hại đến quyền lợi người khác).

짓밟히다 bị giẫm đạp, chà đạp bừa lên.

짓부수다 phá vỡ lung tung, đập tan.

짓씹다 nhai nát; chịu đựng.

짓이기다 nhào, nhào và đập (진흙을) đất sét; (잘게 썰다) đập nát.

짓찧다 giã mạnh, đập mạnh.

징[1] (악기) cái cồng (chiêng).

징[2] (구두의) đầu đinh mũi giày. ¶ ～을 박다 đóng đinh giày.

징건하다 đầy bụng.

징검다리 cầu xếp bằng các tảng đá hay ụ đất kê bước chân.

징계(懲戒) sự răn dạy, răn đe; sự kỷ luật, trừng trị. **~하다** răn dạy, kỷ luật, trừng trị. ¶ ～ 위원회 hội đồng kỷ luật / ～ 처분 xử phạt, trừng trị / ～ 처분을 받다 bị xử phạt, bị trừng trị / ～ 파면 kỷ luật cách chức / ～ 파면되다 bị kỷ luật cách chức.

징그럽다 kinh tởm, ghê (tởm), ghê ghê, rùng rợn (trông bẩn thỉu, khó coi, hoặc trông tàn nhẫn, dã man).

징모(徵募) **~하다** kêu gọi, tuyển mộ, tập trung (trưng mộ).

징발(徵發) **~하다** trưng dụng, trưng thu. ¶ ～당하다 bị trưng dụng, trưng thu.

징벌(懲罰) sự trừng phạt. **~하다** trừng phạt.

징병(徵兵) sự gọi lính, tuyển quân, triệu tập đi quân dịch (cưỡng bức theo nghĩa vụ quân sự). ¶ ～을 기피하다 trốn đi lính, trốn nghĩa vụ quân sự. ¶ ～ 검사 kiểm tra, khám sức khỏe đi nghĩa vụ quân sự / ～ 적령 tuổi đi quân dịch / ～ 제도 chế độ tuyển nghĩa vụ quân sự.

징세(徵稅) thu thuế, đánh thuế. ☞ **징수**.

징수(徵收) sự thu thuế, thu tiền. **~하다** thu thuế, thu tiền. ¶ ～액 số tiền thu được, lượng tiền thu được.

징악(懲惡) **~하다** trừng phạt, trừng trị kẻ ác.

징역(懲役) hình phạt bắt lao dịch trong trại giam theo thời hạn nhất định, có thời hạn hoặc vô thời hạn. ¶ ～ 살다 sống cảnh tù khổ sai / ～에 처해지다 bị lâm vào cảnh tù khổ sai.

징역살이(懲役-) cuộc sống trong tù. **~하다** sống trong tù.

징용(徵用) sự trưng dụng (tài sản, đồ vật); trưng dụng (bắt) đi làm việc. **~하다** trưng dụng. ¶ 피～자 người bị trưng dụng (đi làm việc).

징조(徵兆) điềm, triệu chứng. ¶ …의 ～가 있다 có điềm của ….

징집(徵集) sự thu gom (đồ vật); sự triệu tập, đi làm nghĩa vụ. **~하다** thu gom, triệu tập đi nghĩa vụ. ¶ ～되다 được triệu tập. ¶ ～령 lệnh triệu tập / ～ 면제 miễn triệu tập / ～ 연기 sự hoãn triệu tập (nhập ngũ).

징크스 việc xui xẻo, việc xúi quẩy; câu người ta thường nói, châm ngôn.

징후(徵候) (병의) triệu chứng (của bệnh); (일반의) dấu hiệu, điềm báo (tốt xấu).

짖다 (개가) sủa, kêu (chó); (맹수가) gầm, rống (thú dữ); (까막까치가) kêu (quạ, ác là).

짙다 (색이) thẫm, đậm (màu sắc); (안개) dày đặc, đậm đặc (sương mù); (조밀) đặc, dày đặc.

짚 rơm. ¶ ～으로 싸다 quấn rơm / ～을 깔다 (외양간에) trải rơm (trong chuồng bò, ngựa). ¶ ～단(뭇) bó rơm

/ ～단(뭇)을 만들다 làm bó rơm / ～북더기 nắm rác rơm / ～신 giày rơm.

짚가리 bụi rơm, đống rơm.

짚다 ❶ (맥을) bắt (mạch). ❷ (지팡이, 손을) chống (gậy, tay). ¶ 지팡이를 ～ chống gậy. ❸ (미지의 것을) chỉ ra; tính toán, suy đoán, suy ngẫm. ¶ 잘못 ～ tính (suy đoán) nhầm.

짚이다 (마음에) suy ngẫm, suy xét trong lòng. ¶ 마음에 짚이는 것이 하나 있다 có điều suy xét trong lòng / 짚이는 데가 없다 không có gì phải suy ngẫm.

짜개다 tách, chẻ (vật cứng ra làm hai mảnh).

짜다[1] ❶ (피륙을) dệt; (뜨개질) đan, khâu ghép (bộ phận thành một thể thống nhất). ❷ (상투를) búi (búi tóc, búi tó).

짜다[2] ❶ (제작) chế tác; (조립) lắp ráp, lắp ghép. ¶ 나무로 책상을 ～ lắp (dựng, làm) nên cái bàn từ gỗ. ❷ (편성) lập nên, dựng nên, tổ chức thành. ¶ 클럽을 ～ lập nên câu lạc bộ. ❸ (활자를) soạn, xếp (chữ in). ❹ (계획) cố dựng nên, nghĩ ra (kế hoạch). ❺ (공모) hợp nhóm, cùng âm mưu. ¶ …와 서로 짜고 있다 cùng hợp lại với …. ❻ (물기를) vắt (cho hết nước, hơi nước); (기름 따위를) ép, chắt ép (dầu). ¶ 수건을 ～ vắt khô khăn. ❼ (머리를) nặn óc, vắt óc, suy nghĩ.

짜다[3] (맛이) mặn (vị mặn). ¶ 간이 ～ gia vị (mắm muối) mặn.

짜드락거리다 ☞ **찌드럭거리다**.

짜드락나다 được phơi bày, bộc lộ.

짜르르 ☞ **지르르**.

…짜리 loại chỉ vật có giá trị tương đương với số, loại hay lượng nào đó (양); gắn vào sau từ chỉ tuổi tác. ¶ 천원～ 지폐 tiền giấy loại 1000 won / 만 원～ 물건 đồ vật trị giá (loại) 10.000 won / 3리터～ 병 chai loại 3 lít / 4살～ 가 뭘 알아? trẻ 4 tuổi mà biết gì?

짜임새 (구조의) tổ chức kết hợp, kết cấu được ghép thành, tổ hợp cấu thành (về mặt cấu trúc); (피륙의) hình thù được đan kết, cấu thành của vải sợi.

짜증 sự bực bội, tức giận, bực tức. ¶ ～을 내다 bực tức, phát tức / ～이 나다 trở nên tức giận.

짜하다 (소문이) lan truyền rộng rãi (tin đồn).

짝[1] (쌍을 이루는) cặp, bộ, đôi. ¶ ～이 맞다 cặp phù hợp / ～이 맞지 않는 cặp (đôi) không phù hợp với nhau / ～을 맞추다 ghép đúng cặp.

짝[2] (thường sử dụng kết hợp, có ý phủ định) ❶ (무슨꼴) hình, hình hài, dáng (hình gì). ❷ (아무곳) điểm, chỗ (bất cứ điểm, việc, chỗ nào). ¶ 아무 ～에도 쓸모가 없다 không dùng được vào bất cứ chỗ nào.

짝[3] (찢는 소리) toạc, xoạt, xoèn xoẹt (tiếng xé giấy, vải, hay tiếng vạch bút).

짝사랑 sự yêu thầm, yêu đơn phương. **~하다** yêu thầm, yêu đơn phương.

짝수(-數) số chẵn. ～의 của số chẵn. ¶ ～날 ngày chẵn.

짝없다 ❶ (비길 바 없다) có một không hai (không có gì so sánh được). ¶ 기쁘기 ～ mừng vô cùng (không gì so sánh nổi). ❷ (대중없다) không quy định, phi lý, không thể lường được.

짝짓다 cặp, ghép thành bộ, thành cặp.

짝짜꿍 trò đùa vỗ tay của bé sơ sinh; ăn khớp (lời nói hay hành động ăn khớp với nhau).

짝짝 ❶ chặc chặc! (tiếng chép miệng)

ㅈ

¶ ~ 다시다 (입맛을) chép miệng chặc chặc! ❷ nhớp nháp (dính bẩn) ~ 달라붙다 dính nhớp nháp. ❸ loẹt quẹt (tiếng lê giầy dép) ❹ toàng toạc (tiếng xé vải, giấy). ¶ ~ 찢다 xé toàng toạc.

짝짝이 lẻ đôi, lẻ cặp. ¶ ~가 되다 thành ra lẻ cặp

짝채우다 ghép vào thành bộ (cho đủ đôi, đủ bộ).

짝패 phe, bè đi theo cặp (thành cặp).

짝하다 nhập vào, trở thành phe của người khác; ghép người khác vào thành phe, cặp với mình.

짠물 nước mặn (nước biển); nước chất ra từ vật có vị mặn.

짤그랑거리다 phát ra tiếng leng keng, kính koong; làm phát ra tiếng leng keng, kính koong (tiếng của kim loại mỏng va nhẹ vào nhau).

짤끔거리다 ☞ **찔름거리다**.

짤랑거리다 ☞ **절그렁거리다**.

짤막하다 có vẻ hơi ngắn, ngắn gọn; (간단) đơn giản.

짤짤 ☞ **잘잘**.

짧다 ngắn. ¶ 짧게 một cách ngắn / 짧게 말하면 nếu nói một cách ngắn gọn / 짧게 하다 làm ngắn, làm cho ngắn.

짬 ❶ (겨를) khoảng thời gian rảnh rỗi (ngắn, nghỉ giữa chừng). ¶ ~나다 có chút thời gian rảnh / ~이 없다 không có chút thời gian rảnh nào / ~을 내다 dành thời gian rỗi. ❷ (기회) cơ hội. ❸ (틈) khe, kẽ (giữa hai vật gắn sát vào nhau).

짭짤하다 ❶ (맛 따위가) hơi mặn (vị). ❷ (값지다) đáng kể, có giá trị (lời nói và hành động có quy mô và vững chắc); (쏠쏠하다) đáng giá, không kém ai (서술적 theo cách nói miêu tả).

…째 ❶ (통째로, 그대로) tất cả, nguyên cả. ¶ 배를 통~ 먹다 ăn lê cả quả / 뿌리~ 뽑다 nhổ cả rễ. ❷ (차례상의) lần thứ (chỉ thứ tự). ¶ 두번~ 결혼 cưới lần thứ hai / 세계에서 다섯~로 큰 산 núi lớn thứ năm trên thế giới.

째다[1] (찢다) xé (xé vật mỏng như giấy, vải, da thịt).

째다[2] (옷, 신발) chật so với người, chân (áo, giày dép).

째다[3] (부족하다) (서술적) thiếu thốn. ¶ 살림이 ~ cuộc sống thiếu thốn.

째(어)지다 bị nứt, bị vỡ, bị rách (tách ra).

짹소리 ☞ **찍소리**.

짹짹거리다 (chim) kêu ríu rít, líu lo.

쨍 choang! (tiếng kim loại va mạnh vào nhau hay bị vỡ ra).

쨍쨍 chói chang. ¶ ~ 쬐다 chiếu chói chang.

쩍쩍 ☞ **짝짝**.

쩔쩔 ☞ **절절** ❷.

쩔쩔매다 bối rối, luống cuống (không biết phải làm gì khi gặp việc gấp gáp, khó khăn hay khi sợ hãi).

쩡쩡 ❶ (세력이) vang dậy, thể hiện ở khắp nơi (thế lực). ¶ ~ 울리다 (이름이) tên tuổi được biết đến vang dậy khắp nơi; (권세가) lẫy lừng (quyền thế). ❷ (갈라지는 소리) răng rắc, lốp đốp (như tiếng của băng đá rạn vỡ).

쪼개다 chia ra làm nhiều phần, nhiều mảnh nhỏ; (가르다) chia tách.

쪼그리다 ☞ **쭈그리다**.

쪼글쪼글 ☞ **쭈글쭈글**.

쪼다 (부리 따위로) mổ (bằng mỏ của động vật); (정 따위로) đục (bằng cái đục).

쪼들리다 bị sức ép, gò bó, bị phiền toái. ¶ 돈에 ~ bị kẹt tiền / 빚에 ~ bị phiền toái bởi nợ nần / 생활에 ~

bị phiền toái trong cuộc sống.

쪼아먹다 mổ ăn (động vật như gà, vịt).

쪽[1] [TV] cây chàm. ¶ ～빛 màu chàm, sắc chàm.

쪽[2] (방향) hướng; (편) bên, phía. ¶ 서～에 ở hướng Tây / 맞은 ～에 ở phía đối diện.

쪽[3] (여자의) búi tóc (của phụ nữ). ～찌다 búi thành búi tóc.

쪽[4] (조각) mảnh, mẩu, miếng.

쪽[5] ❶ (늘어섬) ☞ **죽**[2] ❶. ❷ (찢는 모양) toạc (xé toạc, từ tượng hình chỉ hành động xé vải, hay giấy). ¶ 종이를 ～ 찢다 xé toạc tờ giấy. ❸ đều, thẳng. ¶ ～ 고르다 thẳng tắp (xếp, trải).

쪽마루 hiên nhỏ, ghép bởi một hai tấm ván.

쪽매붙임 việc lát ván sàn.

쪽박 quả bầu, gáo nhỏ.

쪽지 miếng giấy nhỏ, mảnh giấy nhỏ.

쫀득쫀득 ¶ ～한 rất dẻo, dính nhớp.

쫄깃쫄깃 ¶ ～한 nhóp nhép, chóp chép.

쫄딱 một cách toàn bộ, không còn gì. ¶ ～ 망하다 tiêu tan toàn bộ, hỏng không sót gì (속어).

쫓기다 ❶ (일에) bị hối thúc (bởi công việc). ❷ (뒤쫓기다) bị đuổi theo (ở đằng sau). ❸ (내쫓기다) bị đuổi (đuổi khỏi chỗ, đuổi việc).

쫓다 ❶ (물리치다) đuổi. ¶ 파리를 ～ đuổi ruồi. ❷ (뒤쫓다) đuổi theo (chạy đuổi theo sau); (따르다) đi theo.

쫓아가다 ❶ chạy vội. ❷ (함께 가다) chạy theo. ❸ (따라잡다) đuổi theo, bám theo.

쫓아내다 đuổi khỏi chỗ (지위에서); (퇴거시킴) đẩy lùi; (해고) đuổi việc, cho thôi việc.

쫓아오다 (바싹 뒤따르다) đuổi đến từ phía sau; (뛰어서) chạy vội đến.

쫙 (소문이) một cách lan rộng (tin tức, tin đồn).

쬐다 (빛이) chiếu sáng, tỏa sáng (ánh sáng); (볕, 불에) hong, hơ (sưởi). ¶ 불을 ～ hơ vào lửa.

쭈그러뜨리다 đè lên (đè bẹp), làm cho bẹp.

쭈그러지다 bị bẹp, bị lõm; (살이) nhăn nheo, nhăn nhúm (da).

쭈그렁이 ❶ (늙은이) người già nhăn nheo (chỉ người già da nhăn vì gầy). ❷ (물건) vật nhăn nhúm, vật bị méo mó.

쭈그리다 ❶ ☞ **쭈그러뜨리다**. ❷ (몸을) gập xuống, cúi gập xuống (người).

쭈글쭈글 ¶ ～한 nhăn nheo, nhàu nát.

쭈르륵 tồ tồ, rào rào (tiếng nước mạnh chảy nhanh xuống rồi ngừng); xối xả (từ tượng hình chỉ hình dáng nước xối xuống mạnh rồi ngưng lại); tuột (chỉ hình dáng vật trôi xuống từ chỗ dốc).

쭈뼛쭈뼛 ngại ngùng, ngượng ngập.

쭈뼛하다 phồng lên, trồi lên; (서술적) dựng ngược tóc lên (do sợ hay ngạc nhiên - cách nói miêu tả). ¶ 쭈뼛하게 하다 làm dựng hết cả tóc lên.

쭉 ❶ (늘어선 모양) ☞ **죽**[2] ❶. ❷ (내내) ☞ **죽**[2] ❷. ❸ (곧장) tuột một mạch, không nghỉ. ❹ (물, 기운이) tuột, tụt (uống, húp, hút nước, hơi, hay thể khí tuột một hơi). ¶ 기운이 ～ 빠지다 tụt hết cả hơi / 물이 ～ 빠졌다 nước rút tụt xuống. ❺ (찢는 모양) tuột, tuồn tuột, tua rua (từ tượng hình chỉ việc xé, bóc, tước những thứ như vải, giấy thành từng dải, từng miếng dài một).

쭉정이 hạt lép.

쭉쭉 ❶ (줄줄이) thành hàng thành hàng, thành nhiều dòng. ¶ 줄을 ～ 긋다 vẽ nhiều dòng kẻ. ❷ (비가) không ngớt (mưa). ❸ (거침없이) một cách liên tục không ngừng. ¶ ~ 나아가다 tiến lên không ngừng. ❹ (찢다) bươm ra (xé ra làm nhiều mảnh). ❺ chùn chụt (tiếng mút bằng miệng). ❻ (물) ực, uống ực một hơi (nước).

쭝긋거리다 ❶ (입을) mấp máy (mấp máy miệng khi định nói gì). ❷ (귀를) dỏng, vểnh (tai động vật).

…쯤 khoảng chừng (không chính xác). ¶ 네 시~에 khoảng 4 giờ.

찌개 món canh (nấu với các thứ như tương, tương ớt, rau, thịt).

찌그러… ☞ **쭈그러…**.

찌긋거리다 ❶ (눈을) nháy, chớp mắt (nháy mắt để ra hiệu). ❷ (당기다) kéo (kéo áo để gây sự chú ý).

찌꺼기 = 찌끼. (술, 커피의) cặn, bã (rượu, cà phê); (떠있는) váng, bọt (nổi lên trên); (남은 것) cặn (phần còn lại bỏ đi).

찌다[1] (살이) béo lên.

찌다[2] (더위가) trở nên nóng (như hơi nước nóng, hơi nóng). ¶ 찌는 듯한 더위 cái nóng như sôi (như nước bốc hơi).

찌다[3] (음식을) hấp (món ăn); (식은 것을) hâm nóng (đồ nguội).

찌드럭거리다 liên tục chọc ghẹo, làm phiền.

찌들다 ❶ (물건이) cáu, đóng cáu (đồ vật để lâu). ❷ (고생으로) tiều tụy (vì khổ sở, vất vả).

찌르다 ❶ (날붙이로) đâm, chọc (bằng dụng cụ sắc nhọn); (바늘로) sâu, đâm, chọc (bằng kim); (막대기로) chọc bằng gậy. ❷ (비밀을) khai ra, nói lộ (bí mật của người khác). ❸ (냄새가) xộc vào, kích thích vào mũi (mùi). ❹ (마음 속을) xuyên thấu, đâm vào trong lòng. ❺ (공격) thọc (công kích, đánh vào). ¶ 적의 배후를 ~ đánh thọc vào phía sau lưng địch.

찌부러뜨리다 làm hỏng, làm nát. = 찌부러지게 하다.

찌뿌드드하다 (서술적) ❶ người khó ở, mệt mỏi rã rời. ❷ cảm thấy bất tiện. ❸ khó xử.

찌푸리다 ❶ (얼굴을) méo mó, nhăn nhó (mặt). ❷ (날씨) u ám, âm u (thời tiết).

찍[1] phẹt, toẹt (từ tượng hình, chỉ việc bài tiết ra phân hay nước tiểu của người hay chim ra trong một lần).

찍[2] toạc, xoẹt (tiếng xé giấy trong một lần); tiếng nét bút viết.

찍다[1] (도끼 따위로) bổ (như bổ bằng rìu); (표 따위) bấm, dập (bấm lỗ vé).

찍다[2] ❶ (도장을) đóng (đóng dấu). ❷ (인쇄) in. ❸ (틀에) dập (vào khuôn). ❹ (점을) chấm. ❺ (뾰족한 것으로) đâm, chích. ❻ chấm, chọn, định ra và chú ý tới. ¶ 친구의 동생을 신붓감으로 찍어 놓다 chấm em của bạn làm vợ tương lai.

찍다[3] ❶ (사진을) chụp (chụp ảnh), tự chụp (자기가); người khác chụp cho mình (남이 자기를). ❷ (묻히다) chấm, nhúng xuống (nước, mực) 붓 끝에 먹물을 ~ chấm đầu bút vào mực.

찍소리 tiếng ho he, hé răng (tiếng nói cho người khác nghe thấy dù rất nhỏ, thường dùng trong câu phủ định hoặc cấm đoán). ¶ ~ 못하다 không thể ho he / ~ 못하게 하다 làm cho không ho he, hé răng ra được / ~ 없이 yên lặng, không ho he gì cả.

찐빵 bánh bao hấp nhân đậu.

찔끔거리다 nhỏ giọt; (조금씩) làm nhỏ giọt tý một.

찔끔하다 dúm mình lại (co mình lại do sợ hay giật mình).

찔레나무(Rosa multiflora) 【TV】 thuộc loại hoa hồng dại.

찔름 ¶ ～거리다 (넘침) sóng sánh (nước đầy tràn ra); (조금씩) cho dần cho dần từng tí một.

찔름찔름 (액체가) tràn trề (chất lỏng); (주는 모양) (cho) một cách tản mát, từng phần từng phần một, dần dần.

찔리다 (가시, 날붙이에) bị đâm; (가슴에) bị đâm vào lòng (ngực).

찜 món tần, hay hấp nhừ (loại thịt, cá).

찜질 phép trị bệnh bằng cách chườm nước thuốc, nước nóng, hay lạnh vào chỗ đau; phép trị bệnh bằng cách ngâm mình trong nước nóng cho ra mồ hôi. **~하다** chườm nước để trị bệnh; ngâm mình nước nóng (trị bệnh).

찜찜하다 (마음이) ngượng nghịu, ngại, khó nói (trong lòng). ¶ 말하기가 ～ khó nói ra, ngại nói ra.

찝찔하다 hơi mặn.

찡그리다 rất méo mó, nhăn nhúm (mặt).

찡긋거리다 (눈, 코) hơi nhăn nhó (nháy mắt, nhăn mũi).

찡얼거리다 ❶ (불평함) bất bình, cáu. ❷ (애가) hờn, quấy (trẻ con lúc khó chịu).

찡찡거리다 kêu ca, than vãn.

찡찡하다 ☞ **찜찜하다**.

찢기다 bị rách; làm cho rách.

찢다 xé. ¶ 갈가리 ～ xé nát bươm (vụn thành nhiều mảnh).

찢어발기다 xé toạc ra.

찢어지다 bị rách.

찧다 giã, nện xuống; (부딪히다) nện mạnh vào, va đập mạnh vào.

ㅊ

차(車) (일반으로) xe (nói chung), (자동차) ô tô, xe hơi; (차량) xe cộ; (화차) xe lửa; (한 차분 화물) hàng hoá trên xe. ¶ ～를 타다 đi xe, lên xe ô tô / ～로 가다 đi bằng xe gì đó.

차(茶) trà; (녹차); trà xanh (홍차); hồng trà (커피); cây trà (나무); lá trà (잎). ¶ 진한 [묽은] ～ trà đặc [loãng] / ～를 끓이다 đun trà, pha trà / ～를 대접하다 tiếp đãi trà / ～를 마시며 이야기하다 vừa uống trà vừa trò chuyện. ¶ 찻숟갈 thìa trà / 찻숟갈로 ～를 타다 pha trà bằng thìa.

차(差) sai khác; (불균형) mất cân đối (이윤의); chênh lệnh về lợi nhuận (간격의). ¶ ～가 있다 có khoảng cách, có sự sai khác

차(次) ❶ (순서) thứ tự; tuần tự; (횟수) số lần. ❷ (다음의) thứ tự tiếp theo; (하위) dưới mức, thấp hơn ¶ ～세대 thế hệ sau ❸ (…김에) nhân tiện, tiện thể. ¶ 시내에 가는～에 서점에 들렀다 nhân tiện đi trung tâm thành phố ghé qua hiệu sách.

…차(次) ❶ (하기 위하여) để; nhằm mục đích gì đó. ¶ 연구～ 미국에 가다 để nghiên cứu, đi Mỹ. ❷ 【TH】 bậc. ¶ 삼～ 방정식 phương trình bậc ba.

차가다 (빼앗아) chiếm đoạt, cướp đoạt; (유괴) bắt cóc.

차감(差減) **~하다** giảm thiểu chênh lệch. ¶ ～ 잔액 số tiền còn lại được giảm thiểu chênh lệch.

차갑다 lạnh, lạnh lẽo.

차고(車庫) (자동차의) gara ô tô; (전차의) hầm xe điện, gầm tàu điện.

차곡차곡 ngăn nắp, tuần tự, lần lượt,

차관(次官) thứ trưởng. ¶ ～보 trợ lý thứ trưởng.

차관(借款) sự cho vay; món nợ. ¶ ～을 얻다 nhận vay. ¶ 단기 [장기] ～ vay ngắn hạn [dài hạn] / 상업 [민간] ～ vay thương mại [tư nhân] / 연불 ～ vay nợ trả chậm / 현금 ～ khoản vay tiền mặt.

차광(遮光) **~하다** che bóng. ¶ ～막 màn che, tấm chắn nắng / ～ 장치 thiết bị che.

차근차근 tỉ mỉ, cẩn thận, chu đáo.

차기(次期) kỳ sau, nhiệm kỳ sau; kế sau, tiếp sau (형용사). ¶ ～ 정권 chính quyền kế nhiệm.

차꼬 (발의) gông cùm, xiềng xích.

차남(次男) con trai thứ (thứ nam).

차내(車內) ¶ ～에서 trong xe.

차녀(次女) con gái thứ (thứ nữ).

차다[1] (충만) (đầy, sung mãn) làm đầy; (달이) trăng đầy, trăng tròn; (조수가) nước triều dâng cao; (만료) hết hạn, hết hiệu lực. ¶ 꽉(빽빽이) 들어～ nhồi, nhét, làm đầy, làm chật ních, nêm chặt / 마음에 안 ～ không bằng lòng / 임기가 차다 mãn nhiệm kỳ.

차다[2] ❶ (발로) đá ai đó (bằng chân)

¶ 차이다 bị đá, bị ai đó đá. ❷ (혀를) đá lưỡi, chặc lưỡi. ¶ 혀를 ~ chặc lưỡi

차다[3] (패용) mang, vác, mặc, đội, đeo. ¶ 훈장을 ~ mang huân chương, đeo huân chương.

차다[4] (한랭) lạnh, lạnh lùng; (사람이) (người) lạnh lùng ¶ 찬바람 gió lạnh / 찬물 nước lạnh / 얼음장 같이 ~ lạnh như băng / 차가와지다 bị lạnh, trở nên lạnh lùng (thái độ) (태도).

차단(遮斷) **~하다** cách ly, ngăn chặn, cô lập. ¶ ~기 máy ngắt điện; (건널목의) thanh chắn ngang đường / 교통 ~ phong toả giao thông.

차대(車臺) khung xe, gầm xe ô tô.

차도(車道) đường dành cho xe; đường xe chạy (궤도).

차도(差度) cải tạo, nâng cấp, hoàn thiện ¶ ~가 있다 có sự cải tạo, nâng cấp, cải tiến, trở nên tốt hơn, đỡ hơn (병세가 주어).

차돌 đá thạch anh.

차등(差等) mức khác biệt. ¶ ~ 세율 mức thuế theo bậc.

차디차다 (người) lạnh như băng (mang tính miêu tả)

차라리 thà, thà rằng.

차란차란 ☞ **치런치런**.

차량(車輛) xe cộ, xe ô tô nói chung; (화차, 객차) xe lửa, xe khách(tên gọi chung) (총칭). ¶ ~검사 kiểm tra xe / ~ 고장 hỏng xe / ~ 등록 đăng ký xe / ~ 번호판 (자동차의) biển số xe (của ô tô) / ~ 십부제 chế độ mà ngày nào trùng với số cuối của số xe thì không đi xe đó, như vậy cứ 10 ngày không sử dụng xe một ngày để đỡ kẹt xe / ~ 정비 bảo dưỡng xe / ~ 통행금지 (게시) cấm các loại xe lưu hành (biển báo).

차례(次例) ❶ (순서) thứ tự, tuần tự (순번). ¶ ~로 theo số thứ tự, theo tuần tự (từng người một, từng cái một) (하나씩) / ~를 기다리다 chờ đến lượt / ~가 뒤바뀌다 thứ tự đổi ngược. ❷ (횟수) số lần, lượt. ¶ 몇 ~ vài lần, mấy lượt.

차례(茶禮) cúng lễ tổ tiên.

차례차례(次例次例) lần lượt, từng người một, theo thứ tự.

차륜(車輪) bánh xe.

차리다 ❶ (장만, 갖춤) sắp xếp, chuẩn bị. ¶ 가게를 ~ mở cửa hàng / 밥상을 ~ sửa soạn bàn ăn. ❷ (정신을) lấy lại tinh thần, bình tĩnh lại, tỉnh lại. ❸ (예의, 체면을) giữ thể diện, giữ lễ nghi, chỉnh đốn lễ nghi, thể diện. ¶ 체면을 ~ giữ thể diện. ❹ (입다) mặc quần áo.

차림새 (복색) đồ tư trang, trang phục, việc ăn mặc.

차림표 (식단) thực đơn.

차마 thật quá sức để làm gì đấy. ¶ ~ 볼 수 없는 thật không thể nhìn / ~ … 할 수 없다 thật không có lòng dạ nào để làm ….

차멀미(車-) chứng say tàu xe; **~하다** bị say tàu xe.

차반(茶盤) khay trà.

차버리다 đá đi; (거절) từ chối, bác bỏ (yêu cầu, đề nghị); chối bỏ

차변(借邊) bên nợ, bên trái trong sổ kế toán. ¶ ~에 기입하다 ghi vào bên nợ.

차별(差別) sự phân biệt, sự thiên vị, phân biệt đối xử. **~하다** phân biệt đối xử, không công bằng, thiên vị. ¶ ~없이 không có sự phân biệt đối xử, công bằng. ¶ ~ 관세 thuế, thuế quan có phân biệt / ~ 대우 phân biệt đối xử / 인종 ~ phân biệt chủng tộc,

ㅊ

sắc tộc.

차분하다 trầm tĩnh, điềm đạm.

차비(車費) tiền xe, cước phí tàu xe.

차석(次席) vị trí chức vụ kế tiếp, người trợ lý, người có vị trí thứ hai. ¶ ～검사 công tố viên thứ hai / ～자 người phụ tá, trợ lý.

차선(車線) làn xe, tuyến đường. ¶ 6～고속 도로 đường cao tốc có 6 làn xe. ¶ ～분리대 vạch phân chia làn xe, giải phân cách.

차압(差押) ☞ **압류**.

차액(差額) con số chênh lệch; khoản chênh lệch.

차양(遮陽) (모자의) voan, vải che trước mũ; (집의) tấm bạt che nhà, màn phủ, vải che; (창의) rèm cửa, mành che cửa.

차용(借用) **~하다** cho vay. ¶ ～증 chứng từ cho vay, giấy tờ vay mượn.

차원(次元) 【TH】 chiều, khổ, cỡ, thứ nguyên của 1 đại lượng. ¶ 3～ 3 chiều.

차월(借越) việc vay nhiều hơn số tiền gửi, dư nợ. **~하다** vay nhiều hơn số tiền gửi, dư nợ.

차위(次位) vị trí thứ hai

차이(差異) sự khác biệt, sai khác (phân biệt với cái gì) (구별). ¶ 연령 [신분]의 ～ khác biệt về tuổi tác [thân phận] / ～가 있다 có sự khác biệt, có sự sai khác.

차익(差益) lãi suất chênh lệch.

차일(遮日) mái che, vòm che.

차일피일(此日彼日) **~하다** lần lữa, trì hoãn ngày này sang ngày khác

차입(差入) (감옥에) **~하다** gửi, tiếp tế cái gì (vào tù). ¶ ～물 vật tiếp tế cho tù nhân.

차자(次子) con trai thứ hai.

차장(次長) cấp bậc trên trưởng phòng (과장), dưới tổng trưởng phòng (부장) trong công ty.

차장(車掌) người phục vụ hành khách (xe lửa) (기차의). ¶ 버스의 여～ nữ hướng dẫn viên trên xe buýt.

차점(次點) điểm số cao thứ nhì, kế tiếp. ¶ ～이 되다 được điểm số cao thứ nhì. ¶ ～자 người có điểm số, số phiếu cao thứ nhì, người có điểm số kế tiếp (trong bầu cử) (선거의).

차조 【TV】 hạt kê.

차조기 【TV】 cây tía tô.

차주(借主) người đi vay mượn, con nợ (돈의); người nợ tiền (집의); người thuê nhà đất (토지의).

차주(車主) chủ xe.

차지(借地) đất thuê (빌림). ¶ ～료(料) phí thuê đất.

차지다 kiên trì, ngoan cường, bám chắc

차지하다 giành, chiếm, nắm giữ. ¶ 수석을 ～ đứng vị trí đầu bảng, nhất lớp / 과반수를 ～ chiếm ưu thế, chiếm quá bán / 제 2위를 ～ giành vị trí thứ 2, đứng thứ hai.

차질(蹉跌) sai lầm, sai sót, hỏng hóc. ¶ 일에 ～이 생기다 phát sinh sai sót trong công việc / ～을 가져오다 mang sai sót, trở ngại đến.

차차(次次) (점점) dần dần, từ từ; (그 동안에) trong khi đó.

차창(車窓) cửa sổ tàu, xe.

차체(車體) khung xe, gầm tàu, xe; (자전거의) khung xe đạp.

차축(車軸) trục xe.

차츰차츰 dần dần, từng bước một, một chút một.

차치(且置) **~하고** để riêng ra, tách riêng ra.

차탄(嗟歎) (개탄) sự than khóc, kêu than. **~하다** thở than, khóc than, tự than.

차트(chart) (도표) bảng biểu. ¶ ～로 만들다 thể hiện, làm bằng bảng biểu.

ㅊ

차폐(遮蔽) **~하다** ẩn náu, trú ẩn. ¶ ~물 vật nguỵ trang, ẩn náu.

차표(車票) vé tàu, vé xe (tính theo số lần) (회수권의). ¶ ~ 파는 데 nơi bán vé tàu, xe (매표구) / ~를 끊다 mua vé, lấy vé. ¶ 편도 ~ vé tàu, xe một chiều / 왕복 ~ vé tàu, xe khứ hồi.

차호(次號) số tiếp theo. ¶ ~ 완결 kết thúc ở số tiếp theo / 이하 ~(에) nội dung tiếp theo thì sẽ ở số sau.

차회(次回) lần sau, kỳ sau, dịp sau. ¶ ~의 của lần sau / ~에 vào lần sau, vào dịp khác.

차후(此後) (금후) từ nay về sau; từ giờ trở đi; (장래) về sau, sau này.

착 (붙음) sự dính, sự chặt chẽ, sát sao. ¶ ~ 붙다 dính chặt vào, sa lầy vào.

착각(錯角) 【Hho】 góc so le.

착각(錯覺) sự hiểu lầm, ảo tưởng, nhầm lẫn. **~하다** hiểu lầm ai, hiểu lầm về cái gì.

착공(着工) **~하다** khởi công (xây dựng cái gì). ¶ ~식(式) lễ khởi công.

착란(錯亂) sự xáo trộn, trục trặc. **~하다** cảm thấy xáo trộn, hỗn loạn, bối rối, lúng túng, mất cân bằng (về tinh thần) (정신이). ¶ ~ 상태 trạng thái bối rối, mất cân bằng / 정신 ~ tinh thần xáo trộn, hỗn loạn.

착륙(着陸) sự hạ cánh, sự đổ bộ, tiếp đất. **~하다** hạ cánh, tiếp đất. ¶ ~장 bãi hạ cánh, nơi hạ cánh, bãi đáp / 계기 ~ hạ cánh theo bảng đồng hồ máy bay / 연~ hạ cánh mềm / 무~ 비행 máy bay bay thẳng tới địa điểm mục tiêu.

착복(着服) (횡령) sự tham ô, sự biển thủ công quỹ. **~하다** tham ô, đục khoét tài sản chung.

착살스럽다 ❶ (인색) bủn xỉn, keo kiệt, bần tiện. ❷ (짓이) (hành động) nhỏ mọn, bần tiện.

착상(着想) ý tưởng, quan niệm. **~하다** nhìn nhận, nhận thức, quan điểm, ý tưởng về một cái gì đó.

착색(着色) **~하다** tô vẽ, sơn. ¶ ~ 유리 kính nhuộm màu / ~제 chất nhuộm màu, chất tạo màu vẽ.

착석(着席) **~하다** ngồi xuống ghế; ngồi xuống. ¶ ~시키다 bảo ai ngồi xuống, để người nào đó ngồi.

착수(着水) **~하다** hạ cánh xuống nước (우주 캡슐이) (tàu vũ trụ).

착수(着手) **~하다** bắt tay vào việc. ¶ ~금 tiền khởi sự, tiền đặt cọc.

착실(着實) **~하다** chân thật, đứng đắn; đáng tin cậy (믿을 만한). ¶ ~히 đáng tin, vững chắc.

착안(着眼) **~하다** tập trung vào, ngắm đến (노리다); để mắt đến, lưu ý đến (유의). ¶ ~이 좋다 nhắm giỏi; ¶ ~점 điểm nhắm, điểm nhắm vào.

착암기(鑿巖機) máy khoan.

착오(錯誤) sự hiểu lầm, hiểu sai, sai sót, ngộ nhận. ¶ 시대 ~ lỗi thời.

착용(着用) **~하다** mặc, trang bị (đồng phục).

착유기(窄油機) máy ép dầu.

착유기(窄乳機) máy vắt sữa.

착잡(錯雜) ~한 rắc rối, rối ren, hỗn độn, rối rắm. ¶ ~한 표정 vẻ mặt phức tạp, tâm trạng rối bời.

착착(着着) từng bước một, chắc, trật tự. ¶ ~ 진척하다 tiến lên từng bước một, tiến bộ một cách chắc chắn.

착취(搾取) sự moi, sự bóp nặn, bóc lột, lợi dụng. **~하다** moi, bóc lột, bắt ép, lợi dụng.

착탄(着彈) ¶ ~ 거리 cự ly viên đạn đến / ~ 지점 điểm viên đạn đến.

착하(着荷) hàng hoá mới đến. ¶ ~ 인도 giao hàng hoá.

ㅊ

착하다 ngoan ngoãn, hiền lành, tốt bụng. ¶ 착한 사람 người tốt, người hiền / 착한 행동 hành động tốt đẹp.

찬(饌) ☞ **반찬**. ¶ ～거리 thức ăn, các món ăn.

찬가(讚歌) bài hát ca ngợi Chúa, bài thánh ca.

찬동(贊同) sự tán đồng, sự ủng hộ, tán thành.. **~하다** ủng hộ, đồng tình, tán thành. ¶ ～을 얻다 nhận được sự ủng hộ / ～을 얻어 nhận được đồng tình.

찬란(燦爛) ～한(히) sáng láng, sáng chói, rực rỡ.

찬물 nước lạnh. ¶ 남에게 ～을 끼얹다 dội nước lạnh vào người khác (비유적) (mang tính ví von).

찬미(讚美) sự ngợi ca, sự tán dương, tung hô, ca tụng. **~하다** tán dương, ca tụng, tung hô, ca ngợi ai. ¶ ～자 người tán dương, ca ngợi, người hâm mộ

찬반(贊反) ¶ ～ 양론 hai ý kiến đồng thuận và phản đối.

찬부(贊否) tán thành hay không tán thành, đồng ý hay không đồng ý, chấp thuận hay không chấp thuận. ¶ ～를 묻다 trưng cầu ý kiến (bỏ phiếu) (투표로).

ㅊ

찬사(讚辭) lời ca ngợi, tán dương, lời chúc mừng. ¶ ～를 보내다 gửi lời chúc mừng, ca ngợi, tán dương.

찬상(讚賞) **~하다** thán phục, ca ngợi, hâm mộ, ngưỡng mộ.

찬성(贊成) tán thành, phê chuẩn, chấp nhận. **~하다** (동의) đồng ý, đồng tình, tán thành; (지지) hậu thuẫn, cung cấp, hỗ trợ. ¶ ～을 구하다 [표명하다] tìm kiếm [biểu lộ] sự tán thành, ủng hộ, đồng tình / ～을 얻다 nhận được sự ủng hộ, đồng tình. ¶ ～ 연설 diễn văn tán thành, phát biểu tán thành / ～자 người tán thành, người ủng hộ / ～ 투표(하다) bỏ phiếu tán thành.

찬송(讚頌) ☞ **찬미**. ¶ ～가 bài hát tán dương.

찬스 cơ hội, thời cơ. ¶ ～를 잡다 [놓치다, 만들다, 얻다] bắt lấy [tuột mất, tạo, nhận được] cơ hội.

찬양(讚揚) **~하다** tán dương, ngợi ca, khen ngợi. ¶ ～할 만한 đáng để tán dương, đáng được khen ngợi.

찬의(贊意) sự đồng ý, chấp nhận, tán thành.

찬장(饌欌) cái chạn để thức ăn.

찬조(贊助) sự giúp đỡ, hỗ trợ, bảo trợ, ủng hộ. **~하다** giúp đỡ, ủng hộ, tài trợ, bảo trợ. ¶ ～를 얻다 [청하다] nhận [yêu cầu] sự giúp đỡ. ¶ ～금 tiền hỗ trợ, tiền tài trợ / ～ 연설 bài diễn văn ủng hộ, đồng tình / ～ 출연 biểu diễn ủng hộ / ～ 회원 hội viên ủng hộ, giúp đỡ, hỗ trợ.

찬찬하다 (꼼꼼) cẩn thận, tỉ mỉ, chu đáo; (침착) sự bình tĩnh, tự chủ, từ tốn. ¶ 찬찬히 một cách cẩn thận, tỉ mỉ, bình tĩnh.

찬탄(讚嘆) **~하다** ca ngợi, ngưỡng mộ, tôn thờ.

찬탈(簒奪) (왕위를) **~하다** thoán đoạt (ngôi vị). ¶ ～자 kẻ chiếm đoạt, kẻ thoán đoạt.

찬합(饌盒) hộp đựng đĩa.

찰… dính, kết dính, kết vào nhau.

찰가난 sự nghèo nàn, nghèo khó, khốn đốn.

찰거머리 【ĐV】 con đỉa. ¶ ～ 같다 như đỉa bám.

찰과상(擦過傷) vết thương trầy xước, vết bào mòn, vết xước.

찰깍 ❶ (붙음) bám dính. ❷ (소리) (âm thanh) đét, đen đét! (tiếng vả, tát, vỗ tạo âm thanh đen đét, bồm bộp).

찰나(刹那) khoảnh khắc, một chốc, một

lát, trong phút chốc. ¶ ～적(인) mang tính chớp nhoáng. ¶ ～주의 chủ nghĩa chốc lát (theo kiểu chốc lát)
찰떡 bánh làm bằng bột nếp.
찰랑거리다 (물결이) dập dềnh, lăn tăn. ¶ 찰랑찰랑 dập dềnh.
찰밥 cơm nếp, xôi.
찰벼 lúa nếp, gạo nếp
찰싹 ☞ **철썩**.
찰찰 ☞ **철철**.
찰흙 đất sét. ☞ **점토**(粘土).
참[1] thực tế, thực tại, đúng (성실); sự thật (사실); thật tình (진정). ¶ ～모습 dáng vẻ thành thật / ～사람 người thành thật / ～사람이 되다 trở thành người trung thực, thành thật.
참[2] (참으로) thật là, đúng là, thật sự. ¶ ～ 좋다 thật là tốt, thật tốt quá.
참(站) nơi nghỉ, chỗ dừng chân.
참가(參加) sự tham gia. **~하다** tham gia. ¶ ～를 신청하다 đăng ký tham gia. ¶ ～국 nước tham gia / ～자 người tham gia.
참견(參見) sự tham kiến, sự can thiệp. **~하다** tham kiến, can thiệp, chen vào. ¶ ～ 잘하는 thích can thiệp, hay can thiệp / ～ 말아 đừng có chen vào, đừng có can thiệp vào.
참경(慘景) quang cảnh thảm khốc, cảnh tượng kinh hoàng.
참고(參考) sự tham khảo. **~하다** tham khảo. ¶ ～로 dùng để tham khảo / ～가 되다 trở thành cái để tham khảo. ¶ ～서 sách tham khảo, sách đọc thêm / ～ 서목(書目) thư mục tham khảo / ～ 자료 tài liệu tham khảo.
참관(參觀) **~하다** tham quan, thăm viếng. ¶ ～이 허용되다 [되지 않다] [không] được phép tham quan. ¶ ～인 người tham quan (선거 등의).
참극(慘劇) thảm kịch.
참기름 dầu vừng.
참깨 【TV】 hạt vừng (씨).
참나무 cây vừng.
참다 chịu đựng, nhịn, nhịn nhục, nén chịu; (억제) cố nén, cố chịu, cố nhịn. ¶ 참을 수 있는 [없는] [không] chịu được / 웃음을 꾹 눌러 ～ cố nhịn cười / 억지로 ～ gắng chịu đựng / 참으시오 hãy ráng chịu đi, hãy nhịn đi.
참담(慘憺) **~하다** (무참) đau khổ, bi thảm, bi kịch, tai họa; (가련) tai ương, cảnh khốn khổ.
참답다 = 참되다. chân chính, trung thực, đứng đắn, thật thà, ngay thẳng
참뜻 nghĩa đúng, nghĩa trung thực.
참례(參禮) **~하다** tham dự (buổi lễ), có mặt.
참말 thật là, rõ thật là. (cảm thán) ¶ ～로 thật là! quả thực là! / ～로 여기다 cho là thật, nghĩ là đúng
참모(參謀) cán bộ tham mưu (tên gọi chung) (총칭); người tham mưu, (상담역) có vai trò tham mưu, vai trò cố vấn. ¶ ～(총)장 tổng tham mưu / 합동 ～ 본부 bộ tổng tham mưu.
참배(參拜) ☞ **참예**(參詣).
참변(慘變) một tai họa, biến cố. ¶ ～을 당하다 gặp phải một biến cố, tai họa.
참빗 cái lược tre, lược bí.
참사(參事) viên tham tán. ¶ (대사관) ～관 viên tham tán sứ quán, quan chức nhà nước.
참사(慘死) cái chết do tai nạn. **~하다** gây chết người, gây tai nạn chết người.
참사(慘事) tai nạn, thảm sự, sự kiện thảm khốc.
참살(慘殺) sự thảm sát, sự giết chóc. **~하다** giết người, tàn sát, thảm sát. ¶ ～(시)체 thi thể bị thảm sát.
참상(慘狀) thảm trạng, tình trạng thê thảm. ¶ ～을 드러내다 phơi bày tình

ㅊ

trạng thê thảm.

참새 chim sẻ.

참석(參席) sự tham dự. **~하다** tham dự vào, đến dự.

참선(參禪) **~하다** thiền, tu thiền. ¶ ～자 người tham thiền.

참섭(參涉) sự can thiệp, sự chen ngang. **~하다** can thiệp vào, dính líu đến, có tham gia vào.

참소(讒訴) sự vu cáo, vu khống. **~하다** vu cáo.

참수(斬首) **~하다** chặt đầu, xử trảm, chém đầu. ¶ ～를 당하다 bị chặt đầu, bị chém đầu, xử trảm.

참숯 than hoa, than gỗ.

참신(斬新) ～한 mới lạ, tươi mới, độc đáo, mới mẻ.

참언(讒言) sự vu cáo. **~하다** vu cáo, nói xấu.

참여(參與) sự tham gia, tham dự, góp phần (입회). **~하다** tham gia vào, tham dự vào, góp phần vào. ¶ 증인 ～하에 trong khi nhân chứng có mặt, với sự có mặt của nhân chứng. ¶ ～인 người tham dự.

참예(參詣) **~하다** (tham tế) tham gia lễ bái, tham gia tế lễ.

참외 dưa lê vàng.

참으로 thật sự, quả thực là, đích thực là, sự thật là.

참을성(-性) (인내심) tính chịu đựng, tính nhẫn nại. ¶～있는 có tính nhẫn nại, có khả năng chịu đựng / ～있게 một cách nhẫn nại, bền bỉ.

참의원(參議院) ☞ **상원**(上院).

참작(參酌) **~하다** cân nhắc, xem xét, thận trọng xem xét. ¶ ～하여 cân nhắc xem xét (rồi mới quyết định), cân nhắc rồi.

참전(參戰) **~하다** tham chiến.

참정(參政) **~하다** tham gia triều chính (tham gia vào chính trị). ¶ ～권 quyền bầu cử / ～권을 주다 cho ai quyền bầu cử.

참조(參照) sự tham khảo. **~하다** tham khảo, đọc thêm, tìm hiểu thêm, đối chiếu với. ¶ ～하라 hãy tham khảo.

참참이(站站-) chốc chốc; (일의) thỉnh thoảng, lúc rỗi việc.

참칭(僭稱) **~하다** lấy danh nghĩa, lấy tư cách (là, của), tự gọi mình là.

참패(慘敗) sự thảm bại, thất bại thảm hại. **~하다** thất bại thảm hại, đại bại.

참하다 (얌전함) dịu dàng, từ tốn, thanh lịch, ôn hoà; (말쑥함) hiền thục, dịu dàng.

참해(慘害) sự thảm hại, sự tổn thất nặng nề. ¶ ～를 주다 đem lại cho ai sự tổn thất nặng nề, gây ra sự thiệt hại nặng nề / ～를 입다 gặp phải sự tổn thất lớn, chịu thiệt hại nặng nề.

참호(塹壕) hầm hào trú ẩn. ¶ ～ 생활 [전] sinh hoạt [chiến đấu] trong hầm hào.

참혹(慘酷) **~하다** thảm khốc, khốc liệt, ác liệt, tàn ác, dã man; (잔인) tàn nhẫn.

참화(慘禍) thảm hoạ, tai hoạ khủng khiếp. ¶ 전쟁의 ～ thảm hoạ chiến tranh.

참회(懺悔) sự hối hận, sự ăn năn, thú tội; (회오) hối lỗi, tỉnh ngộ. **~하다** thú tội, ăn năn, thú nhận. ¶ ～의 눈물 giọt nước mắt ăn năn, hối lỗi. ¶ ～자 người ăn năn, hối lỗi, kẻ thú tội.

찹쌀 gạo nếp.

찻길(車-) đường dành cho xe chạy, đường tàu xe (궤도).

찻삯(車-) phí đi xe, tàu (기차); tiền tàu xe (운반료).

찻잔(茶盞) = 찻종(茶鍾). chén trà, tách trà.

찻집(茶-) tiệm trà, quán trà.

창 (구두의) đế (giày). ¶ ~을 갈다 thay đế giày / ~을 대다 đóng đế giày.

창(窓) cửa sổ (선실의). ¶ ~밖을 보다 nhìn ra ngoài cửa sổ. ¶ ~유리 kính cửa sổ.

창(槍) cây thương, cây lao, trượng, giáo, mác (binh khí) (기병의). ¶ ~끝 mũi lao / ~으로 찌르다 đâm bằng giáo, mác, thương. ¶ ~던지기 môn ném lao.

창가(唱歌) bài hát, tiếng ca.

창간(創刊) **~하다** xuất bản lần đầu, phát hành lần đầu. ¶ 1920년 ~ phát hành lần đầu vào năm 1920. ¶ ~호 số phát hành đầu tiên.

창건(創建) **~하다** sáng lập, thành lập, xây dựng nền móng.

창고(倉庫) nhà kho, cái kho hàng. ¶ ~에 넣다 để vào nhà kho, chất vào nhà kho. ¶ ~계원 người trông giữ kho, người coi kho / ~료 lệ phí kho / ~업 kinh doanh nhà kho, nghề cho thuê nhà kho / ~증권 giấy chứng nhận kho hàng.

창공(蒼空) bầu trời xanh.

창구(窓口) khoang hở giống cửa sổ, cửa một nơi quy định nào đó. ¶ 매표 ~ cửa bán vé / 출납(出納) ~ cửa giao dịch (ở ngân hàng) (은행).

창궐(猖獗) **~하다** bùng phát lan tràn.

창극(唱劇) ca kịch cổ điển, ca nhạc kịch opera cổ điển.

창기(娼妓) gái làng chơi, gái điếm.

창기병(槍騎兵) kỵ binh mang thương giáo.

창녀(娼女) gái điếm, gái nhà thổ.

창달(暢達) **~하다** phát triển, xúc tiến.

창당(創黨) **~하다** sáng lập đảng, sự hình thành một đảng chính trị. ¶ ~ 정신 tinh thần sáng lập đảng.

창도(唱導) **~하다** khởi xướng dẫn dắt. ¶ ~자 người dẫn dắt.

창립(創立) sự sáng lập, tạo nên. **~하다** sáng lập, hình thành, tổ chức. ¶ ~ 30주년 lễ kỷ niệm 30 năm thành lập. ¶ ~ 기념일 ngày kỷ niệm thành lập, xây dựng / ~ 사무소 [위원] văn phòng [thành viên ban] sáng lập / ~자 người sáng lập / ~ 총회 hội đồng sáng lập.

창문(窓門) ☞ **창**(窓).

창백(蒼白) ~한 xanh xao, nhợt nhạt, tái nhợt, ốm yếu. ¶ ~해지다 trở nên xanh xao, nhợt nhạt.

창부(娼婦) ☞ **창녀**.

창살(窓-) song cửa, rào cửa; (쇠창살) song sắt (trong tù) (감옥의). ¶ ~이 달린 có song cửa / ~없는 감옥 ngục tù không có song sắt.

창상(創傷) vết thương, vết cắt.

창설(創設) ☞ **창립**(創立).

창성(昌盛) sự thịnh vượng, sự phồn vinh, sự hưng thịnh. **~하다** hưng thịnh, phồn vinh.

창세(創世) 【CĐG】 sự khởi tạo của vũ trụ, sáng thế. ¶ ~기(記) quyển "Sáng Thế" trong kinh thánh, Chúa sáng tạo ra thế giới.

창시(創始) sự khởi thuỷ, sự bắt đầu, sự gây dựng. **~하다** khởi xướng, sáng lập, khởi nguồn. ¶ ~자 người sáng lập, người khởi xướng.

창씨개명 việc thay đổi họ tên theo kiểu Nhật (trong thời kỳ thực dân Nhật).

창안(創案) đề án ban đầu, kế hoạch ban đầu. **~하다** đưa ra ý tưởng ban đầu, sáng kiến ban đầu, lập kế hoạch ban đầu. ¶ ~자 người lập kế hoạch ban đầu, người có sáng kiến ban đầu.

창업(創業) **~하다** thành lập, tổ chức, khánh thành, khởi nghiệp, sáng lập. ¶ ~ 이래 sau khi sáng lập, kể từ

ㅊ

khi hình thành. ¶ ～비(費) kinh phí thành lập / ～자 người sáng lập, người thành lập.

창연(悵然) ～히 buồn rầu, chán nản, tối tăm, ảm đạm

창연(蒼鉛) 【HH】 chất bimút (kí hiệu Bi)

창의(創意) sáng ý, ý tưởng, sáng kiến. ¶ ～가 풍부한 sáng kiến phong phú / ～를 발휘하다 phát huy sáng kiến, phát huy ý tưởng sáng tạo.

창자 lòng, ruột. ¶ ～가 끊어지듯 아프다 đau như đứt ruột.

창작(創作) sự sáng tác (tiểu thuyết) (소설). **~하다** sáng tác, viết. ¶ ～적 mang tính sáng tác ¶ ～가 nhà sáng tác, tác giả (작가) / ～력 năng lực sáng tác, sức viết.

창조(創造) sự sáng tạo **~하다** sáng tạo. ¶ ～적 mang tính sáng tạo. ¶ ～력 sức sáng tạo / ～물 vật sáng tạo (tên gọi chung) (총칭) / ～자 người sáng tạo, nhà sáng tạo, đấng sáng tạo (Chúa trời) (하느님).

창졸(倉卒) ¶ ～간에 trong lúc gay go, lúc cấp bách (창황 중에).

창창(蒼蒼) **~하다** (푸르다) xanh thẫm; (앞길이) xa thẳm, dài dằng dặc (con đường phía trước); (장래가) tươi sáng, rộng mở (tương lai). ¶ ～한 장래 một tương lai tươi sáng, rộng mở (장래가); tuổi còn xanh, còn dài (나이가).

창파(滄波) sóng lớn.

창포(菖蒲) 【TV】 xương bồ. ¶ ～꽃 hoa xương bồ.

창피(猖披) sự xấu hổ, sự hổ thẹn. **~하다**(스럽다) xấu hổ, hổ thẹn, thẹn thùng. ¶ ～해하다 cảm thấy xấu hổ, ngượng / ～를 당하다 bị mất mặt, bị làm ngượng mặt, bị ê mặt / ～를 주다 làm ai cảm thấy xấu hổ.

창해(滄海) biển cả, đại dương rộng lớn. ¶ ～ 일속(一粟) giọt nước trong biển cả.

창호(窓戶) cửa sổ và cửa ra vào. ¶ ～ 가게 cửa hàng bán cửa / ～지 giấy dán cửa.

창황(倉皇) ¶ ～히 vội vàng, hấp tấp.

찾다 ❶ (사람, 무엇을) tìm kiếm (người, vật) (추구); nghiên cứu, tra cứu (bản đồ) (지도 등); tra cứu (사전으로); tìm tòi (더듬어); cần, cần tìm (원하다). ¶ 찾는 사람 người cần tìm (구하는); người tìm kiếm / 일자리를 ～ tìm việc làm / 거리를 샅샅이 ～ tìm từng ngóc ngách trên phố / 찾아 다니다 đi tìm. ❷ (찾아내다) tìm thấy, tìm ra, tìm được. ❸ (저금을) rút tiền từ ngân hàng. ❹ (전당물 등을) chuộc lại đồ cầm cố. ❺ (방문) tìm đến (thăm viếng); (들르다) ghé thăm. ¶ 이씨를 ～ tìm anh Lee / 사무소를 ～ tìm văn phòng.

채[1] (북, 장구의) cái dùi trống (của nhạc cụ) (현악기의).

채[2] tay cầm (của xe bò xe ngựa) (우마차); cán kiệu (가마의).

채[3] (야채의) rau quả, củ đã thái (썬 것).

채[4] (얼룩) loang lổ, vằn vện. ¶ ～진 bị loang màu.

채[5] (집의) ngôi (nhà). ¶ 본～ nhà chính

채[6] (그대로 그냥) cứ giữ nguyên trạng thái cũ. ¶ 신을 신은 ～ đi nguyên cả dép / 손을 안 댄～ 두다 để nguyên, không động tay vào / 불을 켠 ～ 자다 ngủ để nguyên đèn sáng.

채[7] (미처) vẫn chưa.

채결(採決) **~하다** biểu quyết, bốc thăm để hỏi ý kiến tán thành hay không.

채광(採光) sự thắp sáng. ¶ ～이 잘 된 [잘 안 된] được thắp sáng [không sáng]. ¶ ～창(窓) cửa sổ đưa ánh sáng vào.

채광(採鑛) sự khai thác, sự đào, sự khai khoáng. **~하다** khai thác khoáng sản, đào mỏ. ¶ ~권(權) quyền khai thác mỏ.

채굴(採掘) sự đào, sự khai thác, sự khai quật. **~하다** khai thác, đào, khai quật.

채권(債券) trái phiếu, chứng khoán. ¶ ~을 발행하다 phát hành trái phiếu, chứng khoán / ~을 상환하다 trả lại trái phiếu.

채권(債權) tín dụng; sự cho vay nợ. ¶ ~이 있다 có tín dụng, có vay nợ. ¶ ~국 nước cho vay / ~ 양도 chuyển nhượng khoản vay tín dụng / ~자 người cho vay, chủ tín dụng.

채그릇 đĩa rau

채다[1] (알아채다) nhận ra, nhận thấy.

채다[2] (당기다) chộp lấy, trộm, ăn cắp (cướp giật) (빼앗다).

채다[3] ☞ **채우다**.

채독 ngộ độc rau.

채료(彩料) chất tạo màu, thuốc nhuộm màu.

채마(菜麻) ¶ ~밭 (텃밭) vườn rau, ruộng rau.

채무(債務) nghĩa vụ, món nợ phải trả. ¶ ~가 있다 có món nợ / ~를 청산하다 thanh toán nợ, trả nợ / ~를 보증하다 bảo lãnh nợ. ¶ ~ 불이행 không thi hành nghĩa vụ trả nợ / ~자 người mắc nợ, kẻ mang nợ, con nợ.

채반(-盤) cái khay.

채비(-備) sự chuẩn bị, sự sắp xếp, sự thu xếp (몸채비). **~하다** thu xếp, chuẩn bị, sắp xếp.

채산(採算) sự tính toán tiền lãi lỗ. ¶ ~이 맞다 [맞지 않다] tính toán đúng, cân đối đúng [sai] trong kinh doanh. ¶ 독립~제 hệ thống tính toán lời lãi độc lập.

채색(彩色) sự tô màu, tô vẽ. **~하다** tô màu, sơn mài, vẽ. ¶ ~화 bức tranh vẽ, tô màu.

채석(採石) **~하다** khai thác đá. ¶ ~장 bãi khai thác đá.

채소(菜蔬) ☞ **야채**, 푸성귀.

채송화(菜松花) 【TV】 hoa mười giờ, lệ nhi.

채식(菜食) sự ăn chay. **~하다** ăn chay. ¶ ~ 동물 động vật ăn cỏ / ~주의 chủ nghĩa ăn chay / ~주의자 người ăn chay.

채용(採用) ❶ (채택) tuyển dụng ☞ **채택**. ❷ (임용) sự thuê nhân công. **~하다** tuyển dụng. ¶ 임시 ~하다 tuyển dụng tạm thời. ¶ ~ 시험 thi tuyển dụng / ~ 조건 điều kiện tuyển dụng / ~ 통지 thông báo tuyển dụng.

채우다[1] ❶ (자물쇠를) tra, khoá, đóng, chốt vào. ❷ (단추 따위) đóng khuy, cài nút.

채우다[2] (물에) ngâm nước (trong nước); (얼음에) ướp lạnh (냉동).

채우다[3] (충만) đổ đầy, lấp đầy, làm đầy; (잔뜩) đầy ắp; (만족) làm thoả mãn, mãn nguyện; (보충) bổ sung. ¶ 빈 칸을 ~ điền vào chỗ trống.

채유(採油) sự ép dầu. **~하다** chiết xuất dầu. ¶ ~권 quyền khai thác dầu.

채자(採字) 【In】 sự xếp chữ. **~하다** xếp chữ.

채잡다 chịu trách nhiệm về cái gì, phụ trách.

채점(採點) sự chấm điểm, sự phân loại, sự đánh giá (경기의). **~하다** chấm điểm, phân loại, đánh giá (một trận đấu) (경기); cho điểm (kết quả thi) (시험결과). ¶ ~자 người cho điểm, người đánh giá / ~표 bảng điểm, bảng đánh giá, bảng phân loại.

채집(採集) **~하다** săn bắt, hái lượm. ¶ 곤충 ~ săn bắt côn trùng / 약초~ hái

ㅊ

lượm dược thảo.

채찍 cây roi da, gậy, roi. ¶ ～질 trận roi vụt, trận đòn roi / ～질하다 đánh ai bằng roi, vụt ai; (격려) cổ vũ, động viên.

채취(採取) **~하다** thu thập, chọn lọc, lựa chọn, chiết ra, rút ra.

채치다[1] (재촉) đánh, đập ai; kích động, thúc giục ai.

채치다[2] (썰다) thái, băm nhỏ.

채칼(菜-) con dao nấu ăn.

채탄(採炭) sự khai thác than đá. **~하다** khai thác than đá. ¶ ～량 lượng khai thác than đá / ～부 phu mỏ, người khai thác mỏ than.

채택(採擇) sự tuyển chọn, chọn lọc, thu nhận. **~하다** tuyển chọn, thu nhận, chọn lọc.

채플(chapel) lễ thờ phượng của trường Đạo tin lành.

채필(彩筆) bút vẽ bằng cọ, bút lông.

책(冊) sách. ¶ ～으로 출판하다 xuất bản thành sách / ～을 많이 읽었다 đọc nhiều sách. ¶ ～가위 bọc sách / ～꽂이 giá sách, kệ sách / ～뚜껑 bìa sách / ～받침 cái đỡ sách (giá để sách khi đọc).

책(責) ❶ ☞ **책임**. ❷ ☞ **책망**.

책갑(冊匣) hộp bọc sách, vỏ bọc sách.

책동(策動) thủ đoạn. **~하다** bày mưu kế, thủ đoạn.

책략(策略) sách lược, mưu mẹo, kế hoạch, chính sách. ¶ ～을 쓰다 sử dụng sách lược, dùng mưu lược. ¶ ～가 người lập kế sách, người tạo mưu lược.

책력(冊曆) niên lịch, niên giám.

책망(責望) (비난) sự trách mắng, chỉ trích. **~하다** trách mắng, chỉ trích ai

책무(責務) bổn phận, nghĩa vụ, trách nhiệm.

책방(冊房) ☞ **서점**.

책보(冊褓) ❶ (책 싸는) giấy bọc sách. ❷ (싼 보퉁이) túi sách.

책사(冊肆) ☞ **서점**.

책사(策士) người vạch kế hoạch, nhà chiến thuật.

채산(採算) sự thanh toán. ¶ ～성 khả năng thanh toán / 독립～ hạch toán độc lập.

책상(冊床) bàn học (có ngăn kéo) (서랍 달린). ¶ ～에 앉다 ngồi vào bàn học. ¶ ～보 khăn trải bàn.

책상다리(冊床-) (책상의) chân bàn; (앉음새) ngồi bắt chân chữ ngũ, bắt chéo chân.

책상물림(冊床-) lý thuyết suông, không có tính thực tế.

책임(責任) trách nhiệm (지불의); (의무) nghĩa vụ. ¶ ～을 묻다 truy cứu trách nhiệm / ～을 다하다 làm tròn trách nhiệm / ～을 전가하다 đổ trách nhiệm / ～을 지다 nhận trách nhiệm, lãnh trách nhiệm, chịu trách nhiệm / ～을 회피하다 chối trách nhiệm. trốn tránh trách nhiệm / ～이 있다 có trách nhiệm. ¶ ～의식 ý thức trách nhiệm / ～자 người phụ trách.

책자(冊子) quyển sách nhỏ, tờ rơi, tài liệu (nói chung).

책장(冊欌) tủ sách.

책정(策定) (예산 등의) sự lập, lên dự toán; (가격 등의) định giá (giá cả). **~하다** hoạch định, định ra phương sách. ¶ 가격을 ～하다 định giá, xác định giá. ¶ 봉급 ～ hoạch định lương bổng, tính lương.

챙 ☞ **차양**(遮陽).

챙기다 (정리) chỉnh lý, sắp xếp; (치우다) thu thập, lượm nhặt; (꾸리다) đóng gói; (한데) tập trung (vào một chỗ).

처(妻) ☞ **아내**.

ㅊ

처(處) (곳) nơi, chốn; (정부 기구) Sở (cơ quan chính phủ). ¶ 근무~ nơi làm việc.

처가(妻家) nhà vợ, gia đình bên vợ.

처결(處決) **~하다** giải quyết, quyết định, quyết định xử lý.

처남(妻男) anh (em trai) vợ.

처넣다 nhồi nhét, ních chèn đầy vào.

처네 (아이 업는) khăn vải để địu em bé.

처녀(處女) thiếu nữ; (처녀성) trinh tiết, sự trinh nguyên của thiếu nữ. **~의** thuộc về thiếu nữ. ¶ ~성을 잃다 đánh mất trinh tiết. ¶ ~막 màng trinh / ~작 [항해] tác phẩm [chuyến tàu] đầu tiên / ~지[림] vùng đất [rừng] chưa khai phá.

처단(處斷) sự xử phạt, sự xử lý. **~하다** giải quyết, xử, xử lý.

처덕거리다 (빨래를) vỗ, đập (đồ giặt); (바르다) bôi, chát; đánh (phấn) (분을).

처량하다(凄涼-) (황량) hoang vắng, hiu quạnh; (구슬프다) ai oán, buồn thảm, sầu thảm (bi thảm) (비참).

처럼 giống như, như. ¶ 여느 때~ như lúc bình thường.

처리(處理) sự xử lý. **~하다** xử lý, xử trí. ¶ 미~의 chưa xử lý, chưa chế biến.

처마 mái hiên. ¶ ~밑에 dưới mái hiên.

처먹다 ăn ngấu nghiến, nhồi nhét vội vàng.

처방(處方) đơn thuốc. **~하다** kê đơn. ¶ ~대로 theo đơn thuốc ¶ ~전(箋) phiếu kê đơn thuốc / ~ 조제 điều chế, bốc thuốc, kê đơn thuốc (표시).

처벌(處罰) xử phạt, hình phạt. **~하다** xử phạt ai, trừng phạt ai.

처분(處分) sự xét xử, sự phân xử, sự xử lý (조치). **~하다** xét xử, phân xử, xử lý. ¶ 토지를 ~하다 phân xử đất đai ¶ 매각 ~ xử lý bán, bán thanh lý.

처사(處事) xử sự, xử trí, bố trí, điều hành (조치); (행위) điều chỉnh, điều tiết (hành vi).

처세(處世) cách xử thế. **~하다** đối nhân xử thế, cư xử. ¶ ~술 nghệ thuật đối nhân xử thế / ~훈 lời giáo huấn xử thế.

처소(處所) vị trí, địa điểm; (거처) nơi cư trú, chỗ ở.

처시하(妻侍下) người chồng sợ vợ,

처신(處身) hạnh kiểm, thái độ, cách cư xử. **~하다** cư xử, đối xử.

처우(處遇) cách đãi ngộ, đối xử. **~하다** đãi ngộ, đối xử. ¶ 근로자의 ~ 개선 cải tiến cách đãi ngộ với người lao động / ~를 개선하다 cải tiến cách đãi ngộ.

처음 ban đầu, đầu tiên, thời kì đầu (기원); (첫번) lần thứ nhất, lần đầu. **~의** thuộc về ban đầu, thời kỳ đầu (초기의). ¶ ~에 vào thời gian đầu, lúc ban đầu, vào lần đầu / ~부터 từ đầu, từ lúc đầu / ~으로 lần đầu tiên (làm cái gì) / ~은 ban đầu, thời kì đầu / ~부터 다시하다 làm lại từ đầu.

처자(妻子) vợ con (gia đình) (가족).

처절(悽絶) ~한 kinh khủng, rùng rợn, kinh hãi.

처제(妻弟) em gái vợ.

처지(處地) tình cảnh, hoàn cảnh. ¶ 곤란한 ~ tình cảnh khốn khổ, hoàn cảnh khó xử, tình huống khó khăn.

처지다 ❶ (늘어지다) giãn ra, kéo xuống, nghiêng xuống (팽팽한 것이). ❷ (뒤처지다) nghiêng ra sau, rủ xuống. ❸ (못하다) tụt lại, tụt hậu, bị lùi lại, chậm lại.

처지르다 nhét đầy, bỏ đầy, làm chật ních.

처참(悽慘) ~한 thê thảm, rùng rợn, kinh khiếp.

ㅊ

처처(處處) một vài nơi, nơi này nơi khác. ¶ ～에 ở nơi này nơi khác, ở một vài nơi.

처치(處置) ❶ (처리) xử lý, xử trí (조치) điều chỉnh, cư xử. **~하다** xử trí, xử lý, bố trí. ❷ (살인) **~하다** tiêu diệt, trừ khử.

처하다(處-) ❶ (처지에) đối mặt với, đương đầu với, gặp phải. ¶ 위기에 ～ đối mặt với nguy cơ / 곤란한 처지에 ～ đối mặt với tình huống khó khăn. ❷ (형에) kết án, xử lý (hình phạt). ¶ 벌금에 처해지다 bị xử phạt tiền.

처형(妻兄) chị của vợ.

처형(處刑) hình phạt tử hình, xử tử (사형의). **~하다** tử hình, xử tử. ¶ ～되다 bị xử tử, bị tử hình. ¶ ～장 bãi tử hình, nơi thi hành án tử hình.

척(尺) *cheok* (= 30cm, đơn vị đo chiều dài của Hàn Quốc).

척(隻) đơn vị đếm tàu thuyền. ¶ 배 한 ～ một chiếc tàu.

척 ❶ (붙음) dính vào, bó chặt vào. ¶ ～ 들러붙다 dính chặt, bó sát, bám chặt. ❷ (선뜻) ngay lập tức, ngay tức khắc (서슴지 않고); không chần chừ, không do dự; (즉각) tức khắc, tức thì.

척결(剔抉) **~하다** vạch trần và xử lý cái xấu.

척골(脊骨) xương sống.

척도(尺度) thước đo (tiêu chuẩn) (기준). ¶ …의 ～가 되다 trở thành thước đo cho việc ….

척살(刺殺) **~하다** đâm chết ai; đuổi ra sân (trong môn bóng chày).

척수(脊髓) tủy sống ¶～ 마비 liệt tủy sống / ～병 bệnh về tủy sống / ～ 신경 thần kinh tủy sống / ～염 viêm tủy.

척식(拓植) sự chiếm đóng, sự xâm chiếm thuộc địa.

척주(脊柱) 【GP】 cột sống. ¶ ～ 만곡 bệnh vẹo xương sống.

척척 ❶ (거침없이) nhanh nhảu, khẩn trương, không do dự. ¶ ～ 박사 người nhanh nhảu / ～ 일을 하다 giải quyết công việc mau lẹ / ～ 대답하다 trả lời nhanh, trả lời không do dự. ❷ (들러붙음) dính chặt vào, dính bết vào. ¶ ～ 들러붙다 dính chắc chắn vào đâu, bám chắc. ❸ (차곡차곡) chồng lên từng lớp, chồng từng đống (쌓다); chồng lên, chất lên. ¶ 이불을 ～ 개키다 gấp chăn đệm thành từng lớp / ～ 쌓다 chất thành từng chồng, từng lớp.

척척하다 ẩm thấp, ẩm ướt, nhớp nháp.

척추(脊椎) đốt xương sống. ¶ ～ 동물 động vật xương sống / ～염 viêm xương sống / ～ 카리에스 bệnh loãng xương sống.

척출(剔出) **~하다** chiết xuất, tách ra, rút ra.

척탄(擲彈) lựu đạn, việc ném lựu đạn, thủ pháo. ¶ ～통(筒) thùng lựu đạn.

척후(斥候) (임무) tuần tra, trinh sát; (사람) lính trinh sát, lính tuần tra. ¶ ～대 đội trinh sát.

천 (피륙) vải, lụa.

천(千) một nghìn. ¶ ～배의 nghìn lần / ～분의 일 1 phần nghìn / 몇 ～씩 mỗi, hàng mấy nghìn / 수 ～ hàng nghìn.

천거(薦擧) sự tiến cử, sự giới thiệu **~하다** giới thiệu, đề cử ai. ¶ …의 ～로 bằng sự giới thiệu, theo sự tiến cử của ….

천격(賤格) ～스러운 tầm thường, kém cỏi(tư cách).

천견(淺見) thiển kiến, suy nghĩ nông cạn.

천계(天界) Thiên Đế, ngọc hoàng, thượng đế.

ㅊ

천고마비(天高馬肥) ¶ ～의 계절 ý chỉ mùa Thu, mùa thuận lợi cho sự sống, mùa thu hoạch (trời cao ngựa béo).

천공(穿孔) **~하다** đục, khoét, khoan, dùi lỗ. ¶ ～기 máy khoan.

천구의(天球儀) thiên cầu (mô hình).

천국(天國) ☞ **천당**. ¶ 지상～ thiên đường trên mặt đất.

천군만마(千軍萬馬) thiên quân vạn mã.

천궁도(天宮圖) thiên cung đạo.

천금(千金) ngàn vàng. ¶ ～으로도 바꿀 수 없는 ngàn vàng cũng không đổi được, vô giá.

천기(天氣) ☞ **일기**(日氣). khí hậu, thời tiết (날씨).

천기(天機) thiên cơ, những bí ẩn của tạo hoá.

천단(擅斷) sự độc đoán, chuyên quyền. **~하다** chuyên quyền, độc đoán. ¶ ～으로 bằng sự độc đoán, chuyên quyền.

천당(天堂) thiên đường. ¶ ～에 가다 lên thiên đường, chết (죽다).

천대(賤待) sự đối xử lạnh nhạt. **~하다** coi thường, xem nhẹ, khinh miệt. ¶ ～받다 bị đối xử lạnh nhạt.

천더기(賤-) một kẻ đáng khinh bỉ.

천도(遷都) **~하다** dời đô, chuyển thủ đô.

천동설(天動說) thuyết địa tâm, thuyết thiên động (các hành tinh quay quanh trái đất)

천둥 sấm sét.

천둥벌거숭이 người táo bạo, mạnh dạn.

천둥지기 thóc lúa phụ thuộc vào sấm sét, ruộng lúa phụ thuộc vào mưa.

천랑성(天狼星) 【TVH】 sao Thiên lang.

천량 tài sản, của cải.

천려(千慮) sự suy nghĩ nhiều việc. ¶ ～일실 làm nhiều việc thì dù là người khôn ngoan cũng có thể có lỗi.

천려(淺慮) sự vô ý, sự thiếu cẩn thận, sự cẩu thả. ¶ ～의 do sơ ý, thuộc về sự cẩu thả.

천렵(川獵) sự đánh bắt cá ở sông suối. **~하다** bắt cá.

천륜(天倫) thiên luân, đạo trời. ¶ ～에 어그러지다 chống lại đạo trời, làm trái đạo lý.

천리(千里) thiên lý (400km); ¶ ～마 thiên lý mã / ～안(眼) thiên lý nhãn, người sáng suốt (사람).

천막(天幕) lều vải, trại. ¶ ～을 치다 [걷다] cắm [hạ] trại ngoài trời. ¶ ～ 생활 cuộc sống lều trại / ～생활하다 sống ở lều trại.

천만(千萬) (수효) mười triệu, vô số (무수); (매우) rất, vô cùng. ¶ ～ 뜻밖에 ngoài dự đoán / ～의 말씀입니다 không có gì.

천만년(千萬年) ngàn vạn năm.

천만다행(千萬多幸) ngàn vạn may mắn, sự may mắn. ¶ ～으로 thật sự may mắn, do sự may mắn, nhờ sự may mắn / ～이다 thật may mắn quá.

천만뜻밖(千萬-) ～의 hoàn toàn ngoài mong đợi, không ngờ. ¶～에 hoàn toàn bất ngờ.

천만부당(千萬不當) **~하다** thật sự vô lý, bất công, không thuyết phục. ¶ ～한 말 lời nói vô lý, lời nói không chính đáng.

천만사(千萬事) thiên vạn sự, mọi sự trên đời.

천만세(千萬世) mọi lứa tuổi.

천만의외(千萬意外) ☞ **천만 뜻밖**.

천명(天命) ❶ (수명) thiên mệnh, số mệnh. ❷ (하늘 뜻) ý trời, ý chúa (운명) vận mệnh, số phận. ¶ ～으로 알다 coi như là thiên mệnh.

천명(闡明) **~하다** làm sáng tỏ, làm sáng rõ vấn đề.

천문(天文) thiên văn (천문학); thiên văn

học(점성술). ¶ ~학적 mang tính thiên văn học. ¶ ~대 đài thiên văn / ~학자 nhà thiên văn học.

천민(賤民) tiện dân, dân thường, người thấp hèn.

천박(淺薄) **~하다** thiển cận, nông cạn, thấp hèn.

천방지축(天方地軸) (부사적) khinh suất, một cách cẩu thả, bừa bãi, thiếu suy nghĩ.

천벌(天罰) ¶ ~을 받다 bị trời phạt.

천변(川邊) bờ sông, bờ suối. ¶ ~에 ở bờ suối / ~에서 tại bờ suối.

천변(天變) thiên biến, sự biến đổi của tự nhiên. ¶ ~지이(地異) sự biến động của trời đất.

천변만화(千變萬化) thiên biến vạn hoá. **~하다** thiên biến vạn hoá. ¶ ~의 biến đổi không ngừng.

천복(天福) thiên phúc, phúc trời ban.

천부(天賦) ~의 do thiên phú. ¶ ~의 재능 tài năng trời phú.

천분(天分) ¶ ~이 있다 có năng khiếu bẩm sinh / ~이 있는 có khả năng, tài năng thiên phú.

천사(天使) thiên sứ, thiên thần.

천생(天生) ~의 thiên sinh, trời sinh. ¶ ~배필 đôi lứa trời định, một cặp trời định / ~ 연분 duyên phận trời sinh.

천성(天性) thiên tính, đặc tính thiên nhiên. ~의 thuộc về tự nhiên.

천세나다 trở nên khan hiếm, trở thành nổi tiếng.

천수(天水) thiên thủy, nước mưa. ¶ ~답(沓) ☞ **천둥지기**.

천수(天壽) thiên thọ, tuổi thọ trời ban. ¶ ~를 다하다 sống hết tuổi thọ trời cho.

천시(天時) (때) thiên thời, lúc thuận lợi.

천시(賤視) **~하다** khinh miệt, coi thường.

천식(喘息) 【YH】 bệnh hen suyễn. ¶ ~ 환자 bệnh nhân hen suyễn.

천신(天神) thần tiên, thiên thần.

천신만고(千辛萬苦) **~하다** trải qua trăm ngàn sự khổ sở.

천심(天心) ❶ (하늘 뜻) thiên tâm, ý trời. ❷ (하늘 복판) giữa trời.

천애(天涯) ❶ (하늘 끝) chân trời, cuối trời. ❷ (원격한 땅) vùng đất xa xôi. ¶ ~의 고아 đứa trẻ mồ côi.

천양지차(天壤之差) ☞ **천양지판**.

천양지판(天壤之判) sự khác nhau như trời với đất. ¶ ~이다 hai thái cực khác nhau.

천언만어(千言萬語) thiên ngôn vạn ngữ.

천업(賤業) công việc hèn mọn, việc thấp kém.

천역(賤役) vai trò tầm thường.

천연(天然) thiên nhiên. ¶ ~의(적인) mang tính tự nhiên (자생의); hoang dã (야생의) / ~적으로 mang tính tự nhiên. ¶ ~ 가스 [자원] ga (khí) [tài nguyên] thiên nhiên / ~ 기념물 vật lưu niệm tự nhiên.

천연(遷延) sự chần chừ, sự trì hoãn. **~하다** chần chừ, do dự, trì hoãn.

천연두(天然痘) bệnh đậu mùa.

천연색(天然色) sắc màu tự nhiên. ¶ ~ 사진 ảnh màu tự nhiên / ~ 영화 phim màu.

천연스럽다(天然-) một cách tự nhiên; (태연) thản nhiên; (서술적) thờ ơ, dửng dưng, bình tĩnh. ¶ 천연스럽게 một cách tự nhiên, thản nhiên, bình tĩnh.

천왕성(天王星) 【TVH】 Sao Thiên Vương.

천우신조(天佑神助) sự cứu giúp của trời phật, thần linh.

천운(天運) thiên vận, số phận, mệnh trời.

천은(天恩) thiên ân, ơn trời

천의(天意) thiên nghĩa.

천인(天人) ¶ ~공노(共怒)할 죄 tội lỗi làm

cả trời và người đều phẫn nộ
천인(賤人) tiện nhân, kẻ hèn kém.
천일염(天日鹽) muối phơi (dưới nắng tự nhiên).
천자(千字) thiên tự. ¶ ～문 thiên tự văn. (sách dạy 1000 chữ Hán)
천자(天子) (황제) hoàng đế.
천자(天資) ¶ ～총명하다 thiên tài, thông minh.
천자만홍(千紫萬紅) sự khoe sắc.
천장(天障) trần nhà.
천장(遷葬) ~하다 di dời mộ. ☞ **이장하다**.
천재(千載) ¶ ～일우의 호기 cơ hội tốt.
천재(天才) thiên tài. ¶ ～적인 mang tính thiên tài. ¶ ～ 교육 giáo dục thiên tài.
천재(天災) thiên tai. ¶ ～ 지변(地變) thiên tai địa biến.
천적(天敵) thiên địch.
천정(天井) ☞ **천장**. ¶ ～ 부지의 giá tăng vọt lên.
천주(天主) thiên chúa.
천주교(天主教) thiên chúa giáo. ¶ ～ 교회 nhà thờ thiên chúa / ～도 tín đồ thiên chúa giáo.
천지(天地) ❶ (하늘과 땅) thiên địa (우주); vũ trụ. ¶ ～의 차 ☞ **천양지판**. / ～의 진동 chấn động tự nhiên. ¶ ～만물 thiên địa vạn vật, tự nhiên. ❷ (장소, 세계) thế giới. ¶ 자유의 ～ đất của tự do, thế giới tự do. ❸ (많음) ¶ ～다 nhiều, vô số.
천지개벽(天地開闢) thuở khai thiên lập địa. ~하다 khai thiên lập địa.
천지신명(天地神明) trời đất quỷ thần.
천직(天職) thiên chức, công việc do trời định, cái số phải làm công việc gì.
천진(天眞) ～한 chân thật, ngây thơ.
천진난만(天眞爛漫) tính chất chân thật, hồn nhiên ngây thơ. ～한 hồn nhiên, ngây thơ, chân thật.
천차만별(千差萬別) ～의 thiên sai vạn biệt, muôn vàn khác biệt.
천천히 sự chậm rãi, từ từ. ¶ ～하다 từ từ, chầm chậm / ～ 하라 hãy làm từ từ thôi; chầm chậm, thong thả thôi!
천체(天體) thiên thể. ¶ ～관측 quan sát thiên thể / ～도 bản đồ thiên thể / ～ 망원경 kính viễn vọng quan sát thiên văn / ～ 물리학 vật lý học thiên thể.
천추(千秋) (천년) thiên thu; (긴 세월) thời gian dài. ¶ ～의 한 mối hận thiên thu / 하루를 ～같이 기다리다 chờ một ngày dài như ngàn năm.
천치(天癡) kẻ ngốc, người khờ dại.
천태만상(千態萬象) ☞ **천차만별**.
천트다(薦-) (천거) tiến cử; (손댐) bắt tay vào việc gì, bắt đầu một việc gì.
천편일률(千篇一律) ～적 mang tính đơn điệu, mọi thứ giống nhau.
천품(天稟) thiên hướng, xu hướng; (재질) tài năng, năng khiếu.
천하(天下) (세계) thiên hạ, thế gian; (나라) đất nước. ¶ ～에 trong thiên hạ, trên thế gian / ～일품의 bậc nhất thiên hạ / ～를 잡다 thâu tóm thiên hạ, nắm bắt thế giới, nắm chính quyền (정권을) / ～ 무적이다 vô địch thiên hạ. ¶ ～ 명창 đệ nhất danh ca / ～ 일색 tuyệt sắc thiên hạ / ～ 장사 tráng sĩ trong thiên hạ, anh hùng trong thiên hạ.
천하다(賤-) ❶ (신분이) đê hèn, tầm thường, thấp kém (thân phận). ¶ 천한 사람 người thấp kém, kẻ tầm thường. ❷ (상스러움) đê tiện. ¶ 말씨가 ～ lời nói thô thiển. ❸ (지천) nhiều, không hiếm.
천학(淺學) trình độ học thức kém, kiến thức thấp.

ㅊ

천행(天幸) may mắn trời ban, may mắn trời cho.

천험(天險) sự hiểm trở tự nhiên.

천형병(天刑病) bệnh hủi.

천혜(天惠) ân huệ trời ban.

철[1] (계절) mùa, tiết. ¶ ~아닌 không phải mùa / ~지나다 mùa … đã qua.

철[2] (분별) ý thức, sự chững chạc, sự lớn khôn. ☞ **철나다**, **철들다**, **철모르다**, **철없다**.

철(鐵) sắt, thép. ☞ **쇠**. ¶ ~을 함유한 hàm chứa thành phần sắt.

…**철**(綴) sự đóng sách, tài liệu. ☞ **철하다**. ¶ 서류~ đóng tài liệu, sắp xếp tài liệu / 신문~ ngăn báo.

철갑(鐵甲) áo giáp sắt (갑옷); (형용사적) thiết giáp bọc sắt. ¶ ~선 tàu bọc sắt.

철강(鐵鋼) sắt thép, gang thép. ¶ ~업 ngành gang thép, công nghiệp gang thép.

철거(撤去) sự tháo dỡ, phá dỡ, giải phóng (mặt bằng) (퇴거); loại bỏ (제거); sự sơ tán, sự dời đi (명도). **~하다** tháo dỡ, loại bỏ, sơ tán, dời đi; (건물을) giải phóng mặt bằng, phá dỡ.

철골(鐵骨) cốt thép.

철공(鐵工) sự sản xuất gang thép. ¶ ~소 xưởng đúc gang thép.

철관(鐵管) ống sắt.

철광(鐵鑛) mỏ sắt (광석); quặng sắt, (khoáng sản) (광산).

철교(鐵橋) cầu sắt, cầu xe lửa (철도의).

철군(撤軍) **~하다** lui binh, rút quân.

철권(鐵拳) cú đấm sắt, đòn đánh chí mạng. ¶ ~을 가하다 ra đòn sắt thép. ¶ ~ 제재하다 ra một đòn giáng mạnh.

철근(鐵筋) cốt thép, kết cấu thép. ¶ ~ 콘크리트 bê tông cốt thép.

철기(鐵器) đồ sắt. ¶ ~ 시대 thời kỳ đồ sắt.

철꺽 ☞ **찰깍**.

철나다 ☞ **철들다**.

철도(鐵道) đường sắt, đường xe lửa. ¶ ~를 놓다 lắp đặt đường xe lửa / ~ 자살하다 tự tử trên đường xe lửa / ~편으로 bằng đường xe lửa. ¶ 한국~공사 tập đoàn đường sắt Hàn Quốc / ~망 mạng lưới đường sắt / ~ 사고 tai nạn đường sắt / ~ 선로 đường sắt, đường dành cho xe lửa / ~ 안내소 nơi chỉ dẫn, hướng dẫn giao thông đường sắt / ~ 운임 vé xe lửa, vé tàu hỏa (hành khách) (여객의); cước vận chuyển (hàng hóa) (화물의) / ~ 종업원 nhân viên phục vụ trên tàu hoả / 광궤 [협궤] ~ độ rộng của đường sắt rộng [hẹp] / 교외~ đường sắt ngoại thành.

철두철미(徹頭徹尾) từ trước đến sau, từ đầu đến cuối, tuyệt đối, trọn vẹn.

철들다 trở nên chững chạc, lớn khôn lên.

철떡거리다 dính vào.

철렁거리다 ☞ **찰랑거리다**.

철로(鐵路) tuyến đường sắt, đường xe lửa.

철리(哲理) triết lý.

철망(鐵網) ❶ lưới sắt, mạng sắt thép (tên gọi chung) (총칭); lưới sắt dày đặc (촘촘한); màn lưới (của lò sưởi) (난로가의). ¶ ~을 치다 lắp lưới sắt. ❷ ☞ **철조망**.

철매 bồ hóng. ☞ **검댕**, **그을음**.

철면(凸面) mặt lồi.

철면피(鐵面皮) trơ mặt thớt, mặt dầy. ~한 trơ tráo, trơ mặt. ¶ ~하게도 …하다 mặt dầy nên ….

철모(鐵帽) mũ sắt.

철모르다 chưa chững chạc, suy nghĩ còn nông nổi, vô tư.

철문(鐵門) cổng sắt.

철물(鐵物) đồ sắt, vật bằng sắt; (철기) vũ khí bằng sắt. ¶ ～상(商) (사람) người bán đồ sắt; (가게) cửa hàng sắt.

철바람 gió mùa.

철버덕거리다 (철벅거리다) bì bõm, lõm bõm (tiếng lội nước).

철벽(鐵壁) bức tường sắt. ¶ ～ 같은 진(陣) trận địa giống như bức tường sắt.

철병(撤兵) ☞ **철군**(撤軍).

철봉(鐵棒) (쇠막대) roi sắt; (체조용) xà tập thể dục.

철부지(-不知) người có tính trẻ con, chưa chín chắn; (어린애) con nít, trẻ con.

철분(鐵分) thành phần sắt. ¶ ～이 있다 có chứa sắt.

철사(鐵絲) dây thép, dây kim loại. ¶ 가시 ～ dây thép gai.

철삭(鐵索) dây cáp sắt.

철새 loài chim di trú theo mùa.

철석(鐵石) ～같은 như sắt đá. ¶ ～ 간장(肝腸) gan dạ như sắt đá, bất khuất / ～같이 믿다 tin như sắt đá.

철선(鐵線) dây sắt.

철수(撤收) sự rút lui, sự sơ tán, sự rút quân. **~하다** rút khỏi, rút lui, rút binh. ¶ ～자 kẻ rút lui, kẻ tháo lui.

철시(撤市) **~하다** dẹp chợ, đóng cửa hàng cửa tiệm.

철썩 ❶ (물소리) tõm! tùm! (tiếng nước). **~하다** rơi tõm rơi uỵch. ❷ (때림) uỳnh uỵch, tùm hụp. **~하다** ngã uỵch, rơi tõm.

철야(徹夜) **~하다** thức trắng đêm, thâu đêm. ¶ ～ 작업 làm việc thâu đêm.

철없다 ☞ **철모르다**.

철옹성(鐵甕城) thành đồng, pháo đài sắt, pháo đài kiên cố. ～같다 như thành đồng.

철완(鐵腕) cánh tay mạnh khoẻ. ¶ ～투수 【BC】 vận động viên ném bóng có cánh tay mạnh khoẻ.

철인(哲人) nhà thông thái, nhà hiền triết.

철자(綴字) sự đánh vần, chính tả. **~하다** đánh vần. ¶ ～법 phép đánh vần.

철재(鐵材) nguyên liệu sắt.

철저(徹底) ～한 triệt để, chặt chẽ, nghiêm ngặt, thấu đáo. ¶ ～히 một cách nghiêm ngặt, một cách triệt để.

철제(鐵製) ～의 đồ vật làm bằng sắt thép (강철제).

철제(鐵劑) cái bàn là.

철조망(鐵條網) (가시철사) hàng rào dây thép gai.

철주 **~하다** can thiệp vào, quấy rầy, cản trở.

철쭉 【TV】 cây đỗ quyên.

철창(鐵窓) cửa song sắt. ¶ ～ 생활 sống trong song sắt, sống trong ngục tù.

철책(鐵柵) hàng rào sắt.

철천지원(徹天之寃) ☞ **철천지한**.

철천지한(徹天之恨) sự thù hằn, mối thù truyền kiếp (유감); (원한) hận thù, oán hận. ¶ ～을 품다 chứa chất một mối thù trong lòng.

철철 ¶ ～ 넘치다 tràn trề ra, chảy tràn ra / ～ 넘치게 따르다 rót làm tràn, rót đầy tràn ra.

철추(鐵椎) ☞ **철퇴**.

철칙(鐵則) quy tắc cứng rắn, kỷ luật thép.

철통(鐵桶) ¶ ～ 같은 방어진 bao vây kiên cố như hàng rào sắt / ～ 같은 경계망 mạng cảnh giới sắt thép / ～ 같은 경계망을 펴다 mở hàng rào cảnh giới kiên cố.

철퇴(撤退) triệt thoái, loại bỏ. **~하다** triệt thoái, loại bỏ.

철퇴(鐵槌) cái búa sắt. ¶ ～를 내리다 nện búa xuống.

철판(凸版) ¶ ～ 인쇄 bản in nổi.

철판(鐵板) tấm sắt, lá sắt.

철편(鐵片) một tấm sắt, một cục sắt.

ㅊ

철폐(撤廢) **~하다** huỷ bỏ, thủ tiêu, loại bỏ.

철필(鐵筆) cây bút sắt (복사용). ¶ ~대 cán bút.

철하다(綴-) chỉnh lý, sắp xếp. ¶ 서류를 ~ sắp xếp tài liệu, chỉnh lý hồ sơ.

철학(哲學) triết học. ¶ ~적(으로) mang tính triết học. ¶ ~박사 tiến sĩ triết học (học vị) (학위) / ~자 nhà triết học, triết học gia / 인생 ~ triết học nhân sinh.

철혈(鐵血) sắt và máu, (thành ngữ) chính sách vũ lực tàn bạo.

철회(撤回) sự rút về, sự rút khỏi. **~하다** rút lui, rút khỏi.

첨가(添加) **~하다** thêm, gia tăng, thêm vào, bổ sung vào. ¶ ~물 vật thêm vào, phần thêm vào.

첨단(尖端) mũi nhọn, đứng đầu, hàng đầu (유행의). ¶ ~적인 mang tính mũi nhọn, đi đầu / 시대의 ~을 걷다 đi tiên phong trước thời đại / 유행의 ~을 걷다 đi đầu trong sự thịnh hành, mốt hàng đầu.

첨벙 âm thanh khi nhảy xuống nước, tùm, tõm.

첨병(尖兵) lính xung kích.

첨부(添附) **~하다** đính, buộc, cột, thêm vào. ¶ ~ 서류 tài liệu đính kèm.

첨삭(添削) **~하다** hiệu đính, chỉnh sửa lại, duyệt, xét lại.

첨예(尖銳) ¶ ~화하다 tinh nhuệ hoá, làm cho sắc bén. ¶ ~분자 phần tử cực đoan, người cấp tiến.

첨탑(尖塔) gác chuông, tháp nhọn.

첩(妾) thiếp, vợ lẽ. ¶ ~을 두다 có thêm thiếp, nuôi thêm vợ lẽ.

첩(貼) một thang thuốc, một gói.

…첩(帖) sổ tay, tập ảnh, album ảnh. ¶ 견본~ quyển sổ mẫu.

첩경(捷徑) ❶ (지름길) đường tắt; (쉬운 방법) cách làm đơn giản, phương pháp đơn giản. ❷ (부사적) có khả năng bị, dễ bị, có lẽ.

첩보(諜報) điệp báo, tình báo. ¶ ~ 기관 cơ quan tình báo / ~망 mạng lưới tình báo / ~부 cục tình báo / ~원 tình báo viên, điệp báo viên / ~활동 hoạt động tình báo.

첩부(貼付) ☞ **붙이다** ❶.

첩약(貼藥) thang thuốc.

첩첩(疊疊) ¶ ~산중 núi rừng trùng trùng điệp điệp.

첫 đầu tiên, thứ nhất. ¶ ~ 공연 buổi công diễn đầu tiên / ~ 글자 chữ đầu tiên / ~ 서리 sương muối đầu mùa / ~ 아이 đứa con đầu lòng / ~ 항해 chuyến đi tàu biển (hàng hải) đầu tiên.

첫걸음 bước đầu, mở đầu, nhập môn.

첫길 (초행길) hành trình ban đầu; (신행길) con đường đi mới.

첫날 ngày đầu.

첫날밤 đêm đầu tiên.

첫눈[1] (일견) cái nhìn đầu tiên. ¶ ~에 ngay từ cái nhìn đầu tiên, ấn tượng đầu tiên / ~에 반하다 thích từ cái nhìn đầu tiên, phải lòng từ cái nhìn đầu tiên.

첫눈[2] (초설) tuyết đầu mùa.

첫돌 sinh nhật đầu tiên.

첫마디 = 첫말. lời đầu tiên.

첫머리 (맨처음) đầu tiên, ban đầu; (시작) bắt đầu, khởi đầu, mở bài. ~부터 ngay từ đầu.

첫무대(-舞臺) sân khấu đầu tiên. ¶ ~를 밟다 lần đầu đứng trên sân khấu.

첫물 ❶ (옷) ¶ ~옷 quần áo mới mặc lần đầu. ❷ ☞ **맏물**.

첫발 sự bắt đầu, lần đầu. ~에 vào lần đầu, lúc bắt đầu.

첫배 (새끼) sinh sản lần đầu, lứa đầu.

첫사랑 mối tình đầu.
첫새벽 sáng sớm tinh mơ. ¶ ~에 vào lúc tảng sáng, vào lúc sớm tinh mơ.
첫선 sự xuất hiện đầu tiên. ¶ ~을 보이다 ra mắt cái gì lần đầu.
첫소리 âm đầu, tiếng nói đầu tiên.
첫술 miếng đầu. ¶ ~에 배부르랴 mới ăn một miếng đầu đã no sao? (đừng hy vọng quá vào lần đầu tiên).
첫여름 mùa hạ đầu tiên.
첫인상(-印象) ấn tượng đầu tiên. ¶ ~이 좋다 ấn tượng đầu tiên tốt đẹp.
첫정(情) tình cảm đầu tiên
첫째 thứ nhất, trước hết, trên hết. ¶ ~의 thuộc hàng đầu, trên hết, trước tiên / ~로 đầu tiên là, trước hết là, trước tiên là / ~가 되다 trở thành thứ nhất / ~를 차지하다 chiếm vị trí thứ nhất.
첫추위 cái rét đầu mùa
첫출발(-出發) bắt đầu, xuất phát đầu. ¶ 인생의 ~ sự xuất phát của cuộc đời.
첫판 (경기 따위의) trận đấu đầu tiên, trận mở màn (첫 시작).
첫판(-版) (초판) ấn phẩm đầu.
첫해 năm đầu.
첫행보(-行步) chặng đầu tiên, chuyến đầu tiên.
청 (얇은 막) màng mỏng.
청(請) sự yêu cầu, thỉnh cầu, sự xin; (간청) lời khẩn cầu. ¶ ~에 의하여 theo sự yêu cầu / ~을 넣다 đưa ra yêu cầu, thỉnh cầu / ~을 들어주다 chấp nhận yêu cầu, lắng nghe lời thỉnh cầu / ~이 있다 có lời thỉnh cầu, có yêu cầu.
청각(聽覺) thính giác. ¶ ~ 신경 thần kinh thính giác.
청강(聽講) **~하다** dự giảng, dự thính, thỉnh giảng. ¶ ~료 phí thỉnh giảng / ~생 người dự thính / ~ 무료 (게시) thỉnh giảng miễn phí (bảng thông báo).
청개구리(靑-) 【ĐV】 con ếch xanh.
청결(淸潔) sự tinh khiết, gọn gàng, tinh tươm. **~하다** gọn gàng, ngăn nắp, tinh khiết ¶ ~히 하다 làm sạch.
청과(靑果) rau quả sạch, hoa quả tươi. ¶ ~ 시장 chợ rau quả tươi / ~점 cửa hàng rau quả tươi.
청관(聽官) 【GP】 cơ quan thính giác.
청교도(淸敎徒) Thanh giáo đồ. ¶ 청교(도)주의 chủ nghĩa Thanh giáo.
청구(請求) sự thỉnh cầu, đòi hỏi. **~하다** đòi hỏi ai, thỉnh cầu ai cái gì. ¶ ~가 있는 대로 theo thỉnh cầu / ~에 응하다 thể theo thỉnh cầu, đáp ứng thỉnh cầu. ¶ ~권 quyền thỉnh cầu, quyền đòi hỏi / ~권을 포기하다 từ bỏ quyền ra yêu sách / ~서 đơn thỉnh cầu / ~액 khoản tiền yêu cầu / ~인 người ra yêu sách, người thỉnh cầu.
청기와(靑-) ngói xanh.
청널(廳-) tấm sàn.
청년(靑年) thanh niên; (총칭) (tên gọi chung) người thanh niên. ¶ ~단(團) đoàn thanh niên / ~시절 thời thanh niên.
청대 【TV】 cây tre xanh.
청대콩(靑-) 【TV】 đậu xanh.
청동(靑銅) đồng thiếc, đồng xanh. ¶ ~기 đồ vật bằng đồng / ~ 시대 thời đồ đồng.
청둥오리 【LCh】 vịt trời.
청람(晴嵐) ☞ **아지랑이**.
청량(淸涼) ~한 sạch sẽ mát mẻ. ¶ ~음료 nước ngọt có ga.
청력(聽力) khả năng nghe, thính lực. ¶ ~검사 kiểm tra thính lực / ~계 thiết bị đo thính lực / ~ 측정 đo thính lực.
청렴(淸廉) thanh liêm. ~한 thanh liêm,

ㅊ

chính trực, liêm khiết. ¶ ~ 결백 = 청렴.
청루(青樓) nhà thổ, lầu xanh, thanh lâu.
청류(清流) dòng chảy sạch.
청명(清明) ~한 thanh minh, tươi sáng, trong sạch.
청바지(青-) quần bò, quần jin.
청백(清白) ~한 thanh bạch.
청병(請兵) **~하다** điều binh, phái binh.
청부(請負) ☞ **도급**(都給). ¶ ~ 살인 giết thuê / ~업 kinh doanh thầu, kinh doanh theo hợp đồng / ~업자 công ty thầu, nhà thầu / ~인 chủ hợp đồng.
청빈(清貧) thanh bần.
청사(青史) (thanh sự) sử xanh, lịch sử. ¶ ~에 길이 남다 để lại mãi trong sử xanh.
청사(廳舍) tòa nhà của cơ quan chính phủ.
청사진(青寫眞) bức tranh viễn cảnh. ¶ ~을 제시하다 cho thấy bức tranh viễn cảnh.
청산(青酸) 【HH】 axít cyanic. ¶ ~염 muối xyanua / ~ 칼리 kali xyanuakalium.
청산(清算) sự thanh toán. **~하다** thanh toán, thanh lý. ¶ 과거를 ~하다 thanh toán quá khứ. ¶ ~서 phiếu thanh toán / ~인 người thanh toán / ~회사 công ty thanh toán, thanh lý.
청산유수(青山流水) sự lưu loát, sự trôi chảy. ¶ ~같다 một cách trôi chảy, nói trôi chảy.
청상과부(青孀寡婦) quả phụ trẻ.
청색(青色) màu xanh.
청서(清書) sự viết chữ sạch đẹp. **~하다** viết chữ đẹp, viết nắn nót, chỉn chu.
청소(清掃) sự dọn dẹp. **~하다** dọn dẹp, làm vệ sinh, quét dọn (đường sá) (길을). ¶ ~기 máy làm vệ sinh, máy hút bụi / ~부 người làm vệ sinh, nhân viên dọn vệ sinh / ~차 xe làm vệ sinh.
청소년(青少年) thanh thiếu niên. ¶ ~ 범죄 tội phạm thanh thiếu niên.
청순(清純) sự trong sạch, thuần khiết. **~하다** trong trắng, trong sạch, thuần khiết.
청승 sự âu lo, buồn phiền. ~떨다 có hành động hoặc nói lời buồn phiền.
청승맞다(스럽다) (có vẻ) buồn, đăm chiêu lo lắng.
청신(清新) ~한 mới mẻ, thanh tân.
청신경(聽神經) thần kinh thính giác.
청신호(青信號) tín hiệu đèn xanh.
청아(清雅) sự trong sáng, trong trẻo. ~한 trong sáng, trong trẻo.
청약(請約) sự đăng ký nhận quyền thanh toán (chứng khoán). **~하다** xin, đăng ký nhận quyền thanh toán chứng khoán. ¶ ~순으로 theo thứ tự đăng ký quyền thanh toán chứng khoán / ~이 쏟아져 들어오다 việc đăng ký quyền thanh toán bung ra. ¶ ~금 tiền đăng ký quyền thanh toán chứng khoán / ~인 người đăng ký quyền thanh toán chứng khoán.
청어(青魚) cá trích. ¶ ~알 trứng cá trích.
청옥(青玉) 【Kh】 thanh ngọc, ngọc bích.
청와대(青瓦臺) *Cheongwadae*, Nhà Xanh, dinh tổng thống Hàn Quốc.
청우계(晴雨計) dụng cụ đo khí áp.
청운(青雲) ❶ mây xanh ❷ địa vị cao. ¶ ~의 뜻 ý chí để có chức vụ cao hơn, để có vị trí tốt hơn.
청원(請援) **~하다** kêu gọi chi viện, giúp đỡ.
청원(請願) lời cầu xin, lời thỉnh cầu, yêu cầu. **~하다** yêu cầu, thỉnh cầu, cầu xin. ¶ ~ 경찰(관) cảnh sát hỗ trợ đặc biệt, cảnh sát theo yêu cầu / ~서 đơn xin hỗ trợ, đơn yêu cầu được giúp đỡ / ~자 người yêu cầu.

ㅊ

청음기(聽音機) máy dò âm thanh.

청일(淸日) ¶ ～ 전쟁 chiến tranh Thanh - Nhật (1894-1895 giữa nhà Thanh Trung Quốc và Nhật Bản).

청자(靑瓷) đồ gốm sứ xanh. ¶ ～색의 mang màu xanh ngọc bích.

청정(淸淨) sạch, sự trong sạch, trong lành. ～한 sạch, trong lành, tinh khiết. ¶ ～ 야채 rau sạch / ～ 재배 nuôi trồng sạch.

청주(淸酒) rượu gạo đã lọc trong, rượu tinh khiết. ¶ 특급 ～ rượu tinh khiết đặc biệt.

청중(聽衆) thính giả. ¶ 많은 [적은] ～ nhiều [ít] thính giả. ¶ ～석 ghế thính giả.

청지기(廳-) người quản lý.

청진(聽診) 【YH】 sự chẩn đoán bệnh. **~하다** chẩn đoán bệnh bằng ống nghe. ¶ ～기 ống nghe tim phổi / ～기를 대다 áp ống nghe vào.

청질(請-) **~하다** thỉnh cầu sự giúp đỡ của người khác.

청천(靑天) thanh thiên, trời xanh, ban ngày. ¶ ～ 벽력 tiếng sét giữa trời quang, tai họa bất ngờ.

청천(晴天) thời tiết tốt.

청천백일(靑天白日) thanh thiên bạch nhật. ¶ ～의 몸이 되다 thoát khỏi sự nghi ngờ, trở nên vô tội.

청첩(請牒) thiệp mời.

청청하다(靑靑-) xanh tươi.

청초(淸楚) ～한 xinh xắn, ưa nhìn.

청춘(靑春) thanh xuân. ～의 tuổi trẻ, tuổi thanh xuân. ¶ 꽃다운 ～ tuổi thanh xuân đẹp như hoa. ¶ ～기 thời thanh xuân / ～시대 thời niên thiếu, thời tuổi trẻ.

청출어람(靑出於藍) học trò khá hơn, giỏi hơn thầy, hậu sinh khả uý.

청취(聽取) **~하다** nghe, lắng nghe. ¶ 증언을 ～하다 lắng nghe lời nhân chứng. ¶ ～율 tỷ lệ nghe đài / 라디오 ～자 thính giả nghe đài.

청컨데(請-) mong là, hy vọng là, xin vui lòng.

청탁(淸濁) trong và đục, âm trong và âm đục; thiện và ác, hiền và ghê gớm. ¶ ～을 가리지 않다 không phân biệt trong đục.

청탁(請託) (부탁) thỉnh cầu, nhờ vả; (간청) khẩn cầu, yêu cầu. **~하다** yêu cầu, thỉnh cầu, khẩn cầu ai, năn nỉ ai.

청태(靑苔) (이끼) rêu xanh; (김) rong biển.

청풍(淸風) gió mát. ¶ ～명월 trăng thanh gió mát.

청하다(請-) ❶ (부탁) yêu cầu, nhờ cậy. ❷ (달라다) nhờ ai làm gì. ❸ (초빙) mời.

청허(聽許) **~하다** chấp nhận, thừa nhận, cho phép.

청혼(請婚) sự cầu hôn. **~하다** cầu hôn ai. ☞ **구혼**.

청훈(請訓) **~하다** yêu cầu được hướng dẫn, chỉ dẫn.

체[1] cái giần, sàng (어레미). ¶ ～로 치다 sàng, giần thóc gạo.

체[2] (거짓태) sự nói dối, giả vờ, giả bộ. ☞ **체하다**.

체[3] (경멸) khinh miệt, coi thường.

체(滯) (먹은 것의) chứng không tiêu, chứng đầy bụng. ¶ ～하다 không tiêu, đầy hơi, khó tiêu.

체(體) tạng người, thể trạng, tác phong, vóc dáng.

체감(遞減) sự giảm bớt, sự thụt giảm. **~하다** giảm đi, thụt giảm, thu hẹp. ¶ 수확 ～의 법칙 định luật giảm năng xuất mùa màng.

체감(體感) sự cảm nhận của cơ thể. ¶ ～ 온도 nhiệt độ cơ thể cảm nhận

ㅊ

thực tế.

체격(體格) vóc dáng, thể hình. ¶ ～이 좋은 vóc dáng to đẹp.

체결(締結) sự ký kết. **~하다** ký kết văn bản.

체경(滯京) **~하다** ở lại thủ đô, lưu lại thủ đô.

체경(體鏡) tấm gương lớn soi toàn thân.

체계(體系) hệ thống. ¶ ～적(으로) một cách có hệ thống / ～화하다 hệ thống hoá.

체공(滯空) **~하다** bay trên không. ¶ ～비행(기록) ghi chép chuyến bay / ～시간 thời gian bay.

체구(體軀) ☞ **체격**.

체기(滯氣) dấu hiệu của chứng khó tiêu.

체납(滯納) sự thanh toán muộn, trả nợ không đúng hạn. **~하다** thanh toán muộn, trễ hạn. ¶ ～금 tiền thanh toán trễ / ～자 người thanh toán tiền chậm (tiền thuế) (세금의) / ～ 처분 xử lý thanh toán muộn.

체내(體內) ¶ ～의(에) bên trong cơ thể / ～의 당분 thành phần đường trong cơ thể.

체념(諦念) ❶ quan điểm thông suốt, rõ ràng. **~하다** quan điểm thông suốt. ❷ (단념) sự từ bỏ, sự từ chức. **~하다** từ bỏ, từ chức, trao lại, nhường lại. ¶ 없어진 것으로 ～하다 từ bỏ coi như cái đã mất.

체능(體能) thể năng, sức khoẻ. ¶ ～검사 kiểm tra sức khoẻ.

체당(替當) **~하다** tiếp nhận việc của người khác; thay thế ai làm gì.

체대(體大) ～한 cơ thể to lớn.

체득(體得) **~하다** nhận thức, tiếp thu, lĩnh hội, nắm bắt.

체력(體力) thể lực, sức khoẻ. ¶ ～을 기르다 nuôi dưỡng thể lực / ～이 떨어지다 sức khỏe giảm sút. ¶ ～ 검정 kiểm tra sức khoẻ.

체류(滯留) **~하다** ở lại, lưu lại, trú lại.

체리 (서양 앵도) anh đào Tây.

체면(體面) thể diện, danh dự (명예); danh tiếng (명성); uy tín (위신); diện mạo (외관). ¶ ～상 vì danh dự, về thể diện / ～이 서다 có danh tiếng / ～을 세우다 (차리다) giữ thể diện / ～을 유지하다 giữ gìn phẩm giá, danh dự / ～에 관계되다 có liên quan đến danh dự / ～을 손상하다 tổn hại danh dự, mất thể diện.

체모(體貌) ☞ **체면**(體面).

체미(滯美) **~하다** lưu trú tại Mỹ, sống ở Mỹ.

체벌(體罰) sự ngược đãi thân xác, sự trừng phạt thân thể.

체불(滯拂) sự trì hoãn, lần lữa thanh toán. ¶ ～ 임금 tiền lương chậm thanh toán.

체비지(替費地) vùng đất để lại để giải phóng mặt bằng trong khu khai thác đất đai.

체소(體小) ～한 thể trạng nhỏ bé.

체스 (서양 장기) môn cờ (phương tây).

체신(遞信) thông tin. ¶ ～부 bộ thông tin / ～업무 nghiệp vụ bưu chính viễn thông.

체언(體言) 【NP】 thể từ, danh từ.

체온(體溫) thân nhiệt. ¶ ～을 재다 đo nhiệt độ cơ thể. ¶ ～계 nhiệt kế.

체위(體位) tư thế, điều kiện thể chất(자세).

체육(體育) thể dục (tên khoa) (학과명). ¶ ～과 khoa thể dục / ～관 trung tâm thể thao / ～특기자 học sinh chơi giỏi môn thể thao, người có ăng khiếu thể thao / 대한～회 Hội thể dục thể thao Hàn Quốc.

체재(滯在) ☞ **체류**(滯留). ¶ ～객 khách lưu lại / ～비 phí trọ phòng / ～일수 số ngày trọ lại.

ㅊ

체재(體裁) phong cách, tướng mạo; (겉모양) tướng mạo bên ngoài; (만듦새) chỉnh đốn, sửa sang. ¶ ~가 좋은 tướng mạo tốt / ~가 나쁜 사람 người có tướng mạo không tốt.

체적(體積) thể tích, dung tích.

체제(體制) thể chế, hệ thống ¶ 경제 ~ thể chế kinh tế / 기성 ~ hệ thống sẵn có / 신 [구]~ hệ thống mới [cũ] / 정치 [경제] ~ thể chế chính trị [kinh tế].

체조(體操) thể thao. ¶ ~ 기구 dụng cụ thể thao / 기계 ~ môn thể thao dụng cụ / 라디오 ~ chương trình tập thể dục phát qua đài.

체중(體重) thể trọng. ¶ ~이 늘다 [줄다] béo lên [gầy đi] / ~을 달다 cân trọng lượng cơ thể / ~이 50킬로그램이다 cân nặng 50 kilô.

체증(滯症) chứng khó tiêu, đầy ứ. ¶ 교통 ~ ùn tắc giao thông.

체질 cái rây, cái sàng. **~하다** sàng lọc.

체질(體質) thể chất, thể lực. ~적(으로) mang tính thể lực. ¶ ~이 (허)약하다 thể chất kém, sức khoẻ yếu.

체취(體臭) mùi, hơi người.

체코 Cộng hoà Séc. ¶ ~의 thuộc về Séc / ~사람 người Séc.

체코슬로바키아 Tiệp Khắc. ¶ ~의 thuộc về Tiệp Khắc / ~사람 Người Tiệp Khắc.

체크 ❶ (무늬) kẻ carô (hoa văn). ¶ ~무늬의 kẻ kiểu carô. ❷ (검사) ~하다 kiểm tra. ¶ 틀린 곳을 ~하다 kiểm tra chỗ bị sai.

체통(體統) thể thống, danh dự. ¶ ~을 잃다 mất danh dự. ☞ **체면**.

체포(逮捕) sự bắt giữ ai, chộp được, túm lấy. **~하다** bắt giữ.

체하다(滯-) bị đầy bụng, rối loạn tiêu hoá.

체하다 giả vờ, giả bộ, làm bộ. ¶ 모르는 ~ giả vờ như không biết.

체험(體驗) **~하다** thể nghiệm, kinh nghiệm bản thân. ¶ ~담 câu chuyện kinh nghiệm cá nhân.

체형(體刑) hình phạt thể xác, nhục hình.

체화(滯貨) hàng tồn kho, hàng tích trữ, hàng ứ đọng.

첼로(cello) đàn xelô, viôlôngxen. ¶ ~연주가 nghệ sĩ chơi xelô.

쳄발로 [ÂN] đàn cembalo.

쳐가다 thu gom mang đi, quét dọn đi.

쳐내다 mang đi, làm sạch, dọn đi.

쳐다보다 nhìn lên, nhìn thẳng, chằm chằm, đảo mắt nhìn.

쳐들다 ❶ (올리다) đặt lên, nâng lên, giơ lên; ❷ (초들다) nhắc đến (비유) nói xấu, chỉ trích.

쳐들어가다 bất ngờ tấn công, đột kích.

쳐주다 ❶ (값을) định giá cả, đánh giá, ước tính. ❷ (인정) thừa nhận, công nhận.

쳐죽이다 đánh chết, đập chết, va đụng làm chết ai.

초 nến. ¶ ~를 켜다 [끄다] châm [tắt] nến. ¶ ~심지 bấc nến / 촛대 đế nến, giá đỡ nến.

초(抄) ☞ **초록**(抄錄).

초(草) ☞ **기초**, **초안**. ¶ ~를 잡다 phác thảo.

초(醋) giấm ăn. ¶ ~를 치다 nêm giấm, chanh chua.

초(秒) giây.

초(初) đầu, lúc đầu, phần đầu.

초…(超) siêu … ¶ ~자연적 mang tính siêu tự nhiên.

초가(草家) (집) nhà lợp rơm, nhà mái tranh.

초가을(初-) đầu thu. ¶ ~ 날 ngày đầu thu.

초강대국(超强大國) siêu cường quốc.

초개(草芥) cọng rơm, vô nghĩa, không

có giá trị. ¶ 죽음을 ~같이 여기다 coi cái chết (nhẹ) như cọng rơm.

초겨울(初-) đầu đông.

초경험(超經驗) **~적** mang tính siêu kinh nghiệm.

초계(哨戒) **~하다** tuần tra. ¶ ~기 [정] máy bay [thuyền] tuần tra.

초고(草稿) bản thảo, dự thảo (초안); bản thảo, bài viết (원고). ¶ ~를 작성하다 soạn bản thảo.

초고속도(超高速度) siêu tốc. ¶ ~ 촬영기 máy chụp ảnh siêu tốc.

초고주파(超高周波) siêu cao tần, tần số U.H.F.

초과(超過) sự quá. **~하다** quá, vượt quá. ¶ ~ 근무 수당 tiền làm việc ngoài giờ / ~액 khoản vượt quá / 수입 [수출] ~ nhập [xuất] siêu.

초근목피(草根木皮) rễ cỏ và vỏ cây. (뿌리와 껍질); món ăn nghèo nàn, món khó ăn (악식); nguyên liệu thuốc bắc (한약).

초급(初級) sơ cấp. ¶ ~ 영문법 ngữ pháp tiếng Anh sơ cấp.

초기(初期) thời kỳ đầu (của bệnh tật) (병의). **~의** vào thời kỳ đầu.

초년(初年) ❶ (첫해) năm đầu (초기) thời kỳ đầu. ¶ ~병 lính mới / 사회 ~생 người mới đi làm. ❷ (인생의) thời son trẻ, thời kỳ đầu đời.

초단(初段) bước thứ nhất; người ở đẳng cấp đầu (사람).

초단파(超短波) sóng cực ngắn.

초당파(超黨派) **~적** mang tính siêu đảng phái (không theo đảng phái nào). ¶ ~ 외교 ngoại giao siêu đảng phái.

초대(初代) thứ nhất, thế hệ đầu, đời đầu (제 1 대). ~의 thuộc đời thứ nhất, thuộc lứa đầu. ¶ ~대통령 tổng thống đầu tiên.

초대(招待) lời mời, sự mời mọc. **~하다** mời ai. ¶ ~에 응하다 [~를 사절하다] nhận [từ chối] lời mời. ¶ ~권 vé mời, thiệp mời (흥행의) / ~석 ghế dành cho khách mời / ~ 작가 tác giả được mời / ~장 giấy mời, thiệp mời / ~전(展) (그림 따위의) triển lãm mời khách đến.

초대작(超大作) tác phẩm có quy mô cực lớn; (영화의) tác phẩm phim hoành tráng.

초대형(超大型) ¶ ~의 loại siêu lớn. ¶ ~ 여객기 máy bay cực lớn.

초동(樵童) đứa bé nhặt củi.

초두(初頭) buổi đầu, bước đầu.

초들다 đề cập đến, kể đến, liệt kê ra.

초등(初等) ~의 cấp một, tiểu học. ¶ ~과 khoa tiểu học / ~ 교육 giáo dục tiểu học.

초라하다 tiều tụy, tồi tàn, bệu rệch, nhăn nhúm. ¶ 옷이 ~ áo quần tồi tàn.

초래(招來) **~하다** đưa đến, đem lại, mang lại. ¶ 결과를 ~하다 mang lại kết quả.

초례(醮禮) lễ cưới. ¶ ~청 phòng cưới truyền thống.

초로(初老) tuổi bắt đầu già, tuổi trung niên. ¶ ~의 신사 người đàn ông trung niên.

초로(草露) giọt sương đọng trên lá. ¶ ~같은 인생 đời người như giọt sương trên lá.

초록(抄錄) đoạn trích, đoạn tóm tắt. **~하다** tóm tắt, trích ra.

초록(색)(草綠(色)) màu xanh lá cây. ~의 thuộc về màu xanh lá cây.

초롱 (통) thùng, thùng sắt. ¶ 석유 ~ thùng dầu.

초롱(-籠) (등불) đèn lồng.

초롱꽃(-籠-) 【TV】 hoa chuông.

초름하다 ❶ (넉넉지 못하다) thiếu hụt, không đủ. ❷ (모자라다) thiếu, kém, ít.

ㅊ

초립(草笠) mũ rơm, mũ của con trai đội vào lễ trưởng thành.

초립동(草笠童) đứa trẻ đội mũ rơm vào tuổi trưởng thành (ngày xưa).

초막(草幕) túp lều rạ, lều rơm.

초만원(超滿員) ¶ ～이다 quá đông người, chật kín người.

초면(初面) ¶ ～이다 buổi gặp mặt đầu tiên / ～의 사람 người gặp mặt lần đầu. ¶ ～ 인사 chào hỏi lần đầu.

초목(草木) thảo mộc. ¶ 산천 ～ cây cỏ tự nhiên.

초미(焦眉) ～의 tình trạng khẩn cấp. ¶ ～ 지급(急) nguy cấp, khẩn cấp / ～의 관심사 việc khẩn cấp mà nhiều người quan tâm đến.

초반(初盤) ván đầu (trận đấu).

초밥(醋-) Sushi, món cơm với gỏi cá sống của Nhật.

초배(初褙) lớp giấy dán tường đầu tiên.

초벌(初-) ☞ **애벌**.

초범(初犯) sự phạm tội lần đầu; (사람) người phạm tội lần đầu.

초벽(初壁) lớp vôi vữa trát đầu tiên.

초병(哨兵) lính canh phòng. ¶ ～ 근무 trực ca, làm nhiệm vụ canh gác.

초보(初步) sơ bộ, bước đầu, giai đoạn đầu. ～의 vào giai đoạn đầu, ban đầu. ¶ 수학의 ～ toán học cơ bản. ¶ ～자 người mới học, người ở giai đoạn đầu.

초복(初伏) những ngày khởi đầu thời gian nóng nhất trong năm.

초본(抄本) bản sao.

초본(경)(草本(莖)) ❶ (원고) kinh bản thảo. ～의 thuộc về bản thảo. ❷ [TV] cỏ, thảo mộc.

초봄(初-) đầu xuân. ¶ ～날 ngày đầu xuân.

초봉(初俸) lương khởi điểm, mức lương đầu tiên.

초부(樵夫) tiều phu, người đốn củi.

초빙(招聘) sự mời, lời mời. **~하다** mời ai. ¶ …의 ～으로 được ai mời / 강사를 ～하다 mời giảng viên.

초사(焦思) ¶ 노심～하다 sự lo lắng, phiền muộn.

초사흗날(初-) ngày thứ ba của tháng.

초산(初産) việc sinh con đầu lòng. ¶ ～부 người phụ nữ sinh lần đầu.

초산(醋酸) [HH] axít axetic.

초상(初喪) thời gian để tang người mới chết. ¶ 아버지의 ～을 당(當)하다 để tang bố mới mất / ～을 치르다 làm lễ tang. ¶ ～집 nhà đang có tang.

초상(肖像) tranh hay tượng chân dung. ¶ ～화 bức hoạ chân dung / ～화가 hoạ sĩ vẽ chân dung / ～화를 그리게 하다 để cho vẽ bức hoạ chân dung.

초생(初生) ☞ **초승**.

초서(草書) chữ thảo, một trong 6 loại chữ của Trung Quốc (글씨).

초석(硝石) [HH] Natri nitrat; ¶ 칠레 ～ Nitrat kali của Chilê.

초석(礎石) nền tảng, đá tảng (비유).

초성(初聲) âm đầu.

초속(初速) [VLH] tốc độ ban đầu.

초속(秒速) tốc độ tính theo giây. ¶ ～ 10미터로 với tốc độ 10 mét trên giây.

초속도(超速度) siêu tốc độ.

초순(初旬) ¶ ～에 thượng tuần, mười ngày đầu trong tháng.

초승(初-) (달의) đầu tháng. ¶ ～달 trăng lưỡi liềm / ～달 모양의 trăng hình lưỡi liềm.

초식(草食) ～의 thuộc về ăn cỏ. ¶ ～동물 động vật ăn cỏ.

초심(初心) ❶ (처음 마음) cái tâm ban đầu, tình cảm đầu tiên. ❷ (미숙) ～의 sự chưa thành thạo, người chưa thành thạo. ❸ (사람) người mới học, người tập việc, người chưa có kinh nghiệm.

ㅊ

초심(初審) thẩm tra ban đầu, sơ thẩm.
초아흐렛날(初-) ngày thứ 9 của tháng.
초안(草案) việc dự thảo, soạn thảo. ¶ ～을 기초하다 soạn dự thảo, soạn thảo. ¶ 민법 ～ dự thảo luật dân sự.
초야(草野) nơi hoang vắng, nơi vùng sâu. ¶ ～에 묻혀 살다 sống ở nơi hoang vắng heo hút.
초여드렛날(初-) ngày thứ 8 của tháng.
초여름(初-) đầu mùa Hè. ¶ ～에 vào đầu mùa Hè.
초역(抄譯) ~하다 lược dịch.
초연(初演) buổi diễn đầu tiên, sự ra mắt lần đầu.
초연(超然) ~하다 siêu nhiên, vượt lên trên. ¶ ～히 một cách siêu nhiên.
초연(硝煙) khói thuốc súng.
초열흘날(初-) ngày thứ 10 trong tháng.
초엽(初葉) những năm bắt đầu, khởi đầu. ¶ 21세기 ～에 vào những năm đầu của thế kỷ 21.
초엿샛날(初-) ngày thứ 6 trong tháng.
초옥(草屋) nhà cỏ.
초원(草原) thảo nguyên (của Bắc Mỹ) (북미의); thảo nguyên, cánh đồng cỏ (của Liên Xô) (소련의).
초월(超越) ~하다 vượt lên trên, siêu việt.
초유(初有) ～의 chưa từng có.
초음속(超音速) siêu âm. ¶ ～ 비행 máy bay siêu âm / ～ 제트기 máy bay phản lực siêu âm.
초음파(超音波) sóng siêu âm.
초이렛날(初-) ❶ (아기의) đứa trẻ đầy tuần tuổi. ❷ (그달의) ngày thứ 7 trong tháng.
초이튿날(初-) ngày thứ 2 trong tháng.
초인(超人) siêu nhân. ～적 mang tính siêu phàm. ¶ ～주의 chủ nghĩa siêu nhân.
초인종(招人鐘) chuông kêu để gọi người.
초일(初日) ngày mở đầu, ngày khởi chiếu (kịch) (연극의).
초읽기(秒-) sự đếm giây. ~하다 đếm từ 10 đến 0.
초임(初任) sơ nhiệm, đảm nhận ban đầu. ¶～급(給) mức lương ban đầu, lương khởi điểm.
초입(初入) ❶ (어귀) lối vào, đầu lối vào. ❷ (처음 들어감) mới nhập.
초자연(超自然) ～적 siêu tự nhiên. ¶ ～주의 chủ nghĩa siêu nhiên.
초잡다(草-) phác thảo.
초장(初章) phần đầu bản nhạc (음악의); chương đầu (글의).
초장(醋醬) nước mắm pha dấm, xì dầu pha dấm.
초저녁(初-) ¶ ～에 vào chiều tối.
초점(焦點) tiêu điểm. ¶ ～을 맞추다 khớp tiêu điểm, nhằm đúng tiêu điểm; (비유) ngắm. ¶ ～ 거리 cự ly ngắm.
초조(初潮) kinh nguyệt lần đầu.
초조(焦燥) ~하다 sốt ruột, bồn chồn.¶ ～해하다 cảm thấy sốt ruột, bồn chồn không yên.
초주검되다(初-) gần như chết (mệt hay bị đánh).
초지(初志) tiêu chí. ¶ ～를 관철하다 hoàn thành tiêu chí, thực hiện tiêu chí.
초지일관(初志一貫) trước sau như một.
초진(初診) chẩn đoán bệnh lần đầu, lần khám đầu tiên. ¶ ～ 환자 bệnh nhân được khám lần đầu tại bệnh viện.
초창(草創) ¶ ～기 thời kỳ đầu sáng lập, sáng tạo / 인류의 ～기 thời kỳ đầu của nhân loại.
초청(招請) lời mời. ~하다 mời ai, mời mọc. ¶ ～ 받다 nhận lời mời. ¶ ～경기 mời thi đấu (trận đấu giao hữu) / ～국 nước mời / ～장 thiệp mời, giấy mời.
초췌(憔悴) ~하다 tiều tụy, gầy guộc.
초치(招致) ~하다 gọi đến, mời đến.

초침(秒針) kim giây đồng hồ.
초콜릿 sô cô la.
초토(焦土) đất bị thiêu cháy, vùng tro tàn (bị thiêu đốt hết). ¶ ~화하다 biến thành vùng hoang sơ, tro tàn. ¶ ~전술 chiến thuật đốt phá trước khi rút khỏi, chiến thuật "vườn không nhà trống".
초특가(超特價) giá ưu đãi, giá đặc biệt.
초특급(超特急) cấp siêu đặc biệt.
초특작품(超特作品) tác phẩm đặc biệt, (영화의) tác phẩm phim đặc biệt.
초판(初版) ấn phẩm xuất bản lần đầu.
초피(貂皮) da lông chồn.
초하다(抄-) copy, sao chép; (초록하다) ghi chép lại.
초하다(草-) ☞ **초잡다**.
초하룻날(初-) ngày đầu trong tháng.
초학(初學) ~의 học cơ bản, học cơ sở. ¶ ~자 người học cơ sở, người học sơ cấp.
초행(初行) chuyến đi đầu tiên. ¶ ~ 손님 vị khách đi đầu tiên.
초현실주의(超現實主義) chủ nghĩa siêu hiện thực. ¶ ~자 người theo chủ nghĩa siêu hiện thực.
초호 số ra đầu tiên (tạp chí).
초혼(初婚) cuộc hôn nhân đầu tiên.
초혼(招魂) chiêu hồn. ¶ ~제(祭) lễ chiêu hồn, gọi hồn.
초회(初回) lần thứ nhất, lần đầu.
촉 (살촉) điểm, đỉnh; (뾰족한 끝) mũi, đầu, đỉnh.
촉(燭) ☞ **촉광**(燭光). ¶ 60~짜리 전구 bóng đèn loại 60 canđêla
촉각(觸角) 【CT】 râu, xúc tu (côn trùng)
촉각(觸覺) xúc giác.
촉감(觸感) xúc cảm. ¶ ~이 좋다 xúc cảm tốt.
촉관(觸官) cơ quan xúc giác.
촉광(燭光) 【Đ】 đơn vị đo cường độ ánh sáng, canđêla.
촉구(促求) ~하다 kêu gọi, yêu cầu (요구하다) hối thúc, thúc giục. ¶ 주의를 ~하다 hối thúc chú ý, yêu cầu chú ý.
촉대(燭臺) ☞ **촛대**.
촉망(囑望) triển vọng, hy vọng, ước vọng. **~하다** ước vọng, hy vọng. ¶ ~되는 청년 thanh niên có triển vọng.
촉매(觸媒) 【HH】 chất xúc tác. ¶ ~ 반응 phản ứng xúc tác / ~법 cách xúc tác, quá trình xúc tác.
촉모(觸毛) (동물의) râu, ria của động vật.
촉박(促迫) **~하다** thúc bách, gấp gáp, gấp rút. ¶ 시간이 ~하다 thời gian gấp gáp, thời gian eo hẹp / 시험이 ~해졌다 thi cử trở nên gấp rút.
촉발(觸發) bùng nổ, phát nổ. ¶~장치 thiết bị phát nổ.
촉성재배(促成栽培) sự trồng cây trái vụ, trồng theo ý muốn bằng phương pháp giữ nhiệt độ ổn định. ~하다 gieo trồng theo ý muốn. ¶ ~용(用) 온실(온상) phòng giữ nhiệt độ để trồng cây / ~의 야채 loại rau quả trồng trong phòng nhiệt độ ổn định.
촉수(觸手) ❶ 【ĐV】 xúc tu (cơ quan xúc cảm của động vật). ❷ (손을 댐) chạm tay vào, sờ, mó. ¶ ~ 엄금! (게시) cấm sờ, cấm chạm tay! (bảng thông báo).
촉수(觸鬚) tua (động vật).
촉진(促進) **~하다** sự xúc tiến, tăng cường, thúc đẩy. ¶ ~제 chất kích thích.
촉진(觸診) 【YH】 sự chẩn đoán qua tiếp xúc, sự sờ nắn. **~하다** chẩn đoán qua tiếp xúc.
촉촉하다 mềm mại, ẩm ướt.
촉탁(囑託) (사람) nhân viên không chính thức, người làm thêm.
촌(寸) ❶ (단위) ☞ **치**. ❷ (촌수) một thế hệ. ¶ 삼~chú họ.

ㅊ

촌(村) thôn, bản; nông thôn (시골). ¶ ~에 ở nông thôn.

촌가(寸暇) lúc nhàn rỗi chốc lát.

촌각(寸刻) giây lát, một thời gian ngắn. ¶ ~을 다투다 tranh thủ thời gian ngắn vì khẩn cấp (bệnh tật hoặc vấn đề nào đó).

촌극(寸劇) (희극적인) kịch ngắn (mang tính hài kịch).

촌놈(村-) kẻ nhà quê; (놀림조) đồ nhà quê.

촌뜨기(村-) ☞ **촌놈**.

촌락 làng quê, làng mạc

촌민(村民) người dân thôn quê.

촌백충(寸白蟲) sán dây, sán xơ mít. ☞ **촌충**.

촌보(寸步) mấy bước chân.

촌부(村婦) người phụ nữ thôn quê.

촌사람(村-) người dân nông thôn, quê mùa.

촌수(寸數) số thế hệ, khoảng cách giữa các đời (để tính quan hệ).

촌스럽다(村-) quê mùa, nhà quê.

촌음(寸陰) một giây lát, thời gian thoáng qua. ☞ **촌각**. ¶ ~을 아끼다 quý từng chút thời gian.

촌지(寸志) một món quà nhỏ, thể hiện tấm lòng.

촌충(寸蟲) sán xơ mít.

촌탁(忖度) **~하다** thăm dò, đo lòng người.

촌토(寸土) mảnh đất nhỏ.

촌평(寸評) sự phê bình, góp ý nhỏ.

촐랑거리다 ❶ (물이) rì rầm, bập bềnh (nước). ☞ **찰랑거리다**. ❷ (행동을) nhẹ dạ, nông nổi (hành động).

촐랑이 người bồng bột, kẻ nhẹ dạ.

촐랑촐랑 ❶ (경박하게) lông bông, hay thay đổi. ¶ ~ 돌아다니다 đi lang thang, lông bông khắp nơi ❷ (물이) ☞ **찰랑찰랑**.

촐싹거리다 ❶ (까불다) hấp tấp, thiếu suy nghĩ. ❷ (충동이다) hối thúc, giục giã, hấp tấp.

촐촐 ¶ ~하다 bụng rỗng, chưa no, hơi đói. ¶ ~ 굶다 nhịn đói

촘촘하다 chặt, chặt chẽ.

촛농(-膿) giọt nến tan chảy. ¶ ~이 흐르다 những giọt nến rơi.

촛대(-臺) đế nến, giá để nến. ¶ ~에 초를 꽂다 cắm nến vào đế nến.

촛불 ngọn nến. ¶ ~을 켜다 [끄다] thắp [tắt] nến.

총 (말총) bờm ngựa.

총(銃) súng.

총…(總) tổng, tổng số. ¶ ~소득 tổng thu nhập.

총가(銃架) giá súng.

총각(總角) người con trai chưa vợ, chàng trai trẻ.

총검(銃劍) (총과 검(劍)) súng và gươm; (무기) vũ khí; (총에 꽂는 칼) kiếm lưỡi lê cắm vào súng. ¶ ~술 thuật dùng súng và kiếm.

총격(銃擊) sự bắn, bắn súng. ¶ ~전(戰) trận đọ súng.

총결산(總決算) tổng quyết toán. **~하다** tổng quyết toán.

총경(總警) viên sĩ quan cảnh sát.

총계(總計) tổng số, toàn thể, tổng; (부사적) tổng cộng, tất cả. **~하다** tổng số, cộng tất cả là, gộp chung lại là. ¶ ~ …이 되다 tổng cộng được …, tất cả được ….

총공격(總攻擊) tổng công kích.

총괄(總括) **~하다** tổng quát, nhìn chung. ¶ ~ 적인 mang tính tổng quát.

총구(銃口) họng súng.

총기(銃器) vũ khí loại súng. ¶ ~고[실] kho [phòng] chứa súng ống.

총기(聰氣) sự sáng dạ, thông minh. ¶ ~가 있다 thông minh, lanh lợi, sáng dạ.

총대(銃-) báng súng.
총독(總督) toàn quyền, tổng đốc. ¶ ～부 phủ tổng đốc, phủ toàn quyền.
총동원(總動員) tổng động viên. ¶ 국가 ～ tổng động viên toàn quốc / ～령 lệnh tổng động viên.
총득점(總得點) tổng số điểm đạt được.
총람(總攬) sự giám sát, sự trông coi, quan sát. **~하다** quan sát, trông coi,
총량(總量) tổng lượng.
총력(總力) tổng lực. ¶ ～ 안보 (태세) bảo an tổng lực / ～ 외교 ngoại giao tổng lực / ～전 trận chiến tổng lực
총렵(銃獵) sự săn lùng, sự bắn. **~하다** săn lùng, bắn giết.
총론(總論) lời giới thiệu, mở bài, phần tổng luận.
총리(總理) ❶ (내각의) thủ tướng (trong nội các). ❷ (총관리) tổng quản lý. **~하다** giám sát, trông nom, quản lý.
총망(悤忙) **~하다** vội vàng, hấp tấp.
총명(聰明) ～한 thông minh.
총무(總務) (일) quản trị chung, việc điều hành, việc hành chính; (사람) giám đốc điều hành chung, người quản lý chung. ¶ ～부 bộ phận hành chính / 원내 ～ nghị sĩ phụ trách tổng vụ của chính đảng tại quốc hội.
총반격(總反擊) tổng phản kích. **~하다** tiến hành tổng phản kích.
총본산(總本山) chùa chính, cơ quan tổng hội (của phật giáo Hàn Quốc).
총부리(銃-) nòng súng, mũi súng. ¶ ～를 들이대다 chĩa nòng súng vào ai.
총사냥(銃-) ☞ **총렵**(銃獵).
총사령관(總司令官) tổng tư lệnh.
총사령부(總司令部) 【QS】 bộ tổng tư lệnh.
총사직(總辭職) toàn bộ từ chức. **~하다** đồng loạt từ chức. ¶ 내각 ～ toàn bộ nội các từ chức.
총살(銃殺) sự bắn chết. **~하다** bắn ai, xử bắn chết ai.
총상(銃傷) vết thương do đạn súng.
총생(叢生) (풀 따위) sự dày đặc, um tùm. **~하다** mọc dày đặc, um tùm.
총서(叢書) tủ sách; bộ (sê ri) sách. ¶ 국문학 ～ tủ sách văn học.
총선거(總選擧) tổng tuyển cử. **~하다** tiến hành tổng tuyển cử.
총설(總說) ☞ **총론**(總論).
총성(銃聲) = 총소리(銃-). tiếng súng.
총수(總帥) tổng chỉ huy, lãnh tụ.
총수(總數) tổng số; (부사적) tổng số, toàn bộ, tất cả. ¶ ～ 500이 되다 tổng số là 500, tất cả là 500.
총수입(總收入) tổng thu nhập.
총신(銃身) ☞ **총열**(銃-).
총아(寵兒) người được yêu mến ¶ 문단의 ～ nhân vật được yêu mến trong văn đàn / 시대의 ～ nhân vật nổi danh của thời đại.
총안(銃眼) lỗ châu mai.
총알(銃-) đạn. ¶ ～ 구멍 lỗ đạn.
총애(寵愛) sủng ái, tình yêu thương, sự yêu mến. **~하다** yêu thương, sủng ái. ¶ ～를 받다 nhận được sự yêu thương, đùm bọc.
총액(總額) tổng số; (부사적) tất cả là, tổng số là.
총열(銃-) nòng súng.
총영사(總領事) tổng lãnh sự. ¶ ～관 tổng lãnh sự quán.
총원(總員) tổng thành viên, tổng số người; (부사적) tất cả, cả thảy. ¶ ～ 50명 tất cả là 50 người.
총의(總意) ý kiến chung, ý kiến tổng hợp.
총장(總長) ❶ (학교의) hiệu trưởng trường đại học (대학의). ❷ (사무총장) tổng thư ký. ❸ (군대의) tổng trưởng.
총재(總裁) chủ tịch, thủ lĩnh, tướng lĩnh. ¶ 부～ phó chủ tịch, phó tướng

(đảng, cơ quan, đoàn thể).

총점(總點) (시험의) tổng điểm. (경기의) tổng số điểm.

총지배인(總支配人) tổng quản lý.

총지출(總支出) tổng chi xuất, tổng chi phí.

총지휘(總指揮) tổng chỉ huy. **~하다** thi hành lệnh tổng chỉ huy.

총질(銃-) sự bắn, sự nổ súng. **~하다** bắn, nổ súng.

총채 sự chải, phủi, người chải lông ngựa. ~질하다 chải lông, phủi bụi

총총(悤悤) ~히 vội vàng, hấp tấp, hối hả. ¶ ~ 걸음으로 bước chân hối hả, bước đi vội vàng.

총총하다(叢叢-) chi chít, dày đặc, đông đúc, san sát. ¶ 별이 총총한 밤 đêm trời đầy sao.

총출동(總出動) việc toàn bộ đi để làm việc gì đó. **~하다** toàn bộ đi để làm việc gì đó.

총칙(總則) ¶ 민법 ~ những điều khoản chung của luật dân sự.

총칭(總稱) tên gọi chung, từ chung. **~하다** gọi chung là.

총칼(銃-) gươm súng. ¶ ~로 다스리다 trị vì bằng gươm giáo.

총탄(銃彈) thuốc súng, viên đạn.

총톤수(總-數) tổng số tấn.

총통(總統) chủ tịch, hiệu trưởng, sự cai quản chung, tổng quát mọi việc, chức thủ trưởng, tổng thống lĩnh, tổng thống (chức cao nhất ở chính phủ Đài Loan (대만의).

총파업(總罷業) tổng đình công. ¶ ~으로 돌입하다 bước vào tổng đình công.

총판(總販) sự bán ra đồng bộ, đại lý độc quyền (chuyên bán một mặt hàng). **~하다** bán đồng bộ, bán dồn.

총평(總評) sự đánh giá, bình luận tổng quát.

총포(銃砲) súng.

총할(總轄) **~하다** giám sát, trông nom.

총화(總和) tổng hoà, toàn thể hòa hợp. ¶ ~ 정치 chính trị tổng hòa / 국민 ~ toàn dân hòa hợp.

총회(總會) tổng hội, cuộc họp chung toàn thể. ¶ 정기 [임시] ~ đại hội định kỳ [tạm thời] / 주주 ~ đại hội cổ đông.

촬영(撮影) sự quay phim, chụp ảnh. **~하다** quay phim, chụp ảnh (영화를). ¶ ~기 máy ảnh / ~ 기사 thợ quay phim (영화의) / ~소 phòng quay phim, chụp ảnh / 고속도 ~ chụp ảnh tốc độ cao / 야외 ~ chụp ảnh dã ngoại.

최…(最) tối …, tốt nhất ¶ ~우수품 sản phẩm tốt nhất.

최강(最强) mạnh nhất. ¶ ~의 mạnh nhất, kiên cố / ~팀 đội mạnh nhất.

최고(最高) tối đa, cao nhất. ~의 tối cao, cao nhất, tối đa. ¶ ~ 가격 giá cao nhất / ~기록 kỷ lục tối đa / ~ 속도 tốc độ tối cao / ~음【ÂN】âm cao nhất / ~ 임금 lương cao nhất / ~점 điểm cao nhất (시험의) (투표의) số phiếu cao nhất / ~ 조 mức cao nhất / ~ 학부 bậc đại học, bậc cao học cao nhất.

최고(催告) sự thông cáo, thông báo, sự đòi (nạp tiền) (납입의). **~하다** thông cáo. ¶ 공시 ~【PL】thông cáo rộng rãi (trên phương tiện đại chúng).

최고봉(最高峰) tột đỉnh, ngọn núi cao nhất, đỉnh cao nhất.

최근(最近) gần đây. ~의 gần đây, vừa qua, mới đây. ¶ ~에 lúc gần đây, vừa qua.

최다수(最多數) đại đa số, phần đông

최단(最短) ngắn nhất. ¶ ~거리 [시일] cự ly [thời gian] ngắn nhất.

ㅊ

최대(最大) tối đa, to nhất, lớn nhất. ～의 cái lớn nhất, cái tối đa. ¶ ～ 다수의 ～ 행복 hạnh phúc lớn nhất của đại đa số. ¶ ～공약수【TH】ước số chung lớn nhất / ～량 lượng lớn nhất / ～ 속력 tốc lực tối đa / ～한(도) hạn độ tối đa / ～한의 tối đa là / ～한으로 bằng tối đa, với tối đa là / ～ 허용량 lượng cho phép tối đa (thuốc, nồng độ phóng xạ) (약, 방사능의).

최루(催淚) ¶ ～ 가스 hơi cay / ～탄 lưu đạn cay.

최면(催眠) sự thôi miên. ¶ ～ 상태 trạng thái thôi miên, trạng thái hôn mê / ～ 요법 liệu pháp thôi miên / ～학 thôi miên học / 자기～ tự thôi miên.

최면술(催眠術) thuật thôi miên. ～의 thuộc về thuật thôi miên. ¶ ～을 건다 thôi miên ai, mê hoặc ai. ¶ ～사 nhà thôi miên.

최상(最上) ～의 cao nhất, tốt nhất. ¶ ～급【NP】cấp cao nhất; (학교의) trường cao nhất / ～품 hàng cao cấp nhất.

최상등(最上等) ～의 đẳng cấp cao nhất, tối thượng đẳng.

최상층(最上層) tầng lớp cao nhất.

최선(最善) hay nhất, tốt nhất. ¶ ～의 노력 nỗ lực hết mình / ～을 다하다 cố gắng hết mình, bằng hết sức của mình.

최성기(最盛期) thời kỳ đẹp nhất, thời hoàng kim. ¶ ～이다 vào thời kỳ đẹp nhất, là thời hoàng kim.

최소(最小) nhỏ nhất, bé nhất. ～의 nhỏ nhất, bé nhất. ¶ ～ 공배수【TH】bội số chung nhỏ nhất / ～ 공분모【TH】mẫu số chung nhỏ nhất / ～ 한도 hạn cực tiểu.

최소(最少) tối thiểu, ít nhất. ¶ ～량 lượng tối thiểu.

최신(最新) ～의 tối tân, tốt nhất, mới nhất. ¶ ～식 cách mới nhất.

최악(最惡) tồi tệ nhất, xấu nhất. ～의 tồi tệ nhất. ¶ ～의 경우에는 trong trường hợp xấu nhất / ～에 대비하다 đề phòng trường hợp tồi tệ nhất.

최음제(催淫劑) thuốc kích dục.

최장(最長) ～의 dài nhất. ¶ ～ 거리 cự ly dài nhất, xa nhất.

최저(最低) ～의 thấp nhất, tối thiểu. ¶ ～ 가격 giá thấp nhất / ～ 생활 sinh hoạt tối thiểu / ～ 생활비 phí sinh hoạt tối thiểu / ～ 임금 lương tối thiểu / ～ 임금제 chế độ lương tối thiểu.

최적(最適) thích hợp nhất, tốt nhất. ～의 lý tưởng nhất, phù hợp nhất, tốt nhất. ¶ ～ 온도 nhiệt độ lý tưởng / ～ 조건【Si】điều kiện phù hợp nhất.

최전선(最前線) tuyến đầu, chiến tuyến.

최종(最終) (나중) sau này, về sau; (끝) cuối cùng. ～의 sau cùng, sau cuối. ¶ ～결정 [안] quyết định [dự thảo] cuối cùng.

최초(最初) đầu tiên, sớm nhất. ～의 lúc đầu, ban đầu. ¶ ～에 (원래) vào lúc đầu, lần đầu tiên.

최하(最下) ～의 thấp nhất, xấu nhất(최악의). ¶ ～급 cấp thấp nhất / ～등 đẳng cấp thấp nhất / ～위 vị trí thấp nhất / ～품 sản phẩm tồi nhất.

최혜국(最惠國) tối huệ quốc, nước được ưu tiên nhất. ¶ ～ 대우 đối xử theo điều kiện tối huệ quốc / ～ 조관(條款) điều khoản tối huệ quốc.

최후(最後) ❶ (맨 뒤) tối hậu, sau cùng (종말). ～의 sau cùng, cuối cùng, kết cục. ¶ ～로 đứng sau cùng, đứng cuối cùng (기어이) / ～의 한 사람까지 đến người làm sau cùng / ～까지 싸우다 cãi nhau đến cùng / ～의 승리를 얻다 nhận được thắng lợi vào cuối cùng. ❷ (끝장) tận cùng, chết. ¶ ～의

말 lời trăng trối sau cùng / 비참한 ~를 마치다 kết thúc trận cuối cùng một cách bi thảm.

최후수단(最後手段) bước cuối cùng, mánh khóe cuối cùng, thủ đoạn cuối cùng. ~으로 bằng thủ đoạn cuối cùng.

최후통첩(最後通牒) thông điệp cuối cùng.

추(錘) (저울의) quả cân; (낚싯줄의) cái phao cần câu; (시계의) quả lắc đồng hồ. ¶ ~를 달다 mắc phao.

추가(追加) sự thêm, sự bổ sung **~하다** bổ sung, thêm vào. ¶ ~의 phụ thêm, bổ sung thêm. ¶ ~ (경정) 예산 dự toán bổ sung / ~ 비용 chi phí bổ sung / ~ 시험 thi bổ sung, thi lại (do thành tích kém) (성적불량으로).

추격(追擊) sự truy kích **~하다** theo đuổi, truy kích. ¶ ~기 máy bay truy kích / ~전(戰) trận truy kích.

추경(秋耕) ☞ **가을갈이**.

추경예산(追更豫算) dự toán bổ sung.

추계(秋季) mùa Thu. ¶ ~ 운동화 giầy thể thao mùa Thu.

추계(推計) **~하다** đánh giá, ước lượng. ¶ ~학 định lượng học.

추고(推敲) ☞ **퇴고**(推敲).

추곡(秋穀) ngũ cốc thu hoạch vào mùa thu. ¶ ~ 수매 (가격) (giá) thu mua ngũ cốc.

추구(追求) sự truy đuổi, theo đuổi, sự mưu cầu. **~하다** theo đuổi tìm kiếm, mưu cầu. ¶ 행복의 ~ sự mưu cầu hạnh phúc / …을 ~하여 tìm kiếm cái gì.

추구(追究) **~하다** truy cứu, điều tra.

추궁(追窮) **~하다** sự truy cứu đến cùng. ¶ 책임을 ~하다 truy cứu trách nhiệm đến cùng.

추근추근 sự cố chấp, khăng khăng, ngoan cố; (귀찮게) nằng nặc, khăng khăng. ~한 cố chấp, ngoan cố.

추기(追記) bản phụ lục bổ sung.

추기경(樞機卿) giáo chủ hồng y. ¶ ~ 회의 hội nghị các giáo chủ.

추기다 ☞ **부추기다**.

추남(醜男) người đàn ông xấu xí.

추녀(醜女) người phụ nữ xấu, không có duyên.

추념(追念) **~하다** sự tưởng niệm, sự hoài niệm. ¶ ~식 lễ tưởng niệm.

추다[1] ☞ **추어주다**.

추다[2] (춤을) nhảy.

추단(推斷) ❶ (죄상을) sự trừng trị. **~하다** trừng phạt, trừng trị, xử phạt. ❷ (추측 판단) phán đoán, suy diễn. **~하다** phán đoán, suy luận.

추대(推戴) **~하다** suy tôn. ¶ 회장으로 ~하다 suy tôn làm chủ tịch.

추도(追悼) sự truy điệu. **~하다** truy điệu. ¶ ~가(歌) bài ca truy điệu / ~식 lễ truy điệu / ~사 điếu văn.

추돌(追突) **~하다** lao vào, húc vào, đâm vào phía sau. ¶ ~ 사고 tai nạn đâm vào phía sau của xe trước.

추락(墜落) sự rơi xuống, sự lao xuống (비행기의). **~하다** máy bay rơi, máy bay lao xuống. ¶ ~사(死) cái chết do bị rơi xuống.

추레하다 tồi tàn, rách rưới.

추려내다 chọn lọc ra, phân loại ra.

추렴 sự quyên góp tiền. **~하다** góp tiền. ¶ 소풍가는 비용을 ~하다 góp tiền đi picnic. ¶ 술~ góp tiền uống rượu.

추록(追錄) phần bổ sung, phụ lục. **~하다** bổ sung thêm, phụ lục thêm.

추론(推論) **~하다** lý luận, suy luận, suy diễn. ¶ ~식(式) 【Lo】 phép suy luận (삼단논법) (phép tam đoạn luận).

추리(推理) sự diễn giải, sự giải trình. **~하다** diễn giải, giải trình. ¶ ~력 khả năng diễn giải / ~ 소설 tiểu thuyết suy luận / 귀납 [연역]~ suy giải quy

nạp [diễn dịch].
추리다 chọn lọc ra, tuyển chọn ra, lựa chọn ra.
추맥(秋麥) lúa mạch mùa Thu.
추명(醜名) tai tiếng, tiếng xấu.
추모(追慕) **~하다** tưởng nhớ về người đã mất.
추문(醜聞) vụ tai tiếng, tiếng dữ, xì căng đan. ¶ ~이 돌다 tiếng dữ lan xa, tai tiếng đồn xa.
추물(醜物) (물건) vật xấu, đồ vật bẩn; (사람) người xấu xí (못생긴); xấu xí bẩn thỉu (더러운).
추밀원(樞密院) hội đồng cơ mật.
추방(追放) sự trục xuất, sự đuổi đi, sự lưu đày (공직에서). **~하다** trục xuất, đuổi đi. ¶ ~령 lệnh trục xuất (ra khỏi nước) (국외) / ~자 người bị đuổi việc (공직), người bị trục xuất (국외) / 국외~ trục xuất ra nước ngoài.
추분(秋分) thu phân.
추비(追肥) bón thêm phân bón.
추산(推算) sự tính toán, sự ước lượng (어림). **~하다** tính toán, ước lượng, dự toán.
추상(抽象) sự trừu tượng. ¶ ~적(으로) mang tính trừu tượng. ¶ ~론(에 빠지다) rơi vào trừu tượng / ~ 명사 danh từ trừu tượng / ~ 예술 nghệ thuật trừu tượng / ~파(派) [주의] học phái [chủ nghĩa] trừu tượng / ~화(畵) tranh trừu tượng.
추상(秋霜) ❶ (가을 서리) sương thu. ❷ (비유적) lạnh lẽo, lạnh lùng, khắc nghiệt (ví von). ¶ ~ 같은 명령 mệnh lệnh nghiêm khắc.
추상(追想) sự hồi tưởng. **~하다** nhớ lại, hồi tưởng lại. ¶ ~록(錄) hồi ký.
추상(推想) **~하다** phỏng đoán, suy luận, suy tưởng ra.
추색(秋色) sắc thu.
추서(追書) tái bút (PS.)
추서(追敍) **~하다** truy tặng (huân chương).
추서다 (회복) hồi phục.
추석(秋夕) rằm Trung Thu, Tết Trung Thu.
추세(趨勢) xu thế, khuynh hướng; (경과) tiến trình. ¶ 세상 ~에 따르다 theo xu thế thế giới / ~에 맡기다 đặt vào xu thế.
추수(秋收) sự thu hoạch. **~하다** thu hoạch. ¶ ~ 감사절 lễ cảm tạ trời đất cho mùa thu hoạch.
추스르다 xốc lên (quần áo), xốc lại (công việc).
추신(追伸) tái bút (PS.).
추심(推尋) sự thu hồi lại, sự lấy lại, sự tìm lại. **~하다** tìm lại, lấy lại. ¶ 수표를 ~에 돌리다 đưa ngân phiếu ra thanh toán. ¶ ~료(料) phí thanh toán ngân phiếu / ~ 어음 hối phiếu ủy nhiệm thanh toán / ~ 위임 배서 uỷ nhiệm thanh toán / ~ 은행 ngân hàng thanh toán (ngân phiếu).
추썩거리다 nhún vai tỏ vẻ coi thường ai đó.
추악(醜惡) ~한 (얼굴 따위가) xấu xa, hung ác, thô bỉ (khuôn mặt).
추앙(推仰) **~하다** ngưỡng mộ, sùng bái.
추어올리다 ❶ (위로) đẩy nâng lên, nhấc lên. ❷ ☞ **추어주다**.
추어주다 tán dương, tâng bốc, bốc lên.
추어탕 ☞ **추탕**.
추억 ký ức, kỷ niệm. **~하다** nhớ lại, hồi tưởng lại kỷ niệm.
추워하다 thấy lạnh, dễ bị lạnh.
추월(追越) **~하다** vượt qua, vượt ra khỏi, vượt xa. ¶ ~ 금지 (게시) cấm vượt! / ~ 금지 구역 vùng cấm vượt qua.
추위 cái lạnh. ¶ 심한 ~ cái lạnh ghê gớm / 살을 에는 듯한 ~ lạnh buốt

ㅊ

da thịt / ～(를) 타다 dễ bị nhiễm lạnh.

추이(推移) sự chuyển đổi, sự chuyển tiếp, sự biến chuyển. **~하다** chuyển tiếp, biến chuyển, chuyển đổi.

추인(追認) **~하다** công nhận lại, xác nhận, chứng thực lại. ¶ ～자 người xác nhận lại.

추잡(醜雜) **~하다** thô thiển, thô bỉ, lỗ mãng. ¶ ～한 말 lời nói lỗ mãng, lời thô tục.

추장(酋長) tù trưởng.

추장(推奬) nói tốt, giới thiệu tốt.

추저분하다 bừa bãi, luộm thuộm, nhếch nhác, bẩn thỉu.

추적(追跡) truy tìm tung tích, theo đuổi, theo dõi (vệ tinh nhân tạo) (인공 위성 따위의). **~하다** theo đuổi, săn đuổi. ¶ ～중이다 trong lúc theo đuổi, đang săn đuổi. ¶ ～ 기지 trạm theo dõi.

추접스럽다 bẩn thỉu, thô thiển, thô tục. ¶ 추접스럽게 굴다 cư xử một cách bần tiện.

추정(推定) sự ước tính, sự giả định. **~하다** ước tính, suy luận. ¶ ～량 lượng giả định / ～ 상속인 người kế thừa tài sản được giả định.

추종(追從) **~하다** phỏng theo, bắt chước ai, đi theo chân ai, mô phỏng (모방). ¶ ～을 불허하다 không cho ai đi theo.

추증(追贈) **~하다** truy tặng (huân chương).

추진(推進) **~하다** sự đẩy tới, sự tiến về phía trước, sự phóng. ¶ ～기 cánh quạt máy bay / ～력 lực đẩy, sức đẩy (tên lửa) (로켓 따위의) / ～용 연료 nhiên liệu dùng cho sự đẩy.

추징(追徵) **~하다** truy thu thêm khoản nào đó; (벌로서) truy thu tiền phạt. ¶ ～금 tiền truy thu; (벌금) tiền phạt.

추천(推薦) sự giới thiệu, đề cử, tiến cử. **~하다** giới thiệu ai; (회원으로) giới thiều ai làm hội viên (đề cử) (지명). ¶ 아무의 ～으로 với sự giới thiệu của ai. ¶ ～자 người giới thiệu, người đề cử / ～장 giấy giới thiệu.

추첨(抽籤) sự rút thăm, bắt thăm, bốc thăm, xổ số. **~하다** rút thăm, quay xổ số. ¶ ～으로 qua rút thăm / ～에 뽑히다 được chọn qua bốc thăm, trúng thăm. ¶ ～권(券) tấm vé số.

추축(樞軸) (중추) trục giữa; (중심) trung tâm. ¶ ～국 các nước trong trục chính.

추출(抽出) 【HH】 sự chiết xuất, rút ra. **~하다** chiết xuất, lọc ra. ¶ ～물 chất được chiết xuất ra / 임의 ～ rút lấy mẫu một cách ngẫu nhiên.

추측(推測) sự dự đoán, sự phỏng đoán. **~하다** dự đoán, phỏng đoán, ước lượng. ¶ ～대로 theo ước lượng, theo dự đoán / ～이 맞다 [어긋나다] dự đoán đúng [sai]. ¶ ～ 기사 bài báo có tính chất suy đoán.

추켜들다 nhấc lên, giơ lên.

추켜잡다 nâng lên, cầm lên.

추탕(鰍湯) canh cá chạch.

추태(醜態) thái độ xấu, biểu hiện khó coi. ¶ ～부리다 biểu hiện khó coi, thái độ gây khó chịu.

추파(秋波) cái liếc mắt đưa tình. ¶ ～를 던지다 liếc mắt đưa tình.

추하다(醜-) ❶ (못생김) xấu xí. ❷ (더러움) bẩn thỉu (추잡); lôi thôi, nhếch nhác (수치스러움). ❸ (비루) xấu xa, thấp kém, tầm thường. ¶ (마음이) 추한 사람 người có lòng dạ xấu xa.

추해당(秋海棠) 【TV】 cây thu hải đường.

추행(醜行) một hành động xấu xa, hành động khiếm nhã (giữa nam nữ) (남녀 간의).

추후(追後) ¶ ～에 về sau, sau này / ～ 통고가 있을 때까지 đến khi có thông báo về sau.

축(丑) sửu (con trâu). ¶ ～년 [시] năm [giờ] sửu.

축(祝) ☞ **축문**(祝文).

축(軸) (굴대) trục ; trục trái đất (지구의); trục xe ô tô (차의); trục máy móc (기계의); trục ống (파이프의).

축[1] (무리) một nhóm người.

축[2] (맥없이) không còn hơi sức, rủ xuống. ¶ ～ 늘어지다 rủ xuống, rũ xuống.

축가(祝歌) bài hát chúc mừng. ¶ 결혼 ～ bài hát chúc mừng đám cưới.

축가다(縮-) ☞ **축나다**.

축객(逐客) đuổi khách. ¶ 문전 ～하다 đuổi khách đi, từ chối gặp.

축구(蹴球) bóng đá. ¶ ～ 선수 [팀] cầu thủ [đội] bóng đá / ～장 sân bóng đá.

축나다 (물건이) (hàng hoá) giảm sút, thiếu thốn, suy giảm; (건강이) sức khoẻ giảm sút.

축내다(縮-) làm giảm sút, sử dụng bớt phần nào.

축농증(蓄膿症) 【YH】 chứng viêm xoang.

축대(築臺) gò đắp đất cao, đài cao. ¶ ～위험 đài đắp cao nguy hiểm.

축도(縮圖) bản sao thu nhỏ, bản vẽ thu nhỏ. ¶ 인생의 ～ bản thu nhỏ của cuộc đời. ¶ ～기 máy vẽ truyền (vẽ lại nguyên mẫu theo bất cứ tỉ lệ nào).

축도(祝禱) sụ cầu nguyện chúc phúc.

축문(祝文) văn tế, lời khấn.

축배(祝杯) rượu chúc mừng. ¶ ～를 들다 nâng cốc chúc mừng.

축복(祝福) sự chúc phúc. **~하다** chúc phúc. ¶ ～받은 nhận sự chúc phúc.

축사(畜舍) trại chăn nuôi.

축사(祝辭) diễn văn chúc mừng. ¶ ～를 하다 đọc diễn văn chúc mừng. ¶ 결혼 ～ diễn văn chúc mừng đám cưới.

축사(縮寫) **~하다** thu nhỏ lại. ¶ ～도(圖) độ thu nhỏ.

축산(畜産) công việc chăn nuôi gia súc. ¶ ～ 시범장 trại nuôi thí điểm / ～업자 người làm nghề chăn nuôi gia súc / ～학 khoa học về chăn nuôi gia súc.

축소(縮少, 縮小) sự thu hẹp, thu nhỏ, rút gọn. **~하다** thu nhỏ, thu hẹp, rút gọn. ¶ 군비 ～ giải trừ quân bị.

축쇄(縮刷) **~하다** in ấn khổ nhỏ. ¶ ～판(版) bản in thu nhỏ

축수(祝手) **~하다** chắp tay cầu khấn (cầu nguyện)

축수(祝壽) **~하다** chúc thọ.

축어(逐語) ～적(으로) theo từng chữ một. ¶ ～역 dịch sát nghĩa từng chữ.

축연(祝宴) yến tiệc, tiệc chúc mừng. ¶ ～을 베풀다 mở tiệc chúc mừng.

축우(畜牛) trâu bò.

축원(祝願) chúc nguyện, lời cầu chúc. **~하다** cầu nguyện, cầu chúc.

축음기(蓄音機) máy hát, máy quay đĩa. ¶ ～를 틀다 mở máy hát.

축의(祝意) chúc mừng, ý chúc mừng. ¶ ～를 표하다 biểu hiện ý chúc mừng. ¶ ～를 표하여 để biểu thị ý chúc mừng.

축이다 làm ẩm, làm ẩm ướt. ¶ 목을 ～ dấp họng, nhấp họng, làm cho đỡ khô họng.

축일(祝日) ngày hội, ngày lễ chúc mừng.

축재(蓄財) (행위) sự tích trữ của cải, tích luỹ tài sản; (모은 재산). **~하다** tích của, gom góp tiền của. ¶ ～자 kẻ tích trữ tài sản / 부정 ～자(者) kẻ tích trữ tài sản bất hợp pháp.

축적(蓄積) sự tích luỹ, sự chất đống **~하다** chất chứa, tích luỹ.

축전(祝典) nghi thức chúc mừng. ¶ 기념 ～ lễ nghi thức chúc mừng.

축전(祝電) thông điệp chúc mừng.

축전기(蓄電器) máy tích điện.
축전지(蓄電池) bình ắc quy, pin.
축제(祝祭) lễ hội, liên hoan. ¶ ～를 열다 mở hội, tổ chức liên hoan. ¶ ～일 ngày hội.
축제(築堤) sự đắp đập ngăn sông. **~하다** đắp bờ, đắp đập, đắp đê ngăn sông. ¶ ～ 공사 công trình đắp đê.
축조(逐條) theo từng điều khoản một. ¶ ～심의하다 thảo luận theo từng điều khoản một.
축조(築造) sự xây dựng, kết cấu. **~하다** xây dựng, kết cấu.
축지다(縮-) ❶ (사람 가치가) (giá trị con người) đánh mất giá trị. ❷ (몸이) sức khỏe tụt dốc.
축척(縮尺) thước đo tỷ lệ thu nhỏ. ¶ ～천 분의 일 tỷ lệ thu nhỏ 1 phần 1.000.
축첩(蓄妾) **~하다** bao gái, nuôi giấu vợ lẽ.
축축 rủ xuống tua tủa, trĩu xuống.
축축하다 ẩm thấp, ẩm ướt. ¶ 축축한 땅 đất ẩm thấp / 축축한 옷 áo ẩm.
축출(逐出) sự trục xuất, tống cổ, đuổi đi. **~하다** trục xuất ai, tống cổ, đuổi ai (지위에서); (퇴거) khai trừ, đuổi đi; (해고) đuổi việc ai.
축하(祝賀) lời chúc, sự chúc mừng. **~하다** chúc mừng, chúc tụng ¶ ～의 말씀 lời chúc mừng / …을 ～하여 chúc mừng việc gì / ～ 인사를 하다 chào hỏi chúc mừng. ¶ ～객 khách chúc mừng / ～ 선물 quà mừng / ～연 tiệc chúc mừng, buổi lễ chúc mừng
축항(築港) **~하다** xây dựng bến cảng. ¶ ～ 공사 công trình xây dựng cầu cảng.
춘경(春耕) Xuân canh (cày ruộng mùa Xuân).
춘경(春景) Xuân cảnh, cảnh mùa Xuân.
춘계(春季) mùa Xuân.
춘곤(春困) sự mệt nhọc vào mùaXxuân.
춘궁(春宮) hoàng thái tử (cách gọi khác).
춘궁기(春窮期) (보릿고개) Xuân cùng kỳ, mùa khan hiếm lương thực.
춘기발동기(春機發動機) thời kỳ thanh xuân, tuổi dậy thì (사춘기).
춘몽(春夢) xuân mộng, sự tưởng tượng, mơ mộng, ảo mộng. ¶ 인생은 일장～이다 cuộc đời như giấc mộng ảo tưởng.
춘부장(春府丈) từ tôn xưng gọi bố của người khác.
춘분(春分) Xuân phân.
춘사(椿事) tai nạn, sự rủi ro, tai ương; (비극) bi kịch.
춘삼월(春三月) tháng 3 âm lịch. ¶ ～ 호시절(好時節) thời kỳ ăn chơi đầu năm.
춘색(春色) sắc Xuân.
춘설(春雪) tuyết mùa Xuân.
춘신(春信) tín hiệu Xuân (화신).
춘약(春藥) thuốc kích dục.
춘양(春陽) (햇빛) ánh nắng mùa Xuân(철) mùa xuân.
춘잠(春蠶) nuôi tằm (vào mùa Xuân).
춘정(春情) ☞ **욕정**, **정욕**.
춘추(春秋) (봄과 가을) Xuân Thu; (세월) tháng năm; (연령) tuổi tác. ¶ ～복 áo mặc Xuân Thu.
춘풍(春風) gió Xuân.
춘하(春夏) Xuân Hạ. ¶ ～추동 Xuân Hạ Thu Đông.
춘화도(春畵圖) tranh ảnh khiêu dâm.
춘흥(春興) hứng, cảm hứng vào mùa Xuân.
출가(出家) **~하다** xuất gia, bỏ nhà.
출가(出嫁) **~하다** xuất giá, đi lấy chồng. ¶ 딸을 ～시키다 gả con gái về nhà chồng.
출간(出刊) ☞ **출판**.
출감(出監) sự ra tù. **~하다** ra tù, hết hạn tù, mãn hạn tù. ¶ ～자 người mãn

hạn tù, người được ra tù.
출강(出講) **~하다** đi giảng bài, lên lớp.
출격(出擊) cuộc xuất kích. **~하다** tấn công bất ngờ, xuất kích.
출고(出庫) **~하다** xuất kho. ¶ ～ 가격 giá xuất kho / ～ 지시 lệnh xuất kho.
출구(出口) lối ra, cửa ra.
출국(出國) **~하다** ra nước ngoài, xuất cảnh. ¶ ～ 허가서 giấy phép xuất cảnh.
출근(出勤) sự đến làm việc **~하다** đi làm. ¶ ～이 늦다 đi làm muộn. ¶ ～부 sổ theo dõi ngày công, sổ chấm công / ～ 시간 thời gian đi làm việc, giờ bắt đầu làm việc, giờ đi làm.
출금(出金) (지불) chi trả; (출자) vốn đầu tư; (예금의) sự rút ra, lấy. ¶ ～ 전표 phiếu thanh toán.
출납(出納) sự gửi vào và rút ra, sự thu chi. ¶ ～계원 nhân viên phụ trách thu chi / ～부 sổ thu chi.
출동(出動) (군대, 경관의) sự xuất quân, sự điều động (quân đội, cảnh sát); (함선의) sự nhổ neo. **~하다** xuất quân, điều động, nhổ neo. ¶ ～ 명령 lệnh xuất quân (lục quân) (육군); lệnh nhổ neo ra khơi (hải quân) (해군) / ～준비 chuẩn bị xuất quân.
출두(出頭) **~하다** trình diện, có mặt. ¶ ～ 명령 lệnh trình diện / 자진 [임의] ～ (형식으로) theo hình thức tự có mặt [có mặt tùy ý].
출렁거리다 dập dờn, bồng bềnh (sóng).
출력(出力) kết quả truyền dữ liệu ra ngoài, in; sự bỏ tiền giúp công việc.
출루하다(出壘-) 【BC】 sự đi vị trí "base". ¶ ～해 있다 đang ở khu "base".
출마(出馬) **~하다** tranh cử, ứng cử.
출몰(出沒) **~하다** lúc ẩn lúc hiện.
출발(出發) sự xuất phát. **~하다** xuất phát đi (Seoul) (서울로); xuất phát đi đâu (bằng thuyền) (배로).
출범(出帆) sự nhổ neo. **~하다** nhổ neo.
출병(出兵) **~하다** xuất binh, phái quân.
출비(出費) sự chi tiêu
출사(出仕) **~하다** làm quan.
출산(出產) sự sinh nở. **~하다** sinh nở, đẻ. ¶ ～율 tỉ lệ sinh sản.
출생(出生) sự sinh ra đời, sự sinh ra. **~하다** sinh ra, đẻ ra. ¶ ～ 신고 khai sinh / ～율(率) tỉ lệ sinh / ～지 nơi sinh.
출석(出席) sự có mặt. **~하다** có mặt, đến lớp, đi học. ¶ ～을 부르다 gọi điểm danh. ¶～부(簿) sổ điểm danh / ～자 người có mặt, người tham dự (tên gọi chung) (총칭) / 전원 ～ sự có mặt đầy đủ của tất cả thành viên.
출세(出世) sự thành đạt. **~하다** thành công, thành đạt trong cuộc sống, thành đạt trong sự nghiệp. ¶ ～한 사람 người thành đạt. ¶ ～작(作) tác phẩm thành công, tác phẩm nổi tiếng.
출신(出身) xuất thân (태생); người tốt nghiệp từ trường nào (졸업자); (집안) xuất thân trong gia đình nào. ¶ …의 ～이다 học từ trường nào ra (학교); đến từ địa phương nào (지방). ¶ ～교 trường đã từng học / ～지 nơi xuất thân, xuất xứ.
출애굽기(出-記) 【CĐG】 Xuất Hành, cuộc ra đi của dân Ysơraen từ Ai Cập (quyển thứ hai thánh kinh).
출어(出漁) **~하다** đi câu cá, đi bắt cá. ¶ ～ 구역 vùng đánh bắt cá / ～권 quyền được phép đánh bắt cá.
출연(出捐) **~하다** biếu, viện trợ, quyên góp. ¶ ～금 tiền quyên góp.
출연(出演) sự biểu diễn. **~하다** biểu diễn (lần đầu)(초연). ¶ ～료(料) thù lao biểu diễn / ～자 diễn viên.

ㅊ

출영(出迎) cuộc đón tiếp (영접). **~하다** đón tiếp ai, nghênh tiếp ai / ～을 받다 được nhận sự đón tiếp.

출옥(出獄) **~하다** được thả ra khỏi tù vì hết hạn. ¶ ～자 ☞ **출감자**(出監者).

출원(出願) sự nộp giấy tờ, nộp đơn. **~하다** nộp giấy tờ, nộp đơn. ¶ ～자 người nộp đơn.

출입(出入) sự ra vào, sự xuất nhập. **~하다** ra vào, hay đến (자주 가다). ¶ ～구 cửa ra vào / ～국 cục quản lý xuất nhập cảnh / ～국 관리소 / ～ 금지 (게시) Cấm ra vào! / 미성년자 ～ 금지 (게시) Cấm tuổi vị thành niên ra vào!.

출자(出資) sự đầu tư, sự đóng góp. **~하다** đầu tư, đóng góp tài chính. ¶ ～금 tiền đầu tư / ～자 người đầu tư.

출장(出張) sự đi công tác. **~하다** đi công tác. ¶ ～소(所) địa điểm công tác / ～ 여비 công tác phí / 베트남에 ～가다 đi công tác ở Việt Nam.

출장(出場) **~하다** gia nhập vào, tham gia vào (참가) đứng ra (nơi nào).

출전(出典) xuất xứ, tài liệu làm xuất xứ.

출전(出戰) **~하다** (출정) ra trận, xuất chiến; (참가) tham gia.

출정(出廷) **~하다** tham dự phiên toà, ra toà.

출정(出征) **~하다** xuất chinh, ra trận.

출제(出題) **~하다** ra đề thi, đặt đầu đề.

출중(出衆) **~하다** xuất chúng, nổi bật, nổi tiếng (서술적).

출찰(出札) sự phát hành vé. ¶ ～ 계원 nhân viên bán vé, người bán vé / ～소[구] trạm [cửa] bán vé.

출처(出處) xuất xứ.

출초(出超) xuất siêu, xuất khẩu nhiều.

출출하다 cảm giác hơi đói

출타(出他) **~하다** đi vắng, đi nơi khác. ¶ ～중에 đang đi vắng.

출토(出土) **~하다** đào bới, khai quật. ¶ ～품 vật đào được.

출판(出版) sự xuất bản. **~하다** xuất bản, phát hành, in. ¶ ～계(界) giới xuất bản / ～ 기념회 lễ kỷ niệm xuất bản / ～ 목록 mục lục xuất bản / ～물 ấn phẩm / ～사 nhà xuất bản / ～업 ngành xuất bản / ～자 người xuất bản.

출품(出品) **~하다** đưa ra trưng bày, triển lãm sản phẩm. ¶ ～ 목록 danh mục trưng bày, mục lục trưng bày / ～물 vật đem ra trưng bày.

출하(出荷) sự xuất hàng. **~하다** xuất hàng, ¶ ～자 người xuất hàng.

출항(出航) **~하다** xuất hành.

출항(出港) sự khởi hành, sự rời bến, xuất cảng. **~하다** xuất cảng. ¶ ～선 tàu nhổ neo / ～ 절차 thủ tục xuất cảng / ～ 정지(를 해제하다) (hủy bỏ) việc đình chỉ xuất cảng.

출현(出現) sự xuất hiện. **~하다** xuất hiện.

출혈(出血) sự chảy máu; (희생) hy sinh; (결손) tổn thất, tổn hại, thiệt hại. **~하다** xuất huyết. ¶ ～ 과다로 do ra máu nhiều quá. ¶ ～ 경쟁 cạnh tranh đến mức bị tổn thất, cạnh tranh phá giá /～ 수출 [판매] xuất khẩu [bán] lỗ.

출회(出廻) sự luân chuyển, lưu thông hàng hóa. **~하다** lưu thông hàng hóa, luân chuyển.

춤[1] (무용) điệu múa. ¶ ～추다 múa, nhảy / ～을 잘 추다 nhảy giỏi, múa dẻo. ¶ ～ 선생 giáo viên dạy múa.

춤[2] (운두) chiều cao (của đồ vật).

춤[3] (분량) (liều lượng) một nhúm, một nắm.

춥다 lạnh. ¶ 추운 날씨 trời lạnh / 추워하다 thấy lạnh / 추워 보이다 trông lạnh lẽo / 추워지다 trở nên lạnh lẽo / 추워서 떨다 run lên vì lạnh.

충(蟲) ❶ ☞ **벌레**. ❷ ☞ **회충**.

ㅊ

충격(衝擊) cú sốc, sự va chạm mạnh, sự xung đột. ¶ ～적(인) gây sốc / ～을 받다 bị sốc, bị choáng / ～을 주다 mang đến cú sốc, mang đến sự xung đột. ¶ ～사(死) cái chết do sốc / ～ 요법 phép trị bệnh kích thích, gây sốc / ～파(波) sóng rung, sóng chấn động.

충견(忠犬) con chó trung thành.

충고(忠告) lời khuyên, lời răn đe (간언); sự cảnh cáo (경고). **~하다** khuyên nhủ, răn đe, cảnh cáo. ¶ ～에 따라[를 듣지 않고] nghe theo [không nghe theo] lời khuyên của ai. ¶ ～자 người khuyên nhủ, người cảnh cáo.

충당(充當) **~하다** sung vào, đáp ứng, thích hợp.

충돌(衝突) sự xung đột (비유); sự đối đầu. **~하다** xung đột, đối đầu. ¶ 의견의～ sự xung đột về ý kiến ¶ 이[삼]중 ～ (xe) đụng dây chuyền 2 [3] chiếc / 정면 [공중] ～ đâm chính diện [trên không].

충동(衝動) ❶ (의식) sự thúc giục, sự giục giã (ý thức). ¶ ～적으로 mang tính thúc giục, một cách vội vàng / ～에 이끌리다 bị lôi cuốn vào sự kích động, bị quá khích / …하고 싶은 ～을 느끼다 cảm thấy bị thúc giục làm gì. ❷ (교사, 선동) xúi giục, sự lôi kéo, sự kích động. ～하다 lôi kéo, xúi giục ai, kích động ai.

충만(充滿) **~하다** sung mãn, đầy đủ.

충매(蟲媒) sự thụ phấn hoa do sâu bọ.

충복(忠僕) người đầy tớ trung thành.

충분(充分) ～한 đầy đủ. ¶ ～히 một cách đầy đủ, vừa đủ, một cách thích đáng.

충성(忠誠) sự trung thành, lòng trung thành. ～스러운 trung thành, tận tuỵ.

충신(忠臣) trung thần.

충실(充實) ～한 đầy đủ. ¶ 내용 ～ nội dung đầy đủ / ～한 생활 một cuộc sống đầy đủ.

충실(忠實) ～한 trung thực. ¶ ～히 một cách trung thực.

충심(衷心) tấm lòng trung thực, tấm lòng chân thật. ¶ ～으로 bằng cả tấm lòng chân thực.

충양돌기(蟲樣突起) 【GP】 ruột thừa. ¶ ～염(炎) ☞ **맹장염**.

충언(忠言) lời khuyên thật lòng. **~하다** khuyên ai thật lòng.

충원(充員) sự bổ sung người; 【QS】 (인원); bổ sung, thêm (보충). **~하다** bổ sung nhân sự, tăng cường nhân lực, tuyển quân. ¶ ～ 계획 kế hoạch bổ sung nhân sự.

충의(忠義) lòng trung thành, tính trung thực.

충이다 lắc lên lắc xuống.

충일(充溢) **~하다** tràn ngập, dạt dào, chứa chan.

충적(沖積) 【Địa】 ～의 bồi tích, bồi đắp (phù sa). ¶ ～평야 cánh đồng phù sa.

충전(充電) sự nạp điện, sự xạc pin. **~하다** nạp điện, xạc pin. ¶ ～기 bộ xạc pin, xạc điện.

충전(充塡) sự lấp đầy. **~하다** lấp đầy.

충절(忠節) lòng chung thuỷ, trung thành.

충정(衷情) lòng chân thành. ¶ ～을 털어놓다 dốc bầu tâm sự, bày tỏ lòng chân thật.

충족(充足) **~하다** sung túc, đầy đủ. ¶ ～시키다 làm cho sung túc, đầy đủ; làm cho hài lòng.

충직(忠直) ～한 trung trực.

충천(衝天) **~하다** cao vút, ngất trời. ¶ 의기가 ～하다 nghĩa khí cao vút.

충충하다 u ám, lờ mờ, tối tăm.

충치(蟲齒) răng sâu. ¶ ～가 먹다 bị sâu răng.

충해(蟲害) bệnh dịch do sâu bọ gây ra.

¶ ～를 입다 bị dịch sâu bọ.

충혈(充血) sự xung huyết. **~하다** bị xung huyết (눈이). ¶ ～한 눈 mắt đỏ ngầu.

충혼(忠魂) cái chết trung nghĩa. ¶ ～비 bia liệt sĩ, bia tưởng niệm anh hùng hy sinh vì nghĩa cả.

충효(忠孝) trung hiếu.

췌액(膵液) 【YH】 dịch tụy.

췌언(贅言) lời thừa.

췌장(膵臟) 【GP】 tuyến tụy ¶ ～염 【YH】 viêm tụy / ～ 절개(술) phẫu thuật tụy.

취객(醉客) kẻ say rượu, người say.

취결(就結) giải quyết, thanh toán quan hệ giao dịch; (어음의) sự rút hối phiếu. **~하다** rút hối phiếu.

취관(吹管) ống thổi lửa.

취급(取扱) (사람, 물건 등의) cách đối xử, cách cư xử, (일의) quản lý công việc. **~하다** đối xử, cư xử (문제, 사람을); đề cập, xử lý, đối đãi, tiếp nhận (사무를). ¶ 신사로 ～하다 cư xử như một đàn ông. ¶ ～소 nơi tiếp nhận / ～인 người tiếp nhận, người hướng dẫn / 소화물 ～ xử lý bưu kiện nhỏ.

취기(醉氣) cảm giác chuếnh choáng, say xỉn. ¶ ～가 돌다 say sưa, say xỉn.

취담(醉談) lời nói khi say. **~하다** nói trong khi say rượu.

취득(取得) sự đạt được, sự lấy. **~하다** đạt được, thu được. ¶ ～물 vật đạt được / ～세 thuế phải trả khi lấy được đồ vật nào / 부동산 ～세 thuế trả khi mua bất động sản / ～자 người đạt được.

취락(聚落) sự định cư, quần cư.

취로(就勞) **~하다** bố trí công việc, làm công việc. ¶ ～ 사업 dự án giúp đỡ những người thất nghiệp.

취미(趣味) sở thích, niềm đam mê. ¶ 고상한 ～ sở thích cao sang / ～가 있는 có sở thích / ～가 없는 không có sở thích / ～를 갖다 mang một sở thích / ～에 맞다 phù hợp với sở thích. ¶ ～ 생활 sống theo sở thích / 독서 [우표 수집, 음악감상] ～ sở thích đọc sách [sưu tầm tem, nghe nhạc] / 악～ sở thích quái ác.

취사(炊事) công việc nấu ăn. **~하다** nấu ăn, làm bếp. ¶ ～ 당번 lính đến phiên nấu ăn (병사의) / ～ 도구 dụng cụ nhà bếp / ～장 nhà bếp.

취사(取捨) sự lấy và bỏ. ¶ ～ 선택 sự chọn lọc, sự chọn lựa / ～ 선택하다 lựa chọn, tuyển chọn.

취생몽사(醉生夢死) **~하다** sống hão huyền, sống lười biếng, vô nghĩa.

취소(取消) 【PL】 sự huỷ bỏ, sự xoá bỏ (vô hiệu) (무효); sự thu hồi, huỷ bỏ (철회). **~하다** huỷ bỏ, thu hồi, xoá bỏ. ¶ ～할 수 있는 có thể huỷ bỏ / ～할 수 없는 không thể huỷ, không thể thu hồi / 약속을 ～하다 hủy bỏ hẹn. ¶ ～ 명령 lệnh hủy bỏ / 계약 ～ hủy bỏ hợp đồng / 판결 ～ hủy bỏ phán quyết.

취안(醉眼) cặp mắt của người say, lờ đờ.

취약(脆弱) ～한 suy nhược, yếu ớt, dễ vỡ, dễ gãy. ¶ ～ 지역 vùng yếu kém.

취업(就業) sự có việc làm. **~하다** có việc. ¶ ～ 중이다 đang làm việc, đang hành nghề. ¶ ～ 규칙 quy tắc làm việc / ～ 시간 thời gian làm việc / ～율 tỉ lệ có nghề nghiệp / 해외 ～ xin việc ở nước ngoài.

취역(就役) **~하다** lao động (chân tay).

취음(取音) sự phiên âm thành chữ (chữ Hàn). **~하다** chuyển âm thành chữ (chữ Hàn).

취의(趣意) ☞ **취지**(趣旨).

취임(就任) nhậm chức. **~하다** nhậm chức. ¶ ～식 lễ nhậm chức / ～ 인사 ra mắt sau khi nhậm chức.

취입(吹入) **~하다** thu băng, ghi âm.

취재(取材) sự lấy đề tài, sự lấy tư liệu (viết bài). **~하다** tìm đề tài, thu thập dữ liệu (nhà báo). (기자가) ¶ ~ 기자 nhà báo săn tin, phóng viên / ~ 활동 hoạt động nhà báo.

취조(取調) ☞ **문초**(問招).

취주(吹奏) **~하다** thổi sáo, kèn. ¶ ~악 nhạc kèn, nhạc sáo / ~악기 nhạc khí thổi / ~악대 [악단] dàn nhạc thổi / ~자 người thổi sáo, thổi kèn.

취중(就中) đặc biệt trong đó.

취중(醉中) ¶ ~에 trong lúc say. ¶ ~ 운전 lái xe trong tình trạng say rượu.

취지(趣旨) (생각) ý quan trọng, suy nghĩ; (목적) mục đích; (의의, 요지) ý nghĩa, ý quan trọng. ¶ 질문의 ~ mục đích của câu hỏi / …이란 ~의 hàm ý quan trọng là ….

취직(就職) sự xin việc, sự tìm việc làm. **~하다** xin việc. ¶ ~시켜 주다 xin việc cho ai. ¶ ~난 vấn nạn việc làm / ~ 시험 thi tuyển xin việc / ~ 운동 vận động xin việc / ~ 자리 chỗ làm / ~처 nơi xin việc.

취침 **~하다** đi ngủ. ¶ ~ 중 đang ngủ. ¶ ~ 시각 thời gian ngủ.

취태(醉態) trạng thái say rượu. ¶ ~를 부리다 biểu hiện trạng thái say.

취하(取下) **~하다** sự rút lại. ¶ 소송을 ~하다 rút lại đơn kiện.

취하다(取-) ❶ (채용) đi theo, theo hướng, làm theo. ¶ 강경한 태도를 ~ đi theo thái độ cứng rắn. ❷ (선택하다) chọn lựa. ¶ 여럿 가운데서 하나를 ~ lựa chọn một trong những cái khác. ❸ (섭취) chiếm được, có được. ❹ (꾸다) lấy, vay (tiền).

취하다(醉-) ❶ (술에) say rượu. ¶ 취하여 bị say / 곤드레만드레 ~ say bí tỷ, say không biết trời đất gì / 거나하게 ~ say bí tỷ. ❷ (중독) nghiện. ¶ 담배에 ~ nghiện thuốc lá. ❸ (도취) say sưa, thả hồn vào. ¶ 성공에 ~ say sưa với thành công / 환희에 ~ mải mê với sự hoan hỉ. ❹ (멀미하다) bị say xe. ¶ 배에 ~ say tàu / 차 [비행기]에 ~ say xe [máy bay].

취학(就學) **~하다** sự đi học, theo học. ¶ ~시키다 cho đi học, cho theo học. ¶ ~률(率) tỉ lệ đến trường / ~ 아동 trẻ đi học / 미~ 아동 trẻ chưa đến tuổi đến trường / ~ 연령 tuổi đi học.

취한(取汗) **~하다** làm cho ra mồ hôi (cảm lạnh).

취한(醉漢) kẻ say, người say rượu.

취항(就航) **~하다** mở đường bay. ¶ 유럽 항로에 ~하다 mở đường bay đến Châu Âu.

취향(趣向) (기호) ký hiệu; (경향) khuynh hướng. ¶ ~에 맞다 phù hợp với khuynh hướng.

취흥(醉興) hứng thú khi bị say xỉn.

…측(側) phía, bên. ¶ 양~ hai bên / 유엔 ~ phía UN.

측거의(測距儀) máy đo mục tiêu xa.

측근(側近) ¶ ~에 ở gần. ¶ ~자 người ở gần, người thân mật.

측량(測量) sự trắc lượng, đo đạc; (토지의) đo đất; (물 깊이의) đo độ sâu của nước. **~하다** đo đạc, định lượng. ¶ ~ 기계 máy đo / ~ 기사 kỹ sư đo đạc / ~도 sơ đồ đo đạc / ~반 nhóm đo đạc / ~선 tàu đo đạc / ~술 thuật đo đạc.

측면(側面) sườn, mặt bên, khía cạnh. **~의** thuộc về khía cạnh. ¶ ~ 공격 tấn công sườn / ~도 bản vẽ mặt cắt.

측문(仄聞) **~하다** nghe qua tin đồn.

측백나무(側柏-) [TV] một loại cây thảo dược, cây sống đời, cây "Trắc Bá".

ㅊ

측선(側線) ❶ (철도의) tuyến đường phụ (tuyến đường để điều tàu xe). ¶ ～에 넣다 đưa sang đường phụ khác. ❷ (어류의) đường sọc bên (loài cá).
측심(測深) sự thăm dò độ sâu. **~하다** đo độ sâu. ¶ ～기 máy đo độ sâu.
측연(測鉛) vật gắn vào đầu dây sắt để thả xuống dò độ sâu của nước. ¶ ～선 cái (dây) đo dò nước.
측우기(測雨器) máy đo lượng mưa.
측은(惻隱) ～한 trắc ẩn, thương xót, thương hại (cảm động) (감동). ¶ ～한 마음이 들다 động lòng trắc ẩn.
측전기(測電器) điện kế, dụng cụ đo điện.
측점(測點) (측량의) điểm đo đạc, điểm định lượng.
측정(測定) (일반적) sự đo lường, đo đạc; (토지의) đo đất; (수심의) đo độ sâu của nước. **~하다** đo lường, đo đạc. ¶ 거리를 ～하다 đo khoảng cách. ¶ 시간 ～법 phép tính thời gian.
측정(測程) ¶ ～선 tàu đo vận tốc / ～의(기) máy đo vận tốc / ～ 판(板) 【Hải】 bảng đo vận tốc tàu.
측지(測地) sự đo đạc địa hình, sự đo đất. **~하다** đo đất. ¶ ～학 khoa học đo đạc địa hình.
측후(測候) sự quan sát khí tượng. **~하다** đo khí tượng. ¶ ～소 trạm đo khí tượng, đài thiên văn.
층(層) (사회계급) tầng lớp; (건물의) tầng (toà nhà); (지층) địa tầng. ¶ 근로자～ tầng lớp lao động / 석탄～ tầng than đá / 2～ tầng 2.
층계(層階) bậc cầu thang. ¶ ～를 오르다 bước lên bậc thang. ¶ ～참 chỗ rộng giữa cầu thang.
층나다(層-) để lộ ra các tầng, sự chênh lệch
층대(層臺) ☞ **층층대**.
층돌(層-) đá Lydian.
층등(層等) đẳng cấp, tầng lớp khác biệt.
층면(層面) 【Địa】 tầng, lớp đất, mặt vỏ nhiều lớp.
층상(層狀) ～의 xếp thành tầng, từng thớ đất, từng lớp.
층암절벽(層巖絶壁) tầng vách núi đá dựng đứng.
층애(層崖) tầng vách đá.
층운(層雲) vân tầng (khí tượng), tầng mây gần đất nhất.
층적운(層積雲) mây tầng tích.
층지다(層-) ☞ **층나다**.
층층다리(層層-) thang đắp nhiều tầng.
층층대(層層臺) ☞ **층층다리**.
층층시하(層層侍下) phụng dưỡng cả bố mẹ và ông bà.
층하(層下) **~하다** sự phân biệt, sự thiếu tôn trọng.
치(値) 【TH】 giá trị tính bằng số.
치[1] ❶ (몫) phần, suất. ¶ 이틀 ～의 식량 khẩu phần ăn của hai ngày. ❷ (사람) một gã, một kẻ. ¶ 그～ gã đó.
치[2] (길이의 단위) đơn vị đo chiều dài (1치 = 3.03cm).
치가(治家) sự trông nom nhà cửa. **~하다** trông nom nhà cửa, quản lý gia đình.
치가떨리다(齒-) nghiến răng tức giận.
치감(齒疳) 【YH】 viêm lợi.
치경(齒莖) lợi răng.
치고 (tất cả, không ngoại lệ) đã là … thì. ¶ 그것은 그렇다～ đã coi là như thế / 학생～ 영어 못 읽는 사람이 없다 đã gọi là học sinh thì không ai không biết đọc tiếng Anh.
치골(恥骨) 【GP】 xương mu.
치과(齒科) nha khoa. ¶ ～ 기공 thợ chế tạo răng nhân tạo / ～ 대학 đại học nha khoa / ～의(사) nha sĩ, bác sĩ nha khoa; (개업의) nha sĩ có nha khoa của mình / ～의원 phòng khám răng
치국(治國) sự trị vì đất nước, trị quốc.

ㅊ

¶ ～책(策) chính sách trị quốc.

치근(齒根) chân răng.

치근거리다 làm phiền, làm ai khó chịu. ¶ 치근치근 dai dẳng, lằng nhằng, phiền nhiễu.

치기(稚氣) cảm giác non nớt của người trẻ.

치기배(-輩) tên cướp, kẻ trộm cắp.

치다[1] ❶ (때리다) đánh, đập. ¶ 치고 받고 하다 đánh nhau. ❷ (두드리다) gõ (trống) (북을); rung chuông (종을); đánh đàn (풍금 따위); đóng đinh (못을); vỗ tay (손뼉을). ¶ 피아노를 ～ chơi đàn piano. ❸ (맞히다) đoán. ¶ 배트로 야구공을 ～ đánh bóng chày. ❹ (떡을) ¶ 떡을 ～ nặn bánh. ❺ (벼락 따위) lóe chớp.

치다[2] ❶ (공격, 토벌) công kích. ❷ (베어내다) cắt hạ. ❸ (비난하다) chỉ trích.

치다[3] (깨끗이) dọn sạch. ¶ 똥을 ～ dọn dẹp đại tiện.

치다[4] ❶ (체로) sàng (bằng cái sàng). ❷ (장난을) đùa cợt, trêu. ❸ (소리를) kêu, gào.

치다[5] ❶ (셈) tính, đếm. ¶ 1000원으로 ～ tính là 1000 won. ❷ (여김) cho là.

치다[6] (액체, 가루를) rắc bột (gia vị)(양념); đổ (붓다); lọc (bột) (가루를).

치다[7] ❶ (대님 따위를) mắc. ❷ (장막 따위를) giăng, treo (mùng màn). ❸ (줄을) kéo căng (dây).

치다[8] (차가) đâm phải, cán phải (xe ô tô). ¶ (사람을) 치고 뺑소니치다 đâm phải ai rồi bỏ chạy.

치다[9] ❶ (사육) nuôi nấng, nuôi ❷ (새끼를) nuôi con. ❸ (꿀을) ¶ 벌이 꿀을 ～ ong làm mật.

치다[10] (그물 등을) treo (과일 나무 위에); (끈을) thắt dây.

치다[11] ❶ (전보를) đánh điện. ❷ (시험을) thi, làm bài thi.

치다[12] (화투를) chơi bài; (섞다) trộn lẫn.

치다꺼리 ❶ (일처리) sự quản lý, xử lý (công việc). **~하다** xử lý, điều khiển. ❷ (조력) sự hỗ trợ, giúp đỡ, giúp sức. **~하다** giúp sức, hỗ trợ.

치닫다 lao vào, xông vào.

치대다 đặt lên, chà, chà xát. ¶ 판자를 ～ đặt treo tấm bảng lên.

치둔(癡鈍) ～한 ngơ ngơ, đần độn, ngu ngốc.

치뜨다 ngước lên, ngẩng lên.

치뜨리다 tung lên, ném lên.

치런치런 ❶ (넘치락말락) sự tràn đầy, tràn trề. ❷ (스치락말락) lê thê. ¶ 치맛자락을 ～ 늘어뜨리고 걷다 bước đi kéo theo vạt váy dài, kéo lê váy lượt thượt.

치렁거리다 ❶ (드린 물건이) rườm rà (quà tặng). ❷ (시일이) lê thê (ngày tháng).

치레 sự trang trí, sự tô điểm thêm; **～하다** trang trí, tô điểm, trang điểm.

치료(治療) sự điều trị, chữa bệnh. **~하다** điều trị, chữa bệnh. ¶ ～를 받다 được điều trị / 암의 ～를 받다 được chữa bệnh ung thư. ¶ ～법 cách điều trị / ～비 phí điều trị; (배상조의) tiền bồi thường điều trị / 물리 ～ vật lý trị liệu.

치루(齒瘻) [YH] lỗ rò, đường rò hậu môn.

치르다 ❶ (돈을) trả, trả công, chi trả (tiền). ¶ 값을 ～ trả giá. ❷ (겪다) trải qua, có kinh nghiệm. ¶ 시험을 ～ thi, làm bài thi. ❸ (접대) tiếp đón.

치를 떨다(齒-) nghiến răng; keo kiệt.

치마 váy. ¶ 치맛바람 tiếng váy sột soạt; uy thế của phụ nữ / 치맛자락 vạt váy.

치매(癡呆) [YH] bệnh tâm thần phân liệt, chứng mất trí nhớ.

치명(致命) **~적** mang tính trí mạng. ¶ ～적으로 một cách ghê gớm. ¶ ～상 vết thương trí mạng, bị tai nạn gần chết / ～상을 입다 gặp tai nạn khủng khiếp.

치밀(緻密) ～한 cụ thể, chi tiết. ¶ ～한 계획 kế hoạch chi tiết, kế hoạch tỉ mỉ.

치밀다 (위로 밀다) đẩy lên, nâng lên; (감정이) trào dâng. ¶ 분노가 ～ nổi xung lên, nổi giận đùng đùng.

치받이 độ dốc. ¶ ～를 올라가다 leo dốc.

치받치다 (감정이) bùng dậy, trỗi dậy (tình cảm); (밑을) bùng lên, bốc lên, bay lên.

치부(致富) **~하다** trở nên giàu có.

치부(恥部) bộ phận sinh dục.

치부(置簿) **~하다** vào sổ sách, lên sổ sách. ¶ ～책 sổ sách ghi chép thanh toán.

치사(致死) ～의 chí tử. ¶ ～량 liều thuốc gây chết người.

치사(致謝) **~하다** biết ơn, cảm kích.

치사스럽다(恥事-) một cách quá đáng, đáng hổ thẹn; (비열) thấp kém, bẩn thỉu. ¶ 치사스럽게 굴다 cư xử một cách đáng hổ thẹn, xử một cách thấp hèn.

치사하다(恥事-) ☞ **치사스럽다**.

치산(治山) sự trồng rừng bảo vệ núi. **~하다** trồng rừng trên núi. ¶ ～ 치수 sự trồng rừng phòng hộ / ～ 치수 사업 sự nghiệp trồng rừng phòng hộ.

치산(治産) sự gây dựng gia sản, gia nghiệp, sự quản lý tài sản. **~하다** gây dựng gia sản, trông nom tài sản gia đình.

치살리다 ca tụng, tán dương, tâng bốc ai.

치석(齒石) cao răng. ¶ ～ 제거 cạo cao răng.

치성(致誠) (정성을 다함) sự tận tụy hết lòng; (신불에의) hết lòng thành kính với thần Phật.

치세(治世) thời bình, thế giới thanh bình (태평한 세상). ¶ …의 ～에 dưới thời thanh bình của ….

치수(-數) chỉ số, kích cỡ. ¶ ～대로 theo chỉ số / ～를 재다 đo kích cỡ, đo các chỉ số.

치수(治水) sự ngăn chặn lũ, trị thủy. **~하다** ngăn lũ, chống lũ. ¶ ～ 공사 công trình ngăn lũ, công trình trị thủy.

치수(齒髓) tủy răng. ¶ ～염 [YH] viêm tủy răng.

치신경(齒神經) thần kinh răng.

치신 uy tín, danh dự. ¶ ～을 잃다 làm mất uy tín, mất danh dự của bản thân.

치신사납다 nhếch nhác, luộm thuộm, tai tiếng.

치신없다 không lịch sự, không đàng hoàng, không đứng đắn. ¶ 치신없는 짓 hành động lỗ mãng, hành động không lịch sự / 치신없이 굴다 cư xử một cách không đàng hoàng, không lịch sự.

치아(齒牙) ☞ **이**.

치안(治安) trị an, an ninh. ¶ ～을 유지(維持)하다 duy trì trị an, gìn giữ an ninh chung. ¶ ～감 sĩ quan cảnh sát có chức vụ cao / ～ 경찰 cảnh sát trật tự / ～ 당국 cơ quan an ninh cảnh sát / ～ 총감 cảnh sát trưởng, trưởng ty cảnh sát.

치약(齒藥) kem đánh răng, kem đánh răng loại bột (가루).

치열(齒列) hàm răng. ¶ ～ 교정 sửa lại hàm răng, chỉnh lại hàm răng cho đẹp.

치열(熾烈) ～한 khốc liệt, mãnh liệt, quyết liệt. ¶ ～한 경쟁 cạnh tranh quyết liệt.

치외법권(治外法權) đặc quyền ngoại giao.

치욕(恥辱) sự ô danh, sự ô nhục, sự xấu hổ (모욕). ¶ 국가의 ～ sự ô nhục của

ㅊ

quốc gia / ～을 참다 nhịn nhục.

치우다 ❶ (정리) chỉnh lý, sắp xếp; (제거) loại bỏ; (제자리에) dọn dẹp tại chỗ. ❷ (딸을) gả con gái.

치우치다 (기울다) nghiêng về, thiên về; (편파적) hướng theo, bẻ cong, không ngay thẳng. ¶ 치우친 생각 suy nghĩ một chiều, thiên kiến.

치유(治癒) sự điều trị, chữa bệnh. **~하다** trị bệnh, cứu thương, cứu sống.

치음(齒音) âm răng (âm thanh học)(음성학).

치이다[1] ❶ (덫에) bị sa bẫy, bị mắc kẹt. ❷ (피륙의 올이) bị dồn cục lại.

치이다[2] (수레바퀴에) bị xe cán.

치이다[3] (값이) trị giá.

치자(治者) người thống trị, kẻ cai trị.

치자(梔子) hạt giống cây dành dành. ¶ ～나무 cây dành dành.

치장(治粧) sự tô vẽ, thêm thắt, sự trang điểm; (얼굴의) trang điểm. **~하다** tô vẽ, trang điểm, trang hoàng. ¶ 몸을 ～하다 sự làm đẹp bản thân / 집을 ～하다 trang hoàng nhà cửa.

치적(治績) (업적) thành tích quản lý, thành quả công việc, nghiệp tích.

치정(痴情) si tình, tình yêu mù quáng (불의). ¶ ～에 의한 범죄 tội phạm do si tình. ¶ ～ 살인 sát nhân vì si tình, giết người do yêu mù quáng.

치조(齒槽) 【GP】 ổ răng. ¶ ～ 농루(膿漏) 【YH】 viêm ổ răng.

치죄(治罪) **~하다** trừng phạt, trừng trị, trị tội.

치중(置重) **~하다** nhấn mạnh, làm nổi bật, đặc biệt nhấn mạnh vào.

치즈 pho mát.

치질(痔疾) 【YH】 bệnh trĩ.

치치다 ❶ (치긋다) vạch ra, vẽ lên. ❷ (치던지다) nâng lên, tung lên

치켜세우다 nâng lên, nhướng lên; tung hô, tâng bốc, tán dương ai.

치키다 nhấc lên, kéo lên, đẩy lên, nâng lên.

치킨 (닭고기) thịt gà. ¶ ～ 수프 súp gà.

치통(齒痛) chứng đau răng. ¶ ～이 나다 bị đau răng.

치하(治下) ～의 dưới quyền lực của, dưới sự trị vì. ¶ 일제식민 ～의 dưới ách thống trị của thực dân Nhật.

치하(致賀) lời chúc mừng, khen ngợi. **~하다** (사람을) khen ngợi, chúc mừng ai; (일을) khen ngợi, tán dương, chúc mừng việc gì.

치한(癡漢) (호색한) kẻ trêu ghẹo phụ nữ (háo sắc).

치환(置換) 【TH】 【HH】 sự hoán vị, sự thay thế. **~하다** đổi chỗ, thay thế, hoán vị.

칙령(勅令) lệnh của vua, chỉ dụ, chiếu vua ban.

칙명(勅命) mệnh lệnh của vua.

칙사(勅使) đại diện của hoàng gia, sứ giả. ¶ ～ 대접을 하다 tiếp đón như đại diện sứ giả.

칙살스럽다 ☞ **착살스럽다**.

칙칙하다 tối tăm, u ám, ảm đạm, dày đặc, rậm rạp, um tùm.

친…(親) ❶ (혈육) cốt nhục, ruột thịt. ¶ ～형제 anh em ruột. ❷ (친밀) thân mật, thân thiết. ¶ ～미의 thân Mỹ / ～여 후보 ứng cử viên thân thiện với đảng cầm quyền.

친가(親家) ☞ **친정**(親庭).

친고(親告) ¶ ～죄 tội cần có sự tố cáo của người bị hại và người khác theo luật định (như tội cưỡng dâm).

친교(親交) tình bạn, tình hữu hảo, quan hệ thân thiết. ¶ ～를 맺다 thiết lập quan hệ thân thiết, thiết lập tình hữu hảo.

친구(親舊) (동무) bạn bè, bạn (tên gọi chung) (총칭). ¶ 학교 ～ bạn cùng

ㅊ

trường / 낚시 [술] ~ bạn câu cá [rượu] / 여자 ~ bạn gái / 평생의 ~ bạn đời / …와 ~가 되다 trở thành bạn với ai / 좋은 [나쁜] ~와 사귀다 kết bạn tốt [xấu].

친권(親權) quyền làm cha làm mẹ. ¶ ~자 người có quyền làm cha làm mẹ.

친근(親近) ~한 thân, thân cận, thân thiết, thân thuộc. ¶ ~한 사이이다 có quan hệ thân thiết với ai. ¶ ~감 cảm giác gần gũi, thân thiết / ~을 느끼다 cảm thấy sự gần gũi, dễ gần).

친기(親忌) sự cúng giỗ hàng năm cho cha mẹ đã qua đời.

친남매(親男妹) anh chị em ruột.

친목(親睦) sự thân tình, sự thân thiện, sự gần gũi. ¶ 서로의 ~을 도모하다 củng cố sự thân thiện với nhau / ~회 buổi gặp gỡ thân mật.

친미(親美) ~의 thân Mỹ. ¶ ~주의자 người theo chủ nghĩa thân Mỹ.

친밀(親密) ~한 thân mật. ¶ ~한 벗 người bạn thân / ~한 사이다 quan hệ thân thiết.

친부모(親父母) bố mẹ đẻ.

친분(親分) chỗ quen thân. ¶ ~이 있다 có sự quen thân với ai / ~이 생기다 trở nên quen biết, có quen biết.

친상(親喪) có tang bố hoặc mẹ. ¶ ~을 당하다 nhà có tang bố hoặc mẹ.

친생자(親生子) con ruột (đứa con riêng).

친서(親書) lá thư viết tay.

친선(親善) hữu nghị, thiện chí, tình bạn. ¶ 국제적 ~ quan hệ hữu hảo quốc tế / ~을 도모하다 đẩy mạnh quan hệ hữu nghị. ¶ ~ 경기 trận đấu giao hữu / ~ 사절 sứ giả của tình hữu nghị.

친소(親蘇) ~의 phe thân Liên Xô.

친손자(親孫子) cháu nội, cháu ruột.

친숙(親熟) (익숙함) **~하다** thân thuộc, thân tình.

친아버지(親-) bố đẻ.

친아우(親-) em ruột.

친애(親愛) ~하는 thân ái. ¶ ~하는 여러분 các bạn thân mến.

친어머니(親-) mẹ đẻ.

친영(親英) ~의 phe thân Anh, phe ủng hộ Anh. ¶ ~주의 chủ nghĩa thân Anh.

친우(親友) người bạn thân.

친위대(親衛隊) đội cận vệ.

친일(親日) ~의 thân Nhật. ¶ ~파 phái thân Nhật.

친자식(親子息) con ruột, con riêng.

친전(親展) mang tính riêng tư, cá nhân.

친절(親切) sự tử tế, lòng tốt, sự tốt bụng, sự ân cần. ~한 tốt, tử tế, ân cần. ¶ ~ 하게 một cách tử tế, một cách tốt bụng / …에게 ~히 대하다 đối xử tử tế với ai, cư xử một cách ân cần.

친정(親政) nhà bên vợ, nhà ngoại.

친정(親庭) thân chinh.

친족(親族) thân tộc, bà con họ hàng. ¶ ~ 관계 quan hệ thân tộc, quan hệ họ hàng / ~법 pháp lệnh về quy định liên quan đến quan hệ thân tộc / ~ 회의 họp gia đình, gia tộc / 직계 [방계] ~ họ hàng trực hệ [bàng hệ].

친지(親知) bạn thân, người thân.

친척(親戚) họ hàng, bà con họ hàng (số nhiều) (복수). ¶ 먼 [가까운] ~ họ hàng xa, bà con xa [gần]. ¶ ~ 관계 quan hệ họ hàng / 일가 ~ họ hàng một nhà.

친친 cuộn, xoắn cái gì đó nhiều vòng.

친필(親筆) chữ ký, chữ viết tay, bút tích của ai; 【PL】 bản viết tay. ~의 thuộc về bản viết tay của ai, thuộc về bút tích của ai.

친하다(親-) ❶ (가깝다) gần gũi, thân thiết. ¶ 친한 벗 bạn thân / 친한 사이다 có quan hệ thân thiết. ❷ (사귀다) kết

ㅊ

bạn, kết thân.
친할머니(親-) bà nội.
친할아버지(親-) ông nội.
친형(親兄) anh ruột.
친화(親和) ~력 ❶ hòa đồng, khả năng dễ làm quen với người khác. ❷ [HH] hướng, khả năng kết hợp với nhau của các nguyên tố hóa học.
친환(親患) cha mẹ bị ốm, bố mẹ bị bệnh.
친히(親-) ❶ (친하게) một cách thân thiết. ❷ (몸소) trực tiếp bằng tay (trực tiếp bản thân). ¶ ~ 방문하다 trực tiếp đến thăm.
칠(七) bảy. ¶ 제 ~(의) thứ 7.
칠(漆) (재료) sơn mài (chất liệu) (옻); (칠하기) sự sơn, sơn mài tranh (옻칠). ¶ ~조심 (게시) cẩn thận sơn mới!
칠기(漆器) đồ gỗ sơn mài.
칠떡거리다 kéo lê, lôi, tha lôi. ¶ 칠떡칠떡 lệt bệt, lê lết.
칠럼거리다 tràn trề, tràn ngập, tràn đầy.
칠렁하다 chan chứa, tràn đầy (서술적).
칠레 Chilê. ¶ ~의 thuộc về nước Chilê / ~ 사람 người Chilê. ¶ ~ 초석(硝石) đá Chilê.
칠면조(七面鳥) gà tây (trống) (수컷); gà tây mái (암컷).
칠변형(七變形) hình bảy cạnh, hình bảy góc.
칠보(七寶) [PG] bảy báu vật trên đời (vàng, bạc, ngọc bích, pha lê, san hô, mã não, ngọc trai); thủ công chạm khắc trên vàng bạc. ¶ ~ 세공 thủ công chạm khắc vàng bạc.
칠분도미(七分搗米) gạo xát sạch 70%.
칠생(七生) thất sinh, bảy kiếp sinh ra làm sư.
칠석(七夕) ngày 7-7 âm lịch.
칠순(七旬) ❶ (70일) 70 ngày. ❷ (70살) 70 tuổi.
칠십(七十) bảy mươi, thất thập. ¶ 제 ~ (의) thứ 70.
칠야(漆夜) đêm tối đen như mực.
칠월(七月) tháng 7.
칠장이(漆匠-) thợ sơn, sơn bóng.
칠전팔기(七顚八起) bẩy lần ngã, tám lần đứng dậy; ý chí vững vàng trước hoàn cảnh khó khăn.
칠칠하다 đúng đắn, khuôn phép. ¶ 칠칠치 못하다 không đứng đắn, không đàng hoàng / 칠칠치 못한 계집 đứa con gái không có khuôn phép.
칠판(漆板) bảng viết. ¶ ~을 지우다 xoá bảng. ¶ ~ 지우개 cái giẻ lau bảng.
칠하다(漆-) (페인트를) quét vôi, sơn; (니스를) đánh vecni; (벽을) quét vôi, sơn tường (옻을) sơn mài. ¶ 갓 칠한 vừa sơn / 벽을 희게 ~ sơn tường trắng tinh.
칠현금(七絃琴) đàn 7 dây (thất huyền cầm).
칠흑(漆黑) ¶ ~ 같은 đen như mực, đen nhánh / ~ 같은 (어둔) 밤 đêm tối đen như mực.
칡 [TV] cây dong. ¶ ~덩굴 cụm dong.
칡소 con bò vằn.
침 nước bọt (타액). ¶ ~을 뱉다 nhổ nước bọt; (비유) khinh bỉ, nhổ nước bọt khinh bỉ / …의 얼굴에 ~을 뱉다 nhổ nước bọt vào mặt ai.
침(針) ❶ (가시) gai. ❷ (바늘) kim, cái trâm cài đầu, kim đồng hồ (시계의).
침(鍼) kim châm cứu (도구); thuật châm cứu (침술). ¶ ~을 놓다 châm cứu.
침강(沈降) sự kết tủa, sự đóng cặn. **~하다** [HH] kết tủa.
침공(侵攻) sự tấn công, cuộc xâm lấn. **~하다** xâm lấn, tấn công.
침구(寢具) bộ ga trải giường.
침구(鍼灸) sự châm cứu. ¶ ~술 thuật châm cứu / ~술사(師) bác sĩ châm cứu.

ㅊ

침낭(寢囊) túi ngủ.

침노하다(侵擄-) ❶ (침공) xâm lấn, xâm phạm. ❷ (빼앗다) xâm lược, cướp; (약탈) cưỡng đoạt.

침담그다(沈-) ngâm nước muối (ngâm quả hồng).

침대(寢臺) giường, chỗ nằm; (차 등의) giường trên xe. ¶ ~권 vé nằm khi đi tàu xe / ~차 xe có giường / 간이 ~ giường tạm, chỗ nằm đơn giản.

침략(侵略) sự xâm lược. **~하다** xâm lược. ¶ ~적 mang tính chất xâm lược. ¶ ~국 nước xâm lược / ~군 quân xâm lược / ~자 kẻ xâm lược / ~전쟁 chiến tranh xâm lược / ~주의 chủ nghĩa xâm lược / ~ 행위 hành vi xâm lược / 무력~ xâm lược vũ trang.

침례(浸禮) 【TG】 lễ ngâm mình dưới nước để rửa tội. ¶ ~교도 người theo giáo phái có lễ trầm mình dưới nước để rửa tội / ~교회 nhà thờ theo giáo phái rửa tội ngâm mình.

침로(針路) hướng đi của (tàu, máy bay). ¶ ~를 잘못 잡다 đi nhầm hướng / ~를 바꾸다 đổi hướng (tàu, máy bay) đi.

침맞다(鍼-) được châm cứu, nhận châm cứu.

침모(針母) phụ nữ thợ may thuê cho nhà khác.

침목(枕木) 【ĐS】 thanh tà vẹt trên đường sắt.

침몰(沈沒) sự chìm xuống, sự đắm tàu. **~하다** đắm tàu, chìm tàu. ¶ ~시키다 làm đắm, làm chìm. ¶ ~선 tàu đắm.

침묵(沈黙) sự im lặng. **~하다** im lặng, câm lặng. ¶ ~시키다 làm ai im lặng / ~을 지키다 giữ im lặng / ~을 깨다 phá vỡ sự im lặng.

침방(寢房) ☞ **침실**.

침범(侵犯) sự xâm phạm, sự xâm lấn (lãnh thổ) (영토의); xâm hại, xâm chiếm (침해). **~하다** (침입) xâm lấn, xâm nhập, xâm lược; (침해) xâm hại, phá rối; (병이) bệnh tật tấn công. ¶ 국경 ~ xâm lấn biên giới nước nào.

침삼키다 ❶ (침을) nuốt nước bọt. ❷ (먹고 싶어) muốn ăn. ❸ (욕정으로) thèm thuồng; (부러워) thèm muốn, mong muốn.

침상(針狀) (바늘 모양) ~의 có đầu nhọn như kim. ¶ ~엽(葉) lá kim.

침상(寢牀) ☞ **침대**.

침소(寢所) nơi ngủ, phòng ngủ.

침소봉대(針小棒大) **~하다** thổi phồng, phóng đại. ¶ ~하여 phóng đại việc gì lên.

침수(浸水) sự lụt lội. **~하다** lụt, ngập nước; (배에) nước ngập vào tàu. ¶ ~ 가옥 nhà bị ngập nước.

침술(鍼術) thủ thuật châm cứu. ¶ ~사 bác sĩ châm cứu.

침식(浸蝕) 【Địa】 sự xâm thực. **~하다** (물이) nước ngập, xói mòn; (바다가 육지를) nước biển lấn đất liền. ¶ ~ 작용 tác dụng xâm thực.

침식(寢食) việc ăn và việc ngủ ¶ ~을 잊고 quên cả ăn ngủ / ~을 같이하다 cùng nhau ngày đêm, trong cả lúc ăn lúc ngủ.

침실(寢室) phòng ngủ.

침엽(針葉) 【TV】 lá kim. ¶ ~수 cây lá kim.

침울(沈鬱) sự trầm uất, sự âu sầu. ~한 rầu rĩ, âu sầu, u uất, trầm uất. ¶ ~한 얼굴 một gương mặt u sầu, một gương mặt trầm uất / ~해 있다 đang âu sầu, đang trầm uất, đang ủ rũ.

침윤(浸潤) **~하다** ngấm vào, rò rỉ, thấm vào, thấm nhuần.

침의(鍼醫) bác sĩ châm cứu.

침입(侵入) (타국에) xâm nhập, bước vào,

xâm lấn, tấn công; (남의 집에) (nhà người khác). ¶ ～군 quân xâm lược / ～자 kẻ xâm lấn, kẻ tấn công.

침쟁이(鍼-) ❶ ☞ **침의**(鍼醫). ❷ (아편쟁이) người nghiện ma tuý.

침전(沈澱) sự kết tủa, sự lắng, sự đóng cặn. **~하다** kết tủa, lắng xuống, đóng cặn. ¶ ～ 농도 nồng độ kết tủa / ～물 vật kết tủa, chất kết tủa.

침착(沈着) sự bình tĩnh, sự tự chủ. ～한 bình tĩnh, tự chủ. ¶ ～하게 một cách bình tĩnh.

침체(沈滯) sự chậm trễ, sự ứ đọng, sự trì trệ. ¶ ～된 시장 thị trường bị đình trệ, thị trường chững lại, thị trường đóng băng / ～해 있다 đang trong tình trạng ế đọng, đang chững lại, trong trạng thái trì trệ, đình trệ.

침침하다(沈沈-) u ám, mù mịt, tối tăm, ảm đạm (눈이) mắt mờ, không nhìn rõ.

침통(沈痛) ～한 buồn buồn, buồn rầu. ¶ ～한 어조로 nói với giọng buồn buồn / ～한 얼굴로 (표정으로) với vẻ mặt buồn rầu.

침투(浸透) **~하다** sự thẩm thấu, sự ngấm vào. ¶ ～성 tính thẩm thấu / ～작전 chiến thuật thâm nhập, đưa người vào bên trong / 경제 ～ sự thẩm thấu, thấm dần vào kinh tế.

침팬지 [ĐV] con tinh tinh.

침하(沈下) **~하다** lắng xuống, chìm xuống (địa tầng) (지층이).

침해(侵害) sự xâm hại, sự xâm phạm, sự xâm nhập. **~하다** xâm hại, xâm phạm, xâm nhập. ¶ ～자 người xâm hại, kẻ xâm nhập, kẻ vi phạm.

침향(枕香) [TV] trầm hương.

침흘리개 đứa bé suốt ngày chảy nước dãi.

침흘리다 nhỏ dãi, thèm muốn, thèm nhỏ dãi; (의학) chảy nước bọt, chảy dãi; (군침을) chảy dãi trong mồm ra.

칩거(蟄居) **~하다** sống quanh quẩn trong nhà (không ra ngoài hoạt động).

칫솔(齒-) bàn chải đánh răng.

칭병(稱病) ☞ **꾀병**.

칭송(稱頌) sự tán dương, sự ca tụng, sự xưng tụng. **~하다** tán dương, ca ngợi, ca tụng, xưng tụng.

칭얼거리다 khóc quấy (아기가). ¶ 칭얼칭얼 tiếng khóc quấy nhèo nhẽo.

칭찬(稱讚) lời khen, sự khen ngợi. **~하다** khen ngợi ai, biểu dương ai, ¶ ～의 말 lời khen ngợi / ～할 만한 đáng khen ngợi, đáng biểu dương, đáng tán dương / ～을 받다 được khen, nhận được sự khen ngợi.

칭탁(稱託) **~하다** viện cớ, biện hộ, lấy lý do. ¶ …을 ～하여 viện cớ là …, lấy lý do là ….

칭하다(稱-) ❶ (일컫다) chỉ cái gì, gọi là, đặt tên là, gọi tên. ❷ (속이다) chủ định nói dối (주장). ¶ 병이라 칭하고 chủ định nói là bị bệnh.

칭호(稱號) tên gọi, xưng hô; danh hiệu, học vị (학위). ¶ 박사 ～ xưng danh tiến sĩ.

ㅊ

ㅋ

카나리아 [LC] chim canary, chim hoàng yến.
카네이션 [TV] cây hoa cẩm chướng.
카누 ca-nô, xuồng.
카니발(carnival) (사육제) ngày hội (trước ngày trai giới), cuộc hội hè ăn uống linh đình.
카드(card) ❶ (트럼프) bộ bài, bộ tú. ¶ ~ 놀이 chơi đánh bài. ❷ cái thẻ. ¶ 신용 [전화]~ thẻ tín dụng [điện thoại]
카드뮴 [HH] Catmin.
카라반(caravan) đoàn bộ hành, đoàn người đi buôn (tập hợp nhau để vượt sa mạc hoặc vùng nguy hiểm).
카랑카랑하다 (날씨가) thời tiết đẹp, trời quang đãng; (목소리가) giọng nói trong trẻo.
카레(curry) ¶ ~ 가루 bột cà ri / ~ 라이스 cơm cà ri.
카르텔(kartell) sự phối hợp hành động chung giữa các doanh nghiệp, thông thường hình thành khối độc quyền.
카리에스(caries) [YH] bệnh mục xương. 척추 ~ bệnh mục xương sống.
카메라 máy chụp ảnh; máy quay phim / ~ 앵글 góc quay, góc ngắm, góc chụp / ~ 맨 người quay phim, chụp ảnh.
카메룬 (아프리카의) nước Camơrun (Châu Phi).
카멜레온 [ĐV] tắc kè hoa.
카무플라주(camouflage) vật ngụy trang, sự ngụy trang. **~하다** ngụy trang.
카바레(cabaret) hộp đêm, quán rượu.
카바이드(carbide) [HH] Cacbua.
카본(carbon) cacbon. ¶ ~ 복사 photo cacbon / ~지(紙) giấy cacbon, giấy than.
카빈(carbine) (총) súng cacbin.
카세트(Cassette) băng catxet. ¶ ~ 녹음기 máy ghi âm / ~ 테이프 băng catxet.
카스텔라 bánh xốp.
카우보이 cao bồi, chàng trai chăn bò (cowboy).
카운슬링(counselling) lời hướng dẫn
카운터(counter) quầy hàng, quầy thu tiền, bàn tính, máy tính, người đếm.
카운트(count) việc đếm, sự tính, tổng số. **~하다** đếm, tính toán, tổng kết.
카이로 Cairo, thủ đô của Ai Cập.
카이제르수염(-鬚髥) ria mép Kaiser, râu vểnh.
카지노 sòng bạc, casino.
카키색(-色) màu xanh bộ đội.
카타르(catarrh) [YH] viêm chảy. ¶ ~성의 tính viêm chảy.
카탈로그(catalogue) Catalo, bảng liệt kê mục lục.
카테고리(category) [Lo] phạm trù, hạng, loại.
카톨릭교(-教) ☞ **가톨릭교**.
카투사 KATUSA (Korean Augmentation Troops to the United States Army),

binh đoàn Hàn Quốc thuộc quân đội Mỹ tại Hàn Quốc.
카페 café, quán cà phê.
카페인 [HH] chất cafein.
카펫 thảm.
칵칵거리다 ho khằng khặc, khặc khặc.
칵테일(cocktail) rượu cốctai. ¶ ~파티 tiệc cốctai.
칸 ❶ chỗ trống. ¶ 빈 ~을 채우시오 hãy điền vào chỗ trống. ❷ (방세는 단위) gian (đơn vị đếm phòng). ¶ 네~ 집 nhà có 4 gian. ❸ ☞ **칸살**.
칸나(canna) [TV] cây chuối hoa, cây cà na.
칸막이 (막음) vách ngăn, vách chắn; (막은 것) cái chắn, cái chặn. **~하다** ngăn, chắn, chặn lại. ¶ ~벽 tường ngăn.
칸살 gian, không gian kiến trúc.
칸초나(canzone) = 칸초네. ca khúc nước Ý.
칸타타(cantata) [ÂN] cantat.
칸트(Kant) Kantơ. ~의 thuộc về Kantơ. ¶ ~철학 học thuyết Kantơ / ~학파 trường phái Kantơ.
칼[1] dao, kiếm, gươm (검); kiếm lưỡi cong (군도). ¶ ~을 차다 đeo kiếm. ¶ ~날 cạnh dao, lưỡi dao / ~등 sống dao / ~집 vỏ dao, bao kiếm.
칼[2] (형구) gông. ¶ ~을 씌우다 bắt đeo gông.
칼국수 mỳ sợi, sợi bột mỳ.
칼깃 lông chim, lông vũ.
칼라 cổ áo sơ mi, ve áo.
칼로리 calo, năng lượng, nhiệt lượng. ¶ ~ 함유량 hàm lượng calo / ~가 높다 [낮다] giàu [ít] calo.
칼리 [HH] kali.
칼리지(college) trường cao đẳng, đại hoc, học viện, trường chuyên nghiệp.
칼맞다 bị đâm, bị chém.
칼부림 việc dùng dao làm tổn thương người khác; (유혈극) cuộc chiến đẫm máu. **~하다** dùng dao khi đánh nhau. ¶ ~으로 번지다 lan rộng ra thành cuộc chém giết.
칼슘 can xi.
칼자국 vết sẹo do dao, kiếm.
칼자루 chuôi dao, tay cầm; cán dao (단검); cán (kiếm) (검).
칼잡이 đồ tể, người làm nghề mổ thịt; nhóm dao búa (côn đồ).
칼질 việc đâm, cắt, chặt (bằng dao).
칼춤 múa kiếm.
칼칼하다 ☞ **컬컬하다**.
칼코등이 cái chặn ở đốc kiếm, đao.
칼판 (-板) cái thớt.
캄캄하다 (어둡다) tối, tối tù mù, tối đen như mực; (사물에) tối tăm, mù tịt (thiếu hiểu biết về sự vật nào đó).
캉캉 [Ph] cancan, điệu nhảy căng - căng
캐나다 Canada. ¶ ~의 thuộc về Canada / ~사람 người Canada.
캐다 ❶ (파내다) đào, xới, khai quật. ¶ 금을 ~ đào vàng, tìm vàng. khai thác vàng. ❷ (묻다) đào bới, khai thác, moi móc; hỏi, tra hỏi. ¶ 철저히 ~ điều tra, chất vấn tới cùng.
캐디(caddie) [TT] cady, người nhặt bóng phục vụ những người chơi gôn. ¶ ~ 노릇을 하다 làm công việc của một cady, trong vai trò của một cady.
캐러멜 ca-ra-men.
캐럿(carat) ca-ra (đơn vị đo tuổi vàng) (kí hiệu K). ¶ 18 ~의 금 vàng 18K.
캐묻다 hỏi dò, xét hỏi.
캐비닛(cabinet) tủ đựng có nhiều ngăn, tủ hồ sơ.
캐비지 (양배추) bắp cải.
캐빈(cabin) phòng, buồng (máy bay, tàu thuỷ).
캐스터네츠 [ÂN] castanets, nhạc cụ đeo ngón tay, một đôi dùng để gõ nhịp.

ㅋ

캐스트 (배역) các vai diễn (trong kịch, phim).
캐스팅보트 lá phiếu quyết định.
캐시미어 Kasmia Ấn Độ, người Kasimia, len Kasimia.
캐처 【BC】 người bắt bóng (trong môn bóng chày).
캐치(catch) ¶ ～볼 bắt bóng (bóng chày).
캐터펄트(catapult) máy phóng máy bay.
캐피털리즘(capitalism) chủ nghĩa tư bản.
캑캑 tiếng ho khan.
캔디(candy) kẹo, đường phèn.
캔버스(canvas) vải để vẽ, vải bạt. ¶ ～틀 khung vải, khung bạt.
캠퍼(camphor) long não.
캠퍼스(campus) cơ sở sân bãi, khuôn viên trường đại học, cao đẳng. ¶ ～에서 trên sân trường.
캠페인(campaign) chiến dịch, cuộc vận động.
캠프(camp) lều, trại, nơi cắm trại, nơi đóng quân. ¶ ～생활 cuộc sống di cư (nay đây mai đó) sống lều trại / ～파이어 lửa trại.
캠핑(camping) cắm trại. ¶ ～가다 đi cắm trại.
캡(cap) mũ lưỡi trai.
캡슐(capsule) thuốc uống con nhộng.
캡틴(captain) người chỉ huy, người cầm đầu, đội trưởng; đại uý (quân đội); thuyền trưởng, trưởng phi hành đoàn.
캥거루(kangaroo) 【ĐV】 con canguru, con chuột túi.
커녕 (도리어) trái lại, thay vì; không hoàn toàn; (…은 말할 것도 없고) không có ý nói. ¶ 즐겁기는 ～ 불쾌하다 không những không vui vẻ mà còn cảm thấy khó chịu, cảm thấy khó chịu thay vì vui vẻ.
커닝 việc quay cóp, chép bài, gian lận thi. **~하다** quay cóp, chép bài, quay bài. ¶ ～ 페이퍼 bài dịch để quay cóp, bài sao chép, bài quay cóp.
커다랗다 khổng lồ, đồ sộ rất lớn.
커다래지다 phát triển; lan rộng, trở nên rộng lớn; trở nên cao lớn (키가).
커리큘럼(curriculum) (교과과정) chương trình giảng dạy, kế hoạch giảng dạy.
커미션(commission) tiền hoa hồng.
커버(cover) vỏ bọc; vung nắp, chỗ núp, chỗ trú; bìa (sách) (책 따위의).
커버하다 (경기에서) phòng thủ đối phương; (벌충) giấu giếm, che giấu.
커브(curve) đường cong, khúc uốn; chỗ uốn, cú bóng ném lạng đi (bóng chày). ¶ 아우트(out) ～ cú ném vòng ra bên ngoài / 인(in)～ cú ném vòng vào bên trong.
커스터드(custard) món sữa trứng.
커지다 tăng trưởng, lớn mạnh (성장); mở rộng, nới rộng, bành trướng(확장); tăng thêm, nâng cao, phồng lên (중대화).
커트(cut) ❶ 【Anh】 sự cắt, việc cắt tóc. ❷ (판화·목판화) tranh gỗ khắc. ❸ (절단) thủ thuật cắt. **~하다** cắt.
커튼(curtain) rèm cửa.
커틀릿(cutlet) món côt lết. ¶ 닭고기 [돼지고기] ～ món côt lết gà [lợn].
커프스(cuffs) cổ tay áo. ¶ ～버튼 cúc, khuy ở cổ tay áo.
커피(caffee) cà phê. ¶ ～를 타다 pha cà phê / ～를 블랙으로 마시다 uống cà phê đen. ¶ ～세트 bộ cà phê / ～숍 quán cà phê.
컨디션(condition) điều kiện, hoàn cảnh. ¶ ～이 좋다 [나쁘다] điều kiện, hoàn cảnh tốt [xấu].
컨베이어(conveyor) băng chuyền, băng tải, dây chuyền. ¶ ～ 시스템 hệ thống băng chuyền.

컨트롤(control) điều khiển, kiểm soát. ¶ ～타워 tháp điều khiển.

컬 tóc quăn. ¶ ～이 풀리다 duỗi tóc.

컬러(color) màu sắc. ¶ ～사진 ảnh màu / ～텔레비전 ti-vi màu / ～필름 phim màu.

컬컬하다 (cảm thấy) khát (nước).

컴컴하다 (어둡다) tối tăm, tối, đen, mù mịt; (마음이) lòng đen tối, có âm mưu.

컴퍼스(compass) (제도용의) com-pa bàn; (나침의) la bàn để định hướng.

컴퓨터 máy vi tính. ¶ ～로 처리하다 xử lý dữ liệu bằng máy vi tính / ～해커 hăckơ máy vi tính / ～바이러스 virút máy vi tính.

컴프레서(compressor) máy nén khí.

컵 cái cốc, ly. (잔) cái chén.

케이블(cable) dây cáp. ¶ ～카 xe kéo dây cáp (cáp treo).

케이스(case) trường hợp, tình huống.

케이에스(KS) Korean Standards, tiêu chuẩn, chất lượng Hàn Quốc. ¶ ～마크 (KS mark) nhãn mác Hàn Quốc: nhãn hiệu đạt tiêu chuẩn Hàn Quốc / ～상품 sản phẩm đạt tiêu chuẩn Hàn Quốc.

케이오(K.O.) (knock out) hạ gục; cú đấm nốc ao, hạ gục.

케이크(cake) bánh ngọt.

케임브리지 Cambridge ở Anh.

케첩(ketchup) nước sốt. ¶ 토마토 ～ nước sốt cà chua.

케케묵다 (낡다) cũ, sờn, mòn; (구식) kiểu cũ, không hợp thời; (진부하다) cũ kỹ, lỗi thời. ¶ 케케묵은 이야기 câu chuyện tẻ nhạt, cũ rích.

켕기다 ❶ (팽팽해짐) căng, kéo căng, căng thẳng. ¶ 힘줄이 ～ giãn gân cốt. ❷ (마음이) (tinh thần, tâm trạng) căng thẳng, không thoải mái, bứt rứt, khó chịu. ❸ (팽팽하게 함) làm cho khó chịu.

켜 lớp tầng, lớp.

켜다 ❶ (불을) đốt, châm, bật, châm đèn. ¶ 성냥을 ～ quẹt diêm. ❷ (잔을) uống ực (nhiều trong một lần) ❸ (톱으로) cưa. ❹ (누에고치를) quay tơ. ❺ (기지개를) ngáp ❻ (악기를 nhạc khí) kéo, đánh, chơi.

켤레 ¶ 한～ một đôi / 구두 두 ～ hai đôi giày.

코[1] ❶ (사람의) mũi, khứu giác (후각); (코끼리의) vòi (voi); (개, 말 따위의) mõm chó, mõm ngựa (돼지의) mõm lợn. ¶ ～가 막히다 tắc mũi / ～를 후비다 cạy mũi. ❷ (콧물) nước mũi. ¶ ～를 흘리다 chảy nước mũi, sổ mũi / ～를 풀다 xì (hỉ) mũi.

코[2] (편물(編物)의) sự đan móc; (그물의) mắt lưới.

코감기(-感氣) cảm sổ mũi.

코골다 ngáy. ¶ 드르렁 드르렁 ～ ngáy khò khò.

코끼리 con voi. ¶ 수[암]～ voi đực [cái].

코냑(cognac) (술) rượu cô-nhắc.

코너(corner) góc, ngõ.

코넷(cornet) 【ÂN】 kèn cócnê.

코대답(-對答) **~하다** trả lời giọng mũi, trả lời bừa (không để ý).

코드(code) ❶ (줄) dây cáp, dây thừng, dây chão; (전깃줄) dây điện. ❷ (암호) mã số, mật mã. ¶ 자동 검사 ～ 【MT】 mã số kiểm tra tự động (máy tính).

코딱지 cứt mũi, gỉ mũi.

코떼다 bị coi thường, bị khinh rẻ (nguyên văn: hỉ mũi, hừ giọng mũi).

코뚜레 vòng đeo mũi.

코르덴(corduroy) nhung kẻ. ¶ ～양복 bộ quần áo nhung.

코르셋(corset) coocxê, yếm nịt, áo nịt ngực; 【YH】 dụng cụ nịt ngực.

ㅋ

코르크(cork) bần, nút bần (đóng chai).
코뮤니스트(communist) người cộng sản.
코뮤니즘(communism) chủ nghĩa cộng sản.
코뮤니케(communique) 【Ph】 công văn, thông cáo ngoại giao. ¶ 공동 ~ thông cáo chung.
코뮤니케이션(communication) sự truyền đạt, thông tin, tin tức, tuyền tin tức. ¶ 매스 ~ thông tin đại chúng.
코미디(comedy) hài kịch, phim hài.
코미디언(comedian) diễn viên hài kịch.
코믹(comic) kịch vui, ca hài kịch, (신문의) truyện tranh.
코민테른(comintern) quốc tế cộng sản.
코민포름(cominform) cục thông tin của quốc tế cộng sản.
코발트 【HH】 thuốc nhuộm coban (ký hiệu Co). ¶ ~(색)의 màu xanh thẫm. ¶ ~폭탄 bom coban.
코방귀뀌다 phớt lờ, khinh thường, coi thường, khịt mũi chê bai.
코방아찧다 cười bằng mũi.
코브라(cobra) 【ĐV】 rắn mang bành.
코사인(cosine) 【TH】 cosin.
코세다 bướng bỉnh, ương ngạnh, ngoan cố, cứng đầu cứng cổ.
코스(course) (교육과정) khoá học, khoá đào tạo; (운동경기 따위의) đường chạy, làn bơi.
코스모스 【TV】 cúc vạn thọ tây.
코웃음치다 cười khẩy, cười nhạo báng, dập mũi.
코일 cuộn (dây điện).
코작(Cossack) người Cô-dắc.
코즈메틱(cosmetic) mỹ phẩm.
코치 (훈련) sự huấn luyện, sự đào tạo; (사람) huấn luyện viên. **~하다** huấn luyện, đào tạo.
코카서스(caucasia) vùng Cáp Ca. ¶ ~사람 người Cáp-Ca.
코카인 【HH】 cocaine, cô-ca-in. ¶ ~ 중독 chứng nghiện cô-ca-in.
코카콜라 coca-cola.
코코넛(coconut) 【TV】 quả dừa.
코코아(cocoa) bột cacao, nước cacao.
코코스 than cốc, than đá.
코탄젠트(cotangent) 【TH】 cotang.
코털 lông mũi. ¶ ~을 뽑다 nhổ lông mũi.
코트(coat) ❶ (옷) áo choàng, áo khoác, áo bành tô. ❷ (테니스 따위의) sân quần vợt.
코펜하겐 Copenhaghen, thủ đô Đan Mạch.
코프라(copra) cùi dừa khô.
코피[1] sự chảy máu cam, chảy máu mũi. ¶ ~를 흘리다 bị chảy máu cam.
코피[2] (복사) copy, sao lại, chép lại.
코흘리개 đứa trẻ thò lò mũi xanh, trẻ ranh.
콕 xọc vào, thọc vào. ¶ 바늘로 ~ 찌르다 đâm xọc vào bằng kim.
콘덴서 【Đ】 cái tụ điện, cái tụ ánh sáng.
콘덴스트밀크(condensed milk) sữa đặc.
콘돔(condom) bao cao su
콘비프(corned beef) thịt bò muối.
콘서트(concert) buổi hòa nhạc.
콘센트 【Đ】 ổ cắm điện, đui điện.
콘체르토 【ÂN】 bản côngxéctô.
콘크리트(concrete) bê tông. ¶ ~믹서 máy trộn bê tông / 철근 ~ bê tông cốt thép.
콘택트렌즈(contact lens) kính áp tròng.
콘트라베이스(contrabass) 【ÂN】 côngbat (nhạc cụ).
콘트라스트(contrast) sự tương phản, sự trái ngược.
콜걸(callgirl) gái gọi.
콜드크림(cold-cream) 【Anh】 kem dưỡng da.
콜레라(cholera) 【YH】 bệnh dịch tả, bệnh tả. ¶ 진성 ~ trường hợp được xác nhận là bệnh tả / ~ 예방 주사 tiêm

phòng bệnh tả.
콜로이드 [HH] chất keo. ~의 có tính kết dính.
콜로타이프(collotype) bản in trực tiếp từ phim.
콜록거리다 ho đằng hắng, ho khan.
콜론[1](call loan) [KT] vay không kỳ hạn.
콜론[2](colon) dấu hai chấm (이중점).
콜타르(coal-tar) nhựa than đá.
콜호스 (집단농장) nông trang tập thể, nông trại hợp tác xã; [Nga] nông trại tập thể tại Liên xô cũ.
콤마 [TH] dấu phẩy.
콤바인(combine) (수확기) máy đập lúa, máy tuốt lúa.
콤비 sự kết hợp, phối hợp. ¶ …와 ~가 되다 được phối hợp cùng …. ¶ 명~ cặp kết hợp nổi tiếng.
콤비나트 khu công nghiệp liên hợp, tổ hợp công nghiệp.
콤팩트(compact) hộp nhỏ chứa dụng cụ trang điểm. ¶ ~디스크 đĩa compact.
콤플렉스 phức cảm tự ti.
콧구멍 lỗ mũi.
콧김 hơi thở từ mũi.
콧날 chóp mũi. ¶ ~이 선 có chóp mũi cao.
콧노래 tiếng hát ngâm nga, tiếng ngâm khẽ. ¶ ~를 부르다 hát ngâm nga không thành tiếng.
콧대 sống mũi. ¶ ~가 높다 tự cao tự đại, ngạo mạn, hợm hĩnh, ngạo mạn / ~가 세다 ngang ngạnh, ương bướng, kênh kiệu / ~를 꺾다 làm nhục lòng tự kiêu, hạ thấp tính tự đại.
콧등 ☞ **콧마루** sống mũi.
콧마루 hai bên sống mũi.
콧물 nước mũi. ¶ ~을 흘리다 bị chảy nước mũi.
콧소리 giọng mũi. ¶ ~로 말하다 nói bằng giọng mũi.
콧수염 ria mép, râu mép. ¶ ~을 기르다 nuôi ria mép.
콩 [TV] hạt đậu, hột đậu (완두) hạt đậu Hà Lan (대두) đậu tương, đậu nành. ¶ ~가루 bột đậu / ~강정 bánh đậu / ~기름 dầu hạt đậu / ~깍지 vỏ hạt đậu, vỏ đậu / ~ 꼬투리 vỏ đậu, bã đậu / ~ 노굿 hoa hạt đậu.
콩과(-科) [TV] cây thuộc họ đậu.
콩국 cháo đậu (súp).
콩나물 giá đỗ, giá đậu tương. ¶ ~ 교실 lớp học đông chặt, chật ních / ~국 canh nấu cùng giá đậu tương / ~밥 cơm trộn giá đậu tương.
콩댐하다 đánh bóng sàn bằng bã đậu.
콩밥 cơm trộn với đậu. ¶ ~(을) 먹다 ăn cơm trộn với đậu.
콩버무리 bánh được làm từ đậu và gạo.
콩볶듯하다 kêu như đậu rang, nổ lốp bốp.
콩새 [LC] chim mỏ to của Hàn Quốc (thuộc họ chim sẻ).
콩자반 đậu nấu với nước tương.
콩쿠르 [Ph] cuộc thi tài, cuộc thi đấu, trận đua tranh.
콩튀듯하다 giận sôi gan, nổi giận, cáu giận, giận lồng lên.
콩트(conte) [Ph] truyện ngắn mang tính hài kịch.
콩팔칠팔하다 nói rời rạc, nói lung tung, nói không mạch lạc.
콩팥 (신장) quả thận, quả cật.
콰르텟 [AN] tứ tấu, bản hợp tấu 4 người.
콸콸 ào ào, ồ ạt, dồi dào. ¶ ~ 흘러나오다 tuôn ra ồ ạt.
쾅 rầm, rầm rầm, uỳnh, uỳnh uỵch. ¶ 문을 ~ 닫다 đóng cửa rầm một cái / ~하고 떨어지다 rơi phịch, té rầm một cái.
쾌 một chuỗi, một xâu, một túm. ¶

북어 한 ~ một xâu cá pôlắc (một loài cá).

쾌감(快感) khoái cảm, cảm giác thoải mái, nhẹ nhàng. ¶ ~을 느끼다 cảm thấy nhẹ nhàng, sảng khoái.

쾌거(快擧) việc đáng khen, sự đầy cảm hứng, khoái cảm.

쾌남아(快男兒) anh chàng tốt bụng, anh chàng dễ ưa.

쾌도(快刀) lưỡi dao sắc bén. ¶ ~ 난마하다 giải quyết nhanh gọn mọi vấn đề phức tạp.

쾌락(快樂) sự khoái lạc, sự ham mê, sự hoan lạc. ¶ 육체적 ~ sự ham mê (khoái lạc) xác thịt. ¶ ~주의 chủ nghĩa hưởng lạc / ~주의자 người theo chủ nghĩa hưởng lạc.

쾌락(快諾) sự sẵn sàng chấp thuận, đồng ý nhiệt tình. **~하다** sẵn sàng chấp nhận, đồng ý nhiệt tình.

쾌보(快報) tin lành, tin vui.

쾌사(快事) điều thích thú, niềm khoái cảm, niềm say mê.

쾌속(快速) tốc độ cao, cao tốc. ~한 rất nhanh, nhanh chóng, cao tốc. ¶ ~선 tàu cao tốc.

쾌승(快勝) chiến thắng thần tốc, chiến thắng mau lẹ.

쾌유(快癒) ☞ **쾌차**. hồi phục, hồi sức, bình phục.

쾌재(快哉) toại nguyện, hài lòng, thỏa mãn. ¶ ~를 부르다 kêu lên mừng rỡ, hét lên vì được thỏa mãn.

쾌적(快適) ~한 dễ chịu, tiện nghi, thoải mái, sảng khoái. ¶ ~지수 mức độ tiện nghi, mức độ thoải mái.

쾌조(快調) một điều kiện hoàn hảo, một điều kiện thuận lợi. ¶ ~이다 là điều kiện thuận lợi nhất.

쾌주(快走) **~하다** chạy lướt đi, chạy lao đi, chạy nhanh.

쾌차(快差) sự hồi phục, bình phục tốt. **~하다** hồi phục tốt, bình phục hoàn toàn.

쾌척(快擲) **~하다** đóng góp rộng rãi, hảo tâm đóng góp.

쾌청(快晴) thời tiết tốt, thời tiết trong lành.

쾌하다(快-) ❶ (쾌차함) bình phục, hồi phục. ❷ ☞ **유쾌**. hài lòng, thoả mãn, sảng khoái.

쾌활(快活) ~한 vui vẻ, hoạt bát, phấn khởi, sinh động, vui tươi. ¶ ~하게 một cách vui vẻ, một cách sinh động.

쾌히(快-) (즐거이) một cách vừa lòng, một cách thoải mái; (기꺼이) một cách sẵn sàng, nhiệt tình, sẵn lòng. ¶ ~ 승락하다 vui vẻ đồng ý, sẵn sàng chấp thuận.

쾨쾨하다 hôi thối, mùi ẩm mốc, mùi thiu thối.

쿠데타 [Ph] một cuộc đảo chính, một cuộc nổi dậy. ¶ ~를 일으키다 thực hiện cuộc đảo chính. ¶ 군부 ~ cuộc đảo chính quân đội / 무혈 ~ cuộc đảo chính không gây đổ máu.

쿠렁쿠렁하다 lưng lửng, vơi.

쿠바 Cuba. ¶ ~의 thuộc về Cuba / ~ 사람 người Cuba.

쿠션(cushion) cái đệm, miếng đệm, cái nệm, thảm mềm.

쿠페 xe ô tô coupe 2 cửa.

쿠폰(cupon) phiếu thưởng hiện vật, phiếu trúng thưởng. ¶ 상품 교환~ phiếu thưởng đổi lấy hàng hoá.

쿡[1] ☞ **콕**. một cách (đâm) sụt (bất ngờ), một cách bật (cười).

쿡[2] (요리인) đầu bếp, người nấu ăn.

쿨롬(coulomb) [Đ] culông.

쿨룩거리다 ho khúc khắc.

쿨쿨 tiếng ngáy ngủ. ¶ ~ 자다 ngủ ngáy.

ㅋ

쿵 tiếng ầm, tiếng vang, tiếng va chạm mạnh. ¶ ～ 하고 떨어지다 rơi xuống với tiếng ầm.

퀀셋(quonset) [KTr] nhà tôn tháo lắp được.

퀘스천마크(question mark) [Anh] dấu hỏi, dấu chấm hỏi.

퀭하다 hõm, trũng, trũng sâu (눈이) ¶ 퀭한 눈 mắt hõm.

퀴즈(quiz) cuộc thi vấn đáp, trò thi đố vui. ¶ ～프로 chương trình trò chơi đố vui (trên truyền hình, đài).

퀴퀴하다 hôi hám, hôi thối, mùi hôi thối.

큐 ❶ gậy chơi bi-a. ❷ tín hiệu ti- vi, radio; ra hiệu bắt đầu biểu diễn (radio, ti vi).

큐비즘 [MT] xu hướng lập thể.

큐피드(cupid) thần ái tình, tượng thần ái tình, bức tranh thần ái tình.

크기 kích cỡ, tầm vóc (người); (덩치) số lượng, khối lượng; (용적) dung tích, trọng tải.

크나크다 to lớn, rộng lớn, vĩ đại, khổng lồ, đồ sộ.

크낙새 [LC] chim gõ kiến đầu đỏ Hàn Quốc.

크다[1] (모양이) (hình dạng) to, lớn, rộng lớn; (덩치가) (khối lượng) to lớn, kềnh càng, đồ sộ; (소리가) (âm thanh) to lớn, ầm ĩ, ồn ào; (위대) (vĩ đại) vĩ đại, rộng lớn; (강대) (cường đại) rộng lớn, mênh mông, khổng lồ; (거대) (cực đại) đồ sộ, khổng lồ; (광대) (quảng đại) (피해) (tổn thất) to lớn, nhiều, nghiêm trọng. ¶ 큰 잘못 lỗi nghiêm trọng / 큰 인물 nhân vật quan trọng / 큰 손해 tổn thất nghiêm trọng.

크다[2] (자라다) trưởng thành, lớn lên, dạy dỗ, chăm sóc. ¶ 다 큰 아이 bé đã lớn.

크라운(crown) vương miện, mũ miện.

크라이슬러 (자동차) Chrysler (hiệu xe ô tô).

크래커(cracker) bánh quy giòn, kẹo giòn.

크랭크(crank) [Anh] cái tay quay. ¶ ～인하다 (phim ảnh) bắt đầu quay phim.

크레디트(credit) tín dụng, tiền gửi ngân hàng. ¶ ～카드(credit card) thẻ tín dụng.

크레오소트(creosote) [HH] creozot, tẩm creozot.

크레용(crayon) chì màu, sáp màu.

크레인(crane) cần trục, cần cẩu.

크레졸(cresol) [HH] crezola. ¶ ～비눗물 nước xà phòng có chất crezola.

크레파스(pastel crayon) bức tranh vẽ bằng sáp màu.

크렘린(Kremlin) điện Kremlin.

크로켓(croquette) miếng khoai tròn được bọc bằng vụn bánh mì và rán mỡ.

크롤(crawl) [TT] bò, trườn. ¶ ～로 헤엄을 치다 bơi trườn.

크롬(chrome) [HH] crom.

크리스마스(christmas) lễ Nô-en, lễ Giáng sinh. ¶ ～ 이브 đêm Giáng sinh / ～ 카드 [선물] thiệp [quà] mừng Giáng sinh / ～ 트리 cây nô-en.

크리스천(christian) Cơ đốc giáo, người theo đạo Cơ đốc giáo.

크리스트 thiên chúa. ¶ ～교 Thiên chúa giáo.

크리켓(cricket) [TT] môn crikê. **~하다** chơi crikê.

크림(cream) ❶ (thực phẩm) kem, thực phẩm có chứa kem. ❷ kem mỹ phẩm. ¶ ～빛의 có màu kem.

큰곰자리 [TVH] chòm sao gấu lớn, đại hùng tinh.

큰기침하다 tiếng hắng giọng lớn, hắng giọng.

큰길 đại lộ, quốc lộ, đường cái, đường lớn.

ㅋ

큰누이 chị cả, chị lớn.
큰달 tháng đủ (tháng có 31 ngày).
큰댁(-宅) ☞ **큰집**. nhà tổ, nhà của người con trai cả.
큰돈 số tiền lớn, khoản tiền lớn. ¶ ~을 벌다 kiếm được số tiền lớn.
큰딸 con gái lớn, con gái trưởng, trưởng nữ.
큰마음 quyết tâm, quyết chí, khát vọng, hoài bão. ¶ ~먹고 …하다 quyết tâm làm việc gì.
큰물 nạn lụt, lũ lụt, trận đại hồng thuỷ. ¶ ~나다 bị lũ lụt, bị ngập lụt.
큰불 đám cháy lớn, trận hoả hoạn nghiêm trọng.
큰비 ☞ **호우**. mưa lớn, mưa rào.
큰사랑(-舍廊) đại sảnh, phòng khách chính; (넓은) phòng khách chính; (웃어른의) phòng của người cao tuổi nhất trong nhà.
큰상(-床) (잔치의) bàn bày tiệc, bàn tiệc; (커다란) bàn tiệc tiếp đón khách quý.
큰소리 ❶ (큰소리) to tiếng, lớn giọng ¶ ~로 lớn giọng, to giọng. ❷ (야단침) tiếng kêu thét lớn, tiếng la hét. ¶ 아무한테 ~치다 nói to tiếng với ai. ❸ (허풍) khoác lác, khoa trương, phóng đại. ¶ ~치다 nói khoác lác, nói phóng đại.
큰솥 cái vạc, chảo to.
큰아기 (맏딸) con đầu lòng, con gái lớn (처녀) thiếu nữ.
큰아버지 (백부) bác (anh trai của bố).
큰어머니 bác gái (bá mẫu), vợ của bác.
큰언니 chị cả (em gái gọi chị gái).
큰오빠 anh cả (em gái gọi anh trai).
큰일 ❶ (큰 사업) việc trọng đại, việc lớn, việc nghiêm trọng. ¶ ~을 계획하다 lên kế hoạch việc trọng đại. ❷ (중대사) việc quan trọng, việc trọng đại; (위기) việc nghiêm trọng. ¶ ~나다 xảy ra sự việc nghiêm trọng. ❸ (대사) việc lớn, khó khăn. ¶ ~을 치르다 vượt qua khó khăn.
큰절 (여자의) sự cúi đầu, quỳ lạy chào hỏi (của phụ nữ).
큰집 ❶ (종가) nhà tổ. ❷ (맏형의) nhà của người con trai cả trong gia đình. ❸ (넓은) nhà lớn, nhà to rộng.
큰칼 (형구) cái gông lớn, cùm lớn.
큰코 다치다 bị trả giá, bị quả báo.
큰형 anh cả, anh lớn (em trai gọi anh trai).
클라리넷 【ÂN】 kèn clarinet. ¶ ~주자(奏者) nghệ sĩ chơi kèn clarinet.
클라이맥스(climax) đỉnh điểm, cao điểm, cao trào, cực điểm.
클라이밍(climbing) leo núi, trèo núi.
클래식(classics) cổ điển.
클랙슨(klaxon) còi điện ôtô.
클러치(clutch) 【M】 bộ ly hợp, nối trục, côn.
클럽(club) câu lạc bộ, hội, hiệp hội. ¶ ~활동 hoạt động câu lạc bộ (학교의) / ~ 회비 hội phí câu lạc bộ / ~ 회원 thành viên câu lạc bộ / 골프 ~ câu lạc bộ golf.
클레임(claim) 【KT】 khiếu nại về hàng hóa sai hỏng, dịch vụ không đạt yêu cầu. ¶ ~을 제기하다 đưa ra khiếu nại.
클로로포름(cloroform) 【HH】 gây mê, chất gây mê.
클로르 【HH】 aldehyde chứa clo. ~산(酸) dược HCL.
클로버(clover) 【TV】 cỏ ba lá.
클로즈업(close-up) 【Anh】 cảnh gần, cận cảnh. ¶ ~되다 (비유) tạo thành chuyện lớn (gây lớn chuyện).
클리닝 giặt, giặt giũ. ¶ 드라이 ~ giặt khô.
클립 cái kẹp; cái cặp (tóc, giấy); (머리의 컬용) ống cuốn tóc, lô uốn tóc.

큼직하다 to lớn, rộng lớn, bao la, mênh mông; (마음이) rộng lượng, khoan dung, hảo tâm. ¶ 큼직이 trên phạm vi rộng, sự đồ sộ, sự vĩ đại.

키[1] (까부는) cái sàng, cái nia. ¶ ~질하다 sàng, sẩy (thóc).

키[2] (배의) bánh lái, đuôi lái; (키판) tay bánh lái, khoang bánh lái; (키자루) vô lăng, tay lái. ¶ ~를 잡다 cầm tay lái, điều khiển tay lái.

키[3] chiều cao cơ thể, vóc dáng. ¶ ~가 크다 [작다] vóc dáng cao to [nhỏ bé].

키[4] 【ÂN】 phím bấm, phím đàn; then chốt, khóa chốt. ¶ ~스테이션[포인트] vị trí [điểm] then chốt.

키니네(quinine) 【DH】 thuốc sốt rét, thuốc ký ninh.

키다리 người cao ráo.

키순 theo thứ tự chiều cao. ¶ ~으로 dựa theo thứ tự chiều cao / ~으로 서다 đứng theo thứ tự chiều cao.

키스(kiss) nụ hôn, cái hôn. **~하다** hôn. ¶ ~를 던지다 hôn.

키우다 (아이를) nuôi nấng, nuôi dưỡng, dạy dỗ, trông nom, chăm sóc; (동식물을) chăn nuôi, nuôi trồng. ¶ 음악 재능을 ~ nuôi dưỡng tài năng âm nhạc / 어린애를 모유로 ~ nuôi đứa trẻ bằng sữa mẹ.

키잡이 (조타수) người cầm lái, người lái tàu, thuyền.

키퍼(keeper) người trông nom, người giữ, người bảo quản. ¶ 골 ~ thủ môn.

킥(kick) 【BĐ】 một cú đá, cú sút.

킥오프(kickoff) 【BĐ】 cú phát bóng.

킥킥거리다 cười khúc khích, cười rúc rích.

킬로 ki-lô. ¶ ~그램 ki-lô-gam / ~리터 ki-lô lít / ~미터 ki-lô mét.

킬킬거리다 cười khà khà, cười hà hà.

킹사이즈(king-size) cỡ lớn, cỡ đại. ¶ ~의 thuộc cỡ đại, cỡ lớn.

킹킹거리다 khóc rên rỉ, khóc nhai nhải, khóc nấc lên (liên tục) (khi trẻ con đau, quấy).

ㅌ

타(他) khác, cái khác, những vật khác. ¶ ～의 추종을 불허하다 không cho người khác đi theo (không gì sánh bằng).

타(打) một tá, một lố. ☞ **다스**.

타개(打開) sự tháo gỡ, sự phá vỡ. **~하다** tháo gỡ, khắc phục, phá vỡ. ¶ ～책 giải pháp tháo gỡ.

타격(打擊) cú đánh, cú đòn; (손해) mối thiệt hại, tổn thương; 【BC】 cú đánh bóng chày. ¶ ～을 주다 ra đòn, gây thiệt hại / ～을 받다 bị thiệt hại / 치명적 ～ cú đòn chí tử. ¶ ～상 điểm thưởng cú đánh chính xác / ～전 trận bóng chày với nhiều cú đánh.

타결(妥結) bản hợp đồng, sự thỏa thuận, sự hòa giải. ¶ ～을 보다 đạt được thỏa thuận. ¶ ～점 điểm thỏa thuận.

타계(他界) thế giới bên kia, thế giới khác. **~하다** đi về thế giới bên kia, mất, qua đời.

타고나다 có sẵn từ khi mới sinh, bẩm sinh. ¶ 타고 난 bẩm sinh, thiên tính.

타고장(他-) nơi xa lạ, nơi khác.

타관(他官) tha hương. ☞ **타향**(他鄕).

타구(打球) 【BC】 việc đánh bóng chày, quả bóng chày.

타구(唾具) cái bát nhỏ để nhổ nước bọt.

타국(他國) nước khác. ～의 thuộc về nước khác.

타기(唾棄) **~하다** ghét, ghét cay, ghét đắng. ¶ ～할 đáng ghét, kinh tởm.

타내다 nhận được, đạt được, thu được (nhận được từ người lớn tuổi trao cho).

타닌(tannin) 【HH】 chất chiết từ vỏ cây để thuộc da.

타다[1] ❶ (불에) cháy, bùng cháy, bùng phát. ¶ 타고 있다 đang bốc cháy / 타 버리다 cháy mất, bốc cháy mất. ❷ (눋다) cháy xém, cháy đen. ¶ 밥이 ～ cơm cháy, cơm khê. ❸ (볕에) bị cháy nắng, bị rám nắng. ❹ (격정으로) nóng bỏng, cháy đỏ, rám nắng; (애탐) lo âu khắc khoải. ❺ (목이) khát khô cổ, khát khô họng.

타다[2] ❶ (액체에) pha trộn vào, hòa trộn; (섞다) sự đảo lẫn, trộn lẫn; (불순물을) pha trộn với, hòa lẫn với. ¶ 술에 물을 ～ pha lẫn nước vào rượu.

타다[3] ❶ (탈것에) đi, đi lại sử dụng phương tiện; lên, leo lên; (배에) lên tàu. ¶ 기차 [비행기]를 타고 가다 đi bằng xe lửa [máy bay]. ❷ (기타). ¶ 줄을 ～ trèo dây, đi trên dây / 산을 ～ leo núi / 기회를 ～ nắm lấy cơ hội / 얼음을 타고 놀다 chơi trượt băng.

타다[4] (받다) giành được, nhận được, đạt được, được tặng thưởng. ¶ 노벨상을 ～ giành được giải thưởng Nobel.

타다[5] ❶ (맷돌로) nghiền, tán, xay. ¶ 탄 보리 lúa mạch nghiền nhỏ. ❷ (가르다) tách ra, phân ra, chia ra.

타다[6] ❶ (잘 느끼다) nhạy cảm, có linh

tính, có cảm giác. ¶ 부끄럼을 ~ mắc cỡ, rụt rè, bẽn lẽn / 간지럼을 ~ có máu buồn. ❷ (영향을) nhạy cảm, dễ bị ảnh hưởng, hay dị ứng. ¶ 추위를 ~ dễ bị cảm lạnh.

타다[7] ❶ (연주) biểu diễn, trình diễn, chơi (nhạc khí). ¶ 가야금을 ~ biểu diễn đàn GaYaGeum / 기타를 ~ chơi đàn ghi ta. ❷ (솜을) tước sợi bông (틀다) tỉa hạt bông.

타닥거리다 (걸음을) lê bước, ì ạch, nặng nề.

타달거리다 ☞ **타닥거리다**.

타당(妥當) ~한 thích đáng, thỏa đáng, phù hợp, thích hợp, vừa vặn. ¶ (보편성) ~성 sự phù hợp, sự đúng mức, có giá trị đích thực, tính khả thi.

타도(打倒) sự lật đổ, sự đánh đổ. **~하다** lật đổ, đánh đổ, đảo lộn. ¶ 독재 ~ đánh đổ chế độ độc tài.

타도(他道) tỉnh khác, thành phố khác.

타동사(他動詞) ngoại động từ.

타락(墮落) sự thoái hóa, sự tha hoá, sự sa đà, hành động đồi bại, sự hư hỏng. **~하다** thoái hóa, sa ngã, sa đà. ¶예술의 ~ văn hóa (nghệ thuật) đồi bại / ~ 한 여자 người con gái hư hỏng (sa đà) / ~ 시키다 làm tha hoá, làm cho sa ngã. ¶ ~자 con người hư hỏng, con người thoái hóa.

타락줄 dây bện từ tóc của người.

타래 bó, cuộn, chùm, búi. ¶ 실 한~ một cuộn chỉ.

타래송곳 cái bật (mở) nút chai (cái xoắn mở nắp).

타래타래 một vòng tròn, một vòng xoáy ốc. ¶ 새끼를 ~ 감다 (사리다) cuộn thành cuộn tròn.

타력(他力) một nguồn năng lượng khác, một nguồn cứu tế khác.

타력(打力) 【BC】 sức đánh.

타력(惰力) tính trì trệ, tính u lỳ, không chịu thay đổi, quán tính.

타령(打令) (곡조의 하나) một thể loại giai điệu; (민요) loại dân ca, bản ballat.

타륜(舵輪) 【Hải】 tay lái, bánh lái (tàu, thuyền).

타르(tar) nhựa đường, hắc ín. ¶ ~를 칠하다 quét nhựa đường, rải nhựa đường.

타면(打綿) sự đánh bông, dệt bông, dệt sợi. ¶ ~기 máy đánh bông, máy dệt sợi, máy đập lanh (để tước sợi).

타면(他面) mặt khác, khía cạnh khác. ¶ ~에 있어 về mặt khác.

타문(他聞) sự công khai, sự thông báo cho mọi người khác biết. ¶ ~을 꺼리다 lo ngại trước sự công khai.

타박 sự chê trách, sự chê bai, sự trách cứ. ¶ ~하다 chê trách, chê bai, càu nhàu, trách cứ. ¶ 음식 ~ càu nhàu về đồ ăn / ~장이 kẻ hay chê bai, kẻ hay coi thường người khác.

타박(打撲) một cú đánh, một cú đập ¶ ~상 vết bầm giập, vết thâm tính.

타박거리다 đi nặng nề, khó nhọc, đi yếu ớt.

타박하다 (음식) (đồ ăn) khô, cứng, khó nhai, khó nuốt.

타방(他方) mặt khác, hướng khác, nơi khác.

타봉(打棒) 【BC】 cú đánh, phát đánh.

타분하다 mốc meo, ôi thiu, bốc mùi. ¶ 타분한 생선 cá thiu.

타블렛(tablet) viên (thuốc), bánh (xà phòng) thanh, thỏi (kẹo).

타블로이드(tabloid) tạp chí khổ nhỏ, báo khổ nhỏ.

타사(他事) vấn đề khác, sự việc khác.

타산(打算) óc tính toán, có ý tư lợi, có ý trục lợi cá nhân. **~하다** tính toán, vụ lợi, trục lợi. ¶ 이해~적 tính toán lợi hại.

타산지석(他山之石) bài học từ người khác, kinh nghiệm từ kẻ khác. ¶ ~으로 삼다 lấy làm bài học kinh nghiệm cho mình.

타살(他殺) sự giết người; bị sát hại, bị cướp đi sinh mạng **~하다** giết người, bị sát hại.

타석(打席) [BC] chỗ đánh bóng. ¶ ~에 서다 đứng ở vị trí đánh bóng.

타선(打線) [BC] cú đánh, vận động viên đánh bóng. ¶ ~에 불이 붙다 cú đánh toé lửa, cú đánh bóng mạnh.

타선(唾線) [GP] ☞ **타액선** tuyến nước bọt

타성(惰性) (관성) quán tính, tập tính (버릇) thói quen. ¶ ~으로 theo quán tính.

타수(舵手) [BC] vận động viên chơi bóng chày; (보트의) vận động viên chèo thuyền.

타순(打順) [BC] thứ tự vận động viên đánh bóng.

타스 (소련의 통신사) Tass (hãng thông tấn của Liên xô cũ).

타악기(打樂器) nhạc cụ gõ, bộ gõ (trống, kẻng).

타액(唾液) nước bọt, nước miếng, nước dãi. ¶ ~분비 sự chảy nước dãi, chảy nước miếng / ~선 tuyến nước bọt.

타원(楕圓) hình trái xoan, hình bầu dục, hình elip. ~의 có hình bầu dục, hình elip. ¶ ~ 궤도 quỹ đạo hình elip / ~ 운동 sự chuyển động (di chuyển) hình elip / ~ 체 [TH] elipxoit / ~형 hình elip.

타월(towel) khăn tắm, khăn lau.

타율(他律) quy luật khác, sự hoạt động theo ảnh hưởng của quy luật bên ngoài. ~적 có tính chịu chi phối của quy luật bên ngoài.

타율(打率) [BC] tỷ lệ đánh bóng.

타의(他意) ý của người khác; lòng khác, ý đồ khác. ¶ ~가 없다 không có lòng nào khác, không có ý đồ gì khác.

타이[1] Thái Lan. ¶ ~의 thuộc Thái Lan / ~말 tiếng Thái Lan / ~ 사람 người Thái Lan.

타이[2] ❶ (넥타이) ca vát ❷ (동점) trận hoà. ¶ ~기록 tỷ số hoà (세계 ~ 기록을 세우다 lập kỷ lục bàn thắng hoà thế giới / ~ 스코어 bàn gỡ hòa.

타이르다 khuyên bảo, khuyên răn, nhắc nhở. ¶ 잘못을 ~ nhắc nhở lỗi sai cho ai đó / 타일러서 …시키다 thuyết phục người nào làm việc gì đó.

타이밍(timing) sự chọn đúng lúc, sự tính toán thời gian, sự điều tiết thời gian.

타이어(tire) lốp xe, bánh xe.

타이츠(tights) quần chật ống, áo nịt.

타이트스커트 váy nịt chặt.

타이틀(title) đầu đề, chủ đề, tên hiệu ~매치 trận đấu chức vô địch.

타이프(type) ❶ (형(型)) kiểu, loại, típ. ❷ (활자) chữ in. ❸ ☞ **타이프라이터** máy đánh chữ. ¶ ~용지 giấy đánh máy.

타이프라이터(typewriter) máy đánh chữ. ¶ ~로 찍은 đánh bằng máy đánh chữ / ~를 치다 đánh máy ¶ ~ 인쇄물 bản in máy đánh chữ.

타이피스트 người đánh máy chữ.

타인(他人) (다른 사람) người khác; (낯선) người lạ.

타일(tile) gạch lát, đá lát, gạch lát nền. ¶ ~을 깐 lát gạch nền.

타임(time) thời gian, giờ. ¶ ~을 재다 bấm giờ. ¶ ~ 리코더 máy ghi giờ, máy bấm giờ.

타자(打者) [BC] vận động viên bóng chày. ¶ 강~ vận động viên đánh bóng giỏi.

타자기(打字機) máy chữ.

타자수(打字手) thư ký đánh máy, nhân

ㅌ

viên đánh máy.

타작(打作) sự đập lúa, mùa gặt, sự tuốt lúa. **~하다** đập lúa, tuốt lúa, gặt lúa. ¶ ~ 마당 sân đập lúa.

타전(打電) sự đánh điện (điện tín). **~하다** đánh điện, gửi điện; (해저전신) điện tín qua đường cáp truyền; (무전) điện tín qua đường cáp không dây.

타점(打點) ❶ sự đánh dấu, sự chấm dấu (붓으로). **~하다** đánh dấu, chấm dấu. ❷ (마음속으로) **~하다** chọn sẵn, chọn lựa sẵn. ❸ [BC] đánh ghi điểm.

타조(駝鳥) chim đà điểu.

타종(打鐘) **~하다** rung chuông, đánh chuông, gõ chuông. ¶ ~식 lễ đánh chuông (dịp Tết, lễ).

타진(打診) ❶ [YH] sự gõ để chẩn đoán bệnh. **~하다** gõ thử, nghe thử. ¶ ~기 tấm gõ, tấm đệm gõ (để nghe và chẩn đoán bệnh) ❷ (떠봄) ~하다 thăm dò, đoán. ¶ 의향을 ~하다 thăm dò, đoán ý hướng, lòng dạ (đối phương).

타짜(꾼) kẻ gian lận, kẻ cờ gian bạc lận.

타처(他處) nơi khác, chỗ khác. ¶ ~ 사람 người từ nơi khác / ~에서 từ nơi khác, từ chỗ khác.

타척(打擲) cú đánh, cú đấm, cú ra đòn. **~하다** đánh, đấm, đập.

타태(墮胎) ☞ **낙태**. sự nạo thai.

타파(打破) sự đả phá, sự phá vỡ, sự xóa bỏ. **~하다** phá vỡ, phá bỏ, xóa bỏ. ¶ 계급 ~ xóa bỏ giai cấp.

타합(打合) sự dàn xếp, sự thống nhất, sắp đặt với nhau từ trước. **~하다** dàn xếp trước, sắp đặt với nhau từ trước.

타향(他鄕) tha hương, đất khách quê người, xứ lạ, xứ khách.

타협(妥協) sự thỏa hiệp, sự thỏa thuận. **~하다** thỏa thuận, thỏa hiệp. ¶ ~적 có tính thỏa thuận, thỏa ước. ¶ ~안(案) phương án thỏa hiệp / ~안을 만들다 xây dựng phương án thỏa hiệp / ~점을 찾다 tìm ra điểm thỏa hiệp.

타화수정(他花受精) [Si] ☞ **딴꽃가루받이**. sự thụ phấn.

탁 tiếng uỵch, tiếng rơi thịch, tiếng bốp.

탁견(卓見) sáng kiến, quan điểm xuất sắc, kiến thức hơn người; (명안) ý kiến sáng suốt.

탁구(卓球) [TT] môn bóng bàn. ¶ ~대 bàn bóng bàn.

탁류(濁流) dòng nước đục, dòng nước có bùn.

탁마(琢磨) (연마) sự trau dồi, sự mở mang, sự tôi luyện; (학덕을) trau dồi học vấn và đạo đức. **~하다** trau dồi, học hỏi, tôi luyện.

탁발(托鉢) sự hành khất, sự khất thực. **~하다** hành khất, đi khất thực. ¶ ~승 sư khất thực.

탁본(拓本) ☞ **탑본**(搨本). sự rập bản in, bản in rập từ khuôn.

탁상(卓上) (trên) bàn. ¶ ~용의 dùng để trên bàn. ¶ ~계획 [공론] kế hoạch [lý thuyết] suông / ~ 시계 đồng hồ để bàn / ~ 전화 điện thoại để bàn.

탁선(託宣) lời tiên tri, lời tiên đoán.

탁설(卓說) ý kiến xuất sắc, ý kiến sáng suốt hơn người.

탁성(濁聲) giọng khàn đục, âm thanh ồn, đục.

탁송(託送) sự ký gửi. **~하다** ký gửi ¶ ~품 hàng ký gửi.

탁아소(託兒所) nhà trẻ.

탁엽(托葉) [TV] lá kèm.

탁월(卓越) sự vượt trội, sự nổi trội, tính ưu việt, sự ưu tú. ~한 vượt trội, nổi trội. ¶ ~한 업적 thành tích nổi trội, thành tích xuất sắc. ¶ ~풍 gió ổn định, theo hướng nhất định (như gió mậu dịch).

탁자(卓子) cái bàn. ¶ ～에 둘러앉다 ngồi quanh bàn.

탁절(卓絶) ☞ **탁월**. tiết tháo, khí khái, sự ưu tú, vượt trội, nổi bật.

탁주(濁酒) ☞ **막걸리**. *makgeoli*, rượu nguyên chất, rượu chưa qua tinh chế.

탁탁 ❶ (쓰러짐). ¶ ～ 쓰러지다 tuôn, đổ ra ào ào (liên tục). ❷ (숨이) ¶ ～ 숨이 막히다 thở hổn hển, ngột ngạt, khó thở. ❸ (침을) ¶ ～ 뱉다 phun nước dãi (nước bọt) phì phì ❹ (두드리다. 부딪다). ¶ 먼지를 ～ 털다 phủi bụi bồm bộp.

탁탁거리다 nổ lốp bốp, lách tách.

탁탁하다 ❶ (천이) dày, khít và cứng nếp (sợi vải). ❷ (살림이) đầy đủ, no ấm.

탁하다(濁-) đục, mờ, vẩn đục, u ám, lờ mờ. ¶ 탁한 공기 không khí ô nhiễm (không được trong lành) / 탁한 목소리 giọng nói ồm ồm, khàn khàn.

탄갱(炭坑) mỏ than đá, hầm than đá ¶ ～부 công nhân mỏ, thợ mỏ.

탄고(炭庫) hầm than, kho than.

탄광(炭鑛) mỏ than, khoáng sản than. ¶ ～업 ngành công nghiệp khai thác than / ～ 지대 vùng mỏ than / ～ 회사 công ty khai thác than.

탄내 mùi khói than bốc ra. ～나다 có mùi than, mùi khói than bốc ra.

탄대(彈帶) ☞ **탄띠**. dây thắt lưng đeo đạn.

탄도(彈道) đường đạn, đường tên lửa. ¶ ～계수 hệ số đường bay của đầu đạn / ～ 곡선 đường cong của đường đạn / ～ 비행 đường bay của đầu đạn.

탄도탄(彈道彈) tên lửa đạn đạo. ¶ 대륙간 [중거리] ～ tên lửa đạn đạo xuyên lục địa [tầm trung].

탄두(彈頭) đầu nổ của tên lửa hay ngư lôi. ¶ 핵～ tên lửa hạt nhân.

탄띠(彈-) dây thắt lưng có ổ gài đạn.

탄력(彈力) tính co giãn, tính đàn hồi. ¶ ～ 있는 có tính co giãn, có tính đàn hồi / ～이 없어지다 mất tính đàn hồi đi.

탄로(綻露) sự bại lộ. ～나다 bị bại lộ.

탄막(彈幕) hỏa lực phòng ngự, bức tường lửa. ¶ ～ 포화 lửa đạn vây quanh / 엄호 ～ bức tường lửa yểm trợ.

탄미(嘆美) sự khâm phục, sự ngưỡng mộ. **~하다** khâm phục, thán phục, ngưỡng mộ.

탄복(歎服) sự thán phục, sự hâm mộ. **~하다** thán phục, khâm phục, bái phục. ¶ ～할 만한 đáng khâm phục, đáng bái phục.

탄산(炭酸) 【HH】 axít cácboníc. ¶ ～ 가스 khí cácboníc / ～ 소다 [석회, 칼륨] cácbonnác nát-tri [cácbonnát canxi, cácbonnát kali] / ～수 nước có ga / ～지(紙) vùng đất bị canxi hóa / ～천(泉) suối cácbonnát.

탄상(嘆賞) ☞ **탄미**. sự khâm phục, sự ngưỡng mộ.

탄생(誕生) sự ra đời, sự sinh ra. **~하다** được sinh ra. ¶ ～일 ☞ **생일**. ngày sinh / ～지 nơi sinh.

탄성(彈性) tính đàn hồi, tính co giãn, tính mềm dẻo. ☞ **탄력**. ¶ ～고무 cao su co giãn / ～체(體) thể đàn hồi.

탄성(歎聲) (탄식) tiếng thở dài, tiếng rên rỉ; (감탄) tiếng cảm thán. ¶ ～을 발하다 thốt ra tiếng trầm trồ.

탄소(炭素) 【HH】 chất các-bon. ¶ ～봉(棒) thanh các-bon (que đánh lửa) / ～섬유 sợi các-bon / 방사성 ～ các-bon có tính phóng xạ.

탄수(炭水) than và nước. ¶ ～차(車) toa xe chở than và nước.

탄수화물(炭水化物) 【HH】 hyđrat-các bon.

탄식(歎息) sự thở dài, tiếng thở dài. **~하다** thở dài; (비탄) than vãn, kêu than.

탄신(誕辰) ngày sinh của vua, thánh, thần (ngày sinh của các thánh, thần, đức Chúa, đức Phật).

탄알(彈-) viên đạn, phát đạn. ¶ ～이 다할 때까지 싸우다 chiến đấu đến viên đạn cuối cùng.

탄압(彈壓) sự đàn áp, sự áp bức, sự áp lực. **~하다** đàn áp, áp bức, đè nén. ¶ ～적 mang tính đàn áp, dồn nén. ¶ ～ 정책 chính sách đàn áp / 무력 ～ đàn áp vũ lực / 언론 ～ đàn áp ngôn luận.

탄약(彈藥) đạn dược. ¶ ～고 kho đạn dược, kho vũ khí / ～ 상자 thùng đạn dược / ～ 집적소(集積所) nơi tích lũy đạn dược / ～통 ống đạn.

탄우(彈雨) làn mưa đạn.

탄원(歎願) lời kêu gọi, lời cầu khẩn, lời van xin, sự thỉnh cầu. **~하다** thỉnh cầu, van xin, kêu gọi. ¶ ～서 thư thỉnh cầu, đơn thỉnh cầu / ～자 người thỉnh cầu, người làm đơn thỉnh cầu.

탄저병(炭疽病) 【YH】 bệnh than (동물의).

탄전(炭田) khu vực khai thác mỏ than.

탄젠트(tangent) 【TH】 tang, tỷ số giữa cạnh đối và cạnh kề của một góc đã cho trong hình tam giác vuông.

탄주(炭柱) 【Kh】 cột than chống, lớp than trụ (để tránh sập hầm).

탄주(彈奏) 【ÂN】 sự đàn tấu, chơi đàn. **~하다** trình đàn tấu, chơi đàn. ¶ ～법 phương pháp, cách thức chơi đàn / ～자 người chơi đàn.

탄진(炭塵) bụi than.

탄질(炭質) loại than, chất lượng than. ¶ ～이 좋다 [나쁘다] loại than tốt [xấu].

탄차(炭車) toa chở than, xe chuyên chở than.

탄착(彈着) điểm va chạm, điểm nhắm bắn. ¶ ～ 거리 khoảng cách điểm bắn / ～ 관측 quan sát điểm bắn / ～점 điểm bắn.

탄창(彈倉) 【QS】 ổ đạn của súng máy.

탄층(炭層) lớp than, vỉa than.

탄탄(坦坦) rộng rãi, bằng phẳng. ¶ ～대로 đại lộ thênh thang.

탄탄하다 cứng chắc, vững chắc, chắc chắn. ☞ **튼튼하다**.

탄폐(炭肺) 【YH】 bệnh đen phổi (phổi bị nhiễm bụi than).

탄피(彈皮) vỏ đạn.

탄핵(彈劾) sự buộc tội, sự phế truất. **~하다** buộc tội, cáo buộc, phế truất. ¶ ～안 đề án phế truất / 국회의 ～을 받다 bị quốc hội luận tội và phế truất.

탄화(炭化) sự đốt thành than, sự các-bon hoá. **~하다** đốt thành than, carbon hoá. ¶ ～물 chất các-bua / ～수소 hyđro-các-bon / ～ 칼슘 các bua can xi.

탄환(彈丸) viên đạn.

탄흔(彈痕) vết đạn.

탈 (가면) chiếc mặt nạ, sự cải trang. ¶ ～을 쓰다 đeo mặt nạ, giấu mặt, trá hình (행위, 감정을 숨기다).

탈(頉) ❶ (사고·고장) sự vướng mắc, sự cố, hỏng hóc. ¶ ～ 없이 không vướng mắc, không có sự cố. ❷ (병) ốm đau, bệnh tật. ¶ ～ 없이 không ốm đau, vô bệnh tật. ❸ (흠) sai sót, sai lầm, lỗi lầm. ☞ **탈잡다**. bắt lỗi.

탈각(脫却) sự giải thoát, sự xoá bỏ, sự tống khứ. **~하다** giải thoát, thoát khỏi, tống khứ.

탈각(脫殼) sự lột da, sự lột vỏ. **~하다** lột da, lột vỏ.

탈것 phương tiện đi lại, xe cộ, phương tiện vận chuyển.

탈고(脫稿) sự hoàn thành bản thảo, hoàn thành bản viết tay. **~하다** kết thúc bản thảo, hoàn tất bản viết tay.

탈곡(脫穀) sự đập lúa, sự tuốt lúa. **~하다** đập lúa, tuốt lúa. ¶ ～기 máy đập lúa, máy tuốt lúa.

탈구(脫臼) 【YH】 sự sai khớp, sự trật khớp. **~하다** sai khớp, trật khớp.

탈나다(頉-) (사고) xảy ra sự cố, xảy ra tai nạn; (고장) hỏng hóc, phiền hà; (병) mắc bệnh, ngã bệnh, đổ bệnh.

탈당(脫黨) sự rút lui (ra khỏi một đảng phái, tổ chức). **~하다** rút khỏi, rút lui. ¶ ～성명(서) phát biểu (đơn) ly khai khỏi đảng / ～자 người rút lui, người ly khai khỏi đảng.

탈락(脫落) sự rơi, rụng, rớt. **~하다** rơi, rụng, rớt, trượt (낙오). ¶ ～자 người bị rớt lại.

탈락거리다 đung đưa, đu đưa, lủng lẳng.

탈루(脫漏) sự lọt, sự sót lại. **~하다** lọt, sót lại.

탈모(脫毛) sự rụng tóc, sự rụng lông, sự vặt lông. **~하다** rụng lông, rụng tóc. ¶ ～제(劑) thuốc làm rụng lông / ～증 chứng rụng tóc, bệnh rụng tóc, hói đầu.

탈모(脫帽) (khẩu lệnh) ngả mũ, bỏ mũ! **~하다** bỏ mũ, hạ mũ, cởi mũ

탈바꿈 【CT】 ☞ **변태**. sự biến đổi, sự phát triển hình thái, trạng thái.

탈법행위(脫法行爲) sự lẩn tránh pháp luật, hành vi lách luật.

탈산(脫酸) 【HH】 sự khử ô-xy. **~하다** khử ô-xy.

탈상(脫喪) sự mãn tang, hết tang. **~하다** mãn tang, hết tang.

탈색(脫色) sự phai màu, sự bạc màu. **~하다** phai màu, bay màu, bạc màu (표백). ¶ ～제 chất làm bạc màu, bay màu.

탈선(脫線) sự trật đường ray, trật bánh; (이야기의) sự lạc đề. **~하다** trật đường ray, trật bánh; (얘기 따위) lạc đề, nói tào lao; (행동) lệch lối, hành động sai lệch.

탈세(脫稅) sự trốn thuế, sự tránh thuế. **~하다** trốn thuế, tránh thuế. ¶ ～액 tiền trốn thuế / ～자 người trốn thuế, người buôn lậu / ～품 hàng trốn thuế, hàng lậu.

탈속(脫俗) sự thoát tục, sự hơn người hơn đời. **~하다** thoát tục, phi phàm hơn người. ¶ ～적 có tính thoát tục, hơn người.

탈수(脫水) 【HH】 sự khử nước, sự hút nước. **~하다** khử nước, hút nước, quay vắt, làm khô. ¶ ～기 máy hút nước, máy khử nước, vắt nước / ～제 chất khử nước / ～증상 chứng mất nước.

탈습(脫濕) sự khử ẩm, hong khô, sự phơi khô. **~하다** hong khô, phơi khô.

탈싹 ☞ **털썩**. phắt (ngồi, rơi), thịch, phịch (tiếng).

탈영(脫營) sự đào ngũ, sự trốn ngũ, bỏ trốn. **~하다** đào ngũ, trốn ngũ, bỏ trốn. ¶ ～병(兵) binh sĩ đào ngũ.

탈옥(脫獄) sự vượt ngục. **~하다** vượt ngục, bỏ trốn. ¶ ～수 tên tù vượt ngục.

탈의(脫衣) thoát y, sự thay quần áo, cởi bỏ quần áo. **~하다** thay đồ, thay quần áo. ¶ ～실 phòng thay đồ / ～장 nơi thay đồ, nơi thay quần áo.

탈자(脫字) từ bị bỏ sót.

탈잡다(頉-) soi mói, bới móc khuyết điểm, bắt lỗi.

탈장(脫腸) 【YH】 chứng sa ruột. ¶ ～이 되다 bị sa ruột. ¶ ～대(帶) băng giữ (dùng cho người bị chứng sa ruột).

탈저(脫疽) chứng hoại thư, bệnh gây thối tử.

탈적(脫籍) sự xoá tên khỏi hộ khẩu. ~하다 xoá tên khỏi hộ khẩu.

탈주(脫走) sự bỏ trốn, đào tẩu. ~하다 bỏ ngũ, bỏ trốn, chạy trốn. ¶ ～병 lính đào ngũ / ～자 người bỏ trốn, kẻ chạy trốn.

탈지(脫脂) ~하다 sự loại bỏ chất béo, cắt bỏ chất béo. ¶ ～면 bông sát trùng / ～ 분유 sữa bột không có chất béo / ～유(乳) sữa không kem.

탈출(脫出) sự tẩu thoát, sự rút chạy, sự rút lui, sự bỏ chạy. ~하다 rút chạy, bỏ chạy, trốn chạy. ¶ ～ 속도 vận tốc cho phép tàu vũ trụ thoát khỏi lực hút của hành tinh.

탈춤 múa mặt nạ (một trong những điệu múa truyền thống Hàn Quốc).

탈취(脫臭) sự khử mùi. ~하다 khử mùi. ¶ ～제 chất khử mùi.

탈취(奪取) sự cướp đoạt, sự chiếm đoạt, sự chiếm giữ. ~하다 chiếm đoạt, tịch thu, chiếm giữ.

탈퇴(脫退) sự rút lui ra khỏi, sự ly khai. ~하다 rút lui, rút ra khỏi một tổ chức, ly khai. ¶ ～자 người xin ly khai, người xin từ chức và rút ra khỏi một tổ chức nào đó.

탈피(脫皮) [ĐV] sự lột da, lột xác. ~하다 lột da, lột xác; (비유적) lột xác, thoát xác (tiến bộ hơn).

탈항(脫肛) [YH] tình trạng bị sa hậu môn, lòi dom, trĩ.

탈환(奪還) sự thu hồi, sự đoạt lại, sự lấy lại. ~하다 lấy lại, thu lại, đoạt lại, giành lại.

탈황(脫黃) [HH] sự khử lưu huỳnh, sự tinh chế. ~하다 khử lưu huỳnh, tinh chế, tinh lọc.

탈회(脫會) sự ra khỏi, sự rút khỏi, sự ly khai (hội tổ chức). ~하다 rút khỏi, ra khỏi hội tổ chức nào đó.

탐관오리(貪官汚吏) tham quan, tham quan ô lại.

탐광(探鑛) [Kh] sự thăm dò, tìm kiếm. ~하다 thăm dò, tìm kiếm (khoáng sản, khoáng vật). ¶ ～자 người thăm dò khoáng sản.

탐구(探究) sự thăm dò, sự thám hiểm, sự nghiên cứu. ~하다 thám hiểm, thăm dò, nghiên cứu, điều tra. ¶ ～심(心) tinh thần tìm hiểu / ～자 nhà thám hiểm, nhà nghiên cứu, điều tra viên.

탐나다(貪-) ham muốn, thèm khát, có lòng tham.

탐내다(貪-) ham muốn, tham muốn, nảy lòng tham.

탐닉(耽溺) thú ham mê, sự mải mê, sự say mê. ~하다 ham mê, say mê, mải mê, thích thú. ¶ 주색에 ～ 하다 ham mê tửu sắc.

탐독(耽讀) thú đọc sách, sở thích đọc sách. ~하다 ham mê đọc sách, thích đọc sách.

탐문(探問) sự điều tra gián tiếp, sự tham vấn, tìm hiểu. ~하다 điều tra gián tiếp, tham vấn, tìm hiểu.

탐문(探聞) ~하다 thu lượm tin tức, thu nhặt tin tức; (소문 등을) nghe ngóng; (형사가) thăm dò tin tức.

탐미(耽美) ☞ 심미(審美). khiếu thẩm mỹ.

탐방(探訪) tìm đến điều tra, sự tìm đến thăm. ~하다 tìm đến điều tra, tìm đến thăm. ¶ ～기(記) bản báo cáo điều tra / ～기자 phóng viên đi điều tra.

탐방 tiếng bì bõm, tiếng rơi tõm, tùm. ～거리다 bì bõm, lõm bõm.

탐사(探査) sự lần mò điều tra, sự thăm dò. ~하다 thăm dò, điều tra.

탐색(探索) sự truy tìm, sự điều tra, sự

E

truy lùng. ~하다 truy tìm, sự truy lùng, (범인을) truy lùng tội phạm. ¶ ~전 cuộc chiến truy lùng, truy tìm.

탐스럽다 đáng ao ước, đáng thèm muốn, hấp dẫn, có sức quyến rũ.

탐승(探勝) chuyến thăm quan, chuyến dã ngoại, chuyến du ngoạn. ~하다 đi tham quan, đi dã ngoại, đi du ngoạn.

탐식(貪食) tính tham ăn, tính háu ăn, tính phàm ăn. ~하다 tham ăn, háu ăn, phàm ăn.

탐욕(貪慾) lòng tham lam, tính hám lợi, máu tham. ~스런 tham lam, hám lợi.

탐정(探偵) việc điều tra, việc thanh tra bí mật, cuộc trinh thám; (군사상) hoạt động tình báo; (사람) điệp viên; (간첩) gián điệp. ~하다 bí mật theo dõi, điều tra mật, làm gián điệp. ¶ ~을 붙이다 cài trinh thám, cài gián điệp. ¶ ~소설 tiểu thuyết trinh thám / 사설 ~ thám tử tư.

탐조등(探照燈) đèn pha, đèn chiếu rọi.

탐지(探知) sự phát hiện, sự tìm hiểu. ~하다 phát hiện, tìm hiểu, xác định. ¶ ~기 máy dò, máy tìm.

탐측(探測) sự thăm dò, sự tìm kiếm ¶ ~기구 công cụ tìm kiếm / ~로켓 tên lửa thăm dò.

탐탁스럽다 ☞ **탐탐하다**. đáng thèm muốn, trông vừa lòng, vừa ý.

탐탁하다 vừa ý, hợp ý, thoả mãn, hài lòng. ¶ 탐탁하지 않은 (인물) nhân vật (người) không như mong đợi / 탐탁한 여자 người phụ nữ từng ao ước.

탐폰(tampong) [YH] băng vệ sinh phụ nữ.

탐하다(貪-) thèm muốn, tham, thèm thuồng.

탐험(探險) sự thám hiểm, sự thăm dò, sự khảo sát. ~하다 thám hiểm, thăm dò, khảo sát. ¶ ~가(家) nhà thám hiểm, nhà khảo sát / ~대 đoàn thám hiểm, đoàn khảo sát / ~여행 chuyến thăm dò, chuyến thám hiểm.

탑(塔) tháp, chùa tháp, tháp chuông; (동양의) chùa tháp; (뾰족탑) bút tháp, gác chuông; (기념탑) đài kỷ niệm.

탑본(榻本) bản sao rập in, rập khuôn. ¶ ~을 뜨다 làm bản sao rập khuôn.

탑삭 độp một cái, một cách chụp, túm hay đập lấy mau lẹ.

탑삭부리 người đàn ông râu ria lồm xồm. ☞ **텁석부리**.

탑승(搭乘) sự đi lại (bằng phương tiện gì). ~하다 đi lại, đáp tàu, lên tàu, lên xe. ¶ ~원 thành viên phi hành đoàn (총칭) / ~자 hành khách.

탑재(搭載) sự chất hàng, sự chở hàng. ~하다 chất hàng, xếp hàng, bốc hàng, chở hàng. ¶ ~량 sức chở, trọng tải.

탓 (원인) nguyên nhân, lí do, nguyên do; (잘못) sự sai lầm, sự lỗi lầm; (영향) sự ảnh hưởng. ¶ 나이 ~으로 do tuổi tác / 기후 ~으로 tại khí hậu / …의 ~이다 lỗi của ai đó / 남의 ~으로 돌리다 đổ lỗi cho ai đó.

탓하다 gánh trách nhiệm, giao trách nhiệm.

탕 ❶ (소리) tiếng kêu bang, boong. = 쾅. ~하다 sầm một cái, ầm một cái. ¶ 문을 ~ 닫다 đóng sầm cửa lại. ❷ (빈꼴) ¶ ~ 빈 rỗng tuếch.

탕(湯) ❶ (국) nước canh, nước súp; (한약) thuốc sắc, thang thuốc bắc. ❷ (목간) phòng tắm, nhà tắm. ¶ 남~ phòng tắm nam / 여~ phòng tắm nữ.

탕감(蕩減) sự miễn giảm, sự xoá bỏ, huỷ bỏ (tiền nợ, tiền vay, tiền thuế). ~하다 xoá bỏ, huỷ bỏ. ¶ 빚을 ~해 주다 xoá bỏ tiền nợ cho.

탕개 cái khoá, cái móc, cái chốt. ¶ ～목(木) cái móc dây (bằng gỗ) / ～줄 sợi dây khoá, sợi dây trói.

탕관(湯罐) ấm, siêu (sắc thuốc).

탕기(湯器) bát dùng để đựng canh, đựng súp.

탕반(湯飯) ☞ **장국밥**. cơm canh.

탕심(蕩心) phóng đãng, tính đồi trụy.

탕아(蕩兒) tên dâm đãng, kẻ phóng đãng.

탕약(湯藥) thuốc thang, thuốc sắc, nước thuốc sắc.

탕진(蕩盡) sự tiêu hết, sự phung phí. **~하다** tiêu hết, phung phí, hoang phí.

탕치(湯治) sự chữa trị bằng cách tắm suối nước nóng, nước khoáng. **~하다** trị bệnh bằng cách tắm suối nước nóng. ¶ ～ 요양 sự chữa trị bằng suối nước nóng, nước khoáng.

탕치다(湯) ❶ (재산을) hoang phí tài sản, tiêu phí hết tài sản. ❷ (탕감) xoá nợ cho ai.

탕탕 (포소리) boong boong, bang bang; (허풍) một cách nói cường điệu, nói khoác, huênh hoang. ～거리다 nói lớn, nói phóng đại. ¶ ～ 큰소리치다 nói phóng đại, nói cường điệu, huênh hoang.

탕파(湯婆) nước nóng, bình giữ ấm thức ăn.

태 (새 쫓는) cây gậy, gậy (đuổi chim).

태(胎) thai, nhau thai. ¶ ～를 가르다 cắt nhau thai.

태가(駄價) tiền bốc vác, công khuân vác, chuyên chở.

태고(太古) thời thượng cổ, thuở hoang sơ, thời nguyên thuỷ, thời xưa. ¶ ～부터 từ thuở xa xưa.

태공망(太空望) người đi câu (cách nói khác chỉ người câu cá) ☞ **강태공**(姜太公).

태교(胎敎) thai giáo, sự truyền dạy cho con từ lúc chưa sinh.

태권도(跆拳道) môn võ *Taekwondo*, võ thuật của Hàn Quốc.

태그매치(tag match) cuộc thi đấu vật với hai người một đội.

태극기(太極旗) cờ Thái cực-quốc kỳ Hàn Quốc (*Tae Geuk Gi*).

태극선(太極扇) (부채) cây quạt giấy có trang trí biểu tượng âm dương, quạt thái cực.

태기(胎氣) dấu hiệu có thai.

태깔(態-) kiểu dáng và mầu sắc; thái độ kiêu căng. ～스러운 kiêu căng, ngạo mạn.

태껸 môn võ thuật truyền thống của Hàn Quốc (tay, chân di chuyển nhẹ nhàng, áp sát và quật ngã đối thủ) (tiền thân của *taekwondo*).

태내(胎內) bên trong dạ con. ¶ ～의(에) ở bên trong dạ con. ¶ ～전염 sự lây nhiễm trước khi sinh.

태도(態度) thái độ, cách cư xử, cách ăn ở, cách đối xử; (심적 태도) thái độ tinh thần; (풍채) cách biểu hiện, cách thể hiện, phong thái; (모양) dáng bộ, điệu bộ; (거동) cử động. ¶ 강경한 ～ thái độ cứng rắn / ～가 좋다 [나쁘다] thái độ lịch sự [không lịch sự] / ～를 취하다 theo thái độ / 우호적인 ～로 với thái độ hữu hảo.

태독(胎毒) [YH] bệnh chàm ở trẻ sơ sinh.

태동(胎動) (태아의) sự quẫy đạp của thai nhi trong bụng mẹ, sự hoạt động của bào thai; (비유적) mầm mống động thái (sắp sửa tiến hành hoạt động). ¶ ～하다 cử động trong bụng mẹ. ¶ ～기 giai đoạn thai nhi có cử động trong bụng mẹ.

태두(泰斗) người có quyền thế cao, người đứng đầu, người có tiếng tăm.

태만(怠慢) tính lười biếng, chểnh mảng.

ㅌ

~한 chểnh mảng, lơ là. ¶ 직무 ~으로 do lơ là bổn phận.

태몽(胎夢) thai mộng, báo mộng sắp có thai.

태무(殆無) **~하다** hiếm hoi, khan hiếm, ít có.

태반(太半) quá nửa, đa số, phần đông, ưu thế. ¶ ~은 여성이다 quá nửa là phụ nữ.

태반(胎盤) 【GP】 lá nhau thai nhi.

태부리다(態-) làm điệu bộ, giả tạo, tỏ thái độ, làm ra vẻ.

태부족(太不足) lượng thiếu hụt lớn. ¶ ~하다 thiếu nhiều, thiếu lớn.

태산(泰山) (큰 산) Thái Sơn, ngọn núi cao dãy núi cao; (크고 많음) nhiều, to lớn, tuyệt đối. ¶ (비유) ~같이 믿다 tin tưởng lớn, tin tưởng vững vàng như Thái Sơn / ~ 명동(鳴動)에 서일필(鼠一匹) 【TNg】 đầu voi đuôi chuột. ¶ ~ 준령 ngọn núi cao và dốc đứng.

태생(胎生) ❶ (출생) sự sinh, sự sinh đẻ; (출생지) nơi sinh, chốn sinh ❷ 【Si】 tính đẻ con, tính thai sinh. ¶ ~동물 động vật có khả năng đẻ con.

태서(泰西) Phương Tây, Tây phương.

태선(苔癬) 【YH】 địa y, thuộc địa y, bệnh ngoài da nấm, hắc lào.

태세(態勢) thái độ, tư thế, tình thế. ¶ ~를 갖추다 có thái độ sẵn sàng.

태수(太守) (역사) thái thú.

태심(太甚) **~하다** cực kỳ, vô cùng, hết mức.

태아(胎兒) thai nhi, phôi thai. ~의 thuộc bào thai, thai nhi.

태양(太陽) thái dương, mặt trời. ~의 thuộc hệ thái dương. ¶ ~계 hệ mặt trời, thái dương hệ / ~등(燈) đèn chạy bằng năng lượng mặt trời / ~력 dương lịch / ~열 sức nóng của mặt trời / ~ 전지 pin mặt trời.

태어나다 sinh ra, được sinh ra. ¶ 다시 ~ (내세에) được tái sinh, sinh ra trong một thế giới khác; (딴사람이 됨) tái sinh.

태업(怠業) sự đình công, sự giảm tốc độ sản xuất. **~하다** đình công, ngừng sản xuất, sản xuất chậm lại.

태없다 chân thật, khiêm tốn, không khoe khoang.

태연(泰然) ~한 thản nhiên, bình tĩnh, điềm đạm, điềm tĩnh.

태연자약(泰然自若) sự bình tĩnh, sự thản nhiên như không. **~하다** bình tĩnh, thản nhiên như không.

태열(胎熱) 【YH】 chứng bệnh của trẻ sơ sinh do bị sốt từ khi còn là báo thai.

태엽(胎葉) lò xo, động cơ, động lực (thiết bị máy móc). ¶ ~을 감다 xoắn lò xo / 시계 ~ lò xo đồng hồ.

태우다[1] ❶ (연소) đốt cháy, đốt lửa, phóng hỏa; (소각) đốt đi, thiêu hủy. ¶ 태워 버리다 đốt cháy. ❷ (그슬리다) làm cháy, đốt xém. ❸ (애태우다) làm cho phiền muộn, lo lắng như thiêu đốt trong lòng; (걱정) làm cho lo lắng, lo nghĩ.

태우다[2] (탈것에) cho đi cùng, chở theo, đem theo. ¶ 태워 주다 cho đi nhờ, cho đi cùng (자기 차에).

태우다[3] (분배) phân bổ, phân chia, chia chác; (상금 등을) phân chia, trao thưởng; (노름·내기에) đặt tiền đánh bạc, cá cược. ¶ 돈을 ~ đặt tiền.

태음(太陰) thái âm, mặt trăng. ¶ ~력 âm lịch.

태자(太子) thái tử. ☞ **황태자**. hoàng thái tử.

태조(太祖) thái tổ, vị vua đầu tiên của một triều đại.

태질치다 (벼타작) đập, tuốt (lúa); (메어침) vật ngã, quật ngã (đối thủ).

태초(太初) thời khai thiên lập địa, thời nguyên thuỷ.

태코그래프(tachograph) đồng hồ đo tốc độ của động cơ.

태코미터(tachometer) máy đo tốc độ.

태클(tackle) [TT] sự chặn, sự cản đối phương. **~하다** chặn đối phương, cản đối phương.

태평(泰平·太平) ❶ (국가·가정의) thái bình, nền hòa bình. ~한 hòa bình, thái bình, yên bình. ¶ ~가 bài ca hòa bình / ~성대 một triều đại thái bình. ❷ (마음이) ~한 thanh thản, thoải mái, vô tư. ¶ 마음이 ~한 사람 một con người vô tư, bình thản.

태평양(太平洋) Thái Bình Dương. ¶ ~ 전쟁 [함대] chiến tranh [hạm đội] Thái Bình Dương / ~ 횡단 비행 chuyến bay ngang qua Thái Bình Dương.

태풍(颱風) trận bão lớn, cơn bão. ¶ ~ 경보를 발하다 phát đi cảnh báo bão / 권(내) khu vực nằm trong vùng bão.

태형(笞刑) trận đòn (bằng roi), hình phạt đánh đòn bằng roi. ¶ ~ 을 가하다 đánh đòn ai bằng roi.

태환(兌換) [KT] sự chuyển đổi, điều chuyển, hoán đổi. ¶ ~ 권(券)(지폐) chi phiếu đổi tiền / ~은행 ngân hàng phát hành chi phiếu đổi tiền.

태후(太后) Thái hậu. ☞ **황태후**. Hoàng Thái hậu.

택시 xe taxi. ¶ ~로 가다 đi bằng xe taxi / ~를 타다 [잡다, 부르다] đi [bắt, gọi] xe taxi. ¶ ~요금 tiền đi xe taxi / ~운전사 tài xế xe taxi.

택일(擇日) sự chọn ngày, việc định ngày. **~하다** chọn ngày, định ngày, lựa ngày.

택지(宅地) địa điểm xây dựng, lô đất cất nhà. ¶ ~를 조성하다 san đất làm đất dựng nhà. ¶ ~료 phí đất dựng nhà / ~분양 buôn bán, chuyển nhượng đất xây dựng nhà.

택지(擇地) sự lựa chọn địa điểm, vị trí. **~하다** chọn địa điểm, vị trí.

택하다(擇-) chọn lựa, chọn lọc, tuyển chọn.

탤런트(talent) (집합적) người có tài, diễn viên TV.

탬버린(tambourine) [ÂN] trống lục lạc.

탭댄스(tap dance) điệu nhảy clacket (điệu nhảy dùng bàn chân gõ nhịp).

탯줄 dây rốn.

탱고(tango) [ÂN] điệu nhảy tango.

탱알 [TV] cây cúc tây.

탱자 [TV] cây *Taeng Ja*, loài cam có lá kép ba.

탱커(tanker) (유조선) tàu chở dầu. ¶ 오일 (oil) ~ tàu chở dầu.

탱크 (전차) xe tăng, xe bọc thép; (기름통) thùng chứa dầu. ¶ ~로리 xe chở dầu.

탱탱하다 căng, chật, bó sát, chặt khít.

탱화 [PG] tranh Phật, tranh thánh hiền.

터[1] ❶ (집터) mảnh, lô (đất). ❷ (기초) nền tảng, nền móng, căn cứ, cơ sở. ¶ ~를 다지다 xây dựng nền tảng / ~를 닦다 đặt nền tảng, đặt nền móng, chuẩn bị cho.

터[2] (예정) dự định, kế hoạch, dự tính. ¶ …할 ~이다 có ý định, có dự tính, có kế hoạch.

터널(tunnel) đường hầm. ¶ ~을 뚫다 đào đường hầm, khoan đường hầm.

터놓다 ❶ (막힌 것을) giải thoát, giải phóng, giải tỏa. ❷ (마음을) thổ lộ, bày tỏ, bộc bạch. ¶ (마음을) 터놓고 thổ lộ tâm can / 터놓고 말하면 nếu bộc bạch hết, nếu nói thẳng ra.

터다지다 làm cho vững (nền nhà), đắp vững nền, móng.

터닦다 ❶ (집터를) san lấp, lấp kín. ❷

ㅌ

(토대를) xây dựng nền móng, đặt nền tảng.

터덕거리다 ❶ (걸음을) lê bước, cất bước khó nhọc, bước đi nặng nề. ❷ (살림이) lê bước sinh nhai, lăn lộn với cuộc sống. ❸ (일을) vật lộn với công việc.

터덜거리다 ❶ (걸음을) lê bước khó nhọc. ¶ 터덜터덜 từng bước từng bước, ráng sức. ❷ (소리가) xủng xoảng, lọc xọc, lanh chanh.

터득(攄得) sự thấu hiểu. **~하다** thấu hiểu, nắm được.

터뜨리다 (폭발) vỡ tung, nổ vỡ; (갇힌 것을) làm vỡ, phá vỡ. ¶ 종기 [풍선]를 ~ làm vỡ mụn nhọt [bong bóng] / 폭탄을 ~ cho nổ mìn, nổ mìn / 노염을 ~ nổi cáu lên, nổi tam bành.

터럭 ☞ **털**. lông, tóc.

터무니 ¶ ~없는 (부당) vô lý, không chính đáng, phi lý; (과도) quá đáng, chua ngoa; (무근거함) không căn cứ / ~없이 một cách vô căn cứ, vô lý / ~없는 거짓말 nói dối không căn cứ.

터미널(terminal) bến xe, bến tàu, nhà ga.

터밭 vườn gia đình, vườn riêng.

터벅거리다 đi loạng choạng, đi lảo đảo, lê bước.

터벅터벅 loạng choạng, lảo đảo. ¶ ~걷다 đi lảo đảo, đi chệnh choạng.

터벅터벅하다 khô, rắn (khó nhai, khó nuốt).

터부 điều cấm kỵ, điều kiêng kỵ. ¶ ~시(視) 하다 coi là cấm kỵ.

터분하다 không ngon, chán ngắt. ¶ 입이 ~ mồm miệng đắng ngắt, không biết ngon miệng.

터빈(turbine) tua bin.

터세다 (집터가) báo điềm xấu, điềm gở.

터수 ❶ (처지) tình trạng, hoàn cảnh. ❷ (관계) mối quan hệ, thân phận.

터앝 vườn trong nhà.

터울 (나이) khoảng cách tuổi tác của con cái trong nhà, tuổi chênh lệch giữa anh chị em ruột. ¶ ~이 잦다 sinh đẻ liên tục, đẻ dày.

터울거리다 ham mê, cố gắng đạt mục đích, định hướng.

터잡다 chọn lựa địa điểm, xác định vị trí, đặt cơ sở.

터전 lô đất, khu đất (xây dựng), nơi sinh sống.

터주(-主) thổ công, thổ địa.

터주다 cho phép, để cho, đồng ý, chấp thuận.

터지다 ❶ (폭발) bùng nổ, bật nổ, nổ tung (발발). ❷ (파괴·갈라짐) phá hủy, nứt nẻ, rạn nứt; (피부가) da nứt nẻ. ¶ 둑이 ~ con đê bị rạn nứt. ❸ (탄로) vạch trần, phơi bày. ❹ ☞ **얻어맞다**. bị trúng phải, bị đánh phải.

터치다운(touch down) [ㅠ] bàn thắng, đưa bóng qua vạch gôn.

터키 Thổ Nhĩ Kỳ. ¶ ~의 [말] thuộc về [tiếng] Thổ Nhĩ Kỳ / ~ 사람 người Thổ Nhĩ Kỳ.

터프(tough) tính chắc, cứng, dai. ¶ ~한 cứng, chắc, dai.

턱[1] cằm, quai hàm. ¶ ~을 쓰다듬다 xoa cằm / ~이 빠지다 trật quai hàm / ~뼈 xương cằm.

턱[2] (높은데) chỗ cao lên, nhô lên.

턱[3] (대접) sự tiếp đãi, chiêu đãi. ☞ **한턱**. khao, thiết đãi. ¶ 한~ 내다 chiêu đãi, thiết đãi, khao.

턱[4] ❶ (까닭) lý do, nguyên do, nguyên cớ. ¶ 내가 알 ~이 있나 tôi có biết nguyên cớ gì đâu? ❷ (정도) mức độ, qui mô, tình cảnh như vậy. ¶ 그저 그 ~이다 khoảng trong phạm vi đó, khoảng chừng đó.

턱[5] ❶ (안심) an tâm, thanh thản, an

ㅌ

vui. ¶ (마음이) ~ 놓이다 giữ cho tâm hồn được thanh thản. ❷ (잡는 꼴) chặt. ¶ ~ 잡다 nắm, túm chặt. ❸ (의젓이) đàng hoàng, nghiêm túc, nghiêm chỉnh. ¶ 의자에 ~앉다 ngồi đàng hoàng trên ghế.

턱걸이 (철봉의) xà ngang. **~하다** đu người lên xà ngang tới cằm.

턱까불다 (lúc lâm chung) thở hắt ra, nấc lên hơi thở cuối cùng.

턱받이 áo yếm, áo yếm dãi trẻ con.

턱수염 râu cằm.

턱시도(tuxedo) bộ áo ximôckinh (lễ phục mặc vào buổi chiều).

턱없다 vô lý, phi lý, qúa đáng. ¶ 턱없이 một cách phi lý, một cách quá đáng.

턱짓하다 làm điệu làm bộ, cằm vênh lên (biểu lộ thái độ bằng cái lắc cằm).

턱찌기 thức ăn thừa, đồ ăn thừa.

턱턱 ☞ **탁탁**. làm một việc gì đó hăng hái, sôi nổi, hào hứng.

턴테이블(turntable) máy hát quay đĩa, mặt quay hình tròn, phẳng trên đó đặt đĩa hát để quay.

털 ❶ (머리털) tóc, sợi tóc; (솜털) tóc tơ, lông tơ. ¶ ~이 있는 có tóc, có lông / ~이 많은 nhiều tóc / ~을 뽑다 nhổ tóc. ¶ ~구멍 chân tóc. ❷ (짐승의) lông thú, lông mao, lông cừu ¶ ~을 댄 cạo lông, vặt lông ¶ ~내의 quần áo lót bằng len / ~옷 áo lông / ~외투 áo khoác lông. ❸ (깃) lông vũ, lông chim. ❹ (보풀) lên tuyết.

털가죽 bộ da lông thú, bộ lông thú (소, 양 따위의). ☞ **모피**(毛皮).

털갈다 (새가) thay lông; (짐승이) rụng lông.

털갈이 ¶ ~하다 ☞ **털갈다**. thay lông, rụng lông.

털끝 (조금) một chút, một ít. ~만큼도 … 않다 không … một chút nào.

털다 ❶ (떨다) rũ, phủi, trải (먼지를) phủi bụi, trải bụi. ❷ (내다) hết sạch. ¶ 있는 돈을 다 ~ tiêu sạch số tiền có được. ❸ (도둑이) ăn cướp, ăn cắp, ăn trộm.

털럭거리다 xóc nhẹ, vỗ nhẹ, đập nhẹ.

털버덕거리다 bắn tung toé, văng tung toé.

털벙 tiếng rơi tõm, tiếng nước bắn tung toé. ~거리다 rơi tõm, rơi tùm.

털보 người đàn ông râu tóc bờm xờm.

털복숭이 người có râu tóc bờm xờm.

털붙이 ❶ (모피) lông, da (거친). ❷ (털로 짠) dệt bằng lông thú, len (털옷) áo lông thú, áo len.

털실 sợi len, sợi chỉ len (편물용). ¶ ~양말 tất len, vớ len / ~로 뜨다 đan bằng sợi len.

털썩 phịch xuống, ùm xuống. ¶ ~주저앉다 ngồi phịch xuống.

털어놓다 ❶ (물건을) trải ra, đổ ra, phơi bày ra. ❷ (마음 속을) giãi bày, bày tỏ, thổ lộ.

털털거리다 ☞ **터덜거리다**. lê bước, bước nặng nề.

털털이 ❶ ☞ **빈털터리**. người rỗng túi, người không có xu nào trong túi. ❷ (차량) cà tàng, cà khổ, lộc xộc.

털털하다 chân thật, thoải mái, tự nhiên, không giả tạo.

텀벙 tõm. ~거리다 tòm tõm. ¶ 호수에 돌을 ~ 던지다 ném hòn đá xuống ao cái tõm.

텁석 bất ngờ, thình lình, đột xuất. ¶~움켜쥐다 cầm lấy bất ngờ.

텁석나룻 râu ria bờm xờm, rậm rạp.

텁석부리 người có râu ria rậm rạp.

텁수룩하다 bờm xờm, rối bù, không gọn gàng.

텁텁하다 ❶ (음식) nhạt nhẽo, vô vị; (입 속) khó nuốt. ❷ (눈이) mờ, lờ mờ, tối lờ mờ. ❸ (성미가) dễ dãi.

텃세(-貰) sự thuê một địa điểm, thuê mặt bằng.

텃세(-勢) **~하다** lấn áp người mới đến. ¶ ~를 부리다 ma cũ bắt nạt ma mới.

텅 ¶ ~빈 trống rỗng, trống trải.

텅스텐(tungsten) 【HH】 kim loại cứng dùng để chế tạo thép hợp kim và các sợi trong bóng đèn điện. ¶ ~ 전구 bóng đèn tungsten.

텅텅[1] (빈 모양) hoàn toàn trống rỗng, trống không, trống trải.

텅텅[2] (총소리) (tiếng súng nổ) bằng bằng, bang bang, đoàng đoàng.

테 ❶ (둘린 언저리) cái vành, cái vòng, cái nẹp; (틀의) đường viền; (모자의) vành mũ; (안경의) khung kính, vành kính; (기물 따위의) miệng bát, miệng bình, miệng vành (장식한). ¶ ~를 두르다 nẹp vành, cuốn vành. ❷ ☞ **테두리**.

테너(tenor) 【ÂN】 giọng tê-no, giọng nam cao.

테니스(tennis) 【TT】 môn quần vợt. ¶ ~코트 sân tennis, sân chơi quần vợt.

테두리 ❶ (윤곽) đường nét ngoài. ❷ (범위) phạm vi, giới hạn, hạn định. ¶ ~ 안에서 trong giới hạn.

테라마이신(terramycin) 【DH】 loại chất kháng sinh.

테라스(terrace) bậc thềm nhà, sân hiên.

테러(terror) sự khủng bố. ¶ ~단 nhóm khủng bố, tổ chức khủng bố / ~리스트 danh sách khủng bố.

테레빈유(terpentine油) dầu thông.

테리어(terrier) (개) loại chó săn nhỏ chuyên lùng sục vào hang bụi.

테마 đề tài, chủ đề. ¶ ~ 음악 âm nhạc theo chủ đề / 연구 ~ đề tài nghiên cứu.

테스트(test) sự kiểm tra, sự trắc nghiệm. **~하다** kiểm tra, thử nghiệm, trắc nghiệm. ¶ 실력 ~ kiểm tra năng lực.

테이블(table) cái bàn, bàn ăn, bàn viết, bàn làm việc. ¶ ~ 매너 phép tắc khi ăn uống, cách ăn uống / ~보 khăn trải bàn, khăn phủ bàn.

테이프 băng dán; dải băng, băng giấy; (환영용의) băng giấy màu, biểu ngữ. ¶ ~를 끊다 cắt băng khánh thành; (경주에서) cán đích, chạm dây chăng về đích; (개통) băng khánh thành. ¶ 녹음(錄音) ~ băng ghi âm / ~리코더 máy ghi âm.

테일라이트(taillight) đèn hậu, đèn đỏ phía sau xe (ô tô).

테제(thesis) 【TrH】 luận đề, luận cương; 【Đức】 lập định, chính đề.

텍스트(text) bài đọc, bài văn.

텐트(tent) lều, rạp, trại. ¶ ~를 치다 [걷다] dựng [cuốn] lều / ~생활을 하다 sinh hoạt lều trại. ¶ ~촌 làng cắm trại, nơi cắm trại.

텔레비전(television) TV, vô tuyến; (수상기) máy thu hình, máy vô tuyến truyền hình. ¶ ~을 보다 xem ti-vi / ~에 출연하다 xuất hiện trên ti-vi / ~이 선명(鮮明)하다 ti-vi rõ nét. ¶ ~뉴스 tin tức truyền hình / ~ 드라마 vở kịch truyền hình / ~ 방송 phát sóng truyền hình / ~ 방송을 하다 phát sóng trên truyền hình / ~ 배우 diễn viên truyền hình / ~ 시청자 khán giả truyền hình / ~ 영화 phim truyền hình / ~ 전화 điện thoại truyền hình.

텔레타이프(teletype) máy telex, máy điện báo ghi chữ. ¶ ~로 송신하다 gửi bằng máy telex.

텔렉스(telex) hệ thống liên lạc bằng máy điện báo ghi chữ.

템포(tempo) tốc độ, nhịp độ. ¶ ~가 빠른 [느린] nhịp độ nhanh [chậm].

ㅌ

토 (조사) tiểu từ, từ đứng sau các danh từ, đại từ và số từ để tạo thành bổ ngữ.

토건(土建) công trình xây dựng dân sự. ¶ ~업자 người thầu công trình kiến trúc xây dựng dân sự / ~회사 công ty xây dựng công trình dân sự.

토관(土管) ống dẫn được làm từ đất sét nung.

토굴(土窟) hầm, địa đạo.

토기(土器) đồ gốm.

토끼 [ĐV] con thỏ; (집토끼) thỏ nhà, thỏ được nuôi trong nhà; (들토끼) thỏ rừng. ¶ ~굴 hang thỏ / ~뜀 bước nhảy của thỏ / ~장 chuồng thỏ.

토너먼트(tournament) vòng thi đấu vòng đấu loại (đội thua bị loại và đội thắng tiếp tục thi đấu cho đến khi hai đội cuối cùng thi đấu giành chức vô địch).

토닉(tonic) nước uống có ga thường dùng để pha rượu Gin (sản xuất đầu tiên tại Anh).

토닥거리다 vỗ nhẹ, gõ nhẹ, đập nhẹ.

토담(土-) vách đất, tường đất. ¶ ~집 căn nhà vách đất.

토대(土臺) đài đắp đất; nền tảng nền móng; căn bản. ¶ ~를 쌓다 tích lũy căn bản.

토라지다 quay lưng lại, quay phắt đi (trong quan hệ tình cảm).

토란(土卵) [TV] củ khoai sọ. ¶ ~국 canh khoai sọ.

토렴하다 hâm nóng, ủ nóng (bằng nước sôi).

토로(吐露) **~하다** thổ lộ, bày tỏ, giãi bày, bộc bạch.

토론(討論) cuộc thảo luận, cuộc hội thảo. **~하다** tranh luận, hội thảo, bàn bạc. ¶ ~회 buổi họp hội thảo / 공개 ~회 buổi họp bàn công khai.

토륨 [HH] chất torium.

토르소(torso) tượng bán thân không đầu và chân tay.

토리 ống chỉ, cuộn chỉ. ¶ ~실 sợi chỉ đã được cuốn thành cuộn.

토마토(tomato) quả cà chua. ¶ ~ 케첩 nước sốt cà chua.

토막 mảnh, mẩu, miếng, viên, cục, lát, khúc, tảng. ~치다 chặt thành khúc, thành miếng. ¶ ~나무 khúc gỗ, đoạn gỗ, mảnh gỗ / ~ 살인 사건 vụ giết người chặt ra thành từng mảnh / ~ 시체 thi thể bị chặt ra thành từng phần.

토멸(討滅) **~하다** tiêu diệt, triệt hạ, triệt tiêu.

토목(土木) công trình xây dựng cơ bản (토목공사). ¶ ~ 건축(업) ngành kiến trúc xây dựng cơ bản / ~ 공학 khoa xây dựng cơ bản / ~ 기사 kỹ sư công trình xây dựng cơ bản / ~ 도급업자 nhà thầu xây dựng cơ bản.

토박(土薄) **~하다** (đất đai) cằn cỗi, khô cằn.

토박이(土-) ~의 dân thổ cư, dân sống lâu đời (ở địa bàn). ¶ 서울 ~ dân Seoul chính gốc.

토벌(討伐) sự chinh phục, sự đàn áp, đánh dẹp. **~하다** chinh phạt, đàn áp. ¶ ~대 đội quân chinh phạt / ~대를 보내다 gửi quân đi đánh dẹp.

토벽(土壁) vách đất, tường đất.

토사(土砂) đất và cát. ¶ ~붕괴 sự lở đất, lở cát.

토사(吐瀉) sự thổ tả. **~하다** nôn ói và tiêu chảy. ¶ ~곽란(癨亂) [YH] viêm dạ dày (viêm ruột) cấp tính.

토산물(土產物) thổ sản, sản vật của địa phương.

토색(討索) sự vòi tiền, sự hăm doạ đòi tiền. **~하다** vòi tiền, làm tiền. ¶ ~질

= 토색.

토성(土星) 【TVH】 sao Thổ, thần nông.

토성(土城) thành trì bằng đất.

토속(土俗) phong tục địa phương, tập tục truyền thống, tập tục dân gian. ¶ ～학 khoa học nghiên cứu văn hóa dân gian địa phương.

토스(toss) **~하다** buông, tung, quăng, ném (bóng).

토스트(toast) bánh mỳ nướng.

토시 băng cổ tay (phòng chống thời tiết lạnh khi mặc *Hanbok*); cái xuyến đeo tay.

토신(土神) thần thổ địa, ông thổ địa.

토실토실 ¶ ～한 tròn trịa, đầy đặn, mập mạp, phúng phính.

토악질(吐-) ❶ (구토) **~하다** nôn, ói, tuôn ra, khạc ra. ❷ (부정 소득의) **~하다** phun ra, nhả ra, nôn ra (của thu vào bất chính).

토양(土壤) thổ nhưỡng, vùng đất. ¶ ～ 조사 điều tra thổ nhưỡng, nghiên cứu thổ nhưỡng / ～학 thổ nhưỡng học.

토역(土役) công việc đào đắp đất. ¶ ～꾼 thợ hồ, người lao động làm việc trên các công trình xây dựng.

토요일(土曜日) thứ bảy.

토욕(土浴) **~하다** dầm mình, lăn mình (ngâm mình) trong đất (bò, ngựa, gà).

토우(土雨) (흙비) trận mưa bụi, trận bão cát.

토의(討議) cuộc thảo luận, sự bàn thảo. **~하다** thảo luận, tranh luận, bàn thảo. ¶ ～ 에 부치다 đệ trình lên để bàn thảo, đưa ra bàn luận / ～중이다 đang bàn thảo, đang tranh cãi. ¶ ～안 đề tài thảo luận.

토인(土人) ❶ thổ cư, dân gốc, dân chính gốc (원주민) ❷ thổ dân.

토일렛(toilet) nhà vệ sinh. ¶ ～ 페이퍼 giấy vệ sinh.

토장(土葬) sự mai táng, sự chôn cất. **~하다** mai táng, chôn cất.

토장(土醬) (된장) tương đậu.

토정비결(土亭秘訣) sách giải tướng số ngày xưa của Hàn Quốc.

토제(吐劑) 【DH】 thuốc gây nôn mửa.

토지(土地) (지면) mặt đất; (땅) đất, đất đai; (한 구획) khu đất, vùng đất có người làm chủ; (부동산) mảnh đất, lô đất (bất động sản); (넓은) bãi đất rộng; (영토) lãnh thổ. ¶ ～ 개량 [사업] cải tạo [dự án] đất đai / ～개혁 cải cách ruộng đất / ～ 구획 정리 điều chỉnh quy hoạch đất đai / ～ 대장 sổ đăng ký sử dụng đất / ～ 매매 buôn bán đất / ～ 소유권 quyền sở hữu đất / ～ 제도 chế độ đất đai.

토질(土疾) bệnh dịch địa phương; bệnh phổi.

토질(土質) tính chất của đất.

토착(土着) ～의 có tính định cư từ lâu đời; tìm đến cư trú (sinh vật). ¶ ～민 người dân bản xứ.

토치카(tochka) lô cốt, trận địa lô cốt phòng ngự

토큰 (대용 화폐) đồng xèng, đồng xu. 버스 ～ đồng xèng, xu đi xe buýt.

토키(talking-picture) phim nói, phim ảnh truyền thanh.

토탄(土炭) than bùn.

토템(totem) tô-tem, vật tổ. ¶ ～ 숭배 tín ngưỡng tô-tem.

토픽 (topic) chủ đề, đề tài.

토하다(吐-) ❶ (뱉다) khạc nhổ, thổ ra, oẹ ra; (게우다) nôn, ói, mửa. ❷ (토로) thổ lộ, biểu lộ, bày tỏ, vạch trần.

토현삼(土玄蔘) 【TV】 cây huyền sâm đất.

토혈(吐血) **~하다** thổ ra máu, nôn ra máu.

톡 ☞ **툭** tiếng vỗ nhẹ, gõ nhẹ, đập nhẹ.

톡탁 cạch cạch, lộc cộc, tiếng gõ nhẹ.

~거리다 gõ nhẹ, gõ lách cách, đập nhẹ. ☞ 톡탁거리다.

톡톡하다 ❶ (액체가) đặc sệt, sền sệt ❷ (피륙이) bền, khít, chặt, dày dặn.

톡톡히 (많이) một số lượng lớn, nhiều, lắm. ¶ ~ 벌다 kiếm nhiều / 돈을 ~ 모으다 tiết kiệm nhiều tiền.

톤(ton) tấn. ¶ 총 ~ 수 tổng số tấn / 적재량 5~ 트럭 xe tải có tải trọng 5 tấn.

톨 hột, hạt.

톱[1] cái cưa. ¶ ~질하다 cưa (cắt) bằng cưa. ¶ ~날 lưỡi cưa / ~밥 mùn cưa.

톱[2](top) chóp, đỉnh, ngọn, đầu, điểm cao nhất, hàng đầu, mới nhất. ¶ ~뉴스 tin tức quan trọng / ~텐(ten) 10 hạng đầu tiên, tốp 10.

톱니 răng cưa, lưỡi cưa. ¶ ~모양의 hình răng cưa.

톱니바퀴 bánh răng, bánh xe có răng.

톱상어(-魚) 【LC】 con cá nhám cưa.

톱톱하다 (국물이) đậm, đậm đặc, đậm sệt.

톳 một bó, một bọc, một gói.

통[1] (배추 따위의 몸피) nguyên cái, nguyên chiếc (cải bắp, dưa); (셀 때) bắp, cây (đơn vị đếm); (동아리) nhóm, khối, hội. ¶ 한 ~이 되다 hợp thành một nhóm.

통[2] (속넓이) ống, vòng, bề ngang. ¶ 소매 ~이 좁다 ống tay áo hẹp / ~이 작다 ống vòng, bề ngang nhỏ.

통(桶) xô, thùng, bình, hộp. ¶ 석유~ thùng dầu.

통(筒) (대롱 등) ống, ống tuýp; (좀 긴) đường ống, đường dẫn; (기계의) ống bọc ngoài; (깡통 따위) lon, hộp.

통(統) (동네의) Tong (đơn vị hành chính), xóm, thôn. ¶ ~장 trưởng xóm, trưởng thôn.

통[3] (틈·상태) trong khoảng thời gian. ~에 vào khoảng, vụ, sự kiện, cuộc. ¶ 싸움 ~에 휘말리다 bị cuốn vào vụ đánh nhau.

통(通) (서류의) văn kiện, một bộ văn kiện, văn bản.

통[4] ❶ ☞ 온통. tất cả, toàn bộ, hoàn toàn, tuyệt đối. ❷ (전혀) hoàn toàn không, tuyệt đối không.

…**통**(通) (전문가) chuyên gia, chuyên viên, nhà chuyên môn. ¶ 소식~ chuyên gia thông tin, nguồn tin.

통가리 một đống ngũ cốc, một đống lương thực (trên tấm cói).

통각(痛覺) cảm giác đau nhức.

통감(痛感) **~하다** thông cảm, hiểu rõ.

통겨주다 ngầm báo cho biết, để lọt ra ngoài, để lộ ra ngoài.

통겨지다 ☞ 퉁겨지다. được phơi bày, đưa ra ánh sáng, lộ ra; trật, trượt ra ngoài.

통격(痛擊) trận đánh khốc liệt, một cuộc tấn công ác liệt; sự chửi mắng thậm tệ.

통계(統計) sự thống kê, sự thu thập. ¶ ~(상)의 thuộc về thống kê / ~를 내다 lập thống kê. ¶ ~연감 [표] niên giám [bảng] thống kê / ~청 cục thống kê / ~학(學) môn thống kê, ngành học thống kê / ~학자 nhà thống kê.

통고(通告) sự thông cáo, sự thông báo, sự cáo thị. **~하다** thông cáo, thông báo, cáo thị. ¶ ~서 bản thông báo, giấy báo, bản cáo thị / 사전~ thông báo trước.

통곡(痛哭) **~하다** kêu khóc.

통과(通過) (의안 등의) sự thông qua, sự phê duyệt, sự phê chuẩn. **~하다** thông qua, (의안이) được thông qua, được phê duyệt, được chấp thuận. ¶~시키다 để cho qua, cho chấp thuận, cho thông qua. ¶ ~세(稅) thuế quá cảnh.

통관(通關) sự thông quan. **~하다** thông quan. ¶ ～ 사무소 văn phòng hải quan / ～ 수수료 phí thông quan / ～절차 thủ tục hải quan.

통괄(統括) sự tổng hợp. **~하다** tổng hợp, tập hợp.

통권(通卷) số quyển toàn bộ, tất cả các số (sách, tạp chí).

통근(通勤) sự đi làm hàng ngày. **~하다** đi làm hàng ngày. ¶ ～수당 trợ cấp đi lại, trợ cấp đi làm hàng ngày / ～시간 thời gian đi lại / ～열차 tàu hỏa thường đi làm hàng ngày / ～자 người đi làm hàng ngày / ～지옥 sự vất vả do phải đi lại hàng ngày.

통금(通禁) ☞ **통행금지**. lệnh cấm thông hành. ¶ ～ 시간 thời gian cấm thông hành / ～ 위반 vi phạm lệnh cấm thông hành / ～ 위반자 người vi phạm lệnh cấm thông hành / ～ 해제 sự bãi bỏ lệnh cấm thông hành.

통기공(通氣孔) ☞ **환기공**(孔). lỗ thông gió, quạt thông gió.

통김치 *tongkimchi* (món kim chi được làm từ cả cây cải thảo).

통나무 gỗ nguyên cây, khúc gỗ. ¶ ～다리 cầu gỗ, cầu làm bằng gỗ nguyên cây.

통념(痛念) quan điểm chung, khái niệm chung.

통뇨(通尿) sự đi giải, sự đi tiểu dễ dàng.

통단 một bó to, một nắm to, một mớ to.

통달(通達) sự nắm vững, sự nắm chắc, sự hiểu biết. **~하다** nắm vững, nắm chắc, thành thạo, thông thạo.

통닭(구이) gà quay nguyên cả con.

통독(通讀) sự đọc một mạch (đọc sách), sự đọc từ đầu đến cuối. **~하다** đọc từ đầu đến hết, đọc một mạch.

통돌다 thông báo cho nhau, loan báo quyết định chung, thông báo khắp nơi.

통람(通覽) cái nhìn thông suốt, sự nhìn nhận chung, tổng quan. **~하다** nhìn kỹ toàn bộ, nhìn thông suốt.

통렬(痛烈) tính chất khốc liệt, tính chất ác liệt. ～한 khốc liệt, ác liệt, mãnh liệt, gay gắt. ¶ ～히 một cách mãnh liệt, gay gắt.

통례(通例) thông lệ, thông thường, thường lệ, bình thường. ¶ ～로 theo thông lệ, theo thông thường.

통로(通路) lối đi, đường thông, lối đi giữa các hàng ghế (극장, 차내의).

통론(通論) lý luận thông suốt, lý luận chung.

통마늘 củ tỏi.

통매(痛罵) **~하다** thóa mạ, mắng chửi.

통메다(桶-) đóng gói, đóng thùng.

통밀어 theo mức bình quân, tính chung.

통발 【TV】 cây cỏ lưỡi kiếm.

통발(筒-) cái đăng bắt cá, cái giỏ bắt cá.

통보(通報) sự thông cáo, bản thông cáo, thông báo.

통분(通分) 【TH】 phép rút gọn một phân số thành mẫu số chung, mẫu số chung. **~하다** rút gọn thành mẫu số chung.

통사정(通事情) **~하다** thông báo sự tình, tâm sự. ¶ 친구에게 ～하다 tâm sự cho bạn biết tình hình.

통산(通算) sự tổng hợp, sự tổng kết, sự tính toán tổng thể. **~하다** tổng hợp, tổng kết, tính toán tổng thể, tính gộp tất cả (포함하다).

통상(通常) thông thường, thường ngày, bình thường, thường nhật. **~의** thường lệ, thường xuyên, bình thường. ¶ ～복 trang phục thường ngày.

ㅌ

통상(通商) sự thông thương, sự giao dịch thương mại, việc mua bán. **~하다** giao dịch thương mại, giao dịch mua bán. ¶ ~대표부 phòng đại diện thương mại / ~사절단 phái đoàn thương mại / ~조약 hiệp định thương mại.

통상(筒狀) hình trụ, hình ống, hình cột. **~의** thuộc hình trụ, hình ống.

통설(通說) quan điểm chung, ý kiến đại chúng, học thuyết phổ biến, sự thông thuyết.

통성명(通姓名) **~하다** giới thiệu lẫn nhau, trao đổi tên của nhau (trao đổi danh thiếp).

통속 ❶ (단체) đồng bọn, băng nhóm, đồng đảng, phường bè, bè lũ. ❷ (밀약) thoả thuận ngầm, mật ước.

통속(通俗) thông tục, tính tập tục, tính phong tục, tính dân gian. ~적 có tính tập quán, có tính đại chúng. ¶ ~적(的)으로 theo tập tục, theo phong tục. ¶ ~문학 văn học dân gian / ~소설 tiểu thuyết dân gian (quần chúng).

통솔(統率) sự lãnh đạo, sự chỉ đạo, sự điều hành. **~하다** lãnh đạo, chỉ đạo, điều hành. ¶ ~력 khả năng lãnh đạo, năng lực điều hành / ~자 người lãnh đạo, người điều hành, người phụ trách.

통송곳 dùi, lưỡi liềm.

통수(統帥) thống lĩnh, chỉ huy tối cao. ¶ ~권 quyền điều hành tối cao, quyền thống lĩnh.

통신(通信) sự truyền thông, tin tức truyền đạt, sự liên lạc; (보도) sự thông báo; (정보) sự cung cấp thông tin, sự truyền đạt thông tin. **~하다** truyền thông, thông báo, liên lạc. ¶ 런던발 ~에 의하면 theo thông tin được phát đi từ Luân Đôn. ¶ ~기관 cơ quan truyền thông / ~대(隊) bộ đội thông tin / ~망 mạng thông tin / ~사(士) kỹ sư thông tin, chuyên gia thông tin / ~사업자 công ty truyền thông / ~원 thông tin viên / ~위성 vệ tinh viễn thông.

통심정(通心情) sự thông cảm chân thành, sự đồng cảm sâu sắc. **~하다** thông cảm, đồng cảm.

통어(統御) sự điều hành, sự chỉ đạo, sự quản lý. **~하다** quản lý, điều hành, chỉ đạo.

통역(通譯) (일) sự phiên dịch; (사람) người phiên dịch. **~하다** thông dịch, phiên dịch. ¶ ~관 thông dịch viên, người phiên dịch.

통용(通用) sự thông dụng, sự phổ biến, sự phổ thông. **~하다** thông dụng, phổ biến, phổ thông, thường dùng; (규칙 등이) lưu hành, có giá trị, có hiệu lực. ¶ ~기한 thời hạn có hiệu lực / ~어 ngôn ngữ thông dụng, ngôn ngữ phổ biến.

통운(通運) sự chuyên chở, sự vận tải, sự lưu chuyển. ¶ ~회사 công ty vận tải.

통으로 ☞ <u>온통으로</u> toàn bộ, tất cả, tổng thể.

통음(痛飮) **~하다** quá chén, uống quá độ, uống say mềm.

통일(統一) ❶ sự thống nhất, tính thống nhất, sự đồng nhất. ❷ sự thống trị, sự cai trị. **~하다** thống nhất, hợp nhất, đồng nhất; (표준화) tiêu chuẩn hoá; (집중) tập trung, tập hợp, gộp lại. ¶ 남북 ~ thống nhất Nam Bắc / ~부 Bộ thống nhất / ~전선 mặt trận thống nhất / 정신~ thống nhất về tinh thần (tinh thần hợp nhất).

통일천하(統一天下) sự thống trị thiên hạ, sự cai trị, sự thống nhất (tổ chức, quốc gia). ~하다 thống trị thiên hạ, cai trị thiên hạ, thống nhất thiên hạ.

통장(通帳) sổ ghi tiền gửi ngân hàng; (예금의) sổ tiết kiệm; (외상 거래의) sổ giao dịch. ¶ 예금~ sổ tiết kiệm.

통장작(-長斫) khúc củi nguyên, củi mới đốn (chưa bổ, chẻ).

통절(痛切) ~한 tàn khốc, thống thiết. ¶ ~히 một cách tàn khốc, thống thiết.

통정(通情) ❶ ☞ **통심정**. ❷ ☞ **통사정**. ❸ (간통) thông dâm, ngoại tình, thông gian.

통제(統制) sự điều khiển, sự kiểm tra, sự giám sát. ~하다 kiểm tra, điều chỉnh, quản lý, giám sát. ¶ ~를 강화하다 tăng cường giám sát / ~를 풀다 bãi bỏ việc kiểm tra, giám sát. ¶ ~경제 hoạt động kinh tế dưới sự giám sát của nhà nước / ~품 hàng do cơ quan nhà nước kiểm soát.

통제부(統制府) cơ quan thuộc bộ hải quân (cảnh giới, phòng ngự cho quân cảng).

통조림(桶-) thực phẩm đóng hộp ăn sẵn, đồ ăn sẵn. ¶ ~한 đóng hộp, bỏ hộp / ~으로 하다 ăn bằng thực phẩm đóng hộp chế biến sẵn. ¶ ~공업 công nghiệp đồ hộp / ~공장 nhà máy đóng hộp / ~ 식품 thực phẩm đóng hộp / ~업자 người kinh doanh mặt hàng đồ hộp / 쇠고기 ~ thịt bò đóng hộp.

통증(痛症) chứng đau, cơn đau, sự nhức nhối.

통지(通知) sự thông báo, sự thông cáo, sự yết thị. ~하다 thông báo, thông cáo, yết thị. ¶ ~서 bản thông báo, giấy báo / ~예금 tiền tiết kiệm thông báo trước khi lấy (thu hồi lại).

통짜다 ❶ (맞추다) điều chỉnh cho phù hợp, làm cho thích hợp. ❷ (동아리가 되다) sát nhập, tập hợp, gộp lại (thành nhóm).

통째 toàn bộ, tất cả, hoàn toàn. ¶ ~로 먹다 ăn hết, ăn tất cả.

통찰(洞察) sự nhận thức rõ, sự nhìn nhận rõ, nhìn sáng suốt. ~하다 nhìn nhận rõ, nắm bắt rõ, nhận định rõ. ¶ ~력이 있다 có khả năng nhìn nhận sáng suốt.

통첩(通牒) sự thông báo, sự thông điệp. ~하다 thông báo, thông điệp. ¶ 최후 ~ tối hậu thư.

통촉(洞燭) sự hiểu nhau, sự thông cảm. ~하다 cảm thông, hiểu nhau.

통치(統治) sự thống trị, sự cai trị, sự điều hành, sự quản lý. ~하다 thống trị, cai trị, điều hành. ¶ ~권 quyền cai trị, quyền điều hành / ~기관 cơ quan điều hành / ~자 người chỉ đạo, người cai quản (thống trị).

통치마 chiếc váy hình ống, váy truyền thống của Hàn Quốc.

통칙(通則) nguyên tắc chung, điều lệ chung.

통칭(通稱) (칭호) tên gọi chung, tên xưng hô; (이름) tên gọi.

통쾌(痛快) niềm vui tột cùng. ~한 vui lòng, hài lòng, vui sướng. ¶ ~히(하게) 여기다 cảm thấy hết sức hài lòng, hết sức vui mừng.

통탄(痛嘆) sự khóc than cay đắng, sự than vãn đau khổ. ~하다 khóc than, than vãn đau khổ. ¶ ~할만한 đáng để khóc than, than thở.

통탕 ☞ **퉁탕**. tạch tạch (tiếng gõ); tằng tằng (tiếng súng).

통통거리다 đập, nện, giã, nghiền.

통통하다 bụ bẫm, mũm mĩm, mập mạp, tròn trịa.

통틀어 một cách gộp tất cả, cả thảy, toàn bộ.

통팥 đậu đỏ nguyên hạt (chưa tách vỏ).

통폐(通弊) khó khăn chung, nỗi khổ chung thường thấy.

통풍(痛風) ☞ **환기**(換氣). thông gió.

통풍 【YH】 bệnh gút, bệnh viêm khớp mãn tính.

통하다(通-) ❶ (길·통로·교통) thông, thông suốt, không bị tắc; (…에 이르다) thông đến, tới; (개통) khai thông. ❷ (잘 알다) nắm vững, nắm chắc, hiểu rõ, thành thạo, sành sỏi. ❸ (말·의사) thông hiểu, hiểu được nhau. ¶ 영어가 ～ thông hiểu tiếng Anh. ❹ (…로 알려지다) được biết là…. ❺ (통용) thông dụng, có giá trị dùng; (유통) lưu thông, lưu hành; (유효) có hiệu lực. ❻ (연락·관계) liên lạc, giao lưu; (적에게) tiết lộ, phản bội; (사통) tư thông, phụ bạc. ¶ 정을 ～ thông dâm. ❼ (흐름이) dòng chảy thông suốt, lưu thông; (전류가) dòng điện đang chạy qua; (공기가) lưu thông, thông thoáng. ¶ 공기가 잘 ～ rất thoáng khí. ❽ (거치다) đi qua, ngang qua, băng qua. ¶ 한국을 통해 미국으로 가다 quá cảnh qua Hàn Quốc đi Mỹ. ❾ (매개) môi giới, trung gian. ¶ …를 통해(서) thông qua sự dẫn dắt (nhờ vào) ….

통학(通學) **~하다** đi học, đi đến trường hàng ngày. ¶ ～생 học sinh đi học hàng ngày.

통한(痛恨) nỗi thống khổ, nỗi hận, nỗi đau.

통할(統轄) sự giám sát, sự kiểm soát. ¶ ～구역 khu vực giám soát.

통합(統合) sự hợp nhất, sự thống nhất. **~하다** hợp nhất, thống nhất, gộp lại, chập lại. ¶ ～참모 본부 cục tham mưu hợp nhất / ～참모본부 의장 chủ tịch ban tham mưu hợp nhất.

통행(通行) sự thông hành, sự lưu hành, sự đi qua. **~하다** thông hành, lưu hành, đi lại, đi qua. ¶ ～ 금지된 bị cấm thông hành / ～을 금지하다 cấm thông hành, cấm qua lại. ¶ ～금지 cấm qua lại ban đêm (야간); (게시) cấm qua lại (biển báo) / ～ 금지 지역 khu vực cấm qua lại) / ～세 [료] thuế [phí] thông hành / ～인 người đi qua, khách thông hành / ～(허가)증 giấy phép thông hành / 일방 ～ (게시) đường một chiều (biển báo).

통혼(通婚) sự liên kết thông gia. **~하다** thông gia, kết thông gia.

통화(通貨) hệ thống tiền tệ, đồng tiền đang lưu hành. ¶ ～의 안정 ổn định hệ thống tiền tệ đang lưu hành. ¶ ～ 정책 [위기] chính sách [khủng hoảng] tiền tệ / ～ 팽창 [감축] lạm phát [cắt giảm] tiền tệ lưu hành.

통화(通話) nói chuyện bằng điện thoại, cuộc điện đàm. **~하다** gọi điện, điện thoại. ¶ 한 ～ một cuộc gọi điện / ～중 đang nói chuyện điện thoại. ¶ ～료 phí cuộc gọi.

퇴각(退却) sự rút lui, sự rút về, sự lùi về. **~하다** rút lui, rút về, lùi về. ¶ 총～ rút lui hoàn toàn, lui về toàn bộ.

퇴거(退去) (이전) sự rời bỏ, sự rời chuyển; (철수) rút đi, bỏ đi. **~하다** rời bỏ, rút lui. ¶ ～를 명하다 ra lệnh rời chuyển. ¶ ～령 mệnh lệnh rút lui.

퇴고(推敲) sự xem lại, sự duyệt lại, cái đã được sửa lại, trau chuốt câu chữ. **~하다** xem lại, duyệt lại, trau chuốt câu chữ. ¶ ～를 거듭하다 trau chuốt câu chữ nhiều lần.

퇴골(腿骨) 【GP】 xương ống chân.

퇴교(退校) ❶ ☞ **퇴학**. sự đuổi ra khỏi trường, đuổi học. ❷ (하교) tan

ㅌ

trường.

퇴근(退勤) **~하다** tan sở, nghỉ việc, đi làm về. ¶ ～시간 giờ tan sở, giờ tan tầm.

퇴락(頹落) tình trạng đổ nát, sự rơi rụng. **~하다** sụp đổ, rơi rụng.

퇴로(退路) đường rút lui, đường rút chạy, đường tháo chạy. ¶ ～를 차단하다 cắt (chặn) đường rút chạy.

퇴물(退物) ❶ (물려받은) vật được thừa hưởng. ❷ (거절된) đồ bỏ đi (không ai nhận). ❸ (사람) người bỏ việc, thôi việc.

퇴박맞다 bị từ chối, bị chối bỏ, bị loại.

퇴박하다 loại bỏ, chối bỏ, từ bỏ.

퇴보(退步) sự tụt lùi, sự suy đồi, sự đi xuống. **~하다** suy thoái, thụt lùi. ¶ ～적인 có tính thụt lùi, suy thoái.

퇴비(堆肥) phân bón, phân trộn, phân compôt.

퇴사(退社) ❶ (퇴직) sự thôi việc, nghỉ việc. **~하다** nghỉ việc, thôi việc. ❷ ☞ **퇴근**. đi làm về.

퇴색(退色) sự bạc màu, sự phai màu. **~하다** bạc màu, bay màu, phai màu.

퇴석(堆石) ❶ (돌무더기) một đống đá. ❷ 【Địa】 băng tích.

퇴세(頹勢) sự suy tàn, tình trạng suy vong, sự tàn tạ, chiều hướng đi xuống.

퇴역(退役) sự rút khỏi, sự xin về nghỉ hưu, sự giải ngũ. **~하다** giải ngũ, rút, lui về. ¶ ～군인 bộ đội nghỉ hưu, (장교) tướng về hưu.

퇴영(退嬰) sự rút về ở ẩn (một chỗ), sự suy vong, mất hết chí tiến thủ. ～적(인) có tính suy đồi, thụt lùi, lùi lại.

퇴원(退院) sự xuất viện, sự ra viện. **~하다** xuất viện, ra viện.

퇴위(退位) sự thoái vị, sự từ bỏ (chức vị). **~하다** thoái vị, từ chức.

퇴임(退任) sự rời bỏ chức vụ, sự nghỉ hưu. **~하다** từ chức, nghỉ hưu, nghỉ việc.

퇴장(退場) sự rời bỏ, sự rút lui, sự ra khỏi sân. **~하다** rời bỏ, rút lui, ra khỏi sân, rút khỏi vũ đài. ¶ ～을 명하다 ra lệnh rút lui, yêu cầu rời sân.

퇴적(堆積) sự đóng lại, kết lại, phủ lên (như phù sa). **~하다** bồi đắp, kết lại.

퇴정(退廷) **~하다** rời khỏi toà án, rời khỏi phòng xử án.

퇴직(退職) sự từ chức, sự xin thôi việc. **~하다** từ chức, thôi việc, nghỉ hưu. ¶ ～ 공무원 công chức thôi việc / ～금 (수당) tiền trợ cấp thôi việc / ～ 연금 lương hưu.

퇴진(退陣) sự từ chức, sự rút lui, sự rút về. **~하다** từ chức, rút lui, nghỉ việc, (사직) từ chức, thôi việc.

퇴짜(退-) đồ bị loại bỏ, sự gạt bỏ. ～놓다 gạt bỏ, loại bỏ, từ chối. ¶ ～맞다 bị gạt bỏ, bị từ chối, không được chấp thuận; (구혼자가) bị từ chối (người đi cầu hôn).

퇴청(退廳) **~하다** tan sở, đi từ cơ quan về.

퇴치(退治) sự xóa tan, đánh tan, sự triệt tiêu, sự trừ tiệt. **~하다** xóa tan, loại trừ, xóa bỏ. ¶ 문맹 ～ xóa bỏ nạn mù chữ.

퇴침(退枕) gối gỗ (bên trong có các ngăn nhỏ).

퇴폐(頹廢) sự suy đồi, sự thoái hóa, sự thối nát. ～한 thoái hóa, suy tàn, đổ nát. ¶ ～적인 có tính suy đồi, thoái hóa. ¶ ～주의 chủ nghĩa suy đồi.

퇴학(退學) sự đuổi học. **~하다** đuổi học, đuổi ra khỏi trường. ¶ ～시키다 đuổi (người nào) ra khỏi trường học (학교에서) / ～당하다 bị đuổi học. ¶ ～생 học sinh bị đuổi học.

퇴화(退化) sự thoái hóa, sự suy sụp, sự suy tàn. **~하다** thoái hóa, suy sụp, suy tàn. ¶ ～기관 cơ quan, bộ phận thoái hóa.

툇마루(退-) nền nhà phía gian hiên ngoài của nhà truyền thống Hàn Quốc.

투(套) (버릇) thói quen, tập tính, cá tính; (법식) hình thức, cách thức, kiểu. ¶ 편지～로 쓴 글 bài viết theo kiểu lá thư.

투견(鬪犬) chó thi đấu (đấu chó, chọi chó).

투계(鬪鷄) gà chọi.

투고(投稿) cộng tác viết bài cho báo chí. **~하다** viết bài để đăng trên báo. ¶ ～란 cột bạn đọc viết.

투광기(投光器) đèn chiếu, đèn pha.

투구 mũ giáp.

투구(投球) 【BC】 sự ném bóng, sự quăng. **~하다** ném bóng, tung bóng.

투기(妬忌) lòng ghen, máu ghen, thái độ ghen tỵ. **~하다** ghen tuông, ghen tỵ, ganh ghét.

투기(投機) sự đầu cơ. **~하다** đầu cơ, tích trữ, ôm giữ. ¶ ～에 손을 대다 nhúng tay vào vụ đầu cơ. ¶ ～꾼 kẻ đầu cơ / ～자본 vốn đầu cơ / ～열 cơn sốt đầu cơ.

투기(鬪技) cuộc thi đấu, cuộc đọ sức.

투덕거리다 làm phát ra tiếng, vỗ nhẹ, gõ nhẹ, đập nhẹ.

투덜거리다 phàn nàn, kêu ca, than vãn. ¶ 투덜투덜 (giọng điệu) lè nhè, than vãn, làu bàu.

투망(投網) sự giăng lưới đánh bắt, sự bủa lưới, giăng lưới.

투매(投賣) sự bán lỗ vốn, sự bán phá giá. **~하다** bán lỗ, bán lỗ vốn. ¶ ～품 hàng bán phá giá.

투명(透明) sự trong suốt, sự rõ ràng, sự minh bạch, sự trong sáng. ～한 rõ ràng, minh bạch, trong sáng, trong suốt. ¶ ～도(度) độ trong suốt / ～체 vật thể trong suốt.

투묘(投錨) sự thả mỏ neo. **~하다** thả neo, bỏ neo.

투미하다 ngớ ngẩn, ngu ngốc, tối dạ, chậm hiểu, ngờ nghệch, đần độn.

투박하다 (물건이) thô, ráp, thô kệch.

투베르쿨린(tuberculin) 【YH】 vắc xin chống lao, bệnh lao. ¶ ～반응 [검사] phản ứng [xét nghiệm] lao.

투병(鬪病) sự đấu tranh chống bệnh tật. ¶ ～생활 cuộc sống chống lại bệnh tật.

투사(投射) 【VLH】 phép chiếu, hình chiếu, sự chiếu. **~하다** chiếu, chiếu lên, chiếu ra. ¶ ～각 góc chiếu.

투사(透寫) sự can lại, sự vẽ lại, sao lại. **~하다** can lại, chép lại, sao lại. ¶ ～지(紙) giấy can (để đồ lại, can lại).

투사(鬪士) chiến binh, chiến sĩ, đấu sĩ. ¶ 자유 [노동 운동]의 ～ người chiến đấu cho tự do [phong trào lao động]. ¶ 혁명 ～ chiến sĩ cách mạng.

투서(投書) sự đưa thư nặc danh để tố cáo sai lầm. **~하다** đưa thư nặc danh để tố cáo sai lầm. ¶ ～함 thùng thư tố cáo.

투석(投石) **~하다** ném đá.

투성이 đầy, vô vàn, nhiều. ¶ 먼지 ～다 phủ đầy bụi.

투수(投手) 【BC】 cầu thủ ném bóng. ¶ ～판(板) vị trí phát bóng, điểm phát bóng / 주전(主戰) ～ cầu thủ ném bóng chủ đạo.

투숙(投宿) sự lưu lại, sự trọ lại. **~하다** ở lại, lưu lại, trọ lại, ở trọ. ¶ ～객 khách trọ, khách ở trọ.

투시(透視) sự soi xét, xem xét thấu đáo, nhìn thấu qua. **~하다** soi xét, nhìn thấu đáo, thấu suốt. ¶ ～검사 (X선의) xét nghiệm bằng tia X / ～력 khả năng nhìn xuyên thấu.

투신(投身) ❶ (자살) lao mình (vào xe),

lao mình xuống dưới (tự sát). **~하다** tự sát ❷ (종사) **~하다** ném mình vào (công việc).

투약(投藥) sự kê đơn thuốc, bốc thuốc. **~하다** kê đơn thuốc, kê toa thuốc.

투영(投影) (그림자) bóng, bóng người rọi xuống; (그림) hình chiếu. **~하다** chiếu bóng, rọi bóng. ¶ ～도(圖) biểu đồ hình chiếu.

투옥(投獄) sự bỏ tù, sự bắt giam, sự tống giam. **~하다** bỏ tù, bắt giam, tống giam.

투우(鬪牛) trận đấu bò; bò thi đấu (소). ¶ ～사 người chơi đấu bò / ～장 trường đấu bò.

투원반(投圓盤) cuộc thi ném đĩa, trò chơi ném đĩa. ¶ ～선수 vận động viên ném đĩa.

투입(投入) ❶ (자본을) sự đầu tư. **~하다** đầu tư. ¶ ～자본 vốn đầu tư ❷ (던져 넣기) sự ném vào, sự tung lên, sự quăng vào. ～하다 ném vào, quăng vào, vứt vào. ❸ [HH] sự cho vào. ～하다 cho vào.

투자(投資) sự đầu tư. **~하다** đầu tư vào, bỏ vốn vào. ¶ 확실한 ～ sự đầu tư chắc chắn. ¶ ～가 nhà đầu tư, người đầu tư / ～ 신탁 tin thác đầu tư / 공공 ～ đầu tư công cộng.

투쟁(鬪爭) cuộc đấu tranh, trận đấu, cuộc chiến đấu. **~하다** đấu tranh, chiến đấu, đánh nhau. ¶ 계급 [권력] ～ đấu tranh giai cấp [quyền lực].

투전(鬪牋) cờ bạc, trò cờ bạc đỏ đen (도박). ¶ ～꾼 con bạc.

투정(질) tiếng càu nhàu, tiếng làu bàu, tiếng gầm gừ. ¶ ～하다 càu nhàu, lầu bầu, gầm gừ.

투지(鬪志) tinh thần chiến đấu. ¶ ～ 만만하다 ý chí chiến đấu sung mãn.

투창(投槍) môn ném lao. ¶ ～선수 vận động viên ném lao.

투척(投擲) sự ném, cú ném, sự quăng. **~하다** ném, quăng, vứt, tung, liệng. ¶ ～ 경기 cuộc thi ném.

투철(透徹) sự rõ ràng, sự minh bạch, sự triệt để. ～한 minh bạch, rõ ràng. ¶ ～한 비판 정신 tinh thần phê phán triệt để / ～한 이론 lý luận rõ ràng, triệt để.

투포환(投砲丸) môn ném tạ, đẩy tạ. ¶ ～선수 vận động viên môn ném tạ.

투표(投票) (표결) sự biểu quyết, sự bầu cử; (투표하기) sự bỏ phiếu. **~하다** bầu cử, biểu quyết, bỏ phiếu. ¶ ～에 부치다 bỏ phiếu để quyết định. ¶ ～권 quyền bầu cử / ～소(장) địa điểm bỏ phiếu, địa điểm bầu cử / ～용지 lá phiếu bầu cử / ～일 ngày bầu cử / ～자 cử tri, người bỏ phiếu / ～함 thùng phiếu, thùng bỏ phiếu.

투피스 trang phục gồm hai mảnh áo váy, áo (tắm) hai mảnh.

투하(投下) sự ném xuống, vứt xuống. **~하다** ném xuống, thả xuống (공중에서).

투하(投荷) **~하다** vứt bớt lại, bỏ bớt lại, vứt hàng bớt đi cho nhẹ tàu.

투함(投函) **~하다** bỏ thư, bỏ phiếu (vào hòm).

투항(投降) sự đầu hàng, sự quy hàng. **~하다** đầu hàng. ¶ ～자 người đầu hàng.

투해머(投-) [TT] môn ném búa.

투혼(鬪魂) tinh thần, khí phách chiến đấu.

툭 ❶ (튀어나온 모양) nhô ra, thò ra, lồi ra. ❷ (치는 모양·소리) (tiếng đập) thịch, uỳnh uỵch. ¶ 어깨를 ～치다 chạm vai uỳnh uỵch một cái. ❸ (끊어지거나 부러지는 소리) rắc, bịch, phựt (tiếng kêu gẫy hay đứt). ¶ (실이) ～

끊어지다 chỉ đứt phựt một cái. ❹ (쏘는 모양) hoắt (đầu nhọn, đầu sắc).

툭탁거리다 gõ nhẹ, đập nhẹ.

툭툭 ☞ **툭**.

툭툭하다 dày dạn, dày đặc, khít.

툭하면 không do dự, không đắn đo, không chậm trễ (hễ xảy ra, hễ có việc là). ¶ ~ 사람을 치다 động một cái là đánh người.

툰드라(tundra) 【Địa】 vùng lãnh nguyên (nơi tầng đất cái đã bị đóng băng vĩnh cửu).

툴툴거리다 lầm bầm, gầm gừ, phàn nàn, kêu ca.

툼벙 ☞ **텀벙**. tiếng rơi tõm, rơi bõm (xuống nước).

퉁겨지다 ❶ (쑥 드러나다) lộ ra, rời ra, bung ra. ❷ (어긋나서) không đúng, lạc, chệch.

퉁기다 ❶ (버틴 것을) tuột ra, trượt ra, bật ra. ❷ (기회를) bỏ qua, để mất, để tuột mất. ❸ (뼈를) trật (xương).

퉁명스럽다 lỗ mãng, cộc cằn, thô lỗ.

퉁방울 (방울) quả chuông (bằng kim loại).

퉁소(-簫) ống sáo tre.

퉁탕 ❶ (발소리) tùng tùng, thình thịch, bình bịch, bùm bụp. ~거리다 đánh bùm bụp. ❷ (총성) bằng bằng, bang bang (tiếng súng). ~거리다 làm phát tiếng nổ lớn, tiếng nổ vang.

퉁퉁 ❶ (부은 꼴) ~붓다 phồng lên, phình lên, sưng lên. ❷ (살찐 꼴) ~한 đầy đặn, tròn trịa.

튀각 món *Twi Gak* (măng hay tảo bẹ xào).

튀기 (잡종·혼혈아) người lai, giống lai. ~의 thuộc người lai, giống lai, chủng lai.

튀기다[1] (손가락으로) búng tay, đánh nhẹ (물 따위를) vẩy, vung, búng tung toé.

튀기다[2] (기름에) rán, chiên, rang.

튀김 đồ rán, đồ chiên. ¶ 새우 ~ món tôm rán.

튀다 ❶ (뛰어오르다) nhảy lên, nảy bật lên; (공이) nảy lên. ❷ (물이) bật lên, toé lên. ❸ (불꽃이) toé lên. ❹ (달아나다) bỏ chạy, tháo chạy, rút chạy.

튀밥 gạo rang.

튀하다 bỏ gà vào nước nóng để dễ nhổ lông.

튜너(tuner) phím điều chỉnh, phím điều chỉnh kênh ti-vi hoặc đài ra-đi-ô.

튜브(tube) ống tuýp (자전거 따위의 săm xe, ruột xe).

튜튼(teuton) người Giéc-manh. ¶ ~의 thuộc người Giéc-manh / ~족(族) tộc người Giéc-manh.

튤립(tulip) 【TV】 hoa tulip, hoa uất kim hương.

트다[1] ❶ (싹이) mọc lên, nhú lên, nảy mầm. ❷ (먼동이) rạng đông hửng lên (mặt trời mọc), bình minh. ❸ (피부가) rạn nứt, nứt nẻ.

트다[2] (길을) mở đường, dọn đường, mở ra, khởi đầu. ¶ 거래를 ~ đem lại mối làm ăn, bắt đầu giao dịch.

트라이앵글(triangle) 【ÂN】 cái phách hình tam giác.

트라코마(trachoma) 【YH】 bệnh đau mắt hột. = 트라홈.

트랙(tract) đường đua. ¶ ~경기 môn thi đấu có đường đua.

트랙터(tractor) máy kéo, xe kéo (máy có gắn động cơ dùng để kéo theo máy móc canh tác).

트랜스(transformer) 【Đ】 máy biến thế.

트랜지스터(transistor) 【Đ】 máy thu thanh bán dẫn.

트랩 (비행기의) thang lên máy bay; (배의) cầu thang lên tàu, cầu cảng. ¶ ~을 올라 [내려] 가다 lên [xuống] thang máy bay.

트러블(trouble) điều rắc rối, phiền toái. ¶ ~을 일으키다 gây phiền toái.

트러스(truss) 【KTr】 khung đỡ mái nhà, vì kèo, khung đỡ (mái nhà, cầu).

트러스트(trust) 【KT】 độc quyền. ¶ ~ 금지법 luật cấm độc quyền.

트럭(truck) xe tải. ¶ ~ 운송 sự chở bằng xe vận tải.

트럼펫(trumpet) kèn trompet. ¶ ~(연)주자 người trình diễn (chơi) kèn trompet.

트럼프(trump) quân chủ bài.

트렁크(trunk) túi du lịch; khoang cabin, cốp xe, thùng xe phía sau.

트레몰로(tremolo) 【ÂN】 âm rung, âm vê.

트레이너(trainer) huấn luyện viên, người huấn luyện.

트레이닝(training) sự huấn luyện, sự hướng dẫn. ¶ ~복 áo (đồng phục) huấn luyện; áo tập thể dục.

트레이드(trade) ❶ thương mại. ¶ ~마크 (trademark) thương hiệu. ❷ đội thể thao đổi vận động viên của nhau.

트레일러(trailer) xe moóc, xe kéo, xe có toa moóc.

트로이 thành Troa (thành phố cổ vùng Tiểu Á). ¶ ~의 목마(木馬) con ngựa thành Troa.

트로이카(troika) xe ngựa, xe ngựa nhỏ ở Nga có 3 ngựa kéo.

트로피(trophy) cúp chiến thắng.

트롤(trawl) lưới vét, lưới đánh cá. ¶ ~그물 lưới vét / ~어선 thuyền đánh cá / ~어업 nghề đánh bắt cá.

트롤리(trolley) xe đẩy tay.

트롬본(trombone) 【ÂN】 kèn trom-bon.

트리밍(trimming) 【BA】 sự sắp xếp gọn gàng, trật tự (trong bức ảnh). **~하다** sắp xếp gọn gàng, trật tự.

트리오(trio) 【ÂN】 nhóm tam ca, bộ ba, nhóm ba người

트리콧(tricot) 【Ph】 (옷감) sợi đan, vải đan.

트릭(trick) mưu mẹo, giả mạo. ¶ ~을 쓰다 giả mạo, trò lừa. ¶ ~촬영 mẹo quay phim.

트림 ~하다 ợ ra, ợ hơi. ¶ 신~하다 ợ chua.

트릿하다 (속이) cảm giác khó tiêu, đầy bụng, nghẹn tức ở ngực; (흐릿함) mờ ám, khả nghi, đáng ngờ.

트위스트(twist) điệu nhảy tuýt.

트이다 ❶ (막혔던 것이) thông, thông suốt. ¶ 운이 ~ vận may tìm đến / 길이 ~ đường được thông. ❷ (마음이) thấy thoải mái, nhẹ lòng. ¶ 속이 트인 사람 người thoải mái, dễ gần.

트적지근하다 cảm giác đầy bụng, khó tiêu, cảm giác khó chịu.

트집 (탈) nhược điểm, thiếu sót, sai sót, lỗi lầm; (틈) đường nứt, vết. ¶ ~잡다 bắt lỗi, bới móc / ~나다 bị sai sót, có lỗi. ¶ ~쟁이 kẻ hay bới móc, kẻ hay chọc ngoáy, kẻ hay châm chích.

특가(特價) giá đặc biệt, giá rẻ. ¶ ~판매 bán giá đặc biệt.

특공대(特攻隊) lính đặc công, lính biệt kích.

특과(特科) khóa đặc biệt, khóa đào tạo đặc biệt.

특권(特權) đặc quyền, đặc ân. ¶ ~을 누리다 được hưởng đặc ân, được hưởng đặc quyền. ¶ ~계급 giai cấp được hưởng đặc ân.

특근(特勤) **~하다** làm việc đặc biệt (vào ngày lễ, chủ nhật). ¶ ~수당 tiền phụ cấp làm thêm ngày lễ.

특급(特急) xe, tàu tốc hành.

특급(特級) cấp đặc biệt, loại đặc biệt, bậc đặc biệt. ¶ ~주 rượu cao cấp.

특기(特技) năng khiếu đặc biệt, kỹ năng đặc biệt.

특기(特記) **~하다** ghi chép đặc biệt. ¶ ～할 만한 đáng được ghi chép riêng biệt.

특대(特大) sự lớn quá khổ, ngoại cỡ, cỡ đặc biệt. **~의** thuộc cỡ đặc biệt. ¶ ～호 số đặc biệt (tạp chí, báo).

특대(特待) **~하다** ưu đãi, ưu tiên, tiếp đãi đặc biệt. ¶ ～생 sinh viên được hưởng ưu đãi / ～생이 되다 trở thành sinh viên được hưởng ưu đãi.

특등(特等) cấp đặc biệt, giải đặc biệt. ¶ ～석 vị trí cao nhất, ghế đặc biệt (극장의) / ～품 hàng đặc biệt, hàng cao cấp.

특례(特例) (특별한 예) trường hợp đặc biệt, (예외) trường hợp ngoại lệ, trường hợp đặc cách. ¶ ～로서 trường hợp đặc biệt (예외로) / ～를 만들다 tạo ra trường hợp đặc biệt.

특매(特賣) sự bán rẻ đặc biệt, bán hàng đặc biệt. **~하다** bán đặc biệt, bán hàng khuyến mại. ¶ ～장 gian hàng khuyến mại / ～품 hàng khuyến mại, sản phẩm khuyến mại.

특명(特命) mệnh lệnh đặc biệt, sứ mệnh đặc biệt. ¶ ～을 띠고 với sứ mệnh đặc biệt. ¶ ～ 전권 대사 đại sứ đặc mệnh toàn quyền.

특무(特務) nhiệm vụ đặc biệt. ¶ ～ 기관 cơ quan đặc vụ

특배(特配) sự phân bổ đặc biệt, phân phối đặc biệt. **~하다** phân bổ đặc biệt.

특별(特別) đặc biệt, ngoại lệ. ～한 tính đặc biệt, tính ngoại lệ; (특수) đặc thù; (고유) cố hữu; (다른) khác thường; (예외) ngoại lệ; (희귀) hiếm có. ¶ ～히 một cách đặc biệt / ～취급하다 xử lý đặc biệt. ¶ ～기 máy bay đặc biệt, máy bay riêng / ～예산 [회계, 회원] dự toán [kế toán, hội viên] đặc biệt / ～배당 phân chia đặc biệt (lợi nhuận) / ～ 보좌관 trợ lý tư vấn đặc biệt (trực thuộc tổng thống) / ～석 vị trí đặc biệt / ～수당 tiền trợ cấp đặc biệt / ～ 수당을 타다 nhận trợ cấp đặc biệt / ～호 số đặc biệt, đặc san.

특보(特報) tin phát nhanh, bản tin nhanh, bản tin nóng (radio, ti-vi).

특사(特使) đặc phái viên. ¶ 대통령 ～ đặc phái viên tổng thống.

특사(特赦) sự ân xá, sự đặc xá. **~하다** đặc xá. ¶ ～로 출감하다 thả ra bằng lệnh đặc xá / ～를 받다 được ân xá đặc biệt. ¶ ～령 lệnh đặc xá.

특산(물)(特産(物)) đặc sản, sản phẩm đặc sản. ¶ ～지 địa phương có đặc sản.

특상(特上) ～의 cái tốt nhất, cái đẹp nhất, cái thượng hạng. ¶ ～품 hàng cao cấp, hàng tốt nhất.

특상(特賞) phần thưởng đặc biệt.

특색(特色) ☞ **특징**. nét đặc trưng, đặc sắc, tính độc đáo.

특선(特選) đặc tuyển, tuyển chọn đặc biệt. ¶ ～품 hàng tuyển đặc biệt.

특설(特設) sự sắp xếp, lắp đặt, bố trí đặt biệt. **~하다** đặt (thiết lập) đặc biệt. ¶ ～의 có sự bố trí đặc biệt. ¶ ～링 【QA】 sân đấu đặc biệt.

특성(特性) ☞ **특징**. đặc tính, nét đặc trưng. ¶ ～을 살리다 làm sống dậy đặc tính.

특수(特殊) ～한 (특별) đặc thù, đặc biệt; (특이) có nét riêng biệt. ¶ ～강 thép đặc biệt / ～ 교육 [학교] sự giáo dục [trường học] đặc biệt / ～면허 giấy phép đặc biệt / ～성 nét đặc thù, tính đặc biệt / ～은행 ngân hàng đặc biệt / ～계층 tầng lớp đặc biệt.

특약(特約) hợp đồng đặc biệt. ¶ ～점 đại lý (chi nhánh) đặc biệt.

특용(特用) dùng trong trường hợp đặc biệt. ¶ ～작물 nông sản đặc biệt (không dùng trong thực phẩm như thuốc lá, trà, nhân sâm).

특유(特有) ～의 nét đặc biệt, nét đặc hữu, vốn có. ¶ ～성 tính chất riêng biệt.

특이(特異) ～한 độc đáo, đặc biệt khác. ¶ ～성 tính độc đáo, nét độc đáo, nét dị biệt / ～체질 thể chất đặc dị.

특작(特作) tác phẩm đặc biệt, kiệt tác. ¶ ～품 (영화) phim đặc biệt.

특장(特長) điểm mạnh, sở trường đặc biệt hơn người.

특전(特典) đặc ân, đặc quyền, sự ban ân đặc biệt; quy tắc, nghi thức đặc biệt.

특전(特電) bức điện đặc biệt.

특정(特定) sự chỉ rõ, sự định rõ, sự phân loại đặc biệt. ～의 được chỉ rõ, được định rõ đặc biệt. ¶ ～ 외래품(品) hàng nhập khẩu được chỉ định đặc biệt / ～인 người được chỉ định đặc biệt.

특제(特製) ～의 được đặc chế. ¶ ～품 hàng đặc chế.

특종(特種) ❶ (종류) loại đặc biệt, đặc chủng ❷ (기사의) tin đặc biệt; (신문) tin nóng, tin nhanh. ¶ ～으로 타사를 앞지르다 vượt lên trên công ty khác nhờ bản tin đặc biệt.

특지(特旨) chỉ dụ, chiếu chỉ đặc biệt của vua.

특지(特志) ☞ **독지**. sự quan tâm đặc biệt.

특진(特進) sự thăng cấp, sự vượt cấp, sự thăng tiến đặc biệt. ¶ 2 계급 ～ tăng vượt 2 cấp.

특질(特質) đặc tính ☞ **특성**.

특집(特輯) ấn phẩm đặc biệt, đặc san. **~하다** biên soạn số ra đặc biệt, biên tập đặc biệt. ¶ ～기사 bài báo đặc biệt / ～호 số đặc san, ấn phẩm đặc biệt.

특징(特徵) nét đặc trưng, nét đặc biệt, nét riêng biệt (성격상의). ¶ ～있는(적인) có nét riêng biệt / ～없는 tầm thường, bình thường / ～있게 하다 làm cho đặc sắc, làm cho có đặc trưng.

특채(特採) sự tuyển dụng đặc biệt. **~하다** đặc tuyển, tuyển dụng đặc biệt.

특출(特出) tính độc đáo, nét nổi trội, nét đặc biệt. **~한** nổi trội, xuất chúng, một cách đặc biệt.

특칭(特稱) 【Lo】 sự chỉ định đặc biệt, xưng gọi đặc biệt.

특파(特派) **~하다** đặc phái, phân công đặc biệt. ¶ ～대사 đại sứ đặc phái / ～원 (신문사의) đặc phái viên (tòa báo).

특필(特筆) ghi chú đặc biệt, điều khoản riêng. **~하다** đề cập đặc biệt, viết riêng; (전매특허) cấp giấy phép kinh doanh đặc biệt; (면허) giấy phép.

특혜(特惠) đặc ân, ân huệ đặc biệt, sự chiếu cố đặc biệt. ¶ ～를 주다 dành cho một đặc ân, ưu tiên. ¶ ～관세 thuế ưu đãi / ～융자 cho vay ưu đãi.

특효(特效) hiệu quả đặc biệt, đặc hiệu. ¶ ～약 thuốc đặc hiệu.

특히(特-) đặc biệt là, nhất là (phó từ).

튼튼하다 ❶ (건강) khoẻ, khoẻ mạnh, rắn chắc, chắc chắn. ¶ 튼튼해지다 trở nên khoẻ mạnh / 튼튼하게 하다 làm cho chắc chắn. ❷ (견고) kiên cố; (오래가다) bền vững. ¶ 튼튼하게 하다 gia cố, làm cho vững chắc.

틀 ❶ (모형) khuôn, khuôn mẫu, mô hình. ❷ (공식) quy thức, cách thức. ¶ ～에 박힌 rập khuôn, làm theo một quy định, cách thức cố định. ❸ (테) sườn, khung (창문, 액자 따위의); (둥근 수틀) vành, đai. ❹ (기계) máy móc, cơ giới. ❺ (인간의) phẩm chất, tầm cỡ.

틀거지 phẩm cách, thái độ, dáng vẻ rắn rỏi, uy nghiêm.

틀누비 sự khâu, may chần bằng máy

may.

틀니 hàm răng giả.

틀다 ❶ (돌리다) quay, vặn, điều chỉnh. ¶ 라디오 [수도]를 ~ vặn đài [vòi nước máy]. ❷ (비틂) se chỉ, bện, siết (ốc vít) (나사를). ❸ (일을) đối nghịch, đối kháng, chống lại, cản trở. ❹ (상투·머리를) cột tóc, bện tóc, buộc tóc. ❺ (솜을) tước xơ, tỉa hột bông.

틀리다 ❶ (비틀림) xoắn, cuộn, quắn. ❷ (잘못되다) sai lệch, sai lầm. ¶ 틀린 생각 ý nghĩ sai lệch, tư tưởng sai lệch. ❸ (불화) bất hoà, xích mích. ☞ **틀어지다** ❷. ❹ (다르다) khác, khác biệt. ❺ (볼장 다봄) phá hủy, đổ nát, tiêu tan.

틀림 sự sai lệch, sai lầm, sơ suất, thiếu sót; (다름) sự khác, khác biệt, khác với. ¶ ~없이 đúng, chuẩn, chính xác, không sai.

틀어넣다 đẩy, xô đẩy, chen chúc, nhồi nhét.

틀어막다 ❶ (구멍을) chặn lại, bịt lại, lấp kín; (입을) bịt miệng; (행동을) kiềm chế, đè nén.

틀어박히다 tự giam lỏng, tự nhốt lại, rút vào ở trong nhà.

틀어지다 ❶ (일이) lệch hướng, sai đường, lạc lối, đi nhầm. ❷ (사이가) xa lánh, bất hoà. ❸ (빗나가다) thất bại, đi lệch hướng. ❹ (꼬이다) lộn xộn, rối ren, lùng bùng.

틀지다 có giá trị, có phẩm giá đứng đắn, có lòng tự trọng.

틀톱 cái cưa dọc, thiết bị của khung.

틈 ❶ (벌어진 사이) kẽ hở, khe hở, chỗ hở, khe nứt; (불화함) mối bất hòa, xích mích. ¶ 바위의 ~ vết rạn nứt, vết nứt (của đá) / ~이 생기다 sinh ra khe hở. ❷ (빈 여지) khoảng trống; (간격) khoảng cách. ¶ ~이 없다 kín mít, không một lỗ hở. ❸ (기회) cơ hội, thời cơ. ¶ ~을 노리다 vịn cớ, rình mò thời cơ. ☞ **틈타다**. ❹ (방심) bất cẩn, thiếu chú ý. ¶ 빈 ~이 없다 toàn tâm toàn ý, không sơ suất gì. ❺ (짬) thời gian rảnh rỗi, nông nhàn. ¶ ~이 있다 rảnh rỗi / ~을 내다 dành ra thời gian.

틈새기 kẽ hở, chỗ hở. ¶ ~바람 gió lùa khe hở.

틈서리 mép hở, mép của vết nứt.

틈입(闖入) ☞ **침입**(侵入). sự xâm nhập, sự xâm phạm.

틈타다 lợi dụng cơ hội, nắm lấy cơ hội. ¶ …을 틈타서 lợi dụng việc gì đó để hành động.

틈틈이 ❶ (여가마다) những lúc rảnh rỗi, những lúc thư nhàn. ❷ (구멍마다) mỗi khe hở, mỗi khoảng trống.

티[1] ❶ (이물질) bụi, hạt bụi. ❷ (흠) dấu, đốm, vết. ¶ 옥에 ~ hạt sạn (vết) trong ngọc.

티[2] (기색·색태) khí sắc, sắc thái. ¶ 군인 ~가 나는 mang sắc thái của một người lính.

티[3] ❶ (차) chè. ¶ ~룸 phòng trà / ~스푼 thìa quấy chè / ~파티 tiệc trà. ❷ (글자) T (tên chữ cái). ¶ ~셔츠 áo phông (hình chữ T) / ~자 chữ T. ❸ (골프의) phát bóng (trong chơi gôn).

티격나다 tan vỡ (chỉ quan hệ), xa lánh dần (vì không hợp).

티격태격하다 cãi nhau.

티끌 bụi, sạn. ¶ ~만큼도 …없다 ngay cả như hạt sạn cũng không có … / ~ 모아 태산 tích bụi thành núi Thái Sơn.

티눈 cục chai ở chân hoặc tay. ¶ ~이 나다 bị chai chân, mọc ra miếng chai chân.

티뜯다 (흠잡기) bới vết, tìm lỗi; lấy dằm, nhặt sạn ra.

티베트 Tibet, Tây Tạng. ¶ ～말 tiếng Tibet / ～ 사람 người Tibet, người Tây Tạng.

티켓(ticket) vé.

티크재(-材) gỗ tếch.

티타늄 【HH】 ti-tan.

티티새 【LCh】 chim hoét màu sẫm.

티푸스 bệnh sốt phát ban (truyền nhiễm gây sốt).

팀(team) đội. ¶ ～워크 kết hợp làm việc, chung sức / ～ 워크가 좋다 hợp tác tốt, chung sức làm việc tốt.

팀파니(timpani) 【ÂN】 bộ trống.

팁(tip) tiền boa. ¶ ～을 주다 cho tiền boa.

ㅍ

파[1] hành. ¶ 양~ củ hành.

파(派) (족벌) nhóm, phái; (학파) học phái; (당파) đảng phái; bè lũ (파벌); (종파) tông phái; (분파) vây cánh.

파[2] 【ÂN】 nốt fa.

파격(破格) ~적 phá cách, táo bạo, tính chất ngoại lệ, tính chất đặc biệt, phá vỡ nguyên tắc (변칙의). ¶ ~적인 대우를 받다 nhận được sự ưu đãi đặc biệt.

파견(派遣) phái đi, gửi đi. **~하다** phái đi, gửi đi. ¶ ~군 lực lượng được phái đi / 베트남에 특사를 ~하다 cử đặc phái viên sang Việt Nam.

파경(破鏡) (이혼) ly hôn. ¶ ~에 이르다 dẫn đến việc ly hôn, tiến tới ly hôn.

파계(破戒) **~하다** phá giới. ¶ ~승(僧) sư phá giới.

파고(波高) sóng cao.

파고다(pagoda) tháp chùa.

파고들다 điều tra, xâm lấn vào; (규명) làm sáng tỏ; (가슴속으로) ăn sâu vào.

파과기(破瓜期) tuổi dậy thì.

파괴(破壞) sự phá hủy, sự làm tổn thương. **~하다** phá hủy, gây tổn thương. ¶ ~적 có tính chất phá hoại. ¶ ~력 sức phá hủy / ~분자 phần tử phá hoại / ~주의자 kẻ theo chủ nghĩa phá hoại / ~행위 [활동] hành vi [hành động] phá hoại.

파국(破局) thảm họa, suy tàn. ¶ ~적인 có tính thảm họa, bất hạnh.

파급(波及) **~하다** lan tỏa; (영향) lan rộng. ¶ ~ 효과 【KT】 hiệu quả lan tỏa.

파기(破棄) **~하다** (찢다) xóa bỏ, hủy bỏ; (무효로 함) vô hiệu hóa; ngăn chặn.

파김치 kim chi hành. ¶ ~가 되다 héo rũ xuống, mệt lả người.

파나다(破-) bị vỡ.

파나마 Panama. ¶ ~ 모자 chiếc mũ Panama / ~운하 kênh Panama.

파내다 đào lên, bới lên.

파노라마 toàn cảnh, cảnh tầm rộng; 【BA】 cảnh quay lia. ¶ ~ 같은 như toàn cảnh bao quát.

파니 (하는 일 없이) ăn không ngồi rồi.

파다 ❶ (땅·구멍을) đào bới, đẽo, đục; (뚫다) khoan (우물을); (동물이) moi móc. ❷ (새기다) khắc. ❸ (이치·진상 등을) moi ra (ý chí, chân tướng); truy tìm, nghiên cứu (공부).

파다하다(播多-) khắp nơi, vang rộng khắp (lời đồn đại).

파닥거리다 (새가) vỗ cánh; (물고기가) nhảy lăn tăn.

파도(波濤) sóng nước (큰 물결); sóng cồn (굽이치는); sóng cuộn (밀려오는). ¶ ~소리 tiếng sóng / ~타기 lướt sóng.

파동(波動) chuyển động sóng. ¶ ~설 thuyết chuyển động sóng / 경제 ~ biến động về kinh tế / 유류 ~ biến động về dầu / 정치 ~ biến động về chính trị / 증권 ~ biến động về chứng khoán.

파두(巴豆) 【TV】 cây khổ sâm, cây ba đậu.

파라과이 Paraguay. ¶ ～의 thuộc Paraguay / ～사람 người Paraguay.

파라솔 ô che nắng. ¶ 비치 ～ ô che nắng ngoài bờ biển.

파라슈트(parachute) dù để nhảy.

파라티푸스 【YH】 bệnh phó thương hàn.

파라핀 chất hóa học paraffin. ¶ ～지[유] giấy [dầu] paraffin.

파란 chất men (răng, sứ)

파란(波瀾) (풍파) sóng gió, giông tố; (성쇠) thăng trầm (cuộc đời). ¶ ～ 많은 nhiều thăng trầm / ～을 일으키다 gây ra rắc rối, gieo rắc đau thương.

파랑 màu xanh dương. ¶ ～새 loài chim giống như chim chích chòe có màu xanh.

파랑(波浪) sóng cao.

파랗다 xanh dương; (창백) xanh nhạt.

파래 rau diếp biển.

파래박 dụng cụ dùng để tát nước ra khỏi thuyền, gàu tát nước được làm bằng quả bầu.

파래지다 (얼굴이) trở nên tái xanh. nhợt nhạt.

파렴치(破廉恥) ～한 vô liêm sỉ, bỉ ổi. ¶ ～범(犯) tội phạm bỉ ổi, kẻ phạm tội vô liêm sỉ.

파르르 ¶ ～ 끓다 sôi sùng sục / ～ 화를 내다 nổi giận đùng đùng / ～ 떨다 run bần bật.

파릇파릇하다 xanh tươi.

파리[1] con ruồi. ¶ ～를 쳐 잡다 đuổi bắt ruồi / ～를 날리다 thả ruồi bay (hàm ý về trạng thái không bận việc). ¶ ～ 목숨 mạng sống rẻ mạt như ruồi / ～채 quạt diệt ruồi.

파리[2] Paris. ¶ ～의 thuộc Pari / ～ 사람 người Pari.

파리모(玻璃母) dạng kính bị nóng chảy.

파리하다 nhợt nhạt, yếu ớt; (서술적) hốc hác.

파먹다 ❶ (음식을) moi móc ra để ăn, ăn sâu vào. ¶ 땅을 ～ sống bằng nghề nông (hàm ý). ❷ khoét ăn, đục ăn. ¶ 벌레가 파먹은 나무 gỗ bị mọt ăn.

파면(罷免) sa thải, bãi miễn. **~하다** sa thải, miễn trừ.

파멸(破滅) đổ vỡ, tiêu tan. **~하다** đổ vỡ, tiêu tan. ¶ ～을 초래하다 gây ra sự đổ vỡ.

파문(波紋) gợn sóng. ¶ ～을 일으키다 gây ra những đợt sóng; (비유적) việc có gây ảnh hưởng đến môi trường xung quanh.

파문(破門) (종교상의) bị rút phép thông công; (일반의) đuổi khỏi. **~하다** trục xuất khỏi, đuổi khỏi (추방).

파묻다[1] (땅속에) chôn cất; (매장) mai táng. ¶ 눈에 파묻히다 được chôn cất dưới tuyết.

파묻다[2] (물어보다) tra hỏi.

파미르고원(-高原) cao nguyên Pamir.

파벌(派閥) bè phái, bè lũ. ¶ ～싸움 cuộc chiến giữa các bè phái.

파병(派兵) sự phái cử binh lính. **~하다** phái binh.

파삭파삭 ¶ ～한 giòn, ngon giòn.

파산(破產) sự phá sản; sự thất bại, mất mát; sự vỡ nợ. **~하다** phá sản; thất bại, mất mát. ¶ ～ 선고를 받다 bị tuyên bố phá sản. ¶ ～자 người bị vỡ nợ hay bị phá sản.

파상(波狀) ～적 có tính gợn sóng, nhấp nhô. ¶ ～ 공격 tấn công liên lục; tấn công từng đợt từng đợt.

파상풍(破傷風) 【YH】 bệnh uốn ván.

파생(派生) **~하다** phái sinh, nảy sinh. ¶ ～적인 tính chất phái sinh, tính chất hình thành (이차적). ¶ ～어 từ phái sinh.

파선(破船) sự đắm tàu. **~하다** đắm tàu, chìm tàu.

ㅍ

파손(破損) sự tổn thất, đổ vỡ, hư hại. **~하다** tổn thất, đổ vỡ, hư hại. ¶ ～부분 phần bị hư hại / ～품(品) sản phẩm bị lỗi, đồ hay hàng bị hỏng.

파쇄(碎) **~하다** vỡ tan ra, vỡ vụn; bóp nát.

파쇠(破-) sắt vụn, kim loại phế thải.

파쇼 phát xít, chủ nghĩa phát xít; người độc tài, người theo chủ nghĩa phát xít (사람). ¶ ～의 tư tưởng phát xít / ～화하다 trở nên phát xít, phát xít hoá.

파수(把守) sự canh phòng, sự canh gác, sự giám sát. ～보다 canh giữ, canh phòng; bảo vệ. ¶ ～꾼 lính canh, lính gác / ～병 vệ binh, nhân viên bảo vệ, vệ sĩ.

파스텔 【MT】 bút màu, phấn màu, bột màu; tranh vẽ bằng phấn màu hay bột màu.

파시(波市) chợ cá bán luôn trên biển.

파시즘 chủ nghĩa phát xít.

파악(把握) sự nắm bắt được vấn đề, sự thấu hiểu, am hiểu. **~하다** nắm bắt vấn đề, tìm hiểu.

파안대소(破顔大笑) **~하다** cười toét miệng.

파약(破約) **~하다** nuốt lời, thất hứa, bội ước.

파양(罷養) sự cắt đứt hay chấm dứt mối quan hệ cha con nuôi. **~하다** cắt đứt hay chấm dứt mối quan hệ cha con nuôi.

파업(罷業) sự đình công. ☞ **총파업**. cuộc tổng đình công. **~하다** đình công, bãi công. ¶ ～중(中)이다 đang đình công, bãi công / ～을 중지하다 ngừng đình công. ¶ ～권 quyền đình công hay bãi công / 동정 ～ cuộc đình công đồng tình / 시한 ～ cuộc đình công có giới hạn về thời gian.

파열(破裂) **~하다** bùng nổ. ¶ ～음 (음성학) âm bật (âm thanh học).

파운데이션 (기초 화장용) kem phấn lót; (여자의 속옷) đồ lót phụ nữ.

파운드(pound) (화폐단위) đơn vị tiền tệ của Anh (기호 £); (무게) đơn vị đo lường của Anh.

파울 【TT】 sự phạm lỗi, sự phạm qui. **~하다** phạm qui, phạm lỗi.

파이 bánh nướng. ¶ 애플～ bánh nướng nhân táo.

파이버(fiber) chất sợi, chất sơ.

파이프 ❶ (관) ống điếu. ¶ ～오르간 đàn ống. ❷ (담배피는) tẩu thuốc lá.

파인애플 trái thơm, quả dứa.

파일(八日) ngày lễ Phật đản (mồng 8 tháng 4 âm lịch).

파일럿 phi công.

파자마(pyjamas) quần áo ngủ.

파장(波長) ❶ làn sóng hay bước sóng truyền thanh. ❷ sự ảnh hưởng, tác động. ¶ 그 사건은 큰 정치적 ～을 일으켰다 sự kiện đó gây ra tác động chính trị lớn.

파장(罷場) **~하다** kết thúc hay đóng cửa thị trường, chợ, giao dịch. ¶ ～시세 (거래소의) thời giá lúc đóng cửa sàn giao dịch.

파쟁(派爭) sự xung đột hay tranh giành bè phái.

파적(破寂) **~하다** giết thời gian, tiêu khiển.

파종(破腫) **~하다** nặn mụn nhọt, phá mụn.

파종(播種) **~하다** gieo giống, gieo hạt. ¶ ～기(期) thời kì gieo hạt / ～기(機) máy gieo hạt.

파죽지세(破竹之勢) vượt khó, vượt chướng ngại. ¶ ～로 나아가다 đương đầu và quét sạch mọi chướng ngại.

파지(破紙) giấy vụn, giấy bỏ đi, giấy thừa.

파천황(破天荒) ～의 phá kỉ lục, sự làm

việc chưa ai từng làm.
파초(芭蕉) [TV] loại cây chuối lá.
파출(派出) **~하다** gửi đi, phái đi, phát đi. ¶ ~부 nữ giúp việc / ~소 chi nhánh; trạm hay trụ sở cảnh sát (경찰의).
파충(爬蟲) [ĐV] bò sát. ¶ ~류 loài bò sát.
파치(破-) đồ bỏ, đồ hư; hàng kém chất lượng, hàng bị lỗi (못팔게 된).
파키스탄 Pakistan. ¶ ~의 thuộc Pakistan / ~ 사람 người Pakistan.
파킨슨 ¶ ~병(의 법칙) chứng bệnh parkinson (chứng bệnh liên quan đến trung khu thần kinh làm cho tay chân bị co cứng lại khó cử động).
파탄(破綻) sự thất bại, sự gãy đổ, sự rạn nứt; [KT] sự phá sản, sự vỡ nợ. ¶ ~이 일어나다 dẫn đến phá sản.
파트너(partner) đối tác, bạn nhảy, cộng sự.
파티 tiệc, bữa tiệc.
파파이아 [TV] trái đu đủ.
파편(破片) mảnh vụn, mảnh vỡ. ¶ 포탄의 ~ mảnh vụn của đạn pháo.
파피루스(papyrus) [TV] cây cói giấy.
파하다(罷-) (마침) kết thúc, chấm dứt (수업이); (그만둠) ngừng lại, dừng lại. ¶ 일을 ~ ngừng việc / 학교 [회사]가 파한 뒤에 sau khi tan học [kết thúc việc công ty].
파행(爬行) **~하다** bò trườn, luồn cúi, quỵ lụy.
파행(跛行) **~하다** đi khập khiễng, cà nhắc; không suôn sẻ, bất ổn. ¶ ~ 상태 trạng thái không bình thường.
파혼(破婚) **~하다** hủy bỏ hôn ước.
파흥(破興) **~하다** làm mất hứng.
팍 ☞ **퍽**[1].
팍삭 ☞ **퍽석**.
팍팍하다 ❶ (물기가 없어) khô khan, khô và giòn. ❷ (다리가) (chân) gầy guộc.
판 ❶ (자리) chỗ, vị trí; quang cảnh. ¶ 난장~ cảnh náo động hay mất trật tự / 노름~ ổ cờ bạc. ❷ (판국) tình trạng; (때) vào lúc, khi; (경우) cơ hội, thời cơ, tình thế. ¶ 막 ~에 vào lúc cuối, giai đoạn cuối / 위급한 ~에 trong tình thế nguy cấp. ❸ (경기 등의) ván, cuộc (thi) đấu. ¶ 두 ~ 내리 이기다 [지다] thắng [thua] hai ván liền.
판(板) (판자) tấm ván, tấm bảng. ¶ 철~ bảng sắt, miếng sắt.
판(版) ❶ (판목) khuôn gỗ; (인쇄판) bản kẽm, khuôn in. ❷ (인쇄) in ấn; (판수) khung, khuôn. ¶ ~을 거듭하다 tiếp tục xuất bản. ❸ (비유적) ¶ ~에 박은 듯한 như khuôn đúc, rập khuôn.
판(判·版) (크기) kích thước, kích cỡ.
판(瓣) cánh hoa (꽃잎); cái van máy (기계); van tim (심장의); van bấm của các nhạc khí (악기의).
판가름 **~하다** phân xử, phán xét. ¶ ~나다 diễn ra cuộc phán quyết.
판각(板刻) bản khắc (gỗ). **~하다** khắc, chạm lên gỗ. ¶ ~본 bản in hay sách được in bằng bản gỗ.
판검사(判檢事) thẩm phán và công tố viên.
판결(判決) sự phán quyết, sự tuyên án, sự kết án (선고). **~하다** phân xử, phán quyết, tuyên án, kết án. ¶ ~문 bản kết án / ~ 이유 lý do kết án / 최종 ~ bản án cuối cùng.
판공비(辦公費) các khoản chi khi thực hiện công vụ.
판국(-局) hoàn cảnh, tình hình, tình trạng. ☞ **판** ❷.
판권(版權) bản quyền, quyền tác giả ☞ **저작권**. ¶ ~ 소유 sở hữu bản quyền / ~ 소유자(者) người giữ bản quyền / ~장(張) trang sách có ghi các thông tin về quyền tác giả, cơ quan, ngày tháng phát hành.

판금(板金) miếng kim loại, tấm biển bằng kim loại. ¶ ~공 thợ, công nhân luyện kim.

판나다 ❶ (끝나다) kết thúc, chấm dứt, xong. ❷ (없어지다) hết sạch, cạn kiệt, biến mất.

판단(判斷) sự phán đoán, sự đoán định (결정); sự nhận xét, đánh giá (평가). **~하다** phán đoán, đoán định, nhận xét, đánh giá. ¶ 나의 ~으로는 theo nhận xét của tôi. ¶ ~력 khả năng phán đoán, khả năng nhận định.

판도(版圖) lãnh thổ, lãnh địa; phạm vi ảnh hưởng của một thế lực; lĩnh vực.

판독(判讀) **~하다** giải thích, giải mã (암호 따위를).

판돈 tiền cá cược.

판둥거리다 đi rong, đi tha thẩn. ¶ 판둥판둥 lơ thơ lẩn thẩn.

판들다 (俗) bị phá sản, bị vỡ nợ.

판례(判例) phán lệ, những phán quyết được coi là những tiền lệ, có hiệu lực như pháp luật. ¶ ~집 sách ghi những phán lệ.

판로(販路) thị trường, nơi tiêu thụ, chợ lề đường.

판막(瓣膜) van tim. ¶ ~증(症) 【YH】 chứng bệnh liên quan đến van tim.

판막다 thắng ván cuối.

판매(販賣) việc buôn bán. **~하다** bán, buôn bán. ¶ ~ 중이다 có bán, đang bán. ¶ ~ 가격 giá bán / ~과(課) [망(網)] bộ phận phụ trách [mạng] buôn bán / ~ 루트 đường dây buôn bán / ~원 nhân viên bán hàng / ~점 cửa hàng, đại lý (특약점, 대리점) / ~ 중지 ngừng bán.

판명(判明) **~되다** được rõ ràng, minh bạch, được chứng minh (신원 따위가); được xác nhận.

판목(版木) bản in, khuôn in bằng gỗ.

판몰이하다 chiếm hết, gom hết giải thưởng hay tiền bạc.

판무식(判無識) ☞ **일자무식**.

판박이 ❶ (책) sách in, sách được xuất bản. ❷ (모양) bản mẫu, bản in mẫu.

판별(判別) ☞ **식별**.

판본(版本) ☞ **판각본**.

판사(判事) thẩm phán, quan toà. ¶ 주심~ chủ thẩm phiên toà.

판상(-上) cái (sự vật) tốt nhất trong cuộc (trong một thời điểm nhất định).

판새류(瓣鰓類) 【ĐV】 loài động vật thân mềm 2 mảnh vỏ.

판설다 bỡ ngỡ, chưa thành thục, vụng về.

판세(-勢) tình thế, tình trạng.

판소리 *pansori*, loại kịch độc diễn truyền thống của Hàn Quốc.

판수 thầy bói mù.

판연(判然) ~한 hiển nhiên, chính xác. ¶ ~히 một cách hiển nhiên, một cách rõ ràng.

판유리(板琉璃) tấm kính.

판이(判異) ~한 khác hẳn (với).

판자(板子) tấm bảng, tấm ván. ¶ ~를 대다 lót ván. ¶ ~집 nhà được làm bằng các tấm ván.

판장(板墻) bức vách ván, tường bằng ván.

판정(判定) sự phán định, quyết định thắng thua do trọng tài. **~하다** phán định. ¶ ~으로 이기다 [지다] thắng [thua] theo quyết định của trọng tài. ¶ ~승 sự thắng do quyết định của trọng tài.

판지(板紙) bìa cứng, giấy bồi, các tông.

판초(poncho) áo choàng.

판치다 vượt trội lên tất cả, vượt lên trên hết.

판판이 mỗi khi, thường thường.

판판하다 bằng phẳng, ngang bằng, đều

ㅍ

đều. ¶ 판판히 một cách đều đều, một cách bằng phẳng.

판화(版畫) bản khắc gỗ in tranh.

팔 cánh tay. ¶ ～을 끼고 khoanh tay / 반～옷 áo ngắn tay.

팔(八) số 8 (여덟째).

팔각(八角) bát giác, tám cạnh. ～의 bát giác. ¶ ～정(亭) căn lều hình bát giác / ～형 hình bát giác.

팔걸이 tay vịn, tay ghế. ¶ ～ 의자 ghế bành.

팔꿈치 khuỷu tay. ¶ ～를 펴다 duỗi thẳng khuỷu tay ra.

팔난봉 người phóng đãng, trụy lạc, ăn chơi trác táng.

팔다 ❶ (판매) bán. ¶ 팔 수 있는 có thể bán / 파는 사람 người bán/팔 물건 hàng (để) bán / 싸게 [비싸게] ～ bán rẻ [mắc, đắt] / 이익을 보고 [손해를 보고] ～ bán có lãi [bán lỗ] / 정조를 ～ bán trinh (tiết) / 팔아 치우다 bán đổ bán tháo. ❷ (배반) phản bội. ¶ 나라를 ～ bán nước, phản bội tổ quốc. ❸ (돌리다) quay đi. ¶ 한눈(을) ～ lờ đi, làm ngơ / 정신을 ～ không để tâm tới, không nghĩ tới. ❹ (이름을) bán danh, mượn danh. ¶ 아버지의 이름을 팔아 장사하다 lợi dụng tên (danh tiếng) của cha để làm ăn. ❺ (곡식을) mua lương thực.

팔다리 tay và chân.

팔도강산(八道江山) (núi sông của 8 tỉnh) phong cảnh toàn bộ của Hàn Quốc.

팔등신(八等身) chiều cao bằng tám lần chiều dài mặt, thân hình đẹp của người phụ nữ.

팔딱팔딱 ¶ ～ 뛰다 (맥박이) (mạch máu) nhảy mạch nhanh; (가슴이) (trống ngực) đập thình thịch; (동물이) (động vật) nhảy tung lên.

팔뚝 cẳng tay (phần từ khuỷu đến cổ tay).

팔랑개비 chong chóng giấy.

팔랑거리다 đong đưa, rung rinh, phất phới.

팔레스타인 Palestina. ¶ ～ 해방기구 ☞ **피엘오**(PLO). tổ chức giải phóng của Palestina.

팔레트(palett) 【MT】 bảng pha màu pa-let.

팔리다 ❶ (…이) được bán. ¶ 잘 팔리다 được bán chạy. ❷ (마음이) bị lôi cuốn, bị thu hút. ¶ 계집에게 마음이 ～ bị mê hoặc bởi con bé. ❸ (얼굴·이름이) được biết nhiều, nổi tiếng.

팔림새 món hàng được bán, nhu cầu. ¶ ～가 좋다 bán đắt hàng, đáp ứng tốt nhu cầu.

팔매질하다 ném, liệng, quăng.

팔면체(八面體) hình lập thể tám mặt.

팔목 cổ tay. ¶ ～시계 đồng hồ đeo tay.

팔방(八方) 8 hướng; tám phương; mọi mặt. ¶ ～미인 người đẹp toàn diện; người tài ba, người toàn tài / 그는 ～미인이다 anh ấy là người toàn tài.

팔베개 ¶ ～를 베다 gối đầu lên cánh tay (để ngủ).

팔불용(八不用) vô dụng, người vô dụng, người khờ dại, người ngu xuẩn.

팔불출(八不出) ☞ **팔불용**.

팔삭둥이(八朔-) (조산아) đứa bé bị sinh thiếu tháng (sinh non); (바보) người khờ dại, đần độn.

팔심 sức mạnh của cánh tay.

팔십(八十) số tám mươi. ¶ ～ 노인 người già 80 tuổi.

팔씨름 môn đấu vật tay.

팔월(八月) tháng Tám. ¶ ～ 한가위 rằm tháng 8.

…팔이 người bán dạo, bán hàng rong. ¶ 신문 ～ người bán báo dạo.

팔자(八字) vận mệnh, số mạng, số phận. ¶ ～가 좋다 tốt số, số đỏ / ～가 사납다

xấu số, vận đen / ～를 잘 타고 나다 may mắn, thuận lợi với số phận.

팔자걸음(八字) ¶ ～으로 걷다 đi chân hình chữ bát (chữ Hán).

팔절판(八折版) 【BA】 khổ (kích cỡ) chiều ngang 22 phân chiều cao 16,5 phân.

팔죽지 bắp tay, phần cánh tay từ khuỷu lên vai.

팔짓하다 dùng tay ra dấu, ra hiệu bằng tay.

팔짱 ¶ ～끼다 khoanh tay; (남과) khoác tay (người khác) / ～을 끼고 서다 đứng khoanh tay / 서로 ～을 끼고 khoác tay nhau.

팔찌 vòng đeo cổ tay, cái xuyến; băng đeo để giữ tay áo.

팔촌(八寸) anh em họ đời thứ tám. ¶ 사돈의 ～ anh em họ tám đời trong quan hệ thông gia (xem như không có quan hệ họ hàng).

팔팔 ☞ **펄펄**.

팔팔하다 (성질이) hiếu động; (발랄함) hoạt bát, sôi nổi.

팔회목 cổ tay, khớp tay.

팜플릿(brochure) tờ rơi, tờ bướm, truyền đơn, quyển giới thiệu (công ty, tổ chức, cơ quan).

팡파르(fanfare) kèn lệnh.

팥 đậu đỏ, đậu đen.

팥고물 bột đậu đỏ, đậu đen.

팥밥 cơm được nấu có trộn đậu đỏ, đậu đen.

팥소 nhân đậu đỏ, đậu đen; nhân đậu trộn đường.

팥죽 cháo đậu đỏ, đậu đen.

패(牌) ❶ (푯조각) tấm, mảnh vé, miếng. ¶ 나무～ thanh gỗ, miếng ván. ❷ (화투 따위의) lá bài; quân cờ, mạt chược (마작, 골패의). ❸ (무리) nhóm, phe, lũ. ¶ ～거리 bè lũ, bọn / ～를 짓다 kết bè kết lũ, tạo thành nhóm.

패가(敗家) **~하다** bại gia, tiêu tán gia sản. ¶ ～ 망신하다 bại gia vong thân, tủi nhục vì gia sản tiêu tan.

패검(佩劍) **~하다** mang kiếm, đeo kiếm.

패군(敗軍) bại quân, tàn quân.

패권(霸權) bá quyền, quyền tối cao, quyền lãnh đạo. ¶ ～을 다투다 đấu tranh giành quyền lực, thi đấu giành phần thắng (경기) / ～을 잡다 nắm phần thắng (trong trận đấu) (경기에서). ¶ ～주의 chủ nghĩa bá quyền.

패기(霸氣) khí phách, phong độ. ～있는 có khí phách, có phong độ. ¶ ～있는 사람 người có hoài bão, người có khí phách / ～가 있다 có khí phách, có phong độ.

패널(panel) 【KTr】 tấm, bảng pa-nô.

패다[1] ❶ (장작을) chẻ, bổ (củi). ❷ (때리다) đánh, đập.

패다[2] (이삭이) trổ bông. ¶ 벼이삭이 팼다 lúa đã trổ bông.

패다[3] ❶ lõm, trũng xuống. ¶ 비에 도로가 팼다 đường lún xuống vì mưa.

패담(悖談) việc ăn nói vô duyên, sự nói khiếm nhã, nói sỗ sàng.

패덕(悖德) sự tha hoá, vô luân, đồi bại. ¶ ～한(漢) người đồi bại, người sa đọa / ～ 행위 hành vi vô giáo dục, hành vi đồi bại.

패도(霸道) việc dùng vũ lực để cai trị.

패랭이 nón tre của thường dân. ¶ ～꽃(mindre) 【TV】 hoa cẩm chướng.

패러다이스(paradis) thiên đường, miền cực lạc.

패러독스(paradox) điều nghịch lý, ý kiến ngược đời.

패류(貝類) loài giáp xác như tôm, cua, sò, ốc, hến. ¶ ～학 ngành nghiên cứu các động vật giáp xác.

패륜(悖倫) sự loạn luân, sự vô luân, sự đồi trụy. ～의 thuộc về loạn luân, vô luân, đồi trụy. ¶ ～아 gã đồi bại, kẻ vô giáo dục / ～ 행위 hành vi vô đạo đức, hành vi mất dạy.

패리티(parity) 【KT】 ¶ ～ 계산 [가격, 지수] việc tính toán [giá, chỉ số] bình giá, ngang giá đồng tiền với nước khác.

패망(敗亡) sự bại vong, thất bại. **~하다** bại vong, thất bại.

패물(佩物) đồ trang sức cá nhân, đá quý.

패배(敗北) sự thất bại, sự thua trận. **~하다** thất bại, thua trận.

패보(敗報) báo tin bại trận, tin thua cuộc, tin chiến bại.

패사(稗史) câu chuyện dân gian, truyền miệng (không phải là chính sử).

패색(敗色) dấu hiệu, tình thế bất lợi, dấu hiệu thất bại. ¶ ～이 짙다 xu hướng (dấu hiệu) thất bại rõ ràng.

패석(貝石) vỏ sò hoá thạch.

패설(悖說) lời khiếm nhã.

패설(稗說) (설화) chuyện dân gian.

패세(敗勢) ☞ **패색**.

패션(fashion) thời trang.

패소(敗訴) **~하다** thua kiện.

패스 ❶ (무료 입장권·승차권) giấy thông hành, giấy ra vào, giấy thông xe, vé giao thông; (정기권) vé định kỳ; (여권) hộ chiếu. ❷ (통과·합격) việc thi đỗ. **~하다** đạt, đậu, trúng tuyển, thông qua (통과). ❸ 【TT】 việc chuyền bóng trong các môn thể thao. **~하다** chuyền bóng.

패쌈(牌-) băng nhóm đánh nhau, sự thanh toán lẫn nhau trong băng nhóm.

패쓰다(覇-) (위기모면) dở thủ đoạn, dùng mưu ma chước quỷ.

패용(佩用) **~하다** mang, đeo, mặc, đội.

패인(敗因) nguyên nhân thất bại.

패자(敗者) kẻ thua cuộc, thất bại. ¶ ～ 부활전 trận đấu giữa đội đã thua, nếu thắng thì lọt vào vòng sau / ～전 trận đấu giữa đội đã thua.

패자(覇者) nhà vô địch (경기의).

패잔(敗殘) ¶ ～병(군) tàn binh.

패잡다(牌-) (물주가 되다) đến lượt, đến phiên.

패장(敗將) bại tướng.

패적(敗敵) tù binh, kẻ thù bại trận.

패전(敗戰) việc thất trận, việc thua cuộc. **~하다** thất trận, thua cuộc. ¶ ～국 nước bại trận / ～ 투수 【BC】 vận động viên ném bóng thua trận.

패주(敗走) **~하다** thua chạy, tháo chạy, tháo lui.

패총(貝塚) đống vỏ sò.

패퇴(敗退) sự rút lui, sự đầu hàng. **~하다** (퇴각) rút lui, rút khỏi; (패함) sự thua cuộc (경기에서).

패트런(patron) người bảo trợ, thân chủ.

패트롤(patrol) tuần tra. ¶ ～ 카 xe tuần tra, đội tuần tra.

패하다(敗-) (싸움에) bị thất bại, bị thua trận, bị tổn thất; (살림 등이) tiêu hao sản nghiệp.

패혈증(敗血症) 【YH】 chứng nhiễm trùng máu.

팩시밀리 fax, fác.

팬 fan hâm mộ. ¶ 영화 ～이 되다 trở thành fan hâm mộ điện ảnh / ～클럽 hội fan hâm mộ của ca sĩ, diễn viên.

팬둥거리다 ☞ **핀둥거리다**.

팬츠(pants) quần dài.

팬케이크(pancake) bánh kếp, bánh xốp.

팬터마임 kịch câm. ¶ ～ 배우 diễn viên kịch câm.

팬티 quần lót. ¶ ～ 스타킹 tất, vớ dài, quần bó dài của diễn viên múa hay xiếc.

팽 ¶ ～ 돌다 quay vù (một vòng). ¶ 머리가 ～ 돌다 đầu óc quay cuồng / 눈이 ～ 돈다 đảo mắt nhìn.

팽개치다 ❶ (던지다) vứt bỏ, ném bỏ. ❷ (일을) bỏ mặc, bỏ bê (công việc).
팽그르르 ¶ ~ 돌다 quay tròn, quay vòng.
팽글팽글 xoay tít.
팽나무(kinesiskt) 【TV】 cây tầm ma.
팽대(膨大) **~하다** bành trướng, mở rộng.
팽배(澎湃) **~하다** dâng lên cao, dậy sóng, dâng trào lên mạnh mẽ.
팽이 con quay.
팽창(膨脹) sự bành trướng, sự mở rộng ra; (증대) sự gia tăng lên, sự tăng cường. **~하다** tăng trưởng, bành trướng, gia tăng, phát triển, phình to. ¶ 인구의 ~ sự gia tăng dân số / 도시의 ~ sự mở rộng đô thị. ¶ ~계수 hệ số gia tăng / ~력(力) sức tăng trưởng, khả năng phát triển, sức bành trướng.
팽팽하다 ❶ (켕기어서) bó sát, căng chật. ¶ 팽팽히 một cách chật chội / 팽팽하게 하다 làm chật chội, làm cho bó sát. ❷ (성질이) hẹp hòi, nhỏ nhen, cố chấp (편협). ❸ (세력이) ngang bằng, cân xứng (thế lực).
팽하다 tàm tạm, vừa đủ.
퍅퍅 trạng thái mềm nhũn không một chút sức lực. ¶ ~ 쏘다 đổ gục xuống.
퍅하다(愎-) cáu kỉnh, quạu cọ, càu nhàu.
퍼내다 tát (nước) ra, bơm ra, lấy ra.
퍼니 sự lười biếng, sự biếng nhác, việc ăn không ngồi rồi. ¶ ~ 놀다 vô công rồi nghề, chơi rong biếng nhác.
퍼더버리다 ngồi duỗi chân thoải mái.
퍼덕거리다 ❶ (새가) vỗ cánh bay lên (chim). ❷ (물고기가) vùng vẫy, giãy giụa (cá).
퍼드덕거리다 đập cánh phành phạch.
퍼뜨리다 truyền bá, lan truyền, phổ biến.
퍼뜩 trong chớp mắt, chợt loé lên. ¶ ~ 생각나다 ý tưởng chợt loé lên.
퍼렇다 xanh thẫm.
퍼레이드(parade) cuộc diễu hành, cuộc duyệt binh.
퍼머넌트(permanent) sự thường xuyên, sự cố định. **~하다** lâu dài, thường xuyên, cố định.
퍼먹다 ❶ (퍼서) múc lên ăn. ❷ (많이) ăn lấy ăn để, ăn ngấu nghiến.
퍼붓다 ❶ (비·눈이) xối xả, đổ xuống, trút xuống (mưa, tuyết). ¶ 퍼붓는 눈 tuyết đổ / 퍼붓는 비 cơn mưa xối xả như trút nước. ❷ (물을) tưới, dội, trút (nước). ❸ (욕을) chửi bới té tát; (포화를) bắn dồn hỏa lực (súng, pháo) vào một chỗ.
퍼석퍼석 ¶ ~한 khô và dễ vỡ, dễ gãy.
퍼센트(percent) phần trăm (%).
퍼센티지(percentage) tỉ lệ phần trăm.
퍼지다 ❶ (벌어지다) loe rộng ra, mở rộng ra, dàn trải ra. ❷ (소문 등이) lan truyền ra, phổ biến ra, lan tin; (유행이) phổ cập, lưu hành. ❸ (자손·초목이) sinh sôi, nảy nở. ¶ 가지가 ~ mọc nhánh, đâm chồi (cây). ❹ (삶은 것이) nở ra. ❺ (병이) lây lan (bệnh). ❻ (구김살이) ủi thẳng (nếp nhăn).
퍼펙트게임 【BC】 trận thắng hoàn hảo, thắng tuyệt đối.
퍽[1] ❶ (힘있게) cứng rắn, cương quyết. ❷ (넘어지는 꼴) tiếng rơi; phịch.
퍽[2] (매우) rất, khá, nhiều, hết sức, vô cùng.
퍽석 (앉는 꼴) trạng thái ngồi nặng nề, ngồi bệt xuống, ngồi phịch xuống; (깨지는 꼴) trạng thái đổ vỡ.
퍽퍽 (내지르는 꼴) phần phật, trạng thái đánh mạnh liên tục; (쓰러지는 꼴) tuồn tuột, phùn phụt (trạng thái bị sụp đổ, sụt liên tục).
펀둥거리다 ☞ 핀둥거리다

펀치 ❶ (구멍 뚫는) sự đục lỗ. ❷ (타격) cú đấm. ¶ ~를 맞다 bị đấm / ~를 먹이다 cho ăn đấm.

펀펀하다 bằng phẳng, ngang bằng.

펀하다 rộng lớn, bao la, mênh mông, bát ngát.

펄 bùn.

펄떡거리다 ☞ **팔딱거리다**.

펄럭거리다 bay phần phật (기 따위). ¶ 펄럭펄럭 phần phật phần phật.

펄렁거리다 ☞ **펄럭거리다**.

펄썩 ❶ (먼지 따위가) thổi phồng, sưng húp, tung mù lên (bụi). ❷ (주저앉는 모양) thụp, bịch (trạng thái ngồi phịch xuống). ¶ ~ 의자에 주저앉다 ngồi phịch xuống ghế.

펄쩍뛰다 nhảy xuống đột ngột, lao xuống bất ngờ.

펄펄 ¶ ~ 끓다 sôi sùng sục, (người) nóng hừng hực (몸이) / ~ 날리다 (깃발이) (vỗ cánh, cờ bay) phành phạch, phần phật.

펄펄하다 ☞ **팔팔하다**.

펄프(pulp) bột giấy, lõi cây. ¶ ~를 만들다 làm bột lõi cây. ¶ ~공장 nhà máy sản xuất bột giấy.

펌프(pump) máy bơm. ¶ ~질(을) 하다 bơm / ~로 퍼내다 bơm nước ra bằng máy bơm. ¶ ~ 우물 giếng nước bơm / 공기 ~ máy bơm hơi; bơm xe đạp (자전거) / 급수 ~ máy bơm cấp nước / 소방 ~ bơm cứu hoả / 양수 ~ máy bơm nước.

펑 tiếng "bốp". **~하다** gây tiếng "bốp". ¶ ~하고 gây tiếng "bốp".

펑퍼짐하다 tròn trịa, đầy đặn. ¶ 펑퍼짐한 엉덩이 mông tròn trịa.

펑펑 ❶ (폭음 소리) (tiếng nổ) bang bang. ❷ (쏟아지는 모양) đổ ào ào, bắn ào ào. ¶ ~ 흐르다 chảy băng băng / ~ 나오다 đổ ào ạt / 눈이 ~ 내리다 tuyết đổ ào ạt.

페넌트(pennant) cờ đuôi nheo, cờ hiệu.

페널티킥(panalty kick) 【BĐ】 cú sút phạt đền.

페니(penny) đồng xu; 1/100 pound Anh.

페니실린 【DH】 thuốc penicillin. ¶ ~ 연고 [주사] thuốc mỡ [tiêm] penicillin.

페달(pedal) bàn đạp. ¶ ~을 밟다 đạp lên bàn đạp.

페더급(-級) hạng lông, hạng cân từ 55,4kg đến 57,1kg trong các môn thi đấu thể thao võ thuật. ¶ ~ 선수 vận động viên ở hạng lông.

페루 nước Peru. ¶ ~의 thuộc về Peru / ~ 사람 người Peru.

페르시아 Persien. ¶ ~의 thuộc về Persien.

페리보트(ferry boat) phà, bến phà.

페미니스트(feminist) người theo thuyết bảo vệ nữ quyền và bình đẳng của phụ nữ.

페미니즘(feminism) thuyết nam nữ bình quyền.

페소 (화폐 단위) đồng peso.

페스트(pest) tai họa, bệnh dịch hạch.

페이스 bước đi, nhịp bước. ¶ 자기 ~를 지키다 giữ đều nhịp bước của mình.

페이지(page) trang, tờ (sách). ¶ 5 ~에 ở trang 5 / ~를 넘기다 lật sang trang / ~를 매기다 đánh số trang.

페이퍼(paper) giấy; (사포) giấy nhám, giấy ráp.

페인트(feint) sự giả vờ, sự giả bộ, sự làm bộ.

페인트(paint) sơn. ¶ ~주의 chú ý sơn ướt! (biển báo) / ~를 칠하다 sơn.

페티코트 váy lót của phụ nữ.

펜 cây bút, ngòi bút. ¶ ~ 네임 bút danh / ~대 cán bút / ~습자 thuật viết chữ đẹp / ~촉 ngòi bút / ~팔 bạn qua thư từ / ~화(畵) bút họa, tranh vẽ bằng bút.

펜스 ☞ **페니.**

펜싱 môn đấu kiếm. ¶ ~ 선수 vận động viên đấu kiếm.

펜클럽(PEN club) Hiệp hội nhà văn. ¶ 한국 ~ Hiệp hội nhà văn Hàn Quốc.

펜타건(Pentagon) lầu năm góc ở Washington, Bộ Quốc phòng Mỹ.

펠트(felt) phớt, nỉ. ¶ ~ 모자 mũ phớt, mũ nỉ.

펨프 (뚜쟁이) kẻ mối lái.

펭귄 【LCh】 chim cánh cụt.

펴놓다 ❶ (펴다) trải ra, phô bày ra. ❷ (마음을) bộc lộ, mở rộng (tấm lòng).

펴다 ❶ (펼치다) mở ra, trải ra, dàn rộng ra. ¶ 이부자리를 ~ trải nệm, trải giường. ❷ (몸을) thư giãn duỗi mình ra. ¶ 가슴을 쑥 ~ vươn ngực ra. ❸ (구김살·굽은 것을) làm thẳng ra, ủi thẳng (nếp nhăn). ¶ 구부러진 철사를 ~ uốn thẳng dây thép. ❹ (기를) thư giãn, làm cho thoải mái (tinh thần). ¶ 기를 ~ cảm thấy (cư xử) thoải mái. ❺ (살림을) sung túc (cuộc sống), thư thả. ❻ (공포) công bố ra, phổ biến ra; (수사를) mở rộng cuộc điều tra. ¶ 계엄령을 ~ ban hành lệnh giới nghiêm. ❼ (세력 등을) mở rộng, bành trướng (thế lực).

펴이다 ❶ (펴지다) được mở ra, được bộc lộ ra. ❷ (형편이) (trạng thái) tốt hơn, khá hơn, dễ chịu hơn; (일 따위가) (công việc) tốt hơn. ¶ 일이 잘 ~ công việc thực hiện suôn sẻ.

펴지다 ❶ (펼쳐지다) được mở ra, được tháo gỡ. ❷ (주름이) (nếp nhăn) được duỗi thẳng ra; (굽은 것이) (vật uốn cong) được làm thẳng ra.

편 (떡) bánh Teok (làm bằng gạo).

편(便) ❶ (쪽) khía cạnh, phía; (방향) hướng, phương hướng, phương diện. ¶ 이 ~에 ở phương diện này. ❷ (교통편) (giao thông) phương tiện đi. ¶ 철도 [배] ~으로 (đi) bằng đường sắt [tàu] / 교통~ phương tiện giao thông. ❸ (한패) phe, phái, đảng, nhóm. ¶ 우리~ nhóm, phe chúng tôi. ❹ ☞ **인편.** ❺ (대비·경향). ¶ …~이 낫다 có khuynh hướng tốt lên / 작은 ~이다 thuộc vào loại nhỏ.

편(編) (편찬) biên soạn, biên tập. ¶ 김 박사 ~ do tiến sĩ Kim biên soạn.

편(篇) (권) quyển, tập, bộ; (장·절) chương, phần, đoạn; (장편시의) chương, hồi của tập thơ, truyện dài.

편가르다(便-) chia theo phe, chia theo nhóm.

편각(偏角) 【Địa】 góc lệch, góc xiên, góc nghiêng; 【TH】 biên độ, độ rộng.

편견(偏見) định kiến, thành kiến. ¶ ~있는 có thành kiến / ~을 가지다 mang thành kiến, tồn tại tính cục bộ.

편곡(編曲) 【ÂN】 sự cải biên, soạn lại. **~하다** cải biên nhạc.

편광(偏光) 【VLH】 ánh sáng phân cực.

편년(編年) ¶ ~사 biên niên sử / ~체 hình thức biên soạn lịch sử theo thứ tự niên đại.

편달(鞭撻) **~하다** cổ vũ, động viên, thúc giục, khích lệ.

편대(編隊) cơ cấu, biên đội. ¶ ~ 비행 đội bay, tổ bay.

편도(片道) một chiều, một phía. ¶ ~ 승차권 vé xe một chiều / ~ 요금 tiền vé đi một chiều.

편도선(扁桃腺) 【GP】 hạch hạnh nhân, a-mi-đan. ¶ ~염 viêm a-mi-đan / ~이 붓다 sưng a-mi-đan.

편두통(偏頭痛) 【YH】 chứng đau nửa bên đầu.

편들다(便-) (지지) đứng về một phía, bênh vực.

편람(便覽) sổ tay.

편력(遍歷) **~하다** tham quan, du lịch, du hành; trải nhiều kinh nghiệm. ¶ 여성 ~이 풍부한 giàu kinh nghiệm về phụ nữ.

편리(便利) sự tiện lợi, sự thuận lợi, sự phù hợp (알맞음); sự hữu dụng, sự hữu ích (설비의). ~한 tiện lợi, hữu dụng, hữu ích. ¶ 교통이 ~하다 giao thông tiện lợi / ~한 도구 dụng cụ tiện lợi.

편린(片鱗) một mảnh vảy. ¶ ~을 엿보다 nhìn thoáng qua, nhìn lướt qua (một phần nhỏ).

편마암(片麻巖) 【Kh】 đá gơ-nai.

편모(偏母) bà mẹ goá. ¶ ~ 슬하에서 자라다 lớn lên dưới sự nuôi dưỡng của bà mẹ goá.

편무(片務) ~적 đơn phương, ở về một phía. ¶ ~계약 hợp đồng đơn phương.

편물(編物) ☞ **뜨개질**. ¶ ~ 기계 máy dệt len.

편발(辮髮 · 編髮) đuôi sam, bím tóc đuôi sam.

편법(便法) phương cách dễ dàng, phương pháp đơn giản và dễ (hàm ý tiêu cực).

편벽(偏僻) ~된 tính cục bộ.

편복(便服) thường phục, trang phục hằng ngày.

편상화(編上靴) giày ống, giày cao cổ.

편성(編成) sự tổ chức, sự hình thành, sự kết hợp. **~하다** tổ chức, hình thành, kết hợp, soạn thảo.

편수(編修) **~하다** biên tập, cải biên, hiệu đính. ¶ ~관 viên chức phụ trách biên tập và hiệu đính giáo trình.

편술(編述) ☞ **편수**(編修).

편승(便乘) **~하다** ❶ (승차) quá giang, đi nhờ xe. ❷ (기회를) (cơ hội) tận dụng, lợi dụng; hùa theo, chạy theo, nhào vào.

편식(偏食) **~하다** ăn kén chọn, ăn thiên lệch, chỉ ăn thứ mình thích.

편심(偏心) lòng thiên lệch.

편쌈(便-) việc đám đông đánh nhau. **~하다** đánh nhau theo băng nhóm.

편안(便安) ~한 thoải mái, tiện lợi. ¶ ~히 (무사히) một cách thoải mái, một cách tiện lợi; (평온히) một cách bình lặng, một cách bình ổn; (안락히) một cách an lành.

편암(片岩) 【Kh】 đá phiến, diệp thạch.

편애(偏愛) sự yêu một phía, sự thiên vị. **~하다** yêu một phía, thiên vị, cục bộ.

편액(扁額) khung ảnh, bài vị, bản, thẻ.

편역들다 ☞ **편들다**.

편육(片肉) thịt miếng.

편의(便宜) sự tiện nghi, sự tiện ích, sự đầy đủ chức năng. ¶ ~상 nhân tiện / ~를 도모하다 mưu cầu sự tiện nghi / 모든 ~를 제공하다 cung cấp mọi tiện ích, tiện nghi.

편의점(便宜店) cửa hàng tiện lợi.

편이(便易) ~한 thuận lợi, dễ dàng, thoải mái.

편익(便益) sự tiện ích; sự tiện lợi (편리).

편입(編入) sự sát nhập, sự kết nạp, sự gia nhập. **~하다** (부류에) xếp vào, ghép vào, kết vào; (예산에) dự toán, dự trù, ước toán; xếp lớp (학급에); (합병) sát nhập vào; (군에) nhập ngũ; (대학교) chuyển trường. ¶ 시(市)에 ~되다 được sát nhập vào thành phố. ¶ ~생 sinh viên chuyển đến từ trường khác / ~ 시험 thi để chuyển trường.

편자 móng ngựa. ¶ ~를 박다 đóng móng ngựa. ¶ ~공(工) thợ đóng móng ngựa.

편자(編者) chủ bút, tác giả, người biên soạn.

편재(偏在) sự phân phối không đều. **~하다** phân phối không đều, phân phối không công bằng.

편재(遍在) sự có mặt, sự tồn tại. **~하다** tồn tại, có mặt.

편제(編制) ☞ **편성**(編成). ¶ 평시 [전시] ~ biên chế (quân đội) trong thời kỳ hoà bình [chiến tranh].

편주(片舟·扁舟) thuyền nhỏ.

편중(偏重) **~하다** thiên về, nghiêng về một bên.

편지(便紙) thư, thư tín. ¶ ~의 사연 nội dung thư / ~를 내다 bỏ thư ra / ~를 부치다 gửi thư. ¶ ~지 giấy viết thư.

편집(偏執) tính ngoan cố. ¶ ~광(狂) người bảo thủ (사람).

편집(編輯) sự biên tập. **~하다** biên tập. ¶ ~부 [국] bộ phận [nhóm] biên tập / ~자 biên tập viên, chủ biên / ~장(長) tổng biên tập, trưởng ban biên tập / ~ 후기 hậu kì biên tập.

편짜다(便-) chia thành nhóm, lập thành nhóm.

편짝(便-) một phe, một nhóm (한편). ¶ 이 ~ nhóm này.

편차(偏差) 【VLH】 độ lệch, độ nghiêng, độ cong; (포탄의) sự lệch hướng.

편찬(編纂) sự biên soạn. **~하다** biên soạn, soạn thảo. ¶ ~자 người biên soạn.

편찮다(便-) (불편) bất tiện, phiền phức; (병으로) khó chịu, khó ở, không được khoẻ trong người.

편취(騙取) **~하다** lường gạt, lừa gạt, lừa dối.

편친(偏親) chỉ có cha, chỉ có mẹ. ¶ ~의 아이 đứa bé chỉ còn cha hoặc mẹ.

편파(偏頗) ~한 thiên lệch, phân biệt đối xử. ¶ ~적으로 một cách thiếu công bằng, một cách thiên lệch.

편평(扁平) ~한 ngang bằng, bằng phẳng.

편하다(便-) ❶ (편리) tiện lợi, thuận tiện. ❷ (편안) thoải mái, yên ổn (걱정없다). ¶ 편히 một cách thoải mái / 마음이 ~ an tâm, an lòng. ❸ (수월함) dễ dàng, đơn giản. ¶ 편한 일 công việc dễ dàng, việc đơn giản.

편향(偏向) thiên hướng lệch về một bên, sự lệch hướng. **~하다** có thiên hướng lệch về một phía. ¶ ~된 교육 nền giáo dục thiên lệch, giáo dục giáo điều.

편협(偏狹) ~한 hẹp hòi.

편형동물(扁形動物) 【ĐV】 động vật dạng bẹt, loài sán lá.

펼치다 mở ra, tháo ra, kéo dài ra, làm dãn ra.

폄하다(貶-) chê bai, nói xấu, khinh thường, làm mất uy tín.

평(坪) pyeong, đơn vị diện tích bằng 3,3m². ¶ ~수 số đơn vị pyeong / 이 집은 30평이다 diện tích nhà này là 30 pyeong.

평(評) sự nhận xét, sự bình luận, sự bình phẩm, sự đánh giá (인기). ☞ **평하다**. ¶ ~이 좋은 [나쁜] sự đánh giá tốt [xấu].

평…(平) (보통의) thông thường, bình thường phổ biến; (단순한) bình thường, tầm thường. ¶ ~교사 giáo viên bình thường / ~당원 đảng viên bình thường / ~사원 nhân viên thường / ~신도 tín đồ bình thường.

평가(平價) 【KT】 tỷ giá, giá sàn. ¶ ~ 절상 bản vị đồng tiền, giá trị đồng tiền tăng / ~ 절하 giá trị đồng tiền giảm.

평가(評價) sự đánh giá, sự định giá (과세를 위한); sự đánh giá, phân loại (성적 등급을). **~하다** đánh giá, phân loại, xếp hạng. ¶ 높이 ~하다 đánh giá cao. ¶ ~액 con số đánh giá, giá ước lượng / ~기준 tiêu chuẩn đánh giá.

ㅍ

평각(平角) 【TH】 góc bẹt.

평결(評決) sự quyết định, sự phán quyết (배심원 등의). **~하다** quyết định, phán quyết.

평교(平交) bạn cùng trang lứa.

평균(平均) ❶ (보통) mức bình quân, bình thường; 【TH】 mức trung bình. **~하다** trung bình, bình quân. ¶ ~의 thuộc về tính trung bình, bình quân / 한 사람 ~ bình quân một người / ~하여 tính theo bình quân / ~이상 [이하]이다 trên [dưới] trung bình / ~을 잡다 [내다] lấy [đưa ra] mức bình quân. ¶ ~ 연령[점, 수명] tuổi [điểm, tuổi thọ] bình quân / ~치 giá trị bình quân / 연 [월]~ bình quân theo năm [tháng]. ❷ (평형) thế cân bằng. ¶ ~이 잡힌 giữ thế cân bằng.

평년(平年) một năm bình thường (không phải năm nhuận) (윤년이 아닌); thường niên (예년). ¶ ~작 nông sản, sản lượng thu hoạch hàng năm / ~작 이상 [이하] trên [dưới] mức thu hoạch nông sản hàng năm.

평등(平等) sự bình đẳng, sự công bằng, sự quân bình. ~한(히) công bằng, bình đẳng (공평). ¶ ~주의 chủ nghĩa công bằng, tinh thần bình đẳng.

평론(評論) sự bình luận, sự phê phán, sự nhận xét (시평); sự bình phẩm (저작물의). **~하다** bình luận, bình phẩm, đánh giá, nhận xét. ¶ ~가 nhà bình luận, bình luận viên (정치·스포츠 등의).

평맥(平脈) nhịp đập [mạch đập] bình thường.

평면(平面) mặt phẳng, mặt bằng. ¶ ~교차 giao diện phẳng / ~ 기하 hình học phẳng / ~도 sơ đồ mặt phẳng.

평미레(平-) cái gậy gạt trên mặt đấu (đong ngũ cốc) để lấy cữ.

평미리치다(平-) làm ổn định cân bằng, quân bình.

평민(平民) thường dân, người bình thường (총칭). ¶ ~적인 thuộc tầng lớp bình dân, thuộc thường dân.

평방(平方) ☞ **제곱**.

평범(平凡) ~한 bình thường, tầm thường, quèn, xoàng; (단조로운) đơn điệu; (특색없는) không đặc sắc; (별일없는) không phải chuyện lạ. ¶ ~한 일 việc bình thường, chuyện thường, thường tình / ~한 인간 người bình thường.

평복(平服) thường phục, trang phục mặc thường ngày.

평분(平分) **~하다** chia đều.

평상(平床) một cái giường gỗ tầm thường.

평상(平常) ¶ ~의 thuộc về sự bình thường. ¶ ~ 상태 trạng thái bình thường, tình trạng bình thường / ~시와 같이 như thường lệ, như mọi khi.

평생(平生) bình sinh, cả đời, suốt đời ☞ **일생**. ¶ ~을 두고 suốt đời, dành ra cả đời. ¶ ~ 소원 ước nguyện cả đời.

평소(平素) ❶ (평상시) thông thường, lệ thường, thường thường (부사). ~의 thuộc về thông lệ. ¶ ~대로 như lúc bình thường / ~와는 달리 khác với ngày thường, khác với thông lệ / ~의 행실 hành vi, cử chỉ theo thói quen thường ngày. ❷ (지나간 날) hôm trước, trước đây.

평시(平時) (평상시) thường lệ, thường ngày, thường khi; thời bình (lúc không có chiến tranh) (평화시). ¶ ~엔 trong thời bình; lúc thông thường. ¶ ~ 산업 nền công nghiệp thời bình / ~ 편제 biên chế thời bình.

ㅍ

평안(平安) sự yên lành, sự bình an, sự an tâm. ～한 yên lành, yên bình, an tâm. ¶ ～히 một cách yên lành, một cách yên bình, một cách thanh thản.

평야(平野) đồng bằng. ¶ 호남 ～ đồng bằng Ho Nam.

평열(平熱) nhiệt độ bình thường.

평영(平泳) kiểu bơi ếch. **~하다** bơi ếch. ¶ ～선수 vận động viên bơi kiểu ếch.

평온(平溫) ❶ (평균 온도) nhiệt độ trung bình. ❷ ☞ **평열**.

평온(平穩) sự thanh thản, sự yên tĩnh. ～한 thanh thản, yên tĩnh, tĩnh lặng. ¶ ～히 một cách yên tĩnh, một cách thanh thản / ～해지다 trở nên yên tĩnh, trở nên yên lặng, được thanh thản.

평원(平原) bình nguyên, cánh đồng, thảo nguyên rộng lớn và bằng phẳng.

평의(評議) cuộc thảo luận, cuộc họp, buổi hội thảo. **~하다** thảo luận, bình luận, hội nghị. ¶ ～원(員) thành viên cuộc họp, hội viên / ～회 hội đồng thảo luận.

평이(平易) ～한 bình dị, giản dị, đơn giản, dễ dàng.

평일(平日) ❶ (일요일이 아닌) ngày thường (không phải ngày chủ nhật). ¶ ～에(는) vào ngày thường. ❷ (평상시) thường ngày, thường lệ.

평전(評傳) truyện ký mang tính chất bình luận.

평점(評點) điểm đánh giá.

평정(平定) **~하다** bình định, dẹp yên, ngăn chặn, khống chế. ¶ 반란을 ～하다 dẹp yên sự phản loạn.

평정(平靜) ～한 bình tĩnh, điềm tĩnh, thanh thản. ¶ (마음의) ～을 유지하다 giữ bình tĩnh / ～을 잃다 mất bình tĩnh.

평정(評定) **~하다** bàn luận và quyết định. ¶ 근무(勤務) ～ bàn luận và quyết định về thành tích công việc của nhân viên.

평주(評註) bình chú, lời chú thích.

평준(平準) sự cân bằng, mức chuẩn (수준); trung bình, bình quân (평균). ¶ ～점 điểm chuẩn, điểm bình quân / ～화(化) chuẩn hoá, bình quân hoá / ～화하다 làm cho đạt chuẩn, tiến tới sự bình quân.

평지 【TV】 cây cải dầu.

평지(平地) bình địa, đất bằng, mặt bằng, mặt phẳng, đồng bằng (평야). ¶ ～풍파를 일으키다 gây phong ba nơi bình yên.

평직(平織) dệt trơn, mũi đan (len) bình thường đơn giản (đan một sợi).

평탄(平坦) ～한 bình thản, điềm đạm. ¶ ～하게 하다 giữ được sự điềm đạm, bình thản.

평토(平土) **~하다** san bằng, san lấp đất (sau khi đào).

평판(平版) bản in, thạch bản, in ốp-xét. ¶ ～의 thuộc về thạch bản, in ốp-xét ¶ ～ 인쇄 in thạch bản, in ốp-xét.

평판(評判) (명성) danh tiếng; sự nổi tiếng (인기); tiếng xấu (악평); (세평) dư luận; tin đồn, lời đồn, tin tức (소문). ¶ ～이 난 đồn đại / ～이 좋다 [나쁘다] có tiếng tốt [xấu].

평평(平平) ～한 bằng phẳng.

평하다(評-) phê bình, bình luận, chú giải.

평행(平行) **~하다** song song, tương đương, đồng hành. ¶ ～봉(선) đường song song / ～ 사변형 hình bình hành / ～ 운동 chuyển động song song.

평형(平衡) sự cân bằng, thế cân bằng. ¶ ～을 유지하다 [잃다] duy trì [mất] thế cân bằng.

평화(平和) ～스럽다(롭다) hòa bình, hòa hợp, hài hòa. ¶ ～적인 có tính hòa bình, hòa hợp / ～적으로 bằng tính hòa bình, hòa hợp / ～적 해결 sự giải quyết êm thấm, hòa bình; sự hòa giải / ～를 유지 [파괴, 회복] 하다 duy trì [phá hủy, khôi phục] hòa bình, hòa hợp. ¶ ～ 공존 sự chung sống hòa bình / ～ 봉사단 tổ chức phụng sự vì hòa bình / ～ 봉사단원 thành viên tổ chức phụng sự vì hòa bình / 평화유지군 quân gìn giữ hoà bình / ～주의 [사상] chủ nghĩa [tư tưởng] hòa bình / ～주의자 người theo chủ nghĩa hòa bình / ～ 협상 đàm phán hòa bình / ～ 조약 điều ước hòa bình.

평활(平滑) **~하다** bằng phẳng và trơn láng. ¶ ～근(筋) 【GP】 cơ trơn.

폐 phế, phổi. ¶ ～가 나쁘다 phổi không tốt. ¶ ～기종 【YH】 chứng viêm phổi /～암 ung thư phổi / ～ 절제 phẫu thuật cắt bỏ phổi.

폐(弊) ❶ ☞ **폐단**. ❷ (괴로움) điều phiền muộn, sự lo lắng, sự bực mình khó chịu. ¶ ～를 끼치다 gây rắc rối, gây phiền toái.

폐가(廢家) ❶ (버려둔 집) nhà bị bỏ hoang, nhà hoang. ❷ (절손) gia đình không có con cháu.

폐간(廢刊) **~하다** ngừng xuất bản, đình chỉ xuất bản. ¶ ～되다 bị đình chỉ xuất bản / ～시키다 cấm xuất bản.

폐갱(廢坑) ☞ **폐광**(廢鑛).

폐결핵(肺結核) bệnh ho lao, bệnh lao phổi. ¶ ～에 걸리다 mắc bệnh lao phổi. ¶ ～ 환자 người bệnh ho lao.

폐경기(閉經期) thời kì mãn kinh của phụ nữ.

폐관(閉館) **~하다** bế quan, đóng cửa, đóng.

폐광(廢鑛) mỏ than, khoáng sản bị hoang hoá. **~하다** bỏ hoang mỏ, khoáng sản.

폐교(弊校) **~하다** đóng cửa trường.

폐기(廢棄) ❶ (법령, 조약의) sự bãi bỏ. **~하다** bãi bỏ. ❷ phế bỏ, vứt bỏ ¶ ～물 phế phẩm / ～물 처리장 bãi xử lý phế phẩm) / 서류를 ～하다 hủy hồ sơ.

폐농(廢農) **~하다** bỏ việc đồng áng.

폐단(弊端) thói xấu, điều tệ hại, thói hư tật xấu. ¶ ～을 시정하다 sửa chữa thói xấu, điều chỉnh tật xấu.

폐렴(肺炎) 【YH】 bệnh viêm phổi. ¶ 급성 ～ bệnh viêm phổi cấp tính.

폐롭다(弊) ❶ (귀찮다) quấy rầy, gây khó chịu, làm phiền. ❷ (성질이) làm ồn, gây ồn, gây rối, làm rối lên.

폐막(閉幕) **~하다** bế mạc, kết thúc, chấm dứt, hạ màn.

폐문(肺門) hạch phổi.

폐물(廢物) phế vật, đồ bỏ, vật không giá trị, đồ cặn bã (찌꺼기). ¶ ～이 되다 trở nên vô dụng, trở thành vật phế thải. ¶ ～이용 tận dụng vật phế thải.

폐백(幣帛) ❶ (신부의) lễ vật cô dâu tặng cho cha mẹ chồng. ❷ tơ lụa gấm vóc của chú rể tặng cho gia đình cô dâu.

폐병(肺病) ☞ **폐결핵**.

폐부(肺腑) ❶ ☞ **폐**(肺). ❷ (마음속). ¶ ～를 찌르는 듯한 như (có ai) đâm vào tim, đau thấu ruột gan / ～를 찌르다 đâm vào tim, làm đau lòng.

폐사(弊社) cách gọi công ty mình với người khác (tỏ thái độ khiêm tốn).

폐색(閉塞) **~하다** phong tỏa, bao vây, ngăn chặn, làm trở ngại.

폐선(廢船) sự bỏ phế thuyền, tàu; thuyền bị bỏ phế.

폐쇄(閉鎖) sự phong tỏa, sự đóng cửa, sự ngăn chặn. **~하다** phong tỏa, đóng cửa, ngăn chặn. ¶ 공장 ～ đóng cửa nhà máy, phong tỏa nhà máy.

폐수(廢水) nước thải, nước cống. ¶ ～

처리 xử lý nước thải / ～ 처리 장치(裝置) hệ thống xử lý nước thải / 공장 ～ nước thải công nghiệp, nước thải nhà máy.

폐습(弊習) tật xấu, thói hư.

폐어(肺魚)(lungfish) 【LC】 cá phổi.

폐어(廢語) từ cổ, từ hiện nay không còn dùng nữa.

폐업(廢業) **~하다** ngừng công tác, nghỉ kinh doanh (의사, 변호사 등이).

폐원(閉院) **~하다** đóng cửa trường học, bệnh viện; kết thúc, bế mạc một kì họp của quốc hội. ¶ ～식 nghi thức bế mạc.

폐위(廢位) **~하다** phế truất (vua), hạ bệ.

폐인(廢人) phế nhân, người tàn phế; người tàn tật (불구자).

폐일언하고(蔽一言-) nói vắn tắt, nói ngắn gọn.

폐장(閉場) **~하다** kết thúc, đóng cửa ngừng hoạt động ở nơi tổ chức cuộc họp, siêu thị.

폐적(廢嫡) sự tước quyền, phế bỏ quyền thừa kế của con cháu. **~하다** tước quyền, phế bỏ quyền thừa kế của con cháu.

폐점(閉店) **~하다** đóng cửa tiệm; dẹp tiệm. ¶ ～ 시간 thời gian đóng cửa tiệm.

폐점(弊店) cách gọi cửa tiệm mình với người khác (tỏ thái độ khiêm tốn).

폐정(閉廷) (법원이) **~하다** giải tán phiên toà.

폐정(弊政) nền chính trị tồi, sự quản lí kém của nhà nước.

폐지(閉止) **~하다** ngừng việc.

폐지(廢止) sự hủy bỏ, bãi miễn, sự thủ tiêu (법률 등의). **~하다** hủy bỏ, bãi miễn, thủ tiêu (법률 따위).

폐진증(肺塵症) 【YH】 ☞ **진폐증**(塵肺症).

폐질(廢疾) bệnh nan y. ¶ ～자 người mắc bệnh nan y.

폐차(廢車) xe phế thải. ¶ ～ 처분하다 xử lý xe phế thải. ¶ ～장 bãi rác xe, bãi xe phế thải.

폐첨(肺尖) cuống phổi.

폐침윤(肺浸潤) 【YH】 sự lây nhiễm qua đường hô hấp (đường phổi).

폐품(廢品) phế phẩm, hàng phế thải. ¶ ～을 회수하다 thu gom phế liệu, thu hồi phế phẩm.

폐풍(弊風) ☞ **폐습**.

폐하(陛下) bệ hạ, từ hô tôn kính đức vua.

폐하다(廢-) (그만두다) thôi, nghỉ, ngừng, dừng, đình chỉ, kết thúc, hủy bỏ, bãi miễn; (철폐) triệt hạ, thủ tiêu; (군주를) hạ bệ, phế truất.

폐함(廢艦) **~하다** bỏ, tống khứ tàu chiến (hạm đội) đã cũ, không còn dùng tới.

폐합(廢合) **~하다** bỏ đi và gộp vào cái khác. ¶ ～정리 sự sắp xếp, điều chỉnh bỏ đi ghép lại.

폐해(弊害) biểu hiện xấu, thói xấu, tật xấu; (악영향) sự ảnh hưởng xấu, sự lây nhiễm cái xấu.

폐허(廢墟) sự hư hao, sự điêu tàn, sự đổ nát. ¶ ～가 되다 bị tiêu hao, bị đổ nát, bị hư hỏng, trở nên điêu tàn.

폐활량(肺活量) dung tích phổi, sức chứa của phổi. ¶ ～계(計) máy đo dung tích phổi.

폐회(閉會) **~하다** bế mạc hội nghị, kết thúc cuộc họp. ¶ ～사 lời bế mạc / ～식 lễ bế mạc.

폐회로 텔레비전(閉回路-) 【Đ】 máy ảnh theo dõi, máy ảnh giám sát (CCTV).

포(苞) 【TV】 (bract) lá bắc.

포(砲) pháo, súng, đại bác (대포); (총칭) súng nói chung.

포(脯) ☞ **포육**(脯肉).

포가(砲架) giá chở súng, giá đỡ đại bác.

포개다 chất đống, chất chồng lên, chồng đống. ¶ 포개지다 được chất đống / 접시를 ~ xếp chồng đĩa lên nhau.

포갬포갬 chồng chất lên nhau.

포격(砲擊) cuộc pháo kích, cuộc oanh tạc. **~하다** pháo kích, oanh tạc, bắn phá, nã đại bác. ¶ ~을 받다 bị pháo kích, bị oanh tạc.

포경(包莖) chứng hẹp bao qui đầu. ¶ ~수술 phẫu thuật cắt bao qui đầu.

포경(捕鯨) cuộc săn cá voi. ¶ ~선 tàu săn cá voi / ~ 산업 ngành công nghiệp săn cá voi.

포고(布告) sự bố cáo, sự thông báo, sự tuyên bố, cáo thị. **~하다** ban bố, thông báo, tuyên bố, cáo thị. ¶ ~령 lệnh ban bố / ~령을 내리다 ban bố sắc lệnh / 선전~ tuyên chiến.

포괄(包括) **~하다** bao quát, bao hàm. ¶ ~적(으로) mang tính bao quát, một cách bao quát.

포교(布教) sự truyền đạo, sự truyền giáo. **~하다** truyền giáo, truyền đạo.

포구(浦口) bến cảng, bến sông, bến phà, cửa khẩu.

포구(砲口) miệng súng, họng súng, nòng súng (구경).

포구(捕球) 【BC】 sự bắt bóng.

포근포근하다 ☞ **포근하다**.

포근하다 ❶ (폭신) mềm dẻo, êm ái, xốp. ❷ (날씨가) ấm áp. ¶ 포근한 겨울 mùa đông ấp áp.

포기 bắp, củ (đơn vị đếm). ¶ 배추 두 ~ hai bắp cải.

포기(拋棄) sự từ bỏ, sự bỏ cuộc, sự nhường lại. **~하다** từ bỏ, bỏ cuộc.

포달 ¶ ~부리다 chửi bới, mắng nhiếc, xỉ vả, nguyền rủa / ~스럽다 tính gắt gỏng, tính khó chịu, tính cáu gắt / ~지다 dữ, hay chửi bới.

포대(布袋) ☞ **부대**(負袋).

포대(砲臺) pháo đài, vị trí phòng thủ, pháo thủ (요새).

포대기 chăn, mền, gối, nệm, khăn cho em bé.

포도(葡萄) nho. ¶ ~당 【HH】 đường nho / ~밭 vườn nho / ~송이 cành nho, chùm nho / ~주 rượu nho, rượu vang / ~즙 nước ép nho.

포도(鋪道) con đường được trải nhựa.

포동포동하다 bụ bẫm, phúng phính, mập mạp, mũm mĩm.

포드(Ford) xe Ford.

포로(捕虜) tù binh, tù nhân chiến tranh. ¶ ~가 되다 bị bắt làm tù binh. ¶ ~교환 trao đổi tù binh / ~ 송환 trao trả, thả tù binh / ~ 수용소 trại tù binh.

포르노 sự khiêu dâm, sách báo phim ảnh khiêu dâm.

포르말린 【HH】 chất formalin. ¶ ~ 소독 sự khử trùng formalin.

포르투갈(Portuguese) nước Bồ Đào Nha. ¶ ~의 thuộc về Bồ Đào Nha / ~어 tiếng Bồ Đào Nha / ~ 사람 người Bồ Đào Nha.

포마드(pomade) pomat, sáp thơm bôi tóc, dầu bôi trơn. ¶ ~를 바르다 thoa thuốc pomat.

포말(泡沫) bong bóng, bọt nước, bọt rượu, bọt mép. ¶ ~ 회사 công ty bong bóng, công ty vừa xuất hiện đã biến mất.

포만(飽滿) **~하다** no (bụng), đầy, chán ngán, thoả mãn, bão hòa.

포목(布木) vải bố, vải vóc. ¶ ~점 tiệm bán vải.

포문(砲門) miệng pháo, họng súng, họng pháo (포구). ¶ ~을 열다 nổ súng, nổ pháo, phát pháo.

포물선(抛物線) 【TH】 đường parabôn.

포박(捕縛) **~하다** tóm lấy, bắt giữ, chặn lại.

포병(砲兵) lính pháo phủ (군인); pháo binh (총칭). ¶ ~대(단) đội (đoàn) pháo binh / ~전 trận pháo binh / ~학교 trường đào tạo lính pháo binh.

포복(匍匐) **~하다** bò lê bò trườn, luồn cúi, quỵ lụy, khom lưng, phủ phục.

포복절도(抱腹絶倒) **~하다** cười lăn, cười bò ra, cười vỡ bụng. ¶ ~케 하다 làm cười lăn, làm cười bò ra, làm cười vỡ bụng.

포부(抱負) nguyện vọng, hoài bão, khát vọng. ¶ ~를 품다 ôm khát vọng, nuôi dưỡng hoài bão.

포상(褒賞) giải thưởng, vật thưởng, vật đền ơn. **~하다** trao giải thưởng, phát thưởng, thưởng công. ¶ ~을 받다 nhận thưởng, nhận công.

포석(布石) việc đi và đặt quân cờ đầu tiên trong khi chơi cờ vây; (비유적) việc ra tay trước để tốt cho tương lai. **~하다** đi và đặt quân cờ đầu tiên, ra tay trước.

포석(鋪石) đá lát đường, đá làm đường.

포섭(包攝) **~하다** lôi kéo, thu hút người khác về phía mình.

포성(砲聲) tiếng súng, tiếng pháo, tiếng đại bác.

포수(砲手) pháo thủ; (포경선의) người săn cá voi; (사냥꾼) thợ săn.

포수(捕手) 【BC】 cầu thủ bắt bóng.

포술(砲術) thuật bắn súng, thuật bắn đại bác.

포스겐가스 【HH】 khí phosgene.

포스터(poster) tờ áp phích, yết thị, tờ quảng cáo, tranh cổ động. ¶ ~를 붙이다 [떼다] dán [tháo] tờ áp phích.

포슬포슬 ¶ ~하다 dễ đổ, dễ sụp, dễ vỡ.

포승(捕繩) dây dùng để trói tội phạm.

포식(捕食) **~하다** sinh vật này bắt ăn sinh vật khác, thú ăn mồi sống, côn trùng ăn mồi sống.

포식(飽食) **~하다** no nê, chán chê, thừa mứa.

포신(砲身) thân súng, pháo thần.

포실하다 phong phú, giàu có.

포악(暴惡) ~한 hung bạo, bạo tàn, bạo ác.

포안(砲眼) (성의) lỗ châu mai.

포연(砲煙) khói súng, khói pháo.

포열(砲列) sự xạ kích, pháo kích quyết liệt trên trận địa.

포옹(抱擁) sự âu yếm (giữa nam nữ) (남녀의). **~하다** âu yếm, ôm hôn.

포용(包容) **~하다** lĩnh hội, thấu hiểu; bao dung, khoan dung (사람을). ¶ ~력(力) khả năng lĩnh hội; sức bao dung; sức chịu đựng / ~력이 큰 khả năng lĩnh hội lớn; sức bao dung lớn.

포위(包圍) sự bao vây; 【QS】 sự phong toả. **~하다** bao vây, phong toả (군대가). ¶ ~를 풀다 giải vây. ¶ ~ 공격 cuộc tấn công bao vây / ~군 quân bao vây / ~망 vòng vây, mạng lưới bao vây / ~ 작전 tác chiến bao vây / ~전 trận bao vây / ~ 태세 thế (trận) bao vây / ~ 태세를 취하다 tiến hành thế bao vây.

포유(哺乳) ¶ ~ 동물 động vật có vú / ~류 loài động vật có vú / ~병(甁) ☞ **젖병**.

포육(脯肉) lát thịt khô (được ướp muối phơi khô).

포의(布衣) nhà trí thức, học giả. ¶ ~한사(寒士) (bố y hàn sĩ) nhà trí thức nghèo.

포인터(pointer) (개) chó săn chỉ điểm (khi thấy thú săn thì đứng sững lại vểnh mõm ra hiệu).

포인트(point) ❶ (소수점) dấu thập phân. ❷ (전철기) công tắc, ổ cắm. ❸ (활자) đơn vị đo cỡ chữ. ¶ 9 ~ 활자 chữ cỡ 9. ❹ (득점) điểm đạt được. ❺ (요점) điểm, mấu chốt (của vấn đề, câu chuyện).

포자(胞子) [TV] bào tử. ¶ ~낭(囊) túi bào tử, bào nang.

포장(布張) tấm vải bạt, tấm bạt để che; (수레·차의) mui xe. ¶ ~을 씌우다 [걷다] phủ [cuộn] tấm bạt. ¶ ~ 마차 quán hàng lưu động có mái che (술파는); xe ngựa có mui kiểu của Mỹ.

포장(包裝) sự đóng gói, bao bì. **~하다** đóng gói. ¶ ~을 풀다 mở gói hàng. ¶ ~물(物) hàng được đóng gói / ~비(費) phí đóng gói / ~지 giấy gói.

포장(鋪裝) sự lát đường, rải nhựa đường. **~하다** lát đường. ¶ ~이 안 된 도로 đường không được lát, đường không rải nhựa đường / ~길 đường nhựa, đường được lát đá.

포장(褒章) huân chương, huy chương.

포좌(砲座) [QS] bệ kê pháo, bục kê súng.

포주(抱主) chủ chứa, ma cô, tú bà (여자).

포즈 (pose) tư thế điệu bộ. ¶ ~를 취하다 tạo tư thế, ra dáng.

포진(布陣) sự bố trận, đội hình, đội ngũ. **~하다** bố trận, bài binh bố trận (군대를).

포집다 chồng lên, chồng chất lên nhau.

포착(捕捉) **~하다** thu được, đạt được, nắm được. ¶ 기회를 ~하다 nắm được cơ hội.

포커(poker) bài xì-phé. ¶ ~페이스 giấu tình cảm của mình, không biểu lộ sắc mặt khi đánh bài.

포켓 túi, túi tiền, hầu bao. ¶ ~에 넣다 bỏ vào túi. ¶ ~머니 tiền túi / ~판(版) bản loại nhỏ dạng bỏ túi / ~판 사전 từ điển bỏ túi.

포크[1](fork) (식사용) cây nĩa, dĩa.

포크[2](pork) (돼지고기) miếng thịt lợn.

포크댄스(folk dance) điệu múa, điệu nhảy dân gian.

포크송(folk song) ca khúc dân gian.

포탄(砲彈) viên đạn, đạn pháo, trái đại bác.

포탈(逋脫) sự trốn (thuế); sự gian lận (thu nhập). ☞ **탈세**. ¶ 세금 ~자 kẻ trốn thuế.

포탑(砲塔) tháp pháo, đài pháo. ¶ 선회 ~ tháp pháo xoay vòng.

포터블(portable) có thể mang theo người, hàng xách tay.

포트와인(port wine) một loại rượu vang của Bồ Đào Nha.

포플러 [TV] cây bạch dương.

포플린(poplin) vải poplin.

포피(包皮) [GP] bao quy đầu, nếp gấp ở đầu dương vật.

포학(暴虐) ~한 bạo ngược, hung tàn, tàn ác.

포함(包含) **~하다** bao hàm, bao gồm, kể cả, ngụ ý (의미를). ¶ …을 ~하여 nhằm ngụ ý, bao gồm cả, kể cả.

포함(砲艦) pháo hạm, tàu chiến.

포화(砲火) hỏa lực, hỏa pháo. ¶ ~를 주고받다 giao chiến hỏa lực / ~를 퍼붓다 dội pháo, oanh tạc hỏa pháo.

포화(飽和) sự bão hoà. **~하다** bão hoà. ¶ ~ 상태다 ở trạng thái bão hoà. ¶ ~용액 dung dịch bão hoà.

포획(捕獲) **~하다** đánh bắt. ¶ ~고 lượng bắt được / ~물 vật đánh bắt.

포효(咆哮) **~하다** gầm, rống la hét, hú (mãnh thú).

폭(幅) (너비) bề rộng, bề ngang. ¶ ~이 넓은 rộng, rộng rãi, rộng lớn / ~이 좁은 chật, hẹp / ~이 …이다 bề rộng là ….

폭 ☞ **푹**.

ㅍ

폭거(暴擧) hành động bạo lực, hành vi khủng bố (폭동).

폭격(爆擊) sự oanh tạc, sự ném bom dữ dội. **~하다** oanh tạc, ném bom. ¶ ~기 máy bay ném bom.

폭군(暴君) bạo quân, bạo chúa, kẻ chuyên quyền bạo ngược.

폭도(暴徒) kẻ cướp, kẻ nổi loạn, kẻ phá rối, người dùng bạo lực chống đối, quân phiến loạn. ¶ ~의 무리 nhóm nổi loạn, tổ chức chống đối/~에게 습격당하다 bị quân nổi loạn tập kích.

폭동(暴動) sự bạo động, sự phản loạn (반란); quân phản loạn (군대의). ¶ ~을 일으키다 nổi dậy, gây bạo động, lật đổ / ~을 진압 [선동]하다 trấn áp [xúi giục] bạo động. ¶ 무장 ~ bạo động vũ trang.

폭등(暴騰) sự tăng vọt. **~하다** tăng vọt, tăng mạnh. ¶ ~하는 물가 vật giá tăng vọt.

폭락(暴落) sự rớt xuống, sự suy sụp. ¶ 주식의 ~ giá cổ phiếu rớt thảm hại.

폭력(暴力) bạo lực, vũ lực. ¶ ~으로 bằng vũ lực, bằng bạo lực / ~에 호소하다 yêu cầu dùng vũ lực / ~을 휘두르다 dùng vũ lực. ¶ ~배 nhóm côn đồ /~행위 hành động bạo lực, hành vi bạo lực.

폭로(暴露) sự bộc lộ, sự tố cáo, sự phơi bày, sự vạch trần. **~하다** bộc lộ, tố cáo, phơi bày, vạch trần. ¶~ 기사 bài báo lột trần (điều gì) / ~ 전술 chiến thuật vạch trần (bí mật).

폭뢰(爆雷) bom dưới nước, bom phá tàu ngầm.

폭리(暴利) lợi nhuận cao, việc trục lợi. ¶ ~를 단속하다 kiểm soát sự đầu cơ trục lợi /~를 취하다 trục lợi, thu lãi cao.

폭발(爆發) (bộc phát) sự bùng nổ, tiếng nổ, sự nổ tung ra, sự phun trào (của núi lửa) (화산의). **~하다** bùng nổ, nổ, nổ tung ra, phun trào (của núi lửa). ¶ ~적(으로) mang tính bột phát, mang tính bùng nổ / ~적인 인기 sự hâm mộ bùng nổ) / 분노가 ~하다 phát giận dữ, nổi giận. ¶ ~력 sức nổ / ~물 chất nổ / ~성(性) tính chất gây nổ / ~탄 bom, mìn.

폭사(爆死) **~하다** chết vì bom đạn.

폭서(暴暑) cái nóng dữ dội, nóng kinh khủng.

폭설(暴雪) bão tuyết, tuyết rơi ào ạt.

폭소(爆笑) **~하다** cười vang, cười lớn, cười ha hả.

폭식(暴食) sự ăn tạp, sự ăn tham. **~하다** ăn tạp, ăn tham.

폭신폭신하다 mềm mại, mềm dẻo, êm ái, xốp xộp.

폭약(爆藥) thuốc nổ, chất nổ. ¶ 고성능 ~ thuốc nổ chất lượng cao, thuốc nổ có tính năng cao.

폭양(曝陽) ánh dương (mặt trời) sáng chói.

폭언(暴言) sự nói nặng nề quá đáng, sự nói năng thô bạo hay thô lỗ. **~하다** nói nặng nề quá đáng, nói năng thô bạo.

폭우(暴雨) trận mưa to, mưa lớn, mưa dông.

폭음(暴飮) sự uống quá độ, sự uống thái quá; sự quá chén. **~하다** uống quá độ, uống thái quá; quá chén. ¶ ~ 폭식하다 ăn uống quá độ.

폭음(爆音) tiếng nổ, tiếng bom nổ, tiếng súng nổ.

폭정(暴政) chính trị bạo ngược. ¶ ~을 펴다 mở ra nền chính trị bạo ngược / ~에 시달리다 khổ sở vì chế độ bạo ngược.

폭주(暴走) sự chạy bạt mạng. ¶ ~족 kẻ

chạy bạt mạng.

폭주(輻輳) sự tập trung quá mức. **~하다** tập trung quá mức. ¶ 교통의 ~ ùn tắc giao thông / 주문 ~로 do quá nhiều đơn đặt hàng.

폭죽(爆竹) pháo giấy để đốt, pháo tết, pháo hoa.

폭탄(爆彈) quả bom, quả mìn. ¶ ~ 선언 lời tuyên bố đáng ngạc nhiên như bom / ~ 투하 việc thả bom.

폭투(暴投) 【BC】 cú ném bóng quá đà. **~하다** ném bóng quá đà.

폭파(爆破) sự bộc phá, sự bùng nổ, sự nổ tung. **~하다** bộc phá, bùng nổ, nổ tung. ¶ 폭약으로 건물을 ~하다 làm nổ tung toà nhà bằng thuốc nổ.

폭포(瀑布) thác.

폭풍(暴風) cuồng phong, bão tố. ¶ ~경보 cảnh báo bão / ~권 vùng bão.

폭풍우(暴風雨) mưa dông, mưa bão, dông bão. ¶ ~를 만나다 gặp phải dông tố.

폭한(暴漢) kẻ cường bạo, gã lưu manh, tên côn đồ.

폭행(暴行) sự bạo hành, hành động bạo ngược. **~하다** bạo hành, bạo ngược, khủng bố, hành hung; (여자에게) bạo hành với phụ nữ. ¶ ~을 가하다 có hành động bạo ngược. ¶ ~자 kẻ bạo hành, tên khủng bố.

폴라로이드(polaroid) lớp kính chống nắng ¶ ~카메라 (상표명) (Polaroidcamera) máy ảnh Polaroid (chụp nhanh).

폴라리스(polaris) hỏa tiễn (tên lửa). ¶ ~잠수함(艦) tàu ngầm có trang bị tên lửa.

폴란드 Nước Ba Lan. ¶ ~의 thuộc về Ba Lan / ~어 tiếng Ba Lan / ~사람 người Ba Lan.

ㅍ

폴리에스터 【HH】 chất polyester (nhựa thông).

폴리에틸렌 【HH】 chất polyetylen.

폴카 (춤·무곡) điệu nhảy pôn-ka.

푄 ¶ ~ 현상 hiện tượng gió phơn (gió khô nóng).

표(表) bảng, bản, bảng liệt kê, bảng kê khai (목록); bảng biểu, biểu đồ, bản đồ, đồ thị (도표). ¶ ~를 만들다 lập bảng biểu, vẽ bảng biểu, thiết kế bản biểu.

표(票) ❶ (차표·입장권 따위) vé, phiếu (vào cổng); tờ (xé từng tờ) (하나씩 떼는); (표찰) nhãn hiệu, thẻ, biển; nhãn mác (레테르); giấy mời, giấy chứng nhận (물표). ¶ ~ 파는 곳 nơi bán vé ☞ **매표구**, **매표소** / ~를 찍다 soát vé (검표) / ~를 달다 kết nhãn, treo thẻ, mang thẻ / ~를 붙이다 dán nhãn. ¶ 번호~ số (thứ tự) vé. ❷ (투표의) phiếu bầu. ¶ 한 ~를 던지다 bỏ phiếu / ~모으기 운동을 하다 vận động bỏ phiếu (cho ai đó).

표(標) (부호) dấu hiệu, kí hiệu; (표시) sự biểu thị, bằng chứng; (휘장) biểu tượng, biểu trưng; (증거) chứng cớ, căn cứ; (상표) nhãn hiệu. ☞ **표하다**. ¶ 말~ (상표) nhãn hiệu con ngựa.

표결(表決) ☞ **의결**(議決).

표결(票決) sự biểu quyết bằng lá phiếu. **~하다** biểu quyết bằng lá phiếu. ¶ ~에 부치다 bỏ phiếu biểu quyết.

표고(Lentinus edodes) 【TV】 một loài nấm.

표고(標高) ☞ **해발**.

표구(表具) **~하다** đóng hay làm khung (một bức tranh). ¶ ~사 thợ đóng khung tranh, thợ làm khung tranh.

표기(表記) ¶ ~의 (금액) kim ngạch được ghi rõ / ~된 주소 địa chỉ được ghi rõ. ¶ ~ 가격 giá được công bố, giá được ghi công khai / ~법 phương pháp ghi, phép biểu hiện.

표기(標記) sự đánh dấu, dấu, nhãn, nhãn hiệu.

표독(標毒) **~하다** hung tợn, độc ác, dã man.

표류(漂流) **~하다** phiêu lưu, trôi nổi, lênh đênh, phiêu bạt. ¶ ～물 vật trôi nổi / ～선(船) thuyền bè lênh đênh / ～자 kẻ phiêu bạt, người phiêu lưu.

표리(表裏) (겉과 속) trong và ngoài; mặt trong và mặt ngoài; (양면) hai mặt; (언동의) (ăn nói) hai lời. ¶ ～ 부동한 tính bất nhất, tính tráo trở / ～가 없는 sự chín chắn.

표말(標抹) ☞ **푯말**.

표면(表面) mặt, bề mặt. ～적인 tính mặt bề ngoài (외면의). ¶ ～상의 변화 sự biến tướng, sự thay đổi về mặt ngoài / ～상의 이유 nguyên nhân hay lí do bề ngoài. ¶ ～ 장력(張力) 【VLH】 sức căng bề mặt (trong vật lý).

표면적(表面積) diện tích bề mặt.

표명(表明) sự bày tỏ, sự biểu hiện. **~하다** bày tỏ, biểu hiện.

표박(漂迫) **~하다** phiêu bạt, lang thang, thơ thẩn.

표방(標榜) sự bênh vực, chủ trương. **~하다** bênh vực, chủ trương.

표밭(票-) lá phiếu ủng hộ, khu vưc có nhiều cử tri ủng hộ cho ứng viên nào.

표백(漂白) **~하다** tẩy trắng. ¶ ～액 dung dịch tẩy / ～제 chất tẩy trắng, thuốc tẩy.

표범(豹-) 【ĐV】 con báo, báo đốm.

표변(豹變) **~하다** đột biến; thay lòng đổi dạ; phản bội (정치적 변절).

표본(標本) mẫu, mẫu vật (견본). ¶ 학자의 ～ mẫu nhà nghiên cứu. ¶ ～ 조사 điều tra theo mẫu / ～ 추출 sự chiết ra để làm mẫu / 동물 [식물] ～ mẫu xét nghiệm động [thực] vật / 박제 ～ thú nhồi / 임의 ～ mẫu tự chọn (nhất thời).

표상(表象) biểu tượng, vật biểu trưng; 【TrH】 【TLH】 quan niệm, tư tưởng; sự biểu lộ, sự bày tỏ.

표석(漂石) 【Địa】 đá cuội, đá tảng.

표시(表示) sự biểu thị, sự bày tỏ, sự biểu hiện. **~하다** biểu thị, bày tỏ, biểu hiện, thổ lộ. ¶ 감사의 ～로 (bằng) sự tỏ lòng biết ơn. ¶ ～기(器) thiết bị ra hiệu, đánh dấu / 의사 ～ sự biểu lộ suy nghĩ, bày tỏ ý tứ.

표어(標語) biểu ngữ, khẩu hiệu.

표연(飄然) **~히** một cách tự nhiên, một cách vô tư.

표음문자(表音文字) văn tự hay chữ viết dùng để ghi âm, ký tự biểu âm.

표의문자(表意文字) văn tự hay chữ viết dùng để ghi ý, ký tự biểu ý.

표장(表裝) ☞ **표구**.

표적(表迹) dấu vết, vết tích. ¶ ～을 남기다 để lại dấu vết.

표적(標的) mục tiêu, đích đến; tín hiệu. ¶ ～을 벗어나다 chệch, lệch mục tiêu, mất hướng đi. ¶ ～사격 việc bắn mục tiêu.

표절(剽竊) sự ăn cắp ý, sự đạo văn. **~하다** ăn cắp ý, đạo văn. ¶ ～자 kẻ đạo văn / ～판 bản in hay bản thảo đạo văn.

표정(表情) sự biểu cảm, nét mặt, sắc mặt có nhiều biểu hiện (tình cảm) vẻ mặt (안색). ¶ ～이 풍부한 vẻ mặt giàu biểu cảm / ～이 없는 얼굴 khuôn mặt không có biểu cảm / ～이 굳어지다 nét mặt cau lại / ～을 살피다 dò xét vẻ mặt.

표제(表題·標題) (책의) đầu đề, tựa đề (của sách); (신문 등의) nhan đề, tiêu đề, chủ đề (của báo chí). ¶ 작은 ～ tiêu đề nhỏ, chủ đề ngắn, chương trình nhỏ / ～를 달다 gắn tiêu đề. ¶ ～어 từ tiêu đề / ～ 음악 nhạc chủ đề.

표주(標註) lời ghi chú, lời chú thích, lời giải thích, lời giải nghĩa.

표주박(瓢-) quả bí, quả bầu, quả thuộc họ nhà bầu bí nói chung.

표준(標準) tiêu chuẩn. ～적(인) tính tiêu chuẩn, tính chuẩn; tính bình quân (평균의). ¶ ～에 달하다 đạt chuẩn, đạt mức quy định / ～ 이상[이하]이다 trên [dưới] mức quy định. ¶ ～ 가격 giá sàn, giá quy định, giá chuẩn / ～ 생활비 phí sinh hoạt bình quân / ～어 tiếng chuẩn, tiếng được công nhận chính thức của một quốc gia / ～시 giờ chuẩn, giờ quy định / ～형 hình, loại hình điển hình, loại chuẩn / ～화 sự chuẩn hóa / ～화하다 chuẩn hoá.

표지(表紙) bìa sách, vỏ ngoài của sách. ¶ ～를 씌우다 đóng bìa sách. ¶ ～ 커버 bìa sách, giấy bao sách.

표지(標識) nhãn hiệu, dấu hiệu, ký hiệu, tín hiệu, bảng báo (경계의); tín hiệu cho tàu bè qua lại (해상의). ¶ ～등 đèn báo, đèn hiệu / 교통 ～ bảng hiệu giao thông.

표징(表徵) biểu trưng, biểu tượng, đặc tính, dấu hiệu đặc trưng.

표착(漂着) **~하다** trôi tới đến bờ sống, bãi biển (강, 바다에).

표찰(標札) bảng hiệu, nhãn hiệu, thẻ (bằng gỗ hoặc kim loại) (나무, 쇠의).

표창(表彰) sự biểu dương, sự khen thưởng, sự tuyên dương, sự tặng thưởng; phần thưởng. **~하다** biểu dương, khen thưởng, tuyên dương, tặng thưởng. ¶ ～장 bằng khen.

표토(表土) lớp đất bề mặt, đất trồng trọt.

표피(表皮) [GP] biểu bì. ¶ ～ 조직 mô bì, mô biểu bì.

표하다(表-) bày tỏ, thể hiện, biểu lộ. ¶ …에 경의를 표하여 bày tỏ lòng kính trọng, thể hiện sự trọng thị / 사의를 ～ tỏ lòng biết ơn / 조의를 ～ bày tỏ lòng chia buồn (với người quá cố).

표하다(標-) đánh dấu, ghi dấu, làm dấu.

표현(表現) sự biểu hiện, sự biểu thị, sự thể hiện. **~하다** biểu hiện, biểu thị, thể hiện. ¶ ～상의 nét, vẻ, cách bày tỏ, cách biểu hiện, hình thức / ～할 수 없는 không thể bày tỏ, không thể biểu hiện được. ¶ ～력 sức thể hiện, khả năng thể hiện / ～ 주의 chủ nghĩa biểu hiện.

푯말(標-) biển chỉ dẫn, biển chỉ đường.

푸가 [ÂN] nhạc fuga (nhạc Ý).

푸근하다 ☞ **포근하다**.

푸념 lời than phiền, lời phàn nàn, lời oán trách. **~하다** than phiền, phàn nàn, oán trách. oán giận.

푸다 ❶ (물을) múc (nước) ra; múc canh (국자로); lấy nước, bơm nước ra (bằng máy bơm) (펌프로). ❷ (음식을) múc (thức ăn).

푸닥거리 lời phù phép, câu thần chú. **~하다** phù phép, đọc thần chú.

푸대접(-待接) sự đối xử lạnh nhạt, sự không tử tế. **~하다** đối xử lạnh nhạt, xử sự không tử tế. ¶ ～받다 bị xử lạnh nhạt.

푸드덕거리다 bay phần phật; run bần bật; đập đen đét.

푸들(poodle) chó lông xù, loại chó xù.

푸딩 món bánh puding.

푸르다 ❶ (색이) xanh da trời, xanh ngát; xanh lá cây (초록). ¶ 푸른 잎 lá xanh. ❷ (서슬이) sắc, bén, nhọn.

푸르스름하다 tai tái, xanh xanh.

푸른곰팡이 [TV] loại mốc xanh.

푸릇푸릇 ¶ ～한 lốm đốm xanh, lấm chấm xanh.

푸만하다 (서술적) (cảm giác) đầy hơi, đầy bụng.

ㅍ

푸석돌 đá dễ vỡ vụn.
푸석이 (물건) hàng dễ vỡ; (사람) người nhút nhát.
푸석푸석 ¶ ～한 dễ vỡ, giòn tan.
푸성귀 cỏ xanh, rau xanh.
푸접없다 lạnh lùng, lạnh nhạt, hờ hững.
푸주(-廚) hàng thịt, đồ tể. ¶ ～한(漢) người làm nghề hàng thịt, người làm nghề đồ tể.
푸지다 phong phú, đầy đủ.
푸짐하다 dồi dào, phong phú, dư dả, thừa thãi, chan chứa.
푸하다 phồng lên, phồng ra; lộn xộn.
푹 kín, một cách cẩn thận; trọn vẹn, đầy đủ (충분히); (ngủ) ngon lành (잠 등); hoàn toàn, vẹn toàn, trọn vẹn (완전히). ¶ ～ 삶다 [끓이다] luộc [đun] kỹ / ～ 잠들다 ngủ sâu, ngủ tròn giấc.
푹신하다 mềm, dẻo, êm, xốp. ¶ 푹신푹신한 mềm mại, mềm dẻo, êm ái, xốp xộp.
푹푹 ¶ ～ 쓰다 hoang phí, bừa bãi; hào phóng / ～ 찌르다 đâm liên lục / ～ 썩다 sụp đổ, suy sụp nhanh chóng / ～ 쑤시다 châm (kim) liên tục / (날씨가) ～ 찌다 (thời tiết) oi bức, ngột ngạt, khó chịu.
푼 ❶ (돈 한닢) đơn vị tiền, một xu. ¶ 돈～이나 모으다 gom tiền. ❷ (백분율) phần trăm. ¶ 1할3～ 이자 lãi 13%. ❸ (길이) (chiều dài) 1/10 치. ❹ (무게) (trọng lượng) 1/10 돈.
푼거리 ¶ ～나무 củi được mua bán từng bó / ～질 buôn bán nhỏ; mua bán từng bó củi hoặc từng chút hàng hoá.
푼더분하다 ❶ (얼굴이) (khuôn mặt) đầy, đầy đặn. ❷ (넉넉하다) dồi dào, sung túc, phong phú, đầy đủ.
푼돈 tiền xu, tiền lẻ.
푼푼이 từng xu một, lẻ tẻ.
푼푼하다 ❶ (넉넉하다) dồi dào, sung túc, phong phú, tràn đầy. ❷ (활달하다) phóng khoáng, hào phóng, rộng rãi.
풀[1] cỏ, cỏ dại, rau cỏ (잡초); thảo dược (약초). ¶ ～ 베는 기계 máy cắt cỏ / ～을 뽑다 nhổ cỏ / (말, 소) ～을 뜯다 (ngựa, bò) cắn cỏ nhai, gặm cỏ. ¶ ～뿌리 gốc cỏ / ～뿌리 민주주의 chủ nghĩa dân chủ lấy dân làm gốc; chế độ bỏ phiếu trực tiếp / ～피리 kèn hay tiêu làm bằng cọng cỏ.
풀[2] hồ, keo, bột nhão (붙이는); tinh bột (ăn được) (풀먹이는). ～먹이다 được hồ cứng. ¶ ～먹인 옷 quần áo được hồ cứng / ～을 쑤다 ☞ **풀쑤다**. / ～로 붙이다 dán bằng hồ.
풀[3](pool) bể bơi, hồ bơi.
풀[4](full) đầy, hết mức. ¶ ～ 스피드로 (chạy) hết tốc lực. ¶ ～ 가동 vận hành hết mức.
풀기(-氣) tính hoạt bát, tính năng động, khí chất năng nổ, sinh khí. ¶ ～ 있는 có sinh khí, có tính năng động, có tính hoạt bát.
풀다 ❶ (끄르다) cởi, tháo (dây), mở (kiện hàng); tháo gỡ (꼰 것을); gỡ rối (vấn đề đang bị kẹt, đang mắc phải) (얽힌 것을); tháo dỡ (hành lý, hàng hoá) (짐 등을). ❷ (문제를) xử lý, giải quyết, làm sáng tỏ (vấn đề). ¶ 수수께끼를 ～ làm sáng tỏ điều bí ẩn / 암호를 ～ giải mã ám hiệu hay mật mã. ❸ (의심·오해를) giải tỏa (nghi ngờ, hiểu lầm); (원한을) làm lành, giải quyết oán hận; (울적함 등을) giải sầu. ¶ 오해를 ～ giải tỏa hiểu lầm. ❹ (용해) làm tan ra, làm chảy ra, hòa tan. ❺ (코를) hỉ mũi. ❻ (파견) gửi đi, phái đi. ❼ (논을) làm ruộng. ❽ (해제) giải tán, phóng thích, giải trừ (quân bị) (무장을); giải vây, thoát

vòng vây (포위를); huỷ lệnh cấm, xóa bỏ lệnh cấm (금지령을); thả (구속을). ¶ 봉쇄를 ~ giải vây, giải tỏa. ❾ (소원 성취) thực hiện được ước mong, thỏa nguyện, thoả ước mong. ¶ 소원을 ~ thực hiện được ước mong. ❿ (긴장 · 피로) giải toả căng thẳng, xua tan mệt mỏi. ⓫ (화 따위) hả cơn giận, hạ hỏa, giải nhiệt, thanh nhiệt. ¶ 노염을 ~ giải tỏa cơn giận / 갈증을 ~ giải khát.

풀리다 ❶ (매듭이) được tháo dây, cởi nút; bị sờn, bị bạc (vải, áo) (천 따위); (짐이) được (bị) mở ra (hành lý, hàng hóa). ❷ (노여움) cơn giận được giải tỏa. ❸ (문제가) vấn đề được giải quyết. ❹ (의혹 · 오해가) sự nghi ngờ, hiểu lầm được giải tỏa. ❺ (피로가) mệt mỏi tiêu tan. ❻ (추위가) cái lạnh tan biến. ¶ 추위가 ~ cái lạnh được xua tan. ❼ (해제) được giải trừ, bị giải tán. ❽ (용해) bị hòa tan, bị tan ra. ❾ (돈이) (tiền) được lưu hành. ¶ 은행 돈이 ~ tiền ngân hàng được lưu thông.

풀무 ống bơm hơi, ống thổi (lò lửa, lò rèn). ¶ ~질하다 bơm hơi, thổi lửa.

풀밭 bãi cỏ, đồng cỏ, vườn cỏ, thảm cỏ.

풀솜 tơ sồi, vải sồi.

풀숲 khu rừng có bụi cây nhỏ và cỏ dại um tùm.

풀썩 trạng thái bụi khói bốc lên, bùng lên.

풀쑤다 ❶ (풀을) nấu hồ, nấu keo dán. ❷ (재산을) lãng phí, hoang phí, phung phí (tài sản).

풀어놓다 ❶ (놓아줌) cởi, tháo, dỡ, buông, thả, phóng thích. ¶ 개를 풀어놔라 thả chó ra! ❷ (끄나불을) cài tay sai. ¶ 탐정을 ~ tung trinh sát, trinh thám ra.

풀어지다 ❶ (국수 · 죽이) nhừ, mềm ra (mì, cháo). ❷ (눈이) mờ đi (mắt). ☞ 풀리다.

풀잎 lá cỏ, lá thảo dược.

풀죽다 quần áo đã được hồ cứng lại bị mềm đi; nhụt chí.

풀쳐생각하다 giữ bình tĩnh, giữ trầm tĩnh, vững lòng.

풀칠 ❶ (칠하기) **~하다** dán, sơn, phết. ❷ (생계) **~하다** sống cầm chừng, sống lần hồi, sống ngắc ngoải.

풀풀 trạng thái nước sôi sùng sục; hay hờn, hay giận, hay tự ái; trạng thái bốc đồng.

품[1] ❶ (옷의) bề rộng, kích cỡ (áo quần). ¶ 앞 ~ phần thân trước. ❷ (가슴) lòng, ngực. ¶ 자연의 ~에 안기어 được thiên nhiên bao bọc.

품[2] (수고 · 힘) sức, sức lực, sức lao động. ¶ 하루 ~ ngày công / ~이 들다 dùng sức, ra sức, tốn sức / ~을 덜다 tiết kiệm sức lực / ~을 팔다 bán sức lao động.

품[3] (외양) ngoại hình, vóc dáng; (모양) cử chỉ, thái độ, hình dáng, bộ dạng. ¶ 사람된 ~ dáng người / 말하는 ~ cách nói.

품갚음하다 giúp lại người đã giúp mình, có qua có lại.

품격(品格) phẩm chất cao đẹp, phong cách, phẩm vị (품위). ¶ ~있는 có phẩm vị, có phẩm chất cao đẹp, có phong cách.

품계(品階) cấp bậc, địa vị, đẳng cấp.

품귀(品貴) hàng quý, hàng hiếm. ¶ ~상태다 tình trạng khan hiếm hàng hoá / ~가 되다 trở thành hàng quý hiếm hay khan hiếm.

품다 ❶ (가슴에) ôm, ấp, ghì (vào lòng, ngực). ❷ (마음에) chứa, mang, giữ (trong lòng). ❸ (알을) ấp (trứng).

품등(品等) loại, hạng, thứ bậc, cấp bậc; phẩm chất (품질).

품명(品名) tên hàng, tên mặt hàng.

품목(品目) danh mục hàng, chủng loại hàng (한 종목). ¶ ~별로 (phân) theo chủng loại hàng. ¶ 영업 ~ danh mục hàng kinh doanh / 주요 수출~ danh mục hàng xuất khẩu chủ yếu.

품사(品詞) [NP] từ loại. ¶ 팔~ tám từ loại.

품삯 tiền lương, tiền công. ¶ ~을 치르다 trả tiền công, trả lương.

품성(品性) tính tình, cá tính, tính nết. ¶ ~이 훌륭한 [비열한] 사람 người có phẩm chất tuyệt vời [thấp hèn].

품성(稟性) ☞ **천성**(天性). thiên bẩm, bẩm sinh.

품속 ngực, lòng ngực, trong lòng. ¶ ~에 trong lòng ngực, ở trong lòng.

품앗이 sự trao đổi lao động, sự đổi công. **~하다** trao đổi lao động, đổi ca làm việc.

품위(品位) ❶ (품격) phẩm vị, phẩm cách; phong cách. ¶ ~있는 có phẩm vị; có phong cách / ~를 지키다 [떨어뜨리다] giữ [mất] phong cách; giữ [mất] phong độ. ❷ (금속의) chuẩn mực, chất lượng (của kim loại); độ tinh khiết (순도); đơn vị cara (của vàng) (금의).

품의(稟議) **~하다** hỏi ý hoặc trao đổi ý kiến với người trên.

품절(品切) sự bán hết hàng, hết hàng. ¶ ~되다 hàng được bán hết.

품종(品種) hạng, loại, tầng lớp, thứ bậc (품등); giống (của gia súc) (가축의). ¶ ~ 개량 cải tiến con giống (gia súc) (가축); cải tiến giống cây trồng (식물).

품질(品質) phẩm chất, chất lượng. ¶ ~이 좋다 [나쁘다] chất lượng tốt [xấu]. ¶ ~ 관리 quản lý chất lượng / ~ 보증 [본위] (게시) bảo đảm [tiêu chuẩn] chất lượng / ~ 저하 sự suy giảm chất lượng.

품팔다 bán sức lao động; lao động kiếm tiền; làm việc vì tiền.

품팔이 ¶ ~하다 ☞ **품팔다**. ¶ ~꾼 người lao động; dân lao động

품평(品評) **~하다** bình phẩm, đánh giá. ¶ ~회 cuộc trưng bày đánh giá.

품하다(稟-) báo cáo, trình báo lên cấp trên.

품행(品行) phẩm hạnh, hạnh kiểm. ¶ ~이 좋은 [나쁜] hạnh kiểm tốt [xấu].

풋… còn non, còn xanh (일찍 나온); chưa chín (덜익은).

풋것 cái mới, cái chưa chín; sản phẩm đầu mùa; trái cây đầu mùa.

풋곡식(-穀食) hạt non.

풋과실(-果實) trái non, trái cây còn xanh.

풋김치 loại *kimchi* làm bằng rau cải non, xanh.

풋나물 rau non.

풋내 mùi rau tươi non. ¶ ~ 나다 có mùi xanh non; (비유적) còn non nớt, còn hôi sữa, mới vào nghề.

풋내기 (cách nói khinh thường, chỉ những người còn thiếu kinh nghiệm) con nít ranh, ranh con. ¶ ~의 của thằng ranh con. ¶ ~ 기자 phóng viên non nớt.

풋바심하다 thu hoạch (hạt hay mùa vụ) sớm.

풋볼(football) [TT] bóng đá.

풋사랑 tình yêu trẻ con, tình yêu non nớt.

풍(風)[1] (허풍) sự khoe khoang, sự thổi phồng lên. ¶ ~을 떨다 [치다] thể hiện thói khoe khoang [lên gân, thổi phồng quá mức].

풍(風)[2] ☞ **풍병**(風病).

…**풍**(風) (외양) ngoại hình; (양식) kiểu, mẫu, mốt, tuýp, loại; (풍습) lề thói, thói quen, tập quán, phong tục. ¶ 미국 ~의 thuộc về kiểu Mỹ / 노동자~의 thuộc kiểu người lao động.

풍각쟁이(風角-) kẻ hát rong.

풍경(風景) (경치) phong cảnh, cảnh trí, cảnh quang; (전망) viễn cảnh, triển vọng. ¶ ~화 tranh phong cảnh / ~화가 hoạ sĩ vẽ phong cảnh.

풍경(風磬) chuông gió hình cá.

풍광(風光) cảnh quan, phong cảnh. ¶ ~명미(明媚) thắng cảnh, danh lam thắng cảnh.

풍구(風-) quạt sàng thóc (풀무).

풍금(風琴) đàn phong cầm, đàn organ. ¶ ~을 치다 chơi đàn organ.

풍기(風紀) tác phong kỷ luật (trong quan hệ nam nữ). ¶ ~를 단속하다 kiểm soát tác phong kỷ luật. ¶ ~문란 suy đồi tác phong kỷ luật, đạo đức xã hội.

풍기다 (냄새 등을) tỏa ra, lan ra, bốc ra; (냄새가) bốc mùi (hôi); (향기가) tỏa hương; (악취가) hôi thối bốc ra.

풍년(豊年) năm được mùa. ¶ ~이다 là một năm được mùa. ¶ ~ 잔치 buổi tiệc mừng một năm được mùa.

풍덩 tiếng rơi tõm. ~거리다 văng tung tóe.

풍뎅이 bọ hung.

풍도(風度) phong độ, phong cách, dáng vẻ.

풍랑(風浪) sóng gió.

풍력(風力) sức gió, vận tốc gió. ¶ ~계(計) máy đo sức gió.

풍로(風爐) lò than thông gió. ¶ 석유 ~ lò thông gió đốt bằng dầu.

풍류(風流) ❶ (멋) sự thanh lịch, sự tao nhã; phong lưu. ¶ ~가 있는 có thanh lịch, có tao nhã, có tế nhị / ~를 알다 biết phép lịch sự, biết tế nhị / ~를 모르다 không biết phép lịch sự. ¶ ~개[객] người [khách] phong lưu. ❷ (음악) tính êm dịu của âm nhạc.

풍만(豊滿) ~한 phong phú, dư dật, tràn đầy, mập mạp; (ngực) nở nang (가슴이).

풍매(風媒) ~의 thuộc sự thụ phấn nhờ gió. ¶ ~화 hoa thụ phấn nhờ gió.

풍모(風貌) diện mạo, ngoại hình.

풍문(風聞) tin đồn, tiếng đồn, lời đồn. ¶ 항간의 ~ lời đồn của người đời / ~을 퍼뜨리다 truyền tai tin đồn / ~에 의하면 … theo lời đồn thì

풍물(風物) (경치) cảnh vật, phong cảnh thiên nhiên. ¶ 한국의 ~ phong cảnh thiên thiên của Hàn Quốc.

풍미(風味) mùi vị, hương vị.

풍미(風靡) **~하다** chiếm ưu thế, chiếm thế thượng phong.

풍병(風病) bệnh thần kinh; bệnh phong.

풍부(豊富) ~한 phong phú, dồi dào, phú quý, nhiều. ¶ ~한 지식 tri thức phong phú / 내용이 ~한 nội dung phong phú / 경험이 ~하다 giàu kinh nghiệm / ~하게 하다 làm cho giàu có, làm cho phong phú.

풍비박산(風飛雹散) **~하다** rải rác khắp nơi.

풍상(風霜) phong sương, gió sương; (고생) phong trần, khổ cực, cam go. ¶ ~을 겪다 chịu đựng nhiều gian khổ.

풍선(風船) bong bóng, khí cầu. ¶ ~을 불다 [띄우다] thổi [thả] bong bóng. ¶ ~껌 kẹo cao su thổi bóng / 고무 ~ bong bóng cao su.

풍설(風雪) bão tuyết, gió tuyết.

풍설(風說) ☞ **풍문**.

풍성(豊盛) **~하다** sung túc, giàu có, hưng

ㅍ

thịnh.

풍세(風勢) sức gió.

풍속(風俗) phong tục, luật lệ. ¶ ~도(화) tranh về phong tục / ~ 습관 phong tục tập quán.

풍속(風速) vận tốc gió. ¶ ~계 đồng hồ đo vận tốc gió / 순간 최대 ~ vận tốc tối đa tức thời của gió.

풍수(風水) (학설) thuật phong thủy; (지관) thầy xem phong thuỷ. ¶ ~지리설 học thuyết về đất đai phong thuỷ (nói về địa hình theo thuyết bát quái ngũ hành).

풍수해(風水害) nạn bão lụt.

풍습(風習) phong tục tập quán, lễ nghi (관례). ¶ ~에 따르다 theo phong tục tập quán.

풍식(風蝕) sự phong hoá, sự ăn mòn do sức gió. ¶ ~된 bị gió ăn mòn.

풍신(風神) ❶ thần gió. ❷ ☞ **풍채**.

풍악(風樂) nhạc cổ truyền.

풍압(風壓) áp suất của gió. ¶ ~계(計) đồng hồ đo áp suất gió.

풍어(豊漁) việc đánh bắt nhiều cá.

풍요(豊饒) ~한 phong phú, dồi dào, sung túc. ¶ ~한 사회 xã hội phồn vinh.

풍우(風雨) phong vũ, gió mưa, mưa dông. ☞ **비바람**.

풍운(風雲) phong vân, mây gió, gió bụi; tình thế, tình trạng, viễn cảnh, quang cảnh (형세); tinh thần hay khí phách anh hùng. ¶ ~아 người tỏ ra có chí khí.

풍월(風月) phong nguyệt, trăng gió, gió và trăng (trong thơ); thông tin. **~하다** làm thơ, sáng tác thơ ca. ¶ 들은 ~ thông tin đã nghe qua / 서당개 3년에 ~한다 【TNg】 việc gì làm lâu ngày thì sẽ có kinh nghiệm và tri thức về việc đó.

풍유(諷喩) ngụ ý, ngụ ngôn.

풍자(諷刺) sự mỉa mai, sự châm biếm, sự trào phúng. **~하다** mỉa mai, châm biếm, trào phúng. ¶ ~적 tính châm biếm, tính trào phúng. ¶ ~가 nhà (văn, thơ) châm biếm, nhà trào phúng / ~화 tranh biếm họa / ~문학 văn học trào phúng / ~ 소설[시] tiểu thuyết [thơ] trào phúng.

풍작(豊作) vụ mùa bội thu.

풍장(風葬) phong táng, hình thức để người chết ở ngoài trời mặc cho gió mưa làm tiêu huỷ thi thể.

풍재(風災) phong tai, tai nạn hay tai ương vì gió bão.

풍전등화(風前燈火) tình thế nguy ngập như đèn dầu treo trước gió. ~이다 nguy hiểm như đèn treo trước gió.

풍조(風潮) con nước thuỷ triều; chiều hướng, xu hướng. ¶ 세상 ~를 따르다[거스르다] cuốn theo [chống lại] dòng đời.

풍족(豊足) ~한 sung túc; dồi dào; phong phú, giàu có (부유). ¶ ~하게 살다 sống sung túc.

풍차(風車) cối xay gió.

풍채(風采) phong thái, tác phong, điệu bộ, cử chỉ. ¶ ~가 초라한 사람 người có vóc dáng tiều tụy / 당당한 ~ điệu bộ oai phong.

풍치(風致) tính nghệ thuật, tính thẩm mỹ, sự tinh tế; cảnh trí đẹp đẽ. ¶ ~림 rừng có nhiều cảnh đẹp / ~ 지구 khu vực được xây dựng hay trang trí đẹp đẽ.

풍토(風土) phong thổ, điều kiện thiên nhiên, địa hình, vị trí địa lý; thời tiết. ¶ 문화적 ~ phong thổ văn hoá / ~병(病) bệnh phong thổ.

풍파(風波) ❶ (파도와 바람) phong ba, sóng và gió; (폭풍우) giông tố, bão tố; (거친파도) sóng thần. ❷ (불화) sự bất hòa, sự xung đột; (고초) sự khó khăn gian khổ. ¶ ~를 겪다 chịu đựng gian khổ. ¶ 가정 ~ gia cảnh khó khăn / 세상 ~ đời sống khó khăn / 세상 ~에 시달리다 phiền muộn vì đời sống khó khăn.

풍해(風害) sự thiệt hại vì gió bão.

풍향(風向) hướng gió. ¶ ~이 바뀌다 gió đổi hướng.

풍화(風化) [Địa] phong hóa. ¶ ~ 작용 hiện tượng nham thạch bị tác dụng lâu ngày của nắng mưa gió bão, trở thành đất.

퓨리턴(Puritan) [Anh] Thanh giáo ở Anh. ¶ 퓨리터니즘 người theo đạo Thanh giáo.

퓨즈(fuse) [Anh] cầu chì. ¶ ~를 갈다 thay cầu chì / ~를 달다 lắp cầu chì / ~가 끊어지다 đứt cầu chì.

풀리처상(-賞) giải thưởng Pulitzer (của Mỹ về văn học và ngôn luận).

프라우다 Prauda (tên tạp chí của Đảng Cộng Sản Liên Xô)

프라이(fry) [Anh] món rán, món chiên. ~ **하다** chiên, rán. ¶ ~팬 cái chảo chiên / 새우 ~ tôm rán.

프라이드(pride) [Anh] lòng tự hào, niềm kiêu hãnh, tính tự cao. ¶ ~가 센 đầy lòng tự hào.

프라이버시(privacy) [Anh] sự riêng tư, tính cá nhân; sự tách biệt.

프라임레이트(prime rate) [Anh] [KT] lãi suất ưu đãi dành cho doanh nghiệp ưu tú.

프랑(franc) đơn vị tiền tệ của Pháp.

프랑스(France) nước Pháp. ¶ ~의 thuộc Pháp / ~인 người Pháp; dân Pháp (국민) / ~ 요리 món ăn Pháp.

프래그머티즘(pragmatism) chủ nghĩa thực dụng.

프레스(press) [Anh] ❶ (누르기) sự ép, sự nén, sự ấn. ❷ (신문) thuật in ấn; báo chí. ¶ ~ 센터 khu vực, tòa nhà dành cho phóng viên báo chí.

프레젠트(present) [Anh] tặng phẩm, quà biếu.

프렌치(french) [Anh] thuộc nước Pháp. ¶ ~ 토스트 bánh mì nướng của Pháp.

프렐류드(prelude) [ÂN] khúc dạo, đoạn mở đầu (trong âm nhạc).

프로 ❶ ☞ **프로그램**(program). chương trình. ¶ ~를 짜다 tổ chức một chương trình / ~에 올리다 đưa lên chương trình. ❷ ☞ **프롤레타리아**(proletarian). người vô sản. ¶ ~ 문학 văn học nói về giai cấp vô sản. ❸ ☞ **프로페셔널**(professional) tính chuyên nghiệp, nhà nghề. ¶ ~ 선수 [야구] vận động viên [bóng chày] chuyên nghiệp.

프로그래머(programmer) [Anh] lập trình viên.

프로그래밍(programming) [Anh] lập chương trình, lập trình.

프로그램(program) [Anh] chương trình; buổi diễn (kịch) (연극의).

프로덕션(production) [Anh] (영화의) (công ty) sản xuất phim ảnh.

프로듀서(producer) [Anh] nhà sản xuất phim hay kịch, người phụ trách chương trình (đài truyền hình và phát thanh).

프로모터(promoter) [Anh] người sáng lập; nhà tài trợ.

프로세스(process) [Anh] quá trình, quy trình.

프로젝트(project) [Anh] kế hoạch, dự án, đề án.

프로카인 [HH] chất procaine.

프로테스탄트(Protestant) [Anh] đạo Tin lành.

프로파간다(propaganda) [Anh] sự (cơ quan) tuyên truyền.

프로판가스(propane gas) [Anh] khí prôpan,

ㅍ

chất khí không màu không mùi, dùng làm nhiên liệu.

프로페셔널(professional) [Anh] chuyên nghiệp, nhà nghề.

프로펠러(propeller) [Anh] chân vịt tàu; cánh quạt máy bay.

프로포즈(propose) [Anh] ý kiến đề xuất. ~하다 đề xuất ý kiến.

프로필(profile) [Anh] sơ lược tiểu sử.

프록코트(frock coat) [Anh] áo choàng dài của nam giới.

프론트 [Anh] (호텔의) đại sảnh, quầy lễ tân (của khách sạn).

프롤레타리아(proletaria) [Anh] vô sản, người vô sản. ¶ ~ 혁명 cách mạng vô sản.

프롤로그(prolog) [Anh] phần hay đoạn mở đầu.

프리마돈나(prima donna) [Anh] nữ ca sĩ chính trong vở ca kịch.

프리미엄(premium) [Anh] phần thưởng, tiền phụ trội. ¶ ~을 붙이다 kèm phần thưởng, kèm tiền thưởng.

프리즘(prism) [VLH] lăng kính.

프리패브(prefab) [Anh] ¶ ~ 주택 nhà xây sẵn.

프린트(print) [Anh] ~하다 in, in ấn.

프토마인 [HH] chất ptomaine (chất độc do động vật thối rữa hình thành).

플라스마(plasma) [Anh] huyết tương; thể plasma.

플라스크(flask) [HH] bình chứa dùng trong phòng thí nghiệm.

플라스틱(plastic) [Anh] nhựa, chất dẻo, chất plastic. ¶ ~제품 sản phẩm làm bằng plastic.

플라이급(-級) [Anh] (hạng cân thi đấu) hạng ruồi, hạng nhẹ.

플라타너스(platanus) [TV] cây tiêu huyền.

플라토닉러브(Platonic love) [Anh] tình yêu lí tưởng, tình yêu thuần khiết.

플란넬(flannel) vải flannel.

플랑크톤(plankton) phiêu sinh vật, sinh vật trôi nổi (sinh vật nhỏ trôi nổi ở sông hồ biển).

플래시(flash) đèn nháy, đèn flash. ¶ ~를 터뜨리다 chụp dùng đèn nháy / ~ 세례를 받다 được chụp ảnh nhiều.

플래카드(placard) tranh cổ động, áp phích.

플래티나(platina) bạch kim.

플랜(plan) chương trình, kế hoạch. ¶ ~을 짜다 lập kế hoạch.

플랜트(plant) máy móc, thiết bị; công trường, nhà máy (công nghiệp nặng). ¶ ~ 수출 xuất khẩu trang thiết bị sản xuất.

플랫폼(platform) nền, bục, kệ, thềm; sân ga.

플러그(plug) [Đ] ổ cắm, phích cắm điện. ¶ ~를 꽂다 cắm điện.

플러스(plus) dấu cộng (+). **~하다** cộng thêm, góp thêm vào (기여하다). ¶ 3 ~ 5는 8 (3 + 5 = 8) 3 cộng 5 bằng 8. ¶ ~ 알파 yếu tố được thêm ngoài dự toán, yêu tố phát sinh thêm.

플레어스커트(flared skirt) chiếc váy xòe.

플루토늄 [HH] chất plutonium.

피[1] ❶ (혈액) máu, huyết. ¶ ~바다 biển máu / ~묻은 nhuốm máu, dính máu / ~를 흘리다 chảy máu / ~를 뽑다 rút máu / ~를 토하다 ói ra máu, thổ huyết (토혈); ho hay khạc ra máu (객혈) / ~를 보다 thử máu. ❷ (혈연) huyết thống, quan hệ máu mủ. ¶ ~를 나눈 형제 anh em ruột / ~를 이어 받다 tiếp nối dòng máu. ❸ (비유적으로) ¶ ~에 굶주린 khát máu / ~가 끓다 sôi máu.

피[2] (경멸) tiếng khinh miệt **~하다** kêu lên tiếng khinh miệt.

피…(被) ¶ ~압박 계급 [민족] giai cấp [dân

tộc] bị áp bức.
피검(被檢) ～되다 bị bắt giam. ¶ ～자 người bị bắt giam.
피겨스케이트(figure skating) trượt băng nghệ thuật. ¶ ～를 하다 chơi trượt băng nghệ thuật. ¶ ～ 선수 vận động viên trượt băng nghệ thuật.
피격(被擊) ～되다 bị tấn công.
피고(被告) (trong án dân sự) bị đơn (민사의); (trong án hình sự) tội phạm, bị cáo (형사의). ¶ ～석 ghế bị cáo, ghế phạm nhân / ～측 변호인 người biện hộ cho bên bị cáo.
피고름 máu mủ.
피고용자(被雇傭者) công nhân, người lao động làm thuê nói chung (총칭).
피곤(疲困) sự mệt mỏi. ～한 mệt mỏi.
피골(皮骨) xương và da. ¶ ～이 상접하다 gầy trơ xương, chỉ còn da bọc xương.
피나무 [TV] cây đoạn.
피난(避難) sự tị nạn. **~하다** trốn chạy, tị nạn. ¶ ～민 dân tị nạn / ～살이 sống tị nạn / ～처 nơi tị nạn.
피날레(finale) đoạn cuối, màn chót, chương cuối.
피납(被拉) ☞ **납치**(拉致).
피눈물 lệ máu, giọt lệ đau khổ.
피닉스(phoenix) (불사조) chim phượng hoàng.
피다 ❶ (꽃이) (hoa) nở. ¶ 갓핀 mới nở / 피어 있다 đã nở / 활짝 ～ nở to, nở rộ. ❷ (불이) (lửa) thắp sáng, thắp lửa. ❸ (얼굴이) (khuôn mặt) tươi sáng, hồng hào. ❹ ☞ **펴이다**.
피대(皮帶) dây da.
피동(被動) ¶ ～적(으로) mang tính bị động. ¶ ～사(詞) từ bị động.
피둥피둥 ❶ (몸이) ～한 béo tốt, mập mạp. ❷ (불복종) ～한 bướng bỉnh, khó bảo.
피땀 mồ hôi và máu. ¶ ～ 흘려 번 돈 đồng tiền xương máu, đồng tiền kiếm được từ mồ hôi và nước mắt / ～ 흘리며 일하다 làm việc đổ mồ hôi và đổ máu (làm việc vất vả).
피똥 phân có máu.
피라미 [LC] cá tuế (họ cá chép).
피라미드(pyramid) Kim tự tháp. ¶ ～형의 dạng Kim tự tháp
피란(避亂) sự tị nạn, sự chạy trốn vì loạn lạc. **~하다** tị nạn, chạy loạn, ¶ ～민 dân tị nạn.
피력(披瀝) **~하다** phát biểu, bày tỏ, biểu lộ.
피로(披露) sự báo tin, sự tuyên bố. **~하다** báo tin, tuyên bố. ¶ 결혼 ～연 tiệc tuyên bố kết hôn.
피로(疲勞) sự mệt mỏi. ～한 mệt mỏi. ¶ 눈의 ～ mỏi mắt / ～를 풀다 giải trí, thư giãn / ～를 느끼다 cảm thấy mệt mỏi.
피뢰침(避雷針) [VLH] cột thu lôi, cột tránh sét.
피륙 hàng dệt, vải vóc, len, dạ.
피리 ống tiêu (세로 부는); ống sáo (옆으로 부는). ¶ ～를 불다 thổi tiêu, thổi sáo.
피리새 [LCh] chim sẻ ức đỏ.
피리어드(period) [Anh] dấu chấm.
피마자(蓖麻子) ☞ **아주까리**.
피막(皮膜) màng, vảy.
피맺히다 bị thâm tím.
피보험물(被保險物) vật hay tài sản được bảo hiểm.
피보험자(被保險者) người được bảo hiểm.
피보호자(被保護者) người được bảo hộ.
피복(被服) quần áo, y phục. ¶ ～비(費) chi phí trang phục / ～창(廠) kho bảo quản và tu sửa may trang phục lễ phục các cơ quan công sở.
피복(被覆) sự bọc bằng vỏ da. ¶ ～선(線) dây có vỏ bọc ngoài (dây điện).

피부(皮膚) da. ¶ ～가 거칠다 [약하다] làn da thô; làn da sần [yếu]. ¶ ～과(科) khoa da liễu / ～병 bệnh da liễu / ～염(炎) viêm da / ～이식술 thuật cấy ghép da / ～호흡 sự hô hấp qua da.

피사 ¶ ～의 사탑 Tháp nghiêng Pisas ở Ý.

피살(被殺) ～되다 bị giết, bị sát hại. ¶ ～된 시체 thi thể đã bị giết sát hại.

피상(皮相) ～적 tính hình thức, bề ngoài, bên ngoài.

피상속인(被相續人) người được thừa kế.

피서(避暑) việc tránh cái nóng mùa Hè. **~하다** nghỉ hè, nghỉ mát. ¶ ～가다 đi nghỉ mát. ¶ ～객 [지] khách [nơi] nghỉ mát.

피선(被選) ～되다 được tuyển, được chọn.

피선거권(被選擧權) quyền được ứng cử, quyền được tuyển cử. ¶ ～이 있다 có quyền được tuyển cử.

피선거인(被選擧人) người được ứng cử.

피스톤(piston) pít tông, van đẩy.

피스톨(pistol) súng lục, súng ngắn.

피습(被襲) ～당하다 bị tấn công.

피승수(被乘數) [TH] số bị nhân.

피신(避身) **~하다** (달아나다) đào tẩu; (숨다) ẩn mình; (안전한 곳으로) trốn kín. ¶ ～처 nơi ẩn trốn.

피아(彼我) tôi và bạn, cả hai chúng ta.

피아노 đàn piano. ¶ ～를 치다 chơi đàn piano / ～를 배우다 học đàn piano. ¶ ～ 독주 độc tấu piano.

피아니스트(pianist) người chơi piano.

피아르(PR) public relations, công tác quần chúng, quan hệ với công chúng. ¶ ～가 잘 돼 있다 quan hệ công chúng đang trở nên tốt đẹp. ¶ ～ 영화 [담당자] phim [người đảm đương] tuyên truyền cho PR / ～ 활동 hoạt động PR.

피안(彼岸) ❶ [PG] cảnh giới Niết bàn khi đã thoát được khổ ải. ❷ ☞ **대안**(對岸).

피압박(被壓迫) ¶ ～ 민족 dân tộc bị áp bức.

피앙세 [Ph] vị hôn phu (남자), vị hôn thê (여자).

피어나다 ❶ (불이) thắp sáng, thắp lửa. ❷ (소생) phục hồi, hồi sinh. ❸ (꽃이) (hoa) nở. ❹ (형편이) (sinh hoạt) được cải thiện.

피에로(pierrot) anh hề, vai hề.

피엘오(PLO) Tổ chức giải phóng của dân tộc Palestine.

피우다 ❶ (불을) thắp, đốt, nhóm (lửa). ❷ (담배·향을) hút (thuốc lá); đốt (khói, hương). ¶ 한 대 ～ hút một điếu thuốc. ❸ (재주를) bộc lộ, trình diễn, thể hiện (tài năng). ❹ (냄새를) bốc mùi.

피의자(被疑者) kẻ bị tình nghi.

피임(被任) ～되다 được bổ nhiệm. ¶ ～자 người được bổ nhiệm.

피임(避妊) sự tránh thai. **~하다** tránh thai. ¶ ～법(法) [기구, 수술] cách [dụng cụ, phẫu thuật] tránh thai / ～약(藥) thuốc tránh thai.

피장파장 ¶ ～이다 hai bên, hai phái hoà nhau.

피제수(被除數) [TH] số bị chia.

피지(皮脂) [Si] bã nhờn. ¶ ～루(漏) sự tiết ra nhiều bã nhờn / ～선 tuyến nhờn.

피진(皮疹) [YH] bệnh ngoại ban.

피차(彼此) đây và đó, tôi và bạn. **~의** của tôi và bạn. ¶ ～ 일반이다 giống nhau.

피처(pitcher) [BC] cầu thủ ném bóng. ¶ ～ 플레이트 vị trí phát bóng của cầu thủ ném bóng.

피천(被薦) ～되다 được tiến cử.

피천한닢없다 không có một xu dính túi.

피청구인(被請求人) người được thỉnh cầu.

피치 ❶ [ÂN] độ cao thấp trong âm nhạc. ❷ nhịp độ. ❸ (비유적) ¶ 급~로 với tốc độ cao / ~를 올리다 nâng tốc độ lên cao.

피치자(被治者) (통치 받는) người bị thống trị, kẻ bị trị.

피침(被侵) **~하다** bị xâm phạm, bị xâm lược (침략, 침범).

피켈(pickel) [TT] cây rìu phá băng của người leo núi.

피콜로(piccolo) [ÂN] (nhạc cụ) cây sáo kim.

피크(peak) đỉnh, tột đỉnh. ¶ ~시(時)에 vào giờ cao điểm / ~시 전력량(量) lượng điện năng vào giờ cao điểm / ~ 출력 phát ra đến tột đỉnh.

피크닉(picnic) cuộc đi chơi dã ngoại.

피크린산(-酸) [HH] axit picric.

피킷(picket) rào cản. ¶ ~ 라인 đường chắn, đường cản.

피타고라스(Pythagoras) pi-ta-go. ¶ ~의 정리 định lý pi-ta-go.

피탈(被奪) **~하다** bị chiếm đoạt, bị cướp giật.

피투성이 ¶ ~의 vết máu, đốm máu / ~가 되어 bị dính máu, bị vấy máu.

피트(feet) đơn vị đo (1 feet = 30,48 cm).

피폐(疲弊) **~하다** tàn phế, bần cùng.

피폭(被爆) ~되다 bị bắn, bị trúng bom. ¶ 원폭의 ~자 người bị trúng bom nguyên tử. ¶ ~지구 khu vực bị ném bom.

피피엠(ppm) (백만불율(비)) tỉ lệ một phần triệu (1/triệu).

피하(皮下) ~의 thuộc dưới lớp da. ¶ ~ 주사 tiêm vào trong da dưới, tiêm bắp / ~ 지방(脂肪) lớp mỡ dưới da / ~ 출혈 xuất huyết dưới da.

피하다(避-) ngăn ngừa; tránh xa, né tránh, trốn tránh (trách nhiệm) (책임을). ¶ 피치 못할 không tránh được / 자전거를 ~ tránh xe đạp / 남의 눈을 ~ tránh cái nhìn của người khác.

피한(避寒) tránh cái lạnh. **~하다** trú đông, nghỉ đông. ¶ ~지 chỗ nghỉ đông, chỗ trú đông.

피해(被害) sự bị hại, sự tổn thất, sự mất mát. ¶ ~를 입다 bị thiệt hại. ¶ ~망상(병) chứng lo cuồng bị ngược đãi, chứng hoang tưởng sợ bị hại / ~액 số tiền bị thiệt hại / ~자 người bị hại, người gặp nạn.

피험자(被驗者) (실험의) đối tượng làm thí nghiệm, đối tượng thí điểm; nhân chứng.

피혁(皮革) da sống, da thuộc (무두질한). ¶ ~ 공업 ngành công nghiệp da thuộc / ~상(商) buôn bán da thuộc.

픽 ¶ ~ 쓰러지다 rơi xuống / ~ 웃다 cười vu vơ, cười bâng quơ; cười chế giễu (비웃다).

픽션(fiction) hư cấu, chuyện hư cấu.

픽업(pickup) ❶ (전축의) cái picơp, cần gạt (máy quay đĩa hát). ❷ (트럭) xe tải nhỏ.

핀(pin) chốt; kẹp, ghim (trên đầu) (머리의). ¶ ~을 꽂다(지르다) cắm ghim, cài chốt.

핀둥… ☞ **빈둥…**

핀란드(Finland) nước Phần Lan. ¶ ~의 thuộc về Phần Lan / ~어 tiếng Phần Lan / ~ 사람 người Phần Lan.

핀셋(pincette) cái kẹp; cái nhíp.

핀잔 ¶ ~ 주다 trách mắng, la rầy / ~먹다 bị mắng.

핀치히터(pinch hitter) [BC] vận động viên đánh thay bóng lúc gay cấn.

핀트 ❶ (초점) tiêu điểm, trọng tâm. ¶ ~가 맞다 trúng trọng tâm / ~를 맞추다 đặt đúng trọng tâm. ❷ (요점) yếu điểm, trọng điểm. ¶ ~가 어긋나다 lệch chuẩn, lệch trọng điểm.

필(匹) đơn vị đếm đầu ngựa hay bò (마소). ¶ 말 세 ~ ba (đầu) con ngựa.

필(疋) đơn vị đếm một phần chiều dài của vải: cuộn, súc.

필(畢) đã xong, đã hoàn thành. ☞ **필하다**. ¶ 지불(支拂)~ đã thanh toán (tiền).

필경(畢竟) ☞ **결국**.

필경(筆耕) nghề viết chữ. ¶ ~료 phí viết chữ / ~생 sống bằng nghề viết chữ.

필공(筆工) người làm bút.

필기(筆記) bút kí, sự ghi chép. **~하다** ghi chép. ¶ ~ 시험 thi viết / ~장 tập vở để viết.

필담(筆談) **~하다** bút đàm.

필답(筆答) câu trả lời bằng văn bản. **~하다** viết trả lời. ¶ ~ 시험 thi viết.

필독(必讀) nhu cầu đọc, sự cần phải đọc. ¶ ~서 sách cần đọc.

필두(筆頭) (첫머리) đầu cây bút; vai trò dẫn đầu. ¶ 감독을 ~로 모든 선수들이 경기에 집중하였다 với vai trò dẫn đầu của huấn luyện viên, tất cả vận động viên đều tập trung vào trận đấu.

필라멘트(filament) 【Đ】 dây tóc đèn.

필력(筆力) bút lực, cái thần thể hiện qua nét viết.

필름(film) phim. ¶ ~에 담다 đưa vào phim, chụp ảnh.

필리핀(Philippine) Nước Philippine. ¶ ~의 thuộc về Philippine / ~ 사람 người Philippine.

필마(匹馬) một con ngựa; độc mã. ¶ ~단창(單槍) đơn thương độc mã.

필멸(必滅) ~의 tính tất yếu sẽ chết. ¶ 생자(生者) ~ người sống rồi cũng sẽ chết.

필명(筆名) bút danh; sự nổi tiếng do viết bài.

필묵(筆墨) bút mực, bút nghiên; văn phòng phẩm (문방구).

필법(筆法) (운필법) thuật viết chữ đẹp; (문체) bút pháp, văn phong.

필봉(筆鋒) ¶ ~이 날카롭다 văn phong hay lối viết sắc sảo, văn phong đầy tính thuyết phục.

필부(匹夫) một người đàn ông; người đàn ông tầm thường.

필사(必死) tất sẽ chết. ¶ ~적으로 liều mạng, quyết tử / ~항전 kháng chiến quyết tử.

필사(筆寫) sự viết lại, sự sao chép lại. **~하다** viết lại, sao chép lại. ¶ ~료 phí sao chép lại.

필산(筆算) tính toán bằng tay không dùng máy. **~하다** tính toán, làm toán.

필살(必殺) ¶ ~의 일격(一擊) một đòn chí mạng, một đòn chí tử.

필생(畢生) ~의 đời người, cuộc đời. ¶ ~의 사업 sự nghiệp cả đời.

필생(筆生) người viết; người sao chép.

필설(筆舌) ¶ ~로 다할 수 없다 không thể tả (diễn tả, thổ lộ) bằng từ ngữ nói ra hay viết ra.

필세(筆勢) nét bút, nét chữ.

필수(必須) ~의 thuộc tính tất yếu, thuộc tính cần thiết, bắt buộc. ¶ ~ 과목 môn học bắt buộc / ~ 조건 điều kiện thiết yếu / ~ 조항(條項) điều khoản bắt buộc.

필수품(必需品) nhu yếu phẩm. ¶ 생활 ~ đồ đạc hay hàng hoá thiết yếu cho cuộc sống.

필승(必勝) tất thắng. ¶ ~의 신념 niềm tin tất thắng / ~을 다짐하다 quyết tâm chiến thắng / 오, ~코리아! quyết thắng Hàn Quốc ơi! (câu hát ủng hộ đội tuyển bóng đá Hàn Quốc).

필시(必是) nhất thiết; chắc chắn.

필연(必然) tất nhiên, tất yếu; (부사적) chắc chắn. ~적 tất yếu. ¶ ~적으로 một cách tất yếu. ¶ ~성 tính tất yếu, tính chắc chắn.

필요(必要) sự tất yếu, sự thiết yếu; sự cần thiết. ～한 tất yếu, thiết yếu; cần thiết. ¶ ～한 경우에는 trong trường hợp cần thiết / ～가 없다 không cần thiết; vô dụng / …을 ～로 하다 cần đến, cần phải có. ¶ ～성(性) tính cần thiết / ～악 điều ác nhưng cần thiết về mặt xã hội / ～조건 điều kiện cần thiết.

필유곡절(必有曲折) chắc chắn là có uẩn khúc gì đó, chắc chắn là có lí do gì đó.

필자(筆者) tên gọi mà tác giả, người viết tự chỉ mình.

필적(匹敵) **~하다** đọ sức với, đấu với. ¶ ～할 만한 사람(것)이 없다 không có đối thủ, vô địch.

필적(筆跡) (글씨) bút tích, chữ viết. ¶ 남자[여자]의 ～ nét chữ của con trai [con gái] / ～을 감정하다 giám định nét chữ, nhận dạng bút tích.

필주(筆誅) ¶ ～를 가하다 tố giác, tố cáo (người nào) qua chữ viết.

필지(必至) ～의 thuộc về việc chắc chắn xảy ra, việc không tránh khỏi.

필지(必知) sự cần thiết phải biết, điều cần biết. ¶ ～ 사항 sự việc mọi người cần biết.

필지(筆地) đơn vị dùng khi đếm ruộng vườn, nương rẫy.

필진(筆陣) bút chiến, trận chiến bằng ngòi bút.

필치(筆致) văn phong, phong cách viết (문체); nét bút, bút pháp (필세).

필터(filter) giấy lọc; giấy làm đầu lọc của thuốc lá (담배의). ¶ ～ (달린) 담배 thuốc có đầu lọc.

필통(筆筒) hộp đựng bút, giá cắm bút (꽂아두는).

필하다(畢-) hoàn tất, kết thúc, làm xong.

필화(筆禍) ¶ ～를 입다 bị lên án (tai họa) vì bài viết hay cách viết.

필휴(必携) ～의 thuộc tính cần thiết phải có. ～의 책 sách cần thiết phải có.

핍박(逼迫) ❶ (재정적) **~하다** áp lực vì tiền, thiếu thốn hay khó khăn về tài chính. ¶ 금융의 ～ áp lực của tiền tệ (vốn liếng), áp lực kinh tế (vật chất). ❷ (박해) ～하다 ngược đãi, bức hại.

핍진(逼眞) ☞ **박진**(迫眞).

핏기 ☞ **혈색**(血色). ¶ ～없는 không có sắc máu; có nước da không tốt, sắc da không tốt / ～가 가시다 thất sắc, mất sắc.

핏대 mạch máu, gân máu. ¶ ～를 올리다 nổi gân máu, sôi máu; điên tiết, nổi khùng lên.

핏덩어리 giọt máu, cục máu, hạt máu.

핏덩이 ☞ **핏덩어리**.

핏발서다 bị xung huyết, bị tăng xông máu.

핏줄 ❶ ☞ **혈관**. ❷ (혈족) huyết tộc; (가계) quan hệ huyết thống, quan hệ máu mủ, dòng máu. ¶ ～이 같은 cùng dòng máu.

핑 ❶ (도는 꼴) vòng tròn. ❷ (어찔한 꼴) ¶ ～ 돌다 choáng váng.

핑계 cớ. ☞ **구실**. ¶ ～를 대다 lấy cớ, viện cớ, dùng lời thoái thoác.

핑그르르 sự quay vòng vòng.

핑크(pink) ¶ ～색의 thuộc sắc hồng. ¶ ～ 무드 bầu không khí màu hồng, cảm xúc màu hồng.

핑퐁 ☞ **탁구**.

핑핑 sự quay cuồng. ～돌다 quay cuồng; (눈이) hoa mắt, choáng váng.

핑핑하다 ❶ (켕기다) bó sát, chật căng, khít. ❷ (어슷비슷함) ngang bằng, ngang sức, bằng nhau.

ㅎ

하(下) ❶ (하급) hạ đẳng, hạ cấp, cấp thấp. ❷ (하권) cuốn cuối cùng, tập cuối, chương cuối ❸ (부사적) thuộc dưới, bên dưới, phía dưới. ¶ …의 감독 ~에 dưới sự lãnh đạo của ….

하감(下疳) 【YH】 săng. ¶ 연성 [경성] ~ săng mềm [cứng].

하강(下降) sự hạ xuống, sự lắng xuống, sự tụt giảm, đi xuống. **~하다** tụt, giảm, hạ, đi xuống. ¶ 경기의 ~ tình hình kinh tế suy giảm.

하객(賀客) khách chúc mừng, ¶ 신년 ~ khách đến chúc mừng năm mới.

하계(下界) hạ giới, thế gian, trần gian; (현세) hiện thời; (지상) trên mặt đất. ¶ ~를 굽어보다 cúi nhìn xuống hạ giới.

하계(夏季) mùa Hè. ☞ **하기**(夏期).

하고 (와) và, cùng, với; (함께) cùng với, cùng nhau.

하고많다 rất nhiều, muôn vàn, vô số. 하고많은 것 중에 왜 이것을 골랐느냐? tại sao bạn chọn cái này trong số rất nhiều thứ?

하곡(夏穀) vụ Hè Thu, vụ mùa.

하관(下棺) sự hạ quan, hạ huyệt. **~하다** hạ quan, hạ huyệt.

하관(下顴) hàm dưới, cằm dưới. ¶ ~이 빨다 cằm nhọn so với khuôn mặt.

하교(下教) (명령) mệnh lệnh, yêu cầu; (교시) sự chỉ dẫn.

하구(河口) cửa sông ☞ **강어귀**.

하권(下卷) quyển cuối, tập cuối; (두 권 또는 세권 중의) tập cuối, hồi kết thúc.

하극상(下剋上) sự vượt lên, nổi dậy chống đối cấp trên (chính quyền).

하급(下級) hạ cấp, cấp dưới, cấp thấp, sơ cấp. ~의 thuộc cấp dưới, hạ cấp, sơ cấp. ¶ ~ 공무원 công chức cấp dưới / ~ 관청 cơ quan cấp dưới / ~ 노동자 người lao động cấp dưới / ~ 법원 tòa án sơ thẩm / ~생 học sinh (học viên) cấp dưới / ~ 장교 sĩ quan cấp dưới / ~ 품 hàng kém chất lượng.

하기(下記) dưới đây, sau đây, ở hồi sau, ở phần tiếp sau. ¶ ~ 사항 phần sau, nội dung dưới đây / ~와 같이 như sau, như dưới đây.

하기(夏期) mùa Hè, mùa Hạ. ¶ ~ 학교 [강습회] trường học [khoá học] mùa Hè / ~ 휴가 kỳ nghỉ Hè / ~ 방학 nghỉ hè của học sinh.

하기는 (실상은) sự thực, sự thực là, thực tế là. ¶ ~ 네 말이 옳다 thực tế, anh nói đúng.

하기식(下旗式) 【QS】 lễ hạ cờ, nghi thức hạ cờ.

하나 một, một cái (한개). ~의 một mình, đơn độc, đơn lẻ; (동일한) đồng nhất, cùng một. ¶ ~씩 từng người từng người một, từng cái một (개별적으로) / ~에 500원 500 won một cái / 단 ~뿐인 친구 người bạn duy nhất

/ ～도 남김없이 một cách không để sót, không còn một cái gì / ～에서 열까지 từ một đến mười.

하나님 [CĐG] chúa, chúa trời, đấng tối cao.

하녀(下女) người hầu gái, nữ giúp việc.

하느님 trời, ông trời.

하늘 ❶ (천공) trời, bầu trời, thiên đường. ¶ ～빛(의) ánh sáng trời / 갠 [흐린] ～ trời quang đãng [âm u] / ～의 용사 thiên binh, tướng nhà trời / ～ 높이 cao lên trời / ～을 찌를 듯한 như xé cả bầu trời / ～에서 날다 bay trên trời / ～에서 별따기 khó như hái sao trên trời. ❷ (하느님) ông trời, chúa trời. ¶ ～이 주신 trời cho (của) / ～을 두려워하다 sợ sệt, sợ ông trời / ～은 스스로 돕는 자를 돕는다 trời chỉ giúp những người biết tự giúp chính mình.

하늘거리다 đung đưa, đu đưa, lắc lư.

하늘다람쥐 [ĐV] con sóc bay.

하늘소 [CT] con bọ sừng dài.

하늘지기 [TV] cây cói túi.

하다 ❶ (행하다) làm, thực hiện; (시도) thử làm; (행동) thực hiện, hành động; (실행) thực hành; (착수) bắt tay vào làm. ¶ 하고 있는 일 công việc đang làm / …하였을 때에는 những lúc làm / 하라는 대로 theo đúng yêu cầu / 일을 ～ làm việc / 연설을 ～ phát biểu, đọc diễn văn / 할 일이 많다 có nhiều việc làm / 나쁜 짓을 ～ có hành động xấu, làm việc xấu / 해보다 thử làm, thử sức / 해치우다 hoàn thành, hoàn tất, kết thúc / 잘 ～ làm tốt / …하기 일쑤다 nhiều khi làm, thường làm … / ～ 말고 그만두다 ngừng lại, dừng việc / 문학을 ～ làm nghề văn học, nghiên cứu văn học / 하는 일 없이 지내다 sống buồn tẻ, sống không có việc gì để làm. ❷ (배우다) học tập, nghiên cứu; (알다) biết, hiểu biết. ¶ 불어를 ～ biết tiếng Pháp. ❸ (연기) hoãn, dừng lại. ❹ (먹다) ăn uống. ¶ 한 잔 더 ～ uống một cốc (chén) nữa. ❺ (경험하다) có kinh nghiệm, từng trải. ¶ 고생을 ～ vất vả, từng trải. ❻ (종사) theo làm công việc kinh doanh; (경영) buôn bán. ¶ 책방을 ～ kinh doanh hiệu sách / 중매쟁이 노릇을 ～ làm môi giới. ❼ (값이) giá, có giá. ¶ 90,000원 하는 시계 chiếc đồng hồ có giá 90,000 won. ❽ (착용) đeo, cài. ❾ (칭하다) gọi, gọi là, có tên là. ¶ 박찬호라고 하는 사나이 người đàn ông có tên gọi Park Chan-Ho.

하다못해 nếu không có cách nào, tuy trường hợp xấu nhất nhưng. ¶ ～ 시계라도 팔아 빚을 갚겠다 nếu không có cách khác thì tôi sẽ bán đồng hồ để trả nợ.

하단(下段) ❶ (글의) dòng dưới cùng (dòng chữ, mục dưới cùng). ❷ (계단의) bậc dưới cùng, nấc dưới, tầng dưới cùng, tầng thấp nhất.

하달(下達) ☞ **전달**. truyền, truyền đạt, thông báo, thông tin xuống dưới. ¶ 상의(上意)를 ～하다 truyền đạt ý của cấp trên / 명령을 ～하다 truyền đạt mệnh lệnh.

하대(下待) cư xử không lịch sự, sự vô lễ. **~하다** đối đãi bất lịch sự, (말을) ăn nói không tôn trọng, mất lịch sự.

하도 quá, quá nhiều. ¶ ～ 기뻐서 vì quá vui.

하도롱지(-紙) giấy xốp đóng gói, giấy bọc mềm (vật liệu dùng để phủ hoặc đóng gói chống xước).

하드웨어(hardware) [Đ] phần cứng máy tính.

하등(下等) ～의 hạ đẳng, bậc thấp, hệ bậc thấp. ¶ ～동물 [식물] động vật [thực vật] bậc thấp / ～품 hàng giá rẻ, hàng chất lượng thấp, hàng chất lượng kém.

하등(何等) (부사) (phó từ) nhỏ, con, đơn giản, bất cứ cái gì, bất cứ thứ gì. ～의 chỉ tính chất nhỏ nhặt, đơn giản của sự việc / ～의 이유도 없이 không có bất cứ lý do gì / ～ 이상이 없다 không có gì khác thường.

하락(下落) rơi, trượt, giảm, hạ, tụt. **~하다** rơi, trượt, hạ. ¶ 급격한 ～ giảm đột ngột, hạ đột xuất / 원화(貨)의 ～ sự tụt giá của đồng won.

하략 (下略) tóm lược, sơ lược. **~하다** rút gọn lại.

하렘 (회교국의) (đạo Hồi) hậu cung, nơi ở của phụ nữ tại các nước đạo hồi cấm nam giới ra vào tự do.

하례(賀禮) (예식) nghi lễ, nghi thức, lễ nghi; (축하) lễ chúc mừng. **~하다** tổ chức lễ chúc mừng. ¶ 신년 ～ lễ chúc mừng năm mới.

하루 ❶ ☞ **하룻날**. một ngày. ❷ (날수) đếm số ngày. ¶ ～ 종일 cả ngày, suốt cả ngày / ～일 việc làm trong ngày / ～에 trong một ngày / ～ 이틀(에) trong một hai ngày / ～ 걸러 cách một ngày. ❸ (어느날) ¶ ～는 một ngày nọ, một hôm.

하루거리 [YH] bệnh sốt rét cách nhật, cách ngày.

하루바삐 càng nhanh càng tốt, trong thời gian sớm nhất, trong thời gian nhanh nhất.

하루살이 [CT] con phù du. ¶ ～ 같은 인생 kiếp phù du, cuộc sống ngắn ngủi như kiếp phù du.

하루아침 ¶ ～에 chỉ trong một buổi sáng, chỉ trong chốc lát, bất ngờ / ～에 유명해지다 trong chốc lát bỗng trở nên nổi tiếng.

하루하루 ngày qua ngày, ngày này qua ngày khác, ngày này sang ngày nọ. ¶ ～ 연기하다 hoãn từ ngày này qua ngày khác / ～ 나아지다 ngày càng tốt hơn.

하룻강아지 chó con một ngày tuổi, sự kém hiểu biết, ít hiểu biết. ¶ ～ 범 무서운 줄 모른다 điếc không sợ súng (nguyên văn: chó con một ngày tuổi không biết sợ hổ).

하룻날 ngày đầu tháng, ngày thứ nhất.

하룻밤 một đêm, cả đêm. ¶ ～ 사이에 trong một đêm / ～ 묵다 trọ lại một đêm / ～을 지내다 qua đêm, qua một đêm.

하류(下流) ❶ (하천의) hạ lưu. ¶ 한강 ～에 hạ lưu sông Hàn. ❷ (사회의) hạ lưu, tầng lớp thấp. ¶ ～의 tầng lớp hạ lưu / ～ 계급 tầng lớp hạ lưu, tầng lớp dân trí thấp / ～ 생활 cuộc sống hạ lưu, cuộc sống khó khăn.

하륙(下陸) cập cảng, bốc dỡ hàng. **~하다** cập cảng, cập bến, bốc dỡ hàng. ¶ ～장 bến cảng, cảng bốc dỡ hàng.

하르르하다 (giầy, quần áo) nhẹ, mỏng.

하리놀다 nói xấu, vu khống, vu cáo.

하릴없다 không thể tránh được, không thể làm khác được (서술적). ¶ 바보라는 말을 들어도 ～ mặc dù nghe họ nói mình ngốc, nhưng mình cũng không làm gì được.

하릴없이 không thể làm gì khác, không thể làm khác được. ¶ ～ …하다 không tránh được, bất đắc dĩ phải làm.

하마(下馬) **~하다** xuống ngựa. ¶ ～ 석(石) thềm đỡ chân khi lên xuống ngựa, bậc đá / ～평(評) lời đồn, tin đồn về ứng viên quan chức.

하마(河馬) [ĐV] con hà mã.

하마터면 (거의) gần như, coi như, hầu

ㅎ

như; (간신히) suýt nữa, chút nữa. ¶ ~ …할 뻔하다 chút nữa thì, suýt thì … / ~ 익사할 [죽을] 뻔했다 suýt chết đuối [chết].

하명(下命) lời kính trọng của mệnh lệnh; sự hạ lệnh, sự ra lệnh, sự chỉ thị. **~하다** ra lệnh, hạ lệnh, chỉ thị.

하모니(harmony) sự hài hoà, hòa thuận. ¶ …와 ~를 이루다 tạo thành hài hoà với, hòa hợp với.

하모니카 【AN】 cây kèn ácmônica.

하문(下問) (từ tôn trọng) việc cấp trên hỏi cấp dưới. **~하다** cấp trên hỏi cấp dưới.

하물(荷物) hàng hoá, hành lý ☞ **짐, 화물**.

하물며 huống chi, huống hồ. ¶ 그는 영어를 못 읽는데 ~ 독일어를 하겠는가 anh ấy đã không đọc được tiếng Anh thì huống chi đọc được tiếng Đức.

하박(下膊) 【GP】 cẳng tay ¶ ~골(骨) xương cẳng tay.

하반(下半) nửa cuối, nửa sau. ¶ ~기(期) kỳ sau, nửa cuối, sáu tháng cuối năm / ~신 nửa dưới cơ thể, bộ phận dưới.

하복(夏服) trang phục mùa Hè.

하복부(下腹部) bụng dưới.

하부(下部) cấp dưới, cơ quan thấp hơn, tổ chức thấp hơn. ¶ ~ 기관 cơ quan cấp dưới / ~ 조직 tổ chức cấp dưới / ~ 구조 cấu trúc bên dưới.

하비다 ❶ (할퀴다) cào, móc. ❷ nói xấu, bới chuyện của người khác.

하사(下士) hạ sĩ. ¶ ~관 (육군) hạ sĩ quan (lục quân), (해군) hạ sĩ quan (hải quân).

하사(下賜) **~하다** ban cho, phát cho, cấp cho, trợ cấp, (금전을) ban cho tiền. ¶ ~품[금] vật [tiền] ban tặng.

하산(下山) ❶ (산에서) **~하다** hạ sơn, xuống núi, đi xuống núi. ❷ (절에서) **~하다** đi xuống núi (người tu hành xuất hành xuống núi).

하상(河床) lòng sông, độ sâu của một con sông.

하선(下船) **~하다** lên bờ, lên bộ, rời tàu.

하선(下線) gạch chân, gạch dưới chân, đánh dấu gạch chân.

하소연 sự phàn nàn, sự kêu ca, sự ca thán. **~하다** kêu ca, phàn nàn, ca thán.

하수(下水) nước cống. ¶ ~관 ống thoát nước (집의) / ~구(構) cống nước ngầm (길가의) / ~도 đường ống (cống) thoát nước / ~도 공사 công trình đường ống thoát nước / ~ 처리장 khu xử lý nước thải.

하수(下手)[1] (솜씨) vụng về, chưa thành thục; (사람) người không có tay nghề; (바둑·장기의) chơi cờ kém (cờ vây, cờ tướng).

하수(下手)[2] người ra tay giết người, hạ thủ. ¶ ~인 kẻ sát nhân; tay sai.

하숙(下宿) ở trọ, ở tạm (ăn uống sinh hoạt cùng nhà chủ). **~하다** ở trọ, ở tạm. ¶ ~을 치다 cho thuê phòng trọ. ¶ ~비 tiền trọ, chi phí tiền trọ / ~생 sinh viên ở trọ / ~인(人) người ở trọ, người trọ / ~집 nhà trọ / ~집을 경영하다 kinh doanh nhà trọ).

하순(下旬) hạ tuần (10 ngày cuối tháng). ¶ 5월 ~에 vào hạ tuần tháng năm.

하야(下野) **~하다** thôi việc quay về với cuộc sống thường ngày (xin từ quan về ở ẩn); (nhà lãnh đạo như tổng thống) từ chức.

하얗다 trắng, trắng tinh, trắng muốt.

하얘지다 bạc, trắng ra, trở nên trắng. ¶ 머리가 ~ tóc bạc đi.

하여간(何如間) ☞ **하여튼**. dù sao chăng nữa, dù sao đi nữa.

하여튼(何如-) dù sao chăng nữa, dù sao đi nữa.

하역(荷役) sự bốc dỡ hàng, bốc xếp hàng.

ㅎ

~하다 bốc dỡ hàng, xếp dỡ hàng. ¶ ~ 인부(人夫) công nhân bốc xếp, người khuân vác.

하염없다 (생각없다) ngơ ngẩn, ngẩn ra, mụ mị, không suy nghĩ. ¶ 하염없이 một cách ngơ ngẩn, mê muội, không suy nghĩ; (그치지 않고) không ngừng, không dứt / 눈물을 하염없이 흘리다 không ngừng chảy nước mắt (không ngừng khóc).

하오(下午) ☞ **오후** buổi chiều.

하옥(下獄) **~하다** hạ ngục, bỏ tù, tống giam.

하와이 Hawaii. ¶ ~의 thuộc về Hawaii / ~ 사람 người dân Hawaii.

하원(下院) hạ viện (미국), hạ nghị viện (영국). ¶ ~ 의원 đại biểu hạ viện (미국); đại biểu hạ nghị viện(영국).

하위(下位) vị trí thấp, cấp thấp. ~의 thuộc vị trí thấp, cấp thấp.

하의(下衣) hạ y, quần áo mặc phủ phía dưới, quần

하이(high) cao. ¶ ~라이트 chỗ nổi bật nhất, vị trí đẹp nhất / ~틴 thanh niên đang ở độ tuổi 17-19 / ~힐 giầy (dép) cao gót.

하이잭(hijack) không tặc, cướp máy bay.

하이칼라 ~의 theo mốt, đúng mốt

하이킹(hiking) cuộc hành quân, cuộc đi bộ đường dài. ¶ ~하는 사람 người đi bộ đường dài / ~ 가다 đi bộ đường dài.

하이파이(hi-fi) ¶ ~의 có độ trung thực cao (các thiết bị nghe nhìn) / ~ 재생 장치(裝置) thiết bị nghe nhìn có độ trung thực cao.

하이포(hypo) 【HH】 hyposufit.

하이픈(hyphen) dấu nối, dấu ngắt quãng, dấu gạch nối.

하인(下人) người hầu, người giúp việc.

하인(何人) dù ai, dù bất cứ ai. ¶ ~을 막론하고 bất kể ai đó.

하인방(下引枋) 【KTr】 ngưỡng cửa.

하자(瑕疵) 【PL】 vết khuyết, khe hở. ¶ ~ 없는 không có kẽ hở nào.

하자마자 ngay lập tức, ngay sau khi (hành động mệnh đề sau nối tiếp hành động mệnh đề trước). ¶ 그는 밥을 먹자마자 일하러갔다 anh ấy vừa ăn cơm xong đã đi làm.

하잘것없다 không quan trọng, tầm thường, không đáng kể.

하저(河底) đáy sông, đáy suối.

하전(荷電) 【VLH】 sự tích điện, điện tích

하절(夏節) mùa Hè, tiết mùa Hạ.

하정(賀正) sự chúc mừng năm mới, (연하장에) lời chúc mừng (ghi trong thiệp chúc mừng năm mới).

하제(下劑) 【DH】 thuốc nhuận tràng, (완하제) thuốc chống táo bón.

하주(荷主) chủ hàng (chủ lô hàng chuyển trên các chuyến tàu, máy bay).

하중(荷重) tải trọng. ¶ ~ 시험 thử tải trọng / 안전 ~ trọng tải, trọng lượng an toàn.

하지(下肢) các chi dưới, phần dưới cơ thể.

하지(夏至) hạ chí.

하지만 nhưng, nhưng mà.

하지않을수없다 không thể không làm được, bắt buộc phải làm, có nghĩa vụ phải làm(의무적으로).

하지하(下之下) xấu nhất, tồi nhất, tệ nhất. ~의 có tính xấu nhất, tồi nhất.

하직(下直) sự tạm biệt, sự từ biệt. **~하다** từ biệt, tạm biệt, chia tay.

하차(下車) sự xuống xe, xuống tàu. **~하다** xuống xe, xuống tàu.

하찮다 không quan trọng, bình thường, không có giá trị, không hấp dẫn, không lôi cuốn, vớ vẩn. ¶ 하찮은 일에 성내다 nổi cáu với việc vớ vẩn.

하천(河川) nhánh sông, suối, kênh, rạch, hệ thống thoát nước. ¶ ~ 공사 thi công hệ thống kênh rạch / ~ 부지 khu vực có sông, kênh rạch / ~ 수질 기준치 tiêu chuẩn nước sạch tại các hệ thống sông, suối / ~ 오염 ô nhiễm sông, suối.

하청(下請) hợp đồng phụ, thầu phụ. ¶ ~을 맡다 nhận thầu phụ / ~을 주다 cho thầu lại. ¶ ~ 공사 công trình thầu phụ / ~ 공장 nhà máy thầu phụ / ~인 nhà thầu phụ.

하체(下體) phần dưới, bộ phận dưới cơ thể. ¶ ~의 thuộc về bộ phận dưới cơ thể.

하층(下層) tầng thấp, giai cấp thấp. ¶ ~ 계급 tầng lớp hạ lưu / ~ 사회 xã hội của tầng lớp hạ lưu / ~ 생활 cuộc sống sinh hoạt của tầng lớp hạ lưu.

하치(下-) thấp hơn về bậc cấp, địa vị xã hội, tầm quan trọng, phẩm chất thua kém.

하치않다 ☞ **하찮다**. không quan trọng, vớ vẩn, vặt vãnh.

하치장(荷置場) kho, kho chứa, chỗ chứa, nơi chứa.

하키(hockey) 【TT】 môn khúc côn cầu; (육상) khúc côn cầu trên cỏ; (빙상) khúc côn cầu trên băng.

하퇴(下腿) chân, đùi, chi dưới. ¶ ~골 xương chân (đùi), xương chi dưới / ~ 동맥 động mạch đùi.

하편(下篇) ☞ **하권**(下卷). tập cuối, hồi cuối, phần cuối.

하품 sự ngáp. **~하다** ngáp. ¶ ~을 참다 cố nhịn không ngáp

하품(下品) ☞ **하치**(下-). hàng thấp kém, không có giá trị

하프(harp) 【ÂN】 đàn hạc

하필(何必) hà tất, sao lại phải vậy. ¶ ~이면 그 날에 hà tất thế nào cứ vào ngày đó / ~ 너냐 sao lại phải là cậu?

하하 "ha ha!". ¶ ~ 웃다 (tiếng cười) ha ha.

하학(下學) sự kết thúc giờ học, sự tan học. **~하다** tan học, hết giờ học. ¶ ~ 시간 giờ tan học.

하한(下限) mức tối thiểu, mức thấp nhất.

하항(河港) cảng sông, bến đỗ (trên sông, kênh, rạch).

하행(下行) xuôi xuống. ¶ ~ 열차 chuyến tàu xuôi xuống (như từ thủ đô đi xuống các tỉnh, thành phố).

하향(下向) sự giảm, sự tụt, sự đi xuống. ¶ ~세(勢) chiều hướng đi xuống (như giá cả).

하향(下鄕) sự về quê. **~하다** đi về quê.

하현(下弦) trăng khuyết. ¶ ~달 vầng trăng khuyết.

하혈(下血) 【YH】 sự băng huyết. **~하다** băng huyết.

하회(下廻) **~하다** không đạt tới, kém hơn, không bằng. ☞ **밑돌다**.

학(學) học, ☞ **학문**. học vấn; (학술) học thuật; (학습) học tập.

학(鶴) 【ĐV】 con hạc, loài chim tượng trưng cho tuổi thọ.

학감(學監) giám thị, chủ nhiệm, cán bộ phòng đào tạo (quản lý sinh viên, học sinh và công tác giáo dục) (학교의).

학계(學界) giới học thức, giới tri thức.

학과(學科) (전공과목) khoa, chuyên khoa. ¶ ~ 시험 kiểm tra của khoa, cấp khoa / 한국~ khoa Hàn Quốc học / 베트남어과 khoa Tiếng Việt.

학과(學課) khóa học, chương trình học. ¶ ~ 시간표 thời khoá biểu của khóa học.

학관(學館) cơ quan giáo dục dân lập.

학교(學校) trường, trường học; (대학)

ㅎ

trường đại học. ¶ ～에서 trong trường, trong trường học / ～가 파한 후 sau khi tan học / ～에 들어가다 nhập học, vào trường / ～에 다니다 đi học, học ở trường / ～를 쉬다[빼먹다] nghỉ học [bỏ học, trốn học]. ¶ ～ 급식[생활] bữa ăn tại trường, bữa ăn do trường phục vụ [sinh hoạt trong trường] / ～ 대항(의) cạnh tranh, ganh đua của trường học / ～ 성적 kết qủa học tập, thành tích học tập / ～ 친구 bạn học, bạn cùng trường.

학교교육(學校教育) giáo dục nhà trường. ¶ ～을 받다 được giáo dục tại nhà trường. ¶ 정규 ～ giáo dục trường học chính quy.

학구(學究) sự học tập, nghiên cứu. ～적 có tính học hỏi, nghiên cứu. ¶ ～ 정신 tinh thần học tập.

학구(學區) khu vực trường học.

학군(學群) nhóm các trường trung học chia theo khu vực. ¶ ～제 hệ thống các trường trung học chia theo khu vực.

학급(學級) lớp, lớp học. ¶ ～회 cuộc họp lớp.

학기(學期) học kỳ. ¶ ～말 시험 thi cuối học kỳ.

학년(學年) niên học, năm học. ¶ ～말 시험 thi cuối năm / (대학교) 1 [2, 3, 4]～생 sinh viên năm thứ nhất [hai, ba, tư].

학당(學堂) ❶ ☞ **글방**. ❷ ☞ **학교**. phòng học, phòng nghiên cứu, trường học.

학대(虐待) sự ngược đãi, sự bạc đãi, sự hành hạ. **~하다** bạc đãi, hành hạ, đối xử tệ, ngược đãi. ¶ 정신적인 ～ ngược đãi về tinh thần / ～에 못 이겨 không thắng được sự ngược đãi.

학덕(學德) sự học tập và đức hạnh.

학도(學徒) sinh đồ, học sinh. ¶ ～병 lính xuất thân sinh viên / ～ 호국단 đoàn thanh niên học sinh vệ quốc.

학동(學童) (초교학생) học sinh trường tiểu học.

학력(學力) học lực, học vấn, kiến thức, trí thức. ¶ 대학 출신 이상의 ～이 있다 có trình độ học lực trên đại học / ～ 고사 kiểm tra học lực; thi đại học.

학력(學歷) lý lịch học tập, quá trình học tập. ¶ ～이 없는 사람 người không có lý lịch học hành.

학령(學齡) tuổi đi học, tuổi đến trường. ¶ ～ 아동 trẻ đủ tuổi đến trường.

학리(學理) lý thuyết, học thuyết. ～적(으로) mang tính lý thuyết.

학명(學名) tên khoa học, có tên khoa học. ¶ ～을 붙이다 đặt tên khoa học.

학무(學務) học vụ, việc liên quan đến giáo dục.

학문(學問) học vấn; (학력) học lực; (지식) kiến thức, tri thức. **~하다** học tập, tiếp thu kiến thức, nghiên cứu. ¶ ～이 있는 có học thức, có trình độ được đào tạo, kiến thức / ～의 자유 sự tự do của kiến thức, tri thức.

학벌(學閥) phe, giới cùng một nơi đào tạo

학보(學報) thông báo, thông cáo liên quan đến chương trình đào tạo; tạp chí khoa học.

학부(學府) cơ quan giáo dục, đại học. ¶ 최고 ～ cơ quan giáo dục tối cao.

학부(學部) khoa, chuyên khoa, chuyên ngành.

학부모(學父母) phụ huynh học sinh. ¶ ～회 hội phụ huynh học sinh.

학비(學費) học phí, tiền học. ¶ ～에 곤란을 받다 khốn đốn vì tiền học, gặp nhiều khó khăn trong vấn đề học phí

학사(學士) học sĩ, cử nhân, người tốt nghiệp đại học.

학사(學事) nghiệp vụ của trường về giáo dục và đào tạo. ¶ ~ 보고 báo cáo về giáo dục, đào tạo.

학살(虐殺) **~하다** thảm sát, tàn sát, (대량) tàn sát hàng loạt.

학생(學生) học sinh, sinh viên, học viên. ¶ ~ 소요 bạo loạn của học sinh / ~ 시절 thời học sinh (thời sinh viên) / ~증 thẻ học sinh (học viên, sinh viên) / ~회 hội học sinh, hội sinh viên / ~회 회장 chủ tịch hội học sinh / ~ 회관 văn phòng của hội sinh viên, hội quán sinh viên.

학설(學說) học thuyết, nguyên lý, lý thuyết.

학수고대(鶴首苦待) **~하다** chờ dài cổ, mòn mỏi trông chờ.

학술(學術) học thuật; có tính khoa học (과학); có kiến thức, có học thức (학예), (학문);. ¶ ~상의 mang tính học thuật. ¶ ~ 강연(회) buổi thuyết giảng khoa học / ~ 논문 luận văn khoa học / ~ 논문지 tạp chí khoa học / ~(용)어 thuật ngữ khoa học / ~원 (회원) viện (thành viên) khoa học / 한국 ~ 회의 hội nghị khoa học Hàn Quốc.

학습(學習) sự học tập. ¶ ~ 지도 hướng dẫn học tập.

학식(學識) học thức, kiến thức, tri thức. ¶ ~ 있는 có kiến thức / ~없는 không có kiến thức, vô học.

학업(學業) việc học hành, sự học tập. ¶ ~에 힘쓰다 chăm chỉ, chịu khó học tập / ~을 게을리하다 lười học, sao nhãng việc học hành.

학예(學藝) văn học nghệ thuật. ¶ ~란(欄) chuyên mục văn học nghệ thuật (trên báo) / ~ tác phẩm do học sinh làm như tranh vẽ, chữ viết / ~회 hội văn học nghệ thuật.

학용품(學用品) dụng cụ học tập, đồ dùng học tập.

학우(學友) bạn học cùng trường. ¶ ~회 hội cựu sinh viên, học sinh đã ra trường (졸업생의).

학원(學院) trung tâm đào tạo, trung tâm dạy nghề. ¶ 입시 ~ trung tâm dạy luyện thi tuyển sinh đại học / 자동차 ~ trung tâm đào tạo dạy lái xe.

학원(學園) cơ quan giáo dục. ¶ ~ 사찰 thanh tra cơ quan giáo dục.

학위(學位) học vị, bằng cấp (tiến sĩ) (박사). ¶ ~ 논문 luận văn tốt nghiệp / ~ 수여식 lễ trao bằng, lễ cấp bằng / 박사~ học vị tiến sĩ / 명예박사~증 bằng tiến sĩ danh dự.

학자(學者) nhà khoa học, nhà nghiên cứu, học giả. ¶ 김교수는 유명한 ~다 giáo sư Kim là nhà khoa học nổi tiếng.

학자금(學資金) ☞ **학비**. tiền học, học phí.

학장(學長) hiệu trưởng.

학적부(學籍簿) sổ học bạ.

학점(學點) điểm học, đơn vị học trình, tín chỉ. ¶ ~을 이수하다 hoàn thành đủ số đơn vị học trình / ~이 모자라다 thiếu tín chỉ / 베트남역사는 3학점이다 môn lịch sử Việt Nam là 3 tín chỉ.

학정(虐政) chế độ độc tài, chính quyền bạo ngược. ¶ ~에 신음하다 rên siết dưới chế độ độc tài.

학제(學制) hệ thống giáo dục đào tạo, chế độ giáo dục.

학질(瘧疾) 【YH】 bệnh sốt rét. ¶ ~로 떨다 run người vì cơn sốt rét / ~떼다 thoát khỏi những vấn đề phiền toái (비유적).

학창(學窓) ☞ **학교**. trường, trường lớp. ¶ ~ 시절 thời học sinh (sinh viên).

학칙(學則) nội quy, quy định nhà trường.

학파(學派) học phái. ¶ 헤겔 ~ thuyết (trường phái) Hê-ghen.

학풍(學風) học phong, phong cách học tập; khuynh hướng nghiên cứu học tập. ¶ ~을 세우다 xây dựng phong cách học tập.

학형(學兄) anh, chị. (cách gọi giữa những người đã học và tốt nghiệp cùng một trường).

학회(學會) học hội, hội khoa học. ¶ 한글 ~ học hội Hangeul.

한(恨) ❶ (원한) lòng oán hận, sự hận thù, mối ác cảm (증오). ¶ ~을 품다 ôm mối thù, ôm mối hận, mang ác cảm / ~을 풀다 trút bỏ những ác cảm. ❷ (한탄) sự than vãn, nuối tiếc. ¶ ~많은 nhiều nuối tiếc, nhiều hối tiếc / 천추의 ~ mối thù ngàn năm, mối hận ngàn thu / ~이 없다 không thù oán, không ác cảm.

한(限) ❶ (한도) hạn độ, giới hạn. ❷ (…하는 한) nếu … thì. ¶ 될 수 있는 ~ ở mức độ có thể được / 내가 아는 ~ theo những gì tôi biết / 따로 규정이 없는 ~ nếu không có quy định riêng thì. ❸ (기한) kỳ hạn, nhiệm kỳ. ¶ 이달 15일 ~ kỳ hạn đến ngày 15 tháng này.

한 ❶ (하나) một, số 1, một đơn vị. ¶ ~마디 một lời nói. ❷ (대략) khoảng chừng, chừng.

한… ❶ (큰) to, lớn, cao, rộng. ❷ (가장·한창) ngay giữa, đỉnh điểm. ❸ (같은) cùng, giống như. ¶ ~집에 trong cùng nhà, một nhà.

한가(閑暇) sự rảnh rang, sự rảnh rỗi. **~하다** rảnh rỗi, rảnh rang. ¶ ~롭다. ☞ **한가하다**.

한가운데 ở chính giữa, ở trung tâm.

한가위 rằm tháng Tám (âm lịch).

한가을 chính giữa mùa Thu, những ngày mùa vụ.

한가지 ❶ (일종) một loại, thứ. ❷ (동일) cùng loại, giống nhau, như nhau. ☞ **마찬가지**. ¶ 죽은 거나 ~다 cũng giống như chết mà thôi.

한갓 đơn giản chỉ là. ¶ 그것은 ~ 가짜에 불과하다 Đó chẳng qua chỉ là cái giả.

한갓지다 yên bình, yên ả, thư thả. ¶ 한갓진 시골 생활 cuộc sống nông thôn yên bình và thư thả.

한거(閑居) sống nhàn hạ, nhàn cư

한걱정 bận tâm, lo lắng nhiều.

한걸음 một bước. ¶ ~에 một bước / ~ 앞으로 나오다 bước lên trước một bước.

한겨울 chính giữa mùa Đông, mùa Đông giá lạnh.

한결 (눈에 띄게) nổi bật, đáng kể; (한층 더) lên tầm cao mới, nâng cao; (특히) đặc biệt.

한결같다 trung thành, chung thuỷ, bền chặt; (변함없다) không thay đổi. ¶ 한결같이 không thay đổi, trước sau như một.

한겻 một phần tư trong ngày.

한계(限界) giới hạn, ranh giới, hạn định, phạm vi. ¶ ~를 정하다 quy định giới hạn. ¶ ~ 속도 tốc độ giới hạn / ~점 điểm giới hạn / ~ 효용 hiệu dụng biên tế / ~효용체감법칙 định luật tính hiệu dụng biên giảm dần.

한계(韓系) (한국계) giới người Hàn Quốc, gốc Hàn Quốc. ¶ ~ 미국인 người Mỹ gốc Hàn Quốc.

한고비 cơn khủng hoảng, sự khó khăn. ¶ ~ 넘기다 vượt qua cơn khủng hoảng (bệnh tật, sự khủng hoảng kinh tế).

한교(韓僑) (한인교포) Hàn kiều, kiều bào Hàn Quốc.

한구석 một góc, một xó. ¶ ～에 trong một góc, trong một xó.

한국(韓國) Hàn Quốc. ¶ ～의 thuộc về Hàn Quốc / ～어 tiếng Hàn Quốc / ～화하다 Hàn Quốc hoá (làm thay đổi theo phong cách Hàn Quốc. ¶ ～ 국민 người dân Hàn Quốc / ～ 요리(料理) món ăn Hàn Quốc / ～ 육군 lực lượng lục quân Hàn Quốc / ～ 은행 Ngân hàng Trung ương Hàn Quốc / ～인 người Hàn Quốc / ～학 Hàn Quốc học.

한군데 (같은데) cùng một nơi, cùng một chỗ.

한근심 ☞ **한걱정**. bận tâm, lo lắng nhiều.

한글 Hangeul, chữ Hàn. ¶ ～ 전용 chuyên dùng chữ Hàn.

한기(寒氣) không khí rét, cái rét, hơi rét.

한길 đường cái, đường to.

한꺼번에 (한번에) một lúc, cùng một lúc, cùng một lần; (동시에) đồng thời; (다) tất cả, tất cả cùng.

한껏 ❶ (힘껏) nỗ lực cao, quyết tâm cao, hết sức mình. ¶ ～ 일하다 làm việc hết sức mình. ❷ (한도껏) hết mức. ¶ ～ 잡아 당기다 kéo hết mức. ❸ (실컷) thỏa thích, thoải mái, tự nhiên. ¶ ～ 먹다 ăn thoải mái, ăn tự nhiên / ～ 즐기다 vui chơi thoải mái, thưởng thức tự nhiên.

한끼 một bữa ăn. ¶ ～를 거르다 bỏ một bữa ăn.

한나절 nửa ngày.

한낮 giữa trưa, chính ngọ. ¶ 한낮에 vào thời điểm giữa trưa / 백주에 giữa ban ngày ban mặt.

한낱 chỉ là, chỉ mỗi, đơn thuần là.

한눈팔다 (từ lóng) mắt nhắm mắt mở, nhìn lơ đãng.

한다한 xuất sắc, xuất chúng, đáng ngưỡng mộ.

한담(閑談) chuyện phiếm, chuyện tầm phào. **~하다** nói chuyện phiếm, buôn chuyện, tán gẫu.

한대(寒帶) 【Địa】 hàn đới, địa cực. ¶ ～ 동[식]물 động [thực] vật hàn đới.

한댕거리다 đong đưa, lung lay, lúc lắc.

한더위 cái nóng đỉnh điểm.

한데[1] ☞ **한군데**. cùng một nơi, cùng một chỗ.

한데[2] (노천) ngoài trời, ở ngoài nhà. ¶ ～서 bên ngoài trời, ở ngoài nhà.

한도(限度) hạn độ, giới hạn, phạm vi, ranh giới. ¶ …의 ～내에서 trong giới hạn, trong phạm vi … / ～에 달하다 [를 넘다] đạt đến [vượt qua] giới hạn. ¶ 신용 ～ mức độ tín dụng / 최대 [최소] ～ giới hạn tối đa [tối thiểu].

한독(韓獨) Hàn - Đức. ～의 thuộc về Hàn Quốc và Đức.

한동안 trong một thời gian. ¶ ～ 소식이 없다 không có tin nào trong một thời gian.

한되다(恨-) đáng tiếc, nuối tiếc, hối tiếc.

한두 một hai (phỏng chừng chỉ số ít). ¶ ～번 một hai lần.

한때 (잠시) một chốc, một lát; (전에) một lúc trong quá khứ.

한란(寒暖) (nhiệt độ) lạnh và ấm (온도). ¶ ～의 차이 sự chênh lệch giữa ấm và lạnh

한란계(寒暖計) ☞ **온도계**. nhiệt kế.

한랭(寒冷) ～한 lạnh giá, giá rét. ¶ ～ 전선 【KHa】 tuyến lạnh, vành đai lạnh.

한량(限量) một số lượng, một lượng, số lượng nhất định, số lượng đã hạn định. ¶ ～ 없는 không có lượng giới hạn nhất định.

한량(閑良) kẻ hoang phí, người ăn chơi trác táng.

한련(旱蓮) 【TV】 cây sen cạn.

한류(寒流) dòng hải lưu lạnh, không khí

lạnh.

한류(韓流) trào lưu văn hoá Hàn Quốc, làn sóng Hàn Quốc.

한마디 lời nói. ~**하다** có mấy lời ngắn gọn; (참견) tham gia ý kiến. ¶ ~로 말하면 nếu nói một lời, nếu nói ngắn gọn lại / ~도 없이 không có một lời nào.

한마음 đồng lòng, một lòng, cùng nhất trí. ¶ ~으로 cùng đồng lòng, cùng một lòng / ~이 되어 일하다 cùng nhất trí, đồng lòng làm việc.

한모금 một ngụm, một hớp, một chút, một ít (술·담배의).

한목 cùng một lúc, hết trong một lần.

한몫 phần, khẩu phần, phần đảm nhận. ¶ ~끼다 đảm nhận phần, đóng góp phần.

한문(漢文) Hán văn (한문학). ¶ ~학자 người nghiên cứu ngành Hán văn.

한물 (제철) mùa vụ, chính vụ; (인생의) thời thanh xuân (thời điểm tươi đẹp nhất của cuộc đời). ¶ ~ 가다 hết mùa, lỗi thời; (사람이) qua thời thanh xuân, thời trai tráng.

한미(韓美) Hàn Mỹ. ~의 thuộc về Hàn Quốc và Mỹ. ¶ ~ 상호 방위 협정 hiệp định phòng thủ song phương Hàn Mỹ / ~ 연합군 사령부 Bộ tư lệnh liên quân Hàn-Mỹ / ~ hiệp định thương mại tự do Hàn Mỹ / ~ 행정협정(行政協定) hiệp định hành chính Hàn Mỹ.

한밑천 số vốn lớn, số tiền lớn. ¶ ~ 잡다 nắm lấy số vốn lớn.

한바닥 khu trung tâm, khu chính.

한바퀴 một vòng. ¶ ~ 돌다 quay một vòng / 담당 구역을 ~ 돌다 đi một vòng kiểm tra khu vực mình đảm nhiệm.

한바탕 một màn, một chầu, một hiệp, một trận. ¶ ~ 울다 khóc một trận / ~ 싸우다 đánh nhau (cãi nhau) một trận.

한발(旱魃) hạn hán.

한발짝 một bước. ☞ **한걸음**.

한밤중(-中) nửa đêm, giữa đêm. ¶ ~까지 đến tận nửa đêm.

한방(韓方) Đông y, thuốc Bắc. ¶ ~의 【YH】 thầy thuốc Đông y.

한방울 giọt (nước, mưa, thuốc). ¶ ~씩 từng giọt, từng giọt một.

한배 sự sinh ra từ bụng mẹ, thoát thai (사람). ¶ ~의 sự cùng một mẹ sinh ra.

한번 một lần, đã có lần. ¶ ~에 chỉ một lần (단번에); cùng lúc, đồng thời, cùng một lúc (동시에) / 다시 ~ lại một lần nữa / 1년에 ~ một năm một lần.

한벌 một bộ (quần áo). ¶ 가구 ~ một bộ đồ nội thất / 겨울옷 ~ một bộ áo mùa đông.

한복(韓服) Hanbok (trang phục truyền thống của người Hàn Quốc). ¶ ~으로 갈아입다 thay mặc áo Hanbok.

한복판 trung tâm, khu chính

한불(韓佛) Hàn Quốc và Pháp. ~의 thuộc về Hàn Quốc và Pháp.

한사코(限死-) theo đuổi đến cùng, quyết tâm đến cùng. ¶ ~ 반대하다 phản đối đến cùng.

한사람 một người. ¶ ~씩 từng người, từng người một / ~도 남김없이 không còn sót lại người nào.

한사리 khi thủy triều lên, nước lên.

한산(閑散) sự rảnh rỗi, sự trì trệ, sự ì ạch, ế ẩm, sự hoạt động kém (불경기). ~**한** rảnh rỗi, ì ạch, kém hoạt động, ế ẩm. ¶ ~한 시장 chợ ế ẩm.

한색(寒色) gam màu lạnh.

한서(寒暑) nóng và lạnh.

한서(漢書) Hán thư (cuốn sách cổ được

ghi bằng chữ Hán) (고전).

한선(汗腺) 【GP】 tuyến mồ hôi.

한세상(-世上) ❶ (한평생) cả đời, cả cuộc đời, suốt đời, trọn đời. ❷ (한창 때) thời huy hoàng, thời vàng son.

한센병(-病) bệnh hủi, bệnh phong.

한소(韓蘇) Hàn Quốc và Liên Xô. ～의 thuộc Hàn Quốc và Liên Xô.

한속 ¶ ～이다 cùng tư tưởng, cùng ý chí, cùng định hướng (뜻이 같다), cùng nhóm, cùng đảng phái (한패) / ～이 되어 thành một nhóm, thành một hội.

한수(-手) (바둑·장기의) đòn phép, mánh lới. ¶ ～ 높다 chơi (cờ vây, cờ tướng) giỏi hơn, mánh khoé hơn.

한숨 ❶ (잠) ngủ chợp mắt, giấc ngủ ngắn. ¶ ～ 자다 ngủ chợp mắt. ❷ (탄식) than vãn. ¶ ～ 쉬며 thở dài / ～ 쉬다(짓다) thở dài. ❸ (호흡·휴식) một hơi, hơi thở. ¶ ～ 돌리다 thở một hơi.

한시(-時) ～도 ngay cả trong chốc lát, dù là trong chốc lát. ¶ ～도 잊지 않다 dù trong chốc lát cũng không quên được.

한시(漢詩) thơ Hán (thơ được viết bằng chữ Hán) (총칭).

한시름 mối lo, sự lo lắng. ¶ ～ 놓다 bình tâm lại, bình tĩnh lại.

한식(韓式) ～의 phong cách, kiểu dáng Hàn Quốc. ¶ ～집 nhà theo phong cách Hàn Quốc.

한심(寒心) **~하다** thấy thương, chán nản, khó chịu, đáng hổ thẹn. ¶ ～스럽다. ☞ **한심하다** / ～한 짓을 하다 hành động đáng hổ thẹn.

한쌍(-雙) đôi, một đôi (vợ chồng). ～의 thuộc đôi. ¶ 좋은 ～을 이루다 ghép thành một đôi đẹp / 잘 어울리는 ～ đẹp đôi.

한아름 một ôm, một bó.

한약(漢藥) thuốc Đông y, thuốc Bắc. ¶ ～방(국) phòng thuốc (hiệu thuốc) đông y.

한양(韓洋) Hàn Quốc và phương Tây. ¶ ～ 절충의 ghép Hàn Quốc với phương Tây.

한양(漢陽) Hanyang, tên cũ của Seoul.

한없다(限-) không giới hạn, vô hạn. ¶ 한없이 không hạn định, không hạn chế / …에는 한이 없다 không hạn chế (giới hạn) trong một việc gì đó.

한여름 một mùa nóng, một mùa oi ả.

한역(漢譯) bản dịch sang tiếng Hán (Trung Quốc). **~하다** dịch sang tiếng Hán.

한역(韓譯) bản dịch sang tiếng Hàn Quốc. **~하다** dịch sang tiếng Hàn Quốc.

한영(韓英) Hàn Quốc và Anh Quốc. ～의 thuộc về Hàn Quốc và Anh Quốc. ¶ ～ 사전 từ điển Hàn-Anh.

한옆 một bên, một phía. ¶ ～에 về một bên, về một phía / ～으로 비키다 tránh sang một bên.

한옥(韓屋) nhà cổ mang phong cách Hàn Quốc.

한외발행(限外發行) phát hành tiền giấy quá giới hạn.

한움큼 một nắm, một vốc. ¶ ～의 쌀 một nắm gạo.

한음(漢音) Hán âm, âm của chữ Hán.

한의(漢醫) nền y học phương đông, đông y. ☞ **한방의**(醫). thầy thuốc đông y.

한이(韓伊) Hàn Quốc - Italia. ～의 thuộc về Hàn Quốc và Italia.

한인(閑人) kẻ rong chơi, người nhàn hạ, kẻ lêu lổng. ¶ ～ 물입(勿入) không phận sự miễn vào.

한인(韓印) người Hàn Quốc, dân Hàn Quốc. ～의 thuộc về người Hàn

Quốc.

한일(韓日) Hàn Quốc - Nhật Bản. ～의 thuộc Hàn Quốc và Nhật Bản ¶ ～ 정상회담 hội đàm thượng đỉnh Hàn-Nhật.

한입 một miếng, một ngoạm.

한자(漢字) Hán tự, chữ Hán. ¶ ～ 제한 hạn chế việc dùng chữ Hán / 상용(常用)～ chữ Hán thông dụng.

한잔 ❶ (분량) một chén, một cốc ❷ (음주) cốc rượu, chén rượu. **~하다** uống rượu.

한잠 ❶ giấc ngủ sâu (깊은 잠). ❷ giấc ngủ ngắn. ¶ ～도 못 자다 chợp mắt cũng không được.

한재(旱災) hạn hán. ¶ ～를 입다 bị hạn hán / ～ 지구 khu vực hạn hán.

한적(閑寂) ～한 yên bình, yên tĩnh, yên ả. ¶ ～한 곳 một nơi yên tĩnh, một nơi yên ả.

한정(限定) sự hạn chế, sự giới hạn, hạn định. **~하다** hạn chế, giới hạn, định rõ, đặt rõ. ¶ 회의 참석 인원을 ～하다 giới hạn số người tham gia hội nghị / ～판 xuất bản có giới hạn, sách (báo) xuất bản có ấn định số lượng

한조각 một mẩu, một miếng, một mảnh. ¶ 빵 ～ một mẩu bánh mì.

한족(漢族) dân tộc Hán, người Hán.

한종일(限終日) cả ngày, suốt cả ngày, từ sáng tới tối.

한줄 (가로의) một hàng, một cột (dọc); (세로의) một dòng, một dãy (ngang). ¶ ～로 thành một hàng, thành một dãy.

한줄기 ❶ (가닥) một vệt, một tia; (비, 눈물 따위) dòng nước mưa. ¶ ～의 희망 một tia hy vọng / ～ 눈물이 흐르다 một dòng nước mắt chảy. ❷ (같은 줄기) cùng huyết thống, cùng máu mủ (혈통); có họ hàng (생물의).

한줌 một nắm, một dúm (gạo, muối).

한중(寒中) ～의 giữa mùa Đông, giữa mùa giá rét / ～에 trong mùa Đông, vào thời điểm giá rét. ¶ ～ 훈련 huấn luyện Đông (mùa Đông).

한중(韓中) Hàn Quốc - Trung Quốc. ～의 thuộc về Hàn Quốc và Trung Quốc.

한증(汗蒸) sự tắm hơi, xông hơi. ¶ ～막 phòng tắm hơi, phòng xông hơi.

한지(寒地) xứ lạnh, vùng lạnh. ¶ ～ 식물 thực vật xứ lạnh, giống cây thích nghi với khí hậu giá lạnh.

한직(閑職) chức vụ không quan trọng, vị trí nhàn nhã.

한집안 trong một gia đình, cùng một nhà; (친척) họ hàng, cùng dòng tộc.

한쪽 một bên, một vế, một phía; (쌍의 일방) một bên đối tác (trong kinh doanh).

한참 một lúc lâu. ¶ ～ 기다리다 chờ một lúc lâu.

한창 (절정) đỉnh điểm; (꽃의) thời điểm tốt nhất, lúc tươi nhất (của hoa); (사람의) thời hoàng kim, thời điểm hưng thịnh; (부사적) thời điểm chín muồi, thời kỳ đỉnh điểm. ¶ 겨울이 ～일 때 thời điểm chính giữa mùa Đông / ～ 전투 중에 trong trận đấu cam go nhất, gay cấn nhất / 지금 벚꽃이 ～이다 bây giờ hoa đào đang nở rộ.

한창때 (청춘) tuổi thanh xuân; (성숙기) tuổi trưởng thành, tuổi đủ chín chắn; (좋은 때) thời cực thịnh, tươi đẹp; (청과물 따위) thời điểm thu hoạch, thời cơ, thời điểm chín muồi; (일할 때) thời cơ tốt nhất, cơ hội thích hợp nhất. ¶ (사람이) ～를 지나다 qua rồi một thời tươi đẹp nhất.

한천(寒天) ☞ **우무**. thức ăn thơm ngon làm từ tảo và thạch giêlatin.

한촌(寒村) xóm nghèo, làng nghèo.
한추위 đợt rét, trận rét.
한층(-層) nữa, cao hơn nữa, hơn nữa. ¶ ~ 노력하다 cố gắng (nỗ lực) hơn nữa.
한치 một inch (đơn vị đo lường = 2,54 cm); (비유) dù nhỏ đi nữa, bất cứ giá nào. ¶ ~도 물러서지 않다 tôi sẽ không chịu lùi bước.
한칼 ❶ (칼질) một nhát (dao, kiếm). ¶ ~에 베다 cắt một nhát. ❷ (고기의) chặt (một nhát).
한탄(恨歎) sự kêu ca, than vãn, thở dài. **~하다** than vãn, kêu ca, thở dài.
한턱 sự chiêu đãi, tiệc chiêu đãi. **~하다** khao, đãi.
한테 ☞ **에게**. cho, về, về phần, đối với. ¶ 사장님~ 보고하다 báo cáo với giám đốc.
한통속 một nhóm, băng nhóm, phe phái, đảng phái, bọn, lũ.
한파(寒波) đợt rét, trận rét.
한판 (trò chơi) ván, hiệp, lượt. ¶ 바둑을 ~ 두다 chơi một ván cờ vây / ~ 승부 sự quyết định thắng bại với một ván.
한패(-牌) đồng bọn, cùng bè phái, đồng đảng, đồng băng nhóm.
한편 ❶ (한쪽) một phía, một bên, một phái. ¶ ~에 치우치다 không vô tư, thiên vị, ưu tiên, nghiêng về một phía. ❷ (자기편) ưu tiên cho bên mình, đội mình. ❸ (부사적) một phía, một bên; (한편으로는) mặt khác, một cách khác.
한평생(-平生) cả đời, suốt đời, đến suốt đời; (부사적) cả cuộc đời.
한푼 một xu, một cắc, một đồng. ¶ ~ 없다 không một xu, không một đồng.
한풀꺾이다 suy giảm một bậc.
한풀다(恨-) giải hận, xoá bỏ hận thù.
한풀이하다(恨-) giải hận, thoả mãn, làm cho mãn nguyện
한풍(寒風) gió lạnh.
한하다(限-) hạn chế, giới hạn, cố định. ¶ 정당한 이유가 있는 경우에 한해서 giới hạn trong trường hợp có lý do chính đáng.
한학(漢學) Hán học. ¶ ~자 nhà nghiên cứu Hán học.
한해(旱害) hạn hán. ¶ ~ 지구 khu vực hạn hán.
한해(寒害) thiệt hại, tổn thất do thời tiết giá lạnh gây ra.
한호(韓濠) Hàn Quốc - Úc (Australia). ~의 thuộc về Hàn Quốc và Úc.
한화(韓貨) (화폐) tiền Hàn Quốc.
할(割) (백분율의) đơn vị phần trăm (%) = 10 %. ¶ 1~ mười phần trăm (10 %). ¶ 연 1할 2푼의 이자 lãi suất 12% một năm.
할거(割據) **~하다** cát cứ, chia nhau nắm giữ. ¶ 군웅(群雄) ~ quần hùng cát cứ.
할당(割當) sự phân bổ, sự phân chia hạn ngạch. **~하다** phân bổ, phân chia hạn ngạch. ¶ ~량 lượng phân bổ, quơta / ~제 chế độ phân bổ hạn ngạch.
할듯말듯하다 lập lờ, nửa nọ nửa kia
할뚱말뚱하다 do dự, lưỡng lự, phân vân.
할례(割禮) 【TG】 tục cắt bao quy đầu cho trẻ của những người theo đạo Do thái.
할말 ❶ (하고 싶은) lời muốn nói; (주장) lời muốn trình bày. ❷ (불평) đưa ra những ý chưa hài lòng, bất mãn; (이의) đưa ra ý kiến bất đồng.
할머니 (조모) bà (nội, ngoại), cô, dì (phụ nữ có tuổi); (노파) bà cụ, bà lão.
할멈 bà cụ, bà lão (nói thân mật)
할미꽃 【TV】 hoa bạch đầu ông.
할미새 【LCh】 chim chìa vôi.

ㅎ

할복(割腹) **~하다** mổ bụng, moi ruột. ¶ ~ 자살 tự sát bằng cách mổ bụng.

할부(割賦) trả góp, trả từng phần một. **~하다** trả góp. ¶ ~로 팔다 bán trả góp. ¶ ~금 tiền trả góp / ~ 판매 bán hàng trả góp.

할선(割線) 【TH】 đường cắt, đường cát tuyến.

할아버지 ❶ (조부) ông (nội, ngoại). ❷ (노인) ông lão, ông già.

할아범 ông lão, ông già, ông cụ (nói thân mật).

할애(割愛) sự phân cắt, chia cắt, bỏ ra cho, nhường. **~하다** (나누다) phân tách, phân cắt, chia tách, cho, nhường. ¶ 지면을 ~하다 dành mặt giấy báo để viết, đăng.

할양(割讓) sự chuyển nhượng, sự nhượng lại. **~하다** chuyển nhượng, nhượng lại (đất đai).

할인(割引) sự giảm giá, sự hạ giá, sự chiết khấu. **~하다** giảm giá, chiết khấu, hạ giá. ¶ 10 % ~ hạ giá 10% / ~ 가격 giá giảm / ~권 thẻ giám giá, phiếu giảm giá / ~료 tiền giảm giá / 어음 ~ chiết khấu hối phiếu / ~율 tỷ lệ chiết khấu, tỷ lệ giảm giá.

할인(割印) sự đóng dấu giáp lai, con dấu. ¶ ~을 찍다 đóng dấu giáp lai.

할 일 công việc phải làm, việc phải làm. ¶ ~이 많다 có nhiều việc phải làm / ~이 없다 không có việc làm.

할증(割增) tiền phụ trội; (임금 따위) tiền lãi, lợi nhuận; (주식 따위의) tiền lợi tức, tiền lãi, tiền thưởng. ¶ ~금 tiền lãi, tiền phụ trội / ~ 배당금 tiền phân chia từ lợi nhuận.

할짝거리다 liếm, liếm láp.

할쭉거리다 ☞ **할짝거리다**. liếm, liếm láp.

할퀴다 gãi, cào, cấu, vồ, móc. ¶ 할퀸 상처 vết cào cấu, vết trầy xát / 얼굴을 ~ gãi mặt, cào mặt.

핥다 liếm, mút. ¶ 깨끗이 ~ liếm sạch sẽ.

핥아먹다 ❶ (음식을) liếm, liếm ăn. ¶ 깨끗이 ~ liếm sạch sẽ, ăn sạch sành sanh. ❷ (남의 것을) (gian lận trong hợp tác) ăn lận, liếm cả, rút cả, chiếm cả.

함(函) thùng, hộp, rương, hòm. ¶ 우편~ hòm thư.

함교(艦橋) đài chỉ huy của thuyền trưởng (hạm đội trưởng).

함구(緘口) **~하다** giữ kín, kín miệng, giữ mồm. ¶ ~령 lệnh bảo mật, mệnh lệnh giữ bí mật / ~령을 내리다 ra lệnh giữ bí mật, bảo mật.

함께 cùng, cùng với, cùng nhau, kèm, kèm theo. ¶ 모두 ~ tất cả cùng nhau / ~ 살다 sống cùng nhau.

함대(艦隊) hạm đội. ¶ ~ 사령관 tư lệnh trưởng của một hạm đội / 연합 ~ hạm đội liên hợp.

함락(陷落) **~하다** đánh đổ, kéo đổ, huỷ hoại.

함량(含量) hàm lượng. ¶ 알콜 ~ hàm lượng cồn.

함몰(陷沒) sự chìm xuống, sự lún xuống, sự sụp xuống. **~하다** lún xuống, chìm xuống, sụp xuống.

함미(艦尾) phần đuôi của chiến hạm. ¶ ~닻 mỏ neo / ~포 pháo gắn ở đuôi tàu chiến.

함박꽃 【TV】 hoa mẫu đơn.

함박꽃나무 【TV】 cây mộc lan.

함박눈 hoa tuyết, bông tuyết. ¶ ~이 내리다 tuyết miếng rơi.

함부로 tuỳ tiện, bậy bạ, bừa bãi, không lịch sự.

함빡 ☞ **흠뻑**. một cách đầy đủ, thừa thãi, sũng (ướt).

함상(艦上) ¶ ~의(에) trên boong tàu, trên

sàn tàu.

함석 kẽm, mạ kẽm. ¶ ~ 지붕 mái nhà lợp bằng kẽm / ~판 tấm kẽm / 골~ khung kẽm.

함선(艦船) (선박) thuyền, tàu lớn; (군함·배) quân hạm, tàu lớn.

함성(喊聲) tiếng la hét, tiếng hò hét, tiếng cổ vũ, tiếng hò reo.

함수(含水) sự thuỷ hợp, sự hyđrát hoá. ~의 [HH] có nước, ngâm nước, chứa nước. ¶ ~ 탄소 chất carbon-hydrat.

함수(函數) [TH] hàm số. ¶ ~관계 quan hệ hàm số / ~식 công thức hàm số.

함수(鹹水) nước mặn, nước muối. ¶ ~어(魚) cá nước mặn / ~호(湖) hồ nước mặn.

함수(艦首) đầu mũi chiến hạm. ¶ ~포(砲) pháo đầu mũi chiến hạm

함수초(含羞草) [TV] cây xấu hổ, cây hoa trinh nữ.

함씨(咸氏) cháu (cách nói đề cao cháu của người khác).

함양(涵養) sự trau dồi, giáo dục, sự dạy dỗ. **~하다** trau dồi, giáo dục, giáo dưỡng, dạy dỗ. ¶ 덕성을 ~하다 trau dồi phẩm hạnh, trau đồi đạo đức.

함유(含有) sự bao hàm, sự hàm chứa. **~하다** bao hàm, hàm chứa, bao gồm. ¶ ~량 hàm lượng / ~ 성분 thành phần bao gồm.

함자(銜字) quý danh.

함장(艦長) hạm trưởng, chỉ huy trưởng của một chiến hạm.

함재기(艦載機) máy bay trên hàng không mẫu hạm.

함정(陷穽) cạm bẫy, hố bẫy, cái bẫy. ¶ ~에 빠뜨리다 nhử (chim) vào bẫy, cám dỗ / ~을 놓다 gài bẫy, đánh bẫy / ~에 빠지다 rơi vào bẫy, mắc bẫy, sa bẫy, mắc mưu / ~에 든 범 con báo đã sa bẫy, đã chui vào bẫy.

함정(艦艇) tàu viễn dương, tàu lớn.

함지 liễn (bát, đĩa) to làm bằng gỗ.

함지박 đĩa, bát gỗ.

함축(含蓄) hàm súc, hàm ý. **~하다** ngụ ý, hàm ý. ¶ ~성 있는 có tính hàm súc, tính chất gợi ý.

함포사격(艦砲射擊) sự bắn phá bằng súng đại bác trên chiến hạm.

함호(鹹糊) hồ nước mặn.

함흥차사(咸興差使) mất tăm mất tích, biệt tăm biệt tích.

합(合) ❶ (합계) tổng, tổng cộng, cộng gộp. ❷ ☞ 홉.

합(盒) cái âu, cái liễn (miệng tròn, có nắp đậy dùng đựng thức ăn).

합격(合格) sự trúng tuyển, thi đậu. **~하다** trúng tuyển, thi đỗ; (채용되다) được tuyển chọn, được tuyển dụng; (표준에) đủ điều kiện, đủ tiêu chuẩn. ¶ ~자 người trúng tuyển, ứng viên trúng tuyển, thi sinh trúng tuyển / ~점 điểm chuẩn, điểm trúng tuyển.

합계(合計) tổng, tổng cộng. **~하다** cộng lại, tổng hợp lại, cộng gộp lại. ¶ ~하여 tính gộp lại, cộng gộp lại / ~…이 되다 tổng cộng là ….

합금(合金) hợp kim. **~하다** trộn lẫn, pha trộn, trộn vào. ¶ 구리와 아연을 ~하다 hợp kim đồng với kẽm.

합당(合當) ~한 thỏa đáng, phù hợp.

합당(合黨) sự kết hợp giữa các chính đảng.

합동(合同) ❶ (합병) sự hợp nhất, sự thống nhất, sự hợp đồng. **~하다** thống nhất, hợp nhất, hợp đồng. ¶ ~의 có tính hợp nhất, có tính kết hợp / ~ 결혼 kết hôn tập thể / ~ 관리 quản lý chung / ~ 위원회 uỷ ban liên hợp / ~ 회의 phiên họp chung. ❷ [TH] đồng dạng

합력(合力) (협력함) sự hợp lực, sự kết hợp. **~하다** hợp lực, kết hợp, hợp sức, chung sức.

합류(合流) sự hợp lưu. **~하다** hợp lưu, hợp lưu các dòng chảy. ¶ ~점 chỗ (điểm) hợp lưu / 북한강과 남한강이 여기에서 ~한다 sông Hàn Bắc và sông Hàn Nam hợp lưu ở đây.

합리(合理) sự hợp lý, có lý. ~적 một cách hợp lý, có tình có lý. ¶ ~주의 chủ nghĩa duy lý / ~주의자 người theo chủ nghĩa duy lý / ~화 hợp lý hoá / ~화하다 làm cho hợp lý, hợp lý hoá / 경영 ~화 hợp lý hoá kinh doanh.

합명회사(合名會社) công ty trách nhiệm vô hạn.

합반(合班) gộp lớp. ¶ ~ 수업 buổi học gộp lớp.

합방(合邦) **~하다**. hợp bang; sáp nhập nước khác.

합법(合法) sự hợp pháp, sự tuân thủ đúng pháp luật. ¶ ~적(으로) có tính hợp pháp, một cách hợp pháp / ~적 수단으로 bằng hình thức hợp pháp / ~성 tính hợp pháp / ~정부 chính phủ hợp pháp / ~화하다 hợp pháp hoá.

합병(合倂) (병합) sự hợp nhất, sáp nhập (회사 따위의). **~하다** hợp nhất, sáp nhập. ¶ 두 회사를 ~하다 hợp nhất hai công ty / ~증 【YH】 biến chứng.

합본(合本) **~하다** đóng chung vào một tập, đóng chung vào một quyển.

합산(合算) ☞ **합계**(合計). tổng, tính tổng.

합석(合席) **~하다** ngồi sát lại, ngồi chung.

합성(合成) 【HH】 sự hợp thành, tổng hợp. **~하다** hợp thành, pha trộn, tổng hợp. ¶ ~의 có tính hỗn hợp / ~고무 cao su tổng hợp / ~물질 chất tổng hợp / ~어 từ ghép / ~ 세제 [비누] bột giặt [xà phòng] tổng hợp.

합세(合勢) **~하다** hợp thế, hợp lực.

합숙(合宿) **~하다** trọ cùng, ở cùng (các vận động viên thể thao trọ cùng một chỗ để tập trung huấn luyện trước khi tham gia thi đấu). ¶ ~소 nhà trọ, chỗ ở tập thể / ~훈련 huấn luyện tập trung (tập thể).

합승(合乘) **~하다** đi cùng một xe, lên cùng một xe. ¶ 다른 사람과 택시를 ~하다 đi cùng taxi với người khác.

합심(合心) **~하다** hợp tâm, hợp tác, đồng lòng, nhất trí.

합의(合意) sự thỏa thuận, sự nhất trí ý kiến. **~하다** thỏa thuận, đạt thỏa thuận. ¶ ~에 의해 theo thỏa thuận, theo sự chấp thuận / ~서 bản thỏa thuận, bản chấp thuận / ~ 이혼 sự ly hôn theo thỏa thuận.

합의(合議) **~하다** bàn bạc, thảo luận, hội ý. ¶ ~ 재판 phiên xét xử với ba thẩm phán trở lên / ~제 chế độ quyết định qua thảo luận.

합일(合一) **~하다** hợp nhất, đồng nhất.

합자(合資) sự hợp vốn, hùn vốn. **~하다** hùn vốn. ¶ ~ 회사(會社) công ty liên doanh, công ty hợp tác đầu tư.

합작(合作) sự hợp tác, sự cộng tác; (협력) sự hợp lực; (공동) liên doanh, hợp nhất. **~하다** hợp tác, cộng tác, liên doanh, hợp nhất. ¶ 한미 ~으로 운영하다 điều hành với sự hợp tác hai bên Hàn-Mỹ / ~ 회사 công ty liên doanh / 기술 ~ hợp tác kỹ thuật.

합장(合掌) **~하다** chắp tay, vái.

합장(合葬) **~하다** chôn cùng, chôn cất cùng.

합주(合奏) 【AN】 sự hợp tấu. **~하다** hợp tấu. ¶ ~곡 khúc hợp tấu.

합죽거리다 nhai trệu trạo, nhai vệu vạo (người móm).

합죽이 người móm.

합중국(合衆國) hợp chủng quốc (U.S. A.). ¶ 아메리카~ hợp chủng quốc Hoa Kỳ.

합창(合唱) hợp xướng. **~하다** hát đồng ca, hát bè. ¶ ~대[단] đội [đoàn] hợp xướng (교회의) / 남성 [여성] ~ hợp xướng nam [nữ] / 2부 ~ hợp xướng 2 phần / 혼성 ~ hợp xướng cả nam và nữ.

합치(合致) **~하다** ăn khớp, ăn ý, đồng nhất, thống nhất. ☞ **일치**(一致).

합치다(合-) ❶ (하나로) sự kết hợp, sự liên kết; (병합) sự thống nhất. ❷ (섞다) đan xen, hòa vào nhau. ❸ (셈을) gộp lại, cộng lại, hợp nhất lại.

합판(合板) gỗ ván ép.

합하다(合-) ❶ (하나로 하다) hợp lại, kết hợp lại, thống nhất lại. ❷ (하나가 되다) hợp lại thành một.

합헌(合憲) hợp hiến, đúng luật. ~적 có tính hợp hiến. ¶ ~성 tính hợp hiến.

합환주(合歡酒) rượu cưới, rượu hợp cẩn.

핫(hot) ¶ ~ 뉴스 tin tức nóng hổi, tin mới, tin nhanh / ~도그. ☞ **핫도그**(hot-dog). / ~라인 tin nhanh, tiêu đề nóng, dây nóng / ~ 케이크 bánh làm bằng đường, trứng gà, bơ.

핫도그(hot-dog) bánh mỳ kẹp xúc xích.

핫바지 (솜바지) quần độn bông; (촌뜨기) người thộn, kẻ nhà quê.

항(項) mục, khoản, hạng mục, danh mục, điều mục. ¶ 1조 2~ khoản 2 điều 1.

항간(巷間) ¶ ~에 giữa xóm ngõ / ~에 떠도는 얘기 chuyện ngoài ngõ, ngoài đường.

항거(抗拒) sự kháng cự, sự chống cự, sự chống đối. **~하다** kháng cự, chống cự, chống đối.

항고(抗告) 【PL】 sự kháng án, kháng cáo, khiếu nại. **~하다** kháng án, khiếu nại, kháng cáo. ¶ ~ 기간 thời gian kháng án, thời gian khiếu nại / ~심 = 항고재판. xét xử phúc thẩm / ~인 người kháng án / ~ 재판 phiên toà phúc thẩm / 즉시 ~ kháng án tức thì.

항공(航空) hàng không. ¶ ~기 máy bay, tàu bay(총칭) / ~ 대학 đại học hàng không / ~로 đường bay, tuyến bay / ~모함 hàng không mẫu hạm / ~ 사진 ảnh chụp từ trên không, ảnh chụp vệ tinh / ~ 수송 vận chuyển hàng không, chuyển bằng đường hàng không / ~술 kỹ thuật bay, kỹ thuật vận hành bay / ~ 우편 thư gửi đường hàng không / ~표지(標識) tín hiệu bay, tín hiệu hàng không / ~회사 hãng hàng không / 대한 ~ hãng hàng không Hàn Quốc (Korean Air).

항구(恒久) sự lâu dài, sự vĩnh cửu, sự bền vững. ~적 có tính lâu dài, có tính bền. ¶ ~화(化) bền vững hoá, vĩnh cửu hoá. ~하다 kiên cố, cố định, lâu dài, bền vững.

항구(港口) cảng, bến cảng. ¶ ~ 도시 thành phố cảng.

항균성(抗菌性) tính kháng khuẩn, khả năng kháng thể. ~의 có tính kháng khuẩn, kháng thể. ¶ ~ 물질 chất kháng khuẩn.

항내(港內) trong cảng, bến đỗ an toàn (tàu, thuyền). ¶ ~ 설비 thiết bị trong cảng

항담(巷談) chuyện vặt, chuyện vớ vẩn, chuyện ngồi lê. ☞ **항설**.

항도(港都) ☞ **항구도시**. thành phố cảng.

항독소(抗毒素) kháng độc tố, thuốc có tính kháng độc.

항등식(恒等式) 【TH】 hằng đẳng thức.

항렬(行列) quan hệ cùng huyết thống, thứ hạng quan hệ họ hàng.

항례(恒例) phong tục, tập quán. ～의 mang tính phong tục, tập quán. ¶ ～에 따라 theo phong tục.

항로(航路) đường bay, đường hàng hải, tuyến. ¶ 정기 ～ tuyến định kỳ / ～ 부표 lịch trình tuyến bay, lịch trình đường hàng hải / ～ 표지 mốc hiệu an toàn trên lộ trình.

항만(港灣) bến cảng, hải cảng, bến tàu, cảng tàu. ¶ ～공사 công trình cảng tàu / ～ 시설 thiết bị cảng tàu.

항명(抗命) sự kháng lệnh, không tuân lệnh. **~하다** kháng lệnh, không tuân lệnh, chống cự, không chấp hành mệnh lệnh.

항목(項目) danh mục, hạng mục, tiết mục. ¶ ～으로 나누다 phân ra từng danh mục / ～별 표 bảng theo từng mục.

항문(肛門) 【GP】 hậu môn.

항법(航法) kỹ thuật vận chuyển hàng không, hàng hải. ¶ 무선～ phép định vị bằng sóng vô tuyến trong ngành vận chuyển hàng hải (hàng không).

항변(抗辯) (반박) sự phản bác, sự biện hộ, sự bào chữa (피고의). **~하다** phản bác, biện hộ, bào chữa.

항복(降伏 · 降服) sự hàng phục, sự đầu hàng. **~하다** đầu hàng, hàng phục. ¶ ～ 문서 thư đầu hàng / 조건부 [무조건] ～ đầu hàng có điều kiện [vô điều kiện].

항상(恒常) thường xuyên, đều đặn, luôn luôn.

항생(抗生) kháng sinh. ¶ ～물질 chất kháng sinh.

항설(巷說) chuyện kháo nhau, chuyện ngồi lê, tin vặt.

항성(恒星) 【TVH】 định tinh. ¶ ～시 [일, 년] giờ [ngày, năm] đo theo một định tinh

항소(抗訴) 【PL】 sự kháng án, sự chống án. **~하다** chống án, kháng án, tòa phúc thẩm xét xử lại. ¶ ～심 phiên tòa phúc thẩm xét kháng án.

항속(航續) sự đi liên tục (máy bay, tàu thuyền). ¶ ～ 거리 khoảng cách có thể đi liền một mạch (của máy bay, thuyền) / ～ 시간 thời gian đi liên tục của máy bay, thuyền.

항시(恒時) ☞ **항상**(恒常). thường xuyên, thông thường, luôn luôn.

항아리(缸-) cái chum, cái vại, cái bình.

항암(抗癌) (thuốc) kháng (điều trị) ung thư. ～의 có tính chống ung thư.

항용(恒用) ☞ **항상**(恒常). hay, thường xuyên.

항원(抗原 · 抗元) 【Si】 kháng nguyên.

항의(抗議) sự phản kháng, sự kháng nghị. **~하다** phản kháng, kháng nghị chống cự.

항일(抗日) kháng Nhật (Bản). ¶ ～ 운동 phong trào chống Nhật.

항쟁(抗爭) sự đấu tranh; (저항) sự chống đối, sự phản kháng. **~하다** đấu tranh, chống đối, phản kháng.

항전(抗戰) sự kháng chiến, chiến đấu, đấu tranh. **~하다** kháng chiến, chiến đấu, đấu tranh.

항정(航程) hành trình, lộ trình; (항공기의) lịch trình bay.

항진(亢進) sự tăng nhanh, trở nên trầm trọng. **~하다** tăng nhanh, trở nên trầm trọng (bệnh tình).

항체(抗體) 【Si】 kháng thể, chất kháng thể.

항해(航海) hàng hải, ngành biển, nghề đi biển. **~하다** hàng hải, đi biển. ¶ ～ 중이다 đang đi biển (선박이). ¶ ～사 phó thuyền trưởng / 1등 [2등] ～사 phó thuyền trưởng cấp 1 [2] / ～술 kỹ năng hàng hải, kỹ năng đi biển / ～ 일지 nhật ký hàng hải

/ ～자 người đi biển, thuỷ thủ / 처녀 ～ chuyến đi biển đầu tiên.

항행(航行) chuyến đi biển. **~하다** đi biển.

항히스타민(抗-) (thuốc) thuốc trị dị ứng. ¶ ～제 chất chống dị ứng.

해[1] (태양) mặt trời, thái dương. ¶ ～가 진 후 sau khi mặt trời lặn.

해[2] ❶ năm; (일년) một năm. ¶ 지난 ～ năm trước, năm ngoái. ❷ (낮) 하루～ ban ngày.

해(亥) hợi (một trong 12 con giáp)

해(害) thiệt hại, tổn thất, thất thoát. ¶ …에 ～를 주다 gây tổn thất, đem lại tổn thất cho / ～를 입다 bị thiệt hại, bị thất thoát.

해…(該) ấy, kia, đó (người nói trong câu hỏi).

해갈하다(解渴-) (갈증을) giải khát; (가뭄을) làm giảm hạn hán, cứu hạn.

해결(解決) sự giải quyết, sự dàn xếp, sự thu xếp. **~하다** giải quyết, thu xếp, dàn xếp. ¶ ～ 조건 điều kiện giải quyết / ～책 cách giải quyết, phương sách giải quyết.

해고(解雇) sự sa thải, sự thải hồi. **~하다** sa thải, thải hồi, đuổi việc. ¶ ～ 당하다 bị đuổi việc, bị sa thải / ～ 수당 trợ cấp nghỉ việc / ～ 통지 thông báo sa thải / 집단 ～ sa thải tập thể.

해골(骸骨) ❶ (전신) hài cốt, bộ xương, khung xương. ❷ (머리) xương đầu, xương sọ.

해괴(駭怪) sự kỳ quái, quái dị. ～한 kỳ quái. ¶ ～망측하다 kỳ quái, kỳ cục.

해구(海狗) [ĐV] ☞ **물개**. hải cẩu, chó biển. ¶ ～신 dương vật của con hải cẩu.

해구(海溝) đại dương, vùng biển sâu.

해군(海軍) hải quân, lực lượng hải quân. ～의 thuộc về hải quân. ¶ ～ 기지 căn cứ hải quân / ～ 장교 sĩ quan hải quân / ～ 사관 학교 trường sĩ quan hải quân / ～ 참모총장 tổng tham mưu hải quân.

해금(奚琴·嵇琴) [ÂN] một loại đàn kéo của Hàn Quốc (giống đàn nhị)

해금(解禁) bãi bỏ lệnh cấm, huỷ lệnh cấm. ¶ ～가요 ca khúc được huỷ lệnh cấm.

해기(海技) kỹ năng lái tàu (thuyền). ¶ ～면허 bằng lái tàu (thuyền).

해낙낙하다 vừa lòng, hài lòng, thoả mãn (서술적).

해난(海難) tai nạn trên biển. ¶ ～ 구조 cứu hộ tai nạn trên biển / ～ 구조선 tàu cứu hộ tai nạn trên biển / ～ 신호 SOS tín hiệu cấp cứu trên biển / ～ 작업 hoạt động cứu hộ tai nạn trên biển.

해내다 ❶ (수행·성취) hoàn thành, hoàn tất, đạt mục tiêu. ❷ (이겨내다) thắng lợi.

해넘이 chiều tà, xế chiều, mặt trời lặn.

해녀(海女) hải nữ, người phụ nữ làm nghề lặn xuống biển. ¶ 진주 캐는 ～ người phụ nữ lặn mò ngọc trai dưới biển.

해다리(海-) ☞ **해달**(海獺).

해단(解團) sự giải tán. **~하다** giải tán. ¶ ～식 lễ giải tán (của một tổ chức).

해달(海獺) [ĐV] con rái cá.

해답(解答) lời giải đáp, sự giải thích. **~하다** giải đáp, giải thích. ¶ ～자(者) người trả lời, người giải đáp.

해당(該當) **~하다** thỏa đáng, phù hợp, thích hợp, áp dụng được. ¶ ～ 사항 hạng mục tương thích / 이 경우에 ～하는 규정이 아직 없다 chưa có quy định nào thỏa đáng cho trường hợp này.

해당화(海棠花) [TV] hoa hải đường.

해대다 tấn công, xông bừa vào, lao vào.

해도(海圖) hải đồ, bản đồ đi biển.

해독(害毒) sự hại độc, đầu độc. ¶ ～을

끼치다 gây hại, gây ảnh hưởng xấu.

해독(解毒) [YH] sự giải độc, sự khử độc. **~하다** giải độc, khử độc. ¶ ~제(劑) thuốc giải độc.

해독(解讀) sự giải mã, sự giải đoán. **~하다** giải mã, giải đoán. ¶ 암호를 ~하다 giải mã ám hiệu.

해돋이 mặt trời mọc, bình minh, ban mai.

해동(解凍) **~하다** giải đông, làm tan băng, tan giá.

해득(解得) **~하다** tiếp thu, lĩnh hội, thu nhận, học hỏi.

해뜨리다 ☞ **해어뜨리다**. làm cho mòn dần, làm sờn

해로(海路) đường sông, đường biển. ¶ ~로 bằng đường sông, đường biển.

해로(偕老) **~하다** giai lão, cùng chung sống đến già. ¶ 백년 ~의 기약을 맺다 họ ký ước với nhau cùng sống hạnh phúc đến già (bách niên giai lão).

해롭다(害-) có hại, gây hại, làm hại. ¶ 건강에 해로운 có hại cho sức khỏe.

해롱거리다 ☞ **희롱거리다**. nghịch ngợm, đùa giỡn.

해류(海流) hải lưu, dòng hải lưu. ¶ ~도(圖) sơ đồ dòng hải lưu.

해륙(海陸) biển và đất liền. ¶ ~양면작전 tác chiến đồng bộ cả trên biển và đất liền.

해리(海里) hải lý (1.852 m), dặm (đơn vị đo trên biển).

해리(海狸) [ĐV] con hải ly.

해리(解離) [HH] phân tích. **~하다** phân tích, phân ly. ¶ ~압(壓) áp suất phân ly các phân tử hóa học ở nhiệt độ nào đó.

해마(海馬) [ĐV] hải mã, con cá ngựa.

해마다 hàng năm, mỗi năm.

해머 cái búa. ¶ ~ 던지기 (trò chơi) ném búa, quăng búa.

해먹 cái võng.

해먹다[1] làm để ăn, nấu ăn. ¶ 이 음식은 쉽게 해먹을 수 있다 món ăn này có thể dễ dàng nấu ăn được.

해먹다[2] biển thủ, gian lận, tham ô. ¶ 은행의 돈을 ~ tham ô tiền ngân hàng.

해면(海面) mặt biển.

해면(海綿) bọt biển, xốp. ¶ ~질의 có tính xốp, có tính hút nước. ¶ ~ 동물 sinh vật xốp dưới biển / ~조직 mô bọt biển, xốp / ~체 thể bọt biển.

해명(解明) sự làm sáng tỏ, sự giải thích. **~하다** làm sáng, làm rõ, làm minh bạch.

해몽(解夢) sự giải mộng, sự đoán mộng. **~하다** giải mộng, đoán mộng. ¶ ~가 người giải mộng, người đoán mộng.

해무(海霧) sương mù trên biển, sương muối.

해묵다 để tồn, để lưu lại. ¶ 해묵은 물건 hàng hoá để tồn lâu / 해묵은 일 công việc đề dồn lại không giải quyết.

해물(海物) ☞ **해산물**. hải sản, đồ hải sản.

해미 hiện tượng sương muối dày đặc trên biển.

해바라기 [TV] hoa hướng dương.

해박(該博) ~한 uyên bác, uyên thâm, am hiểu.

해발(海拔) độ cao so với mực nước biển.

해방(解放) sự giải phóng. **~하다** giải phóng, trả tự do. ¶ ~전쟁 [운동] chiến tranh [phong trào] giải phóng.

해법(解法) giải pháp, biện pháp, phương pháp giải quyết.

해변(海邊) bờ biển, bãi biển.

해병(海兵) lính thuỷ đánh bộ. ¶ ~대 lực lượng lính thuỷ đánh bộ.

해보다 thử, thử sức, cố, cố gắng. ¶ 다시 한번 ~ thử lại một lần nữa, cố lại lần nữa.

해부(解剖) mổ, mổ xẻ, giải phẫu. **~하다**

giải phẫu. ¶ ～도(刀) dao mổ, dụng cụ giải phẫu / ～도(圖) sơ đồ giải phẫu / ～실[대] phòng [bàn] phẫu thuật, phòng mổ / ～학 môn học giải phẫu / ～학자 người theo học môn giải phẫu / 심리를 ～하다 mổ xẻ phân tích tâm lý.

해빙(解氷) sự tan đá, tan băng. **~하다** tan đá, tan băng. ¶ ～기 thời kỳ băng tan.

해사(海事) công việc về hàng hải.

해사하다 (người) trắng và đẹp, trơn tru.

해산(海産) hải sản

해산(海産) sự sinh đẻ, sự sinh nở. **~하다** sinh đẻ, sinh nở, sinh con.

해산(解散) (회합의) sự giải tán, sự tan rã; (군대의 제대) giải ngũ, xuất ngũ. **~하다** giải tán, giải thể. ¶ ～을 명하다 yêu cầu giải tán / 강제 ～ giải tán cưỡng chế.

해산물(海産物) đồ hải sản.

해삼(海蔘) [ĐV] con hải sâm.

해상(海上) ～의 thuộc trên biển. ¶ ～에(서) trên biển, thuộc vùng biển. ¶ ～ 근무 làm việc trên biển, nghề biển / ～법 luật về biển / ～ 보험 bảo hiểm hàng hải / ～ 봉쇄 phong toả (bao vây) trên biển / ～ 생활 sinh hoạt trên biển / ～ 정찰기 máy bay trinh sát trên biển.

해상(海床) đáy biển.

해서(楷書) khải thư, chữ khải.

해석(解析) sự phân tích, phân tách, bóc tách vấn đề. **~하다** phân tích, bóc tách vấn đề. ¶ ～ 기하학 [TH] hình học giải tích.

해석(解釋) sự giải thích, sự bình luận, làm sáng tỏ. **~하다** giải thích, giải đáp, làm rõ, làm minh bạch. ¶ ～의 차이 sự khác biệt trong giải thích / ～을 잘못하다 phân tích sai, giải đáp sai / 악의[선의]로 ～하다 giải thích một cách ác ý [thiện ý] / 법문 ～ giải đáp pháp luật, giải nghĩa pháp luật.

해설(解說) sự diễn giải, chú giải, bình luận, phân tích. **~하다** giải đáp, bình luận, phân tích. ¶ ～ 위원 bình luận viên (라디오, TV).

해소(解消) giải tỏa, xóa bỏ. ¶ 불만을 [스트레스를] ～하다 giải tỏa sự bất mãn [căng thẳng].

해손(海損) tổn thất, thiệt hại hàng hoá gặp nạn trên biển. ¶ ～ 계약 hợp đồng về tổn thất trên biển.

해수(咳嗽) ho, chứng ho, cơn ho. ☞ **기침**.

해수(海水) nước mặn, nước biển.

해수욕(海水浴) sự tắm biển. **~하다** tắm biển. ¶ ～객(客) khách tắm biển / ～장 bãi tắm ở biển.

해시계(-時計) đồng hồ mặt trời.

해식(海蝕) sự xói mòn của biển.

해신(海神) hải thần, thần biển, (Hy Lạp) thần Poseidon.

해쓱하다 xanh xao, vàng vọt, xanh nhợt. ¶ 해쓱해지다 trở nên xanh xao.

해악(害惡) hại; (악영향) ảnh hưởng xấu.

해안(海岸) bờ biển, bãi biển. ¶ ～에(서) trên bờ biển, trên bãi biển. ¶ ～ 경비 người phòng thủ, người canh gác ven biển / ～ 경비대 lực lượng phòng thủ, canh giữ ven biển / ～선 đường biển (hình dạng bờ biển) / ～ 포대 pháo đài phòng thủ ven biển.

해약(解約) **~하다** huỷ hợp đồng.

해양(海洋) đại dương, hải dương. ¶ ～ 경찰대 đội tuần tra vùng biển / ～성 기후 khí hậu đại dương / ～ 소설 câu chuyện về biển / ～ 수산부 bộ thuỷ sản và hải dương / ～ 식물 thực vật biển / ～학 môn hải dương học.

해어뜨리다 làm cho mòn, làm sờn.

해어지다 mòn, rách. ¶ 다 해어진 rách

tươm, rách tả tơi.

해역(海域) vùng biển, miền biển.

해열(解熱) **~하다** giải nhiệt, hạ sốt, hạ nhiệt. ¶ ~제 thuốc hạ sốt, thuốc hạ nhiệt.

해오라기 [LCh] con diệc trắng.

해오리 ☞ **해오라기**.

해왕성(海王星) [TVH] sao Hải vương.

해외(海外) nước ngoài, hải ngoại, ngoại quốc. **~의** thuộc nước ngoài, hải ngoại, ngoại quốc. ¶ ~로 ra nước ngoài / ~로부터 từ phía nước ngoài / ~ 무역 ngoại thương / ~ 방송 truyền hình nước ngoài / ~ 여행 du lịch nước ngoài / ~ 이민 di cư ra nước ngoài / ~ 투자 đầu tư ra nước ngoài.

해우(海牛) [ĐV] con hải ngưu.

해운(海運) vận chuyển bằng đường biển. ¶ ~업 ngành vận tải đường biển, sông / ~업자 người làm trong ngành vận tải đường biển, sông.

해원(海員) thuỷ thủ, thuyền viên. ☞ **선원**. ¶ ~ 숙박소 nơi ở của các thuỷ thủ.

해이(解弛) nới lỏng, thả lỏng. **~하다** nới lỏng, thả lỏng. ¶ 기강이 ~하다 kỷ cương nới lỏng.

해일(海溢) sóng thần, sóng lớn.

해임(解任) sự bãi nhiệm, cách chức. **~하다** bãi nhiệm, cách chức.

해자(垓字) hào, đường hào xung quanh thành trì.

해장 giã rượu, làm cho đỡ say rượu. **~하다** giã rượu, làm giảm cơn say. ¶ ~국 canh giã rượu / ~술 rượu uống để giã rượu.

해저(海底) đáy biển, trong lòng biển. ¶ ~ 유전 giếng dầu trong lòng biển / ~ 전선 [화산] đường cáp [núi lửa] ngầm dưới đáy biển / ~ 전신 viễn thông ngầm dưới biển / ~ 터널 đường hầm dưới biển.

해적(海賊) hải tặc, cướp biển. ¶ ~선 tàu hải tặc / ~판 sách (văn hoá phẩm) vi phạm quyền tác giả, sách in lậu (책의) / ~ 행위 hành vi cướp biển.

해전(海戰) hải chiến, cuộc giao tranh trên biển.

해제(解除) sự giải trừ, sự huỷ bỏ, sự bãi bỏ. **~하다** giải trừ, hủy bỏ, bãi bỏ. ¶ 무장 ~하다 giải trừ quân bị, phi quân sự hoá.

해제(解題) sự giải quyết vấn đề. ¶ ~자 người khái quát tác phẩm, người giải quyết vấn đề.

해조(害鳥) loài chim có hại.

해조(海鳥) loài chim biển.

해조(海藻) rong biển, tảo biển (dùng làm phân bón).

해주다 làm việc gì cho người khác.

해중(海中) dưới biển. ~의 thuộc về dưới biển. ¶ ~으로 xuống dưới biển.

해지다 ☞ **헤어지다**. rách, mòn, không sử dụng được.

해직(解職) sự sa thải, sự đuổi việc. **~하다** sa thải, đuổi việc. ¶ ~ 수당 trợ cấp thôi việc.

해질녘 lúc chiều tà, lúc xế chiều, xế bóng. ¶ ~에 vào lúc chiều tà, vào lúc xế chiều.

해체(解體) sự tháo dỡ, sự giải thể. **~하다** tháo dỡ, sự giải tán, sự triệt tiêu; (해부) giải phẫu, mổ xẻ, phân tách.

해초(海草) ☞ **해조**(海藻). rong biển, tảo biển (dùng làm phân bón).

해충(害蟲) loài côn trùng gây hại, loài sâu bọ gây hại (총칭).

해치다(害-) gây hại, làm tổn hại.

해치우다 hoàn thành, kết thúc, hoàn tất, làm xong; (죽이다) hạ đo ván, đánh bại.

해탈(解脫) [PG] sự giải thoát. **~하다** giải

thoát.

해태(海苔) ~하다 lười nhác; không giữ lời hứa.

해파리 【ĐV】 con sứa.

해판(解版) sự bóc chữ, tách chữ khỏi bản in. ~하다 bóc chữ ra khỏi bản in.

해하다(害-) ☞ 해치다. có hại, gây hại, làm tổn thương.

해학(諧謔) trò cười, hài, hài hước, hóm hỉnh, dí dỏm. ¶ ~적인 có tính hài hước, mang tính khôi hài / ~가 diễn viên hài, người hay pha trò cười / ~ 소설 tiểu thuyết hài hước.

해해거리다 cười rúc rích, cười khúc khích.

해협(海峽) eo biển, đoạn uốn khúc (sông, kênh, rạch). ¶ ~을 건너다 đi qua eo biển / 대한 ~ eo biển Hàn Quốc.

해후(邂逅) sự gặp gỡ tình cờ, cuộc gặp ngẫu nhiên. ~하다 gặp gỡ tình cờ, gặp ngẫu nhiên.

핵(核) ❶ hạt (trái cây) ❷ hạt nhân. ¶ ~가족 gia đình hạt nhân / ~무기 vũ khí hạt nhân / ~무장 vũ trang hạt nhân / 비~무장 지대 khu vực phi vũ khí hạt nhân / ~반응 phản ứng hạt nhân / ~ 분열 [융합] sự phân chia [dung hợp] hạt nhân / ~실험 thí nghiệm hạt nhân / ~실험 금지조약 hiệp ước cấm thử nghiệm vũ khí hạt nhân / ~ 안전 협정 hiệp định an toàn hạt nhân / ~전쟁 chiến tranh hạt nhân / ~폭발 vụ nổ hạt nhân / ~폭탄 bom hạt nhân / ~협정 hiệp định hạt nhân.

핵과(核果) 【TV】 loại quả có hạt, quả hạch.

핵산(核酸) 【HH】 axit nucleic. ¶ 리보 ~ ribonucleic axit.

핵심(核心) trọng tâm, trung tâm. ¶ 문제의 ~ cốt lõi của vấn đề.

핵우산(核雨傘) chiếc ô hạt nhân.

핵폐기물(核廢棄物) rác thải hạt nhân. ¶ ~ 처리 xử lý rác thải hạt nhân / ~ 처리장 bãi xử lý rác thải hạt nhân.

핸드백 túi xách tay.

핸드폰 điện thoại cầm tay (di động). ~하다 gọi điện thoại di động.

핸들 tay cầm, tay nắm. ¶ 자동차 ~ tay lái xe ôtô.

핸디캡(handicap) điểm bất lợi, khuyết tật, khiếm khuyết. ¶ ~을 주다 đem lại bất lợi / ~을 극복하다 khắc phục khiếm khuyết.

핼쑥하다 (서술적) tái nhợt, tái xanh, tái xám.

햄(ham) (고기) thịt dăm bông. ¶ ~ 샐러드 món sa lát dăm bông.

햄버거스테이크 bánh hambuger, bánh kẹp thịt.

햅쌀 lúa mới, gạo mới. ¶ ~밥 cơm gạo mới.

햇… mới, đầu mùa. ¶ ~곡식 ngũ cốc đầu vụ.

햇무리 vòng sáng, vòng hào quang quanh mặt trời.

햇볕 ánh nắng mặt trời, tia nắng mặt trời. ¶ ~에 타다 cháy nắng, sạm nắng / ~에 말리다 phơi khô dưới nắng.

햇빛 ánh nắng, tia nắng. ¶ ~에 쬐다 phơi nắng.

햇살 ánh sáng mặt trời.

햇수(-數) con số của năm.

행(幸) may mắn, hạnh phúc. ¶ ~인지 불행인지 không biết là may hay rủi

행(行) (가는 곳) hướng về, chuyến đi. ¶ 서울~ 열차 xe lửa đi Seoul.

행각(行脚) sự hành hương, con đường dẫn tới. ~하다 hành hương. ¶ 사기 ~을 하다 đi vào con đường lừa đảo.

행간(行間) khoảng cách giữa các dòng; nghĩa bóng. ¶ ~을 읽다 hiểu nghĩa bóng.

행군(行軍) cuộc hành quân. ~**하다** hành quân. ¶ 강~ cuộc hành quân vất vả.

행낭(行囊) túi thư, túi đựng thư. ¶ 외교~ túi thư ngoại giao.

행동(行動) sự hành động, hành vi. ¶ ~을 같이 하다 cùng hành động, cùng hoạt động, cùng làm / ~에 옮기다 thực thi, biến thành hành động. ¶ ~주의 chủ nghĩa hành động / 직접 [자유] ~ hành động trực tiếp [tự do].

행동거지(行動擧止) hành động cử chỉ.

행동대(行動隊) đội hành động. ¶ 청년 ~ đội thanh niên hành động.

행락(行樂) hưởng lạc, giải trí, hưởng thụ. ¶ ~객(客) khách vui chơi, khách đi nghỉ / ~지(地) nơi giải trí, trung tâm vui chơi.

행렬(行列) (행진) diễu hành, đi thành hàng; (차례를 기다리는) xếp thành hàng.

행로(行路) hành lộ, đường đi, cuộc hành trình. ¶ 인생 ~ đường đời.

행방(行方) dấu vết, dấu tích. ¶ ~을 감추다 che đậy dấu vết.

행방불명(行方不明) mất tung tích, thất lạc. ¶ ~이 되다 bị mất tung tích, bị thất lạc, bị mất dấu vết / ~자 người mất tích.

행복(幸福) niềm hạnh phúc. ~한 hạnh phúc, may mắn. ¶ ~하게 살다 sống hạnh phúc.

행불행(幸不幸) cái may rủi, may mắn và bất hạnh. ¶ 인생의 ~ cái may rủi trong cuộc sống.

행사(行使) sự sử dụng, sự thực hành, sự thực thi. ~**하다** sử dụng, thực hành, thực thi.

행사(行事) sự kiện, buổi lễ.

행상(行商) (일) việc bán rong; (행상인) người bán hàng rong. ~**하다** bán hàng rong.

행색(行色) bề ngoài, dáng vẻ; (태도) thái độ, cách thể hiện. ¶ ~이 초라하다 bề ngoài trông tiều tụy

행서(行書) (서체) lối viết hành thư, chữ hành (gần giống chữ thảo).

행선지(行先地) điểm đến, đích đến.

행세(行世) cách cư xử khéo, khéo xử sự; (가장) giả vờ, giả bộ. ¶ 백만 장자로 ~하다 khéo giả bộ như nhà triệu phú.

행세(行勢) sự nắm quyền lực, nắm quyền thi hành. ~**하다** nắm thế lực. ¶ ~하는 집안 gia đình nắm thế lực, có thế lực

행수(行數) số hàng, số dòng.

행실(行實) hành vi, thái độ, cách cư xử, cách ăn ở. ¶ ~이 나쁜 사람 người có cách cư xử không tốt.

행여(幸-) chẳng may, may ra, biết đâu, nếu (phán đoán có thể).

행여나(幸-) ☞ **행여**(幸-)

행운(幸運) vận may, tốt số, số may mắn. ~의 có số may mắn, tốt số. ¶ ~아 người tốt số, người gặp may / ~의 편지 bức thư may mắn.

행원(行員) nhân viên ngân hàng.

행위(行爲) (행동) hành vi, thái độ, cách cư xử, cách hành động; (처신) cách xử sự. ¶ ~ 능력 có năng lực hành vi dân sự / ~자 người thực thi, người hành động / 법률 ~ hành vi pháp luật / 영웅적 ~ hành vi anh hùng.

행인(行人) người đi bộ, khách bộ hành.

행장(行裝) hành trang, hành lý, đồ dùng cần thiết (khi đi công tác, du lịch). ¶ ~을 차리다 chuẩn bị hành trang / ~을 풀다 dỡ hành lý (숙박하다).

행적(行蹟) hành tung, vết tích; công lao, thành quả đã để lại

행정(行政) hành chính, cơ quan chính phủ. ¶ ～기관 cơ quan hành chính / ～관 công chức hành chính / ～구획 [개혁, 처분, 명령, 협정] phân định [cải cách, xử lý, mệnh lệnh, hiệp định] hành chính / ～법 [권, 감독, 소송] luật [quyền, điều hành, tố tụng] hành chính / ～부 chính phủ / ～자치부 bộ tự trị hành chính / ～학 hành chính học, môn học hành chính.

행정(行程) chặng đến, hành trình (거리).

행주 giẻ, rửa khăn lau bát (chén). ～치다 lau chén, lau bát, đĩa. ¶ ～치마 cái tạp dề.

행진(行進) sự diễu hành, hành quân, sự rước. **~하다** tiến hành diễu hành, hành quân. ¶ ～곡 bài hát hành quân, khúc hành quân / 결혼 ～곡 khúc nhạc cử hành lễ cưới.

행차(行次) **~하다** viếng thăm, việc đi lại, qua lại (nói kính trọng)

행패 (行悖) hành động trái lẽ thường, hành vi sai trái, hành vi không đúng đắn. ¶ ～를 부리다 gây ra hành vi tổn thương, xúc phạm.

행하(行下) tiền boa, tiền típ, tiền thưởng thêm.

행하다(行-) (행위) cư xử, hành động, đối xử, cách ăn ở; (실행) thực hiện, thực hành, thực thi; (명령대로) làm theo mệnh lệnh; (약속 따위) thực hiện lời hứa; (나쁜 짓을) hành động xấu; (거행) cử hành, tiến hành.

향(香) mùi thơm, hương thơm, hương trầm. ¶ ～을 피우다 đốt hương trầm.

향교(鄕校) trường học nho giáo.

향군(鄕軍) ❶ ☞ **재향 군인**. cựu chiến binh. ❷ ☞ **향토 예비군**. quân dự bị bảo vệ tổ quốc (lực lượng phòng bị bảo vệ tổ quốc).

향긋하다 thơm ngát, thơm ngào ngạt, thơm tho.

향기(香氣) mùi thơm, hương thơm. ～롭다 có mùi thơm, có hương thơm.

향나무(香-) [TV] cây thơm, cây trầm, cây bách xù Trung Quốc.

향내(香-) mùi hương. ☞ **향기**. ¶ ～나는 toả hương thơm.

향년(享年) tuổi thọ, thọ. ¶ ～ 칠십 세 thọ 70 tuổi (khi chết).

향도(嚮導) (사람) hướng đạo viên, người hướng dẫn, người dẫn đường.

향락(享樂) sự hưởng lạc. **~하다** hưởng lạc. ¶ ～적 mang tính hưởng lạc. ¶ ～주의 chủ nghĩa hưởng lạc, khoái lạc / ～주의자 người có tư tưởng chủ nghĩa hưởng lạc, khoái lạc.

향로(香爐) lư hương.

향료(香料) ❶ (식품의) đồ gia vị. ❷ (화장품 따위의) nguyên liệu gây mùi thơm, hương liệu (총칭).

향리(鄕里) quê hương, xứ sở, nơi chôn rau cắt rốn.

향미(香味) hương vị. ¶ ～료 chất có hương vị, đồ gia vị.

향방(向方) phương hướng, phương diện; (방위) chiều, phía, ngả; (목적지) đường đi, hướng đi.

향배(向背) đồng tình hay phản đối. ¶ 여론의 ～를 주시하다 theo dõi sự đồng tình hay phản đối của dư luận.

향불(香-) nhang, hương trầm, hương. ¶ ～을 피우다 thắp hương, thắp trầm.

향사(向斜) [Địa] nếp lõm, nếp uốn lõm.

향상(向上) sự nâng cao, sự cải tiến, sự phát triển. **~하다** nâng cao, cải tiến, tiến bộ, phát triển. ¶ 여성 지위의 ～ nâng cao địa vị của người phụ nữ. ¶ ～심 nguyện vọng, hoài bão.

향수(享受) sự hưởng thụ, thưởng thức. **~하다** hưởng thụ, thưởng thức.

향수(享壽) sự dưỡng lão, hưởng thọ. **~하**

ㅎ

다 nghỉ ngơi, hưởng thụ tuổi già.

향수(香水) nước hoa, dầu thơm. ¶ ~를 뿌리다 xức nước hoa, bôi nước hoa, bôi dầu thơm / ~뿌리개 bình xịt nước hoa.

향수(鄕愁) nhớ quê, nhớ nhà, nhớ quê hương. ¶ ~를 느끼다 cảm giác nhớ quê, nhớ nhà.

향습성(向濕性) 【TV】 loại cây có nhiều nước.

향연(饗宴) tiệc, bữa tiệc, buổi tiệc, chiêu đãi. ¶ ~을 베풀다 chiêu đãi, mở tiệc.

향유(享有) sự thưởng thức, sự hưởng thụ.

향유(香油) ❶ (참기름) dầu mè. ❷ (머릿기름) dầu bôi tóc, dầu xức thơm tóc.

향유고래(香油-) 【ĐV】 cá nhà táng.

향응(饗應) sự tiếp đón, sự tiếp đãi trang trọng, sự chiêu đãi.

향일성(向日性) 【TV】 có tính hướng dương, thích hợp với nơi có ánh nắng mặt trời.

향지성(向地性) 【TV】 tính hướng đất, thích hợp với những vùng đất.

향토(鄕土) quê cha đất tổ, đất quê hương, dân gian, địa phương. ¶ ~ 문학 [음악] văn học [âm nhạc] quê hương / ~색(짙은) (đậm) màu sắc địa phương / ~ 예비군 lực lượng dự bị địa phương / ~ 예술 nghệ thuật của vùng quê.

향하다(向-) ❶ (대하다) hướng tới, hướng ra, tiến về, hướng về. ¶ 집이 바다를 ~ nhà hướng ra biển. ❷ (가다) xuất phát, tiến về, hướng đi về. ❸ (지향) định hướng, hướng tới, nhắm tới.

향학심(向學心) lòng say mê học tập. ¶ ~에 불타다 có lòng ham mê, có niềm say mê học tập.

향후(向後) trong tương lai, về sau, sau này, trong thời gian tới.

허(虛) điểm yếu, nhược điểm. ¶ 적의 ~를 찌르다 đánh vào điểm yếu của địch / ~를 틈타다 lợi dụng, tận dụng điểm yếu

허가(許可) sự cho phép, sự phê duyệt, sự chấp thuận; (인가) sự đồng ý; (면허) giấy phép, giấy chứng nhận; (입학) giấy chứng nhận nhập học. **~하다** đồng ý, cho phép. ¶ ~를 얻어 được sự cho phép, được sự đồng ý / ~없이 không được phép. ¶ ~증(證) giấy phép, giấy chứng nhận / 건축 ~ giấy phép xây dựng / 입학 ~ giấy phép nhập học.

허겁지겁 ☞ **허둥지둥**. vội vã, hối hả, vội vàng, hấp tấp.

허공(虛空) khoảng không, khoảng trống; (공중) không trung, không gian trống rỗng.

허구(虛構) chuyện hư cấu, chuyện bịa đặt. ~의 có tính hư cấu, tính bịa đặt, không có tính hiện thực.

허구렁(虛-) hố, bẫy, hố bẫy, hầm bẫy.

허구하다(許久-) dài, rất lâu, thời gian dài. ¶ 허구한 세월 khoảng thời gian dài, một thời gian khá lâu.

허기(虛飢) sự đói, đói bụng. ~지다 đói cồn cào; (배고파) cảm thấy đói, thấy đói; (욕망으로) sự ham muốn mãnh liệt.

허깨비 (환영) ảo tưởng, ảo ảnh, ảo mộng (환상).

허니문 tuần trăng mật.

허다(許多) **~하다** rất nhiều, lớn, đông. ¶ 허다한 학생 중에 trong số rất nhiều học sinh.

허덕거리다 ❶ (숨이차) thở hổn hển, thở hắt ra, mệt nhọc; (지쳐서) mệt lả. ❷ (애쓰다) gắng sức, cố gắng, dồn hết sức lực.

허두(虛頭) (첫머리) lời mở đầu, lời mào đầu. ☞ **서두**.

허둥거리다 bối rối, xôn xao, lúng túng.

허둥지둥 vội vàng, nhốn nháo, náo động.

허드레 vặt vãnh, lặt vặt, lụn vụn, linh tinh. ¶ ～꾼 người làm công việc vặt / 허드렛물 nước không phải là nước uống / 허드렛일 công việc vặt vãnh, công việc linh tinh.

허들 vượt rào. ¶ ～ 레이스 chạy vượt rào.

허락(許諾) (승인) sự đồng ý, sự chấp thuận; (허가) sự cho phép, sự phê duyệt. **~하다** đồng ý, cho phép, chấp thuận, phê chuẩn (입학 따위를). ¶ ～을 얻어 được cho phép, được chấp thuận / ～ 없이 không có sự đồng ý, không có sự phê duyệt.

허랑방탕(虛浪放蕩) **~하다** phung phí, phóng đãng, hoang phí.

허례(虛禮) hình thức sáo rỗng, bề ngoài trống rỗng. ¶ ～를 없애다 xóa bỏ cái hình thức sáo rỗng. ¶ ～허식(虛飾) hư lễ hư thức, nghi lễ nghi thức hão huyền, hư ảo.

허룩하다 (서술적) hoàn toàn trống rỗng, trống không.

허름하다 ❶ (낡아서) tồi tàn, tiều tụy, cũ nát. ¶ 허름한 옷 chiếc áo cũ nát. ❷ (싸다) tầm thường, rẻ tiền.

허리 ❶ (몸의) eo, chỗ thắt lưng; (짐승의) khung, xương chậu. ¶ ～가 날씬하다 eo ót, vòng eo thon thả. ❷ (옷의) phần chiết eo.

허리띠 thắt lưng, dây thắt lưng, đai lưng.

허리춤 điệu múa eo.

허리통 vòng eo, số đo vòng.

허릿매 vòng eo, vòng bụng.

허망(虛妄) sự hư vọng, hão huyền. ～한 hão huyền.

허무(虛無) sự hư vô, sự hư ảo, phù phiếm. ～한 hư vô, hư ảo, không thực, không tồn tại, phù phiếm. ¶ ～감 cảm giác hư vô, cảm giác vô thực / ～주의 chủ nghĩa hư vô / ～주의자 người theo chủ nghĩa hư vô.

허무맹랑(虛無孟浪) sự ngông cuồng, sự lố bịch, sự ngớ ngẩn. ～한 ngông cuồng, lố bịch, ngớ ngẩn.

허물[1] (살꺼풀) da, vỏ, vỏ bọc.

허물[2] (과실) khiếm khuyết, khuyết điểm, lỗi lầm. ¶ ～을 용서하다 tha thứ cho những lỗi lầm.

허물다 lôi xuống, kéo xuống, kéo đổ, phá đổ.

허물벗다[1] (뱀 따위가) lột da, lột xác, lột vỏ.

허물벗다[2] (누명벗다) thanh minh, đính chính, hiệu đính.

허물어지다 sập xuống, đổ xuống, sụp đổ; (벽 따위) tường sập, tường đổ; (다리 따위) gãy cầu, sập cầu.

허물없다 không câu nệ, không giữ kẽ, không ngần ngại. ¶ 허물없이 không câu nệ, thẳng thắn / 허물없이 사귀다 làm quen không ngại ngùng.

허밍(humming) 【Anh】 **~하다** vo ve, kêu o o.

허방짚다 tính sai, đoán sai, dự tính nhầm.

허벅다리 đùi, bắp đùi.

허벅지 ☞ **허벅다리**.

허비(虛費) sự hoang phí, sự lãng phí, sự phung phí. **~하다** hoang phí, lãng phí, phung phí.

허사(虛事) thất bại, không được như mong đợi, trở thành con số không. ¶ ～로 돌아가다 quay trở về con số không.

허상(虛像) 【VLH】 ảo ảnh.

허섭스레기 đồ không còn giá trị, đồ bỏ đi, bã, cặn bã.

허세(虛勢) sự khoe khoang, sự phô

trương, sự phách lối. ¶ ~를 부리다 khoe khoang, phách lối, phô trương.

허송세월(虛送歲月) sự lãng phí, sự phung phí thời gian. **~하다** lãng phí thời gian, phung phí thời gian.

허수(虛數) 【TH】 hư số (con số ảo).

허수아비 con bù nhìn, con rối.

허수하다 ☞ **허전하다**. trống trải, trống vắng.

허술하다 ❶ (초라하다) tiều tụy, tồi tàn, tàn tạ. ¶ 허술한 옷 chiếc áo tàn tạ. ❷ (헛점이 있다) lỏng lẻo, không chặt chẽ, có lỗ hổng.

허스키 (giọng nói) khàn, khàn khàn.

허식(虛飾) sự phô trương, sự khoe khoang, sự màu mè. ~적 có tính khoe khoang, phô trương, màu mè. ¶ ~없는 đơn giản, giản dị / ~을 좋아하다 thích sự màu mè, thích phô trương, thích khoe khoang.

허실(虛實) hư thực, chân thật và giả dối.

허심탄회(虛心坦懷) tính ngay thật, tính thẳng thắn, tính bộc trực. ¶ ~하게 một cách thẳng thắn, một cách ngay thật.

허약(虛弱) sự yếu đuối, sự suy nhược, sự yếu kém. **~하다** suy nhược, yếu kém. ¶ 몸이 ~하다 cơ thể ốm yếu / ~자 người yếu đuối.

허언(虛言) lời nói dối, lời nói gạt, sự lừa dối.

허여멀겋다 đẹp và dịu dàng, đẹp và hấp dẫn.

허여멀쑥하다 ☞ **허여멀겋다**.

허영(虛榮) hư vinh, vinh dự hão. ¶ ~심(心) lòng chuộng hư vinh / ~심이 많은 nhiều hư vinh.

허옇다 trắng tinh, trắng như tuyết.

허욕(虛慾) tính tham lam, tính hám lợi. ¶ ~ 많은 사람 người tham lam, hám lợi.

허용(許容) sự cho phép, sự chấp thuận, sự đồng ý. **~하다** cho phép, đồng ý, chấp thuận. ¶ ~량 khối lượng cho phép / ~ 오차 sai số cho phép, dung sai / ~ 한도 giới hạn cho phép.

허우대 dáng người. ¶ ~가 좋다 dáng người đẹp.

허울 bề ngoài, mặt ngoài, vẻ ngoài. ¶ ~만 좋은 물건 hàng chỉ đẹp mặt ngoài, chỉ tốt mã ngoài.

허위(虛僞) hư ảo, hư cấu, giả tưởng ~의 có tính hư ảo, có tính giả tưởng. ¶ ~ 보고 [신고] báo cáo [khai báo] gian dối.

허위단심 sự phấn đấu, sự nỗ lực, sự cố gắng. ¶ ~으로 bằng sự nỗ lực hết lòng, bằng sự cố gắng hết mình.

허위적거리다 ngoi ngóp.

허장성세(虛張聲勢) lừa gạt, khoa trương thanh thế, không có thật.

허전하다 (서술적) trống trải, đơn lẻ.

허점(虛點) kẽ hở, chỗ hở, khe hở, điểm yếu. ¶ ~을 노리다 nhắm vào khe hở, nhằm vào điểm yếu.

허청거리다 đi lảo đảo do bệnh, loạng choạng.

허탈(虛脫) 【YH】 sự nản lòng, ngã lòng. **~하다** nản lòng, ngã lòng. ¶ ~감 cảm giác nản lòng.

허탕 sự không có lợi lộc, không được kết quả gì, trở về con số không. ¶ ~치다 mất công vô ích, không có kết quả gì.

허투루 bất cẩn, coi thường. ¶ ~ 보다 xem thường / 물건을 ~ 다루다 bất cẩn với đồ đạc.

허튼계집 người đàn bà phóng đãng, người phụ nữ phóng túng.

허튼맹세 lời thề (hứa) vô trách nhiệm, lời hứa suông.

허튼소리 lời nói vô trách nhiệm, lời

nói suông.
허튼수작(-酬酌) ☞ **허튼소리**.
허파 phổi động vật.
허풍(虛風) sự thổi phồng, sự phóng đại, sự cường điệu. ¶ ~떨다 thổi phồng, cường điệu, khoe khoang, khoác lác / ~선이 kẻ khoác lác, người hay thổi phồng sự việc.
허하다(許-) ưng thuận, cho phép, đồng ý, phê duyệt.
허하다(虛-) (속이 빔) trống rỗng, rỗng, rỗng tuếch; (허약) yếu, kém, suy nhược (sức khỏe).
허행(虛行) ☞ **헛걸음하다**. vô ích, không đạt kết quả như mong muốn.
허허벌판 cánh đồng bao la, ruộng đồng mênh mông.
허혼(許婚) **~하다** hứa hôn, ưng thuận kết hôn.
허황(虛荒) ~한 giả, ngông cuồng, không có cơ sở.
헌 cũ, mòn, xơ xác, cũ kỹ. ¶ ~물건 hàng cũ.
헌걸차다 (몸이) khỏe mạnh, phấn chấn; (의기가) hoan hỉ, hân hoan, phấn khởi.
헌것 đồ cũ, cái cũ.
헌계집 người phụ nữ từng trải, người phụ nữ đã từng kết hôn.
헌금(獻金) tiền hiến, dâng. (교회에서의) **~하다** dâng, hiến tiền. ¶ ~자 người dâng tiền / ~함 hòm dâng tiền.
헌납(獻納) **~하다** hiến nạp, cống nộp, đóng góp. ¶ ~자 người hiến nạp / ~품(品) hàng hiến nạp.
헌데 áp xe, khối u, u bướu.
헌법(憲法) hiến pháp. ¶ ~(상)의 thuộc hiến pháp / ~상으로 theo hiến pháp / ~을 제정 [개정]하다 chế định [sửa đổi] hiến pháp / 대한민국 ~ hiến pháp nước Đại Hàn Dân Quốc / 성문 [불문] ~ hiến pháp bằng văn bản [bất thành văn].
헌병(憲兵) (육군) hiến binh (MP); (해군) lực lượng hải quân tuần cảnh (SP). ¶ ~ 사령관 tư lệnh hiến binh.
헌상(獻上) **~하다** dâng tặng, biếu. ¶ ~물 quà biếu, quà tặng.
헌신(獻身) sự cống hiến, sự hiến thân. **~하다** hiến thân, cống hiến. ¶ ~적인 có tính hiến thân, tận tình / ~적으로 một cách tận tình.
헌신짝 đôi giầy cũ, dép cũ. ¶ ~같이 버리다 quẳng (vứt) như đôi giầy cũ.
헌옷 (quần) áo cũ.
헌장(憲章) hiến chương, thoả thuận. ¶ 대서양 ~ hiến chương (bản thoả thuận) Đại Tây dương / 대~ (영국의) đại hiến chương của Anh quốc / 어린이 ~ hiến chương trẻ em.
헌정(憲政) chính thể lập hiến.
헌정(獻呈) **~하다** biếu, hiến tặng, dâng trình.
헌책(-冊) sách cũ. ¶ ~방 hiệu bán sách cũ.
헌칠하다 hình dáng cao và cân đối.
헌혈(獻血) sự hiến máu. **~하다** hiến máu. ¶ ~자 người hiến máu.
헐값(歇-) giá rẻ, giá rẻ bèo, giá rẻ mạt.
헐겁다 lỏng, không chặt, chùng, lung lay.
헐다[1] (물건이) cũ, sờn, mòn, rách; (피부가) sưng tấy.
헐다[2] ❶ (쌓은 것 등을) phá huỷ, đánh đổ, lật đổ. ❷ (남을) soi mói, bêu xấu (người khác) ❸ (돈을) lấy ra tiêu (tiền).
헐떡거리다 thở hổn hển, thở phù phù. ¶ 헐떡거리며 vừa hổn hển vừa ….
헐뜯다 nói xấu, vu khống, vu cáo, phỉ báng.
헐렁거리다 ❶ (행동을) hành động nông

ㅎ

nổi, hấp tấp, nóng vội, không thận trọng. ❷ (물건이) đồ vật lỏng, lùng thùng.

헐렁이 người nông nổi, người nhẹ dạ.

헐렁하다 rộng lùng thùng, lùng thùng.

헐레벌떡 hổn hển, vội vã.

헐리다 bị làm đổ, bị đánh đổ, bị cho đổ.

헐벗다 rách rưới, nghèo nàn, trơ trụi.

헐하다(歇-) ❶ (값이) rẻ, rất rẻ, rẻ mạt. ¶ 헐하게 사다 mua rẻ. ❷ (쉽다) đơn giản, dễ dàng. ❸ (가벼운) nhẹ nhàng.

험구(險口) **~하다** nhục mạ, phỉ báng, vu cáo, vu khống. ¶ ～가 kẻ nhục mạ, kẻ vu khống.

험난(險難) ～한 (험준한) hiểm trở, nguy hiểm, (어려운) khó khăn.

험담(險談) lời bêu xấu, lời lăng mạ. **~하다** lăng mạ, bêu xấu, soi mói.

험상(險狀) ～궂다(스럽다) nham hiểm, hung hãn ¶ ～스러운 얼굴 khuôn mặt gian ác.

험악(險惡) ～한 (위험) hiểm ác, nguy hiểm; (사태의) tình thế nguy hiểm, gay cấn; (날씨가) thời tiết xấu; (험준) hiểm trở.

험준(險峻) ～한 hiểm trở, ghồ ghề, lởm chởm.

험하다(險-) ❶ (산길 따위가) nguy hiểm, hiểm trở. ❷ (날씨 따위) thời tiết xấu, nguy hiểm. ❸ (표정 따위) nham hiểm, ác độc, hung tàn. ❹ (상태가) trầm trọng, nguy kịch.

헙수룩하다 (머리털이) tóc tai bù xù, bờm xờm; (주제가) luộm thuộm.

헙헙하다 ❶ (사람됨이) rộng lượng, khoan dung, hào phóng, phóng khoáng. ❷ (씀씀이가) tiêu xài phung phí, hoang phí.

헛간(-間) kho (thóc), chuồng (trâu, bò, ngựa).

헛걸음하다 đi công cốc, chuyến đi vô ích.

헛구역(-嘔逆) 【YH】 sự ợ, hiện tượng ợ.

헛기침하다 hắng giọng, đằng hắng.

헛다리짚다 bước nhầm, tính nhầm, tính sai, đoán sai.

헛돌다 (기계 따위가) máy chạy sai, máy chạy nhầm.

헛되다 (보람 없다) vô ích, không có ý nghĩa, sai lầm; (무근) vô căn cứ, không cơ sở. ¶ 헛된 노력 sự nỗ lực vô nghĩa / 헛된 소문 tin đồn không căn cứ, tin đồn không có giá trị / 헛되이 một cách vô ích, phù phiếm.

헛듣다 nghe lầm, nghe sai.

헛디디다 bước hụt, lỡ bước.

헛물켜다 cố gắng, nỗ lực vô ích.

헛배부르다 cảm giác không ăn mà thấy chướng bụng.

헛소리하다 lời nói sảng, nói mê, nói nhảm nhí, nói luyên thuyên.

헛소문(-所聞) tin đồn nhảm, không căn cứ.

헛손질하다 sờ soạng, mò mẫm, mầy mò lung tung.

헛수 nước đi vô ích (đánh cờ).

헛수고 sự cố gắng vô ích. **~하다** cố gắng vô ích.

헛웃음 nụ cười gượng gạo.

헛일 công việc phù phiếm, không có ích. **~하다** làm những công việc vô ích.

헛헛증(-症) cảm giác luôn đói, chứng cồn cào, luôn đói bụng.

헛헛하다 cảm thấy đói, khát (rất đói khát).

헝가리 Hungary. ¶ ～의 thuộc Hungary / ～말 tiếng Hungary / ～ 사람 người Hungary.

헝겊 miếng vải rách, miếng giẻ rách.

헝클다 làm rối tung lên, làm vướng

mắc, làm mất trật tự.
헝클어지다 trở nên phức tạp, trở nên rối lên.
헤게모니(hegemony) quyền chỉ đạo, quyền lãnh đạo.
헤드라이트(headlight) đèn pha của xe ô tô.
헤딩 [BĐ] sự đánh đầu. **~하다** đánh đầu
헤뜨리다 gieo, vãi, tung rắc.
헤로인(heroin) hêrôin.
헤르니아 [YH] (탈장) chứng sa ruột.
헤매다 ❶ (돌아다니다) đi lòng vòng, đi loanh quanh. ❷ (어쩔줄 모르다) bối rối, bàng hoàng.
헤먹다 lỏng, không khít, không chặt.
헤모글로빈 [Si] hemoglobin.
헤벌쭉 sự mở bành ra, xòe ra. **~하다** mở bành ra, xòe ra
헤브라이(Hebrews) người Do Thái, người Hê-brơ. ¶ ~말 tiếng Do Thái (cổ).
헤비급(-級) [QA] hạng nặng. ¶ ~선수 võ sĩ hạng nặng.
헤살 chướng ngại vật, vật cản, vật cản trở. ~놓다 gây cản trở, quấy rối, gây trở ngại, gây rắc rối, gây tắc nghẽn. ¶ ~꾼 kẻ chuyên gây rắc rối, kẻ quấy rối.
헤식다 nhão, nát, dễ chia tách.
헤실바실 phung phí, lãng phí.
헤아리다 ❶ (용량) đo xem, cân nhắc kỹ, tính toán kỹ. ¶ 일을 잘 헤아려 하다 tính toán kỹ công việc rồi làm. ❷ (가늠·짐작) dự tính, dự đoán, suy tính, ước đoán. ❸ (셈) phỏng tính, ước tính, tính toán. ¶ 헤아릴 수 없는 không thể ước tính nổi.
헤어나다 thoát ra, tách ra. ¶ 헤어날 수 없는 어려운 상황 cảnh khó khan không thể thoát khỏi.
헤어지다 ❶ (이별) chia cắt, chia ly, chia tay, cắt đứt quan hệ; (이혼) ly hôn, ly dị. ❷ (해산) giải tán, phân tán.
헤어핀 cái cặp tóc, kẹp tóc.
헤엄 sự bơi lội. ~치다 bơi. ¶ ~치러 가다 đi bơi.
헤적이다 lục lọi, lục soát, kiểm soát.
헤집다 lôi lên, đào lên, bới lên.
헤치다 ❶ (속을) đào lên, bới lên, xới lên, lộn lên. ❷ (흩뜨리다) gieo rắc, phân tán. ❸ (좌우로) đẩy sang hai bên, gạt sang hai bên. ¶ 군중을 헤치고 나아가다 rẽ đám đông đi ra ngoài.
헤프다 ❶ (쓰기에) sử dụng không bền, dễ hỏng, dễ rách, dễ trầy xước. ❷ (씀씀이가) phung phí. ¶ 돈을 헤프게 쓰다 tiêu tiền như nước, tiêu tiền phung phí. ❸ (입이) mồm mép, lưu loát, hay nói. ❹ (몸가짐이) dễ dãi, phóng túng, phóng đãng.
헥타르 (đơn vị đo) hecta.
헬레니즘 Hy lạp cổ; văn hoá cổ Hy lạp.
헬륨 [HH] chất helium (ký hiệu He).
헬리콥터 máy bay trực thăng, máy bay lên thẳng.
헬리포트 sân bay dành cho máy bay trực thăng, máy bay lên thẳng.
헬멧 mũ bảo hiểm, mũ bảo hộ, mũ an toàn.
헷갈리다 ❶ (마음이) tâm hồn xao nhãng, mất tập trung, lúng túng. ❷ (뜻이) ý lộn xộn, không rõ ràng.
헹가래 ¶ ~치다 hất tung, hất bổng.
헹구다 rửa sạch, súc sạch, giũ sạch. ¶ 빨래를 ~ giũ sạch đồ giặt (quần áo).
혀 lưỡi, cái lưỡi; (악기의 nhạc cụ) lưỡi gà. ¶ ~를 내밀다 đưa lưỡi ra/~를 차다 chặc lưỡi, tặc lưỡi.
혀짤배기 người có tật nói líu lưỡi.
혁대(革帶) dây thắt lưng, đai lưng da.
혁명(革命) cách mạng. ¶ ~적인 có tính

cách mạng / ～을 일으키다 gây ra cuộc cách mạng / ～가 nhà cách mạng / ～군 [정부] quân [chính phủ] cách mạng / ～ 운동 phong trào cách mạng / 산업～ cuộc cách mạng công nghiệp / 평화 [무력, 무혈] ～ cuộc cách mạng hoà bình [vũ trang, không đổ máu] / 반～세력 thế lực phản cách mạng.

혁신(革新) sự cải tổ, sự cách tân, đổi mới. **~하다** cách tân, đổi mới, cải cách. ¶ ～ 운동 phong trào cải tổ, phong trào đổi mới / ～ 정당 đảng cấp tiến, đảng cách tân / ～파 nhóm cách tân.

혁혁하다(赫赫-) sán lạn, rực rỡ, chói lọi.

현(弦) ❶ (활시위) dây cung. ❷ 【Hho】 cạnh huyền. ❸ (달의) vành trăng khuyết.

현(絃·弦) dây đàn, đàn dây

현(現) đương nhiệm, đương thời. ¶ ～내각 nội các đương nhiệm.

현가(現價) giá cả hiện tại, giá cả hiện hành.

현격(懸隔) **~하다** khác nhau, trái ngược nhau không thống nhất, không nhất quán. ¶ ～한 차 khoảng cách khác biệt, khoảng cách trái ngược nhau.

현관(玄關) hành lang ở cửa ra vào, khoang cổng ra vào. ¶ 자동차를 ～에 대다 đỗ xe ở khoang cổng ra vào

현관(顯官) quan chức cao cấp, chức sắc, viên chức cao cấp.

현군(賢君) bậc minh quân, vị vua hiền minh.

현금(現今) ngày nay, thời nay, hiện nay. **~의** thuộc hiện tại, thời nay. ¶ ～에는 vào thời nay, ngày nay.

현금(現金) tiền mặt. ¶ ～으로 치르다 trả bằng tiền mặt, chi trả bằng tiền mặt / ～으로 팔다 [사다] bán [mua] bằng tiền mặt / 수표를 ～으로 바꾸다 đổi séc ra tiền mặt / ～거래 [매매] giao dịch [mua bán] bằng tiền mặt / ～주의 phương thức giao dịch bằng tiền mặt / ～ 지불 chi trả tiền mặt / ～출납원 người quản lý tiền mặt.

현기(眩氣) hoa mắt, chóng mặt, chứng hoa mắt.

현기증(眩氣症) ☞ **현기**(眩氣). ¶ ～이 나다 bị chóng mặt.

현대(現代) hiện đại, tiên tiến, tân tiến. ～의 thuộc tính hiện đại. ¶ ～적인 mang tính hiện đại, tiên tiến, tân tiến. ¶ ～극 kịch hiện đại / ～ 문학 văn học hiện đại / ～어 từ hiện đại / ～ 여성 người phụ nữ hiện đại, người phụ nữ tân tiến / ～인 người tân tiến / ～ 작가 tác giả hiện đại / ～화 hiện đại hóa, tiên tiến hóa / ～화하다 hiện đại hóa, đổi mới.

현란(絢爛) **~하다** lộng lẫy, tráng lệ, huy hoàng, hoành tráng.

현명(賢明) sự thông minh, sự khôn ngoan, sự sáng suốt. ～한 thông minh, khôn ngoan, sáng suốt.

현모(賢母) mẹ hiền. ¶ ～양처 mẹ hiền vợ tốt / 그녀는 ～양처이다 cô ấy vừa là mẹ hiền vừa là vợ tốt.

현몽(現夢) **~하다** xuất hiện trong giấc mơ, hiện ra trong giấc mơ.

현묘(玄妙) ～한 thâm túy, sâu sắc, huyền bí.

현물(現物) hiện vật. ¶ ～로 지급하다 chi trả bằng hiện vật. ¶ ～거래 [매매] giao dịch [mua bán] bằng hiện vật / ～급여 chế độ trả lương bằng hiện vật / ～세 thuế hiện vật / ～ 출자 sự đầu tư bằng hiện vật / ～ 출자하다 đầu tư bằng hiện vật.

현미(玄米) gạo Hyun Mee, gạo lức.

현미경(顯微鏡) kính hiển vi. ¶ 백배의 ～

kính hiển vi phóng đại lên 100 lần.

현상(現狀) hiện trạng, tình hình hiện tại, hiện trạng, thực trạng. ¶ ~을 유지하다 duy trì hiện trạng / ~을 타파하다 đả phá thực trạng

현상(現象) hiện tượng. ¶ ~론(論) thuyết hiện tượng / 사회 ~ hiện tượng xã hội / 자연 ~ hiện tượng tự nhiên.

현상(現像) sự tráng phim, rửa phim, rửa ảnh. ¶ ~액 thuốc tráng phim / ~지(紙) giấy tráng, bản phim tráng.

현상(懸賞) giải thưởng, phần thưởng. ¶ ~을 걸다 treo thưởng. ¶~금 tiền thưởng, trị giá giải thưởng / ~ 당선자 người đoạt giải thưởng / ~ 모집광고 quảng cáo mời đến tham dự giải thưởng / ~ 소설 tiểu thuyết đoạt giải thưởng.

현상태(現狀態) hoàn cảnh hiện tại, thực trạng. ☞ **현상**. ¶ ~대로 놔두다 để nguyên hiện trạng / ~로는 theo hoàn cảnh hiện tại.

현세(現世) cõi trần, thế tục, trần tục. ☞ **이승**.

현손(玄孫) cháu trai của cháu trai, con cháu đời thứ tư.

현송(現送) **~하다** vận chuyển tiền mặt, vàng.

현수(懸垂) sự buông xuống. ¶ ~막(幕) màn treo (rạp hát); áp phích quảng cáo, biển quảng cáo.

현숙(賢淑) ~한 hiền thục, ngoan ngoãn.

현시(現時) hiện thời, thời điểm hiện tại.

현시(顯示) sự trưng bày, sự bày ra. **~하다** trưng bày, bày ra, phô trương.

현실(現實) hiện thực, thực tế, hiện tại. ~의 thuộc tính thực tế, hiện thực, hiện tại. ¶ ~적으로 trên thực tế / ~화하다 hiện thực hóa, làm cho đúng với thực tế. ¶ ~성(性) tính hiện thực / ~주의 chủ nghĩa hiện thực / ~주의자 người theo chủ nghĩa hiện thực.

현악(絃樂) 【ÂN】 nhạc bằng đàn dây ¶ ~기 đàn dây / ~ 사중주 nhóm tứ tấu đàn dây.

현안(懸案) vấn đề còn tồn lại. ¶ 양국간 ~에 대해 논의하다 thảo luận về những vấn đề còn tồn lại giữa hai nước.

현양(顯揚) **~하다** nổi tiếng, có tiếng tăm, thành danh.

현역(現役) tại ngũ, đang phục vụ, đang hoạt động. ¶ ~ 군인 bộ đội tại ngũ / ~ 선수 cầu thủ đang hoạt động / ~ 장교 sĩ quan đang tại ngũ.

현인(賢人) người khôn ngoan, hiền nhân.

현임(現任) đương chức, đương nhiệm. ¶ ~자 người đương nhiệm, người đương chức.

현장(現場) hiện trường. ¶ ~에서 tại hiện trường / ~에서 잡히다 bị bắt ngay tại hiện trường, bị bắt tận tay. ¶ ~ 감독 quản lý hiện trường / ~ 검증 kiểm tra hiện trường / ~ 부재 증명 chứng cứ ngoại phạm.

현재(現在) hiện tại, thực tế; (부사적) thực tế. ~의 mang tính hiện tại. ¶ 10월 1일 ~부터 tính từ thời điểm hiện tại ngày 1 tháng 10. ¶ 【NP】 ~완료시제 thời hiện tại hoàn thành.

현저(顯著) ~한 dễ thấy, đáng kể, đáng chú ý, đáng để ý, nổi bật, đập vào mắt. ¶ ~하게(히) một cách đáng chú ý, dễ để ý, rõ rệt.

현존(現存) **~하다** hiện hữu, hiện hành, tồn tại. ¶ ~의 hiện đang tồn tại, còn sống. ¶ ~ 작가 tác giả hiện vẫn đang sống.

현주(現住) chỗ ở hiện tại, nơi thường trú. ¶ ~민 người dân gốc / ~소 địa chỉ thường trú.

현지(現地) địa phương, bản xứ, địa điểm

hiện thời. ¶ ～ 방송 truyền hình địa phương / ～ 보고 báo cáo từ hiện trường / ～ 조사 điều tra hiện trường / ～ 특파원 phóng viên ở hiện trường.

현직(現職) đương chức, đương nhiệm (형용사적). ¶ ～ 대통령 tổng thống đương nhiệm.

현찰(現札) tiền mặt.

현창(舷窓) cửa sổ (mạn tàu, bên sườn máy bay), lỗ đặt nòng súng đại bác (tàu chiến, máy bay chiến đấu).

현처(賢妻) vợ hiền, vợ thảo.

현철(賢哲) hiền nhân, nhà hiền triết.

현충일(顯忠日) ngày kỷ niệm thương binh liệt sĩ.

현충탑(顯忠塔) đài liệt sĩ, bia tưởng niệm.

현판(懸板) tấm bảng treo, biển quảng cáo.

현품(現品) hiện vật, hàng hóa hiện hữu. ☞ **현물**.

현행(現行) ～의 hiện hành, hiện đang lưu hành. ¶ ～ 교과서 quyển sách đang lưu hành / ～ 맞춤법 phép chính tả hiện hành / ～범 tội phạm bị bắt tại chỗ / ～범으로 잡히다 bị bắt trong khi đang phạm tội.

현혹(眩惑) **~하다** hoa mắt, lóa mắt, huyễn hoặc, choáng ngợp.

현화식물(現化植物) 【TV】 loại cây có hoa.

현황(現況) tình hình hiện tại, tình trạng hiện tại.

혈거(穴居) **~하다** sống trong hang. ¶ ～시대 thời kỳ ăn hang ở lỗ / ～인 người sống trong hang động.

혈관(血管) 【GP】 huyết quản, tĩnh mạch, huyết mạch. ¶ ～ 이식 cấy ghép huyết quản / ～ 파열 đứt mạch máu, vỡ huyết quản

혈구(血球) huyết cầu. ¶ ～소(素) hemoglobin.

혈기(血氣) khí huyết, sinh lực, khí lực. ¶ ～왕성한 젊은이 tuổi trẻ đầy sinh lực, cường tráng / ～에 이끌리다 bị lôi cuốn bởi lòng nhiệt huyết.

혈뇨(血尿) 【YH】 huyết niệu, chứng đái ra máu.

혈담(血痰) đờm vấy máu

혈로(血路) đường thoát, lối thoát. ¶ ～를 열다 mở ra lối thoát.

혈맥(血脈) huyết mạch; (혈통) huyết thống, quan hệ máu mủ.

혈반(血斑) vết máu, đốm máu.

혈변(血便) phân có vấy máu.

혈색(血色) khí sắc, sắc mặt (nước da). ¶ ～이 나빠지다 nước da xấu đi / ～이 좋다 [나쁘다] sắc mặt hồng hào [tồi tệ] / ～이 좋아지다 sắc mặt trông tốt hơn.

혈색소(血色素) hemoglobin.

혈서(血書) bức huyết thư (thư thỉnh cầu, kiến nghị). ¶ ～를 쓰다 viết huyết thư.

혈세(血稅) tiền thuế xương máu của nhân dân.

혈안(血眼) mắt đỏ, mắt đỏ vằn máu. ¶ ～이 되어 찾다 tìm đỏ cả mắt.

혈압(血壓) huyết áp. ¶ ～을 재다 đo huyết áp / ～이 높다 [낮다] huyết áp cao [thấp]. ¶ ～계 máy đo huyết áp.

혈액(血液) máu, huyết. ¶ ～ 검사 kiểm tra máu / ～ 은행 ngân hàng máu / ～형 nhóm máu.

혈연(血緣) huyết thống, có quan hệ họ hàng. ☞ **혈족**. huyết tộc. ¶ ～ 관계 quan hệ huyết thống.

혈육(血肉) (자녀) cốt nhục (con đẻ); (혈족) có quan hệ họ hàng.

혈장(血漿) huyết thanh.

혈전(血戰) cuộc chiến đẫm máu, cuộc chiến kinh hoàng.

혈족(血族) huyết tộc, huyết thống, có quan hệ máu mủ.

혈청(血淸) 【YH】 huyết thanh. ¶ ～ 간염(肝

炎) huyết thanh viêm gan / ~ 주사 tiêm huyết thanh.
혈통(血統) huyết thống, phả hệ, gia phả. ¶ ~서 (개 따위의) nòi, giống (động vật).
혈투(血鬪) trận đánh tàn khốc, trận đánh đẫm máu.
혈판(血判) **~하다** điểm chỉ bằng máu ¶ ~서(장) tờ viết (giấy) được điểm chỉ bằng máu
혈행(血行) sự tuần hoàn máu.
혈혈(孑孑) sự đơn độc, sự cô đơn. ¶ ~단신 đơn thương độc mã, lẻ loi.
혈흔(血痕) vết máu.
혐기(嫌氣) kỵ khí. ¶ ~성의 có tính kỵ khí. ¶ ~성 식물 thực vật kỵ khí.
혐오(嫌惡) sự căm ghét, ghê tởm. **~하다** căm ghét, ghê tởm. ¶ ~감 cảm giác ghê tởm.
혐의(嫌疑) sự hiềm nghi, sự nghi ngờ. ¶ ~자 người bị hiềm nghi, người bị nghi ngờ / 살인 ~를 받다 bị tình nghi giết người, bị hiềm nghi sát nhân.
협객(俠客) hiệp khách, hiệp sĩ, người hào hiệp.
협격(挾擊) ☞ **협공**. sự kết hợp tấn công, sự kết hợp công kích.
협곡(峽谷) 【Địa】 hẻm núi, khe núi.
협공(挾攻) sự kết hợp tấn công, tấn công từ nhiều mặt. **~하다** kết hợp tấn công, cùng tác chiến. ¶ ~작전 tác chiến cùng tấn công, hiệp đồng tác chiến.
협궤(挾軌) khoảng cách hẹp, khoảng hẹp. ¶ ~철도 khoảng cách đường ray hẹp.
협기(俠氣) hiệp khí, tinh thần hào hiệp, tinh thần nghĩa hiệp.
협동(協同) hiệp đồng, hợp tác, kết hợp, liên doanh. **~하다** hiệp đồng, hợp tác, kết hợp, liên doanh. ¶ ~하여 hợp tác cùng, kết hợp cùng. ¶ ~ 기업 công ty liên doanh / ~ 정신 tinh thần hợp tác.
협동조합(協同組合) hợp tác xã, tổ hợp.
협력(協力) sự hợp lực, sự hợp sức, sự chung sức. **~하다** hợp lực, hợp tác, chung sức. ¶ …와 ~하여 hợp lực cùng, hợp tác cùng với …. ¶ ~자 người hợp tác, cộng tác viên / 경제 ~ hợp tác kinh tế.
협문(夾門) cổng phụ, cổng nhỏ bên cạnh.
협박(脅迫) sự hăm dọa, mối hăm dọa, mối đe dọa. **~하다** hăm dọa, đe dọa, uy hiếp. ¶ ~자 kẻ đe dọa, kẻ hăm dọa / ~장 thư đe dọa, thư uy hiếp / ~죄 tội đe dọa, tội uy hiếp.
협살(挾殺) 【BC】 **~하다** các vận động viên cùng tấn công cho vận động viên đội đối phương chết.
협상(協商) (교섭) sự hiệp thương, đàm phán, thương lượng; (협약) hiệp ước, thương thảo. **~하다** hiệp thương, thảo thương, đàm phán.
협소(狹小) ~한 hạn chế, bó hẹp, gò bó.
협심(協心) **~하다** hiệp tâm, đồng lòng. ¶ ~하여 일하다 đồng lòng làm việc.
협심증(狹心症) 【YH】 chứng đau thắt ngực, chứng co tim (nghẽn tim).
협약(協約) sự thỏa thuận, hiệp ước, giao kèo. ☞ **협정**. **~하다** thỏa thuận, hiệp ước, hợp đồng. ¶ 노동 ~ hiệp ước lao động / 단체 ~ thỏa ước tập thể.
협의(協議) sự hội ý, sự bàn bạc, sự thảo luận. **~하다** hội ý, bàn bạc, thảo luận, thỏa thuận. ¶ ~ 사항 các mục thảo luận, vấn đề bàn bạc / ~ 이혼 thỏa thuận ly hôn / ~회 hội đồng thảo luận.
협의(狹義) nghĩa hẹp.
협잡(挾雜) sự gian lận, sự lừa đảo. **~하다** gian lận, lừa đảo, mưu mô, giả danh,

ㅎ

giả mạo. ¶ ~꾼 kẻ giả mạo, kẻ lừa đảo / ~ 선거 vụ bầu cử gian lận.

협정(協定) hiệp định, sự dàn xếp. **~하다** hiệp định, thỏa thuận, sắp xếp. ¶ ~ 가격 giá thỏa thuận / ~서 bản thỏa thuận / ~을 맺다 ký kết hiệp định / ~을 폐기하다 huỷ bỏ hiệp định / 잠정 ~ thỏa thuận tạm thời.

협조(協調) sự phối hợp, sự cộng tác; (국제적) hợp tác quốc tế; (조화) sự hòa giải; (타협) sự thỏa hiệp. **~하다** cộng tác, hợp tác, phối hợp hành động. ¶ ~적 mang tính hợp tác. ¶ ~심 tinh thần hợp tác.

협주곡(協奏曲) khúc hợp tấu, côngxecto.

협죽도(夾竹桃) 【TV】 cây trúc đào.

협착(狹窄) 【YH】 sự hẹp, sự nghẽn. ¶ 요도 ~ sự hẹp niệu đạo.

협찬(協贊) sự tài trợ, hỗ trợ; (찬성) tán thành, phê duyệt; (협력) sự hợp tác, cộng tác. **~하다** tài trợ, hỗ trợ, hợp tác.

협화(協和) sự hài hòa, sự cân đối. ¶ ~음 【ÂN】 bản hòa âm, bản phối âm.

협회(協會) hiệp hội, liên đoàn. ¶ 농구[작가] ~ hiệp hội bóng rổ [tác giả].

혓바늘 sự tưa (lưỡi). ¶ ~이 돋다 bị tưa lưỡi.

혓바닥 mặt lưỡi.

혓소리 âm lưỡi.

형(兄) ❶ (동기간) anh trai (em trai gọi anh trai) (부를 때). ❷ (친구간) cách gọi giữa bạn bè.

형(刑) hình, hình phạt, sự trừng phạt (선고). ¶ ~을 받다 chịu hình phạt, bị trừng phạt / ~을 선고하다 kết án, tuyên án.

형(形) (형태) hình, hình thái, hình thức, kiểu dáng; (대소) cỡ (to nhỏ).

형(型) (양식) kiểu, khuôn mẫu; (양복의) kiểu trang phục; (원형) nguyên mẫu, kiểu dáng. ¶ 2001년 ~의 자동차 ô tô kiểu dáng năm 2001.

형광(螢光) 【VLH】 sự phát huỳnh quang, ánh sáng huỳnh quang, chiếu sáng. ¶ ~도료(塗料) lớp (sơn) huỳnh quang / ~등 đèn huỳnh quang / ~판 tấm, miếng quết lớp huỳnh quang.

형구(形具) dụng cụ tra khảo, gia hình.

형극(荊棘) bụi gai, bụi cây mâm xôi. ¶ ~의 길 lối đi chông gai, con đường chông gai.

형기(刑期) hạn chịu phạt, án kỳ. ¶ ~를 마치다 hết hạn chịu phạt, mãn hạn tù.

형무소(刑務所) ☞ **교도소** nhà tù, nhà giam, ngục tù.

형벌(刑罰) hình phạt, sự trừng phạt. ¶ ~을 가하다 thi hành hình phạt.

형법(刑法) 【PL】 hình pháp, hệ thống luật về phạm tội. ~상의 về mặt hình pháp.

형부(兄夫) anh rể (chồng của chị gái).

형사(刑事) (사건) vụ hình sự; (사람) cảnh sát hình sự, thám tử (사복) ¶ ~상의 mang tính hình sự. ¶ ~ 문제(사건) vấn đề hình sự, vụ án hình sự / ~범(犯) tội phạm hình sự / ~ 소송 tố tụng hình sự / ~ 소송법(訴訟法) luật tố tụng hình sự / ~ 재판 toà án hình sự / ~ 피고인 bị cáo hình sự.

형상(形狀) kiểu dáng, hình thù.

형상(形象) hình dạng, hình tượng

형석(螢石) 【Kh】 chất flourite.

형설(螢雪) sự dày công học tập, sự cần mẫn, sự chăm chỉ học tập. ¶ ~의 공을 쌓다 chuyên tâm học hành, dày công học tập.

형성(形成) sự hình thành, sự thành lập. **~하다** hình thành, thành lập, tạo thành. ¶ ~기(期) thời kỳ hình thành.

형세(形勢) ❶ (사물의) tình trạng hiện tại,

ㅎ

tình trạng thực tế. ¶ 지금 ~로는 theo tình trạng thực tế, theo hình thế hiện nay / ~를 관망하다 theo dõi tình hình thực tế, quan sát tình hình thực tế. ❷ (살림의) hoàn cảnh thực tại, đời sống thực tại. ¶ ~가 넉넉 [곤란]하다 đời sống no đủ [khó khăn].

형수(兄嫂) chị dâu (vợ của anh trai).

형식(形式) hình thức. ¶ ~적인 có tính hình thức / ~적으로 về mặt hình thức / ~을 차리지 않고 không câu nệ hình thức / 논문 ~으로 theo kiểu luận văn, theo hình thức luận văn / ~에 구애되다 bị ràng buộc hình thức. ¶ ~ 논리 lôgic hình thức / ~주의 chủ nghĩa hình thức / ~주의자 người theo chủ nghĩa hình thức.

형안(炯眼) ánh mắt (con mắt) nhạy bén. ~의 có ánh mắt (con mắt) nhạy bén.

형언(形言) **~하다** mô tả, diễn tả, hình dung để nói. ¶ ~할 수 없다 không thể mô tả, không thể biểu đạt được.

형용(形容) sự diễn tả, sự mô tả; hình dung. **~하다** diễn tả, mô tả. ¶ ~할 말이 없다 không có lời nào diễn tả được. ¶ ~사 【NP】 tính từ.

형이상(形而上) siêu hình, trừu tượng, phi vật chất. ~의 mang tính trừu tượng, khó hiểu. ¶ ~학(學) siêu hình học.

형이하(形而下) sự hữu hình. ~의 thuộc hữu hình, vật chất, cụ thể. ¶ ~학(學) môn học hữu hình.

형장(刑場) trường bắn, nơi hành quyết. ¶ ~의 이슬로 사라지다 bị tử hình, hành quyết (nguyên văn: tan biến thành hạt mưa phùn nơi trường bắn).

형적(形迹) (흔적) dấu vết, vết tích; (증거) chứng cứ, dấu hiệu.

형정(刑政) hành chính về hình sự.

형제(兄弟) anh em trai; (자매) chị em gái. ~의 thuộc anh chị, chị em. ¶ ~의 사랑 tình cảm anh chị em. ¶ ~ 자매 anh chị em.

형질(形質) hình thức và tính chất; đặc tính của động vật.

형체(形體) hình thể, hình dạng, hình thù.

형태(形態) hình thái, hình thức. ¶ …의 ~를 취하다 có hình thái của …. ¶ ~소(素) 【NNH】 hình vị / ~학 hình thái học.

형통(亨通) **~하다** tốt đẹp, suôn sẻ, thông suốt. ¶ 만사가 ~하다 mọi việc đều suôn sẻ.

형편(形便) ❶ (상태) trạng thái, tình trạng, khía cạnh; (사정) tình hình sự việc, sự tình. ¶ ~에 의해 do tình hình sự việc, theo tình cảnh, theo hoàn cảnh / ~이 닿는 대로 theo đúng tình hình sự việc. ¶ 재정(財政) ~ tình hình tài chính. ❷ (셈평) ☞ **형세**.

형편없다(形便-) tồi tệ. ¶ 형편없이 một cách tồi tệ / 형편없는 연극 vở kịch tồi tệ.

형평(衡平) sự công bằng, sự thăng bằng. ¶ ~의 원칙 nguyên tắc công bằng.

형형색색(形形色色) hình hình sắc sắc, muôn màu muôn vẻ. ~의 có tính đa dạng.

혜서(惠書) quý thư (chỉ bức thư của người cấp trên, người tôn kính).

혜성(彗星) sao chổi, sao băng; (ẩn dụ) sự nhanh, thoắt một cái. ¶ ~과 같이 나타나다 xuất hiện như sao băng.

혜안(慧眼) cái nhìn sâu sắc, cái nhìn thấu đáo, thấu suốt.

혜존(惠存) từ viết sau tên của người nhận khi gửi tác phẩm của mình (mang ý xin giữ gìn một cách trân trọng).

혜택(惠澤) sự ưu đãi, đặc ân, đặc quyền. ¶ ~을 입다 nhận được sự ưu đãi / ~을 주다 giúp ích cho, cho đặc ân, tạo sự ưu đãi / 문명의 ~을 받다 được nhận lợi ích của nền văn minh.

호(戶) hộ, hộ gia đình.

호(號) (명칭) bút danh, biệt hiệu (아호); số hiệu, số báo, số phát hành (번호); độ lớn, kích thước (크기).

호가(呼價) **~하다** ra giá, hô giá; phát giá, giá đưa ra. ¶ 아파트 ~가 10억원을 넘었다 giá hô của căn hộ đã vượt trên 1 tỷ won.

호각(呼角) tiếng huýt, cái còi.

호감(好感) thiện cảm, ấn tượng tốt, tình cảm tốt, cảm tình. ¶ ~을 주다 có ấn tượng tốt, gây cảm tình tốt / ~을 가지다 có thiện cảm, có cảm tình tốt / ~을 사다 giành được tình cảm tốt đẹp.

호강 **~하다** xa hoa, sang trọng. ¶ ~스럽게 살다 sống trong cảnh xa hoa.

호객(呼客) sự chào hàng, sự mời khách, dẫn khách. **~하다** chào hàng, giới thiệu hàng, gạ gẫm khách mua hàng.

호걸(豪傑) hào kiệt, phong nhã, sự hào hiệp. ¶ ~풍의 có phong thái của hào kiệt.

호경기(好景氣) dịp may, cơ hội tốt, thời kỳ tốt; tình hình kinh tế tốt.

호구(戶口) hộ khẩu, số nhân khẩu. ¶ ~ 조사 điều tra hộ khẩu / ~ 조사하다 tiến hành điều tra nhân khẩu.

호구(虎口) miệng hổ, sự nguy hiểm, sự hiểm nghèo. ¶ ~를 벗어나다 thoát khỏi cảnh nguy hiểm, qua cơn hiểm nghèo.

호구(糊口) **~하다** kiếm vừa đủ sống, sinh nhai, sinh kế. ¶ ~지책 kế sinh nhai, phương tiện kiếm sống.

호국(護國) hộ quốc, giữ nước. ¶ ~의 영령 anh linh hộ quốc.

호기(好氣) cơ hội tốt, cơ hội vàng, dịp may. ¶ ~를 포착하다 [잡다] bắt chộp [nắm] cơ hội tốt / ~를 놓치다 bỏ lỡ cơ hội tốt.

호기(豪氣) hào khí; vênh vang. ¶ ~(를) 부리다 vênh vang.

호기성(好氣性) 【TV】 tính hướng khí. ¶ ~의 có tính hướng khí.

호기심(好奇心) tính tò mò, tính hiếu kỳ. ¶ ~이 많은 (강한) có tính tò mò / ~으로 do tò mò, vì tính hiếu kỳ.

호남(湖南) 【Địa】 tỉnh Joen-la.

호남아(好男兒) gã bảnh trai; (미남) người đẹp trai.

호놀룰루 【Địa】 Honolulu (thủ phủ của Hawaii).

호농(豪農) phú nông, nông dân giàu có.

호다 may (khâu) lại với nhau (trên quần áo).

호담(豪膽) ~한 can đảm, gan dạ, bất khuất.

호도(糊塗) sự che đậy, sự bưng bít. **~하다** che đậy, bưng bít, dàn xếp qua loa, vá víu.

호되다 khắt khe, nghiêm khắc, khắc nghiệt. ¶ 호되게 một cách nghiêm khắc, một cách khắc nghiệt.

호두(胡-) 【TV】 quả óc chó, quả hạch. ¶ ~를 까다 kẹp vỡ quả hạch, bóc vỡ quả hạch.

호드기 ống sáo bằng trúc, sáo trúc

호드득거리다 (방정) hấp tấp, khinh suất, cẩu thả, bừa bãi; (소리) tiếng kêu răng rắc, lộp bộp.

호들갑떨다 thô lỗ, hỗn láo, hỗn hào.

호들갑스럽다 khiếm nhã, suồng sã, cợt nhả, xấc xược.

호떡(胡-) bánh ngọt làm bằng bột nhào trứng sữa, nướng cả hai mặt và ăn nóng.

호락호락 (쉽게) **~하다** dễ dàng, suôn sẻ, nhẹ nhàng; (성격이) dễ tính, dễ bảo, dễ sai.

호랑나비 con bướm có vệt đốm to, bướm hổ.

호랑이 ❶ [ĐV] con hổ, con cọp; (암컷) hổ cái, cọp cái. ¶ ~도 제말하면 온다 [TNg] vừa nói Tào Tháo, đã thấy Tào Tháo xuất hiện. ❷ (사람) người hung dữ, người dữ tợn.

호령(號令) ❶ (명령) câu mệnh lệnh, câu hô lệnh. **~하다** lệnh, mệnh lệnh, ra lệnh, sai khiến. ❷ (꾸짖음) **~하다** khiển trách, trách mắng, mắng mỏ.

호르몬 hormon, chất hóc môn, kích thích tố.

호른 [ÂN] kèn tù và.

호리다 quyến rũ, dụ dỗ, cám dỗ.

호리병 [TV] quả bầu, quả bí. ¶ ~박 quả bầu nậm.

호리호리하다 yểu điệu, thướt tha, mảnh khảnh.

호매(豪邁) ~한 ngoan cường, kiên cường, không nản lòng.

호명(呼名) **~하다** hô danh, gọi tên. ¶ ~점호를 하다 điểm danh.

호미 cái cuốc.

호밀(胡-) [TV] lúa mạch đen.

호박 [TV] quả bí ngô. ¶ 굴러온 ~ của trời cho (nguyên văn: quả bí lăn đến) ¶ ~ 고지 mứt bí ngô / ~씨 hạt bí ngô.

호박(琥珀) [Kh] hổ phách. ¶ ~색의 có màu hổ phách.

호반(虎班) giới quý tộc, tầng lớp quý phái.

호반(湖畔) bên hồ, ven hồ. ¶ ~의 호텔 khách sạn bên hồ / ~ 시인 ba nhà thơ vùng hồ ở phía bắc nước Anh.

호반새(湖畔-) [LCh] chim bói cá.

호방(豪放) **~하다** hào phóng.

호배추(胡-) [TV] bắp cải Trung Quốc.

호별(戶別) từng nhà, từng hộ, từng hộ gia đình. ~로 từng hộ một. ¶ ~ 방문 thăm nom từng hộ gia đình / ~ 조사하다 điều tra từng nhà.

호봉(號俸) bậc lương.

호부(好否) tốt và xấu, thích và không thích. ¶ ~간에 giữa cái tốt và cái xấu.

호불호(好不好) ☞ **호부**(好否).

호사(豪奢) sự xa hoa, sự xa xỉ, sự phung phí. **~하다** phung phí, hoang phí. ¶ ~스러운 xa xỉ, xa hoa. ¶ ~바치 kẻ xa hoa, kẻ xa xỉ, kẻ hoang phí.

호사가(好事家) người lúc nào cũng hối hả bận rộn; người hay dính vào việc của người khác.

호사다마(好事多魔) trong cái lợi có cái hại, lợi bất cập hại.

호상(豪商) phú thương, thương gia giàu có.

호상(護喪) lễ tang, đám tang, sự chôn cất. ¶ ~소 nhà tang lễ.

호색(好色) hiếu sắc, tính dâm dục, thói dâm ô. ~의 có tính dâm dục, tính dâm ô. ¶ ~가 tên dâm dục, tên dâm đãng, kẻ háo sắc.

호생(互生) [TV] ~식물 thực vật một cái lá ra ở một đốt cành.

호선(互先) đi lần lượt, đi luân phiên (cờ vây). ¶ ~으로 두다 chơi lần lượt, chơi luân phiên.

호선(互選) sự lựa chọn có thiện chí, sự bình chọn có tính nâng đỡ. **~하다** bầu chọn thiên vị, bầu chọn có tính nâng đỡ.

호선(弧線) [TH] hình cung, được cung.

호소(呼訴) sự kêu gọi, than vãn, kêu ca. **~하다** kêu gọi, than vãn, kêu ca. ¶ 교회가 도와줄 것을 ~하다 kêu gọi nhà thờ giúp đỡ / 법 [여론]에 ~하다 kêu ca tới pháp luật [dư luận] / 아픔을 ~하다 than vãn cho nỗi đau.

호소(湖沼) hồ và đầm.

호송(護送) sự hộ tống, sự hộ vệ. **~하다** hộ tống, hộ vệ, bảo vệ; (범인을) áp giải phạm nhân. ¶ ～선 đoàn hộ tống / ～차 xe hộ tống.

호수(戶數) số hộ, số hộ gia đình.

호수(湖水) hồ.

호수(號數) con số, số thứ tự.

호스 ống, vòi. ¶ 소방 ～ ống, vòi cứu hỏa.

호스텔 ký túc xá, tập thể.

호스티스 nữ hướng dẫn viên, nữ chiêu đãi viên; (여급) nữ hầu bàn, gái phục vụ ở quán rượu.

호시절(好時節) thời cơ tốt, thời kỳ thuận lợi.

호시탐탐(虎視耽耽) sự rình mò. **~하다** rình mò. ¶ ～ 기회를 노리다 rình mò cơ hội.

호신(護身) hộ thân, sự tự vệ , sự tự phòng ngự. ¶ ～용의 dùng để hộ thân, bảo vệ. ¶ ～술 thuật tự vệ, thuật phòng ngự.

호심(湖心) giữa hồ.

호안공사(護岸工事) công trình đắp đê.

호양(互讓) **~하다** nhường nhịn lẫn nhau, dàn xếp, thỏa hiệp. ¶ ～ 정신으로 với tinh thần thỏa hiệp, nhường nhịn.

호언(豪言) sự khoác lác, sự khoe khoang, phô trương, khoác lác. **~하다** sự phô trương khoác lác.

호연(好演) màu khói trắng, sạch, trắng trẻo.

호연지기(浩然之氣) ¶ ～를 기르다 nuôi khí anh hào.

호열자(虎列刺) 【YH】 ☞ **콜레라**. bệnh dịch tả, dịch tả.

호외(戶外) ngoài trời, lộ thiên. ～의 ở ngoài trời.

호외(號外) (báo chí) phụ trang, trang đặc biệt.

호우(豪雨) cơn mưa xối xả, cơn mưa to. ¶ ～주의보 cảnh báo trời mưa to / 집중 ～ cơn mưa xối xả tập trung.

호위(護衛) sự canh giữ, sự hộ vệ, sự canh giữ, bảo vệ. **~하다** hộ vệ, bảo vệ, canh giữ. ¶ ～병 lính canh, vệ sĩ.

호유(豪遊) **~하다** chơi bời lu bù, chơi bời chè chén.

호응(呼應) ❶ **~하다** hưởng ứng, ủng hộ, phối hợp. ❷ 【NP】 vế đi theo, lời đi theo.

호의(好意) hảo ý, lòng tốt, sự thiện chí, lòng thân thiện. ¶ ～적 có ý tốt, có thiện chí / ～적인 태도 thái độ đầy thiện chí / …의 ～로 với thiện chí của … / ～를 가지다 có thiện ý, có ý tốt.

호의호식(好衣好食) sự nhàn nhã, sự hưởng thụ đời sống cao. **~하다** ăn ngon mặc đẹp, đời sống cao.

호인(好人) người tốt bụng, người có lòng tốt.

호인(胡人) người Mãn Châu.

호적(戶籍) hộ tịch; sổ hộ tịch. ¶ ～에 올리다 xuất trình sổ hộ khẩu, hộ tịch. ¶ ～등[초]본 bản sao hộ tịch [bản tóm tắt hộ tịch].

호적(好適) ～한 đúng lúc, đúng thời điểm, phù hợp. ¶ ～지 【Địa】 một nơi lý tưởng.

호적수(好適手) một đối thủ ngang sức, ngang tài.

호전(好戰) ～적 mang tính hiếu chiến, tính hay gây gổ, tính thích đánh nhau. ¶ ～적인 국민 người dân hiếu chiến.

호전(好轉) sự cải tiến, cải thiện. **~하다** cải tiến, cải thiện.

호젓하다 vắng vẻ, hiu quạnh, hoang vắng, đơn lẻ. ¶ 호젓한 곳 một nơi vắng vẻ.

호정(糊精) 【HH】 chất dextrin.

호조(好調) một chiều hướng thuận lợi, một điều kiện tốt, một cơ hội tốt đẹp. ~의 theo chiều hướng tốt, chiều hướng thuận lợi. ¶ ~를 보이다 thể hiện tình hình tốt đẹp.

호주(戶主) chủ hộ, chủ nhà. ¶ ~ 상속 thừa kế quyền chủ hộ, thừa hưởng quyền chủ hộ / ~ 상속인 người thừa kế quyền chủ hộ, người thừa hưởng quyền chủ nhà.

호주(濠洲) Australia, Úc. ¶ ~의 thuộc Úc / ~사람 người Úc.

호주머니 túi (quần, áo). ¶ ~에 넣다 bỏ vào túi quần (áo) / ~에 손을 넣고 cho tay vào túi quần, áo.

호출(呼出) sự triệu tập, sự tập trung, kêu gọi (소환). **~하다** gọi, kêu gọi, triệu tập, tập trung. ¶ ~기 máy nhắn tin / ~ 부호(신호) tín hiệu gọi / ~장 thư triệu tập, thư tập trung.

호치키스 cái dập ghim.

호칭(呼稱) tên, danh hiệu, tên gọi. **~하다** gọi tên, đặt tên, xưng hô.

호콩(胡-) ☞ **땅콩**. củ lạc.

호크 khuy áo, cái móc, cái treo. ¶ ~를 채우다 móc vào, treo vào, cài (khuy áo) / ~를 풀다 cởi khuy áo, tháo móc, bỏ xuống.

호탕(豪宕) **~하다** hào hiệp, rộng lượng.

호텔 khách sạn. ¶ ~에 묵다 ở lại khách sạn / ~을 나오다 ra khỏi khách sạn. ¶ ~ 보이 người trực tầng ở khách sạn.

호통치다 la hét, kêu thét, kêu gào, kêu la.

호투(好投) [BC] sự ném bóng giỏi. **~하다** ném bóng giỏi.

호평(好評) lời đánh giá tốt, sự đánh giá cao, lời bình luận tốt. ¶ ~을 받다 nhận được sự đánh giá cao, nhận được sự đánh giá tốt.

호프(hope) niềm hy vọng, nguồn hy vọng, sự hy vọng.

호피(虎皮) da hổ, da cọp.

호학(好學) hiếu học, tính hiếu học, tính ham học.

호헌운동(護憲運動) phong trào bảo vệ hiến pháp, bảo vệ nền luật pháp.

호협(豪俠) ~한 hào hiệp, hào hoa, phong nhã.

호형(弧形) hình vòng cung.

호혜(互惠) sự ưu đãi lẫn nhau, sự nhân nhượng qua lại. ¶ ~ 관세율 tỷ lệ thuế quan ưu đãi song phương / ~ 무역 [통상] thương mại [buôn bán] hai chiều (song phương) / ~ 조약 hiệp ước song phương.

호호백발(皜皜白髮) tóc hoa râm, tóc bạc.

호화(豪華) sự hào hoa, sự huy hoàng, sự lộng lẫy, sự tráng lệ. ~스러운(로운) huy hoàng, lộng lẫy, rực rỡ, tráng lệ. ¶ ~선 chiếc tàu nguy nga, tráng lệ / ~주택 căn hộ tráng lệ / ~ 생활 cuộc sống hào hoa, sang trọng / ~판 xa xỉ / ~판 결혼식 đám cưới xa xỉ.

호황(好況) tình huống tốt, cơ hội thuận lợi, thời cơ tốt. ¶ ~ 산업 ngành công nghiệp phát triển / ~ 시대 thời kỳ thịnh vượng.

호흡(呼吸) (숨) sự hô hấp, sự thở, hơi thở. **~하다** thở, hô hấp. ¶ ~ 곤란 khó thở, hô hấp kém / ~기(관) cơ quan hô hấp / 인공~ hô hấp nhân tạo / 인공~기 máy thở ô xy.

혹[1] ❶ (살) cục bướu, cục thịt, khối u (낙타의). ¶ ~이 나다 nổi lên cục bướu / ~ 떼러 갔다 ~ 붙여 오다 gỡ bướu đi, bướu dính lại; muốn đỡ gánh nặng nhưng lại bị gánh nặng thêm. ❷ (나무마디) mắt, mấu, đốt cây.

혹[2] (입김 소리) sự thở phù phù; (마시는 모양) uống cạn một hơi, nốc một ngụm.

혹(或) ❶ ☞ **간혹**. ít khi, chẳng mấy khi,

thỉnh thoảng. ❷ ☞ **혹시**. có lẽ, có thể.

혹간(或間) ☞ **간혹**. ít khi, hiếm khi, đôi lúc.

혹독(酷毒) ~한 khắc nghiệt, khắt khe, nghiêm ngặt. ¶ ~한 비평 sự phê bình khắt khe.

혹부리 người có bướu. ¶ ~ 할아버지 ông lão mang bướu.

혹사(酷使) sự vắt sức, vắt kiệt sức. **~하다** vắt sức, vắt kiệt sức. ¶ 몸을 ~하다 vắt kiệt thân thể.

혹서(酷暑) nóng như thiêu như đốt, nóng khủng khiếp.

혹설(或說) một ý kiến, một quan điểm, một cách nhìn nhận.

혹성(惑星) 【TVH】 hành tinh. ¶ 대[소] ~ đại [tiểu] hành tinh.

혹세무민(惑世誣民) sự mị dân, sự lừa đảo dân chúng. **~하다** mị dân, lừa đảo dân chúng.

혹시(或是) ❶ (만일) giả sử, nếu, nếu trong trường hợp. ¶ ~ 비가 오면 nếu trời mà mưa. ❷ (아마) có thể, có lẽ. ¶ ~ 그가 올지도 모르겠다 có thể anh ấy cũng sẽ đến.

혹심(酷甚) ~한 cực kỳ gay go, rất xấu, rất khốc liệt.

혹자(或者) một người nào đó.

혹평(酷評) sự phê bình gay gắt. **~하다** phê bình gay gắt.

혹하다(惑-) bị mê hoặc, bị quyến rũ, bị dụ dỗ (미혹됨).

혹한(酷寒) lạnh cóng, lạnh buốt.

혹형(酷刑) hình phạt nghiêm khắc, hình phạt nặng.

혼(魂) hồn, linh hồn (영); tinh thần (정신).

혼기(婚期) đến tuổi kết hôn, đủ tuổi kết hôn. ¶ ~가 되다 đã đến tuổi kết hôn / ~를 놓치다 bỏ lỡ cơ hội kết hôn, quá tuổi kết hôn.

혼나다(魂-) ❶ (놀라다) sợ hãi, hoảng sợ, ngạc nhiên. ❷ (벌, 꾸지람) bị phạt, bị mắng

혼내다(魂-) ❶ (놀래다) làm cho ai sợ. ❷ (따끔한 맛) mắng mỏ, mắng, mắng chửi.

혼담(婚談) chuyện cưới hỏi. ¶ ~을 거절하다 từ chối chuyện cưới hỏi / ~이 있다 có chuyện cưới hỏi / ~에 응하다 đồng ý cưới hỏi / ~을 꺼내다 đưa ra lời cầu hôn, hỏi vợ, hỏi chồng.

혼돈(混沌) sự hỗn loạn, sự hỗn độn, sự rối ren. ~한 hỗn độn, lộn xộn, hỗn loạn, rối ren. ¶ ~ 상태에 있다 trong tình trạng hỗn độn.

혼동(混同) sự lẫn lộn, sự mơ hồ. **~하다** lẫn lộn, mơ hồ. ¶ 공사(公私)를 ~하다 lẫn lộn công và tư, lẫn lộn giữa cái chung và cái riêng.

혼란(混亂) sự hỗn loạn, sự nổi loạn, sự rối tung rối mù. **~하다** hỗn loạn, nổi loạn, xáo trộn. ¶ ~시키다 làm xáo trộn, làm rối loạn.

혼령(魂靈) ☞ **영혼**. linh hồn, tâm hồn.

혼례(婚禮) hôn lễ, lễ cưới.

혼미(昏迷) **~하다** ngớ ngẩn, lúng túng, ngượng nghịu, bối rối. ¶ (정신이) ~해지다 trở nên ngớ ngẩn.

혼방(混紡) xe lẫn lộn, quấn xen kẽ (chỉ, sợi). ¶ ~사 sợi xe lẫn.

혼백(魂魄) hồn phách, hồn vía.

혼비백산(魂飛魄散) **~하다** hồn phi phách tán.

혼사(婚事) hôn sự, việc cưới xin.

혼색(混色) màu pha trộn, màu hỗn hợp.

혼선(混線) sự rối rắm, sự lộn xộn, sự bừa bãi. **~하다** rối rắm, lộn xộn, bừa bãi.

혼성(混成) sự pha trộn, sự hỗn hợp ~의 có tính pha trộn, hỗn hợp. ¶ 남북한

～팀 đội kết hợp hai miền Nam Bắc.

혼성(混聲) hai giới, lẫn cả nam và nữ. ¶ ～ 합창 hát hợp xướng cả nam và nữ.

혼솔 đường may (khâu) rộng, thừa.

혼수(昏睡) sự hôn mê. ¶ ～ 상태에 빠지다 rơi vào trạng thái hôn mê.

혼수(婚需) của hồi môn; lễ vật cưới hỏi.

혼식(混食) thực phẩm pha trộn, đồ ăn thập cẩm.

혼신(渾身) toàn tâm toàn ý, cả thể chất lẫn tâm hồn. ¶ ～의 힘을 다해 dồn hết toàn tâm toàn ý.

혼신(混信) 【Đ】 sự giao thoa.

혼약(婚約) hôn ước, đính ước. ☞ **약혼** ước hôn.

혼연(渾然) toàn bộ, hoàn toàn, trọn vẹn. ¶ ～ 일체(一體)가 되다 hoàn toàn hòa hợp với nhau.

혼욕(混浴) tắm công cộng, tắm chung.

혼용하다(混用-) dùng chung, cùng sử dụng.

혼인(婚姻) hôn nhân, hôn lễ. ☞ **결혼** kết hôn. ¶ ～ 신고 khai báo kết hôn ～ 신고를 하다.

혼자 một mình, bản thân mình; (단독) đơn độc, đơn lẻ; (혼자 힘으로) tự sức mình. ¶ ～ 살다 sống một mình, sống đơn lẻ / ～ 하다 làm một mình.

혼작(混作) **~하다** trồng lẫn, trồng xen kẽ.

혼잡(混雜) sự hỗn tạp, sự phức tạp. ～한 hỗn tạp. ¶ 교통 ～ sự hỗn tạp của giao thông.

혼잣말 lời độc thoại, độc bạch. **~하다** nói một mình, độc diễn một mình, độc bạch.

혼잣손 ¶ ～으로 tự sức mình.

혼전(婚前) ～의 trước khi cưới, trước khi cử hành lễ cưới. ¶ ～ 성관계 quan hệ tình dục trước hôn nhân.

혼전(混戰) sự hỗn chiến. **~하다** hỗn chiến.

혼처(婚處) nơi cử hành hôn lễ, phía gia đình mình cưới.

혼천의(渾天儀) 【TVH】 thiên cầu (dụng cụ quan trắc vị trí và sự vận động của thiêu thể thời Trung Quốc cổ đại).

혼탁(混濁) ～한 đục, thối nát, bẩn thỉu. ¶ ～한 강물 nước sông đục / ～한 세상 thói đời thối nát.

혼합(混合) sự hỗn hợp, sự pha trộn. **~하다** hỗn hợp, pha trộn, trộn lẫn. ¶ ～물 chất hỗn hợp, (화합물) chất tổng hợp / ～ 비료 phân bón tổng hợp / ～주 rượu pha trộn.

혼혈(混血) máu lai (hỗn hợp hai dòng máu). ～의 có hai dòng máu ¶ ～아 đứa trẻ lai.

혼효(混淆) **~하다** trộn đều, hoà lẫn, trộn lẫn. ¶ 옥석～ ngọc và đá bị trộn lẫn vào nhau.

홀(笏) ngôi vua, ngai vàng.

홀 hội trường, sảnh, toà nhà. ¶ 댄스～ phòng nhảy.

홀 lỗ, lỗ golf.

홀… một mình, đơn. ¶ ～아비 người đàn ông độc thân, goá vợ.

홀가분하다 (가뿐 · 거뜬함) nhẹ nhõm, gọn nhẹ, thoải mái. ¶ 홀가분한 기분으로 với một tâm hồn nhẹ nhõm.

홀딱 ❶ ☞ **훌떡** hoàn toàn, trần trụi, không giấu giếm (lột sạch). ❷ (반한 꼴) điên dại, cuồng dại, say đắm. ¶ ～ 반하다 say đắm như điên dại. ❸ (속는 꼴) ¶ ～ 속다 bị lừa hoàn toàn.

홀랑 trần như nhộng. ¶ 옷을 ～ 벗다 cởi bỏ hết quần áo, trần như nhộng.

홀로 đơn lẻ, trơ trọi, một mình; cô đơn. ¶ ～ 살다 sống đơn lẻ một mình.

홀리다 bị thôi miên, bị mê hoặc, bị quyến rũ, bị cám dỗ.

홀몸 người độc thân, người chưa kết

ㅎ

hôn.

홀소리 ☞ **모음**(母音). nguyên âm.

홀수(-數) số lẻ. ~의 thuộc số lẻ. ¶ ~일 ngày lẻ.

홀스타인 (젖소 품종) giống bò sữa Holstein.

홀시(忽視) **~하다** không chú ý, coi thường.

홀씨 【TV】 ☞ **포자**(胞子). bào tử.

홀아비 người góa vợ. ¶ ~ 살림 cuộc sống góa vợ.

홀앗이살림 cuộc sống thảnh thơi, cuộc sống nhẹ nhàng.

홀어미 góa phụ, người đàn bà goá chồng.

홀연(忽然) thình lình, bất ngờ, bất chợt, ngoài mong đợi.

홀짝거리다 ☞ **홀쩍거리다**. húp xì xụp, soàm soạp.

홀쭉하다 thon thả, mỏng manh; (뾰족하다) sắc bén, sắc nhọn.

홀태 cá không có trứng.

홀태바지 quần da bó sát.

홀태질하다 quẫy, đập, vỗ.

홈[1] đường rãnh, đường rạch khía (기둥의).

홈[2] quê nhà, quê hương, tổ quốc.

홈런 【BC】 (home run) cú đánh cho phép cầu thủ đánh chạy quanh ghi điểm mà không phải dừng lại.

홈스펀 (옷감) vải thô dệt bằng sợi xe tay.

홈식(homesick) nhớ nhà, nhớ quê.

홈인 ¶ ~하다 【BC】 chạy về đến sân nhà.

홈질하다 khâu đột, khâu mũi dài.

홈통(-桶) ❶ (물끄는) máng nước, máng hứng nước. ❷ (창틀·장지의) rãnh nước, đường thoát nước.

홉[1] 【TV】 cây hoa bia, cây hublông.

홉[2] 1 hob = 0.18 lít, đơn vị đo chất lỏng.

홋홋하다 không trở ngại, nhẹ nhàng, không vướng ngại.

홍당무(紅糖-) 【TV】 củ cà rốt (당근). ¶ (얼굴이) ~가 되다 mặt đỏ, ngượng nghịu (부끄러워).

홍두깨 con lăn bằng gỗ dùng để là quần áo bằng cách bọc lại và nện lên quần áo. ¶ 아닌 밤중에 ~ việc bất ngờ xảy ra ngoài suy nghĩ.

홍등가(紅燈街) khu phố đèn đỏ, khu nhà thổ, lầu xanh, khu ăn chơi trụy lạc.

홍모(鴻毛) lông ngỗng, rẻ bèo, rẻ mạt. ¶ 목숨을 ~처럼 가벼이 여기다 coi mạng sống rẻ như lông ngỗng.

홍보(弘報) quảng bá. ¶ ~ 활동(活動) hoạt động quảng bá.

홍보석(紅寶石) hồng ngọc.

홍삼(紅蔘) hồng sâm.

홍색(紅色) màu hồng.

홍소(哄笑) **~하다** cười ầm ĩ, cười sảng khoái.

홍수(洪水) lũ lụt, nạn lụt. ¶ ~가 나다(지다) bị lũ lụt. ¶ ~ 경보 cảnh báo lũ lụt / ~ 지역 khu vực bị lũ lụt.

홍순(紅脣) (입술) môi đỏ, môi hồng; (꽃송이) bông hoa hé nở.

홍시(紅柿) quả hồng chín mọng.

홍안(紅顔) hồng nhan, má hồng. ~의 thuộc má hồng. ¶ ~의 미소년 thiếu niên má hồng xinh xắn, tuổi má hồng.

홍어(洪魚) cá hồng, cá đuối.

홍업(洪業·鴻業) nhiệm vụ cao cả.

홍역(紅疫) 【YH】 bệnh sởi.

홍염(紅焰) ngọn lửa đỏ, ngọn lửa hồng rực.

홍엽(紅葉) (단풍든 잎) lá đỏ, cây lá đỏ.

홍예(虹霓·虹蜺) cầu vòng, hình cung. ¶ ~문(門) cửa hình vòng cung, cửa vòm.

홍옥(紅玉) 【Kh】 hồng ngọc, ngọc granat đỏ; (사과) loại táo đỏ.

홍은(鴻恩) hồng ân, ơn huệ, đặc ân.

홍익인간(弘益人間) hoằng ích nhân gian, sự đem lại lợi ích to lớn cho nhân gian (quan niệm lập quốc của Dangun từ thời lập nên nước Triều Tiên cổ).

홍인종(紅人種) chủng tộc người da đỏ, người Anh-điêng.

홍일점(紅一點) mì chính cánh; người phụ nữ duy nhất trong số những người có mặt.

홍조(紅潮) (얼굴의) nét ửng đỏ, đỏ bừng; (월경) thời kỳ kinh nguyệt. ¶ ～를 띠다 mặt bừng đỏ.

홍차(紅茶) hồng trà.

홍채(虹彩) lòng đen (mắt), mộng mắt. ¶ ～염 viêm mộng mắt.

홍콩 Hồng Kông.

홍합(紅蛤) con trai biển.

홍해(紅海) Hồng hải

홑… một lớp, một tầng riêng lẻ.

홑겹 một lớp.

홑몸 ❶ ☞ **단신**(單身). đơn lẻ, độc thân. ❷ (임신하지 않은) người phụ nữ không mang thai.

홑실 chỉ một sợi, len một sợi.

홑옷 áo một lớp

홑이불 chăn, tấm ráp phủ giường một lớp.

홑지다 đơn giản, nhẹ nhàng, thuận tiện.

홑치마 (한 겹의) váy một lớp; (속치마 없이 입은) váy không có lớp lót trong.

화(火) ❶ (불) lửa. ❷ (노염) sự tức giận, khó chịu.

화(禍) (재난) tai họa, thiên tai, tai ương; (불행) bất hạnh. ¶ ～를 당하다 bị thiên tai, gặp tai họa / ～를 부르다 gây họa, gây tai họa.

화가(畵架) khung vẽ, giá vẽ.

화가(畵家) họa sĩ. ¶ 동양 ～ họa sĩ tranh phương đông / 서양 ～ họa sĩ tranh phương tây.

화간(和姦) sự gian dâm, sự thông dâm. **~하다** gian dâm, thông dâm.

화강석(花崗石) ☞ **화강암**. đá hoa cương, đá granit.

화강암(花崗巖) đá granit.

화객선(貨客船) tàu chở hành khách và hàng hoá.

화경(火鏡) thấu kính lồi gây cháy lửa.

화공(火攻) hoả công, sự tấn công bằng hoả lực. **~하다** tấn công bằng hỏa lực.

화공(畵工) họa sĩ, họa công (cách gọi trước đây).

화관(花冠) ❶ 【TV】 tràng hoa ❷ (여자의) mũ dát vàng bạc đá quý của phụ nữ trước đây.

화관무(花冠舞) điệu múa của các vũ nữ đội mũ (miện).

화광(火光) ánh lửa.

화교(華僑) Hoa kiều.

화구(火口) ❶ (아궁이) cửa lò. ❷ (화산의) miệng núi lửa. ¶ ～원(原) phần bình địa giữa tâm phun lửa và các núi xung quanh / ～원호(湖) hồ hình thành ở tâm phun lửa của núi lửa.

화근(禍根) nguồn gốc của tai ương. ¶ ～을 없애다 loại bỏ nguồn gốc của tai ương.

화급(火急) sự cấp bách. ～한 hỏa tốc, khẩn cấp, cấp bách

화기(火氣) ❶ ☞ **화**(火). lửa. ❷ (불기) hơi nóng, hơi lửa. ¶ ～ 엄금 (게시) cấm lửa.

화기(火器) súng, pháo. ¶ 소(小)～ súng nhỏ / 자동(自動) ～ súng tự động / 중(重) ～ súng, pháo hạng nặng.

화기(和氣) hòa khí, sự hòa thuận, không khí hài hòa. ¶ ～애애한 가정 một gia đình hòa thuận.

화끈거리다 nóng bừng lên, mặt bừng đỏ.

ㅎ

화끈달다 nổi giận, nổi khùng.

화나다(火-) tức giận, cáu giận, nổi cáu. ¶ 화나게 하다 làm cho ai tức giận, làm cho ai cáu.

화내다(火-) nổi nóng, nổi cáu.

화냥년 người phụ nữ phóng đãng.

화냥질 ☞ **서방질**. ngoại tình, tội thông dâm. ¶ 홧김에 ～하다 thông dâm vì tức giận.

화농(化膿) sự mưng mủ. **~하다** mưng mủ. ¶ ～성의 có tính mưng mủ, có mủ. ¶ ～균 vi khuẩn sinh mủ.

화닥닥 ☞ **후닥닥**. nhảy dựng lên, nhảy loạn lên.

화단(花壇) vườn hoa.

화단(畵壇) giới họa sĩ.

화대(花代) (기생의) tiền cho gái mãi dâm.

화덕 (화로) (솥거는) bếp than, bếp lò.

화독내(火毒-) mùi khét của thức ăn bị nướng cháy (rán cháy).

화동(和同) hòa đồng, hòa thuận, hòa hợp.

화드득 ¶ ～거리다 lõm bõm, bì bõm, óc ách.

화락(和樂) sự hòa hợp, sự thống nhất, sự hòa bình. **~하다** hòa hợp, hòa thuận, thân thiện.

화란(和蘭) ☞ **네덜란드**. nước Hà Lan.

화랑(畵廊) tổ chức thanh niên trí thức quý tộc trong thời kỳ Shilla.

화려(華麗) ～한 nguy nga, tráng lệ, lộng lẫy.

화력(火力) 【QS】 hỏa lực; nhiệt lượng. ¶ ～ 발전 năng lượng hơi nước / ～ 발전소 nhà máy nhiệt điện / ～ 지원(支援) 【QS】 sự chi viện hỏa lực.

화로(火爐) bếp than, lò than.

화룡점정(畵龍點睛) hoàn thành phần quan trọng nhất (nguyên văn: Vẽ mắt rồng sau cùng).

화류(樺榴) gỗ đàn hương đỏ. ¶ ～장 cái rương (tủ) được làm bằng gỗ đàn hương đỏ.

화류계(花柳界) giới ăn chơi, thế giới đồi truỵ phóng đãng. ¶ ～ 여자 người đàn bà ăn chơi phóng đãng.

화류병(花柳病) bệnh lậu, bệnh hoa liễu.

화면(畵面) màn ảnh, màn hình (장면). ¶ (영화의) ～에서 trên màn ảnh / 넓은 ～ màn hình rộng.

화목(和睦) sự hòa thuận, sự hòa hợp. **~하다** hòa thuận, hòa hợp, hòa mục.

화문(花紋) hoa văn, hoạ tiết trang trí. ¶ ～석(席) chiếu dệt hoa văn.

화물(貨物) hàng hoá, hàng tàu biển (뱃짐). ¶ ～ 보관증 (창고의) giấy chứng nhận hàng hóa gửi kho / ～선(船) tàu thủy chở hàng / ～ 열차(列車) tàu hàng, tàu hỏa chuyên chở hàng / ～ 요금 giá cước vận chuyển hàng hóa / ～ 자동차 xe chở hàng, xe tải / ～ 취급소 nơi vận chuyển hàng hóa / 철도 ～ gửi hàng bằng xe lửa.

화방수(-水) dòng nước xoáy.

화백(畵伯) họa sĩ. ¶ 김～ họa sĩ Kim.

화법(話法) 【NP】 kỹ năng cách hội thoại, cách nói (trực tiếp, gián tiếp).

화법(畵法) họa pháp, cách vẽ.

화병(花甁) bình hoa, chậu hoa, lọ hoa.

화보(畵報) họa báo, ảnh minh họa. ¶ 시사 ～ bản tin có kèm ảnh minh họa.

화복(禍福) họa phúc, may rủi, tốt xấu, hên xui.

화부(火夫) người đốt lò, thợ đốt lò.

화분(花盆) chậu hoa, bình hoa.

화분(花粉) phấn hoa. ¶ ～열(熱) chứng hen suyễn theo mùa phấn hoa, chứng dị ứng theo mùa phấn hoa.

화불단행(禍不單行) tai ương thường đến dồn một lúc.

화사(華奢) ～한 xa hoa, xa xỉ, phô trương.

화산(火山) núi lửa. ¶ ～대(帶) khu vực núi lửa / ～맥 dãy núi lửa / ～학

khoa học nghiên cứu núi lửa / ～학자 người theo học chuyên ngành núi lửa / ～회(灰) tro bụi núi lửa / 활[휴, 사] ～ núi lửa đang hoạt động [ngừng hoạt động, hết hoạt động].

화살 mũi tên. ¶ ～을 먹이다 bị trúng tên / ～을 쏘다 bắn tên / ～처럼 빠르다 nhanh như tên bắn. ¶ ～대 cung tên / ～촉 đầu mũi tên / ～표 đánh dấu hình mũi tên.

화상(火床) lò sưởi, lò sấy.

화상(火傷) vết bỏng, chỗ bỏng. ¶ ～을 입다 bị bỏng.

화상(華商) thương nhân Hoa kiều.

화상(畵商) người buôn bán tranh, ảnh.

화상(畵像) ảnh, ảnh chân dung.

화색(和色) sắc mặt hiền hòa, vẻ thư thái, vẻ nho nhã.

화생방전(化生放戰) 【QS】 chiến tranh sử dụng các loại vũ khí hóa học, sinh học, phóng xạ.

화석(化石) sự hóa thạch, sự hóa đá. ¶ 공룡 ～ khủng long hoá thạch / ～학 hóa thạch học / ～학자 nhà nghiên cứu hóa thạch.

화섬(化纖) hóa chất tổng hợp. ¶ ～ 직물 vải dệt bằng hóa chất tổng hợp.

화성(化成) sự biến đổi, sự chuyển đổi. **~하다** chuyển đổi, hóa thành, biến đổi.

화성(火星) 【TVH】 sao Hỏa. ¶ ～인 người sao Hỏa.

화성(和聲) 【ÂN】 sự hòa âm, sự phối âm. ¶ ～학 môn hòa âm.

화성암(火成巖) 【Địa】 đá lửa.

화수분 nguồn tài nguyên vô tận.

화수회(花樹會) buổi họp thân mật các thành viên trong gia tộc.

화술(話術) khéo nói, thuật nói chuyện. ¶ ～에 능한 사람 người có khiếu nói chuyện, người có tài ăn nói.

화식(火食) thức ăn được nấu chín, sự ăn thực phẩm nấu chín. **~하다** ăn thực phẩm nấu chín.

화식도(花式圖) 【TV】 biểu đồ, sơ đồ mặt cắt của hoa.

화신(化身) sự hóa thân, sự hiện thân. ¶ 악마의 ～ sự hóa thân của ma quỷ, ma quỷ hiện hình.

화신(花信) tin hoa nở. ¶ ～풍(風) cơn gió báo hiệu hoa sắp nở.

화실(畵室) xưởng vẽ, xưởng điêu khắc, phòng làm phim.

화씨(華氏) thang đo, nấc đo nhiệt Fahrenheit. ¶ ～ 75도 75 độ F. ¶ ～ 온도계 cái đo nhiệt Fahrenheit.

화약(火藥) thuốc nổ. ¶ ～고 kho thuốc nổ / ～ 공장 nhà máy thuốc nổ.

화열(火熱) nhiệt lượng.

화염(火焰) ngọn lửa hồng. ¶ ～에 휩싸이다 bị ngọn lửa bao vây. ¶ ～ 방사기 súng phun lửa / ～병 chai xăng phóng hỏa.

화요일(火曜日) thứ Ba (ngày thứ Ba).

화용월태(花容月態) khuôn mặt kiều diễm, yểu điệu, mặt hoa dáng nguyệt.

화원(花園) hoa viên, vườn hoa.

화음(和音) sự hòa âm, sự phối âm, sự khớp nhạc. ¶ 기초 ～ hòa âm gốc, hòa âm cơ bản / 5도 ～ hòa âm quãng 5.

화의(和議) ❶ (화해, 협상) hòa ước, hòa giải và hiệp thương. **~하다** hòa giải, hòa ước. ❷ 【PL】 **~하다** thỏa thuận bắt buộc. ¶ ～법 luật quy định thỏa thuận bắt buộc chống phá sản.

화인(火因) nguyên nhân của vụ cháy, hỏa hoạn. ¶ ～불명의 화재 vụ hỏa hoạn không rõ nguyên nhân / ～을 조사하다 điều tra nguyên nhân vụ cháy.

화장(-長) độ dài tay áo, độ dài ống tay áo.

화장(化粧) sự hóa trang, sự trang điểm, sự làm đẹp. **~하다** hóa trang, trang điểm, chăm sóc sắc đẹp (몸치장). ¶ 엷은 [짙은] ~ trang điểm nhẹ [đậm] / ~을 고치다 sửa sang trang điểm / ~ 도구 dụng cụ trang điểm / ~ 도구 상자 hộp đựng dụng cụ trang điểm (휴대용) / ~실(室) phòng trang điểm; (변소) phòng vệ sinh / ~품 mỹ phẩm, bộ đồ trang điểm / ~품 가게 cửa hàng mỹ phẩm.

화장(火葬) sự hỏa táng, sự hỏa thiêu. **~하다** hỏa táng, hỏa thiêu. ¶ ~장(터) lò thiêu, nơi hỏa táng.

화재(火災) hỏa hoạn; (큰 불) đám cháy lớn. ¶ ~ 경보기 thiết bị báo cháy / ~ 보험 bảo hiểm hỏa hoạn / ~ 보험에 들다 có tham gia bảo hiểm cháy nổ / ~ 보험 회사 công ty bảo hiểm hỏa hoạn (cháy nổ).

화재(畵材) hoa tay, có năng khiếu mỹ thuật.

화전(火田) đốt cháy cây cối để trồng trọt. ¶ ~민(民) dân du canh du cư, đốt nương làm rẫy.

화제(畵題) tên bức họa, tên bức tranh.

화제(話題) chủ đề, chủ điểm. ¶ 오늘의 ~ chủ đề của ngày hôm nay / ~에 오르다 trở thành chủ đề thảo luận.

화주(火酒) rượu mạnh, rượu cồn.

화주(花柱) 【TV】 nhụy hoa.

화주(貨主) chủ hàng, chủ hàng hoá.

화중지병(畵中之餠) họa trung chi bình, bánh trong tranh vẽ, mơ hão huyền, mơ mộng.

화차(貨車) xe chở hàng, xe tải chở hàng, tàu chở hàng. ¶ 유개(有蓋)[무개(無蓋)] ~ xe chở hàng có mui che [bạt che].

화창(和暢) ~한 êm dịu, ôn hòa, dễ chịu. ¶ ~한 날씨 thời tiết dễ chịu.

화채(花菜) nước ép từ trái cây trộn đường, mật ong.

화첩(畵帖) tập ảnh, quyển album.

화초(花草) hoa cỏ. ¶ ~밭 cánh đồng hoa, vườn hoa / ~장이 người trồng hoa / ~ 재배법 cách trồng hoa cỏ / ~ 전시회 triển lãm hoa.

화촉(華燭) hoa chúc, hôn lễ, lễ cưới. ¶ ~을 밝히다 cử hành hôn lễ. ¶ ~ 동방 động phòng hoa chúc.

화친(和親) tình hữu nghị, tình bạn bè, tình bằng hữu. **~하다** kết thân, kết hữu. ¶ ~ 조약 hiệp ước hữu nghị.

화탁(花托) 【TV】 đế hoa, đài hoa.

화톳불 lửa đốt chụm một chỗ.

화통(火筒) ống khói, ống thông khói.

화투(花鬪) chơi bài kiểu Hàn Quốc. ~치다 chơi bài.

화판(畵板) bàn vẽ, giá vẽ.

화평(和平) sự hòa bình, sự hòa thuận. **~하다** hòa bình, hòa thuận.

화폐(貨幣) tiền, đồng tiền; (통화) tiền tệ; (지폐) tiền giấy; (경화) đồng tiền, tiền xu. ¶ ~ 가치 giá trị đồng tiền / ~ 단위 đơn vị tiền tệ / ~ 제도 chế độ tiền tệ / 법정 ~ đồng tiền hợp pháp / 위조(僞造) ~ tiền giả.

화포(畵布) vải bạt, vải căng ra để vẽ.

화폭(畵幅) bức tranh, bức vẽ.

화풀이(火-) **~하다** giải tỏa cơn giận; xả cho bớt giận.

화풍(畵風) cách vẽ, lối vẽ. ¶ 라파엘의 ~ lối vẽ của danh họa Raphael.

화피(花被) 【TV】 bao hoa.

화필(畵筆) bút vẽ, cây bút lông để vẽ.

화하다(化-) (변화) sự biến đổi, sự biến chuyển; (변형) biến dạng.

화하다(和-) ❶ (섞다) pha trộn, trộn lẫn, pha lẫn vào. ❷ (온화) giải hòa, hòa giải.

화학(化學) hóa học. ¶ ~적(으로) theo tính

hóa học. ¶ ～ 공업 ngành công nghiệp hóa học / ～ 기호 [식(式), 방정식] ký hiệu [công thức, phương trình] hóa học / ～ 변화 biến đổi chất hóa học / ～ 반응 phản ứng hóa học / ～ 병기 vũ khí hóa học / ～ 비료 phân bón hóa học / ～ 섬유 sợi hóa học / ～ 약품 dược phẩm hóa học / ～자 nhà nghiên cứu hóa học / ～전 chiến tranh hóa học / ～ 조미료 gia vị hóa học / 유기 [무기] ～ ngành hóa học hữu cơ [vô cơ].

화합(化合) sự kết hợp các nguyên tố hóa học, sự trộn lẫn. **~하다** kết hợp với, trộn lẫn với. ¶ ～물 hợp chất hóa học.

화합(和合) (조화) sự hòa hợp, hoà thuận; (결합) sự kết hợp, sự kết nối. **~하다** hòa hợp, kết hợp, thống nhất.

화해(和解) sự hòa giải, sự dàn xếp, sự thỏa thuận. **~하다** hòa giải, dàn xếp, thoả thuận; (소송하지 않고) không kiện cáo.

화형(火刑) hình phạt thiêu sống. ¶ ～당하다 chịu hình phạt thiêu sống.

화환(花環) vòng hoa, vòng hoa choàng cổ (하와이의). ¶ ～을 바치다 dâng, đặt vòng hoa.

화훼(花卉) trồng hoa. ¶ ～ 산업 ngành công nghiệp trồng hoa / ～ 원예 kỹ thuật, nghề trồng hoa.

확[1] chỗ lõm, chỗ trũng của cối giã gạo; cối giã gạo.

확[2] (빨리) nhanh, khẩn cấp; (돌연) đột biến, đột xuất; (세차게) thổi mạnh, thổi phù phù, thổi bùng lên.

확고(確固) ～한 kiên cố, kiên quyết, cố định, vững chắc.

확답(確答) câu trả lời quả quyết, câu trả lời dứt khoát.

확대(擴大) sự mở rộng, sự nới rộng, sự khuếch đại, sự phóng đại. **~하다** (넓히다) mở rộng, nới rộng, phóng đại; (넓어지다) được giãn rộng, được mở rộng; (사건 등이) phóng đại, khuếch đại việc gì lên; (사진 등을) phóng ảnh ¶ ～경(鏡) kính lúp, kính phóng đại / ～기 máy phóng / ～율 (寫) tỷ lệ phóng, mở rộng / ～ 재생산 tái sản xuất mở rộng

확론(確論) lý luận vững chắc, lý luận kiên định.

확률(確率) xác xuất. ¶ 성공 ～ xác xuất thành công.

확립(確立) sự xác lập, sự thiết lập, sự xây dựng. **~하다** xác lập, thiết lập, xây dựng.

확보(確保) sự bảo đảm, giữ chắc chắn. **~하다** bảo đảm, giữ chắc chắn. ¶ 좌석을 ～하다 đảm bảo, giữ chỗ ngồi.

확산(擴散) 【VLH】 sự khuếch tán, sự lan truyền, sự phổ biến. **~하다** lan truyền, phổ biến, mở rộng. ¶ 핵무기～ phổ biến vũ khí hạt nhân / 핵무기～ 금지 조약 hiệp ước cấm phổ biến vũ khí hạt nhân.

확성기(擴聲器) loa phóng thanh.

확신(確信) sự vững tin, sự tự tin (자신). **~하다** vững tin, tự tin, tin chắc vào. ¶ ～하여 tin chắc rằng, tự tin vào / ～을 얻다 được tin tưởng, nhận được sự tin tưởng.

확실(確實) sự xác thực, sự chắc chắn. ～한 (틀림이 없는) chắc chắn, chính xác; (믿을만한) đáng tin tưởng. ¶ ～히 một cách chắc chắn, một cách xác thực / ～치 않은 không chính xác / ～한 증거 chứng cớ xác thực, bằng chứng chính xác / ～한 대답 câu trả lời chính xác / ～한 사업 [투자] dự án [đầu tư] chắc chắn. ¶ ～성 tính xác thực, tính chắc chắn.

ㅎ

확약(確約) một lời hứa chính xác, hứa chắc chắn. **~하다** hứa chính xác, hứa dứt khoát.

확언(確言) lời tuyên bố dứt khoát, lời quả quyết, cam kết bảo đảm. **~하다** nói rõ ràng, nói dứt khoát, xác thực rõ ràng.

확연(確然) ～한 xác thực, xác định, rõ ràng.

확인(確認) sự xác nhận, sự xác thực, sự kiểm tra. **~하다** xác nhận, xác thực, kiểm tra. ¶ 미～의 chưa được kiểm tra (xác nhận).

확장(擴張) sự mở rộng, sự bành trướng, sự nói rộng. **~하다** mở rộng, nói rộng. ¶ 도로를 ～하다 mở đường / 사업을 [점포를] ～하다 mở rộng hoạt động kinh doanh [số cửa hàng]. ¶ 군비 ～ sự mở rộng quân bị.

확전(擴戰) sự mở rộng chiến tranh, leo thang chiến tranh. **~하다** leo thang chiến tranh.

확정(確定) sự xác định, sự đảm bảo chính xác, sự chứng thực. **~하다** xác định. ¶ ～적으로 mang tính xác định / ～된 được xác định, được phê duyệt. ¶ ～ 신고 하다 khai báo chứng thực / ～ 판결 phán quyết chắc chắn.

확증(確證) bằng chứng chính xác, bằng chứng. ¶ ～을 잡다 nắm được bằng chứng chính xác.

확충(擴充) sự mở rộng bổ sung. **~하다** mở rộng bổ sung. ¶ 시설을 ～하다 mở rộng bổ sung thiết bị.

확확 (바람이) gió thổi vù vù; (불길이) ngọn lửa phừng phừng.

환 (줄) một loại giũa.

환(丸) viên, dạng viên ☞ **환약**(丸藥). thuốc viên.

환(換) [KT] hối phiếu, hối đoái. ¶ ～시세 tỷ giá hối đoái / ～어음 hối phiếu / ～차손(差損) thiệt hại do tỷ giá hối đoái / 외국～ ngoại hối / 우편～ thư chuyển tiền / 전신～ điện chuyển tiền / ～투기 đầu cơ ăn chênh lệch tỷ giá.

환가(換價) sự đổi (thành tiền). **~하다** đổi thành tiền, đổi ra tiền mặt.

환각(幻覺) ảo giác, ảo tưởng. ¶ ～을 일으키다 gợi ảo giác, gây ảo tưởng. ¶ ～제 chất ma tuý gây ảo tưởng, thuốc gây ảo giác / ～제 중독자 người nghiện ma tuý gây ảo giác.

환갑(還甲) ngày mừng thọ tuổi 61. ¶ ～노인 người già 61 tuổi / ～ 잔치를 베풀다 mở tiệc mừng thọ tuổi 61.

환경(環境) môi trường, hoàn cảnh. ¶ ～보호 bảo vệ môi trường / ～ 부 bộ môi trường / ～ 오염 ô nhiễm môi trường / ～ 위생 vệ sinh môi trường / ～ 파괴 phá huỷ môi trường.

환국(還國) ☞ **귀국**(歸國). sự trở về nước, quay về nước.

환금(換金) ❶ (현금화) sự đổi tiền. **~하다** đổi tiền. ❷ ☞ **환전**(換錢).

환급(還給) sự hoàn trả, sự hoàn lại. **~하다** hoàn trả lại, hoàn lại.

환기(喚起) sự đánh thức, sự thức tỉnh. **~하다** đánh thức, làm thức tỉnh, khuấy động. ¶ 주의를 ～하다 đánh thức sự chú ý

환기(換氣) sự thông gió, sự thông khí, sự thông hơi. **~하다** thông gió, thông khí, thông hơi. ¶ ～가 잘되다 thông gió tốt, thông thoáng / ～가 안되다 không thông thoáng, không thông được. ¶ ～공(孔) lỗ thông hơi, lỗ thông gió / ～ 장치 thiết bị thông gió / ～창 cửa sổ thông gió.

환난(患難) hoạn nạn, rủi ro, bất hạnh, tai nạn.

환담(歡談) cuộc nói chuyện thân mật,

cuộc trao đổi thân mật. ~하다 nói chuyện thân mật, trò chuyện vui vẻ.

환대(歡待) sự tiếp đãi nồng nhiệt, sự tiếp đãi ân cần. ~하다 đón tiếp nồng nhiệt, tiếp đãi ân cần.

환도(還都) ~하다 quay trở về thủ đô.

환등(幻燈) đèn chiếu. ¶ ～기 máy chiếu phim.

환락(歡樂) hoan lạc, ăn chơi.

환류(還流) hoàn lưu, sự chảy ngược dòng.

환매(換買) sự trao đổi hàng lấy hàng. ~하다 trao đổi hàng lấy hàng, đổi trác hàng lấy hàng.

환매(還買) sự mua lại. ~하다 mua lại.

환멸(幻滅) sự vỡ mộng, sự tan mộng, tan ảo tưởng. ¶ ～을 느끼다 cảm giác vỡ mộng / ～의 비애를 느끼다 cảm giác tan vỡ mộng buồn, mộng sầu.

환문(喚問) sự triệu tập, sự tập hợp, gọi đến. ~하다 triệu tập, gọi đến.

환부(患部) vết thương, chỗ bị thương, vết viêm nhiễm.

환부(還付) sự hoàn trả, sự hoàn lại, trả lại. ~하다 hoàn lại, trả lại. ¶ ～금 tiền hoàn trả, trả lại số tiền đã tạm ứng trước.

환불(還拂) sự trả lại, sự đền trả lại (tiền). ~하다 trả lại, hoàn trả lại (tiền).

환산(換算) sự quy, hoán đổi. ~하다 quy. ¶ ～율 tỷ lệ hoán đổi / 돈으로 ～하다 quy thành tiền.

환상(幻想) ảo giác, ảo tưởng, mơ mộng, ảo ảnh. ～적 tính ảo tưởng, lãng mạn. ¶ ～곡(曲) [ÂN] khúc lãng mạn / 그녀에 대해 환상을 갖지마라 đừng có ảo tưởng về cô ấy.

환상(幻像) ma, bóng ma, hình tượng không có thật.

환상(環狀) sự kết thành vòng. ~의 thành vòng, vòng vèo. ¶ ～ 도로 đường vòng, đường nhánh / ～선 nhánh đường vòng.

환생(還生) sự hoàn sinh, sự tái sinh. ~하다 hoàn sinh, tái sinh.

환성(歡聲) tiếng reo hò, tiếng hoan hô, tiếng cổ vũ. ¶ ～을 올리다 hét lên cổ vũ, reo hò cổ vũ.

환송(還送) sự gửi lại, sự chuyển trả lại. ~하다 gửi lại, gửi trả lại.

환송(歡送) lời chào tạm biệt, lời chia tay. ~하다 chào tạm biệt, từ giã. ¶ ～회 tiệc chia tay.

환시(環視) sự theo dõi của nhiều người. ¶ 많은 사람의 ～중에 혼이 났다 bị mắng trước mặt nhiều người.

환심(歡心) lòng hân hoan, cảm tình tốt. ¶ ～을 사다 chiếm được cảm tình, lấy lòng (여자의).

환약(丸藥) viên thuốc, thuốc viên.

환언(換言) nói cách khác. ¶ ～하면 hay nói cách khác, nếu nói cách khác.

환영(幻影) ma, bóng ma, ảo giác, ảo tưởng.

환영(歡迎) sự hoan nghênh, sự tiếp đón nồng nhiệt. ~하다 hoan nghênh, tiếp đón ân cần. ¶ ～ 만찬회 bữa tiệc tối để chào đón, chiêu đãi buổi tối) / ～사 lời chào đón, hoan nghênh / ～회 buổi tiếp đón.

환우기(換羽期) mùa thay lông.

환원(還元) ❶ (복귀) sự hoàn nguyên, sự phục hồi. ~하다 hoàn nguyên, khôi phục. ❷ [HH] (산화물의) sự khử chất ô xít (của vật chất bị ô xy hóa). ~하다 khử chất ô xít. ¶ ～제 chất khử, chất hoàn nguyên.

환율(換率) tỷ giá hối đoái. ¶ ～ 변동 biến động tỷ giá hối đoái / ～ 인상 tăng tỷ giá hối đoái / 대미 ～ tỷ giá hối đoái với đô-la Mỹ.

환자(患者) bệnh nhân, người bệnh. ¶ ～

명부 danh sách bệnh nhân / 입원 [외래] ~ bênh nhân nội trú [ngoại trú].
환장(換腸) sự nổi khùng, sự nổi cáu. **~하다** nổi khùng, nổi cáu, nổi điên.
환전(換錢) sự đổi tiền. **~하다** đổi tiền. ¶ ~상 [상점] nghề [cửa hàng] đổi tiền; (사람) người làm nghề đổi tiền / ~ 수수료 tiền hoa hồng được hưởng khi đổi tiền, phí đổi tiền.
환절(換節) giao mùa. ¶ ~기 thời kỳ giao mùa, đổi mùa.
환절(環節) một đốt, một khúc.
환초(環礁) đảo san hô vòng.
환표(換票) **~하다** đổi phiếu, gian lận (bầu cử).
환풍기(煥風機) quạt thông gió.
환하다 ❶ (밝다) sáng, sáng sủa. ❷ (앞이 탁 틔다) tươi sáng, rộng mở. ¶ 길이 ~ rộng mở. ❸ (얼굴이) sáng sủa, mừng rỡ. ❹ (정통) tinh thông. ¶ 법률에 ~ tinh thông về luật.
환형(環形) dạng hình, hình tròn. **~의** có dạng tròn, có hình vành khuyên. ¶ ~ 동물 động vật có hình vòng như con giun đốt.
환호(歡呼) tiếng hoan hô, tiếng reo hò, tiếng hét vui mừng. ¶ ~ 속에 trong tiếng reo hò / ~성을 올리다 cất tiếng reo hò.
환희(歡喜) niềm hoan hỉ, niềm vui mừng. **~하다** vui mừng, hoan hỉ.
활 mũi tên (궁술). ¶ ~을 쏘다 bắn cung.
활강(滑降) (스키) sự đi xuống, trượt xuống.
활개 ❶ (사람의 두 팔) cánh tay. ~치다 vung tay. ❷ (새의) đôi cánh. ~치다 vỗ cánh.
활갯짓하다 tay chân vung vẩy, quơ chân quơ tay.
활공(滑空) sự liệng xuống, sự sà xuống. **~하다** liệng xuống, sà xuống. ¶ ~기 【M】 tàu lượn.
활극(活劇) hoạt kịch, phim hành động (영화의).
활기(活氣) sinh lực, sinh khí, sức sống. ¶ ~있는 có sức sống / ~차다 đầy sức sống.
활달(豁達) tính rộng rãi, tính hào hiệp. ~한 hoạt bát, hào hiệp, rộng lượng.
활대 trục căng buồm, cột chéo ở đầu trục căng buồm, trục căng buồm.
활동(活動) sự hoạt động, hành động. **~하다** hành động, hoạt động, thực hiện, thực hành. ¶ ~적인 mang tính hành động. ¶ ~가 người năng nổ, người hoạt bát / ~력 khả năng hành động / ~ 범위 phạm vi hành động / 정치 ~ hoạt động chính trị
활량 người bắn cung, cung thủ.
활력 hoạt lực, sinh lực, sức sống. ¶ ~소(素) căn bản của sức sống, sức hoạt động
활로(活路) lối ra, lối thoát, cách giải quyết. ¶ ~를 열다 [찾다] mở ra [tìm] lối thoát.
활무대(活舞臺) phạm vi hoạt động, lĩnh vực hoạt động.
활발(活潑) sự hoạt bát, sự nhanh nhạy, sự năng động. ~한 hoạt bát, năng động, nhanh nhạy. ¶ ~히 một cách hoạt bát, năng động.
활보(闊步) ~한 sải bước, bước đi. ¶ 거리를 ~하다 sải bước trên đường.
활석(滑石) 【Kh】 đá tan, khoáng vật mềm, mịn được nghiền thành bột làm chất bôi trơn.
활성(活性) hoạt tính. ~의 có hoạt tính. ¶ ~ 비타민제 vitamin dễ hấp thụ và có hiệu quả lâu dài.
활수(滑手) tính hào phóng. **~하다** hào phóng, tiêu pha dễ dãi.
활시위 dây cung.

활액(滑液) 【GP】 hoạt dịch.

활약(活躍) sự hành động, hoạt động đầy sức sống. **~하다** hoạt động, hành động một cách đầy sức sống, mạnh mẽ.

활엽수(闊葉樹) cây lá rộng.

활용(活用) ❶ sự sử dụng, sự ứng dụng; (응용) áp dụng vào thực tế. **~하다** thực dụng, ứng dụng, áp dụng thực tế. ❷ 【NP】 (어미의) đuôi biến tố; (격의) sự biến cách. **~하다** biến cách.

활자(活字) chữ in, kiểu chữ. ¶ ~화하다 in ra từ bản in / ~를 짜다 sắp chữ, xếp chữ cho bản in. ¶ ~판 bản in, sách in.

활주(滑走) sự trượt đi, sự lướt đi. **~하다** trượt, lướt; (활공) liệng xuống, sà xuống; (스키의) trượt băng. ¶ ~로 đường băng, bãi đáp, bãi hạ cánh.

활집 túi để cung tên, mũi tên.

활짝 ❶ rộng, toang (열린·트인 모양). ¶ ~ 트이다 mở toang / ~ 열다 mở rộng. ❷ (날씨) sáng sủa, trong sáng; (꽃 따위가) rực rỡ, sáng sủa. ¶ ~ 갠 하늘 bầu trời quang đãng (trong sáng).

활차(滑車) cái ròng rọc.

활촉 đầu mũi tên, ngạnh (ở trên mũi tên).

활터 bãi (sân) tập bắn tên.

활판(活版) kỹ thuật in, kỹ xảo in bản in nổi ¶ ~소 nhà in / ~ 인쇄 nghề in bằng bản in khắc.

활화산(活火山) núi lửa đang hoạt động.

활활 (불이) bừng bừng, hừng hực.

홧김 ¶ ~에 vì tức giận, trong khi nóng giận.

홧홧하다 nóng lên, sốt lên; mãnh liệt, sôi nổi.

황(黃) ❶ (색) màu vàng, màu da bò. ❷ 【Kh】 (석유황) Opiment 【HH】 nguyên tố lưu huỳnh có màu vàng nhạt. ~의 của lưu huỳnh.

황갈색(黃褐色) màu nâu vàng, màu hung hung.

황감(惶感) lòng biết ơn, sự biết ơn. **~하다** biết ơn, mang ơn.

황겁(惶怯) sự kinh hoàng, sự sợ hãi. **~하다** kinh hoàng, sợ hãi.

황고집(-固執) tính ương ngạnh, tính cố chấp; (사람) người cố chấp.

황공(惶恐) sự kinh sợ, kinh hoàng. **~하다** kinh sợ, kinh hoàng; (감사로) kinh ngạc vì cảm ơn quá, cảm kích.

황국(黃菊) hoa cúc vàng.

황금(黃金) vàng. ~의 có vàng. ¶ ~ 만능 đồng tiền vạn năng / ~만능주의자 người có tư tưởng tôn thờ đồng tiền / ~빛 ánh vàng / ~ 숭배 sùng bái đồng tiền, ham tiền / ~ 시대 thời kỳ hoàng kim, thời kỳ thịnh vượng / ~ 분할 sự chia cân bằng tỷ lệ giữa phần nhiều và phần ít, cách chi hoàng kim, tiết diện vàng (xây dựng).

황급(遑急) vội vàng, hấp tấp, gấp rút. ~히 một cách vội vàng, hấp tấp.

황달(黃疸) bệnh vàng da.

황당(荒唐) sự hoang đường, vô lý. ~(무계)한 ngớ ngẩn, không có căn cứ. ¶ ~객(客) người lố bịch, người hoang đường.

황도(黃道) thủ phủ, kinh đô

황도(黃道) 【TVH】 đường hoàng đạo. ¶ ~대(帶) hoàng đạo.

황동(黃銅) đồng thau. ¶ ~색 màu đồng thau.

황량(荒涼) **~한** hoang vắng. ¶ ~한 벌판 bãi đất hoang vắng.

황린(黃燐) 【HH】 phốt pho, lân tinh vàng.

황마(黃麻) 【TV】 câu đay dầu.

황막(荒漠) **~하다** mênh mông, bao la,

rộng vô bờ bến.

황망(遑忙) ～히 một cách vội vàng, bàng hoàng, gấp rút, mất hết tinh thần.

황무지(荒蕪地) vùng đất hoang vu, vùng đất hoang.

황밤(黃-) hạt dẻ khô.

황사(黃紗) cát vàng. ¶ ～현상 hiện tượng hoàng sa (cát vàng bay theo gió vào mùa xuân và đầu mùa hạ).

황산(黃酸) 【HH】 acid sulfuric. ¶ ～동 sulfat đồng / ～철 sulfat sắt / ～암모니아 ammonium sulfate / ～염 muối của acid sulfuric / ～지 giấy giả da.

황새 【LCh】 cò trắng.

황새걸음 bước sải dài, bước chân dài như chân cò.

황색(黃色) màu vàng. ¶ ～ 인종 chủng tộc người da vàng.

황석(黃石) 【Kh】 chất can xít màu vàng.

황성(皇城) hoàng thành, thủ phủ.

황소 【ĐV】 con bò (vàng). ¶ ～같이 일하다 làm việc chăm chỉ như bò. ¶ ～걸음 bước đi chậm rãi, bước chân nhàn nhã, bước đi khoan thai chậm chạp.

황송(惶悚) ～한 kinh khiếp, kinh hoàng.

황실(皇室) hoàng thất, hoàng gia.

황아장수 người đi từng nhà bán rong.

황야(荒野) vùng đất hoang, vùng đất hoang vu.

황어(黃魚) 【LC】 cá đác (họ cá chép).

황열병(黃熱病) 【YH】 bệnh sốt vàng.

황옥(黃玉) 【Kh】 topaz, hoàng ngọc, khoáng vật có màu vàng trong suốt.

황음(荒淫) cuộc chơi bời phóng đãng, ăn chơi phóng đãng.

황인종(黃人種) chủng tộc người da vàng.

황제(皇帝) hoàng đế.

황진(黃塵) bụi vàng trong không khí.

황차(況且) ☞ **하물며**. huống chi.

황천(黃泉) hoàng tuyền, suối vàng, âm phủ, cõi chết. ¶ ～객 người chết / ～길 đường đến cõi chết / ～길을 떠나다 chết, đi đường đến cõi chết.

황철광(黃鐵鑛) 【Kh】 quặng sunpit sắt, sunpit đồng và sắt.

황체(黃體) 【GP】 thể vàng ¶ ～ 호르몬 hoóc-môn giới tính thiếu dấu.

황탄(荒誕) ☞ **황당**(荒唐). hoang đường.

황태자(皇太子) hoàng thái tử. ¶ ～비(妃) thái tử phi / 영국 ～ hoàng thái tử Anh Quốc.

황태후(皇太后) Hoàng thái hậu.

황토(黃土) đất vàng, hoàng thổ. ¶ ～빛 màu nâu vàng nhạt.

황통(皇統) dòng máu của hoàng đế.

황폐(荒廢) sự hoang phế, hoang tàn. **~하다** hoang phế, hoang tàn, xơ xác. ¶ ～한 땅 mảnh đất hoang phế.

황하(黃河) sông Hoàng Hà.

황해(黃海) sông Hoàng Hải, biển vàng; biển Tây.

황혼(黃昏) hoàng hôn, lúc mặt trời lặn. ¶ 인생의 ～기 tuổi xế chiều, tuổi xế bóng (già, có tuổi) / ～이 지다(깃들다) hoàng hôn lặn.

황홀(恍惚) sự mê ly, phấn khích, sự say mê. ～한 mê ly, ngất ngây, say mê. ¶ ～히 một cách say mê, phấn khích / ～해지다 trở nên say mê, phấn khích. ¶ ～경 tình trạng xuất thần, nhập định, mê muội.

황화(黃化) 【HH】 sự sunfurnic hoá. ～ 고무 cao su được xử lý bằng lưu huỳnh ở nhiệt độ cao để chắc hơn và có tính đàn hồi / ～물 chất sunfua / ～수소 [은] hydro [bạc] sunfua.

황화(黃禍) cơn hiểm họa, tai họa (do chủng tộc da vàng gây ra).

황후(皇后) hoàng hậu.

홰[1] (새의) cây để chim đậu (trong lồng chim).

홰[2] (횃불의) ngọn đuốc, khúc củi đang cháy dở.

홰치다 đập cánh, vỗ cánh.

홰홰 vè vè, lượn ngang lượn dọc. ¶ 막대기를 ~ 휘두르다 vung gậy vè vè.

홱 thịch. ¶ ~ 잡아당기다 kéo thịch / ~ 던지다 ném thịch.

홱홱 thình thịch. ¶ ~ 달리다 chạy thình thịch.

횃대 giá phơi, dây phơi quần áo. ¶ ~ 밑 사내 【TNg】 dưới váy vợ.

횃불 ngọn đuốc, ánh lửa ¶ ~을 들다 cầm đuốc.

횅댕그렁하다 cảm giác trống rỗng, cảm giác cô đơn.

횅하다 ❶ (통효) thông thạo, sành sỏi, giỏi giang. ❷ (공허) trống rỗng, hoang vắng, trống vắng.

회(灰) vôi (dùng xây dựng). ☞ **석회**(石灰). ¶ ~를 바르다 trát vữa.

회(蛔) 【YH】 giun đũa. ☞ **회충**.

회(會) (회합) hội họp, hội nghị; (사교상의) buổi tiệc họp mặt; (단체) đoàn thể, câu lạc bộ, hiệp hội, hội liên hiệp. ¶ ~를 열다 mở cuộc họp.

회(膾) gỏi, gỏi cá (육회). ¶ ~를 치다 thái lát cá sống.

회(回) (횟수) một hiệp, một trận, một lượt (야구의). ¶ 1 [2] ~ hiệp 1 [2] / ~초 [말] 【BC】 đầu [cuối] hiệp.

회갑(回甲) hồi giáp, tuổi 61. ☞ **환갑**. ¶ ~연 tiệc mừng thọ 61.

회개(悔改) sự ăn năn, sự hối hận, sự ân hận. ☞ **뉘우치다**.

회견(會見) cuộc hội kiến. **~하다** hội kiến. ¶ 기자~ họp báo / 공식 [비공식] ~ gặp mặt chính thức [không chính thức].

회계(會計) kế toán, tính toán. **~하다** kế toán, tính toán, kê khai. ¶ ~ 감사 kiểm toán, kiểm tra kế toán / ~과 khoa kế toán / ~(장)부 sổ sách kế toán, sổ sách tính toán / ~ 연도 năm tài chính / ~원 kế toán viên, nhân viên kế toán / ~학 môn kế toán / 공인~사 kế toán viên có tư cách pháp lý / 일반 [특별] ~ kế toán thông thường [đặc biệt].

회고(回顧) sự hồi tưởng, hồi ức, sự nhớ lại. **~하다** hồi tưởng, hồi ức, nhớ lại. ¶ ~록(錄) tập hồi ký.

회고(懷古) nỗi nhớ nhà, lòng nhớ nhà, nhớ quê nhà. **~하다** nhớ lại, hoài nhớ, hoài cổ. ¶ ~담 hoài cổ chuyện, chuyện hồi tưởng / ~담을 하다 kể lại hoài cổ đàm.

회관(會館) hội quán. ¶ 마을 ~ hội quán làng / 학생 ~ hội quán học sinh, sinh viên.

회교(回教) đạo Hồi, Hồi giáo. ¶ ~도 tín đồ Hồi giáo / ~사원 nhà thờ Hồi giáo.

회구(懷舊) ☞ **회고**(懷古). sự hồi tưởng, nhớ lại.

회군(回軍) sự rút quân, sự lui quân. **~하다** rút quân, lui quân, kéo quân về, rút quân về.

회귀(回歸) sự hồi quy. ¶ ~열 sốt phát đi phát lại, sốt định kỳ / ~선 vĩ tuyến qua vĩ độ 23°27' Nam, Bắc / 남 [북]~선 chí tuyến Nam [Bắc].

회기(會期) phiên họp, kỳ họp (기간). ¶ ~ 중에 trong kỳ họp / ~를 연장하다 gia hạn kỳ họp.

회나무 【TV】 loài cây thông Hàn Quốc.

회담(會談) cuộc hội đàm. **~하다** hội đàm. ¶ 한-베 정상~ cuộc hội đàm thượng đỉnh Hàn-Việt.

회동(會同) **~하다** tụ tập, hội họp, gặp gỡ nhau.

회람(回覽) sự luân chuyển để đọc. **~하다** luân chuyển, truyền bá.

회랑(回廊) hành lang.

회로(回路) ❶ đường hồi, đường về. ❷ mạch điện.

회리바람 ☞ **회오리바람**.

회복(回復) sự hồi phục, khôi phục. **~하다** hồi phục, khôi phục. ¶ ～기 thời kỳ hồi phục / ～실 phòng hồi sức / 건강을 ～하다 hồi phục sức khoẻ / 명예를 ～하다 hồi phục danh dự.

회부(回附) sự gửi đi, sự chuyển đi, sự đệ trình. **~하다** gửi đi, chuyển đi, đệ trình.

회비(會費) hội phí. ¶ ～를 거두다[내다] thu [nộp] tiền hội phí. ¶ 클럽 ～ tiền hội phí câu lạc bộ.

회사(會社) công ty. ¶ ～를 만들다 thiết lập công ty / ～에 근무하다 làm việc tại công ty. ¶ ～원 nhân viên công ty / 모(母)～ công ty mẹ / 자(子)～ công ty con.

회사(回謝) ☞ **회례**(回禮). sự biết ơn, biểu lộ lòng biết ơn.

회상(回想) sự hồi tưởng, sự tìm lại quá khứ, sự tìm lại dĩ vãng. **~하다** hồi tưởng, nhớ lại, tìm lại quá khứ. ¶ ～록 tập hồi ký.

회색(灰色) màu xám. ～의 có màu xám. ¶ ～을 띤 mặc màu xám. ¶ ～ 분자 người hay do dự, lưỡng lự / ～ 차일구름 mây trung tầng.

회생(回生) ☞ **소생**(蘇生). hồi sinh, sự phục hồi.

회서(回書) thư trả lời, thư phúc đáp.

회석(會席) điểm hội họp, điểm hội họp.

회선(回旋) sự xoay vòng, sự quay vòng, luân phiên. **~하다** luân phiên, quay vòng. ¶ ～ 운동 chuyển động quay.

회선(回線) 【Đ】 mạch điện, mạng điện. ¶ 전화 ～ mạch điện thoại.

회송(回送) **~하다** gửi lại, chuyển lại, hoàn lại. ☞ **환송**(還送).

회수(回收) sự thu hồi, thu lại; (수금) thu tiền, rút tiền; (폐품의) thu hồi (hàng phế phẩm). **~하다** thu hồi, thu lại. ¶ 꾸어준 돈을 하다 thu hồi tiền đã cho vay / 리콜～ thu hồi hàng lỗi / 폐품 ～ thu lại hàng phế phẩm.

회수(回數) nhiều lần, nhiều vòng. ¶ ～권 cuống vé.

회식(會食) **~하다** liên hoan, cùng ăn chung, cùng ăn uống chung.

회신(回信) ☞ **회답**(回答). hồi đáp, hồi âm, trả lời.

회심(回心) **~하다** thay lòng đổi dạ.

회심(會心) sự tương đắc, sự ăn ý, sự hài lòng. ～의 mang tính hài lòng, tâm đắc. ¶ ～의 미소 nụ cười tâm đắc. ¶ ～작 tác phẩm ưng ý, tác phẩm tâm đắc.

회양목(-楊木) 【TV】 cây hoàng dương mộc (재목).

회오(悔悟) sự ăn năn, sự hối lỗi, sự hối tiếc. **~하다** ăn năn, hối tiếc, hối lỗi. ¶ ～의 눈물 giọt nước mắt ăn năn.

회오리바람 trận gió lốc, cơn lốc.

회원(會員) hội viên, thành viên. ¶ ～이 되다 trở thành hội viên. ¶ ～국 nước thành viên / ～ 명부 [증] danh sách [thẻ] thành viên / 명예 [종신] ～ hội viên danh dự [cả đời] / 정 [준, 특별]～ hội viên chính thức [bán chính thức, đặc biệt].

회유(懷柔) sự thu phục, thuyết phục. **~하다** thu phục, thuyết phục.

회음(會陰) 【GP】 đáy xương chậu. ¶ ～부 vùng đáy xương chậu.

회음(會飮) chén chú chén anh, chén thù chén tạc. **~하다** uống cùng, uống chung.

회의(會議) cuộc họp, hội nghị. **~하다** họp, bàn bạc, hội ý. ¶ ～를 열다 tổ chức cuộc họp. ¶ ～록 biên bản cuộc họp

ㅎ

/ ～실 phòng họp / ～장 hội trường họp, phòng họp lớn / 국무 ～ hội nghị nội các / 국제～ hội nghị quốc tế / 본～ phiên họp toàn thể / 비밀～ cuộc họp bí mật.

회의(懷疑) sự hoài nghi. ～적(인) có tính hoài nghi. ¶ ～론 thuyết hoài nghi / ～론자 người hay hoài nghi.

회자(膾炙) **~하다** ai ai cũng biết, ai ai cũng đề cập đến.

회자정리(會者定離) có lúc gặp nhau lại có lúc chia tay nhau.

회장(回章) thông tư, giấy báo.

회장(回腸) 【GP】 sự tắc ruột.

회장(會長) chủ tịch, hội trưởng.

회장(會場) hội trường, nơi hội họp.

회장(會葬) sự tham dự lễ tang. **~하다** dự lễ tang, đi đưa tang. ¶ ～자 người đi đưa tang, đi đưa đám.

회전(回電) trả lời bằng điện đàm, bức điện hồi đáp.

회전(回戰) trận chiến, trận đánh, cuộc giao chiến.

회전(回轉 · 廻轉) sự quay vòng, sự xoay vòng, sự hồi chuyển, sự luân phiên. **~하다** quay tròn, quay vòng, luân phiên, hồi chuyển. ¶ ～ 계단 cầu thang quay / ～문 cửa xoay / ～ 목마 vòng quay ngựa gỗ / ～ 무대 sân khấu quay tròn / ～수 【TH】 số vòng quay, số lần quay / ～ 의자 ghế xoay / ～ 자금 tiền vốn quay vòng.

회전(會戰) trận giao tranh, trận giao đấu. **~하다** giao tranh với, giao đấu với.

회절(回折) 【VLH】 sự nhiễu xạ.

회중(會衆) khán giả, người tham dự; (교회의) giáo dân.

회중(懷中) trong túi (nhỏ, bỏ túi). ¶ ～ 시계 đồng hồ bỏ túi / ～ 전등 đèn pin bỏ túi.

회진(回診) **~하다** bác sĩ đi khám bệnh một cách có chu kỳ trong bệnh viện.

회초리 cây roi. ¶ ～로 때리다 đánh bằng roi.

회춘(回春) sự hồi xuân. **~하다** hồi xuân.

회충(蛔蟲) con giun, giun đũa. ¶ ～이 생기다 có giun. ¶ ～약 thuốc giun.

회칙(會則) quy tắc, nội quy (tổ chức).

회포(懷抱) suy nghĩ tận đáy lòng, nỗi niềm. ¶ ～를 풀다 giải toả nỗi niềm.

회피(回避) sự né tránh, sự trốn tránh. **~하다** né tránh, trốn tránh. ¶ ～할 수 없는 không thể né tránh / 책임을 ～하다 né tránh trách nhiệm.

회한(悔恨) sự hối hận, sự ăn năn. ¶ ～의 눈물 giọt nước mắt hối hận.

회합(會合) sự hội họp, sự tụ họp. **~하다** hội họp, tụ họp. ¶ ～ 장소 địa điểm tụ họp.

회항(回航) **~하다** đi về, trở về bằng tàu thuỷ; khứ hồi bằng tàu thuỷ.

회향(茴香) 【TV】 giống loại cây thì là.

회향(懷鄕) nỗi nhớ quê hương, lòng nhớ quê, nhớ nhà. ¶ ～병 bệnh nhớ nhà, nhớ quê.

회화(會話) sự hội thoại, cuộc đàm thoại, sự đối thoại. ☞ **대화**. ¶ 영어 ～에 익숙하다 đã quen với những cuộc hội thoại bằng tiếng Anh. ¶ ～책 sách hội thoại.

회화(繪畫) hội họa, tranh ảnh. ¶ ～적인 thuộc hội họa, thuộc tranh ảnh. ¶ ～전(展) cuộc triển lãm hội họa, cuộc trưng bày tranh ảnh.

회회교(回回教) ☞ **회교**(回教). đạo Hồi, Hồi giáo.

획(劃) nét (nét bút, nét chữ). ¶ 5～의 한자 chữ Hán có 5 nét.

획 ☞ **휙**. huỳnh huỵch, thình thịch, rầm rập.

획기적(劃期的) (신기원) mở ra một kỷ nguyên mới, đánh dấu bước ngoặt, bước ngoặt lịch sử.

획득(獲得) sự giành được, sự đạt được, sự thu được. **~하다** giành được, đạt được, thu được. ¶ ～물 cái giành được, cái đạt được.

획수(劃數) số nét (trong chữ Hán).

획연(劃然) **~하다** riêng biệt, rõ ràng, dứt khoát, khác biệt. ¶ ～히 một cách riêng biệt, một cách khác biệt.

획일(劃一) sự tiêu chuẩn hóa, sự đồng dạng. ～적 một cách đồng nhất, một cách đồng đều. ¶ ～적 교육 giáo dục đồng đều. ¶ ～주의 chủ nghĩa tiêu chuẩn hóa.

획정(劃定) sự hoạch định, sự phân giới, sự phân định. **~하다** hoạch định, phân ranh, phân giới, phân định.

획책(劃策) sự âm mưu, mưu đồ. **~하다** âm mưu, lập mưu, lập kế sách.

횟돌(灰-) đá vôi.

횡격막(橫擊膜) 【GP】 cơ hoành. ～의 thuộc cơ hoành.

횡단(橫斷) sự cắt ngang, sự băng ngang, sự đi ngang. **~하다** cắt ngang, ngang qua. ¶ ～로 đường cắt ngang / ～면 mặt cắt ngang / ～ 보도 đường dành cho người đi bộ.

횡대(橫隊) đội hình hàng ngang. ¶ ～가 되다 thành hàng ngang. ¶ 이열 ～ đội hình hai hàng ngang.

횡듣다(橫-) nghe lầm, hiểu lầm.

횡령(橫領) sự biển thủ, sự chiếm đoạt. **~하다** biển thủ, chiếm đoạt. ¶ 공금 ～죄 tội biển thủ công quỹ.

횡보다(橫-) nhìn sai, nhìn nhận sai, đánh giá sai.

횡사(橫死) đột tử, cái chết đột ngột, cái chết bất ngờ. **~하다** đột tử, chết đột ngột, chết bất ngờ.

횡서(橫書) **~하다** viết theo hàng ngang.

횡선(橫線) hàng ngang, đường ngang.

횡설수설(橫說竪說) chuyện bậy bạ, chuyện trái tai. **~하다** nói càn, nói bậy; nói ngược nói xuôi.

횡액(橫厄) sự rủi ro, sự bất hạnh, tai nạn bất ngờ. ¶ ～을 만나다 bị tai nạn rủi ro, gặp tai họa bất ngờ.

횡재(橫財) vận may bất ngờ, của trời cho. **~하다** gặp may, gặp vận may, gặp đúng cơ hội, được của trời cho.

횡포(橫暴) sự lộng hành, hung bạo. ～한 lộng hành.

횡행(橫行) sự hoành hành. **~하다** hoành hành.

효(孝) hiếu, lòng hiếu thảo.

효과(效果) hiệu quả, kết quả, công hiệu, hiệu nghiệm. ¶ ～있는 có tác dụng, có hiệu quả / ～없는 không hiệu nghiệm, không có tác dụng.

효녀(孝女) người con gái hiếu thảo.

효능(效能) hiệu năng. ¶ 약의～ hiệu năng (hiệu nghiệm) của thuốc / ～ 있는 [없는] có [không có] hiệu năng.

효도(孝道) đạo hiếu, đạo làm con. ¶ ～를 다하다 làm tròn đạo hiếu.

효력(效力) hiệu lực, tác dụng; (효능) hiệu năng. ¶ ～ 있는 [없는] có [không có] hiệu lực / 이 규정은 다음달부터 ～을 발생(發生)한다 quy định này có hiệu lực từ tháng tới / ～을 잃다 mất hiệu lực.

효모(酵母) men (men bia, men rượu). ¶ ～균(菌) vi khuẩn lên men.

효부(孝婦) người con dâu hiếu thảo.

효성(孝誠) lòng hiếu thảo của con cái. ～스러운 thành tâm hiếu thảo.

효성(曉星) Venus - thần Vệ nữ. ☞ **샛별**. 【TVH】 sao Mai.

효소(酵素) 【HH】 chất enzym, chất men.

효수(梟首) **~하다** bêu đầu (treo đầu) tên tội phạm.

효시(嚆矢) cái khởi đầu, người tiên phong,

nhân vật đầu tiên.

효심(孝心) lòng hiếu thảo. ¶ ～이 있는 có hiếu, lòng hiếu thảo.

효용(效用) hiệu dụng. ¶ ～이 있다 có tác dụng, có tính hiệu dụng / ～이 없다 không có tác dụng. ¶ ～가치 giá trị hiệu dụng / 한계～ 【KT】 hiệu dụng biên tế, giá trị sử dụng biên.

효율(效率) hiệu suất, năng suất. ¶ 열의 ～ hiệu suất của nhiệt.

효자(孝子) người con có hiếu.

효행(孝行) sự làm việc có hiếu, hành động hiếu thảo.

효험(效驗) hiệu nghiệm. ¶ ～이 있다 có hiệu nghiệm.

후(後) ❶ sau, sau này, về sau, kể từ đây. ¶ 한 이틀 ～에 sau đôi ngày / 지금부터 10년 ～까지 kể từ giờ đến 10 năm sau / 흐린 ～에 맑음 sau khi âm u, trời trở nên quang tạnh (일기예보). ❷ (…한 뒤에) sau này, về sau. ¶ 그 ～에 sau đó.

후 luồng hơi, luồng khí. ¶ ～ 불다 thổi ra từng luồng nhẹ, thổi nhẹ.

후각(嗅覺) khứu giác. ¶ ～이 예민하다 khứu giác nhạy cảm.

후견(後見) sự giám hộ, sự chăm sóc. **~하다** giám hộ, chăm sóc. ¶ ～인 người giám hộ.

후계(後繼) sự kế vị, sự kế tiếp nhau, sự thừa kế. **~하다** kế vị, thừa kế. ¶ ～내각 nội các kế tiếp / ～자 người thừa kế, người kế vị.

후고(後顧) sự nhìn lại quá khứ; nghĩ đến tương lai. ¶ ～의 염려 lo lắng cho tương lai.

후골(喉骨) cục yết hầu, trái táo của Adam.

후관(嗅官) cơ quan khứu giác.

후광(後光) hào quang, ánh hào quang, vòng hào quang.

후굴(後屈) 【YH】 chứng gập ra phía sau. ¶ 자궁～ tử cung ngả sau.

후궁(後宮) hậu cung.

후기(後記) tái bút, hậu ký. ¶ 편집 ～ bài viết ghi lại quá trình, cảm tưởng, kế hoạch, phê bình sau khi biên tập xong.

후기(後期) hậu kỳ, giai đoạn sau, kỳ sau. ¶ ～ 대학 đại học tuyển sinh vào kỳ sau / ～ 인상 파(派) 【MT】 trường phái ấn hậu ấn tượng (trường phái tư tưởng hội họa châu Âu bắt nguồn từ Pháp ở thế kỷ 19).

후끈거리다 cảm giác nóng bừng.

후끈하다 nóng bừng, nóng rừng rực, nóng hừng hực.

후닥닥 (후딱) đột nhiên, đột xuất, bất ngờ; (서두름) nhanh chóng, mau lẹ, khẩn trương. ¶ ～거리다 một cách bất ngờ, một cách nhanh lẹ.

후대(後代) đời sau, thế hệ tương lai.

후대(厚待) sự hậu đãi, ân cần, nồng hậu, nhiệt tình. **~하다** tiếp đãi nồng hậu, đón tiếp nhiệt tình, đối xử ân cần.

후두(喉頭) 【GP】 thanh quản. ¶ ～ 결핵 bị nhiễm khuẩn thanh quản / ～염 viêm thanh quản.

후두(後頭) 【YH】 chẩm, chỏm đầu. ¶ ～부 vùng chẩm, phần đầu sau.

후드득거리다 ❶ (방정을 떨다) hành động nông nổi, phù phiếm, nhẹ dạ. ❷ (튀는 소리) xèo xèo.

후들거리다 run rẩy, run lẩy bẩy, run lập cập.

후딱 khẩn trương, nhanh chóng.

후레아들 người thô lỗ, cục cằn, vô giáo dục.

후련하다 nhẹ nhõm, dễ chịu, trút gánh nặng. ¶ 얘기하고 나니 ～ tâm sự xong thấy nhẹ nhõm.

후렴(後斂) đoạn điệp khúc.

후루루 (호각을) tiếng huýt sáo, tiếng huýt còi; (불타는 모양) lập loè, bập bùng. **~하다** cháy bập bùng (불타다).

후루룩 (날짐승이) tiếng vỗ cánh; (마시는 소리) tiếng húp mạnh, xì xụp.

후리다 ❶ (깍다) cắt. ¶ 낫으로 풀을 ~ cắt cỏ bằng cái liềm. ❷ (채어가다) vồ, chụp, túm. ❸ (몰다) săn bắt, đánh bắt, săn đuổi. ❹ (호리다) mê hoặc, cám dỗ, quyến rũ.

후리질 sự kéo lưới. **~하다** kéo lưới.

후리후리하다 yểu điệu thướt tha, cao và gầy.

후림 sự quyến rũ, sự cám dỗ.

후림불 việc bất ngờ, cơ hội bất ngờ.

후릿그물 lưới đánh cá.

후면(後面) mặt sau, phía sau, mặt hậu.

후무리다 tham ô, biển thủ, tham nhũng.

후문(後門) cửa sau, cửa hậu.

후문(後聞) lời nói sau việc gì đó; tin đồn. ¶ ~으로 알다 được biết qua tin đồn.

후물거리다 nhai trệu trạo.

후물림(後-) (물려받음) đồ vật thừa (của người khác cho).

후미 vũng nước, con lạch nhỏ, vịnh nhỏ.

후미(後尾) (뒤끝) đuôi, phần sau, phần đuôi (tàu), đoạn cuối, đoạn chót.

후미지다 ❶ (물가가) (nước) sâu. ❷ (장소가) tách biệt, hẻo lánh. ¶ 후미진 곳 vùng xa xôi, hẻo lánh.

후반(後半) một nửa sau, một nửa kỳ sau. ¶ ~기 sáu tháng cuối năm / ~전 hiệp 2 / ~전에 들어가다 bước vào hiệp hai.

후발(後發) **~하다** bắt đầu sau, phát triển sau. ¶ ~중소기업 doanh nghiệp vừa và nhỏ mới phát triển.

후방(後方) hậu phương, phía sau (일선에 대한). ~의 thuộc về hậu phương, phía sau. ¶ ~에 ở phía sau, ở hậu phương. ¶ ~ 근무 công tác hậu phương, hậu cần / ~ 기지 căn cứ hậu phương / ~ 부대 bộ đội hậu phương, quân hậu cần.

후배(後輩) hậu bối, thế hệ sau, thế hệ đi sau, khóa sau. ¶ 학교의 ~ học sinh khóa dưới / ~를 돌보다 chăm nom thế hệ đi sau.

후배지(後背地) nội địa (vùng ở sâu phía sau bờ biển, bờ sông).

후보(後報) bản tin sau, bản tin bổ sung. ¶ ~를 기다리다 chờ đợi bản tin tiếp theo.

후보(候補) ❶ (입후보) sự ứng cử, (후보자) người ra ứng cứ, ứng cử viên. ¶ ~지 vị trí ứng cử / 간부 ~생 ứng cử viên sĩ quan (육군의) / 대통령 ~자 ứng cử viên tổng thống. ❷ (운동팀의) dự bị. ¶ ~ 선수 cầu thủ dự bị.

후부(後夫) người chồng sau, người chồng thứ hai.

후부(後部) đuôi, đoạn sau, phần sau, đuôi xe, đuôi tàu.

후분(後分) số cuối đời. ¶ ~이 좋다 gặp vận may cuối đời.

후불(後佛) trả sau.

후비다 đào, bới, móc (tai, mũi).

후비적거리다 đào lên, bới lên.

후사(後事) (죽은 뒤의) việc hậu sự, chuyện hậu sự; (장래의) công việc về sau. ¶ ~를 부탁하다 giao phó chuyện hậu sự cho ai đó.

후사(後嗣) người thừa kế, người nối nghiệp, người thừa hưởng. ¶ ~가 끊어지다 gia đình không có người thừa kế.

후사(厚謝) **~하다** hậu tạ.

후산(後産) thời kỳ sau khi sinh nở, hậu sản.

후살이 (재가) sự tái hôn, tái giá. **~하다**

tái hôn, tái giá.

후생(厚生) phúc lợi xã hội. ¶ ~과(課) khoa phúc lợi xã hội / ~ 사업(事業) dự án, công tác phúc lợi xã hội / ~ 시설 công trình phúc lợi xã hội.

후생(後生) (후진) hậu sinh, hậu bối, thế hệ sau; (내생) đời sau, hậu duệ.

후성(後成) thánh nhân thế hệ sau.

후세(後世) (장래) hậu thế, thế hệ tương lai (후대 사람). ¶ 이름을 ~에 남기다 lưu tên cho thế hệ sau.

후속(後續) **~의** tiếp theo, thừa kế. ¶ ~ 조치 biện pháp tiếp theo.

후손(後孫) hậu duệ, thế hệ sau, hậu thế. ¶ …의 ~이다 là hậu duệ của ….

후송(後送) **~하다** hậu tống, đưa về hậu cứ. ¶ 부상병을 ~하다 đưa thương binh về hậu cứ. ¶ ~ 병원 bệnh viện sơ tán.

후술(後術) **~하다** nói đến sau, đề cập sau.

후신(後身) hậu thân; (cơ thể) tái sinh ở kiếp sau; kết quả của sự biến hóa của vật thể..

후신경(嗅神經) 【GP】 thần kinh khứu giác.

후실(後室) hậu thất, vợ thứ, người vợ sau. ☞ **후취**. ¶ ~ 자식 con của người vợ sau / ~을 맞아들이다 lấy vợ hai.

후안(厚顔) ¶ ~무치 trơ tráo, vô liêm sỉ, không biết xấu hổ.

후열(後列) hàng sau, dãy sau.

후예(後裔) ☞ **후손**. hậu duệ, con cháu đời sau.

후원(後園·後苑) vườn sau, sân sau.

후원(後援) sự ủng hộ, sự tài trợ, sự đỡ đầu, sự viện trợ. **~하다** hỗ trợ, viện trợ, bảo trợ, tài trợ. ¶ …의 ~하에 với sự ủng hộ của. ¶ ~자 người tài trợ, người bảo trợ / ~회 hội bảo trợ, hiệp hội tài trợ / 재정적으로 ~하다 hỗ trợ về mặt tài chính.

후위(後衛) hậu quân, quân viện trợ, hậu vệ. ¶ ~가 되다 trở thành hậu vệ / ~를 보다 đảm nhận vị trí hậu vệ.

후유증(後遺症) 【YH】 di chứng, di tật; (여파) hậu quả, thiệt hại.

후은(厚恩) hậu ân, ân sâu.

후의(厚意) (호의) sự đặc ân, lòng quý mến, thiện ý, thiện chí. ¶ …의 ~로 với thiện ý của ….

후의(厚誼) tình thân hữu, tình bạn thân thiết. ¶ ~를 입다 nhận lòng thành kính và biết ơn.

후일(後日) ngày sau, ngày khác, ngày nào đó. ¶ ~에 trong tương lai, về sau. ¶ ~담 sự hồi tưởng, sự nhớ lại, hồi ức.

후임(後任) (사람) người kế nhiệm, người thừa kế. ¶ …의 ~으로 làm người kế nhiệm cho … / ~이 되다 trở thành người kế nhiệm (người thừa kế).

후자(後者) người sau. ¶ 전자와 ~ người trước và người sau.

후작(侯爵) hầu tước. ¶ ~ 부인 hầu tước phu nhân.

후장(後場) buổi chợ chiều.

후정(厚情) ☞ **후의**(厚誼). tình thân hữu, tình bạn thân thiết.

후제(後-) vài ngày sau, một vài ngày sau.

후조(候鳥) loài chim di trú. ☞ **철새**. chim di cư.

후주곡(後奏曲) 【ÂN】 hậu tấu, khúc dạo cuối.

후줄근하다 ủ rũ, tàn úa, héo úa.

후진(後陣) hậu quân.

후진(後進) ❶ (후배) thế hệ sau, thế hệ ít tuổi hơn, hậu bối. ❷ (미발달함) lạc hậu, kém phát triển. ~의 tình trạng lạc hậu, kém phát triển. ¶ ~국 nước kém phát triển, quốc gia lạc hậu / ~성 tình trạng kém phát triển. ❸ (후퇴) ~하다 đi giật lùi, chạy giật lùi.

후처(後妻) ☞ **후취**. vợ sau, vợ thứ.

후천적(後天的) tính chất đến sau (생물학적). ¶ 후천성면역결핍증 hội chứng suy giảm miễn dịch mắc phải.

후추 hạt tiêu. ¶ ~를 치다 rắc tiêu.

후취(後娶) tái giá, kết hôn lần thứ hai; vợ nhì (사람). ¶ ~를 얻다 lấy vợ nhì.

후탈(後頉) (산후의) biến chứng sau khi sinh; (사건의) hậu quả xấu.

후터분하다 ngột ngạt.

후텁지근하다 ngột ngạt, nhớp nháp, bầy nhầy.

후퇴(後退) (퇴각) sự rút lui; (퇴보) sự thoái hoá, sự suy đồi. **~하다** rút lui. ¶ 경기 ~ sự giảm sút của tình hình kinh tế.

후편(後便) (뒤쪽) hậu phương, phía sau; (나중 인편) người đưa tin sau.

후편(後篇) tập sau, hồi sau, tập cuối, hồi cuối.

후하다(厚-) ❶ (인심이) tử tế, có lòng tốt, nồng hậu. ¶ 후한 대접 đón tiếp nhiệt tình. ❷ (인색찮다) hậu hĩnh, rộng tay. ¶ 월급이 ~ lương hậu hĩnh / 점수가 ~ chấm điểm rộng tay.

후학(後學) học sinh lớp dưới, cấp dưới.

후항(後項) 【TH】 vế thứ hai trong tỷ lệ.

후환(後患) sự phiền phức rắc rối về sau, hậu quả xấu. ¶ ~을 남기다 để lại hậu quả xấu / ~을 없애다 loại bỏ những hậu quả xấu.

후회(後悔) sự ân hận, sự nuối tiếc. **~하다** ân hận, nuối tiếc, ăn năn.

후후년(後後年) năm sau năm sau nữa (3 năm sau kể từ thời điểm nói).

훅[1] ❶ (拳) cú đánh cùi chỏ. ¶ ~을 넣다 đánh cùi chỏ. ❷ (갈고리 단추) khuy móc.

훅[2] ực (tiếng uống thể lỏng).

훈(訓) việc dịch từ chữ Hán ra tiếng Hàn.

훈(暈) một quầng (hào quang, ánh sáng); một vòng đai, vành.

훈감하다 (음식) mặn mà và thơm ngon; (푸짐하다) phong phú, dồi dào.

훈계(訓戒) sự khuyên răn, nhắc nhở; (경고) sự cảnh cáo. **~하다** khuyên răn, nhắc nhở, cảnh cáo.

훈공(勳功) huân công, công lao. ¶ ~을 세우다 lập công.

훈기(薰氣) (훈훈한 기운) không khí ấm áp.

훈김(薰-) ❶ ☞ **훈기**(薰氣) ❶, ❷. (세력) thế lực, sức mạnh của nhà quyền lực.

훈도(薰陶) (교육) sự giáo dục, sự dạy dỗ. **~하다** giáo dục, dạy dỗ, dạy bảo.

훈독(訓讀) dịch từ chữ Hán ra tiếng Hàn Quốc để đọc. **~하다** công việc đọc, dịch sách từ chữ Hán ra tiếng Hàn.

훈련(訓練) sự huấn luyện, sự rèn luyện, sự đào tạo. ¶ ~ 교관 huấn luyện viên / ~ 교본 sách (hướng dẫn) huấn luyện / ~소 trại huấn luyện, trung tâm huấn luyện / 육군 신병 ~소 trại huấn luyện tân binh lục quân.

훈령(訓令) huấn lệnh, lệnh chỉ thị. ¶ 정부 ~에 따라 theo chỉ thị của chính phủ.

훈민정음(訓民正音) ☞ **한글**. huấn dân chính âm, hệ thống chữ cái tiếng Hàn Quốc.

훈방하다(訓放-) phóng thích, thả người nào đó với lời cảnh cáo, nhắc nhở.

훈사(訓辭) lời nói có ý cảnh cáo, nhắc nhở.

훈수(訓手) lời mách nước, lời ám chỉ, lời gợi ý. **~하다** gợi ý, mách nước, nói bóng nói gió.

훈시(訓示) sự chỉ dạy, sự huấn thị (공무상의) chỉ đạo, hướng dẫn. **~하다** hướng dẫn, huấn thị, chỉ đạo.

훈위(勳位) huân chương chiến công.

훈육(訓育) sự huấn dục, huấn luyện giáo

dục.

훈장(訓長) giáo viên trường làng.

훈장(勳章) huân chương. ¶ ~을 수여하다 trao tặng huân chương.

훈제(燻製) sự hun khói, sự xông khói. ~의 tình trạng hun khói, xông khói. ¶ ~ 연어 cá hồi hun khói.

훈증(燻蒸) sự hun khói, sự phun khói. ~**하다** hun khói, phun khói. ¶ ~제 thuốc xông, thuốc hun.

훈풍(薰風) làn gió êm dịu, hơi thở ấm áp.

훈화(訓話) lời huấn thị, lời dạy dỗ.

훈훈하다(薰薰-) ấm cúng, ấm áp, thoải mái.

훌닦다 nhiếc móc, chì chiết, đay nghiến, cằn nhằn.

훌떡 nhanh nhẹn, lanh lẹ; hoàn toàn, tuyệt đối. ¶ ~ 벗다 cởi bỏ trần trụi / 담을 ~ 뛰어넘다 nhảy phốc qua bức tường rào.

훌라댄스 vũ điệu Hula của các cô gái Hawaii.

훌륭하다 ❶ (멋지다) ưu tú, xuất sắc, nguy nga, lộng lẫy, tuyệt vời. ¶ 훌륭히 một cách xuất sắc. ❷ (존경할 만함) đáng kính, tươm tất, chỉnh tề, đúng đắn. ¶ 훌륭한 인물 một người đáng kính / 훌륭한 직업 một nghề đáng khâm phục. ❸ (칭찬할 만함) lỗi lạc, vĩ đại, xuất chúng. ¶ 훌륭한 저작 một trước tác xuất chúng. ❹ (고상함) cao thượng, cao quý. ¶ 훌륭한 정신 tinh thần cao thượng. ❺ (위대함) vĩ đại, xuất sắc. ¶ 훌륭한 학자 học giả vĩ đại. ❻ (공정함) công bằng, ngay thẳng, hợp tình hợp lý. ¶ 훌륭한 승부 trận đấu công bằng. ❼ (충분함) đầy đủ, thích đáng, hợp lệ.

훌부시다 giũ, giặt rửa.

훌쩍 ❶ (날쌔게) nhanh chóng, nhảy vọt. ❷ (마시는 모양) một ngụm, một hớp. ¶ ~ 마시다 uống một ngụm. ❸ (코를) khụt khịt, sổ mũi, sụt sùi. ¶ 콧물을 ~ 들이마시다 nước mũi sụt sà sụt sịt. ❹ (표연히) vu vơ, bâng quơ.

훌쩍거리다 (액체를) nhớp nháp, từng ngụm, từng hớp; (콧물을) khụt khịt; (울다) sụt sùi.

훌훌 (불탐) cháy lập lòe; (뛰다) nhảy lập cập; (날다) bay dè dè; (던짐) ném vèo. ¶ ~ 던지다 ném vèo cái gì đó. ¶ 옷을 ~ 벗다 cởi trần trụi. ¶ 먼지를 ~ 떨어버리다 gột bỏ sạch bụi bặm.

훑다 đập, vỗ, tháo, chải, tước, lột, cởi. ¶ ~ đập lúa.

훑어보다 ❶ (일독) nhìn từ trên xuống dưới, nhìn từ đầu tới chân. ¶ 편지를 ~ xem lướt qua bức thư. ❷ (눈여겨 보다) nhìn xuyên thấu, soi kỹ. ¶ …의 위아래를 ~ soi kỹ từ trên xuống dưới.

훑이다 đập (lúa), bóc, tách.

훔쳐내다 ❶ (닦아내다) lau sạch, xoá sạch, chùi sạch. ❷ (도둑질) ăn cắp, ăn trộm.

훔치개질하다 (도둑질) ăn cắp, ăn trộm; (닦기) lau chùi, dọn sạch.

훔치다 ❶ (절도) ăn cắp, lấy trộm, chôm chỉa. ❷ (닦다) lau chùi sạch, xoá sạch, tẩy sạch. ¶ 먼지를 ~ lau sạch bụi bặm.

훔훔켜잡다 chộp lấy (nhanh lẹ), túm chặt lấy, ôm chặt, túm chặt.

훗날(後-) mai sau, ngày sau. ☞ **후일**.

훗배앓이(後-) chứng đau dạ con (sau khi sinh).

훗훗하다 nóng bức.

훤칠하다 dáng dấp cao to, lực lưỡng, nở nang, vạm vỡ.

훤하다 ❶ (흐릿하게 밝다) sáng mờ, nhợt nhạt. ❷ ☞ **환하다** ❷, ❸, ❹.

훨씬 (정도) rất nhiều. ¶ ~ 이전에 cách đây rất lâu / ~ 낫다 tốt hơn nhiều.

훨훨 ❶ (나는 모양) nhẹ nhàng, bay bổng. ¶ ~ 날아가 버리다 vỗ cánh bay đi. ❷ (벗는 모양) ¶ 옷을 ~ 벗다 cởi bỏ quần áo. ❸ ☞ **활활**.

훼방(毁謗) ❶ (비방) sự nói xấu, sự vu khống, lời nói dối, sự phỉ báng, chê bai. **~하다** nói xấu, vu khống, chê bai, phỉ báng. ❷ (방해) sự quấy rầy, cản trở (ai). **~하다** quấy rầy, can thiệp vào, ngăn cản.

훼손(毁損) sự tổn thương, sự làm hại, việc đánh mất; (명예의) sự bôi nhọ, lời nói xấu. **~하다** phá hoại. huỷ hoại; làm hư hại, xúc phạm (명예를). ¶ 명예 ~ làm mất danh dự, bôi nhọ, làm mất danh tiếng (của ai đó).

휑뎅그렁하다 trống, bỏ không; dốc cạn, đổ hết ra; rỗng tuếch, trống không, trống rỗng, hoang vắng.

휑하다 ☞ **휑뎅그렁하다**.

휘감기다 bị quấn vòng.

휘감다 quấn vòng, buộc chặt quanh, xoắn quanh.

휘갑치다 ❶ (수습) giải quyết, làm sáng tỏ, sắp xếp, dàn xếp. ❷ (바느질에서) vắt sổ, viền, khâu, may lên.

휘날리다 (바람에) bay phấp phới. ¶ 태극기가 바람에 ~ cờ Thái cực (quốc kỳ Hàn Quốc) bay phấp phới trước gió.

휘늘어지다 (처져) gục xuống, rũ xuống; (가지 따위가) cành bị gục xuống.

휘다 cong, uốn cong; khuất phục (tư tưởng ai đó). ¶ 나뭇가지를 ~ uốn cong cành cây.

휘도(輝度) độ sáng của vật thể phát quang.

휘돌리다 quay vòng, xoay vòng, quay lộn.

휘두르다 ❶ (돌리다) vung. ❷ (얼빠다) làm hoang mang, bối rối người khác. ❸ (뜻대로) làm theo ý mình.

휘둥그래지다 (눈이) mở to mắt ra (vì ngạc nhiên). ¶ 눈이 휘둥그래져 mở to mắt vì ngạc nhiên, giật mình.

휘둥그렇다 (서술적) tròn mắt ngạc nhiên.

휘뚜루 cho nhiều mục đích, nhiều công dụng, bằng nhiều cách. ¶ ~ 쓰이다 được sử dụng cho nhiều mục đích.

휘뚝거리다 (흔들리다) lắc lư, lung lay; (마음이) cảm thấy bồn chồn, lo lắng, bực dọc.

휘뚝휘뚝 bấp bênh; lung lay, dao động, cheo leo, chập chờn, không vững chắc.

휘뚤휘뚤 uốn lượn, uốn khúc, khúc khuỷu, quanh co.

휘말리다 bao, bao bọc, bao phủ, gói, quấn.

휘몰다 thúc đẩy, thúc giục, giục giã, đẩy mạnh.

휘몰이하다 (몰다) đuổi theo, săn đuổi, dồn bắt, bao vây; (가축 따위를) dồn, lùa gia súc

휘발(揮發) **~하다** bốc hơi, bay hơi. ¶ ~성 tính bay hơi, tính chất không kiên định / ~성의 dễ bay hơi / ~유 xăng dầu cho ôtô, xe máy.

휘어들다 bị cong vào bên trong.

휘어잡다 ❶ (잡다) chộp, vồ lấy, túm lấy (chỉ hành động nhanh gọn). ❷ (사람을) điều khiển, kiềm chế dưới ai đó.

휘어지다 cong veo. ¶ 널판지가 ~ tấm ván cong veo.

휘우듬하다 hơi cong, hơi vênh.

휘우뚱하다 lung lay, lúc lắc, mất thăng bằng, dễ đổ.

휘장(揮帳) rèm cửa, màn cửa, màn che.

휘장(徽章) huy chương, huy hiệu, quân hàm.

휘적거리다 khoa tay, vung tay (khi đi bộ).

휘젓다 ❶ (뒤섞다) quấy, khuấy đều. ❷ (어지럽게) làm lộn xộn, làm bừa bãi, xáo trộn, rối loạn. ❸ (팔 등을) khua tay khua chân, vung tay.

휘정거리다 lầy lội; lầy bùn, lấm bùn; lộn xộn, hỗn độn.

휘주근하다 ❶ (맥이 없다) mềm yếu, ủ rũ, tàn úa. ❷ ☞ **후줄근하다**.

휘지르다 làm bẩn, vấy bẩn.

휘지비지(諱之秘之) **~하다** bao che, lấp liếm, bưng bít (việc gì đó).

휘청거리다 lao đao. ¶ 술 취한 사람처럼 ~ lao đao như người say rượu.

휘추리 gậy, roi, cành cây nhỏ.

휘파람 sự huýt sáo. ~불다 huýt sáo.

휘하(麾下) (딸린 군사) dưới ngọn cờ, theo phe phái nào đó.

휘호(揮毫) lối viết, văn phong, thuật vẽ. **~하다** viết, vẽ.

휘황찬란하다(輝煌燦爛-) rực rỡ, lộng lẫy, chói lọi.

휘휘 vòng quanh. ¶ ~ 감다 quấn vòng quanh (cái gì đó).

휘휘하다 (쓸쓸) ảm đạm, hoang vắng, thê lương, đìu hiu.

휙 ❶ (돌아가는 꼴) lốc xoáy. ❷ (바람이) tiếng gió rít, gió gào. ❸ (던지는 꼴) nhanh lẹ.

휠체어 ghế đẩy.

휩싸다 ❶ (싸다) bọc, gói lại. ❷ (뒤덮다) bao phủ, phủ khắp, phủ đầy. ❸ (비호하다) che chắn, bảo vệ; bao bọc.

휩싸이다 được gói lại, bao lại; (감정 등에) chìm đắm trong tình cảm. ¶ 불길에 ~ bị chìm trong lửa.

휩쓸다 cuốn theo, trôi theo, quét sạch, phủi sạch; (설침) ào ào xông lên, ùa lên điên cuồng. ¶ 휩쓸리다 bị cuốn trôi, bị quét sạch.

휴가(休暇) (근로자) kỳ nghỉ, nghỉ phép. ¶ ~를 얻다 được nghỉ phép / ~를 주다 cho ai đó nghỉ phép. ¶ ~ 여행 chuyến du lịch đi nghỉ / ~원을 내다 nộp đơn xin nghỉ phép / 동계 ~ kỳ nghỉ đông / 병 ~ nghỉ do bệnh / 유급 ~ nghỉ có lương.

휴간(休刊) việc đình chỉ, sự ngừng xuất bản. **~하다** dừng xuất bản.

휴강(休講) **~하다** không lên lớp giảng bài, nghỉ dạy.

휴게(休憩) việc nghỉ ngơi, giải lao; giờ ra chơi, sự yên nghỉ; (막간) lúc nghỉ, lúc dừng. **~하다** nghỉ, nghỉ giải lao, ra chơi, tạm dừng. ¶ ~소 phòng chờ, phòng nghỉ giữa giờ, phòng giải lao / ~ 시간 giờ nghỉ, thời gian nghỉ giữa giờ / ~실 phòng nghỉ, phòng chờ của khách sạn (호텔의); phòng đợi của rạp hát (극장의).

휴관(休館) **~하다** đóng cửa. ¶ 금일 ~ (게시) ngày hôm nay đóng cửa.

휴교(休校) sự đóng cửa tạm thời nhà trường. **~하다** trường tạm thời đóng cửa, tạm nghỉ.

휴대(携帶) **~하다** cầm, xách, mang vật gì theo mình. ¶ ~용의 đồ xách tay / ~용 라디오 radio xách tay. ¶ ~ 식량 khẩu phần mang theo / ~품 đồ dùng cá nhân, hành lý xách tay, quân trang (bộ đội) / ~품 보관소(保管所) phòng gửi đồ, phòng giữ đồ.

휴등(休燈) **~하다** dừng, thôi không sử dụng đèn điện.

휴머니스트 nhà nhân văn chủ nghĩa. người theo chủ nghĩa nhân đạo.

휴머니즘 chủ nghĩa nhân đạo, chủ nghĩa nhân văn.

휴머니티 nhân văn, nhân đạo.

휴식(休息) nghỉ giải lao, nghỉ ngơi; (경기 사이의) sự dừng (giữa 2 hiệp đấu).

~하다 dừng, ngừng, nghỉ ngơi (숨돌림). ¶ 5분간의 ~ dừng trong khoảng 5 phút. ¶ ~ 시간 thời gian nghỉ giải lao, thời gian dừng.

휴양(休養) sự nghỉ ngơi, thư giãn, giải trí, tiêu khiển; (병후의) sự hồi phục sau khi bị ốm. **~하다** nghỉ ngơi, thư giãn, hồi phục (sức khoẻ) (병후에). ¶ ~ 시설 trang thiết bị giải trí / ~지 nơi nghỉ ngơi, trung tâm giải trí, vui chơi.

휴업(休業) sự ngừng kinh doanh, đóng cửa. **~하다** (사람이) ngừng kinh doanh, đóng cửa, nghỉ bán hàng; (일을) nghỉ làm việc. ¶ 금일 ~ (게시) hôm nay đóng cửa / 임시 ~ (게시) tạm thời ngừng làm việc.

휴일(休日) ngày lễ, ngày nghỉ. ¶ ~ 수당 trợ cấp ngày nghỉ / 법정~ ngày nghỉ theo luật định / 임시~ ngày nghỉ tạm.

휴전(休電) ngừng cung cấp điện. ¶ ~일 ngày mất điện.

휴전(休戰) ngừng chiến, ngừng bắn. **~하다** ngừng bắn. ¶ ~ 기념일 (1차 대전의) ngày kỷ niệm lệnh ngừng bắn (đại chiến lần thứ nhất) / ~선(線) ranh giới ngừng bắn / ~ 조약 hiệp ước ngừng bắn.

휴정(休廷) **~하다** nghỉ phiên tòa. ¶ ~일 ngày nghỉ phiên tòa, tòa án nghỉ làm việc.

휴지(休止) **~하다** ngưng, dừng, nghỉ

휴지(休紙) (화장지) giấy vệ sinh; giấy cuộn. ¶ ~통 thùng rác (đựng giấy thải, rác văn phòng).

휴직(休職) sự nghỉ việc tạm thời. **~하다** nghỉ việc tạm thời. ¶ 1년 ~하다 nghỉ việc 1 năm.

휴진(休診) **~하다** việc ngừng khám bệnh, không nhận bệnh nhân. ¶ 금일 ~ (게시) hôm nay nghỉ khám bệnh.

휴학(休學) **~하다** tạm nghỉ học. ¶ 동맹 ~ tập thể học sinh bãi đường / ~하고 군대가다 nghỉ học đi lính.

휴한지(休閑地) đất bỏ hoang.

휴항(休航) **~하다** (tàu thuyền) nghỉ chạy.

휴화산(休火山) ngọn núi lửa ngừng hoạt động.

휴회(休會) sự tạm ngưng (cuộc họp, hội nghị). **~하다** sự tạm ngưng. ¶ ~ 중이 trong tình trạng tạm ngưng / ~를 선언하다 tuyên bố tạm ngưng.

휼계(譎計) kế hoạch xấu xa, mưu mô, thủ đoạn. ¶ ~에 빠지다 bị rơi vào một âm mưu.

흉 ❶ (흉터) vết sẹo. ¶ ~이 있는 얼굴 khuôn mặt có vết sẹo. ❷ (결점) điểm khuyết, nhược điểm; khiếm khuyết (흠).

흉가(凶家) ngôi nhà có ma, nhà đất dữ.

흉계(凶計) một âm mưu, kế hoạch độc ác.

흉골(胸骨) 【GP】 xương ức.

흉곽(胸廓) phần ngực, lồng ngực.

흉금(胸襟) trong lòng, trong tâm can, tâm trí. ¶ ~을 터놓다 bày tỏ, thổ lộ tâm tư, tình cảm trong lòng.

흉기(凶器) hung khí, vũ khí giết người. ¶ 달리는 ~ kẻ nguy hiểm như "vũ khí di động".

흉내 sự bắt chước, mô phỏng. ~내다 bắt chước, mô phỏng. ¶ ~장이 người có tài bắt chước, làm đồ giả mạo.

흉년(凶年) năm mùa màng thất bát, mất mùa.

흉노(匈奴) Hung Nô.

흉도(凶徒) tên lưu manh, côn đồ, du côn.

흉몽(凶夢) (흉한 꿈) giấc mơ xấu, ác mộng.

흉물(凶物) vật kinh khủng, đáng ghê sợ. ¶ ~스럽다 kinh khủng, dễ sợ.

흉벽(胸壁) ☞ **흉장**(胸墻).

흉변(凶變) hung biến, thảm hoạ, tai hoạ. ¶ ~을 당하다 gặp tai họa.

흉보(凶報) tin xấu, tin dữ.

흉보다 nói xấu, gièm pha.

흉부(胸部) phần ngực.

흉사(凶事) hung sự, việc xấu, điều rủi ro, bất hạnh.

흉상(凶相) diện mạo xấu xa, bộ mặt xấu xí.

흉상(胸像) tượng bán thân (từ đầu đến ngực).

흉악(凶惡) ~한 hung ác, tàn bạo. ¶ ~범 tên tội phạm độc ác, dã man.

흉어(凶漁) đánh bắt kém (đánh cá).

흉위(胸圍) đường vòng ngực. ¶ ~를 재다 đo vòng ngực.

흉일(凶日) ngày xấu; ngày không may mắn.

흉작(凶作) vụ mùa kém, thất bát.

흉잡다 trách móc, bới móc lỗi lầm của người khác.

흉잡히다 bị (ai) bới móc lỗi lầm của mình.

흉장(胸墻) 【QS】 công sự nổi, tường phòng hộ.

흉조(凶兆) điềm xấu, điềm gở.

흉중(胸中) tấm lòng, tâm can, ý nghĩ. ¶ ~을 밝히다 bày tỏ tình cảm, bày tỏ tâm can, ruột gan.

흉측스럽다(凶測-) xấu xa; (얼굴이) bộ mặt xấu xa.

흉측하다(凶測-) ☞ **흉측스럽다**.

흉탄(凶彈) viên đạn hung thần. ¶ ~에 쓰러지다 ngã gục vì viên đạn hung thần.

흉터 sẹo, vết sẹo. ¶ ~를 남기다 để lại vết sẹo.

흉포(凶暴) ~한 hung bạo, tàn ác, tàn bạo; rất xấu, tồi tệ.

흉하다(凶-) ❶ (사악) xấu xa, tội lỗi, đồi bại; ác, độc ác; nguy hại, tinh quái. ❷ (불길함) báo điềm gở, điềm xấu, mang lại điềm xấu. ❸ (보기에) xấu xí.

흉하적 sự chê bai, bắt bẻ, trách móc. **~하다** bắt bẻ, trách móc, bới lỗi.

흉한(兇漢) kẻ hung hãn, tên vô lại, bất lương; tên giết người.

흉행(兇行) hành động hung bạo; sát nhân. ¶ ~을 저지르다 hành hung.

흉허물 sai lầm, thiếu sót, tội lỗi. ¶ ~없는 사이다 mối quan hệ bỏ qua mọi thiếu sót cho nhau, quan hệ thân thiết.

흉흉하다(洶洶-) hoảng sợ, hoang mang sợ hãi.

흐너뜨리다 phá đổ, lật đổ, phá hủy, kéo đổ, kéo xuống.

흐너지다 đổ sập, sụp đổ, đổ, sập; thất bại, suy sụp, nản lòng, nản chí.

흐느끼다 thổn thức, thút thít. ¶ 흐느껴 울다 khóc thút thít.

흐느적거리다 lắc lư, rung rinh, lung lay.

흐늘거리다 ❶ (놀고 지내다) la cà, rong chơi, lười nhác, ăn không ngồi rồi. ❷ (흔들리다) lung lay, đung đưa, lủng lẳng, lúc lắc, rung rinh.

흐늘흐늘 ¶ ~한 lười nhác, ăn không ngồi rồi; vô ích, vô hiệu quả, không tác dụng; chậm chạp, uể oải, lờ đờ.

흐려지다 (날씨) trở nên âm u; (눈이) mắt mờ đi, trở nên đờ đẫn.

흐르다[1] ❶ (액체) trôi, chảy ra, tuôn ra; chảy róc rách (졸졸). ❷ (물결에 떠내려감) chảy xuống theo dòng. ❸ (세월 등이) thời gian trôi đi, qua đi. ❹ (경향에) theo chiều hướng nào đó. ¶ 사치에 ~ chạy theo lối xa xỉ.

흐르다[2] (흘레) giao phối, giao hợp (động vật) (짐승이).

흐리다[1] ❶ (혼탁) đục. ¶ 술이 ~ rượu

đục. ❷ (날이) ngày thời tiết u ám, có nhiều mây. ❸ (희미) mờ, lờ mờ, không rõ rệt. ❹ (눈이) mắt mờ, mắt nhìn không rõ.

흐리다[2] ❶ (지우다) xoá. ❷ (혼탁하게 함) làm vẩn đục, khuấy đục, làm đục lên. ❸ (불분명케 함) không rõ ràng. ¶ 대답을 ~ trả lời mập mờ, nhập nhằng, không rõ nghĩa, mơ hồ. ❹ (더럽힘) làm nhơ nhuốc, làm bẩn (비유적).

흐리멍덩하다 ❶ (기억 따위가) nhớ không chính xác. ❷ (불명확) không rõ ràng, không chính xác. ¶ 생각이 ~ suy nghĩ mông lung.

흐리터분하다 ❶ (사물 따위가) sự vật không rõ ràng, lờ mờ. ❷ (사람이) con người không cởi mở, không trung thực; nham hiểm. ¶ 흐리터분한 짓 làm ăn mờ ám, hành động mờ ám.

흐릿하다 mờ hơn, có nhiều mây hơn, khá u ám, khá mờ nhạt.

흐무러지다 ❶ (푹 익어서) chín nhũn, chín nẫu. ❷ (물에 불어서) mềm nhũn.

흐물흐물 ¶ ~한 chín nhũn, chín rục, chín nẫu; nhũn, mềm nhũn, nhão / ~하게 삶다 luộc đến chín nẫu, mềm nhũn.

흐뭇하다 vừa lòng, hài lòng, mãn nguyện, thỏa mãn. ¶ 흐뭇해서 웃다 cười mãn nguyện.

흐슬부슬 ¶ ~한 dễ vỡ vụn, không dính.

흐지부지 dở dang, dang dở. ¶ ~ 끝나다 kết thúc dang dở / 계획이 ~되었다 kế hoạch dở dang cả rồi.

흐트러뜨리다 (여기저기) rải, rắc, gieo vãi; (군중을) giải tán (đám đông), phân tán; (머리 따위를) làm rối (tóc).

흐트러지다 (흩어짐) rải, rắc, gieo vãi; giải tán, phân tán; (정신이) tinh thần, đầu óc rối bời.

흑(黑) ❶ ☞ **흑색**. màu đen. ❷ (바둑돌) quân cờ vây đen. ¶ ~으로 두다 kê bằng quân cờ vây đen.

흑내장(黑內障) [YH] chứng thanh manh.

흑단(黑檀) [TV] gỗ mun.

흑막(黑幕) ❶ (내막) màn đen, bức màn bí mật. ❷ (배후 인물) người giật dây, kẻ đứng phía sau.

흑맥주(黑麥酒) bia đen.

흑발(黑髮) tóc đen.

흑백(黑白) trắng đen; (시비) đúng sai. ¶ ~을 가리다 phân biệt phải trái, trắng đen. ¶ ~ 논리 lôgic đúng sai / ~ 사진 [영화] ảnh [phim] đen trắng.

흑빵(黑-) bánh mỳ đen.

흑사병(黑死病) [YH] bệnh dịch, bệnh dịch hạch.

흑사탕(黑砂糖) ☞ **흑설탕**.

흑설탕(黑雪糖) đường đen, đường thô.

흑색(黑色) đen, màu đen. ¶ ~ 인종 người da đen.

흑수(黑穗) ☞ **깜부기**. vết nhọ. ¶ ~병 bệnh than / ~병에 걸린 밀 lúa mì bị bệnh than.

흑수정(黑水晶) [Kh] thuỷ tinh đen.

흑심(黑心) hắc tâm, lòng đen tối, xấu xa, độc ác. ¶ ~을 품다 có lòng đen tối.

흑연(黑鉛) [Kh] than chì, chì đen.

흑요석(黑曜石) [Kh] opxiđian, đá vỏ chai.

흑운모(黑雲母) [Kh] chất biotite.

흑인(黑人) người da đen. ¶ ~ 문제 vấn đề người da đen / ~ 분리 정책 chính sách phân biệt chủng tộc da đen / ~ 여자 người phụ nữ da đen / ~ 영가 bài hát tôn giáo của người da đen / ~종 chủng tộc da đen.

흑자(黑字) ❶ chữ màu đen. ❷ [KT] lời, lãi. ¶ 경영~를 내다 kinh doanh có lời.

ㅎ

흑점(黑點) điểm đen, vết đen, đốm đen. ¶ 태양 ~ vệt mặt trời (vệt đen ở bề mặt mặt trời).

흑책질 ~하다 phá hoại, làm hại; gây cản trở, làm khó khăn.

흑탄(黑炭) than đen.

흑토(黑土) đất đen.

흑판(黑板) bảng đen.

흑해(黑海) Hắc Hải, biển đen.

흑흑 ¶ ~울다 khóc rưng rức, khóc nấc lên từng tiếng nức nở.

흔덕거리다 rung, lắc, lắc lư; nới lỏng ra, làm long ra.

흔덕이다 ☞ **흔덕거리다**.

흔드렁거리다 đu đưa, lắc lư, lúc lắc, rung rinh, lung lay, lưỡng lự.

흔들거리다 ☞ **흔드렁거리다**.

흔들다 rung, lắc lư, lung lay, đung đưa lắc nảy lên; ve vẩy (đuôi) (꼬리를). ¶ 흔들어 깨우다 lay dậy / 흔들어 떨어뜨리다 lắc cho rơi xuống.

흔들리다 lắc, đu đưa, rung, lắc nảy lên, lắc bật ra; (불꽃 따위) lung linh, lập lòe, bập bùng; (마음이) dao động, nao núng; (차가) xe xóc, lắc lư (덜컥); (매달린 것이) đu đưa, lúc lắc; (배가) chòng chành (옆으로); lắc lư (앞뒤로). ¶ 이가 ~ răng bị lung lay / 결심이 ~ quyết tâm bị lung lay.

흔들의자(-椅子) ghế bập bênh, ghế đu.

흔들이 【VLH】 quả lắc, con lắc; người hay dao động.

흔들흔들하다 rung rinh, lung lay, lắc lư, dao động.

흔연(欣然) ~히 phấn khởi, vui vẻ, hân hoan.

흔적(痕迹) dấu, vết, vết tích, chứng cứ. ¶ ~을 남기지 않다 không để lại chứng cứ, dấu vết. ¶ ~ 기관 【Si】 cơ quan vết tích (cơ quan bị thoái hóa do không dùng đến của sinh vật trong quá trình tiến hóa).

흔전만전 sự dồi dào, sung túc, phong phú.

흔쾌(欣快) ~한 vui sướng, thích thú, thỏa mãn, phấn khởi.

흔하다 nhiều, phong phú, thừa thãi, dư dật. ¶ 흔치 않은 hiếm, thiếu thốn.

흔히 bình thường, thông thường; (주로) hầu như, phần lớn, chủ yếu, phần lớn; (대개) đại khái, thông thường, đại thể. ¶ ~ 쓰이는 말 từ thông dụng / ~ 있는 일 việc thông thường, thường xuyên.

흘게늦다 (매듭·사개 따위) (mối thắt nút, mối nối) lỏng lẻo, (bản lề) lung lay; (하는 짓이) hành động, việc làm không chắc chắn.

흘겨보다 liếc mắt, nhìn ngang thoáng qua.

흘금거리다 nhìn chằm chằm, nhìn nghiêng vẻ nghi ngờ.

흘긋거리다 ☞ **흘금거리다**.

흘기다 liếc xéo ai đó.

흘끗 liếc, nhìn thoáng qua. ¶ ~ 보다 liếc nhìn.

흘러들다 chảy vào, rót vào.

흘레 (교미) sự giao cấu, sự giao hợp. **~하다** giao cấu, giao hợp, (짐승이); ngựa giống (씨말이). ¶ ~ 붙이다 kết đôi, thành cặp.

흘리다 ❶ (떨어뜨림) chảy, trào ra. ❷ (빠뜨리다) rơi, đẩy vào. ❸ (글씨를) chữ viết nguệch ngoạc, cẩu thả. ❹ (귓전으로) nghe qua, bỏ ngoài tai. ¶ 부모의 말을 귓전으로 ~ bỏ ngoài tai lời nói của bố mẹ.

흘림 viết thảo, viết nguệch ngoạc. ☞ **초서**. ¶ ~체 thể chữ thảo / ~으로 쓰다 viết ngoáy.

흘미죽죽하다 chậm chạp, lờ đờ, cẩu thả, lười biếng.

흘수(吃水) mực nước (cần thiết để tàu khỏi mắc cạn), thước đo độ sâu nước. ¶ ～가 15피트이다 lượng nước là 15 feet. ¶ ～선(線) mực nước.
흘쩍거리다 lề mề, chậm chạp, uể oải, lãng phí, dật dờ.
흙 (토양) đất; (지면) mặt đất; (진흙) bùn, đất sét. ¶ ～을 덮다 bao phủ, tràn mặt đất / ～으로 돌아가다 về với cát bụi.
흙감태기 ¶ ～가 되다 dính đầy bùn đất.
흙구덩이 lỗ dưới đất, hố, hõm.
흙덩이 cục đất, tảng đất
흙먼지 bụi đất.
흙무더기 đống đất, ụ đất
흙받기 ❶ (미장이의) mảnh gỗ đựng vữa (có tay cầm ở dưới). ❷ (자동차 등의) cái chắn bùn.
흙비 cơn bão cát.
흙빛 ¶ ～의 màu nâu đất, màu đất (안색이).
흙손 cái bay của thợ nề, cái xẻng (bứng cây) (마무리하는).
흙손질 ¶ ～하다 trát tường bằng cái bay.
흙일 công việc đào đắp, công sự đào đắp bằng đất.
흙칠 **~하다** dính bùn, vấy bùn, bẩn do bùn.
흙탕물 nước bùn. ¶ ～을 뒤집어 쓰다 phủ đầy nước bùn.
흙투성이 ¶ ～가 되다 phủ đầy bùn đất.
흠(欠) ❶ ☞ **흉**. sẹo, vết sẹo. ❷ (물건의) vết rạn, vết nứt, vết xước, vết ố. (과일의) vết sẹo, vết sứt (trái cây). ¶ ～있는 có tỳ vết / ～없는 không có tỳ vết, hoàn hảo. ❸ (결점) nhược điểm, có lỗi sai, yếu điểm (오점).
흠 hừm, hừ (tiếng hừ trong cổ họng).
흠구덕(欠-) sự lăng mạ, sỉ nhục, chửi rủa. **~하다** lăng mạ, sỉ nhục, phỉ báng, nói xấu.
흠내다(欠-) để lại tỳ vết.
흠뜯다(欠-) chê bai, gièm pha, nói xấu, làm mất thể diện.
흠모(欽慕) **~하다** ngưỡng mộ, khen ngợi, ca tụng.
흠뻑 hoàn hảo, hoàn toàn, hết sức, trọn vẹn. ¶ ～ 젖다 ướt sũng.
흠씬 đầy đủ, hoàn toàn, trọn vẹn. ¶ ～ 패주다 đánh đầy đủ / 고기를 ～ 삶다 luộc thịt nhừ.
흠잡다(欠-) bắt lỗi, bới móc, bắt bẻ, chê bai. ¶ 흠잡을 데가 없다 không có gì để chê trách, hoàn hảo.
흠정(欽定) việc hoàng đế trực tiếp chế định luật pháp. ¶ ～ 헌법 hiến pháp được hoàng đế chế định.
흠지다(欠-) bị thành sẹo, để lại tỳ vết, bị xước, bị trầy.
흠집(欠-) (몸의) cái sẹo.
흠치르르 ¶ ～한 bóng loáng, bóng mượt, hào nhoáng.
흠칫 **~하다** chùn bước, lùi bước, nao núng, do dự, lưỡng lự, ngần ngại. ¶ 흠칫흠칫 놀라다 chùn bước vì sợ hãi.
흡반(吸盤) vòi hút, ống hút, đĩa hút.
흡사(恰似) **~하다** gần như, tương tự, gần giống.
흡수(吸水) ¶ ～관(管) ống hút, vòi hút / ～ 펌프 cái bơm hút nước.
흡수(吸收) sự hút nước. **~하다** hút vào. ¶ ～성의 (천따위) mang tính hấp thu, thấm hút. ¶ ～력 lực hút / ～제(劑) chất hút, chất thấm.
흡습성(吸濕性) tính hút ẩm. ¶ ～의 thuộc tính hút ẩm.
흡연(吸煙) sự hút thuốc. **~하다** hút thuốc. ¶ ～실 phòng hút thuốc / ～자 người hút thuốc.
흡인(吸引) **~하다** mút, hút, bú, hấp thụ, tiếp thu. ¶ ～력 lực hút.

ㅎ

흡입(吸入) **~하다** hít, hít vào, hít thở. ¶ (산소) ~기 máy thở ôxy.
흡족(洽足) ~한 đầy đủ, hài lòng. ¶ ~히 thỏa mãn, bằng lòng, hài lòng.
흡착(吸着) **~하다** sự hút nước. ¶ ~성의 có tính thấm hút, hấp thụ. ¶ ~제 chất thấm hút.
흡혈(吸血) ¶ ~귀(鬼) ma cà rồng.
흥(興) hứng, hứng thú, thích thú, thú vị. ¶ ~이 나다 có hứng / ~을 더하다 thêm vui vẻ, thêm hứng khởi / ~을 깨다 làm mất hứng, làm hỏng cuộc vui.
흥 tiếng 'hừm'.
흥감 ¶ ~스러운 được thổi phồng / ~스럽게 một cách cường điệu hoá / ~부리다 thổi phồng, cường điệu, phóng đại.
흥건하다 (서술적) lõng bõng, đầy nước.
흥겹다(興-) vui vẻ, thú vị. ¶ 흥겹게 một cách vui vẻ, một cách hài lòng.
흥김(興-) ~에 trong khi vui đùa, vui vẻ.
흥뚱항뚱 lơ đễnh, lơ là, không cẩn thận, cẩu thả.
흥망(興亡) sự lên xuống, nỗi thăng trầm. ¶ 국민정신이 그 나라의 ~성쇠를 결정한다 tinh thần quốc dân quyết định sự hưng thịnh và suy vong của đất nước đó.
흥미(興味) sự hứng thú, thú vị. ¶ ~있는 [없는] có [không có] hứng thú / ~를 느끼다 cảm thấy thích thú, phấn khởi / ~진진하다 tràn đầy hứng thú / ~를 잃다 mất hứng thú.
흥분(興奮) sự hưng phấn, sôi nổi, kích động, phấn khích. **~하다** phấn khích, sôi nổi, hưng phấn. ¶ ~시키다 làm cho phấn khích, làm cho sôi nổi, hưng phấn / ~을 가라앉히다 làm cho bình tĩnh. ¶ ~ 상태 tình trạng kích động / ~제 chất kích thích, men say, chất làm hưng phấn / ~제를 먹다 uống thuốc kích thích.
흥성(興盛) **~하다** phát đạt, thịnh vượng.
흥신소(興信所) tổ chức tư nhân điều tra bí mật về tín dụng và quan hệ riêng của người khác để cho khách hàng biết.
흥얼거리다 hát một mình, ngâm nga.
흥업(興業) hưng nghiệp, sự nghiệp hưng thịnh.
흥이야항이야 ¶ ~하다 can thiệp vào, xen vào, gây cản trở, phá đám.
흥정 giao kèo mua bán, mặc cả; mua bán kinh doanh. **~하다** giao dịch với, có quan hệ buôn bán với, giao dịch kinh doanh. ¶ 정치적 ~ thỏa hiệp về chính trị / ~붙이다 mối lái, môi giới / ~이 많다 có nhiều mối làm ăn, nhiều giao dịch / ~이 없다 không có mối làm ăn.
흥청거리다 phấn khởi, vui vẻ, hoan hỉ.
흥청망청 hoan hỉ, vui vẻ; hoang phí.
흥취(興趣) hưởng thụ, thưởng thức. ¶ ~가 있다 có hứng thú / 아무 ~도 없다 nhạt nhẽo, không thú vị.
흥패(興敗) ☞ **흥망**.
흥하다(興-) đi lên, tăng lên, phát triển, hưng vượng.
흥행(興行) trò giải trí, thú tiêu khiển; buổi biểu diễn, trình diễn. **~하다** biểu diễn, trình diễn. ¶ ~ 가치 [수익] giá trị [thu nhập] biểu diễn / ~권 quyền trình diễn / ~물 tác phẩm trình diễn, tiết mục biểu diễn / ~사 tổ chức biểu diễn / ~ 성적 kết quả biểu diễn / ~장 địa điểm biểu diễn.
흥흥거리다 (콧노래를) ngâm nga hát một mình; (투정) lầm bầm, càu nhàu.
흩날리다 thổi bay đi, tung, rải.
흩다 phân tán, rải rắc, làm tứ tung,(군중

을); làm rối tóc (머리털 따위를).

흩뜨리다 rải, rắc, gieo, làm rối (tóc) (머리를).

흩어지다 tung, rải, gieo rắc, vãi (hạt); tóc bù xù (머리가); lộn xộn, bừa bãi, rối tung (난잡히). ¶ 흩어진 được rải, được gieo rắc.

희가극(喜歌劇) hí ca kịch, ca kịch hài.

희곡(戱曲) vở kịch, vở diễn. ¶ ~화하다 soạn kịch, viết kịch. ¶ ~ 작가 nhà soạn kịch, nhà viết kịch.

희구(希求) **~하다** ao ước, khát khao, thiết tha, mong mỏi.

희귀(稀貴) ~한 hiếm, ít có, hiếm có, quý hiếm. ¶ ~조 loại chim quý hiếm.

희극(喜劇) hài kịch. ~적 như hài kịch, có tính hài kịch. ¶ ~ 배우 diễn viên hài kịch / ~ 영화 phim hài.

희끄무레하다 hơi trắng.

희끗거리다 choáng váng, chóng mặt, hoa mắt

희끗희끗 ¶ ~한 có đốm trắng; (머리털이) tóc lốm đốm bạc, tóc hoa râm.

희노애락(喜怒哀樂) ☞ **희로애락**.

희다 trắng, đẹp, da trắng (피부가); tóc bạc, tóc trắng (머리가). ¶ 눈같이 흰 trắng như tuyết / 희게 하다 làm trắng (탈색) / 살빛 [얼굴]이 ~ nước da [khuôn mặt] trắng.

희대(稀代) hiếm có, bất thường, khác thường, đặc biệt, vô song. ¶ ~의 영웅 người anh hùng độc nhất vô nhị.

희디희다 trắng trong tinh khiết.

희떱다 ❶ (허영) kiêu căng, tự đại, tự phụ, phù phiếm, hão huyền. ❷ (손크다) hào phóng, rộng lượng.

희뜩거리다 hoa mắt, choáng váng, quay cuồng.

희뜩희뜩 ¶ ~한 tóc điểm nhiều đốm trắng, đốm bạc (머리털이); (현기증) cảm giác hoa mắt, chóng mặt, choáng váng, mất thăng bằng.

희랍(希臘) ☞ **그리스**. nước Hy Lạp.

희로애락(喜怒哀樂) hỉ nộ ai lạc, mừng giận buồn vui; (감정) cảm giác vui buồn lẫn lộn. ¶ ~을 얼굴에 나타내지 않다 không biểu hiện cảm xúc ra mặt.

희롱(戱弄) **~하다** đùa giỡn, giỡn cợt, chế nhạo, chế giễu (우롱); chọc ghẹo.

희롱거리다 pha trò, nói đùa, chọc ghẹo.

희맑다 trắng sạch.

희망(希望) niềm hy vọng; sự mong đợi, khát vọng, hoài bão (기대). **~하다** mong đợi hy vọng. ¶ ~적인 có hy vọng / ~적 관측 dự đoán đầy hy vọng / ~에 찬 젊은이들 những người thanh niên trẻ đầy hy vọng / ~에 살다 sống có hy vọng / ~을 걸다 đặt hy vọng vào. ¶ ~ 음악회 buổi hoà nhạc niềm hy vọng / ~자 (지원자) tình nguyện viên / ~ 조건 điều kiện hy vọng / ~ 직명 chức danh theo nguyện vọng (mong đợi).

희망봉(希望峰) [Địa] mũi Hảo Vọng.

희멀겋다 trắng bóng.

희멀쑥하다 sạch đẹp.

희미(稀微) ~한 mờ, nhạt; lờ mờ, mơ hồ, không rõ ràng. ¶ ~하게 một cách mơ hồ, nhạt nhòa.

희박(稀薄) ~한 thưa thớt, mong manh. ¶ 인구가 ~한 dân số thưa thớt / 가능성이 ~한 khả năng mong manh.

희번덕거리다 trợn tròn mắt, giương mắt thao láo nhìn.

희번드르르하다 (얼굴이) đẹp rực rỡ (khuôn mặt); (말 따위가) văn hoa, bóng bẩy (lời nói).

희보(喜報) tin tốt lành.

희붐하다 trắng đục, trắng mờ.

희비(喜悲) vui buồn. ¶ ~가 엇갈리다 cảm

ㅎ

giác xáo trộn, buồn vui lẫn lộn. ¶ ~극 vở kịch bi hài.

희사(喜捨) hỉ xả, lòng nhân ái, từ bi, từ thiện nhân từ; vật đóng góp, đồ tặng. **~하다** làm từ thiện, từ bi, vị tha, nhân ái. ¶ ~금 tiền từ thiện.

희색(喜色) vẻ mặt hài lòng, hạnh phúc. ¶ ~이 만면하다 khuôn mặt đầy vẻ hoan hỉ.

희생(犧牲) sự hy sinh, sự hiến dâng, sự cúng tế. **~하다** hy sinh, hiến, cúng tế. ¶ ~적 có tính hy sinh / …을 ~하여 hy sinh … để làm gì. ¶ ~자 người hy sinh / ~타 [BC] cú đánh hy sinh.

희서(稀書) sách quý, sách hiếm.

희석(稀釋) [HH] sự pha loãng. **~하다** pha loãng, làm mất chất. ¶ ~액 dung dịch pha loãng / ~제 chất pha loãng.

희소(稀少) ~한 hiếm, ít có. ¶ ~ 가치 giá trị của đồ khan hiếm / ~ 물자 vật tư khan hiếm.

희소식(喜消息) tin vui, tin tốt lành. ¶ ~을 전하다 thông báo tin vui.

희열(喜悅) vui sướng, vui vẻ.

희염산(稀鹽酸) [HH] acidhydrochloric pha loãng.

희원소(稀元素) [HH] nguyên tố hiếm, ít có.

희유(稀有) ~한 hiếm, không phổ biến, ít có.

희읍스름하다 hơi trắng.

희질산(稀窒酸) [HH] acid nitric pha loãng.

희치희치 (천 따위가) mờ, rách, sờn, xổ lông; (벗어진 모양) bị bung ra, tách rời ra.

희한(稀罕) ~한 hiếm, không phổ biến; số ít, đặc biệt, khác thường.

희화(戱畵) tranh châm biếm, đả kích.

희황산(稀黃酸) [HH] acid sunfuric pha loãng.

희희낙락(喜喜樂樂) **~하다** vui mừng, vui sướng, thích thú, ham thích.

흰개미 [CT] con kiến trắng.

흰나비 [CT] con bướm trắng.

흰떡 bánh Tok trắng.

흰무리 bánh làm bằng bột tẻ.

흰소리 lời nói khoe khoang, khoác lác, nói phét. **~하다** khoe khoang, khoác lác, nói phét.

흰자위 ❶ (눈의) tròng mắt, lòng trắng mắt. ❷ (달걀의) lòng trắng trứng.

힁하다 (서술적) kinh ngạc, ngạc nhiên, sửng sốt.

힁허케 nhanh, nhanh chóng, khẩn trương, ngay lập tức.

히로뽕 [DH] chất philophon. ¶ ~ 환자 bệnh nhân philophon.

히말라야산맥(-山脈) dãy núi Himalaya.

히스타민 [HH] thuốc histamin.

히스테리 [YH] sự cuồng loạn, cơn cuồng loạn (발작). ¶ ~를 일으키다 lên cơn cuồng loạn.

히아신스 [TV] cây huệ dạ hương, hoa dạ hương lan.

히죽이 rạng rỡ, toe toét. ¶ ~ 웃다 cười rạng rỡ, cười toe toét.

히터 bếp lò, lò sưởi.

히트 ❶ [BC] một đòn, một cú đánh. ~치다 đánh một đòn. ❷ (성공) sự thành công, đòn quyết định. **~하다** đánh, đấm trúng; va phải.

히피 dân hippy, phong trào hippy.

힌두교(-教) người Hindu. ¶ ~ 신자 người theo đạo Hindu.

힌트 lời gợi ý, lời nói bóng gió, ám chỉ. ¶ ~를 얻다 nhận được lời gợi ý.

힐난(詰難) **~하다** khiển trách, chê trách, quy lỗi cho ai.

힐문(詰問) **~하다** câu hỏi chất vấn.

힐책(詰責) **~하다** chỉ trích, khiển trách, chê trách, trách mắng.

힘 ❶ (몸의) sức lực, sức khoẻ, sức sống.

¶ ～있는 có sức khoẻ, có lực, có năng lực, có khả năng / ～없는 không có sức khoẻ, năng lực, khả năng / ～껏 bằng tất cả cố gắng, với tất cả tâm trí, sức lực / ～이 지치다 kiệt sức, mất sức, mệt nhoài / ～을 내다 cố gắng, mạnh dạn lên. ❷ (기력) khí lực, sinh khí, dũng khí, sinh lực. ¶ ～없는 (기운 없는) không còn sức lực, yếu đuối, nhu nhược / ～없는 목소리로 giọng nói như hết hơi. ❸ 【VLH】 sức mạnh, thế lực. ❹ (능력) năng lực, khả năng, tài năng, trí tuệ. ¶ ～이 닿는 한 (限) trong tầm tay, nằm trong khả năng / 어학의 ～ sức mạnh của ngôn ngữ. ❺ (노력) cố gắng, nỗ lực. ¶ 자기 ～으로 bằng sự cố gắng của bản thân / ～을 합하여 hợp lực. ❻ (효력) hiệu lực, hiệu quả, tác dụng. ❼ (조력) hỗ trợ, trợ giúp. ¶ …의 ～으로 với sự hỗ trợ, giúp đỡ của …. ❽ (어세) sức mạnh của lời nói. ¶ ～을 주어 말하다 ra sức mà nói (힘차게) / ～이 있는 글 dòng chữ có sức mạnh. ❾ (위력) uy lực. ¶ 돈의 ～ uy lực của đồng tiền / ～의 정치 chính trị do sức mạnh / 여론의 ～ sức mạnh của dư luận. ❿ (작용) tác động, ảnh hưởng. ¶ 눈에 보이지 않는 ～ ảnh hưởng không nhìn thấy được bằng mắt, sức mạnh vô hình.

힘겨룸 cuộc thử sức, đọ tài.

힘겹다 ☞ **힘부치다**.

힘들다 (힘이 들다) bỏ ra nhiều sức lực, vất vả, hóc búa; (어렵다) khó khăn, cam go; (수고가 되다) có cố gắng. ¶ 힘드는 일 công việc mất nhiều sức lực.

힘들이다 ❶ (체력·노력을) nỗ lực, cố gắng, dồn sức, bỏ tâm trí vào. ¶ 일에 ～ tập trung, dồn sức vào công việc. ❷ (애쓰다) cố gắng hết mình, nỗ lực của bản thân. ¶ 힘들여 번 돈 dồn sức vào kiếm tiền / 힘들인 작품 tác phẩm mất nhiều công sức.

힘부치다 nằm ngoài khả năng, không đủ sức, không kham nổi.

힘세다 có sức khoẻ. ¶ 힘세어 보이는 nhìn trông mạnh khoẻ.

힘쓰다 ❶ (노력) cố gắng hết sức. ❷ (정려) siêng năng, chăm chỉ, cần cù, chuyên tâm vào. ¶ 학업에 ～ chuyên tâm vào việc học tập. ❸ (고심) có tinh thần cao. ❹ (조력) trợ giúp, giúp đỡ. ¶ 김군이 힘써 주어서 nhờ anh Kim giúp đỡ tận tình.

힘입다 mang ơn, hàm ơn, mang nợ. ¶ 힘입은 바 크다 mang ơn quá nhiều.

힘줄 ❶ (근육) cơ bắp, bắp thịt; (건(腱)) gân, dây chằng; (혈관) huyết quản. ¶ ～ 투성이의 nhiều cơ bắp. ❷ (섬유질의) sợi, thớ nguyên liệu sợi. ¶ 고기 ～ thớ thịt.

힘차다 mạnh mẽ, đầy sức mạnh. ¶ 힘찬 연설 bài diễn văn đầy sức mạnh / 힘차게 일하다 làm việc khoẻ khoắn.

나라이름

1. 아프리카(Châu Phi)

한국어 (영어)	베트남어
가나 (Ghana)	Cộng hòa Gha-na
가봉 (Gabon)	Cộng hòa Ga-bông
기니 (Guinea)	Cộng hòa Ghi-nê
기니비사우 (Guinea-Bissau)	Cộng hòa Ghi-nê Bít-xao
나미비아 (Namibia)	Cộng hòa Na-mi-bi-a
나이지리아 (Nigeria)	Cộng hòa Liên bang Ni-giê-ri-a
남아프리카공화국 (South Africa)	Cộng hòa Nam Phi
니제르 (Niger)	Cộng hòa Ni-giê
라이베리아 (Liberia)	Cộng hòa Li-bê-ri-a
레소토 (Lesotho)	Vương quốc Lê-xô-thô
르완다 (Rwanda)	Cộng hòa Ru-an-đa
리유니언 (Reunion)	Rê-u-ni-on
리비아 (Libya)	Nhân dân XHCN A-rập Li-bi
마다가스카르 (Madagascar)	Cộng hòa Ma-đa-gát-xca
마요트 (Mayotte)	Mây-hô-tê
말라위 (Malawi)	Cộng hòa Ma-la-uy
말리 (Mali)	Cộng hòa Ma-li
모로코 (Morocco)	Vương quốc Ma-rốc
모리셔스 (Mauritius)	Cộng hòa Mô-ri-xơ
모리타니 (Mauritania)	Cộng hòa Hồi giáo Mô-ri-ta-ni
모잠비크 (Mozambique)	Cộng hòa Mô-dăm-bích
베닌 (Benin)	Cộng hòa Bê-nanh
보츠와나 (Botswana)	Cộng hòa Bốt-xoa-na
부룬디 (Burundi)	Cộng hòa Bu-run-đi
부르키나파소 (Burkina Faso)	Buốc-ki-na Pha-sô
상투메프린시페 (Sao Tome and Principe)	Xao Tô-mê và Prin-xi-pê

서사하라 (Western Sahara)	Tây Sa-ha-ra
세네갈 (Senegal)	Cộng hòa Sê-nê-gan
세이셸 (Seychelles)	Cộng hòa Sây-sen
소말리아 (Somalia)	Cộng hòa Dân chủ Sô-ma-li
수단 (Sudan)	Cộng hòa Su-đăng
스와질란드 (Swaziland)	Vương quốc Soa-di-len
시에라리온 (Sierra Leone)	Cộng hòa Si-ê-ra Lê-ôn
알제리 (Algeria)	CH An-giê-ri Dân chủ và Nhân dân
앙골라 (Angola)	Cộng hòa Ăng-gô-la
에리트레아 (Eritrea)	Cộng hòa E-ri-tơ-rê-a
에티오피아 (Ethiopia)	Cộng hòa Ê-ti-ô-pi-a
우간다 (Uganda)	Cộng hòa U-gan-đa
이집트 (Egypt)	Cộng hòa Ai-cập
잠비아 (Zambia)	Cộng hòa Dăm-bi-a
잠비아 (Gambia)	Cộng hòa Găm-bi-a
적도기니 (Equatorial Guinea)	Cộng hòa Ghi-nê Xích đạo
중앙아프리카공화국 (Central African Republic)	CH Trung Phi
지부티 (Djibouti)	Cộng hòa Gi-bu-ti
짐바브웨 (Zimbabwe)	Cộng hòa Dim-ba-bu-ê
차드 (Chad)	Cộng hòa Sát
카메룬 (Cameroon)	Cộng hòa Thống nhất Ca-mơ-run
카보베르데 (Cape Verde)	Cộng hòa Cáp-ve
케냐 (Kenya)	Cộng hòa Kê-ni-a
코모로 (Comoros)	Cô-mô-rốt
코트디부아르 (Cote d'Ivoire)	CH Cốt-đi-voa[Bờ Biển Ngà]
콩고 (Congo)	Cộng hòa Công-gô
콩고민주공화국	Cộng hòa Dân chủ Công-gô[Dai-a]
탄자니아 (Tanzania)	Cộng hòa Thống nhất Tan-da-ni-a
토고 (Togo)	Cộng hòa Tô-gô
튀니지 (Tunisia)	Cộng hòa Tuy-ni-di

2. 미주(Châu Mỹ)

한국어 (영어)	베트남어
가이아나 (Guyana)	Cộng hòa Guy-a-na
과들루프 (Guadeloupe)	Goa-đê-lốp thuộc Pháp
과테말라 (Guatemala)	Cộng hòa Goa-tê-ma-la
그레나다 (Grenada)	Grê-na-đa
네덜란드령앤틸리스제도 (Netherlands Antilles)	QĐ Ăng-tin thuộc Hà Lan
니카라과 (Nicaragua)	Cộng hòa Ni-ca-ra-goa
도미니카 (Dominica)	Đô-mi-ni-ca
도미니카공화국 (Dominica Republic)	CH Đô-mi-ni-ca
마르티니크 (Martinique)	Ma-ti-nic thuộc Pháp
멕시코 (Mexico)	Liên bang Mê-hi-cô
미국 (United States of America)	HCQ Hoa Kì
바베이도스 (Barbados)	Bác-ba-đốt
바하마 (Bahamas)	Khối cộng đồng Ba-ha-mát
베네수엘라 (Venezuela)	CH Bô-li-va-ri-a Vê-nê-xu-ê-la
벨리즈 (Belize)	Bê-li-xê
볼리비아 (Bolivia)	Cộng hòa Bô-li-vi-a
브라질 (Brazil)	Cộng hòa Liên bang Bra-xin
세인트루시아 (Saint Lucia)	San Lu-xi-a
세인트빈센트그레나딘 (Saint Vincent and The Grenadines)	San Vin-xen và Grê-na-đin
세인트키츠네비스 (Saint Kitts and Nevis)	Liên bang San Kít Nê-vi
수리남 (Suriname)	Cộng hòa Su-ri-nam
아르헨티나 (Argentina)	Cộng hòa Ác-hen-ti-na
아이티 (Haiti)	Cộng hòa Hai-i-ti
앤티가바부다 (Antigua and Barbuda)	An-ti-goa và Bác-bu-đa
에콰도르 (Ecuador)	Cộng hòa Ê-cu-a-đo
엘살바도르 (ElSalvador)	Cộng hòa En San-va-đo
온두라스 (Honduras)	Cộng hòa On-đu-rát
우루과이 (Uruguay)	Cộng hòa U-ru-goay

자메이카 (Jamaica)	Ja-mai-ca
칠레 (Chile)	Cộng hòa Chi-lê
캐나다 (Canada)	Ca-na-đa
코스타리카 (Costa Rica)	Cộng hòa Cốt-xta Ri-ca
콜롬비아 (Colombia)	Cộng hòa Cô-lôm-bi-a
쿠바 (Cuba)	Cộng hòa Cu-ba
트리니다드토바고 (Trinidad and Tobago)	CH Tri-ni-đát và Tô-ba-gô
파나마 (Panama)	Cộng hòa Pa-na-ma
파라과이 (Paraguay)	Cộng hòa Pa-ra-goay
페루 (Peru)	Cộng hòa Pê-ru
푸에르토리코 (Puerto Rico)	Pu-ê-tô Ri-cô
프랑스령기아나 (French Guiana)	Gai-a-na thuộc Pháp

3. **아시아**(Châu Á)

한국어 (영어)	베트남어
그루지야 (Georgia)	Giê-oóc-gi-a[Gru-di-a]
네팔 (Nepal)	Vương quốc Nê-pan
대한민국 (Korea)	Đại Hàn Dân Quốc[Hàn Quốc]
동티모르 (East Timor)	CHDC Đông Ti-mo[Timor-Leste]
라오스 (Laos)	Cộng hòa Dân chủ Nhân dân Lào
레바논 (Lebanon)	Cộng hòa Li-băng
마카오 (Macau)	Đặc khu Hành chính Ma-cao
말레이시아 (Malaysia)	Ma-lai-xi-a
몰디브 (Maldives)	Cộng hòa Man-đi-vơ
몽골 (Mongolia)	Cộng hòa Nhân dân Mông Cổ
미얀마 (Myanmar)	Liên bang Mi-an-ma
바레인 (Bahrain)	Vương quốc Ba-ren
방글라데시 (Bangladesh)	Cộng hòa Nhân dân Băng-la-đét
베트남 (Vietnam)	Cộng hòa XHCN Việt Nam
부탄 (Bhutan)	Vương quốc Bu-tan
북한 (North Korea)	CH Dân chủ Nhân dân Triều Tiên
브루나이 (Brunei)	Vương quốc Hồi giáo Bru-nây
사우디아라비아 (Saudi Arabia)	Vương quốc A-rập Xê-út

스리랑카 (Sri Lanka)	Cộng hòa Dân chủ XHCN Xri Lan-ca
시리아 (Syria)	Cộng hòa A-rập Xi-ri
싱가포르 (Singapore)	Cộng hòa Xin-ga-po
아랍에미리트 (United Arab Emirates)	Các TVQ A-rập thống nhất
아르메니아 (Armenia)	Cộng hòa Ác-mê-ni-a
아제르바이잔 (Azerbaijan)	Cộng hòa A-déc-bai-gian
아프카니스탄 (Afghanistan)	Cộng hòa Hồi giáo Áp-ga-ni-xtan
예멘 (Yemen)	Cộng hòa Y-ê-men
오만 (Oman)	Vương quốc Hồi giáo Ô-man
요르단 (Jordan)	Vương quốc Gióoc-đa-ni
우즈베키스탄 (Uzbekistan)	Cộng hòa U-dơ-bê-ki-xtan
이라크 (Iraq)	Cộng hòa I-rắc
이란 (Iran)	Cộng hòa Hồi giáo I-ran
이스라엘 (Israel)	Nhà nước I-xra-en
인도 (India)	Cộng hòa Ấn Độ
인도네시아 (Indonesia)	Cộng hòa In-đô-nê-xi-a
일본 (Japan)	Nhật Bản
중국 (China)	Cộng hòa Nhân dân Trung Hoa
카자흐스탄 (Kazakhstan)	Cộng hòa Ka-dắc-xtan
카타르 (Qatar)	Nhà nước Ca-ta
캄보디아 (Cambodia)	Vương quốc Cam-pu-chia
쿠웨이트 (Kuwait)	Nhà nước Cô-oét
키르기스스탄 (Kyrgyzstan)	Cộng hòa Cư-rơ-gư-xtan
키프로스 (Cyprus)	Cộng hòa Síp
타이완 (Taiwan)	Đài Loan
타지키스탄 (Tajikistan)	Cộng hòa Tát-gi-ki-xtan
태국 (Thailand)	Vương quốc Thái Lan
터키 (Turkey)	Cộng hòa Thổ Nhĩ Kì
투르크메니스탄 (Turkmenistan)	Cộng hòa Tuốc-mê-ni-xtan
파키스탄 (Pakistan)	Cộng hòa Hồi giáo Pa-ki-xtan
팔레스타인 (Palestinian)	Pa-le-xtin
필리핀 (Philippines)	Cộng hòa Phi-lip-pin
홍콩 (Hong Kong)	Đặc khu Hành chính Hồng Công

4. **유럽**(Châu Âu)

한국어 (영어)	베트남어
그리스 (Greece)	Cộng hòa Hi Lạp
네덜란드 (Netherlands)	Vương quốc Hà Lan
노르웨이 (Norway)	Vương quốc Na Uy
덴마크 (Denmark)	Vương quốc Đan Mạch
독일 (Germany)	Cộng hòa Liên bang Đức
라트비아 (Latvia)	Cộng hòa Lát-vi-a
러시아 (Russia)	Liên bang Nga
루마니아 (Romania)	Ru-ma-ni
룩셈부르크 (Luxembourg)	Đại Công quốc Lúc-xem-bua
리투아니아 (Lithuania)	Cộng hòa Li-tu-a-ni-a[Lít-va]
리히텐슈타인 (Liechtenstein)	Công quốc Lích-ten-xtên
마케도니아 (Macedonia)	Cộng hòa Ma-xê-đô-ni-a
모나코 (Monaco)	Công quốc Mô-na-cô
몬테네그로 (Montenegro)	Mông tê-nê-gờ-rô
몰도바 (Moldova)	Cộng hòa Môn-đô-va
몰타 (Malta)	Cộng hòa Man-ta
바티칸 (Vatican)	Va-ti-căng
벨기에 (Belgium)	Vương quốc Bỉ
벨라루스 (Belarus)	Cộng hòa Bê-la-rút
보스니아헤르체고비나 (Bosnia & Herzegovina)	Bô-xni-a và Héc-xê-go-vi-na
불가리아 (Bulgaria)	Cộng hòa Bun-ga-ri
산마리노 (San Marino)	Cộng hòa San Ma-ri-nô
세르비아 (Serbia)	Séc-bi-a
스웨덴 (Sweden)	Vương quốc Thụy Điển
스위스 (Switzerland)	Liên bang Thụy Sĩ
스페인 (Spain)	Vương quốc Tây Ban Nha
슬로바키아 (Slovakia)	Cộng hòa Xlô-va-ki
슬로베니아 (Slovenia)	Cộng hòa Xlô-ven-ni-a
아이슬란드 (Iceland)	Cộng hòa Ai-xơ-len
아일랜드 (Ireland)	Cộng hòa Ai-len
안도라 (Andorra)	Công quốc An-đô-ra
알바니아 (Albania)	Cộng hòa An-ba-ni

에스토니아 (Estonia)	Cộng hòa Ê-xtô-ni-a
영국 (United Kingdom)	Vương quốc Anh và Bắc Ai-len
오스트리아 (Austria)	Cộng hòa Áo
우크라이나 (Ukraine)	U-crai-na
이탈리아 (Italy)	Cộng hòa Ý
체코 (Czech)	Cộng hòa Séc
크로아티아 (Croatia)	Cộng hòa Crô-a-ti-a
포르투갈 (Portugal)	Cộng hòa Bồ Đào Nha
폴란드 (Poland)	Cộng hòa Ba Lan
프랑스 (France)	Cộng hòa Pháp
핀란드 (Finland)	Cộng hòa Phần Lan
헝가리 (Hungary)	Cộng hòa Hung-ga-ri

5. **오세아니아주**(Châu Đại Dương)

한국어 (영어)	베트남어
괌 (Guam)	Gu-am
나우루 (Nauru)	Cộng hòa Na-u-ru
뉴질랜드 (New Zealand)	Niu Di-lân
뉴칼레도니아 (New Caledonia)	Tân Ca-lê-đô-ni-a
마셜 (Marshall Islands)	Cộng hòa Quần đảo Mác-san
미크로네시아 (Micronesia)	Liên bang Mi-cờ-rô-nê-xi-a
바누아투 (Vanuatu)	Cộng hòa Va-nu-a-tu
서사모아 (Western Samoa)	Tây Sa-moa
솔로몬제도 (Solomon Islands)	Quần đảo Sô-lô-môn
오스트레일리아 (Australia)	Liên bang Úc
키리바시 (Kiribati)	Cộng hòa Ki-ri-ba-ti
통가 (Tonga)	Vương quốc Tôn-ga
투발루 (Tuvalu)	Tu-va-lu
파푸아뉴기니 (Papua New Guinea)	Pa-pua Niu Ghi-nê
팔라우 (Palau)	Cộng hòa Pa-lau
프랑스령폴리네시아 (French Polynesia)	Pô-li-nê-xi-a thuộc Pháp
피지 (Fiji)	Cộng hòa Phi-gi

국제기구

한국어 (영어 약어)	베트남어
문화기술협력기관 (ACCT)	Cơ quan Hợp tác Văn hóa và Kỹ thuật
아시아개발은행 (ADB)	Ngân hàng Phát triển Châu Á
아세안경제장관회의 (AEM)	Các Bộ trưởng kinh tế ASEAN
아시아축구연맹 (AFC)	Liên đoàn Bóng đá Châu Á
아세안축구연맹 (AFF)	Liên đoàn Bóng đá Đông Nam Á
아세안자유무역지대 (AFTA)	Khu vực mậu dịch tự do Asean
국제아마추어권투연맹 (AIBA)	Hội quyền Anh nghiệp dư Quốc tế
아세안장관회의 (AMM)	Hội nghị Bộ trưởng ASEAN
아시아태평양경제협력체 (APEC)	Hợp tác Kinh tế Châu Á - Thái Bình Dương
아세안상임위원회 (ASC)	Ủy ban Thường trực ASEAN
동남아국가연합 (ASEAN)	Hiệp hội các nước Đông Nam Á
아시아유럽정상회의 (ASEM)	Hội nghị Thượng đỉnh Á-Âu
아프리카연합 (AU)	Liên minh Châu Phi
유럽원자력회의 (CEEA)	Hội Năng lượng Nguyên tử Châu Âu
유럽경제협력회의 (CEEC)	Hội đồng Hợp tác Kinh tế Châu Âu
통신문화위원회 (COCI)	Ủy ban Văn hóa và Thông tin

사회발전위원회 (COSD)	Ủy ban Phát triển Xã hội
과학기술위원회 (COST)	Ủy ban Khoa học và Công nghệ
유럽 공동체 (EC)	Cộng đồng Châu Âu
유엔경제사회이사회 (ECOSOC)	Hội đồng Kinh tế - Xã hội
유엔경제사회이사회 (ECU)	Liên hiệp Truyền thông Châu Âu
유럽경제공동체 (EEC)	Cộng đồng kinh tế Châu Âu
유럽연합 (EU)	Liên minh Châu Âu (EU)
국제연합식량농업기구 (FAO)	Tổ chức Lương thực và Nông nghiệp Liên Hợp Quốc
프랑스어권비즈니스포럼 (FFA)	Diễn đàn Doanh nghiệp Pháp ngữ
세계사진예술연맹 (FIAP)	Liên đoàn nhiếp ảnh nghệ thuật Thế giới
세계체스연맹 (FIDE)	Liên đoàn cờ vua Thế giới
국제축구연맹 (FIFA)	Liên đoàn Bóng đá Thế giới
세계테니스연맹 (FIT)	Liên đoàn Quần vợt Quốc tế
국제배구연맹 (FIVB)	Liên đoàn Bóng chuyền Quốc tế
제네바관세협정 (GATT)	Hiệp định chung về Thuế quan và Thương mại
국제원자력기구 (IAEA)	Cơ quan Năng lượng Nguyên tử Quốc tế
국제항공운송협회 (IATA)	Hiệp hội các hãng vận tải hàng không Quốc tế
국제권투연맹 (IBF)	Liên đoàn quyền Anh Quốc tế
국제부흥개발은행 (IBRD)	Ngân hàng tái thiết và phát triển Quốc tế
국제민간항공기구 (ICAO)	Tổ chức Hàng không Dân dụng Quốc tế

국제상공회의소 (ICC)	Phòng thương mại Quốc tế
국제개발협회 (IDA)	Hiệp hội Phát triển Quốc tế
국제농업개발기금 (IFAD)	Quỹ phát triển Nông nghiệp Quốc tế
국제재정공사 (IFC)	Công ty Tài chính Quốc tế
국제노동기구 (ILO)	Tổ chức Lao động Quốc tế
국제통화기금 (IMF)	Quỹ Tiền tệ Quốc tế
국제해사기구 (IMO)	Tổ chức Hàng hải Quốc tế
국제여성연구훈련 (INSTRAW)	Viện Nghiên cứu và Đào tạo Quốc tế vì sự Tiến bộ của Phụ nữ
국제형사경찰기구 (INTERPOL)	Tổ chức Cảnh sát Hình sự Quốc tế
국제올림픽위원회 (IOC)	Ủy ban Olympic Quốc tế
국제쌀연구소 (IRRI)	Viện nghiên cứu giống lúa Quốc tế
국제표준화기구 (ISO)	Tổ chức tiêu chuẩn hóa Quốc tế
세계태권도연맹 (ITF)	Liên đoàn Taekwondo Thế giới
국제테니스연맹 (ITF)	Liên đoàn Quần vợt Quốc tế
국제전기통신위성기구 (ITSO)	Tổ chức vệ tinh viễn thông Quốc tế
국제전기통신연합 (ITU)	Liên minh Viễn thông Quốc tế
국제자연보호연맹 (IUCN)	Hiệp hội Bảo tồn thiên nhiên Thế giới
북대서양조약기구 (NATO)	Tổ chức Hiệp ước Bắc Đại Tây Dương
아프리카통일기구 (OAU)	Tổ chức Đoàn kết Châu Phi
석유수출국기구 (OPEC)	Tổ chức các nước xuất khẩu dầu mỏ

세계식량프로그램 (PAM)	Chương trình lương thực Thế giới
아태관광협회 (PATA)	Hiệp hội du lịch Châu Á - Thái Bình Dương
국제적십자위원회 (RCIC)	Ủy ban chữ thập đỏ Quốc tế
남아시아지역협력연합 (SAARC)	Tổ chức Hiệp hội hợp tác khu vực Nam Á
경제관료회의 (SEOM)	Cuộc họp các Quan chức Kinh tế Cao cấp
고위관리회의 (SOM)	Hội nghị các Quan chức Cao cấp
세계은행간금융전산망 (SWIFT)	Hiệp hội viễn thông liên ngân hàng toàn cầu
국제에스페란토협회 (UEA)	Hội Quốc tế ngữ Quốc tế
유럽축구연맹 (UEFA)	Liên đoàn Bóng đá Châu Âu
국제연합 (UN)	Liên Hợp Quốc
유엔인간거주정착센터 (UNCHS)	Trung tâm Định cư Liên Hợp Quốc
국제연합무역개발협의회 (UNCTAD)	Hội nghị về Thương mại và Phát triển của Liên Hợp Quốc
유엔개발계획 (UNDP)	Chương trình của Liên Hợp Quốc về Phát triển
국제연합환경계획 (UNEP)	Chương trình Môi trường Liên Hợp Quốc
유네스코 (UNESCO)	Tổ chức Giáo dục, Khoa học và Văn hóa Liên Hợp Quốc
국제연합인구기금 (UNFPA)	Quỹ Dân số Liên Hợp Quốc
국제연합난민고등판무관사무소 (UNHCR)	Cao ủy Liên Hợp Quốc về người tị nạn
국제연합아동기금 (UNICEF)	Quỹ Nhi đồng Liên Hợp Quốc
국제연합공업개발기구 (UNIDO)	Tổ chức Phát triển Công nghiệp Liên Hợp Quốc
유엔훈련조사연구소 (UNITAR)	Viện Đào tạo và Nghiên cứu Liên Hợp Quốc

유엔평화활동센터 (UNPOC)	Ủy ban giám sát hòa bình của Liên Hợp Quốc
국제연합평화유지군 (UNTSO)	Tổ chức giám sát ngừng bắn của Liên Hợp Quốc
국제연합대학 (UNU)	Trường Đại học Liên Hợp Quốc
만국우편연합 (UPU)	Liên minh Bưu chính Quốc tế
세계은행 (WB)	Ngân hàng Thế giới
세계권투평의회 (WBC)	Hội đồng Quyền Anh Thế giới
세계재정발전은행 (WBRD)	Ngân hàng tái thiết và phát triển Quốc tế
세계경제포럼 (WEF)	Diễn đàn kinh tế Thế giới
세계식량회의 (WFC)	Hội đồng Lương thực Thế giới
세계식량계획 (WFP)	Chương trình Lương thực Thế giới
세계노동조합연맹 (WFTU)	Liên hiệp Công đoàn Thế giới
세계보건기구 (WHO)	Tổ chức Y tế Thế giới
세계지적재산권기구 (WIPO)	Tổ chức sở hữu Trí tuệ Thế giới
세계기상기구 (WMO)	Tổ chức Khí tượng Thế giới
세계무역센터 (WTC)	Trung tâm Thương mại Thế giới
세계무역기구 (WTO)	Tổ chức Thương mại Thế giới

상용도량단위

1. 길이

베트남어	영어	약자	영미 도량 단위
mi li mét	millimetre	mm	0.03937 inch (in)
xen ti mét	centimetre	cm	0.3937 inch
đề xi mét	decimetre	dm	3.937 inches (in)
mét	metre	m	39.37 inches; 1.094 yards (yd)
đề ca mét	decametre	dam	10.94 yards
héc tô mét	hectometre	hm	109.4 yards
ki lô mét	kilometre	km	0.6214 mile (mi)

2. 면적

베트남어	영어	약자	영미 도량 단위
xen ti mét vuông	square centimetre	cm^2	0.155 sq inch (in)
đề xi mét vuông	square decimetre	dm^2	15.5 sq inches (in)
mét vuông	square metre	m^2	1.196 sq yard (yd)
a (100㎡)	are	a	119.6 sq yards
héc ta (10,000㎡)	hectare	ha	2.471 acres
ki lô mét vuông	square kilometre	㎢	0.387 sq mile (mi)

3. 무게

베트남어	영어	약자	영미 도량 단위
mi li gam	milligram	mg	0.015 grain (gr)
xen ti gam	centigram	cg	0.154 grain
đề xi gam	decigram	dg	1.543 grains
gam	gram	g	15.43 grains
đề ca gam	decagram	dag	5.64 drams (dr)
héc tô gam	hectogram	hg	3.527 ounces (oz)
ki lô gam	kilogram	kg	2.205 pounds (lb)

4. 용량

베트남어	영어	약자	영미 도량 단위
mi li lít	millilitre	ml	0.002 pint (pt)
xen ti lít	centilitre	cl	0.018 pint
đề xi lít	decilitre	dl	0.176 pint
lít	litre	l	1.76 pint
đề ca lít	decalitre	dal	2.20 gallons
héc tô lít	hectolitre	hl	2.75 bushels
ki lô lít	kilolitre	kl	3.44 quarters

5. 용적

베트남어	영어	약자	영미 도량 단위
xen ti mét khối	dubic centimetre	㎤	0.061 cu inch (in)
đề xi mét khối	cubic decimetre	dm^3	0.035 cu foot (ft)
mét khối	cubic metre	m^3	1.308 cu yards (yd)

엮은이

송정남(宋正男)
한국외국어대학교 베트남어과, 하노이국가대학교 역사학 박사
한국외국어대학교 베트남어과 교수
<저서>
"베트남 역사 읽기"(저서, 2010), "베트남 토지제도"(저서, 2001), '중세 베트남의 외교'(논문, 2006), '베트남 딩(Dinh)에 관한 연구'(논문, 2009), 그 외 다수 논저

박연관(朴然寬)
한국외국어대학교 베트남어과, 하노이국가대학교 문학 박사
청운대학교 베트남학과 부교수
<저서>
"베트남어-한국어-(영어) 알파사전"(저서, 1998), "세계 경제의 다크호스, 베트남을 잡아라!"(저서, 2008), '베트남의 설화연구 일고찰'(논문, 2003), '베트남에서의 한국에 대한 이미지' (논문, 2009), 그 외 다수 논저

이강우(李康羽)
한국외국어대학교 베트남어과, 하노이국가대학교 역사학 박사
청운대학교 베트남학과 조교수
<저서>
"베트남 국영기업 개혁"(저서, 2003), "입에서 톡 베트남어"(저서, 2007), '베트남 중앙집권식사회주의경제체제의 수립과 전개'(논문,2009), '베트남 경제개발과 인구' (논문, 2010), 그 외 다수 논저

감수자

응우옌 비엣 흐엉(Nguyễn Việt Hương)
하노이종합대학교 어문학과 학사, 하노이국가대학교 인문사회과학대학 언어학과 박사, 하노이국가대학교 인문사회과학대학 베트남학과 교수(현), 한국외대 베트남어과 초빙교수(현)

Từ điển Hàn-Việt

한국어-베트남어 사전
(韓-越辭典)

초판 1쇄 발행 2001년 8월 10일
초판 2쇄 발행 2016년 11월 14일

편저자 송정남 · 박연관 · 이강우
발행인 김인철 Publisher
총괄 · 기획 가정준 Director
편집장 신선호 Editor in Chief
도서편집 김민정 Managing Editor
진수연 Managing Editor
전자책편집 최인우 Digital Publishing Manager
마케팅 곽용창 Marketing Manager
재무관리 김은혜 Finance Manager
발행처 한국외국어대학교 지식출판원
02450 서울특별시 동대문구 이문로 107
전화 02)2173-2493~7
팩스 02)2173-3363
홈페이지 http://prss.hufs.ac.kr
전자우편 press@hufs.ac.kr
출판등록 제6-6호(1969. 4. 30.)

디자인 · 편집 한국외국어대학교 지식출판원
표지디자인 (주)이환디앤비 02)2254-4301
인쇄 · 제본 네오프린텍(주) 02)718-3111

ISBN 978-89-7464-674-5 91790 정가 45,000원

* 잘못된 책은 교환하여 드립니다.

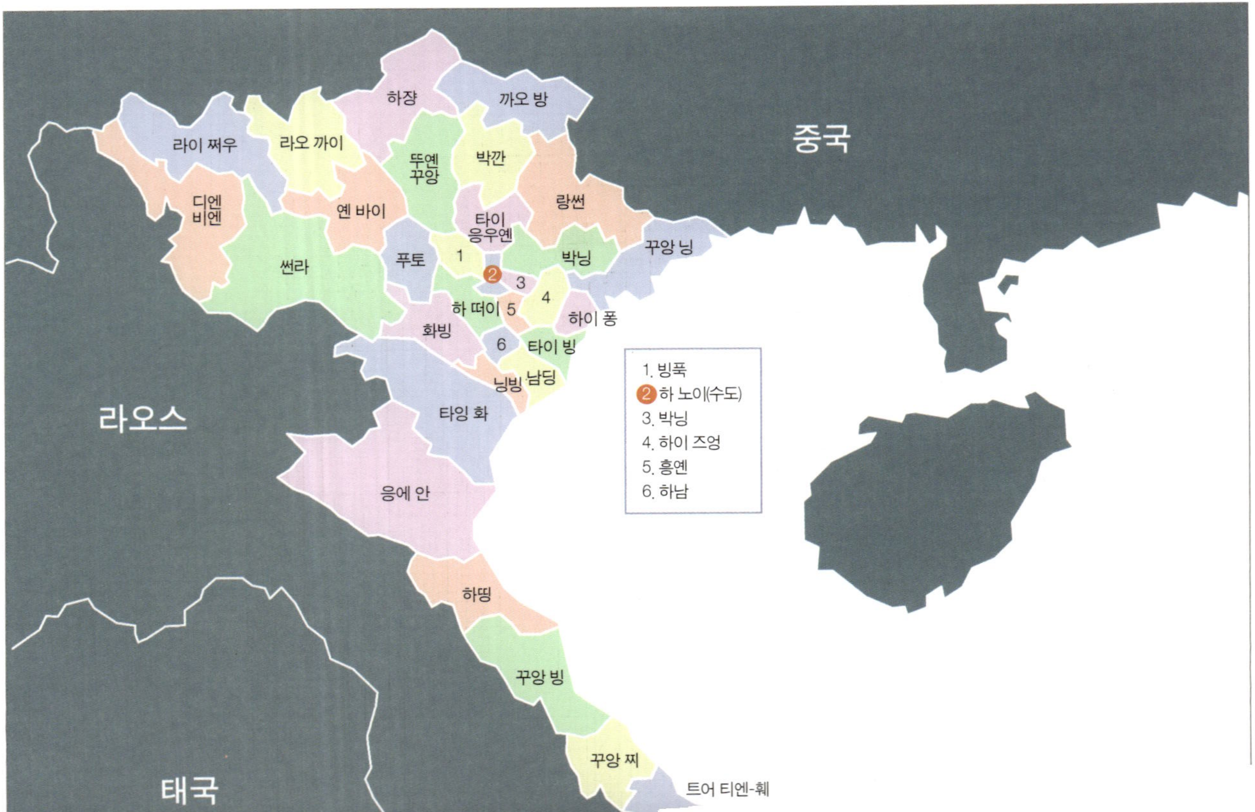
중국
라오스
태국
하장
까오 방
라이 쩌우
라오 까이
뚜옌 꾸앙
박깐
랑썬
디엔 비엔
옌 바이
타이 응우옌
꾸앙 닝
썬라
푸토
1
2
3
4
5
6
박닝
하 떠이
하이 퐁
화빙
타이 빙
닝빙
남딩
타잉 화
응에 안
하띵
꾸앙 빙
꾸앙 찌
트어 티엔-훼
1. 빙푹
2 하 노이(수도)
3. 박닝
4. 하이 즈엉
5. 흥옌
6. 하남